ਪੰਜਾਬ ਦਾ ਭੂਗੋਲ

(GEOGRAPHY OF PUNJAB)

ਡਾ. ਦਰਸ਼ਨ ਸਿੰਘ ਮਣਕੂ

ਪਹਿਲਾਂ ਮੁਖੀ, ਭੂਗੋਲ ਵਿਭਾਗ

ਸਰਕਾਰੀ ਕਾਲਜ, ਹੁਸ਼ਿਆਰਪੁਰ

ਪ੍ਰਿੰਸੀਪਲ (ਰਿਟਾਇਰਡ),

ਸਰਕਾਰੀ ਕਾਲਜ,

ਟਾਂਡਾ-ਉੜਮੁੜ, ਹੁਸ਼ਿਆਰਪੁਰ

ਕਲਿਆਣੀ ਪਬਲਿਸ਼ਰਜ਼

ਲੁਧਿਆਣਾ - ਨਵੀਂ ਦਿੱਲੀ - ਨੌਇਡਾ (ਯੂ.ਪੀ.) - ਹੈਦਰਾਬਾਦ

ਚੇਨੰਈ - ਕੋਲਕਾਤਾ - ਕਟਕ - ਗੁਵਾਹਾਟੀ - ਕੋਚੀ - ਬੰਗਲੁਰੂ

ਕਲਿਆਣੀ ਪਬਲਿਸ਼ਰਜ

ਮੁੱਖ ਦਫ਼ਤਰ :

3251/B, ਗਲੀ ਨੰ. 5, ਗੁਰਦੇਵ ਨਗਰ, ਨੇੜੇ ਸੰਧੂ ਟਾੱਵਰ, **ਲੁਧਿਆਣਾ**-141 001

ਪ੍ਰਬੰਧ ਦਫ਼ਤਰ :

4779/23, ਭਾਰਤ ਰਾਮ ਰੋਡ, 24 ਦਰਿਆਗੰਜ, ਨਵੀਂ ਦਿੱਲੀ -110 002

ਕਾਰਜ ਦਫ਼ਤਰ:

B/16, ਸੈਕਟਰ 8, **ਨੋਇਡਾ** (ਯੂ. ਪੀ.)

ਸ਼ਾਖਾਵਾਂ :

No. 1 ਮਹਾਂਲਕਸ਼ਮੀ ਸਟਰੀਟ, ਟੀ. ਨਗਰ **ਚੇਨੰਈ**-600 017

ਗੋਪਾਬੰਧੂ ਲੇਨ, ਗੋਰਮਿੰਟ ਬੱਸ ਸਟੈਂਡ ਦੇ ਪਿੱਛੇ, ਬਾਦਾਮ ਬਾੜੀ, **ਕਟਕ**-753 009 (ਓਡੀਸਾ)

3-5-1108, ਨਾਰਾਇਣ ਗੁਡਾ, **ਹੈਦਰਾਬਾਦ**-500 029 (ਆ. ਪ੍ਰ.)

ਨ. 10/2 B, ਰਾਮਨਾਥਨ ਮਜੂਮਦਾਰ ਸਟਰੀਟ, **ਕੋਲਕਾਤਾ**-700 009

ਅਰੁਨਾਲਿਆ, ਪਹਿਲੀ ਮੰਜ਼ਿਲ, ਸਰਸਵਤੀ ਰੋਡ, ਪਾਨ ਬਾਜ਼ਾਰ, **ਗੁਵਾਹਾਟੀ**-781 001

ਕਾਨਵੈਂਟ ਰੋਡ, **ਕੋਚੀ**-682 035

ਨੰ. 24 ਅਤੇ 25 ਪਹਿਲੀ ਮੰਜਿਲ, ਹਮੀਦ ਸ਼ਾਹ ਕੰਪਲੈਕਸ, ਕੋਬੋਨਪੇਟ ਮੇਨ ਰੋਡ, **ਬੈਂਗਲੁਰੂ**-560 002

T 40492 03 18 + 590 = 608 Pages 20" x 30" 76 Forms

ਪਹਿਲਾ ਸੰਸਕਰਣ, 2024

Gautam Graphic Printers
(MISC–2024–GEOA-P))

PRINTED IN INDIA

Printed at: Yash Printographics

ਸਮਰਪਤ

ਪੂਜਨੀਕ ਮਾਤਾ ਜੀ, ਪਿਤਾ ਜੀ

ਅਤੇ

ਮਾਸੀ ਜੀ

ਜਿਨ੍ਹਾਂ ਦੀਆਂ ਅਸੀਸਾਂ ਸਦਕਾ ਮੈਂ ਅੱਜ ਦੇ
ਮੁਕਾਮ 'ਤੇ ਪਹੁੰਚ ਸਕਿਆ ਹਾਂ।

ਦੋ ਸ਼ਬਦ

ਪਹਿਲਾ ਸੰਸਕਰਣ

ਪੰਜਾਬ ਦੇ ਵਿਭਿੰਨ ਪਹਿਲੂਆਂ ਵਿੱਚ ਬਹੁਤ ਤਬਦੀਲੀਆਂ ਆਈਆਂ ਹਨ। 2011 ਈਸਵੀ ਵਿੱਚ ਭਾਰਤ (ਪੰਜਾਬ ਸਮੇਤ) ਦੀ ਜਨਸੰਖਿਆ ਦੇ ਨਵੇਂ ਅੰਕੜੇ ਸਾਹਮਣੇ ਆਏ। ਇਹ ਇੱਕ ਬਹੁਤ ਵੱਡੀ ਉਪਲਬੱਧੀ ਅਤੇ ਤਬਦੀਲੀ ਸੀ। 2012 ਅਤੇ 2019 ਈਸਵੀ ਵਿੱਚ ਭਾਰਤ ਅਤੇ ਪੰਜਾਬ ਦੇ ਪਸ਼ੂ ਧਨ ਦੀ ਗਣਨਾ ਦੇ ਨਵੇਂ ਅੰਕੜੇ ਪ੍ਰਾਪਤ ਹੋਏ। ਖੇਤੀਬਾੜੀ, ਉਦਯੋਗਿਕ ਅਤੇ ਇਨਫਰਾਸਟਰੱਕਚਰ ਆਦਿ ਦੇ ਖੇਤਰਾਂ ਵਿੱਚ ਭਾਰੀ ਤਰੱਕੀ ਹੋਈ ਹੈ। ਉਤਪਾਦਨ ਕਾਫੀ ਵਧਿਆ ਹੈ। ਇਨ੍ਹਾਂ ਤੋਂ ਬਿਨਾਂ ਭਾਰਤ ਅਤੇ ਪੰਜਾਬ ਵਿੱਚ ਬਹੁਤ ਸਾਰੀਆਂ ਰਾਜਨੀਤਕ (ਨਵੀਆਂ ਸਰਕਾਰਾਂ ਅਤੇ ਨਵੀਆਂ ਨੀਤੀਆਂ ਅਤੇ ਟੀਚੇ ਆਦਿ), ਆਰਥਿਕ, ਉਦਯੋਗਿਕ, ਸਮਾਜਿਕ ਅਤੇ ਸਭਿਆਚਾਰਕ ਤੋਂ ਬਿਨਾਂ ਜਲਵਾਯੂ ਸਬੰਧੀ ਵੀ ਤਬਦੀਲੀਆਂ (ਗਲੋਬਲ ਵਾਰਮਿੰਗ, ਤਾਪਮਾਨ ਅਤੇ ਵਰਖਾ ਦੇ ਸਮੇਂ, ਸਥਾਨ ਅਤੇ ਮਾਤਰਾ ਵਿੱਚ ਤਬਦੀਲੀਆਂ ਸਮੇਤ) ਆਈਆਂ ਹਨ।

ਜਿੱਥੋਂ ਤੱਕ ਹੋ ਸਕਿਆ ਨਵੇਂ ਉਪਲਬੱਧ ਅੰਕੜੇ (2021-22) ਸ਼ਾਮਲ ਕੀਤੇ ਗਏ ਹਨ। ਨਵੇਂ ਤੱਥ ਅਤੇ ਨਵੀਆਂ ਤਬਦੀਲੀਆਂ ਨੂੰ ਸ਼ਾਮਲ ਕੀਤਾ ਗਿਆ ਹੈ। ਸਾਰਣੀਆਂ ਦੀ ਗਿਣਤੀ 72 ਅਤੇ 82 ਨਕਸ਼ੇ ਜੋੜੇ ਗਏ ਹਨ।

ਜਿਨ੍ਹਾਂ ਪਹਿਲੂਆਂ ਬਾਰੇ 2021 -22 ਦੇ ਅੰਕੜੇ ਪ੍ਰਾਪਤ ਨਹੀਂ ਹੋ ਸਕੇ ਹਨ ਅਤੇ ਨਕਸ਼ਿਆਂ ਨੂੰ ਅਪਡੇਟ ਕਰਨ ਲਈ ਕਾਰਟੋਗਰਾਫਰ ਦੀ ਸਹਾਇਤਾ ਪ੍ਰਾਪਤ ਨਹੀਂ ਹੋ ਸਕੀ ਹੈ, ਉੱਥੇ 2015-16 ਦੇ ਅੰਕੜੇ ਅਤੇ ਨਕਸ਼ੇ ਵਰਤੋਂ ਵਿੱਚ ਲਿਆਂਦੇ ਗਏ ਹਨ। ਇਸ ਖਾਮੀ ਲਈ ਲੇਖਕ ਖਿਮਾ ਦਾ ਜਾਚਕ ਹੈ।

2003 ਤੋਂ ਬਾਅਦ ਪੰਜਾਬ ਵਿੱਚ ਜ਼ਿਲ੍ਹਿਆਂ ਦੀ ਸੰਖਿਆ 17 ਤੋਂ ਵੱਧ ਕੇ 23 ਹੋ ਗਈ ਹੈ ਅਤੇ ਤਹਿਸੀਲਾਂ ਦੀ ਸੰਖਿਆ ਵੀ 72 ਤੋਂ ਵੱਧ ਕੇ 97 ਹੋ ਗਈ ਹੈ। ਵਿਕਾਸ ਖੰਡ ਵੀ 140 ਦੀ ਥਾਂ 153 ਹੋ ਗਏ ਹਨ। ਪੁਸਤਕ ਵਿੱਚ 22 ਜ਼ਿਲ੍ਹਿਆਂ ਅਤੇ 92 ਤਹਿਸੀਲਾਂ ਦੇ ਅੰਕੜੇ ਅਤੇ ਨਕਸ਼ੇ ਸ਼ਾਮਲ ਕੀਤੇ ਗਏ ਹਨ। ਨਵੇਂ ਬਣੇ ਜ਼ਿਲ੍ਹੇ ਮਲੇਰਕੋਟਲਾ ਅਤੇ ਕਈ ਤਹਿਸੀਲਾਂ ਦੇ ਨਵੇਂ ਅੰਕੜੇ ਉਪਲਬੱਧ ਨਹੀਂ ਹਨ। ਸਭ ਉਪਲਬੱਧ ਤਬਦੀਲੀਆਂ ਨੂੰ ਪੁਸਤਕ ਵਿੱਚ ਸ਼ਾਮਲ ਕੀਤਾ ਗਿਆ ਹੈ।

ਇਹ ਸੰਸਕਰਣ ਮੇਰੀ ਧਰਮ ਪਤਨੀ ਦੀ ਹੱਲਾਸ਼ੇਰੀ ਤੋਂ ਬਿਨਾਂ ਮੁਕੰਮਲ ਹੋਣਾ ਲਗਭਗ ਨਾ-ਮੁਮਕਿਨ ਸੀ। ਇਸ ਲਈ ਲੇਖਕ ਆਪਣੀ ਧਰਮ ਪਤਨੀ ਸਰਦਾਰਨੀ ਸੁਰਿੰਦਰ ਕੌਰ ਦਾ ਤਹਿ ਦਿਲੋਂ ਧੰਨਵਾਦ ਕਰਦਾ ਹੈ।

ਮੈਂ ਮੈਸਰਜ਼ ਕਲਿਆਣੀ ਪਬਲਿਸ਼ਰਜ਼ ਦਾ ਵੀ ਧੰਨਵਾਦੀ ਹਾਂ ਜਿਨ੍ਹਾਂ ਨੇ ਇਸ ਪ੍ਰੋਜੈਕਟ ਨੂੰ ਪੂਰਾ ਕਰਨ ਵਿੱਚ ਪੂਰਾ ਸਹਿਯੋਗ ਦਿੱਤਾ।

ਲੇਖਕ ਮੈਸਰਜ਼ ਗੌਤਮ ਗਰਾਫ਼ਿਕ ਪ੍ਰਿੰਟਰਜ਼ ਦਾ ਅਤੇ ਵਿਸ਼ੇਸ਼ ਕਰਕੇ ਹਰੀਸ਼ ਕੁਮਾਰ ਜੀ ਦਾ ਧੰਨਵਾਦੀ ਹੈ ਜਿਨ੍ਹਾਂ ਦੇ ਉਪਰਾਲੇ ਸਦਕੇ ਇਹ ਨਵਾਂ ਸੰਸਕਰਣ ਦੁਬਾਰਾ ਸ਼ੁਰੂ ਹੋ ਸਕਿਆ।

ਸਭ ਕੋਸ਼ਿਸ਼ਾਂ ਦੇ ਬਾਵਜੂਦ ਪੁਸਤਕ ਵਿੱਚ ਕੁੱਝ ਖਾਮੀਆਂ ਰਹਿ ਗਈਆਂ ਹੋਣਗੀਆਂ। ਇਨ੍ਹਾਂ ਨੂੰ ਅਗਲੇ ਸੰਸਕਰਣ ਵਿੱਚ ਦੂਰ ਕਰਨ ਦੀ ਕੋਸ਼ਿਸ਼ ਕੀਤੀ ਜਾਵੇਗੀ।

ਪੁਸਤਕ ਦੀ ਰਚਨਾਤਮਿਕ ਆਲੋਚਨਾ ਅਤੇ ਸੁਝਾਵਾਂ ਦਾ ਸਵਾਗਤ ਹੈ।

ਆਸ ਕਰਦਾ ਹਾਂ ਕਿ ਭੂਗੋਲ ਦੇ ਵਿਦਿਆਰਥੀਆਂ, ਅਧਿਆਪਕਾਂ ਅਤੇ ਆਮ ਪਾਠਕਾਂ ਦੀ ਪੰਜਾਬ ਉੱਤੇ ਇੱਕ ਪ੍ਰਮਾਣਿਕ ਅਤੇ ਨਵੇਂ ਤੱਥਾਂ ਉੱਤੇ ਅਧਾਰਤ ਵਧੀਆ ਪੁਸਤਕ ਦੀ ਲੋੜ ਇਸ ਸੋਧੇ ਹੋਏ ਸੰਸਕਰਣ 'ਪੰਜਾਬ ਦਾ ਭੂਗੋਲ' ਨਾਲ ਪੂਰੀ ਹੋ ਜਾਵੇਗੀ। ਉਮੀਦ ਹੈ ਇਹ ਸੰਸਕਰਣ ਉਨ੍ਹਾਂ ਦੀ ਹਰ ਲੋੜ (ਇਮਤਿਹਾਨਾਂ ਆਦਿ ਵਿੱਚ ਵੀ) ਪੂਰੀ ਕਰਨ ਵਿੱਚ ਸਹਾਈ ਹੋਵੇਗਾ।

ਧੰਨਵਾਦ ਸਹਿਤ

ਲੇਖਕ

ਹੁਸ਼ਿਆਰਪੁਰ, ਜਨਵਰੀ 2024

ਦਰਸ਼ਨ ਸਿੰਘ ਮਣਕੂ

ਵਿਸ਼ਾ-ਸੂਚੀ

ਨਕਸ਼ਿਆਂ ਦੀ ਸੂਚੀ (LIST OF MAPS)

ਸਾਰਣੀਆਂ ਦੀ ਸੂਚੀ (LIST OF TABLES)

ਚਿੱਤਰਾਂ ਦੀ ਸੂਚੀ (LIST OF DIAGRAMS)

Chapter

1

ਇਤਿਹਾਸਕ ਝਰੋਖਾ (HISTORICAL PERSPECTIVE)

ਸ਼ਬਦ 'ਪੰਜਾਬ' ਫਾਰਸੀ ਦੇ ਦੋ ਸ਼ਬਦਾਂ 'ਪੰਜ' ਅਤੇ 'ਆਬ' ਦੇ ਮੇਲ ਤੋਂ ਬਣਿਆ ਹੈ। 'ਪੰਜ' ਗਿਣਤੀ ਦਾ ਸੂਚਕ ਹੈ ਅਤੇ 'ਆਬ' ਦਾ ਅਰਥ ਪਾਣੀ ਭਾਵ ਦਰਿਆ ਹੈ। ਇਸ ਤਰ੍ਹਾਂ ਪੰਜਾਬ ਦਾ ਸ਼ਾਬਦਿਕ ਅਰਥ ਪੰਜ ਪਾਣੀ ਜਾਂ ਪੰਜ ਦਰਿਆ ਹੈ। ਪੰਜਾਬ ਦਾ ਭਾਵ-ਅਰਥ ਪੰਜ ਦਰਿਆਵਾਂ ਦੀ ਭੂਮੀ ਹੈ। ਇਹ ਭਾਰਤ ਉਪ-ਮਹਾਦੀਪ ਦੇ ਉੱਤਰ-ਪੱਛਮ ਵਿੱਚ ਉਹ ਭੂਮੀ ਜਾਂ ਖੇਤਰ ਹੈ ਜਿੱਥੇ ਪੰਜ ਦਰਿਆ ਸਤਲੁਜ, ਬਿਆਸ, ਰਾਵੀ, ਚਿਨਾਬ ਅਤੇ ਜਿਹਲਮ ਵਗਦੇ ਹਨ। ਇਨ੍ਹਾਂ ਪੰਜਾਂ ਦਰਿਆਵਾਂ ਦੀ ਭੂਮੀ ਪੰਜਾਬ ਹੈ। ਇਹ ਪੂਰਬ ਵਿਚ ਗੰਗਾ-ਯਮੁਨਾ ਦੋਆਬ, ਪੱਛਮ ਵਿਚ ਸੁਲੇਮਾਨ-ਕਿਰਥਾਰ ਪਰਬਤ, ਉੱਤਰ ਵਿਚ ਕਸ਼ਮੀਰ ਅਤੇ ਦੱਖਣ ਵਿਚ ਸਿੰਧ ਅਤੇ ਰਾਜਪੂਤਾਨਾ ਦੇ ਮਾਰੂਥਲਾਂ ਵਿਚਕਾਰ ਸਥਿਤ ਹੈ। ਪ੍ਰਾਚੀਨ ਸਮਿਆਂ ਵਿਚ ਇਹ ਖੇਤਰ ਇਕ ਹੀ ਰਾਜਨੀਤਕ ਇਕਾਈ ਨਹੀਂ ਰਿਹਾ, ਪਰੰਤੂ ਇਸ ਦੀ ਭੂਗੋਲਿਕ ਅਤੇ ਇਤਿਹਾਸਕ ਹੋਂਦ ਨਿਸ਼ਚੇ ਹੀ ਸੀ ਅਤੇ ਇਸ ਦਾ ਆਪਣਾ ਵਿਸ਼ੇਸ਼ ਵਾਤਾਵਰਣ, ਇਤਿਹਾਸ, ਸਭਿਆਚਾਰ ਅਤੇ ਲੋਕ ਸਨ।

ਵਿਭਿੰਨ ਨਾਮ (DIFFERENT NAMES OF PUNJAB)

ਪੰਜਾਂ ਦਰਿਆਵਾਂ ਦੀ ਇਹ ਭੂਮੀ ਇਤਿਹਾਸ ਦੇ ਵੱਖ-ਵੱਖ ਸਮਿਆਂ ਵਿਚ ਵਿਭਿੰਨ ਨਾਵਾਂ ਨਾਲ ਜਾਣੀ ਜਾਂਦੀ ਸੀ। ਰਿਗਵੇਦ ਦੇ ਸਮੇਂ ਇਸਨੂੰ 'ਸਪਤ ਸਿੰਧੂ'—ਸੱਤ ਦਰਿਆਵਾਂ ਦੀ ਧਰਤੀ ਕਹਿੰਦੇ ਸਨ। ਇਹ ਸੱਤ ਦਰਿਆ ਹਨ—ਸਿੰਧ ਦਰਿਆ ਅਤੇ ਇਸ ਦੀਆਂ ਛੇ ਸਹਾਇਕ ਨਦੀਆਂ—ਜਿਹਲਮ (ਵਿਤਸਤਾ), ਚਿਨਾਬ (ਅਸੀਕਨੀ), ਰਾਵੀ (ਪਰੂਸ਼ਨੀ), ਬਿਆਸ (ਵਿਪਾਸਾ), ਸਤਲੁਜ (ਸਤੁਦਰੀ) ਅਤੇ ਸਰਸਵਤੀ (ਸਰਸੁਤੀ)। ਅਖੀਰਲੀ ਨਦੀ ਹੁਣ ਲਗਭਗ ਸੁੱਕ ਚੁੱਕੀ ਹੈ। ਕੁੱਝ ਇਤਿਹਾਸਕਾਰਾਂ ਦਾ ਵਿਚਾਰ ਹੈ ਕਿ ਸੱਤਵੀਂ ਨਦੀ ਕੁੱਭਾ (ਅੱਜਕਲ੍ਹ ਦਾ ਕਾਬੁਲ ਦਰਿਆ) ਹੈ ਜੋ ਸਿੰਧ ਦਰਿਆ ਦੀ ਪੱਛਮੀ ਸਹਾਇਕ ਨਦੀ ਹੈ। ਪੁਰਾਣਾਂ ਅਤੇ ਮਹਾਂਕਾਵਾਂ (Epics) ਵਿੱਚ ਪੰਜਾਬ ਨੂੰ "ਪੰਜਨਦ" ਦੇ ਨਾਂ ਨਾਲ ਸੰਬੋਧਨ ਕੀਤਾ ਗਿਆ ਹੈ। ਇਸ ਦਾ ਭਾਵ ਵੀ ਪੰਜ ਦਰਿਆਵਾਂ (ਨਦਾਂ) ਦੀ ਧਰਤੀ ਹੈ। ਈਸਾ ਤੋਂ ਚੌਥੀ ਸਦੀ ਪਹਿਲਾਂ ਜਦੋਂ ਯੂਨਾਨੀਆਂ ਨੇ ਇਸ ਖੇਤਰ ਉੱਤੇ ਕਬਜ਼ਾ ਕੀਤਾ ਸੀ ਤਾਂ ਉਨ੍ਹਾਂ ਨੇ ਪੰਜਾਬ ਦੀ ਧਰਤੀ ਨੂੰ "ਪੈਂਟਾਪੋਟੇਮੀਆ" ਦਾ ਨਾਂ ਦਿੱਤਾ। ਇਸ ਦਾ ਅਰਥ ਵੀ ਪੰਜ (ਪੈਂਟਾ) ਨਦੀਆਂ (ਪੋਟੇਮੀਆ) ਦਾ ਦੇਸ਼ ਹੈ। ਅਲੈਗਜ਼ੈਂਡਰ ਕਨਿੰਘਮ ਨੇ ਆਪਣੀ ਪੁਸਤਕ "ਏਨਸ਼ੈਂਟ ਜਿਓਗਰਾਫੀ ਆਫ ਇੰਡੀਆ" ਵਿਚ ਲਿਖਿਆ ਹੈ ਕਿ ਪੂਰਬ ਵਿਚ ਬਿਆਸ ਤੋਂ ਲੈ ਕੇ ਪੱਛਮ ਵਿਚ ਸਿੰਧ ਨਦੀ ਤਕ ਦੇ ਦੇਸ਼ ਵਿਚ ਇਕ ਸ਼ਕਤੀਸ਼ਾਲੀ ਕਬੀਲਾ 'ਟੱਕ' ਰਹਿੰਦਾ ਸੀ ਅਤੇ ਕਈ ਸਦੀਆਂ ਤਕ ਉਸ ਕਬੀਲੇ ਦਾ ਇਥੇ ਰਾਜ ਰਿਹਾ ਹੈ। ਇਸ ਕਾਰਨ ਕਈ ਸਦੀਆਂ ਤਕ ਇਸ ਧਰਤੀ (ਪੰਜਾਬ) ਦਾ ਨਾਂ 'ਟੱਕੀ' ਜਾਂ 'ਟੱਕ ਦੇਸ਼' ਰਿਹਾ ਹੈ।

ਮੱਧ-ਕਾਲੀਨ ਸਮੇਂ ਵਿਚ ਪੰਜਾਬ ' ਲਾਹੌਰ ਸੂਬਾ' ਕਿਹਾ ਜਾਂਦਾ ਸੀ। ਇਹ ਨਾਂ ਇਸ ਦੀ ਰਾਜਧਾਨੀ ਲਾਹੌਰ ਸ਼ਹਿਰ ਦੇ ਨਾਂ 'ਤੇ ਪਿਆ। ਅਕਬਰ ਦੇ ਰਾਜ ਸਮੇਂ ਪੰਜਾਬ ਨੂੰ ਦੋ ਸੂਬਿਆਂ 'ਲਾਹੌਰ ਸੂਬਾ' ਮੱਧ ਵਿਚ ਅਤੇ 'ਮੁਲਤਾਨ ਸੂਬਾ' ਦੱਖਣ ਵਿਚ ਵੰਡ ਦਿੱਤਾ ਗਿਆ। ਮਹਾਰਾਜਾ ਰਣਜੀਤ ਸਿੰਘ ਦੇ ਰਾਜ ਸਮੇਂ ਪੰਜਾਬ ਨੂੰ 'ਲਾਹੌਰ ਰਾਜ' ਕਿਹਾ ਜਾਂਦਾ ਸੀ। ਇਸ ਦੀ ਰਾਜਧਾਨੀ ਲਾਹੌਰ ਸੀ। 29 ਮਾਰਚ 1849 ਈਸਵੀ ਵਿਚ ਲਾਰਡ ਡਲਹੌਜ਼ੀ ਵੇਲੇ ਜਦੋਂ ਅੰਗਰੇਜ਼ਾਂ ਨੇ ਪੰਜਾਬ ਨੂੰ ਹੜੱਪ ਕੇ ਇਸ ਉੱਤੇ ਕਬਜ਼ਾ ਕਰ ਲਿਆ ਤਾਂ ਉਨ੍ਹਾਂ ਨੇ ਦੁਬਾਰਾ ਪੰਜ ਦਰਿਆਵਾਂ ਦੀ ਇਸ ਧਰਤੀ ਦਾ ਨਾਂ 'ਪੰਜਾਬ' ਰੱਖਿਆ। ਉਸ ਸਮੇਂ ਤੋਂ ਇਸਦਾ ਨਾਂ 'ਪੰਜਾਬ' ਪ੍ਰਚਲਤ ਰਿਹਾ ਹੈ। ਪਰੰਤੂ ਇਸ ਦੀਆਂ ਸਰਹੱਦਾਂ, ਖੇਤਰ ਅਤੇ ਲੋਕ ਸਮੇਂ-ਸਮੇਂ ਅਨੁਸਾਰ ਬਦਲਦੇ ਰਹੇ ਹਨ। ਅਗਸਤ 1947 ਵਿਚ ਭਾਰਤ ਦੀ ਵੰਡ

ਤੋਂ ਬਾਅਦ ਥੋੜ੍ਹੇ ਸਮੇਂ ਲਈ ਪੰਜਾਬ ਦੇ ਭਾਰਤੀ ਭਾਗ ਨੂੰ "ਪੂਰਬੀ ਪੰਜਾਬ" ਵੀ ਕਿਹਾ ਜਾਂਦਾ ਸੀ। ਛੇਵੇਂ ਦਹਾਕੇ ਵਿਚ ਅਕਾਲੀਆਂ ਨੇ 'ਪੰਜਾਬੀ ਸੂਬਾ' ਬਣਾਉਣ ਲਈ ਇਕ ਅੰਦੋਲਨ (ਮੋਰਚਾ) ਚਲਾਇਆ ਸੀ। ਨਵੰਬਰ 1966 ਵਿਚ ਇਸ ਮੰਗ ਨੂੰ ਮੰਨ ਕੇ ਰਾਜ ਦਾ ਭਾਸ਼ਾ ਦੇ ਆਧਾਰ ਤੇ ਪੁਨਰ-ਗਠਨ ਕੀਤਾ ਗਿਆ ਅਤੇ 'ਪੰਜਾਬ' ਦੇ ਨਾਂ ਹੇਠ ਇਕ ਨਵਾਂ ਰਾਜ ਕਾਇਮ ਕੀਤਾ ਗਿਆ।

ਪੰਜਾਬ ਦਾ ਵਿਸਥਾਰ ਅਤੇ ਸਰਹੱਦਾਂ (EXTENSION AND BOUNDARIES OF PUNJAB)

ਮੋਟੇ ਤੌਰ 'ਤੇ ਪ੍ਰਾਚੀਨ ਅਤੇ ਮੱਧ ਕਾਲ ਦੇ ਪੰਜਾਬ ਦਾ ਵਿਸਥਾਰ ਦੱਖਣ-ਪੂਰਬ ਵਿਚ ਸਰਸਵਤੀ ਨਦੀ ਤੋਂ ਲੈ ਕੇ ਪੱਛਮ ਵਿਚ ਸੁਲੇਮਾਨ ਅਤੇ ਕਿਰਥਾਰ ਪਰਬਤਾਂ ਤਕ ਸੀ। ਇਹ ਦੱਖਣ ਵਿਚ ਸਿੰਧ ਅਤੇ ਰਾਜਪੂਤਾਨਾ ਦੇ ਮਾਰੂਥਲਾਂ ਤੋਂ ਉੱਤਰ ਵਿਚ ਹਿਮਾਲਾ ਪਰਬਤਾਂ ਤਕ ਫੈਲਿਆ ਹੋਇਆ ਸੀ। ਇਸ ਸਮੇਂ ਵਿਚ ਪੰਜਾਬ ਕੇਵਲ ਇਕ ਹੀ ਰਾਜਨੀਤਕ ਇਕਾਈ ਨਹੀਂ ਰਿਹਾ ਹੈ। ਇਸ ਦੀਆਂ ਸਰਹੱਦਾਂ ਅਤੇ ਵਿਸਥਾਰ ਬਦਲਦੇ ਰਹੇ ਹਨ। ਹੁਣ ਦੇ ਸਮੇਂ ਵਿਚ ਹੀ ਪੰਜਾਬ ਦੀਆਂ ਸਰਹੱਦਾਂ ਵਿਚ ਕਾਫੀ ਫੇਰ-ਬਦਲ ਕੀਤੀ ਗਈ ਹੈ। ਇਸ ਦੇ ਇਤਿਹਾਸ ਦੇ ਵਿਭਿੰਨ ਸਮਿਆਂ ਵਿਚ ਵੀ ਅਜਿਹਾ ਹੋਇਆ ਹੈ। ਇਸ ਤਰ੍ਹਾਂ ਪੰਜਾਬ ਦੀਆਂ ਸਰਹੱਦਾਂ ਸੁੰਗੜਦੀਆਂ ਅਤੇ ਫੈਲਦੀਆਂ ਰਹੀਆਂ ਹਨ।

ਰਿਗਵੇਦ ਦੇ ਸਮੇਂ ਵਿਚ ਪੰਜਾਬ ਨੂੰ "ਸਪਤ ਸਿੰਧੂ" ਕਿਹਾ ਜਾਂਦਾ ਸੀ ਜਿਸ ਵਿਚ ਸੱਤ ਦਰਿਆਵਾਂ—ਸਿੰਧੂ, ਵਿਤਸਤਾ, ਅਸੀਕਨੀ, ਪਰੂਸ਼ਨੀ, ਵਿਪਾਸਾ, ਸਤੁਦਰੀ ਅਤੇ ਸਰਸੁਤੀ ਜਾਂ ਕੁੱਭਾ ਦੀ ਸਾਰੀ ਵਿਸ਼ਾਲ ਧਰਤੀ ਸ਼ਾਮਲ ਸੀ (ਨਕਸ਼ਾ ਨੰ. 1)। ਇਸ ਧਰਤੀ ਨੂੰ ਬਰਹਮਵਰਤਾ ਵੀ ਕਹਿੰਦੇ ਸਨ ਜਿਸ ਵਿੱਚ ਪੰਜ ਮਹੱਤਵਪੂਰਨ ਕਬੀਲੇ ਜਾਂ ਪੰਚ-ਜਨ—ਅਨੁ (Anus), ਪੁਰੂ (Purus), ਭਾਰਤ (Bharats), ਯਾਦੂ (Yadus) ਤੇ ਤੁਰਵਾਸੂ (Turvasus), ਰਹਿੰਦੇ ਸਨ। ਮਨੋਹਰ ਲਾਲ ਭਾਰਗਵ ਨੇ ਆਪਣੀ ਪੁਸਤਕ "ਦਾ ਜਿਉਗਰਾਫੀ ਆਫ ਰਿਗਵੈਦਿਕ ਇੰਡੀਆ" ਵਿਚ ਲਿਖਿਆ ਹੈ, "ਰਿਗ ਵੈਦਿਕ ਕਾਲ ਦੇ ਸਪਤ ਸਿੰਧਵਾ ਦੇਸ਼ ਵਿਚ ਅਨੁਮਾਨਤ ਤੌਰ ਤੇ ਉੱਤਰ ਪ੍ਰਦੇਸ਼ ਦੀ ਕੁਮਾਉਂ ਡਵੀਜ਼ਨ ਅਤੇ ਮੇਰਠ ਡਵੀਜ਼ਨ ਦੇ ਉੱਤਰੀ ਭਾਗ, ਅੰਬਾਲਾ ਡਵੀਜ਼ਨ ਦਾ ਕਾਫੀ ਵੱਡਾ ਭਾਗ, ਜਲੰਧਰ, ਲਾਹੌਰ ਅਤੇ ਰਾਵਲ ਪਿੰਡੀ ਡਵੀਜ਼ਨਾਂ ਅਤੇ ਬਹਾਵਲਪੁਰ ਤੋਂ ਬਿਨਾਂ ਵੰਡ ਤੋਂ ਪਹਿਲਾਂ ਦੇ ਪੰਜਾਬ ਦੇ ਰਾਜਵਾੜਿਆਂ ਦੇ ਪੂਰਬੀ ਭਾਗ ਸ਼ਾਮਲ ਸਨ। ਇਸ ਲਈ ਪੂਰਬ ਵਿਚ ਅਰਵਾਵਤ ਸਾਗਰ (Arvavat Sea), ਅਤੇ ਤਿੱਬਤ ਨਾਲ, ਉੱਤਰ ਵਿੱਚ ਤੁਰਕਿਸਤਾਨ ਨਾਲ, ਪੱਛਮ ਵਿਚ ਫਾਰਸੀ ਅਫਗਾਨਿਸਤਾਨ ਅਤੇ ਪਾਰਾਵਤ ਸਾਗਰ (Paravat Sea) ਨਾਲ ਅਤੇ ਦੱਖਣ ਵਿਚ ਸਾਰਾਵਤ (Saravat Sea) ਅਤੇ ਉੱਤਰੀ ਪਰੀਆਤਰਾ (Pariyatras) ਜਾਂ ਅਰਾਵਲੀ (ਪਹਾੜ) ਨਾਲ ਘਿਰਿਆ ਹੋਇਆ ਸੀ। ਸਪਤ ਸਿੰਧਵਾ ਆਪਣੇ ਆਪ ਵਿਚ ਇਕ ਦੇਸ਼ ਮੰਨਿਆ ਜਾਂਦਾ ਸੀ ਅਤੇ ਬਾਕੀ ਦਾ ਬਾਅਦ ਦਾ ਭਾਰਤ ਬਿਲਕੁੱਲ ਅਗਿਆਤ ਅਤੇ ਇਸ ਨਾਲ ਗ਼ੈਰ-ਸੰਬੰਧਤ ਸੀ।"

ਮੌਰੀਆ ਅਤੇ ਕੁਸ਼ਾਨ ਕਾਲ ਵਿਚ ਪੰਜਾਬ ਦੀਆਂ ਸਰਹੱਦਾਂ ਹਿੰਦੂ ਕੁਸ਼ ਤੋਂ ਵੀ ਪਾਰ ਪਹੁੰਚ ਗਈਆਂ ਸਨ। ਅਫ਼ਗਾਨਿਸਤਾਨ ਅਤੇ ਬਲੋਚਿਸਤਾਨ ਵੀ ਪੰਜਾਬ ਵਿਚ ਸ਼ਾਮਲ ਸਨ। 'ਟੱਕ ਦੇਸ਼' ਜਾਂ 'ਟੱਕੀ' ਵਿਚ ਪੂਰਬ ਵਿਚ ਦਰਿਆ ਬਿਆਸ ਤੋਂ ਲੈ ਕੇ ਪੱਛਮ ਵਿਚ ਦਰਿਆ ਸਿੰਧ ਤੱਕ ਦਾ ਇਲਾਕਾ ਸ਼ਾਮਲ ਸੀ। ਦਿੱਲੀ ਸਲਤਨਤ ਦੇ ਕਾਲ ਵਿਚ ਪੰਜਾਬ ਦੀ ਪੱਛਮੀ ਸੀਮਾ ਪਿਸ਼ਾਵਰ ਤੱਕ ਸੀ। ਮੁਗਲ ਕਾਲ ਦੇ ਪਹਿਲੇ ਸਮੇਂ ਵਿਚ ਪੰਜਾਬ ਦਾ ਵਿਸਥਾਰ ਦਰਿਆ ਸਤਲੁਜ ਤੋਂ ਲੈ ਕੇ ਦਰਿਆ ਸਿੰਧ ਤਕ 180 ਕੋਹ ਲੰਬਾਈ ਵਿਚ ਅਤੇ ਭਮਿਹਾਰ ਤੋਂ ਚੌਖੰਡੀ (ਜ਼ਿਲ੍ਹਾ ਹੁਸ਼ਿਆਰਪੁਰ ਦੇ ਸ਼ਿਵਾਲਕ ਪਹਾੜਾਂ ਵਿਚ) ਤਕ ਵੀ 180 ਕੋਹ ਦੇ ਫਾਸਲੇ ਦਾ ਸੀ। ਬਾਅਦ ਵਿਚ ਮੁਗਲਾਂ ਨੇ ਪੰਜਾਬ ਨੂੰ ਦੋ ਸੂਬਿਆਂ, ਲਾਹੌਰ ਸੂਬਾ ਅਤੇ ਮੁਲਤਾਨ ਸੂਬਾ (ਪ੍ਰਾਂਤ) ਵਿੱਚ ਵੰਡ ਦਿੱਤਾ। ਇਹ ਵਿਵਸਥਾ ਸਾਰੇ ਮੁਗਲ ਕਾਲ ਵਿਚ ਕਇਮ ਰਹੀ।

ਸਿੱਖ ਸ਼ਕਤੀ ਦੇ ਉਭਾਰ ਅਤੇ ਮਹਾਰਾਜਾ ਰਣਜੀਤ ਸਿੰਘ ਅਧੀਨ ਸਿੱਖ ਰਾਜ ਦੇ ਕਾਇਮ ਹੋ ਜਾਣ ਨਾਲ ਪੰਜਾਬ ਦੀਆਂ ਸਰਹੱਦਾਂ ਫਿਰ ਬਦਲ ਗਈਆਂ। ਸਿੱਖ ਰਾਜ ਦੀ ਰਾਜਧਾਨੀ ਲਾਹੌਰ ਸੀ ਅਤੇ ਲਾਹੌਰ ਰਾਜ ਦੀਆਂ ਸਰਹੱਦਾਂ ਪੱਛਮ ਵਲ ਦੱਰਾ ਖੈਬਰ ਤਕ ਫੈਲ ਗਈਆਂ ਅਤੇ ਦਰਿਆ ਸਤਲੁਜ ਇਸ ਦੀ ਦੱਖਣੀ-ਪੂਰਬੀ ਸੀਮਾ ਸੀ, ਜਦੋਂ ਕਿ ਕਸ਼ਮੀਰ ਇਸ ਦਾ ਉੱਤਰੀ ਭਾਗ ਸੀ। 1839 ਈਸਵੀ ਵਿਚ ਮਹਾਰਾਜ ਰਣਜੀਤ ਸਿੰਘ ਦੀ ਮੌਤ ਤੋਂ ਬਾਅਧ ਲਾਹੌਰ ਰਾਜ ਜਾਂ ਸਿੱਖ ਰਾਜ ਛੇਤੀ ਹੀ ਖੇਰੂੰ ਖੇਰੂੰ ਹੋ ਗਿਆ

ਅਤੇ 1849 ਈਸਵੀ ਵਿਚ ਅੰਗਰੇਜ਼ਾਂ ਨੇ ਪੰਜਾਬ ਨੂੰ ਹੜੱਪ ਲਿਆ। ਰਾਜ ਦਾ ਨਾਂ ਪੰਜਾਬ ਰੱਖਿਆ ਗਿਆ ਅਤੇ ਇਸ ਦੀਆਂ ਸਰਹੱਦਾਂ ਫਿਰ ਬਦਲ ਗਈਆਂ। 1857 ਦੇ ਵਿਦਰੋਹ ਤੋਂ ਬਾਅਦ ਅੰਗਰੇਜ਼ਾਂ ਨੇ ਆਖਰੀ ਤੌਰ 'ਤੇ ਪੰਜਾਬ ਦਾ ਪ੍ਰਬੰਧ ਆਪਣੇ ਹੱਥਾਂ ਵਿਚ ਲੈ ਲਿਆ। ਹਰਿਆਣਾ ਪ੍ਰਾਂਤ, ਹਿਸਾਰ ਅਤੇ ਦਿੱਲੀ ਦੇ ਇਲਾਕੇ ਪੰਜਾਬ ਨਾਲ ਜੋੜ ਦਿੱਤੇ ਗਏ। 1901 ਈਸਵੀ ਵਿਚ ਪੰਜਾਬ ਦਾ ਆਪਣੇ ਸਾਰੇ ਇਤਿਹਾਸ ਦੌਰਾਨ ਸਭ ਤੋਂ ਜ਼ਿਆਦਾ ਵਿਸਥਾਰ ਸੀ (ਨਕਸ਼ਾ ਨੰ. 2)। ਇਸ ਸਮੇਂ ਪੰਜਾਬ ਦਾ ਵਿਸਥਾਰ ਪੱਛਮ ਵਿਚ ਪਿਸ਼ਾਵਰ ਤੋਂ ਲੈ ਕੇ ਪੂਰਬ ਵਿਚ ਦਰਿਆ ਯਮੁਨਾ ਅਤੇ ਦਿੱਲੀ ਤੱਕ ਸੀ। ਦੱਖਣ ਵਿਚ ਇਹ ਮੁਲਤਾਨ ਤੋਂ ਲੈ ਕੇ ਉੱਤਰ-ਪੂਰਬ ਵਿਚ ਚੰਬਾ ਅਤੇ ਲਾਹੁਲ-ਸਪਿਤੀ ਤੱਕ ਫੈਲਿਆ ਹੋਇਆ ਸੀ।

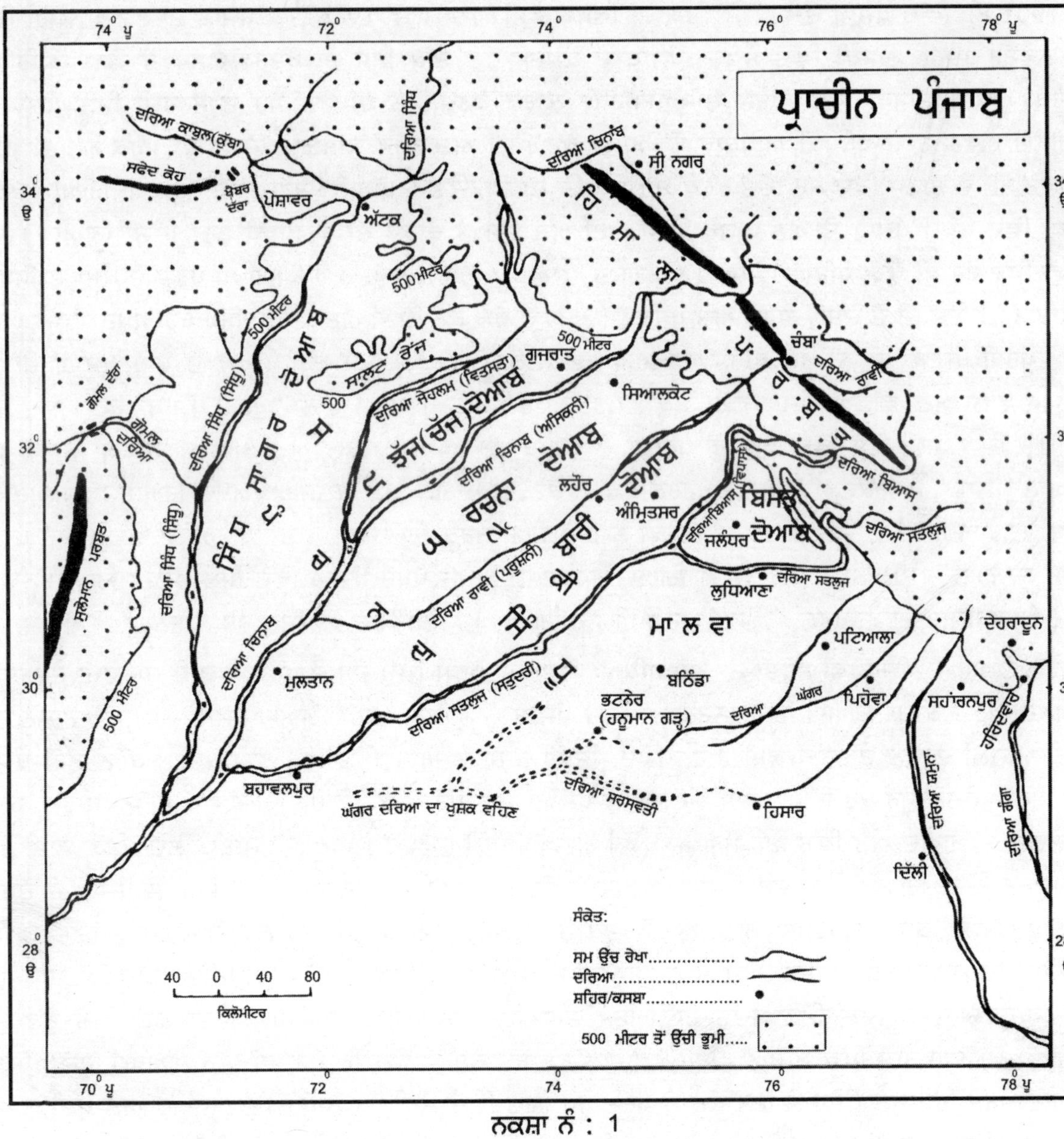

ਨਕਸ਼ਾ ਨੰ : 1

1901 ਈਸਵੀ ਦਾ ਪੰਜਾਬ 27°39′ ਉੱਤਰ ਤੋਂ 35°2′ ਉੱਤਰ ਅਕਸ਼ਾਂਸ਼ ਤਕ ਅਤੇ 69°35′ ਪੂਰਬ ਤੋਂ 78°35′ ਪੂਰਬ ਰੇਖਾਂਸ਼ ਤੱਕ ਫੈਲਿਆ ਹੋਇਆ ਸੀ। ਇਸ ਦਾ ਖੇਤਰਫਲ 1,33,741 ਵਰਗ ਮੀਲ ਅਤੇ ਜਨ ਸੰਖਿਆ 2,47,54,737 ਸੀ। ਅੰਗਰੇਜ਼ੀ ਖੇਤਰ ਤੋਂ ਬਿਨਾਂ ਇਸ ਵਿਚ ਕਈ ਰਾਜਿਆਂ ਦੀਆਂ ਰਿਆਸਤਾਂ ਜਿਵੇਂ ਕਿ ਪਟਿਆਲਾ, ਨਾਭਾ, ਮਲੇਰਕੋਟਲਾ, ਜੀਂਦ, ਫਰੀਦਕੋਟ, ਕਪੂਰਥਲਾ, ਕਲਸੀਆ, ਬਹਾਵਲਪੁਰ ਆਦਿ ਸ਼ਾਮਲ ਸਨ। ਰਾਜ ਪ੍ਰਬੰਧ ਲਈ ਅੰਗਰੇਜ਼ੀ ਖੇਤਰ ਨੂੰ 29 ਜ਼ਿਲ੍ਹਿਆਂ ਵਿੱਚ ਵੰਡਿਆ ਹੋਇਆ ਸੀ। ਰਾਜਧਾਨੀ ਲਾਹੌਰ ਹੀ ਰਹੀ।

ਪੰਜਾਬ ਦਾ ਟੁੱਟਣਾ (DISINTEGRATION OF PUNJAB)

1901 ਈ. ਵਿੱਚ ਪੰਜਾਬ ਦਾ ਸਭ ਤੋਂ ਜ਼ਿਆਦਾ ਵਿਸਥਾਰ ਸੀ। 1901 ਤੋਂ 1966 ਤੱਕ ਪੰਜਾਬ ਦਾ ਟੁੱਟਣਾ ਜਾਰੀ ਰਿਹਾ ਅਤੇ ਨਵੰਬਰ 1966 ਈਸਵੀ ਵਿੱਚ ਮੌਜੂਦਾ ਪੰਜਾਬ ਦੇ ਕਾਇਮ ਹੋਣ ਤੱਕ ਇਸ ਦਾ ਖੇਤਰਫਲ ਸਭ ਤੋਂ ਛੋਟਾ ਹੋ ਗਿਆ। ਅਕਤੂਬਰ 1901 ਈਸਵੀ ਵਿਚ ਭਾਰਤ ਦੇ ਵਾਇਸਰਾਇ ਲਾਰਡ ਕਰਜ਼ਨ ਨੇ ਸਿੰਧ ਤੋਂ ਪਰੇ ਦੇ ਸਰਹੱਦੀ ਜ਼ਿਲ੍ਹੇ ਪੰਜਾਬ ਦੇ ਲੈਫਟੀਨੈਂਟ ਗਵਰਨਰ ਦੇ ਪ੍ਰਬੰਧਕੀ ਅਧਿਕਾਰ ਤੋਂ ਅਲੱਗ ਕਰ ਦਿੱਤੇ ਅਤੇ ਚੀਫ਼ ਕਮਿਸ਼ਨਰ ਜੋ ਭਾਰਤ ਸਰਕਾਰ ਪ੍ਰਤੀ ਸਿੱਧਾ ਜ਼ਿੰਮੇਵਾਰ ਸੀ, ਦੇ ਚਾਰਜ ਵਿੱਚ ਕਰ ਦਿੱਤੇ। ਨਵੇਂ ਬਣਾਏ ਪ੍ਰਾਂਤ ਦਾ ਨਾਂ 'ਉੱਤਰ-ਪੱਛਮੀ ਸਰਹੱਦੀ ਸੂਬਾ' ਰੱਖਿਆ ਗਿਆ। 1911 ਈਸਵੀ ਵਿਚ ਦਿੱਲੀ ਪੰਜਾਬ ਤੋਂ ਅਲੱਗ ਕਰ ਦਿੱਤੀ ਗਈ ਅਤੇ ਉਸ ਨੂੰ ਭਾਰਤ ਦੀ ਰਾਜਧਾਨੀ ਬਣਾ ਦਿੱਤਾ ਗਿਆ। 1947 ਈਸਵੀ ਵਿਚ ਹੋਰ ਵੀ ਭੈੜਾ ਹੋਇਆ। ਭਾਵੇਂ 15 ਅਗਸਤ, 1947 ਨੂੰ ਭਾਰਤ ਸੁਤੰਤਰ ਹੋ ਗਿਆ ਸੀ ਪਰੰਤੂ ਦੋ ਕੌਮਾਂ ਦੇ ਸਿਧਾਂਤ ਦੇ ਆਧਾਰ 'ਤੇ ਇਸ ਦੀ ਦੋ ਦੇਸ਼ਾਂ, ਭਾਰਤ ਅਤੇ ਪਾਕਿਸਤਾਨ ਵਿਚ ਵੰਡ ਕਰ ਦਿੱਤੀ ਗਈ, ਹਿੰਦੂ-ਸਿੱਖ ਬਹੁ-ਸੰਮਤੀ ਵਾਲੇ ਪੂਰਬੀ ਜ਼ਿਲ੍ਹੇ "ਪੂਰਬੀ ਪੰਜਾਬ" ਦੇ ਨਾਂ ਹੇਠ ਭਾਰਤ ਦਾ ਭਾਗ ਬਣੇ (ਨਕਸ਼ਾ ਨੰ. 3)। ਇਸ ਤਰ੍ਹਾਂ 1947 ਦੇ ਪਹਿਲੇ ਭਾਗ ਦਾ 29 ਜ਼ਿਲ੍ਹਿਆਂ ਵਾਲਾ ਅਣ-ਵੰਡਿਆ ਪੰਜਾਬ ਛੋਟਾ ਹੋ ਕੇ 37,357 ਵਰਗ ਮੀਲ ਖੇਤਰਫਲ ਵਾਲਾ "ਪੂਰਬੀ ਪੰਜਾਬ" ਬਣ ਗਿਆ ਜਿਸ ਵਿਚ 13 ਜ਼ਿਲ੍ਹੇ ਸਨ। ਇਸ ਵਿਚ ਵੰਡ ਤੋਂ ਪਹਿਲਾਂ ਦੇ ਪੰਜਾਬ ਦਾ 34% ਖੇਤਰਫਲ ਅਤੇ 38% ਜਨਸੰਖਿਆ ਸ਼ਾਮਲ ਸੀ। ਪਟਿਆਲਾ, ਨਾਭਾ, ਮਲੇਰਕੋਟਲਾ, ਜੀਂਦ, ਕਪੂਰਥਲਾ, ਫਰੀਦਕੋਟ, ਨਾਲਾਗੜ੍ਹ ਅਤੇ ਕਲਸੀਆ ਆਦਿ ਰਿਆਸਤਾਂ ਜੋ ਅਣਵੰਡੇ ਪੰਜਾਬ ਦਾ ਭਾਗ ਸਨ, 15 ਜੁਲਾਈ 1948 ਈਸਵੀ ਨੂੰ ਇਕੱਠੀਆਂ ਕਰਕੇ ਇਕ ਨਵਾਂ ਪ੍ਰਾਂਤ "ਪਟਿਆਲਾ ਐਂਡ ਈਸਟ ਪੰਜਾਬ ਸਟੇਟਸ ਯੂਨੀਅਨ" (PEPSU), ਬਣਾ ਦਿੱਤਾ ਗਿਆ। ਨਵੰਬਰ 1956 ਨੂੰ ਪੈਪਸੂ ਪੰਜਾਬ ਵਿਚ ਮਿਲਾ ਦਿੱਤਾ ਗਿਆ। ਨਵੰਬਰ 1956 ਵਿੱਚ ਪੰਜਾਬ ਦਾ ਖੇਤਰਫਲ 47,427 ਵਰਗ ਮੀਲ ਹੋ ਗਿਆ ਅਤੇ ਇਸ ਵਿਚ 18 ਜ਼ਿਲ੍ਹੇ ਸ਼ਾਮਲ ਸਨ।

ਵੰਡ ਤੋਂ ਬਾਅਦ ਪੰਜਾਬ ਵੀ ਸਬੂਤਾ ਨਾ ਰਹਿ ਸਕਿਆ। 1956 ਈਸਵੀ ਵਿਚ ਦੇਸ਼ ਦੇ ਪ੍ਰਬੰਧਕੀ ਢਾਂਚੇ ਦਾ ਭਾਸ਼ਾ ਦੇ ਆਧਾਰ 'ਤੇ ਪੁਨਰ-ਗਠਨ ਕੀਤਾ ਗਿਆ। ਇਸ ਪੁਨਰਗਠਨ ਵਿਚ ਪੰਜਾਬ ਨੂੰ ਛੇੜਿਆ ਨਹੀਂ ਗਿਆ। ਪੰਜਾਬ ਦੀ ਪ੍ਰਮੁੱਖ ਰਾਜਨੀਤਕ ਪਾਰਟੀ ਅਕਾਲੀ ਦਲ ਨੇ ਉੱਤਰ-ਪੱਛਮੀ ਭਾਰਤ ਵਿਚ ਪੰਜਾਬੀ ਭਾਸ਼ਾ ਦੇ ਆਧਾਰ 'ਤੇ ਇਕ ਰਾਜ ਕਾਇਮ ਕਰਨ ਲਈ ਪੰਜਾਬ ਵਿਚ ਇਕ ਅੰਦੋਲਨ ਸ਼ੁਰੂ ਕਰ ਦਿੱਤਾ। ਇਸ ਅੰਦੋਲਨ ਨੂੰ ਪੰਜਾਬੀ ਸੂਬਾ ਮੋਰਚਾ ਕਹਿੰਦੇ ਹਨ। ਪੰਜਾਬ ਦੇ ਸਭਿਆਚਾਰ ਨੂੰ ਕਾਫੀ ਠੇਸ ਲੱਗਣ ਤੋਂ ਬਾਅਦ ਅੰਤ ਵਿਚ ਇਹ ਮੰਗ ਮੰਨ ਲਈ ਗਈ। ਪਹਿਲੀ ਨਵੰਬਰ 1966 ਨੂੰ ਪੰਜਾਬੀ ਬੋਲਦਾ ਇਕ-ਭਾਸ਼ੀ ਰਾਜ ਕਾਇਮ ਕਰ ਦਿੱਤਾ ਗਿਆ। ਇਸ ਨਾਲ ਪੰਜਾਬ ਦਾ ਆਕਾਰ ਹੋਰ ਛੋਟਾ ਹੋ ਗਿਆ (ਨਕਸ਼ਾ ਨੰ: 4)। ਪਹਿਲੇ ਪੰਜਾਬ ਦੇ ਦੱਖਣੀ ਜ਼ਿਲ੍ਹਿਆਂ ਅੰਬਾਲਾ, ਕਰਨਾਲ, ਹਿਸਾਰ, ਗੁੜਗਾਉਂ, ਰੋਹਤਕ ਤੇ ਮਹਿੰਦਰਗੜ੍ਹ ਨੂੰ ਰਲਾ ਕੇ ਇਕ ਨਵਾਂ ਰਾਜ "ਹਰਿਆਣਾ" ਕਾਇਮ ਕਰ ਦਿੱਤਾ ਗਿਆ। ਕਾਂਗੜਾ, ਸ਼ਿਮਲਾ ਅਤੇ ਲਾਹੁਲ ਸਪਿਤੀ ਦੇ ਜ਼ਿਲ੍ਹੇ ਅਤੇ ਹੁਸ਼ਿਆਰਪੁਰ ਜ਼ਿਲ੍ਹੇ ਦੀ ਊਨਾ ਤਹਿਸੀਲ ਦੇ ਪਹਾੜੀ ਭਾਗ ਹਿਮਾਚਲ ਪ੍ਰਦੇਸ਼ ਨਾਲ ਮਿਲਾ ਦਿੱਤੇ ਗਏ। ਇਸ ਤਰ੍ਹਾਂ ਇਸ ਪੁਨਰਗਠਨ ਨਾਲ ਪੰਜਾਬ ਦਾ ਛੋਟਾ ਅਤੇ ਟੁੰਡ-ਮੁੰਡ (truncated) ਨਵਾਂ ਰਾਜ ਪਿੱਛੇ ਬਚਿਆ। ਇਹ ਵੰਡ ਗਲਤ ਸਾਬਤ ਹੋਈ ਹੈ ਕਿਉਂਕਿ ਹੁਣ ਵੀ ਤਿੰਨੇ ਗੁਆਂਢੀ ਰਾਜਾਂ ਪੰਜਾਬ, ਹਰਿਆਣਾ ਅਤੇ ਹਿਮਾਚਲ ਪ੍ਰਦੇਸ਼ ਨੇ ਇਸ ਵੰਡ ਨੂੰ ਪੂਰਣ ਰੂਪ ਵਿਚ ਦਿਲੋਂ ਸਵੀਕਾਰ ਨਹੀਂ ਕੀਤਾ। ਦਾਅਵੇ ਅਤੇ ਪ੍ਰਤੀ ਦਾਅਵੇ ਪੇਸ਼ ਕੀਤੇ ਗਏ ਹਨ, ਮਾਮਲੇ ਲਟਕ ਰਹੇ ਹਨ ਅਤੇ ਲੋਕਾਂ ਵਿਚਕਾਰ ਇਕ ਦੂਜੇ ਪ੍ਰਤੀ ਸਦਭਾਵਨਾ ਘਟੀ ਹੈ।

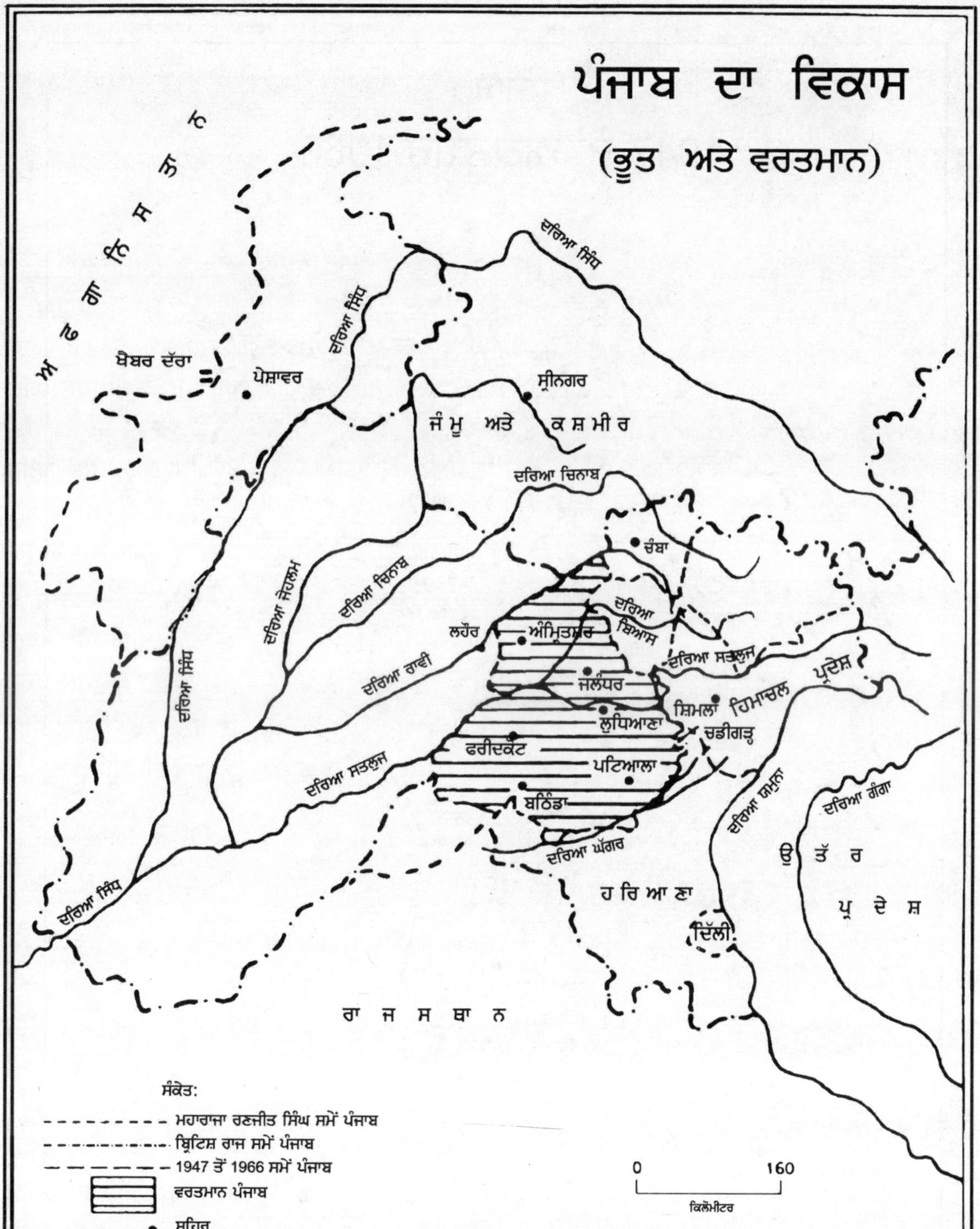
ਪੰਜਾਬ ਦਾ ਵਿਕਾਸ
(ਭੂਤ ਅਤੇ ਵਰਤਮਾਨ)
ਅ ਫ ਗਾ ਨਿ ਸ ਤਾ ਨ
ਖੈਬਰ ਦੱਰਾ
ਪੇਸ਼ਾਵਰ
ਦਰਿਆ ਸਿੰਧ
ਦਰਿਆ ਸਿੰਧ
ਸ੍ਰੀਨਗਰ
ਜੰਮੂ ਅਤੇ ਕਸ਼ਮੀਰ
ਦਰਿਆ ਚਿਨਾਬ
ਚੰਬਾ
ਦਰਿਆ ਜੇਹਲਮ
ਦਰਿਆ ਚਿਨਾਬ
ਦਰਿਆ ਬਿਆਸ
ਲਹੌਰ
ਅੰਮ੍ਰਿਤਸਰ
ਦਰਿਆ ਸਤਲੁਜ
ਦਰਿਆ ਰਾਵੀ
ਜਲੰਧਰ
ਸ਼ਿਮਲਾ
ਹਿਮਾਚਲ ਪ੍ਰਦੇਸ਼
ਦਰਿਆ ਸਿੰਧ
ਲੁਧਿਆਣਾ
ਚੰਡੀਗੜ੍ਹ
ਫਰੀਦਕੋਟ
ਪਟਿਆਲਾ
ਦਰਿਆ ਸਤਲੁਜ
ਬਠਿੰਡਾ
ਦਰਿਆ ਯਮੁਨਾ
ਦਰਿਆ ਗੰਗਾ
ਦਰਿਆ ਘੱਗਰ
ਉ ੱ ਤ ਰ
ਹ ਰਿ ਆ ਣਾ
ਪ੍ਰ ਦੇ ਸ਼
ਦਿੱਲੀ
ਦਰਿਆ ਸਿੰਧ
ਰਾ ਜ ਸ ਥਾ ਨ
ਸੰਕੇਤ:
ਮਹਾਰਾਜਾ ਰਣਜੀਤ ਸਿੰਘ ਸਮੇਂ ਪੰਜਾਬ
ਬ੍ਰਿਟਿਸ਼ ਰਾਜ ਸਮੇਂ ਪੰਜਾਬ
1947 ਤੋਂ 1966 ਸਮੇਂ ਪੰਜਾਬ
ਵਰਤਮਾਨ ਪੰਜਾਬ
ਸ਼ਹਿਰ
ਦਰਿਆ
0 160
ਕਿਲੋਮੀਟਰ

ਨਕਸ਼ਾ ਨੰ : 2

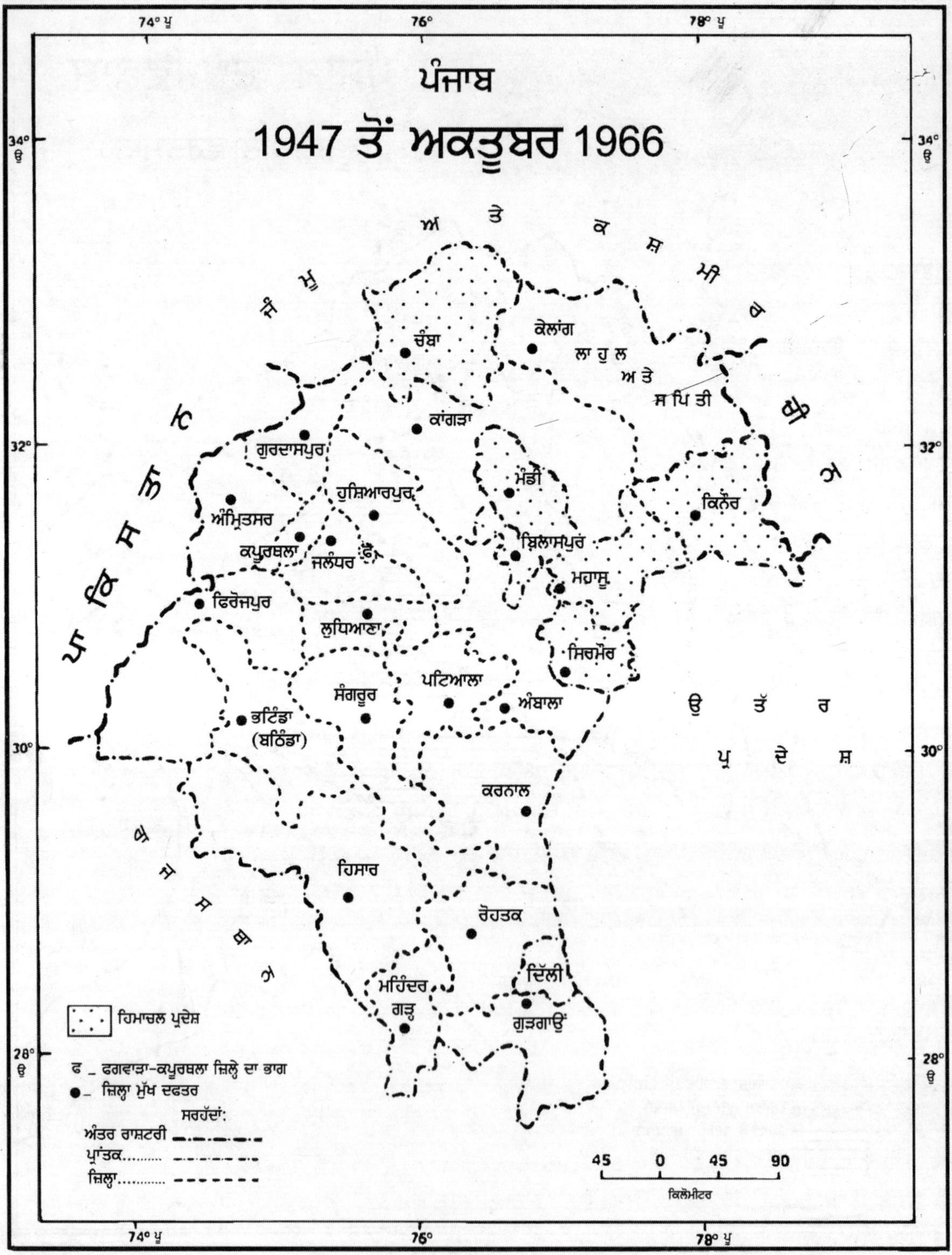
ਪੰਜਾਬ
1947 ਤੋਂ ਅਕਤੂਬਰ 1966
74° ਪੂ
76°
78° ਪੂ
34° ਉ
32°
30°
28° ਉ
ਜੰ ਮੂ ਅ ਤੇ ਕ ਸ਼ ਮੀ ਰ
ਪਾ ਕਿ ਸ ਤਾ ਨ
ਲਾ ਹੁ ਲ ਅ ਤੇ ਸ ਪਿ ਤੀ
ਚੀ ਨ
ਉ ਤੱ ਰ ਪ੍ਰ ਦੇ ਸ਼
ਰਾ ਜ ਸ ਥਾ ਨ
ਚੰਬਾ
ਕੇਲਾਂਗ
ਕਾਂਗੜਾ
ਗੁਰਦਾਸਪੁਰ
ਮੰਡੀ
ਹੁਸ਼ਿਆਰਪੁਰ
ਅੰਮ੍ਰਿਤਸਰ
ਕਿਨੌਰ
ਬਿਲਾਸਪੁਰ
ਕਪੂਰਥਲਾ
ਜਲੰਧਰ
ਫ
ਮਹਾਸੂ
ਫਿਰੋਜ਼ਪੁਰ
ਲੁਧਿਆਣਾ
ਸਿਰਮੌਰ
ਪਟਿਆਲਾ
ਸੰਗਰੂਰ
ਅੰਬਾਲਾ
ਭਟਿੰਡਾ
(ਬਠਿੰਡਾ)
ਕਰਨਾਲ
ਹਿਸਾਰ
ਰੋਹਤਕ
ਦਿੱਲੀ
ਮਹਿੰਦਰ
ਗੜ੍ਹ
ਗੁੜਗਾਉਂ
ਹਿਮਾਚਲ ਪ੍ਰਦੇਸ਼
ਫ _ ਫਗਵਾੜਾ-ਕਪੂਰਥਲਾ ਜ਼ਿਲ੍ਹੇ ਦਾ ਭਾਗ
● _ ਜ਼ਿਲ੍ਹਾ ਮੁੱਖ ਦਫਤਰ
ਸਰਹੱਦਾਂ:
ਅੰਤਰ ਰਾਸ਼ਟਰੀ
ਪ੍ਰਾਂਤਕ.........
ਜ਼ਿਲ੍ਹਾ............
45 0 45 90
ਕਿਲੋਮੀਟਰ

ਨਕਸ਼ਾ ਨੰ : 3

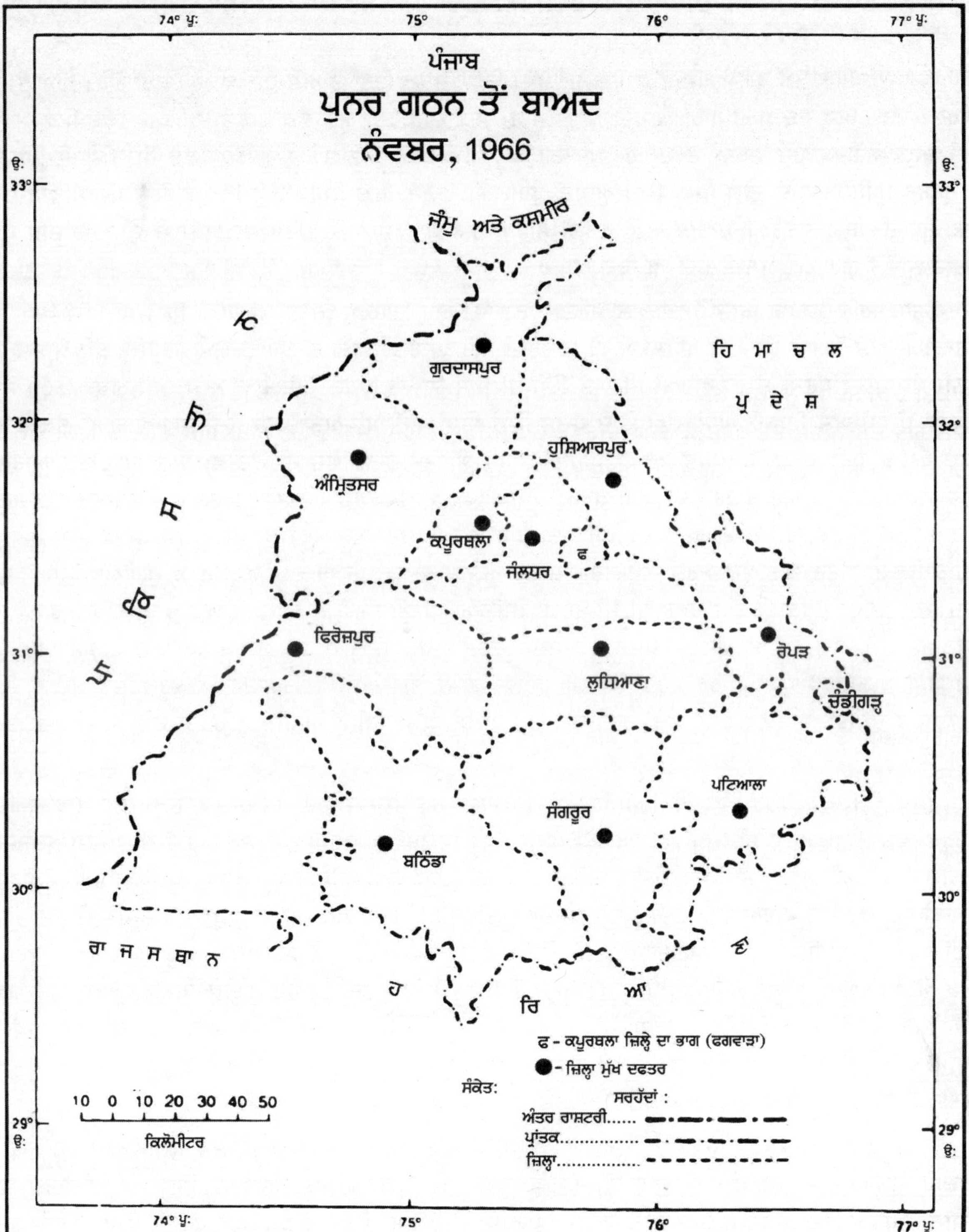
ਪੰਜਾਬ
ਪੁਨਰ ਗਠਨ ਤੋਂ ਬਾਅਦ
ਨੰਵਬਰ, 1966
74° ਪੂ:
75°
76°
77° ਪੂ:
ਉ: 33°
32°
31°
30°
29° ਉ:
ਜੰਮੂ ਅਤੇ ਕਸ਼ਮੀਰ
ਹਿ ਮਾ ਚ ਲ ਪ੍ਰ ਦੇ ਸ਼
ਪਾ ਕਿ ਸ ਤਾ ਨ
ਰਾ ਜ ਸ ਥਾ ਨ
ਹ ਰਿ ਆ ਣਾ
ਗੁਰਦਾਸਪੁਰ
ਅੰਮ੍ਰਿਤਸਰ
ਹੁਸ਼ਿਆਰਪੁਰ
ਕਪੂਰਥਲਾ
ਜੰਲਧਰ
ਫ
ਫਿਰੋਜ਼ਪੁਰ
ਲੁਧਿਆਣਾ
ਰੋਪੜ
ਚੰਡੀਗੜ੍ਹ
ਪਟਿਆਲਾ
ਸੰਗਰੂਰ
ਬਠਿੰਡਾ
ਫ - ਕਪੂਰਥਲਾ ਜ਼ਿਲ੍ਹੇ ਦਾ ਭਾਗ (ਫਗਵਾੜਾ)
● - ਜ਼ਿਲ੍ਹਾ ਮੁੱਖ ਦਫਤਰ
ਸੰਕੇਤ:
ਸਰਹੱਦਾਂ :
ਅੰਤਰ ਰਾਸ਼ਟਰੀ......
ਪ੍ਰਾਂਤਕ..............
ਜ਼ਿਲ੍ਹਾ................
10 0 10 20 30 40 50
ਕਿਲੋਮੀਟਰ

ਨਕਸ਼ਾ ਨੰ : 4

ਪੰਜਾਬ-ਭਾਰਤੀ ਉਪ-ਮਹਾਂਦੀਪ ਦਾ ਇਕ ਮੋਹਰੀ ਰਾਜ (PUNJAB – A LEADING STATE OF INDIAN SUB-CONTINENT)

ਪੰਜਾਂ ਦਰਿਆਵਾਂ ਦੀ ਧਰਤੀ ਪੰਜਾਬ ਨੂੰ ਦੇਸ਼ ਦਾ ਤਾਜ ਕਿਹਾ ਜਾਂਦਾ ਰਿਹਾ ਹੈ ਅਤੇ ਹੁਣ ਵੀ ਹੈ। ਕਈ ਲੋਕੀਂ ਇਸ ਨੂੰ ਦੇਸ਼ ਦੀਆਂ ਮਜ਼ਬੂਤ ਅਤੇ ਤਕੜੀਆਂ ਬਾਹਾਂ ਆਖਦੇ ਹਨ। ਪੰਜਾਬ—ਇਸ ਦੀ ਧਰਤੀ ਅਤੇ ਲੋਕ ਭਾਰਤ ਦੇ ਚਿੱਤਰ ਵਿੱਚ ਇਕ ਅਨੋਖਾ ਅਤੇ ਬਹੁਤ ਮਹੱਤਵਪੂਰਣ ਸਥਾਨ ਰੱਖਦਾ ਹੈ। ਡਾਕਟਰ ਬੀ. ਪੀ. ਸਕਸੈਨਾ ਦੇ ਮਾਰਚ 1969 ਵਿਚ ਹੋਏ ਪੰਜਾਬੀ ਹਿਸਟਰੀ ਕਾਨਫਰੰਸ ਪ੍ਰੋਸੀਡਿੰਗਜ਼ ਦੇ ਤੀਜੇ ਸੈਸ਼ਨ ਵਿਚ ਆਪਣੇ ਪ੍ਰਧਾਨਗੀ ਭਾਸ਼ਣ ਵਿਚ ਕਿਹਾ "ਮੇਰੇ ਵਿਚਾਰ ਵਿਚ ਪੰਜਾਬ ਭਾਰਤ ਦਾ ਛੋਟਾ ਰੂਪ ਹੈ। ਇਹ ਭਾਰਤੀ ਇਤਿਹਾਸ ਅਤੇ ਭਾਰਤੀ ਸਭਿਆਚਾਰ ਦਾ ਖਜ਼ਾਨਾ ਹੈ। ਇਸ ਦਾ ਬਾਕੀ ਦੇ ਉਪ-ਮਹਾਂਦੀਪ ਪ੍ਰਤੀ ਯੋਗਦਾਨ ਦੋਨੋਂ ਗੁਣ ਅਤੇ ਮੂਲ ਤੱਤ ਦੇ ਰੂਪ ਵਿਚ ਅਥਾਹ ਹੈ।"

ਪੰਜਾਬ ਦਾ ਇਤਿਹਾਸ ਬਹੁਤ ਰੋਚਕ ਅਤੇ ਮਹਤੱਵਪੂਰਣ ਹੈ। ਇਹ ਵਿਸ਼ਵਾਸ ਕੀਤਾ ਜਾਂਦਾ ਹੈ ਕਿ ਜਿੱਥੇ ਅੱਜ ਸ਼ਿਵਾਲਕ ਪਹਾੜੀਆਂ ਅਤੇ ਦੋਆਬੇ ਹਨ ਉੱਥੇ ਪਹਿਲਾ ਮਨੁੱਖ ਵਿਚਰਦਾ ਸੀ। "ਭਾਰਤ ਦੇ ਸਭ ਤੋਂ ਪੁਰਾਣੇ ਅਤੇ ਸਰਬੋਤਮ ਸਭਿਆਚਾਰ ਦਾ ਜਨਮ ਪੰਜਾਬ ਦੀ ਧਰਤੀ ਤੇ ਹੀ ਹੋਇਆ ਸੀ ਅਤੇ ਇੱਥੇ ਹੀ ਇਸ ਦਾ ਦੇਵੀਕਰਣ ਹੋਇਆ।" ਅੱਜ ਤੋਂ ਲਗਭਗ 500 ਸਾਲ ਪਹਿਲਾਂ ਪੰਜਾਬ ਅਤੇ ਇਸ ਦੇ ਆਲੇ-ਦੁਆਲੇ ਦੇ ਪ੍ਰਦੇਸ਼ ਵਿਚ ਸਿੰਧ ਘਾਟੀ ਸਭਿਅਤਾ ਵਧੀ ਫੁੱਲੀ ਸੀ। ਆਰੀਆ ਲੋਕ ਭਾਰਤ ਵਿਚ ਪੰਜਾਬ ਰਸਤੇ ਦਾਖਲ ਹੋਏ ਅਤੇ ਸਭ ਤੋਂ ਪਹਿਲਾਂ ਭਾਰਤ ਤੇ ਇਸ ਭਾਗ ਵਿਚ ਹੀ ਉਹ ਵਸੇ ਸਨ। ਆਰੰਭਿਕ ਆਰੀਆ ਸਭਿਆਚਾਰ, ਸਾਹਿਤ ਅਤੇ ਕੁਦਰਤ ਦੀ ਪੂਜਾ ਕਰਨਾ ਪੰਜਾਬ ਵਿਚ ਹੀ ਵਿਕਸਤ ਹੋਏ ਸਨ। ਰਿਗਵੇਦ ਦੇ ਜ਼ਿਆਦਾਤਰ ਸ਼ਲੋਕ ਪੰਜਾਬ ਵਿਚ ਹੀ ਰਚੇ ਅਤੇ ਗਾਏ ਗਏ ਸਨ। ਇਸ ਲਈ ਭਾਰਤ ਦੇ ਇਤਿਹਾਸ ਦੀਆਂ ਜੜ੍ਹਾਂ ਪੰਜਾਬ ਦੀ ਧਰਤੀ ਵਿਚ ਹਨ। ਦੋ ਮਹਾਂਕਾਵਿ-ਰਾਮਾਇਣ ਅਤੇ ਮਹਾਂਭਾਰਤ ਦੇ ਵਿਭਿੰਨ ਪਾਤਰ ਅਤੇ ਘਟਨਾਵਾਂ ਪੰਜਾਬ ਦੀ ਧਰਤੀ ਨਾਲ ਜੁੜੀਆਂ ਹੋਈਆਂ ਹਨ। ਇਹ ਕਿਹਾ ਜਾਂਦਾ ਹੈ ਕਿ ਸ੍ਰੀ ਰਾਮ ਚੰਦਰ ਜੀ ਦੀ ਮਾਤਾ ਕੌਸ਼ਲਿਆ ਪਟਿਆਲਾ ਜ਼ਿਲ੍ਹੇ ਦੇ ਕਸਬੇ ਘੁੜਾਮ ਦੀ ਰਹਿਣ ਵਾਲੀ ਸੀ। ਲਵ ਅਤੇ ਕੁਸ਼ ਦਾ ਜਨਮ ਅਤੇ ਪਾਲਣ ਪੋਸ਼ਣ ਵੀ ਪੰਜਾਬ ਦੇ ਅੰਮ੍ਰਿਤਸਰ ਜ਼ਿਲ੍ਹੇ ਦੇ ਰਾਮ ਤੀਰਥ ਸਥਾਨ ਤੇ ਹੋਇਆ। ਇਥੇ ਹੀ ਮਹਾਂਰਿਸ਼ੀ ਬਾਲਮੀਕ ਨੇ ਰਾਮਾਇਣ ਮਹਾਂਕਾਵਿ ਦੀ ਰਚਨਾ ਕੀਤੀ ਸੀ। ਅਜੋਕੇ ਹਰਿਆਣਾ ਦੇ ਕੁਰੂਕਸ਼ੇਤਰ ਮੈਦਾਨ ਵਿਚ ਮਹਾਂਭਾਰਤ ਦੀ ਇਤਿਹਾਸਕ ਲੜਾਈ ਲੜੀ ਗਈ ਸੀ। ਇਥੇ ਹੀ ਸ੍ਰੀ ਕ੍ਰਿਸ਼ਨ ਜੀ ਨੇ ਅਰਜੁਨ ਨੂੰ ਗੀਤਾ ਦਾ ਉਪਦੇਸ਼ ਸੁਣਾਇਆ ਸੀ।

ਪੰਜਾਬ ਵਿਦਿਅਕ ਖੇਤਰ ਵਿਚ ਵੀ ਮੋਹਰੀ ਰਿਹਾ ਹੈ। ਟੈਕਸਲਾ (ਤਕਸ਼ਿਲਾ) ਜੋ ਹੁਣ ਪਾਕਿਸਤਾਨ ਵਿਚ ਹੈ, ਪੰਜਾਬ ਦਾ ਇਕ ਮਸ਼ਹੂਰ ਵਿਸ਼ਵਵਿਦਿਆਲਾ ਸੀ ਜਿੱਥੇ ਵਿਦਿਆਰਥੀ ਪੜ੍ਹਨ ਲਈ ਵਿਦੇਸ਼ਾਂ ਤੋਂ ਵੀ ਆਉਂਦੇ ਸਨ। ਅੱਜ ਵੀ ਪੰਜਾਬ ਖੇਤੀਬਾੜੀ ਯੂਨੀਵਰਸਿਟੀ ਲੁਧਿਆਣਾ ਤੋਂ ਬਿਨਾਂ ਪੰਜਾਬ ਦੀਆਂ ਦੂਜੀਆਂ ਤਿੰਨ ਯੂਨੀਵਰਸਿਟੀਆਂ—ਪੰਜਾਬ ਯੂਨੀਵਰਸਿਟੀ ਚੰਡੀਗੜ੍ਹ, ਪੰਜਾਬੀ ਯੂਨੀਵਰਸਿਟੀ ਪਟਿਆਲਾ ਅਤੇ ਗੁਰੂ ਨਾਨਕ ਦੇਵ ਯੂਨੀਵਰਸਿਟੀ ਅੰਮ੍ਰਿਤਸਰ ਆਪਣੇ ਪੜ੍ਹਾਈ ਅਤੇ ਖੋਜ ਦੇ ਉੱਚੇ ਪੱਧਰ ਲਈ ਸੰਸਾਰ ਵਿੱਚ ਪ੍ਰਸਿੱਧ ਹਨ। ਲੁਧਿਆਣਾ ਵਿਖੇ ਹੀ, ਖੇਤੀਬਾੜੀ ਯੂਨੀਵਰਸਿਟੀ ਦੇ ਕੈਂਪਸ ਵਿਚ ਹੀ ਗੁਰੂ ਅੰਗਦ ਦੇਵ ਵੈਟਰਨਰੀ ਐਂਡ ਐਨੀਮਲ ਸਾਇੰਸ ਯੂਨੀਵਰਸਿਟੀ ਸਥਿਤ ਹੈ। ਇਨ੍ਹਾਂ ਤੋਂ ਬਿਨਾਂ ਪੰਜਾਬ ਵਿਚ ਪੰਜ ਹੋਰ ਯੂਨੀਵਰਸਿਟੀਆਂ—ਬਾਬਾ ਅੰਬੇਦਕਰ ਟੈਕਨੀਕਲ ਯੂਨੀਵਰਸਿਟੀ ਜਲੰਧਰ, ਬਾਬਾ ਫਰੀਦ ਮੈਡੀਕਲ ਯੂਨੀਵਰਸਿਟੀ ਆਫ ਹੈਲਥ ਸਾਇੰਸਜ਼ ਫਰੀਦਕੋਟ, ਕੇਂਦਰੀ ਯੂਨੀਵਰਸਿਟੀ, ਪੰਜਾਬ ਬਠਿੰਡਾ, ਰਾਜੀਵ ਗਾਂਧੀ ਨੈਸ਼ਨਲ ਲਾਅ ਯੂਨੀਵਰਸਿਟੀ ਪਟਿਆਲਾ ਅਤੇ ਗੁਰੂ ਰਵਿਦਾਸ ਆਯੂਰਵੇਦ ਯੂਨੀਵਰਸਿਟੀ ਹੁਸ਼ਿਆਰਪੁਰ ਵਿਖੇ ਸਥਿਤ ਹਨ। ਇਸ ਸਮੇਂ ਪੰਜਾਬ ਵਿਚ ਕੁੱਲ 12 ਯੂਨੀਵਰਸਿਟੀਆਂ ਹਨ।

ਭਾਰਤ ਦੇ ਰਾਜਨੀਤਿਕ ਇਤਿਹਾਸ ਦਾ ਨਿਰਮਾਣ ਵੀ ਪੰਜਾਬ ਵਿਚ ਹੋਇਆ। ਸਭ ਧਾੜਵੀ ਜਿਵੇਂ ਕਿ ਆਰੀਆ (ਜੇ ਉਨ੍ਹਾਂ ਨੂੰ ਵਿਦੇਸ਼ੀ ਮੰਨਿਆ ਜਾਂਦਾ ਹੈ), ਈਰਾਨੀ, ਯੂਨਾਨੀ, ਸਕੀਥੀਅਨਜ਼, ਹੂਨ, ਤੁਰਕ, ਮੰਗੋਲ, ਅਫਗਾਨ, ਮੁਗਲ ਆਦਿ ਭਾਰਤ ਵਿਚ ਪੰਜਾਬ ਦੇ ਪੱਛਮ ਵਿਚ ਸਥਿਤ ਸੁਲੇਮਾਨ ਅਤੇ ਕਿਰਥਾਰ ਪਰਬਤਾਂ ਦੇ ਦੱਰਿਆਂ-ਖੈਬਰ, ਕੁਰਮ, ਟੋਚੀ, ਗੋਮਲ, ਬੋਲਾਨ ਆਦਿ ਰਸਤੇ ਆਏ ਅਤੇ ਸਭ ਤੋਂ ਪਹਿਲਾਂ ਉਹ ਪੰਜਾਬ ਦੇ ਮੈਦਾਨਾਂ ਵਿਚ ਹੀ ਦਾਖਲ ਹੋਏ। ਉਨ੍ਹਾਂ ਨੂੰ ਸਭ ਤੋਂ ਪਹਿਲਾਂ ਪੰਜਾਬੀਆਂ ਨੇ ਹੀ ਇਥੇ

ਵੰਗਾਰਿਆ ਅਤੇ ਉਨ੍ਹਾਂ ਦੇ ਵਾਧੇ ਨੂੰ ਰੋਕਿਆ। ਥਾਨੇਸਰ, ਤਰਾਇਨ, ਸਰਹੰਦ, ਪਾਨੀਪਤ ਆਦਿ ਦੀਆਂ ਫੈਸਲਾਕੁਨ ਲੜਾਈਆਂ ਪੰਜਾਬ ਦੇ ਦੱਖਣ-ਪੂਰਬੀ ਮੈਦਾਨਾਂ ਵਿੱਚ ਲੜੀਆਂ ਗਈਆਂ। ਇਨ੍ਹਾਂ ਲੜਾਈਆਂ ਨੇ ਭਾਰਤ ਦੇ ਰਾਜਨੀਤਿਕ ਇਤਿਹਾਸ ਦਾ ਰੁਖ ਹੀ ਬਦਲ ਕੇ ਰੱਖ ਦਿੱਤਾ। ਇਹ ਇਸ ਦੀ ਭੂਗੋਲਿਕ ਸਥਿਤੀ—ਪੰਜਾਬ ਧਾੜਵੀਆਂ ਦੇ ਉੱਤਰ-ਪੱਛਮ ਵੱਲੋਂ ਮੁੱਖ ਮਾਰਗ ਦੇ ਰਸਤੇ ਵਿਚਕਾਰ ਹੈ, ਕਾਰਨ ਹੈ ਕਿ ਜਦੋਂ ਧਾੜਵੀਆਂ ਨੇ ਲੋਕਾਂ ਦਾ ਕਤਲੇਆਮ ਕੀਤਾ ਅਤੇ ਭਾਰਤ ਦੀ ਲੁੱਟਮਾਰ ਕੀਤੀ ਤਾਂ ਪੰਜਾਬੀਆਂ ਦਾ ਸਭ ਤੋਂ ਜ਼ਿਆਦਾ ਨੁਕਸਾਨ ਹੋਇਆ। ਅੰਗਰੇਜ਼ ਕਿਉਂਕਿ ਉੱਤਰ-ਪੱਛਮ ਦੱਰਿਆਂ ਰਸਤੇ ਭਾਰਤ ਵਿੱਚ ਨਹੀਂ ਆਏ ਸਨ ਅਤੇ ਉਹ ਪੂਰਬ ਵੱਲੋਂ ਭਾਰਤ ਵਿੱਚ ਅੱਗੇ ਵਧੇ ਸਨ, ਇਸ ਲਈ ਸਭ ਤੋਂ ਬਾਅਦ ਵਿੱਚ ਉਨ੍ਹਾਂ ਨੇ ਪੰਜਾਬ ਨੂੰ ਹੜੱਪਿਆ ਸੀ।

ਇਕ ਵੱਡੀ ਵੰਗਾਰ, ਵਿਭਿੰਨ ਲੜਾਈਆਂ ਅਤੇ ਵਿਦੇਸ਼ੀਆਂ ਦੇ ਵੱਖ-ਵੱਖ ਸਭਿਆਚਾਰਾਂ, ਧਰਮਾਂ ਅਤੇ ਲੋਕਾਂ ਨਾਲ ਮੇਲ-ਜੋਲ ਕਾਰਨ ਪੰਜਾਬੀ ਬਹਾਦਰ, ਨਿਡਰ, ਬਲਵਾਨ, ਰਿਸ਼ਟ-ਪੁਸ਼ਟ, ਸਖਤ ਮਿਹਨਤੀ, ਸੁਗ੍ਰਹਿਕ (receptive), ਖੁਲ੍ਹ-ਦਿਲੇ, ਸਹਿਣਸ਼ੀਲ, ਅਗਾਂਹਵਧੂ, ਰਹਿਮ-ਦਿਲ ਤੇ ਕੁਰਬਾਨੀ ਦੀ ਭਾਵਨਾ ਵਾਲੇ ਬਣ ਗਏ। ਪੰਜਾਬੀ ਭਾਰਤ ਦੀਆਂ ਸਰਹੱਦਾਂ ਦੇ ਪਹਿਰੇਦਾਰ ਅਤੇ ਇਸ ਦੀ ਇੱਜ਼ਤ-ਮਾਣ ਦੇ ਰਖਵਾਲੇ ਬਣ ਗਏ।

ਪੰਜਾਬ ਭਾਰਤ ਵਿਚ ਭਗਤੀ ਲਹਿਰ ਦਾ ਮੁੱਖ ਸੋਮਾ ਅਤੇ ਮਹੱਤਵਪੂਰਣ ਕੇਂਦਰ ਸੀ। ਜਿਸਨੇ ਲੋਕਾਂ ਨੂੰ ਆਪਸ ਵਿਚ ਇਕ ਦੂਜੇ ਦੇ ਨੇੜੇ ਲਿਆਂਦਾ ਅਤੇ ਸਹਿਣਸ਼ੀਲ ਬਣਾਇਆ। ਮਹਾਨ ਸੂਫੀ ਸੰਤ ਸ਼ੇਖ ਫਰੀਦ ਅਤੇ ਬੁਲ੍ਹੇਸ਼ਾਹ ਅਤੇ ਮਹਾਨ ਸੰਤ ਗੁਰੂ ਨਾਨਕ ਦੇਵ ਜੀ ਅਤੇ ਉਨ੍ਹਾਂ ਦੇ ਨੌਂ ਉੱਤਰ ਅਧਿਕਾਰੀ ਗੁਰੂਆਂ ਨੇ ਪਿਆਰ, ਸ਼ਾਂਤੀ ਬਰਾਬਰੀ, ਇਕ ਰੱਬ, ਕਰਮ ਅਤੇ ਮਨ ਦੀ ਪਵਿੱਤਰਤਾ ਆਦਿ ਦਾ ਸੰਦੇਸ਼ ਦਿੱਤਾ। ਉਨ੍ਹਾਂ ਨੇ ਲੋਕਾਂ ਨੂੰ ਫੋਕੇ ਰਸਮ-ਰਿਵਾਜਾਂ ਅਤੇ ਵਹਿਮਾਂ ਨੂੰ ਤਿਆਗਣ ਲਈ ਕਿਹਾ। ਦਸਵੇਂ ਗੁਰੂ ਸ੍ਰੀ ਗੁਰੂ ਗੋਬਿੰਦ ਸਿੰਘ ਜੀ ਨੇ ਖਾਲਸਾ ਪੰਥ ਦੀ ਨੀਂਹ ਰੱਖੀ ਅਤੇ ਲੋਕਾਂ ਤੇ ਵਿਸ਼ੇਸ਼ ਕਰਕੇ ਸਿੱਖਾਂ ਨੂੰ ਨਿਰਭੈ, ਬਹਾਦਰ ਅਤੇ ਕੁਰਬਾਨੀ ਕਰਨ ਵਾਲੇ ਬਣਾਇਆ। ਉਨ੍ਹਾਂ ਨੇ ਲੋਕਾਂ ਨੂੰ ਬੇਇਨਸਾਫੀ ਅਤੇ ਜ਼ੁਲਮ ਵਿਰੁੱਧ ਖੜੇ ਹੋਣ ਅਤੇ ਇਨ੍ਹਾਂ ਦਾ ਡਟ ਕੇ ਮੁਕਾਬਲਾ ਕਰਨਾ ਸਿਖਾਇਆ। ਉਨ੍ਹਾਂ ਨੇ ਲੋੜ ਪੈਣ 'ਤੇ ਤਲਵਾਰ ਚੁੱਕ ਲੈਣ ਲਈ ਵੀ ਕਿਹਾ। ਸਿੱਖ ਧਰਮ ਦਾ ਉਭਾਰ ਪੰਜਾਬ ਦੀ ਭਾਰਤ ਅਤੇ ਸੰਸਾਰ ਨੂੰ ਇਕ ਮਹੱਤਵਪੂਰਨ ਦੇਣ ਹੈ। ਇਸ ਤਰ੍ਹਾਂ ਪੰਜਾਬ ਧਰਮ ਅਤੇ ਸਮਾਜ ਨੂੰ ਸੁਧਾਰਨ ਵਿਚ ਆਗੂ ਸੀ। ਇਸ ਨੇ ਧਾਰਮਿਕ ਅਤੇ ਰਾਜਨੀਤਿਕ ਅੱਤਿਆਚਾਰ ਨੂੰ ਵੰਗਾਰਨ ਵਿਚ ਦੇਸ਼ ਦੀ ਅਗਵਾਈ ਕੀਤੀ। ਮਹਾਰਾ ਰਣਜੀਤ ਸਿੰਘ ਦੀ ਅਗਵਾਈ ਹੇਠ ਪੰਜਾਬੀਆਂ ਨੇ ਪੰਜਾਬ ਵਿਚ ਆਪਣਾ ਇਕ ਰਾਜ ਕਾਇਮ ਕੀਤਾ। ਡਾਕਟਰ ਗੰਡਾ ਸਿੰਘ ਆਪਣੀ ਪੁਸਤਕ 'ਏ ਬਿਬਲਿਉਗਰਾਫੀ ਆਫ ਦੀ ਪੰਜਾਬ' ਦੀ ਭੂਮਿਕਾ ਵਿੱਚ ਠੀਕ ਹੀ ਲਿਖਦੇ ਹਨ "ਪੰਜਾਬ ਭਾਰਤ ਨੂੰ ਸਿੱਖਾਂ ਦੀ ਦੇਣ ਹੈ। ਇਹ ਸਿੱਖ ਸਨ ਜਿਨ੍ਹਾਂ ਨੇ ਅਠ੍ਹਾਰਵੀਂ ਤੇ ਉਨ੍ਹੀਵੀਂ ਸਦੀ ਵਿਚ ਸੰਸਾਰ ਦੇ ਰਾਜਨੀਤਕ ਨਕਸ਼ੇ ਉੱਤੇ ਪੰਜਾਬ ਨੂੰ ਮੁਗਲਾਂ ਅਤੇ ਅਫਗਾਨਾਂ ਦੇ ਕਬਜ਼ੇ ਤੋਂ ਆਜ਼ਾਦ ਕਰਵਾ ਕੇ ਇਕ ਸੁਤੰਤਰ ਰਾਜ ਦੇ ਰੂਪ ਵਿਚ ਕਾਇਮ ਕੀਤਾ। ਉਨ੍ਹਾਂ ਨੇ ਪੰਜਾਬ ਦੀਆਂ ਭੂਗੋਲਿਕ ਹੱਦਾਂ ਤਿੱਬਤ ਤੋਂ ਬਲੋਚਿਸਤਾਨ ਅਤੇ ਖੈਬਰ ਦੱਰੇ ਤੋਂ ਦਿੱਲੀ ਦੇ ਨੇੜੇ ਤਕ ਕਾਇਮ ਕਰ ਦਿੱਤੀਆਂ।"

ਸੁਤੰਤਰਤਾ ਲਈ ਮਹਾਨ ਸੰਘਰਸ਼ ਵਿਚ ਵੀ ਪੰਜਾਬ ਦਾ ਹਿੱਸਾ ਸਭ ਤੋਂ ਵੱਡਾ ਰਿਹਾ ਹੈ। ਕੂਕਾ ਲਹਿਰ, ਆਰੀਆ ਸਮਾਜ ਅੰਦੋਲਨ, ਸਿੰਘ ਸਭਾ ਲਹਿਰ ਆਦਿ ਨੇ ਲੋਕਾਂ ਵਿਚ ਰਾਸ਼ਟਰੀ ਸਵੈ-ਮਾਣ ਨੂੰ ਉੱਚਾ ਰੱਖਣ ਲਈ ਜਾਗਰਤੀ ਪੈਦਾ ਕਰਨ ਵਿਚ ਮਹੱਤਵਪੂਰਣ ਭੂਮਿਕਾ ਨਿਭਾਈ ਹੈ। ਗਦਰ ਪਾਰਟੀ, ਗੁਰਦਵਾਰਾ ਸੁਧਾਰ ਅੰਦੋਲਨ, ਬੱਬਰ ਅਕਾਲੀ ਅੰਦੋਲਨ, ਪਰਜਾ ਮੰਡਲ, ਨੌਜਵਾਨ ਸਭਾ, ਕਿਰਤੀ ਕਿਸਾਨ ਪਾਰਟੀ ਅਤੇ ਕਈ ਹੋਰ ਅਜਿਹੀਆਂ ਪਾਰਟੀਆਂ ਅਤੇ ਅੰਦੋਲਨਾਂ ਦੀ ਦੇਸ਼ ਦੀ ਆਜ਼ਾਦੀ ਲਈ ਸੰਘਰਸ਼ ਵਿਚ ਭੂਮਿਕਾ ਕਿਸੇ ਤੋਂ ਵੀ ਘੱਟ ਨਹੀਂ ਹੈ। ਲਾਲਾ ਲਾਜਪਤ ਰਾਇ, ਸਰਦਾਰ ਭਗਤ ਸਿੰਘ, ਕਰਤਾਰ ਸਿੰਘ ਸਰਾਭਾ, ਊਧਮ ਸਿੰਘ ਅਤੇ ਪੰਜਾਬ ਦੇ ਬਹੁਤ ਸਾਰੇ ਹੋਰ ਬਹਾਦਰ ਸਪੂਤਾਂ ਨੇ ਭਾਰਤ ਦੀ ਸੁਤੰਤਰਤਾ ਲਈ ਆਪਣੀਆਂ ਜਾਨਾਂ ਵਾਰ ਦਿੱਤੀਆਂ। ਇਸ ਲਈ ਇਹ ਅੱਤਿਕਥਨੀ ਨਹੀਂ ਹੋਵੇਗੀ ਕਿ ਦੇਸ਼ ਦੀ ਆਜ਼ਾਦੀ ਅਤੇ ਭਲਾਈ ਲਈ ਪੰਜਾਬੀਆਂ ਨੇ ਸਭ ਤੋਂ ਜ਼ਿਆਦਾ ਕੀਮਤ ਚੁਕਾਈ ਹੈ। ਬਟਵਾਰੇ ਸਮੇਂ ਵੀ ਪੰਜਾਬੀਆਂ ਸਭ ਤੋਂ ਜ਼ਿਆਦਾ ਦੁੱਖ ਝੱਲਣੇ ਪਏ। ਪੰਜਾਬੀਆਂ ਦੇ ਯੋਗਦਾਨ ਦਾ ਕੋਈ ਮੁਕਾਬਲਾ ਨਹੀਂ ਹੈ। ਸਦੀਆਂ ਤਕ ਭਾਰਤ ਦੇ ਇਤਿਹਾਸ ਵਿਚ ਪੰਜਾਬ ਦੀ ਭੂਮਿਕਾ ਤੁੱਲ ਭਾਰਤ ਦਾ ਕੋਈ ਵੀ ਹੋਰ ਭਾਗ ਅੱਗੇ ਨਹੀਂ ਆ ਸਕਿਆ।

ਵਰਤਮਾਨ ਸਮੇਂ ਵਿਚ ਵੀ ਪੰਜਾਬ ਦਾ ਯੋਗਦਾਨ ਘੱਟ ਨਹੀਂ ਹੈ। ਪੰਜਾਬ ਭਾਰਤ ਦਾ ਮੁੱਖ ਅਨਾਜ-ਭੰਡਾਰ ਹੈ। ਭਾਰਤ, ਪਹਿਲਾਂ ਅਨਾਜ ਦਾ ਇਕ ਆਯਾਤਕ ਦੇਸ਼, ਹੁਣ ਅਨਾਜ ਵਿਚ ਆਤਮ-ਨਿਰਭਰ ਹੀ ਨਹੀਂ ਹੋਇਆ ਹੈ ਸਗੋਂ ਅਨਾਜ ਦਾ ਇਕ ਨਿਰਯਾਤਕ ਦੇਸ਼ ਵੀ ਬਣ ਗਿਆ ਹੈ। ਇਹ ਮੁੱਖ ਤੌਰ ਤੇ ਪੰਜਾਬ ਕਾਰਨ ਸੰਭਵ ਹੋਇਆ ਹੈ ਜਿਸਦੇ ਉੱਦਮੀ, ਸਖਤ-ਮਿਹਨਤੀ ਅਤੇ ਅਗਾਂਹ ਵਧੂ ਕਿਰਸਾਨਾਂ ਨੇ ਇੰਨਾ ਜ਼ਿਆਦਾ ਕਣਕ ਅਤੇ ਚਾਵਲਾਂ ਦਾ ਉਤਪਾਦਨ ਕੀਤਾ ਹੈ ਜੋ ਘਰੇਲੂ ਲੋੜਾਂ ਪੂਰੀਆਂ ਕਰਨ ਲਈ ਹੀ ਕਾਫੀ ਨਹੀਂ ਹੈ ਸਗੋਂ ਨਿਰਯਾਤ ਲਈ ਵੀ ਫਾਲਤੂ ਹੈ। ਹਰਾ ਇਨਕਲਾਬ ਪੰਜਾਬ ਵਿਚ ਹੀ ਸ਼ੁਰੂ ਹੋਇਆ ਅਤੇ ਬਾਅਦ ਵਿਚ ਇਹ ਦੇਸ਼ ਦੇ ਦੂਜੇ ਭਾਗਾਂ ਵਿਚ ਫੈਲ ਗਿਆ। ਪੰਜਾਬੀ ਕਿਰਸਾਨਾਂ ਨੇ ਦੇਸ਼ ਵਿਚ ਕਣਕ ਅਤੇ ਚਾਵਲਾਂ ਦਾ ਸਭ ਤੋਂ ਜ਼ਿਆਦਾ ਪ੍ਰਤੀ ਹੈਕਟੇਅਰ ਝਾੜ ਪ੍ਰਾਪਤ ਕੀਤਾ ਹੈ। ਕੇਂਦਰੀ ਭੰਡਾਰ ਲਈ ਤਿੰਨ-ਚੌਥਾਈ ਕਣਕ ਅਤੇ ਅੱਧੇ ਦੇ ਲਗਭਗ ਚਾਵਲ ਪੰਜਾਬ ਤੋਂ ਜਾਂਦੇ ਹਨ। ਉਦਯੋਗ ਦੇ ਖੇਤਰ ਵਿਚ ਵੀ ਖਾਸ ਕਰਕੇ ਖੇਤੀਬਾੜੀ ਉੱਤੇ ਨਿਰਭਰ ਉਦਯੋਗਾਂ ਲਈ ਪੰਜਾਬ ਦਾ ਯੋਗਦਾਨ ਮਹਾਨ ਹੈ। ਦੇਸ਼ ਵਿਚ ਸਭ ਤੋਂ ਜ਼ਿਆਦਾ ਪ੍ਰਤੀ ਜੀਅ ਆਮਦਨ ਅਤੇ ਉੱਚਾ ਜੀਵਨ ਪੱਧਰ ਪੰਜਾਬ ਵਿਚ ਹੈ। ਪੰਜਾਬ ਵਿਚ ਸ਼ਾਇਦ ਹੀ ਅਜਿਹਾ ਕੋਈ ਵਿਅਕਤੀ ਹੋਵੇਗਾ ਜੋ ਖਾਲੀ ਪੇਟ ਸੌਂਦਾ ਹੋਵੇ ਅਤੇ ਜਿਸ ਕੋਲ ਸਿਰ ਲੁਕਾਉਣ ਲਈ ਕੋਈ ਛੱਤ ਨਹੀਂ ਹੈ। ਪੰਜਾਬ ਸੱਚੀ-ਮੁੱਚੀ ਹੀ ਭਾਰਤ ਦਾ ਤਾਜ ਹੈ।

ਅੱਜ ਦਾ ਪੰਜਾਬ (THE PRESENT PUNJAB)

ਵਰਤਮਾਨ ਪੰਜਾਬ 1 ਨਵੰਬਰ 1966 ਨੂੰ ਹੋਂਦ ਵਿਚ ਆਇਆ ਸੀ। ਹੁਣ ਇਹ ਇਕ-ਭਾਸ਼ੀ ਰਾਜ ਹੈ। ਅੱਜ ਦੇ ਪੰਜਾਬ ਦਾ ਆਕਾਰ ਇਸ ਦੇ ਇਤਿਹਾਸ ਵਿਚ ਸਭ ਤੋਂ ਛੋਟਾ ਹੈ। 1966 ਤੋਂ ਪਹਿਲਾਂ ਦੇ ਪੰਜਾਬ ਦੇ ਦੱਖਣੀ ਭਾਗ ਰਲਾ ਕੇ ਇਕ ਨਵਾਂ ਰਾਜ ਹਰਿਆਣਾ ਬਣਾ ਦਿੱਤਾ ਗਿਆ ਸੀ। ਉੱਤਰ-ਪੂਰਬ ਦੇ ਪਹਾੜੀ ਭਾਗ ਹਿਮਾਚਲ ਪ੍ਰਦੇਸ਼ ਨਾਲ ਮਿਲਾ ਦਿੱਤੇ ਗਏ ਸਨ। ਇਸ ਤਰ੍ਹਾਂ ਅੱਜ ਦਾ ਪੰਜਾਬ ਮੁੱਖ ਤੌਰ ਤੇ ਮੈਦਾਨੀ ਖੇਤਰ ਵਾਲਾ ਰਾਜ ਹੈ ਜਿੱਥੇ ਵਸਣ ਵਾਲਾ ਸਿੱਖ ਮੁੱਖ ਵਰਗ ਹੈ ਅਤੇ ਪੰਜਾਬੀ ਰਾਜ ਦੀ ਮੁੱਖ ਅਤੇ ਸਰਕਾਰੀ ਭਾਸ਼ਾ ਹੈ।

ਸਥਿਤੀ ਅਤੇ ਆਲਾ ਦੁਆਲਾ (LOCATION AND SITUATION)

ਪੰਜਾਬ ਭਾਰਤ ਦੇ ਉੱਤਰ-ਪੱਛਮੀ ਭਾਗ ਵਿਚ ਸਥਿਤ ਹੈ (ਨਕਸ਼ਾ ਨੰ. 5)। ਇਹ ਭਾਰਤ ਦੇ ਉੱਤਰੀ ਮਹਾਨ ਮੈਦਾਨ ਜਾਂ ਗੰਗਾ-ਸਤਲੁਜ ਮੈਦਾਨ ਦਾ ਪੱਛਮੀ ਭਾਗ ਹੈ। 29°30' ਤੋਂ 32°32' ਉੱਤਰੀ ਅਕਸ਼ਾਂਸ ਅਤੇ 73°55' ਤੋਂ 76°55' ਪੂਰਬੀ ਰੇਖਾਂਸ਼ ਵਿਚਕਾਰ ਫੈਲਿਆ ਹੋਇਆ ਹੈ। ਇਸ ਦਾ ਉੱਤਰ ਤੋਂ ਦੱਖਣ ਦਿਸ਼ਾ ਵਿੱਚ ਫਾਸਲਾ ਲਗਭਗ 335 ਕਿਲੋਮੀਟਰ ਅਤੇ ਪੂਰਬ-ਪੱਛਮ ਦਿਸ਼ਾ ਵਿਚ ਫਾਸਲਾ ਲਗਭਗ 300 ਕਿਲੋਮੀਟਰ ਹੈ। ਇਸ ਦੇ ਪੱਛਮ ਵਿੱਚ ਪਾਕਿਸਤਾਨ ਹੈ। ਜੰਮੂ ਅਤੇ ਕਸ਼ਮੀਰ ਦਾ ਰਾਜ ਇਸ ਦੇ ਉੱਤਰ ਵਿਚ ਹੈ। ਇਸ ਦੇ ਉੱਤਰ-ਪੂਰਬ ਵਿਚ ਹਿਮਾਚਲ ਪ੍ਰਦੇਸ਼ ਹੈ। ਹਰਿਆਣਾ ਦਾ ਰਾਜ ਇਸ ਦੇ ਦੱਖਣ ਵਿਚ ਹੈ। ਦੱਖਣ-ਪੱਛਣ ਵਿਚ ਇਸ ਦੀ ਸੀਮਾ ਰਾਜਸਥਾਨ ਨਾਲ ਸਾਂਝੀ ਹੈ (ਨਕਸ਼ਾ ਨੰ. 4)।

ਸ਼ਕਲ ਅਤੇ ਆਕਾਰ (SHAPE AND SIZE)

ਪੰਜਾਬ ਦੀ ਸ਼ਕਲ ਇਕ ਤਿਕੋਨ ਵਰਗੀ ਹੈ ਜਿਸ ਦਾ ਆਧਾਰ ਦੱਖਣ ਵਿਚ ਹਰਿਆਣਾ ਦੀ ਸਰਹੱਦ ਦੇ ਨਾਲ-ਨਾਲ ਹੈ। ਪਾਕਿਸਤਾਨ ਦੀ ਅੰਤਰ-ਰਾਸ਼ਟਰੀ ਸੀਮਾ ਇਸ ਦੀ ਪੱਛਮੀ ਬਾਹੀ ਬਣਦੀ ਹੈ ਅਤੇ ਹਿਮਾਚਲ ਪ੍ਰਦੇਸ਼ ਦੀ ਸਰਹੱਦ ਇਸ ਦੀ ਪੂਰਬੀ ਬਾਹੀ ਹੈ। ਸਿਖਰ ਉੱਤਰ ਵਿਚ ਗੁਰਦਾਸਪੁਰ ਜ਼ਿਲ੍ਹੇ ਦੇ ਧਾਰ ਕਲਾਂ ਬਲਾਕ ਵਿਚ ਹੈ। ਪੰਜਾਬ ਭਾਰਤ ਦੇ ਛੋਟੇ ਰਾਜਾਂ ਵਿਚੋਂ ਇਕ ਹੈ। ਇਸ ਦਾ ਖੇਤਰਫਲ 50362 ਵਰਗ ਕਿਲੋਮੀਟਰ ਹੈ ਜੋ ਦੇਸ਼ ਦੇ ਕੁੱਲ ਖੇਤਰਫਲ ਦਾ ਕੇਵਲ 1.6% ਭਾਗ ਹੈ। 2014 ਅਨੁਸਾਰ ਭਾਰਤ ਦੇ 29 ਰਾਜਾਂ ਵਿਚੋਂ ਆਕਾਰ ਅਨੁਸਾਰ ਪੰਜਾਬ ਦਾ 19ਵਾਂ ਦਰਜਾ ਹੈ। ਪੰਜਾਬ ਦਾ ਖੇਤਰਫਲ ਭਾਰਤ ਦੇ ਸਭ ਤੋਂ ਵੱਡੇ ਰਾਜ ਰਾਜਸਥਾਨ ਦਾ ਲਗਭਗ ਸੱਤਵਾਂ ਭਾਗ ਹੈ। ਉੱਤਰ ਪ੍ਰਦੇਸ਼ ਦੇ ਖੇਤਰਫਲ ਵਿਚ ਲਗਭਗ 5 ਪੰਜਾਬ ਸਮਾ ਸਕਦੇ ਹਨ। ਪੰਜਾਬ

ਆਪਣੇ ਦੋ ਗਵਾਂਢੀ ਰਾਜਾਂ ਵਿਚੋਂ ਹਰਿਆਣਾ ਨਾਲੋਂ ਕੁਝ ਵੱਡਾ ਅਤੇ ਹਿਮਾਚਲ ਪ੍ਰਦੇਸ਼ ਤੋਂ ਕੁਝ ਛੋਟਾ ਹੈ। ਗੋਆ, ਸਿੱਕਮ, ਤ੍ਰਿਪੁਰਾ ਅਤੇ ਨਾਗਾਲੈਂਡ ਦੇ ਰਾਜ ਪੰਜਾਬ ਤੋਂ ਕਾਫ਼ੀ ਛੋਟੇ ਹਨ।

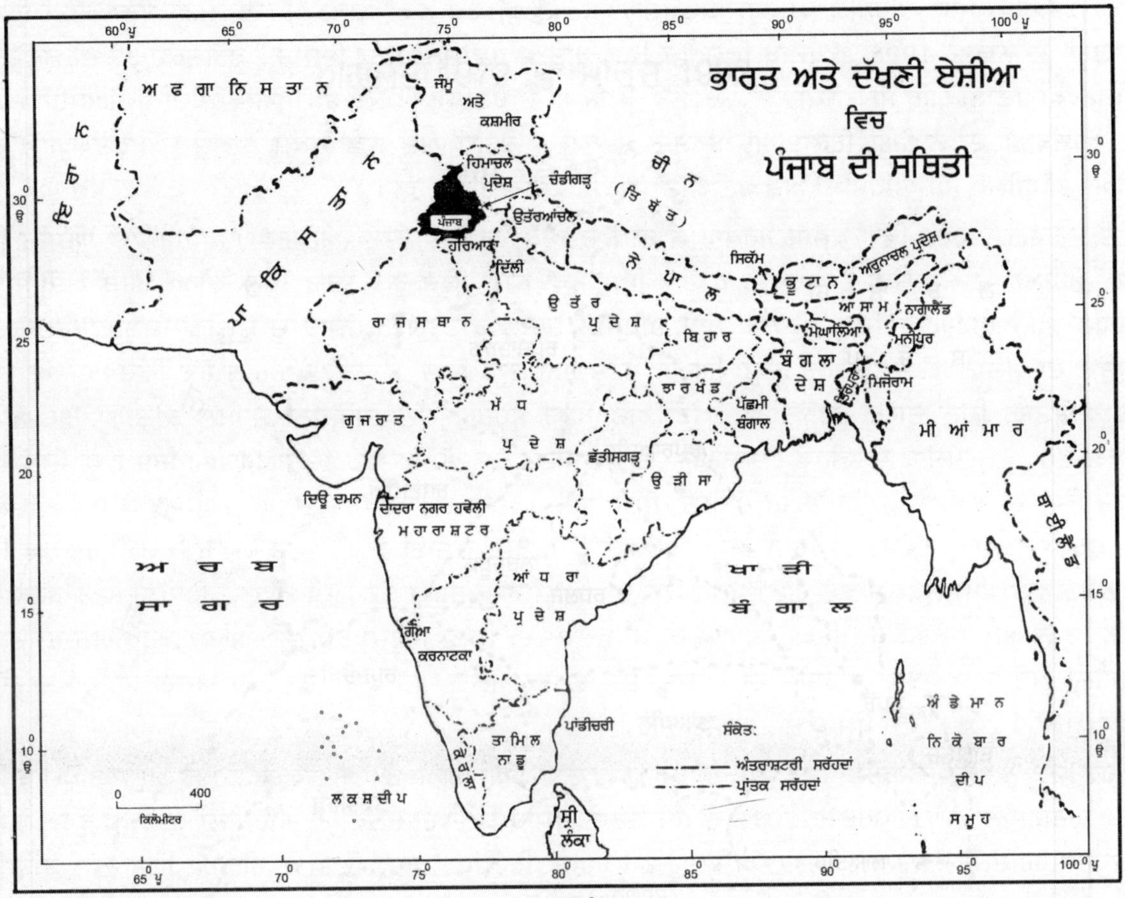

ਨਕਸ਼ਾ ਨੰ : 5

ਪ੍ਰਬੰਧਕੀ ਢਾਂਚਾ (ADMINISTRATIVE STRUCTURE)

ਰਾਜ ਪ੍ਰਬੰਧ ਲਈ ਪੰਜਾਬ ਨੂੰ ਪੰਜ ਕਮਿਸ਼ਨਰੀਆਂ ਭਾਵ ਡਵੀਜ਼ਨਾਂ ਜਲੰਧਰ, ਪਟਿਆਲਾ, ਫਿਰੋਜ਼ਪੁਰ, ਰੂਪਨਗਰ ਅਤੇ ਫਰੀਦਕੋਟ ਵਿਚ ਵੰਡਿਆ ਗਿਆ ਹੈ। ਇਹ ਖੇਤਰੀ ਪ੍ਰਬੰਧਕੀ ਇਕਾਈਆਂ ਹਨ। ਪਰੰਤੂ ਰਾਜ ਪ੍ਰਬੰਧ ਦੀ ਸਭ ਤੋਂ ਵੱਧ ਮਹੱਤਵਪੂਰਣ ਇਕਾਈ ਜ਼ਿਲ੍ਹਾ ਹੈ। 6 ਨਵੰਬਰ 1995 ਤਕ ਰਾਜ ਵਿਚ ਤਿੰਨ ਕਮਿਸ਼ਨਰੀਆਂ ਅਤੇ 14 ਜ਼ਿਲ੍ਹੇ ਸਨ। ਇਹ ਜ਼ਿਲ੍ਹੇ ਕ੍ਰਮਵਾਰ ਅੰਮ੍ਰਿਤਸਰ, ਸੰਗਰੂਰ, ਹੁਸ਼ਿਆਰਪੁਰ, ਕਪੂਰਥਲਾ, ਗੁਰਦਾਸਪੁਰ, ਜਲੰਧਰ, ਪਟਿਆਲਾ, ਫਤਹਿਗੜ੍ਹ ਸਾਹਿਬ, ਫ਼ਿਰੋਜ਼ਪੁਰ, ਫਰੀਦਕੋਟ, ਬਠਿੰਡਾ, ਮਾਨਸਾ, ਰੂਪਨਗਰ ਅਤੇ ਲੁਧਿਆਣਾ ਸਨ। ਪਰੰਤੂ ਪਹਿਲੀ ਨਵੰਬਰ 1966 ਨੂੰ ਬਣੇ ਪੰਜਾਬ ਵਿਚ 11 ਜ਼ਿਲ੍ਹੇ ਸਨ। 7 ਅਗਸਤ 1972 ਨੂੰ ਫ਼ਿਰੋਜ਼ਪੁਰ ਅਤੇ ਬਠਿੰਡਾ ਜ਼ਿਲ੍ਹਿਆਂ ਦੇ ਇਲਾਕਿਆਂ ਵਿਚੋਂ 12ਵਾਂ ਜ਼ਿਲ੍ਹਾ ਫਰੀਦਕੋਟ ਬਣਾਇਆ ਗਿਆ ਸੀ (ਨਕਸ਼ਾ ਨੰਬਰ 6) 8-9 ਅਪ੍ਰੈਲ 1992 ਨੂੰ ਦੋ ਹੋਰ ਨਵੇਂ ਜ਼ਿਲ੍ਹੇ ਫਤਹਿਗੜ੍ਹ ਸਾਹਿਬ ਅਤੇ ਮਾਨਸਾ ਬਣਾਏ ਗਏ ਸਨ (ਨਕਸ਼ਾ ਨੰਬਰ 7) ਫਤਹਿਗੜ੍ਹ ਸਾਹਿਬ ਦਾ ਜ਼ਿਲ੍ਹਾ ਰੋਪੜ, ਪਟਿਆਲਾ ਅਤੇ ਲੁਧਿਆਣਾ ਜ਼ਿਲ੍ਹਿਆਂ ਦੇ ਇਲਾਕਿਆਂ ਨੂੰ ਰਲਾ-ਮਿਲਾ ਕੇ ਬਣਾਇਆ ਗਿਆ ਸੀ। ਮਾਨਸਾ ਦਾ ਜ਼ਿਲ੍ਹਾ ਬਠਿੰਡਾ ਜ਼ਿਲ੍ਹੇ ਦੀ ਮਾਨਸਾ ਤਹਿਸੀਲ ਨੂੰ ਅਲੱਗ ਕਰਕੇ ਬਣਾਇਆ ਗਿਆ ਸੀ। 5 ਨਵੰਬਰ 1995 ਨੂੰ ਦੋ ਹੋਰ ਜ਼ਿਲ੍ਹੇ ਨਵਾਂ ਸ਼ਹਿਰ ਅਤੇ ਮੁਕਤਸਰ ਬਣਾਏ ਗਏ ਸਨ। ਹੁਸ਼ਿਆਰਪੁਰ ਜ਼ਿਲ੍ਹੇ ਦੀ ਬਲਾਚੌਰ ਤਹਿਸੀਲ ਅਤੇ ਜਲੰਧਰ

ਜ਼ਿਲ੍ਹੇ ਦੀ ਨਵਾਂ ਸ਼ਹਿਰ ਤਹਿਸੀਲ ਨੂੰ ਰਲਾ ਕੇ ਇਕ ਅਲੱਗ ਜ਼ਿਲ੍ਹਾ ਨਵਾਂ ਸ਼ਹਿਰ ਬਣਾਇਆ ਗਿਆ ਸੀ। ਫ਼ਰੀਦਕੋਟ ਜ਼ਿਲ੍ਹੇ ਦੀ ਮੁਕਤਸਰ ਤਹਿਸੀਲ ਨੂੰ ਫਰੀਦਕੋਟ ਜ਼ਿਲ੍ਹੇ ਦੇ ਅਧਿਕਾਰ ਖੇਤਰ ਵਿਚੋਂ ਕੱਢ ਕੇ ਨਵਾਂ ਜ਼ਿਲ੍ਹਾ ਮੁਕਤਸਰ ਬਣਾਇਆ ਗਿਆ। ਸੀ। 23 ਨਵੰਬਰ 1995 ਨੂੰ ਮੋਗਾ ਤਹਿਸੀਲ ਵੀ ਫਰੀਦਕੋਟ ਜ਼ਿਲ੍ਹੇ ਤੋਂ ਅਲੱਗ ਕਰਕੇ ਨਵਾਂ ਜ਼ਿਲ੍ਹਾ (17ਵਾਂ) ਮੋਗਾ ਬਣਾ ਦਿੱਤਾ ਗਿਆ। ਇਸ ਤਰ੍ਹਾਂ 23 ਨਵੰਬਰ 1995 ਤੋਂ ਪੰਜਾਬ ਵਿਚ 17 ਜ਼ਿਲ੍ਹੇ ਅਤੇ 4 ਡਵੀਜ਼ਨਾਂ ਸਨ। ਇਸੇ ਸਮੇਂ ਫ਼ਰੀਦਕੋਟ ਨਾਂ ਦੀ ਨਵੀਂ ਚੌਥੀ ਡਵੀਜ਼ਨ ਵੀ ਬਣਾਈ ਗਈ ਸੀ। (ਨਕਸ਼ਾ ਨੰ. 9)। ਨਵੇਂ ਜ਼ਿਲ੍ਹਿਆਂ ਦੇ ਬਣਨ ਨਾਲ ਕੁੱਝ ਸਮੱਸਿਆਵਾਂ ਪੈਦਾ ਹੁੰਦੀਆਂ ਹਨ। ਇਨ੍ਹਾਂ ਵਿਚ ਅੰਕੜਿਆਂ ਦਾ ਨਵੀਆਂ ਇਕਾਈਆਂ ਅਨੁਸਾਰ ਸਮਾਯੋਜਨ ਕਰਨਾ ਅਤੇ ਨਵੇਂ ਨਕਸ਼ੇ ਬਣਾਉਣਾ ਮਹਤੱਵਪੂਰਣ ਹਨ। ਨਵੀਆਂ ਤਹਿਸੀਲਾਂ, ਸਬ-ਤਹਿਸੀਲਾਂ ਅਤੇ ਬਲਾਕ ਤਾਂ ਅਕਸਰ ਬਣਦੇ ਰਹਿੰਦੇ ਹਨ।

7 ਜਨਵਰੀ, 2006 ਵਿਚ ਪੰਜਾਬ ਸਰਕਾਰ ਨੇ ਰਾਜ ਦੇ ਇਕ ਹੋਰ ਨਵੇਂ ਜ਼ਿਲ੍ਹੇ (ਅਠ੍ਹਾਰਵਾਂ) ਸਾਹਿਬਜ਼ਾਦਾ ਅਜੀਤ ਸਿੰਘ ਨਗਰ (ਮੋਹਾਲੀ) ਦੇ ਬਣਾਉਣ ਦਾ ਐਲਾਨ ਕੀਤਾ। ਇਸ ਨਵੇਂ ਜ਼ਿਲ੍ਹੇ ਵਿੱਚ ਰੂਪ ਨਗਰ ਜ਼ਿਲ੍ਹੇ ਦੀਆਂ ਖਰੜ ਅਤੇ ਮੋਹਾਲੀ ਤਹਿਸੀਲਾਂ ਅਤੇ ਪਟਿਆਲਾ ਜ਼ਿਲ੍ਹੇ ਦੀ ਡੇਰਾ ਬੱਸੀ ਤਹਿਸੀਲ ਸ਼ਾਮਲ ਕੀਤੇ ਗਏ। ਪੰਜਾਬ ਦੇ ਉਨ੍ਹੀਵੇਂ ਜ਼ਿਲ੍ਹੇ ਤਰਨਤਾਰਨ ਦੇ ਬਣਾਉਣ ਦਾ ਐਲਾਨ ਵੀ ਜਲਦੀ ਕਰ ਦਿੱਤਾ ਗਿਆ। ਪਰੰਤੂ ਇਹ ਨਵਾਂ ਜ਼ਿਲ੍ਹਾ 8 ਜੂਨ, 2006 ਨੂੰ ਹੋਂਦ ਵਿੱਚ ਆਇਆ। ਇਸ ਵਿੱਚ ਅੰਮ੍ਰਿਤਸਰ ਜ਼ਿਲ੍ਹੇ ਦੀਆਂ ਤਰਨਤਾਰਨ, ਪੱਟੀ ਅਤੇ ਖਡੂਰ ਸਾਹਿਬ ਤਿੰਨ ਤਹਿਸੀਲਾਂ ਸ਼ਾਮਿਲ ਕੀਤੀਆਂ ਗਈਆਂ। 8 ਨਵੰਬਰ, 2006 ਨੂੰ ਪੰਜਾਬ ਦੇ ਵੀਹਵੇਂ ਜ਼ਿਲ੍ਹੇ, ਬਰਨਾਲਾ ਦੇ ਬਣਨ ਦਾ ਐਲਾਨ ਕਰ ਦਿੱਤਾ ਗਿਆ। ਇਸ ਨਵੇਂ ਜ਼ਿਲ੍ਹੇ ਵਿੱਚ ਸੰਗਰੂਰ ਜ਼ਿਲ੍ਹੇ ਦੀ ਬਰਨਾਲਾ ਤਹਿਸੀਲ ਹੀ ਸ਼ਾਮਿਲ ਕੀਤੀ ਗਈ ਹੈ। ਇਸ ਤਰ੍ਹਾਂ ਨਵੰਬਰ 2006 ਨੂੰ ਪੰਜਾਬ ਵਿੱਚ 20 ਜ਼ਿਲ੍ਹੇ ਹੋ ਗਏ (ਨਕਸ਼ਾ ਨੰ. 10)। ਨਵੰਬਰ 1966 ਨੂੰ ਇਨ੍ਹਾਂ ਦੀ ਗਿਣਤੀ 11 ਸੀ। ਜੁਲਾਈ 2011 ਵਿਚ ਪੰਜਾਬ ਵਿਚ ਦੋ ਹੋਰ ਨਵੇਂ ਜ਼ਿਲ੍ਹੇ ਪਠਾਨਕੋਟ ਅਤੇ ਫਾਜ਼ਿਲਕਾ ਬਣਾਏ ਗਏ। ਪਠਾਨਕੋਟ ਦਾ ਜ਼ਿਲ੍ਹਾ ਗੁਰਦਾਸਪੁਰ ਜ਼ਿਲ੍ਹੇ ਦੀਆਂ ਦੋ ਤਹਿਸੀਲਾਂ ਧਾਰ ਕਲਾਂ ਅਤੇ ਪਠਾਨਕੋਟ ਨੂੰ ਅਲੱਗ ਕਰਕੇ ਬਣਾਇਆ ਗਿਆ ਅਤੇ ਫਾਜ਼ਿਲਕਾ ਦਾ ਜ਼ਿਲ੍ਹਾ ਫਿਰੋਜ਼ਪੁਰ ਜ਼ਿਲ੍ਹੇ ਦੀਆਂ ਅਬੋਹਰ ਅਤੇ ਫਾਜ਼ਿਲਕਾ ਤਹਿਸੀਲਾਂ ਅਤੇ ਜਲਾਲਾਬਾਦ ਤਹਿਸੀਲ ਦਾ ਜਲਾਲਾਬਾਦ ਬਲਾਕ ਅਲੱਗ ਅਤੇ ਕੁੱਝ ਹੋਰ ਪਿੰਡ ਅਲੱਗ ਕਰਕੇ ਬਣਾ ਦਿੱਤਾ ਗਿਆ। ਜੁਲਾਈ 2011 ਵਿੱਚ ਪੰਜਾਬ ਦੇ 22 ਜ਼ਿਲ੍ਹੇ ਸਨ।

ਹਰ ਜ਼ਿਲ੍ਹੇ ਨੂੰ ਅੱਗੇ ਤਹਿਸੀਲਾਂ ਅਤੇ ਉਪ-ਤਹਿਸੀਲਾਂ ਵਿਚ ਵੰਡਿਆ ਗਿਆ ਹੈ। 18 ਨਵੰਬਰ 2008 ਅਨੁਸਾਰ ਪੰਜਾਬ ਵਿਚ ਕੁੱਲ 77 ਤਹਿਸੀਲਾਂ ਸਨ। 2008 ਤੋਂ 2013 ਦੇ ਸਮੇਂ ਦੌਰਾਨ ਪੰਜਾਬ ਵਿੱਚ ਚਾਰ ਨਵੀਆਂ ਤਹਿਸੀਲਾਂ ਬੰਗਾ (ਸ਼.ਭ.ਸ. ਨਗਰ), ਕੋਟਕਪੂਰਾ (ਫਰੀਦਕੋਟ), ਧਰਮਕੋਟ (ਮੋਗਾ) ਅਤੇ ਗੁਰੂ ਹਰ ਸਹਾਏ (ਫਿਰੋਜ਼ਪੁਰ) ਬਣਾ ਦਿੱਤੀਆਂ ਗਈਆਂ ਜਿਸ ਨਾਲ ਤਹਿਸੀਲਾਂ ਦੀ ਗਿਣਤੀ 77 ਤੋਂ ਵਧਕੇ 81 ਹੋ ਗਈ। ਪੰਜਾਬ ਸਰਕਾਰ ਦੇ ਨੋਟੀਫਿਕੇਸ਼ਨ ਮਿਤੀ 07-06-2013 ਅਨੁਸਾਰ ਬਠਿੰਡਾ ਜ਼ਿਲ੍ਹੇ ਦੀ ਤਲਵੰਡੀ ਸਾਬੋ ਤਹਿਸੀਲ ਵਿਚੋਂ ਇਕ ਨਵੀਂ ਤਹਿਸੀਲ ਮੌੜ ਬਣਾ ਦਿੱਤੀ ਗਈ ਹੈ। ਇਸ ਤਰ੍ਹਾਂ ਜੂਨ 2016 ਅਨੁਸਾਰ ਪੰਜਾਬ ਵਿੱਚ 22 ਜ਼ਿਲ੍ਹੇ, 82 ਤਹਿਸੀਲਾਂ ਅਤੇ 147 ਬਲਾਕ ਹੋ ਗਏ ਸਨ।

ਮਈ 2021 ਵਿੱਚ ਪੰਜਾਬ ਵਿੱਚ ਇੱਕ ਹੋਰ ਨਵਾਂ ਜ਼ਿਲ੍ਹਾ ਮਲੇਰਕੋਟਲਾ ਬਣਾ ਦਿੱਤਾ ਗਿਆ। ਇਹ ਪੰਜਾਬ ਦਾ ਤੇਈਵਾਂ (23) ਜ਼ਿਲ੍ਹਾ, ਸੰਗਰੂਰ ਜ਼ਿਲ੍ਹੇ ਦੀਆਂ ਦੋ ਤਹਿਸੀਲਾਂ ਮਲੇਰਕੋਟਲਾ ਅਤੇ ਅਹਮਦਗੜ੍ਹ ਨੂੰ ਸੰਗਰੂਰ ਜ਼ਿਲ੍ਹੇ ਤੋਂ ਅਲੱਗ ਕਰਕੇ ਬਣਾਇਆ ਗਿਆ। ਮਲੇਰਕੋਟਲਾ ਜ਼ਿਲ੍ਹੇ ਵਿੱਚ ਤਿੰਨ ਤਹਿਸੀਲਾਂ ਮਲੇਰਕੋਟਲਾ, ਅਹਮਦਗੜ੍ਹ ਅਤੇ ਅਮਰਗੜ੍ਹ ਬਣਾਈਆਂ ਗਈਆਂ ਹਨ।

ਬਾਅਦ ਵਿੱਚ ਦਸੰਬਰ 2016 ਨੂੰ ਤਿੰਨ ਨਵੀਆਂ ਤਹਿਸੀਲਾਂ ਗੁਰਦਾਸਪੁਰ ਜ਼ਿਲ੍ਹੇ ਵਿੱਚ ਕਲਾਨੌਰ, ਸੰਗਰੂਰ ਜ਼ਿਲ੍ਹੇ ਵਿੱਚ ਭਵਾਨੀਗੜ੍ਹ ਅਤੇ ਪਟਿਆਲਾ ਜ਼ਿਲ੍ਹੇ ਵਿੱਚ ਦੂਧਨਸਾਧਾਂ ਬਣਾਈਆਂ ਗਈਆਂ। ਹੋਰ ਬਾਦ ਵਿੱਚ 7 ਹੋਰ ਨਵੀਆਂ ਤਹਿਸੀਲਾਂ ਬਣਾਈਆਂ ਗਈਆਂ। ਇਹ ਹਨ—ਲੋਪੋਕੇ (ਅੰਮ੍ਰਿਤਸਰ ਜ਼ਿਲ੍ਹਾ) 2020 ਵਿੱਚ, ਅਮਰਗੜ੍ਹ (2021), ਮਲੇਰਕੋਟਲਾ ਜ਼ਿਲ੍ਹਾ, ਮਹਿਲਕਲਾਂ (ਬਰਨਾਲਾ ਜ਼ਿਲ੍ਹਾ), ਆਦਮਪੁਰ (ਜਲੰਧਰ ਜ਼ਿਲ੍ਹਾ), ਦੀਨਾਨਗਰ ਅਤੇ ਫਤਹਿਗੜ੍ਹ ਚੂੜੀਆਂ (ਗੁਰਦਾਸਪੁਰ ਜ਼ਿਲ੍ਹਾ) ਅਤੇ ਟਾਂਡਾ (2022), ਹੁਸ਼ਿਆਰਪੁਰ ਜ਼ਿਲ੍ਹੇ ਵਿੱਚ। ਕਈ ਨਵੇਂ ਵਿਕਾਸ ਖੰਡ (blocks) ਵੀ ਬਣਾਏ ਗਏ।

ਇਸ ਤਰ੍ਹਾਂ ਮਾਰਚ 2022 ਤੱਕ ਪੰਜਾਬ ਵਿੱਚ 23 ਜ਼ਿਲ੍ਹੇ, 97 ਤਹਿਸੀਲਾਂ, 82 ਸਬ-ਤਹਿਸੀਲਾਂ ਅਤੇ 153 ਵਿਕਾਸ ਖੰਡ ਕਾਇਮ ਹਨ (ਨਕਸ਼ਾ ਨੰ. 10 ਅਤੇ 11)

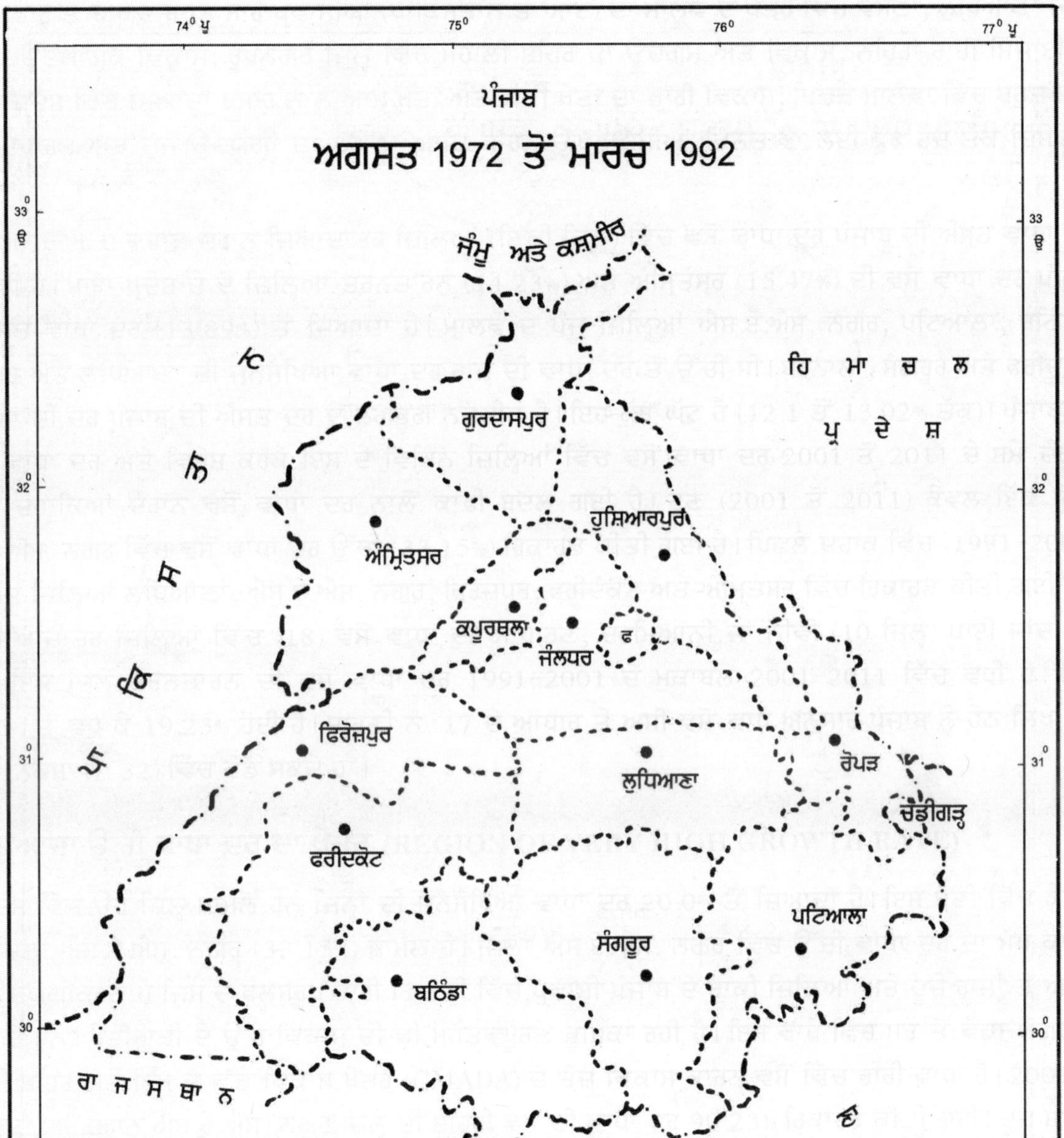
ਪੰਜਾਬ
ਅਗਸਤ 1972 ਤੋਂ ਮਾਰਚ 1992
ਜੰਮੂ ਅਤੇ ਕਸ਼ਮੀਰ
ਹਿਮਾਚਲ ਪ੍ਰਦੇਸ਼
ਪਾਕਿਸਤਾਨ
ਗੁਰਦਾਸਪੁਰ
ਹੁਸ਼ਿਆਰਪੁਰ
ਅੰਮ੍ਰਿਤਸਰ
ਕਪੂਰਥਲਾ
ਫ
ਜਲੰਧਰ
ਫਿਰੋਜ਼ਪੁਰ
ਲੁਧਿਆਣਾ
ਰੋਪੜ
ਚੰਡੀਗੜ੍ਹ
ਫਰੀਦਕੋਟ
ਪਟਿਆਲਾ
ਸੰਗਰੂਰ
ਬਠਿੰਡਾ
ਰਾਜਸਥਾਨ
ਹਰਿਆਣਾ
ਸੰਕੇਤ:
ਫ... ਕਪੂਰਥਲਾ ਜ਼ਿਲੇ ਦਾ ਭਾਗ (ਫਗਵਾੜਾ)
● - ਜ਼ਿਲ੍ਹਾ ਮੁੱਖ ਦਫਤਰ
ਸਰਹੱਦਾਂ :
ਅੰਤਰ ਰਾਸ਼ਟਰੀ.......
ਪ੍ਰਾਂਤਕ...............
ਜ਼ਿਲ੍ਹਾ...............
10 0 10 20 30 40 50
ਕਿਲੋਮੀਟਰ
74° ਪੂ
75°
76°
77° ਪੂ
33° ਉ
32°
31°
30°
29° ਉ

ਨਕਸ਼ਾ ਨੰ : 6

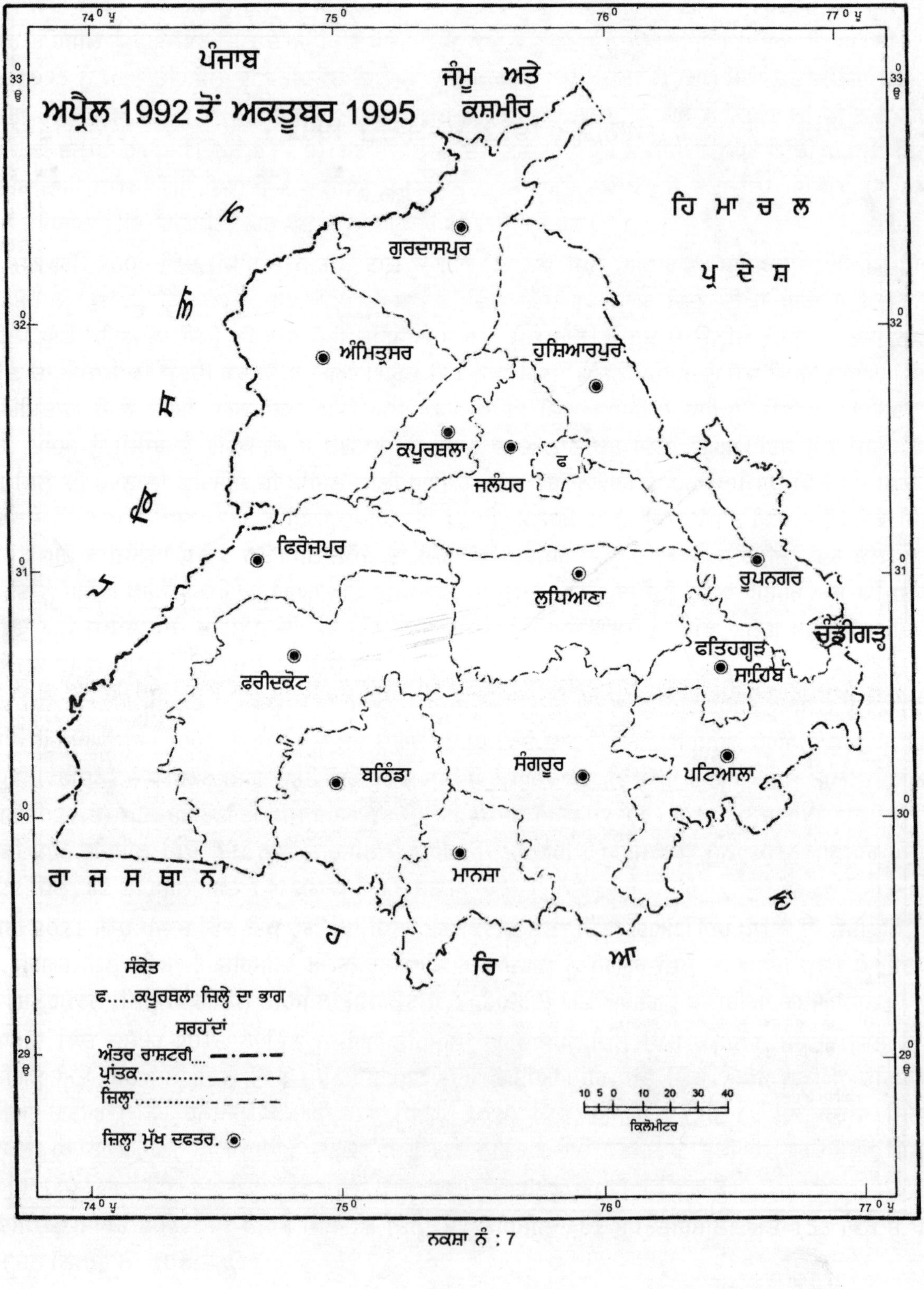
ਪੰਜਾਬ
ਅਪ੍ਰੈਲ 1992 ਤੋਂ ਅਕਤੂਬਰ 1995
ਜੰਮੂ ਅਤੇ ਕਸ਼ਮੀਰ
ਹਿ ਮਾ ਚ ਲ ਪ੍ਰ ਦੇ ਸ਼
ਗੁਰਦਾਸਪੁਰ
ਅੰਮ੍ਰਿਤਸਰ
ਹੁਸ਼ਿਆਰਪੁਰ
ਕਪੂਰਥਲਾ
ਜਲੰਧਰ
ਫ
ਫਿਰੋਜ਼ਪੁਰ
ਰੂਪਨਗਰ
ਲੁਧਿਆਣਾ
ਚੰਡੀਗੜ੍ਹ
ਫਤਿਹਗੜ੍ਹ ਸਾਹਿਬ
ਫ਼ਰੀਦਕੋਟ
ਬਠਿੰਡਾ
ਸੰਗਰੂਰ
ਪਟਿਆਲਾ
ਮਾਨਸਾ
ਰਾ ਜ ਸ ਥਾ ਨ
ਹ ਰਿ ਆ ਣਾ
ਸੰਕੇਤ
ਫ.....ਕਪੂਰਥਲਾ ਜ਼ਿਲ੍ਹੇ ਦਾ ਭਾਗ
ਸਰਹੱਦਾਂ
ਅੰਤਰ ਰਾਸ਼ਟਰੀ
ਪ੍ਰਾਂਤਕ
ਜ਼ਿਲ੍ਹਾ
ਜ਼ਿਲ੍ਹਾ ਮੁੱਖ ਦਫਤਰ.
10 5 0 10 20 30 40
ਕਿਲੋਮੀਟਰ
74° ਪੂ
75°
76°
77° ਪੂ
33° ਉ
32°
31°
30°
29° ਉ

ਨਕਸ਼ਾ ਨੰ : 7

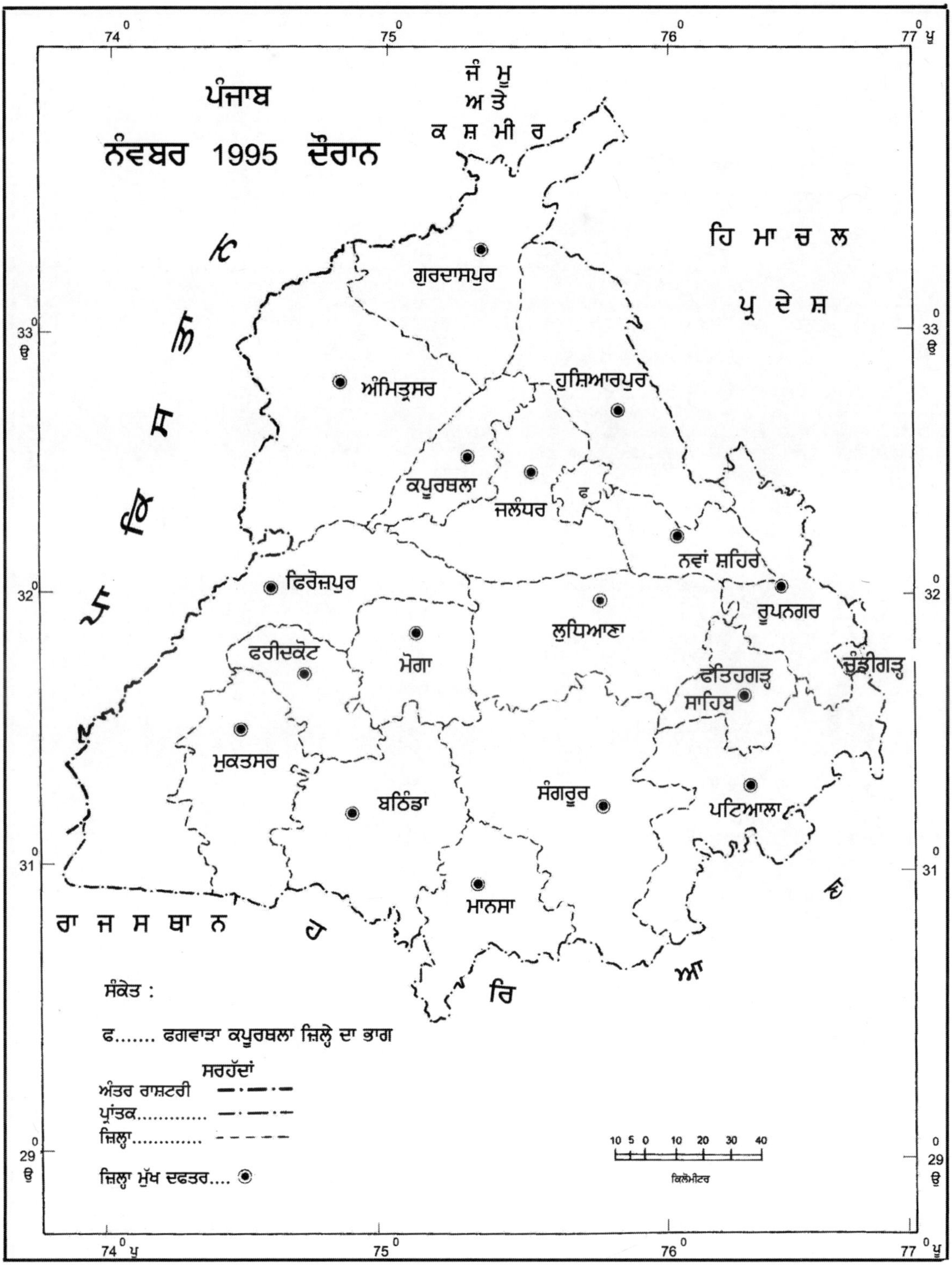
ਪੰਜਾਬ
ਨੰਵਬਰ 1995 ਦੌਰਾਨ
ਜੰ ਮੂ
ਅ ਤੇ
ਕ ਸ਼ ਮੀ ਰ
ਹਿ ਮਾ ਚ ਲ
ਪ੍ਰ ਦੇ ਸ਼
ਪਾ ਕਿ ਸ ਤਾ ਨ
ਰਾ ਜ ਸ ਥਾ ਨ
ਹ ਰਿ ਆ ਣਾ
ਗੁਰਦਾਸਪੁਰ
ਅੰਮ੍ਰਿਤਸਰ
ਹੁਸ਼ਿਆਰਪੁਰ
ਕਪੂਰਥਲਾ
ਜਲੰਧਰ
ਫ
ਨਵਾਂ ਸ਼ਹਿਰ
ਫਿਰੋਜ਼ਪੁਰ
ਰੂਪਨਗਰ
ਲੁਧਿਆਣਾ
ਫਰੀਦਕੋਟ
ਮੋਗਾ
ਚੰਡੀਗੜ੍ਹ
ਫਤਿਹਗੜ੍ਹ ਸਾਹਿਬ
ਮੁਕਤਸਰ
ਬਠਿੰਡਾ
ਸੰਗਰੂਰ
ਪਟਿਆਲਾ
ਮਾਨਸਾ
ਸੰਕੇਤ :
ਫ....... ਫਗਵਾੜਾ ਕਪੂਰਥਲਾ ਜ਼ਿਲ੍ਹੇ ਦਾ ਭਾਗ
ਸਰਹੱਦਾਂ
ਅੰਤਰ ਰਾਸ਼ਟਰੀ
ਪ੍ਰਾਂਤਕ............
ਜ਼ਿਲ੍ਹਾ............
ਜ਼ਿਲ੍ਹਾ ਮੁੱਖ ਦਫਤਰ....
10 5 0 10 20 30 40
ਕਿਲੋਮੀਟਰ
74° 75° 76° 77° ਪੂ
33° ਉ
32°
31°
29° ਉ

ਨਕਸ਼ਾ ਨੰ : 8

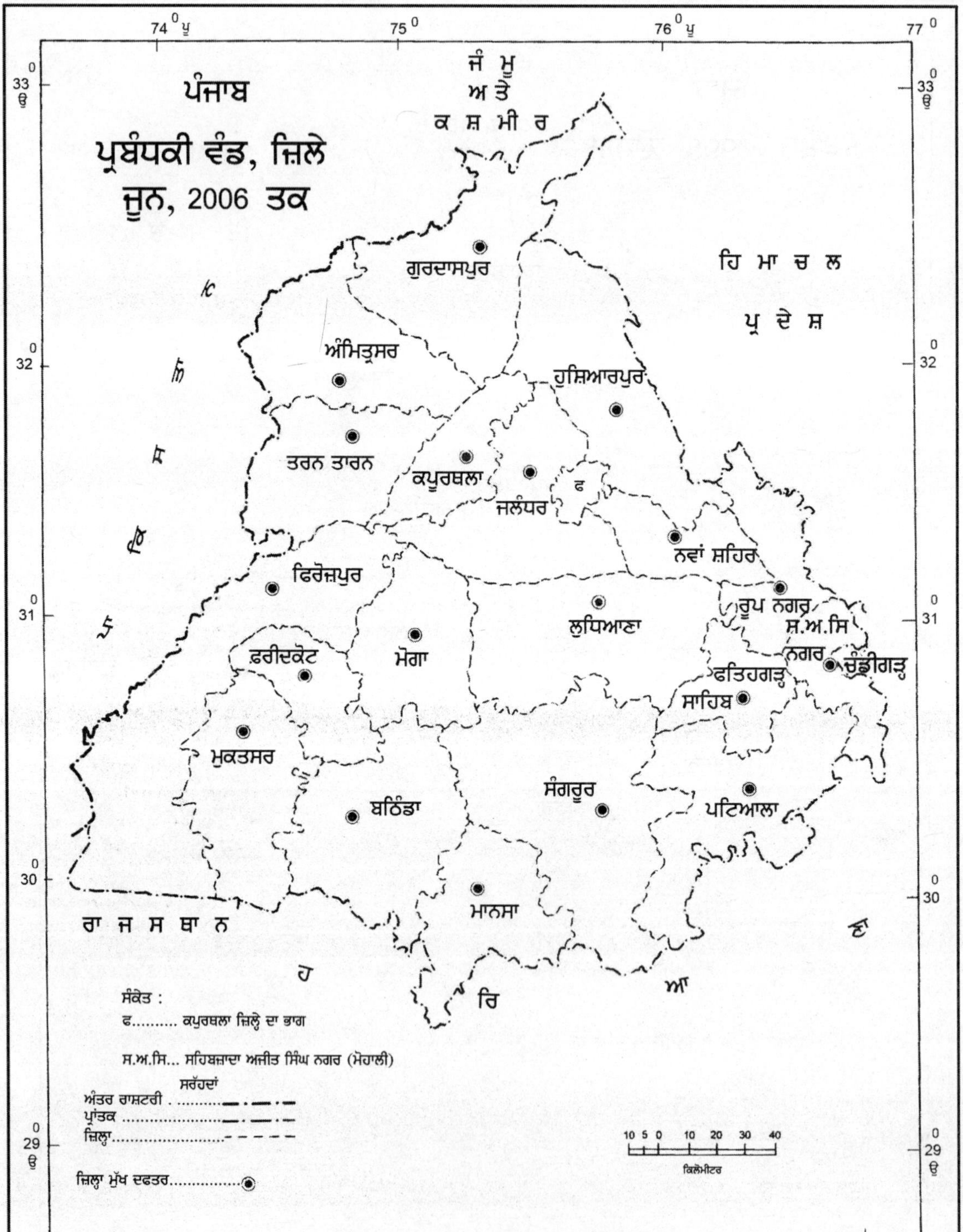
ਪੰਜਾਬ
ਪ੍ਰਬੰਧਕੀ ਵੰਡ, ਜ਼ਿਲੇ
ਜੂਨ, 2006 ਤਕ
ਜੰ ਮੂ ਅ ਤੇ ਕ ਸ਼ ਮੀ ਰ
ਹਿ ਮਾ ਚ ਲ ਪ੍ਰ ਦੇ ਸ਼
ਰਾ ਜ ਸ ਥਾ ਨ
ਹ ਰਿ ਆ ਣਾ
ਗੁਰਦਾਸਪੁਰ
ਅੰਮ੍ਰਿਤਸਰ
ਹੁਸ਼ਿਆਰਪੁਰ
ਤਰਨ ਤਾਰਨ
ਕਪੂਰਥਲਾ
ਜਲੰਧਰ
ਫ
ਨਵਾਂ ਸ਼ਹਿਰ
ਫਿਰੋਜ਼ਪੁਰ
ਲੁਧਿਆਣਾ
ਰੂਪ ਨਗਰ
ਸ.ਅ.ਸਿ ਨਗਰ
ਚੰਡੀਗੜ੍ਹ
ਫਰੀਦਕੋਟ
ਮੋਗਾ
ਫਤਿਹਗੜ੍ਹ ਸਾਹਿਬ
ਮੁਕਤਸਰ
ਬਠਿੰਡਾ
ਸੰਗਰੂਰ
ਪਟਿਆਲਾ
ਮਾਨਸਾ
74° ਪੂ
75°
76° ਪੂ
77°
33° ਉ
32°
31°
30°
29° ਉ
ਸੰਕੇਤ :
ਫ......... ਕਪੂਰਥਲਾ ਜ਼ਿਲ੍ਹੇ ਦਾ ਭਾਗ
ਸ.ਅ.ਸਿ... ਸਹਿਬਜ਼ਾਦਾ ਅਜੀਤ ਸਿੰਘ ਨਗਰ (ਮੋਹਾਲੀ)
ਸਰੱਹਦਾਂ
ਅੰਤਰ ਰਾਸ਼ਟਰੀ
ਪ੍ਰਾਂਤਕ
ਜ਼ਿਲ੍ਹਾ
ਜ਼ਿਲ੍ਹਾ ਮੁੱਖ ਦਫਤਰ
10 5 0 10 20 30 40
ਕਿਲੋਮੀਟਰ

ਨਕਸ਼ਾ ਨੰ: 9

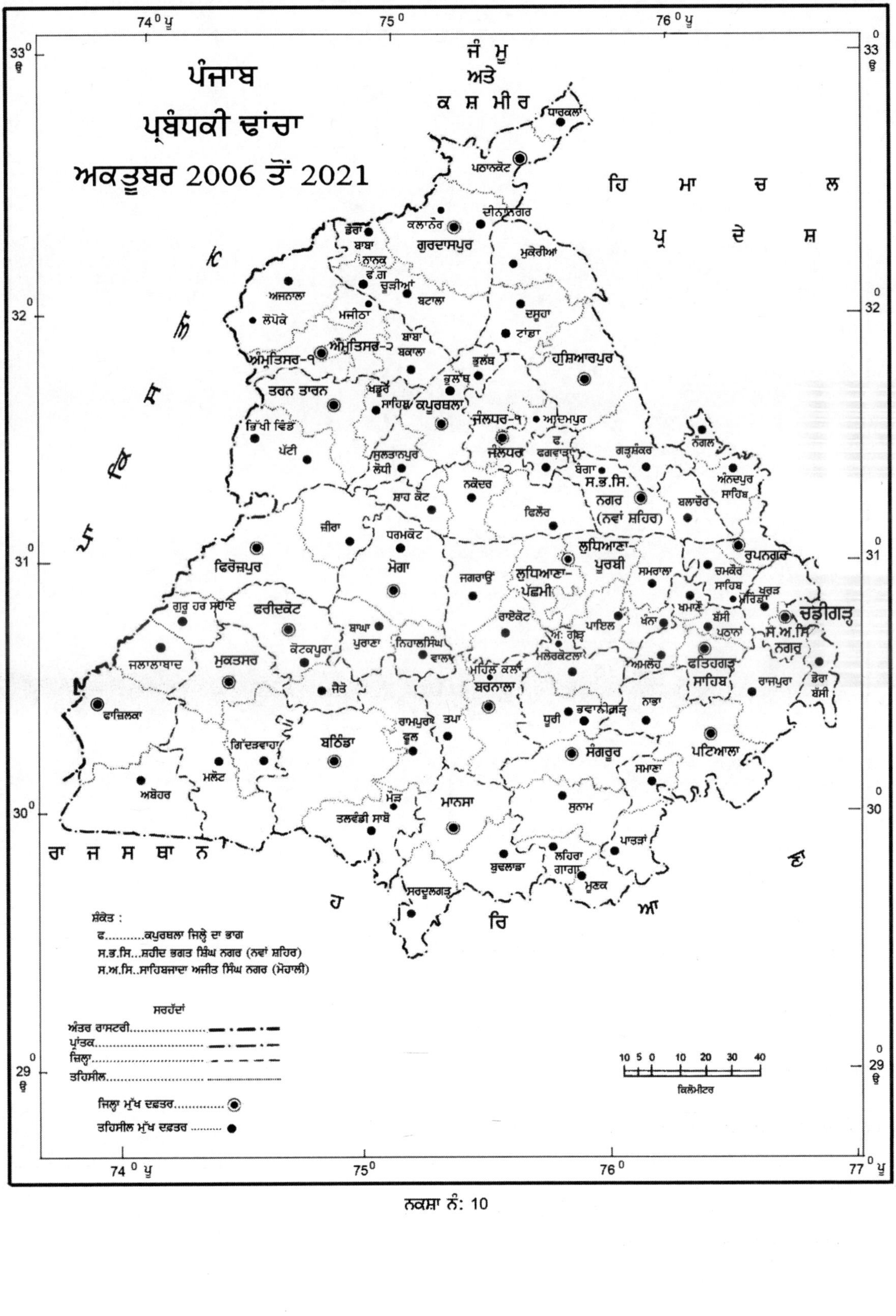
ਪੰਜਾਬ
ਪ੍ਰਬੰਧਕੀ ਢਾਂਚਾ
ਅਕਤੂਬਰ 2006 ਤੋਂ 2021
ਜੰਮੂ ਅਤੇ ਕਸ਼ਮੀਰ
ਹਿਮਾਚਲ ਪ੍ਰਦੇਸ਼
ਰਾਜਸਥਾਨ
ਹਰਿਆਣਾ
ਪਠਾਨਕੋਟ
ਗੁਰਦਾਸਪੁਰ
ਅੰਮ੍ਰਿਤਸਰ
ਤਰਨ ਤਾਰਨ
ਕਪੂਰਥਲਾ
ਹੁਸ਼ਿਆਰਪੁਰ
ਜਲੰਧਰ
ਸ.ਭ.ਸਿ. ਨਗਰ (ਨਵਾਂ ਸ਼ਹਿਰ)
ਰੂਪਨਗਰ
ਚੜ੍ਹੀਗੜ੍ਹ
ਸ.ਅ.ਸਿ. ਨਗਰ
ਲੁਧਿਆਣਾ-ਪੂਰਬੀ
ਲੁਧਿਆਣਾ-ਪੱਛਮੀ
ਫਿਰੋਜ਼ਪੁਰ
ਮੋਗਾ
ਫਰੀਦਕੋਟ
ਮੁਕਤਸਰ
ਫਾਜ਼ਿਲਕਾ
ਬਠਿੰਡਾ
ਬਰਨਾਲਾ
ਸੰਗਰੂਰ
ਫਤਿਹਗੜ੍ਹ ਸਾਹਿਬ
ਪਟਿਆਲਾ
ਮਾਨਸਾ
ਸ਼ੰਕੇਤ :
ਫ..........ਕਪੂਰਥਲਾ ਜਿਲ੍ਹੇ ਦਾ ਭਾਗ
ਸ.ਭ.ਸਿ...ਸ਼ਹੀਦ ਭਗਤ ਸਿੰਘ ਨਗਰ (ਨਵਾਂ ਸ਼ਹਿਰ)
ਸ.ਅ.ਸਿ..ਸਾਹਿਬਜਾਦਾ ਅਜੀਤ ਸਿੰਘ ਨਗਰ (ਮੋਹਾਲੀ)
ਸਰਹੱਦਾਂ
ਅੰਤਰ ਰਾਸਟਰੀ
ਪ੍ਰਾਂਤਕ
ਜ਼ਿਲ੍ਹਾ
ਤਹਿਸੀਲ
ਜਿਲ੍ਹਾ ਮੁੱਖ ਦਫਤਰ
ਤਹਿਸੀਲ ਮੁੱਖ ਦਫਤਰ
10 5 0 10 20 30 40
ਕਿਲੋਮੀਟਰ

ਨਕਸ਼ਾ ਨੰ: 10

ਪੰਜਾਬ ਪ੍ਰਬੰਧਕੀ ਢਾਂਚਾ
31-03-2022
ਜੰਮੂ ਅਤੇ ਕਸ਼ਮੀਰ
ਹਿ ਮਾ ਚ ਲ ਪ੍ਰ ਦੇ ਸ਼
ਪਾ ਕਿ ਸ ਤਾ ਨ
ਰਾ ਜ ਸ ਥਾ ਨ
ਹ ਰਿ ਆ ਣਾ
ਚੰਡੀਗੜ੍ਹ
ਪਠਾਨਕੋਟ
ਗੁਰਦਾਸਪੁਰ
ਅਮ੍ਰਿਤਸਰ
ਤਰਨ ਤਾਰਨ
ਕਪੂਰਥਲਾ
ਜਲੰਧਰ
ਹੁਸ਼ਿਆਰਪੁਰ
ਫਿਰੋਜ਼ਪੁਰ
ਫ਼ਰੀਦਕੋਟ
ਮੁਕਤਸਰ
ਫ਼ਾਜ਼ਿਲਕਾ
ਮੋਗਾ
ਲੁਧਿਆਣਾ
ਰੂਪਨਗਰ
ਬਠਿੰਡਾ
ਮਾਨਸਾ
ਬਰਨਾਲਾ
ਸੰਗਰੂਰ
ਪਟਿਆਲਾ
ਮਲੇਰਕੋਟਲਾ
ਪ੍ਰਬੰਧਕੀ ਇਕਾਈ
ਸਰਹੱਦ
ਮੁੱਖ ਦਫਤਰ
ਪ੍ਰਾਂਤ
ਮੰਡਲ
ਜ਼ਿਲ੍ਹਾ
ਤਹਿਸੀਲ
ਵਿਕਾਸ ਖੰਡ
ਅੰਤਰ ਰਾਸ਼ਟਰੀ
20 0 20 40 60
ਕਿਲੋਮੀਟਰ
74° ਪੂ
75°
76°
77° ਪੂ
30° ਉ
31°

ਨਕਸ਼ਾ ਨੰ : 11

ਸਾਰਣੀ ਨੰ. 1

ਪੰਜਾਬ ਦਾ ਪ੍ਰਬੰਧਕੀ ਢਾਂਚਾ ਮਾਰਚ 2022

ਡਵੀਜ਼ਨ ਜਲੰਧਰ			ਪਟਿਆਲਾ			ਫਰੀਦਕੋਟ			ਫਿਰੋਜ਼ਪੁਰ			ਰੂਪਨਗਰ		
ਜ਼ਿਲ੍ਹਾ	ਤਹਿਸੀਲ	ਬਲਾਕ ਨੰਬਰ	ਜ਼ਿਲ੍ਹਾ	ਤਹਿਸੀਲ	ਬਲਾਕ ਨੰਬਰ	ਜ਼ਿਲ੍ਹਾ	ਤਹਿਸੀਲ	ਬਲਾਕ ਨੰਬਰ	ਜ਼ਿਲ੍ਹਾ	ਤਹਿਸੀਲ	ਬਲਾਕ ਨੰਬਰ	ਜ਼ਿਲ੍ਹਾ	ਤਹਿਸੀਲ	ਬਲਾਕ ਨੰਬਰ
1. ਗੁਰਦਾਸਪੁਰ	1. ਗੁਰਦਾਸਪੁਰ 2. ਬਟਾਲਾ 3. ਡੇਰਾ ਬਾਬਾ ਨਾਨਕ 4. ਕਲਾਨੌਰ 5. ਦੀਨਾ ਨਗਰ 6. ਫਤਿਹਗੜ੍ਹ ਚੂੜੀਆਂ	11	1. ਲੁਧਿਆਣਾ	1. ਲੁਧਿਆਣਾ (ਪੂਰਬੀ) 2. ਲੁਧਿਆਣਾ (ਪੱਛਮੀ) 3. ਖੰਨਾ 4. ਜਗਰਾਉਂ 5. ਪਾਇਲ 6. ਸਮਰਾਲਾ 7. ਰਾਏਕੋਟ	13	1. ਬਠਿੰਡਾ	1. ਬਠਿੰਡਾ 2. ਤਲਵੰਡੀ ਸਾਬੋ 3. ਰਾਮਪੁਰਾ ਫੂਲ 4. ਮੌੜ	9	1. ਫਿਰੋਜ਼ਪੁਰ	1. ਫਿਰੋਜ਼ਪੁਰ 2. ਜ਼ੀਰਾ 3. ਗੁਰੂ ਹਰ ਸਹਾਏ	4	1. ਰੂਪਨਗਰ	1. ਰੂਪਨਗਰ 2. ਨੰਗਲ 3. ਚਮਕੌਰ ਸਾਹਿਬ 4. ਆਨੰਦਪੁਰ ਸਾਹਿਬ 5. ਮੋਰਿੰਡਾ	5
2. ਪਠਾਨਕੋਟ	1. ਪਠਾਨਕੋਟ 2. ਧਾਰ ਕਲਾਂ	6	2. ਸੰਗਰੂਰ	1.ਸੰਗਰੂਰ, 2. ਲਹਿਰਾ ਗਾਗਾ 3. ਸੁਨਾਮ 4. ਧੂਰੀ 5. ਮੂਣਕ 6. ਭਵਾਨੀ-ਗੜ੍ਹ 7. ਦਿੜਬਾ	8	2. ਫਰੀਦਕੋਟ	1. ਫਰੀਦਕੋਟ 2. ਜੈਤੋ 3. ਕੋਟਕਪੂਰਾ	3	2. ਫਾਜ਼ਿਲਕਾ	1. ਫਾਜ਼ਿਲਕਾ 2. ਅਬੋਹਰ 3. ਜਲਾਲਾ-ਬਾਦ	5	2. ਐਸ.ਏ.ਐਸ. ਨਗਰ	1. ਐਸ.ਏ.ਐਸ. ਨਗਰ 2. ਡੇਰਾ ਬਸੀ 3. ਖਰੜ	4
3. ਅੰਮ੍ਰਿਤਸਰ	1. ਅੰਮ੍ਰਿਤਸਰ-1 ਅੰਮ੍ਰਿਤਸਰ-2 3. ਬਾਬਾ ਬਕਾਲਾ 4. ਅਜਨਾਲਾ 5. ਮਜੀਠਾ 6. ਲੋਪੋਕੇ	9	3. ਬਰਨਾਲਾ	1. ਬਰਨਾਲਾ 2. ਤਪਾ 3. ਮਹਿਲਕਲਾਂ	3	3. ਮਾਨਸਾ	1. ਮਾਨਸਾ 2. ਬੁਢਲਾਡਾ 3. ਸਰਦੂਲ-ਗੜ੍ਹ	5	3. ਸ੍ਰੀ ਮੁਕਤਸਰ ਸਾਹਿਬ	1. ਮੁਕਤਸਰ 2. ਮਲੋਟ 3. ਗਿੱਦੜਬਾਹਾ	4	3. ਐਸ.ਬੀ.ਐਸ. ਨਗਰ	1. ਨਵਾਂਸ਼ਹਿਰ 2. ਬਲਾਚੌਰ 3. ਬੰਗਾ	5
4. ਤਰਨਤਾਰਨ	1. ਤਰਨਤਾਰਨ 2. ਪੱਟੀ 3. ਖਡੂਰ ਸਾਹਿਬ 4. ਭਿੱਖੀਵਿੰਡ	8	4. ਫਤਹਿਗੜ੍ਹ ਸਾਹਿਬ	1. ਫਤਹਿਗੜ੍ਹ ਸਾਹਿਬ 2. ਅਮਲੋਹ 3. ਖਮਾਣੋ 4. ਬੱਸੀ ਪਠਾਣਾਂ	5				4. ਮੋਗਾ	1. ਮੋਗਾ 2. ਨਿਹਾਲ ਸਿੰਘ ਵਾਲਾ 3. ਬਾਘਾ ਪੁਰਾਣਾ 4. ਧਰਮਕੋਟ	5			

5. ਕਪੂਰਥਲਾ	1. ਕਪੂਰਥਲਾ 2. ਫਗਵਾੜਾ 3. ਸੁਲਤਾਨਪੁਰ ਲੋਧੀ 4. ਭੁਲੱਥ	5	5. ਪਟਿਆਲਾ	1. ਪਟਿਆਲਾ 2. ਰਾਜਪੁਰਾ 3. ਸਮਾਣਾ 4. ਨਾਭਾ 5. ਪਾਤੜਾਂ 6. ਦੂਧਨਸਾਧਾ	10									
6. ਜਲੰਧਰ	1. ਜਲੰਧਰ-1 2. ਜਲੰਧਰ-2 3. ਨਕੋਦਰ 4. ਫਿਲੌਰ 5. ਸ਼ਾਹਕੋਟ 6. ਆਦਮਪੁਰ	11	6. ਮਲੇਰਕੋਟਲਾ	1. ਮਲੇਰਕੋਟਲਾ 2. ਅਹਮਦਗੜ੍ਹ 3. ਅਮਰਗੜ੍ਹ	4									
7. ਹੁਸ਼ਿਆਰਪੁਰ	1. ਹੁਸ਼ਿਆਰਪੁਰ 2. ਦਸੂਹਾ 3. ਮੁਕੇਰੀਆਂ 4. ਗੜ੍ਹਸ਼ੰਕਰ 5. ਟਾਂਡਾ	10												

ਡਿਵੀਜਨਾਂ-5, ਜ਼ਿਲ੍ਹੇ-23, ਤਹਿਸੀਲਾਂ-97, ਬਲਾਕ (ਵਿਕਾਸ ਖੰਡ)-153 (ਨਕਸ਼ਾ ਨੰ. 10 ਅਤੇ 11)

ਸਰੋਤ—ਅੰਕੜਾ ਸਾਰ ਪੰਜਾਬ-2022

ਅਭਿਆਸ (EXERCISE)

1. **ਹੇਠ ਲਿਖਿਆਂ ਦੇ ਸੰਖੇਪ ਵਿਚ ਉੱਤਰ ਲਿਖੋ—**
   (ੳ) ਸ਼ਬਦ ਪੰਜਾਬ ਦਾ ਕੀ ਅਰਥ ਹੈ ?
   (ਅ) ਪ੍ਰਾਚੀਨ ਪੰਜਾਬ ਦੇ ਕਿਹੜੇ ਨਾਂ ਸਨ ?
   (ੲ) ਪੰਜਾਬ ਦਾ ਸਭ ਤੋਂ ਵੱਧ ਅਤੇ ਸਭ ਤੋਂ ਘੱਟ ਵਿਸਥਾਰ ਕਦੋਂ ਸੀ ?
   (ਸ) ਅਜੋਕੇ ਤੇ ਪ੍ਰਾਚੀਨ ਪੰਜਾਬ ਦੇ ਦਰਿਆਵਾਂ ਦੇ ਨਾਂ ਲਿਖੋ।
   (ਹ) ਪੰਜਾਬ ਦੇ ਵਿਘਟਨ ਦੀਆਂ ਮਿਤੀਆਂ ਬਾਰੇ ਦੱਸੋ।
   (ਕ) ਪੰਜਾਬ ਦੀ ਕੀ ਸਥਿਤੀ ਹੈ ?
   (ਖ) ਪੰਜਾਬ ਦਾ ਦੇਸ਼ ਵਿਚ ਖੇਤਰਫਲ ਅਤੇ ਜਨ ਸੰਖਿਆ ਦੇ ਆਧਾਰ ਤੇ ਕਿਹੜਾ ਸਥਾਨ ਹੈ ?
   (ਗ) ਇਸ ਸਮੇਂ (2014) ਪੰਜਾਬ ਦੇ ਕਿੰਨੇ ਜ਼ਿਲ੍ਹੇ ਅਤੇ ਡਵੀਜ਼ਨਾਂ ਹਨ ?
   (ਘ) ਪੰਜਾਬ ਦੇ ਆਲੇ-ਦੁਆਲੇ ਕਿਹੜੇ ਰਾਜ ਅਤੇ ਦੇਸ਼ ਸਥਿਤ ਹਨ ?
   (ਙ) ਪੰਜਾਬ ਦੇ ਪ੍ਰਸਿੱਧ ਮੁਤੰਤਰਤਾ ਸੰਗਰਾਮੀਆਂ ਦੇ ਨਾਂ ਲਿਖੋ।
2. ਪੰਜਾਬ ਦੀ ਦੇਸ਼ ਵਿਚ ਕੀ ਮਹੱਤਤਾ ਹੈ ? ਵਿਸਥਾਰ ਸਹਿਤ ਲਿਖੋ।
3. ਪੰਜਾਬ ਦੇ ਪ੍ਰਬੰਧਕੀ ਢਾਂਚੇ ਦਾ ਵਰਣਨ ਕਰੋ।
4. ਪੰਜਾਬ ਦੇ ਇਤਿਹਾਸ ਤੇ ਨੋਟ ਲਿਖੋ।
5. ਪੰਜਾਬ ਦੀਆਂ ਸਰਹੱਦਾਂ ਅਤੇ ਵਿਸਥਾਰ ਦਾ ਬਿਰਤਾਂਤ ਲਿਖੋ।
6. ਖਾਕਾ ਨਕਸ਼ੇ ਰਾਹੀਂ ਪੰਜਾਬ ਦਾ ਇਤਿਹਾਸ ਅਤੇ ਵਰਤਮਾਨ ਸਪਸ਼ਟ ਕਰੋ।

○○○

Chapter

2 ਭੂ-ਰਚਨਾ ਅਤੇ ਧਰਾਤਲ (GEOLOGY AND PHYSIOGRAPHY)

ਭੌਤਿਕ ਭੂਗੋਲ ਪ੍ਰਿਥਵੀ ਦੇ ਕੁਦਰਤੀ ਲੱਛਣਾਂ (Natural features) ਦਾ ਅਧਿਐਨ ਹੈ। ਇਹ ਲੱਛਣ ਮਨੁੱਖ ਦਾ ਕੁਦਰਤੀ ਵਾਤਾਵਰਣ ਜਾਂ ਸਿਰਫ ਵਾਤਾਵਰਣ ਬਣਾਉਂਦੇ ਹਨ। ਇਹ ਵਾਤਾਵਰਣ ਜਿਸ ਨੂੰ ਭੌਤਿਕ ਵਾਤਾਵਰਣ ਵੀ ਕਿਹਾ ਜਾਂਦਾ ਹੈ, ਇਕ ਪਿਛੋਕੜ ਹੈ ਜਿਸ ਉੱਤੇ ਮਨੁੱਖ ਆਪਣੀਆਂ ਕਿਰਿਆਵਾਂ ਕਰਦਾ ਹੈ ਅਤੇ ਮਨੁੱਖੀ ਵਾਤਾਵਰਣ ਜਾਂ ਸਭਿਆਚਾਰਕ ਵਾਤਾਵਰਣ ਹੋਂਦ ਵਿੱਚ ਲਿਆਉਂਦਾ ਹੈ। ਇਸ ਦੇ ਅਧਿਐਨ ਨੂੰ ਸਭਿਆਚਾਰਕ ਭੂਗੋਲ ਜਾਂ ਮਾਨਵ ਭੂਗੋਲ ਕਿਹਾ ਜਾਂਦਾ ਹੈ। ਪੰਜਾਬ ਦੇ ਭੌਤਿਕ ਭੂਗੋਲ ਵਿਚ ਅਸੀਂ ਇਸ ਦੀ ਭੂ-ਰਚਨਾ (Geology), ਭੌਤਿਕ ਲੱਛਣ ਜਾਂ ਧਰਾਤਲ, ਜਲ ਪ੍ਰਵਾਹ, ਜਲਵਾਯੂ, ਬਨਸਪਤੀ, ਮਿੱਟੀ ਆਦਿ ਦਾ ਅਧਿਐਨ ਕਰਦੇ ਹਾਂ। ਇਹ ਸਭ ਕੁਦਰਤੀ, ਨਵਿਆਣਯੋਗ ਅਤੇ ਜ਼ਮੀਨੀ (land) ਸਾਧਨ ਹਨ, ਜਿਨ੍ਹਾਂ ਦੀ ਵਰਤੋਂ ਅਤੇ ਉਤਪਾਦਨ ਮਨੁੱਖ ਆਪਣੀ ਆਰਥਿਕ ਕਿਰਿਆਵਾਂ ਰਾਹੀਂ ਕਰਦਾ ਹੈ। ਇਨ੍ਹਾਂ ਆਰਥਿਕ ਕਿਰਿਆਵਾਂ ਦਾ ਅਧਿਐਨ ਆਰਥਿਕ ਭੂਗੋਲ ਦਾ ਵਿਸ਼ਾ ਵਸਤੂ ਹੁੰਦਾ ਹੈ।

ਭੂ-ਰਚਨਾ (GEOLOGY)

ਭੂ-ਗਰਭਿਕ ਇਤਿਹਾਸ, ਭੂ-ਬਣਾਵਟ (Structure) ਅਤੇ ਚਟਾਨਾਂ ਦੇ ਸਰੂਪ ਦਾ ਪ੍ਰਭਾਵ ਧਰਾਤਲੀ ਲੱਛਣਾਂ ਦੇ ਵਿਕਾਸ, ਮਿੱਟੀ ਦੇ ਸਰੂਪ ਅਤੇ ਇਸ ਦੀਆਂ ਕਿਸਮਾਂ, ਪਾਣੀ, ਵਿਭਿੰਨ ਖਣਿਜ ਪਦਾਰਥਾਂ ਅਤੇ ਸ਼ਕਤੀ ਸਾਧਨਾਂ ਦੀ ਪ੍ਰਾਪਤੀ ਉੱਪਰ ਪੈਂਦਾ ਹੈ। ਇਸ ਲਈ ਪੰਜਾਬ ਰਾਜ ਦੀ ਭੂ-ਰਚਨਾ ਬਾਰੇ ਕੁਝ ਜਾਣਕਾਰੀ ਲੋੜੀਂਦੀ ਹੈ। ਇਨ੍ਹਾਂ ਇਕ-ਦੋ ਪੰਨਿਆਂ ਵਿਚ ਪੰਜਾਬ ਦੀ ਭੂ-ਰਚਨਾ ਬਾਰੇ ਦਿੱਤੀ ਜਾਣਕਾਰੀ ਮੁੱਢਲੀ ਹੀ ਹੈ।

ਪੰਜਾਬ ਦੇ ਉੱਤਰ-ਪੂਰਬ ਵਿਚ ਇਕ ਤੰਗ ਪਹਾੜੀ ਖੇਤਰ ਹੈ ਜਿਸਨੂੰ ਸ਼ਿਵਾਲਕ ਪਹਾੜੀਆਂ (Siwalik Hills) ਕਿਹਾ ਜਾਂਦਾ ਹੈ। ਰਾਜ ਦਾ ਬਾਕੀ ਭਾਗ ਇਕ ਵਿਸ਼ਾਲ ਜਲੋੜ੍ਹੀ ਮੈਦਾਨ (alluvial plain) ਹੈ ਜੋ ਹੁਣੇ ਹੀ ਜਾਂ ਕੁਝ ਪਹਿਲਾਂ ਜਮ੍ਹਾਂ ਹੋਏ ਜਲੋੜ੍ਹਾਂ ਤੋਂ ਬਣਿਆ ਹੋਇਆ ਹੈ। ਇਸ ਦੇ ਦੱਖਣ ਵਿਚ ਪ੍ਰਾਇਦੀਪੀ ਭਾਰਤ ਦਾ ਪੁਰਾਣਾ ਅਤੇ ਸਥਿਰ ਖੰਡ ਹੈ। ਮੋਟੇ ਤੌਰ ਤੇ ਪੰਜਾਬ ਵਿਚ ਹੇਠ ਲਿਖੀਆਂ ਭੂ-ਗਰਭੀ ਬਣਤਰਾਂ (geological formations) ਪਾਈਆਂ ਜਾਂਦੀਆਂ ਹਨ।

ਸ਼ਿਵਾਲਿਕ ਪਹਾੜੀਆਂ ਸ਼੍ਰੇਣੀ (THE SIWALIK HILLS RANGE)

ਇਹ ਹਿਮਾਲਾ ਪਰਬਤ ਨਿਰਮਾਣਕਾਰੀ ਹਲਚਲਾਂ ਦੇ ਅੰਤਲੇ ਪੜਾਅ ਸਮੇਂ ਬਣੀਆਂ ਸਨ। ਇਹ ਖੁਰਦਰੇ ਰੂਪ ਵਿਚ ਸੰਸਤਰਿਤ ਹੋਏ ਰੇਤੇ ਦੇ ਪੱਥਰ, ਰੇਤ ਚਟਾਨਾਂ, ਕਾਂਗਲੋਮੀਰੇਟ, ਸ਼ਿਸ਼ਟ, ਸ਼ੇਲ, ਚੀਕਣੀ ਮਿੱਟੀ ਆਦਿ ਤੋਂ ਬਣੀਆਂ ਹੋਈਆਂ ਹਨ। ਉਮਰ (ਸਮੇਂ) ਅਨੁਸਾਰ ਇਹ ਨਿਖੇਪ ਅਪਰ ਮਾਇਉਸੀਨ (Upper Miocene) ਤੋਂ ਲੋਅਰ ਪਲੀਸਟੋਸੀਨ (Lower Pleistocene) ਸਮੇਂ ਦੇ ਨਿਖੇਪਾਂ ਨਾਲ ਸੰਬੰਧਤ ਹਨ। ਨਿਖੇਪਾਂ ਦੀ ਮੋਟਾਈ 4500 ਤੋਂ 5200 ਮੀਟਰ ਤਕ ਹੈ। ਇਹ ਘਿਸਾ ਕੇ ਲਿਆਂਦੇ ਹੋਏ ਉਹ ਜਲੋੜ੍ਹੀ ਪਦਾਰਥ (alluvial detritus) ਹਨ ਜੋ ਅਨੇਕਾਂ ਦਰਿਆਵਾਂ ਅਤੇ ਨਦੀਆਂ ਰਾਹੀਂ ਪਹਾੜਾਂ ਦੀ ਕੀਤੀ ਕਾਂਟ-ਛਾਂਟ ਨੂੰ ਪਹਾੜਾਂ ਦੇ ਪੈਰਾਂ ਵਿਚ ਜਮ੍ਹਾਂ ਕਰਨ ਨਾਲ ਪ੍ਰਾਪਤ ਹੋਏ ਸਨ। ਬਾਅਦ ਵਿਚ ਇਨ੍ਹਾਂ ਨਿਖੇਪਾਂ ਤੋਂ ਹਿਮਾਲਾ ਪਰਬਤਾਂ ਦਾ ਨਿਰਮਾਣ ਹੋਇਆ ਅਤੇ ਇਹ ਨਿਖੇਪ ਵਲਿਤ ਅਤੇ ਭਰੰਸ਼ਿਤ ਹੋ ਕੇ ਉੱਚੇ ਉੱਠੇ ਸਨ।

ਚਟਾਨ ਸ਼੍ਰੇਣੀਆਂ, ਜਿਹੜੀਆਂ ਦਰਿਆਵਾਂ ਰਾਹੀਂ ਬਣੀਆਂ ਸਨ ਅਤੇ ਬਾਅਦ ਵਿੱਚ ਜੋ ਉੱਚੀਆਂ ਉੱਠ ਕੇ ਸ਼ਿਵਾਲਕ ਪਹਾੜੀਆਂ ਬਣੀਆਂ ਸਨ, ਨੂੰ ਸ਼ਿਵਾਲਕ ਸ਼੍ਰੇਣੀਆਂ (Siwalik Series) ਕਿਹਾ ਜਾਂਦਾ ਹੈ। ਇਨ੍ਹਾਂ ਸ਼੍ਰੇਣੀਆਂ ਦੀ ਰਚਨਾ ਤਿੰਨ ਪੜ੍ਹਾਵਾਂ (stages) ਵਿਚ ਹੋਈ ਹੈ। ਸਭ ਤੋਂ **ਹੇਠਲਾ ਪੜਾਅ** (lowest stage) ਜੋ ਸਭ ਤੋਂ ਪੁਰਾਣਾ ਵੀ ਹੈ, ਨੂੰ **ਨਾਹਨ ਪੜਾਅ** ਕਿਹਾ ਜਾਂਦਾ ਹੈ। ਇਸ ਪੜਾਅ ਵਿਚ ਬਣੀਆਂ ਚਟਾਨਾਂ ਬਰੀਕ ਰੇਤੇ ਦੇ ਪੱਥਰ ਅਤੇ ਕਾਂਗਲੋਮੀਰੇਟ ਰਹਿਤ ਲਾਲ ਮਿੱਟੀ ਤੋਂ ਬਣੀਆਂ ਹੋਈਆਂ ਹਨ। **ਮੱਧ ਪੜਾਅ** ਵਿੱਚ ਰੇਤੇ ਦੇ ਪੱਥਰ ਦੀ ਬਣਤਰ ਵਿੱਚ ਰੇਸ਼ੇ ਵਾਂਗ ਕੰਕਰਾਂ ਦੀ ਪਤਲੀ ਜਿਹੀ ਤਹਿ ਪਾਈ ਜਾਂਦੀ ਹੈ। ਪਰੰਤੂ ਉਪਰਲੀਆਂ ਤਹਿਆਂ ਵਿਚ ਜ਼ਿਆਦਾ ਕੰਕਰ ਪਾਏ ਜਾਂਦੇ ਹਨ। **ਉੱਪਰਲੇ ਪੜਾਅ** (upper stage) ਵਿਚ ਮੁੱਖ ਤੌਰ ਤੇ ਕਾਂਗਲੋਮੀਰੇਟ ਪਾਏ ਜਾਂਦੇ ਹਨ। ਇਹ ਸਭ ਕੰਕਰ ਅਤੇ ਪੱਥਰ ਗੋਲਾਕਾਰ ਹਨ ਅਤੇ ਉਮਰ ਵਿੱਚ ਹਿਮਾਲਾ ਦੀ ਅਪਰਟਰਸ਼ਰੀ (Upper Tertiary-Pliocene) ਸ਼੍ਰੇਣੀ ਨਾਲ ਸੰਬੰਧਤ ਹਨ। ਉਪਰਲੇ ਪੜਾਅ ਦੀ ਬਣਤਰ ਵਿਚ ਰੀੜ੍ਹ ਦੀ ਹੱਡੀ ਵਾਲੇ ਜੀਵਾਂ (Vertebrates) ਦੇ **ਜੀਵਾਸ਼ਮ** (Fossils) ਪਾਏ ਜਾਂਦੇ ਹਨ।

ਇੱਕ ਲਗਾਤਾਰ ਉਲਟਿਆ ਭ੍ਰੰਸ਼ (reversed fault) ਸ਼ਿਵਾਲਕ ਪਹਾੜੀਆਂ ਨੂੰ ਬਾਹਰਲੇ ਹਿਮਾਲਾ ਤੋਂ ਅਲੱਗ ਕਰਦਾ ਹੈ। ਇਹ ਭ੍ਰੰਸ਼ ਸ਼ਿਵਾਲਕ ਚਟਾਨਾਂ ਨੂੰ ਉੱਚੀਆਂ ਪਹਾੜੀਆਂ ਦੇ ਪੁਰਾਣੇ ਚਟਾਨ ਤੰਤਰਾਂ ਤੋਂ ਬਿਲਕੁਲ ਅਲੱਗ ਥਲੱਗ ਕਰਦਾ ਹੈ। ਇਹ ਭ੍ਰੰਸ਼ ਸ਼ਿਵਾਲਕ ਬਣਨ ਪ੍ਰਕਿਰਿਆ ਦੇ ਆਰੰਭਿਕ ਸਮੇਂ ਵਿਚ ਬਣਨਾ ਸ਼ੁਰੂ ਹੋਇਆ ਸੀ ਅਤੇ ਜਿਵੇਂ-ਜਿਵੇਂ ਵਲਨ ਗਤੀਆਂ (folding movements) ਨੇ ਪਰਬਤਾਂ ਨੂੰ ਉੱਚੇ ਚੁੱਕਿਆ, ਇਹ ਭ੍ਰੰਸ਼ ਪੂਰੀ ਤਰ੍ਹਾਂ ਵਿਕਸਤ ਹੋ ਗਿਆ। ਇਹ ਉਥਾਨ ਵਿੱਚ ਸ਼ਾਮਲ ਨਿਖੇਪ ਪਰਬਤ ਸ਼੍ਰੇਣੀ ਦੇ ਪੈਰਾਂ ਵਿੱਚ ਜਮ੍ਹਾਂ ਹੋ ਗਏ।[1]

ਜਲੋੜੀ ਮੈਦਾਨ (ALLUVIAL PLAIN)

ਸ਼ਿਵਾਲਕ ਪਹਾੜੀਆਂ ਤੋਂ ਦੱਖਣ-ਪੱਛਮ ਵਿਚ ਵਿਸ਼ਾਲ ਜਲੋੜੀ ਮੈਦਾਨ ਹੈ। ਇਹ ਸਾਰਾ ਮੈਦਾਨ ਸਿੰਧ-ਗੰਗਾ ਪ੍ਰਣਾਲੀ ਦੇ ਦਰਿਆਵਾਂ ਰਾਹੀਂ ਜਮ੍ਹਾਂ ਕੀਤੇ ਜਲੋੜੀ ਨਿਖੇਪਾਂ ਤੋਂ ਬਣਿਆ ਹੋਇਆ ਹੈ। ਇਨ੍ਹਾਂ ਨਿਖੇਪਾਂ ਨੇ ਪੁਰਾਣੀ ਧਰਾਤਲ ਨੂੰ ਸੈਂਕੜੇ ਮੀਟਰ ਡੂੰਘਾਈ ਤਕ ਪੂਰਨ ਰੂਪ ਵਿਚ ਢਕਿਆ ਹੋਇਆ ਹੈ। ਇਨ੍ਹਾਂ ਜਲੋੜੀ ਖੇਤਰ ਇਕ ਦਰੋਣੀ (trough) ਵਿਚ ਵਿਕਸਤ ਹੋਇਆ ਸੀ ਜੋ ਉਸ ਸਮੇਂ ਬਣੀ ਸੀ, ਜਦੋਂ ਹਿਮਾਲਾ ਪਰਬਤ ਉੱਚੇ ਉੱਠ ਰਹੇ ਸਨ। ਇਸ ਪਰਬਤੀ ਖੇਤਰ ਤੋਂ ਨਿਕਲੇ ਅਨੇਕਾਂ ਦਰਿਆਵਾਂ ਨੇ ਆਪਣੇ ਨੀਵਾਂ ਕਰਨ ਦੀ ਤੇਜ਼ ਕਿਰਿਆ ਦੇ ਸਮੇਂ ਇਸ ਦਰੋਣੀ ਜਾਂ ਅਗਰ-ਡੂੰਘਾਣ (Force deep) ਨੂੰ ਘਿਸਾ ਕੇ ਲਿਆਂਦੇ ਪਦਾਰਥਾਂ ਨਾਲ ਭਰ ਦਿੱਤਾ। ਇਹ ਕਿਰਿਆ ਪਲੀਸਟੋਸੀਨ ਸਮੇਂ ਤੋਂ ਹੁਣ ਤਕ ਸਾਰੇ ਸਮੇਂ ਵਿਚ ਜਾਰੀ ਰਹੀ ਹੈ।

ਇਸ ਜਲੋੜੀ ਮੈਦਾਨ ਵਿਚ ਸਿੰਧ ਪ੍ਰਣਾਲੀ ਦੇ ਦਰਿਆ ਵਗਦੇ ਹਨ। ਪੰਜਾਬ ਦੇ ਇਸ ਖੇਤਰ ਦੇ ਬਹੁਤ ਸਾਰੇ ਦਰਿਆ ਆਪਣੇ ਵਹਿਣ ਦੇ ਮਾਰਗ ਬਦਲਦੇ ਰਹਿੰਦੇ ਹਨ। ਲਗਭਗ 250 ਸਾਲ ਪਹਿਲਾਂ ਸਤਲੁਜ ਦਰਿਆ ਨੇ ਆਪਣਾ ਪੁਰਾਣਾ ਵਹਿਣ ਛੱਡ ਦਿੱਤਾ ਅਤੇ ਕਈ ਸੌ ਕਿਲੋਮੀਟਰ ਉਪਰ ਨਦੀ ਵਲ ਹਰੀਕੇ ਪੱਤਣ ਦੇ ਨੇੜੇ ਦਰਿਆ ਬਿਆਸ ਵਿਚ ਮਿਲ ਗਿਆ ਹੈ। ਪੌਰਾਣਿਕ ਸਰਸਵਤੀ ਨਦੀ ਦਾ ਵਹਿਣ ਅੰਬਾਲਾ ਤੋਂ ਬਠਿੰਡਾ ਅਤੇ ਬੀਕਾਨੇਰ ਰਸਤੇ ਪਾਕਿਸਤਾਨ ਵਿਚ ਸਿੰਧ ਤਕ ਨਿਸ਼ਾਨਦੇਹ ਹੈ। ਉਸ ਸਮੇਂ ਸਤਲੁਜ ਅਤੇ ਸਰਸਵਤੀ ਨਦੀਆਂ ਸਿੰਧ ਦਰਿਆ ਤੋਂ ਅਲੱਗ ਖਾੜੀ ਕੱਛ ਰਾਹੀਂ ਸਮੁੰਦਰ ਵਿਚ ਜਾ ਮਿਲਦੀਆਂ ਸਨ।

ਪੰਜਾਬ ਦੇ ਜਲੋੜੀ ਨਿਖੇਪ ਚੀਕਣੀ ਮਿੱਟੀ, ਗਾਰ, ਅਤੇ ਰੇਤੇ ਦੀਆਂ ਵਿਸ਼ਾਲ ਤਹਿਆਂ ਤੋਂ ਬਣੇ ਹੋਏ ਹਨ। ਪਹਾੜੀਆਂ ਨੇੜੇ ਗੀਟੇ ਅਤੇ ਰੇਤ ਜ਼ਿਆਦਾ ਪਾਏ ਜਾਂਦੇ ਹਨ। ਅਨਿਯਮਤ ਪਥਰੀ ਦੇ ਰੂਪ ਵਿਚ ਅਸ਼ੁੱਧ ਚੂਨਾਮਈ ਪਦਾਰਥ ਦੇ ਢੇਲੇ ਅਤੇ ਡਲੀਆਂ ਦੀ ਮੌਜੂਦਗੀ ਪੰਜਾਬ ਦੇ ਜਲੋੜੀ ਤਲਛੱਟਾਂ ਦੀ ਇਕ ਮਹੱਤਵਪੂਰਣ ਵਿਸ਼ੇਸ਼ਤਾ ਹੈ। ਸਮੁੱਚੇ ਤੌਰ 'ਤੇ ਜਮ੍ਹਾਂ ਹੋਏ ਤਲਛੱਟਾਂ ਦੀ ਪ੍ਰਕਿਰਤੀ ਵਿਚ ਭਾਵੇਂ ਇਕਸਾਰਤਾ ਲਗਦੀ ਹੈ ਪਰੰਤੂ ਚਾਰ ਮਹੱਤਵਪੂਰਣ ਵਖਰੇਵੇਂ ਪਹਿਚਾਣੇ ਜਾ ਸਕਦੇ ਹਨ—

ਬਾਂਗੜ (Bhangar) ਪੁਰਾਣਾ ਜਲੋੜ ਹੈ ਜੋ ਢਾਹੇ (bluff) ਤੋਂ ਪਰ੍ਹੇ ਉੱਚੀ ਧਰਾਤਲ (ਉੱਪਰਲੀ ਘਾਟੀ) ਉੱਪਰ ਪਾਇਆ ਜਾਂਦਾ ਹੈ। ਇਸ ਖੇਤਰ ਦੀ ਉੱਚੀ ਧਰਾਤਲੀ ਸਥਿਤੀ ਹੈ। ਇਸ ਵਿਚ ਜ਼ਿਆਦਾ ਚੀਕਣੀ ਮਿੱਟੀ ਹੈ ਅਤੇ ਇਸ ਵਿਚ ਕੰਕਰ ਵੀ ਹਨ।

---

[1] Punjab Government (1908) "Imperial Gazetteer of India, Provincial Series Punjab", Vol. I.

ਖੱਦਰ (Khadar) ਪੁਰਾਣਾ ਜਲੋੜ ਹੈ ਜੋ ਬਾਂਗੜ ਦੇ ਮੁਕਾਬਲੇ ਨੀਵੇਂ ਭਾਗਾਂ ਵਿਚ ਪਾਇਆ ਜਾਂਦਾ ਹੈ। ਇਹ ਹੜ੍ਹਾਂ ਦੀ ਮਾਰ ਹੇਠ ਆਉਣ ਵਾਲਾ **ਬੇਟ** ਖੇਤਰ ਹੈ। ਇਸ ਵਿਚ ਕੰਕਰ ਘੱਟ ਹਨ ਪਰੰਤੂ ਚੀਕਣੀ ਮਿੱਟੀ ਅਤੇ ਗਾਰ (Silt) ਜ਼ਿਆਦਾ ਹਨ।

ਭਾਬਰ (Bhabar) ਰੇਤਲਾ, ਕੰਕਰਾਂ ਅਤੇ ਖੁਰਦਰੇ ਕਣਾਂ ਵਾਲਾ ਮੁਸਾਮਦਾਰ ਅਤੇ ਢਿੱਲਾ ਨਿਖੇਪ ਹੈ ਜੋ ਸ਼ਿਵਾਲਕ ਪਹਾੜੀਆਂ ਦੇ ਨਾਲ ਜਲੋੜੀ ਪੱਖਿਆਂ ਦੇ ਰੂਪ ਵਿਚ ਇਕ ਤੰਗ ਖੇਤਰ ਵਿਚ ਪਾਇਆ ਜਾਂਦਾ ਹੈ। ਇਹ ਪੰਜਾਬ ਦਾ ਕੰਢੀ ਪ੍ਰਦੇਸ਼ ਹੈ।

ਰੇਹ ਜਾਂ ਕੱਲਰ (Reh or Kallar) ਲੂਣਾਂ ਦੀ ਧੂੜ ਹੈ ਜੋ ਖੁਸ਼ਕ ਰੁੱਤ ਵਿਚ ਸੱਤਹ ਉੱਪਰ ਪਾਈ ਜਾਂਦੀ ਹੈ। ਇਸ ਦਾ ਵਿਸਥਾਰ ਸਥਾਨਕ ਅਤੇ ਖੇਤਰੀ ਦੋਨੋਂ ਰੂਪ ਵਿਚ ਹੈ।

ਧਰਾਤਲ (PHYSIOGRAPHY)

ਪੰਜਾਬ ਭਾਰਤ ਦੇ ਉੱਤਰੀ ਮੈਦਾਨ ਦਾ ਪੱਛਮੀ ਭਾਗ ਹੈ। ਭਾਰਤ ਦੇ ਧਰਾਤਲ ਨਕਸ਼ੇ ਉੱਤੇ ਇਕ ਆਮ ਨਜ਼ਰ ਤੋਂ ਇਹ ਲਗਦਾ ਹੈ ਕਿ ਜਿਵੇਂ ਸਾਰਾ ਪੰਜਾਬ ਇਕਸਾਰ ਮੈਦਾਨ ਹੈ। ਨਕਸ਼ਾ ਨੰ. 12 ਵੀ ਇਹ ਦਿਖਾਉਂਦਾ ਹੈ। ਪਰੰਤੂ ਧਿਆਨ ਨਾਲ ਦੇਖਣ ਤੋਂ ਪਤਾ ਲਗਦਾ ਹੈ ਕਿ ਸਮੁੱਚਾ ਰਾਜ ਇਕ ਸਪਾਟ ਜਲੋੜੀ ਮੈਦਾਨ ਨਹੀਂ ਹੈ। ਪੂਰਬ ਅਤੇ ਉੱਤਰ-ਪੂਰਬ ਵਲ ਮੈਦਾਨ ਉੱਚਾ ਉੱਠ ਕੇ ਪਹਾੜੀਆਂ, ਜੋ ਹਿਮਾਲਾ ਪਰਬਤਾਂ ਦਾ ਬਾਹਰੀ ਕਿਨਾਰਾ ਹੈ, ਦੇ ਰੂਪ ਵਿਚ ਉੱਭਰ ਜਾਂਦਾ ਹੈ। ਦੱਖਣ-ਪੱਛਮ ਵਲ ਬਹਤੁ ਸਾਰੇ ਰੇਤੇ ਦੇ ਟਿੱਬਿਆਂ ਅਤੇ ਰੇਤੇ ਦੇ ਪੱਧਰੇ ਨਿਖੇਪਾਂ ਦੀ ਮੌਜੂਦਗੀ ਕਾਰਨ ਧਰਾਤਲ ਉੱਚੀ ਨੀਵੀਂ ਹੈ। ਮੈਦਾਨਾਂ ਵਿਚ ਵੀ ਰਾਜ ਵਿਚੋਂ ਲੰਘਣ ਵਾਲੇ ਵਿਭਿੰਨ ਦਰਿਆਵਾਂ ਦੇ ਹੜ੍ਹ ਦੇ ਮੈਦਾਨਾਂ ਦੀ ਨੀਵੀਂ ਭੂਮੀ ਮੁੱਖ ਮੈਦਾਨ ਤੋਂ ਢਾਹਿਆਂ ਰਾਹੀਂ ਵੱਖ ਹੁੰਦੀ ਹੈ। ਸਪਾਟ ਜਲੋੜੀ ਮੈਦਾਨ ਤੋਂ ਸ਼ਿਵਾਲਕ ਪਹਾੜੀਆਂ ਵਿਚ ਤਬਦੀਲੀ ਇਕ ਦਮ ਨਹੀਂ ਹੈ, ਸਗੋਂ ਇਹ ਉੱਚੇ-ਨੀਵੇਂ, ਕਟੇ-ਫਟੇ ਅਤੇ ਲਹਿਰਦਾਰ ਕਿਨਾਰੇ, ਕੰਢੀ, ਰਾਹੀਂ ਹੌਲੀ-ਹੌਲੀ ਅਤੇ ਹਲਕੀ ਹੈ। ਇਸ ਲਈ ਪੰਜਾਬ ਦੀ ਇਕਸਾਰ ਲਗਦੀ ਧਰਾਤਲ ਵਿਚ ਹੇਠ ਲਿਖੀਆਂ ਮੁੱਖ ਭਿੰਨਤਾਵਾਂ ਜਾਂ ਧਰਾਤਲੀ ਉਪ-ਵੰਡਾਂ (Physiographic Sub-divisions) ਬਣਾਈਆਂ ਜਾ ਸਕਦੀਆਂ ਹਨ (ਨਕਸ਼ਾ ਨੰ. 12 ਅਤੇ 13)

1. ਸ਼ਿਵਾਲਕ ਪਹਾੜੀਆਂ
2. ਕੰਢੀ
3. ਸਪਾਟ ਜਲੋੜੀ ਮੈਦਾਨ
4. ਦੱਖਣ-ਪੱਛਮ ਜਾਂ ਰੇਤ ਦੇ ਟਿੱਬਿਆਂ ਵਾਲਾ ਮੈਦਾਨ

ਸ਼ਿਵਾਲਕ ਪਹਾੜੀਆਂ (THE SIWALIK HILLS)

ਰਾਜ ਦੇ ਬਿਲਕੁੱਲ ਉੱਤਰ-ਪੂਰਬੀ ਭਾਗਾਂ ਵਿਚ ਹਿਮਾਚਲ ਪ੍ਰਦੇਸ਼ ਦੀ ਸਰਹੱਦ ਦੇ ਨਾਲ-ਨਾਲ ਉੱਤਰ-ਪੱਛਮ ਤੋਂ ਦੱਖਣ-ਪੂਰਬ ਦਿਸ਼ਾ ਵਿਚ ਫੈਲਿਆ ਪੰਜਾਬ ਦਾ ਪਹਾੜੀ ਪ੍ਰਦੇਸ਼ ਹੈ। ਇਸ ਨੂੰ ਸ਼ਿਵਾਲਕ ਪਹਾੜੀਆਂ ਕਹਿੰਦੇ ਹਨ। ਇਹ ਉੱਤਰ ਵਿਚ ਦਰਿਆ ਰਾਵੀ ਤੋਂ ਦੱਖਣ ਵਿਚ ਚੰਡੀਗੜ੍ਹ ਨੇੜੇ ਦਰਿਆ ਘੱਗਰ ਤਕ ਲਗਭਗ 280 ਕਿਲੋਮੀਟਰ ਲੰਬਾਈ ਤਕ ਫੈਲਿਆ ਹੋਇਆ ਹੈ। ਦਰਿਆ ਰਾਵੀ ਅਤੇ ਦਰਿਆ ਘੱਗਰ ਵਿਚਕਾਰ ਫੈਲੀਆਂ ਸ਼ਿਵਾਲਕ ਪਹਾੜੀਆਂ ਦੀ ਲਗਾਤਾਰਤਾ ਦਰਿਆ ਬਿਆਸ ਅਤੇ ਦਰਿਆ ਸਤਲੁਜ ਕਾਰਨ ਟੁੱਟ ਗਈ ਹੈ। ਇਸ ਪਹਾੜੀ ਉਪ-ਵੰਡ ਹੇਠ ਪੰਜਾਬ ਦੇ ਕੁੱਲ ਖੇਤਰਫਲ ਦਾ ਕੇਵਲ 2.6% ਭਾਗ ਹੈ। ਇਸ ਖੇਤਰ ਦੀ ਚੌੜਾਈ 5 ਤੋਂ 12 ਕਿਲੋਮੀਟਰ ਹੈ ਜੋ ਪਠਾਨਕੋਟ, ਹੁਸ਼ਿਆਰਪੁਰ, ਸ਼.ਭ.ਸ. ਨਗਰ (ਨਵਾਂਸ਼ਹਿਰ) ਅਤੇ ਰੂਪਨਗਰ ਜ਼ਿਲ੍ਹਿਆਂ ਦੇ ਪੂਰਬੀ ਭਾਗਾਂ ਵਿਚ ਫੈਲੀ ਹੋਈ ਹੈ। ਸ਼ਿਵਾਲਕ ਪਹਾੜੀਆਂ ਪੱਛਮ ਵਿਚ 400 ਮੀਟਰ ਦੀ ਸਮ-ਉੱਚ ਰੇਖਾ ਤੋਂ ਇਕ ਦਮ ਉੱਚੀਆਂ ਉੱਠ ਕੇ ਸ਼੍ਰੇਣੀ ਦੀ ਮੱਧਵਰਤੀ ਪਹਾੜੀ ਦੀ ਲਗਭਗ 600 ਮੀਟਰ ਉੱਚਾਈ ਤਕ ਜਾਂਦੀਆਂ ਹਨ। ਪੰਜਾਬ ਦੀਆਂ ਸ਼ਿਵਾਲਕ ਪਹਾੜੀਆਂ **ਦੋ ਸ਼੍ਰੇਣੀਆਂ** ਦੇ ਰੂਪ ਵਿਚ ਹਨ (ਨਕਸ਼ਾ ਨੰ. 14) ਜਿਨ੍ਹਾਂ ਨੂੰ ਦਰਿਆ ਸਤਲੁਜ ਰੋਪੜ ਦੇ ਜ਼ਿਲ੍ਹੇ ਵਿਚ ਇਕ ਦੂਜੇ ਤੋਂ ਅਲੱਗ ਕਰਦਾ ਹੈ।

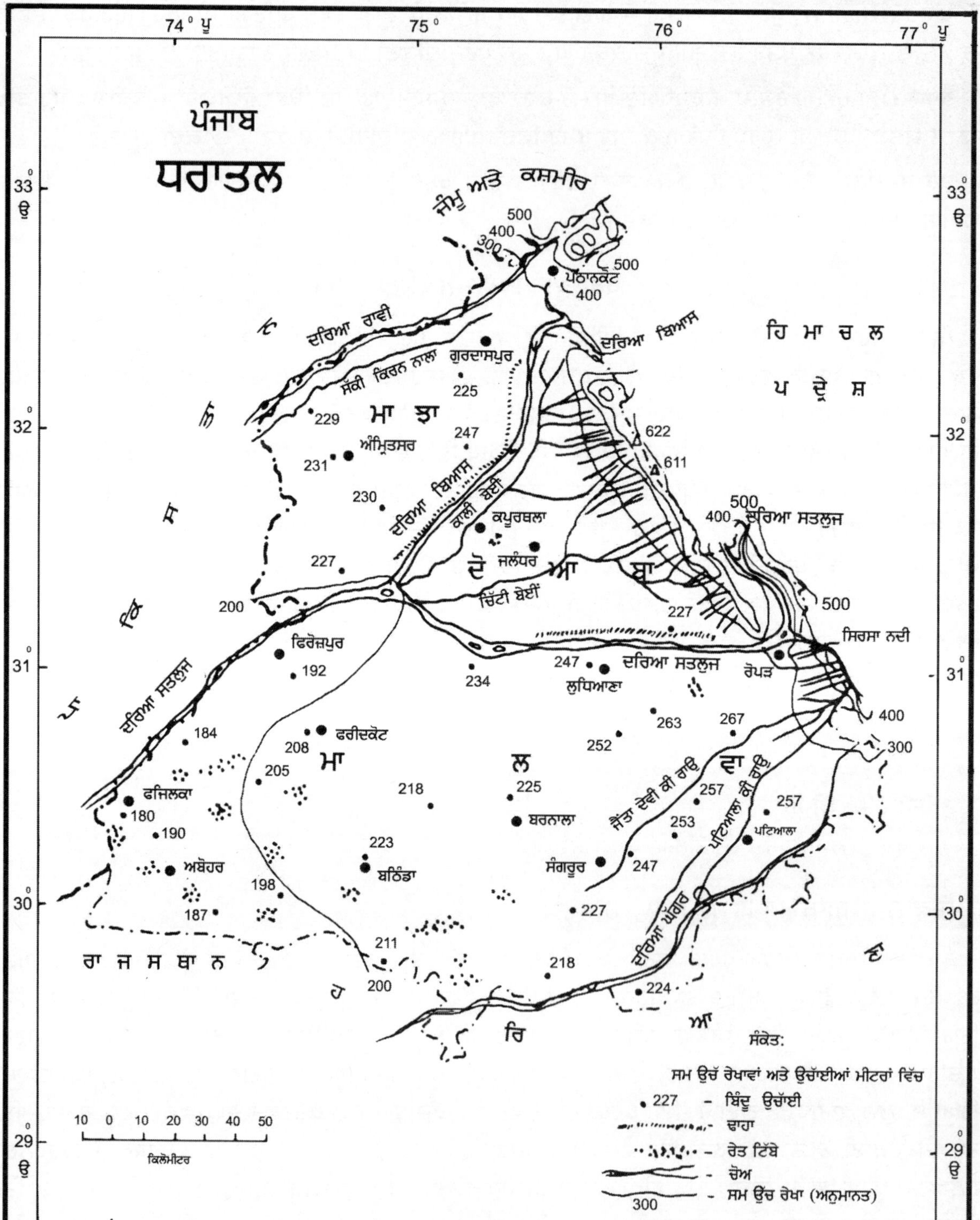
ਪੰਜਾਬ
ਧਰਾਤਲ
74° ਪੂ
75°
76°
77° ਪੂ
33° ਉ
32°
31°
30°
29° ਉ
ਜੰਮੂ ਅਤੇ ਕਸ਼ਮੀਰ
ਹਿ ਮਾ ਚ ਲ ਪ੍ਰ ਦੇ ਸ਼
ਪਠਾਨਕੋਟ
ਦਰਿਆ ਰਾਵੀ
ਸੱਕੀ ਕਿਰਨ ਨਾਲਾ
ਗੁਰਦਾਸਪੁਰ
ਦਰਿਆ ਬਿਆਸ
ਮਾ ਝਾ
ਅੰਮ੍ਰਿਤਸਰ
ਕਾਲੀ ਬੇਈਂ
ਕਪੂਰਥਲਾ
ਦੋ ਆ ਬਾ
ਜਲੰਧਰ
ਚਿੱਟੀ ਬੇਈਂ
ਦਰਿਆ ਸਤਲੁਜ
ਸਿਰਸਾ ਨਦੀ
ਰੋਪੜ
ਫਿਰੋਜ਼ਪੁਰ
ਲੁਧਿਆਣਾ
ਫਰੀਦਕੋਟ
ਮਾ ਲ ਵਾ
ਫਜ਼ਿਲਕਾ
ਅਬੋਹਰ
ਬਠਿੰਡਾ
ਬਰਨਾਲਾ
ਸੰਗਰੂਰ
ਪਟਿਆਲਾ
ਜੈਂਤਾ ਦੇਵੀ ਕੀ ਰਾਓ
ਪਟਿਆਲਾ ਕੀ ਰਾਓ
ਦਰਿਆ ਘੱਗਰ
ਰਾ ਜ ਸ ਥਾ ਨ
ਹ ਰਿ ਆ ਣਾ
ਪਾ ਕਿ ਸ ਤਾ ਨ
10 0 10 20 30 40 50
ਕਿਲੋਮੀਟਰ
ਸੰਕੇਤ:
ਸਮ ਉਚੱ ਰੇਖਾਵਾਂ ਅਤੇ ਉਚਾਈਆਂ ਮੀਟਰਾਂ ਵਿੱਚ
227 - ਬਿੰਦੂ ਉਚਾਈ
- ਢਾਹਾ
- ਰੇਤ ਟਿੱਬੇ
- ਚੋਅ
300 - ਸਮ ਉੱਚ ਰੇਖਾ (ਅਨੁਮਾਨਤ)

ਨਕਸ਼ਾ ਨੰ: 12

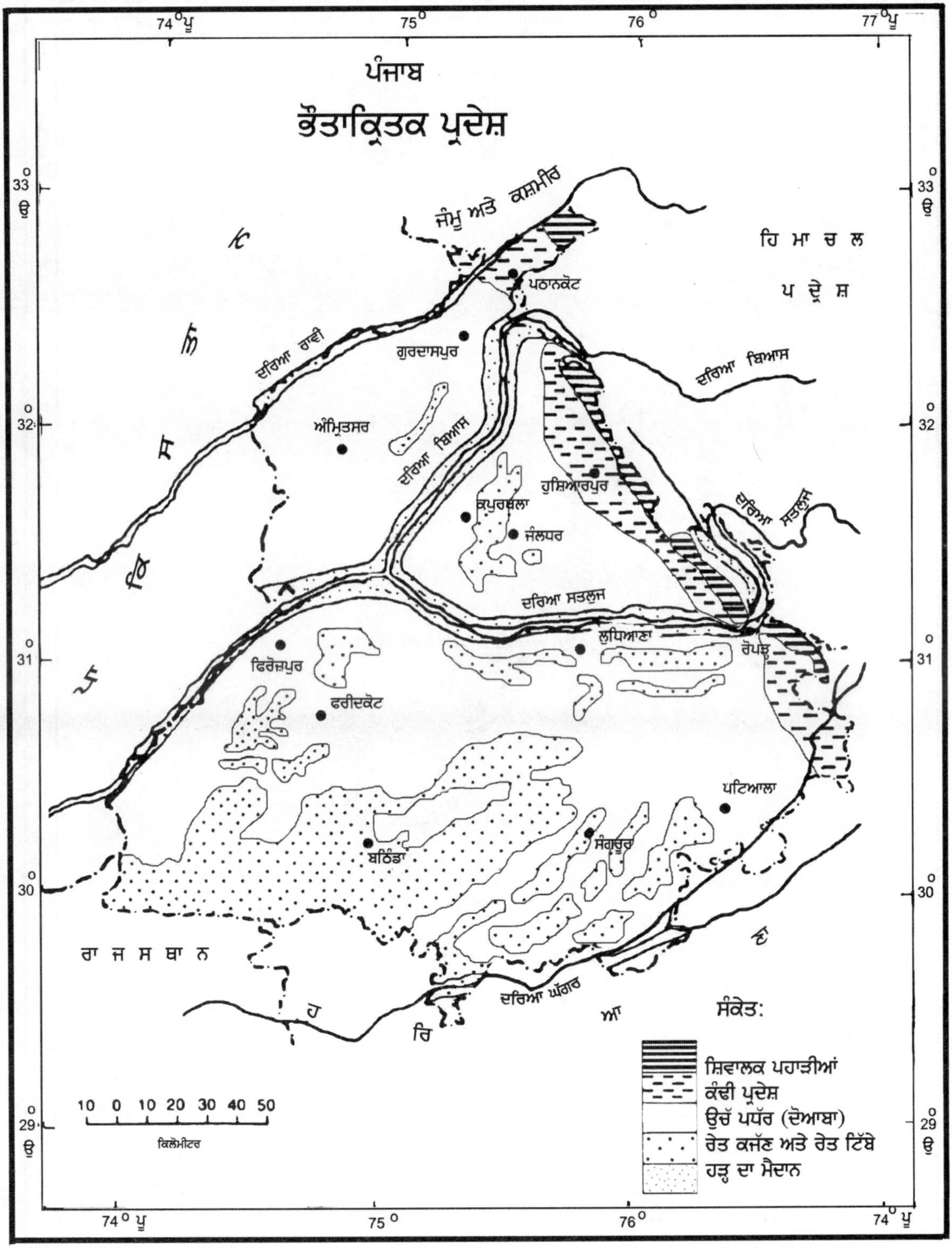
ਪੰਜਾਬ
ਭੌਤਾਕ੍ਰਿਤਕ ਪ੍ਰਦੇਸ਼
ਜੰਮੂ ਅਤੇ ਕਸ਼ਮੀਰ
ਹਿ ਮਾ ਚ ਲ
ਪ ਦ੍ਰੇ ਸ਼
ਪਠਾਨਕੋਟ
ਗੁਰਦਾਸਪੁਰ
ਦਰਿਆ ਰਾਵੀ
ਦਰਿਆ ਬਿਆਸ
ਅੰਮ੍ਰਿਤਸਰ
ਹੁਸ਼ਿਆਰਪੁਰ
ਕਪੂਰਥਲਾ
ਜੰਲਧਰ
ਦਰਿਆ ਸਤਲੁਜ
ਲੁਧਿਆਣਾ
ਰੋਪੜ
ਫਿਰੋਜ਼ਪੁਰ
ਫਰੀਦਕੋਟ
ਪਟਿਆਲਾ
ਬਠਿੰਡਾ
ਸੰਗਰੂਰ
ਰਾ ਜ ਸ ਥਾ ਨ
ਦਰਿਆ ਘੱਗਰ
ਹ
ਰਿ
ਆ
ਣਾ
ਸੰਕੇਤ:
ਸ਼ਿਵਾਲਕ ਪਹਾੜੀਆਂ
ਕੰਢੀ ਪ੍ਰਦੇਸ਼
ਉਚੱ ਪਧੱਰ (ਦੋਆਬਾ)
ਰੇਤ ਕਜੱਣ ਅਤੇ ਰੇਤ ਟਿੱਬੇ
ਹੜ੍ਹ ਦਾ ਮੈਦਾਨ
10 0 10 20 30 40 50
ਕਿਲੋਮੀਟਰ
74° ਪੂ
75°
76°
77° ਪੂ
33° ਉ
32°
31°
30°
29° ਉ

ਨਕਸ਼ਾ ਨੰ: 13

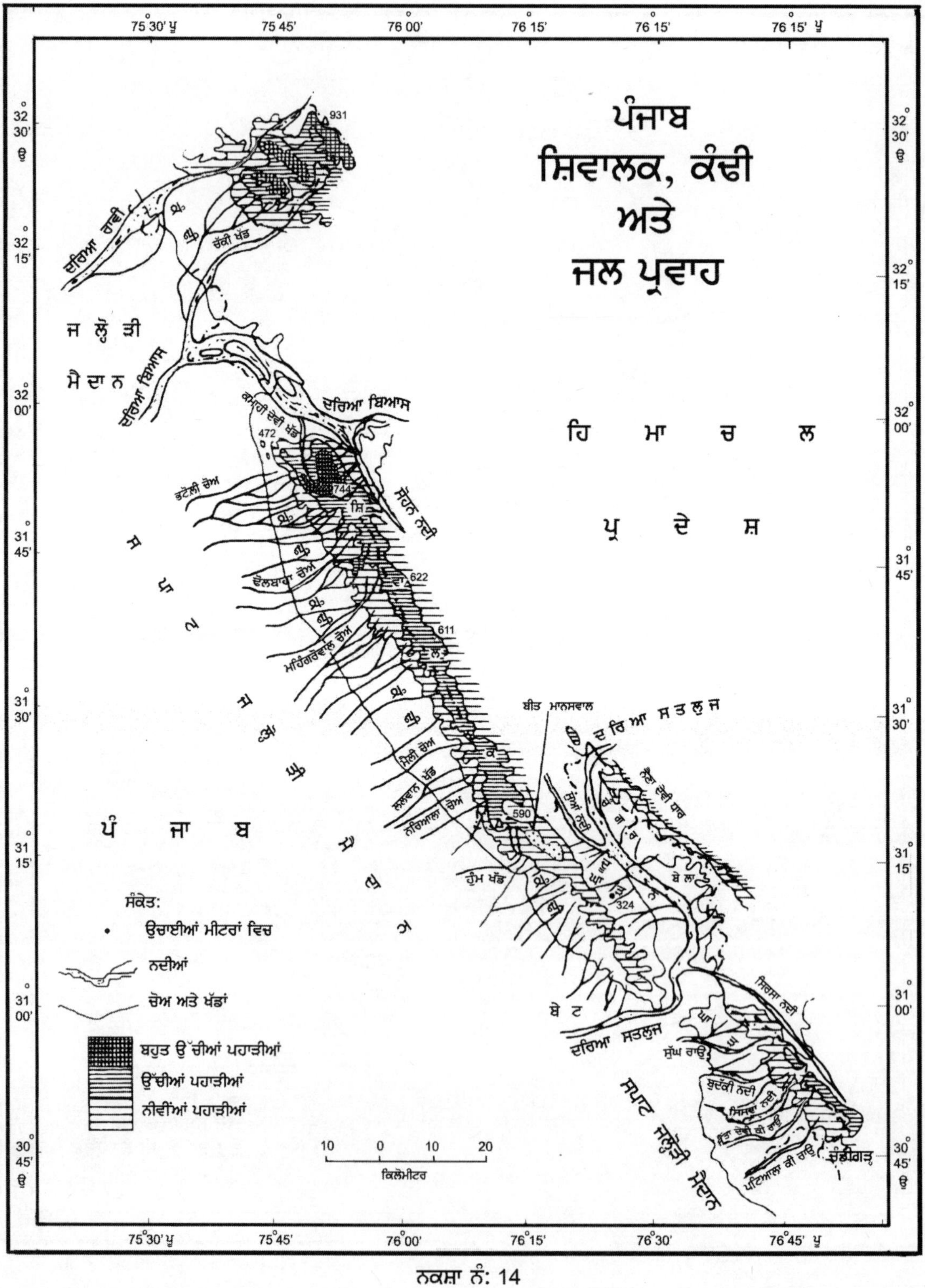
ਪੰਜਾਬ
ਸ਼ਿਵਾਲਕ, ਕੰਢੀ
ਅਤੇ
ਜਲ ਪ੍ਰਵਾਹ
75°30' ਪੂ
75°45'
76°00'
76°15'
76°30'
76°45' ਪੂ
32°30' ਉ
32°15'
32°00'
31°45'
31°30'
31°15'
31°00'
30°45' ਉ
ਦਰਿਆ ਰਾਵੀ
ਚੱਕੀ ਖੱਡ
931
ਜਲੌੜੀ ਮੈਦਾਨ
ਦਰਿਆ ਬਿਆਸ
ਹਿਮਾਚਲ ਪ੍ਰਦੇਸ਼
472
744
622
611
ਭਟੋਲੀ ਚੋਅ
ਸੋਹਨ ਨਦੀ
ਮਹਿੰਗਰੋਵਾਲ ਚੋਅ
ਬੀਤ ਮਾਨਸਵਾਲ
ਦਰਿਆ ਸਤਲੁਜ
590
324
ਪੰਜਾਬ
ਬੇਟ
ਦਰਿਆ ਸਤਲੁਜ
ਸਿਰਸਾ ਨਦੀ
ਸੁੱਘ ਰਾਉ
ਬੁਦਕੀ ਨਦੀ
ਪਟਿਆਲਾ ਕੀ ਰਾਉ
ਚੰਡੀਗੜ੍ਹ
ਸੰਕੇਤ:
ਉਚਾਈਆਂ ਮੀਟਰਾਂ ਵਿਚ
ਨਦੀਆਂ
ਚੋਅ ਅਤੇ ਖੱਡਾਂ
ਬਹੁਤ ਉੱਚੀਆਂ ਪਹਾੜੀਆਂ
ਉੱਚੀਆਂ ਪਹਾੜੀਆਂ
ਨੀਵੀਆਂ ਪਹਾੜੀਆਂ
10 0 10 20
ਕਿਲੋਮੀਟਰ

ਨਕਸ਼ਾ ਨੰ: 14

ਪਹਿਲੀ ਸ਼੍ਰੇਣੀ ਪਠਾਨਕੋਟ, ਹੁਸ਼ਿਆਰਪੁਰ ਅਤੇ ਸ਼.ਭ.ਸ. ਨਗਰ ਜ਼ਿਲ੍ਹਿਆਂ ਅਤੇ ਰੂਪਨਗਰ ਜ਼ਿਲ੍ਹੇ ਦੇ ਨੂਰਪੁਰ ਬੇਦੀ ਬਲਾਕ ਵਿਚ ਦਰਿਆ ਰਾਵੀ ਤੋਂ ਦਰਿਆ ਸਤਲੁਜ ਤਕ ਲਗਭਗ 180 ਕਿਲੋਮੀਟਰ ਦੀ ਲੰਬਾਈ ਅਤੇ 6 ਤੋਂ 8 ਕਿਲੋਮੀਟਰ ਦੀ ਔਸਤ ਚੌੜਾਈ ਵਿਚ ਚਲਦੀ ਹੈ। ਇਹ ਸ਼ਿਵਾਲਕ ਸ਼੍ਰੇਣੀ ਮੱਧ ਵਿਚ ਹੁਸ਼ਿਆਰਪੁਰ ਜ਼ਿਲ੍ਹੇ ਦੇ ਗੜ੍ਹਸ਼ੰਕਰ ਕਸਬੇ ਤੋਂ ਪੂਰਬ ਵਲ ਚੌੜੀ ਹੋ ਕੇ ਇਕ ਪਠਾਰ ਵਰਗਾ ਉੱਚਾ ਪ੍ਰਦੇਸ਼ ਬਣ ਜਾਂਦੀ ਹੈ। ਦੱਖਣ ਵਲ ਇਹ ਸ਼੍ਰੇਣੀ ਤੰਗ ਹੋ ਕੇ ਜਾਂਦੀ ਹੈ ਅਤੇ ਰੋਪੜ ਦੇ ਕਸਬੇ ਨੇੜੇ ਦਰਿਆ ਸਤਲੁਜ ਦੇ ਸੱਜੇ ਕੰਢੇ ਨਾਲ ਇਕ ਦਮ ਖਤਮ ਹੋ ਜਾਂਦੀ ਹੈ। ਇਸ ਸ਼੍ਰੇਣੀ ਵਿਚ ਵੀ ਹੁਸ਼ਿਆਰਪੁਰ ਅਤੇ ਪਠਾਨਕੋਟ ਜ਼ਿਲ੍ਹਿਆਂ ਦੀ ਸਾਂਝੀ ਸਰਹੱਦ ਦੇ ਨਾਲ ਦਰਿਆ ਬਿਆਸ ਕਾਰਨ ਇੱਕ ਵੱਡਾ ਖੱਪਾ (Gap) ਬਣ ਗਿਆ ਹੈ। ਇਸ ਤਰ੍ਹਾਂ ਇਸ ਸ਼੍ਰੇਣੀ ਦੇ ਫਿਰ ਦੋ ਭਾਗ ਹਨ—

ਪਠਾਨਕੋਟ, ਸ਼ਿਵਾਲਕ ਚੌੜੇ ਅਤੇ ਉੱਚੇ ਹਨ ਅਤੇ ਪਠਾਨਕੋਟ ਦੇ ਸ਼ਹਿਰ ਤੋਂ ਪੂਰਬ ਵਲ ਉੱਚੇ ਉੱਠ ਜਾਂਦੇ ਹਨ। ਇਨ੍ਹਾਂ ਹੇਠ ਪਠਾਨਕੋਟ ਜ਼ਿਲ੍ਹੇ ਦੀ ਧਾਰ ਕਲਾਂ ਤਹਿਸੀਲ ਸ਼ਾਮਲ ਹੈ। ਇਥੇ ਔਸਤ ਉੱਚਾਈ 600 ਮੀਟਰ ਤੋਂ ਜ਼ਿਆਦਾ ਹੈ ਅਤੇ ਪਹਾੜੀਆਂ ਉੱਤਰ ਪੱਛਮ ਤੋਂ ਦੱਖਣ-ਪੂਰਬ ਦਿਸ਼ਾ ਵਿਚ ਫੈਲੀਆਂ ਹੋਈਆਂ ਹਨ। ਉੱਚਾਈ ਉੱਤਰ-ਪੂਰਬ ਵਲ ਵਧਦੀ ਜਾਂਦੀ ਹੈ ਅਤੇ ਪੰਜਾਬ ਦੀ ਸਰਹੱਦ ਦੇ ਬਿਲਕੁੱਲ ਪੂਰਬ ਵਲ ਹਿਮਾਚਲ ਪ੍ਰਦੇਸ਼ ਵਿਚ ਸਭ ਤੋਂ ਵੱਧ ਉੱਚਾਈ 931 ਮੀਟਰ ਤਕ ਪਹੁੰਚ ਜਾਂਦੀ ਹੈ। ਇਸ ਪ੍ਰਦੇਸ਼ ਦੀ ਢਲਾਨ ਦੱਖਣ-ਪੱਛਮ ਵੱਲ ਹੈ ਅਤੇ ਪਾਣੀ ਦਾ ਵਹਾਅ ਚੱਕੀ ਖੱਡ ਅਤੇ ਇਸ ਦੀਆਂ ਸਹਾਇਕ ਖੱਡਾਂ ਦੇ ਰੂਪ ਵਿਚ ਦਰਿਆ ਬਿਆਸ ਵਿਚ ਦੱਖਣ ਵਲ ਮਿਲ ਜਾਂਦਾ ਹੈ। ਇਹ ਖੇਤਰ ਕਾਫੀ ਕਟਿਆ ਫਟਿਆ ਹੈ। ਇਸ ਸ਼੍ਰੇਣੀ ਦੇ ਉੱਤਰੀ ਭਾਗ ਦੀ ਢਲਾਨ ਉੱਤਰ ਵੱਲ ਦਰਿਆ ਰਾਵੀ ਵੱਲ ਹੈ ਜੋ ਪੰਜਾਬ ਅਤੇ ਜੰਮੂ ਅਤੇ ਕਸ਼ਮੀਰ ਵਿਚਕਾਰ ਸਰਹੱਦ ਬਣਾਉਂਦਾ ਹੈ।

ਭੂ-ਰਚਨਾ (Geology)—ਪ੍ਰਸਿੱਧ ਭੂ-ਵਿਗਿਆਨੀ ਸੀ. ਈ. ਬਲੇਕਰ (C.E. Blaker) ਨੇ ਪਠਾਨਕੋਟ ਸ਼ਿਵਾਲਕ ਦੀ ਭੂ-ਰਚਨਾ ਬਾਰੇ ਇਸ ਤਰ੍ਹਾਂ ਲਿਖਿਆ ਹੈ—ਡਲਹੌਜ਼ੀ ਤੋਂ ਹੇਠ ਦੁਨੇਰਾ ਪਹਾੜੀਆਂ (ਧਾਰ ਕਲਾਂ ਤਹਿਸੀਲ) ਵੱਲ ਆਉਂਦੇ ਸ਼ਿਵਾਲਕ ਅਤੇ ਸਿਰਮੌਰ (Sirmaur) ਉਮਰ ਦੀਆਂ ਚੱਟਾਨਾਂ ਦਿਸਦੀਆਂ ਹਨ। ਸ਼ਿਵਾਲਕ ਬਣਤਰ ਦੀਆਂ ਚੱਟਾਨਾਂ ਵਾਰੋ-ਵਾਰੀ **ਰੇਤੇ ਦੇ ਪੱਥਰ** ਅਤੇ **ਚੀਕਣੀ ਮਿੱਟੀ** (clay) ਦੀਆਂ ਤਹਿਆਂ ਦੇ ਰੂਪ ਵਿਚ ਮਿਲਦੀਆਂ ਹਨ। ਇਹ ਧੌਲਾਧਾਰ ਪਹਾੜੀਆਂ ਵਿਚ ਜ਼ਮੀਨ ਉੱਪਰ ਦਿਸਦੀਆਂ ਹਨ ਜਿਵੇਂ ਕਿ ਧਾਰ ਖੇਤਰ ਵਿਚ ਸੀ। ਫਿਰ ਮੱਧ ਸ਼ਿਵਾਲਕ ਦੀਆਂ ਰੇਤੇ ਦੇ ਪੱਥਰ ਦੀਆਂ ਚੱਟਾਨਾਂ ਹਨ ਜਿਨ੍ਹਾਂ ਉੱਪਰ ਅਪਰ ਸ਼ਿਵਾਲਕ ਬਣਤਰ ਦੇ **ਕਾਂਗਲੋਮੀਰੇਟ** (Conglomerate) ਪੱਥਰ ਪਏ ਹਨ। ਇਹ ਬਣਤਰ ਪਠਾਨਕੋਟ ਨੇੜੇ ਸ਼ਾਹਪੁਰ ਕੰਢੀ ਵਿਖੇ ਨੀਵੀਆਂ ਪਹਾੜੀਆਂ ਦੇ ਰੂਪ ਵਿਚ ਪਾਈ ਜਾਂਦੀ ਹੈ। ਫਿਰ ਅੱਗੇ ਇਹ ਬਣਤਰਾਂ (formations) ਮੈਦਾਨਾਂ ਦੇ ਬਰੀਕ ਤਹਿਦਾਰ ਜਲੋੜ੍ਹਾਂ ਵਿਚ ਸਮਾ ਜਾਂਦੀਆਂ ਹਨ।

ਇਹ ਕਾਂਗਲੋਮੀਰੇਟ ਫੰਗੋਤਾ (Phangota) ਪਿੰਡ ਦੇ ਨਾਲ ਲਗਦੇ ਖੇਤਰ ਤੋਂ **ਡੱਲਾ ਧਾਰ** ਤਕ ਦੇ ਖੇਤਰ ਵਿੱਚ ਵੀ ਇੱਕ ਪਹਾੜੀ ਵਧਾਅ (outlier) ਦੇ ਰੂਪ ਵਿਚ ਪਾਏ ਜਾਂਦੇ ਹਨ। ਇਥੇ ਇਹ ਕਾਂਗਲੋਮੀਰੇਟ ਮੱਧ ਸ਼ਿਵਾਲਕ ਬਣਤਰ ਦੀਆਂ ਰੇਤ ਚਟਾਨਾਂ, ਜੋ ਇੱਕ ਅਭਿਨਤੀ ਘਾਟੀ (synclinal trough) ਵਿਚ ਪਾਈਆਂ ਜਾਂਦੀਆਂ ਹਨ, ਉੱਪਰ ਪਾਏ ਜਾਂਦੇ ਹਨ।[1]

ਹੁਸ਼ਿਆਰਪੁਰ ਜਾਂ ਮੁੱਖ ਸ਼ਿਵਾਲਕ ਸ਼੍ਰੇਣੀ ਹੁਸ਼ਿਆਰਪੁਰ ਅਤੇ ਸ਼.ਭ.ਸ. ਨਗਰ ਜ਼ਿਲ੍ਹਿਆਂ ਅਤੇ ਰੂਪਨਗਰ ਜ਼ਿਲ੍ਹੇ ਦੇ ਨੂਰਪੁਰ ਬੇਦੀ ਬਲਾਕ ਵਿਚ ਦਰਿਆ ਬਿਆਸ ਅਤੇ ਦਰਿਆ ਸਤਲੁਜ ਵਿਚਕਾਰ ਫੈਲੀ ਹੋਈ ਹੈ। ਇਸ ਦੀ ਲੰਬਾਈ ਲਗਭਗ 130 ਕਿਲੋਮੀਟਰ ਅਤੇ ਔਸਤ ਚੌੜਾਈ 5 ਤੋਂ 8 ਕਿਲੋਮੀਟਰ ਵਿਚਕਾਰ ਹੈ। ਇਹ ਸ਼੍ਰੇਣੀ ਪੰਜਾਬ-ਹਿਮਾਚਲ ਪ੍ਰਦੇਸ਼ ਸਰਹੱਦ ਅਤੇ ਹੁਸ਼ਿਆਰਪੁਰ-ਨਵਾਂ ਸ਼ਹਿਰ-ਰੋਪੜ ਜ਼ਿਲ੍ਹਿਆਂ ਦੀ ਸਰਹੱਦ ਦੇ ਨਾਲ-ਨਾਲ ਚਲਦੀ ਹੈ। ਪਹਾੜੀਆਂ ਦੀ ਰੀੜ੍ਹ ਉੱਤਰ-ਪੱਛਮ ਤੋਂ ਦੱਖਣ-ਪੂਰਬ ਦਿਸ਼ਾ ਵਿਚ ਚਲਦੀ ਹੈ ਅਤੇ ਪਹਾੜੀਆਂ (ridges) ਸ਼ਿਵਾਲਕ ਦੇ ਪੂਰਬੀ ਅਤੇ ਪੱਛਮੀ ਕਿਨਾਰਿਆਂ ਵਲ ਪੂਰਬ ਤੋਂ ਪੱਛਮ ਦਿਸ਼ਾ ਵਿਚ ਫੈਲੀਆਂ ਹੋਈਆਂ ਹਨ। ਬਿਆਸ-ਸਤਲੁਜ ਪ੍ਰਦੇਸ਼ ਦੇ ਸ਼ਿਵਾਸਕ ਵਿਸ਼ੇਸ਼ ਕਰਕੇ ਉੱਤਰ ਵਲ ਜ਼ਿਆਦਾ ਚੌੜੇ ਅਤੇ ਜ਼ਿਆਦਾ ਉੱਚੇ ਹਨ। ਦੱਖ ਵਲ ਇਹ ਤੰਗ ਅਤੇ ਨੀਵੇਂ ਹੋ ਜਾਂਦੇ ਹਨ (ਨਕਸ਼ਾ ਨੰ. 14)। ਉੱਤਰ ਵਲ ਤਲਵਾੜਾ ਬਲਾਕ ਵਿਚ ਸਭ ਤੋਂ ਉੱਚਾ

---

[1] Punjab Government (1900) "District and States Gazetteers of the Undivided Punjab", Vol. III.

ਸਿਖਰ 741 ਮੀਟਰ ਉੱਚਾ ਹੈ, ਮੱਧ ਵਿਚ ਉੱਚਾਈ 650 ਮੀਟਰ ਹੈ, ਬੀਤ ਮਾਨਸਵਾਲ ਵਿਚ ਉੱਚਾਈ 590 ਮੀਟਰ ਹੈ ਅਤੇ ਦੱਖਣ ਵਿਚ ਸਭ ਤੋਂ ਉੱਚਾ ਬਿੰਦੂ 509 ਮੀਟਰ ਉੱਚਾ ਹੈ। ਸ਼ਿਵਾਲਕ ਸ਼੍ਰੇਣੀ ਦੀ ਢਲਾਣ ਪੂਰਬ ਵਿਚ ਦਰਿਆ ਸੁਹਾਂ (Soan) ਵਲ ਅਤੇ ਪੱਛਮ ਵਿਚ ਪੰਜਾਬ ਦੇ ਮੈਦਾਨ ਵਲ ਹੈ। ਇਸ ਤਰ੍ਹਾਂ ਇਸ ਦੀ ਢਲਾਨ ਮੱਧ ਤੋਂ ਦੋਨੋਂ ਪੂਰਬ ਅਤੇ ਪੱਛਮ ਵਲ ਹੈ। ਦੋਨੋਂ ਢਲਾਨਾਂ ਮੁੱਖ ਸ਼੍ਰੇਣੀ ਤੋਂ ਪੂਰਬ ਅਤੇ ਪੱਛਮ ਵਲ ਵਹਿਣ ਵਾਲੇ ਅਨੇਕਾਂ ਚੋਆਂ ਕਾਰਨ ਬੁਰੀ ਤਰ੍ਹਾਂ ਨਾਲ ਕਟੀਆਂ-ਫਟੀਆਂ ਹੋਈਆਂ ਹਨ। ਇਥੇ ਸ਼ਿਵਾਲਕ ਪਹਾੜੀਆਂ ਜ਼ਿਆਦਾਤਰ ਅਸੰਗਠਤ ਰੇਤ ਚਟਾਨਾਂ ਤੋਂ ਬਣੀਆਂ ਹੋਈਆਂ ਹਨ। ਇਨ੍ਹਾਂ ਵਿਚ ਕਿਤੇ-ਕਿਤੇ ਚੀਕਣੀ ਮਿੱਟੀ, ਗੀਟੇ ਅਤੇ ਕਾਂਗਲੋਮੀਰੇਟ ਵੀ ਪਾਏ ਜਾਂਦੇ ਹਨ। ਇਹ ਬਣਤਰ ਨਾਲੀ ਅਪਰਦਨ (Gullying) ਲਈ ਬਹੁਤ ਸਹਾਇਕ ਹੈ। ਔਸਤ ਰੂਪ ਵਿਚ ਹਰ ਇਕ ਕਿਲੋਮੀਟਰ ਮਗਰ ਇਕ ਚੋਅ ਮੈਦਾਨ ਵਿਚ ਦਾਖਲ ਹੁੰਦਾ ਹੈ। ਇਹ ਚੋਅ ਅੱਗੇ ਹੇਠ ਮੈਦਾਨ ਵਿਚ ਤੇਜ਼ ਅਪਰਨ ਦੇ ਸਾਧਨ ਹਨ। ਇਹ ਹੇਠਲਾ ਮੈਦਾਨ ਰੇਤਲਾ ਹੈ ਅਤੇ ਪਹਾੜੀਆਂ ਨੇੜੇ ਇਸ ਦੀ ਢਲਾਨ ਕਾਫੀ ਹੈ। ਇਨ੍ਹਾਂ ਚੋਆਂ ਨੇ ਪਹਾੜੀਆਂ ਵਲ ਕਾਫੀ ਸਿਖਰ ਮੁਖੀ ਅਪਰਦਨ ਕੀਤਾ ਹੋਇਆ ਹੈ, ਜਿਸ ਕਾਰਨ ਸ਼ਿਵਾਲਕ ਪਹਾੜੀਆਂ ਬੇਢੰਗੀਆਂ ਬਣ ਗਈਆਂ ਹਨ। ਇਸ ਸ਼੍ਰੇਣੀ ਦੇ **ਤਿੰਨ ਉਪ-ਭਾਗ** ਹਨ।

ਇਸ ਸ਼੍ਰੇਣੀ ਦਾ **ਦੱਖਣੀ ਭਾਗ** ਰੋਪੜ ਕਸਬੇ ਨੇੜੇ ਦਰਿਆ ਸਤਲੁਜ ਦੇ ਸੱਜੇ ਕੰਢੇ ਤੋਂ ਇਕਦਮ ਉੱਚਾ ਉਠ ਕੇ ਸ਼ੁਰੂ ਹੁੰਦਾ ਹੈ ਅਤੇ ਉੱਤਰ ਵਲ ਵਧਦਾ ਹੋਇਆ ਆਪਣੀ ਰੂਪ-ਰੇਖਾ ਵਿਚ ਜ਼ਿਆਦਾ ਸਪਸ਼ਟ ਹੁੰਦਾ ਜਾਂਦਾ ਹੈ। ਪਰੰਤੂ ਇਸ ਦੀਆਂ ਅੰਦਰਲੀਆਂ ਪਹਾੜੀਆਂ ਦੇ ਸਿਖਰ ਅਜੇ ਵੀ ਗੋਲਾਕਾਰ ਜਾਂ ਪੱਧਰੇ ਹਨ, ਜਿਨ੍ਹਾਂ ਉੱਤੇ ਖੇਤੀਬਾੜੀ ਨਹੀਂ ਹੁੰਦੀ ਹੈ। ਇਹ ਸ਼੍ਰੇਣੀ ਮੁੱਖ ਤੌਰ ਤੇ ਜ਼ਿਆਦਾ ਪੱਥਰੀਲੀਆਂ ਅਤੇ ਰੇਤਲੀਆਂ ਪਹਾੜੀਆਂ ਤੋਂ ਬਣੀ ਹੋਈ ਹੈ ਜਿਨ੍ਹਾਂ ਵਿਚ ਅਤੇ ਸਿਖਰਾਂ ਉੱਪਰ ਕਾਫੀ ਮਾਤਰਾ ਵਿਚ ਰੇਤਲੇ ਉਜਾੜ ਖੰਡ ਪਾਏ ਜਾਂਦੇ ਹਨ। ਹੁਸ਼ਿਆਰਪੁਰ ਸ਼ਿਵਾਲਕ ਦੇ ਇਸ ਦੱਖਣੀ ਭਾਗ ਨੂੰ **ਕਤਰ ਧਾਰ** ਕਹਿੰਦੇ ਹਨ। ਇਥੇ ਸਭ ਤੋਂ ਉੱਚਾ ਸਿਖਰ ਪਿੰਡ ਮੋਹਨ ਮਾਜਰਾ ਨੇੜੇ 509 ਮੀਟਰ ਉੱਚਾਈ ਦਾ ਹੈ। ਆਮ ਤੌਰ ਤੇ ਸਿਖਰ ਰੇਖਾ ਸਮੁੰਦਰ ਤਲ ਤੋਂ 450 ਮੀਟਰ ਤੋਂ ਉੱਚੀ ਹੈ।

ਇਸ ਸ਼੍ਰੇਣੀ ਦਾ **ਮੱਧਵਰਤੀ ਭਾਗ** ਜੋ ਗੜ੍ਹਸ਼ੰਕਰ ਦੇ ਕਸਬੇ ਤੋਂ ਪੂਰਬ ਵਲ ਸਥਿਤ ਹੈ, ਚੌੜਾ ਹੋ ਕੇ ਪੂਰਬ-ਪੱਛਮ ਦਿਸ਼ਾ ਵਿਚ 12 ਤੋਂ 15 ਕਿਲੋਮੀਟਰ ਦੀ ਚੌੜਾਈ ਵਿਚ ਫੈਲਿਆ ਹੋਇਆ ਹੈ। ਇਥੇ ਇਸ ਪਠਾਰ ਵਰਗੇ ਉੱਚ-ਪ੍ਰਦੇਸ਼ ਨੂੰ **"ਬੀਤ ਮਾਨਸਵਾਲ"** ਕਹਿੰਦੇ ਹਨ। ਸ਼ਿਵਾਲਕ ਸ਼੍ਰੇਣੀ ਵਿਚ ਬੀਤ ਹੀ ਅਜਿਹਾ ਇਕ ਖੇਤਰ ਹੈ ਜਿੱਥੇ ਬਸਤੀਆਂ (ਪਿੰਡ) ਹਨ, ਚੰਗੀ ਮਿੱਟੀ, ਡੂੰਘਾ ਜਲ-ਸਤਰ ਅਤੇ ਵਰਖਾ ਉੱਤੇ ਨਿਰਭਰ ਖੇਤੀਬਾੜੀ ਹੈ। ਬਰਸਾਤੀ ਚੋਆਂ ਦੇ ਰੂਪ ਵਿਚ ਭਾਵੇਂ ਬੀਤ ਦਾ ਜਲ ਪ੍ਰਵਾਹ ਅਰੀਆ ਰੂਪ (Radal pattern) ਵਾਲਾ ਹੈ ਪਰੰਤੂ ਇਸ ਦੀ ਮੁੱਖ ਢਲਾਨ ਦੱਖਣ ਅਤੇ ਪੱਛਮ ਵੱਲ ਹੈ, ਜਿੱਥੇ ਕੋਟ, ਮੈਰਾ, ਡੱਲੇ ਦੀ ਖੱਡ ਅਤੇ ਇਨ੍ਹਾਂ ਦੀਆਂ ਸਹਾਇਕ ਖੱਡਾਂ ਨੇ ਦੱਖਣੀ ਅਤੇ ਦੱਖਣ-ਪੱਛਮੀ ਢਲਾਨਾਂ ਨੂੰ ਬੁਰੀ ਤਰ੍ਹਾਂ ਨਾਲ ਕੱਟਿਆ-ਵੱਢਿਆ ਹੈ। ਬੀਤ ਦਾ ਇਲਾਕਾ ਸਮੁੰਦਰ ਤਲ ਤੋਂ 400 ਮੀਟਰ ਤੋਂ ਉੱਚਾ ਹੈ, ਪਰੰਤੂ ਪੱਧਰਾ ਸਿਖਰ 500 ਮੀਟਰ ਦੀ ਉੱਚਾਈ ਤੋਂ ਵੀ ਵੱਧ ਉੱਚਾ ਹੈ ਅਤੇ ਸਭ ਤੋਂ ਉੱਚਾ ਸਿਖਰ ਪਿੰਡ ਮੈਹਦਵਾਣੀ ਨੇੜੇ 590 ਮੀਟਰ ਉੱਚਾਈ ਦਾ ਹੈ। ਚੱਟਾਨਾਂ ਦੀਆਂ ਤਹਿਆਂ ਲਗਭਗ ਲੇਟਵੀਂ ਸਥਿਤੀ ਵਿਚ ਹਨ ਅਤੇ ਸਭ ਤੋਂ ਉੱਪਰ ਚਟਾਨਾਂ ਦੀ ਰਚਨਾ ਚੀਕਣੀ ਮਿੱਟੀ ਅਤੇ ਬਜਰੀ ਤੋਂ ਹੋਈ ਹੈ। ਇਹ ਪਠਾਰ ਵਰਗਾ ਪ੍ਰਦੇਸ਼ ਲਗਭਗ 130 ਵਰਗ ਕਿਲੋਮੀਟਰ ਖੇਤਰ ਵਿਚ ਫੈਲਿਆ ਹੋਇਆ ਹੈ ਅਤੇ **ਹੁਮ ਖੱਡ** ਤੋਂ ਅੱਗੇ ਬੀਤ ਹਿਮਾਚਲ ਪ੍ਰਦੇਸ਼ ਦੇ ਊਨਾ ਜ਼ਿਲ੍ਹੇ ਵਿਚ ਚਲਾ ਜਾਂਦਾ ਹੈ।

ਮਾਨਸਵਾਲ ਤੋਂ ਅੱਗੇ ਪਠਾਰੀ ਪ੍ਰਦੇਸ਼ ਅਲੋਪ ਹੋ ਜਾਂਦਾ ਹੈ ਅਤੇ ਸ਼ਿਵਾਲਕ ਸ਼੍ਰੇਣੀ ਮੁੜ ਸਿੱਧੀ ਹੋ ਜਾਂਦੀ ਹੈ ਅਤੇ ਇਸ ਦਾ ਅੱਗੇ ਵਿਸਥਾਰ ਦਰਿਆ ਬਿਆਸ ਤਕ ਹੈ। ਇਹ ਹੁਸ਼ਿਆਰਪੁਰ ਸ਼ਿਵਾਲਕ ਦਾ **ਉੱਤਰੀ ਭਾਗ** ਹੈ। ਸ਼੍ਰੇਣੀ ਦਾ ਅੰਦਰਲਾ ਭਾਗ ਕਈ ਬਹੁਤ ਬੇਤਰਤੀਬੀਆਂ ਤਿੱਖੀਆਂ ਕਟਕਾਂ ਅਤੇ ਤਿੱਖੀ ਢਲਾਨ ਵਾਲੀਆਂ ਛੋਟੀਆਂ ਸ਼੍ਰੇਣੀਆਂ ਵਿਚ ਵੰਡਿਆ ਹੋਇਆ ਹੈ। ਇਹ ਖੇਤਰ ਇਸ ਸ਼੍ਰੇਣੀ ਦਾ ਸਭ ਤੋਂ ਉੱਚਾ ਭਾਗ ਹੈ ਅਤੇ ਕਈ ਸਿਖਰ ਸਮੁੰਦਰ ਤਲ ਤੋਂ 700 ਮੀਟਰ ਤੋਂ ਵੀ ਉੱਚੇ ਹਨ। ਇਥੇ ਸੱਭ ਤੋਂ ਉੱਚਾ ਸਿਖਰ ਤਲਵਾੜਾ ਖੇਤਰ ਵਿਚ 744 ਮੀਟਰ ਉੱਚਾਈ ਦਾ ਹੈ। ਜਿਵੇਂ ਇਹ ਸ਼ਰੇਣੀ ਦਰਿਆ ਬਿਆਸ ਦੇ ਨੇੜੇ ਪਹੁੰਚਦੀ ਹੈ ਇਹ ਪੂਰਬ ਵਲ ਨੂੰ ਮੁੜ ਜਾਂਦੀ ਹੈ ਅਤੇ ਦਤਾਰਪੁਰ ਦੇ ਕਸਬੇ ਨੇੜੇ ਕਈ ਗੋਲਾਕਾਰ ਉੱਚੀਆਂ ਨੀਵੀਆਂ ਪਹਾੜੀਆਂ ਦੇ ਰੂਪ ਵਿਚ ਫੈਲ ਜਾਂਦੀ ਹੈ।

ਇਸ ਸ਼੍ਰੇਣੀ ਦੀ ਔਸਤ ਚੌੜਾਈ 5 ਤੋਂ 10 ਕਿਲੋਮੀਟਰ ਹੈ ਅਤੇ ਉੱਚਾਈ ਸਮੁੰਦਰ ਤਲ ਤੋਂ 500 ਤੋਂ 600 ਮੀਟਰ ਵਿਚਕਾਰ ਹੈ ਪਹਾੜੀਆਂ ਆਮ ਕਰਕੇ ਭੁਰਭੁਰੇ ਰੇਤ ਦੇ ਪੱਥਰ ਅਤੇ ਕਾਂਗਲੋਮੀਰੇਟ ਤੋਂ ਬਣੀਆਂ ਹੋਈਆਂ ਹਨ।

ਭੂ-ਰਚਨਾ (Geology)—ਹੁਸ਼ਿਆਰਪੁਰ ਸ਼ਿਵਾਲਕ ਦੀ ਭੂ-ਰਚਨਾ ਬਾਰੇ **ਬੇਡਨ ਪਾਵਲ** (Baden Powell) ਨੇ ਆਪਣੀ ਰਿਪੋਰਟ "ਦਾ ਹੁਸ਼ਿਆਰਪੁਰ ਚੋਜ਼" (1879) ਵਿਚ ਬਿਆਨਿਆ ਹੈ ਅਤੇ **ਮੈਡਲੀਕਾਟ** (Medlicott) ਨੇ ਵੀ ਇਸ ਬਾਰੇ ਲਿਖਿਆ ਹੈ। ਉਨ੍ਹਾਂ ਅਨੁਸਾਰ "ਸ਼੍ਰੇਣੀ ਸਾਰੀ ਦੀ ਸਾਰੀ ਰੇਤੇ ਦੀਆਂ ਵਿਸ਼ਾਲ ਤਹਿਆਂ ਅਤੇ ਇਨ੍ਹਾਂ ਦੇ ਉੱਪਰ-ਥੱਲੇ ਘੱਟ ਮੋਟਾਈ ਦੀਆਂ ਦੋਮਟ (loam) ਅਤੇ ਚੀਕਣੀ ਮਿੱਟੀ ਦੀਆਂ ਤਹਿਆਂ ਤੋਂ ਬਣੀ ਹੋਈ ਹੈ। ਇਸ ਬਣਤਰ ਵਿੱਚ ਢਿੱਲੇ ਕਾਂਗਲੋਮੀਰੇਟ ਜਾਂ ਗੀਟਿਆਂ (pebbles) ਦੀਆਂ ਵਿਸ਼ਾਲ ਤਹਿਆਂ ਵੀ ਸ਼ਾਮਲ ਹਨ। ਸ਼ਾਮਲ ਗੀਟੇ ਦਰਮਿਆਨੇ ਆਕਾਰ ਦੇ ਹਨ (ਕਬੂਤਰ ਦੇ ਅੰਡੇ ਦੇ ਆਕਾਰ ਤੋਂ ਸ਼ੁਤਰਮੁਰਗ ਦੇ ਵੱਡੇ ਅੰਡੇ ਤੋਂ ਦੁੱਗਣੇ ਆਕਾਰ ਤੱਕ ਦੇ)। ਇਹ ਗੀਟੇ ਪੁਰਾਣੀਆਂ ਹਿਮਾਲਾ ਬਣਤਰਾਂ ਦੀਆਂ ਗਰੇਨਾਈਟ ਨੀਸ (Granite gneiss) ਅਤੇ ਗਰੇਨਾਈਟ ਚਟਾਨਾਂ ਤੋਂ ਬਣੇ ਹੋਏ ਹਨ। ਇਹ ਸਭ ਤਹਿਆਂ ਪਾਣੀ ਦੀ ਕਿਰਿਆ ਕਾਰਨ ਜਮ੍ਹਾਂ ਹੋਈਆਂ ਸਨ, ਪਰੰਤੂ ਇਸ ਤਰ੍ਹਾਂ ਬਣੀਆਂ ਤਹਿਆਂ ਬਾਅਦ ਵਿਚ ਭੂ ਗਤੀਆਂ ਕਾਰਨ ਉੱਚੀਆਂ ਉੱਠ ਗਈਆਂ ਸਨ। ਰੇਤੇ ਦੀਆਂ ਜ਼ਿਆਦਾਤਰ ਤਹਿਆਂ ਨਰਮ ਅਤੇ ਘੱਟ ਠੋਸ ਹਨ। ਪਰੰਤੂ ਭੂਰੇ ਰੰਗ ਦੇ ਨਰਮ ਅਤੇ ਭੁਰ-ਭੁਰੇ ਪੱਥਰਾਂ, ਜਿਵੇਂ ਕਿ ਹੁਸ਼ਿਆਰਪੁਰ ਸ਼ਹਿਰ ਨੇੜੇ ਚੋਹਾਲ ਪਿੰਡ ਵਿਚ ਪਾਏ ਜਾਂਦੇ ਹਨ, ਤੋਂ ਲੈ ਕੇ ਅਸਲੀ ਸਖ਼ਤ ਇਮਾਰਤੀ ਪੱਥਰਾਂ, ਜੋ ਕਿ ਹਿਮਾਚਲ ਪ੍ਰਦੇਸ਼ ਵਿੱਚ ਊਨਾ ਜ਼ਿਲ੍ਹੇ ਦੇ ਗਗਰੇਟ ਕਸਬੇ ਦੇ ਨੇੜੇ ਪਮਰਾਹ (Pamrah) ਪਿੰਡ ਤੋਂ ਅੱਗੇ ਭੂਰੇ ਰੰਗ ਦੇ ਵਿਸ਼ਾਲ ਢੇਰਾਂ ਦੇ ਰੂਪ ਵਿੱਚ ਪਾਏ ਜਾਂਦੇ ਹਨ, ਦੀਆਂ ਵਿਸ਼ਾਲ ਤਹਿਆਂ ਵੀ ਪਾਈਆਂ ਜਾਂਦੀਆਂ ਹਨ। ਗੜ੍ਹਸ਼ੰਕਰ ਦੇ ਕਸਬੇ ਤੋਂ ਪੂਰਬ ਵਿਚ ਸਥਿਤ **ਬੀਤ ਮਾਨਸੇਵਾਲ** ਇਲਾਕੇ ਵਿਚ ਚੂਨੇਦਾਰ ਟੂਟਾ (Calcareous tuta) ਦੀਆਂ ਵੱਡੀਆਂ ਪਰਤਾਂ ਮਿਲਦੀਆਂ ਹਨ ਜੋ ਵਾਰੋ-ਵਾਰੀ ਕੰਕਰ ਅਤੇ ਚੀਕਣੀ ਮਿੱਟੀ ਦੀਆਂ ਤਹਿਆਂ ਦੇ ਰੂਪ ਵਿੱਚ ਉੱਪਰ-ਥੱਲੇ ਮਿਲਦੀਆਂ ਹਨ। ਇਨ੍ਹਾਂ ਵਿੱਚ ਜੀਵਾਸ਼ਮ ਅਵਸ਼ੇਸ਼ ਆਮ ਮਿਲਦੇ ਹਨ।

ਦੂਜੀ ਸ਼ਿਵਾਲਕ ਸ਼੍ਰੇਣੀ ਪਹਿਲੀ ਸ਼੍ਰੇਣੀ ਦੇ ਦੱਖਣ-ਪੂਰਬ ਵਿਚ ਅਤੇ ਸਤਲੁਜ ਦਰਿਆ ਦੇ ਪੂਰਬ ਵਲ ਰੂਪਨਗਰ ਜ਼ਿਲ੍ਹੇ ਵਿਚ ਹਿਮਾਚਲ ਪ੍ਰਦੇਸ਼ ਦੀ ਸਰਹੱਦ ਦੇ ਨਾਲ-ਨਾਲ ਉੱਤਰ-ਪੱਛਮ ਤੋਂ ਦੱਖਣ-ਪੱਛਮ ਦਿਸ਼ਾ ਵਿਚ ਲਗਭਗ 90 ਕਿਲੋਮੀਟਰ ਦੀ ਲੰਬਾਈ ਵਿਚ ਚਲਦੀ ਹੈ। ਇਹ ਸ਼੍ਰੇਣੀ ਉੱਤਰ ਵਿਚ ਨੰਗਲ ਟਾਊਨਸ਼ਿਪ ਦੇ ਨੇੜੇ ਦਰਿਆ ਸਤਲੁਜ ਤੋਂ ਸ਼ੁਰੂ ਹੋ ਕੇ ਦੱਖਣ ਵਿਚ ਚੰਡੀਗੜ੍ਹ ਨੇੜੇ ਦਰਿਆ ਘੱਗਰ ਤਕ ਚਲਦੀ ਹੈ। ਮੱਧ ਉੱਤਰ ਵਿਚ ਖੱਬੇ ਪਾਸੇ ਵੱਲੋਂ ਸਤਲੁਜ ਦੀ ਇਕ ਸਹਾਇਕ ਸਿਰਸਾ ਨਦੀ ਕਾਰਨ ਇਹ ਸ਼੍ਰੇਣੀ ਟੁੱਟ ਗਈ ਹੈ। ਨੰਗਲ ਸਿਰਸਾ ਪਿੰਡ ਅਤੇ ਸਿਰਸਾ ਨਦੀ ਤੋਂ ਉੱਪਰ ਵਲ ਇਸ ਉੱਤਰੀ ਸ਼੍ਰੇਣੀ ਦਾ ਜ਼ਿਆਦਾਤਰ ਭਾਗ ਹਿਮਾਚਲ ਪ੍ਰਦੇਸ਼ ਵਿਚ ਹੈ, ਕੁਝ ਭਾਗ ਪੰਜਾਬ ਰਾਜ ਵਿਚ ਇੱਕਾ ਦੁੱਕਾ ਫੈਲੀਆਂ ਪਹਾੜੀਆਂ ਦੇ ਰੂਪ ਵਿਚ ਹੈ। ਪਹਾੜੀਆਂ ਦੀ ਆਮ ਉੱਚਾਈ 500 ਮੀਟਰ ਦੇ ਲਗਭਗ ਹੈ। ਇਨ੍ਹਾਂ ਪਹਾੜੀਆਂ ਦੀ ਪਿੱਠ ਪਿੱਛੇ ਦੀਵਾਰ ਵਾਂਗ ਉੱਚੀ **ਨੈਣਾ ਦੇਵੀ ਦੀ ਧਾਰ ਹੈ।** ਸਿਰਸਾ ਨਦੀ ਤੋਂ ਦੱਖਣ ਵਲ ਸ਼ਿਵਾਲਕ ਸ਼੍ਰੇਣੀ ਰੋਪੜ ਜ਼ਿਲ੍ਹੇ ਦੇ ਪੂਰਬੀ ਭਾਗਾਂ ਵਿਚ ਚਲਦੀ ਹੈ। ਇਥੇ ਇਹ ਜ਼ਿਆਦਾ ਸਿੱਧੀ ਅਤੇ ਲਗਾਤਾਰ ਹੈ ਅਤੇ ਸ਼੍ਰੇਣੀ ਦੀ ਮੁੱਖ ਦਿਸ਼ਾ ਪੰਜਾਬ-ਹਿਮਾਚਲ-ਹਰਿਆਣਾ ਸਰੱਹਦ ਦੇ ਨਾਲ-ਨਾਲ ਉੱਤਰ-ਪੱਛਮ ਤੋਂ ਦੱਖਣ-ਪੂਰਬ ਹੈ। ਇਹ ਸ਼੍ਰੇਣੀ ਸਿਰਸਾ ਨਦੀ ਅਤੇ ਘੱਗਰ ਨਦੀ ਵਿਚਕਾਰ 40 ਕਿਲੋਮੀਟਰ ਲੰਬਾਈ ਵਿਚ ਹੈ। ਇਹ ਸ਼੍ਰੇਣੀ ਗੰਗਾ ਦੁਆਬ ਅਤੇ ਨਾਹਨ ਸ਼ਿਵਾਲਕ ਦਾ ਹੀ ਪੰਜਾਬ ਵਿਚ ਵਾਧਾ ਹੈ। ਪਹਾੜੀਆਂ ਮੂਲ ਹਿਮਾਲਾ ਦੇ ਸਮਾਨਅੰਤਰ ਚਲਦੀਆਂ ਹਨ। ਇਹ ਉੱਤਰ ਵਿਚ ਨੀਵੀਆਂ ਅਤੇ ਤੰਗ ਹਨ ਪਰੰਤੂ ਦੱਖਣ ਵਿਚ ਇਹ ਜ਼ਿਆਦਾ ਚੌੜੀਆਂ ਅਤੇ ਉੱਚੀਆਂ ਹੋ ਜਾਂਦੀਆਂ ਹਨ।

ਇਸ ਸ਼ਿਵਾਲਕ ਸ਼੍ਰੇਣੀ ਦਾ ਪੱਛਮੀ ਕਿਨਾਰਾ ਜੋ ਅਨੇਕਾਂ ਚੋਆਂ, ਜਿਨ੍ਹਾਂ ਨੇ ਇਸ ਪਹਾੜੀ ਖੇਤਰ ਦੇ ਦੂਰ ਅੰਦਰ ਉੱਚੀਆਂ ਵਾਦੀਆਂ (ਖੋਲ) ਬਣਾਈਆਂ ਹੋਈਆਂ ਹਨ, ਕਾਰਨ ਬੇਢੰਗਾ ਅਤੇ ਬੁਰੀ ਤਰ੍ਹਾਂ ਨਾਲ ਕਟਿਆ-ਫਟਿਆ ਹੈ (ਨਕਸ਼ਾ ਨੰ. 14)। ਇਸ ਦਾ ਪੂਰਬੀ ਕਿਨਾਰਾ, ਜੋ ਜ਼ਿਆਦਾਤਰ ਹਿਮਾਚਲ ਪ੍ਰਦੇਸ਼ ਅਤੇ ਹਰਿਆਣਾ ਵਿਚ ਹੈ, ਤਿੱਖੀ ਢਲਾਨ ਵਾਲਾ ਹੈ, ਜਿਸ ਦੇ ਨਾਲ-ਨਾਲ ਸਿਰਸਾ ਨਦੀ ਉੱਤਰ-ਪੱਛਮ ਦਿਸ਼ਾ ਵਿਚ ਵਹਿੰਦੀ ਹੈ। ਚੌੜਾਈ ਅਤੇ ਉੱਚਾਈ ਦੱਖਣ ਵਲ ਵਧਦੇ ਜਾਂਦੇ ਹਨ। ਇਹ ਪਹਾੜੀ ਪ੍ਰਦੇਸ਼ ਉੱਤਰ ਵਿਚ ਲਗਭਗ 400 ਮੀਟਰ ਉੱਚਾ ਹੈ ਪਰੰਤੂ ਮੱਧ ਅਤੇ ਦੱਖਣ ਵਿਚ ਇਹ ਲਗਭਗ 600 ਮੀਟਰ ਦੀ ਉਚਾਈ ਤਕ ਪਹੁੰਚ ਜਾਂਦਾ ਹੈ। ਜ਼ਿਆਦਾਤਰ ਪਹਾੜੀਆਂ (ridges) ਉੱਤਰ-ਪੂਰਬ ਤੋਂ ਦੱਖਣ-ਪੱਛਣ ਦਿਸ਼ਾ ਵਿਚ ਫੈਲੀਆਂ ਹੋਈਆਂ ਹਨ।

ਪਹਾੜੀਆਂ ਦੀ ਰਚਨਾ ਅਸੰਗਠਤ ਬਜਰੀ, ਰੇਤੇ ਅਤੇ ਰੇਤੇ ਦੇ ਪੱਥਰ ਤੋਂ ਬਣੀ ਹੋਈ ਹੈ ਅਤੇ ਢਲਾਨਾਂ ਅਸਥਿਰ ਹਨ। ਇਸ ਨਾਲ ਬਹੁਤ ਹੀ ਕਟੀ-ਫਟੀ ਭੂਮੀ ਬਣ ਗਈ ਹੈ ਜੋ ਹਾਗਬੈਕ ਕਟਕਾਂ, ਅਨੇਕਾਂ ਨਾਲੀਆਂ, ਖੱਡਾਂ, ਚੋਆਂ ਅਤੇ ਚਾਪ-ਅਕਾਰੀ ਵੇਦਕਾਵਾਂ (loop-cut terraces) ਤੋਂ ਬਣੀ ਹੋਈ ਹੈ। ਅਨੇਕਾਂ ਮੌਸਮੀ ਅਤੇ ਬਰਸਾਤੀ ਨਦੀਆਂ ਜਿਨ੍ਹਾਂ ਨੂੰ ਚੋਅ ਜਾਂ ਰਾਓ ਕਹਿੰਦੇ ਹਨ ਘਾੜ ਉਪਰ ਪੱਛਮ ਵਲ ਵਹਿ ਕੇ ਸਪਾਟ ਜਲੌੜੀ ਮੈਦਾਨ ਵਿਚ ਚਲੇ ਜਾਂਦੇ ਹਨ।

ਭੂ-ਰਚਨਾ (Geology)—ਇੱਥੇ ਸ਼ਿਵਾਲਕ ਪਹਾੜੀਆਂ ਕਾਂਗਲੋਮੀਰੇਟ, ਰੇਤੇ ਦੇ ਪੱਥਰ ਅਤੇ ਚੀਕਣੀ ਮਿੱਟੀ ਦੀਆਂ ਪਰਤਾਂ ਤੋਂ ਬਣੀਆਂ ਹੋਈਆਂ ਹਨ। ਇਹ ਤਿੰਨ ਪੜਾਵਾਂ, ਉਪਰਲਾ, ਮੱਧਵਰਤੀ ਅਤੇ ਹੇਠਲਾ ਦੇ ਰੂਪ ਵਿੱਚ ਪਾਈਆਂ ਜਾਂਦੀਆਂ ਹਨ। ਰੂਪ ਨਗਰ ਸ਼ਿਵਾਲਕ ਖੇਤਰ ਵਿੱਚ ਉੱਪਰਲਾ ਅਤੇ ਹੇਠਲਾ ਪੜਾਅ, ਸਤਲੁਜ ਤੋਂ ਘੱਗਰ ਦਰਿਆ ਤੱਕ ਨੀਵੀਆਂ ਪਹਾੜੀਆਂ ਦੀ ਲੜੀ ਦੇ ਰੂਪ ਵਿੱਚ ਬਾਹਰ ਦਿਸਦੇ ਹਨ। ਉਪਰਲੇ ਪੜਾਅ ਵਿੱਚ ਸੰਗਠਤ ਕਾਂਗਲੋਮੀਰੇਟ ਤੇ ਮਿੱਟੀ ਦੀਆਂ ਤਹਿਆਂ ਪਾਈਆਂ ਜਾਂਦੀਆਂ ਹਨ। ਇਨ੍ਹਾਂ ਦੇ ਹੇਠ ਕਮਜ਼ੋਰ ਰੂਪ ਵਿੱਚ ਸੰਗਠਤ ਰੇਤੇ ਦੇ ਪੱਥਰ ਦੀਆਂ ਚਟਾਨਾਂ ਹਨ ਜੋ ਇਸੀ ਪ੍ਰਕਾਰ ਦੇ ਪਰੰਤੂ ਸਖ਼ਤ ਰੇਤੇ ਦੇ ਪੱਥਰ ਦੀਆਂ ਚਟਾਨਾਂ ਉੱਪਰ ਪਈਆਂ ਹਨ। ਇਨ੍ਹਾਂ ਸ਼ਿਵਾਲਕ ਤਹਿਆਂ ਵਿੱਚ ਹਾਥੀ, ਗੈਂਡਾ ਅਤੇ ਸ਼ੇਰ ਆਦਿ ਜਾਨਵਰਾਂ ਦੇ ਜੀਵਾਸ਼ਮ ਪਾਏ ਜਾਂਦੇ ਹਨ। ਇਨ੍ਹਾਂ ਸ਼੍ਰੇਣੀਆਂ ਦਾ ਸੰਬੰਧ ਪਰਬਤ ਨਿਰਮਾਣਕਾਰ ਹਲਚਲਾਂ ਦੀ ਟਰਸ਼ਰੀ ਅਵਸਥਾ (Tertiary stage) ਨਾਲ ਹੈ।

ਚੰਡੀਗੜ੍ਹ ਸ਼ਿਵਾਲਕ ਖੇਤਰ ਅੰਦਰੂਨੀ ਨਿਰਮਾਣ ਗਤੀਆਂ ਦੇ ਆਧਾਰ ਤੇ (Tectonically) ਕਿਰਿਆਸ਼ੀਲ ਹੈ। ਇਥੇ ਜੈਂਤੀ ਦੇਵੀ ਭ੍ਰੰਸ਼ (Jainti Devi Fault) ਦੀ ਮੌਜੂਦਗੀ ਕਾਰਨ, ਕਮਜ਼ੋਰ ਰੇਖਾ ਸਥਿਤ ਹੈ ਜੋ ਕਿਸੇ ਵੀ ਗਤੀ ਨਾਲ ਕਿਰਿਆਸ਼ੀਲ ਹੋ ਸਕਦੀ ਹੈ। ਇਸ ਕਾਰਨ ਇੱਥ ਭੂ-ਖਿਸਕਣ, ਚੋਅ ਮਾਰਗ ਖਿਸਕਣ ਅਤੇ ਹਲਕੇ ਭੂਚਾਲ ਆਉਣ ਦਾ ਡਰ ਹੋ ਸਕਦਾ ਹੈ।

ਉੱਤਪਤੀ (ORIGIN)

ਸ਼ਿਵਾਲਕ ਘਿਸਾ ਕੇ ਲਿਆਂਦੀਆਂ ਹੋਈਆਂ ਚਟਾਨਾਂ ਦੀ ਬਹੁਤ ਮੋਟਾਈ ਦਾ ਸਿਲਸਿਲਾ ਹੈ, ਜੋ 4500 ਤੋਂ 5200 ਮੀਟਰ ਮੋਟਾਈ ਵਿਚ ਖੁਰਦਰੇ ਰੂਪ ਵਿਚ ਤਹਿ ਹੋਏ ਰੇਤੇ ਦੇ ਪੱਥਰ, ਰੇਤਾ ਚਟਾਨਾਂ, ਚੀਕਨੀ ਮਿੱਟੀ ਅਤੇ ਕਾਂਗਲੋਮੀਰੇਟ ਤੋਂ ਬਣਿਆ ਹੋਇਆ ਹੈ। ਜ਼ਿਆਦਾਤਰ ਬਣਤਰ ਅਜੋਕੇ ਦਰਿਆਵਾਂ ਦੇ ਜਲੌੜ ਵਿਚ ਸ਼ਾਮਲ ਪਦਾਰਥਾਂ (ਮਲਬੇ) ਨਾਲ ਕਾਫੀ ਹੱਦ ਤੀਕ ਮਿਲਦੀ ਜੁਲਦੀ ਹੈ। ਭਿੰਨਤਾ ਕੇਵਲ ਇਹ ਹੈ ਕਿ ਸ਼ਿਵਾਲਕ ਤੰਤਰ ਦੀਆਂ ਚਟਾਨਾਂ ਕੁਝ ਪੀਡੀਆਂ ਹੋਈਆਂ, ਵਲਨ ਅਤੇ ਭਰੰਸ਼ਣ ਗਤੀਆਂ ਦੇ ਪ੍ਰਭਾਵ ਵਿਚ ਆਈਆਂ, ਹੁਣ ਜ਼ਿਆਦਾ ਉੱਚਾਈ ਤੇ ਪਾਈਆਂ ਅਤੇ ਜ਼ਿਆਦਾ ਨਿਮਨ ਕੋਣ ਵਾਲੀਆਂ ਹਨ। ਭਾਵੇਂ ਇਧਰ-ਉਧਰ ਸਥਾਨਕ ਖੱਪੇ ਹਨ ਪਰੰਤੂ ਸਮੁੱਚੀ ਮੋਟਾਈ ਮੱਧ ਮਾਇਓਸੀਨ ਤੋਂ ਸ਼ੁਰੂ ਹੋ ਕੇ ਸ਼ਿਵਾਲਕ ਕਾਲ ਦੇ ਅੰਤ (ਲੋਅਰ ਪਲੀਸਟੋਸੀਨ) ਤਕ ਸੰਬੰਧਤ ਨਿਖੇਪਾਂ ਦੀ ਪੂਰਣ ਤਰਤੀਬ ਹੈ। ਨਿਖੇਪਾਂ ਦਾ ਹੇਠਲਾ ਭਾਗ ਬਰੀਕ ਕਣਾਂ ਵਾਲੇ ਸੰਗਠਤ ਅਬਰਕੀ ਰੇਤੇ ਦੇ ਪੱਥਰ ਜਿਸ ਵਿਚ ਲਾਲ ਅਤੇ ਗੂੜ੍ਹੇ ਲਾਲ ਰੰਗ ਦੇ ਸ਼ੇਲ ਦੀਆਂ ਅੰਤਰ-ਪਰਤਾਂ ਹਨ, ਤੋਂ ਬਣਿਆ ਹੋਇਆ ਹੈ। ਉੱਪਰਲਾ ਭਾਗ ਜ਼ਿਆਦਾ ਮਿੱਟੀਮਈ ਹੈ ਜੋ ਨਰਮ ਚੀਕਣੀ ਮਿੱਟੀ ਦੀਆਂ ਮੋਟੀਆਂ ਤਹਿਆਂ ਤੋਂ ਬਣਿਆ ਹੋਇਆ ਹੈ। ਇਨ੍ਹਾਂ ਉੱਪਰ ਕੁਝ ਸਥਾਨਾਂ ਤੇ ਬਹੁਤ ਹੀ ਖੁਰਦਰੇ ਸਿਲਕਾਮਈ ਚਟਾਨਾਂ ਦੇ ਵੱਡੇ ਗੋਲਾਕਾਰ ਪੱਥਰਾਂ ਅਤੇ ਕਾਂਗਲੋਮੀਰੇਟ ਦਾ ਕੱਜਣ ਹੈ।

ਇਹ ਵਿਚਾਰ ਹੈ ਕਿ ਅੱਜ ਦੇ ਸ਼ਿਵਾਲਕ ਪਹਾੜੀਆਂ ਦੇ ਸਥਾਨ ਤੇ ਲੋਅਰ ਟਰਸ਼ਰੀ ਕਾਲ ਵਿਚ ਇੱਕ ਵਿਸ਼ਾਲ ਦਰਿਆ ਉੱਤਰ-ਪੱਛਮ ਦਿਸ਼ਾ ਵਿਚ ਚਲਦਾ ਸੀ। ਇਸ ਦਰਿਆ ਦੀ ਘਾਟੀ ਵਿਚ ਹਿਮਾਲਾ ਪਰਬਤਾਂ ਤੋਂ ਪ੍ਰਾਪਤ ਮਲਬੇ ਦੇ ਜਮ੍ਹਾਂ ਹੋਣ ਅਤੇ ਫਿਰ ਉਸਦੇ ਵਲਿਤ ਅਤੇ ਭਰੰਸ਼ਿਤ ਹੋਣ ਅਤੇ ਉੱਚੇ ਉਠ ਜਾਣ ਨਾਲ ਸ਼ਿਵਾਲਕ ਪਹਾੜਾਂ ਦੀ ਉੱਤਪਤੀ ਹੋਈ ਸੀ। ਇਸ ਤਰ੍ਹਾਂ ਸ਼ਿਵਾਲਕ ਪਹਾੜੀਆਂ ਦੇ ਪੱਥਰਾਂ ਅਤੇ ਚਟਾਨਾਂ ਦੇ ਸਰੂਪ ਅਤੇ ਰਚਨਾ ਤੋਂ ਉਨ੍ਹਾਂ ਦੀ ਉੱਤਪਤੀ ਬਾਰੇ ਅਨੁਮਾਨ ਮਿਲਦਾ ਹੈ। ਇਹ ਮੁੱਖ ਤੌਰ 'ਤੇ ਮੱਧਵਰਤੀ ਹਿਮਾਲਾ ਪਰਬਤਾਂ ਦੇ ਗਰੇਨਾਈਟ ਤੋਂ ਬਣੇ ਕੇਂਦਰੀ ਭਾਗ ਦੀ ਪਾਣੀ (ਨਦੀਆਂ) ਰਾਹੀਂ ਹੋਈ ਤੋੜ-ਭੰਨ ਤੋਂ ਪ੍ਰਾਪਤ ਹੋਇਆ ਮਲਬਾ ਹੈ ਜੋ ਸ਼ਿਵਾਲਕ ਦਰਿਆ ਦੀ ਲੰਬੀ ਅਤੇ ਚੌੜੀ ਘਾਟੀ ਵਿਚ ਜਮ੍ਹਾਂ ਹੋ ਗਿਆ ਸੀ। ਉਸ ਦੇ ਉਪਰਲੇ ਮਾਰਗ ਦੇ ਕਾਂਗਲੋਮੀਰੇਟ ਪਹਾੜੀ ਨਦੀਆਂ ਦੇ ਮੈਦਾਨ ਵਿਚ ਦਾਖਲ ਹੋਣ ਸਮੇਂ ਬਣੇ ਜਲੌੜੀ ਪੱਖੇ ਜਾਂ ਮਲਬੇ ਦੇ ਢੇਰ ਹਨ। ਚੀਕਣੀ ਮਿੱਟੀ

ਅਤੇ ਰੇਤੇ ਦੇ ਮੈਦਾਨ ਵਿਚ ਦਾਖਲ ਹੋਣ ਸਮੇਂ ਬਣੇ ਜਲੋੜ੍ਹੀ ਪੱਖੇ ਜਾਂ ਮਲਬੇ ਦੇ ਢੇਰ ਹਨ। ਚੀਕਣੀ ਮਿੱਟੀ ਅਤੇ ਰੇਤੇ ਦੀ ਬਹੁਤ ਮੋਟਾਈ ਦਰਿਆਵਾਂ ਰਾਹੀਂ ਹੜ੍ਹ ਦੇ ਮੈਦਾਨਾਂ ਵਿਚ ਜਮ੍ਹਾਂ ਕੀਤੇ ਗਾਰ ਅਤੇ ਬਰੀਕ ਤਲਛੱਟ ਹਨ, ਜਦੋਂ ਕਿ ਇਹ ਸੰਭਵ ਹੈ ਕਿ ਹੇਠਲੀਆਂ ਤਹਿਆਂ ਲੈਗੂਨ ਜਾਂ ਪਿੱਛੇ ਹੱਟ ਰਹੇ ਸਮੁੰਦਰ ਦੇ ਬਾਕੀ ਬਚੇ ਅਲੱਗ-ਥਲੱਗ ਹੋਏ ਸਮੁੰਦਰੀ ਬੇਸਨ ਦੇ ਅਰੁਧ ਨਦੀ ਮੁੱਖਾਂ (estuaries) ਵਿਚ ਬਣੀਆਂ ਹੋਣ।[1]

ਕੰਢੀ (THE KANDI)

ਸ਼ਿਵਾਲਕ ਪਹਾੜੀਆਂ ਪੱਛਮ ਵਲ ਅਤੇ ਰੋਪੜ ਜ਼ਿਲ੍ਹੇ ਦੇ ਨੂਰਪੁਰ ਬੇਦੀ ਬਲਾਕ ਦੇ ਪੂਰਬ ਵਲ ਇਕ ਕਟੇ-ਫਟੇ ਲਹਿਰਦਾਰ ਉੱਚ ਮੈਦਾਨ ਵਿਚ ਬਦਲ ਜਾਂਦੀਆਂ ਹਨ। ਇਸ ਉੱਚ ਪ੍ਰਦੇਸ਼ ਨੂੰ "**ਕੰਢੀ**" ਕਿਹਾ ਜਾਂਦਾ ਹੈ। ਇਹ ਪੰਜਾਬ ਦੇ ਪੱਧਰੇ ਮੈਦਾਨਾਂ ਦਾ ਉੱਚਾ ਕੰਢਾ ਹੈ। ਇਹ ਉੱਚ ਮੈਦਾਨ ਮੁਸਾਮਦਾਰ ਅਤੇ ਖੁਰਦਰੇ ਕਣਾਂ ਵਾਲੇ ਪਦਾਰਥਾਂ ਤੋਂ ਬਣਿਆ ਹੋਇਆ ਹੈ। ਮੋਟੇ ਤੌਰ 'ਤੇ ਕੰਢੀ 300 ਮੀਟਰ ਅਤੇ 400 ਮੀਟਰ ਦੀਆਂ ਸਮ ਉੱਚ ਰੇਖਾਵਾਂ ਵਿਚਕਾਰ ਇਕ ਤੰਗ ਪੇਟੀ ਦੇ ਰੂਪ ਵਿਚ ਸ਼ਿਵਾਲਕ ਪਹਾੜੀਆਂ ਦੀ ਸਾਰੀ ਲੰਬਾਈ ਦੇ ਨਾਲ-ਨਾਲ ਪਾਈ ਜਾਂਦੀ ਹੈ। ਇਹ ਤਲਹੱਟੀ ਦਾ ਮੈਦਾਨ ਜੋ ਕਟਿਆ-ਫਟਿਆ ਅਤੇ ਲਹਿਰਦਾਰ ਹੈ, ਵਿਭਿੰਨ ਨਾਵਾਂ ਜਿਵੇਂ ਕਿ "ਕੰਢੀ", "ਘਾੜ", "ਚੰਗਰ" ਆਦਿ ਹੇਠ ਪਠਾਨਕੋਟ-ਹੁਸ਼ਿਆਰਪੁਰ-ਰੋਪੜ-ਚੰਡੀਗੜ੍ਹ ਸੜਕ ਦੇ ਪੂਰਬ ਵਲ ਪਠਾਨਕੋਟ, ਹੁਸ਼ਿਆਰਪੁਰ, ਸ਼.ਭ.ਸ, ਨਗਰ ਅਤੇ ਰੂਪਨਗਰ ਜ਼ਿਲ੍ਹਿਆਂ ਵਿਚ ਸ਼ਿਵਾਲਕ ਪਹਾੜੀਆਂ ਤਕ ਫੈਲਿਆ ਹੋਇਆ ਹੈ। ਇਸ ਵਿਚ ਦਰਿਆ ਬਿਆਸ ਅਤੇ ਦਰਿਆ ਸਤਲੁਜ ਦੇ ਹੜ੍ਹ ਦੇ ਮੈਦਾਨਾਂ ਕਾਰਨ ਦੋ ਖੱਪੇ (gaps) ਬਣ ਗਏ ਹਨ (ਨਕਸ਼ਾ ਨੰ. 14)। ਇਸ ਉਪਖੇਤਰ ਦੀ ਔਸਤ ਚੌੜਾਈ 10 ਤੋਂ 15 ਕਿਲੋਮੀਟਰ ਹੈ ਅਤੇ ਇਸ ਹੇਠ ਰਾਜ ਦਾ 8.2% ਖੇਤਰਫਲ ਆਉਂਦਾ ਹੈ।

ਇਸ ਖੇਤਰ ਦੀ ਢਲਾਨ ਮੁੱਖ ਤੌਰ 'ਤੇ ਦੱਖਣ-ਪੱਛਮ ਵਲ ਹੈ ਅਤੇ ਇਸ ਖੇਤਰ ਵਿੱਚੋਂ ਅਨੇਕਾਂ ਚੋਅ, ਔਸਤਨ ਇਕ ਚੋਅ ਪ੍ਰਤੀ ਕਿਲੋਮੀਟਰ ਦੇ ਫਾਸਲੇ ਅਨੁਸਾਰ, ਸ਼ਿਵਾਲਕ ਪਹਾੜੀਆਂ ਤੋਂ ਪੰਜਾਬ ਦੇ ਮੈਦਾਨਾਂ ਵਲ ਵਹਿੰਦੇ ਹਨ। ਕਈ ਚੋਅ ਬਿਨਾਂ ਕਿਸੇ ਵੱਡੀ ਨਦੀ ਜਾਂ ਦਰਿਆ ਨੂੰ ਮਿਲਿਆਂ ਇਸ ਖੇਤਰ ਵਿਚ ਹੀ ਅਲੋਪ ਹੋ ਜਾਂਦੇ ਹਨ। ਨਤੀਜੇ ਦੇ ਰੂਪ ਵਿਚ ਇਹ ਖੇਤਰ ਅਨੇਕਾਂ ਚੋਆਂ (ਮੌਸਮੀ ਅਤੇ ਬਰਸਾਤੀ ਨਦੀਆਂ) ਅਤੇ ਖੱਡਾਂ (ਰੇਤਲੀ ਤਲੈਟੀ ਵਾਲੀਆਂ ਨਦੀਆਂ) ਕਾਰਨ ਬੁਰੀ ਤਰ੍ਹਾਂ ਨਾਲ ਕਟਿਆ ਫਟਿਆ ਹੈ ਅਤੇ ਇਨ੍ਹਾਂ ਚੋਆਂ ਅਤੇ ਖੱਡਾਂ ਨੇ ਇਸ ਖੇਤਰ ਨੂੰ ਆਪਣੇ ਬਦਲਦੇ ਵਹਿਣਾਂ ਅਤੇ ਜਮ੍ਹਾਂ ਕੀਤੇ ਰੇਤੇ ਅਤੇ ਗੀਟਿਆਂ ਨਾਲ ਤਬਾਹ ਕਰ ਦਿੱਤਾ ਹੈ। ਇਹ ਖੇਤਰ "**ਭਾਬਰ**" ਵਰਗਾ ਹੈ ਜੋ ਪਹਾੜੀਆਂ (ਸ਼ਿਵਾਲਕ) ਦੇ ਪੈਰਾਂ ਹੇਠ ਕਈ ਜਲੋੜ੍ਹੀ ਪੱਖਿਆਂ ਦੇ ਆਪਸ ਵਿਚ ਜੁੜ ਜਾਣ ਕਾਰਨ ਬਣਿਆ ਤਲਹੱਟੀ ਦਾ ਮੈਦਾਨ (piedmont plain) ਹੈ। ਜਲੋੜ੍ਹੀ ਪੱਖਿਆਂ ਅਤੇ ਚੋਆਂ ਦੇ ਨਿਖੇਪ ਖੁਰਦਰੇ ਕਣਾਂ ਵਾਲੇ ਹਨ ਜੋ ਮੁੱਖ ਤੌਰ 'ਤੇ ਕੰਕਰ ਜਾਂ ਕੁਝ ਥਾਵਾਂ 'ਤੇ ਬਜਰੀ ਮਿਲਿਆ ਰੇਤਾ ਹੈ ਅਤੇ ਹੋਰ ਥਾਵਾਂ 'ਤੇ ਮੁਕਾਬਲਤਨ ਬਰੀਕ ਕਣਾਂ (ਚੀਕਣੀ ਮਿੱਟੀ ਜਾਂ ਰੇਤਲੀ ਚੀਕਣੀ ਮਿੱਟੀ) ਵਾਲੇ ਨਿਖੇਪ ਹਨ। ਇਹ ਨਿਖੇਪ ਨਵੇਂ ਅਤੇ ਜ਼ਿਆਦਾਤਰ ਤਹਿਦਾਰ ਹਨ। ਕਿਉਂਕਿ ਨਿਖੇਪ ਮੋਟੇ, ਖੁਰਦਰੇ ਕਣਾਂ ਵਾਲੇ ਅਤੇ ਮੁਸਾਮਦਾਰ ਹਨ, ਇਸ ਕਾਰਨ ਵਿਭਿੰਨ ਚੋਅ ਇਸ ਰੇਤਲੇ ਖੇਤਰ ਵਿਚ ਅਲੋਪ ਹੋ ਜਾਂਦੇ ਹਨ। ਇਸ ਮੈਦਾਨ ਦੀ ਪੰਜਾਬ ਦੇ ਮੈਦਾਨਾਂ ਵਲ ਢਲਾਨ ਉੱਤਲ ਹੈ। ਇਹ ਇਕ ਖੁਸ਼ਕ ਉੱਚ ਪ੍ਰਦੇਸ਼ ਹੈ ਜਿੱਥੇ ਭੂਮੀ ਜਲ ਸੱਤਰ ਨੀਵਾਂ ਹੈ। ਬਸਤੀਆਂ (ਪਿੰਡ) ਜਲੋੜ੍ਹੀ ਪੱਖਿਆਂ ਦੇ ਬਾਹਰਲੇ ਕਿਨਾਰਿਆਂ ਉੱਤੇ, ਜਿੱਥੇ ਭੂਮੀ ਹੇਠਲਾ ਜਲ ਸਤਰ ਸੱਤਹ ਦੇ ਨੇੜੇ ਅਤੇ ਮਿੱਟੀ ਚੰਗੀ ਅਤੇ ਖੇਤੀ ਲਈ ਅਨੁਕੂਲ ਹੈ, ਸਥਿਤ ਹਨ।

ਚੰਗਰ (CHANGAR)

ਰੋਪੜ ਜ਼ਿਲ੍ਹੇ ਦੇ ਆਨੰਦਪੁਰ ਸਾਹਿਬ ਬਲਾਕ ਵਿਚ ਕੰਢੀ ਨੂੰ "**ਚੰਗਰ**" ਕਹਿੰਦੇ ਹਨ। ਇਹ ਦਰਿਆ ਸਤਲੁਜ ਦੇ ਖੱਬੇ ਕੰਢੇ ਨਾਲ ਫੈਲਿਆ ਲੰਬਾ ਪ੍ਰਦੇਸ਼ ਹੈ ਜਿਸ ਵਿਚ ਡੂੰਘੀਆਂ ਖੱਡਾਂ ਭਰਿਆ ਉੱਚ ਪ੍ਰਦੇਸ਼ ਵੀ ਸ਼ਾਮਲ ਹੈ। ਉੱਤਰ ਵਿਚ ਇਹ ਪ੍ਰਦੇਸ਼ ਤੰਗ

[1] Wadia D.N. (1979) "Geology of India."

(ਲਗਭਗ 4 ਕਿਲੋਮੀਟਰ ਚੌੜਾ) ਹੈ ਦੱਖਣ ਵਲ ਚੌੜਾਈ ਲਗਭਗ 10 ਕਿਲੋਮੀਟਰ ਤਕ ਹੋ ਜਾਂਦੀ ਹੈ। 'ਚੰਗਰ' ਖੇਤਰ ਨੰਗਲ-ਰੋਪੜ ਸੜਕ ਦੇ ਪੂਰਬ ਵਲ ਦਰਿਆ ਸਤਲੁਜ ਦੇ ਹੜ੍ਹ ਦੇ ਮੈਦਾਨ ਅਤੇ ਘਾਟੀ ਤੋਂ ਇਕ ਦਮ ਉੱਚਾ ਹੈ। ਨੈਣਾਂ ਦੇਵੀ ਧਾਰ ਤੋਂ ਆਉਣ ਵਾਲੇ ਅਨੇਕਾਂ ਚੋਆਂ ਕਾਰਨ ਇਹ ਪ੍ਰਦੇਸ਼ ਜ਼ਿਆਦਾ ਮਾਤਰਾ ਵਿਚ ਡੂੰਘਾ ਅਤੇ ਕਟਿਆ ਫਟਿਆ ਹੈ। ਵੱਡੇ ਚੋਆਂ ਨੇ ਘਾਟੀ ਵਰਗੇ ਪੱਧਰੇ ਖੇਤਰ ਬਣਾਏ ਹੋਏ ਹਨ। ਲਖੇੜ ਪਿੰਡ ਦੇ ਨਾਲ ਅਜਿਹਾ ਇਕ ਘਾਟੀ ਪ੍ਰਦੇਸ਼ ਦੇਖਿਆ ਜਾ ਸਕਦਾ ਹੈ। ਵਿਭਾਜਕ ਚੌੜੇ 'ਤੇ ਗੋਲਾਕਾਰ ਉੱਚੇ ਸਿਖਰਾਂ ਵਾਲੇ ਹਨ। ਸਮੁੱਚਾ ਪ੍ਰਦੇਸ਼ ਉੱਤਖਾਤ ਭੂਮੀ ਸੱਥਲ ਕ੍ਰਿਤੀ (bad land topography) ਬਣਾਉਂਦਾ ਹੈ।

"1947 ਵਿਚ ਦੇਸ਼ ਦੀ ਵੰਡ ਤੋਂ ਪਹਿਲਾਂ ਇਹ ਇਲਾਕਾ **ਤਾਲੁਕਾ ਜੰਦਬੜੀ** ਦੇ ਨਾਂ ਨਾਲ ਜਾਣਿਆ ਜਾਂਦਾ ਸੀ। ਉੱਤਰ ਤੋਂ ਦੱਖਣ ਦਿਸ਼ਾਂ ਵਿੱਚ ਇਹ ਲਗਭਗ 50 ਕਿ.ਮੀ. ਲੰਬਾ ਹੈ। ਉੱਤਰ ਵਿੱਚ ਇਹ ਤੰਗ ਹੈ ਅਤੇ ਦੱਖਣ ਵਿੱਚ ਚੌੜਾ ਹੋ ਜਾਂਦਾ ਹੈ। ਉੱਤਰੀ ਭਾਗ ਵਿਚ ਇਹ ਇਕ ਪੱਧਰੀ ਪਠਾਰ ਹੈ ਜਿਸ ਦੇ ਇਕ ਪਾਸੇ (ਪੱਛਮ ਵੱਲ) ਦਰਿਆ ਦੇ ਕੰਢੇ ਨਾਲ ਜਲੋੜ੍ਹੀ ਮਿੱਟੀ ਦੀ ਇੱਕ ਤੰਗ ਪੱਟੀ ਪਾਈ ਜਾਂਦੀ ਹੈ। ਮੱਧ ਅਤੇ ਦੱਖਣ ਵਿੱਚ ਇਹ ਖੇਤਰ ਊੱਬੜ-ਖਾਬੜ ਪਹਾੜੀਆਂ ਦੇ ਰੂਪ ਵਿਚ ਬਦਲ ਜਾਂਦਾ ਹੈ ਅਤੇ ਫਿਰ ਦੱਖਣ ਵੱਲ ਨੀਵਾਂ ਹੋ ਕੇ ਇੱਕ ਜਲੋੜ੍ਹੀ ਮੈਦਾਨ ਵਿਚ ਬਦਲ ਜਾਂਦਾ ਹੈ।"[1]

ਘਾੜ (GHAR)

ਰੋਪੜ ਜ਼ਿਲ੍ਹੇ ਵਿਚ ਸ਼ਿਵਾਲਕ ਪਹਾੜੀਆਂ ਦੇ ਪੱਛਮ ਵਲ 300 ਮੀਟਰ ਦੀ ਸਮ-ਉੱਚ ਰੇਖਾ ਤਕ ਦੇ ਕਟੇ-ਫਟੇ ਮੈਦਾਨ ਨੂੰ **"ਘਾੜ"** ਕਹਿੰਦੇ ਹਨ। ਇਹ ਉੱਤਰ ਵਿਚ 10 ਤੋਂ 12 ਕਿਲੋਮੀਟਰ ਚੌੜਾ ਹੈ ਅਤੇ ਦੱਖਣ ਵਿਚ ਚੰਡੀਗੜ੍ਹ ਨੇੜੇ ਕੇਵਲ 3 ਤੋਂ 5 ਕਿਲੋਮੀਟਰ ਚੌੜਾ ਰਹਿ ਜਾਂਦਾ ਹੈ (ਨਕਸ਼ਾ ਨੰ. 13)। ਸੁੱਘ ਰਾਉ, ਹਰੀਪੁਰ ਨਦੀ, ਬੁੱਦਕੀ ਨਦੀ, ਸਿਸਵਾਂ ਨਦੀ, ਜੈਂਤੀ ਦੇਵੀ ਕੀ ਰਾਉ, ਪਟਿਆਲਾ ਕੀ ਰਾਉ ਅਤੇ ਕਈ ਹੋਰ ਛੋਟੇ ਚੋਅ ਘਾੜ ਵਿਚੋਂ ਦੀ ਪੂਰਬ ਤੋਂ ਪੱਛਮ ਵਲ ਵਹਿੰਦੇ ਹਨ। ਇਸ ਕਾਰਨ ਰੋਪੜ ਅਤੇ ਖਰੜ ਤਹਿਸੀਲਾਂ ਦੇ ਪੂਰਬੀ ਭਾਗ ਬੁਰੀ ਤਰ੍ਹਾਂ ਨਾਲ ਕਟੇ-ਫਟੇ ਹਨ। ਪਹਾੜੀਆਂ ਦੇ ਨੇੜੇ ਇਹ ਪ੍ਰਦੇਸ਼ ਲਹਿਰਦਾਰ ਹੈ। ਇਥੇ ਵਿਭਿੰਨ ਚੋਆਂ ਨੇ ਕੁਝ ਉੱਚੀਆਂ ਨਦੀ-ਵੇਦਕਾਵਾਂ (raised river terraces) ਜਿਨ੍ਹਾਂ ਨੂੰ **'ਖੋਲ'** ਕਿਹਾ ਜਾਂਦਾ ਹੈ, ਬਣਾਈਆਂ ਹੋਈਆਂ ਹਨ। ਇਹ **ਖੋਲਾਂ** ਪੱਧਰੀ ਅਤੇ ਉਪਜਾਊ ਮਿੱਟੀ ਵਾਲੇ ਖੇਤਰ ਹਨ ਜਿਥੇ ਪਿੰਡ ਵੱਸੇ ਹੋਏ ਹਨ। **ਨੂਰਪੁਰ ਬੇਦੀ ਬਲਾਕ ਵਿਚ ਕਤਰ ਧਾਰ** (ਸ਼ਿਵਾਲਕ) ਦੇ ਪੂਰਬ ਵਿਚ ਸਥਿਤ ਅਜਿਹੇ ਉੱਚੇ ਨੀਵੇਂ ਅਤੇ ਚੋਆਂ ਭਰੇ ਖੇਤਰ ਨੂੰ ਵੀ 'ਘਾੜ' ਕਹਿੰਦੇ ਹਨ। ਇਹ ਵੀ ਕਾਫੀ ਕਟਿਆ ਫਟਿਆ ਹੈ ਅਤੇ ਉੱਤਰ ਵਿਚ ਕਾਹਨਪੁਰ ਖੂਹੀ ਪਿੰਡ ਤੋਂ ਦੱਖਣ ਵਿਚ ਗੜ੍ਹਬਾਗਾ ਪਿੰਡ ਤਕ ਸ਼ਿਵਾਲਕ ਦੇ ਨਾਲ ਫੈਲਿਆ ਇਹ ਇਕ ਕੰਢੀ ਪ੍ਰਦੇਸ਼ ਹੈ।

ਕੰਢੀ (KANDI)

ਕੰਢੀ ਖਾਸ ਜ਼ਿਲ੍ਹਾ ਹੁਸ਼ਿਆਰਪੁਰ ਅਤੇ ਨਵਾਂ ਸ਼ਹਿਰ ਦੀ ਸਾਰੀ ਲੰਬਾਈ ਵਿਚ ਉੱਤਰ ਤੋਂ ਦੱਖਣ ਦਿਸ਼ਾ ਵਿਚ ਚਲਦੀ ਹੈ। ਇਹ ਪਠਾਨਕੋਟ-ਹੁਸ਼ਿਆਰਪੁਰ-ਰੋਪੜ ਸੜਕ ਦੇ ਪੂਰਬ ਵਲ ਸਮੁੰਦਰ ਤਲ ਤੋਂ 300 ਤੋਂ 400 ਮੀਟਰ ਦੀਆਂ ਸਮ-ਉੱਚ ਰੇਖਾਵਾਂ ਦੇ ਵਿਚਕਾਰ ਸਥਿਤ ਹੈ। ਇਹ ਉਪ-ਖੇਤਰ ਪੂਰਬ ਵਲ ਬਿਲਕੁਲ ਪਹਾੜੀਆਂ ਤਕ ਹੌਲੀ-ਹੌਲੀ ਉੱਚਾ ਉਠਦਾ ਜਾਂਦਾ ਹੈ। ਕਈ ਇਲਾਕਿਆਂ ਵਿਚ ਜਿਵੇਂ ਕਿ ਬਲਾਚੌਰ ਤਹਿਸੀਲ ਦੇ ਮਾਨਸੇਵਾਲ, ਥੋਪੀਆ, ਊਧਨ ਵਾਲ, ਰੱਤੇਵਾਲ ਆਦਿ ਪਿੰਡਾਂ ਨੇੜੇ ਧਰਾਤਲ ਕਾਫੀ ਲਹਿਰਦਾਰ ਬਣ ਜਾਂਦੀ ਹੈ। ਵਿਭਿੰਨ ਚੋਆਂ ਨੇ ਇਸ ਖੇਤਰ ਨੂੰ ਵੀ ਬਹੁਤ ਕੱਟਿਆ-ਵੱਢਿਆ ਹੈ। ਇਸ ਨਾਲ ਖੇਤਰ ਉੱਚਾ-ਨੀਵਾਂ, ਰੇਤਲਾ, ਘੱਟ ਉਪਜਾਊ ਅਤੇ ਖੁਸ਼ਕ ਬਣ ਗਿਆ ਹੈ। ਇਹ ਇਕ "ਚੋਅ ਪ੍ਰਦੇਸ਼" ਹੈ ਜੋ ਅਸਲ ਵਿਚ ਇਕ ਵਿਸ਼ਾਲ "ਪੈਨ-ਫੈਨ" ਹੈ ਜਿਸ ਵਿਚ ਘਿਸਾ ਕੇ ਲਿਆਂਦੇ ਅਤੇ ਜਮ੍ਹਾਂ ਕੀਤੇ ਪਦਾਰਥਾਂ ਦੇ ਵਿਅਕਤੀਗਤ ਸ਼ੰਕੂ (ਫੈਨ) ਦਿਸਦੇ ਨਹੀਂ ਹਨ (ਨਕਸ਼ਾ ਨੰ. 13 ਅਤੇ 16)। ਇਹ ਸਮੁੱਚਾ ਪ੍ਰਦੇਸ਼ ਚੋਆਂ ਰਾਹੀਂ ਨਿਖੇਪ ਕੀਤੇ ਰੇਤੇ, ਕੰਕਰ, ਗੀਟੇ ਜਾਂ ਚੀਕਣੀ ਮਿੱਟੀ ਦੇ ਭੂ-ਖੰਡਾਂ ਤੋਂ ਬਣਿਆ

[1] District and States Gazetteers of the Undivided Punjab (Prior to Independence), Part A, Hoshiarpur district.

ਹੋਇਆ ਹੈ। ਅਪਰਦਨ ਇੰਨਾਂ ਜ਼ਿਆਦਾ ਵਿਨਾਸ਼ਕਾਰੀ ਹੈ ਕਿ ਚੋਅ ਪਹਾੜੀਆਂ ਵਿਚ 3 ਤੋਂ 6.5 ਕਿਲੋਮੀਟਰ ਅੰਦਰ ਵਲ ਚਲੇ ਗਏ ਹਨ। ਇਸ 'ਚੋਅ ਪੇਟੀ' ਵਿਚ ਹਰ ਇਕ ਚੋਅ ਰੇਤੇ ਦਾ ਇਕ ਚੌੜਾ ਦਰਿਆ ਹੈ, ਜਿਸ ਦੀ ਤਲੈਟੀ ਛਿਛਲੀ ਅਤੇ ਹਮੇਸ਼ਾ ਬਦਲਣ ਵਾਲੀ ਹੈ ਅਤੇ ਕੰਢੇ ਅਨਿਸ਼ਚਤ ਹਨ ਜੋ ਅਸਥਿਰ ਰੇਤੇ ਜਾਂ ਤਿੱਖੇ ਕਿਨਾਰੇ ਵਾਲੇ ਖੇਤੀ ਖੇਤਰ ਤੋਂ ਬਣੇ ਹੋਏ ਹਨ ਜੋ ਕਿਸੇ ਵੀ ਹੜ੍ਹ ਨਾਲ ਰੁੜ੍ਹ ਸਕਦੇ ਹਨ।[1]

ਜ਼ਿਲ੍ਹਾ ਗੁਰਦਾਸਪੁਰ ਅਤੇ ਪਠਾਨਕੋਟ ਜ਼ਿਲ੍ਹੇ ਵਿਚ ਦਰਿਆ ਬਿਆਸ ਤੋਂ ਅੱਗੇ 'ਕੰਢੀ' ਮੁੱਖ ਤੌਰ 'ਤੇ 300 ਮੀਟਰ ਅਤੇ 400 ਮੀਟਰ ਦੀਆਂ ਸਮ-ਉੱਚ ਰੇਖਾਵਾਂ ਵਿਚਕਾਰ ਸਥਿਤ ਇਕ ਕੱਟਿਆ-ਫੱਟਿਆ ਉੱਚ ਪ੍ਰਦੇਸ਼ ਹੈ ਜਿਸ ਦੀ ਢਲਾਨ ਦੱਖਣ-ਪੱਛਮ ਵਲ ਹੈ। ਚੱਕੀ ਖੱਡ ਅਤੇ ਇਸ ਦੀ ਗੁੱਲਪੁਰ ਸ਼ਾਖਾ ਇਸ ਉੱਚ ਪ੍ਰਦੇਸ਼ ਵਿਚੋਂ ਵਗਣ ਵਾਲੇ ਦੋ ਮੁੱਖ ਮੌਸਮੀ ਦਰਿਆ ਹਨ। ਇਨ੍ਹਾਂ ਤੋਂ ਬਿਨਾਂ ਅਨੇਕ ਹੋਰ ਚੋਅ ਅਤੇ ਖੱਡਾਂ ਹਨ।

ਸਪਾਟ ਜਲੋੜ੍ਹੀ ਮੈਦਾਨ (THE FLATTISH ALLUVIAL PLAINS)

ਪੰਜਾਬ ਦਾ ਇਹ ਸਭ ਤੋਂ ਵੱਧ ਮਹੱਤਵਪੂਰਣ ਅਤੇ ਸਭ ਤੋਂ ਵਿਸ਼ਾਲ ਧਰਾਤਲੀ ਪ੍ਰਦੇਸ਼ ਹੈ। ਇਸ ਅਧੀਨ ਰਾਜ ਦਾ ਤਿੰਨ-ਚੌਥਾਈ ਦੇ ਲਗਭਗ ਖੇਤਰਫਲ ਸ਼ਾਮਲ ਹੈ। ਪੰਜਾਬ ਕੰਢੀ ਤੋਂ ਪੱਛਮ ਵਲ ਰੋਪੜ, ਨਵਾਂ ਸ਼ਹਿਰ ਅਤੇ ਹੁਸ਼ਿਆਰਪੁਰ ਜ਼ਿਲ੍ਹਿਆਂ ਦੇ ਪੱਛਮੀ ਭਾਗਾਂ ਵਿਚ, ਜ਼ਿਆਦਾਤਰ ਗੁਰਦਾਸਪੁਰ ਜ਼ਿਲ੍ਹਾ, ਅੰਮ੍ਰਿਤਸਰ, ਤਰਨਤਾਰਨ, ਕਪੂਰਥਲਾ, ਜਲੰਧਰ, ਲੁਧਿਆਣਾ, ਮੋਗਾ, ਫਤਹਿਗੜ੍ਹ ਸਾਹਿਬ ਤੇ ਪਟਿਆਲਾ ਜ਼ਿਲ੍ਹੇ, ਸੰਗਰੂਰ ਜ਼ਿਲ੍ਹੇ ਦਾ ਬਹੁਤ ਵੱਡਾ ਭਾਗ ਅਤੇ ਫਰੀਦਕੋਟ ਅਤੇ ਫਿਰੋਜ਼ਪੁਰ ਜ਼ਿਲ੍ਹਿਆਂ ਦੇ ਪੂਰਬੀ ਤੇ ਉੱਤਰ-ਪੂਰਬੀ ਭਾਗਾਂ ਵਿਚ ਧਰਾਤਲ ਬਹੁਤ ਹਲਕੀ ਢਲਾਨ ਵਾਲੀ, ਲਗਭਗ ਇਕਸਾਰ ਅਤੇ ਸਪਾਟ ਹੋ ਜਾਂਦੀ ਹੈ। ਇਸ ਵਿਚ ਦਰਿਆ ਸਤਲੁਜ, ਬਿਆਸ ਅਤੇ ਰਾਵੀ ਦੇ ਹੜ੍ਹ ਦੇ ਮੈਦਾਨਾਂ ਦਾ ਵਿਘਨ ਹੈ ਅਤੇ ਅੰਤ ਵਿਚ ਇਹ ਦੱਖਣ-ਪੱਛਮੀ ਪੰਜਾਬ ਦੇ ਰੇਤ ਦੇ ਟਿੱਬਿਆਂ ਨਾਲ ਭਰੇ ਖੇਤਰ ਵਿਚ ਜਾ ਰਲਦਾ ਹੈ। ਇਸ ਖੇਤਰ ਦੇ ਸਪਾਟ ਸਰੂਪ ਵਿਚ ਜ਼ਿਆਦਾ ਇਕਸਾਰਤਾ ਕਾਰਨ ਸਾਰੇ ਪੰਜਾਬ ਰਾਜ ਨੂੰ ਇਕ ਹੀ ਨਾਂ 'ਪੰਜਾਬ ਦੇ ਮੈਦਾਨ" ਦਿੱਤਾ ਜਾਂਦਾ ਹੈ। ਇਸ ਉਪ-ਵੰਡ ਵਿਚ ਪੰਜਾਬ ਦੇ ਤਿੰਨ ਮਹੱਤਵਪੂਰਣ ਅਤੇ ਚੰਗੀ ਤਰ੍ਹਾਂ ਜਾਣੇ ਜਾਂਦੇ ਇਲਾਕੇ, ਉਪ-ਖੇਤਰ, ਜਲੋੜ੍ਹ ਮੈਦਾਨ ਜਾਂ ਲੋਕ ਖੇਤਰ (Folk regions) **ਮਾਝਾ** (ਅਪਰ ਬਾਰੀ ਦੋਆਬ), **ਦੋਆਬ** (ਬਿਸਤ ਜਲੰਧਰ ਦੋਆਬ) ਅਤੇ **ਮਾਲਵਾ** ਸ਼ਾਮਲ ਹਨ (ਨਕਸ਼ਾ ਨੰ. 57)।

ਇਹ ਇਕ ਨਿਖੇਪ ਦਾ ਮੈਦਾਨ ਹੈ ਜੋ ਪ੍ਰਾਇਦੀਪੀ ਖੰਡ ਅਤੇ ਅੱਗੇ ਵੱਧ ਰਹੇ ਹਿਮਾਲਾ ਵਿਚਕਾਰ ਹੇਠ ਮੁੜ ਕੇ ਬਣੀ ਅਗਰ-ਡੂੰਘਾਣ (Foredeep) ਦੇ ਭਰ ਜਾਣ ਨਾਲ ਬਣਿਆ ਹੈ। ਇਹ ਵਿਭਿੰਨ ਦਰਿਆਵਾਂ ਰਾਹੀਂ ਪਲੀਸਟੋਸੀਨ ਅਤੇ ਹੁਣੇ ਦੇ ਹੀ ਸਮਿਆਂ ਵਿਚ ਲਿਆਂਦੇ ਤਲਛੱਟਾਂ (ਚੀਕਣੀ ਮਿੱਟੀ, ਗਾਰ ਅਤੇ ਰੇਤੇ ਦੀਆਂ ਵਿਸ਼ਾਲ ਤਹਿਆਂ) ਤੋਂ ਬਣਿਆ ਹੋਇਆ ਹੈ। ਇਨ੍ਹਾਂ ਤਲਛੱਟਾਂ ਨੇ ਪੁਰਾਣੀ ਧਰਾਤਲ ਨੂੰ ਸੈਂਕੜੇ ਮੀਟਰ ਦੀ ਡੂੰਘਾਈ ਦੇ ਨਿਖੇਪਾਂ ਨਾਲ ਪੂਰੀ ਤਰ੍ਹਾਂ ਢਕ ਲਿਆ ਹੈ। ਖੇਤਰ ਦੀ ਢਲਾਨ ਦੱਖਣ-ਪੱਛਮ ਵੱਲ ਹੈ। ਵਿਭਿੰਨ ਦਰਿਆਵਾਂ ਅਤੇ ਨਦੀਆਂ ਦੇ ਵਹਿਣ ਦੀ ਦਿਸ਼ਾ ਅਤੇ ਵਿਭਿੰਨ ਸਥਾਨ ਉਚਾਈਆਂ (spot heights) ਇਸ ਵਲ ਇਸ਼ਾਰਾ ਕਰਦੇ ਹਨ (ਨਕਸ਼ਾ ਨੰ. 12)। ਢਲਾਨ ਬਹੁਤ ਮੰਦ ਹੈ। ਇਹ ਅੱਧਾ ਮੀਟਰ ਪ੍ਰਤੀ ਕਿਲੋਮੀਟਰ ਦੇ ਲਗਭਗ ਹੈ। ਆਮ ਉੱਚਾਈ ਸ਼ਿਵਾਲਕ ਦੇ ਨੇੜੇ 300 ਮੀਟਰ ਤੋਂ ਲੈ ਕੇ ਦੱਖਣ-ਪੱਛਮ ਵਿਚ 200 ਮੀਟਰ ਵਿਚਕਾਰ ਹੈ।

ਭਾਵੇਂ ਇਨ੍ਹਾਂ ਮੈਦਾਨਾਂ ਦੇ ਜ਼ਿਆਦਾਤਰ ਭਾਗ ਵਿਚ ਆਮ ਧਰਾਤਲ ਉੱਚੇ ਉਭਾਰਾਂ (high prominences) ਤੋਂ ਬਿਨਾਂ ਹੈ ਪਰੰਤੂ ਧਰਾਤਲ ਨੂੰ ਮਾਮੂਲੀ ਉੱਚੀ-ਨੀਵੀਂ ਕਿਹਾ ਜਾ ਸਕਦਾ ਹੈ। ਦਰਿਆਵਾਂ ਦੇ ਹੁਣ ਦੇ ਜਾਂ ਪੁਰਾਣੇ ਵਹਿਣ ਅਜਿਹੇ ਕੁਝ ਨੀਵੇਂ ਭਾਗ ਹਨ ਜੋ ਮਾਮੂਲੀ ਜ਼ਿਆਦਾ ਉੱਚਾਈ ਵਾਲੇ **ਅੰਤਰ-ਨਦੀਕ੍ਰਿਤ ਪ੍ਰਦੇਸ਼ਾਂ**, (Inter fluvial regions) ਭਾਵ **ਦੋਆਬਿਆਂ** ਜਿਨ੍ਹਾਂ ਨੂੰ ਉੱਪਰਲੀਆਂ ਵੇਦਕਾਵਾਂ (upper terraces) ਕਿਹਾ ਜਾਂਦਾ ਹੈ, ਤੋਂ ਅਲੱਗ ਹੁੰਦੇ ਹਨ। ਇਨ੍ਹਾਂ ਅੰਤਰ-ਨਦੀਕ੍ਰਿਤ ਖੇਤਰਾਂ (ਦੋਆਬਿਆਂ) ਵਿਚ ਕੁਝ ਥਾਵਾਂ ਤੇ ਰੇਤ ਟਿੱਬੇ ਜਾਂ ਰੇਤੇ ਦੀਆਂ ਕਟਕਾਂ ਪਾਈਆਂ ਜਾਂਦੀਆਂ ਹਨ। ਇਸ ਲਈ ਧਰਾਤਲ ਵਿਚ

---

[1] Spate O.H.K. & Lear Month (1957) "India and Pakistan : A General and Regional Geography."

ਉੱਚਾਈ ਸਥਲਾਕ੍ਰਿਤਕ (topographical) ਮਹੱਤਵਪੂਰਨ ਤਬਦੀਲੀ ਕੰਢਾ ਜਾਂ ਕਗਾਰ (bluff) ਹੈ ਜਿਸਨੂੰ **"ਢਾਹਾ"** ਕਹਿੰਦੇ ਹਨ। ਇਹ ਵਿਭਿੰਨ ਦਰਿਆਵਾਂ ਦੇ ਹੜ੍ਹ ਦੇ ਮੈਦਾਨ (ਬੇਟ) ਨੂੰ ਉੱਚੇ ਮੈਦਾਨ (ਅੰਤਰ-ਨਦੀਕ੍ਰਿਤ ਪ੍ਰਦੇਸ਼) ਤੋਂ ਨਿਖੇੜਦਾ ਹੈ। ਸੜਕ ਰਸਤੇ ਲੁਧਿਆਣੇ ਸ਼ਹਿਰ ਤੋਂ ਜਲੰਧਰ ਵਲ ਆਉਂਦੇ ਸਮੇਂ ਫਿਲੌਰ ਦੇ ਕਸਬੇ ਵਿਚ ਦਾਖਲ ਹੋਣ ਤੋਂ ਪਹਿਲਾਂ ਜਦੋਂ ਅਸੀਂ ਸਤਲੁਜ ਦੇ ਪੁਲ ਨੂੰ ਪਾਰ ਕਰਦੇ ਹਾਂ ਤਾਂ ਅਜਿਹੀ ਹੀ ਇਕ ਤਬਦੀਲੀ ਇਕ ਢਾਹੇ ਦੇ ਰੂਪ ਵਿਚ ਆਉਂਦੀ ਹੈ। ਨਕਸ਼ਾ ਨੰ. 15 ਅਤੇ ਟੌਪੋ ਸ਼ੀਟ ਨੰ. 53 A/4 ਵਿਚ ਅਜਿਹਾ ਇਕ **'ਢਾਹਾ'** ਬਲਾਚੌਰ ਦੇ ਕਸਬੇ ਦੇ ਨੇੜੇ ਤੋਂ ਸ਼ੁਰੂ ਹੋ ਕੇ ਰਾਹੋਂ, ਔੜ, ਫਿਲੌਰ ਅਤੇ ਅੱਗੇ ਤਕ ਦੇਖਿਆ ਜਾ ਸਕਦਾ ਹੈ। ਢਾਹੇ ਦੀ ਉੱਚਾਈ ਲਗਭਗ 1 ਤੋਂ 6 ਮੀਟਰ ਤੱਕ ਹੈ। ਇਸ ਵਿਚ ਬਹੁਤ ਅਪਰਦਨ ਨਦੀਆਂ ਬਣੀਆਂ ਹੋਈਆਂ ਹਨ। ਇਸ ਤਰ੍ਹਾਂ ਸਪਾਟ ਜਲ੍ਹੋੜੀ ਮੈਦਾਨ ਵਿਚ ਦੋ ਭਿੰਨਤਾਵਾਂ ਜਾਂ ਦੋ ਸਥਲਰੂਪ ਉਪ-ਖੰਡ ਪਾਏ ਜਾਂਦੇ ਹਨ : ਬੇਟ ਤੇ ਦੋਆਬਾ (ਢਾਹਾ)।

(ੳ) ਬੇਟ (Bet)

ਬੇਟ ਨੂੰ ਹੜ੍ਹ ਦਾ ਮੈਦਾਨ, ਖੱਦਰ, ਜਾਂ ਮੰਡ ਵੀ ਕਿਹਾ ਜਾਂਦਾ ਹੈ। ਇਹ ਬਿਲਕੁੱਲ ਪੱਧਰੀ ਧਰਾਤਲ ਦੀ ਤੰਗ ਪੇਟੀ ਹੈ ਜੋ ਸਭ ਤੋਂ ਨਵੀਂ ਉੱਤਪਤੀ ਦੀ ਰੇਤ, ਗਾਰ ਅਤੇ ਚੀਕਣੀ ਮਿੱਟੀ ਦੀਆਂ ਤਹਿਆਂ ਤੋਂ ਬਣੀ ਹੋਈ ਹੈ, ਜੋ ਦਰਿਆਵਾਂ ਦੇ ਹਰ ਸਾਲ ਦੇ ਹੜ੍ਹਾਂ ਕਾਰਨ ਜਮ੍ਹਾਂ ਹੁੰਦੀਆਂ ਰਹਿੰਦੀਆਂ ਹਨ। ਇਸ ਤਰ੍ਹਾਂ ਇਹ ਹੜ੍ਹ ਦਾ ਮੈਦਾਨ ਬਣ ਜਾਂਦਾ ਹੈ ਜਿਸ ਵਿਚੋਂ ਦਰਿਆ ਦਾ ਮਾਰਗ ਵਲ-ਵਲੇਵੇਂ ਖਾਂਦਾ, ਕਈ ਵਹਿਣ, ਦਰਿਆ ਟਾਪੂ, ਧਨੁੱਖ-ਆਕਾਰੀ ਝੀਲਾਂ ਅਤੇ ਕਈ ਥਾਈਂ ਦਲਦਲਾਂ ਬਣਾਉਂਦਾ ਚਲਦਾ ਹੈ (ਨਕਸ਼ਾ ਨੰ. 15)। ਇਸ ਉਪ-ਵੰਡ ਵਿਚ ਰੇਤ ਦੀਆਂ ਭਿੱਤੀਆਂ ਅਤੇ ਬਿੰਦੂ ਭਿੱਤੀਆਂ ਦਾ ਜਟਿਲ ਸਮੂਹ ਸ਼ਾਮਲ ਹੈ ਜੋ ਦਰਿਆਵਾਂ ਅਤੇ ਉਨ੍ਹਾਂ ਦੀਆਂ ਸਹਾਇਕ ਨਦੀਆਂ ਦੀ ਵਿਭਿੰਨ ਵਹਿਣਾਂ ਵਿਚ ਵੰਡ ਹੋਣ (braiding) ਅਤੇ ਵਲ-ਵਲੇਵੇਂ ਖਾਣ ਦੀ ਕਿਰਿਆ ਕਾਰਨ ਹੋਂਦ ਵਿਚ ਆਉਂਦਾ ਹੈ। ਬੇਟ ਦੀਆਂ ਸੀਮਾਵਾਂ ਰੇਤ ਟਿੱਬਿਆਂ ਦੀਆਂ ਟੁੱਟੀਆਂ ਹੋਈਆਂ ਕਤਾਰਾਂ, ਤਿੱਖੀ ਢਲਾਨ ਵਾਲੀਆਂ ਕਗਾਰਾਂ (ਢਾਹੇ) ਜਾਂ ਹੜ੍ਹ ਤੋਂ ਬਚਣ ਲਈ ਬਣਾਏ **'ਧੁੱਸੀ ਬੰਨ੍ਹ'** ਬਣਾਉਂਦੇ ਹਨ। ਇਹ ਬੰਨ੍ਹ ਕੀਮਤੀ ਖੇਤੀਬਾੜੀ ਜ਼ਮੀਨ ਅਤੇ ਪਿੰਡਾਂ (ਬਸਤੀਆਂ) ਨੂੰ ਦਰਿਆ ਸਤਲੁਜ, ਬਿਆਸ ਅਤੇ ਰਾਵੀ ਦੇ ਹੜ੍ਹਾਂ ਦੀ ਮਾਰ ਤੋਂ ਬਚਾਉਂਦੇ ਹਨ।

ਦੋਆਬ ਤੋਂ ਬੇਟ ਜਾਂ ਹੜ੍ਹ ਦੇ ਮੈਦਾਨ ਵਿਚ ਤਬਦੀਲੀ ਇਕ ਕਗਾਰ (bluff) ਦੇ ਰੂਪ ਵਿੱਚ ਹੈ ਜੋ ਕੁਝ ਸਥਾਨਾਂ ਤੇ ਲੰਬਕ ਢਲਾਨ ਵਾਲੀ ਹੈ ਅਤੇ ਦੂਜੇ ਸਥਾਨਾਂ ਤੇ ਇਹ ਸਾਧਾਰਣ ਤੋਂ ਮਾਮੂਲੀ ਢਲਾਨ ਵਾਲੀ ਹੈ। ਢਾਹੇ ਜਾਂ ਕਗਾਰ ਦੀ ਕੁੱਲ ਉੱਚਾਈ 30 ਮੀਟਰ ਤੱਕ ਹੋ ਸਕਦੀ ਹੈ। ਢਾਹੇ ਵਿੱਚ ਅਨੇਕਾਂ ਖੱਡਾਂ, ਮੋਘੇ ਜਾਂ ਤੰਗ ਘਾਟੀਆਂ (ਘੱਗ) ਹੁੰਦੀਆਂ ਹਨ ਜਿਨ੍ਹਾਂ ਰਸਤੇ ਉੱਚੇ ਖੇਤਰ (ਦੋਆਬ) ਦਾ ਜਲ ਪ੍ਰਵਾਹ ਬੇਟ ਖੇਤਰ ਵਿੱਚ ਦਾਖ਼ਲ ਹੁੰਦਾ ਹੈ। ਇਹ ਜਲ ਪ੍ਰਵਾਹ ਆਪਣੇ ਨਾਲ ਰੇਤਾ ਲਿਆਉਂਦਾ ਹੈ ਅਤੇ ਛੋਟੇ ਚੋਅ ਜਾਂ ਰੇਤ ਭਰੀਆਂ ਧਾਰਾਵਾਂ (Sand torrents) ਬਣ ਜਾਂਦਾ ਹੈ। ਕਈ ਥਾਵਾਂ ਤੇ ਇਹ ਚੋਅ ਜਾਂ ਧਾਰਾਵਾਂ ਢਾਹੇ ਦੇ ਨੇੜੇ ਜਿੱਥੇ ਸਤਲੁਜ ਜਾਂ ਬਿਆਸ ਦਰਿਆਵਾਂ ਦੇ ਪਹਿਲੇ ਡੂੰਘੇ ਵਹਿਣ ਅਜੇ ਗਾਰ (slit) ਨਾਲ ਭਰ ਕੇ ਪੱਧਰੇ ਨਹੀਂ ਹੋਏ ਹਨ, ਨੀਵੇਂ ਭਾਗਾਂ ਵਿੱਚ ਦਲਦਲਾਂ ਅਤੇ ਖੋਭਾ ਬਣਾਉਂਦੇ ਹਨ।

ਹੜ੍ਹ ਦੇ ਮੈਦਾਨ ਦੀ ਆਮ ਚੌੜਾਈ ਇਕ ਪਾਸੇ 5 ਤੋਂ 10 ਕਿਲੋਮੀਟਰ ਵਿਚਕਾਰ ਹੈ (ਨਕਸ਼ਾ ਨੰ. 13)। ਦਰਿਆ ਸਤਲੁਜ ਦੇ ਬੇਟ ਦੀ ਚੌੜਾਈ ਫਿਲੌਰ ਵਾਲੇ ਪਾਸੇ ਲਗਭਗ ਇਕ ਕਿਲੋਮੀਟਰ ਹੈ। ਕੁਝ ਥਾਵਾਂ 'ਤੇ ਇਹ 20 ਕਿਲੋਮੀਟਰ ਤਕ ਵੀ ਹੈ। ਰਾਹੋਂ ਨੇੜੇ ਦਰਿਆ ਸਤਲੁਜ ਦਾ ਸੱਜੇ ਕੰਢੇ ਦਾ ਹੜ੍ਹ ਦਾ ਮੈਦਾਨ ਲਗਭਗ 5 ਕਿਲੋਮੀਟਰ ਚੌੜਾ ਹੈ। ਲੁਧਿਆਣਾ ਸ਼ਹਿਰ ਦੇ ਨੇੜੇ ਖੱਬੇ ਪਾਸੇ ਦਾ ਹੜ੍ਹ ਦਾ ਮੈਦਾਨ ਲਗਭਗ 7 ਕਿਲੋਮੀਟਰ ਚੌੜਾ ਹੈ। ਦਰਿਆ ਸਤਲੁਜ ਦਾ ਖੱਬੇ ਕੰਢੇ ਵਾਲਾ ਹੜ੍ਹ ਦਾ ਮੈਦਾਨ ਲੁਧਿਆਣਾ ਸ਼ਹਿਰ ਨੇੜੇ ਲਗਭਗ 7 ਕਿਲੋਮੀਟਰ ਚੌੜਾ ਅਤੇ ਨਕੋਦਰ ਅਤੇ ਸ਼ਾਹਕੋਟ ਤਹਿਸੀਲਾਂ ਵਿਚ ਇਹ ਲਗਭਗ 13 ਕਿਲੋਮੀਟਰ ਚੌੜਾ ਹੈ। ਰਾਹੋਂ ਨੇੜੇ ਦਰਿਆ ਸਤਲੁਜ ਦੇ ਬੇਟ ਨੂੰ 'ਤੱਲਾ' ਕਹਿੰਦੇ ਹਨ। ਇਹ ਬਿਲਕੁਲ ਸਪਾਟ ਹੈ। ਰੋਪੜ ਜ਼ਿਲ੍ਹੇ ਦੀ ਆਨੰਦਪੁਰ ਸਾਹਿਬ ਤਹਿਸੀਲ ਵਿਚ 'ਚੰਗਰ' ਅਤੇ 'ਘਾੜ' ਵਿਚਕਾਰ ਦਰਿਆ ਸਤਲੁਜ ਦੇ ਬੇਟ ਨੂੰ 'ਬੇਲਾ' ਕਿਹਾ ਜਾਂਦਾ ਹੈ। ਇਸ ਵਿਚ ਸੁਆਂ ਨਦੀ ਦਾ ਬੇਟ ਵੀ ਉੱਤਰ ਵੱਲੋਂ ਆ ਮਿਲਦਾ ਹੈ। ਇਸ ਬੇਟ ਨੂੰ "ਦੂਣੀ" (Doon) ਕਹਿੰਦੇ ਹਨ ਜੋ 'ਊਨਾ ਦੂਣ' ਦਾ ਦੱਖਣੀ ਅਤੇ ਮੱਧਵਰਤੀ ਭਾਗ ਹੈ।

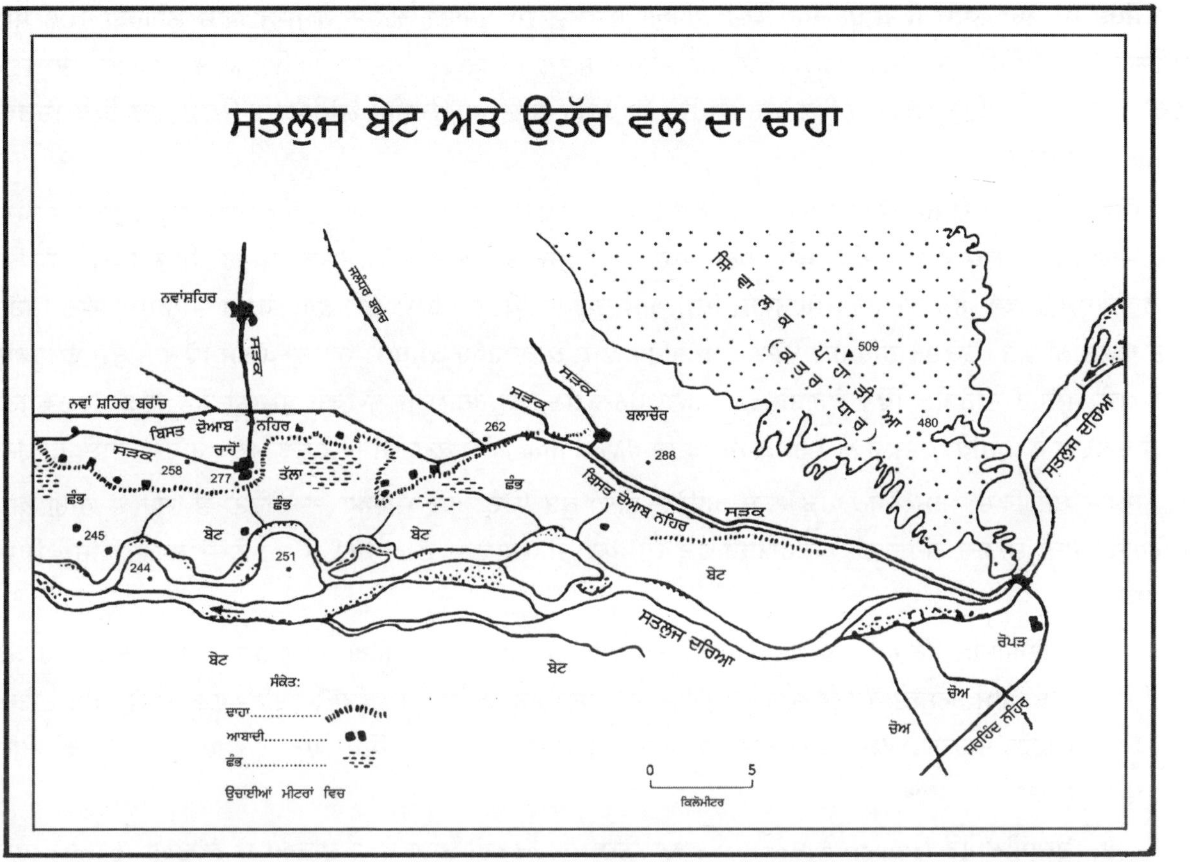

ਨਕਸ਼ਾ ਨੰ: 15

ਪੰਜਾਬ ਦੇ ਤਿੰਨ ਦਰਿਆਵਾਂ ਸਤਲੁਜ, ਬਿਆਸ ਅਤੇ ਰਾਵੀ ਨੇ ਆਪਣੇ-ਆਪਣੇ ਵਹਿਣਾਂ ਦੇ ਨਾਲ-ਨਾਲ ਆਪਣੇ ਬੇਟ, ਮੰਡ ਜਾਂ ਹੜ੍ਹ ਦੇ ਮੈਦਾਨ ਬਣਾਏ ਹੋਏ ਹਨ ਜਿਨ੍ਹਾਂ ਦੀ ਚੌੜਾਈ ਵਿਭਿੰਨ ਭਾਗਾਂ ਵਿਚ ਬਦਲਦੀ ਰਹਿੰਦੀ ਹੈ। ਇਥੇ ਦਰਿਆ ਵਲ-ਵਲੇਵੇਂ ਪਾ ਕੇ ਅਤੇ ਵਿਭਿੰਨ ਸ਼ਾਖਾਵਾਂ ਵਿਚ ਵੰਡ ਜਾਣ 'ਤੇ (braided) ਚਲਦੇ ਹਨ। ਦੱਖਣ ਵਿਚ ਦਰਿਆ ਘੱਗਰ ਨੇ ਵੀ ਆਪਣਾ ਛੋਟਾ ਜਿਹਾ ਹੜ੍ਹ ਦਾ ਮੈਦਾਨ ਬਣਾਇਆ ਹੋਇਆ ਹੈ। (ਨਕਸ਼ਾ ਨੰ. 13)। ਇਹ ਹੜ੍ਹ ਦੇ ਮੈਦਾਨ ਹੁਣ ਖੇਤੀਬਾੜੀ ਲਈ ਮਹੱਤਵਪੂਰਣ ਬਣ ਗਏ ਹਨ। ਇਥੇ ਚਾਵਲ ਅਤੇ ਕਣਕ ਦੀਆਂ ਭਰਪੂਰ ਫਸਲਾਂ ਪ੍ਰਾਪਤ ਕੀਤੀਆਂ ਜਾਂਦੀਆਂ ਹਨ।

ਹੜ੍ਹ ਦੇ ਮੈਦਾਨ ਵਿਚ ਕਈ **ਜਲ-ਮਾਰਗ** (water courses) ਪਾਏ ਜਾਂਦੇ ਹਨ ਜੋ ਦਰਿਆਵਾਂ ਦੇ ਪੁਰਾਣੇ ਵਹਿਣਾਂ ਵਿੱਚ ਵਗਦੇ ਹਨ। ਕੁੱਝ ਭਾਗਾਂ ਵਿੱਚ ਇਹ ਬਣਾਵਟੀ ਤੌਰ ਤੇ ਬਣਾਏ ਵਹਿਣਾਂ ਵਿੱਚ ਵੀ ਵਗਦੇ ਹੋ ਸਕਦੇ ਹਨ। ਇਨ੍ਹਾਂ ਜਲ-ਮਾਰਗਾਂ ਵਿੱਚ ਸਾਲ ਦੇ ਜ਼ਿਆਦਾਤਰ ਭਾਗ ਵਿਚ ਪਾਣੀ ਵਹਿੰਦਾ ਰਹਿੰਦਾ ਹੈ ਅਤੇ ਪਾਣੀ ਦੀ ਇਹ ਸਪਲਾਈ ਬੇਟ ਵਿਚ ਸਥਿਤ ਛੰਭਾਂ, ਦਲਦਲਾਂ ਜਾਂ ਖੋਭਿਆਂ ਤੋਂ ਆਉਂਦੀ ਹੈ। ਇਹ ਜਲ-ਮਾਰਗ ਦਰਿਆਵਾਂ ਨਾਲ ਵੀ ਜੁੜੇ ਹੁੰਦੇ ਹਨ (ਨਕਸ਼ਾ ਨੰ. 15)। ਬਿਸਤ ਦੋਆਬ ਦੇ ਨਵਾਂ ਸ਼ਹਿਰ (ਐਸ. ਬੀ. ਐਸ. ਨਗਰ) ਜ਼ਿਲ੍ਹੇ ਦੇ ਸਤਲੁਜ ਬੇਟ ਵਿੱਚ ਪੂਰਬੀ ਅਤੇ ਪੱਛਮੀ **ਨੈਰੀ** (En. & Wn. Neri), ਫਿਲੌਰ ਬੇਟ ਵਿਚ **ਫਿਲੌਰ ਨੈਰੀ**, ਅਤੇ ਜਲੰਧਰ ਜ਼ਿਲ੍ਹੇ ਦੇ ਨਕੋਦਰ ਤੇ ਸ਼ਾਹਕੋਟ ਬੇਟ ਵਿੱਚ **ਸਤਲੁਜ ਨਾਲੇ** (nalas), **ਸ਼ਾਹ ਕਮਲਵਾਲਾ** ਅਤੇ **ਚੋਲੀ** ਵਹਿਣ ਵੀ ਪਾਏ ਜਾਂਦੇ ਹਨ। ਇਹੋ ਜਿਹੇ ਜਲ-ਮਾਰਗ ਬਿਆਸ ਅਤੇ ਰਾਵੀ ਦਰਿਆਵਾਂ ਦੇ ਬੇਟ ਖੇਤਰਾਂ ਵਿੱਚ ਵੀ ਪਾਏ ਜਾਂਦੇ ਹਨ। **ਨਾਉਮੁਨੀ ਨਦੀ** (Naumuni Nadi) ਗੁਰਦਾਸਪੁਰ ਜ਼ਿਲ੍ਹੇ ਦੇ ਬੇਟ ਵਿੱਚ ਰਾਵੀ ਦਰਿਆ ਦਾ ਇੱਕ ਵਹਿਣ ਜਲ-ਮਾਰਗ ਹੈ।

ਸੱਖਰ ਜਾਂ ਸੁੱਖਾ ਨਾਲਾ ਫਿਰੋਜ਼ਪੁਰ ਬੇਟ ਵਿਚ ਦਰਿਆ ਸਤਲੁਜ ਦਾ ਪੁਰਾਣਾ ਵਹਿਣ ਹੈ ਜਿਸ ਵਿਚ ਲਗਭਗ 100 ਸਾਲ ਪਹਿਲਾਂ ਪਾਣੀ ਵਹਿੰਦਾ ਹੁੰਦਾ ਸੀ। ਇਹ ਮਮਦੋਟ ਨੇੜੇ ਦਰਿਆ ਸਤਲੁਜ ਵਿਚ ਜਾ ਮਿਲਦਾ ਹੈ। ਇਹ ਨਾਲਾ ਦਰਿਆ ਸਤਲੁਜ ਦੇ ਨਵੇਂ ਅਤੇ ਪੁਰਾਣੇ ਵਹਿਣਾਂ (beds) ਵਿਚਕਾਰ ਵਹਿੰਦਾ ਹੈ। ਸੱਖਰ ਨਾਲੇ ਦਾ ਉਦਗਮ ਲੁਧਿਆਣਾ ਜ਼ਿਲ੍ਹੇ ਵਿੱਚ ਪਿੰਡ ਤਿਹਾਰਾ (Thiara) ਨੇੜੇ ਹੁੰਦਾ ਹੈ।

ਤਿੰਨੇ ਦਰਿਆਵਾਂ ਦੇ ਬੇਟ ਇਲਾਕਿਆਂ ਵਿੱਚ ਕਈ ਚਿੱਕੜ ਦੇ ਪੱਧਰੇ ਭਾਗ (mud flats) ਜੋ ਬਰਸਾਤ ਰੁੱਤ ਵਿੱਚ ਦਲਦਲ ਬਣ ਜਾਂਦੇ ਹਨ, ਦਲਦਲਾਂ ਅਤੇ ਖੋਭੇ (ਛੰਭ) ਪਾਏ ਜਾਂਦੇ ਹਨ। ਐਸ. ਬੀ. ਐਸ. ਨਗਰ (ਨਵਾਂ ਸ਼ਹਿਰ) ਜ਼ਿਲ੍ਹੇ ਵਿਚ ਰਾਹੋਂ ਨੇੜੇ 'ਤੱਲਾ' ਜਾਂ **ਰਾਹੋਂ ਛੰਭ** ਅਤੇ ਚਰਾਨ, ਮੁਜ਼ੱਫਰਪੁਰ, ਸੋਤਾ ਅਤੇ ਗੁਰੂਪੁਰ ਪਿੰਡਾਂ ਨੇੜੇ ਦੇ **ਛੋਟੇ ਛੰਭ**, ਫਿਲੌਰ ਤਹਿਸੀਲ ਵਿੱਚ **ਤਿਹੰਗ** ਅਤੇ **ਅਜਤਾਨੀ ਛੰਭ**, ਨਕੋਦਰ ਤਹਿਸੀਲ ਵਿੱਚ **ਕੰਗ ਸਾਹਿਬੁ** ਛੰਭ, ਕਰਤਾਰਪੁਰ ਕਸਬੇ ਦੇ ਉੱਤਰ-ਪੱਛਮ ਵਿੱਚ ਸਥਿਤ **ਬਲਹੂਵਾਲ** ਛੰਭ ਅਤੇ ਜਲੰਧਰ ਤਹਿਸੀਲ ਵਿੱਚ **ਢੋਗਰੀ** ਛੰਭ ਮਹੱਤਵਪੂਰਨ ਹਨ। ਕਪੂਰਥਲਾ ਜ਼ਿਲ੍ਹੇ ਵਿੱਚ **ਭੁਲਾਨਾ** ਛੰਭ ਇਕ ਮਹੱਤਵਪੂਰਨ ਵੱਡੀ ਦਲਦਲ ਹੈ। **ਹਰੀਕੇ**, **ਕਾਂਜਲੀ** ਅਤੇ ਰੋਪੜ **ਤਰ ਖੇਤਰ** (Wetlands) ਕੁੱਝ ਕੁਦਰਤੀ ਅਤੇ ਕੁੱਝ ਮਨੁੱਖ ਰਾਹੀਂ ਬਣਾਏ ਹੋਏ ਹਨ।

ਸਮੁੱਚੇ ਬੇਟ ਵਿਚ ਆਮ ਕਰਕੇ ਹੜ੍ਹ ਨਹੀਂ ਆਉਂਦੇ ਹਨ। ਕੁਝ ਉੱਚੇ ਅਤੇ ਦਰਿਆ ਦੇ ਵਹਿਣ ਤੋਂ ਦੂਰ ਦੇ ਭਾਗ ਆਮ ਦਰਿਆਈ ਹੜ੍ਹਾਂ ਤੋਂ ਬਚੇ ਰਹਿੰਦੇ ਹਨ। ਦਰਿਆਈ ਹੜ੍ਹ ਦੀ ਮਾਰ ਦੀ ਸੰਭਾਵਨਾ ਦੇ ਆਧਾਰ ਤੇ ਬੇਟ ਨੂੰ ਦੋ ਭਾਗਾਂ ਵਿਚ ਵੰਡਿਆ ਜਾ ਸਕਦਾ ਹੈ—

1. **ਕਿਰਿਆਸ਼ੀਲ ਬੇਟ (Active Bet)**—ਬੇਟ ਦਾ ਇਹ ਉਹ ਭਾਗ ਹੈ ਜੋ ਦਰਿਆ ਦੇ ਵਹਿਣ ਦੇ ਨਾਲ ਲਗਦਾ ਹੈ ਅਤੇ ਇੱਥੇ ਆਮ ਬਰਸਾਤ ਰੁੱਤ ਵਿਚ ਹੜ੍ਹ ਆਉਂਦੇ ਹਨ। ਇਹ ਸਭ ਤੋਂ ਨਵੇਂ ਤਲਛੱਟਾਂ ਤੋਂ ਬਣਿਆ ਭਾਗ ਹੈ। ਇਥੇ ਦਰਿਆ ਵਹਿਣ ਮਾਰਗਾਂ ਵਿੱਚ ਜਲਦੀ-ਜਲਦੀ ਤਬਦੀਲੀ ਹੁੰਦੀ ਰਹਿੰਦੀ ਹੈ। ਇਸ ਭਾਗ ਨੂੰ **ਮੰਡ** (mand) ਵੀ ਕਿਹਾ ਜਾਂਦਾ ਹੈ।
2. **ਉਦਾਸੀਨ ਬੇਟ (Passive Bet)**—ਬੇਟ ਦਾ ਇਹ ਬਾਹਰਵਰਤੀ ਭਾਗ ਹੈ ਜੋ ਦਰਿਆ ਦੇ ਕੰਢਿਆਂ (banks) ਭਾਵ ਢਾਹੇ ਤਕ ਫੈਲਿਆ ਹੋ ਸਕਦਾ ਹੈ। ਇਸ ਭਾਗ ਵਿਚ ਕੇਵਲ ਬਹੁਤ ਭਾਰੀ ਬਰਸਾਤ ਸਮੇਂ ਅਰਥਾਤ ਉੱਚੇ ਹੜ੍ਹ ਸਮੇਂ ਹੜ੍ਹ ਦਾ ਪਾਣੀ ਆਉਂਦਾ ਹੈ। ਇਹ ਭਾਗ ਦਰਿਆ ਦੀ ਆਮ ਕਿਰਿਆਸ਼ੀਲਤਾ ਤੋਂ ਵਾਂਝਿਆਂ ਰਹਿੰਦਾ ਹੈ। ਇਹ ਪੁਰਾਣੇ ਜਲੋੜਾਂ ਤੋਂ ਬਣਿਆ ਭਾਗ ਹੈ ਅਤੇ ਇੱਥੇ ਆਮ ਕਰਕੇ ਖੇਤੀਬਾੜੀ ਕੀਤੀ ਜਾਂਦੀ ਹੈ।

ਪੰਜਾਬ ਦੇ ਸਾਰੇ, ਵਿਸ਼ੇਸ਼ ਕਰਕੇ ਸਤਲੁਜ ਅਤੇ ਬਿਆਸ ਦਰਿਆਵਾਂ ਉੱਤੇ ਕਈ ਬੰਨ੍ਹ ਬਣਾਏ ਜਾਣ ਅਤੇ ਕਈ ਨਹਿਰਾਂ ਕੱਢੀਆਂ ਜਾਣ ਕਾਰਨ ਦਰਿਆਵਾਂ ਵਿੱਚ ਵਗਦੇ ਪਾਣੀ ਦੀ ਘਾਟ ਰਹਿੰਦੀ ਹੈ ਅਤੇ ਆਮ ਬਰਸਾਤ ਸਮੇਂ ਕੁੱਝ ਚੋਆਂ ਕਾਰਨ ਕੇਵਲ ਵਹਿਣ ਦਾ ਪਾਣੀ ਵੱਧ ਜਾਂਦਾ ਹੈ ਜਾਂ ਮਾਮੂਲੀ ਜਿਹਾ ਹੜ੍ਹ ਆਉਂਦਾ ਹੈ।

(ਅ) ਅੰਤਰ-ਨਦੀਕ੍ਰਿਤ ਖੇਤਰ ਜਾਂ ਦੋਆਬਾ

ਇਸ ਭਾਗ ਨੂੰ ਉੱਚੀ ਜਾਂ ਉਪਰਲੀ ਵੇਦਕਾ, 'ਢਾਹਾ' ਜਾਂ 'ਬਾਂਗੜ' ਵੀ ਕਿਹਾ ਜਾਂਦਾ ਹੈ। ਇਹ ਉੱਚਾ ਮੈਦਾਨ ਹੈ ਜੋ ਪੁਰਾਣੇ ਜਲੋੜ, ਜ਼ਿਆਦਾਤਰ ਚੀਕਣੀ ਮਿੱਟੀ ਤੋਂ ਬਣਿਆ ਹੋਇਆ ਹੈ। ਇਹ ਪੁਰਾਣੀ ਘਾਟੀ ਦੇ ਫਰਸ਼ ਜਾਂ ਤੱਲ ਹਨ ਜਿਸ ਦੇ ਬਾਕੀ ਬਚੇ ਭਾਗ ਮੌਜੂਦਾ ਦਰਿਆ ਤਲੈਟੀ ਦੇ ਤਲ ਤੋਂ ਉੱਪਰ ਸਥਿਤ ਹਨ। ਇਹ ਆਪਣੇ ਆਧਾਰ ਕੋਲ ਹੜ੍ਹ ਦੇ ਮੈਦਾਨਾਂ ਤੋਂ ਰੇਤ ਦੇ ਟਿੱਬਿਆਂ ਦੀਆਂ ਟੁੱਟੀਆਂ ਕਤਾਰਾਂ, ਭਿੱਤੀਆਂ ਜਾਂ ਕਗਾਰਾਂ (ਢਾਹੇ) ਰਾਹੀਂ ਅਲੱਗ ਹੁੰਦੇ ਹਨ। ਇਨ੍ਹਾਂ ਵੇਦਕਾਵਾਂ ਜਾਂ ਉਪਰਲੀਆਂ ਘਾਟੀਆਂ ਦੇ ਤੱਲਛਟਾਂ ਦੀ ਰਚਨਾ ਬਣਤਰ (structure), ਕਾਰਬੋਨੇਟਾਂ ਦੇ ਜਮ੍ਹਾਂ ਹੋਣ ਦੀ ਡੂੰਘਾਈ ਅਤੇ ਦੂਜੇ ਗਤੀਸ਼ੀਲ ਤੱਤਾਂ (mobile constituents) ਦੇ ਮਾਮਲੇ ਵਿੱਚ ਪਰਿਵਰਤਨਸ਼ੀਲ ਹੈ। ਭਾਵੇਂ ਚੀਕਣੀ ਮਿੱਟੀ ਭਾਰੀ ਮਾਤਰਾ ਵਿੱਚ ਪਾਈ ਜਾਂਦੀ ਹੈ ਪਰੰਤੂ ਕੁਝ ਥਾਵਾਂ 'ਤੇ ਤੱਲਛਟ ਮਿੱਟੀਮਈ ਦੋਮਟ (clayey Loams) ਜਾਂ ਰੇਤਲੀ ਦੋਮਟ (sandy loams) ਹਨ ਜਿਨ੍ਹਾਂ ਵਿਚ ਚੂਨਾਮਈ

ਪਦਾਰਥ ਜਿਸ ਨੂੰ '**ਕੰਕਰ**' ਕਿਹਾ ਜਾਂਦਾ ਹੈ, ਦੇ ਢੇਲੇ ਜਾਂ ਡੱਲੀਆਂ ਪਾਈਆਂ ਜਾਂਦੀਆਂ ਹਨ। ਅੰਤਰ ਨਦੀਕ੍ਰਿਤ ਖੇਤਰ ਲਗਭਗ ਸਪਾਟ ਹਨ ਜੋ ਦੱਖਣ-ਪੱਛਮ ਵਿਚ ਸਮੁੰਦਰ ਤਲ ਤੋਂ 210 ਮੀਟਰ ਦੀ ਉੱਚਾਈ ਤੋਂ ਬਹੁਤ ਮਾਮੂਲੀ ਤਰ੍ਹਾਂ (ਅਪ੍ਰਤੱਖ ਰੂਪ) ਨਾਲ ਉੱਤਰ-ਪੂਰਬ ਵਿਚ ਲਗਭਗ 300 ਮੀਟਰ ਦੀ ਸਮ-ਉੱਚ ਰੇਖਾ ਤਕ ਉੱਚੇ ਉਠਦੇ ਹਨ। ਇਥੇ ਇਹ ਕੰਢੀ ਖੇਤਰ ਵਿਚ ਆ ਮਿਲਦੇ ਹਨ।

ਪੰਜਾਬ ਵਿਚ ਤਿੰਨ ਪ੍ਰਮੁੱਖ ਅੰਤਰ-ਨਦੀਕ੍ਰਿਤ ਮੈਦਾਨ ਜਾਂ ਵੇਦਕਾਵਾਂ ਮੰਨੇ ਗਏ ਹਨ। ਇਹ ਹਨ—ਅਪਰ ਬਾਰੀ ਦੋਆਬ, ਬਿਸਤ ਜਲੰਧਰ ਦੋਆਬ ਅਤੇ ਮਾਲਵਾ।

I. ਅਪਰ ਬਾਰੀ ਦੋਆਬ ਜਿਸ ਨੂੰ 'ਮਾਝਾ' ਵੀ ਕਹਿੰਦੇ ਹਨ, ਦਰਿਆ ਰਾਵੀ ਅਤੇ ਦਰਿਆ ਬਿਆਸ ਵਿਚਕਾਰ ਸੀਮਤ ਅੰਮ੍ਰਿਤਸਰ, ਤਰਨਤਾਰਨ ਅਤੇ ਗੁਰਦਾਸਪੁਰ ਜ਼ਿਲ੍ਹਿਆਂ ਵਿਚ ਫੈਲਿਆ ਹੋਇਆ ਹੈ। ਇਹ ਖੇਤਰ ਬਾਰੀ ਦੋਆਬ ਦਾ ਉੱਪਰਲਾ ਭਾਗ ਹੈ। ਹੇਠਲਾ ਭਾਗ ਪਾਕਿਸਤਾਨ ਵਿਚ ਹੈ। ਇਸ ਦੀ ਢਲਾਨ ਦੱਖਣ-ਪੱਛਮ ਵਲ ਹੈ। ਇਥੇ ਸਮੁੰਦਰ ਤਲ ਤੋਂ ਆਮ ਉੱਚਾਈ ਗੁਰਦਾਸਪੁਰ ਨੇੜੇ 260 ਮੀ., ਅੰਮ੍ਰਿਤਸਰ ਨੇੜੇ 234 ਮੀ., ਤਰਨਤਾਰਨ ਨੇੜੇ 230 ਮੀਟਰ ਅਤੇ ਪੱਟੀ ਨੇੜੇ 227 ਮੀਟਰ ਹੈ। ਇਹ ਵੀ ਬਿਲਕੁੱਲ ਪੱਧਰਾ ਮੈਦਾਨ ਹੈ, ਜਿਸ ਦੇ ਉੱਪਰਲੇ ਭਾਗਾਂ ਵਿਚੋਂ ਸੱਕੀ ਕਿਰਨ ਨਾਲਾ (ਨਦੀ) ਦਰਿਆ ਰਾਵੀ ਦੇ ਦੱਖਣ ਵਿਚ ਅਤੇ ਇਸ ਦੇ ਸਮਾਨਅੰਤਰ ਪੂਰਬ ਤੋਂ ਪੱਛਮ ਵਲ ਵਹਿੰਦਾ ਹੋਇਆ ਪਾਕਿਸਤਾਨ ਸਰਹੱਦ ਨੇੜੇ ਦਰਿਆ ਰਾਵੀ ਵਿਚ ਮਿਲ ਜਾਂਦਾ ਹੈ।

ਅਪਰ ਬਾਰੀ ਦੋਆਬ (ਮਾਝਾ) ਦਾ ਜ਼ਿਆਦਾਤਰ ਭਾਗ ਵਿਸ਼ਾਲ ਮੈਦਾਨ ਹੈ ਜਿਸ ਵਿੱਚ ਕੁਝ ਛੋਟੇ ਦਰਜੇ ਦੇ ਭੌਤਿਕ ਲੱਛਣ ਪਾਏ ਜਾਂਦੇ ਹਨ। ਇਨ੍ਹਾਂ ਦਾ ਸੰਖੇਪ ਵਰਣਨ ਹੇਠ ਲਿਖੇ ਪ੍ਰਕਾਰ ਹੈ—

1. ਨਦੀਆਂ ਅਤੇ ਨਾਲੇ—ਇਸ ਉਪ-ਖੇਤਰ ਵਿਚ ਕਈ ਨਦੀਆਂ ਅਤੇ ਨਾਲੇ ਪਾਏ ਜਾਂਦੇ ਹਨ ਜੋ ਉੱਤਰ-ਪੂਰਬ ਤੋਂ ਦੱਖਣ-ਪੱਛਣ ਵੱਲ ਵਗਦੇ ਹਨ। ਪੱਛਮ ਤੋਂ ਪੂਰਬ ਦਿਸ਼ਾ ਵਿੱਚ ਇਹ ਹਨ—ਸੱਕੀ ਕਿਰਨ ਨਾਲਾ, ਉਡਿਆਰਾ ਨਾਲਾ, ਕਸੂਰ ਨਾਲਾ ਅਤੇ ਪੱਟੀ ਨਾਲਾ।

2. ਸਪਾਟ ਮੈਦਾਨ—ਸਮੁੱਚਾ ਉੱਪ-ਖੇਤਰ ਪੱਧਰਾ ਜਲੋੜੀ ਮੈਦਾਨ ਹੈ ਜਿਸਦੀ ਦੱਖਣ-ਪੱਛਮ ਵੱਲ ਮਾਮੂਲੀ ਢਲਾਨ ਹੈ। ਭਾਵੇਂ ਇਸ ਉਪ-ਖੇਤਰ ਵਿੱਚ ਧਿਆਨਯੋਗ ਮਹੱਤਵਪੂਰਨ (ਜ਼ਿਆਦਾ ਉੱਘੜਵੇਂ) ਕੁਦਰਤੀ ਲੱਛਣ ਨਹੀਂ ਪਾਏ ਜਾਂਦੇ ਹਨ ਪਰੰਤੂ ਫਿਰ ਵੀ ਕੁੱਝ ਛੋਟੇ ਭੌਤਿਕ ਲੱਛਣ ਪਾਏ ਜਾਂਦੇ ਹਨ। ਇਹ ਹਨ—

(ੳ) ਢਾਹਾ—ਦਰਿਆ ਬਿਆਸ ਜਾਂ ਪੱਛਮੀ ਕੰਢਾ ਇਸ ਖੇਤਰ ਵਿੱਚ ਪਾਇਆ ਜਾਂਦਾ ਹੈ। ਇਹ ਕੰਢਾ (ਢਾਹਾ) ਇਕ ਕਗਾਰ (Cliff) ਵਾਂਗ ਹੈ। ਇਹ ਇਸ ਖੇਤਰ ਵਿਚ ਆਪਣੀ ਸਾਰੀ ਲੰਬਾਈ ਵਿੱਚ ਉੱਚਾ (6 ਤੋਂ 10 ਮੀਟਰ) ਅਤੇ ਉੱਬੜ-ਖਾਬੜ ਹੈ। ਇਸ ਢਾਹੇ ਦੇ ਉੱਚੇ ਭਾਗ ਸਖ਼ਤ ਚੀਕਣੀ ਮਿੱਟੀ, ਜਿਸ ਵਿੱਚ ਚੂਨੇ ਦੀਆਂ ਡਲੀਆਂ (ਕੰਕਰ) ਮਿਲੀਆਂ ਹੋਈਆਂ ਹਨ, ਤੋਂ ਬਣੇ ਹੋਏ ਹਨ। ਇਸ ਢਾਹੇ ਵਿਚ ਕਈ ਥਾਈਂ ਦਰਿਆ ਵਲ ਗਲੀਆਂ (ਘੱਗ) ਹਨ ਜਿਨ੍ਹਾਂ ਰਾਹੀਂ ਉੱਚ-ਪ੍ਰਦੇਸ਼ ਦਾ ਜਲ ਪ੍ਰਵਾਹ ਬਿਆਸ ਦਰਿਆ ਵਿਚ ਜਾ ਮਿਲਦਾ ਹੈ। ਇਹ ਢਾਹਾ ਦਰਿਆ ਬਿਆਸ ਦੇ ਮੌਜੂਦਾ ਵਹਿਣ ਤੋਂ ਕੁਝ ਦੂਰੀ (1 ਤੋਂ 10 ਕਿਲੋਮੀਟਰ) ਤੇ ਸਥਿਤ ਹੈ।

ਪਰੰਤੂ ਦਰਿਆ ਰਾਵੀ ਦਾ ਪੂਰਬੀ ਕਿਨਾਰਾ ਨੀਵਾਂ ਅਤੇ ਹੜ੍ਹਾਂ ਦੀ ਮਾਰ ਵਿੱਚ ਆਉਣ ਵਾਲਾ ਹੈ (ਚਿੱਤਰ ਨੰ. 12)।

(ਅ) ਛੋਟੇ ਦੋਆਬੇ (Minor Doabs)—ਦਰਿਆਵਾਂ ਅਤੇ ਨਾਲਿਆਂ ਨੇ ਮਾਝੇ ਦੇ ਉੱਚੇ-ਪੱਧਰੇ ਮੈਦਾਨ ਨੂੰ 5 ਛੋਟੇ ਦੋਆਬਿਆਂ ਵਿੱਚ ਵੰਡ ਦਿੱਤਾ ਹੈ। ਹਰ ਇੱਕ ਛੋਟੇ ਦੋਆਬੇ ਦੇ ਪੂਰਬ ਵਿਚ ਦਰਿਆ ਜਾਂ ਨਾਲੇ ਦੇ ਨਾਲ-ਨਾਲ ਰੇਤੇ ਦੀ ਇਕ ਉੱਚੀ ਕਟਕ (ridge) ਪਾਈ ਜਾਂਦੀ ਹੈ। ਹਰ ਇਕ ਛੋਟੇ ਦੋਆਬੇ ਦੀ ਆਮ ਢਲਾਨ ਮੰਦ ਅਤੇ ਦੱਖਣ-ਪੱਛਮ ਵੱਲ ਹੈ।

(ੲ) ਰੇਤੇ ਦੀਆਂ ਕਟਕਾਂ (Sand Ridges)—ਮਾਝੇ ਵਿੱਚ ਇੱਕ ਉੱਘੜਵੀਂ ਰੇਤੇ ਦੀ ਕਟਕ ਪਾਈ ਜਾਂਦੀ ਹੈ ਜੋ ਇਸ ਮੈਦਾਨ ਦੇ ਮੱਧ ਵਿੱਚ ਉੱਤਰ-ਪੂਰਬ ਤੋਂ ਦੱਖਣ-ਪੱਛਮ ਦਿਸ਼ਾ ਵਿੱਚ ਫੈਲੀ ਹੋਈ ਹੈ। ਹਰ ਇਕ ਛੋਟੇ ਦੋਆਬੇ ਦੇ ਪੂਰਬ ਵਿਚ ਵੀ ਇਕ ਅਜਿਹੀ ਰੇਤੇ ਦੀ ਕਟਕ ਪਾਈ ਜਾਂਦੀ ਹੈ। ਸਥਾਨਕ ਤੌਰ ਤੇ ਇਨ੍ਹਾਂ ਕਟਕਾਂ ਨੂੰ **ਟਿੱਬੇ** ਕਿਹਾ ਜਾਂਦਾ ਹੈ ਅਤੇ ਇਹ ਹਲਕੇ ਲਾਲਮਈ ਰੇਤੇ ਤੋਂ ਬਣੀਆਂ ਹੋਈਆਂ ਹਨ।

3. ਛੰਭ—ਛੰਭ (ਦਲਦਲ ਜਾਂ ਖੋਭਾ) ਮਾਝੇ ਦਾ ਇਕ ਮਹੱਤਵਪੂਰਨ ਪਰੰਤੂ ਛੋਟਾ ਕੁਦਰਤੀ ਲੱਛਣ ਹੈ। ਇਸ ਪ੍ਰਦੇਸ਼ ਵਿੱਚ ਵਿਭਿੰਨ ਆਕਾਰਾਂ ਦੇ ਕਈ ਛੰਭ ਪਾਏ ਜਾਂਦੇ ਹਨ। ਇਹ ਮੁੱਖ ਤੌਰ ਤੇ ਸੀਮਾਂਤੀ ਦਰਿਆਵਾਂ ਬਿਆਸ ਤੇ ਰਾਵੀ ਦੇ ਨੇੜੇ ਪਾਏ ਜਾਂਦੇ ਹਨ। ਪ੍ਰਦੇਸ਼ ਦੇ ਮਹੱਤਵਪੂਰਣ ਛੰਭ ਇਹ ਹਨ—ਕਾਹਨੂੰਵਾਨ ਛੰਭ, ਪਰਮਾਨੰਦ ਛੰਭ, ਕੇਸ਼ੋਪੁਰ ਛੰਭ, ਪਨਿਆਰ ਛੰਭ, ਬੁੱਚਾ ਨੰਗਲ ਛੰਭ, ਵਡਾਲਾ ਵੀਰਮ ਅਤੇ ਭੱਲਾ ਪਿੰਡ ਛੰਭ। ਮਾਝੇ ਵਿੱਚ ਕਈ ਛੋਟੇ ਛੰਭ ਅਤੇ ਝੀਲਾਂ ਵੀ ਮਿਲਦੀਆਂ ਹਨ। ਇਹ ਸਭ ਆਮ ਕਰਕੇ ਦਰਿਆਵਾਂ ਦੇ ਪੁਰਾਣੇ ਅਤੇ ਵੱਡੇ ਹੋਏ ਵਹਿਣਾਂ ਵਿਚ ਪਾਏ ਜਾਂਦੇ ਹਨ। ਇਨ੍ਹਾਂ ਵਿੱਚੋਂ ਕਈਆਂ ਨੂੰ ਖੇਤੀਬਾੜੀ ਲਈ ਸੁਧਾਰ ਲਿਆ ਗਿਆ ਹੈ।

II. ਬਿਸਤ ਜਲੰਧਰ ਦੋਆਬ ਜਿਸਨੂੰ ਸਾਧਾਰਣ ਤੌਰ 'ਤੇ ਦੋਆਬਾ ਵੀ ਕਿਹਾ ਜਾਂਦਾ ਹੈ, ਦਰਿਆ ਸਤਲੁਜ ਅਤੇ ਦਰਿਆ ਬਿਆਸ ਵਿਚਕਾਰ ਸਥਿਤ ਇਕ ਤਿਕੋਨਾ ਖੇਤਰ ਹੈ ਜੋ ਇਕ ਮੰਨਿਆ-ਪ੍ਰਮੰਨਿਆ, ਭੌਤਾਕ੍ਰਿਤਕ ਅਤੇ ਸਭਿਆਚਾਰਕ ਪ੍ਰਦੇਸ਼ (Physiographic and Cultural region) ਹੈ। ਇਸ ਵਿਚ ਕਪੂਰਥਲਾ, ਜਲੰਧਰ, ਨਵਾਂ ਸ਼ਹਿਰ (ਸ਼.ਭ.ਸ. ਨਗਰ) ਅਤੇ ਹੁਸ਼ਿਆਰਪੁਰ ਜ਼ਿਲ੍ਹੇ ਸ਼ਾਮਲ ਹਨ। ਕੰਢੀ ਅਤੇ ਸ਼ਿਵਾਲਕ ਪਹਾੜੀਆਂ ਇਸ ਦੇ ਪੂਰਬ ਵਿਚ ਹਨ, ਦਰਿਆ ਸਤਲੁਜ ਇਸ ਦੇ ਦੱਖਣ ਵਿਚ ਵਗਦਾ ਹੈ ਅਤੇ ਇਸਦੇ ਉੱਤਰ-ਪੱਛਮ ਵਿਚ ਦਰਿਆ ਬਿਆਸ ਹੈ। ਇਸ ਦੀ ਢਲਾਨ ਦੱਖਣ-ਪੱਛਮ ਵਲ ਹੈ ਅਤੇ ਉੱਚਾਈ ਪੂਰਬ ਵਿਚ ਕੰਢੀ ਨੇੜੇ 300 ਮੀਟਰ ਤੋਂ ਲੈ ਕੇ ਪੱਛਮ ਵਿਚ ਸਤਲੁਜ ਅਤੇ ਬਿਆਸ ਦੇ ਦੁਮੇਲ ਕੋਲ 210 ਮੀਟਰ ਤਕ ਹੈ। ਇਥੇ ਹੁਸ਼ਿਆਰਪੁਰ ਸ਼ਹਿਰ ਦੀ ਉਚਾਈ 298 ਮੀਟਰ, ਨਵਾਂ ਸ਼ਹਿਰ ਦੀ 256 ਮੀ. ਅਤੇ ਸੁਲਤਾਨਪੁਰ ਲੋਧੀ ਦੀ 215 ਮੀਟਰ ਹੈ। ਇਹ ਖੇਤਰ ਲਗਭਗ ਸਪਾਟ ਹੈ। ਇੱਥੇ ਉਪਜਾਊ, ਸਥਿਰ ਅਤੇ ਪਰਿਪੱਕ ਮਿੱਟੀ (mature soil) ਪਾਈ ਜਾਂਦੀ ਹੈ। ਬਿਸਤ ਦੋਆਬ ਵਿਚ ਚਿੱਟੀ ਬੇਂਈ (ਨਦੀ) ਅਤੇ ਕਾਲੀ ਬੇਂਈ (Black Bein) ਉੱਤਰ-ਪੂਰਬ ਤੋਂ ਦੱਖਣ-ਪੱਛਮ ਵਲ ਵਗਦੇ ਹਨ। ਬੇਂਈਆਂ ਦੇ ਨੇੜੇ ਬਰਸਾਤ ਦੇ ਦਿਨਾਂ ਵਿਚ ਕੁਝ ਥਾਂਵਾਂ ਤੇ ਦਲਦਲਾਂ ਵਰਗੀ ਹਾਲਤ ਪੈਦਾ ਹੋ ਜਾਂਦੀ ਹੈ। ਕਪੂਰਥਲਾ ਜ਼ਿਲ੍ਹੇ ਦੇ ਪੂਰਬੀ ਭਾਗਾਂ ਅਤੇ ਜਲੰਧਰ ਜ਼ਿਲ੍ਹੇ ਦੇ ਪੱਛਮੀ ਭਾਗਾਂ ਵਿਚ ਰੇਤ ਦੇ ਕੱਜਣ (sand covers) ਵੀ ਮਿਲਦੇ ਹਨ। ਇਹ ਨਦੀਕ੍ਰਿਤ ਨਿਖੇਪਾਂ ਤੋਂ ਪੌਣ ਕਿਰਿਆ ਰਾਹੀਂ ਦੁਬਾਰਾ ਕੰਮ ਅਧੀਨ ਲਿਆਂਦੇ ਜਾਣ ਕਾਰਨ ਬਣੇ ਹਨ। (ਨਕਸ਼ਾ ਨੰ. 13)।

ਇਸ ਪੱਧਰੇ ਮੈਦਾਨ ਦੇ ਹੇਠ ਲਿਖੇ ਮਹੱਤਵਪੂਰਨ ਕੁਦਰਤੀ ਲੱਛਣ ਹਨ—

1. ਚੋਅ ਹੜ੍ਹ ਕੱਜਣ ਵਾਲਾ ਮੈਦਾਨ—ਕੰਢੀ (ਮੁਕੇਰੀਆਂ-ਹੁਸ਼ਿਆਰਪੁਰ-ਬਲਾਚੌਰ ਸੜਕ) ਤੋਂ ਪੱਛਮ ਵੱਲ ਤੇ ਮੱਧ-ਪੱਛਮ ਵਿਚ ਆਦਮਪੁਰ ਕਸਬੇ ਤਕ ਇੱਕ ਤਿਕੋਣਾ ਖੇਤਰ ਹੈ ਜਿਸ ਨੂੰ ਚੋਅ ਹੜ੍ਹ ਕੱਜਣ ਦਾ ਮੈਦਾਨ (Choe Cover Flood Plain) ਕਹਿੰਦੇ ਹਨ। ਇਹ ਕੁਝ ਢਲਾਨ ਵਾਲਾ ਅਤੇ ਚੋਆਂ ਨਾਲ ਕਟਿਆ-ਫਟਿਆ ਖੇਤਰ ਹੈ। ਸ਼ਿਵਾਲਕ ਪਹਾੜੀਆਂ ਤੋਂ ਆਉਣ ਵਾਲੇ ਅਨੇਕਾਂ ਚੋਆਂ ਖੱਡਾਂ ਨੇ ਇਸ ਖੇਤਰ ਉੱਤੇ ਗਾਰ, ਚੀਕਣੀ ਮਿੱਟੀ ਅਤੇ ਬਰੀਕ ਰੇਤਾ ਵਿਛਾ ਦਿੱਤੇ ਹਨ। ਇਸ ਕਾਰਨ ਇਹ ਖੇਤਰ ਹੜ੍ਹ ਦੇ ਮੈਦਾਨ ਵਰਗਾ ਲਗਦਾ ਹੈ। ਛੋਟੇ ਚੋਅ ਇੱਥੇ ਅਲੋਪ ਹੋ ਜਾਂਦੇ ਹਨ। ਪਰੰਤੂ ਵੱਡੇ ਚੋਅ ਇਸ ਖੇਤਰ ਵਿਚ ਵੀ ਆਪਣੇ ਤੰਗ ਅਤੇ ਡੂੰਘੇ ਵਹਿਣਾਂ ਵਿਚ ਅੱਗੇ ਵਗਦੇ ਹਨ। ਇਹ ਇਕ ਉਪਜਾਊ ਮੈਦਾਨ ਹੈ ਜਿਸ ਦੀ ਮਿੱਟੀ ਵਿੱਚ ਕਾਫ਼ੀ ਨਮੀ ਹੈ। ਸਥਾਨਕ ਤੌਰ ਤੇ ਇਸ ਨੂੰ ਸੀਰੋਵਾਲ ਕਿਹਾ ਜਾਂਦਾ ਹੈ ਕਿਉਂਕਿ ਪੁਰਾਣੇ ਸਮਿਆਂ ਵਿਚ ਮਿੱਟੀ ਵਿਚ ਕਾਫ਼ੀ ਸਿਲ੍ਹ ਸੀ ਅਤੇ ਜਲ-ਸਤਰ ਦੇ ਭੂਮੀ ਤਲ ਨੇੜੇ ਹੋਣ ਕਾਰਨ ਇੱਥੇ ਪਾਣੀ ਦੀਆਂ ਸੀਰਾਂ (ਫੁਆਰੇ) ਵਗਦੀਆਂ ਸਨ।

2. ਨਦੀਆਂ-ਚੋਅ ਅਤੇ ਖੱਡਾਂ—ਇਸ ਉਪ-ਖੇਤਰ ਵਿੱਚ ਕਈ ਨਦੀਆਂ, ਚੋਅ ਅਤੇ ਖੱਡਾਂ (ਨਕਸ਼ਾ ਨੰ. 14) ਪਾਏ ਜਾਂਦੇ ਹਨ, ਜੋ ਇਸ ਉਪ-ਖੇਤਰ ਵਿਚ ਪੂਰਬ ਤੋਂ ਪੱਛਮ ਵੱਲ ਵਗਦੇ ਹਨ। ਚਿੱਟੀ (ਪੂਰਬੀ) ਬੇਈਂ, ਕਾਲੀ ਬੇਈਂ (ਪੱਛਮੀ), ਗੜ੍ਹਸ਼ੰਕਰ ਚੋਅ, ਫੁਟਲਾਵਾ ਚੋਅ, ਰਾਜਣੀ ਚੋਅ, ਚੱਬੇਵਾਲ ਚੋਅ, ਰਾਊ ਨਾਲਾ, ਨਸਰਾਲਾ-ਆਦਮਪੁਰ ਚੋਅ, ਦਰੂਲੀ ਚੋਅ, ਕੈਲ ਨਦੀ, ਬੁਲੋਵਾਲ ਚੋਅ, ਮੈਂਹਗਰੋਵਾਲ ਚੋਅ ਸਮੂਹ, ਢੋਲਵਾਹਾ ਚੋਅ, ਦਸੂਹਾ ਚੋਅ, ਉੱਚੀ ਬਸੀ ਚੋਅ ਅਤੇ ਕਿੰਗਰਾ ਨਦੀ ਇਸ ਉਪ-ਖੇਤਰ ਦੇ ਮਹੱਤਵਪੂਰਨ ਨਦੀਆਂ ਅਤੇ ਚੋਅ ਹਨ।

3. ਉੱਚਾ ਪੱਧਰਾ ਮੈਦਾਨ—ਨਦੀ ਹੜ੍ਹ ਕਜਣ ਮੈਦਾਨ ਤੋਂ ਅੱਗੇ ਉੱਚ ਪੱਧਰੇ ਮੈਦਾਨ ਦਾ ਵਿਸਥਾਰ ਹੈ। ਇਹ ਮੁੱਖ ਤੌਰ ਤੇ

ਚੀਕਣੀ ਮਿੱਟੀ ਤੋਂ ਬਣਿਆ ਹੋਇਆ ਹੈ ਪਰੰਤੂ ਕੁਝ ਰੇਤਾ ਅਤੇ ਗਾਰ ਵੀ ਮਿੱਟੀ ਵਿਚ ਪਾਏ ਜਾਂਦੇ ਹਨ। ਕੁਝ ਡੂੰਘਾਈ ਤੇ ਮਿੱਟੀ ਵਿਚ ਕੰਕਰ ਵੀ ਪਾਏ ਜਾਂਦੇ ਹਨ। ਇਹ ਮੈਦਾਨ ਹੌਲੀ-ਹੌਲੀ ਦੱਖਣ-ਪੱਛਮ ਵੱਲ ਨੀਵਾਂ ਹੁੰਦਾ ਜਾਂਦਾ ਹੈ। ਇਸ ਉੱਪ-ਖੇਤਰ ਵਿਚ ਹੇਠ ਲਿਖੀਆਂ ਧਰਾਤਲੀ ਭਿੰਨਤਾਵਾਂ ਪਾਈਆਂ ਜਾਂਦੀਆਂ ਹਨ—

(ੳ) ਢਾਹਾ—ਦਰਿਆ ਸਤਲੁਜ ਦਾ ਸੱਜਾ ਕੰਢਾ ਪੂਰਬ ਵਿਚ ਬਲਾਚੌਰ ਤੋਂ ਲੈ ਕੇ ਪੱਛਮ ਵਿਚ ਸ਼ਾਹਕੋਟ ਤਕ ਇਕ ਕਗਾਰ (Cliff) ਵਾਂਗ ਹੈ। ਇਸ ਵਿਚ ਕਈ ਹੜ੍ਹ ਕਟਾਅ (inundations) ਪਾਏ ਜਾਂਦੇ ਹਨ। ਇਹ ਉੱਚਾ (3 ਤੋਂ 10 ਮੀਟਰ) ਅਤੇ ਉੱਚਾ-ਨੀਵਾਂ (Uneven) ਹੈ ਜਿਸ ਵਿਚ ਅਪਰਦਨ ਕਾਰਨ ਬਹੁਤ ਥਾਈਂ ਪਾੜ ਅਤੇ ਗਲੀਆਂ (ਘੱਗ) ਬਣ ਗਏ, ਜਿਨ੍ਹਾਂ ਰਾਹੀਂ ਉੱਚੇ ਮੈਦਾਨ ਦਾ ਜਲ ਪ੍ਰਵਾਹ ਸਤਲੁਜ ਬੇਟ ਵਿਚ ਜਾਂਦਾ ਹੈ। ਇਹ ਢਾਹਾ ਦਰਿਆ ਸਤਲੁਜ ਦੇ ਮੁੱਖ ਵਹਿਣ ਤੋਂ 1 ਤੋਂ 13 ਕਿਲੋਮੀਟਰ ਤਕ ਦੂਰ ਸਥਿਤ ਹੈ। ਦਰਿਆ ਸਤਲੁਜ ਦਾ ਖੱਬਾ ਕੰਢਾ (ਰੂਪ ਨਗਰ, ਲੁਧਿਆਣਾ ਅਤੇ ਫਿਰੋਜ਼ਪੁਰ ਜ਼ਿਲ੍ਹਿਆਂ ਵਿਚ) ਬਹੁਤ ਉੱਘੜਵਾਂ ਨਹੀਂ ਹੈ। ਇਹ ਆਮ ਕਰਕੇ ਨੀਵਾਂ (1 ਤੋਂ 5 ਮੀਟਰ ਉੱਚਾ) ਹੈ।

(ਅ) ਛੋਟੇ ਦੋਆਬੇ—ਚਿੱਟੀ ਅਤੇ ਕਾਲੀ ਬੇਈਂ ਨੇ ਉੱਚੇ ਮੈਦਾਨ ਨੂੰ ਤਿੰਨ ਛੋਟੇ ਦੋਆਬਿਆਂ ਵਿਚ ਵੰਡ ਦਿੱਤਾ ਹੈ। (ਨਕਸ਼ਾ ਨੰ. 12) ਇਹ ਹਨ—(1) ਦੱਖਣ-ਪੂਰਬੀ ਛੋਟਾ ਦੋਆਬਾ ਦਰਿਆ, ਸਤਲੁਜ ਅਤੇ ਚਿੱਟੀ ਬੇਈਂ ਵਿਚਕਾਰ ਸਥਿਥ ਹੈ। ਸਥਾਨਕ ਤੌਰ ਤੇ ਪੂਰਬ ਵਿਚ ਇਸ ਨੂੰ ਢੱਕ ਪ੍ਰਦੇਸ਼[1] ਅਤੇ ਪੱਛਮ ਵਿਚ ਮੰਜਕੀ[2] ਕਿਹਾ ਜਾਂਦਾ ਹੈ। ਢੱਕ ਪ੍ਰਦੇਸ਼ ਦੀ ਮਿੱਟੀ ਰੇਤਲੀ ਦੋਮਟ ਅਤੇ ਘੱਟ ਉਪਜਾਊ ਹੈ ਪਰੰਤੂ ਮੰਜਕੀ ਪ੍ਰਦੇਸ਼ ਦੀ ਮਿੱਟੀ ਚੀਕਣੀ ਦੋਮਟ ਅਤੇ ਉਪਜਾਊ ਹੈ। (2) ਚਿੱਟੀ ਬੇਈਂ ਅਤੇ ਕਾਲੀ ਬੇਈਂ ਵਿਚਕਾਰ ਦੇ ਖੇਤਰ ਨੂੰ ਮੱਧਵਰਤੀ ਛੋਟਾ ਦੋਆਬਾ ਕਿਹਾ ਜਾਂਦਾ ਹੈ। ਇਹ ਵੀ ਇਕ ਉਪਜਾਊ ਖੇਤਰ ਹੈ ਜਿੱਥੇ ਦੋਮਟ ਮਿੱਟੀ (loamy soils) ਪਾਈ ਜਾਂਦੀ ਹੈ। ਸਥਾਨਕ ਤੌਰ ਤੇ ਇਸਨੂੰ ਦੋਨਾ (ਮਿੱਟੀ ਦੇ ਦੋ ਅੰਸ਼ ਚੀਕਣ ਮਿੱਟੀ ਅਤੇ ਰੇਤਾ) ਕਿਹਾ ਜਾਂਦਾ ਹੈ। (3) ਕਾਲੀ ਬੇਈਂ ਤੇ ਦਰਿਆ ਬਿਆਸ ਵਿਚਕਾਰ ਦੇ ਖੇਤਰ ਨੂੰ ਪੱਛਮੀ ਛੋਟਾ ਦੋਆਬਾ ਕਿਹਾ ਜਾਂਦਾ ਹੈ। ਇਹ ਉਪ-ਖੇਤਰ ਕੁਝ ਦੋਨਾ ਅਤੇ ਕੁਝ ਬੇਟ ਦਾ ਭਾਗ ਹੈ।

(ੲ) ਰੇਤ ਕੱਜਣ ਅਤੇ ਰੇਟ ਟਿੱਬੇ (Sand Cover and Sand Dunes)—ਉੱਪ-ਖੇਤਰ ਦੇ ਮੱਧ-ਪੱਛਮੀ ਅਤੇ ਦੱਖਣ-ਪੱਛਮੀ ਭਾਗਾਂ (ਜਲੰਧਰ ਅਤੇ ਕਪੂਰਥਲਾ ਜ਼ਿਲ੍ਹਿਆਂ ਵਿਚ) ਵਿਚ ਰੇਤ ਕੱਜਣ ਤੇ ਰੇਤ ਟਿੱਬਿਆਂ ਦਾ ਕਾਫ਼ੀ ਵਿਸਥਾਰ ਹੈ। ਅੱਜ ਕਲ ਜ਼ਿਆਦਾਤਰ ਰੇਤ ਟਿੱਬਿਆਂ ਨੂੰ ਪੱਧਰਾ ਕਰਕੇ ਕਾਸ਼ਤ ਯੋਗ ਬਣਾ ਲਿਆ ਗਿਆ ਹੈ।

4. ਛੰਭ—ਪ੍ਰਾਚੀਨ ਸਮੇਂ ਵਿਚ ਦਰਿਆ ਸਤਲੁਜ ਅਤੇ ਬਿਆਸ ਦੇ ਖਿਸਕਦੇ ਵਹਿਣਾਂ (courses) ਕਾਰਨ ਇਨ੍ਹਾਂ ਦਰਿਆਵਾਂ ਦੇ ਬੇਟ ਇਲਾਕਿਆਂ ਵਿਚ ਕਈ ਦਲਦਲਾਂ ਜਾਂ ਖੋਭੇ (ਛੰਭ marshes) ਅਤੇ ਉਪ-ਵਹਿਣ ਅਤੇ ਉਪ-ਨਦੀਆਂ (creeks) ਹੋਂਦ ਵਿੱਚ ਆ ਗਏ ਹਨ।

ਕਈ ਥਾਈਂ ਬੇਈਂਆਂ ਦੇ ਨਾਲ ਲਗਦੇ ਭਾਗਾਂ ਵਿੱਚ ਵੀ ਛੋਟੇ-ਛੋਟੇ ਦਲਦਲੀ ਜਾਂ ਖੋਭਾ ਖੇਤਰ ਬਣ ਗਏ ਹਨ। ਇਨ੍ਹਾਂ ਵਿਚੋਂ ਕਈਆਂ ਨੂੰ ਹੁਣ ਪੱਧਰਾ ਕਰਕੇ ਕਾਸ਼ਤ ਯੋਗ ਬਣਾ ਲਿਆ ਗਿਆ ਹੈ। ਸਤਲੁਜ ਬੇਟ ਦੇ ਮੁੱਖ ਛੰਭਾਂ ਵਿੱਚ ਸ਼ਾਮਲ ਹਨ—ਰਾਹੋਂ ਦੇ ਨੇੜੇ **ਤੱਲਾ**, ਸੋਤਾ ਤੇ ਚਰਾਣ ਪਿੰਡਾਂ ਨੇੜੇ ਦੇ ਛੋਟੇ ਛੰਭ ਅਤੇ ਫਿਲੌਰ ਨੇੜੇ **ਤਿਹੰਗ ਛੰਭ**। ਪੱਛਮ ਵਿਚ ਦਰਿਆ ਬਿਆਸ ਦੇ ਨੇੜੇ ਸਥਿਤ ਮਹੱਤਵਪੂਰਣ ਛੰਭ ਹਨ—ਟੇਰਕਿਆਣਾ ਛੰਭ, ਕਾਲਾਬਾਗ ਛੰਭ, ਜਹੂਰਾ ਛੰਭ ਅਤੇ ਭੁਲਾਣਾ ਛੰਭ। ਚਿੱਟੀ ਬੇਈਂ ਦੇ ਨਾਲ ਨਕੋਦਰ ਤੋਂ ਉੱਤਰ ਵਲ **ਕੰਗ ਸਾਹਿਬੁ** ਛੰਭ ਸਥਿਤ ਹੈ।

III. ਮਾਲਵਾ ਦੇ ਮੈਦਾਨ ਦਾ ਵਿਸਥਾਰ ਰੋਪੜ, ਮੋਹਾਲੀ, ਪਟਿਆਲਾ, ਫਤਹਿਗੜ੍ਹ ਸਾਹਿਬ, ਬਰਨਾਲਾ, ਸੰਗਰੂਰ ਅਤੇ ਲੁਧਿਆਣਾ ਜ਼ਿਲ੍ਹਿਆਂ ਅਤੇ ਫਰੀਦਕੋਟ ਅਤੇ ਫਿਰੋਜ਼ਪੁਰ ਜ਼ਿਲ੍ਹਿਆਂ ਦੇ ਉੱਤਰ-ਪੂਰਬੀ ਭਾਗਾਂ ਵਿਚ ਹੈ। ਇਹ ਪ੍ਰਦੇਸ਼ ਉੱਤਰ ਵਿਚ

---

[1] ਪ੍ਰਾਚੀਨ ਸਮੇਂ ਵਿਚ ਇੱਥੇ ਢੱਕ (ਪਲਾਹ) ਦੇ ਦਰਖ਼ਤਾਂ ਦੀ ਬਹੁਤਾਤ ਸੀ।

[2] ਨਾਮ ਮੰਜਕੀ ਇਸ ਪ੍ਰਦੇਸ਼ ਵਿਚ ਮੂੰਜੀ (ਚਾਵਲ) ਦੀ ਫ਼ਸਲ ਦੇ ਮਹੱਤਵਪੂਰਣ ਹੋਣ ਅਤੇ ਇਕ ਰਾਜਪੂਤ ਕਬੀਲੇ ਮੰਝ ਦੇ ਪ੍ਰਾਚੀਨ ਕਾਲ ਵਿਚ ਇਸ ਖੇਤਰ ਵਿਚ ਵਸੇ ਹੋਣ ਕਾਰਨ ਹੋਂਦ ਵਿੱਚ ਆ ਗਿਆ ਜਾਪਦਾ ਹੈ।

ਸਤਲੁਜ ਦਰਿਆ ਅਤੇ ਦੱਖਣ ਵਿਚ ਘੱਗਰ ਦਰਿਆ ਵਿਚਕਾਰ ਸਥਿਤ ਹੈ। ਘਾੜ ਇਸ ਦੇ ਪੂਰਬ ਵਿਚ ਹੈ। ਇਹ ਖੇਤਰ ਮੱਧਭਾਰਤ ਦੇ ਪ੍ਰਸਿੱਧ ਮਾਲਵਾ ਖੇਤਰ ਨਾਲ ਮਿੱਟੀ ਅਤੇ ਖੇਤੀਬਾੜੀ ਆਦਿ ਵਿਚ ਮਿਲਦਾ-ਜੁਲਦਾ ਹੈ। ਇਸ ਕਾਰਨ ਇਸ ਨੂੰ ਮਾਲਵਾ ਕਹਿੰਦੇ ਹਨ। ਇਸ ਖੇਤਰ ਦੀ ਢਲਾਨ ਦੱਖਣ-ਪੱਛਮ ਵਲ ਹੈ। ਉੱਚਾਈ ਚੰਡੀਗੜ੍ਹ ਨੇੜੇ 300 ਮੀਟਰ, ਚਾਵਾ ਪਾਇਲ ਨੇੜੇ 272 ਮੀਟਰ, ਨਾਭਾ ਨੇੜੇ 253 ਮੀਟਰ, ਬਰਨਾਲਾ ਨੇੜੇ 228 ਮੀਟਰ, ਅਕਾਲਗੜ੍ਹ ਨੇੜੇ 224 ਮੀਟਰ ਅਤੇ ਬਠਿੰਡਾ ਨੇੜੇ 205 ਮੀਟਰ ਹੈ। (ਨਕਸ਼ਾ ਨੰ. 12)। ਇਹ ਖੇਤਰ ਕੁਝ ਉੱਚਾ-ਨੀਵਾਂ ਹੈ। ਦੱਖਣ-ਪੱਛਮ ਵਲ ਖੁਸ਼ਕ ਖੇਤਰਾਂ ਦੇ ਆਉਣ ਨਾਲ ਰੇਤ ਦੇ ਟਿੱਬਿਆਂ ਦੀਆਂ ਉਚਾਣਾਂ-ਨਿਵਾਣਾਂ ਦਿਸਣ ਲੱਗ ਪੈਂਦੀਆਂ ਹਨ। ਪੂਰਬੀ ਭਾਗਾਂ ਵਿਚ ਜੈਂਤੀ ਦੇਵੀ ਕੀ ਰਾਉ ਅਤੇ ਪਟਿਆਲਾ ਕੀ ਰਾਉ ਅਤੇ ਟਾਂਗਰੀ ਨਦੀ ਦੇ ਵਹਿਣ ਪਾਏ ਜਾਂਦੇ ਹਨ। ਇਸ ਖੇਤਰ ਦੀ ਮਿੱਟੀ ਉਪਜਾਊ ਹੈ।

ਮਾਲਵਾ ਮੈਦਾਨਾਂ ਦੇ ਹੇਠ ਲਿਖੇ ਮਹੱਤਵਪੂਰਨ ਧਰਾਤਲੀ ਲੱਛਣ ਹਨ—

1. **ਨਦੀਆਂ, ਚੋਅ, ਨਾਲੇ ਅਤੇ ਨਿਕਾਸ ਨਾਲੇ (Drains)**—ਸ਼ਿਵਾਲਕ ਪਹਾੜੀਆਂ ਅਤੇ ਮਾਲਵਾ ਦੇ ਪੂਰਬੀ ਭਾਗਾਂ ਵਿਚ ਦਰਮਿਆਨੀ ਤੋਂ ਕਾਫ਼ੀ ਵਰਖਾ ਹੋ ਜਾਂਦੀ ਹੈ ਪਰੰਤੂ ਮੱਧ ਅਤੇ ਪੱਛਮੀ ਮਾਲਵਾ, ਵਿਸ਼ੇਸ਼ ਕਰਕੇ ਦੱਖਣ-ਪੱਛਮੀ ਜ਼ਿਲ੍ਹਿਆਂ, ਵਿਚ ਬਹੁਤ ਘੱਟ ਵਰਖਾ ਹੁੰਦੀ ਹੈ। ਇਸ ਲਈ ਵਿਭਿੰਨ ਨਦੀਆਂ, ਚੋਅ, ਰਾਉ, ਨਾਲੇ ਆਦਿ ਪੂਰਬੀ ਮਾਲਵਾ ਮੈਦਾਨਾਂ ਵਿਚ ਪੈਦਾ ਹੁੰਦੇ ਅਤੇ ਵਹਿੰਦੇ ਹਨ। ਪਰੰਤੂ ਉਨ੍ਹਾਂ ਵਿਚੋਂ ਕੁਝ ਮੱਧ ਮਾਲਵਾ ਪ੍ਰਦੇਸ਼ ਵਿਚ ਵੀ ਆਪਣੇ ਮਾਰਗਾਂ ਵਿੱਚ ਵਹਿੰਦੇ ਹਨ। ਜੈਂਤਾ ਦੇਵੀ ਕੀ ਰਾਉ, ਪਟਿਆਲਾ ਕੀ ਰਾਉ, ਸਿਸਵਾਂ ਨਦੀ, ਲੁਹੰਡ ਖੱਡ, ਬੁੱਢਾ ਨਾਲਾ ਆਦਿ ਪੂਰਬੀ ਮਾਲਵਾ ਪ੍ਰਦੇਸ਼ ਦੀਆਂ ਮਹੱਤਵਪੂਰਣ ਨਦੀਆਂ ਹਨ। ਮੱਧਵਰਤੀ ਮਾਲਵਾ ਵਿੱਚ ਸਰਹੰਦ ਚੋਅ, ਝੰਬੋਵਾਲੀ ਚੋਈ, ਪਟਿਆਲੇ ਵਾਲੀ ਨਦੀ, ਚੋਆ ਨਦੀ, ਲਿਸਾੜਾ ਨਾਲਾ ਆਦਿ ਮਹੱਤਵਪੂਰਣ ਜਲ ਨਿਕਾਸ ਮਾਰਗ ਹਨ।

2. **ਚੋਅ ਹੜ੍ਹ ਕੱਜਣ ਮੈਦਾਨ**—ਇਹ ਤਲਛੱਟੀ ਮੈਦਾਨ (Piedment Plain) ਦਾ ਬਾਹਰਲਾ ਭਾਗ ਹੈ ਜੋ ਰੂਪ ਨਗਰ ਅਤੇ ਮੋਹਾਲੀ ਜ਼ਿਲ੍ਹਿਆਂ ਵਿਚ ਫੈਲਿਆ ਹੋਇਆ ਹੈ। ਇਹ ਇਕ ਉੱਚਾ-ਨੀਵਾਂ, ਚੋਆਂ ਨਾਲ ਗਾਹਿਆ, ਸਿਲ੍ਹਾ ਅਤੇ ਕੁਝ ਢਲਾਨਦਾਰ ਮੈਦਾਨ ਹੈ। ਵੱਖ-ਵੱਖ ਨਦੀਆਂ ਅਤੇ ਚੋਆਂ ਨੇ ਇਸ ਪ੍ਰਦੇਸ਼ ਉੱਤੇ ਚੀਕਣੀ ਮਿੱਟੀ, ਗਾਰ ਅਤੇ ਰੇਤਾ ਵਿਛਾ ਦਿੱਤੇ ਹੋਏ ਹਨ। ਇਸ ਕਾਰਨ ਇਹ ਮੈਦਾਨ ਉਪਜਾਊ ਹੈ। ਪਰੰਤੂ ਇਸ ਉਪ-ਖੇਤਰ ਵਿੱਚ ਜਲ ਅਪਰਦਨ ਹੁੰਦਾ ਹੈ।

3. **ਉੱਚਾ ਪੱਧਰਾ ਮੈਦਾਨ**—ਮਾਲਵਾ ਮੈਦਾਨ ਦਾ ਵੱਡਾ ਭਾਗ ਪੱਧਰੇ ਮੈਦਾਨਾਂ ਦੇ ਰੂਪ ਵਿਚ ਹੈ ਜਿਸਦੀ ਦੱਖਣ-ਪੱਛਮ ਵੱਲ ਢਲਾਨ ਹੈ। ਪ੍ਰਾਚੀਨ ਸਮੇਂ ਵਿਚ ਦਰਿਆ ਸਤਲੁਜ ਦੇ ਇਸ ਪ੍ਰਦੇਸ਼ ਦੇ ਆਰ-ਪਾਰ ਖਿਸਕਦੇ ਮਾਰਗ ਕਾਰਨ ਹੇਠ ਲਿਖੇ ਧਰਾਤਲੀ ਲੱਛਣ ਹੋਂਦ ਵਿੱਚ ਆ ਗਏ ਹਨ—

(ੳ) ਢਾਹਾ—ਦਰਿਆ ਸਤਲੁਜ ਦਾ ਖੱਬਾ ਕੰਢਾ ਰੂਪਨਗਰ ਅਤੇ ਲੁਧਿਆਣਾ ਜ਼ਿਲ੍ਹਿਆਂ ਵਿਚ ਚੰਗੀ ਤਰ੍ਹਾਂ ਉਜਾਗਰ ਹੈ ਪਰੰਤੂ ਬਹੁਤ ਉੱਚਾ ਨਹੀਂ ਹੈ (ਕੇਵਲ 1 ਤੋਂ 5 ਮੀਟਰ ਉੱਚਾ)। ਬੁੱਢਾ ਨਾਲਾ ਇਸ ਕੰਢੇ ਦੇ ਪੈਰਾਂ ਵਿਚ ਲੁਧਿਆਣਾ ਸ਼ਹਿਰ ਨੇੜੇ ਪੱਛਮ ਵੱਲ ਵਗਦਾ ਹੈ। ਇਹ ਢਾਹਾ ਦਰਿਆ ਸਤਲੁਜ ਦੇ ਮੌਜੂਦਾ ਵਹਿਣ ਤੋਂ 1 ਤੋਂ 10 ਕਿਲੋਮੀਟਰ ਤਕ ਦੀ ਦੂਰੀ ਤੇ ਸਥਿਤ ਹੈ। ਪਰੰਤੂ ਲੁਧਿਆਣਾ-ਫਿਰੋਜ਼ਪੁਰ ਜ਼ਿਲ੍ਹਿਆਂ ਦੀ ਸਾਂਝੀ ਸਰਹੱਦ ਨੇੜੇ ਇਹ ਕੰਢਾ ਦਰਿਆ ਸਤਲੁਜ ਦੇ ਬਹੁਤ ਨੇੜੇ ਹੈ।

ਅੱਜ ਤੋਂ 100 ਤੋਂ 500 ਸਾਲ ਪਹਿਲਾਂ ਦੇ ਸਮੇਂ ਦੌਰਾਨ ਦਰਿਆ ਸਤਲੁਜ ਪੁਰਾਣੇ ਫ਼ਿਰੋਜ਼ਪੁਰ ਜ਼ਿਲ੍ਹੇ ਵਿਚ ਆਪਣਾ ਮਾਰਗ ਪੱਛਮ ਅਤੇ ਉੱਤਰ-ਪੱਛਮ ਵੱਲ ਬਦਲਦਾ ਰਿਹਾ ਹੈ। ਇਸ ਕਾਰਨ ਮੌਜੂਦਾ ਮੋਗਾ, ਫ਼ਰੀਦਕੋਟ, ਮੁਕਤਸਰ ਅਤੇ ਫਿਰੋਜ਼ਪੁਰ ਜ਼ਿਲ੍ਹਿਆਂ ਵਿਚ ਦਰਿਆ ਸਤਲੁਜ ਦੇ ਦੋ ਉੱਚੇ ਕੰਢੇ ਜਾਂ ਢਾਹੇ ਬਣ ਗਏ ਹਨ। ਇਹ ਹਨ **ਉਪਰਲਾ ਜਾਂ ਵੱਡਾ ਢਾਹਾ** (Greater Bank) ਅਤੇ **ਹੇਠਲਾ ਜਾਂ ਛੋਟਾ ਢਾਹਾ** (Lesser Bank)। ਇਹ ਢਾਹੇ ਦਰਿਆ ਸਤਲੁਜ ਦੇ ਅੱਜ ਦੇ ਵਹਿਣ ਦੇ ਸਮਾਨ ਅੰਤਰ ਉੱਤਰ ਤੋਂ ਦੱਖਣ ਦਿਸ਼ਾ ਵਿਚ ਚਲਦੇ ਹਨ। ਉਪਰਲੇ ਕੰਢੇ ਨੂੰ **"ਡੰਡਾ"** ਵੀ ਕਿਹਾ ਜਾਂਦਾ ਹੈ। ਇਸ ਦੀ ਔਸਤ ਉਚਾਈ 5 ਤੋਂ 6 ਮੀਟਰ ਹੈ ਜਦਕਿ ਛੋਟੇ ਜਾਂ ਹੇਠਲੇ ਕੰਢੇ ਦੀ ਉੱਚਾਈ 1 ਤੋਂ 2 ਮੀਟਰ ਹੈ।

ਦਰਿਆ ਘੱਗਰ ਦਾ ਵੀ ਪਟਿਆਲਾ, ਸੰਗਰੂਰ ਅਤੇ ਮਾਨਸਾ ਜ਼ਿਲ੍ਹਿਆਂ ਵਿਚ ਨੀਵਾਂ ਜਿਹਾ ਢਾਹਾ ਹੈ।

(ਅ) ਉੱਚ ਪ੍ਰਦੇਸ਼ ਦੀ ਦੋਹਰੀ ਵੰਡ (Two-Fold Division of Upland)—ਸਤ੍ਹਾ ਦੇ ਸਰੂਪ, ਜਲ ਪ੍ਰਵਾਹ, ਭੂਮੀਗਤ ਪਾਣੀ ਦੀ ਡੂੰਘਾਈ, ਬਨਸਪਤੀ ਦਾ ਸਰੂਪ ਅਤੇ ਮਿੱਟੀਆਂ ਦੀ ਕਿਸਮ ਅਤੇ ਉਤਪਾਦਕਤਾ (productivity) ਦੇ ਆਧਾਰ ਤੇ ਮਾਲਵਾ ਦੇ ਮੱਧਵਰਤੀ ਮੈਦਾਨਾਂ ਨੂੰ ਦੋ ਖੇਤਰਾਂ ਵਿੱਚ ਵੰਡਿਆ ਜਾਂਦਾ ਹੈ। ਇਹ ਹਨ—ਪਵਾਧ ਅਤੇ ਜੰਗਲ। **ਪਵਾਧ** (Powadh) ਉੱਪਰਲੀ ਪੱਧਰੀ ਭੂਮੀ ਹੈ ਜੋ ਉਪਜਾਊ ਅਤੇ ਪੱਧਰੀ ਅਤੇ ਜਿੱਥੇ ਭੂਮੀਗਤ ਜਲ-ਸਤਰ ਉੱਚਾ (ਭੂਮੀ ਤਲ ਦੇ ਨੇੜੇ) ਹੈ। **ਜੰਗਲ** (Jangal) ਹੇਠਲੀ ਪੱਧਰੀ ਭੂਮੀ ਹੈ ਜਿਸ ਨੂੰ ਫਤਹਿਗੜ੍ਹ ਸਾਹਿਬ ਜ਼ਿਲ੍ਹੇ ਵਿੱਚ **ਨੈਲੀ** (Naili) ਕਿਹਾ ਜਾਂਦਾ ਹੈ। ਇਸਦੀ ਮਿੱਟੀ ਸਖ਼ਤ ਅਤੇ ਘੱਟ ਉਪਜਾਊ ਹੁੰਦੀ ਹੈ ਅਤੇ ਜਲ ਸਤਰ ਵੀ ਨੀਵਾਂ ਹੁੰਦਾ ਹੈ। ਇਹ ਖੁਸ਼ਕ ਖੇਤਰ ਹੈ ਅਤੇ ਇੱਥੇ ਝਾੜੀਦਾਰ (scrub) ਬਨਸਪਤੀ ਹੋਇਆ ਕਰਦੀ ਸੀ। ਇਹ ਇਕ ਗੈਰ-ਕਾਸ਼ਤਯੋਗ ਖੇਤਰ ਸੀ। ਇਸ ਕਾਰਨ ਇਸ ਦਾ ਨਾਮ ਜੰਗਲ ਪੈ ਗਿਆ।

ਪੱਛਮੀ ਮਾਲਵਾ ਪ੍ਰਦੇਸ਼ ਵਿੱਚ ਇਸ ਦੋਹਰੀ ਵੰਡ ਨੂੰ **ਉੱਪਰਲੀ ਪੱਧਰੀ ਭੂਮੀ (Upper Terrace) ਜਾਂ ਕੋਟਕਪੂਰਾ ਪਠਾਰ (ਉਤਾਰ ਜਾਂ ਰੋਹੀ) ਅਤੇ ਹੇਠਲੀ ਪੱਧਰੀ ਭੂਮੀ** (Lower Terrace) ਜਾਂ ਮੁੱਦਕੀ ਮੈਦਾਨ (ਹੇਠਲੀ ਰੋਹੀ ਹਿਥਾਰ ਜਾਂ ਅਥਾਰ) ਦੇ ਨਾਂ ਨਾਲ ਜਾਣਿਆ ਜਾਂਦਾ ਹੈ। **ਬੇਟ** ਤੀਜੀ ਪੱਧਰੀ ਭੂਮੀ ਹੈ।

(ੲ) ਰੇਤ ਕੱਜਣ ਅਤੇ ਰੇਤ ਦੇ ਟਿੱਬੇ—ਦਰਿਆ ਸਤਲੁਜ ਦੇ ਖਿਸਕਦੇ ਮੁੱਖ ਵਹਿਣ ਦੇ ਵਿਭਿੰਨ ਉਪ-ਵਹਿਣਾਂ ਵਿੱਚ ਵੰਡੇ ਜਾਣ ਅਤੇ ਪੌਣ ਕਿਰਿਆ ਰਾਹੀਂ ਰੇਤ ਦੇ ਨਿਖੇਪਾਂ ਦੀ ਪੁਨਰ-ਵੰਡ ਕਾਰਨ ਪੱਛਮੀ ਮਾਲਵਾ ਪ੍ਰਦੇਸ਼ ਵਿਚ ਵਿਭਿੰਨ ਉੱਚਾਈ, ਲੰਬਾਈ ਅਤੇ ਸ਼ਕਲ ਦੇ ਰੇਤ ਕੱਜਣ, ਰੇਤ ਟਿੱਬੇ ਤੇ ਰੇਤ ਕਟਕਾਂ ਹੋਂਦ ਵਿੱਚ ਆ ਗਏ ਹਨ।

4. ਟੋਏ ਅਤੇ ਦਲਦਲਾਂ—ਮਾਝਾ ਅਤੇ ਦੋਆਬਾ ਦੇ ਮੁਕਾਬਲੇ ਮਾਲਵਾ ਪ੍ਰਦੇਸ਼ ਵਿਚ ਘੱਟ ਗਿਣਤੀ ਵਿਚ **ਛੰਭ** (ਦਲਦਲਾਂ) ਅਤੇ ਟੋਏ (depressions) ਪਾਏ ਜਾਂਦੇ ਹਨ। ਇਸ ਪ੍ਰਦੇਸ਼ ਦੀ ਮੁੱਖ ਦਲਦਲ ਰੂਪਨਗਰ ਜ਼ਿਲ੍ਹੇ ਦੇ ਚਮਕੌਰ ਸਾਹਿਬ ਬਲਾਕ ਤੇ ਨਾਲ ਲਗਦੇ ਲੁਧਿਆਣਾ ਜ਼ਿਲ੍ਹੇ ਦੇ ਮਾਛੀਵਾੜਾ ਬਲਾਕ ਵਿਚ ਪਾਈ ਜਾਂਦੀ ਹੈ। ਰੂਪਨਗਰ, ਲੁਧਿਆਣਾ ਅਤੇ ਫਿਰੋਜ਼ਪੁਰ ਜ਼ਿਲ੍ਹਿਆਂ ਦੇ ਬੇਟ ਇਲਾਕਿਆਂ ਵਿਚ ਵੀ ਕਈ ਛੋਟੀਆਂ ਦਲਦਲਾਂ ਪਾਈਆਂ ਜਾਂਦੀਆਂ ਹਨ। ਇਨ੍ਹਾਂ ਹੀ ਇਲਾਕਿਆਂ ਵਿਚ ਕਈ ਛੋਟੀਆਂ ਝੀਲਾਂ ਅਤੇ ਟੋਏ ਵੀ ਪਾਏ ਜਾਂਦੇ ਹਨ। ਦੋ ਮੁੱਖ ਨੀਵੇਂ ਪ੍ਰਦੇਸ਼ (ਟੋਏ) ਚੰਗੀ ਤਰ੍ਹਾਂ ਜਾਣੇ ਜਾਂਦੇ (ਮਸ਼ਹੂਰ) ਹਨ। ਇਨ੍ਹਾਂ ਵਿਚੋਂ ਇਕ ਮੋਗਾ ਜ਼ਿਲ੍ਹੇ ਦੇ ਦੱਖਣੀ ਭਾਗਾਂ ਵਿਚ ਪਾਇਆ ਜਾਂਦਾ ਹੈ ਅਤੇ ਦੂਜਾ ਮੁਕਤਸਰ ਜ਼ਿਲ੍ਹੇ ਵਿਚ ਮਿਲਦਾ ਹੈ ਜਿਸਨੂੰ **ਸੋਤਰ ਟੋਆ** ਕਿਹਾ ਜਾਂਦਾ ਹੈ।

ਦੱਖਣ-ਪੱਛਮ ਦਾ ਰੇਤੇ ਦੇ ਟਿੱਬਿਆਂ ਵਾਲਾ ਮੈਦਾਨ (SOUTH-WESTERN SAND DUNE STUDDED PLAIN)

ਪੰਜਾਬ ਦੇ ਦੱਖਣ-ਪੱਛਮ ਜ਼ਿਲ੍ਹਿਆਂ ਦਾ ਜਲਵਾਯੂ ਅਰਧ-ਖੁਸ਼ਕ ਹੈ ਅਤੇ ਇਹ ਰਾਜਸਥਾਨ ਦੇ ਥਾਰ ਮਾਰੂਥਲ ਦੀ ਸੀਮਾ ਨਾਲ ਲਗਦੇ ਹਨ। ਇਥੇ ਧਰਾਤਲੀ ਭਿੰਨਤਾਵਾਂ ਦੀ ਉੱਤਪਤੀ ਵਿਚ ਪੌਣਾਂ ਦੀ ਕਿਰਿਆ ਮਹੱਤਵਪੂਰਣ ਲੱਛਣ ਹੈ। ਭਾਵੇਂ ਇਹ ਸਾਰਾ ਖੇਤਰ ਮੈਦਾਨ ਹੈ ਅਤੇ ਸਪਾਟ ਜਲੋੜੀ ਮੈਦਾਨਾਂ ਦਾ ਇਕ ਹਿੱਸਾ ਹੈ ਪਰੰਤੂ ਇੱਥੇ ਰੇਤ ਦੇ ਟਿੱਬਿਆਂ ਅਤੇ ਰੇਤ ਦੀਆਂ ਕਟਕਾਂ ਦੇ ਅਕਸਰ ਮਿਲਣ ਕਾਰਨ ਇਸ ਖੇਤਰ ਦੇ ਵੱਖਰੇ ਅਧਿਐਨ ਕਰਨ ਅਤੇ ਇਸ ਨੂੰ ਸਪਾਟ ਜਲੋੜੀ ਮੈਦਾਨ ਵਾਲੀ ਤੀਜੀ ਉੱਪ-ਵੰਡ ਤੋਂ ਅਲੱਗ ਰੱਖਣ ਦੀ ਲੋੜ ਹੈ। ਬਠਿੰਡਾ, ਮਾਨਸਾ, ਸੰਗਰੂਰ, ਮੁਕਤਸਰ, ਫਾਜ਼ਿਲਕਾ ਅਤੇ ਫਰੀਦਕੋਟ ਜ਼ਿਲ੍ਹਿਆਂ ਦੇ ਕਾਫੀ ਭਾਗ, ਫਿਰੋਜ਼ਪੁਰ ਜ਼ਿਲ੍ਹੇ ਦਾ ਮੱਧ-ਦੱਖਣੀ ਭਾਗ ਅਤੇ ਪਟਿਆਲਾ ਜ਼ਿਲ੍ਹੇ ਦੇ ਕੁਝ ਦੱਖਣੀ ਭਾਗ ਰੇਤ ਦੇ ਟਿੱਬਿਆਂ ਨਾਲ ਭਰੇ ਪਏ ਹਨ। ਰੇਤ ਦੇ ਟਿੱਬੇ ਇਨ੍ਹਾਂ ਜ਼ਿਲ੍ਹਿਆਂ ਦੀ ਧਰਾਤਲ ਦੇ ਮਹੱਤਵਪੂਰਣ ਸੱਥਲਾਕ੍ਰਿਤਕ ਲੱਛਣ ਹਨ। ਇਹ ਨੀਵੀਆਂ ਜਾਂ ਉੱਚੀਆਂ ਕਟਕਾਂ ਦੇ ਰੂਪ ਵਿਚ ਦਿੱਸਦੇ ਹਨ। ਇਹ ਮੰਨਿਆ ਜਾਂਦਾ ਹੈ ਕਿ ਇਹ ਦਰਿਆ ਸਤਲੁਜ ਅਤੇ ਦਰਿਆ ਘੱਗਰ ਅਤੇ ਇਨ੍ਹਾਂ ਦੀਆਂ ਸਹਾਇਕ ਨਦੀਆਂ ਜਾਂ ਮੌਸਮੀ ਨਦੀਆਂ ਦੇ ਆਪਣੇ ਵਹਿਣਾਂ ਨੂੰ ਵਿਭਿੰਨ ਵਹਿਣਾਂ ਵਿਚ ਵੰਡਣ (braiding) ਦੀ ਕਿਰਿਆ ਅਤੇ ਨਦੀ ਕ੍ਰਿਤ ਨਿਖੇਪਾਂ ਨੂੰ ਪੌਣਾਂ ਦੀ ਲਗਾਤਾਰ ਕਿਰਿਆ ਰਾਹੀਂ ਦੁਬਾਰਾ ਕੰਮ ਅਧੀਨ ਲਿਆਂਦੇ ਜਾਣ ਕਾਰਨ ਬਣੇ ਹਨ। ਇਨ੍ਹਾਂ ਨੂੰ ਸਥਾਨਕ ਤੌਰ ਤੇ ਟਿੱਬੇ ਕਿਹਾ ਜਾਂਦਾ ਹੈ। ਇਨ੍ਹਾਂ ਦੀ ਢਲਾਨ ਅਸਮਮਿਤ (assymetrical) ਹੈ ਜੋ ਖੁਸ਼ਕ ਰੁੱਤ ਵਿਚ ਹਵਾ ਦੀ ਮੁੱਖ ਦਿਸ਼ਾ ਅਨੁਸਾਰ ਹੁੰਦੀ ਹੈ।

ਇਹ ਸਾਰਾ ਖੇਤਰ ਪੂਰਬ ਵਿਚ 220 ਮੀਟਰ ਦੀ ਉਚਾਈ ਤੋਂ ਪੱਛਮ ਵਿਚ ਫਾਜ਼ਿਲਕਾ ਜ਼ਿਲ੍ਹੇ ਵਿਚ ਜਲਾਲਾਬਾਦ ਨੇੜੇ ਸਮੁੰਦਰ ਤੋਂ 183 ਮੀਟਰ ਦੀ ਉੱਚਾਈ ਵਿਚਕਾਰ ਉੱਚਾ ਹੈ। ਬਿਲਕੁਲ ਦੱਖਣ-ਪੱਛਮ ਵਿਚ ਸਥਿਤ ਅਬੋਹਰ ਸ਼ਹਿਰ ਦੀ ਸਮੁੰਦਰ ਤਲ ਤੋਂ ਉਚਾਈ 190 ਮੀਟਰ ਹੈ। ਮੁਕਤਸਰ ਦਾ ਸ਼ਹਿਰ ਸਮੁੰਦਰ ਤਲ ਤੋਂ 205 ਮੀਟਰ ਦੀ ਉੱਚਾਈ ਤੇ ਸਥਿਥ ਹੈ। ਇਸ ਖੇਤਰ ਵਿਚ ਜ਼ਮੀਨ ਦੀ ਢਲਾਨ ਪੱਛਮ ਵਲ ਹੈ। ਰੇਤ ਦੇ ਟਿੱਬਿਆਂ ਅਤੇ ਰੇਤ ਦੇ ਮੈਦਾਨਾਂ ਜਾਂ ਰੇਤ ਦੀਆਂ ਪਹਾੜੀਆਂ ਦੇ ਮਿਲਣ ਕਾਰਨ ਧਰਾਤਲ ਉੱਚੀ-ਨੀਵੀਂ ਤੋਂ ਲਹਿਰਦਾਰ ਹੈ। ਰੇਤ ਦੇ ਟਿੱਬੇ ਕੁਝ ਮੀਟਰਾਂ ਤੋਂ 20 ਮੀਟਰ ਤਕ ਉੱਚੇ ਅਤੇ 100 ਮੀਟਰ ਤਕ ਲੰਬਾਈ ਵਿਚ ਹਨ। ਰੇਤ ਟਿੱਬਿਆਂ ਵਿਚ ਅਤੇ ਆਲੇ-ਦੁਆਲੇ ਦੇ ਖੇਤਰ ਸਾਧਾਰਣ ਢਲਾਨ ਵਾਲੇ ਹਨ ਜਦੋਂ ਕਿ ਅੰਤਰ-ਟਿੱਬੇ ਖੇਤਰ (inter-dunal areas) ਲਗਭਗ ਪੱਧਰੇ ਜਾਂ ਮਾਮੂਲੀ ਢਲਾਨ ਵਾਲੇ ਹਨ। ਜ਼ਿਆਦਾਤਰ ਰੇਤ ਟਿੱਬਿਆਂ ਨੂੰ ਸਥਿਰ ਕਰ ਦਿੱਤਾ ਗਿਆ ਹੈ ਅਤੇ ਕੁਝ ਨੂੰ ਹਟਾ ਜਾਂ ਸਾਫ਼ ਕਰ ਦਿੱਤਾ ਗਿਆ ਹੈ। ਬਹੁਤ ਸਾਰੇ ਰੇਤ ਟਿੱਬੇ ਖੇਤੀ ਅਧੀਨ ਵੀ ਲਿਆਂਦੇ ਗਏ ਹਨ। ਰੇਤ ਟਿੱਬਿਆਂ ਵਿਚਕਾਰ ਪੱਧਰੀ ਜ਼ਮੀਨ ਦੇ ਵੱਡੇ ਖੇਤਰ ਵੀ ਹਨ। ਇਥੇ ਖੇਤੀਬਾੜੀ ਮਹੱਤਵਪੂਰਣ ਹੈ। ਇਸ ਉਪ-ਵੰਡ ਹੇਠ ਪੰਜਾਬ ਦਾ ਲਗਭਗ 12% ਖੇਤਰਫਲ ਸ਼ਾਮਲ ਹੈ।

ਇਸ ਪ੍ਰਦੇਸ਼ ਦੇ ਮੁੱਖ ਧਰਾਤਲੀ ਲੱਛਣ ਹੇਠ ਲਿਖੇ ਹਨ—

1. **ਚੋਅ, ਨਾਲੇ ਅਤੇ ਨਿਕਾਸ ਨਾਲੇ (Choes, Nalas and Drains)**—ਇਸ ਪ੍ਰਦੇਸ਼ ਵਿਚ ਵਰਖਾ ਬਹੁਤ ਘੱਟ ਹੁੰਦੀ ਹੈ। ਇਸ ਕਾਰਨ ਇੱਥੇ ਸਤਹੀ ਜਲ ਨਿਕਾਸ ਦੀ ਲਗਭਗ ਅਣਹੋਂਦ ਹੈ ਪਰ ਫਿਰ ਵੀ ਭਾਰੀ ਵਰਖਾ ਸਮੇਂ ਸਤਹੀ ਵਹਿੰਦੇ ਪਾਣੀ ਜਾਂ ਨਹਿਰੀ ਰਿਸਾਵ ਦੇ ਪਾਣੀ ਨੂੰ ਲਿਜਾਉਣ ਲਈ ਕੁਝ ਜਲ ਨਿਕਾਸ ਮਾਰਗ (ਚੋਅ ਜਾਂ ਨਾਲੇ) ਬਣ ਜਾਂਦੇ ਹਨ। ਅਜਿਹੇ ਜਲ ਨਿਕਾਸ ਮਾਰਗਾਂ ਵਿਚ ਸ਼ਾਮਲ ਹਨ—ਸਰਹਿੰਦ ਚੋਅ, ਡੰਡਾ ਨਾਲਾ, ਸੋਤਾ ਨਾਲਾ ਅਤੇ ਕੁਦਰਤੀ ਅਤੇ ਮਨੁੱਖ ਰਾਹੀਂ ਬਣਾਏ ਕਈ ਨਿਕਾਸ ਨਾਲੇ ਜਿਵੇਂ ਕਿ ਮਾਨਸਾ ਅਤੇ ਬਠਿੰਡਾ ਜ਼ਿਲ੍ਹਿਆਂ ਵਿਚ ਬਰੇਟਾ, ਲਸਾੜਾ ਅਤੇ ਚੰਦਭਾਨ ਡਰੇਨਾਂ ਅਤੇ ਫ਼ਰੀਦਕੋਟ ਅਤੇ ਮੁਕਤਸਰ ਜ਼ਿਲ੍ਹਿਆਂ ਵਿਚ ਗੋਲੇਵਾਲਾ, ਮੁੱਦਕੀ, ਲੰਗਿਆਨਾ, ਮਾੜੀ ਅਤੇ ਸਮਾਧ ਭਾਈ ਆਦਿ ਡਰੇਨਜ਼।

2. **ਕੋਟਕਪੂਰਾ ਪਠਾਰ ਜਾਂ ਉੱਪਰਲਾ ਪੱਧਰ (Upper Terrace)**—ਫਾਜ਼ਿਲਕਾ ਜ਼ਿਲ੍ਹੇ ਦੀਆਂ ਫ਼ਾਜ਼ਿਲਕਾ, ਅਬੋਹਰ ਅਤੇ ਜਲਾਲਾਬਾਦ ਤਹਿਸੀਲਾਂ, ਮੁਕਤਸਰ ਜ਼ਿਲ੍ਹਾ ਤੇ ਫਿਰੋਜ਼ਪੁਰ ਜ਼ਿਲ੍ਹੇ ਦੇ ਕੁਝ ਭਾਗਾਂ ਦੇ ਉੱਚੇ ਪ੍ਰਦੇਸ਼ ਜਾਂ ਪੱਧਰ ਨੂੰ **ਕੋਟਕਪੂਰਾ ਪਠਾਰ** ਜਾਂ ਉਪਰਲਾ ਪੱਧਰ ਕਹਿੰਦੇ ਹਨ। ਇਸ ਖੇਤਰ ਨੂੰ ਫਿਰੋਜ਼ਪੁਰ ਅਤੇ ਮੁਕਤਸਰ ਜ਼ਿਲ੍ਹਿਆਂ ਵਿਚ **ਰੋਹੀ** ਜਾਂ **ਉੱਤਾਰ** ਵੀ ਕਹਿੰਦੇ ਹਨ। ਇਸ ਖੇਤਰ ਦੀ ਸਤ੍ਹਾ ਪੱਧਰੀ ਹੈ ਜਿਸ ਉੱਪਰ ਪੁਰਾਣੇ ਜਲਮਾਰਗਾਂ ਦੇ ਵਹਿਣ ਜਿਨ੍ਹਾਂ ਨਾਲ ਰੁੜੀ ਹੋਈ ਰੇਤ ਜਮਾਂ ਹੋਈ ਹੈ, ਪਾਏ ਜਾਂਦੇ ਹਨ।

ਬਠਿੰਡਾ ਅਤੇ ਮਾਨਸਾ ਜ਼ਿਲ੍ਹਿਆਂ ਅਤੇ ਨਾਲ ਲੱਗਦੇ ਸੰਗਰੂਰ ਜ਼ਿਲ੍ਹੇ ਦੇ ਇਲਾਕਿਆਂ ਦੇ ਕਈ ਭਾਗਾਂ ਵਿਚ ਰੇਤ ਦੀਆਂ ਕਟਕਾਂ (ਪਹਾੜੀਆਂ) ਆਮ ਮਿਲਦੀਆਂ ਹਨ ਅਤੇ ਇਹ ਭੂ-ਦ੍ਰਿਸ਼ ਦਾ ਮੁੱਖ ਲੱਛਣ ਹਨ। ਲਾਲਗੀ ਵਾਲੀ ਖਾਕੀ ਮਿੱਟੀ ਮੁੱਖ ਤੌਰ ਤੇ ਪਾਈ ਜਾਂਦੀ ਹੈ। ਇਸ ਉੱਪਰਲੇ ਪੱਧਰ (Upper Terrace) ਦਾ ਪੱਛਮੀ ਕਿਨਾਰਾ (ਕੰਢਾ) **ਵੱਡਾ ਢਾਹਾ** (Greater Bank) ਬਣਾਉਂਦਾ ਹੈ।

3. **ਰੇਤੀਲਾ ਮੈਦਾਨ (Sandy Plain)**—ਕੋਟਕਪੂਰਾ ਪਠਾਰ (ਉੱਪਰਲਾ ਪੱਧਰ) ਤੋਂ ਹੇਠ ਫ਼ਾਜ਼ਿਲਕਾ ਜ਼ਿਲ੍ਹੇ ਦੀਆਂ ਫ਼ਾਜ਼ਿਲਕਾ ਅਤੇ ਜਲਾਲਾਬਾਦ ਤਹਿਸੀਲਾਂ ਅਤੇ ਮੁਕਤਸਰ ਜ਼ਿਲ੍ਹੇ ਦੀ ਮੁਕਤਸਰ ਤਹਿਸੀਲ ਵਿੱਚ ਰੇਤੀਲੇ ਮੈਦਾਨ ਦਾ ਪਰਸਾਰ ਹੈ। ਇਥੇ ਭੂਮੀਗਤ ਪਾਣੀ ਖਾਰਾ ਹੈ। ਇਹ ਪ੍ਰਦੇਸ਼ ਹੇਠਲਾ ਪੱਧਰ (Lower Terrace) ਹੈ ਜਿਸ ਨੂੰ ਫ਼ਾਜ਼ਿਲਕਾ ਤਹਿਸੀਲ ਵਿੱਚ **ਉਤਾਰ** ਅਤੇ ਮੁਕਤਸਰ ਤਹਿਸੀਲ ਵਿਚ ਹੇਠਲੀ **ਰੋਹੀ** (Rohi) ਕਿਹਾ ਜਾਂਦਾ ਹੈ। ਸਮੁੱਚੇ ਤੌਰ ਤੇ ਇਸ ਰੇਤੀਲੇ ਮੈਦਾਨ ਨੂੰ **ਮੁੱਦਕੀ ਮੈਦਾਨ** ਕਿਹਾ ਜਾਂਦਾ ਹੈ। ਇੱਥੇ ਰੇਤ ਦੇ ਕੱਜਣ ਵਾਲੇ ਮੈਦਾਨੀ ਭਾਗ (Sand Flats) ਆਮ ਹਨ ਅਤੇ ਨੀਵੇਂ ਰੇਤ ਟਿੱਬੇ ਵੀ ਆਮ ਮਿਲਦੇ ਹਨ।

4. **ਟੋਏ ਅਤੇ ਦਲਦਲਾਂ (Depressions and Marshes)**—ਰੇਤ ਟਿੱਬਿਆਂ ਨਾਲ ਭਰੇ ਇਸ ਮੈਦਾਨ ਵਿਚ ਕਈ ਟੋਏ, ਝੀਲਾਂ ਅਤੇ ਛੱਡੇ ਹੋਏ ਪੁਰਾਣੇ ਵਹਿਣ (Channels) ਮਿਲਦੇ ਹਨ। ਮੁਕਤਸਰ ਜ਼ਿਲ੍ਹੇ ਦਾ **ਸੋਤਰ ਟੋਆ** ਪ੍ਰਸਿੱਧ ਹੈ। ਇਹ ਮੀਂਹ ਦੇ

ਪਾਣੀ ਨੂੰ ਫ਼ਾਜ਼ਿਲਕਾ ਦੀ ਬਾਧਾ ਝੀਲ ਵਿਚ ਲੈ ਜਾਂਦਾ ਹੈ। ਇਕ ਦਰਿਆ ਦਾ ਛੱਡਿਆ ਹੋਇਆ ਵਹਿਣ ਮੁਕਤਸਰ ਰੋਹੀ ਪ੍ਰਦੇਸ਼ ਵਿਚ ਦਿਸਦਾ ਹੈ ਅਤੇ ਇਹ ਬਾਬਾਨੀ ਅਤੇ ਅਬੋਹਰ ਕੋਇਲ ਖੇੜਾ ਪਿੰਡਾਂ ਵਿਚ ਸਤਹ ਉੱਪਰ ਅੰਕਿਤ ਹੈ।

ਅਭਿਆਸ (EXERCISE)

1. ਹੇਠ ਲਿਖਿਆਂ ਦੇ ਸੰਖੇਪ ਵਿਚ ਉੱਤਰ ਲਿਖੋ—
   (1) ਕੁਦਰਤੀ ਵਾਤਾਵਰਣ ਦੇ ਘਟਕਾਂ ਦੇ ਨਾਂ ਲਿਖੋ।
   (2) ਭੂ ਸੰਰਚਨਾ ਦੇ ਅਧਿਐਨ ਦੀ ਕਿਉਂ ਲੋੜ ਹੈ ?
   (3) ਸ਼ਿਵਾਲਕ ਪਹਾੜੀਆਂ ਦੀ ਰਚਨਾ ਕਦੋਂ ਅਤੇ ਕਿਵੇਂ ਹੋਈ ਸੀ ?
   (4) ਸ਼ਿਵਾਲਕ ਪਹਾੜੀਆਂ ਦੀ ਰਚਨਾ ਕਿੰਨ੍ਹਾਂ ਪਦਾਰਥਾਂ ਤੋਂ ਹੋਈ ਹੈ ?
   (5) ਪੰਜਾਬ ਵਿਚ ਸ਼ਿਵਾਲਕ ਪਹਾੜੀਆਂ ਦੀ ਕਿੰਨੀ ਲੰਬਾਈ ਅਤੇ ਚੌੜਾਈ ਹੈ ?
   (6) ਪੰਜਾਬ ਦੇ ਮੈਦਾਨਾਂ ਦੀ ਢਲਾਨ ਕਿਸ ਪਾਸੇ ਨੂੰ ਹੈ ?
   (7) ਪੰਜਾਬ ਦੇ ਵਿਸ਼ਾਲ ਮੈਦਾਨ ਦੀ ਰਚਨਾ ਕਿੰਨ੍ਹਾਂ ਪਦਾਰਥਾਂ ਤੋਂ ਹੋਈ ਹੈ ?
   (8) ਪੰਜਾਬ ਦੇ ਕਿਹੜੇ ਖੇਤਰ ਨੂੰ 'ਚੋਆਂ ਦੀ ਧਰਤੀ' ਕਿਹਾ ਜਾਂਦਾ ਹੈ ?
   (9) ਦੱਖਣ-ਪੱਛਮੀ ਪੰਜਾਬ ਦੇ ਮੈਦਾਨਾਂ ਵਿਚ ਮਿਲਣ ਵਾਲੇ ਰੇਤ ਦੇ ਟਿੱਬੇ ਕਿਵੇਂ ਬਣੇ ਸਨ ?
   (10) ਬੇਟ ਖੇਤਰ ਕਿੱਥੇ ਪਾਇਆ ਜਾਂਦਾ ਹੈ ? ਇਸ ਦੇ ਹੋਰ ਕੀ ਨਾਂ ਹਨ ?
2. ਸ਼ਿਵਾਲਕ ਪਹਾੜੀਆਂ ਦੀ ਧਰਾਤਲ, ਰਚਨਾ ਅਤੇ ਉੱਤਪਤੀ ਦਾ ਵਰਣਨ ਕਰੋ।
3. ਪੰਜਾਬ ਦੇ ਖਾਕਾ ਨਕਸ਼ਾ ਉੱਤੇ ਇਸ ਦੇ ਧਰਾਤਲੀ ਖੰਡ ਦਿਖਾਉ ਅਤੇ ਕੰਢੀ ਪ੍ਰਦੇਸ਼ ਬਾਰੇ ਚਰਚਾ ਕਰੋ।
4. ਪੰਜਾਬ ਦੇ ਸਪਾਟ ਜਲੋੜ੍ਹੀ ਮੈਦਾਨ ਦੇ ਵਿਸਥਾਰ, ਰਚਨਾ ਅਤੇ ਧਰਾਤਲ ਦਾ ਬਿਰਤਾਂਤ ਲਿਖੋ।
5. ਦੱਖਣੀ-ਪੱਛਮੀ ਮਾਲਵਾ ਖੇਤਰ ਦੀ ਧਰਾਤਲ ਬਾਰੇ ਵਿਸਥਾਰ ਸਹਿਤ ਲਿਖੋ।
6. ਹੇਠ ਲਿਖਿਆਂ ਤੇ ਨੋਟ ਲਿਖੋ—
   (1) ਖੱਦਰ ਅਤੇ ਭਾਬਰ
   (2) ਪੰਜਾਬ ਦੇ ਦੋਆਬੇ
   (3) ਰੋਪੜ ਸ਼ਿਵਾਲਕ
   (4) ਪੰਜਾਬ ਦੇ ਬੇਟ ਖੇਤਰ।

○○○

Chapter

3

ਜਲ ਪ੍ਰਵਾਹ
(DRAINAGE)

ਪ੍ਰਿਥਵੀ ਦੀ ਸਤ੍ਹਾ ਉੱਪਰ ਚੰਗੀ ਤਰ੍ਹਾਂ ਨਿਰਧਾਰਤ ਜਾਂ ਅਸਪੱਸ਼ਟ ਵਹਿਣਾਂ ਵਿਚ ਪਾਣੀ ਦੇ ਕੁਦਰਤੀ ਵਹਾਉ ਨੂੰ ਜਲ ਪ੍ਰਵਾਹ ਕਹਿੰਦੇ ਹਨ। ਜਲ ਪ੍ਰਵਾਹ ਮੁੱਖ ਤੌਰ ਤੇ ਧਰਾਤਲ, ਭੂ-ਗਰਭਿਕ ਬਣਤਰ ਅਤੇ ਜਲਵਾਯੂ ਵਿਚਕਾਰ ਆਪਸੀ ਪ੍ਰਭਾਵ ਦਾ ਨਤੀਜਾ ਹੁੰਦਾ ਹੈ।

1. **ਧਰਾਤਲ ਅਤੇ ਭੂ-ਗਰਭਿਕ ਰਚਨਾ**—ਪੰਜਾਬ ਦੇ ਪੂਰਬ ਵਿਚ ਨੀਵੀਂਆਂ ਸ਼ਿਵਾਲਕ ਪਹਾੜੀਆਂ ਹਨ ਜਿਨ੍ਹਾਂ ਦੀ ਸਿਖਰ-ਰੇਖਾ ਸਮੁੰਦਰ ਤੋਂ ਲਗਭਗ 600 ਮੀਟਰ ਉੱਚੀ ਹੈ। ਇਨ੍ਹਾਂ ਪਹਾੜੀਆਂ ਤੇ ਦਰਮਿਆਨੀ ਵਰਖਾ (ਸਾਲਾਨਾ 80 ਤੋਂ 100 ਸ: ਮ:) ਹੁੰਦੀ ਹੈ। ਸ਼ਿਵਾਲਕ ਪਹਾੜੀਆਂ ਤੋਂ ਪੱਛਮ ਵਿਚ ਸਥਿਤ ਕੰਢੀ ਜਾਂ ਤਲਹੱਟੀ ਦੇ ਮੈਦਾਨ ਦੀ ਤੰਗ ਪੱਟੀ ਤੋਂ ਬਿਨਾਂ ਲਗਭਗ ਸਾਰਾ ਪੰਜਾਬ ਪੱਧਰਾ ਮੈਦਾਨ ਹੈ, ਜਿਸ ਦੀ ਦੱਖਣ-ਪੱਛਮ ਵਲ ਮੰਦ ਢਲਾਨ ਹੈ। ਸ਼ਿਵਾਲਕ ਪਹਾੜੀਆਂ, ਮੁਕਾਬਲਤਨ ਨਰਮ ਤੇ ਖੁਰਦਰੇ ਕਣਾਂ ਵਾਲੀਆਂ ਰੇਤੇ ਦੇ ਪੱਥਰ, ਰੇਤ ਚਟਾਨਾਂ, ਕਾਂਗਲੋਮੀਰੇਟ, ਸ਼ੇਲ ਤੇ ਚੀਕਣੀ ਮਿੱਟੀ ਆਦਿ ਦੀਆਂ ਤਹਿਆਂ ਤੋਂ ਬਣੀਆਂ ਹੋਈਆਂ ਹਨ। ਪੰਜਾਬ ਦਾ ਸਮੁੱਚਾ ਵਿਸ਼ਾਲ ਮੈਦਾਨ ਜਲੋੜ੍ਹੀ ਪ੍ਰਕਾਰ ਦਾ ਹੈ ਜੋ ਕਿ ਨਦੀਆਂ ਰਾਹੀਂ ਲਿਆਂਦੇ ਅਤੇ ਜਮ੍ਹਾਂ ਕੀਤੇ ਨਵੇਂ ਅਤੇ ਪੁਰਾਣੇ ਜਲੋੜ੍ਹਾਂ ਤੋਂ ਬਣਿਆ ਹੋਇਆ ਹੈ। ਪੰਜਾਬ ਦੇ ਦੱਖਣ-ਪੱਛਮੀ ਭਾਗਾਂ ਵਿੱਚ ਕੁਝ ਹਵਾ ਰਾਹੀਂ ਲਿਆਂਦੇ ਅਤੇ ਜਮ੍ਹਾਂ ਕੀਤੇ ਨਿਖੇਪ ਵੀ ਪਾਏ ਜਾਂਦੇ ਹਨ। ਸਤਹ ਦਾ ਪੱਧਰਾ ਸਰੂਪ ਤੇ ਚਟਾਨਾਂ ਅਤੇ ਮਿੱਟੀ ਦੇ ਨਰਮ ਹੋਣ ਕਾਰਨ ਸਤ੍ਹਹੀ ਜਲ ਪ੍ਰਵਾਹ ਧਾਰਾਵਾਂ ਮੈਦਾਨਾਂ ਦੇ ਆਰ-ਪਾਰ ਆਪਣੇ ਰਸਤੇ ਬਦਲਦੇ ਰਹੇ ਹਨ। ਇਹ ਤੱਥ ਅੱਜ ਦੇ ਪੰਜਾਬ ਵਿਚ ਭਾਵੇਂ ਸੱਚ ਨਹੀਂ ਲੱਗਦਾ ਪਰੰਤੂ ਪ੍ਰਾਚੀਨ ਸਮਿਆਂ ਵਿਚ, ਜਦੋਂ ਦਰਿਆਵਾਂ ਆਦਿ ਵਿਚ ਕਾਫ਼ੀ ਪਾਣੀ ਰਹਿੰਦਾ ਸੀ ਅਤੇ ਬਰਸਾਤ ਵੀ ਕਾਫ਼ੀ ਹੁੰਦੀ ਸੀ, ਦਰਿਆ, ਨਦੀਆਂ, ਨਾਲੇ ਆਦਿ ਆਪਣੇ ਰਸਤੇ ਬਦਲਦੇ ਰਹਿੰਦੇ ਸਨ।

2. **ਜਲਵਾਯੂ**—ਪੰਜਾਬ ਵਿਚ ਵਰਖਾ ਉੱਤਰ-ਪੂਰਬ ਵਿਚ 80 ਸ:ਮ: ਪ੍ਰਤੀ ਸਾਲ ਤੋਂ ਦੱਖਣ-ਪੱਛਮ ਵਿੱਚ ਲਗਭਗ 30 ਸ:ਮ: ਵਿਚਕਾਰ ਪੈਂਦੀ ਹੈ। ਕੇਵਲ ਪੂਰਬ ਵਿਚ ਸਥਿਤ ਸ਼ਿਵਾਲਕ ਪਹਾੜੀ ਖੇਤਰ ਅਤੇ ਨਾਲ ਲਗਦੇ ਕੰਢੀ ਪ੍ਰਦੇਸ਼ ਵਿੱਚ ਵਰਖਾ ਕਾਫ਼ੀ ਹੁੰਦੀ ਹੈ। ਜਿਸ ਕਾਰਨ ਇਥੇ ਨਦੀਆਂ-ਨਾਲਿਆਂ ਆਦਿ ਦੇ ਪੈਦਾ ਹੋਣ ਅਤੇ ਵਹਿਣ ਲਈ ਕਾਫ਼ੀ ਵਰਖਾ ਦਾ ਪਾਣੀ ਮਿਲ ਜਾਂਦਾ ਹੈ। ਇਥੇ ਨਦੀ-ਨਾਲੇ ਕੁਝ ਨਿਸ਼ਚਿਤ ਵਹਿਣਾਂ ਵਿਚ ਵਹਿੰਦੇ ਹਨ। ਰਾਜ ਦੇ ਪੱਛਮੀ ਭਾਗ ਖ਼ੁਸ਼ਕ ਤੋਂ ਅਰਧ-ਖ਼ੁਸ਼ ਹਨ, ਇਸ ਲਈ ਕੇਵਲ ਬਰਸਾਤ ਰੁੱਤ ਵਿਚ ਕੁਝ ਸਥਾਨਕ ਜਲ ਪ੍ਰਵਾਹ ਧਾਰਾਵਾਂ (ਨਾਲਿਆਂ) ਤੋਂ ਇਲਾਵਾ ਆਮ ਕਰਕੇ ਸਤਹੀ ਜਲ ਪ੍ਰਵਾਹ ਦੀ ਅਣਹੋਂਦ ਹੈ।

ਸ਼ਿਵਾਲਕ ਪਹਾੜੀਆਂ ਅਤੇ ਕੰਢੀ ਪ੍ਰਦੇਸ਼ ਦੀਆਂ ਚਟਾਨਾਂ ਦੇ ਨਰਮ ਹੋਣ ਕਾਰਨ ਇੱਥੇ ਅਨੇਕਾਂ ਛੋਟੀਆਂ ਅਤੇ ਹਮੇਸ਼ਾਂ ਖਿਸਕਦੇ ਮਾਰਗਾਂ ਵਾਲੀਆਂ ਅਲਪਕਾਲਿਕ ਨਦੀਆਂ ਪੈਦਾ ਹੋਈਆਂ ਹਨ ਜਿਨ੍ਹਾਂ ਨੇ ਸਾਰੀ ਪੂਰਬੀ ਪ੍ਰਦੇਸ਼ ਨੂੰ ਬੁਰੀ ਤਰ੍ਹਾਂ ਨਾਲ ਕੱਟਿਆ, ਵੱਢਿਆ ਹੈ।

ਨਾਮ ਪੰਜਾਬ (ਪੰਜ + ਆਬ = ਪੰਜ ਦਰਿਆ) ਇਹ ਸੰਕੇਤ ਦਿੰਦਾ ਹੈ ਕਿ ਪੰਜਾਬ ਆਪਣੇ ਪੰਜ ਸਥਾਈ ਦਰਿਆਵਾਂ ਦੀ ਹੋਂਦ ਕਾਰਨ ਭਾਗਸ਼ਾਲੀ ਸੀ। ਪਰੰਤੂ 1947 ਵਿੱਚ ਵੰਡ ਮਗਰੋਂ ਪੰਜਾਬ ਵਿੱਚ ਕੇਵਲ ਤਿੰਨ ਸਥਾਈ ਦਰਿਆ ਰਹਿ ਗਏ ਹਨ। ਇਸ ਕਾਰਨ ਨਾਮ ਪੰਜਾਬ ਵੀ ਹੁਣ ਦੇ ਪੰਜਾਬ ਉੱਤੇ ਢੁੱਕਦਾ ਨਹੀਂ ਹੈ। ਪਰੰਤੂ ਪੰਜਾਬ ਵਰਗੇ ਛੋਟੇ ਰਾਜ ਲਈ ਤਿੰਨ ਸਥਾਈ ਦਰਿਆਵਾਂ ਦੀ

ਮੌਜੂਦਗੀ ਬਹੁਤ ਵੱਡੀ ਸੰਪੱਤੀ ਹੈ। ਪੰਜਾਬ ਵਿੱਚ ਤਿੰਨ ਪ੍ਰਕਾਰ ਦੇ ਦਰਿਆ ਜਾਂ ਨਦੀਆਂ ਹਨ। ਇਹ ਹਨ—ਸਥਾਈ, ਮੌਸਮੀ ਜਾਂ ਮਾਨਸੂਨੀ ਅਤੇ ਅਲਪਕਾਲਿਕ (ਥੋੜ੍ਹੇ ਸਮੇਂ ਦੇ) ਜਾਂ ਬਰਸਾਤੀ। ਰਾਵੀ, ਬਿਆਸ ਅਤੇ ਸਤਲੁਜ ਤਿੰਨ ਸਥਾਈ ਦਰਿਆ ਹਨ। ਘੱਗਰ, ਚਿੱਟੀ ਬੇਈਂ, ਕਾਲੀ ਬੇਈਂ, ਸੱਕੀ ਕਿਰਨ ਨਾਲਾ, ਚੱਕੀ ਖੱਡ, ਸੁਆਂ ਨਦੀ ਅਤੇ ਸਿਰਸਾ ਨਦੀ ਮੌਸਮੀ ਦਰਿਆ ਹਨ। ਉਪ-ਸ਼ਿਵਾਲਕ ਖੇਤਰ ਜਾਂ ਕੰਢੀ ਖੇਤਰ ਦੇ ਅਨੇਕਾਂ ਚੋਅ ਅਤੇ ਖੱਡਾਂ ਅਲਪਕਾਲਿਕ (ephemeral rivers) ਦਰਿਆ ਹਨ।

ਪੰਜਾਬ ਦਾ ਜਲ ਪ੍ਰਵਾਹ ਸਿੰਧ ਜਲ ਪ੍ਰਵਾਹ ਤੰਤਰ ਦਾ ਪੂਰਬੀ ਭਾਗ ਹੈ। ਪੱਛਮੀ ਭਾਗ ਪਾਕਿਸਤਾਨ ਵਿੱਚ ਹੈ। ਸਮੁੱਚੇ ਤੌਰ ਤੇ ਪੰਜਾਬ ਦਾ ਜਲ ਪ੍ਰਵਾਹ ਦੱਖਣ-ਪੱਛਮ ਦਿਸ਼ਾ ਵਿੱਚ ਵਹਿੰਦਾ ਹੈ (ਨਕਸ਼ਾ ਨੰ. 16)। ਇਹ ਜ਼ਮੀਨ ਦੀ ਆਮ ਢਲਾਨ ਅਤੇ ਪੰਜਾਬ ਦੇ ਉੱਤਰ-ਪੂਰਬ ਵੱਲ ਹਿਮਾਚਲ ਪ੍ਰਦੇਸ਼ ਵਿੱਚ ਹਿਮਾਲਾ ਪਹਾੜਾਂ ਅਤੇ ਪਹਾੜੀ ਖੇਤਰ ਜਿੱਥੇ ਕਾਫ਼ੀ ਵਰਖਾ ਹੁੰਦੀ ਹੈ ਅਤੇ ਹਿਮਾਨੀਆਂ, ਝੀਲਾਂ ਅਤੇ ਚਸ਼ਮੇ ਹਨ, ਦੀ ਮੌਜੂਦਗੀ ਦੇ ਸਿੱਟੇ ਵਜੋਂ ਹੈ। ਪੰਜਾਬ ਦੇ ਤਿੰਨ ਮੁੱਖ ਦਰਿਆਵਾਂ ਸਤਲੁਜ, ਬਿਆਸ ਅਤੇ ਰਾਵੀ ਦੇ ਸ੍ਰੋਤ ਪੰਜਾਬ ਤੋਂ ਦੂਰ ਹਿਮਾਚਲ ਪ੍ਰਦੇਸ਼ ਜਾਂ ਤਿੱਬਤ ਵਿੱਚ ਹਨ।

ਤਿੰਨ ਮਹੱਤਵਪੂਰਨ ਸਥਾਈ ਦਰਿਆ (THE THREE MAJOR PERENNIAL RIVERS)

15 ਅਗਸਤ 1947 ਈਸਵੀ ਦੀ ਵੰਡ ਤੋਂ ਪਹਿਲਾਂ ਪੰਜਾਬ ਵਿੱਚ ਸਤਲੁਜ, ਬਿਆਸ, ਰਾਵੀ, ਚਿਨਾਬ ਅਤੇ ਜਿਹਲਮ ਨਾਂ ਦੇ ਪੰਜ ਦਰਿਆ ਸਨ। ਅਜੋਕੇ ਪੰਜਾਬ ਵਿੱਚ ਪਹਿਲੇ ਤਿੰਨ ਦਰਿਆ ਰਹਿ ਗਏ ਹਨ। ਬਾਕੀ ਦੇ ਦੋ ਦਰਿਆ ਹੁਣ ਪਾਕਿਸਤਾਨ ਵਿੱਚ ਹਨ। ਰਾਵੀ ਦਾ ਵੀ ਕਾਫ਼ੀ ਭਾਗ ਪਾਕਿਸਤਾਨ ਵਿਚ ਹੈ (ਨਕਸ਼ਾ ਨੰ: 2)। ਪੰਜਾਬ ਦੇ ਇਨ੍ਹਾਂ ਦਰਿਆਵਾਂ ਦੀ ਵੱਡੀ ਭੂ-ਆਕ੍ਰਿਤਕ, ਆਰਥਿਕ ਅਤੇ ਸਭਿਆਚਾਰਕ ਮਹੱਤਤਾ ਹੈ।

ਦਰਿਆ ਸਤਲੁਜ—ਇਹ ਪੰਜਾਬ ਦਾ ਸਭ ਤੋਂ ਵੱਧ ਮਹੱਤਵਪੂਰਣ ਦਰਿਆ ਹੈ। ਇਹ ਪੰਜਾਬ ਨੂੰ ਮੋਟੇ ਤੌਰ ਤੇ ਦੋ ਭਾਗਾਂ, ਉੱਤਰੀ ਅਤੇ ਦੱਖਣੀ ਪੰਜਾਬ ਵਿਚ ਵੰਡਦਾ ਹੈ। ਇਹ ਕੇਵਲ ਇਕ ਅੰਤਰ-ਰਾਜੀ ਦਰਿਆ ਨਹੀਂ ਸਗੋਂ ਇਕ ਅੰਤਰ-ਰਾਸ਼ਟਰੀ ਦਰਿਆ ਹੈ। ਇਹ ਇਕ ਪੁਰਾਣਾ ਦਰਿਆ ਜੋ ਵਿਸ਼ਾਲ ਹਿਮਾਲਾ ਪਰਬਤਾਂ ਤੋਂ ਵੀ ਪੁਰਾਣਾ ਹੈ ਅਤੇ ਪੰਜਾਬ ਦੇ ਮੈਦਾਨਾਂ ਵਿੱਚ ਦਾਖ਼ਲ ਹੋਣ ਤੋਂ ਪਹਿਲਾਂ ਇਹ ਦਰਿਆ ਹਿਮਾਲਾ ਪਰਬਤਾਂ ਦੀਆਂ ਵਿਭਿੰਨ ਸ਼੍ਰੇਣੀਆਂ ਨੂੰ ਕਈ ਵਾਰ ਚੀਰ ਕੇ ਪਾਰ ਕਰਦਾ ਹੈ। ਇਹ ਇਕ ਪੂਰਵ ਵਰਤੀ ਦਰਿਆ (Antecedent River) ਦੀ ਉਦਾਹਰਣ ਹੈ।

ਆਰੀਅਨ ਲੋਕ ਅਤੇ ਮਿਸਰੀ ਵਿਦਵਾਨ ਟਾਲਮੀ (Ptolemy) ਦਰਿਆ ਸਤਲੁਜ ਨੂੰ “ਜ਼ਰਾਡਰਾਸ” (Zaradros) ਕਹਿੰਦੇ ਸਨ। ਵੇਦਾਂ ਵਿਚ ਸਤਲੁਜ ਦਰਿਆ ਨੂੰ “ਸੁਤਦਰੀ ਜਾਂ ਸਤਾਦਰੂ” (Sutudri or Satadru) ਕਿਹਾ ਗਿਆ ਹੈ ਜੋ ਕਿ “ਇਕ ਹਜ਼ਾਰ ਵਹਿਣਾਂ ਵਿਚ ਵਗਦਾ ਹੈ” ਇਸ ਦਾ ਆਰੰਭ ਮਾਨਸਰੋਵਰ ਝੀਲਾਂ ਦੇ ਪੱਛਮੀ ਭਾਗ ਨੇੜੇ ਤਿੱਬਤ ਵਿਚ 4633 ਮੀਟਰ ਦੀ ਉੱਚਾਈ ਤੇ ਹੁੰਦਾ ਹੈ। ਫਿਰ ਇਹ ਕੈਲਾਸ਼ ਪਰਬਤ ਦੀਆਂ ਦੱਖਣੀ ਢਲਾਨਾਂ ਨਾਲ ਚੀਨ ਸਰਹੱਦ ਦੀ ਬਾਹਰੀ ਚੌਕੀ ਸ਼ਿਪਕੀ (ਉੱਚਾਈ 3048 ਮੀ:) ਤੱਕ ਉੱਤਰ-ਪੱਛਮੀ ਦਿਸ਼ਾ ਵਿਚ ਵਗਦਾ ਹੈ। ਇਥੋਂ ਇਹ ਦੱਖਣ-ਪੱਛਮ ਅਤੇ ਦੱਖਣ ਵੱਲ ਮੋੜ ਲੈਂਦਾ ਹੈ ਅਤੇ ਹਿਮਾਚਲ ਪ੍ਰਦੇਸ਼ ਦੀ ਕਨਾਵਰ ਘਾਟੀ ਵਿਚ ਦਾਖ਼ਲ ਹੁੰਦਾ ਹੈ। ਇਥੇ ਸਤਲੁਜ ਦੀ ਮਹੱਤਵਪੂਰਨ ਸਹਾਇਕ ਨਦੀ **ਸਪਿਤੀ ਜਾਂ ਲੀ** ਦਹਲਾਂਗ ਨੇੜੇ ਦਰਿਆ ਵਿਚ ਆ ਮਿਲਦੀ ਹੈ। ਕਨਾਵਰ ਘਾਟੀ ਨੂੰ ਛੱਡਣ ਤੋਂ ਬਾਅਦ ਹਿਮਾਚਲ ਪ੍ਰਦੇਸ਼ ਦੀਆਂ ਪਹਾੜੀਆਂ ਦੀਆਂ ਡੂੰਘੀਆਂ ਘਾਟੀਆਂ ਰਾਹੀਂ ਪੱਛਮ-ਦੱਖਣ-ਪੱਛਮ ਵੱਲ ਵਗਦਾ ਹੈ। ਇਹ ਦਰਿਆ ਫਿਰ ਹਿਮਾਚਲ ਪ੍ਰਦੇਸ਼ ਦੇ ਬਿਲਾਸਪੁਰ ਜ਼ਿਲ੍ਹੇ ਵਿਚ ਦਾਖ਼ਲ ਹੋ ਜਾਂਦਾ ਹੈ। ਬਿਲਾਸਪੁਰ, ਸਿਉਨੀ, ਕੁਮਹਾਰਸੇਨ, ਰਾਮਪੁਰ, ਤਾਰੰਦਾ, ਕਲਪਾ ਅਤੇ ਨਾਮਗਯਾ ਕਸਬੇ ਹਿਮਾਚਲ ਪ੍ਰਦੇਸ਼ ਵਿਚ ਦਰਿਆ ਦੇ ਕੰਢੇ ਨਾਲ ਵਸੇ ਹੋਏ ਹਨ। ਦਰਿਆ ਦਾ ਜ਼ਿਆਦਾਤਰ ਉੱਪਰਲਾ ਮਾਰਗ ਹਿਮਾਚਲ ਪ੍ਰਦੇਸ਼ ਵਿਚ ਸਥਿਤ ਹੈ।

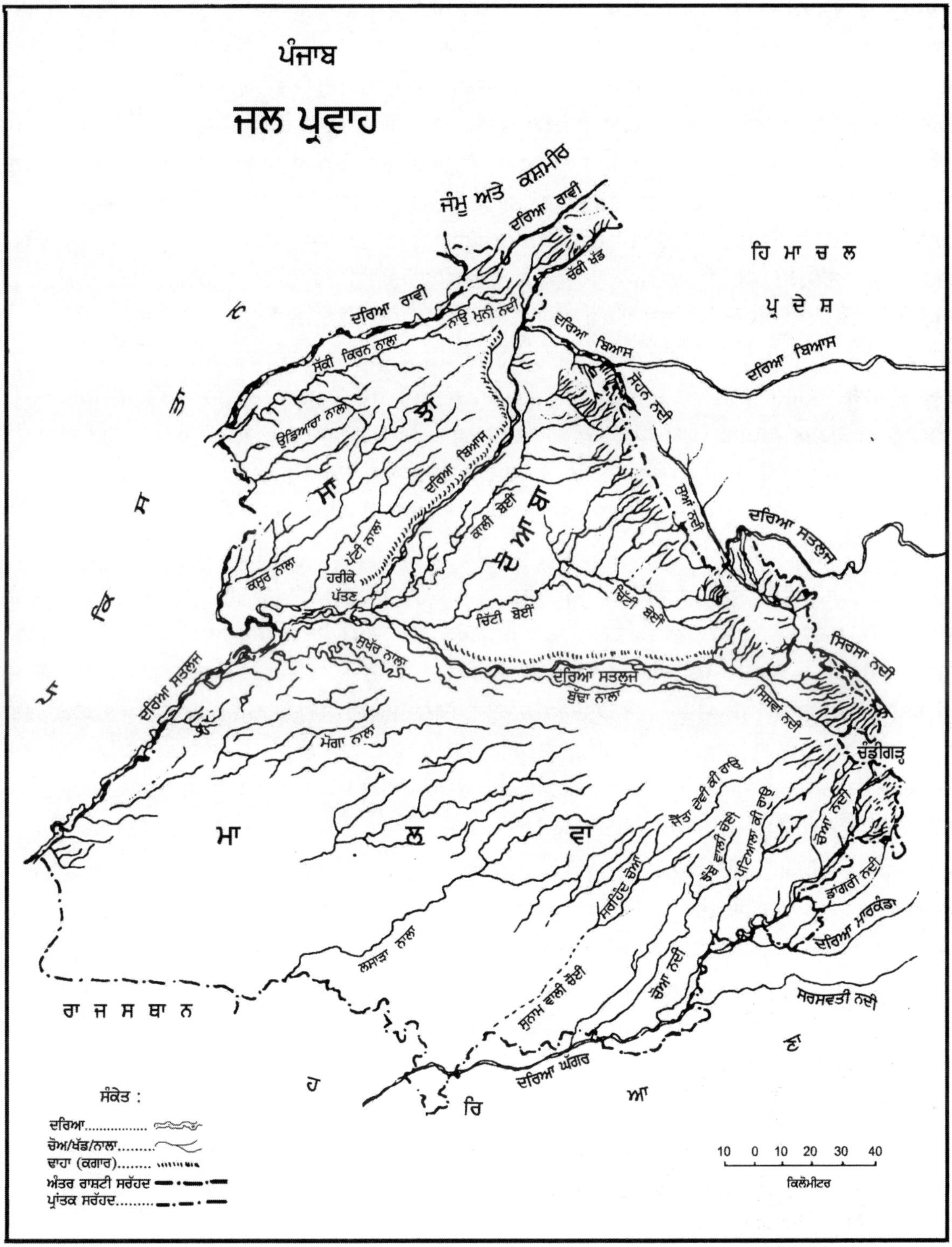

ਨਕਸ਼ਾ ਨੰ : 16

ਨੋਟ: ਰੀਮੋਟ ਸੈਂਸਿੰਗ ਸੈਂਟਰ ਲੁਧਿਆਣਾ ਦੇ ਨਕਸ਼ੇ ਤੇ ਆਧਾਰਤ

ਭਾਖੜਾ ਗਾਰਜ (ਕੰਦਰ) ਵਿਚੋਂ ਉਛਾਲੇ ਖਾ ਕੇ ਦਰਿਆ ਰੂਪਨਗਰ ਜ਼ਿਲ੍ਹੇ ਦੇ ਕਸਬੇ ਨੰਗਲ ਨੇੜੇ ਪੰਜਾਬ ਵਿਚ ਦਾਖ਼ਲ ਹੁੰਦਾ ਹੈ। ਭਾਖੜਾ ਗਾਰਜ ਦੇ ਸਥਾਨ ਤੇ ਹੁਣ ਇਕ ਵਿਸ਼ਾਲ ਡੈਮ ਦਰਿਆ ਸਤਲੁਜ ਉੱਪਰ ਉਸਾਰਿਆ ਗਿਆ ਹੈ ਜੋ ਉੱਤਰੀ ਭਾਰਤ ਵਿਚ ਪਣ-ਬਿਜਲੀ ਪੈਦਾ ਕਰਨ ਦਾ ਬਹੁਤ ਵੱਡਾ ਸ੍ਰੋਤ ਹੈ। ਨੰਗਲ ਦੇ ਸਥਾਨ ਤੇ ਇਕ ਹੋਰ ਡੈਮ ਉਸਾਰਿਆ ਗਿਆ ਹੈ ਅਤੇ ਦਰਿਆ ਦੇ ਖੱਬੇ ਕੰਢੇ ਤੋਂ ਮਹੱਤਵਪੂਰਨ **ਨੰਗਲ ਹਾਈਡਲ ਚੈਨਲ** (ਜੋ ਅੱਗੇ ਜਾ ਕੇ ਭਾਖੜਾ ਨਹਿਰ ਬਣਦੀ ਹੈ) ਅਤੇ ਸਤਲੁਜ-ਯਮੁਨਾ ਲਿੰਕ ਨਹਿਰ (S.Y.L. Canal) (ਜੋ ਰੋਪੜ ਸ਼ਹਿਰ ਤੋਂ ਅੱਗੇ ਬੰਦ ਅਤੇ ਭੈੜੀ ਅਵਸਥਾ ਵਿਚ ਪਈ ਹੈ) ਕੱਢੀਆਂ ਗਈਆਂ ਹਨ। ਨੰਗਲ ਤੋਂ ਅੱਗੇ ਦਰਿਆ ਦੱਖਣ ਵੱਲ ਰੁੱਖ ਕਰਦਾ ਹੈ। ਇੱਥੇ ਇਹ ਰੂਪਨਗਰ ਜ਼ਿਲ੍ਹੇ ਦੀਆਂ ਨੰਗਲ ਤੇ ਆਨੰਦਪੁਰ ਸਾਹਿਬ ਤਹਿਸੀਲਾਂ ਦੇ ਮੱਧ ਵਿਚੋਂ ਦੱਖਣ ਵੱਲ ਵਗਦਾ ਹੈ। ਇਥੇ ਇਸ ਘਾਟੀ ਨੂੰ "ਦੂਨੀ" ਜਾਂ "ਜਸਵਾਨ ਦੂਨ" ਕਿਹਾ ਜਾਂਦਾ ਹੈ। ਇੱਥੇ ਦਰਿਆ ਦਾ ਵਹਿਣ ਚੌੜਾ, ਕਈ ਉਪ-ਵਹਿਣਾਂ ਵਿਚ ਵੰਡਿਆ ਅਤੇ ਦਰਿਆਈ ਟਾਪੂਆਂ ਨਾਲ ਭਰਿਆ ਪਿਆ ਹੈ। ਉੱਤਰ ਵੱਲੋਂ ਸੈਦਪੁਰ ਪਿੰਡ ਨੇੜੇ ਸੁਆਂ ਨਦੀ ਇਸ ਵਿਚ ਆ ਮਿਲਦੀ ਹੈ। ਸਿਰਸਾ ਨੰਗਲ ਪਿੰਡ ਨੇੜੇ ਇਕ ਹੋਰ ਸਹਾਇਕ ਨਦੀ **ਸਿਰਸਾ** ਇਸ ਵਿਚ ਪੂਰਬ ਵੱਲੋਂ ਆ ਮਿਲਦੀ ਹੈ। ਕੀਰਤਪੁਰ ਸਾਹਿਬ ਨੇੜੇ **ਲੁਹੰਡ ਖੱਡ** ਪੂਰਬ ਵੱਲੋਂ ਇਸ ਵਿਚ ਮਿਲਦੀ ਹੈ। ਰੋਪੜ ਦੇ ਸਥਾਨ ਤੇ ਦਰਿਆ ਉੱਤੇ ਇਕ ਬੈਰਜ ਉਸਾਰਿਆ ਗਿਆ ਹੈ ਜਿਥੋਂ ਦੋ ਨਹਿਰਾਂ, ਖੱਬੇ ਕੰਢੇ ਤੋਂ ਸਰਹਿੰਦ ਨਹਿਰ ਅਤੇ ਸੱਜੇ ਕੰਢੇ ਤੋਂ ਬਿਸਤ ਦੋਆਬ ਨਹਿਰ, ਕੱਢੀਆਂ ਗਈਆਂ ਹਨ। ਰੋਪੜ ਤਕ ਦਰਿਆ ਦਾ ਵਹਿਣ ਪੱਥਰ-ਗੀਟਿਆਂ ਵਾਲਾ ਹੈ ਅਤੇ ਇਸ ਤੋਂ ਅੱਗੇ ਦਰਿਆ ਦੀ ਮੈਦਾਨੀ ਯਾਤਰਾ ਸ਼ੁਰੂ ਹੋ ਜਾਂਦੀ ਹੈ। ਹੁਣ ਦਰਿਆ ਦਾ ਵਹਿਣ ਚੌੜਾ, ਕਈ ਉਪ-ਵਹਿਣਾਂ ਵਾਲਾ (braided), ਰੇਤੀਲਾ ਅਤੇ ਦਰਿਆ ਟਾਪੂਆਂ, ਰੇਤ ਭਿੱਤੀਆਂ ਅਤੇ ਦਰਿਆਈ ਚਾਪਾਂ (loops) ਵਾਲਾ ਹੈ। ਰੋਪੜ ਬੈਰਜ ਦੇ ਸਥਾਨ ਤੇ ਦਰਿਆ **ਕਤਰਧਾਰ** (ਸ਼ਿਵਾਲਕ ਪਹਾੜੀਆਂ) ਦੇ ਦੱਖਣ ਸਿਰੇ ਨਾਲ ਖਹਿ ਕੇ ਚਲਦਾ ਹੈ।

ਰੋਪੜ ਦੇ ਸਥਾਨ ਤੇ ਦਰਿਆ ਕੂਹਣੀ ਮੋੜ ਰਾਹੀਂ ਪੱਛਮ ਵਲ ਵਗਣ ਲੱਗਦਾ ਹੈ। ਇੱਥੇ ਇਹ ਉੱਤਰ ਵੱਲ ਸ਼.ਭ.ਸ. ਨਗਰ (ਨਵਾਂ ਸ਼ਹਿਰ), ਜਲੰਧਰ, ਕਪੂਰਥਲਾ ਅਤੇ ਤਰਨਤਾਰਨ ਜ਼ਿਲ੍ਹਿਆਂ ਅਤੇ ਦੱਖਣ ਵਿਚ (ਰੂਪਨਗਰ), ਲੁਧਿਆਣਾ, ਮੋਗਾ ਅਤੇ ਫਿਰੋਜ਼ਪੁਰ ਜ਼ਿਲ੍ਹਿਆਂ ਵਿਚਕਾਰ ਜ਼ਿਲ੍ਹਾ ਸੀਮਾ ਬਣਾਉਂਦਾ ਹੈ। ਹਰੀਕੇ ਦੇ ਸਥਾਨ ਤੇ ਦਰਿਆ ਬਿਆਸ ਇਸ ਵਿਚ ਆ ਮਿਲਦਾ ਹੈ। **ਚਿੱਟੀ ਬੇਈਂ** ਗਿੱਦੜ ਪਿੰਡੀ ਨੇੜੇ ਉੱਤਰ ਵਲੋਂ ਦਰਿਆ ਸਤਲੁਜ ਵਿਚ ਮਿਲਦੀ ਹੈ। ਹਰੀਕੇ ਮੰਡ ਖੇਤਰ ਵਿਚ **ਕਾਲੀ ਬੇਈਂ** ਵੀ ਸਤਲੁਜ ਵਿਚ ਆ ਮਿਲਦੀ ਹੈ। ਹਰੀਕੇ ਤੋਂ ਅੱਗੇ ਦਰਿਆ ਦੱਖਣ-ਪੱਛਮ ਵੱਲ ਵਗਦਾ ਹੈ ਅਤੇ ਭਾਰਤ ਅਤੇ ਪਾਕਿਸਤਾਨ ਵਿਚਕਾਰ ਅੰਤਰ-ਰਾਸ਼ਟਰੀ ਸੀਮਾ ਬਣਾਉਂਦਾ ਹੈ। ਦਰਿਆ ਸਤਲੁਜ ਪੰਜਾਬ ਦੇ ਮੱਧ ਵਿੱਚ ਲੰਘਦਾ ਹੈ ਅਤੇ ਦੋਆਬਾ ਅਤੇ ਮਾਝਾ ਇਸਦੇ ਉੱਤਰ ਵਿੱਚ ਅਤੇ ਮਾਲਵਾ ਇਸਦੇ ਦੱਖਣ ਵਿਚ ਸਥਿਤ ਹਨ।

ਇਤਿਹਾਸਕ ਸਮਿਆਂ ਵਿਚ ਦਰਿਆ ਨੇ ਆਪਣਾ ਰਸਤਾ ਕਈ ਵਾਰ ਬਦਲਿਆ ਹੈ। ਆਰੀਆ ਦੇ ਸਮੇਂ ਵਿਚ ਦਰਿਆ ਇਕ ਸੁਤੰਤਰ ਮਾਰਗ ਰਸਤੇ ਰਨ ਆਫ ਕੱਛ ਵਿੱਚ ਜਾ ਡਿਗਦਾ ਸੀ। ਲਗਭਗ 1000 ਈਸਵੀ ਵਿਚ ਇਹ ਮਿਥਿਹਾਸਕ ਦਰਿਆ ਹੱਕਰਾ (Hakra) ਜੋ ਘੱਗਰ ਦਰਿਆ ਵਰਗਾ ਸੀ ਦੀ ਸਹਾਇਕ ਨਦੀ ਸੀ ਅਤੇ ਇਹ **ਪੂਰਬੀ ਨਾਰਾ** ਵਹਿਣ ਵਿਚ ਵਗਦਾ ਸੀ। ਇਥੋਂ ਇਸਦਾ ਪਹਿਲਾਂ ਦਾ ਵਹਿਣ ਪਾਕਿਸਤਾਨ ਵਿਚ ਬਹਾਵਲਪੁਰ ਅਤੇ ਭਾਰਤ ਵਿਚ ਗੰਗਾਨਗਰ ਰਸਤੇ ਹਰਿਆਣਾ ਦੇ ਸਿਰਸਾ ਅਤੇ ਹਿਸਾਰ ਜ਼ਿਲ੍ਹਿਆਂ ਵਿੱਚ ਟੋਹਾਣਾ ਤੱਕ ਲੱਭਿਆ ਜਾ ਸਕਦਾ ਹੈ ਅਤੇ **ਟੋਹਾਣਾ** (ਹਰਿਆਣਆ ਵਿਚ) ਤੋਂ ਅੱਗੇ ਰੋਪੜ ਤਕ ਪੁਰਾਣਾ ਵਹਿਣ ਲੱਭਿਆ ਨਹੀਂ ਜਾ ਸਕਦਾ ਹੈ। ਪਰੰਤੂ ਇਹ ਮੰਨਿਆ ਜਾਂਦਾ ਹੈ ਕਿ ਰੋਪੜ ਤੋਂ ਦਰਿਆ ਦਾ ਮਾਰਗ ਦੱਖਣ ਵੱਲ ਜਾਂਦਾ ਸੀ ਨਾ ਕਿ ਪੱਛਮ ਵੱਲ, ਜਿਵੇਂ ਅੱਜ-ਕੱਲ੍ਹ ਇਹ ਬਿਆਸ ਨੂੰ ਮਿਲਣ ਲਈ ਲਗਦਾ ਹੈ।

1245 ਈਸਵੀ ਤਕ ਦਰਿਆ ਨੇ ਹੋਰ ਉੱਤਰੀ ਮਾਰਗ ਅਪਣਾ ਲਿਆ ਸੀ। ਉਸ ਸਮੇਂ ਹੱਕਰਾ ਖ਼ੁਸ਼ਕ ਹੋ ਚੁੱਕਾ ਸੀ। ਉਸ ਸਮੇਂ ਦਰਿਆ ਦਾ ਮਾਰਗ ਅੱਜ ਦੇ ਦਰਿਆ ਘੱਗਰ ਦੇ ਮਾਰਗ ਦੀ ਲਗਾਤਾਰਤਾ ਵਿੱਚ ਲਗਦਾ ਸੀ। ਦਰਿਆ ਘੱਗਰ ਉਸ ਸਮੇਂ ਇਕ ਵਿਸ਼ਾਲ ਦਰਿਆ ਸੀ ਤੇ ਸਤਲੁਜ ਅਤੇ ਯਮੁਨਾ ਇਸ ਦੀਆਂ ਸਹਾਇਕ ਨਦੀਆਂ ਸਨ। 1593 ਈ. ਤਕ ਸਤਲੁਜ ਨੇ ਦਰਿਆ ਘੱਗਰ ਨੂੰ ਛੱਡ ਦਿੱਤਾ ਅਤੇ ਇਕ ਵਾਰ ਹੋਰ ਇਸ ਦਾ ਵਹਿਣ ਉੱਤਰ ਵੱਲ ਖਿਸਕ ਗਿਆ। ਪਹਿਲਾਂ ਇਹ ਪਟਿਆਲਾ ਸ਼ਹਿਰ ਦੇ ਕੋਲੋਂ ਦੀ ਵਗਦਾ ਸੀ, ਫਿਰ ਇਹ ਬਠਿੰਡਾ ਵੱਲ ਖਿਸਕ ਗਿਆ, ਜਿੱਥੇ ਇਥੋਂ ਦਾ ਕਿਲ੍ਹਾ ਦਰਿਆ ਦੇ ਕੰਢੇ ਉੱਤੇ ਸਥਿਤ ਸੀ। ਫਿਰ

ਇਹ ਫਿਰੋਜ਼ਪੁਰ ਅਤੇ ਫ਼ਰੀਦਕੋਟ ਵੱਲ ਖਿਸਕ ਗਿਆ। ਬਿਆਸ ਦੱਖਣ ਵੱਲ ਖਿਸਕ ਕੇ ਇਸ ਵਿਚ ਆ ਮਿਲਿਆ। ਦਰਿਆ ਸਤਲੁਜ ਆਪਣੇ ਪੁਰਾਣੇ ਮਾਰਗ ਵਿਚ ਫਿਰ ਵਾਪਸ ਆ ਗਿਆ ਅਤੇ ਘੱਗਰ ਵਿਚ ਜਾ ਮਿਲਿਆ। ਲਗਭਗ 1796 ਈ. ਵਿਚ ਸਤਲੁਜ ਨੇ ਘੱਗਰ ਨੂੰ ਫਿਰ ਛੱਡ ਦਿੱਤਾ ਅਤੇ ਆਖਰ ਵਿਚ ਹਰੀਕੇ ਦੇ ਸਥਾਨ ਤੇ ਬਿਆਸ ਵਿਚ ਜਾ ਮਿਲਿਆ।[1] ਅੱਜ-ਕਲ੍ਹ ਹਰੀਕੇ ਦੇ ਸਥਾਨ ਤੇ ਦਰਿਆਵਾਂ ਉੱਪਰ ਇਕ ਬੈਰਜ ਬਣਾਇਆ ਗਿਆ ਹੈ ਅਤੇ ਇਥੋਂ ਰਾਜਸਥਾਨ ਨਹਿਰ, ਸਰਹਿੰਦ ਫੀਡਰ ਅਤੇ ਮਖੂ ਨਹਿਰਾਂ ਕੱਢੀਆਂ ਗਈਆਂ ਹਨ। ਇੱਥੇ ਦੁਮੇਲ ਤੇ ਇਕ ਬਹੁਤ ਵੱਡਾ ਮੰਡ, ਝੀਲ ਅਤੇ ਦਰਿਆ ਟਾਪੂ ਹੋਂਦ ਵਿਚ ਆ ਗਏ ਹਨ। ਇਸ ਸਮੁੱਚੇ ਭਾਗ ਵਿਚ ਦਰਿਆ ਵਲ-ਵਲੇਵੇਂ ਪਾ ਕੇ ਚਲਦਾ ਹੈ ਅਤੇ ਇਸ ਦੇ ਬੇਟ ਵਿਚ ਨਦੀ ਸ਼ਾਖਾਵਾਂ, ਰੇਤ ਭਿੱਤਿਆਂ, ਦਰਿਆ ਟਾਪੂ, ਝੀਲਾਂ ਅਤੇ ਦਲਦਲਾਂ ਆਦਿ ਪਾਈਆਂ ਜਾਂਦੀਆਂ ਹਨ। ਹੜ੍ਹਾਂ ਦੀ ਮਾਰ ਤੋਂ ਬਚਣ ਲਈ ਧੁੱਸੀ ਬੰਨ੍ਹ ਉਸਾਰੇ ਗਏ ਹਨ। ਹਰੀਕੇ ਪੱਤਣ ਤੋਂ ਅੱਗੇ ਦਰਿਆ ਦੱਖਣ-ਪੱਛਮ ਵਲ ਵਗਣ ਲੱਗ ਪੈਂਦਾ ਹੈ। ਫਿਰੋਜ਼ਪੁਰ ਨੇੜੇ ਹੁਸੈਨੀਵਾਲਾ ਦੇ ਸਥਾਨ ਤੇ ਦਰਿਆ ਉੱਤੇ ਬੈਰਜ ਬਣਾ ਕੇ ਬੀਕਾਨੇਰ ਤੇ ਪੂਰਬੀ ਨਹਿਰਾਂ ਕੱਢੀਆਂ ਗਈਆਂ ਹਨ।

ਦਰਿਆ ਸਤਲੁਜ ਦੇ ਉੱਪਰ ਦੱਸੇ ਸਮੁੱਚੇ ਮਾਰਗ ਖਿਸਕਾ (shift) ਅਧੀਨ ਦਰਿਆ ਦਾ ਮਾਰਗ ਪੱਛਮੀ ਅਤੇ ਮੱਧਵਰਤੀ ਮਾਲਵਾ ਦੇ ਫਿਰੋਜ਼ਪੁਰ, ਫ਼ਰੀਦਕੋਟ, ਮੁਕਤਸਰ, ਮੋਗਾ, ਬਠਿੰਡਾ, ਲੁਧਿਆਣਾ ਆਦਿ ਵਿਚੋਂ ਦੀ ਖਿਸਕਦਾ ਰਿਹਾ ਹੈ। ਲਗਭਗ 450 ਤੋਂ 500 ਸਾਲ ਪਹਿਲਾਂ ਦਰਿਆ ਅੱਜ ਦੇ ਮੁਕਤਸਰ ਜ਼ਿਲ੍ਹੇ ਦੇ ਮੱਧ ਵਿਚੋਂ ਦੀ ਪੁਰਾਣੇ ਕੰਢੇ, ਜਿਸਨੂੰ **ਵੱਡਾ** ਜਾਂ **ਉੱਪਰਲਾ ਢਾਹਾ** ਜਾਂ 'ਡੰਡਾ' ਕਿਹਾ ਜਾਂਦਾ ਹੈ, ਦੇ ਹੇਠੋਂ ਦੀ ਵਗਦਾ ਸੀ। ਇਹ ਪੁਰਾਣਾ ਕੰਢਾ ਫਿਰੋਜ਼ਪੁਰ, ਫ਼ਰੀਦਕੋਟ, ਮੋਗਾ ਅਤੇ ਮੁਕਤਸਰ ਜ਼ਿਲ੍ਹਿਆਂ ਵਿਚ ਚੰਗੀ ਤਰ੍ਹਾਂ ਅੰਕਿਤ ਹੈ। **ਡੰਡਾ ਢਾਹਾ** ਦਾ ਸਮਾਨ ਅਰਥਕ ਹੈ। ਉਨ੍ਹਾਂ ਦਿਨਾਂ ਵਿਚ ਦਰਿਆ ਸਤਲੁਜ ਬਿਆਸ ਦਰਿਆ ਨੂੰ ਪਾਕਿਸਤਾਨ ਵਿਚ ਸਥਿਤ ਬਹਾਵਲਪੁਰ ਅਤੇ ਮੁਲਤਾਨ ਵਿਚਕਾਰ ਕਿਸੇ ਸਥਾਨ ਤੇ ਮਿਲਦਾ ਸੀ।

ਫਿਰ ਦਰਿਆ ਹੋਰ ਪੱਛਮ ਅਤੇ ਉੱਤਰ-ਪੱਛਮ ਵੱਲ ਖਿਸਕ ਗਿਆ ਅਤੇ ਲਗਭਗ 250 ਸਾਲ ਪਹਿਲਾਂ ਇਹ ਕੁਝ ਮਾਰਗ ਦੌਰਾਨ **ਹੇਠਲੇ ਢਾਹੇ** ਦੇ ਹੇਠ ਵਹਿੰਦਾ ਸੀ। ਉਸ ਸਮੇਂ ਇਹ ਬਿਆਸ ਦੇ ਵਹਿਣ ਨੂੰ ਜ਼ੀਰਾ ਤਹਿਸੀਲ ਦੇ ਪੱਛਮੀ ਭਾਗ ਵਿਚ ਮਿਲਦਾ ਸੀ। ਫਿਰ ਇਹ ਅਚਾਨਕ ਉੱਤਰ ਵਲ ਮੁੜ ਗਿਆ ਲੱਗਦਾ ਹੈ ਤੇ ਇਹ ਜਲੰਧਰ ਜ਼ਿਲ੍ਹੇ ਦੇ ਸ਼ਾਹਕੋਟ ਖੇਤਰ ਵਿਚ ਪਹੁੰਚ ਗਿਆ ਸੀ। ਫਿਰ ਸਤਲੁਜ ਦਾ ਕੁਝ ਪਾਣੀ (ਵਹਿਣ) ਅਸਥਾਈ ਤੌਰ ਤੇ ਆਪਣੇ ਪੁਰਾਣੇ ਵਹਿਣ (ਛੋਟੇ ਕੰਢੇ ਦੇ ਹੇਠ) ਵਿਚ ਮੁੜ ਆਇਆ ਅਤੇ ਇਕ ਵੱਡੇ ਖੇਤਰ ਵਿਚ ਹੜ੍ਹ ਵਰਗੀ ਹਾਲਤ ਪੈਦਾ ਕਰ ਦਿੱਤੀ ਅਤੇ ਫਲਸਰੂਪ ਇਹ (ਸਤਲੁਜ) ਬਿਆਸ ਵਿਚ ਫਿਰੋਜ਼ਪੁਰ ਸ਼ਹਿਰ ਨੇੜੇ ਮਿਲ ਗਿਆ। ਇਸ ਵਾਪਸੀ ਵਿਚ ਇਸਨੇ ਦੋ ਜਾਂ ਤਿੰਨ ਵਹਿਣ ਜਿਨ੍ਹਾਂ ਨੂੰ **ਸੱਖਰ ਨਾਲਾ** ਜਾਂ ਖੁਸ਼ਕ ਨਾਲਾ ਅਤੇ ਦੂਜੇ ਦੋ ਨਾਲੇ ਕਿਹਾ ਜਾਂਦਾ ਹੈ, ਹੋਂਦ ਵਿੱਚ ਲਿਆਂਦੇ।[2]

ਦਰਿਆ ਸਤਲੁਜ ਸੁਲੇਮਾਨਕੀ ਨੇੜੇ ਪੰਜਾਬ ਰਾਜ ਦੀ ਸਰਹੱਦ ਛੱਡ ਦਿੰਦਾ ਹੈ ਅਤੇ ਅੰਤ ਵਿਚ ਪਾਕਿਸਤਾਨ ਵਿਚ ਪੰਜਨਦ ਦੇ ਸਥਾਨ ਤੇ ਦਰਿਆ ਚਿਨਾਬ ਵਿਚ ਮਿਲ ਜਾਂਦਾ ਹੈ। ਆਪਣੇ ਉਦਗਮ ਤੋਂ ਇਸ ਦੇ ਦਰਿਆ ਚਨਾਬ ਦੇ ਦੁਮੇਲ ਤਕ ਸਤਲੁਜ ਦਰਿਆ ਦੀ ਕੁੱਲ ਲੰਬਾਈ 1050 ਕਿਲੋਮੀਟਰ ਹੈ। ਦਰਿਆ ਦਾ ਸੱਜਾ ਕੰਢਾ ਤਿੱਖੀ ਢਲਾਨ ਵਾਲਾ ਹੈ ਜੋ ਇਸ ਸਮੇਂ ਪੂਰਬ ਵਿਚ ਬਲਾਚੌਰ (ਨਵਾਂ ਸ਼ਹਿਰ ਜ਼ਿਲ੍ਹਾ) ਤੋਂ ਪੱਛਮ ਵਿਚ ਫਿਲੌਰ ਅਤੇ ਹੋਰ ਪੱਛਮ ਵੱਲ ਇਕ ਸਿੱਧੀ ਕਗਾਰ (bluff) ਵਾਂਗ ਚਲਦਾ ਹੈ (ਨਕਸ਼ਾ ਨੰ. 12 ਅਤੇ 16)।

ਇਸ ਸਮੁੱਚੇ (ਪੰਜਾਬ) ਮਾਰਗ ਉੱਤੇ ਜਾਂ ਨਾਲ ਨੰਗਲ, ਆਨੰਦਪੁਰ ਸਾਹਿਬ, ਰੋਪੜ, ਰਾਹੋਂ, ਫਿਲੌਰ, ਲੁਧਿਆਣਾ, ਮਖੂ ਅਤੇ ਫਿਰੋਜ਼ਪੁਰ ਮਹੱਤਵਪੂਰਣ ਸ਼ਹਿਰ ਜਾਂ ਕਸਬੇ ਸਥਿਤ ਹਨ।

ਦਰਿਆ ਬਿਆਸ ਪੂਰਣ ਰੂਪ ਵਿੱਚ ਭਾਰਤੀ ਦਰਿਆ ਹੈ। ਯੂਨਾਨੀ ਲੋਕ ਦਰਿਆ ਬਿਆਸ ਨੂੰ "ਹਾਈਫਾਸਿਸ" (Hyphasis) ਨਾਂ ਨਾਲ ਜਾਣਦੇ ਸਨ। ਵੇਦਾਂ ਵਿਚ ਬਿਆਸ ਨੂੰ "ਆਰਜੀਕੁਜਾ" (Arjikuja), ਜਿਸਦਾ ਸੰਸਕ੍ਰਿਤ ਧਾਤੂਗਤ ਸ਼ਬਦ "ਵਿਪਾਸਾ"

---

[1] Punjab Government (1908) "Imperial Gazetteer of India" Provincial Series, Punjab. Vol. I

[2] Punjab Govrnment (1911) "District States Gazeetteers of Undivided Punjab." Vol. III.

ਹੈ, ਕਿਹਾ ਗਿਆ ਹੈ। ਇਹ ਹਿਮਾਚਲ ਪ੍ਰਦੇਸ਼ ਵਿੱਚ ਧੌਲਾਧਾਰ ਪਹਾੜੀਆਂ ਦੀਆਂ ਦੱਖਣੀ ਢਲਾਨਾਂ ਉੱਤੇ ਰੋਹਤਾਂਗ ਦੱਰੇ ਨੇੜੇ 4060 ਮੀ. ਦੀ ਉੱਚਾਈ ਉੱਤੇ ਬਿਆਸ ਕੁੰਡ ਤੋਂ ਨਿਕਲਦਾ ਹੈ। ਕੁੱਲੂ ਨੇੜੇ ਭੁੰਤਰ ਦੇ ਸਥਾਨ ਤੇ ਇਸ ਦੀ ਬਹੁਤ ਮਹੱਤਵਪੂਰਣ ਸਹਾਇਕ ਨਦੀ **ਪਾਰਬਤੀ ਨਦੀ** ਇਸ ਵਿੱਚ ਖੱਬੇ ਕੰਢੇ ਤੋਂ ਆ ਮਿਲਦੀ ਹੈ। ਮਨੀਕਰਨ ਦਾ ਪ੍ਰਸਿੱਧ ਗੁਰਦੁਆਰਾ ਪਾਰਬਤੀ ਨਦੀ ਦੇ ਕੰਢੇ ਤੇ ਸਥਿਤ ਹੈ। ਓਹਲ ਅਤੇ ਲੰਬੂਦਾਗ ਬਿਆਸ ਦੀਆਂ ਸੱਜੇ ਗੰਢੇ ਦੀਆਂ ਸਹਾਇਕ ਨਦੀਆਂ ਹਨ। ਮਨਾਲੀ ਦਾ ਰਮਣੀਕ ਕਸਬਾ ਵੀ ਦਰਿਆ ਬਿਆਸ ਦੇ ਕੰਢੇ 'ਤੇ ਸਥਿਤ ਹੈ। ਲਾਰਜੀ ਤੱਕ ਇਸ ਦੀ ਵਹਿਣ ਦਿਸ਼ਾ ਲਗਭਗ ਦੱਖਣੀ ਹੈ। ਇਥੇ ਇਸ ਵਿੱਚ ਖੱਬੇ ਕੰਢੇ ਤੋਂ ਕਈ ਬਰਸਾਤੀ ਨਦੀਆਂ ਮਿਲਦੀਆਂ ਹਨ ਜਿਨ੍ਹਾਂ ਵਿੱਚ ਸੁਕੇਤਰੀ ਨਦੀ ਮਹਤੱਵਪੂਰਣ ਹੈ। ਲਾਰਜੀ ਤੋਂ ਅੱਗੇ ਦਰਿਆ ਦੀ ਦਿਸ਼ਾ ਪੱਛਮੀ ਹੋ ਜਾਂਦੀ ਹੈ ਅਤੇ ਇਹ ਮੱਧ ਹਿਮਾਲਾ ਨੂੰ ਇੱਕ ਲੰਬੀ ਅਤੇ ਡੂੰਘੀ ਘਾਟੀ ਰਾਹੀਂ ਪੰਡੋਹ ਤੱਕ ਪਾਰ ਕਰਦਾ ਹੈ। ਪੰਡੋਹ ਦੇ ਸਥਾਨ ਉੱਤੇ ਇਸ 'ਤੇ ਇੱਕ ਬੰਨ੍ਹ ਬਣਾਇਆ ਗਿਆ ਹੈ ਅਤੇ ਇਕ ਸੁਰੰਗ ਅਤੇ ਖੁਲ੍ਹੀ ਨਹਿਰ ਰਾਹੀਂ ਇਸ ਦਾ ਪਾਣੀ ਦਰਿਆ ਸਤਲੁਜ ਵਿੱਚ ਦੇਹਰ ਦੇ ਸਥਾਨ 'ਤੇ ਪਾਇਆ ਗਿਆ ਹੈ। ਇਸ ਤਰ੍ਹਾਂ ਬਿਆਸ ਮਨਾਲੀ, ਨਗਰ, ਕੁੱਲੂ, ਮੰਡੀ ਆਦਿ ਕਸਬਿਆਂ ਕੋਲੋਂ ਦੀ ਵਗਦਾ ਹੋਇਆ ਤਲਵਾੜਾ ਦੇ ਕਸਬੇ ਨੇੜੇ ਪੰਜਾਬ ਦੇ ਜ਼ਿਲ੍ਹਾ ਹੁਸ਼ਿਆਪੁਰ ਵਿੱਚ ਦਾਖ਼ਲ ਹੁੰਦਾ ਹੈ। ਮੰਡੀ ਤੋਂ ਅੱਗੇ ਦਰਿਆ ਦੀ ਦਿਸ਼ਾ ਉੱਤਰ-ਪੱਛਮੀ ਹੋ ਜਾਂਦੀ ਹੈ।

ਪੰਡੋਹ ਤੋਂ ਅੱਗੇ ਦਰਿਆ ਪਹਾੜੀ ਪ੍ਰਦੇਸ਼ ਵਿਚੋਂ ਦੀ ਸੱਪ ਵਲ-ਵਲੇਵੇਂ ਪਾ ਕੇ ਵਗਦਾ ਹੈ ਅਤੇ ਇੱਥੇ ਇਸ ਦੀ ਢਲਾਨ 1.5 ਮੀਟਰ ਪ੍ਰਤੀ ਕਿਲੋਮੀਟਰ ਹੈ। ਦਰਿਆ, ਕਾਂਗੜਾ ਜ਼ਿਲ੍ਹੇ ਵਿੱਚ ਸੰਧੌਲ ਦੇ ਸਥਾਨ ਤੇ 630 ਮੀਟਰ ਦੀ ਉੱਚਾਈ ਤੇ ਦਾਖ਼ਲ ਹੁੰਦਾ ਹੈ। ਕਾਂਗੜਾ ਜ਼ਿਲ੍ਹੇ ਵਿਚ ਹੀ ਰੋਹ ਪਿੰਡ ਦੇ ਨੇੜੇ ਦਰਿਆ ਦੀਆਂ ਤਿੰਨ ਸ਼ਾਖ਼ਾਵਾਂ ਹੋ ਜਾਂਦੀਆਂ ਹਨ ਜੋ ਮੀਰਥਲ (ਸਮੁੰਦਰ ਤਲ ਤੋਂ ਉੱਚਾਈ ਲਗਭਗ 305 ਮੀਟਰ) ਲੰਘਣ ਤੋਂ ਬਾਅਦ ਫਿਰ ਜੁੜ ਜਾਂਦੀਆਂ ਹਨ। ਦਰਿਆ ਹੁਸ਼ਿਆਰਪੁਰ ਜ਼ਿਲ੍ਹੇ ਦੇ ਕਸਬੇ **ਤਲਵਾੜਾ** ਨੇੜੇ ਪੰਜਾਬ ਰਾਜ ਵਿਚ ਦਾਖ਼ਲ ਹੁੰਦਾ ਹੈ। ਹੁਸ਼ਿਆਰਪੁਰ ਜ਼ਿਲ੍ਹੇ ਵਿਚ ਸ਼ਿਵਾਲਕ ਪਹਾੜੀਆਂ ਦੀ ਰੁਕਾਵਟ ਕਾਰਨ ਦਰਿਆ ਤੇਜ਼ੀ ਨਾਲ ਉੱਤਰ ਵੱਲ ਘੁੰਮਦਾ ਹੈ ਅਤੇ ਹੁਸ਼ਿਆਰਪੁਰ ਅਤੇ ਕਾਂਗੜਾ ਜ਼ਿਲ੍ਹਿਆਂ ਵਿਚਕਾਰ ਸੀਮਾ ਬਣਾਉਂਦਾ ਹੈ। ਫਿਰ ਦਰਿਆ ਸ਼ਿਵਾਲਕ ਪਹਾੜੀਆਂ ਦੇ ਆਧਾਰ ਦੁਆਲੇ ਘੁੰਮ ਕੇ ਦੱਖਣ ਵਲ ਵਗਣ ਲੱਗ ਪੈਂਦਾ ਹੈ ਅਤੇ ਹੁਸ਼ਿਆਰਪੁਰ ਅਤੇ ਗੁਰਦਾਸਪੁਰ ਜ਼ਿਲ੍ਹਿਆਂ ਵਿਚਕਾਰ ਸੀਮਾ ਬਣਾਉਂਦਾ ਹੈ। ਇਥੇ ਦਰਿਆ ਦਾ ਵਹਿਣ ਪੰਜਾਬ ਦੇ ਉਪਰਲੇ ਮੈਦਾਨ ਵਿਚੋਂ ਦੀ ਹੈ। ਦਰਿਆ ਦਾ ਮੁੱਖ ਵਹਿਣ ਚੌੜਾ ਅਤੇ ਅਸਪੱਸ਼ਟ ਹੈ। ਇਸ ਵਿਚ ਬਹੁਤ ਸਾਰੇ ਦਰਿਆਈ ਟਾਪੂ ਹਨ ਅਤੇ ਦਰਿਆਦਾ ਵਹਿਣ ਸਮੇਂ-ਸਮੇਂ ਫੈਲਦਾ ਰਹਿੰਦਾ ਹੈ। ਕੁਝ ਕਿਲੋਮੀਟਰ ਤਕ ਦਰਿਆ ਜਲੰਧਰ ਜ਼ਿਲ੍ਹੇ ਦੀ ਸੀਮਾ ਬਣਾਉਂਦਾ ਹੈ ਅਤੇ ਫਿਰ ਇਹ ਕਪੂਰਥਲਾ ਜ਼ਿਲ੍ਹੇ ਨੂੰ ਅੰਮ੍ਰਿਤਸਰ ਅਤੇ ਤਰਨਤਾਰਨ ਜ਼ਿਲ੍ਹਿਆਂ ਤੋਂ ਅਲੱਗ ਕਰਦਾ ਹੈ। ਹੜ੍ਹਾਂ ਦੀ ਕਿਰਿਆ ਅਨੁਸਾਰ ਦਰਿਆ ਦਾ ਵਹਿਣ ਘਾਟੀ ਵਿੱਚ ਦੀ ਇਕ ਸਾਲ ਤੋਂ ਦੂਜੇ ਸਾਲ ਬਦਲਦਾ ਰਹਿੰਦਾ ਹੈ।

ਹੁਸ਼ਿਆਰਪੁਰ ਜ਼ਿਲ੍ਹੇ, ਵਿਸ਼ੇਸ਼ ਕਰਕੇ ਤਲਵਾੜਾ ਖੇਤਰ ਵਿਚ ਕਈ ਚੋਅ ਅਤੇ ਖੱਡਾਂ ਦਰਿਆ ਬਿਆਸ ਵਿੱਚ ਆ ਮਿਲਦੇ ਹਨ। ਇਨ੍ਹਾਂ ਵਿਚੋਂ **ਕਮਾਹੀ ਦੇਵੀ ਦੀ ਖੱਡ** ਅਤੇ **ਸੋਹਨ ਨਦੀ** ਵੱਡੇ ਹਨ। ਇਹ ਦਰਿਆ ਵਿਚ ਦੱਖਣ ਵਲੋਂ ਮਿਲਦੇ ਹਨ। ਮੀਰਥਲ ਨੇੜੇ **ਚਰਵਾਸ ਚੋਅ** ਅਤੇ ਬਿਆਨਪੁਰ ਨੇੜੇ **ਚੱਕੀ ਖੱਡ** ਉੱਤਰ ਵੱਲੋਂ ਦਰਿਆ ਵਿਚ ਮਿਲਦੇ ਹਨ। ਮੀਰਥਲ ਤੋਂ ਅੱਗੇ ਦਰਿਆ ਦਾ ਪੱਛਮੀ ਕੰਢਾ ਗੁਰਦਾਸਪੁਰ, ਤਰਨਤਾਰਨ ਅਤੇ ਅੰਮ੍ਰਿਤਸਰ ਜ਼ਿਲ੍ਹਿਆਂ ਦੀ ਸਾਰੀ ਸੀਮਾ ਨਾਲ ਢਾਹੇ ਵਾਂਗ ਉੱਚਾ ਅਤੇ ਉੱਬੜ-ਖਾਬੜ ਹੈ। ਢਾਹੇ ਦੀ ਉਚਾਈ 6 ਤੋਂ 8 ਮੀਟਰ ਹੈ। ਗੋਇੰਦਵਾਲ ਸਾਹਿਬ ਇਸੇ ਉੱਚੇ ਕੰਢੇ ਨਾਲ ਸਥਿਤ ਹੈ। ਪੂਰਬੀ ਕੰਢਾ ਬਰਾਬਰ ਨੀਵਾਂ ਹੈ।

ਉਪਰਲੇ ਮਾਰਗ ਵਿਚ ਦਰਿਆ ਦਾ ਵਹਿਣ ਪਥਰੀਲਾ ਹੈ। ਇਸ ਤੋਂ ਹੇਠ ਵਲ ਰੇਤ ਵਿਚ ਕੰਕਰ ਅਤੇ ਗੀਟੇ ਮਿਲਦੇ ਹਨ। ਪੁਰਾਣੇ ਸਮੇਂ ਵਿਚ ਦਰਿਆ ਦੀਆਂ ਕਈ ਕਟਾਵਾਂ (inundation) ਕਾਰਨ ਦਰਿਆ ਦੇ ਦੋਨੋਂ ਕੰਢਿਆਂ ਨਾਲ ਕਈ ਸਿਲ੍ਹੇ ਖੇਤਰ, ਦਲਦਲਾਂ ਅਤੇ ਖੋਭੇ ਬਣ ਗਏ ਹਨ। ਗੁਰਦਾਸ ਜ਼ਿਲ੍ਹੇ ਵਿਚ ਕਾਹਨੂਵਾਨ ਛੰਭ ਅਤੇ ਹੁਸ਼ਿਆਰਪੁਰ ਜ਼ਿਲ੍ਹੇ ਵਿਚ ਟੇਰਕਿਆਨਾ ਅਤੇ ਕਾਲਾਬਾਗ ਛੰਭ ਅਜਿਹੀਆਂ ਦਲਦਲਾਂ ਹਨ।

ਪਣ ਬਿਜਲੀ ਪੈਦਾ ਕਰਨ ਲਈ ਤਲਵਾੜਾ ਕਸਬੇ ਤੋਂ ਕੁਝ ਕਿਲੋ ਮੀਟਰ ਉਪਰ ਦਰਿਆ ਬਿਆਸ ਉੱਤੇ **ਪੌਂਗ ਡੈਮ** ਉਸਾਰਿਆ ਗਿਆ ਹੈ। **ਕੰਢੀ ਨਹਿਰ** ਅਤੇ **ਮੁਕੇਰੀਆਂ ਹਾਈਡਲ ਚੈਨਲ** ਦਰਿਆ ਬਿਆਸ ਵਿਚੋਂ ਤਲਵਾੜਾ ਕਸਬੇ ਨੇੜੇ ਕੱਢੀਆਂ ਗਈਆਂ ਹਨ।

ਅੰਤ ਵਿੱਚ ਦਰਿਆ ਬਿਆਸ ਕਪੂਰਥਲਾ ਜ਼ਿਲ੍ਹੇ ਦੀ ਦੱਖਣ-ਪੱਛਮੀ ਸੀਮਾ ਨੇੜੇ **ਹਰੀਕੇ** ਦੇ ਸਥਾਨ ਤੇ ਦਰਿਆ ਸਤਲੁਜ ਵਿਚ ਮਿਲ ਜਾਂਦਾ ਹੈ। ਇਸ ਦੁਮੇਲ ਤੇ ਇੱਕ ਵੱਡਾ ਸਿਲ੍ਹਾ ਖੇਤਰ (wet land) ਹੋਂਦ ਵਿਚ ਆ ਗਿਆ ਹੈ। ਇਹ ਇਕ ਸੰਸਾਰ ਪ੍ਰਸਿੱਧ ਪੰਛੀ ਪਨਾਹ (Bird Sanctuary) ਖੇਤਰ ਬਣ ਗਿਆ ਹੈ। ਦਰਿਆ ਬਿਆਸ ਮਾਝਾ ਪ੍ਰਦੇਸ਼ ਨੂੰ ਦੋਆਬਾ ਪ੍ਰਦੇਸ਼ ਤੋਂ ਅਲੱਗ ਕਰਦਾ ਹੈ। ਦਰਿਆ ਦੀ ਕੁੱਲ ਲੰਬਾਈ 470 ਕਿਲੋਮੀਟਰ ਹੈ।

ਦਰਿਆ ਦਾ ਪੁਰਾਣਾ ਮਾਰਗ ; ਇਸਦੇ ਅੱਜ ਦੇ ਸਤਲੁਜ ਦਰਿਆ ਨਾਲ ਦੁਮੇਲ (confluence) ਦੇ ਸਥਾਨ ਤੋਂ ਲਾਹੌਰ ਅਤੇ ਮਿੰਟਗੁਮਰੀ ਜ਼ਿਲ੍ਹਿਆਂ (ਦੋਨੋਂ ਪਾਕਿਸਤਾਨ ਵਿਚ) ਵਿਚੋਂ ਦੀ ਸ਼ੁਜਾਬਾਦ (Shujabad) ਸਥਾਨ ਤਕ, ਜਿਥੇ ਦਰਿਆ ਬਿਆਸ ਚਿਨਾਬ ਦਰਿਆ ਵਿਚ ਮਿਲਦਾ ਹੁੰਦਾ ਸੀ, ਉਲੀਕਿਆ ਜਾ ਸਕਦਾ ਹੈ। ਉਨ੍ਹਾਂ ਦਿਨਾਂ ਵਿਚ ਜੇਹਲਮ, ਚਿਨਾਬ ਅਤੇ ਰਾਵੀ ਦਰਿਆਵਾਂ ਦਾ ਇਕੱਠਾ ਪਾਣੀ ਦਰਿਆ ਬਿਆਸ ਵਿਚ ਮੁਲਤਾਨ ਤੋਂ 45 ਕਿਲੋਮੀਟਰ ਦੱਖਣ ਵਿਚ ਮਿਲਦਾ ਸੀ। ਜਨਰਲ ਕਨਿੰਘਮ ਦਾ ਵਿਚਾਰ ਹੈ ਕਿ 1790 ਈਸਵੀ ਤਕ ਦਰਿਆ ਸਤਲੁਜ ਅਤੇ ਬਿਆਸ ਹਰੀਕੇ ਦੇ ਸਥਾਨ ਤੇ ਨਹੀਂ ਮਿਲਦੇ ਸਨ। 1790 ਵਿਚ ਅਖੀਰਵਾਰ ਸਤਲੁਜ ਦਰਿਆ ਨੇ ਆਪਣਾ ਪੁਰਾਣਾ ਮਾਰਗ ਧਰਮਕੋਟ ਦੇ ਸਥਾਨ ਤੇ ਛੱਡ ਦਿੱਤਾ। ਪਹਿਲਾਂ ਕਈ ਸਦੀਆਂ ਤਕ ਦੋਨੋਂ ਦਰਿਆਵਾਂ ਦੇ ਦੁਮੇਲ ਦਾ ਸਥਾਨ ਕਸੂਰ (ਪਾਕਿਸਤਾਨ ਵਿਚ) ਅਤੇ ਫਿਰੋਜ਼ਪੁਰ ਕਸਬਿਆਂ ਵਿਚਕਾਰ ਸਥਿਤ **ਭਾਓਕੀ** ਬੇੜੀਆਂ ਦੇ ਪੱਤਣ ਤੋਂ ਕੁਝ ਉੱਪਰ ਸਥਾਈ ਰਿਹਾ ਹੈ।

ਪਰੰਤੂ ਕੁਝ ਲੋਕਾਂ ਦਾ ਵਿਚਾਰ ਹੈ ਕਿ ਦਰਿਆ ਸਤਲੁਜ ਅਤੇ ਬਿਆਸ ਦੇ ਮੁੱਖ ਵਹਿਣ ਹਰੀਕੇ ਦੇ ਸਥਾਨ ਤੇ ਹੀ ਮਿਲਦੇ ਰਹੇ ਹਨ। ਪਰੰਤੂ ਸਤਲੁਜ ਦੀ ਧਰਮਕੋਟ ਸ਼ਾਖਾ ਅਤੇ ਬਿਆਸ ਦੀ ਦੂਸਰੀ ਸ਼ਾਖਾ ਕਸੂਰ ਅਤੇ ਫਿਰੋਜ਼ਪੁਰ ਵਿਚਕਾਰ ਕਿਸੇ ਸਥਾਨ ਤੇ ਜ਼ਰੂਰ ਮਿਲਦੇ ਹਨ।[1]

ਦਰਿਆ ਰਾਵੀ—ਇਹ ਪੰਜਾਬ ਦਾ ਤੀਜਾ ਮਹੱਤਵਪੂਰਣ ਸਥਾਈ ਦਰਿਆ ਹੈ। ਆਰੀਆ ਲੋਕ ਇਸਨੂੰ 'ਹਾਈਡਰਾਓਟਸ' (Hydraotes) ਦੇ ਨਾਂ ਨਾਲ ਜਾਣਦੇ ਸਨ। ਵੇਦਾਂ ਵਿਚ ਇਸਦਾ ਨਾਂ 'ਪਾਰੁਸ਼ਨੀ' (Parushni) ਹੈ। ਪੁਰਾਣੇ ਸੰਸਕ੍ਰਿਤ ਵਿਦਵਾਨ ਇਸ ਨੂੰ "ਇਰਦਵਤੀ" (Irdvati) ਨਾਂ ਨਾਲ ਜਾਣਦੇ ਸਨ। ਰਾਵੀ ਦਾ ਸ਼ਾਬਦਿਕ ਅਰਥ 'ਸੂਰਜ' ਹੈ। ਦਰਿਆ ਦਾ ਉਦਗਮ ਰੋਹਤਾਂਗ ਦੱਰੇ ਦੀਆਂ ਉਤਰੀ ਢਲਾਨਾਂ ਤੇ 4116 ਮੀਟਰ ਦੀ ਉਚਾਈ ਤੇ ਹਿਮਾਚਲ ਪ੍ਰਦੇਸ਼ ਵਿਚ ਹੁੰਦਾ ਹੈ। ਪਹਾੜੀ ਭਾਗ ਵਿਚ ਇਹ ਧੌਲਾਧਾਰ ਅਤੇ ਪੀਰ ਪੰਜਾਲ ਪਰਬਤ ਸ਼੍ਰੇਣੀਆਂ ਨੂੰ ਪਾਰ ਕਰਦਾ ਹੈ ਅਤੇ ਬਾਅਦ ਵਿਚ ਚੰਬਾ ਅਤੇ ਡਲਹੌਜ਼ੀ ਦੀਆਂ ਪਹਾੜੀਆਂ ਨੂੰ ਚੀਰਦਾ ਹੋਇਆ ਹਿਮਾਚਲ ਪ੍ਰਦੇਸ਼ ਦੇ ਚੰਬਾ ਜ਼ਿਲ੍ਹੇ ਦੀ ਸੀਮਾ ਤੇ ਸਥਿਤ ਪਿੰਡ ਚੌਂਧ (Chaundh) ਕੋਲ ਪੰਜਾਬ ਵਿਚ ਦਾਖ਼ਲ ਹੁੰਦਾ ਹੈ। ਹਿਮਾਚਲ ਪ੍ਰਦੇਸ਼ ਦੇ ਪਹਾੜੀ ਮਾਰਗ ਵਿੱਚ ਇਸਦੀ ਮੁਖ ਦਿਸ਼ਾ ਪੂਰਬ ਤੋਂ ਪੱਛਮ ਜਾਂ ਉੱਤਰ-ਪੱਛਮ ਹੈ। ਹਿਮਾਚਲ-ਕਸ਼ਮੀਰ ਸਰਹੱਦ ਕੋਲ ਇਹ ਇਕਦਮ ਦੱਖਣ-ਪੱਛਮ ਵਲ ਮੁੜ ਜਾਂਦਾ ਹੈ ਅਤੇ ਇਸੇ ਦਿਸ਼ਾ ਵਿਚ ਪਹਿਲਾਂ ਹਿਮਾਚਲ-ਕਸ਼ਮੀਰ ਸਰਹੱਦ ਅਤੇ ਫਿਰ ਪੰਜਾਬ-ਕਸ਼ਮੀਰ ਸਰਹੱਦ ਬਣਾਉਂਦਾ ਕਠਲੌਰ ਤਕ ਪਹਾੜੀ ਖੇਤਰ ਵਿਚ ਰਹਿੰਦਾ ਹੈ। ਪਿੰਡ ਬਹੇੜੀ ਬਜ਼ੁਰਗ ਤੋਂ ਹੇਠ ਅੱਗੇ ਦਰਿਆ ਦੀਆਂ ਤਿੰਨ ਸ਼ਾਖਾਵਾਂ (ਵਹਿਣ) ਬਣ ਜਾਂਦੀਆਂ ਹਨ ਜੋ ਪਠਾਨਕੋਟ ਤਹਿਸੀਲ ਦੀ ਸੀਮਾ ਖ਼ਤਮ ਹੋਣ ਦੇ ਸਥਾਨ ਦੇ ਨੇੜੇ ਫਿਰ ਇਕੱਠੀਆਂ ਹੋ ਕੇ ਇਕ ਵਹਿਣ ਬਣ ਜਾਂਦੀਆਂ ਹਨ। ਦਰਿਆ ਤੇ ਤਿੰਨ ਵਹਿਣ ਹਨ—**ਸ਼ਿੰਗਾਰਵਨ ਨਦੀ** ਜੋ ਨਰੋਟ ਕਸਬੇ ਕੋਲੋਂ ਵਗਦੀ ਹੈ, **ਮਸਤੋ ਨਦੀ** ਜੋ ਕਠਲੌਰ ਦੇ ਨਜ਼ਦੀਕ ਵਗਦੀ ਹੈ ਅਤੇ **ਭੱਟੀਆ ਨਦੀ** (Bhattiya Nadi)। ਇਸ ਸਮੇਂ ਦਰਿਆ ਦਾ ਜ਼ਿਆਦਾਤਰ ਪਾਣੀ ਮਸਤੋ ਨਦੀ ਵਿਚ ਵਗਦਾ ਹੈ। ਦਰਿਆ ਪਠਾਨਕੋਟ ਜ਼ਿਲ੍ਹੇ ਦੀ ਧਾਰ ਕਲਾਂ ਤਹਿਸੀਲ ਰਾਹੀਂ ਪੰਜਾਬ ਵਿਚ ਦਾਖ਼ਲ ਹੁੰਦਾ ਹੈ।

ਦਰਿਆ ਰਾਵੀ ਦੀਆਂ ਤਿੰਨ ਵੱਡੀਆਂ ਸਹਾਇਕ ਨਦੀਆਂ ਹਨ। ਉਝ (Ujh) ਅਤੇ ਜਲਾਲੀਆ ਨਦੀ (Jalalia Nadi) ਉੱਤਰ ਵਲੋਂ (ਜੰਮੂ ਖੇਤਰ) ਦਰਿਆ ਵਿਚ ਮਿਲਦੀਆਂ ਹਨ। ਇਨ੍ਹਾਂ ਨਦੀਆਂ ਵਿਚ ਕਾਫ਼ੀ ਹੜ੍ਹ ਆਉਂਦੇ ਹਨ ਤੇ ਇਹ ਆਪਣਾ ਮਾਰਗ ਬਦਲਦੀਆਂ ਰਹਿੰਦੀਆਂ ਹਨ। ਤੀਜੀ ਸਹਾਇਕ ਨਦੀ ਸੱਕੀ ਕਿਰਨ ਨਾਲਾ ਹੈ ਜੋ ਪਠਾਨਕੋਟ ਤਹਿਸੀਲ ਵਿਚ ਜਨਮ ਲੈਂਦਾ

[1] Government of Punjab (1911) "District and States Gazetteers of Undivided Punjab." Vol. III.

ਹੈ ਅਤੇ ਦਰਿਆ ਦੇ ਸਮਾਨ-ਅੰਤਰ ਦੱਖਣ-ਪੱਛਮ ਦਿਸ਼ਾ ਵਿਚ ਵਗਦਾ ਹੋਇਆ ਪਾਕਿਸਤਾਨ ਦੀ ਸਰਹੱਦ ਨੇੜੇ ਦਰਿਆ ਰਾਵੀ ਵਿਚ ਮਿਲ ਜਾਂਦਾ ਹੈ।

ਮਾਧੋਪੁਰ ਤੋਂ ਲਗਭਗ 5 ਕਿਲੋਮੀਟਰ ਹੇਠ ਦੇ ਬਿੰਦੂ ਤਕ ਦਰਿਆ ਦੇ ਕਿਨਾਰੇ ਪਥਰੀਲੇ ਹਨ ਅਤੇ ਇਹ ਗੋਲਾਕਾਰ ਪੱਥਰਾਂ ਵਾਲੇ ਵਹਿਣ ਵਿਚ ਵਗਦਾ ਹੈ। ਖੱਬੇ ਪਾਸੇ ਦਾ ਉੱਚਾ ਕੰਢਾ ਲਗਭਗ 16 ਕਿਲੋਮੀਟਰ ਹੋਰ ਅੱਗੇ ਤਕ ਜਾਂਦਾ ਹੈ ਅਤੇ ਇਸ ਸਥਾਨ ਤੋਂ ਅੱਗੇ ਦਰਿਆ ਦੀ ਤਲੈਟੀ ਰੇਤਲੀ ਬਣ ਜਾਂਦੀ ਹੈ। ਮੈਦਾਨ ਵਿਚ ਦਰਿਆ ਦੇ ਵਹਿਣ ਵਿਚ ਅਨੇਕਾਂ ਦਰਿਆਈ ਟਾਪੂ ਬਣ ਜਾਂਦੇ ਹਨ ਅਤੇ ਦਰਿਆ ਅਨੇਕਾਂ ਵਿਸਰਪਣ ਅਤੇ ਸ਼ਾਖਾਵਾਂ ਬਣਾਉਂਦਾ ਹੋਇਆ ਚਲਦਾ ਹੈ। ਇਥੇ ਦਰਿਆ ਦੇ ਕਿਨਾਰੇ ਨੀਵੇਂ ਹਨ ਅਤੇ ਦਰਿਆ ਦਾ ਵਹਿਨ ਦੋਨੋਂ ਪਾਸੀਂ (ਭਾਰਤ ਅਤੇ ਪਾਕਿਸਤਾਨ ਵਲ) ਖਿਸਕਦਾ ਰਹਿੰਦਾ ਹੈ। ਦਰਿਆ ਇਸ ਸਮੁੱਚੇ ਖੇਤਰ ਵਿਚ ਜ਼ਮੀਨ ਅਤੇ ਮਾਲ ਦਾ ਭਾਰੀ ਨੁਕਸਾਨ ਕਰਦਾ ਹੈ। ਭਾਰਤ ਵਾਲੇ ਪਾਸੇ ਹੜ੍ਹ ਅਤੇ ਜਾਨ-ਮਾਲ ਦੇ ਨੁਕਸਾਨ ਤੋਂ ਬਚਣ ਲਈ ਦਰਿਆ ਨਾਲ-ਨਾਲ ਸੁਰੱਖਿਅਤ ਬੰਨ੍ਹ ਜਿਨ੍ਹਾਂ ਨੂੰ "ਧੁੱਸੀ ਬੰਨ੍ਹ" ਕਿਹਾ ਜਾਂਦਾ ਹੈ, ਬਣਾਏ ਗਏ ਹਨ।

ਦਰਿਆ ਰਾਵੀ ਪਾਕਿਸਤਾਨ (ਪੱਛਮ ਵੱਲ) ਅਤੇ ਭਾਰਤ (ਪੰਜਾਬ ਦੇ ਗੁਰਦਾਸਪੁਰ ਅਤੇ ਅੰਮ੍ਰਿਤਸਰ ਜ਼ਿਲ੍ਹੇ) ਵਿਚਕਾਰ ਅੰਤਰ-ਰਾਸ਼ਟਰੀ ਸਰੱਹਦ ਬਣਾਉਂਦਾ ਹੈ। ਦਰਿਆ ਪਿੰਡ ਕੱਕੜ ਨੇੜੇ ਅੰਮ੍ਰਿਤਸਰ ਜ਼ਿਲ੍ਹੇ ਦੀ ਸੀਮਾ ਛੱਡਦਾ ਹੈ। ਉਦਗਮ ਤੋਂ ਇਸਦੇ ਚਿਨਾਬ ਅਤੇ ਜੇਹਲਮ ਦੇ ਇਕੱਠੇ ਪਾਣੀ ਨਾਲ ਦੁਮੇਲ ਤਕ ਦਰਿਆ ਰਾਵੀ ਦੀ ਕੁੱਲ ਲੰਬਾਈ 720 ਕਿਲੋਮੀਟਰ ਹੈ।

ਮਾਧੋਪੁਰ ਦੇ ਸਥਾਨ ਤੇ ਦਰਿਆ ਉੱਤੇ ਇਕ ਬੈਰਜ ਉਸਾਰਿਆ ਗਿਆ ਹੈ, ਜਿਥੋਂ ਅਪਰ ਬਾਰੀ ਦੋਆਬ ਨਹਿਰ ਕੱਢੀ ਗਈ ਹੈ ਜੋ ਮਾਝਾ ਖੇਤਰ ਨੂੰ ਸਿੰਚਾਈ ਪ੍ਰਦਾਨ ਕਰਦੀ ਹੈ। ਮਾਧੋਪੁਰ ਤੋਂ ਉੱਪਰ ਦਰਿਆ ਉੱਤੇ ਇੱਕ ਵੱਡਾ ਡੈਮ ਉਸਾਰਿਆ ਗਿਆ ਹੈ, ਜਿੱਥੇ ਪਣ ਬਿਜਲੀ ਪੈਦਾ ਕੀਤੀ ਜਾਂਦੀ ਹੈ। ਇਹ ਪੰਜਾਬ ਦਾ ਆਪਣਾ ਡੈਮ ਹੈ। ਡੈਮ ਦੇ ਪਿੱਛੇ ਇਕ ਵਿਸ਼ਾਲ ਜਲ-ਭੰਡਾਰ ਬਣਦਾ ਹੈ ਜਿਸ **ਰਣਜੀਤ ਸਾਗਰ** ਕਿਹਾ ਜਾਂਦਾ ਹੈ। ਰਾਵੀ ਦਰਿਆ ਉੱਤੇ ਉਸਾਰੇ ਇਸ ਬੰਨ੍ਹ ਦਾ ਨਾਂ **ਥੀਨ ਡੈਮ** ਹੈ। ਪੰਜਾਬ ਲਈ ਪਣ ਬਿਜਲੀ ਦਾ ਇਹ ਇੱਕ ਵੱਡਾ ਸਰੋਤ ਹੈ। ਥੀਨ ਡੈਮ ਤੋਂ ਹੇਠ ਦਰਿਆ ਉੱਤੇ **ਸ਼ਾਹਪੁਰ ਕੰਢੀ** ਬੰਨ੍ਹ ਬਣਾਇਆ ਜਾਣਾ ਹੈ ਜਿੱਥੇ ਪਣ-ਬਿਜਲੀ ਪੈਦਾ ਕੀਤੀ ਜਾਂਦੀ ਹੈ ਅਤੇ ਜੰਮੂ ਅਤੇ ਕਸ਼ਮੀਰ ਲਈ ਮੁੱਖ ਤੌਰ 'ਤੇ ਪੰਜਾਬ ਲਈ ਵੀ ਸਿੰਜਾਈ ਪ੍ਰਦਾਨ ਹੋਣੀ ਹੈ।

ਮੌਸਮੀ ਦਰਿਆ (SEASONAL RIVERS)

ਇਨ੍ਹਾਂ ਦਰਿਆਵਾਂ ਵਿਚ ਸਾਰਾ ਸਾਲ ਪਾਣੀ ਨਹੀਂ ਰਹਿੰਦਾ ਹੈ। ਬਰਸਾਤ ਰੁੱਤ ਵਿਚ ਇਨ੍ਹਾਂ ਵਿਚ ਪਾਣੀ ਦੀ ਭਰਪੂਰ ਮਾਤਰਾ ਹੁੰਦੀ ਹੈ। ਸਰਦੀ ਦੀ ਰੁੱਤ ਵਿਚ ਵੀ ਕੁਝ ਪਾਣੀ ਰਹਿੰਦਾ ਹੈ। ਪਰੰਤੂ ਗਰਮ ਖੁਸ਼ਕ ਰੁੱਤ ਵਿਚ ਵਹਿੰਦਾ ਪਾਣੀ ਲਗਭਗ ਖ਼ਤਮ ਹੋ ਜਾਂਦਾ ਹੈ। ਇਹ ਅਸਥਾਈ ਦਰਿਆ ਜਾਂ ਨਦੀਆਂ ਹਨ। ਦਰਿਆ ਘੱਗਰ, ਚਿੱਟੀ ਬੇਈਂ, ਕਾਲੀ ਬੇਈਂ, ਸੁਆਂ ਨਦੀ, ਸੋਹਨ ਨਦੀ, ਚੱਕੀ ਖੱਡ, ਸੱਕੀ ਕਿਰਨ ਨਾਲਾ, ਉਝ ਨਦੀ, ਸਿਰਸਾ ਨਦੀ ਆਦਿ ਪੰਜਾਬ ਦੇ ਮੌਸਮੀ ਦਰਿਆ ਹਨ।

ਘੱਗਰ ਦਰਿਆ (Ghagghar River)—ਇਹ ਦੱਖਣੀ ਪੰਜਾਬ ਦਾ ਮਹੱਤਵਪੂਰਣ ਦਰਿਆ ਹੈ ਅਤੇ ਹਰਿਆਣਾ ਪ੍ਰਾਂਤ ਦੀ ਸਰਹੱਦ ਨਾਲ-ਨਾਲ ਪੂਰਬ ਤੋਂ ਪੱਛਮ ਵੱਲ ਵਗਦਾ ਹੈ। ਇਸ ਦਰਿਆ ਦਾ ਉਦਗਮ ਹਿਮਾਲਾ ਪਰਬਤਾਂ ਦੀਆਂ ਹੇਠਲੀਆਂ ਢਲਾਨਾਂ ਉੱਤੇ ਹੁੰਦਾ ਹੈ ਜੋ ਹਿਮਾਚਲ ਪ੍ਰਦੇਸ਼ ਵਿਚ ਸਿਰਮੌਰ ਜ਼ਿਲ੍ਹੇ ਦੇ ਸਰਾਹਨ ਖੇਤਰ ਅਤੇ ਸੋਲਨ ਜ਼ਿਲ੍ਹੇ ਦੇ ਡਗਸ਼ਾਈ ਖੇਤਰ ਵਿਚ ਫ਼ੈਲੀਆਂ ਹੋਈਆਂ ਹਨ। ਘੱਗਰ ਹਿਮਾਚਲ ਪ੍ਰਦੇਸ਼ ਦੇ ਖੇਤਰ ਵਿਚ ਜਨਮ ਲੈਂਦਾ ਹੈ, ਹਰਿਆਣਾ ਰਾਜ ਦੀਆਂ ਪੰਜੌਰ ਅਤੇ ਮੋਰਨੀ ਪਹਾੜੀਆਂ ਵਿਚੋਂ ਦੀ ਵਗਦਾ ਹੈ ਅਤੇ ਚੰਡੀਗੜ੍ਹ ਦੀ ਡੂੰਘੀ ਘਾਟੀ (Gorge) ਰਾਹੀਂ ਪਹਾੜੀ ਖੇਤਰ ਨੂੰ ਅਲਵਿਦਾ ਕਹਿੰਦਾ ਹੈ। ਫਿਰ ਇਹ ਦਰਿਆ ਪਟਿਆਲਾ, ਸੰਗਰੂਰ ਅਤੇ ਮਾਨਸਾ ਜ਼ਿਲ੍ਹਿਆਂ ਦੇ ਦੱਖਣੀ ਭਾਗਾਂ ਵਿਚੋਂ ਦੀ ਦੱਖਣ-ਪੱਛਮੀ ਦਿਸ਼ਾ ਵਿਚ ਵਗਦਾ ਹੈ। ਕਈ ਲੋਕੀਂ ਘੱਗਰ ਨੂੰ **ਅਕ੍ਰਿਆਸ਼ੀਲ** (ਬੇਜਾਨ) **ਸਰਸਵਤੀ** ਵੀ ਕਹਿੰਦੇ ਹਨ।

ਦਰਿਆ ਆਪਣੇ ਉੱਪਰਲੇ ਮਾਰਗ ਵਿਚ ਬਾਰਾਮਾਸੀ ਹੈ ਅਤੇ ਪਹਾੜੀਆਂ ਤੋਂ ਅੱਗੇ ਕੁਝ ਫ਼ਾਸਲਾ ਵਗਣ ਤੋਂ ਬਾਅਦ ਸੁੱਕ ਜਾਂਦਾ ਹੈ। ਮਨੀਮਾਜਰਾ ਕਸਬੇ ਨੇੜੇ ਦੇ ਇਲਾਕੇ ਵਿਚ ਇਸ ਦਾ ਪਾਣੀ ਸਿੰਜਾਈ ਲਈ ਵਰਤਿਆ ਜਾਂਦਾ ਹੈ। ਇਸ ਕਾਰਨ ਦਰਿਆ

ਦਾ ਜ਼ਿਆਦਾਤਰ ਪਾਣੀ ਇੱਥੇ ਹੀ ਖ਼ਤਮ ਹੋ ਜਾਂਦਾ ਹੈ ਤੇ ਅਗਲੇਰੇ ਵਹਾ ਲਈ ਪਾਣੀ ਬਹੁਤ ਘੱਟ ਜਾਂਦਾ ਹੈ। ਦਰਿਆ ਤੋਂ ਸਿੰਜਾਈ ਲਈ ਪਾਣੀ ਕੂਹਲਾਂ (kuls) ਰਾਹੀਂ ਲਿਆ ਜਾਂਦਾ ਹੈ। ਪਹਾੜੀਆਂ ਤੋਂ ਅੱਗੇ ਕੁਝ ਕਿਲੋਮੀਟਰ ਤਕ ਦਰਿਆ ਦੀ ਤਲੈਟੀ ਵੱਡੇ ਪੱਥਰਾਂ ਵਾਲੀ ਹੈ ਪਰੰਤੂ ਛੇਤੀ ਹੀ ਇਹ ਰੇਤੇ ਦਾ ਖੇਤਰ ਬਣ ਜਾਂਦੀ ਹੈ। ਦਰਿਆ ਘੱਗਰ ਵਿਚ ਬਰਸਾਤ ਰੁੱਤ ਨੂੰ ਕਾਫ਼ੀ ਪਾਣੀ ਹੁੰਦਾ ਹੈ ਅਤੇ ਰਾਜਸਥਾਨ ਦੇ ਗੰਗਾਨਗਰ ਜ਼ਿਲ੍ਹੇ ਵਿਚ ਹਨੂਮਾਨਗੜ੍ਹ ਤਕ ਵਗਦਾ ਹੈ। ਸਤਲੁਜ ਅਤੇ ਯਮੁਨਾ ਵਿਚਕਾਰ ਦੇ ਖੇਤਰ ਦੀਆਂ ਲਗਭਗ ਸਭ ਨਦੀਆਂ, ਨਾਲੇ, ਖੱਡਾਂ ਆਦਿ ਘੱਗਰ ਦਰਿਆ ਵਿਚ ਸਮਾ ਜਾਂਦੇ ਹਨ। ਇਨ੍ਹਾਂ ਵਿੱਚ ਮੁੱਖ ਤੌਰ ਤੇ ਸ਼ਾਮਲ ਹਨ, ਜੈਂਤਾ ਦੇਵੀ ਕੀ ਰਾਓ, ਪਟਿਆਲਾ ਕੀ ਰਾਓ, ਸੁਖਨਾ ਚੋਅ, ਚੋਆ ਨਦੀ, ਅਤੇ ਪਾਗਨ ਨਦੀ। ਇਹ ਪੰਜਾਬ ਵਿਚ ਸੱਜੇ ਕੰਢੇ ਵਲੋਂ ਦਰਿਆ ਵਿਚ ਮਿਲਦੇ ਹਨ। ਪੂਰਬ ਵਿਚ ਮੁੱਖ ਤੌਰ ਤੇ ਹਰਿਆਣਾ ਰਾਜ ਵਿਚ ਟਾਂਗਰੀ ਨਦੀ, ਗੋਦਰੀ ਨਦੀ, ਮਾਰਕੰਡਾ ਨਦੀ ਅਤੇ ਸਰਸਵਤੀ ਨਦੀ ਖੱਬੇ ਕੰਢੇ ਵੱਲੋਂ ਦਰਿਆ ਵਿਚ ਮਿਲਦੇ ਹਨ।

ਪੁਰਾਣੇ ਸਮੇਂ ਵਿਚ ਦਰਿਆ ਘੱਗਰ ਆਪਣਾ ਮਾਰਗ ਬਦਲਦਾ ਰਹਿੰਦਾ ਹੈ। ਅੱਜ ਦੇ ਸੁੱਕੇ ਹੋਏ ਦਰਿਆ ਦਾ ਪਾੜ 2 ਤੋਂ 4 ਕਿਲੋਮੀਟਰ ਚੌੜਾ ਹੈ। ਇਸ ਤੋਂ ਇਹ ਸੰਕੇਤ ਮਿਲਦਾ ਹੈ ਕਿ ਪੁਰਾਣੇ ਸਮੇਂ ਵਿੱਚ ਦਰਿਆ ਵਿਚ ਬਹੁਤ ਸਾਰਾ ਪਾਣੀ ਪ੍ਰਾਪਤ ਹੁੰਦਾ ਹੋਵੇਗਾ ਜੋ ਕਿ ਇਸ ਦੀਆਂ ਦੋ ਮੁੱਖ ਸਹਾਇਕ ਨਦੀਆਂ ਸਤਲੁਜ ਉੱਤਰ-ਪੂਰਬ ਵੱਲੋਂ ਅਤੇ ਯਮੁਨਾ ਪੂਰਬ ਤੋਂ ਪ੍ਰਾਪਤ ਹੁੰਦਾ ਹੋਵੇਗਾ। ਫਲਸਰੂਪ ਦਰਿਆ ਵਿਸ਼ਾਲ ਅਤੇ ਬਾਰਾਮਾਸੀ ਸੀ। ਘੱਗਰ, ਸਤਲੁਜ ਅਤੇ ਯਮੁਨਾ ਵਿਚਕਾਰ ਦੇ ਸਮੁੱਚੇ ਹੇਠਲੇ ਹਿਮਾਲਾ ਖੇਤਰ ਦਾ ਜਲ ਪ੍ਰਵਾਹ ਪ੍ਰਾਪਤ ਕਰਦਾ ਹੈ ਅਤੇ ਇਹ ਸਾਰਾ ਪਾਣੀ ਬਰਸਾਤ ਰੁੱਤ ਵਿਚ ਇਕ ਵਿਸ਼ਾਲ ਦਰਿਆ ਦੇ ਬਣਨ ਲਈ ਕਾਫ਼ੀ ਹੈ। ਪਰੰਤੂ ਇਤਿਹਾਸਕ ਸਮਿਆਂ ਵਿਚ ਧਰਾਤਲੀ, ਜਲਵਾਯੂ ਅਤੇ ਭੂ-ਗਰਭਿਕ ਤਬਦੀਲੀਆਂ ਕਾਰਨ ਦਰਿਆ ਸਤਲੁਜ ਉੱਤਰ-ਪੱਛਮ ਵੱਲ ਖਿਸਕ ਗਿਆ ਅਤੇ ਯਮੁਨਾ ਦਰਿਆ ਦੱਖਣ-ਪੂਰਬ ਵਲ ਖਿਸਕ ਗਿਆ। ਇਸ ਤਰ੍ਹਾਂ ਦਰਿਆ ਘੱਗਰ ਵਿਚ ਕਾਫ਼ੀ ਪਾਣੀ ਅਤੇ ਉਸਦੀ ਲਗਾਤਾਰ ਸਪਲਾਈ ਦੀ ਘਾਟ ਹੋ ਗਈ ਅਤੇ ਘੱਗਰ ਇਕ ਖ਼ੁਸ਼ਕ ਅਤੇ ਮੌਸਮੀ ਦਰਿਆ ਬਣ ਗਿਆ। ਇਹ ਮੰਨਣ ਦੀਆਂ ਵੀ ਸੰਭਾਵਨਾਵਾਂ ਹਨ ਕਿ ਪਹਿਲੇ ਸਮਿਆਂ ਵਿਚ ਅੱਜ ਨਾਲੋਂ ਜ਼ਿਆਦਾ ਵਰਖਾ ਹੁੰਦੀ ਸੀ। ਇਸ ਤੋਂ ਬਿਨਾਂ ਅੱਜ ਦੇ ਸਮੇਂ ਵਿਚ ਘੱਗਰ ਵਿਚ ਮਿਲਣ ਵਾਲੇ ਵਿਭਿੰਨ ਨਦੀਆਂ ਨਾਲਿਆਂ ਦੇ ਵੱਖ-ਵੱਖ ਭਾਗਾਂ ਵਿਚ ਹਰ ਪਿੰਡ ਨੇ ਪਾਣੀ ਅਤੇ ਸਿੰਜਾਈ ਲਈ ਬੰਨ੍ਹ ਉਸਾਰ ਲਏ ਹਨ। ਇਹ ਬੰਨ੍ਹ ਭਾਵੇਂ ਕਿੰਨੇ ਵੀ ਛੋਟੇ ਕਿਉਂ ਨਾ ਹੋਣ ਪਰੰਤੂ ਹਰ ਇਕ ਰਾਹੀਂ ਭਾਰੀ ਮਾਤਰਾ ਵਿਚ ਪਾਣੀ ਅਲੱਗ ਕੀਤਾ ਜਾਂਦਾ ਹੈ ਜੋ ਸਭ (ਬੰਨ੍ਹਾਂ) ਦਾ ਰਲਕੇ ਘੱਗਰ ਦੇ ਹੇਠਲੇ ਮਾਰਗ ਵਿਚ ਉਸਦੇ ਪਾਣੀ ਦੀ ਮਾਤਰਾ ਨੂੰ ਪ੍ਰਭਾਵਤ ਕਰਦਾ ਹੈ। ਖੇਤਾਂ ਦੀ ਵਟਬੰਦੀ ਕਾਰਨ ਵਰਖਾ ਦੇ ਪਾਣੀ ਦਾ ਚੋਆਂ ਤੇ ਨਦੀਆਂ ਵਿਚ ਵਹਾ ਲਗਭਗ ਰੁਕ ਗਿਆ ਹੈ। ਇਨ੍ਹਾਂ ਸਭ ਕਾਰਨਾਂ ਫਲਸਰੂਪ ਦਰਿਆ ਘੱਗਰ ਅਤੇ ਹੋਰ ਦਰਿਆਵਾਂ ਵਿਚ ਵੀ ਪਾਣੀ ਦੀ ਆਮਦ ਬਹੁਤ ਘੱਟ ਗਈ ਹੈ।

ਬੇਈਂਆਂ (Beins)—ਬਿਸਤ ਦੋਆਬ ਖੇਤਰ ਵਿਚ ਸ਼ਿਵਾਲਕ ਪਹਾੜੀਆਂ ਦਾ ਜਲ ਪ੍ਰਵਾਹ ਪ੍ਰਾਪਤ ਹੁੰਦਾ ਹੈ। ਇਹ ਸਾਰੇ ਜਲ ਪ੍ਰਵਾਹ ਵਹਿਣ ਜਿਨ੍ਹਾਂ ਨੂੰ ਚੋਅ ਜਾਂ ਖੱਡਾਂ ਕਿਹਾ ਜਾਂਦਾ ਹੈ ਮੁੱਖ ਤੌਰ 'ਤੇ ਦੋ ਮੌਸਮੀ ਨਦੀਆਂ ਦੇ ਰੂਪ ਵਿੱਚ ਇਕੱਠੇ ਹੋ ਜਾਂਦੇ ਹਨ, ਜਿਨ੍ਹਾਂ ਨੂੰ ਚਿੱਟੀ ਬੇਈਂ ਜਾਂ ਪੂਰਬੀ ਬੇਈਂ ਅਤੇ ਕਾਲੀ ਬੇਈਂ ਜਾਂ ਪੱਛਮੀ ਬੇਈਂ ਕਿਹਾ ਜਾਂਦਾ ਹੈ। ਇਹ ਦੋਨੋਂ ਬੇਈਆਂ ਬਿਸਤ ਦੋਆਬ ਖੇਤਰ ਵਿਚ ਦਰਿਆ ਸਤਲੁਜ ਦੀਆਂ ਮਹੱਤਵਪੂਰਣ ਸਹਾਇਕ ਨਦੀਆਂ ਹਨ। ਇਹ ਬਰਸਾਤੀ ਨਦੀਆਂ ਹਨ ਜੋ ਬਿਸਤ ਦੋਆਬ ਨੂੰ ਤਿੰਨ ਛੋਟੇ ਦੋਆਬਿਆਂ ਵਿਚ ਵੰਡ ਦਿੰਦੀਆਂ ਹਨ। (ਨਕਸ਼ਾ ਨੰ. 16 ਅਤੇ 66)। ਇਹ ਦੋਨੋਂ ਬੇਈਆਂ ਬੁਰੀ ਤਰ੍ਹਾਂ ਪ੍ਰਦੂਸ਼ਿਤ ਹਨ।

ਚਿੱਟੀ ਬੇਈਂ (White Bein)—ਇਹ ਬਿਸਤ ਦੋਆਬ ਦੀ ਦੱਖਣੀ ਨਦੀ ਹੈ ਅਤੇ ਦੋਆਬੇ ਦੇ ਜ਼ਿਆਦਾਤਰ ਭਾਗ ਉੱਤੇ ਫੈਲੀ ਹੋਈ ਹੈ। ਇਸਨੂੰ ਚਿੱਟੀ ਬੇਈਂ ਇਸ ਲਈ ਕਿਹਾ ਜਾਂਦਾ ਹੈ ਕਿ ਇਸਦੇ ਵਹਿਣ ਵਿਚ ਮੁਕਾਬਲਤਨ **ਚਿੱਟੀ ਰੇਤ** ਪਾਈ ਜਾਂਦੀ ਹੈ। ਅੱਜ ਕੱਲ ਪ੍ਰਦੂਸ਼ਤ ਪਾਣੀ ਕਾਰਨ ਨਦੀ ਵਿਚ ਕਾਲਾ ਪਾਣੀ ਵਗਦਾ ਹੈ ਅਤੇ ਚਿੱਟੀ ਰੇਤ ਦਿਸਦੀ ਹੀ ਨਹੀਂ। ਚਿੱਟੀ ਬੇਈਂ ਕਈ ਸ਼ਾਖਾਵਾਂ ਤੋਂ ਬਣੀ ਹੈ ਅਤੇ ਹਰ ਇਕ ਸ਼ਾਖਾ ਦੀ ਉੱਤਪਤੀ ਸ਼ਿਵਾਲਕ ਖੇਤਰ ਵਿੱਚ ਹੁੰਦੀ ਹੈ। ਇਨ੍ਹਾਂ ਸ਼ਾਖਾਵਾਂ ਵਿਚ **ਜਾਡਲਾ ਸ਼ਾਖ਼ਾ, ਧਮਾਈ ਸ਼ਾਖ਼ਾ** ਅਤੇ **ਗੜ੍ਹਸ਼ੰਕਰ ਸ਼ਾਖ਼ਾ** ਮਹੱਤਵਪੂਰਣ ਹਨ। ਇਹ ਸਭ ਪਿੰਡ ਭੌਰਾ ਤਕ ਆਪਸ ਵਿਚ ਮਿਲ ਕੇ ਇਕ ਹੋ ਜਾਂਦੀਆਂ ਹਨ। ਬਾਅਦ ਵਿਚ **ਫੁਟਲਾਵਾ** ਚੋਅ ਇਸ ਵਿਚ ਆ ਮਿਲਦਾ ਹੈ। ਜਲੰਧਰ ਜ਼ਿਲ੍ਹੇ ਦੇ ਪਿੰਡ **ਉੱਚਾ ਪਿੰਡ** ਤਕ ਮਾਹਿਲਪੁਰ ਅਤੇ ਹੁਸ਼ਿਆਰਪੁਰ ਤਕ ਦੇ ਸਭ ਚੋਅ ਵੱਖ-ਵੱਖ ਸਥਾਨਾਂ ਤੇ ਚਿੱਟੀ ਬੇਈਂ ਵਿੱਚ ਮਿਲ ਜਾਂਦੇ ਹਨ। ਉੱਚਾ ਪਿੰਡ ਤੱਕ ਬੇਈਂ ਦੀ ਡੂੰਘਾਈ 2 ਤੋਂ 4 ਮੀਟਰ

ਹੈ ਅਤੇ ਇਹ ਘੱਟ ਚੌੜੀ ਹੈ। ਪਾਣੀ ਦੀ ਮਾਤਰਾ ਘੱਟ ਹੈ ਪਾਣੀ ਪ੍ਰਦੂਸ਼ਤ ਅਤੇ ਕਾਲਾ ਹੈ। ਪਿੰਡ ਮਾਧੋਪੁਰ ਨੇੜੇ **ਕੈਲ ਨਦੀ** ਦੱਖਣ ਵੱਲੋਂ ਇਸ ਵਿਚ ਆ ਮਿਲਦੀ ਹੈ। ਫਿਲੌਰ ਇਲਾਕੇ ਦਾ ਸਤਹੀ ਵਾਧੂ ਪਾਣੀ **ਫਿਲੌਰ ਡਰੇਨ** ਰਾਹੀਂ ਬੇਈਂ ਵਿਚ ਆ ਮਿਲਦਾ ਹੈ। **ਆਦਮਪੁਰ ਚੋਅ ਬੇਈਂ ਦੇ ਸਮਾਨਅੰਤਰ ਵਗਦਾ ਹੈ ਅਤੇ ਪਿੰਡ ਮਲਸੀਹਾਂ ਨੇੜੇ ਚਿੱਟੀ ਬੇਈਂ ਵਿਚ ਮਿਲ ਜਾਂਦਾ ਹੈ।**

ਚਹੇੜੂ ਤੋਂ ਅੱਗੇ ਚਿੱਟੀ ਬੇਈਂ ਦੱਖਣ-ਪੱਛਮ ਵੱਲ ਵਗਣ ਲਗਦੀ ਹੈ ਅਤੇ ਹੁਣ ਇਹ ਚੌੜੀ ਹੈ ਅਤੇ ਸਪਾਟ ਧਰਾਤਲ ਕਾਰਨ ਵਲ-ਵਲੇਵੇਂ ਪਾ ਕੇ ਚਲਦੀ ਹੈ ਅਤੇ ਇਸ ਦਾ ਵਹਿਣ ਚੌੜਾ ਅਤੇ ਰੇਤੀਲਾ ਹੈ। ਇਸਦੀ ਆਮ ਚੌੜਾਈ 50 ਤੋਂ 100 ਮੀਟਰ ਹੈ। ਬੇਈਂ ਦਾ ਮਾਰਗ ਬਹੁਤ ਵਲ-ਵਲੇਵਿਆਂ ਵਾਲਾ ਹੈ ਅਤੇ ਪੁਰਾਣੇ ਸਮੇਂ ਵਿਚ ਬੇਈਂ ਆਪਣਾ ਮਾਰਗ ਬਹੁਦ ਬਦਲਦੀ ਰਹੀ ਹੈ। ਸ਼ਾਹਕੋਟ ਬੇਟ ਵਿਚ ਦਰਿਆ ਸਤਲੁਜ ਦੇ ਦੋ ਅਲੱਗ ਹੋਏ **ਵਹਿਣ (ਨਾਲੇ)** ਵੀ ਬੇਈਂ ਵਿੱਚ ਪਿੰਡ ਕੰਗ ਖੁਰਦ ਅਤੇ ਕੋਠਾ ਕੋਲ ਮਿਲ ਜਾਂਦੇ ਹਨ। ਅੰਤ ਵਿਚ ਬੇਈਂ ਜਲੰਧਰ ਜ਼ਿਲ੍ਹੇ ਦੇ ਸ਼ਾਹਕੋਟ ਬੇਟ ਵਿਚ ਗਿੱਦੜ ਪਿੰਡੀ ਅਤੇ ਮੰਡੀ ਕਾਲੂ ਪਿੰਡਾਂ ਨੇੜੇ ਦਰਿਆ ਸਤਲੁਜ ਵਿਚ ਮਿਲ ਜਾਂਦੀ ਹੈ। ਬੇਈਂ ਦਾ **ਦਰਖ਼ਤ ਨੁਮਾ** (dendritic) ਜਲ ਪ੍ਰਵਾਹ ਤੰਤਰ ਸਰੂਪ ਹੈ। ਇਹ ਬੇਈਂ ਪ੍ਰਦੂਸ਼ਤ ਹੈ। ਇਸਦੇ ਕਿਨਾਰੇ ਤੇ ਜਾਂ ਨੇੜੇ ਸਥਿਤ ਕਾਰਖ਼ਾਨਿਆਂ, ਪਿੰਡਾਂ, ਕਸਬਿਆਂ ਅਤੇ ਸ਼ਹਿਰਾਂ ਦੀਆਂ ਨਾਲੀਆਂ ਅਤੇ ਸੀਵਰੇਜ ਦਾ ਗੰਦਾ ਪਾਣੀ ਇਸ ਵਿੱਚ ਛੱਡ ਦਿੱਤਾ ਜਾਂਦਾ ਹੈ।

ਕਾਲੀ ਬੇਈਂ (Black Bein)—ਇਹ ਬਿਸਤ ਦੋਆਬ ਦੀ ਪੱਛਮੀ ਬੇਈਂ ਹੈ। ਸਿੱਖ ਇਸ ਬੇਈਂ ਨੂੰ ਪਵਿੱਤਰ ਮੰਨਦੇ ਹਨ ਕਿਉਂਕਿ ਇਸਦਾ ਸੰਬੰਧ ਪਹਿਲੇ ਸਿੱਖ ਗੁਰੂ ਸ੍ਰੀ ਗੁਰੂ ਨਾਨਕ ਦੇਵ ਜੀ ਨਾਲ ਹੈ। ਇਸ ਨਾਂ ਦਾ ਕਾਲੀ ਬੇਈਂ ਇਸ ਕਾਰਨ ਹੈ ਕਿ ਇਸਦੇ ਵਹਿਣ ਵਿਚ ਮੁਕਾਬਲਤਨ **ਕਾਲੀ ਰੇਤ** ਪਾਈ ਜਾਂਦੀ ਹੈ ਅਤੇ ਜਿਸ ਕਾਰਨ ਇਸਦਾ ਦਾ ਪਾਣੀ ਕਾਲਾ ਲਗਦਾ ਹੈ। ਕਾਲੀ ਬੇਈਂ ਦਾ ਉਦਗਮ ਭਾਵੇਂ ਹੁਸ਼ਿਆਰਪੁਰ ਜ਼ਿਲ੍ਹੇ ਵਿਚ ਹੁੰਦਾ ਹੈ ਪ੍ਰੰਤੂ ਇਸਦਾ ਜ਼ਿਆਦਾਤਰ ਮਾਰਗ ਕਪੂਰਥਲਾ ਜ਼ਿਲ੍ਹੇ ਵਿਚ ਪਾਇਆ ਜਾਂਦਾ ਹੈ ਜਿੱਥੇ ਇਹ ਦਰਿਆ ਬਿਆਸ ਦੇ ਸਮਾਨ-ਅੰਤਰ ਦੱਖਣ-ਪੱਛਮ-ਦੱਖਣ ਦਿਸ਼ਾ ਵਿਚ ਵਗਦਾ ਹੈ।

ਕਾਲੀ ਬੇਈਂ ਹੁਸ਼ਿਆਰਪੁਰ ਜ਼ਿਲ੍ਹੇ ਦੀ **ਟੇਰਕਿਆਣਾ ਛੰਭ** ਤੋਂ ਸ਼ੁਰੂ ਹੁੰਦੀ ਹੈ। ਜਿੱਥੇ ਇਹ ਮੁਕੇਰੀਆਂ ਕਸਬੇ ਨੇੜੇ ਪਿੰਡ ਧਨੋਆ ਵਿਚ ਸਥਿਤ ਇਕ ਚਸ਼ਮੇ ਤੋਂ ਸ਼ੁਰੂ ਹੁੰਦੀ ਹੈ ਅਤੇ ਟੇਰਕਿਆਣਾ ਛੰਭ ਰਾਹੀਂ **ਜ਼ਹੂਰਾ ਛੰਭ** ਦੇ ਪਿੰਡ ਡਡਿਆਣਾ ਤਕ ਦੱਖਣ ਵਲ ਵਗਦੀ ਹੈ। ਬੇਈਂ ਦਾ ਇਹ ਮਾਰਗ ਦਰਿਆ ਬਿਆਸ ਦੇ ਇਕ ਪੁਰਾਣੇ ਵਹਿਣ ਵਿਚੋਂ ਦੀ ਵਗਦਾ ਮੰਨਿਆ ਜਾਂਦਾ ਹੈ। ਤਲਵੰਡੀ ਡਡਿਆਣਾ ਤੋਂ ਅੱਗੇ ਬੇਈਂ ਦੱਖਣ ਵਲ ਵਗਦੀ ਹੈ।

ਬੇਈਂ ਦਾ ਬਹੁਤ ਸਾਰਾ ਪਾਣੀ ਮੁਕੇਰੀਆਂ ਤਹਿਸੀਲ ਦੇ ਮੁਕੇਰੀਆਂ-ਹਾਜੀਪੁਰ ਇਲਾਕੇ ਤੋਂ ਪ੍ਰਾਪਤ ਹੁੰਦਾ ਹੈ (ਨਕਸ਼ਾ ਨੰ: 16)। ਦਸੂਹਾ ਚੋਅ ਅਤੇ ਮਾਨਕ ਚੋਅ ਦੋ ਵੱਡੇ ਚੋਅ ਪੂਰਬ ਵਲੋਂ ਕਾਲੀ ਬੇਈਂ ਵਿਚ ਮਿਲਦੇ ਹਨ। ਹੋਰ ਦੱਖਣ ਵੱਲ ਸੱਗਰਾਂ, ਨੁਸਾ-ਭਾਨਾ, ਗੰਗੀਆਂ ਤੇ ਮਸਤੀਵਾਲ-ਅਰਗੋਵਾਲ ਚੋਅ ਪੂਰਬ ਵਲੋਂ ਕਾਲੀ ਬੇਈਂ ਵਿਚ ਮਿਲਦੇ ਹਨ। ਗੜ੍ਹਦੀਵਾਲਾ ਤੋਂ ਦੱਖਣ ਅਤੇ ਹੁਸ਼ਿਆਰਪੁਰ ਸ਼ਹਿਰ ਤੋਂ ਉੱਤਰ ਵਲ ਦੇ ਸਾਰੇ ਚੋਅ ਜਿਵੇਂ ਕਿ ਗੋਂਦਪੁਰ ਚੋਅ, ਮਾਛੀਆਂ ਚੋਅ, ਮੈਂਹਗਰੋਵਾਲ ਚੋਅ ਸਮੂਹ ਅਤੇ ਢੋਲਵਾਹਾ-ਜਨੌੜੀ ਚੋਅ ਕਾਲੀ ਬੇਈਂ ਵਿਚ ਦੋ ਸ਼ਾਖਾਵਾਂ ਦੇ ਰੂਪ ਵਿਚ ਮਿਲਦੇ ਹਨ। ਜਲੰਧਰ ਅਤੇ ਹੁਸ਼ਿਆਰਪੁਰ ਜ਼ਿਲ੍ਹਿਆਂ ਦੇ ਉੱਤਰੀ ਭਾਗਾਂ ਦਾ ਪਾਣੀ ਵਿਭਿੰਨ ਚੋਆਂ ਅਤੇ ਵਹਿਣਾਂ ਰਾਹੀਂ ਕਾਲੀ ਬੇਈਂ ਵਿਚ ਮਿਲਦਾ ਹੈ। ਇਨ੍ਹਾਂ ਵਿਚੋਂ **ਕਿੰਗਰਾ ਚੋਅ** ਮਹੱਤਵਪੂਰਣ ਹੈ।

ਜਿਵੇਂ ਹੀ ਬੇਈਂ ਬੇਗੋਵਾਲ ਕਸਬੇ ਦੇ ਨੇੜੇ ਕਪੂਰਥਲਾ ਜ਼ਿਲ੍ਹੇ ਵਿਚ ਦਾਖ਼ਲ ਹੁੰਦੀ ਹੈ, ਇਹ ਦੱਖਣ ਵਲ ਭੁਲੱਥ ਕਸਬੇ ਦੇ ਕੋਲੋਂ ਦੀ ਅਤੇ ਕਪੂਰਥਲਾ ਸ਼ਹਿਰ ਤੋਂ ਪੱਛਮ ਵਲ ਵਗਣ ਲੱਗ ਪੈਂਦੀ ਹੈ। **ਕਾਂਜਲੀ** ਸਿਲ੍ਹੇ ਖੇਤਰ ਤੋਂ ਅੱਗੇ ਬੇਈਂ ਦਾ ਮਾਰਗ ਕਾਫ਼ੀ ਵਲ-ਵਲੇਵਿਆਂ ਵਾਲਾ ਹੈ ਅਤੇ ਇਹ ਹੁਸੈਨਪੁਰ ਖੇੜਾ ਅਤੇ ਸੁਲਤਾਨਪੁਰ ਲੋਧੀ ਲਾਗਿਉਂ ਦੱਖਣ-ਪੱਛਮ ਵਲ ਵਗਦੀ ਹੈ। ਸੁਲਤਾਨਪੁਰ ਲੋਧੀ ਤੋਂ ਅੱਗੇ ਇਹ ਬੇਟ ਖੇਤਰ ਵਿਚ ਦਾਖ਼ਲ ਹੋ ਜਾਂਦੀ ਹੈ ਅਤੇ ਇਸਦਾ ਮਾਰਗ ਵਲ-ਵਲੇਵਿਆਂ ਵਾਲਾ ਹੈ। ਕਾਲੀ ਬੇਈਂ ਦੀ ਇਕ ਵੱਡੀ ਸ਼ਾਖਾ ਪਿੰਡ ਜਾਮੀਵਾਲਾ ਨੇੜੇ ਦਰਿਆ ਬਿਆਸ ਵਿਚ ਦਾਖ਼ਲ ਹੋ ਜਾਂਦੀ ਹੈ। ਪ੍ਰੰਤੂ ਬੇਈਂ ਦੀ ਇਕ ਦੂਜੀ ਸ਼ਾਖਾ ਦਰਿਆ ਸਤਲੁਜ ਅਤੇ ਬਿਆਸ ਦੇ ਦੁਮੇਲ ਤੋਂ ਪਹਿਲਾਂ ਮੰਡ ਖੇਤਰ ਵਿਚ ਦਰਿਆ ਸਤਲੁਜ ਵਿਚ ਮਿਲ ਜਾਂਦੀ ਹੈ।

ਆਲੇ-ਦੁਆਲੇ ਸਥਿਤ ਫ਼ੈਕਟਰੀਆਂ, ਪਿੰਡਾਂ, ਕਸਬਿਆਂ ਅਤੇ ਸ਼ਹਿਰਾਂ ਦਾ ਪ੍ਰਦੂਸ਼ਤ ਗੰਦਾ ਪਾਨੀ (ਨਾਲੀਆਂ ਅਤੇ ਸੀਵਰੇਜ ਦਾ ਪਾਨੀ ਵੀ) ਇਸ ਬੇਈਂ ਵਿਚ ਪਾ ਦਿੱਤਾ ਜਾਂਦਾ ਹੈ। ਇਸ ਨਾਲ ਇਹ ਬੇਈਂ ਬੁਰੀ ਤਰ੍ਹਾਂ ਪ੍ਰਦੂਸ਼ਤ ਹੋ ਗਈ ਹੈ। ਪ੍ਰੰਤੂ ਬਾਬਾ ਬਲਬੀਰ ਸਿੰਘ ਸੀਚੇਵਾਲ ਅਤੇ ਉਨ੍ਹਾਂ ਦੇ ਸੇਵਕਾਂ ਅਤੇ ਉਨ੍ਹਾਂ ਦੇ ਟਰੱਸਟ ਦੀ ਅਣਥੱਕ ਕੋਸ਼ਿਸ਼ ਸਦਕਾ ਕਾਲੀ ਬੇਈਂ ਨੂੰ ਕਾਫ਼ੀ ਹੱਦ ਤਕ ਸਾਫ਼ ਕਰ ਦਿੱਤਾ ਗਿਆ ਹੈ। ਬਾਬਾ ਸੀਚੇਵਾਲ ਅਤੇ ਉਨ੍ਹਾਂ ਦੇ ਟਰੱਸਟ ਦੀ ਸਹਾਇਤਾ ਰਾਹੀਂ ਪੰਜਾਬ ਸਰਕਾਰ ਨੇ ਪਵਿੱਤਰ ਬੇਈਂ ਨੂੰ ਸਾਫ਼ ਕਰਨ ਲਈ 75 ਕਰੋੜ ਰੁਪਏ ਦਾ ਇਕ ਪ੍ਰੋਜੈਕਟ ਬਣਾਇਆ ਹੈ, ਜਿਸ ਉੱਤੇ ਕੰਮ ਹੋ ਰਿਹਾ ਹੈ। ਬੁੱਢਾ ਨਾਲਾ ਅਤੇ ਦੂਜੀਆਂ ਨਦੀਆਂ ਲਈ ਵੀ ਅਜਿਹੀਆਂ ਅਣਥੱਕ ਕੋਸ਼ਿਸ਼ਾਂ ਦੀ ਲੋੜ ਹੈ।

ਚੱਕੀ ਖੱਡ (Chakki Khad)—ਪਠਾਨਕੋਟ ਜ਼ਿਲ੍ਹੇ ਵਿਚ ਚੱਕੀ ਖੱਡ ਦਰਿਆ ਬਿਆਸ ਦੀ ਮੁੱਖ ਸਹਾਇਕ ਨਦੀ ਹੈ। ਇਹ ਹਿਮਾਲਾ ਪਰਬਤਾਂ ਦੀ ਧੌਲਾਦਾਰ ਸ਼੍ਰੇਣੀ ਦੀ ਧੇਨ ਕੁੰਡ (Dhain Kund) ਵਾਧਰਿਆਂ (spurs) ਦੀਆਂ ਦੱਖਣੀ ਢਲਾਨਾਂ ਉੱਪਰ ਪੈਦਾ ਹੁੰਦੀ ਹੈ। ਇੱਥੇ ਇਹ ਲਗਭਗ 80 ਮੀਟਰ ਚੌੜੇ ਅਤੇ ਪੱਥਰਾਂ ਨਾਲ ਭਰੇ ਵਹਿਣ ਵਿਚ ਦੱਖਣ-ਪੱਛਮ ਵਲ ਵਗਦੀ ਹੈ। ਇਹ ਇਕ ਬਦਨਾਮ ਪਹਾੜੀ ਨਦੀ ਹੈ ਜਿਸ ਵਿਚ ਬਿਨਾਂ ਕਿਸੇ ਚਿਤਾਵਨੀ ਤੋਂ ਅਚਾਨਕ ਤੇਜ਼ ਵਹਾਅ ਵਾਲੇ ਹੜ੍ਹ ਆਉਂਦੇ ਹਨ ਜਿਨ੍ਹਾਂ ਨਾਲ ਭਾਰੀ ਮਾਲੀ ਅਤੇ ਜਾਨੀ ਨੁਕਸਾਨ ਹੁੰਦਾ ਹੈ।

ਢਾਂਗੂ ਤੋਂ ਹੇਠ ਚੱਕੀ ਖੱਡ ਪਹਿਲਾਂ ਦੋ ਸ਼ਾਖ਼ਾਵਾਂ ਵਿਚ ਵੰਡ ਹੋ ਜਾਂਦੀ ਸੀ। ਇਕ ਦਾ ਨਾਂ **ਖਾਲ** ਹੈ ਜਿਸ ਵਿਚ ਖੱਡ ਦਾ ਜ਼ਿਆਦਾਤਰ ਪਾਨੀ ਵਗਦਾ ਹੈ ਅਤੇ ਜੋ ਗੁੱਲਪੁਰ ਤੋਂ ਦੱਖਣ ਵਲ ਵਗਦੀ ਹੈ ਅਤੇ ਗੁਰਦਾਸਪੁਰ ਜ਼ਿਲ੍ਹੇ ਵਿਚ ਟਰਿਮੂ (Trimmu) ਤੋਂ ਹੇਠ ਇਸ ਦਾ ਪਾਨੀ ਦਰਿਆ ਰਾਵੀ ਵਿਚ ਮਿਲ ਜਾਂਦਾ ਹੈ। **ਦੂਸਰੀ ਸ਼ਾਖਾ**, ਦੱਖਣ ਵੱਲ ਵਗਦੀ ਹੋਈ ਮੀਰਥਲ ਨੇੜੇ ਦਰਿਆ ਬਿਆਸ ਵਿਚ ਮਿਲ ਜਾਂਦੀ ਹੈ। ਅੱਜ ਕੱਲ ਗੁੱਲਪੁਰ ਸ਼ਾਖਾ ਨੂੰ ਮੋੜ ਕੇ ਮੀਰਥਲ ਸ਼ਾਖਾ ਵਿਚ ਜੋੜ ਦਿੱਤਾ ਗਿਆ ਹੈ, ਕਿਉਂਕਿ ਗੁੱਲਪੁਰ ਸ਼ਾਖਾ ਦੇ ਰਸਤੇ ਵਿੱਚ ਹੱਸਲੀ ਅਤੇ ਅਪਰ ਬਾਰੀ ਨਹਿਰ ਆਉਂਦੇ ਹਨ। ਨਦੀ ਵਿਚ ਸਾਰਾ ਸਾਲ ਕੁਝ ਪਾਨੀ ਰਹਿੰਦਾ ਹੈ। ਮੁੱਖ ਨਦੀ ਹਿਮਾਚਲ ਪ੍ਰਦੇਸ਼ ਅਤੇ ਪੰਜਾਬ ਦੇ ਗੁਰਦਾਸਪੁਰ ਜ਼ਿਲ੍ਹੇ (ਧਾਰਕਲਾਂ ਅਤੇ ਪਠਾਨਕੋਟ ਤਹਿਸੀਲਾਂ) ਵਿਚਕਾਰ ਸੀਮਾ ਬਣਾਉਂਦੀ ਹੈ।

ਸੱਕੀ ਕਿਰਨ ਨਾਲਾ (Sakki Kiran Nala)—ਮਾਝਾ ਪ੍ਰਦੇਸ਼ ਵਿਚ ਇਹ ਨਾਲਾ ਦਰਿਆ ਰਾਵੀ ਦੀ ਮੁੱਖ ਸਹਾਇਕ ਨਦੀ ਹੈ। ਪਹਿਲਾਂ ਇਹ ਇਕ ਬਾਰਾਮਾਸੀ ਨਦੀ ਸੀ ਪਰੰਤੂ ਅੱਜ ਕਲ੍ਹ ਇਹ ਇਕ ਡਰੇਨ ਅਤੇ ਨਦੀ ਰੂਪ ਵਿਚ ਹੈ। ਇਹ ਨਦੀ ਦੀਨਾ ਨਗਰ ਨੇੜੇ **ਬਹਿਰਾਮਪੁਰ ਛੰਭ** ਵਿਚੋਂ ਸ਼ੁਰੂ ਹੁੰਦੀ ਹੈ। ਇਥੇ ਇਸ ਦਾ ਨਾਂ **ਕਿਰਨ ਨਾਲਾ** ਹੈ। ਬਹਿਰਾਮਪੁਰ ਛੰਭ ਵਿਚ ਪਾਨੀ ਬਹਿਰਾਮਪੁਰ ਅਤੇ ਅਪਰ ਬਾਰੀ ਦੋਆਬ ਨਹਿਰ ਵਿਚਕਾਰ ਦੇ ਖੇਤਰ ਤੋਂ ਪ੍ਰਾਪਤ ਹੁੰਦਾ ਹੈ। ਕਿਰਨ ਨਾਲਾ ਦਾ ਨਾਂ **ਰਾਜਾ ਕਿਰਨ**, ਜਿਸਨੇ ਮਿਥਿਹਾਸਕ ਸਮਿਆਂ ਵਿਚ ਇਸ ਨਾਲੇ ਨੂੰ ਸਾਫ਼ ਕਰਵਾਇਆ ਸੀ ਦੇ ਨਾਂ ਉੱਪਰ ਪਿਆ ਮੰਨਿਆ ਜਾਂਦਾ ਹੈ। ਇਹ ਨਾਲਾ ਚੰਗੀ ਤਰ੍ਹਾਂ ਨਿਸ਼ਚਤ ਕਿਨਾਰਿਆਂ ਵਿਚਕਾਰ ਇਕ ਬਹੁਤ ਹੀ ਵਲਦਾਰ ਵਹਿਣ ਵਿਚ ਵਗਦਾ ਹੈ। ਮਿਥਿਆ ਅਨੁਸਾਰ ਇਹ ਮਿਥਿਹਾਸਕ ਸੱਪ ਦੇ ਕੁੰਡਲਾਂ ਕਾਰਨ ਹੈ। ਨਾਲਾ ਛੰਭਾਂ ਦੀ ਇਕ ਲੜੀ ਵਿਚ ਪੈਦਾ ਹੁੰਦਾ ਹੈ ਅਤੇ ਇਸ ਵਿਚ ਪਾਨੀ ਦੀ ਆਮਦ ਵੱਖ-ਵੱਖ ਵਕਫ਼ਿਆਂ ਤੇ ਸਥਿਤ ਹੋਰ ਦਲਦਲਾਂ ਦੇ ਜਲ ਪ੍ਰਵਾਹ ਤੋਂ ਪ੍ਰਾਪਤ ਹੁੰਦੀ ਹੈ। ਇਸ ਕਾਰਨ ਨਾਲੇ ਦਾ ਪਾਨੀ ਅੱਛੀ ਕਿਸਮ ਦਾ ਨਹੀਂ ਹੈ ਅਤੇ ਜਿਸ ਭੂਮੀ ਵਿਚਦੀ ਇਹ ਨਾਲਾ ਵਗਦਾ ਹੈ ਉੱਥੇ ਇਹ ਖਾਰਾਪਨ ਪੈਦਾ ਕਰਦਾ ਹੈ।

ਨਦੀ ਦੀਆਂ ਦੋ ਮੂਲ ਸ਼ਾਖ਼ਾਵਾਂ ਹਨ ਜੋ ਰਾਧਨ ਦੇ ਸਥਾਨ ਤੇ ਮਿਲ ਜਾਂਦੀਆਂ ਹਨ। ਫਿਰ ਨਾਲਾ ਮੋਟੇ ਤੌਰ ਤੇ ਦਰਿਆ ਰਾਵੀ ਦੇ ਸਮਾਨ-ਅੰਤਰ ਵਗਣ ਲਗ ਪੈਂਦਾ ਹੈ। ਇਸ ਨਦੀ ਨੂੰ ਗੁਰਦਾਸਪੁਰ ਜ਼ਿਲ੍ਹੇ ਵਿਚ **ਗੁਰਦਾਸਪੁਰ ਨਾਲਾ** ਵੀ ਕਿਹਾ ਜਾਂਦਾ ਹੈ। ਇਹ ਨਾਲਾ ਰਾਮਦਾਸ ਕਸਬੇ ਨੇੜੇ ਅੰਮ੍ਰਿਤਸਰ ਜ਼ਿਲ੍ਹੇ ਵਿਚ ਦਾਖ਼ਲ ਹੁੰਦਾ ਹੈ। ਇਸ ਤੋਂ ਅੱਗੇ ਅੰਮ੍ਰਿਤਸਰ ਜ਼ਿਲ੍ਹੇ ਵਿਚ ਨਦੀ ਨੂੰ **ਸੱਕੀ ਨਾਲਾ** ਕਿਹਾ ਜਾਂਦਾ ਹੈ। ਇਹ ਨਦੀ ਅਜਨਾਲਾ ਤਹਿਸੀਲ ਵਿਚ ਇਕ ਡੂੰਘੀ ਅਤੇ ਮੋੜਦਾਰ ਵਹਿਣ ਵਿਚ ਵਗਦੀ ਹੈ। ਇਸ ਤਹਿਸੀਲ ਵਿਚ ਨਦੀ ਨੂੰ **ਅਨਜਲਾ ਨਾਲਾ** (Anjala Nala) ਕਿਹਾ ਜਾਂਦਾ ਹੈ ਕਿਉਂਕਿ ਇਹ ਨਾਲਾ ਹੜ੍ਹਾਂ ਸਮੇਂ ਬਹੁਤ ਨੁਕਸਾਨ ਕਰਦਾ ਹੁੰਦਾ ਸੀ। ਅੰਤ ਵਿਚ ਨਾਲਾ ਅਜਨਾਲਾ ਤਹਿਸੀਲ ਵਿਚ ਰਣੀਆਂ ਦੇ ਸਥਾਨ ਤੇ ਦਰਿਆ ਰਾਵੀ ਵਿਚ ਮਿਲ ਜਾਂਦਾ ਹੈ।

ਸੱਕੀ ਕਿਰਨ ਨਾਲਾ ਦਰਿਆ ਰਾਵੀ ਦੇ ਪੁਰਾਣੇ ਵਹਿਣ ਵਿਚ ਵਗਦਾ ਮੰਨਿਆ ਜਾਂਦਾ ਹੈ। ਇਹ ਵੀ ਮੰਨਿਆ ਜਾਂਦਾ ਹੈ ਕਿ ਇਹ ਪਹਿਲਾਂ ਦਰਿਆ ਰਾਵੀ ਦੇ ਖੱਬੇ ਉੱਚੇ ਕੰਢੇ ਦੇ ਹੇਠ ਵਗਦਾ ਸੀ। ਸੱਕੀ ਨਾਲੇ ਦਾ ਖੱਬਾ ਕੰਢਾ ਸੱਜੇ ਕੰਢੇ ਦੇ ਮੁਕਾਬਲੇ ਆਮ ਕਰਕੇ ਉੱਚਾ ਹੈ। ਖੱਬਾ ਕੰਢਾ, ਉਸ ਵਿਚ ਕੰਕਰਾਂ ਦੀਆਂ ਡਲੀਆਂ ਦੀ ਮੌਜੂਦਗੀ ਕਾਰਨ, ਸਖ਼ਤ ਹੋ ਗਿਆ ਹੈ। ਅੱਜ-ਕਲ੍ਹ ਨਦੀ ਮੱਠੀ ਚਾਲ ਨਾਲ ਵਗਦੀ ਹੈ ਅਤੇ ਕਿਨਾਰਿਆਂ ਦਾ ਕੋਈ ਵੀ ਅਪਰਦਨ ਨਹੀਂ ਹੁੰਦਾ ਹੈ। ਪਰੰਤੂ ਬਸੰਤ ਰੁੱਤ ਦੀਆਂ ਫ਼ਸਲਾਂ ਨੂੰ ਹੜ੍ਹਾਂ ਕਾਰਨ ਨੁਕਸਾਨ ਹੁੰਦਾ ਹੈ।

ਉੱਝ ਨਦੀ (Ujh Stream)—ਪਠਾਨਕੋਟ ਜ਼ਿਲ੍ਹੇ ਵਿਚ ਇਹ ਦਰਿਆ ਰਾਵੀ ਦੀ ਸੱਜੇ ਹੱਥ ਦੀ ਸਹਾਇਕ ਨਦੀ ਹੈ। ਇਹ ਜੰਮੂ ਪ੍ਰਦੇਸ਼ ਵਿਚ ਜਸਰੋਤਾ ਤੋਂ ਪਰ੍ਹੇ ਦੀਆਂ ਨੀਵੀਆਂ ਪਹਾੜੀਆਂ ਵਿਚ ਪੈਦਾ ਹੁੰਦੀ ਹੈ। ਪਠਾਨਕੋਟ ਜ਼ਿਲ੍ਹੇ ਵਿਚ ਦਾਖ਼ਲ ਹੋਣ ਤੋਂ ਬਾਅਦ ਮੁੱਖ ਨਦੀ ਪਠਾਨਕੋਟ ਤਹਿਸੀਲ ਅਤੇ ਪਾਕਿਸਤਾਨ ਦੇ ਸ਼ੱਕਰਗੜ੍ਹ ਜ਼ਿਲ੍ਹੇ ਵਿਚਕਾਰ ਸਰਹੱਦ ਬਣਾਉਂਦੀ ਹੈ। ਨਦੀ ਦੀਆਂ ਦੋ ਸ਼ਾਖਾਵਾਂ ਹਨ—**ਉੱਝ ਬਚੇਰਾ** ਅਤੇ **ਉੱਝ ਮਾਈਨਰ** (ਛੋਟੀ)। ਇਹ ਪਠਾਨਕੋਟ ਤਹਿਸੀਲ ਦੇ **ਚੱਕ ਅੰਧਾਰ** ਖੇਤਰ (ਨਰੋਟ ਜੈਮਲ ਸਿੰਘ ਬਲਾਕ) ਵਿਚੋਂ ਦੀ ਵਗਦੀ ਹੈ। ਇਹ ਮੂਲ ਉੱਝ ਨਦੀ ਵਿਚ ਬਾਰੋ ਬਾਰੀ ਸਕੋਲ ਅਤੇ ਬਮਿਆਲ ਸਥਾਨਾਂ ਤੇ ਮਿਲ ਜਾਂਦੀਆਂ ਹਨ। ਉੱਝ ਲਗਭਗ ਇਕ ਬਾਰਾਮਾਸੀ ਨਦੀ ਹੈ ਅਤੇ ਬਰਸਾਤ ਰੁੱਤ ਵਿਚ ਇਸ ਵਿਚ ਪਾਣੀ ਦੀ ਮਾਤਰਾ ਬਹੁਤ ਹੁੰਦੀ ਹੈ। ਨਦੀ ਦਾ ਵਹਿਣ ਜ਼ਿਆਦਾਤਰ ਰੇਤਲਾ ਹੈ ਤੇ ਨਦੀ ਗੂੜ੍ਹੇ ਲਾਲ ਰੰਗ ਦੇ ਤਲਛਟਾਂ ਦਾ ਨਿਖੇਪ ਕਰਦੀ ਹੈ।

ਦਰਿਆ ਰਾਵੀ ਅਤੇ ਉਝ ਨਦੀ ਨਾਲ **ਜਲਿਆਲਾ ਜਾ ਬਜੋਹ** ਨਦੀ ਦਾ ਨੇੜੇ ਦਾ ਸੰਬੰਧ ਹੈ। ਇਸ ਨਦੀ ਦਾ ਵਹਾ ਬਾਰਾਮਾਸੀ ਹੈ। ਇਸ ਦਾ ਉਦਗਮ ਜੰਮੂ ਖੇਤਰ ਵਿਚ ਹੁੰਦਾ ਹੈ ਅਤੇ ਇਹ ਬਮਿਆਲ ਤੋਂ ਹੇਠ ਵਲ ਜੈਤਪੁਰ ਦੇ ਸਥਾਨ ਤੇ ਉੱਝ ਨਦੀ ਵਿਚ ਮਿਲ ਜਾਂਦੀ ਹੈ।

ਸੁਆਂ ਨਦੀ (Soan Nadi)—ਇਹ ਰੂਪਨਗਰ ਜ਼ਿਲ੍ਹੇ ਦੀ ਆਨੰਦਪੁਰ ਸਾਹਿਬ ਤਹਿਸੀਲ ਵਿਚ ਦਰਿਆ ਸਤਲੁਜ ਦੀ ਸੱਜੇ ਕੰਢੇ ਦੀ ਸਹਾਇਕ ਹੁੰਦੀ ਹੈ। ਇਹ ਅਰਧ-ਬਾਰਾਮਾਸੀ ਨਦੀ ਹੈ ਜੋ ਆਪਣੇ ਚੌੜੇ (ਕਈ ਕਿਲੋਮੀਟਰ ਤਕ) ਵਹਿਣ ਵਿਚ ਵਗਦੀ ਹੈ। ਸੁਆਂ ਦੀ ਘਾਟੀ ਨੂੰ **ਜਸਵਾਨ** ਊਨਾ ਦੂਨ ਜਾਂ ਸਾਧਾਰਣ "ਦੂਣੀ" ਕਿਹਾ ਜਾਂਦਾ ਹੈ। ਬਰਸਾਤ ਰੁੱਤ ਵਿਚ ਨਦੀ ਆਪਣੇ ਨਾਲ ਅਥਾਹ ਪਾਣੀ ਲਿਆਉਂਦੀ ਹੈ। ਸੁਆਂ ਨਦੀ ਰੂਪਨਗਰ ਜ਼ਿਲ੍ਹੇ ਦੇ ਨੂਰਪੁਰ ਬੇਦੀ ਬਲਾਕ ਦੇ ਪਿੰਡ ਸੈਦਪੁਰ ਨੇੜੇ ਦਰਿਆ ਸਤਲੁਜ ਵਿਚ ਮਿਲ ਜਾਂਦੀ ਹੈ।

ਸੁਆਂ ਨਦੀ ਹਿਮਾਚਲ ਪ੍ਰਦੇਸ਼ ਦੇ ਊਨਾ ਜ਼ਿਲ੍ਹੇ ਦੇ ਡੰਗੋਲੀ ਪਿੰਡ ਦੇ ਦੱਖਣ ਵਿੱਚ **ਸੋਲਾ ਸਿੰਘੀ** ਜਾਂ **ਜਸਵਾਨ ਧਾਰ ਰੇਂਜ** ਦੀਆਂ ਢਲਾਨਾਂ ਤੇ ਪੈਦਾ ਹੁੰਦੀ ਹੈ। ਪੱਛਮ ਵਲ ਸ਼ਿਵਾਲਕ ਪਹਾੜੀਆਂ ਅਤੇ ਪੂਰਬ ਵਿਚ ਸਥਿਤ ਜਸਵਾਨ ਧਾਰ ਰੇਂਜ ਤੋਂ ਪੈਦਾ ਹੋਏ ਅਨੇਕਾਂ ਚੋਅ ਅਤੇ ਖੱਡਾਂ ਸੁਆਂ ਨਦੀ ਵਿਚ ਆ ਮਿਲਦੇ ਹਨ। ਬਰਸਾਤ ਰੁੱਤ ਵਿਚ ਇਹ ਨਦੀ ਇਕ ਵਿਸ਼ਾਲ ਹੜ੍ਹ ਦਾ ਰੂਪ ਹੁੰਦੀ ਹੈ ਅਤੇ ਲਗਭਗ ਸਾਰੀ ਘਾਟੀ ਵਿਚ ਇਸਦਾ ਪ੍ਰਸਾਰ ਹੋ ਜਾਂਦਾ ਹੈ। ਪਰੰਤੂ ਦੂਜੀਆਂ ਰੁੱਤਾਂ, ਵਿਸ਼ੇਸ਼ ਕਰਕੇ ਗਰਮ-ਖੁਸ਼ਕ ਰੁੱਤ ਵਿਚ ਇਹ ਇਕ ਮਾਮੂਲੀ ਜਿਹੀ ਨਦੀ ਹੁੰਦੀ ਹੈ ਜੋ 1.6 ਤੋਂ 3 ਕਿਲੋਮੀਟਰ ਤਕ ਦੇ ਆਪਣੇ ਚੌੜੇ ਵਹਿਣ ਦੇ ਰੇਤੇ ਵਿਚ ਲਗਭਗ ਅਲੋਪ ਹੋ ਜਾਂਦੀ ਹੈ। ਬਰਸਾਤ ਰੁੱਤ ਵਿਚ ਸੁਆਂ ਨਦੀ ਆਪਣੇ ਰੇਤਲੇ ਵਹਿਣ ਦੇ ਚੌੜੇ ਪਸਾਰ ਅਤੇ ਅਚਾਨਕ ਤੇਜ਼ ਵਹਿਣ ਵਾਲੇ ਹੜ੍ਹਾਂ ਲਈ ਬਦਨਾਮ ਹੈ, ਜਿਸ ਕਾਰਨ ਪਸ਼ੂਆਂ ਅਤੇ ਮਨੁੱਖੀ ਜਾਨਾਂ ਦਾ ਭਾਰੀ ਨੁਕਸਾਨ ਹੁੰਦਾ ਹੈ। ਆਪਣੇ ਮਾਰਗ ਦੇ ਜ਼ਿਆਦਾਤਰ ਭਾਗ ਵਿਚ ਸੁਆਂ ਨਦੀ ਊਨਾ ਜ਼ਿਲ੍ਹੇ ਵਿਚ ਦੱਖਣ ਵੱਲ ਵਗਦੀ ਹੈ।

ਸੋਹਨ ਨਦੀ (Sohan Nadi)—ਸੁਆਂ ਨਦੀ ਦੇ ਟਾਕਰੇ ਦੀ ਇਕ ਹੋਰ ਨਦੀ ਹੈ ਜੋ ਦੋਨਾਂ ਨਦੀਆਂ ਦੇ ਲਗਭਗ ਸਾਂਝੇ ਉਦਗਮ ਖੇਤਰ ਤੋਂ ਸੁਆਂ ਦੀ ਉਲਟ ਦਿਸ਼ਾ ਵਿਚ ਉੱਤਰ ਵੱਲ ਜਾਂਦੀ ਹੈ। ਇਸ ਨਦੀ ਦਾ ਨਾਂ ਸੋਹਨ ਨਦੀ ਹੈ। ਇਹ ਨਦੀ ਉੱਤਰ ਵਲ ਬਿਆਸ ਦਰਿਆ ਵਿਚ ਮਿਲ ਜਾਂਦੀ ਹੈ ਅਤੇ ਉੱਤਰ ਵੱਲ ਵਗਦੀ ਹੋਈ ਇਹ ਆਪਣੀ ਘਾਟੀ ਦੀਆਂ ਦੋਨਾਂ, ਪੱਛਮੀ ਅਤੇ ਪੂਰਬੀ ਢਲਾਨਾਂ ਤੇ ਪੈਦਾ ਹੋਈਆਂ ਅਨੇਕਾਂ ਖੱਡਾਂ ਤੇ ਚੋਆਂ ਦਾ ਪਾਣੀ ਪ੍ਰਾਪਤ ਕਰਦੀ ਹੈ। ਇਹ ਵੀ ਇਕ ਚੌੜੀ ਨਦੀ ਹੈ ਜਿਸਦਾ ਉਪਰਲਾ ਵਹਿਣ ਰੇਤੀਲਾ ਅਤੇ ਪੱਥਰਾਂ ਅਤੇ ਗੀਟਿਆਂ ਨਾਲ ਭਰਿਆ ਹੋਇਆ ਹੈ। ਇਹ ਨਦੀ ਹੁਸ਼ਿਆਰਪੁਰ ਜ਼ਿਲ੍ਹੇ ਦੇ ਤਲਵਾੜਾ ਬਲਾਕ ਅਤੇ ਹਿਮਾਚਲ ਪ੍ਰਦੇਸ਼ ਦੇ ਊਨਾ ਅਤੇ ਕਾਂਗੜਾ ਜ਼ਿਲ੍ਹਿਆਂ ਵਿਚਕਾਰ ਅੰਤਰ-ਰਾਜੀ ਸੀਮਾ ਬਣਾਉਂਦੀ ਹੈ।

ਸਿਰਸਾ ਨਦੀ (Sirsa Nadi)—ਇਹ ਵੀ ਇਕ ਅਰਧ-ਬਾਰਾਮਾਸੀ ਨਦੀ ਹੈ ਜੋ ਮੁੱਖ ਤੌਰ ਤੇ ਹਰਿਆਣਾ ਅਤੇ ਹਿਮਾਚਲ ਪ੍ਰਦੇਸ਼ ਪ੍ਰਾਂਤਾਂ ਵਿਚ ਵਗਦੀ ਹੈ। ਇਸਦਾ ਕੁਝ ਕਿਲੋਮੀਟਰ ਲੰਬਾ ਅੰਤਲਾ ਮਾਰਗ ਪੰਜਾਬ ਦੇ ਰੂਪ ਨਗਰ ਜ਼ਿਲ੍ਹੇ ਵਿਚ ਪਾਇਆ ਜਾਂਦਾ ਹੈ। ਇਹ ਨਦੀ ਵੀ ਸਿੱਖਾਂ ਲਈ ਮਹੱਤਵਪੂਰਣ ਹੈ। ਇਸ ਨਦੀ ਨੂੰ ਪਾਰ ਕਰ ਵੇਲੇ ਦਸਵੇਂ ਗੁਰੂ ਗੋਬਿੰਦ ਸਿੰਘ ਜੀ ਦਾ ਪਰਿਵਾਰ ਉਨ੍ਹਾਂ ਤੋਂ ਵਿਛੜ ਗਿਆ ਸੀ ਅਤੇ ਸਿੱਖਾਂ ਦਾ ਭਾਰੀ ਨੁਕਸਾਨ ਹੋਇਆ ਸੀ। ਇਥੇ ਮੁਗ਼ਲ ਫ਼ੌਜਾਂ ਨੇ ਗੁਰੂ ਗੋਬਿੰਦ ਸਿੰਘ ਜੀ ਦੇ ਆਨੰਦਪੁਰ ਸਾਹਿਬ ਛੱਡ ਰਹੇ ਸੈਨਿਕਾਂ, ਸੇਵਕਾਂ ਅਤੇ ਪਰਿਵਾਰਾਂ ਉੱਤੇ ਅਚਾਨਕ ਭਾਰੀ ਹਮਲਾ ਬੋਲ ਦਿੱਤਾ ਸੀ।

ਸਿਰਸਾ ਨਦੀ ਹਰਿਆਣਾ ਦੇ ਕਾਲਕਾ ਜ਼ਿਲ੍ਹੇ ਵਿਚ ਪੈਦਾ ਹੁੰਦੀ ਹੈ। (ਨਕਸ਼ਾ ਨੰ: 16 ਅਤੇ 74) ਅਤੇ ਇਹ ਰੋਪੜ ਸ਼ਿਵਾਲਕ ਦੀਆਂ ਪੂਰਬੀ ਤੇਜ਼ ਢਲਾਨ ਵਾਲੀਆਂ ਪਹਾੜੀਆਂ ਦੇ ਨਾਲ-ਨਾਲ ਨਾਲਾਗੜ੍ਹ ਘਾਟੀ ਵਿਚੋਂ ਦੀ ਉੱਤਰ-ਪੱਛਮ-ਉੱਤਰ ਵਲ ਵਗਦੀ ਹੈ। ਦਾਸੋ ਮਾਜਰਾ ਨੇੜੇ ਇਹ ਪੱਛਮੀ ਦਿਸ਼ਾ ਕਰ ਲੈਂਦੀ ਹੈ। ਰੂਪਨਗਰ ਤਹਿਸੀਲ ਦੇ ਪਿੰਡ ਅਠਨਕੋਟ ਨੇੜੇ ਇਹ ਨਦੀ ਦਰਿਆ ਸਤਲੁਜ ਵਿਚ ਮਿਲ ਜਾਂਦੀ ਹੈ। ਇਸ ਦਾ ਜ਼ਿਆਦਾਤਰ ਵਹਿਣ ਪੱਥਰਾਂ ਅਤੇ ਗੀਟਿਆਂ ਵਾਲਾ ਹੈ। ਬਰਸਾਤ ਰੁੱਤ ਵਿਚ ਇਸ ਵਿਚ ਪਾਣੀ ਦੀ ਬਹੁਤ ਮਾਤਰਾ ਹੁੰਦੀ ਹੈ। ਆਮ ਕਰਕੇ ਸਾਲ ਦੇ ਜ਼ਿਆਦਾਤਰ ਭਾਗ ਵਿਚ ਇਸ ਵਿਚ ਪਾਣੀ ਵਗਦਾ ਹੈ।

ਅਲਪਕਾਲਿਕ ਨਦੀਆਂ (Ephemeral Streams) — ਉਹ ਨਦੀਆਂ ਜਿਨ੍ਹਾਂ ਦੇ ਵਹਿਣ ਦਾ ਸਮਾਂ ਅਤੇ ਮਾਰਗ ਛੋਟੇ ਹੁੰਦੇ ਹਨ, ਨੂੰ ਅਲਪਕਾਲਿਕ ਨਦੀਆਂ ਕਿਹਾ ਜਾਂਦਾ ਹੈ। ਇਨ੍ਹਾਂ ਨੂੰ ਅਸਥਾਈ ਜਾਂ ਵਕਤੀ (temporary) ਨਦੀਆਂ ਵੀ ਕਿਹਾ ਜਾਂਦਾ ਹੈ। ਇਨ੍ਹਾਂ ਨਦੀਆਂ ਵਿਚ ਪਾਣੀ ਦਾ ਕਾਫ਼ੀ ਵਹਾ ਕੇਵਲ ਕੁਝ ਘੰਟਿਆਂ ਲਈ ਹੁੰਦਾ ਹੈ। ਇਹ ਪਾਣੀ ਉਸ ਵੇਲੇ ਵਗਦਾ ਹੈ ਜਦੋਂ ਭਾਰੀ ਵਰਖਾ ਕਾਰਨ ਇਨ੍ਹਾਂ ਲਈ ਕਾਫ਼ੀ ਪਾਣੀ ਪ੍ਰਾਪਤ ਹੋ ਜਾਂਦਾ ਹੈ ਜੋ ਰੇਤੀਲੇ ਵਹਿਣ ਵਿਚ ਕਾਫ਼ੀ ਦੂਰੀ ਤਕ ਪਾਣੀ ਦੇ ਵਗਣ ਲਈ ਕਾਫ਼ੀ ਹੋਵੇ। ਵਰਖਾ ਦੇ ਰੁਕਣ ਨਾਲ ਅਜਿਹੀਆਂ ਨਦੀਆਂ ਵਿਚ ਵਗਦੇ ਪਾਣੀ ਦੀ ਮਾਤਰਾ ਘਟਣ ਲੱਗ ਪੈਂਦੀ ਹੈ ਅਤੇ ਕੁਝ ਸਮੇਂ ਬਾਅਦ ਪਾਣੀ ਦਾ ਵਹਾ ਖ਼ਤਮ ਹੋ ਜਾਂਦਾ ਹੈ। ਲਗਾਤਾਰ ਕਈ ਦਿਨਾਂ ਤਕ ਭਾਰੀ ਵਰਖਾ ਕਾਰਨ ਪਾਣੀ ਦਾ ਲਗਾਤਾਰ ਵਹਾ ਵੀ ਕਈ ਦਿਨ ਤਕ ਹੋ ਸਕਦਾ ਹੈ। ਅਜਿਹੀ ਨਦੀ ਦਾ ਵਹਿਣ ਰੇਤੀਲਾ ਹੁੰਦਾ ਹੈ, ਇਸ ਕਾਰਨ ਇਹ ਪਾਣੀ ਨੂੰ ਛੇਤੀ ਸੋਖ ਲੈਂਦਾ ਹੈ। ਫਲਸਰੂਪ ਅਜਿਹੀ ਨਦੀ ਦੇ ਵਹਿਣ ਵਿਚ ਥੋੜ੍ਹਾ ਪਾਣੀ ਵਹਿ ਹੀ ਨਹੀਂ ਸਕਦਾ ਹੈ। ਪੰਜਾਬ ਦੇ (ਵਿਸ਼ੇਸ਼ ਕਰਕੇ ਕੰਢੀ ਅਤੇ ਘਾੜ ਦੇ) ਵਿਭਿੰਨ ਚੋਅ ਅਤੇ ਖੱਡਾਂ ਅਲਪਕਾਲਿਕ ਨਦੀਆਂ ਦੀਆਂ ਉਦਾਹਰਣਾਂ ਹਨ।

ਪੂਰਬੀ ਪੰਜਾਬ (ਕੰਢੀ ਅਤੇ ਘਾੜ) ਦੇ ਚੋਅ ਅਤੇ ਖੱਡਾਂ

ਪੰਜਾਬ ਦੇ ਪੂਰਬੀ ਭਾਗ ਵਿਚ, ਜਿੱਥੇ ਸ਼ਿਵਾਲਕ ਪਹਾੜੀਆਂ ਵਿਚ ਕਾਫ਼ੀ (ਦਰਮਿਆਨੀ) ਵਰਖਾ ਹੋ ਜਾਂਦੀ ਹੈ ਅਤੇ ਇਨ੍ਹਾਂ ਪਹਾੜੀਆਂ ਦਾ ਪੱਛਮੀ ਪਾਸਾ ਪੱਛਮ ਵਲ ਕੰਢੀ ਅਤੇ ਤਲਹੱਟੀ ਮੈਦਾਨ ਰਾਹੀਂ ਪੰਜਾਬ ਦੇ ਵਿਸ਼ਾਲ ਮੈਦਾਨ ਵਲ ਨੂੰ ਢਲਾਨ ਵਾਲਾ ਹੈ, ਅਨੇਕਾਂ ਛੋਟੇ ਵਹਿਣ ਵਾਲੀਆਂ ਅਲਪਕਾਲਿਕ ਨਦੀਆਂ ਹਨ। ਸਥਾਨਕ ਤੌਰ 'ਤੇ ਇਨ੍ਹਾਂ ਦਾ ਚੋਅ, ਚੋਆ, ਚੋਈ, ਖੱਡ, ਨਾਲਾ, ਰਾਉ, ਸਿਰਸਾ ਆਦਿ ਕਿਹਾ ਜਾਂਦਾ ਹੈ ਅਤੇ ਇਸ ਵਰਖਾ ਦਾ ਦੌਰਾਂ (spells) ਦੇ ਰੂਪ ਵਿਚ (ਸਿਲ੍ਹਾ ਦੌਰ ਅਤੇ ਖੁਸ਼ਕ ਦੌਰ) ਹੋਣਾ ਅਜਿਹੀਆਂ ਨਦੀਆਂ ਦੇ ਅਲਪਕਾਲਿਕ (ਥੋੜ੍ਹੇ ਸਮੇਂ ਲਈ) ਸਰੂਪ ਲਈ ਜ਼ਿੰਮੇਵਾਰ ਹਨ।

ਅਜਿਹੀਆਂ ਪਹਾੜੀ ਤੇਜ਼ ਵਗਦੀਆਂ ਧਾਰਾਵਾਂ (Torrents) ਜਾਂ ਚੋਅ ਵਰਖਾ ਸਮੇਂ ਪੰਜਾਬ ਦੇ ਤਲਹੱਟੀ ਮੈਦਾਨ ਵਿਚ ਲਗਭਗ ਹਰ ਕਿਲੋਮੀਟਰ ਦੇ ਫ਼ਾਸਲੇ ਤੇ ਦਾਖ਼ਲ ਹੁੰਦੇ ਹਨ। ਇਨ੍ਹਾਂ ਅਲਪਕਾਲਿਕ ਨਦੀਆਂ ਵਿਚੋਂ ਬਹੁਤ ਸਾਰੀਆਂ ਤਲਹੱਟੀ ਮੈਦਾਨ (piedment plain) ਵਿਚ ਖ਼ਤਮ, ਅਲੋਪ ਜਾਂ ਫ਼ੈਲ ਜਾਂਦੀਆਂ ਹਨ ਅਤੇ ਇਸ ਤੋਂ ਅੱਗੇ ਇਨ੍ਹਾਂ ਵਿਚੋਂ ਜ਼ਿਆਦਾਤਰ ਆਪਣਾ ਵਹਾਅ ਅਤੇ ਵਹਿਣ ਜਾਰੀ ਨਹੀਂ ਰੱਖ ਸਕਦੀਆਂ ਹਨ। ਇਨ੍ਹਾਂ ਵਿਚੋਂ ਕੁਝ ਹੀ ਮਹੱਤਵਪੂਰਣ ਦਰਿਆਵਾਂ, ਸਤਲੁਜ, ਬਿਆਸ, ਰਾਵੀ ਜਾਂ ਘੱਗਰ ਵਿਚ ਸ਼ਾਮਲ ਹੋ ਸਕਦੀਆਂ ਹਨ (ਦਰਿਆਵਾਂ ਦੀ ਨੇੜਤਾ ਕਾਰਨ)। ਉਦਾਹਰਣ ਲਈ ਬਲਾਚੌਰ, ਆਨੰਦਪੁਰ ਸਾਹਿਬ, ਨੂਰਪੁਰ ਬੇਦੀ ਅਤੇ ਰੂਪਨਗਰ ਸ਼ਿਵਾਲਕ ਦੇ ਚੋਅ ਅਤੇ ਖੱਡਾਂ ਦਰਿਆ ਸਤਲੁਜ ਵਿਚ ਮਿਲਦੇ ਹਨ ਕਿਉਂਕਿ ਇਹ ਦਰਿਆ ਪਹਾੜੀਆਂ ਤੋਂ ਕੁਝ ਹੀ ਕਿਲੋਮੀਟਰ ਦੂਰੀ ਤੇ ਵਗਦਾ ਹੈ। ਇਸੇ ਤਰ੍ਹਾਂ ਤਲਵਾੜਾ ਇਲਾਕੇ ਦੇ ਸ਼ਿਵਾਲਕ ਦੀਆਂ

ਅਲਪਕਾਲਿਕ ਨਦੀਆਂ ਨੇੜਤਾ ਕਾਰਨ ਦਰਿਆ ਬਿਆਸ ਵਿਚ ਮਿਲਦੀਆਂ ਹਨ। ਇਨ੍ਹਾਂ ਸਭ ਅਲਪਕਾਲਿਕ ਨਦੀਆਂ ਵਿਚੋਂ ਕੁਝ ਮਿਲ ਕੇ ਚਿੱਟੀ ਜਾਂ ਕਾਲੀ ਬੇਈਂ ਦੀਆਂ ਮੁੱਖ ਸ਼ਾਖ਼ਾਵਾਂ ਬਣਦੇ ਹਨ।

ਪੂਰਬੀ ਪੰਜਾਬ ਵਿਚ ਅਜਿਹੀਆਂ ਅਲਪਕਾਲਿਕ ਨਦੀਆਂ ਦੀ ਗਿਣਤੀ ਵੱਡੀ ਹੈ (ਔਸਤਨ ਇਕ ਨਦੀ ਪ੍ਰਤੀ ਇਕ ਕਿਲੋਮੀਟਰ ਦੀ ਦੂਰੀ)। ਪਰੰਤੂ ਚੰਡੀਗੜ੍ਹ ਨੇੜੇ ਦੱਖਣ ਤੋਂ ਉੱਤਰ ਵਿਚ ਦਰਿਆ ਰਾਵੀ ਤਕ ਮਹੱਤਵਪੂਰਣ ਅਜਿਹੀਆਂ ਅਲਪਕਾਲਿਕ ਨਦੀਆਂ ਦੇ ਇਹ ਨਾਂ ਹਨ—ਸੁਖਨਾ ਚੋਅ, ਚੋਏ ਨਦੀ, ਪਟਿਆਲਾ ਕੀ ਰਾਉ, ਜੈਂਤਾ ਦੇਵੀ ਕੀ ਰਾਉ, ਸਿਸਵਾਂ ਨਦੀ, ਬੁੱਦਕੀ ਨਦੀ, ਸੁਖ ਰਾਉ (ਖਰੜ ਅਤੇ ਰੋਪੜ ਤਹਿਸੀਲਾਂ ਵਿਚ) ; ਲੁਹੰਡ ਖੱਡ, ਦੌਦੂਵਾਲ ਖੱਡ, ਚਰਨਗੰਗਾ, ਦਾਤਾਵਾਲੀ ਖੱਡ, ਦੋਨਾਈ ਖੱਡ ਬਰਹੱਮਪੁਰ ਖੱਡ (ਸਤਲੁਜ ਤੋਂ ਪੂਰਬ ਵਿਚ ਆਨੰਦਪੁਰ ਸਾਹਿਬ ਅਤੇ ਹੁੰਮ ਖੱਡ (ਦਰਿਆ ਸਤਲੁਜ ਅਤੇ ਸੁਆਂ ਨਦੀ ਤੋਂ ਪੱਛਮ ਵੱਲ ਨੂਰਪੁਰ ਬੇਦੀ ਬਲਾਕ ਵਿਚ)।

ਸ਼.ਭ.ਸ. ਨਗਰ ਅਤੇ ਹੁਸ਼ਿਆਰਪੁਰ ਜ਼ਿਲ੍ਹਿਆਂ ਦੇ ਕੰਢੀ ਪ੍ਰਦੇਸ਼ ਦੇ ਦੱਖਣ ਤੋਂ ਉੱਤਰ ਵੱਲ ਮਹੱਤਵਪੂਰਣ ਚੋਅ ਅਤੇ ਖੱਡਾਂ ਇਹ ਹਨ—ਟੌਂਸਾ ਚੋਅ, ਕਾਠਗੜ੍ਹ-ਮਾਲੇਵਾਲ ਖੱਡ, ਬਲਾਚੌਰ ਖੱਡ, ਗੜ੍ਹੀ ਚੋਅ, ਚਣਕੋਈ ਖੱਡ, ਮਾਲੇਵਾਲ–ਨਾਨੋਵਾਲ ਖੱਡ, ਬਾਸੋ-ਰੌੜੀ ਖੱਡ, ਗੜ੍ਹਸ਼ੰਕਰ ਚੋਅ, ਸੈਲਾ ਚੋਅ, ਮਾਹਿਲਪੁਰ ਚੋਅ, ਰਾਜਨੀ ਚੋਅ, ਚੱਬੇਵਾਲ ਚੋਅ, ਚੱਗਰਾਂ-ਨੰਗਲ ਸ਼ਹੀਦਾਂ ਚੋਅ, ਭੰਗੀ ਚੋਅ, ਮੈਂਹਗਰੋਵਾਲ ਚੋਅ ਸਮੂਹ, ਹਰਿਆਣਾ ਚੋਅ, ਢੋਲਵਾਹਾ-ਜਨੌੜੀ ਚੋਅ, ਮਾਛੀਆਂ ਚੋਅ, ਗੋਂਦਪੁਰ ਚੋਅ, ਅਰਗੋਵਾਲ ਚੋਅ, ਗੰਗੀਆਂ ਚੋਅ, ਸੱਗਰਾਂ ਚੋਅ, ਦਸੂਹਾ ਚੋਅ, ਉੱਚੀ ਬਸੀ ਚੋਅ ਆਦਿ। ਇਨ੍ਹਾਂ ਚੋਆਂ ਅਤੇ ਖੱਡਾਂ ਅਤੇ ਉਨ੍ਹਾਂ ਰਾਹੀਂ ਵਿਛਾਏ ਰੇਤੇ ਨੇ ਹੁਸ਼ਿਆਰਪੁਰ ਜ਼ਿਲ੍ਹੇ ਵਿਚ 11793 ਹੈਕਟੇਅਰ ਅਤੇ ਸ.ਭ.ਸ. ਨਗਰ ਜ਼ਿਲ੍ਹੇ ਵਿਚ 3250 ਹੈਕਟੇਅਰ ਭੂਮੀ ਨੂੰ ਮੱਲਿਆ ਹੋਇਆ ਹੈ।

ਚੋਅ ਅਤੇ ਖੱਡਾਂ ਦੀ ਰਚਨਾ ਅਤੇ ਕੰਮ (FUNCTIONING AND STRUCTURE OF CHOES OR KHADS)

ਇਕ ਚੋਅ ਜਲ-ਨਿਖੇੜ (water shed) ਤੋਂ ਹੇਠ ਪੈਦਾ ਹੁੰਦਾ ਹੈ, ਇਕ ਤੰਗ ਵਹਿਣ ਰਾਹੀਂ ਇਹ ਪਹਾੜੀਆਂ ਤੋਂ ਬਾਹਰ ਆਉਂਦਾ ਹੈ ਅਤੇ ਮੈਦਾਨਾਂ ਵਿਚ ਦੇ ਆਪਣੇ ਰਸਤੇ ਦੌਰਾਨ ਇਹ ਚੌੜਾ ਹੁੰਦਾ ਜਾਂਦਾ ਹੈ ਅਤੇ ਅੰਤ ਵਿਚ ਇਹ ਕਈ ਸ਼ਾਖ਼ਾਵਾਂ ਦੇ ਰੂਪ ਵਿਚ ਖਿੱਲਰ ਜਾਂਦਾ ਹੈ। **ਉੱਚੇ ਪਹਾੜੀ ਭਾਗ** ਵਿਚ ਇਸਦਾ ਚੰਗੀ ਤਰ੍ਹਾਂ ਨਿਸ਼ਚਿਤ ਵਹਿਣ ਨਹੀਂ ਹੁੰਦਾ ਹੈ, **ਹੇਠਲੇ ਪਹਾੜੀ ਖੇਤਰ** ਵਿਚ ਇਸਦਾ ਵਹਿਣ ਕੁਝ ਨਿਸ਼ਚਤ ਹੋ ਜਾਂਦਾ ਹੈ ਅਤੇ **ਬਾਹਰੀ ਖੇਤਰ** ਵਿਚ ਚੋਅ ਦਾ ਵਹਿਣ ਅਤੇ ਮਾਰਗ ਪੂਰੀ ਤਰ੍ਹਾਂ ਨਿਸ਼ਚਤ ਹੋ ਜਾਂਦੇ ਹਨ। ਇਸ ਹੀ ਭਾਗ ਵਿਚ ਚੋਅ ਸਭ ਤੋਂ ਵੱਧ ਨੁਕਸਾਨ ਕਰਦਾ ਹੈ। ਇੱਥੇ ਇਹ ਅਪਰਦਨ ਵੀ ਕਰਦਾ ਹੈ ਅਤੇ ਰੇਤਾ ਵੀ ਨਿਖੇਪ ਕਰਦਾ ਹੈ। ਪੀ. ਜੇ. ਫਾਗਨ (P.J. Fagan) ਅਨੁਸਾਰ ਗਰਮ-ਖੁਸ਼ਕ ਰੁੱਤ ਵਿਚ ਦੱਖਣ-ਪੂਰਬੀ ਹਵਾ ਕਾਰਨ ਚੋਅ ਦੇ ਵਹਿਣ ਵਿਚ ਜਮ੍ਹਾਂ ਕੀਤਾ ਰੇਤਾ ਉਡ਼ ਕੇ ਉੱਤਰ-ਪੱਛਮ ਵਿੱਚ ਜਮ੍ਹਾਂ ਹੁੰਦਾ ਹੈ। ਇਸ ਜਮ੍ਹਾਂ ਹੋਏ ਰੇਤੇ ਦੀ ਰੁਕਾਵਟ ਕਾਰਨ ਆਉਣ ਵਾਲਾ ਹੜ੍ਹ ਦੱਖਣ ਵਲ ਹੋਵੇਗਾ ਅਤੇ ਇਸ ਕਾਰਨ ਚੋਅ ਆਮ ਕਰਕੇ ਦੱਖਣ ਵੱਲ ਜ਼ਿਆਦਾ ਖਿਸਕਦੇ ਅਤੇ ਨੁਕਸਾਨ ਕਰਦੇ ਹਨ।[1]

ਹਰ ਇਕ ਚੋਅ ਰੇਤੇ ਦਾ ਇਕ ਚੌੜਾ ਦਰਿਆ ਹੁੰਦਾ ਹੈ ਜਿਸਦਾ ਛਿਛਲਾ ਅਤੇ ਹਮੇਸ਼ਾ ਬਦਲਦਾ (ਖਿਸਕਦਾ) ਵਹਿਣ ਅਤੇ ਕਿਨਾਰੇ ਨੀਵੇਂ ਅਤੇ ਅਨਿਸ਼ਚਿਤ ਹੁੰਦੇ ਹਨ। ਚੋਅ ਜਾਂ ਖੱਡ ਦੇ ਵਹਿਣ ਵਿਚ ਨਿਖੇਪ ਖੁਰਦਰੀ ਬਣਤਰ ਦੇ ਹੁੰਦੇ ਹਨ ਜੋ ਮੁੱਖ ਤੌਰ ਤੇ ਰੇਤਾ ਅਤੇ ਕਈ ਥਾਈਂ ਪੱਥਰ ਅਤੇ ਗੀਟੇ ਮਿਲਿਆ ਰੇਤਾ ਹੁੰਦੇ ਹਨ। ਇਹ ਨਿਖੇਪ ਨਵੇਂ ਅਤੇ ਚੰਗੀ ਤਰ੍ਹਾਂ ਤਹਿਦਾਰ ਹੁੰਦੇ ਹਨ। ਚੋਅ ਦੇ ਕਿਨਾਰੇ ਢਿੱਲੇ ਰੇਤੇ ਦੇ ਬਣੇ ਹੁੰਦੇ ਹਨ ਅਤੇ ਕਿਸੇ ਵੀ ਹੜ੍ਹ ਕਾਰਨ ਨਾਲ ਲਗਦੀ ਖੇਤੀਯੋਗ ਭੂਮੀ ਦੇ ਹੜ੍ਹ ਜਾਣ ਦੀ ਸੰਭਾਵਨਾ ਹੁੰਦੀ ਹੈ। ਆਮ ਕਰਕੇ ਚੋਅ ਦੇ ਖੁਸ਼ਕ ਵਹਿਣ ਵਿਚ ਭਾਰੀ ਵਰਖਾ ਸਮੇਂ ਹੜ੍ਹ ਆ ਜਾਂਦੇ ਹਨ ਅਤੇ ਇਹ ਹੜ੍ਹ ਰੇਤੇ ਦੀ ਭਾਰੀ ਮਾਤਰਾ ਨਾਲ ਲੱਦਿਆ ਹੁੰਦਾ ਹੈ। ਹੇਠ ਵੱਲ ਮੈਦਾਨਾਂ ਵਿਚ ਇਹ ਚੋਅ ਤੇਜ਼ ਅਪਰਦਨ ਦੇ ਕਾਰਕ ਹੁੰਦੇ ਹਨ।

---

[1] Baden Powell (1879) "The Hoshiarpur Choes", Punjab Government.

ਇਨ੍ਹਾਂ ਚੋਆਂ ਅਤੇ ਖੱਡਾਂ ਵਿਚੋਂ ਬਹੁਤ ਸਾਰੇ ਅੱਜ ਕਲ੍ਹ ਕਿਨਾਰਿਆਂ ਨਾਲ ਬੰਨ੍ਹ ਬਣਾ ਕੇ, ਬੱਟਬੰਦੀ ਕਰਕੇ, ਉਨ੍ਹਾਂ ਵਿਚਕਾਰ ਰੁਕਾਵਟਾਂ ਅਤੇ ਚੈੱਕ ਡੈਮ ਬਣਾ ਕੇ ਅਤੇ ਕਈ ਚੋਆਂ ਨੂੰ ਇਕੱਠਾ ਕਰਕੇ, ਜਿਵੇਂ ਮੈਂਹਗਰੋਵਾਲ ਸਮੂਹ ਚੋਅ, ਸਥਿਰ ਅਤੇ ਨਹਿਰ ਰੂਪ ਵਿਚ ਬਣਾ ਦਿੱਤੇ ਗਏ ਹਨ। ਪੰਜਾਬ ਕੰਢੀ ਦੇ ਵੱਡੇ ਚੋਆਂ ਉੱਪਰ ਮਿੱਟੀ ਦੇ ਬੰਨ੍ਹ ਬਣਾਏ ਗਏ ਹਨ ਤਾਂ ਜੋ ਮਿੱਟੀ ਅਪਰਦਨ ਅਤੇ ਹੜ੍ਹਾਂ ਨੂੰ ਰੋਕਿਆ ਜਾ ਸਕੇ ਅਤੇ ਕਈਆਂ ਤੋਂ ਸਥਾਨਕ ਤੌਰ ਤੇ ਸਿੰਚਾਈ ਪ੍ਰਾਪਤ ਕੀਤੀ ਜਾਂਦੀ ਹੈ। ਫ਼ਲਸਰੂਪ ਕੰਢੀ ਪ੍ਰਦੇਸ਼ ਵਿਚੋਂ ਛੋਟੇ ਚੋਅ ਅਲੋਪ ਹੋ ਗਏ ਹਨ ਅਤੇ ਕੇਵਲ ਵੱਡੇ ਚੋਅ ਅਤੇ ਖੱਡਾਂ ਹੀ ਪਠਾਨਕੋਟ-ਹੁਸ਼ਿਆਰਪੁਰ-ਬਲਾਚੌਰ-ਰੋਪੜ-ਚੰਡੀਗੜ੍ਹ ਸੜਕ ਦੇ ਨਾਲ ਦੇਖੇ ਜਾ ਸਕਦੇ ਹਨ। ਇਸ ਸੜਕ ਉੱਤੇ ਦੇ ਵੱਖ-ਵੱਖ ਚੋਅ ਪੁਲ ਇਸ ਖੇਤਰ ਦੇ ਛੋਟੇ ਚੋਆਂ ਦੀ ਹੋਂਦ ਦੀ ਯਾਦ ਦੁਆਉਂਦੇ ਹਨ। ਪਰੰਤੂ ਕਦੇ-ਕਦਾਈਂ ਦੀ ਕਈ ਦਿਨ ਦੀ ਲਗਾਤਾਰ ਭਾਰੀ ਵਰਖਾ, ਜਿਵੇਂ ਕਿ ਸਿਤੰਬਰ 1988 ਵਿਚ ਹੋਇਆ ਸੀ, ਵੇਲੇ ਸਭ ਪੁਰਾਣੇ ਛੋਟੇ ਅਤੇ ਵੱਡੇ ਚੋਅ ਭੂਦ੍ਰਿਸ਼ ਉੱਤੇ ਉਜਾਗਰ ਹੋ ਕੇ ਆਪਣਾ ਅਸਲੀ ਕੰਮ (ਅਪਰਦਨ ਅਤੇ ਹੜ੍ਹ ਆਦਿ) ਸ਼ੁਰੂ ਕਰ ਦਿੰਦੇ ਹਨ।

ਦੂਸਰੇ ਚੋਅ ਅਤੇ ਨਾਲੇ (Other Choes and Nalas)—ਮਾਝਾ, ਦੋਆਬਾ ਅਤੇ ਮਾਲਵਾ ਦੇ ਮੈਦਾਨਾਂ ਵਿਚ ਮੁੱਖ ਤੌਰ ਤੇ ਵਰਖਾ ਰੁੱਤ ਵਿਚ ਸਥਾਨਕ ਅਤੇ ਖੇਤਰੀ ਧਰਾਤਲ, ਢਲਾਨ ਅਤੇ ਮਿੱਟੀਆਂ ਦੀ ਕਿਸਮ ਅਨੁਸਾਰ ਛੋਟੇ ਜਾਂ ਵੱਡੇ ਚੋਅ ਜਾਂ ਨਾਲੇ ਹੋਂਦ ਵਿਚ ਆ ਜਾਂਦੇ ਹਨ। ਅਜਿਹੇ ਬਣੇ ਚੋਅ, ਨਾਲੇ ਜਾਂ ਡਰੇਨਾਂ ਵਰਖਾ ਦੇ ਰੁੜ੍ਹਦੇ ਪਾਣੀ ਅਤੇ ਹੜ੍ਹ ਦੇ ਪਾਣੀ ਨੂੰ ਲਿਜਾਂਦੇ ਹਨ। ਮਾਝਾ (ਅੰਮ੍ਰਿਤਸਰ, ਗੁਰਦਾਸਪੁਰ ਤੇ ਤਰਨਤਾਰਨ ਜ਼ਿਲ੍ਹਿਆਂ) ਵਿਚ ਕਸੂਰ ਨਾਲਾ, ਪੱਟੀ ਨਾਲਾ ਅਤੇ ਹੁਡਿਆਰਾ (ਉਡਿਆਰਾ) ਨਾਲਾ ਮਹੱਤਵਪੂਰਣ ਹਨ। ਇਨ੍ਹਾਂ ਨਾਲਿਆਂ ਨੂੰ **ਰੋਹੀਆਂ** (rohis) ਵੀ ਕਿਹਾ ਜਾਂਦਾ ਹੈ। ਗੁਰਦਾਸਪੁਰ ਜ਼ਿਲ੍ਹੇ ਦੀ ਨਾਉਮੁਨੀ ਨਦੀ ਵੀ ਇਨ੍ਹਾਂ ਵਿਚ ਸ਼ਾਮਲ ਹੈ। ਇਹ ਦਰਿਆ ਰਾਵੀ ਦੀ ਸ਼ਾਖ਼ਾ ਜਾਂ ਚੈਨਲ ਮੰਨੀ ਜਾਂਦੀ ਹੈ।

ਮਾਲਵਾ ਪ੍ਰਦੇਸ਼ ਵਿਚ ਪਟਿਆਲਾ ਕੀ ਰਾਉ ਅਤੇ ਜੈਂਤਾ ਦੇਵੀ ਕੀ ਰਾਉ ਸੰਗਰੂਰ ਅਤੇ ਮਾਨਸਾ ਜ਼ਿਲ੍ਹਿਆਂ ਵਿਚ **ਸਰਹਿੰਦ ਚੋਆਂ ਅਤੇ ਸੁਨਾਮ ਵਾਲਾ** ਚੋਅ ਦੇ ਰੂਪ ਵਿਚ ਅੱਗੇ ਵਧਦੇ ਹਨ। ਮਾਲਵਾ ਦੇ ਦੱਖਣ-ਪੂਰਬੀ ਭਾਗਾਂ ਵਿੱਚ **ਝੰਬੋਵਾਲੀ ਚੋਈ** ਅਤੇ ਲਸਾੜਾ ਨਾਲਾ ਵੀ ਮਹੱਤਵਪੂਰਨ ਹਨ। ਲੁਧਿਆਣਾ ਜ਼ਿਲ੍ਹੇ ਵਿਚ ਦਰਿਆ ਸਤਲੁਜ ਦੇ ਪੁਰਾਣੇ ਵਹਿਣ ਵਿਚ ਵਗਦਾ ਬੁੱਢਾ ਨਾਲਾ (Budha Nala) ਮਹੱਤਵਪੂਰਨ ਹੈ। ਬੁਰੀ ਤਰ੍ਹਾਂ ਪ੍ਰਦੂਸ਼ਤ ਜਲ ਵਹਿਣ ਦੀ ਇਹ ਇਕ ਮਿਸਾਲ ਬਣ ਗਿਆ ਹੈ। ਫ਼ਰੀਦਕੋਟ, ਫਿਰੋਜ਼ਪੁਰ, ਮੋਗਾ ਅਤੇ ਮੁਕਤਸਰ ਜ਼ਿਲ੍ਹਿਆਂ ਵਿਚ ਡੰਡਾ ਨਾਲਾ, ਸੋਤਾ ਨਾਲਾ, ਸੁੱਖਰ ਨਾਲਾ ਅਤੇ ਮੋਗਾ ਨਾਲਾ ਮਸ਼ਹੂਰ ਚੋਅ ਜਾਂ ਨਾਲੇ ਹਨ। ਰੂਪਨਗਰ ਜ਼ਿਲ੍ਹੇ ਵਿਚ 10668 ਹੈਕਟੇਅਰ, ਪਟਿਆਲਾ ਜ਼ਿਲ੍ਹੇ ਵਿਚ 2838 ਹੈਕਟੇਅਰ ਅਤੇ ਸੰਗਰੂਰ ਜ਼ਿਲ੍ਹੇ ਵਿਚ 207 ਹੈਕਟੇਅਰ ਭੂਮੀ ਉੱਤੇ ਇਹ ਚੋਅ ਅਤੇ ਉਨ੍ਹਾਂ ਰਾਹੀਂ ਵਿਛਾਇਆ ਰੇਤਾ ਫੈਲਿਆ ਹੋਇਆ ਹੈ।

ਬਿਸਤ ਦੋਆਬ ਦੇ ਚੋਅ ਜਾਂ ਨਾਲੇ ਪਹਿਲਾਂ ਉੱਪਰ ਵਰਨਣ ਕੀਤੇ ਜਾ ਚੁੱਕੇ ਹਨ।

ਇਨ੍ਹਾਂ ਤੋਂ ਬਿਨਾਂ ਸਮੁੱਚੇ ਰਾਜ ਵਿਚ ਵਰਖਾ ਦੇ ਪਾਣੀ, ਹੜ੍ਹ ਦੇ ਪਾਣੀ, ਨਹਿਰਾਂ ਦੇ ਰਿਸਾਵ ਦਾ ਪਾਣੀ, ਸੇਮ ਖੇਤਰਾਂ ਦਾ ਪਾਣੀ (water-logged water) ਅਤੇ ਪਿੰਡਾਂ ਕਸਬਿਆਂ, ਸ਼ਹਿਰਾਂ ਤੇ ਕਾਰਖ਼ਾਨਿਆਂ ਆਦਿ ਦਾ ਪਾਣੀ ਲਿਜਾਉਣ ਲਈ ਅਨੇਕਾਂ ਕੁਦਰਤੀ ਜਾਂ ਆਦਮੀ ਰਾਹੀਂ ਬਣਾਏ ਗਏ ਨਾਲੇ ਜਾਂ ਡਰੇਨਾਂ ਮੌਜੂਦ ਹਨ।

ਉਦਯੋਗੀਕਰਨ, ਸ਼ਹਿਰੀਕਰਨ ਅਤੇ ਦੂਜੀ ਤੇਜ਼ੀ ਨਾਲ ਹੋ ਰਹੇ ਵਿਕਾਸ ਅਤੇ ਆਮ ਲੋਕਾਂ, ਪੰਚਾਇਤਾਂ, ਸ਼ਹਿਰ, ਕਮੇਟੀਆਂ ਅਤੇ ਸਰਕਾਰ ਦੇ ਵਿਭਿੰਨ ਵਿਭਾਗਾਂ ਦੀ ਲਾਪਰਵਾਹੀ ਕਾਰਨ ਪੰਜਾਬ ਦੇ ਲਗਭਗ ਸਭ ਦਰਿਆ, ਬੇਈਆਂ, ਨਾਲੇ, ਡਰੇਨਾਂ ਕਈ ਚੋਅ ਅਤੇ ਖੱਡਾਂ ਵੱਖ-ਵੱਖ ਸਤਰ ਦੇ ਪ੍ਰਦੂਸ਼ਣ ਨਾਲ ਗ੍ਰਸਤ ਹੋ ਗਏ ਹਨ। ਬੁੱਢਾ ਨਾਲਾ ਅਤੇ ਬੇਈਆਂ ਭਾਰੀ ਪ੍ਰਦੂਸ਼ਣ ਦੀਆਂ ਉਦਾਹਰਣਾਂ ਹਨ। ਇਨ੍ਹਾਂ ਕਾਰਨ ਸਮੁੱਚੀ ਮਨੁੱਖੀ ਸਿਹਤ ਉੱਤੇ ਬਹੁਤ ਮਾੜਾ ਅਸਰ ਪੈ ਰਿਹਾ ਹੈ। ਆਮ ਬੀਮਾਰੀਆਂ ਅਤੇ ਜਾਨ-ਲੇਵਾ ਬੀਮਾਰੀਆਂ ਜਿਵੇਂ ਕਿ ਕੈਂਸਰ, ਆਦਿ ਤੇਜ਼ੀ ਨਾਲ ਵੱਧ ਰਹੀਆਂ ਹਨ। ਇਹ ਦਰਿਆ, ਬੇਈਆਂ ਨਾਲੇ, ਨਦੀਆਂ ਆਦਿ ਸਾਡੇ ਲਈ ਪੀਣ ਵਾਲੇ ਪਾਣੀ, ਸਿੰਜਾਈ ਲਈ ਪਾਣੀ, ਸਾਫ਼ ਕਰਨ ਲਈ ਪਾਣੀ, ਆਦਿ ਦੇ ਮੁੱਖ ਸੋਮੇ ਹਨ ਜੋ ਪ੍ਰਦੂਸ਼ਤ ਹਨ। ਅਜਿਹੇ ਪ੍ਰਦੂਸ਼ਤ ਨਦੀਆਂ-ਨਾਲਿਆਂ, ਦਰਿਆਵਾਂ ਆਦਿ ਦੇ ਨੇੜੇ ਸਥਿਤ ਟਿਊਬਵੈਲਾਂ ਅਤੇ ਨਲਕਿਆਂ ਅਤੇ ਨਹਿਰਾਂ ਦਾ ਪਾਣੀ ਵੀ ਪ੍ਰਦੂਸ਼ਤ ਹੋ ਗਿਆ ਹੈ।

ਕੁੱਝ ਨਿਸ਼ਕਾਮ ਵਿਅਕਤੀ ਜਿਵੇ ਕਿ ਬਾਬਾ ਬਲਬੀਰ ਸਿੰਘ ਸੀਚੇਵਾਲ ਅਤੇ ਟਰੱਸਟ, ਐੱਨ. ਜੀ. ਚ ਆਦਿ ਆਪਣੇ ਤੌਰ ਤੇ ਇਨ੍ਹਾਂ ਪ੍ਰਦੂਸ਼ਤ ਨਦੀ-ਨਾਲਿਆਂ ਨੂੰ ਸਾਫ਼ ਕਰਨ ਦੇ ਸਰਾਹਨਾ ਯੋਗ ਕੰਮ ਵਿਚ ਲੱਗੇ ਹੋਏ ਹਨ। ਸਰਕਾਰ ਵੀ ਅਜਿਹੇ ਲੋਕਾਂ ਅਤੇ ਸੰਸਥਾਵਾਂ ਨੂੰ ਕੁਝ ਮਦਦ ਦੇ ਰਹੀ ਹੈ। ਬਾਬਾ ਸੀਚੇਵਾਲ ਅਤੇ ਉਨ੍ਹਾਂ ਦੇ ਸੇਵਕਾਂ ਰਾਹੀਂ ਪਵਿੱਤਰ ਕਾਲੀ ਬੇਈਂ ਨੂੰ ਸਾਫ਼ ਕਰਨ ਦੀ ਮੁਹਿੰਮ ਤੋਂ ਲੋਕ ਚੰਗੀ ਤਰ੍ਹਾਂ ਜਾਣੂ ਹਨ। ਬੁੱਢਾ ਨਾਲਾ ਅਤੇ ਹੋਰ ਨਦੀ-ਨਾਲਿਆਂ ਨੂੰ ਵੀ ਪ੍ਰਦੂਸ਼ਣ ਰਹਿਤ ਕਰਨ ਦੀ ਭਾਰੀ ਲੋੜ ਹੈ।

ਤਿੰਨ ਜਲ ਪ੍ਰਵਾਹ ਖੇਤਰ (THE THREE DRAINAGE REGIONS)

ਰਾਜ ਦੇ ਤਿੰਨ ਸਥਾਈ ਦਰਿਆਵਾਂ ਸਤਲੁਜ, ਬਿਆਸ ਅਤੇ ਰਾਵੀ ਅਤੇ ਘੱਗਰ ਨੇ ਪੰਜਾਬ ਨੂੰ ਤਿੰਨ ਕੁਦਰਤੀ ਅਤੇ ਸਭਿਆਚਾਰਕ ਖੇਤਰਾਂ ਮਾਝਾ, ਦੋਆਬਾ ਅਤੇ ਮਾਲਵਾ ਵਿੱਚ ਵੰਡ ਦਿੱਤਾ ਹੋਇਆ ਹੈ। ਹਰ ਇੱਕ ਖੇਤਰ ਦਾ ਆਪਣਾ ਅਲੱਗ ਜਲ ਪ੍ਰਵਾਹ ਤੰਤਰ ਹੈ। ਸਮੁੱਚੇ ਤੌਰ ਤੇ ਪੰਜਾਬ ਦੇ ਜਲ ਪ੍ਰਵਾਹ ਦਾ ਆਮ ਵਹਾ ਦੱਖਣ-ਪੱਛਮ ਵੱਲ ਹੈ। ਹਰ ਇਕ ਬਾਰੇ ਕੁੱਝ ਜਾਣਕਾਰੀ ਹੇਠਾਂ ਦਿੱਤੀ ਜਾਂਦੀ ਹੈ।

ਮਾਝਾ— ਮਾਝਾ ਜਾਂ ਅਪਰ ਬਾਰੀ ਦੋਆਬ ਵਿਚ ਸੀਮਾਂਤੀ ਦਰਿਆਵਾਂ ਰਾਵੀ ਅਤੇ ਬਿਆਸ ਤੋਂ ਬਿਨਾਂ ਛੋਟੇ ਦਰਿਆਵਾਂ ਦੀ ਘਾਟ ਹੈ। ਕੇਵਲ ਉਪਰਲੇ ਭਾਗ ਵਿੱਚ ਕਾਫ਼ੀ ਚੋਅ, ਖੱਡਾਂ ਜਾਂ ਬਰਸਾਤੀ ਨਦੀਆਂ ਹਨ, ਜੋ ਅਲਪਕਾਲਿਕ ਅਤੇ ਛੋਟੀਆਂ ਹਨ ਅਤੇ ਕੰਢੀ ਪ੍ਰਦੇਸ਼ ਵਿੱਚ ਦੱਖਣ-ਪੱਛਮ ਦਿਸ਼ਾ ਵਿੱਚ ਚਲਦੀਆਂ ਹਨ। ਇਨ੍ਹਾਂ ਦਾ ਜਲ **ਪ੍ਰਵਾਹ ਸਰੂਪ ਸਮਾਨ-ਅੰਤਰ** ਹੈ। ਪਹਾੜੀ ਭਾਗ ਵਿੱਚ ਇਹ **ਦਰਖ਼ਤ ਅਕਾਰੀ ਤੰਤਰ** ਬਣਾਉਂਦੀਆਂ ਹਨ। ਇਸ ਖੇਤਰ ਦੇ ਉਪਰਲੇ ਭਾਗ ਵਿੱਚ **ਚੱਕੀ ਖੱਡ** ਮਹੱਤਵਪੂਰਣ ਅਸਥਾਈ ਦਰਿਆ ਹੈ। ਇਹ ਦਰਿਆ ਬਿਆਸ ਦੀ ਸਹਾਇਕ ਨਦੀ ਹੈ। ਇਹ ਪਠਾਨਕੋਟ ਤਹਿਸੀਲ ਵਿੱਚ, ਪੰਜਾਬ-ਹਿਮਾਚਲ ਪ੍ਰਦੇਸ਼ ਸੀਮਾ ਬਣਾਉਂਦੀ ਹੋਈ ਦੱਖਣ-ਪੱਛਮ ਵੱਲ ਵਗਦੀ ਹੈ। ਇਹ ਉੱਤਰ ਵਲੋਂ ਦਰਿਆ ਬਿਆਸ ਵਿੱਚ ਮੀਰਥਲ ਨੇੜੇ ਮਿਲ ਜਾਂਦੀ ਹੈ। **ਸੱਕੀ ਕਿਰਨ ਨਾਲਾ** ਦਰਿਆ ਰਾਵੀ ਦੀ ਦੱਖਣੀ ਮਹੱਤਵਪੂਰਣ ਸਹਾਇਕ ਨਦੀ ਹੈ। ਇਹ ਦਰਿਆ ਰਾਵੀ ਦੇ ਸਮਾਨਅੰਤਰ ਦੱਖਣ ਵਿੱਚ ਉੱਤਰ-ਪੂਰਬ ਤੋਂ ਦੱਖਣ-ਪੂਰਬ ਵੱਲ ਵਹਿੰਦੀ ਹੈ। ਇਹ ਇੱਕ ਮੌਸਮੀ ਨਦੀ ਹੈ। ਰਣੀਆਂ ਨੇੜੇ ਇਹ ਦਰਿਆ ਰਾਵੀ ਵਿੱਚ ਮਿਲ ਜਾਂਦੀ ਹੈ। ਦਰਿਆ ਰਾਵੀ ਦੇ ਨੇੜੇ ਹੀ ਗੁਰਦਾਸਪੁਰ ਜ਼ਿਲ੍ਹੇ ਵਿਚ ਨਾਉਮਨੀ (Naumuni) ਨਦੀ ਪੱਛਮ ਵੱਲ ਵਹਿੰਦੀ ਹੈ। ਇਹ ਸ਼ਾਇਦ ਦਰਿਆ ਰਾਵੀ ਦਾ ਪੁਰਾਣਾ ਵਹਿਣ ਹੈ ਜੋ ਡੁਗਰੀ ਪਿੰਡ ਨੇੜੇ ਰਾਵੀ ਵਿਚ ਮਿਲ ਜਾਂਦੀ ਹੈ। ਨਕਸ਼ਾ ਨੰ: 16 ਨੂੰ ਦੇਖਣ ਤੋਂ ਪਤਾ ਲੱਗਦਾ ਹੈ ਕਿ ਮੱਧਵਰਤੀ ਅਤੇ ਦੱਖਣੀ ਅਪਰ ਬਾਰੀ ਦੋਆਬ ਵਿੱਚ ਸੱਕੀ ਕਿਰਨ ਨਾਲੇ ਤੋਂ ਬਿਨਾਂ ਕੋਈ ਵੀ ਹੋਰ ਵੱਡੀ ਨਦੀ, ਚੋਅ ਜਾਂ ਖੱਡ ਨਹੀਂ ਹੈ।

ਮਾਝਾ ਪ੍ਰਦੇਸ਼ ਦੇ ਮੱਧਵਰਤੀ ਅਤੇ ਪੂਰਬੀ ਭਾਗਾਂ ਵਿੱਚ ਤਿੰਨ **ਨਾਲੇ** ਜਾਂ **ਰੋਹੀਆਂ** ਵਗਦੇ ਹਨ। ਇਹ ਦੱਖਣ-ਪੱਛਮ ਦਿਸ਼ਾ ਵਲ ਵਗਦੇ ਹਨ। ਇਹ ਹਨ—**ਪੱਟੀ ਨਾਲਾ** (Patti Nala), ਜੋ ਗੁਰਦਾਸਪੁਰ ਜ਼ਿਲ੍ਹੇ ਵਿਚ **ਕਾਹਨੂਵਾਨ ਛੰਭ** ਵਿਚ ਸ਼ੁਰੂ ਹੁੰਦਾ ਹੈ ਅਤੇ ਕਾਦੀਆਂ ਦੇ ਕਸਬੇ ਅਤੇ ਰੰਘੜ ਨੰਗਲ ਪਿੰਡ ਕੋਲੋਂ ਦੀ ਵਗਦਾ ਹੈ। ਅੱਗੇ ਵਗ ਕੇ ਇਹ ਤਰਨਤਾਰਨ ਜ਼ਿਲ੍ਹੇ ਦੇ ਕਸਬੇ ਪੱਟੀ ਦੇ ਨੇੜਿਉਂ ਲੰਘਦਾ ਹੈ ਅਤੇ ਕੋਟ ਕਲਾਂ ਪਿੰਡ ਦੇ ਨੇੜੇ ਦਰਿਆ ਸਤਲੁਜ ਵਿਚ ਮਿਲ ਜਾਂਦਾ ਹੈ। **ਕਸੂਰ ਨਾਲਾ** ਗੁਰਦਾਸਪੁਰ ਦੇ ਸ਼ਹਿਰ ਕੋਲੋਂ ਸ਼ੁਰੂ ਹੁੰਦਾ ਹੈ ਅਤੇ ਇਹ ਬਟਾਲਾ, ਅੰਮ੍ਰਿਤਸਰ ਅਤੇ ਤਰਨਤਾਰਨ ਸ਼ਹਿਰਾਂ ਕੋਲੋਂ ਦੀ ਲੰਘਦਾ ਹੈ। ਫਿਰ ਇਹ ਮਸਤਗੜ੍ਹ ਪਿੰਡ ਦੇ ਨੇੜੇ ਪਾਕਿਸਤਾਨ ਦੀ ਹੱਦ ਵਿਚ ਦਾਖ਼ਲ ਹੁੰਦਾ ਹੈ ਅਤੇ ਕਸੂਰ (Kaur) ਕਸਬੇ (ਪਾਕਿਸਤਾਨ ਵਿਚ) ਦੇ ਨੇੜੇ ਬਿਆਸ ਦਰਿਆ ਦੇ ਪੁਰਾਣੇ ਵਹਿਣ ਵਿਚ ਮਿਲ ਜਾਂਦਾ ਹੈ। **ਹੁਡਿਆਰਾ ਜਾਂ ਉਡਿਆਰਾ** (Hudiara or Udiara Nala) ਨਾਲਾ ਮਾਝੇ ਦਾ ਤੀਸਰਾ ਨਾਲਾ ਹੈ ਜੋ ਬਟਾਲਾ ਦੇ ਸ਼ਹਿਰ ਨੇੜੇ ਜਨਮ ਲੈਂਦਾ ਹੈ ਤੇ ਮਜੀਠਾ ਅਤੇ ਅੰਮ੍ਰਿਤਸਰ ਸ਼ਹਿਰਾਂ ਦੇ ਕੋਲੋਂ ਦੀ ਵਗਦਾ ਹੈ ਅਤੇ ਅੰਤ ਵਿਚ ਪਾਕਿਸਤਾਨ ਦੇ ਲਹੌਰ ਸ਼ਹਿਰ ਤੋਂ ਲਗਭਗ 70 ਕਿਲੋਮੀਟਰ ਦੱਖਣ ਵੱਲ ਦਰਿਆ ਰਾਵੀ ਵਿਚ ਮਿਲ ਜਾਂਦਾ ਹੈ। ਇਸਦਾ ਨਾਂ ਹੁਡਿਆਰਾ ਪਿੰਡ ਤੋਂ ਲਿਆ ਗਿਆ ਹੈ, ਜਿਸਦੇ ਕੋਲੋਂ ਦੀ ਅੰਤ ਵਿਚ ਲੰਘ ਕੇ ਇਹ ਦਰਿਆ ਰਾਵੀ ਵਿਚ ਮਿਲ ਜਾਂਦਾ ਹੈ।

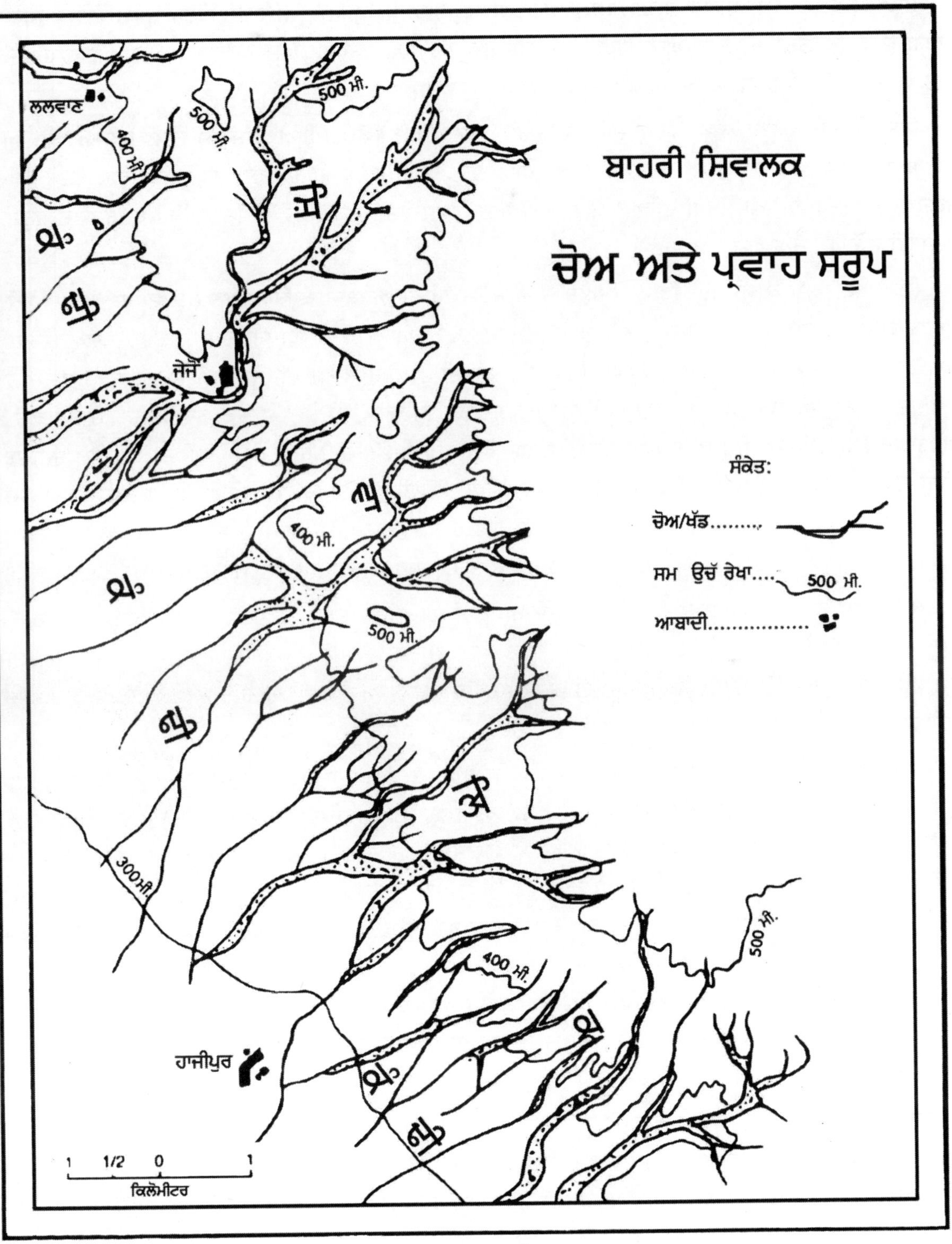
ਬਾਹਰੀ ਸ਼ਿਵਾਲਕ
ਚੋਅ ਅਤੇ ਪ੍ਰਵਾਹ ਸਰੂਪ
ਲਲਵਾਣ
500 ਮੀ.
400 ਮੀ.
ਜੇਜੋਂ
500 ਮੀ.
400 ਮੀ.
500 ਮੀ.
300 ਮੀ.
400 ਮੀ.
500 ਮੀ.
ਹਾਜੀਪੁਰ
ਸੰਕੇਤ:
ਚੋਅ/ਖੱਡ........
ਸਮ ਉਚੱ ਰੇਖਾ.... 500 ਮੀ.
ਆਬਾਦੀ.................
1 1/2 0 1
ਕਿਲੋਮੀਟਰ

ਨਕਸ਼ਾ ਨੰ: 17

ਮਾਝਾ ਪ੍ਰਦੇਸ਼ ਦਾ ਜਲ ਪ੍ਰਵਾਹ ਤੰਤਰ ਸਮਾਨ-ਅੰਤਰ ਸਰੂਪ (parallel pattern) ਦਾ ਹੈ। ਇਸ ਪ੍ਰਦੇਸ਼ ਦੇ ਸਭ ਜਲਪ੍ਰਵਾਹ ਮਾਰਗ ਜਿਵੇਂ ਕਿ ਨਦੀਆਂ, ਨਾਲੇ ਅਤੇ ਨਹਿਰਾਂ ਵੀ ਸੀਮਾਂਤੀ ਦਰਿਆਵਾਂ ਬਿਆਸ ਅਤੇ ਰਾਵੀ ਦੇ ਸਮਾਨ ਅੰਤਰ ਵਗਦੇ ਹਨ। ਇਹ ਆਪਸ ਵਿਚ ਵੀ ਸਮਾਨ ਅੰਤਰ ਸਰੂਪ ਵਿਚ ਹਨ (ਨਕਸ਼ਾ ਨੰ: 59)।

ਬਿਸਤ ਦੋਆਬ ਉੱਤਰ-ਪੱਛਮ ਵਿਚ ਦਰਿਆ ਬਿਆਸ ਅਤੇ ਦੱਖਣ ਵਿੱਚ ਦਰਿਆ ਸਤਲੁਜ ਨਾਲ ਘਿਰਿਆ ਹੋਇਆ ਹੈ। ਦਰਿਆ ਸਤਲੁਜ ਪ੍ਰਾਚੀਨ ਪੂਰਵ ਵਰਤੀ ਦਰਿਆ ਹੈ। ਇਨ੍ਹਾਂ ਦੋ ਸੀਮਾਂਤੀ ਦਰਿਆਵਾਂ ਤੋਂ ਬਿਨਾਂ ਇਸ ਖੇਤਰ ਵਿੱਚ ਦੋ ਮਹੱਤਵਪੂਰਣ ਅਸਥਾਈ ਜਾਂ ਮੌਸਮੀ ਦਰਿਆ ਚਿੱਟੀ ਬੇਈਂ ਅਤੇ ਕਾਲੀ ਬੇਈਂ ਹਨ। ਇਨ੍ਹਾਂ ਤੋਂ ਬਿਨਾਂ ਇਸ ਖੇਤਰ ਵਿੱਚ ਬਹੁਤ ਸਾਰੇ ਬਰਸਾਤੀ ਦਰਿਆ, ਚੋਅ ਅਤੇ ਖੱਡਾਂ ਹਨ।

ਚਿੱਟੀ ਬੇਈਂ ਅਤੇ ਕਾਲੀ ਬੇਈਂ ਬਿਸਤ ਦੋਆਬ ਦੇ ਦੋ ਮਹੱਤਵਪੂਰਣ ਅਸਥਾਈ ਦਰਿਆ ਹਨ (ਨਕਸ਼ਾ ਨੰ: 16)। **ਚਿੱਟੀ ਬੇਈਂ** ਦੋਆਬੇ ਦੇ ਮੱਧ ਵਿੱਚੋਂ ਪੂਰਬ ਤੋਂ ਪੱਛਮ ਵੱਲ ਵਗਦੀ ਹੈ। ਇਹ ਕਈ ਚੋਆਂ ਜਿਵੇਂ ਕਿ ਧਮਾਈ ਚੋਅ, ਗੜ੍ਹਸ਼ੰਕਰ ਚੋਅ, ਸੈਲਾ ਖੁਰਦ ਚੋਅ, ਨਰਿਆਲਾ ਚੋਅ ਆਦਿ ਦੇ ਮੈਦਾਨ ਵਿੱਚ ਮਿਲਣ ਤੋਂ ਬਣਦੀ ਹੈ। ਇਹ ਚੋਅ ਚਿੱਟੀ ਬੇਈਂ ਦੀ ਦੱਖਣੀ ਸ਼ਾਖਾ ਬਣਦੇ ਹਨ ਜੋ ਨਵਾਂ ਸ਼ਹਿਰ, ਹੁਸ਼ਿਆਰਪੁਰ ਅਤੇ ਕਪੂਰਥਲਾ ਜ਼ਿਲ੍ਹੇ ਦੀ ਫਗਵਾੜਾ ਤਹਿਸੀਲ ਦੀ ਹੱਦ ਦੇ ਨੇੜੇ ਨਵਾਂ ਸ਼ਹਿਰ ਜ਼ਿਲ੍ਹੇ ਵਿੱਚ ਨਵਾਂ ਸ਼ਹਿਰ ਕਸਬੇ ਅਤੇ ਮੋਰਾਂਵਾਲੀ ਪਿੰਡ ਦੇ ਕੋਲੋਂ ਉੱਤਰ-ਪੱਛਮ ਵੱਲ ਵਗਦੀ ਹੈ। ਚਿੱਟੀ ਬੇਈਂ ਦੀ ਉੱਤਰੀ ਸ਼ਾਖਾ ਨੰਗਲ ਸ਼ਹੀਦਾਂ ਅਤੇ ਦੂਸਰੇ ਚੋਆਂ ਦੇ ਮਿਲਣ ਤੋਂ ਬਣਦੀ ਹੈ। ਇਹ ਦੱਖਣ-ਪੱਛਮ ਵੱਲ ਵਗਦੀ ਹੋਈ ਚਹੇੜੂ ਨੇੜੇ ਦੱਖਣੀ ਸ਼ਾਖਾ ਨਾਲ ਜਾ ਮਿਲਦੀ ਹੈ। ਇਸ ਦੁਮੇਲ ਤੋਂ ਬਾਅਦ ਚਿੱਟੀ ਬੇਈਂ ਦੱਖਣ-ਪੱਛਮ ਵੱਲ ਵਹਿੰਦੀ ਹੋਈ ਦਰਿਆ ਸਤਲੁਜ ਦੇ ਸੱਜੇ ਕਿਨਾਰੇ ਵੱਲ ਗਿੱਦੜ ਪਿੰਡੀ ਨੇੜੇ ਇਸ ਵਿੱਚ ਮਿਲ ਜਾਂਦੀ ਹੈ। ਚਿੱਟੀ ਬੇਈਂ ਦਾ ਜਲ **ਪ੍ਰਵਾਹ ਤੰਤਰ ਦਰਖ਼ਤ ਰੂਪੀ** (dendritic pattern) ਹੈ।

ਕਾਲੀ ਬੇਈਂ ਦਰਿਆ ਬਿਆਸ ਦੇ ਨੇੜੇ ਅਤੇ ਇਸ ਦੇ ਸਮਾਨਅੰਤਰ ਦੱਖਣ-ਪੱਛਮ ਦਿਸ਼ਾ ਵਿੱਚ ਵਗਦੀ ਹੈ। ਇਹ ਹੁਸ਼ਿਆਰਪੁਰ ਜ਼ਿਲ੍ਹੇ ਦੀ ਦਸੂਹਾ ਤਹਿਸੀਲ ਦੇ ਉੱਤਰ-ਪੱਛਮੀ ਭਾਗਾਂ ਵਿੱਚੋਂ ਅਤੇ ਕਪੂਰਥਲਾ ਜ਼ਿਲ੍ਹੇ ਦੇ ਪੂਰਬੀ ਭਾਗਾਂ ਵਿਚੋਂ ਵਹਿੰਦੀ ਹੈ। ਇਸ ਦੀ ਖੱਬੇ ਪਾਸੇ ਦੀ ਸ਼ਾਖਾ ਮਹਿੰਗਰੋਵਾਲ ਚੋਅ ਸਮੂਹ ਤੋਂ ਬਣਦੀ ਹੈ। ਢੋਲਵਾਹਾ ਅਤੇ ਹਾਜੀਪੁਰ ਚੋਅ ਮੁੱਖ ਸ਼ਾਖਾ ਬਣਦੇ ਹਨ। ਕਾਲੀ ਬੇਈਂ ਹਰੀਕੇ ਮੰਡ ਖੇਤਰ ਵਿੱਚ ਸਤਲੁਜ ਦਰਿਆ ਵਿੱਚ ਉੱਤਰ ਵਲੋਂ ਆ ਮਿਲਦੀ ਹੈ।

ਚੋਅ—ਹੁਸ਼ਿਆਰਪੁਰ-ਨਵਾਂ ਸ਼ਹਿਰ (ਸ਼.ਭ.ਸ. ਨਗਰ) ਜ਼ਿਲ੍ਹਿਆਂ ਨੂੰ ਚੋਆਂ ਦੀ ਧਰਤੀ ਕਿਹਾ ਜਾਂਦਾ ਹੈ। ਬਿਸਤ ਦੋਆਬ ਦੇ ਇਸ ਖੇਤਰ ਵਿੱਚ ਬਹੁਤ ਗਿਣਤੀ ਵਿੱਚ ਅਲਪਕਾਲਿਕ ਨਦੀਆਂ ਜਿਨ੍ਹਾਂ ਨੂੰ ਚੋਅ ਕਿਹਾ ਜਾਂਦਾ ਹੈ, ਪਾਈਆਂ ਜਾਂਦੀਆਂ ਹਨ। ਇਹ ਚੋਅ ਜਾਂ ਖੱਡਾਂ ਪੰਜਾਬ ਦੇ ਇਸ ਖੇਤਰ ਦਾ ਵਿਸ਼ੇਸ਼ ਲੱਛਣ ਹੈ (ਨਕਸ਼ਾ ਨੰ: 16 ਅਤੇ 17)। ਪੰਜਾਬ ਦੇ ਇਸ ਕੰਢੀ ਪ੍ਰਦੇਸ਼ ਵਿੱਚ 130 ਕਿਲੋਮੀਟਰ ਦੇ ਫਾਸਲੇ ਵਿੱਚ ਲਗਭਗ ਇੱਕ ਸੌ ਛੋਟੇ ਵੱਡੇ ਚੋਅ-ਖੱਡਾਂ ਹਨ। ਇਹ ਸ਼ਿਵਾਲਕ ਦੀ ਕਤਰ ਧਾਰ ਅਤੇ ਦੂਜੀਆਂ ਸ਼੍ਰੇਣੀਆਂ ਵਿੱਚ ਪੈਦਾ ਹੁੰਦੇ ਹਨ ਅਤੇ ਦੱਖਣ-ਪੱਛਮ ਵੱਲ ਵਗਦੇ ਹਨ। ਕੰਢੀ ਅਤੇ ਹੇਠਲੇ ਮੈਦਾਨ ਵਿੱਚ ਇਨ੍ਹਾਂ ਦਾ **ਪ੍ਰਵਾਹ ਸਰੂਪ ਸਮਾਨਅੰਤਰ** (Parallel pattern) ਹੈ ਪਰੰਤੂ ਪਹਾੜੀ ਖੇਤਰ ਵਿੱਚ ਪਰਵਾਹ ਸਰੂਪ **ਦਰਖ਼ਤ ਰੂਪੀ** ਹੈ (ਨਕਸ਼ਾ ਨੰ: 16 ਅਤੇ 17)। ਇਹ ਚੋਅ ਕੰਢੀ ਵਿੱਚ ਸਮਾਨਅੰਤਰ ਰੂਪ ਵਿੱਚ ਖਿਲਰੇ ਹੋਏ ਹਨ ਅਤੇ ਪਠਾਨਕੋਟ-ਹੁਸ਼ਿਆਰਪੁਰ-ਗੜ੍ਹਸ਼ੰਕਰ-ਰੋਪੜ ਸੜਕ ਤੱਕ ਲਗਭਗ ਸਪੱਸ਼ਟ ਵਹਿਣਾਂ ਵਿੱਚ ਚਲਦੇ ਹਨ। ਇਸ ਤੋਂ ਅੱਗੇ ਇਹ ਪੱਧਰੇ ਜਲੋਢੀ ਮੈਦਾਨ ਵਿੱਚ ਖ਼ਤਮ ਹੋ ਜਾਂਦੇ ਹਨ ਜਾਂ ਚਿੱਟੀ ਬੇਈਂ ਅਤੇ ਕਾਲੀ ਬੇਈਂ ਵਿੱਚ ਮਿਲ ਜਾਂਦੇ ਹਨ।

ਇਨ੍ਹਾਂ ਚੋਆਂ ਵਿੱਚ ਕੇਵਲ ਵਰਖਾ ਵੇਲੇ ਪਾਣੀ ਹੁੰਦਾ ਹੈ। ਵੈਸੇ ਇਹ ਖੁਸ਼ਕ ਰਹਿੰਦੇ ਹਨ। ਇਸ ਲਈ ਇਹ ਤੇਜ਼ ਵਰਖਾ ਵੇਲੇ ਹੀ ਕਿਰਿਆਸ਼ੀਲ ਹੁੰਦੇ ਹਨ। ਹਰ ਇੱਕ ਚੋਅ ਜਾਂ ਖੱਡ ਰੇਤੇ ਦਾ ਇੱਕ ਚੌੜਾ ਦਰਿਆ ਹੁੰਦਾ ਹੈ, ਜਿਸਦਾ ਵਹਿਣ ਛਿਛਲਾ ਅਤੇ ਹਮੇਸ਼ਾ ਖਿਸਕਣਯੋਗ ਹੁੰਦਾ ਹੈ। ਕਿਨਾਰੇ ਨੀਵੇਂ ਅਤੇ ਅਨਿਸ਼ਚਤ ਹੁੰਦੇ ਹਨ। ਭਾਰੀ ਵਰਖਾ ਸਮੇਂ ਇਨ੍ਹਾਂ ਵਿੱਚ ਹੜ੍ਹ ਆ ਜਾਂਦਾ ਹੈ ਅਤੇ ਇਹ ਰੇਤੇ ਨਾਲ ਲੱਦੇ ਹੁੰਦੇ ਹਨ। ਹੇਠਾਂ ਮੈਦਾਨ ਵਿਚ ਇਹ ਤੇਜ਼ ਅਪਰਦਨ ਦੇ ਸ਼ਕਤੀਸ਼ਾਲੀ ਕਾਰਕ ਹੁੰਦੇ ਹਨ। ਪਹਾੜੀਆਂ ਤੋਂ ਕੁੱਝ ਕਿਲੋਮੀਟਰ ਹੇਠ ਤੱਕ ਇਨ੍ਹਾਂ ਦੇ ਵਹਿਣਾਂ ਵਿੱਚ ਪੱਥਰ ਅਤੇ ਗੀਟੇ ਵੀ ਹੁੰਦੇ ਹਨ ਪਰੰਤੂ ਅੱਗੇ ਸਿਰਫ਼ ਰੇਤਾ ਹੁੰਦਾ ਹੈ। ਹੁਸ਼ਿਆਰਪੁਰ

ਕੰਢੀ ਦਾ ਇਹ ਚੋਅ ਖੇਤਰ ਨਾਲਿਆਂ ਨਾਲ ਕਟੀ-ਫਟੀ ਪੁਲਿਨ ਵਰਗਾ ਹੈ। ਇਹ ਸੱਚੀ-ਮੁੱਚੀ ਇਕ ਵਿਸ਼ਾਲ "ਪੈਨ ਫੈਨ" (Pan Fan) ਹੈ। ਸਿਖਰ ਮੁਖੀ ਅਪਰਦਨ ਕਾਰਨ ਚੋਅ ਪਹਾੜੀਆਂ ਵਿੱਚ 3 ਤੋਂ 6.5 ਕਿਲੋਮੀਟਰ ਅੰਦਰ ਵੱਲ ਚਲੇ ਗਏ ਹਨ। ਤੇਜ਼ ਢਲਾਨ ਵਾਲੀ ਧਰਾਤਲ ਉੱਤੇ ਇਨ੍ਹਾਂ ਨੇ ਡੂੰਘੀਆਂ ਕਟਾਵਾਂ (Gullies and Trenches) ਬਣਾ ਕੇ ਧਰਾਤਲ ਨੂੰ ਉਤੱਖਾਤ ਸਥਲਾਕ੍ਰਿਤੀ (Badland topography) ਵਿੱਚ ਬਦਲ ਦਿੱਤਾ ਹੈ। ਮੰਦ ਢਲਾਨਾਂ ਉੱਤੇ ਇਹ ਅਨਿਸ਼ਚਤ ਵਹਿਣਾਂ ਵਿੱਚ ਵੰਡੇ ਜਾਂਦੇ ਹਨ। ਇਸ ਲਈ ਇਨ੍ਹਾਂ ਚੋਆਂ ਨੇ ਕੰਢੀ ਪ੍ਰਦੇਸ਼ ਨੂੰ ਬੁਰੀ ਤਰ੍ਹਾਂ ਨਾਲ ਕੱਟਿਆ-ਵੱਢਿਆ ਅਤੇ ਵਿਸ਼ਾਲ ਖੇਤਰ ਨੂੰ ਅਣਉਪਜਾਊ ਬਣਾ ਦਿੱਤਾ ਹੈ।

ਹੁਸ਼ਿਆਰਪੁਰ ਸ਼ਹਿਰ ਦੇ ਨੇੜੇ ਦੇ ਮੱਧਵਰਤੀ ਭਾਗ ਦੇ ਚੋਅ ਉੱਤਰੀ ਅਤੇ ਦੱਖਣੀ ਭਾਗ ਦੇ ਚੋਆਂ ਨਾਲੋਂ ਮੁਕਾਬਲਤਨ ਲੰਬੇ ਅਤੇ ਜ਼ਿਆਦਾ ਸਮਾਂ ਪਾਣੀ ਰਹਿਣ ਵਾਲੇ ਹਨ। ਬਣਾ ਅਤੇ ਟੌਂਸਾ ਚੋਅ, ਬਲਾਚੌਰ ਖੱਡ, ਗੜ੍ਹਸ਼ੰਕਰ ਚੋਅ, ਪੱਦੀ ਚੋਅ, ਨਰਿਆਲਾ ਚੋਅ, ਲਲਵਾਣ ਖੱਡ, ਬਾਹੋਵਾਲ ਚੋਅ, ਨੰਗਲ ਸ਼ਹੀਦਾਂ ਚੋਅ, ਭੰਗੀ ਚੋਅ, ਧੋਬੀ ਚੋਅ, ਹਰਿਆਣਾ ਚੋਅ, ਮਹਿੰਗਰੋਵਾਲ ਚੋਅ, ਢੋਲਵਾਹਾ ਚੋਅ, ਗੋਂਦਪੁਰ ਚੋਅ, ਅਰਗੋਵਾਲ ਚੋਅ, ਦਸੂਹਾ ਚੋਅ ਆਦਿ ਇਸ ਖੇਤਰ ਦੇ ਮਹੱਤਵਪੂਰਣ ਚੋਅ ਹਨ। ਇਨ੍ਹਾਂ ਚੋਆਂ ਦੇ ਨੁਕਸਾਨ ਤੋਂ ਬਚਣ, ਇਨ੍ਹਾਂ ਨੂੰ ਕਾਬੂ ਕਰਨ ਅਤੇ ਇਨ੍ਹਾਂ ਤੋਂ ਲਾਭ ਲੈਣ ਲਈ ਪੰਜਾਬ ਸਰਕਾਰ ਨੇ ਵਰਲਡ ਬੈਂਕ ਦੀ ਸਹਾਇਤਾ ਨਲਾ 1960 ਵਿਚ ਕੰਢੀ ਵਾਸਤੇ ਇਨਟੈੱਗਰੇਟਡ ਡੀਵੈਲਪਮੈਂਟ ਪ੍ਰੋਗਰਾਮ ਬਣਾਇਆ ਸੀ। ਇਸ ਅਧੀਨ ਵਿਭਿੰਨ ਚੋਆਂ ਉੱਤੇ ਬੰਨ੍ਹ ਉਸਾਰਨਾ ਇੱਕ ਪਹਿਲੂ ਸੀ। ਕੰਢੀ ਏਰੀਆ ਐਡਮਿਨਸਟਰੇਸ਼ਨ (Kandi Area Administration) ਨੇ ਚੋਆਂ ਦੇ ਵਹਾ ਨੂੰ ਰੋਕਣ ਲਈ 31 ਚੋਆਂ ਉੱਤੇ ਡੈਮ ਬਣਾਉਣ ਲਈ ਸਥਾਨ ਚੁਣੇ। ਪਹਿਲੇ ਫੇਜ਼ ਵਿੱਚ ਢੋਲਬਾਹਾ, ਜਨੌੜੀ ਅਤੇ ਮੈਲੀ (ਹੁਸ਼ਿਆਰਪੁਰ ਜ਼ਿਲ੍ਹੇ ਵਿੱਚ) ਦੇ ਡੈਮ ਪੂਰੇ ਕਰ ਲਏ ਗਏ ਹਨ। ਅਗਲੇ ਫੇਜ਼ (1990-91 ਤੋਂ 1996-97 ਤੱਕ) ਵਿੱਚ ਨੌਂ ਹੋਰ ਡੈਮ ਮੁਕੰਮਲ ਕਰਨ ਦਾ ਪ੍ਰੋਗਰਾਮ ਹੈ। ਇਨ੍ਹਾਂ ਵਿੱਚੋਂ ਚੋਹਾਲ, ਡਮਸਾਲ ਅਤੇ ਸਲੇਰਨ ਡੈਮ ਜ਼ਿਲ੍ਹਾ ਹੁਸ਼ਿਆਰਪੁਰ ਵਿੱਚ ਪੂਰੇ ਕਰ ਲਏ ਗਏ ਹਨ। ਇਨ੍ਹਾਂ ਨਾਲ ਹੜ੍ਹ ਰੁਕੇ ਹਨ, ਸਥਾਨਕ ਸਿੰਜਾਈ ਮਿਲੀ ਹੈ, ਭੂਮੀਗਤ ਜਲ ਵਿੱਚ ਵਾਧਾ ਹੋਇਆ ਹੈ ਅਤੇ ਜ਼ਮੀਨ ਦਾ ਸਮੁੱਚਾ ਵਿਕਾਸ ਹੋਇਆ ਹੈ।

ਮਾਲਵਾ ਖੇਤਰ ਉੱਤਰ ਵਿਚ ਸਤਲੁਜ ਦਰਿਆ ਅਤੇ ਦੱਖਣ ਵਿੱਚ ਘੱਗਰ ਦਰਿਆ ਵਿਚਕਾਰ ਸਥਿਤ ਹੈ। ਇਹ ਦੋਨੋਂ ਇਸ ਪ੍ਰਵਾਹ ਖੇਤਰ ਤੇ ਸੀਮਾਂਤੀ ਦਰਿਆ ਹਨ। ਮਾਲਵਾ ਦੇ ਪੂਰਬੀ ਭਾਗਾਂ, ਜਿਸ ਵਿੱਚ ਰੋਪੜ ਜ਼ਿਲ੍ਹੇ ਦੀਆਂ ਸ਼ਿਵਾਲਕ ਪਹਾੜੀਆਂ ਅਤੇ ਘਾੜ ਸ਼ਾਮਲ ਹਨ, ਵਿਚ ਦਰਮਿਆਨੀ ਵਰਖਾ ਹੁੰਦੀ ਹੈ ਪਰੰਤੂ ਪੱਛਮੀ ਭਾਗ ਅਰਧ-ਖੁਸ਼ਕ ਹਨ ਜਿੱਥੇ ਵਰਖਾ ਥੋੜ੍ਹੀ ਹੁੰਦੀ ਹੈ। ਇਸ ਕਾਰਨ ਇਸ ਪੱਛਮੀ ਭਾਗ ਜਿਸ ਵਿੱਚ ਸੰਗਰੂਰ, ਮਾਨਸਾ, ਬਠਿੰਡਾ ਜ਼ਿਲ੍ਹੇ ਅਤੇ ਫਰੀਦਕੋਟ, ਫਾਜ਼ਿਲਕਾ ਅਤੇ ਫਿਰੋਜ਼ਪੁਰ ਜ਼ਿਲ੍ਹਿਆਂ ਦੇ ਮੱਧ-ਦੱਖਣੀ ਭਾਗ ਸ਼ਾਮਲ ਹਨ, ਵਿਚ ਸਤਹੀ ਜਲ ਪ੍ਰਵਾਹ ਦੀ ਲਗਭਗ ਅਣਹੋਂਦ ਹੈ (ਨਕਸ਼ਾ ਨੰ: 16)। ਇੱਥੇ ਜੋ ਸਥਾਨਕ ਜਲ ਪ੍ਰਵਾਹ ਹੈ ਉਹ ਅੰਦਰੂਨੀ (Inland) ਹੈ। ਨਕਸ਼ੇ ਨੂੰ ਦੇਖਣ ਤੋਂ ਪਤਾ ਲੱਗਦਾ ਹੈ ਕਿ ਇਸ ਭਾਗ ਵਿੱਚ ਕੋਈ ਨਦੀ, ਨਾਲਾ ਜਾਂ ਚੋਅ ਨਹੀਂ ਹੈ।

ਪੂਰਬ ਵਿੱਚ ਰੋਪੜ ਜ਼ਿਲ੍ਹੇ ਦੇ ਘਾੜ ਪ੍ਰਦੇਸ਼ ਵਿੱਚ ਕਈ ਅਲਪਕਾਲਿਕ ਨਦੀਆਂ ਹਨ ਜੋ ਸ਼ਿਵਾਲਕ ਪਹਾੜੀਆਂ ਤੋਂ ਨਿਕਲ ਕੇ ਦੱਖਣ-ਪੱਛਮ ਵੱਲ ਵਗਦੀਆਂ ਹੋਈਆਂ ਮਾਲਵਾ ਦੇ ਮੈਦਾਨ ਵਿੱਚ ਵਿਲੀਨ ਹੋ ਜਾਂਦੀਆਂ ਹਨ। ਆਨੰਦਪੁਰ ਸਾਹਿਬ ਤਹਿਸੀਲ ਦੇ ਘਾੜ ਅਤੇ ਚੰਗਰ ਪ੍ਰਦੇਸ਼ਾਂ ਵਿੱਚ ਅਤੇ ਰੋਪੜ ਤਹਿਸੀਲ ਦੇ ਘਾੜ ਖੇਤਰ ਤੋਂ ਕਈ ਚੋਅ ਦਰਿਆ ਸਤਲੁਜ ਵਿੱਚ ਰੋਪੜ ਕਸਬੇ ਤੋਂ ਪੱਛਮ ਵੱਲ ਮਿਲਦੇ ਹਨ। ਜੈਂਤਾ ਦੇਵੀ ਕੀ ਰਾਉ ਅਤੇ **ਪਟਿਆਲਾ ਕੀ ਰਾਉ** ਨਦੀਆਂ ਦੱਖਣ-ਪੱਛਮ ਵੱਲ ਵਗਦੀਆਂ ਹਨ।

ਪਟਿਆਲਾ ਕੀ ਰਾਉ ਪਟਿਆਲਾ ਦਾ ਸ਼ਹਿਰ ਲੰਘ ਕੇ ਅੱਗੇ **ਪਟਿਆਲੇ ਵਾਲੀ ਚੋਈ** ਬਣ ਜਾਂਦੀ ਹੈ ਅਤੇ ਦਰਿਆ ਘੱਗਰ ਵਿਚ ਪਿੰਡ ਘਨੌਰਾ ਨੇੜੇ ਮਿਲ ਜਾਂਦੀ ਹੈ। ਜੈਂਤਾ ਦੇਵੀ ਕੀ ਰਾਉ ਰਾਸ਼ਟਰੀ ਮਾਰਗ ਨੰ: 1 (ਜੀ. ਟੀ. ਰੋਡ) ਪਹੁੰਚਣ ਤਕ ਮੈਦਾਨ ਵਿਚ ਖਿੱਲਰ ਜਾਂਦੀ ਹੈ ਅਤੇ **ਸਰਹਿੰਦ ਚੋਆ** ਦੇ ਨਾਂ ਨਾਲ ਅੱਗੇ ਵਗਦੀ ਹੈ ਜੋ ਹੋਰ ਅੱਗੇ ਜਾ ਕੇ ਸੁਨਾਮ ਚੋਅ ਦੇ ਨਾਂ ਨਾਲ ਜਾਣਿਆ ਜਾਂਦਾ ਹੈ। ਅੰਤ ਵਿਚ ਇਹ ਮਾਨਸਾ ਜ਼ਿਲ੍ਹੇ ਵਿਚ ਘੱਗਰ ਦਰਿਆ ਵਿਚ ਮਿਲ ਜਾਂਦਾ ਹੈ। **ਝੰਬੋਵਾਲੀ** ਚੋਈ ਪਟਿਆਲਾ ਜ਼ਿਲ੍ਹੇ ਵਿਚ,

ਬਠਿੰਡਾ ਅਤੇ ਮਾਨਸਾ ਜ਼ਿਲ੍ਹਿਆਂ ਵਿਚ ਲੁਸਾੜਾ ਨਾਲਾ, ਮੋਗਾ ਦੇ ਇਲਾਕੇ ਵਿਚ ਮੋਗਾ ਨਾਲਾ ਅਤੇ ਫ਼ਰੀਦਕੋਟ, ਮੁਕਤਸਰ ਅਤੇ ਫਿਰੋਜ਼ਪੁਰ ਜ਼ਿਲ੍ਹਿਆਂ ਵਿੱਚ ਸੁੱਖਰ ਨਾਲਾ, ਡੰਡਾ ਨਾਲਾ, ਅਤੇ ਸੋਤਾ ਨਾਲਾ ਮਾਲਵੇ ਦੀਆਂ ਹੋਰ ਮਹੱਤਵਪੂਰਣ ਉੱਪ-ਖੇਤਰੀ ਨਦੀਆਂ ਹਨ।

ਪੂਰਬੀ ਸ਼ਿਵਾਲਕ ਪਹਾੜੀ ਖੇਤਰ ਵਿਚ ਮਾਲਵਾ ਪ੍ਰਦੇਸ਼ ਦਾ ਜਲ ਤੰਤਰ ਸਰੂਪ **ਦਰਖ਼ਤ ਨੁਮਾ** (dendritic) ਹੈ। ਪਰੰਤੂ ਜ਼ਿਆਦਾਤਰ ਪ੍ਰਦੇਸ਼ (ਮੈਦਾਨ) ਵਿਚ ਜਲ ਪ੍ਰਵਾਹ ਦਾ ਸਰੂਪ ਮੋਟੇ ਤੌਰ ਤੇ ਸਮਾਨ ਅੰਤਰ (Parallel pattern) ਹੈ (ਨਕਸ਼ਾ ਨੰ: 16)।

ਪੰਜਾਬ ਦੇ ਬਿਲਕੁਲ ਦੱਖਣੀ ਭਾਗ ਦਾ ਮੁੱਖ ਦਰਿਆ **ਘੱਗਰ** ਹੈ। ਇਹ ਇਕ ਮੌਸਮੀ ਜਾਂ ਮਾਨਸੂਨੀ ਅਸਥਾਈ ਦਰਿਆ ਹੈ, ਜੋ ਚੰਡੀਗੜ੍ਹ ਦੇ ਨੇੜੇ ਸ਼ਿਵਾਲਕ ਪਹਾੜੀਆਂ ਵਿੱਚ ਪੈਦਾ ਹੁੰਦਾ ਹੈ। ਕਈ ਲੋਕਾਂ ਦਾ ਵਿਚਾਰ ਹੈ ਕਿ ਘੱਗਰ ਪੌਰਾਣਿਕ ਸਰਸਵਤੀ ਹੈ। ਇਹ ਪੰਜਾਬ ਅਤੇ ਹਰਿਆਣਾ ਦੀ ਸਰਹੱਦ ਦੇ ਨਾਲ-ਨਾਲ ਪਟਿਆਲਾ, ਸੰਗਰੂਰ ਅਤੇ ਮਾਨਸਾ ਜ਼ਿਲ੍ਹਿਆਂ ਦੇ ਦੱਖਣੀ ਭਾਗਾਂ ਵਿੱਚ ਪੱਛਮ ਵਲ ਵਗਦਾ ਹੈ। ਦਰਿਆ ਆਪਣੇ ਉੱਪਰਲੇ ਮਾਰਗ ਵਿੱਚ ਲਗਭਗ ਸਥਾਈ ਹੈ ਪਰੰਤੂ ਪਹਾੜੀਆਂ ਤੋਂ ਕੁੱਝ ਕਿਲੋਮੀਟਰ ਅੱਗੇ ਆ ਕੇ ਇਸ ਵਿੱਚ ਵਗਦਾ ਪਾਣੀ ਖ਼ਤਮ ਹੋ ਜਾਂਦਾ ਹੈ। ਬਰਸਾਤ ਰੁੱਤ ਵਿੱਚ ਦਰਿਆ ਵਿੱਚ ਕਾਫ਼ੀ ਪਾਣੀ ਹੁੰਦਾ ਹੈ ਅਤੇ ਇਹ ਰਾਜਸਥਾਨ ਵਿੱਚ ਹਨੂਮਾਨਗੜ੍ਹ ਤੱਕ ਵਗਦਾ ਹੈ। ਇਸ ਤੋਂ ਅੱਗੇ ਇਹ ਪਾਕਿਸਤਾਨ ਦੇ ਬਹਾਵਲਪੁਰ ਇਲਾਕੇ ਦੇ ਰੇਤ ਵਿੱਚ ਖ਼ਤਮ ਹੋ ਜਾਂਦਾ ਹੈ। ਦਰਿਆ ਵਿੱਚ ਹੜ੍ਹ ਵੀ ਆਉਂਦੇ ਹਨ ਅਤੇ ਇਸ ਨੇ ਆਪਣਾ ਹੜ੍ਹ ਦਾ ਮੈਦਾਨ ਵੀ ਬਣਾਇਆ ਹੋਇਆ ਹੈ। ਦਰਿਆ ਦੇ ਖੁਸ਼ਕ ਭਾਗ ਦਾ ਪਾਟ ਦੋ ਤੋਂ ਚਾਰ ਕਿਲੋਮੀਟਰ ਤੱਕ ਹੈ। ਇਸ ਤੋਂ ਪਤਾ ਲਗਦਾ ਹੈ ਕਿ ਪੁਰਾਣੇ ਸਮੇਂ ਵਿੱਚ ਘੱਗਰ ਇੱਕ ਵੱਡਾ ਸਥਾਈ ਦਰਿਆ ਸੀ ਜਿਸ ਦੀਆਂ ਕਈ ਸਹਾਇਕ ਨਦੀਆਂ, ਸ਼ਾਇਦ ਉੱਤਰ ਵਲੋਂ ਸਤਲੁਜ ਅਤੇ ਦੱਖਣ ਵਲੋਂ ਯਮੁਨਾ, ਇਸ ਵਿੱਚ ਭਾਰੀ ਮਾਤਰਾ ਵਿੱਚ ਪਾਣੀ ਲਿਆਂਦੀਆਂ ਸਨ। ਇਨ੍ਹਾਂ ਸਹਾਇਕ ਨਦੀਆਂ ਦੇ ਰੁਖ ਬਦਲ ਜਾਣ ਨਾਲ ਘੱਗਰ ਦਰਿਆ ਕਾਫ਼ੀ ਪਾਣੀ ਤੋਂ ਸੱਖਣਾ ਹੋ ਗਿਆ ਅਤੇ ਕੇਵਲ ਇੱਕ ਬਰਸਾਤੀ ਦਰਿਆ ਬਣ ਗਿਆ। ਘੱਗਰ ਵੀ ਵਲ ਵਲੇਵੇਂ ਪਾ ਕੇ ਚਲਦਾ ਹੈ ਅਤੇ ਪੁਰਾਣੇ ਸਮੇਂ ਵਿੱਚ ਆਪਣਾ ਮਾਰਗ ਬਦਲਦਾ ਰਿਹਾ ਹੈ।

ਪੰਜਾਬ ਦੇ ਜਲ ਪ੍ਰਵਾਹ ਦਾ ਵਿਕਾਸ (EVOLUTION OF THE DRAINAGE OF PUNJAB)

ਪੰਜਾਬ ਦਾ ਜਲ ਪ੍ਰਵਾਹ ਤੰਤਰ ਅਤੇ ਇਸ ਦਾ ਸਰੂਪ ਪ੍ਰਾਚੀਨ ਕਾਲ ਵਿਚ ਅੱਜ ਦੀ ਤਰ੍ਹਾਂ ਨਹੀਂ ਸੀ। ਭੂ-ਵਿਗਿਆਨ, ਪੁਰਾ ਵਿਗਿਆਨ, ਇਤਿਹਾਸ ਅਤੇ ਭੂਗੋਲ ਤੋਂ ਪ੍ਰਾਪਤ ਸਬੂਤ ਆਪਣੇ ਆਪ ਵਿੱਚ ਸਪੱਸ਼ਟ ਨਹੀਂ ਹਨ। ਇਹ ਕਈ ਹਾਲਤਾਂ ਵਿੱਚ ਸਵੈ-ਵਿਰੋਧੀ ਹਨ ਅਤੇ ਪੂਰਣ ਭਰੋਸੇਯੋਗ ਵੀ ਨਹੀਂ ਹਨ। ਇਸ ਕਾਰਨ ਪੰਜਾਬ ਦੇ ਜਲ ਪ੍ਰਵਾਹ ਦੇ ਵਿਕਾਸ ਬਾਰੇ ਇੱਕ ਸਪੱਸ਼ਟ ਵਿਆਖਿਆ ਜਾਂ ਵਿਚਾਰ ਪੇਸ਼ ਕਰਨਾ ਮੁਸ਼ਕਲ ਹੈ। ਇਸ ਖੇਤਰ ਦੇ ਜਲ ਪ੍ਰਵਾਹ ਦੀ ਮਿਥਿਹਾਸਕ ਉੱਤਪਤੀ ਬਾਰੇ ਡਾਕਟਰ ਜਵਾਲਾ ਪ੍ਰਸਾਦ ਸਿੰਘਲ ਪੁਸਤਕ "ਪੰਜਾਬ ਪਾਸਟ ਐਂਡ ਪਰੈਜ਼ੈਂਟ" ਦੇ ਪਹਿਲੇ ਅਧਿਆਇ "ਦਾ ਰਿਗ ਵੈਦਿਕ ਜਿਓਲੋਜੀ ਐਂਡ ਦਾ ਲੈਂਡ ਆਫ ਦਾ ਸਪਤ-ਸਿੰਧੂ" ਵਿਚ ਲਿਖਦੇ ਹਨ ਕਿ ਇੰਦਰ ਨੇ ਵਰਿਤਾ ਨੂੰ ਮਾਰ ਕੇ "ਪਰਬਤਾਂ ਦੀਆਂ ਤੇਜ਼ ਧਾਰਾਵਾਂ ਦੇ ਵਹਿਣਾਂ ਦੇ ਚੀਰਾਂ ਨੂੰ ਅਤੇ ਪਾਣੀਆਂ ਨੂੰ ਪਰਗਟ ਕੀਤਾ ਅਤੇ ਸਪਤ-ਸਿੰਧੂ ਜਾਂ ਸੱਤ ਦਰਿਆਵਾਂ ਨੂੰ ਸ਼ੁਰੂ ਕੀਤਾ।" ਅਜਿਹਾ ਰਿਗ ਵੇਦ ਦੇ ਸ਼ਲੋਕ ਨੰ: 32 ਅਨੁਸਾਰ ਹੈ। ਪਰੰਤੂ ਭੂ-ਵਿਗਿਆਨਕ ਅਤੇ ਭੂਗੋਲਿਕ ਦ੍ਰਿਸ਼ਟੀਕੋਣ ਤੋਂ ਇਹ ਘਟਨਾ ਸ਼ਾਇਦ ਹਿਮਾਲਾ ਬਣਨ ਦੀ ਹਲਚਲ ਜੋ ਟਰਸ਼ਰੀ ਸਮੇਂ ਵਿੱਚ ਵਾਪਰੀ ਸੀ, ਨਾਲ ਸੰਬੰਧਤ ਹੈ। ਉਸ ਸਮੇਂ ਹਿਮਾਲਾ ਪਰਬਤ ਉੱਚੇ ਉਠ ਰਹੇ ਸਨ, ਸਮੁੰਦਰ ਅਤੇ ਖਾੜੀਆਂ ਪਿੱਛੇ ਹਟ ਰਹੀਆਂ ਸਨ, ਨਵੀਆਂ ਧਰਤੀਆਂ ਪ੍ਰਗਟ ਹੋ ਰਹੀਆਂ ਸਨ ਅਤੇ ਨਵੀਂ ਢਲਾਨ ਅਨੁਸਾਰ ਜਲ ਪ੍ਰਵਾਹ ਸ਼ੁਰੂ ਹੋ ਜਾਂਦੇ ਸਨ।

ਉੱਤਰੀ ਭਾਰਤ ਦਾ ਜਲ ਪ੍ਰਵਾਹ ਤੰਤਰ ਪਲੀਸਟੋਸੀਨ ਸਮੇਂ ਤੋਂ ਪਹਿਲਾਂ ਦੇ ਵਿਸ਼ਾਲ ਦਰਿਆ, ਪਾਸਕੋ ਅਨੁਸਾਰ 'ਇੰਡੋ-ਬ੍ਰਹਮ' ਅਤੇ ਜਾਂ ਪਿਲਗਰਿਮ ਅਨੁਸਾਰ 'ਸ਼ਿਵਾਲਿਕ ਦਰਿਆ' ਤੋਂ ਵਿਕਸਤ ਹੋਇਆ ਮੰਨਿਆ ਜਾਂਦਾ ਹੈ। ਇਹ ਵਿਸ਼ਾਲ ਦਰਿਆ ਅੱਜ ਦੇ ਸ਼ਿਵਾਲਕ ਪਹਾੜਾਂ ਦੇ ਸਥਾਨ ਤੇ ਦੱਖਣ-ਪੂਰਬ (ਆਸਾਮ) ਤੋਂ ਉੱਤਰ-ਪੱਛਮ (ਕੈਸਪੀਅਨ ਖੇਤਰ ਵਲ) ਦਿਸ਼ਾ ਵਿੱਚ ਵਹਿੰਦਾ ਸੀ।

ਦਰਿਆ ਸਾਂਪੋ (ਤਿੱਬਤ ਵਿਚ ਬਰਹਮਪੁੱਤਰ ਦਾ ਨਾਂ), ਉਪਰਲਾ ਸਤਲੁਜ ਅਤੇ ਸਿੰਧ ਦਰਿਆ ਉਸ ਦੀ ਅੱਜ ਨੁਮਾਇੰਦਗੀ ਕਰਦੇ ਹਨ। ਇਹ ਮਹਾਨ ਦਰਿਆ ਆਪਣੀਆਂ ਖੱਬੇ ਹੱਥ ਦੀਆਂ ਸਹਾਇਕ ਨਦੀਆਂ ਆਦਿ ਸਤਲੁਜ (Proto Satluj), ਆਦਿ ਬ੍ਰਹਮਪੁੱਤਰ ਅਤੇ ਆਦਿ ਸਿੰਧ ਆਦਿ ਦੇ ਸਿਖਰ ਮੁਖੀ ਅਪਰਦਨ ਅਤੇ ਫਲਸਰੂਪ ਹੜੱਪ ਕਿਰਿਆ ਕਾਰਨ, ਟੁੱਟ ਗਿਆ। ਉੱਤਰ-ਪੱਛਮੀ ਭਾਰਤ ਵਿੱਚ ਸ਼ਿਵਾਲਕ ਸ਼੍ਰੇਣੀ ਬਣਨ ਦੀ ਕਿਰਿਆ ਤੋਂ ਬਾਅਦ ਦੀਆਂ ਹਲਚਲਾਂ ਕਾਰਨ ਇਹ ਦਰਿਆ ਤੰਤਰ ਭਾਗਾਂ ਵਿੱਚ ਵੰਡਿਆ ਗਿਆ। ਅੱਜ ਦੇ ਜਿਹਲਮ, ਚਿਨਾਬ, ਰਾਵੀ, ਬਿਆਸ ਅਤੇ ਸਤਲੁਜ ਦੇ ਪੰਜਾਬ ਵਿੱਚ ਦੇ ਭਾਗ ਸ਼ਿਵਾਲਕ ਸਿਸਟਮ ਦੀ ਅੰਤਮ ਅਵਸਥਾ ਦੇ ਉੱਥਾਨ ਤੋਂ ਬਾਅਦ ਅਤੇ ਦਰਿਆ ਸਿੰਧ ਦੇ ਗੰਗਾ ਤੋਂ ਅਲੱਗ ਹੋਣ ਦੇ ਨਤੀਜੇ ਦੇ ਰੂਪ ਵਿੱਚ ਹੋਂਦ ਵਿੱਚ ਆਏ ਸਨ। ਪੋਠੋਹਾਰ ਖੇਤਰ (ਹੁਣ ਪਾਕਿਸਤਾਨ ਵਿਚ) ਦਾ ਇਕ ਪਠਾਰ ਦੇ ਰੂਪ ਵਿਚ ਉੱਚਾ ਉੱਠਣਾ ਅਤੇ ਅੱਜ ਦੇ ਹਰਿਆਣਾ ਪ੍ਰਾਂਤ ਦੇ ਪੂਰਬੀ ਭਾਗ (ਸਿੰਧ-ਗੰਗਾ ਨਿਖੇੜ ਖੇਤਰ) ਦਾ ਉੱਥਾਨ ਬਹੁਤ ਸਾਰੇ ਕਾਰਨਾਂ ਵਿੱਚੋਂ ਦੋ ਮਹੱਤਵਪੂਰਣ ਕਾਰਨ ਹਨ ਜਿਨ੍ਹਾਂ ਨੇ ਉੱਤਰੀ-ਪੱਛਮੀ ਭਾਰਤ ਦੇ ਜਲ ਪ੍ਰਵਾਹ ਤੰਤਰ ਦੇ ਵਿਕਾਸ ਨੂੰ ਬਹੁਤ ਪ੍ਰਭਾਵਤ ਕੀਤਾ ਹੈ। ਇਹ ਸਾਰਾ ਖੇਲ੍ਹ ਪਲੀਸਟੋਸੀਨ ਯੁੱਗ ਵਿੱਚ ਘਟਿਆ। ਪੋਠੋਹਾਰ ਪਠਾਰ ਦੇ ਉੱਚੇ ਉਠਣ ਕਾਰਨ ਦੱਖਣੀ ਪੰਜਾਬ ਦੇ ਛੋਟੇ-ਛੋਟੇ ਦਰਿਆ, ਪੁਨਰ-ਜਵਾਨ (rejuvenated) ਹੋ ਗਏ। ਉੱਥਾਨ ਕਾਰਨ ਉਨ੍ਹਾਂ ਦਾ ਸਿਖਰ ਮੁਖੀ ਅਪਰਦਨ ਜ਼ਿਆਦਾ ਤੇਜ਼ ਹੋ ਗਿਆ, ਜਿਸ ਕਾਰਨ ਉਨ੍ਹਾਂ ਨੇ ਸ਼ਿਵਾਲਕ ਦਰਿਆ ਦੇ ਕੁੱਝ ਭਾਗ ਹੜੱਪ ਲਏ। ਅੰਤ ਵਿੱਚ ਪਹਾੜਾਂ ਤੋਂ ਉੱਤਰ ਦੀਆਂ ਜਵਾਨ ਅਤੇ ਤੇਜ਼ ਨਦੀਆਂ ਵਿੱਚ ਉਪਰਲੇ ਭਾਗਾਂ ਦੇ ਪਾਣੀ ਦੇ ਮਿਲ ਜਾਣ ਕਾਰਨ ਇਨ੍ਹਾਂ ਦਰਿਆਵਾਂ ਦੇ ਪਾਣੀ ਦਾ ਆਇਤਨ ਬਹੁਤ ਵਧ ਗਿਆ ਅਤੇ ਇਹ ਵੰਡ ਤੋਂ ਪਹਿਲਾਂ ਦੇ ਪੰਜਾਬ ਦੇ ਪੰਜ ਮਹੱਤਵਪੂਰਣ ਦਰਿਆ ਬਣ ਗਏ। ਇਨ੍ਹਾਂ ਦੇ ਸੋਮੇ ਬਰਫ਼ੀਲੇ ਹਿਮਾਲਾ ਵਿਚ ਹਨ।[1]

ਈਸਾ ਤੋਂ ਬਾਅਦ ਦੇ ਸਮੇਂ ਵਿੱਚ ਵੀ ਇਨ੍ਹਾਂ ਦਰਿਆਵਾਂ ਦੇ ਵਹਿਣਾਂ ਵਿਚ ਤਬਦੀਲੀ ਆਉਂਦੀ ਰਹੀ। ਵੀ. ਏ. ਸਮਿੱਥ ਲਿਖਦੇ ਹਨ, "ਸਮੁੱਚੀ ਸਿੰਧ ਦਰਿਆ ਪ੍ਰਣਾਲੀ ਦੋਨੋਂ ਪਹਾੜਾਂ ਅਤੇ ਮੈਦਾਨਾਂ ਵਿਚ ਭਾਰੀ ਤਬਦੀਲੀ ਦੇ ਪ੍ਰਭਾਵ ਵਿੱਚ ਰਹੀ ਹੈ।" ਉਪਰਲੇ ਪਹਾੜੀ ਭਾਗਾਂ ਵਿੱਚ ਤਬਦੀਲੀ ਦਾ ਕਾਰਨ ਭੂ-ਗਤੀਆਂ ਜਿਵੇਂ ਕਿ ਭੂਚਾਲ, ਉੱਥਾਨ, ਨਿਮਜਨ ਅਤੇ ਭੂ-ਖਿਸਕਾਣਾਂ ਮਹੱਤਵਪੂਰਣ ਸਨ। ਮੈਦਾਨੀ ਭਾਗਾਂ ਵਿੱਚ ਨਰਮ, ਜਲੋੜ, ਜਿਸ ਤੋਂ ਮੈਦਾਨ ਬਣੇ ਹੋਏ ਹਨ, ਵਿਚ ਤਬਦੀਲੀ ਇੱਕ ਕਾਰਨ ਹੈ। ਜਲਵਾਯੂ ਵਿਚ ਤਬਦੀਲੀ, ਉੱਥਾਨ ਅਤੇ ਨਿਮਜਨ ਦੂਜੇ ਮਹੱਤਵਪੂਰਣ ਕਾਰਨ ਹਨ। ਇਸ ਕਾਰਨ ਦਰਿਆਵਾਂ ਦੇ ਮਾਰਗਾਂ (ਵਹਿਣਾਂ) ਵਿੱਚ ਵੱਡੇ ਪੈਮਾਨੇ 'ਤੇ ਤਬਦੀਲੀਆਂ ਹੋਈਆਂ। ਪਹਿਲਾਂ ਦੇ ਕਈ ਦਰਿਆ ਖ਼ਤਮ ਹੋ ਗਏ ਜਿਵੇਂ ਕਿ ਸਿੰਧ ਵਿੱਚ ਵਗਣ ਵਾਲਾ ਹਕਰਾ (Hakra) ਦਰਿਆ। ਕਈ ਸ਼ਕਤੀਸ਼ਾਲੀ ਦਰਿਆ ਜਿਵੇਂ ਕਿ ਘੱਗਰ ਜਾਂ ਸਰਸਵਤੀ ਕਮਜ਼ੋਰ ਅਤੇ ਨਿਗੂਣੇ ਦਰਿਆ ਬਣ ਗਏ। ਦੋਨੋਂ ਸਿੰਧ ਅਤੇ ਗੰਗਾ ਦਰਿਆ ਪ੍ਰਣਾਲੀਆਂ ਵਿੱਚ ਦੁਮੇਲਾਂ (confluences) ਦੇ ਸਥਾਨ ਕਈ ਮੀਲਾਂ ਤੱਕ ਖਿਸਕ ਗਏ ਹਨ।[2]

ਸਤਲੁਜ ਨਾਲ ਸੰਬੰਧਿਤ ਨਦੀਆਂ ਦੇ ਸਰੂਪਾਂ ਵਿੱਚ ਇੱਕ ਤੋਂ ਜ਼ਿਆਦਾ ਵਾਰੀ ਪੂਰਣ ਤਬਦੀਲੀ ਆਈ ਹੈ। ਸਤਲੁਜ ਦਰਿਆ ਆਪ ਵੀ 140 ਕਿਲੋਮੀਟਰ ਚੌੜੇ ਵਹਿਣ ਵਿੱਚ ਅੱਗੇ-ਪਿੱਛੇ ਖਿਸਕਦਾ ਰਿਹਾ ਹੈ। ਰਿਗ ਵੇਦ ਦੇ ਸਮੇਂ ਅਤੇ ਸਿਕੰਦਰ ਮਹਾਨ ਦੇ ਸਮੇਂ ਵੀ ਸਤਲੁਜ ਦਰਿਆ ਸਿੰਧ ਦਰਿਆ ਦੀ ਸਹਾਇਕ ਨਦੀ ਨਹੀਂ ਸੀ, ਸਗੋਂ ਇਹ ਸੁਤੰਤਰ ਰੂਪ ਵਿੱਚ ਰਣ ਕੱਛ ਰਸਤੇ ਸਮੁੰਦਰ ਵਿਚ ਜਾ ਮਿਲਦਾ ਸੀ। ਇਸ ਤੋਂ ਵੀ ਪਹਿਲਾਂ ਸ਼ਾਇਦ ਇਹ ਘੱਗਰ ਦਰਿਆ ਦੀ ਸਹਾਇਕ ਨਦੀ ਸੀ। ਸਤਲੁਜ ਦਾ ਵਹਿਣ 1000 ਈਸਵੀ ਤੋਂ 1800 ਈਸਵੀ ਤੱਕ ਉੱਤਰ ਅਤੇ ਪੱਛਮ ਵੱਲ ਖਿਸਕਦਾ ਰਿਹਾ ਹੈ। ਇਕ ਸਮੇਂ ਇਹ ਦਰਿਆ ਪਟਿਆਲਾ ਸ਼ਹਿਰ ਦੇ ਕੋਲੋਂ ਦੀ ਵਗਦਾ ਸੀ। ਬਠਿੰਡੇ ਦਾ ਕਿਲ੍ਹਾ ਸਤਲੁਜ ਦਰਿਆ ਦੇ ਕੰਢੇ 'ਤੇ ਸੀ। ਫਿਰ ਇਹ ਲੁਧਿਆਣੇ, ਫਰੀਦਕੋਟ ਅਤੇ ਜ਼ੀਰੇ ਵੱਲ ਖਿਸਕ ਗਿਆ। ਲੁਧਿਆਣੇ ਦੇ ਕਿਲ੍ਹੇ ਦੇ ਨਾਲ ਵਗਦਾ ਬੁੱਢਾ ਨਾਲਾ ਦਰਿਆ ਸਤਲੁਜ ਦਾ ਛੱਡਿਆ ਹੋਇਆ ਵਹਿਣ ਹੈ। ਇਸ ਤੋਂ ਬਾਅਦ ਇਹ ਉੱਤਰ ਅਤੇ ਪੱਛਮ ਵਲ ਖਿਸਕਦਾ ਹੋਇਆ ਫਿਰੋਜ਼ਪੁਰ ਸ਼ਹਿਰ ਤੋਂ ਪਾਰ ਪਹੁੰਚ ਗਿਆ ਅਤੇ 1796 ਈਸਵੀ ਵਿਚ

[1] Wadia D.N. (1975) 'Geology of India.'

[2] Smith V.A. "Early History of India."

ਇਹ ਆਪਣੇ ਮੌਜੂਦਾ ਵਹਿਣ, ਜਿਸ ਵਿੱਚ ਇਸ ਦਾ ਦਰਿਆ ਬਿਆਸ ਨਾਲ ਦੁਮੇਲ ਹਰੀਕੇ ਪੱਤਣ ਦੇ ਨੇੜੇ ਹੋ ਗਿਆ, ਵਿੱਚ ਕਾਇਮ ਹੋ ਗਿਆ। 1800 ਈਸਵੀ ਤੋਂ ਬਾਅਦ ਦਰਿਆ ਸਤਲੁਜ ਦੇ ਵਹਿਣ ਵਿਚ ਕੋਈ ਮਹੱਤਵਪੂਰਣ ਤਬਦੀਲੀ ਨਹੀਂ ਹੋਈ ਹੈ।

ਦਰਿਆ ਬਿਆਸ ਵੀ ਪੁਰਾਣੇ ਸਮੇਂ ਵਿੱਚ ਦਰਿਆ ਸਤਲੁਜ ਅਤੇ ਰਾਵੀ ਵਿਚਕਾਰ ਅਲੱਗ ਦਰਿਆ ਸੀ ਜੋ ਸੁਤੰਤਰ ਰੂਪ ਵਿੱਚ ਦਿਪਾਲਪੁਰ (ਹੁਣ ਪਾਕਿਸਤਾਨ ਵਿੱਚ) ਕੋਲੋਂ ਵਗਦਾ ਹੋਇਆ ਚਿਨਾਬ ਅਤੇ ਜਿਹਲਮ ਦੇ ਰਲੇ ਮਿਲੇ ਪਾਣੀ ਚਿਨਾਬ ਵਿੱਚ ਮੁਲਤਾਨ ਤੋਂ 45 ਕਿਲੋਮੀਟਰ ਦੱਖਣ ਵਿੱਚ ਮਿਲਦਾ ਸੀ। ਪਰੰਤੂ ਅਠ੍ਹਾਰਵੀਂ ਸਦੀ ਦੇ ਅੰਤਮ ਦਹਾਕੇ ਵਿੱਚ ਇਸ ਦਾ ਦੁਮੇਲ ਦਰਿਆ ਸਤਲੁਜ ਨਾਲ ਹਰੀਕੇ ਪੱਤਣ ਦੇ ਸਥਾਨ 'ਤੇ ਹੋ ਗਿਆ।

ਪ੍ਰਾਚੀਨ ਸਮਿਆਂ ਵਿੱਚ ਘੱਗਰ ਇਕ ਵਿਸ਼ਾਲ ਦਰਿਆ ਸੀ ਜਿਸ ਨੂੰ ਸਰਸਵਤੀ ਵੀ ਕਹਿੰਦੇ ਸਨ। ਇਸ ਦਾ ਜ਼ਿਕਰ ਰਿਗਵੇਦ ਵਿੱਚ ਹੈ। ਉਸ ਸਮੇਂ ਦਰਿਆ ਘੱਗਰ ਮੌਜੂਦਾ ਰਾਜਸਥਾਨ ਅਤੇ ਸਿੰਧ ਵਿੱਚੋਂ ਦੀ ਹੁੰਦਾ ਹੋਇਆ ਸਮੁੰਦਰ ਵਿੱਚ ਮਿਲ ਜਾਂਦਾ ਸੀ। ਉਸ ਸਮੇਂ ਦਰਿਆ ਸਤਲੁਜ ਅਤੇ ਦਰਿਆ ਯਮੁਨਾ ਇਸ ਦੀਆਂ ਸਹਾਇਕ ਨਦੀਆਂ ਸਨ। ਇਹ ਦਰਿਆ ਘੱਗਰ ਵਿੱਚ ਅਥਾਹ ਪਾਣੀ ਲਿਆਉਂਦੀਆਂ ਸਨ ਜਿਸ ਕਾਰਨ ਦਰਿਆ ਘੱਗਰ ਇੱਕ ਚੌੜੇ ਪਾੜ ਵਾਲਾ ਵਿਸ਼ਾਲ ਸਥਾਈ ਦਰਿਆ ਸੀ। ਇਸ ਦਾ ਆਪਣਾ ਸੋਮਾ ਬਰਫੀਲੇ ਪਹਾੜਾਂ ਵਿੱਚ ਨਹੀਂ ਸੀ। ਭੂ-ਗਰਭਿਕ, ਭੌਤਕ੍ਰਿਤਕ ਅਤੇ ਜਲਵਾਯੂ ਤਬਦੀਲੀਆਂ ਕਾਰਨ ਦਰਿਆ ਸਤਲੁਜ ਉੱਤਰ ਅਤੇ ਪੱਛਮ ਵੱਲ ਅਤੇ ਦਰਿਆ ਯਮੁਨਾ ਦੱਖਣ-ਪੂਰਬ ਵੱਲ ਮੁੜ ਗਏ। ਇਸ ਨਾਲ ਦਰਿਆ ਘੱਗਰ ਪਾਣੀ ਦੇ ਭਾਰੀ ਸਰੋਤਾਂ ਤੋਂ ਵਾਂਝਿਆਂ ਹੋ ਗਿਆ ਅਤੇ ਇਹ ਛੋਟੇ ਅਸਥਾਈ ਦਰਿਆ ਵਿੱਚ ਬਦਲ ਗਿਆ। ਹੁਣ ਇਸ ਵਿੱਚ ਕੇਵਲ ਬਰਸਾਤ ਸਮੇਂ ਹੀ ਪਾਣੀ ਹੁੰਦਾ ਹੈ (ਨਕਸ਼ਾ ਨੰ: 1)।

ਅਭਿਆਸ (EXERCISE)

1. ਹੇਠ ਲਿਖਿਆਂ ਦੇ ਸੰਖੇਪ ਵਿਚ ਉੱਤਰ ਲਿਖੋ—

(1) ਪੰਜਾਬ ਵਿੱਚ ਕਿੰਨੇ ਪ੍ਰਕਾਰ ਦੇ ਦਰਿਆ ਹਨ ? ਹਰ ਇਕ ਲਈ ਇਕ-ਇਕ ਉਦਾਹਰਣ ਦਿਉ।

(2) ਪੰਜਾਬ ਦੇ ਜਲ ਪ੍ਰਵਾਹ ਦੀ ਆਮ ਦਿਸ਼ਾ ਕੀ ਹੈ ?

(3) ਪੰਜਾਬ ਦਾ ਪ੍ਰਾਚੀਨ ਦਰਿਆ ਕਿਹੜਾ ਹੈ ?

(4) ਦਰਿਆ ਸਤਲੁਜ ਅਤੇ ਬਿਆਸ ਦਾ ਮੇਲ ਕਿੱਥੇ ਹੁੰਦਾ ਹੈ ?

(5) ਪੰਜਾਬ ਦੇ ਬਿਲਕੁਲ ਦੱਖਣੀ ਭਾਗ ਵਿੱਚ ਕਿਹੜਾ ਦਰਿਆ ਵਗਦਾ ਹੈ ?

(6) ਪੰਜਾਬ ਦੇ ਦਰਿਆਵਾਂ ਦਾ ਵਿਕਾਸ ਕਿਸ ਬਹੁਤ ਪ੍ਰਾਚੀਨ ਦਰਿਆ ਤੋਂ ਹੋਇਆ ਮੰਨਿਆ ਜਾਂਦਾ ਹੈ ?

(7) ਪੰਜਾਬ ਦੇ ਚੋਆਂ ਦਾ ਜਲ ਪ੍ਰਵਾਹ ਸਰੂਪ ਕੀ ਹੈ ?

(8) ਇੱਕ ਚੋਅ ਦੀ ਪਰਿਭਾਸ਼ਾ ਲਿਖੋ।

(9) ਦਰਿਆਵਾਂ ਦੇ ਨਾਲ ਲੱਗਦੇ ਨੀਵੇਂ ਪੱਧਰੇ ਖੇਤਰ ਨੂੰ ਕੀ ਨਾਂ ਦਿੱਤਾ ਜਾਂਦਾ ਹੈ ?

(10) ਦਰਿਆ ਸਤਲੁਜ ਕਿਨ੍ਹਾਂ ਜ਼ਿਲ੍ਹਿਆਂ ਦੀ ਸਰਹੱਦ ਬਣਾਉਂਦਾ ਹੈ ?

(11) ਦਰਿਆ ਸਤਲੁਜ ਦੀਆਂ ਚਾਰ ਸੱਜੇ ਕੰਢੇ ਅਤੇ ਚਾਰ ਖੱਬੇ ਕੰਢੇ ਦੀਆਂ ਸਹਾਇਕ ਨਦੀਆਂ ਦੇ ਨਾਂ ਲਿਖੋ।

(12) ਪੰਜਾਬ ਵਿਚ ਦਰਿਆ ਬਿਆਸ ਦੀਆਂ ਕਿਹੜੀਆਂ ਸਹਾਇਕ ਨਦੀਆਂ ਹਨ ?

(13) ਸਿਕੰਦਰ ਦੇ ਹਮਲੇ ਸਮੇਂ ਪੰਜਾਬ ਦੇ ਦਰਿਆਵਾਂ ਦੀ ਕੀ ਸਥਿਤੀ ਸੀ ?

(14) ਸੱਕੀ ਕਿਰਨ ਨਾਲਾ ਕਿਸ ਦਰਿਆ ਦੀ ਸਹਾਇਕ ਨਦੀ ਹੈ ?

(15) ਮਾਲਵਾ ਪ੍ਰਦੇਸ਼ ਦਾ ਜਲ ਪ੍ਰਵਾਹ ਕਿਸ ਪ੍ਰਕਾਰ ਦਾ ਹੈ ?

2. ਬਿਸਤ ਦੋਆਬ ਜਾਂ ਮਾਲਵਾ ਪ੍ਰਦੇਸ਼ ਦੇ ਜਲ ਪ੍ਰਵਾਹ ਉੱਤੇ ਨਿਬੰਧ ਲਿਖੋ।
3. ਪੰਜਾਬ ਦੇ ਦਰਿਆਵਾਂ ਦੀ ਉੱਤਪਤੀ ਅਤੇ ਵਿਕਾਸ ਦਾ ਵਰਣਨ ਕਰੋ।
4. ਦਰਿਆ ਸਤਲੁਜ ਜਾਂ ਦਰਿਆ ਬਿਆਸ ਬਾਰੇ ਵਿਸਥਾਰ ਪੂਰਵਕ ਲਿਖੋ।
5. ਪੰਜਾਬ ਦੇ ਦਰਿਆਵਾਂ ਦੀ ਆਰਥਿਕ, ਰਾਜਨੀਤਕ ਅਤੇ ਸਭਿਆਚਾਰਕ ਮਹੱਤਤਾ ਬਾਰੇ ਲਿਖੋ।
6. ਪੰਜਾਬ ਦੇ ਸਪਾਟ ਜਲੌੜੀ ਮੈਦਾਨ ਦੇ ਵਿਸਥਾਰ, ਰਚਨਾ ਅਤੇ ਧਰਾਤਲ ਦਾ ਬਿਰਤਾਂਤ ਲਿਖੋ।

❍❍❍

Chapter

4

ਜਲਵਾਯੂ (CLIMATE)

ਲੰਬੇ ਸਮੇਂ ਉੱਤੇ ਪ੍ਰੇਖੇ (Observed) ਕਿਸੇ ਸਥਾਨ ਜਾਂ ਪ੍ਰਦੇਸ਼ ਦੇ ਔਸਤ ਮੌਸਮ (average weather) ਨੂੰ ਉਥੋਂ ਦਾ ਜਲਵਾਯੂ ਕਹਿੰਦੇ ਹਨ। ਪੰਜਾਬ ਭਾਰਤ ਦੇ ਉੱਤਰ-ਪੱਛਮੀ ਭਾਗ ਵਿਚ ਸਥਿਤ ਹੈ। ਮੋਟੇ ਤੌਰ 'ਤੇ ਪੰਜਾਬ ਦਾ ਜਲਵਾਯੂ ਮਹਾਂਦੀਪੀ ਮਾਨਸੂਨ (Continental Monsoon) ਕਿਸਮ ਦਾ ਹੈ। ਕੋਪਨ (Koeppen) ਦੇ ਜਲਵਾਯੂ ਵਰਗੀਕਰਣ ਅਨੁਸਾਰ ਪੰਜਾਬ ਸੀ. ਡਬਲਯੂ. ਜੀ. (Cwg) ਕਿਸਮ ਦੇ ਜਲਵਾਯੂ [ਕੋਸ਼ਣ ਸ਼ੀਤੋਸ਼ਣ (Warm temperate) ਮਾਨਸੂਨ ਜਲਵਾਯੂ ਜਿਸ ਵਿਚ ਸਰਦ ਰੁੱਤ ਖੁਸ਼ਕ ਹੈ] ਅਧੀਨ ਆਉਂਦਾ ਹੈ। ਥਾਰਨਥਵੇਟ (Thornthwaite) ਪੰਜਾਬ ਦੇ ਜ਼ਿਆਦਾਤਰ ਭਾਗ (ਮੱਧਵਰਤੀ) ਨੂੰ ਡੀ (D) ਕਿਸਮ ਦੇ ਜਲਵਾਯੂ (ਅਰਧ-ਖੁਸ਼ਕ) ਵਿਚ ਸ਼ਾਮਲ ਕਰਦਾ ਹੈ।

ਪੰਜਾਬ ਦੇ ਜਲਵਾਯੂ ਨੂੰ ਪ੍ਰਭਾਵਤ ਕਰਨ ਵਾਲੇ ਕਾਰਕ (FACTORS AFFECTING THE CLIMATE OF PUNJAB)

ਕਿਸੇ ਵੀ ਸਥਾਨ ਜਾਂ ਪ੍ਰਦੇਸ਼ ਦਾ ਜਲਵਾਯੂ ਕਈ ਪ੍ਰਕਾਰ ਦੇ ਕਾਰਕਾਂ ਦੇ ਸਾਂਝੇ ਪ੍ਰਭਾਵ ਉਪਰ ਨਿਰਭਰ ਕਰਦਾ ਹੈ। ਪੰਜਾਬ ਦੇ ਜਲਵਾਯੂ ਉੱਤੇ ਹੇਠ ਲਿਖੇ ਕਾਰਕ ਜ਼ਿਆਦਾ ਪ੍ਰਭਾਵ ਪਾਉਂਦੇ ਹਨ। ਇਹ ਕਾਰਕ ਸਮੁੱਚੇ ਅਤੇ ਵਿਆਪਕ ਹਨ (ਨਕਸ਼ਾ ਨੰ: 18)। ਸਥਾਨਕ ਜਲਵਾਯੂ (Local Climate) ਉੱਤੇ ਸਥਾਨਕ ਵਿਖੱਮਤਾਵਾਂ, ਭੌਤਿਕ ਅਤੇ ਸਭਿਆਚਾਰਕ ਲੱਛਣ, ਕਿਰਿਆਵਾਂ ਆਦਿ ਦਾ ਪ੍ਰਭਾਵ ਪੈਂਦਾ ਹੈ। ਇਹ ਆਮ ਕਰਕੇ ਘੱਟ ਮਹਿਸੂਸ ਕੀਤਾ ਜਾਂਦਾ ਹੈ।

1. ਹੇਠਲੇ ਮੱਧ-ਅਕਸ਼ਾਂਸ਼ੀ ਸਥਿਤੀ (Lower Middle Latitudes Location)—ਪੰਜਾਬ ਕਰਕ ਰੇਖਾ ਤੋਂ ਬਾਹਰ ਵਲ ਮੱਧ-ਅਕਸ਼ਾਂਸ਼ਾਂ (ਸਮਸ਼ੀਤ-ਉਸ਼ਣ ਖੰਡ) ਵਿਚ ਸਥਿਤ ਹੈ। ਪੰਜਾਬ ਦੀ ਸਥਿਤੀ ਕਰਕ ਰੇਖਾ ਦੇ ਜ਼ਿਆਦਾ ਨੇੜੇ (29°30′ N ਤੋਂ 32°32′N ਵਿਚਕਾਰ) ਹੈ। ਇਸ ਲਈ ਮੋਟੇ ਤੌਰ 'ਤੇ ਇਹ ਇਕ ਗਰਮ (hot) ਤੋਂ ਨਿੱਘਾ (Warm) ਪ੍ਰਦੇਸ਼ ਹੈ। ਜੂਨ ਮਹੀਨੇ ਦਾ ਔਸਤ ਤਾਪਮਾਨ 33° ਤੋਂ 35°C (ਗਰਮ) ਵਿਚਕਾਰ ਰਹਿੰਦਾ ਹੈ ਅਤੇ ਜਨਵਰੀ ਮਹੀਨੇ ਦਾ ਔਸਤ ਤਾਪਮਾਨ ਵੀ 12° ਤੋਂ 14° C (ਨਿੱਘਾ) ਦੇ ਲਗਭਗ ਰਹਿੰਦਾ ਹੈ। ਪੰਜਾਬ ਵਿਚ ਕੜਾਕੇ ਦੀ ਠੰਡ ਅਤੇ ਬਰਫ ਨਹੀਂ ਪੈਂਦੀ। ਹਾਂ, ਉੱਤਰੀ ਪੰਜਾਬ ਵਿਚ ਹੋਰ ਕਾਰਨਾਂ ਕਰਕੇ (ਜੋ ਅੱਗੇ ਦੱਸੇ ਗਏ ਹਨ) ਠੰਡ ਕੁਝ ਜ਼ਿਆਦਾ ਪੈਂਦੀ ਹੈ। ਬਿਲਕੁਲ ਉੱਤਰ ਵਿਚ ਸਥਿਤ ਪਠਾਨਕੋਟ ਦਾ ਜਨਵਰੀ ਦਾ ਔਸਤ ਤਾਪਮਾਨ 12°C ਹੁੰਦਾ ਹੈ (ਸਾਰਣੀ ਨੰ: 2 ਅਤੇ 4)।

ਪੰਜਾਬ ਦੀ ਮੱਧ ਅਕਸ਼ਾਂਸ਼ੀ ਸਥਿਤੀ ਕਾਰਨ ਸਰਦੀਆਂ ਦੀ ਰੁੱਤ ਨੂੰ ਇੱਥੇ ਪੱਛਮੀ ਪੌਣਾਂ (Westerlies) ਦਾ ਕੁੱਝ ਪ੍ਰਭਾਵ ਪੈਂਦਾ ਹੈ। ਇਸ ਦੇ ਫਲਸਰੂਪ ਇਥੇ ਸਰਦੀਆਂ ਦੀ ਰੁੱਤ ਨੂੰ ਕੁੱਝ ਚੱਕਰਵਾਤੀ ਵਰਖਾ ਹੁੰਦੀ ਹੈ।

2. ਸਮੁੰਦਰ ਤੋਂ ਜ਼ਿਆਦਾ ਦੂਰ ਅੰਦਰੂਨੀ ਸਥਿਤੀ (Interior Location at a great Distance from Sea)—ਪੰਜਾਬ ਸਮੁੰਦਰ ਤੋਂ ਕਾਫ਼ੀ ਦੂਰ ਅੰਦਰੂਨੀ ਸਥਿਤੀ ਵਿਚ ਹੈ। ਨੇੜੇ ਦਾ ਅਰਬ ਸਾਗਰ ਵੀ ਪੰਜਾਬ ਤੋਂ 1000 ਕਿਲੋਮੀਟਰ ਤੋਂ ਜ਼ਿਆਦਾ ਦੂਰ ਹੈ। ਪਾਣੀ ਹੋਣ ਕਾਰਨ ਸਮੁੰਦਰ ਦਾ ਪ੍ਰਭਾਵ ਜਲਵਾਯੂ ਨੂੰ ਸਮ (moderate) ਬਣਾਉਣ ਦਾ ਹੁੰਦਾ ਹੈ। ਸਮੁੰਦਰ ਦੀ ਨੇੜਤਾ ਅਤੇ ਫਲਸਰੂਪ ਪੈਦਾ ਹੋਈਆਂ ਜਲ ਅਤੇ ਥਲ ਸਮੀਰ (Sea and Land Breezes) ਕਾਰਨ ਦਿਨ ਅਤੇ ਗਰਮੀਆਂ ਘੱਟ ਗਰਮ ਅਤੇ ਰਾਤ ਅਤੇ ਸਰਦੀਆਂ ਘੱਟ ਠੰਡੀਆਂ ਹੁੰਦੀਆਂ ਹਨ। ਸਮੁੰਦਰ ਤੋਂ ਦੂਰੀ ਵਧਣ ਨਾਲ ਸਮੁੰਦਰ ਦਾ ਜਲਵਾਯੂ ਨੂੰ ਸਮ

ਕਰਨ ਦਾ ਪ੍ਰਭਾਵ ਘੱਟਦਾ ਜਾਂਦਾ ਹੈ। ਪੰਜਾਬ ਤਾਂ ਸਮੁੰਦਰ ਤੋਂ ਬਹੁਤ ਦੂਰ ਹੈ। ਇਸ ਕਾਰਨ ਇਥੇ ਸੱਥਲ ਦਾ ਪ੍ਰਭਾਵ ਪ੍ਰਮੁੱਖ ਹੁੰਦਾ ਹੈ। ਇਸ ਕਾਰਨ ਗਰਮੀਆਂ ਬਹੁਤ ਗਰਮ ਅਤੇ ਸਰਦੀਆਂ ਵੀ ਕਾਫੀ ਠੰਡੀਆਂ ਹੋ ਜਾਂਦੀਆਂ ਹਨ ਕਿਉਂਕਿ ਮਿੱਟੀ ਪਾਣੀ ਦੇ ਮੁਕਾਬਲੇ ਜਲਦੀ ਅਤੇ ਜ਼ਿਆਦਾ ਗਰਮ ਅਤੇ ਠੰਡੀ ਹੁੰਦੀ ਹੈ। ਇਹ ਅੱਤਤਾ (Extreme) ਦਾ ਪ੍ਰਭਾਵ ਹੈ ਜਿਸ ਨੂੰ **ਮਹਾਂਦੀਪੀਪਨ** (Continentality) ਕਿਹਾ ਜਾਂਦਾ ਹੈ। **ਇਸ ਲਈ ਪੰਜਾਬ ਦਾ ਜਲਵਾਯੂ ਅੱਤ ਵਾਲਾ** ਭਾਵ ਮਹਾਂਦੀਪੀ (Continental) ਹੈ। ਇਸ ਦੇ ਫਲਸਰੂਪ ਰੁੱਤ ਵਿੱਖਮਤਾ (seasonal contrast) ਪ੍ਰਮੁੱਖ ਹੈ। ਦੂਜੇ ਸ਼ਬਦਾਂ ਵਿਚ ਤਾਪ-ਅੰਤਰ (range of temperature) ਜ਼ਿਆਦਾ ਹੈ। ਲੁਧਿਆਣਾ ਅਤੇ ਅੰਮ੍ਰਿਤਸਰ ਲਈ ਔਸਤ ਸਾਲਾਨਾ ਤਾਪ-ਅੰਤਰ 21.1°C ਦੇ ਲਗਭਗ ਹੈ।

3. **ਮੌਨਸੂਨ ਪੌਣਾਂ (The Monsoons)**—ਸਮੁੱਚੇ ਭਾਰਤ ਵਿਚ ਜਲਵਾਯੂ ਉੱਤੇ ਮੌਨਸੂਨ ਪੌਣਾਂ ਦਾ ਵਰਖਾ ਅਤੇ ਤਾਪਮਾਨ ਦੀ ਵੰਡ ਅਤੇ ਸਰੂਪ ਉੱਤੇ ਕਾਫੀ ਪ੍ਰਭਾਵ ਪੈਂਦਾ ਹੈ। ਮੌਨਸੂਨ ਪੌਣਾਂ ਉਹ ਹਨ ਜੋ ਨਾਲ ਲਗਦੇ ਵੱਡੇ ਸੱਥਲ ਅਤੇ ਜਲ ਖੰਡਾਂ ਦੇ ਰੁੱਤ ਅਨੁਸਾਰ ਇਕ ਦੂਜੇ ਦੇ ਮੁਕਾਬਲੇ ਘੱਟ ਜਾਂ ਵੱਧ ਗਰਮ ਅਤੇ ਠੰਡੇ ਹੋਣ ਕਾਰਨ ਪੈਦਾ ਹੁੰਦੀਆਂ ਹਨ। ਗਰਮੀਆਂ ਨੂੰ ਇਹ ਸਮੁੰਦਰ ਤੋਂ ਸਥੱਲ ਵਲ ਚਲਦੀਆਂ ਹਨ ਅਤੇ ਵਰਖਾ ਕਰਦੀਆਂ ਹਨ ਅਤੇ ਸਰਦੀਆਂ ਨੂੰ ਇਹ ਸੱਥਲ ਤੋਂ ਸਮੁੰਦਰ ਵਲ ਚਲਦੀਆਂ ਹਨ ਅਤੇ ਇਸ ਲਈ ਆਮ ਕਰਕੇ ਵਰਖਾ ਨਹੀਂ ਕਰਦੀਆਂ ਹਨ। ਪੰਜਾਬ ਵਿੱਚ ਗਰਮੀ ਦੀਆਂ ਮੌਨਸੂਨ ਪੌਣਾਂ ਜੁਲਾਈ ਦੇ ਪਹਿਲੇ ਹਫਤੇ ਆ ਜਾਂਦੀਆਂ ਹਨ। **ਇਹ ਪੌਣਾਂ ਪੰਜਾਬ ਲਈ ਵਰਖਾ ਦਾ ਮੁੱਖ ਸੋਮਾ ਹਨ।** ਪੰਜਾਬ ਦੀ ਲਗਭਗ 70% ਵਰਖਾ ਗਰਮੀ ਦੀਆਂ ਮੌਨਸੂਨ ਪੌਣਾਂ ਤੋਂ ਪ੍ਰਾਪਤ ਹੁੰਦੀ ਹੈ (ਸਾਰਣੀ ਨੰ: 3)। ਇਨ੍ਹਾਂ ਦੇ ਆਉਣ ਨਾਲ ਹਵਾ ਦੀ ਖੁਸ਼ਕਤਾ ਖਤਮ ਹੋ ਜਾਂਦੀ ਹੈ ਅਤੇ ਸਾਪੇਖ ਸਿੱਲ੍ਹ 80 ਤੋਂ 100% ਤਕ ਪਹੁੰਚ ਜਾਂਦੀ ਹੈ। ਚਾਰੇ ਪਾਸੇ ਹਰਿਆਲੀ ਛਾ ਜਾਂਦੀ ਹੈ। ਮੌਨਸੂਨ ਪੌਣਾਂ ਦੀ ਵਿਸ਼ੇਸ਼ਤਾ ਕਾਰਨ ਇਹ **ਵਰਖਾ ਅਨਿਯਮਤ ਅਤੇ ਸਿੱਲ੍ਹੇ ਅਤੇ ਖੁਸ਼ਕ ਦੌਰਾਂ (Spells) ਦੇ ਰੂਪ ਵਿਚ ਹੁੰਦੀ ਹੈ।**

ਵਰਖਾ ਕਰਨ ਤੋਂ ਬਿਨਾਂ ਮੌਨਸੂਨ ਪੌਣਾਂ ਦੀ ਆਮਦ ਨਾਲ ਮਈ ਅਤੇ ਜੂਨ ਮਹੀਨਿਆਂ ਦੇ ਬਹੁਤ ਉੱਚੇ ਤਾਪਮਾਨ ਇਕ ਦਮ ਜੁਲਾਈ ਵਿਚ 5° ਤੋਂ 7°C ਤਕ ਘਟ ਜਾਂਦੇ ਹਨ।

4. **ਪਹਾੜਾਂ ਦੀ ਸਥਿਤੀ ਅਤੇ ਨੇੜਤਾ (Position and Mountains)**—ਪੰਜਾਬ ਭਾਵੇਂ ਜ਼ਿਆਦਾਤਰ ਮੈਦਾਨੀ ਹੈ ਪਰੰਤੂ ਇਹ ਪੂਰਬ ਅਤੇ ਉੱਤਰ ਵਲ ਸ਼ਿਵਾਲਕ ਅਤੇ ਦੂਜੀਆਂ ਹਿਮਾਲਾ ਲੜੀਆਂ (Pir Panjal and Dhauladhar Ranges) ਨਾਲ ਘਿਰਿਆ ਹੋਇਆ ਹੈ। ਸ਼ਿਵਾਲਕ ਅਤੇ ਦੂਜੀਆਂ ਹਿਮਾਲਾ ਲੜੀਆਂ ਇਕ ਰੁਕਾਵਟ ਬਣ ਕੇ ਮੌਨਸੂਨ ਪੌਣਾਂ ਤੋਂ ਵਰਖਾ ਪ੍ਰਾਪਤ ਕਰਨ ਵਿਚ ਸਹਾਈ ਹੁੰਦੀਆਂ ਹਨ। ਪਹਾੜਾਂ ਦੀ ਨੇੜਤਾ ਕਾਰਨ ਪੰਜਾਬ ਦੇ ਪੂਰਬੀ ਜ਼ਿਲ੍ਹਿਆਂ, ਪਠਾਨਕੋਟ, ਗੁਰਦਾਸਪੁਰ, ਹੁਸ਼ਿਆਰਪੁਰ, ਸ਼.ਭ.ਸ. ਨਗਰ ਅਤੇ ਰੂਪਨਗਰ ਵਿਚ ਵਰਖਾ ਜ਼ਿਆਦਾ ਹੁੰਦੀ ਹੈ। ਸ਼ਿਵਾਲਕ ਪਹਾੜਾਂ ਤੋਂ ਦੂਰੀ ਦੇ ਵਧਣ ਨਾਲ ਦੱਖਣ-ਪੱਛਮ ਵਲ ਵਰਖਾ ਦੀ ਮਾਤਰਾ ਘਟਦੀ ਜਾਂਦੀ ਹੈ (ਨਕਸ਼ਾ ਨੰ: 20)। ਪਹਾੜਾਂ ਨਾਲ ਉੱਤਰ-ਪੂਰਬ ਅਤੇ ਉੱਤਰ ਵਲ ਘਿਰੇ ਹੋਣ ਦੀ ਸਥਿਤੀ ਕਾਰਨ ਪੰਜਾਬ ਵਿਚ ਮੌਨਸੂਨ ਪੌਣਾਂ ਦੀਆਂ ਅਰਬ ਸਾਗਰ ਅਤੇ ਖਾੜੀ ਬੰਗਾਲ ਦੀਆਂ ਸ਼ਾਖਾਵਾਂ ਮਿਲ ਜਾਂਦੀਆਂ ਹਨ। ਇਸ ਕਾਰਨ ਪੰਜਾਬ ਦੇ ਪੂਰਬੀ ਭਾਗਾਂ ਵਿਚ ਆਮ ਨਾਲੋਂ ਜ਼ਿਆਦਾ ਵਰਖਾ ਹੁੰਦੀ ਹੈ (ਨਕਸ਼ਾ ਨੰ: 18)।

ਪਹਾੜਾਂ ਦੀ ਨੇੜਤਾ ਕਾਰਨ ਪੂਰਬੀ ਜ਼ਿਲ੍ਹਿਆਂ ਵਿਚ ਸਰਦੀ ਕੁਝ ਜ਼ਿਆਦਾ ਹੁੰਦੀ ਹੈ। ਸਰਦੀਆਂ ਨੂੰ ਨੇੜੇ ਦੀਆਂ ਹਿਮਾਲਾ ਲੜੀਆਂ ਪੀਰ ਪੰਜਾਲ ਅਤੇ ਧੌਲਾਧਾਰ ਜੋ ਬਰਫ ਨਾਲ ਕੱਜੀਆਂ ਹੁੰਦੀਆਂ ਹਨ, ਠੰਡੀਆਂ, ਖੁਸ਼ਕ ਅਤੇ ਭਾਰੀਆਂ ਵਾਯੂ ਰਾਸ਼ੀਆਂ (air masses) ਦਾ ਸੋਮਾ ਬਣ ਜਾਂਦੀਆਂ ਹਨ। ਜਨਵਰੀ ਅਤੇ ਫਰਵਰੀ ਮਹੀਨਿਆਂ ਵਿਚ ਵਿਸ਼ੇਸ਼ ਕਰਕੇ ਠੰਡੀਆਂ ਖੁਸ਼ਕ ਅਤੇ ਭਾਰੀਆਂ ਹਵਾਵਾਂ ਇਨ੍ਹਾਂ ਲੜੀਆਂ ਤੋਂ ਪੰਜਾਬ ਦੇ ਤਲਹੱਟੀ ਜ਼ਿਲ੍ਹਿਆਂ ਵਲ ਉੱਤਰਦੀਆਂ ਹਨ। ਇਸ ਕਾਰਨ ਇਨ੍ਹਾਂ ਦਿਨਾਂ ਵਿਚ ਉੱਤਰ-ਪੂਰਬੀ ਪੰਜਾਬ ਵਿਚ ਵਿਸ਼ੇਸ਼ ਕਰਕੇ ਠੰਡੀਆਂ ਅਤੇ ਖੁਸ਼ਕ ਉੱਤਰ-ਪੱਛਮੀ ਹਵਾਵਾਂ ਚਲਦੀਆਂ ਹਨ। ਇਸ ਕਾਰਨ ਇਨ੍ਹਾਂ ਜ਼ਿਲ੍ਹਿਆਂ ਵਿਚ ਜਨਵਰੀ ਅਤੇ ਫਰਵਰੀ ਦੇ ਮਹੀਨਿਆਂ ਨੂੰ ਤਾਪਮਾਨ ਆਮ ਕਰਕੇ ਕਾਫੀ ਘਟ ਜਾਂਦੇ ਹਨ। ਜ਼ਿਆਦਾ ਠੰਡੀਆਂ ਹਵਾਵਾਂ ਦੇ ਉਤਰਨ ਨਾਲ ਸੱਤਹ ਦੇ ਤਾਪਮਾਨ ਕਈ ਵਾਰ ਦਰਜਾ ਜਮਾਓ ਤੋਂ ਵੀ ਹੇਠਾਂ ਚਲੇ ਜਾਂਦੇ ਹਨ ਅਤੇ ਇਸ ਖੇਤਰ ਵਿਚ ਸਥਿਤ ਨਿਰੀਖਣ ਸ਼ਾਲਾਵਾਂ (Observations) ਵਾਲੇ ਸਥਾਨਾਂ ਅੰਮ੍ਰਿਤਸਰ ਅਤੇ ਆਦਮਪੁਰ ਵਿਚ ਸਭ ਤੋਂ ਨੀਵੇਂ ਤਾਪਮਾਨ ਰੀਕਾਰਡ ਕੀਤੇ ਜਾਂਦੇ ਹਨ।

ਪੱਛਮ ਵਲ ਦੀਆਂ ਪਹਾੜੀ ਲੜੀਆਂ (ਸੁਲੇਮਾਨ ਆਦਿ) ਨੀਵੀਆਂ ਹਨ। ਇਸ ਕਾਰਨ ਸਰਦੀਆਂ ਨੂੰ ਪੱਛਮ ਵਲੋਂ ਚੱਕਰਵਾਤ (Cyclones) ਬੇ ਰੋਕ-ਟੋਕ ਪੰਜਾਬ ਤਕ ਆ ਜਾਂਦੇ ਹਨ, ਜਿਨ੍ਹਾਂ ਤੋਂ ਸਰਦੀਆਂ (ਦਸੰਬਰ ਤੋਂ ਮਾਰਚ) ਨੂੰ ਪੰਜਾਬ ਵਿਚ ਬੱਦਲਵਾਈ ਅਤੇ ਵਰਖਾ ਹੁੰਦੀ ਹੈ। ਇਹ ਵਰਖਾ ਭਾਵੇਂ ਘੱਟ ਹੁੰਦੀ ਹੈ ਪਰੰਤੂ ਇਹ ਸਾਰੇ ਪੰਜਾਬ ਵਿੱਚ ਹੁੰਦੀ ਹੈ ਅਤੇ ਹਾੜ੍ਹੀ ਦੀਆਂ ਫਸਲਾਂ, ਵਿਸ਼ੇਸ਼ ਕਰਕੇ ਕਣਕ ਦੀ ਫਸਲ ਲਈ ਬਹੁਤ ਲਾਭਦਾਇਕ ਹੁੰਦੀ ਹੈ। ਇੰਨ੍ਹਾਂ ਤੋਂ ਪ੍ਰਾਪਤ ਸਿੱਲ ਤੋਂ ਸਰਦੀਆਂ ਨੂੰ ਧੁੰਦ ਪੈਂਦੀ ਹੈ।

5. **ਚੱਕਰਵਾਤ (Cyclones)**—ਪੰਜਾਬ ਹੇਠਲੇ ਮੱਧ ਅਕਸ਼ਾਂਸ਼ਾਂ ਵਿਚ ਸਥਿਤ ਹੈ। ਇਸ ਕਾਰਨ ਰੁੱਤ ਦੇ ਬਦਲਣ ਨਾਲ ਵਿਸ਼ਵ ਹਵਾ-ਦਬਾਅ ਪੇਟੀਆਂ ਦੇ ਸਰਦੀ ਦੀ ਰੁੱਤ ਵਿਚ ਦੱਖਣ ਵਲ ਖਿਸਕਣ ਦਾ ਪ੍ਰਭਾਵ ਪੰਜਾਬ ਤੇ ਪੈਂਦਾ ਹੈ। ਹੁਣ ਪੱਛਮੀ ਪੌਣਾਂ ਦਾ ਪ੍ਰਭਾਵ ਖੇਤਰ ਦੱਖਣ ਵਲ ਖਿਸਕ ਕੇ ਪੰਜਾਬ ਤਕ ਆ ਪਹੁੰਚਦਾ ਹੈ। ਇਸ ਦੇ ਫਲਸਰੂਪ ਪੱਛਮੀ ਪੌਣਾਂ ਨਾਲ ਆਏ ਸ਼ੀਤਊਸ਼ਣ ਚੱਕਰਵਾਤ (Temperate Cyclones) ਪੱਛਮ ਦੀਆਂ ਨੀਵੀਆਂ ਪਹਾੜੀਆਂ ਉੱਪਰੋਂ ਦੀ ਪੰਜਾਬ ਵਲ ਆ ਜਾਂਦੇ ਹਨ। ਉਪਰਲੇ ਵਾਯੂ ਮੰਡਲ ਦੀ ਪੱਛਮ ਤੋਂ ਪੂਰਬ ਵਲ ਚੱਲਣ ਵਾਲੀ ਜੈੱਟ ਸਟਰੀਮ (Jet Stream) ਦਾ ਵੀ ਇਨ੍ਹਾਂ ਚੱਕਰਵਾਤਾਂ ਦੀ ਆਮਦ ਉੱਤੇ ਪ੍ਰਭਾਵ ਪੈਂਦਾ ਹੈ (ਨਕਸ਼ਾ ਨੰ: 18)।

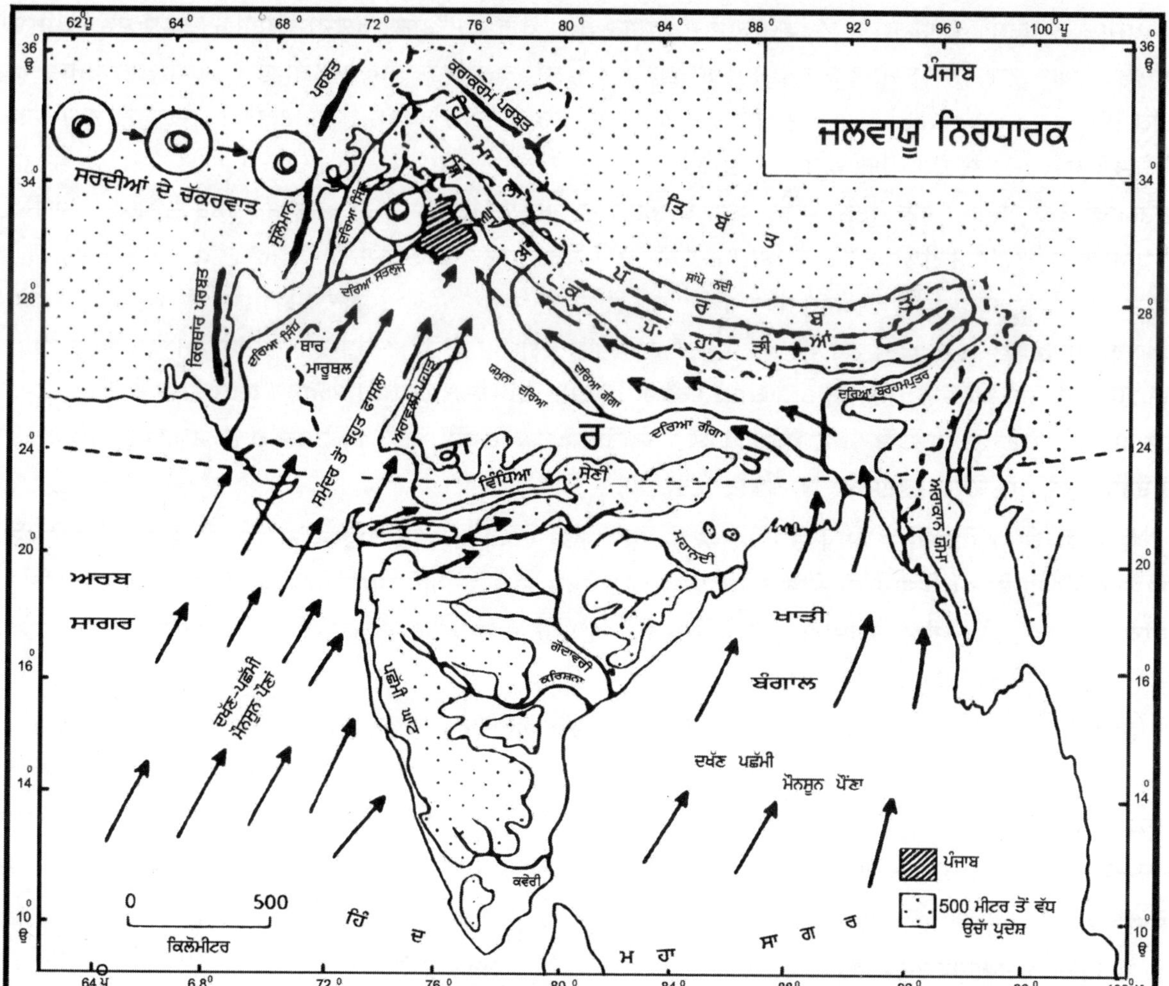

ਨਕਸ਼ਾ ਨੰ: 18

6. ਲੂ (Loo)—ਮਈ ਅਤੇ ਜੂਨ ਦੇ ਮਹੀਨਿਆਂ (ਕਈ ਵਾਰ ਅਪ੍ਰੈਲ ਦੇ ਮਗਰਲੇ ਅੱਧ ਵਿਚ ਵੀ) ਵਿਚ ਤੇਜ਼ ਗਰਮੀ ਦੇ ਪੈਣ ਨਾਲ ਬਣੇ ਨੀਵੇਂ ਦਬਾਅ ਵਲ ਦੁਪਹਿਰ ਤੋਂ ਸ਼ਾਮ ਤਕ ਝੁਲਸਣ ਵਾਲੀ ਗਰਮ ਅਤੇ ਖੁਸ਼ਕ ਪੱਛਮੀ ਹਵਾ ਚਲਦੀ ਹੈ। ਇਸ ਨੂੰ ਪੰਜਾਬ ਵਿਚ ਲੂ ਕਿਹਾ ਜਾਂਦਾ ਹੈ। ਲੂ ਦੇ ਵਗਣ ਨਾਲ ਤਾਪਮਾਨ ਵਿਚ ਕਾਫੀ ਵਾਧਾ ਹੋ ਜਾਂਦਾ ਹੈ। ਵੱਧ ਤੋਂ ਵੱਧ ਤਾਪਮਾਨ 48° ਤੋਂ 50°C ਤਕ ਪਹੁੰਚ ਸਕਦੇ ਹਨ। ਬਨਸਪਤੀ ਸੜ ਜਾਂਦੀ ਹੈ ਅਤੇ ਬਾਹਰ ਨਿਕਲਣਾ ਔਖਾ ਹੋ ਜਾਂਦਾ ਹੈ। ਤੇਜ਼ ਗਰਮੀ ਦੇ ਪ੍ਰਕੋਪ ਦਾ ਸਮਾਂ ਲੂ ਦੇ ਵਗਣ ਦਾ ਸਮਾਂ ਹੁੰਦਾ ਹੈ। ਲੂ ਲਗਣ (ਗਰਮੀ) ਨਾਲ ਕਈ ਵਾਰ ਕੁੱਝ ਮੌਤਾਂ ਵੀ ਹੋ ਜਾਂਦੀਆਂ ਹਨ।

7. ਹੋਰ ਕਾਰਨ (Other Causes)—ਪੰਜਾਬ ਵਿਚ ਹਰੇ ਇਨਕਲਾਬ ਦੇ ਆ ਜਾਣ ਨਾਲ ਫਸਲਾਂ ਦੀ ਸਿੰਜਾਈ ਲਈ ਪਾਣੀ ਦੀ ਵਰਤੋਂ ਬਹੁਤ ਵਧ ਗਈ ਹੈ। ਜ਼ਿਆਦਾ ਪਾਣੀ ਦੀ ਵਰਤੋਂ ਕਰਨ ਵਾਲੀਆਂ ਫਸਲਾਂ ਕਣਕ ਅਤੇ ਚਾਵਲ ਦਾ ਫਸਲ ਚੱਕਰ ਪੰਜਾਬ ਦੀ ਖੇਤੀਬਾੜੀ ਵਿਚ ਹਾਵੀ ਹੋ ਗਿਆ ਹੈ। ਕਿਰਸਾਨ ਸਾਲ ਵਿਚ ਤਿੰਨ ਤੱਕ ਫਸਲਾਂ ਪੈਦਾ ਕਰਦਾ ਹੈ। ਹੁਣ ਪੰਜਾਬ ਦੇ ਖੇਤੀਯੋਗ ਰਕਬੇ ਦਾ 94% ਤਕ ਖੇਤਰ ਸਿੰਜਾਈ ਅਧੀਨ ਹੈ। ਜ਼ਮੀਨ ਵਿਚ ਅਤੇ ਨਾਲ ਲਗਦੀ ਹਵਾ ਵਿਚ ਪਾਣੀ ਅਤੇ ਜਲ ਵਾਸ਼ਪਾਂ ਦੀ ਮਿਕਦਾਰ ਵਧ ਗਈ ਹੈ। ਇਸ ਦਾ ਵਾਯੂ ਮੰਡਲੀ ਪ੍ਰਕਿਰਿਆਵਾਂ, ਜਿਵੇਂ ਕਿ ਧੁੰਦ ਆਦਿ ਦਾ ਬਣਨਾ, ਆਦਿ ਉੱਪਰ ਪ੍ਰਭਾਵ ਪੈਂਦਾ ਹੈ।

ਪੰਜਾਬ ਦੇ ਪੂਰਬੀ ਭਾਗਾਂ ਵਲ ਜਾਂ ਵਿਚ ਗੋਬਿੰਦ ਸਾਗਰ ਡੈਮ, ਪੌਂਗ ਡੈਮ ਝੀਲ, ਰਣਜੀਤ ਸਾਗਰ (ਥੀਨ ਡੈਮ ਦੇ ਪਿੱਛੇ), ਵੱਖ-ਵੱਖ ਚੋਆਂ ਉੱਤੇ ਉਸਾਰੇ ਡੈਮਾਂ ਕਾਰਨ ਬਣੀਆਂ ਛੋਟੀਆਂ ਝੀਲਾਂ (ਢੋਲਵਾਹਾ ਡੈਮ, ਜਨੌੜੀ ਡੈਮ, ਮੈਲੀ ਡੈਮ ਆਦਿ) ਅਤੇ ਹਰੀਕੇ ਸਿੱਲ੍ਹੇ ਖੇਤਰ (wetland) ਅਤੇ ਝੀਲ ਕਾਰਨ ਵਾਯੂਮੰਡਲ ਵਿਚ ਪਾਣੀ ਦੀ ਪ੍ਰਾਪਤੀ ਵਧ ਗਈ ਹੈ। ਇਨ੍ਹਾਂ ਨਾਲ ਸਰਦੀਆਂ ਦੀ ਰੁੱਤ ਵਿਚ ਧੁੰਦ ਦਾ ਪੈਣਾ ਅਤੇ ਉਸ ਦੀ ਤੀਬਰਤਾ ਵਧ ਗਏ ਹਨ। ਪੰਜਾਬ ਦੇ ਪੂਰਬੀ ਭਾਗਾਂ ਵਿਚ ਸਥਾਨਕ ਸੰਵਹਿਣ ਕਿਰਿਆਵਾਂ ਵਧ ਗਈਆਂ ਹਨ। ਇਸ ਕਾਰਨ **ਸਥਾਨਕ ਮੀਂਹ ਪੈਣ** (ਅਪ੍ਰੈਲ, ਮਈ, ਸਤੰਬਰ ਅਤੇ ਅਕਤੂਬਰ ਦੇ ਮਹੀਨਿਆਂ ਵਿਚ) ਦੀ ਪ੍ਰਕਿਰਿਆ ਵਿਚ ਤਬਦੀਲੀ ਆਈ ਹੈ। ਇਹ ਅਤੇ ਹੋਰ ਕਈ ਸੂਖਮ ਜਲਵਾਯੂ ਤਬਦੀਲੀਆਂ (micro-climatic changes) ਪੰਜਾਬ ਦੇ ਵਿਭਿੰਨ ਭਾਗਾਂ ਵਿਚ ਵਾਪਰ ਰਹੀਆਂ ਹਨ। ਆਮ ਲੋਕਾਂ ਦਾ ਵਿਚਾਰ ਹੈ ਕਿ ਪਿਛਲੇ ਕੁੱਝ ਸਾਲਾਂ ਤੋਂ ਪੰਜਾਬ ਦੇ ਜਲਵਾਯੂ ਦੀਆਂ ਪ੍ਰਕਿਰਿਆਵਾਂ ਵਿਚ ਆਮ ਰੂਪ (Normal) ਤੋਂ ਕੁੱਝ ਤਬਦੀਲੀ ਆਈ ਹੈ। ਖ਼ੇਤੀਬਾੜੀ, ਵਾਹਨਾਂ ਅਤੇ ਕਾਰਖ਼ਾਨਿਆਂ ਦੇ ਲਗਾਤਾਰ ਵੱਧ ਰਹੇ ਪ੍ਰਦੂਸ਼ਣ (Pollution) ਕਾਰਨ ਵੀ ਸੂਖਮ ਤੌਰ 'ਤੇ ਜਲਵਾਯੂ ਪ੍ਰਕਿਰਿਆਵਾਂ ਵਿਚ ਤਬਦੀਲੀ ਆ ਰਹੀ ਹੈ ਅਤੇ ਇਸ ਦੀ ਤੀਬਰਤਾ ਦਿਨ-ਬ-ਦਿਨ ਵਧੇਗੀ। ਇਨ੍ਹਾਂ ਦੇ ਡੂੰਘੇ ਅਧਿਐਨ ਦੀ ਲੋੜ ਹੈ। ਕ੍ਰਿਸਾਣ ਧਾਨ ਦੀ ਪਰਾਲੀ ਅਤੇ ਕਣਕ ਦੀ ਪਰਾਲੀ ਵੀ ਜਾਲਦੇ ਹਨ। ਇਸ ਦਾ ਵੀ ਪ੍ਰਭਾਵ ਪੈਂਦਾ ਹੈ।

ਇਨ੍ਹਾਂ ਤੋਂ ਬਿਨਾਂ ਪ੍ਰਿਥਵੀ ਦੇ ਆਮ ਤਾਪਮਾਨ ਵਧਣ (Global Warming) ਦੇ ਪ੍ਰਭਾਵ ਕਾਰਨ ਵੀ ਜਲਵਾਯੂ ਦੇ ਵਿਭਿੰਨ ਪਹਿਲੂਆਂ ਉੱਤੇ ਪ੍ਰਭਾਵ ਪਵੇਗਾ ਜਿਸ ਨਾਲ ਵਰਖਾ ਦੀ ਮਾਤਰਾ ਅਤੇ ਸਮਾਂ ਹੋਰ ਅਨਿਸ਼ਚਿਤ ਹੋ ਜਾਣਗੇ ਅਤੇ ਤਾਪਮਾਨ ਉੱਤੇ ਵੀ ਪ੍ਰਭਾਵ ਪਵੇਗਾ। 2014 ਦੀਆਂ ਗਰਮੀਆਂ ਦੌਰਾਨ ਐੱਲਨੀਨੋ (Elnino) ਦੇ ਪ੍ਰਭਾਵ ਕਾਰਨ ਆਮ ਤਾਪਮਾਨ ਉੱਚੇ ਰਹੇ ਹਨ ਅਤੇ ਵਰਖਾ ਆਮ ਨਾਲੋਂ 50 ਤੋਂ 60% ਘੱਟ ਹੋਈ ਹੈ।

ਹੈਨਰੀ ਐੱਫ. ਬਲੈਨੱਫੋਰਡ ਨੇ ਆਪਣੀ ਪੁਸਤਕ "ਏ ਪ੍ਰੈਕਟੀਕਲ ਗਾਈਡ ਟੂ ਦਾ ਕਲਾਈਮੇਟਸ ਐਂਡ ਵੈਦਰ ਆਫ ਇੰਡੀਆ, ਸੀਲੋਨ ਐਂਡ ਬਰਮਾ" ਦੇ ਪੰਨਾ 127-129 ਵਿਚ ਪੰਜਾਬ ਦੇ ਜਲਵਾਯੂ ਦਾ ਖੂਬਸੂਰਤ ਨਿਚੋੜ ਲਿਖਿਆ ਹੈ। ਬਲੈਂਨਫੋਰਡ ਅਨੁਸਾਰ "ਬਾਕੀ ਭਾਰਤ ਦੀ ਤਰ੍ਹਾਂ ਪੰਜਾਬ ਵਿਚ ਵੀ ਅਸਲ ਵਿਚ ਤਿੰਨ ਰੁੱਤਾਂ ਹਨ—ਗਰਮ ਰੁੱਤ, ਬਰਸਾਤ ਰੁੱਤ ਅਤੇ ਸਰਦ ਰੁੱਤ"। ਪੰਜਾਬ ਦੇ ਜਲਵਾਯੂ ਨੂੰ ਚੰਗੀ ਤਰ੍ਹਾਂ ਸਮਝਣ ਲਈ ਰੁੱਤ ਅਨੁਸਾਰ ਅਧਿਐਨ ਲਾਭਦਾਇਕ ਹੈ। ਮੌਸਮ ਵਿਗਿਆਨੀ ਅਤੇ ਜ਼ਿਆਦਾਤਰ ਭੂਗੋਲਵੇਤਾ ਹੇਠ ਲਿਖੀਆਂ ਰੁੱਤਾਂ ਮੰਨਦੇ ਹਨ—

1. ਗਰਮ ਅਤੇ ਖੁਸ਼ਕ ਗਰਮ ਰੁੱਤ
2. ਬਰਸਾਤ ਰੁੱਤ
3. ਠੰਡੇ ਮੌਸਮ ਦੀ ਰੁੱਤ (ਸਰਦ ਰੁੱਤ)

ਪੰਜਾਬ

ਮਾਸਿਕ ਨਾਰਮਲ ਵਰਖਾ ਅਤੇ ਮਾਸਿਕ ਤਾਪਮਾਨ

(ਚੋਣਵੇਂ ਸਟੇਸ਼ਨਾਂ ਤੇ)

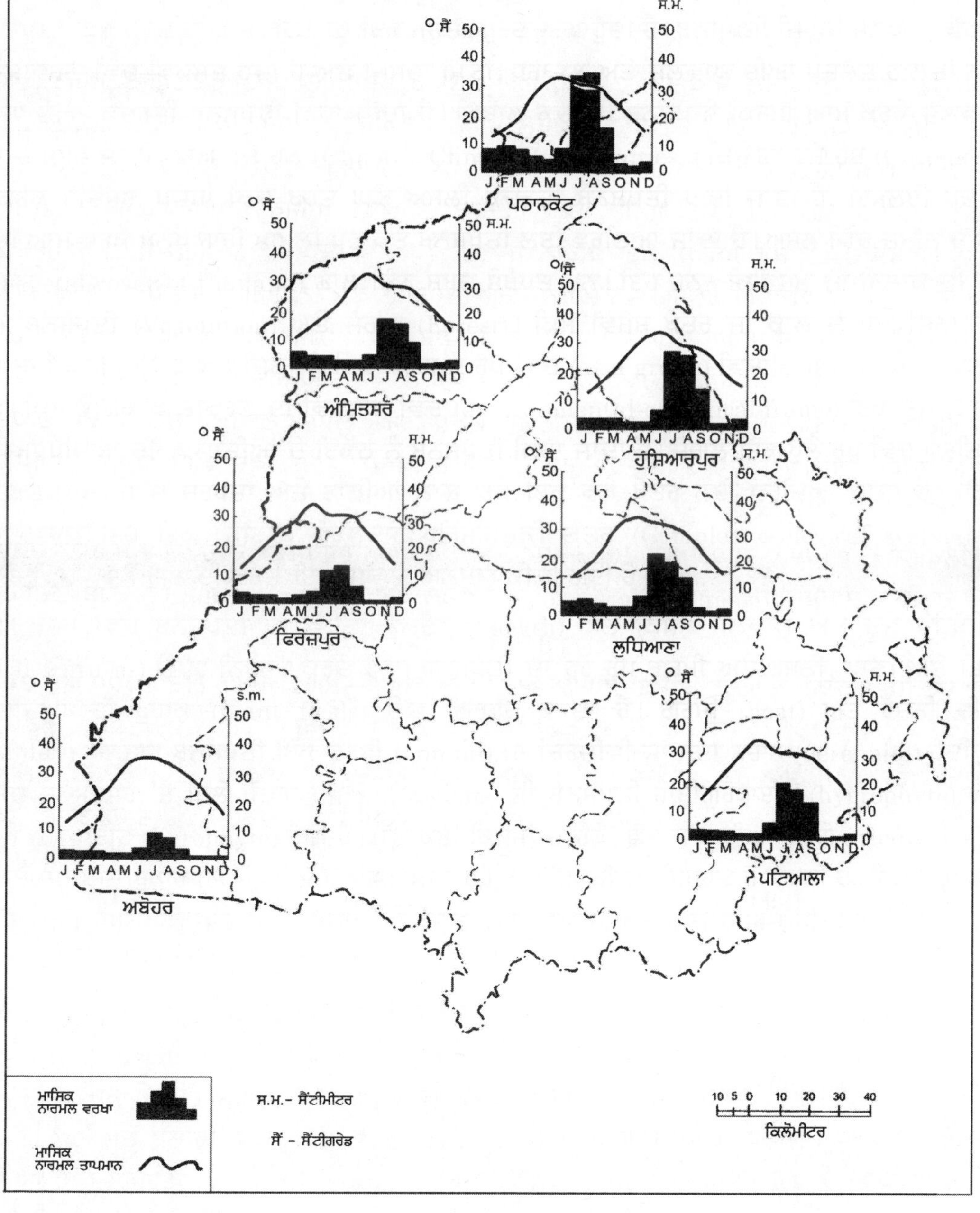

ਗਰਮ ਅਤੇ ਖੁਸ਼ਕ ਗਰਮ ਰੁੱਤ (HOT AND DRY SUMMER SEASON)

ਪੰਜਾਬ ਵਿਚ ਠੰਡੇ ਮੌਸਮ ਦੀ ਰੁੱਤ (ਮੱਧ ਮਾਰਚ ਤਕ) ਤੋਂ ਅਪ੍ਰੈਲ ਵਿਚ ਗਰਮ ਰੁੱਤ ਵਿਚ ਤਬਦੀਲੀ ਇਕ ਦਮ ਹੈ। ਮਾਰਚ ਵਿਚ ਇਕ ਛੋਟੀ ਜਿਹੀ ਬਸੰਤ ਰੁੱਤ ਹੁੰਦੀ ਹੈ। ਅਪ੍ਰੈਲ ਤੋਂ ਅੱਗੇ ਮੌਸਮ ਵਿਚ ਤੇਜ਼ੀ ਨਾਲ ਤਬਦੀਲੀ ਹੁੰਦੀ ਹੈ। ਇਕ ਦਮ ਗਰਮੀ ਸ਼ੁਰੂ ਹੋ ਜਾਂਦੀ ਹੈ। 13 ਅਪ੍ਰੈਲ ਨੂੰ ਵਿਸਾਖੀ ਨਾਲ ਕਟਾਈ ਦੀ ਰੁੱਤ ਸ਼ੁਰੂ ਹੋ ਜਾਂਦੀ ਹੈ। ਖੇਤਾਂ ਵਿਚ ਸੋਨੇ ਰੰਗੀ ਕਣਕ ਕਟਾਈ ਲਈ ਤਿਆਰ ਖੜ੍ਹੀ ਹੁੰਦੀ ਹੈ। ਅਪ੍ਰੈਲ, ਮਈ ਅਤੇ ਜੂਨ ਤਿੰਨ ਗਰਮ ਅਤੇ ਖੁਸ਼ਕ ਮਹੀਨੇ ਹੁੰਦੇ ਹਨ ਜਿਨ੍ਹਾਂ ਵਿਚ ਤਾਪਮਾਨ ਵਧਦਾ ਹੋਇਆ ਜੂਨ ਮਹੀਨੇ ਵਿਚ ਸਭ ਤੋਂ ਵੱਧ ਹੋ ਜਾਂਦਾ ਹੈ। ਬਾਹਰ ਝੁਲਸਣ ਵਾਲੀ ਗਰਮੀ (Scorching heat) ਹੁੰਦੀ ਹੈ।

ਦੈਨਿਕ ਟ੍ਰਿਬਿਊਨ ਤੋਂ ਪ੍ਰਾਪਤ ਤਾਪਮਾਨ ਦੇ ਅੰਕੜਿਆਂ ਅਨੁਸਾਰ ਪੰਜਾਬ ਦੇ ਪੰਜ ਮਹੱਤਵਪੂਰਣ ਸ਼ਹਿਰਾਂ, ਅੰਮ੍ਰਿਤਸਰ, ਲੁਧਿਆਣਾ, ਜਲੰਧਰ, ਪਟਿਆਲਾ ਅਤੇ ਬਠਿੰਡਾ ਦਾ ਅਪ੍ਰੈਲ ਮਹੀਨੇ ਦਾ ਔਸਤ ਤਾਪਮਾਨ ਕ੍ਰਮਵਾਰ 23.4°, 25.3°, 26.7°, 26.7° ਅਤੇ 29.3° ਸੈਂਟੀਗ੍ਰੇਡ ਸੀ। ਇਸ ਮਹੀਨੇ ਦੌਰਾਨ ਬਠਿੰਡਾ ਵਿਖੇ 29 ਅਪ੍ਰੈਲ 2014 ਨੂੰ ਸਭ ਤੋਂ ਵੱਧ ਉੱਚਾ ਤਾਪਮਾਨ 44°C ਰਿਕਾਰਡ ਕੀਤਾ ਗਿਆ ਸੀ। ਮਈ ਮਹੀਨੇ ਇਨ੍ਹਾਂ ਸਟੇਸ਼ਨਾਂ ਦਾ ਔਸਤ ਮਾਸਿਕ ਤਾਪਮਾਨ ਕ੍ਰਮਵਾਰ 30.3°, 31.0°, 30.8°. 31.4° ਅਤੇ 31.2° ਸੈਂਟੀਗ੍ਰੇਡ ਸੀ। ਇਸ ਮਹੀਨੇ ਸਭ ਤੋਂ ਵੱਧ ਤਾਪਮਾਨ 44° ਸੈਂਟੀਗ੍ਰੇਡ ਮਿਤੀ 7 ਮਈ 2014 ਨੂੰ ਅੰਮ੍ਰਿਤਸਰ ਵਿਖੇ ਰਿਕਾਰਡ ਕੀਤਾ ਗਿਆ ਸੀ। ਜੂਨ ਮਹੀਨੇ ਦੌਰਾਨ ਤਾਪਮਾਨ ਕਾਫ਼ੀ ਵੱਧ ਗਏ। ਤੇਜ਼ ਧੁੱਪਾਂ ਪਈਆਂ। ਇਸ ਮਹੀਨੇ ਦੌਰਾਨ ਰਾਜ ਦੇ ਉੱਪਰ ਦੱਸੇ ਪੰਜ ਸ਼ਹਿਰਾਂ ਦਾ ਔਸਤ ਤਾਪਮਾਨ ਕ੍ਰਮਵਾਰ 33.0°, 34.0°, 33.7°, 34.2° ਅਤੇ 33.6° ਸੈਂਟੀਗ੍ਰੇਡ ਰਿਕਾਰਡ ਕੀਤਾ ਗਿਆ ਸੀ। ਇਸ ਮਹੀਨੇ ਦੌਰਾਨ 22 ਜੂਨ ਤੱਕ ਵੱਧ ਤੋਂ ਵੱਧ ਤਾਪਮਾਨ ਆਮ ਕਰਕੇ 43° ਤੋਂ 47° ਸੈਂਟੀਗ੍ਰੇਡ ਵਿਚਕਾਰ ਰਿਹਾ। 10 ਜੂਨ 2014 ਨੂੰ ਅੰਮ੍ਰਿਤਸਰ, ਬਠਿੰਡਾ, ਜਲੰਧਰ ਅਤੇ ਲੁਧਿਆਣਾ ਵਿਖੇ ਸਭ ਤੋਂ ਵੱਧ ਤਾਪਮਾਨ 47° ਸੈਂਟੀਗ੍ਰੇਡ ਰਿਕਾਰਡ ਕੀਤਾ ਗਿਆ ਸੀ। 23 ਜੂਨ ਤੋਂ ਬਾਅਦ ਰਾਜ ਦੇ ਵਿਭਿੰਨ ਭਾਗਾਂ ਵਿਚ ਵਰਖਾ ਕਾਰਨ ਤਾਪਮਾਨ ਘੱਟ ਕੇ 37° ਸੈਂਟੀਗ੍ਰੇਡ (ਵੱਧ ਤੋਂ ਵੱਧ) ਤਕ ਹੋ ਗਏ।

ਹੇਠ ਲਿਖੀ ਸਾਰਣੀ 1992, 1995 ਅਤੇ 2000 ਅਤੇ 2002-03 ਅਨੁਸਾਰ ਪੰਜਾਬ ਦੇ ਚੁਣੇ ਹੋਏ ਸਟੇਸ਼ਨਾਂ ਦੇ ਇਨ੍ਹਾਂ ਤਿੰਨ ਮਹੀਨਿਆਂ ਦੇ ਔਸਤ ਤਾਪਮਾਨ (mean temperature) ਅਤੇ ਅਸਲ ਵਰਖਾ (actual rainfall) ਨੂੰ ਦਰਸਾਉਂਦੀ ਹੈ।

ਸਾਰਣੀ ਨੰ : 2

ਪੰਜਾਬ ਦੇ ਚੁਣੇ ਹੋਏ ਸਟੇਸ਼ਨਾਂ ਦਾ ਔਸਤ ਮਾਸਿਕ ਤਾਪਮਾਨ ਅਤੇ ਅਸਲ ਵਰਖਾ—1992, 1995 ਅਤੇ 2000 ਅਤੇ 2002-03

			ਅਪ੍ਰੈਲ		ਮਈ		ਜੂਨ	
ਕ੍ਰਮ	ਸਟੇਸ਼ਨ	ਸਾਲ	ਔਸਤ ਤਾਪਮਾਨ (°C)	ਅਸਲ ਵਰਖਾ (ਮਿ.ਮਿ.)	ਔਸਤ ਤਾਪਮਾਨ (°C)	ਅਸਲ ਵਰਖਾ (ਮਿ.ਮਿ.)	ਔਸਤ ਤਾਪਮਾਨ (°C)	ਅਸਲ ਵਰਖਾ (ਮਿ.ਮੀ.)
1.	ਅੰਮ੍ਰਿਤਸਰ	1992	25.7	44.0	28.2	46.0	31.4	51.6
		1995	23.2	17.9	30.7	0.8	33.4	23.6
		2000	26.7	1.2	31.8	27.2	31.6	51.8
		2002-03	25.5	10.0	30.0	3.0	32.0	85.0
2.	ਲੁਧਿਆਣਾ	1992	25.5	56.0	28.7	144.0	31.9	64.5
		1995	24.7	2.0	31.9	1.6	33.7	38.8
		2002	27.4	0.6	32.2	60.9	30.1	172.7
		2002-03	29.0	17.0	30.5	22.0	33.5	26.0
3.	ਪਟਿਆਲਾ	1992	26.4	—	29.9	134.0	32.7	68.9
		1995	25.6	23.7	32.1	—	33.6	102.4
		2002	32.6	1.3	32.7	31.0	30.6	244.0
		2002-03	28.0	13.0	31.0	7.0	34.0	55.0

ਸਰੋਤ—1. ਪੰਜਾਬ ਦਾ ਅੰਕੜਾ ਸਾਰ—1993, 1996 ਅਤੇ 2001 2. ਖੇਤੀਬਾੜੀ ਯੂਨੀਵਰਸਿਟੀ, ਲੁਧਿਆਣਾ, ਪੰਜਾਬ।

ਜੂਨ ਮਹੀਨੇ ਵਿਚ ਵੱਧ ਤੋਂ ਵੱਧ ਤਾਪਮਾਨ 47°C ਦੇ ਲਗਭਗ ਪਹੁੰਚ ਜਾਂਦਾ ਹੈ। 8 ਜੂਨ 1987 ਨੂੰ ਬਠਿੰਡਾ ਵਿਖੇ ਸਭ ਤੋਂ ਵੱਧ ਤਾਪਮਾਨ (Maximum temperature) 47.4°C ਰਿਕਾਰਡ ਕੀਤਾ ਗਿਆ ਸੀ (20 ਜੂਨ 2000 ਨੂੰ 46.7°C)। ਪਟਿਆਲਾ ਵਿਚ 8 ਜੂਨ 1992 ਨੂੰ ਸਭ ਤੋਂ ਵੱਧ ਤਾਪਮਾਨ 44.5°C ਰਿਕਾਰਡ ਕੀਤਾ ਗਿਆ ਸੀ। (3 ਮਈ 2000 ਨੂੰ 44.0°C)। ਇਸ ਸਮੇਂ ਦੋਨੋਂ ਦਿਨ ਅਤੇ ਰਾਤ ਗਰਮ (hot) ਹੁੰਦੇ ਹਨ। ਜੂਨ ਮਹੀਨੇ ਵਿਚ ਸਖ਼ਤ ਗਰਮੀ ਕਾਰਨ ਬਨਸਪਤੀ ਝੁਲਸ ਕੇ ਖਾਕੀ ਰੰਗ ਦੀ ਹੋ ਜਾਂਦੀ ਹੈ। ਮਈ ਅਤੇ ਜੂਨ ਦੇ ਮਹੀਨਿਆਂ ਵਿਚ ਗਰਮ ਅਤੇ ਖੁਸ਼ਕ ਪੌਣ ਜਿਸਨੂੰ ਸਥਾਨਕ ਤੌਰ 'ਤੇ "ਲੂ" (Loo) ਕਹਿੰਦੇ ਹਨ ਸਾਰੇ ਬਾਅਦ ਦੁਪਹਿਰ ਵਗਦੀ ਹੈ। ਕਈ ਵਾਰ ਇਹ ਦੁਪਹਿਰ ਤੋਂ ਪਹਿਲਾਂ ਵੀ ਸ਼ੁਰੂ ਹੋ ਜਾਂਦੀ ਹੈ। ਇਸ ਨਾਲ ਤਾਪਮਾਨ ਕਾਫ਼ੀ ਵੱਧ ਜਾਂਦਾ ਹੈ ਅਤੇ ਲੋਕੀਂ ਤਾਜ਼ੀ ਹਵਾ ਲਈ ਹੌਂਕਦੇ ਹਨ। ਇਹ ਖੁਸ਼ਕ ਕਰਨ ਅਤੇ ਝੁਲਸਣ ਵਾਲੀ (desiccating and scorching) ਹਵਾ ਹੁੰਦੀ ਹੈ। ਬਨਸਪਤੀ ਉੱਤੇ ਵੀ ਇਸਦਾ ਬਰਾਬਰ ਪ੍ਰਭਾਵ ਪੈਂਦਾ ਹੈ। ਲਗਭਗ ਸਾਰੀ ਹਰੀ ਬਨਸਪਤੀ ਮੁਰਝਾ ਜਾਂਦੀ ਹੈ। ਜ਼ਮੀਨ ਪੱਕੀ ਸੜਕ ਦੀ ਤਰ੍ਹਾਂ ਸਖ਼ਤ ਹੋ ਜਾਂਦੀ ਹੈ (ਨਕਸ਼ਾ ਨੰ: 19)।

ਨਕਸ਼ਾ ਨੰ: 20 ਪੰਜਾਬ ਵਿਚ ਜੂਨ ਮਹੀਨੇ ਵਿਚ ਔਸਤ ਮਾਸਿਕ ਤਾਪਮਾਨ ਦੀ ਵੰਡ ਨੂੰ ਦਿਖਾਉਂਦਾ ਹੈ। ਪੰਜਾਬ ਦੇ ਬਿਲਕੁੱਲ ਦੱਖਣ-ਪੱਛਮੀ ਭਾਗਾਂ ਦਾ ਜੂਨ ਦਾ ਔਸਤ ਤਾਪਮਾਨ 35°C ਹੁੰਦਾ ਹੈ। ਦੱਖਣ-ਪੱਛਮੀ ਭਾਗਾਂ ਵਿਚ ਜੂਨ ਦਾ ਔਸਤ 34°C ਅਤੇ 35°C ਵਿਚਕਾਰ ਹੁੰਦਾ ਹੈ। 34°C ਦੀ ਸਮਤਾਪ ਰੇਖਾ ਪੰਜਾਬ ਨੂੰ ਲਗਭਗ ਦੋ ਤਾਪਮਾਨ ਖੰਡਾਂ ਵਿਚ ਵੰਡਦੀ ਹੈ। ਇਸ ਸਮਤਾਪ ਰੇਖਾ ਤੋਂ ਉੱਤਰ-ਪੂਰਬ ਵਲ ਜੂਨ ਦਾ ਔਸਤ ਤਾਪਮਾਨ 34°C ਤੋਂ ਘੱਟ ਹੁੰਦਾ ਹੈ। 33°C ਦੀ ਸਮਤਾਪ ਰੇਖਾ ਅੰਮ੍ਰਿਤਸਰ ਅਤੇ ਗੁਰਦਾਸਪੁਰ ਸ਼ਹਿਰਾਂ ਵਿਚੋਂ ਅਤੇ ਹੁਸ਼ਿਆਰਪੁਰ ਸ਼ਹਿਰ ਦੇ ਉੱਤਰ ਵੱਲੋਂ ਲੰਘਦੀ ਹੈ। ਪਠਾਨਕੋਟ ਜ਼ਿਲ੍ਹੇ ਦੇ ਪਠਾਨਕੋਟ, ਨਰੋਟ ਜੈਮਲ ਸਿੰਘ ਅਤੇ ਧਾਰ ਕਲਾਂ ਬਲਾਕਾਂ ਦਾ ਜੂਨ ਦਾ ਔਸਤ ਤਾਪਮਾਨ 33°C ਤੋਂ ਨੀਵਾਂ ਹੁੰਦਾ ਹੈ। ਸਮੁੱਚੇ ਤੌਰ 'ਤੇ ਪੰਜਾਬ ਦਾ ਗਰਮੀ ਦਾ ਔਸਤ ਤਾਪਮਾਨ ਉੱਚਾ ਹੁੰਦਾ ਹੈ। ਇਹ ਬਿੱਲਕੁਲ (extreme) ਦੱਖਣ-ਪੱਛਮ ਵਿਚ ਸਥਿਤ ਅਬੋਹਰ ਵਿਚ 33.5° ਤੋਂ ਲੈ ਕੇ ਮੱਧ-ਵਰਤੀ ਪੰਜਾਬ ਵਿਚ ਫਿਰੋਜ਼ਪੁਰ, ਪਟਿਆਲਾ ਅਤੇ ਲੁਧਿਆਣਾ ਵਿਖੇ 32.1°C ਤੋਂ 32.5°C ਤਕ ਅਤੇ ਉੱਤਰ ਅਤੇ ਉੱਤਰ-ਪੂਰਬ ਵਿਚ ਚੰਡੀਗੜ੍ਹ, ਪਠਾਨਕੋਟ, ਗੁਰਦਾਸਪੁਰ, ਅੰਮ੍ਰਿਤਸਰ ਅਤੇ ਹੁਸ਼ਿਆਰਪੁਰ ਵਿਖੇ 31°C ਤੋਂ 31.6°C ਵਿਚਕਾਰ ਹੁੰਦਾ ਹੈ।

ਇਸ ਸਮੇਂ ਵਿਸ਼ੇਸ਼ ਕਰਕੇ ਅਪ੍ਰੈਲ ਅਤੇ ਮਈ ਮਹੀਨਿਆਂ ਵਿਚ ਥੋੜ੍ਹੀ ਜਿਹੀ ਵਰਖਾ ਵੀ ਹੁੰਦੀ ਹੈ। ਇਹ ਪ੍ਰਤੀ ਮਹੀਨੇ 20 ਮਿਲੀ ਮੀਟਰ ਤੋਂ ਘੱਟ ਹੁੰਦੀ ਹੈ। ਇਸ ਸਮੇਂ ਦੀ ਸਖਤ ਗਰਮੀ ਕਾਰਨ ਸਥਾਨਕ ਸੰਵਹਿਣ (local convective system) ਤੰਤਰ ਵਿਕਸਤ ਹੋ ਜਾਂਦਾ ਹੈ। ਇਸ ਦੇ ਸਿੱਟੇ ਵਜੋਂ ਅਕਸਰ ਹਨੇਰੀਆਂ (dust storms) ਆਉਂਦੀਆਂ ਹਨ ਜੋ ਕੁੱਝ ਵਰਖਾ ਦੇ ਰੂਪ ਵਿਚ ਲੋਕਾਂ ਨੂੰ ਅੱਤ ਦੀ ਗਰਮੀ ਤੋਂ ਰਾਹਤ ਦਿੰਦੀਆਂ ਹਨ। ਕਈ ਵਾਰ ਇਨ੍ਹਾਂ ਹਨੇਰੀਆਂ ਦੀ ਤੇਜ਼ ਵਿਨਾਸ਼ਕਾਰੀ ਹਵਾ ਗਤੀ ਕਾਰਨ ਫ਼ਸਲਾਂ ਅਤੇ ਜਾਇਦਾਦ ਦਾ ਭਾਰੀ ਨੁਕਸਾਨ ਹੁੰਦਾ ਹੈ। ਮਾਨਸੂਨ ਪੌਣਾਂ ਦੇ ਪਹਿਲਾਂ ਪਹੁੰਚ ਜਾਣ ਕਾਰਨ ਜਾਂ ਪੂਰਬ-ਮਾਨਸੂਨ ਪੌਣਾਂ (Pre-Monsoons) ਤੋਂ ਜੂਨ ਮਹੀਨੇ ਵਿਚ ਵੀ ਸਾਧਾਰਣ ਵਰਖਾ ਹੋ ਜਾਂਦੀ ਹੈ (ਸਾਰਣੀ ਨੰ: 2)।

ਇਸ ਗਰਮ ਅਤੇ ਖੁਸ਼ਕ ਗਰਮ ਰੁੱਤ ਸਮੇਂ ਹਰਿਆਣਾ, ਰਾਜਸਥਾਨ ਅਤੇ ਨਾਲ ਲਗਦੇ ਪਾਕਿਸਤਾਨ ਦੇ ਭਾਗਾਂ ਸਮੇਤ ਪੰਜਾਬ ਵਿਚ ਬਹੁਤ ਨੀਵੇਂ ਹਵਾ ਦਬਾਅ (1000 ਮਿਲੀਬਾਰ ਤੋਂ ਘੱਟ) ਦਾ ਖੇਤਰ ਬਣ ਜਾਂਦਾ ਹੈ। ਇਸ ਤਰ੍ਹਾਂ ਇਹ ਦੱਖਣ-ਪੱਛਮੀ ਮਾਨਸੂਨ ਪੌਣਾਂ ਨੂੰ ਇਸ ਖੇਤਰ ਵਿਚ ਹਰ ਸਾਲ ਜੂਨ ਦੇ ਅਖੀਰਲੇ ਜਾਂ ਜੁਲਾਈ ਦੇ ਪਹਿਲੇ ਹਫ਼ਤੇ ਤਕ ਪਹੁੰਚਣ ਲਈ ਖਿੱਚ ਪ੍ਰਦਾਨ ਕਰਦਾ ਹੈ।

ਬਰਸਾਤ ਰੁੱਤ (RAINY SEASON)

ਮਾਨਸੂਨ ਪੌਣਾਂ ਪੰਜਾਬ ਦੇ ਪੂਰਬੀ ਭਾਗਾਂ ਵਿਚ ਜੂਨ ਦੇ ਅਖੀਰਲੇ ਹਫ਼ਤੇ ਜਾਂ ਜੁਲਾਈ ਦੇ ਪਹਿਲੇ ਹਫ਼ਤੇ ਤਕ ਪਹੁੰਚ ਜਾਂਦੀਆਂ ਹਨ। ਦੱਖਣੀ ਅਤੇ ਪੂਰਬੀ ਪੌਣਾਂ ਪਹਿਲੇ ਬੱਦਲ ਅਤੇ ਤੇਜ਼ ਝੱਖੜ (Violent Storm) ਲਿਆਉਂਦੀਆਂ ਹਨ, ਜਿਨ੍ਹਾਂ ਨਾਲ ਭਾਰੀ ਬੁਛਾੜ ਵਰਖਾ (heavy rain shower) ਹੁੰਦੀ ਹੈ। ਇਸ ਨੂੰ 'ਮਾਨਸੂਨ ਵਿਸਫੋਟ' (burst of the Monsoons) ਕਹਿੰਦੇ ਹਨ। ਇਹ ਤੇਜ਼ ਬੁਛਾੜਾਂ ਹਰ ਰੋਜ਼ ਜਾਂ ਦੋ ਜਾਂ ਤਿੰਨ ਦਿਨ ਛੱਡ ਕੇ ਪੈਂਦੀਆਂ ਹਨ। ਪਹਿਲੀ ਜੁਲਾਈ ਤੋਂ ਬਾਅਦ ਆਮਤੌਰ ਤੇ ਵਰਖਾ ਸਾਰੇ ਰਾਜ ਵਿਚ ਫੈਲ ਜਾਂਦੀ ਹੈ। ਵਰਖਾ ਰੁੱਤ ਸਤੰਬਰ ਦੇ ਪਹਿਲੇ ਹਫ਼ਤੇ ਤਕ ਜਾਰੀ ਰਹਿੰਦੀ ਹੈ ਜਦੋਂ ਮਾਨਸੂਨ ਪੌਣਾਂ ਪੰਜਾਬ ਤੋਂ ਪਿੱਛੇ ਹਟਣ ਲਗ ਪੈਂਦੀਆਂ ਹਨ।

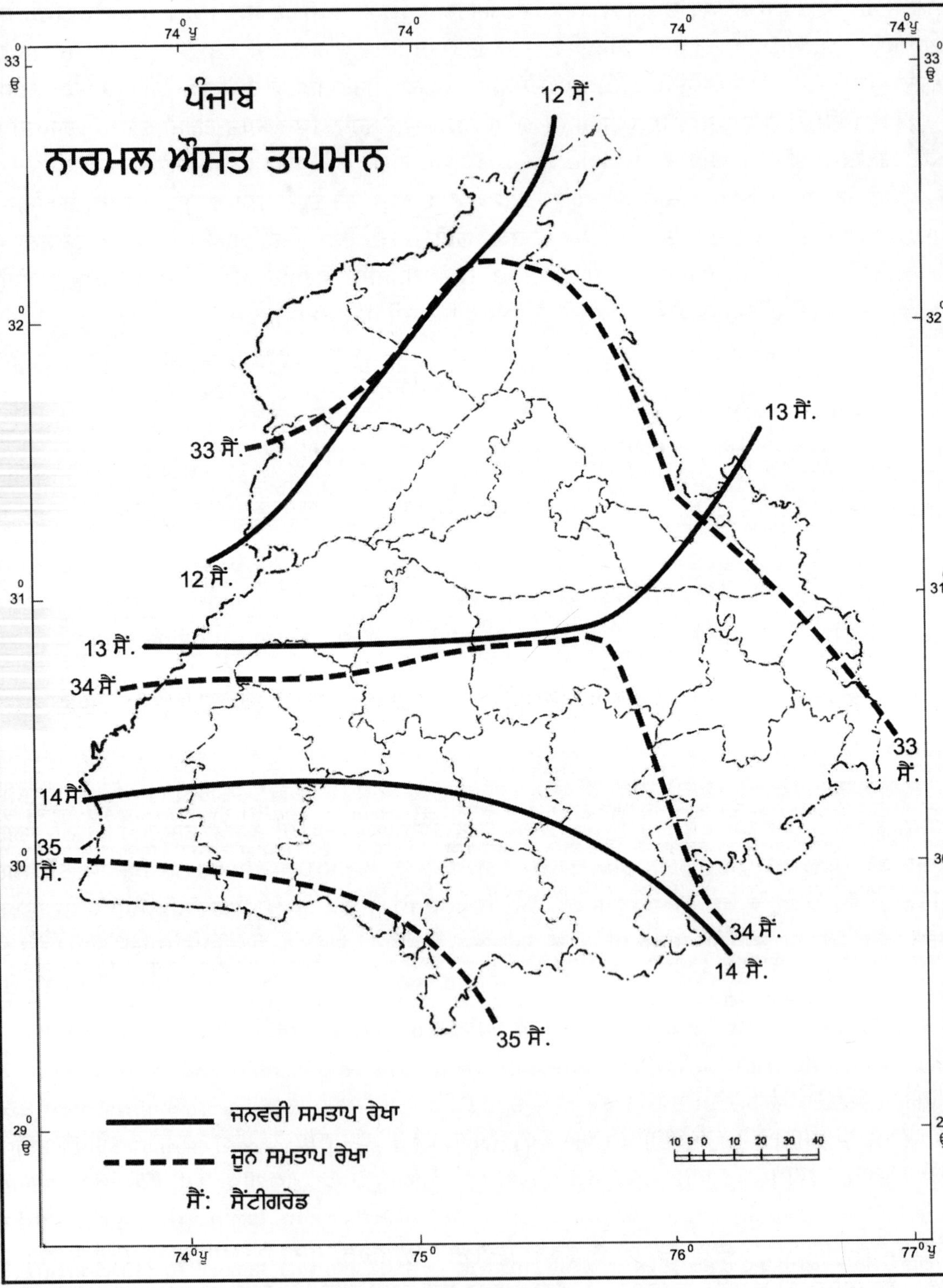
ਪੰਜਾਬ
ਨਾਰਮਲ ਔਸਤ ਤਾਪਮਾਨ
12 ਸੈਂ.
33 ਸੈਂ.
12 ਸੈਂ.
13 ਸੈਂ.
13 ਸੈਂ.
34 ਸੈਂ.
33 ਸੈਂ.
14 ਸੈਂ.
35 ਸੈਂ.
34 ਸੈਂ.
14 ਸੈਂ.
35 ਸੈਂ.
ਜਨਵਰੀ ਸਮਤਾਪ ਰੇਖਾ
ਜੂਨ ਸਮਤਾਪ ਰੇਖਾ
ਸੈਂ: ਸੈਂਟੀਗਰੇਡ
10 5 0 10 20 30 40
74° ਪੂ
75°
76°
77° ਪੂ
33° ਉ
32°
31°
30°
29° ਉ

ਨਕਸ਼ਾ ਨੰ: 20

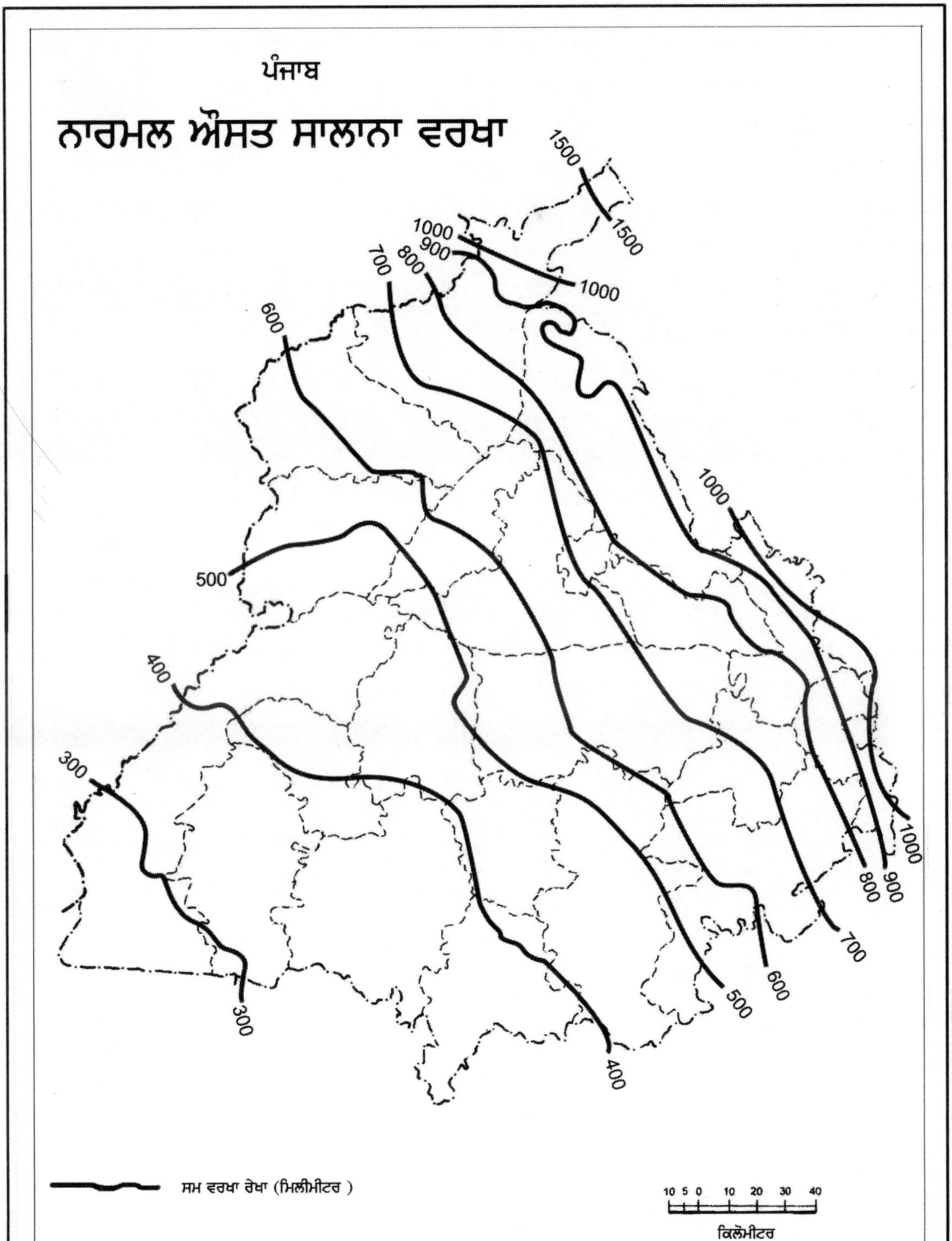
ਪੰਜਾਬ
ਨਾਰਮਲ ਔਸਤ ਸਾਲਾਨਾ ਵਰਖਾ
1500
1500
1000
900
1000
700
800
600
1000
500
400
300
300
400
500
600
700
800
900
1000
ਸਮ ਵਰਖਾ ਰੇਖਾ (ਮਿਲੀਮੀਟਰ)
10 5 0 10 20 30 40
ਕਿਲੋਮੀਟਰ

ਨਕਸ਼ਾ ਨੰ : 21

ਮਾਨਸੂਨ ਵਿਸਫੋਟ ਬੰਜਰ ਅਤੇ ਵੀਰਾਨ ਭੂ-ਦ੍ਰਿਸ਼ ਵਿਚ ਨਵਾਂ ਜੀਵਨ ਭਰ ਦਿੰਦਾ ਹੈ। ਦਰਖ਼ਤਾਂ ਉੱਤੇ ਪੱਤੇ ਖਿਲ ਉੱਠਦੇ ਹਨ ਅਤੇ ਘਾਹ ਫਿਰ ਇਕ ਵਾਰ ਪੁੰਗਰ ਪੈਂਦਾ ਹੈ। ਹਰ ਥਾਂ ਹਰਿਆਲੀ ਹੀ ਹਰਿਆਲੀ ਨਜ਼ਰ ਆਉਂਦੀ ਹੈ ਅਤੇ ਕੁਦਰਤ ਆਪਣੇ ਸੁੱਹਪਣ ਵਿਚ ਹੁੰਦੀ ਹੈ। ਮੱਛਰਾਂ ਦੇ ਝੁਰਮਟ ਅਤੇ ਅਣਗਿਣਤ ਕੀੜੇ ਮਕੌੜੇ ਅਤੇ ਰੀਂਗਣ ਵਾਲੇ ਜਾਨਵਰ ਸਭ ਤੋਂ ਵੱਧ ਕਿਰਿਆਸ਼ੀਲ ਹੋ ਜਾਂਦੇ ਹਨ। ਸ਼ਾਮ ਦੇ ਪੈਣ ਨਾਲ ਚਾਰੇ ਪਾਸੇ ਭਿਣਭਿਣਾਹਟ, ਘੂੰ-ਘੂੰ ਅਤੇ ਗੜੈਂ-ਗੜੈਂ ਫੈਲ ਜਾਂਦੀ ਹੈ। ਪਹਿਲੀ ਵਰਖਾ ਨਾਲ ਸੌਣੀ ਦੀਆਂ ਫਸਲਾਂ (kharif crops) ਦੀ ਬਿਜਾਈ ਸ਼ੁਰੂ ਹੋ ਜਾਂਦੀ ਹੈ।

ਬਰਸਾਤ ਰੁੱਤ ਦੀ ਮਾਨਸੂਨ ਵਰਖਾ ਵਿਚ ਖੁਸ਼ਕ ਮੌਸਮ ਦੇ ਦੌਰ ਆਉਂਦੇ ਹਨ। ਇਨ੍ਹਾਂ ਵਿਚ ਕੋਈ ਇਕ ਦੋ ਹਫ਼ਤੇ ਜਾਂ ਇਸ ਤੋਂ ਵੀ ਵੱਧ ਲੰਬਾ ਹੋ ਸਕਦਾ ਹੈ। ਵਰਖਾ ਵਿਚ ਇਹ ਦੌਰ (spells) ਜਾਂ ਰੁਕਾਵਟਾਂ ਊਸ਼ਣ ਚੱਕਰਵਾਤਾਂ (Tropical Cyclones) ਦੀ ਆਮਦ ਨਾਲ ਸਬੰਧਤ ਹਨ ਜਿਨ੍ਹਾਂ ਦੀ ਪਰਵਿਰਤੀ ਅਨਿਯਮਤ ਹੁੰਦੀ ਹੈ। ਮਾਨਸੂਨ ਵਰਖਾ ਦੀ ਮਾਤਰਾ ਅਤੇ ਤੀਬਰਤਾ ਇਨ੍ਹਾਂ ਚੱਕਰਵਾਤਾਂ ਦੀ ਵਾਰਵਾਰਤਾ (frequency) ਉੱਤੇ ਨਿਰਭਰ ਕਰਦੀ ਹੈ।

ਵਰਖਾ ਨਾਲ ਤਾਪਮਾਨ ਕਾਫ਼ੀ ਘੱਟ ਜਾਂਦਾ ਹੈ। ਪਰੰਤੂ ਜਦੋਂ ਵਰਖਾ ਰੁਕ ਜਾਂਦੀ ਹੈ ਅਤੇ ਰੁਕੀ ਰਹਿੰਦੀ ਹੈ ਤਾਂ ਮੌਸਮ ਬਹੁਤ ਗਰਮ ਅਤੇ ਅਸਹਿ (oppressive and hot) ਹੋ ਜਾਂਦਾ ਹੈ। ਵਰਖਾ ਰੁੱਤ ਸਮੇਂ ਹੁੰਮਸ (sultry) ਅਤੇ ਘੁਟਣ ਵਾਲਾ (muggy) ਮੌਸਮ ਹੁੰਦਾ ਹੈ। ਗਰਮੀ ਅਤੇ ਸਿੱਲ੍ਹ ਅਸਹਿ ਹੋ ਜਾਂਦੀ ਹੈ। ਮੱਛਰ ਅਤੇ ਕੀੜੇ ਸ਼ਾਮ ਅਤੇ ਰਾਤ ਨੂੰ ਬਤੀਤ ਕਰਨਾ ਮੁਸ਼ਕਲ ਬਣਾ ਦਿੰਦੇ ਹਨ ਖਾਸ ਕਰਕੇ ਜਦੋਂ ਬਿਜਲੀ ਦੀ ਸਪਲਾਈ ਨਾ ਹੋਵੇ। ਬੁਰੀ ਤਰ੍ਹਾਂ ਨਾਲ ਪਸੀਨਾ ਆਉਂਦਾ ਹੈ। ਪੰਜਾਬ ਵਿਚ ਮਾਨਸੂਨ ਦੀਆਂ ਦੋਨੋਂ ਖਾੜੀ ਬੰਗਾਲ ਅਤੇ ਅਰਬ ਸਾਗਰ ਸ਼ਾਖਾਵਾਂ ਮਿਲਦੀਆਂ ਹਨ, ਇਸ ਕਾਰਨ ਪੰਜਾਬ ਦੇ ਪੂਰਬੀ ਜ਼ਿਲ੍ਹੇ ਜੋ ਪਹਾੜੀ ਹਨ, ਦਰਮਿਆਨੀ (moderate) ਵਰਖਾ ਪ੍ਰਾਪਤ ਕਰਦੇ ਹਨ। ਇਨ੍ਹਾਂ ਪਹਾੜੀ ਜ਼ਿਲ੍ਹਿਆਂ ਪਠਾਨਕੋਟ, ਗੁਰਦਾਸਪੁਰ, ਹੁਸ਼ਿਆਰਪੁਰ, ਨਵਾਂਸ਼ਹਿਰ ਅਤੇ ਰੋਪੜ ਤੋਂ ਪੱਛਮ ਅਤੇ ਦੱਖਣ-ਪੱਛਮ ਵਲ ਸ਼ਿਵਾਲਕ ਪਹਾੜੀਆਂ ਤੋਂ ਦੂਰੀ ਦੇ ਵਧਣ ਨਾਲ ਵਰਖਾ ਦੀ ਮਾਤਰਾ ਘਟਦੀ ਜਾਂਦੀ ਹੈ। ਬਰਸਾਤ ਰੁੱਤ ਵਿਚ ਰਾਜ ਆਪਣੀ ਕੁੱਲ ਸਾਲਾਨਾ ਵਰਖਾ ਦਾ 70% ਦੇ ਲਗਭਗ ਪ੍ਰਾਪਤ ਕਰਦਾ ਹੈ। ਵਰਖਾ ਦੀ ਮਾਤਰਾ ਦੱਖਣ-ਪੱਛਮ ਵਲ ਘਟਦੀ ਜਾਂਦੀ ਹੈ (ਨਕਸ਼ਾ ਨੰ: 21)।

ਸਾਰਣੀ ਨੰ: 3

ਪੰਜਾਬ ਦੇ ਚੋਣਵੇਂ ਸਟੇਸ਼ਨਾਂ 'ਤੇ ਸਾਲਾਨਾ ਵਰਖਾ ਅਤੇ ਬਰਸਾਤ ਰੁੱਤ ਦੀ ਵਰਖਾ **(ਮਿਲੀਮੀਟਰ)**

ਕ੍ਰਮ ਨੰ:	ਸਟੇਸ਼ਨ	ਜੁਲਾਈ	ਅਗਸਤ	ਸਤੰਬਰ	ਰੁੱਤ ਦੀ ਕੁੱਲ ਵਰਖਾ	ਸਲਾਨਾ ਕੁੱਲ ਵਰਖਾ	ਕੁੱਲ ਵਰਖਾ ਦੀ ਪ੍ਰਤੀਸ਼ਤਤਾ
1.	ਅਬੋਹਰ	80.3	75.9	33.8	190.0	268.5	70.7
2.	ਫਿਰੋਜ਼ਪੁਰ	114.8	123.4	51.1	289.3	426.7	67.8
3.	ਪਟਿਆਲਾ	180.3	176.3	112.5	469.1	674.2	69.6
4.	ਲੁਧਿਆਣਾ	195.8	162.6	115.8	474.2	680.1	70.0
5.	ਅੰਮ੍ਰਿਤਸਰ	161.5	148.6	71.9	382.0	563.1	67.8
6.	ਹੁਸ਼ਿਆਰਪੁਰ	250.7	239.3	122.2	612.2	85.5	70.0
7.	ਗੁਰਦਾਸਪੁਰ	214.8	252.5	109.5	603.8	886.7	68.1
8.	ਪਠਾਨਕੋਟ	336.0	340.4	143.5	819.9	1162.7	70.5
9.	ਚੰਡੀਗੜ੍ਹ	276.5	263.3	226.4	766.2	1064.8	72.0

ਸਰੋਤ—ਸਾਇਲਜ਼ ਆਫ ਪੰਜਾਬ, ਰੀਸਰਚ ਬੁਲਿਟਨ, ਐੱਨ. ਬੀ. ਐੱਸ. ਐੱਸ. ਪਬਲੀਕੇਸ਼ਨ 31

ਠੰਡੇ ਮੌਸਮ ਦੀ ਰੁੱਤ (COLD WEATHER SEASON)

ਪੱਛਮੀ ਪੰਜਾਬ ਤੋਂ ਮਾਨਸੂਨ ਪੌਣਾਂ ਸਤੰਬਰ ਦੇ ਪਹਿਲੇ ਹਫ਼ਤੇ ਤੋਂ ਪਿੱਛੇ ਹਟਣ ਲੱਗ ਪੈਂਦੀਆਂ ਹਨ ਅਤੇ ਪੂਰਬੀ ਪੰਜਾਬ ਤੋਂ ਮਾਨਸੂਨ ਪੌਣਾਂ 15 ਸਤੰਬਰ ਤੱਕ ਪਿੱਛੇ ਹੱਟ ਜਾਂਦੀਆਂ ਹਨ। ਅਗਲੇ ਇਕ ਮਹੀਨੇ ਸਮੇਂ ਸਾਪੇਖ ਸਿਲ੍ਹ (Relative humidity) ਕਾਫ਼ੀ ਉੱਚੀ ਹੁੰਦੀ ਹੈ। ਆਕਾਸ਼ ਦੇ ਸਾਫ਼ ਹੋਣ ਨਾਲ ਧੁੱਪ ਦੀ ਚੁਭਨ ਮਹਿਸੂਸ ਕੀਤੀ ਜਾ ਸਕਦੀ ਹੈ। ਭਾਵੇਂ 23 ਸਤੰਬਰ ਨੂੰ ਦਿਨ ਰਾਤ ਬਰਾਬਰ ਹੁੰਦੇ ਹਨ ਅਤੇ 23 ਸਤੰਬਰ ਤੋਂ ਬਾਅਦ ਸੂਰਜ ਦੀਆਂ ਕਿਰਨਾਂ ਜ਼ਿਆਦਾ ਤੋਂ ਜ਼ਿਆਦਾ ਟੇਢੀਆਂ ਹੁੰਦੀਆਂ ਹਨ, ਪਰੰਤੂ ਅਕਤੂਬਰ ਵਿੱਚ ਦਿਨ ਦਾ ਸਮਾਂ ਕਾਫ਼ੀ ਨਿੱਘਾ ਤੇ ਗਰਮ (Quite Warm to hot) ਹੁੰਦਾ ਹੈ। ਮੱਧ ਅਕਤੂਬਰ ਤੱਕ ਰਾਤਾਂ ਸੁਹਾਵਣੀਆਂ ਹੋ ਜਾਂਦੀਆਂ ਹਨ। ਅਕਤੂਬਰ ਮਹੀਨੇ ਔਸਤ ਤਾਪਮਾਨ 24°C ਤੋਂ 25°C ਹੁੰਦਾ ਹੈ। ਇਹ ਪੱਤਝੜ ਰੁੱਤ (autumn) ਜਾਂ ਕੁੱਝ ਠੰਡਾ ਖੁਸ਼ਕ ਸਮਾਂ (Cool dry period) ਹੁੰਦਾ ਹੈ ਜਦੋਂ ਸੌਣੀ ਦੀਆਂ ਫਸਲਾਂ ਕੱਟੀਆਂ ਜਾਂਦੀਆਂ ਹਨ।

ਨਵੰਬਰ ਤੋਂ ਠੰਡੇ ਮੌਸਮ ਦੀ ਰੁੱਤ ਸ਼ੁਰੂ ਹੋ ਜਾਂਦੀ ਹੈ ਅਤੇ ਇਹ ਮੱਧ ਮਾਰਚ ਤੱਕ ਚਲਦੀ ਹੈ। ਨਵੰਬਰ ਵਿਚ ਦਿਨ ਕੁੱਝ ਠੰਡੇ (ਸੀਤ) ਹੁੰਦੇ ਹਨ ਅਤੇ ਕਿਰਸਾਣ ਆਪਣੇ ਖੇਤਾਂ ਵਿੱਚ ਹਾੜੀ ਦੀਆਂ (Rabi Crops) ਫਸਲਾਂ ਬੀਜਣ ਜਾਂ ਹਾੜੀ ਦੀਆਂ ਫਸਲਾਂ ਬੀਜਣ ਲਈ ਖੇਤਾਂ ਦੀ ਤਿਆਰੀ ਵਿੱਚ ਰੁੱਝੇ ਹੁੰਦੇ ਹਨ। ਦਿਵਾਲੀ ਸਰਦੀ ਦੀ ਰੁੱਤ ਦੀ ਆਮਦ ਦੀ ਪ੍ਰਤੀਕ ਮੰਨੀ ਜਾਂਦੀ ਹੈ। ਦਸੰਬਰ ਵਿੱਚ ਮੌਸਮ ਕੁਝ ਠੰਡੇ ਤੋਂ ਠੰਡਾ (Cool to Cold) ਹੋ ਜਾਂਦਾ ਹੈ। ਨਵੰਬਰ ਵਿੱਚ ਸਾਧਾਰਣ ਔਸਤ ਤਾਪਮਾਨ (average normal temperature) 18°C ਤੋਂ 19°C ਹੁੰਦਾ ਹੈ ਅਤੇ ਦਸੰਬਰ ਵਿਚ ਇਹ 14° ਤੋਂ 15° ਤੱਕ ਹੁੰਦਾ ਹੈ। ਜਨਵਰੀ ਸਭ ਤੋਂ ਠੰਡਾ ਮਹੀਨਾ ਹੁੰਦਾ ਹੈ ਜਦੋਂ ਦੋਨੋਂ ਦਿਨ ਅਤੇ ਰਾਤ ਠੰਡੇ (Cold) ਹੁੰਦੇ ਹਨ। ਕੋਰਾ ਜਾਂ ਪਾਲਾ (frost) ਆਮ ਪੈਂਦਾ ਹੈ। ਔਸਤ ਸਾਧਾਰਣ ਤਾਪਮਾਨ 12° ਤੋਂ 14°C ਹੁੰਦਾ ਹੈ। ਜਨਵਰੀ ਦਾ ਔਸਤ ਤਾਪਮਾਨ ਅੰਮ੍ਰਿਤਸਰ ਵਿੱਚ 13°C ਤੋਂ ਲੈ ਕੇ ਅਬੋਹਰ ਵਿੱਚ (ਦੱਖਣ-ਪੱਛਮ ਵਲ) 16.1°C ਤੱਕ ਹੁੰਦਾ ਹੈ। 2014-15 ਦੀਆਂ ਸਰਦੀਆਂ ਦੌਰਾਨ, ਦੈਨਿਕ ਟ੍ਰਿਬਿਊਨ ਤੋਂ ਲਏ ਤਾਪਮਾਨ ਦੇ ਅੰਕੜਿਆਂ ਅਨੁਸਾਰ, ਪੰਜਾਬ ਦੇ ਪੰਜ ਮਹੱਤਵਪੂਰਣ ਸ਼ਹਿਰਾਂ ਅੰਮ੍ਰਿਤਸਰ, ਲੁਧਿਆਣਾ, ਜਲੰਧਰ ਅਤੇ ਪਟਿਆਲਾ ਅਤੇ ਬਠਿੰਡਾ ਦਾ ਨਵੰਬਰ ਮਹੀਨੇ ਦਾ ਔਸਤ ਤਾਪਮਾਨ ਕ੍ਰਮਵਾਰ 17.7°, 18.8°, 18.1°, 19.8° ਅਤੇ 18.5° ਸੈਂਟੀਗ੍ਰੇਡ ਸੀ। ਇਨ੍ਹਾਂ ਸਟੇਸ਼ਨਾਂ ਦਾ ਦਸੰਬਰ ਮਹੀਨੇ ਦਾ ਔਸਤ ਤਾਪਮਾਨ ਕ੍ਰਮਵਾਰ 11.2°, 13.0°, 12.3°, 13.2° ਅਤੇ 12.8° ਸੈਂਟੀਗ੍ਰੇਡ ਸੀ। ਇਸ ਮਹੀਨੇ ਦੌਰਾਨ ਪਟਿਆਲਾ ਦਾ ਘੱਟੋ ਘੱਟ ਤਾਪਮਾਨ 0.5°C, ਅੰਮ੍ਰਿਤਸਰ ਦਾ 0.8°C ਅਤੇ ਲੁਧਿਆਣਾ ਦਾ 1.0°C ਸੀ। ਜਨਵਰੀ 2015 ਮਹੀਨੇ ਦੌਰਾਨ ਇਨ੍ਹਾਂ ਹੀ ਸਟੇਸ਼ਨਾਂ ਦਾ ਔਸਤ ਤਾਪਮਾਨ ਕ੍ਰਮਵਾਰ 10.6°, 11.8°, 10.6°, 12.2° ਅਤੇ 10.9° ਸੈਂਟੀਗ੍ਰੇਡ ਸੀ। ਇਸ ਮਹੀਨੇ ਦੌਰਾਨ 14 ਜਨਵਰੀ 2019 ਨੂੰ ਅੰਮ੍ਰਿਤਸਰ ਸਟੇਸ਼ਨ ਤੋਂ ਘੱਟੋ ਘੱਟ ਤਾਪਮਾਨ 0.4°C ਰਿਕਾਰਡ ਕੀਤਾ ਗਿਆ ਸੀ। ਸਰਦੀਆਂ ਵਿੱਚ ਤਾਪਮਾਨ ਉੱਤਰ ਅਤੇ ਉੱਤਰ-ਪੂਰਬ ਤੋਂ ਦੱਖਣ-ਪੱਛਮ ਵੱਲ ਵਧਦਾ ਹੈ। ਚੁਣੇ ਹੋਏ ਸਟੇਸ਼ਨਾਂ ਲਈ ਸਰਦੀਆਂ ਦੇ ਤਾਪਮਾਨ ਦੀ ਅਵਸਥਾ ਇਸ ਤਰ੍ਹਾਂ ਹੈ—

ਸਾਰਣੀ ਨੰ: 4

ਪੰਜਾਬ ਦੇ ਚੁਣੇ ਹੋਏ ਸਟੇਸ਼ਨਾਂ ਲਈ ਸਰਦ ਰੁੱਤ ਦੇ ਤਾਪਮਾਨ ਅਤੇ ਸਾਲਾਨਾ ਤਾਪ-ਅੰਤਰ (°C)

ਕ੍ਰਮ ਨੰ:	ਸਟੇਸ਼ਨ	ਨਵੰਬਰ ਤਾਪਮਾਨ	ਜਨਵਰੀ ਤਾਪਮਾਨ	ਸਰਦ ਰੁੱਤ ਦਾ ਔਸਤ ਤਾਪਮਾਨ	ਸਾਲਾਨਾ ਤਾਪ-ਅੰਤਰ
1.	ਅਬੋਹਰ	20.8	14.6	16.1	20.3
2.	ਫਿਰੋਜ਼ਪੁਰ	18.6	12.2	13.9	21.5
3.	ਪਟਿਆਲਾ	19.4	13.6	15.2	20.0
4.	ਲੁਧਿਆਣਾ	19.0	12.9	14.1	20.9

5.	ਅੰਮ੍ਰਿਤਸਰ	17.4	11.8	13.0	21.1
6.	ਹੁਸ਼ਿਆਰਪੁਰ	18.4	12.6	14.1	20.7
7.	ਗੁਰਦਾਸਪੁਰ	17.8	12.0	13.5	21.0
8.	ਪਠਾਨਕੋਟ	17.9	12.0	13.8	19.3
9.	ਚੰਡੀਗੜ੍ਹ	18.7	13.7	14.9	19.2

ਸਰੋਤ—ਸਾਇਲਜ਼ ਆਫ ਪੰਜਾਬ, ਰੀਸਰਚ ਬੁਲਿਟਨ ਐੱਨ. ਬੀ. ਐੱਸ. ਐੱਸ. ਪਬਲੀਕੇਸ਼ਨ 31

ਨਕਸ਼ਾ ਨੰ: 20 ਪੰਜਾਬ ਵਿੱਚ ਜਨਵਰੀ ਦੇ ਔਸਤ ਤਾਪਮਾਨ ਦੀ ਵੰਡ ਨੂੰ ਸਮਤਾਪ ਰੇਖਾਵਾਂ (Isotherms) ਰਾਹੀਂ ਦਿਖਾਉਂਦਾ ਹੈ। 13°C ਦੀ ਸਮਤਾਪ ਰੇਖਾ ਪੰਜਾਬ ਦੇ ਮੱਧ ਵਿੱਚੋਂ ਪੱਛਮ ਤੋਂ ਪੂਰਬ ਅਤੇ ਉੱਤਰ-ਪੂਰਬ ਵਲ ਲੰਘਦੀ ਹੈ। ਇਸਦੇ ਦੱਖਣ ਅਤੇ ਦੱਖਣ-ਪੂਰਬ ਵਿਚ ਘੱਟ ਠੰਡਾ (cool) ਸੀਤ ਪੰਜਾਬ ਹੈ ਅਤੇ ਉੱਤਰ ਵੱਲ ਠੰਡਾ (cold) ਪੰਜਾਬ ਹੈ। ਮੱਧ-ਉੱਤਰੀ ਪੰਜਾਬ ਦਾ ਜਨਵਰੀ ਦਾ ਔਸਤ ਤਾਪਮਾਨ 12° ਤੋਂ 13°C ਹੁੰਦਾ ਹੈ। ਦੱਖਣੀ-ਪੱਛਮੀ ਪੰਜਾਬ ਜਿਸ ਵਿੱਚ ਸੰਗਰੂਰ, ਬਰਨਾਲਾ, ਮੁਕਤਸਰ, ਬਠਿੰਡਾ, ਫਰੀਦਕੋਟ ਅਤੇ ਫਾਜ਼ਿਲਕਾ ਦੇ ਜ਼ਿਲ੍ਹੇ ਅਤੇ ਪਟਿਆਲਾ ਜ਼ਿਲ੍ਹੇ ਦੇ ਕੁੱਝ ਭਾਗ ਸ਼ਾਮਲ ਹਨ, ਦਾ ਜਨਵਰੀ ਦਾ ਔਸਤ ਸਾਧਾਰਣ ਤਾਪਮਾਨ (mean normal temperature) ਲਗਭਗ 13°C ਤੋਂ 14°C ਹੁੰਦਾ ਹੈ। ਬਿਲਕੁਲ ਦੱਖਣ-ਪੱਛਮ ਵਿੱਚ ਜਨਵਰੀ ਦਾ ਔਸਤ ਸਾਧਾਰਣ 14°C ਤੋਂ ਜ਼ਿਆਦਾ ਹੁੰਦਾ ਹੈ।

ਪੰਜਾਬ ਦੇ ਮੈਦਾਨਾਂ ਵਿੱਚ ਘੱਟੋ-ਘੱਟ ਤਾਪਮਾਨ (minimum temperature) ਦਰਜ਼ਾ ਜਮਾਉ (freezing point) ਤੋਂ ਥੱਲੇ ਚਲਾ ਜਾਂਦਾ ਹੈ। ਇਹ – 2° ਤੋਂ – 3°C ਤੱਕ ਨੀਵਾਂ ਜਾ ਸਕਦਾ ਹੈ। ਧੌਲਾ ਧਾਰ ਅਤੇ ਸ਼ਿਵਾਲਕ ਪਹਾੜੀਆਂ ਤੋਂ ਹੇਠ ਉਤਰਦੀਆਂ ਠੰਡੀਆਂ ਅਤੇ ਖੁਸ਼ਕ ਪੌਣਾਂ ਦੇ ਸਿੱਧੇ ਰਸਤੇ ਵਿੱਚ ਸਥਿਤ ਹੋਣ ਕਾਰਨ ਆਮ ਕਰਕੇ ਅੰਮ੍ਰਿਤਸਰ ਅਤੇ ਆਦਮਪੁਰ ਵਿਖੇ ਸਭ ਤੋਂ ਘੱਟ ਤਾਪਮਾਨ ਰਿਕਾਰਡ ਕੀਤੇ ਜਾਂਦੇ ਹਨ। ਉੱਤਰੀ ਪੰਜਾਬ ਵਿਚ ਆਮਤੌਰ ਤੇ ਜਨਵਰੀ ਮਹੀਨੇ ਦਾ ਪਹਿਲਾ ਅੱਧ ਕਾਫੀ ਠੰਡਾ ਹੁੰਦਾ ਹੈ ਅਤੇ ਘੱਟ ਤੋਂ ਘੱਟ ਤਾਪਮਾਨ ਦਰਜਾ ਜਮਾਉ ਦੇ ਨੇੜੇ-ਤੇੜੇ ਰਹਿੰਦੇ ਹਨ। 7 ਜਨਵਰੀ 2007 ਨੂੰ ਆਦਮਪੁਰ (ਜਲੰਧਰ ਨੇੜੇ) ਦਾ ਘੱਟ ਤੋਂ ਘੱਟ ਤਾਪਮਾਨ – 3.8°C ਅਤੇ ਅੰਮ੍ਰਿਤਸਰ ਦਾ – 1.3°C ਸੀ। ਆਦਮਪੁਰ ਵਿਖੇ 31 ਦਸੰਬਰ 2013 ਨੂੰ ਘੱਟ ਤੋਂ ਘੱਟ ਤਾਪਮਾਨ – 2.4°C ਰਿਕਾਰਡ ਕੀਤਾ ਗਿਆ ਸੀ। ਅੰਦਰੂਨੀ ਸਥਿਤੀ ਅਤੇ ਸਮੁੰਦਰ ਤੋਂ ਬਹੁਤ ਦੂਰੀ ਕਾਰਨ ਪੰਜਾਬ ਵਿੱਚ ਤਾਪਮਾਨ ਵਿੱਚ ਜ਼ਿਆਦਾ ਰੁੱਤ ਵਿੱਖਮਤਾ (large seasonal contrast in temperature) ਪਾਈ ਜਾਂਦੀ ਹੈ। ਸਮੁੱਚੇ ਤੌਰ 'ਤੇ ਔਸਤ ਸਾਲਾਨਾ ਤਾਪ ਅੰਤਰ 20°C ਤੋਂ ਵੱਧ ਹੈ। ਪਹਾੜੀ ਭਾਗਾਂ ਅਤੇ ਤਲਹੱਟੀ ਪ੍ਰਦੇਸ਼ ਵਿੱਚ ਤਾਪ ਅੰਤਰ ਕੁੱਝ ਘੱਟ ਹੁੰਦਾ ਹੈ। ਲੁਧਿਆਣਾ ਦਾ ਸਾਲਾਨਾ ਤਾਪ ਅੰਤਰ (annual range of temperature) 21°C ਦੇ ਲਗਭਗ ਹੈ। ਇਹ ਅਬੋਹਰ ਲਈ 20.3°C, ਅੰਮ੍ਰਿਤਸਰ ਲਈ 21.1°C ਅਤੇ ਪਟਿਆਲਾ ਲਈ 20°C ਹੈ। ਕਈ ਸਥਾਨਾਂ ਤੇ ਤਾਪ ਅੰਤਰ 22°C ਤੋਂ ਵੀ ਵੱਧ ਹੋ ਸਕਦਾ ਹੈ।

ਪੰਜਾਬ ਦੀ ਮੱਧ ਅਕਸ਼ਾਂਸ਼ੀ ਸਥਿਤੀ ਕਾਰਨ ਇੱਥੇ ਸਰਦੀਆਂ ਦੀ ਰੁੱਤ ਵਿੱਚ ਪੱਛਮੀ ਪੌਣਾਂ ਦਾ ਕੁੱਝ ਪ੍ਰਭਾਵ ਵੀ ਪਾਇਆ ਜਾਂਦਾ ਹੈ। ਪਾਕਿਸਤਾਨ ਦੇ ਪੱਛਮ ਵਿੱਚ ਨਵੀਆਂ ਪਹਾੜੀਆਂ ਹੋਣ ਕਾਰਨ ਪੱਛਮੀ ਚੱਕਰਵਾਤ (Western disturbances) ਜਿਨ੍ਹਾਂ ਨੂੰ ਸੀਤੋਸ਼ਣ ਚੱਕਰਵਾਤ (Temperate Cyclones) ਵੀ ਕਿਹਾ ਜਾਂਦਾ ਹੈ, ਪੰਜਾਬ ਸਮੇਤ ਸਾਰੇ ਉੱਤਰ-ਪੱਛਮੀ ਭਾਰਤ ਵਿੱਚ ਰੂਮ ਸਾਗਰ ਤੋਂ ਪਹੁੰਚਣ ਵਿੱਚ ਕਾਮਯਾਬ ਹੋ ਜਾਂਦੇ ਹਨ। ਸਰਦੀਆਂ ਦੀ ਰੁੱਤ ਵਿੱਚ ਇਸ ਪੱਛਮੀ ਪੌਣ ਧਾਰਾ (Westerly stream) ਕਾਰਨ ਦਸੰਬਰ, ਜਨਵਰੀ ਅਤੇ ਫਰਵਰੀ ਦੇ ਮਹੀਨਿਆਂ ਵਿੱਚ ਬੱਦਲਵਾਈ ਅਤੇ ਵਰਖਾ ਵਾਲਾ ਮੌਸਮ (cloudy and rainy weather) ਆਉਂਦਾ ਹੈ। ਇਸ ਸਮੇਂ ਦੌਰਾਨ ਔਸਤਨ 2 ਤੋਂ 3 ਚੱਕਰਵਾਤ ਹਰ ਮਹੀਨੇ ਪੰਜਾਬ ਵਿੱਚ ਆਉਂਦੇ ਹਨ। ਇਨ੍ਹਾਂ ਪੱਛਮੀ ਚੱਕਰਵਾਤਾਂ ਨਾਲ ਪੰਜਾਬ ਵਿੱਚ ਥੋੜ੍ਹੀ ਤੋਂ ਸਾਧਾਰਣ (low to moderate) ਵਰਖਾ ਹੁੰਦੀ ਹੈ। ਨੀਵੇਂ ਤਾਪਮਾਨਾਂ ਅਤੇ ਇਸ ਦੇ ਫਲਸਰੂਪ ਘੱਟ ਵਾਸ਼ਪੀਕਰਨ ਕਾਰਨ ਇਹ ਘੱਟ ਵਰਖਾ ਦੀ ਹਾੜ੍ਹੀ ਦੀਆਂ ਵਧ ਰਹੀਆਂ ਫਸਲਾਂ ਜਿਵੇਂ ਕਿ ਕਣਕ, ਛੋਲੇ, ਤੇਲ

ਦੇ ਬੀਜ ਆਦਿ ਲਈ ਬਹੁਤ ਲਾਭਦਾਇਕ ਹੁੰਦੀ ਹੈ। ਇਨ੍ਹਾਂ ਚੱਕਰਵਾਤਾਂ ਕਾਰਨ ਹਿਮਾਲਾ ਖੇਤਰ ਵਿੱਚ ਬਰਫ਼ਬਾਰੀ ਹੁੰਦੀ ਹੈ। ਇਸ ਵਰਖਾ ਵਿੱਚ ਛੰਡੀਆਂ ਉੱਤਰੀ ਅਤੇ ਉੱਤਰ-ਪੂਰਬੀ ਪੌਣਾਂ ਦੇ ਨਤੀਜੇ ਵਜੋਂ ਜਨਵਰੀ ਅਤੇ ਫਰਵਰੀ ਮਹੀਨਿਆਂ ਵਿੱਚ ਸਰਦੀਆਂ ਦੀ ਠੰਡ ਵੱਧ ਜਾਂਦੀ ਹੈ ਅਤੇ ਇਸ ਸਮੇਂ ਦੌਰਾਨ ਕਈ ਧੁੰਦ (foggy) ਵਾਲੇ ਦਿਨ ਹੁੰਦੇ ਹਨ। ਇਹ ਠੰਡ ਦੇ ਦੌਰ (Cold Spells) ਕਈ ਦਿਨਾਂ ਤੱਕ ਚਲ ਸਕਦੇ ਹਨ ਜਿਨ੍ਹਾਂ ਦੌਰਾਨ ਕੋਰਾ (frost) ਜਾਂ ਧੁੰਦ (fog) ਅਤੇ ਕੰਬਾਣ ਵਾਲੀ ਸਰਦੀ ਮਹਿਸੂਸ ਕੀਤੀ ਜਾਂਦੀ ਹੈ। ਪੰਜਾਬ ਵਿਚ ਕਈ ਸਥਾਨਾਂ 'ਤੇ ਨੀਵੇਂ ਤੋਂ ਨੀਵਾਂ ਤਾਪਮਾਨ ਦਰਜਾ ਜਮਾਉ ਤੋਂ ਵੀ ਹੇਠ ਚਲਾ ਜਾਂਦਾ ਹੈ। ਹੇਠ ਦਿੱਤੀ ਸਾਰਣੀ ਪੰਜਾਬ ਵਿੱਚ ਸਰਦੀ ਦੇ ਤਿੰਨ ਮਹੀਨਿਆਂ ਸਮੇਂ ਆਮ ਵਰਖਾ ਨੂੰ ਦਰਸਾਉਂਦੀ ਹੈ—

ਸਾਰਣੀ ਨੰ: 5

ਪੰਜਾਬ ਦੇ ਚੁਣੇ ਹੋਏ ਸਟੇਸ਼ਨਾਂ ਦੀ ਸਰਦੀਆਂ ਦੇ ਤਿੰਨ ਮਹੀਨਿਆਂ ਵਿਚ ਆਮ ਵਰਖਾ (ਮਿ.ਮੀ.)

ਕ੍ਰਮ ਅੰਕ	ਸਟੇਸ਼ਨ	ਦਸੰਬਰ	ਜਨਵਰੀ	ਫਰਵਰੀ	ਸਰਦ ਰੁੱਤ ਦੀ ਕੁੱਲ ਵਰਖਾ	ਕੁੱਲ ਸਾਲਾਨਾ ਵਰਖਾ	ਪ੍ਰਤੀਸ਼ੱਤਤਾ
1.	ਅਬੋਹਰ	5.1	12.9	10.9	28.9	268.5	11
2.	ਫਿਰੋਜ਼ਪੁਰ	9.7	23.4	21.8	54.9	426.7	13
3.	ਪਟਿਆਲਾ	12.9	32.5	31.2	76.6	674.2	11.5
4.	ਲੁਧਿਆਣਾ	17.5	33.3	36.6	87.4	680.1	12.8
5.	ਅੰਮ੍ਰਿਤਸਰ	16.0	45.0	28.2	89.2	563.1	15.8
6.	ਹੁਸ਼ਿਆਰਪੁਰ	23.9	44.2	44.5	112.6	875.5	12.8
7.	ਗੁਰਦਾਸਪੁਰ	25.7	49.0	46.7	121.4	886.7	13.7
8.	ਪਠਾਨਕੋਟ	34.5	62.5	62.7	159.7	1162.7	13.7
9.	ਚੰਡੀਗੜ੍ਹ	18.4	56.0	25.5	99.9	1064.8	9.4

ਸਰੋਤ—ਸਾਇਲਜ਼ ਆਫ਼ ਪੰਜਾਬ, ਰਿਸਰਚ ਬੁਲਿਟਨ ਐੱਨ. ਬੀ. ਐੱਸ. ਐੱਸ. ਪਬਲਿਕੇਸ਼ਨ 31

ਪੰਜਾਬ ਵਿੱਚ ਨਵੰਬਰ ਸਭ ਤੋਂ ਘੱਟ ਵਰਖਾ ਵਾਲਾ ਮਹੀਨਾ ਹੈ। ਇਸ ਸਮੇਂ ਰਾਜ ਦੇ ਵਿਭਿੰਨ ਭਾਗਾਂ ਵਿਚ ਆਮ ਵਰਖਾ (normal rainfall) 6 ਮਿਲੀਮੀਟਰ ਤੋਂ ਘੱਟ ਹੁੰਦੀ ਹੈ। ਸਰਦੀਆਂ ਦੀ ਵਰਖਾ ਸ਼ਿਵਾਲਕ ਅਤੇ ਤਲਹੱਟੀ ਦੇ ਜ਼ਿਲ੍ਹਿਆਂ ਸ਼.ਭ.ਸ. ਨਗਰ, ਹੁਸ਼ਿਆਰਪੁਰ, ਪਠਾਨਕੋਟ, ਗੁਰਦਾਸਪੁਰ ਅਤੇ ਰੋਪੜ (ਰੂਪਨਗਰ) ਵਿੱਚ ਜ਼ਿਆਦਾ ਹੁੰਦੀ ਹੈ ਜੋ 100 ਮਿਲੀਮੀਟਰ ਜਾਂ ਜ਼ਿਆਦਾ ਹੁੰਦੀ ਹੈ। ਸਰਦੀਆਂ ਦੀ ਸਭ ਤੋਂ ਵੱਧ ਵਰਖਾ ਪਠਾਨਕੋਟ ਵਿਖੇ 159.7 ਮਿਲੀਮੀਟਰ ਮਿਣੀ ਗਈ ਹੈ। ਸਾਲਾਨਾ ਵਰਖਾ ਵੰਡ ਦੀ ਤਰ੍ਹਾਂ ਸਰਦੀਆਂ ਦੀ ਵਰਖਾ ਵੀ ਦੱਖਣ-ਪੱਛਮ ਵੱਲ ਘਟਦੀ ਜਾਂਦੀ ਹੈ ਜਿੱਥੇ ਬਿਲਕੁਲ ਦੱਖਣ-ਪੱਛਮ ਵਿੱਚ ਸਥਿਤ ਅਬੋਹਰ ਕਸਬੇ ਵਿਖੇ ਕੇਵਲ 28.9 ਮਿਲੀਮੀਟਰ ਸਰਦੀਆਂ ਦੀ ਵਰਖਾ ਹੁੰਦੀ ਹੈ।

ਮਾਰਚ ਦੇ ਪਹਿਲੇ ਹਫ਼ਤੇ ਤਾਪਮਾਨ ਵਧਣ ਲੱਗ ਪੈਂਦੇ ਹਨ ਅਤੇ ਇਕ ਛੋਟੀ ਜਿਹੀ ਬਸੰਤ ਰੁੱਤ ਸ਼ੁਰੂ ਹੋ ਜਾਂਦੀ ਹੈ ਜਦੋਂ ਖੇਤਾਂ ਵਿੱਚ ਸਰ੍ਹੋਂ ਦੇ ਪੀਲੇ ਫੁੱਲ ਅਤੇ ਦੂਜੀਆਂ ਫਸਲਾਂ ਦੇ ਫੁੱਲ ਪਾਏ ਜਾਂਦੇ ਹਨ। ਮਾਰਚ ਦੇ ਦੂਜੇ ਹਫ਼ਤੇ ਤੱਕ ਸਰਦ ਰੁੱਤ ਖ਼ਤਮ ਹੋ ਜਾਂਦੀ ਹੈ।

ਵਰਖਾ (RAINFALL)

ਜਿਵੇਂ ਪਹਿਲਾਂ ਦੱਸਿਆ ਜਾ ਚੁੱਕਾ ਹੈ ਰਾਜ ਦੀ ਕੁੱਲ ਵਰਖਾ ਦਾ ਲਗਭਗ 70% ਭਾਗ ਬਰਸਾਤ ਰੁੱਤ ਦੇ ਤਿੰਨ ਮਹੀਨਿਆਂ ਜੁਲਾਈ, ਅਗਸਤ ਅਤੇ ਸਤੰਬਰ ਵਿੱਚ ਪ੍ਰਾਪਤ ਹੁੰਦਾ ਹੈ। ਜੂਨ ਦੇ ਮਹੀਨੇ ਵਿੱਚ ਵੀ ਕਈ ਝੱਖੜ-ਹਨੇਰੀਆਂ (dust storms) ਅਤੇ ਪੂਰਬ-ਮਾਨਸੂਨ (Pre-monsoon) ਬੁਛਾੜਾਂ ਤੋਂ ਸਾਧਾਰਣ ਵਰਖਾ ਪ੍ਰਾਪਤ ਹੁੰਦੀ ਹੈ। ਚਾਵਲ, ਮੱਕੀ, ਜਵਾਰ-ਬਾਜਰਾ, ਕਪਾਹ, ਗੰਨਾ ਆਦਿ ਸੌਣੀ ਦੀਆਂ ਫਸਲਾਂ ਬਰਸਾਤ ਰੁੱਤ ਦੀ ਵਰਖਾ ਉੱਤੇ ਨਿਰਭਰ ਕਰਦੀਆਂ ਹਨ। ਇਹ ਵਰਖਾ ਦੱਖਣ-ਪੱਛਮੀ ਮਾਨਸੂਨ ਪੌਣਾਂ ਅਤੇ ਊਸ਼ਣ ਚੱਕਰਵਾਤਾਂ ਰਾਹੀਂ ਪੂਰਬੀ ਪੌਣ ਧਾਰਾ (easterly current) ਤੋਂ ਪ੍ਰਾਪਤ ਹੁੰਦੀ ਹੈ।

ਰਾਜ ਦਾ ਦੂਜਾ ਵਰਖਾ ਸਮਾਂ ਸਰਦੀਆਂ ਦੇ ਤਿੰਨ ਮਹੀਨਿਆਂ ਦਸੰਬਰ, ਜਨਵਰੀ ਅਤੇ ਫਰਵਰੀ ਦਾ ਹੈ। ਇਸ ਸਮੇਂ ਸਾਲਾਨਾ ਕੁੱਲ ਵਰਖਾ ਦਾ ਲਗਭਗ 10 ਤੋਂ 14% ਪੱਛਮੀ ਪੌਣਾਂ ਅਤੇ ਜੈੱਟ ਸਟਰੀਮ (Jet Stream) ਰਾਹੀਂ ਪੱਛਮੀ ਸਰੋਤ ਤੋਂ ਪ੍ਰਾਪਤ ਹੁੰਦਾ ਹੈ। ਇਹ ਚੱਕਰਵਾਤੀ ਵਰਖਾ ਹੈ। ਨੀਵੇਂ ਤਾਪਮਾਨ ਅਤੇ ਘੱਟ ਵਾਸ਼ਪੀਕਰਨ ਦੀ ਹਾਲਤ ਵਿੱਚ ਇਹ ਥੋੜ੍ਹੀ ਵਰਖਾ ਹਾੜ੍ਹੀ ਦੀਆਂ ਫਸਲਾਂ ਲਈ ਬਹੁਤ ਲਾਹੇਵੰਦ ਹੁੰਦੀ ਹੈ।

ਸਾਰੇ ਸਾਲ ਦੇ ਦੌਰਾਨ ਲਗਭਗ ਹਰ ਮਹੀਨੇ ਥੋੜ੍ਹੀ ਬਹੁਤ ਵਰਖਾ ਹੁੰਦੀ ਹੈ ਪਰੰਤੂ ਨਵੰਬਰ ਸਭ ਤੋਂ ਘੱਟ ਵਰਖਾ ਦਾ ਮਹੀਨਾ ਹੈ। ਸਥਾਨਕ ਸੰਵਹਿਣ ਅਤੇ ਝੱਖੜ ਹਨੇਰੀਆਂ ਤੋਂ ਗਰਮ ਰੁੱਤ ਦੇ ਪਹਿਲੇ ਮਹੀਨਿਆਂ ਅਪ੍ਰੈਲ, ਮਈ ਅਤੇ ਜੂਨ ਵਿਚ ਵੀ ਕੁਝ ਵਰਖਾ ਹੁੰਦੀ ਹੈ।

ਸਮੁੱਚੇ ਤੌਰ ’ਤੇ ਪੰਜਾਬ ਵਿੱਚ ਦਰਮਿਆਨੀ (moderate) ਤੋਂ ਘੱਟ (low) ਸਾਲਾਨਾ ਵਰਖਾ (annual rainfall) ਹੁੰਦੀ ਹੈ ਜੋ ਉੱਤਰ ਵਿੱਚ ਪਠਾਨਕੋਟ ਵਿਖੇ 1162.7 ਮਿਲੀਮੀਟਰ ਤੋਂ ਦੱਖਣ-ਪੱਛਮ ਵਿਚ ਸਥਿਤ ਅਬੋਹਰ ਵਿਖੇ 268.5 ਮਿਲੀਮੀਟਰ ਦੇ ਵੱਡੇ ਅੰਤਰਾਲ (wide range) ਵਿੱਚ ਹੁੰਦੀ ਹੈ। ਨਕਸ਼ਾ ਨੰ: 21 ਪੰਜਾਬ ਵਿੱਚ ਔਸਤ ਆਮ ਸਾਲਾਨਾ ਵਰਖਾ (mean normal annual rainfall) ਦੀ ਵੰਡ ਨੂੰ ਦਿਖਾਉਂਦਾ ਹੈ। ਵਰਖਾ ਉੱਤਰ-ਪੂਰਬ ਤੋਂ ਦੱਖਣ-ਪੱਛਮ ਵਲ ਘਟਦੀ ਹੈ। 500 ਮਿਲੀਮੀਟਰ ਦੀ ਸਮ ਵਰਖਾ ਰੇਖਾ ਪੰਜਾਬ ਨੂੰ ਦੋ ਭਾਗਾਂ-ਮੱਧਵਰਤੀ ਅਤੇ ਉੱਤਰ-ਪੂਰਬੀ ਅਰਧ-ਸਿਲਾ ਪੰਜਾਬ (Sub-humid Punjab) ਅਤੇ ਦੱਖਣ-ਪੱਛਮੀ ਅਰਧ-ਖੁਸ਼ਕ ਅਤੇ ਖੁਸ਼ਕ ਪੰਜਾਬ (Semi-arid and arid Punjab) ਵਿੱਚ ਵੰਡਦੀ ਹੈ। ਫਾਜ਼ਿਲਕਾ ਜ਼ਿਲ੍ਹੇ ਦੇ ਫਾਜ਼ਿਲਕਾ ਅਤੇ ਅਬੋਹਰ ਇਲਾਕੇ ਅਤੇ ਮੁਕਤਸਰ ਜ਼ਿਲ੍ਹੇ ਦੇ ਨਾਲ ਲਗਦੇ ਇਲਾਕਿਆਂ ਵਿੱਚ ਸਾਲਾਨਾ ਵਰਖਾ 300 ਮਿਲੀ ਮੀਟਰ ਤੋਂ ਵੀ ਘੱਟ ਹੁੰਦੀ ਹੈ। ਪਠਾਨਕੋਟ ਜ਼ਿਲ੍ਹੇ ਦੇ ਪਠਾਨਕੋਟ, ਨਰੋਟ ਜੈਮਲ ਸਿੰਘ ਅਤੇ ਧਾਰ ਕਲਾਂ ਇਲਾਕੇ ਅਤੇ ਰੂਪਨਗਰ ਜ਼ਿਲ੍ਹੇ ਦੀ ਆਨੰਦਪੁਰ ਸਾਹਿਬ ਅਤੇ ਨੰਗਲ ਤਹਿਸੀਲਾਂ ਦਾ ‘ਚੰਗਰ ਖੇਤਰ’ ਅਤੇ ਚੰਡੀਗੜ੍ਹ ਦੇ ਆਲੇ-ਦੁਆਲੇ ਦੇ ਇਲਾਕੇ ਵਿੱਚ ਸਾਲਾਨਾ ਵਰਖਾ 1000 ਮਿਲੀ ਮੀਟਰ ਤੋਂ ਜ਼ਿਆਦਾ ਹੁੰਦੀ ਹੈ। ਅਰਧ-ਪਹਾੜੀ ਤਲਹੱਟੀ ਖੇਤਰ (Piedmont Region) ਵਿੱਚ ਸਾਲਾਨਾ ਵਰਖਾ 800 ਤੋਂ 900 ਮਿਲੀ ਮੀਟਰ ਵਿਚਕਾਰ ਹੁੰਦੀ ਹੈ। ਦੱਖਣ-ਪੱਛਮੀ ਰੇਤ ਦੇ ਟਿੱਬਿਆਂ ਨਾਲ ਭਰੇ ਮੈਦਾਨ ਵਿੱਚ ਘੱਟ ਵਰਖਾ 400 ਮਿਲੀ ਮੀਟਰ ਤੱਕ ਪ੍ਰਾਪਤ ਹੁੰਦੀ ਹੈ। ਸਾਰਣੀ ਨੰ: 6 ਪੰਜਾਬ ਵਿਚ ਜ਼ਿਲ੍ਹੇਵਾਰ ਮਾਸਿਕ ਔਸਤ ਵਰਖਾ ਵੰਡ ਨੂੰ ਦਿਖਾਉਂਦੀ ਹੈ।

ਸਾਰਣੀ ਨੰ. 6 ਪੰਜਾਬ : ਜ਼ਿਲ੍ਹੇਵਾਰ ਮਾਸਿਕ ਔਸਤ ਵਰਖਾ-2021 (ਮਿਲੀਮੀਟਰ)

ਲੜੀ ਨੰ.	ਜ਼ਿਲ੍ਹਾ	ਜਨਵਰੀ	ਫਰਵਰੀ	ਮਾਰਚ	ਅਪ੍ਰੈਲ	ਮਈ	ਜੂਨ	ਜੁਲਾਈ	ਅਗਸਤ	ਸਤੰਬਰ	ਅਕਤੂਬਰ	ਨਵੰਬਰ	ਦਸੰਬਰ	ਜੋੜ (ਕੁੱਲ ਸਾਲ ਲਈ)	ਪੰਜ ਸਾਲਾਂ (2017-2021) ਦੀ ਔਸਤ
1.	ਗੁਰਦਾਸਪੁਰ*	35.1	4.2	10.4	42.0	43.2	70.2	272.1	47.3	132.7	56.5	1.1	0.0	714.8	1198.2
2.	ਅੰਮ੍ਰਿਤਸਰ	18.5	2.6	10.2	19.1	20.2	28.9	154.8	52.2	180.1	31.7	0.1	0.0	518.4	550.7
3.	ਤਰਨਤਾਰਨ	17.4	4.6	17.3	37.9	18.3	26.2	109.7	22.9	130.7	16.6	0.0	0.0	401.6	436.2

4.	ਕਪੂਰਥਲਾ	21.8	3.7	11.6	20.0	29.9	73.5	351.2	76.8	453.3	64.2	2.0	0.3	1108.3	824.1
5.	ਜਲੰਧਰ	11.1	5.7	5.6	17.7	25.0	93.6	257.5	118.5	237.4	55.5	0.7	0.0	828.3	605.9
6.	ਐਸ.ਬੀ.ਐਸ. ਨਗਰ	17.4	6.1	7.2	27.5	0.0	95.2	276.2	126.0	178.1	35.5	0.0	0.0	769.2	961.5
7.	ਹੁਸ਼ਿਆਰਪੁਰ	12.8	4.7	4.5	33.8	15.9	73.4	250.3	61.3	178.8	34.8	0.0	0.0	670.3	674.5
8.	ਰੂਪਨਗਰ	13.7	1.6	9.2	32.1	24.7	85.6	200.6	110.7	212.6	67.2	0.0	0.3	758.3	1048.9
9.	ਐਸ.ਏ.ਐਸ. ਨਗਰ	7.9	13.0	8.6	11.4	39.7	67.3	126.5	35.9	156.1	25.7	0.0	0.0	492.1	699.1
10.	ਲੁਧਿਆਣਾ	6.8	3.3	6.3	15.4	34.7	80.4	274.9	70.5	183.3	49.9	0.0	0.0	725.5	672.0
11.	ਫਿਰੋਜ਼ਪੁਰ*	8.4	0.0	5.9	15.0	8.6	25.3	142.6	93.3	114.9	23.9	0.0	0.0	437.9	261.4
12.	ਫਰੀਦਕੋਟ	1.0	0.0	9.9	8.7	4.6	67.8	128.8	103.4	177.0	9.4	0.0	0.0	510.6	474.8
13.	ਸ੍ਰੀ ਮੁਕਤਸਰ ਸਾਹਿਬ	8.5	0.0	4.1	15.1	19.1	53.8	120.3	56.9	129.5	19.0	0.0	0.0	426.3	421.9
14.	ਮੋਗਾ	7.1	0.0	4.9	5.0	28.2	47.6	113.5	95.8	74.8	13.1	0.0	0.0	390.0	407.7
15.	ਬਠਿੰਡਾ	5.6	0.0	1.1	17.7	25.9	46.4	113.3	114.2	113.7	54.3	0.0	0.4	492.6	417.2
16.	ਮਾਨਸਾ	2.2	0.0	4.8	8.2	14.4	25.0	92.4	22.8	20.2	21.8	0.0	0.0	211.8	281.8
17.	ਸੰਗਰੂਰ*	3.1	3.4	7.1	14.2	31.9	29.5	100.0	45.7	79.6	22.8	0.0	0.0	337.3	425.1
18.	ਬਰਨਾਲਾ	6.0	0.0	4.3	17.5	23.8	17.9	97.8	53.9	66.4	27.6	0.0	0.0	315.2	447.1
19.	ਪਟਿਆਲਾ	5.7	4.2	7.3	12.0	42.9	58.5	245.3	136.4	118.5	47.1	0.0	0.8	678.4	743.4
20.	ਫ.ਗ. ਸਾਹਿਬ	4.8	4.8	3.3	7.8	23.7	41.8	191.2	43.9	170.8	37.2	0.0	1.0	530.3	608.0
21.	ਪੰਜਾਬ (ਔਸਤ)	10.7	3.1	7.2	18.9	25.0	55.4	181.0	74.4	155.4	35.7	8.2	0.1	565.9	607.9

ਸਰੋਤ : ਪੰਜਾਬ ਦਾ ਅੰਕੜਾ ਸਾਰ-2022

* ਗੁਰਦਾਸਪੁਰ ਜ਼ਿਲ੍ਹੇ ਵਿੱਚ ਪਠਾਨਕੋਟ ਜ਼ਿਲ੍ਹੇ ਦਾ ਅੰਕੜਾ ਵੀ ਸ਼ਾਮਲ ਹੈ। ਫਿਰੋਜ਼ਪੁਰ ਜ਼ਿਲ੍ਹੇ ਵਿੱਚ ਫਾਜ਼ਿਲਕਾ ਜ਼ਿਲ੍ਹੇ ਦਾ ਅੰਕੜਾ ਵੀ ਸ਼ਾਮਲ ਹੈ। ਸੰਗਰੂਰ ਜ਼ਿਲ੍ਹੇ ਵਿੱਚ ਮਲੇਰਕੋਟਲਾ ਜ਼ਿਲ੍ਹੇ ਦਾ ਅੰਕੜਾ ਵੀ ਸ਼ਾਮਲ ਹੈ।

ਜਲਵਾਯੂ ਪ੍ਰਦੇਸ਼ (CLIMATE REGIONS)

ਇਕ ਜਲਵਾਯੂ ਪ੍ਰਦੇਸ਼ ਉਹ ਖੇਤਰ ਹੁੰਦਾ ਹੈ ਜਿਸ ਵਿੱਚ ਜਲਵਾਯੂ ਦੇ ਵਿਭਿੰਨ ਤੱਤਾਂ (elements) ਜਿਵੇਂ ਕਿ ਤਾਪਮਾਨ, ਵਰਖਾ, ਹਵਾ ਦਾ ਦਬਾਅ, ਪੌਣਾਂ ਆਦਿ ਵਿੱਚ ਕੁੱਝ ਇਕਸਾਰਤਾ ਹੁੰਦੀ ਹੈ ਤਾਂ ਜੋ ਉਸਦੀ ਆਪਣੀ ਇੱਕ ਵਿਸ਼ੇਸ਼ ਜਲਵਾਯੂ ਪਹਿਚਾਣ (specific climatic identity) ਬਣ ਜਾਵੇ। ਪੰਜਾਬ ਮੁਕਾਬਲਤਨ ਇਕ ਛੋਟਾ ਰਾਜ ਹੈ ਅਤੇ ਇੱਥੇ ਤਾਪਮਾਨ ਦੀ ਵੰਡ ਵਿੱਚ ਕੋਈ ਬਹੁਤਾ ਵਖਰੇਵਾਂ ਨਹੀਂ ਹੈ। ਪਰੰਤੂ ਵਰਖਾ ਦੀ ਵੰਡ ਦੇ ਸਰੂਪ (Spatial pattern of rainfall) ਅਤੇ ਪੌਦਿਆਂ ਤੋਂ (Transpiration) ਅਤੇ ਵਾਸ਼ਪੀਕਰਨ ਰਾਹੀਂ ਪਾਣੀ ਦੇ ਨੁਕਸਾਨ (loss of water) ਵਿੱਚ ਸਪੱਸ਼ਟ ਭਿੰਨਤਾਵਾਂ (marked variations) ਹਨ। ਇਸ ਕਾਰਨ ਰਾਜ ਦੇ ਵਿਭਿੰਨ ਭਾਗਾਂ ਦੇ ਜਲਵਾਯੂ ਵਿੱਚ ਵੀ ਅੰਤਰ ਪਾਇਆ ਜਾਂਦਾ ਹੈ। ਇਹ ਅੰਤਰ ਬਹੁਤਾ ਕਰਕੇ ਵਰਖਾ ਜਾਂ ਸਿੱਲ (humidity) ਨਾਲ ਸੰਬੰਧਤ ਹੈ। ਸਮੁੱਚੇ ਤੌਰ 'ਤੇ ਪੰਜਾਬ ਦਾ ਜਲਵਾਯੂ ਅਰਧ-ਖੁਸ਼ਕ ਮਹਾਂਦੀਪੀ ਉਪ-ਊਸ਼ਣ ਮਾਨਸੂਨ ਪ੍ਰਕਾਰ (Semi-arid continental sub-tropical monsoon type) ਦਾ ਹੈ।

ਵਰਗੀਕਰਣ (CLASSFICATION)

ਪੰਜਾਬ ਨੂੰ ਜਲਵਾਯੂ ਪ੍ਰਦੇਸ਼ਾਂ ਵਿਚ ਵੰਡਣ ਲਈ ਵਰਖਾ (ਮਾਤਰਾ ਅਤੇ ਸਰੂਪ) ਪ੍ਰਮੁੱਖ ਆਧਾਰ (basic criteria) ਬਣਦੀ ਰਹੀ ਹੈ। ਤਾਪਮਾਨ ਨੂੰ ਵੀ ਧਿਆਨ ਵਿਚ ਰੱਖਿਆ ਜਾਂਦਾ ਹੈ। ਕੋਪਨ ਦੀ ਜਲਵਾਯੂ ਵਰਗੀਕਰਣ ਸਕੀਮ ਵਿੱਚ ਪੰਜਾਬ ਦਾ ਬਹੁਤਾ

ਭਾਗ Cwg ਪ੍ਰਕਾਰ ਜੋ ਖੁਸ਼ਕ ਸਰਦੀ ਵਾਲਾ ਕੋਸ਼ਣ ਸੀਤੋਸ਼ਣ ਮਾਨਸੂਨ ਜਲਵਾਯੂ (Warm temperate monsoon climate with dry winter) ਹੈ, ਵਿੱਚ ਆਉਂਦਾ ਹੈ। ਦੱਖਣ-ਪੱਛਮੀ ਪੰਜਾਬ Bshw ਪ੍ਰਕਾਰ ਜੋ ਕਿ ਸਰਦੀ ਦੇ ਸੋਕੇ ਵਾਲਾ ਅਰਧ-ਖੁਸ਼ਕ ਸਟੈਪੀ ਗਰਮ ਜਲਵਾਯੂ (Semi-arid steppe hot climate with winter drought) ਹੈ, ਵਿੱਚ ਆਉਂਦਾ ਹੈ। ਥਾਰਨਥਵੇਟ ਦੇ ਜਲਵਾਯੂ ਵਰਗੀਕਰਣ ਅਨੁਸਾਰ ਮੱਧਵਰਤੀ ਪੰਜਾਬ ਦਾ ਜਲਵਾਯੂ D ਪ੍ਰਕਾਰ (ਅਰਧ-ਖੁਸ਼ਕ) ਦਾ, ਦੱਖਣੀ-ਪੱਛਮੀ ਪੰਜਾਬ ਦਾ E ਪ੍ਰਕਾਰ (ਖੁਸ਼ਕ) ਅਤੇ ਉੱਤਰ-ਪੂਰਬੀ ਪੰਜਾਬ ਦਾ C_1 ਪ੍ਰਕਾਰ [ਖੁਸ਼ਕ ਅਰਧ-ਤਰ] (dry sub-humid) ਦਾ ਹੈ।

ਪੰਜਾਬ ਦੇ ਜਲਵਾਯੂ ਦਾ ਹੇਠ ਲਿਖਿਆ ਵਰਗੀਕਰਣ 'ਸਾਇਲਜ਼ ਆਫ਼ ਪੰਜਾਬ' ਦੇ ਲੇਖਕਾਂ ਰਾਹੀਂ ਵਰਤੀ ਸਕੀਮ ਨੂੰ ਆਧਾਰ ਬਣਾ ਕੇ ਕੀਤਾ ਗਿਆ ਹੈ। ਇਹ ਸਕੀਮ ਥਾਰਨਥਵੇਟ ਦੀ ਪਾਣੀ-ਸੰਤੁਲਨ ਉਪਾਗਮ (Water balance approach) ਅਤੇ ਤਾਪਮਾਨ, ਵਰਖਾ ਆਦਿ ਤੱਥਾਂ ਉੱਤੇ ਆਧਾਰਿਤ ਜਲਵਾਯੂ ਦੇ ਦੂਜੇ ਸੂਚਕਾਂਕਾਂ (Climatic indices) ਉੱਤੇ ਆਧਾਰਿਤ ਹੈ। ਇਸ ਸਕੀਮ ਅਨੁਸਾਰ ਪੰਜਾਬ ਨੂੰ ਹੇਠ ਲਿਖੇ 7 ਪ੍ਰਕਾਰ ਦੇ ਜਲਵਾਯੂ ਖੇਤਰਾਂ ਵਿੱਚ ਵੰਡਿਆ ਗਿਆ ਹੈ—

1. ਖੁਸ਼ਕ ਅਤੇ ਗਰਮ ਖੇਤਰ
2. ਅਰਧ-ਖੁਸ਼ਕ ਅਤੇ ਗਰਮ ਖੇਤਰ
3. ਅਰਧ-ਖੁਸ਼ਕ ਅਤੇ ਘੱਟ ਗਰਮ ਖੇਤਰ
4. ਅਰਧ-ਖੁਸ਼ਕ (ਘੱਟ ਖੁਸ਼ਕ) ਅਤੇ ਘੱਟ ਗਰਮ ਖੇਤਰ
5. ਅਰਧ-ਖੁਸ਼ਕ (ਉਪ-ਤਰ) ਅਤੇ ਘੱਟ ਗਰਮ ਖੇਤਰ
6. ਉਪ-ਸਿਲ੍ਹਾ (ਖੁਸ਼ਕ ਤੋਂ ਤਰ) ਅਤੇ ਘੱਟ ਗਰਮ ਖੇਤਰ
7. ਸਿਲ੍ਹਾ (ਅਰਧ-ਖੁਸ਼ਕ ਤੋਂ ਤਰ) ਅਤੇ ਘੱਟ ਗਰਮ ਖੇਤਰ

ਇਨ੍ਹਾਂ 7 ਜਲਵਾਯੂ ਕਿਸਮਾਂ ਨੂੰ ਪੰਜਾਬ ਦੇ ਤਿੰਨ ਪ੍ਰਮੁੱਖ ਜਲਵਾਯੂ ਪ੍ਰਦੇਸ਼ਾਂ ਵਿੱਚ ਇਕੱਠਾ ਕਰ ਦਿੱਤਾ ਗਿਆ ਹੈ। (ਨਕਸ਼ਾ ਨੰ: 22)। ਅਗਲੇ ਪੰਨਿਆਂ ਵਿੱਚ ਇਨ੍ਹਾਂ ਦਾ ਵਿਸਥਾਰਪੂਰਵਕ ਵਰਣਨ ਕੀਤਾ ਗਿਆ ਹੈ।

ਪ੍ਰਮੁੱਖ ਜਲਵਾਯੂ ਪ੍ਰਦੇਸ਼ (MAJOR CLIMATIC REGIONS)

I. ਖੁਸ਼ਕ ਅਤੇ ਅਰਧ-ਖੁਸ਼ਕ ਗਰਮ ਪ੍ਰਦੇਸ਼ (Arid & Semi-Arid Hot Region)
II. ਅਰਧ-ਖੁਸ਼ਕ ਅਤੇ ਘੱਟ ਗਰਮ ਪ੍ਰਦੇਸ਼ (Semi Arid & Less Hot Region)
III. ਉਪ-ਸਿਲ੍ਹ ਤੋਂ ਸਿਲ੍ਹਾ ਘੱਟ ਗਰਮ ਪ੍ਰਦੇਸ਼ (Sub-Humid to Humid & Less Hot Region)

ਖੁਸ਼ਕ ਅਤੇ ਅਰਧ-ਖੁਸ਼ਕ ਗਰਮ ਪ੍ਰਦੇਸ਼—ਇਸ ਪ੍ਰਦੇਸ਼ ਵਿੱਚ ਬਠਿੰਡਾ, ਮਾਨਸਾ, ਮੁਕਤਸਰ ਦੱਖਣੀ ਫਰੀਦਕੋਟ ਅਤੇ ਫਾਜ਼ਿਲਕਾ ਜ਼ਿਲ੍ਹੇ ਸ਼ਾਮਲ ਹਨ। ਇਹ ਪ੍ਰਦੇਸ਼ ਗਰਮ ਹੈ ਅਤੇ ਨੌਂ ਮਹੀਨਿਆਂ ਲਈ ਔਸਤ ਮਾਸਿਕ ਤਾਪਮਾਨ (mean monthly temperature) 20°C ਤੋਂ ਉੱਪਰ ਰਹਿੰਦਾ ਹੈ। ਇਸ ਪ੍ਰਦੇਸ਼ ਦੇ ਪ੍ਰਤੀਨਿਧ ਕਸਬੇ ਅਬੋਹਰ ਦਾ ਤਾਪਮਾਨ 33.5°C ਹੈ। ਇਸ ਪ੍ਰਦੇਸ਼ ਦੀ ਔਸਤ ਆਮ ਵਰਖਾ 400 ਮਿ.ਮੀ. ਤੋਂ ਘੱਟ ਹੈ ਅਤੇ ਅਬੋਹਰ ਲਈ ਇਹ ਮਾਤਰਾ 268.5 ਮਿ.ਮੀ. ਹੈ। ਸਾਲ ਵਿੱਚ ਨੌਂ ਮਹੀਨਿਆਂ ਦੌਰਾਨ ਪ੍ਰਤੀ ਮਹੀਨਾ ਵਰਖਾ 30 ਮਿ.ਮੀ. ਤੋਂ ਘੱਟ ਹੁੰਦੀ ਹੈ। ਪ੍ਰਦੇਸ਼ ਵਿੱਚ ਰਿੱਤੂ ਵਾਧੂ ਪਾਣੀ (Seasonal Water Surplus) ਨਹੀਂ ਹੈ। ਕਿਸੇ ਵੀ ਮਹੀਨੇ ਪ੍ਰਾਪਤ ਵਰਖਾ ਪਾਣੀ ਦੀ ਲੋੜ ਤੋਂ ਜ਼ਿਆਦਾ ਨਹੀਂ ਹੁੰਦੀ ਹੈ। ਅਕਤੂਬਰ ਤੋਂ ਜੂਨ ਤੱਕ ਇਕ ਲੰਬਾ ਅਤੇ ਲਗਾਤਾਰ ਖੁਸ਼ਕ ਸਮਾਂ ਹੁੰਦਾ ਹੈ। ਜੁਲਾਈ, ਅਗਸਤ ਅਤੇ ਸਤੰਬਰ ਦੇ ਤਿੰਨ ਬਰਸਾਤੂ ਮਹੀਆਂ ਵਿਚ ਅਬੋਹਰ ਵਿੱਚ ਕੁੱਲ ਵਰਖਾ 190 ਮਿਲੀ ਮੀਟਰ ਹੁੰਦੀ ਹੈ ਜੋ ਸਲਾਨਾ ਕੁੱਲ ਵਰਖਾ ਦਾ ਲਗਭਗ 70% ਹੈ (ਨਕਸ਼ਾ ਨੰ: 19)। ਸਮੁੱਚੇ ਤੌਰ ਤੇ ਇਸ ਖੇਤਰ ਦਾ ਜਲਵਾਯੂ ਗਰਮ ਅਤੇ ਖੁਸ਼ਕ ਹੈ ਜੋ ਮਾਰੂਥਲੀ ਜਲਵਾਯੂ ਵਰਗਾ ਹੈ। ਸਲਾਨਾ ਵਰਖਾ ਦੀ ਪਰਿਵਰਤਨਸ਼ੀਲਤਾ

(Variability) ਲਗਭਗ 57% ਹੈ ਅਤੇ ਮਾਸਿਕ ਪਰਿਵਰਤਨਸ਼ੀਲਤਾ 90 ਤੋਂ 262% ਵਿਚਕਾਰ ਹੁੰਦੀ ਹੈ। ਸਾਲ ਦੇ 44 ਹਫਤਿਆਂ ਦੌਰਾਨ ਦਰਮਿਆਨੀ ਤੋਂ ਅਤਿਅੰਤ ਸੋਕਾ ਅਵਸਥਾ ਪਾਈ ਜਾਂਦੀ ਹੈ।

ਗਰਮੀਆਂ ਗਰਮ ਅਤੇ ਖੁਸ਼ਕ ਹੁੰਦੀਆਂ ਹਨ। ਅਪ੍ਰੈਲ ਤੋਂ ਜੂਨ ਤਕ ਸਵੇਰੇ 10 ਵਜੇ ਤੋਂ ਹੀ ਧੂੜ ਭਰੀ ਤੇਜ਼ ਹਵਾ ਚੱਲਣ ਲੱਗ ਪੈਂਦੀ ਹੈ। ਝੱਖੜ ਅਕਸਰ ਆਉਂਦੇ ਹਨ। ਜੂਨ ਮਹੀਨੇ ਤਾਪਮਾਨ ਕਾਫ਼ੀ ਵਧ ਜਾਂਦਾ ਹੈ। ਅਬੋਹਰ ਦਾ ਜੂਨ ਦਾ ਔਸਤ ਤਾਪਮਾਨ 34.9°C ਹੈ ਜੋ ਰਾਜ ਵਿੱਚ ਸਭ ਤੋਂ ਉੱਚਾ ਹੈ। ਸਰਦੀਆਂ ਵੀ ਬਹੁਤ ਠੰਡੀਆਂ ਨਹੀਂ ਹੁੰਦੀਆਂ। ਅਬੋਹਰ ਦਾ ਜਨਵਰੀ ਦਾ ਔਸਤ ਤਾਪਮਾਨ 14.6°C ਹੈ ਜੋ ਰਾਜ ਵਿੱਚ ਸਭ ਤੋਂ ਜ਼ਿਆਦਾ ਹੈ। ਇਸ ਕਾਰਨ ਸਾਲਾਨਾ ਤਾਪ ਅੰਤਰ ਬਹੁਤ ਜ਼ਿਆਦਾ ਨਹੀਂ ਹੈ ਭਾਵੇਂ ਇਹ ਉੱਚਾ ਹੈ। ਅਬੋਹਰ ਦਾ ਸਾਲਾਨਾ ਤਾਪ ਅੰਤਰ 20.3°C ਹੈ। ਸਾਪੇਖ ਜ਼ਿਲ੍ਹਾ ਸਿਲ੍ਹ ਘੱਟ ਰਹਿੰਦੀ ਹੈ ਅਤੇ ਜ਼ਿਆਦਾਤਰ ਸਾਲ ਵਿੱਚ ਮਿੱਟੀ ਖੁਸ਼ਕ ਰਹਿੰਦੀ ਹੈ।

ਅਰਧ-ਖੁਸ਼ਕ ਅਤੇ ਘੱਟ ਗਰਮ ਪ੍ਰਦੇਸ਼—ਇਹ ਪੰਜਾਬ ਦਾ ਸਭ ਤੋਂ ਵੱਡਾ ਜਲਵਾਯੂ ਪ੍ਰਦੇਸ਼ ਹੈ ਜਿਸ ਅਧੀਨ ਰਾਜ ਦਾ ਲਗਭਗ ਤਿੰਨ-ਚੌਥਾਈ ਭਾਗ ਸ਼ਾਮਲ ਹੈ। ਇਸ ਪ੍ਰਦੇਸ਼ ਵਿੱਚ ਸੰਗਰੂਰ ਬਰਨਾਲਾ, ਫਿਰੋਜ਼ਪੁਰ, ਮੱਧ-ਉੱਤਰੀ ਫਰੀਦਕੋਟ, ਪਟਿਆਲਾ, ਫਤਹਿਗੜ੍ਹ ਸਾਹਿਬ, ਲੁਧਿਆਣਾ, ਜਲੰਧਰ, ਸ਼ਹੀਦ ਭਗਤ ਸਿੰਘ ਨਗਰ (ਨਵਾਂਸ਼ਹਿਰ), ਕਪੂਰਥਲਾ, ਤਰਨਤਾਰਨ, ਅੰਮ੍ਰਿਤਸਰ, ਦੱਖਣੀ ਗੁਰਦਾਸਪੁਰ, ਪੱਛਮੀ ਹੁਸ਼ਿਆਰਪੁਰ, ਪੱਛਮੀ ਰੂਪਨਗਰ ਅਤੇ ਪੱਛਮੀ ਐੱਸ. ਏ. ਐੱਸ. ਨਗਰ ਦੇ ਜ਼ਿਲ੍ਹੇ ਸ਼ਾਮਲ ਹਨ। ਇਸ ਤਰ੍ਹਾਂ ਇਹ ਜਲਵਾਯੂ ਪੰਜਾਬ ਦੇ ਵਿਸ਼ਾਲ ਮੱਧਵਰਤੀ ਮੈਦਾਨ ਵਿੱਚ ਪਾਇਆ ਜਾਂਦਾ ਹੈ। ਇਹ ਮੁਕਾਬਲਤਨ ਘੱਟ ਗਰਮ ਪ੍ਰਦੇਸ਼ ਹੈ। ਇੱਥੇ 20°C ਤੋਂ ਜ਼ਿਆਦਾ ਔਸਤ ਮਾਸਿਕ ਤਾਪਮਾਨ ਵਾਲੇ 7 ਤੋਂ 8 ਮਹੀਨੇ ਹੁੰਦੇ ਹਨ। ਸਾਲਾਨਾ ਔਸਤ ਤਾਪਮਾਨ 23.2° ਤੋਂ 24.5°C ਵਿਚਕਾਰ ਹੈ। ਇਥੋਂ ਦੇ ਪ੍ਰਤੀਨਿਧ ਸ਼ਹਿਰਾਂ ਫਿਰੋਜ਼ਪੁਰ, ਪਟਿਆਲਾ, ਲੁਧਿਆਣਾ ਅਤੇ ਅੰਮ੍ਰਿਤਸਰ ਦਾ ਗਰਮੀਆਂ ਦਾ ਔਸਤ ਤਾਪਮਾਨ 31.4° ਤੋਂ 32.5°C ਅਤੇ ਸਰਦੀਆਂ ਦਾ ਔਸਤ ਤਾਪਮਾਨ 13° ਤੋਂ 15.2°C ਵਿਚਕਾਰ ਹੁੰਦਾ ਹੈ। ਜੂਨ ਜੋ ਸਭ ਤੋਂ ਗਰਮ ਮਹੀਨਾ ਹੈ ਦਾ ਔਸਤ ਤਾਪਮਾਨ 32.9° ਤੋਂ 33.8°C ਵਿਚਕਾਰ ਰਹਿੰਦਾ ਹੈ। ਸਭ ਤੋਂ ਠੰਡੇ ਮਹੀਨੇ ਜਨਵਰੀ ਦਾ ਔਸਤ ਤਾਪਮਾਨ 11.8° ਤੋਂ 13.6°C ਵਿਚਕਾਰ ਰਹਿੰਦਾ ਹੈ। ਸਾਲਾਨਾ ਤਾਪ ਅੰਤਰ 21°C ਦੇ ਲਗਭਗ ਹੈ।

ਇਸ ਪ੍ਰਦੇਸ਼ ਵਿਚ ਸਾਲਾਨਾ ਵਰਖਾ ਦਰਮਿਆਨੀ ਹੈ ਜੋ 400 ਮਿ.ਮੀ. ਤੋਂ 800 ਮਿ.ਮੀ. ਵਿਚਕਾਰ ਹੁੰਦੀ ਹੈ। ਵਰਖਾ ਦੀ ਮਾਤਰਾ ਉੱਤਰ-ਪੂਰਬ ਵਲ ਵਧਦੀ ਹੈ। ਇਸ ਪ੍ਰਦੇਸ਼ ਵਿਚ ਵੀ ਵਾਧੂ ਪਾਣੀ ਨਹੀਂ ਹੈ। ਔਸਤਨ ਪੰਜ ਤੋਂ ਸੱਤ ਮਹੀਨਿਆਂ ਦੌਰਾਨ ਔਸਤ ਆਮ ਵਰਖਾ (mean normal rainfall) 30 ਮਿ.ਮੀ. ਪ੍ਰਤੀ ਮਹੀਨਾ ਤੋਂ ਘੱਟ ਹੁੰਦੀ ਹੈ। ਪ੍ਰਦੇਸ਼ ਵਿੱਚ ਦੋ ਖੁਸ਼ਕ ਸਮੇਂ (dry periods) ਹੁੰਦੇ ਹਨ। ਪਹਿਲਾ ਮਾਰਚ ਤੋਂ ਜੂਨ ਤੱਕ ਅਤੇ ਦੂਜਾ ਅਕਤੂਬਰ ਤੋਂ ਨਵੰਬਰ ਤੱਕ ਹੁੰਦਾ ਹੈ। ਜ਼ਿਆਦਾਤਰ ਵਰਖਾ (68 ਤੋਂ 70%) ਬਰਸਾਤ ਦੇ ਤਿੰਨ ਮਹੀਨਿਆਂ ਦੌਰਾਨ ਹੁੰਦੀ ਹੈ। ਦਸੰਬਰ ਤੋਂ ਫਰਵਰੀ ਤੱਕ ਕੁੱਝ ਵਰਖਾ ਚੱਕਰਵਾਤਾਂ ਰਾਹੀਂ ਵੀ ਹੁੰਦੀ ਹੈ। ਇਹ ਸਰਦੀਆਂ ਦੀਆਂ ਫਸਲਾਂ ਲਈ ਬਹੁਤ ਲਾਭਦਾਇਕ ਹੈ। ਦੱਖਣ-ਪੱਛਮੀ ਭਾਗ ਜ਼ਿਆਦਾਤਰ ਖੁਸ਼ਕ ਰਹਿੰਦਾ ਹੈ। ਉੱਤਰ-ਪੂਰਬੀ ਭਾਗਾਂ ਵਿਚ ਜ਼ਿਆਦਾ ਵਰਖਾ ਕਾਰਨ ਸਤੰਬਰ ਮਹੀਨੇ ਕੁੱਝ ਵਾਧੂ ਪਾਣੀ (Water Surplus) ਹੋ ਜਾਂਦਾ ਹੈ। ਮਿੱਟੀ ਆਮ ਕਰਕੇ ਖੁਸ਼ਕ ਰਹਿੰਦੀ ਹੈ। ਵਰਖਾ ਦੀ ਮਾਤਰਾ ਉੱਤਰ-ਪੂਰਬ ਵਲ ਵਧਦੀ ਹੈ। ਫਿਰੋਜ਼ਪੁਰ ਵਿਖੇ ਸਾਲਾਨਾ ਔਸਤ ਵਰਖਾ 426.7 ਮਿ.ਮੀ., ਪਟਿਆਲਾ ਵਿਖੇ 674.2 ਮਿ.ਮੀ. ਲੁਧਿਆਣਾ ਵਿਖੇ 680.1 ਮਿ.ਮੀ., ਅੰਮ੍ਰਿਤਸਰ ਵਿਖੇ 563.1 ਮਿ.ਮੀ. ਅਤੇ ਹੁਸ਼ਿਆਰਪੁਰ ਵਿਖੇ 875.5 ਮਿਲੀਮੀਟਰ ਹੁੰਦੀ ਹੈ। ਉੱਤਰ-ਪੂਰਬ ਵੱਲ ਸਰਦੀਆਂ ਜ਼ਿਆਦਾ ਠੰਡੀਆਂ ਹੁੰਦੀਆਂ ਹਨ। ਜਨਵਰੀ ਅਤੇ ਫਰਵਰੀ ਦੇ ਮਹੀਨੇ ਕੋਰਾ (ਪਾਲਾ) ਆਮ ਪੈਂਦਾ ਹੈ ਅਤੇ ਧੁੰਦ ਵੀ ਪੈਂਦੀ ਹੈ। ਸਭ ਤੋਂ ਨੀਵੇਂ ਤਾਪਮਾਨ ਇਸ ਉੱਤਰੀ ਅੰਦਰੂਨੀ ਭਾਗ ਵਿੱਚ ਰਿਕਾਰਡ ਹੁੰਦੇ ਹਨ। ਇਹ ਗਰਮ ਸੀਤਊਸ਼ਣ ਮਹਾਦੀਪੀ ਮਾਨਸੂਨ (Warm temperate continental monsoon climate) ਜਲਵਾਯੂ ਦਾ ਗਰਮ ਪ੍ਰਦੇਸ਼ ਹੈ। ਸਾਲਾਨਾ ਤਾਪ-ਅੰਤਰ ਉੱਚਾ ਹੈ। ਇਸ ਕਾਰਨ ਜਲਵਾਯੂ ਮਹਾਦੀਪੀ ਵੀ ਹੈ। ਸਾਲਾਨਾ ਵਰਖਾ ਪਰਿਵਰਤਨਸ਼ੀਲਤਾ 50% ਦੇ ਲਗਭਗ ਹੈ। ਮਾਸਿਕ ਵਰਖਾ ਪਰਿਵਰਤਨਸ਼ੀਲਤਾ 65 ਤੋਂ 220% ਵਿਚਕਾਰ ਰਹਿੰਦੀ ਹੈ। ਦਰਮਿਆਨੀ ਤੋਂ ਅਤਿਅੰਤ ਦੀ ਸੋਕਾ ਅਵਸਥਾ ਸਾਲ ਵਿਚ 25 ਤੋਂ 30 ਹਫਤਿਆਂ ਦਰਮਿਆਨ ਰਹਿੰਦੀ ਹੈ।

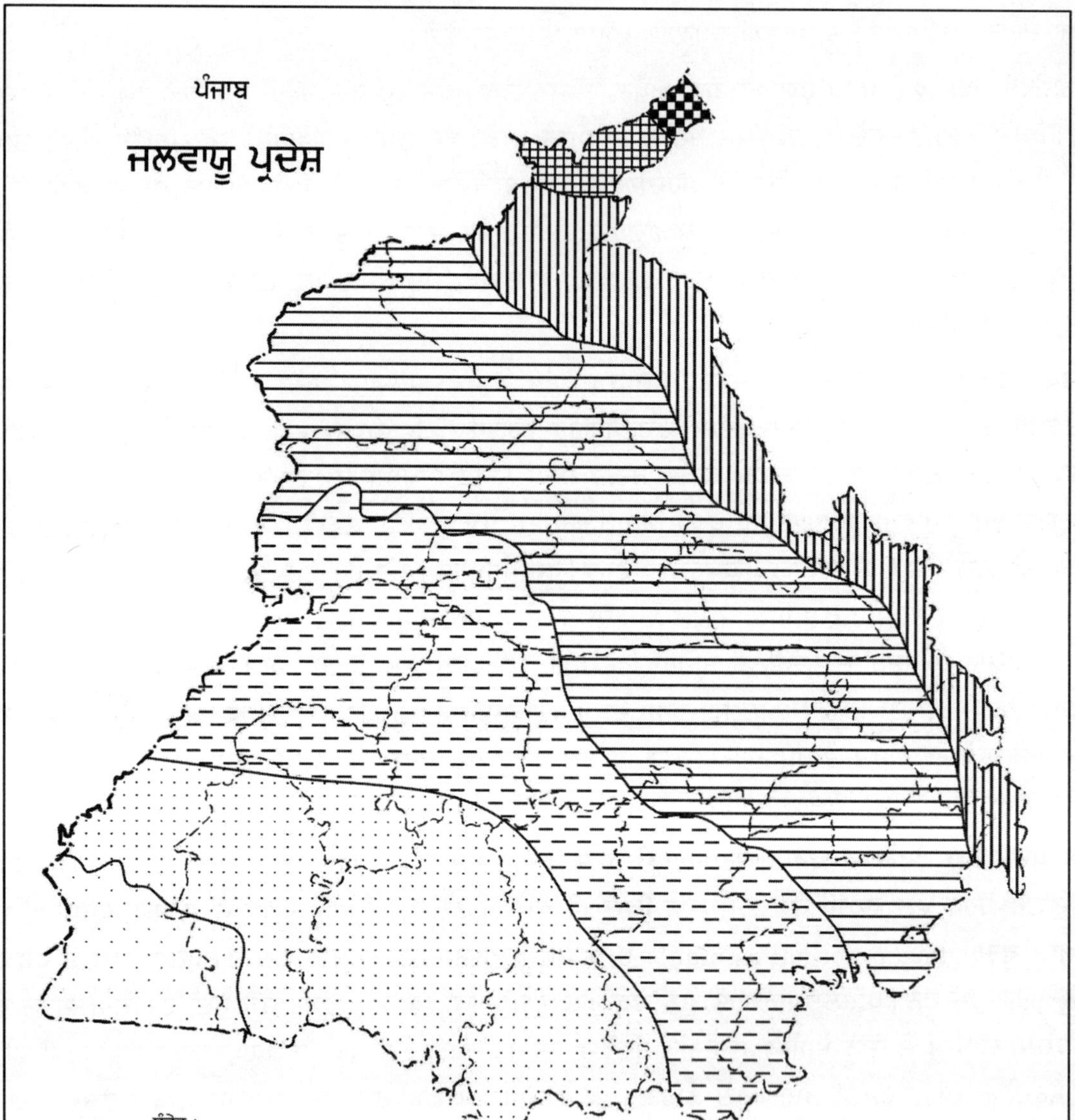
ਪੰਜਾਬ
ਜਲਵਾਯੂ ਪ੍ਰਦੇਸ਼
ਸੰਕੇਤ :
ਸਿੱਲ੍ਹਾ ਅਤੇ ਘੱਟ ਗਰਮ
ਉਪ-ਸਿੱਲ੍ਹਾ ਅਤੇ ਘੱਟ ਗਰਮ
ਅਰਧ ਖੁਸ਼ਕ ਅਤੇ ਘੱਟ ਗਰਮ
ਅਰਧ ਖੁਸ਼ਕ(ਅਰਧ ਸੋਕਾ)ਅਤੇ ਘੱਟ ਗਰਮ
ਅਰਧ ਖੁਸ਼ਕ (ਸੋਕਾ) ਅਤੇ ਘੱਟ ਗਰਮ
ਅਰਧ ਖੁਸ਼ਕ (ਸੋਕਾ) ਅਤੇ ਗਰਮ
ਖੁਸ਼ਕ ਅਤੇ ਗਰਮ
10 5 0 10 20 30 40
ਕਿਲੋਮੀਟਰ

ਨਕਸ਼ਾ ਨੰ : 22

ਉਪ-ਸਿਲ੍ਹੇ ਤੋਂ ਸਿਲ੍ਹਾ ਅਤੇ ਘੱਟ ਗਰਮ ਖੇਤਰ—ਇਸ ਪ੍ਰਦੇਸ਼ ਵਿਚ ਰਾਜ ਦੇ ਉੱਤਰ-ਪੂਰਬੀ ਭਾਗ ਆਉਂਦੇ ਹਨ ਜਿਨ੍ਹਾਂ ਵਿਚ ਪਠਾਨਕੋਟ, ਉੱਤਰ-ਪੂਰਬੀ ਗੁਰਦਾਸਪੁਰ, ਹੁਸ਼ਿਆਰਪੁਰ, ਨਵਾਂਸ਼ਹਿਰ ਅਤੇ ਰੋਪੜ ਜ਼ਿਲ੍ਹਿਆਂ ਦੇ ਜ਼ਿਆਦਾਤਰ ਭਾਗ ਸ਼ਾਮਲ ਹਨ। ਇਸ ਵਿਚ ਮੋਹਾਲੀ ਜ਼ਿਲ੍ਹੇ ਦਾ ਪੂਰਬੀ ਭਾਗ ਵੀ ਸ਼ਾਮਲ ਹੈ। ਇਹ ਪ੍ਰਦੇਸ਼ ਘੱਟ ਗਰਮ ਹੈ। 8 ਮਹੀਨਿਆਂ ਦੌਰਾਨ ਔਸਤ ਮਾਸਿਕ ਤਾਪਮਾਨ 20°C ਤੋਂ ਉੱਪਰ ਰਹਿੰਦਾ ਹੈ। ਸਾਲਾਨਾ ਔਸਤ ਤਾਪਮਾਨ 23.2°C ਦੇ ਲਗਭਗ ਰਹਿੰਦਾ ਹੈ। ਪ੍ਰਤੀਨਿਧ ਸ਼ਹਿਰਾਂ ਹੁਸ਼ਿਆਰਪੁਰ, ਗੁਰਦਾਸਪੁਰ, ਪਠਾਨਕੋਟ ਅਤੇ ਚੰਡੀਗੜ੍ਹ ਲਈ ਗਰਮੀਆਂ ਦਾ ਔਸਤ ਤਾਪਮਾਨ 31.0° ਤੋਂ 31.6°C ਹੁੰਦਾ ਹੈ। ਸਭ ਤੋਂ ਵੱਧ ਗਰਮ ਮਹੀਨੇ ਜੂਨ ਦਾ ਔਸਤ ਤਾਪਮਾਨ 31° ਤੋਂ 31.5°C ਹੈ। ਸਰਦੀਆਂ ਦੇ ਔਸਤ ਤਾਪਮਾਨ ਵਿਚ ਸਥਿਤੀ ਕਾਰਨ ਤਾਪ ਭਿੰਨਤਾ ਜ਼ਿਆਦਾ ਹੈ। ਦੱਖਣ-ਪੂਰਬ ਵਿਚ ਸਥਿਤ ਚੰਡੀਗੜ੍ਹ ਦਾ ਜਨਵਰੀ ਦਾ ਔਸਤ ਤਾਪਮਾਨ 13.7°C ਹੈ, ਮੱਧ ਉੱਤਰ ਵਿੱਚ ਸਥਿਤ ਹੁਸ਼ਿਆਰਪੁਰ ਸ਼ਹਿਰ ਦਾ ਜਨਵਰੀ ਦਾ ਔਸਤ ਤਾਪਮਾਨ 12.6°C ਹੈ ਪਰੰਤੂ ਉੱਤਰ ਵਿੱਚ ਸਥਿਤ ਗੁਰਦਾਸਪੁਰ ਅਤੇ ਪਠਾਨਕੋਟ ਦਾ ਜਨਵਰੀ ਦਾ ਔਸਤ ਤਾਪਮਾਨ 12.0°C ਹੁੰਦਾ ਹੈ। ਸਰਦੀਆਂ ਦੇ ਔਸਤ ਤਾਪਮਾਨ ਵਿਚ ਵੀ ਇਸ ਤਰ੍ਹਾਂ ਭਿੰਨਤਾ ਹੈ।

ਸਾਲਾਨਾ ਔਸਤ ਵਰਖਾ 800 ਮਿਲੀਮੀਟਰ ਤੋਂ ਜ਼ਿਆਦਾ ਹੁੰਦੀ ਹੈ। ਜੋ ਪਠਾਨਕੋਟ ਦੇ ਧਾਰ ਕਲਾਂ ਤਹਿਸੀਲ ਵਿਚ 1200 ਮਿ.ਮੀ. ਤੋਂ ਵੀ ਜ਼ਿਆਦਾ ਹੁੰਦੀ ਹੈ। ਹੁਸ਼ਿਆਰਪੁਰ ਦੀ ਸਾਲਾਨਾ ਔਸਤ ਵਰਖਾ 875.5 ਮਿਲੀ ਮੀਟਰ ਹੈ। ਗੁਰਦਾਸਪੁਰ ਲਈ ਇਹ ਅੰਕੜਾ 886.7 ਮਿ.ਮੀ., ਪਠਾਨਕੋਟ ਲਈ 1162.7 ਮਿ.ਮੀ. ਅਤੇ ਚੰਡੀਗੜ੍ਹ ਲਈ 1064.8 ਮਿ.ਮੀ. ਹੈ। ਕੇਵਲ ਪੰਜ ਮਹੀਨਿਆਂ ਦੌਰਾਨ ਪ੍ਰਤੀ ਮਹੀਨਾ ਵਰਖਾ 30 ਮਿ.ਮੀ. ਤੋਂ ਘੱਟ ਹੁੰਦੀ ਹੈ। ਦੋ ਤੋਂ ਤਿੰਨ ਮਹੀਨਿਆਂ ਲਈ ਵਾਧੂ ਪਾਣੀ ਹੁੰਦਾ ਹੈ। ਜੁਲਾਈ ਤੋਂ ਅਗਸਤ ਅਤੇ ਦਸੰਬਰ ਤੋਂ ਫਰਵਰੀ ਦੇ ਮਹੀਨਿਆਂ ਵਿੱਚ ਵਰਖਾ ਪਾਣੀ ਦੀ ਸਪਲਾਈ ਪਾਣੀ ਦੀ ਲੋੜ ਤੋਂ ਜ਼ਿਆਦਾ ਹੁੰਦੀ ਹੈ। ਇਸ ਲਈ ਇਹ ਜਲਵਾਯੂ ਉਪ-ਸਿਲ੍ਹੇ ਤੋਂ ਸਿਲ੍ਹਾ ਹੈ। ਵਾਧੂ ਪਾਣੀ ਕਾਰਨ ਮਿੱਟੀ ਦੀ ਲੀਚਿੰਗ (Soil Leaching) ਹੁੰਦੀ ਹੈ ਅਤੇ ਮਿੱਟੀ ਵਿੱਚ ਕੈਲਸ਼ੀਅਮ ਕਾਰਬੋਨੇਟ ਦੀ ਘਾਟ ਹੁੰਦੀ ਹੈ। ਪਠਾਨਕੋਟ ਜ਼ਿਲ੍ਹੇ ਦੇ ਜ਼ਿਆਦਾਤਰ ਇਲਾਕੇ ਦਾ ਜਲਵਾਯੂ ਸਿਲ੍ਹਾ ਅਤੇ ਘੱਟ ਗਰਮ ਹੈ। ਇਸ ਪ੍ਰਦੇਸ਼ ਵਿੱਚ ਲਗਭਗ ਚਾਰ ਮਹੀਨਿਆਂ ਲਈ ਵਾਧੂ ਪਾਣੀ ਹੁੰਦਾ ਹੈ। ਇਸ ਖੇਤਰ ਵਿੱਚ ਸਰਦੀ ਜ਼ਿਆਦਾ ਠੰਡੀ ਹੁੰਦੀ ਹੈ।

ਇਸ ਪ੍ਰਦੇਸ਼ ਵਿਚ ਪਹਾੜੀ ਕਿਸਮ ਦਾ ਸੀਤੋਸ਼ਣ ਮਾਨਸੂਨ ਜਲਵਾਯੂ ਪਾਇਆ ਜਾਂਦਾ ਹੈ। ਸਾਲਾਨਾ ਤਾਪ-ਅੰਤਰ ਲਗਭਗ 20°C ਜਾਂ ਇਸ ਤੋਂ ਘੱਟ ਹੁੰਦਾ ਹੈ। ਸਾਲਾਨਾ ਵਰਖਾ ਦੀ ਪਰਿਵਰਤਨਸ਼ੀਲਤਾ ਲਗਭਗ 46% ਹੈ। ਮਾਸਿਕ ਵਰਖਾ ਪਰਿਵਰਤਨਸ਼ੀਲਤਾ 65 ਤੋਂ 130% ਵਿਚਕਾਰ ਹੁੰਦੀ ਹੈ। ਦਰਮਿਆਨੀ ਤੋਂ ਅੱਤ ਦੀ ਸੋਕਾ ਅਵਸਥਾ ਸਾਲ ਵਿਚ ਕੇਵਲ ਲਗਭਗ 10 ਹਫਤਿਆਂ ਜਾਂ ਇਸ ਤੋਂ ਵੀ ਘੱਟ ਪਠਾਨਕੋਟ ਅਤੇ ਧਾਰ ਕਲਾਂ ਤਹਿਸੀਲਾਂ ਵਿਚ ਅਤੇ ਲਗਭਗ 17 ਹਫਤਿਆਂ ਵਾਸਤੇ ਇਸ ਜਲਵਾਯੂ ਪ੍ਰਦੇਸ਼ ਦੇ ਬਾਕੀ ਦੇ ਭਾਗਾਂ ਵਿੱਚ ਪਾਈ ਜਾਂਦੀ ਹੈ।

ਅਭਿਆਸ (EXERCISE)

1. ਹੇਠ ਲਿਖਿਆਂ ਦੇ ਸੰਖੇਪ ਵਿਚ ਉੱਤਰ ਲਿਖੋ—

(1) ਪੰਜਾਬ ਦਾ ਜਲਵਾਯੂ ਕਿਸ ਪ੍ਰਕਾਰ ਦਾ ਹੈ ? ਇਕ ਲਾਈਨ ਵਿਚ ਉੱਤਰ ਲਿਖੋ।

(2) ਪੰਜਾਬ ਦੇ ਜਲਵਾਯੂ ਨੂੰ ਪ੍ਰਭਾਵਿਤ ਕਰਨ ਵਾਲੇ ਕਾਰਕਾਂ ਦੇ ਨਾਂ ਲਿਖੋ।

(3) ਪੰਜਾਬ ਦੀਆਂ ਕਿਹੜੀਆਂ ਮੁੱਖ ਰੁੱਤਾਂ ਹਨ ?

(4) ਪੰਜਾਬ ਦੀਆਂ ਸਰਦੀਆਂ ਦੀ ਵਰਖਾ ਦਾ ਮੁੱਖ ਕਾਰਨ ਕੀ ਹੈ ?

(5) "ਲੂ" ਕੀ ਹੁੰਦੀ ਹੈ ? ਇਸ ਦੀ ਕੀ ਮਹੱਤਤਾ ਹੈ ?

(6) ਪੰਜਾਬ ਵਿਚ ਮਾਨਸੂਨ ਕਦੋਂ ਆਉਂਦੀਆਂ ਹਨ ਅਤੇ ਕਦੋਂ ਵਾਪਸ ਜਾਂਦੀਆਂ ਹਨ ?

(7) ਪੰਜਾਬ ਦੀ ਵਰਖਾ ਦੀ ਕੀ ਵਿਸ਼ੇਸ਼ਤਾ ਹੈ ?

(8) ਪੰਜਾਬ ਦੇ ਕਿਸ ਭਾਗ ਵਿਚ ਸਭ ਤੋਂ ਵੱਧ ਤਾਪਮਾਨ ਅਤੇ ਕਿਸ ਭਾਗ ਵਿਚ ਸਭ ਤੋਂ ਵੱਧ ਵਰਖਾ ਹੁੰਦੀ ਹੈ ?

(9) ਪੰਜਾਬ ਦੇ ਪ੍ਰਮੁੱਖ ਜਲਵਾਯੂ ਪ੍ਰਦੇਸ਼ਾਂ ਦੇ ਨਾਂ ਲਿਖੋ।

(10) ਪੰਜਾਬ ਵਿਚ ਅੱਤ ਦਾ ਜਲਵਾਯੂ ਕਿਉਂ ਪਾਇਆ ਜਾਂਦਾ ਹੈ ?

(11) ਪੰਜਾਬ ਵਿੱਚ ਮਈ-ਜੂਨ ਦੇ ਮਹੀਨਿਆਂ ਵਿਚ ਕਿਸ ਤਰ੍ਹਾਂ ਵਰਖਾ ਹੁੰਦੀ ਹੈ ?

(12) ਜੁਲਾਈ ਅਤੇ ਅਗਸਤ ਦੇ ਮਹੀਨਿਆਂ ਵਿਚ ਪੰਜਾਬ ਵਿੱਚ ਕਿਸ ਪ੍ਰਕਾਰ ਦਾ ਮੌਸਮ ਹੁੰਦਾ ਹੈ ? ਉਸ ਲਈ ਕਿਹੜਾ ਖਾਸ ਸ਼ਬਦ ਵਰਤਿਆ ਜਾਂਦਾ ਹੈ ?

(13) ਪੰਜਾਬ ਵਿਚ ਸਰਦੀਆਂ ਨੂੰ ਜ਼ਿਆਦਾ ਠੰਡ ਕਿਉਂ ਹੋ ਜਾਂਦੀ ਹੈ ?

(14) ਪੰਜਾਬ ਦੇ ਕਿਸ ਭਾਗ ਵਿੱਚ ਸਿਲ੍ਹਾ ਸੀਤਊਸ਼ਣ ਜਲਵਾਯੂ ਪਾਇਆ ਜਾਂਦਾ ਹੈ ?

(15) ਕੋਪਨ ਅਤੇ ਥਾਰਨਥਵੇਟ ਅਨੁਸਾਰ ਪੰਜਾਬ ਵਿਚ ਕਿਸ ਪ੍ਰਕਾਰ ਦਾ ਜਲਵਾਯੂ ਪਾਇਆ ਜਾਂਦਾ ਹੈ ?

2. ਪੰਜਾਬ ਵਿੱਚ ਗਰਮੀਆਂ ਨੂੰ ਕਿਸ ਪ੍ਰਕਾਰ ਦੀ ਜਲਵਾਯੂ ਅਵਸਥਾ ਪਾਈ ਜਾਂਦਾ ਹੈ ? ਵਿਸਥਾਰ ਸਹਿਤ ਲਿਖੋ।

3. ਪੰਜਾਬ ਨੂੰ ਜਲਵਾਯੂ ਪ੍ਰਦੇਸ਼ਾਂ ਵਿੱਚ ਵੰਡੋ ਅਤੇ ਹਰ ਇਕ ਦਾ ਬਿਰਤਾਂਤ ਲਿਖੋ।

4. ਪੰਜਾਬ ਵਿੱਚ ਹੋਣ ਵਾਲੀ ਵਰਖਾ ਦੀ ਕਿਸਮ, ਮਾਤਰਾ, ਵੰਡ ਅਤੇ ਵਿਸ਼ੇਸ਼ਤਾਈਆਂ ਬਾਰੇ ਲਿਖੋ।

5. ਪੰਜਾਬ ਵਿਚ ਸਰਦੀਆਂ ਨੂੰ ਕਿਸ ਪ੍ਰਕਾਰ ਦਾ ਜਲਵਾਯੂ ਪਾਇਆ ਜਾਂਦਾ ਹੈ ? ਵਿਸਥਾਰ ਪੂਰਵਕ ਲਿਖੋ।

○○○

Chapter

5

ਬਨਸਪਤੀ
(VEGETATION)

ਬਨਸਪਤੀ ਕਿਸੇ ਪ੍ਰਦੇਸ਼ ਦੇ ਵਾਤਾਵਰਨ ਦਾ ਇਕ ਮਹੱਤਵਪੂਰਨ ਅੰਗ ਹੁੰਦੀ ਹੈ। ਬਨਸਪਤੀ ਜਿਹੜੀ ਮਨੁੱਖ ਦੀ ਛੋਹ ਤੋਂ ਬਿਨਾਂ ਕਿਸੇ ਵਾਤਾਵਰਨ ਵਿਚ ਵਿਕਸਤ ਹੁੰਦੀ ਹੈ ਅਤੇ ਜਿਸਦਾ ਮਿੱਟੀ, ਧਰਾਤਲ ਅਤੇ ਜਲਵਾਯੂ ਦੀਆਂ ਪ੍ਰਚਲਤ ਹਾਲਤਾਂ ਨਲਾ ਗੂੜ੍ਹਾ ਸੰਬੰਧ ਹੁੰਦਾ ਹੈ, ਨੂੰ ਕੁਦਰਤੀ ਬਨਸਪਤੀ ਕਿਹਾ ਜਾਂਦਾ ਹੈ। ਵਿਸ਼ਾਲ ਕੁਦਰਤੀ ਬਨਸਪਤੀ ਕਿਸਮਾਂ ਆਮ ਕਰਕੇ ਜਲਵਾਯੂ-ਚਰਮ ਅਵਸਥਾ ਦੇ ਸਮੂਹ ਜਾਤੀ ਵਰਗ ਹੁੰਦੇ ਹਨ (Climatic Climax Communities)। ਕਿਉਂਕਿ ਵਸੇ ਹੋਏ (Occupied) ਸੰਸਾਰ, ਵਿਸ਼ੇਸ਼ ਕਰਕੇ ਸੀਤੋਸ਼ਣ ਪ੍ਰਦੇਸ਼ਾਂ ਵਿਚ ਬਹੁਤ ਘੱਟ ਅਸਲੀ ਕੁਦਰਤੀ ਬਨਸਪਤੀ ਪਾਈ ਜਾਂਦੀ ਹੈ, ਇਸਲਈ ਪਦ ਕੁਦਰਤੀ ਬਨਸਪਤੀ ਆਮ ਕਰਕੇ ਮਨੁੱਖ ਰਾਹੀਂ ਮਾਮੂਲੀ ਪ੍ਰਭਾਵਤ ਬਨਸਪਤੀ ਲਈ ਵਰਤਿਆ ਜਾਂਦਾ ਹੈ। ਅਸਲ ਵਿੱਚ ਜ਼ਮੀਨ ਦੇ ਬਨਸਪਤੀ ਕੱਜਣ (vegetal cover of the land) ਨਾਲ ਤਿੰਨ ਸ਼ਬਦ ਸੰਬੰਧਤ ਹਨ। ਇਹ ਹਨ—ਕਿਸੇ ਸਮੇਂ ਜਾਂ ਇਲਾਕੇ ਦੀ ਬਨਸਪਤੀ (Flora), ਬਨਸਪਤੀ (Vegetation) ਅਤੇ ਜੰਗਲ (Forest)। ਕਿਸੇ ਵਿਸ਼ੇਸ਼ ਖੇਤਰ ਜਾਂ ਕਾਲ ਦੇ ਪੌਦੇ ਜਿਨ੍ਹਾਂ ਦੀ ਜਾਤੀ ਅਨੁਸਾਰ ਸੂਚੀ ਬਣੀ ਹੁੰਦੀ ਹੈ ਅਤੇ ਜਿਨ੍ਹਾਂ ਨੂੰ ਇਕ ਵਰਗ ਦੇ ਰੂਪ ਵਿਚ (as a group) ਵਿਚਾਰਿਆ ਜਾਂਦਾ ਹੈ, ਨੂੰ ਫਲੋਰਾ ਕਿਹਾ ਜਾਂਦਾ ਹੈ। ਕਿਸੇ ਭੌਤਿਕ ਵਾਤਾਵਰਨ ਦੀ ਵਿਵਸਥਾ ਵਿਚ (environmental-ecological-frame) ਇਕ ਦੂਜੇ ਨਾਲ ਸੰਬੰਧਤ ਰਹਿ ਰਹੀਆਂ ਪੌਦਿਆਂ ਦੀਆਂ ਜਾਤੀਆਂ ਦੇ ਇਕੱਠ ਨੂੰ ਬਨਸਪਤੀ ਕਿਹਾ ਜਾਂਦਾ ਹੈ। ਜੰਗਲ ਇਕ ਖੁਲ੍ਹੇ ਰੂਪ ਵਿਚ ਵਰਤਿਆ ਜਾਣ ਵਾਲਾ ਸ਼ਬਦ (ਪਦ) ਹੈ ਜੋ ਦਰਖਤਾਂ ਅਤੇ ਝਾੜੀਆਂ ਨਾਲ ਢਕੇ ਇਕ ਵੱਡੇ ਖੇਤਰ ਲਈ ਵਰਤਿਆ ਜਾਂਦਾ ਹੈ। ਦਰਖਤਾਂ ਦੀ ਪ੍ਰਧਾਨਤਾ ਵਾਲਾ ਇਹ ਇਕ (ਜਟਿਲ) ਗੁੰਝਲਦਾਰ ਪਰਿਸਥਿਤਕੀ ਤੰਤਰ (Complex ecological system) ਹੈ। ਇਸ ਅਧਿਆਇ ਵਿਚ ਪਦ ਜੰਗਲ ਦੀ ਵਰਤੋਂ ਇਸ ਭਾਵਨਾ ਅਨੁਸਾਰ ਕੀਤੀ ਗਈ ਹੈ।

ਕਿਸੇ ਖੇਤਰ ਵਿਚ ਬਨਸਪਤੀ ਦਾ ਵੱਧਣਾ-ਫੁੱਲਣਾ (growth) ਅਤੇ ਕਿਸਮ ਜਲਵਾਯੂ ਅਤੇ ਦੂਜੇ ਭੌਤਿਕੀ ਲੱਛਣਾਂ (physical features) ਉਪਰ ਨਿਰਭਰ ਕਰਦੇ ਹਨ। ਬਨਸਪਤੀ ਦਾ ਹਰ ਰੂਪ ਗਰਮੀ ਅਤੇ ਰੋਸ਼ਨੀ, ਪਾਣੀ ਅਤੇ ਮਿੱਟੀ ਵਿਚ ਮੌਜੂਦ ਪੌਦਿਆਂ ਦੀ ਖੁਰਾਕ (plant foods) ਉੱਤੇ ਨਿਰਭਰ ਕਰਦਾ ਹੈ। ਗਰਮੀ (heat) ਅਤੇ ਰੋਸ਼ਨੀ ਦੀ ਪ੍ਰਾਪਤੀ (availability) ਅਨੁਸਾਰ ਬਨਸਪਤੀ ਇਕ ਵਰਸ਼ੀ (annual) ਜਾਂ ਚਿਰਜੀਵੀ ਜਾਂ ਸਦਾ ਬਹਾਰ (perennial) ਹੁੰਦੀ ਹੈ। ਪਾਣੀ ਦੀ ਆਮਦ ਦੇ ਆਧਾਰ ’ਤੇ ਸਿਲ੍ਹੇ ਖੇਤਰਾਂ (humid regions) ਦੀ ਬਨਸਪਤੀ ਹਾਈਗਰੋਫਾਈਟ (hygrophyte) ਅਤੇ ਖੁਸ਼ਕ ਪ੍ਰਦੇਸ਼ਾਂ ਦੀ ਜ਼ੀਰੋਫਾਈਟ (Xerophyte) ਹੁੰਦੀ ਹੈ। ਪੱਤੇ ਕਈ ਕਿਸਮਾਂ ਦੇ ਚੌੜੇ, ਛੋਟੇ ਜਾਂ ਸੂਈਆਂ ਵਰਗੇ (needle like) ਹੋ ਸਕਦੇ ਹਨ। ਬਨਸਪਤੀ ਸਦਾ ਬਹਾਰ (evergreen), ਅਰਧ-ਸਦਾ ਬਹਾਰ, ਪੱਤਝੜੀ ਜਾਂ ਮਿਸ਼ਰਤ ਹੋ ਸਕਦੀ ਹੈ। ਇਸੇ ਤਰ੍ਹਾਂ ਗਰਮ ਅਤੇ ਕੋਸ਼ਣ (Warm) ਤਪਤਖੰਡੀ ਅਤੇ ਉਪ-ਤਪਤ ਖੰਡੀ ਖੇਤਰਾਂ ਵਿਚ ਲਕੜ ਸਖਤ ਹੁੰਦੀ ਹੈ ਅਤੇ ਸ਼ੀਤੋਸ਼ਣ (temperate) ਅਤੇ ਉੱਚ ਅਕਸ਼ਾਂਸ਼ੀ ਇਲਾਕਿਆਂ ਵਿਚ ਨਰਮ ਹੁੰਦੀ ਹੈ।

ਪੰਜਾਬ ਸਦੀਆਂ ਤੋਂ ਮਨੁੱਖੀ ਕਿਰਿਆਵਾਂ ਪਸ਼ੂ ਚਾਰਣ (pastroalism) ਅਤੇ ਖੇਤੀਬਾੜੀ ਦਾ ਕੇਂਦਰ ਰਿਹਾ ਹੈ। ਇਹ ਖੇਤਰ ਵਿਭਿੰਨ ਮੂਲ (indigenous) ਅਤੇ ਧਾੜਵੀ ਕਬੀਲਿਆਂ ਦੇ ਕਬਜ਼ੇ ਵਿਚ ਰਿਹਾ ਹੈ ਅਤੇ ਹਰ ਪਹਿਲੇ ਨੇ ਅਗਲੇ ਨੂੰ ਹੋਰ ਅੱਗੇ ਪੂਰਬ ਅਤੇ ਦੱਖਣ ਵਲ ਧੱਕ ਦਿੱਤਾ। ਇਸ ਸਭ ਦਾ ਭੂਮੀ ਦੇ ਬਨਸਪਤੀ ਕੱਜਣ ਉੱਤੇ ਬੁਰਾ ਪ੍ਰਭਾਵ ਪਿਆ। ਇਸ ਨਾਲ ਖੇਤੀਬਾੜੀ ਦਾ ਵਿਸਥਾਰ ਹੋਇਆ ਅਤੇ ਬਨਸਪਤੀ ਦਾ ਨਾਸ਼ (deforestation) ਹੋਇਆ। ਇਸ ਸਭ ਦੇ ਬਾਵਜੂਦ ਪੂਰਬੀ ਪੰਜਾਬ ਦੇ ਵਿਭਿੰਨ ਪਿੰਡਾਂ ਦੀਆਂ ਪਿੰਡ ਰਿਪੋਰਟਾਂ (Village Reports) ਅਤੇ ਸ਼ਜਰਾਨਸਬ (geneological tables) ਦੇ ਅਧਿਐਨ ਤੋਂ ਇਹ ਪਤਾ ਲਗਦਾ ਹੈ ਕਿ ਪ੍ਰਾਚੀਨ ਸਮੇਂ ਵਿਸ਼ੇਸ਼ ਕਰਕੇ ਮੱਧ-ਕਾਲ ਵਿਚ ਬਨਸਪਤੀ (ਜੰਗਲ), ਜੰਗਲ ਪ੍ਰਾਣੀ (wild life) ਅਤੇ ਸਿਲ੍ਹੀ

ਅਵਸਥਾ ਦੀ ਬਹੁਤਾਤ ਸੀ। ਪਰੰਤੂ ਉਨ੍ਹੀਵੀਂ ਸਦੀ ਦੇ ਮੱਧ ਵਿਚ ਜਦੋਂ ਅੰਗਰੇਜ਼ਾਂ ਨੇ ਪੰਜਾਬ ਉੱਤੇ ਕਬਜ਼ਾ ਕਰ ਲਿਆ ਤਾਂ ਲਾਰਡ ਡਲਹੌਜ਼ੀ, ਜਿਸਨੇ ਪੰਜਾਬ ਦਾ ਦੌਰਾ ਕੀਤਾ, ਨੇ 1851 ਈਸਵੀ ਵਿਚ ਕਿਹਾ, "ਇਥੇ ਜੰਗਲ ਦਰਖਤਾਂ ਅਤੇ ਇਥੋਂ ਤਕ ਕਿ ਫੱਲਦਾਰ ਦਰਖਤਾਂ ਅਤੇ ਝਾੜੀਆਂ ਦੀ ਅਣਹੋਂਦ ਸੀ। ਸਮੁੱਚਾ ਇਲਾਕਾ ਬੇਆਰਾਮਦੇਹ (unrelieved) ਮੈਦਾਨ ਦਾ ਲਗਾਤਾਰ ਪ੍ਰਸਾਰ ਸੀ। ਪਰੰਤੂ ਇਸ ਦਾ ਪਹਾੜੀ ਖੇਤਰ ਭਰਵੇਂ ਜੰਗਲਾਂ (prolific forest) ਵਿਚ ਧਨੀ ਸੀ ਅਤੇ ਇਸ ਦੇ ਮੱਧ ਵਰਤੀ ਮੈਦਾਨ ਝਾੜੀ ਜੰਗਲਾਂ (bush-wood) ਨਾਲ ਢਕੇ ਹੋਏ ਸਨ।"

ਬੇਰੋਕ ਅਤੇ ਵੱਡੇ ਪੈਮਾਨੇ ਤੇ ਦਰਖਤਾਂ ਦੀ ਕਟਾਈ ਅਤੇ ਜ਼ਿਆਦਾ ਚਰਾਈ (overgrazing) ਨੇ 1900 ਈਸਵੀ ਤਕ ਸ਼ਿਵਾਲਕ ਪਹਾੜੀਆਂ ਦੀ ਕਾਫ਼ੀ ਜ਼ਿਆਦਾ ਕੁਦਰਤੀ ਬਨਸਪਤੀ ਖ਼ਤਮ ਕਰ ਦਿੱਤੀ ਸੀ। ਅੰਗਰੇਜ਼ ਸਰਕਾਰ ਨੇ ਰਾਜ ਦੀ ਬਾਕੀ ਬਚਦੀ ਬਨਸਪਤੀ ਨੂੰ ਬਚਾਉਣ ਅਤੇ ਚੋਆਂ ਤੋਂ ਭਾਰੀ ਨੁਕਸਾਨ ਉੱਤੇ ਕਾਬੂ ਪਾਉਣ ਲਈ ਭੌਂ-ਸੰਭਾਲ ਚੋਅ ਕਾਨੂੰਨ 1900 (Land Preservation Choes Act 1900) ਬਣਾਇਆ। ਰਾਖਵੇਂ (reserved) ਅਤੇ ਸੁਰੱਖਿਅਤ (protected) ਜੰਗਲਾਂ ਦੀ ਹੱਦਬੰਦੀ ਕੀਤੀ ਗਈ ਅਤੇ ਸ਼ਿਵਾਲਕ ਦੇ ਅਰਧ-ਪਹਾੜੀ ਖੇਤਰ (Foot-hill region) ਵਿਚ ਦਰਖਤਾਂ ਦੇ ਕੱਟਣ 'ਤੇ ਸਖ਼ਤੀ ਨਾਲ ਰੋਕ ਲਗਾਈ ਗਈ। ਪਸ਼ੂ ਚਰਾਈ ਵਿਸ਼ੇਸ਼ ਨੀਵੇਂ ਪਹਾੜੀ ਇਲਾਕਿਆਂ ਤਕ ਸੀਮਤ ਰੱਖੀ ਗਈ।

ਭਾਵੇਂ ਇਹ ਪੱਕੀ ਤਰ੍ਹਾਂ ਨਾਲ ਕਹਿਣਾ ਔਖਾ ਹੈ ਕਿ ਖੇਤੀ ਅਧੀਨ ਵਿਸ਼ਾਲ ਮੱਧਵਰਤੀ ਪੰਜਾਬ ਵਿਚ ਕਿਨ੍ਹਾਂ ਕਿਸਮਾਂ ਦੀ ਬਨਸਪਤੀ ਪਾਈ ਜਾਂਦੀ ਸੀ ਪਰੰਤੂ ਸ਼ਿਵਾਲਕ ਪਹਾੜੀਆਂ ਅਤੇ ਅਰਧ-ਪਹਾੜੀ ਕਟੇ-ਫਟੇ ਜਲੌੜੀ ਪੱਖਿਆਂ (foot-hill dissected alluvial fans) ਅਤੇ ਤੱਲਹਟੀ ਮੈਦਾਨ (piedmont plain) ਖੇਤਰ ਵਿਚ ਪਾਈ ਜਾਣ ਵਾਲੀ ਬਨਸਪਤੀ ਕਿਸਮ ਬਾਰੇ ਕੁਝ ਸੂਚਨਾ ਉਪਲੱਬਧ ਹੈ। ਕੋਈ ਪੰਜਾਹ ਸਾਲ ਪਹਿਲਾਂ ਜਾਂ ਮੌਜੂਦਾ ਸਦੀ ਦੇ ਪਹਿਲੇ ਅੱਧ ਤਕ ਬਹੁਤ ਸਾਰੇ ਪਿੰਡਾਂ ਵਿਸ਼ੇਸ਼ ਕਰਕੇ ਉੱਤਰੀ ਅਤੇ ਪੂਰਬੀ ਪੰਜਾਬ ਵਿਚ ਝਿੜੀਆਂ ਅਤੇ ਬੀੜਾਂ (ਦਰਖਤਾਂ ਦੀ ਸੰਘਣੀ ਉਪਜ ਦੇ ਟੁਕੜੇ) ਹੁੰਦੀਆਂ ਸਨ। ਪਰੰਤੂ ਪੰਜਵੇਂ ਤੇ ਛੇਵੇਂ ਦਹਾਕੇ ਵਿਚ ਜੋਤਾਂ (ਜ਼ਮੀਨ) ਚੱਕਬੰਦੀ (Consolidation of holdings) ਅਤੇ ਖੇਤੀਬਾੜੀ ਦੇ ਵਿਸਤਾਰ ਨਾਲ ਇਨ੍ਹਾਂ ਵਿਚੋਂ ਝਿੜੀਆਂ ਅਤੇ ਬੀੜਾਂ ਅਲੋਪ ਹੋ ਗਈਆਂ ਜਿਸ ਕਾਰਨ ਪ੍ਰਾਚੀਨ ਬਨਸਪਤੀ ਨਾਲ ਮਹੱਤਵਪੂਰਨ ਕੜੀ ਟੁੱਟ ਗਈ। ਪੰਜਾਬ ਦੀ ਜ਼ਿਆਦਾਤਰ ਅੱਜ ਦੀ ਬਨਸਪਤੀ ਜਾਂ ਜੰਗਲਾਂ ਨੂੰ ਗੌਣ (Secondary) ਜਾਂ ਲਗਾਏ ਹੋਏ (planted) ਕਿਹਾ ਜਾ ਸਕਦਾ ਹੈ। ਫਿਰ ਵੀ ਅਗਰ ਇਹ ਮੰਨ ਲਿਆ ਜਾਵੇ ਕਿ ਮੌਜੂਦਾ ਅਤੇ ਚੰਗੀ ਤਰ੍ਹਾਂ ਅਨੁਕੂਲਤ (Well-adapted) ਵੰਨਗੀਆਂ (Species) ਪ੍ਰਾਚੀਨ ਕਾਲ ਵਿਚ ਵੀ ਇਥੇ ਹੋਣਗੀਆਂ ਤਾਂ ਪੰਜਾਬ ਦੀ ਮੌਜੂਦਾ ਬਨਸਪਤੀ ਨੂੰ ਅਰਧ-ਕੁਦਰਤੀ (Semi-natural) ਜਾਂ ਸਿਰਫ ਬਨਸਪਤੀ ਕਿਹਾ ਜਾਣਾ ਚਾਹੀਦਾ ਹੈ।

1966 ਵਿੱਚ ਪੰਜਾਬ ਦੇ ਪੁਨਰ-ਗਠਨ ਕਾਰਨ ਪੰਜਾਬ ਦਾ ਜ਼ਿਆਦਾਤਰ ਜੰਗਲ ਖੇਤਰ ਹਿਮਾਚਲ ਪ੍ਰਦੇਸ਼ ਵਿਚ ਚਲਾ ਗਿਆ ਅਤੇ ਨਵਾਂ ਪੰਜਾਬ ਭਾਰਤ ਦਾ ਇਕ ਲਗਭਗ ਜੰਗਲ-ਰਹਿਤ ਰਾਜ ਬਣ ਗਿਆ। 1965-66 ਵਿਚ ਨਵੇਂ ਪੰਜਾਬ ਦਾ ਕੇਵਲ 3.72% ਖੇਤਰਫਲ ਜੰਗਲਾਂ ਹੇਠ ਸੀ। ਪਹਾੜੀਆਂ ਵਿਚ ਵਾਤਾਵਰਣ ਅਨੁਸਾਰ ਆਖਰੀ ਬਨਸਪਤੀ ਕਿਸਮ (Climax type of Vegetation) ਕੰਡੇਦਾਰ ਜੰਗਲ (Thorn forests) ਹਨ। ਨਦੀ ਤਲੈਟੀਆਂ ਦੇ ਨਾਲ ਲਗਦੀਆਂ ਘਾਟੀਆਂ ਵਿਚ ਦਰਖਤ ਜ਼ਿਆਦਾ ਹਰੇ ਭਰੇ ਅਤੇ ਸੰਘਣੇ ਉਗਦੇ ਹਨ। ਕਈ ਪ੍ਰਕਾਰ ਦੇ ਘਾਹ ਉਗਦੇ ਹਨ। ਮੈਦਾਨਾਂ ਵਿਚ ਕਿੱਕਰ ਅਤੇ ਟਾਹਲੀ ਦੂਰ-ਦੂਰ ਤਕ ਪਾਏ ਜਾਂਦੇ ਹਨ। ਬਨਸਪਤੀ ਵਿਚ ਵਿਭਿੰਨ ਕਿਸਮਾਂ ਦੇ ਦਰਖਤ, ਝਾੜੀਆਂ ਅਤੇ ਘਾਹ ਸ਼ਾਮਲ ਹਨ। ਜਲਵਾਯੂ ਵਿਚ ਭਿੰਨਤਾਵਾਂ ਅਤੇ ਬਨਸਪਤੀ ਕੱਜਣ ਦੀ ਸੰਘਣਤਾ ਅਨੁਸਾਰ ਪੰਜਾਬ ਦੀ ਬਨਸਪਤੀ, ਜਿਵੇਂ ਸੰਸਾਰ ਦੇ ਕਿਸੇ ਵੀ ਭਾਗ ਦੀ ਹੋਵੇਗੀ, ਵਿਚ ਸ਼ਾਮਲ ਹਨ—ਜੰਗਲ, ਘਾਹ ਦੇ ਮੈਦਾਨ ਅਤੇ ਝਾੜੀ ਪ੍ਰਦੇਸ਼ (Scrublands)। ਅਸਲੀ ਜੰਗਲ ਸੱਤਹੀ ਵੰਡ ਅਨੁਸਾਰ ਬਹੁਤ ਸੀਮਤ ਹਨ। ਘਾਹ ਜ਼ਿਆਦਾਤਰ ਚੋਆਂ ਅਤੇ ਨਦੀਆਂ ਦੀਆਂ ਤਲੈਟੀਆਂ (beds) ਅਤੇ ਕਿਨਾਰਿਆਂ ਨਾਲ ਲਗਦੇ ਪ੍ਰਦੇਸ਼ਾਂ ਵਿਚ ਮੁੱਖ ਤੌਰ 'ਤੇ ਪਾਏ ਜਾਂਦੇ ਹਨ। ਝਾੜੀਆਂ ਹਰ ਜਗ੍ਹਾ ਪਾਈਆਂ ਜਾਂਦੀਆਂ ਹਨ।

ਜੰਗਲ (FORESTS)

ਜੰਗਲ ਇਕ ਨਵਿਆਣ ਯੋਗ ਸਾਧਨ ਹਨ ਅਤੇ ਇਹ ਉਤਪਾਦੀ (productive) ਅਤੇ ਰੱਖਿਅਕ (protective) ਕਾਰਜ

ਕਰਦੇ ਹਨ। ਜੰਗਲ, ਉਦਯੋਗਿਕ ਲਕੜੀ, ਇਮਾਰਤੀ ਲਕੜੀ, ਚਾਰਾ ਅਤੇ ਦੂਜੀਆਂ ਉਪਜਾਂ (Products) ਜਿਨ੍ਹਾਂ ਦੀ ਬਹੁਤ ਜ਼ਿਆਦਾ ਆਰਥਿਕ ਮਹੱਤਤਾ ਹੈ, ਪ੍ਰਦਾਨ ਕਰਦੇ ਹਨ। ਜੰਗਲ ਮਿੱਟੀ ਅਪਰਦਨ ਨੂੰ ਘਟਾਉਂਦੇ ਹਨ, ਪਾਣੀ ਦੇ ਨਾਲੀਆਂ ਵਿਚ ਵਹਾ ਨੂੰ ਨਿਯਮਤ ਕਰਦੇ ਹਨ, ਹੜ੍ਹਾਂ ਨੂੰ ਰੋਕਦੇ ਹਨ, ਜਲਵਾਯੂ ਨੂੰ ਔਸਤ ਦਰਜੇ ਦਾ ਬਣਾਉਂਦੇ (moderate) ਹਨ, ਵਰਖਾ ਵਧਾਉਂਦੇ ਹਨ ਅਤੇ ਜੀਵ-ਜੰਤੂਆਂ (fauna) ਅਤੇ ਬਨਸਪਤੀ (flora) ਦੇ ਜਨਨਿਕ ਭੰਡਾਰ (genetic reserve) ਨੂੰ ਅਮੀਰ (ਭਰਪੂਰ) ਕਰਦੇ ਹਨ। ਜੰਗਲ ਵਾਤਾਵਰਣ ਦੀ ਕਿਸਮ ਨੂੰ ਸੁਧਾਰਨ ਵਿਚ ਮਹੱਤਵਪੂਰਣ ਭੂਮਿਕਾ ਨਿਭਾਉਂਦੇ ਹਨ। ਇਸ ਲਈ ਜੰਗਲ ਮਨੁੱਖੀ ਜੀਵਨ ਨੂੰ ਸਿੱਧੇ ਅਤੇ ਅਸਿੱਧੇ ਤੌਰ 'ਤੇ ਪ੍ਰਭਾਵਿਤ ਕਰਦੇ ਹਨ।

ਪੰਜਾਬ ਇਕ ਵੱਡਾ ਜੰਗਲ ਖੇਤਰ ਹੋਣ ਵਿਚ ਖੁਸ਼ਕਿਸਮਤ ਨਹੀਂ ਹੈ। ਜੋ ਕੋਈ ਵੀ ਜੰਗਲ ਸਨ ਉਹ ਹਜ਼ਾਰਾਂ ਸਾਲਾਂ ਦੌਰਾਨ ਖੇਤੀਬਾੜੀ, ਬਸਤੀਆਂ ਅਤੇ ਦੂਜੀਆਂ ਸਭਿਆਚਾਰਕ ਕਿਰਿਆਵਾਂ ਲਈ ਸਾਫ਼ ਕਰ ਲਏ ਅਤੇ ਕੱਟ ਲਏ ਗਏ ਸਨ। ਇਸ ਤੋਂ ਬਿਨਾਂ ਪੰਜਾਬ ਦਾ ਖੁਸ਼ਕ ਅਤੇ ਅਰਧ-ਖੁਸ਼ਕ (Semiarid) ਜਲਵਾਯੂ ਜੰਗਲਾਂ ਦੇ ਅੱਛੇ ਵਾਧੇ ਲਈ ਅਨੁਕੂਲ ਅਤੇ ਸਹਾਇਕ ਨਹੀਂ ਹੈ। ਇਸ ਕਾਰਨ ਪੰਜਾਬ ਵਿਚ ਘੱਟ ਜੰਗਲ (ਰਕਬਾ) ਖੇਤਰ ਹੈ। ਆਮ ਲੋਕਾਂ ਅਤੇ ਵਿਸ਼ੇਸ਼ ਕਰਕੇ ਸਰਕਾਰ ਵਿਚ ਵਾਤਾਵਰਣ ਦੇ ਖ਼ਰਾਬ ਹੁੰਦੇ ਜਾਣ (degrading environment), ਪ੍ਰਦੂਸ਼ਣ (pollution), ਇਮਾਰਤੀ ਲਕੜੀ ਅਤੇ ਬਾਲਣ ਲਈ ਘਾਟ ਬਾਰੇ ਸਤਰਕਤਾ (awareness) ਨੇ ਲੋਕਾਂ ਅਤੇ ਪੰਜਾਬ ਦੇ ਜੰਗਲਾਤ ਮਹਿਕਮੇ ਨੂੰ ਰਾਜ ਦੇ ਵੱਖ-ਵੱਖ ਭਾਗਾਂ ਵਿਚ ਵਿਭਿੰਨ ਦਰਖਤਾਂ ਵਿਸ਼ੇਸ਼ ਕਰਕੇ ਸਫੈਦੇ (Eucalyptus), ਪਾਪਲਰ (Poplar), ਟਾਹਲੀ ਅਤੇ ਕਿੱਕਰ ਦੇ ਪੱਟੀ ਰੂਪ (strip), ਲਾਈਨ ਰੂਪ, ਜਾਂ ਗੁਥਵੇਂ ਬਲਾਕ (compact block) ਦੇ ਰੂਪ ਵਿਚ ਜ਼ਿਆਦਾ ਤੋਂ ਜ਼ਿਆਦਾ ਦਰਖਤ ਲਗਾਉਣ ਲਈ ਉਤਸ਼ਾਹਤ ਕਰ ਦਿੱਤਾ। 1992-93 ਦੇ ਸਾਲ ਵਿਚ ਜੰਗਲਾਤ ਮਹਿਕਮੇ, ਪੰਚਾਇਤ ਮਹਿਕਮੇ, ਦੂਜੀਆਂ ਏਜੰਸੀਆਂ ਅਤੇ ਆਮ ਲੋਕਾਂ ਨੇ ਪੰਜਾਬ ਵਿਚ 290.20 ਲੱਖ ਦਰਖਤ ਲਗਾਏ ਸਨ। ਇਸ ਤੋਂ ਬਾਅਦ ਲਗਾਏ ਗਏ ਪੌਦਿਆਂ ਜਾਂ ਦਰਖਤਾਂ ਦੀ ਗਿਣਤੀ ਘੱਟਣ ਲੱਗ ਪਈ। ਇਹ ਗਿਣਤੀ 2000-01 ਵਿਚ 203.2 ਲੱਖ 2004-05 ਵਿਚ 159.62 ਲੱਖ, 2005-06 ਵਿੱਚ 57.38 ਲੱਖ ਅਤੇ 2007-08 ਵਿਚ ਇਹ ਘੱਟ ਕੇ 51.28 ਲੱਖ, 2008-09 ਵਿੱਚ ਕੇਵਲ 40 ਲੱਖ ਰਹਿ ਗਈ। 2010-11 ਵਿਚ ਇਹ ਗਿਣਤੀ ਵਧਕੇ 59.75 ਲੱਖ, 2018-19 ਵਿੱਚ 202.27 ਲੱਖ, 2020-21 ਦੇ ਸੋਧੇ ਹੋਏ ਅੰਕੜਿਆਂ ਅਨੁਸਾਰ ਇਹ ਗਿਣਤੀ ਘਟਕੇ 133.38 ਲੱਖ ਅਤੇ 2021-22 ਦੇ ਅਣ-ਅੰਤਮ ਅੰਕੜਿਆਂ ਅਨੁਸਾਰ ਇਹ ਗਿਣਤੀ 135.07 ਲੱਖ ਹੋ ਗਈ ਸੀ। ਸਾਲ 1992-93 ਦੌਰਾਨ ਜੰਗਲਾਂ ਹੇਠ ਕੁੱਲ ਕਰਬੇ ਵਿਚੋਂ 38.37% ਸੁਰੱਖਿਅਤ ਜੰਗਲ (Protected Forests) ਸਨ ਜਿਨ੍ਹਾਂ ਵਿਚ ਰੇਲਵੇ ਲਾਈਨਾਂ, ਸੜਕਾਂ, ਨਹਿਰਾਂ ਅਤੇ ਡਰੇਨਜ਼ (drains) ਆਦਿ ਨਾਲ ਵੱਖ-ਵੱਖ ਪ੍ਰਕਾਰ ਦੀਆਂ ਪੱਟੀ ਰੂਪ ਅਤੇ ਬਲਾਕ ਪਲਾਂਟੇਸ਼ਨਜ਼ (Plantations) ਸ਼ਾਮਲ ਸਨ। 2021-22 ਦੇ ਅੰਕੜਿਆਂ ਅਨੁਸਾਰ ਇਹ ਪ੍ਰਤੀਸ਼ਤਤਾ 84.86 ਸੀ ਜੋ ਕਿ 2010-11 ਵਿੱਚ 37.74 ਸੀ। ਅਗਰ ਕੋਈ ਪੰਜਾਬ ਦੇ ਪੇਂਡੂ ਇਲਾਕੇ ਵਿਚ ਜਾਂਦਾ ਹੈ ਤਾਂ ਉਸਨੂੰ ਖੇਤਾਂ ਦੇ ਬੰਨ੍ਹਿਆਂ ਉੱਪਰ, ਸੜਕਾਂ, ਟਿਊਬਵੈਲਾਂ ਉੱਪਰ, ਨਹਿਰਾਂ ਅਤੇ ਡਰੇਨਜ਼ ਨਾਲ-ਨਾਲ ਅਤੇ ਖੇਤਾਂ ਵਿਚ ਹੋਰ ਕਈ ਥਾਈਂ ਸਫੈਦਿਆਂ ਅਤੇ ਪਾਪੂਲਰ ਦੀਆਂ ਕਤਾਰਾਂ ਦਿਸਣਗੀਆਂ। ਇਹ ਦੋਨੋਂ ਦਰਖਤ ਪੰਜਾਬ ਦੇ ਪੇਂਡੂ ਇਲਾਕੇ ਵਿਚ ਦਰਖਤ ਫਸਲਾਂ (tree crops) ਬਣ ਗਈਆਂ ਹਨ ਜਿਸ ਨਾਲ ਕਿਰਸਾਣਾਂ ਨੂੰ ਕਾਫੀ ਆਮਦਨ ਮਿਲਣ ਲਗ ਪਈ ਹੈ। ਨਤੀਜੇ ਵਜੋਂ ਪੰਜਾਬ ਵਿਚ ਜੰਗਲਾਂ ਹੇਠ ਰਕਬਾ ਵਧਣ ਲਗ ਪਿਆ ਹੈ। ਹੇਠ ਦਿੱਤੀ ਸਾਰਣੀ ਇਸ ਨੂੰ ਸਿੱਧ ਕਰਦੀ ਹੈ—

ਸਾਰਣੀ ਨੰ: 7

ਪੰਜਾਬ ਵਿਚ ਜੰਗਲਾਂ ਹੇਠ ਰਕਬੇ ਦਾ ਵਾਧਾ 1965-66 ਤੋਂ 2021-22

ਕ੍ਰਮ ਨੰ.	ਸਾਲ	ਭੂਗੋਲਿਕ ਖੇਤਰਫਲ (ਵਰਗ ਕਿ.ਮੀ.)	ਜੰਗਲਾਂ ਹੇਠ ਰਕਬਾ (ਵਰਗ ਕਿ.ਮੀ.)	ਕੁੱਲ ਰਕਬੇ ਦੀ ਪ੍ਰਤੀਸ਼ਤਤਾ
1.	1965-66	50362	1872	3.72
2.	1970-71	50362	2111	4.19

3.	1980-81	50362	2603	5.17
4.	1990-91	50362	2845	5.65
5.	1995-96	50362	2903	5.76
6.	2000-01	50362	3058	6.07
7.	2005-06	50362	3054	6.06
8.	2010-11	50362	3058	6.07
9.	2018-19	50362	2442	4.85
10.	2020-21	50362	2442	4.85
11.	2021-22	50362	2442	4.85

ਸਰੋਤ—ਪੰਜਾਬ ਦਾ ਅੰਕੜਾ ਸਾਰ—1995, 2001, 2004, 2014 ਅਤੇ 2022

ਪੰਜਾਬ ਵਿਚ ਨਿਰੋਲ ਬੀਜੇ ਖੇਤਰ (net sown area) ਦੀ ਕਾਫੀ ਉੱਚੀ ਪ੍ਰਤੀਸ਼ੱਤਤਾ (ਲਗਭਗ 82%) ਹੈ। ਭੂਮੀ ਵਰਤੋਂ (landuse) ਦਾ ਅਗਲਾ ਮਹੱਤਵਪੂਰਨ ਅੰਗ (ਤੱਤ) ਕਾਸ਼ਤ (ਖੇਤੀਬਾੜੀ) ਲਈ ਨਾ ਉਪਲਬਧ ਜ਼ਮੀਨ (land not available for cultivation) ਹੈ ਜਿਸ ਅਧੀਨ ਰਾਜ ਦੇ ਕੁੱਲ ਖੇਤਰਫਲ ਦਾ ਲਗਭਗ 11.09% ਖੇਤਰ ਹੈ। ਇਸ ਤੋਂ ਬਾਅਦ ਜੰਗਲਾਂ ਹੇਠ ਰਕਬਾ ਆਉਂਦਾ ਹੈ ਜੋ ਕੁੱਲ ਖੇਤਰਫਲ ਦਾ 4.8% ਹੈ। ਡਾਇਰੈਕਟਰ ਲੈਂਡ ਰਿਕਾਰਡਜ਼, ਪੰਜਾਬ ਤੋਂ ਪ੍ਰਾਪਤ ਅੰਕੜਿਆਂ ਅਨੁਸਾਰ 2011-12 ਵਿਚ ਪੰਜਾਬ ਦੇ ਕੁੱਲ ਖੇਤਰਫਲ ਦਾ 5.84% ਭਾਗ ਜੰਗਲਾਂ ਹੇਠ ਸੀ। 2004-05 ਵਿਚ ਭਾਰਤ ਦੀ ਔਸਤ ਪ੍ਰਤੀਸ਼ੱਤਤਾ ਦੇ ਮੁਕਾਬਲੇ ਤੇ ਇਹ ਪ੍ਰਤੀਸ਼ੱਤਤਾ ਬਹੁਤ ਘੱਟ ਹੈ। 2018-19 ਵਿੱਚ ਦੇਸ਼ ਦਾ ਲਗਭਗ 21.9% ਖੇਤਰਫਲ ਜੰਗਲ ਖੇਤਰ ਸੀ। ਪੰਜਾਬ ਲਈ ਇਹ ਪ੍ਰਤੀਸ਼ਤਤਾ 4.96% ਸੀ। ਸਿਰਫ ਇਕ ਰਾਜ, ਸਾਡੇ ਗੁਆਂਢੀ ਹਰਿਆਣਾ ਰਾਜ, ਵਿਚ ਜੰਗਲਾਂ ਹੇਠ ਖੇਤਰਫਲ ਦੀ ਪ੍ਰਤੀਸ਼ੱਤਤਾ ਪੰਜਾਬ ਤੋਂ ਘੱਟ ਹੈ। ਹਰਿਆਣਾ ਵਿਚ ਕੁੱਲ ਖੇਤਰਫਲ ਦਾ ਕੇਵਲ ਲਗਭਗ 1% (0.79%) ਖੇਤਰਫਲ ਜੰਗਲਾਂ ਹੇਠ ਹੈ। ਮਾਰੂਥਲ ਰਾਜ ਰਾਜਸਥਾਨ ਵਿਚ ਵੀ ਪ੍ਰਤੀਸ਼ੱਤਤਾ ਪੰਜਾਬ ਨਾਲੋਂ ਉੱਚੀ (8.1%) ਹੈ। ਮੱਧ ਪ੍ਰਦੇਸ਼ (28.2%), ਅਰੁਨਾਚਲ ਪ੍ਰਦੇਸ਼ (79.64%) ਅਤੇ ਮੇਘਾਲਿਆ (40.6%) ਦੇ ਮੁਕਾਬਲੇ ਤੇ ਪੰਜਾਬ ਵਿੱਚ ਜੰਗਲਾਂ ਹੇਠ ਖੇਤਰਫਲ ਦੀ ਪ੍ਰਤੀਸ਼ਤਤਾ (4.96%) ਨਿਗੁਣੀ ਲੱਗਦੀ ਹੈ। ਸਾਡੇ ਦੂਜੇ ਗੁਆਂਢੀ ਰਾਜ ਹਿਮਾਚਲ ਪ੍ਰਦੇਸ਼ ਵਿਚ ਕੁੱਲ ਖੇਤਰਫਲ ਦਾ 20.2% ਜੰਗਲਾਂ ਹੇਠ ਹੈ। ਇਹ ਸਾਰੇ ਅੰਕੜੇ 2018-19 ਅਨੁਸਾਰ ਹਨ। 2001-03 ਤੋਂ ਹੁਣ ਤੱਕ 80,000 ਹੈਕਟੇਅਰ ਜ਼ਮੀਨ ਵਿੱਚੋਂ ਜੰਗਲ ਕੱਟੇ ਜਾ ਚੁੱਕੇ ਹਨ। ਅਸਲ ਵਿਚ ਸੜਕਾਂ ਨੂੰ ਚੌੜਾ ਕਰਨ (ਦੋ ਜਾਂ ਚਾਰ ਮਾਰਗੀ ਬਣਾਉਣ ਲਈ) ਸਮੇਂ ਹਜ਼ਾਰਾਂ ਵੱਡੇ ਦਰਖਤਾਂ ਦੀ ਕਟਾਈ ਕੀਤੀ ਗਈ ਹੈ, ਪਰੰਤੂ ਉਨ੍ਹਾਂ ਦੀ ਥਾਂ ਅੱਜ ਤੱਕ (10 ਸਾਲ ਬਾਅਦ ਤਕ ਵੀ) ਨਵੇਂ ਦਰੱਖਤ ਨਹੀਂ ਲਗਾਏ ਗਏ ਹਨ। ਇਸੇ ਤਰ੍ਹਾਂ ਕਾਰਖਾਨਿਆਂ, ਨਵੀਆਂ ਰਿਹਾਇਸ਼ੀ ਕਲੋਨੀਆਂ, ਰੀਜ਼ੋਰਟਸ ਆਦਿ ਬਣਾਉਣ ਸਮੇਂ ਵੀ ਕਾਫੀ ਦਰੱਖਟ ਕੱਟੇ ਜਾਂਦੇ ਹਨ। ਨਵੀਆਂ ਪਲਾਂਟੇਸ਼ਨਜ਼ ਵੀ ਨਹੀਂ ਲੱਗ ਰਹੀਆਂ ਹਨ।

2011 ਫਾਰੇਸਟ ਸਰਵੇ ਆਫ ਇੰਡੀਆ ਦੀ ਰਿਪੋਰਟ ਅਨੁਸਾਰ ਪੰਜਾਬ ਦੇ ਕੇਵਲ 3.5% ਖੇਤਰਫਲ ਵਿੱਚ ਜੰਗਲ ਪਾਏ ਜਾਂਦੇ ਹਨ। ਇਸ ਕੁੱਲ ਜੰਗਲ ਰਕਬੇ (Forest Area 1764.0 ਵਰਗ ਕਿਲੋਮੀਟਰ) ਵਿੱਚੋਂ 736 ਵ.ਕਿ. ਮੀਟਰ ਰਕਬਾ ਦਰਮਿਆਨੀ ਘਣਤਾ (moderately dense) ਵਾਲੇ ਜੰਗਲਾਂ ਹੇਠ ਅਤੇ 1028 ਵ.ਕਿ.ਮੀ. ਰਕਬਾ ਖੁੱਲ੍ਹੇ ਜੰਗਲਾਂ (open forests) ਅਧੀਨ ਹੈ। ਇਸ ਰਿਪੋਰਟ (Forest Survey of India Report 2011) ਅਨੁਸਾਰ ਭਾਰਤ ਦਾ 21.05% ਰਕਬਾ ਜੰਗਲਾਂ ਹੇਠ ਸੀ। ਹਿਮਾਚਲ ਪ੍ਰਦੇਸ਼ ਲਈ ਇਹ ਪ੍ਰਤੀਸ਼ਤਤਾ 26.37, ਹਰਿਆਣਾ ਲਈ 3.64 ਅਤੇ ਰਾਜਸਥਾਨ ਲਈ 4.70% ਸੀ। ਅਰੁਣਾਚਲ ਪ੍ਰਦੇਸ਼ ਦਾ 80.86% ਰਕਬਾ ਜੰਗਲਾਂ ਹੇਠ ਸੀ।

India State of Forest Report 2013 ਦੇ ਅੰਕੜਿਆਂ ਅਨੁਸਾਰ ਪੰਜਾਬ ਦਾ 3.5% ਰਕਬਾ ਜੰਗਲਾਂ ਹੇਠ ਸੀ ਅਤੇ 3.0% ਰਕਬਾ ਜੰਗਲਾਂ ਤੋਂ ਬਾਹਰ ਦਰਖਤ-ਕੱਜਣ (Tree Cover Outside Forests) ਅਧੀਨ ਸੀ। ਜੰਗਲ ਹੇਠ ਘੱਟ ਖੇਤਰਫਲ

ਵਾਲੇ ਰਾਜ ਪੰਜਾਬ ਲਈ ਜੰਗਲ ਹੇਠ ਰਕਬੇ ਵਿੱਚ ਵਾਧਾ ਕਰਨਾ ਬਹੁਤ ਜ਼ਰੂਰੀ ਹੈ। ਪਰੰਤੂ ਹੁਣ ਖੇਤੀਬਾੜੀ ਦੇ ਜ਼ਿਆਦਾ ਪ੍ਰਸਾਰ (much extension of agriculture) ਕਾਰਨ ਜੰਗਲਾਂ ਹੇਠ ਹੋਰ ਰਕਬੇ ਨੂੰ ਲਿਆਉਣਾ ਮੁਸ਼ਕਲ ਹੈ ਅਤੇ ਇਸ ਦੀ ਗੁੰਜਾਇਸ਼ ਬਹੁਤ ਘੱਟ ਹੈ। ਇਸ ਕਾਰਨ ਪੰਜਾਬ ਕੋਲ ਜੰਗਲ ਰਕਬੇ ਤੋਂ ਇਲਾਵਾ ਦਰਖੱਤ-ਕੱਜਣ (tree cover) ਦੇ ਖੇਤਰ ਨੂੰ ਜ਼ਿਆਦਾ ਤੋਂ ਜ਼ਿਆਦਾ ਵਧਾਉਣ ਦਾ ਮੌਕਾ ਬਚਿਆ ਹੈ। ਇਹ ਕੰਮ **ਐਗਰੋ ਫਾਰੈਸਟਰੀ**, **ਸੋਸ਼ਲ ਫਾਰੈਸਟਰੀ**, ਸਿਲਵੀ ਪਾਸਚਰਜ (Silvi Pastures) ਅਤੇ ਸ਼ਹਿਰੀ (Urban) ਅਤੇ ਨਾਲ ਲੱਗਦੇ ਸ਼ਹਿਰੀ ਖੇਤਰ (Urban and Peri-Urban Areas) ਵਿੱਚ ਜ਼ਿਆਦਾ ਤੋਂ ਜ਼ਿਆਦਾ ਦਰੱਖਤ ਲਗਾਉਣ ਰਾਹੀਂ ਪੂਰਾ ਕੀਤਾ ਜਾ ਸਕਦਾ ਹੈ।

ਸਮਾਬੱਧ ਯੋਜਨਾ (Time Bound Plan) ਰਾਹੀਂ ਹਰ ਸਾਲ 5% ਤੋਂ ਵੱਧਦੇ ਹੋਏ ਪੰਜਵੇਂ ਸਾਲ 25% ਵਾਧੂ ਖੇਤਰ ਵਿੱਚ ਖੇਤਾਂ ਦੀਆਂ ਵੱਟਾਂ, ਸੜਕਾਂ, ਨਹਿਰਾਂ, ਡਰੇਨਜ਼ ਆਦਿ ਦੇ ਕਿਨਾਰਿਆਂ ਉੱਤੇ ਦਰੱਖਤ ਲਗਾ ਕੇ ਅਤੇ ਛੋਟੇ ਖੇਤਰੀ ਰੂਪ (block areas) ਵਿੱਚ ਪਲਾਂਟੇਸ਼ਨਜ਼ ਲਗਾ ਕੇ ਦਰੱਖਤ ਕੱਜਣ (tree cover) ਦਾ ਖੇਤਰ ਕਾਫੀ ਵਧਾਇਆ ਜਾ ਸਕਦਾ ਹੈ। ਇਹ ਕੰਮ ਕਾਗਜੀ ਨਹੀਂ ਬਲਕਿ ਅਮਲੀ ਰੂਪ ਵਿੱਚ ਨੇਪਰੇ ਚਾੜ੍ਹਨ ਦੀ ਲੋੜ ਹੈ। ਕਿਰਸਾਨਾਂ ਅਤੇ ਦੂਜੇ ਲੋਕਾਂ ਅਤੇ ਸੰਸਥਾਵਾਂ ਆਦਿ ਨੂੰ ਉਤਸ਼ਾਹਤ ਕਰਕੇ ਅਤੇ ਕੁੱਝ ਰਿਆਇਤਾਂ (concessions) ਦੇ ਕੇ ਟੀਚੇ ਪੂਰੇ ਕੀਤੇ ਜਾ ਸਕਦੇ ਹਨ। ਬੂਟਾ ਲਗਾਉਣਾ ਕਾਫੀ ਨਹੀਂ, ਸਗੋਂ ਕੀ ਉਹ ਬੂਟਾ ਦਰਖਤ ਰੂਪ ਵਿੱਚ ਆਇਆ ਹੈ ਕਿ ਨਹੀਂ, ਜ਼ਿਆਦਾ ਮਹੱਤਵਪੂਰਣ ਹੈ। ਇਹਨਾਂ ਸਭ ਨਾਲ ਅਸੀਂ ਗਲੋਬਲ ਵਾਰਮਿੰਗ ਦੇ ਮਾੜੇ ਸਿੱਟਿਆਂ ਦਾ ਮੁਕਾਬਲਾ ਕਰ ਸਕਾਂਗੇ। ਇਸ ਨਾਲ ਕਿਰਸਾਨਾਂ ਦੀ ਆਮਦਨ ਵਧੇਗੀ, ਲਕੜੀ ਅਤੇ ਭੂਮੀਗਤ ਪਾਣੀ (underground water reservoirs) ਦੇ ਭੰਡਾਰ ਵਧਣਗੇ।

ਭੋਂ ਸੰਭਾਲ (Soil Conservation), ਹੜ੍ਹ ਰੋਕਣ, ਸੋਕੇ ਅਤੇ ਪ੍ਰਦੂਸ਼ਣ ਦੇ ਪ੍ਰਭਾਵ ਨੂੰ ਕਾਫੀ ਘੱਟ ਕਰਨ ਵਿੱਚ ਸਹਾਇਤਾ ਮਿਲੇਗੀ। ਵਰਖਾ ਦੀ ਮਾਤਰਾ ਵਿੱਚ ਵਾਧਾ ਹੋ ਸਕਦਾ ਹੈ। ਜਲਵਾਯੂ ਕੁੱਝ ਸਮ (moderate) ਅਤੇ ਤਰ (humid) ਹੋ ਸਕਦਾ ਹੈ। ਇਹ ਸਭ ਕੁੱਝ ਕਰਨ ਲਈ ਕੇਂਦਰ ਸਰਕਾਰ ਅਤੇ ਵਿਸ਼ਵ ਬੈਂਕ (World Bank) ਤੋਂ ਸੇਧ ਅਤੇ ਵਿੱਤੀ ਸਹਾਇਤਾ ਲਈ ਜਾ ਸਕਦੀ ਹੈ।

2018-19 ਵਿੱਚ ਅੰਕੜਿਆਂ ਅਨੁਸਾਰ ਕੁੱਲ ਰਾਜ ਘਰੇਲੂ ਉਤਪਾਦਨ (Gross State Value Added) ਵਿੱਚ ਫੈਕਟਰ ਕਾਸਟ ਅਨੁਸਾਰ (at factor cost) ਜੰਗਲਾਤ ਉਤਪਾਦਨ (Forestry) ਦਾ ਯੋਗਦਾਨ 7717 ਕਰੋੜ ਰੁਪਇਆ ਸੀ। ਉਸ ਨਾਲ ਇਹ ਸਥਿਰ ਕੀਮਤਾਂ (Constant prices) ਦੇ ਆਧਾਰ ਤੇ ਕੁੱਲ ਰਾਜ ਘਰੇਲੂ ਉਤਪਾਦਨ ਦਾ (2.13%) ਸੀ। ਇਹ ਯੋਗਦਾਨ 2021-22 (ਤੁਰੰਤ ਅਨੁਮਾਨਾਂ) ਅਨੁਸਾਰ 8029 ਕਰੋੜ 70 ਲੱਖ ਰੁਪਏ (2.06%) ਸੀ ਪ੍ਰੰਤੂ 2020-21 ਦੇ ਅਣ-ਅੰਤਿਮ (Provisional) ਅਨੁਮਾਨਾਂ ਅਨੁਸਾਰ 7856 ਕਰੋੜ 45 ਲੱਖ ਰੁਪਏ (2.13%) ਸੀ। 2021-22 ਵਿੱਚ ਰਾਜ ਦੇ ਸਰਕਾਰੀ ਜੰਗਲਾਂ ਤੋਂ ਮੁੱਖ ਜੰਗਲਾਤ ਉਪਜ (major forest produce), ਇਮਾਰਤੀ ਲਕੜੀ ਅਤੇ ਬਾਲਣ ਲਕੜੀ) 7 ਕਰੋੜ 96 ਰੁਪਏ ਦੇ ਬਰਾਬਰ ਸੀ (2018-19 ਵਿੱਚ 5 ਕਰੋੜ 24 ਲੱਖ ਰੁਪਏ) ਅਤੇ ਜੰਗਲ ਤੋਂ ਛੋਟੀ ਉਪਜ ਜਿਵੇਂ ਕਿ ਬਾਂਸ, ਭਾਬਰ ਘਾਹ, ਚਾਰਾ ਅਤੇ ਪਸ਼ੂ ਚਰਾਈ (fodder and grazing), ਫਲ, ਗੂੰਦ, ਬਰੋਜ਼ਾ (Rosins) ਆਦਿ ਤੋਂ 37 ਲੱਖ 28 ਹਜ਼ਾਰ ਰੁਪਏ ਦੇ ਮੁੱਲ ਦੀ ਸੀ। ਇਸ ਤਰ੍ਹਾਂ ਰਾਜ ਦੀ ਆਰਥਿਕਤਾ (Economy) ਵਿਚ ਜੰਗਲਾਂ ਦੀ ਭੂਮਿਕਾ ਘੱਟ ਹੈ ਭਾਵੇਂ ਜੰਗਲ ਰਾਜ ਦੀ ਭੌਂ-ਵਰਤੋਂ ਵਿਚ ਤੀਜੇ ਨੰਬਰ 'ਤੇ ਆਉਂਦੇ ਹਨ। ਸਾਲ 2018-19 ਵਿਚ ਖੇਤੀਬਾੜੀ ਦਾ ਕੁੱਲ ਰਾਜ ਘਰੇਲੂ ਉਤਪਾਦਨ ਵਿਚ ਯੋਗਦਾਨ (Contribution) ਲਗਭਗ 8.49% ਸੀ। ਪਰੰਤੂ 2021-22 ਵਿੱਚ ਇਹ ਮਾਮੂਲੀ ਵਧਕੇ 8.53% ਹੋ ਗਿਆ ਸੀ।

ਕੰਟਰੋਲ ਦੇ ਆਧਾਰ 'ਤੇ ਪੰਜਾਬ ਦੇ ਜੰਗਲਾਂ ਨੂੰ ਦੋ ਸ਼੍ਰੇਣੀਆਂ **ਸਰਕਾਰੀ ਜੰਗਲ** (State Forests) ਅਤੇ **ਪ੍ਰਾਈਵੇਟ ਜੰਗਲ** (Private Forests) ਵਿਚ ਵੰਡਿਆ ਗਿਆ ਹੈ। ਸਰਕਾਰੀ ਜੰਗਲ ਵਣ ਵਿਭਾਗ ਅਤੇ ਸਿਵਲ ਅਧਿਕਾਰੀਆਂ ਦੀ ਮਲਕੀਅਤ ਹਨ। 2021-22 ਵਿਚ ਸਰਕਾਰੀ ਜੰਗਲਾਂ ਹੇਠ 1328.00 ਵਰਗ ਕਿਲੋਮੀਟਰ ਰਕਬਾ ਸੀ ਜੋ ਪੰਜਾਬ ਵਿਚ ਜੰਗਲਾਂ ਹੇਠ ਕੁੱਲ ਖੇਤਰਫਲ ਦਾ 54.38% ਬਣਦਾ ਹੈ। ਨਿਗਮਤ ਸੰਸਥਾਵਾਂ (Corporate Bodies) ਅਤੇ ਪ੍ਰਾਈਵੇਟ ਵਿਅਕਤੀਆਂ ਦੀ

ਮਲਕੀਅਤ ਹੇਠ ਜੰਗਲਾਂ ਨੂੰ ਪ੍ਰਾਈਵੇਟ ਜੰਗਲ ਕਹਿੰਦੇ ਹਨ। ਇਨ੍ਹਾਂ ਹੇਠ ਰਾਜ ਦੇ ਜੰਗਲਾਂ ਹੇਠ ਰਕਬੇ ਦਾ ਲਗਭਗ 45.62% ਭਾਗ ਹੈ। ਸਰਕਾਰੀ ਜੰਗਲਾਂ ਨੂੰ ਅੱਗੇ ਤਿੰਨ ਸ਼੍ਰੇਣੀਆਂ ਵਿਚ ਵੰਡਿਆ ਗਿਆ ਹੈ। ਇਹ ਹਨ ਰਾਖਵੇਂ ਜੰਗਲ (Reserve Forests), ਸੁਰੱਖਿਅਤ ਜੰਗਲ (Protected Forests) ਅਤੇ ਅਣ-ਸ਼੍ਰੇਣੀਬੱਧ ਜੰਗਲ (Unclassed Forests)। ਇਨ੍ਹਾਂ ਕੁੱਲ ਜੰਗਲਾਂ ਵਿਚੋਂ 84.8% ਤੋਂ ਜ਼ਿਆਦਾ ਸੁਰੱਖਿਅਤ ਜੰਗਲ ਹਨ। ਲਗਭਗ 11.82% ਸਰਕਾਰੀ ਜੰਗਲ ਅਣ-ਸ਼੍ਰੇਣੀਬੱਧ ਹਨ ਅਤੇ 4% ਤੋਂ ਵੀ ਘੱਟ ਰਾਖਵੇਂ ਜੰਗਲ ਹਨ। ਇਸ ਸਭ ਤੋਂ ਇਹ ਪਤਾ ਲਗਦਾ ਹੈ ਕਿ ਰਾਜ ਦਾ ਅੱਧੇ ਤੋਂ ਘੱਟ ਜੰਗਲਾਂ ਹੇਠ ਖੇਤਰਫਲ ਪ੍ਰਾਈਵੇਟ ਮਲਕੀਅਤ ਵਿਚ ਹੈ। ਇਸ ਲਈ ਲੋਕਾਂ ਨੂੰ ਉਤਸ਼ਾਹਤ ਕਰਨ ਅਤੇ ਉਨ੍ਹਾਂ ਵਿਚ ਜੰਗਲਾਂ ਅਤੇ ਦਰਖਤਾਂ ਦੀ ਭੂਗੋਲਿਕ, ਆਰਥਿਕ, ਸਭਿਆਚਾਰਕ (Cultural) ਤੇ ਸੁਹਜਾਤਮਕ (aesthetic) ਮਹੱਤਤਾ ਬਾਰੇ ਤਕੜੀ ਜਾਗਰੂਕਤਾ (Strong awareness) ਪੈਦਾ ਕਰਨ ਦੀ ਜ਼ਿਆਦਾ ਲੋੜ ਹੈ।

ਜੰਗਲਾਂ ਦੀਆਂ ਕਿਸਮਾਂ (TYPES OF FORESTS)

ਜੰਗਲਾਂ ਦਾ ਉੱਗਣਾ (growth), ਵਿਕਾਸ (development), ਅਤੇ ਕਿਸਮ ਕਈ ਕਾਰਕਾਂ ਉੱਪਰ ਨਿਰਭਰ ਕਰਦੇ ਹਨ। ਇਨ੍ਹਾਂ ਵਿੱਚ ਮਹੱਤਵਪੂਰਣ ਹਨ : ਸਥਿਤੀ, ਧੁੱਪ, ਤਾਪਮਾਨ, ਵਰਖਾ, ਪੌਣਾਂ, ਮਿੱਟੀ, ਉੱਚਾਈ (altitude), ਢਲਾਨ ਦਾ ਰੁਖ (aspect of slope) ਅਤੇ ਸਮੁੰਦਰ ਤੋਂ ਦੂਰੀ। ਇਨ੍ਹਾਂ ਵਿਚੋਂ ਜਲਵਾਯੂ ਦੇ ਵਿਭਿੰਨ ਤੱਤ (elements) ਅਤੇ ਨਿਰਧਾਰਕ (controls) ਸਭ ਤੋਂ ਜ਼ਿਆਦਾ ਪ੍ਰਭਾਵਸ਼ਾਲੀ ਹਨ। ਕੁਦਰਤੀ ਹੀ ਇਸ ਵਿਚੋਂ ਮਨੁੱਖ ਦੀ ਭੂਮਿਕਾ ਨੂੰ ਅਲੱਗ ਨਹੀਂ ਕੀਤਾ ਜਾ ਸਕਦਾ। ਉਸਨੇ ਆਪਣੀਆਂ ਵੱਖ-ਵੱਖ ਕਿਰਿਆਵਾਂ ਰਾਹੀਂ ਮੁਢਲੇ ਜੰਗਲਾਂ (primary forests) ਨੂੰ ਗੌਣ ਜੰਗਲਾਂ (Secondary Forests) ਵਿਚ ਅਤੇ ਜੰਗਲਾਂ ਨੂੰ ਉਪਵਣਾਂ (Park Lands) ਅਤੇ ਘਾਹ ਪ੍ਰਦੇਸ਼ਾਂ ਆਦਿ ਵਿਚ ਬਦਲ ਦਿੱਤਾ ਹੈ। ਟਿਕਾਣੇ ਅਤੇ ਸਥਿਤੀ ਕਾਰਨ ਪੰਜਾਬ ਵਿਚ **ਤਿੰਨ ਜਲਵਾਯੂ ਖੇਤਰ** ਹਨ : ਖੁਸ਼ਕ ਅਤੇ ਗਰਮ, ਅਰਧ-ਖੁਸ਼ਕ ਅਤੇ ਘੱਟ ਗਰਮ ਅਤੇ ਉਪ-ਸਿਲ੍ਹਾ (Sub-humid) ਅਤੇ ਘੱਟ ਗਰਮ। ਤਾਪਮਾਨਾਂ ਵਿਚ ਰਿਤੂ ਵਿੱਖਮਤਾ (Seasonal contrast) ਬਹੁਤ ਜ਼ਿਆਦਾ ਹੈ। ਵਰਖਾ ਦਰਮਿਆਨੀ (moderate) ਤੋਂ ਘੱਟ ਹੈ ਜਿਸ ਦਾ ਜ਼ਿਆਦਾਤਰ ਭਾਗ ਮੁੱਖ ਬਰਸਾਤ ਰੁੱਤ ਦੇ ਲਗਭਗ ਤਿੰਨ ਮਹੀਨਿਆਂ ਵਿਚ ਪੈਂਦਾ ਹੈ। ਵਰਖਾ ਉੱਤਰ-ਪੂਰਬ ਵਲ ਵਧਦੀ ਹੈ ਅਤੇ ਇਸ ਪਾਸੇ ਉਚਾਈ ਵੀ ਵੱਧਦੀ ਹੈ। ਪੰਜਾਬ ਦਾ ਜ਼ਿਆਦਾਤਰ ਭਾਗ **ਪੱਧਰਾ ਮੈਦਾਨ ਹੈ** ਜਿਸ ਵਿਚ ਉੱਤਰ-ਪੂਰਬ ਵਲ ਸਥਿਤ **ਸ਼ਿਵਾਲਕ ਪਹਾੜੀਆਂ** ਦੀ ਆਮ ਸਿਖਰ ਰੇਖਾ (general summit line) ਕਦੇ-ਕਦੇ 600 ਮੀਟਰ (ਸਮੁੰਦਰ ਤਲ ਤੋਂ) ਤੋਂ ਉੱਚੀ ਜਾਂਦੀ ਹੈ। ਬਿਲਕੁਲ ਉੱਤਰ-ਪੂਰਬ ਉੱਤਰ (north-east-north) ਵਿਚ ਸਥਿਤ ਪਠਾਨਕੋਟ ਜ਼ਿਲ੍ਹੇ ਦੇ ਕੇਵਲ ਧਾਰ ਕਲਾਂ ਤਹਿਸੀਲ ਵਿਚ ਉਚਾਈ ਜ਼ਿਆਦਾ ਹੈ ਜਿੱਥੇ ਉਚਾਈ ਸਮੁੰਦਰ ਤੋਂ 900 ਮੀਟਰ ਤੋਂ ਜ਼ਿਆਦਾ ਹੋ ਜਾਂਦੀ ਹੈ (ਨਕਸ਼ਾ ਨੰ. 14)। ਇਸ ਲਈ ਪੰਜਾਬ ਦੇ ਜ਼ਿਆਦਾਤਰ ਜੰਗਲ ਊਸ਼ਣ (Tropical) ਅਤੇ ਉਪ-ਊਸ਼ਣ (Sub-tropical) ਪੱਤਝੜੀ (deciduous) ਪ੍ਰਕਾਰ ਦੇ ਹਨ। ਇਹ ਵਿਰਲੇ (open), ਕੱਦ ਦੇ ਛੋਟੇ (stunted) ਅਤੇ ਖੁਸ਼ਕ (dry) ਹਨ। ਇਹ ਸਖਤ ਲਕੜੀ ਦੇ ਚੌੜੇ ਪੱਤਿਆਂ ਵਾਲੇ ਦਰਖਤ ਹਨ। ਕੇਵਲ ਬਿਲਕੁਲ ਉੱਤਰ-ਪੂਰਬ ਦੇ ਧਾਰ ਕਲਾਂ ਬਲਾਕ ਵਿਚ ਉਪ-ਤਰ ਹਿਮਾਲਾ ਪ੍ਰਕਾਰ (sub-moist Himalayan) ਦੇ ਜੰਗਲ ਪਾਏ ਜਾਂਦੇ ਹਨ। ਜਲਵਾਯੂ, ਧਰਾਤਲ (relief) ਅਤੇ ਸਥਿਤੀ ਅਤੇ ਉਪਜ (ਵਿਕਾਸ) ਦੀ ਘਣਤਾ (density of growth) ਅਤੇ ਰੂਪ (appearance) ਦੇ ਆਧਾਰ 'ਤੇ ਪੰਜਾਬ ਦੇ ਜੰਗਲਾਂ ਦੀਆਂ ਹੇਠ ਲਿਖੀਆਂ ਕਿਸਮਾਂ ਬਣਾਈਆਂ ਜਾ ਸਕਦੀਆਂ ਹਨ (ਨਕਸ਼ਾ ਨੰ. 23)—

I. ਹਿਮਾਲਾ ਪ੍ਰਕਾਰ ਦੇ ਸਿਲ੍ਹੇ ਸੀਤੋਸ਼ਣ ਜੰਗਲ
II. ਉਪ-ਊਸ਼ਣ ਚੀੜ ਦੇ ਜੰਗਲ
III. ਉਪ-ਊਸ਼ਣ ਝਾੜੀਦਾਰ ਪਹਾੜੀ ਜੰਗਲ
IV. ਊਸ਼ਣ-ਖੁਸ਼ਕ ਪੱਤਝੜੀ ਜੰਗਲ
V. ਊਸ਼ਣ ਕੰਡੇਦਾਰ ਜੰਗਲ

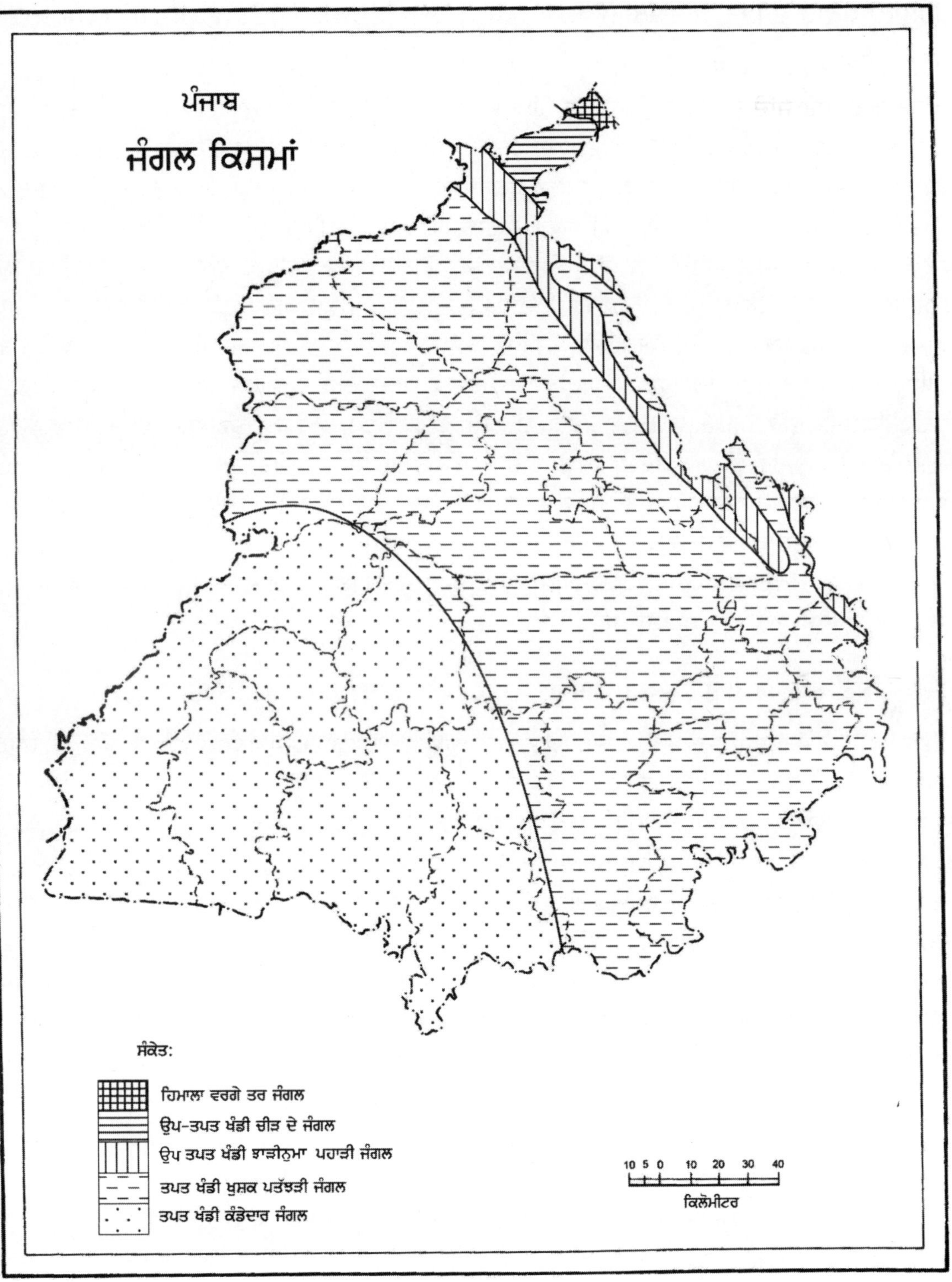
ਪੰਜਾਬ
ਜੰਗਲ ਕਿਸਮਾਂ
ਸੰਕੇਤ:
ਹਿਮਾਲਾ ਵਰਗੇ ਤਰ ਜੰਗਲ
ਉਪ-ਤਪਤ ਖੰਡੀ ਚੀੜ ਦੇ ਜੰਗਲ
ਉਪ ਤਪਤ ਖੰਡੀ ਝਾੜੀਨੁਮਾ ਪਹਾੜੀ ਜੰਗਲ
ਤਪਤ ਖੰਡੀ ਖੁਸ਼ਕ ਪਤੱਝੜੀ ਜੰਗਲ
ਤਪਤ ਖੰਡੀ ਕੰਡੇਦਾਰ ਜੰਗਲ
10 5 0 10 20 30 40
ਕਿਲੋਮੀਟਰ

ਨਕਸ਼ਾ ਨੰ : 23

ਹਿਮਾਲਾ ਪ੍ਰਕਾਰ ਦੇ ਸਿਲ੍ਹੇ ਸੀਤੋਸ਼ਣ ਜੰਗਲ (HIMALAYAN MOIST TEMPERATE FORESTS)

ਇਸ ਪ੍ਰਕਾਰ ਦੇ ਜੰਗਲ ਪਠਾਨਕੋਟ ਜ਼ਿਲ੍ਹੇ ਦੀ ਧਾਰ ਕਲਾਂ ਤਹਿਸੀਲ ਦੇ ਬਿਲਕੁਲ ਉੱਤਰ-ਪੂਰਬੀ ਭਾਗਾਂ ਵਿਚ ਮੁਕਾਬਲਤਨ ਥੋੜ੍ਹੇ ਖੇਤਰ ਵਿਚ ਪਾਏ ਜਾਂਦੇ ਹਨ। ਇਹ ਖੇਤਰ ਮੱਧ ਹਿਮਾਲਾ ਦਾ ਭਾਗ ਹੈ ਅਤੇ ਔਸਤ ਉਚਾਈ 800 ਮੀਟਰ ਤੋਂ ਜ਼ਿਆਦਾ ਹੈ। ਸਾਲਾਨਾ ਔਸਤ ਵਰਖਾ 100 ਸੈਂਟੀਮੀਟਰ ਤੋਂ ਜ਼ਿਆਦਾ ਹੁੰਦੀ ਹੈ। ਇਸ ਖੇਤਰ ਦਾ ਜਲਵਾਯੂ **ਸੀਤੋਸ਼ਣ (Temperate) ਪ੍ਰਕਾਰ** ਦਾ ਹੈ। ਇਸ ਕਾਰਨ ਇਸ ਪ੍ਰਦੇਸ਼ ਵਿਚ ਸਿਲ੍ਹੇ ਸੀਤੋਸ਼ਣ ਪ੍ਰਕਾਰ ਦੀ ਬਨਸਪਤੀ ਪਾਈ ਜਾਂਦੀ ਹੈ। ਲਗਭਗ 100 ਸਾਲ ਪਹਿਲਾਂ ਇਸ ਖੇਤਰ ਵਿਚ ਚੀੜ (Chir-pine) ਦੇ ਕਾਫੀ ਸੰਘਣੇ ਜੰਗਲ ਪਾਏ ਜਾਂਦੇ ਸਨ। ਪਰੰਤੂ ਕਿਸੇ ਵੀ ਚੀੜ ਦੇ ਦਰਖਤ, ਭਾਵੇਂ ਉਹ ਆਪਣੇ ਖੇਤ ਜਾਂ ਵਿਹੜੇ ਵਿਚ ਵੀ ਕਿਉਂ ਨਾ ਹੋਵੇ, ਦੇ ਕੱਟਣ ਉੱਤੇ ਰੋਕ ਲਗਾਉਣ ਨਾਲ ਚੀੜ ਦਾ ਦਰਖਤ ਆਮ ਪਹਾੜੀ ਮਨੁੱਖ ਲਈ ਸ਼ਾਹੀ (Royal), ਨਿਕੰਮਾ (useless), ਬੇਫਾਇਦਾ (unremunerative) ਅਤੇ ਇਕ ਸਮੱਸਿਆ ਵਾਲਾ ਦਰਖਤ (a problem tree) ਬਣ ਗਿਆ। ਇਸ ਕਾਰਨ ਇਸ ਖੇਤਰ ਦੇ ਕਿਸਾਨ ਅਤੇ ਆਮ ਆਦਮੀ ਨੇ ਚੀੜ ਦੇ ਦਰਖਤ ਅਤੇ ਜੰਗਲ ਦੀ ਅਣਗਹਿਲੀ ਕਰਨੀ ਸ਼ੁਰੂ ਕਰ ਦਿੱਤੀ। ਇਸ ਦ੍ਰਿਸ਼ਟੀਕੋਣ ਨੇ ਇਸ ਖੇਤਰ ਦੇ ਚੀੜ ਦੇ ਜੰਗਲਾਂ ਦੇ ਵਿਸਥਾਰ ਅਤੇ ਵਿਕਾਸ ਵਿਚ ਇਕ ਗ਼ੈਰ-ਉਤਸ਼ਾਹਜਨਕ (disincentive) ਕਾਰਕ ਦਾ ਕੰਮ ਕੀਤਾ। ਇਸ ਤੋਂ ਬਿਨਾਂ ਜੰਗਲ ਅੱਗਾਂ ਨੇ ਚੀੜ ਜੰਗਲਾਂ ਦੀ ਸੰਘਣਤਾ ਤੇ ਖੇਤਰ ਨੂੰ ਹੋਰ ਵੀ ਘਟਾ ਦਿੱਤਾ ਕਿਉਂਕਿ ਚੀੜ ਦੇ ਦਰਖਤ ਲਗਭਗ ਛੇਤੀ ਸੜਨਯੋਗ (inflammable) ਹਨ। ਨਵੀਆਂ ਪਲਾਂਟੇਸ਼ਨਜ਼ (ਲਗਾਈ) ਸ਼ੁਰੂ ਨਹੀਂ ਕੀਤੀਆਂ ਗਈਆਂ ਅਤੇ ਕੁਦਰਤੀ ਵਾਧੇ ਨੂੰ ਮਨੁੱਖ ਅਤੇ ਕੁਦਰਤ ਨੇ ਹੌਂਸਲਾ ਨਾ ਦਿੱਤਾ। ਭਾਵੇਂ ਇਸ ਇਲਾਕੇ ਵਿਚ ਚੀੜ ਦੇ ਵੱਡੇ ਜੰਗਲ ਹਨ ਪਰੰਤੂ ਦਰਖਤਾਂ ਦਾ ਵਿਕਾਸ ਘੱਟ (Stunted) ਹੈ ਅਤੇ ਘੱਟ ਅਨੁਕੂਲ ਇਲਾਕਿਆਂ ਵਿਚ ਝਾੜੀਆਂ ਦੀ ਗੌਣ ਉਪਜ ਕਾਫੀ ਜ਼ਿਆਦਾ ਹੈ। ਇਨ੍ਹਾਂ ਜੰਗਲਾਂ ਦਾ ਸਭ ਤੋਂ ਵੱਡਾ ਖੇਤਰ ਧਾਰ ਕਲਾਂ ਬਲਾਕ ਵਿਚ ਹੈ। ਚੀੜ, ਬਾਂਸ ਅਤੇ ਸ਼ਹਿਤੂਤ ਇਨ੍ਹਾਂ ਜੰਗਲਾਂ ਵਿਚ ਪਾਏ ਜਾਣ ਵਾਲੇ ਮਹੱਤਵਪੂਰਣ ਦਰਖਤ ਹਨ।

ਉਪ-ਊਸ਼ਣ ਚੀੜ ਦੇ ਜੰਗਲ (SUB-TROPICAL CHIR-PINE FORESTS)

ਇਸ ਕਿਸਮ ਦੇ ਜੰਗਲ ਪਠਾਨਕੋਟ ਜ਼ਿਲ੍ਹੇ ਦੀ ਪਠਾਨਕੋਟ ਤਹਿਸੀਲ ਅਤੇ ਹੁਸ਼ਿਆਰਪੁਰ ਜ਼ਿਲ੍ਹੇ ਦੀਆਂ ਮੁਕੇਰੀਆਂ, ਦਸੂਹਾ ਅਤੇ ਹੁਸ਼ਿਆਰਪੁਰ ਤਹਿਸੀਲਾਂ ਦੇ ਸੀਮਤ ਖੇਤਰਾਂ ਵਿਚ 500 ਤੋਂ 800 ਮੀਟਰ ਦੀ ਉਚਾਈ ਵਾਲੇ ਉੱਚੇ ਭਾਗਾਂ ਵਿੱਚ ਪਾਏ ਜਾਂਦੇ ਹਨ। ਇਨ੍ਹਾਂ ਖੇਤਰਾਂ ਦਾ **ਜਲਵਾਯੂ ਸਿਲ੍ਹਾ** (moist)) ਹੈ, ਵਰਖਾ 100 ਸੈਂਟੀਮੀਟਰ ਜਾਂ ਇਸ ਤੋਂ ਵੱਧ ਹੁੰਦੀ ਹੈ, ਢਲਾਨ ਦਾ ਰੂਪ ਅਨੁਕੂਲ ਹੈ ਅਤੇ ਉੱਚਾਈ ਵੀ ਜ਼ਿਆਦਾ ਹੈ। ਇਨ੍ਹਾਂ ਇਲਾਕਿਆਂ ਵਿਚ ਵਿਘਨ ਘੱਟ (less disturbed) ਹੈ ਅਤੇ ਪਹੁੰਚ (access) ਔਖੀ ਹੈ। ਇਹ ਇਲਾਕਾ ਹਿਮਾਚਲ ਪ੍ਰਦੇਸ ਦੇ ਨਾਲ ਲਗਦਾ ਹੁਸ਼ਿਆਰਪੁਰ ਜ਼ਿਲ੍ਹੇ ਦੇ ਉੱਤਰੀ ਅਤੇ ਮੱਧਵਰਤੀ ਭਾਗਾਂ ਵਿਚ ਸ਼ਿਵਾਲਕ ਪਹਾੜੀਆਂ ਦਾ ਉੱਚਾ ਭਾਗ ਹੈ। ਹੁਸ਼ਿਆਰਪੁਰ ਜ਼ਿਲ੍ਹੇ ਦੇ ਇਸ ਖੇਤਰ ਵਿਚ ਸ਼ਿਵਾਲਕ ਪਹਾੜੀਆਂ ਦੇ ਉਪਰਲੇ ਭਾਗਾਂ ਵਿਚ ਬਾੜੀ ਖੱਡ (Bari Khad), ਉਪਰਲੀ ਦੇਹਰੀਆਂ (Upper Dehrian) ਅਤੇ ਛੱਤਰ-ਪੁਰ (Chhattarpur) ਦੇ ਜੰਗਲਾਂ ਵਿਚ ਮੁੱਖ ਤੌਰ 'ਤੇ ਚੀੜ ਦੀ ਵੰਨਗੀ ਦੇ ਚੰਗੀ ਸੰਘਣਤਾ ਅਤੇ ਚੰਗੀ ਕਿਸਮ ਦੇ ਦਰਖ਼ਤਾਂ ਦਾ ਦਰਮਿਆਨੇ ਆਕਾਰ ਦਾ ਜੰਗਲ ਪਾਇਆ ਜਾਂਦਾ ਹੈ। ਇਸ ਇਲਾਕੇ ਵਿਚ ਨਿਰੋਲ (pure) ਜਾਂ ਝਾੜੀਦਾਰ ਵੰਨਗੀਆਂ ਨਾਲ ਰਲੇ ਮਿਲੇ ਛੋਟੇ ਆਕਾਰ ਦੇ ਚੀੜ ਦੇ ਜੰਗਲ (Small patches of Chir-pine forests), ਸਲੇਰਨ (Saleran), ਜਨੌੜੀ (Janauri), ਕੂਕਾਨੇਟ (Kukanet), ਨੂਰਪੁਰ (Nurpur) ਅਤੇ ਮੰਗੂਵਾਲ (Manguwal) ਪਿੰਡਾਂ ਵਿਚ ਵੀ ਪਾਏ ਜਾਂਦੇ ਹਨ। ਪ੍ਰੰਤੂ ਇਨ੍ਹਾਂ ਪਿੰਡਾਂ ਵਿਚ ਪਾਈ ਜਾਣ ਵਾਲੀ ਚੀੜ ਦੀ ਕਿਸਮ ਘਟੀਆ ਹੈ ਅਤੇ ਸੰਘਣਤਾ ਵਿਰਲੀ ਹੈ। ਹੇਠਲੇ ਅਤੇ ਘੱਟ ਅਨੁਕੂਲ ਭਾਗਾਂ ਵਿਚ ਖੈਰ (Khair), ਬਾਂਸ ਅਤੇ ਟਾਹਲੀ (Shisham) ਮਹੱਤਵਪੂਰਣ ਦਰਖ਼ਤ ਹਨ। ਸ਼ਹਿਤੂਤ ਵੀ ਕਾਫੀ ਪਾਇਆ ਜਾਂਦਾ ਹੈ। ਚੀੜ ਦੇ ਇਨ੍ਹਾਂ ਜੰਗਲਾਂ ਉੱਤੇ ਨਿਰਭਰ ਹੁਸ਼ਿਆਰਪੁਰ ਸ਼ਹਿਰ ਵਿੱਚ ਗੰਦਾ ਬਰੋਜਾ ਅਤੇ ਤਾਰਪੀਨ ਬਣਾਉਣ ਦੀਆਂ ਕਈ ਇਕਾਈਆਂ ਲਗੀਆਂ ਹੋਈਆਂ ਹਨ। ਪਠਾਨਕੋਟ ਜ਼ਿਲ੍ਹੇ ਦੀ ਪਠਾਨਕੋਟ ਤਹਿਸੀਲ ਦੇ ਪਠਾਨਕੋਟ ਅਤੇ ਨਰੋਟ ਜੈਮਲ ਸਿੰਘ ਬਲਾਕਾਂ ਵਿਚ ਵੀ ਘਟੀਆ ਕਿਸਮ ਦੇ ਚੀੜ ਦੇ ਅਤੇ ਰਲੇ ਮਿਲੇ (mixed) ਜੰਗਲ ਪਾਏ ਜਾਂਦੇ ਹਨ।

ਸ਼ਿਵਾਲਕ ਖੇਤਰ ਵਿਚ ਦਸੂਹਾ ਵਣ ਮੰਡਲ, ਬਿੰਦਰਾਬਨ, ਕਰਨਪੁਰ ਤੇ ਨੰਦ ਬੀੜ ਜੰਗਲਾਂ ਵਿਚ ਅਤੇ ਹੁਸ਼ਿਆਰਪੁਰ ਵਣ ਮੰਡਲ ਦੇ ਢੋਲਬਾਹਾ ਜੰਗਲ ਅਤੇ ਪਠਾਨਕੋਟ ਵਣ ਮੰਡਲ ਦੇ ਸਾਲੀਧਾਰ ਜੰਗਲਾਂ ਵਿਚ ਬਾਂਸ ਮੁੱਖ ਸੀਪੀਸੀਜ਼ ਹੈ। ਇਹ ਬਾਂਸ ਦੇ ਵਣ ਹਨ। ਬਾਂਸ ਤੋਂ ਇਲਾਵਾ ਇਥੇ ਰਜੈਨ, ਖੈਰ ਆਦਿ ਦੇ ਦਰਖ਼ਤ ਵੀ ਪਾਏ ਜਾਂਦੇ ਹਨ।

ਉਪ-ਉਸ਼ਣ ਝਾੜੀਦਾਰ ਪਹਾੜੀ ਜੰਗਲ (SUB-TROPICAL SCRUB HILL FORESTS)

ਪਠਾਨਕੋਟ ਤਹਿਸੀਲ ਦੇ ਬਾਕੀ ਬਚਦੇ ਭਾਗਾਂ, ਪੂਰਬੀ ਹੁਸ਼ਿਆਰਪੁਰ ਅਤੇ ਸ਼.ਭ.ਸ.ਨਗਰ (ਨਵਾਂਸ਼ਹਿਰ) ਜਿਲ੍ਹੇ, ਰੋਪੜ ਜ਼ਿਲ੍ਹੇ ਦੇ ਪੂਰਬੀ ਭਾਗ ਅਤੇ ਨੂਰਪੁਰ ਬੇਦੀ ਬਲਾਕ ਦੇ ਪਹਾੜੀ ਭਾਗਾਂ ਦੇ ਸ਼ਿਵਾਲਕ ਪਹਾੜੀਆਂ ਦੇ ਜ਼ਿਆਦਾਤਰ ਭਾਗਾਂ ਵਿਚ ਪਾਏ ਜਾਣ ਵਾਲੇ ਜੰਗਲ ਝਾੜੀਦਾਰ, ਪਹਾੜੀ ਕਿਸਮ ਦੇ ਹਨ। ਇਹ ਝਾੜੀਦਾਰ ਜੰਗਲ ਸਪਸ਼ਟ ਤੌਰ ਤੇ ਪ੍ਰਮਾਣਤ ਕਰਦੇ ਹਨ ਕਿ ਮਨੁੱਖ ਕਿਵੇਂ ਕੁਦਰਤ ਨੂੰ ਉਜਾੜ ਸਕਦਾ ਹੈ ਅਤੇ ਵਾਤਾਵਰਣ ਨੂੰ ਭਰਸ਼ੱਟ (degrade) ਕਰ ਸਕਦਾ ਹੈ। ਅਕਬਰ ਦੇ ਸਮੇਂ ਤਕ (ਸੋਲ੍ਹਵੀਂ ਸਦੀ ਦਾ ਦੂਜਾ ਅੱਧ) ਸਾਰਾ ਸ਼ਿਵਾਲਕ ਖੇਤਰ ਸੰਘਣੇ ਜੰਗਲਾਂ ਨਾਲ ਢਕਿਆ ਹੋਇਆ ਸੀ ਅਤੇ ਇਥੇ ਜੰਗਲੀ ਜਾਨਵਰ (wild life) ਭਰਪੂਰ ਗਿਣਤੀ ਵਿਚ ਪਾਏ ਜਾਂਦੇ ਸਨ। ਇਸ ਖੇਤਰ ਦੇ ਵਿਭਿੰਨ ਪਿੰਡਾਂ ਦੇ ਸ਼ਜਰਾਂ ਨਸਬਾਂ (ਕੁਰਸੀ ਨਾਮੇ) (Geneological tables) ਦਾ ਅਧਿਐਨ ਇਸ ਸਚਾਈ ਨੂੰ ਪ੍ਰਗਟ ਕਰਦਾ ਹੈ। ਬਹੁਤ ਸਮੇਂ ਤੋਂ ਦਰਖ਼ਤਾਂ ਦੀ ਅੰਨ੍ਹੇਵਾਹ ਕਟਾਈ, ਜ਼ਿਆਦਾ ਅਤੇ ਬੇਰੋਕ ਪਸ਼ੂ ਚਰਾਈ (grazing), ਤੇਜ ਮਿੱਟੀ ਅਪਰਦਨ ਅਤੇ ਸ਼ਾਇਦ ਜੰਗਲ ਅੱਗਾਂ ਕਾਰਨ ਘਣੇ ਜੰਗਲਾਂ ਦੀ ਲਗਾਤਾਰ ਅਤੇ ਕਈ ਵਾਰ ਤੀਬਰ (accelerated) ਸਫ਼ਾਈ (removal) ਵਾਪਰੀ ਹੈ। ਇਸ ਮਾਨਵ-ਵਾਤਾਵਰਣ ਸਹਿ-ਸੰਬੰਧ (interaction) ਦੇ ਨਤੀਜੇ ਵਜੋਂ ਇਕ ਘਟੀਆ ਕਿਸਮ ਦੀ ਬਨਸਪਤੀ (degraded form of Vegetation) ਵਿਕਸਤ ਹੋ ਗਈ ਜੋ ਪਸ਼ੂਆਂ ਅਤੇ ਮਨੁੱਖ ਦੇ ਤੇਜ਼ ਹਮਲੇ ਨੂੰ ਝੱਲ ਸਕਦੀ ਸੀ ਅਤੇ ਆਪਣੀ ਹੋਂਦ ਨੂੰ ਕਾਇਮ ਰਖ ਸਕਦੀ ਸੀ। ਇਹ ਕੰਡੇਦਾਰ ਵੰਨਗੀਆਂ (Thorny species) ਅਤੇ ਝਾੜੀਆਂ (Scrub) ਹਨ ਜਿਨ੍ਹਾਂ ਦਾ ਆਦਮੀਆਂ ਅਤੇ ਪਸ਼ੂਆਂ ਰਾਹੀਂ ਘੱਟ ਨੁਕਸਾਨ ਹੁੰਦਾ ਹੈ ਅਤੇ ਜਿਨ੍ਹਾਂ ਦੀ ਕੁੱਲ ਸੰਖਿਆ ਵਿਚ ਹੋਰ ਕਮੀ ਕਰਨੀ ਆਸਾਨ ਨਹੀਂ। ਇਸ ਤਰ੍ਹਾਂ ਸ਼ਿਵਾਲਕ ਪਹਾੜੀ ਪ੍ਰਦੇਸ਼ ਵਿਚ ਝਾੜੀਦਾਰ ਪਹਾੜੀ ਜੰਗਲਾਂ ਦੀ ਉੱਤਪਤੀ ਅਤੇ ਵਿਕਾਸ ਲਈ ਮਨੁੱਖ ਆਪ ਜ਼ਿਮੇਵਾਰ ਹੈ। ਪ੍ਰਦੇਸ਼ ਦੇ ਵੱਖ-ਵੱਖ ਸੱਥਲਾਕ੍ਰਿਤਕ ਨਕਸ਼ਿਆਂ (topographical maps) ਦੇ ਅਧਿਐਨ ਅਤੇ ਖੇਤਰੀ ਅਧਿਐਨ (field study) ਤੋਂ ਪਤਾ ਲਗਦਾ ਹੈ ਕਿ ਸ਼ਿਵਾਲਕ ਪਹਾੜੀ ਪ੍ਰਦੇਸ਼ ਦੀ ਬਨਸਪਤੀ ਮੁੱਖ ਤੌਰ ਤੇ ਕਾਫ਼ੀ ਸੰਘਣੇ (Fairly dense) ਤੋਂ ਵਿੱਖਰਵੇਂ ਦਰਖ਼ਤ (Scattered trees) ਅਤੇ ਖੁਲ੍ਹੇ (ਵਿਰਲੇ) ਜੰਗਲ (open jungle) ਹੈ। ਇਸ ਦਾ ਅਰਥ ਹੈ ਕਿ ਦਰਖ਼ਤਾਂ ਦੀ ਉਪਜ (growth) ਦੀ ਸੰਘਣਤਾ 40% ਤੋਂ ਘੱਟ ਹੈ। ਜ਼ਿਆਦਾਤਰ ਭਾਗਾਂ, ਵਿਸ਼ੇਸ਼ ਕਰਕੇ ਪਹਾੜੀ ਵਾਧਰਿਆਂ (Spurs) ਅਤੇ ਪਹਾੜੀਆਂ ਦੀਆਂ ਬਾਹਰਲੀਆਂ ਢਲਾਨਾਂ ਉਤੇ ਝਾੜੀਆਂ ਪ੍ਰਮੁੱਖ ਹਨ। ਨਵਾਂਸ਼ਹਿਰ ਜ਼ਿਲ੍ਹੇ ਦੀ ਬਲਾਚੌਰ ਤਹਿਸੀਲ ਵਿਚ **ਕੱਤਰ ਧਾਰ** ਇਲਾਕੇ ਵਿਚ ਕਾਫੀ ਸੰਘਣੀ ਝਾੜੀਦਾਰ ਬਨਸਪਤੀ ਪਾਈ ਜਾਂਦੀ ਹੈ। ਰੋਪੜ ਜ਼ਿਲੇ ਦੇ ਸ਼ਿਵਾਲਕ ਵਿਚ ਖੁਲ੍ਹੇ ਜੰਗਲ ਪਾਏ ਜਾਂਦੇ ਹਨ।

ਇਸ ਕਿਸਮ ਦੀ ਬਨਸਪਤੀ ਵਿਚ ਕਈ ਕਿਸਮਾਂ ਦੇ ਰਲੇ ਮਿਲੇ ਦਰਖ਼ਤ ਪਾਏ ਜਾਂਦੇ ਹਨ। ਇਨ੍ਹਾਂ ਵਿਚ ਖੈਰ, ਸਿਸੂ (Sissoo), ਛੱਲ (Chhal), ਸ਼ੀਸ਼ਮ, ਸ਼ਹਿਤੂਤ, ਕਿੱਕਰ, ਨਿੰਮ, ਢੱਕ (Dhak), ਤੁਣ, ਬਾਂਸ, ਰਾਜੈਣ (Rajain), ਖੈਰ-ਸਿਸੂ (Khair-Sissoo) ਦੇ ਜੰਗਲ ਪਾਏ ਜਾਂਦੇ ਹਨ। ਪਿਛਲੇ ਲਗਭਗ ਤਿੰਨ ਦਹਾਕਿਆਂ ਤੋਂ ਤਲਵਾੜਾ ਦੇ ਇਲਾਕੇ ਵਿਚ ਕੱਥਾ ਦੇ ਉਤਪਾਦਨ ਲਈ ਖ਼ੈਰ ਦੀਆਂ ਪਲਾਂਟੇਸ਼ਨਜ਼ ਤੋਂ ਬਿਨਾਂ ਸ਼ਿਵਾਲਕ ਪਹਾੜੀਆਂ ਅਤੇ ਤਲਹੱਟੀ ਦੇ ਮੈਦਾਨ (piedmont plain) ਦੇ ਵੱਡੇ ਭਾਗਾਂ ਵਿਚ ਵਣਰੋਪਣ (afforestation) ਪ੍ਰੋਗਰਾਮ ਅਧੀਨ ਸਫੈਦੇ ਦੀਆਂ ਬਹੁਤ ਸਾਰੀਆਂ ਪਲਾਂਟੇਸ਼ਨਜ਼ ਲਗਾਈਆਂ ਗਈਆਂ ਹਨ। ਇਸ ਸਮੇਂ ਸਫੈਦਾ (eucalyptus) ਸਿਰਫ਼ ਇਸ ਪ੍ਰਦੇਸ਼ ਦਾ ਹੀ ਨਹੀਂ ਸਗੋਂ ਪੰਜਾਬ ਦੇ ਦੂਜੇ ਭਾਗਾਂ ਦਾ ਵੀ ਇਕ ਮਹੱਤਵਪੂਰਣ ਰੋਪਣ ਦਰਖ਼ਤ (plantation tree) ਬਣ ਗਿਆ ਹੈ। ਇਨ੍ਹਾਂ ਝਾੜੀਦਾਰ ਜੰਗਲਾਂ ਵਿਚ ਚੋਅ ਘਾਟੀਆਂ ਅਤੇ ਓਟ ਵਾਲੀਆਂ ਢਲਾਨਾਂ ਉੱਤੇ ਦਰਖ਼ਤਾਂ ਹੇਠ ਝਾੜੀਆਂ ਉੱਗੀਆਂ ਹੋਈਆਂ ਹਨ। ਪਹਾੜੀਆਂ ਦੇ ਸਿਖਰਾਂ (hilltops) ਅਤੇ ਉੱਚੀਆਂ ਢਲਾਨਾਂ ਉੱਤੇ ਹੇਠਲੀ ਉਪਜ (undergrowth) ਛੋਟੀ (low) ਅਤੇ ਵਿਰਲੀ (Sparse) ਹੈ। ਚੋਅ ਘਾਟੀ (Choe Valley) ਢਲਾਨਾਂ ਅਤੇ

ਦੂਜੀਆਂ ਨੀਵੀਆਂ ਢਲਾਨਾਂ ਉੱਤੇ 'ਬਗੜ' ਜਾਂ 'ਭਾਬਰ ਘਾਹ' ਆਮ ਉੱਗਦੀ ਹੈ। ਚਾਰੇ ਲਈ ਇਸ ਦੀ ਵਰਤੋਂ ਤੋਂ ਬਿਨਾਂ ਇਹ ਕਾਗਜ਼ ਦੇ ਉਦਯੋਗ ਵਿਚ ਕੱਚੇ ਮਾਲ ਦੇ ਰੂਪ ਵਿਚ ਵੱਡੇ ਪੈਮਾਨੇ 'ਤੇ ਵਰਤੀ ਜਾਂਦੀ ਹੈ ਅਤੇ ਬਾਣ (ਰੱਸੀਆਂ) ਬਣਾਉਣ ਲਈ ਵੀ ਇਸ ਦੀ ਵਰਤੋਂ ਕੀਤੀ ਜਾਂਦੀ ਹੈ। ਚੋਆਂ ਦੇ ਵਹਿਣਾਂ (Choe beds) ਨਾਲ ਟਾਹਲੀ ਦਾ ਉਗਾ ਜ਼ਿਆਦਾ 'ਤੇ ਸੰਘਣਾ ਹੈ।

ਊਸ਼ਣ ਖੁਸ਼ਕ ਪੱਤਝੜੀ ਜੰਗਲ (TROPICAL DRY DECIDUOUS FORESTS)

ਲਹਿਰਦਾਰ ਅਤੇ ਉੱਚੇ-ਨੀਵੇਂ (undulating) ਤਲਹੱਟੀ ਦੇ ਮੈਦਾਨ, ਕੰਢੀ ਅਤੇ ਮੱਧਵਰਤੀ ਪੰਜਾਬ ਦੇ ਮੈਦਾਨਾਂ ਵਿਚ ਭਾਵੇਂ ਕੁਦਰਤੀ ਬਨਸਪਤੀ ਬਹੁਤ ਘੱਟ ਹੈ ਪ੍ਰੰਤੂ ਪ੍ਰਾਚੀਨ ਕਾਲ ਅਤੇ ਮੌਜੂਦਾ ਸਮੇਂ ਦੀ ਬਨਸਪਤੀ ਖੁਸ਼ਕ ਪੱਤਝੜੀ ਕਿਸਮ ਦੀ ਹੈ। **ਝਿੜੀਆਂ (Jhiris) ਅਤੇ ਬੀੜਾਂ** ਦੇ ਰੂਪ ਵਿਚ ਪੁਰਾਣੀ ਬਨਸਪਤੀ ਦੀ ਯਾਦ ਦੁਆਉਂਦੀ (reminiscent) ਬਨਸਪਤੀ ਦੇ ਛੋਟੇ ਜਾਂ ਬਹੁਤ ਛੋਟੇ ਕਈ ਟੁਕੜੇ (patches) ਪਾਏ ਜਾਂਦੇ ਹਨ। ਛੱਤ ਬੀੜ, ਬੀੜ ਭਾਦਸੋਂ (Bhadson Bir), ਬੀੜ ਭੋਰਾ, ਬੀੜ ਮੋਤੀ ਬਾਗ, ਬੀੜ ਭੁਨਰ ਹੇੜੀ (Bhunerheri), ਬੀੜ ਗੁਰਦਿਆਲਪੁਰਾ, ਬੀੜ ਦੋਸਾਨਾ (ਸਭ ਪਟਿਆਲੇ ਜ਼ਿਲ੍ਹੇ ਵਿਚ) ਰਾਖਵੇਂ ਅਤੇ ਸੁਰੱਖਿਅਤ ਜੰਗਲਾਂ ਦੇ ਰੂਪ ਵਿਚ ਦਰਖ਼ਤਾਂ ਦੇ ਸੰਘਣੇ ਉਗਾ (Dense growth) ਦੇ ਅਜਿਹੇ ਮਹੱਤਵਪੂਰਣ ਟੁੱਕੜੇ ਹਨ। ਪਠਾਨਕੋਟ-ਹੁਸ਼ਿਆਰਪੁਰ-ਬਲਾਚੌਰ-ਰੋਪੜ ਸੜਕ ਅਤੇ ਸ਼ਿਵਾਲਕ ਪਹਾੜੀਆਂ ਵਿਚਕਾਰ ਮੋਟੇ ਤੌਰ 'ਤੇ ਸਥਿਤ **ਕੰਢੀ** ਅਤੇ ਚੋਆਂ ਨਾਲ ਕਟੇ-ਫਟੇ **ਤਲਹੱਟੀ ਮੈਦਾਨ** ਵਿਚ ਦਰਖ਼ਤਾਂ ਦਾ ਮੁਕਾਬਲਤਨ ਸੰਘਣਾ ਉਗਾ ਹੈ ਅਤੇ ਬਹੁਤ ਸਾਰੇ ਪਿੰਡਾਂ ਵਿਚ ਕਈ ਝਿੜੀਆਂ ਪਾਈਆਂ ਜਾਂਦੀਆਂ ਹਨ। ਇਸ ਪੇਟੀ ਵਿਚ ਉੱਤਰ ਵਲ ਹੁਸ਼ਿਆਰਪੁਰ ਬਲਾਕ ਤਕ ਕਿੱਕਰ ਅਤੇ ਬਲਾਚੌਰ ਤਹਿਸੀਲ ਵਿਚ ਪਲਾਹ (Palah),ਉੱਚੇ ਅਤੇ ਪੱਧਰੇ ਇਲਾਕਿਆਂ ਵਿਚ ਜਿਥੇ ਮਿੱਟੀ ਆਮ ਕਰਕੇ ਦੋਮਟੀ (Loamy) ਜਾਂ ਚੀਕਣੀ ਮਿੱਟੀ ਮਿਲੀ ਦੋਮਟ ਹੈ (Clayey loam), ਮਹੱਤਵਪੂਰਨ ਦਰਖ਼ਤ ਹਨ। ਹੁਸ਼ਿਆਰਪੁਰ ਸ਼ਹਿਰ ਦੇ ਨੇੜੇ ਕਿੱਕਰਾਂ ਵਾਲੀ ਬਸੀ ਪਿੰਡ ਦਾ ਨਾਂ ਇਸ ਖੇਤਰ ਵਿੱਚ ਕਿੱਕਰ ਦੇ ਦਰਖ਼ਤ ਦੀ ਪ੍ਰਧਾਨਤਾ ਦਾ ਸੂਚਕ ਹੈ। ਨੀਵੇਂ ਇਲਾਕਿਆਂ, ਚੋਆਂ ਦੇ ਹੜ੍ਹ ਦੀ ਮਾਰ ਵਾਲੇ ਇਲਾਕੇ ਅਤੇ ਰੇਤਲੀ ਮਿੱਟੀ ਵਾਲੇ ਇਲਾਕਿਆਂ ਵਿੱਚ ਟਾਹਲੀ (Shesham) ਪ੍ਰਧਾਨ ਵੰਨਗੀ ਹੈ। ਨਿੰਮ, ਪਿੱਪਲ, ਫਲਾਹੀ, ਬੇਰੀ ਅਤੇ ਛੱਲ, ਦੂਜੇ ਮਹੱਤਵਪੂਰਨ ਦਰਖ਼ਤ ਹਨ ਜੋ ਇਨ੍ਹਾਂ ਪਿੰਡ ਵਿੱਚ ਉੱਗਦੇ ਹਨ। ਇਸ ਸਾਰੇ ਇਲਾਕੇ ਵਿਚ ਅੰਬਾਂ ਦੇ ਬਾਗ ਬਹੁਤ ਹਨ। ਬਲਾਚੌਰ-ਹੁਸ਼ਿਆਰਪੁਰ-ਦਸੂਹਾ ਸੜਕ ਦੇ ਕਾਫੀ ਫਾਸਲੇ ਵਿੱਚ ਸੜਕ ਦੇ ਦੋਨੋਂ ਪਾਸੀਂ ਅੰਬ ਦੇ ਦਰਖ਼ਤਾਂ ਦੀਆਂ ਕਤਾਰਾਂ ਹਨ। ਇਸ ਸੜਕ ਨੂੰ ਚੌੜਾ ਕਰਕੇ ਦੋ ਲਾਇਨਾਂ ਵਾਲੀ ਸੜਕ ਬਣਾਉਣ ਲਈ ਸੜਕ ਦੇ ਦੋਨਾਂ ਪਾਸਿਆਂ ਦੇ ਸਭ ਅੰਬ ਅਤੇ ਦੂਜੇ ਦਰਖ਼ਤ ਕੱਟ ਦਿੱਤੇ ਗਏ ਹਨ ਅਤੇ ਉਨ੍ਹਾਂ ਦੀ ਥਾਂ ਨਵੇਂ ਦਰਖ਼ਤ ਨਹੀਂ ਲਗਾਏ ਗਏ ਹਨ। ਇਹ ਹੀ ਹਾਲ ਸਭ ਸੜਕਾਂ, ਜੋ ਦੋ-ਲੇਨ, ਚਾਰ-ਲੇਨ ਜਾਂ ਛੇ-ਲੇਨ (six lanes) ਕੀਤੀਆਂ ਜਾ ਚੁੱਕੀਆਂ ਜਾਂ ਕੀਤੀਆਂ ਜਾ ਰਹੀਆਂ ਹਨ, ਦਾ ਹੈ। ਇਹ ਸਭ ਵਿਕਾਸ ਦਾ ਨਤੀਜਾ ਹੈ ਜਿਸ ਵਿਚ ਬਨਸਪਤੀ ਦਾ ਕੋਈ ਧਿਆਨ ਨਹੀਂ ਰੱਖਿਆ ਗਿਆ ਹੈ। ਹੁਣ ਕੱਟੇ ਦਰਖ਼ਤਾਂ ਦੀ ਥਾਂ ਝਾੜੀਆਂ ਅਤੇ ਪੁੰਗਰੇ (ਪੁਰਾਣੀਆਂ ਜੜ੍ਹਾਂ ਤੋਂ) ਛੋਟੇ ਬੂਟੇ ਪ੍ਰਫੁੱਲਤ ਹੋ ਰਹੇ ਹਨ। ਕਈ ਪਿੰਡਾਂ ਵਿਚ ਪਿਛਲੇ ਲਗਭਗ ਵੀਹ ਸਾਲਾਂ ਦੇ ਸਮੇਂ ਵਿਚ ਅੰਬਾਂ ਦੇ ਕਈ ਬਾਗ ਕਈ ਹੋਰ ਫਸਲਾਂ ਦੀ ਖੇਤੀ ਕਰਨ ਲਈ ਸਾਫ਼ ਕਰ ਦਿੱਤੇ ਗਏ ਹਨ। ਇਸ ਸਾਰੇ ਪ੍ਰਦੇਸ਼ ਵਿਚ ਅੰਬਬਾਗਾਂ (mango groves) ਦੇ ਘਾਟੇ ਨੂੰ ਉਨ੍ਹਾਂ ਦੀ ਥਾਂ ਕਿਨੂੰ ਦੇ ਬਾਗ (Kinnu Orchards) ਲਗਾ ਕੇ ਪੂਰਾ ਕਰ ਲਿਆ ਗਿਆ ਹੈ। ਇਸ ਇਲਾਕੇ ਦੀ ਜੰਗਲ ਬਨਸਪਤੀ (Forest Vegetatoin) ਵਿਚ ਇਕ ਮਹੱਤਵਪੂਰਣ ਵਾਧਾ ਪਿੰਡਾਂ ਦੀ ਸ਼ਾਮਲਾਟ ਜ਼ਮੀਨ (Common land), ਨਿੱਜੀ ਜ਼ਮੀਨ ਅਤੇ ਹੋਰ ਜ਼ਮੀਨ ਉੱਤੇ ਸਫੈਦੇ ਦੇ ਦਰਖ਼ਤ ਦੀਆਂ ਅਨੇਕਾਂ ਪਲਾਂਟੇਸ਼ਨਜ ਦਾ ਹੈ। ਟੌਪੋ ਸ਼ੀਟ ਨੰ. 53 A/3, ਅਤੇ 53 A/4 ਦੇ ਅਧਿਐਨ ਅਤੇ ਖੇਤਰੀ ਅਧਿਐਨ (Field Study) ਤੋਂ ਇਸ ਖੇਤਰ ਦੀ ਬਨਸਪਤੀ ਵਿਚ ਸਫੈਦੇ ਦੀਆਂ ਪਲਾਂਟੇਸ਼ਨਜ਼ ਦੀ ਮਹੱਤਤਾ ਸਪਸ਼ਟ ਹੁੰਦੀ ਹੈ। ਇਸ ਖੇਤਰ ਵਿਚ ਸਫੈਦੇ ਅਤੇ ਪਾਪਲਰ ਦੇ ਲੱਖਾਂ ਹੀ ਦਰਖ਼ਤ ਲਗਾਏ ਗਏ ਹਨ। ਅੱਠਵੇਂ ਦਹਾਕੇ ਤੋਂ ਪਾਪਲਰ ਦੀਆਂ ਪਲਾਂਟੇਸ਼ਨਜ਼ (Poplar Plantations) ਵੀ ਪੰਜਾਬ ਦੇ ਕ੍ਰਿਸਾਨਾਂ ਵਿਚ ਹਰਮਨ ਪਿਆਰੀਆਂ ਹੋ ਰਹੀਆਂ ਹਨ। ਖੇਤਾਂ ਦੇ ਬੰਨਿਆਂ ਉੱਤੇ (field boundaries) ਅਤੇ ਨਹਿਰਾਂ ਅਤੇ ਸੜਕਾਂ ਆਦਿ ਨਾਲ ਸਫੈਦੇ ਜਾਂ ਪਾਪੂਲਰ ਦੀਆਂ ਕਤਾਰਾਂ ਦੀਆਂ ਕਤਾਰਾਂ ਦੇਖੀਆਂ ਜਾ ਸਕਦੀਆਂ ਹਨ।

ਇਸ ਖੇਤਰ ਵਿਚ ਕਾਸ਼ਤ ਰਹਿਤ ਜ਼ਮੀਨ (uncultivated lands) ਅਤੇ ਚੋਆਂ ਜਾਂ ਨਦੀਆਂ ਦੇ ਵਹਿਣਾਂ ਦੇ ਨਾਲ਼-ਨਾਲ਼ ਕਈ ਪ੍ਰਕਾਰ ਦੀਆਂ **ਝਾੜੀਆਂ (Shrubs)** ਦੀ ਸੰਘਣੀ (ਭਰਪੂਰ) ਉਪਜ ਪਾਈ ਜਾਂਦੀ ਹੈ। ਬਨ੍ਹਾਂ (Banah),ਬਸੂਟੀ, ਮਲ੍ਹੇ, ਗਰੂਨੇ ਅਤੇ ਅੱਕ ਮਹੱਤਵਪੂਰਨ ਝਾੜੀਆਂ ਹਨ ਜੋ ਇਸ ਇਲਾਕੇ ਵਿਚ ਦੂਰ-ਦੂਰ ਤਕ ਉੱਗਦੀਆਂ ਹਨ। ਇਹ ਖੇਤਰ ਕਈ ਪ੍ਰਕਾਰ ਦੇ ਘਾਹ ਵਿਚ ਵੀ ਅਮੀਰ ਹੈ। ਚੋਆਂ ਦੇ ਕਿਨਾਰਿਆਂ ਨਾਲ, ਚੋਆਂ ਦੇ ਵਹਿਣਾਂ ਵਿਚ ਅਤੇ ਚੋਆਂ ਦੇ ਹੜ੍ਹ ਦੀ ਮਾਰ ਹੇਠ ਆਉਣ ਵਾਲੇ ਖੇਤਰਾਂ ਵਿਚ ਵੱਖ-ਵੱਖ ਉਚਾਈ (ਤਿੰਨ ਮੀਟਰ ਤੱਕ) ਅਤੇ ਸੰਘਣਤਾ (density) ਦੇ ਘਾਹ ਪਾਏ ਜਾਂਦੇ ਹਨ। ਇਹ ਨਿਰੋਲ ਘਾਹ (pure stands) ਜਾਂ ਝਾੜੀਆਂ ਅਤੇ ਦਰਖ਼ਤਾਂ ਨਾਲ ਰਲੇ ਮਿਲੇ ਰੂਪ ਵਿਚ ਮਿਲਦਾ ਹੈ। ਖੜਕਾਨਾ (Kharkana), ਸਰਕੰਡਾ (Sarkanda) ਜਾਂ "ਬੂਝੇ" ਪ੍ਰਧਾਨ ਕਿਸਮ ਹੈ।

ਪੰਜਾਬ ਦੇ ਬਾਕੀ ਦੇ **ਮੈਦਾਨਾਂ ਵਿਚ ਦੱਖਣ-ਪੱਛਮ ਵਲ** ਦਰਖ਼ਤਾਂ ਦੀ ਉਚਾਈ ਅਤੇ ਸੰਘਣਤਾ ਘਟਦੀ ਜਾਂਦੀ ਹੈ। ਮੱਧਵਰਤੀ ਮੈਦਾਨਾਂ ਵਿਚ ਸ਼ੀਸ਼ਮ (ਟਾਹਲੀ) ਮਹੱਤਵਪੂਰਣ ਹੈ। ਪੰਜਾਬ ਮੈਦਾਨਾਂ ਦੇ ਦੱਖਣ-ਪੱਛਮੀ ਭਾਗਾਂ ਵਿਚ ਕਿੱਕਰ, ਬਬੂਲ (Babul), ਫਲਾਹੀ ਅਤੇ ਜੰਡ ਮਹੱਤਵਪੂਰਣ ਦਰਖ਼ਤ ਹਨ। ਨਿੰਮ, ਪਿੱਪਲ, ਅਤੇ ਡੇਕ ਦੂਜੇ ਮਹੱਤਵਪੂਰਣ ਦਰਖ਼ਤ ਹਨ। ਇਹ ਸਭ ਦਰਖ਼ਤ ਟਿਊਬੈਲਾਂ ਦੁਆਲੇ, ਸੜਕਾਂ, ਨਹਿਰਾਂ, ਸੂਇਆਂ (distributaries) ਅਤੇ ਡਰੇਨਜ਼ ਨਾਲ-ਨਾਲ ਅਤੇ ਆਬਾਦੀ ਦੇਹ (ਪਿੰਡ ਦੀ ਬਸਤੀ) ਵਿਚ ਪਾਏ ਜਾਂਦੇ ਹਨ। ਬਿਨਾਂ ਸ਼ੱਕ ਇਸ ਖੇਤਰ ਦੀ ਅਸਲੀ ਬਨਸਪਤੀ ਬੀੜਾਂ, ਝਿੜੀਆਂ ਜਾਂ ਦੂਜੇ ਰਾਖਵੇਂ ਜਾਂ ਸੁਰੱਖਿਅਤ ਜੰਗਲਾਂ, ਜਿਨ੍ਹਾਂ ਦਾ ਪਹਿਲੇ ਪੰਨਿਆਂ ਵਿਚ ਜ਼ਿਕਰ ਕੀਤਾ ਗਿਆ ਹੈ, ਵਿਚ ਪਾਈ ਜਾਂਦੀ ਹੈ। ਇਸ ਖੇਤਰ ਵਿਚ ਕਿੱਕਰ (Kikar) ਅਤੇ ਬਬੂਲ ਪ੍ਰਧਾਨ ਵੰਨਗੀਆਂ ਹਨ। ਇਸ ਖੇਤਰ (ਮੱਧਵਰਤੀ ਪੰਜਾਬ ਦੇ ਮੈਦਾਨ) ਦੀ ਬਨਸਪਤੀ ਦਾ ਸਭ ਤੋਂ ਵੱਧ ਮਹੱਤਵਪੂਰਣ ਹਿੱਸਾ (Component) ਸੁਰੱਖਿਅਤ ਪੱਟੀ ਬਨਸਪਤੀ (protected strip vegetation) ਹੈ ਜੋ 1992-93 ਵਿਚ ਜੰਗਲਾਂ ਹੇਠ, ਕੁੱਲ ਖੇਤਰਫਲ ਦੇ 25.64% (ਇਕ ਚੁਥਾਈ) ਰਕਬੇ ਉੱਤੇ ਫੈਲੀ ਹੋਈ ਸੀ। ਇਸ ਪ੍ਰਕਾਰ ਵਿਚ ਸੜਕ ਪੱਟੀਆਂ (6.22%), ਰੇਲਵੇ ਪੱਟੀਆਂ (3.04%) ਅਤੇ ਨਹਿਰ ਅਤੇ ਡਰੇਨਜ਼ ਪੱਟੀਆਂ (16.29%) ਸ਼ਾਮਲ ਹਨ। ਬਲਾਕ ਬਨਸਪਤੀ ਹੇਠ 12.83% ਖੇਤਰ ਸ਼ਾਮਲ ਸੀ। ਪੱਟੀ ਬਨਸਪਤੀ ਵਿਚ ਮੁੱਖ ਤੌਰ 'ਤੇ ਟਾਹਲੀ,ਕਿੱਕਰ, ਬਬੂਲ ਅਤੇ ਸਫੈਦਾ ਸ਼ਾਮਲ ਹਨ। ਸੜਕਾਂ ਦੇ ਬਹੁ-ਮਾਰਗੀ (multi-lanes) ਬਣਾਉਣ ਦੇ ਫਲਸਰੂਪ ਬਹੁਤ ਸੜਕਾਂ ਦੀ ਪੱਟੀ ਬਨਸਪਤੀ ਖਤਮ ਹੋ ਗਈ ਹੈ। ਉਨ੍ਹਾਂ ਦੀ ਥਾਂ ਨਵੀਂ ਬਨਸਪਤੀ ਨਹੀਂ ਲਗਾਈ ਜਾ ਰਹੀ ਹੈ। ਹਾਂ, ਪਹਿਲੇ ਦਰਖ਼ਤਾਂ ਦੀ ਥਾਂ ਜੜ੍ਹਾਂ ਪੁੰਗਰ ਕੇ ਕੁੱਝ ਬੂਟੇ ਹੁਣ ਪ੍ਰਫੁੱਲਤ ਹੋ ਰਹੇ ਹਨ। ਇਹ ਸਭ ਗੌਣ-ਬਨਸਪਤੀ ਹੈ।

ਪੰਜਾਬ ਦੇ ਇਸ ਵੱਡੇ ਭਾਗ ਵਿਚ ਬਨਸਪਤੀ ਦੀ ਸੰਘਣਤਾ, ਉਚਾਈ ਅਤੇ ਕਿਸਮ ਮੁੱਖ ਤੌਰ ਤੇ ਵਰਖਾ ਜਾਂ ਪਾਣੀ ਦੀ ਪ੍ਰਾਪਤੀ ਉੱਤੇ ਨਿਰਭਰ ਕਰਦੇ ਹਨ। ਇਸ ਖੇਤਰ ਵਿੱਚ ਵਰਖਾ ਦੱਖਣ-ਪੱਛਮ ਵਿਚ 35 ਸੈਂਟੀਮੀਟਰ ਤੋਂ ਉੱਤਰ-ਪੂਰਬ ਵਿਚ 90 ਸੈਂਟੀਮੀਟਰ ਤੱਕ ਹੁੰਦੀ ਹੈ। 50 ਸੈਂਟੀਮੀਟਰ ਦੀ ਸਮ-ਵਰਖਾ ਰੇਖਾ (Isohyet) ਤੋਂ ਪੂਰਬ ਵਲ ਬਨਸਪਤੀ ਜ਼ਿਆਦਾ ਹਰੀ ਭਰੀ (luxuriant), ਸੰਘਣੀ (thick) ਦੇਖਣ ਲਈ ਚੰਗੀ ਲਗਦੀ (better looking) ਹੈ। ਟਾਹਲੀ, ਕਿੱਕਰ, ਸਫੈਦਾ ਅਤੇ ਨਿੰਮ ਮਹੱਤਵਪੂਰਣ ਦਰਖ਼ਤ ਹਨ। ਪੱਛਮੀ ਭਾਗ ਜ਼ਿਆਦਾ ਖੁਸ਼ਕ ਹੈ ਅਤੇ ਕਿੱਕਰ ਅਤੇ ਬਬੂਲ ਦਰਖ਼ਤਾਂ ਦੀਆਂ ਮਹੱਤਵਪੂਰਣ ਕਿਸਮਾਂ ਹਨ।

ਊਸ਼ਣ ਕੰਡੇਦਾਰ ਜੰਗਲ (TROPICAL THORN FORESTS)

ਇਸ ਕਿਸਮ ਦੀ ਬਨਸਪਤੀ ਜਾਂ ਜੰਗਲ ਮਾਨਸਾ, ਮੁਕਤਸਰ ਅਤੇ ਬਠਿੰਡਾ ਜ਼ਿਲ੍ਹਿਆਂ ਦੇ ਜ਼ਿਆਦਾਤਰ ਭਾਗਾਂ ਅਤੇ ਫਰੀਦਕੋਟ, ਫਜ਼ਿਲਕਾ ਅਤੇ ਫ਼ਿਰੋਜ਼ਪੁਰ ਜ਼ਿਲ੍ਹਿਆਂ ਦੇ ਮੱਧ-ਦੱਖਣੀ ਭਾਗਾਂ ਵਿਚ ਪਾਏ ਜਾਂਦੇ ਹਨ। ਇਨ੍ਹਾਂ ਇਲਾਕਿਆਂ ਦਾ ਜਲਵਾਯੂ ਗਰਮ ਅਤੇ ਖੁਸ਼ਕ ਹੈ, ਵਾਸ਼ਪੀਕਰਨ ਦੀ ਦਰ ਉੱਚੀ ਹੈ ਅਤੇ ਸਲਾਨਾ ਵਰਖਾ 40 ਸੈਂਟੀਮੀਟਰ ਤੋਂ ਘੱਟ ਹੈ। ਇੱਥੋਂ ਦੀ ਬਨਸਪਤੀ ਜ਼ੀਰੋਫਾਈਟਿਕ (Xeropytic), ਵਿਰਲੀ ਅਤੇ ਬੌਣੀ (stunted) ਹੈ। ਜ਼ਿਆਦਾਤਰ ਕੰਡੇਦਾਰ ਝਾੜੀਆਂ ਅਤੇ ਦਰਖਤ ਮਹੱਤਵਪੂਰਨ ਹਨ, ਉਹ ਵੀ ਅਨੁਕੂਲ ਖੇਤਰਾਂ (favourable areas) ਵਿਚ। ਵੱਡੇ ਖੇਤਰ ਕਿਸੇ ਵੀ ਪ੍ਰਕਾਰ ਦੀ ਬਨਸਪਤੀ ਤੋਂ

ਬਗੈਰ ਹਨ। ਕਿੱਕਰ, ਜੰਡ ਅਤੇ ਬਬੂਲ ਮਹੱਤਵਪੂਰਨ ਵੰਨਗੀਆਂ ਹਨ। ਇਥੇ ਕਈ ਪ੍ਰਕਾਰ ਦੀਆਂ ਕੰਡੇਦਾਰ ਝਾੜੀਆਂ ਅਤੇ ਥੋਹਰ (Cactus) ਵੀ ਉੱਗਦੇ ਹਨ। ਨਿਰਸੰਦੇਹ, ਬਾਕੀ ਦੇ ਪੰਜਾਬ ਦੀ ਤਰ੍ਹਾਂ ਰੇਲਵੇ ਲਾਈਨਾਂ, ਸੜਕਾਂ, ਨਹਿਰਾਂ ਅਤੇ ਡਰੇਨਜ਼ ਨਾਲ-ਨਾਲ ਪੱਟੀ ਪਲਾਂਟੇਸ਼ਨਜ਼ ਪਾਈਆਂ ਜਾਂਦੀਆਂ ਹਨ। ਅਨੁਕੂਲ ਇਲਾਕਿਆਂ ਵਿਚ ਬਲਾਕ ਪਲਾਂਟੇਸ਼ਨਜ਼ ਵੀ ਹਨ। ਦਰਖ਼ਤ ਸਖਤ ਲਕੜੀ ਅਤੇ ਸਧਾਰਨ ਉਚਾਈ ਵਾਲੇ ਅਤੇ ਕੰਡੇਦਾਰ (thorny) ਹਨ। ਇਨ੍ਹਾਂ ਤੋਂ ਬਾਲਣ ਲਈ ਲਕੜੀ (fuel wood) ਅਤੇ ਇਮਾਰਤੀ ਲਕੜੀ (Timber) ਪ੍ਰਾਪਤ ਹੁੰਦੀ ਹੈ।

ਵੰਡ (DISTRIBUTION)

ਸਮੁਚੇ ਤੌਰ 'ਤੇ ਪੰਜਾਬ ਵਿਚ ਵਿਭਿੰਨ ਜੰਗਲ ਕਿਸਮਾਂ ਹੇਠ ਬਹੁਤ ਘੱਟ (ਕੁੱਲ ਭੂਗੋਲਿਕ ਖੇਤਰ ਦਾ ਕੇਵਲ 2021-22 ਵਿੱਚ 4.85% ਕਰਬਾ ਹੈ। ਜੰਗਲਾਂ ਹੇਠ ਇਸ ਘੱਟ ਖੇਤਰਫ਼ਲ ਦਾ ਵੰਡ ਅਸਮਾਨ (Uneven) ਹੈ। ਜਲਵਾਯੂ, ਵਿਸ਼ੇਸ਼ ਕਰਕੇ ਵਰਖਾ ਅਤੇ ਉਚਾਈ ਸਮੇਤ ਧਰਾਤਲ ਮੁੱਖ ਤੌਰ ਤੇ ਮਿੱਟੀ ਦਾ ਸੁਭਾ (ਕਿਸਮ), ਪਹੁੰਚ, ਮਨੁੱਖ ਰਾਹੀਂ ਵਿਘਨ (disturbance) ਦੀ ਤੀਬਰਤਾ ਅਤੇ ਜਾਤੀ (individual), ਭਾਈਚਾਰੇ (community), ਅਤੇ ਸਰਕਾਰੀ ਸੱਤਰ ਤੇ ਕੀਤੇ ਉਪਰਾਲੇ ਵੀ ਕੁੱਝ ਹੱਦ ਤਕ ਪੰਜਾਬ ਵਿਚ ਜੰਗਲਾਂ (ਬਨਸਪਤੀ) ਦੇ ਸਰੂਪ ਅਤੇ ਵੰਡ ਦੀ ਸੰਘਣਤਾ ਨੂੰ ਨਿਰਧਾਰਤ ਕਰਦੇ ਹਨ। ਹੇਠ ਲਿਖੀ ਸਾਰਣੀ ਪੰਜਾਬ ਦੇ ਵੱਖ-ਵੱਖ ਜ਼ਿਲ੍ਹਿਆਂ ਵਿਚ ਜੰਗਲਾਂ ਹੇਠ ਭੂਮੀ ਦੀ ਵੰਡ ਬਾਰੇ ਕੁਝ ਰੂਪ-ਰੇਖਾ ਦਿੰਦੀ ਹੈ।

ਸਾਰਣੀ ਨੰ. 8

ਪੰਜਾਬ ਵਿਚ ਜ਼ਿਲ੍ਹੇਵਾਰ ਜੰਗਲਾਂ ਹੇਠ ਭੂਮੀ ਦੀ ਵੰਡ 2021-22 (ਅ)

(ਰਕਬਾ ਵਰਗਕਿਲੋਮੀਟਰ ਵਿਚ)

	ਸਰਕਾਰੀ ਜੰਗਲ					ਪ੍ਰਾਈਵੇਟ ਜੰਗਲ				
ਲੜੀ ਨੰ.	ਜ਼ਿਲ੍ਹਾ	ਭੂਗੋਲਿਕ ਖੇਤਰਫਲ (km^2)	ਰਾਖਵੇਂ	ਸੁਰੱਖਿਅਤ	ਅਣ ਸ਼੍ਰੇਣੀ ਬੱਧ	ਭਾਰਤੀ ਜੰਗਲ ਐਕਟ 1927 ਦੇ ਸੈਕਸ਼ਨ 38 ਅਧੀਨ	ਭੌਂ ਸੰਭਾਲ ਐਕਟ 1900 ਦੀ ਧਾਰਾ 4 ਅਤੇ 5 ਅਧੀਨ	ਕੁੱਲ ਜੰਗਲ ਰਕਬਾ	ਜ਼ਿਲ੍ਹੇ ਦੇ ਕੁੱਲ ਰਕਬੇ ਦੀ ਪ੍ਰਤੀਸ਼ਤਤਾ	ਪੰਜਾਬ ਦੇ ਕੁੱਲ ਜੰਗਲ ਰਕਬੇ ਦੀ ਪ੍ਰਤੀਸ਼ਤਤਾ
1.	ਗੁਰਦਾਸਪੁਰ	2571*	0	61	0	0	–	61	2.37	2.50
2.	ਪਠਾਨਕੋਟ	936*	1	137	8	1	43	190	20.30	7.18
3.	ਅੰਮ੍ਰਿਤਸਰ	2683	0	96	41	–	0	147	2.88	6.02
4.	ਤਰਨਤਾਰਨ	2414	0	0	0	–	0	–	–	–
5.	ਕਪੂਰਥਲਾ	1633	0	18	9	–	0	27	1.65	1.11
6.	ਜਲੰਧਰ	2624	1	37	18	–	0	56	2.13	2.29
7.	ਸ਼.ਭ.ਸ. ਨਗਰ	1282	0	20	12	–	101	133	10.37	5.45
8.	ਹੁਸ਼ਿਆਰਪੁਰ	3386	27	158	13	–	607	805	23.77	32.96
9.	ਰੂਪਨਗਰ	1356	0	47	8	2	262	319	23.53	13.06
10.	ਐਸ.ਏ.ਐਸ. ਨਗਰ	1094	0	24	0	–	97	121	11.06	4.95
11.	ਲੁਧਿਆਣਾ	3578	1	77	23	–	0	101	2.82	4.14
12.	ਫਿਰੋਜ਼ਪੁਰ	2387*	4	86	4	–	0	94	1.77	3.85
13.	ਫਾਜ਼ਿਲਕਾ	2870*	–	–	–	–	0	–	–	–

14.	ਫਰੀਦਕੋਟ	1458	0	20	–	–	0	20	1.37	0.82
15.	ਸ੍ਰੀ ਮੁਕਤਸਰ ਸਾਹਿਬ	2593	0	40	–	–	0	40	1.53	1.64
16.	ਮੋਗਾ	2242	–	40	–	–	0	40	1.78	1.64
17.	ਬਠਿੰਡਾ	3353	0	58	8	–	0	66	1.97	2.70
18.	ਮਾਨਸਾ	2198	0	27	–	–	0	27	1.23	1.11
19.	ਸੰਗਰੂਰ	3625	0	51	1	–	0	52	1.43	2.13
20.	ਬਰਨਾਲਾ	1482	0	18	–	–	0	18	1.21	0.74
21.	ਪਟਿਆਲਾ	3325	0	101	12	1	0	114	3.43	4.67
22.	ਫ.ਸ. ਸਾਹਿਬ	1180	0	11	–	–	0	11	0.93	0.42
23.	ਕੁੱਲ ਪੰਜਾਬ	50362	44	1127	157	4	1110	2442	4.85	4.85

ਸਰੋਤ— 1. ਪੰਜਾਬ ਦਾ ਅੰਕੜਾ ਸਾਰ-2022

ਨੋਟ—ਸੰਗਰੂਰ ਜ਼ਿਲ੍ਹੇ ਵਿੱਚ ਮਾਲੇਰਕੋਟਲਾ ਜ਼ਿਲ੍ਹੇ ਦਾ ਅਤੇ ਫਿਰੋਜ਼ਪੁਰ ਜ਼ਿਲ੍ਹੇ ਵਿੱਚ

1. ਫਾਜ਼ਿਲਕਾ ਜ਼ਿਲ੍ਹੇ ਦਾ ਡਾਟਾ ਸ਼ਾਮਲ ਹੈ।

2. ਜ਼ਿਲ੍ਹਿਆਂ ਦਾ ਭੂਗੋਲਿਕ ਖੇਤਰਫਲ ਪੀ.ਸੀ.ਏ. (ਪੰਜਾਬ ਜਨਗਣਨਾ ਦੇ ਸਾਰ 2011 ਅਨੁਸਾਰ ਹੈ)

* ਗਰਾਮ ਕਾਗਜਾਂ ਅਨੁਸਾਰ (As per village papers)

ਸਾਰਣੀ ਨੰ. 8 ਇਹ ਦਰਸਾਉਂਦੀ ਹੈ ਕਿ ਪੰਜਾਬ ਵਿਚ ਜੰਗਲਾਂ ਹੇਠ ਸਭ ਤੋਂ ਜ਼ਿਆਦਾ ਇਲਾਕਾ ਹੁਸ਼ਿਆਰਪੁਰ ਦੇ ਜ਼ਿਲ੍ਹੇ ਵਿਚ ਹੈ ਜੋ ਕਿ 2021-22 ਅਨੁਸਾਰ 805 ਵਰਗ ਕਿਲੋਮੀਟਰ ਸੀ। ਇਹ ਰਕਬਾ ਪੰਜਾਬ ਦੇ ਕੁੱਲ ਜੰਗਲ ਰਕਬੇ ਦਾ 32.96% ਸੀ। ਜੰਗਲਾਂ ਹੇਠ ਸਭ ਤੋਂ ਘੱਟ ਰਕਬਾ ਫ਼ਤਹਿਗੜ੍ਹ ਸਾਹਿਬ ਜ਼ਿਲ੍ਹੇ ਵਿਚ ਕੇਵਲ 11 ਵਰਗ ਕਿਲੋਮੀਟਰ (ਪੰਜਾਬ ਦਾ 0.42%), ਬਰਨਾਲਾ ਜ਼ਿਲ੍ਹੇ ਵਿਚ 18 ਵਰਗ ਕਿਲੋਮੀਟਰ (ਪੰਜਾਬ ਦਾ 0.74%) ਅਤੇ ਫਰੀਦਕੋਟ ਜ਼ਿਲ੍ਹੇ ਵਿਚ ਕੇਵਲ 20 ਵਰਗ ਕਿਲੋਮੀਟਰ ਸੀ। ਇਹ ਰਾਜ ਦੇ ਕੁੱਲ ਜੰਗਲ ਰਕਬੇ ਦਾ ਕੇਵਲ 0.82% ਸੀ। ਕਪੂਰਥਲਾ ਅਤੇ ਮਾਨਸਾ ਜ਼ਿਲ੍ਹਿਆਂ ਵਿਚ 27 ਵਰਗ ਕਿਲੋਮੀਟਰ (1.11%) ਰਕਬਾ ਜੰਗਲਾਂ ਹੇਠ ਸੀ। ਹੁਸ਼ਿਆਰਪੁਰ ਜ਼ਿਲ੍ਹੇ ਤੋਂ ਬਿਨ੍ਹਾਂ ਰੂਪਨਗਰ (13.06%), ਪਠਾਨਕੋਟ (7.78%), ਅੰਮ੍ਰਿਤਸਰ (6.02%), ਸ਼.ਭ.ਸ ਨਗਰ (5.45%) ਅਤੇ ਐਸ.ਏ.ਐਸ ਨਗਰ (4.95%) ਦੂਜੇ ਜ਼ਿਲ੍ਹੇ ਹਨ ਜਿੱਥੇ ਹਰ ਇਕ ਵਿਚ ਰਾਜ ਦੇ ਕੁੱਲ ਜੰਗਲ ਰਕਬੇ ਦਾ ਲਗਭਗ 5% ਜਾਂ ਇਸ ਤੋਂ ਜ਼ਿਆਦਾ ਜੰਗਲ ਖੇਤਰਫਲ ਪਾਇਆ ਜਾਂਦਾ ਸੀ। ਇਸ ਤਰ੍ਹਾਂ ਛੇ ਜ਼ਿਲ੍ਹਿਆਂ ਵਿਚ ਰਲਕੇ ਰਾਜ ਦਾ (70.0%) ਦੇ ਲਗਭਗ ਜੰਗਲ ਖੇਤਰਫਲ ਪਾਇਆ ਜਾਂਦਾ ਹੈ। ਇਹ ਜ਼ਿਲ੍ਹੇ ਪੰਜਾਬ ਦੇ ਉੱਤਰੀ ਅਤੇ ਉੱਤਰ-ਪੂਰਬੀ ਭਾਗਾਂ ਵਿਚ ਪਾਏ ਜਾਂਦੇ ਹਨ। ਬਿਸਤ ਦੋਆਬ ਦੇ ਦੂਜੇ ਦੋ ਜ਼ਿਲ੍ਹਿਆਂ ਜਲੰਧਰ ਅਤੇ ਕਪੂਰਥਲਾ ਵਿਚ ਬਹੁਤ ਘੱਟ ਖੇਤਰ ਜੰਗਲਾਂ ਹੇਠ ਹੈ। ਕਪੂਰਥਲਾ ਜ਼ਿਲ੍ਹੇ ਵਿਚ ਵਿਸ਼ਾਲ ਰੇਤਲਾ ਖੇਤਰ ਅਤੇ ਖਾਰੀ ਮਿੱਟੀ (Saline soils) ਅਤੇ ਜਲੰਧਰ ਜ਼ਿਲ੍ਹੇ ਵਿਚ ਖੇਤੀ ਅਧੀਨ ਭੂਮੀ (Cultivated land) ਦੀ ਬਹੁਤ ਉੱਚੀ ਪ੍ਰਤੀਸ਼ੱਤਤਾ (90%) ਇਨ੍ਹਾਂ ਜ਼ਿਲ੍ਹਿਆਂ ਵਿਚ ਘੱਟ ਜੰਗਲਾਂ ਹੇਠ ਰਕਬੇ ਲਈ ਜਿੰਮੇਵਾਰ ਹਨ। ਆਮ ਕਰਕੇ ਜੰਗਲ ਰਕਬੇ ਦੀ ਰਾਜ ਦੇ ਕੁੱਲ ਜੰਗਲ ਕਰਬੇ ਨਾਲ ਪ੍ਰਤੀਸ਼ੱਤਤਾ ਦੱਖਣ-ਪੱਛਮ ਵਲ ਖੁਸ਼ਕਤਾ (aridity) ਵਧਣ, ਉੱਚੇ ਤਾਪਮਾਨਾਂ ਅਤੇ ਰੇਤਲੀ ਮਿੱਟੀ ਅਤੇ ਟਿੱਬਿਆਂ ਨਾਲ ਭਰੀ ਧਰਾਤਲ ਦੇ ਆਉਣ ਨਾਲ ਘਟਦੀ ਹੈ। ਤਰਨ ਤਾਰਨ ਜ਼ਿਲ੍ਹੇ ਵਿਚ ਕੋਈ ਵੀ ਪ੍ਰਮਾਣਤ ਜੰਗਲ ਰਕਬਾ ਨਹੀ ਹੈ।

ਜੰਗਲ ਖੇਤਰ ਦੀ ਘਣਤਾ (INTENSITY OF FOREST AREA)

ਜੰਗਲ ਖੇਤਰ ਦੀ ਤੀਬਰਤਾ ਜਾਂ ਘਣਤਾ ਦਾ ਭਾਵ ਹੈ ਕਿ ਕਿਸੇ ਵੀ ਜ਼ਿਲ੍ਹੇ ਜਾਂ ਤਹਿਸੀਲ (ਖੇਤਰ ਦੀ ਕੋਈ ਵੀ ਇਕਾਈ) ਵਿਚ ਉਸਦੇ ਜੰਗਲ ਹੇਠ ਰਕਬੇ ਦੀ ਉਸ ਦੇ ਕੁੱਲ ਖੇਤਰਫਲ ਨਾਲ ਕੀ ਅਨੁਪਾਤ ਜਾਂ ਪ੍ਰਤੀਸ਼ੱਤਤਾ ਹੈ। ਇਸ ਨੂੰ ਨਕਸ਼ਾ ਨੰ: 24 ਵਿਚ ਦਿਖਾਇਆ ਗਿਆ ਹੈ। ਨਕਸ਼ਾ ਨੰ: 25 ਅਤੇ ਸਾਰਣੀ 8 ਦਾ ਅਧਿਐਨ ਇਹ ਦਰਸਾਉਂਦਾ ਹੈ ਕਿ ਪੰਜਾਬ ਵਿਚ 2021-22 ਅਨੁਸਾਰ ਜੰਗਲ ਖੇਤਰ ਦੀ ਘਣਤਾ ਵਿਚ ਵਿਭਿੰਨਤਾ ਪਾਈ ਜਾਂਦੀ ਹੈ।

ਜ਼ਿਲ੍ਹੇਵਾਰ ਜੰਗਲ ਖੇਤਰ ਘਣਤਾ (DESTRICT-WISE FOREST AREA INTENSITY)

ਪੂਰਬੀ ਜ਼ਿਲ੍ਹਿਆਂ ਤੇ ਤਹਿਸੀਲਾਂ ਵਿਚ ਜੰਗਲ ਖੇਤਰ ਘਣਤਾ ਸਭ ਤੋਂ ਉੱਚੀ ਹੈ। ਦੱਖਣ-ਪੱਛਮ ਵੱਲ ਇਹ ਘਣਤਾ ਘਟਦੀ ਜਾਂਦੀ ਹੈ। ਸਭ ਤੋਂ ਵਧ ਜੰਗਲ ਖੇਤਰ ਘਣਤਾ ਹੁਸ਼ਿਆਰਪੁਰ ਜ਼ਿਲ੍ਹੇ ਵਿਚ 23.77% ਸੀ। ਨੰਬਰ ਦੋ ਤੇ ਰੂਪ ਨਗਰ ਜ਼ਿਲ੍ਹਾ ਸੀ ਜਿਥੋਂ ਦੀ 2015-16 ਵਿਚ ਜੰਗਲ ਘਣਤਾ 23.53% ਸੀ। ਪਠਾਨਕੋਟ ਜ਼ਿਲ੍ਹੇ ਵਿੱਚ ਜੰਗਲ ਖੇਤਰ ਘਣਤਾ 23.30% ਸੀ। 2021-22 ਦੇ ਅੰਕੜੇ ਵੀ 2015-16 ਦੇ ਅੰਕੜਿਆਂ ਨਾਲ ਮੇਲ ਖਾਂਦੇ ਹਨ। ਸਭ ਤੋਂ ਘੱਟ ਜੰਗਲ ਖੇਤਰ ਘਣਤਾ ਫ਼ਤਹਿਗੜ੍ਹ ਸਾਹਿਬ ਜ਼ਿਲ੍ਹੇ ਵਿਚ 0.93% ਅਤੇ ਮਾਨਸਾ ਜ਼ਿਲ੍ਹੇ ਵਿਚ 1.23% ਸੀ। ਜ਼ਿਲੇਵਾਰ ਜੰਗਲ ਖੇਤਰ ਘਣਤਾ ਦੇ ਪੰਜ ਪ੍ਰਦੇਸ਼ (ਨਕਸ਼ਾ ਨੰ: 24) ਬਣਾਏ ਜਾ ਸਕਦੇ ਹਨ। ਇਹ ਹਨ—

ਉੱਚੀ ਘਣਤਾ ਦਾ ਪ੍ਰਦੇਸ਼ (Region of High Forest Area Intensity)—ਇਸ ਪ੍ਰਦੇਸ਼ ਵਿਚ ਉਹ ਜ਼ਿਲ੍ਹੇ ਸ਼ਾਮਲ ਹਨ ਜਿੱਥੇ ਜੰਗਲ ਖੇਤਰ ਘਣਤਾ 10.1% ਜਾਂ ਇਸ ਤੋਂ ਵੱਧ ਹੈ। ਤਿੰਨ ਪੂਰਬੀ ਜ਼ਿਲ੍ਹੇ ਹੁਸ਼ਿਆਰਪੁਰ (23.8%), ਰੂਪ ਨਗਰ (23.53%) ਅਤੇ ਪਠਾਨਕੋਟ (20.3%) ਇਸ ਸ਼੍ਰੇਣੀ ਵਿਚ ਸ਼ਾਮਲ ਹਨ। ਇਨ੍ਹਾਂ ਜ਼ਿਆਦਾ ਉੱਚੀ ਘਣਤਾ ਵਾਲੇ ਜ਼ਿਲ੍ਹਿਆਂ ਤੋਂ ਇਲਾਵਾ ਐਸ.ਬੀ.ਐਸ. ਨਗਰ (10.37%) ਅਤੇ ਐਸ.ਏ.ਐਸ. ਨਗਰ (11.06%) ਦੇ ਦੋ ਪੂਰਬੀ ਜ਼ਿਲ੍ਹੇ ਸ਼ਾਮਲ ਹਨ। ਇਹ ਸ਼ਿਵਾਲਕ ਪਹਾੜੀ ਜ਼ਿਲ੍ਹੇ ਹਨ ਅਤੇ ਇਥੇ ਪੰਜਾਬ ਵਿਚ ਭਾਰੀ ਵਰਖਾ ਜੋ ਕਿ 80 ਸੈ.ਮੀ. ਤੋਂ ਵੀ ਵੱਧ ਪ੍ਰਤੀ ਸਾਲ ਪੈਂਦੀ ਹੈ। ਇਥੋਂ ਦੀ ਰੇਤਲੀ, ਕੰਕਰੀਲੀ ਅਤੇ ਕੁੱਝ ਚੀਕਣੀ ਮਿੱਟੀ ਵਿਚ ਪਾਣੀ ਨੂੰ ਸੰਭਾਲ ਕੇ ਰੱਖਣ ਦੀ ਜ਼ਿਆਦਾ ਸਮਰੱਥਾ ਹੈ। ਇਸ ਖੇਤਰ ਵਿਚ ਅਨੇਕਾਂ ਚੋਅ ਅਤੇ ਖੱਡਾਂ ਹਨ ਜਿਨ੍ਹਾਂ ਵਿਚ ਕੁਝ ਦੂਰੀ ਤੱਕ ਪਾਣੀ ਸਿੰਮਦਾ ਜਾਂ ਚਲਦਾ ਹੈ। ਜ਼ਿਆਦਾਤਰ ਭੂਮੀ ਖੇਤੀ ਦੇ ਅਯੋਗ ਹੈ।

ਸਾਧਾਰਣ ਉੱਚੀ ਘਣਤਾ ਦਾ ਪ੍ਰਦੇਸ਼ (Region of Moderately High Forest Area Intensity)—ਇਸ ਸ਼੍ਰੇਣੀ ਵਿਚ ਸ਼ਾਮਲ ਜ਼ਿਲ੍ਹਿਆਂ ਵਿਚ, ਜੰਗਲ ਖੇਤਰ ਘਣਤਾ ਲਗਭਗ 2.51% ਤੋਂ 5.0% ਅਤੇ 10.0% ਤਕ ਹੈ। ਇਸ ਵਿਚ ਪੰਜਾਬ ਦੇ ਤਿੰਨ ਹੋਰ ਮੱਧ ਪੂਰਬੀ ਜ਼ਿਲ੍ਹੇ ਪਟਿਆਲਾ (3.43%), ਲੁਧਿਆਣਾ (2.82%) ਅਤੇ ਅੰਮ੍ਰਿਤਸਰ (5.5%) ਸ਼ਾਮਲ ਹਨ। ਇਹ ਕੁੱਝ ਪੂਰਬੀ ਜ਼ਿਲ੍ਹੇ ਵੀ ਸ਼ਿਵਾਲਿਕ ਪਹਾੜੀਆਂ ਦੇ ਨੇੜੇ ਹਨ, ਸਾਲਾਨਾ ਔਸਤ ਵਰਖਾ 50 ਸੈਂ.ਮੀ. ਤੋਂ 70 ਸੈਂ.ਮੀ. ਵਿਚਕਾਰ ਹੁੰਦੀ ਹੈ, ਪੱਧਰੀ ਧਰਾਤਲ ਅਤੇ ਉੱਚ ਭੂਮੀਗਤ ਜਲ ਸਤਰ ਅਤੇ ਚੋਆਂ ਆਦਿ ਨਾਲ ਭਰੇ ਪਏ ਹਨ। ਮਿੱਟੀ ਵਿਚ ਪਾਣੀ ਦੇ ਭੰਡਾਰ ਹਨ।

ਇਸ ਸ਼੍ਰੇਣੀ ਵਿਚ ਸ਼ਾਮਲ ਜ਼ਿਲ੍ਹਿਆਂ ਵਿਚ ਜੰਗਲ ਖੇਤਰ ਘਣਤਾ 2.51 ਤੋਂ 5% ਤਕ ਹੈ। ਇਸ ਪ੍ਰਦੇਸ਼ ਵਿਚ ਪੰਜਾਬ ਦੇ ਚਾਰੇ ਮੱਧ-ਪੂਰਬੀ ਜ਼ਿਲੇ ਅੰਮ੍ਰਿਤਸਰ (5.5%), ਪਟਿਆਲਾ (3.43%), ਲੁਧਿਆਣਾ (2.82%) ਅਤੇ ਤਰਨ ਤਾਰਨ ਵੀ ਸ਼ਾਮਲ ਹਨ। ਇਹ ਪ੍ਰਤੀਸ਼ੱਤਤਾ 2015-16 ਦੇ ਆਰਜ਼ੀ ਅੰਕੜਿਆਂ ਅਨੁਸਾਰ ਹੈ। ਇਨ੍ਹਾਂ ਜ਼ਿਲ੍ਹਿਆਂ ਦਾ ਧਰਾਤਲ ਲਗਭਗ ਪੱਧਰੀ ਹੈ, ਭੌਂ-ਹੇਠਲਾ ਪਾਣੀ (Underground Water) ਭੂਮੀ ਤਲ ਤੋਂ 10 ਤੋਂ 30 ਮੀਟਰ ਹੇਠ ਪਾਇਆ ਜਾਂਦਾ ਹੈ ਅਤੇ ਦਰਮਿਆਨੀ ਵਰਖਾ (50 ਤੋਂ 70 ਸੈਂ.ਮੀ. ਵਿਚਕਾਰ) ਹੁੰਦੀ ਹੈ। ਮਿੱਟੀ ਵਿਚ ਪਾਣੀ ਸੰਭਾਲਣ ਦੀ ਦਰਮਿਆਨੀ ਸਮਰੱਥਾ ਹੈ। ਇਹ ਸਭ ਹਾਲਤਾਂ ਇਸ ਖੇਤਰ ਵਿਚ ਕੁਦਰਤੀ ਬਨਸਪਤੀ ਦੇ ਵਧਣ-ਫੁਲਣ ਲਈ ਕਾਫ਼ੀ ਅਨੁਕੂਲ ਹਨ। ਇਨ੍ਹਾਂ ਜ਼ਿਲ੍ਹਿਆਂ ਵਿਚ ਕਈ ਪੁਰਾਣੀਆਂ **ਬੀੜਾਂ** (ਦਰਖ਼ਤਾਂ ਅਤੇ ਝਾੜੀਆਂ ਦੇ ਸੰਘਣੇ ਉਗਾ ਦੇ ਖੇਤਰ) ਜਿਵੇਂ ਕਿ ਪਟਿਆਲਾ ਜ਼ਿਲ੍ਹੇ ਦੀਆਂ ਛੱਤਬੀੜ, ਬੀੜ ਭਾਦਸੋਂ, ਬੀੜ ਭੋਰਾ, ਬੀੜ ਮੋਤੀਬਾਗ, ਬੀੜ ਭੁੱਨੜਹੇੜੀ, ਬੀੜ ਗੁਰਦਿਆਲਪੁਰਾ ਅਤੇ ਬੀੜ ਦੋਸਾਨਾ ਆਦਿ ਦੀ ਹੋਂਦ ਤੋਂ ਇਸ ਤੱਥ ਦੀ ਪੁਸ਼ਟੀ ਹੋ ਜਾਂਦੀ ਹੈ।

ਪਿਛਲੇ ਸਾਲਾਂ ਵਿਚ ਇਸ ਖੇਤਰ ਵਿਚ ਨਹਿਰਾਂ, ਸੜਕਾਂ, ਰੇਲਵੇ ਲਾਈਨਾਂ ਆਦਿ ਦੇ ਨਾਲ-ਨਾਲ, ਅਤੇ ਵਿਭਿੰਨ ਖੇਤਾਂ ਅਤੇ ਫਾਰਮਾਂ ਵਿਚ ਪਾਪਲਰ, ਸਫੈਦਾ, ਟਾਹਲੀ, ਡੇਕ, ਕਿੱਕਰ ਆਦਿ ਦਰਖ਼ਤਾਂ ਦੀ ਵੱਡੇ ਪੈਮਾਨੇ ਤੇ ਪਲਾਂਟੇਸ਼ਨਜ਼ ਲਗਾਈਆਂ ਗਈਆਂ ਹਨ। ਖੇਤਾਂ ਵਿਚ ਇਹ ਰੋਪਣ "ਦਰਖ਼ਤ ਫ਼ਸਲ" (tree crop) ਰੂਪ ਵਿਚ ਕੀਤੇ ਗਏ ਹਨ।

ਅੰਮ੍ਰਿਤਸਰ ਅਤੇ ਤਰਨਤਾਰਨ ਜ਼ਿਲ੍ਹਿਆਂ ਵਿੱਚ ਬੇਟ ਖੇਤਰ (ਰਾਵੀ ਅਤੇ ਬਿਆਸ ਦਰਿਆਵਾਂ ਦਾ) ਅਤੇ ਕਈ ਨਾਲੇ (ਚੋਅ) ਜ਼ਿਲ੍ਹਿਆਂ ਦੇ ਆਰ-ਪਾਰ ਵਗਦੇ ਹਨ। ਇੱਥੇ ਵਨਸਪਤੀ ਵੱਧ-ਫੁਲ ਸਕਦੀ ਹੈ।

ਨੀਵੀਂ ਘਣਤਾ ਦਾ ਪ੍ਰਦੇਸ਼ (Low Forest Area Intensity)—ਇਸ ਪ੍ਰਦੇਸ਼ ਵਿਚ ਉਹ ਜ਼ਿਲ੍ਹੇ ਸ਼ਾਮਲ ਹਨ ਜਿੱਥੇ ਜੰਗਲ ਖੇਤਰ ਘਣਤਾ 1.1% ਤੋਂ 2.50% ਤੱਕ ਹੈ। ਇਸ ਵਿਚ ਰਾਜ ਦੇ 10 ਜ਼ਿਲ੍ਹੇ ਮੋਗਾ (1.8%), ਫਾਜ਼ਿਲਕਾ (1.8%), ਬਠਿੰਡਾ (1.98%), ਫ਼ਿਰੋਜਪੁਰ (1.8%), ਮੁਕਤਸਰ ਸਾਹਿਬ, (0.94%), ਬਰਨਾਲਾ (1.2%), ਸੰਗਰੂਰ, ਫ਼ਰੀਦਕੋਟ (1.4%) ਅਤੇ ਮਾਨਸਾ (1.23%) ਸ਼ਾਮਲ ਹਨ। ਇਨ੍ਹਾਂ ਵਿਚੋਂ ਨੌਂ ਜ਼ਿਲ੍ਹੇ ਮਾਲਵੇ ਵਿਚ ਹਨ ਰੇਤੀਲਾ ਜ਼ਿਲ੍ਹਾ ਕਪੂਰਥਲਾ (1.65%) ਅਤੇ ਜਲੰਧਰ (2.13%) ਬਿਸਤ ਦੋਆਬ ਦੇ ਹਨ। ਇਸ ਵਿੱਚ ਮਾਝੇ ਦਾ ਗੁਰਦਾਸਪੁਰ ਜ਼ਿਲ੍ਹਾ (2.37%) ਸ਼ਾਮਲ ਹੈ। ਮਾਲਵੇ ਦੇ ਇਹ ਸਭ ਜ਼ਿਲ੍ਹੇ ਦੱਖਣ-ਪੱਛਮੀ ਖੁਸ਼ਕ ਅਤੇ ਰੇਤ ਦੇ ਟਿੱਬਿਆਂ ਵਾਲੇ ਹਨ ਜਿਥੇ ਸਾਲਾਨਾ ਔਸਤ ਵਰਖਾ 50 ਸੈਂ.ਮੀ. ਤੋਂ ਘੱਟ ਹੁੰਦੀ ਹੈ, ਮਿੱਟੀ ਰੇਤਲੀ ਹੈ, ਸਾਲ ਦੇ 44 ਹਫ਼ਤਿਆਂ (52 ਹਫ਼ਤਿਆਂ ਵਿਚੋਂ) ਦੌਰਾਨ ਸੋਕੇ ਵਾਲੀ ਹਾਲਤ ਰਹਿੰਦੀ ਹੈ ਅਤੇ ਜਲਵਾਯੂ ਗਰਮ ਖੁਸ਼ਕ ਤੋਂ ਗਰਮ ਅਰਧ-ਖੁਸ਼ਕ ਰਹਿੰਦਾ ਹੈ। ਇਹ ਸਭ ਹਾਲਤਾਂ ਦਰਖ਼ਤਾਂ ਦੇ ਵਧਣ-ਫੁੱਲਣ ਲਈ ਅਨੁਕੂਲ ਨਹੀਂ ਹਨ। ਚੰਗੀ ਮਿੱਟੀ ਵਾਲੇ ਸਭ ਖੇਤਰਾਂ ਵਿਚ ਫ਼ਸਲਾਂ ਉਗਾਈਆਂ ਜਾਂਦੀਆਂ ਹਨ। ਇਸ ਕਾਰਨ ਮਾਲਵੇ ਦੇ ਇਨ੍ਹਾਂ ਜ਼ਿਲ੍ਹਿਆਂ ਵਿਚ ਜੰਗਲ ਹੇਠ ਖੇਤਰ ਛੋਟਾ ਅਤੇ ਇੱਕਾ-ਦੁੱਕਾ ਹੁੰਦਾ ਹੈ। ਦੋਆਬੇ ਅਤੇ ਮਾਝੇ ਵਿੱਚ ਦਰਮਿਆਨੀ ਔਸਤ ਵਰਖਾ ਹੁੰਦੀ ਹੈ, ਮਿੱਟੀ ਉਪਜਾਊ ਦੋਮਦ ਹੈ ਅਤੇ 80% ਤੋਂ ਵੱਧ ਖੇਤਰ ਵਿੱਚ ਖੇਤੀ ਕੀਤੀ ਜਾਂਦੀ ਹੈ। ਪਾਣੀ ਦੀ ਉਪਲਬੱਧਤਾ ਕਾਫ਼ੀ ਹੈ।

ਬਹੁਤ ਨੀਵੀਂ ਘਣਤਾ ਦਾ ਪ੍ਰਦੇਸ਼ (Very Low Forest Intensity) : ਇਸ ਖੇਤਰ ਵਿੱਚ ਜੰਗਲ ਘਣਤਾ 1.0% ਜਾਂ ਇਸ ਤੋਂ ਵੀ ਘੱਟ ਪਾਈ ਜਾਂਦੀ ਹੈ। ਇਸ ਵਿੱਚ ਕੇਵਲ ਇਕ ਜ਼ਿਲ੍ਹਾ ਫਤਿਹਗੜ੍ਹ ਸਾਹਿਬ (0.93%) ਸ਼ਾਮਲ ਹੈ। ਸਪਾਟ ਧਰਾਤਲ ਅਤੇ ਕੁੱਝ ਰੇਤਲੀ ਮਿੱਟੀ ਅਤੇ ਫਸਲਾਂ ਹੋਰ 90% ਖੇਤਰ ਹੈ।

ਤਹਿਸੀਲਵਾਰ ਜੰਗਲ ਖੇਤਰ ਘਣਤਾ (TEHSIL-WISE FOREST AREA INTENSITY)

ਨਕਸ਼ਾ ਨੰ: 25 ਵਿਚ ਤਹਿਸੀਲਵਾਰ ਜੰਗਲ ਖੇਤਰ ਘਣਤਾ ਦਿਖਾਈ ਗਈ ਹੈ। ਇਹ ਨਕਸ਼ਾ 2015-16 ਦੇ ਅੰਕੜਿਆਂ ਉੱਤੇ ਅਧਾਰਤ ਹੈ। 2015-16 ਵਿਚ ਜੰਗਲ ਹੇਠ ਰਕਬੇ ਦੀ ਤਹਿਸੀਲ ਦੇ ਕੁੱਲ ਰਕਬੇ ਨਾਲ ਪ੍ਰਤੀਸ਼ਤਤਾ **ਧਾਰ ਕਲਾਂ** ਤਹਿਸੀਲ ਵਿਚ **ਸਭ ਤੋਂ ਵੱਧ** ਸੀ। ਇਹ 44.14% ਹੈ। ਸਭ ਤੋਂ ਨੀਵੀਂ ਪ੍ਰਤੀਸ਼ਤਤਾ ਅਜਨਾਲਾ ਅਤੇ ਗਿੱਦੜਬਾਹਾ **ਤਹਿਸੀਲ੍ਹਾਂ** ਵਿਚ ਰਿਕਾਰਡ ਕੀਤੀ ਗਈ ਸੀ। ਇਹ ਕੇਵਲ 0.06% ਸੀ। ਜੰਗਲ ਖੇਤਰ ਤੀਬਰਤਾ ਵਿਚ ਵਿਭਿੰਨਤਾ ਵਰਖਾ ਦੀ ਵੰਡ ਅਨੁਸਾਰ ਚਲਦੀ ਹੈ। ਵਰਖਾ ਵਧਣ ਨਾਲ ਜੰਗਲ ਖੇਤਰ ਤੀਬਰਤਾ ਵੀ ਵਧਦੀ ਹੈ (ਨਕਸ਼ਾ ਨੰ: 21 ਦੀ ਨਕਸ਼ਾ ਨੰ: 24 ਅਤੇ 25 ਨਾਲ ਤੁਲਨਾ ਕਰੋ)।

ਉੱਚੀ ਜੰਗਲ ਖੇਤਰ ਘਣਤਾ—ਇਹ ਉਹ ਪ੍ਰਦੇਸ਼ ਹੈ ਜਿਥੇ ਜੰਗਲ ਖੇਤਰ ਤੀਬਰਤਾ 20% ਤੋਂ ਵੱਧ ਹੈ। ਇਸ ਪ੍ਰਦੇਸ਼ ਵਿਚ ਉਸ ਸਮੇਂ ਦੀਆਂ 8 ਪੂਰਬੀ ਤਹਿਸੀਲ੍ਹਾਂ ਧਾਰ ਕਲਾਂ (44.14%), ਹੁਸ਼ਿਆਰਪੁਰ (39.5%), ਮੁਕੇਰੀਆਂ (40.8%), ਗੜ੍ਹਸ਼ੰਕਰ (28.8%) ਅਤੇ ਬਲਾਚੌਰ (32.3%), ਆਨੰਦਪੁਰ ਸਾਹਿਬ (31.8%), ਖਰੜ (26.6%) ਅਤੇ ਰੂਪਨਗਰ (31.7%) ਸ਼ਾਮਲ ਹਨ। ਇਨ੍ਹਾਂ ਭਾਗਾਂ ਵਿਚ ਕਾਫ਼ੀ ਵਰਖਾ, ਜੋ ਕਿ ਸਾਲਾਨਾ 90 ਸੈਂ.ਮੀ. ਤੋਂ ਵੱਧ ਹੈ, ਹੁੰਦੀ ਹੈ, ਧਰਾਤਲ ਉੱਚ ਪਹਾੜੀ ਅਤੇ ਉਬੜ-ਖਾਬੜ ਹੈ, ਮਿੱਟੀ ਵਿੱਚ ਉੱਚੀ ਪਾਣੀ ਸੰਭਾਲਣ ਦੀ ਸਮਰੱਥਾ ਹੈ, ਮਿੱਟੀ ਪਥਰੀਲੀ ਅਤੇ ਰੇਤੇ ਵਾਲੀ ਹੈ, ਅਤੇ ਮੈਦਾਨਾਂ ਤੋਂ ਦੂਰੀ ਜੰਗਲਾਂ ਦੇ ਵਿਕਾਸ ਲਈ ਅਨੁਕੂਲ ਹੈ। ਇਥੇ ਚੀੜ, ਬਾਂਸ, ਸ਼ਹਿਤੂਤ, ਖੈਰ, ਟਾਹਲੀ ਆਦਿ ਦੇ ਸੰਘਣੇ ਉਗਾ ਖੇਤਰ ਸੁਰੱਖਿਅਤ ਅਤੇ ਅਨੁਕੂਲ ਭਾਗਾਂ ਵਿਚ ਪਾਏ ਜਾਂਦੇ ਹਨ।

ਸਾਧਾਰਨ ਉੱਚ ਘਣਤਾ—ਤਿੰਨ ਦੂਸਰੀਆਂ ਪੂਰਬੀ ਤਹਿਸੀਲਾਂ, ਦਸੂਹਾ (11.4%), ਚਮਕੌਰ ਸਾਹਿਬ (12.23%) ਅਤੇ ਬਟਾਲਾ (11%) ਵਿਚ ਸਾਧਾਰਨ ਉੱਚੀ ਘਣਤਾ ਪਾਈ ਜਾਂਦੀ ਹੈ। ਇਹ ਤਹਿਸੀਲਾਂ ਉੱਚੀ ਘਣਤਾ ਵਾਲੀਆਂ ਉੱਪਰ ਉਲੇਖੀਆਂ ਤਹਿਸੀਲਾਂ ਨਾਲ ਲਗਦੀਆਂ ਹਨ। ਇਥੇ ਵੀ ਪਹਿਲਾਂ ਉੱਚੀ ਜੰਗਲ ਖੇਤਰ ਘਣਤਾ ਪਾਈ ਜਾਂਦੀ ਸੀ। ਪਰੰਤੂ ਬਾਅਦ ਵਿਚ ਪੱਧਰੀ ਧਰਾਤਲ, ਉਪਜਾਊ ਮਿੱਟੀ ਅਤੇ ਸਿੰਚਾਈ ਸਹੂਲਤਾਂ ਕਾਰਨ ਬਹੁਤ ਸਾਰੇ ਜੰਗਲ ਖੇਤੀਬਾੜੀ ਲਈ ਅਤੇ ਉਦਯੋਗਿਕ ਅਤੇ ਦੂਜੇ ਸਭਿਆਚਾਰਕ ਕੰਮਾਂ ਲਈ ਕਟ ਦਿੱਤੇ ਗਏ। ਇਸ ਕਾਰਨ ਇਨ੍ਹਾਂ ਤਹਿਸੀਲਾਂ ਦੀ ਜੰਗਲ ਖੇਤਰ ਤੀਬਰਤਾ ਸਧਾਰਣ ਉੱਚੀ ਬਣ ਗਈ (10 ਤੋਂ 20%)।

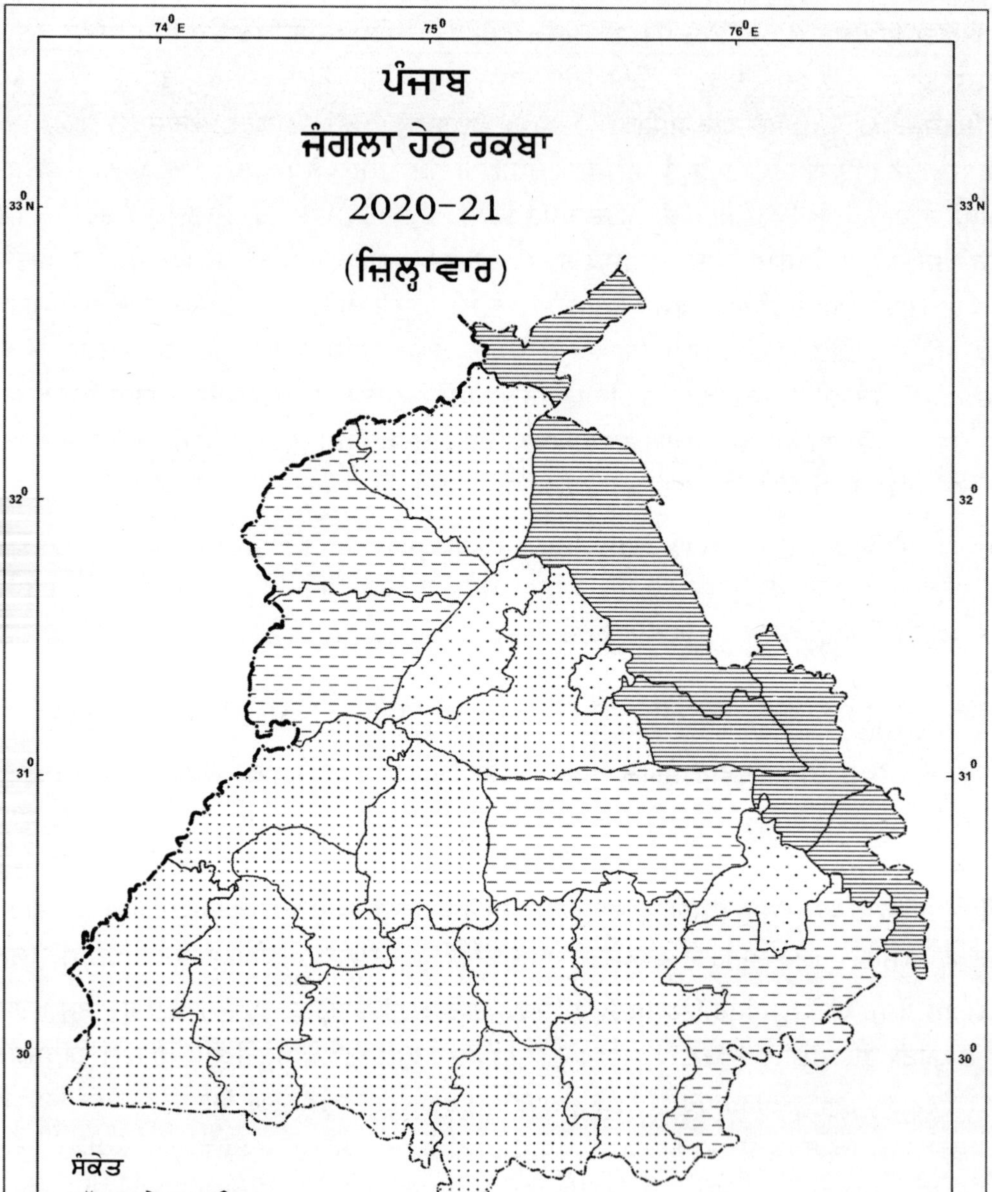
ਪੰਜਾਬ
ਜੰਗਲਾ ਹੇਠ ਰਕਬਾ
2020-21
(ਜ਼ਿਲ੍ਹਾਵਾਰ)
ਸੰਕੇਤ
ਕੁੱਲ ਰਕਬੇ ਦਾ ਪ੍ਰਤੀਸ਼ਤ
10.1 ਅਤੇ ਉੱਪਰ
5.1-10.0
2.51- 5.0
1.1- 2.50
1.0 ਅਤੇ ਨੀਵਾਂ
0
50
Kilometres
74°E
75°
76°E
77°E
33°N
32°
31°
30°
29°N

ਨਕਸ਼ਾ ਨੰ : 24

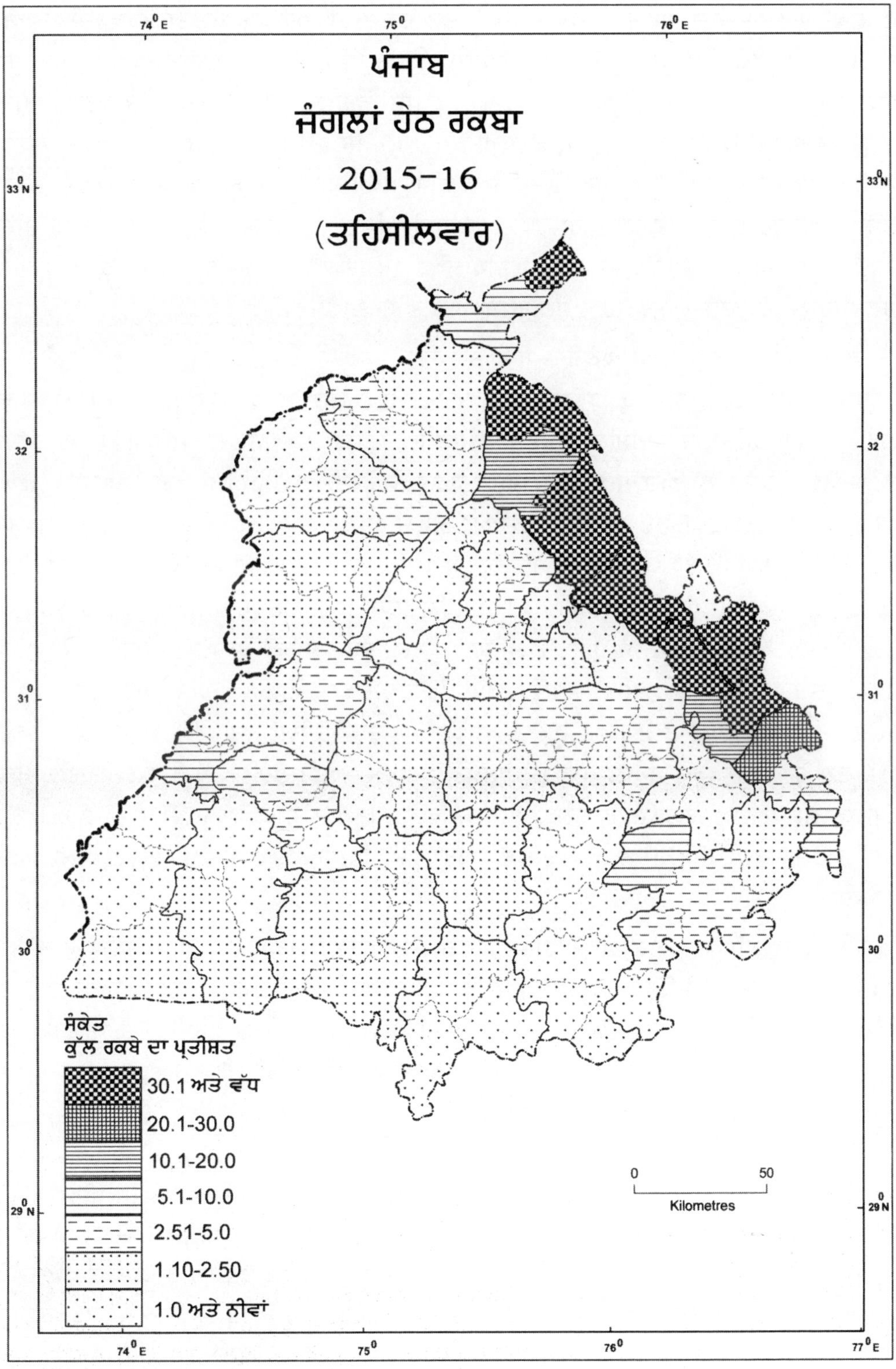
ਪੰਜਾਬ
ਜੰਗਲਾਂ ਹੇਠ ਰਕਬਾ
2015-16
(ਤਹਿਸੀਲਵਾਰ)
ਸੰਕੇਤ
ਕੁੱਲ ਰਕਬੇ ਦਾ ਪ੍ਰਤੀਸ਼ਤ
30.1 ਅਤੇ ਵੱਧ
20.1-30.0
10.1-20.0
5.1-10.0
2.51-5.0
1.10-2.50
1.0 ਅਤੇ ਨੀਵਾਂ
0 50
Kilometres

ਨਕਸ਼ਾ ਨੰ : 25

ਸਧਾਰਣ ਨੀਵੀਂ ਘਣਤਾ—ਇਹ ਘਣਤਾ 2.6% ਤੋਂ 10% ਤਕ ਚਲਦੀ ਹੈ। ਅਜਿਹੀ ਘਣਤਾ ਮੱਧਵਰਤੀ ਪੰਜਾਬ ਦੇ ਮੈਦਾਨ ਵਿਚ ਸ਼ਾਮਲ ਤਹਿਸੀਲਾਂ ਵਿਚ ਪਾਈ ਜਾਂਦੀ ਹੈ। ਇਹ ਤਹਿਸੀਲਾਂ ਉੱਤਰ ਪੱਛਮ ਵਿਚ ਪਠਾਨਕੋਟ (5.9%), ਡੇਰਾ ਬਾਬਾ ਨਾਨਕ (4.9%), ਬਾਬਾ ਬਕਾਲਾ (2.6%) ਅਤੇ ਜਲੰਧਰ-1 (4.4%), ਤੋਂ ਮੱਧ ਵਿਚ ਲੁਧਿਆਣਾ ਪੂਰਬ ਅਤੇ ਪੱਛਮ, ਸਮਰਾਲਾ, ਖੰਨਾ (3.8%) ਅਤੇ ਦੱਖਣ-ਪੂਰਬ ਵਿਚ ਨਾਭਾ (7.2%), ਡੇਰਾ ਬਸੀ (6.0%), ਮੋਹਾਲੀ (4.3%), ਸਮਾਣਾ (3.7%) ਅਤੇ ਪਟਿਆਲਾ (4.2%) ਤਕ ਫ਼ੈਲੀਆਂ ਹੋਈਆਂ ਹਨ। ਫਿਰੋਜ਼ਪੁਰ ਜ਼ਿਲ੍ਹੇ ਦੀਆਂ ਜ਼ੀਰਾ (2.96%) ਅਤੇ ਗੁਰੂ ਹਰਸਹਾਏ (9.5%) ਤਹਿਸੀਲਾਂ ਅਤੇ ਫਰੀਦਕੋਟ ਜ਼ਿਲ੍ਹੇ ਦੀਆਂ ਫਰੀਦਕੋਟ ਅਤੇ ਕੋਟਕਪੂਰਾ (2.7%) ਤਹਿਸੀਲ ਵਿਚ ਵੀ ਸਧਾਰਣ ਨੀਵੀਂ ਜੰਗਲ ਖੇਤਰ ਤੀਬਰਤਾ ਪਾਈ ਜਾਂਦੀ ਹੈ। ਇਨ੍ਹਾਂ ਤਹਿਸੀਲਾਂ ਵਿਚ ਜ਼ਮੀਨ ਦੀ ਵਰਤੋਂ ਖੇਤੀਬਾੜੀ, ਉਦਯੋਗਿਕ ਅਤੇ ਦੂਜੇ ਸਭਿਆਚਾਰਕ ਅਤੇ ਆਰਥਿਕ ਕੰਮਾਂ ਲਈ ਜ਼ਿਆਦਾ ਲਾਹੇਵੰਦ ਹੈ। ਇਸ ਕਾਰਨ ਜੰਗਲ ਹੇਠ ਰਕਬਾ ਅਤੇ ਤੀਬਰਤਾ ਨੀਵੀਂ ਹੈ।

ਨੀਵੀਂ ਤੋਂ ਬਹੁਤ ਨੀਵੀਂ ਜੰਗਲ ਖੇਤਰ ਘਣਤਾ—ਇਹ ਤੀਬਰਤਾ (ਘਣਤਾ) ਉਨ੍ਹਾਂ ਤਹਿਸੀਲਾਂ ਵਿੱਚ ਪਾਈ ਜਾਂਦੀ ਹੈ ਜਿਥੇ ਜੰਗਲ ਹੇਠ ਰਕਬੇ ਦੀ ਕੁੱਲ ਰਕਬੇ ਨਾਲ ਪ੍ਰਤੀਸ਼ੱਤਤਾ 2.6 ਤੋਂ ਘੱਟ ਹੈ (ਨਕਸ਼ਾ ਨੰ: 25)। ਇਸ ਪ੍ਰਦੇਸ਼ ਵਿਚ ਮੱਧਵਰਤੀ ਅਤੇ ਪੱਛਮੀ ਮਾਲਵੇ ਦੀਆਂ ਜ਼ਿਆਦਾਤਰ ਤਹਿਸੀਲਾਂ, ਬਿਸਤ ਦੋਆਬ ਦੇ ਜਲੰਧਰ ਤੇ ਕਪੂਰਥਲਾ ਜ਼ਿਲ੍ਹਿਆਂ ਦੀਆਂ ਤਹਿਸੀਲਾਂ ਅਤੇ ਨਵਾਂ ਸ਼ਹਿਰ ਅਤੇ ਬੰਗਾ ਤਹਿਸੀਲਾਂ ਅਤੇ ਮਾਝਾ ਵਿਚ ਤਰਨਤਾਰਨ ਜ਼ਿਲ੍ਹੇ ਦੀਆਂ ਤਹਿਸੀਲਾਂ ਅਤੇ ਅੰਮ੍ਰਿਤਸਰ 1 ਅਤੇ 2 ਅਤੇ ਅਜਨਾਲਾ ਤਹਿਸੀਲਾਂ ਸ਼ਾਮਲ ਹਨ। ਇਹ 2015-16 ਦੀਆਂ 53 ਤਹਿਸੀਲਾਂ ਹਨ (ਨਕਸ਼ਾ ਨੰ: 25)। ਇਨ੍ਹਾਂ ਵਿਚੋਂ ਕਪੂਰਥਲਾ (0.61%), ਸੁਲਤਾਨਪੁਰ ਲੋਧੀ (0.84%), ਨਕੋਦਰ, ਸ਼ਾਹਕੋਟ, ਬੰਗਾ (0.17%), ਨਵਾਂ ਸ਼ਹਿਰ (0.56%), ਅਜਨਾਲਾ (0.06%), ਅੰਮ੍ਰਿਤਸਰ 1 (0.87%),ਜੈਤੋ (0.47%), ਮੁਕਤਸਰ (0.16%), ਗਿੱਦੜਬਾਹਾ (0.06%), ਧਕਮਕੋਟ (0.56%), ਬਾਘਾ ਪੁਰਾਣਾ, ਸੰਗਰੂਰ (0.32%), ਮਲੇਰਕੋਟਲਾ (0.25%), ਸੁਨਾਮ, ਲਹਿਰਾ, ਮੂਨਕ, ਸਰਦੂਲਗੜ੍ਹ, ਪਾਤੜਾਂ, ਨੰਗਲ ਅਤੇ ਤਪਾ (0.37%), ਧੂਰੀ (0.12%), ਫਹਿਤਗੜ੍ਹ ਸਾਹਿਬ (0.96%) ਅਮਲੋਹ, ਖਮਾਣੋਂ, ਜਲਾਲਾਬਾਦ (0.58%) ਅਤੇ ਬਸੀ ਪਠਾਣਾਂ (0.97%) ਵਿਚ ਜੰਗਲ ਖੇਤਰ ਤੀਬਰਤਾ ਬਹੁਤ ਘੱਟ ਹੈ ਜੋ ਕਿ 1.0% ਤੋਂ ਵੀ ਘੱਟ ਹੈ। ਬਾਕੀ ਦੀਆਂ ਲਗਭਗ 24 ਤਹਿਸੀਲਾਂ ਵਿਚ ਤੀਬਰਤਾ 1.0 ਤੋਂ 2.5% ਤਕ ਹੈ। ਇਨ੍ਹਾਂ ਵਿਚ ਸ਼ਾਮਲ ਹਨ ਗੁਰਦਾਸਪੁਰ (2.41%), ਅੰਮ੍ਰਿਤਸਰ 2, ਪੱਟੀ, ਤਰਨਤਾਰਨ, ਖਡੂਰ ਸਾਹਿਬ, ਫਗਵਾੜਾ, ਭੁਲੱਥ, ਜਲੰਧਰ 2, ਜਗਰਾਉਂ, ਰਾਏਕੋਟ, ਪਾਇਲ, ਫਿਲੌਰ, ਨਿਹਾਲ ਸਿੰਘ ਵਾਲਾ, ਮੋਗਾ (1.39%), ਰਾਮਪੁਰਾ ਫੂਲ (1.27%), ਬਠਿੰਡਾ, ਤਲਵੰਡੀ ਸਾਬੋ, ਮਾਨਸਾ, ਬੁਢਲਾਡਾ, ਬਰਨਾਲਾ, ਫਿਰੋਜ਼ਪੁਰ (2.33%), ਅਬੋਹਰ, ਮਲੋਟ ਅਤੇ ਰਾਜਪੁਰਾ ਤਹਿਸੀਲਾਂ (ਨਕਸ਼ਾ ਨੰ: 25)।

ਨੀਵੀਂ ਜੰਗਲ ਖੇਤਰ ਤੀਬਰਤਾ ਵਾਲੀਆਂ ਤਹਿਸੀਲਾਂ ਵਿਚ ਜ਼ਿਆਦਾਤਰ ਗਰਮ ਅਤੇ ਖੁਸ਼ਕ ਜਲਵਾਯੂ ਤੇ ਰੇਤਲੀ ਮਿੱਟੀ ਮਿਲਦੇ ਹਨ ਜਿਵੇਂ ਕਿ ਮੁਕਤਸਰ, ਬਠਿੰਡਾ, ਮਾਨਸਾ ਅਤੇ ਫਿਰੋਜ਼ਪੁਰ ਜ਼ਿਲ੍ਹੇ ਦੀਆਂ ਦੱਖਣੀ ਤਹਿਸੀਲਾਂ ਜਾਂ ਉਨ੍ਹਾਂ ਵਿਚ ਘਣੀ ਖੇਤੀ ਕੀਤੀ ਜਾਂਦੀ ਹੈ ਜਿਵੇਂ ਕਿ ਬਿਸਤ ਦੋਆਬ ਅਤੇ ਮਾਝੇ ਦੀਆਂ ਤਹਿਸੀਲਾਂ ਅਤੇ ਪੂਰਬੀ ਅਤੇ ਉੱਤਰੀ ਮਾਲਵੇ ਦੀਆਂ ਤਹਿਸੀਲਾਂ (ਲੁਧਿਆਣਾ, ਸੰਗਰੂਰ, ਬਰਨਾਲਾ, ਮੋਗਾ ਅਤੇ ਫਿਰੋਜ਼ਪੁਰ ਦੀਆਂ ਉੱਤਰੀ ਤਹਿਸੀਲਾਂ)।

ਨਵੇਂ ਪੌਦਾ ਰੋਪਣ (NEW PLANTATIONS)

2000-01 ਦੇ ਸਾਲ ਦੌਰਾਨ ਪੰਜਾਬ ਵਿਚ ਵਿਭਿੰਨ ਮਹੱਤਵਪੂਰਨ ਦਰਖ਼ਤਾਂ ਦੇ ਪੌਦਿਆਂ ਦੀ ਪੈਦਾਇਸ਼ 226.07 ਵਰਗ ਕਿਲੋਮੀਟਰ ਖੇਤਰ ਵਿਚ ਕੀਤੀ ਗਈ ਸੀ। ਇਸ ਵਿਚੋਂ 26.2% ਰਕਬੇ ਵਿਚ ਖੈਰ, 11% ਖੇਤਰ ਵਿਚ ਕਿੱਕਰ, 6.6% ਰਕਬੇ ਵਿਚ ਟਾਹਲੀ ਅਤੇ ਕੇਵਲ 0.9% ਰਕਬੇ ਵਿਚ ਚੀਲ੍ਹ ਲਗਾਈ ਗਈ ਸੀ। ਲਗਭਗ ਅੱਧੇ ਰਕਬੇ ਵਿਚ ਫੁੱਟਕਲ ਨਸਲਾਂ ਦੇ ਪੌਦੇ ਲਗਾਏ ਗਏ ਸਨ। 2004-05 ਸਾਲ ਦੇ ਦੌਰਾਨ 132.42 ਵਰਗ ਕਿਲੋਮੀਟਰ ਰਕਬੇ ਵਿਚ ਵਿਭਿੰਨ ਨਸਲਾਂ ਦੇ ਦਰਖ਼ਤਾਂ ਦੀ ਪੈਦਾਇਸ਼ ਕੀਤੀ ਗਈ ਸੀ। 2018-19 ਦੇ ਸਾਲ ਦੌਰਾਨ ਇਹ ਰਕਬਾ ਘਟ ਕੇ 123.0 ਵਰਗ ਕਿਲੋਮੀਟਰ ਰਹਿ ਗਿਆ ਸੀ (2006-07 ਦੌਰਾਨ ਰਕਬਾ 31.81 ਵ: ਕਿ: ਮੀ: ਸੀ)। ਇਸ ਵਿਚ ਸਫੈਦਾ ਕਿੱਕਰ, ਖ਼ੈਰ ਸ਼ਹਿਤੂਤ ਅਤੇ ਸੀਸ਼ਮ ਮੁੱਖ ਨਸਲਾਂ ਦੇ ਦਰਖ਼ਤ ਸਨ।

ਕੁੱਲ ਪਲਾਂਟੇਸ਼ਨ ਰਕਬੇ ਵਿਚੋਂ 10.23 ਵਰਗ ਕਿਲੋਮੀਟਰ (59.6%) ਰਕਬੇ ਵਿਚ ਫੁੱਟਕਲ ਨਸਲਾਂ ਦੇ ਦਰਖ਼ਤ ਲਗਾਏ ਗਏ ਸਨ। ਚੀਲ੍ਹ ਕੇਵਲ 0.08 ਵਰਗ ਕਿਲੋਮੀਟਰ ਖੇਤਰ ਵਿਚ ਲਗਾਈ ਗਈ ਸੀ। 2019-20 ਦੇ ਸਾਲ ਦੌਰਾਨ ਕੁੱਲ 130.0 ਵਰਗ ਕਿਲੋਮੀਟਰ ਖੇਤਰ ਵਿਚ ਵਿਭਿੰਨ ਦਰਖ਼ਤਾਂ ਦੇ ਪੌਦਿਆਂ ਦੀ ਪੈਦਾਇਸ਼ ਕੀਤੀ ਗਈ ਸੀ। ਇਹ ਰਕਬਾ 2020-21 ਵਿੱਚ ਘਟ ਕੇ 50.20 ਵਰਗ ਕਿਲੋਮੀਟਰ ਅਤੇ 2021-22 ਵਿੱਚ ਘਟਕੇ 49.25 ਵਰਗ ਕਿਲੋਮੀਟਰ ਰਹਿ ਗਿਆ ਹੈ। ਇਸ ਖੇਤਰ ਵਿਚੋਂ 1.83 ਵਰਗ ਕਿਲੋਮੀਟਰ ਖੇਤਰ ਵਿਚ ਸਫੈਦਾ, 15.15 ਵਰਗ ਕਿਲੋਮੀਟਰ (30.76%) ਰਕਬੇ ਵਿਚ ਸ਼ੀਸ਼ਮ, 2.87 ਵਰਗ ਕਿਲੋਮੀਟਰ ਖੇਤਰ ਵਿਚ ਕਿੱਕਰ, 3.14 ਵਰਗ ਕਿਲੋਮੀਟਰ ਰਕਬੇ ਵਿਚ ਖੈਰ, 2.59 ਵਰਗ ਕਿਲੋਮੀਟਰ ਰਕਬੇ (2.0%) ਵਿਚ ਸ਼ਹਿਤੂਤ ਅਤੇ 0.11 ਵਰਗ ਕਿਲੋਮੀਟਰ ਰਕਬੇ ਵਿਚ ਚੀਲ੍ਹ ਲਗਾਈ ਗਈ ਸੀ। ਬਾਕੀ ਦੇ 23.55 ਵਰਗ ਕਿਲੋਮੀਟਰ ਖੇਤਰ ਵਿਚ ਫੁੱਟਕਲ ਪੌਦੇ ਲਗਾਏ ਗਏ ਸਨ।

ਅੱਗੇ ਦਿੱਤੀ ਸਾਰਣੀ ਪੰਜਾਬ ਵਿੱਚ ਮੁੱਖ ਜੰਗਲ ਵੰਨਗੀਆਂ ਦੇ ਉਤਪਾਦਨ ਅਤੇ ਰਕਬੇ ਨੂੰ ਦਿਖਾਉਂਦੀ ਹੈ।

ਉਤਪਾਦਨ (PRODUCTION)

ਪੰਜਾਬ ਦੇ ਜੰਗਲਾਂ ਵਿਚ ਪਾਏ ਜਾਣ ਵਾਲੇ ਮਹੱਤਵਪੂਰਣ ਦਰਖ਼ਤ ਕਿੱਕਰ, ਸਫੈਦਾ, ਟਾਹਲੀ (ਸ਼ੀਸ਼ਮ), ਸ਼ਹਿਤੂਤ, ਖੈਰ ਅਤੇ ਚੀਲ ਆਦਿ ਹਨ। 1992-93 ਵਿਚ ਸਰਕਾਰੀ ਜੰਗਲਾਂ ਤੋਂ 38000 ਘਣ ਮੀਟਰ ਇਮਾਰਤੀ ਲਕੜੀ ਅਤੇ 3000 ਘਣ ਮੀਟਰ ਬਾਲਣ ਲਕੜੀ ਪੈਦਾ ਕੀਤੀ ਗਈ ਸੀ। ਇਸ ਕੁੱਲ ਉਤਪਾਦਨ ਦਾ ਮੁੱਲ 2 ਕਰੋੜ 2 ਲੱਖ ਰੁਪਏ ਸੀ। 1992-93 ਵਿਚ ਰਾਜ ਦੇ ਸਰਕਾਰੀ ਜੰਗਲਾਂ ਤੋਂ 40778 ਘਣ ਮੀਟਰ ਮੁੱਖ ਜੰਗਲ ਉਪਜ (major forest produce) ਜਿਸ ਵਿਚ ਇਮਾਰਤੀ ਲਕੜੀ ਅਤੇ ਦੂਜੀ ਲਕੜੀ ਸ਼ਾਮਲ ਹੈ, ਪੈਦਾ ਕੀਤੀ ਗਈ ਸੀ। 1985-86 ਵਿਚ ਇਹ ਉਤਪਾਦਨ 73006 ਘਣ ਮੀਟਰ ਸੀ ਜਿਸ ਤੋਂ ਪੰਜਾਬ ਵਿਚ ਇਮਾਰਤੀ ਲਕੜੀ ਅਤੇ ਦੂਜੀ ਲਕੜੀ ਦੇ ਉਤਪਾਦਨ ਦੇ ਬਹੁਤ ਘਟਣ (ਲਗਭਗ ਅੱਧਾ) ਦਾ ਸੰਕੇਤ ਮਿਲਦਾ ਹੈ। ਇਹ ਸ਼ਾਇਦ ਪੰਜਾਬ ਦੇ ਜੰਗਲਾਂ ਤੋਂ ਇਮਾਰਤੀ ਲਕੜੀ ਅਤੇ ਦੂਜੀ ਲਕੜੀ ਦੇ ਕੱਟਣ ਅਤੇ ਵੇਚਣ ਉੱਤੇ ਲੱਗੀ ਰੋਕ ਕਾਰਨ ਹੋਇਆ ਹੈ। ਮੁੱਖ ਜੰਗਲ ਉਪਜ ਦੇ ਇਸ ਕੁੱਲ ਉਤਪਾਦਨ ਵਿਚ ਤਿੰਨ ਵੰਨਗੀਆਂ, ਕਿੱਕਰ, ਸਫੈਦਾ ਅਤੇ ਟਾਹਲੀ ਦਾ ਹਿੱਸਾ ਲਗਭਗ 91.5% ਸੀ। 1992-93 ਵਿਚ ਕਿੱਕਰ ਦਾ ਉਤਪਾਦਨ 15125 ਘਣ ਮੀਟਰ (37%) ਸੀ। ਸਫੈਦੇ ਦਾ ਉਤਪਾਦਨ 13334 ਘਣ ਮੀਟਰ (33%) ਅਤੇ ਟਾਹਲੀ ਦਾ ਉਤਪਾਦਨ 8185 ਘਣ ਮੀਟਰ (21%) ਸੀ। ਖੈਰ ਜੋ ਕਿ ਮੁੱਖ ਤੌਰ ਤੇ ਕੱਥਾ ਬਣਾਉਣ ਲਈ ਵਰਤੀ ਜਾਂਦੀ ਹੈ ਦਾ ਉਤਪਾਦਨ 1479 ਘਣ ਮੀਟਰ ਸੀ। 1989-90 ਤੋਂ ਚੀੜ ਦੇ ਉਤਪਾਦਨ ਵਿਚ ਕਾਫੀ ਕਮੀ ਆਈ ਹੈ। 1992-93 ਵਿਚ ਕੇਵਲ 69 ਘਣ ਮੀਟਰ ਚੀੜ ਪੈਦਾ ਕੀਤੀ ਗਈ ਸੀ। 2018-19 ਦੌਰਾਨ ਰਾਜ ਵਿਚ 27,000 ਘਣ ਮੀਟਰ ਇਮਾਰਤੀ ਲਕੜੀ ਪੈਦਾ ਕੀਤੀ ਗਈ ਸੀ ਜਿਸ ਵਿਚੋਂ 92.5% ਸ਼ੀਸ਼ਮ, ਕਿੱਕਰ ਅਤੇ ਸਫੈਦਾ ਸਨ। ਇਸ ਸਭ ਦੀ ਕੁੱਲ ਕੀਮਤ 524.26 ਲੱਖ ਰੁਪਏ ਸੀ। 2019-20 ਦੌਰਾਨ 57 ਹਜ਼ਾਰ ਘਣ ਮੀਟਰ ਇਮਾਰਤੀ ਲਕੜੀ ਪੈਦਾ ਕੀਤੀ ਗਈ ਸੀ, ਜਿਸ ਦਾ ਕੁੱਲ ਮੁੱਲ 1668.73 ਲੱਖ ਰੁਪਏ ਸੀ। 2021-22 ਦੇ ਅੰਕੜਿਆਂ ਅਨੁਸਾਰ ਪੰਜਾਬ ਵਿਚ 39000 ਘਣ ਮੀਟਰ ਇਮਾਰਤੀ ਲਕੜੀ ਪੈਦਾ ਕੀਤੀ ਗਈ ਸੀ ਜਿਸ ਦਾ ਮੁੱਲ 7 ਕਰੋੜ 95 ਲੱਖ 89 ਹਜ਼ਾਰ ਰੁਪਏ ਸੀ।

ਸਾਰਣੀ ਨੰ. 9

ਪੰਜਾਬ ਦੇ ਸਰਕਾਰੀ ਜੰਗਲਾਂ ਤੋਂ ਮੁੱਖ ਉਪਜ, ਛੋਟੀ ਉਪਜ ਅਤੇ ਲੱਕੜੀ ਦੀਆਂ ਵਿਭਿੰਨ ਵੰਨਗੀਆਂ ਦਾ ਉਤਪਾਦਨ

ਕ੍ਰਮ	ਸਾਲ	ਇਮਾਰਤੀ ਲੱਕੜੀ (000 ਘਣ ਮੀਟਰ)	ਬਾਲਣ ਲੱਕੜੀ (000 ਘਣ ਮੀਟਰ)	ਕੁੱਲ ਮੁੱਲ (000 ਰੁਪਏ)	ਬਾਂਸ ਅਤੇ ਬੈਂਤ (000 ਰੁਪਏ)	ਚਾਰਾ-ਅਤੇ ਘਾਹ (000 ਰੁਪਏ)	ਸਫ਼ੈਦਾ	ਸ਼ੀਸ਼ਮ	ਕਿੱਕਰ	ਖੈਰ	ਸ਼ਹਿਤੂਤ	ਚੀਲ	ਫੁੱਟਕਲ	ਕੁੱਲ
							(ਵਰਗ ਕਿਲੋ ਮੀਟਰ)							
1	1970-71	41	39	6,222	26.84	402.49	8.10	5.98	14.10	1.60	0.54	0.33	0.07	30.72
2	1980-81	99	40	37,778	92.88	1373.06	69.74	1.51	19.85	20.14	1.33	—	3.25	115.82

3	1990-91	43	1	23,209	—	2814.95	6.09	2.86	38.55	20.76	1.03	2.04	31.87	103.20
4	2000-01	166	7	1,23,885	11,723	2875.2	13.45	14.88	24.53	59.31	1.50	1.93	110.47	226.07
5	2005-06	135	—	1,15,097	9416.1	3082.6	049	0.64	0.11	0.13	0.47	0.05	12.82	14.71
6	2007-08	75	—	75,415	12851.1	1575.0	1.72	2.57	2.06	0.34	0.18	0.08	10.23	17.18
7	2010-11	35	—	1,26,600	6,903.50	902,750	3.40	5.10	4.08	1.80	0.34	0.018	20.10	35.00
8	2018-19	27	—	5,24,265	72.000	52.500	30.0	22.0	21.00	9.00	4.00	3.00	34.00	123.00
9	2019-20	57	—	1,66,873	650.00	435.00	32. 0	23.00	21.00	9.00	4.00	4.00	37.00	130.00
10	2021-22	39	—	79,589	1,016.30	827.60	1.83	15.15	2.87	3.14	2.59	0.11	23.55	49.25

ਸਰੋਤ—ਪੰਜਾਬ ਦਾ ਅੰਕੜਾ ਸਾਰ 2007, 2009 ਅਤੇ 2022

ਇਮਾਰਤੀ ਅਤੇ ਬਾਲਣ ਲਕੜੀ ਤੋਂ ਬਿਨ੍ਹਾਂ ਪੰਜਾਬ ਦੇ ਜੰਗਲ ਕਾਫੀ ਛੋਟੀ ਜੰਗਲ ਉਪਜ (Minor Forest Produce) ਵੀ ਪੈਦਾ ਕਰਦੇ ਹਨ। ਇਸ ਵਿਚ ਬਾਂਸ, ਭਾਬਰ ਘਾਹ (Bhabber grass), ਚਾਰਾ ਅਤੇ ਪਸ਼ੂ ਚਰਾਈ (grazing), ਫਲ, ਗਦਾਬਰੋਜ਼ਾ, ਪੌਦੇ ਅਤੇ ਦੂਜੀਆਂ ਛੋਟੀਆਂ ਜੰਗਲ ਉਪਜਾਂ ਸ਼ਾਮਲ ਹਨ। 1992-93 ਵਿਚ ਛੋਟੀਆਂ ਜੰਗਲ ਉਪਜਾਂ ਦਾ ਮੁੱਲ 60 ਲੱਖ 53 ਹਜ਼ਾਰ ਰੁਪਏ ਸੀ। ਇਸ ਕੁੱਲ ਮੁੱਲ ਵਿਚੋਂ 18 ਲੱਖ 3 ਹਜ਼ਾਰ ਭਾਬਰ ਘਾਹ ਦੀ ਵਿਕਰੀ ਤੋਂ, 16 ਲੱਖ 7 ਹਜ਼ਾਰ ਘਾਹ ਦੀ ਵਿਕਰੀ ਅਤੇ ਪਸ਼ੂ ਚਰਾਈ ਤੋ, 16 ਲੱਖ 90 ਹਜ਼ਾਰ ਪੌਦਿਆਂ ਦੀ ਵਿਕਰੀ ਤੋਂ ਅਤੇ 2 ਲੱਖ 98 ਹਜ਼ਾਰ ਫਲਾਂ ਦੀ ਵਿਕਰੀ ਤੋਂ ਪ੍ਰਾਪਤ ਹੋਏ ਸਨ। ਬਾਂਸਾਂ (bamboos) ਦੀ ਵਿਕਰੀ ਤੋਂ 6 ਲੱਖ 6 ਹਜ਼ਾਰ ਰੁਪਏ ਪ੍ਰਾਪਤ ਹੋਏ ਸਨ। 1992-93 ਵਿਚ ਭਾਬਰ ਘਾਹ ਦਾ ਉਤਪਾਦਨ 4051 ਟਨ ਅਤੇ ਦੂਜੇ ਘਾਹ ਦਾ ਉਤਪਾਦਨ 1607 ਟਨ ਸੀ। ਉਸੇ ਸਾਲ 298 ਟਨ ਫਲ ਪੈਦਾ ਕੀਤੇ ਗਏ ਸਨ ਅਤੇ ਕੁੱਲ 246155 ਬਾਂਸ ਪੈਦਾ ਹੋਏ ਸਨ। ਇਸ ਵਿਚੋਂ ਬਾਂਸ ਅਤੇ ਭਾਬਰ ਘਾਹ ਦੀ ਕੀਮਤ 117 ਲੱਖ 23 ਹਜ਼ਾਰ ਰੁਪਏ ਅਤੇ ਚਾਰਾ ਅਤੇ ਚਰਾਈ ਦਾ ਮੁੱਲ 28 ਲੱਖ 75 ਹਜ਼ਾਰ ਰੁਪਏ ਸੀ।

2004-05 ਸਾਲ ਦੌਰਾਨ ਛੋਟੀ ਜੰਗਲ ਉਪਜ ਦਾ ਮੁੱਲ 95 ਲੱਖ 23 ਹਜ਼ਾਰ ਰੁਪਏ ਸੀ ਜਿਸ ਵਿਚ 54.46 ਲੱਖ ਰੁਪਏ ਬਾਂਸ ਅਤੇ ਬੈਂਤ ਤੋਂ ਅਤੇ 20 ਲੱਖ 97 ਹਜ਼ਾਰ ਰੁਪਏ ਜਾਰਾ ਅਤੇ ਘਾਹ ਤੋਂ ਪ੍ਰਾਪਤ ਹੋਏ ਸਨ। 2006-07 ਸਾਲ ਦੌਰਾਨ ਛੋਟੀ ਉਪਜ ਦਾ ਕੁੱਲ ਮੁੱਲ 182.62 ਲੱਖ ਰੁਪਏ ਸੀ। ਇਸ ਵਿਚ 147.82 ਲੱਖ ਬਾਂਸ ਅਤੇ ਬੈਂਤ ਤੋਂ ਪ੍ਰਾਪਤ ਹੋਏ ਸਨ। 2018-19 ਦੌਰਾਨ 63 ਲੱਖ 25 ਹਜ਼ਾਰ ਰੁਪਏ ਦੇ ਮੁੱਲ ਦੀ ਛੋਟੀ ਵਣ ਉਪਜ ਪੈਦਾ ਕੀਤੀ ਗਈ ਸੀ। ਇਸ ਵਿਚੋਂ 1.14% ਬਾਂਸ ਅਤੇ ਬੈਂਤ ਦੀ ਵਿਕਰੀ ਤੋਂ, 0.83% ਚਾਰਾ ਅਤੇ ਘਾਹ ਦੀ ਵਿਕਰੀ ਤੋਂ ਅਤੇ 80.24% ਹੋਰ ਉਤਪਾਦਾਂ ਦੀ ਵਿਕਰੀ ਤੋਂ ਪ੍ਰਾਪਤ ਹੋਏ ਸਨ। (ਸਾਰਣੀ ਨੰ. 9)। ਸਾਲ 2021-22 ਦੌਰਾਨ ਇਹ ਮੁੱਲ 37 ਲੱਖ 28 ਹਜ਼ਾਰ ਰੁਪਏ ਦਾ ਸੀ। ਪੰਜਾਬ ਦੇ ਵਣ ਵਿਭਾਗ ਲਈ ਇਮਾਰਤੀ ਲੱਕੜੀ ਆਮਦਨ ਦਾ ਮੁੱਖ ਸਾਧਨ ਹੈ। ਇਸ ਦਾ ਕੁੱਲ ਜੰਗਲਾਤ ਵਿੱਤ (total forest finance) ਵਿਚ 70% ਦੇ ਲਗਭਗ ਯੋਗਦਾਨ ਹੈ। ਘਾਹ ਅਤੇ ਪਸ਼ੂ ਚਰਾਈ ਤੋਂ ਜੰਗਲਾਤ ਆਮਦਨ ਦਾ 7.62% ਪ੍ਰਾਪਤ ਹੁੰਦਾ ਹੈ। ਪੌਦਿਆਂ ਅਤੇ ਬਾਸਾਂ ਦੀ ਵਿਕਰੀ ਅਤੇ ਜੁਰਮਾਨੇ ਅਤੇ ਜ਼ਬਤੀ (forfeitures) ਵਣ ਵਿਭਾਗ ਲਈ ਆਮਦਨ ਦੇ ਦੂਜੇ ਸਾਧਨ ਹਨ। ਪ੍ਰਬੰਧ ਅਤੇ ਸੰਗਠਨ ਦੇ ਉਦੇਸ਼ ਲਈ ਪੰਜਾਬ ਰਾਜ ਨੂੰ 3 ਜੰਗਲਾਤ ਸਰਕਲਜ਼, 15 ਡਵੀਜ਼ਨਜ਼, 68 ਰੇਂਜਾਂ, 189 ਬਲਾਕਾਂ ਅਤੇ 695 ਬੀਟਾਂ (beats) ਵਿਚ ਵੰਡਿਆ ਗਿਆ ਹੈ। ਇਹ ਅੰਕੜੇ 1998-99 ਅਨੁਸਾਰ ਹਨ। ਇਨ੍ਹਾਂ ਤੋਂ ਇਲਾਵਾ ਹੁਸ਼ਿਆਰਪੁਰ ਵਿਖੇ ਇਕ ਖੋਜ਼ ਤੇ ਸਿਖਲਾਈ ਮੰਡਲ ਵੀ ਹੈ ਜਿਸ ਵਿਚ 4 ਰੇਂਜਾਂ ਹਨ।

ਅਭਿਆਸ (EXERCISE)

1. ਹੇਠ ਲਿਖਿਆਂ ਦੇ ਸੰਖੇਪ ਵਿਚ ਉੱਤਰ ਲਿਖੋ—

   (1) ਕੁਦਰਤੀ ਬਨਸਪਤੀ ਕੀ ਹੁੰਦੀ ਹੈ ?

   (2) ਪੰਜਾਬ ਦੀ ਬਨਸਪਤੀ ਉੱਤੇ ਕਿਨ੍ਹਾਂ ਕਾਰਕਾਂ ਦਾ ਪ੍ਰਭਾਵ ਪੈਂਦਾ ਹੈ ?

(3) ਪੰਜਾਬ ਵਿਚ ਇਸ ਸਮੇਂ ਕਿਸ ਪ੍ਰਕਾਰ ਦੀ ਬਨਸਪਤੀ ਪਾਈ ਜਾਂਦੀ ਹੈ ?
(4) ਪੰਜਾਬ ਦੀ ਬਨਸਪਤੀ ਵਿਚ ਕੀ-ਕੀ ਸ਼ਾਮਲ ਹਨ ?
(5) ਪੰਜਾਬ ਨੂੰ ਜੰਗਲਾਂ ਤੋਂ ਕੀ ਲਾਭ ਹਨ ?
(6) ਪੰਜਾਬ ਵਿਚ ਕਿੰਨੇ ਕੁ ਜੰਗਲ ਪਾਏ ਜਾਂਦੇ ਹਨ ?
(7) ਚੋਆ ਅਤੇ ਖੱਡਾਂ ਦੇ ਵਹਿਣਾਂ ਵਿਚ ਕਿਸ ਪ੍ਰਕਾਰ ਦੀ ਬਨਸਪਤੀ ਪਾਈ ਜਾਂਦੀ ਹੈ ?
(8) ਪੰਜਾਬ ਵਿਚ ਨਵੀਂ ਵਿਕਸਤ ਹੋ ਰਹੀ ਬਨਸਪਤੀ (ਦਰਖ਼ਤ) ਕਿਹੜੀ ਹੈ ?
(9) ਪੰਜਾਬ ਦੇ ਕਿਨ੍ਹਾਂ ਦੋ ਜ਼ਿਲਿਆਂ ਵਿਚ ਸਭ ਤੋਂ ਵੱਧ ਜੰਗਲ ਪਾਏ ਜਾਂਦੇ ਹਨ ?
(10) ਕੰਟਰੋਲ ਦੇ ਆਧਾਰ ਤੇ ਪੰਜਾਬ ਦੇ ਜੰਗਲ ਕਿੰਨ੍ਹੇ ਪ੍ਰਕਾਰ ਦੇ ਹਨ ?
(11) ਝਿੜੀਆਂ ਅਤੇ ਬੀੜਾਂ ਤੋਂ ਕੀ ਭਾਵ ਹੈ ?
(12) 'ਖੁਲ੍ਹੇ ਜੰਗਲ' ਤੋਂ ਕੀ ਭਾਵ ਹੈ ?
(13) ਪੰਜਾਬ ਦੇ ਜੰਗਲਾਂ ਤੋਂ ਕਿਸ ਪ੍ਰਕਾਰ ਦਾ ਉਤਪਾਦਨ ਪ੍ਰਾਪਤ ਹੁੰਦਾ ਹੈ ?
(14) 'ਪੱਟੀ' ਜੰਗਲ ਕੀ ਹੁੰਦੇ ਹਨ ?
(15) ਪੰਜਾਬ ਵਿਚ ਪਾਏ ਜਾਣ ਵਾਲੇ ਮਹੱਤਵਪੂਰਣ ਦਰਖ਼ਤਾਂ ਦੇ ਨਾਂ ਲਿਖੋ।

2. ਪੰਜਾਬ ਦੀ ਬਨਸਪਤੀ ਦੇ ਇਤਿਹਾਸਕ ਪਿਛੋਕੜ ਵਾਲੇ ਦਰਖ਼ਤਾਂ ਦੇ ਨਾਂ ਲਿਖੋ।
3. ਪੰਜਾਬ ਦੇ ਜੰਗਲਾਂ ਦੀਆਂ ਕਿਸਮਾਂ ਦਸ ਕੇ ਹਰ ਇਕ ਦਾ ਹਾਲ ਲਿਖੋ।
4. ਪੰਜਾਬ ਵਿਚ ਜੰਗਲਾਂ ਦੀ ਵੰਡ ਦਾ ਵਰਣਨ ਕਰੋ।
5. ਪੰਜਾਬ ਦੇ ਵਿਸ਼ਾਲ ਮੱਧਵਰਤੀ ਮੈਦਾਨ ਦੀ ਬਨਸਪਤੀ ਦਾ ਬਿਰਤਾਂਤ ਲਿਖੋ।

○○○

Chapter

6 ਮਿੱਟੀਆਂ

(SOILS)

ਮਿੱਟੀ ਮਨੁੱਖ ਲਈ ਬਹੁਤ ਮਹੱਤਤਾ ਵਾਲਾ ਕੁਦਰਤੀ ਸਾਧਨ ਹੈ। ਪੰਜਾਬ ਵਰਗੇ ਰਾਜ ਵਿੱਚ ਜਿਥੇ ਜ਼ਿਆਦਾਤਰ ਜਨਸੰਖਿਆ ਦਾ ਮੁੱਖ ਕਿੱਤਾ ਖੇਤੀਬਾੜੀ ਹੈ, ਮਿੱਟੀ ਆਰਥਿਕਤਾ (economy) ਦਾ ਆਧਾਰ ਬਣ ਗਈ ਹੈ। ਮਿੱਟੀ ਭੂਮੀ ਦਾ ਉਪਰਲਾ ਕੱਜਣ (top covering) ਹੈ ਜੋ ਜਲਵਾਯੂ ਅਤੇ ਜੈਵਿਕ ਸਾਧਨਾਂ (biological agents) ਰਾਹੀਂ ਕਾਫੀ ਲੰਬੇ ਸਮੇਂ ਦੌਰਾਨ ਮੂਲ ਚੱਟਾਨਾਂ (parent rocks) ਦੇ ਟੁੱਟਣ-ਭੱਜਣ ਅਤੇ ਗਲਨ-ਸੜਨ ਅਤੇ ਬਨਸਪਤੀ ਅਤੇ ਜੀਵ ਜੰਤੂਆਂ ਦੇ ਗਲਣ-ਸੜਨ ਤੋਂ ਪ੍ਰਾਪਤ ਚਟਾਨ ਕਣ (rock particles), ਖਣਿਜ ਲੂਣ ਅਤੇ ਜੈਵ ਪਦਾਰਥ (organic matter) ਦੇ ਮਿਸ਼ਰਣ ਤੋਂ ਬਣਿਆ ਹੋਇਆ ਹੈ। ਇਨ੍ਹਾਂ ਤੋਂ ਬਿਨਾਂ ਮਿੱਟੀ ਦੇ ਵਿਭਿੰਨ ਕਣਾਂ ਵਿਚਕਾਰ ਹਵਾ ਅਤੇ ਪਾਣੀ ਵੀ ਹੁੰਦੇ ਹਨ। ਇਸ ਮਿਸ਼ਰਣ ਵਿਚ ਬਨਸਪਤੀ ਨੂੰ ਵਧਣ-ਫੁਲਣ ਲਈ ਖੁਰਾਕ ਪ੍ਰਦਾਨ ਕਰਨ ਦੀ ਸਮਰੱਥਾ ਹੁੰਦੀ ਹੈ।

ਕੁਦਰਤੀ ਵਾਤਾਵਰਣ (ਜਲਵਾਯੂ, ਸੱਥਲਾਕ੍ਰਿਤੀ, ਮੂਲ ਚਟਾਨਾਂ, ਜਲ ਪ੍ਰਵਾਹ ਅਤੇ ਬਨਸਪਤੀ ਕੱਜਣ) ਵਿਚ ਵਖਰੇਵੇਂ (diversity) ਦੇ ਫਲਸਰੂਪ ਪੰਜਾਬ ਦੀਆਂ ਮਿੱਟੀਆਂ ਜੋ ਮੁੱਖ ਤੌਰ 'ਤੇ ਜਲੋੜ ਉੱਤੇ ਵਿਕਸਤ ਹੋਈਆਂ (developed on alluvium) ਹਨ, ਵਿੱਚ ਕਾਫੀ ਭਿੰਨਤਾ ਹੈ। ਇਨ੍ਹਾਂ ਦੇ ਸਰੂਪ (nature), ਗੁਣ (properties) ਅਤੇ ਪ੍ਰੋਫਾਈਲ ਵਿਕਾਸ (profile development) ਵਿਚ ਅੰਤਰ ਦੇਖੇ ਜਾ ਸਕਦੇ ਹਨ। ਇਨ੍ਹਾਂ ਸਭ ਤੋਂ ਉਪਰ ਮਨੁੱਖ ਆਪਣੀਆਂ ਕਿਰਿਆਵਾਂ ਰਾਹੀਂ ਮਿੱਟੀਆਂ ਅਤੇ ਇਨ੍ਹਾਂ ਦੇ ਉਪਜਾਊਪਨ ਨੂੰ ਪ੍ਰਭਾਵਤ ਕਰਦਾ ਹੈ। ਮਿੱਟੀ ਦੇ ਵਿਭਿੰਨ ਪ੍ਰਕਾਰ ਦੇ ਵਿਗਾੜਾਂ (degradation) ਲਈ ਮਨੁੱਖ ਰਾਹੀਂ ਦੋਸ਼ ਪੂਰਨ ਭੌਂ-ਵਰਤੋਂ ਜਾਂ ਪ੍ਰਬੰਧ ਜ਼ਿੰਮੇਵਾਰ ਹੋ ਸਕਦਾ ਹੈ। ਇਸ ਦਾ ਮਿੱਟੀ ਦੀ ਉਤਪਾਦਕ ਸਮਰੱਥਾ ਉੱਤੇ ਪ੍ਰਭਾਵ ਪੈਂਦਾ ਹੈ। ਖੇਤਾਂ ਵਿੱਚ ਹੀ ਕਣਕ ਅਤੇ ਝੋਨੇ ਦੇ ਵੱਢ (stubble) ਅਤੇ ਪਰਾਲੀ ਦੇ ਹਰ ਸਾਲ ਕਿਰਸਾਣਾਂ ਵਲੋਂ ਜਲਾਉਣ ਕਾਰਨ ਜਿਥੇ ਬਹੁਤ ਵਾਯੂ ਪ੍ਰਦੂਸ਼ਣ ਹੁੰਦਾ ਹੈ, ਉਥੇ ਹੀ ਇਸ ਨਾਲ ਮਿੱਟੀ ਦਾ ਉਪਜਾਊਪਨ ਨਸ਼ਟ ਹੁੰਦਾ ਹੈ। ਅਨੁਮਾਨਾਂ ਅਨੁਸਾਰ ਇਸ ਨਾਲ ਪ੍ਰਤੀ ਏਕੜ 32 ਕਿਲੋ ਯੂਰੀਆ, 5.5 ਕਿਲੋ ਡਾਇਅਮੋਨੀਅਮ ਅਤੇ 51 ਕਿਲੋ ਪੋਟਾਸ਼ ਦੇ ਬਰਾਬਰ ਦਾ ਨੁਕਸਾਨ ਹੁੰਦਾ ਹੈ। ਇਸ ਦੀ ਭਰਪੂਰਤੀ ਲਈ ਪੰਜਾਬ ਦੇ ਕਿਰਸਾਣਾਂ ਨੂੰ ਹਰ ਸਾਲ 500 ਕਰੋੜ ਰੁਪਏ ਦੀ ਹੋਰ ਖਾਦ ਦੀ ਵਰਤੋਂ ਕਰਨੀ ਪੈਂਦੀ ਹੈ। ਅਗਰ ਕਿਰਸਾਣ ਇਸ ਗੈਰ-ਕਾਨੂੰਨੀ ਅਤੇ ਨੁਕਸਾਨਦਾਇਕ ਕਿਰਿਆ ਨੂੰ ਛੱਡ ਕੇ ਵੱਢ ਨੂੰ ਖੇਤ ਵਿਚ ਹੀ ਵਾਹ ਦੇਣ ਤਾਂ ਇਸ ਨਾਲ ਅਗਲੀ ਫਸਲ ਦਾ ਝਾੜ ਲਗਭਗ ਇਕ ਕੁਇੰਟਲ ਪ੍ਰਤੀ ਏਕੜ ਵਧ ਜਾਵੇਗਾ (ਮੁਤਾਬਕ ਟਰਬ੍ਰਿਊਨ 28 ਅਕਤੂਬਰ 2013)। ਇਸ ਸਮੇਂ ਸਮੁੱਚੇ ਪੰਜਾਬ ਵਿਚ ਮਿੱਟੀ ਆਮ ਕਰਕੇ ਘੱਟ ਉਪਜਾਊ ਬਣ ਗਈ ਹੈ। ਪੰਜਾਬ ਸਾਇਲ ਅਤੇ ਵਾਟਰ ਕੰਜ਼ਰਵੇਸ਼ਨ ਵਿਭਾਗ ਦੇ ਅਨੁਮਾਨਾਂ ਅਨੁਸਾਰ ਪੰਜਾਬ ਦੀਆਂ ਮਿੱਟੀਆਂ ਵਿਚ ਲਗਭਗ 50% ਨਾਈਟਰੋਜਨ ਦੀ ਘਾਟ ਅਤੇ 25% ਫਾਸਫੋਰਸ ਦੀ ਘਾਟ ਹੈ। ਮਿੱਟੀ ਵਿੱਚ ਆਰਗੈਨਿਕ ਕਾਰਬਨ ਦੇ ਤੱਤਾਂ ਦੀ ਵੀ ਘਾਟ ਹੈ। ਇਸ ਵਿਚ ਕੇਵਲ ਪੋਟਾਸ਼ੀਅਮ ਕਾਫੀ ਮਾਤਰਾ ਵਿਚ ਮਿਲਦਾ ਹੈ।

ਪੰਜਾਬ ਵਿਚ ਪੰਜ ਪ੍ਰਕਾਰ ਦੇ ਸੱਥਲ ਰੂਪ ਪ੍ਰਦੇਸ਼ (land form regions) ਹਨ, ਤਿੰਨ ਮੁੱਖ ਦਰਿਆ ਪ੍ਰਣਾਲੀਆਂ ਹਨ, ਵੱਖ-ਵੱਖ ਤਾਪਮਾਨ ਤੇ ਨਮੀ ਰਜੀਮਜ਼ (regimes) ਵਾਲੀਆਂ 7 ਜਲਵਾਯੂ ਕਿਸਮਾਂ ਹਨ ਅਤੇ 5 ਪ੍ਰਕਾਰ ਦੀ ਬਨਸਪਤੀ ਪਾਈ ਜਾਂਦੀ ਹੈ। ਪੰਜਾਬ ਦੀ ਧਰਤੀ ਸਿੰਧ ਪ੍ਰਣਾਲੀ ਦੇ ਦਰਿਆਵਾਂ ਰਾਹੀਂ ਜਮ੍ਹਾਂ ਕੀਤੇ ਜਲੌੜਾਂ ਤੋਂ ਮੁੱਖ ਤੌਰ 'ਤੇ ਬਣੀ ਹੈ। ਵਾਤਾਵਰਣ ਦੇ ਇਨ੍ਹਾਂ ਕਾਰਕਾਂ ਦੀ ਸਮੇਂ ਵਿੱਚ ਵਾਪਰੀ ਪ੍ਰਸਪਰ ਕਿਰਿਆ (interplay) ਦੇ ਫਲਸਰੂਪ ਪੰਜਾਬ ਦੀਆਂ ਵਿਭਿੰਨ ਪ੍ਰਕਾਰ ਦੀਆਂ ਮਿੱਟੀਆਂ ਬਣੀਆਂ ਸਨ। ਇਸ ਪ੍ਰਸਪਰ ਪ੍ਰਭਾਵ (interaction) ਵਿਚ ਮਨੁੱਖ ਦੀ ਭੂਮਿਕਾ ਨੂੰ ਅੱਖੋਂ ਉਹਲੇ ਨਹੀਂ ਕੀਤਾ ਜਾ ਸਕਦਾ ਹੈ।

ਵਰਗੀਕਰਣ (CLASSIFICATION)

ਵਿਸਥਾਰ ਪੂਰਬਕ ਅਧਿਐਨ ਅਤੇ ਨਕਸ਼ੇ ਬਣਾਉਣ ਲਈ ਮਿੱਟੀਆਂ ਨੂੰ **ਮਿੱਟੀ ਲੜੀਆਂ (soil series)** ਵਿਚ ਵੰਡਿਆ ਗਿਆ ਹੈ। ਇਕ ਮਿੱਟੀ ਲੜੀ ਵਿਚ ਮਿੱਟੀਆਂ ਦਾ ਇਕ ਵਰਗ (a group of soils) ਸ਼ਾਮਲ ਹੁੰਦਾ ਹੈ ਜਿਸਦੇ ਸਮਾਨ ਮੂਲ ਚਟਾਨਾਂ ਤੋਂ ਬਣੇ ਮਿੱਟੀ ਪ੍ਰੋਫਾਈਲ ਵਿਚ ਸਮਾਨ (similar) ਉੱਤਪਤੀ ਲੱਛਣ ਅਤੇ ਤਰਤੀਬ ਦੇ ਖਤਿਜ (horizons) ਹੁੰਦੇ ਹਨ। ਮਿੱਟੀ ਲੜੀ ਦੇ ਮੈਂਬਰਾਂ ਦਾ ਰੰਗ, ਬਣਾਵਟ (structure) ਅਤੇ ਜਲ-ਨਿਕਾਸ ਹਾਲਤਾਂ (drainage conditions) ਸਮਾਨ ਹੁੰਦੀਆਂ ਹਨ ਪ੍ਰੰਤੂ ਸਤਹੀ ਮਿੱਟੀ (surface soil) ਅਤੇ ਉਪਰਲੀ ਅੱਧ ਭੂਮੀ (Sub-soil) ਦੀ ਗਠਨ (texture) ਭਿੰਨ ਹੁੰਦੀ ਹੈ। ਪੰਜਾਬ ਵਿੱਚ ਕੁੱਲ 38 ਮਿੱਟੀ ਲੜੀਆਂ ਸਥਾਪਤ ਕੀਤੀਆਂ ਗਈਆਂ ਹਨ। ਇਹ ਰਾਜ ਵਿਚ ਕੀਤੇ ਗਏ ਵਿਭਿੰਨ ਮਿੱਟੀ ਸਰਵੇਖਣਾਂ (soil surveys) ਉੱਤੇ ਆਧਾਰਤ ਹਨ।

ਪਹਿਲੇ (early) ਮਿੱਟੀ ਵਰਗੀਕਰਣ ਮੁੱਖ ਤੌਰ ਤੇ ਗਠਨ ਆਧਾਰਤ (textural) ਜਾਂ ਆਮ ਲੱਛਣਾਂ (general characteristics) ਨਾਲ ਸੰਬੰਧਤ ਹਨ ਜੋ ਮਿੱਟੀ ਜਲਵਾਯੂ ਅਤੇ ਬਨਸਪਤੀ ਵਿਚਕਾਰ ਸੰਬੰਧਾਂ ਨੂੰ ਦਰਸਾਉਂਦੇ ਹਨ। ਮੁੱਖ ਮਿੱਟੀ ਵਰਗਾਂ ਵਿੱਚ ਉਨ੍ਹਾਂ ਦੇ ਮਿੱਟੀ ਪ੍ਰੋਫਾਈਲਾਂ ਦੀਆਂ ਮੋਟੀਆਂ ਸਮਰੂਪਤਾਵਾਂ (broad similarities) ਪਾਈਆਂ ਜਾਂਦੀਆਂ ਹਨ। ਉਨ੍ਹਾਂ ਦੀ ਪ੍ਰਤੀਕਿਰਿਆ (reaction) ਅਤੇ ਰੰਗਾਂ ਨੂੰ ਵੀ ਧਿਆਨ ਵਿੱਚ ਰੱਖਿਆ ਗਿਆ ਹੈ। ਇਨ੍ਹਾਂ ਆਧਾਰਾਂ ਉੱਤੇ ਪੰਜਾਬ ਦੀਆਂ ਮਿੱਟੀਆਂ ਨੂੰ ਮਾਰੂਥਲੀ (desert), ਰੇਤਲੀ ਦੋਮਟ (sandy loams), ਦੋਮਟ, ਚੀਕਣੀ ਦੋਮਟ, ਬੱਜਰੀਦਾਰ (gravelly) ਪੌਡੀਜੌਲਿਕ (Podzolic), ਭੂਰੀ ਚੈਸਟਨਟ (chestnut brown) ਅਤੇ ਸਭ ਤੋਂ ਉੱਪਰ ਜਲੋੜ ਮਿੱਟੀ (alluvial soils) ਵਰਗਾਂ ਵਿਚ ਵੰਡਿਆ ਜਾ ਸਕਦਾ ਹੈ। ਸਮੁਚੇ ਤੌਰ ਤੇ ਖੁਸ਼ਕ ਦੱਖਣ-ਪੱਛਮੀ ਪੰਜਾਬ ਵਿਚ ਮਾਰੂਥਲੀ ਮਿੱਟੀਆਂ, ਮੱਧਵਰਤੀ ਅਤੇ ਉੱਤਰੀ ਅਰਧ-ਖੁਸ਼ਕ ਅਤੇ ਉਪ-ਤਰ (sub-humid) ਪੰਜਾਬ ਵਿਚ ਜਲੋੜ ਤੋਂ ਬਣੀਆਂ ਮਿੱਟੀਆਂ ਅਤੇ ਉੱਤਰ-ਪੂਰਬੀ ਪਹਾੜੀ ਪ੍ਰਦੇਸ਼ ਵਿਚ ਲਾਲ ਅਤੇ ਭੂਰੀ ਪਹਾੜੀ ਅਤੇ ਪੌਡਜੌਲਿਕ (brown and red hill and Podzolic) ਮਿੱਟੀਆਂ ਪਾਈਆਂ ਜਾਂਦੀਆਂ ਹਨ।

ਮਿੱਟੀਆਂ ਦੇ **ਆਧੁਨਿਕ ਵਰਗੀਕਰਣ ਨੂੰ ਮਿੱਟੀ ਵਰਗੀਕਰਣ ਵਿਗਿਆਨ** (Soil Taxonomy) ਕਿਹਾ ਜਾਂਦਾ ਹੈ। ਇਸ ਵਿੱਚ ਮਿੱਟੀਆਂ ਦਾ ਲੜੀਆਂ ਅਤੇ ਦੂਜੀਆਂ ਸ਼੍ਰੇਣੀਆਂ ਵਿਚ ਵਰਗੀਕਰਣ ਕਰਨ ਲਈ ਪੀਡਾਨ (pedon) (ਵਰਗੀਕਰਨ ਕਰਨਯੋਗ ਮਿੱਟੀ ਦੀ ਸਭ ਤੋਂ ਛੋਟੀ ਇਕਾਈ) ਅਤੇ ਪੋਲੀਪੀਡਨ (poly pedon) (ਇਕ ਪੌਲੀਪੀਡਾਨ ਵਿਚ ਇਕੋ ਮਿੱਟੀ ਲੜੀ (same soil series) ਨਾਲ ਸੰਬੰਧਤ ਨਾਲ ਲਗਦੇ (contiguous) ਸਭ ਪੀਡਾਨ ਸ਼ਾਮਲ ਹੁੰਦੇ ਹਨ) ਦੀ ਪਰਿਭਾਸ਼ਾ ਦੇ ਕੇ ਪ੍ਰੋਫਾਈਲ ਨੂੰ ਇਕ ਖੇਤਰੀ ਵਿਸਥਾਰ (areal extent) ਦਿੱਤਾ ਜਾਂਦਾ ਹੈ। ਸਾਇਲ ਟੈਕਸੌਨੋਮੀ ਵਰਗੀਕਰਣ ਦਾ ਮੰਤਵ ਸੰਸਾਰ ਦੇ ਕਿਸੇ ਵੀ ਭਾਗ ਵਿੱਚ ਇਸਦੀ ਮਿੱਟੀਆਂ ਲਈ ਵਰਤੋਂ ਕਰਨ ਦਾ ਹੈ। ਮਿੱਟੀ ਵਰਗੀਕਰਣ ਵਿਚ ਦੋ ਮਹੱਤਵਪੂਰਣ ਤੱਤ ਮਿੱਟੀ ਨਮੀ (soil moisture) ਅਤੇ ਮਿੱਟੀ ਤਾਪਮਾਨ (soil temperature) ਰਜੀਮਜ਼ ਮਹੱਤਵਪੂਰਨ ਭੂਮਿਕਾ ਨਿਭਾਉਂਦੇ ਹਨ ਅਤੇ ਇਸ ਲਈ ਇਨ੍ਹਾਂ ਦੀ ਵਰਤੋਂ ਵਰਗੀਕਰਣ ਦੇ ਆਧਾਰ ਪਿਛੋਕੜ (basic background) ਦੇ ਰੂਪ ਵਿਚ ਕੀਤੀ ਜਾਂਦੀ ਹੈ। ਇਹ ਮਿੱਟੀਆਂ ਦੇ ਮਹੱਤਵਪੂਰਣ (ਲੱਛਣ) ਗੁਣ ਹਨ ਜੋ ਮਿੱਟੀ ਦੇ ਬਣਨ ਅਤੇ ਪੌਦਿਆਂ ਦੇ ਵਾਧੇ (plant growth) ਨੂੰ ਕੰਟਰੋਲ ਕਰਦੇ ਹਨ। ਇਸ ਲਈ ਇਨ੍ਹਾਂ ਨੇ ਮਿੱਟੀਆਂ ਦੇ ਵਿਭਿੰਨ ਸੱਤਰਾਂ ਤੇ ਵਰਗੀਕਰਣ ਵਿਚ ਮੁੱਖ ਭੂਮਿਕਾ ਨਿਭਾਈ ਹੈ।

ਪੰਜਾਬ ਵਿਚ **ਤਿੰਨ ਸਪਸ਼ਟ ਮਿੱਟੀ ਨਮੀ ਰਜੀਮਜ਼** ਹਨ : **ਖੁਸ਼ਕ (ਅਤੇ ਗਰਮ) (aridic hot) ਅਸਟਿਕ (ਉਪ-ਤਰ) ਅਤੇ ਉਡਿਕ (ਤਰ)**। ਖੁਸ਼ਕ ਰਜੀਮ ਪੰਜਾਬ ਦੇ ਦੱਖਣ-ਪੱਛਮੀ ਜ਼ਿਲ੍ਹਿਆਂ ਵਿਚ ਪਾਇਆ ਜਾਂਦਾ ਹੈ। ਰਾਜ ਦੇ ਜ਼ਿਆਦਾਤਰ ਭਾਗ ਦਾ ਰਜੀਮ ਉਪ-ਤਰ (Ustic) ਹੈ। ਸਿੱਲ੍ਹਾ ਤਰ (Aquic) ਰਜੀਮ ਕੇਵਲ ਸਥਾਨਕ ਤੌਰ ਤੇ ਪਾਇਆ ਜਾਂਦਾ ਹੈ। ਕੇਵਲ ਪਠਾਨਕੋਟ ਜ਼ਿਲ੍ਹੇ ਦੀ ਧਾਰ ਕਲਾਂ ਤਹਿਸੀਲ ਦੇ ਕੁੱਝ ਉੱਤਰੀ ਭਾਗਾਂ ਦਾ ਤਰ (Udic) ਰਜੀਮ ਹੈ। ਲਗਭਗ ਸਾਰੇ ਰਾਜ ਦਾ ਬਹੁਤ ਉੱਚਾ (hyperthermic) ਮਿੱਟੀ ਤਾਪਮਾਨ ਰਜੀਮ ਹੈ ਜਿਸ ਵਿਚ ਮਿੱਟੀ ਦਾ ਔਸਤ ਸਾਲਾਨਾ ਤਾਪਮਾਨ 20° ਤੋਂ 28°C ਵਿਚਕਾਰ ਰਹਿੰਦਾ ਹੈ। ਮੁੱਖ ਤੌਰ ਤੇ ਨਮੀ ਰਜੀਮਜ਼ ਦੇ ਆਧਾਰ ਤੇ ਪੰਜਾਬ ਦੀਆਂ ਮਿੱਟੀਆਂ ਨੂੰ ਤਿੰਨ ਮੁੱਖ ਵਰਗਾਂ ਵਿਚ ਵੰਡਿਆ ਜਾਂਦਾ ਹੈ। **ਏਰਿਡੀਸੌਲਜ਼ (Aridisols)** ਦੱਖਣ-ਪੱਛਮੀ ਪੰਜਾਬ ਦਾ ਮੁੱਖ ਮਿੱਟੀ ਵਰਗ ਹੈ ਅਤੇ ਇਸ ਅਧੀਨ ਰਾਜ ਦਾ 15% ਖੇਤਰਫਲ ਹੈ।

ਇਨਸੈਪਟੀਸੋਲਜ਼ (Inceptisols) ਉਹ ਮਿੱਟੀ ਹੈ ਜੋ ਵਿਕਾਸ ਦੀ ਆਰੰਭਿਕ ਅਵਸਥਾ ਵਿਚ ਹੁੰਦੀ ਹੈ। ਇਹ ਰਾਜ ਦਾ ਪ੍ਰਮੁੱਖ ਮਿੱਟੀ ਵਰਗ ਹੈ ਅਤੇ ਇਸਦਾ ਵਿਸਥਾਰ ਰਾਜ ਦੇ ਲਗਭਗ ਅੱਧੇ ਕੁੱਲ ਖੇਤਰਫਲ, ਮੁੱਖ ਤੌਰ ਤੇ ਮੱਧਵਰਤੀ ਪੰਜਾਬ ਵਿਚ, ਉਤੇ ਹੈ। ਤੀਜਾ ਮਿੱਟੀ ਵਰਗ **ਐਲਫੀਸੋਲਜ਼ (Alfisols)** ਹੈ ਜੋ ਅਲੁਮੀਨੀਅਮ ਅਤੇ ਲੋਹੇ ਵਿਚ ਭਰਪੂਰ ਜੰਗਲੀ ਮਿੱਟੀ (forest soil) ਹੈ। ਇਹ ਪੌਡਜ਼ੋਲਿਕ ਅਤੇ ਕੁਝ ਤਿਜਾਬੀ (acidic) ਮਿੱਟੀ ਰਾਜ ਦੇ ਉੱਤਰ-ਪੂਰਬੀ ਭਾਗਾਂ ਦੀ ਮੁੱਖ ਮਿੱਟੀ ਹੈ।

ਰੀਸਰਚ ਬੁਲਿਟਨ ਐੱਨ.ਬੀ.ਐੱਸ. ਪਬਲੀਕੇਸ਼ਨ ਨੰ. 31 ਸਾਇਲਜ਼ ਆਫ ਪੰਜਾਬ ਦੇ ਲੇਖਕਾਂ ਨੇ ਪੰਜਾਬ ਦੀਆਂ ਮਿੱਟੀਆਂ ਨੂੰ ਮੁੱਖ ਤੌਰ 'ਤੇ ਮਿੱਟੀ ਨਮੀ ਰਜੀਮਜ਼ ਦੇ ਆਧਾਰ 'ਤੇ ਤਿੰਨ ਵਰਗਾਂ ਵਿਚ ਵੰਡਿਆ ਹੈ। ਇਹ ਹਨ : (ੳ) ਖੁਸ਼ਕ ਖੰਡ (Aridic Zone) ਦੀਆਂ ਮਿੱਟੀਆਂ (ਅ) ਉਪ-ਤਰ ਖੰਡ (Ustic Zone) ਦੀਆਂ ਮਿੱਟੀਆਂ ਅਤੇ (ੲ) ਤਰ ਖੰਡ (Udic Zone) ਦੀਆਂ ਮਿੱਟੀਆਂ। ਹਰ ਇਕ ਖੰਡ ਦੀਆਂ ਮਿੱਟੀਆਂ ਨੂੰ ਮਿੱਟੀ ਨਮੂਨਿਆਂ (Soil samples), ਮਿੱਟੀਆਂ ਦੇ ਨਕਸ਼ੇ ਬਣਾਉਣ ਲਈ ਦੂਰ ਗਿਆਨ ਪ੍ਰਾਪਤ ਕਰਨ ਦੀ ਤਕਨੀਕ (remote sensing technique) ਦੀ ਵਰਤੋਂ ਅਤੇ ਰਾਜ ਦੇ ਵਿਭਿੰਨ ਭਾਗਾਂ ਦੇ ਮਿੱਟੀ ਸਰਵੇਖਣਾਂ ਦੇ ਆਧਾਰ ਉੱਤੇ ਅੱਗੇ ਵੱਖ-ਵੱਖ ਮਿੱਟੀ ਕਿਸਮਾਂ ਵਿੱਚ ਵੰਡਿਆ ਗਿਆ ਹੈ। ਖੁਸ਼ਕ ਖੰਡ ਦੀਆਂ ਮਿੱਟੀਆਂ ਨੂੰ ਦੋ ਮੁੱਖ ਕਿਸਮਾਂ **ਕੈਂਬੋਰਥਿਡੱਜ** (Camborthids) ਅਤੇ **ਕੈਲਸੀਔਰਥਿੱਡਜ਼** (Calciorthids) ਵਿਚ ਵੰਡਿਆ ਗਿਆ ਹੈ। ਉਪ-ਤਰ ਖੰਡ ਵਿਚ ਚਾਰ ਕਿਸਮਾਂ— **ਅਸਟੋਚਰੈਪਟਸ** (Ustochrepts), **ਹੈਪਲੱਸਟਲਫਸ** (Haplustalfs), **ਅਸਟੀਪਸਾਮੈਂਟਸ** (Ustipsaments) ਅਤੇ **ਅਸਟੀਫਲੂਵੈਂਟਸ** (Ustifluvents) ਹਨ। ਤਰ ਖੰਡ ਦੀਆਂ ਮਿੱਟੀਆਂ ਨੂੰ ਵੀ ਚਾਰ ਕਿਸਮਾਂ ਵਿੱਚ ਵੰਡਿਆ ਗਿਆ ਹੈ। ਇਹ ਹਨ— **ਹੈਪਲੁਡਲਫਸ** (Hapludalfs), **ਯੁਟਰੌਚਰੈਪਟਸ** (Eutrochrepts), **ਉਡੀਫਲੂਵੈਂਟਸ** (Udifluvents) ਅਤੇ **ਹੈਪਲੁਡੌਲਜ਼** (Hapludolls)।

ਸਾਇਲ ਟੈਕਸੌਨਮੀ ਵਰਗੀਕਰਣ ਨੂੰ ਇਕ ਆਮ ਆਦਮੀ ਆਸਾਨੀ ਨਾਲ ਸਮਝ ਨਹੀਂ ਸਕਦਾ ਹੈ ਅਤੇ ਭੂਗੋਲ ਦਾ ਇਕ ਸਾਧਾਰਣ ਵਿਦਿਆਰਥੀ ਵੀ ਇਸ ਨੂੰ ਪੂਰੀ ਤਰ੍ਹਾਂ ਨਾਲ ਸਮਝ ਨਹੀਂ ਸਕਦਾ ਹੈ। ਇਸ ਲਈ **ਗਠਨ ਦੇ ਆਧਾਰ 'ਤੇ (texture based)** ਪੰਜਾਬ ਦੀਆਂ ਮਿੱਟੀਆਂ ਦਾ ਸਾਧਾਰਣ ਵਰਗੀਕਰਣ ਨੂੰ ਅਪਣਾਇਆ ਗਿਆ ਹੈ ਅਤੇ ਅਗਲੇ ਪੰਨਿਆਂ ਵਿਚ ਇਸ ਨੂੰ ਵਿਚਾਰਿਆ ਗਿਆ ਹੈ। ਚਰਚਾ ਵਿਚ ਖੇਤਰੀ ਵੰਡ ਸਰੂਪ (spatial pattern), ਗਠਨ, ਰੰਗ, ਉਪਜਾਊਪਨ ਸੱਤਰ (fertility level) ਅਤੇ ਰਸਾਇਣਕ ਗੁਣਾਂ (Chemical properties) ਨੂੰ ਧਿਆਨ ਵਿਚ ਰੱਖਿਆ ਗਿਆ ਹੈ। ਬਹੁਤ ਸਾਰੀਆਂ ਸਥਾਨਕ ਅਤੇ ਉਪ-ਖੇਤਰੀ (sub-regional) ਭਿੰਨਤਾਵਾਂ (variations) ਹਨ। ਇਨ੍ਹਾਂ ਵਿਚੋਂ ਕੁਝ ਮਹੱਤਵਪੂਰਣ ਨੂੰ ਸ਼ਾਮਲ ਕੀਤਾ ਗਿਆ ਹੈ। ਗਠਨ, ਜਲਵਾਯੂ, ਧਰਾਤਲ ਅਤੇ ਅਨਾਵਿਰਤੀਕਰਣ ਪ੍ਰਕਿਰਿਆ (denudational process) ਦੇ ਆਧਾਰ 'ਤੇ ਪੰਜਾਬ ਦੀਆਂ ਮਿੱਟੀਆਂ ਨੂੰ ਹੇਠ ਲਿਖੀਆਂ ਮੁੱਖ ਕਿਸਮਾਂ (ਨਕਸ਼ਾ ਨੰ. 26) ਵਿਚ ਵੰਡਿਆ ਗਿਆ ਹੈ।

1. ਮਾਰੂਥਲੀ ਮਿੱਟੀਆਂ
2. ਰੇਤਲੀਆਂ ਮਿੱਟੀਆਂ
3. ਸੀਰੋਜ਼ਮ ਮਿੱਟੀਆਂ
4. ਦੋਮਟ ਮਿੱਟੀਆਂ
5. ਹੜ੍ਹ ਦੇ ਮੈਦਾਨ ਜਾਂ ਬੇਟ ਦੀਆਂ ਮਿੱਟੀਆਂ
6. ਕੰਢੀ ਦੀਆਂ ਮਿੱਟੀਆਂ
7. ਮਟਿਆਲੀ ਭੂਰੀ ਪੌਡਜ਼ੋਲਿਕ ਅਤੇ ਜੰਗਲ ਮਿੱਟੀਆਂ
8. ਸੋਡਿਕ ਅਤੇ ਖਾਰੀਆਂ ਮਿੱਟੀਆਂ

ਮਾਰੂਥਲੀ ਮਿੱਟੀਆਂ (DESERT SOILS)

ਇਹ ਖੁਸ਼ਕ ਖੰਡ ਦੀਆਂ ਮਿੱਟੀਆਂ ਹਨ ਅਤੇ ਰਾਜ ਦੇ ਦੱਖਣ-ਪੱਛਮੀ ਭਾਗਾਂ ਵਿਚ ਇਨ੍ਹਾਂ ਦਾ ਵਿਸਥਾਰ ਹੈ। ਇਨ੍ਹਾਂ ਅਧੀਨ ਫਾਜ਼ਿਲਕਾ ਜ਼ਿਲ੍ਹੇ ਦੀਆਂ ਅਬੋਹਰ ਅਤੇ ਫਾਜ਼ਿਲਕਾ ਤਹਿਸੀਲਾਂ ਅਤੇ ਜ਼ੀਰੇ ਦਾ ਇਲਾਕਾ, ਮੁਕਤਸਰ ਦਾ ਜ਼ਿਲ੍ਹਾ, ਮਾਨਸਾ ਜ਼ਿਲ੍ਹਾ ਅਤੇ ਬਠਿੰਡਾ ਜ਼ਿਲ੍ਹੇ ਦਾ ਵੱਡਾ ਭਾਗ, ਬਰਨਾਲਾ ਜ਼ਿਲ੍ਹੇ ਦਾ ਕੁਝ ਖੇਤਰ ਅਤੇ ਲੁਧਿਆਣਾ ਜ਼ਿਲ੍ਹੇ ਦੀ ਸਮਰਾਲਾ ਤਹਿਸੀਲ ਦੇ ਕੁਝ ਇਲਾਕੇ ਆਉਂਦੇ ਹਨ। ਕੁਝ ਬਦਲੀਆਂ ਹੋਈਆਂ (modified) ਅਜਿਹੀਆਂ ਮਿੱਟੀਆਂ ਕਪੂਰਥਲਾ ਜ਼ਿਲ੍ਹੇ ਦੇ ਮੱਧ-ਦੱਖਣੀ ਭਾਗਾਂ (ਸੁਲਤਾਨਪੁਰ ਲੋਧੀ ਤਹਿਸੀਲ) ਵਿਚ ਵੀ ਪਾਈਆਂ ਜਾਂਦੀਆਂ ਹਨ। ਇਨ੍ਹਾਂ ਮਿੱਟੀਆਂ ਹੇਠ ਰਾਜ ਦੇ ਕੁੱਲ ਖੇਤਰਫਲ ਦਾ 11% ਤੋਂ ਜ਼ਿਆਦਾ ਭਾਗ ਆਉਂਦਾ ਹੈ।

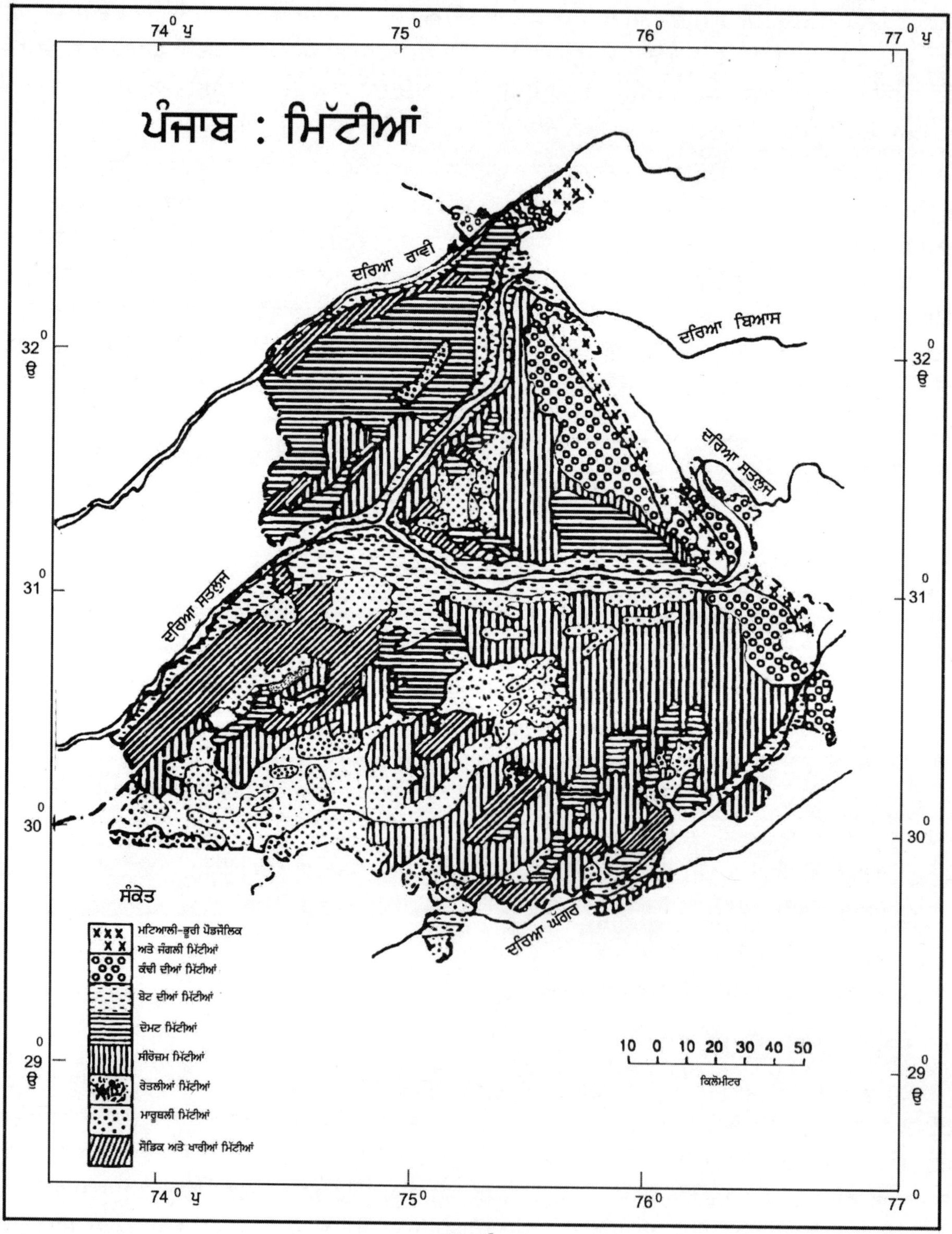

ਪੰਜਾਬ : ਮਿੱਟੀਆਂ
74⁰ ਪੂ
75⁰
76⁰
77⁰ ਪੂ
32⁰ ਉ
31⁰
30⁰
29⁰ ਉ
ਦਰਿਆ ਰਾਵੀ
ਦਰਿਆ ਬਿਆਸ
ਦਰਿਆ ਸਤਲੁਜ
ਦਰਿਆ ਸਤਲੁਜ
ਦਰਿਆ ਘੱਗਰ
ਸੰਕੇਤ
ਮਟਿਆਲੀ-ਭੂਰੀ ਪੌਡਜੌਲਿਕ ਅਤੇ ਜੰਗਲੀ ਮਿੱਟੀਆਂ
ਕੰਢੀ ਦੀਆਂ ਮਿੱਟੀਆਂ
ਬੇਟ ਦੀਆਂ ਮਿੱਟੀਆਂ
ਦੋਮਟ ਮਿੱਟੀਆਂ
ਸੀਰੋਜ਼ਮ ਮਿੱਟੀਆਂ
ਰੇਤਲੀਆਂ ਮਿੱਟੀਆਂ
ਮਾਰੂਥਲੀ ਮਿੱਟੀਆਂ
ਸੋਡਿਕ ਅਤੇ ਖਾਰੀਆਂ ਮਿੱਟੀਆਂ
10 0 10 20 30 40 50
ਕਿਲੋਮੀਟਰ

ਨਕਸ਼ਾ ਨੰ 26

ਇਹ ਮਿੱਟੀਆਂ **ਗਰਮ ਅਤੇ ਖੁਸ਼ਕ ਜਲਵਾਯੂ** (hot and arid climate) ਅਤੇ ਕੰਡੇਦਾਰ ਅਤੇ ਝਾੜੀਦਾਰ ਬਨਸਪਤੀ (Thorn and bush vegetation) ਦੇ ਪਤਲੇ ਕੱਜਣ ਅਧੀਨ ਵਿਕਸਤ ਹੋਈਆਂ ਹਨ। ਸਾਲਾਨਾ ਔਸਤ ਵਰਖਾ 30 ਸੈਂ.ਮੀ. ਤਕ ਹੈ। ਇਸ ਕਾਰਣ ਮਿੱਟੀ ਖੁਸ਼ਕ ਹੈ ਅਤੇ ਮੱਲ੍ਹੜ (humus) ਦੀ ਇਸ ਵਿਚ ਘਾਟ ਹੈ। ਨਾਈਟਰੋਜਨ, ਫਾਸਫੋਰਸ ਅਤੇ ਪੋਟਾਸ਼ੀਅਮ ਵੀ ਇਸ ਵਿਚ ਘੱਟ ਪਾਏ ਜਾਂਦੇ ਹਨ। ਘੱਟ ਵਰਖਾ ਅਤੇ ਜ਼ਿਆਦਾ ਵਾਸ਼ਪੀਕਰਨ ਕਾਰਨ ਚੂਨਾ ਪਰਿਵਰਤਨ (Calcificatiion) ਮਿੱਟੀ ਬਣਨ ਦੀ ਪ੍ਰਕਿਰਿਆ (soil forming process) ਹੈ। ਇਸ ਕਾਰਨ ਇਹ ਮਿੱਟੀਆਂ ਮੁੱਖ ਤੌਰ 'ਤੇ ਚੂਨੇਦਾਰ (Calcareous) ਹਨ। ਕਿਸੀ ਵੀ ਖਤਿਜ (horizon) ਵਿਚ ਚੀਕਣੀ ਮਿੱਟੀ ਇਕੱਠੀ ਨਹੀਂ ਹੁੰਦੀ ਹੈ। ਮਿੱਟੀਆਂ ਗੈਰ-ਮ੍ਰਿਣਮਈ (non-argillaceous) ਹਨ ਭਾਵੇਂ ਉਹ ਰੇਤ ਦੇ ਕੱਜਣ ਵਾਲੇ ਅੰਤਰ-ਟਿੱਬਾ (inter-dunal) ਇਲਾਕਿਆਂ ਦੇ ਕੰਬੋਰਥਿਡਜ ਹੋਣ ਜਾਂ ਨੀਵੇਂ ਰੇਤ ਟਿੱਬਿਆਂ ਵਾਲੇ ਇਲਾਕਿਆਂ ਦੇ ਚੂਨੇਦਾਰ ਟੌਰਿਪਸਾਮੈਂਟਸ (Calcareous Torripsaments) ਹੋਣ। ਲਗਾਤਾਰ ਰੇਤ ਟਿੱਬਿਆਂ ਵਿਚ ਵੀ ਇਹ ਮਿੱਟੀਆਂ ਚੂਨੇਦਾਰ ਹਨ। ਪ੍ਰੰਤੂ ਘੱਟ ਖੁਸ਼ਕ ਕਪੂਰਥਲਾ ਅਤੇ ਲੁਧਿਆਣਾ ਜ਼ਿਲ੍ਹਿਆਂ ਵਿਚ ਮਾਰੂਥਲੀ ਮਿੱਟੀਆਂ ਗ਼ੈਰ-ਚੂਨੇਦਾਰ ਹਨ।

ਇਸ ਦੱਖਣ-ਪੱਛਮੀ ਖੁਸ਼ਕ ਖੰਡ ਵਿਚ **ਪੌਣ ਪ੍ਰਕਿਰਿਆ** (Wind action) ਨੇ ਇਨ੍ਹਾਂ ਮਿੱਟੀਆਂ ਦੇ ਬਣਨ ਵਿਚ ਮੁੱਖ ਭੂਮਿਕਾ ਨਿਭਾਈ ਹੈ। ਇਹ ਇਲਾਕਾ ਰੇਤ ਦੇ ਟਿੱਬਿਆਂ ਨਾਲ ਭਰਿਆ ਪਿਆ ਹੈ। ਮਿੱਟੀਆਂ ਹਵਾ ਰਾਹੀਂ ਉਡਾਏ ਰੇਤ ਨਾਲ ਢਕੀਆਂ ਹੋਈਆਂ ਹਨ। ਮਿੱਟੀਆਂ ਦਾ ਰੰਗ ਹਲਕਾ ਹੈ ਜੋ ਪੀਲੇ ਤੋਂ ਹਲਕਾ ਭੂਰਾ ਹੈ। ਮਿੱਟੀ ਦਾ ਗਠਨ ਖੁਰਦਰਾ (coarse texture) ਹੈ ਅਤੇ ਇਹ ਮੁੱਖ ਤੌਰ ਤੇ ਰੇਤਲੀਆਂ, ਰੇਤਲੀ ਦੋਮਟ ਜਾਂ ਗਾਰ ਦੋਮਟ (silt loams) ਹਨ। ਸਾਲ ਦੇ ਜ਼ਿਆਦਾਤਰ ਸਮੇਂ ਵਿਚ ਇਹ ਖੁਸ਼ਕ ਰਹਿੰਦੀਆਂ ਹਨ। ਅੰਤਰ-ਟਿੱਬਾ ਖੇਤਰ ਦੀਆਂ ਮਿੱਟੀਆਂ ਵਧੀਆ ਹਨ ਅਤੇ ਇਹ ਗਠਨ ਵਿਚ ਰੇਤਲੀ ਚੀਕਣੀ ਮਿੱਟੀ (Sandy clays) ਹਨ। ਪ੍ਰਤਿਕਿਰਿਆ (reaction) ਸਾਧਾਰਣ ਤੋਂ ਖਾਰਾ (alkaline) ਹੈ ਅਤੇ pH ਕੀਮਤ (value) 7.5 ਤੋਂ 8.5 ਹੈ। ਨਾਈਟਰੋਜਨ, ਫਾਸਫੋਰਸ ਅਤੇ ਪੋਟਾਸ਼ ਵਿਚ ਉਪਜਾਊਪਨ ਦਾ ਸਤਰ (fertility rating) LMM (ਨੀਵੇਂ ਤੋਂ ਦਰਮਿਆਨਾ) ਹੈ। ਇਹ ਮਿੱਟੀਆਂ ਕਪਾਹ, ਮੋਠ, ਖੱਟੇ ਰਸਦਾਰ ਫਲਾਂ ਦੇ ਦਰਖਤਾਂ (citrus trees), ਕਣਕ, ਬਾਜਰਾ ਅਤੇ ਸੌਣੀ ਦੀਆਂ ਚਾਰਾ ਫਸਲਾਂ (Kharif fodder crops) ਦੀ ਕਾਸ਼ਤ ਲਈ ਯੋਗ ਹਨ। ਮਿੱਟੀਆਂ ਨੂੰ ਪੌਣ ਅਪਰਦਨ ਤੋਂ ਨੁਕਸਾਨ ਹੁੰਦਾ ਹੈ ਵਿਸ਼ੇਸ਼ ਕਰਕੇ ਜ਼ਿਆਦਾ ਗਰਮ (hot) ਗਰਮੀਆਂ ਨੂੰ। ਇਸ ਖੇਤਰ ਵਲ ਖਿਸਕਣ ਵਾਲੇ ਰੇਤ ਟਿੱਬਿਆਂ ਦੇ ਵਾਧੇ ਨੂੰ ਰੋਕਣ ਦੀ ਲੋੜ ਹੈ। ਕਈ ਇਲਾਕਿਆਂ ਵਿਚ ਪਿਛਲੇ ਲਗਭਗ ਤੀਹ ਸਾਲਾਂ ਵਿਚ ਰੇਤ ਦੇ ਟਿੱਬਿਆਂ ਨੂੰ ਖੇਤੀਬਾੜੀ ਲਈ ਸਾਫ ਕਰ ਦਿੱਤਾ, ਨੀਵਾਂ ਕਰ ਦਿੱਤਾ ਜਾਂ ਬਦਲ ਦਿੱਤਾ ਗਿਆ ਹੈ। ਕਈ ਟਿੱਬੇ ਹੁਣ ਕਾਸ਼ਤ ਹੇਠ ਵੀ ਹਨ।

ਰੇਤਲੀਆਂ ਮਿੱਟੀਆਂ (SANDY SOILS)

ਇਹ ਦੱਖਣ-ਪੱਛਮੀ ਅਤੇ ਮੱਧ-ਦੱਖਣੀ ਪੰਜਾਬ ਦੀਆਂ **ਖੁਸ਼ਕ ਮਿੱਟੀਆਂ** ਹਨ ਜੋ ਬਠਿੰਡਾ, ਮੁਕਤਸਰ ਅਤੇ ਮਾਨਸਾ ਦੇ ਜ਼ਿਲ੍ਹਿਆਂ, ਫਾਜ਼ਿਲਕਾ ਅਤੇ ਫਰੀਦਕੋਟ ਜ਼ਿਲ੍ਹਿਆਂ ਦੇ ਦੱਖਣੀ ਭਾਗਾਂ, ਸੰਗਰੂਰ ਜ਼ਿਲ੍ਹੇ ਦੇ ਜ਼ਿਆਦਾ ਭਾਗਾਂ, ਪਟਿਆਲਾ ਜ਼ਿਲ੍ਹੇ ਦੇ ਮੱਧ-ਦੱਖਣੀ ਭਾਗਾਂ ਅਤੇ ਲੁਧਿਆਣਾ ਜ਼ਿਲ੍ਹੇ ਦੇ ਉੱਤਰ-ਪੱਛਮੀ ਭਾਗਾਂ ਅਤੇ ਰਾਇਕੋਟ ਤਹਿਸੀਲ ਵਿਚ ਪਾਈਆਂ ਜਾਂਦੀਆਂ ਹਨ। ਅਜਿਹੀਆਂ ਮਿੱਟੀਆਂ ਕਪੂਰਥਲਾ ਅਤੇ ਜਲੰਧਰ ਜ਼ਿਲ੍ਹਿਆਂ ਦੇ ਸਾਂਝੇ ਸਰਹੱਦੀ ਖੇਤਰ ਵਿਚ ਵੀ ਪਾਈਆਂ ਜਾਂਦੀਆਂ ਹਨ। ਇਹ ਮਿੱਟੀਆਂ **ਅਰਧ-ਖੁਸ਼ਕ ਅਤੇ ਕੋਸ਼ਣ ਤੋਂ ਗਰਮ** (warm to hot) **ਜਲਵਾਯੂ** ਹਾਲਤਾਂ ਅਤੇ 30 ਤੋਂ 50 ਸੈ.ਮੀ. ਵਰਖਾ ਅਧੀਨ ਵਿਕਸਤ ਹੋਈਆਂ ਹਨ। ਇਸ ਖੇਤਰ ਦੀ **ਬਨਸਪਤੀ ਝਾੜੀਦਾਰ ਜੰਗਲ ਜਾਂ ਮੋਟਾ ਘਾਹ** (coarse grass) ਸੀ ਜਿਸ ਵਿਚ ਸੱਤਹ ਉੱਤੇ ਪੱਤਿਆਂ ਆਦਿ ਦਾ ਪਤਲਾ ਕੱਜਣ ਸੀ (sparse litter)। ਮਿੱਟੀਆਂ ਦਾ ਰੰਗ **ਪੀਲੇ ਤੋਂ ਮਟਿਆਲਾ** (grey) ਹੈ। ਸਭ ਮਿੱਟੀਆਂ ਦੇ ਮਟਿਆਲੇ ਰੰਗ ਤੋਂ ਇਸ ਵਿਚ ਜੀਵ ਅੰਸ਼ (organic matter) ਦੀ ਘਾਟ ਦਾ ਪਤਾ ਲਗਦਾ ਹੈ। ਮਿੱਟੀ ਵਿਚ ਨਾਈਰੋਜਨ, ਫਾਸਫੋਰਸ ਅਤੇ ਪੋਟਾਸ਼ ਦੀ ਕਮੀ ਹੈ। ਇਹ ਮਿੱਟੀ ਚੂਨੇਦਾਰ ਹੈ ਅਤੇ ਸੱਤਹ ਤੋਂ ਹੇਠ ਇਕ ਮੀਟਰ ਦੀ ਡੂੰਘਾਈ ਤਕ ਚੂਨਾ ਜਮ੍ਹਾਂ ਹੋ ਜਾਂਦਾ ਹੈ। ਇਸ ਮਿੱਟੀ ਵਿੱਚ ਕੰਕਰ ਵੀ ਹਨ। ਜ਼ਿਆਦਾ ਪਾਣੀ ਦੇਣ ਨਾਲ ਸੱਤਹ ਉੱਤੇ ਲੂਣ (salts) ਪ੍ਰਗਟ ਹੋ

ਸਕਦੇ ਹਨ ਜਿਸ ਨਾਲ ਮਿੱਟੀ ਕੁਝ ਖਾਰੀ (saline) ਬਣ ਜਾਂਦੀ ਹੈ। ਵੈਸੇ ਮਿੱਟੀ ਦੀ ਪ੍ਰਤੀਕਿਰਿਆ ਸਾਧਾਰਣ (normal) ਤੋਂ ਖਾਰੀ ਹੈ। pH ਕੀਮਤ 7.8 ਤੋਂ 8.5 ਹੈ। ਮਿੱਟੀ ਗਠਨ ਵਿਚ ਰੇਤਲੀ ਦੋਮਟ ਤੋਂ ਗਾਰ ਦੋਮਟ ਹੈ। ਇਹ ਖੁਸ਼ਕ ਮਿੱਟੀਆਂ ਹਨ ਅਤੇ ਟੈਕਸੋਨੋਮੀ ਵਰਗੀਕਰਣ ਵਿਚ ਇਨ੍ਹਾਂ ਨੂੰ ਕੈਲਸੀਔਰਥਿੱਡਜ (Calciorthids) ਕਿਹਾ ਜਾਂਦਾ ਹੈ। ਇਨ੍ਹਾਂ ਦਾ ਉਪਜਾਊਪਨ ਨੀਵੇਂ ਤੋਂ ਦਰਮਿਆਨਾ (low to moderate) ਹੈ ਪ੍ਰੰਤੂ ਸਿੰਚਾਈ ਰਾਹੀਂ ਇਹ ਕਾਫੀ ਉਪਜਾਊ ਮਿੱਟੀਆਂ ਬਣ ਜਾਂਦੀਆਂ ਹਨ ਅਤੇ ਇਨ੍ਹਾਂ ਵਿਚ ਕਪਾਹ, ਖੱਟੇ ਰਸਦਾਰ ਫਲ, ਤੇਲ ਦੇ ਬੀਜ, ਮੋਠ ਅਤੇ ਚਾਰਾ ਫਸਲਾਂ ਪੈਦਾ ਕੀਤੀਆਂ ਜਾ ਸਕਦੀਆਂ ਹਨ। ਅੰਤਰ-ਟਿੱਬਾ ਖੇਤਰਾਂ ਵਿਚ ਆਮ ਕਰਕੇ ਵਧੀਆ ਮਿੱਟੀਆਂ ਪਾਈਆਂ ਜਾਂਦੀਆਂ ਹਨ। ਇਥੇ ਸਿੰਜਾਈ ਵੀ ਉਪਲੱਬਧ ਹੈ। ਕਈ ਖੇਤਰਾਂ ਵਿਚ ਇਨ੍ਹਾਂ ਮਿੱਟੀਆਂ ਉੱਤੇ ਰੇਤ ਦਾ ਕੱਜਣ ਵੀ ਹੈ ਅਤੇ ਕਈ ਇਲਾਕਿਆਂ ਵਿਚ ਇਸ ਕੱਜਣ ਨੂੰ ਹਟਾ ਦਿੱਤਾ ਗਿਆ ਹੈ ਜਾਂ ਹਟਾਇਆ ਜਾ ਰਿਹਾ ਹੈ। ਇਹ ਮਾਰੂਥਲੀ ਮਿੱਟੀਆਂ ਤੋਂ ਵਧੀਆ ਮਿੱਟੀਆਂ ਹਨ।

ਸੀਰੋਜ਼ਮ ਮਿੱਟੀਆਂ (SIEROZEMS)

ਸੀਰੋਜ਼ਮ ਅਰਧ-ਖੁਸ਼ਕ ਪੰਜਾਬ ਦੀਆਂ ਮਟਿਆਲੀਆਂ (grey) **ਮਿੱਟੀਆਂ** ਹਨ ਜਿਥੇ ਔਸਤ ਸਾਲਾਨਾ ਵਰਖਾ 50 ਤੋਂ 70 ਸੈਂ ਮੀ., ਹਵਾ ਦਾ ਤਾਪਮਾਨ 24° ਤੋਂ 25°C ਅਤੇ ਘਾਹ ਅਤੇ ਪੱਤਝੜੀ ਬਨਸਪਤੀ ਪਾਏ ਜਾਂਦੇ ਹਨ। ਇਹ ਮਿੱਟੀਆਂ ਮਾਲਵਾ ਮੈਦਾਨ ਦੇ ਪੂਰਬੀ ਭਾਗਾਂ, ਲੁਧਿਆਣਾ ਜ਼ਿਲ੍ਹਾ, ਸੰਗਰੂਰ ਜ਼ਿਲ੍ਹੇ ਦੇ ਮਧਵਰਤੀ ਅਤੇ ਉੱਤਰੀ ਭਾਗਾਂ, ਫਤਹਿਗੜ੍ਹ ਸਾਹਿਬ ਜ਼ਿਲ੍ਹਾ, ਪਟਿਆਲਾ ਜ਼ਿਲੇ ਦੀਆਂ ਰਾਜਪੁਰਾ ਅਤੇ ਪਟਿਆਲਾ ਤਹਿਸੀਲਾਂ, ਰੋਪੜ ਜ਼ਿਲ੍ਹੇ ਦੇ ਪੱਛਮੀ ਭਾਗਾਂ ਅਤੇ ਫਰੀਦਕੋਟ ਜ਼ਿਲ੍ਹੇ ਦੇ ਕੁਝ ਅੰਤਰ-ਟਿੱਬਾ ਖੇਤਰਾਂ ਵਿਚ ਪਾਈਆਂ ਜਾਂਦੀਆਂ ਹਨ। ਦੁਆਬੇ ਵਿਚ ਇਸ ਮਿੱਟੀ ਦਾ ਕੱਜਣ ਇਕ ਲੰਬੀ ਪੇਟੀ ਦੇ ਰੂਪ ਵਿਚ ਪਾਇਆ ਜਾਂਦਾ ਹੈ ਜੋ ਉੱਤਰ ਵਿਚ ਮੁਕੇਰੀਆਂ ਤੋਂ ਸ਼ੁਰੂ ਹੋ ਕੇ ਟਾਂਡਾ (ਦੋਨੋਂ ਹੁਸ਼ਿਆਰਪੁਰ ਜ਼ਿਲ੍ਹੇ ਵਿਚ) ਜਲੰਧਰ, ਆਦਮਪੁਰ, ਨੂਰਮਹਿਲ ਅਤੇ ਨਕੋਦਰ ਬਲਾਕਾਂ ਰਾਹੀਂ ਦੱਖਣ ਵਿਚ ਫਿਲੌਰ (ਸਭ ਜਲੰਧਰ ਜ਼ਿਲ੍ਹੇ ਵਿਚ) ਤਕ ਫੈਲੀ ਹੋਈ ਹੈ। ਇਸ ਮਿੱਟੀ ਦਾ ਕੱਜਣ ਕਪੂਰਥਲਾ ਜ਼ਿਲ੍ਹੇ ਦੇ ਪੱਛਮੀ ਭਾਗਾਂ ਵਿਚ ਵੀ ਪਾਇਆ ਜਾਂਦਾ ਹੈ। ਮਾਝੇ ਵਿਚ ਇਹ ਮਿੱਟੀ ਤਰਨਤਾਰਨ ਜ਼ਿਲ੍ਹੇ ਦੀਆਂ ਪੱਟੀ ਅਤੇ ਤਰਨਤਾਰਨ ਤਹਿਸੀਲਾਂ ਵਿਚ ਪਾਈ ਜਾਂਦੀ ਹੈ। (ਨਕਸ਼ਾ ਨੰ. 26)। ਇਨ੍ਹਾਂ ਮਿੱਟੀਆਂ ਹੇਠ ਰਾਜ ਦਾ ਲਗਭਗ ਇਕ-ਚੌਥਾਈ ਖੇਤਰਫਲ ਆਉਂਦਾ ਹੈ।

ਕੁੱਲ ਮਿਲਾ ਕੇ ਮਿੱਟੀਆਂ ਦਾ ਰੰਗ ਮਟਿਆਲਾ ਹੈ। ਜਿਸ ਤੋਂ ਜੈਵ ਪਦਾਰਥ ਦੀ ਘਾਟ ਦਾ ਸੰਕੇਤ ਮਿਲਦਾ ਹੈ। ਮਿੱਟੀਆਂ ਵਿਚ ਨਾਈਟਰੋਜਨ, ਫਾਸਫੋਰਸ ਅਤੇ ਪੋਟਾਸ਼ ਵੀ ਕਾਫ਼ੀ ਨਹੀਂ ਮਿਲਦੇ ਹਨ। ਮਿੱਟੀਆਂ ਗਠਨ ਵਿਚ ਰੇਤਲੀ ਦੋਮਟ, ਦੋਮਟ ਤੋਂ ਗਾਰ (Loam to silt) ਜਾਂ ਚੀਕਣੀ ਦੋਮਟ ਹਨ। ਇਹ ਬਰੀਕ ਕਣਾਂਵਾਲੀ (fine grained) ਦੋਮਟ ਮਿੱਟੀ ਹੈ। ਦੱਖਣ-ਪੱਛਮੀ ਪੰਜਾਬ ਦੀਆਂ ਮਿੱਟੀਆਂ ਟੈਕਸੋਮੀ ਅਨੁਸਾਰ ਕੈਂਬੋਰਥਿੱਡਜ਼ ਜਾਂ ਕੈਲਸੀ ਔਰਥਿੱਡਜ਼ ਹਨ ਅਤੇ ਅਰਧ-ਖੁਸ਼ਕ ਅਤੇ ਉਪ-ਤਰ ਮੱਧਵਰਤੀ ਪੰਜਾਬ ਵਿਚ ਇਹ ਅਸਟੋਚਰੈਪਟਸ ਹਨ। pH ਕੀਮਤ 7.8 ਤੋਂ 8.5 ਹੈ। **ਮਾਲਵਾ ਵਿਚ ਮਿੱਟੀਆਂ ਚੂਨੇਦਾਰ** ਹਨ ਜਿਥੇ ਅਧੋਭੂਮੀ (subsoil) ਵਿਚ ਇਕ ਮੀਟਰ ਦੀ ਡੂੰਘਾਈ ਤਕ ਕੰਕਰ ਪਾਏ ਜਾਂਦੇ ਹਨ। **ਬਿਸਤ ਦੋਆਬ ਅਤੇ ਅਪਰ ਬਾਰੀ ਦੋਆਬ ਵਿਚ ਇਹ ਮਿੱਟੀਆਂ ਗ਼ੈਰ ਚੂਨੇਦਾਰ ਹਨ** ਪ੍ਰੰਤੂ ਅਧੋ ਭੂਮੀ ਵਿਚ ਚੀਕਣੀ ਮਿੱਟੀ ਜਮ੍ਹਾਂ (concentration) ਨਹੀਂ ਹੁੰਦੀ ਹੈ। ਇਹ ਵਧੀਆ ਅਤੇ ਉਪਜਾਊ ਮਿੱਟੀਆਂ ਹਨ ਭਾਵੇਂ ਇਨ੍ਹਾਂ ਵਿਚ ਨਾਈਟਰੋਜਨ, ਫਾਸਫੋਰਸ ਅਤੇ ਪੋਟਾਸ਼ ਦੀ ਘਾਟ ਹੈ। ਸਿੰਜਾਈ ਨਾਲ ਇਹ ਕਣਕ ਦਾ ਸਭ ਤੋਂ ਵੱਧ ਝਾੜ (yield) ਦਿੰਦੀਆਂ ਹਨ। ਇਹ ਜਲੋੜ ਉੱਤੇ ਵਿਕਸਤ ਬਹੁਤ ਡੂੰਘੀਆਂ ਅਤੇ ਚੰਗੇ ਜਲ ਨਿਕਾਸ ਵਾਲੀਆਂ (well drained) ਕਾਸ਼ਤ ਹੇਠ ਮਿੱਟੀਆਂ ਹਨ। ਇਹ ਵੇਦਕਾਵਾਂ (terraces) ਜਾਂ ਦੁਆਬੇ ਦੀ ਲਗਭਗ ਪੱਧਰੀ ਜ਼ਮੀਨ ਉੱਤੇ ਪਾਈਆਂ ਜਾਂਦੀਆਂ ਹਨ। ਇਨ੍ਹਾਂ ਮਿੱਟੀਆਂ ਵਿਚ ਚਾਵਲ ਦੀ ਕਾਸ਼ਤ ਵੀ ਸ਼ੁਰੂ ਕਰ ਦਿੱਤੀ ਗਈ ਹੈ। ਜ਼ਿਆਦਾ ਸਿੰਜਾਈ ਕਾਰਨ ਕੁਝ ਖਾਰਾਪਨ ਪੈਦਾ ਹੋ ਗਿਆ ਹੈ। ਇਹ ਮਿੱਟੀਆਂ ਕਣਕ, ਮੱਕੀ, ਗੰਨਾ, ਚਾਵਲ, ਸਬਜੀਆਂ ਆਦਿ ਫਸਲਾਂ ਦੀ ਪੈਦਾਵਾਰ ਲਈ ਬਹੁਤ ਲਾਹੇਵੰਦ ਹਨ।

ਦੋਮਟ ਮਿੱਟੀਆਂ (LOAMY SOILS)

ਇਹ ਰਾਜ ਦਾ ਸਭ ਤੋਂ ਵੱਧ ਮਹੱਤਵਪੂਰਣ, ਉਪਜਾਊ ਅਤੇ ਉਤਪਾਦਕ (productive) ਮਿੱਟੀ-ਵਰਗ ਹੈ। ਇਹ ਅਪਰ ਬਾਰੀ ਦੋਆਬ (ਮਾਝਾ) ਅਤੇ ਪੂਰਬੀ ਬਿਸਤ ਦੋਆਬ ਪ੍ਰਦੇਸ਼ ਖਾਸ ਕਰਕੇ ਨਵਾਂਸ਼ਹਿਰ ਜ਼ਿਲ੍ਹੇ ਦੀ ਨਵਾਂਸ਼ਹਿਰ ਤਹਿਸੀਲ ਅਤੇ ਜਲੰਧਰ ਜ਼ਿਲ੍ਹੇ ਦੀ ਨਕੋਦਰ ਤਹਿਸੀਲ ਦੇ ਜ਼ਿਆਦਾਤਰ ਭਾਗਾਂ, ਕਪੂਰਥਲਾ ਜ਼ਿਲ੍ਹੇ ਦੇ ਮੱਧ ਵਰਤੀ ਭਾਗਾਂ ਅਤੇ ਫਗਵਾੜਾ ਤਹਿਸੀਲ ਦੀ ਪ੍ਰਮੁੱਖ ਮਿੱਟੀ ਹੈ। ਮਾਲਵਾ ਦੇ ਮੈਦਾਨ ਵਿਚ ਦੋਮਟ ਮਿੱਟੀ ਦਾ ਵਿਸਥਾਰ ਪੱਛਮੀ ਪਟਿਆਲਾ ਤੀਹਸੀਲ, ਨਾਭਾ ਖੇਤਰ, ਸੰਗਰੂਰ ਖੇਤਰ ਅਤੇ ਮੋਗਾ ਜ਼ਿਲ੍ਹੇ ਦੇ ਦੱਖਣੀ ਭਾਗਾਂ ਵਿਚ ਕਾਫੀ ਹੈ। ਮੁਕਤਸਰ ਜ਼ਿਲ੍ਹੇ ਦੇ ਮੁਕਤਸਰ ਇਲਾਕੇ ਅਤੇ ਬਠਿੰਡਾ ਜ਼ਿਲ੍ਹੇ ਦੇ ਭਗਤਾ ਇਲਾਕੇ ਵਿਚ ਇਸ ਮਿੱਟੀ ਦੇ ਕੁਝ ਛੋਟੇ ਖੇਤਰ (patches) ਪਾਏ ਜਾਂਦੇ ਹਨ। ਇਹ ਮਿੱਟੀਆਂ ਰਾਜ ਦੇ ਇਕ-ਚੁਥਾਈ ਖੇਤਰਫਲ ਵਿਚ ਪਾਈਆਂ ਜਾਂਦੀਆਂ ਹਨ।

ਟੈਕਸੌਨੋਮੀ ਵਰਗੀਕਰਣ ਵਿਚ ਇਹ ਪੰਜਾਬ ਦੇ ਉਪ-ਤਰ ਖੰਡ (Usticzone) ਦੀਆਂ ਅਸਟੋਚਰੈਪਟਸ (Ustochrepts) ਮਿੱਟੀਆਂ ਹਨ। ਇਨ੍ਹਾਂ ਮਿੱਟੀਆਂ ਦੀ ਗਠਨ (texture) ਰੇਤਲੀ ਦੋਮਟ (sandy loam) ਤੋਂ ਚੀਕਣੀ ਦੋਮਟ ਹੈ ਜਿਸ ਵਿਚ ਕਾਫੀ ਗਾਰ (silt) ਵੀ ਹੈ। ਇਹ ਮਿੱਟੀਆਂ ਉੱਤਰ-ਪੱਛਮ ਵੱਲ ਅੰਮ੍ਰਿਤਸਰ ਅਤੇ ਗੁਰਦਾਸਪੁਰ ਜ਼ਿਲ੍ਹਿਆਂ ਵਿਚ ਚੀਕਣੀ ਮਿੱਟੀ (clayey) ਬਣ ਜਾਂਦੀਆਂ ਹਨ। ਇਹ ਡੂੰਘੀਆਂ ਅਤੇ ਬਰੀਕ ਕਣਾਂ ਵਾਲੀਆਂ ਮਿੱਟੀਆਂ ਹਨ ਜੋ ਉਪ-ਤਰ (sub-moist) ਅਤੇ ਕੋਸ਼ਣ ਤੋਂ ਨਿੱਘੇ (cool to warm) ਸੀਤੋਸ਼ਣ ਜਲਵਾਯੂ ਅਧੀਨ ਵਿਕਸਤ ਹੋਈਆਂ ਹਨ। ਸਾਲਾਨਾ ਔਸਤ ਵਰਖਾ 50 ਤੋਂ 100 ਸੈਂ.ਮੀ. ਵਿਚਕਾਰ ਹੈ ਅਤੇ ਸਲਾਨਾ ਔਸਤ ਤਾਪਮਾਨ 24°C ਦੇ ਲਗਭਗ ਹੈ। ਬਨਸਪਤੀ ਉਪ-ਊਸ਼ਣ ਪੱਤਝੜੀ ਅਤੇ ਘਾਹ ਰਹੀ ਹੈ। ਮਿੱਟੀ ਦੇ ਚੰਗੀ ਤਰ੍ਹਾਂ ਵਿਕਸਤ ਪ੍ਰੋਫਾਈਲਜ਼ ਅਤੇ ਗੇਰੂਆ ਐਪੀਪੀਡਾਨ (Ochric epipedon) ਹਨ। ਇਨ੍ਹਾਂ ਵਿਚ ਡੂੰਘਾਈ ਦੇ ਵਧਣ ਨਾਲ ਚੀਕਣੀ ਮਿੱਟੀ ਦੇ ਜਮ੍ਹਾਂ ਹੋਣ ਦੀ ਮਾਤਰਾ ਵਿਚ ਵਾਧਾ ਹੁੰਦਾ ਹੈ। ਇਹ ਇਲੂਵੀਏਸ਼ਨ (illuviation) ਦਾ ਨਤੀਜਾ ਹੈ। ਹੈਪਲਸਟਲਫਸ (Haplustalfs) ਪ੍ਰਮੁੱਖ ਮਿੱਟੀ ਵਰਗ ਹੈ ਜਿਸ ਵਿਚ pH ਕੀਮਤ ਸੱਤਹ ਦੇ ਨੇੜੇ 8 ਤੋਂ ਬੀ ਖਣਿਜ ਵਿਚ 7.8 ਤੱਕ ਘਟ ਜਾਂਦੀ ਹੈ। ਮਿੱਟੀਆਂ ਦਾ ਰੰਗ **ਭੂਰੇ ਤੋਂ ਗੂੜ੍ਹਾ ਪੀਲਾ ਭੂਰਾ** (brown to dark yellowish brown) ਹੈ ਅਤੇ ਇਹ **ਭੁਰਭਰੀ** (friable) ਅਤੇ **ਚੰਗੇ ਜਲ ਨਿਕਾਸ ਵਾਲੀ ਮਿੱਟੀ ਹੈ।** ਗੁਰਦਾਸਪੁਰ ਜ਼ਿਲ੍ਹੇ ਅਤੇ ਅੰਮ੍ਰਿਤਸਰ ਜ਼ਿਲ੍ਹੇ ਦੇ ਉੱਤਰੀ ਭਾਗਾਂ ਵਿਚ ਇਹ ਮਿੱਟੀ ਗ਼ੈਰ-ਚੂਨੇਦਾਰ (non-calcareous) ਹੈ। ਕਣਕ ਅਤੇ ਚਾਵਲਾਂ ਦੀਆਂ ਫਸਲਾਂ ਲਈ ਇਨ੍ਹਾਂ ਮਿੱਟੀਆਂ 'ਤੇ ਬਹੁਤ ਕਾਸ਼ਤ ਕੀਤੀ ਜਾਂਦੀ ਹੈ।

ਚੋਆਂ ਜਾਂ ਛੋਟੀਆਂ ਨਦੀਆਂ ਦੇ ਹੜ੍ਹਾਂ ਅਤੇ ਜ਼ਿਆਦਾ ਸਿੰਜਾਈ ਕਾਰਨ ਪੱਛਮੀ ਅੰਮ੍ਰਿਤਸਰ ਜ਼ਿਲ੍ਹੇ, ਗੁਰਦਾਸਪੁਰ ਜ਼ਿਲ੍ਹੇ ਦੀ ਬਟਾਲਾ ਤਹਿਸੀਲ ਦੇ ਦੱਖਣ-ਪੱਛਮੀ ਭਾਗਾਂ, ਫਗਵਾੜਾ ਤਹਿਸੀਲ ਵਿਚ ਚਿੱਟੀ ਬੇਈਂ ਦੇ ਉਪਰਲੇ ਖੇਤਰ ਵਿਚ, ਜਲੰਧਰ ਜ਼ਿਲ੍ਹੇ ਦੀ ਨਕੋਦਰ ਤਹਿਸੀਲ, ਸ਼.ਭ.ਸ. ਨਗਰ ਜ਼ਿਲ੍ਹੇ ਦੀ ਨਵਾਂਸ਼ਹਿਰ ਤਹਿਸੀਲ ਦੇ ਕੁਝ ਭਾਗਾਂ, ਕਪੂਰਥਲਾ ਜ਼ਿਲ੍ਹੇ ਦੇ ਮੱਧਵਰਤੀ ਭਾਗਾਂ ਅਤੇ ਮਾਲਵਾ ਮੈਦਾਨ ਵਿਚ ਇਹ ਮਿੱਟੀਆਂ ਕੁਝ ਖਾਰੀਆਂ ਜਾਂ ਸੋਡਿਕ ਹੋ ਗਈਆਂ ਹਨ। ਇਥੇ ਪੱਧਰੇ ਇਲਾਕਿਆਂ ਵਿਚ ਮਿੱਟੀ ਚੀਕਣੀ ਦੋਮਟ ਜਾਂ ਚੀਕਣੀ ਮਿੱਟੀ ਹੈ। ਚਾਵਲ ਮੁੱਖ ਫਸਲ ਹੈ। ਪੱਧਰੇ ਮੈਦਾਨਾਂ ਦੇ ਕੁੱਝ ਨੀਵੇਂ ਭਾਗਾਂ ਵਿਚ ਜੋ ਮਿੱਟੀਆਂ ਪਾਈਆਂ ਜਾਂਦੀਆਂ ਹਨ ਉਹ ਗਠਨ ਅਨੁਸਾਰ ਚੀਕਣੀ ਦੋਮਟ ਤੋਂ ਗਾਰਵਾਲੀ ਚੀਕਣੀ ਦੋਮਟ (Silty clay loam) ਹੈ ਅਤੇ ਇਨ੍ਹਾਂ ਦਾ ਰੰਗ ਭੂਰੇ ਪੀਲੇ ਤੋਂ ਮਟਿਆਲਾ ਭੂਰਾ (grey brown) ਹੈ। ਇਹ ਉਪਜਾਊ ਮਿੱਟੀਆਂ ਹਨ ਜੋ ਚਾਵਲ, ਕਣਕ, ਗੰਨਾ ਅਤੇ ਸਬਜੀਆਂ ਦੀ ਕਾਸ਼ਤ ਦੇ ਯੋਗ ਹਨ।

ਹੜ੍ਹ ਦੇ ਮੈਦਾਨ ਜਾਂ ਬੇਟ ਦੀਆਂ ਮਿੱਟੀਆਂ (FLOOD PLAIN OR BET SOILS)

ਇਹ ਰਾਜ ਦੇ ਦਰਿਆਵਾਂ, ਨਦੀਆਂ ਜਾਂ ਚੋਆਂ ਦੇ ਹੜ੍ਹ ਦੇ ਮੈਦਾਨਾਂ ਜਾਂ ਆਵਰਤੀ ਹੜ੍ਹ ਖੇਤਰਾਂ (periodically flooded areas) ਦੀਆਂ ਖੱਦਰ ਮਿੱਟੀਆਂ (Khadar soils) ਹਨ। ਇਹ **ਦਰਿਆਵਾਂ ਦੇ ਵਹਿਣਾਂ ਦੇ ਦੋਨੋਂ ਪਾਸੀਂ ਲੰਬੂਤਰੀਆਂ ਪੇਟੀਆਂ** ਦੇ ਰੂਪ ਵਿਚ ਦਰਿਆ ਸਤਲੁਜ, ਬਿਆਸ, ਰਾਵੀ ਅਤੇ ਘੱਗਰ ਦੇ ਨਾਲ ਪਾਈਆਂ ਜਾਂਦੀਆਂ ਹਨ (ਨਕਸ਼ਾ ਨੰ. 26)। ਦਰਿਆ ਸਤਲੁਜ ਦੇ

ਖੱਬੇ ਕਿਨਾਰੇ ਵੱਲ ਰੋਪੜ ਦੇ ਕਸਬੇ ਤੋਂ ਪੱਛਮ ਵੱਲ ਫਾਜ਼ਿਲਕਾ ਦੇ ਕਸਬੇ ਤਕ ਫੈਲੇ ਇਸ ਦੇ ਪੁਰਾਣੇ ਹੜ੍ਹ ਦੇ ਮੈਦਾਨ ਵਿਚ ਜ਼ਿਆਦਾ ਪਰਿਪੱਕ ਬੇਟ ਮਿੱਟੀਆਂ (More matured bet soils) ਦੀ ਇਕ ਚੌੜੀ ਪੇਟੀ ਹੈ। ਇਹ ਪੇਟੀ ਜ਼ੀਰਾ ਅਤੇ ਮੋਗਾ ਤਹਿਸੀਲਾਂ ਵਿਚ ਸਭ ਤੋਂ ਵੱਧ ਵਿਸ਼ਾਲ ਹੈ। ਅਨੰਦਪੁਰ ਸਾਹਿਬ ਅਤੇ ਰੋਪੜ ਖੇਤਰਾਂ ਵਿਚ ਇਸ ਨੂੰ ਬੇਲਾ (Bela) ਕਹਿੰਦੇ ਹਨ। ਕੁਝ ਖੇਤਰਾਂ ਵਿਚ ਇਸ ਨੂੰ ਮੰਡ (Mand) ਵੀ ਕਹਿੰਦੇ ਹਨ। ਬੇਟ ਮਿੱਟੀ ਚੰਗੇ ਜਲ ਨਿਕਾਸ ਵਾਲੀ ਬਹੁਤ ਡੂੰਘੀ ਅਤੇ ਗਠਨ ਵਿਚ ਕਾਫੀ ਵਖਰੇਵੇਂ (Vary widely) ਵਾਲੀ ਮਿੱਟੀ ਹੈ। ਇਹ ਰੇਤਲੀ ਦੋਮਟ ਤੋਂ ਗਾਰ (silt) ਜਾਂ ਚੀਕਣੀ ਦੋਮਟ ਮਿੱਟੀ ਹੈ। ਹੜ੍ਹਾਂ ਕਾਰਨ ਇਹ ਤਹਿਦਾਰ ਅਤੇ ਸਿੱਲ੍ਹੀ ਮਿੱਟੀ ਹੈ। ਇਸ ਵਿਚ ਰੇਤੇ, ਗਾਰ ਅਤੇ ਚੀਕਣੀ ਮਿੱਟੀ ਦੀਆਂ ਵਿਭਿੰਨ ਤਹਿਆਂ ਹਨ। ਰੰਗ ਪੀਲੇ ਤੋਂ ਪੀਲਾ ਭੂਰਾ ਜਾਂ ਭੂਰਾ (brown) ਹੈ। ਇਹ ਨਵੀਆਂ ਵਿਕਸਤ ਹੋਈਆਂ ਮਿੱਟੀਆਂ ਹਨ। ਟੈਕਸੌਨੋਮੀ ਵਰਗੀਕਰਣ ਵਿਚ ਇਨ੍ਹਾਂ ਨੂੰ ਅਸਟੀਫਲੂਵੈਂਟਸ (Ustifluvents) ਜਾਂ ਉਡੀਫਲੂਵੈਂਟਸ (Udifluvents) ਅਤੇ ਅਸਟੀ, ਉਡੀ ਜਾਂ ਟੌਰਿਪਸਾਮੈਂਟਸ ਕਹਿੰਦੇ ਹਨ।

pH ਕੀਮਤ 7 ਤੋਂ 8.4 ਹੈ ਅਤੇ ਇਸ ਵਿਚ ਜੀਵ ਅੰਸ਼ ਘੱਟ ਅਤੇ ਅਨਿਯਮਤ ਹਨ। ਜਲੋੜ ਦੇ ਸਰੋਤ (source of alluvium) ਅਨੁਸਾਰ ਇਹ ਮਿੱਟੀ ਚੂਨੇਦਾਰ ਜਾਂ ਗ਼ੈਰ-ਚੂਨੇਦਾਰ ਹੁੰਦੀ ਹੈ। ਕੁਝ ਥਾਵਾਂ 'ਤੇ ਇਹ ਮਿੱਟੀਆਂ ਕੇਵਲ ਸੱਤਹ ਉੱਤੇ ਖਾਰੀਆਂ ਹਨ। ਇਹ ਦਰਮਿਆਨੇ ਤੋਂ ਉੱਚੇ ਉਪਜਾਊਪਣ ਵਾਲੀ ਮਿੱਟੀ ਹੈ ਅਤੇ ਚਾਵਲ, ਕਣਕ, ਗੰਨਾ ਅਤੇ ਸਬਜ਼ੀਆਂ ਦੀ ਕਾਸ਼ਤ ਦੇ ਯੋਗ ਹੈ।

ਕੰਢੀ ਦੀਆਂ ਮਿੱਟੀਆਂ (KANDI SOILS)

ਕੰਢੀ ਅਤੇ ਘਾੜ ਦੇ ਲਹਿਰਦਾਰ (rolling) ਤਲਹੱਟੀ ਦੇ ਮੈਦਾਨ ਅਤੇ ਇਸ ਤੋਂ ਅੱਗੇ ਚੋਆਂ ਰਾਹੀਂ ਕਟੇ-ਫਟੇ ਅਤੇ ਬਣਾਏ ਹੜ੍ਹ ਦੇ ਮੈਦਾਨ (Cover flood Plain) ਵਿਚ ਖੁਰਦਰੇ, ਨਦੀਕ੍ਰਿਤ (fluvial) ਅਪਰਦਨ (erosional) ਅਤੇ ਨਿਖੇਪਣ (depositional) ਦੀਆਂ ਮਿੱਟੀਆਂ ਹਨ ਜੋ **ਨਦੀਆਂ ਦੀ ਪ੍ਰਕਿਰਿਆ ਕਾਰਨ ਤਹਿਦਾਰ ਹਨ।** ਮਿੱਟੀਆਂ ਦਾ ਗਠਨ ਰੇਤਲਾ, ਰੇਤਲੀ ਦੋਮਟ, ਗਾਰ ਦੋਮਟ, ਚੀਕਣੀ ਗਾਰ ਤੇ ਬਜਰੀਦਾਰ (gravelly) ਹੈ। ਪੂਰਬ ਵਿਚ ਸ਼ਿਵਾਲਕ ਪਹਾੜੀਆਂ ਵਲ ਗਠਨ ਜ਼ਿਆਦਾ ਖੁਰਦਰਾ ਅਤੇ ਉਘੜ-ਦੁਘੜ (rougher) ਬਣਦਾ ਜਾਂਦਾ ਹੈ ਮਿੱਟੀ ਵਿਚ ਕੰਕਰ, ਗੀਟੇ ਅਤੇ ਕਾਂਗਲੋਮੀਰੇਟ ਜ਼ਿਆਦਾ ਹਨ। ਇਹ **ਮਿੱਟੀਆਂ ਨਵੀਆਂ (young) ਅਤੇ ਤਹਿਦਾਰ ਹਨ।** ਇਹ ਮਿੱਟੀਆਂ ਪਠਾਨਕੋਟ ਜ਼ਿਲ੍ਹੇ ਦੀ ਪਠਾਨਕੋਟ ਤਹਿਸੀਲ, ਹੁਸ਼ਿਆਰਪੁਰ, ਸ਼.ਭ.ਸ. ਨਗਰ ਅਤੇ ਰੂਪਨਗਰ ਜ਼ਿਲ੍ਹਿਆਂ ਦੇ ਜ਼ਿਆਦਾਤਰ ਭਾਗਾਂ ਅਤੇ ਪਟਿਆਲਾ ਜ਼ਿਲ੍ਹੇ ਦੀ ਰਾਜਪੁਰਾ ਤਹਿਸੀਲ ਦੇ ਪੂਰਬੀ ਭਾਗਾਂ ਵਿਚ ਪਾਈਆਂ ਜਾਂਦੀਆਂ ਹਨ। ਕੰਢੀ ਵਿਚ ਪਹਾੜੀਆਂ ਦੇ ਨਾਲ, ਮੌਸਮੀ (ਬਰਸਾਤੀ) ਨਦੀਆਂ ਦੇ ਨਾਲ-ਨਾਲ, ਚੋਆਂ ਦੇ ਵਹਿਣਾਂ ਵਿਚ ਅਤੇ ਜਲੋੜੀ ਪੱਖਿਆਂ ਉਪਰ ਅਸਟੀਪਸਾਮੈਂਟਸ (Ustipsaments) (ਨਦੀਕ੍ਰਿਤ) ਮਹੱਤਵਪੂਰਣ ਮਿੱਟੀਆਂ ਹਨ। ਇਹ ਡੂੰਘੀਆਂ, ਗ਼ੈਰ-ਚੂਨੇਦਾਰ ਤੋਂ ਸਾਧਾਰਨ ਚੂਨੇਦਾਰ, ਮੁਸਾਮਦਾਰ (porous) ਅਤੇ ਇਕਹਿਰੇ (single) ਅਤੇ **ਖੁਰਦਰੇ ਕਣਾਂ ਵਾਲੀਆਂ ਮਿੱਟੀਆਂ** ਹਨ। ਇਨ੍ਹਾਂ ਵਿਚ **ਪ੍ਰੋਫਾਈਲ ਦਾ ਵਿਕਾਸ ਨਹੀਂ ਹੋਇਆ** ਹੁੰਦਾ। ਇਹ ਸ਼ਿਵਾਲਕ ਤੋਂ ਆਉਣ ਵਾਲੇ ਅਨੇਕਾਂ ਚੋਆਂ ਰਾਹੀਂ ਨਿਖੇਪ ਕੀਤੀਆਂ ਗਈਆਂ ਸਨ। ਇਹ ਭਾਬਰ ਪ੍ਰਦੇਸ਼ ਦੀ ਨੁਮਾਇੰਦਗੀ ਕਰਦੀਆਂ ਹਨ। ਇਹ ਮਿੱਟੀਆਂ **ਬੁਰੀ ਤਰ੍ਹਾਂ ਨਾਲ ਅਪਰਦਿਤ (badly eroded) ਹੋਈਆਂ ਹਨ**, ਇਹ ਘੱਟ ਉਤਪਾਦਕ ਹਨ ਅਤੇ ਖੁਸ਼ਕ ਖੇਤੀ (dry farming) ਦੇ ਯੋਗ ਹਨ। ਪਹਾੜਾਂ ਦੇ ਨੇੜੇ ਚੀਕਣੀ ਦੋਮਟ ਮਿੱਟੀ ਮਹੱਤਵਪੂਰਣ ਹੈ। ਇਨ੍ਹਾਂ ਦਾ ਵਿਸਥਾਰ ਘੱਟ ਹੈ ਅਤੇ ਇਹ ਟੁਕੜਿਆਂ (patches) ਦੇ ਰੂਪ ਵਿੱਚ ਪਿੰਡ ਦੀ ਆਬਾਦੀ (village site) ਦੇ ਆਲੇ-ਦੁਆਲੇ 'ਗੋਇਰਾ', 'ਲਹਿੜੀ' ਜਾਂ 'ਨਿਆਈਂ' ਵਿਚ ਅਤੇ ਖਿਲਰਵੇਂ ਟੁਕੜਿਆਂ ਦੇ ਰੂਪ (scattered patches) ਵਿਚ ਪਿੰਡ ਦੀ ਹੋਰ ਜ਼ਮੀਨ ਵਿਚ ਵੀ ਪਾਈਆਂ ਜਾਂਦੀਆਂ ਹਨ। ਇਹ ਉਪਜਾਊ ਮਿੱਟੀਆਂ ਹਨ ਅਤੇ ਸਾਲ ਵਿਚ ਦੋ ਫਸਲਾਂ ਪੈਦਾ ਕਰਦੀਆਂ ਹਨ।

ਹੋਰ ਪੱਛਮ ਵਲ ਦਸੂਹਾ-ਹੁਸ਼ਿਆਰਪੁਰ-ਗੜ੍ਹਸ਼ੰਕਰ ਸੜਕ ਤੋਂ ਪੱਛਮ ਵਿਚ ਹੁਸ਼ਿਆਰਪੁਰ ਅਤੇ ਸ਼.ਭ.ਸ. ਨਗਰ (ਨਵਾਂਸ਼ਹਿਰ) ਜ਼ਿਲ੍ਹਿਆਂ ਦੇ ਸਰਹੱਦੀ ਖੇਤਰਾਂ ਅਤੇ ਨੂਰਪੁਰ ਬੇਦੀ ਬਲਾਕ, ਖਰੜ ਤਹਿਸੀਲ, ਕੁਰਾਲੀ ਤੇ ਖਰੜ ਬਲਾਕਾਂ (ਐਸ.ਏ.ਐਸ. ਨਗਰ ਜ਼ਿਲ੍ਹਾ) ਅਤੇ ਮੋਹਾਲੀ ਜ਼ਿਲ੍ਹੇ ਦੀ ਡੇਰਾ ਬਸੀ ਤਹਿਸੀਲ ਦੇ ਡੇਰਾ ਬਸੀ ਇਲਾਕੇ ਵਿਚ ਸ਼ਿਵਾਲਕ ਪਹਾੜੀਆਂ ਅਤੇ ਕੰਢੀ ਦੇ ਵਿਭਿੰਨ

ਚੋਆਂ ਦੇ ਹੜ੍ਹ ਦੇ ਮੈਦਾਨ (Cover Flood Plain) ਪਾਏ ਜਾਂਦੇ ਹਨ। ਇਥੇ ਹਮੇਸ਼ਾ ਖਿਸਕਣ ਵਾਲੇ (evershifting) ਚੋਆਂ ਨੇ ਰੇਤੇ, ਗਾਰ ਅਤੇ ਚੀਕਣੀ ਮਿੱਟੀ ਦੀਆਂ ਵੱਖ-ਵੱਖ ਤਹਿਆਂ ਨਿਖੇਪ ਕੀਤੀਆਂ ਹੋਈਆਂ ਹਨ ਜੋ ਵਿਭਿੰਨ ਸ਼ੇਡ ਦੀਆਂ ਦੋਮਟ ਮਿੱਟੀਆਂ ਹਨ। ਇਹ ਤਹਿਦਾਰ ਅਸਟੀਫਲੂਵੈਂਟਸ ਅਤੇ ਸੰਬੰਧਤ ਅਸਟੀਪਸਾਮੈਂਟਸ ਅਤੇ ਤਹਿਦਾਰ ਮਿੱਟੀਆਂ ਹਨ। ਇਹ ਬਹੁਤ ਡੂੰਘੀਆਂ, ਹਲਕੇ ਪੀਲੇ ਤੋਂ ਪੀਲੇ ਭੂਰੇ ਰੰਗ ਦੀਆਂ ਚੰਗੇ ਜਲ ਨਿਕਾਸ ਵਾਲੀਆਂ ਨਵੀਆਂ ਅਤੇ ਤਹਿਦਾਰ ਮਿੱਟੀਆਂ ਹਨ। ਇਨ੍ਹਾਂ ਵਿਚ ਜੀਵੀ ਕਾਰਬਨ (organic carbon) ਦੀ ਘਾਟ ਹੈ ਅਤੇ ਇਹ ਸਾਧਾਰਣ ਉਪਜਾਊ ਮਿੱਟੀਆਂ ਹਨ। ਸਿੰਜਾਈ ਦੇ ਆਉਣ ਨਾਲ ਇਨ੍ਹਾਂ ਦੀ ਖੇਤੀ ਮਹੱਤਤਾ ਵਧ ਗਈ ਹੈ।

ਮਟਿਆਲੀ-ਭੂਰੀ ਪੌਡਜ਼ੌਲਿਕ ਅਤੇ ਜੰਗਲੀ ਮਿੱਟੀਆਂ (GREY-BROWN PODZOLIC AND FOREST SOILS)

ਪਠਾਨਕੋਟ ਜ਼ਿਲ੍ਹੇ ਦੀ ਧਾਰ ਕਲਾਂ ਤਹਿਸੀਲ ਅਤੇ ਹੁਸ਼ਿਆਰਪੁਰ, ਸ਼.ਭ.ਸ. ਨਗਰ ਅਤੇ ਰੂਪਨਗਰ ਜ਼ਿਲ੍ਹਿਆਂ ਦੇ ਸ਼ਿਵਾਲਕ ਪਹਾੜੀ ਖੇਤਰ ਦੀਆਂ ਮਿੱਟੀਆਂ **ਪਥਰੀਲੀਆਂ** (stony), **ਬਜਰੀਦਾਰ** (gravelly) ਅਤੇ **ਰੇਤਲੀਆਂ** (sandy) ਹਨ। ਇਹ ਮਿੱਟੀਆਂ ਝਾੜੀ ਅਤੇ ਪੱਤਝੜੀ ਜੰਗਲਾਂ (deciduous forests), ਤਿੱਖੀਆਂ ਢਲਾਨਾਂ ਅਤੇ ਉੱਬੜ-ਖਾਬੜ ਧਰਾਤਲ, ਕਾਫੀ ਪਾਣੀ ਅਪਰਦਨ, ਘੱਟ ਉੱਚੇ ਤਾਪਮਾਨ ਅਤੇ 100 ਸੈਂ.ਮੀ. ਤੋਂ ਜ਼ਿਆਦਾ ਔਸਤ ਸਲਾਨਾ ਵਰਖਾ ਦੀਆਂ ਹਾਲਤਾਂ ਵਿਚ ਵਿਕਸਤ ਹੋਈਆਂ ਹਨ। ਮਿੱਟੀਆਂ ਦਾ **ਰੰਗ ਲਾਲਗੀ ਵਾਲੇ ਭੂਰੇ** (reddish brown) ਤੋਂ **ਜ਼ੈਤੂਨੀ ਭੂਰਾ** (Olive brown) ਹੈ। ਇਹ **ਪਤਲੀਆਂ** (thin) ਅਤੇ **ਘੱਟ ਵਿਕਸਤ** (poorly developed) ਮਿੱਟੀਆਂ ਹਨ। ਪ੍ਰੰਤੂ ਚੋਅ ਘਾਟੀਆਂ ਵਿਚ ਨਿਖੇਪਤ ਰੇਤਲੀਆਂ ਤੋਂ ਜਲੋੜ੍ਹੀ ਮਿੱਟੀਆਂ ਪਾਈਆਂ ਜਾਂਦੀਆਂ ਹਨ। ਘਾਟੀ ਵਰਗੇ ਪੱਧਰੇ ਇਲਾਕਿਆਂ ਅਤੇ ਆਨੰਦਪੁਰ ਸਾਹਿਬ ਤਹਿਸੀਲ ਦੇ 'ਚੰਗਰ' ਖੇਤਰ ਦੇ ਚੌੜੇ ਉੱਚੇ ਭਾਗਾਂ (broad uplands) ਅਤੇ ਮੋਹਾਲੀ ਜ਼ਿਲ੍ਹੇ ਦੀ ਖਰੜ ਤਹਿਸੀਲ ਦੇ 'ਘਾੜ' ਪ੍ਰਦੇਸ਼ ਦੀਆਂ ਚੋਅ ਵੇਦਕਾਵਾਂ (Choe terraces) ਵਿਚ ਵਧੀਆ ਅਤੇ ਜ਼ਿਆਦਾ ਉਤਪਾਦਕ ਦੋਮਟ ਅਤੇ ਚੀਕਣੀ ਮਿੱਟੀ ਪਾਈ ਜਾਂਦੀ ਹੈ। ਆਮ ਕਰਕੇ ਪਹਾੜੀ ਮਿੱਟੀਆਂ ਘੱਟ ਉਪਜਾਊ ਅਤੇ **ਤੇਜ਼ਾਬੀ** ਹਨ ਅਤੇ ਇਨ੍ਹਾਂ ਦੀ ਬੀ ਖਤਿਜ ਕੌਂਬਿਕ (Combic) ਜਾਂ ਚੀਕਣੀ ਮਿੱਟੀ ਵਿਚ ਭਰਪੂਰ ਹੁੰਦੀ ਹੈ। ਅਜਿਹੀਆਂ ਮਿੱਟੀਆਂ ਦਰਖਤ ਜਾਂ ਝਾੜੀ ਫਸਲਾਂ (tree or bush crops) ਦੀ ਕਾਸ਼ਤ ਦੇ ਯੋਗ ਹਨ। ਇਹ ਮਿੱਟੀਆਂ **ਪੌਡਜ਼ੌਲ ਮਿੱਟੀ ਬਣਨ ਦੀ ਪ੍ਰਕਿਰਿਆ** (podsolisation) **ਦੀਆਂ ਵਿਭਿੰਨ ਅਵਸਥਾਵਾਂ** ਵਿਚ ਹਨ ਅਤੇ ਇਨ੍ਹਾਂ ਵਿਚ ਰੇਤਾ ਜ਼ਿਆਦਾ ਹੈ ਅਤੇ ਇਹ ਪੱਥਰੀਲੀਆਂ ਅਤੇ ਕੰਕਰੀਲੀਆਂ (pebbly) ਹਨ। ਪਹਾੜੀਆਂ ਦੇ ਨੇੜੇ ਅਤੇ ਪਹਾੜੀ ਵਧਾਵਾਂ (spurs) ਜਾਂ ਪਹਾੜੀ ਢਲਾਨਾਂ ਉੱਤੇ ਦੋਮਟ ਜਾਂ ਰੇਤੇ ਮਿਲੀਆਂ ਪੱਥਰੀਲੀਆਂ ਮਿੱਟੀਆਂ ਜ਼ਿਆਦਾਤਰ ਪਾਈਆਂ ਜਾਂਦੀਆਂ ਹਨ।

ਸੌਡਿਕ ਅਤੇ ਖਾਰੀਆਂ ਮਿੱਟੀਆਂ (SODIC AND SALINE SOILS)

ਜਲਵਾਯੂ ਅਤੇ ਸੱਥਲਾਕ੍ਰਿਤੀ ਕਾਰਨ ਅਤੇ ਮਨੁੱਖੀ ਕਿਰਿਆਵਾਂ ਅਤੇ ਭੈੜੇ ਪ੍ਰਬੰਧ (mismanagement) ਕਾਰਨ ਵੀ ਮਿੱਟੀਆਂ ਵਿਚ ਕਈ ਪ੍ਰਕਾਰ ਦੇ ਅਤੇ ਦਰਜੇ (degree) ਦੇ ਵਿਗਾੜ (degradation) ਵਿਸ਼ੇਸ਼ ਕਰਕੇ ਖਾਰੇਪਨ (Salinity) ਅਤੇ ਸੌਡਿਸਟੀ (Sodicity) (ਰਸਾਇਣਕ ਵਿਗਾੜ) ਪੈਦਾ ਹੋ ਜਾਂਦੇ ਹਨ। **ਮਿੱਟੀ ਵਿਚ ਘੁਲਣਸ਼ੀਲ ਲੂਣਾਂ ਦੀ ਉੱਚੀ ਮਾਤਰਾ** (0.2 **ਪ੍ਰਤੀਸ਼ਤ ਤੋਂ ਜ਼ਿਆਦਾ) ਦੀ ਮੌਜੂਦਗੀ ਨੂੰ ਖਾਰਾਪਨ ਕਹਿੰਦੇ ਹਨ** ਜਿਸ ਕਾਰਨ ਪੌਦਿਆਂ ਲਈ ਖਾਰੀਆਂ ਮਿੱਟੀਆਂ ਤੋਂ ਪਾਣੀ ਚੂਸਣਾ ਮੁਸ਼ਕਲ ਹੋ ਜਾਂਦਾ ਹੈ। ਮਿੱਟੀ ਵਿਚ ਲੂਣ ਮਿੱਟੀ ਜਲ (soil water) ਦੇ ਨਾਲ-ਨਾਲ ਉੱਪਰ ਅਤੇ ਹੇਠ ਵਲ ਚੱਲਦੇ ਹਨ। pH ਕੀਮਤਾਂ ਆਮ ਕਰਕੇ 7.3 ਅਤੇ 8.5 ਵਿਚਕਾਰ ਰਹਿੰਦੀਆਂ ਹਨ ਅਤੇ ਮਿੱਟੀਆਂ ਦੀ ਪ੍ਰਤੀਕਿਰਿਆ (reaction) **ਉਦਾਸੀਨ** (neutral) ਹੈ। **ਸੌਡਿਕ ਮਿੱਟੀਆਂ ਵਿਚ ਸੋਡੀਅਮ ਲੂਣ ਦੀ ਉੱਚੀ ਪ੍ਰਤੀਸ਼ੱਤਤਾ** (15 ਪ੍ਰਤੀਸ਼ਤ ਤੋਂ ਜ਼ਿਆਦਾ) **ਹੁੰਦੀ ਹੈ,** pH ਕੀਮਤ 8.3 ਤੋਂ ਜ਼ਿਆਦਾ ਹੁੰਦੀ ਹੈ ਅਤੇ **ਪ੍ਰਤੀਕਿਰਿਆ ਤੇਜ਼ ਖਾਰੀ ਹੁੰਦੀ ਹੈ।** ਅਜਿਹੀਆਂ ਮਿੱਟੀਆਂ ਵਿਚ ਵਿੱਖਰੇ ਹੋਏ ਮਿੱਟੀ ਦੇ ਕਣ (Colliods) ਅਤੇ ਨੀਵੀਂ ਪ੍ਰਵੇਸ਼ ਯੋਗਤਾ (permeability) ਹੁੰਦੀ ਹੈ। ਅਜਿਹੀ ਮਿੱਟੀ ਵਿਚ ਪੌਦਿਆਂ ਦਾ ਉਗਾਅ ਘੱਟ ਹੁੰਦਾ ਹੈ

ਜਾਂ ਹੁੰਦਾ ਹੀ ਨਹੀਂ। ਮਨੁੱਖ ਦੇ ਲਾਲਚ, ਵੱਡੀਆਂ ਗਲਤੀਆਂ ਅਤੇ ਭੈੜੇ ਪ੍ਰਬੰਧ ਕਾਰਨ ਪੰਜਾਬ ਦੇ **ਕਾਫੀ ਵੱਡੇ ਇਲਾਕੇ ਦੀਆਂ ਮਿੱਟੀਆਂ ਖਾਰੀਆਂ ਜਾਂ ਸੌਡਿਕ ਬਣ ਗਈਆਂ ਹਨ।** ਖਾਰੀਆਂ ਅਤੇ ਸੌਡਿਕ ਮਿੱਟੀਆਂ ਮੁੱਖ ਤੌਰ 'ਤੇ **ਵੇਦਕਾਵਾਂ** (terraces) ਦੀਆਂ **ਨੀਵੀਆਂ ਧਰਾਤਲੀ ਸਥਿਤੀਆਂ** (lower topographic positions), **ਟੋਇਆਂ** (depressions) ਵਿਚ ਅਤੇ **ਪਾਣੀ ਨਾਲ ਭਰੇ ਵਹਿਣਾਂ ਵਿਚ ਜਿਥੇ ਮਾਨਸੂਨ ਵਰਖਾ ਕਾਰਨ ਹੜ੍ਹ ਆਮ ਆਉਂਦੇ ਹਨ** ਅਤੇ ਨਹਿਰਾਂ, ਡਰੇਨਜ਼ ਅਤੇ ਪਾਣੀ ਵਹਿਣਾਂ (water courses) ਨਾਲ-ਨਾਲ ਜਿਥੇ ਪਾਣੀ ਰਿਸਾਬ (water seepage) ਅਤੇ ਸੇਮ (water logging) ਗੰਭੀਰ ਸਮੱਸਿਆ ਹੈ, ਵਿਚ ਪਾਈਆਂ ਜਾਂਦੀਆਂ ਹਨ। ਖਾਰੀਆਂ ਅਤੇ ਸੌਡਿਕ ਮਿੱਟੀਆਂ ਇਕ ਦੂਜੇ ਦੇ ਨੇੜੇ ਪਾਈਆਂ ਜਾਂਦੀਆਂ ਹਨ ਜਾਂ ਇਨ੍ਹਾਂ ਦੇ ਆਲੇ-ਦੁਆਲੇ ਚੰਗੀਆਂ ਮਿੱਟੀਆਂ ਹੁੰਦੀਆਂ ਹਨ। ਮਾਲਵੇ ਦੇ ਮੈਦਾਨਾਂ ਵਿਚ ਖੁਸ਼ਕ ਅਤੇ ਟੋਇਆਂ ਵਰਗੀਆਂ ਨੀਵੀਆਂ ਸਥਿਤੀਆਂ ਕਾਰਨ (depression like lower positions) ਵੱਡੇ ਇਲਾਕਿਆਂ ਵਿਚ ਮਾਮੂਲੀ ਤੋਂ ਸਾਧਾਰਣ ਖਾਰੀਆਂ ਸੌਡਿਕ ਮਿੱਟੀਆਂ ਪਾਈਆਂ ਜਾਂਦੀਆਂ ਹਨ। ਅਜਿਹੀਆਂ ਮਿੱਟੀਆਂ ਫਾਜ਼ਿਲਕਾ ਜ਼ਿਲ੍ਹੇ ਦੇ ਫਾਜ਼ਿਲਕਾ, ਜਲਾਲਾਬਾਦ, ਗੁਰੂ ਹਰਸਹਾਇ, ਤਲਵੰਡੀ ਭਾਈ ਅਤੇ ਫਿਰੋਜ਼ਪੁਰ ਇਲਾਕਿਆਂ, ਫਰੀਦਕੋਟ ਜ਼ਿਲ੍ਹੇ ਦੀ ਫਰੀਦਕੋਟ ਤਹਿਸੀਲ ਅਤੇ ਮੁਕਤਸਰ ਜ਼ਿਲ੍ਹੇ ਦੇ ਉੱਤਰੀ ਭਾਗਾਂ, ਸੰਗਰੂਰ ਜ਼ਿਲ੍ਹੇ ਦੇ ਭਦੌੜ, ਗੋਵਿੰਦਗੜ੍ਹ ਖੋਖਰ ਇਲਾਕੇ, ਬਠਿੰਡਾ ਜ਼ਿਲ੍ਹੇ ਦਾ ਰਾਮਪੁਰਾ ਫੂਲ ਇਲਾਕਾ, ਮਾਨਸਾ ਜ਼ਿਲ੍ਹੇ ਦੇ ਪੂਰਬੀ ਭਾਗਾਂ (ਭੀਖੀ, ਭੈਣੀ ਬਾਘਾ, ਬਰੇਟਾ, ਬੋਹਾ ਅਤੇ ਬੁਢਲਾਡਾ ਇਲਾਕੇ) ਅਤੇ ਪਟਿਆਲਾ ਜ਼ਿਲ੍ਹੇ ਦੇ ਸਮਾਣਾ, ਘੱਗਰ ਅਤੇ ਦੋਗਲ ਇਲਾਕਿਆਂ ਵਿਚ ਪਾਈਆਂ ਜਾਂਦੀਆਂ ਹਨ। ਖਾਰੀਆਂ/ਸੌਡਿਕ ਮਿੱਟੀਆਂ ਵਾਲੇ ਇਹ ਸਾਰੇ ਇਲਾਕੇ ਬੀਕਾਨੇਰ ਨਹਿਰ, ਸਰਹੰਦ ਨਹਿਰ ਦੀਆਂ ਅਬੋਹਰ, ਬਠਿੰਡਾ, ਘੱਗਰ ਅਤੇ ਕੋਟਲਾ ਬਰਾਂਚਾਂ ਅਤੇ ਭਾਖੜਾ ਨਹਿਰ ਦੇ ਨਾਲ-ਨਾਲ ਜਾਂ ਆਰ-ਪਾਰ ਸਥਿਤ ਹਨ।

ਸੌਡਿਕ ਮਿੱਟੀਆਂ ਦੀ ਪੀ.ਈ.ਐੱਸ.ਪੀ. ਕੀਮਤ ਉੱਚੀ (60 ਤੋਂ 85) ਹੁੰਦੀ ਹੈ, ਮਿੱਟੀ ਦੀ ਬਣਾਵਟ ਪਰਿਜ਼ਮੈਟਿਕ ਤੋਂ ਬਲਾਕੀ ਹੁੰਦੀ ਹੈ, ਐਪੀਪੀਡਾਨ ਗੇਰੂਆਂ (Ochric) ਹੈ ਅਤੇ ਇਹ ਸਾਧਾਰਣ ਤੋਂ ਅਪੂਰਣ (incomplete) ਜਲ ਨਿਕਾਸ ਵਾਲੀਆਂ ਮਿੱਟੀਆਂ ਹਨ। ਇਨ੍ਹਾਂ ਵਿਚ **ਲੂਣ ਸੱਤਹ ਉੱਤੇ ਜਮ੍ਹਾਂ ਹੋ ਜਾਂਦੇ ਹਨ।** ਨਮੀ ਰਜੀਮ ਅਨੁਸਾਰ ਬੀ ਖਤਿਜ ਚੀਕਣੀ ਮਿੱਟੀ ਵਿਚ ਭਰਪੂਰ (ਉਪ-ਤਰ ਰਜੀਮ) ਜਾਂ ਕੈਲਕਿਕ (Calcic) ਜਾਂ ਕੈਂਬਿਕ (ਖੁਸ਼ਕ ਰਜੀਮ) ਹੈ।

ਦੱਖਣ-ਪੱਛਮੀ ਪੰਜਾਬ ਦੀਆਂ ਖਾਰੀਆਂ ਮਿੱਟੀਆਂ ਸੱਤਹੀ ਹੜ੍ਹਾਂ (surface flooding) ਜਾਂ ਭੂਮੀ ਜਲ ਦੇ ਉੱਚੇ ਹੋ ਜਾਣ ਦੇ ਫਲਸਰੂਪ ਹੁਣੇ ਦੀ (recent) ਉੱਤਪਤੀ ਦੀਆਂ ਹਨ। ਗਰਮ ਰੁੱਤ ਦੇ ਤੇਜ਼ ਵਾਸ਼ਪੀਕਰਨ ਦੇ ਸਮੇਂ ਦੇ ਦੌਰਾਨ ਲੂਣ ਸੱਤਾ ਉੱਤੇ ਜਮ੍ਹਾ ਹੋ ਜਾਂਦੇ ਹਨ। ਖਾਰੀਆਂ ਮਿੱਟੀਆਂ ਵਿਚ ਸੱਤਾ ਉੱਤੇ ਈ.ਸੀ.ਈ. ਕੀਮਤ (value) 26 ਤੋਂ 73 ਹੁੰਦੀ ਹੈ। ਵਰਖਾ ਰੁੱਤ ਵਿਚ ਜਲ ਸੱਤਰ ਸੱਤਹ ਤੋਂ ਇਕ ਮੀਟਰ ਦੀ ਡੂੰਘਾਈ ਤਕ ਹੁੰਦਾ ਹੈ। ਸੌਡਿਕ ਮਿੱਟੀਆਂ ਨੂੰ ਸੁਧਾਰਨ ਲਈ ਜਿਪਸਮ ਦੀ ਵਰਤੋਂ ਤੋਂ ਬਾਅਦ ਘੱਟੋ-ਘੱਟ ਤਿੰਨ ਸਾਲਾਂ ਲਈ ਚਾਵਲ-ਕਣਕ ਫਸਲ ਪ੍ਰਣਾਲੀ (Rice-Wheat Cropping System) ਅਪਨਾਉਣੀ ਚਾਹੀਦੀ ਹੈ। ਸੰਗਰੂਰ, ਬਠਿੰਡਾ, ਮਾਨਸਾ, ਫਰੀਦਕੋਟ, ਫਾਜ਼ਿਲਕਾ, ਫਿਰੋਜ਼ਪੁਰ ਅਤੇ ਕਪੂਰਥਲਾ ਜ਼ਿਲ੍ਹਿਆਂ ਦੀਆਂ ਖਾਰ ਨਾਲ ਪ੍ਰਭਾਵਤ ਮਿੱਟੀਆਂ ਲਈ ਡਰੇਨਜ਼ ਬਣਾਕੇ ਭੂਮੀ ਜਲ ਸਤਰ ਵਿਚ ਤਬਦੀਲੀ ਅਤੇ ਇਸ ਤੋਂ ਬਾਅਦ ਭੋਂ-ਵਰਤੋਂ ਵਿਚ ਯੋਗ ਤਬਦੀਲੀ ਦੀ ਸਿਫ਼ਾਰਸ਼ ਕੀਤੀ ਜਾਂਦੀ ਹੈ। ਅੰਮ੍ਰਿਤਸਰ ਅਤੇ ਗੁਰਦਾਸਪੁਰ ਜ਼ਿਲ੍ਹਿਆਂ ਵਿਚ ਦਰਿਆ ਰਾਵੀ ਨਾਲ-ਨਾਲ ਅਤੇ ਕਪੂਰਥਲਾ ਜ਼ਿਲ੍ਹੇ ਦੇ ਦੱਖਣ-ਪੱਛਮੀ ਭਾਗਾਂ ਅਤੇ ਦਰਿਆ ਸਤਲੁਜ ਨਾਲ-ਨਾਲ, ਨਕੋਦਰ (ਜ਼ਿਲ੍ਹਾ ਜਲੰਧਰ) ਅਤੇ ਸੁਲਤਾਨਪੁਰ ਲੋਧੀ (ਜ਼ਿਲ੍ਹਾ ਕਪੂਰਥਲਾ) ਤਹਿਸੀਲਾਂ ਦੇ ਨੀਵੇਂ ਭਾਗਾਂ ਵਿਚ ਗ਼ੈਰ-ਕਾਸ਼ਤ (uncultivated) ਸਾਧਾਰਣ ਤੋਂ ਬਹੁਤ ਜ਼ਿਆਦਾ ਸੌਡਿਕ ਅਤੇ ਖਾਰੀਆਂ ਮਿੱਟੀਆਂ ਪਾਈਆਂ ਜਾਂਦੀਆਂ ਹਨ ਜੋ ਕਿ ਕੁੱਝ ਛੋਟੇ ਖੇਤਰਾਂ ਵਿਚ ਸੇਮ ਵਾਲੀਆਂ ਹਨ। ਇਨ੍ਹਾਂ ਮਿੱਟੀਆਂ ਦਾ ਖਤਿਜ ਸਿਲ੍ਹਾ-ਤਰ ਹੈ (aquic)।

ਮਿੱਟੀ ਅਪਰਦਨ (SOIL EROSION)

ਮਿੱਟੀ ਦਾ ਅਪਰਦਨ ਅਤੇ ਵਿਗਾੜ (degradation), ਭੌਂ ਵਰਤੋਂ (land use) ਅਤੇ ਵਾਤਾਵਰਣ ਨਾਲ ਸੰਬੰਧਤ ਇਕ ਮਹੱਤਵਪੂਰਨ ਸਮੱਸਿਆ ਹੈ। ਇਸ ਦੀਆਂ ਕਈ ਸਿੱਧੀਆਂ ਅਤੇ ਅਸਿੱਧੀਆਂ ਉਲਝਣਾਂ ਤੋਂ ਬਿਨਾਂ ਇਸ ਦਾ ਪ੍ਰਭਾਵ ਮਿੱਟੀਆਂ ਦੀ

ਉਤਪਾਦਕਤਾ (productivity) ਅਤੇ ਉਪਜਾਊਪਨ (fertility) ਜੋ ਕਿ ਖੇਤੀਬਾੜੀ ਮਹੱਤਤਾ ਦਾ ਇਕ ਵੱਡਾ ਕਾਰਕ ਹੈ ਅਤੇ ਪੰਜਾਬ ਵਰਗੇ ਖੇਤੀਬਾੜੀ ਉੱਤੇ ਨਿਰਭਰ ਰਾਜ ਲਈ ਹੋਰ ਵੀ ਜ਼ਿਆਦਾ ਮਹੱਤਵਪੂਰਣ ਹੈ, ਉੱਤੇ ਪੈਂਦਾ ਹੈ। ਪੰਜਾਬ ਦੀ ਇਸ ਸਮੱਸਿਆ ਬਾਰੇ ਸੰਖੇਪ ਵਿਚ ਵਰਣਨ ਹੇਠ ਦਿੱਤਾ ਗਿਆ ਹੈ।

ਗਤੀਸ਼ੀਲ ਸਾਧਨਾਂ (Mobile agents) ਅਤੇ ਮਨੁੱਖੀ ਕਿਰਿਆਵਾਂ ਰਾਹੀਂ ਮਿੱਟੀ ਦੀ ਉਪਰਲੀ ਤਹਿ ਜਾਂ ਮਿੱਟੀ ਦੇ ਕਣਾਂ ਦੇ ਭੌਤਿਕ ਰੂਪ ਵਿਚ ਹਟਾਉਣ ਨੂੰ ਮਿੱਟੀ ਅਪਰਦਨ ਕਹਿੰਦੇ ਹਨ। ਵਗਦਾ ਹੋਇਆ ਪਾਣੀ, ਵਰਖਾ ਅਤੇ ਪੌਣਾਂ ਮੁੱਖ ਗਤੀਸ਼ੀਲ ਸਾਧਨ ਹਨ ਜੋ ਬਨਸਪਤੀ ਕੱਜਣ ਅਤੇ ਨਮੀ ਦੀ ਅਣਹੋਂਦ ਵਿਚ ਮਿੱਟੀ ਅਪਰਦਨ ਕਰਦੇ ਹਨ। ਗੁਰੂਤਾ (gravity) ਅਤੇ ਉਬੜ-ਖਾਬੜ ਧਰਾਤਲ (rugged topography) ਮਿੱਟੀ ਅਪਰਦਨ ਨੂੰ ਤੇਜ਼ ਕਰਦੇ ਹਨ। ਰਸਾਇਣਕ ਤੱਤਾਂ ਅਤੇ ਮਿੱਟੀ ਦੇ ਦੂਜੇ ਖੁਰਾਕ ਅੰਸ਼ਾਂ (nutrients) ਦੇ ਰੂਪ ਵਿਚ ਮੁੱਖ ਤੌਰ 'ਤੇ ਦੋਸ਼ਪੂਰਣ ਪ੍ਰਬੰਧ, ਅਗਿਆਨਤਾ ਅਤੇ ਮਨੁੱਖ ਦੇ ਲਾਲਚ ਕਾਰਨ ਮਿੱਟੀ ਦੇ ਉਪਜਾਊਪਨ ਦੇ ਘਟਣ, ਹਟਣ ਜਾਂ ਮੰਦਾ ਹੋਣ (lowering, removal or deterioration) ਨੂੰ ਮਿੱਟੀ ਦਾ ਵਿਗਾੜ (soil degradation) ਕਹਿੰਦੇ ਹਨ। ਇਹ ਆਮ ਕਰਕੇ ਪਾਣੀ ਰਾਹੀਂ ਸੰਪੰਨ ਹੁੰਦਾ ਹੈ। ਜ਼ਿਆਦਾ ਫਸਲਾਂ ਲੈਣਾ, ਇਕੋ ਫਸਲ ਦਾ ਪੈਦਾ ਕਰਨਾ (monoculture), ਖਾਦਾਂ ਅਤੇ ਕੀੜੇਮਾਰ ਦਵਾਈਆਂ ਦੀ ਜ਼ਿਆਦਾ ਵਰਤੋਂ, ਫਸਲਾਂ ਵਿਸ਼ੇਸ਼ ਕਰਕੇ ਕਣਕ ਅਤੇ ਚਾਵਲ ਦੇ ਵੱਢਾਂ ਅਤੇ ਪਰਾਲੀ ਨੂੰ ਖੇਤਾਂ ਵਿਚ ਹੀ ਜਲਾਉਣਾ ਅਤੇ ਜ਼ਿਆਦਾ ਸਿੰਜਾਈ ਮਿੱਟੀ ਵਿਗਾੜ ਦੇ ਮੁੱਖ ਕਾਰਨ ਹਨ।

ਪੰਜਾਬ ਨੂੰ ਇਸ ਗੰਭੀਰ ਸਮੱਸਿਆ ਦਾ ਸਾਹਮਣਾ ਕਰਨਾ ਪੈ ਰਿਹਾ ਹੈ। ਸ਼ਿਵਾਲਕ ਪਹਾੜੀਆਂ ਅਤੇ ਕੰਢੀ ਪ੍ਰਦੇਸ਼ ਵਿਚ, ਦਰਿਆਵਾਂ, ਨਦੀਆਂ ਅਤੇ ਚੋਆਂ ਦੇ ਵਹਿਣਾਂ ਦੇ ਨਾਲ-ਨਾਲ ਅਤੇ ਦੱਖਣ-ਪੱਛਮ ਦੇ ਖੁਸ਼ਕ ਅਤੇ ਗਰਮ ਪ੍ਰਦੇਸ਼ ਵਿਚ ਇਹ ਇਕ ਗੰਭੀਰ ਖਤਰਾ ਹੈ। ਉੱਤਰੀ-ਪੂਰਬੀ ਪੰਜਾਬ ਦੇ ਪਠਾਨਕੋਟ, ਗੁਰਦਾਸਪੁਰ, ਹੁਸ਼ਿਆਰਪੁਰ, ਸ਼.ਭ.ਸ. ਨਗਰ, ਸ.ਅ.ਸ. ਨਗਰ, ਅਤੇ ਰੂਪਨਗਰ ਜ਼ਿਲ੍ਹਿਆਂ ਵਿਚ ਇਹ ਸਮੱਸਿਆ ਜ਼ਿਆਦਾ ਪਾਈ ਜਾਂਦੀ ਹੈ। ਇਥੇ ਚੋਆਂ ਅਤੇ ਨਦੀਆਂ ਰਾਹੀਂ **ਪਾਣੀ ਅਪਰਦਨ** (Water erosion) ਜ਼ਿਆਦਾ ਗੰਭੀਰ ਹੈ ਜੋ ਕਿ ਢਿੱਲੀ ਬਣਤਰ (loose structure), ਨਰਮ ਚਟਾਨਾਂ, ਤਿੱਖੀਆਂ ਢਲਾਣਾਂ, ਉਬੜ-ਖਾਬੜ ਧਰਾਤਲ, ਜੰਗਲਾਂ ਦੀ ਕਟਾਈ, ਜ਼ਿਆਦਾ ਪਸ਼ੂ ਚਰਾਈ ਅਤੇ ਮਨੁੱਖ ਦੀਆਂ ਵੱਖ-ਵੱਖ ਸਭਿਆਚਾਰਕ ਅਤੇ ਆਰਥਿਕ ਕਿਰਿਆਵਾਂ ਕਾਰਨ ਜ਼ਿਆਦਾ ਗੰਭੀਰ ਹੋ ਗਿਆ ਹੈ। ਇਥੇ ਪਾਣੀ ਅਪਰਦਨ ਵਰਖਾ ਦੇ ਛਿੱਟਿਆਂ (rain splash), ਚਾਦਰ ਅਪਰਦਨ (sheet erosion) ਅਤੇ ਨਾਲੀ (gully), ਚੋਅ ਜਾਂ ਖੱਡ (rill) ਅਤੇ ਨਦੀ ਅਪਰਦਨ ਦੇ ਰੂਪ ਵਿਚ ਹੁੰਦਾ ਹੈ। ਹੁਸ਼ਿਆਰਪੁਰ ਦਾ ਜ਼ਿਲ੍ਹਾ ਚੋਅ ਅਪਰਦਨ ਅਤੇ ਕਾਂਟ-ਛਾਂਟ (dissection) ਰਾਹੀਂ ਸਭ ਤੋਂ ਵੱਧ ਪ੍ਰਭਾਵਤ ਖੇਤਰ ਹੈ। ਸਾਰਾ ਕੰਢੀ ਅਤੇ ਘਾੜ ਪ੍ਰਦੇਸ਼ ਪਾਣੀ ਅਪਰਦਨ ਕਾਰਨ ਅਣਉਪਜਾਊ ਅਤੇ ਕਟਿਆ-ਫਟਿਆ ਬਣ ਗਿਆ ਹੈ ਅਤੇ ਇਹ ਖੇਤਰ ਪਠਾਨਕੋਟ, ਸ.ਅ.ਸ. ਨਗਰ, ਗੁਰਦਾਸਪੁਰ, ਹੁਸ਼ਿਆਰਪੁਰ, ਸ਼.ਭ.ਸ. ਨਗਰ ਅਤੇ ਰੂਪਨਗਰ ਜ਼ਿਲ੍ਹਿਆਂ ਵਿਚੋਂ ਲੰਘਣ ਵਾਲੇ ਸੈਂਕੜੇ ਚੋਆਂ, ਜੋ ਸ਼ਿਵਾਲਕ ਤੋਂ ਪੱਧਰੇ ਮੈਦਾਨ ਵੱਲ ਨੂੰ ਜਾਂਦੇ ਹਨ, ਦੇ ਹੜ੍ਹ ਦੀ ਮਾਰ ਹੇਠ ਹੈ। ਇਹ ਪ੍ਰਭਾਵਤ ਖੇਤਰ ਰਾਜ ਦੇ ਕੁੱਲ ਖੇਤਰਫਲ ਦਾ 11% ਹੈ। ਥੋੜ੍ਹੇ ਜਿਹੇ ਸਮੇਂ ਤੋਂ ਇਸ ਸਮੱਸਿਆ ਨੂੰ ਘਟਾਉਣ ਲਈ ਸਰਕਾਰੀ ਪੱਧਰ 'ਤੇ, ਭਾਈਚਾਰਕ ਅਤੇ ਜਾਤੀ ਤੇ ਸਮੂਹਿਕ ਪੱਧਰ ਤੇ ਵਿਭਿੰਨ ਕਦਮ ਚੁੱਕੇ ਗਏ ਸਨ। ਵੱਖ-ਵੱਖ ਚੋਆਂ ਨੂੰ ਮੁੱਖ ਚੋਆਂ ਵਿੱਚ ਇਕੱਠਾ (integrated) ਕੀਤਾ ਜਾ ਰਿਹਾ ਹੈ ਅਤੇ ਮਿੱਟੀ ਅਪਰਦਨ ਅਤੇ ਹੜ੍ਹ ਰੋਕਣ ਅਤੇ ਸਥਾਨਕ ਤੌਰ ਤੇ ਸਿੰਜਾਈ ਪ੍ਰਦਾਨ ਕਰਨ ਲਈ ਵਿਭਿੰਨ ਚੋਆਂ ਉੱਤੇ ਚੈਕ ਅਤੇ ਸਿੰਜਾਈ ਡੈਮ (Check-cum-irrigation dams) ਉਸਾਰੇ ਗਏ ਹਨ ਜਾਂ ਉਸਾਰੇ ਜਾ ਰਹੇ ਹਨ।

1960 ਈਸਵੀ ਵਿਚ ਵਿਸ਼ਵ ਬੈਂਕ ਦੀ ਸਹਾਇਤਾ ਨਾਲ ਪੰਜਾਬ ਸਰਕਾਰ ਨੇ ਕੰਢੀ ਖੇਤਰ ਦੇ ਵਿਕਾਸ ਲਈ ਇਨਟੈਗਰੇਟੱਡ ਡੀਵੈਲਪਮੈਂਟ ਪ੍ਰੋਗਰਾਮ ਬਣਾਇਆ ਜਿਸਦਾ ਇਕ ਮਹੱਤਵਪੂਰਨ ਘੱਟਕ ਚੋਆਂ ਉੱਤੇ ਛੋਟੇ ਡੈਮ ਬਣਾਉਣਾ ਹੈ। ਕੰਢੀ ਏਰੀਆ ਐਡਮਨਿਸਟਰੇਸ਼ਨ ਨੇ ਇਸ ਖੇਤਰ ਵਿਚ 31 ਟਿਕਾਣਿਆਂ ਨੂੰ ਚੋਆਂ ਉੱਤੇ ਬੰਨ੍ਹ ਉਸਾਰਨ ਲਈ ਚੁਣਿਆ। ਪਹਿਲੇ ਫ਼ੇਜ਼ ਵਿਚ ਹੁਸ਼ਿਆਰਪੁਰ ਜ਼ਿਲ੍ਹੇ ਵਿਚ ਢੋਲਬਾਹਾ, ਜਨੌੜੀ ਅਤੇ ਮੈਲੀ ਚੋਆਂ ਉੱਤੇ ਡੈਮ ਬਣਾਏ ਗਏ। ਦੂਜੇ ਫ਼ੇਜ਼ ਵਿਚ 9 ਡੈਮ ਬਣਾਉਣੇ ਸਨ

ਜਿਨ੍ਹਾਂ ਵਿਚੋਂ ਹੁਸ਼ਿਆਰਪੁਰ ਜ਼ਿਲ੍ਹੇ ਵਿੱਚ ਚੋਹਾਲ, ਡਮਸਾਲ ਅਤੇ ਸਲੇਰਨ ਅਤੇ ਰੋਪੜ ਜ਼ਿਲ੍ਹੇ ਵਿਚ ਮਿਰਜ਼ਾਪੁਰ ਦੇ ਡੈਮ ਬਣਾਏ ਗਏ ਹਨ। ਇਨ੍ਹਾਂ ਡੈਮਾਂ ਦੇ ਬਣਨ ਨਾਲ ਮਿੱਟੀ ਅਪਰਦਨ ਨੂੰ ਰੋਕਣ ਲਈ ਕਾਫ਼ੀ ਮਦਦ ਮਿਲੀ ਹੈ।

ਰਾਜ ਦੇ ਦੱਖਣ-ਪੱਛਮੀ ਜ਼ਿਲ੍ਹਿਆਂ ਵਿਚ ਖੁਸ਼ਕਤਾ (aridity) ਅਤੇ ਗਰਮ ਜਲਵਾਯੂ ਕਾਰਨ ਬਨਸਪਤੀ ਕੱਜਣ ਅਤੇ ਨਮੀ ਦੀ ਅਣਹੋਂਦ ਵਿਚ **ਪੌਣ ਅਪਰਦਨ** (wind erosion) ਇਕ ਸਮੱਸਿਆ ਹੈ। ਪੌਣ ਅਪਰਦਨ ਰਾਜ ਦੇ 11.5% ਖੇਤਰਫਲ ਵਿਚ ਪਾਇਆ ਜਾਂਦਾ ਹੈ। ਪੌਣ ਅਪਰਦਨ ਕਾਰਨ ਇਨ੍ਹਾਂ ਜ਼ਿਲ੍ਹਿਆਂ ਵਿਚ ਰੇਤ ਦੇ ਟਿੱਬੇ, ਰੇਤ ਭਿੱਤੀਆਂ (sandbars) ਅਤੇ ਰੇਤ ਦਾ ਮੈਦਾਨ (sand flats) ਬਣ ਗਏ ਹਨ। ਥਾਰ ਮਾਰੂਥਲ (ਰੇਤੇ ਦੀ ਸਪਲਾਈ ਦਾ ਸਰੋਤ) ਦੀ ਨੇੜਤਾ ਅਤੇ ਪ੍ਰਚੱਲਤ ਦੱਖਣ-ਪੱਛਮੀ ਅਤੇ ਉੱਤਰ-ਪੱਛਮੀ ਪੌਣਾਂ ਰਾਹੀਂ ਨਦੀਕ੍ਰਿਤ (fluvial) ਅਤੇ ਵਾਤੋੜ (aeolian) ਰੇਤੇ ਦੀ ਪੁਨਰ-ਵੰਡ (re-allocation) ਕਾਰਨ ਵਿਭਿੰਨ ਰੇਤ ਟਿੱਬੇ ਬਣੇ ਸਨ। ਇਥੇ ਬਹੁਤ ਸਾਰੇ ਖਿਸਕਦੇ ਹੋਏ (shifting) ਰੇਤ ਟਿੱਬੇ ਵੀ ਹਨ। ਮਾਲਵਾ ਮੈਦਾਨਾਂ ਦੇ ਅਗਾਂਹਵਧੂ, ਸਖਤ ਮਿਹਨਤੀ ਅਤੇ ਉੱਦਮੀ ਕਿਰਸਾਣਾਂ ਨੇ ਕਈ ਸਰਕਾਰੀ ਏਜੰਸੀਆਂ ਜਿਵੇਂ ਕਿ ਭੌਂ-ਵਿਕਾਸ ਬੈਂਕ (Land Development Bank) ਦੀ ਸਹਾਇਤਾ ਨਾਲ ਰੇਤ ਟਿੱਬਿਆਂ ਦੀ ਮਾਰ ਅਤੇ ਵਾਧੇ ਨੂੰ ਰੋਕ ਦਿੱਤਾ ਹੈ। ਪੰਜਾਬ ਖੇਤੀਬਾੜੀ ਯੂਨੀਵਰਸਿਟੀ ਲੁਧਿਆਣਾ ਅਤੇ ਭੌਂ ਸੰਭਾਲ ਅਤੇ ਇੰਜਨੀਅਰਿੰਗ ਵਿਭਾਗ ਪੰਜਾਬ (Department of soil conservation and Engineering Punjab) ਰਾਹੀਂ ਕੀਤੇ ਮਿੱਟੀ ਸਰਵੇਖਣਾਂ ਅਤੇ ਹਵਾਈ ਫੋਟੋਆਂ (aerial photographs) ਤੋਂ ਪਤਾ ਲਗਦਾ ਹੈ ਕਿ ਰਾਜ ਦੇ ਵੱਖ-ਵੱਖ ਭਾਗਾਂ ਵਿਚ 1965 ਤੋਂ 1987 ਦੌਰਾਨ ਰੇਤ ਟਿੱਬਿਆਂ ਦੇ ਹਟਾਉਣ ਅਤੇ ਪੱਧਰੇ ਕਰਨ ਕਾਰਨ ਰੇਤ ਟਿੱਬਿਆਂ ਦਾ ਖੇਤਰ ਘਟਿਆ ਹੈ। ਕਪੂਰਥਲਾ ਜ਼ਿਲ੍ਹੇ ਵਿਚ ਇਸ ਸਮੇਂ ਦੌਰਾਨ ਰੇਤ ਟਿੱਬਿਆਂ ਹੇਠ ਖੇਤਰਫਲ 1965 ਵਿਚ ਜ਼ਿਲ੍ਹੇ ਦੇ ਕੁੱਲ ਖੇਤਰਫਲ ਦੇ 22.7% ਤੋਂ 1987 ਵਿਚ ਘਟ ਕੇ 2.3% ਰਹਿ ਗਿਆ ਸੀ। ਸਿੰਜਾਈ ਦਾ ਵਿਸਥਾਰ, ਖੇਤੀ ਦੇ ਚੰਗੇ ਤਰੀਕੇ ਅਤੇ ਚੰਗੇ ਫਸਲ ਸਰੂਪ (Cropping pattern) ਨੇ ਵੀ ਪੌਣ ਅਪਰਦਨ ਨੂੰ ਘਟਾਉਣ ਵਿਚ ਸਹਾਇਤਾ ਕੀਤੀ ਹੈ।

ਸਰਕਾਰ ਅਤੇ ਲੋਕ ਮਿੱਟੀ ਅਪਰਦਨ ਨੂੰ ਰੋਕਣ ਲਈ ਵਿਭਿੰਨ ਉਪਰਾਲੇ ਕਰ ਰਹੇ ਹਨ। ਇਨ੍ਹਾਂ ਵਿਚ ਜੰਗਲ ਲਗਾਉਣੇ (Afforestation), ਪਸ਼ੂਆਂ ਦੇ ਚਰਾਉਣ ਉੱਤੇ ਰੋਕ, ਪਾਣੀ ਦਾ ਸੁਚੱਜਾ ਪ੍ਰਬੰਧ, ਫਸਲਾਂ ਦਾ ਹੇਰ ਫੇਰ, ਸਿੰਜਾਈ ਦਾ ਵਿਸਥਾਰ, ਜ਼ਮੀਨ ਨੂੰ ਖਾਲੀ ਨਾ ਛੱਡਣਾ, ਖੁਸ਼ਕ ਖੇਤੀ ਦੇ ਤਰੀਕੇ ਅਪਨਾਉਣਾ, ਪੌਣ ਰੋਕ ਪੱਟੀਆਂ ਬਣਾਉਣਾ, ਖੇਤੀ ਦੇ ਸੁਧਰੇ ਅਤੇ ਚੰਗੇ ਤਰੀਕੇ ਅਪਣਾਉਣਾ, ਚੈਕ ਡੈਮ ਉਸਾਰ ਕੇ ਪਾਣੀ ਦੇ ਤੇਜ਼ ਵਹਾਉ ਨੂੰ ਰੋਕਣਾ, ਜੰਗਲਾਂ ਦੀ ਕਟਾਈ ਉੱਤੇ ਰੋਕ ਆਦਿ ਸ਼ਾਮਲ ਹਨ।

ਵਿਗੜੀਆਂ ਹੋਈਆਂ ਮਿੱਟੀਆਂ ਵਿਚ ਸੋਡਿਕ, ਖਾਰੀਆਂ ਅਤੇ ਸੇਮ ਵਾਲੀਆਂ ਮਿੱਟੀਆਂ ਸ਼ਾਮਲ ਹਨ। ਇਹ ਘੱਟ ਵਰਖਾ ਅਤੇ ਗਰਮ ਜਲਵਾਯੂ ਕਾਰਨ ਜ਼ਿਆਦਾ ਵਾਸ਼ਪੀਕਰਨ, ਨੀਵੀਂ ਧਰਾਤਲ, ਹੜ੍ਹ ਰਿਸਣ, ਅਤੇ ਸੇਮ ਕਾਰਨ ਬਣਦੀਆਂ ਹਨ। ਇਨ੍ਹਾਂ ਕਾਰਨ ਮਾਲਵਾ ਦੇ ਮੈਦਾਨਾਂ ਅਤੇ ਤਰਨਤਾਰਨ, ਅੰਮ੍ਰਿਤਸਰ, ਗੁਰਦਾਸਪੁਰ ਅਤੇ ਕਪੂਰਥਲਾ ਦੇ ਜ਼ਿਲ੍ਹਿਆਂ ਵਿਚ ਚਿੰਤਾਜਨਕ ਨੁਕਸਾਨ ਹੋ ਰਿਹਾ ਹੈ। ਰਾਜ ਦਾ ਲਗਭਗ 16.5% ਖੇਤਰਫਲ ਖਾਰ ਤੋਂ ਪ੍ਰਭਾਵਿਤ ਅਤੇ ਸੇਮ ਵਾਲਾ ਹੈ। ਦੱਖਣ-ਪੱਛਮੀ ਪੰਜਾਬ ਦੇ ਜ਼ਿਲ੍ਹਿਆਂ ਵਿਚ ਅਜਿਹੀਆਂ ਮਿੱਟੀਆਂ ਦੇ ਵੱਡੇ ਵੀਰਾਨ ਟੁਕੜੇ (barren patches) ਪਾਏ ਜਾਂਦੇ ਹਨ। 1973 ਤੋਂ 1984 ਸਮੇਂ ਦੌਰਾਨ ਇਨ੍ਹਾਂ ਦਾ ਖਤਰਾ ਫਰੀਦਕੋਟ ਅਤੇ ਫਿਰੋਜ਼ਪੁਰ ਦੇ ਜ਼ਿਲ੍ਹਿਆਂ ਵਿਚ ਮੁੱਖ ਤੌਰ ਅਤੇ ਬਠਿੰਡਾ ਦੇ ਜ਼ਿਲ੍ਹੇ ਵਿਚ ਮਾਮੂਲੀ ਤੌਰ 'ਤੇ ਵਧਿਆ ਹੈ। ਮਾਲਵੇ ਦੇ ਦੱਖਣ-ਪੱਛਮੀ ਜ਼ਿਲ੍ਹਿਆਂ ਮੁਕਤਸਰ, ਫਾਜ਼ਿਲਕਾ, ਫਰੀਦਕੋਟ, ਫਿਰੋਜ਼ਪੁਰ ਅਤੇ ਬਠਿੰਡਾ ਵਿਚ ਇਹ ਸਮੱਸਿਆ (ਸੇਮ) ਸਾਲ 2013 ਦੌਰਾਨ ਜ਼ਿਆਦਾ ਵਰਖਾ ਕਾਰਨ ਹੋਰ ਵੀ ਵਧ ਗਈ। ਬਹੁਤ ਸਾਰੇ ਇਲਾਕਿਆਂ ਵਿਚ ਹੜ੍ਹ ਵਰਗੀ ਅਵਸਥਾ ਬਣ ਗਈ ਹੈ। ਸੇਮ ਦੇ ਪਾਣੀ ਦਾ ਨਿਕਾਸ ਨਹੀਂ ਹੋ ਰਿਹਾ ਹੈ। ਪਹਿਲਾਂ ਬਣੀਆਂ ਡਰੇਨਜ਼ ਭੈੜੀ ਹਾਲਤ ਵਿਚ ਹਨ। ਉਨ੍ਹਾਂ ਵਿਚ ਬਨਸਪਤੀ ਅਤੇ ਗਾਰ ਭਰੇ ਹੋਏ ਹਨ। ਬਹੁਤ ਸਾਰੀ ਫ਼ਸਲ ਤਬਾਹ ਹੋ ਗਈ ਹੈ। ਜਲ ਨਿਕਾਸ ਡਰੇਨਜ਼ ਦੀ ਸਯੋਗ ਬਣਤਰ, ਸੇਧ ਅਤੇ ਪਰ੍ਹੇਬੰਦੀ (alignment) ਦੀ ਭਾਰੀ ਲੋੜ ਹੈ। ਪੰਜਾਬ ਅਤੇ ਕੇਂਦਰ ਸਰਕਾਰਾਂ ਇਸ ਸਮੱਸਿਆ ਦੇ ਸਮਾਧਾਨ ਲਈ ਲੋੜੀਂਦੀ ਕਾਰਵਾਈ ਕਰ ਰਹੀਆਂ ਹਨ। ਭੂਮੀ ਸੁਧਾਰ ਉਪਾਵਾਂ (reclamation measures) ਦੇ ਨਤੀਜੇ ਵਜੋਂ ਖਾਰ ਪ੍ਰਭਾਵਤ ਖੇਤਰ 1984 ਵਿਚ 93,72,363 ਹੈਕਟੇਅਰ ਤੋਂ ਘਟ ਕੇ 1988 ਵਿਚ 60535 ਹੈਕਟੇਅਰ ਰਹਿ ਗਿਆ ਸੀ।

ਅਭਿਆਸ (EXERCISE)

1. **ਹੇਠ ਲਿਖਿਆਂ ਦੇ ਸੰਖੇਪ ਵਿਚ ਉੱਤਰ ਲਿਖੋ—**

   (ੳ) ਮਿੱਟੀ ਕੀ ਹੁੰਦੀ ਹੈ ? ਪੰਜਾਬ ਲਈ ਇਸ ਦੀ ਕੀ ਮਹੱਤਤਾ ਹੈ ?

   (ਅ) ਮੋਟੇ ਤੌਰ 'ਤੇ ਪੰਜਾਬ ਦੀ ਮਿੱਟੀ ਕਿਸ ਪ੍ਰਕਾਰ ਦੀ ਹੈ ? ਇਕ ਲਾਈਨ ਵਿਚ ਉੱਤਰ ਲਿਖੋ।

   (ੲ) ਮਿੱਟੀ ਅਪਰਦਨ ਅਤੇ ਮਿੱਟੀ ਵਿਗਾੜ ਕੀ ਹੁੰਦੇ ਹਨ ?

   (ਸ) ਕੰਢੀ ਖੇਤਰ ਦੀ ਮਿੱਟੀ ਕਿਸ ਪ੍ਰਕਾਰ ਦੀ ਹੈ ?

   (ਹ) ਸੌਡਿਕ ਮਿੱਟੀ ਕੀ ਹੁੰਦੀ ਹੈ ?

   (ਕ) ਸੇਮ ਦੀ ਸਮੱਸਿਆ ਪੰਜਾਬ ਦੇ ਕਿਨ੍ਹਾਂ ਭਾਗਾਂ ਵਿਚ ਅਤੇ ਕਿਉਂ ਹੈ ?

   (ਖ) ਮਾਲਵੇ ਤੋਂ ਬਿਨਾਂ ਹੋਰ ਕਿਨ੍ਹਾਂ ਜ਼ਿਲ੍ਹਿਆਂ ਵਿਚ ਰੇਤ ਕੱਜਣ ਵਾਲੀ ਮਿੱਟੀ ਪਾਈ ਜਾਂਦੀ ਹੈ ?

   (ਗ) ਦੋਆਬੇ ਦੀ ਮਿੱਟੀ ਦੇ ਕੀ ਗੁਣ ਹਨ ?

   (ਘ) ਮਿੱਟੀਆਂ ਦੇ ਸੌਡਿਕ ਜਾਂ ਖਾਰਾ ਹੋ ਜਾਣ ਦੇ ਕੀ ਕਾਰਨ ਹਨ ?

   (ਙ) ਪੰਜਾਬ ਦੇ ਕਿਨ੍ਹਾਂ ਭਾਗਾਂ ਵਿਚ ਪਾਣੀ ਅਪਰਦਨ ਜ਼ਿਆਦਾ ਹੈ ?

2. ਪੰਜਾਬ ਦੀਆਂ ਮਿੱਟੀਆਂ ਦਾ ਵੇਰਵੇ ਸਹਿਤ ਬਿਰਤਾਂਤ ਲਿਖੋ।
3. ਪੰਜਾਬ ਦੀਆਂ ਮਿੱਟੀ ਕਿਸਮਾਂ ਦੱਸ ਕੇ ਉਨ੍ਹਾਂ ਦਾ ਵਰਣਨ ਕਰੋ।
4. ਮਾਲਵੇ ਅਤੇ ਉੱਤਰੀ ਪੰਜਾਬ (ਮਾਝਾ ਅਤੇ ਦੋਆਬਾ) ਦੀਆਂ ਮਿੱਟੀਆਂ ਦਾ ਮੁਕਾਬਲਾ ਕਰੋ।
5. ਮਿੱਟੀ ਅਪਰਦਨ ਅਤੇ ਮਿੱਟੀ ਵਿਗਾੜ ਕੀ ਹੁੰਦੇ ਹਨ ? ਇਨ੍ਹਾਂ ਦੇ ਕੀ ਕਾਰਨ ਹਨ ? ਪੰਜਾਬ ਦੀ ਖੇਤੀਬਾੜ ਉੱਤੇ ਇਨ੍ਹਾਂ ਦਾ ਕੀ ਪ੍ਰਭਾਵ ਪਿਆ ਹੈ ? ਇਨ੍ਹਾਂ ਨੂੰ ਕਿਵੇਂ ਰੋਕਿਆ ਜਾ ਸਕਦਾ ਹੈ ?

❍ ❍ ❍

Chapter 7 ਖਣਿਜ ਪਦਾਰਥ ਅਤੇ ਸ਼ਕਤੀ ਸਾਧਨ (MINERAL AND POWER RESOURCES)

ਖਣਿਜ ਪਦਾਰਥ (MINERALS)

ਪੰਜਾਬ ਦੀ ਭੂ ਗਰਭਿਕ ਰਚਨਾ ਦਰਿਆਵਾਂ ਰਾਹੀਂ ਲਿਆ ਕੇ ਜਮ੍ਹਾਂ ਕੀਤੇ ਤੱਲਛਟਾਂ ਤੋਂ ਹੋਈ ਹੈ। ਪੰਜਾਬ ਵਿਚ ਰੇਤੇ, ਗਾਰ, ਮਿੱਟੀ, ਕੰਕਰਾਂ ਆਦਿ ਤੋਂ ਬਣੀਆਂ ਤਹਿਦਾਰ ਜਾਂ ਤੱਲਛਟੀ ਚਟਾਨਾਂ ਪਾਈਆਂ ਜਾਂਦੀਆਂ ਹਨ। ਸੰਸਾਰ ਦੇ ਜ਼ਿਆਦਾਤਰ ਖਣਿਜ ਪਦਾਰਥ ਅਗਨੀ ਜਾਂ ਰੂਪਾਂਤਰਿਤ ਚਟਾਨਾਂ ਨਾਲ ਸਬੰਧਤ ਹਨ। ਇਸ ਕਾਰਨ ਪੰਜਾਬ ਵਿਚ ਖਣਿਜ ਪਦਾਰਥਾਂ ਦੀ ਅਣਹੋਂਦ ਹੈ। ਲੋਹ-ਮਈ (Ferrous), ਗੈਰ-ਲੋਹਮਈ (Non-ferrous), ਕੀਮਤੀ ਧਾਤਾਂ ਜਾਂ ਕੀਮਤੀ ਪੱਥਰ ਪੰਜਾਬ ਵਿਚ ਨਹੀਂ ਮਿਲਦੇ ਹਨ। ਹਾਂ ਕੁਝ ਥਾਵਾਂ ਤੇ ਇਮਾਰਤ ਉਸਾਰੀ ਦੇ ਪਦਾਰਥ (Building materials) ਜ਼ਰੂਰ ਮਿਲਦੇ ਹਨ। ਇਨ੍ਹਾਂ ਵਿਚ ਰੇਤਾ, ਵਿਸ਼ੇਸ਼ ਕਰਕੇ ਕੁਝ ਥਾਵਾਂ 'ਤੇ ਸਿਲਕਾਮਈ ਰੇਤਾ, ਗੀਟੇ (gravel) ਅਤੇ ਸ਼ਿਵਾਲਕ ਖੇਤਰ ਵਿਚ ਰੇਤੇ ਦਾ ਪੱਥਰ ਮਿਲਦੇ ਹਨ।

ਕਿਸੇ ਵੀ ਖੇਤਰ ਦੇ ਉਦਯੋਗਿਕ ਵਿਕਾਸ ਵਿਚ ਖਣਿਜ ਪਦਾਰਥਾਂ ਦਾ ਅਹਿਮ ਰੋਲ ਹੈ। ਖਣਿਜ ਪਦਾਰਥ ਕੁਦਰਤੀ ਬਣੇ ਅਜੀਵ ਪਦਾਰਥ ਹਨ ਜਿਨ੍ਹਾਂ ਦੀ ਵਿਸ਼ੇਸ਼ ਰਸਾਇਣਕ ਰਚਨਾ ਅਤੇ ਭੌਤਿਕ ਵਿਸ਼ੇਸ਼ਤਾਈਆਂ ਹੁੰਦੀਆਂ ਹਨ। ਲੋਹਾ, ਤਾਂਬਾ, ਅਲੂਮੀਨੀਅਮ ਕੁੱਝ ਮਹੱਤਵਪੂਰਨ ਖਣਿਜ ਪਦਾਰਥ ਹਨ ਜੋ ਕਿਸੇ ਵੀ ਖੇਤਰ ਦੇ ਉਦਯੋਗੀਕਰਣ ਦਾ ਆਧਾਰ ਹੁੰਦੇ ਹਨ। ਇਨ੍ਹਾਂ ਉੱਤੇ ਆਧਾਰਤ ਮੂਲ ਅਤੇ ਭਾਰੀ ਉਦਯੋਗ ਲਗਦੇ ਹਨ। ਪੰਜਾਬ ਵਿਚ ਖਣਿਜ ਪਦਾਰਥਾਂ ਦੀ ਅਣਹੋਂਦ ਕਾਰਨ ਹੀ ਉਦਯੋਗਿਕ ਵਿਕਾਸ ਘੱਟ ਹੈ। ਸਭ ਖਣਿਜ ਪਦਾਰਥਾਂ ਲਈ ਪੰਜਾਬ ਨੂੰ ਦੂਜੇ ਰਾਜਾਂ ਜਾਂ ਵਿਦੇਸ਼ਾਂ ਉਤੇ ਨਿਰਭਰ ਰਹਿਣਾ ਪੈਂਦਾ ਹੈ। 1991 ਦੇ ਜਨ ਗਣਨਾ ਅੰਕੜਿਆਂ ਅਨੁਸਾਰ ਪੰਜਾਬ ਵਿਚ ਕੁੱਲ 60 ਲੱਖ 98 ਹਜ਼ਾਰ 3 ਸੌ 74 ਮੇਨ ਵਰਕਰਜ਼ ਵਿਚੋਂ ਕੇਵਲ 564 ਕਾਮਗਰ ਖਾਣਾਂ ਅਤੇ ਪੱਥਰ ਖਾਣਾਂ ਵਿਚ ਲਗੇ ਹੋਏ ਸਨ। ਇਸੇ ਸਾਲ ਖਣਿਜ ਪਦਾਰਥਾਂ ਅਤੇ ਪੱਥਰ ਕੱਢਣ (Quarrying) ਤੋਂ ਰਾਜ ਦੇ ਕੁੱਲ ਘਰੇਲੂ ਉਤਪਾਦਨ (Total gross State Domestic Product) 34, 478.07 ਕਰੋੜ ਰੁਪਏ ਵਿਚੋਂ ਕੇਵਲ 15 ਕਰੋੜ 37 ਲੱਖ ਰੁਪਏ ਪ੍ਰਾਪਤ ਹੋਏ ਸਨ। ਪ੍ਰਚਲਤ ਕੀਮਤਾਂ ਤੇ ਆਧਾਰਤ ਇਹ ਉਤਪਾਦਨ ਰਾਜ ਦੇ ਕੁੱਲ ਘਰੇਲੂ ਉਤਪਾਦਨ ਦਾ ਕੇਵਲ 0.04% ਸੀ।

ਰਾਜ ਦੇ ਕੁਝ ਮਾਮੂਲੀ ਖਣਿਜ (ਰੇਤਾ ਜਾਂ ਬਜਰੀ) ਮੁੱਖ ਤੌਰ ਤੇ ਪਠਾਨਕੋਟ, ਹੁਸ਼ਿਆਰਪੁਰ, ਐਸ.ਬੀ.ਐਸ. ਨਗਰ, ਗੁਰਦਾਸਪੁਰ, ਫਿਰੋਜ਼ਪੁਰ ਅਤੇ ਜਲੰਧਰ ਜ਼ਿਲ੍ਹਿਆਂ ਵਿਚ ਪਾਏ ਜਾਂਦੇ ਹਨ। 1997 ਦੇ ਸਾਲ ਲਈ ਇਨ੍ਹਾਂ ਦੀ ਨੀਲਾਮੀ ਤੋਂ ਸਰਕਾਰ ਨੂੰ 1 ਕਰੋੜ 61 ਲੱਖ ਰੁਪਏ ਦੀ ਆਮਦਨ ਹੋਈ ਸੀ। ਸਾਲ 2000-01 ਦੇ ਸਾਲ ਲਈ ਇਹ ਰਕਮ 5 ਕਰੋੜ 44 ਲੱਖ ਰੁਪਏ ਦੀ ਸੀ ਜੋ ਪ੍ਰਚਲਤ ਕੀਮਤਾਂ ਦੇ ਆਧਾਰ ਤੇ ਰਾਜ ਦੇ ਕੁੱਲ ਘਰੇਲੂ ਉਤਪਾਦਨ ਦਾ 0.01% ਸੀ। ਸਥਿਰ ਕੀਮਤਾਂ ਦੇ ਆਧਾਰ 'ਤੇ ਇਹ ਆਮਦਨ ਵਧ ਕੇ 2004-05 ਵਿੱਚ 21.84 ਕਰੋੜ ਰੁਪਏ (0.02%) ਅਤੇ 2008-09 ਵਿੱਚ 33.32 ਕਰੋੜ ਰੁਪਏ (0.03% ਕੁੱਲ ਜੀ. ਡੀ. ਪੀ. ਦਾ) ਸੀ। 2018-19 ਦੇ ਅੰਕੜਿਆਂ ਅਨੁਸਾਰ ਸਥਿਰ ਕੀਮਤਾਂ ਦੇ ਆਧਾਰ 'ਤੇ ਖਣਿਜ ਪਦਾਰਥ ਅਤੇ ਪੱਥਰ ਕੱਢਣ ਦੇ ਸੈਕਟਰ ਤੋਂ 52.26 ਕਰੋੜ ਰੁਪਏ ਦੀ ਆਮਦਨ ਹੋਈ ਜੋ ਕੁੱਲ ਜੀ.ਡੀ.ਪੀ. ਦਾ 0.01% ਤੋਂ ਵੀ ਘੱਟ ਸੀ। 2020-21 ਦੇ ਆਰਜ਼ੀ ਅੰਕੜਿਆਂ ਅਨੁਸਾਰ ਖਣਿਜ ਪਦਾਰਥ ਅਤੇ ਪੱਥਰ ਕੱਢਣ ਦੇ ਉਦਯੋਗ ਦਾ ਹਿੱਸਾ 55 ਕਰੋੜ 86 ਲੱਖ ਰੁਪਏ ਦਾ ਸੀ ਜਿਸਦੇ 2021-22 ਦੇ ਤੁਰੰਤ ਅਨੁਮਾਨਾਂ ਅਨੁਸਾਰ 56 ਕਰੋੜਾਂ 78 ਲੱਖ ਤੱਕ ਵੱਧਣ ਦੀ ਉਮੀਦ ਹੈ (0.01%)।

ਸ਼ਕਤੀ ਸਾਧਨ (POWER RESOURCES)

ਅੱਜ ਦੇ ਮਸ਼ੀਨੀ ਯੁੱਗ ਵਿਚ ਸ਼ਕਤੀ ਸਾਧਨਾਂ ਦੀ ਬਹੁਤ ਮਹੱਤਤਾ ਹੈ। ਛੋਟੇ-ਵੱਡੇ ਕਾਰਖਾਨੇ, ਰੇਲਾਂ, ਮੋਟਰਾਂ, ਕਾਰਾਂ, ਸਕੂਟਰ, ਹਵਾਈ ਜਹਾਜ਼ ਆਦਿ ਆਵਾਜਾਈ ਸਾਧਨ, ਪਾਣੀ ਕੱਢਣ ਦੇ ਪੰਪ, ਟਿਊਬਵੈਲ, ਟਰੈਕਟਰ ਆਦਿ ਸਭ ਸ਼ਕਤੀ ਸਾਧਨਾਂ ਨਾਲ ਚਲਦੇ ਹਨ। ਖਾਦਾਂ, ਕੀੜੇਮਾਰ ਦਵਾਈਆਂ, ਰੰਗ-ਰੋਗਨ, ਬਣਾਵਟੀ ਕੱਪੜਾ, ਪਲਾਸਟਿਕ, ਦਵਾਈਆਂ, ਮਿੱਟੀ ਦਾ ਤੇਲ ਅਤੇ ਹੋਰ ਬਹੁਤ ਸਾਰੇ ਪਦਾਰਥ ਸ਼ਕਤੀ ਸਾਧਨਾਂ ਤੋਂ ਪ੍ਰਾਪਤ ਹੁੰਦੇ ਹਨ। ਕਿਸੇ ਦੇਸ਼ ਵਿਚ ਪ੍ਰਤੀ ਜੀਅ ਕਿੰਨੀ ਅਜੀਵ ਸ਼ਕਤੀ (ਮੁੱਖ ਤੌਰ ਤੇ ਬਿਜਲੀ ਦੇ ਰੂਪ ਵਿਚ) ਪ੍ਰਾਪਤ ਹੈ ਅਤੇ ਵਰਤੋਂ ਵਿਚ ਲਿਆਂਦੀ ਜਾਂਦੀ ਹੈ, ਤੋਂ ਉਸ ਦੇਸ਼ ਦੇ ਸਮੁਚੇ ਵਿਕਾਸ ਦਾ ਪਤਾ ਲਗਦਾ ਹੈ। ਉੱਨਤੀ ਦੇ ਨਾਲ-ਨਾਲ ਕਿਸੇ ਵੀ ਖੇਤਰ ਵਿਚ ਸ਼ਕਤੀ ਸਾਧਨਾਂ ਦੀ ਜ਼ਿਆਦਾ ਉਪਲੱਬਧੀ ਅਤੇ ਵਰਤੋਂ ਹੋਣ ਲਗ ਪੈਂਦੀ ਹੈ। ਆਰਥਿਕਤਾ ਦੇ ਸਥਿਰ ਵਿਕਾਸ (sustained growth) ਲਈ ਸ਼ਕਤੀ ਦਾ ਮੁਨਾਸਬ ਅਤੇ ਭਰੋਸੇਯੋਗ ਰੂਪ ਵਿਚ ਮਿਲਣਾ ਬਹੁਤ ਜ਼ਰੂਰੀ ਹੈ। ਮਨੁੱਖੀ ਅਤੇ ਪਸ਼ੂਆਂ ਤੋਂ ਪ੍ਰਾਪਤ ਸ਼ਕਤੀ ਤੋਂ ਬਿਨਾਂ ਲਕੜੀ ਸ਼ਕਤੀ ਦਾ ਮਹੱਤਵਪੂਰਨ ਸਾਧਨ ਰਿਹਾ ਹੈ। ਉਦਯੋਗਿਕ ਕਰਾਂਤੀ ਤੋਂ ਬਾਅਦ ਕੋਲਾ, ਉਨ੍ਹੀਵੀਂ ਸਦੀ ਦੇ ਮਗਰਲੇ ਅੱਧ ਵਿਚ ਪੈਟਰੋਲੀਅਮ ਅਤੇ ਕੁਦਰਤੀ ਗੈਸ ਅਤੇ ਪਣ-ਬਿਜਲੀ ਸ਼ਕਤੀ ਦੇ ਮਹੱਤਵਪੂਰਣ ਸਾਧਨ ਬਣ ਗਏ। ਇਹ ਸਭ ਸ਼ਕਤੀ ਦੇ ਪਰੰਪਰਾਗਤ ਸਾਧਨ ਹਨ। ਪਣ-ਬਿਜਲੀ ਨੂੰ ਛੱਡ ਕੇ ਦੂਜੇ ਮਹੱਤਵਪੂਰਣ ਸ਼ਕਤੀ ਸਾਧਨ ਮੁੱਕਣ ਵਾਲੇ ਹਨ। ਇਨ੍ਹਾਂ ਨਾਲ ਪਰਦੂਸ਼ਣ ਵੀ ਬਹੁਤ ਫੈਲਦਾ ਹੈ। ਇਸ ਕਾਰਨ ਕੁਦਰਤ ਵਲੋਂ ਮੁਫਤ, ਨਾ-ਮੁੱਕਣ ਵਾਲੇ ਅਤੇ ਪ੍ਰਦੂਸ਼ਣ ਰਹਿਤ ਸਾਧਨਾਂ, ਸੂਰਜੀ ਤਪਸ਼, ਪੌਣਾਂ, ਸਮੁੰਦਰੀ ਲਹਿਰਾਂ, ਭੂ-ਗਰਭੀ ਤਾਪ, ਗੋਬਰ ਗੈਸ, ਬਾਇਉ ਮਾਸ ਆਦਿ ਗੈਰ-ਪਰੰਪਰਾਗਤ ਸਾਧਨਾਂ ਵਲ ਹੁਣ ਜ਼ਿਆਦਾ ਧਿਆਨ ਦੇਣ ਦੀ ਲੋੜ ਹੈ। ਪੰਜਾਬ ਵਿਚ ਇਸ ਦੀ ਵਿਸ਼ੇਸ਼ ਲੋੜ ਹੈ ਕਿਉਂਕਿ ਪੰਜਾਬ ਵਿਚ ਕੋਲਾ ਅਤੇ ਤੇਲ ਮਿਲਦੇ ਹੀ ਨਹੀਂ ਹਨ। ਐਟਮੀ ਸ਼ਕਤੀ ਵੀ ਇਕ ਮਹੱਤਵਪੂਰਣ ਸਾਧਨ ਹੈ ਜਿਸ ਦੀ ਉੱਤਪਤੀ (generation) ਕਿਤੇ ਵੀ ਕੀਤੀ ਜਾ ਸਕਦੀ ਹੈ। ਪੰਜਾਬ ਐਟਮੀ ਸ਼ਕਤੀ ਦੇ ਵਿਕਾਸ ਲਈ ਇਕ ਫਿੱਟ ਕੇਸ ਹੈ। ਮਾਲਵਾ ਪ੍ਰਦੇਸ਼ ਵਿਚ ਕਿਸੇ ਥਾਂ ਐਟਮੀ ਪਲਾਂਟ ਲਗਾਉਣ ਲਈ ਵਿਭਿੰਨ ਪੱਧਰਾਂ ਤੇ ਕੋਸ਼ਿਸ਼ ਕੀਤੀ ਜਾ ਰਹੀ ਹੈ। ਸਰਹੱਦੀ ਸਥਿਤੀ ਅਤੇ ਪ੍ਰਦੂਸ਼ਣ ਦਾ ਡਰ ਮੁੱਖ ਰੁਕਾਵਟਾਂ ਹਨ।

ਸ਼ਕਤੀ ਦੇ ਮਹੱਤਵਪੂਰਣ ਪਰੰਪਰਾਗਤ ਸਾਧਨਾਂ ਵਿਚੋਂ ਕੋਲਾ, ਪੈਟਰੋਲੀਅਮ ਅਤੇ ਕੁਦਰਤੀ ਗੈਸ ਪੰਜਾਬ ਵਿਚ ਮਿਲਦੇ ਨਹੀਂ ਹਨ। ਇਨ੍ਹਾਂ ਮਹੱਤਵਪੂਰਨ ਸਾਧਨਾਂ ਲਈ ਪੰਜਾਬ ਨੂੰ ਦੂਜੇ ਰਾਜਾਂ ਜਾਂ ਆਯਾਤ ਉਤੇ ਨਿਰਭਰ ਰਹਿਣਾ ਪੈ ਰਿਹਾ ਹੈ। ਪੰਜਾਬ ਵਿਚ ਧੁੱਪ ਕਾਫੀ ਪੈਂਦੀ ਹੈ। ਹਵਾ ਦੀ ਸ਼ਕਤੀ ਦੀ ਵਰਤੋਂ ਹੋ ਸਕਦੀ ਹੈ। ਪਸ਼ੂ ਧਨ ਕਾਫੀ ਹੋਣ ਕਾਰਨ ਗੋਹੇ ਤੋਂ ਗੋਬਰ ਗੈਸ ਦਾ ਬਹੁਤ ਉਤਪਾਦਨ ਕੀਤਾ ਜਾ ਸਕਦਾ ਹੈ। ਪੰਜਾਬ ਵਿਚ ਖੇਤੀਬਾੜੀ ਅਤੇ ਦੂਜਾ ਜੈਵ ਕੂੜਾ (Biomass) ਵੀ ਕਾਫੀ ਉਪਲੱਬਧ ਹੈ ਜਿਸ ਤੋਂ ਵੀ ਕਾਫ਼ੀ ਸ਼ਕਤੀ ਪੈਦਾ ਕੀਤੀ ਜਾ ਸਕਦੀ ਹੈ। ਇਨ੍ਹਾਂ ਸਭ ਗੈਰ-ਪਰੰਪਰਾਗਤ ਸ਼ਕਤੀ ਸਾਧਨਾਂ ਵਲ ਹੁਣ ਕੁਝ ਧਿਆਨ ਦਿੱਤਾ ਜਾ ਰਿਹਾ ਹੈ। ਪੰਜਾਬ ਵਿਚ ਊਰਜਾ ਦਾ ਮੁੱਖ ਸਾਧਨ **ਬਿਜਲੀ** ਹੈ। ਆਰਥਿਕਤਾ ਦੇ ਕਿਸੇ ਵੀ ਖੇਤਰ ਦੀ ਕਾਰਗੁਜ਼ਾਰੀ (Performance) ਸ਼ਕਤੀ ਦੀ ਉਪਲਬੱਧਤਾ, ਖਰਚ ਅਤੇ ਤੁਸ਼ਟਤਾ (quality) ਉੱਤੇ ਨਿਰਭਰ ਕਰਦੀ ਹੈ। ਦਿਨ ਪ੍ਰਤੀ ਦਿਨ ਬਿਜਲੀ ਦੀ ਮੰਗ ਵੱਧਦੀ ਜਾ ਰਹੀ ਹੈ। ਇਸ ਮੰਗ ਨੂੰ ਪੂਰਾ ਕਰਨ ਲਈ ਪੈਦਾ ਕੀਤੀ ਊਰਜਾ ਦੀ ਵੱਧ ਤੋਂ ਵੱਧ ਸੁਚਾਰੂ ਤਰੀਕੇ ਨਾਲ ਵਰਤੋਂ, ਸੰਚਾਰ ਅਤੇ ਵੰਡ ਦੇ ਨੁਕਸਾਨ ਨੂੰ ਘਟਾਉਣਾ ਅਤੇ ਮੌਜੂਦਾ ਸਮਰੱਥਾ ਤੋਂ ਵੱਧ ਤੋਂ ਵੱਧ ਊਰਜਾ ਪੈਦਾ ਕਰਨਾ ਬਹੁਤ ਜ਼ਰੂਰੀ ਹੈ।

ਬਿਜਲੀ (ELECTRICITY)

ਇਸ ਸਮੇਂ ਪੰਜਾਬ ਵਿਚ ਕੇਵਲ ਇਕ ਹੀ ਸ਼ਕਤੀ ਸਾਧਨ ਹੈ— ਉਹ ਹੈ ਬਿਜਲੀ। ਆਰਥਿਕਤਾ ਦੇ ਵਿਕਾਸ ਵਿਚ ਬਿਜਲੀ ਦੇ ਰੂਪ ਵਿਚ ਊਰਜਾ ਇਕ ਬਹੁਤ ਮਹੱਤਵਪੂਰਣ ਨਿਵੇਸ਼ ਸਮੱਗਰੀ (input) ਹੈ। ਪੰਜਾਬ ਵਿਚ ਬਿਜਲੀ ਦੋ ਪ੍ਰਕਾਰ ਦੇ ਸਾਧਨਾਂ ਤੋਂ ਪ੍ਰਾਪਤ ਹੋਣ ਕਾਰਨ ਦੋ ਕਿਸਮ (ਨਕਸ਼ਾ ਨੰ. 27) ਦੀ ਹੈ—

(1) ਪਣ-ਬਿਜਲੀ (Hydro-Electricity)

(2) ਤਾਪ ਬਿਜਲੀ (Thermal Electricity)

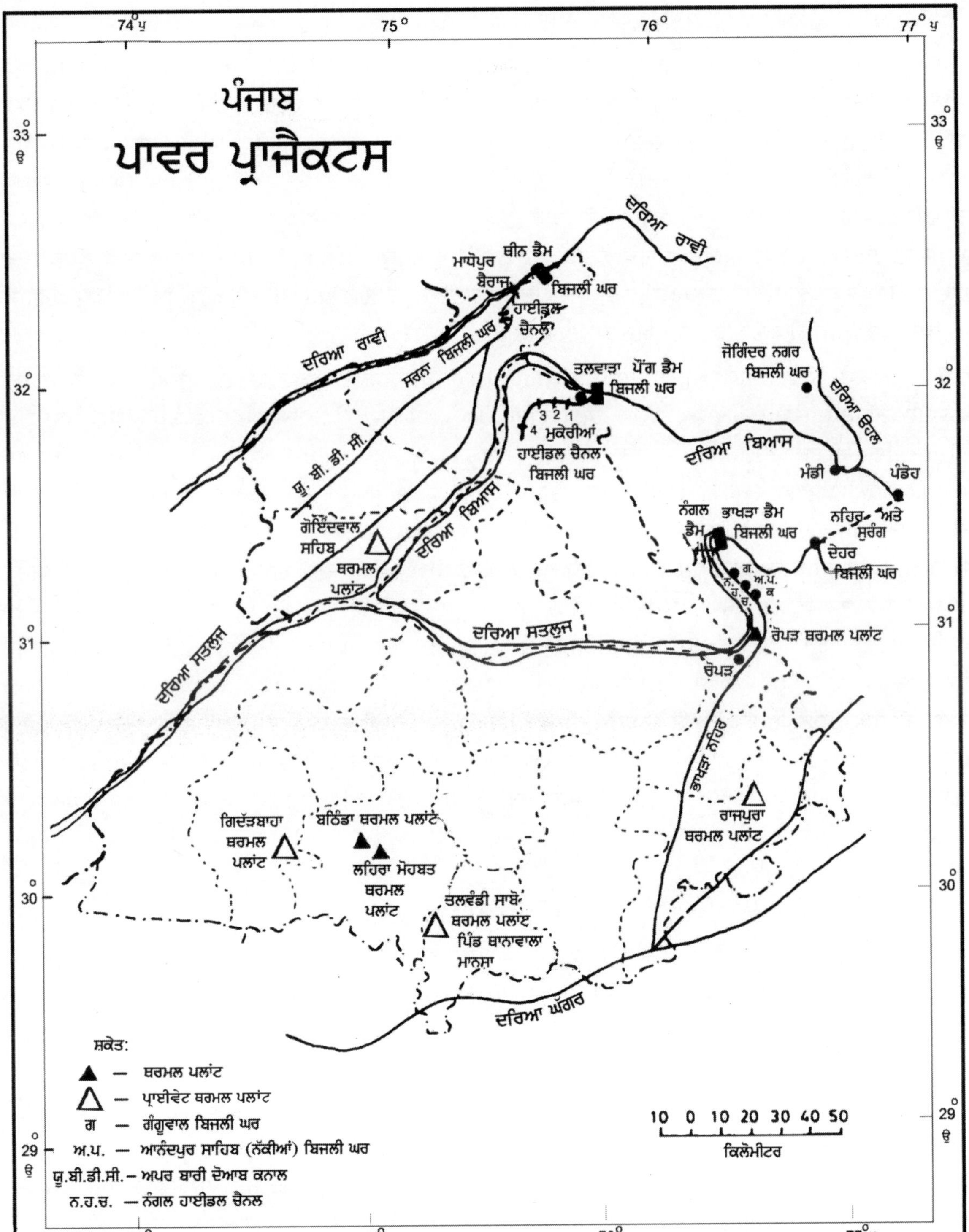
ਪੰਜਾਬ
ਪਾਵਰ ਪ੍ਰਾਜੈਕਟਸ
74° ਪੂ
75°
76°
77° ਪੂ
33° ਉ
32°
31°
30°
29° ਉ
ਦਰਿਆ ਰਾਵੀ
ਮਾਧੋਪੁਰ ਬੈਰਾਜ
ਥੀਨ ਡੈਮ
ਬਿਜਲੀ ਘਰ
ਹਾਈਡਲ ਚੈਨਲ
ਸਰਨਾ ਬਿਜਲੀ ਘਰ
ਯੂ. ਬੀ. ਡੀ. ਸੀ.
ਤਲਵਾੜਾ ਪੌਂਗ ਡੈਮ
ਬਿਜਲੀ ਘਰ
3 2 1
4 ਮੁਕੇਰੀਆਂ
ਹਾਈਡਲ ਚੈਨਲ
ਬਿਜਲੀ ਘਰ
ਜੋਗਿੰਦਰ ਨਗਰ
ਬਿਜਲੀ ਘਰ
ਦਰਿਆ ਉਹਲ
ਦਰਿਆ ਬਿਆਸ
ਮੰਡੀ
ਪੰਡੋਹ
ਨਹਿਰ ਅਤੇ ਸੁਰੰਗ
ਦੇਹਰ
ਬਿਜਲੀ ਘਰ
ਨੰਗਲ ਡੈਮ
ਭਾਖੜਾ ਡੈਮ
ਬਿਜਲੀ ਘਰ
ਗ.
ਅ.ਪ.
ਨ.ਹ.ਚ.
ਰੋਪੜ ਥਰਮਲ ਪਲਾਂਟ
ਰੋਪੜ
ਗੋਇੰਦਵਾਲ ਸਹਿਬ
ਥਰਮਲ ਪਲਾਂਟ
ਦਰਿਆ ਬਿਆਸ
ਦਰਿਆ ਸਤਲੁਜ
ਭਾਖੜਾ ਨਹਿਰ
ਰਾਜਪੁਰਾ
ਥਰਮਲ ਪਲਾਂਟ
ਗਿਦੜਬਾਹਾ
ਥਰਮਲ
ਪਲਾਂਟ
ਬਠਿੰਡਾ ਥਰਮਲ ਪਲਾਂਟ
ਲਹਿਰਾ ਮੋਹਬਤ
ਥਰਮਲ
ਪਲਾਂਟ
ਤਲਵੰਡੀ ਸਾਬੋ
ਥਰਮਲ ਪਲਾਂਟ
ਪਿੰਡ ਬਾਨਾਵਾਲਾ
ਮਾਨਸਾ
ਦਰਿਆ ਘੱਗਰ
ਸ਼ਕੇਤ:
▲ — ਥਰਮਲ ਪਲਾਂਟ
△ — ਪ੍ਰਾਈਵੇਟ ਥਰਮਲ ਪਲਾਂਟ
ਗ — ਗੰਗੂਵਾਲ ਬਿਜਲੀ ਘਰ
ਅ.ਪ. — ਆਨੰਦਪੁਰ ਸਾਹਿਬ (ਨੱਕੀਆਂ) ਬਿਜਲੀ ਘਰ
ਯੂ.ਬੀ.ਡੀ.ਸੀ. — ਅਪਰ ਬਾਰੀ ਦੋਆਬ ਕਨਾਲ
ਨ.ਹ.ਚ. — ਨੰਗਲ ਹਾਈਡਲ ਚੈਨਲ
10 0 10 20 30 40 50
ਕਿਲੋਮੀਟਰ

ਨਕਸ਼ਾ ਨੰ: 27

ਪਣ-ਬਿਜਲੀ (HYDRO-ELECTRICITY)

ਪੰਜਾਬ ਵਿਚ ਇਹ ਬਿਜਲੀ ਦਾ ਬਹੁਤ ਮਹੱਤਵਪੂਰਨ ਸਾਧਨ ਹੈ। ਪਣ-ਬਿਜਲੀ ਪਾਣੀ ਦੇ ਦਬਾਅ (ਆਮ ਕਰਕੇ ਡਿਗਦੇ ਪਾਣੀ) ਨਾਲ ਟਰਬਾਈਨ ਦੇ ਪਰਾਂ ਨੂੰ ਤੇਜ਼ੀ ਨਾਲ ਚਲਾ ਕੇ ਅਤੇ ਫਲਸਰੂਪ ਪੈਦਾ ਹੋਈ ਰਗੜ ਸ਼ਕਤੀ (friction) ਤੋਂ ਡਾਇਨਾਮੋ ਰਾਹੀਂ ਪੈਦਾ ਕੀਤੀ ਜਾਂਦੀ ਹੈ। ਇਸ ਦੇ ਉਤਪਾਦਨ ਵਿਚ ਲਗਾਤਾਰ ਚਲਦੇ ਕਾਫੀ ਪਾਣੀ (ਦਰਿਆ ਜਾਂ ਨਹਿਰ ਆਦਿ) ਦਾ ਮਿਲਣਾ ਅਤੇ ਅਜਿਹੇ ਚਲਦੇ ਪਾਣੀ ਦੇ ਰਸਤੇ ਵਿਚ ਕੁਦਰਤੀ ਬਣੀ ਜਾਂ ਮਨੁੱਖ ਰਾਹੀਂ ਬਣਾਈ ਝਾਲ (fall) ਦਾ ਹੋਣਾ ਮੁੱਢਲੀਆਂ ਲੋੜਾਂ ਹਨ। ਪੰਜਾਬ ਵਿਚ ਤਿੰਨ ਸਾਰਾ ਸਾਲ ਵਗਣ ਵਾਲੇ (perennial) ਦਰਿਆ ਸਤਲੁਜ, ਬਿਆਸ ਅਤੇ ਰਾਵੀ ਮੌਜੂਦ ਹਨ। ਪ੍ਰੰਤੂ ਪੰਜਾਬ ਵਿਚ ਇਨ੍ਹਾਂ ਦਾ ਬਹੁਤ ਸਾਰਾ ਮਾਰਗ ਮੈਦਾਨੀ ਹੈ ਜਿਥੇ ਕੁਦਰਤੀ ਝਾਲਾਂ ਨਹੀਂ ਹਨ ਅਤੇ ਬਣਾਵਟੀ ਝਾਲਾਂ ਬਣਾਉਣੀਆਂ ਸੰਭਵ (ਕਈ ਕਾਰਨਾਂ ਕਰਕੇ) ਨਹੀਂ ਹਨ। ਇਨ੍ਹਾਂ ਦੇ ਕੇਵਲ ਉਪਰਲੇ ਪਹਾੜੀ ਮਾਰਗਾਂ (ਹਿਮਾਚਲ ਪ੍ਰਦੇਸ਼ ਦੀ ਸੀਮਾ ਨੇੜੇ) ਵਿਚ ਪਣ-ਬਿਜਲੀ ਬਣਾਉਣ ਲਈ ਅਨੁਕੂਲ ਹਾਲਤਾਂ ਮਿਲਦੀਆਂ ਹਨ।

ਕੰਢੀ ਦੇ ਉੱਚੇ-ਨੀਵੇਂ ਖੇਤਰ ਵਿਚ ਵੀ ਹਾਈਡਲ ਨਹਿਰਾਂ ਜਿਵੇਂ ਕਿ ਨੰਗਲ ਹਾਈਡਲ ਚੈਨਲ, ਮੁਕੇਰੀਆਂ ਹਾਈਡਲ ਚੈਨਲ, ਆਨੰਦਪੁਰ ਸਾਹਿਬ ਹਾਈਡਲ ਚੈਨਲ, S.Y.L., ਕੰਢੀ ਨਹਿਰ, U.B.D.C. ਦਾ ਉਪਰਲਾ ਵਹਿਣ, ਸ਼ਾਹਪੁਰ ਕੰਢੀ ਨਹਿਰ ਆਦਿ ਰਾਹੀਂ ਪਣ-ਬਿਜਲੀ ਬਣਾਉਣ ਦੀਆਂ ਵਿਸ਼ਾਲ ਸੰਭਾਵਨਾਵਾਂ ਹਨ। ਇਸ ਤਰ੍ਹਾਂ ਪੰਜਾਬ ਵਿਚ ਪਣ-ਬਿਜਲੀ ਦੇ ਕਾਫੀ ਸੰਭਾਵਤ ਸੋਮੇ (Potential Water Power Resources) ਹਨ। ਪ੍ਰੰਤੂ ਇਨ੍ਹਾਂ ਦਰਿਆਵਾਂ ਦੇ ਜ਼ਿਆਦਾਤਰ ਅਨੁਕੂਲ (ਪਣ-ਬਿਜਲੀ ਲਈ) ਮਾਰਗ ਹਿਮਾਚਲ ਪ੍ਰਦੇਸ਼ ਵਿਚ ਹਨ ਜਿਥੇ ਬਹੁਤ ਪਣ-ਬਿਜਲੀ ਪੈਦਾ ਕੀਤੀ ਜਾ ਸਕਦੀ ਹੈ (ਸਾਰਣੀ ਨੰ. 10)। ਪਣ-ਬਿਜਲੀ ਦੀ ਖਪਤ ਦੀ ਪੰਜਬ ਵਿਚ ਬਹੁਤ ਵੱਡੀ ਮੰਡੀ ਮੌਜੂਦ ਹੈ। 2001-02 ਅਨੁਸਾਰ ਰਾਜ ਵਿਚ ਕੁੱਲ ਉਪਲੱਬਧ ਬਿਜਲੀ ਦਾ ਇਕ ਚੌਥਾਈ ਦੇ ਲਗਭਗ (25.81%) ਪਣ-ਬਿਜਲੀ ਤੋਂ ਪ੍ਰਾਪਤ ਹੁੰਦਾ ਸੀ। ਕੁੱਲ ਉਪਲੱਬਧ ਬਿਜਲੀ ਦਾ 25.30% ਦੇ ਲਗਭਗ ਬੈਰਾ ਸਿਉਲ, ਸਿੰਗਰੌਲੀ, ਸਲਾਲ ਅਤੇ ਦੂਜੇ ਸੋਮਿਆਂ ਤੋਂ ਖਰੀਦਿਆ ਜਾਂਦਾ ਸੀ। ਇਹ ਅੰਕੜੇ 2001-02 ਅਨੁਸਾਰ ਸੋਧੇ ਅਨੁਮਾਨ ਹਨ। ਪ੍ਰੰਤੂ 2008-09 ਦੇ ਅਸਲੀ ਅੰਕੜਿਆਂ ਅਨੁਸਾਰ ਰਾਜ ਵਿਚ ਕੁੱਲ ਉਪਲੱਬਧ ਬਿਜਲੀ ਦਾ 21.07% ਪਣ ਬਿਜਲੀ ਤੋਂ ਪ੍ਰਾਪਤ ਹੋਇਆ ਸੀ। ਕੁੱਲ ਉਪਲੱਬਧ ਬਿਜਲੀ ਦਾ 35.61% ਬੈਰਾ ਸਿਉਲ, ਸਿੰਗਰੌਲੀ, ਸਲਾਲ ਅਤੇ ਦੂਜੇ ਸੋਮਿਆਂ ਤੋਂ ਖਰੀਦੀ ਬਿਜਲੀ ਸੀ। 2013-14 ਦੇ ਆਰਜੀ ਅੰਕੜਿਆਂ ਅਨੁਸਾਰ ਪੰਜਾਬ ਵਿਚ ਕੁੱਲ ਉਪਲੱਬਧ ਬਿਜਲੀ ਦਾ 33.67% ਪਣ-ਬਿਜਲੀ ਤੋਂ ਪ੍ਰਾਪਤ ਹੋਇਆ ਸੀ ਅਤੇ 33.29% ਬਿਜਲੀ ਖਰੀਦੀ ਗਈ ਸੀ। 2021-22 ਦੇ ਅੰਕੜਿਆਂ ਅਨੁਸਾਰ ਪੰਜਾਬ ਵਿੱਚ ਕੁੱਲ ਉਪਲਬੱਧਤਾ ਬਿਜਲੀ ਦਾ 24.8% ਪਣ ਬਿਜਲੀ ਤੋਂ ਪ੍ਰਾਪਤ ਹੋਇਆ ਸੀ।

ਊਰਜਾ ਦੀ ਉਪਲੱਬਧਤਾ (AVAILABILITY OF ENERGY)

ਪੰਜਾਬ ਦੀ ਪੁਨਰਗਠਨ ਤੋਂ ਬਾਅਦ ਪੰਜਾਬ ਕੋਲ ਕੋਈ ਆਪਣਾ ਵੱਡਾ ਪਣ-ਬਿਜਲੀ ਪੋਟੈਂਸ਼ੀਅਲ ਸੋਮਾ ਨਹੀਂ ਸੀ। ਇਸ ਲਈ ਪਣ-ਬਿਜਲੀ ਥਰਮਲ ਬਿਜਲੀ ਤੋਂ ਘੱਟ ਪੈਦਾ ਹੁੰਦੀ ਹੈ। ਸਾਲ 2005-06 ਦੇ ਸੋਧੇ ਹੋਏ ਪਲਾਨ ਅਨੁਸਾਰ ਪਣ ਅਤੇ ਤਾਪ ਪਲਾਂਟਾਂ ਦੇ ਉਤਪਾਦਨ ਨੂੰ ਕ੍ਰਮਵਾਰ 9324 ਅਤੇ 13870 ਮਿਲੀਅਨ ਕਿਲੋਵਾਟ ਘੰਟੇ ਕਰਨ ਦਾ ਟੀਚਾ ਸੀ। ਇਹ ਟੀਚੇ ਪਿਛਲੇ ਸਾਲ ਪਣ ਬਿਜਲੀ ਲਈ 8278 mkwh ਅਤੇ ਤਾਪ ਬਿਜਲੀ ਲਈ 17271 mkwh ਸਨ। ਇਨ੍ਹਾਂ ਟੀਚਿਆਂ ਵਿਚ 10293 ਮਿਲੀਅਨ ਕਿਲੋਵਾਟ ਘੰਟਿਆਂ ਦੀ ਖਰੀਦ ਸ਼ਾਮਲ ਕਰਨ ਨਾਲ ਕੁੱਲ ਬਿਜਲੀ ਦੀ ਉਪਲੱਬਧੀ 2004-05 ਦੇ 32197 ਮਿਲੀਅਨ ਘੰਟਿਆਂ ਦੇ ਮੁਕਾਬਲੇ 2005-06 ਵਿਚ 33487 ਕਿਲੋਵਾਟ ਘੰਟੇ ਹੋ ਗਈ। ਸਾਲ 2015-16 (ਆਰਜੀ) ਵਿਚ 48880 ਮਿਲੀਅਨ ਕਿਲੋਵਾਟ ਘੰਟੇ ਦੇ ਮੁਕਾਬਲੇ ਸਾਲ 2016-17 (ਸੋਧੇ ਅਨੁਮਾਨ) ਦੌਰਾਨ ਪੰਜਾਬ ਵਿਚ ਬਿਜਲੀ ਦੀ ਕੁੱਲ ਉਪਲੱਬਧਤਾ 52774 ਘੰਟੇ ਹੋ ਜਾਣ ਦਾ ਅਨੁਮਾਨ ਸੀ। ਸਾਲ 2015-16 (ਸੋਧੇ ਅਨੁਮਾਨ) ਵਿਚ ਪਣ-ਬਿਜਲੀ ਅਤੇ ਥਰਮਲ ਪਲਾਂਟਾਂ ਤੋਂ ਬਿਜਲੀ ਉਤਪਾਦਨ ਕ੍ਰਮਵਾਰ 9262 ਅਤੇ 18326 ਮਿਲੀਅਨ ਕਿਲੋਵਾਟ ਘੰਟੇ ਕਰਨ ਦਾ ਟੀਚਾ ਸੀ। ਇਸੇ ਸਾਲ 12087 ਮਿਲੀਅਨ ਕਿਲੋਵਾਟ ਘੰਟੇ ਬਿਜਲੀ ਖਰੀਦ ਤੋਂ ਪ੍ਰਾਪਤ ਕਰਨ ਦਾ ਅਨੁਮਾਨ ਸੀ। ਇਹ ਦੇਖਿਆ ਗਿਆ ਹੈ ਕਿ 2016-17 ਤੋਂ

ਬਾਅਦ ਦੇ ਸਾਲਾਂ ਵਿੱਚ ਬਿਜਲੀ ਦੀ ਉਪਲਬੱਧਤਾ ਅਤੇ ਮੰਗ ਲਗਭਗ ਬਰਾਬਰ ਰਹੇ ਹਨ। ਰਾਜ ਸਰਕਾਰ ਜਿਵੇਂ-ਜਿਵੇਂ ਗਰਮੀ ਦੀ ਰੁੱਤ ਨੂੰ ਮੰਗ ਵਧਦੀ ਜਾਂਦੀ ਹੈ, ਬਿਜਲੀ ਦੀ ਉਪਲਬੱਧਤਾ ਵੀ ਉਸ ਅਨੁਸਾਰ ਵਧਾਉਂਦੀ ਰਹੀ ਹੈ। ਉਦਾਹਰਣ ਲਈ 2020-21 ਵਿੱਚ ਬਿਜਲੀ ਦੀ ਮੰਗ 58,450 ਮਿਲੀਅਨ ਕਿਲੋਵਾਟ ਘੰਟੇ ਸੀ, ਜੋ 2021-22 ਵਿੱਚ ਵਧ ਕੇ 62,850 ਮਿਲੀਅਨ ਕਿਲੋਵਾਟ ਘੰਟੇ ਹੋ ਗਈ। ਉਪਲਬੱਧਤਾ ਵੀ ਇਸੇ ਅਨੁਸਾਰ ਵਧਾਈ ਗਈ ਜੋ ਕਿ ਖਰੀਦੀ ਬਿਜਲੀ ਰਾਹੀਂ ਪੂਰੀ ਕੀਤੀ ਗਈ। 2022 ਦੀਆਂ ਗਰਮੀਆਂ ਵਿੱਚ ਮਾਰਚ ਤੋਂ ਜੁਲਾਈ ਤੱਕ PSPCL ਨੇ ਰਿਕਾਰਡ ਉੱਚੀ ਮੰਗ 14,207 MW ਨੂੰ ਭਾਰਤ ਸਰਕਾਰੀ ਦੀ ਸੈਂਟਰਲ ਇਲੈਕਟਰੀਸਿਟੀ ਅਥਾਰਿਟੀ ਰਾਹੀਂ "Open Every Exchange Market" ਤੋਂ ਲੋੜੀਂਦੀ ਬਿਜਲੀ ਖਰੀਦ ਕੇ ਪੂਰਾ ਕੀਤਾ। ਪੰਜਾਬ ਦੀ ਕੁਲ ਸਥਾਪਤ ਸਮਰੱਥਾ ਵਿੱਚੋਂ 21% ਪੰਜਾਬ ਸਰਕਾਰ ਦੀ ਹੈ, 46% ਨਿੱਜੀ ਮਾਲਕੀ ਵਾਲੀ ਹੈ ਅਤੇ 33% ਕੇਂਦਰੀ ਮਾਲਕੀਅਤ ਅਧੀਨ ਹੈ। ਪੰਜਾਬ ਵਿੱਚ 2022 ਤੱਕ ਸਥਾਪਤ ਸਮਰੱਥਾ ਦਾ 62.1% ਥਰਮਲ ਸਰੋਤਾਂ ਤੋਂ ਆਉਂਦਾ ਹੈ। 24.8% ਹਾਈਡ੍ਰੋ, 11.8% ਨਵਿਆਆਉਣਯੋਗ ਅਤੇ 1.3% ਨਿਊਕਲੀਅਰ ਸਰੋਤਾਂ ਤੋਂ ਪ੍ਰਾਪਤ ਹੁੰਦਾ ਹੈ। ਇਹ ਅੰਕੜੇ ਪੰਜਾਬ ਆਰਥਿਕ ਸਰਵੇਖਣ 2022-23 ਅਨੁਸਾਰ ਹਨ। ਸਾਰਣੀ ਨੰ. 10 ਪੰਜਾਬ ਦੇ ਵਿਭਿੰਨ ਊਰਜਾ ਸੋਮਿਆਂ ਤੋਂ ਬਿਜਲੀ ਦੀ ਉਪਲੱਬਧਤਾ ਅਤੇ ਸਮਰੱਥਾ ਦੇ ਵੇਰਵੇ (ਅਸਲੀ = Actual) ਦਸਦੀ ਹੈ।

ਸਾਰਣੀ ਨੰ. 10
ਪੰਜਾਬ ਦੇ ਵਿਭਿੰਨ ਬਿਜਲੀ ਸੋਮਿਆਂ ਤੋਂ ਬਿਜਲੀ ਦੀ ਉਪਲੱਬਧਤਾ ਤੇ ਪਲਾਂਟ ਸਮਰੱਥਾ

ਸੋਮਾ	ਬਿਜਲੀ ਦੀ ਉਪਲੱਬਧਤਾ (ਮਿਲੀਅਨ ਕਿਲੋਵਾਟ ਘੰਟੇ)									ਬਿਜਲੀ ਸਪਲਾਈ ਦੀ ਸਥਾਪਤ ਪਲਾਂਟ ਸਮਰੱਥਾ (ਮੈਗਾਵਾਟ)								
	1980-81	1990-91	2000-01	2010-11	2013-14	2015-16	2016-17	2017-18 (RE)	ਪ੍ਰਤੀਸ਼ਤ ਉਪਲਬੱਧਤਾ	1980-81	1990-91	2000-01	2010-11	2013-14	2015-16	2016-17	2017-18 (RE)	ਪ੍ਰਤੀਸ਼ਤ ਉਪਲਬੱਧਤਾ
I. ਪਣ ਬਿਜਲੀ (ੳ) ਆਪਣੇ ਪ੍ਰਾਜੈਕਟ (Own Projects)																		
ਸ਼ਨਨ ਬਿਜਲੀ ਘਰ ਜੋਗਿੰਦਰ ਨਗਰ (ਹਿ. ਪ੍ਰਾ.)	262	573	488	598	356	533	473	519	0.92	48	110	110	110	110	110	110	110	2.21
ਯੂ.ਬੀ.ਡੀ.ਸੀ ਸਟੇਜ I ਅਤੇ II	293	201	346	410	362	320	341	384	0.68	45	60	91	91	91	91	91	91	1.83
ਮੁਕੇਰੀਆਂ ਬਿਜਲੀ ਘਰ ਫੇਜ਼ I ਤੋਂ IV	—	1168	1221	1070	1247	1169	1114	1145	2.03	—	207	207	207	207	207	207	225	4.53
ਆਨੰਦਪੁਰ ਸਾਹਿਬ ਹਾਈਡਲ ਪ੍ਰਾਜੈਕਟ	—	660	652	742	735	669	674	689	1.22	—	134	134	134	134	134	134	134	2.70
ਰਣਜੀਤ ਸਾਗਰ ਪ੍ਰਾਜੈਕਟ	—	—	435	1738	1576	1958	1306	1906	3.37	—	—	453	600	600	600	600	600	12.08
ਮਾਈਕਰੋ ਹਾਈਡਲ ਸਕੀਮਾਂ	—	10	10	10	11	6	6	6	0.01	—	4	4	6	6	6	6	6	0.12
ਜੋੜ	555	2612	3152	4568	4287	4655	3914	4649	8.23	93	515	999	1148	1148	1148	1148	1166	23.48

(ਅ) ਸਾਂਝੇ ਪੂਲ ਦੇ ਪ੍ਰਾਜੈਕਟ (Common Pool Projects)																		
ਭਾਖੜਾ ਨੰਗਲ* ਕੰਪਲੈਕਸ	2076	2986	2221	—	—	—	—	—		613	689	745	—				—	
ਦੇਹਰ ਪਾਵਰ ਪਲਾਂਟ	1138	1547	1352	—	—	—	—			317	475	475	1161	1161	1161	1161	1161	23.37
ਪੌਂਗ ਪਾਵਰ* ਪਲਾਂਟ	293	400	345	—	—	—	—	—		60	90	94				—	—	
ਜੋੜ	3507	4933	3918	4694	4680	4591	4071	3877	6.86	990	1254	1314	1161	1161	1161	1161	1161	23.37
ਵੱਡਾ ਜੋੜ	4062	7545	7070	9262	8963 - (104) 8863	9246 - (122) 9124	7985 - (88) 7897	8526 - (111) 8415	14.90	1083	1769	2313	2309	2309	2309	2309	2327	46.85
ਸਟੀਮ (ਥਰਮਲ) ਆਪਣੇ ਪ੍ਰਾਜੈਕਟਸ (Own Projects)																		
ਜੀ.ਐਨ. ਡੀ. ਟੀ. ਪੀ. ਬਠਿੰਡਾ	1458	1930	2794	1775	1635	815	699	301	0.53	440	440	440	440	450	460	460	460	9.26
ਜੀ. ਜੀ. ਐਸ. ਟੀ. ਪੀ. ਰੋਪੜ	—	3496	8437	9718	8006	3601	2776	2302	4.08	—	840	1260	1260	1260	1260	1260	1260	25.37
ਜੀ. ਐਚ. ਟੀ. ਪੀ. ਲਹਿਰਾ ਮੁਹੱਬਤ	—	—	3227	6833	6665	2853	2736	2601	4.61	—	—	420	920	920	920	920	920	18.52
ਜੋੜ	1458	5426	14458	18326	16306	16393	14108	13619	24.11	450	1280	2120	2620	2630	2640	2640	2640	53.15
ਵੱਡਾ ਜੋੜ	5520	12971	21528	27588	16306	16393	14108	13619	24.11	1533	3049	4433	4929	4939	4949	4949	4967	100.00
ਖਰੀਦੀ ਬਿਜਲੀ ((Own Projects																		
ਬੈਰਾਸਿਊਲ	—	317	276	—	—	—	—	—	—	—	—	—	—	—	—	—	—	
ਸਿੰਗਰੌਲੀ	—	1070	1480	—	—	—	—	—	—	—	—	—	—	—	—	—	—	
ਸਲਾਲ ਹਾਈਡਲ ਬਿਜਲੀ ਪ੍ਰਾਜੈਕਟ	—	690	760	—	—	—	—	—	—	—	—	—	—	—	—	—	—	—
ਹੋਰ	287	438	4376	—	—	—	—	—	—	—	—	—	—	—	—	—	—	
ਜੋੜ	287	2515	6892	12087	21650	32488	36073	12611	42858	75.89	—	—	—	—	—	—	—	—
ਕੁੱਲ ਜੋੜ	5807	15486	28420	39675	46959	48881	50181	56477	100.00	1533	3049	4433	4929	4939	4949	4949	4967	100.00

ਸਰੋਤ— ਪੰਜਾਬ ਦਾ ਆਰਥਿਕ ਸਰਵੇਖਣ— 1995-96, 2001-02, 2008-09, 2009-10, 2015-16, 2016-17 ਅਤੇ 2017-18 * ਪੰਜਾਬ ਦਾ ਹਿੱਸਾ

RE = ਸੋਧੇ ਅੰਕੜੇ

ਪੰਜਾਬ ਵਿਚ ਪਣ-ਬਿਜਲੀ ਉਤਪਾਦਨ ਦੇ ਪ੍ਰਾਜੈਕਟ (HYDRO-ELECTRIC DEVELOPMENT PROJECTS IN PUNJAB)

ਪੰਜਾਬ ਵਿਚ ਕਈ ਪੁਰਾਣੇ ਅਤੇ ਨਵੇਂ ਪਣ-ਬਿਜਲੀ ਪ੍ਰਾਜੈਕਟਾਂ ਤੋਂ ਬਿਜਲੀ ਪ੍ਰਾਪਤ ਹੁੰਦੀ ਹੈ। ਇਨ੍ਹਾਂ ਵਿਚੋਂ ਜ਼ਿਆਦਾਤਰ ਪੰਜਾਬ ਵਿਚ ਹਨ। ਕੁਝ ਹਿਮਾਚਲ ਪ੍ਰਦੇਸ਼ ਵਿਚ ਵੀ ਹਨ। ਇਨ੍ਹਾਂ ਦਾ ਵੇਰਵਾ ਹੇਠ ਲਿਖੇ ਪ੍ਰਕਾਰ ਹੈ—

1. ਭਾਖੜਾ ਨੰਗਲ ਯੋਜਨਾ (Bhakhra Nangal Project)— ਦਰਿਆ ਸਤਲੁਜ ਦੀ ਭਾਖੜਾ ਗਾਰਜ (ਤੰਗ ਘਾਟੀ) ਉੱਤੇ ਇੱਕ ਬੰਨ੍ਹ ਬਣਾਉਣ ਦਾ ਵਿਚਾਰ 1908 ਈ. ਵਿਚ ਪ੍ਰਗਟ ਕੀਤਾ ਗਿਆ ਸੀ। 1927 ਈਸਵੀ ਵਿਚ ਇਕ ਵਿਸ਼ੇਸ਼ ਕਮੇਟੀ ਬਣਾਈ ਗਈ ਸੀ ਜਿਸ ਨੂੰ ਦਰਿਆ ਸਤਲੁਜ ਉੱਤੇ ਭਾਖੜਾ ਪਿੰਡ ਦੇ ਨੇੜੇ ਇੱਕ ਬੰਨ੍ਹ ਉਸਾਰਨ ਦੀ ਸੁਝਾਉਣ ਯੋਗਤਾ ਬਾਰੇ ਆਪਣੀ ਸਿਫ਼ਾਰਸ਼ ਦੇਣ ਲਈ ਕਿਹਾ ਗਿਆ ਸੀ। ਭਾਖੜਾ ਡੈਮ ਦੀ ਉਸਾਰੀ ਦਾ ਕੰਮ ਅਪ੍ਰੈਲ 1948 ਵਿਚ ਸ਼ੁਰੂ ਕੀਤਾ ਗਿਆ ਸੀ ਅਤੇ ਸਿਵਲ ਇੰਜਨੀਅਰੀ ਦਾ ਕੰਮ 1962 ਈ. ਸਾਲ ਦੇ ਮੱਧ ਵਿਚ ਪੂਰਾ ਕਰ ਲਿਆ ਗਿਆ ਸੀ। ਭਾਰਤ ਦੇ ਪ੍ਰਧਾਨ ਮੰਤਰੀ ਪੰਡਤ ਜਵਾਹਰ ਲਾਲ ਨਹਿਰੂ ਨੇ 22 ਅਕਤੂਬਰ 1963 ਨੂੰ ਡੈਮ ਨੂੰ ਰਾਸ਼ਟਰ ਦੇ ਨਾਂ ਸਮਰਪਿਤ ਕੀਤਾ।

ਇਹ ਇਕ ਬਹੁ-ਮੁੱਖੀ ਯੋਜਨਾ ਹੈ ਜਿਸ ਅਧੀਨ ਮੁੱਖ ਤੌਰ ਤੇ ਦਰਿਆ ਸਤਲੁਜ (ਦਰਿਆ ਬਿਆਸ ਦਾ ਵਾਧੂ ਪਾਣੀ ਵੀ) ਦੇ ਪਾਣੀ ਦੀ ਵਿਭਿੰਨ ਕਾਰਜਾਂ ਵਾਸਤੇ ਵਰਤੋਂ ਕੀਤੀ ਗਈ ਹੈ। ਇਨ੍ਹਾਂ ਵਿਚੋਂ ਇਕ ਮਹੱਤਵਪੂਰਣ ਕਾਰਜ ਪਣ-ਬਿਜਲੀ ਪੈਦਾ ਕਰਨਾ ਹੈ। ਇਸ ਅਧੀਨ ਦਰਿਆ ਸਤਲੁਜ ਉਤੇ ਭਾਖੜਾ ਗਾਰਜ ਦੇ ਟਿਕਾਣੇ ਤੇ 226 ਮੀਟਰ ਉੱਚਾ ਬੰਨ੍ਹ ਬਣਾ ਕੇ ਸੱਜੇ ਅਤੇ ਖੱਬੇ ਬੰਨੇ ਦੇ ਦੋਨਾਂ ਬਿਜਲੀ ਘਰਾਂ ਤੋਂ ਬਿਜਲੀ ਤਿਆਰ ਕੀਤੀ ਜਾਂਦੀ ਹੈ ਜੋ ਹਿਮਾਚਲ ਪ੍ਰਦੇਸ਼, ਹਰਿਆਣਾ, ਦਿੱਲੀ ਤੇ ਰਾਜਸਥਾਨ ਦੇ ਨਾਲ-ਨਾਲ ਮੁੱਖ ਤੌਰ ਤੇ (ਅੱਧੀ ਦੇ ਲਗਭਗ) ਪੰਜਾਬ ਵਿਚ ਵਰਤੀ ਜਾਂਦੀ ਹੈ। ਇਹ ਡੈਮ ਹਿਮਾਚਲ ਪ੍ਰਦੇਸ਼ ਵਿਚ ਨੰਗਲ ਤੋਂ ਲਗਭਗ 14 ਕਿਲੋਮੀਟਰ ਦੂਰ ਦਰਿਆ ਸਤਲੁਜ ਉਤੇ ਉਸਾਰਿਆ ਗਿਆ ਹੈ। ਇਸ ਸਮੇਂ ਇਥੇ ਲਗਭਗ 142 ਲੱਖ ਯੂਨਿਟ ਬਿਜਲੀ ਤਿਆਰ ਕੀਤੀ ਜਾਂਦੀ ਹੈ। ਹਰ ਇਕ ਪਾਵਰ ਹਾਊਸ ਵਿਚ ਪੰਜ-ਪੰਜ ਜਨਰੇਟਰ ਹਨ। ਹੁਣ ਇਹ ਪ੍ਰਾਜੈਕਟ ਸਾਂਝੇ ਭੰਡਾਰ (Common Pool) ਦਾ ਅੰਗ ਹੈ। ਭਾਖੜਾ ਬਿਜਲੀ ਘਰ ਪੰਜਾਬ ਦੀ ਕੁੱਲ ਬਿਜਲੀ ਮੰਗ ਦਾ ਕੇਵਲ 7 ਤੋਂ 8% ਪੂਰਾ ਕਰਦੇ ਹਨ। ਬੰਨ ਪਿੱਛੇ ਬਣੀ ਗੋਬਿੰਦ ਸਾਗਰ ਝੀਲ ਦੀ 6.34 ਮਿਲੀਅਨ ਏਕੜ ਫੀਟ ਪਾਣੀ ਜਮ੍ਹਾਂ ਕਰਨ ਦੀ ਸਮਰੱਥਾ ਹੈ।

ਭਾਖੜਾ ਯੋਜਨਾ ਅਧੀਨ ਹੀ ਨੰਗਲ ਦੇ ਸਥਾਨ ਤੇ ਇਕ ਬੰਨ੍ਹ ਉਸਾਰ ਕੇ ਨੰਗਲ ਹਾਈਡਲ ਚੈਨਲ (ਨਹਿਰ) ਉਸਾਰੀ ਗਈ ਹੈ ਜਿਸ ਉਤੇ ਦੋ ਝਾਲਾਂ ਬਣਾ ਕੇ (ਕੋਟਲਾ ਅਤੇ ਗੰਗੂਵਾਲ ਵਿਖੇ) ਪਣ-ਬਿਜਲੀ ਪੈਦਾ ਕੀਤੀ ਗਈ ਹੈ।

2. ਗੰਗੂਵਾਲ ਬਿਜਲੀ ਘਰ (Ganguwal Power House)– ਨੰਗਲ ਹਾਈਡਲ ਚੈਨਲ ਉਤੇ ਲਗਭਗ 19 ਕਿਲੋਮੀਟਰ ਦੀ ਦੂਰੀ ਤੇ ਨਹਿਰ ਉਤੇ 29 ਮੀਟਰ ਦੀ ਝਾਲ ਹੈ। ਇਥੇ ਗੰਗੂਵਾਲ ਬਿਜਲੀ ਘਰ ਬਣਾਇਆ ਗਿਆ ਹੈ। ਇਥੇ 3 ਜਨਰੇਟਰ ਹਨ। ਇਸ ਦੀ ਸਥਾਪਤ ਪਲਾਂਟ ਸਮਰੱਥਾ 77WW ਹੈ। ਬਿਜਲੀ ਪੈਦਾ ਕਰਨ ਲਈ ਇਸ ਨੂੰ ਸਿਤੰਬਰ 1956 ਵਿਚ ਚਾਲੂ ਕੀਤਾ ਗਿਆ ਸੀ।

3. ਕੋਟਲਾ ਬਿਜਲੀ ਘਰ (Kotla Power House)– ਗੰਗੂਵਾਲ ਤੋਂ ਲਗਭਗ 10 ਕਿਲੋਮੀਟਰ ਅਗੇ ਨਹਿਰ ਉਤੇ ਇਕ ਹੋਰ ਝਾਲ ਬਨਦੀ ਹੈ। ਇਸ ਦੀ ਉਚਾਈ ਵੀ ਲਗਭਗ 29 ਮੀਟਰ ਹੈ। ਇਥੇ ਕੋਟਲਾ ਦਾ ਬਿਜਲੀ ਘਰ ਬਣਾਇਆ ਗਿਆ ਜਿਥੇ 3 ਜਨਰੇਟਰ ਬਿਜਲੀ ਪੈਦਾ ਕਰਦੇ ਹਨ। ਇਸ ਦੀ ਸਥਾਪਿਤ ਪਲਾਂਟ ਸਮਰੱਥਾ ਵੀ 77 ਮੈਗਾਵਾਟ ਹੈ।

4. ਪੌਂਗ ਡੈਮ ਯੋਜਨਾ (Pong Dam Project)– ਇਹ ਡੈਮ ਵੀ ਭਾਖੜਾ ਕੰਪਲੈਕਸ ਦਾ ਇਕ ਹਿੱਸਾ ਹੈ। ਹੁਸ਼ਿਆਰਪੁਰ ਜ਼ਿਲ੍ਹੇ ਵਿੱਚ ਤਲਵਾੜਾ ਦੇ ਕਸਬੇ ਤੋਂ ਲਗਭਗ 7 ਕਿਲੋਮੀਟਰ ਦੂਰ ਦਰਿਆ ਬਿਆਸ ਉਤੇ ਪੌਂਗ ਡੈਮ ਉਸਾਰਿਆ ਗਿਆ ਹੈ। ਇਥੇ 60 ਮੈਗਾਵਾਟ ਹਰੇਕ ਦੀ ਸਮਰੱਥਾ ਵਾਲੇ 6 ਬਿਜਲੀ ਉਤਪਾਦਨ ਘਰ ਉਸਾਰੇ ਗਏ ਹਨ। ਡੈਮ ਦਾ ਟਿਕਾਣਾ ਹਿਮਾਚਲ ਪ੍ਰਦੇਸ਼ ਵਿੱਚ ਹੈ ਅਤੇ ਉਸਾਰੀ ਦਾ ਕੰਮ 1962 ਈ. ਵਿੱਚ ਸ਼ੁਰੂ ਕੀਤਾ ਗਿਆ ਸੀ ਅਤੇ ਇਹ ਯੋਜਨਾ 1983 ਈ. ਵਿੱਚ ਤਿਆਰ ਹੋ ਗਈ ਸੀ। ਇਸ ਡੈਮ ਦੀ ਆਧਾਰ ਤੋਂ ਉਚਾਈ 116 ਮੀਟਰ ਹੈ ਅਤੇ ਇਹ ਰੋਲ ਕੀਤੀ ਮਿੱਟੀ ਭਰਕੇ ਬਣਾਇਆ ਗਿਆ ਹੈ। ਇਸ ਦੀ ਪਾਣੀ ਭੰਡਾਰਨ ਦੀ ਸਮਰੱਥਾ 5.5M.A.F. ਹੈ ਅਤੇ ਇਹ ਪੰਜਾਬ ਦੀ ਬਿਜਲੀ ਦੀ ਲਗਭਗ 1% ਮੰਗ ਪੂਰੀ ਕਰਦਾ ਹੈ।

5. ਦੇਹਰ ਪਾਵਰ ਹਾਊਸ (Dehar Power House)– ਬਿਆਸ-ਭਾਖੜਾ ਕੰਪਲੈਕਸ ਦੀ ਯੋਜਨਾ ਅਧੀਨ ਦਰਿਆ ਬਿਆਸ ਦਾ ਵਾਧੂ ਪਾਣੀ ਪੰਡੋਹ ਦੇ ਸਥਾਨ ਤੋਂ ਨਹਿਰ ਅਤੇ ਸੁਰੰਗ ਰਾਹੀਂ ਦਰਿਆ ਸਤਲੁਜ ਵਿਚ ਪਾਇਆ ਗਿਆ ਹੈ। ਪਾਣੀ ਲਿਆ ਰਹੀ ਸੁਰੰਗ ਦੇ ਅੰਤਮ ਸਿਰੇ ਤੇ ਸਲਾਪੜ ਦੇ ਸਥਾਨ ਤੇ ਦੇਹਰ ਬਿਜਲੀ ਘਰ ਬਣਾਇਆ ਗਿਆ ਜਿਥੇ ਛੇ ਬਿਜਲੀ ਉਤਪਾਦਨ ਘਰ ਬਣਾਏ ਗਏ ਹਨ। ਇਥੋਂ ਅੱਧੀ ਦੇ ਲਗਭਗ ਬਿਜਲੀ (47%) ਪੰਜਾਬ ਨੂੰ ਮਿਲਦੀ ਹੈ।

6. ਸ਼ਨਨ ਬਿਜਲੀ ਘਰ (Shanan Powser House)– ਇਹ ਪੰਜਾਬ ਦਾ ਸਭ ਤੋਂ ਪੁਰਾਣਾ ਪਣ-ਬਿਜਲੀ ਘਰ ਹੈ ਜੋ ਹਿਮਾਚਲ ਪ੍ਰਦੇਸ਼ ਦੇ ਮੰਡੀ ਜ਼ਿਲ੍ਹੇ ਵਿਚ ਜੋਗਿੰਦਰ ਨਗਰ ਨੇੜੇ ਉਸਾਰਿਆ ਗਿਆ ਹੈ। ਇਸ ਦੀ ਉਸਾਰੀ 1932 ਵਿਚ ਕੀਤੀ ਗਈ ਸੀ। ਇਸ ਯੋਜਨਾ ਅਧੀਨ ਦਰਿਆ ਉਹਲ (Uhel) ਦਾ ਪਾਣੀ ਮੋੜ ਕੇ ਜੋਗਿੰਦਰ ਨਗਰ ਦੇ ਸਥਾਨ ਤੇ ਪਣ ਬਿਜਲੀ ਬਣਾਉਣ ਲਈ ਵਰਤਿਆ ਜਾਂਦਾ ਹੈ। ਪਹਿਲਾਂ ਇਥੇ 9 ਮੈਗਾਵਾਟ ਦੀ ਸਮਰੱਥਾ ਦੀਆਂ ਚਾਰ ਮਸ਼ੀਨਾਂ ਸਨ। ਬਾਅਦ ਵਿਚ ਇਨ੍ਹਾਂ ਵਿਚੋਂ ਹਰ ਇਕ ਦੀ ਸਮਰੱਥਾ 15 ਮੈਗਾਵਾਟ ਕਰ ਦਿੱਤੀ ਗਈ। 1982 ਵਿਚ ਸ਼ਨਨ ਪ੍ਰਾਜੈਕਟ ਦਾ ਪਸਾਰ ਕੀਤਾ ਗਿਆ ਜਿਸ ਅਧੀਨ ਪਹਿਲੇ ਜਨਰੇਟਰਾਂ ਦੇ ਨਾਲ ਹੀ 50 ਮੈਗਾਵਾਟ ਬਿਜਲੀ ਪੈਦਾ ਕਰਨ ਵਾਲਾ ਇਕ ਹੋਰ ਬਿਜਲੀ ਘਰ ਬਣਾਇਆ ਗਿਆ ਸੀ। ਹੁਣ ਕੁੱਲ ਸਮਰੱਥਾ 110 ਮੈਗਾਵਾਟ ਬਿਜਲੀ ਪੈਦਾ ਕਰਨ ਦੀ ਹੈ। ਇਹ ਪੰਜਾਬ ਦਾ ਆਪਣਾ ਬਿਜਲੀ ਘਰ ਹੈ। 2013-14 ਵਿਚ ਇਸ ਬਿਜਲੀ ਘਰ ਤੋਂ 356 ਮਿਲੀਅਨ ਕਿਲੋਵਾਟ ਘੰਟੇ ਬਿਜਲੀ ਪ੍ਰਾਪਤ ਹੋਈ ਸੀ। ਆਉਂਦੇ ਸਮੇਂ ਵਿੱਚ ਇਹ ਬਿਜਲੀ ਘਰ ਸ਼ਾਇਦ ਹਿਮਾਚਲ ਪ੍ਰਦੇਸ਼ ਨੂੰ ਵਾਪਸ ਕੀਤਾ ਜਾਵੇਗਾ।

7. ਅਪਰ ਬਾਰੀ ਦੋਆਬ ਨਹਿਰ ਬਿਜਲੀ ਘਰ (UBDC)– ਪਠਾਨਕੋਟ ਤੋਂ ਉੱਪਰ ਵੱਲ ਦਰਿਆ ਰਾਵੀ ਉੱਤੇ ਮਾਧੋਪੁਰ ਦੇ ਸਥਾਨ ਤੇ ਬੰਨ੍ਹ ਲਗਾ ਕੇ ਅਪਰ ਬਾਰੀ ਦੋਆਬ ਕਨਾਲ ਕੱਢੀ ਗਈ ਹੈ। ਨੰਗਲ ਹਾਈਡਲ ਚੈਨਲ ਦੀ ਤਰ੍ਹਾਂ ਅਪਰ ਬਾਰੀ ਦੋਆਬ ਨਹਿਰ ਉਤੇ ਵੀ ਝਾਲਾਂ (falls) ਬਣਾ ਕੇ ਸਰਨਾ ਬਿਜਲੀ ਘਰਾਂ ਵਿੱਚ ਬਿਜਲੀ ਪੈਦਾ ਕੀਤੀ ਗਈ ਹੈ। ਇਹ ਸਾਰਾ ਕੰਮ ਚਾਰ ਚਰਨਾਂ (stages) ਵਿਚ ਪੂਰਾ ਕੀਤਾ ਜਾਣਾ ਹੈ। ਪਹਿਲੇ ਦੋ ਚਰਨ ਪੂਰੇ ਹੋ ਚੁਕੇ ਹਨ ਜਿਨ੍ਹਾਂ ਅਧੀਨ ਸਰਨਾ ਦੇ ਸਥਾਨ ਤੇ ਦੋ ਬਿਜਲੀ ਘਰ ਬਣਾਏ ਗਏ ਹਨ ਜੋ ਬਿਜਲੀ ਪੈਦਾ ਕਰ ਰਹੇ ਹਨ। ਪਹਿਲੇ ਚਰਨ ਦੇ ਤਿੰਨ ਬਿਜਲੀ ਘਰਾਂ ਵਿਚ ਹਰੇਕ ਦੀ ਸਮਰੱਥਾ 15 ਮੈਗਾਵਾਟ ਹੈ। ਇਹ ਯੋਜਨਾ ਪੂਰਣ ਤੌਰ ਤੇ ਪੰਜਾਬ ਵਿੱਚ ਹੈ। 2013-14 ਅਨੁਸਾਰ ਇਸ ਨੇ 361 ਮਿਲੀਅਨ ਕਿਲੋਵਾਟ ਘੰਟੇ ਬਿਜਲੀ ਉਪਲੱਬਧ ਕਰਾ ਕੇ ਪੰਜਾਬ ਦੀ 1.00% ਤੋਂ ਘੱਟ ਬਿਜਲੀ ਮੰਗ ਪੂਰੀ ਕੀਤੀ ਸੀ।

8. ਆਨੰਦਪੁਰ ਸਾਹਿਬ ਹਾਈਡਲ ਪ੍ਰਾਜੈਕਟ (Anandpur Sahib Hydel Project)– ਇਹ ਪ੍ਰਾਜੈਕਟ ਸਤਲੁਜ-ਯਮੁਨਾ ਲਿੰਕ ਨਹਿਰ ਉੱਤੇ ਸਥਿਤ ਹੈ। ਇਹ ਹਾਈਡਲ ਨਹਿਰ ਜਿਸ ਨੂੰ SYL ਵੀ ਕਿਹਾ ਜਾਂਦਾ ਹੈ ਨੰਗਲ ਦੇ ਸਥਾਨ ਤੋਂ ਦਰਿਆ ਸਤਲੁਜ ਵਿਚੋਂ ਕੱਢੀ ਗਈ ਹੈ ਅਤੇ ਇਹ ਨੰਗਲ ਹਾਈਡਲ ਚੈਨਲ ਦੇ ਸਮਾਨ ਅੰਤਰ ਚਲਦੀ ਹੈ। ਆਨੰਦਪੁਰ ਸਾਹਿਬ ਤੋਂ ਕੁਝ ਦੂਰੀ 'ਤੇ ਗੰਗੂਵਾਲ ਅਤੇ ਨੱਕੀਆਂ (Nakkian) ਦੇ ਸਥਾਨਾਂ ਤੇ ਇਕ-ਇਕ ਝਾਲ ਬਣਾਈ ਗਈ ਹੈ ਜਿਸ ਹੇਠ ਦੋ ਬਿਜਲੀ ਘਰ ਬਣਾਏ ਗਏ ਹਨ। ਇਨ੍ਹਾਂ ਦੀ ਸਮਰੱਥਾ 134 ਮੈਗਾਵਾਟ ਬਿਜਲੀ ਪੈਦਾ ਕਰਨ ਦੀ ਹੋਵੇਗੀ। SYL ਦੇ ਇਸ ਲਗਭਗ 35 ਕਿਲੋਮੀਟਰ ਲੰਬੇ ਭਾਗ ਨੂੰ ਆਨੰਦਪੁਰ ਸਾਹਿਬ ਹਾਈਡਲ ਚੈਨਲ ਕਿਹਾ ਜਾਂਦਾ ਹੈ। ਇਹ ਪੰਜਾਬ ਦਾ ਪ੍ਰਾਜੈਕਟ ਹੈ ਅਤੇ ਇਹ ਪੰਜਾਬ ਦੀ ਬਿਜਲੀ ਦੀ ਕੁੱਲ ਮੰਗ ਦਾ ਲਗਭਗ 1.22% ਪੂਰਾ ਕਰਦਾ ਹੈ (2017-18 ਵਿੱਚ)।

9. ਰੋਪੜ ਹਾਈਡਲ ਬਿਜਲੀ ਘਰ (Ropar Hydel Power House)– ਸਤਲੁਜ-ਯਮੁਨਾ ਲਿੰਕ ਨਹਿਰ ਦੇ ਪਾਣੀ ਦੀ ਰੋਪੜ ਨੇੜੇ ਬਿਜਲੀ ਪੈਦਾ ਕਰਨ ਲਈ ਵਰਤੋਂ ਸਬੰਧੀ ਇਕ ਪ੍ਰਾਜੈਕਟ ਬਣਾਇਆ ਗਿਆ ਸੀ। ਇਸ ਅਧੀਨ ਰੋਪੜ ਨੇੜੇ ਇਕ ਬਿਜਲੀ ਘਰ ਉਸਾਰਿਆ ਜਾ ਰਿਹਾ ਸੀ ਜਿਥੇ ਲਗਭਗ 24 ਮੈਗਾਵਾਟ ਬਿਜਲੀ ਪੈਦਾ ਕਰਨ ਦੀ ਯੋਜਨਾ ਹੈ। ਪੰਜਾਬ ਬਿਜਲੀ ਬੋਰਡ ਨੇ ਰੋਪੜ ਹਾਈਡਲ ਬਿਜਲੀ ਘਰ ਦੀ ਉਸਾਰੀ ਉੱਤੇ 50 ਕਰੋੜ ਤੋਂ ਵੱਧ ਪੈਸੇ ਉਸਾਰੀ ਅਤੇ ਮਸ਼ੀਨਾਂ ਆਦਿ ਲਈ ਖਰਚੇ ਹੋਏ ਹਨ। ਪ੍ਰੰਤੂ SYL ਦੀ ਉਸਾਰੀ ਸਬੰਧੀ ਝਗੜੇ ਕਾਰਨ ਜੂਨ 1993 ਤੋਂ ਇਹ ਯੋਜਨਾ ਠੱਪ ਪਈ ਹੈ। ਪ੍ਰੰਤੂ ਇਸ ਯੋਜਨਾ ਨੂੰ SYL ਤੋਂ ਅਲੱਗ ਕਰਕੇ ਆਨੰਦਪੁਰ ਸਾਹਿਬ ਹਾਈਡਲ ਪ੍ਰਾਜੈਕਟ ਅਧੀਨ ਮੁਕੰਮਲ ਕਰਨ ਦੇ ਉਪਰਾਲੇ ਕੀਤੇ ਜਾ ਰਹੇ ਹਨ।

ਇਸ ਯੋਜਨਾ ਅਧੀਨ ਹੀ SYL ਉਪਰ ਰਾਜਪੁਰਾ ਦੇ ਨੇੜੇ ਵੀ ਇਕ ਬਿਜਲੀ ਘਰ ਉਸਾਰਨ ਦੀ ਯੋਜਨਾ ਹੈ।

10. ਮੁਕੇਰੀਆਂ ਹਾਈਡਲ ਪ੍ਰਾਜੈਕਟ (Mukerian Hydel Project)– ਦਰਿਆ ਬਿਆਸ ਤੋਂ ਤਲਵਾੜਾ ਕਸਬੇ ਨੇੜੇ ਸ਼ਾਹਪੁਰ ਬੈਰਾਜ ਤੋਂ ਬਿਜਲੀ ਬਣਾਉਣ ਲਈ ਇਕ 36 ਕਿਲੋਮੀਟਰ ਦੇ ਲਗਭਗ ਲੰਬੀ ਨਹਿਰ ਕੱਢੀ ਗਈ ਹੈ। ਇਸ ਨਹਿਰ ਨੂੰ Mukerian Hydel Channel (ਮੁਕੇਰੀਆਂ ਪਣ ਬਿਜਲੀ ਨਹਿਰ) ਕਹਿੰਦੇ ਹਨ। ਇਸ ਨੂੰ ਉਸਾਰਨ ਦਾ ਕੰਮ 1975 ਈਸਵੀ ਵਿੱਚ ਸ਼ੁਰੂ ਕੀਤਾ ਗਿਆ ਸੀ। ਉਸਾਰੀ ਦਾ ਕਾਫੀ ਕੰਮ ਪੂਰਾ ਕਰ ਲਿਆ ਗਿਆ ਹੈ। ਬਿਜਲੀ ਬਣਾਉਣ ਤੋਂ ਬਾਅਦ ਨਹਿਰ ਦਾ ਪਾਣੀ ਫਿਰ ਦਰਿਆ ਬਿਆਸ ਵਿਚ ਪਿੰਡ ਚੂੜੀਆਂ ਨੇੜੇ ਸੁੱਟ ਦਿੱਤਾ ਜਾਵੇਗਾ।

ਇਸ ਯੋਜਨਾ ਅਧੀਨ ਹਾਈਡਲ ਚੈਨਲ ਉੱਤੇ ਚਾਰ ਬਿਜਲੀ ਘਰ ਨੰ. (I, II, III) ਅਤੇ IV ਉਸਾਰੇ ਜਾਣੇ ਹਨ ਜਿਨ੍ਹਾਂ ਦੀ ਕੁੱਲ ਸਮਰੱਥਾ 207 ਮੈਗਾਵਾਟ ਦੀ ਹੋਵੇਗੀ। ਇਹ ਬਿਜਲੀ ਘਰ ਬੈਰਾਜ ਤੋਂ ਕ੍ਰਮਵਾਰ 6.35, 16.00, 18.88 ਅਤੇ 25.93 ਕਿਲੋਮੀਟਰ ਦੀ ਦੂਰੀ ਤੇ ਬਣਾਏ ਜਾ ਰਹੇ ਹਨ। ਹਰ ਇਕ ਵਿੱਚ ਤਿੰਨ ਜਨਰੇਟਰ ਲਗਾਏ ਜਾਣਗੇ। ਇਹ ਯੋਜਨਾ ਵੀ ਪੰਜਾਬ ਰਾਜ ਵਿੱਚ ਹੈ। 2017-18 ਸਾਲ ਵਿੱਚ ਇਸ ਤੋਂ ਪੰਜਾਬ ਦੀ ਬਿਜਲੀ ਦੀ 2.03% ਲੋੜ ਪੂਰੀ ਹੋਈ ਸੀ। ਇਸ ਪ੍ਰਾਜੈਕਟ ਦੀ ਸਟੇਜ II ਦਾ ਕੰਮ ਵੀ ਜਲਦੀ ਪੂਰਾ ਹੋਣ ਦੀ ਆਸ ਹੈ।

11. ਥੀਨ ਡੈਮ ਪ੍ਰਾਜੈਕਟ (Thein Dam Project)– ਇਹ ਪੰਜਾਬ ਰਾਜ ਦੀ ਆਪਣੀ ਬਹੁ-ਮੁੱਖੀ ਯੋਜਨਾ ਹੈ ਜਿਸਦੀ ਉਸਾਰੀ ਮੁਕੰਮਲ ਹੋ ਗਈ ਹੈ। ਇਸ ਯੋਜਨਾ ਅਧੀਨ ਮਾਧੋਪੁਰ ਹੈੱਡ ਵਰਕਸ (ਪਠਾਨਕੋਟ ਜ਼ਿਲ੍ਹੇ ਵਿਚ) ਤੋਂ 24 ਕਿਲੋਮੀਟਰ ਉੱਪਰ ਵੱਲ ਦਰਿਆ ਰਾਵੀ ਉਤੇ ਪਿੰਡ ਥੀਨ ਨੇੜੇ ਲਗਭਗ 147 ਮੀਟਰ ਉੱਚਾ ਡੈਮ ਉਸਾਰਿਆ ਗਿਆ ਹੈ। ਡੈਮ ਦੇ ਪਿੱਛੇ ਜੋ ਜਲ ਭੰਡਾਰ ਬਣਿਆ ਹੈ ਉਸਦਾ ਨਾਂ ਰਣਜੀਤ ਸਾਗਰ ਰੱਖਿਆ ਗਿਆ ਹੈ।

ਇਸ ਡੈਮ ਅਧੀਨ ਚਾਰ ਬਿਜਲੀ ਘਰ ਉਸਾਰੇ ਗਏ ਹਨ ਜਿਨ੍ਹਾਂ ਵਿਚ ਹਰ ਇਕ ਦੀ ਸਮਰੱਥਾ 120 ਮੈਗਾਵਾਟ ਹੋਵੇਗੀ। ਅਪ੍ਰੈਲ 2001 ਵਿਚ ਇਹ ਡੈਮ ਪੂਰਾ ਹੋ ਗਿਆ ਸੀ ਅਤੇ ਇਸ ਦਾ ਉਦਘਾਟਨ ਹੋ ਚੁੱਕਾ ਹੈ ਅਤੇ ਇੱਥੇ ਬਿਜਲੀ ਪੈਦਾ ਹੋ ਰਹੀ ਹੈ। ਸਾਲ 2017-18 ਵਿਚ ਇਸ ਪ੍ਰਾਜੈਕਟ ਨੇ ਪੰਜਾਬ ਦੀ 3.37% ਬਿਜਲੀ ਦੀ ਮੰਗ ਪੂਰੀ ਕੀਤੀ ਸੀ।

12. ਸ਼ਾਹਪੁਰ ਕੰਢੀ ਯੋਜਨਾ (Shahpur Kandi Project)– ਮਾਧੋਪੁਰ ਤੋਂ 12 ਕਿਲੋਮੀਟਰ ਉੱਪਰ ਵੱਲ ਸ਼ਾਹਪੁਰ ਕੰਢੀ ਦੇ ਸਥਾਨ ’ਤੇ ਦਰਿਆ ਰਾਵੀ ਉੱਤੇ ਇਕ ਉੱਚਾ ਬੈਰਾਜ ਬਣਾਉਣ ਦੀ ਯੋਜਨਾ ਹੈ। ਇਥੇ ਦੋ ਬਿਜਲੀ ਘਰ ਬਣਾਏ ਜਾਣਗੇ। ਹਰ ਇਕ ਦੀ ਸਮਰੱਥਾ 47 ਮੈਗਾਵਾਟ ਦੀ ਹੋਵੇਗੀ। ਇਹ ਯੋਜਨਾ ਜੰਮੂ ਅਤੇ ਕਸ਼ਮੀਰ ਲਈ ਸਿੰਜਾਈ ਦਾ ਪਾਣੀ ਪ੍ਰਦਾਨ ਕਰੇਗੀ। ਯੂ.ਬੀ.ਡੀ.ਸੀ (UBDC) ਲਈ ਵੀ ਇਹ ਯੋਜਨਾ ਪਾਣੀ ਦੀ ਪੂਰਤੀ ਕਰੇਗੀ। ਇਹ ਯੋਜਨਾ ਉਸਾਰੀ ਅਧੀਨ ਹੈ।

13. ਛੋਟੀਆਂ ਪਣ-ਬਿਜਲੀ ਯੋਜਨਾਵਾਂ (Micro Hydel Schemes)– ਪੰਜਾਬ ਦਾ ਜ਼ਿਆਦਾਤਰ ਭਾਗ ਮੈਦਾਨੀ ਹੈ। ਇਸ ਕਾਰਨ ਇਥੇ ਦਰਿਆਵਾਂ ਉੱਤੇ ਵੱਡੇ ਡੈਮ ਨਹੀਂ ਬਣਾਏ ਜਾ ਸਕਦੇ ਹਨ। ਪ੍ਰੰਤੂ ਪੰਜਾਬ ਦੀਆਂ ਵਿਭਿੰਨ ਸਿੰਜਾਈ ਨਹਿਰਾਂ ਉਤੇ ਕਈ ਸਥਾਨਾਂ ਉੱਤੇ ਛੋਟੀਆਂ ਝਲਾਰਾਂ (rapids) ਬਣਦੀਆਂ ਜਾਂ ਬਣਾਈਆਂ ਜਾ ਸਕਦੀਆਂ ਹਨ। ਅਜਿਹੀਆਂ ਛੋਟੀਆਂ ਝਲਾਰਾਂ ਤੋਂ ਡਿੱਗਣ ਵਾਲੇ ਪਾਣੀ ਨੂੰ ਛੋਟੀਆਂ ਯੋਜਨਾਵਾਂ ਅਧੀਨ ਪਣ-ਬਿਜਲੀ ਦੇ ਵਿਕਾਸ ਲ਼ਈ ਵਰਤਿਆ ਜਾ ਸਕਦਾ ਹੈ। ਇਨ੍ਹਾਂ ਉੱਤੇ ਖਰਚ ਵੀ ਘੱਟ ਆਵੇਗਾ ਅਤੇ ਇਹ ਛੋਟੇ ਜਿਹੇ ਖੇਤਰ ਦੀਆਂ ਬਿਜਲੀ ਦੀਆਂ ਲੋੜਾਂ ਪੂਰੀਆਂ ਕਰ ਸਕਣਗੀਆਂ। ਪੰਜਾਬ ਸਰਕਾਰ ਨੇ ਅਜਿਹੀਆਂ 16 ਛੋਟੀਆਂ ਪਣ-ਬਿਜਲੀ ਯੋਜਨਾਵਾਂ ਉਸਾਰਨ ਦੀ ਯੋਜਨਾ ਬਣਾਈ ਹੈ। ਇਨ੍ਹਾਂ ਵਿਚੋਂ ਨਿਦਾਮਪੁਰ, ਦੌਧਰ, ਰੋਹਟੀ, ਬੂਹੀ ਅਤੇ ਧਾਰੀਵਾਲ ਯੋਜਨਾਵਾਂ ਤਿਆਰ ਹੋ ਚੁਕੀਆਂ ਹਨ। ਹਰ ਬਿਜਲੀ ਘਰ ਦੀ ਸਮਰੱਥਾ 1 ਮੈਗਾਵਾਟ ਹੋਵੇਗੀ। ਪੰਜਾਬ ਊਰਜਾ ਵਿਕਾਸ ਏਜੰਸੀ (PEDA) ਅਨੁਸਾਰ ਰਾਜ ਦੀਆਂ ਵਿਭਿੰਨ ਨਹਿਰਾਂ ਉੱਤੇ 140 ਝਲਾਰਾਂ ਦੀਆਂ ਛੋਟੀਆਂ ਯੋਜਨਾਵਾਂ ਅਧੀਨ ਪਣ-ਬਿਜਲੀ ਪੈਦਾ ਕਰਨ ਲਈ ਸ਼ਨਾਖਤ ਕਰ ਲਈ ਗਈ ਹੈ। ਇਨ੍ਹਾਂ ਦੀ ਕੁੱਲ ਸਮਰੱਥਾ 250 ਮੈਗਾਵਾਟ ਦੀ ਹੋਵੇਗੀ। ਇਸ ਵਿਚੋਂ ਕੇਵਲ 8 ਮੈਗਾਵਾਟ ਸਮਰੱਥਾ ਨੂੰ ਹੀ ਵਿਕਸਤ ਕੀਤਾ ਜਾ ਸਕਿਆ ਹੈ। ਇਸ ਸਮੇਂ ਅਬੋਹਰ ਬਰਾਂਚ ਉੱਤੇ ਚਾਰ ਯੋਜਨਾਵਾਂ— ਨਾਰੰਗਵਾਲ, ਡੱਲਾ, ਚੁਪਕੀ ਅਤੇ ਤੁੱਗਲ ਤੋਂ ਬਿਜਲੀ ਪੈਦਾ ਹੋ ਰਹੀ ਹੈ। ਇਥੇ ਲਗਭਗ 26.52 ਮਿਲੀਅਨ ਯੂਨਿਟ

ਬਿਜਲੀ 2012-13 ਵਿੱਚ ਪੈਦਾ ਹੋਈ ਸੀ। 2021-22 ਵਿੱਚ ਬਿਜਲੀ ਦਾ ਉਤਪਾਦਨ 13.01 ਮਿਲੀਅਨ ਯੂਨਿਟ ਸੀ। ਬਠਿੰਡਾ ਬਰਾਂਚ ਨਹਿਰ ਉੱਤੇ ਵੀ ਚਾਰ ਟਿਕਾਣਿਆਂ, ਕੰਗਣਵਾਲ, ਖਟੜਾ, ਬੋਵਾਨੀ ਅਤੇ ਜਗੇਰਾ ਤੋਂ ਵੀ ਬਿਜਲੀ ਪੈਦਾ ਕੀਤੀ ਜਾ ਰਹੀ ਹੈ। 2012-13 ਅਨੁਸਾਰ ਇਥੇ 17.48 ਮਿਲੀਅਨ ਯੂਨਿਟ ਬਿਜਲੀ ਪੈਦਾ ਹੋਈ ਸੀ। ਪ੍ਰੰਤੂ 2021-22 ਵਿੱਚ ਉਤਪਾਦਨ ਘਟਕੇ 2.18 ਮਿਲੀਅਨ ਯੂਨਿਟ ਹੋ ਗਿਆ।

ਪੰਜਾਬ ਊਰਜਾ ਵਿਕਾਸ ਏਜੰਸੀ ਨੇ (PEDA) **ਪਵਿੱਤਰ ਕਾਲੀ ਬੇਈਂ** ਉੱਤੇ ਟੇਰਕੀਆਣਾ ਅਤੇ ਕਾਂਜਲੀ ਦੇ ਸਥਾਨਾਂ ਤੇ **ਦੋ ਲਘੂ ਪਣ ਬਿਜਲੀ ਪ੍ਰਾਜੈਕਟ** ਲਗਾਉਣ ਦਾ ਫ਼ੈਸਲਾ ਕੀਤਾ ਹੈ। ਕਾਲੀ ਬੇਈਂ ਨੂੰ ਸਾਫ਼ ਰੱਖਣ ਅਤੇ ਉਸ ਵਿੱਚ ਪਾਨੀ ਦਾ ਲਗਾਤਾਰ ਵਹਾ ਕਾਇਮ ਰੱਖਮ ਲਈ **ਟੇਰਕੀਆਣਾ** (ਜ਼ਿਲ੍ਹਾ ਹੁਸ਼ਿਆਰਪੁਰ ਵਿਚ ਟੇਰਕੀਆਣਾ ਛੰਭ ਉੱਤੇ ਸਥਿਤ ਪਿੰਡ) ਦੇ ਸਥਾਨ ਤੇ **ਲਿੰਕ ਚੈਨਲ** ਤੇ ਰੈਗੂਲੇਟਰ ਰਾਹੀਂ **ਮੁਕੇਰੀਆਂ ਹਾਈਡਲ ਚੈਨਲ** ਦਾ ਪਾਨੀ ਕਾਲੀ ਬੇਈਂ ਵਿੱਚ ਪਾਇਆ ਜਾਵੇਗਾ ਤੇ ਇੱਥੇ ਬਣਾਈ ਝਲਾਰ (fall) ਰਾਹੀਂ ਪਣ ਬਿਜਲੀ ਪੈਦਾ ਕੀਤੀ ਜਾਵੇਗੀ। ਇਸੇ ਤਰ੍ਹਾਂ ਸਿਲ੍ਹੇ ਖੇਤਰ (Wetland) ਤੇ ਸਥਿਤ ਕਾਂਜਲੀ ਦੇ ਸਥਾਨ ਤੇ ਝਲਾਰ ਬਣਾ ਕੇ ਪਣ ਬਿਜਲੀ ਪੈਦਾ ਕੀਤੀ ਜਾਵੇਗੀ। ਇਸ ਕੰਮ ਲਈ ਪੇਡਾ (PEDA) ਨੇ 2007 ਦੇ ਜੁਲਾਈ ਮਹੀਨੇ ਦੇ ਆਰੰਭ ਵਿਚ ਇਹ ਦੋਨੋਂ ਪ੍ਰਾਜੈਕਟ **BOO** (ਬਣਾਉ-ਅਪਣਾਉ ਤੇ ਚਲਾਉ) ਦੇ ਆਧਾਰ ਤੇ ਮੁਕੰਮਲ ਕਰਨ ਲਈ ਪ੍ਰਾਈਵੇਟ ਕੰਪਨੀਆਂ ਕੋਲੋਂ ਬੋਲੀ ਦੇ ਪ੍ਰਸਤਾਵ (Bid Invitation) ਮੰਗੇ ਹਨ। ਟੇਰਕੀਆਣਾ ਹੈੱਡ ਵਰਕਸ ਦੀ ਅਨੁਮਾਨਤ ਸਮਰੱਥਾ 750 ਕਿਲੋਵਾਟ ਅਤੇ ਕਾਂਜਲੀ ਪ੍ਰਾਜੈਕਟ ਦੀ ਅਨੁਮਾਨਤ ਸਮਰੱਥਾ 200 ਕਿਲੋਵਾਟ ਦੀ ਹੋਵੇਗੀ।

ਪੰਜਾਬ ਵਿਚ ਤਾਪ ਬਿਜਲੀ (THERMAL POWER)

ਪੰਜਾਬ ਵਿਚ ਬਿਜਲੀ ਦੀ ਖਪਤ ਬਹੁਤ ਹੈ ਪ੍ਰੰਤੂ ਇਸ ਦੇ ਪਣ-ਬਿਜਲੀ ਸਾਧਨ ਇਸ ਦੀਆਂ ਸਭ ਲੋੜਾਂ ਪੂਰੀਆਂ ਨਹੀਂ ਕਰ ਸਕਦੇ ਹਨ। ਇਸ ਕਾਰਨ ਦੂਜੇ ਸੋਮਿਆਂ ਵੱਲ ਧਿਆਨ ਦਿੱਤਾ ਗਿਆ ਹੈ। ਇਨ੍ਹਾਂ ਵਿੱਚੋਂ ਸਭ ਤੋਂ ਵੱਧ ਮਹੱਤਵਪੂਰਨ ਸੋਮਾ **ਕੋਲਾ** ਹੈ ਜਿਸ ਤੋਂ ਤਾਪ ਬਿਜਲੀ ਬਣਾਈ ਜਾਂਦੀ ਹੈ। ਤਾਪ ਬਿਜਲੀ ਇਸ ਸਮੇਂ ਪੰਜਾਬ ਵਿੱਚ ਸ਼ਕਤੀ ਦਾ ਦੂਜਾ ਮਹੱਤਵਪੂਰਨ ਸਾਧਨ ਹੈ। ਰਾਜ ਵਿੱਚ ਵਰਤੀ ਜਾਂਦੀ ਕੁੱਲ ਬਿਜਲੀ ਦਾ 48.89% 2001-02 ਵਿੱਚ, 41.42% 2005-06 ਵਿੱਚ ਅਤੇ 47.84% 2013-14 ਵਿੱਚ ਤਾਪ ਬਿਜਲੀ ਤੋਂ ਪ੍ਰਾਪਤ ਹੋਇਆ ਸੀ। 2021-22 ਵਿੱਚ ਕੁੱਲ ਬਿਜਲੀ ਉਤਪਾਦਨ ਦਾ 62.1% ਥਰਮਲ ਸਰੋਤਾਂ ਤੋਂ ਪ੍ਰਾਪਤ ਹੋਇਆ ਸੀ। ਤਾਪ ਬਿਜਲੀ ਵੀ ਪੰਜਾਬ ਵਿੱਚ ਬਹੁਤ ਭਰੋਸੇਯੋਗ ਸਾਧਨ ਨਹੀਂ ਹੈ ਕਿਉਂਕਿ ਇਸ ਨੂੰ ਪੈਦਾ ਕਰਨ ਵਿੱਚ ਵਰਤਿਆ ਜਾਣ ਵਾਲਾ ਕੋਲਾ ਸੈਂਕੜੇ ਕਿਲੋਮੀਟਰ ਦੂਰ ਸਥਿਤ ਕੋਲਾ ਖੇਤਰਾਂ ਤੋਂ ਆਉਂਦਾ ਹੈ। ਇਸ ਦੇ ਪਹੁੰਚਣ ਵਿਚ ਅਕਸਰ ਬਹੁਤ ਸਮਾਂ ਲਗਦਾ ਹੈ। ਕਈ ਵਾਰ ਰੇਲ ਵੈਗਨ ਨਾ ਮਿਲਣ ਕਾਰਨ ਕੋਲਾ ਥਰਮਲ ਪਲਾਂਟਾਂ ਵਿੱਚ ਪਹੁੰਚਦਾ ਨਹੀਂ। ਕੋਲੇ ਦੀਆਂ ਖਾਣਾਂ ਵਿੱਚ ਹੜਤਾਲਾਂ ਅਤੇ ਦੂਜੀਆਂ ਸਮੱਸਿਆਵਾਂ ਕਾਰਨ ਵੀ ਬਹੁਤ ਮੁਸ਼ਕਲਾਂ ਪੇਸ਼ ਆਉਂਦੀਆਂ ਹਨ। ਢੁਆਈ ਦਾ ਖਰਚਾ ਵੀ ਬਹੁਤ ਪੈਂਦਾ ਹੈ। 1996 ਦੇ ਪਹਿਲੇ ਅੱਧ ਵਿੱਚ ਲੋੜੀਂਦਾ ਕੋਲਾ ਨਾ ਮਿਲਣ ਕਾਰਨ ਪੰਜਾਬ ਦੇ ਤਾਪ ਬਿਜਲੀ ਘਰ ਲਗਭਗ ਬੰਦ ਹੋ ਗਏ ਸਨ ਜਾਂ ਬਿਜਲੀ ਦਾ ਉਤਪਾਦਨ ਬਹੁਤ ਘਟਾਉਣਾ ਪਿਆ ਸੀ। ਇਸ ਸਮੇਂ ਪੰਜਾਬ ਵਿੱਚ ਤਾਪ ਬਿਜਲੀ ਪੈਦਾ ਕਰਨ ਲਈ ਦੋ ਤਾਪ ਬਿਜਲੀ ਘਰ ਬਠਿੰਡਾ ਅਤੇ ਰੋਪੜ ਵਿਖੇ ਕੰਮ ਕਰ ਰਹੇ ਹਨ। ਤੀਜਾ ਤਾਪ ਬਿਜਲੀ ਘਰ ਬਠਿੰਡਾ ਨੇੜੇ ਉਸਾਰੀ ਅਧੀਨ ਹੈ। ਪ੍ਰੰਤੂ ਇਸ ਦੇ ਦੋ ਚਰਨਾਂ ਤੋਂ ਕਾਫੀ ਬਿਜਲੀ ਪੈਦਾ ਕੀਤੀ ਜਾ ਰਹੀ ਹੈ।

1. ਗੁਰੂ ਨਾਨਕ ਦੇਵ ਤਾਪ ਬਿਜਲੀ ਘਰ ਬਠਿੰਡਾ (Guru Nanak Dev Thermal Plant at Bathinda)– ਇਹ ਤਾਪ ਬਿਜਲੀ ਘਰ ਰਾਜ ਦੇ ਦੱਖਣ-ਪੱਛਮੀ ਜ਼ਿਲ੍ਹੇ ਬਠਿੰਡਾ ਵਿੱਚ ਸਥਿਤ ਹੈ। ਬਠਿੰਡਾ ਫਿਰੋਜ਼ਪੁਰ-ਦਿੱਲੀ ਮੁੱਖ ਰੇਲਵੇ ਲਾਈਨ ਉੱਤੇ ਸਥਿਤ ਹੈ। ਇਸ ਤਰ੍ਹਾਂ ਇਹ ਬਿਹਾਰ, ਪੱਛਮੀ ਬੰਗਾਲ ਅਤੇ ਮੱਧ ਪ੍ਰਦੇਸ਼ ਦੀਆਂ ਕੋਲਾ ਖਾਣਾਂ ਨਾਲ ਰੇਲ ਰਾਹੀਂ ਜੁੜਿਆ ਹੋਇਆ ਹੈ। ਦੂਜੇ ਮਾਲਵਾ ਦਾ ਇਹ ਭਾਗ ਪੰਜਾਬ ਦੇ ਉੱਤਰ ਪੂਰਬ ਵਿੱਚ ਸਥਿਤ ਪਣ-ਬਿਜਲੀ ਘਰਾਂ ਤੋਂ ਵੀ ਮੁਕਾਬਲਤਨ ਦੂਰ ਸਥਿਤ ਹੈ।

ਇਸ ਵਿੱਚ ਤਾਪ ਬਿਜਲੀ ਘਰ ਦੀ ਸਥਿਤੀ ਅਨੁਕੂਲ ਹੈ ਇਸ ਤੋਂ ਬਿਨਾ ਮਾਲਵਾ ਖੇਤਰ ਦਾ ਤੇਜ਼ੀ ਨਾਲ ਵਿਕਾਸ ਹੋ ਰਿਹਾ ਹੈ। ਜਿਸ ਕਾਰਨ ਇੱਥੇ ਬਿਜਲੀ ਦੀ ਲੋੜ ਵਧ ਰਹੀ ਹੈ। ਇਸ ਕਾਰਨ ਬਠਿੰਡਾ ਵਿਖੇ ਗੁਰੂ ਨਾਨਕ ਦੇਵ ਜੀ ਦੇ ਨਾਂ ਉੱਤੇ ਗੁਰੂ ਨਾਨਕ ਦੇਵ ਤਾਪ ਬਿਜਲੀ ਘਰ ਉਸਾਰਿਆ ਗਿਆ ਹੈ। ਇਹ ਤਾਪ ਬਿਜਲੀ ਘਰ 1974 ਈਸਵੀ ਵਿੱਚ ਪੂਰਾ ਕਰ ਲਿਆ ਗਿਆ ਸੀ। ਇਹ ਤਾਪ ਬਿਜਲੀ ਘਰ ਕੋਲੇ ਉੱਤੇ ਆਧਾਰਤ ਹੈ। ਭਾਫ ਬਣਾਉਣ ਅਤੇ ਠੰਡਾ ਕਰਨ ਲਈ ਬਠਿੰਡਾ ਬਰਾਂਚ ਨਹਿਰ ਦਾ ਪਾਣੀ ਤਲਾਬਾਂ ਵਿਚ ਇਕੱਠਾ ਕੀਤਾ ਗਿਆ ਹੈ। ਇਥੇ ਬਿਜਲੀ ਬਣਾਉਣ ਲਈ 110 ਮੈਗਾਵਾਟ ਹਰੇਕ ਦੀ ਸਮਰੱਥਾ ਵਾਲੇ ਚਾਰ ਬਿਜਲੀ ਘਰ ਉਸਾਰੇ ਗਏ ਹਨ ਜੋ ਪੂਰੀ ਤਰ੍ਹਾਂ ਚਾਲੂ ਹਨ। ਇਹ ਤਾਪ ਬਿਜਲੀ ਘਰ ਰਾਜ ਲਈ 4.32% ਦੇ ਲਗਭਗ ਬਿਜਲੀ ਪ੍ਰਦਾਨ ਕਰਦਾ ਹੈ। 2015-16 ਵਿੱਚ ਇਹ ਹਿੱਸਾ ਕੇਵਲ 1.67% ਸੀ। 2017-18 ਲਈ ਇਹ ਯੋਗਦਾਨ ਕੇਵਲ 0.53% ਸੀ। ਬਠਿੰਡਾ ਤਾਪ ਬਿਜਲੀ ਘਰ ਨੇ ਇਸ ਖੇਤਰ ਦੀ ਕਾਇਆ ਕਲਪ ਕਰ ਦਿੱਤੀ ਹੈ ਅਤੇ ਰੁਜ਼ਗਾਰ ਦੇ ਬਹੁਤ ਸਾਧਨ ਉਪਲੱਬਧ ਕੀਤੇ ਹਨ।

2. ਰੋਪੜ ਸੁਪਰ ਤਾਪ ਬਿਜਲੀ ਘਰ (Ropar Super Thermal Plant)– ਇਸ ਤਾਪ ਬਿਜਲੀ ਘਰ ਦਾ ਨਾਮ ਸਿੱਖਾਂ ਦੇ ਦਸਵੇਂ ਗੁਰੂ ਗੋਬਿੰਦ ਸਿੰਘ ਜੀ ਦੇ ਨਾਂ ਉੱਪਰ ਰੱਖਿਆ ਗਿਆ ਹੈ। ਇਸ ਲਈ ਇਸ ਨੂੰ ਗੁਰੂ ਗੋਬਿੰਦ ਸਿੰਘ ਤਾਪ ਬਿਜਲੀ ਘਰ (GGSTP) ਕਿਹਾ ਜਾਂਦਾ ਹੈ। ਇਹ ਇਕ ਸੁਪਰ ਥਰਮਲ ਪਲਾਂਟ ਹੈ। ਰੋਪੜ ਤਾਪ ਬਿਜਲੀ ਘਰ ਪੰਜਾਬ ਦੇ ਦੱਖਣ-ਪੂਰਬੀ ਭਾਗ ਵਿੱਚ ਚੰਡੀਗੜ੍ਹ-ਰੋਪੜ-ਨੰਗਲ ਸੜਕ ਉੱਤੇ ਰੋਪੜ ਤੋਂ 11 ਕਿਲੋਮੀਟਰ ਦੂਰ ਦਰਿਆ ਸਤਲੁਜ ਦੇ ਖੱਬੇ ਕੰਢੇ ਉੱਤੇ ਸਥਿਤ ਹੈ। ਇਹ ਤਾਪ ਬਿਜਲੀ ਘਰ ਰਾਜ ਦੇ ਮੱਧਵਰਤੀ ਅਤੇ ਦੱਖਣ-ਪੂਰਬੀ ਭਾਗਾਂ ਦੀਆਂ ਬਿਜਲੀ ਦੀਆਂ ਲੋੜਾਂ ਪੂਰੀਆਂ ਕਰਦਾ ਹੈ। ਇਸ ਤਾਪ ਬਿਜਲੀ ਘਰ ਦੀ ਉਸਾਰੀ 1980 ਵਿਚ ਸ਼ੁਰੂ ਕੀਤੀ ਗਈ ਸੀ ਜੋ 1985 ਵਿਚ ਪੂਰੀ ਕਰ ਲਈ ਗਈ ਸੀ। ਇਸ ਤਾਪ ਬਿਜਲੀ ਘਰ ਲਈ ਪਾਣੀ ਦਰਿਆ ਸਤਲੁਜ ਤੋਂ ਲਿਆ ਜਾਂਦਾ ਹੈ ਅਤੇ ਕੋਲਾ ਦਿੱਲੀ-ਅੰਬਾਲਾ-ਰੋਪੜ-ਨੰਗਲ ਰੇਲਵੇ ਲਾਈਨ ਰਾਹੀਂ ਆਉਂਦਾ ਹੈ। ਕੋਲਾ ਮੁੱਖ ਤੌਰ ਤੇ ਬਿਹਾਰ ਤੋਂ ਆਉਂਦਾ ਹੈ।

ਇਹ ਤਾਪ ਬਿਜਲੀ ਘਰ ਦੋ ਚਰਨਾਂ ਵਿੱਚ ਪੂਰਾ ਕੀਤਾ ਗਿਆ ਹੈ। ਇਸ ਤਾਪ ਬਿਜਲੀ ਘਰ ਦੀ 1260 ਮੈਗਾਵਾਟ ਬਿਜਲੀ ਪੈਦਾ ਕਰਨ ਦੀ ਸਮਰੱਥਾ ਹੈ। ਇਸ ਦੇ ਵਿਸਥਾਰ ਲਈ ਤੀਜੇ ਚਰਨ ਵਿੱਚ ਵੀ ਇੱਕ ਹੋਰ ਬਿਜਲੀ ਘਰ ਉਸਾਰਿਆ ਗਿਆ ਹੈ। ਇਹ ਤਾਪ ਬਿਜਲੀ ਘਰ ਵੀ ਰਾਜ ਦੀ 21.13% ਤੋਂ ਜ਼ਿਆਦਾ ਬਿਜਲੀ ਪ੍ਰਦਾਨ ਕਰਦਾ ਹੈ (2013-14 ਦੇ ਅੰਕੜਿਆਂ ਅਨੁਸਾਰ)। ਪ੍ਰੰਤੂ 2015-16 ਅਨੁਸਾਰ ਇਸ ਥਰਮਲ ਪਲਾਂਟ ਤੋਂ ਪੰਜਾਬ ਦੀ ਖਪਤ ਦਾ 7.37% ਪ੍ਰਾਪਤ ਹੋਇਆ ਸੀ। 2017-18 ਅਨੁਸਾਰ ਯੋਗਦਾਨ 4.08% ਸੀ।

3. ਗੁਰੂ ਹਰਗੋਬਿੰਦ ਤਾਪ ਬਿਜਲੀ ਘਰ ਲਹਿਰਾ ਮੋਹਬੱਤ (Guru Hargobind Thermal Plant at Lehra Mohabbat)– ਪੰਜਾਬ ਦੀਆਂ ਬਿਜਲੀ ਦੀਆਂ ਵਧ ਰਹੀਆਂ ਲੋੜਾਂ ਨੂੰ ਧਿਆਨ ਵਿੱਚ ਰੱਖਦੇ ਹੋਏ ਬਠਿੰਡਾ ਤਾਪ ਬਿਜਲੀ ਘਰ ਦੇ ਪਸਾਰ ਦੀ ਯੋਜਨਾ ਸੀ ਪ੍ਰੰਤੂ ਉਹ ਬਠਿੰਡੇ ਵਿਖੇ ਹੀ ਤਾਂ ਸਿਰੇ ਚੜ੍ਹ ਨਹੀਂ ਸਕੀ। ਪ੍ਰੰਤੂ ਬਠਿੰਡਾ ਤੋਂ ਲਗਭਗ 23 ਕਿਲੋਮੀਟਰ ਦੂਰ ਬਠਿੰਡਾ-ਬਰਨਾਲਾ-ਲੁਧਿਆਣਾ ਸੜਕ ਉਤੇ ਸਥਿਤ ਲਹਿਰਾ ਮੋਹੱਬਤ ਵਿਖੇ ਪੰਜਾਬ ਦੇ ਤੀਜੇ ਬਿਜਲੀ ਘਰ ਬਣਾਉਣ ਦੀ ਮੰਜ਼ੂਰੀ ਪਲੈਨਿੰਗ ਬੋਰਡ ਨੇ ਜੁਲਾਈ 1993 ਵਿੱਚ ਦੇ ਦਿੱਤੀ ਸੀ ਅਤੇ ਪੰਜਾਬ ਦੇ ਮੁੱਖ ਮੰਤਰੀ ਸ. ਬੇਅੰਤ ਸਿੰਘ ਨੇ ਮਾਰਚ 1994 ਵਿੱਚ ਇਸ ਦਾ ਨੀਂਹ ਪੱਥਰ ਧਰ ਦਿੱਤਾ ਸੀ। ਉਦੋਂ ਤੋਂ ਕੰਮ ਜਾਰੀ ਸੀ ਅਤੇ ਇਸ ਦੇ ਦਸੰਬਰ, 1997 ਦੇ ਅੰਤ ਤਕ ਚਾਲੂ ਹੋ ਜਾਣ ਦੀ ਆਸ ਸੀ। ਪੰਜਾਬ ਰਾਜ ਬਿਜਲੀ ਬੋਰਡ ਇਸ ਦੀ ਉਸਾਰੀ ਦਾ ਕੰਮ ਕਰ ਰਿਹਾ ਹੈ। ਯੂ.ਐਸ.ਏ. ਦੀ ਕਮਿਊਨਿਟੀ ਅਨਰੱਜੀ ਆਲਟਰਨੇਟਿਵ ਕੰਪਨੀ (Community Energy Alternative of U.S.A.) ਨਾਲ ਮਾਇਕ ਭਾਗੇਦਾਰੀ ਸਬੰਧੀ ਸਮਝੌਤਾ ਹੋਣ ਦੀ ਆਸ ਹੈ। ਇਥੇ 210 ਮੈਗਾਵਾਟ ਸਮਰੱਥਾ ਦੇ ਦੋ ਯੂਨਿਟ ਸਥਾਪਤ ਕੀਤੇ ਗਏ ਹਨ। ਇਥੇ ਉਤਪਾਦਨ ਸ਼ੁਰੂ ਹੋ ਚੁੱਕਾ ਹੈ। ਇਹ ਤਾਪ ਬਿਜਲੀ ਘਰ ਪੰਜਾਬ ਲਈ ਇਸ ਸਮੇਂ (2013-14) 17.59% ਬਿਜਲੀ ਪੈਦਾ ਕਰਦਾ ਹੈ। ਪ੍ਰੰਤੂ 2015-16 ਵਿੱਚ ਇਹ ਯੋਗਦਾਨ ਘਟਕੇ 5.84% ਹੋ ਗਿਆ।

ਪੰਜਾਬ ਵਿੱਚ ਤੇਜ਼ੀ ਨਾਲ ਵਧ ਰਹੀ ਬਿਜਲੀ ਦੀ ਮੰਗ ਨੂੰ ਪਣ ਬਿਜਲੀ ਨਾਲ ਪੂਰਾ ਨਹੀਂ ਕੀਤਾ ਜਾ ਸਕਦਾ। ਰਾਜ ਵਿਚ ਪਣ-ਬਿਜਲੀ ਦੇ ਸੰਭਾਵਤ ਸੋਮੇ ਬਹੁਤ ਸੀਮਤ ਹਨ। ਇਸ ਲਈ ਪੰਜਾਬ ਵਿਚ ਤਾਪ ਬਿਜਲੀ ਦੇ ਵਿਕਾਸ ਉੱਪਰ ਬਹੁਤ ਜ਼ੋਰ ਦਿੱਤਾ ਜਾ ਰਿਹਾ ਹੈ। ਪੰਜਾਬ ਨੂੰ ਬਿਜਲੀ ਵਿਚ ਆਤਮ ਨਿਰਭਰ ਅਤੇ ਵਾਧੂ ਬਿਜਲੀ ਵਾਲਾ ਰਾਜ ਬਣਾਉਣ ਲਈ **ਚਾਰ ਥਰਮਲ ਪਲਾਂਟ**—1320 ਮੈਗਾਵਾਟ ਦਾ **ਰਾਜਪੁਰਾ ਥਰਮਲ** ਪਾਵਰ ਪ੍ਰਾਜੈਕਟ, 1980 ਮੈਗਾਵਾਟ ਦਾ **ਤਲਵੰਡੀ ਸਾਬੋ** ਥਰਮਲ ਪਾਵਰ ਪ੍ਰਾਜੈਕਟ ਅਤੇ 2640 ਮੈਗਾਵਾਟ ਦਾ **ਗਿੱਦੜਬਾਹਾ** (ਜ਼ਿਲ੍ਹਾ ਮੁਕਤਸਰ) ਥਰਮਲ ਪਾਵਰ ਪ੍ਰਾਜੈਕਟ ਲਗਾਏ ਜਾ ਰਹੇ ਹਨ। ਇਨ੍ਹਾਂ ਤੋਂ ਪੰਜਾਬ ਵਿਚ 6,480 ਮੈਗਾਵਾਟ ਬਿਜਲੀ ਦਾ ਉਤਪਾਦਨ ਹੋਵੇਗਾ। ਹੁਸ਼ਿਆਰਪੁਰ ਜ਼ਿਲ੍ਹੇ ਵਿੱਚ ਮੁਕੇਰੀਆਂ ਨੇੜੇ ਵੀ ਇਕ ਤਾਪ ਬਿਜਲੀ ਘਰ ਉਸਾਰਨ ਦੀ ਯੋਜਨਾ ਹੈ। ਰਾਜਪੁਰਾ ਥਰਮਲ ਪਲਾਂਟ ਅਤੇ ਤਲਵੰਡੀ ਸਾਬੋ ਥਰਮਲ ਪਲਾਂਟ ਤੋਂ ਬਿਜਲਾ ਦਾ ਉਤਪਾਦਨ ਸ਼ੁਰੂ ਹੋ ਚੁੱਕਾ ਹੈ। ਇਨ੍ਹਾਂ ਦੇ ਇਕ-ਇਕ ਯੂਨਿਟ ਮੁਕੰਮਲ ਹੋ ਕੇ ਕੰਮ ਕਰ ਰਹੇ ਹਨ। ਗੋਇੰਦਵਾਲ ਸਾਹਿਬ ਥਰਮਲ ਪਲਾਂਟ ਮੁਕੰਮਲ ਹੋ ਚੁੱਕਾ ਹੈ। ਬਿਜਲੀ ਉਤਪਾਦਨ ਵੀ ਸ਼ੁਰੂ ਹੋਇਆ ਸੀ। ਇਸ ਪਲਾਟ ਤੋਂ 2017-18 ਵਿੱਚ ਪੰਜਾਬ ਲਈ 4.61% ਬਿਜਲੀ ਪ੍ਰਾਪਤ ਹੋਈ ਸੀ। 2023 ਦੇ ਅੰਤਲੇ ਦਿਨਾਂ ਵਿੱਚ ਪੰਜਾਬ ਸਰਕਾਰ ਨੇ ਇਹ ਥਰਮਲ ਪਲਾਂਟ ਪ੍ਰਾਈਵੇਟ ਕੰਪਨੀ ਤੋਂ 800 ਕਰੋੜ ਰੁਪਏ ਦੇ ਮੁੱਲ ਤੋਂ ਖ਼੍ਰੀਦ ਲਿਆ ਹੈ। ਇਸ ਤਰ੍ਹਾਂ ਪੰਜਾਬ ਵਿੱਚ ਹੁਣ ਚਾਰ ਸਰਕਾਰੀ ਥਰਮਲ ਪਲਾਂਟ ਹੋ ਗਏ ਹਨ।

ਦੂਜੇ ਸੋਮੇ (OTHER SOURCES OF POWER)

ਪਣ-ਬਿਜਲੀ ਅਤੇ ਤਾਪ ਬਿਜਲੀ ਤੋਂ ਬਿਨਾਂ ਪੰਜਾਬ ਵਿਚ ਅਣੂ-ਬਿਜਲੀ ਘਰ (Atomic Energy Power House) ਸਥਾਪਤ ਕਰਨ ਦੀ ਵੀ ਸੰਭਾਵਨਾ ਹੈ। ਸਰਹੱਦੀ ਸੂਬਾ ਹੋਣਾ ਇਕ ਮਹੱਤਵਪੂਰਨ ਸਮੱਸਿਆ ਹੈ। ਇਸ ਤੋਂ ਬਿਨਾ ਇਸ ਦਾ ਸਥਾਪਤ ਹੋਣਾ ਇਕ ਰਾਜਨੀਤਕ ਫੈਸਲਾ ਵੀ ਹੈ। ਇਨ੍ਹਾਂ ਤੋਂ ਬਿਨਾਂ ਪੰਜਾਬ ਕੋਲ ਕਈ ਗੈਰ-ਪਰੰਪਰਾਗਤ ਸ਼ਕਤੀ ਦੇ ਸੋਮੇ (Non-Conventional Sources of Power) ਵੀ ਹਨ ਜੋ ਲਗਭਗ ਮੁਫਤ, ਸਾਫ ਅਤੇ ਅਥਾਹ ਹਨ। ਇਨ੍ਹਾਂ ਵਿਚ ਸੂਰਜੀ ਤਾਪ ਅਤੇ ਪਵਨ ਸ਼ਕਤੀ (Wind Power) ਸ਼ਾਮਲ ਹਨ। ਇਨ੍ਹਾਂ ਦੀ ਵਰਤੋਂ ਵੱਲ ਕੁੱਝ ਧਿਆਨ ਦਿੱਤਾ ਜਾ ਰਿਹਾ ਹੈ।

ਸੋਲਰ ਊਰਜਾ (Solar Power)– ਪੰਜਾਬ ਵਿਚ ਇਕ ਸਾਲ ਦੌਰਾਨ 300 ਦਿਨ ਸੂਰਜ ਦੀਆਂ ਕਿਰਣਾਂ ਤੋਂ 4-7 ਕਿਲੋਵਾਟ ਘੰਟੇ ਪ੍ਰਤੀ ਵਰਗ ਕਿਲੋਮੀਟਰ ਦੀ ਦਰ (note) ਨਾਲ ਤਪਸ਼ (insolation) ਪ੍ਰਾਪਤ ਹੁੰਦੀ ਹੈ। ਇਸ ਅਥਾਹ ਸੂਰਜੀ ਤਪਸ਼ ਨੂੰ ਸੂਰਜੀ ਊਰਜਾ ਵਿਚ ਬਦਲ ਕੇ ਇਕ ਨਾ-ਮੁੱਕਣ ਵਾਲੇ ਸੋਮੇ ਦੀ ਵਰਤੋਂ ਬਿਜਲੀ ਪੈਦਾ ਕਰਨ ਲਈ (ਵਿਭਿੰਨ ਤਰੀਕੇ) ਕੀਤੀ ਜਾ ਸਕਦੀ ਹੈ। ਸੂਰਜੀ ਊਰਜਾ ਦੀ ਪੰਜਾਬ ਵਿਚ 3000 ਮੈਗਾਵਾਟ ਅਨੁਮਾਨਤ ਸਮਰੱਥਾ ਹੈ। ਇਸ ਵਿਚੋਂ 59.0 ਮੈਗਾਵਾਟ ਸਮਰੱਥਾ ਸਥਾਪਤ (installed capacity) ਕਰ ਲਈ ਗਈ ਹੈ। ਇਸ ਸਮੇਂ ਸੋਲਰ ਪਾਵਰ ਪ੍ਰਾਜੈਕਟਾਂ ਦੀ ਸਥਾਪਤ ਸਮਰੱਥਾ 57.0 ਮੈਗਾਵਾਟ ਹੈ। ਡੇਰਾ ਬਿਆਸ ਵਿਚ 7.52 ਮੈਗਾਵਾਟ ਸਮਰੱਥਾ ਵਾਲਾ ਛੱਤ ਉੱਪਰ ਲਗਿਆ ਪਲਾਂਟ ਸ਼ਾਮਲ ਹੈ। ਕਈ ਹੋਰ ਸੋਲਰ ਪਾਵਰ ਪ੍ਰਾਕਜੈਕਟ ਸਥਾਪਨਾ ਅਧੀਨ ਹਨ। ਜਲਦੀ ਹੀ ਸੂਰਜੀ ਪਾਵਰ ਸਥਾਪਤ ਸਮਰੱਥਾ 235 ਮੈਗਾਵਾਟ ਹੋ ਜਾਵੇਗੀ। ਸੋਲਰ ਪਾਵਰ ਤੋਂ ਬਹੁਤ ਪਿੰਡਾਂ ਅਤੇ ਅਦਾਰਿਆਂ ਵਿਚ ਸਟਰੀਟ ਲਾਈਟ ਪ੍ਰਾਪਤ ਕੀਤੀ ਜਾ ਰਹੀ ਹੈ। ਪਾਣੀ ਗਰਮ ਕਰਨ, ਸੋਲਰ ਚੁੱਲ੍ਹੇ (Solar heaters) ਆਦਿ ਪ੍ਰਚਲੱਤ ਹਨ। 2021-22 ਦੇ ਅੰਕੜਿਆਂ ਅਨੁਸਾਰ ਪੰਜਾਬ ਵਿੱਚ 2978 ਸੋਲਰ ਫੋਟੋ ਵੋਲਟੈਕ ਪੰਪਸੇਟ (Solar Photo Voltaic Pumpsets) ਅਤੇ 11758 ਸੋਲਰ ਸਟਰੀਟ ਲਾਈਟ ਸਕੀਮਾਂ ਕੰਮ ਕਰ ਰਹੀਆਂ ਹਨ।

ਬਾਇਉ ਗੈਸ ਅਤੇ ਬਾਇਉ ਮਾਸ ਦੋ ਹੋਰ ਮਹੱਤਵਪੂਰਨ ਸੋਮੇ ਹਨ। ਇਨ੍ਹਾਂ ਵਿਚੋਂ ਬਾਇਉ ਗੈਸ ਭਾਵ ਗੋਬਰ ਗੈਸ (Gobar Gas) ਬਹੁਤ ਮਹੱਤਵਪੂਰਣ ਹੈ। ਪੰਜਾਬ ਵਿੱਚ ਦੇ ਸਭ ਪਿੰਡਾਂ ਵਿਚ ਇਸ ਦੇ ਬਣਾਉਣ ਲਈ ਬਹੁਤ ਗੋਹਾ ਜਾਂ ਗੋਬਰ (Cow Dung) ਉਪਲਬੱਧ ਹੈ। ਗੋਬਰ ਗੈਸ ਪਲਾਂਟ ਪੇਂਡੂ ਇਲਾਕੇ ਵਿਚ ਸਾਫ ਸੁਥਰਾ ਅਤੇ ਧੂੰਏਂ ਰਹਿਤ ਵਾਤਾਵਰਣ ਹੀ ਪੈਦਾ ਨਹੀਂ ਕਰਦੇ ਸਗੋਂ ਫਸਲਾਂ ਦੀ ਪੈਦਾਵਾਰ ਵਧਾਉਣ ਲਈ ਰਸਾਇਣਿਕ ਖਾਦ ਦੇ ਪੂਰਕ ਦੇ ਤੌਰ 'ਤੇ ਵਧੀਆ ਖਾਦ ਵੀ ਪੈਦਾ ਕਰਦੇ ਹਨ। ਪੰਜਾਬ ਵਿੱਚ ਇਸ ਦਾ ਉਤਪਾਦਨ ਕਾਫੀ ਵਧ ਰਿਹਾ ਹੈ। 1981-82 ਵਿਚ ਪੰਜਾਬ ਵਿੱਚ 486 ਗੋਬਰ ਗੈਸ ਪਲਾਂਟ ਸਨ ਜਿਨ੍ਹਾਂ ਦੀ ਗਿਣਤੀ 1990-91 ਵਿਚ 2334 ਅਤੇ 2000-01 ਦੌਰਾਨ 1912 ਹੋ ਗਈ। 2012-13 ਸਾਲ ਦੌਰਾਨ ਪੰਜਾਬ ਊਰਜਾ

ਵਿਕਾਸ ਏਜੰਸੀ (PEDA) ਵਲੋਂ 10,005 ਬਾਇਉ ਗੈਸ ਪਲਾਂਟ ਲਗਾਏ ਗਏ ਸਨ। 2013-14 ਦੌਰਾਨ 8200 ਬਾਇਉ ਗੈਸ ਪਲਾਂਟ ਲਗਾਏ ਗਏ ਸਨ। 2021-22 ਅਨੁਸਾਰ ਪੰਜਾਬ ਵਿੱਚ ਪੇਡਾ (Peda) ਰਾਹੀਂ 2837 ਬਾਇਉਗੈਸ ਪਲਾਂਟ ਲਗਾਏ ਗਏ ਹਨ। ਪੰਜਾਬ ਦੇ ਸ਼ਹਿਰਾਂ ਜਿਵੇਂ ਕਿ ਲੁਧਿਆਣਾ, ਜਲੰਧਰ ਆਦਿ ਵਿਚ ਹਰ ਰੋਜ਼ ਭਾਰੀ ਮਾਤਰਾ ਵਿਚ ਜੈਵ ਕੂੜਾ ਪੈਦਾ ਹੁੰਦਾ ਹੈ। ਇਸ ਬਾਇਉ ਮਾਸ ਤੋਂ ਊਰਜਾ ਪ੍ਰਾਪਤ ਕੀਤੀ ਜਾ ਸਕਦੀ ਹੈ। ਇਸ ਬਾਰੇ ਕੁਝ ਸਕੀਮਾਂ ਬਣਾਈਆਂ ਜਾ ਰਹੀਆਂ ਹਨ। ਅੰਮ੍ਰਿਤਸਰ ਵਿਖੇ ਬਾਇਉ ਮਾਸ ਉੱਤੇ ਆਧਾਰਤ ਪਹਿਲਾ ਪਲਾਂਟ ਪ੍ਰਾਈਵੇਟ ਕੰਪਨੀ ਦੀ ਸਹਾਇਤਾ ਨਾਲ ਲਗਾਇਆ ਜਾ ਰਿਹਾ ਹੈ। ਬਾਅਦ ਵਿਚ ਦੂਜੇ ਸ਼ਹਿਰਾਂ ਵਿਚ ਵੀ ਅਜਿਹੇ ਪਲਾਂਟ ਲਗਾਏ ਜਾਣਗੇ। ਪਰਾਲੀ (Straw) ਉਤੇ ਆਧਾਰਤ ਬਿਜਲੀ ਬਣਾਉਣ ਦੀਆਂ ਯੋਜਨਾਵਾਂ ਵੀ ਬਣ ਰਹੀਆਂ ਹਨ।

ਪੰਜਾਬ ਇਕ ਖੇਤੀ ਪ੍ਰਧਾਨ ਰਾਜ ਹੈ। ਇੱਥੇ ਬਹੁਤ ਸਾਰਾ ਖੇਤੀਬਾੜੀ ਬਾਲਣ ਉਪਲੱਬਧ ਹੈ। ਇਸ ਵਿੱਚ ਸ਼ਾਮਲ ਹਨ—ਕਪਾਹ ਦੀਆਂ ਛਿਟੀਆਂ, ਸਰ੍ਹੋਂ-ਤਾਰਾਮੀਰਾ ਆਦਿ ਦੀਆਂ ਬਰੀਕ ਛਿਟੀਆਂ, ਧਾਨ ਦੀ ਪਰਾਲੀ, ਕਣਕ ਦੀ ਪਰਾਲੀ, ਗੰਨਿਆਂ ਦੀ ਖੋਗੀ ਅਤੇ ਗੁੱਲੇ, ਮੱਕੀ ਦੇ ਟਾਂਡੇ, ਧਾਨ ਦਾ ਛਿਲਕਾ ਤੇ ਸਫ਼ੈਦਾ ਦਰਖ਼ਤ ਆਦਿ। ਇਹ ਸਭ ਛੋਟੇ ਪੈਮਾਨੇ ਦੇ ਤਾਪ ਬਿਜਲੀ ਪਲਾਂਟਸ ਲਗਾਉਣ ਲਈ ਯੋਗ ਹਨ। ਭਾਵੇਂ ਪਟਿਆਲਾ ਨੇੜੇ ਜਲਖੇੜੀ ਦਾ ਧਾਨ ਦੇ ਛਿਲਕੇ ਤੇ ਆਧਾਰਤ ਤਾਪ ਬਿਜਲੀ ਬਣਾਉਣ ਦਾ ਪਲਾਂਟ ਬੰਦ ਹੋ ਗਿਆ ਹੈ, ਪ੍ਰੰਤੂ ਪਟਿਆਲਾ ਜ਼ਿਲ੍ਹੇ ਵਿਚ ਹੀ **ਘਨੌਰ ਪਿੰਡ** ਵਿਖੇ **ਧਾਨ ਦੀ ਪਰਾਲੀ** ਤੇ ਆਧਾਰਤ ਪਹਿਲਾ ਵਪਾਰਕ ਪਾਵਰ ਪ੍ਰਾਜੈਕਟ ਚਾਲੂ ਹੋ ਚੁੱਕਾ ਹੈ। ਇਸ ਪਲਾਂਟ ਦੀ ਸਮਰੱਥਾ 12 MW ਹੋਵੇਗੀ। ਇਸ ਕਿਸਮ ਦੇ **ਅੱਠ** ਹੋਰ ਪਲਾਂਟ ਰਾਜ ਦੇ ਪੇਂਡੂ ਇਲਾਕੇ ਵਿਚ ਲਗਾਏ ਜਾਣਗੇ। ਇਨ੍ਹਾਂ ਦੇ ਚਾਲੂ ਹੋ ਜਾਣ ਨਾਲ 108 MW ਬਿਜਲੀ ਦਾ ਉਤਪਾਦਨ ਹੋਵੇਗਾ। ਹਰ ਇਕ ਪਲਾਂਟ ਉੱਤੇ 55 ਤੋਂ 60 ਕਰੋੜ ਰੁਪਇਆ ਖ਼ਰਚ ਆਵੇਗਾ ਅਤੇ ਇਹ ਪ੍ਰਾਜੈਕਟ ਸ਼ੁਰੂ ਹੋਣ ਤੋਂ 18 ਮਹੀਨੇ ਅੰਦਰ ਕੰਮ ਕਰਨ ਲਗ ਪਵੇਗਾ। ਇਹ ਪ੍ਰਾਜੈਕਟ **ਪੰਜਾਬ ਬਾਇਉਮਾਸ** ਪਾਵਰ (Punjab Biomass Power) ਸੰਗਠਨ ਦੇ ਅਧੀਨ ਕੰਮ ਕਰਨਗੇ। ਇਸ ਸੰਗਠਨ ਵਿਚ ਕਈ ਪ੍ਰਾਈਵੇਟ ਕੰਪਨੀਆਂ ਸ਼ਾਮਲ ਹਨ।

ਪੰਜਾਬ ਸਰਕਾਰ ਨੇ ਕੁੱਲ 29 ਟਿਕਾਣੇ ਅਜਿਹੇ ਪਲਾਂਟ ਸਥਾਪਤ ਕਰਨ ਲਈ ਨਿਸ਼ਚਿਤ ਕੀਤੇ ਹਨ ਜਿਨ੍ਹਾਂ ਬਾਰੇ ਸਰਕਾਰ ਨੇ ਪ੍ਰਾਈਵੇਟ ਕੰਪਨੀਆਂ ਤੋਂ ਬੋਲੀ ਦੇਣ ਦੀਆਂ ਅਰਜ਼ੀਆਂ ਮੰਗੀਆਂ ਹਨ। ਇਹ ਪਲਾਂਟਸ ਬਿਜਲੀ ਦੀਆਂ ਸਥਾਨਕ ਲੋੜਾਂ ਪੂਰੀਆਂ ਕਰਨਗੇ। ਖੇਤੀਬਾੜੀ ਫੋਕ ਜਿਹੜਾ ਕਿਸਾਨ ਜਲਾ ਦਿੰਦੇ ਸਨ, ਹੁਣ ਉਨ੍ਹਾਂ ਨੂੰ ਕੁਝ ਆਮਦਨ ਵੀ ਪ੍ਰਦਾਨ ਕਰੇਗਾ ਅਤੇ ਕੁਝ ਪ੍ਰਦੂਸ਼ਣ ਵੀ ਘਟਾਏਗਾ। ਪਲਾਂਟਸ ਵਿਚ ਸਥਾਨਕ ਲੋਕਾਂ ਨੂੰ ਰੁਜ਼ਗਾਰ ਵੀ ਮਿਲੇਗਾ।

ਮੁਕਤਸਰ ਜ਼ਿਲ੍ਹੇ ਦੇ ਪਿੰਡ **ਗੁਲਾਬੇਵਾਲਾ** ਜੋ ਮੁਕਤਸਰ-ਗੁਰੂ ਹਰ ਸਹਾਏ ਸੜਕ ਉੱਤੇ ਸਥਿਤ ਹੈ, ਵਿੱਚ ਇਕ ਪ੍ਰਾਈਵੇਟ ਕੰਪਨੀ ਨੇ **ਮਾਲਵਾ ਪਾਵਰ ਪਲਾਂਟ** ਲਗਾਇਆ ਹੈ ਜਿਸਦੀ ਬਿਜਲੀ ਪੈਦਾ ਕਰਨ ਦੀ ਸਮਰੱਥਾ 6 ਮੈਗਾਵਾਟ ਹੈ। ਇਹ ਪਾਵਰ ਪਲਾਂਟ ਖੇਤੀਬਾੜੀ ਰਹਿੰਦ-ਖੂੰਹਦ (agriculture waste) ਉੱਤੇ ਨਿਰਭਰ ਕਰਦਾ ਹੈ। ਇਹ ਪਲਾਂਟ ਹਰ ਰੋਜ਼ 1,60,000 ਯੂਨਿਟ ਬਿਜਲੀ ਪੈਦਾ ਕਰਦਾ ਹੈ ਜਿਸਨੂੰ ਪੰਜਾਬ ਰਾਜ ਬਿਜਲੀ ਬੋਰਡ ਖਰੀਦ ਕੇ ਦੂਜੇ ਇਲਾਕਿਆਂ ਨੂੰ ਭੇਜਦਾ ਹੈ। 20 ਏਕੜ ਭੂਮੀ ਵਿਚ ਫ਼ੈਲਿਆ ਇਹ ਤਾਪ ਬਿਜਲੀ ਪਲਾਂਟ 250 ਵਿਅਕਤੀਆਂ ਨੂੰ ਰੋਜ਼ਗਾਰ ਪ੍ਰਦਾਨ ਕਰਦਾ ਹੈ ਅਤੇ ਕਿਸਾਨਾਂ ਦੇ ਖੇਤੀਬਾੜੀ ਰਹਿੰਦ-ਖੂੰਹਦ ਦਾ ਮੁੱਲ ਵੀ ਦਿੰਦਾ ਹੈ।

ਪੰਜਾਬ ਵਿੱਚ ਸ਼ਕਤੀ (ਬਿਜਲੀ) ਦਾ ਉਤਪਾਦਨ (PRODUCTION OF POWER)

ਪੰਜਾਬ ਵਿਚ ਬਿਜਲੀ ਦਾ ਉਤਪਾਦਨ ਛੇਵੇਂ ਦਹਾਕੇ ਤੋਂ ਬਾਅਦ ਤੇਜ਼ੀ ਨਾਲ ਵਧਣ ਲੱਗ ਪਿਆ ਸੀ। 1947 ਈਸਵੀ ਵਿੱਚ ਸੁਤੰਤਰਤਾ ਤੋਂ ਪਹਿਲਾਂ ਪੰਜਾਬ ਵਿੱਚ ਕੇਵਲ ਇੱਕੋ ਇਕ ਬਿਜਲੀ (ਪਣ) ਘਰ ਸੀ ਜੋ ਜੋਗਿੰਦਰ ਨਗਰ ਵਿਖੇ ਸਥਿਤ ਸ਼ਨਨ ਪਣ ਬਿਜਲੀ ਘਰ ਸੀ ਜਿਥੇ ਕੇਵਲ 48 ਮੈਗਾਵਾਟ ਤਕ ਬਿਜਲੀ ਪੈਦਾ ਕੀਤੀ ਜਾਂਦੀ ਸੀ। ਕੁੱਝ ਕੁ ਸ਼ਹਿਰਾਂ ਵਿੱਚ ਕੋਲੇ ਜਾਂ ਤੇਲ ਨਾਲ ਚੱਲਣ ਵਾਲੇ ਛੋਟੇ ਜਨਰੇਟਰ ਵੀ ਸਨ। ਇਸ ਤਰ੍ਹਾਂ 1950 ਤੱਕ ਪੰਜਾਬ ਵਿੱਚ ਲਗਭਗ 58 ਮੈਗਾਵਾਟ ਬਿਜਲੀ ਪੈਦਾ ਕਰਨ ਦੀ

ਸਮਰੱਥਾ ਸੀ। 1950 ਤੋਂ ਬਾਅਦ ਪੰਜਾਬ ਵਿੱਚ ਬਿਜਲੀ ਪੈਦਾ ਕਰਨ ਦੀ ਸਮਰੱਥਾ ਅਤੇ ਅਸਲੀ ਉਤਪਾਦਨ ਤੇਜ਼ੀ ਨਾਲ ਵਧਿਆ। ਹੇਠ ਦਿੱਤੀ ਸਾਰਣੀ ਪੰਜਾਬ ਵਿੱਚ ਬਿਜਲੀ ਸਮਰੱਥਾ ਅਤੇ ਉਤਪਾਦਨ ਦੇ 1970-71 ਤੋਂ 2021-22 ਦੇ ਝੁਕਾਅ ਨੂੰ ਦਰਸਾਉਂਦੀ ਹੈ।

ਸਾਰਣੀ ਨੰ. 11

ਪੰਜਾਬ ਵਿੱਚ ਪਲਾਂਟ ਸਮਰੱਥਾ ਅਤੇ ਬਿਜਲੀ ਦਾ ਉਤਪਾਦਨ

ਸਾਲ	ਸਥਾਪਤ ਸਮਰੱਥਾ (ਮੈਗਾਵਾਟ)	ਉਤਪਾਦਨ (ਲੱਖ ਕਿਲੋਵਾਟ ਘੰਟੇ)
1970—71	680	23648.0
1980—81	1526	64829.5
1990—91	3049	146175.4
1995—96	3509	168979.0
2000—01	4443	215280.0
2008—09	4878	267143.2
2009—10	4878	275033.8
2010—11	4878	274645.7
2013—14	8859	25102.45
2018—19	13474	46601.63
2020—21	13845	34768.99
2021—22	13867	—

ਸੋਮਾ— ਪੰਜਾਬ ਦਾ ਅੰਕੜਾ ਸਾਰ—2000 ਅਤੇ 2009, 2014 ਅਤੇ 2022

ਉੱਪਰ ਦਿੱਤੇ ਅੰਕੜਿਆਂ ਤੋਂ ਪਤਾ ਲੱਗਦਾ ਹੈ ਕਿ 1950 ਤੋਂ 2001-02 ਤਕ ਪੰਜਾਬ ਵਿੱਚ ਬਿਜਲੀ ਪੈਦਾ ਕਰਨ ਦੀ ਸਮਰੱਥਾ 76.9 ਗੁਣਾ ਵਧੀ ਹੈ ਅਤੇ ਉਤਪਾਦਨ ਵਿਚ ਵਾਧਾ 1970-71 ਤੋਂ 2001-02 ਤਕ ਲਗਭਗ 9 ਗੁਣਾ ਸੀ। ਇਸ ਸਮੇਂ ਵਿਚ ਸਮਰੱਥਾ ਵਿਚ ਵਾਧਾ ਲਗਭਗ 6.6 ਗੁਣਾ ਸੀ। ਇਸ ਜ਼ਿਆਦਾ ਵਾਧੇ ਦਾ ਇਕ ਕਾਰਨ ਸੱਤਵੇਂ ਦਹਾਕੇ ਵਿਚ ਤਾਪ ਬਿਜਲੀ ਘਰਾਂ ਦੀ ਸਥਾਪਤੀ ਦਾ ਹੋਣਾ ਵੀ ਸੀ ਜਿਨ੍ਹਾਂ ਦਾ ਪੂਰਾ ਉਤਪਾਦਨ ਅੱਠਵੇਂ ਦਹਾਕੇ ਵਿੱਚ ਸ਼ੁਰੂ ਹੋ ਗਿਆ ਸੀ। ਉੱਪਰਲੇ ਅੰਕੜਿਆਂ ਤੋਂ ਪਤਾ ਲੱਗਦਾ ਹੈ ਕਿ 1970-71 ਤੋਂ 1985-86 ਦੇ ਪੰਦਰਾਂ ਸਾਲਾਂ ਵਿੱਚ ਸਥਾਪਤ ਸਮਰੱਥਾ (Installed Plant Capacity) ਅਤੇ ਬਿਜਲੀ ਉਤਪਾਦਨ (electricity generation) ਵਿਚ ਲਗਭਗ ਚਾਰ ਗੁਣਾ ਦਾ ਵਾਧਾ ਹੋਇਆ ਸੀ। ਇਸ ਤੋਂ ਬਾਅਦ ਵਾਧਾ ਲਗਭਗ ਇਕ ਸਾਰ ਅਤੇ ਘੱਟ ਹੁੰਦਾ ਰਿਹਾ ਹੈ। 1995-96 ਵਿੱਚ ਪੰਜਾਬ ਨੇ 168979 ਲੱਖ ਕਿਲੋ ਵਾਟ ਘੰਟੇ ਬਿਜਲੀ ਪੈਦਾ ਕੀਤੀ ਸੀ। 2001-02 ਵਿੱਚ ਇਹ ਉਤਪਾਦਨ 1.3 ਗੁਣਾ ਵਧ ਕੇ 213990 ਲੱਖ kwh ਹੋ ਗਿਆ। ਇਸੇ ਤਰ੍ਹਾਂ ਉਤਪਾਦਨ 2001-02 ਤੋਂ 2006-07 ਤੱਕ ਲਗਭਗ 1.2 ਗੁਣਾ ਵਧ ਕੇ 2008-09 ਵਿੱਚ 267143.2 ਲੱਖ kwh ਹੋ ਗਿਆ ਸੀ। ਪ੍ਰੰਤੂ ਸਮਰੱਥਾ ਇਸ ਸਮੇਂ ਦੌਰਾਨ ਲਗਭਗ 1.04 ਗੁਣਾ ਵਧੀ ਸੀ। 2010-11 ਤੋਂ ਬਾਅਦ ਸਮਰੱਥਾ ਵਿਚ ਕਾਫੀ ਵਾਧਾ ਹੋਇਆ ਹੈ। ਇਹ 2010-11 ਦੇ ਮੁਕਾਬਲੇ 2012-13 ਵਿਚ 58% ਵਧੀ ਹੈ। ਤਲਵੰਡੀ ਸਾਬੋ, ਰਾਜਪੁਰਾ ਅਤੇ ਗੋਇੰਦਵਾਲ ਸਾਹਿਬ ਦੇ ਤਿੰਨ ਨਵੇਂ ਥਰਮਲ ਪਲਾਂਟਾਂ ਦੇ ਲੱਗਣ ਕਾਰਨ ਇਹ ਸੰਭਵ ਹੋਇਆ ਹੈ। ਪ੍ਰੰਤੂ ਇਸਦੇ ਮੁਕਾਬਲੇ ਉਤਪਾਦਨ ਘਟਿਆ ਹੈ (ਸਾਰਣੀ ਨੰ. 11)। 2021-22 ਵਿੱਚ ਸਮਰੱਥਾ ਵਧਕੇ 13,867 ਮੈਗਾਵਾਟ ਹੋ ਗਈ ਅਤੇ ਉਤਪਾਦਨ ਘਟ ਕੇ 34,768.99 ਲੱਖ ਕਿਲੋਵਾਟ ਘੰਟੇ ਹੋ ਗਿਆ। ਸਮਰੱਥਾ ਵਿੱਚ 2010-11 ਤੋਂ 2021-22 ਵਿੱਚ ਲਗਭਗ 184%

ਵਾਧਾ ਹੋਇਆ ਹੈ ਪ੍ਰੰਤੂ ਉਤਪਾਦਨ ਵਿੱਚ ਘਾਟ ਆਈ। ਇਨ੍ਹਾਂ ਦਸ ਸਾਲਾਂ ਵਿੱਚ ਉਤਪਾਦਨ ਘਟਕੇ ਲਗਭਗ 1/8ਵਾਂ ਭਾਗ ਰਹਿ ਗਿਆ ਹੈ।

ਪੰਜਾਬ ਵਿੱਚ ਬਿਜਲੀ ਦੀ ਖਪਤ (CONSUMPTION OF POWER IN PUNJAB)

ਜ਼ਿਆਦਾ ਉਤਪਾਦਨ ਦੇ ਨਾਲ ਪੰਜਾਬ ਵਿੱਚ ਬਿਜਲੀ ਦੀ ਖਪਤ ਵੀ ਬਹੁਤ ਵਧੀ ਹੈ। 1947 ਤੋਂ ਪਹਿਲਾਂ ਰਾਜ ਵਿੱਚ ਲਗਭਗ 20,000 ਬਿਜਲੀ ਦੇ ਖਪਤਕਾਰ ਸਨ। ਇਨ੍ਹਾਂ ਦੀ ਗਿਣਤੀ 1970-71 ਵਿੱਚ 9 ਲੱਖ 55 ਹਜ਼ਾਰ 2 ਸੌ ਚੌਂਤੀ ਸੀ। ਇਹ ਗਿਣਤੀ 1980-81 ਵਿਚ 21 ਲੱਖ 61 ਹਜ਼ਾਰ ਤੋਂ ਜ਼ਿਆਦਾ ਹੋ ਗਈ ਸੀ। 1990-91 ਅਨੁਸਾਰ ਖਪਤਕਾਰਾਂ ਦੀ ਕੁੱਲ ਗਿਣਤੀ 39 ਲੱਖ ਦੇ ਲਗਭਗ ਸੀ ਅਤੇ 1994-95 ਵਿੱਚ ਇਹ ਗਿਣਤੀ 44 ਲੱਖ (43.98 ਲੱਖ) ਦੇ ਲਗਭਗ ਹੋ ਗਈ ਸੀ। 2000-01 ਵਿੱਚ ਬਿਜਲੀ ਦੇ ਖਪਤਕਾਰਾਂ ਦੀ ਗਿਣਤੀ ਵਧ ਕੇ 52,10,917 ਹੋ ਗਈ ਸੀ। ਇਨ੍ਹਾਂ ਲਗਭਗ 52 ਲੱਖ ਖਪਤਕਾਰਾਂ ਵਿਚੋਂ 71.0% ਘਰੇਲੂ ਖਪਤਕਾਰ (domestic consumers) 15.24% ਖੇਤੀਬਾੜੀ ਖਪਤਕਾਰ, 11.59% ਵਪਾਰਕ ਖਪਤਕਾਰ ਅਤੇ 2.13% ਉਦਯੋਗਿਕ ਖਪਤਕਾਰ ਸਨ। **ਸਭ ਤੋਂ ਜ਼ਿਆਦਾ ਖਪਤਕਾਰ ਲੁਧਿਆਣਾ ਜ਼ਿਲ੍ਹੇ ਵਿੱਚ ਸਨ** ਜਿਨ੍ਹਾਂ ਦੀ ਗਿਣਤੀ 7 ਲੱਖ ਦੇ ਲਗਭਗ ਸੀ। ਅੰਮ੍ਰਿਤਸਰ ਅਤੇ ਜਲੰਧਰ ਜ਼ਿਲ੍ਹਿਆਂ ਵਿੱਚ ਖਪਤਕਾਰਾਂ ਦੀ ਗਿਣਤੀ ਕ੍ਰਮਵਾਰ 6 ਲੱਖ 26 ਹਜ਼ਾਰ ਤੇ 5 ਲੱਖ 13 ਹਜ਼ਾਰ ਦੇ ਲਗਭਗ ਸੀ। ਇਨ੍ਹਾਂ ਤਿੰਨ ਜ਼ਿਲ੍ਹਿਆਂ ਵਿੱਚ ਰਾਜ ਵਿੱਚ ਵਸੋਂ ਵੀ ਸਭ ਤੋਂ ਜ਼ਿਆਦਾ ਹੈ। ਇਥੇ ਘਣੀ ਖੇਤੀ ਦੇ ਨਾਲ-ਨਾਲ ਉਦਯੋਗਿਕ ਵਿਕਾਸ ਵੀ ਬਹੁਤ ਹੈ।

2005 ਦੇ ਸਾਲ ਦੌਰਾਨ ਖਪਤਕਾਰਾਂ ਦੀ ਗਿਣਤੀ ਵਧ ਕੇ 58,97,583 ਹੋ ਗਈ ਸੀ। ਇਸ ਵਿੱਚੋਂ 70.45% ਘਰੇਲੂ ਖਪਤਕਾਰ, 15.48% ਖੇਤੀਬਾੜੀ ਅਤੇ ਕੇਵਲ 1.83% ਉਦਯੋਗਿਕ ਖਪਤਕਾਰ ਸਨ। ਸਾਲ 2008 ਵਿੱਚ ਰਾਜ ਵਿੱਚ ਕੁੱਲ 63,73,890 ਖਪਤਕਾਰ ਸਨ। ਜਿਨ੍ਹਾਂ ਵਿੱਚੋਂ 70.52% ਘਰੇਲੂ, 15.39% ਖੇਤੀਬਾੜੀ, 1.73% ਉਦਯੋਗਿਕ ਅਤੇ 12.31% ਵਿਉਪਾਰਕ ਖਪਤਕਾਰ ਸਨ। ਸਾਲ 2011 ਦੌਰਾਨ ਰਾਜ ਵਿੱਚ ਕੁੱਲ ਖਪਤਕਾਰਾਂ ਦੀ ਗਿਣਤੀ 73,20,623 ਸੀ। ਇਨ੍ਹਾਂ ਵਿੱਚੋਂ 70.89% ਘਰੇਲੂ ਖਪਤਕਾਰ, 15.62% ਖੇਤੀਬਾੜੀ ਖਪਤਕਾਰ, 1.61% ਉਦਯੋਗਿਕ ਖਪਤਕਾਰ ਅਤੇ 11.84% ਵਿਉਪਾਰਕ ਖਪਤਕਾਰ ਸਨ। 2021 ਦੇ ਸਾਲ ਦੌਰਾਨ ਕੁੱਲ ਖਪਤਕਾਰਾਂ ਦੀ ਗਿਣਤੀ ਵਧ ਕੇ 99 ਲੱਖ, 15 ਹਜ਼ਾਰ , 496 ਹੋ ਗਈ। ਇਨ੍ਹਾਂ ਵਿੱਚੋਂ 72.91% ਘਰੇਲੂ ਖਪਤਕਾਰ, 14.0% ਖੇਤੀਬਾੜੀ ਖਪਤਕਾਰ, 11.56% ਵਿਉਪਾਰਕ ਖਪਤਕਾਰ ਅਤੇ ਕੇਵਲ 1.48% ਉਦਯੋਗਿਕ ਖਪਤਕਾਰ ਸਨ। 2022 ਦੇ ਅੰਕੜਿਆਂ ਅਨੁਸਾਰ ਖਪਤਕਾਰਾਂ ਦੀ ਗਿਣਤੀ ਵਧਕੇ 1 ਕਰੋੜ 1 ਲੱਖ 68 ਹਜ਼ਾਰ 441 ਹੋ ਗਈ। ਇਨ੍ਹਾਂ ਵਿੱਚੋਂ 73.2% ਘਰੇਲੂ ਖਪਤਕਾਰ 13.66% ਖੇਤੀਬਾੜੀ ਖਪਤਕਾਰ ਅਤੇ 11.61% ਵਿਉਪਾਰਕ ਖਪਤਕਾਰ ਸਨ। ਉਦਯੋਗਿਕ ਖਪਤਕਾਰ ਕੇਵਲ 1.48% ਸਨ। ਸਾਲ 1981 ਤੋਂ ਬਾਅਦ ਉਦਯੋਗਿਕ ਖਪਤਕਾਰਾਂ ਦੀ ਪ੍ਰਤੀਸ਼ੱਤਤਾ 2.9 ਤੋਂ ਘਟ ਕੇ 2019 ਵਿੱਚ 1.48 ਰਹਿ ਗਈ। ਪ੍ਰੰਤੂ ਖੇਤੀਬਾੜੀ ਖਪਤਕਾਰਾਂ ਦੀ ਪ੍ਰਤੀਸ਼ੱਤਤਾ 1981 ਵਿੱਚ 12.87 ਤੋਂ ਵੱਧ ਕੇ 2011 ਵਿੱਚ 15.62% ਅਤੇ 2020 ਵਿੱਚ 14.27% ਅਤੇ 2022 ਵਿੱਚ ਘਟ ਕੇ 13.66% ਹੋ ਗਈ ਸੀ। ਘਰੇਲੂ ਖਪਤਕਾਰਾਂ ਦੀ ਪ੍ਰਤੀਸ਼ੱਤਤਾ ਵੀ ਵਧੀ ਹੈ।

ਪ੍ਰੰਤੂ ਸ਼੍ਰੇਣੀਵਾਰ (by uses) ਪੰਜਾਬ ਵਿੱਚ ਬਿਜਲੀ ਦੀ ਕੁੱਲ ਖਪਤ ਦਾ 2000-01 ਵਿੱਚ ਲਗਭਗ 42% ਉਦਯੋਗਿਕ ਕੰਮਾਂ ਵਿੱਚ ਵਰਤਿਆ ਜਾਂਦਾ ਸੀ। ਬਿਜਲੀ ਦੀ ਦੂਜੇ ਨੰਬਰ 'ਤੇ ਸਭ ਤੋਂ ਵੱਧ ਖਪਤ ਖੇਤੀਬਾੜੀ ਦੇ ਕੰਮਾਂ (28.8%) ਵਿੱਚ ਹੋਈ ਸੀ। ਜਦਕਿ 1990-91 ਦੇ ਅੰਕੜਿਆਂ ਅਨੁਸਾਰ ਰਾਜ ਵਿੱਚ ਸਭ ਤੋਂ ਵੱਧ (42.87%) ਬਿਜਲੀ ਦੀ ਖਪਤ ਖੇਤੀਬਾੜੀ ਵਿੱਚ ਹੋਈ ਸੀ। ਇਹ ਖੇਤੀਬਾੜੀ ਦੀ ਪ੍ਰਧਾਨਤਾ ਅਤੇ ਘਣੇ ਤਰੀਕਿਆਂ (intensive) ਜਿਨ੍ਹਾਂ ਵਿੱਚ ਖੇਤੀ ਦਾ ਮਸ਼ੀਨੀਕਰਣ ਅਤੇ ਟਿਊਬਵੈਲਾਂ (ਬਿਜਲੀ ਨਾਲ ਚੱਲਣ ਵਾਲੇ) ਰਾਹੀਂ ਸਿੰਜਾਈ ਸ਼ਾਮਲ ਹੈ, ਨੂੰ ਦਰਸਾਉਂਦੀ ਹੈ। ਪੰਜਾਬ ਵਿੱਚ ਤੇਜ਼ੀ ਨਾਲ ਵਧ ਰਹੇ ਉਦਯੋਗੀਕਰਣ ਨੂੰ ਰਾਜ ਵਿੱਚ 2000-01 ਅਨੁਸਾਰ ਬਿਜਲੀ ਦੀ ਕੁੱਲ ਖਪਤ ਦੇ 41.95% ਦਾ ਉਦਯੋਗਾਂ ਵਿੱਚ ਖਪਤ ਹੋਣਾ ਦੱਸਦਾ ਹੈ। ਪ੍ਰੰਤੂ 2005-06 ਵਿੱਚ ਇਹ ਖਪਤ ਘਟ ਕੇ 39.26%, 2007-08 ਵਿੱਚ 36.45% ਅਤੇ 2020-21 ਵਿੱਚ 31.77% ਹੋ ਗਈ।

ਇਸ ਤੋਂ ਇਹ ਪਤਾ ਲਗਦਾ ਹੈ ਕਿ ਰਾਜ ਵਿੱਚ ਉਦਯੋਗਾਂ ਦੀ ਮਹੱਤਤਾ ਘਟ ਰਹੀ ਹੈ ਜਾਂ ਉਦਯੋਗਾਂ ਨੇ ਬਿਜਲੀ ਦੇ ਆਪਣੇ ਸਾਧਨ ਵਿਕਸਤ ਕਰ ਲਏ ਹਨ। ਪ੍ਰੰਤੂ ਉਦਯੋਗਾਂ ਵਿੱਚ ਖਪਤ ਬਿਜਲੀ ਦੀ ਪ੍ਰਤੀਸ਼ਤਤਾ ਖੇਤੀਬਾੜੀ ਖੇਤਰ ਨਾਲੋਂ ਵੱਧ ਹੈ। 29.96% ਬਿਜਲੀ ਘਰਾਂ ਦੀਆਂ ਲੋੜਾਂ ਪੂਰੀਆਂ ਕਰਨ ਲਈ ਖਪਤ ਹੁੰਦਾ ਸੀ। ਇਹ ਅੰਕੜੇ 2021-22 ਦੌਰਾਨ ਪੰਜਾਬ ਵਿੱਚ ਸ਼੍ਰੇਣੀਵਾਰ (by uses) ਬਿਜਲੀ ਦੀ ਖਪਤ ਅਨੁਸਾਰ ਹਨ। ਵਪਾਰਕ ਕੰਮਾਂ ਲਈ 9.97% ਅਤੇ ਸਰਕਾਰੀ ਬੱਤੀਆਂ ਆਦਿ ਲਈ 1.48% ਬਿਜਲੀ ਖਪਤ ਹੋਈ ਸੀ। ਖੇਤੀਬਾੜੀ ਵਿੱਚ 22.74% ਬਿਜਲੀ ਵਰਤੀ ਗਈ ਸੀ। ਉਦਯੋਗਾਂ ਲਈ ਸਭ ਤੋਂ ਵੱਧ 35.83% ਬਿਜਲੀ ਦੀ ਖਪਤ ਹੋਈ ਸੀ।

ਪੰਜਾਬ ਵਿੱਚ **ਪ੍ਰਤੀ ਜੀਅ ਬਿਜਲੀ ਦੀ ਖਪਤ** ਦੇਸ਼ ਵਿੱਚ ਸਭ ਤੋਂ ਜ਼ਿਆਦਾ ਹੈ। 2011-12 ਅਨੁਸਾਰ ਇਹ 1272.20 ਕਿਲੋਵਾਟ ਘੰਟੇ ਪ੍ਰਤੀ ਜੀਅ ਪ੍ਰਤੀ ਸਾਲ ਸੀ। ਇਹ ਦੇਸ਼ ਦੀ ਔਸਤ (589.29 ਕਿਲੋਵਾਟ) ਖਪਤ ਤੋਂ ਦੁੱਗਣੀ ਤੋਂ ਵੀ ਜ਼ਿਆਦਾ ਹੈ। ਪੰਜਾਬ ਵਿੱਚ ਇਹ ਖਪਤ 1970-71 ਵਿੱਚ 158.52 ਕਿਲੋਵਾਟ, 1980-81 ਵਿੱਚ 302.51 ਕਿਲੋਵਾਟ, 1990-91 ਵਿੱਚ 597.09 ਕਿਲੋਵਾਟ ਘੰਟੇ ਅਤੇ 2000-01 ਵਿੱਚ 790 ਕਿਲੋਵਾਟ ਘੰਟੇ ਅਤੇ 2007-08 ਵਿੱਚ 1076 ਕਿਲੋਵਾਟ ਪ੍ਰਤੀ ਸਾਲ ਸੀ। 2008-09 ਸਾਲ ਦੌਰਾਨ ਪ੍ਰਤੀ ਜੀਅ ਪ੍ਰਤੀ ਸਾਲ ਖਪਤ ਘਟ ਕੇ 1033 ਕਿਲੋਵਾਟ ਘੰਟੇ ਹੋ ਗਈ। 2013-14 ਵਿੱਚ ਇਹ ਵਧ ਕੇ 1272 ਕਿਲੋਵਾਟ ਘੰਟੇ ਹੋ ਗਈ। 2020-21 ਵਿੱਚ ਇਹ ਖਪਤ ਹੋਰ ਵਧਕੇ 1662.94 ਕਿਲੋਵਾਟ ਵਾਲੇ ਘੰਟੇ ਪ੍ਰਤੀ ਜੀਅ ਹੋ ਗਈ ਸੀ।

ਰਾਜ ਵਿੱਚ 2021-22 ਦੇ ਅੰਕੜਿਆਂ ਅਨੁਸਾਰ ਸਭ ਤੋਂ ਜ਼ਿਆਦਾ ਖਪਤ **ਲੁਧਿਆਣਾ** ਜ਼ਿਲ੍ਹੇ ਵਿੱਚ ਸੀ ਜੋ ਰਾਜ ਵਿੱਚ ਬਿਜਲੀ ਦੀ ਕੁੱਲ ਖਪਤ ਦਾ ਲਗਭਗ 19.59% ਸੀ। ਲੁਧਿਆਣਾ ਜ਼ਿਲ੍ਹੇ ਵਿੱਚ ਉਦਯੋਗ ਬਹੁਤ ਹਨ, ਇਸ ਕਾਰਨ ਜ਼ਿਲ੍ਹੇ ਦੀ ਬਿਜਲੀ ਦੀ ਕੁੱਲ ਖਪਤ ਦਾ ਲਗਭਗ 65% (65.37%) ਉਦਯੋਗਾਂ ਵਿੱਚ ਖਪਤ ਹੁੰਦਾ ਹੈ। ਇੱਥੇ ਦੂਜੇ ਨੰਬਰ ਤੇ ਘਰੇਲੂ ਖਪਤ (24.64%) ਅਤੇ ਤੀਜੇ ਨੰਬਰ ਤੇ ਖੇਤੀਬਾੜੀ (9.97%) ਆਉਂਦੇ ਹਨ। **ਸੰਗਰੂਰ** ਦਾ ਜ਼ਿਲ੍ਹਾ 2021-22 ਵਿੱਚ ਸੱਤਵੇਂ ਨੰਬਰ (4.52%) ਤੇ ਆਉਂਦਾ ਹੈ। ਸੰਗਰੂਰ ਦਾ ਜ਼ਿਲ੍ਹਾ ਰਾਜ ਵਿੱਚ ਖੇਤੀਬਾੜੀ ਵਿੱਚ ਸਭ ਤੋਂ ਅੱਗੇ ਹੈ। ਇਸ ਲਈ ਉਥੇ 2016-17 ਵਿੱਚ ਕੁੱਲ ਬਿਜਲੀ ਖਪਤ ਦਾ 48.05%, (55.58%, 2013-14 ਵਿੱਚ) **ਖੇਤੀਬਾੜੀ** ਲਈ ਖਪਤ ਹੋਇਆ ਸੀ। ਤੀਜੇ ਨੰਬਰ ਤੇ ਉਦਯੋਗ ਆਉਂਦੇ ਸਨ (21.17%)। ਬਿਜਲੀ ਦੀ ਕੁੱਲ ਖਪਤ ਵਿੱਚ **ਜਲੰਧਰ** ਦਾ ਜ਼ਿਲ੍ਹਾ 2016-17 ਅਨੁਸਾਰ **ਦੂਜੇ ਨੰਬਰ** ਤੇ ਆਉਂਦਾ ਸੀ। ਇੱਥੇ 2016-17 ਵਿੱਚ ਰਾਜ ਦੀ (8.09%) ਬਿਜਲੀ ਖਪਤ ਹੋਈ ਸੀ (ਸਾਰਣੀ ਨੰ. 12)। **ਜਲੰਧਰ** ਜ਼ਿਲ੍ਹੇ ਵਿੱਚ ਸਭ ਤੋਂ ਵੱਧ ਖਪਤ ਘਰੇਲੂ ਖੇਤਰ ਵਿੱਚ (36.58%), ਤੀਜੇ ਨੰਬਰ ਤੇ ਖੇਤੀਬਾੜੀ ਵਿੱਚ (19.35%) ਅਤੇ ਦੂਜੇ ਨੰਬਰ ਤੇ ਉਦਯੋਗਾਂ ਵਿੱਚ (28.07%) ਹੁੰਦੀ ਸੀ। 2021-22 ਵਿੱਚ ਕੁੱਲ ਖਪਤ ਅਨੁਸਾਰ ਜਲੰਧਰ ਦਾ ਜ਼ਿਲ੍ਹਾ ਚੌਥੇ ਨੰਬਰ ਤੇ ਸੀ (6.11%)। ਇੱਥੇ ਖਪਤ ਅਨੁਸਾਰ ਘਰੇਲੂ ਖਪਤ (45.26%) ਉਦਯੋਗ ਖਪਤ (34.92%) ਜ਼ਿਆਦਾ ਮਹੱਤਵਪੂਰਨ ਹਨ।

2016-17 ਅਨੁਸਾਰ ਪਟਿਆਲੇ ਦਾ ਜ਼ਿਲ੍ਹਾ ਬਿਜਲੀ ਖਪਤ ਵਿੱਚ ਚੌਥੇ ਨੰਬਰ ਤੇ ਆਉਂਦਾ ਸੀ (6.29%)। ਪਟਿਆਲਾ ਜ਼ਿਲ੍ਹੇ ਵਿੱਚ ਵੀ ਖੇਤੀਬਾੜੀ ਜ਼ਿਆਦਾ ਮਹੱਤਵਪੂਰਨ ਹੈ। ਇਸ ਲਈ ਬਿਜਲੀ ਦੀ ਜ਼ਿਆਦਾ ਵਰਤੋਂ (32.05%) ਖੇਤੀਬਾੜੀ ਲਈ ਹੁੰਦੀ ਸੀ। ਉਦਯੋਗ ਤੀਜੇ ਨੰਬਰ ਤੇ ਆਉਂਦੇ ਹਨ (28.28%)। ਘਰੇਲੂ ਖਪਤ ਦੂਜੇ ਨੰਬਰ ਤੇ ਆਉਂਦੀ ਸੀ। 2021-22 ਵਿੱਚ ਖਪਤ ਅਨੁਸਾਰ ਪਟਿਆਲਾ ਦਾ ਜ਼ਿਲ੍ਹਾ ਛੇਵੇਂ ਨੰਬਰ (5.33%) ਤੇ ਆਉਂਦਾ ਹੈ। (ਸਾਰਣੀ ਨੰ. 12)

ਬਿਜਲੀ ਦੀ ਕੁੱਲ ਖਪਤ ਵਿੱਚ **ਫਤਹਿਗੜ੍ਹ** ਦਾ ਜ਼ਿਲ੍ਹਾ ਸੱਤਵੇਂ ਨੰਬਰ (4.55%) ਤੇ ਆਉਂਦਾ ਹੈ। ਇੱਥੇ ਬਿਜਲੀ ਦੀ ਸਭ ਤੋਂ ਵੱਧ ਵਰਤੋਂ ਉਦਯੋਗਾਂ (64.37%) ਵਿੱਚ ਹੁੰਦੀ ਰਹੀ। ਦੂਜੇ ਨੰਬਰ ਤੇ ਖੇਤੀਬਾੜੀ ਆਉਂਦੀ ਸੀ (17.61%)। 2021-22 ਅਨੁਸਾਰ ਫਤਹਿਗੜ੍ਹ ਸਾਹਿਬ ਦਾ ਜ਼ਿਲ੍ਹਾ ਤੀਜੇ ਨੰ. (6.40%) ਤੇ ਆਉਂਦਾ ਹੈ। ਇਥੇ ਇਸ ਸਾਲ ਨੰਬਰ ਇਕ ਤੇ ਉਦਯੋਗਿਕ ਖਪਤ (88.86%) ਆਉਂਦੀ ਹੈ। ਇਹ ਜ਼ਿਲ੍ਹਾ ਵੀ ਉਦਯੋਗਾਂ ਲਈ ਮਹੱਤਵਪੂਰਨ ਹੈ।

ਅੰਮ੍ਰਿਤਸਰ ਦਾ ਜ਼ਿਲ੍ਹਾ ਬਿਜਲੀ ਦੀ ਖਪਤ ਵਿੱਚ ਆਮ ਕਰਕੇ ਲੁਧਿਆਣੇ ਤੋਂ ਬਾਅਦ ਦੂਜੇ ਨੰਬਰ ਤੇ ਆਉਂਦਾ ਹੁੰਦਾ ਸੀ। ਪ੍ਰੰਤੂ 2006 ਵਿੱਚ ਇਸ ਵਿੱਚੋਂ ਤਿੰਨ ਤਹਿਸੀਲਾਂ ਨਿਕਲ ਕੇ ਤਰਨਤਾਰਨ ਦਾ ਨਵਾਂ ਜ਼ਿਲ੍ਹਾ ਬਣ ਜਾਣ ਕਾਰਨ, ਅੰਮ੍ਰਿਤਸਰ ਦਾ ਜ਼ਿਲ੍ਹਾ (2016-17 ਵਿੱਚ) ਕੁੱਲ ਬਿਜਲੀ ਦੀ ਖਪਤ ਵਿਚ **ਛੇਵੇਂ ਸਥਾਨ** (6.03%) ਤੇ ਆ ਗਿਆ ਹੈ। ਇੱਥੇ ਬਿਜਲੀ ਦੀ ਸਭ ਤੋਂ ਵੱਧ ਵਰਤੋਂ ਘਰੇਲੂ ਖੇਤਰ ਵਿੱਚ (39.25%), ਇਸ ਤੋਂ ਬਾਅਦ ਉਦਯੋਗਿਕ ਖੇਤਰ (28.07%) ਅਤੇ ਖੇਤੀਬਾੜੀ ਖੇਤਰ (19.35%) ਵਿੱਚ ਹੁੰਦੀ ਸੀ। 2021-22 ਅਨੁਸਾਰ ਕੁੱਲ ਖਪਤ ਵਿੱਚ ਅੰਮ੍ਰਿਤਸਰ ਦਾ ਜ਼ਿਲ੍ਹਾ ਪੰਜਵੇਂ ਸਥਾਨ ਤੇ ਹੈ (5.96%)। ਹੁਣ ਇੱਥੇ ਘਰੇਲੂ (46.96%), ਵਪਾਰਕ (27.91%) ਅਤੇ ਉਦਯੋਗਿਕ ਖਪਤ (28.87%) ਵਾਰੋ ਵਾਰੀ ਮਹੱਤਵਪੂਰਨ ਹਨ।

ਐਸ.ਏ.ਐਸ. ਨਗਰ (6.85%), ਗੁਰਦਾਸਪੁਰ (1.83%), ਹੁਸ਼ਿਆਰਪੁਰ (2.98%), ਫਿਰੋਜ਼ਪੁਰ (1.23%) ਅਤੇ ਬਠਿੰਡਾ (3.71%) ਜ਼ਿਲ੍ਹਿਆਂ ਵਿੱਚ ਵੀ ਬਿਜਲੀ ਦੀ ਕਾਫੀ ਵਰਤੋਂ ਹੁੰਦੀ ਹੈ। (ਸਾਰਣੀ ਨੰ. 12)। ਐਸ.ਏ.ਐਸ. ਨਗਰ ਦਾ ਜ਼ਿਲ੍ਹਾ ਉਦਯੋਗਾਂ ਲਈ (41.83%), ਘਰੇਲੂ (35.38%) ਅਤੇ ਵਪਾਰਕ ਖਪਤ (21.17%) ਲਈ ਮਹੱਤਵਪੂਰਨ ਹੈ (2021-22)।

ਬਿਜਲੀ ਦੀ ਸਭ ਤੋਂ ਘੱਟ ਵਰਤੋਂ ਨਵੇਂ ਬਣੇ ਜ਼ਿਲ੍ਹੇ ਮਲੇਰਕੋਟਲਾ (0.02%) ਅਤੇ ਫਾਜ਼ਿਲਕਾ ਵਿੱਚ (1.20%) ਹੁੰਦੀ ਹੈ। ਇਹ ਅਤੇ ਮਾਨਸਾ ਛੋਟੇ ਪਛੜੇ ਅਤੇ ਖੁਸ਼ਕ ਜ਼ਿਲ੍ਹੇ ਹਨ। ਫ਼ਰੀਦਕੋਟ ਅਤੇ ਮੁਕਤਸਰ ਦੇ ਜ਼ਿਲ੍ਹਿਆਂ ਵਿੱਚ ਵੀ ਬਿਜਲੀ ਦੀ ਕੁੱਲ ਵਰਤੋਂ ਘੱਟ (2.0% ਤੋਂ ਘੱਟ) ਹੁੰਦੀ ਹੈ। ਸਾਲ 2008-09 ਦੌਰਾਨ ਵੀ ਸਥਿਤੀ ਲਗਭਗ 2013-14 ਵਾਲੀ ਰਹੀ। ਇਸ ਸਾਲ ਦੌਰਾਨ ਜਲੰਧਰ ਦਾ ਜ਼ਿਲ੍ਹਾ ਦੂਜੇ ਨੰਬਰ ਤੇ (ਰਾਜ ਦੀ 7.95% ਖਪਤ), ਸੰਗਰੂਰ ਦਾ ਜ਼ਿਲ੍ਹਾ ਚੌਥੇ ਨੰਬਰ ਤੇ (7.50%), ਪਟਿਆਲਾ ਦਾ ਜ਼ਿਲ੍ਹਾ ਤੀਜੇ ਨੰਬਰ (7.69%), ਫਤਿਹਗੜ੍ਹ ਸਾਹਿਬ ਦਾ ਜ਼ਿਲ੍ਹਾ ਪੰਜਵੇਂ ਨੰਬਰ (7.25%), ਅੰਮ੍ਰਿਤਸਰ ਦਾ ਜ਼ਿਲ੍ਹਾ ਛੇਵੇਂ ਨੰਬਰ (6.33%) ਅਤੇ ਐਸ.ਏ.ਐਸ. ਨਗਰ ਦਾ ਜ਼ਿਲ੍ਹਾ ਸੱਤਵੇਂ ਨੰਬਰ (5.29%) ਤੇ ਸਨ।

ਸਮੁੱਚੇ ਤੌਰ ਤੇ ਖੇਤੀ ਪ੍ਰਧਾਨ ਦੱਖਣ-ਪੱਛਮੀ ਜ਼ਿਲ੍ਹਿਆਂ ਮਾਨਸਾ, ਬਠਿੰਡਾ, ਮੁਕਤਸਰ, ਫ਼ਰੀਦਕੋਟ, ਫਾਜ਼ਿਲਕਾ ਅਤੇ ਫਿਰੋਜ਼ਪੁਰ ਅਤੇ ਪੂਰਬੀ ਅਰਧ-ਪਹਾੜੀ ਜ਼ਿਲ੍ਹਿਆਂ ਪਠਾਨਕੋਟ, ਗੁਰਦਾਸਪੁਰ, ਹੁਸ਼ਿਆਰਪੁਰ, ਐਸ.ਬੀ.ਐਸ. ਨਗਰ, ਰੂਪਨਗਰ ਅਤੇ ਕਪੂਰਥਲਾ ਵਿੱਚ ਬਿਜਲੀ ਦੀ ਖਪਤ ਘੱਟ ਹੈ। ਇਹ 5% ਦੇ ਲਗਭਗ ਜਾਂ ਇਸ ਤੋਂ ਘੱਟ ਹੈ। ਇਹ ਮੁਕਾਬਲਤਨ ਪਿਛੜੇ ਜ਼ਿਲ੍ਹੇ ਹਨ ਜਿੱਥੇ ਉਦਯੋਗ ਵੀ ਘੱਟ ਹਨ।

ਪੰਜਾਬ ਵਿੱਚ ਖੇਤੀਬਾੜੀ ਖੇਤਰ ਦਾ ਕੁੱਲ ਖਪਤ ਬਿਜਲੀ ਵਿੱਚ ਹਿੱਸਾ ਘਟਦਾ ਵਧਦਾ ਰਿਹਾ ਹੈ। 2000-01 ਦੇ ਖੇਤੀਬਾੜੀ ਦੇ ਹਿੱਸੇ ਦੇ ਮੁਕਾਬਲੇ 2004-05 ਵਿੱਚ ਰੂਪਨਗਰ ਅਤੇ ਫਿਰੋਜ਼ਪੁਰ ਦੇ ਜ਼ਿਲ੍ਹਿਆਂ ਦਾ ਖੇਤੀਬਾੜੀ ਵਿੱਚ ਹਿੱਸਾ ਘਟਿਆ ਹੈ। ਪ੍ਰੰਤੂ 2007-08 ਵਿੱਚ ਮੁਕਤਸਰ ਨੂੰ ਛੱਡ ਕੇ ਸਭ ਜ਼ਿਲ੍ਹਿਆਂ ਵਿੱਚ ਖੇਤੀਬਾੜੀ ਦਾ ਹਿੱਸਾ ਵਧਿਆ ਹੈ। ਇਹ ਇਸ ਸਮੇਂ ਦੌਰਾਨ ਪੰਜਾਬ ਤੋਂ ਕਈ ਉਦਯੋਗਾਂ ਦਾ ਹਟ ਕੇ ਹਿਮਾਚਲ ਪ੍ਰਦੇਸ਼ ਜਾਂ ਦੂਜੇ ਰਾਜਾਂ ਵਿੱਚ ਚਲੇ ਜਾਣ ਕਾਰਨ ਵੀ ਹੋ ਸਕਦਾ ਹੈ। ਕਣਕ ਅਤੇ ਚਾਵਲ ਆਦਿ ਦੀ ਘੱਟੋ-ਘੱਟ ਖਰੀਦ ਕੀਮਤ ਵਿੱਚ ਵਾਧੇ ਕਾਰਨ ਵੀ ਇਸ ਸਮੇਂ ਦੌਰਾਨ ਖੇਤੀਬਾੜੀ ਦੀ ਮਹੱਤਤਾ ਵਧੀ ਹੈ। 2020-21 ਅਤੇ 2021-22 ਦੇ ਉਪਲਬਧ ਅੰਕੜਿਆਂ ਵਿੱਚ ਖੇਤੀਬਾੜੀ ਵਿੱਚ ਖਪਤ ਦੇ ਜ਼ਿਲ੍ਹੇਵਾਰ ਅੰਕੜੇ ਉਪਲੱਬਧ ਨਹੀਂ ਹਨ। ਇਸ ਲਈ ਮੁਕਾਬਲਨਾਤਮਕ ਵਿਵਰਣ 2016-17 ਦੇ ਸਾਲ ਦਾ ਦਿੱਤਾ ਗਿਆ ਹੈ। ਇਸ ਸਾਲ ਖੇਤੀਬਾੜੀ ਦੇ ਅੰਕੜੇ ਜ਼ਿਲ੍ਹੇਵਾਰ ਮਿਲਦੇ ਹਨ।

ਆਮ ਤੌਰ ਤੇ ਮੁਕਾਬਲਤਨ ਪਛੜੇ ਦੱਖਣ-ਪੱਛਮੀ ਮਾਲਵੇ ਵਿੱਚ ਅਨੇਕਾਂ ਉਦਯੋਗਾਂ ਦੇ ਲਗ ਜਾਣ ਕਾਰਨ ਉੱਥੇ ਉਦਯੋਗਿਕ ਖੇਤਰ ਦਾ ਬਿਜਲੀ ਦੀ ਕੁੱਲ ਖਪਤ ਵਿੱਚ ਹਿੱਸਾ ਵਧਿਆ ਹੈ। ਪ੍ਰੰਤੂ 2000-2001 ਦੇ ਮੁਕਾਬਲੇ 2004-05 ਵਿੱਚ ਅੰਮ੍ਰਿਤਸਰ, ਹੁਸ਼ਿਆਰਪੁਰ, ਫਿਰੋਜ਼ਪੁਰ ਅਤੇ ਸੰਗਰੂਰ ਜ਼ਿਲ੍ਹਿਆਂ ਵਿੱਚ ਉਦਯੋਗਿਕ ਖੇਤਰ ਵਿੱਚ ਬਿਜਲੀ ਦੀ ਖਪਤ ਦੀ ਮਾਤਰਾ ਘਟੀ ਸੀ।

ਸਾਰਣੀ ਨੰ. 12

ਪੰਜਾਬ ਵਿੱਚ ਬਿਜਲੀ ਦੀ ਜ਼ਿਲ੍ਹੇਵਾਰ ਖਪਤ 2016-17 ਅਤੇ 2021-22

(ਮਿਲੀਅਨ ਕਿਲੋਵਾਟ ਘੰਟੇ)

ਲੜੀ ਨੰ.	ਜ਼ਿਲ੍ਹਾ	ਘਰੇਲੂ		ਵਪਾਰਕ		ਉਦਯੋਗਿਕ		ਖੇਤੀਬਾੜੀ		ਹੋਰ		ਕੁੱਲ ਖਪਤ		ਪ੍ਰਤੀਸ਼ਤ		ਕੁੱਲ ਖਪਤਕਾਰ		ਪ੍ਰਤੀ ਖਪਤਕਾਰ ਬਿਜਲੀ ਦੀ ਖਪਤ (ਵਿਕਰੀ) (kwh)	
		2016-17	2021-22	2016-17	2021-22	2016-17	2021-22	2016-17	2021-22	2016-17	2021-22	2016-17	2021-22	2016-17	2021-22	2016-17	2021-22	2016-17	2021-22
1.	ਗੁਰਦਾਸਪੁਰ	611.14	753.51	103.70	117.95	102.41	117.25	382.48	–	21.64	18.94	1221.37	1007.66	2.78	1.83	4,81,709	5,47,798	2535	1839
2.	ਪਠਾਨਕੋਟ	177.07	238.76	63.09	74.63	118.17	157.54	89.49	–	95.59	85.82	543.43	556.76	1.24	1.01	2,03,735	2,37,662	2667	2343
3.	ਅੰਮ੍ਰਿਤਸਰ	1041.28	1542.31	376.49	916.52	629.23	685.43	512.18	–	93.57	140.12	2652.75	3284.39	6.03	5.96	7,66,428	8,68,107	3461	3783
4.	ਤਰਨਤਾਰਨ	453.51	405.57	75.00	92.31	100.50	95.79	766.08	–	36.77	8.40	1431.86	602.08	3.26	1.09	3,06,321	3,28,063	4674	1835
5.	ਕਪੂਰਥਲਾ	406.64	523.94	90.75	128.31	175.72	177.69	579.96	–	72.28	24.29	1325.36	854.24	3.01	1.55	3,12,791	3,59,328	4237	2377
6.	ਜਲੰਧਰ	1304.50	1523.34	459.03	573.57	998.17	1175.28	688.23	–	106.22	92.12	3556.15	3365.91	8.09	6.11	7,94,701	8,72,571	4497	3857
7.	ਐਸ.ਬੀ.ਐਸ. ਨਗਰ	266.31	302.63	54.36	61.80	219.14	223.01	287.12	–	5.03	3.94	831.96	591.37	1.80	1.07	2,26,498	2,56,206	3673	2308
8.	ਹੁਸ਼ਿਆਰਪੁਰ	617.10	748.17	136.32	160.18	447.13	725.13	558.62	–	24.82	9.25	1783.99	1642.73	4.04	2.98	5,56,524	6,25,807	3206	2625
9.	ਰੂਪਨਗਰ	287.24	250.33	66.05	65.84	440.78	205.12	191.17	–	13.90	11.23	999.14	532.51	2.27	0.97	2,27,925	2,57,068	4384	2071
10.	ਐਸ.ਏ.ਐਸ. ਨਗਰ	759.85	1335.27	422.41	799.17	1147.07	1578.82	277.03	–	88.25	61.03	2694.61	3774.30	6.13	6.85	3,51,485	4,91,344	7608	7682
11.	ਲੁਧਿਆਣਾ	2060.76	2660.82	753.78	977.07	5080.49	7058.93	956.07	–	162.33	91.14	9013.63	10798.38	2.50	19.59	11,92,980	13,50,408	76556	7996
12.	ਫਿਰੋਜ਼ਪੁਰ	362.76	403.60	72.35	97.92	122.04	129.06	578.68	–	51.99	44.58	1187.82	675.15	2.70	1.23	3,62,414	3,33,023	3278	2027
13.	ਫਾਜ਼ਿਲਕਾ	342.46	421.13	79.99	78.64	139.46	144.47	184.59	–	21.97	14.91	759.48	659.15	2.70	1.20	3,62,414	2,46,702	3480	2672
14.	ਫਰੀਦਕੋਟ	281.03	385.03	60.36	59.69	108.02	126.76	292.64	–	17.99	16.28	760.04	587.76	1.73	1.07	2,02,914	2,87,952	3746	2041
15.	ਸ੍ਰੀ ਮੁਕਤਸਰ ਸਾਹਿਬ	372.97	386.96	65.91	87.42	141.68	197.86	247.78	–	2.86	1.96	831.21	674.20	1.89	1.22	2,74,291	2,99,431	3030	2252
16.	ਮੋਗਾ	408.37	400.95	92.02	96.25	182.97	216.50	805.26	–	6.12	5.83	1494.75	719.54	3.40	1.31	3,01,228	3,41,785	4962	2105
17.	ਬਠਿੰਡਾ	603.66	705.53	168.25	264.03	548.37	978.02	765.74	–	89.58	96.07	2175.61	2043.64	4.95	3.71	4,02,210	4,59,182	5409	4451
18.	ਮਾਨਸਾ	322.56	420.95	51.62	66.39	116.50	152.74	451.65	–	2.05	1.97	944.38	642.05	2.12	1.17	2,32,647	2,64,853	4059	2424
19.	ਸੰਗਰੂਰ	770.55	1319.52	144.41	281.50	639.16	878.00	1450.31	–	14.09	11.78	3018.52	2490.81	6.87	4.52	5,48,021	6,64,211	5508	4141
20.	ਬਰਨਾਲਾ	239.57	287.15	48.30	61.24	184.47	246.62	611.33	–	7.71	7.36	1091.40	602.36	2.48	1.09	1,94,001	2,14,105	5626	2813
21.	ਪਟਿਆਲਾ	1068.62	1184.55	276.59	354.51	1029.88	1333.83	1167.44	–	99.71	61.84	3642.24	2934.74	6.29	5.33	6,20,625	7,02,148	5868	4180
22.	ਫ.ਸ. ਸਾਹਿਬ	289.16	309.08	67.51	77.99	1286.87	3132.69	352.12	–	3.55	5.80	1999.22	3525.56	4.55	6.40	1,99,544	2,20,687	10019	15975
23.	ਮਾਲੇਰਕੋਟਲਾ	–	4.28	–	0.58	–	6.44	–	–	0.00	–	–	11.30	0.02	–	–	–	–	
24.	ਕੁੱਲ ਪੰਜਾਬ	13047.33	16513.38	3719.32	5493.52	13958.25	19742.96	12195.97	12533.00	10038.04	814.68	43958.91	55109.11	100.00	10.00	85,90,146	101,68,441	489.7	5420

ਸਰੋਤ—ਪੰਜਾਬ ਦਾ ਅੰਕੜਾ ਸਾਰ 2017 ਅਤੇ 2022

ਪੈਟਰੋਲ ਵਸਤਾਂ ਦੀ ਖਪਤ (CONSUMPTION OF PETROLEUM PRODUCTS)

ਪੰਜਾਬ ਵਿੱਚ ਪੈਟਰੋਲੀਅਮ ਪਦਾਰਥਾਂ ਦੀ ਵਰਤੋਂ ਬਹੁਤ ਜ਼ਿਆਦਾ ਹੈ। ਪੰਜਾਬ ਦੀ ਖੇਤੀਬਾੜੀ ਡੀਜ਼ਲ ਨਾਲ ਚੱਲਣ ਵਾਲੇ ਇੰਜਣਾਂ (ਟਿਊਬਵੈਲਾਂ, ਕਣਕ-ਚਾਵਲ ਆਦਿ ਕੱਢਣ ਵਾਲੀਆਂ ਮਸ਼ੀਨਾਂ ਚਲਾਉਣ ਲਈ) ਅਤੇ ਟਰੈਕਟਰਾਂ ਲਈ ਡੀਜ਼ਲ ਉੱਤੇ ਬਹੁਤ ਨਿਰਭਰ ਕਰਦੀ ਹੈ। ਪੰਜਾਬ ਵਿੱਚ ਮੋਟਰ ਵਾਹਨਾਂ, ਟਰੱਕਾਂ, ਬੱਸਾਂ, ਕਾਰਾਂ, ਮੋਟਰਸਾਈਕਲਜ਼, ਸਕੂਟਰ ਆਦਿ ਦੀ ਬਹੁਤ ਗਿਣਤੀ ਹੈ। ਇਨ੍ਹਾਂ ਸਭ ਲਈ ਡੀਜ਼ਲ, ਪੈਟਰੋਲ ਅਤੇ ਦੂਜੇ ਪੈਟਰੋਲ ਪਦਾਰਥਾਂ ਦੀ ਬਹੁਤ ਵਰਤੋਂ ਹੁੰਦੀ ਹੈ। ਕਾਰਖ਼ਾਨਿਆਂ ਵਿੱਚ ਅਤੇ ਇਲੈਕਟਰਿਕ ਜਨਰੇਟਰਾਂ (ਇਨ੍ਹਾਂ ਦੀ ਗਿਣਤੀ ਦਿਨ-ਬ-ਦਿਲ ਤੇਜ਼ੀ ਨਾਲ ਵਧ ਰਹੀ ਹੈ।) ਲਈ ਡੀਜ਼ਲ, ਪੈਟਰੋਲ ਅਤੇ ਮਿੱਟੀ ਦੇ ਤੇਲ ਦੀ ਬਹੁਤ ਵਰਤੋਂ ਹੁੰਦੀ ਹੈ। ਘਰਾਂ ਅਤੇ ਹਲਵਾਈਆਂ, ਹੋਟਲਾਂ ਆਦਿ ਵਿੱਚ ਮਿੱਟੀ ਦੇ ਤੇਲ ਅਤੇ ਐੱਲ.ਪੀ. ਜੀ. ਦੀ ਬਹੁਤ ਵਰਤੋਂ ਹੁੰਦੀ ਹੈ।

ਬਿਜਲੀ ਦੇ ਆਮ ਕੱਟ ਲੱਗਣ ਅਤੇ ਬਾਲਣ ਲਈ ਲਕੜੀ ਦੀ ਘਟ ਰਹੀ ਵਰਤੋਂ ਕਾਰਨ ਮਿੱਟੀ ਦੇ ਤੇਲ, ਐਲ.ਪੀ.ਜੀ. ਅਤੇ ਡੀਜ਼ਲ ਦੀ ਵਰਤੋਂ ਤੇਜ਼ੀ ਨਾਲ ਵਧ ਰਹੀ ਹੈ।

ਸਾਲ 1990-91 ਵਿੱਚ ਪੰਜਾਬ ਵਿੱਚ 2,12,442 ਮੀਟਰਿਕ ਟਨ **ਪੈਟਰੋਲ**, 11.86 ਲੱਖ ਮੀ: ਟਨ **ਹਾਈ ਸਪੀਡ** ਆਇਲ, 3.22 ਲੱਖ ਮੀ: ਟਨ **ਮਿੱਟੀ ਦਾ ਤੇਲ**, 20530 ਮੀ: ਟਨ **ਲਾਈਟ ਡੀਜ਼ਲ ਆਇਲ**, 6.88 ਲੱਖ ਮੀ: ਟਨ ਫਰਨੈਸ ਆਇਲ ਆਦਿ ਦੀ ਵਰਤੋਂ ਹੋਈ ਸੀ। ਇਸ ਸਾਲ **ਐਲ.ਪੀ.ਜੀ.** ਦੀ 6.22 ਲੱਖ ਕਨੈਕਸ਼ਨਜ਼ ਸਨ। 2004-05 ਵਿੱਚ ਪੈਟਰੋਲ ਅਤੇ ਹਾਈ ਸਪੀਡ ਆਇਲ ਦੀ ਵਰਤੋਂ ਦੁੱਗਣੀ ਹੋ ਗਈ ਸੀ। ਮਿੱਟੀ ਦੇ ਤੇਲ ਦੀ ਵਰਤੋਂ ਘਟੀ ਸੀ। ਲਾਈਟ ਡੀਜ਼ਲ ਆਇਲ ਅਤੇ ਫਰਨੈਸ ਆਇਲ ਦੀ ਵਰਤੋਂ 20% ਦੇ ਲਗਭਗ ਵਧੀ ਸੀ। ਐਲ.ਪੀ.ਜੀ. ਦੇ ਕੁਨੈਕਸ਼ਨਜ਼ ਲਗਭਗ 6 ਗੁਣਾ ਵਧ ਗਏ।

ਸਾਲ 2019-20 ਦੇ ਆਰਜ਼ੀ ਅੰਕੜਿਆਂ ਅਨੁਸਾਰ ਪੰਜਾਬ ਵਿੱਚ 9.60 ਲੱਖ ਮੀ: ਟਨ ਪੈਟਰੋਲ, 32.14 ਲੱਖ ਮੀ: ਟਨ ਹਾਈ ਸਪੀਡ ਆਇਲ, 4481 ਮੀ: ਟਨ ਮਿੱਟੀ ਦਾ ਤੇਲ, 9224 ਮੀ: ਟਨ ਲਾਈਟ ਡੀਜ਼ਲ ਆਇਲ, 1.74 ਲੱਖ ਮੀ: ਟਨ ਫਰਨੈਸ ਆਇਲ, 8.91 ਲੱਖ ਮੀ: ਟਨ ਐੱਲ. ਪੀ.ਜੀ. ਦੀ ਵਰਤੋਂ ਹੋਈ ਸੀ। ਇਸ ਸਾਲ ਐੱਲ.ਪੀ.ਜੀ. ਦੇ 85 ਲੱਖ 50 ਹਜ਼ਾਰ ਕੁਨੈਕਸ਼ਨਜ਼ ਸਨ। ਇਸ ਹੀ ਸਾਲ ਰਾਜ ਵਿੱਚ ਖੇਤੀਬਾੜੀ ਵਿਭਾਗ ਅਤੇ ਪੰਜਾਬ ਅਨਰਜੀ ਡਿਵੈਲਪਮੈਂਟ ਏਜੰਸੀ ਵਲੋਂ 2112 **ਬਾਇਉ-ਗੈਸ ਪਲਾਂਟ** ਲਗਾਏ ਗਏ ਸਨ। 2020-21 ਦੌਰਾਨ ਪੇਡਾ (PEDA) ਨੇ 2837 ਨਵੇਂ ਬਾਇਉ ਗੈਸ ਪਲਾਂਟ ਲਗਾਏ ਸਨ।

ਸਾਲ 2021-22 ਦੌਰਾਨ 10.11 ਲੱਖ ਮੀ: ਟਨ ਪੈਟਰੋਲ, 31.03 ਲੱਖ ਮੀ: ਟਨ ਹਾਈ ਸਪੀਡ ਆਇਲ, 1340 ਮੀ: ਟਨ ਮਿੱਟੀ ਦਾ ਤੇਲ, 11,470 ਮੀ: ਟਨ ਲਾਈਟ ਡੀਜ਼ਲ ਆਇਲ, 1.61 ਲੱਖ ਮੀ: ਟਨ ਫਰਨੈਸ ਆਇਲ ਅਤੇ 10.28 ਲੱਖ ਮੀ: ਟਨ ਐੱਲ.ਪੀ.ਜੀ. ਦੀ ਖਪਤ ਹੋਈ ਸੀ। ਇਸ ਸਾਲ ਐੱਲ.ਪੀ.ਜ਼ੀ ਦੇ 9160 ਕਨੈਕਸ਼ਨਸ ਦਿੱਤੇ ਗਏ ਹਨ। ਇਨ੍ਹਾਂ ਅੰਕੜਿਆਂ ਤੋਂ ਪਤਾ ਲੱਗਦਾ ਹੈ ਕਿ 2019-20 ਦੇ ਮੁਕਾਬਲੇ 2021-22 ਸਾਲ ਦੇ ਦੌਰਾਨ ਮਿੱਟੀ ਦੇ ਤੇਲ ਦੀ ਖਪਤ ਕਾਫੀ ਘਟੀ ਹੈ (ਲਗਭਗ 70.0%) ਕਿਉਂਕਿ ਐੱਲ.ਪੀ.ਜੀ. ਗੈਸ ਦੇ ਕੁਨੈਕਸ਼ਨ ਕਾਫੀ ਵਧ ਗਏ ਜੋ 2021-22 ਦੌਰਾਨ 91 ਲੱਖ 60 ਹਜ਼ਾਰ ਸਨ (2008-09 ਦੇ ਮੁਕਾਬਲੇ ਲਗਭਗ 7.13% ਵਾਧਾ)।

ਅਭਿਆਸ (EXERCISE)

1. **ਹੇਠ ਲਿਖਿਆਂ ਦੇ ਸੰਖੇਪ ਵਿਚ ਉੱਤਰ ਲਿਖੋ—**

(ੳ) ਖਣਿਜ ਪਦਾਰਥ ਕੀ ਹੁੰਦੇ ਹਨ ?

(ਅ) ਪੰਜਾਬ ਵਿੱਚ ਕਿਸ ਪ੍ਰਕਾਰ ਦੇ ਖਣਿਜ ਪਦਾਰਥ ਪਾਏ ਜਾਂਦੇ ਹਨ ?

(ੲ) ਪੰਜਾਬ ਲਈ ਸ਼ਕਤੀ ਸਾਧਨਾਂ ਦੀ ਕੀ ਮਹੱਤਤਾ ਹੈ ?

(ਸ) ਪੰਜਾਬ ਵਿੱਚ ਕਿਹੜੇ ਸ਼ਕਤੀ ਸਾਧਨ ਪਾਏ ਜਾਂਦੇ ਹਨ ?

(ਹ) ਪੰਜਾਬ ਵਿੱਚ ਊਰਜਾ (ਬਿਜਲੀ) ਦੀ ਉਪਲੱਬਧਤਾ ਕਿਸ ਪ੍ਰਕਾਰ ਦੀ ਹੈ ?

(ਕ) ਪੰਜਾਬ ਲਈ ਪਣ-ਬਿਜਲੀ ਦੇ ਕਿਹੜੇ ਸਰੋਤ ਹਨ ?

(ਖ) ਬਹੁਤ ਛੋਟੀਆਂ (mini) ਪਣ ਬਿਜਲੀ ਯੋਜਨਾਵਾਂ ਕੀ ਹਨ ? ਚਾਰ ਉਦਾਹਰਣਾਂ ਦਿਉ।

(ਗ) ਭਵਿੱਖ ਵਿੱਚ ਪੰਜਾਬ ਲਈ ਕਿਹੜੇ ਸ਼ਕਤੀ ਸਾਧਨ ਜ਼ਿਆਦਾ ਮਹੱਤਲਪੂਰਣ ਹੋਣਗੇ ?

(ਘ) ਪੰਜਾਬ ਦੇ ਤਾਪ ਬਿਜਲੀ ਘਰਾਂ ਦੀਆਂ ਕਿਹੜੀਆਂ ਮੁੱਖ ਸਮੱਸਿਆਵਾਂ ਹਨ ?

(ਙ) ਪੰਜਾਬ ਵਿੱਚ ਤਿੰਨ ਸਥਾਈ ਦਰਿਆਵਾਂ ਅਤੇ ਬਹੁਤ ਸਾਰੀਆਂ ਛੋਟੀਆਂ ਨਦੀਆਂ ਦੇ ਬਾਵਜੂਦ ਪਣ-ਬਿਜਲੀ ਦੇ ਸੰਭਾਵਤ ਸੋਮੇ ਘੱਟ ਕਿਉਂ ਹਨ ?

(ਚ) ਪੰਜਾਬ ਦੇ ਮੁੱਖ ਦਰਿਆ ਡੈਮਾਂ ਦੇ ਨਾਂ ਲਿਖੋ।

(ਛ) ਪੰਜਾਬ ਵਿੱਚ ਬਿਜਲੀ ਦੀ ਸਭ ਤੋਂ ਵੱਧ ਖਪਤ ਕਿਹੜੇ ਜ਼ਿਲ੍ਹੇ ਵਿੱਚ ਹੁੰਦੀ ਹੈ ਅਤੇ ਕਿਉਂ ?

(ਜ) ਪੰਜਾਬ ਦੇ ਕਿਹੜੇ ਸੈਕਟਰ (ਉਤਪਾਦਕ ਖੇਤਰ) ਵਿੱਚ ਬਿਜਲੀ ਦੀ ਸਭ ਤੋਂ ਵੱਧ ਖਪਤ ਹੁੰਦੀ ਹੈ ?

(ਝ) ਪੰਜਾਬ ਵਿੱਚ ਬਿਜਲੀ ਉਤਪਾਦਨ ਦੀ ਕੀ ਹਾਲਤ ਹੈ ?

(ਞ) ਪੰਜਾਬ ਵਿੱਚ ਬਿਜਲੀ ਉਪਲੱਬਧਤਾ ਨੂੰ ਭਰੋਸੇਯੋਗ ਬਣਾਉਣ ਲਈ ਕੁਝ ਸੁਝਾਅ ਦਿਉ।

2. ਪੰਜਾਬ ਵਿੱਚ ਪਣ-ਬਿਜਲੀ ਦੇ ਉਤਪਾਦਨ ਅਤੇ ਵਿਕਾਸ ਦਾ ਵੇਰਵੇ ਸਹਿਤ ਬਿਰਤਾਂਤ ਲਿਖੋ।

3. ਪੰਜਾਬ ਵਿੱਚ ਤਾਪ ਬਿਜਲੀ ਦੇ ਕਿਹੜੇ ਸਰੋਤ ਹਨ ? ਉਨ੍ਹਾਂ ਦੇ ਵਿਕਾਸ, ਉਤਪਾਦਨ ਅਤੇ ਸਮੱਸਿਆਵਾਂ ਬਾਰੇ ਦੱਸੋ।

4. ਪੰਜਾਬ ਵਿੱਚ ਬਿਜਲੀ ਦੇ ਉਤਪਾਦਨ ਅਤੇ ਖਪਤ ਦਾ ਵਰਣਨ ਕਰੋ।

❍❍❍

Chapter

8

ਜਨਸੰਖਿਆ

(POPULATION)

ਜਨਸੰਖਿਆ ਜਿਸ ਨੂੰ ਵਸੋਂ ਜਾਂ ਆਬਾਦੀ ਵੀ ਕਿਹਾ ਜਾਂਦਾ ਹੈ, ਕਿਸੇ ਵੀ ਦੇਸ਼ ਜਾਂ ਖੇਤਰ ਦੇ ਭੂਗੋਲਿਕ ਵਰਣਨ ਦਾ ਇਹ ਬਹੁਤ ਮਹੱਤਵਪੂਰਣ ਅੰਗ ਹੈ। ਜਨਸੰਖਿਆ ਇੱਕ ਮਹੱਤਵਪੂਰਣ ਸਾਧਨ (Resource) ਹੈ ਜੋ ਕਿਸੇ ਵੀ ਖੇਤਰ ਦੇ ਕੁਦਰਤੀ ਸਾਧਨਾਂ ਦੇ ਉਤਪਾਦਨ, ਵੰਡ, ਉਪਯੋਗ ਅਤੇ ਉਪਭੋਗ (Consumption) ਨੂੰ ਨਿਰਧਾਰਤ ਕਰਦਾ ਹੈ। ਭੂਗੋਲ ਵਿੱਚ ਸਭ ਅਧਿਐਨ ਮਨੁੱਖ (people) ਦੇ ਦ੍ਰਿਸ਼ਟੀਕੋਣ ਤੋਂ ਕੀਤੇ ਜਾਂਦੇ ਹਨ। ਕਿਸੇ ਵੀ ਹੋਰ ਸਾਧਨ ਦੀ ਮਹੱਤਤਾ ਉਸਦੀ ਮਨੁੱਖ ਲਈ ਉਪਯੋਗਤਾ ਤੋਂ ਹੈ। ਮਨੁੱਖ ਆਪ ਸਾਧਨਾਂ ਦਾ ਉਤਪਾਦਕ, ਉਪਭੋਗੀ ਅਤੇ ਨਸ਼ਟ ਕਰਨ ਵਾਲਾ ਹੈ। ਇਨ੍ਹਾਂ ਸਭ ਕ੍ਰਿਆਵਾਂ ਲਈ ਮਨੁੱਖ ਦੀ ਗਿਣਤੀ, ਉਸਦੀ ਵੰਡ, ਉਸਦੇ ਗੁਣ, ਸ਼ਕਤੀ, ਸਮਰੱਥਾ, ਵਿਦਿਅਕ ਅਤੇ ਤਕਨੀਕੀ ਪ੍ਰਾਪਤੀਆਂ, ਉਮਰ, ਲਿੰਗ, ਕਿੱਤੇ ਆਦਿ ਮਹੱਤਵਪੂਰਣ ਭੂਮਿਕਾ ਨਿਭਾਉਂਦੇ ਹਨ। ਇਸ ਲਈ ਕਿਸੇ ਵੀ ਖੇਤਰ ਦੇ ਪੂਰਣ ਅਧਿਐਨ ਵਿੱਚ ਉੱਥੋਂ ਦੀ ਜਨਸੰਖਿਆ ਬਾਰੇ ਪੂਰਣ ਜਾਣਕਾਰੀ ਹਾਸਿਲ ਕਰਨਾ ਬਹੁਤ ਜ਼ਰੂਰੀ ਹੈ। ਕੁਦਰਤੀ ਸਾਧਨਾਂ ਦੇ ਨਾਲ-ਨਾਲ ਜਨਸੰਖਿਆ ਦੇ ਗਿਣਾਤਮਕ ਅਤੇ ਗੁਣਾਤਮਕ ਪੱਖ (Qualitative aspects) ਕਿਸੇ ਖੇਤਰ ਦੇ ਵਿਕਾਸ, ਖੁਸ਼ਹਾਲੀ, ਉੱਨਤੀ ਆਦਿ ਨੂੰ ਸਿਰਜਦੇ ਹਨ। ਅਗਾਂਹ-ਵਧੂ, ਉਤਸ਼ਾਹੀ, ਦਲੇਰ, ਮਿਹਨਤੀ, ਹਰ ਜ਼ੋਖਮ ਉਠਾਉਣ ਵਾਲੇ ਖੁੱਲ੍ਹ-ਦਿਲੇ ਪੰਜਾਬੀਆਂ ਨੇ ਤਾਂ ਹੀ ਪੰਜਾਬ ਨੂੰ ਭਾਰਤ ਦਾ ਇੱਕ ਸ਼ਰੋਮਣੀ ਰਾਜ ਬਣਾ ਦਿੱਤਾ ਹੈ ਜੋ ਸਭ ਮੁਸ਼ਕਲਾਂ ਦੇ ਬਾਵਜੂਦ ਵਿਕਾਸ ਦੀ ਇੱਕ ਮਿਸਾਲ ਹੈ।

ਜਨਸੰਖਿਆ ਬਾਰੇ ਸਭ ਜਾਣਕਾਰੀ ਜਨਗਣਨਾ ਵਿਭਾਗ (Census Department) ਕਰਦਾ ਹੈ। ਪੰਜਾਬ ਵਿੱਚ ਪਹਿਲੀ ਆਧੁਨਿਕ ਜਨਗਣਨਾ 1881 ਵਿੱਚ ਹੋਈ ਸੀ। ਉਸ ਤੋਂ ਬਾਅਦ ਹਰ ਦਸਾਂ ਸਾਲਾਂ ਵਿੱਚ ਜਨਗਣਨਾ ਕੀਤੀ ਜਾਂਦੀ ਰਹੀ ਹੈ। ਪਿਛਲੀ ਜਨਗਣਨਾ 2011 ਈਸਵੀ ਵਿੱਚ ਕੀਤੀ ਗਈ ਸੀ। 2011 ਦੀ ਜਨਗਣਨਾ ਅਨੁਸਾਰ ਪੰਜਾਬ ਦੀ ਅੰਤਿਮ (final) ਜਨਸੰਖਿਆ 2 ਕਰੋੜ 77 ਲੱਖ 43 ਹਜ਼ਾਰ 3 ਸੌ ਅਠੱਤੀ ਸੀ। 2021 ਦੀ ਦਹਾਕਾ ਜਨਗਣਨਾ ਅਜੇ ਤੱਕ (2023) ਨਹੀਂ ਕੀਤੀ ਜਾ ਸਕੀ। ਕਦੋਂ ? ਬਾਰੇ ਕੋਈ ਪਤਾ ਨਹੀਂ।

ਗਿਣਤੀ (NUMBER)

ਪੰਜਾਬ ਭਾਰਤ ਦਾ ਇੱਕ ਛੋਟਾ ਜਿਹਾ ਰਾਜ ਹੈ ਜਿਸ ਦਾ ਰਕਬਾ ਭਾਰਤ ਦੇ ਕੁੱਲ ਰਕਬੇ (ਖੇਤਰਫਲ) ਦਾ ਕੇਵਲ 1.56% ਹੈ। 2011 ਦੀ ਜਨਗਣਨਾ ਅਨੁਸਾਰ ਪੰਜਾਬ ਵਿੱਚ ਭਾਰਤ ਦੀ ਕੁੱਲ ਜਨਸੰਖਿਆ ਦੇ 2.29% ਲੋਕ ਰਹਿੰਦੇ ਸਨ। ਇਸ ਤਰ੍ਹਾਂ ਖੇਤਰਫਲ ਦੇ ਮੁਕਾਬਲੇ ਪੰਜਾਬ ਵਿੱਚ ਜ਼ਿਆਦਾ ਲੋਕ ਰਹਿੰਦੇ ਹਨ। ਜਨਸੰਖਿਆ ਅਨੁਸਾਰ ਪੰਜਾਬ ਭਾਰਤ ਵਿੱਚ 15ਵੇਂ ਨੰਬਰ ਤੇ ਆਉਂਦਾ ਹੈ। 14 ਰਾਜਾਂ ਦੀ ਜਨਸੰਖਿਆ ਪੰਜਾਬ ਨਾਲੋਂ ਜ਼ਿਆਦਾ ਹੈ। ਇਸ ਤਰ੍ਹਾਂ ਜਨਸੰਖਿਆ ਅਨੁਸਾਰ ਪੰਜਾਬ ਭਾਰਤ ਦਾ ਮੱਧ ਵਰਗ ਦਾ ਰਾਜ ਹੈ। ਤੇਰਾਂ ਰਾਜਾਂ ਦੀ ਜਨਸੰਖਿਆ ਪੰਜਾਬ ਨਾਲੋਂ ਘੱਟ ਹੈ। ਇਹ ਅੰਕੜੇ 2011 ਦੀ ਜਨਗਣਨਾ ਅਨੁਸਾਰ ਹਨ। ਜਿਵੇਂ ਉੱਪਰ ਦੱਸਿਆ ਜਾ ਚੁੱਕਾ ਹੈ 2011 ਅਨੁਸਾਰ ਪੰਜਾਬ ਦੀ ਕੁੱਲ ਜਨਸੰਖਿਆ 2,77,43,338 ਸੀ। 1881 ਈਸਵੀ ਦੇ ਵਿਸ਼ਾਲ ਪੰਜਾਬ ਦੀ ਕੁੱਲ ਜਨਸੰਖਿਆ 2,27,12,120 ਸੀ। 1951 ਦੇ ਵੱਡੇ ਪੰਜਾਬ ਦੀ ਜਨਸੰਖਿਆ 91,60,500 ਸੀ ਅਤੇ ਮੌਜੂਦਾ ਪੰਜਾਬ ਦੇ 1966 ਵਿੱਚ ਬਣਨ ਤੋਂ ਬਾਅਦ ਹੋਈ ਪਹਿਲੀ ਜਨਗਣਨਾ (1971) ਅਨੁਸਾਰ ਪੰਜਾਬ ਦੀ ਜਨਸੰਖਿਆ 1,35,51,060 ਸੀ। 2001 ਦੀ ਜਨਗਣਨਾ ਅਨੁਸਾਰ ਪੰਜਾਬ ਦੀ ਕੁੱਲ ਜਨਸੰਖਿਆ 2,43,58,999 ਸੀ।

ਪੰਜਾਬ ਵਿੱਚ ਜਨਸੰਖਿਆ ਦੀ ਗਿਣਤੀ ਸਭ ਤੋਂ ਜ਼ਿਆਦਾ ਲੁਧਿਆਣਾ ਜ਼ਿਲ੍ਹੇ ਵਿੱਚ ਹੈ ਜੋ 2011 ਅਨੁਸਾਰ 34,98,739 ਸੀ ਅਤੇ ਸਭ ਤੋਂ ਘੱਟ ਬਰਨਾਲਾ ਜ਼ਿਲ੍ਹੇ ਵਿੱਚ 5,95,527 ਸੀ। ਫਤਹਿਗੜ੍ਹ ਸਾਹਿਬ, ਬਰਨਾਲਾ, ਫਰੀਦਕੋਟ, ਪਠਾਨਕੋਟ, ਰੂਪਨਗਰ ਅਤੇ ਐਸ.ਬੀ.ਐਸ. ਨਗਰ ਜ਼ਿਲ੍ਹਿਆਂ ਵਿੱਚ ਜਨਸੰਖਿਆ ਦੀ ਗਿਣਤੀ 7.0 ਲੱਖ ਤੋਂ ਘੱਟ ਸੀ। ਤਰਨਤਾਰਨ, ਫਾਜ਼ਿਲਕਾ, ਫਿਰੋਜ਼ਪੁਰ, ਕਪੂਰਥਲਾ, ਮਾਨਸਾ, ਮੁਕਤਸਰ, ਮੋਗਾ ਅਤੇ ਐਸ.ਏ.ਐਸ. ਨਗਰ ਜ਼ਿਲ੍ਹਿਆਂ ਦੀ ਜਨਸੰਖਿਆ 7 ਤੋਂ 12 ਲੱਖ ਦੇ ਵਿਚਕਾਰ ਸੀ। ਹੁਸ਼ਿਆਰਪੁਰ, ਪਟਿਆਲਾ, ਬਠਿੰਡਾ, ਸੰਗਰੂਰ ਅਤੇ ਗੁਰਦਾਸਪੁਰ ਜ਼ਿਲ੍ਹਿਆਂ ਦੀ ਜਨਸੰਖਿਆ 13 ਲੱਖ ਤੋਂ 20 ਲੱਖ ਵਿਚਕਾਰ ਸੀ। ਬਾਕੀ ਦੇ ਤਿੰਨ ਜ਼ਿਲ੍ਹਿਆਂ ਜਲੰਧਰ, ਲੁਧਿਆਣਾ ਅਤੇ ਅੰਮ੍ਰਿਤਸਰ ਦੀ ਕੁੱਲ ਜਨਸੰਖਿਆ 20 ਲੱਖ ਤੋਂ 35 ਲੱਖ ਵਿਚਕਾਰ ਸੀ। (ਸਾਰਣੀ ਨੰ. 13)।

ਪੰਜਾਬ ਦੇ ਸਭ ਤੋਂ ਵੱਡੇ ਸ਼ਹਿਰ ਲੁਧਿਆਣਾ ਵਿੱਚ ਰਹਿੰਦੇ ਕੁੱਲ ਲੋਕਾਂ ਦੀ 2011 ਅਨੁਸਾਰ ਗਿਣਤੀ 16 ਲੱਖ 18 ਹਜ਼ਾਰ ਅੱਠ ਸੌ ਉਣਾਸੀ ਸੀ ਅਤੇ 2744 ਜਨਸੰਖਿਆ ਵਾਲਾ ਬਠਿੰਡਾ ਦੇ ਜ਼ਿਲ੍ਹੇ ਦਾ ਸੰਗਤ ਕਸਬਾ ਸਭ ਤੋਂ ਛੋਟਾ ਕਸਬਾ ਸੀ।

ਜਨਸੰਖਿਆ ਦੀ ਵੰਡ (DISTRIBUTION OF POPULATION)

ਜਨਸੰਖਿਆ ਵੰਡ ਤੋਂ ਭਾਵ ਕਿ ਲੋਕ ਜ਼ਮੀਨ ਦੇ ਤੱਲ ਉੱਤੇ ਕਿਵੇਂ ਵਿਛੇ ਹੋਏ ਜਾਂ ਖਿੱਲਰੇ ਹੋਏ (Spread) ਹਨ। ਇਹ ਜਨਸੰਖਿਆ ਦਾ ਸਥਾਨਾਤਮਕ ਸਰੂਪ (locational Pattern) ਹੈ। ਇਸ ਦਾ ਅਰਥ ਹੈ ਲੋਕ ਕਿੱਥੇ-ਕਿੱਥੇ ਤੇ ਕਿਸ ਰੂਪ ਵਿੱਚ ਰਹਿੰਦੇ ਹਨ। ਪੰਜਾਬ ਦੇ ਸੰਦਰਭ ਵਿੱਚ ਇਸ ਦਾ ਭਾਵ ਹੈ ਕਿ ਪੰਜਾਬ ਦੀ ਕੁੱਲ ਜਨਸੰਖਿਆ ਜ਼ਿਲ੍ਹੇਵਾਰ ਜਾਂ ਪ੍ਰਦੇਸ਼ਵਾਰ ਕਿਵੇਂ (ਪ੍ਰਤੀਸ਼ਤ ਦੇ ਰੂਪ ਵਿੱਚ) ਵੰਡੀ ਹੋਈ ਹੈ। ਇਸ ਵਿੱਚ ਸਮੁੱਚੀ ਸੰਘਣਤਾ (Concentration) ਜਾਂ ਵਿਰਲੇਪਣ ਨੂੰ ਵੀ ਘੋਖਣਾ ਹੈ।

ਸਾਰਣੀ ਨੰ. 13

ਪੰਜਾਬ ਵਿੱਚ ਜ਼ਿਲ੍ਹੇ ਅਤੇ ਲੋਕ ਪ੍ਰਦੇਸ਼ਵਾਰ ਜਨਸੰਖਿਆ ਦੀ ਵੰਡ—2011

ਕ੍ਰਮ ਨੰ.	ਜ਼ਿਲ੍ਹਾ	ਲੋਕ ਪ੍ਰਦੇਸ਼ ਅਤੇ ਜਨਸੰਖਿਆ	ਕੁੱਲ ਜਨਸੰਖਿਆ	ਖੇਤਰਫਲ ਵਰਗ ਕਿਲੋਮੀਟਰ	ਰਾਜ ਦੇ ਖੇਤਰਫਲ ਦੀ ਪ੍ਰਤੀਸ਼ੱਤਤਾ	ਰਾਜ ਦੀ ਜਨਸੰਖਿਆ ਦੀ ਪ੍ਰਤੀਸ਼ੱਤਤਾ
1.	ਗੁਰਦਾਸਪੁਰ	ਮਾਝਾ	16,21,725	2570.97*	5.10	5.85
2.	ਪਠਾਨਕੋਟ		6,76,598	935.62*	1.86	2.44
3.	ਅੰਮ੍ਰਿਤਸਰ	59,08,606	24,90,656	2683.9	5.33	8.98
4.	ਤਰਨਤਾਰਨ	= 21.30%	11,19,627	2412.99	4.79	4.04
5.	ਕਪੂਰਥਲਾ	ਬਿਸਤ ਦੋਆਬ	8,15,168	1,633.60	3.24	2.94
6.	ਜਲੰਧਰ	52,07,693	21,93,590	2623.91	5.21	7.91
7.	ਸ਼ਹੀਦ ਭਗਤ ਸਿੰਘ ਨਗਰ (ਨਵਾਂ ਸ਼ਹਿਰ)	= 18.77%	6,12,310	1280.98	2.54	2.21
8.	ਹੁਸ਼ਿਆਰਪੁਰ		15,86,625	3383.0	6.72	5.72
9.	ਰੂਪਨਗਰ		6,84,627	1355.7	2.69	2.47
10.	ਐਸ.ਏ.ਐਸ. ਨਗਰ	ਮਾਲਵਾ	9,94,628	1,094.20	2.17	3.59

11.	ਲੁਧਿਆਣਾ	1,66,27,039	34,98,739	3577.44	7.10	12.61
12.	ਫਿਰੋਜ਼ਪੁਰ	= 59.93%	9,65,337	2386.59*	4.74	3.48
13.	ਫਾਜ਼ਿਲਕਾ		10,63,737	2870.36*	5.70	3.83
14.	ਫ਼ਰੀਦਕੋਟ		6,17,508	1456.39	2.89	2.23
15.	ਸ਼੍ਰੀ ਮੁਕਤਸਰ ਸਾਹਿਬ		9,01,896	2591.66	5.15	3.25
16.	ਮੋਗਾ		9,95,746	2242.67	4.45	3.59
17.	ਬਠਿੰਡਾ		13,88,525	3353.93	6.66	5.00
18.	ਮਾਨਸਾ		7,69,751	2199.29	4.37	2.77
19.	ਸੰਗਰੂਰ		16,55,169	3621.81	7.19	5.97
20.	ਬਰਨਾਲਾ		5,95,527	1481.41	2.94	2.15
21.	ਪਟਿਆਲਾ		18,95,686	3325.77	6.60	6.83
22.	ਫਤਹਿਗੜ੍ਹ ਸਾਹਿਬ		6,00,163	1179.10	2.34	2.16
23.	ਪੰਜਾਬ	100.00	2,77,43,338	50,362	100.00	100.00

*** ਗਰਾਮ ਦਸਤਾਵੇਜ਼ਾਂ ਅਨੁਸਾਰ, ਰਕਬਾ (PCA 2011, Punjab)**

1. ਭਾਰਤ ਦੀ ਜਨਗਣਨਾ—2011, ਸੀਰੀਜ਼ 4, ਪੰਜਾਬ, ਅੰਤਮ ਜਨਸੰਖਿਆ ਕੁੱਲ ਅੰਕੜੇ (PCA 2011, Punjab)

ਉੱਪਰ ਦਿੱਤੀ ਸਾਰਣੀ ਨੂੰ ਘੋਖਣ ਤੋਂ ਬਾਅਦ ਪਤਾ ਲੱਗਦਾ ਹੈ ਕਿ ਰਾਜ ਦੀ ਅੱਧੀ ਤੋਂ ਜ਼ਿਆਦਾ (ਲਗਭਗ 60%) ਵਸੋਂ ਮਾਲਵਾ ਪ੍ਰਦੇਸ਼ ਵਿੱਚ ਰਹਿੰਦੀ ਹੈ। ਮਾਝਾ ਖੇਤਰ ਵਿੱਚ ਰਾਜ ਦੀ 21.30% ਅਤੇ ਬਿਸਤ ਦੋਆਬ ਪ੍ਰਦੇਸ਼ ਵਿੱਚ 18.77% ਜਨਸੰਖਿਆ ਨਿਵਾਸ ਕਰਦੀ ਹੈ। ਰਾਜ ਵਿੱਚ **ਸਭ ਤੋਂ ਜ਼ਿਆਦਾ ਜਨਸੰਖਿਆ ਲੁਧਿਆਣਾ ਦੇ ਜ਼ਿਲ੍ਹੇ ਵਿੱਚ ਰਹਿੰਦੀ ਹੈ।** ਇੱਥੇ ਰਾਜ ਦੀ 12.61% ਵਸੋਂ ਪਾਈ ਜਾਂਦੀ ਹੈ। **ਦੂਜੇ ਨੰਬਰ ਤੇ ਵਸੋਂ ਦੀ ਪ੍ਰਤੀਸ਼ੱਤਤਾ ਅੰਮ੍ਰਿਤਸਰ ਜ਼ਿਲ੍ਹੇ ਵਿੱਚ ਹੈ ਜੋ 8.98% ਹੈ।** ਇਸ ਤਰ੍ਹਾਂ ਰਾਜ ਦੀ ਲਗਭਗ ਇੱਕ ਚੌਥਾਈ ਜਨਸੰਖਿਆ ਰਾਜ ਦੇ ਕੇਵਲ ਦੋ ਜ਼ਿਲ੍ਹਿਆਂ ਅੰਮ੍ਰਿਤਸਰ ਅਤੇ ਲੁਧਿਆਣਾ ਵਿੱਚ ਪਾਈ ਜਾਂਦੀ ਹੈ। ਇਹ ਦੋਨੋਂ ਜ਼ਿਲ੍ਹੇ ਖੇਤੀਬਾੜੀ ਵਿੱਚ ਬਹੁਤ ਅੱਗੇ ਹਨ। ਅੰਮ੍ਰਿਤਸਰ ਵਪਾਰ ਅਤੇ ਕਈ ਪ੍ਰਕਾਰ ਦੇ ਉਦਯੋਗਾਂ ਲਈ ਪ੍ਰਸਿੱਧ ਹੈ। ਪੁਰਾਣੇ ਸਮਿਆਂ ਤੋਂ ਇੱਥੇ ਜ਼ਿਆਦਾ ਵਸੋਂ ਪਾਈ ਜਾਂਦੀ ਰਹੀ ਹੈ। ਲੁਧਿਆਣਾ ਜ਼ਿਲ੍ਹਾ ਤਾਂ ਰਾਜ ਦਾ ਮੁੱਖ ਉਦਯੋਗਿਕ ਜ਼ਿਲ੍ਹਾ ਹੈ ਜਿਥੇ ਲੱਖਾਂ ਪ੍ਰਵਾਸੀ ਲੋਕ ਵੀ ਰਹਿੰਦੇ ਹਨ। **ਜਲੰਧਰ ਦਾ ਜ਼ਿਲ੍ਹਾ ਰਾਜ ਵਿੱਚ ਜਨਸੰਖਿਆ ਅਨੁਸਾਰ ਤੀਜੇ ਨੰਬਰ ਤੇ ਹੈ।** ਇੱਥੇ ਰਾਜ ਦੀ 7.91% ਜਨਸੰਖਿਆ ਰਹਿੰਦੀ ਹੈ। ਇਹ ਜ਼ਿਲ੍ਹਾ ਖੇਤੀਬਾੜੀ, ਵਣਜ-ਵਪਾਰ ਅਤੇ ਉਦਯੋਗਾਂ ਵਿੱਚ ਅੱਗੇ ਹੈ। ਗੁਰਦਾਸਪੁਰ ਮਾਝੇ ਵਿੱਚ, ਸੰਗਰੂਰ, ਪਟਿਆਲਾ ਅਤੇ ਬਠਿੰਡਾ ਮਾਲਵਾ ਪ੍ਰਦੇਸ਼ ਵਿੱਚ ਜ਼ਿਆਦਾ ਜਨਸੰਖਿਆ (5 ਤੋਂ 7%) ਦੇ ਦੂਜੇ ਜ਼ਿਲ੍ਹੇ ਹਨ। ਇਨ੍ਹਾਂ ਜ਼ਿਲ੍ਹਿਆਂ ਵਿੱਚ ਘਣੀ ਖੇਤੀ, ਪ੍ਰਫੁੱਲਤ ਵਪਾਰ ਅਤੇ ਕਾਫ਼ੀ ਉਦਯੋਗਿਕ ਵਿਕਾਸ ਹੋਇਆ ਹੈ। ਇੱਥੇ ਕਈ ਵੱਡੇ ਸ਼ਹਿਰ ਵੀ ਹਨ।

ਰਾਜ ਦੇ ਦੱਖਣ-ਪੱਛਮੀ ਜ਼ਿਲ੍ਹਿਆਂ ਮਾਨਸਾ, ਮੁਕਤਸਰ, ਫਾਜ਼ਿਲਕਾ ਅਤੇ ਫਿਰੋਜ਼ਪੁਰ ਵਿੱਚ ਵਸੋਂ ਦੀ ਘੱਟ ਪ੍ਰਤੀਸ਼ੱਤਤਾ ਪਾਈ ਜਾਂਦੀ ਹੈ। ਇਨ੍ਹਾਂ ਤਿੰਨ ਜ਼ਿਲ੍ਹਿਆਂ ਵਿੱਚ ਰਾਜ ਦੀ ਕ੍ਰਮਵਾਰ 2.77%, 3.25%, 3.83% ਅਤੇ 3.48% ਜਨਸੰਖਿਆ ਰਹਿੰਦੀ ਹੈ। ਇੱਕ ਤਾਂ ਇਹ ਜ਼ਿਲ੍ਹੇ ਖੁਸ਼ਕ ਅਤੇ ਰੇਤੀਲੇ ਹਨ, ਦੂਜੇ ਅਪ੍ਰੈਲ 1992 ਤੋਂ ਪਹਿਲਾਂ ਮਾਨਸਾ ਅਤੇ ਬਠਿੰਡਾ ਇੱਕ ਜ਼ਿਲ੍ਹਾ ਬਠਿੰਡਾ ਸਨ ਅਤੇ ਮੁਕਤਸਰ ਨਵੰਬਰ, 1995 ਤੋਂ ਪਹਿਲਾਂ ਫਰੀਦਕੋਟ ਜ਼ਿਲ੍ਹੇ ਦੀ ਤਹਿਸੀਲ ਸੀ। ਇਸੇ ਤਰ੍ਹਾਂ ਜੁਲਾਈ 2011 ਤੋਂ ਪਹਿਲਾਂ ਫਿਰੋਜ਼ਪੁਰ ਅਤੇ ਫਾਜ਼ਿਲਕਾ ਇੱਕ ਜ਼ਿਲ੍ਹਾ ਸਨ। ਦੱਖਣ-ਪੱਛਮੀ ਜ਼ਿਲ੍ਹਿਆਂ ਫਾਜ਼ਿਲਕਾ ਅਤੇ ਫਿਰੋਜ਼ਪੁਰ ਵਿੱਚ ਰਾਜ ਦੀ ਕ੍ਰਮਵਾਰ

3.83% ਅਤੇ 3.48% ਜਨਸੰਖਿਆ ਰਹਿੰਦੀ ਹੈ। ਰਾਜ ਵਿੱਚ ਕਾਫ਼ੀ ਘੱਟ ਜਨਸੰਖਿਆ ਰਾਜ ਦੇ ਛੋਟੇ ਜ਼ਿਲ੍ਹੇ ਬਰਨਾਲਾ ਵਿੱਚ ਰਹਿੰਦੀ ਹੈ। ਇੱਥੇ ਰਾਜ ਦੀ ਕੇਵਲ 2.15% ਜਨਸੰਖਿਆ ਪਾਈ ਜਾਂਦੀ ਹੈ। ਨਵੰਬਰ 1995 ਵਿੱਚ ਫਰੀਦਕੋਟ ਜ਼ਿਲ੍ਹਾ ਟੁੱਟ ਕੇ ਛੋਟਾ ਜਿਹਾ ਰਹਿ ਗਿਆ। ਇਸ ਕਾਰਨ ਇਸ ਦੀ ਵਸੋਂ ਵੀ ਰਾਜ ਦੀ ਵਸੋਂ ਦਾ ਕੇਵਲ 2.23% ਹੈ। ਰਾਜ ਦੇ-ਚਾਰ ਹੋਰ ਛੋਟੇ ਜ਼ਿਲ੍ਹਿਆਂ ਫਤਹਿਗੜ੍ਹ ਸਾਹਿਬ (2.16%), ਸ਼ਹੀਦ ਭਗਤ ਸਿੰਘ ਨਗਰ (2.21%), ਪਠਾਨਕੋਟ (2.44%) ਅਤੇ ਰੂਪਨਗਰ (ਐਸ.ਏ.ਐਸ. ਨਗਰ ਜ਼ਿਲ੍ਹੇ ਦੀਆਂ ਦੋ ਤਹਿਸੀਲਾਂ ਖਰੜ ਅਤੇ ਮੋਹਾਲੀ ਦੇ ਰੂਪਨਗਰ ਜ਼ਿਲ੍ਹੇ ਤੋਂ ਅਲੱਗ ਹੋ ਜਾਣ ਕਾਰਨ) ਦੀ ਜਨਸੰਖਿਆ ਪ੍ਰਤੀਸ਼ੱਤਤਾ ਵੀ 3% ਤੋਂ ਘੱਟ ਹੈ। ਕਪੂਰਥਲਾ ਜ਼ਿਲ੍ਹੇ ਦੀ ਜਨਸੰਖਿਆ ਪ੍ਰਤੀਸ਼ੱਤਤਾ ਵੀ ਘੱਟ ਹੈ (3% ਤੋਂ ਘੱਟ) ਮੱਧ-ਦੱਖਣੀ ਜ਼ਿਲ੍ਹਿਆਂ ਵਿੱਚ ਰਾਜ ਦੀ ਲਗਭਗ 6 ਤੋਂ 7% ਜਨਸੰਖਿਆ ਹਰੇਕ ਵਿੱਚ ਰਹਿੰਦੀ ਹੈ। ਇਹ ਜ਼ਿਲ੍ਹੇ ਹਨ ਸੰਗਰੂਰ ਅਤੇ ਪਟਿਆਲਾ। ਨਵੰਬਰ 2006 ਵਿੱਚ ਸੰਗਰੂਰ ਜ਼ਿਲ੍ਹੇ ਤੋਂ ਅਲੱਗ ਹੋਈ ਤਹਿਸੀਲ ਬਰਨਾਲਾ ਨੂੰ ਜ਼ਿਲ੍ਹਾ ਬਣਾ ਦੇਣ ਨਾਲ ਬਰਨਾਲਾ ਰਾਜ ਵਿੱਚ ਸਭ ਤੋਂ ਘੱਟ ਜਨਸੰਖਿਆ ਵਾਲਾ ਜ਼ਿਲ੍ਹਾ (ਰਾਜ ਦੀ 2.15% ਜਨਸੰਖਿਆ) ਬਣ ਗਿਆ। ਇਸ ਨਾਲ ਸੰਗਰੂਰ ਜ਼ਿਲ੍ਹੇ ਦੀ ਵੱਸੋਂ ਵੀ ਘਟ ਗਈ।

ਜਨਸੰਖਿਆ ਦੀ ਵੰਡ ਨੂੰ ਦਿਖਾਉਣ ਦਾ ਇੱਕ ਹੋਰ ਤਰੀਕਾ ਇਸਦੇ ਕੇਂਦਰੀਕਰਨ ਜਾਂ ਇਕੱਤਰੀਕਰਨ ਦੇ ਸਤਰ (level of concentration) ਰਾਹੀਂ ਹੈ। ਇਸ ਨੂੰ ਕੇਂਦਰੀਕਰਨ ਸੂਚਕ (concentration index) ਰਾਹੀਂ ਦਿਖਾਇਆ ਜਾ ਸਕਦਾ ਹੈ। ਕੇਂਦਰੀਕਰਨ ਸੂਚਕ 2011 ਅਨੁਸਾਰ ਕਿਸੇ ਵੀ ਜ਼ਿਲ੍ਹੇ ਦੀ ਕੁੱਲ ਜਨਸੰਖਿਆ ਨੂੰ ਇੱਕ ਜ਼ਿਲ੍ਹੇ ਦੀ ਔਸਤ ਜਨਸੰਖਿਆ ਨਾਲ ਵੰਡ ਕੇ ਪ੍ਰਾਪਤ ਕੀਤਾ ਗਿਆ ਹੈ। 2011 ਅਨੁਸਾਰ ਪੰਜਾਬ ਦੇ ਵਿਭਿੰਨ ਜ਼ਿਲ੍ਹਿਆਂ ਦਾ ਕੇਂਦਰੀਕਰਨ ਸੂਚਕ ਹੇਠ ਦਿੱਤੀ ਸਾਰਣੀ ਵਿੱਚ ਦਰਜ ਹੈ—

ਸਾਰਣੀ ਨੰ. 14

ਪੰਜਾਬ ਦਾ ਜ਼ਿਲ੍ਹੇਵਾਰ ਕੇਂਦਰੀਕਰਨ ਸੂਚਕ—2011

ਕ੍ਰਮ ਨੰ.	ਜ਼ਿਲ੍ਹਾ	ਕੇਂਦਰੀਕਰਨ ਸੂਚਕ
1.	ਗੁਰਦਾਸਪੁਰ	1.29
2.	ਪਠਾਨਕੋਟ	0.54
3.	ਅੰਮ੍ਰਿਤਸਰ	1.98
4.	ਤਰਨਤਾਰਨ	0.89
5.	ਕਪੂਰਥਲਾ	0.65
6.	ਜਲੰਧਰ	1.74
7.	ਐਸ. ਬੀ. ਐਸ. ਨਗਰ	0.49
8.	ਹੁਸ਼ਿਆਰਪੁਰ	1.26
9.	ਰੂਪਨਗਰ	0.54
10.	ਐਸ. ਏ. ਐਸ. ਨਗਰ	0.79
11.	ਲੁਧਿਆਣਾ	2.77
12.	ਫਿਰੋਜ਼ਪੁਰ	0.77
13.	ਫਾਜ਼ਿਲਕਾ	0.84

14.	ਫਰੀਦਕੋਟ	0.49
15.	ਸ੍ਰੀ ਮੁਕਤਸਰ ਸਾਹਿਬ	0.72
16.	ਮੋਗਾ	0.79
17.	ਬਠਿੰਡਾ	1.10
18.	ਮਾਨਸਾ	0.61
19.	ਸੰਗਰੂਰ	1.31
20.	ਬਰਨਾਲਾ	0.47
21.	ਪਟਿਆਲਾ	1.50
22.	ਫਤਹਿਗੜ੍ਹ ਸਾਹਿਬ	0.48

ਸੋਮਾ— 2011 ਦੀ ਜਨਗਣਨਾ ਦੇ ਅੰਕੜਿਆਂ ਉੱਤੇ ਆਧਾਰਿਤ

ਉੱਪਰ ਦਿੱਤੀ ਸਾਰਣੀ ਤੋਂ ਪਤਾ ਲੱਗਦਾ ਹੈ ਕਿ ਰਾਜ ਵਿੱਚ ਕੇਂਦਰੀਕਰਨ ਸੂਚਕ ਲੁਧਿਆਣਾ ਜ਼ਿਲ੍ਹੇ ਦਾ ਸਭ ਤੋਂ ਉੱਚਾ ਹੈ ਜੋ ਕਿ 2.77 ਹੈ। ਸਭ ਤੋਂ ਘੱਟ ਕੇਂਦਰੀਕਰਨ ਸੂਚਕ ਬਰਨਾਲਾ ਜ਼ਿਲ੍ਹੇ ਦਾ 0.47 ਅਤੇ ਫਤਿਹਗੜ੍ਹ ਸਾਹਿਬ ਦਾ 0.48 ਹੈ। ਫਤਹਿਗੜ੍ਹ ਜ਼ਿਲ੍ਹਾ ਸਭ ਤੋਂ ਛੋਟਾ ਵੀ ਹੈ। ਲੋਕ ਗੁੱਥਵੇਂ (Compact) ਵੱਡੇ ਸ਼ਹਿਰਾਂ, ਕਸਬਿਆਂ ਜਾਂ ਪਿੰਡਾਂ ਵਿੱਚ ਉੱਥੇ ਰਹਿੰਦੇ ਹਨ ਜਿਥੇ ਉਦਯੋਗੀਕਰਣ ਅਤੇ ਵਣਜ-ਵਪਾਰ ਜ਼ਿਆਦਾ ਹੋਵੇ ਜਾਂ ਅਤੇ ਉਪਜਾਊ ਮਿੱਟੀ, ਪੱਧਰੀ, ਧਰਾਤਲ, ਸਿੰਜਾਈ ਦੀਆਂ ਭਾਰੀਆਂ-ਸਹੂਲਤਾਂ ਆਦਿ ਮਿਲਦੀਆਂ ਹੋਣ। ਘੱਟ ਉਪਜਾਊ ਮਿੱਟੀ, ਉੱਚੀ ਨੀਵੀਂ ਜਾਂ ਪਹਾੜੀ ਧਰਾਤਲ, ਪਾਣੀ ਦੀ ਘਾਟ ਅਤੇ ਉਦਯੋਗਾਂ ਅਤੇ ਵਣਜ-ਵਪਾਰ ਦੀ ਘਾਟ ਜਾਂ ਅਣਹੋਂਦ ਕਾਰਨ ਜਨਸੰਖਿਆ ਪਤਲੀ ਹੋ ਜਾਂਦੀ ਜਾਂ ਖਿੰਡਰ (scattered) ਜਾਂਦੀ ਹੈ।

ਨੀਵਾਂ ਕੇਂਦਰੀਕਰਨ— ਪੰਜਾਬ ਦੇ 4 ਜ਼ਿਲ੍ਹਿਆਂ ਐਸ.ਬੀ.ਐਸ. ਨਗਰ, ਫਰੀਦਕੋਟ, ਬਰਨਾਲਾ ਅਤੇ ਫਤਹਿਗੜ੍ਹ ਸਾਹਿਬ ਦਾ ਕੇਂਦਰੀਕਰਣ ਸੂਚਕ ਬਹੁਤ ਘੱਟ ਹੈ। **ਇਹ 0.5 ਤੋਂ ਨੀਵਾਂ ਹੈ।** ਇਹ ਜ਼ਿਲ੍ਹੇ ਛੋਟੇ ਹਨ। ਇੱਥੇ ਵੱਡੇ ਸ਼ਹਿਰਾਂ ਦੀ ਅਣਹੋਂਦ ਹੈ। ਇਨ੍ਹਾਂ ਜ਼ਿਲ੍ਹਿਆਂ ਵਿੱਚ ਸ਼ਹਿਰੀ ਆਬਾਦੀ ਕੁੱਲ ਘੱਟ ਹੈ। ਹਰ ਇਕ ਦੀ ਕੁੱਲ ਆਬਾਦੀ ਵੀ ਘੱਟ ਹੈ ਜੋ ਹਰੇਕ ਦੀ 7 ਲੱਖ ਦੇ ਲਗਭਗ ਹੈ। ਬਰਨਾਲਾ ਅਤੇ ਫਰੀਦਕੋਟ ਕੁੱਝ ਰੇਤੀਲੇ ਜ਼ਿਲ੍ਹੇ ਹਨ। ਸ਼.ਭ.ਸ. ਨਗਰ ਅਰਧ-ਪਹਾੜੀ ਅਤੇ ਦਰਿਆ ਸਤਲੁਜ ਦੇ ਬੇਟ ਵਾਲਾ ਜ਼ਿਲ੍ਹਾ ਹੈ।

ਦਰਮਿਆਨਾ ਨੀਵਾਂ ਕੇਂਦਰੀਕਰਣ - ਤਰਨ ਤਾਰਨ, ਪਠਾਨਕੋਟ, ਕਪੂਰਥਲਾ, ਰੂਪਨਗਰ, ਐਸ.ਏ.ਐਸ. ਨਗਰ, ਮੁਕਤਸਰ, ਮੋਗਾ, ਫਿਰੋਜ਼ਪੁਰ, ਫਾਜ਼ਿਲਕਾ ਅਤੇ ਮਾਨਸਾ ਜ਼ਿਲ੍ਹਿਆਂ ਦਾ ਕੇਂਦਰੀਕਰਣ ਸੂਚਕ ਵੀ ਨੀਵਾਂ ਹੈ। ਇਹ 0.5 ਤੋਂ 0.9 ਤੱਕ ਹੈ। ਇਹ ਜ਼ਿਲ੍ਹੇ ਵੀ ਛੋਟੇ ਹਨ। ਜਨਸੰਖਿਆ ਵੀ ਦਰਮਿਆਨੀ (7 ਤੋਂ 10 ਲੱਖ ਹਰੇਕ) ਅਤੇ ਸ਼ਹਿਰੀਕਰਨ ਵੀ ਘੱਟ ਤੋਂ ਦਰਮਿਆਨਾ ਹੈ। ਐਸ.ਏ.ਐਸ. ਨਗਰ ਅਤੇ ਮੋਗਾ ਨੂੰ ਛੱਡਕੇ ਵੱਡੇ ਸ਼ਹਿਰਾਂ ਦੀ ਘਾਟ ਹੈ। ਰੂਪਨਗਰ ਜ਼ਿਲ੍ਹਾ ਅਰਧ-ਪਹਾੜੀ ਹੈ। ਇਨ੍ਹਾਂ ਕਾਰਨ ਕੇਂਦਰੀਕਰਣ ਸੂਚਕ ਨੀਵਾਂ ਹੈ।

ਬਠਿੰਡਾ ਜ਼ਿਲ੍ਹਾ **ਦਰਮਿਆਨੇ** ਕੇਂਦਰੀਕਰਣ (1.10 = ਲਗਭਗ 1.0) ਵਾਲਾ ਜ਼ਿਲ੍ਹਾ ਹੈ। ਬਠਿੰਡਾ ਰੇਤੀਲਾ, ਖੁਸ਼ਕ ਅਤੇ ਦਰਮਿਆਨੀ ਜਨਸੰਖਿਆ (ਲਗਭਗ 14 ਲੱਖ) ਵਾਲਾ ਜ਼ਿਲ੍ਹਾ ਹੈ। ਬਠਿੰਡੇ ਤੋਂ ਬਿਨਾਂ ਹੋਰ ਕੋਈ ਵੱਡਾ ਸ਼ਹਿਰ ਨਹੀਂ ਹੈ। ਘਣੀ ਖੇਤੀ ਦੀ ਘਾਟ ਹੈ।

ਦਰਮਿਆਨਾ ਉੱਚਾ ਕੇਂਦਰੀਕਰਣ— ਚਾਰ ਜ਼ਿਲ੍ਹਿਆਂ ਸੰਗਰੂਰ (1.31), ਹੁਸ਼ਿਆਰਪੁਰ (1.26), ਪਟਿਆਲਾ (1.50) ਅਤੇ ਗੁਰਦਾਸਪੁਰ (1.29) ਵਿੱਚ ਕੇਂਦਰੀਕਰਨ **ਉੱਚਾ** ਹੈ। ਇਹ 1.0 ਤੋਂ 1.50 ਵਿਚਕਾਰ ਹੈ। ਇਨ੍ਹਾਂ ਜ਼ਿਲ੍ਹਿਆਂ ਵਿੱਚ ਉਪਜਾਊ ਮਿੱਟੀ

ਕਾਰਨ ਘਣੀ ਖੇਤੀ ਕੀਤੀ ਜਾਂਦੀ ਹੈ। ਵੱਡੇ ਪਿੰਡ ਵੀ ਜ਼ਿਆਦਾ ਹਨ। ਹੁਸ਼ਿਆਰਪੁਰ, ਮਲੇਰਕੋਟਲਾ, ਬਟਾਲਾ, ਪਟਿਆਲਾ, ਰਾਜਪੁਰਾ, ਅਬੋਹਰ ਆਦਿ ਵੱਡੇ ਸ਼ਹਿਰ ਹਨ।

ਉੱਚਾ ਕੇਂਦਰੀਕਰਣ— ਤਿੰਨ ਜ਼ਿਲ੍ਹਿਆਂ ਜਲੰਧਰ (1.74), ਅੰਮ੍ਰਿਤਸਰ (1.98) ਤੇ ਲੁਧਿਆਣਾ (2.77) ਵਿੱਚ ਕੇਂਦਰੀਕਰਣ ਸੂਚਕ (concentration index) **ਕਾਫ਼ੀ ਉੱਚੇ ਤੋਂ ਬਹੁਤ ਉੱਚਾ ਹੈ।** ਇਹ 1.5 ਤੋਂ ਜ਼ਿਆਦਾ ਹੈ। ਇਹ ਰਾਜ ਦੇ ਸਭ ਤੋਂ ਜ਼ਿਆਦਾ ਜਨਸੰਖਿਆ, ਘਣੀ ਖੇਤੀ, ਜ਼ਿਆਦਾ ਉਦਯੋਗੀਕਰਣ ਅਤੇ ਵਣਜ-ਵਪਾਰ ਵਾਲੇ ਜ਼ਿਲ੍ਹੇ ਹਨ। ਰਾਜ ਦੇ ਪਹਿਲੇ ਤਿੰਨ ਸਭ ਤੋਂ ਵੱਡੇ ਸ਼ਹਿਰ ਲੁਧਿਆਣਾ, ਅੰਮ੍ਰਿਤਸਰ ਅਤੇ ਜਲੰਧਰ ਅਤੇ ਦੂਜਾ ਇੱਕ ਵੱਡਾ ਸ਼ਹਿਰ ਖੰਨਾ ਇੱਥੇ ਪਾਇਆ ਜਾਂਦਾ ਹੈ। ਇਨ੍ਹਾਂ ਜ਼ਿਲ੍ਹਿਆਂ ਵਿੱਚ 75% ਤੋਂ 80% ਪਿੰਡ ਵੱਡੇ ਹਨ। ਲੁਧਿਆਣਾ (59.16%), ਜਲੰਧਰ (52.93%) ਅਤੇ ਅੰਮ੍ਰਿਤਸਰ (53.58%) ਵਿੱਚ ਸ਼ਹਿਰੀ ਆਬਾਦੀ ਜ਼ਿਆਦਾ ਹੈ।

ਅਸਮਾਨ ਵੰਡ (UNEVEN DISTRIBUTION)

ਸਮੁੱਚੇ ਤੌਰ ਤੇ ਸੰਸਾਰ ਦੇ ਬਾਕੀ ਸਭ ਭਾਗਾਂ ਦੀ ਤਰ੍ਹਾਂ ਪੰਜਾਬ ਵਿੱਚ ਵੀ **ਜਨਸੰਖਿਆ ਦੀ ਵੰਡ ਅਸਮਾਨ** (uneven) ਹੈ (ਨਕਸ਼ਾ ਨੰ. 28)। ਜਨਸੰਖਿਆ ਵੰਡ ਦੀ ਇੱਕ ਮਹੱਤਵਪੂਰਣ ਵਿਸ਼ੇਸ਼ਤਾ ਇਸ ਦੀ **ਪੇਂਡੂ ਬਹੁਲਤਾ** (Rural bias) ਹੈ। ਰਾਜ ਦੇ 62.52% ਲੋਕ ਪਿੰਡਾਂ ਵਿੱਚ ਰਹਿੰਦੇ ਹਨ। ਪਿੰਡਾਂ ਦੀ ਆਬਾਦੀ ਜ਼ਿਆਦਾਤਰ **ਕੇਂਦਰਿਤ ਅਤੇ ਗੁੱਥਵੇਂ** (nucleated and agglomerated) **ਪਿੰਡਾਂ** (settlement) ਦੇ ਰੂਪ ਵਿੱਚ ਹੈ। ਮੈਦਾਨੀ ਭਾਗਾਂ ਵਿੱਚ ਇਹ ਆਮ ਕਰਕੇ **ਇਕਸਾਰ ਵੰਡੇ ਹੋਏ** (evenly distributed) ਹਨ। ਦੱਖਣ-ਪੱਛਮ ਦੇ ਖੁਸ਼ਕ ਅਤੇ ਰੇਤੀਲੇ ਜ਼ਿਲ੍ਹਿਆਂ ਵਿੱਚ ਪਿੰਡਾਂ ਵਿਚਕਾਰ ਫਾਸਲਾ ਵਧਦਾ ਜਾਂਦਾ ਹੈ।

ਮਾਲਵੇ ਵਿੱਚ ਛੋਟੇ ਆਕਾਰ (ਪ੍ਰਤੀ ਪਿੰਡ 500 ਦੀ ਜਨਸੰਖਿਆ ਤੋਂ ਘੱਟ ਤਕ) ਦੇ ਪਿੰਡ ਘੱਟ ਹਨ (18.4%)। ਤਿੰਨ-ਚੌਥਾਈ ਤੋਂ ਜ਼ਿਆਦਾ ਪਿੰਡ ਦਰਮਿਆਨੇ ਅਤੇ ਵੱਡੇ ਆਕਾਰ (500 ਤੋਂ ਜ਼ਿਆਦਾ ਆਬਾਦੀ ਵਾਲੇ) ਦੇ ਹਨ। ਇਸ ਦਾ ਇੱਕ ਕਾਰਨ ਜ਼ਿਆਦਾ ਵੱਡੀਆਂ ਜੋਤਾਂ (land holdings) ਅਤੇ ਪੱਧਰੀ ਅਤੇ ਜ਼ਿਆਦਾ ਉਪਜਾਊ ਮਿੱਟੀ ਦਾ ਟੱਕਾਂ (patches) ਵਿੱਚ ਮਿਲਣਾ ਹੈ। ਅਜਿਹੇ ਵੱਡੇ ਟੱਕਾਂ ਵਿੱਚ ਹੀ ਵੱਡੇ ਪਿੰਡ ਸਥਿੱਤ ਹਨ। **ਬਿਸਤ ਦੋਆਬ ਅਤੇ ਮਾਝੇ ਵਿੱਚ** ਪੱਧਰੀ ਅਤੇ ਇਕਸਾਰ ਜ਼ਮੀਨ (ਉਪਜਾਊਪਨ ਆਦਿ ਦ੍ਰਿਸ਼ਟੀਕੋਣ ਤੋਂ) ਕਾਰਨ ਪਿੰਡ ਨੇੜੇ-ਨੇੜੇ ਅਤੇ ਛੋਟੇ (33%) ਅਤੇ ਦਰਮਿਆਨੇ (56.6%) ਆਕਾਰ ਦੇ ਹਨ। ਇਸ ਤਰ੍ਹਾਂ ਪੰਜਾਬ ਵਿੱਚ ਖੇਤੀਬਾੜੀ ਦੀ ਪ੍ਰਧਾਨਤਾ ਹੋਣ ਕਾਰਨ ਮਿੱਟੀ ਦੇ ਉਪਜਾਊਪਨ (fertility of the soil), ਪੱਧਰੀ ਧਰਾਤਲ (Level land) ਅਤੇ ਸਿੰਜਾਈ ਸਹੂਲਤਾਂ (irrigation facilities) ਨੇ ਜਨਸੰਖਿਆ ਵੰਡ ਨੂੰ ਸਭ ਤੋਂ ਵੱਧ ਪ੍ਰਭਾਵਤ ਕੀਤਾ ਹੈ।

ਕਿੱਲਾਬੰਦੀ (Consolidation of holdings) ਕਾਰਨ ਜਨਸੰਖਿਆ ਦੀ ਵੰਡ ਵਿੱਚ ਤਬਦੀਲੀਆਂ ਦੇਖੀਆਂ ਜਾ ਸਕਦੀਆਂ ਹਨ। ਕਈ ਜ਼ਿਮੀਦਾਰ ਪਰਿਵਾਰ ਮੁੱਖ ਪਿੰਡ ਛੱਡ ਕੇ ਆਪਣੀਆਂ ਜ਼ਮੀਨਾਂ (ਜੋਤਾਂ) ਵਿੱਚ ਘਰ ਬਣਾ ਕੇ (Farm houses) ਰਹਿਣ ਲੱਗ ਪਏ ਹਨ। ਇਸ ਨਾਲ ਉਹ ਆਪਣੀਆਂ ਫਸਲਾਂ ਦਾ ਜ਼ਿਆਦਾ ਅੱਛੀ ਤਰ੍ਹਾਂ ਧਿਆਨ ਰੱਖ ਸਕਦੇ ਹਨ। ਆਣ-ਜਾਣ ਵਿੱਚ ਸਮਾਂ ਵੀ ਘੱਟ ਬਰਬਾਦ ਹੁੰਦਾ ਹੈ। ਪੰਜਾਬ ਵਿੱਚ **ਫਾਰਮ ਘਰਾਂ** ਦਾ ਇਹ ਵਿਕਾਸ ਕੁੱਝ ਹੱਦ ਤੀਕ ਨਵੇਂ ਸੰਸਾਰ ਦੇ ਦੇਸ਼ਾਂ ਨਾਲ ਮੇਲ ਖਾਂਦਾ ਹੈ।

ਪੰਜਾਬ (ਵਿਸ਼ੇਸ਼ ਕਰਕੇ ਹੁਸ਼ਿਆਰਪੁਰ ਅਤੇ ਨਵਾਂ ਸ਼ਹਿਰ ਜ਼ਿਲ੍ਹਿਆਂ) ਦੇ **ਸ਼ਿਵਾਲਕ ਪਹਾੜੀ ਖੇਤਰ ਵਿੱਚ ਆਬਾਦੀਆਂ (settlements) ਦੀ ਲਗਭਗ ਅਣਹੋਂਦ ਹੈ।** ਇਸ ਦੇ ਮੁੱਖ ਕਾਰਨ ਪੱਧਰੀ ਜ਼ਮੀਨ ਦੀ ਘਾਟ, ਚਟਾਨਾਂ ਦੀ ਢਿੱਲੀ ਬਣਤਰ (loose nature of rocks), ਰੇਤਲੀ ਅਤੇ ਪਥਰੀਲੀ ਜ਼ਮੀਨ (ਮਿੱਟੀ), ਬਹੁਤ ਜ਼ਿਆਦਾ ਚੋਅ ਅਪਰਦਨ, ਸੱਤਹੀ ਅਤੇ ਭੂਮੀਗਤ ਪਾਣੀ ਦੀ ਘਾਟ ਆਦਿ ਹਨ। ਜ਼ਿਆਦਾਤਰ ਖੇਤਰ ਰਾਖਵੇਂ ਜਾਂ ਸੁਰੱਖਿਅਤ ਜੰਗਲਾਂ ਹੇਠ ਹੈ।

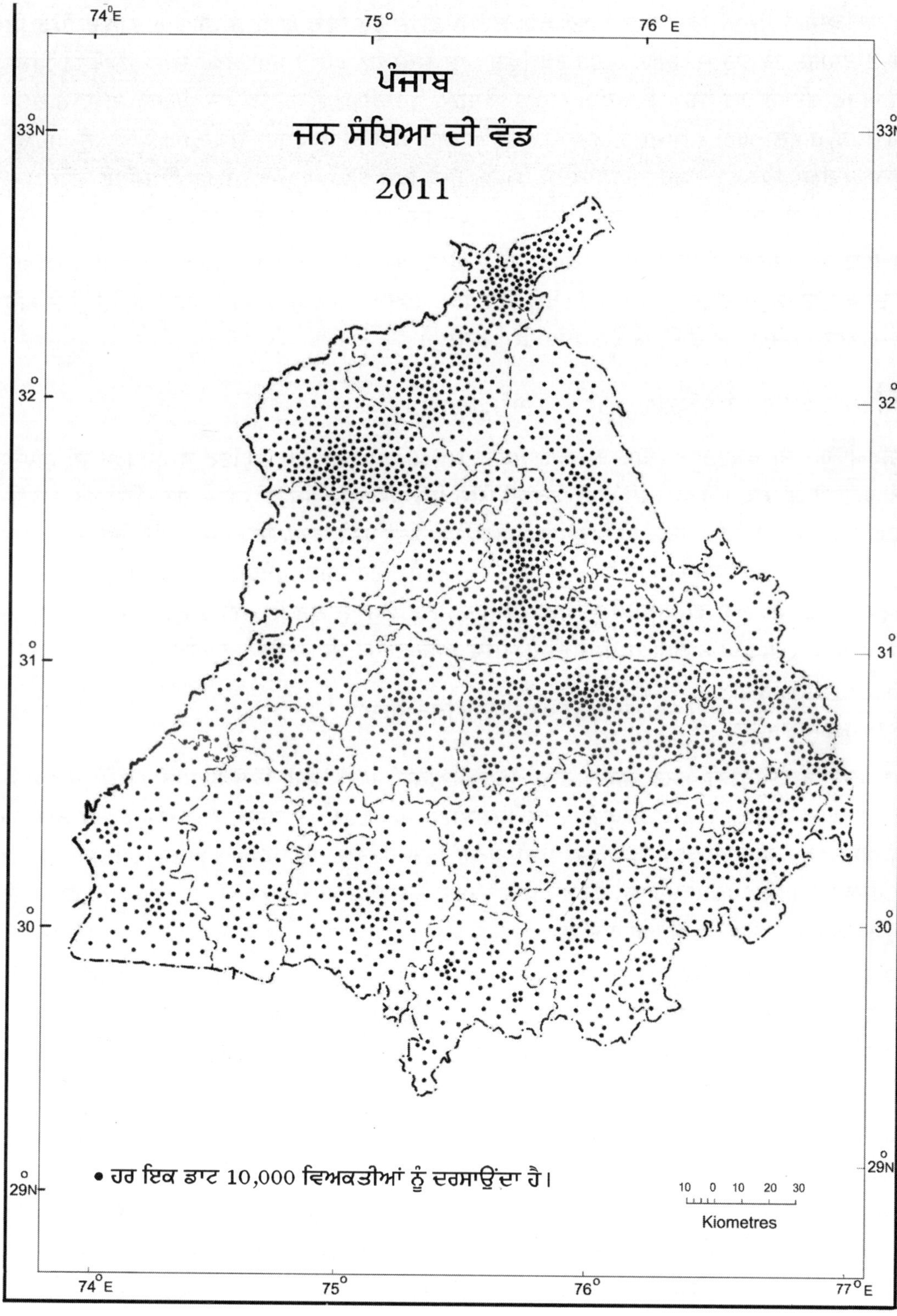
ਪੰਜਾਬ
ਜਨ ਸੰਖਿਆ ਦੀ ਵੰਡ
2011
74°E
75°
76°E
77°E
33°N
32°
31°
30°
29°N
• ਹਰ ਇਕ ਡਾਟ 10,000 ਵਿਅਕਤੀਆਂ ਨੂੰ ਦਰਸਾਉਂਦਾ ਹੈ।
10 0 10 20 30
Kiometres

Map 28

ਕੰਢੀ ਜਾਂ ਤਲਹੱਟੀ ਮੈਦਾਨ ਵਿੱਚ ਜਨਸੰਖਿਆ ਛੋਟੇ-ਛੋਟੇ ਪਿੰਡਾਂ ਦੇ ਰੂਪ ਵਿੱਚ ਪਾਈ ਜਾਂਦੀ ਹੈ ਅਤੇ ਇਹ ਪਿੰਡ ਸ਼ਿਵਾਲਕ ਪਹਾੜੀਆਂ ਦੇ ਬਾਹਰਲੇ ਕਿਨਾਰੇ ਦੇ ਸਮਾਨ ਅੰਤਰ ਰੂਪ ਵਿੱਚ ਪਾਏ ਜਾਂਦੇ ਹਨ। ਇੱਥੇ ਪਹਾੜੀਆਂ ਦੇ ਸਮਾਨਅੰਤਰ ਪਿੰਡਾਂ ਦੀਆਂ ਕਈ **ਸਮਾਨਅੰਤਰ ਕਤਾਰਾਂ** ਹਨ ਜਿਨ੍ਹਾਂ ਵਿਚਕਾਰ ਆਪਸੀ ਫਾਸਲਾ ਪਹਾੜੀਆਂ ਤੋਂ ਬਾਹਰ ਵੱਲ ਘੱਟਦਾ ਜਾਂਦਾ ਹੈ ਭਾਵ ਬਾਹਰ ਵੱਲ ਅੰਤਰ-ਪਿੰਡ ਫ਼ਾਸਲਾ ਘੱਟਦਾ ਜਾਂਦਾ ਹੈ ਅਤੇ ਪਿੰਡ ਦਾ ਆਕਾਰ ਆਮ ਕਰਕੇ ਵੱਧਦਾ ਜਾਂਦਾ ਹੈ। ਪਿੰਡਾਂ ਦੀ ਪਹਿਲੀ ਕਤਾਰ ਪਹਾੜੀਆਂ ਦੇ ਬਾਹਰਲੇ ਕਿਨਾਰੇ ਦੇ ਲਗਭਗ ਨਾਲ ਹੀ ਹੈ। ਹਰ ਇੱਕ ਪਿੰਡ ਵਿੱਚ ਆਮ ਵਰਤੋਂ ਦਾ ਇੱਕ **ਟੋਭਾ** (ਛੱਪੜ = pond) ਹੁੰਦਾ ਹੈ। 1960 ਦੀ ਕਿੱਲਾਬੰਦੀ ਤੋਂ ਬਾਅਦ ਬਹੁਤ ਸਾਰੇ ਛੱਪੜ ਖਤਮ ਹੋ ਗਏ ਹਨ ਜਾਂ ਵਰਤੋਂ ਵਿੱਚ ਨਹੀਂ ਹਨ।

ਰੋਪੜ ਸ਼ਿਵਾਲਕ ਪਹਾੜੀਆਂ ਦੀਆਂ **ਖੋਲਾਂ** (ਚੋਆਂ ਦੀਆਂ ਪੱਧਰੀਆਂ ਅਤੇ ਉੱਚੀਆਂ ਉੱਠੀਆਂ ਛੋਟੀਆਂ ਘਾਟੀਆਂ) ਵਿੱਚ ਬਸਤੀਆਂ ਦੀ ਵੰਡ ਦਾ ਸਰੂਪ **ਰੇਖਿਕ** (linear) ਹੈ। ਖੋਲ ਵਿੱਚ ਪਿੰਡ ਚੋਅ ਦੇ ਨਾਲ ਉੱਚੀ ਅਤੇ ਪੱਧਰੀ ਜ਼ਮੀਨ ਉੱਤੇ ਸਥਿਤ ਹਨ ਅਤੇ ਪਿੰਡ ਦਾ ਆਕਾਰ ਚੋਅ ਖੋਲ ਦੇ ਉੱਪਰ ਵੱਲ ਛੋਟਾ ਹੁੰਦਾ ਜਾਂਦਾ ਹੈ।

ਜਨਸੰਖਿਆ ਘਣਤਾ (DENSITY OF POPULATION)

ਜਨਸੰਖਿਆ ਘਣਤਾ ਵਸੋਂ ਦਾ ਅਨੁਪਾਤਕ ਜਾਂ ਨਿਸਬਤੀ (Proportional) ਰੂਪ ਹੈ। ਇਹ ਜਨਸੰਖਿਆ ਦੀ ਸੰਘਣਤਾ ਹੈ। ਜਨਸੰਖਿਆ ਘਣਤਾ ਤੋਂ ਭਾਵ ਖੇਤਰਫਲ ਦੀ ਪ੍ਰਤੀ ਇਕਾਈ ਵਿੱਚ ਕਿੰਨੇ ਲੋਕ (ਵਿਅਕਤੀ) ਰਹਿੰਦੇ ਹਨ। ਉਦਾਹਰਣ ਲਈ ਪੰਜਾਬ ਦੀ ਔਸਤ ਘਣਤਾ (2001 ਦੀ ਜਨਗਣਨਾ ਅਨੁਸਾਰ) 484 ਵਿਅਕਤੀ ਪ੍ਰਤੀ ਵਰਗ ਕਿਲੋਮੀਟਰ ਸੀ। ਇਸ ਤਰ੍ਹਾਂ ਜਨਸੰਖਿਆ ਆਦਮੀਆਂ ਅਤੇ ਜ਼ਮੀਨ ਵਿਚਕਾਰ ਅਨੁਪਾਤ (man land ratio) ਹੈ। ਇਹ ਹਮੇਸ਼ਾ ਪ੍ਰਬੰਧਕੀ ਇਕਾਈਆਂ (administrative units) ਅਨੁਸਾਰ ਹੁੰਦੀ ਹੈ। ਕਿਸੇ ਵੀ ਪ੍ਰਬੰਧਕੀ ਇਕਾਈ ਦੀ ਕੁੱਲ ਜਨਸੰਖਿਆ ਨੂੰ ਉਸ ਇਕਾਈ ਦੇ ਕੁੱਲ ਖੇਤਰਫਲ ਨਾਲ ਭਾਗ ਦੇ ਕੇ ਉਸ ਦੀ ਜਨਸੰਖਿਆ ਘਣਤਾ ਮਾਲੂਮ ਕੀਤੀ ਜਾਂਦੀ ਹੈ। ਜਿਵੇਂ ਹੁਸ਼ਿਆਰਪੁਰ ਦੀ ਜਨਸੰਖਿਆ ਘਣਤਾ

$$\frac{15,86,625\text{ ਵਿਅਕਤੀ}}{3383\text{ ਵਰਗ ਕਿਲੋਮੀਟਰ}} = 469 \text{ ਵਿਅਕਤੀ ਪ੍ਰਤੀ ਵਰਗ ਕਿਲੋਮੀਟਰ}$$

2001 ਅਨੁਸਾਰ ਪੰਜਾਬ ਦੀ ਔਸਤ ਵਸੋਂ ਘਣਤਾ 484 ਵਿਅਕਤੀ ਪ੍ਰਤੀ ਵਰਗ ਕਿਲੋਮੀਟਰ ਸੀ। ਜਦੋਂ ਕਿ ਸਮੁੱਚੇ ਭਾਰਤ ਦੀ ਔਸਤ ਵਸੋਂ ਘਣਤਾ 325 ਵਿਅਕਤੀ ਪ੍ਰਤੀ ਵਰਗ ਕਿਲੋਮੀਟਰ ਸੀ। 2011 ਜਨਗਣਨਾ ਦੇ ਅੰਤਮ ਅੰਕੜਿਆਂ ਅਨੁਸਾਰ ਪੰਜਾਬ ਦੀ ਔਸਤ ਵਸੋਂ ਘਣਤਾ 551 ਵਿਅਕਤੀ ਪ੍ਰਤੀ ਵਰਗ ਕਿਲੋਮੀਟਰ ਹੈ। ਜਨਸੰਖਿਆ ਘਣਤਾ ਅਨੁਸਾਰ ਭਾਰਤ ਵਿੱਚ ਪੰਜਾਬ ਦਾ ਪੰਜਵਾਂ ਨੰਬਰ ਹੈ। ਪੱਛਮੀ ਬੰਗਾਲ, ਕੇਰਲਾ, ਬਿਹਾਰ ਅਤੇ ਉੱਤਰ ਪ੍ਰਦੇਸ਼ ਤੋਂ ਬਾਅਦ ਪੰਜਾਬ ਦੀ ਵਸੋਂ ਘਣਤਾ ਉੱਚੀ ਹੈ। ਇਸ ਤਰ੍ਹਾਂ ਪੰਜਾਬ ਦੇਸ਼ ਦਾ ਸੰਘਣਾ ਵਸਿਆ ਰਾਜ ਹੈ।

ਪੰਜਾਬ ਦੇ ਸਭ ਜ਼ਿਲ੍ਹਿਆਂ ਵਿੱਚ 2001 ਦੀ ਜਨਗਣਨਾ ਦੇ ਮੁਕਾਬਲੇ 2011 ਵਿੱਚ ਵਸੋਂ ਘਣਤਾ ਵਿੱਚ ਕਾਫ਼ੀ ਵਾਧਾ ਹੋਇਆ ਹੈ। ਇਹ ਵਾਧਾ ਪਹਿਲਾਂ ਹੀ ਉੱਚੀ ਘਣਤਾ ਵਾਲੇ ਜ਼ਿਲ੍ਹਿਆਂ ਐਸ.ਏ.ਐਸ. ਨਗਰ, ਲੁਧਿਆਣਾ, ਅੰਮ੍ਰਿਤਸਰ ਅਤੇ ਜਲੰਧਰ ਵਿੱਚ ਜ਼ਿਆਦਾ ਹੈ। ਤਰਨਤਾਰਨ ਜ਼ਿਲ੍ਹੇ ਲਈ ਵੀ ਕਾਫ਼ੀ ਵੱਧ ਹੈ। ਸਮੁੱਚੇ ਤੌਰ ਤੇ ਪੂਰਬੀ ਅਤੇ ਮੱਧਵਰਤੀ ਪੰਜਾਬ ਵਿੱਚ ਵਸੋਂ ਘਣਤਾ ਉੱਚੀ ਹੈ। ਪ੍ਰੰਤੂ ਦੱਖਣ-ਪੱਛਮੀ ਪੰਜਾਬ ਵੱਲ ਇਹ ਘਟਦੀ ਜਾਂਦੀ ਹੈ।

ਪੰਜਾਬ ਦੇ ਵਿਭਿੰਨ ਜ਼ਿਲ੍ਹਿਆਂ ਅਤੇ ਤਹਿਸੀਲਾਂ ਵਿੱਚ ਜਨਸੰਖਿਆ ਘਣਤਾ ਦੀ ਵਿਭਿੰਨਤਾ ਪਾਈ ਜਾਂਦੀ ਹੈ। ਰਾਜ ਵਿੱਚ ਸਭ ਤੋਂ ਉੱਚੀ ਘਣਤਾ ਲੁਧਿਆਣਾ ਜ਼ਿਲ੍ਹੇ ਵਿੱਚ 978 ਵਿਅਕਤੀ ਪ੍ਰਤੀ ਵਰਗ ਕਿਲੋਮੀਟਰ ਹੈ ਜਦੋਂ ਕਿ ਮੁਕਤਸਰ ਜ਼ਿਲ੍ਹੇ ਵਿੱਚ ਸਭ ਤੋਂ ਘੱਟ ਘਣਤਾ 348 ਵਿਅਕਤੀ ਪ੍ਰਤੀ ਵਰਗ ਕਿਲੋਮੀਟਰ ਹੈ। ਨਕਸ਼ਾ ਨੰ: 29 ਅਤੇ ਸਾਰਣੀ ਨੰ. 15 ਨੂੰ ਦੇਖਣ ਤੋਂ ਪਤਾ ਲੱਗਦਾ ਹੈ ਕਿ ਪੰਜਾਬ ਵਿੱਚ ਵਸੋਂ ਘਣਤਾ ਇਸ ਦੇ ਮੱਧ ਵਰਤੀ ਜ਼ਿਲ੍ਹਿਆਂ ਲੁਧਿਆਣਾ ਅਤੇ ਜਲੰਧਰ ਤੋਂ ਚਾਰੇ ਪਾਸੇ ਬਾਹਰ ਵੱਲ ਘਟਦੀ ਜਾਂਦੀ ਹੈ। ਘਟਣ ਦੀ ਇਹ ਤਬਦੀਲੀ ਉੱਤਰ-ਪੱਛਮ ਵੱਲ ਕਾਫ਼ੀ ਘੱਟ ਪੂਰਬ ਅਤੇ ਦੱਖਣ-ਪੂਰਬ ਵੱਲ ਘੱਟ ਅਤੇ ਦੱਖਣ-ਪੱਛਮ ਅਤੇ ਪੱਛਮ ਵੱਲ ਜ਼ਿਆਦਾ ਹੈ।

ਸਾਰਣੀ ਨੰ. 15
ਪੰਜਾਬ ਵਿੱਚ ਜ਼ਿਲ੍ਹੇਵਾਰ ਘਣਤਾ— 2001 ਅਤੇ 2011

ਕ੍ਰਮ ਨੰ.	ਜ਼ਿਲ੍ਹਾ	ਵਿਅਕਤੀ ਪ੍ਰਤੀ ਵਰਗ ਕਿਲੋਮੀਟਰ	
		2001	2011
1.	ਗੁਰਦਾਸਪੁਰ	592	631
2.	ਪਠਾਨਕੋਟ	—	723
3.	ਅੰਮ੍ਰਿਤਸਰ	804	928
4.	ਤਰਨਤਾਰਨ	389	464
5.	ਕਪੂਰਥਲਾ	462	499
6.	ਜਲੰਧਰ	748	836
7.	ਐਸ. ਬੀ. ਐਸ. ਨਗਰ	458	478
8.	ਹੁਸ਼ਿਆਰਪੁਰ	437	469
9.	ਰੂਪਨਗਰ	464	505
10.	ਐਸ. ਏ. ਐਸ. ਨਗਰ	683	909
11.	ਲੁਧਿਆਣਾ	848	978
12.	ਫਿਰੋਜ਼ਪੁਰ	329	404
13.	ਫਾਜ਼ਿਲਕਾ	—	371
14.	ਫਰੀਦਕੋਟ	378	424
15.	ਸ੍ਰੀ ਮੁਕਤਸਰ ਸਾਹਿਬ	300	348
16.	ਮੋਗਾ	399	444
17.	ਬਠਿੰਡਾ	353	414
18.	ਮਾਨਸਾ	313	350
19.	ਸੰਗਰੂਰ	406	457
20.	ਬਰਨਾਲਾ	356	402
21.	ਪਟਿਆਲਾ	477	570
22.	ਫਤਹਿਗੜ੍ਹ ਸਾਹਿਬ	456	509
	ਪੰਜਾਬ	484	551

ਸੋਮਾ— ਪੰਜਾਬ ਦਾ ਅੰਕੜਾ ਸਾਰ— 2011 ਅਤੇ ਭਾਰਤ ਦੀ ਜਨਗਣਨਾ—2011, ਪੰਜਾਬ, ਅੰਤਮ ਜਨਸੰਖਿਆ ਕੁੱਲ ਅੰਕੜੇ (PCA 2011, Punjab)

ਪੰਜਾਬ ਦੇ ਵਿਭਿੰਨ ਭਾਗਾਂ ਵਿੱਚ ਪਾਈ ਜਾਣ ਵਾਲੀ ਘੱਟ-ਵੱਧ ਵਸੋਂ ਘਣਤਾ ਨੂੰ ਧਿਆਨ ਵਿੱਚ ਰੱਖਦੇ ਹੋਏ ਪੰਜਾਬ ਨੂੰ ਪੰਜ ਮੁੱਖ ਜਨਸੰਖਿਆ ਘਣਤਾ ਖੇਤਰਾਂ (ਨਕਸ਼ਾ ਨੰ. 29) ਵਿੱਚ ਵੰਡਿਆ ਜਾ ਸਕਦਾ ਹੈ। ਇਨ੍ਹਾਂ ਦਾ ਵਿਸਥਾਰ ਹੇਠ ਲਿਖੇ ਪ੍ਰਕਾਰ ਹੈ—

ਜ਼ਿਆਦਾ ਉੱਚੀ ਘਣਤਾ ਦਾ ਖੇਤਰ (VERY HIGH DENSITY REGION)

ਬਹੁਤ ਉੱਚੀ ਘਣਤਾ ਦਾ ਉਹ ਖੇਤਰ ਹੈ ਜਿੱਥੇ ਪ੍ਰਤੀ ਵਰਗ ਕਿਲੋਮੀਟਰ 651 ਵਿਅਕਤੀ ਤੋਂ ਜ਼ਿਆਦਾ ਰਹਿੰਦੇ ਹਨ। ਇਸ ਖੇਤਰ ਵਿੱਚ ਪੰਜਾਬ ਦੇ ਦੋ ਮੱਧਵਰਤੀ ਜ਼ਿਲ੍ਹੇ ਲੁਧਿਆਣਾ ਅਤੇ ਜਲੰਧਰ ਅਤੇ ਅੰਮ੍ਰਿਤਸਰ, ਐਸ.ਏ.ਐਸ. ਨਗਰ ਅਤੇ ਪਠਾਨਕੋਟ ਸ਼ਾਮਲ ਹਨ। ਇੱਥੇ ਲੁਧਿਆਣਾ ਜ਼ਿਲ੍ਹੇ ਵਿੱਚ ਰਾਜ ਦੀ ਸਭ ਤੋਂ ਉੱਚੀ ਜਨਸੰਖਿਆ ਘਣਤਾ 978 ਵਿਅਕਤੀ ਪ੍ਰਤੀ ਕਿਲੋਮੀਟਰ ਹੈ। ਅੰਮ੍ਰਿਤਸਰ ਦੀ 928 ਵਿਅਕਤੀ, ਐਸ.ਏ.ਐਸ. ਨਗਰ ਦੀ 908 ਵਿਅਕਤੀ ਅਤੇ ਜਲੰਧਰ ਜ਼ਿਲ੍ਹੇ ਦੀ ਘਣਤਾ 836 ਵਿਅਕਤੀ ਹੈ। ਇਹ ਚਾਰੇ ਜ਼ਿਲ੍ਹੇ ਖੇਤੀਬਾੜੀ ਉਦਯੋਗ ਅਤੇ ਵਣਜ-ਵਪਾਰ ਵਿੱਚ ਸਭ ਤੋਂ ਵੱਧ ਉੱਨਤਸ਼ੀਲ ਹਨ। ਇਨ੍ਹਾਂ ਚਾਰ ਜ਼ਿਲ੍ਹਿਆਂ ਵਿੱਚ ਘਣੀ ਖੇਤੀ ਕਾਰਨ ਪ੍ਰਤੀ ਹੈਕਟੇਅਰ ਝਾੜ ਅਤੇ ਕੁੱਲ ਉਤਪਾਦਨ ਬਹੁਤ ਉੱਚਾ ਹੈ। ਰਾਜ ਦੀਆਂ ਅੱਧੀਆਂ ਦੇ ਲਗਭਗ (56.0%) ਰਜਿਸਟਰਡ ਫੈਕਟਰੀਆਂ ਇਨ੍ਹਾਂ ਚਾਰ ਜ਼ਿਲ੍ਹਿਆਂ ਵਿੱਚ ਲੱਗੀਆਂ ਹੋਈਆਂ ਹਨ। ਪੰਜਾਬ ਤੋਂ ਉਦਯੋਗਿਕ ਵਸਤਾਂ ਦੇ ਨਿਰਯਾਤ ਦੇ ਮੁੱਲ ਦਾ ਅੱਧੇ ਤੋਂ ਜ਼ਿਆਦਾ (2011-12 ਅਨੁਸਾਰ 73.89%) ਕੇਵਲ ਲੁਧਿਆਣਾ ਜ਼ਿਲ੍ਹੇ ਤੋਂ ਜਾਂਦਾ ਹੈ। ਦੂਜੇ ਨੰਬਰ ਤੇ ਲਗਭਗ 10% (11.2% 2011-12 ਵਿੱਚ) ਜਲੰਧਰ ਤੋਂ ਜਾਂਦਾ ਹੈ। ਅੰਮ੍ਰਿਤਸਰ ਦਾ 2011-12 ਵਿੱਚ ਹਿੱਸਾ 3.80% ਸੀ। ਰਾਜ ਵਿੱਚ ਸਭ ਤੋਂ ਵੱਧ ਸ਼ਹਿਰੀ ਆਬਾਦੀ ਵੀ ਇਨ੍ਹਾਂ ਜ਼ਿਲ੍ਹਿਆਂ ਵਿੱਚ ਰਹਿੰਦੀ ਹੈ (ਸਾਰਣੀ ਨੰ. 20)। ਇਨ੍ਹਾਂ ਜ਼ਿਲ੍ਹਿਆਂ ਵਿੱਚ ਹੀ ਰਾਜ ਦਾ ਸਭ ਤੋਂ ਵੱਡਾ (ਲੁਧਿਆਣਾ) ਦੂਜਾ (ਅੰਮ੍ਰਿਤਸਰ) ਅਤੇ ਤੀਜਾ ਵੱਡਾ (ਜਲੰਧਰ) ਸ਼ਹਿਰ ਸਥਿਤ ਹਨ। ਐਸ.ਏ.ਐਸ. ਨਗਰ (ਮੋਹਾਲੀ) ਸ਼ਹਿਰ ਦੀ ਆਬਾਦੀ ਵੀ 2011 ਅਨੁਸਾਰ 1.76 ਲੱਖ ਅਤੇ ਪਠਾਨਕੋਟ ਦੀ 1.61 ਲੱਖ ਹੈ। ਲੁਧਿਆਣਾ ਜ਼ਿਲ੍ਹੇ ਵਿੱਚ ਭਾਰੀ ਗਿਣਤੀ ਵਿੱਚ ਯੂ.ਪੀ., ਬਿਹਾਰ ਆਦਿ ਰਾਜਾਂ ਤੋਂ ਆਏ ਪ੍ਰਵਾਸੀ ਰਹਿੰਦੇ ਹਨ। ਉਦਯੋਗਾਂ ਅਤੇ ਵਣਜ-ਵਪਾਰ ਕਾਰਨ ਪੰਜਾਬ ਦੇ ਵਿਭਿੰਨ ਪੇਂਡੂ ਖੇਤਰਾਂ ਤੋਂ ਵੀ ਬਹੁਤ ਗਿਣਤੀ ਵਿੱਚ ਲੋਕੀਂ ਕੰਮ ਦੀ ਭਾਲ ਵਿੱਚ ਇਨ੍ਹਾਂ ਜ਼ਿਲ੍ਹਿਆਂ ਵਿੱਚ ਆ ਵਸੇ ਹਨ। ਪਠਾਨਕੋਟ ਨਵਾਂ ਬਣਿਆ ਪੰਜਾਬ ਦਾ ਸਭ ਤੋਂ ਛੋਟਾ ਜ਼ਿਲ੍ਹਾ (ਰਕਬਾ ਪੰਜਾਬ ਦਾ 1.86%) ਹੈ ਜਿਸ ਵਿੱਚ ਪਠਾਨਕੋਟ ਇੱਕ ਵੱਡਾ ਸ਼ਹਿਰ (1.61 ਲੱਖ) ਹੈ। ਐਸ.ਏ.ਐਸ. ਨਗਰ ਤੇਜ਼ੀ ਨਾਲ ਵੱਧ ਰਿਹਾ ਸ਼ਹਿਰ ਹੈ। ਇਸ ਜ਼ਿਲ੍ਹੇ ਵਿੱਚ 2001-2011 ਦੇ ਸਮੇਂ ਦੌਰਾਣ ਸਭ ਤੋਂ ਵੱਧ ਕੁੱਲ ਵਸੋਂ ਵਾਧਾ ਦਰ (33.2%) ਅਤੇ ਸਭ ਤੋਂ ਵੱਧ ਸ਼ਹਿਰੀ ਵਸੋਂ ਵਾਧਾ ਦਰ ਰੀਕਾਰਡ ਕੀਤੇ ਗਏ।

ਉੱਚੀ ਘਣਤਾ ਦਾ ਖੇਤਰ (HIGH DENSITY REGION)

ਇਸ ਖੇਤਰ ਦੇ ਜ਼ਿਲ੍ਹਿਆਂ ਵਿੱਚ ਜਨਸੰਖਿਆ ਘਣਤਾ 551 ਤੋਂ 650 ਵਿਅਕਤੀ ਪ੍ਰਤੀ ਵਰਗ ਕਿਲੋਮੀਟਰ ਹੈ। ਇਸ ਖੇਤਰ ਵਿੱਚ ਵੀ ਪੰਜਾਬ ਦਾ ਉੱਤਰ-ਪੱਛਮੀ ਜ਼ਿਲ੍ਹਾ ਗੁਰਦਾਸਪੁਰ ਅਤੇ ਦੱਖਣ-ਪੂਰਬੀ ਜ਼ਿਲ੍ਹਾ ਪਟਿਆਲਾ ਸ਼ਾਮਲ ਹਨ। ਗੁਰਦਾਸਪੁਰ ਜ਼ਿਲ੍ਹੇ ਦੀ ਘਣਤਾ 631 ਵਿਅਕਤੀ ਅਤੇ ਪਟਿਆਲਾ ਜ਼ਿਲ੍ਹੇ ਦੀ ਘਣਤਾ 570 ਵਿਅਕਤੀ ਪ੍ਰਤੀ ਵਰਗ ਕਿਲੋਮੀਟਰ ਹੈ। ਮਾਝੇ ਦੇ ਇਸ ਜ਼ਿਲ੍ਹੇ ਵਿੱਚ ਖੇਤੀਬਾੜੀ ਅਤੇ ਉਦਯੋਗਾਂ ਦਾ ਬਹੁਤ ਵਿਕਾਸ ਹੋਇਆ ਹੈ। ਗੁਰਦਾਸਪੁਰ ਜ਼ਿਲ੍ਹੇ ਵਿੱਚ 96.5% ਨਿਰੋਲ ਬੀਜਿਆ ਰਕਬਾ ਸਿੰਜਾਈ ਹੇਠ ਹੈ। ਇਹ ਜ਼ਿਲ੍ਹਾ ਰਾਜ ਵਿੱਚ ਗੰਨੇ ਦਾ ਸਭ ਤੋਂ ਵੱਡਾ, ਚਾਵਲਾਂ ਦਾ ਅਤੇ ਕਣਕ ਦਾ ਛੇਵਾਂ ਉਤਪਾਦਕ ਹੈ। ਗੁਰਦਾਸਪੁਰ ਜ਼ਿਲ੍ਹੇ ਵਿੱਚ ਖੇਤੀਬਾੜੀ ਉਤਪਾਦਨ ਉੱਚਾ ਹੈ। ਮਿੱਟੀ ਬਹੁਤ ਉਪਜਾਊ ਹੈ। ਰਾਜ ਦੀਆਂ 4.5% ਰਜਿਸਟਰਡ ਫੈਕਟਰੀਆਂ ਗੁਰਦਾਸਪੁਰ ਵਿੱਚ ਹਨ। ਗੁਰਦਾਸਪੁਰ ਜ਼ਿਲ੍ਹੇ ਦਾ ਨੰਬਰ ਪੰਜਵਾਂ ਹੈ। ਉਦਯੋਗ ਬਹੁਤ ਮਹੱਤਵਪੂਰਣ ਹਨ। ਰਾਜ ਦੇ ਪਹਿਲੀ ਸ਼੍ਰੇਣੀ (1 ਲੱਖ ਤੋਂ ਵੱਧ ਆਬਾਦੀ) ਦਾ ਇੱਕ ਸ਼ਹਿਰ, ਬਟਾਲਾ (1.59 ਲੱਖ) ਇਸ ਖੇਤਰ ਵਿੱਚ ਸਥਿਤ ਹੈ।

ਪਟਿਆਲਾ ਪੰਜਾਬ ਦਾ ਇੱਕ ਮਹੱਤਵਪੂਰਣ ਜ਼ਿਲ੍ਹਾ ਹੈ। ਇੱਥੇ ਘਣੀ ਪ੍ਰਕਾਰ ਦੀ ਖੇਤੀ ਕੀਤੀ ਜਾਂਦੀ ਹੈ। ਇੱਥੇ ਉਦਯੋਗਿਕ ਵਿਕਾਸ ਕਾਫ਼ੀ ਹੋਇਆ ਹੈ। ਰਾਜ ਦੀਆਂ ਲਗਭਗ 5.0% ਰਜਿਸਟਰਡ ਫੈਕਟਰੀਆਂ ਪਟਿਆਲਾ ਜ਼ਿਲ੍ਹੇ ਵਿੱਚ ਸਥਿੱਤ ਹਨ। ਇੱਥੋਂ ਪੰਜਾਬ ਦਾ 6.83% ਮੁੱਲ ਦਾ ਨਿਰਯਾਤ ਬਾਹਰ (2011-12 ਵਿੱਚ ਰਾਜ ਵਿੱਚ ਤੀਜੇ ਨੰਬਰ ਤੇ) ਜਾਂਦਾ ਹੈ। ਇੱਥੇ ਪੰਜਾਬ ਬਿਜਲੀ ਬੋਰਡ ਦੇ ਵਿਭਿੰਨ ਅਦਾਰਿਆਂ ਦਾ ਹੈੱਡਕੁਆਰਟਰ ਸਥਿਤ ਹੈ। ਪਟਿਆਲਾ ਪੰਜਾਬ ਦਾ ਚੌਥਾ ਵੱਡਾ ਸ਼ਹਿਰ (4.46 ਲੱਖ) ਹੈ।

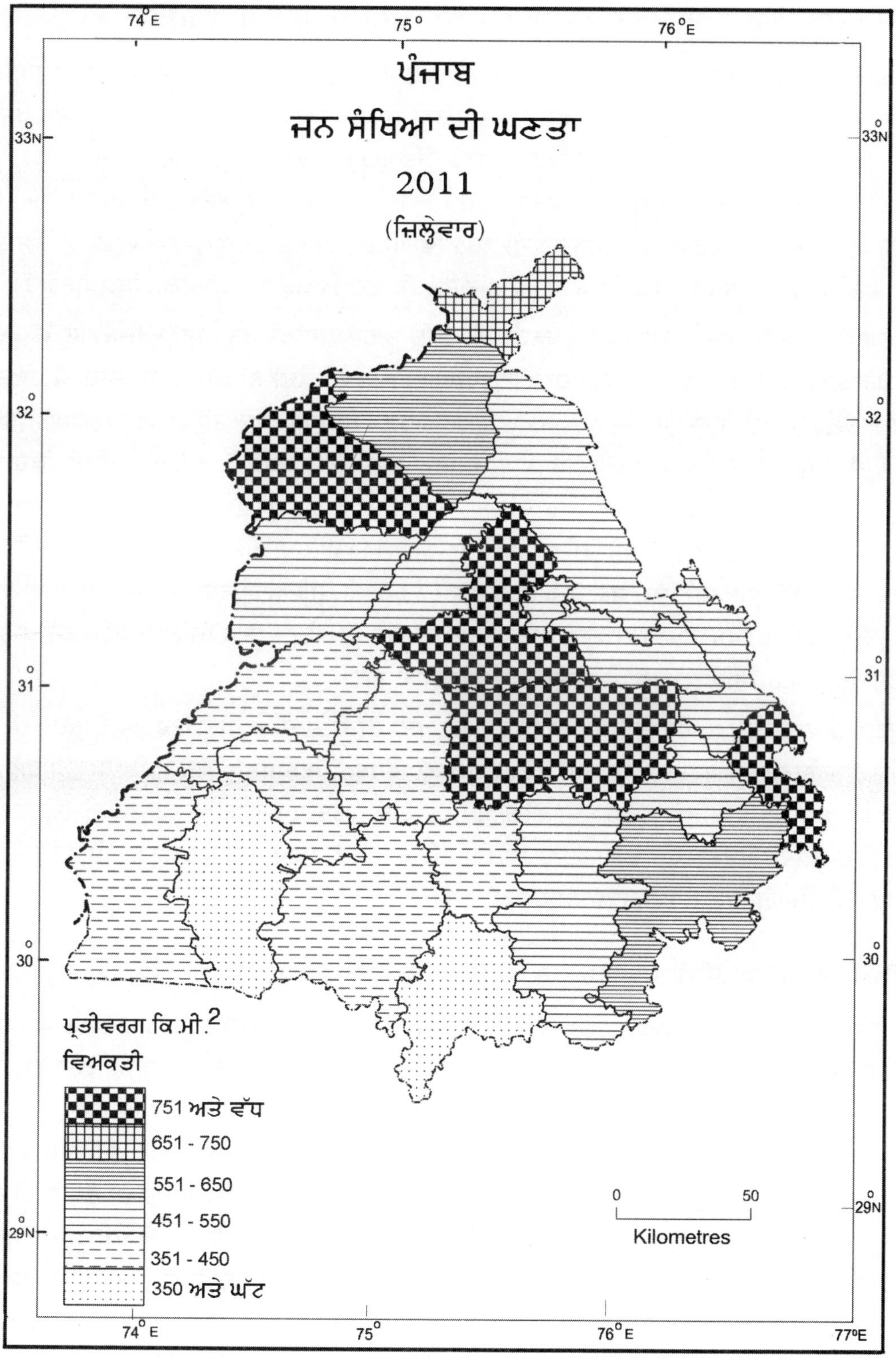
ਪੰਜਾਬ
ਜਨ ਸੰਖਿਆ ਦੀ ਘਣਤਾ
2011
(ਜ਼ਿਲ੍ਹੇਵਾਰ)
ਪ੍ਰਤੀਵਰਗ ਕਿ.ਮੀ.2
ਵਿਅਕਤੀ
751 ਅਤੇ ਵੱਧ
651 - 750
551 - 650
451 - 550
351 - 450
350 ਅਤੇ ਘੱਟ
0 50
Kilometres
74°E
75°
76°E
77°E
33°N
32°
31°
30°
29°N

Map 29

ਸਾਧਾਰਣ ਉੱਚੀ ਘਣਤਾ ਦਾ ਖੇਤਰ (MODERATELY HIGH DENSITY REGION)

ਇਸ ਖੇਤਰ ਵਿੱਚ ਵਸੋਂ ਘਣਤਾ 451 ਤੋਂ 550 ਵਿਅਕਤੀ ਪ੍ਰਤੀ ਵਰਗ ਕਿਲੋਮੀਟਰ ਤੱਕ ਪਾਈ ਜਾਂਦੀ ਹੈ। ਸਾਧਾਰਣ ਉੱਚੀ ਵਸੋਂ ਘਣਤਾ ਦਾ ਇਹ ਪ੍ਰਦੇਸ਼ ਪੰਜਾਬ ਦੇ ਪੂਰਬੀ ਅਤੇ ਦੱਖਣ-ਪੂਰਬੀ ਜ਼ਿਲ੍ਹਿਆਂ ਉੱਤੇ ਫੈਲਿਆ ਹੋਇਆ ਹੈ। ਇਸ ਖੇਤਰ ਅਧੀਨ ਪੰਜਾਬ ਦਾ ਲਗਭਗ 30% ਖੇਤਰ ਸ਼ਾਮਲ ਹੈ। ਤਰਨਤਾਰਨ, ਹੁਸ਼ਿਆਰਪੁਰ, ਕਪੂਰਥਲਾ, ਐਸ.ਬੀ.ਐਸ. ਨਗਰ, ਰੂਪਨਗਰ, ਫਤਹਿਗੜ੍ਹ ਸਾਹਿਬ ਅਤੇ ਸੰਗਰੂਰ ਦੇ ਜ਼ਿਲ੍ਹੇ ਇਸ ਘਣਤਾ ਪ੍ਰਦੇਸ਼ ਵਿੱਚ ਸ਼ਾਮਲ ਹਨ। ਕਪੂਰਥਲਾ ਦੀ ਘਣਤਾ 499 ਵਿਅਕਤੀ ਐਸ.ਬੀ.ਐਸ. ਨਗਰ ਦੀ 478 ਵਿਅਕਤੀ, ਰੂਪਨਗਰ ਦੀ 505 ਵਿਅਕਤੀ, ਤਰਨਤਾਰਨ 464 ਵਿਅਕਤੀ, ਹੁਸ਼ਿਆਰਪੁਰ 469 ਵਿਅਕਤੀ, ਫਤਹਿਗੜ੍ਹ ਸਾਹਿਬ ਦੀ 509 ਵਿਅਕਤੀ ਅਤੇ ਸੰਗਰੂਰ ਦੀ 457 ਵਿਅਕਤੀ ਪ੍ਰਤੀ ਵਰਗ ਕਿਲੋਮੀਟਰ ਹੈ।

ਹੁਸ਼ਿਆਰਪੁਰ, ਐਸ.ਬੀ.ਐਸ. ਨਗਰ ਅਤੇ ਰੂਪਨਗਰ ਦੇ ਜ਼ਿਲ੍ਹੇ ਅਰਧ-ਪਹਾੜੀ ਹਨ। ਇਨ੍ਹਾਂ ਜ਼ਿਲ੍ਹਿਆਂ ਦੇ ਪੂਰਬੀ ਭਾਗ ਸ਼ਿਵਾਲਕ ਪਹਾੜੀਆਂ ਅਤੇ ਚੋਆਂ ਨਾਲ ਭਰੇ ਪਏ ਹਨ। ਇਨ੍ਹਾਂ ਭਾਗਾਂ, ਜਿਨ੍ਹਾਂ ਨੂੰ **ਕੰਢੀ** ਜਾਂ **ਘਾੜ** ਕਿਹਾ ਜਾਂਦਾ ਹੈ, ਵਿੱਚ ਮਿੱਟੀਆਂ ਅਪਰਦਿਤ (eroded) ਅਤੇ ਰੇਤਲੀਆਂ ਦੋਮਟ (sandy loams) ਹਨ। ਸਿੰਜਾਈ ਸਹੂਲਤਾਂ ਵੀ ਘੱਟ (ਲਗਭਗ 67%) ਹਨ। ਫਲਸਰੂਪ, ਪ੍ਰਤੀ ਹੈਕਟੇਅਰ ਝਾੜ ਅਤੇ ਕੁੱਲ ਖੇਤੀਬਾੜੀ ਉਤਪਾਦਨ ਬਹੁਤ ਉੱਚਾ ਨਹੀਂ ਹੈ। ਕਪੂਰਥਲਾ ਜ਼ਿਲ੍ਹੇ ਵਿੱਚ ਕਾਫ਼ੀ ਰੇਤ ਕੱਜਣ ਪਾਇਆ ਜਾਂਦਾ ਹੈ ਅਤੇ ਪੱਛਮੀ ਭਾਗਾਂ ਵਿੱਚ ਦਰਿਆ ਬਿਆਸ ਦਾ ਵਹਿਣ (bed) ਅਤੇ ਬੇਟ (bet) ਪਾਇਆ ਜਾਂਦਾ ਹੈ। ਇਨ੍ਹਾਂ ਤਿੰਨ ਜ਼ਿਲ੍ਹਿਆਂ ਵਿੱਚ ਸ਼ਹਿਰੀ ਵਸੋਂ ਦੀ ਪ੍ਰਤੀਸ਼ਤਤਾ (percentage of urban population) ਵੀ ਨੀਵੀਂ ਹੈ। ਤਰਨਤਾਰਨ ਜ਼ਿਲ੍ਹੇ ਲਈ ਇਹ ਰਾਜ ਵਿੱਚ ਸਭ ਤੋਂ ਘੱਟ, ਕੇਵਲ 12.66% ਹੈ, ਹੁਸ਼ਿਆਰਪੁਰ ਲਈ 21.11% ਅਤੇ ਐਸ.ਬੀ.ਐਸ. ਨਗਰ ਜ਼ਿਲ੍ਹੇ ਲਈ ਇਹ 20.48 (ਰਾਜ ਵਿੱਚ ਦੂਜੇ ਨੰਬਰ ਤੇ ਸਭ ਤੋਂ ਘੱਟ) ਹੈ। ਇਨ੍ਹਾਂ ਤਿੰਨ ਜ਼ਿਲ੍ਹਿਆਂ ਵਿੱਚ ਰਲ ਕੇ ਰਾਜ ਦੀਆਂ 2012 ਵਿੱਚ ਕੇਵਲ 4.6% ਰਜਿਸਟਰਸ਼ੁਦਾ ਫੈਕਟਰੀਆਂ ਕੰਮ ਕਰਦੀਆਂ ਸਨ।

ਸੰਗਰੂਰ ਅਤੇ ਫਤਹਿਗੜ੍ਹ ਸਾਹਿਬ ਦੇ ਜ਼ਿਲ੍ਹਿਆਂ ਵਿੱਚ ਅੱਛੀ ਖੇਤੀ ਕੀਤੀ ਜਾਂਦੀ ਹੈ, ਪ੍ਰੰਤੂ ਇਹ ਘਣੀ ਪ੍ਰਕਾਰ (intensive) ਦੀ ਨਹੀਂ ਹੈ। ਸ਼ਹਿਰੀਕਰਣ ਵੀ ਬਹੁਤਾ ਉੱਚਾ ਨਹੀਂ ਹੈ। ਮਲੇਰਕੋਟਲਾ ਤੋਂ ਬਿਨਾਂ ਇਸ ਖੇਤਰ ਵਿੱਚ ਕੋਈ ਵੱਡਾ (ਪਹਿਲੇ ਦਰਜੇ ਦਾ) ਸ਼ਹਿਰ ਨਹੀਂ ਹੈ। ਇਨ੍ਹਾਂ ਦੋਹਾਂ ਜ਼ਿਲ੍ਹਿਆਂ ਵਿੱਚ ਰਾਜ ਦੀਆਂ 11.0% ਰਜਿਸਟਰਸ਼ੁਦਾ ਫੈਕਟਰੀਆਂ ਕੰਮ ਕਰਦੀਆਂ ਹਨ। ਇਸ ਤਰ੍ਹਾਂ ਇਸ ਖੇਤਰ ਵਿੱਚ ਵਿਭਿੰਨ ਖੇਤਰਾਂ ਵਿੱਚ ਦਰਮਿਆਨਾ ਵਿਕਾਸ ਹੋਇਆ ਹੈ। ਫਲਸਰੂਪ, ਵਸੋਂ ਘਣਤਾ ਦਰਮਿਆਨੀ ਤੋਂ ਕੁੱਝ ਉੱਚੀ ਹੈ। ਪ੍ਰੰਤੂ ਵਪਾਰ ਦੇ ਉਦਾਰੀਕਰਣ ਕਾਰਨ ਹਾਲਾਤ ਸੁਧਰ ਰਹੇ ਹਨ।

ਸਾਧਾਰਣ ਘਣਤਾ ਦਾ ਖੇਤਰ (MODERATE DENSITY REGION)

ਇਸ ਸ਼੍ਰੇਣੀ ਵਿੱਚ ਜਨਸੰਖਿਆ ਘਣਤਾ 351 ਤੋਂ 450 ਵਿਅਕਤੀ ਪ੍ਰਤੀ ਵਰਗ ਕਿਲੋਮੀਟਰ ਹੈ। ਸਾਧਾਰਣ ਘਣਤਾ ਦਾ ਇਹ ਖੇਤਰ ਰਾਜ ਦੇ ਪੱਛਮੀ ਅਤੇ ਮੱਧ ਦੱਖਣੀ ਭਾਗਾਂ ਉੱਤੇ ਫੈਲਿਆ ਹੋਇਆ ਹੈ। ਇਸ ਖੇਤਰ ਵਿੱਚ ਫਰੀਦਕੋਟ, ਫਿਰੋਜ਼ਪੁਰ, ਫਾਜ਼ਿਲਕਾ, ਮੋਗਾ, ਬਰਨਾਲਾ ਅਤੇ ਬਠਿੰਡਾ ਸਮੇਤ ਛੇ ਜ਼ਿਲ੍ਹੇ ਸ਼ਾਮਲ ਹਨ। ਘਣਤਾ ਦਾ ਇਹ ਖੇਤਰ ਰਾਜ ਦੇ ਕੁੱਲ ਖੇਤਰਫਲ ਦੇ 27.5% ਰਕਬੇ ਉੱਤੇ ਫੈਲਿਆ ਹੋਇਆ ਹੈ। ਫਿਰੋਜ਼ਪੁਰ, ਫਾਜ਼ਿਲਕਾ, ਫਰੀਦਕੋਟ, ਮੋਗਾ, ਬਰਨਾਲਾ ਅਤੇ ਬਠਿੰਡਾ ਖੇਤੀ ਪ੍ਰਧਾਨ ਜ਼ਿਲ੍ਹੇ ਹਨ। ਉਦਯੋਗ ਘੱਟ ਮਹੱਤਵਪੂਰਨ ਹਨ। ਖੇਤੀਬਾੜੀ ਬਹੁਤ ਘਣੀ ਨਹੀਂ ਹੈ ਅਤੇ ਇੱਥੇ ਰੇਤ ਦੇ ਟਿੱਬੇ ਜਾਂ ਰੇਤ ਦਾ ਕੱਜਣ ਵੀ ਕਈ ਭਾਗਾਂ ਵਿੱਚ ਪਾਇਆ ਜਾਂਦਾ ਹੈ। ਸ਼ਹਿਰੀਕਰਣ ਨੀਵੇਂ ਤੋਂ ਦਰਮਿਆਨਾ ਹੈ। ਫਰੀਦਕੋਟ, ਮੋਗਾ, ਬਠਿੰਡਾ, ਫਿਰੋਜ਼ਪੁਰ ਅਤੇ ਅਬੋਹਰ ਵੱਡੇ ਸ਼ਹਿਰ ਹਨ। ਇਨ੍ਹਾਂ ਭਾਗਾਂ ਵਿੱਚ ਦਰਮਿਆਨਾ ਵਿਕਾਸ ਹੋਇਆ ਹੈ। ਖੇਤੀਬਾੜੀ ਅਤੇ ਉਦਯੋਗਿਕ ਵਿਕਾਸ ਦੇ ਤੇਜ਼ ਹੋਣ ਨਾਲ ਇਹ ਜ਼ਿਲ੍ਹੇ ਨੀਵੀਂ ਵਸੋਂ ਘਣਤਾ ਵਾਲੇ (350 ਵਿਅਕਤੀ ਪ੍ਰਤੀ ਵਰਗ ਕਿਲੋਮੀਟਰ) ਜ਼ਿਲ੍ਹਿਆਂ ਤੋਂ ਬਦਲ ਕੇ ਸਾਧਾਰਣ ਘਣਤਾ ਦੇ ਖੇਤਰ ਵਿੱਚ ਸ਼ਾਮਲ ਹੋ ਗਏ ਹਨ। ਪਿਛਲੇ ਦਹਾਕੇ ਵਿੱਚ ਇਸ ਖੇਤਰ ਵਿੱਚ ਸਮੁੱਚਾ ਵਿਕਾਸ ਕਾਫ਼ੀ ਹੋਇਆ ਹੈ।

ਨੀਵੀਂ ਘਣਤਾ ਦਾ ਖੇਤਰ (LOW DENSITY REGION)

ਹੁਣ ਇਹ ਰਾਜ ਦਾ ਸਭ ਤੋਂ ਛੋਟਾ ਖੇਤਰ ਹੈ ਜਿਸ ਅਧੀਨ ਰਾਜ ਦਾ ਕੇਵਲ 9.52% ਦੇ ਲਗਭਗ ਰਕਬਾ ਸ਼ਾਮਲ ਹੈ। 2001 ਦੀ ਜਨਗਣਨਾ ਦੇ ਅੰਕੜਿਆਂ ਅਨੁਸਾਰ ਇਹ ਰਾਜ ਦਾ ਸਭ ਤੋਂ ਵੱਡਾ (28%) ਖੇਤਰ ਸੀ। 2011 ਦੀ ਜਨਗਣਨਾ ਦੇ ਅੰਕੜਿਆਂ ਅਨੁਸਾਰ ਇਸ ਖੇਤਰ ਦੇ ਚਾਰ ਜ਼ਿਲ੍ਹੇ ਤਰੱਕੀ ਕਰਕੇ ਸਾਧਾਰਣ ਜਾਂ ਸਾਧਾਰਣ ਉੱਚੀ ਘਣਤਾ ਦੇ ਖੇਤਰਾਂ ਵਿੱਚ ਚਲੇ ਗਏ। ਇਸ ਸ਼੍ਰੇਣੀ ਵਿੱਚ ਜਨਸੰਖਿਆ ਘਣਤਾ 350 ਵਿਅਕਤੀ ਪ੍ਰਤੀ ਵਰਗ ਕਿਲੋਮੀਟਰ ਜਾਂ ਇਸ ਤੋਂ ਘੱਟ ਹੈ। ਇਸ ਖੇਤਰ ਵਿਚ ਪੰਜਾਬ ਦੇ ਦੱਖਣੀ ਅਤੇ ਦੱਖਣ-ਪੱਛਮੀ ਦੋ ਜ਼ਿਲ੍ਹੇ ਸ਼ਾਮਲ ਹਨ। ਇਹ ਜ਼ਿਲ੍ਹੇ ਹਨ— ਮਾਨਸਾ ਅਤੇ ਮੁਕਤਸਰ। ਇਹ ਖੇਤਰ ਰੇਤ ਦੇ ਟਿੱਬਿਆਂ ਵਾਲਾ ਕੁੱਝ ਉੱਚਾ-ਨੀਵਾਂ ਅਤੇ ਅਰਧ-ਖੁਸ਼ਕ ਅਤੇ ਗਰਮ ਹੈ। ਸਲਾਨਾ ਔਸਤ ਵਰਖਾ 50 ਸੈਂਟੀਮੀਟਰ ਤੋਂ ਘੱਟ ਹੈ ਅਤੇ ਇਨ੍ਹਾਂ ਦੱਖਣ-ਪੱਛਮੀ ਜ਼ਿਲ੍ਹਿਆਂ ਵਿੱਚ ਤਾਂ 40 ਸੈਂਟੀਮੀਟਰ ਪ੍ਰਤੀ ਸਾਲ ਤੋਂ ਵੀ ਘੱਟ ਹੈ। ਮਿੱਟੀ ਰੇਤਲੀ ਦੋਮਟ ਹੈ। ਅਨੁਕੂਲ ਭੂਮੀਗਤ ਪਾਣੀ ਦੀ ਘਾਟ ਹੈ। ਜੋਤਾਂ ਵੱਡੀਆਂ ਹਨ ਅਤੇ ਘਣੀ ਖੇਤੀ ਦੀ ਘਾਟ ਹੈ। ਝਾੜ ਤੇ ਖੇਤੀ ਉਤਪਾਦਨ ਘੱਟ ਹੈ। ਵਧੀਆ ਜ਼ਮੀਨ ਟੱਕਾਂ (patches) ਵਿੱਚ ਪਾਈ ਜਾਂਦੀ ਹੈ।

ਸ਼ਹਿਰੀ ਆਬਾਦੀ ਘੱਟ (20 ਤੋਂ 30% ਆਮ ਕਰਕੇ) ਹੈ। ਮਾਨਸਾ ਦੇ ਜ਼ਿਲ੍ਹੇ ਵਿੱਚ ਇਹ ਇਸ ਖੇਤਰ ਸਭ ਤੋਂ ਘੱਟ (21.25%) ਹੈ। ਪਿੰਡ ਦੂਰ-ਦੂਰ ਹਨ। ਉਦਯੋਗਿਕ ਵਿਕਾਸ ਨੀਵਾਂ ਹੈ। ਰਾਜ ਦੀਆਂ ਕੁੱਲ ਰਜਿਸਟਰਡ ਫੈਕਟਰੀਆਂ ਵਿੱਚੋਂ ਕੇਵਲ 3.1 (ਖੇਤਰਫਲ 9.52%) ਇਸ ਖੇਤਰ ਵਿੱਚ ਲੱਗੀਆਂ ਹੋਈਆਂ ਹਨ। 2009-10 ਦੇ ਆਰਜ਼ੀ ਅੰਕੜਿਆਂ ਅਨੁਸਾਰ ਰਾਜ ਦੇ ਉਦਯੋਗਿਕ ਨਿਰੋਲ ਮੁੱਲ ਵਾਧੇ (industrial Net Value added) ਵਿੱਚ ਇਸ ਖੇਤਰ ਦਾ ਹਿੱਸਾ ਕੇਵਲ 2.2% ਸੀ। ਇਸ ਤਰ੍ਹਾਂ ਉਦਯੋਗਿਕ ਖੇਤਰ ਵਿੱਚ ਵੀ ਨੀਵੀਂ ਵਸੋਂ ਘਣਤਾ ਦਾ ਖੇਤਰ ਪਿੱਛੇ ਹੈ। ਰਾਜ ਦੇ ਕੁੱਲ ਉਦਯੋਗਿਕ ਨਿਰਯਾਤ ਵਿੱਚ ਇਸ ਖੇਤਰ ਦਾ ਹਿੱਸਾ ਕੇਵਲ 0.2% ਸੀ। ਇਹ ਅੰਕੜੇ 2011-12 ਅਨੁਸਾਰ ਸਨ। ਇਸ ਤਰ੍ਹਾਂ ਇਸ ਖੇਤਰ ਵਿੱਚ ਕੁਦਰਤੀ ਅਤੇ ਸਭਿਆਚਾਰਕ (ਆਰਥਿਕ, ਉਦਯੋਗਿਕ ਆਦਿ) ਹਾਲਤਾਂ ਜ਼ਿਆਦਾ ਜਨਸੰਖਿਆ ਦੇ ਰਹਿਣ ਦੇ ਘੱਟ ਅਨੁਕੂਲ ਹਨ।

ਤਹਿਸੀਲ ਅਨੁਸਾਰ ਜਨਸੰਖਿਆ ਘਣਤਾ (TEHSIL-WISE DENSITY OF POPULATION)

ਇਹ ਵਸੋਂ ਘਣਤਾ ਡਾਇਰੈਕਟਰ ਲੈਂਡ ਰੀਕਾਰਡਜ਼, ਪੰਜਾਬ ਤੋਂ ਉਪਲਬੱਧ ਤਹਿਸੀਲ ਅਨੁਸਾਰ ਪੰਜਾਬ ਦੇ ਖੇਤਰਫਲ ਦੇ ਅੰਕੜਿਆਂ ਨੂੰ ਆਧਾਰ ਮੰਨ ਕੇ ਬਣਾਈ ਗਈ ਹੈ। ਤਹਿਸੀਲਾਂ ਦਾ ਖੇਤਰਫਲ ਪਿੰਡ ਦੇ ਕਾਗਜ਼ਾਂ (ਰੀਕਾਰਡ Village papers) ਅਤੇ PCA Punjab 2011 ਅਨੁਸਾਰ ਹੈ। ਤਹਿਸੀਲ ਅਨੁਸਾਰ ਸਭ ਤੋਂ ਉੱਚੀ ਘਣਤਾ ਲੁਧਿਆਣਾ ਪੂਰਬੀ ਤਹਿਸੀਲ ਲਈ ਹੈ ਜੋ 2984 ਵਿਅਕਤੀ ਪ੍ਰਤੀ ਵਰਗ ਕਿਲੋਮੀਟਰ ਹੈ। ਤਹਿਸੀਲ ਅਨੁਸਾਰ ਜਨਸੰਖਿਆ ਘਣਤਾ ਵਿੱਚ ਬਹੁਤ ਵਖਰੇਵਾਂ ਹੈ। 2011 ਅਨੁਸਾਰ ਇਹ ਲੁਧਿਆਣਾ ਪੂਰਬੀ ਤਹਿਸੀਲ ਲਈ 2984 ਵਿਅਕਤੀ ਪ੍ਰਤੀ ਵਰਗ ਕਿਲੋਮੀਟਰ ਤੋਂ ਪਠਾਨਕੋਟ ਜ਼ਿਲ੍ਹੇ ਦੀ ਧਾਰ ਕਲਾਂ ਤਹਿਸੀਲ ਦੀ 211 ਵਿਅਕਤੀ ਪ੍ਰਤੀ ਵਰਗ ਕਿਲੋਮੀਟਰ ਵਿਚਕਾਰ ਹੈ (ਨਕਸ਼ਾ ਨੰ. 30)।

ਉੱਚੀ ਤੋਂ ਬਹੁਤ ਉੱਚੀ ਵਸੋਂ ਘਣਤਾ— ਇਸ ਵਰਗ ਵਿੱਚ ਸ਼ਾਮਲ ਤਹਿਸੀਲਾਂ ਦੀ ਵਸੋਂ ਘਣਤਾ 700 ਵਿਅਕਤੀ ਪ੍ਰਤੀ ਵਰਗ ਕਿਲੋਮੀਟਰ ਤੋਂ ਜ਼ਿਆਦਾ ਹੈ। ਇਸ ਵਰਗ ਦਾ ਖੇਤਰ ਪੰਜਾਬ ਦੇ ਮੈਦਾਨਾਂ ਦੇ ਮੱਧ ਪੂਰਬੀ ਭਾਗਾਂ ਵਿੱਚ ਉੱਤਰ-ਪੱਛਮ ਤੋਂ ਦੱਖਣ-ਪੂਰਬ ਦਿਸ਼ਾ ਵਿੱਚ ਫੈਲਿਆ ਹੋਇਆ ਹੈ। ਇਸ ਵਰਗ ਵਿੱਚ ਸ਼ਾਮਲ ਤਹਿਸੀਲਾਂ ਹਨ— ਅੰਮ੍ਰਿਤਸਰ II (2758 ਵਿਅਕਤੀ), ਬਟਾਲਾ, ਪਠਾਨਕੋਟ (917 ਵਿਅਕਤੀ) ਉੱਤਰ-ਪੱਛਮ ਵਿੱਚ), ਜਲੰਧਰ I (2594 ਵਿਅਕਤੀ), ਫਗਵਾੜਾ, ਲੁਧਿਆਣਾ ਪੂਰਬੀ, ਖੰਨਾ ਅਤੇ ਅਮਲੋਹ (ਮੱਧ-ਪੂਰਬ ਵਿੱਚ) ਅਤੇ ਮੋਹਾਲੀ (1383 ਵਿਅਕਤੀ), ਡੇਰਾ ਬਸੀ ਅਤੇ ਪਟਿਆਲਾ (751 ਵਿਅਕਤੀ) (ਪੂਰਬ ਵਿੱਚ)। ਇਹ 11 ਤਹਿਸੀਲਾਂ ਇਕ ਲਗਾਤਾਰ ਪੇਟੀ ਨਹੀਂ ਬਣਾਉਂਦੀਆਂ ਹਨ। ਇਨ੍ਹਾਂ ਵਿੱਚ ਦਰਮਿਆਨੀ ਉੱਚੀ ਘਣਤਾ ਦੀਆਂ ਤਹਿਸੀਲਾਂ ਆ ਜਾਂਦੀਆਂ ਹਨ। ਉੱਚੀ ਘਣਤਾ ਦੀਆਂ ਤਹਿਸੀਲਾਂ ਦੀ ਉੱਚੀ ਤੋਂ ਬਹੁਤ ਉੱਚੀ ਘਣਤਾ ਦਾ ਮੁੱਖ ਕਾਰਨ ਇਨ੍ਹਾਂ ਵਿੱਚ ਸ਼ਾਮਲ 8 ਕਲਾਸ I ਦੇ ਸ਼ਹਿਰ (ਜਿਨ੍ਹਾਂ ਹਰੇਕ ਦੀ ਕੁੱਲ ਵਸੋਂ 1 ਲੱਖ ਜਾਂ ਇਸ ਤੋਂ ਵੱਧ ਹੈ) ਅੰਮ੍ਰਿਤਸਰ, ਬਟਾਲਾ,

ਪਠਾਨਕੋਟ, ਜਲੰਧਰ, ਫਗਵਾੜਾ, ਲੁਧਿਆਣਾ, ਖੰਨਾ, ਪਟਿਆਲਾ ਅਤੇ ਮੋਹਾਲੀ ਹਨ। ਇੱਥੇ ਦੋ ਕਲਾਸ II ਦੇ ਸ਼ਹਿਰ (ਵਸੋਂ 50,000 ਤੋਂ 99,999 ਵਿਚਕਾਰ) ਗੋਬਿੰਦਗੜ੍ਹ ਵੀ ਸਥਿਤ ਹਨ। ਇਨ੍ਹਾਂ ਵੱਡੇ ਸ਼ਹਿਰਾਂ ਦੀ ਮੌਜੂਦਗੀ ਕਾਰਨ ਸ਼ਾਮਲ ਤਹਿਸੀਲਾਂ ਦੀ ਘਣਤਾ ਕਾਫ਼ੀ ਵਧ ਕੇ ਉੱਚੀ ਤੋਂ ਬਹੁਤ ਉੱਚੀ ਹੋ ਗਈ ਹੈ। ਇਹ ਸ਼ਹਿਰ ਉਦਯੋਗਾਂ, ਵਣਜ-ਵਪਾਰ, ਪ੍ਰਬੰਧ, ਇਨ੍ਹਾਂ ਵੱਲ ਪ੍ਰਵਾਸ, ਛੌਣੀ ਅਤੇ ਦੂਜੀਆਂ ਹੋਰ ਕਿਰਿਆਵਾਂ ਲਈ ਪ੍ਰਸਿੱਧ ਹਨ। ਇਨ੍ਹਾਂ ਸ਼ਹਿਰਾਂ ਦੇ ਆਲੇ-ਦੁਆਲੇ ਦੀ ਜ਼ਮੀਨ ਉਪਜਾਊ ਹੈ ਜਿੱਥੇ ਘਣੀ ਖੇਤੀ ਕੀਤੀ ਜਾਂਦੀ ਹੈ। ਇੱਥੇ ਡੇਅਰੀ ਫਾਰਮਿੰਗ ਦਾ ਕਿੱਤਾ ਵੀ ਮਹੱਤਵਪੂਰਣ ਹੈ। ਇੱਥੇ ਵੱਡੇ ਗੁੱਥਵੇਂ ਪਿੰਡ (nucleated villages) ਪਾਏ ਜਾਂਦੇ ਹਨ।

ਦਰਮਿਆਨੀ ਉੱਚੀ ਵਸੋਂ ਘਣਤਾ (MODERATELY HIGH DENSITY OF POPULATION)

ਇਸ ਵਰਗ ਵਿੱਚ ਸ਼ਾਮਲ ਤਹਿਸੀਲਾਂ ਦੀ ਵਸੋਂ ਘਣਤਾ 501 ਤੋਂ 700 ਵਿਅਕਤੀ ਪ੍ਰਤੀ ਵਰਗ ਕਿਲੋਮੀਟਰ ਹੈ। ਇਸ ਵਰਗ ਵਿੱਚ ਰਾਜ ਦੀਆਂ 18 ਤਹਿਸੀਲਾਂ ਸ਼ਾਮਲ ਹਨ। ਇਹ ਤਹਿਸੀਲਾਂ ਉੱਚ ਘਣਤਾ ਦੀਆਂ ਤਹਿਸੀਲਾਂ ਦੇ ਖੇਤਰ ਦੇ ਵਿਚਕਾਰ, ਦੱਖਣ-ਪੂਰਬ ਜਾਂ ਦੱਖਣ-ਪੱਛਮ ਵੱਲ ਪਾਈਆਂ ਜਾਂਦੀਆਂ ਹਨ। (ਨਕਸ਼ਾ ਨੰ. 29)। ਦੋਨੋਂ ਵਰਗਾਂ ਦੇ ਖੇਤਰ ਮਿਲ ਕੇ ਮੱਧ-ਪੂਰਬੀ ਪੰਜਾਬ ਵਿੱਚ ਉੱਚੀ ਸੰਘਣੀ ਵਸੋਂ ਦੀ ਇੱਕ ਲਗਾਤਾਰ ਪੇਟੀ (continuous belt) ਬਣਾਉਂਦੇ ਹਨ। ਇਸ ਵਰਗ ਵਿੱਚ ਮਾਝੇ ਦੀਆਂ ਚਾਰ ਤਹਿਸੀਲਾਂ– ਗੁਰਦਾਸਪੁਰ (616 ਵਿਅਕਤੀ), ਅੰਮ੍ਰਿਤਸਰ-I (606 ਵਿਅਕਤੀ), ਬਾਬਾ ਬਕਾਲਾ (612 ਵਿਅਕਤੀ) ਅਤੇ ਤਰਨਤਾਰਨ (559 ਵਿਅਕਤੀ) ਸ਼ਾਮਲ ਹਨ। ਇਸ ਵਿੱਚ ਬਿਸਤ ਦੋਆਬ ਦੀਆਂ 6 ਤਹਿਸੀਲਾਂ– ਕਪੂਰਥਲਾ (506 ਵਿਅਕਤੀ), ਜਲੰਧਰ II (514 ਵਿਅਕਤੀ), ਨਕੋਦਰ, ਐਸ.ਬੀ.ਐਸ. ਨਗਰ (531 ਵਿਅਕਤੀ), ਬੰਗਾ ਤੇ ਮੁਕੇਰੀਆਂ (530 ਵਿਅਕਤੀ) ਸ਼ਾਮਲ ਹਨ (ਨਕਸ਼ਾ ਨੰ. 30)।

ਮਾਲਵਾ ਪ੍ਰਦੇਸ਼ ਦੀਆਂ 8 ਤਹਿਸੀਲਾਂ ਇਸ ਖੇਤਰ ਵਿੱਚ ਸ਼ਾਮਲ ਹਨ। ਇਹ ਹਨ– ਰੂਪਨਗਰ (534 ਵਿਅਕਤੀ), ਨੰਗਲ (523 ਵਿਅਕਤੀ), ਖਰੜ (631 ਵਿਅਕਤੀ), ਲੁਧਿਆਣਾ ਪੱਛਮ (593 ਵਿਅਕਤੀ), ਮੋਗਾ (577 ਵਿਅਕਤੀ), ਮਲੇਰਕੋਟਲਾ(618 ਵਿਅਕਤੀ), ਰਾਜਪੁਰਾ (630 ਵਿਅਕਤੀ), ਕੋਟਕਪੂਰਾ (542 ਵਿਅਕਤੀ) ਤਹਿਸੀਲਾਂ।

ਇਨ੍ਹਾਂ ਤਹਿਸੀਲਾਂ ਵਿੱਚ ਸਧਾਰਣ ਉੱਚੀ ਘਣਤਾ ਦੇ ਕਾਰਨਾਂ ਵਿੱਚ ਸ਼ਾਮਲ ਹਨ– ਮੋਗਾ ਅਤੇ ਮਲੇਰਕੋਟਲਾ ਸ਼੍ਰੇਣੀ ਨੰ. I ਸ਼ਹਿਰਾਂ ਦੀ ਮੌਜੂਦਗੀ ਅਤੇ ਕਪੂਰਥਲਾ, ਰਾਜਪੁਰਾ, ਰੂਪਨਗਰ, ਖਰੜ, ਨੈਆ ਗਾਉਂ, ਗੁਰਦਾਸਪੁਰ, ਕੋਟਕਪੂਰਾ ਅਤੇ ਤਰਨਤਾਰਨ ਦੇ 8 ਸ਼੍ਰੇਣੀ II (ਹਰ ਇੱਕ ਦੀ ਵਸੋਂ 50 ਹਜ਼ਾਰ ਤੋਂ 99,999 ਵਿਚਕਾਰ) ਦੇ ਸ਼ਹਿਰਾਂ ਦੀ ਮੌਜੂਦਗੀ। ਬਾਕੀ ਦੀਆਂ ਤਹਿਸੀਲਾਂ ਵਿੱਚ ਸ਼੍ਰੇਣੀ III ਅਤੇ ਸ਼੍ਰੇਣੀ IV ਦੇ ਕਈ ਸ਼ਹਿਰ ਸਥਿਤ ਹਨ। ਇਨ੍ਹਾਂ ਤੋਂ ਬਿਨਾਂ ਇਨ੍ਹਾਂ ਤਹਿਸੀਲਾਂ ਦਾ ਇਲਾਕਾ ਪੱਧਰਾ ਅਤੇ ਉਪਜਾਊ ਮੈਦਾਨ ਹੈ ਜਿੱਥੇ ਵਿਸ਼ਾਲ ਸਿੰਜਾਈ ਸਹੂਲਤਾਂ ਕਾਰਨ ਅਨਾਜ ਫ਼ਸਲਾਂ ਅਤੇ ਵਪਾਰਕ ਫ਼ਸਲਾਂ (ਗੰਨਾ ਆਦਿ) ਦੀ ਘਣੀ ਖੇਤੀ ਕੀਤੀ ਜਾਂਦੀ ਹੈ। ਇਨ੍ਹਾਂ ਤਹਿਸੀਲਾਂ ਵਿੱਚ ਕਈ ਉਦਯੋਗ ਲੱਗੇ ਹੋਏ ਹਨ ਅਤੇ ਵਣਜ-ਵਪਾਰ ਵੀ ਕਾਫ਼ੀ ਹੁੰਦਾ ਹੈ।

ਦਰਮਿਆਨੀ ਵਸੋਂ ਘਣਤਾ (MODERATE DENSITY)

ਇਸ ਵਰਗ ਵਿੱਚ ਸ਼ਾਮਲ ਤਹਿਸੀਲਾਂ (30) ਦੀ ਵਸੋਂ ਘਣਤਾ 401 ਤੋਂ 501 ਵਿਅਕਤੀ ਪ੍ਰਤੀ ਵਰਗ ਕਿਲੋਮੀਟਰ ਹੈ। ਇਸ ਵਰਗ ਵਿੱਚ ਮਾਝੇ ਦੀਆਂ– ਡੇਰਾ ਬਾਬਾ ਨਾਨਕ (414 ਵਿਅਕਤੀ), ਅਜਨਾਲਾ (409 ਵਿਅਕਤੀ), ਪੱਟੀ (402 ਵਿਅਕਤੀ) ਅਤੇ ਖਡੂਰ ਸਾਹਿਬ (425 ਵਿਅਕਤੀ) ਚਾਰ ਤਹਿਸੀਲਾਂ; ਬਿਸਤ ਦੋਆਬ ਦੀਆਂ 6 ਤਹਿਸੀਲਾਂ–ਭੁਲੱਥ, ਨਕੋਦਰ (471 ਵਿਅਕਤੀ), ਫਿਲੌਰ, ਦਸੂਹਾ, ਹੁਸ਼ਿਆਰਪੁਰ (492 ਵਿਅਕਤੀ) ਅਤੇ ਗੜ੍ਹਸ਼ੰਕਰ (408 ਵਿਅਕਤੀ); ਅਤੇ ਮਾਲਵੇ ਦੀਆਂ 20 ਤਹਿਸੀਲਾਂ ਰਾਏਕੋਟ (474 ਵਿਅਕਤੀ), ਪਾਇਲ (477 ਵਿਅਕਤੀ), ਸਮਰਾਲਾ, ਅਨੰਦਪੁਰ ਸਾਹਿਬ, (406 ਵਿਅਕਤੀ), ਚਮਕੌਰ ਸਾਹਿਬ, ਖਮਾਣੋਂ (465 ਵਿਅਕਤੀ), ਬੱਸੀ ਪਠਾਣਾਂ, ਨਾਭਾ (444 ਵਿਅਕਤੀ), ਧੂਰੀ (436 ਵਿਅਕਤੀ), ਸੰਗਰੂਰ (465

ਵਿਅਕਤੀ), ਜਗਰਾਉਂ (421 ਵਿਅਕਤੀ), ਫਿਰੋਜ਼ਪੁਰ (465 ਵਿਅਕਤੀ), ਜਲਾਲਾਬਾਦ, ਨਿਹਾਲ ਸਿੰਘ ਵਾਲਾ, ਸੁਨਾਮ (418 ਵਿਅਕਤੀ), ਬਰਨਾਲਾ (462 ਵਿਅਕਤੀ), ਸਮਾਣਾ (472 ਵਿਅਕਤੀ) ਅਤੇ ਫਤਿਹਗੜ੍ਹ ਸਾਹਿਬ (417 ਵਿਅਕਤੀ) ਸ਼ਾਮਲ ਹਨ।

ਇਸ ਖੇਤਰ ਵਿੱਚ ਮਾਝੇ ਦੀਆਂ ਚਾਰ, ਦੋਆਬੇ ਦੀਆਂ 6 ਅਤੇ ਮੱਧ-ਪੂਰਬੀ ਮਾਲਵੇ ਦੀਆਂ 20 ਤਹਿਸੀਲਾਂ (ਕੁੱਲ 30 ਤਹਿਸੀਲਾਂ) ਸ਼ਾਮਲ ਹਨ। ਦੋਆਬੇ ਦੀਆਂ ਅਰਧ-ਪਹਾੜੀ ਤਹਿਸੀਲਾਂ– ਹੁਸ਼ਿਆਰਪੁਰ, ਗੜ੍ਹਸ਼ੰਕਰ ਅਤੇ ਦਸੂਹਾ; ਅਤੇ ਫਿਲੌਰ, ਨਕੋਦਰ ਆਦਿ ਵੱਡੀਆਂ ਤਹਿਸੀਲਾਂ ਅਤੇ ਮਾਝੇ ਦੀਆਂ ਤਹਿਸੀਲਾਂ ਦੇ ਕਾਫੀ ਭਾਗ ਬੇਟ ਵਿੱਚ ਆਉਂਦੇ ਹਨ। ਇਸੇ ਤਰ੍ਹਾਂ ਰੂਪਨਗਰ ਦੀ ਅਰਧ-ਪਹਾੜੀ ਤਹਿਸੀਲ ਅਨੰਦਪੁਰ ਸਾਹਿਬ ਵਿੱਚ ਪਹਾੜੀ ਧਰਾਤਲ ਅਤੇ ਕੁੱਝ ਘੱਟ ਉਪਜਾਊ ਮਿੱਟੀ ਅਤੇ ਵੱਡੇ ਸ਼ਹਿਰਾਂ ਦੀ ਅਣਹੋਂਦ ਕਾਰਨ ਜਨਸੰਖਿਆ ਕੁੱਝ ਘੱਟ ਹੈ। ਆਮ ਵਿਕਾਸ ਵੀ ਮੁਕਾਬਲਤਨ ਘੱਟ ਹੈ। ਮੱਧ-ਪੂਰਬੀ ਮਾਲਵੇ ਦੀਆਂ ਤਹਿਸੀਲਾਂ ਵਿੱਚ ਬਹੁਤ ਸਾਰੀਆਂ ਅਵਸਥਾਵਾਂ ਅਨੁਕੂਲ ਹਨ ਪ੍ਰੰਤੂ ਇੱਥੇ ਉਦਯੋਗਿਕ ਵਿਕਾਸ ਘੱਟ ਹੈ। ਕੇਵਲ ਤਹਿਸੀਲ ਸਤਰ ਦੇ ਕਸਬੇ ਹਨ। ਖੇਤੀ ਘਣੀ ਪ੍ਰੰਤੂ ਵਿਸਤ੍ਰਿਤ ਪ੍ਰਕਾਰ ਦੀ ਹੈ। ਇਨ੍ਹਾਂ ਕਾਰਨ ਇੱਥੇ ਵਸੋਂ ਘਣਤਾ ਉੱਚੀ ਨਹੀਂ ਹੈ।

ਨੀਵੀਂ ਅਤੇ ਬਹੁਤ ਨੀਵੀਂ ਵਸੋਂ ਘਣਤਾ ਦਾ ਖੇਤਰ (LOW TO VERY LOW DENSITY OF POPULATION)

ਇਸ ਵਰਗ ਵਿੱਚ ਵਸੋਂ ਘਣਤਾ 400 ਵਿਅਕਤੀ ਜਾਂ ਇਸ ਤੋਂ ਘੱਟ ਪ੍ਰਤੀ ਵਰਗ ਕਿਲੋਮੀਟਰ ਪਾਈ ਜਾਂਦੀ ਹੈ। ਇਸ ਖੇਤਰ ਵਿੱਚ ਕੁੱਲ 23 ਤਹਿਸੀਲਾਂ ਸ਼ਾਮਲ ਹਨ। ਇਹ ਹਨ : ਪਠਾਨਕੋਟ ਜ਼ਿਲ੍ਹੇ ਦੀ ਪਹਾੜੀ ਤਹਿਸੀਲ ਧਾਰ ਕਲਾਂ ਜਿੱਥੇ ਰਾਜ ਵਿੱਚ ਸਭ ਤੋਂ ਘੱਟ ਵਸੋਂ ਘਣਤਾ 211 ਵਿਅਕਤੀ ਪ੍ਰਤੀ ਵਰਗ ਕਿਲੋਮੀਟਰ ਪਾਈ ਜਾਂਦੀ ਹੈ। ਫਿਰ ਹੈ ਕਪੂਰਥਲਾ ਜ਼ਿਲ੍ਹੇ ਦੀ ਬੇਟ ਖੇਤਰ ਦੀ ਸੁਲਤਾਨਪੁਰ ਲੋਧੀ ਜਿਥੇ ਵੀ ਵਸੋਂ ਘਣਤਾ ਬਹੁਤ ਘੱਟ ਹੈ (270 ਵਿਅਕਤੀ)। ਇਸੇ ਤਰ੍ਹਾਂ ਦੋਆਬੇ ਦੀ ਬੇਟ ਤਹਿਸੀਲ ਸ਼ਾਹਕੋਟ (371 ਵਿਅਕਤੀ) ਅਤੇ ਅਰਧ-ਪਹਾੜੀ ਤਹਿਸੀਲ ਬਲਾਚੌਰ (378 ਵਿਅਕਤੀ) ਵਿੱਚ ਵੀ ਪਹਾੜੀ ਧਰਾਤਲ ਅਤੇ ਸ਼ਾਹਕੋਟ ਵਿੱਚ ਦਲਦਲਾਂ ਆਦਿ ਕਾਰਨ ਜਨਸੰਖਿਆ ਘੱਟ ਹੈ। ਮਾਲਵੇ ਦੀਆਂ 19 ਸ਼ਾਮਲ ਤਹਿਸੀਲਾਂ ਵਿੱਚੋਂ ਧਰਮਕੋਟ (376 ਵਿਅਕਤੀ), ਜ਼ੀਰਾ (349 ਵਿਅਕਤੀ) ਅਤੇ ਗੁਰੂ ਹਰ ਸਹਾਏ (347 ਵਿਅਕਤੀ) ਦਲਦਲਾਂ ਅਤੇ ਦਰਿਆ ਵਹਿਣਾਂ ਵਾਲੀਆਂ ਬੇਟ ਤਹਿਸੀਲਾਂ ਹਨ। ਬਾਕੀ ਦੀਆਂ ਤਹਿਸੀਲਾਂ ਫਰੀਦਕੋਟ (382 ਵਿਅਕਤੀ), ਜੈਤੋ, ਬਾਘਾ ਪੁਰਾਣਾ (386 ਵਿਅਕਤੀ), ਰਾਮਪੁਰਾ ਫੂਲ, ਤਪਾ (364 ਵਿਅਕਤੀ), ਤਲਵੰਡੀ ਸਾਬੋ, ਮਾਨਸਾ, ਬੁਢਲਾਡਾ, ਸਰਦੂਲਗੜ੍ਹ (311 ਵਿਅਕਤੀ), ਮੂਣਕ, ਲਹਿਰਾ (369 ਵਿਅਕਤੀ), ਮੁਕਤਸਰ (366 ਵਿਅਕਤੀ), ਮਲੋਟ, ਗਿੱਦੜਬਾਹਾ (331 ਵਿਅਕਤੀ), ਫਾਜ਼ਿਲਕਾ (354 ਵਿਅਕਤੀ) ਅਤੇ ਅਬੋਹਰ (371 ਵਿਅਕਤੀ)। ਦੱਖਣ-ਪੱਛਮੀ ਮਾਲਵੇ ਦੀਆਂ ਅਰਧ-ਖੁਸ਼ਕ ਤੋਂ ਖੁਸ਼ਕ (arid to semi-arid) ਅਤੇ ਗਰਮ ਜਲਵਾਯੂ ਵਾਲੀਆਂ ਹਨ ਜਿੱਥੇ ਰੇਤ ਦੇ ਟਿੱਬੇ ਆਮ ਪਾਏ ਜਾਂਦੇ ਹਨ। ਇੱਥੇ ਆਰਥਿਕ ਵਿਕਾਸ ਘੱਟ ਹੈ। ਖੇਤੀਬਾੜੀ ਨਾਲ ਸਬੰਧਤ ਛੋਟੇ ਪੈਮਾਨੇ ਦੇ ਕੁੱਝ ਉਦਯੋਗ ਹਨ। ਆਵਾਜਾਈ ਸਾਧਨਾਂ ਦਾ ਵੀ ਘੱਟ ਵਿਕਾਸ ਹੈ। ਇੱਥੇ ਕੁੱਝ ਤਹਿਸੀਲਾਂ ਵਿੱਚ ਅਬੋਹਰ, ਫਾਜ਼ਿਲਕਾ, ਫਿਰੋਜ਼ਪੁਰ, ਮੁਕਤਸਰ, ਫਰੀਦਕੋਟ, ਮਾਨਸਾ ਅਤੇ ਮਲੋਟ ਦੇ ਸ਼੍ਰੇਣੀ I ਅਤੇ II ਦੇ ਸ਼ਹਿਰਾਂ ਕਾਰਨ ਵਸੋਂ ਘਣਤਾ ਪ੍ਰਤੀਕੂਲ ਵਾਤਾਵਰਣ ਦੇ ਬਾਵਜੂਦ ਸਾਧਾਰਣ ਨੀਵੀਂ (300 ਵਿਅਕਤੀ ਤੋਂ ਉੱਪਰ) ਹੋ ਗਈ ਹੈ।

ਇਸ ਖੇਤਰ ਦੀਆਂ ਜ਼ਿਆਦਾਤਰ ਪ੍ਰਤੀਕੂਲ ਤਹਿਸੀਲਾਂ ਫ਼ਾਜ਼ਿਲਕਾ (354 ਵਿਅਕਤੀ), ਮਲੋਟ (327 ਵਿਅਕਤੀ), ਤਲਵੰਡੀ ਸਾਬੋ (324 ਵਿਅਕਤੀ), ਸਰਦੂਲਗੜ੍ਹ (311 ਵਿਅਕਤੀ) ਅਤੇ ਮੁਕਤਸਰ (366 ਵਿਅਕਤੀ) ਅਤੇ ਬਿਸਤ ਦੋਆਬ ਦੀ **ਬੇਟ** (flood plain) ਤਹਿਸੀਲ ਸੁਲਤਾਨਪੁਰ ਲੋਧੀ (270 ਵਿਅਕਤੀ) ਅਤੇ ਮਾਝੇ ਦੀ ਪਹਾੜੀ ਤਹਿਸੀਲ **ਧਾਰ ਕਲਾਂ** (211 ਵਿਅਕਤੀ) ਵਿੱਚ ਵਸੋਂ ਘਣਤਾ ਕਾਫ਼ੀ ਨੀਵੀਂ ਹੈ। (350 ਵਿਅਕਤੀ ਪ੍ਰਤੀ ਵਰਗ ਕਿਲੋਮੀਟਰ ਤੋਂ ਘੱਟ)।

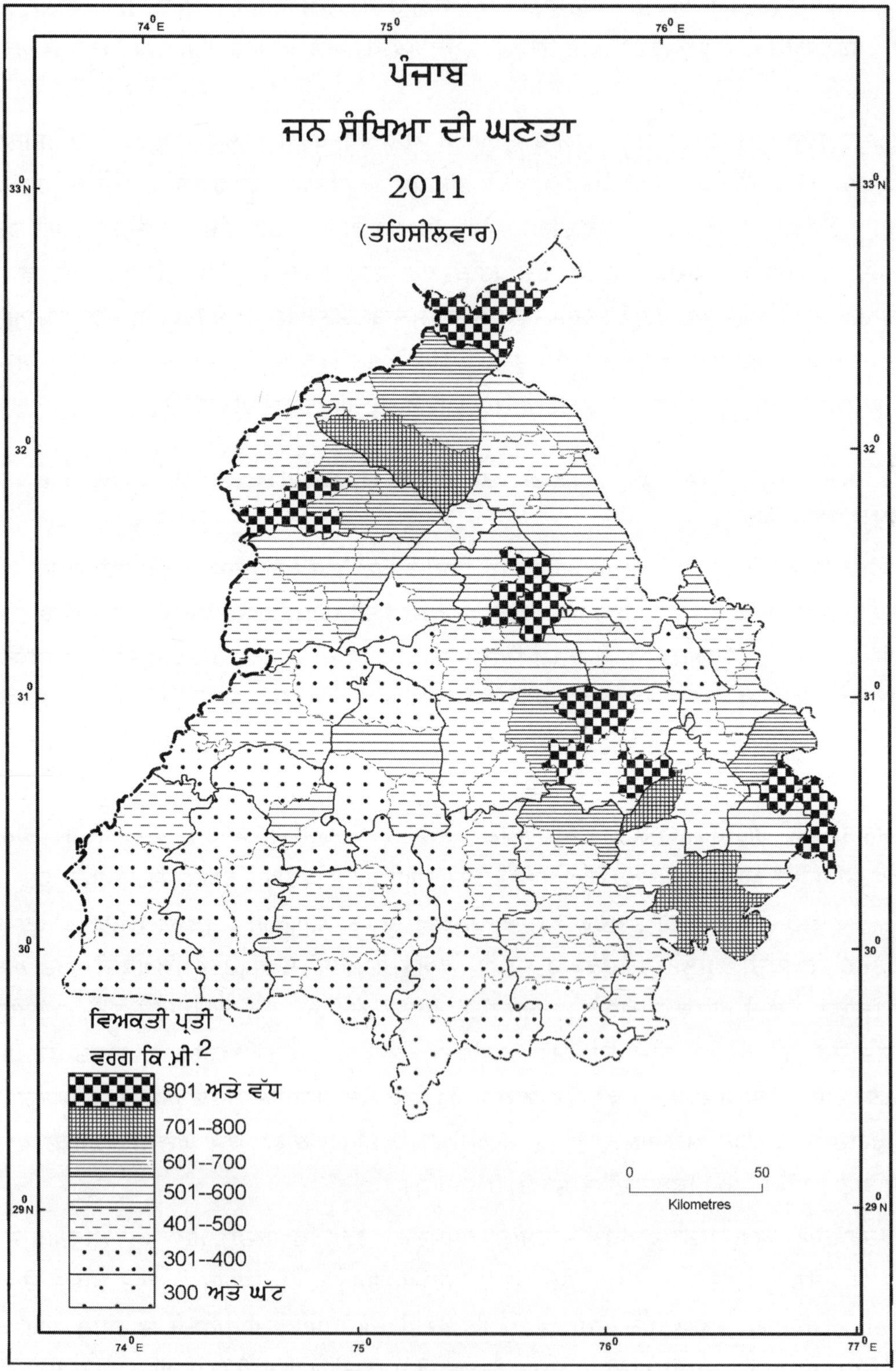
ਪੰਜਾਬ
ਜਨ ਸੰਖਿਆ ਦੀ ਘਣਤਾ
2011
(ਤਹਿਸੀਲਵਾਰ)
ਵਿਅਕਤੀ ਪ੍ਰਤੀ
ਵਰਗ ਕਿ.ਮੀ.^{2}
801 ਅਤੇ ਵੱਧ
701--800
601--700
501--600
401--500
301--400
300 ਅਤੇ ਘੱਟ
0 50
Kilometres
74°E
75°
76°E
77°E
33°N
32°
31°
30°
29°N

Map 30

ਪੰਜਾਬ ਵਿੱਚ ਜਨਸੰਖਿਆ ਵੰਡ ਅਤੇ ਘਣਤਾ ਨੂੰ ਪ੍ਰਭਾਵਤ ਕਰਨ ਵਾਲੇ ਕਾਰਕ (FACTORS AFFECTING THE DISTRIBUTION AND DENSITY OF POPULATION IN PUNJAB)

ਕਿਸੇ ਵੀ ਖੇਤਰ ਵਿੱਚ ਜਨਸੰਖਿਆ ਦੀ ਵੰਡ ਅਤੇ ਘਣਤਾ ਕਈ ਪ੍ਰਕਾਰ ਦੇ ਕਾਰਕਾਂ ਦੇ ਰਲੇ-ਮਿਲੇ ਜਾਂ ਸਾਂਝੇ ਪ੍ਰਭਾਵ ਉੱਤੇ ਨਿਰਭਰ ਕਰਦੇ ਹਨ। ਇਹ ਭੌਤਿਕ ਭੂਗੋਲਿਕ (physical geographical), ਆਰਥਿਕ, ਸਮਾਜਿਕ, ਧਾਰਮਿਕ ਜਾਂ ਦੂਜੇ ਸਭਿਆਚਾਰਕ (cultural) ਕਾਰਕ ਹੋ ਸਕਦੇ ਹਨ। ਇਨ੍ਹਾਂ ਵਿੱਚੋਂ ਇਕੱਲਾ ਕੋਈ ਵੀ ਬਹੁਤ ਮਹੱਤਵਪੂਰਣ ਨਹੀਂ ਹੁੰਦਾ ਹੈ।

ਭੌਤਿਕ ਭੂਗੋਲਿਕ ਕਾਰਕ ਜਿਵੇਂ ਕਿ ਧਰਾਤਲ ਅਤੇ ਉਚਾਈ, ਜਲਵਾਯੂ, ਮਿੱਟੀ, ਪਹੁੰਚ ਟਿਕਾਣਾ ਜਾਂ ਸਥਿਤੀ, ਪਾਣੀ ਅਤੇ ਖਣਿਜ ਅਤੇ ਸ਼ਕਤੀ ਸਾਧਨਾਂ ਦਾ ਮਿਲਣਾ ਆਦਿ ਸਰਵ-ਵਿਆਪਕ ਹਨ।

ਧਰਾਤਲ— ਜ਼ਿਆਦਾਤਰ ਪੰਜਾਬ ਮੈਦਾਨ ਹੈ ਅਤੇ ਲਗਭਗ 200 ਮੀਟਰ ਤੋਂ 300 ਮੀਟਰ ਦੀ ਉਚਾਈ ਵਿਚਕਾਰ ਫੈਲਿਆ ਹੋਇਆ ਹੈ। ਇਸ ਕਾਰਨ ਵਧੇਰੇ ਕਰਕੇ ਪੰਜਾਬ ਵਿੱਚ ਧਰਾਤਲ ਦਾ ਪ੍ਰਭਾਵ ਸਮਾਨ ਹੈ ਪ੍ਰੰਤੂ ਗੁਰਦਾਸਪੁਰ, ਹੁਸ਼ਿਆਰਪੁਰ, ਸ.ਭ.ਸ. ਨਗਰ (ਨਵਾਂਸ਼ਹਿਰ) ਅਤੇ ਰੂਪ ਨਗਰ ਦੇ ਪੂਰਬੀ ਭਾਗ ਪਹਾੜੀ ਹਨ। ਸ਼ਿਵਾਲਕ ਦਾ ਇਹ ਪਹਾੜੀ ਖੇਤਰ ਖੇਤੀਬਾੜੀ ਅਤੇ ਇਸ ਲਈ ਵਸੋਂ ਦੇ ਅਨੁਕੂਲ ਨਹੀਂ ਹੈ। ਇਸ ਕਾਰਨ ਪਠਾਨਕੋਟ ਜ਼ਿਲ੍ਹੇ ਦੀ ਧਾਰ ਕਲਾਂ ਤਹਿਸੀਲ ਵਿੱਚ ਅਤੇ ਹੁਸ਼ਿਆਰਪੁਰ, ਐਸ.ਬੀ.ਐਸ. ਨਗਰ ਅਤੇ ਰੂਪ ਨਗਰ ਦੇ ਪੂਰਬੀ ਭਾਗਾਂ ਵਿੱਚ ਘਣਤਾ ਘੱਟ ਹੈ। ਸ਼ਿਵਾਲਕ ਪਹਾੜੀਆਂ ਵਿੱਚ ਤਾਂ ਪਿੰਡ ਹੈ ਹੀ ਨਹੀਂ ਹਨ। ਪਠਾਨਕੋਟ ਜ਼ਿਲ੍ਹੇ ਦੀ ਧਾਰ ਕਲਾਂ ਤਹਿਸੀਲ ਦੀ ਘਣਤਾ ਸਭ ਤੋਂ ਘੱਟ 211 ਵਿਅਕਤੀ ਪ੍ਰਤੀ ਵਰਗ ਕਿਲੋਮੀਟਰ ਹੈ। ਬਲਾਚੌਰ ਅਤੇ ਗੜ੍ਹਸ਼ੰਕਰ ਤਹਿਸੀਲਾਂ ਵਿੱਚ ਵੀ ਘਣਤਾ 410 ਵਿਅਕਤੀ ਤੋਂ ਘੱਟ ਹੈ।

ਜਲਵਾਯੂ— ਰਾਜ ਦੇ ਦੱਖਣ-ਪੱਛਮੀ ਜ਼ਿਲ੍ਹਿਆਂ ਵਿੱਚ ਗਰਮ ਅਤੇ ਖੁਸ਼ਕ ਜਲਵਾਯੂ ਕਾਰਨ ਖੇਤੀਬਾੜੀ ਘੱਟ ਘਣੀ ਹੈ। ਪਾਣੀ ਦੀ ਘਾਟ ਹੈ। ਇਸ ਕਾਰਨ ਵਸੋਂ ਵੰਡ ਵਿਰਲੀ ਅਤੇ ਘਣਤਾ ਨੀਵੀਂ ਹੈ। ਉੱਤਰ-ਪੂਰਬ ਵੱਲ ਵਰਖਾ ਦੇ ਵਧਣ ਨਾਲ ਘਣਤਾ ਵੀ ਵਧਦੀ ਜਾਂਦੀ ਹੈ। ਉਦਾਹਰਨ ਲਈ ਦੱਖਣ-ਪੱਛਮ ਵਿੱਚ ਸਥਿਤ ਬਠਿੰਡਾ ਦੀ ਘਣਤਾ 412 ਵਿਅਕਤੀ ਹੈ, ਪ੍ਰੰਤੂ ਪੂਰਬ ਵਿੱਚ ਸਥਿਤ ਹੁਸ਼ਿਆਰਪੁਰ ਜ਼ਿਲ੍ਹੇ ਦੀ ਵਸੋਂ ਘਣਤਾ 468 ਵਿਅਕਤੀ ਪ੍ਰਤੀ ਵਰਗ ਕਿਲੋਮੀਟਰ ਹੈ।

ਦੱਖਣ-ਪੱਛਮੀ ਪੰਜਾਬ ਦੀਆਂ ਤਹਿਸੀਲਾਂ ਤਲਵੰਡੀ ਸਾਬੋ (324 ਵਿਅਕਤੀ), ਸਰਦੂਲਗੜ੍ਹ (311 ਵਿਅਕਤੀ), ਮਲੋਟ (327 ਵਿਅਕਤੀ), ਮੁਕਤਸਰ (366 ਵਿਅਕਤੀ) ਅਤੇ ਫਾਜ਼ਿਲਕਾ (354 ਵਿਅਕਤੀ) ਦੀ ਨੀਵੀਂ ਜਨਸੰਖਿਆ ਘਣਤਾ ਦਾ ਇੱਕ ਮਹੱਤਵਪੂਰਣ ਕਾਰਨ ਇੱਥੋਂ ਦਾ ਗਰਮ ਅਤੇ ਖੁਸ਼ਕ ਜਲਵਾਯੂ ਹੈ।

ਮਿੱਟੀ— ਪੰਜਾਬ ਖੇਤੀ ਪ੍ਰਧਾਨ ਰਾਜ ਹੈ। ਇਸ ਲਈ ਇੱਥੇ ਮਿੱਟੀ ਦੀ ਕਿਸਮ ਅਤੇ ਉਪਜਾਊਪਨ ਦਾ ਜਨਸੰਖਿਆ ਵੰਡ ਅਤੇ ਘਣਤਾ ਉੱਤੇ ਕਾਫ਼ੀ ਪ੍ਰਭਾਵ ਪੈਂਦਾ ਹੈ। ਇਹ ਗੱਲ ਅਲੱਗ ਹੈ ਕਿ ਖਾਦਾਂ ਪਾ ਕੇ ਅਤੇ ਸਿੰਜਾਈ ਕਰਕੇ ਘਟੀਆ ਮਿੱਟੀ ਵਿੱਚੋਂ ਵੀ ਕਾਫ਼ੀ ਫਸਲ ਉਤਪਾਦਨ ਲਿਆ ਜਾ ਸਕਦਾ ਹੈ। ਉਪਜਾਊ ਚੀਕਣੀ ਦੋਮਟ ਮਿੱਟੀ ਵਾਲੇ ਮਾਝਾ ਅਤੇ ਬਿਸਤ ਦੋਆਬ ਦੇ ਜ਼ਿਲ੍ਹਿਆਂ ਵਿੱਚ ਘਣਤਾ ਕਾਫ਼ੀ ਉੱਚੀ ਹੈ (ਜਲੰਧਰ 836 ਵਿਅਕਤੀ, ਅੰਮ੍ਰਿਤਸਰ 928 ਵਿਅਕਤੀ) ਪ੍ਰੰਤੂ ਰੇਤਲੀ ਦੋਮਟ ਅਤੇ ਰੇਤਲੀ ਮਿੱਟੀ ਵਾਲੇ ਮਾਨਸਾ ਜ਼ਿਲ੍ਹਾ ਵਿੱਚ ਘਣਤਾ 350 ਵਿਅਕਤੀ ਅਤੇ ਮੁਕਤਸਰ ਵਿੱਚ 348 ਵਿਅਕਤੀ ਪ੍ਰਤੀ ਵਰਗ ਕਿਲੋਮੀਟਰ ਹੈ।

ਪਾਣੀ— ਪਾਣੀ ਦੀ ਵੀ ਕਾਫ਼ੀ ਮਹੱਤਤਾ ਹੈ, ਵਿਸ਼ੇਸ਼ ਕਰਕੇ ਖੇਤੀਬਾੜੀ ਲਈ। ਮਾਲਵੇ ਦੇ ਜ਼ਿਲ੍ਹਿਆਂ ਵਿੱਚ ਨਹਿਰਾਂ ਰਾਹੀਂ ਸਿੰਜਾਈ ਅਤੇ ਪੀਣ ਲਈ ਪਾਣੀ ਦੇ ਮਿਲ ਜਾਣ ਨਾਲ ਖੇਤੀ ਉਤਪਾਦਨ ਵਿੱਚ ਬਹੁਤ ਵਾਧਾ ਹੋਇਆ ਹੈ ਅਤੇ ਇਸ ਕਾਰਨ ਜਨਸੰਖਿਆ ਵਿੱਚ ਵੀ ਕਾਫ਼ੀ ਵਾਧਾ ਹੋਇਆ ਹੈ। ਸਮੁੱਚੇ ਰਾਜ ਵਿੱਚ ਖਣਿਜ ਪਦਾਰਥਾਂ ਅਤੇ ਸ਼ਕਤੀ ਸਾਧਨਾਂ (ਪਣ-ਬਿਜਲੀ ਤੋਂ ਬਿਨਾਂ) ਦੀ ਅਣਹੋਂਦ ਹੈ। ਪਣ-ਬਿਜਲੀ ਦੇ ਵਿਕਾਸ ਕਾਰਨ ਨੰਗਲ ਟਾਊਨਸ਼ਿਪ ਹੋਂਦ ਵਿੱਚ ਆਇਆ ਸੀ। ਇਸ ਸਮੇਂ (2011) ਇਸ ਦੀ ਜਨਸੰਖਿਆ 48 ਹਜ਼ਾਰ ਦੇ ਲਗਭਗ ਹੈ। ਤਲਵਾੜਾ ਦਾ ਕਸਬਾ ਵੀ ਇਸੇ ਕਾਰਨ ਹੋਂਦ ਵਿੱਚ ਆਇਆ ਸੀ।

ਪਾਕਿਸਤਾਨ ਨਾਲ ਲੱਗਦੀ **ਸਰਹੱਦੀ ਸਥਿਤੀ** ਕਾਰਨ ਅੰਮ੍ਰਿਤਸਰ ਅਤੇ ਗੁਰਦਾਸਪੁਰ ਜ਼ਿਲ੍ਹਿਆਂ ਦੀ ਜਨਸੰਖਿਆ 1981-91

ਸਮੇਂ ਦੌਰਾਨ ਘੱਟ ਵਧੀ ਹੈ। ਇਨ੍ਹਾਂ ਦੀ ਵਾਧਾ ਦਰ ਪੰਜਾਬ ਦੀ ਔਸਤ ਵਾਧਾ ਦਰ (20.81%) ਤੋਂ ਕਾਫ਼ੀ ਘੱਟ (14.4 ਤੋਂ 16.1%) ਸੀ।

ਉਦਯੋਗੀਕਰਣ— ਆਰਥਿਕ ਕਾਰਕਾਂ ਵਿੱਚ ਉਦਯੋਗੀਕਰਣ ਬਹੁਤ ਮਹੱਤਵਪੂਰਣ ਹੈ। ਲੁਧਿਆਣਾ ਜ਼ਿਲ੍ਹੇ ਦੀ ਸਭ ਤੋਂ ਜ਼ਿਆਦਾ ਜਨਸੰਖਿਆ ਅਤੇ ਸਭ ਤੋਂ ਉੱਚੀ ਘਣਤਾ ਦਾ ਇੱਕ ਵੱਡਾ ਕਾਰਨ ਇੱਥੋਂ ਦਾ ਤੇਜ਼ ਉਦਯੋਗੀਕਰਣ ਹੈ। ਉਦਯੋਗੀਕਰਣ ਕਾਰਨ ਜ਼ਮੀਨ ਦੀ ਜਨਸੰਖਿਆ ਸੰਭਾਲਣ ਦੀ ਸ਼ਕਤੀ ਬਹੁਤ ਵਧ ਜਾਂਦੀ ਹੈ। ਉਦਯੋਗਿਕ ਸ਼ਹਿਰਾਂ ਵੱਲ ਉੱਚਾ ਪੇਂਡੂ ਪਰਵਾਸ ਹੁੰਦਾ ਹੈ। ਗੋਬਿੰਦਗੜ੍ਹ ਦੀ ਆਬਾਦੀ 1971 ਤੋਂ 2001 ਵਿੱਚ ਲਗਭਗ 6.5 ਗੁਣਾ ਵਧੀ ਹੈ ਅਤੇ 2001-2011 ਦੌਰਾਨ ਇਹ ਵਾਧਾ 35.58% ਹੈ। ਇਸ ਦਾ ਮੁੱਖ ਕਾਰਨ ਇਸ ਕਸਬੇ ਦਾ ਤੇਜ਼ ਉਦਯੋਗੀਕਰਣ ਸੀ। ਇਸ ਦੇ ਮੁਕਾਬਲੇ ਤੇ ਖੇਤੀ ਪ੍ਰਧਾਨ ਬਠਿੰਡਾ, ਫਰੀਦਕੋਟ, ਮਾਨਸਾ, ਸੰਗਰੂਰ ਜ਼ਿਲ੍ਹਿਆਂ ਵਿੱਚ ਵਸੋਂ ਵਾਧਾ ਦਰ 10.6% ਤੋਂ 20.1% ਹੈ ਜਦਕਿ ਐਸ.ਏ.ਐਸ. ਨਗਰ ਜ਼ਿਲ੍ਹੇ ਦੀ ਵਾਧਾ ਦਰ 33.15% , ਪਟਿਆਲਾ ਲਈ 19.62% ਅਤੇ ਲੁਧਿਆਣਾ ਲਈ 15.36% ਹੈ।

ਆਵਾਜਾਈ ਸਾਧਨ— ਆਵਾਜਾਈ ਸਾਧਨਾਂ ਦੀ ਵੀ ਮਹੱਤਵਪੂਰਣ ਭੂਮਿਕਾ ਹੈ। ਜੀ.ਟੀ. ਰੋਡ ਅਤੇ ਦਿੱਲੀ-ਅੰਬਾਲਾ-ਲੁਧਿਆਣਾ-ਜਲੰਧਰ-ਅੰਮ੍ਰਿਤਸਰ ਮੁੱਖ ਰੇਲਵੇ ਲਾਈਨ ਦੇ ਨਾਲ ਲੱਗਦੇ ਸ਼ਹਿਰਾਂ ਅਤੇ ਪੱਟੀ ਖੇਤਰ (Central corridor) ਵਿੱਚ ਤੇਜ਼ ਅਤੇ ਸੌਖੀ ਆਵਾਜਾਈ ਕਾਰਨ ਸਮੁੱਚੀ ਜਨਸੰਖਿਆ ਵਿੱਚ ਬਹੁਤ ਵਾਧਾ ਹੋਇਆ ਹੈ। ਪ੍ਰੰਤੂ ਆਵਾਜਾਈ ਸਾਧਨਾਂ ਰਾਹੀਂ ਘੱਟ ਅਤੇ ਮੁਸ਼ਕਲ ਪਹੁੰਚ ਕਾਰਨ ਮਾਨਸਾ, ਬਠਿੰਡਾ ਅਤੇ ਫਿਰੋਜ਼ਪੁਰ ਦੇ ਜ਼ਿਲ੍ਹਿਆਂ ਦੇ ਅੰਦਰਲੇ ਅਤੇ ਸੀਮਾਵਰਤੀ ਭਾਗਾਂ ਵਿੱਚ ਜਨਸੰਖਿਆ ਵਿਰਲੀ ਹੈ, ਘਣਤਾ ਨੀਵੀਂ ਹੈ ਅਤੇ ਵਸੋਂ ਵਾਧਾ ਦਰ ਵੀ ਘੱਟ ਹੈ।

ਸ਼ਾਂਤੀ ਅਤੇ ਸਥਿਰਤਾ— 1984 ਤੋਂ ਬਾਅਦ ਪੈਦਾ ਹੋਈ ਗੜਬੜ ਅਤੇ ਅਸ਼ਾਂਤੀ ਕਾਰਨ ਅੰਮ੍ਰਿਤਸਰ, ਗੁਰਦਾਸਪੁਰ ਆਦਿ ਜ਼ਿਲ੍ਹਿਆਂ ਵਿੱਚੋਂ ਦੂਜੇ ਸੁਰੱਖਿਅਤ ਜ਼ਿਲ੍ਹਿਆਂ ਜਾਂ ਰਾਜਾਂ ਵੱਲ ਲੋਕਾਂ ਦਾ ਪ੍ਰਵਾਸ ਸ਼ੁਰੂ ਹੋ ਗਿਆ ਸੀ। ਇਸ ਅਸ਼ਾਂਤੀ ਕਾਰਨ ਇਨ੍ਹਾਂ ਦੋਹਾਂ ਜ਼ਿਲ੍ਹਿਆਂ ਵਿੱਚ ਵਸੋਂ ਵਿੱਚ ਘੱਟ ਵਾਧਾ ਹੋਇਆ ਹੈ। ਅੰਮ੍ਰਿਤਸਰ ਜ਼ਿਲ੍ਹੇ ਵਿੱਚ ਵਸੋਂ ਵਾਧਾ ਦਰ : 1971-81 = 19.23%, 1981-91 = 14.46% ਅਤੇ ਗੁਰਦਾਸਪੁਰ ਜ਼ਿਲ੍ਹੇ ਵਿੱਚ 1971-81 ਦੌਰਾਨ 23.10% ਅਤੇ 1981-01 ਦੌਰਾਨ 16.07% ਸੀ।

ਧਾਰਮਿਕ ਕਾਰਨ ਦੇ ਫਲਸਰੂਪ ਅੰਮ੍ਰਿਤਸਰ ਸ਼ਹਿਰ ਦਾ ਤੇਜ਼ ਵਿਕਾਸ ਹੋਇਆ ਹੈ। ਆਨੰਦਪੁਰ ਸਾਹਿਬ ਦੇ ਵਿਕਾਸ ਵਿੱਚ ਵੀ ਧਾਰਮਿਕ ਕਾਰਕ ਦਾ ਪ੍ਰਭਾਵ ਹੈ। ਪੁੱਤਰ ਦੀ ਇੱਛਾ, ਵਿਧਵਾ ਵਿਆਹ ਆਦਿ ਨੇ ਤੇਜ਼ ਵਸੋਂ ਵਾਧੇ ਨੂੰ ਉਤਸ਼ਾਹਤ ਕੀਤਾ ਹੈ। ਉੱਚੀ ਸਾਖਰਤਾ, ਖੁਸ਼ਹਾਲੀ, ਉੱਚਾ ਜੀਵਨ ਸਤਰ ਆਦਿ ਕਾਰਨ ਪਰਿਵਾਰਾਂ ਦਾ ਆਕਾਰ ਸੀਮਤ ਹੋਇਆ ਹੈ ਅਤੇ ਵਸੋਂ ਵਾਧਾ ਘਟਣ ਲੱਗ ਪਿਆ ਹੈ। ਸਰਕਾਰ ਦੀ ਨੀਤੀ ਵੀ ਵਸੋਂ ਵੰਡ ਨੂੰ ਪ੍ਰਭਾਵਤ ਕਰਦੀ ਹੈ।

ਜਨਸੰਖਿਆ ਦਾ ਵਾਧਾ (GROWTH OF POPULATION)

ਜਨਸੰਖਿਆ ਦਾ ਵਾਧਾ ਜਨਸੰਖਿਆ ਦਾ ਇੱਕ ਮਹੱਤਵਪੂਰਣ ਅੰਗ ਹੈ। ਸਾਧਨਾਂ ਦਾ ਵਿਕਾਸ ਅਤੇ ਉਪਲੱਬਧੀ, ਗਰੀਬੀ, ਜੀਵਨ ਸਤਰ, ਯੋਜਨਾਬੰਦੀ, ਵਾਤਾਵਰਣ ਦਾ ਵਿਗਾੜ ਆਦਿ ਉੱਤੇ ਵਸੋਂ ਵਾਧੇ ਦਰ ਦਾ ਸਿੱਧਾ ਜਾਂ ਅਸਿੱਧਾ ਅਸਰ ਪੈਂਦਾ ਹੈ। ਜਨਸੰਖਿਆ ਵਾਧੇ ਦਾ ਅਰਥ ਹੈ ਕਿ ਸਮੇਂ ਦੇ ਇੱਕ ਬਿੰਦੂ ਤੋਂ ਦੂਜੇ ਨਿਸ਼ਚਤ ਬਿੰਦੂ ਤੱਕ ਕਿਸੇ ਦੇਸ਼, ਰਾਜ ਜਾਂ ਖੇਤਰ ਦੀ ਜਨਸੰਖਿਆ ਵਿੱਚ ਕਿੰਨੀ ਅਤੇ ਕਿਹੋ ਜਿਹੀ ਤਬਦੀਲੀ ਆਈ ਹੈ। ਇਹ ਤਬਦੀਲੀ ਵਧਣ ਦੀ (positive) ਜਾਂ ਘਟਣ (negative) ਦੀ ਹੋ ਸਕਦੀ ਹੈ। ਇਹ ਤਬਦੀਲੀ ਕੁੱਲ ਗਿਣਤੀ ਵਿੱਚ (absolute) ਜਾਂ ਪ੍ਰਤੀਸ਼ਤ ਰੂਪ ਵਿੱਚ ਦਿਖਾਈ ਜਾ ਸਕਦੀ ਹੈ। ਉਦਾਹਰਣ ਲਈ 2001 ਦੀ ਜਨਗਣਨਾ ਅਨੁਸਾਰ ਪੰਜਾਬ ਦੀ ਜਨਸੰਖਿਆ 2,43,58,999 ਸੀ ਅਤੇ 2011 ਦੀ ਜਨਗਣਨਾ ਅਨੁਸਾਰ ਇਹ 2,77,43,338 ਹੋ ਗਈ ਹੈ। 2001 ਤੋਂ 2011 ਤੱਕ ਪੰਜਾਬ ਦੀ ਜਨਸੰਖਿਆ 2,77,43,338—2,43,58,999 = +33,84,339 ਵਧੀ ਸੀ। 2001-11 ਸਮੇਂ ਵਿੱਚ 33 ਲੱਖ 84 ਹਜ਼ਾਰ ਤਿੰਨ ਸੌ ਉਨਤਾਲੀ ਵਿਅਕਤੀਆਂ ਦਾ ਇਹ ਵਾਧਾ ਕੁੱਲ

ਵਾਧਾ ਕਿਹਾ ਜਾ ਸਕਦਾ ਹੈ। ਇਸ ਤਬਦੀਲੀ ਨੂੰ ਕੁੱਲ ਵਾਧਾ (Absolute growth) ਕਿਹਾ ਜਾਂਦਾ ਹੈ। ਇਸ ਨੂੰ ਪ੍ਰਤੀਸ਼ਤ ਵਿੱਚ ਵੀ ਬਦਲਿਆ ਜਾ ਸਕਦਾ ਹੈ ਜਿਵੇਂ ਕਿ ਪ੍ਰਤੀਸ਼ਤ ਵਾਧਾ

$$= \frac{33,84,339}{2,43,58,999} \times 100 = 13.89\%$$

ਜਨਸੰਖਿਆ ਵਾਧੇ ਦੇ **ਮੁੱਖ ਘਟਕ** (Components) ਜਨਮ (birth), ਮੌਤ (death) ਅਤੇ ਪਰਵਾਸ (migration) ਹਨ। ਇਨ੍ਹਾਂ ਤਿੰਨ ਘਟਕਾਂ ਦੇ ਆਪਸੀ ਜਮ੍ਹਾਂ, ਮਨਫ਼ੀ ਦੇ ਫਲਸਰੂਪ ਵਸੋਂ ਵਾਧਾ (ਜਾਂ ਤਬਦੀਲੀ) ਹੁੰਦਾ ਹੈ। ਦਿੱਤੇ ਸਮੇਂ (ਆਮ ਕਰਕੇ ਦੋ ਜਨਗਣਨਾ ਦੇ ਵਿਚਕਾਰ ਦਾ ਸਮਾਂ) (inter-censal period) ਵਿੱਚ ਹੋਏ ਕੁੱਲ ਜਨਮਾਂ (births) ਵਿੱਚੋਂ ਹੋਈਆਂ ਕੁੱਲ ਮੌਤਾਂ ਨੂੰ ਘਟਾ ਕੇ ਜਨਸੰਖਿਆ ਵਿੱਚ ਤਬਦੀਲੀ ਜਾਂ ਵਾਧਾ ਲੱਭਿਆ ਜਾਂਦਾ ਹੈ। ਇਸ ਵਾਧੇ ਨੂੰ **ਕੁਦਰਤੀ ਵਾਧਾ** (natural growth) ਕਿਹਾ ਜਾਂਦਾ ਹੈ। ਜਦੋਂ ਇਸ ਵਾਧੇ ਜਾਂ ਤਬਦੀਲੀ ਵਿੱਚ ਖੇਤਰ ਵਿੱਚ ਬਾਹਰੋਂ ਆ ਕੇ ਰਹਿਣ ਵਾਲੇ (in migration) ਅਤੇ ਖੇਤਰ ਤੋਂ ਬਾਹਰ ਜਾਣ ਵਾਲੇ (Out-migration) ਵਿਅਕਤੀਆਂ ਨੂੰ ਵੀ ਘਟਾ ਅਤੇ ਜਮ੍ਹਾਂ ਕਰ ਲਿਆ ਜਾਂਦਾ ਹੈ, ਤਾਂ ਫਲਸਰੂਪ ਹੋਈ ਤਬਦੀਲੀ ਜਾਂ ਵਾਧੇ ਨੂੰ **ਅਸਲੀ ਵਾਧਾ** (actual growth) ਕਿਹਾ ਜਾਂਦਾ ਹੈ। ਇਸ ਤਰ੍ਹਾਂ ਜਨਸੰਖਿਆ ਦੇ ਵਾਧੇ ਨੂੰ ਪੂਰੀ ਤਰ੍ਹਾਂ ਸਮਝਣ ਲਈ ਜਨਮ, ਮੌਤ ਅਤੇ ਪ੍ਰਵਾਸ ਦਾ ਗਿਆਨ ਹੋਣਾ ਵੀ ਜ਼ਰੂਰੀ ਹੈ।

ਪੰਜਾਬ ਦੀ ਜਨਸੰਖਿਆ ਦਾ ਵਾਧਾ (GROWTH OF POPULATION OF PUNJAB)

ਪੰਜਾਬ ਦੀ ਜਨਸੰਖਿਆ 1901 ਤੋਂ 1911 ਅਤੇ 1941 ਦੇ ਸਮਿਆਂ (ਜਦੋਂ ਪੰਜਾਬ ਦੀ ਜਨਸੰਖਿਆ ਘਟੀ ਸੀ) ਨੂੰ ਛੱਡ ਕੇ ਹੁਣ ਤੱਕ ਵਧਦੀ ਆਈ ਹੈ। 1901 ਤੋਂ 1911 ਸਮੇਂ ਦੌਰਾਨ ਸੋਕਾ, ਪਲੇਗ ਆਦਿ ਮਹਾਮਾਰੀਆਂ (Epidemics) ਕਾਰਨ ਅਤੇ 1941 ਤੋਂ 1951 ਵਿਚਕਾਰ 1947 ਵਿੱਚ ਹੋਏ ਜਨਸੰਖਿਆ ਦੇ ਬਟਵਾਰੇ ਕਾਰਨ ਪੰਜਾਬ ਦੀ ਜਨਸੰਖਿਆ ਇਨ੍ਹਾਂ ਸਮਿਆਂ ਵਿੱਚ ਘਟੀ ਸੀ। 1901 ਵਿੱਚ ਪੰਜਾਬ ਦੀ ਜਨਸੰਖਿਆ 75.5 ਲੱਖ ਸੀ। 1951 ਵਿੱਚ ਇਹ ਵਧ ਕੇ 91.6 ਲੱਖ ਹੋ ਗਈ ਸੀ। ਅਜੋਕੇ ਪੰਜਾਬ ਵਿੱਚ ਹੋਈ ਪਹਿਲੀ ਜਨਗਣਨਾ 1971 ਅਨੁਸਾਰ ਇਸ ਦੀ ਕੁੱਲ ਜਨਸੰਖਿਆ 1 ਕਰੋੜ 35 ਲੱਖ 51 ਹਜ਼ਾਰ ਸੀ ਜੋ 1981 ਵਿੱਚ ਵਧ ਕੇ 1 ਕਰੋੜ 67 ਲੱਖ 88 ਹਜ਼ਾਰ 9 ਸੌ ਪੰਦਰਾਂ ਤੋਂ 1991 ਅਨੁਸਾਰ 2 ਕਰੋੜ 2 ਲੱਖ 81 ਹਜ਼ਾਰ 9 ਸੌ ਉੱਣੱਤ੍ਰ ਹੋ ਗਈ ਸੀ। 2001 ਦੀ ਜਨਗਣਨਾ ਅਨੁਸਾਰ ਇਹ ਜਨਸੰਖਿਆ ਵਧ ਕੇ 2 ਕਰੋੜ 43 ਲੱਖ 58 ਹਜ਼ਾਰ 9 ਸੌ ਨੜਿਨਵੇਂ ਹੋ ਗਈ ਸੀ। 2011 ਦੀ ਜਨਗਣਨਾ ਦੇ ਅੰਤਮ ਅੰਕੜਿਆਂ ਅਨੁਸਾਰ ਪੰਜਾਬ ਦੀ ਕੁੱਲ ਜਨਸੰਖਿਆ 2 ਕਰੋੜ, 77 ਲੱਖ, 43 ਹਜ਼ਾਰ, 3 ਸੌ ਅਠੱਤੀ ਹੈ। ਪੰਜਾਬ ਦੀ ਜਨਸੰਖਿਆ 1901 ਤੋਂ 1971 ਤੱਕ 700 ਸਾਲਾਂ ਵਿੱਚ ਲਗਭਗ ਦੁੱਗਣੀ ਹੋਈ ਸੀ ਪ੍ਰੰਤੂ ਇਹ ਅਗਲੇ ਲਗਭਗ 36 ਸਾਲਾਂ ਵਿੱਚ ਹੀ ਲਗਭਗ ਦੁੱਗਣੀ ਹੋ ਜਾਵੇਗੀ (1971 = 135.5 ਲੱਖ, 2007 = 270.64 ਲੱਖ (ਅਨੁਮਾਨਤ))। ਵੀਹਵੀਂ ਸਦੀ ਦੇ ਪਹਿਲੇ ਅੱਧ (1901–51) ਵਿੱਚ ਪੰਜਾਬ ਦੀ ਕੁੱਲ ਵਸੋਂ ਵਿੱਚ ਕੇਵਲ 16.1 ਲੱਖ ਦਾ ਵਾਧਾ ਹੋਇਆ ਸੀ ਪ੍ਰੰਤੂ ਸਦੀ ਦੇ ਦੂਜੇ ਅੱਧ ਵਿੱਚ (1951–01) ਇਹ ਵਾਧਾ 151–29 ਲੱਖ ਦੀ ਸੀ, ਭਾਵ ਨੌਂ ਗੁਣਾ। ਕੇਵਲ ਇੱਕ ਦਹਾਕੇ 2001 ਤੋਂ 2011 ਦੌਰਾਨ ਪੰਜਾਬ ਦੀ ਜਨਸੰਖਿਆ ਵਿੱਚ 33.84 ਲੱਖ ਦਾ ਵਾਧਾ ਹੋਇਆ ਹੈ। ਇਹ ਵੀਹਵੀਂ ਸਦੀ ਦੇ ਪਹਿਲੇ ਅੱਧ (50 ਸਾਲ) ਦੇ ਵਾਧੇ ਦਾ ਦੋਗੁਣਾ ਵਾਧਾ ਹੈ।

ਸਾਰਣੀ ਨੰ. 16

ਪੰਜਾਬ ਦੀ ਜਨਸੰਖਿਆ ਵਿੱਚ ਵਾਧਾ— 1901 ਤੋਂ 2011

ਸਾਲ	ਜਨਸੰਖਿਆ	ਪ੍ਰਤੀਸ਼ਤ ਤਬਦੀਲੀ	ਭਾਰਤ ਵਿੱਚ ਪ੍ਰਤੀਸ਼ਤ ਤਬਦੀਲੀ
1901	75.45 ਲੱਖ	—	—
1911	67.32 ਲੱਖ	−10.78	+5.75
1921	71.53 ਲੱਖ	+6.26	− 0.31

1931	80.12 ਲੱਖ	+12.02	+11.0
1941	96.00 ਲੱਖ	+19.82	+14.22
1951	91.61 ਲੱਖ	−4.58	+13.31
1961	111.35 ਲੱਖ	+21.56	+21.51
1971	135.51 ਲੱਖ	+21.70	+24.80
1981	167.89 ਲੱਖ	+23.89	+24.66
1991	202.82 ਲੱਖ	+20.81	+23.50
2001	243.59 ਲੱਖ	+20.10	+21.34
2011	277.43 ਲੱਖ	+13.89	+17.70

ਸੋਮਾ— ਭਾਰਤ ਜਨਗਣਨਾ 2011 ਸੀਰੀਜ਼—4, ਪੰਜਾਬ ਅੰਤਮ ਜਨਸੰਖਿਆ ਕੁੱਲ ਅੰਕੜੇ

ਉੱਪਰ ਦਿੱਤੀ ਸਾਰਣੀ ਨੂੰ ਦੇਖਣ ਤੋਂ ਪਤਾ ਲੱਗਦਾ ਹੈ ਕਿ ਪੰਜਾਬ ਦੀ ਵਸੋਂ ਵਾਧੇ ਦਾ ਝੁਕਾਅ (trend) ਭਾਰਤ ਦੀ ਵਸੋਂ ਵਾਧੇ ਦੇ ਝੁਕਾਅ (trend) ਨਾਲੋਂ ਕਾਫ਼ੀ ਭਿੰਨ ਰਿਹਾ ਹੈ। 1901 ਤੋਂ 1911 ਅਤੇ 1941 ਤੋਂ 1951 ਦੇ ਸਮਿਆਂ ਦੌਰਾਨ ਪੰਜਾਬ ਦੀ ਜਨਸੰਖਿਆ ਦੀ ਵਾਧਾ ਮਨਫੀ (negative) ਸੀ ਪ੍ਰੰਤੂ ਭਾਰਤ ਲਈ ਇਹ ਜਮ੍ਹਾਂ (positive) ਸੀ। ਕਾਰਨ ਪਿਛਲੀਆਂ ਸਤਰਾਂ ਵਿੱਚ ਦੱਸੇ ਜਾ ਚੁੱਕੇ ਹਨ। ਭਾਰਤ ਦੀ ਜਨਸੰਖਿਆ ਵਾਧਾ ਦਰ 1911 ਤੋਂ 1921 ਦੇ ਸਮੇਂ ਲਈ ਮਨਫੀ ਸੀ (ਬੰਗਾਲ, ਬਿਹਾਰ ਆਦਿ ਕਈ ਭਾਗਾਂ ਵਿੱਚ ਕਾਲ ਅਤੇ ਮਹਾਮਾਰੀਆਂ ਕਾਰਨ) ਪ੍ਰੰਤੂ ਪੰਜਾਬ ਲਈ ਇਹ ਜਮ੍ਹਾਂ ਸੀ। 1941 ਤੱਕ ਪੰਜਾਬ ਵਿੱਚ ਵਸੋਂ ਦੀ ਪ੍ਰਤੀਸ਼ਤ ਤਬਦੀਲੀ ਭਾਰਤ ਦੀ ਵਸੋਂ ਦੀ ਪ੍ਰਤੀਸ਼ਤ ਤਬਦੀਲੀ ਨਾਲੋਂ ਜ਼ਿਆਦਾ ਸੀ। ਪ੍ਰੰਤੂ 1951 ਤੋਂ 2011 ਤੱਕ ਪੰਜਾਬ ਵਿੱਚ ਵਸੋਂ ਵਾਧਾ ਦਰ ਭਾਰਤ ਦੀ ਵਸੋਂ ਵਾਧਾ ਦਰ ਨਾਲੋਂ ਨੀਵੀਂ ਰਹੀ ਹੈ। ਇਸ ਦਾ ਕਾਰਨ 'ਹਰੇ ਇਨਕਲਾਬ' ਆਦਿ ਕਾਰਨ ਪੰਜਾਬ ਵਿੱਚ ਖੁਸ਼ਹਾਲੀ ਅਤੇ ਉੱਚੇ ਜੀਵਨ ਸਤਰ ਕਾਰਨ ਪਰਿਵਾਰਾਂ ਦੇ ਆਕਾਰ ਦਾ ਕੁੱਝ ਸੀਮਤ ਹੋਣਾ ਕਿਹਾ ਜਾ ਸਕਦਾ ਹੈ। ਸਮੁੱਚੇ ਤੌਰ ਤੇ ਪੰਜਾਬ ਵਿੱਚ 1981 ਤੱਕ ਵਸੋਂ ਪਹਿਲਾਂ ਧੀਮੀ ਗਤੀ ਅਤੇ 1971 ਤੋਂ ਬਾਅਦ ਤੇਜ਼ ਦਰ ਨਾਲ ਵਧੀ ਹੈ। ਪ੍ਰੰਤੂ 1981-91 ਦੇ ਦਹਾਕੇ ਵਿੱਚ ਅਸ਼ਾਂਤੀ ਅਤੇ ਗੜਬੜ ਦੀ ਹਾਲਤ ਅਤੇ ਪਰਿਵਾਰਾਂ ਦੇ ਸੀਮਤ ਆਕਾਰ ਦੇ ਹੋ ਜਾਣ ਨਾਲ ਵਾਧਾ ਦਰ 1971-81 ਦੇ 23.89% ਤੋਂ 1981-91 ਵਿੱਚ 20.81% ਤੱਕ ਘਟਿਆ ਹੈ। ਜਨਗਣਨਾ 2001 ਈਸਵੀ ਵਿੱਚ ਇਹ ਹੋਰ ਘਟ ਗਈ ਹੈ (20.10%)। ਪੰਜਾਬ ਦੀਆਂ ਬਦਲ ਰਹੀਆਂ ਆਰਥਿਕ ਅਤੇ ਸਮਾਜਿਕ ਹਾਲਤਾਂ ਇਸ ਵੱਲ ਇਸ਼ਾਰਾ ਕਰ ਰਹੀਆਂ ਹਨ। 2011 ਦੀ ਜਨਗਣਨਾ ਅਨੁਸਾਰ ਪੰਜਾਬ ਦੀ ਵਸੋਂ ਦਰ ਹੋਰ ਘਟ ਕੇ 13.89% ਹੋ ਗਈ ਹੈ।

ਨਕਸ਼ਾ ਨੰ. 31 ਵਿੱਚ ਪੰਜਾਬ ਦੇ ਵਿਭਿੰਨ ਜ਼ਿਲ੍ਹਿਆਂ ਦੀ 1991, 2001 ਅਤੇ 2011 ਦੀ ਜਨਗਣਨਾ ਦੇ ਆਧਾਰ ਤੇ ਕੁੱਲ ਵਸੋਂ ਬਾਰ ਚਿੱਤਰਾਂ ਰਾਹੀਂ ਦਿਖਾਈ ਗਈ ਹੈ। ਇਸ ਨਕਸ਼ੇ ਤੋਂ ਪਤਾ ਲੱਗਦਾ ਹੈ ਕਿ ਲੁਧਿਆਣਾ ਜ਼ਿਲ੍ਹੇ ਦੀ ਕੁੱਲ ਵਸੋਂ ਵਿੱਚ 1991 (24.28 ਲੱਖ) ਤੋਂ 2011 (34.99 ਲੱਖ) ਤੱਕ ਤੇਜ਼ ਵਾਧਾ ਹੋਇਆ ਹੈ। ਇਸ ਦੇ ਮੁੱਖ ਕਾਰਨ ਵੱਡੇ ਪੈਮਾਨੇ ਤੇ ਬਾਹਰ ਦੇ ਰਾਜਾਂ ਅਤੇ ਜ਼ਿਲ੍ਹਿਆਂ ਤੋਂ ਕੰਮ ਲਈ ਲੋਕਾਂ ਦੀ ਭਾਰੀ ਆਮਦ ਅਤੇ ਉੱਚਾ ਕੁਦਰਤੀ ਵਾਧਾ ਹਨ। ਗੁਰਦਾਸਪੁਰ, ਜਲੰਧਰ, ਫਿਰੋਜ਼ਪੁਰ ਅਤੇ ਅੰਮ੍ਰਿਤਸਰ ਜ਼ਿਲ੍ਹਿਆਂ ਦੀ ਕੁੱਲ ਵਸੋਂ ਵਿੱਚ ਵੀ ਉੱਚਾ ਵਾਧਾ ਹੋਇਆ ਹੈ। ਸਭ ਤੋਂ ਵੱਧ ਵਾਧਾ ਐਸ.ਏ.ਐਸ. ਨਗਰ (2001 = 7.47 ਲੱਖ, 2011 = 9.86 ਲੱਖ) ਜ਼ਿਲ੍ਹੇ ਵਿੱਚ ਰਿਕਾਰਡ ਕੀਤਾ ਗਿਆ ਜੋ 33.15% ਸੀ।

ਪੰਜਾਬ ਵਿੱਚ ਜਨਸੰਖਿਆ ਵਾਧੇ ਦੀ ਵੰਡ ਦਾ ਸਰੂਪ (SPATIAL PATTERN OF POPULATION GROWTH IN PUNJAB)

ਪੰਜਾਬ ਦੇ ਵਿਭਿੰਨ ਭਾਗਾਂ ਅਤੇ ਜ਼ਿਲ੍ਹਿਆਂ ਵਿੱਚ ਵਸੋਂ ਵਾਧਾ ਦਰ ਸਮਾਨ ਨਹੀਂ ਰਹੀ ਹੈ (ਨਕਸ਼ਾ ਨੰ. 32)। ਮੋਟੇ ਤੌਰ ਤੇ ਬਿਸਤ ਦੋਆਬ ਖੇਤਰ ਵਿੱਚ 1991-01 ਦੇ ਸਮੇਂ ਦੌਰਾਨ ਸਭ ਤੋਂ ਘੱਟ ਵਸੋਂ ਵਾਧਾ ਦਰ (16.0%) ਰਿਕਾਰਡ ਕੀਤੀ ਗਈ ਸੀ।

ਇਸ ਦਾ ਮੁੱਖ ਕਾਰਨ ਇਸ ਖੇਤਰ ਤੋਂ ਕਾਫ਼ੀ ਗਿਣਤੀ ਵਿੱਚ ਲੋਕਾਂ ਦਾ ਕੰਮ-ਕਾਜ ਲਈ ਇਸ ਖੇਤਰ ਤੋਂ ਬਾਹਰ ਦੂਜੇ ਜ਼ਿਲ੍ਹਿਆਂ ਰਾਜਾਂ ਜਾਂ ਦੇਸ਼ਾਂ ਵੱਲ ਪ੍ਰਵਾਸ ਸੀ। ਇਸ ਖੇਤਰ ਤੋਂ ਕਾਫ਼ੀ ਲੋਕ ਬਾਹਰਲੇ ਦੇਸ਼ਾਂ ਨੂੰ ਵੀ ਪ੍ਰਵਾਸ ਕਰਦੇ ਹਨ। ਇਨ੍ਹਾਂ ਦੇ ਉਲਟ ਮਾਲਵਾ ਖੇਤਰ ਵਿੱਚ ਵਸੋਂ ਵਾਧਾ ਦਰ ਰਾਜ ਦੀ ਔਸਤ ਵਾਧਾ ਦਰ ਨਾਲੋਂ ਉੱਚੀ ਸੀ। ਇਹ 20.86% ਸੀ। ਇਸ ਦੇ ਮੁੱਖ ਕਾਰਨ ਇਸ ਖੇਤਰ ਉੱਤੇ ਗੜਬੜ ਦਾ ਬਹੁਤ ਘੱਟ ਪ੍ਰਭਾਵ, ਖੇਤੀਬਾੜੀ ਦਾ ਤੇਜ਼ ਵਿਕਾਸ ਅਤੇ ਬਹੁਤ ਸਾਰੇ ਉਦਯੋਗਾਂ ਦਾ ਲੱਗਣਾ ਸੀ। ਮਾਝਾ ਖੇਤਰ ਤੋਂ ਵੀ ਬਹੁਤ ਸਾਰੇ ਲੋਕ ਇਸ ਪ੍ਰਦੇਸ਼ ਵਿੱਚ ਆ ਵਸੇ ਸਨ। ਸਭ ਤੋਂ ਵੱਧ ਵਸੋਂ ਵਾਧਾ ਦਰ ਮਾਝਾ ਖੇਤਰ (21.99%) ਵਿੱਚ ਰਿਕਾਰਡ ਕੀਤਾ ਗਿਆ। ਇਹ ਸਥਿਤੀ 1981-91 ਦੇ ਸਮੇਂ ਤੋਂ ਬਿਲਕੁਲ ਉਲਟ ਸੀ। ਇਸ ਦੇ ਮੁੱਖ ਕਾਰਨ 1991-01 ਦੇ ਦਹਾਕੇ ਦੌਰਾਨ ਪੰਜਾਬ ਵਿੱਚ ਸਮੁੱਚੀ ਸ਼ਾਂਤੀ ਦਾ ਬਹਾਲ ਹੋਣਾ ਅਤੇ ਮਾਝਾ ਪ੍ਰਦੇਸ਼ ਦਾ ਤੇਜ਼ ਵਿਕਾਸ ਕਹੇ ਜਾ ਸਕਦੇ ਹਨ। ਬਹੁਤ ਸਾਰੇ ਲੋਕ ਮੁੜ ਆਪਣੇ ਘਰਾਂ ਨੂੰ ਵਾਪਸ ਆ ਗਏ।

2001 ਤੋਂ 2011 ਦੇ ਸਮੇਂ ਦੌਰਾਨ, ਸਮੁੱਚੇ ਪੰਜਾਬ ਦੀ ਵਸੋਂ ਵਾਧਾ ਦਰ ਦੇ ਘਟਣ ਦੇ ਨਾਲ ਹੀ ਇਸ ਦੇ ਤਿੰਨ ਮੁੱਖ ਲੋਕ ਪ੍ਰਦੇਸ਼ਾਂ– ਮਾਝਾ, ਦੋਆਬਾ ਅਤੇ ਮਾਲਵਾ ਦੀ ਪ੍ਰਦੇਸ਼ਕ ਵਸੋਂ ਵਾਧਾ ਦਰ ਵੀ ਘਟ ਗਈ। ਇਸ ਸਮੇਂ ਦੌਰਾਨ ਮਾਝਾ ਪ੍ਰਦੇਸ਼ ਦੀ ਵਸੋਂ ਵਾਧਾ ਦਰ ਰਾਜ ਦੀ ਔਸਤ ਵਾਧਾ ਦਰ (13.89%) ਤੋਂ ਘਟ ਗਈ ਅਤੇ ਇਹ 13.63% ਹੈ। ਸਭ ਤੋਂ ਘੱਟ ਵਸੋਂ ਵਾਧਾ ਦਰ ਬਿਸਤ ਦੋਆਬ ਵਿੱਚ 8.82% ਰਿਕਾਰਡ ਕੀਤੀ ਗਈ। ਸਭ ਤੋਂ ਵੱਧ ਵਸੋਂ ਵਾਧਾ ਦਰ ਮਾਲਵਾ ਪ੍ਰਦੇਸ਼ ਵਿੱਚ 15.68% ਰਿਕਾਰਡ ਕੀਤੀ ਗਈ ਹੈ। ਇਹ ਰਾਜ ਦੀ ਔਸਤ ਵਸੋਂ ਵਾਧਾ ਦਰ ਨਾਲੋਂ ਉੱਚੀ ਹੈ।

ਅਸਲ ਵਿੱਚ ਬਿਸਤ ਦੋਆਬ ਪ੍ਰਦੇਸ਼ ਵਿੱਚ ਹੁਣ ਜਨਸੰਖਿਅਕ ਸਥਿਰਤਾ (demographic stability) ਜਾਂ ਕਹਿ ਲਉ **ਜਨਸੰਖਿਅਕ ਸੰਤਰਿਪਤਾ** ਕਾਇਮ ਹੋ ਗਈ ਹੈ। ਉੱਚੇ ਜੀਵਨ ਸਤਰ, ਉੱਚੇ ਵਿੱਦਿਅਕ, ਸਮਾਜਿਕ ਅਤੇ ਸੱਭਿਆਚਾਰਕ ਸਤਰ ਕਾਰਨ ਕੁਦਰਤੀ ਵਸੋਂ ਵਾਧਾ ਦਰ ਨੀਵੀਂ ਹੈ। ਭਾਵੇਂ ਕਾਫ਼ੀ ਮਜ਼ਦੂਰ ਦੋਆਬੇ ਵਿੱਚ ਕੰਮ ਲਈ ਆਉਂਦੇ ਹਨ ਪ੍ਰੰਤੂ ਬਹੁਤ ਸਾਰੇ ਦੋਆਬੀਏ ਬਾਹਰਲੇ ਦੇਸ਼ਾਂ ਨੂੰ ਹਰ ਸਾਲ ਪ੍ਰਵਾਸ ਕਰਦੇ ਹਨ। ਇਸ ਕਾਰਨ ਸਮੁੱਚਾ ਵਸੋਂ ਵਾਧਾ ਘੱਟ ਹੈ। ਇਸ ਦੇ ਉਲਟ ਮਾਲਵਾ ਵਿੱਚ ਹਰ ਪ੍ਰਕਾਰ ਦੇ ਵਿਕਾਸ ਦੀਆਂ ਬਹੁਤ ਸੰਭਾਵਨਾਵਾਂ ਹਨ। ਰਾਜਨੀਤਕ ਚੌਧਰ ਵੀ ਇੱਕ ਵੱਡੀ ਖਿੱਚ ਅਤੇ ਕਾਰਨ ਹੈ। ਖੇਤੀਬਾੜੀ, ਉਦਯੋਗਾਂ ਅਤੇ ਵਣਜ-ਵਪਾਰ ਦੇ ਬਹੁਤ ਵਿਸਥਾਰ ਦੀ ਗੁੰਜਾਇਸ਼ ਹੈ। ਇਸ ਕਾਰਨ ਜ਼ਿਆਦਾ ਮਨੁੱਖੀ ਹੱਥਾਂ ਦੀ ਲੋੜ ਹੈ। ਮਾਝਾ ਪ੍ਰਦੇਸ਼ ਵਿੱਚ ਸਰਹੱਦ ਇੱਕ ਰੁਕਾਵਟ ਦਾ ਕੰਮ ਕਰਦੀ ਹੈ। ਇਹ ਪ੍ਰਦੇਸ਼ ਵੀ ਵਸੋਂ ਸਥਿਰਤਾ ਵੱਲ ਵਧ ਰਿਹਾ ਹੈ।

ਸਾਰਣੀ ਨੰ. 17

ਪੰਜਾਬ ਵਿੱਚ ਜ਼ਿਲ੍ਹੇਵਾਰ ਪ੍ਰਤੀ ਦਹਾਕਾ ਜਨਸੰਖਿਆ ਵਿੱਚ ਤਬਦੀਲੀ (ਪ੍ਰਤੀਸ਼ਤ ਵਿੱਚ)

ਕ੍ਰਮ ਨੰ.	ਜ਼ਿਲ੍ਹਾ	1961-71	1971-81	1981-91	1991-01	2001-11
1.	ਗੁਰਦਾਸਪੁਰ	+25.34	+23.10	+16.08	+19.73	9.73
2.	ਪਠਾਨਕੋਟ	—	—	—	—	8.06
3.	ਅੰਮ੍ਰਿਤਸਰ	+19.64	+19.23	+14.44	+23.59	15.47
4.	ਤਰਨਤਾਰਨ	—	—	—	+23.60	19.23
5.	ਕਪੂਰਥਲਾ	+24.94	+26.95	+18.60	+16.68	8.04
6.	ਜਲੰਧਰ	+18.62	+19.26	+16.85	+18.96	+11.76
7.	ਐਸ. ਬੀ. ਐਸ. ਨਗਰ	—	—	+18.60	+10.58	+4.23
8.	ਹੁਸ਼ਿਆਰਪੁਰ	+20.75	+18.39	+16.78	+14.02	+7.11

9.	ਰੂਪ ਨਗਰ	+15.27	+30.46	+28.54	+21.95	+8.87
10.	ਐਸ. ਏ. ਐਸ. ਨਗਰ	—	—	—	+21.95	+33.15
11.	ਲੁਧਿਆਣਾ	+28.22	+28.06	+36.33	+24.89	+15.36
12.	ਫਿਰੋਜ਼ਪੁਰ	+19.71	+25.14	+22.94	+20.51	+16.20*
13.	ਫਾਜ਼ਿਲਕਾ	—	—	—	—	—
14.	ਫਰੀਦਕੋਟ	+17.19	+24.49	+20.52	+21.07	+12.09
15.	ਸ੍ਰੀ ਮੁਕਤਸਰ ਸਾਹਿਬ	—	—	20.19	+18.80	+16.00
16.	ਮੋਗਾ	—	—	19.18	+15.03	+11.28
17.	ਬਠਿੰਡਾ	+23.76	+27.24	+20.49	+20.09	+17.34
18.	ਮਾਨਸਾ	—	—	+18.06	+19.85	+11.76
19.	ਸੰਗਰੂਰ	+20.16	+22.99	+21.36	+18.67	+12.35
20.	ਬਰਨਾਲਾ	—	—	—	+18.67	+13.02
21.	ਪਟਿਆਲਾ	+26.76	+29.55	+21.54	+21.95	+19.62
22.	ਫਤਹਿਗੜ੍ਹ ਸਾਹਿਬ	—	—	+17.06	+18.27	+11.46
	ਪੰਜਾਬ	+21.70	+23.89	+20.81	+20.10	+13.89
	ਭਾਰਤ	+24.80	+24.66	+23.50	+21.34	+17.64

ਸੋਮਾ—ਭਾਰਤ ਜਨਗਣਨਾ, ਸੀਰੀਜ਼— 20 ਪੰਜਾਬ ਅਤੇ ਭਾਰਤ ਜਨਗਣਨਾ— 2011 ਸੀਰੀਜ਼ 4, ਪੰਜਾਬ, ਅੰਤਮ ਜਨਸੰਖਿਆ ਕੁੱਲ ਅੰਕੜੇ ਅਤੇ ਪੀ.ਸੀ.ਏ. 2011, ਪੰਜਾਬ   * ਫਾਜ਼ਿਲਕਾ ਜ਼ਿਲ੍ਹੇ ਦੀ ਵਾਧਾ ਦਰ ਵੀ ਇਸ ਵਿੱਚ ਸ਼ਾਮਿਲ ਹੈ।

ਉੱਪਰ ਦਿੱਤੇ ਅੰਕੜਿਆਂ ਨੂੰ ਵਿਚਾਰਨ ਤੋਂ ਇਹ ਪਤਾ ਲੱਗਦਾ ਹੈ ਕਿ—

1. 2001 ਤੋਂ 2011 ਦੇ ਸਮੇਂ ਦੌਰਾਨ ਪੰਜਾਬ, ਇਸ ਦੇ ਤਿੰਨ ਲੋਕ ਪ੍ਰਦੇਸ਼ਾਂ ਅਤੇ ਐਸ.ਏ.ਐਸ. ਨਗਰ ਜ਼ਿਲ੍ਹੇ ਨੂੰ ਛੱਡ ਕੇ ਬਾਕੀ ਸਭ ਜ਼ਿਲ੍ਹਿਆਂ ਦੀ ਵਸੋਂ ਵਾਧਾ ਦਰ ਘਟੀ ਹੈ। ਬਿਸਤ ਦੋਆਬ ਪ੍ਰਦੇਸ਼ ਵਿੱਚ ਇਹ ਕਾਫੀ ਘਟੀ ਹੈ ਪ੍ਰੰਤੂ ਐਸ.ਏ. ਐਸ. ਨਗਰ ਜ਼ਿਲ੍ਹੇ ਵਿੱਚ ਇਹ ਕਾਫ਼ੀ ਵਧੀ ਹੈ।
2. ਸਮੁੱਚੇ ਤੌਰ ’ਤੇ ਬਿਸਤ ਦੋਆਬ ਖੇਤਰ ਵਿੱਚ ਜਨਸੰਖਿਆ ਵਾਧਾ ਦਰ ਮਾਲਵਾ ਪ੍ਰਦੇਸ਼ ਨਾਲੋਂ ਅਤੇ ਪੰਜਾਬ ਦੇ ਔਸਤ ਵਾਧੇ ਨਾਲੋਂ ਘੱਟ ਰਿਹਾ ਹੈ।
3. ਉੱਤਰੀ ਪੰਜਾਬ (ਮਾਝਾ ਅਤੇ ਬਿਸਤ ਦੋਆਬ) ਵਿੱਚ ਅੰਮ੍ਰਿਤਸਰ, ਤਰਨਤਾਰਨ ਅਤੇ ਕਪੂਰਥਲਾ ਦੇ ਜ਼ਿਲ੍ਹਿਆਂ ਵਿੱਚ ਵਸੋਂ ਵਾਧਾ ਦਰ ਆਮ ਤੌਰ ’ਤੇ ਉੱਚੀ ਰਹੀ ਹੈ।
4. ਮਾਲਵੇ ਵਿੱਚ ਪਟਿਆਲਾ, ਬਠਿੰਡਾ, ਲੁਧਿਆਣਾ ਅਤੇ ਰੂਪਨਗਰ ਜ਼ਿਲ੍ਹਿਆਂ ਦੀ ਵਸੋਂ ਵਾਧਾ ਦਰ ਆਮ ਤੌਰ ਤੇ ਅਤੇ ਪੰਜਾਬ ਦੀ ਔਸਤ ਦਰ ਨਾਲੋਂ ਕਾਫ਼ੀ ਉੱਚੀ ਰਹੀ ਹੈ।
5. ਲੁਧਿਆਣਾ ਜ਼ਿਲ੍ਹੇ ਦੀ ਜਨਸੰਖਿਆ ਵਾਧਾ ਦਰ 1961 ਤੋਂ 2001 ਤੱਕ ਦੇ ਸਮੇਂ ਦੌਰਾਨ ਆਮ ਕਰਕੇ ਸਭ ਤੋਂ ਉੱਚੀ ਰਹੀ ਹੈ।

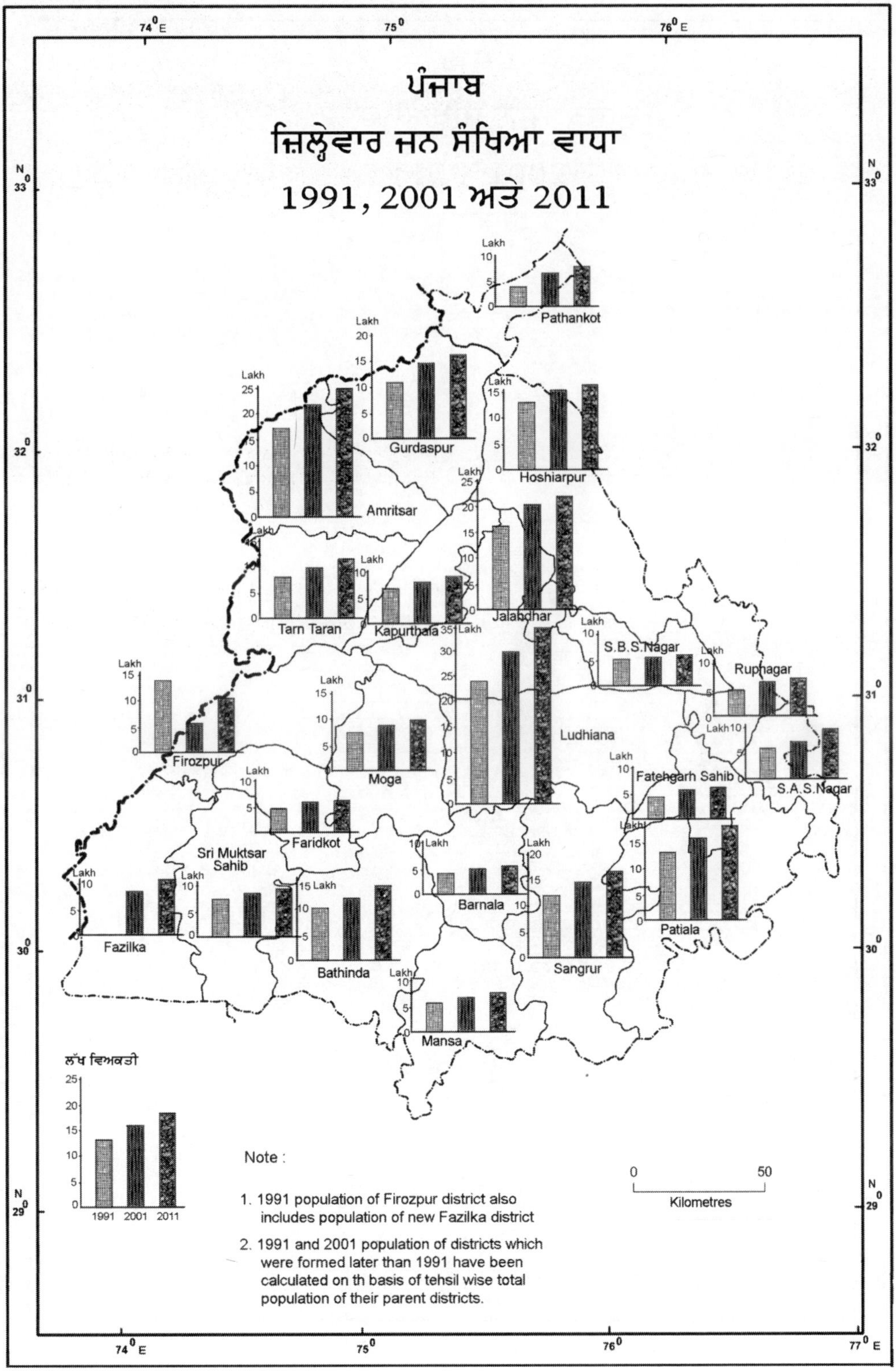
ਪੰਜਾਬ
ਜ਼ਿਲ੍ਹੇਵਾਰ ਜਨ ਸੰਖਿਆ ਵਾਧਾ
1991, 2001 ਅਤੇ 2011
Pathankot
Gurdaspur
Hoshiarpur
Amritsar
Tarn Taran
Kapurthala
Jalandhar
S.B.S.Nagar
Rupnagar
Ludhiana
S.A.S.Nagar
Fatehgarh Sahib
Firozpur
Moga
Faridkot
Sri Muktsar Sahib
Fazilka
Bathinda
Barnala
Sangrur
Patiala
Mansa
Lakh
ਲੱਖ ਵਿਅਕਤੀ
1991 2001 2011
Note :
1. 1991 population of Firozpur district also includes population of new Fazilka district
2. 1991 and 2001 population of districts which were formed later than 1991 have been calculated on th basis of tehsil wise total population of their parent districts.
0 50
Kilometres
74° E
75°
76° E
77° E
33° N
32°
31°
30°
29° N

Map 31

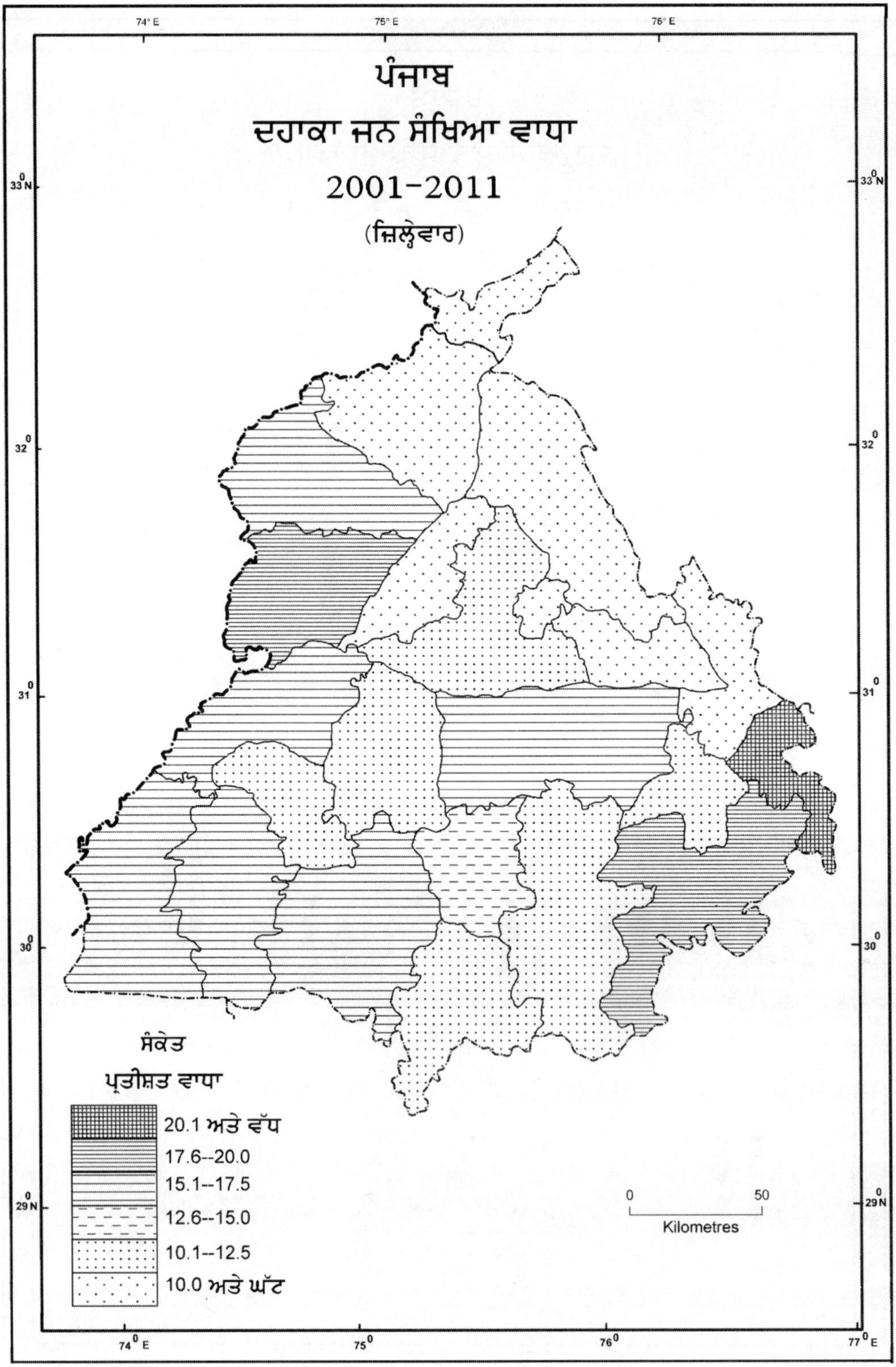
ਪੰਜਾਬ
ਦਹਾਕਾ ਜਨ ਸੰਖਿਆ ਵਾਧਾ
2001-2011
(ਜ਼ਿਲ੍ਹੇਵਾਰ)
ਸੰਕੇਤ
ਪ੍ਰਤੀਸ਼ਤ ਵਾਧਾ
20.1 ਅਤੇ ਵੱਧ
17.6--20.0
15.1--17.5
12.6--15.0
10.1--12.5
10.0 ਅਤੇ ਘੱਟ
0 50
Kilometres
74° E
75° E
76° E
77° E
33° N
32°
31°
30°
29° N

Map 32

ਬਟਵਾਰੇ ਤੋਂ ਬਾਅਦ ਬਹੁਤ ਸਾਰੇ ਪ੍ਰਵਾਸੀਆਂ (ਪਾਕਿਸਤਾਨ ਤੋਂ ਆਏ) ਦਾ ਮਾਲਵੇ ਦੇ ਖੇਤਰ ਵਿੱਚ ਵੱਸਣਾ, ਲੁਧਿਆਣਾ ਜ਼ਿਲ੍ਹੇ ਦਾ ਤੇਜ਼ ਉਦਯੋਗਿਕ ਵਿਕਾਸ, ਰੂਪਨਗਰ ਜ਼ਿਲ੍ਹੇ ਵਿੱਚ ਮੋਹਾਲੀ ਸ਼ਹਿਰ ਦਾ ਉਦਗਮ ਅਤੇ ਵਿਕਾਸ, ਨਹਿਰਾਂ ਰਾਹੀਂ ਸਿੰਜਾਈ ਦੇ ਮਾਲਵਾ ਪ੍ਰਦੇਸ਼ ਵਿੱਚ ਜ਼ਿਆਦਾ ਪਸਾਰ ਨਾਲ ਆਮ ਖੇਤੀ ਅਤੇ ਘਣੀ ਖੇਤੀ ਦਾ ਭਾਰੀ ਵਿਕਾਸ, ਪਿਛੜੇ ਮਾਲਵਾ ਵਿੱਚ ਬਹੁਤ ਸਾਰੇ ਖੇਤੀ ਆਧਾਰਤ ਅਤੇ ਦੂਜੇ ਉਦਯੋਗਾਂ ਦਾ ਲੱਗਣਾ ਆਦਿ ਕਾਰਨ ਉੱਪਰ ਦੱਸੀਆਂ ਭਿੰਨਤਾਵਾਂ ਲਈ ਕੁੱਝ ਹੱਦ ਤੱਕ ਜ਼ਿੰਮੇਵਾਰ ਹਨ।

2001-11 ਦੇ ਦਹਾਕੇ ਦੌਰਾਨ ਜ਼ਿਆਦਾਤਰ ਜ਼ਿਲ੍ਹਿਆਂ (ਇੱਕੀ ਜ਼ਿਲ੍ਹੇ) ਵਿੱਚ ਵਸੋਂ ਵਾਧਾ ਦਰ ਪੰਜਾਬ ਦੀ ਔਸਤ ਵਾਧਾ ਦਰ ਤੋਂ ਨੀਵੀਂ ਹੈ। ਮਾਝਾ ਪ੍ਰਦੇਸ਼ ਦੇ ਦੋ ਜ਼ਿਲ੍ਹਿਆਂ ਤਰਨਤਾਰਨ (14.23%) ਅਤੇ ਅੰਮ੍ਰਿਤਸਰ (15.47%) ਦੀ ਵਸੋਂ ਵਾਧਾ ਦਰ ਪੰਜਾਬ ਦੀ ਔਸਤ ਵਾਧਾ ਦਰ (13.89%) ਤੋਂ ਜ਼ਿਆਦਾ ਹੈ। ਮਾਲਵੇ ਦੇ ਪੰਜ ਜ਼ਿਲ੍ਹਿਆਂ ਐਸ.ਏ.ਐਸ. ਨਗਰ, ਪਟਿਆਲਾ, ਬਠਿੰਡਾ, ਮੁਕਤਸਰ ਅਤੇ ਲੁਧਿਆਣਾ ਦੀ ਜਨਸੰਖਿਆ ਵਾਧਾ ਦਰ ਰਾਜ ਦੀ ਵਾਧਾ ਦਰ ਤੋਂ ਉੱਚੀ ਸੀ। ਬਰਨਾਲਾ, ਸੰਗਰੂਰ ਅਤੇ ਫਰੀਦਕੋਟ ਜ਼ਿਲ੍ਹਿਆਂ ਦੀ ਦਰ ਪੰਜਾਬ ਦੀ ਔਸਤ ਦਰ ਦੇ ਲਗਭਗ ਨਜ਼ਦੀਕ ਹੈ। ਇਹ ਕੁੱਝ ਘੱਟ ਹੈ (12.1 ਤੋਂ 13.02% ਤੱਕ)। ਪੰਜਾਬ ਦੀ ਔਸਤ ਵਾਧਾ ਦਰ ਅਤੇ ਵਿਸ਼ੇਸ਼ ਕਰਕੇ ਇਸ ਦੇ ਵਿਭਿੰਨ ਜ਼ਿਲ੍ਹਿਆਂ ਵਿੱਚ ਵਸੋਂ ਵਾਧਾ ਦਰ 2001 ਤੋਂ 2011 ਦੇ ਸਮੇਂ ਦੌਰਾਨ ਪਿਛਲੇ ਦਹਾਕਿਆਂ ਦੌਰਾਨ ਵਸੋਂ ਵਾਧਾ ਦਰ ਨਾਲੋਂ ਕਾਫ਼ੀ ਬਦਲ ਗਈ ਹੈ। ਹੁਣ (2001 ਤੋਂ 2011) ਕੇਵਲ ਇੱਕ ਜ਼ਿਲ੍ਹੇ ਐਸ.ਏ.ਐਸ. ਨਗਰ ਵਿੱਚ ਵਸੋਂ ਵਾਧਾ ਦਰ ਉੱਚੀ (33.15%) ਰਿਕਾਰਡ ਕੀਤੀ ਗਈ ਹੈ। ਪਿਛਲੇ ਦਹਾਕੇ ਵਿੱਚ (1991-2001) ਇਹ ਪੰਜ ਜ਼ਿਲ੍ਹਿਆਂ ਲੁਧਿਆਣਾ, ਐਸ.ਏ.ਐਸ. ਨਗਰ, ਫਿਰੋਜ਼ਪੁਰ, ਫਰੀਦਕੋਟ ਅਤੇ ਅੰਮ੍ਰਿਤਸਰ ਵਿੱਚ ਰਿਕਾਰਡ ਕੀਤੀ ਗਈ ਸੀ। ਹੁਣ ਜ਼ਿਆਦਾਤਰ ਜ਼ਿਲ੍ਹਿਆਂ ਵਿੱਚ (18) ਵਸੋਂ ਵਾਧਾ ਦਰ ਸਾਧਾਰਣ, ਦਰਮਿਆਨੀ ਜਾਂ ਨੀਵੀਂ (10 ਜ਼ਿਲ੍ਹੇ) ਪਾਈ ਜਾਂਦੀ ਹੈ। ਕੇਵਲ ਇੱਕ ਜ਼ਿਲ੍ਹੇ ਤਰਨਤਾਰਨ ਦੀ ਵਸੋਂ ਵਾਧਾ ਦਰ 1991-2001 ਦੇ ਮੁਕਾਬਲੇ 2001-2011 ਵਿੱਚ ਵਧੀ ਹੈ। ਇਹ 16.26% ਤੋਂ ਵਧ ਕੇ 19.23% ਹੋਈ ਹੈ। ਸਾਰਣੀ ਨੰ. 17 ਦੇ ਆਧਾਰ ਤੇ ਅਸੀਂ ਵਸੋਂ ਵਾਧੇ ਅਨੁਸਾਰ ਪੰਜਾਬ ਨੂੰ ਹੇਠ ਲਿਖੇ ਪੰਜ ਖੇਤਰਾਂ (ਨਕਸ਼ਾ ਨੰ. 32) ਵਿੱਚ ਵੰਡ ਸਕਦੇ ਹਾਂ।

ਜ਼ਿਆਦਾ ਉੱਚੀ ਵਾਧਾ ਦਰ ਦਾ ਖੇਤਰ (REGION OF VERY HIGH GROWTH RATE)

ਇਸ ਵਿੱਚ ਉਹ ਜ਼ਿਲ੍ਹੇ ਸ਼ਾਮਲ ਹਨ ਜਿਨ੍ਹਾਂ ਦੀ ਜਨਸੰਖਿਆ ਵਾਧਾ ਦਰ 20.0% ਤੋਂ ਜ਼ਿਆਦਾ ਹੈ। ਇਸ ਸ਼੍ਰੇਣੀ ਵਿੱਚ ਕੇਵਲ ਇੱਕ ਜ਼ਿਲ੍ਹਾ ਐਸ.ਏ.ਐਸ. ਨਗਰ (33.15%) ਸ਼ਾਮਲ ਹੈ। ਜ਼ਿਲ੍ਹਾ ਐਸ.ਏ.ਐਸ. ਨਗਰ ਵਿੱਚ ਉੱਚੀ ਵਾਧਾ ਦਰ ਦਾ ਮੁੱਖ ਕਾਰਨ ਤੇਜ਼ ਉਦਯੋਗੀਕਰਣ ਹੈ ਜਿਸ ਦੇ ਫਲਸਰੂਪ ਭਾਰੀ ਗਿਣਤੀ ਵਿੱਚ ਪ੍ਰਵਾਸੀ ਪੰਜਾਬ ਦੇ ਬਾਕੀ ਜ਼ਿਲ੍ਹਿਆਂ ਅਤੇ ਦੂਜੇ ਰਾਜਾਂ ਤੋਂ ਆ ਕੇ ਵਸ ਗਏ ਸਨ। ਖੇਤੀਬਾੜੀ ਦੇ ਉੱਚੇ ਵਿਕਾਸ ਦੀ ਵੀ ਮਹੱਤਵਪੂਰਣ ਭੂਮਿਕਾ ਰਹੀ ਹੈ। ਇਸ ਵਾਧੇ ਵਿੱਚ ਸਭ ਤੋਂ ਵੱਡਾ ਯੋਗਦਾਨ ਮੋਹਾਲੀ ਸ਼ਹਿਰ ਅਤੇ ਇਸ ਦੇ ਵੱਡੇ ਵਿਕਾਸ ਖੇਤਰ (GMADA) ਦੇ ਤੇਜ਼ ਵਿਕਾਸ ਕਾਰਨ ਵਸੋਂ ਵਿੱਚ ਭਾਰੀ ਵਾਧਾ ਹੈ। 2001 ਤੋਂ 2011 ਦੇ ਸਮੇਂ ਦੌਰਾਨ ਐਸ.ਏ.ਐਸ. ਨਗਰ ਜ਼ਿਲ੍ਹੇ ਦੀ ਸ਼ਹਿਰੀ ਵਸੋਂ ਦੀ ਵਾਧਾ ਦਰ 90.23% ਰਿਕਾਰਡ ਕੀਤੀ ਗਈ। ਦੂਜੇ ਸ਼ਬਦਾਂ ਵਿੱਚ ਇਸ ਜ਼ਿਲ੍ਹੇ ਦੀ ਸ਼ਹਿਰੀ ਵਸੋਂ ਪਿਛਲੇ ਦਹਾਕੇ (2001 ਤੋਂ 2011) ਵਿੱਚ ਦੋਗੁਣੀ ਹੋ ਗਈ ਹੈ। ਮੋਹਾਲੀ—ਡੇਰਾ ਬਸੀ—ਲਾਲੜੂ ਉਦਯੋਗਿਕ ਖੇਤਰ ਦੇ ਤੇਜ਼ ਵਿਕਾਸ ਦਾ ਵੀ ਵੱਡਾ ਯੋਗਦਾਨ ਹੈ। ਜ਼ੀਰਕਪੁਰ ਇਕਦਮ ਵੱਡਾ ਸ਼ਹਿਰ (95,533 ਵਿਅਕਤੀ) ਬਣ ਗਿਆ (2001 = 25,022 ਵਿਅਕਤੀ) ਹੈ।

ਉੱਚੀ ਵਾਧਾ ਦਰ ਦਾ ਖੇਤਰ (REGION OF HIGH GROWTH RATE)

ਇਸ ਸ਼੍ਰੇਣੀ ਵਿੱਚ ਸ਼ਾਮਲ ਜ਼ਿਲ੍ਹਿਆਂ ਦੀ ਜਨਸੰਖਿਆ ਵਾਧਾ ਦਰ 17.60 ਤੋਂ 20.00 ਤੱਕ ਹੈ। ਇਨ੍ਹਾਂ ਖੇਤਰਾਂ ਦੀ ਵਾਧਾ ਦਰ ਆਮ ਕਰਕੇ ਪੰਜਾਬ ਦੀ ਔਸਤ ਵਾਧਾ ਦਰ ਤੋਂ ਉੱਚੀ ਹੈ। ਇਸ ਵਰਗ ਵਿੱਚ ਦੋ ਜ਼ਿਲ੍ਹੇ ਤਰਨਤਾਰਨ (19.23%) ਅਤੇ ਪਟਿਆਲਾ (19.62%) ਸ਼ਾਮਲ ਹਨ। ਇਨ੍ਹਾਂ ਵਿੱਚੋਂ ਇੱਕ ਜ਼ਿਲ੍ਹਾ ਮਾਲਵਾ ਖੇਤਰ ਦਾ ਹੈ। ਇੱਥੇ ਭਾਰੀ ਸਮੁੱਚਾ ਵਿਕਾਸ ਹੋਇਆ ਹੈ। ਖੇਤੀ

ਉਤਪਾਦਨ ਬਹੁਤ ਵਧਿਆ ਹੈ ਅਤੇ ਬਹੁਤ ਸਾਰੇ ਉਦਯੋਗ ਲੱਗੇ ਹਨ। ਪਟਿਆਲਾ ਜ਼ਿਲ੍ਹੇ ਵਿੱਚ ਪਟਿਆਲਾ ਸ਼ਹਿਰ ਦੀ ਆਬਾਦੀ 2001 ਤੋਂ 2011 ਵਿਚਕਾਰ 38.09% (1,23,362 ਵਿਅਕਤੀ) ਦਰ ਨਾਲ ਵਧੀ ਹੈ।

ਅੰਮ੍ਰਿਤਸਰ ਜ਼ਿਲ੍ਹੇ ਤੋਂ ਅਲੱਗ ਹੋ ਕੇ ਨਵਾਂ ਜ਼ਿਲ੍ਹਾ ਬਣਨ ਕਾਰਨ ਤਰਨਤਾਰਨ ਜ਼ਿਲ੍ਹੇ ਦਾ ਤੇਜ਼ੀ ਨਾਲ ਵਿਕਾਸ ਹੋਇਆ ਹੈ। ਗੋਇੰਦਵਾਲ ਸਾਹਿਬ ਵਿਖੇ ਥਰਮਲ ਪਲਾਂਟ ਲੱਗ ਗਿਆ ਹੈ ਅਤੇ ਹੋਰ ਕਈ ਨਵੇਂ ਉਦਯੋਗ ਇਸ ਜ਼ਿਲ੍ਹੇ ਵਿੱਚ ਲੱਗ ਰਹੇ ਹਨ।

ਸਾਧਾਰਣ ਵਾਧਾ ਦਰ ਦਾ ਖੇਤਰ (REGION OF MODERATE GROWTH RATE)

ਇਸ ਸ਼੍ਰੇਣੀ ਵਿੱਚ ਮਾਝਾ ਦਾ ਅੰਮ੍ਰਿਤਸਰ ਜ਼ਿਲ੍ਹਾ ਅਤੇ ਮਾਲਵਾ ਖੇਤਰ ਦੇ ਪੰਜ ਜ਼ਿਲ੍ਹੇ ਬਠਿੰਡਾ, ਮੁਕਤਸਰ, ਫਿਰੋਜ਼ਪੁਰ, ਫਾਜ਼ਿਲਕਾ, ਲੁਧਿਆਣਾ ਸ਼ਾਮਲ ਹਨ। ਇਨ੍ਹਾਂ ਜ਼ਿਲ੍ਹਿਆਂ ਦੀ ਜਨਸੰਖਿਆ ਵਾਧਾ ਦਰ 15.10% ਤੋਂ 17.50% ਵਿਚਕਾਰ ਹੈ। ਲੁਧਿਆਣਾ ਦਾ ਜ਼ਿਲ੍ਹਾ ਪੰਜਾਬ ਦਾ ਮੁੱਖ ਉਦਯੋਗਿਕ ਜ਼ਿਲ੍ਹਾ ਹੈ। ਪਿਛਲੇ ਦਹਾਕੇ ਵਿੱਚ ਇਸ ਦੀ ਵਾਧਾ ਦਰ 24.89% ਸੀ ਜੋ 2001–2011 ਵਿੱਚ ਘਟ ਕੇ ਕੇਵਲ 15.36% ਰਹਿ ਗਈ। ਇਵੇਂ ਲੱਗਦਾ ਹੈ ਕਿ ਲੁਧਿਆਣਾ ਜ਼ਿਲ੍ਹੇ ਅਤੇ ਸ਼ਹਿਰ ਦੇ ਉਦਯੋਗਿਕ ਅਤੇ ਦੂਜੇ ਵਿਕਾਸ ਵਿੱਚ ਠਹਿਰਾਅ ਆ ਗਿਆ ਹੈ। ਪ੍ਰਵਾਸੀ ਮਜ਼ਦੂਰ ਕਾਫ਼ੀ ਗਿਣਤੀ ਵਿੱਚ ਆਪਣੇ ਪ੍ਰਾਂਤਾਂ ਨੂੰ ਵਾਪਸ ਚਲੇ ਗਏ ਹਨ (ਉੱਥੇ ਕੰਮ ਦੇ ਕਾਫ਼ੀ ਮੌਕੇ ਮਿਲਣ ਕਾਰਨ) ਅਤੇ ਨਵੇਂ ਪ੍ਰਵਾਸੀ ਘੱਟ ਆ ਰਹੇ ਹਨ। ਸ਼ਾਇਦ ਸ਼ਹਿਰ ਦੇ ਕਈ ਉਦਯੋਗਾਂ ਨੇ ਆਪਣੀ ਸਮਰੱਥਾ ਘਟਾ ਲਈ (ਕੰਮ ਦੇਣ ਦੀ ਵੀ) ਹੈ। ਉਨ੍ਹਾਂ ਨੇ ਦੂਜੇ ਰਾਜਾਂ ਵਿੱਚ ਆਪਣੀਆਂ ਬਰਾਂਚਾਂ ਸ਼ੁਰੂ ਕਰ ਲਈਆਂ ਹਨ। ਅਜਿਹਾ ਹੀ ਕੁੱਝ ਹਾਲ ਅੰਮ੍ਰਿਤਸਰ ਦਾ ਹੈ। ਅਸਲ ਵਿੱਚ ਕੇਵਲ ਐਸ.ਏ.ਐਸ. ਨਗਰ ਜ਼ਿਲ੍ਹੇ ਤੋਂ ਬਿਨਾਂ ਬਾਕੀ ਲਗਭਗ ਸਭ ਜ਼ਿਲ੍ਹਿਆਂ ਵਿੱਚ ਵਸੋਂ ਵਾਧਾ ਦਰ 2001–2011 ਸਮੇਂ ਦੌਰਾਨ ਘਟੀ ਹੈ। ਬਠਿੰਡਾ, ਫਿਰੋਜ਼ਪੁਰ, ਫਾਜ਼ਿਲਕਾ ਅਤੇ ਮੁਕਤਸਰ ਜ਼ਿਲ੍ਹਿਆਂ ਦੀ ਵਸੋਂ ਵਾਧਾ ਦਰ 2001–2011 ਵਿੱਚ 1991–2001 ਦੇ ਮੁਕਾਬਲੇ ਬਾਕੀ ਜ਼ਿਲ੍ਹਿਆਂ ਨਾਲੋਂ ਘੱਟ ਘਟੀ ਹੈ (ਸਾਰਣੀ ਨੰ. 17)।

ਦਰਮਿਆਨੀ ਨੀਵੀਂ ਵਾਧਾ ਦਰ ਦਾ ਖੇਤਰ (REGION OF MODERATELY LOW GROWTH RATE)

ਇਸ ਸ਼੍ਰੇਣੀ ਵਿੱਚ ਵਸੋਂ ਵਾਧਾ ਦਰ 12.60% ਤੋਂ 15.0% ਤੱਕ ਹੈ। ਬਰਨਾਲਾ ਦਾ ਜ਼ਿਲ੍ਹਾ ਹੀ ਇਸ ਸ਼੍ਰੇਣੀ ਵਿੱਚ ਸ਼ਾਮਲ ਹੈ। ਇਹ ਇੱਕ ਛੋਟਾ ਜ਼ਿਲ੍ਹਾ ਹੈ ਜਿਸ ਦੀ ਵਾਧਾ ਦਰ 13.02% ਹੈ।

ਨੀਵੀਂ ਵਾਧਾ ਦਰ ਦਾ ਖੇਤਰ (REGION OF LOW GROWTH RATE)

ਇਸ ਸ਼੍ਰੇਣੀ ਵਿੱਚ ਵਾਧਾ ਦਰ 12.50% ਤੋਂ ਘੱਟ ਹੈ। 2001 ਦੀ ਜਨਗਣਨਾ ਅਨੁਸਾਰ ਤਿੰਨ ਜ਼ਿਲ੍ਹੇ ਮੋਗਾ, ਹੁਸ਼ਿਆਰਪੁਰ ਅਤੇ ਐਸ.ਬੀ.ਐਸ. ਨਗਰ ਇਸ ਸ਼੍ਰੇਣੀ ਵਿੱਚ ਸ਼ਾਮਲ ਸਨ। ਪ੍ਰੰਤੂ 2011 ਦੀ ਜਨਗਣਨਾ ਅਨੁਸਾਰ ਅਜਿਹੇ ਜ਼ਿਲ੍ਹਿਆਂ ਦੀ ਗਿਣਤੀ 12 ਹੋ ਗਈ (ਕੁੱਲ 22 ਜ਼ਿਲ੍ਹਿਆਂ ਵਿੱਚੋਂ)। ਇਹ ਜ਼ਿਲ੍ਹੇ ਹਨ— ਐਸ. ਬੀ. ਐਸ. ਨਗਰ (ਵਾਧਾ ਦਰ ਕੇਵਲ 4.23%), ਹੁਸ਼ਿਆਰਪੁਰ (7.11%), ਕਪੂਰਥਲਾ, ਪਠਾਨਕੋਟ (8.06%), ਗੁਰਦਾਸਪੁਰ (9.73%), ਜਲੰਧਰ (11.76%), ਰੂਪਨਗਰ (8.87%), ਮੋਗਾ, ਫਤਹਿਗੜ੍ਹ ਸਾਹਿਬ (11.46%), ਮਾਨਸਾ, ਫਰੀਦਕੋਟ (12.09%) ਅਤੇ ਸੰਗਰੂਰ (12.35%)। ਆਉਂਦੀ ਜਨਗਣਨਾ ਵਿੱਚ ਅਜਿਹੀ ਸ਼੍ਰੇਣੀ ਦੇ ਜ਼ਿਲ੍ਹਿਆਂ ਦੀ ਗਿਣਤੀ ਦੇ ਹੋਰ ਵਧਣ ਦੀ ਸੰਭਾਵਨਾ ਹੈ। ਇਹ ਇਕ ਅੱਛਾ ਜਨਸੰਖਿਅਕ ਲੱਛਣ ਹੈ। ਇਹ ਪ੍ਰਵਿਰਤੀ ਜਨਸੰਖਿਅਕ ਸਥਿਰਤਾ (demographic stability) ਵੱਲ ਇਸ਼ਾਰਾ ਕਰਦੀ ਹੈ। ਹੁਸ਼ਿਆਰਪੁਰ, ਐਸ.ਬੀ.ਐਸ. ਨਗਰ ਅਤੇ ਰੂਪਨਗਰ ਹਿਮਾਚਲ ਪ੍ਰਦੇਸ਼ ਨਾਲ ਲੱਗਦੇ ਅਰਧ-ਪਹਾੜੀ ਜ਼ਿਲ੍ਹੇ ਹਨ ਜਿਨ੍ਹਾਂ ਦੀ ਧਰਾਤਲ ਉਬੜ-ਖਾਬੜ ਹੈ ਅਤੇ ਜਿੱਥੇ ਪੇਂਡੂ ਵਸੋਂ ਦੀ ਬਹੁਲਤਾ ਹੈ। ਇਨ੍ਹਾਂ ਜ਼ਿਲ੍ਹਿਆਂ ਦੀ ਵਸੋਂ ਘਣਤਾ ਦਰਮਿਆਨੀ ਹੈ। ਇਨ੍ਹਾਂ ਜ਼ਿਲ੍ਹਿਆਂ ਤੋਂ ਬਹੁਤ ਸਾਰੇ ਲੋਕ ਨੌਕਰੀ ਜਾਂ

ਕੰਮ-ਕਾਜ ਦੀ ਭਾਲ ਵਿੱਚ ਦੂਜੇ ਰਾਜਾਂ ਜਾਂ ਵਿਦੇਸ਼ਾਂ ਵਿੱਚ ਜਾਂਦੇ ਰਹਿੰਦੇ ਹਨ। ਫਤਹਿਗੜ੍ਹ ਸਾਹਿਬ, ਫਰੀਦਕੋਟ ਅਤੇ ਰੂਪਨਗਰ ਛੋਟੇ ਜ਼ਿਲ੍ਹੇ ਹਨ।

ਐਸ.ਬੀ.ਐਸ. ਨਗਰ (4.23%), ਹੁਸ਼ਿਆਰਪੁਰ (7.11%), ਕਪੂਰਥਲਾ, ਪਠਾਨਕੋਟ (8.06%), ਰੂਪਨਗਰ (8.87%) ਅਤੇ ਗੁਰਦਾਸਪੁਰ (9.73%) ਜ਼ਿਲ੍ਹਿਆਂ ਵਿੱਚ 2001-2011 ਦਹਾਕੇ ਦੌਰਾਨ ਬਹੁਤ ਨੀਵਾਂ (10.0% ਤੋਂ ਘੱਟ) ਦਹਾਕਾ ਵਸੋਂ ਵਾਧਾ ਦਰ ਰਿਕਾਰਡ ਕੀਤਾ ਗਿਆ ਹੈ। ਇਹ ਸਭ ਪੰਜਾਬ ਦੇ ਉੱਤਰ-ਪੂਰਬੀ ਜ਼ਿਲ੍ਹੇ ਅਰਧ-ਪਹਾੜੀ ਅਤੇ ਅਜਿਹੇ ਜ਼ਿਲ੍ਹੇ ਹਨ (ਜ਼ਿਆਦਾਤਰ ਵਿਸ਼ੇਸ਼ ਕਰਕੇ ਦੋਆਬੇ ਦੇ) ਜਿੱਥੋਂ ਬਾਹਰ ਵੱਲ ਪ੍ਰਵਾਸ (ਦੂਜੇ ਦੇਸ਼ਾਂ ਲਈ) ਕਾਫ਼ੀ ਹੈ।

ਜਨਮ-ਦਰ, ਮੌਤ-ਦਰ ਅਤੇ ਪਰਵਾਸ (BIRTH RATE, DEATH RATE AND MIGRATION)

ਜਿਵੇਂ ਪਹਿਲਾਂ ਦੱਸਿਆ ਜਾ ਚੁੱਕਾ ਹੈ ਕਿ ਜਨਮ, ਮੌਤ ਅਤੇ ਪਰਵਾਸ ਜਨਸੰਖਿਆ ਤਬਦੀਲੀ ਜਾਂ ਵਾਧੇ ਦੇ ਮੁੱਖ ਘਟਕ ਹਨ। ਜਨਮ ਕਾਰਨ ਵਸੋਂ ਵਿੱਚ ਵਾਧਾ ਹੁੰਦਾ ਹੈ, ਮੌਤ ਕਾਰਨ ਵਸੋਂ ਵਿੱਚ ਘਾਟਾ ਹੁੰਦਾ ਹੈ ਅਤੇ ਪਰਵਾਸ ਕਾਰਨ ਜਨਸੰਖਿਆ ਵਿੱਚ ਵਾਧਾ ਅਤੇ ਘਾਟਾ ਹੁੰਦਾ ਹੈ। ਜਨਮ ਅਤੇ ਮੌਤ ਕੁਦਰਤੀ ਵਾਧਾ (ਜਾਂ ਘਾਟਾ) ਨਿਸ਼ਚਤ ਕਰਦੇ ਹਨ ਅਤੇ ਜਨਮ, ਮੌਤ ਅਤੇ ਪਰਵਾਸ ਮਿਲ ਕੇ ਅਸਲੀ ਵਾਧਾ ਨਿਰਧਾਰਤ ਕਰਦੇ ਹਨ। ਜਨਮ-ਦਰ ਅਤੇ ਮੌਤ-ਦਰ ਨੂੰ **'ਮਹੱਤਵਪੂਰਣ ਅੰਕੜੇ' (Vital Statistics)** ਕਿਹਾ ਜਾਂਦਾ ਹੈ।

ਜਨਮ-ਦਰ (BIRTH RATE)

ਮਨੁੱਖੀ ਜਣਨ ਸ਼ਕਤੀ ਨੂੰ ਮਾਪਣ ਦਾ ਇਹ ਇਕ ਆਮ ਅਤੇ ਆਸਾਨ ਤਰੀਕਾ ਹੈ। ਮੱਧ-ਸਾਲ (Mid-year) ਦੀ ਪ੍ਰਤੀ ਹਜ਼ਾਰ ਜਨਸੰਖਿਆ ਮਗਰ ਜੀਉਂਦੇ ਜਨਮੇ ਬੱਚਿਆਂ ਦੀ ਸੰਖਿਆ ਨੂੰ ਜਨਮ-ਦਰ ਕਿਹਾ ਜਾਂਦਾ ਹੈ। ਜਨਮ-ਦਰ ਕਾਫ਼ੀ ਹੱਦ ਤੱਕ ਦੱਸਦਾ ਹੈ ਕਿ ਜਨਸੰਖਿਆ ਵਧਣ ਦਾ ਰੁੱਖ ਕਿਸ ਤਰ੍ਹਾਂ ਦਾ ਹੋਵੇਗਾ। ਘਟਦਾ ਜਨਮ-ਦਰ ਕਿਸੇ ਵੀ ਦੇਸ਼ ਜਾਂ ਰਾਜ ਵਿਸ਼ੇਸ਼ ਕਰਕੇ ਵਿਕਾਸਸ਼ੀਲ ਅਤੇ ਅਵਿਕਸਤ ਦੇਸ਼ਾਂ ਲਈ ਇੱਕ ਸੁਨਹਿਰੀ ਕਿਰਣ ਹੈ। 1981 ਅਨੁਸਾਰ ਪੰਜਾਬ ਦਾ ਔਸਤ ਜਨਮ-ਦਰ 30.3 ਪ੍ਰਤੀ ਹਜ਼ਾਰ ਸੀ। 1991 ਅਨੁਸਾਰ ਇਹ ਘਟ ਕੇ 28.6 ਪ੍ਰਤੀ ਹਜ਼ਾਰ ਹੋ ਗਿਆ। 2000 ਦੇ ਅਨੁਮਾਨਾਂ ਅਨੁਸਾਰ ਪੰਜਾਬ ਦਾ ਜਨਮ-ਦਰ 21.6 ਪ੍ਰਤੀ ਹਜ਼ਾਰ ਸੀ। ਇਹ ਦਰ ਸ਼ਹਿਰੀ ਵਸੋਂ ਲਈ 18.6 ਪ੍ਰਤੀ ਹਜ਼ਾਰ ਅਤੇ ਪੇਂਡੂ ਵਸੋਂ ਲਈ 22.7 ਪ੍ਰਤੀ ਹਜ਼ਾਰ ਸੀ। ਇਸ ਤਰ੍ਹਾਂ ਪੰਜਾਬ ਵਿੱਚ ਜਨਮ-ਦਰ ਘਟ ਰਿਹਾ ਹੈ ਜੋ ਕਿ ਜਨਸੰਖਿਆ ਵਾਧੇ ਵਿੱਚ ਕਮੀ ਅਤੇ ਸਮੁੱਚੀ ਖੁਸ਼ਹਾਲੀ ਦਾ ਸੂਚਕ ਹੈ। 2012 ਅਨੁਸਾਰ ਪੰਜਾਬ ਵਿੱਚ ਜਨਮ-ਦਰ 15.9 ਪ੍ਰਤੀ ਹਜ਼ਾਰ ਸੀ। ਇਸ ਵਿੱਚ ਸ਼ਹਿਰੀ ਵਸੋਂ ਲਈ ਇਹ ਦਰ 14.8 ਪ੍ਰਤੀ ਹਜ਼ਾਰ ਅਤੇ ਦਿਹਾਤੀ ਵਸੋਂ ਲਈ 16.5 ਪ੍ਰਤੀ ਹਜ਼ਾਰ ਸੀ। 2020 ਦੌਰਾਨ ਪੰਜਾਬ ਲਈ ਇਹ ਦਰ ਘਟ ਕੇ 14.3 ਪ੍ਰਤੀ ਹਜ਼ਾਰ ਹੋ ਗਈ। ਸ਼ਹਿਰੀ ਵਸੋਂ ਲਈ ਇਹ ਦਰ 13.6 ਪ੍ਰਤੀ ਹਜ਼ਾਰ ਅਤੇ ਦਿਹਾਤੀ ਵਸੋਂ ਲਈ 14.9 ਪ੍ਰਤੀ ਹਜ਼ਾਰ ਸੀ।

ਮੌਤ-ਦਰ (DEATH RATE)

ਮਰਨਸ਼ੀਲਤਾ (mortality) ਨੂੰ ਮਾਪਣ ਦੀ ਇਹ ਇਕ ਆਮ ਪ੍ਰਚਲਤ ਵਿਧੀ ਹੈ। ਕਿਸੇ ਸਾਲ ਵਿੱਚ ਪ੍ਰਤੀ ਹਜ਼ਾਰ ਜਨਸੰਖਿਆ ਮਗਰ ਹੋਣ ਵਾਲੀਆਂ ਮੌਤਾਂ ਦੀ ਸੰਖਿਆ ਨੂੰ ਮੌਤ-ਦਰ ਕਿਹਾ ਜਾਂਦਾ ਹੈ। ਮੌਤ-ਦਰ ਕਿਸੇ ਜਨਸੰਖਿਆ ਨੂੰ ਉਪਲਬੱਧ ਸਿਹਤ ਸਹੂਲਤਾਂ ਅਤੇ ਲੋਕਾਂ ਦੀ ਸਿਹਤ ਦਾ ਪ੍ਰਤੀਕ ਹੈ। ਸਮੁੱਚੇ ਤੌਰ ਤੇ ਇਹ ਵਿਕਾਸ ਦੀ ਗਤੀ ਨੂੰ ਉਜਾਗਰ ਕਰਦੀ ਹੈ। ਜਨਮ-ਦਰ ਦੀ ਤਰ੍ਹਾਂ ਮੌਤ ਦਰ ਵੀ ਪੰਜਾਬ ਵਿੱਚ ਘਟ ਰਹੀ ਹੈ। 1981 ਅਨੁਸਾਰ ਪੰਜਾਬ ਦੀ ਔਸਤ ਮੌਤ-ਦਰ 9.4 ਪ੍ਰਤੀ ਹਜ਼ਾਰ ਸੀ। 1991 ਵਿੱਚ ਇਹ ਦਰ ਘਟ ਕੇ 8.0 ਪ੍ਰਤੀ ਹਜ਼ਾਰ ਹੋ ਗਈ। 2000 ਦੇ ਅਨੁਮਾਨਾਂ ਅਨੁਸਾਰ ਪੰਜਾਬ ਵਿੱਚ ਔਸਤ ਮੌਤ ਦਰ 7.4 ਪ੍ਰਤੀ ਹਜ਼ਾਰ ਸੀ। ਸ਼ਹਿਰੀ ਵਸੋਂ ਲਈ ਇਹ 5.9 ਪ੍ਰਤੀ ਹਜ਼ਾਰ ਅਤੇ ਪੇਂਡੂ ਵਸੋਂ ਲਈ 7.9 ਪ੍ਰਤੀ ਹਜ਼ਾਰ ਸੀ। ਨੀਵੀਂ ਮੌਤ ਦਰ ਪੰਜਾਬ ਵਿੱਚ ਵਧ ਰਹੀਆਂ ਸਿਹਤ ਸੇਵਾਵਾਂ, ਅੱਛੀ ਖੁਰਾਕ, ਪੰਜਾਬੀਆਂ ਦੀ ਅੱਛੀ ਸਿਹਤ ਅਤੇ ਸੁਯੋਗ ਆਵਾਜਾਈ ਸਾਧਨਾਂ ਦੀ ਸੂਚਕ ਹੈ।

2012 ਅਨੁਸਾਰ ਔਸਤ ਮੌਤ ਦਰ 6.8 ਪ੍ਰਤੀ ਹਜ਼ਾਰ ਸੀ। ਪੇਂਡੂ ਵਸੋਂ ਲਈ ਇਹ 7.5 ਪ੍ਰਤੀ ਹਜ਼ਾਰ ਅਤੇ ਸ਼ਹਿਰੀ ਵਸੋਂ ਲਈ 5.5 ਪ੍ਰਤੀ ਹਜ਼ਾਰ ਸੀ। 2020 ਅਨੁਸਾਰ ਪੰਜਾਬ ਲਈ ਮੌਤ ਦਰ 7.2 ਪ੍ਰਤੀ ਹਜ਼ਾਰ, ਸ਼ਹਿਰੀ ਵਸੋਂ ਲਈ 5.7 ਪ੍ਰਤੀ ਹਜ਼ਾਰ ਅਤੇ ਦਿਹਾਤੀ ਵਸੋਂ ਲਈ 8.3 ਪ੍ਰਤੀ ਹਜ਼ਾਰ ਸੀ।

ਪੰਜਾਬ ਵਿੱਚ ਸ਼ਿਸ਼ੂ ਮੌਤ ਦਰ (Infant Mortality Rate)– 1980 ਵਿੱਚ 89 ਪ੍ਰਤੀ ਹਜ਼ਾਰ ਤੋਂ ਘਟ ਕੇ 1990 ਵਿੱਚ 61 ਪ੍ਰਤੀ ਹਜ਼ਾਰ, 2000 ਵਿੱਚ 52 ਪ੍ਰਤੀ ਹਜ਼ਾਰ ਅਤੇ 2012 ਵਿੱਚ 28 ਪ੍ਰਤੀ ਹਜ਼ਾਰ ਹੋ ਗਿਆ ਸੀ। (ਦਿਹਾਤੀ 30 ਅਤੇ ਸ਼ਹਿਰੀ 24 ਪ੍ਰਤੀ ਹਜ਼ਾਰ)। 2020 ਵਿੱਚ ਸਮੁੱਚੀ ਵਸੋਂ ਲਈ ਸ਼ਿਸ਼ੂ ਮੌਤ ਦਰ 18 ਪ੍ਰਤੀ ਹਜ਼ਾਰ, ਸ਼ਹਿਰੀ ਵਸੋਂ ਲਈ 17 ਪ੍ਰਤੀ ਹਜ਼ਾਰ ਅਤੇ ਪੇਂਡੂ ਵਸੋਂ ਲਈ 19 ਪ੍ਰਤੀ ਹਜ਼ਾਰ ਸੀ।

ਪਰਵਾਸ (MIGRATION)

ਪਰਵਾਸ ਵੀ ਵਸੋਂ ਵਾਧੇ ਦਾ ਮਹੱਤਵਪੂਰਣ ਘਟਕ ਹੈ। ਪਰਵਾਸ ਦਾ ਅਰਥ ਹੈ ਕਿਸੇ ਵਿਅਕਤੀ ਰਾਹੀਂ ਆਪਣਾ ਘਰ ਛੱਡ ਕੇ ਕਿਸੇ ਦੂਜੇ ਥਾਂ ਆਪਣਾ ਘਰ ਬਣਾ ਲੈਣਾ। ਇਹ ਕਿਰਿਆ ਸਥਾਈ, ਅਸਥਾਈ ਜਾਂ ਮੌਸਮੀ ਹੋ ਸਕਦੀ ਹੈ। ਪਰਵਾਸ ਸਥਾਨਕ, ਖੇਤਰੀ, ਰਾਸ਼ਟਰੀ ਜਾਂ ਅੰਤਰ-ਰਾਸ਼ਟਰੀ ਹੋ ਸਕਦਾ ਹੈ। ਪਰਵਾਸ ਦੀਆਂ ਦੋ ਕਿਸਮਾਂ ਹਨ : ਬਾਹਰ ਜਾ ਕੇ ਵਸਣਾ (Out-migration) ਅਤੇ ਆ ਕੇ ਵਸਣਾ (in-migration)। ਪੰਜਾਬ ਵਿੱਚ ਪਰਵਾਸ ਦੀਆਂ ਇਹ ਦੋਨੋਂ ਪ੍ਰਕਿਰਿਆਵਾਂ ਮੌਜੂਦ ਹਨ। ਹਜ਼ਾਰਾਂ ਪੰਜਾਬੀ ਹਰ ਸਾਲ ਕਈ ਕਾਰਨਾਂ ਕਰਕੇ ਅਤੇ ਵਿਸ਼ੇਸ਼ ਕਰਕੇ ਜ਼ਿਆਦਾ ਪੈਸੇ ਕਮਾਉਣ ਲਈ ਮੱਧ-ਪੂਰਬ ਦੇ ਦੇਸ਼ਾਂ, ਆਸਟਰੇਲੀਆ, ਯੂ.ਐਸ.ਏ., ਕਨੇਡਾ ਅਤੇ ਯੂਰਪੀਨ ਦੇਸ਼ਾਂ ਵਿੱਚ ਸਥਾਈ ਜਾਂ ਅਸਥਾਈ ਤੌਰ ਤੇ ਵਸਣ ਲਈ ਜਾ ਰਹੇ ਹਨ। ਇਸੇ ਤਰ੍ਹਾਂ ਬਹੁਤ ਸਾਰੇ ਪੰਜਾਬੀ ਆਪਣਾ ਭਵਿੱਖ ਹੋਰ ਬਿਹਤਰ ਬਣਾਉਣ ਲਈ ਭਾਰਤ ਦੇ ਦੂਜੇ ਰਾਜਾਂ ਜਾਂ ਸ਼ਹਿਰਾਂ ਵਿੱਚ ਜਾ ਕੇ ਆਪਣੇ ਕੰਮ-ਧੰਦੇ ਸ਼ੁਰੂ ਕਰਕੇ ਵਸ ਰਹੇ ਹਨ। ਇਨ੍ਹਾਂ ਨਾਲ ਪੰਜਾਬ ਦੀ ਜਨਸੰਖਿਆ ਘਟ ਰਹੀ ਹੈ।

ਇਸ ਦੇ ਉਲਟ ਪੰਜਾਬ ਦੀ ਤੇਜ਼ੀ ਨਾਲ ਵਿਕਸਤ ਹੋ ਰਹੀ ਖੇਤੀਬਾੜੀ ਅਤੇ ਉਦਯੋਗਾਂ ਵਿੱਚ ਲੋੜੀਂਦੇ ਕਾਮਿਆਂ ਦੀ ਘਾਟ ਹੋ ਗਈ ਹੈ। ਸੜਕਾਂ, ਇਮਾਰਤਾਂ ਅਤੇ ਦੂਜੇ ਪ੍ਰਾਜੈਕਟਾਂ ਦੇ ਨਿਰਮਾਣ ਵਿੱਚ ਬਹੁਤ ਸਾਰੇ ਕਾਮਿਆਂ ਦੀ ਲੋੜ ਹੈ। ਪੰਜਾਬ ਦੇ ਇਸ ਵਿਕਾਸ ਵਿੱਚ ਸਹਾਇਤਾ ਕਰਨ ਲਈ ਯੂ.ਪੀ. ਅਤੇ ਬਿਹਾਰ ਦੇ ਮੁੱਖ ਤੌਰ ਤੇ ਅਤੇ ਰਾਜਸਥਾਨ ਆਦਿ ਤੋਂ ਹਜ਼ਾਰਾਂ ਖੇਤੀਬਾੜੀ ਮਜ਼ਦੂਰ ਅਤੇ ਕਾਮੇ ਪੰਜਾਬ ਵਿੱਚ ਆਉਂਦੇ ਹਨ। ਇਨ੍ਹਾਂ ਵਿੱਚੋਂ ਸਾਰੇ ਕਾਫ਼ੀ ਸਮੇਂ ਲਈ ਅਤੇ ਜਾਂ ਕਾਫ਼ੀ ਸਮੇਂ ਤੋਂ ਪੰਜਾਬ ਵਿੱਚ ਰਹਿ ਰਹੇ ਹਨ। ਲੁਧਿਆਣਾ ਤਾਂ ਕਿਹਾ ਜਾਂਦਾ ਹੈ ਕਿ "ਭਈਆਂ" (migrant labourers) ਨਾਲ ਭਰਿਆ ਪਿਆ ਹੈ। ਪਹਿਲਾਂ (ਕੁੱਝ ਸਾਲ) ਤਾਂ ਪਰਵਾਸੀ ਕਾਮੇ ਸਿਰਫ ਉਦਯੋਗਿਕ ਸ਼ਹਿਰਾਂ ਵਿੱਚ ਦੇਖੇ ਜਾਂਦੇ ਸਨ। ਪ੍ਰੰਤੂ ਹੁਣ ਤਾਂ ਪੰਜਾਬ ਦੇ ਹਰ ਸ਼ਹਿਰ, ਕਸਬੇ ਤੇ ਬਹੁਤ ਸਾਰੇ ਪਿੰਡਾਂ ਵਿੱਚ ਪਰਵਾਸੀ ਦੇਖੇ ਜਾ ਸਕਦੇ ਹਨ। ਇਨ੍ਹਾਂ ਪਰਵਾਸੀਆਂ ਨੇ ਪੰਜਾਬ ਵਿੱਚ ਆਪਣੇ ਕਈ ਛੋਟੇ-ਮੋਟੇ ਧੰਦੇ ਵੀ ਸ਼ੁਰੂ ਕਰ ਲਏ ਹਨ। ਅਨੁਮਾਨਾਂ ਅਨੁਸਾਰ ਲੁਧਿਆਣਾ ਦੇ ਵਿਸ਼ਾਲ ਸ਼ਹਿਰ ਦੀ ਆਬਾਦੀ ਵਿੱਚ ਲਗਭਗ 17% ਪ੍ਰਵਾਸੀ ਲੋਕ ਸ਼ਾਮਲ ਹਨ। 2011 ਦੀ ਜਨਗਣਨਾ ਅਨੁਸਾਰ ਪੰਜਾਬ ਵਿੱਚ ਪਰਵਾਸੀ ਜਨਸੰਖਿਆ ਵਿੱਚ ਬਹੁਤ ਵਾਧਾ ਹੋਇਆ ਹੈ ਅਤੇ ਇਸ ਜਨਗਣਨਾ ਅਨੁਸਾਰ ਪੰਜਾਬ ਦੀ ਕੁੱਲ ਵਸੋਂ ਦਾ ਲਗਭਗ 9% (ਲਗਭਗ 25.0 ਲੱਖ) ਪਰਵਾਸੀ ਜਨਸੰਖਿਆ ਹੈ। ਪਰਵਾਸੀ ਮਜ਼ਦੂਰ ਆਮ ਤੌਰ ਤੇ 14 ਤੋਂ 40 ਸਾਲ ਉਮਰ ਵਰਗ ਦੇ ਹਨ। ਪ੍ਰਵਾਸੀਆਂ ਵਿੱਚ 55.2% ਇਸਤਰੀਆਂ ਹਨ। ਪ੍ਰਵਾਸੀਆਂ ਵਿੱਚੋਂ ਬਹੁਤ ਸਾਰੇ ਪੰਜਾਬ ਦੇ ਦੋ ਮੁੱਖ ਉਦਯੋਗਿਕ ਜ਼ਿਲ੍ਹਿਆਂ ਲੁਧਿਆਣਾ ਅਤੇ ਐਸ.ਏ.ਐਸ. ਨਗਰ ਵਿੱਚ ਵਸ ਗਏ ਹਨ। ਆਦਮੀ ਮੁੱਖ ਤੌਰ ਤੇ ਰੁਜ਼ਗਾਰ ਕਾਰਣ ਆਉਂਦੇ ਹਨ।

ਲਿੰਗ ਰਚਨਾ (SEX COMPOSITION)

ਜਨਸੰਖਿਆ ਰਚਨਾ ਦਾ ਇਹ ਇੱਕ ਮਹੱਤਵਪੂਰਣ ਅੰਗ ਹੈ। ਇਸ ਤੋਂ ਕਿਸੇ ਖੇਤਰ ਵਿੱਚ ਇਸਤਰੀਆਂ ਦੀ ਸਮਾਜਿਕ ਸਥਿਤੀ, ਉਨ੍ਹਾਂ ਦੀ ਸਿਹਤ, ਪਦਵੀ ਆਦਿ ਦਾ ਪਤਾ ਲੱਗਦਾ ਹੈ। ਲਿੰਗ ਰਚਨਾ ਨੂੰ ਲਿੰਗ ਅਨੁਪਾਤ ਰਾਹੀਂ ਦਰਸਾਇਆ ਜਾਂਦਾ ਹੈ। ਕਿਸੇ

ਰਾਜ, ਦੇਸ਼ ਜਾਂ ਖੇਤਰ ਵਿੱਚ ਪ੍ਰਤੀ ਹਜ਼ਾਰ ਮਰਦਾਂ ਪਿੱਛੇ ਕਿੰਨੀਆਂ number of females per thousand males) ਔਰਤਾਂ ਹਨ, ਨੂੰ ਲਿੰਗ ਅਨੁਪਾਤ (sex ratio) ਕਿਹਾ ਜਾਂਦਾ ਹੈ। ਇਹ ਪਰਿਭਾਸ਼ਾ ਭਾਰਤ ਵਿੱਚ ਲਾਗੂ ਹੈ।

ਪੰਜਾਬ ਵਿੱਚ 1991 ਦੀ ਜਨਗਣਨਾ ਅਨੁਸਾਰ 1000 ਮਰਦਾਂ ਮਗਰ 882 ਔਰਤਾਂ ਸਨ। ਇਹ **ਨੀਵੀਂ ਲਿੰਗ ਅਨੁਪਾਤ** ਹੈ। ਭਾਰਤ ਦੀ ਔਸਤ ਲਿੰਗ ਅਨੁਪਾਤ 929 ਸੀ। 2001 ਦੀ ਜਨਗਣਨਾ ਅਨੁਸਾਰ ਇਹ ਅਨੁਪਾਤ **ਹੋਰ ਵੀ ਘਟ ਗਈ।** 2001 ਦੀ ਜਨਗਣਨਾ ਅਨੁਸਾਰ ਪੰਜਾਬ ਵਿੱਚ 1000 ਮਰਦਾਂ ਪਿੱਛੇ 876 ਔਰਤਾਂ ਸਨ। ਭਾਰਤ ਲਈ ਇਹ ਔਸਤ 933 ਸੀ। ਖ਼ੁਸ਼ੀ ਦੀ ਗੱਲ ਹੈ ਕਿ ਇਹ ਅਨੁਪਾਤ 2011 ਦੀ ਜਨਗਣਨਾ ਅਨੁਸਾਰ ਵਧ ਕੇ ਸਮੁੱਚੇ ਪੰਜਾਬ ਲਈ 895 ਹੋ ਗਈ ਹੈ। ਸਮੁੱਚੇ ਭਾਰਤ ਲਈ ਇਹ ਔਸਤ ਅਨੁਪਾਤ 943 ਸੀ। ਪੰਜਾਬ ਵਿੱਚ ਨੀਵੀਂ ਲਿੰਗ ਅਨੁਪਾਤ ਤੋਂ ਲੱਗਦਾ ਹੈ ਕਿ ਇੱਥੇ ਲੜਕਿਆਂ ਨੂੰ ਲੜਕੀਆਂ ਉੱਤੇ ਤਰਜੀਹ (preference) ਦਿੱਤੀ ਜਾਂਦੀ ਹੈ। ਜਨਮ ਤੋਂ ਪਹਿਲਾਂ ਵਿਸ਼ੇਸ਼ ਕਰਕੇ ਲੜਕੀ ਗਰਭ ਬੱਚੇ (female foetus) ਦਾ ਗਿਰਾਣਾ, ਲੜਕੀਆਂ ਅਤੇ ਔਰਤਾਂ ਦਾ ਨੀਵਾਂ ਦਰਜਾ ਅਤੇ ਉਨ੍ਹਾਂ ਦੀ ਸਿਹਤ ਅਤੇ ਪਰਵਰਿਸ਼ ਵੱਲ ਘੱਟ ਧਿਆਨ ਦੇਣਾ ਆਦਿ ਦਾ ਪਤਾ ਲੱਗਦਾ ਹੈ। ਪੰਜਾਬ ਵਰਗੇ ਖੁਸ਼ਹਾਲ ਅਤੇ ਅਗਾਂਹ-ਵਧੂ ਰਾਜ ਲਈ ਇਹ ਬਹੁਤ ਮਾੜੀ ਗੱਲ ਹੈ। ਗੁਆਂਢੀ ਹਰਿਆਣਾ ਵਿੱਚ ਇਹ ਅਨੁਪਾਤ 877 ਅਤੇ ਹਿਮਾਚਲ ਪ੍ਰਦੇਸ਼ ਵਿੱਚ 974 ਹੈ। ਦੇਸ਼ ਵਿੱਚ ਸਭ ਤੋਂ ਉੱਚੀ ਲਿੰਗ ਅਨੁਪਾਤ (1084) ਕੇਰਲਾ ਰਾਜ ਵਿੱਚ ਪਾਈ ਜਾਂਦੀ ਹੈ।

ਪਿਛਲੀਆਂ ਜਨਗਣਨਾਵਾਂ ਦੇ ਮੁਕਾਬਲੇ 2011 ਦੀ ਜਨਗਣਨਾ ਵਿੱਚ ਪੰਜਾਬ ਦੀ ਲਿੰਗ ਅਨੁਪਾਤ ਵਧੀ ਹੈ।

1961 ਦੀ ਜਨਗਣਨਾ ਅਨੁਸਾਰ ਪੰਜਾਬ ਦੀ ਲਿੰਗ ਅਨੁਪਾਤ 854 ਸੀ ਜੋ 1971 ਵਿੱਚ 865 ਅਤੇ 1981 ਅਨੁਸਾਰ 879 ਔਰਤਾਂ ਪ੍ਰਤੀ ਹਜ਼ਾਰ ਮਰਦ ਸੀ। 1991 ਵਿੱਚ ਇਹ ਵਧ ਕੇ 882 ਹੋ ਗਈ ਪ੍ਰੰਤੂ 2001 ਵਿੱਚ ਇਹ ਘਟ ਕੇ 876 ਔਰਤਾਂ ਪ੍ਰਤੀ ਹਜ਼ਾਰ ਮਰਦ ਹੋ ਗਈ। 2011 ਅਨੁਸਾਰ ਇਹ ਫਿਰ ਵਧ ਕੇ 895 ਹੋ ਗਈ ਹੈ। ਲਿੰਗ ਅਨੁਪਾਤ ਵਿੱਚ ਵਾਧਾ ਵਧੀਆ ਸਿਹਤ ਸੇਵਾਵਾਂ ਅਤੇ ਪੰਜਾਬੀਆਂ ਦੇ ਉਦਾਰ ਵਿਚਾਰਾਂ ਨੂੰ ਦਰਸਾਉਂਦੇ ਹਨ। ਪ੍ਰੰਤੂ ਲਿੰਗ ਅਨੁਪਾਤ ਵਿੱਚ ਗਿਰਾਵਟ ਇਕ ਸੋਚਣ ਲਈ ਮਜ਼ਬੂਰ ਕਰਨ ਵਾਲੀ ਅਤੇ ਮਾੜੀ ਗੱਲ ਹੈ। ਵਿੱਦਿਆ ਦੇ ਪ੍ਰਸਾਰ ਨੇ ਉਸਾਰੂ ਰੋਲ ਨਿਭਾਇਆ ਹੈ। ਸਭ ਨੂੰ ਪਤਾ ਹੈ ਕਿ ਪੰਜਾਬ ਇੱਕ ਖੇਤੀ ਪ੍ਰਧਾਨ ਰਾਜ ਹੈ ਜਿਸ ਵਿੱਚ ਮਰਦਾਂ ਦੀ ਭੂਮਿਕਾ ਅਹਿਮ ਹੁੰਦੀ ਹੈ। ਪ੍ਰੰਪਰਾਗਤ ਅਤੇ ਰੂੜ੍ਹੀਵਾਦੀ ਵਿਚਾਰਾਂ ਤੋਂ ਇਲਾਵਾ ਖੇਤੀਬਾੜੀ ਅਤੇ ਸਮਾਜ ਵਿੱਚ ਮਰਦਾਂ ਦੀ ਜ਼ਿਆਦਾ ਅਹਿਮ ਭੂਮਿਕਾ ਕਾਰਨ ਪੰਜਾਬੀ ਲੜਕੀ ਦੀ ਥਾਂ ਲੜਕੇ ਨੂੰ ਤਰਜ਼ੀਹ ਦੇਣ ਲੱਗ ਪਏ। ਇਸ ਮਾੜੀ ਪ੍ਰਵਿਰਤੀ ਨੂੰ ਰੋਕਣ ਦੀ ਬਹੁਤ ਲੋੜ ਹੈ।

ਇਸ ਤੋਂ ਵੀ ਮਾੜੀ ਗੱਲ ਇਹ ਦੇਖਣ ਵਿੱਚ ਆਈ ਹੈ ਕਿ 1991 ਦੇ ਮੁਕਾਬਲੇ 2001 ਵਿੱਚ 0—6 ਸਾਲ ਦੇ ਬੱਚਿਆਂ ਵਿੱਚ ਲਿੰਗ ਅਨੁਪਾਤ ਕਾਫ਼ੀ ਘਟ ਗਈ ਹੈ। 0—6 ਸਾਲ ਦੇ ਬੱਚਿਆਂ ਦੀ ਲਿੰਗ ਅਨੁਪਾਤ 1991 ਵਿੱਚ 850 ਤੋਂ ਘਟ ਕੇ 2001 ਵਿੱਚ 798 ਹੋ ਗਈ ਪ੍ਰੰਤੂ 2011 ਇਹ ਵਧ ਕੇ 846.5 ਹੋ ਗਈ। (ਸਾਰਣੀ ਨੰ. 18)। ਸਭ ਜ਼ਿਲ੍ਹਿਆਂ ਵਿੱਚ 0—6 ਸਾਲ ਦੇ ਬੱਚਾ ਵਰਗ ਦੀ ਲਿੰਗ ਅਨੁਪਾਤ ਵਿੱਚ ਗਿਰਾਵਟ ਆਈ ਹੈ (ਸਾਰਣੀ ਨੰ. 18)। **ਸਭ ਤੋਂ ਵੱਧ ਗਿਰਾਵਟ ਲੁਧਿਆਣਾ** ਜ਼ਿਲ੍ਹੇ ਵਿੱਚ 160 ਅੰਕਾਂ ਦੀ ਰਿਕਾਰਡ ਕੀਤੀ ਗਈ ਸੀ। ਦੂਜੇ ਨੰਬਰ ਤੇ ਫਤਿਹਗੜ੍ਹ ਸਾਹਿਬ ਜ਼ਿਲ੍ਹਾ (—108 ਅੰਕ) ਆਉਂਦਾ ਹੈ। ਪਟਿਆਲਾ (—95 ਅੰਕ), ਕਪੂਰਥਲਾ (—94 ਅੰਕ), ਮਾਨਸਾ, ਸੰਗਰੂਰ, ਰੂਪਨਗਰ, ਨਵਾਂ ਸ਼ਹਿਰ, ਗੁਰਦਾਸਪੁਰ (—89 ਅੰਕ) ਜ਼ਿਲ੍ਹਿਆਂ ਵਿੱਚ ਵੀ ਉੱਚੀ ਗਿਰਾਵਟ (—85 ਤੋਂ —95 ਅੰਕ) ਰਿਕਾਰਡ ਕੀਤੀ ਗਈ ਹੈ। ਮੁਕਤਸਰ (—46 ਅੰਕ), ਮੋਗਾ (—49 ਅੰਕ) ਅਤੇ ਫਰੀਦਕੋਟ (—53 ਅੰਕ) ਜ਼ਿਲ੍ਹਿਆਂ ਵਿੱਚ ਘੱਟ ਗਿਰਾਵਟ (—45 ਤੋਂ —55 ਅੰਕ) ਰਿਕਾਰਡ ਕੀਤੀ ਗਈ।

ਪ੍ਰੰਤੂ 2011 ਦੀ ਜਨਗਣਨਾ ਅਨੁਸਾਰ 2001 ਦੇ ਮੁਕਾਬਲੇ ਸਭ ਜ਼ਿਲ੍ਹਿਆਂ ਵਿੱਚ 0—6 ਸਾਲ ਦੇ ਬੱਚਾ ਵਰਗ ਦੀ ਲਿੰਗ ਅਨੁਪਾਤ ਵਿੱਚ ਕਾਫ਼ੀ ਵਾਧਾ ਹੋਇਆ ਹੈ। ਪੰਜਾਬ ਲਈ ਇਹ ਵਾਧਾ 48 ਅੰਕਾਂ ਦਾ ਹੈ। ਸਭ ਤੋਂ ਵੱਧ ਵਾਧਾ ਲੁਧਿਆਣਾ ਜ਼ਿਲ੍ਹੇ ਲਈ 143 ਅੰਕਾਂ ਦਾ ਹੈ (ਇੱਥੇ 2001 ਵਿੱਚ ਰਾਜ ਵਿੱਚ ਸਭ ਤੋਂ ਵੱਧ ਗਿਰਾਵਟ (—108 ਅੰਕਾਂ ਦੀ ਹੋਈ ਸੀ)। ਦੋਆਬੇ ਦੇ ਜ਼ਿਲ੍ਹਿਆਂ ਵਿੱਚ ਜ਼ਿਆਦਾ ਵਾਧਾ (ਹੁਸ਼ਿਆਰਪੁਰ ਲਈ 53 ਅੰਕ ਤੋਂ ਕਪੂਰਥਲਾ ਲਈ 86 ਅੰਕਾਂ ਦਾ ਵਾਧਾ) ਰਿਕਾਰਡ ਕੀਤਾ

ਗਿਆ ਹੈ। ਮਾਝੇ ਦੇ ਜ਼ਿਲ੍ਹਿਆਂ ਵਿੱਚ ਆਮ ਵਾਧਾ 31 ਤੋਂ 36 ਅੰਕਾਂ ਦਾ ਹੈ। ਮੁਕਤਸਰ (20 ਅੰਕ) ਅਤੇ ਫਿਰੋਜ਼ਪੁਰ (23 ਅੰਕ) ਜ਼ਿਲ੍ਹਿਆਂ ਨੂੰ ਛੱਡ ਕੇ ਮਾਲਵੇ ਦੇ ਜ਼ਿਆਦਾਤਰ ਜ਼ਿਲ੍ਹਿਆਂ ਲਈ ਇਹ ਵਾਧਾ ਮੋਗਾ ਵਿੱਚ 42 ਅੰਕਾਂ ਤੋਂ ਫਤਹਿਗੜ੍ਹ ਸਾਹਿਬ ਜ਼ਿਲ੍ਹੇ ਲਈ 76 ਅੰਕਾਂ ਦਾ ਹੈ। ਇਹ ਸਭ ਆਮ ਲੋਕਾਂ ਦੀ ਬਦਲਦੀ ਸੋਚ ਅਤੇ ਸਰਕਾਰ ਅਤੇ ਦੂਜੀਆਂ ਜਥੇਬੰਦੀਆਂ ਦੀਆਂ ਕੋਸ਼ਿਸ਼ਾਂ ਕਾਰਨ ਸੰਭਵ ਹੋ ਸਕਿਆ ਹੈ। ਸਾਨੂੰ 0—6 ਸਾਲ ਦੇ ਬੱਚਾ ਵਰਗ ਦੀ ਲਿੰਗ ਅਨੁਪਾਤ ਨੂੰ ਬਰਾਬਰ ਲਿਆਉਣ ਲਈ ਕੋਸ਼ਿਸ਼ ਕਰਨੀ ਚਾਹੀਦੀ ਹੈ। ਪੰਜਾਬ ਵਰਗੇ ਉੱਨਤ ਅਤੇ ਅਗਾਂਹਵਧੂ ਰਾਜ ਦੇ ਲੋਕਾਂ ਨੂੰ ਭਰੂਣ ਹੱਤਿਆ ਬੰਦ ਕਰਨ ਅਤੇ ਔਰਤ ਨੂੰ ਮਰਦ ਦੇ ਬਰਾਬਰ ਲਿਆਉਣ ਵਿੱਚ ਭਾਰਤ ਦੇ ਬਾਕੀ ਰਾਜਾਂ ਦੀ ਅਗਵਾਈ ਕਰਨੀ ਚਾਹੀਦੀ ਹੈ। ਔਰਤ ਦੀ ਸੁਰੱਖਿਆ ਦੇਸ਼ ਦੀ ਸੁਰੱਖਿਆ ਹੈ।

ਸਾਰਣੀ ਨੰ. 18

ਪੰਜਾਬ ਵਿੱਚ ਜ਼ਿਲ੍ਹੇਵਾਰ ਲਿੰਗ ਅਨੁਪਾਤ, ਸਾਖ਼ਰਤਾ ਅਤੇ ਅਨੁਸੂਚਿਤ ਜਾਤੀਆਂ ਦੀ ਆਬਾਦੀ

ਕ੍ਰਮ ਨੰ.	ਜ਼ਿਲ੍ਹਾ	ਲਿੰਗ ਅਨੁਪਾਤ (ਔਰਤਾਂ ਪ੍ਰਤੀ 1000 ਮਰਦ)		0—6 ਸਾਲ ਵਰਗ ਦੀ ਲਿੰਗ ਅਨੁਪਾਤ		ਸਾਖ਼ਰਤਾ (%) 2011			ਅਨੁਸੂਚਿਤ ਜਾਤੀਆਂ ਦੀ (%) ਆਬਾਦੀ
		2011	2001	2011	2001	ਕੁੱਲ	ਮਰਦ	ਔਰਤਾਂ	2011
1.	ਗੁਰਦਾਸਪੁਰ	907	890	820	789	78.0	82.6	73.0	23.3
2.	ਪਠਾਨਕੋਟ	869	—	822	—	84.6	89.2	79.3	30.6
3.	ਅੰਮ੍ਰਿਤਸਰ	889	871	826	792	76.3	80.1	72.0	31.0
4.	ਤਰਨ ਤਾਰਨ	900	887	820	784	67.10	73.2	61.9	33.7
5.	ਕਪੂਰਥਲਾ	912	888	871	785	79.1	83.2	74.6	33.9
6.	ਜਲੰਧਰ	915	887	874	806	82.5	86.2	78.5	39.0
7.	ਐਸ.ਬੀ.ਐਸ. ਨਗਰ	954	914	885	808	79.8	85.4	73.9	42.5
8.	ਹੁਸ਼ਿਆਰਪੁਰ	961	935	865	812	84.6	88.8	80.3	35.1
9.	ਰੂਪਨਗਰ	915	889	863	799	82.2	87.5	76.4	26.4
10.	ਐਸ.ਏ.ਐਸ. ਨਗਰ	879	840	841	785	83.8	87.9	79.1	21.7
11.	ਲੁਧਿਆਣਾ	873	824	860	817	82.2	86.0	77.9	26.4
12.	ਫਿਰੋਜ਼ਪੁਰ	893	885	845	822	69.0	74.50	62.8	41.63
13.	ਫਾਜ਼ਿਲਕਾ	894	—	849	—	68.9	76.30	60.6	42.66
14.	ਫਰੀਦਕੋਟ	890	883	851	812	69.6	74.6	63.9	38.9
15.	ਸ੍ਰੀ ਮੁਕਤਸਰ ਸਾਹਿਬ	896	891	831	811	65.8	71.8	59.2	42.3

16.	ਮੋਗਾ	893	887	860	818	70.7	74.4	66.5	36.5
17.	ਬਠਿੰਡਾ	868	870	854	785	68.3	73.8	61.9	32.4
18.	ਮਾਨਸਾ	883	879	836	782	61.8	67.3	55.7	33.6
19.	ਸੰਗਰੂਰ	885	870	840	784	68.0	73.2	62.2	27.9
20.	ਬਰਨਾਲਾ	876	907	843	792	67.8	71.6	63.6	32.2
21.	ਪਟਿਆਲਾ	891	875	837	776	75.3	75.4	69.8	24.5
22.	ਫਤਿਹਗੜ੍ਹ ਸਾਹਿਬ	871	854	842	766	79.4	83.3	74.8	32.1
	ਪੰਜਾਬ	895	876	846	798	75.8	80.4	70.7	31.9
	ਭਾਰਤ	943	933	919	927	73.0	80.9	64.6	16.6

ਸਰੋਤ— 1. ਪੰਜਾਬ ਦਾ ਅੰਕੜਾ ਸਾਰ—2014

2. ਪੀ.ਸੀ.ਏ. 2011, ਪੰਜਾਬ

ਨਕਸ਼ਾ ਨੰ. 33 ਵਿੱਚ ਪੰਜਾਬ ਦੀ ਜ਼ਿਲ੍ਹੇਵਾਰ ਲਿੰਗ ਅਨੁਪਾਤ ਦਿਖਾਈ ਗਈ ਹੈ। ਇਸ ਨਕਸ਼ੇ ਨੂੰ ਦੇਖਣ ਤੋਂ ਪਤਾ ਲੱਗਦਾ ਹੈ ਕਿ 2011 ਦੀ ਜਨਗਣਨਾ ਅਨੁਸਾਰ ਸਭ ਤੋਂ ਉੱਚੀ ਲਿੰਗ ਅਨੁਪਾਤ ਹੁਸ਼ਿਆਰਪੁਰ ਜ਼ਿਲ੍ਹੇ (961) ਅਤੇ ਸਭ ਤੋਂ ਨੀਵੀਂ ਬਠਿੰਡਾ ਜ਼ਿਲ੍ਹੇ (868) ਵਿੱਚ ਪਾਈ ਜਾਂਦੀ ਹੈ। ਮੋਟੇ ਤੌਰ 'ਤੇ **ਉੱਚ ਲਿੰਗ ਅਨੁਪਾਤ** ਪੂਰਬੀ ਜ਼ਿਲ੍ਹਿਆਂ **ਹੁਸ਼ਿਆਰਪੁਰ** (961) ਅਤੇ **ਐਸ.ਬੀ.ਐਸ. ਨਗਰ** (954) ਵਿੱਚ ਪਾਈ ਜਾਂਦੀ ਹੈ। ਨਾਲ ਲੱਗਦੇ ਪੂਰਬੀ ਜ਼ਿਲ੍ਹਿਆਂ ਗੁਰਦਾਸਪੁਰ (907) ਅਤੇ ਰੂਪ ਨਗਰ (915) ਵਿੱਚ ਵੀ ਲਗਭਗ ਉੱਚੀ ਲਿੰਗ ਅਨੁਪਾਤ ਪਾਈ ਜਾਂਦੀ ਹੈ। ਇਹ ਪੂਰਬੀ ਰਾਜ ਹਿਮਾਚਲ ਪ੍ਰਦੇਸ਼ (974 ਔਰਤਾਂ ਪ੍ਰਤੀ 1000 ਮਰਦ) ਨਾਲ ਲੱਗਦੇ ਹਨ। ਇੱਥੇ ਸ਼ਾਇਦ ਕੁੱਝ ਪਹਾੜੀ ਪ੍ਰਭਾਵ ਦਾ ਅਸਰ ਹੈ। ਦੋਆਬਾ ਦੇ ਸਾਰੇ ਜ਼ਿਲ੍ਹਿਆਂ ਵਿੱਚ ਉੱਚਾ ਲਿੰਗ ਅਨੁਪਾਤ ਰਿਕਾਰਡ ਕੀਤਾ ਗਿਆ ਹੈ। 2011 ਦੇ ਅੰਕੜਿਆਂ ਅਨੁਸਾਰ ਇਹ 900 ਤੋਂ ਵੀ ਵੱਧ ਹੈ। ਕਪੂਰਥਲਾ (912) ਅਤੇ ਜਲੰਧਰ (915) ਜ਼ਿਲ੍ਹਿਆਂ ਵਿੱਚ ਵੀ ਉੱਚ ਲਿੰਗ ਅਨੁਪਾਤ ਰਿਕਾਰਡ ਕੀਤਾ ਗਿਆ ਹੈ (ਨਕਸ਼ਾ ਨੰ. 33)।

ਮਾਲਵਾ ਦੇ ਜ਼ਿਲ੍ਹਿਆਂ ਮੁਕਤਸਰ (896), ਮੋਗਾ (893), ਫਰੀਦਕੋਟ (890), ਫਿਰੋਜ਼ਪੁਰ (893), ਫਾਜ਼ਿਲਕਾ (894), ਮਾਨਸਾ, ਸੰਗਰੂਰ ਅਤੇ ਪਟਿਆਲਾ (891) ਜ਼ਿਲ੍ਹਿਆਂ ਅਤੇ ਮਾਝੇ ਦੇ ਅੰਮ੍ਰਿਤਸਰ (889) ਅਤੇ ਤਰਨਤਾਰਨ (900) ਜ਼ਿਲ੍ਹਿਆਂ ਵਿੱਚ **ਸਾਧਾਰਣ ਲਿੰਗ ਅਨੁਪਾਤ (890 ਤੋਂ 900) ਪਾਈ ਜਾਂਦੀ ਹੈ।**

ਮਾਲਵੇ ਦੇ ਚਾਰ ਜ਼ਿਲ੍ਹਿਆਂ ਬਰਨਾਲਾ, ਲੁਧਿਆਣਾ (873), ਫਤਹਿਗੜ੍ਹ ਸਾਹਿਬ (871), ਬਰਨਾਲਾ (876), ਬਠਿੰਡਾ (868) ਅਤੇ ਐਸ. ਏ. ਐਸ. ਨਗਰ (879) ਵਿੱਚ ਸਾਧਾਰਣ ਤੋਂ **ਨੀਵੀਂ ਲਿੰਗ ਅਨੁਪਾਤ** ਪਾਈ ਜਾਂਦੀ ਹੈ। ਇਹ ਜ਼ਿਲ੍ਹੇ ਵਿਸ਼ੇਸ਼ ਕਰਕੇ ਲੁਧਿਆਣਾ, ਉਦਯੋਗਿਕ ਹਨ। ਇੱਥੇ ਹਜ਼ਾਰਾਂ ਦੀ ਗਿਣਤੀ ਵਿੱਚ (ਲੁਧਿਆਣਾ ਵਿੱਚ ਲੱਖਾਂ ਦੀ ਗਿਣਤੀ ਵਿੱਚ) ਪਰਵਾਸੀ ਲੋਕ ਰਹਿੰਦੇ ਹਨ। ਇਹ ਪਰਵਾਸੀ ਆਮ ਕਰਕੇ ਮਰਦ ਹਨ ਅਤੇ ਆਪਣੇ ਪਰਿਵਾਰ ਉਹ ਆਪਣੇ ਮੂਲ ਰਾਜਾਂ-ਬਿਹਾਰ, ਯੂ.ਪੀ., ਰਾਜਸਥਾਨ, ਮੱਧ ਪ੍ਰਦੇਸ਼ ਆਦਿ ਵਿੱਚ ਪਿੱਛੇ ਛੱਡ ਕੇ ਆਏ ਹਨ। ਇਸ ਤਰ੍ਹਾਂ ਇਨ੍ਹਾਂ ਪਰਵਾਸੀ ਪੁਰਸ਼ਾਂ ਨੇ ਇਨ੍ਹਾਂ ਜ਼ਿਲ੍ਹਿਆਂ ਦੀ ਕੁੱਲ ਪੁਰਸ਼ ਆਬਾਦੀ ਵਿੱਚ ਕਾਫ਼ੀ ਵਾਧਾ ਕਰ ਦਿੱਤਾ ਅਤੇ ਫਲਸਰੂਪ ਇਨ੍ਹਾਂ ਜ਼ਿਲ੍ਹਿਆਂ ਦੀ ਲਿੰਗ ਅਨੁਪਾਤ ਨੀਵੀਂ ਹੋ ਗਈ। ਇਹ ਹੀ ਹਾਲ ਐਸ.ਏ.ਐਸ. ਨਗਰ, ਫਤਹਿਗੜ੍ਹ ਸਾਹਿਬ ਅਤੇ ਬਠਿੰਡਾ ਜ਼ਿਲ੍ਹਿਆਂ ਦਾ ਹੈ। **ਸਭ ਤੋਂ ਨੀਵਾਂ ਲਿੰਗ ਅਨੁਪਾਤ** ਪਠਾਨਕੋਟ (869) ਅਤੇ ਬਠਿੰਡਾ (868) ਵਿੱਚ ਰਿਕਾਰਡ ਕੀਤਾ ਗਿਆ ਹੈ।

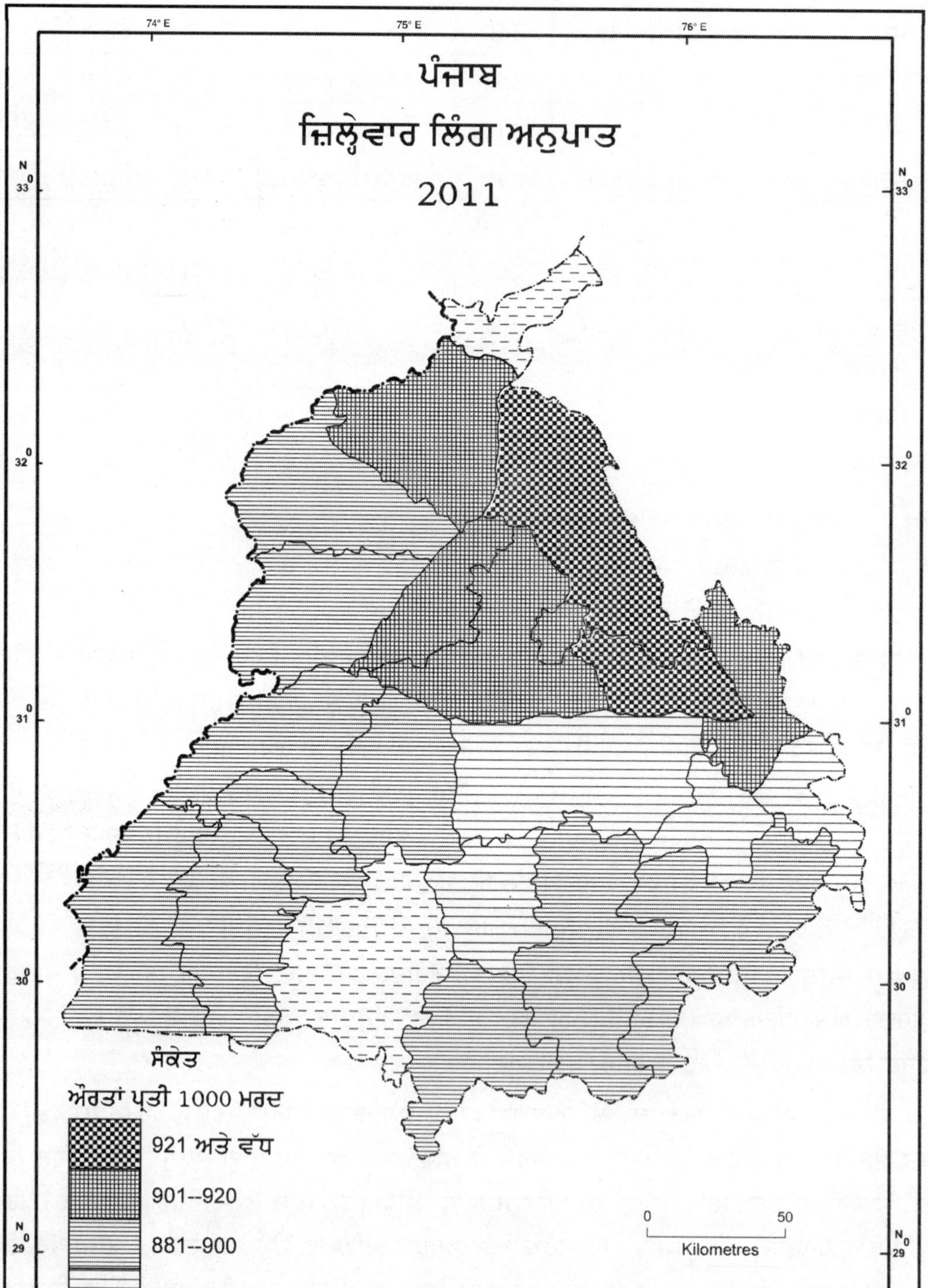
ਪੰਜਾਬ
ਜ਼ਿਲ੍ਹੇਵਾਰ ਲਿੰਗ ਅਨੁਪਾਤ
2011
ਸੰਕੇਤ
ਔਰਤਾਂ ਪ੍ਰਤੀ 1000 ਮਰਦ
921 ਅਤੇ ਵੱਧ
901--920
881--900
871--880
870 ਅਤੇ ਘੱਟ
0 50
Kilometres
74° E
75° E
76° E
77° E
33° N
32°
31°
30°
29° N

Map 33

ਮਰਦ ਪ੍ਰਧਾਨ ਇਨ੍ਹਾਂ **ਪ੍ਰਵਾਸੀਆਂ ਨੇ ਪੰਜਾਬ ਦੇ ਦੂਜੇ ਜ਼ਿਲ੍ਹਿਆਂ ਦੀ ਲਿੰਗ ਅਨੁਪਾਤ ਨੂੰ ਵੀ ਪ੍ਰਭਾਵਿਤ ਕੀਤਾ ਹੈ**, ਕਿਉਂਕਿ ਹੁਣ ਲਗਭਗ ਹਰ ਜ਼ਿਲ੍ਹੇ ਵਿੱਚ (ਦੋਨੋਂ ਸ਼ਹਿਰ ਅਤੇ ਪਿੰਡ) ਹਜ਼ਾਰਾਂ ਦੀ ਗਿਣਤੀ ਵਿੱਚ ਪ੍ਰਵਾਸੀ 'ਭਈਏ' ਰਹਿੰਦੇ ਹਨ। ਉਹ ਖੇਤਾਂ ਅਤੇ ਘਰਾਂ ਵਿੱਚ ਵੀ ਕੰਮ ਕਰਦੇ ਹਨ। ਸ਼ਹਿਰਾਂ ਵਿੱਚ ਰਿਕਸ਼ਾ ਚਲਾਉਣ, ਸਬਜ਼ੀ ਆਦਿ ਵੇਚਣ ਤੇ ਦੂਜੇ ਕਈ ਛੋਟੇ ਧੰਦੇ ਇਹ ਪ੍ਰਵਾਸੀ ਕਰਦੇ ਹਨ।

ਸਮੁੱਚੇ ਤੌਰ ਤੇ ਉੱਤਰੀ ਪੰਜਾਬ (ਮਾਝਾ ਅਤੇ ਦੋਆਬਾ) ਵਿੱਚ ਲਿੰਗ ਅਨੁਪਾਤ ਮਾਲਵੇ ਦੇ ਮੁਕਾਬਲੇ ਉੱਚਾ ਹੈ। ਦੋਆਬੇ ਵਿੱਚ ਇਹ ਸਭ ਤੋਂ ਵੱਧ ਉੱਚਾ ਹੈ। ਇਸ ਦੇ ਦੋ ਕਾਰਨ ਹੋ ਸਕਦੇ ਹਨ। **ਪਹਿਲਾ**, ਦੋਆਬਾ ਅਤੇ ਮਾਝਾ ਵਿੱਚ ਸਾਖ਼ਰਤਾ ਅਤੇ ਜ਼ਿਆਦਾ ਪੜ੍ਹਾਈ ਸਹੂਲਤਾਂ ਕਾਰਨ ਲੋਕ ਜ਼ਿਆਦਾ ਜਾਗਰੂਕ ਅਤੇ ਉਦਾਰ ਹਨ। **ਦੂਜਾ** ਮਾਲਵਾ ਵਿੱਚ ਖੇਤੀਬਾੜੀ ਕਰਨ ਵਾਲੇ ਵਰਗਾਂ ਵਿਸ਼ੇਸ਼ ਕਰਕੇ **ਜੱਟ** ਪਰਿਵਾਰਾਂ ਦੀ ਪ੍ਰਧਾਨਤਾ ਹੈ ਅਤੇ ਖੇਤੀਬਾੜੀ ਲਈ ਜ਼ਿਆਦਾ ਮਰਦਾਂ ਦੀ ਲੋੜ ਹੈ। (ਉਦਾਰਵਾਦ ਤੇ ਮਸ਼ੀਨੀਕਰਣ ਕਾਰਨ ਖੇਤੀਬਾੜੀ ਲਈ ਔਰਤਾਂ ਵੀ ਮਰਦਾਂ ਜਿੰਨੀਆਂ ਮਹੱਤਵਪੂਰਣ ਹਨ)।

ਉਦਾਰ, ਪੜ੍ਹੇ-ਲਿਖੇ, ਉੱਚੇ ਜੀਵਨ ਸਤਰ ਵਾਲੇ ਤੇ ਪੱਛਮੀ ਦੇਸ਼ਾਂ ਨਾਲ ਬਹੁਤ ਸੰਪਰਕ ਵਿੱਚ ਆਏ ਪੰਜਾਬੀਆਂ ਲਈ ਇਹ ਬਹੁਤ ਜ਼ਰੂਰੀ ਬਣਦਾ ਹੈ ਕਿ ਉਹ ਇਸ ਘਟਦੀ ਲਿੰਗ ਅਨੁਪਾਤ ਨੂੰ ਠੱਲ੍ਹ ਪਾਉਣ ਅਤੇ ਆਪਣੇ ਗੁਰੂਆਂ, ਰਿਸ਼ੀਆਂ, ਭਗਤਾਂ ਆਦਿ ਦੀਆਂ ਸਿੱਖਿਆਵਾਂ ਤੇ ਅਮਲ ਕਰਕੇ ਭਰੂਣ ਹੱਤਿਆ ਬਿਲਕੁਲ ਬੰਦ ਕਰਨ ਅਤੇ ਲੜਕੇ ਅਤੇ ਲੜਕੀਆਂ ਵਿੱਚ ਕੋਈ ਫਰਕ ਨਾ ਸਮਝਣ ਅਤੇ ਕਰਨ।

ਉਮਰ ਰਚਨਾ (AGE STRUCTURE)

ਉਮਰ ਰਚਨਾ ਤੋਂ ਵਸੋਂ ਵਾਧਾ, ਕਮਾਉਣ ਦੀ ਸਮਰੱਥਾ, ਸਰਕਾਰ ਅਤੇ ਲੋਕਾਂ ਦੀਆਂ ਸਮਾਜਿਕ ਅਤੇ ਆਰਥਿਕ ਜ਼ਿੰਮੇਵਾਰੀਆਂ, ਖੇਤਰ ਦੇ ਸੰਸਾਧਨਾਂ ਉੱਤੇ ਜਨਸੰਖਿਆ ਦਾ ਭਾਰ (burden of population) ਬਾਰੇ ਪਤਾ ਲੱਗਦਾ ਹੈ। ਆਮ ਕਰਕੇ ਆਬਾਦੀ ਨੂੰ ਤਿੰਨ ਮਹੱਤਵਪੂਰਣ ਉਮਰ-ਗਰੁੱਪਾਂ ਵਿੱਚ ਵੰਡਿਆ ਜਾਂਦਾ ਹੈ। ਇਹ ਹਨ— ਬੱਚਾ ਉਮਰ ਵਰਗ (The young), ਨੌਜਵਾਨ ਉਮਰ ਵਰਗ (The Adults) ਤੇ ਬਿਰਧ ਉਮਰ ਵਰਗ (The Old).

ਬੱਚਾ ਉਮਰ ਵਰਗ ਵਿੱਚ 0 ਤੋਂ 14 ਸਾਲ ਦੀ ਉਮਰ ਤੱਕ ਦੀ ਜਨਸੰਖਿਆ ਸ਼ਾਮਲ ਹੁੰਦੀ ਹੈ। ਇਹ ਉਮਰ ਵਰਗ ਸਮਾਜ ਅਤੇ ਸਰਕਾਰ ਉੱਤੇ ਸਮਾਜਿਕ ਅਤੇ ਆਰਥਿਕ ਬੋਝ ਹੈ। ਇਸ ਉਮਰ ਵਿੱਚ ਸ਼ਾਮਲ ਜਨਸੰਖਿਆ ਦੀ ਪੜ੍ਹਾਈ, ਪਾਲਣ-ਪੋਸ਼ਣ ਆਦਿ ਦੇ ਸਭ ਖਰਚ ਬੋਝ ਹਨ। 1991 ਅਨੁਸਾਰ ਪੰਜਾਬ ਦੀ 34.68% ਦੇ ਲਗਭਗ ਜਨਸੰਖਿਆ ਇਸ ਵਰਗ ਵਿੱਚ ਸ਼ਾਮਲ ਸੀ। ਸਮੁੱਚੇ ਭਾਰਤ ਲਈ ਇਹ ਪ੍ਰਤੀਸ਼ਤਤਾ 37.25 ਸੀ। ਵਿਕਸਤ ਦੇਸ਼ਾਂ ਲਈ ਇਹ ਪ੍ਰਤੀਸ਼ਤਤਾ ਘੱਟ ਹੁੰਦੀ ਹੈ। ਅਸਲ ਵਿੱਚ ਉਮਰ ਰਚਨਾ ਜਨਮ-ਦਰ, ਮੌਤ-ਦਰ ਅਤੇ ਪਰਵਾਸ ਉੱਤੇ ਨਿਰਭਰ ਕਰਦੀ ਹੈ। 2001 ਦੀ ਜਨਗਣਨਾ ਅਨੁਸਾਰ ਇਸ ਉਮਰ ਵਰਗ ਵਿੱਚ ਪੰਜਾਬ ਦੀ ਲਗਭਗ 31% ਅਤੇ ਭਾਰਤ ਦੀ 35.4% ਜਨਸੰਖਿਆ ਸ਼ਾਮਲ ਸੀ। 2011 ਦੀ ਜਨਗਣਨਾ ਅਨੁਸਾਰ ਪੰਜਾਬ ਦੀ 25.54% ਜਨਸੰਖਿਆ ਇਸ ਉਮਰ ਵਰਗ ਵਿੱਚ ਸ਼ਾਮਲ ਹੈ।

ਨੌਜਵਾਨ ਉਮਰ ਵਰਗ ਸਭ ਤੋਂ ਵੱਧ ਚੁਸਤ ਵਰਗ ਹੈ। ਇਸ ਵਿੱਚ 15 ਸਾਲ ਤੋਂ 59 ਸਾਲ ਦੀ ਉਮਰ ਦੇ ਵਿਅਕਤੀ ਸ਼ਾਮਲ ਹੁੰਦੇ ਹਨ। ਇਹ ਵਰਗ ਸਭ ਤੋਂ ਵੱਧ ਮਹੱਤਵਪੂਰਣ ਹੈ। ਇਹ ਉਮਰ ਵਰਗ ਜੀਵ-ਸੰਬੰਧੀ ਦ੍ਰਿਸ਼ਟੀਕੋਣ ਤੋਂ ਸਭ ਤੋਂ ਵੱਧ ਸੰਤਾਨ ਦੀ ਉਤਪੱਤੀ ਕਰਨ ਵਾਲਾ (reproductive), ਆਰਥਿਕ ਪਹਿਲੂ ਤੋਂ ਸਭ ਤੋਂ ਵੱਧ ਕਿਰਿਆਸ਼ੀਲ (productive) ਅਤੇ ਸਭ ਤੋਂ ਵੱਧ ਗਤੀਸ਼ੀਲ (mobile) ਹੁੰਦਾ ਹੈ। ਬੱਚਾ ਵਰਗ ਅਤੇ ਬਿਰਧ ਵਰਗ ਦਾ ਭਾਰ ਇਸ ਗਰੁੱਪ ਨੂੰ ਚੁੱਕਣਾ ਪੈਂਦਾ ਹੈ। 1991 ਅਨੁਸਾਰ ਪੰਜਾਬ ਵਿੱਚ 56.99% ਜਨਸੰਖਿਆ (ਅੱਧੀ ਤੋਂ ਵੱਧ) ਇਸ ਵਰਗ ਵਿੱਚ ਸ਼ਾਮਲ ਸੀ। 2011 ਦੀ ਜਨਗਣਨਾ ਦੇ ਅੰਕੜਿਆਂ ਅਨੁਸਾਰ ਪੰਜਾਬ ਦੇ ਸਭ ਤੋਂ ਵੱਧ ਲੋਕ (63.98%) ਇਸ ਉਮਰ ਵਰਗ ਵਿੱਚ ਸ਼ਾਮਲ ਹਨ। ਇਸ ਵਰਗ ਵਿੱਚ ਵੀ ਇਸ ਵਰਗ ਦੀ ਕੁੱਲ ਜਲਸੰਖਿਆ ਦਾ 78.60% (ਰਾਜ ਦੀ ਕੁੱਲ ਜਨਸੰਖਿਆ ਦਾ 50.30%) ਵਰਗ 15 ਤੋਂ 44 ਉਮਰ ਗਰੁੱਪ ਦਾ ਹੈ।

ਬਿਰਧ ਉਮਰ ਵਰਗ ਪਹਿਲੇ ਵਰਗ ਦੀ ਤਰ੍ਹਾਂ ਸਮਾਜ ਅਤੇ ਸਰਕਾਰ ਉੱਤੇ ਭਾਰ ਹੁੰਦਾ ਹੈ। ਬਿਰਧ ਲੋਕਾਂ ਦੀ ਖੁਰਾਕ, ਸਿਹਤ ਸਹੂਲਤਾਂ ਅਤੇ ਕਪੜਿਆਂ ਆਦਿ ਦਾ ਪ੍ਰਬੰਧ ਕਰਨਾ ਪੈਂਦਾ ਹੈ। ਵਿਕਸਤ ਦੇਸ਼ਾਂ ਵਿੱਚ ਇਸ ਵਰਗ ਵਿੱਚ ਸ਼ਾਮਲ ਜਨਸੰਖਿਆ ਦੀ ਕਾਫ਼ੀ ਪ੍ਰਤੀਸ਼ਤਤਾ ਹੁੰਦੀ ਹੈ ਪ੍ਰੰਤੂ ਅਵਿਕਸਤ ਅਤੇ ਵਿਕਾਸਸ਼ੀਲ ਦੇਸ਼ਾਂ ਵਿੱਚ ਇਹ ਪ੍ਰਤੀਸ਼ਤਤਾ ਘੱਟ ਹੁੰਦੀ ਹੈ ਕਿਉਂਕਿ ਇਨ੍ਹਾਂ ਖੇਤਰਾਂ ਵਿੱਚ ਮੌਤ ਦਰ ਉੱਚੀ ਹੁੰਦੀ ਹੈ ਅਤੇ ਆਮ ਉਮਰ ਵੀ ਘੱਟ ਹੁੰਦੀ ਹੈ। 1991 ਅਨੁਸਾਰ ਪੰਜਾਬ ਦੀ ਕੇਵਲ 8.33% ਜਨਸੰਖਿਆ ਇਸ ਉਮਰ ਵਰਗ ਵਿੱਚ ਸੀ। 2001 ਦੀ ਜਨਗਣਨਾ ਅਨੁਸਾਰ ਪੰਜਾਬ ਦੀ ਕੇਵਲ 9.4% ਜਨਸੰਖਿਆ ਇਸ ਉਮਰ ਵਰਗ ਵਿੱਚ ਸ਼ਾਮਲ ਸੀ। 2011 ਦੀ ਜਨਗਣਨਾ ਇਸ ਉਮਰ ਵਰਗ ਵਿੱਚ ਕੇਵਲ 9.00% ਲੋਕ ਸ਼ਾਮਲ ਹਨ। ਇਹ ਵਰਗ 60-79 ਸਾਲ ਉਮਰ ਵਰਗ ਦਾ ਹੈ। ਜ਼ਿਆਦਾ ਬਿਰਧ ਵਰਗ (80+ਸਾਲ) ਵਿੱਚ ਪੰਜਾਬ ਦੇ ਕੇਵਲ 1.36% ਲੋਕ ਸ਼ਾਮਲ ਹਨ। ਇਸ ਤਰ੍ਹਾਂ ਸਮੁੱਚੇ ਬਿਰਧ ਵਰਗ ਵਿੱਚ ਪੰਜਾਬ ਦੀ 10.33% ਜਨਸੰਖਿਆ ਸ਼ਾਮਲ ਹੈ।

ਸਾਖਰਤਾ (LITERACY)

ਸਾਖਰਤਾ ਇੱਕ ਮਹੱਤਵਪੂਰਣ ਸਮਾਜਿਕ ਅਤੇ ਆਰਥਿਕ ਸੂਚਕ ਹੈ। ਕਿਸੇ ਵੀ ਸਮਾਜ ਦੀ ਉੱਨਤੀ, ਹੋਰ ਗੱਲਾਂ ਦੇ ਨਾਲ-ਨਾਲ, ਉਸਦੇ ਪੜ੍ਹੇ-ਲਿਖੇ ਲੋਕਾਂ ਉੱਤੇ ਨਿਰਭਰ ਕਰਦੀ ਹੈ। ਸਾਖਰਤਾ ਦੀਆਂ ਵਿਭਿੰਨ ਪਰਿਭਾਸ਼ਾਵਾਂ ਹਨ। ਪ੍ਰੰਤੂ ਭਾਰਤ ਵਿੱਚ ਮੰਨੀ ਪਰਿਭਾਸ਼ਾ ਅਨੁਸਾਰ ਕੋਈ ਵੀ ਵਿਅਕਤੀ ਜੋ ਕਿਸੀ ਵੀ ਭਾਸ਼ਾ ਵਿੱਚ ਸਾਧਾਰਣ ਸੰਦੇਸ਼ ਨੂੰ ਸਮਝ ਕੇ ਲਿਖ ਅਤੇ ਪੜ੍ਹ ਸਕੇ ਸਾਖਰ (literate) ਕਹਾਉਂਦਾ ਹੈ। ਯੂ.ਐਨ.ਓ. ਨੇ ਵੀ ਇਹ ਹੀ ਪਰਿਭਾਸ਼ਾ ਦਿੱਤੀ ਸੀ। ਇਸ ਤਰ੍ਹਾਂ ਉਹ ਵਿਅਕਤੀ ਸਾਖਰ ਮੰਨਿਆ ਜਾਵੇਗਾ ਜੋ ਕਿਸੀ ਵੀ ਭਾਸ਼ਾ ਵਿੱਚ ਸਮਝ ਕੇ ਲਿਖਣ ਅਤੇ ਪੜ੍ਹਨ ਦੀ ਯੋਗਤਾ ਰੱਖਦਾ ਹੋਵੇ। 1991 ਅਤੇ 2011 ਦੀ ਜਨਗਣਨਾ ਅਨੁਸਾਰ 6 ਸਾਲ ਤੱਕ ਦੀ ਉਮਰ ਦੇ ਬੱਚੇ ਅਨਪੜ੍ਹ ਸਮਝੇ ਜਾਣਗੇ।

ਸਿੱਖਿਆ ਦੀ ਆਰੰਭਿਕ ਅਵਸਥਾ ਸਾਖ਼ਰਤਾ ਹੈ ਅਤੇ ਅਸਲੀ ਸਿੱਖਿਆ (real education) ਬਾਅਦ ਦੀ ਅਵਸਥਾ ਵਿੱਚ ਆਉਂਦੀ ਹੈ। ਸਕੂਲਾਂ ਵਿੱਚ ਪੜ੍ਹਨ ਨਾਲ ਵਿੱਦਿਆ ਪ੍ਰਾਪਤ ਹੁੰਦੀ ਹੈ ਅਤੇ ਸਕੂਲੀ ਵਿੱਦਿਆ ਦੀ ਲੰਬਾਈ (ਸਮਾਂ) ਵਿੱਦਿਆ ਦੇ ਸਤਰ ਨੂੰ ਨਿਰਧਾਰਤ ਕਰਦੀ ਹੈ। ਆਰ. ਸੀ. ਚਾਂਦਨਾ ਅਨੁਸਾਰ "ਆਮ ਕਰਕੇ ਸਾਖ਼ਰਤਾ ਦਾ ਸੰਬੰਧ ਵਿੱਦਿਆ ਦਾ ਖ਼ਰਚਾ (cost), ਅਰਥ ਵਿਵਸਥਾ (economy) ਦੀ ਕਿਸਮ, ਜੀਵਨ ਸਤਰ (standard of living), ਸ਼ਹਿਰੀਕਰਣ ਦਾ ਦਰਜਾ (degree), ਆਵਾਜਾਈ ਅਤੇ ਸੰਚਾਰ ਦੇ ਸਾਧਨਾਂ ਦੇ ਵਿਕਾਸ ਦੀ ਅਵਸਥਾ, ਤਕਨੀਕੀ ਤਰੱਕੀ ਦੀ ਵਿਵਸਥਾ, ਧਾਰਮਿਕ ਪਿਛੋਕੜ, ਪੜ੍ਹਾਈ ਦਾ ਮਾਧਿਅਮ (medium of instruction), ਸਮਾਜ ਵਿੱਚ ਇਸਤਰੀ ਦਾ ਦਰਜਾ (status), ਇਸਤਰੀ ਦੀ ਗਤੀਸ਼ੀਲਤਾ (mobility) ਅਤੇ ਵਿੱਦਿਆ ਵਿਰੁੱਧ ਧਾਰਨਾਵਾਂ, ਵਿਦਿਅਕ ਅਦਾਰਿਆਂ (institutions) ਦੀ ਉਪਲੱਬਧਤਾ, ਆਮ ਕਦਰਾਂ-ਕੀਮਤਾਂ (value system) ਤੇ ਜਨਤਕ ਨੀਤੀਆਂ (public policies) ਨਾਲ ਹੈ।"[1]

2001 ਦੀ ਜਨਗਣਨਾ ਅਨੁਸਾਰ ਪੰਜਾਬ ਵਿੱਚ 69.70% ਲੋਕੀਂ ਪੜ੍ਹੇ-ਲਿਖੇ (ਸਾਖਰ) ਸਨ। ਸਮੁੱਚੇ ਭਾਰਤ ਲਈ ਇਹ ਪ੍ਰਤੀਸ਼ਤਤਾ 64.8% ਸੀ। 2011 ਦੀ ਜਨਗਣਨਾ ਅਨੁਸਾਰ ਪੰਜਾਬ ਦੀ ਔਸਤ ਸਾਖਰਤਾ 75.8% ਅਤੇ ਸਮੁੱਚੇ ਭਾਰਤ ਲਈ ਇਹ ਪ੍ਰਤੀਸ਼ੱਤਤਾ 73.00% ਹੈ। ਭਾਰਤ ਦੇ ਤੇਰਾਂ ਰਾਜਾਂ ਵਿੱਚ ਸਾਖਰਤਾ ਪੰਜਾਬ ਨਾਲੋਂ ਜ਼ਿਆਦਾ ਹੈ। ਇਹ ਰਾਜ ਹਨ—ਕੇਰਲਾ, ਮਿਜ਼ੋਰਾਮ, ਗੋਆ, ਤਾਮਿਲਨਾਡੂ, ਹਿਮਾਚਲ ਪ੍ਰਦੇਸ਼, ਮਹਾਰਾਸ਼ਟਰ, ਉਤਰਾਖੰਡ, ਗੁਜਰਾਤ, ਸਿੱਕਮ, ਨਾਗਾਲੈਂਡ, ਮਨੀਪੁਰ, ਪੱਛਮੀ ਬੰਗਾਲ ਅਤੇ ਤਰੀਪੁਰਾ। ਭਾਰਤ ਵਿੱਚ ਸਭ ਤੋਂ ਉੱਚੀ ਸਾਖਰਤਾ ਕੇਰਲ ਵਿੱਚ 94.0% ਹੈ। ਭਾਰਤ ਵਿੱਚ ਸਭ ਤੋਂ ਘੱਟ ਸਾਖਰਤਾ ਬਿਹਾਰ ਵਿੱਚ 61.8% ਹੈ। ਇਸ ਤਰ੍ਹਾਂ ਪੰਜਾਬ ਦਰਮਿਆਨੀ ਸਾਖਰਤਾ ਵਾਲਾ ਭਾਰਤੀ ਰਾਜ ਹੈ। ਪ੍ਰੰਤੂ ਸਾਲ 1981 ਤੋਂ 2011 ਵਿਚਕਾਰ ਪੰਜਾਬ ਵਿੱਚ ਸਾਖਰਤਾ ਵਧੀ ਹੈ। 1981 ਅਨੁਸਾਰ ਪੰਜਾਬ ਦੀ ਔਸਤ ਸਾਖਰਤਾ 43.37% ਸੀ ਜੋ 1991 ਵਿੱਚ 58.51% ਅਤੇ 2001 ਵਿੱਚ 69.70% ਹੋ ਗਈ ਸੀ। 2011 ਦੀ ਜਨਗਣਨਾ ਅਨੁਸਾਰ ਪੰਜਾਬ ਦੀ ਔਸਤ ਸਾਖਰਤਾ 75.8% ਹੈ।

1. Chandna R.C. (1986). "A Geography of population," Kalyani Publishers, Ludhiana.

ਇਸ ਤਰ੍ਹਾਂ ਪੰਜਾਬ ਵਿੱਚ ਸਾਖਰਤਾ ਦੀ ਵਾਧਾ ਦਰ ਲਗਭਗ 10% ਅੰਕ ਪ੍ਰਤੀ ਦਹਾਕਾ ਤੋਂ ਵੱਧ ਰਹੀ ਹੈ। ਪ੍ਰੰਤੂ 2001-2011 ਦੌਰਾਨ ਇਹ 6.10 ਅੰਕ ਹੈ। ਔਰਤਾਂ ਦੀ ਸਾਖਰਤਾ ਵਿੱਚ ਵਾਧਾ 7.30% ਅੰਕ ਹੈ ਜਦਕਿ ਮਰਦਾਂ ਲਈ ਇਹ ਵਾਧਾ ਦਰ 5.20% ਅੰਕ ਹੈ।

ਕਿਸੇ ਵੀ ਖੇਤਰ ਦੀ ਤਰ੍ਹਾਂ ਪੰਜਾਬ ਵਿੱਚ ਵੀ **ਪੇਂਡੂ ਅਤੇ ਸ਼ਹਿਰੀ ਇਲਾਕਿਆਂ ਅਤੇ ਮਰਦਾਂ ਅਤੇ ਔਰਤਾਂ ਵਿਚਕਾਰ ਸਾਖਰਤਾ ਵਿੱਚ ਭਿੰਨਤਾ ਹੈ।** ਪਿੰਡਾਂ ਦੇ ਮੁਕਾਬਲੇ ਸ਼ਹਿਰਾਂ ਵਿੱਚ ਸਿੱਖਿਆ ਪ੍ਰਾਪਤ ਕਰਨ ਦੀਆਂ ਜ਼ਿਆਦਾ ਸਹੂਲਤਾਂ ਹਨ। ਇਸ ਕਾਰਨ ਪੰਜਾਬ ਵਿੱਚ ਜਦੋਂ ਕਿ ਪਿੰਡਾਂ ਵਿੱਚ 71.4% (64.7% 2001 ਵਿੱਚ) ਲੋਕ ਸਾਖਰ ਹਨ, ਸ਼ਹਿਰਾਂ ਵਿੱਚ 83.2% (79.10% 2001 ਵਿੱਚ) ਜਨਸੰਖਿਆ ਪੜ੍ਹੀ-ਲਿਖੀ ਹੈ। ਇਸੇ ਤਰ੍ਹਾਂ ਪੁਰਸ਼ਾਂ ਦੀ ਸਾਖਰਤਾ 80.4% (75.20% 2001 ਵਿੱਚ) ਹੈ ਅਤੇ ਇਸਤਰੀਆਂ ਦੀ ਸਾਖਰਤਾ 70.7% (63.4% 2001 ਵਿੱਚ) ਹੈ। ਸ਼ਹਿਰਾਂ ਵਿੱਚ ਜੀਵਨ ਸਤਰ ਉੱਚਾ, ਇਸਤਰੀਆਂ ਦੀ ਦਰਜਾ ਅੱਛਾ, ਲੋਕਾਂ ਦਾ ਦ੍ਰਿਸ਼ਟੀਕੋਣ ਅਤੇ ਵਿਚਾਰ ਉਦਾਰ ਹਨ ਅਤੇ ਵਿਦਿਅਕ ਸੰਸਥਾਵਾਂ ਵੀ ਨੇੜੇ ਹਨ।

ਪੰਜਾਬ ਵਿੱਚ ਉੱਚੀ ਸਾਖਰਤਾ (80.0% ਤੋਂ ਵੱਧ) ਹੁਸ਼ਿਆਰਪੁਰ (84.6%), ਪਠਾਨਕੋਟ (84.6%), ਐਸ.ਏ. ਐਸ. ਨਗਰ, ਜਲੰਧਰ (82.5%), ਲੁਧਿਆਣਾ (82.2%), ਐਸ.ਬੀ.ਐਸ. ਨਗਰ (79.8%) ਅਤੇ ਰੂਪਨਗਰ (82.2%) ਦੇ ਜ਼ਿਲ੍ਹਿਆਂ ਵਿੱਚ ਪਾਈ ਜਾਂਦੀ ਹੈ। ਇਸ ਵਰਗ ਤੇ ਵਿਸ਼ੇਸ਼ ਕਰਕੇ ਦੋਆਬੇ ਦੇ ਜ਼ਿਲ੍ਹਿਆਂ ਹੁਸ਼ਿਆਰਪੁਰ, ਜਲੰਧਰ ਅਤੇ ਨਵਾਂਸ਼ਹਿਰ ਵਿੱਚ 1966 ਵਿੱਚ ਰਾਜ ਦੇ ਪੁਨਰਗਠਨ (reorganization) ਅਤੇ 1947 ਵਿੱਚ ਦੇਸ਼ ਦੀ ਵੰਡ ਤੋਂ ਵੀ ਪਹਿਲਾਂ ਦੋਆਬੇ ਦੇ ਲੋਕ ਜ਼ਿਆਦਾ ਜਾਗਰੂਕ, ਉਦਾਰ ਵਿਚਾਰਾਂ ਵਾਲੇ ਅਤੇ ਸਮਾਜਿਕ ਅਤੇ ਰਾਜਨੀਤਕ ਅੰਦੋਲਨਾਂ ਵਿੱਚ ਜ਼ਿਆਦਾ ਕਿਰਿਆਸ਼ੀਲ ਸਨ। ਬਹੁਤ ਸਾਰੇ ਲੋਕੀਂ ਅਫਰੀਕਨ ਤੇ **ਯੂਰਪੀਨ ਦੇਸ਼ਾਂ ਵਿੱਚ ਗਏ ਸਨ।** ਇੱਥੇ ਡੀ.ਏ.ਵੀ. ਅਤੇ ਖਾਲਸਾ ਅਤੇ ਕਈ ਹੋਰ **ਵਧੀਆ ਸਕੂਲ ਸਨ। ਕਾਫ਼ੀ ਬੱਚੇ ਸਕੂਲਾਂ ਵਿੱਚ ਜਾਂਦੇ ਸਨ।** ਜੋਤਾਂ (land holdings) ਦਾ ਆਕਾਰ ਛੋਟਾ ਸੀ। ਇਸ ਕਾਰਨ ਜ਼ਿਆਦਾਤਰ ਪਰਿਵਾਰ ਨੌਕਰੀ ਅਤੇ ਵਣਜ-ਵਪਾਰ (business) ਉੱਤੇ ਨਿਰਭਰ ਸਨ। ਇਨ੍ਹਾਂ ਲਈ ਘੱਟੋ-ਘੱਟ ਸਾਧਾਰਣ (elementary education) ਜਾਂ ਦਸਵੀਂ (matriculation) ਤੱਕ ਵਿੱਦਿਆ ਜ਼ਰੂਰੀ ਸੀ। ਇਸ ਤੋਂ ਬਿਨਾਂ ਜਲੰਧਰ ਸ਼ਹਿਰ ਵਿਦਿਆ ਤੇ ਅਖਬਾਰਾਂ, ਰਸਾਲਿਆਂ ਆਦਿ ਦੀ ਛਪਾਈ ਦਾ ਕੇਂਦਰ ਸੀ। ਇਨ੍ਹਾਂ ਸਭ ਕਾਰਨਾਂ ਨੇ ਦੋਆਬੇ ਅਤੇ ਨਾਲ ਲੱਗਦੇ ਇਲਾਕਿਆਂ ਵਿੱਚ ਉੱਚੀ ਸਾਖ਼ਰਤਾ ਤੇ ਜ਼ਿਆਦਾ ਅਤੇ ਵਧੀਆ ਵਿੱਦਿਆ ਪ੍ਰਾਪਤ ਕਰਨ ਨੂੰ ਉਤਸ਼ਾਹਤ ਕੀਤਾ।

ਨਾਲ ਲੱਗਦੇ ਜ਼ਿਲ੍ਹਿਆਂ ਗੁਰਦਾਸਪੁਰ (78.0%), ਅੰਮ੍ਰਿਤਸਰ (76.3%), ਕਪੂਰਥਲਾ (79.1%) ਅਤੇ ਫਤਿਹਗੜ੍ਹ ਸਾਹਿਬ (79.4%) ਵਿੱਚ **ਉੱਚੀ ਸਾਖਰਤਾ** (73% ਤੋਂ ਵੱਧ) ਪਾਈ ਜਾਂਦੀ ਹੈ। ਪਟਿਆਲਾ ਦੇ ਜ਼ਿਲ੍ਹੇ ਵਿੱਚ ਵੀ **ਸਾਧਾਰਣ ਉੱਚੀ** (75.3%) ਸਾਖ਼ਰਤਾ ਪਾਈ ਜਾਂਦੀ ਹੈ। ਇਹ 70% ਤੋਂ 75% ਵਿਚਕਾਰ ਹੈ।

ਉੱਤਰੀ ਪੰਜਾਬ ਵਿੱਚ ਤਰਨਤਾਰਨ (67.10%) ਅਤੇ ਦੱਖਣੀ ਅਤੇ ਦੱਖਣ-ਪੱਛਮੀ ਪੰਜਾਬ (ਮਾਲਵਾ) ਵਿੱਚ ਲਗਭਗ ਸਭ ਜ਼ਿਲ੍ਹਿਆਂ ਵਿੱਚ ਸਾਧਾਰਣ ਨੀਵੀਂ (65.1% ਤੋਂ 70.0% ਤੱਕ) ਅਤੇ ਨੀਵੀਂ (65.0% ਜਾਂ ਇਸ ਤੋਂ ਘੱਟ) ਸਾਖ਼ਰਤਾ ਪਾਈ ਜਾਂਦੀ ਹੈ। ਮਾਨਸਾ ਜ਼ਿਲ੍ਹੇ ਵਿੱਚ ਸਭ ਤੋਂ ਘੱਟ (61.8%) ਸਾਖ਼ਰਤਾ ਪਾਈ ਜਾਂਦੀ ਹੈ। ਮੁਕਤਸਰ (65.8%), ਸੰਗਰੂਰ (68.0%), ਫਿਰੋਜ਼ਪੁਰ, ਫਾਜ਼ਿਲਕਾ (68.9%), ਫਰੀਦਕੋਟ (69.6%), ਬਠਿੰਡਾ (68.3%) ਅਤੇ ਬਰਨਾਲਾ ਜ਼ਿਲ੍ਹਿਆਂ ਵਿੱਚ **ਨੀਵੀਂ ਸਾਖ਼ਰਤਾ** (70% ਜਾਂ ਇਸ ਤੋਂ ਘੱਟ) ਪਾਈ ਜਾਂਦੀ ਹੈ। ਇਹ ਦੂਰ-ਦੁਰਾਡੇ ਦੇ ਅਤੇ ਪਛੜੇ ਜ਼ਿਲ੍ਹੇ ਹਨ। ਮੁਕਤਸਰ, ਮਾਨਸਾ ਤੇ ਤਰਨਤਾਰਨ ਵਿੱਚ ਆਮ ਅਤੇ ਵਿੱਦਿਅਕ ਸਹੂਲਤਾਂ ਦੀ ਘਾਟ ਹੈ। ਫਿਰੋਜ਼ਪੁਰ (69.0%) ਤੇ ਬਰਨਾਲਾ (67.8%) ਦੇ ਜ਼ਿਲ੍ਹਿਆਂ ਵਿੱਚ ਵੀ ਲਗਭਗ ਨੀਵੀਂ ਸਾਖ਼ਰਤਾ ਪਾਈ ਜਾਂਦੀ ਹੈ (ਨਕਸ਼ਾ ਨੰ. 33)।

ਮਾਲਵੇ ਦੇ ਬਾਕੀ ਦੇ ਜ਼ਿਲ੍ਹਿਆਂ— ਫਰੀਦਕੋਟ ਅਤੇ ਬਠਿੰਡਾ ਵਿੱਚ ਸਾਧਾਰਣ ਨੀਵੀਂ (65% ਤੋਂ 70%) ਸਾਖਰਤਾ ਪਾਈ ਜਾਂਦੀ ਹੈ। (ਸਾਰਣੀ ਨੰ. 18)

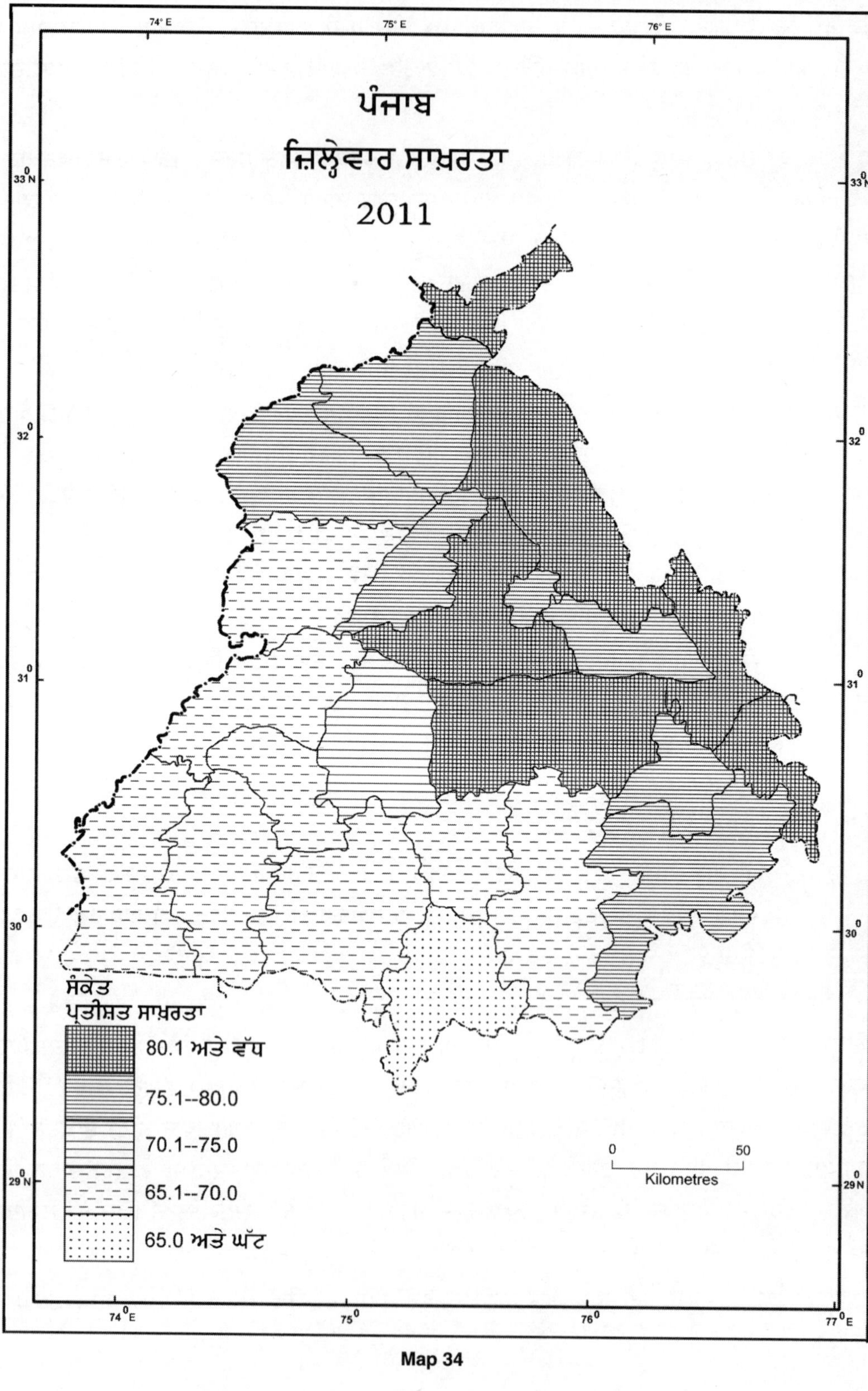
ਪੰਜਾਬ
ਜ਼ਿਲ੍ਹੇਵਾਰ ਸਾਖ਼ਰਤਾ
2011
ਸੰਕੇਤ
ਪ੍ਰਤੀਸ਼ਤ ਸਾਖ਼ਰਤਾ
80.1 ਅਤੇ ਵੱਧ
75.1--80.0
70.1--75.0
65.1--70.0
65.0 ਅਤੇ ਘੱਟ
0 50
Kilometres
74° E
75° E
76° E
77° E
33° N
32°
31°
30°
29° N

Map 34

ਇਸਤਰੀ ਸਾਖ਼ਰਤਾ (Female Literacy)– ਪੰਜਾਬ ਦੀ ਔਸਤ ਇਸਤਰੀ ਸਾਖ਼ਰਤਾ 70.7% (63.4% 2001 ਵਿੱਚ) ਹੈ ਜਦਕਿ ਮਰਦ ਸਾਖ਼ਰਤਾ 80.4% (75.2% 2001 ਵਿੱਚ) ਹੈ। ਇਸਤਰੀ ਸਾਖ਼ਰਤਾ ਵਿੱਚ ਵੀ ਹੁਸ਼ਿਆਰਪੁਰ ਜ਼ਿਲ੍ਹਾ (80.3%) ਸਭ ਤੋਂ ਅੱਗੇ ਅਤੇ ਮਾਨਸਾ ਦਾ ਜ਼ਿਲ੍ਹਾ (55.7% 2001 ਵਿੱਚ) ਸਭ ਤੋਂ ਪਿੱਛੇ ਹੈ। ਪਠਾਨਕੋਟ (79.3%), ਮੋਗਾ ਵਿੱਚ 70.7% ਲੋਕ ਸਾਖ਼ਰ ਹਨ। ਜਲੰਧਰ (78.5%), ਐਸ.ਏ.ਐਸ. ਨਗਰ (79.2%) ਅਤੇ ਲੁਧਿਆਣਾ (77.9%) ਜ਼ਿਲ੍ਹਿਆਂ ਵਿੱਚ ਇਸਤਰੀ ਸਾਖ਼ਰਤਾ ਉੱਚੀ ਹੈ। ਇਹ ਜ਼ਿਲ੍ਹੇ ਸਮੁੱਚੇ ਵਿਕਾਸ, ਉਦਯੋਗ, ਸ਼ਹਿਰੀਕਰਣ ਆਦਿ ਵਿੱਚ ਅਗਲੇਰੇ ਜ਼ਿਲ੍ਹੇ ਹਨ। ਗੁਰਦਾਸਪੁਰ, ਅੰਮ੍ਰਿਤਸਰ, ਕਪੂਰਥਲਾ, ਐਸ.ਬੀ.ਐਸ. ਨਗਰ, ਰੂਪਨਗਰ ਅਤੇ ਫਤਹਿਗੜ੍ਹ ਜ਼ਿਲ੍ਹਿਆਂ ਵਿੱਚ ਇਸਤਰੀ ਸਾਖਰਤਾ ਵੀ ਸਾਧਾਰਣ ਉੱਚੀ (70.0% ਤੋਂ ਵੱਧ) ਹੈ। (ਸਾਰਣੀ ਨੰ. 18)। ਪਟਿਆਲਾ (69.8%) ਅਤੇ ਮੋਗਾ (66.5%) ਜ਼ਿਲ੍ਹਿਆਂ ਵਿੱਚ ਸਾਧਾਰਣ ਇਸਤਰੀ ਸਾਖ਼ਰਤਾ ਪਾਈ ਜਾਂਦੀ ਹੈ। ਮਾਨਸਾ (55.7%), ਮੁਕਤਸਰ (59.2%), ਫਿਰੋਜ਼ਪੁਰ (62.8%), ਫਾਜ਼ਿਲਕਾ (60.6%), ਤਰਨਤਾਰਨ (61.9%), ਸੰਗਰੂਰ, ਫਰੀਦਕੋਟ (63.9%), ਬਠਿੰਡਾ (61.9%) ਅਤੇ ਬਰਨਾਲਾ (63.6%) ਵਿੱਚ ਸਧਾਰਣ ਨੀਵੀਂ ਤੋਂ ਨਵੀਂ ਇਸਤਰੀ ਸਾਖ਼ਰਤਾ ਪਾਈ ਜਾਂਦੀ ਹੈ। ਇਹ 65.1% ਤੋਂ ਘੱਟ ਹੈ।

ਤਹਿਸੀਲ ਸਤਰ ਤੇ ਸਾਖ਼ਰਤਾ (Literacy at Tehsil Level)– ਐਸ.ਏ.ਐਸ. ਨਗਰ ਤਹਿਸੀਲ ਵਿੱਚ 86.2% ਤੋਂ ਸੰਗਰੂਰ ਜ਼ਿਲ੍ਹੇ ਦੀ ਲਹਿਰਾ ਤਹਿਸੀਲ ਦੀ 59.3% ਵਿਚਕਾਰ ਹੈ। ਪੰਜਾਬ ਦੀਆਂ ਕੁੱਲ ਤਹਿਸੀਲਾਂ ਵਿੱਚੋਂ 22 ਵਿੱਚ ਸਾਖ਼ਰਤਾ 80.0% ਤੋਂ ਵੱਧ ਹੈ। ਇਨ੍ਹਾਂ ਵਿੱਚ ਹੁਸ਼ਿਆਰਪੁਰ ਜ਼ਿਲ੍ਹੇ ਦੀਆਂ ਚਾਰੇ ਤਹਿਸੀਲਾਂ, ਰੂਪਨਗਰ ਜ਼ਿਲ੍ਹੇ ਦੀਆਂ ਤਿੰਨ ਤਹਿਸੀਲਾਂ, ਨਵਾਂ ਸ਼ਹਿਰ (80.6%) ਬੰਗਾ, ਲੁਧਿਆਣਾ ਪੱਛਮੀ ਅਤੇ ਪੂਰਬੀ ਅਤੇ ਖੰਨਾ ਤਹਿਸੀਲ, ਫਗਵਾੜਾ ਤਹਿਸੀਲ, ਪਠਾਨਕੋਟ, ਧਾਰ ਕਲਾਂ (81.0%), ਅੰਮ੍ਰਿਤਸਰ II, ਜਲੰਧਰ I, ਐਸ.ਬੀ.ਐਸ. ਨਗਰ, ਐਸ.ਏ.ਐਸ. ਨਗਰ ਜ਼ਿਲ੍ਹੇ ਦੀਆਂ ਤਿੰਨੇ ਤਹਿਸੀਲਾਂ ਅਤੇ ਬਸੀ ਪਠਾਣਾਂ ਤਹਿਸੀਲਾਂ ਸ਼ਾਮਲ ਹਨ।

19 ਤਹਿਸੀਲਾਂ ਵਿੱਚ ਸਾਖ਼ਰਤਾ 75.1% ਤੋਂ 80.0% ਵਿਚਕਾਰ ਉੱਚੀ ਹੈ। 19 ਤਹਿਸੀਲਾਂ ਵਿੱਚ ਸਾਖ਼ਰਤਾ 70.1% ਤੋਂ 75.0% ਵਿਚਕਾਰ ਹੈ। ਦੱਖਣ=ਪੱਛਮੀ ਮਾਲਵੇ ਦੀਆਂ ਤਹਿਸੀਲਾਂ ਅਤੇ ਤਰਨਤਾਰਨ ਤਹਿਸੀਲ ਵਿੱਚ ਸਾਖ਼ਰਤਾ 65.1% ਤੋਂ 70.0% ਤੱਕ ਪਾਈ ਜਾਂਦੀ ਹੈ। ਇਹ ਸਾਧਾਰਣ ਸਾਖ਼ਰਤਾ ਹੈ। ਮਾਲਵੇ ਦੀਆਂ 10 ਤਹਿਸੀਲਾਂ ਗਿੱਦੜਬਾਹਾ (64.7%), ਮਾਨਸਾ (63.5), ਪਾਤੜਾਂ (63.9%), ਤਲਵੰਡੀ ਸਾਬੋ (62.7%), ਸੁਨਾਮ, ਤਪਾ (63.6%), ਮੂਨਕ (61.1%), ਬੁਢਲਾਡਾ (60.6%), ਸਰਦੂਲਗੜ੍ਹ (60.4%) ਅਤੇ ਸੰਗਰੂਰ ਦੀ ਲਹਿਰਾ ਤਹਿਸੀਲ (59.3%, ਰਾਜ ਵਿੱਚ ਸਭ ਤੋਂ ਘੱਟ ਸਾਖ਼ਰਤਾ) ਵਿੱਚ ਅਤੇ ਮਾਝੇ ਦੀਆਂ ਅਜਨਾਲਾ (63.4%) ਅਤੇ ਪੱਟੀ (64.5%) ਤਹਿਸੀਲਾਂ ਵਿੱਚ ਨੀਵੀਂ ਸਾਖ਼ਰਤਾ ਪਾਈ ਜਾਂਦੀ ਹੈ।

ਸ਼ਹਿਰੀ ਅਤੇ ਪੇਂਡੂ ਸਾਖ਼ਰਤਾ (Urban and Rural Literacy)– 2001 ਦੀ ਜਨਗਣਨਾ ਅਨੁਸਾਰ ਪੰਜਾਬ ਵਿੱਚ 64.7% ਪੇਂਡੂ ਲੋਕ (rural population) ਪੜ੍ਹੇ-ਲਿਖੇ ਸਨ। ਪ੍ਰੰਤੂ ਸ਼ਹਿਰਾਂ ਵਿੱਚ ਸਾਖ਼ਰਤਾ 79.1% ਸੀ। 2011 ਦੀ ਜਨਗਣਨਾ ਅਨੁਸਾਰ ਪੰਜਾਬ ਦੇ ਪਿੰਡਾਂ ਵਿੱਚ 71.4% ਲੋਕ ਸਾਖ਼ਰ ਹਨ। ਸ਼ਹਿਰਾਂ ਲਈ ਸਾਖ਼ਰਤਾ 83.2% ਹੈ। ਹੁਸ਼ਿਆਰਪੁਰ (83.7%), ਰੂਪਨਗਰ (80.8%) ਅਤੇ ਪਠਾਨਕੋਟ (81.6%) ਜ਼ਿਲ੍ਹਿਆਂ ਵਿੱਚ **ਬਹੁਤ ਉੱਚੀ ਦਿਹਾਤੀ ਸਾਖ਼ਰਤਾ** ਪਾਈ ਜਾਂਦੀ ਹੈ। ਜਲੰਧਰ (78.5%), ਐਸ.ਏ.ਐਸ. ਨਗਰ (79.0%), ਲੁਧਿਆਣਾ (78.3%), ਸ.ਭ.ਸ. ਨਗਰ (79.0%), ਗੁਰਦਾਸਪੁਰ (75.6%), ਕਪੂਰਥਲਾ (75.9%) ਅਤੇ ਫਤਿਹਗੜ੍ਹ ਸਾਹਿਬ (77.5%) ਜ਼ਿਲ੍ਹਿਆਂ ਵਿੱਚ ਵੀ **ਉੱਚੀ** ਦਿਹਾਤੀ ਸਾਖ਼ਰਤਾ ਪਾਈ ਜਾਂਦੀ ਹੈ। ਮਾਨਸਾ (58.1%), ਮੁਕਤਸਰ (61.8%), ਫਾਜ਼ਿਲਕਾ (65.3%), ਬਠਿੰਡਾ (62.0%), ਫਰੀਦਕੋਟ (64.6%), ਸੰਗਰੂਰ (64.8%), ਬਰਨਾਲਾ (64.7%) ਅਤੇ ਫਿਰੋਜ਼ਪੁਰ (64.9%) ਜ਼ਿਲ੍ਹਿਆਂ ਵਿੱਚ **ਸਾਧਾਰਣ ਤੋਂ ਨੀਵੀਂ** ਦਿਹਾਤੀ ਸਾਖ਼ਰਤਾ ਪਾਈ ਜਾਂਦੀ ਹੈ।

ਬਹੁਤ ਉੱਚੀ ਸ਼ਹਿਰੀ ਸਾਖ਼ਰਤਾ ਪਠਾਨਕੋਟ (88.3%), ਐਸ.ਏ.ਐਸ. ਨਗਰ (87.8%), ਹੁਸ਼ਿਆਰਪੁਰ (87.8%), ਗੁਰਦਾਸਪੁਰ (86.4%), ਜਲੰਧਰ (86.0%), ਕਪੂਰਥਲਾ (85.0%), ਲੁਧਿਆਣਾ (84.9%), ਰੂਪਨਗਰ (86.2%), ਅੰਮ੍ਰਿਤਸਰ (83.3%), ਨਵਾਂ ਸ਼ਹਿਰ (82.9%), ਫਤਿਹਗੜ੍ਹ ਸਾਹਿਬ (83.5%) ਅਤੇ ਪਟਿਆਲਾ (84.4%) ਜ਼ਿਲ੍ਹਿਆਂ ਵਿੱਚ ਪਾਈ ਜਾਂਦੀ ਹੈ। ਇਨ੍ਹਾਂ

ਜ਼ਿਲ੍ਹਿਆਂ ਵਿੱਚ ਕਈ ਵੱਡੇ ਸ਼ਹਿਰ ਤੇ ਕਸਬੇ ਪਾਏ ਜਾਂਦੇ ਹਨ ਅਤੇ ਸ਼ਹਿਰਾਂ ਵਿੱਚ ਵਿਦਿਆ ਦੀਆਂ ਜ਼ਿਆਦਾ ਸਹੂਲਤਾਂ ਪ੍ਰਾਪਤ ਹਨ। ਸਭ ਤੋਂ ਘੱਟ ਸ਼ਹਿਰੀ ਸਾਖ਼ਰਤਾ **ਬਰਨਾਲਾ ਜ਼ਿਲ੍ਹੇ ਵਿੱਚ 74.5% ਹੈ। ਕਾਰਪੋਰੇਸ਼ਨਾਂ ਵਿੱਚੋਂ ਐਸ.ਏ.ਐਸ. ਨਗਰ ਮਿਊਂਸਪਲ ਕਾਰਪੋਰੇਸ਼ਨ** ਵਿੱਚ ਸਭ ਤੋਂ ਵੱਧ ਸਾਖ਼ਰਤਾ (92.42%) ਅਤੇ ਵੱਡੀਆਂ ਮਿਊਂਸਪਲ ਕਮੇਟੀਆਂ ਵਿੱਚੋਂ **ਬਟਾਲਾ ਮਿਊਂਸਪਲ ਕਮੇਟੀ** ਵਿੱਚ ਸਭ ਤੋਂ ਵੱਧ ਸਾਖ਼ਰਤਾ (84.7%) ਪਾਈ ਜਾਂਦੀ ਹੈ।

ਅਨੁਸੂਚਿਤ ਜਾਤੀਆਂ ਦੀ ਆਬਾਦੀ (POPULATION OF SCHEDULED CASTES)

ਅਨੁਸੂਚਿਤ ਜਾਤੀਆਂ ਸਮਾਜ ਦਾ ਇੱਕ ਮਹੱਤਵਪੂਰਣ ਹਿੱਸਾ ਹਨ ਅਤੇ ਇਹ ਪੰਜਾਬ ਦੀ ਕੁੱਲ ਵਸੋਂ ਦਾ ਮਹੱਤਵਪੂਰਣ ਭਾਗ (ਲਗਭਗ ਇੱਕ ਤਿਹਾਈ) ਹਨ। ਪੰਜਾਬ ਵਿੱਚ 2011 ਦੀ ਜਨਗਣਨਾ ਅਨੁਸਾਰ ਅਨੁਸੂਚਿਤ ਜਾਤੀਆਂ ਰਾਜ ਦੀ ਕੁੱਲ ਜਨਸੰਖਿਆ ਦਾ 31.94% ਸਨ ਅਤੇ ਭਾਰਤ ਦੀ ਕੁੱਲ ਵਸੋਂ ਵਿੱਚ ਇਨ੍ਹਾਂ ਦਾ ਹਿੱਸਾ 2011 ਵਿੱਚ 16.6% ਸੀ। ਐਸ.ਸੀ. ਗਰੁੱਪ ਦੀ ਦੇਸ਼ ਦੀ 'ਵੋਟ ਬੈਂਕ' ਰਾਜਨੀਤੀ ਵਿੱਚ ਇੱਕ ਅਹਿਮ ਰਾਜਨੀਤਕ ਮਹੱਤਤਾ ਹੈ। ਇਸ ਵਰਗ ਦੇ ਲੋਕਾਂ ਦਾ ਇੱਕ ਵੱਡਾ ਭਾਗ ਦੇਸ਼ ਦੇ ਗਰੀਬ, ਘੱਟ ਸਾਖਰ ਅਤੇ ਘੱਟ ਪੜ੍ਹੇ-ਲਿਖੇ ਅਤੇ ਸਮਾਜ ਦੇ ਕਮਜ਼ੋਰ ਵਰਗ ਵਿੱਚੋਂ ਹਨ। ਪਰੰਤੂ ਅਨੁਸੂਚਿਤ ਜਾਤੀਆਂ ਦਾ ਇੱਕ ਛੋਟਾ ਭਾਗ ਸਮਾਜ ਦੇ ਉੱਪਰਲੇ ਵਰਗ ਤੋਂ ਕਿਸੇ ਵੀ ਤਰ੍ਹਾਂ ਘੱਟ ਨਹੀਂ ਹੈ। ਇਹ ਵਰਗ ਅਨੁਸੂਚਿਤ ਜਾਤੀਆਂ ਦੇ ਪੜ੍ਹੇ-ਲਿਖੇ ਅਤੇ ਨੌਕਰਸ਼ਾਹੀ ਅਤੇ ਅਫਸਰਸ਼ਾਹੀ ਲੋਕਾਂ ਦਾ ਹੈ। ਇਹ ਸਮਾਜ ਦੇ 'ਅਮੀਰ ਵਰਗ' (Creamy Layer) ਦੇ ਬਰਾਬਰ ਜਾਂ ਉੱਪਰ ਦਾ ਹੈ। ਐਸ.ਸੀ. ਵਰਗ ਦਾ ਇਹ ਪੂਰੀ ਤਰ੍ਹਾਂ ਸੰਪਨ ਅਤੇ ਖੁਸ਼ਹਾਲ ਵਰਗ ਹੈ। ਇਹ ਵਰਗ ਅਨੁਸੂਚਿਤ ਜਾਤੀਆਂ ਦੀ ਕੁੱਲ ਜਨਸੰਖਿਆ ਦਾ ਛੋਟਾ ਜਿਹਾ ਭਾਗ ਹੈ ਪਰੰਤੂ ਜ਼ਿਆਦਾਤਰ ਐਸ.ਸੀ. ਵਰਗ ਦੇ ਲੋਕ ਅਜੇ ਵੀ ਗਰੀਬ ਅਤੇ ਘੱਟ ਪੜ੍ਹੇ-ਲਿਖੇ ਅਤੇ ਅੱਛੇ ਰੁਜ਼ਗਾਰ ਤੋਂ ਰਹਿਤ ਹਨ। ਇਸ ਲਈ ਇਸ ਵੱਡੇ ਵਰਗ ਨੂੰ ਆਰਥਿਕ ਅਤੇ ਸਮਾਜਿਕ ਤੌਰ ਤੇ ਉੱਪਰ ਚੁੱਕਣ ਦੀ ਲੋੜ ਹੈ ਤਾਂ ਜੋ ਉਹ ਵੀ ਆਤਮ-ਸਨਮਾਨ ਨਾਲ ਅੱਛਾ ਜੀਵਨ ਬਤੀਤ ਕਰ ਸਕਣ।

ਗਿਣਤੀ ਅਤੇ ਵੰਡ

ਪੰਜਾਬ ਵਿੱਚ 1991 ਦੀ ਜਨਗਣਨਾ ਅਨੁਸਾਰ 57 ਲੱਖ 43 ਹਜ਼ਾਰ ਦੇ ਲਗਭਗ ਵਿਅਕਤੀ ਅਨੁਸੂਚਿਤ ਜਾਤੀਆਂ ਨਾਲ ਸਬੰਧਤ ਸਨ। ਇਹ ਜਾਤੀਆਂ ਪੰਜਾਬ ਦੀ ਕੁੱਲ ਆਬਾਦੀ ਦਾ 28.31% ਭਾਗ ਸਨ। 2001 ਦੀ ਜਨਗਣਨਾ ਅਨੁਸਾਰ ਅਨੁਸੂਚਿਤ ਜਾਤੀਆਂ ਦੀ ਕੁੱਲ ਸੰਖਿਆ ਵੱਧ ਕੇ 70 ਲੱਖ 29 ਹਜ਼ਾਰ ਦੇ ਲਗਭਗ (28.85%) ਹੋ ਗਈ ਸੀ। 2011 ਦੀ ਜਨਗਣਨਾ ਅਨੁਸਾਰ ਪੰਜਾਬ ਵਿੱਚ ਅਨੁਸੂਚਿਤ ਜਾਤੀਆਂ ਨਾਲ ਸਬੰਧਤ ਲੋਕਾਂ ਦੀ ਕੁੱਲ ਗਿਣਤੀ 88 ਲੱਖ 60 ਹਜ਼ਾਰ ਇਕ ਸੌ 79 ਹੈ। ਇਹ ਪੰਜਾਬ ਦੀ ਕੁੱਲ ਵਸੋਂ ਦਾ 31.94%ਹੈ।

ਗਿਣਤੀ ਅਨੁਸਾਰ ਇਸ ਵਰਗ ਦੇ ਸਭ ਤੋਂ ਵੱਧ ਲੋਕ ਲੁਧਿਆਣਾ ਜ਼ਿਲ੍ਹੇ ਵਿੱਚ (9.23 ਲੱਖ) ਅਤੇ ਦੂਜੇ ਨੰਬਰ ਤੇ ਜਲੰਧਰ ਜ਼ਿਲ੍ਹੇ (8.54 ਲੱਖ) ਵਿੱਚ ਹਨ। ਅੰਮ੍ਰਿਤਸਰ (7.71 ਲੱਖ), ਹੁਸ਼ਿਆਰਪੁਰ (5.58 ਲੱਖ), ਪਟਿਆਲਾ, ਸੰਗਰੂਰ ਅਤੇ ਫਾਜ਼ਿਲਕਾ (4.54 ਲੱਖ) ਜ਼ਿਲ੍ਹਿਆਂ ਵਿੱਚ ਰਹਿੰਦੇ ਹਨ। ਜ਼ਿਲ੍ਹੇ ਦੀ ਕੁੱਲ ਜਨਸੰਖਿਆ ਦੇ ਪ੍ਰਤੀਸ਼ਤ ਰੂਪ ਵਿੱਚ ਐਸ.ਬੀ.ਐਸ. ਨਗਰ ਜ਼ਿਲ੍ਹੇ ਵਿੱਚ ਸਭ ਤੋਂ ਵੱਧ ਪ੍ਰਤੀਸ਼ਤਤਾ (42.5%) ਪਾਈ ਜਾਂਦੀ ਹੈ। ਮੁਕਤਸਰ ਸਾਹਿਬ (42.3%), ਜਲੰਧਰ (39.0%), ਫਰੀਦਕੋਟ (38.9%), ਫਾਜ਼ਿਲਕਾ (42.7%), ਫਿਰੋਜ਼ਪੁਰ (41.6%), ਮੋਗਾ (36.5%) ਅਤੇ ਫਰੀਦਕੋਟ (38.9%) ਜ਼ਿਲ੍ਹਿਆਂ ਵਿੱਚ ਐਸ.ਸੀ. ਜਾਤੀਆਂ ਦੀ ਉੱਚ ਪ੍ਰਤੀਸ਼ਤਤਾ ਪਾਈ ਜਾਂਦੀ ਹੈ। ਸਭ ਤੋਂ ਘੱਟ ਪ੍ਰਤੀਸ਼ਤਤਾ ਐਸ.ਏ.ਐਸ. ਨਗਰ ਜ਼ਿਲ੍ਹੇ ਵਿੱਚ 21.7% ਪਾਈ ਜਾਂਦੀ ਹੈ। ਬਿਸਤ ਦੋਆਬ ਖੇਤਰ ਵਿੱਚ ਐਸ.ਸੀ. ਵਸੋਂ ਦੀ ਉੱਚੀ ਪ੍ਰਤੀਸ਼ਤਤਾ (37.2%, 2011 ਅਨੁਸਾਰ) ਮਿਲਦੀ ਹੈ। ਐਸ.ਸੀ. ਜਨਸੰਖਿਆ ਦੀ ਉੱਚੀ ਸੰਘਣਤਾ (concentration) ਦਾ ਦੂਜਾ ਖੇਤਰ ਫਾਜ਼ਿਲਕ, ਫਿਰੋਜ਼ਪੁਰ, ਮੁਕਤਸਰ ਸਾਹਿਬ ਅਤੇ ਫਰੀਦਕੋਟ ਜ਼ਿਲ੍ਹਿਆਂ ਵਿੱਚ ਪਾਇਆ ਜਾਂਦਾ ਹੈ।

ਹੇਠ ਦਿੱਤੀ ਸਾਰਣੀ ਨੰ. 19 ਪੰਜਾਬ ਵਿੱਚ ਅਨੁਸੂਚਿਤ ਜਾਤੀਆਂ ਦੀ ਵੰਡ ਦੇ ਵਿਭਿੰਨ ਸਰੂਪਾਂ ਨੂੰ 2011 ਅਨੁਸਾਰ ਦਰਸਾਉਂਦੀ ਹੈ।

ਸਾਰਣੀ ਨੰ. 19 ਪੰਜਾਬ ਦੀਆਂ ਅਨੁਸੂਚਿਤ ਜਾਤੀਆਂ ਦੀ ਜਨਸੰਖਿਆ ਦੇ ਵਿਭਿੰਨ ਸਰੂਪ-2011
(Various Dimensiosn of Scheduled Castes Population)

ਲੜੀ ਨੰ.	ਜ਼ਿਲ੍ਹਾ	ਕੁੱਲ ਐਸ.ਸੀ ਵਸੋਂ (000)			ਕੁੱਲ ਜਨਸੰਖਿਆ ਵਿੱਚ ਐਸ.ਸੀ. ਦੀ ਪ੍ਰਤੀਸ਼ਤਤਾ			ਦਹਾਕਾ ਵਾਧਾ ਦਰ 2001-2011			ਪ੍ਰਤੀਸ਼ਤ ਸਾਖਰਤਾ			ਲਿੰਗ ਅਨੁਪਾਤ (1000 ਮਰਦਾਂ ਮਗਰ ਔਰਤਾਂ)
		ਕੁੱਲ	ਐਸ.ਸੀ. ਵਸੋਂ ਦਾ%											
			ਪ	ਸ਼	ਕੁੱਲ	ਪ	ਸ਼	ਕੁੱਲ	ਪ	ਸ਼	ਕੁੱਲ	ਪ	ਸ਼	
1.	ਗੁਰਦਾਸਪੁਰ	373.544	78.55	21.45	23.03	23.28	22.19	11.5	6.3	30.9	72.89	78.86	66.34	905
2.	ਪਠਾਨਕੋਟ	207.032	68.84	31.16	30.60	37.66	21.64	–	–	–	–	–	–	903
3.	ਅੰਮ੍ਰਿਤਸਰ	770.864	60.32	39.68	31.0	40.2	22.9	30.7	30.2	31.5	59.16	64.88	52.83	899
4.	ਤਰਨ ਤਾਰਨ	377.468	89.96	10.04	33.7	34.7	26.7	25.3	23.0	49.6	51.37	57.51	44.57	900
5.	ਕਪੂਰਥਲਾ	276.07	76.62	23.38	33.9	39.8	22.9	22.6	22.3	23.3	71.29	76.84	65.30	923
6.	ਜਲੰਧਰ	854.444	60.31	39.69	39.0	49.9	29.2	15.5	9.2	26.6	76.68	82.03	70.94	933
7.	ਸ.ਭ.ਸ. ਨਗਰ	260.284	81.79	18.21	42.5	43.7	37.8	9.5	1.0	75.9	77.72	84.25	70.96	957
8.	ਹੁਸ਼ਿਆਰਪੁਰ	557.504	83.41	16.59	35.1	37.2	27.6	9.8	7.4	23.5	82.49	87.96	76.84	961
9.	ਰੂਪਨਗਰ	180.905	76.61	23.39	26.4	27.3	23.8	13.5	7.2	40.1	78.40	84.86	76.37	918
10.	ਐਸ.ਏ.ਐਸ. ਨਗਰ	216.231	61.37	38.63	21.7	29.5	15.3	27.1	5.4	88.9	76.10	81.96	69.52	890
11.	ਲੁਧਿਆਣਾ	923.358	60.59	39.41	26.4	39.2	17.6	21.8	14.1	36.1	72.65	78.61	65.99	893
12.	ਫਿਰੋਜ਼ਪੁਰ	401.897	81.58	18.42	41.63	48.22	25.93	114.8	130.0	62.5	55.38	63.10	47.05	925
13.	ਫਾਜ਼ਿਲਕਾ	453.829	84.19	15.81	42.66	47.96	26.87	–	–	–	–	–	–	918
14.	ਫਰੀਦਕੋਟ	240.328	83.45	16.55	38.9	42.8	31.8	20.6	20.1	21.9	54.91	60.62	48.54	899
15.	ਸ੍ਰੀ ਮੁਕਤਸਰ ਸਾਹਿਬ	381.554	77.36	22.64	42.3	45.4	34.2	30.0	24.1	54.9	50.46	56.69	43.58	903
16.	ਮੋਗਾ	363.417	84.50	15.50	36.5	40.0	24.8	27.5	24.4	47.6	55.23	59.75	50.14	889
17.	ਬਠਿੰਡਾ	450.473	71.38	28.62	32.4	36.2	25.8	27.0	18.3	55.9	53.09	58.57	47.01	901
18.	ਮਾਨਸਾ	258.878	84.04	15.96	33.6	35.9	25.3	23.9	24.4	21.3	48.72	53.49	43.42	899
901	ਸੰਗਰੂਰ	4461.609	78.29	21.71	27.9	31.7	19.4	17.5	13.1	36.5	57.60	63.65	50.81	890
20.	ਬਰਨਾਲਾ	192.001	69.50	30.50	32.2	33.0	30.7	21.1	17.7	29.8	54.91	59.17	50.14	890
21.	ਪਟਿਆਲਾ	465.359	74.91	25.09	24.5	30.8	15.3	28.5	20.3	60.9	62.28	68.99	54.88	903
22.	ਫ.ਸ. ਸਾਹਿਬ	192.493	80.30	19.70	32.1	37.3	20.4	16.5	14.0	28.1	72.19	71.99	65.66	889
23.	ਕੁੱਲ ਪੰਜਾਬ	8860.179	73.3	26.67	31.9	37.5	22.7	26.1	22.2	38.2	64.81	70.66	58.39	910

ਸਰੋਤ— 1. ਪੀ.ਸੀ.ਏ. 2011, ਪੰਜਾਬ ਸੀਰੀਜ-4 2. ਪੰਜਾਬ ਦਾ ਅੰਕੜਾ ਸਾਰ-2022

3. — ਕੋਈ ਸੂਚਨਾ ਨਹੀਂ ਪ = ਪੇਂਡੂ ਸ਼ = ਸ਼ਹਿਰੀ

ਉੱਪਰਲੀ ਸਾਰਣੀ ਨੂੰ ਦੇਖਣ ਤੋਂ ਪਤਾ ਲੱਗਦਾ ਹੈ ਕਿ ਅਨੁਸੂਚਿਤ ਜਾਤੀਆਂ ਦੇ ਜ਼ਿਆਦਾਤਰ ਲੋਕ ਪਿੰਡਾਂ ਵਿੱਚ ਰਹਿੰਦੇ ਹਨ। ਤਰਨਤਾਰਨ ਵਿੱਚ 89.96%, ਮੋਗਾ 84.50%, ਫਾਜ਼ਿਲਕਾ 84.19% ਅਤੇ ਛੇ ਹੋਰ ਜ਼ਿਲ੍ਹਿਆਂ ਦੇ ਪਿੰਡਾਂ ਵਿੱਚ 80% ਤੋਂ ਜ਼ਿਆਦਾ ਵਸੋਂ ਐਸ.ਸੀ. ਲੋਕਾਂ ਦੀ ਹੈ। ਉੱਚਾ ਸ਼ਹਿਰੀਕਰਣ ਅਤੇ ਘੱਟੋ-ਘੱਟ ਇੱਕ ਵੱਡੇ ਸ਼ਹਿਰ ਵਾਲੇ ਜ਼ਿਲ੍ਹੇ ਅੰਮ੍ਰਿਤਸਰ ਵਿੱਚ 39.68%

ਐਸ.ਸੀ. ਜਨਸੰਖਿਆ ਰਹਿੰਦੀ ਹੈ। ਜਲੰਧਰ ਲਈ ਇਹ ਪ੍ਰਤੀਸ਼ਤਤਾ 39.69 ਹੈ, ਲੁਧਿਆਣਾ ਲਈ 39.41 ਅਤੇ ਐਸ.ਏ.ਐਸ. ਨਗਰ ਜ਼ਿਲ੍ਹੇ ਵਿੱਚ ਕੁੱਲ ਜਨਸੰਖਿਆ ਦਾ 38.63% ਐਸ.ਸੀ. ਵਸੋਂ ਦਾ ਹੈ। ਇਸ ਤਰ੍ਹਾਂ ਵੱਡੇ ਸ਼ਹਿਰਾਂ ਵਾਲੇ ਅਜਿਹੇ ਜ਼ਿਲ੍ਹਿਆਂ ਵਿੱਚ ਉੱਚੀ ਪ੍ਰਤੀਸ਼ਤ ਐਸ.ਸੀ. ਜਨਸੰਖਿਆ ਰਹਿੰਦੀ ਹੈ।

ਪੰਜਾਬ ਵਿੱਚ 2001-11 ਦੇ ਸਮੇਂ ਦੌਰਾਨ ਐਸ.ਸੀ. ਜਨਸੰਖਿਆ ਦਾ ਔਸਤ ਵਾਧਾ ਦਰ 26.1% ਸੀ। ਇਹ ਵਾਧਾ ਦਰ ਫਿਰੋਜ਼ਪੁਰ ਜ਼ਿਲ੍ਹੇ ਲਈ ਸਭ ਤੋਂ ਵੱਧ ਉੱਚਾ 14.8% ਸੀ ਅਤੇ ਅੰਮ੍ਰਿਤਸਰ ਅਤੇ ਮੁਕਤਸਰ ਸਾਹਿਬ ਜ਼ਿਲ੍ਹਿਆਂ ਲਈ ਲਗਭਗ 30.0% ਸੀ। ਸਭ ਤੋਂ ਵੱਧ ਵਾਧਾ ਦਰ ਮਾਲਵਾ ਦੇ ਜ਼ਿਲ੍ਹਿਆਂ ਵਿੱਚ ਰਿਕਾਰਡ ਕੀਤੀ ਗਈ ਅਤੇ ਸਭ ਤੋਂ ਘੱਟ ਵਾਧਾ ਦਰ ਬਿਸਤ ਦੋਆਬ ਦੇ ਜ਼ਿਲ੍ਹਿਆਂ ਵਿੱਚ ਪਾਇਆ ਜਾਂਦਾ ਹੈ। ਸ਼ਹਿਰੀ ਇਲਾਕਿਆਂ (Urban Areas) ਵਿੱਚ ਕਾਫੀ ਉੱਚਾ ਵਾਧਾ ਦਰ (ਐਸ.ਏ.ਐਸ. ਨਗਰ ਵਿੱਚ 88.9%, ਫਿਰੋਜ਼ਪੁਰ 62.9% ਅਤੇ ਪਟਿਆਲਾ 60.9%) ਦੇਖਿਆ ਗਿਆ।

ਪੂਰਬੀ ਜ਼ਿਲ੍ਹਿਆਂ ਹੁਸ਼ਿਆਰਪੁਰ (82.49%), ਐਸ.ਬੀ.ਐਸ. ਨਗਰ (77.72%), ਜਲੰਧਰ (76.68%), ਗੁਰਦਾਸਪੁਰ (72.89%), ਰੂਪਨਗਰ (78.40%) ਅਤੇ ਐਸ.ਏ.ਐਸ. ਨਗਰ (76.10%) ਵਿੱਚ ਐਸ.ਸੀ. ਜਨਸੰਖਿਆ ਦੀ ਉੱਚੀ ਕੁੱਲ ਸਾਖਰਤਾ (high total literacy), ਪੇਂਡੂ ਸਾਖਰਤਾ (rural literacy) ਅਤੇ ਸ਼ਹਿਰੀ ਸਾਖਰਤਾ (urban literacy) ਪਾਈ ਜਾਂਦੀ ਹੈ (ਸਾਰਣੀ ਨੰ. 19)। ਮਾਲਵਾ ਦੇ ਉੱਚ ਸ਼ਹਿਰੀਕਰਣ ਵਾਲੇ ਦੋ ਜ਼ਿਲ੍ਹਿਆਂ ਲੁਧਿਆਣਾ ਅਤੇ ਪਟਿਆਲਾ ਤੋਂ ਸਿਵਾਏ ਬਾਕੀ ਦੇ ਜ਼ਿਲ੍ਹਿਆਂ ਵਿੱਚ ਦਰਮਿਆਨੀ ਤੋਂ ਨੀਵੀਂ ਐਸ.ਸੀ. ਵਸੋਂ ਸਾਖਰਤਾ ਪਾਈ ਜਾਂਦੀ ਹੈ।

ਲਿੰਗ ਅਨੁਪਾਤ (Sex Ratio) ਦੇ ਮਾਮਲੇ ਵਿੱਚ ਅਗਰ ਅਸੀਂ ਸਾਰਣੀ ਨੰ. 18 ਅਤੇ 19 ਨੂੰ ਧਿਆਨ ਨਾਲ ਦੇਖਦੇ ਹਾਂ ਤਾਂ ਇਹ ਸਪੱਸ਼ਟ ਹੁੰਦਾ ਹੈ ਕਿ ਰਾਜ ਦੇ ਸਭ 22 ਜ਼ਿਲ੍ਹਿਆਂ (ਜਿਨ੍ਹਾਂ ਦੇ ਅੰਕੜੇ ਉਪਲਬੱਧ ਹਨ) ਵਿੱਚ ਐਸ.ਸੀ. ਜਨਸੰਖਿਆ ਦੀ ਲਿੰਗ ਅਨੁਪਾਤ (S.C. Sex Ratio) ਜ਼ਿਲ੍ਹੇ ਦੀ ਆਮ ਲਿੰਗ ਅਨੁਪਾਤ (General Sex Ratio for the District) ਨਾਲੋਂ ਉੱਚੀ ਹੈ। 2011 ਵਿੱਚ ਪੰਜਾਬ ਦੀ ਔਸਤ ਲਿੰਗ ਅਨੁਪਾਤ 895 ਔਰਤਾਂ 1000 ਮਰਦਾਂ ਪਿੱਛੇ ਹੈ ਪਰੰਤੂ ਐਸ.ਸੀ. ਜਨਸੰਖਿਆ ਦੀ ਰਾਜ ਲਈ ਔਸਤ ਲਿੰਗ ਅਨੁਪਾਤ 1000 ਮਰਦਾਂ ਮਗਰ 910 ਔਰਤਾਂ ਹੈ।

ਧਾਰਮਿਕ ਰਚਨਾ (RELIGIOUS COMPOSITION)

ਧਰਮ ਦਾ ਸਾਡੇ ਸਮਾਜਿਕ ਅਤੇ ਰਾਜਨੀਤਕ ਜੀਵਨ ਵਿੱਚ ਬਹੁਤ ਮਹੱਤਵ ਹੈ। ਪੰਜਾਬ ਇੱਕ ਸਿੱਖ ਬਹੁਲਤਾ ਵਾਲਾ ਰਾਜ ਹੈ। ਸਿੱਖ ਅਤੇ ਹਿੰਦੂ ਪੰਜਾਬ ਦੀਆਂ ਦੋ ਪ੍ਰਮੁੱਖ ਧਾਰਮਿਕ ਜਮਾਤਾਂ ਹਨ। ਇਹ ਦੋਨੋਂ ਰਲ ਕੇ ਪੰਜਾਬ ਦੀ 95.85% ਜਨਸੰਖਿਆ ਬਣਾਉਂਦੇ ਹਨ। ਇਕੱਲੇ ਸਿੱਖਾਂ ਦੀ ਪੰਜਾਬ ਵਿੱਚ 1991 ਅਨੁਸਾਰ ਪ੍ਰਤੀਸ਼ਤਤਾ 62.95 ਸੀ। ਮੁਸਲਮਾਨਾਂ ਦੀ ਪ੍ਰਤੀਸ਼ਤਤਾ 1.18, ਈਸਾਈਆਂ ਦੀ 1.11 ਅਤੇ ਬਾਕੀ ਦੀ 0.3% ਵਿੱਚ ਬਾਕੀ ਦੇ ਧਰਮਾਂ ਜਿਵੇਂ ਕਿ ਬੋਧੀ, ਜੈਨ ਆਦਿ ਵਾਲੇ ਲੋਕ ਸ਼ਾਮਲ ਸਨ। ਹਿੰਦੂਆਂ ਦੀ ਪ੍ਰਤੀਸ਼ਤਤਾ 34.46 ਸੀ।

2001 ਦੀ ਜਨਗਣਨਾ ਅਨੁਸਾਰ ਪੰਜਾਬ ਵਿੱਚ ਸਿੱਖ ਵਸੋਂ ਦਾ ਹਿਸਾ 1991 ਦੇ 62.95% ਤੋਂ ਘਟ ਕੇ 59.91% ਹੋ ਗਿਆ ਪ੍ਰੰਤੂ ਹਿੰਦੂ ਧਰਮ ਨੂੰ ਮੰਨਣ ਵਾਲਿਆਂ ਦਾ ਹਿਸਾ 1991 ਦੇ 34.46% ਤੋਂ ਵਧ ਕੇ 2001 ਵਿੱਚ 36.94% ਹੋ ਗਿਆ। ਇਸੇ ਤਰ੍ਹਾਂ ਮੁਸਲਮਾਨਾਂ ਦਾ ਹਿਸਾ 1991 ਵਿੱਚ 1.18% ਤੋਂ ਵਧ ਕੇ 2001 ਵਿੱਚ 1.57% ਹੋ ਗਿਆ ਅਤੇ ਈਸਾਈਆਂ ਦਾ ਹਿਸਾ 1.11% ਤੋਂ ਵਧ ਕੇ 1.20% ਹੋ ਗਿਆ। ਬਾਕੀ ਦੇ ਧਰਮਾਂ (ਜੈਨ, ਬੋਧੀ ਆਦਿ) ਦਾ ਹਿਸਾ ਵੀ 0.30% ਤੋਂ ਵਧ ਕੇ 0.39% ਹੋ ਗਿਆ (ਸਾਰਣੀ ਨੰ. 20 ਅਤੇ ਨਕਸ਼ਾ ਨੰ. 35)।

2011 ਦੀ ਜਨਗਣਨਾ ਅਨੁਸਾਰ ਧਾਰਮਿਕ ਰਚਨਾ ਦੇ ਜਾਰੀ ਅੰਕੜਿਆਂ ਅਨੁਸਾਰ ਪੰਜਾਬ ਵਿੱਚ ਇਸ ਦੀ ਕੁੱਲ ਜਨਸੰਖਿਆ (2,77,43.3 ਹਜ਼ਾਰ) ਵਿੱਚੋਂ 1,06,78.1 ਹਜ਼ਾਰ ਹਿੰਦੂ (38.49%), 1,60,04.7 ਹਜ਼ਾਰ (57.69%) ਸਿੱਖ, 5,35,489 (1.93%) ਮੁਸਲਮਾਨ, 3,48,230 (1.26%) ਈਸਾਈ, 33,237 (0.12%) ਬੋਧੀ ਅਤੇ 45,040 (0.16%) ਜੈਨੀ ਹਨ। 10,886 ਲੋਕ ਹੋਰ ਫਿਰਕਿਆਂ, ਮੱਤਾਂ ਆਦਿ ਨਾਲ ਸਬੰਧ ਰੱਖਦੇ ਹਨ। 87,564 ਵਿਅਕਤੀਆਂ ਨੇ ਆਪਣਾ ਕੋਈ ਵੀ ਧਰਮ ਨਹੀਂ ਦੱਸਿਆ। ਅੰਕੜਿਆਂ ਤੋਂ ਪਤਾ ਲੱਗਦਾ ਹੈ ਕਿ ਪੰਜਾਬ ਵਿੱਚ ਸਿੱਖ ਧਰਮ ਨੂੰ ਮੰਨਣ ਵਾਲਿਆਂ ਦੀ ਪ੍ਰਤੀਸ਼ਤਤਾ ਹਰ ਆਉਂਦੀ

ਜਨਗਣਨਾ ਵਿੱਚ ਘਟ ਰਹੀ ਹੈ। 1991 ਵਿੱਚ 62.95% ਤੋਂ ਘਟ ਕੇ 2001 ਵਿੱਚ 59.91% ਅਤੇ 2011 ਵਿੱਚ 57.69% ਹੋ ਗਈ। ਦੂਜੇ ਸਭ ਧਰਮਾਂ ਦੀ ਪ੍ਰਤੀਸ਼ਤਤਾ ਹਰ ਆਉਂਦੀ ਜਨਗਣਨਾ ਵਿੱਚ ਵਧ ਰਹੀ ਹੈ। (ਸਾਰਣੀ ਨੰ. 20)। ਇਸ ਭਿੰਨਤਾ ਦੇ ਕਈ ਕਾਰਨ ਹੋ ਸਕਦੇ ਹਨ। ਸਮੁੱਚੇ ਤੌਰ ਤੇ ਸਿੱਖ ਧਰਮ ਦੇ ਲੋਕ ਕਾਫ਼ੀ ਖੁੱਲ੍ਹ-ਦਿਲੇ (liberal), ਜਾਗਰੂਕ, ਛੋਟੇ ਪਰਿਵਾਰ ਵਿੱਚ ਵਿਸ਼ਵਾਸ ਵਾਲੇ ਅਤੇ ਖੁਸ਼ਹਾਲ ਹਨ। ਅਸਲ ਵਿੱਚ ਸਭ ਪੰਜਾਬੀਆਂ ਦੇ ਇਹ ਮਹੱਤਵਪੂਰਣ ਲੱਛਣ ਹਨ। ਅਗਸਤ 2015 ਵਿੱਚ 2011 ਦੀ ਜਨਗਣਨਾ ਅਨੁਸਾਰ ਧਾਰਮਿਕ ਰਚਨਾ ਦੇ ਅੰਕੜੇ ਰਲੀਜ਼ ਕਰ ਦਿੱਤੇ ਗਏ ਸਨ।

ਸਾਰਣੀ ਨੰ. 20

ਪੰਜਾਬ ਜਨਸੰਖਿਆ ਦੀ ਜ਼ਿਲ੍ਹੇਵਾਰ ਧਾਰਮਿਕ ਰਚਨਾ

ਨੰ.	ਜ਼ਿਲ੍ਹਾ	ਸਿੱਖ%			ਹਿੰਦੂ%			ਮੁਸਲਮਾਨ%			ਈਸਾਈ%			ਹੋਰ		
		2011	2001	1991	2011	2001	1991	2011	2001	1991	2011	2001	1991	2011	2001	1991
1.	ਗੁਰਦਾਸਪੁਰ	58.58	44.44	46.47	29.32	47.35	46.24	0.82	0.99	0.61	10.44	7.08	6.86	0.84	0.15	0.12
2.	ਪਠਾਨਕੋਟ	7.81	—	—	88.42	—	—	2.12	—	—	1.08	—	—	0.57	—	—
3.	ਅੰਮ੍ਰਿਤਸਰ	68.94	71.91	78.63	27.74	26.03	19.43	0.50	0.25	0.16	2.18	1.62	1.70	0.64	0.20	0.08
4.	ਤਰਨਤਾਰਨ	93.33	88.66	—	5.40	9.25	—	0.34	0.20	—	0.54	1.81	—	0.39	0.09	—
5.	ਕਪੂਰਥਲਾ	55.66	59.46	63.56	41.23	37.96	35.29	1.25	0.85	0.62	0.67	0.58	0.27	1.19	1.15	0.26
6.	ਜਲੰਧਰ	32.75	37.75	44.01	63.56	59.04	53.98	1.38	0.88	0.43	1.19	1.13	0.73	1.12	1.20	0.85
7.	ਐਸ.ਬੀ.ਐਸ. ਨਗਰ	31.50	37.42	—	65.55	60.72	—	1.12	0.69	—	0.24	0.11	—	1.59	1.06	—
8.	ਹੁਸ਼ਿਆਰਪੁਰ	33.92	38.82	42.12	63.07	58.88	55.97	1.46	1.04	0.55	0.94	0.86	0.69	0.61	0.39	0.66
9.	ਰੂਪਨਗਰ	52.74	58.75	60.41	44.47	38.86	37.18	2.12	2.04	1.29	0.31	0.21	0.20	0.36	0.14	0.29
10.	ਐਸ.ਏ.ਐਸ. ਨਗਰ	48.15	54.95	—	47.88	42.76	—	2.96	1.90	—	0.54	0.26	—	0.47	0.20	—
11.	ਲੁਧਿਆਣਾ	53.26	57.52	63.90	42.94	39.74	35.53	2.22	1.72	0.86	0.47	0.38	0.30	1.11	0.64	0.42
12.	ਫਿਰੋਜ਼ਪੁਰ*	67.77	—	—	29.93	—	—	0.35	—	—	1.62	—	—	0.33	—	—
13.	ਫਾਜ਼ਿਲਕਾ*	40.97	—	—	58.13	—	—	0.32	—	—	0.35	—	—	0.23	—	—
14.	ਫਰੀਦਕੋਟ	76.08	77.35	80.24	22.89	21.73	19.02	0.51	0.32	0.36	0.20	0.17	0.18	0.32	0.26	0.20
15.	ਸ਼੍ਰੀ ਮੁਕਤਸਰ ਸਾਹਿਬ	70.81	74.11	—	28.27	25.21	—	0.48	0.34	—	0.19	0.18	—	0.25	0.15	—
16.	ਮੋਗਾ	82.24	85.80	—	15..91	13.16	—	0.94	0.67	—	0.33	0.29	—	0.58	0.08	—
17.	ਬਠਿੰਡਾ	70.89	74.07	78.40	27.41	24.76	20.96	1.17	0.83	0.62	0.18	0.14	0.07	0.35	0.20	0.20
18.	ਮਾਨਸਾ	77.45	78.33	—	20.34	20.21	—	1.35	1.03	—	0.12	0.06	—	0.44	0.37	—
19.	ਸੰਗਰੂਰ	65.60	70.19	72.25	23.53	21.59	19.91	10.82	7.85	7.15	0.15	0.11	0.04	0.40	0.26	0.15
20.	ਬਰਨਾਲਾ	78.54	69.47	—	18.95	22.16	—	2.20	8.00	—	0.10	0.10	—	0.21	0.26	—
21.	ਪਟਿਆਲਾ	55.91	55.52	61.85	41.32	42.12	36.19	2.11	1.92	1.61	0.30	0.25	0.15	0.36	0.19	0.20
22.	ਫਤਿਹਗੜ੍ਹ ਸਾਹਿਬ	71.23	74.56	—	25.47	22.80	—	2.80	2.38	—	0.28	0.20	—	0.22	0.06	—
23.	ਪੰਜਾਬ	57.69	59.91	62.95	38.49	36.94	34.46	1.93	1.57	1.18	1.26	1.20	1.11	0.63	0.39	0.30
24.	ਭਾਰਤ	1.72	1.90	2.00	79.80	80.40	82.40	14.23	13.40	11.70	2.30	5.90	2.30	1.95	1.90	1.60
25.	ਪੁਰਾਣਾ ਫਿਰੋਜ਼ਪੁਰ	53.76	51.35	56.61	44.67	46.98	42.90	0.34	0.19	0.13	0.95	1.32	1.16	0.18	0.16	0.09

ਸਰੋਤ— 1. ਪੰਜਾਬ ਦਾ ਅੰਕੜਾ ਸਾਰ 1996, 2004, 2009 ਅਤੇ 2022

2. ਭਾਰਤ ਜਨਗਣਨਾ, ਪੰਜਾਬ—2011 ਪਾਪੂਲੇਸ਼ਨ ਬਾਈ ਰਿਲੀਜੱਸ ਕਾਮਊਨਿਟੀ—2011

* ਨਵੇਂ ਬਣੇ ਜ਼ਿਲ੍ਹਿਆਂ ਫਿਰੋਜ਼ਪੁਰ ਅਤੇ ਫਾਜ਼ਿਲਕਾ ਦੇ ਧਾਰਮਿਕ ਰਚਨਾ 2011 ਦੇ ਅੰਕੜੇ (%) ਲਗਭਗ (Approximate) ਹਨ।

ਸਾਰਣੀ ਨੰ. 20 ਨੂੰ ਦੇਖਣ ਤੋਂ ਪਤਾ ਲੱਗਦਾ ਹੈ ਕਿ ਜ਼ਿਲ੍ਹਾ ਲੁਧਿਆਣਾ ਨੂੰ ਛੱਡ ਕੇ ਰਾਜ ਦੇ ਬਾਕੀ ਦੇ ਸਭ ਜ਼ਿਲ੍ਹਿਆਂ ਵਿੱਚ ਹਿੰਦੂਆਂ ਦੀ ਗਿਣਤੀ ਅਤੇ ਪ੍ਰਤੀਸ਼ੱਤਤਾ 1981 ਦੀ ਜਨਗਣਨਾ ਤੋਂ 1991 ਦੀ ਜਨਗਣਨਾ ਵਿੱਚ ਘਟੀ ਹੈ। ਪ੍ਰੰਤੂ 1991 ਤੋਂ 2001 ਦੀ ਜਨਗਣਨਾ ਅਨੁਸਾਰ ਪੰਜਾਬ ਦੇ ਸਭ ਜ਼ਿਲ੍ਹਿਆਂ ਵਿੱਚ ਹਿੰਦੂਆਂ ਦੀ ਗਿਣਤੀ ਅਤੇ ਪ੍ਰਤੀਸ਼ੱਤਤਾ ਵਿੱਚ ਵਾਧਾ ਹੋਇਆ ਹੈ। 1981-91 ਦੇ ਸਮੇਂ ਦੌਰਾਨ ਹਿੰਦੂਆਂ ਦੀ ਗਿਣਤੀ ਵਿੱਚ ਗਿਰਾਵਟ ਦਾ ਮੁੱਖ ਕਾਰਨ ਇਸ ਸਮੇਂ ਪੰਜਾਬ ਵਿੱਚ ਅੱਤਵਾਦ ਕਾਰਨ ਬਹੁਤ ਸਾਰੇ ਹਿੰਦੂ ਲੋਕਾਂ ਦਾ ਪੰਜਾਬ ਛੱਡ ਕੇ ਦੂਜੇ ਰਾਜਾਂ ਵਿੱਚ ਚਲੇ ਜਾਣਾ ਸੀ। ਪੰਜਾਬ ਵਿੱਚ ਰਹਿੰਦੇ ਬਹੁਤ ਸਾਰੇ ਹਿੰਦੂਆਂ ਨੇ ਸਮੇਂ ਦੀ ਨਜ਼ਾਕਤ (ਅੱਤਵਾਦ ਅਤੇ ਗੜਬੜ) ਨੂੰ ਸਮਝਦੇ ਹੋਏ 1991 ਦੀ ਜਨਗਣਨਾ ਵਿੱਚ ਆਪਣੇ ਆਪ ਨੂੰ ਸਿੱਖ ਲਿਖਵਾ ਦਿੱਤਾ ਹੋਵੇਗਾ। ਇਹ ਦੂਸਰਾ ਕਾਰਨ ਹੋ ਸਕਦਾ ਹੈ।

1991 ਤੋਂ ਬਾਅਦ ਵਿੱਚ ਹਾਲਾਤ ਦੇ ਸੁਧਰ ਜਾਣ ਅਤੇ ਸ਼ਾਂਤੀ ਬਹਾਲ ਹੋ ਜਾਣ ਕਾਰਨ ਬਹੁਤ ਸਾਰੇ ਹਿੰਦੂ ਪਰਿਵਾਰ ਦੂਜੇ ਰਾਜਾਂ ਨੂੰ ਛੱਡ ਕੇ ਆਪਣੇ ਘਰ (ਪੰਜਾਬ ਵਿੱਚ) ਵਾਪਸ ਆ ਗਏ। 1991 ਤੋਂ 2001 ਦੇ ਸਮੇਂ ਦੌਰਾਨ ਘਰ ਵਾਪਸੀ ਤੋਂ ਬਿਨਾਂ ਕੁਦਰਤੀ ਵਾਧਾ (natural growth) ਵੀ ਜ਼ਿਆਦਾ ਹੋ ਸਕਦਾ ਹੈ।

ਬਾਕੀ ਦੇ ਧਾਰਮਿਕ ਵਰਗਾਂ ਦੀ ਗਿਣਤੀ ਵਿੱਚ ਵੀ 1991 ਤੋਂ 2001 ਦੇ ਸਮੇਂ ਦੌਰਾਨ ਵਾਧਾ ਲਗਭਗ ਸਭ ਜ਼ਿਲ੍ਹਿਆਂ ਵਿੱਚ ਦੇਖਿਆ ਜਾ ਸਕਦਾ ਹੈ।

1991 ਤੋਂ 2001 ਦੇ ਸਮੇਂ ਦੌਰਾਨ ਮੁਸਲਮਾਨਾਂ ਦੀ ਗਿਣਤੀ ਵਿੱਚ ਵਾਧੇ ਦਾ ਮੁੱਖ ਕਾਰਨ ਪਰਵਾਸੀਆਂ ਦੀ ਗਿਣਤੀ ਵਿੱਚ ਭਾਰੀ ਵਾਧਾ ਸੀ ਅਤੇ ਇਨ੍ਹਾਂ ਪਰਵਾਸੀਆਂ ਵਿੱਚ ਵੱਡੀ ਗਿਣਤੀ ਵਿੱਚ ਮੁਸਲਮਾਨ ਹਨ। ਇਸ ਤੋਂ ਬਿਨਾਂ ਪੰਜਾਬ ਵਿੱਚ ਮੌਜੂਦ ਸਭ ਮਸੀਤਾਂ (ਸ਼ਹਿਰਾਂ, ਕਸਬਿਆਂ ਆਦਿ ਵਿੱਚ) ਨੂੰ ਸੁਰਜੀਤ ਕੀਤਾ ਗਿਆ ਹੈ ਅਤੇ ਉਨ੍ਹਾਂ ਦੀ ਸੰਭਾਲ ਅਤੇ ਧਾਰਮਿਕ ਕਿਰਿਆਵਾਂ ਕਰਨ ਲਈ ਮੌਲਵੀ ਅਤੇ ਸਹਾਇਕ ਲੋਕ ਇਨ੍ਹਾਂ ਵਿੱਚ ਆ ਗਏ ਹਨ।

1991 ਤੋਂ 2001 ਦੇ ਸਮੇਂ ਦੌਰਾਨ ਪੰਜਾਬ ਦੇ ਸਭ ਜ਼ਿਲ੍ਹਿਆਂ ਵਿੱਚ ਸਿੱਖਾਂ ਦੀ ਪ੍ਰਤੀਸ਼ੱਤਤਾ ਘਟੀ ਹੈ। ਸਮੁੱਚੇ ਰਾਜ ਲਈ ਸਿੱਖ ਵਸੋਂ ਦਾ ਹਿਸਾ 1991 ਵਿੱਚ 62.95% ਤੋਂ ਘਟ ਕੇ 2001 ਵਿੱਚ 59.91% ਹੋਇਆ ਸੀ (ਸਾਰਣੀ ਨੰ. 20)। ਇਸ ਤਰ੍ਹਾਂ ਇਹ ਗਿਰਾਵਟ ਲਗਭਗ 3% ਦੀ ਸੀ। ਇਸ ਗਿਰਾਵਟ ਦੇ ਮੁੱਖ ਕਾਰਨਾਂ ਵਿੱਚ ਸਿੱਖਾਂ ਦੇ ਕੁਦਰਤੀ ਵਾਧੇ ਵਿੱਚ ਗਿਰਾਵਟ (decrease), ਬਹੁਤ ਸਾਰੇ ਸਿੱਖ ਪਰਿਵਾਰਾਂ ਦਾ ਆਰਥਿਕ ਕਾਰਨਾਂ ਕਰਕੇ ਦੂਜੇ ਰਾਜਾਂ ਜਾਂ ਦੇਸ਼ਾਂ ਵਿੱਚ ਪਰਵਾਸ (migration), ਭਾਰੀ ਗਿਣਤੀ ਵਿੱਚ ਹਿੰਦੂ ਅਤੇ ਮੁਸਲਮਾਨ ਪਰਵਾਸੀਆਂ (ਮੁੱਖ ਤੌਰ ਤੇ ਮਜ਼ਦੂਰ) ਦੀ ਪੰਜਾਬ ਵਿੱਚ ਆਮਦ (influx), 1991 ਦੀ ਜਨਗਣਨਾ ਵਿੱਚ ਡਰ ਕਾਰਨ ਆਪਣੇ ਆਪ ਨੂੰ ਸਿੱਖ ਲਿਖਵਾਉਣ ਵਾਲੇ ਲੋਕਾਂ ਦਾ 2001 ਦੀ ਜਨਗਣਨਾ ਵਿੱਚ ਮੁੜ ਆਪਣੇ ਆਪ ਨੂੰ ਹਿੰਦੂ ਲਿਖਵਾਉਣਾ ਆਦਿ ਸ਼ਾਮਲ ਕੀਤੇ ਜਾ ਸਕਦੇ ਹਨ। ਇਨ੍ਹਾਂ ਤੋਂ ਬਿਨਾਂ ਪੰਜਾਬੀਆਂ ਦੇ ਉੱਚੇ ਜੀਵਨ ਸਤਰ (high standard of living) ਅਤੇ ਅਨੇਕਾਂ ਵਿਦਿਅਕ ਸਹੂਲਤਾਂ ਮਿਲਣ ਕਾਰਨ ਆਮ ਪੰਜਾਬੀਆਂ ਵਿੱਚ ਵੱਡੇ ਪਰਿਵਾਰਾਂ ਦੀਆਂ ਹਾਨੀਆਂ ਅਤੇ ਛੋਟੇ ਪਰਿਵਾਰਾਂ (small families) ਦੇ ਲਾਭ ਬਾਰੇ ਬਹੁਤ ਜਾਗਰੂਕਤਾ (awareness) ਆ ਗਈ ਸੀ। ਇਸ ਕਾਰਨ ਕੁਦਰਤੀ ਵਾਧਾ (natural growth) ਘਟਣ ਲੱਗ ਪਿਆ।

2001 ਤੋਂ 2011 ਦੇ ਦਹਾਕੇ ਦੌਰਾਨ ਪੰਜਾਬ ਵਿੱਚ ਸਮੁੱਚੇ ਤੌਰ ਤੇ ਸਿੱਖਾਂ ਦੀ ਕੁੱਲ ਵਸੋਂ ਵਿੱਚ ਪ੍ਰਤੀਸ਼ੱਤਤਾ ਘਟੀ ਹੈ (2001 ਦੀ 59.91% ਤੋਂ 2011 ਵਿੱਚ 57.69%)। ਇਸ ਦੇ ਮੁਕਾਬਲੇ ਬਾਕੀ ਦੇ ਧਰਮਾਂ ਦੀ ਆਬਾਦੀ ਦੀ ਪ੍ਰਤੀਸ਼ੱਤਤਾ ਵਧੀ ਹੈ। ਹਿੰਦੂਆਂ ਲਈ 36.94% ਤੋਂ 38.49%, ਮੁਸਲਮਾਨਾਂ ਲਈ 1.57 ਤੋਂ 1.93%, ਈਸਾਈਆਂ ਲਈ 1.20% ਤੋਂ 1.26% ਅਤੇ ਦੂਜੇ ਧਰਮਾਂ ਆਦਿ ਦੀ ਪ੍ਰਤੀਸ਼ੱਤਤਾ ਵੀ ਵਧੀ ਹੈ। ਇਹ ਪ੍ਰਤੀਸ਼ੱਤਤਾ 2001 ਵਿੱਚ 0.39 ਤੋਂ ਵੱਧ ਕੇ 2011 ਵਿੱਚ 0.63 ਹੋ ਗਈ ਹੈ। 2011 ਦੇ ਅੰਕੜਿਆਂ ਅਨੁਸਾਰ ਰਾਜ ਵਿੱਚ 87,564 ਲੋਕਾਂ ਨੇ ਆਪਣਾ ਧਰਮ ਦੱਸਣ ਤੋਂ ਇਨਕਾਰ ਕਰ ਦਿੱਤਾ। 2011 ਅਨੁਸਾਰ ਰਾਜ ਦੀ ਕੁੱਲ ਜਨਸੰਖਿਆ ਦਾ 0.12%, ਬੋਧੀ ਅਤੇ 0.16% ਜੈਨ ਸਨ।

1991 ਤੋਂ 2001 ਅਤੇ 2001 ਤੋਂ 2011 ਦੀ ਜਨਗਣਨਾ ਵਿੱਚ ਸਭ ਧਰਮਾਂ ਦੇ ਲੋਕਾਂ ਦੀ ਗਿਣਤੀ ਅਤੇ ਪ੍ਰਤੀਸ਼ੱਤਤਾ

ਵਿੱਚ ਵਾਧਾ ਹੋਇਆ ਹੈ। ਪ੍ਰੰਤੂ ਸਿੱਖਾਂ ਦੀ ਗਿਣਤੀ ਵਿੱਚ ਵਾਧਾ ਹਿੰਦੂਆਂ, ਮੁਸਲਮਾਨਾਂ ਅਤੇ ਈਸਾਈਆਂ ਦੇ ਵਾਧੇ ਤੋਂ ਕਾਫ਼ੀ ਘੱਟ ਸੀ। ਹਿੰਦੂਆਂ ਦੇ ਵਾਧੇ ਦੇ ਮੁਕਾਬਲੇ ਸਿੱਖਾਂ ਦਾ ਵਾਧਾ **ਲਗਭਗ ਅੱਧਾ** ਸੀ ਅਤੇ ਮੁਸਲਮਾਨਾਂ ਦੇ ਵਾਧੇ ਦਾ ਲਗਭਗ **ਇੱਕ-ਚੌਥਾਈ** ਸੀ। 2001 ਤੋਂ 2011 ਦੇ ਦਹਾਕੇ ਵਿਚਕਾਰ ਦਹਾਕਾ ਵਧੋਂ ਵਾਧਾ ਦਰ ਮੁਸਲਮਾਨਾਂ ਲਈ 40.16%, ਈਸਾਈਆਂ ਲਈ 18.93%, ਹਿੰਦੂਆਂ ਲਈ 18.67% ਅਤੇ ਸਿੱਖਾਂ ਲਈ ਕੇਵਲ 9.68% ਸੀ।

ਸਿੱਖ (SIKHS)

ਸਿੱਖ ਪੰਜਾਬ ਦੀ ਸਭ ਤੋਂ ਵੱਡੀ (ਲਗਭਗ 60%) ਧਾਰਮਿਕ ਸ਼੍ਰੇਣੀ ਹੈ। ਸਮੁੱਚੇ ਭਾਰਤ ਵਿੱਚ ਸਿੱਖਾਂ ਦੀ ਪ੍ਰਤੀਸ਼ੱਤਤਾ 1.72 ਹੈ। ਪੰਜਾਬ ਵਿੱਚ ਸਿੱਖਾਂ ਦੀ ਵਾਧਾ ਦਰ ਵੀ ਉੱਚੀ ਸੀ। 1981-91 ਦੇ ਸਮੇਂ ਦੌਰਾਨ ਇਹ 25.2% ਸੀ। ਪ੍ਰੰਤੂ 1991-2001 ਦੌਰਾਨ ਇਹ ਘਟ ਕੇ 14.3% ਰਹਿ ਗਈ। 2001-2011 ਦੌਰਾਨ ਇਹ ਵਾਧਾ ਦਰ ਹੋਰ ਘਟ ਕੇ 9.68% ਰਹਿ ਗਈ ਹੈ। ਪੰਜਾਬ ਦੇ ਵਿਭਿੰਨ ਜ਼ਿਲ੍ਹਿਆਂ ਵਿੱਚ ਤਰਨਤਾਰਨ ਜ਼ਿਲ੍ਹੇ ਵਿੱਚ ਸਿੱਖਾਂ ਦੀ ਸਭ ਤੋਂ ਉੱਚੀ ਪ੍ਰਤੀਸ਼ੱਤਤਾ (93.33%) ਹੈ। ਸਭ ਤੋਂ ਨੀਵੀਂ ਪ੍ਰਤੀਸ਼ੱਤਤਾ ਨਵੇਂ ਬਣੇ ਜ਼ਿਲ੍ਹੇ ਪਠਾਨਕੋਟ ਵਿੱਚ ਕੇਵਲ 7.81% ਅਤੇ 31.50% ਐਸ.ਬੀ.ਐਸ. ਨਗਰ ਜ਼ਿਲ੍ਹੇ ਵਿੱਚ ਹੈ। ਸਿੱਖ ਪੰਜਾਬ ਦੀ ਹਰ ਜਾਤ ਅਤੇ ਕਿੱਤੇ ਵਿੱਚ ਮਿਲਦੇ ਹਨ। ਪੰਜਾਬ ਵਿੱਚ ਜੱਟ ਅਤੇ ਰਾਮਗੜ੍ਹੀਆ ਮੁੱਖ ਤੌਰ ਤੇ ਸਿੱਖ ਧਰਮ ਦੇ ਮੰਨਣ ਵਾਲੇ ਹਨ। ਖੱਤਰੀ, ਅਰੋੜੇ ਆਦਿ ਵੀ ਭਾਰੀ ਗਿਣਤੀ ਵਿੱਚ ਸਿੱਖ ਹਨ। ਆਦਿ ਧਰਮੀਆਂ ਅਤੇ ਬਾਲਮੀਕਾਂ ਵਿੱਚ ਵੀ ਕਾਫ਼ੀ ਗਿਣਤੀ ਵਿੱਚ ਸਿੱਖ ਹਨ। ਬਹੁਤ ਸਾਰੇ ਰਾਜਪੂਤ ਅਤੇ ਬਰਾਹਮਣ ਵੀ ਸਿੱਖ ਹਨ।

2011 ਦੇ ਅੰਕੜਿਆਂ ਅਨੁਸਾਰ ਤਰਨਤਾਰਨ, ਫਰੀਦਕੋਟ, ਮੋਗਾ (82.24%), ਬਠਿੰਡਾ, ਮਾਨਸਾ (77.75%), ਮੁਕਤਸਰ (70.81%), ਫਤਿਹਗੜ੍ਹ ਸਾਹਿਬ (71.23%) ਅਤੇ ਬਰਨਾਲਾ (78.54%) ਜ਼ਿਲ੍ਹੇ ਬਹੁਤ ਉੱਚੀ ਸਿੱਖ ਪ੍ਰਤੀਸ਼ੱਤਤਾ (70% ਤੋਂ ਜ਼ਿਆਦਾ) ਵਾਲੇ ਜ਼ਿਲ੍ਹੇ ਹਨ। ਇਨ੍ਹਾਂ ਵਿੱਚੋਂ ਸੱਤ ਮਾਲਵੇ ਵਿੱਚ ਅਤੇ ਇੱਕ (ਤਰਨਤਾਰਨ) ਮਾਝਾ ਖੇਤਰ ਵਿੱਚ ਹਨ। ਉੱਚੀ ਸਿੱਖ ਪ੍ਰਤੀਸ਼ੱਤਤਾ (60% ਤੋਂ 70%) ਵਾਲੇ ਕੇਵਲ ਤਿੰਨ ਜ਼ਿਲ੍ਹੇ ਸੰਗਰੂਰ (65.10%), ਹੁਣ ਦਾ ਨਵਾਂ ਫਿਰੋਜ਼ਪੁਰ ਜ਼ਿਲ੍ਹਾ (67.77%) ਅਤੇ ਅੰਮ੍ਰਿਤਸਰ (68.94%) ਜ਼ਿਲ੍ਹਾ ਹਨ। ਸਾਧਾਰਣ ਉੱਚੀ (Moderately high) ਸਿੱਖ ਪ੍ਰਤੀਸ਼ੱਤਤਾ (50 ਤੋਂ 59.9%) ਵਾਲੇ 5 ਜ਼ਿਲ੍ਹੇ ਕਪੂਰਥਲਾ (55.66%), ਰੂਪਨਗਰ, ਲੁਧਿਆਣਾ (53.26%), ਪਟਿਆਲਾ (55.91%) ਅਤੇ ਗੁਰਦਾਸਪੁਰ (58.58%) ਹਨ। ਬਾਕੀ ਦੇ ਪੰਜ ਜ਼ਿਲ੍ਹਿਆਂ ਐਸ.ਏ.ਐਸ. ਨਗਰ (48.15%), ਫਾਜ਼ਿਲਕਾ (40.97%), ਜਲੰਧਰ (32.75%), ਸ.ਭ.ਸ. ਨਗਰ (31.50%) ਅਤੇ ਹੁਸ਼ਿਆਰਪੁਰ (33.92%) ਵਿੱਚ ਸਿੱਖਾਂ ਦੀ ਸਾਧਾਰਣ (moderate) ਪ੍ਰਤੀਸ਼ੱਤਤਾ ਪਾਈ ਜਾਂਦੀ ਹੈ। ਇਹ 30% ਤੋਂ 49.9% ਵਿਚਕਾਰ ਹੈ (ਸਾਰਣੀ ਨੰ. 20)। ਕੇਵਲ ਇੱਕ ਨਵੇਂ ਬਣੇ ਜ਼ਿਲ੍ਹੇ ਪਠਾਨਕੋਟ ਵਿੱਚ ਸਭ ਤੋਂ ਘੱਟ ਸਿੱਖ ਪ੍ਰਤੀਸ਼ੱਤਤਾ (ਕੇਵਲ 7.81%) ਪਾਈ ਜਾਂਦੀ ਹੈ।

ਪੰਜਾਬ ਦੇ ਕੇਵਲ ਤਿੰਨ ਜ਼ਿਲ੍ਹਿਆਂ ਤਰਨ ਤਾਰਨ, ਬਰਨਾਲਾ ਅਤੇ ਪਟਿਆਲਾ ਵਿੱਚ ਸਿੱਖ ਜਨਸੰਖਿਆ ਦੀ ਪ੍ਰਤੀਸ਼ੱਤਤਾ 2001 ਦੀ ਜਨਗਣਨਾ ਦੇ ਮੁਕਾਬਲੇ 2011 ਦੀ ਜਨਗਣਨਾ ਵਿੱਚ ਵਧੀ ਹੈ। ਤਰਨਤਾਰਨ ਜ਼ਿਲ੍ਹੇ ਲਈ 88.66% (2001) ਤੋਂ 93.33% (2011) = 4.67% ਵਾਧਾ, ਬਰਨਾਲਾ ਜ਼ਿਲ੍ਹੇ ਲਈ 69.47% (2001) ਤੋਂ 78.54% (2011) = 9.07% ਵਾਧਾ ਅਤੇ ਪਟਿਆਲਾ ਜ਼ਿਲ੍ਹੇ ਵਿੱਚ 55.52% (2001) ਤੋਂ 55.91% (2011) = ਕੇਵਲ 0.39% ਵਾਧਾ ਰਿਕਾਰਡ ਕੀਤਾ ਗਿਆ ਹੈ। ਬਾਕੀ ਦੇ ਸਭ ਜ਼ਿਲ੍ਹਿਆਂ ਵਿੱਚ ਸਿੱਖ ਪ੍ਰਤੀਸ਼ੱਤਤਾ ਘਟੀ ਹੈ (ਸਾਰਣੀ ਨੰ. 20)। ਇਹ ਪੁਰਾਣੇ ਗੁਰਦਾਸਪੁਰ ਲਈ 0.80 ਅਤੇ ਮਾਨਸਾ ਜ਼ਿਲ੍ਹੇ ਲਈ 0.88 ਅੰਕਾਂ ਤੋਂ ਲੈ ਕੇ ਸ.ਭ.ਸ. ਨਗਰ 5.92 ਅੰਕ, ਰੂਪਨਗਰ 6.01 ਅੰਕ ਅਤੇ ਐਸ.ਏ.ਐਸ. ਨਗਰ 6.80 ਅੰਕਾਂ ਤੱਕ ਘਟੀ ਹੈ। ਇਸੇ ਤਰ੍ਹਾਂ ਸਿੱਖ ਜਨਸੰਖਿਆ ਦੀ ਵਾਧਾ ਦਰ (growth rate) ਭਾਵੇਂ ਸਮੁੱਚੇ ਪੰਜਾਬ ਲਈ ਸਭ ਤੋਂ ਘੱਟ (9.68%) ਹੈ। ਪ੍ਰੰਤੂ ਇਹ ਵਾਧਾ ਦਰ **ਚਾਰ ਜ਼ਿਲ੍ਹਿਆਂ ਲਈ ਮਨਫੀ** (-) ਹੈ। ਇਹ ਜ਼ਿਲ੍ਹੇ ਹਨ ਜਲੰਧਰ (−3.03%), ਹੁਸ਼ਿਆਰਪੁਰ (−6.38%), ਸ਼.ਭ.ਸ. ਨਗਰ (−12.27%) ਤਿੰਨ ਹੀ ਦੋਆਬੇ ਦੇ ਜ਼ਿਲ੍ਹੇ) ਅਤੇ ਰੂਪਨਗਰ (−2.27%)।

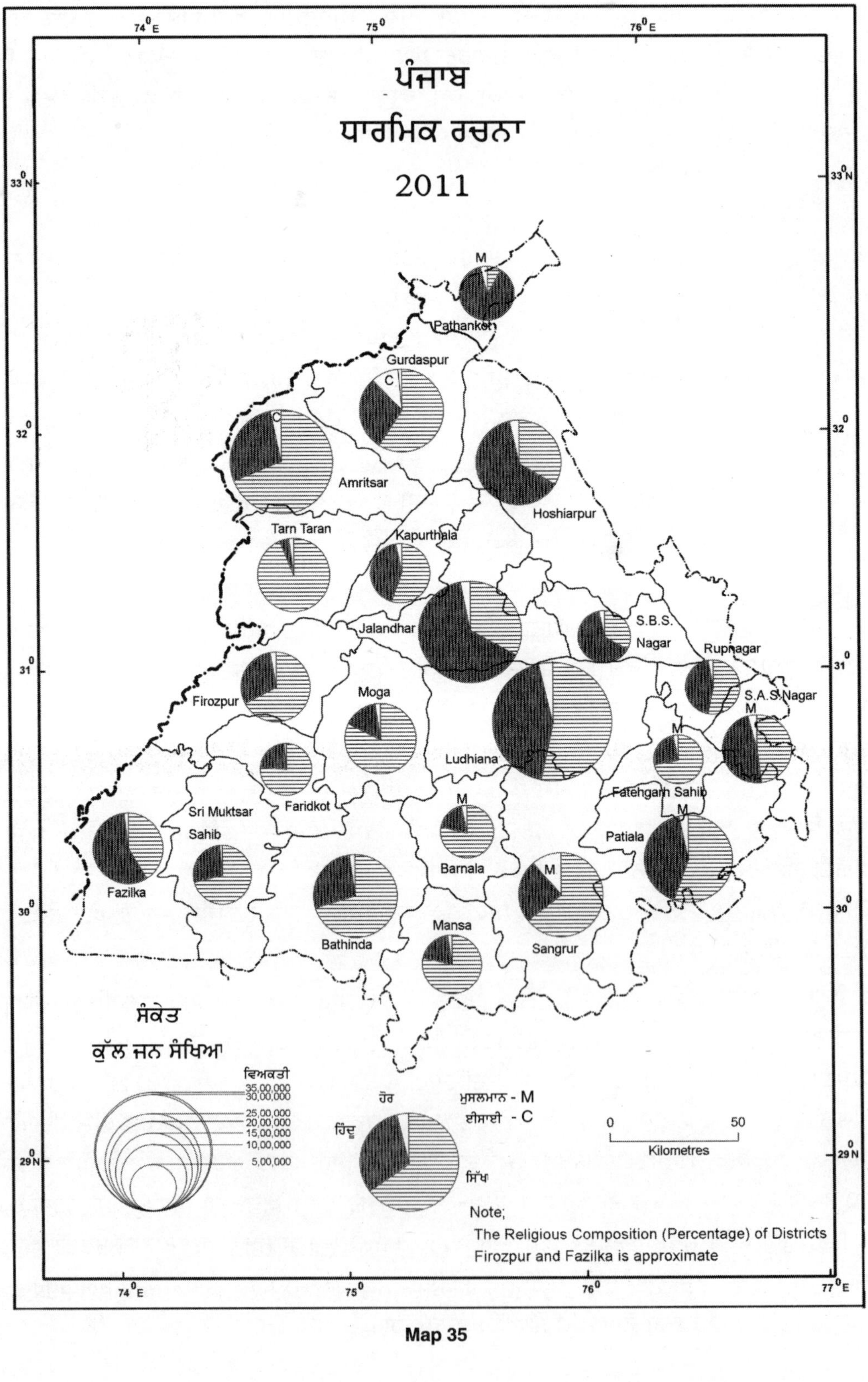
ਪੰਜਾਬ
ਧਾਰਮਿਕ ਰਚਨਾ
2011
Pathankot
Gurdaspur
Amritsar
Hoshiarpur
Tarn Taran
Kapurthala
Jalandhar
S.B.S. Nagar
Rupnagar
Firozpur
Moga
S.A.S Nagar
Ludhiana
Fatehgarh Sahib
Faridkot
Sri Muktsar Sahib
Fazilka
Barnala
Patiala
Bathinda
Sangrur
Mansa
M
C
ਸੰਕੇਤ
ਕੁੱਲ ਜਨ ਸੰਖਿਆ
ਵਿਅਕਤੀ
35,00,000
30,00,000
25,00,000
20,00,000
15,00,000
10,00,000
5,00,000
ਹੋਰ
ਹਿੰਦੂ
ਸਿੱਖ
ਮੁਸਲਮਾਨ - M
ਈਸਾਈ - C
0 50
Kilometres
Note;
The Religious Composition (Percentage) of Districts
Firozpur and Fazilka is approximate
74° E
75°
76° E
77° E
33° N
32°
31°
30°
29° N

Map 35

1981-91 ਦੇ ਸਮੇਂ ਦੌਰਾਨ ਪੰਜਾਬ ਵਿੱਚ ਸਿੱਖਾਂ ਦਾ ਔਸਤ ਵਾਧਾ 25.18% ਸੀ। ਪ੍ਰੰਤੂ 1991-2001 ਦੌਰਾਨ ਇਹ ਵਾਧਾ ਘਟ ਕੇ 14.3% ਹੋ ਗਿਆ। ਪ੍ਰੰਤੂ ਜ਼ਿਲ੍ਹਿਆਂ ਅਨੁਸਾਰ ਰੋਪੜ ਜ਼ਿਲ੍ਹੇ ਵਿੱਚ ਸਭ ਤੋਂ ਉੱਚਾ ਵਾਧਾ (36.46%) ਸੀ। ਇਸ ਦਾ ਮੁੱਖ ਕਾਰਨ ਮੋਹਾਲੀ ਸ਼ਹਿਰ ਦਾ ਵਿਕਾਸ ਸੀ ਜਿਥੇ ਭਾਰੀ ਗਿਣਤੀ ਵਿੱਚ ਸਿੱਖ 1984 ਦੇ ਦੰਗਿਆਂ ਤੋਂ ਬਾਅਦ ਆ ਕੇ ਵਸ ਗਏ ਸਨ। ਪਟਿਆਲਾ (33.61%) ਅਤੇ ਲੁਧਿਆਣਾ (30.63%) ਵਿੱਚ ਵੀ ਉੱਚਾ ਵਾਧਾ (30% ਤੋਂ ਜ਼ਿਆਦਾ) ਹੋਇਆ ਸੀ। ਇਹ ਆਮ ਪਰਵਾਸ ਕਾਰਨ ਸੀ। ਰਾਜ ਵਿੱਚ ਸਿੱਖਾਂ ਦੀ ਔਸਤ ਵਾਧਾ ਦਰ (25.18%) ਤੋਂ ਉੱਚੀ ਵਾਧਾ ਦਰ ਉੱਪਰ ਦੱਸੇ ਜ਼ਿਲ੍ਹਿਆਂ ਤੋਂ ਬਿਨਾਂ ਫਿਰੋਜ਼ਪੁਰ (28.82%), ਸੰਗਰੂਰ (26.70%), ਹੁਸ਼ਿਆਰਪੁਰ (25.56%) ਅਤੇ ਕਪੂਰਥਲਾ (25.25%) ਜ਼ਿਲ੍ਹਿਆਂ ਵਿੱਚ ਰੀਕਾਰਡ ਕੀਤੀ ਗਈ ਸੀ। ਔਸਤ ਦਰ ਤੋਂ ਨੀਵਾਂ ਵਾਧਾ ਬਠਿੰਡਾ (22.93%), ਫਰੀਦਕੋਟ (22.53%), ਗੁਰਦਾਸਪੁਰ (20.10%), ਜਲੰਧਰ (19.99%) ਅਤੇ ਅੰਮ੍ਰਿਤਸਰ (18.98%) ਜ਼ਿਲ੍ਹਿਆਂ ਵਿੱਚ ਹੋਇਆ ਸੀ।

ਪੰਜਾਬ ਵਿੱਚ ਸਿੱਖ "ਜਨਸੰਖਿਆ" ਦਾ ਜ਼ਿਲ੍ਹੇਵਾਰ ਉੱਚਾ ਵਾਧਾ ਨਵੰਬਰ 2006 ਤੋਂ ਪਹਿਲਾਂ ਦੇ ਜ਼ਿਲ੍ਹੇ **ਅੰਮ੍ਰਿਤਸਰ** ਵਿੱਚ ਰੀਕਾਰਡ ਕੀਤਾ ਗਿਆ ਸੀ। ਇਹ 1991-2001 ਦੌਰਾਨ 21.03% ਸੀ। ਪੁਰਾਣੇ ਜ਼ਿਲ੍ਹੇ ਫਰੀਦਕੋਟ (ਨਵੰਬਰ 1995 ਵਿੱਚ ਪੁਰਾਣੇ ਜ਼ਿਲ੍ਹੇ ਫਰੀਦਕੋਟ ਦੀਆਂ ਤਿੰਨ ਤਹਿਸੀਲਾਂ ਨੂੰ ਤਿੰਨ ਨਵੇਂ ਜ਼ਿਲ੍ਹੇ ਫਰੀਦਕੋਟ, ਮੁਕਤਸਰ ਅਤੇ ਮੋਗਾ ਬਣਾ ਦਿੱਤਾ ਗਿਆ ਸੀ) ਦੀ ਸਿੱਖ ਵਾਧਾ ਦਰ ਵੀ ਉੱਚੀ (27.53%) ਸੀ। ਗੁਰਦਾਸਪੁਰ (15.3%), ਪਹਿਲਾਂ ਦਾ ਰੂਪਨਗਰ (14.9%) ਅਤੇ ਪਟਿਆਲਾ (15.8%) ਜ਼ਿਲ੍ਹਿਆਂ ਵਿੱਚ ਵੀ ਸਿੱਖ ਵਾਧਾ ਦਰ ਸਾਧਾਰਣ ਉੱਚੀ ਸੀ। ਬਾਕੀ ਦੇ ਜ਼ਿਲ੍ਹਿਆਂ ਵਿੱਚ ਸਿੱਖ ਵਸੋਂ ਵਾਧਾ ਦਰ, ਸਿੱਖ ਵਸੋਂ ਦੀ ਔਸਤ ਵਾਧਾ ਦਰ (1991-2001 ਲਈ 14.3%) ਨਾਲੋਂ ਨੀਵੀਂ ਸੀ। ਫਿਰੋਜ਼ਪੁਰ ਜ਼ਿਲ੍ਹੇ ਵਿੱਚ ਸਭ ਤੋਂ ਘੱਟ ਵਾਧਾ ਦਰ 1.5% ਰੀਕਾਰਡ ਕੀਤੀ ਗਈ ਸੀ।

ਪੁਰਾਣੇ ਜਲੰਧਰ ਅਤੇ ਹੁਸ਼ਿਆਰਪੁਰ ਜ਼ਿਲ੍ਹਿਆਂ (ਹੁਣ ਦੇ ਜਲੰਧਰ, ਨਵਾਂ ਸ਼ਹਿਰ (ਸ਼.ਭ.ਸ. ਨਗਰ) ਅਤੇ ਹੁਸ਼ਿਆਰਪੁਰ ਜ਼ਿਲ੍ਹੇ) ਵਿੱਚ ਵੀ ਨੀਵੀਂ ਸਿੱਖ ਵਸੋਂ ਵਾਧਾ ਦਰ (2.04%), ਰੀਕਾਰਡ ਕੀਤੀ ਗਈ ਸੀ। ਕਪੂਰਥਲਾ (9.2%), ਲੁਧਿਆਣਾ (10.5%) ਅਤੇ ਪੁਰਾਣੇ ਸੰਗਰੂਰ (ਹੁਣ ਸੰਗਰੂਰ ਅਤੇ ਬਰਨਾਲਾ) (12.5%) ਜ਼ਿਲ੍ਹਿਆਂ ਵਿੱਚ ਸਾਧਾਰਣ ਨੀਵੀਂ (moderately low) ਸਿੱਖ ਵਸੋਂ ਵਾਧਾ ਦਰ ਰੀਕਾਰਡ ਕੀਤੀ ਗਈ। ਇਹ ਅੰਕੜੇ 1981-91 ਦੇ ਅੰਕੜਿਆਂ ਨਾਲੋਂ ਹਰ ਜ਼ਿਲ੍ਹੇ ਲਈ ਘੱਟ ਤੋਂ ਬਹੁਤ ਘੱਟ ਹਨ। ਇਸ ਦਾ ਭਾਵ ਇਹ ਹੈ ਕਿ 1991-2001 ਸਮੇਂ ਦੌਰਾਨ ਪੰਜਾਬ ਦੇ ਸਾਰੇ ਜ਼ਿਲ੍ਹਿਆਂ ਵਿੱਚ ਸਿੱਖ ਵਸੋਂ ਵਾਧਾ ਦਰ (growth rate) 1980-91 ਦੇ ਮੁਕਾਬਲੇ ਘਟੀ ਹੈ।

2001-2011 ਦੇ ਦਹਾਕੇ ਦੌਰਾਨ ਜਨਸੰਖਿਆ ਵਾਧਾ ਦਰ ਹੋਰ ਵੀ ਘਟ ਕੇ ਕੇਵਲ 9.68% ਰਹਿ ਗਈ। ਦੋਆਬੇ ਦੇ ਮੁੱਖ ਤਿੰਨ ਜ਼ਿਲ੍ਹਿਆਂ ਜਲੰਧਰ (−3.03%), ਹੁਸ਼ਿਆਰਪੁਰ (−6.38%) ਅਤੇ ਸ.ਭ.ਸ. ਨਗਰ (−12.27%) ਅਤੇ ਨਾਲ ਲੱਗਦੇ ਰੂਪਨਗਰ (−2.27%) ਜ਼ਿਲ੍ਹੇ ਵਿੱਚ ਵਾਧਾ ਦਰ ਮਨਫੀ (-) ਹੈ, ਭਾਵ ਇਨ੍ਹਾਂ ਚਾਰ ਪੂਰਬੀ ਜ਼ਿਲ੍ਹਿਆਂ ਦੀ ਸਿੱਖ ਜਨਸੰਖਿਆ 2001 ਦੀ ਜਨਗਣਨਾ ਦੇ ਮੁਕਾਬਲੇ 2011 ਵਿੱਚ ਘਟੀ ਹੈ। ਪੁਰਾਣੇ ਗੁਰਦਾਸਪੁਰ ਜ਼ਿਲ੍ਹੇ, ਕਪੂਰਥਲਾ (+1.12%), ਲੁਧਿਆਣਾ (+6.82%), ਫਰੀਦਕੋਟ, ਮੋਗਾ, ਸੰਗਰੂਰ (4.19%) ਅਤੇ ਫਤਿਹਗੜ੍ਹ ਸਾਹਿਬ (+6.57%) ਸਮੇਤ ਜ਼ਿਲ੍ਹਿਆਂ ਦੀ ਵਾਧਾ ਦਰ ਪੰਜਾਬ ਦਾ ਔਸਤ ਵਾਧਾ ਦਰ 9.68% ਘੱਟ ਹੈ। ਅੰਮ੍ਰਿਤਸਰ (10.70%), ਸ੍ਰੀ ਮੁਕਤਸਰ ਸਾਹਿਬ ਅਤੇ ਮਾਨਸਾ ਜ਼ਿਲ੍ਹਿਆਂ ਵਿੱਚ ਵਾਧਾ ਦਰ 10.0 ਤੋਂ 11.0% ਵਿਚਕਾਰ ਹੈ। ਕੇਵਲ ਚਾਰ ਜ਼ਿਲ੍ਹਿਆਂ ਤਰਨਤਾਰਨ (+25.51%), ਐਸ.ਏ.ਐਸ. ਨਗਰ, ਪੁਰਾਣਾ ਫਿਰੋਜ਼ਪੁਰ ਜ਼ਿਲ੍ਹਾ ਅਤੇ ਬਰਨਾਲਾ ਜ਼ਿਲ੍ਹਆ (+27.77% = ਪੰਜਾਬ ਵਿੱਚ ਸਭ ਤੋਂ ਵੱਧ) ਵਿੱਚ ਸਿੱਖ ਵਸੋਂ ਵਾਧਾ ਦਰ +20.1 ਤੋਂ ਵੱਧ ਰਿਕਾਰਡ ਕੀਤੀ ਗਈ ਹੈ। ਨੀਵੀਂ ਤੋਂ ਮਨਫ਼ੀ ਵਾਧਾ ਦਰ ਦੇ ਤੱਥਾਂ ਨੂੰ ਧਾਰਮਿਕ ਦ੍ਰਿਸ਼ਟੀਕੋਣ ਤੋਂ ਨਹੀਂ ਦੇਖਣਾ ਚਾਹੀਦਾ ਹੈ। ਇਸ ਤੱਥ ਦੇ ਸੱਭਿਆਚਾਰਕ, ਵਾਤਾਵਰਣੀ, ਆਰਥਿਕ ਅਤੇ ਫਿਜ਼ਿਆਲੋਜੀਕਲ ਪਹਿਲੂਆਂ ਬਾਰੇ ਘੋਖ ਕਰਨ ਦੀ ਲੋੜ ਹੈ। ਕਈ ਹੋਰ ਕੌਮਾਂ ਵਿਸ਼ੇਸ਼ ਕਰਕੇ ਯੂਨਪੀਨ ਨੂੰ ਵੀ ਅਜਿਹੀਆਂ ਸਮੱਸਿਆਵਾਂ ਦਾ ਸਾਹਮਣਾ ਕਰਨਾ ਪਿਆ ਹੈ।

ਹਿੰਦੂ (HINDUS)

ਹਿੰਦੂ ਪੰਜਾਬ ਵਿੱਚ ਦੂਜੇ ਨੰਬਰ ਤੇ ਸਭ ਤੋਂ ਜ਼ਿਆਦਾ (38.49%) ਹਨ। ਅੱਠਵੇਂ ਦਹਾਕੇ ਦੌਰਾਨ ਪੰਜਾਬ ਵਿੱਚ ਗੜਬੜ ਅਤੇ ਅੱਤਵਾਦ ਦੇ ਪ੍ਰਭਾਵ ਕਾਰਨ ਕਾਫ਼ੀ ਗਿਣਤੀ ਵਿਚ ਹਿੰਦੂ ਪੰਜਾਬ ਛੱਡ ਕੇ ਦੂਜੇ ਰਾਜਾਂ ਵਿੱਚ ਚਲੇ ਗਏ ਅਤੇ ਬਹੁਤ ਸਾਰਿਆਂ ਨੇ 1991 ਦੀ ਜਨਗਣਨਾ ਵਿੱਚ ਆਪਣੇ ਆਪ ਨੂੰ ਸਿੱਖ ਲਿਖਵਾ ਦਿੱਤਾ (ਅਸਲ ਵਿੱਚ ਕੱਟੜਵਾਦੀਆਂ ਤੋਂ ਬਿਨਾਂ ਪੰਜਾਬ ਦੇ ਬਾਕੀ ਦੇ ਲੋਕਾਂ ਵਿੱਚ ਧਰਮ ਬਾਰੇ ਕੋਈ ਖਾਸ ਭੇਦ ਨਹੀਂ ਹੈ)। ਇਸ ਕਾਰਨ 1991 ਦੀ ਜਨਗਣਨਾ ਵਿੱਚ ਹਿੰਦੂਆਂ ਦੀ ਪ੍ਰਤੀਸ਼ੱਤਤਾ 1981 ਵਿੱਚ 36.93 ਤੋਂ ਘਟ ਕੇ 34.46 ਰਹਿ ਗਈ ਸੀ। ਪ੍ਰੰਤੂ 1991 ਤੋਂ ਬਾਅਦ ਪੰਜਾਬ ਵਿੱਚ ਸ਼ਾਂਤੀ ਦੀ ਬਹਾਲੀ ਨਾਲ ਇਹ ਪ੍ਰਤੀਸ਼ਤਤਾ ਵਧ ਕੇ 2001 ਦੀ ਜਨਗਣਨਾ ਅਨੁਸਾਰ 36.94 ਹੋ ਗਈ। 2011 ਦੀ ਜਨਗਣਨਾ ਅਨੁਸਾਰ ਇਹ ਹੋਰ ਵਧ ਕੇ 38.49% ਹੋ ਗਈ ਹੈ।

ਪੰਜਾਬ ਵਿੱਚ ਹਿੰਦੂਆਂ ਦੀ ਬਹੁਤਾਤ ਸਿਰਫ ਤਿੰਨ ਜ਼ਿਲ੍ਹਿਆਂ ਹੁਸ਼ਿਆਰਪੁਰ (58.89%), ਜਲੰਧਰ (59.04%) ਅਤੇ ਐਸ.ਬੀ.ਐਸ. ਨਗਰ (60.72%) ਵਿੱਚ ਹੈ। 2011 ਦੀ ਜਨਗਣਨਾ ਅਨੁਸਾਰ ਅਜਿਹੇ ਜ਼ਿਲ੍ਹਿਆਂ ਦੀ ਗਿਣਤੀ ਪੰਜ ਹੋ ਗਈ ਹੈ। ਜਲੰਧਰ (63.56%), ਹੁਸ਼ਿਆਰਪੁਰ (63.07%) ਅਤੇ ਸ.ਭ.ਸ. ਨਗਰ (65.55%) ਤੋਂ ਇਲਾਵਾ ਨਵੇਂ ਬਣੇ ਦੋਨੋਂ ਜ਼ਿਲ੍ਹੇ ਫਾਜ਼ਿਲਕਾ (ਲਗਭਗ 58.13%) ਅਤੇ ਪਠਾਨਕੋਟ (88.42% = ਪੰਜਾਬ ਵਿੱਚ ਸਭ ਤੋਂ ਵੱਧ) ਵੀ ਅਜਿਹੇ ਜ਼ਿਲ੍ਹੇ ਬਣ ਗਏ ਹਨ। ਐਸ.ਏ.ਐਸ. ਨਗਰ (47.88%), ਰੂਪਨਗਰ (44.47%), ਪਟਿਆਲਾ (41.32%), ਕਪੂਰਥਲਾ (41.23%) ਅਤੇ ਲੁਧਿਆਣਾ (42.94%) ਜ਼ਿਲ੍ਹਿਆਂ ਵਿੱਚ ਹਿੰਦੂਆਂ ਦੀ ਸਾਧਾਰਣ ਉੱਚੀ ਪ੍ਰਤੀਸ਼ਤਤਾ (40.0% ਤੋਂ ਜ਼ਿਆਦਾ) ਹੈ। ਬਠਿੰਡਾ (27.41%), ਸੰਗਰੂਰ (23.53%), ਗੁਰਦਾਸਪੁਰ (29.32%), ਨਵਾਂ ਫਿਰੋਜ਼ਪੁਰ (29.93%), ਫਤਿਹਗੜ੍ਹ ਸਾਹਿਬ (25.43%), ਮੁਕਤਸਰ ਸਾਹਿਬ (28.27%), ਮਾਨਸਾ (20.34%), ਅੰਮ੍ਰਿਤਸਰ (27.74%) ਅਤੇ ਫਰੀਦਕੋਟ (22.89%) ਜ਼ਿਲ੍ਹਿਆਂ ਵਿੱਚ ਹਿੰਦੂਆਂ ਦੀ ਸਾਧਾਰਣ ਨੀਵੀਂ (20% ਤੋਂ 40.0%) ਪ੍ਰਤੀਸ਼ਤਤਾ ਹੈ। ਹਿੰਦੂਆਂ ਦੀ ਸਭ ਤੋਂ ਘੱਟ ਪ੍ਰਤੀਸ਼ੱਤਤਾ ਜ਼ਿਲ੍ਹਾ ਤਰਨਤਾਰਨ (5.40%) ਅਤੇ ਮੋਗਾ ਅਤੇ ਬਰਨਾਲਾ (18.95%) ਜ਼ਿਲ੍ਹਿਆਂ ਵਿੱਚ ਮਿਲਦੀ ਹੈ।

ਅਗਰ ਪੰਜਾਬ ਵਿੱਚ ਹਿੰਦੂਆਂ ਦੀ ਵੰਡ ਦਾ ਨਕਸ਼ਾ ਬਣਾਇਆ ਜਾਵੇ ਤਾਂ ਉਸਨੂੰ (ਨਕਸ਼ਾ ਨੰ. 35) ਦੇਖਣ ਤੋਂ ਪਤਾ ਲੱਗਦਾ ਹੈ ਕਿ ਪੰਜਾਬ ਵਿੱਚ ਹਿੰਦੂ ਮੁੱਖ ਤੌਰ ਤੇ ਇਸ ਦੇ ਉੱਤਰ-ਪੂਰਬੀ ਭਾਗਾਂ, ਦੱਖਣ-ਪੱਛਮੀ ਭਾਗਾਂ ਵਿੱਚ ਮਿਲਦੇ ਹਨ। ਉਹ ਸ਼ਹਿਰਾਂ ਅਤੇ ਕਸਬਿਆਂ ਵਿੱਚ ਵੀ ਕੇਂਦਰਿਤ ਹਨ। ਸਿੱਖ ਬਹੁਲਤਾ ਵਾਲੇ ਜ਼ਿਲ੍ਹਿਆਂ ਵਿੱਚ ਵੀ ਕਈ ਤਹਿਸੀਲਾਂ ਜਾਂ ਬਲਾਕਾਂ ਵਿੱਚ ਹਿੰਦੂਆਂ ਦੇ ਕੇਂਦਰਿਤ ਖੇਤਰ (strong pockets) ਪਾਏ ਜਾਂਦੇ ਹਨ ਜਿਵੇਂ ਕਿ ਗੁਰਦਾਸਪੁਰ ਜ਼ਿਲ੍ਹੇ ਵਿੱਚ ਬਟਾਲਾ ਅਤੇ ਗੁਰਦਾਸਪੁਰ ਦੇ ਇਲਾਕੇ, ਅਤੇ ਰੂਪਨਗਰ ਵਿੱਚ ਆਨੰਦਪੁਰ ਸਾਹਿਬ ਦਾ ਇਲਾਕਾ ਆਦਿ। 2011 ਦੇ ਅੰਕੜਿਆਂ ਅਨੁਸਾਰ ਪੰਜਾਬ ਦੀਆਂ ਕੁੱਲ 77 ਤਹਿਸੀਲਾਂ (ਜਨਗਣਨ 2011 ਸਮੇਂ ਮੌਜੂਦ) ਵਿੱਚੋਂ 19 ਵਿੱਚ ਹਿੰਦੂ ਧਰਮ ਮੰਨਣ ਵਾਲੇ ਬਹੁ-ਮੱਤ ਵਿੱਚ ਹਨ। ਉੱਤਰ-ਪੂਰਬੀ ਜ਼ਿਲ੍ਹਿਆਂ ਅਤੇ ਫਾਜ਼ਿਲਕਾ ਜ਼ਿਲ੍ਹੇ ਦੀਆਂ ਅਬੋਹਰ ਅਤੇ ਫਾਜ਼ਿਲਕਾ ਤਹਿਸੀਲਾਂ ਤੋਂ ਇਲਾਵਾ ਸੰਗਰੂਰ ਜ਼ਿਲ੍ਹੇ ਦੀ ਮੂਨਕ ਤਹਿਸੀਲ ਵੀ ਹਿੰਦੂ ਬਹੁ-ਮੱਤ ਤਹਿਸੀਲ ਹੈ।

ਪੰਜਾਬ ਵਿੱਚ ਹਿੰਦੂ ਵਸੋਂ ਵਾਧਾ ਦਰ (growth rate) ਸਿੱਖ ਵਸੋਂ ਵਾਧਾ ਦਰ (9.68%) ਨਾਲੋਂ ਦੁੱਗਣਾ (18.67%) 2011 ਵਿੱਚ ਰਿਕਾਰਡ ਕੀਤਾ ਗਿਆ ਹੈ। 1901-2001 ਦੌਰਾਨ ਵਾਧਾ ਦਰ 28.74% ਸੀ। ਹਿੰਦੂਆਂ ਦੀ ਜਨਸੰਖਿਆ ਅਤੇ ਵਾਧਾ ਦਰ 2001 ਦੇ ਮੁਕਾਬਲੇ 2011 ਵਿੱਚ ਦੋ ਜ਼ਿਲ੍ਹਿਆਂ ਤਰਨਤਾਰਨ (−30.31% ਵਾਧਾ ਦਰ) ਅਤੇ ਬਰਨਾਲਾ (−3.35%) ਵਿੱਚ ਘਟੀ ਹੈ। ਬਾਕੀ ਸਭ ਜ਼ਿਲ੍ਹਿਆਂ ਵਿੱਚ ਵਸੋਂ ਅਤੇ ਵਾਧਾ ਦਰ ਕਾਫ਼ੀ ਵਧੇ ਹਨ। ਰੂਪਨਗਰ (+2.48%) ਅਤੇ ਪੁਰਾਣੇ ਗੁਰਦਾਸਪੁਰ (+7.48%) ਵਿੱਚ ਨੀਵੇਂ ਵਾਧੇ ਦਰ ਤੋਂ ਲੈ ਕੇ ਇਹ ਵਾਧਾ ਦਰ ਸ਼.ਭ.ਸ. ਨਗਰ +12.52%, ਕਪੂਰਥਲਾ +17.35%, ਜਲੰਧਰ +20.32%, ਫਰੀਦਕੋਟ +18.10%, ਅੰਮ੍ਰਿਤਸਰ +23.06%, ਸ੍ਰੀ ਮੁਕਤਸਰ ਸਾਹਿਬ, +30.03% ਮੋਗਾ, +34.49% ਅਤੇ ਐਸ.ਏ.ਐਸ. ਨਗਰ +59.74% ਤੱਕ ਵਧਿਆ ਹੈ।

ਮੁਸਲਮਾਨ (MUSLIMS)

ਮੁਸਲਮਾਨ ਰਾਜ ਦੀ ਕੁੱਲ ਜਨਸੰਖਿਆ ਦਾ ਕੇਵਲ 1.93% ਹਨ। 1991 ਅਨੁਸਾਰ ਰਾਜ ਵਿੱਚ ਮੁਸਲਮਾਨਾਂ ਦੀ ਕੁੱਲ ਗਿਣਤੀ ਦੋ ਲੱਖ ਦੇ ਲਗਭਗ ਸੀ। ਇਹ ਗਿਣਤੀ 2001 ਵਿੱਚ ਵਧ ਕੇ 3.82 ਲੱਖ ਹੋ ਗਈ ਸੀ। 2011 ਦੀ ਜਨਗਣਨਾ ਦੇ ਅੰਕੜਿਆਂ ਅਨੁਸਾਰ ਪੰਜਾਬ ਵਿੱਚ ਮੁਸਲਮਾਨ ਜਨਸੰਖਿਆ ਦੀ ਗਿਣਤੀ 5,35,489 ਹੈ। ਇਹ ਗਿਣਤੀ ਪੰਜਾਬ ਦੀ ਕੁੱਲ ਜਨਸੰਖਿਆ ਦਾ 1.93% ਬਣਦੀ ਹੈ। ਮੁਸਲਮਾਨ ਜਨਸੰਖਿਆ ਦਾ ਲਗਭਗ ਅੱਧੇ (2011 ਅਨੁਸਾਰ 33.48%) ਤੋਂ ਜ਼ਿਆਦਾ ਕੇਵਲ ਸੰਗਰੂਰ ਜ਼ਿਲ੍ਹੇ ਵਿੱਚ ਕੇਂਦਰਿਤ ਹੈ। ਇੱਥੇ ਵੀ ਮਲੇਰਕੋਟਲਾ ਸ਼ਹਿਰ ਅਤੇ ਤਹਿਸੀਲ ਮੁਸਲਮਾਨਾਂ ਦਾ ਗੜ੍ਹ ਹੈ। ਹਿੰਦੂਆਂ ਜਾਂ ਸਿੱਖ ਪ੍ਰਧਾਨਤਾ ਵਾਲੇ ਦੇਸ਼ ਜਾਂ ਰਾਜ ਵਿੱਚ ਮੁਸਲਮਾਨ ਆਬਾਦੀ ਸ਼ਾਇਦ ਅਸੁਰੱਖਿਅਤ ਭਾਵਨਾ ਕਾਰਨ ਤੇਜ਼ੀ ਨਾਲ ਵਧ ਰਹੀ ਹੈ। 1981 ਤੋਂ 1991 ਤੱਕ ਮੁਸਲਮਾਨਾਂ ਦੀ ਵਾਧਾ ਦਰ ਹਿੰਦੂਆਂ ਦੀ ਵਾਧਾ ਦਰ ਤੋਂ ਤਿੰਨ ਗੁਣਾ ਤੋਂ ਵੀ ਜ਼ਿਆਦਾ ਸੀ। ਸਿੱਖਾਂ ਦੇ ਵਾਧਾ ਦਰ ਤੇ ਇਹ ਲਗਭਗ ਦੁੱਗਣੀ ਹੈ। 2011 ਦੀ ਜਨਗਣਨਾ ਦੇ ਅੰਕੜਿਆਂ ਅਨੁਸਾਰ ਮੁਸਲਮਾਨ ਵਸੋਂ ਦੀ ਵਾਧਾ ਦਰ 40.16% ਹੈ। ਇਹ ਹਿੰਦੂ ਵਾਧਾ ਦਰ ਤੋਂ ਦੁੱਗਣੇ ਤੋਂ ਜ਼ਿਆਦਾ ਅਤੇ ਸਿੱਖ ਵਾਧਾ ਦਰ (9.68%) ਤੋਂ 4 ਗੁਣਾ ਤੋਂ ਵੀ ਜ਼ਿਆਦਾ ਹੈ। ਸੰਗਰੂਰ ਜ਼ਿਲ੍ਹੇ ਤੋਂ ਬਿਨਾਂ ਲੁਧਿਆਣਾ, ਐਸ.ਏ.ਐਸ. ਨਗਰ, ਪਟਿਆਲਾ, ਰੂਪਨਗਰ, ਗੁਰਦਾਸਪੁਰ, ਪਠਾਨਕੋਟ, ਫਤਹਿਗੜ੍ਹ ਸਾਹਿਬ ਅਤੇ ਜਲੰਧਰ, ਹੁਸ਼ਿਆਰਪੁਰ ਜ਼ਿਲ੍ਹਿਆਂ ਵਿੱਚ ਵੀ ਹੁਣ ਕਾਫ਼ੀ ਮੁਸਲਮਾਨ ਰਹਿੰਦੇ ਹਨ। ਸੰਗਰੂਰ ਜ਼ਿਲ੍ਹੇ ਤੋਂ ਬਾਅਦ ਲੁਧਿਆਣਾ ਜ਼ਿਲ੍ਹੇ ਵਿੱਚ ਮੁਸਲਮਾਨਾਂ ਦੀ ਗਿਣਤੀ ਜ਼ਿਆਦਾ ਹੈ। (77,713 = 14.51%) ਹੈ। ਤੀਜੇ ਨੰਬਰ ਤੇ ਪਟਿਆਲਾ ਜ਼ਿਲ੍ਹਾ (40,043 = 7.48% ਵਿਅਕਤੀ) ਹੈ। ਨਵੇਂ ਬਣੇ ਬਰਨਾਲਾ ਜ਼ਿਲ੍ਹੇ (ਪਹਿਲਾਂ ਸੰਗਰੂਰ ਜ਼ਿਲ੍ਹੇ ਦੀ ਤਹਿਸੀਲ) ਵਿੱਚ 13,100 ਮੁਸਲਮਾਨ ਰਹਿੰਦੇ ਹਨ। 2011 ਦੇ ਅੰਕੜਿਆਂ ਅਨੁਸਾਰ ਐਸ.ਏ.ਐਸ. ਨਗਰ ਜ਼ਿਲ੍ਹੇ ਵਿੱਚ 29,488 ਮੁਸਲਮਾਨ, ਜਲੰਧਰ ਜ਼ਿਲ੍ਹੇ ਵਿੱਚ 30,233 ਮੁਸਲਮਾਨ ਅਤੇ ਹੁਸ਼ਿਆਰਪੁਰ ਜ਼ਿਲ੍ਹੇ ਵਿੱਚ 23,089 ਮੁਸਲਮਾਨ ਰਹਿੰਦੇ ਹਨ। ਪਿਛਲੇ ਕੁਝ ਸਾਲਾਂ ਵਿੱਚ ਹਜ਼ਾਰਾਂ ਦੀ ਗਿਣਤੀ ਵਿੱਚ ਮੁਸਲਮਾਨ ਮਜ਼ਦੂਰ ਅਤੇ ਕਾਰੀਗਰ ਪਰਵਾਸੀ ਪੰਜਾਬ ਦੇ ਵਿਭਿੰਨ ਭਾਗਾਂ ਵਿੱਚ ਆ ਕੇ ਰਹਿਣ ਲੱਗ ਪਏ ਹਨ।

ਈਸਾਈ (CHRISTIANS)

2011 ਦੀ ਜਨਗਣਨਾ ਅਨੁਸਾਰ ਰਾਜ ਵਿੱਚ 1.26% ਈਸਾਈ ਧਰਮ ਨੂੰ ਮੰਨਣ ਵਾਲੇ ਲੋਕ ਰਹਿੰਦੇ ਹਨ। 2001 ਦੀ ਜਨਗਣਨਾ ਅਨੁਸਾਰ ਇਹ ਪ੍ਰਤੀਸ਼ੱਤਤਾ 1.20 ਹੋ ਗਈ ਸੀ। ਇਨ੍ਹਾਂ ਦੀ ਕੁੱਲ ਗਿਣਤੀ 2.93 ਲੱਖ ਦੇ ਲਗਭਗ ਸੀ। 2011 ਅਨੁਸਾਰ ਇਹ ਗਿਣਤੀ ਵਧ ਕੇ 3,48,230 ਹੋ ਗਈ ਹੈ। ਰਾਜ ਦੇ ਕੁੱਲ ਈਸਾਈਆਂ ਦਾ ਲਗਭਗ 50% ਗੁਰਦਾਸਪੁਰ ਜ਼ਿਲ੍ਹੇ ਵਿੱਚ ਰਹਿੰਦਾ ਹੈ। 15.60% ਦੇ ਲਗਭਗ ਈਸਾਈ ਅੰਮ੍ਰਿਤਸਰ ਜ਼ਿਲ੍ਹੇ ਵਿੱਚ ਰਹਿੰਦੇ ਹਨ। ਫਿਰੋਜ਼ਪੁਰ ਜ਼ਿਲ੍ਹੇ ਵਿੱਚ ਵੀ ਕਾਫ਼ੀ (ਲਗਭਗ 16,000) ਈਸਾਈ ਰਹਿੰਦੇ ਹਨ। ਹੁਸ਼ਿਆਰਪੁਰ (14,968) ਅਤੇ ਜਲੰਧਰ ਜ਼ਿਲ੍ਹਿਆਂ (26,016) ਵਿੱਚ ਵੀ ਈਸਾਈ ਰਹਿੰਦੇ ਹਨ। 2011 ਅਨੁਸਾਰ ਲੁਧਿਆਣਾ ਜ਼ਿਲ੍ਹੇ ਵਿੱਚ 16,517 ਈਸਾਈ ਰਹਿੰਦੇ ਹਨ (ਸਾਰਣੀ ਨੰ. 20)। ਈਸਾਈਆਂ ਦੀ ਵਸੋਂ ਵਾਧਾ ਦਰ (18.93%) ਵੀ ਸਿੱਖ ਵਸੋਂ ਵਾਧਾ ਦਰ ਨਾਲੋਂ ਦੁੱਗਣੀ ਅਤੇ ਹਿੰਦੂ ਵਾਧਾ ਦਰ (18.67%) ਤੋਂ ਮਾਮੂਲੀ ਜ਼ਿਆਦਾ ਹੈ।

ਹੋਰ ਧਰਮ (OTHER RELIGIOUS)

ਸਿੱਖ, ਹਿੰਦੂ, ਮੁਸਲਮਾਨ ਅਤੇ ਈਸਾਈਆਂ ਤੋਂ ਬਿਨਾਂ ਰਾਜ ਵਿੱਚ ਕੁੱਝ ਦੂਜੇ ਧਰਮਾਂ ਨੂੰ ਮੰਨਣ ਵਾਲੇ ਲੋਕ ਵੀ ਰਹਿੰਦੇ ਹਨ। ਇਨ੍ਹਾਂ ਵਿੱਚ ਜੈਨ ਅਤੇ ਬੋਧੀ ਸ਼ਾਮਲ ਹਨ। 2011 ਦੀ ਜਨਗਣਨਾ ਅਨੁਸਾਰ ਪੰਜਾਬ ਵਿੱਚ 33,237 ਬੋਧੀ (0.12%) ਅਤੇ 45,040 (0.16%) ਜੈਨੀ ਰਹਿੰਦੇ ਹਨ। ਇਨ੍ਹਾਂ ਤੋਂ ਇਲਾਵਾ ਰਾਜ ਵਿੱਚ 10,886 ਵਿਅਕਤੀ ਹੋਰ ਫਿਰਕਿਆਂ ਜਾਂ ਮੱਤਾਂ ਨੂੰ ਮੰਨਣ ਵਾਲੇ ਹਨ। 27,564 ਵਿਅਕਤੀਆਂ ਨੇ ਆਪਣਾ ਧਰਮ ਦੱਸਣ ਤੋਂ ਇਨਕਾਰ ਕਰ ਦਿੱਤਾ। ਰਾਜ ਦੇ ਇੱਕ-ਤਿਹਾਈ ਦੇ ਲਗਭਗ (34.3%) ਬੋਧੀ ਕੇਵਲ ਜਲੰਧਰ ਜ਼ਿਲ੍ਹੇ ਵਿੱਚ ਰਹਿੰਦੇ ਹਨ। ਕਪੂਰਥਲਾ (6662), ਸ਼.ਭ.ਸ. ਨਗਰ (5885 ਵਿਅਕਤੀ) ਅਤੇ ਹੁਸ਼ਿਆਰਪੁਰ (3476 ਵਿਅਕਤੀ) ਜ਼ਿਲ੍ਹਿਆਂ ਵਿੱਚ ਵੀ ਕਾਫ਼ੀ ਬੋਧੀ ਰਹਿੰਦੇ ਹਨ। ਮੋਟੇ ਤੌਰ ਤੇ ਕਿਹਾ ਜਾ ਸਕਦਾ ਹੈ ਕਿ ਰਾਜ ਦੇ

ਜ਼ਿਆਦਾਤਰ ਬੋਧੀ (82.5%) ਦੋਆਬੇ ਵਿੱਚ ਰਹਿੰਦੇ ਹਨ। ਪੰਜਾਬ ਦੇ 44% ਜੈਨੀ ਕੇਵਲ ਲੁਧਿਆਣਾ ਜ਼ਿਲ੍ਹੇ ਵਿੱਚ ਰਹਿੰਦੇ ਹਨ। ਜਲੰਧਰ (4011 ਜੈਨ), ਹੁਸ਼ਿਆਰਪੁਰ (2034 ਜੈਨੀ), ਅੰਮ੍ਰਿਤਸਰ (3152 ਜੈਨੀ) ਅਤੇ ਸੰਗਰੂਰ (3222 ਜੈਨ) ਜ਼ਿਲ੍ਹਿਆਂ ਵਿੱਚ ਵੀ ਕਾਫ਼ੀ ਜੈਨੀ ਰਹਿੰਦੇ ਹਨ।

ਪੰਜਾਬ ਵਿੱਚ ਕਿੱਤਿਆਂ ਅਨੁਸਾਰ ਜਨਸੰਖਿਆ ਦੀ ਰਚਨਾ (OCCUPATIONAL STRUCTURE)

2001 ਦੀ ਜਨਗਣਨਾ ਅਨੁਸਾਰ ਰਾਜ ਦੀ ਕੁੱਲ ਵਸੋਂ ਦਾ 32% ਦੇ ਲਗਭਗ ਮੁੱਖ ਕਾਮੇ (workers) ਅਤੇ 5.3% ਮਾਰਜੀਨਲ ਕਾਮੇ (Marginal workers) ਹਨ। ਰਾਜ ਦੀ (62.5%) ਤੋਂ ਕੁੱਝ ਘੱਟ ਜਨਸੰਖਿਆ ਨੂੰ 2001 ਦੀ ਜਨਗਣਨਾ ਅਨੁਸਾਰ ਗੈਰ-ਕਾਮੇ ਕਿਹਾ ਗਿਆ ਹੈ। ਕਾਮਿਆਂ ਦੀ ਸਭ ਤੋਂ ਵੱਧ ਪ੍ਰਤੀਸ਼ੱਤਤਾ 40.6 ਸ਼.ਭ.ਸ. ਨਗਰ ਜ਼ਿਲ੍ਹੇ ਵਿੱਚ ਅਤੇ ਸਭ ਤੋਂ ਘੱਟ 27.00% ਗੁਰਦਾਸਪੁਰ ਜ਼ਿਲ੍ਹੇ ਵਿੱਚ ਹੈ। 2001 ਅਨੁਸਾਰ ਰਾਜ ਦੇ ਕੁੱਲ ਕਾਮਿਆਂ ਦਾ 22.6% ਦੇ ਲਗਭਗ ਕਾਸ਼ਤਕਾਰ, 16.3% ਖੇਤੀਬਾੜੀ ਮਜ਼ਦੂਰ, 11% ਉਦਯੋਗਿਕ ਮਜ਼ਦੂਰ 10.55% ਵਣਜ ਅਤੇ ਵਪਾਰ ਵਿੱਚ ਲੱਗੇ, 2.5% ਉਸਾਰੀ ਵਿੱਚ, 3.8% ਢੋ-ਢੁਆਈ ਆਦਿ ਵਿੱਚ ਲੱਗੇ, 3.7% ਘਰੇਲੂ ਉਦਯੋਗਾਂ ਵਿੱਚ ਲੱਗੇ, 0.8% ਪਸ਼ੂ, ਜੰਗਲ ਮੱਛੀਆਂ ਪਕੜਨ ਆਦਿ ਧੰਦਿਆਂ ਵਿੱਚ ਲੱਗੇ ਅਤੇ ਬਾਕੀ ਦੇ 14.70% ਦੇ ਲਗਭਗ ਹੋਰ ਕੰਮਾਂ ਵਿੱਚ ਲੱਗੇ ਕਾਮੇ ਸਨ।

2011 ਦੀ ਜਨਗਣਨਾ ਅਨੁਸਾਰ ਪੰਜਾਬ ਦੀ ਕੁੱਲ ਜਨਸੰਖਿਆ ਦਾ 35.7% ਕਾਮੇ ਹਨ (35.8% ਸ਼ਹਿਰੀ ਅਤੇ 35.6% ਪੇਂਡੂ)। ਇਨ੍ਹਾਂ ਕਾਮਿਆਂ ਦੀ ਕੁੱਲ ਗਿਣਤੀ 98 ਲੱਖ, 97 ਹਜ਼ਾਰ 362 ਹੈ। ਇਨ੍ਹਾਂ ਵਿੱਚੋਂ 84 ਲੱਖ 50 ਹਜ਼ਾਰ 936 ਮੁੱਖ ਕਾਮੇ (85.39%) ਅਤੇ 14 ਲੱਖ 46 ਹਜ਼ਾਰ 426 ਮਾਰਜੀਨਲ ਕਾਮੇ (14.61%) ਹਨ। ਰਾਜ ਦੀ ਕੁੱਲ ਜਨਸੰਖਿਆ ਦਾ 30.5% ਮੁੱਖ ਕਾਮੇ ਹਨ ਅਤੇ 64.4% ਗੈਰ-ਕਾਮੇ ਹਨ। ਮੁੱਖ ਕਾਮਿਆਂ ਦੀ ਸਭ ਤੋਂ ਵੱਧ ਪ੍ਰਤੀਸ਼ੱਤਤਾ ਬਠਿੰਡਾ (32.6%), ਲੁਧਿਆਣਾ (32.5%), ਮਾਨਸਾ ਅਤੇ ਫਤਿਹਗੜ੍ਹ ਜ਼ਿਲ੍ਹਿਆਂ (ਹਰੇਕ 32.1%) ਵਿੱਚ ਹੈ ਅਤੇ ਸਭ ਤੋਂ ਘੱਟ ਪ੍ਰਤੀਸ਼ੱਤਤਾ ਹੁਸ਼ਿਆਰਪੁਰ ਜ਼ਿਲ੍ਹੇ ਲਈ 25.9% ਹੈ। 2011 ਦੀ ਜਨਗਣਨਾ ਅਨੁਸਾਰ ਕੁੱਲ ਕਾਮਿਆਂ ਦਾ 19.5% ਕਾਸ਼ਤਕਾਰ (cultivators), 16.0% ਖੇਤੀਬਾੜੀ ਮਜ਼ਦੂਰ, 3.9% ਘਰੇਲੂ ਕੰਮਾਂ ਵਿੱਚ ਲੱਗੇ (household industry workers) ਕਾਮੇ ਅਤੇ 60.5% ਹੋਰ ਸ਼੍ਰੇਣੀਆਂ ਦੇ ਕਾਮੇ ਹਨ।

ਨਗਰੀਕਰਣ (URBANISATION)

ਪੇਂਡੂ ਅਤੇ ਸ਼ਹਿਰੀ ਵਸ਼ਿੰਦੇ (ਵਸਨੀਕ) ਕਿਸੇ ਵੀ ਖੇਤਰ ਦੀ ਜਨਸੰਖਿਆ ਦੇ ਦੋ ਮਹੱਤਵਪੂਰਨ ਅੰਗ ਹਨ। ਆਮ ਕਰਕੇ ਪੇਂਡੂ ਸ਼ਬਦ ਘੱਟ ਪੜ੍ਹੇ-ਲਿਖੇ ਅਤੇ ਘੱਟ ਸਭਿਆ ਵਿਅਕਤੀ ਲਈ ਵਰਤਿਆ ਜਾਂਦਾ ਹੈ। ਪ੍ਰੰਤੂ ਜਨਗਣਨਾ ਵਿੱਚ ਪੇਂਡੂ (Rural) ਅਤੇ ਸ਼ਹਿਰੀ (Urban) ਨਾਲ ਅਜਿਹਾ ਕੋਈ ਅਰਥ ਨਹੀਂ ਜੋੜਿਆ ਜਾਂਦਾ ਹੈ। ਜਨਗਣਨਾ ਅਨੁਸਾਰ ਪਿੰਡ ਦੇ ਰਹਿਣ ਵਾਲੇ ਪੇਂਡੂ ਹਨ ਭਾਵੇਂ ਉਹ ਕਿੰਨੇ ਵੀ ਜ਼ਿਆਦਾ ਪੜ੍ਹੇ-ਲਿਖੇ, ਸਭਿਅ ਅਤੇ ਉਦਾਰਵਾਦੀ ਕਿਉਂ ਨਾ ਹੋਣ। ਇਸ ਦੇ ਉਲਟ ਇੱਕ ਸ਼ਹਿਰ ਵਿੱਚ ਰਹਿਣ ਵਾਲੇ ਲੋਕ ਅਨਪੜ੍ਹ, ਅਸਭਿਅ ਜਾਂ ਰੂੜੀਵਾਦੀ ਹੋ ਸਕਦੇ ਹਨ। ਇਸ ਤੋਂ ਇਹ ਨਤੀਜਾ ਨਿਕਲਦਾ ਹੈ ਕਿ ਸਾਨੂੰ ਸਭ ਤੋਂ ਪਹਿਲਾਂ ਪਿੰਡ ਅਤੇ ਸ਼ਹਿਰ ਜਾਂ ਕਸਬੇ ਵਿਚਕਾਰ ਅੰਤਰ ਜਾਨਣਾ ਚਾਹੀਦਾ ਹੈ। ਕਸਬੇ ਜਾਂ ਸ਼ਹਿਰ (Urban settlement) ਦੀ ਪਰਿਭਾਸ਼ਾ ਸੰਸਾਰ ਦੇ ਵਿਭਿੰਨ ਦੇਸ਼ਾਂ ਵਿੱਚ ਅਲੱਗ-ਅਲੱਗ ਹੈ। ਪ੍ਰੰਤੂ ਭਾਰਤ ਵਿੱਚ ਯੂ.ਐਨ.ਓ. ਰਾਹੀਂ ਸੁਝਾਈ ਪਰਿਭਾਸ਼ਾ ਨੂੰ ਜਨਗਣਨਾ ਵਿਭਾਗ (Census of India) ਨੇ ਅਪਣਾਇਆ ਹੈ। ਇਸ ਅਨੁਸਾਰ **ਕੋਈ ਵੀ ਆਬਾਦੀ (settlement) ਜਾਂ ਬਸਤੀ, ਕਸਬਾ ਜਾਂ ਸ਼ਹਿਰ ਕਹਿਲਾਏਗੀ ਅਗਰ ਉੱਥੇ ਮਿਉਂਸੀਪਲ, ਕਾਰਪੋਰੇਸ਼ਨ ਜਾਂ ਕਮੇਟੀ, ਕੰਨਟੋਨਮੈਂਟ ਬੋਰਡ ਜਾਂ ਨੋਟੀਫਾਈਡ ਏਰੀਆ ਕਮੇਟੀ ਹੈ। ਇਸ ਤੋਂ ਬਿਨਾਂ ਅਜਿਹੀ ਆਬਾਦੀ ਜਿਸ ਦੀ (1) ਜਨਸੰਖਿਆ ਘੱਟੋ-ਘੱਟ 5000 ਹੋਵੇ (2) ਉੱਥੋਂ ਦੇ 75% ਕੰਮ ਕਰਨ ਯੋਗ ਪੁਰਸ਼ ਗੈਰ-ਖੇਤੀਬਾੜੀ ਕੰਮ-ਧੰਦਿਆਂ ਵਿੱਚ ਲੱਗੇ ਹੋਣ (3) ਜਿੱਥੋਂ ਦੀ ਵਸੋਂ ਘਣਤਾ ਘੱਟੋ-ਘੱਟ 400 ਵਿਅਕਤੀ ਪ੍ਰਤੀ ਵਰਗ ਕਿਲੋਮੀਟਰ ਹੋਵੇ ਕਸਬਾ ਹੋਵੇਗਾ।** ਆਮ ਕਰਕੇ ਸ਼ਹਿਰਾਂ ਵਿੱਚ ਸਮਾਜਿਕ ਅਤੇ ਨਾਗਰਿਕ ਸੰਗਠਨ ਦੀ ਭਾਵਨਾ ਜ਼ਿਆਦਾ ਵਿਕਸਤ ਹੁੰਦੀ ਹੈ ਅਤੇ

ਇੱਥੇ ਭਾਈਚਾਰੇ ਲਈ ਸੜਕਾਂ, ਪਾਣੀ, ਬਿਜਲੀ, ਸਫਾਈ ਆਦਿ ਦੀਆਂ ਸਹੂਲਤਾਂ ਉਪਲੱਬਧ ਹੁੰਦੀਆਂ ਹਨ। ਇੱਥੇ ਵਣਜ-ਵਪਾਰ ਅਤੇ ਗੈਰ-ਖੇਤਾਬਾੜੀ ਕੰਮ ਜ਼ਿਆਦਾ ਮਹੱਤਵਪੂਰਣ ਹੁੰਦੇ ਹਨ ਅਤੇ ਲੋਕ ਕਾਫ਼ੀ ਪੜ੍ਹੇ-ਲਿਖੇ ਹੁੰਦੇ ਹਨ। ਇਨ੍ਹਾਂ ਗੁਣਾਂ ਤੋਂ ਰਹਿਤ ਆਬਾਦੀਆਂ ਆਮ ਕਰਕੇ ਪਿੰਡ ਕਹਿਲਾਂਦੇ ਹਨ।

ਸਮੁੱਚੇ ਭਾਰਤ ਦੀ ਤਰ੍ਹਾਂ ਪੰਜਾਬ ਪਿੰਡਾਂ ਦਾ ਇੱਕ ਰਾਜ ਹੈ। ਇੱਥੋਂ ਦੇ ਜ਼ਿਆਦਾਤਰ (60.0%) ਲੋਕ ਇਸ ਦੇ 12168 ਪਿੰਡਾਂ ਵਿੱਚ ਰਹਿੰਦੇ ਹਨ। ਪ੍ਰੰਤੂ ਵਿਭਿੰਨ ਸ਼ਹਿਰੀ ਸਹੂਲਤਾਂ ਦੇ ਪਸਾਰ, ਲਾਗਲੇ ਸ਼ਹਿਰਾਂ ਦੇ ਪ੍ਰਭਾਵ ਆਦਿ ਕਾਰਨ ਪਿੰਡ ਕਸਬਿਆਂ ਵਿੱਚ ਅਤੇ ਕਸਬੇ ਸ਼ਹਿਰਾਂ ਵਿੱਚ ਤਬਦੀਲ ਹੋ ਰਹੇ ਹਨ। ਖੇਤੀਬਾੜੀ ਉੱਤੇ ਆਧਾਰਤ ਛੋਟੀਆਂ ਆਬਾਦੀਆਂ ਜਾਂ ਵਸੋਂ ਦੇ ਸਮੂਹ ਮੁੱਖ ਤੌਰ ਤੇ ਉਦਯੋਗਿਕ ਅਰਥ-ਵਿਵਸਥਾ (economy) ਵਾਲੇ ਵੱਡੇ ਸਮੂਹਾਂ ਵਿੱਚ ਤਬਦੀਲ ਹੋ ਰਹੇ ਹਨ। ਸਮਰੂਪਤਾ (homogeneous) ਵਾਲੀ ਸੁਸਾਇਟੀ ਵਿਭਿੰਨਤਾ ਵਾਲੀ ਸੁਸਾਇਟੀ (heterogeneous) ਵਿੱਚ ਬਦਲ ਰਹੀ ਹੈ। ਆਬਾਦੀਆਂ ਦੀ ਇਸ ਪ੍ਰਕਾਰ ਦੀ ਤਬਦੀਲੀ (transformation) ਨੂੰ ਨਗਰੀਕਰਣ ਕਿਹਾ ਜਾਂਦਾ ਹੈ। ਇਹ ਇੱਕ ਲਗਾਤਾਰ ਚੱਲਣ ਵਾਲੀ ਪ੍ਰਕਿਰਿਆ (process) ਹੈ ਜੋ ਵਿਭਿੰਨ ਹਾਲਤਾਂ ਵਿੱਚੋਂ ਦੀ ਲੰਘਦੀ ਹੋਈ ਆਪਣੇ ਅੰਤਮ ਪੜਾਅ ਤੇ ਪਹੁੰਚਦੀ ਹੈ। ਨਗਰੀਕਰਣ ਨੂੰ ਮਾਪਣ ਦੇ ਕਈ ਤਰੀਕੇ ਹਨ ਪ੍ਰੰਤੂ ਉਨ੍ਹਾਂ ਵਿੱਚੋਂ **ਕੁੱਲ ਆਬਾਦੀ ਵਿੱਚ ਸ਼ਹਿਰੀ ਆਬਾਦੀ ਦੀ ਪ੍ਰਤੀਸ਼ਤਤਾ** ਇੱਕ ਸੌਖਾ ਅਤੇ ਪ੍ਰਚਲਤ ਤਰੀਕਾ ਹੈ ਜਿਸ ਨੂੰ ਜ਼ਿਆਦਾਤਰ ਦੇਸ਼ਾਂ ਵਿੱਚ ਲਾਗੂ ਕੀਤਾ ਜਾ ਸਕਦਾ ਹੈ।

ਪੰਜਾਬ ਵਿੱਚ ਨਗਰੀਕਰਣ (URBANISATION IN PUNJAB)

2011 ਦੀ ਜਨਗਣਨਾ ਅਨੁਸਾਰ ਪੰਜਾਬ ਦੇ 37.48% ਲੋਕ ਸ਼ਹਿਰਾਂ ਜਾਂ ਕਸਬਿਆਂ ਵਿੱਚ ਰਹਿੰਦੇ ਹਨ। ਅਜਿਹੇ ਸ਼ਹਿਰਾਂ ਜਾਂ ਕਸਬਿਆਂ ਦੀ ਗਿਣਤੀ 2011 ਅਨੁਸਾਰ 217 ਹੈ ਅਤੇ ਸ਼ਹਿਰਾਂ ਵਿੱਚ ਰਹਿਣ ਵਾਲੇ ਲੋਕਾਂ ਦੀ ਕੁੱਲ ਗਿਣਤੀ 1 ਕਰੋੜ 3 ਲੱਖ, 99 ਹਜ਼ਾਰ , 1 ਸੌ ਅਤੇ ਛਿਆਲੀ ਹੈ। ਇਹ ਜਨਸੰਖਿਆ ਦੇ ਅੰਤਮ ਅੰਕੜਿਆਂ ਅਨੁਸਾਰ ਗਿਣਤੀ ਹੈ। ਪੰਜਾਬ ਦੀ ਇਹ ਸ਼ਹਿਰੀ ਵਸੋਂ ਦੇਸ਼ ਦੀ ਕੁੱਲ ਸ਼ਹਿਰੀ ਵਸੋਂ ਦਾ 2.76% ਹੈ। ਇਨ੍ਹਾਂ 217 ਸ਼ਹਿਰ ਜਾਂ ਕਸਬਿਆਂ ਵਿੱਚੋਂ 143 ਕਾਰਪੋਰੇਸ਼ਨਾਂ, ਮਿਉਂਸਪਲ ਕਮੇਟੀਆਂ, ਨਗਰ ਪੰਚਾਇਤਾਂ ਜਾਂ ਕੰਟੋਨਮੈਂਟ ਬੋਰਡ ਕਸਬੇ ਹਨ ਅਤੇ 74 ਜਨਗਣਨਾ ਕਸਬੇ (Census towns) ਹਨ। 2011 ਅਨੁਸਾਰ ਭਾਰਤ ਦਾ ਔਸਤ ਨਗਰੀਕਰਣ 31.16% ਹੈ।

2001 ਦੀ ਜਨਗਣਨਾ ਅਨੁਸਾਰ ਪੰਜਾਬ ਦੀ ਕੁੱਲ ਜਨਸੰਖਿਆ ਦਾ 33.92% ਇਸ ਦੇ 157 ਸ਼ਹਿਰਾਂ ਜਾਂ ਕਸਬਿਆਂ ਵਿੱਚ ਰਹਿੰਦਾ ਸੀ। ਇਸ ਅਨੁਸਾਰ ਪੰਜਾਬ ਦੇ 82 ਲੱਖ 62 ਹਜ਼ਾਰ 5 ਸੌ 11 ਵਿਅਕਤੀ ਸ਼ਹਿਰਾਂ ਵਿੱਚ ਰਹਿੰਦੇ ਸਨ। ਪੰਜਾਬ ਦੀ ਇਹ ਸ਼ਹਿਰੀ ਆਬਾਦੀ ਦੇਸ਼ ਦੀ ਕੁੱਲ ਸ਼ਹਿਰੀ ਆਬਾਦੀ ਦਾ 2.89% ਸੀ। 2001 ਅਨੁਸਾਰ ਭਾਰਤ ਦਾ ਔਸਤ ਨਗਰੀਕਰਣ 27.81% ਸੀ। ਇਸ ਤਰ੍ਹਾਂ ਪੰਜਾਬ ਦਾ ਨਗਰੀਕਰਣ ਦਾ ਸਤਰ ਭਾਰਤ ਦੇ ਸਮੁੱਚੇ ਔਸਤ ਸਤਰ ਤੋਂ ਕੁੱਝ ਉੱਚਾ ਸੀ। 1991 ਅਨੁਸਾਰ ਪੰਜਾਬ ਵਿੱਚ ਨਗਰੀਕਰਣ 29.55% ਸੀ ਜਦੋਂ ਕਿ ਭਾਰਤ ਲਈ ਔਸਤ ਪ੍ਰਤੀਸ਼ਤਤਾ 25.72 ਸੀ। 1991 ਦੀ ਜਨਗਣਨਾ ਅਨੁਸਾਰ ਪੰਜਾਬ ਦੀ ਸ਼ਹਿਰੀ ਆਬਾਦੀ ਭਾਰਤ ਦੀ ਕੁੱਲ ਸ਼ਹਿਰੀ ਆਬਾਦੀ ਦਾ 2.76% ਸੀ। ਇਸ ਤਰ੍ਹਾਂ 1991 ਤੋਂ 2011 ਵਿੱਚ ਪੰਜਾਬ ਦੀ ਸ਼ਹਿਰੀ ਆਬਾਦੀ ਦਾ ਭਾਰਤ ਦੀ ਕੁੱਲ ਸ਼ਹਿਰੀ ਆਬਾਦੀ ਵਿੱਚ ਹਿੱਸਾ ਵਧਿਆ ਹੈ। 1981 ਅਨੁਸਾਰ ਪੰਜਾਬ ਦਾ ਨਗਰੀਕਰਣ 27.72% ਸੀ ਅਤੇ 1971 ਦੀ ਜਨਗਣਨਾ ਅਨੁਸਾਰ ਇਹ 23.73% ਸੀ।

ਦੇਸ਼ ਵਿੱਚ ਰਾਜਾਂ ਅਨੁਸਾਰ ਨਗਰੀਕਰਣ ਵਿੱਚ ਪੰਜਾਬ ਦਾ ਦਰਜਾ ਅੱਠਵਾਂ ਹੈ। ਗੋਆ (62.2%), ਮਿਜ਼ੋਰਮ (52.1%), ਕੇਰਲ (47.72%), ਤਾਮਿਲਨਾਡੂ, ਮਹਾਰਾਸ਼ਟਰ, ਗੁਜਰਾਤ ਅਤੇ ਕਰਨਾਟਕ (38.7%) ਵਿੱਚ ਸ਼ਹਿਰੀਕਰਣ 2011 ਦੀ ਜਨਗਣਨਾ ਅਨੁਸਾਰ ਪੰਜਾਬ ਤੋਂ ਜ਼ਿਆਦਾ ਹੈ। ਗੁਆਂਢੀ ਰਾਜਾਂ, ਹਰਿਆਣਾ (34.90%), ਰਾਜਸਥਾਨ (24.89%), ਜੰਮੂ ਅਤੇ ਕਸ਼ਮੀਰ (27.21%) ਅਤੇ ਹਿਮਾਚਲ ਪ੍ਰਦੇਸ਼ (10.00% ਦੇਸ਼ ਵਿੱਚ ਸਭ ਤੋਂ ਘੱਟ) ਵਿੱਚ ਸ਼ਹਿਰੀਕਰਣ ਪੰਜਾਬ ਤੋਂ ਘੱਟ ਹੈ। ਐਨ.ਸੀ.ਆਰ. ਦਿੱਲੀ (97.50%) ਅਤੇ ਚੰਡੀਗੜ੍ਹ (97.30%) ਵਿੱਚ ਸ਼ਹਿਰੀਕਰਣ ਉੱਚਾ ਹੈ।

ਨਗਰੀਕਰਣ ਦਾ ਵਿਕਾਸ (TRENDS IN URBANISATION)

ਵੀਹਵੀਂ ਸਦੀ ਦੇ ਸ਼ੁਰੂ (1901) ਵਿੱਚ ਪੰਜਾਬ ਦੇ 12.39% ਲੋਕੀਂ 76 ਸ਼ਹਿਰਾਂ ਅਤੇ ਕਸਬਿਆਂ ਵਿੱਚ ਰਹਿੰਦੇ ਸਨ। ਕਾਲ, ਪਲੇਗ ਅਤੇ ਹੋਰ ਮਹਾਂਮਾਰੀਆਂ ਕਾਰਨ 1911 ਅਤੇ 1921 ਦੀ ਜਨਗਣਨਾ ਸਮੇਂ ਪੰਜਾਬ ਦੀ ਕੁੱਲ ਜਨਸੰਖਿਆ ਦੇ ਘਟਣ ਦੇ ਨਾਲ-ਨਾਲ ਸ਼ਹਿਰੀ ਵਸੋਂ ਵੀ ਘਟੀ ਸੀ। (ਸ਼ਹਿਰੀਕਰਣ 1911—12.08% ਅਤੇ 1921—12.16%)। 1921 ਵਿੱਚ ਸ਼ਹਿਰਾਂ ਅਤੇ ਕਸਬਿਆਂ ਦੀ ਗਿਣਤੀ ਘਟ ਕੇ 59 ਰਹਿ ਗਈ ਸੀ। 1931 ਤੋਂ ਅੱਗੇ ਭਵਿੱਖ ਵਿੱਚ ਪੰਜਾਬ ਦਾ ਸ਼ਹਿਰੀਕਰਣ ਲਗਾਤਾਰ ਵਧਦਾ ਹੀ ਰਿਹਾ ਹੈ। 1931 ਦੀ 14.58% ਸ਼ਹਿਰੀ ਵਸੋਂ ਦੀ ਪ੍ਰਤੀਸ਼ੱਤਤਾ ਵਧ ਕੇ 1941 ਵਿੱਚ 17.26%, 1951 ਵਿੱਚ 21.72%, 1961 ਵਿੱਚ 23.06%, 1971 ਵਿੱਚ 23.73% ਅਤੇ 1981 ਵਿੱਚ 27.68% ਹੋ ਗਈ ਸੀ। ਕਸਬਿਆਂ ਦੀ ਗਿਣਤੀ ਵੀ 1931 ਵਿੱਚ 66 ਤੋਂ ਵਧ ਕੇ 1951 ਵਿੱਚ 110, 1961 ਅਤੇ 1971 ਵਿੱਚ 106 ਅਤੇ 1981 ਵਿੱਚ 134 ਹੋ ਗਈ ਸੀ। 1991 ਦੀ ਜਨਗਣਨਾ ਅਨੁਸਾਰ ਪੰਜਾਬ ਦੇ 29.55% ਲੋਕ ਇਸ ਦੇ 120 ਕਸਬਿਆਂ ਵਿੱਚ ਰਹਿੰਦੇ ਸਨ ਜੋ 2001 ਵਿੱਚ ਵਧ ਕੇ 33.92% ਸ਼ਹਿਰੀ ਆਬਾਦੀ ਅਤੇ 157 ਕਸਬੇ ਜਾਂ ਸ਼ਹਿਰ ਹੋ ਗਏ ਸਨ। 2011 ਦੀ ਜਨਗਣਨਾ ਅਨੁਸਾਰ ਪੰਜਾਬ ਦੀ 37.48% ਜਨਸੰਖਿਆ ਇਸ ਦੇ 217 ਸ਼ਹਿਰਾਂ ਅਤੇ ਕਸਬਿਆਂ ਵਿੱਚ ਰਹਿੰਦੀ ਹੈ। ਸ਼ਹਿਰਾਂ ਜਾਂ ਕਸਬਿਆਂ ਦੀ ਗਿਣਤੀ ਵਿੱਚ ਘਾਟਾ ਵਾਧਾ ਕਸਬਿਆਂ ਦੀ ਜਨਸੰਖਿਆ ਦੇ ਘਟਣ ਜਾਂ ਵਧਣ ਅਤੇ ਜਾਂ ਜਨਗਣਨਾ ਸਮੇਂ ਕਸਬੇ ਦੀ ਪਰਿਭਾਸ਼ਾ ਵਿੱਚ ਤਬਦੀਲੀ ਕਾਰਨ ਵਾਪਰਿਆ ਹੈ।

ਪੰਜਾਬ ਦੀ ਸ਼ਹਿਰੀ ਆਬਾਦੀ ਦਾ ਵਾਧਾ ਵੀ ਸਮਾਨ ਨਹੀਂ ਰਿਹਾ ਹੈ। 1901-11 ਸਮੇਂ ਦੌਰਾਨ ਪੰਜਾਬ ਦੀ ਸ਼ਹਿਰੀ ਵਸੋਂ (—) 13% ਘਟੀ ਸੀ। ਇਸ ਤੋਂ ਬਾਅਦ ਸ਼ਹਿਰੀ ਵਸੋਂ ਵਿੱਚ ਵਾਧਾ ਹੀ ਹੁੰਦਾ ਰਿਹਾ ਹੈ। 1911-21 ਦੇ ਦਹਾਕੇ ਦੌਰਾਨ ਸ਼ਹਿਰੀ ਵਸੋਂ ਵਾਧਾ ਕੇਵਲ 6.92% ਸੀ। 1931-41 ਸਮੇਂ ਦੌਰਾਨ ਇਹ ਵਾਧਾ ਜ਼ਿਆਦਾ ਸੀ (41.85%) ਪ੍ਰੰਤੂ 1941-51 ਦੇ ਦਹਾਕੇ ਦੌਰਾਨ ਭਾਰਤ ਅਤੇ ਪੰਜਾਬ ਦੇ ਬਟਵਾਰੇ ਕਾਰਨ ਸ਼ਹਿਰੀ ਵਸੋਂ ਵਾਧਾ 20.02% ਰਹਿ ਗਿਆ। 1951-61 ਦੇ ਸਮੇਂ ਦੌਰਾਨ ਸਿਹਤ ਸਹੂਲਤਾਂ ਵਿੱਚ ਸੁਧਾਰ ਕਾਰਨ ਸ਼ਹਿਰੀ ਵਸੋਂ ਵਾਧਾ 29.06% ਹੋ ਗਿਆ ਸੀ। 1961-71 ਦੇ ਦਹਾਕੇ ਦੌਰਾਨ ਇਹ ਵਾਧਾ ਕੁੱਝ ਘਟ ਕੇ 25.27% ਰਹਿ ਗਿਆ ਸੀ। 1971-81 ਦੇ ਸਮੇਂ ਦੌਰਾਨ ਰਾਜ ਵਿੱਚ ਸਭ ਤੋਂ ਉੱਚਾ (44.51%) ਸ਼ਹਿਰੀ ਵਸੋਂ ਵਾਧਾ ਰੀਕਾਰਡ ਕੀਤਾ ਗਿਆ ਸੀ। ਇਹ ਵਾਧਾ ਪਰਵਾਸੀ ਮਜ਼ਦੂਰਾਂ ਦੀ ਵੱਡੀ ਗਿਣਤੀ ਵਿੱਚ ਪੰਜਾਬ ਦੇ ਅਨੇਕ ਸ਼ਹਿਰਾਂ ਵਿਸ਼ੇਸ਼ ਕਰਕੇ ਲੁਧਿਆਣਾ ਵਿੱਚ ਆਮਦ ਕਾਰਨ ਸੀ। 1981-91 ਸਮੇਂ ਦੌਰਾਨ ਵਾਧਾ ਕੁੱਝ ਘਟ ਗਿਆ ਜੋ 28.95% ਰੀਕਾਰਡ ਕੀਤਾ ਗਿਆ ਸੀ। 1991-2000 ਦੇ ਦਹਾਕੇ ਦੌਰਾਨ ਇਹ ਵਾਧਾ ਵਧ ਕੇ 37.86% ਹੋ ਗਿਆ ਸੀ। (ਸਾਰਣੀ ਨੰ. 20)। ਪ੍ਰੰਤੂ 2011 ਦੀ ਜਨਗਣਨਾ ਅਨੁਸਾਰ ਕੁੱਲ ਜਨਸੰਖਿਆ ਵਾਧੇ ਦੇ ਘਟਣ ਨਾਲ-ਨਾਲ ਸ਼ਹਿਰੀ ਜਨਸੰਖਿਆ ਦਾ ਵਾਧਾ ਵੀ ਘਟ ਕੇ 25.86% ਹੋ ਗਿਆ।

1971 ਤੋਂ ਬਾਅਦ ਪੰਜਾਬ ਦੀ ਸ਼ਹਿਰੀ ਆਬਾਦੀ ਦੇ ਵਾਧਾ ਦਰ (growth rate) ਦੇ ਸਮੇਂ ਅਤੇ ਸਥਾਨ ਅਨੁਸਾਰ ਘਟਣ-ਵਧਣ ਦੀ ਪ੍ਰਵਿਰਤੀ (pulsating nature of urban growth) ਦੇ ਮੁੱਖ ਕਾਰਨਾਂ ਵਿੱਚੋਂ ਇਕ ਵੱਡਾ ਕਾਰਨ ਪਰਵਾਸੀ ਮਜ਼ਦੂਰਾਂ (migrant labourers) ਦੀ ਘੱਟ ਜਾਂ ਵੱਧ ਆਮਦ ਸੀ। ਇਹ ਆਮਦ ਖੇਤੀਬਾੜੀ ਅਤੇ ਉਦਯੋਗਿਕ ਵਿਕਾਸ (ਜੋ ਮਜ਼ਦੂਰਾਂ ਲਈ ਲੋੜ ਨਿਰਧਾਰਤ ਕਰਦੇ ਹਨ) ਦੀ ਅਵਸਥਾ, ਕੁਦਰਤੀ ਵਾਧਾ ਅਤੇ ਸ਼ਾਂਤੀ ਅਤੇ ਡਰ ਦੀ ਭਾਵਨਾ ਨਿਰਧਾਰਤ ਕਰਦੇ ਹਨ। ਪਿੰਡਾਂ ਤੋਂ ਸ਼ਹਿਰਾਂ ਵੱਲ ਪਰਵਾਸ ਵੀ ਮਹੱਤਵਪੂਰਣ ਕਾਰਨ ਹੈ।

ਸਾਰਣੀ ਨੰ. 21

ਪੰਜਾਬ ਵਿੱਚ ਨਗਰੀਕਰਣ ਦਾ ਵਿਕਾਸ 1901—2011

ਜਨਗਣਨਾ ਸਾਲ	ਸ਼ਹਿਰਾਂ/ਕਸਬਿਆਂ ਦੀ ਗਿਣਤੀ	ਕੁੱਲ ਜਨਸੰਖਿਆ	ਕੁੱਲ ਸ਼ਹਿਰੀ ਜਨਸੰਖਿਆ	ਸ਼ਹਿਰੀ ਜਨਸੰਖਿਆ ਦੀ ਪ੍ਰਤੀਸ਼ਤਤਾ	ਪ੍ਰਤੀਸ਼ਤ ਤਬਦੀਲੀ
1901	76	7544790	934766	12.39	—
1911	62	6731510	869526	12.16	− 13.00

1921	59	7152811	869526	12.16	+ 6.92
1931	66	8012325	1168413	14.58	+ 34.37
1941	75	9600236	1657414	17.26	+ 41.85
1951	110	9160500	1989267	21.72	+ 20.02
1961	106	11135069	2567307	23.06	+ 29.06
1971	106	13551060	3216179	23.73	+ 25.27
1981	134	16788915	4647757	27.68	+ 44.51
1991	120	20281969	5993225	29.55	+ 28.95
2001	157	24358999	8262511	33.92	+ 37.86
2011	217	2,77,43,338	1,03,99,146	37.48	+ 25.86

ਸ੍ਰੋਤ— 1. ਭਾਰਤ ਦੀ ਜਨਗਣਨਾ 2001, ਸੀਰੀਜ਼-4, ਪੰਜਾਬ, ਪੇਪਰ- 2. ਜਨਸੰਖਿਆ ਕੁੱਲ ਅੰਕੜੇ
3. ਭਾਰਤ ਦੀ ਜਨਗਣਨਾ 2011, ਸੀਰੀਜ਼-4, ਪੰਜਾਬ ਪੀ.ਸੀ.ਏ-2011

ਪੰਜਾਬ ਵਿੱਚ ਸ਼ਹਿਰੀ ਆਬਾਦੀ ਦੀ ਵੰਡ ਦੇ ਸਰੂਪ (SPATIAL PATTERNS OF URBAN POPULATION IN PUNJAB)

ਪੰਜਾਬ ਦੇ ਵੱਖ-ਵੱਖ ਜ਼ਿਲ੍ਹਿਆਂ ਵਿੱਚ ਸ਼ਹਿਰੀ ਆਬਾਦੀ ਦੀ ਕੁੱਲ ਆਬਾਦੀ ਨਾਲ ਪ੍ਰਤੀਸ਼ੱਤਤਾ ਅੱਡ-ਅੱਡ ਹੈ। ਇਸ ਵਿੱਚ ਵਿਭਿੰਨਤਾ ਪਾਈ ਜਾਂਦੀ ਹੈ। ਉਦਾਹਰਣ ਲਈ ਰਾਜ ਦੀ ਸਭ ਤੋਂ ਵੱਡੇ ਸ਼ਹਿਰ ਵਾਲੇ ਜ਼ਿਲ੍ਹੇ ਲੁਧਿਆਣਾ ਵਿੱਚ 2011 ਦੀ ਜਨਗਣਨਾ ਅਨੁਸਾਰ ਸ਼ਹਿਰੀ ਆਬਾਦੀ ਦੀ ਪ੍ਰਤੀਸ਼ਤਤਾ 59.16% ਹੈ। ਪ੍ਰੰਤੂ ਪੂਰਬ ਵਿੱਚ ਸਥਿਤ ਐਸ. ਬੀ. ਐਸ. ਨਗਰ ਜ਼ਿਲ੍ਹੇ ਵਿੱਚ ਕੇਵਲ 20.48% ਲੋਕ ਕਸਬਿਆਂ ਜਾਂ ਸ਼ਹਿਰਾਂ ਵਿੱਚ ਰਹਿੰਦੇ ਹਨ। ਹੁਸ਼ਿਆਰਪੁਰ ਜ਼ਿਲ੍ਹੇ ਵਿੱਚ ਵੀ ਕੇਵਲ 21.11 ਲੋਕੀਂ ਸ਼ਹਿਰਾਂ ਵਿੱਚ ਰਹਿੰਦੇ ਹਨ। ਨਵੇਂ ਬਣੇ ਜ਼ਿਲ੍ਹਾ ਤਰਨਤਾਰਨ (ਇਹ ਪਹਿਲਾਂ ਅੰਮ੍ਰਿਤਸਰ ਜ਼ਿਲ੍ਹੇ ਦਾ ਭਾਗ ਸੀ) ਦੀ ਸ਼ਹਿਰੀ ਆਬਾਦੀ (12.66%) ਰਾਜ ਵਿੱਚ ਸਭ ਤੋਂ ਘੱਟ ਹੈ।

ਸਾਰਣੀ ਨੰ. 22

ਪੰਜਾਬ ਵਿੱਚ ਜ਼ਿਲ੍ਹੇਵਾਰ ਪੇਂਡੂ ਅਤੇ ਸ਼ਹਿਰੀ ਆਬਾਦੀ 2011

ਕ੍ਰਮ	ਜ਼ਿਲ੍ਹਾ	ਪੇਂਡੂ ਆਬਾਦੀ	ਪੇਂਡੂ ਆਬਾਦੀ ਦੀ ਪ੍ਰਤੀਸ਼ੱਤਤਾ	ਵਸਦੇ ਪਿੰਡ (ਗਿਣਤੀ)	ਸ਼ਹਿਰੀ ਆਬਾਦੀ	ਸ਼ਹਿਰੀ ਆਬਾਦੀ ਪ੍ਰਤੀਸ਼ੱਤਤਾ	ਕਸਬੇ ਅਤੇ ਸ਼ਹਿਰ
1.	ਗੁਰਦਾਸਪੁਰ	12,60,572	77.73	1152	3,61,153	22.27	13
2.	ਪਠਾਨਕੋਟ	3,78,432	55.93	363	2,98,166	44.07	14
3.	ਅੰਮ੍ਰਿਤਸਰ	11,56,245	46.42	703	13,34,611	53.58	15
4.	ਤਰਨਤਾਰਨ	9,77,832	87.34	479	1,41,795	12.66	4
5.	ਕਪੂਰਥਲਾ	5,32,706	65.34	612	2,82,462	34.65	9
6.	ਜਲੰਧਰ	10,32,419	47.07	922	11,61,171	52.93	21
7.	ਐਸ.ਬੀ.ਐਸ. ਨਗਰ	4,86,894	79.52	458	1,25,416	20.48	8

8.	ਹੁਸ਼ਿਆਰਪੁਰ	12,51,656	78.89	1385	3,34,969	21.11	13
9.	ਰੂਪਨਗਰ	5,06,820	74.03	591	1,77,807	25.97	8
10.	ਐਸ.ਏ.ਐਸ. ਨਗਰ	4,50,017	45.24	403	5,44,611	54.76	15
11.	ਲੁਧਿਆਣਾ	14,29,031	40.84	885	20,69,708	59.16	20
12.	ਫਿਰੋਜ਼ਪੁਰ	6,79,870	70.4	614	2,85,467	29.6	9
13.	ਫਾਜ਼ਿਲਕਾ	7,96,648	74.9	341	2,67,089	25.1	4
14.	ਫਰੀਦਕੋਟ	4,60,457	64.85	163	2,17,051	35.15	3
15.	ਸ੍ਰੀ ਮੁਕਤਸਰ ਸਾਹਿਬ	6,49,705	72.04	233	2,52,191	27.96	4
16.	ਮੋਗਾ	7,68,500	77.18	319	2,27,246	22.82	5
17.	ਬਠਿੰਡਾ	8,89,308	70.27	279	4,99,217	35.95	12
18.	ਮਾਨਸਾ	6,06,147	78.75	238	1,63,604	21.25	5
19.	ਸੰਗਰੂਰ	11,39,204	68.82	564	5,15,965	31.18	13
20.	ਬਰਨਾਲਾ	4,04,842	69.53	127	1,90,685	32.02	5
21.	ਪਟਿਆਲਾ	11,32,406	59.74	895	7,63,280	40.26	12
22.	ਫਤਿਹਗੜ੍ਹ ਸਾਹਿਬ	4,14,681	69.09	442	1,85,482	30.91	5
23.	ਪੰਜਾਬ	1,73,44,192	62.52	12168	1,03,99,146	37.48	217
24.	ਭਾਰਤ	83,34,63,448	68.84	6,40,930	37,71,06,725	31.20	7933

ਸਰੋਤ— ਭਾਰਤ ਦੀ ਜਨਗਣਨਾ 2011, ਪੰਜਾਬ, ਸੀਰੀਜ਼ 4, ਅੰਤਮ ਕੁੱਲ ਜਨਸੰਖਿਆ, ਪੀ.ਸੀ.ਏ.

ਰਾਜ ਦੀ ਅੱਧੀ ਤੋਂ ਕੁੱਝ ਘੱਟ (43.90%) ਸ਼ਹਿਰੀ ਜਨਸੰਖਿਆ ਰਾਜ ਦੇ ਤਿੰਨ ਜ਼ਿਲ੍ਹਿਆਂ ਲੁਧਿਆਣਾ, ਅੰਮ੍ਰਿਤਸਰ ਅਤੇ ਜਲੰਧਰ ਵਿੱਚ ਰਹਿੰਦੀ ਹੈ। ਇਨ੍ਹਾਂ ਜ਼ਿਲ੍ਹਿਆਂ ਵਿੱਚ ਹੀ ਰਾਜ ਦੇ ਤਿੰਨ ਸਭ ਤੋਂ ਵੱਡੇ ਸ਼ਹਿਰ ਲੁਧਿਆਣਾ, ਅੰਮ੍ਰਿਤਸਰ ਅਤੇ ਜਲੰਧਰ ਪਾਏ ਜਾਂਦੇ ਹਨ ਅਤੇ ਇਹ ਤਿੰਨ ਜ਼ਿਲ੍ਹੇ ਹੀ ਰਾਜ ਦੇ ਮਹੱਤਵਪੂਰਣ ਉਦਯੋਗਾਂ ਅਤੇ ਵਣਜ-ਵਪਾਰ ਲਈ ਪ੍ਰਸਿੱਧ ਹਨ। ਇਕੱਲੇ ਲੁਧਿਆਣਾ ਜ਼ਿਲ੍ਹੇ ਵਿੱਚ ਹੀ ਰਾਜ ਦੀ 19.90% ਸ਼ਹਿਰੀ ਜਨਸੰਖਿਆ ਰਹਿੰਦੀ ਹੈ। ਪਟਿਆਲਾ, ਐਸ.ਏ.ਐਸ. ਨਗਰ, ਸੰਗਰੂਰ ਜ਼ਿਲ੍ਹਿਆਂ ਹਰੇਕ ਵਿੱਚ ਰਾਜ ਦੀ ਲਗਭਗ 5 ਤੋਂ 7 ਪ੍ਰਤੀਸ਼ਤ ਸ਼ਹਿਰੀ ਜਨਸੰਖਿਆ ਰਹਿੰਦੀ ਹੈ। ਰਾਜ ਵਿੱਚ ਸਭ ਤੋਂ ਘੱਟ ਸ਼ਹਿਰੀ ਵਸੋਂ ਸ਼.ਭ.ਸ. ਨਗਰ ਜ਼ਿਲ੍ਹੇ ਵਿੱਚ ਪਾਈ ਜਾਂਦੀ ਹੈ। 2011 ਦੇ ਅੰਕੜਿਆਂ ਅਨੁਸਾਰ ਇਹ 1 ਲੱਖ 26 ਹਜ਼ਾਰ ਦੇ ਲਗਭਗ ਸੀ (1.21%)। ਤਰਨਤਾਰਨ ਜ਼ਿਲ੍ਹੇ ਵਿੱਚ ਵੀ ਘੱਟ ਸ਼ਹਿਰੀ ਆਬਾਦੀ (1,41,795 = 1.36% ਰਾਜ ਦੀ) ਪਾਈ ਜਾਂਦੀ ਹੈ। ਮਾਨਸਾ, ਫਤਹਿਗੜ੍ਹ ਸਾਹਿਬ, ਰੂਪਨਗਰ ਅਤੇ ਬਰਨਾਲਾ ਜ਼ਿਲ੍ਹਿਆਂ ਵਿੱਚ ਵੀ ਘੱਟ ਸ਼ਹਿਰੀ ਆਬਾਦੀ ਸੀ (ਹਰੇਕ 2.0% ਤੋਂ ਘੱਟ)। ਇਨ੍ਹਾਂ ਜ਼ਿਲ੍ਹਿਆਂ ਹਰੇਕ ਵਿੱਚ 5 ਤੋਂ 8 ਕਸਬੇ ਹਨ। ਇਸ ਤੋਂ ਬਾਅਦ ਬਠਿੰਡਾ (4.80%), ਗੁਰਦਾਸਪੁਰ (3.43%) ਅਤੇ ਹੁਸ਼ਿਆਰਪੁਰ (3.22%) ਦੇ ਜ਼ਿਲ੍ਹੇ ਆਉਂਦੇ ਹਨ। ਸਾਰਣੀ ਨੰ. 22 ਨੂੰ ਦੇਖਣ ਤੋਂ ਪਤਾ ਲੱਗਦਾ ਹੈ ਕਿ ਰਾਜ ਦੇ ਪੂਰਬੀ ਅਤੇ ਦੱਖਣ-ਪੱਛਮੀ ਜ਼ਿਲ੍ਹਿਆਂ ਵਿੱਚ ਸ਼ਹਿਰੀ ਜਨਸੰਖਿਆ ਘੱਟ ਹੈ ਅਤੇ ਰਾਜ ਦੇ ਮੱਧ ਵਰਤੀ ਭਾਗਾਂ ਵਿੱਚ ਸ਼ਹਿਰੀ ਜਨਸੰਖਿਆ ਜ਼ਿਆਦਾ ਹੈ। ਪੰਜਾਬ ਦਾ ਕੁੱਲ ਸ਼ਹਿਰੀ ਖੇਤਰਫਲ 2097 ਵਰਗ ਕਿਲੋਮੀਟਰ ਹੈ ਅਤੇ ਰਾਜ ਦੀ ਕੁੱਲ ਸ਼ਹਿਰੀ ਆਬਾਦੀ 1,03,99,146 ਵਿਅਕਤੀ ਹੈ। ਇਸ ਅਨੁਸਾਰ ਪੰਜਾਬ ਦੀ ਸ਼ਹਿਰੀ ਵਸੋਂ ਘਣਤਾ 4959 ਵਿਅਕਤੀ ਪ੍ਰਤੀ ਵਰਗ ਕਿਲੋਮੀਟਰ ਬਣਦੀ ਹੈ। ਪੰਜਾਬ ਦੀ ਆਮ ਵਸੋਂ ਘਣਤਾ 2011 ਅਨੁਸਾਰ 551 ਵਿਅਕਤੀ ਪ੍ਰਤੀ ਵ. ਕਿਮੀ. ਹੈ।

ਸ਼ਹਿਰੀ ਆਬਾਦੀ ਦੀ ਜ਼ਿਲ੍ਹੇ ਦੀ ਕੁੱਲ ਆਬਾਦੀ ਨਾਲ ਪ੍ਰਤੀਸ਼ਤਤਾ ਦੇ ਆਧਾਰ ਤੇ ਰਾਜ ਨੂੰ ਹੇਠ ਲਿਖੇ ਚਾਰ ਖੇਤਰਾਂ (ਨਕਸ਼ਾ ਨੰ. 36) ਵਿੱਚ ਵੰਡਿਆ ਜਾ ਸਕਦਾ ਹੈ—

ਉੱਚੀ ਪ੍ਰਤੀਸ਼ੱਤਤਾ ਦਾ ਖੇਤਰ (REGION OF HIGH PERCENTAGE OF URBAN POPULATION)

ਇਸ ਸ਼੍ਰੇਣੀ ਅਧੀਨ ਸ਼ਹਿਰੀ ਪ੍ਰਤੀਸ਼ੱਤਤਾ 50 ਤੋਂ ਜ਼ਿਆਦਾ ਹੈ। ਇਸ ਖੇਤਰ ਵਿੱਚ ਰਾਜ ਦੀ 61.0% ਸ਼ਹਿਰੀ ਆਬਾਦੀ ਪਾਈ ਜਾਂਦੀ ਹੈ। ਇਸ ਵਿੱਚ ਰਾਜ ਦੇ ਦੋ ਮੱਧਵਰਤੀ ਜ਼ਿਲ੍ਹੇ ਲੁਧਿਆਣਾ ਅਤੇ ਜਲੰਧਰ ਅਤੇ ਐਸ.ਏ.ਐਸ. ਨਗਰ ਅਤੇ ਅੰਮ੍ਰਿਤਸਰ ਸ਼ਾਮਲ ਹਨ ਜਿਨ੍ਹਾਂ ਦੀ ਪ੍ਰਤੀਸ਼ੱਤਤਾ 2011 ਅਨੁਸਾਰ 59.2, 52.9, 54.8 ਅਤੇ 53.6 ਹੈ। **ਲੁਧਿਆਣਾ ਜ਼ਿਲ੍ਹੇ** ਵਿੱਚ ਰਾਜ ਦੀ 19.90 ਪ੍ਰਤੀਸ਼ਤ ਸ਼ਹਿਰੀ ਆਬਾਦੀ ਰਹਿੰਦੀ ਹੈ। ਇੱਥੇ ਰਾਜ ਦੇ 20 ਕਸਬੇ ਅਤੇ ਸ਼ਹਿਰ ਪਾਏ ਜਾਂਦੇ ਹਨ ਜਿਨ੍ਹਾਂ ਵਿੱਚੋਂ ਲੁਧਿਆਣਾ ਰਾਜ ਦਾ ਸਭ ਤੋਂ ਵੱਡਾ ਸ਼ਹਿਰ ਹੈ ਅਤੇ 2011 ਅਨੁਸਾਰ ਇਸ ਦੀ ਜਨਸੰਖਿਆ 16 ਲੱਖ 18 ਹਜ਼ਾਰ 879 ਹੈ। ਇਸ ਤੋਂ ਬਿਨਾਂ 25 ਹਜ਼ਾਰ ਤੋਂ ਜ਼ਿਆਦਾ ਆਬਾਦੀ ਵਾਲੇ ਦੋ (ਰਾਏਕੋਟ 29 ਹਜ਼ਾਰ, ਗਿੱਲ (28,884) ਅਤੇ ਜਗਰਾਉਂ 65 ਹਜ਼ਾਰ) ਅਤੇ 1 ਲੱਖ 28 ਹਜ਼ਾਰ ਦੀ ਜਨਸੰਖਿਆ ਵਾਲਾ ਖੰਨਾ ਸ਼ਹਿਰ ਵੀ ਇਸ ਜ਼ਿਲ੍ਹੇ ਵਿੱਚ ਸਥਿਤ ਹਨ। ਇਹ ਜ਼ਿਲ੍ਹਾ ਰਾਜ ਦਾ ਸ਼ਰੋਮਣੀ ਉਦਯੋਗਿਕ ਜ਼ਿਲ੍ਹਾ ਹੈ। ਇੱਥੇ ਹਜ਼ਾਰਾਂ ਪਰਵਾਸੀ ਹਰ ਸਾਲ ਕੰਮ ਦੀ ਭਾਲ ਵਿੱਚ ਆਉਂਦੇ ਹਨ।

ਜਲੰਧਰ ਜ਼ਿਲ੍ਹੇ ਵਿੱਚ ਰਾਜ ਦੀ 11.17% ਸ਼ਹਿਰੀ ਆਬਾਦੀ ਅਤੇ ਰਾਜ ਦਾ ਤੀਜਾ ਸਭ ਤੋਂ ਵੱਡਾ ਸ਼ਹਿਰ ਜਲੰਧਰ (2011 ਦੀ ਵਸੋਂ—8.69 ਲੱਖ) ਪਾਇਆ ਜਾਂਦਾ ਹੈ। ਇੱਥੇ 21 ਸ਼ਹਿਰ ਅਤੇ ਕਸਬੇ ਪਾਏ ਜਾਂਦੇ ਹਨ। ਜਿਨ੍ਹਾਂ ਵਿੱਚੋਂ ਜਲੰਧਰ ਕੈਂਟ, ਨਕੋਦਰ, ਕਰਤਾਰਪੁਰ ਅਤੇ ਫਿਲੌਰ ਮਹੱਤਵਪੂਰਨ ਹਨ। ਇੱਥੇ ਉਦਯੋਗ ਅਤੇ ਵਪਾਰ ਮਹੱਤਵਪੂਰਣ ਹਨ। ਜ਼ਿਲ੍ਹੇ ਦੀ ਤਿੰਨ-ਚੌਥਾਈ ਸ਼ਹਿਰੀ ਵਸੋਂ ਕੇਵਲ ਜਲੰਧਰ ਸ਼ਹਿਰ ਵਿੱਚ ਰਹਿੰਦੀ ਹੈ। ਜਲੰਧਰ ਸ਼ਹਿਰ ਦੋਆਬੇ ਦਾ ਮੁੱਖ ਸ਼ਹਿਰ ਅਤੇ ਕੇਂਦਰ ਹੈ। 2011 ਅਨੁਸਾਰ ਜਲੰਧਰ ਸ਼ਹਿਰ ਦੀ ਆਬਾਦੀ 8,68,929 ਹੈ।

ਅੰਮ੍ਰਿਤਸਰ ਜ਼ਿਲ੍ਹੇ ਵਿੱਚੋਂ ਪੇਂਡੂ ਪ੍ਰਧਾਨਤਾ ਵਾਲੇ ਇਲਾਕੇ ਦੇ ਨਵੇਂ ਜ਼ਿਲ੍ਹੇ ਤਰਨਤਾਰਨ ਦੇ ਰੂਪ ਵਿੱਚ ਨਵੰਬਰ 2006 ਵਿੱਚ ਬਣ ਜਾਣ ਨਾਲ ਅੰਮ੍ਰਿਤਸਰ ਜ਼ਿਲ੍ਹੇ ਦਾ ਸ਼ਹਿਰੀਕਰਣ ਨਵੰਬਰ 2006 ਤੋਂ ਪਹਿਲਾਂ 39.51 ਤੋਂ ਵਧ ਕੇ ਨਵੰਬਰ 2006 ਵਿੱਚ 51.50% ਹੋ ਗਿਆ। 2011 ਦੀ ਜਨਗਣਨਾ ਅਨੁਸਾਰ ਅੰਮ੍ਰਿਤਸਰ ਜ਼ਿਲ੍ਹੇ ਦੀ ਸ਼ਹਿਰੀ ਵਸੋਂ ਪ੍ਰਤੀਸ਼ੱਤਤਾ 53.58% ਹੋ ਗਈ ਹੈ। ਇਸ ਤਰ੍ਹਾਂ ਅੰਮ੍ਰਿਤਸਰ ਜ਼ਿਲ੍ਹਾ ਵੀ ਉੱਚੇ ਸ਼ਹਿਰੀਕਰਣ ਵਾਲਾ ਜ਼ਿਲ੍ਹਾ ਬਣ ਗਿਆ। ਅੰਮ੍ਰਿਤਸਰ ਜ਼ਿਲ੍ਹੇ ਦੀ ਕੁੱਲ ਸ਼ਹਿਰੀ ਆਬਾਦੀ ਦਾ 86.86% ਇਸ ਦੇ ਕੇਵਲ ਇਕ ਸ਼ਹਿਰ ਅੰਮ੍ਰਿਤਸਰ ਵਿੱਚ ਰਹਿੰਦਾ ਹੈ (11,59,227)। ਅੰਮ੍ਰਿਤਸਰ ਜ਼ਿਲ੍ਹੇ ਵਿੱਚ ਰਾਜ ਦੀ 12.83% ਸ਼ਹਿਰੀ ਆਬਾਦੀ ਰਹਿੰਦੀ ਹੈ। ਇਸ ਜ਼ਿਲ੍ਹੇ ਵਿੱਚ 15 ਸ਼ਹਿਰ ਅਤੇ ਕਸਬੇ ਹਨ ਜਿਨ੍ਹਾਂ ਵਿੱਚ ਅਜਨਾਲਾ, ਰਾਜਾ ਸਾਂਸੀ, ਜੰਡਿਆਲਾ, ਰਈਆ, ਮਜੀਠਾ ਆਦਿ ਮਹੱਤਵਪੂਰਨ ਹਨ। ਇੱਥੇ ਉਦਯੋਗ ਅਤੇ ਵਣਜ-ਵਪਾਰ ਮਹੱਤਵਪੂਰਨ ਹਨ।

ਐਸ.ਏ.ਐਸ. ਨਗਰ ਦਾ ਜ਼ਿਲ੍ਹਾ ਫਰਵਰੀ 2006 ਵਿੱਚ ਹੋਂਦ ਵਿੱਚ ਆਇਆ ਸੀ। ਮੋਹਾਲੀ ਨਾਂ ਦੇ ਇਸ ਜ਼ਿਲ੍ਹੇ ਵਿੱਚ ਰੂਪਨਗਰ ਜ਼ਿਲ੍ਹੇ ਦੀਆਂ ਖਰੜ ਅਤੇ ਮੋਹਾਲੀ ਤਹਿਸੀਲਾਂ (ਜ਼ਿਆਦਾ ਸ਼ਹਿਰੀ ਆਬਾਦੀ ਵਾਲੀਆਂ) ਅਤੇ ਪਟਿਆਲਾ ਜ਼ਿਲ੍ਹੇ ਦੀ ਡੇਰਾ ਬੱਸੀ ਤਹਿਸੀਲ ਸ਼ਾਮਲ ਕੀਤੇ ਗਏ। ਮੋਹਾਲੀ (ਐਸ.ਏ.ਐਸ. ਨਗਰ) ਦਾ ਕਸਬਾ ਚੰਡੀਗੜ੍ਹ ਲਈ ਪੰਜਾਬ ਦਾ ਮੁਕਾਬਲੇ ਦਾ ਸ਼ਹਿਰ ਬਣ ਗਿਆ। ਇਸ ਦਾ ਤੇਜ਼ੀ ਨਾਲ ਵਿਕਾਸ ਹੋਇਆ। ਮੋਹਾਲੀ-ਡੇਰਾ ਬਸੀ-ਲਾਲੜੂ ਇਕ ਮਹੱਤਵਪੂਰਨ ਉਦਯੋਗਿਕ ਖੇਤਰ ਬਣ ਗਿਆ। ਖਰੜ-ਮੋਹਾਲੀ-ਬਨੂੜ-ਸ਼ੰਭੂ ਹਾਈਵੇ ਨਾਲ-ਨਾਲ ਅਨੇਕਾਂ ਬਹੁ-ਮੰਜ਼ਲੀ ਰਿਹਾਇਸ਼ੀ ਕਲੋਨੀਆਂ, ਇੰਜਨੀਅਰਿੰਗ ਅਤੇ ਦੂਜੇ ਇੰਸਟੀਚਿਊਟ ਬਣ ਗਏ ਹਨ। ਫਲਸਰੂਪ ਐਸ.ਏ.ਐਸ. ਨਗਰ, ਖਰੜ, ਜ਼ੀਰਕਪੁਰ, ਬਨੂੜ, ਕੁਰਾਲੀ ਆਦਿ ਸ਼ਹਿਰਾਂ ਅਤੇ ਕਸਬਿਆਂ ਦੀ ਆਬਾਦੀ 2001 ਤੋਂ 2011 ਦੇ ਸਮੇਂ ਵਿੱਚ ਬਹੁਤ ਵਧ ਗਈ। ਇਸ ਸਮੇਂ ਦੌਰਾਨ ਜ਼ੀਰਕਪੁਰ ਦੀ ਜਨਸੰਖਿਆ 282%, ਐਸ.ਏ.ਐਸ. ਨਗਰ ਦੀ 35.13%, ਖਰੜ ਦੀ 76.1%, ਡੇਰਾ ਬਸੀ ਦੀ 66.0% ਅਤੇ ਕੁਰਾਲੀ ਦੀ 34.8% ਵਧੀ। ਲਾਲੜੂ ਇਕ ਨਵਾਂ ਕਸਬਾ ਬਣ ਗਿਆ।

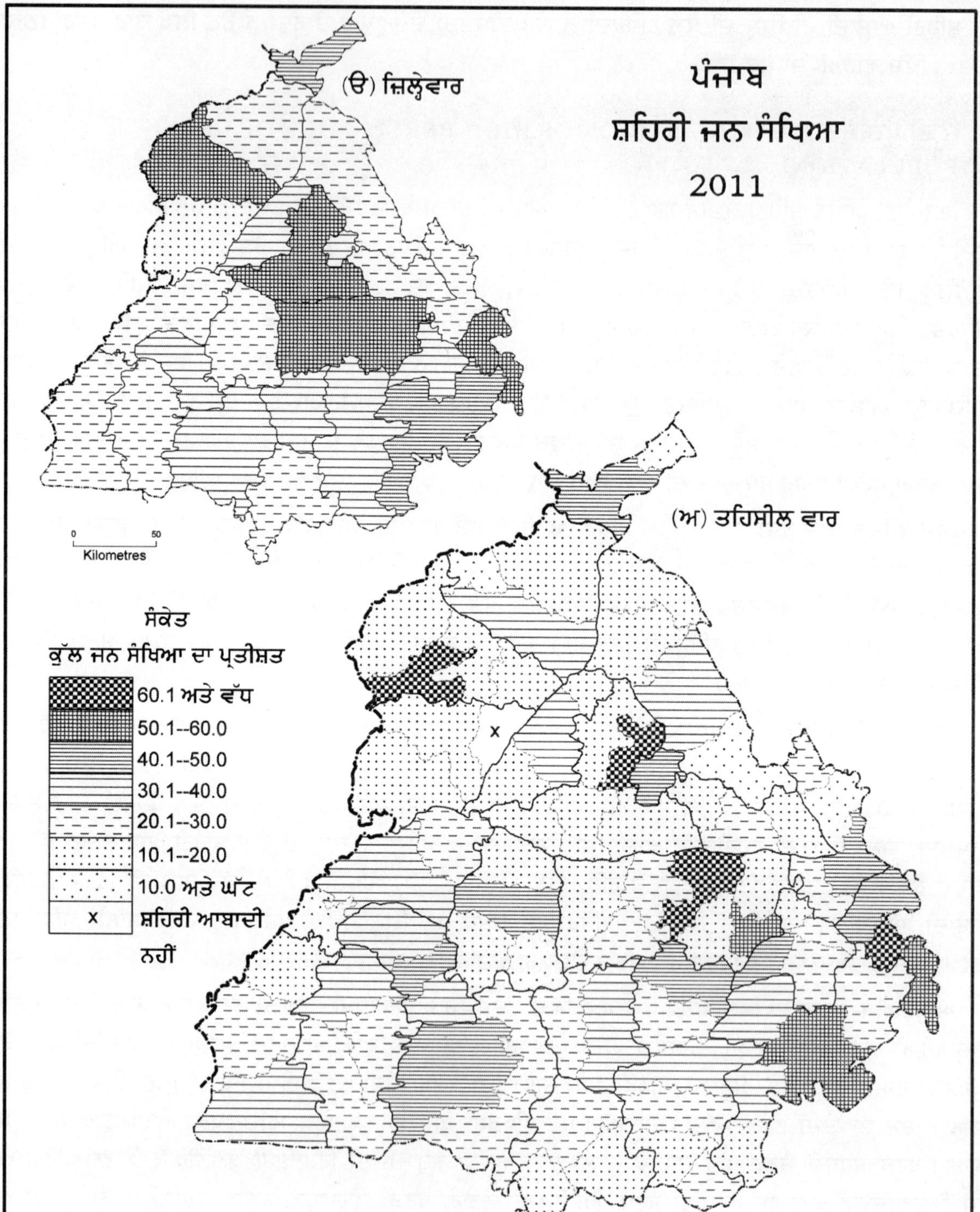
ਪੰਜਾਬ
ਸ਼ਹਿਰੀ ਜਨ ਸੰਖਿਆ
2011
(ੳ) ਜ਼ਿਲ੍ਹੇਵਾਰ
(ਅ) ਤਹਿਸੀਲ ਵਾਰ
ਸੰਕੇਤ
ਕੁੱਲ ਜਨ ਸੰਖਿਆ ਦਾ ਪ੍ਰਤੀਸ਼ਤ
60.1 ਅਤੇ ਵੱਧ
50.1--60.0
40.1--50.0
30.1--40.0
20.1--30.0
10.1--20.0
10.0 ਅਤੇ ਘੱਟ
x ਸ਼ਹਿਰੀ ਆਬਾਦੀ ਨਹੀਂ
0 50
Kilometres
0 50
Kilometres

Map 36

ਸਾਧਾਰਣ ਉੱਚੀ ਪ੍ਰਤੀਸ਼ੱਤਤਾ ਦਾ ਖੇਤਰ (REGION OF MODERATELY HIGH PERCENTAGE OF URBAN POPULATION)

ਇਸ ਖੇਤਰ ਵਿੱਚ ਕੇਵਲ ਦੋ ਜ਼ਿਲ੍ਹੇ ਪਠਾਨਕੋਟ (44.07%) ਅਤੇ ਪਟਿਆਲਾ (40.26%) ਸ਼ਾਮਲ ਹਨ। ਪਠਾਨਕੋਟ ਗੁਰਦਾਸਪੁਰ ਤੋਂ ਅਲੱਗ ਹੋਇਆ ਇੱਕ ਛੋਟਾ ਜ਼ਿਲ੍ਹਾ ਹੈ ਜਿਸ ਵਿੱਚ 1,56,306 ਦੀ ਜਨਸੰਖਿਆ ਵਾਲਾ **ਵੱਡਾ ਸ਼ਹਿਰ** ਪਠਾਨਕੋਟ ਸ਼ਾਮਲ ਹੈ। ਇਸ ਛੋਟੇ ਜ਼ਿਲ੍ਹੇ ਵਿੱਚ ਕੁੱਲ 13 ਹੋਰ ਕਸਬੇ ਸ਼ਾਮਲ ਹਨ। ਇਸ ਕਾਰਨ ਇਸ ਛੋਟੇ ਜ਼ਿਲ੍ਹੇ ਵਿੱਚ ਸ਼ਹਿਰੀ ਜਨਸੰਖਿਆ ਦੀ ਪ੍ਰਤੀਸ਼ੱਤਤਾ ਉੱਚੀ ਹੋ ਗਈ ਹੈ। ਪਟਿਆਲਾ ਦੇ ਜ਼ਿਲ੍ਹੇ ਦਾ ਤੇਜ਼ੀ ਨਾਲ ਸ਼ਹਿਰੀ ਵਿਕਾਸ ਹੋ ਰਿਹਾ ਹੈ। ਅਨੇਕਾਂ ਹੀ ਨਵੀਆਂ ਰਿਹਾਇਸ਼ੀ ਕਲੋਨੀਆਂ ਵਿਭਿੰਨ ਮੁੱਖ ਸੜਕਾਂ ਨਾਲ-ਨਾਲ ਹੋਂਦ ਵਿੱਚ ਆ ਗਈਆਂ ਹਨ। ਪਟਿਆਲਾ ਜ਼ਿਲ੍ਹੇ ਵਿੱਚ ਰਾਜ ਦੀ 7.34% ਸ਼ਹਿਰੀ ਆਬਾਦੀ ਰਹਿੰਦੀ ਹੈ। 2001 ਤੋਂ 2011 ਦੇ ਸਮੇਂ ਦੌਰਾਨ ਜ਼ਿਲ੍ਹੇ ਦੀ ਸ਼ਹਿਰੀ ਆਬਾਦੀ 28.36% ਅਤੇ ਕੇਵਲ ਪਟਿਆਲਾ ਸ਼ਹਿਰ ਦੀ ਆਬਾਦੀ 37.78% ਵਧੀ ਹੈ। ਇਕੱਲੇ ਪਟਿਆਲਾ ਸ਼ਹਿਰ ਵਿੱਚ ਜ਼ਿਲ੍ਹੇ ਦੀ 58.5% ਸ਼ਹਿਰੀ ਵਸੋਂ ਰਹਿੰਦੀ ਹੈ। ਰਾਜਪੁਰਾ (92,301), ਨਾਭਾ (67,972), ਸਮਾਣਾ (54,072), ਪਾਤੜਾਂ, ਸਨੌਰ ਆਦਿ ਸਣੇ 11 ਕਸਬੇ ਇਸ ਜ਼ਿਲ੍ਹੇ ਵਿੱਚ ਸ਼ਾਮਲ ਹਨ।

ਸਾਧਾਰਣ ਪ੍ਰਤੀਸ਼ੱਤਤਾ ਦਾ ਖੇਤਰ (REGION OF MODERATE PERCENTAGE OF URBAN POPULATION)

ਇਸ ਵਰਗ ਵਿੱਚ ਸ਼ਾਮਲ ਜ਼ਿਲ੍ਹਿਆਂ ਵਿੱਚ ਸ਼ਹਿਰੀ ਆਬਾਦੀ ਦੀ ਪ੍ਰਤੀਸ਼ੱਤਤਾ 30.1 ਤੋਂ 40 ਤੱਕ ਹੈ। ਇਸ ਵਰਗ ਵਿੱਚ ਛੇ ਜ਼ਿਲ੍ਹੇ ਕਪੂਰਥਲਾ (34.65%), ਬਰਨਾਲਾ (32.02%), ਬਠਿੰਡਾ (35.95%), ਸੰਗਰੂਰ (31.81%), ਫਤਿਹਗੜ੍ਹ ਸਾਹਿਬ (30.91%) ਅਤੇ ਫਰੀਦਕੋਟ (35.15%) ਸ਼ਾਮਲ ਹਨ। ਇਸ ਖੇਤਰ ਵਿੱਚ ਰਾਜ ਦੀ 18.19% ਸ਼ਹਿਰੀ ਜਨਸੰਖਿਆ ਰਹਿੰਦੀ ਹੈ। ਇਹ ਖੇਤਰ ਰਾਜ ਦੀ ਇੱਕ ਵਿਕਸਤ ਖੇਤਰ ਹੈ ਜਿਥੇ ਰਾਜ ਦੀਆਂ 20.47% ਰਜਿਸਟਰਡ ਫੈਕਟਰੀਆਂ ਲੱਗੀਆਂ ਹੋਈਆਂ ਹਨ। ਇਸ ਖੇਤਰ ਵਿੱਚ ਰਾਜ ਦੇ ਚਾਰ ਪਹਿਲੀ ਸ਼੍ਰੇਣੀ ਦੇ ਸ਼ਹਿਰ ਬਠਿੰਡਾ (2.86 ਲੱਖ), ਫਗਵਾੜਾ (1.18 ਲੱਖ), ਬਰਨਾਲਾ (1.165 ਲੱਖ) ਅਤੇ ਮਲੇਰਕੋਟਲਾ (1.35 ਲੱਖ), ਨੌਂ ਦੂਜੀ ਸ਼੍ਰੇਣੀ (Class II) ਦੇ ਸ਼ਹਿਰ ਸੰਗਰੂਰ (88.0 ਹਜ਼ਾਰ), ਗੋਬਿੰਦਗੜ੍ਹ (82.3 ਹਜ਼ਾਰ), ਸਰਹਿੰਦ (58.1 ਹਜ਼ਾਰ), ਰਾਮਪੁਰਾ ਫੂਲ (51.0 ਹਜ਼ਾਰ), ਸੁਨਾਮ (69.0 ਹਜ਼ਾਰ), ਕਪੂਰਥਲਾ (98.9 ਹਜ਼ਾਰ), ਕੋਟਕਪੂਰਾ (92.0 ਹਜ਼ਾਰ), ਫਰੀਦਕੋਟ (87.7 ਹਜ਼ਾਰ) ਅਤੇ ਧੂਰੀ (55.2 ਹਜ਼ਾਰ) ਅਤੇ ਦਰਜਾ ਤਿੰਨ ਦੇ 10 ਸ਼ਹਿਰ, ਅਹਿਮਦਗੜ੍ਹ, ਮੌੜ, ਜੈਤੋ, ਲੌਂਗੋਵਾਲ, ਤਪਾ, ਲਹਿਰਾ ਗਗਾ, ਭਵਾਨੀਗੜ੍ਹ, ਬਸੀ ਪਛਾਦਾ, ਤਲਵੰਡੀ ਸਾਬੋ ਅਤੇ ਫਗਵਾੜਾ ਸ਼ਰਕੀ ਸ਼ਾਮਲ ਹਨ। ਇਨ੍ਹਾਂ ਛੇ ਜ਼ਿਲ੍ਹਿਆਂ ਵਿੱਚ ਸਭ ਜ਼ਿਲ੍ਹਿਆਂ ਦੀ ਸ਼ਹਿਰੀ ਆਬਾਦੀ ਦੀ ਪ੍ਰਤੀਸ਼ਤਤਾ ਰਾਜ ਦੀ ਔਸਤ ਪ੍ਰਤੀਸ਼ਤਤਾ (37.48%) ਤੋਂ ਘੱਟ ਹੈ। ਇਸ ਖੇਤਰ ਵਿੱਚ ਰਾਜ ਦੇ ਕੁੱਲ 217 ਕਸਬਿਆਂ ਵਿੱਚੋਂ 47 ਕਸਬੇ ਪਾਏ ਜਾਂਦੇ ਹਨ।

ਫਰੀਦਕੋਟ ਵੀ ਇੱਕ ਪੁਰਾਣੀ ਰਿਆਸਤ ਸੀ। ਫਰੀਦਕੋਟ ਉਸ ਰਿਆਸਤ ਦੀ ਰਾਜਧਾਨੀ ਸੀ। ਇਸ ਤਰ੍ਹਾਂ ਫਰੀਦਕੋਟ ਇੱਕ ਪੁਰਾਣਾ ਸ਼ਹਿਰ ਹੈ। ਕੋਟਕਪੂਰਾ ਅਤੇ ਜੈਤੋ ਦੂਜੇ ਸ਼ਹਿਰ ਹਨ। ਇਹ ਇੱਕ ਛੋਟਾ ਜ਼ਿਲ੍ਹਾ ਹੈ। ਇੱਥੇ ਰਾਜ ਦੀ ਕੇਵਲ 2.10% ਸ਼ਹਿਰੀ ਆਬਾਦੀ ਰਹਿੰਦੀ ਹੈ। ਬਰਨਾਲਾ ਨਵਾਂ ਬਣਿਆ ਜ਼ਿਲ੍ਹਾ ਹੈ। ਬਰਨਾਲੇ ਵਿੱਚ ਉਦਯੋਗ ਵੀ ਮਹੱਤਵਪੂਰਣ ਹਨ। ਬਰਨਾਲਾ ਸ਼ਹਿਰ (ਲਗਭਗ 1.2 ਲੱਖ) ਤੋਂ ਬਿਨਾਂ ਤਪਾ, ਭਦੌੜ ਅਤੇ ਧਨੌਲਾ ਦੂਜੇ ਕਸਬੇ ਹਨ।

ਕਪੂਰਥਲਾ ਇੱਕ ਛੋਟਾ ਜ਼ਿਲ੍ਹਾ ਹੈ। ਉਦਯੋਗ ਅਤੇ ਖੇਤੀ ਮਹੱਤਵਪੂਰਣ ਹਨ। ਕਪੂਰਥਲਾ, ਫਗਵਾੜਾ, ਸੁਲਤਾਨਪੁਰ ਲੋਧੀ, ਭੁਲੱਥ ਅਤੇ ਹੁਸੈਨਪੁਰ ਮੁੱਖ ਕਸਬੇ ਹਨ। ਬਠਿੰਡਾ ਮਾਲਵੇ ਦਾ ਇੱਕ ਮਹੱਤਵਪੂਰਨ ਜ਼ਿਲ੍ਹਾ ਬਣ ਗਿਆ ਹੈ। ਇੱਥੇ ਰਾਜ ਦੀ 4.80% ਜਨਸੰਖਿਆ ਰਹਿੰਦੀ ਹੈ। ਦੋ ਥਰਮਲ ਪਲਾਂਟ, ਖਾਦ ਫੈਕਟਰੀ ਅਤੇ ਤੇਲ ਸ਼ੋਧਕ ਕਾਰਖਾਨੇ ਦੇ ਲੱਗ ਜਾਣ ਨਾਲ ਬਠਿੰਡਾ ਜ਼ਿਲ੍ਹੇ ਦਾ ਤੇਜ਼ੀ ਨਾਲ ਵਿਕਾਸ ਹੋਇਆ ਹੈ ਅਤੇਇਸ ਦੀ ਸ਼ਹਿਰੀ ਆਬਾਦੀ ਦੀ ਵਾਧਾ ਦਰ 2001 ਵਿੱਚ 29.73% ਤੋਂ ਵਧ ਕੇ 2011 ਵਿੱਚ 35.95% ਹੋ ਗਈ। ਬਠਿੰਡਾ ਸ਼ਹਿਰ ਵਿੱਚ ਜ਼ਿਲ੍ਹੇ ਦੀ 57.25% ਸ਼ਹਿਰੀ ਆਬਾਦੀ ਰਹਿੰਦੀ ਹੈ। ਇਹ ਰਾਜ ਦਾ ਪੰਜਵਾਂ ਵੱਡਾ ਸ਼ਹਿਰ

ਹੈ। ਇੱਥੇ 11 ਹੋਰ ਕਸਬੇ ਹਨ। ਸੰਗਰੂਰ ਵੀ ਇੱਕ ਵੱਡਾ ਜ਼ਿਲ੍ਹਾ ਹੈ ਇੱਥੇ ਰਾਜ ਦੀ 4.96% ਸ਼ਹਿਰੀ ਆਬਾਦੀ ਰਹਿੰਦੀ ਹੈ। ਇੱਥੇ ਕੁੱਲ 13 ਕਸਬੇ ਹਨ ਜਿਨ੍ਹਾਂ ਵਿੱਚੋਂ ਮਲੇਰਕੋਟਲਾ ਮੁੱਖ ਸ਼ਹਿਰ ਅਤੇ ਉਦਯੋਗਿਕ ਕੇਂਦਰ (ਜ਼ਿਲ੍ਹੇ ਦੀ 26.25% ਸ਼ਹਿਰੀ ਆਬਾਦੀ) ਹੈ। ਇਸ ਤੋਂ ਬਿਨਾਂ ਸੰਗਰੂਰ, ਸੁਨਾਮ ਅਤੇ ਧੂਰੀ ਦੂਜੇ ਵੱਡੇ ਸ਼ਹਿਰ ਹਨ। ਫਤਿਹਗੜ੍ਹ ਸਾਹਿਬ ਇੱਕ ਛੋਟਾ ਜ਼ਿਲ੍ਹਾ ਹੈ। ਇੱਥੇ ਰਾਜ ਦੀ 1.78% ਸ਼ਹਿਰੀ ਆਬਾਦੀ ਪਾਈ ਜਾਂਦੀ ਹੈ। ਇਹ ਜ਼ਿਲ੍ਹਾ ਲੋਹੇ ਅਤੇ ਇਸਪਾਤ ਅਤੇ ਦੂਜੇ ਉਦਯੋਗਾਂ ਲਈ ਪ੍ਰਸਿੱਧ ਹੈ। ਜ਼ਿਲ੍ਹੇ ਦੀ ਅੱਧੀ ਸ਼ਹਿਰੀ ਆਬਾਦੀ ਗੋਬਿੰਦਗੜ੍ਹ (0.82 ਲੱਖ) ਵਿੱਚ ਰਹਿੰਦੀ ਹੈ। ਅਮਲੋਹ ਅਤੇ ਬਸੀ ਪਠਾਨਾ ਦੂਜੇ ਸ਼ਹਿਰ ਹਨ।

ਨੀਵੀਂ ਸ਼ਹਿਰੀ ਪ੍ਰਤੀਸ਼ਤਤਾ ਦਾ ਖੇਤਰ (REGION OF LOW URBAN POPULATION PERCENTAGE)

ਇਸ ਸ਼੍ਰੇਣੀ ਵਿੱਚ ਉਹ ਜ਼ਿਲ੍ਹੇ ਸ਼ਾਮਲ ਹਨ ਜਿਨ੍ਹਾਂ ਦੀ ਸ਼ਹਿਰੀ ਪ੍ਰਤੀਸ਼ੱਤਤਾ 20.1 ਤੋਂ 30.0% ਵਿਚਕਾਰ ਹੈ। ਇਨ੍ਹਾਂ ਸਭ ਵਿੱਚ ਸ਼ਹਿਰੀ ਆਬਾਦੀ ਦੀ ਪ੍ਰਤੀਸ਼ੱਤਤਾ ਰਾਜ ਦੀ ਔਸਤ ਪ੍ਰਤੀਸ਼ੱਤਤਾ 37.48 ਤੋਂ ਘੱਟ ਹੈ। ਇਹ ਖੇਤਰ ਵਿਸ਼ਾਲ ਹੈ ਅਤੇ ਇਸ ਵਿੱਚ ਰਾਜ ਦੇ ਨੌਂ ਜ਼ਿਲ੍ਹੇ ਫਾਜ਼ਿਲਕਾ (25.10%), ਮੁਕਤਸਰ (27.96%), ਮਾਨਸਾ (21.25%), ਹੁਸ਼ਿਆਰਪੁਰ (21.11%), ਰੂਪ ਨਗਰ (25.97%), ਫਿਰੋਜ਼ਪੁਰ (29.60%), ਸ.ਭ.ਸ. ਨਗਰ (20.48%), ਮੋਗਾ (22.82%) ਅਤੇ ਗੁਰਦਾਸਪੁਰ (22.27%) ਸ਼ਾਮਲ ਹਨ। ਇਨ੍ਹਾਂ ਜ਼ਿਲ੍ਹਿਆਂ ਹੇਠ ਰਾਜ ਦਾ 41.5% ਖੇਤਰਫਲ ਅਤੇ 21.1% ਸ਼ਹਿਰੀ ਆਬਾਦੀ ਰਹਿੰਦੀ ਹੈ। ਇਹ ਜ਼ਿਲ੍ਹੇ ਖੇਤੀ ਪ੍ਰਧਾਨ ਹਨ। ਉਦਯੋਗ ਘੱਟ ਹਨ। ਵਣਜ-ਵਪਾਰ ਵੀ ਬਹੁਤਾ ਨਹੀਂ ਹੈ। ਇਸ ਖੇਤਰ ਵਿੱਚ ਰਾਜ ਦੇ 6 ਪਹਿਲੀ ਸ਼੍ਰੇਣੀ ਦੇ ਸ਼ਹਿਰ ਮੁਕਤਸਰ (1 ਲੱਖ 17 ਹਜ਼ਾਰ), ਹੁਸ਼ਿਆਰਪੁਰ (1 ਲੱਖ 69 ਹਜ਼ਾਰ), ਮੋਗਾ (1 ਲੱਖ 63 ਹਜ਼ਾਰ), ਅਬੋਹਰ (1 ਲੱਖ 45 ਹਜ਼ਾਰ), ਫਿਰੋਜ਼ਪੁਰ (1 ਲੱਖ 10 ਹਜ਼ਾਰ) ਅਤੇ ਬਟਾਲਾ (1 ਲੱਖ 59 ਹਜ਼ਾਰ), 6 ਦੂਜੀ ਸ਼੍ਰੇਣੀ ਦੇ ਸ਼ਹਿਰ ਅਤੇ 12 ਤੀਜੀ ਸ਼੍ਰੇਣੀ ਦੇ ਸ਼ਹਿਰ ਸ਼ਾਮਲ ਹਨ। ਇਨ੍ਹਾਂ ਵਿੱਚੋਂ ਜ਼ਿਆਦਾਤਰ ਮੰਡੀਆਂ (Market towns) ਹਨ ਜੋ ਛੋਟੇ ਖੇਤਰਾਂ ਵਿੱਚ ਵਿਭਿੰਨ ਪਦਾਰਥਾਂ (ਮੁੱਖ ਤੌਰ ਤੇ ਖੇਤੀਬਾੜੀ ਨਾਲ ਸੰਬੰਧਤ) ਦੀ ਵੰਡ ਅਤੇ ਇਕੱਠਾ (collection) ਕਰਨ ਦਾ ਕੰਮ ਕਰਦੀਆਂ ਹਨ ਜੋ ਆਲੇ ਦੁਆਲੇ ਦੇ ਖੇਤਰ ਦੀਆਂ ਵਿਭਿੰਨ ਪ੍ਰਕਾਰ ਦੀਆਂ ਲੋੜਾਂ ਪੂਰੀਆਂ ਕਰਦੇ ਹਨ। ਰਾਜ ਦੇ 128 ਦਰਜਾ ਚਾਰ, ਪੰਜ ਅਤੇ ਛੇ ਕਸਬਿਆਂ ਵਿੱਚੋਂ 45 ਇਸ ਖੇਤਰ ਵਿੱਚ ਪਾਏ ਜਾਂਦੇ ਹਨ। ਅਸਲ ਵਿੱਚ ਰਾਜ ਦੇ 33.2% ਛੋਟੇ-ਵੱਡੇ ਕਸਬੇ ਜਾਂ ਸ਼ਹਿਰ ਇਸ ਖੇਤਰ ਵਿੱਚ ਪਾਏ ਜਾਂਦੇ ਹਨ।

ਇਸ ਸ਼੍ਰੇਣੀ ਦੇ ਪੂਰਬੀ ਜ਼ਿਲ੍ਹੇ ਹੁਸ਼ਿਆਰਪੁਰ (21.11%) ਅਤੇ ਐਸ.ਬੀ.ਐਸ. ਨਗਰ (20.48%) ਦੀ ਸ਼ਹਿਰੀ ਪ੍ਰਤੀਸ਼ੱਤਤਾ ਰਾਜ ਵਿੱਚ ਦੂਜੇ ਅਤੇ ਤੀਜੇ ਨੰਬਰ ਤੇ ਸਭ ਤੋਂ ਘੱਟ ਹੈ। ਹੁਸ਼ਿਆਰਪੁਰ ਅਤੇ ਸ਼.ਭ.ਸ. ਨਗਰ ਜ਼ਿਲ੍ਹੇ ਅਰਧ-ਪਹਾੜੀ, ਬਰਾਨੀ ਖੇਤੀ, ਚੋਆਂ ਨਾਲ ਭਰੇ, ਰੇਤਲੀ ਦੋਮਟ ਮਿੱਟੀ ਅਤੇ ਘੱਟ ਸਿੰਜਾਈ ਸਹੂਲਤਾਂ ਵਾਲੇ ਹਨ। ਉਦਯੋਗ ਘੱਟ ਹਨ। ਵਾਧੂ ਖੇਤੀਬਾੜੀ ਉਤਪਾਦਨ ਵੀ ਬਹੁਤ ਘੱਟ ਹੈ। ਇਸ ਕਾਰਨ ਇੱਥੇ ਹੁਸ਼ਿਆਰਪੁਰ (1 ਲੱਖ 68 ਹਜ਼ਾਰ) ਤੋਂ ਬਿਨਾਂ ਹੋਰ ਕੋਈ ਵੱਡਾ ਸ਼ਹਿਰ ਨਹੀਂ ਹੈ। ਬਾਕੀ ਦੇ ਕਸਬੇ ਐਸ. ਬੀ. ਐਸ. ਨਗਰ (46024), ਤਲਵਾੜਾ, ਟਾਂਡਾ, ਉੜਮੁੜ, ਮੁਕੇਰੀਆਂ ਰਾਹੋਂ, ਬਲਾਚੌਰ, ਗੜ੍ਹਸ਼ੰਕਰ ਅਤੇ ਦਸੂਹਾ ਅਤੇ ਹੋਰ ਛੋਟੇ ਕਸਬੇ ਹਨ। ਉਹ ਦਰਜਾ ਚਾਰ, ਪੰਜ ਜਾਂ ਛੇ ਸ਼੍ਰੇਣੀ ਦੇ ਹਨ। ਇਹ ਸਭ ਸੇਵਾ ਕੇਂਦਰ (service centers) ਜਾਂ ਤਹਿਸੀਲ ਹੈੱਡਕੁਆਟਰ ਜਾਂ ਪ੍ਰਬੰਧਕੀ ਕਸਬੇ ਹਨ।

ਮੋਗਾ ਵੀ ਨਵਾਂ ਬਣਿਆ ਜ਼ਿਲ੍ਹਾ ਹੈ, ਜਿਸ ਦਾ 2011 ਵਿੱਚ ਸ਼ਹਿਰੀਕਰਣ 22.82% ਸੀ। ਇਹ ਵੀ ਖੇਤੀ ਪ੍ਰਧਾਨ ਪਛੜਿਆ ਜ਼ਿਲ੍ਹਾ ਹੈ। ਇਹ ਨੀਵੇਂ ਖੇਤੀਬਾੜੀ ਉਤਪਾਦਨ ਵਾਲਾ ਜ਼ਿਲ੍ਹਾ ਹੈ। ਇੱਥੇ ਕੇਵਲ 351 ਰਜਿਸਟਰਡ ਫੈਕਟਰੀਆਂ (ਰਾਜ ਦਾ 2.0% ਦੇ ਲਗਭਗ) ਹਨ। ਇਸ ਜ਼ਿਲ੍ਹੇ ਵਿੱਚ ਕੇਵਲ ਇੱਕ ਸ਼ਹਿਰ ਮੋਗਾ (1.63 ਲੱਖ) ਅਤੇ ਤਿੰਨ ਕਸਬੇ ਬਾਘਾ ਪੁਰਾਣਾ (25 ਹਜ਼ਾਰ), ਧਰਮਕੋਟ (19.0 ਹਜ਼ਾਰ) ਅਤੇ ਬਧਨੀਕਲਾਂ (7 ਹਜ਼ਾਰ) ਹਨ ਜੋ ਮੰਡੀਆਂ (markets) ਅਤੇ ਸੇਵਾ ਕੇਂਦਰ ਹਨ।

ਬਹੁਤ ਨੀਵੀਂ ਸ਼ਹਿਰੀ ਪ੍ਰਤੀਸ਼ੱਤਤਾ ਦਾ ਖੇਤਰ (REGION OF VERY LOW URBAN POPULATION PERCENTAGE)

ਇਸ ਸ਼੍ਰੇਣੀ ਵਿੱਚ ਸ਼ਹਿਰੀ ਆਬਾਦੀ ਦੀ ਪ੍ਰਤੀਸ਼ੱਤਤਾ 20.0% ਜਾਂ ਘੱਟ ਹੈ। ਇਸ ਸ਼੍ਰੇਣੀ ਵਿੱਚ ਕੇਵਲ ਇੱਕ ਜ਼ਿਲ੍ਹਾ ਤਰਨਤਾਰਨ

ਸ਼ਾਮਲ ਹੈ। ਨਵੇਂ ਬਣੇ ਜ਼ਿਲ੍ਹੇ ਤਰਨਤਾਰਨ ਵਿੱਚ ਸ਼ਹਿਰੀਕਰਨ (12.66%) **ਸਭ ਤੋਂ ਘੱਟ ਹੈ।** ਜ਼ਿਲ੍ਹੇ ਦੀ ਲਗਭਗ ਅੱਧੀ ਸ਼ਹਿਰੀ ਆਬਾਦੀ (47.2%) ਇਸ ਦੇ ਮੁੱਖ ਸ਼ਹਿਰ ਤਰਨਤਾਰਨ ਵਿੱਚ ਰਹਿੰਦੀ ਹੈ। ਪੱਟੀ (40,976) ਦੂਜਾ ਵੱਡਾ ਸ਼ਹਿਰ ਹੈ। ਖੇਮਕਰਨ ਅਤੇ ਭਿਖੀਵਿੰਡ ਹੋਰ ਕਸਬੇ ਹਨ। ਇਹ ਇੱਕ ਪੇਂਡੂ ਖੇਤਰ ਹੈ। ਉਦਯੋਗ ਬਹੁਤ ਘੱਟ ਹਨ। ਰਾਜ ਦੀ ਕੇਵਲ 1.36% ਸ਼ਹਿਰੀ ਆਬਾਦੀ ਇਸ ਜ਼ਿਲ੍ਹੇ ਵਿੱਚ ਪਾਈ ਜਾਂਦੀ ਹੈ।

ਤਹਿਸੀਲ-ਵਾਰ ਸ਼ਹਿਰੀ ਆਬਾਦੀ (Tehsil-Wise Urban Population)

ਇਸ ਸਮੇਂ (2011 ਜਨਗਣਨਾ ਸਮੇਂ) ਪੰਜਾਬ ਵਿੱਚ 82 ਤਹਿਸੀਲਾਂ ਹਨ। ਤਹਿਸੀਲ-ਵਾਰ ਸ਼ਹਿਰੀ ਆਬਾਦੀ ਦੀ ਵੰਡ ਅਤੇ ਪ੍ਰਤੀਸ਼ੱਤਤਾ ਵਿੱਚ ਬਹੁਤ ਵਖਰੇਵਾਂ ਹੈ। ਇਕ ਤਹਿਸੀਲ **ਖਡੂਰ ਸਾਹਿਬ** ਵਿੱਚ ਕੋਈ ਵੀ ਸ਼ਹਿਰ ਜਾਂ ਕਸਬਾ ਨਾ ਹੋਣ ਕਾਰਨ, ਕੇਵਲ ਪੇਂਡੂ ਆਬਾਦੀ ਹੀ ਮਿਲਦੀ ਹੈ। 82 ਤਹਿਸੀਲਾਂ ਅਨੁਸਾਰ ਪੰਜਾਬ ਦੀ ਕਿਸੇ ਇੱਕ ਤਹਿਸੀਲ ਦੀ ਔਸਤ ਸ਼ਹਿਰੀ ਆਬਾਦੀ 1,28,385 ਵਿਅਕਤੀ ਬਣਦੀ ਹੈ। ਵੱਡੇ ਸ਼ਹਿਰਾਂ (1,00,000 ਜਾਂ ਵੱਧ ਵਿਅਕਤੀ) ਵਾਲੀਆਂ ਅਤੇ ਦੂਜੀਆਂ 24 **ਤਹਿਸੀਲਾਂ** ਜਿਵੇਂ ਕਿ ਲੁਧਿਆਣਾ ਪੂਰਬ, ਜਲੰਧਰ I, ਅੰਮ੍ਰਿਤਸਰ II, ਗੁਰਦਾਸਪੁਰ, ਪਠਾਨਕੋਟ, ਬਟਾਲਾ, ਹੁਸ਼ਿਆਰਪੁਰ, ਕਪੂਰਥਲਾ, ਫਗਵਾੜਾ, ਖੰਨਾ, ਮੁਕਤਸਰ, ਐਸ.ਏ.ਐਸ. ਨਗਰ (ਮੋਹਾਲੀ), ਅਬੋਹਰ, ਫਿਰੋਜ਼ਪੁਰ, ਮੋਗਾ, ਬਠਿੰਡਾ, ਸੰਗਰੂਰ, ਮਲੇਰਕੋਟਲਾ, ਬਰਨਾਲਾ, ਪਟਿਆਲਾ, ਰਾਜਪੁਰਾ, ਖਰੜ, ਡੇਰਾ ਬਸੀ ਅਤੇ ਮਾਨਸਾ ਦੀ ਸ਼ਹਿਰੀ ਆਬਾਦੀ ਪੰਜਾਬ ਦੀ ਇੱਕ ਤਹਿਸੀਲ ਦੀ ਔਸਤ ਸ਼ਹਿਰੀ ਆਬਾਦੀ ਤੋਂ ਵੱਧ ਹੈ। ਬਾਕੀ ਦੀਆਂ 57 ਤਹਿਸੀਲਾਂ ਵਿੱਚ ਹਰ ਇੱਕ ਦੀ ਸ਼ਹਿਰੀ ਆਬਾਦੀ ਲਗਭਗ 1,12,000 ਤੋਂ ਘੱਟ ਹੈ। ਖਡੂਰ ਸਾਹਿਬ ਤਹਿਸੀਲ ਵਿੱਚ ਤਾਂ ਕੋਈ ਵੀ ਸ਼ਹਿਰੀ ਆਬਾਦੀ ਨਹੀਂ ਹੈ। **ਲੁਧਿਆਣਾ ਪੂਰਬ ਤਹਿਸੀਲ ਵਿੱਚ ਸਭ ਤੋਂ ਵੱਧ ਸ਼ਹਿਰੀ ਆਬਾਦੀ (16,54,537 ਵਿਅਕਤੀ) ਪਾਈ ਜਾਂਦੀ ਹੈ।** ਪੰਜ ਤਹਿਸੀਲਾਂ ਲੁਧਿਆਣਾ ਪੂਰਬ, ਅੰਮ੍ਰਿਤਸਰ II, ਜਲੰਧਰ I, ਪਟਿਆਲਾ ਅਤੇ ਬਠਿੰਡਾ ਹਰ ਇਕ ਵਿੱਚ 3.5 ਲੱਖ ਤੋਂ ਵੱਧ ਸ਼ਹਿਰੀ ਆਬਾਦੀ ਪਾਈ ਜਾਂਦੀ ਹੈ।

ਖਡੂਰ ਸਾਹਿਬ ਵਗੈਰ ਸ਼ਹਿਰੀ ਆਬਾਦੀ ਦੀ ਤਹਿਸੀਲ ਤੋਂ ਇਲਾਵਾ ਸਭ ਤੋਂ ਘੱਟ ਸ਼ਹਿਰੀ ਆਬਾਦੀ ਜ਼ਿਲ੍ਹਾ ਪਠਾਨਕੋਟ ਦੀ **ਤਹਿਸੀਲ ਧਾਰ ਕਲਾਂ ਵਿੱਚ ਕੇਵਲ 5406 ਵਿਅਕਤੀ ਸ਼ਹਿਰੀ ਆਬਾਦੀ** ਪਾਈ ਜਾਂਦੀ ਹੈ। ਨਿਹਾਲ ਸਿੰਘ ਵਾਲਾ (6786 ਵਿਅਕਤੀ), ਡੇਰਾ ਬਾਬਾ ਨਾਨਕ (10395 ਵਿਅਕਤੀ), ਖਮਾਣੋਂ (10135 ਵਿਅਕਤੀ), ਗੁਰੂ ਹਰ ਸਹਾਏ, ਆਨੰਦਪੁਰ ਸਾਹਿਬ (16282 ਵਿਅਕਤੀ), ਸਰਦੂਲਗੜ੍ਹ (19219 ਵਿਅਕਤੀ), ਅਤੇ ਬਸੀ ਪਠਾਣਾ (20288 ਵਿਅਕਤੀ) ਤਹਿਸੀਲਾਂ ਵਿੱਚ ਬਹੁਤ ਘੱਟ (20,000 ਵਿਅਕਤੀ ਤੋਂ ਘੱਟ ਹਰੇਕ) ਸ਼ਹਿਰੀ ਆਬਾਦੀ ਪਾਈ ਜਾਂਦੀ ਹੈ।

ਤਹਿਸੀਲ ਦੀ ਸ਼ਹਿਰੀ ਆਬਾਦੀ ਦੀ ਕੁੱਲ ਆਬਾਦੀ ਨਾਲ ਪ੍ਰਤੀਸ਼ਤ ਦੇ ਰੂਪ ਵਿੱਚ ਵੱਖ-ਵੱਖ ਤਹਿਸੀਲਾਂ ਵਿਚਕਾਰ ਵਿਭਿੰਨਤਾ ਪਾਈ ਜਾਂਦੀ ਹੈ। ਇਹ ਪ੍ਰਤੀਸ਼ੱਤਤਾ ਨਿਹਾਲ ਸਿੰਘ ਵਾਲਾ ਵਿੱਚ 4.00, ਧਾਰ ਕਲਾਂ ਵਿੱਚ 10.00, ਡੇਰਾ ਬਾਬਾ ਨਾਨਕ ਵਿੱਚ 8.36, ਗੜ੍ਹਸ਼ੰਕਰ 8.56, ਗੁਰੂ ਹਰ ਸਹਾਏ 10.0 ਅਤੇ ਅਜਨਾਲਾ ਵਿੱਚ 10.67 ਤੱਕ ਹੈ। ਜਲੰਧਰ-I ਵਿੱਚ 85.01, ਅੰਮ੍ਰਿਤਸਰ-II ਵਿੱਚ 84.13 ਅਤੇ ਲੁਧਿਆਣਾ ਪੂਰਬ ਵਿੱਚ 85.54 ਤੱਕ ਪਾਈ ਜਾਂਦੀ ਹੈ (ਨਕਸ਼ਾ ਨੰ. 36 ੳ)।

ਉੱਚਾ ਤੋਂ ਬਹੁਤ ਉੱਚਾ ਸ਼ਹਿਰੀਕਰਨ : ਲੁਧਿਆਣਾ ਪੂਰਬ, ਅੰਮ੍ਰਿਤਸਰ-II ਅਤੇ ਜਲੰਧਰ-II ਤਹਿਸੀਲਾਂ ਵਿੱਚ **ਸਭ ਤੋਂ ਵੱਧ ਸ਼ਹਿਰੀ ਆਬਾਦੀ** (80% ਜਾਂ ਵੱਧ) ਪਾਈ ਜਾਂਦੀ ਹੈ। ਐਸ.ਏ.ਐਸ. ਨਗਰ (65.03%), ਖੰਨਾ (57.64%), ਡੇਰਾ ਬਸੀ (50.26%) ਅਤੇ ਪਟਿਆਲਾ (55.59%) ਤਹਿਸੀਲਾਂ ਵਿੱਚ ਵੀ ਉੱਚਾ ਸ਼ਹਿਰੀਕਰਣ (50% ਜਾਂ ਇਸ ਤੋਂ ਵੱਧ ਸ਼ਹਿਰੀ ਆਬਾਦੀ) ਮਿਲਦਾ ਹੈ। ਇਨ੍ਹਾਂ ਤਹਿਸੀਲਾਂ ਵਿੱਚ ਡੇਰਾ ਬਸੀ ਨੂੰ ਛੱਡ ਕੇ ਹਰ ਇੱਕ ਵਿੱਚ ਘੱਟੋ-ਘੱਟ ਇੱਕ ਵੱਡਾ ਸ਼ਹਿਰ (Major City Class I) ਪਹਿਲੀ ਸ਼੍ਰੇਣੀ ਦਾ ਮਿਲਦਾ ਹੈ। ਹਰ ਇੱਕ ਵਿੱਚ ਉਦਯੋਗ ਅਤੇ ਵਣਜ-ਵਪਾਰ ਮਹੱਤਵਪੂਰਨ ਹਨ। ਡੇਰੀ ਬਸੀ ਤਹਿਸੀਲ ਵਿੱਚ ਚੰਡੀਗੜ੍ਹ-ਡੇਰਾ ਬਸੀ-ਲਾਲੜੂ-ਅੰਬਾਲਾ ਰਾਸ਼ਟਰੀ ਮਾਰਗ ਨੰ. 22 ਨਾਲ-ਨਾਲ ਤੇਜ਼ ਉਦਯੋਗੀਕਰਣ ਅਤੇ ਸ਼ਹਿਰੀਕਰਣ ਹੋਇਆ ਹੈ। ਇਕ ਦਹਾਕੇ ਵਿੱਚ ਹੀ ਜ਼ੀਰਕਪੁਰ ਲਗਭਗ ਇਕ ਲੱਖ ਆਬਾਦੀ (95,553 ਵਿਅਕਤੀ 2011 ਜਨਗਣਨਾ ਅਨੁਸਾਰ) ਵਾਲਾ ਸ਼ਹਿਰ ਬਣ ਗਿਆ ਹੈ।

ਸਾਧਾਰਣ ਉੱਚਾ ਸ਼ਹਿਰੀਕਰਣ— ਨੌਂ ਤਹਿਸੀਲਾਂ, ਫਗਵਾੜਾ (49.43%), ਅਮਲੋਹ (46.03%), ਰੂਪਨਗਰ (41.43%), ਖਰੜ (49.29%), ਮਲੇਰਕੋਟਲਾ (40.50%), ਪਠਾਨਕੋਟ (47.04%), ਮੋਗਾ (41.79%), ਕੋਟਕਪੂਰਾ (46.4%), ਅਤੇ ਬਠਿੰਡਾ (47.46%) ਵਿੱਚ ਸਾਧਾਰਣ ਉੱਚੀ ਸ਼ਹਿਰੀ ਆਬਾਦੀ ਦੀ ਪ੍ਰਤੀਸ਼ੱਤਤਾ ਪਾਈ ਜਾਂਦੀ ਹੈ। ਬਠਿੰਡਾ, ਪਠਾਨਕੋਟ, ਮਲੇਰਕੋਟਲਾ, ਮੋਗਾ, ਅਤੇ ਫਗਵਾੜਾ ਪਹਿਲੀ ਸ਼੍ਰੇਣੀ (ਆਬਾਦੀ 1,00,000 ਤੋਂ ਵੱਧ) ਦੇ ਸ਼ਹਿਰ ਹਨ। ਅਮਲੋਹ ਦੀ ਤਹਿਸੀਲ, ਸਰਹਿੰਦ ਅਤੇ ਖੰਨਾ ਸ਼ਹਿਰਾਂ ਦੇ ਨਜ਼ਦੀਕ ਹੈ ਅਤੇ ਇੱਥੇ ਭਾਰੀ ਅਤੇ ਖੇਤੀਬਾੜੀ ਨਾਲ ਸੰਬੰਧਤ ਉਦਯੋਗ ਹਨ। ਅਮਲੋਹ, ਤਹਿਸੀਲ ਵਾਲਾ ਚੌਥੀ ਸ਼੍ਰੇਣੀ ਦਾ ਸ਼ਹਿਰ ਹੈ। 82,266 ਦੀ ਆਬਾਦੀ ਵਾਲਾ ਪ੍ਰਸਿੱਧ ਉਦਯੋਗਿਕ ਸ਼ਹਿਰ ਗੋਬਿੰਦਗੜ੍ਹ ਵੀ ਇਸ ਤਹਿਸੀਲ ਵਿੱਚ ਸ਼ਾਮਲ ਹੈ। ਫਗਵਾੜਾ ਮਹੱਤਵਪੂਰਣ ਉਦਯੋਗਿਕ ਸ਼ਹਿਰ ਹੈ। ਬਠਿੰਡਾ ਵਿੱਚ ਥਰਮਲ ਪਲਾਂਟ, ਖਾਦ ਦਾ ਕਾਰਖਾਨਾ ਅਤੇ ਕੈਂਟ ਸ਼ਹਿਰ ਹੈ। ਖਰੜ ਤਹਿਸੀਲ ਐਸ.ਏ.ਐਸ. ਨਗਰ ਸ਼ਹਿਰ ਦੇ ਵਧਾਅ ਦੇ ਰੂਪ ਵਿੱਚ ਵਿਕਸਤ ਹੋ ਰਹੀ ਹੈ। ਇੱਥੇ ਤੇਜ਼ੀ ਨਾਲ ਸ਼ਹਿਰੀਕਰਣ ਹੋ ਰਿਹਾ ਹੈ। 2011 ਦੀ ਜਨਗਣਨਾ ਅਨੁਸਾਰ ਖਰੜ 74,460 ਵਿਅਕਤੀਆਂ ਦੀ ਆਬਾਦੀ ਵਾਲਾ ਦੂਜੇ ਦਰਜੇ ਦਾ ਸ਼ਹਿਰ ਬਣ ਗਿਆ ਹੈ। ਇਸ ਤਹਿਸੀਲ ਵਿੱਚ ਕੁਰਾਲੀ (31060 ਵਿਅਕਤੀ) ਆਦਿ ਚਾਰ ਕਸਬੇ ਹੋਰ ਹਨ। ਰੂਪਨਗਰ ਤਹਿਸੀਲ ਵਿੱਚ 56038 ਵਸੋਂ ਵਾਲਾ ਦੂਜੇ ਦਰਜੇ ਦਾ ਰੂਪਨਗਰ ਸ਼ਹਿਰ ਹੈ।

ਸਾਧਾਰਣ ਸ਼ਹਿਰੀਕਰਣ (Moderate Urbanisation)– 12 ਤਹਿਸੀਲਾਂ ਵਿੱਚ ਸਾਧਾਰਣ ਸ਼ਹਿਰੀਕਰਣ (ਸ਼ਹਿਰੀ ਆਬਾਦੀ 30% ਤੋਂ 40% ਤੱਕ) ਪਾਇਆ ਜਾਂਦਾ ਹੈ। (ਨਕਸ਼ਾ ਨੰ. 36 ਅ)। ਇਹ ਹਨ—ਫਰੀਦਕੋਟ (39.35%), ਬਰਨਾਲਾ (38.30%), ਸੰਗਰੂਰ (36.99%), ਨਾਭਾ (30.82%), ਸਮਾਣਾ (31.08%), ਬਟਾਲਾ (30.12%), ਕਪੂਰਥਲਾ (35.90%), ਹੁਸ਼ਿਆਰਪੁਰ (33.78%), ਨੰਗਲ (36.30%), ਫਿਰੋਜ਼ਪੁਰ (35.25%), ਅਬੋਹਰ (32.78%) ਅਤੇ ਮੁਕਤਸਰ (37.91%)। ਇਨ੍ਹਾਂ ਵਿੱਚੋਂ ਹਰ ਇੱਕ ਵਿੱਚ ਜ਼ਿਲ੍ਹਾ ਜਾਂ ਤਹਿਸੀਲ ਦਾ ਮੁੱਖ ਦਫਤਰ, ਕਈ ਛੋਟੇ ਤੋਂ ਦਰਮਿਆਨੇ ਉਦਯੋਗ ਤੇ ਕੁੱਝ ਛੋਟੇ ਕਸਬੇ ਵੀ ਹਨ। ਇਸ ਵਰਗ ਵਿੱਚ ਹੁਸ਼ਿਆਰਪੁਰ (1,68,653 ਵਿਅਕਤੀ), ਬਰਨਾਲਾ (1,16,499 ਵਿਅਕਤੀ), ਅਬੋਹਰ (1,45,302 ਵਿਅਕਤੀ), ਮੁਕਤਸਰ, ਫਿਰੋਜ਼ਪੁਰ ਅਤੇ ਕਪੂਰਥਲਾ 1 ਲੱਖ ਤੋਂ ਵੱਧ ਵਸੋਂ ਵਾਲੇ ਸ਼ਹਿਰ ਹਨ।

ਸਾਧਾਰਣ ਨੀਵਾਂ ਸ਼ਹਿਰੀਕਰਣ (Moderately Low Urbanisation)– ਇਨ੍ਹਾਂ ਤਹਿਸੀਲਾਂ ਵਿੱਚ ਸ਼ਹਿਰੀ ਆਬਾਦੀ ਦੀ ਤਹਿਸੀਲ ਦੀ ਕੁੱਲ ਆਬਾਦੀ ਨਾਲ ਪ੍ਰਤੀਸ਼ੱਤਤਾ 20 ਤੋਂ 30 ਵਿਚਕਾਰ ਹੈ। ਇਸ ਵਰਗ ਵਿੱਚ 19 ਤਹਿਸੀਲਾਂ ਸ਼ਾਮਲ ਹਨ ਜੋ ਮੁੱਖ ਤੌਰ ਤੇ ਮਾਲਵਾ ਪ੍ਰਦੇਸ਼ ਵਿੱਚ ਹੀ ਸਥਿਤ ਹਨ। ਤਲਵੰਡੀ ਸਾਬੋ (23.74%), ਜੈਤੋ, ਮਲੋਟ (23.38%), ਤਪਾ (20.21%), ਮਾਨਸਾ (29.57%), ਮੂਣਕ (24.01%), ਸੁਨਾਮ (29.18%), ਧੂਰੀ (21.14%), ਰਾਜਪੁਰਾ (27.54%), ਜ਼ੀਰਾ, ਲੁਧਿਆਣਾ ਪੱਛਮ (24.85%), ਫਤਿਹਗੜ੍ਹ ਸਾਹਿਬ (28.71%), ਬਸੀ ਪਠਾਣਾ (21.10%), ਗਿੱਦੜਬਾਹਾ (20.35%), ਰਾਮਪੁਰਾ ਫੂਲ (20.68%), ਚਮਕੌਰ ਸਾਹਿਬ (21.64%), ਫਾਜ਼ਿਲਕਾ (20.35%), ਰਾਏਕੋਟ ਅਤੇ ਨਵਾਂ ਸ਼ਹਿਰ (22.71%), ਤਹਿਸੀਲਾਂ ਇਸ ਸ਼੍ਰੇਣੀ ਵਿੱਚ ਸ਼ਾਮਲ ਹਨ। ਹਰ ਇੱਕ ਵਿੱਚ ਤਹਿਸੀਲ ਜਾਂ ਜ਼ਿਲ੍ਹੇ ਦਾ ਮੁੱਖ ਦਫਤਰ ਹੈ, ਅਤੇ ਕੁੱਝ ਉਦਯੋਗਿਕ ਸ਼ਹਿਰ ਵੀ ਹਨ ਜਿਵੇਂ ਕਿ ਰਾਜਪੁਰਾ ਆਦਿ। ਰਾਜਪੁਰਾ (92,301 ਵਿਅਕਤੀ), ਮਾਨਸਾ (82,956 ਵਿਅਕਤੀ), ਮਲੋਟ, ਫਾਜ਼ਿਲਕਾ, ਰਾਮਪੁਰਾ ਫੂਲ ਅਤੇ ਸੁਨਾਮ (69069 ਵਿਅਕਤੀ) ਵੱਡੇ ਕਸਬੇ ਹਨ। ਦੂਜੀਆਂ ਤਹਿਸੀਲਾਂ ਵਿੱਚ ਕੁੱਝ ਉਦਯੋਗਿਕ ਇਕਾਈਆਂ ਕੰਮ ਕਰਦੀਆਂ ਹਨ। ਇਸ ਕਾਰਨ ਸ਼ਹਿਰੀ ਆਬਾਦੀ ਦੀ ਪ੍ਰਤੀਸ਼ੱਤਤਾ ਕੁੱਝ ਉੱਚੀ ਹੈ।

ਨੀਵਾਂ ਤੋਂ ਬਹੁਤ ਨੀਵਾਂ ਸ਼ਹਿਰੀਕਰਣ (Low to Very Low Urbanisation)– ਇਸ ਸ਼੍ਰੇਣੀ ਵਿੱਚ ਉਹ ਤਹਿਸੀਲਾਂ ਸ਼ਾਮਲ ਹਨ ਜਿਨ੍ਹਾਂ ਵਿੱਚ ਸ਼ਹਿਰੀ ਆਬਾਦੀ ਦੀ ਪ੍ਰਤੀਸ਼ੱਤਤਾ 20 ਤੋਂ ਵੀ ਘੱਟ ਹੈ। ਇਸ ਵਿੱਚ ਖਡੂਰ ਸਾਹਿਬ ਤਹਿਸੀਲ ਵਿੱਚ ਸ਼ਹਿਰੀ ਆਬਾਦੀ ਬਿਲਕੁਲ ਹੈ ਹੀ ਨਹੀਂ। ਛੇ ਅਜਿਹੀਆਂ ਤਹਿਸੀਲਾਂ— ਧਾਰ ਕਲਾਂ (9.98%), ਗੜ੍ਹਸ਼ੰਕਰ (8.56%), ਡੇਰਾ ਬਾਬਾ ਨਾਨਕ (8.36%), ਆਨੰਦਪੁਰ ਸਾਹਿਬ (8.37%), ਗੁਰੂ ਹਰ ਸਹਾਏ ਅਤੇ ਨਿਹਾਲ ਸਿੰਘ ਵਾਲਾ (3.98%) ਹਨ ਜਿੱਥੇ ਸ਼ਹਿਰੀਕਰਣ ਬਹੁਤ ਘੱਟ (10% ਤੋਂ ਵੀ ਘੱਟ) ਹੈ। ਬਾਕੀ ਦੀਆਂ 27 ਤਹਿਸੀਲਾਂ ਵਿੱਚ ਸ਼ਹਿਰੀ ਆਬਾਦੀ ਦੀ ਪ੍ਰਤੀਸ਼ੱਤਤਾ 10.1 ਤੋਂ 20.0 ਤੱਕ ਹੈ। ਇਹ ਹਨ—ਗੁਰਦਾਸਪੁਰ (17.92%), ਅੰਮ੍ਰਿਤਸਰ-I (18.48%), ਧਰਮਕੋਟ, ਤਰਨਤਾਰਨ (13.54%),

ਪੱਟੀ (17.10%), ਸੁਲਤਾਨਪੁਰ ਲੋਧੀ, ਭੁਲੱਥ (19.80%), ਜਲੰਧਰ-II (18.84%), ਨਕੋਦਰ (17.76%), ਫਿਲੌਰ, ਸ਼ਾਹਕੋਟ (14.92%), ਬੰਗਾ (15.41%), ਪਾਤੜਾਂ (19.68%), ਬਲਾਚੌਰ (15.48%), ਦਸੂਹਾ (15.59%), ਮੁਕੇਰੀਆਂ (18.25%), ਸਮਰਾਲਾ (19.96%), ਜਗਰਾਉ. (19.12%), ਪਾਇਲ (19.16%), ਜਲਾਲਾਬਾਦ (15.93%), ਬਾਘਾਪੁਰਾਣਾ (11.17%), ਲਹਿਰਾ (17.06%), ਬਾਬਾ ਬਕਾਲਾ (12.17%), ਬੁਢਲਾਡਾ (17.12%), ਸਰਦੂਲਗੜ੍ਹ (11.03%), ਅਜਨਾਲਾ (10.67%) ਅਤੇ ਖਮਾਣੋ (11.13%)।

ਇਨ੍ਹਾਂ ਤਹਿਸੀਲਾਂ ਵਿੱਚ ਖੇਤੀਬਾੜੀ ਹੀ ਮਹੱਤਵਪੂਰਣ ਹੈ। ਇਹ ਤਹਿਸੀਲਾਂ, ਪਛੜੀਆਂ, ਪਿੰਡ ਪ੍ਰਧਾਨ, ਸਰਹੱਦੀ ਸਥਿਤੀ (border area), ਰੇਤਲੀ, ਪਹਾੜੀ ਜਾਂ ਕੰਕਰੀਲੀ ਮਿੱਟੀ ਵਾਲੀਆਂ ਅਰਧ-ਪਹਾੜੀ ਜਾਂ ਪਹਾੜੀ (hilly) ਅਤੇ ਬਹੁਤ ਘੱਟ ਵਿਕਾਸ (least developed) ਵਾਲੀਆਂ ਹਨ। ਇਨ੍ਹਾਂ ਵਿੱਚ ਤਹਿਸੀਲ ਮੁੱਖ ਦਫਤਰ ਵਾਲਾ ਛੋਟਾ ਜਿਹਾ ਕਸਬਾ (town) ਹੀ ਮਿਲਦਾ ਹੈ। ਇਸ ਕਾਰਨ ਸ਼ਹਿਰੀ ਆਬਾਦੀ ਘੱਟ ਹੈ।

ਪੰਜਾਬ ਦੇ ਕਸਬੇ ਅਤੇ ਸ਼ਹਿਰ (URBAN CENTRES OF PUNJAB)

1981 ਅਨੁਸਾਰ ਪੰਜਾਬ ਵਿੱਚ 134 ਕਸਬੇ ਸਨ। 1991 ਵਿੱਚ ਇਨ੍ਹਾਂ ਦੀ ਗਿਣਤੀ 120 ਰਹਿ ਗਈ ਸੀ। ਇਸ ਗਿਣਤੀ ਦੇ ਘਟਣ ਦਾ ਕਾਰਨ ਇਹ ਸੀ ਕਿ 1991 ਦੀ ਜਨਗਣਨਾ ਵਿੱਚ 21 ਨੋਟੀਫਾਈਡ ਏਰੀਆ ਕਮੇਟੀਆਂ ਨੂੰ ਇਸ ਸ਼੍ਰੇਣੀ ਵਿੱਚੋਂ ਕੱਢ ਦਿੱਤਾ ਗਿਆ ਅਤੇ 7 ਨਵੇਂ ਕਸਬੇ ਹੋਂਦ ਵਿੱਚ ਆ ਗਏ। ਇਸ ਤਰ੍ਹਾਂ 1991 ਦੀ ਜਨਗਣਨਾ ਵਿੱਚ 14 ਕਸਬੇ ਘਟ ਗਏ। 2001 ਦੀ ਜਨਗਣਨਾ ਅਨੁਸਾਰ ਪੰਜਾਬ ਵਿੱਚ 157 ਕਸਬੇ ਸਨ ਜਿਨ੍ਹਾਂ ਵਿੱਚੋਂ 18 ਸੈਂਸੱਸ ਕਸਬੇ ਸਨ। 1991 ਦੇ 4 ਸ਼ਹਿਰ ਵਾਧੇ (outgrowths) ਹਟਾ ਦਿੱਤੇ ਗਏ ਸਨ ਅਤੇ 41 ਨਵੇਂ ਕਸਬੇ ਬਣਾਏ ਗਏ ਸਨ। 2011 ਦੀ ਜਨਗਣਨਾ ਅਨੁਸਾਰ ਪੰਜਾਬ ਵਿੱਚ ਕੁੱਲ 217 ਕਸਬੇ ਜਾਂ ਸ਼ਹਿਰ ਹਨ। ਇਨ੍ਹਾਂ ਵਿੱਚੋਂ 143 ਸਟੈਚੂਟਰੀ ਕਸਬੇ (Statutory towns) ਅਤੇ 74 ਜਨਗਣਨਾ ਕਸਬੇ (Census towns) ਹਨ। ਪੰਜਾਬ ਵਿੱਚ ਇਸ ਸਮੇਂ 18 **ਸ਼ਹਿਰੀ ਇਕੱਠ ਜਾਂ ਵੱਡੇ ਸ਼ਹਿਰ** (Urban Agglomerations) ਹਨ। ਇਕ ਵੱਡੇ ਸ਼ਹਿਰ (U.A.) ਵਿੱਚ ਇੱਕ ਸ਼ਹਿਰ (city) ਜਾਂ ਕਸਬਾ (town) ਜਿਸ ਵਿੱਚ ਇਕ ਜਾਂ ਜ਼ਿਆਦਾ ਨਾਲ ਲੱਗਦੇ ਬਾਹਰ ਵਧਾ (Continuous outgrowths) ਸ਼ਾਮਲ ਹੁੰਦੇ ਹਨ, ਹੋ ਸਕਦਾ ਹੈ, ਨਾਲ ਲੱਗਦੇ ਦੋ ਜਾਂ ਵੱਧ ਕਸਬੇ (ਬਾਹਰ ਵਧਾ ਸਮੇਤ ਜਾਂ ਬਿਨਾ) ਜਾਂ ਇੱਕ ਸ਼ਹਿਰ ਅਤੇ ਉਸ ਨਾਲ ਲੱਗਦੇ ਇੱਕ ਜਾਂ ਵੱਧ ਕਸਬੇ (ਬਾਹਰ ਵਧਾ ਸਮੇਤ ਜਾਂ ਬਿਨਾ) ਹੋ ਸਕਦੇ ਹਨ।*

2011 ਦੀ ਜਨਗਣਨਾ ਅਨੁਸਾਰ ਪੰਜਾਬ ਵਿੱਚ ਕਸਬਿਆਂ ਦੀ ਗਿਣਤੀ 2001 ਦੇ 157 ਕਸਬਿਆਂ ਤੋਂ ਵਧ ਕੇ 2011 ਵਿੱਚ 217 ਹੋ ਗਈ। 2011 ਵਿੱਚ ਰਾਜ ਵਿੱਚ 7 ਸਟੈਚੂਟਰੀ ਕਸਬੇ ਵਧਾਏ ਗਏ— ਮੱਲਾਂ ਵਾਲਾ ਖਾਸ ਅਤੇ ਮੁੱਦਕੀ (ਫਿਰੋਜ਼ਪੁਰ ਜ਼ਿਲ੍ਹਾ), ਭਗਤਾ ਭਾਈਕਾ ਅਤੇ ਤਲਵੰਡੀ ਸਾਬੋ (ਬਠਿੰਡਾ), ਭਾਦਸੋਂ (ਪਟਿਆਲਾ), ਚਮਕੌਰ ਸਾਹਿਬ (ਰੂਪਨਗਰ) ਅਤੇ ਨੈਆ ਗਾਉਂ (ਐਸ.ਏ.ਐਸ. ਨਗਰ)। 2001 ਦੀ ਜਨਗਣਨਾ ਦੇ ਤਿੰਨ ਕਸਬੇ ਬਲਾਚੌਰ, ਭਿੱਖੀਵਿੰਡ ਅਤੇ ਜੰਡਿਆਲਾ (ਜਲੰਧਰ) 2011 ਵਿੱਚ ਖਤਮ ਕਰ ਦਿੱਤੇ ਗਏ ਪ੍ਰੰਤੂ ਭਿੱਖੀਵਿੰਡ ਅਤੇ ਜੰਡਿਆਲਾ ਸੈਂਸੱਸ ਕਸਬੇ ਬਣਾ ਦਿੱਤੇ ਗਏ। ਰਾਜ ਦੇ ਕਸਬਿਆਂ ਨੂੰ ਜਨਸੰਖਿਆ ਅਨੁਸਾਰ ਸ਼੍ਰੇਣੀਬੱਧ ਕੀਤਾ ਗਿਆ ਹੈ।

***ਸਟੈਚੂਟਰੀ ਕਸਬਾ (Statutory Town)—** ਅਜਿਹਾ ਸ਼ਹਿਰੀ ਖੇਤਰ (urban area) ਜਿਸ ਵਿੱਚ ਨਗਰ ਨਿਗਮ (Corporation), ਮਿਉਨਸਪੈਲਿਟੀ, ਨਗਰ ਕਾਊਂਸਲ, ਨਗਰ ਪੰਚਾਇਤ ਜਾਂ ਕੰਟੋਨਮੈਂਟ ਬੋਰਡ ਕੋਈ ਇੱਕ ਹੋਵੇ **ਸਟੈਚੂਟਰੀ ਕਸਬਾ** ਹੋਵੇਗਾ।

ਨਾਨ-ਸਟੈਚੂਟਰੀ ਕਸਬਾ (Non-Statutory Town) :–

ਸੈਂਸੱਸ ਕਸਬਾ ਜਾਂ ਜਨਗਣਨਾ ਕਸਬਾ ਉਹ ਸ਼ਹਿਰੀ ਖੇਤਰ ਹੁੰਦਾ ਹੈ ਜਿਸ ਵਿੱਚ ਨਗਰ ਕਾਊਂਸਲ, ਨਿਗਮ, ਨਗਰ ਪੰਚਾਇਤ ਜਾਂ ਕੰਟੋਨਮੈਂਟ ਬੋਰਡ ਆਦਿ ਦੀ ਕੋਈ ਸੰਸਥਾ ਨਾ ਹੋਵੇ ਪ੍ਰੰਤੂ ਅਜਿਹੇ ਸ਼ਹਿਰੀ ਖੇਤਰ ਦੀ ਆਬਾਦੀ ਘੱਟੋ ਘੱਟ 5000 ਵਿਅਕਤੀ ਹੋਵੇ, ਗੈਰ-ਖੇਤੀਬਾੜੀ ਕੰਮਾਂ ਵਿੱਚ ਘੱਟੋ-ਘੱਟ 75% ਮਨੁੱਖ ਕਾਮੇ (male workers) ਲੱਗੇ ਹੋਣ ਅਤੇ ਅਜਿਹੇ ਖੇਤਰ ਦੀ ਪ੍ਰਤੀ ਵਰਗ ਕਿਲੋਮੀਟਰ ਘਣਤਾ ਘੱਟੋ-ਘੱਟ 400 ਵਿਅਕਤੀ ਹੋਵੇ। ਇਹ ਤਿੰਨ ਸ਼ਰਤਾਂ ਅਜਿਹੇ ਸ਼ਹਿਰੀ ਖੇਤਰ ਵਿੱਚ ਹੋਣੀਆਂ ਚਾਹੀਦੀਆਂ ਹਨ।

ਇਹ ਸ਼੍ਰੇਣੀਆਂ ਇਸ ਤਰ੍ਹਾਂ ਹਨ—

ਸ਼੍ਰੇਣੀ 1 ਕਸਬੇ	-------	ਜਨਸੰਖਿਆ 1,00,000 ਤੋਂ ਜ਼ਿਆਦਾ
ਸ਼੍ਰੇਣੀ 2 ਕਸਬੇ	-------	ਜਨਸੰਖਿਆ 50,000 ਤੋਂ 99,999
ਸ਼੍ਰੇਣੀ 3 ਕਸਬੇ	-------	ਜਨਸੰਖਿਆ 20,000 ਤੋਂ 49,999
ਸ਼੍ਰੇਣੀ 4 ਕਸਬੇ	-------	ਜਨਸੰਖਿਆ 10,000 ਤੋਂ 19,999
ਸ਼੍ਰੇਣੀ 5 ਕਸਬੇ	-------	ਜਨਸੰਖਿਆ 5,000 ਤੋਂ 9,999
ਸ਼੍ਰੇਣੀ 6 ਕਸਬੇ	-------	ਜਨਸੰਖਿਆ 5,000 ਤੋਂ ਘੱਟ

2001 ਦੀ ਜਨਗਣਨਾ ਅਨੁਸਾਰ ਪੰਜਾਬ ਵਿੱਚ 14 ਸ਼੍ਰੇਣੀ I, 18 ਸ਼੍ਰੇਣੀ II, 36 ਸ਼੍ਰੇਣੀ III, 54 ਸ਼੍ਰੇਣੀ IV, 28 ਸ਼੍ਰੇਣੀ V, ਅਤੇ 7 ਸ਼੍ਰੇਣੀ VI ਦੇ ਕਸਬੇ ਸਨ। 2011 ਦੀ ਜਨਗਣਨਾ ਦੀ ਅੰਤਮ ਗਿਣਤੀ ਅਨੁਸਾਰ ਪੰਜਾਬ ਵਿੱਚ 17 ਸ਼੍ਰੇਣੀ I, 23 ਸ਼੍ਰੇਣੀ II, 49 ਸ਼੍ਰੇਣੀ III, 61 ਸ਼੍ਰੇਣੀ IV, 49 ਸ਼੍ਰੇਣੀ V ਅਤੇ 18 ਸ਼੍ਰੇਣੀ VI ਦੇ ਕਸਬੇ ਹਨ। ਪਹਿਲੀ ਸ਼੍ਰੇਣੀ ਦੇ ਕਸਬੇ ਲੁਧਿਆਣਾ, ਅੰਮ੍ਰਿਤਸਰ, ਜਲੰਧਰ, ਪਟਿਆਲਾ, ਬਠਿੰਡਾ, ਪਠਾਨਕੋਟ, ਹੁਸ਼ਿਆਰਪੁਰ, ਮੋਗਾ, ਅਬੋਹਰ, ਬਟਾਲਾ, ਮੋਹਾਲੀ, ਮਲੇਰਕੋਟਲਾ, ਖੰਨਾ, ਮੁਕਤਸਰ, ਬਰਨਾਲਾ, ਫਿਰੋਜ਼ਪੁਰ ਅਤੇ ਫਗਵਾੜਾ ਹਨ। ਇਨ੍ਹਾਂ ਵਿੱਚ ਕੁੱਲ 60 ਲੱਖ 54 ਹਜ਼ਾਰ ਦੋ ਸੌ ਅਠਾਨਵੇਂ (ਰਾਜ ਦੀ ਕੁੱਲ ਸ਼ਹਿਰੀ ਆਬਾਦੀ ਦਾ 58.61%) ਲੋਕ ਰਹਿੰਦੇ ਹਨ। ਅਗਰ ਇਨ੍ਹਾਂ ਵਿੱਚ ਸ਼ਾਮਲ ਸ਼ਹਿਰਾਂ ਦੇ ਯੂ.ਏ. ਦੀ ਆਬਾਦੀ ਵੀ ਸ਼ਾਮਲ ਕਰ ਲਈਏ ਤਾਂ ਕੁੱਲ ਆਬਾਦੀ 61,36,612 ਬਣਦੀ ਹੈ ਅਤੇ ਪ੍ਰਤੀਸ਼ੱਤਤਾ 59.01 ਬਣਦੀ ਹੈ। ਦੂਜੀ ਸ਼੍ਰੇਣੀ ਦੇ ਕਸਬਿਆਂ ਵਿੱਚ ਰਾਜ ਦੀ 16.13% ਦੇ ਲਗਭਗ ਸ਼ਹਿਰੀ ਆਬਾਦੀ ਰਹਿੰਦੀ ਹੈ। ਦਰਜਾ ਤਿੰਨ ਕਸਬਿਆਂ ਵਿੱਚ ਰਾਜ ਦੀ 13.12% ਦੇ ਲਗਭਗ ਸ਼ਹਿਰੀ ਜਨਸੰਖਿਆ ਰਹਿੰਦੀ ਹੈ। ਦਰਜਾ ਇੱਕ ਅਤੇ ਦਰਜਾ ਪੰਜ ਦੇ ਸ਼ਹਿਰਾਂ, ਕਸਬਿਆਂ ਤੋਂ ਬਿਨਾਂ ਬਾਕੀ ਦੀਆਂ ਸ਼੍ਰੇਣੀਆਂ ਦੇ ਕਸਬਿਆਂ ਅਧੀਨ ਜਨਸੰਖਿਆ ਦੀ ਪ੍ਰਤੀਸ਼ੱਤਤਾ 1991 ਤੋਂ 2001 ਵਿੱਚ ਘਟੀ ਹੈ। ਪੰਜਾਬ ਜਨਗਣਨਾ 2011 ਦੇ ਆਰਜ਼ੀ ਅੰਕੜਿਆਂ ਅਨੁਸਾਰ ਕਪੂਰਥਲਾ ਯੂ.ਏ. ਦੀ ਜਨਸੰਖਿਆ 1,01,654 (ਸ਼੍ਰੇਣੀ I ਦਾ ਸ਼ਹਿਰ) ਸੀ ਪ੍ਰੰਤੂ ਅੰਤਮ ਅੰਕੜਿਆਂ ਅਨੁਸਾਰ ਕਪੂਰਥਲਾ ਯੂ.ਏ. ਦੀ ਕੁੱਲ ਵਸੋਂ 98,916 ਹੈ।

ਪੰਜਾਬ ਦੇ ਇੱਕ ਕਸਬੇ ਦੀ ਔਸਤ ਜਨਸੰਖਿਆ 2011 ਅਨੁਸਾਰ 47,922 ਹੈ। ਪੰਜਾਬ ਦੇ 217 ਕਸਬਿਆਂ ਵਿੱਚੋਂ 41 ਦੀ ਜਨਸੰਖਿਆ ਕਸਬੇ ਦੀ ਔਸਤ ਜਨਸੰਖਿਆ (7,922) ਤੋਂ ਜ਼ਿਆਦਾ ਹੈ। ਸਭ ਤੋਂ ਵੱਡਾ ਸ਼ਹਿਰ ਲੁਧਿਆਣਾ (16,18,879) ਅਤੇ ਸਭ ਤੋਂ ਛੋਟਾ ਕਸਬਾ ਸੰਗਤ (2744) ਜੋ ਬਠਿੰਡਾ ਜ਼ਿਲ੍ਹਾ ਵਿੱਚ ਹੈ। 217 ਕਸਬਿਆਂ ਵਿੱਚੋਂ 10 ਕਾਰਪੋਰੇਸ਼ਨਾਂ, 95 ਮਿਉਂਸੀਪਲ ਕਮੇਟੀਆਂ 35 ਨਗਰ ਪੰਚਾਇਤਾਂ, 3 ਕੰਟੋਨਮੈਂਟ ਬੋਰਡ ਅਤੇ 74 ਜਨਗਣਨਾ ਕਸਬੇ ਹਨ (2011 ਅਨੁਸਾਰ)।

ਸਭ ਤੋਂ ਜ਼ਿਆਦਾ ਕਸਬੇ (21) ਜਲੰਧਰ ਅਤੇ (20) ਲੁਧਿਆਣਾ ਜ਼ਿਲ੍ਹਿਆਂ ਵਿੱਚ ਅਤੇ ਸਭ ਤੋਂ ਘੱਟ 3 ਕਸਬੇ ਫਰੀਦਕੋਟ ਅਤੇ 4 ਹਰੇਕ ਤਰਨ ਤਾਰਨ, ਅਤੇ ਮੁਕਤਸਰ ਜ਼ਿਲ੍ਹਿਆਂ ਵਿੱਚ ਅਤੇ 5 ਹਰੇਕ ਮੋਗਾ, ਫਤਹਿਗੜ੍ਹ ਸਾਹਿਬ, ਮਾਨਸਾ ਅਤੇ ਬਰਨਾਲਾ ਵਿੱਚ ਹਨ। ਗੁਰਦਾਸਪੁਰ, ਹੁਸ਼ਿਆਰਪੁਰ ਅਤੇ ਸੰਗਰੂਰ ਹਰੇਕ ਵਿੱਚ 13 ਕਸਬੇ, ਪਠਾਨਕੋਟ 14, ਅੰਮ੍ਰਿਤਸਰ 15, ਪਟਿਆਲਾ ਅਤੇ ਬਠਿੰਡਾ ਵਿੱਚ 12 ਕਸਬੇ ਅਤੇ ਫਿਰੋਜ਼ਪੁਰ ਅਤੇ ਕਪੂਰਥਲਾ ਵਿੱਚ 9 ਕਸਬੇ ਅਤੇ ਸ.ਭ.ਸ. ਨਗਰ ਅਤੇ ਰੂਪਨਗਰ ਹਰੇਕ ਵਿੱਚ 8 ਕਸਬੇ ਹਨ। ਖੇਤਰ ਅਨੁਸਾਰ 46 ਕਸਬੇ ਮਾਝਾ ਵਿੱਚ, 51 ਕਸਬੇ ਬਿਸਤ ਦੋਆਬ ਵਿੱਚ ਸਭ ਤੋਂ ਵੱਧ 120 ਕਸਬੇ ਮਾਲਵਾ ਪ੍ਰਦੇਸ਼ ਵਿੱਚ ਹਨ (ਸਾਰਣੀ ਨੰ. 21)। ਮਾਲਵੇ ਵਿੱਚ ਜ਼ਿਆਦਾਤਰ ਦਰਮਿਆਨੇ ਆਕਾਰ (10,000 ਤੋਂ 49,999 ਜਨਸੰਖਿਆ) ਦੇ ਕਸਬੇ (65) ਹਨ। ਮਾਝੇ ਅਤੇ ਬਿਸਤ ਦੋਆਬ ਵਿੱਚ ਛੋਟੇ ਕਸਬੇ (5,000 ਤੋਂ ਘੱਟ ਜਨਸੰਖਿਆ) ਵੀ ਕਾਫ਼ੀ (40) ਹਨ। ਹੁਸ਼ਿਆਰਪੁਰ ਜ਼ਿਲ੍ਹੇ ਵਿੱਚ ਹੁਸ਼ਿਆਰਪੁਰ ਸ਼ਹਿਰ ਤੋਂ ਬਿਨਾਂ ਹੋਰ ਕੋਈ ਵੀ ਵੱਡੇ ਅਤੇ ਦਰਮਿਆਨੇ (50,000 ਤੋਂ ਵੱਧ ਵਸੋਂ) ਆਕਾਰ ਦਾ ਕਸਬਾ ਨਹੀਂ ਹੈ (ਨਕਸ਼ਾ ਨੰ. 37)।

ਪੰਜਾਬ ਦੇ 40% ਦੇ ਲਗਭਗ ਕਸਬੇ ਉਦਯੋਗਿਕ ਕੇਂਦਰ ਹਨ। ਇਹ ਜ਼ਿਆਦਾਤਰ ਰਾਜ ਦੇ ਮੱਧਵਰਤੀ ਭਾਗਾਂ ਵਿੱਚ ਪਾਏ

ਜਾਂਦੇ ਹਨ। ਮਾਲਵੇ ਦੇ ਜ਼ਿਆਦਾਤਰ ਕਸਬੇ ਮੰਡੀਆਂ (markets) ਹਨ। ਰਾਜ ਦੇ 40% ਦੇ ਲਗਭਗ ਕਸਬੇ ਸੇਵਾਵਾਂ ਕੇਂਦਰ (ਇਕੱਠਾ ਕਰਨ, ਵੰਡਣ, ਸਾਧਾਰਣ, ਵਣਜ-ਵਪਾਰ ਅਤੇ ਕੁਝ ਨਿਰਮਾਣ ਕਲਾ) ਹਨ। ਪਹਿਲੀ ਅਤੇ ਦੂਜੀ ਸ਼੍ਰੇਣੀ ਦੇ ਕਸਬਿਆਂ ਵਿੱਚੋਂ ਅੱਧੇ ਜ਼ਿਲ੍ਹੇ ਦੇ ਮੁੱਖ ਦਫਤਰ (ਹੈੱਡਕੁਆਟਰ) ਹਨ। ਕੁੱਝ ਫੌਜੀ ਛੌਣੀਆਂ (ਕੈਂਟ) ਅਤੇ ਵੱਡੀਆਂ ਮੰਡੀਆਂ ਹਨ। ਰਾਜ ਦੇ ਵੱਡੇ ਸ਼ਹਿਰ ਅਤੇ ਕਸਬੇ ਰਾਸ਼ਟਰੀ ਮਾਰਗ ਅਤੇ ਮੁੱਖ ਰਾਜ ਮਾਰਗਾਂ ਉੱਤੇ ਸਥਿਤ ਹਨ। 25 ਦੇ ਲਗਭਗ ਕਸਬੇ ਰਾਸ਼ਟਰੀ ਮਾਰਗ ਨੰ. 1 ਉੱਤੇ ਸਥਿਤ ਹਨ। ਸਭ ਵੱਡੇ ਕਸਬੇ ਰੇਲਾਂ ਦੇ ਜੰਕਸ਼ਨ ਜਾਂ ਰੇਲਵੇ ਰਾਹੀਂ ਜੁੜੇ ਹੋਏ ਹਨ।

2011 ਦੀ ਜਨਗਣਨਾ ਅਨੁਸਾਰ **ਲੁਧਿਆਣਾ ਰਾਜ ਦਾ ਸਭ ਤੋਂ ਵੱਡਾ ਸ਼ਹਿਰ ਹੈ** ਅਤੇ ਲੁਧਿਆਣਾ ਮਿਉਂਸਪਲ ਕਾਰਪੋਰੇਸ਼ਨ ਦੀ 2011 ਦੀ ਜਨਗਣਨਾ ਅਨੁਸਾਰ ਕੁੱਲ ਆਬਾਦੀ 16 ਲੱਖ, 18 ਹਜ਼ਾਰ 8 ਸੌ ਉਨਾਸੀ ਹੈ। ਇਸ ਸ਼ਹਿਰ ਦੀ ਆਬਾਦੀ 1901 ਵਿੱਚ 48,649 ਤੋਂ ਵਧ ਕੇ 1961 ਵਿੱਚ 2,44,072, 1981 ਵਿੱਚ 6,07,052, 1991 ਵਿੱਚ 10,42,740 ਅਤੇ 2001 ਵਿੱਚ 13,98,467 ਹੋ ਗਈ ਸੀ। 1971 ਤੱਕ ਲੁਧਿਆਣਾ, ਅੰਮ੍ਰਿਤਸਰ ਤੋਂ ਬਾਅਦ ਰਾਜ ਦਾ ਦੂਜਾ ਵੱਡਾ ਸ਼ਹਿਰ ਰਿਹਾ ਹੈ। 1981 ਵਿੱਚ ਲੁਧਿਆਣਾ ਦਾ ਸ਼ਹਿਰ ਅੰਮ੍ਰਿਤਸਰ ਨੂੰ ਪਿੱਛੇ ਛੱਡ ਕੇ ਰਾਜ ਦਾ ਸਭ ਤੋਂ ਵੱਡਾ ਸ਼ਹਿਰ ਬਣ ਗਿਆ। 1981 ਵਿੱਚ ਅੰਮ੍ਰਿਤਸਰ ਦੀ ਆਬਾਦੀ 5,94,844 ਸੀ ਅਤੇ ਲੁਧਿਆਣਾ ਦੀ ਆਬਾਦੀ ਇਸ ਸਾਲ 6,07,052 ਹੋ ਗਈ ਸੀ। ਇਸ ਤਰ੍ਹਾਂ 1981 ਤੋਂ ਲੁਧਿਆਣਾ ਪੰਜਾਬ ਦਾ ਸਭ ਤੋਂ ਵੱਡਾ ਸ਼ਹਿਰ ਬਣ ਗਿਆ। ਕੁਦਰਤੀ ਵਾਧੇ ਤੋਂ ਇਲਾਵਾ, ਪੰਜਾਬ ਦੇ ਪਿੰਡਾਂ ਤੋਂ ਲੁਧਿਆਣਾ ਵੱਲ ਪ੍ਰਵਾਸ ਅਤੇ ਹਜ਼ਾਰਾਂ ਤੋਂ ਲੱਖਾਂ ਪ੍ਰਵਾਸੀ ਮਜ਼ਦੂਰਾਂ ਦਾ ਯੂ.ਪੀ., ਬਿਹਾਰ, ਰਾਜਸਥਾਨ ਅਤੇ ਮੱਧ ਪ੍ਰਦੇਸ਼ ਆਦਿ ਤੋਂ ਲੁਧਿਆਣਾ ਵਿੱਚ ਆ ਕੇ ਵਸ ਜਾਣਾ ਲੁਧਿਆਣਾ ਸ਼ਹਿਰ ਦੀ ਆਬਾਦੀ ਦੇ ਤੇਜ਼ ਵਾਧੇ ਲਈ ਜ਼ਿੰਮੇਵਾਰ ਹਨ।

ਅੰਮ੍ਰਿਤਸਰ ਪੰਜਾਬ ਦਾ ਦੂਜਾ ਵੱਡਾ ਸ਼ਹਿਰ ਹੈ। 2011 ਦੀ ਜਨਗਣਨਾ ਅਨੁਸਾਰ ਅੰਮ੍ਰਿਤਸਰ ਸ਼ਹਿਰ ਦੀ ਕੁੱਲ ਆਬਾਦੀ 11 ਲੱਖ 59 ਹਜ਼ਾਰ 2 ਸੌ ਸਤਾਈ ਹੈ। ਅੰਮ੍ਰਿਤਸਰ ਸ਼ਹਿਰੀ ਇਕੱਠ (U.A.) ਦੀ ਕੁੱਲ ਆਬਾਦੀ 11,83,549 ਹੈ। 2001 ਵਿੱਚ ਸ਼ਹਿਰ ਦੀ ਆਬਾਦੀ 10,03,917 ਸੀ। 1901 ਵਿੱਚ ਅੰਮ੍ਰਿਤਸਰ ਦੀ ਕੁੱਲ ਆਬਾਦੀ 1,62,249 ਸੀ ਤੇ 1971 ਤੱਕ ਇਹ ਪੰਜਾਬ ਦਾ ਸਭ ਤੋਂ ਵੱਡਾ ਅਤੇ ਮਹੱਤਵਪੂਰਨ ਸ਼ਹਿਰ ਰਿਹਾ ਹੈ। ਲੁਧਿਆਣਾ ਦੀ ਤਰ੍ਹਾਂ ਇਹ ਵੀ ਇੱਕ "ਮਿਲੀਅਨ ਸਿਟੀ" (10 ਲੱਖ ਦੀ ਵਸੋਂ ਵਾਲਾ ਸ਼ਹਿਰ) ਬਣ ਗਿਆ ਹੈ। 1947 ਦੀ ਦੇਸ਼ ਦੀ ਵੰਡ ਕਾਰਨ ਅੰਮ੍ਰਿਤਸਰ ਸ਼ਹਿਰ ਦੇ ਵਿਕਾਸ ਅਤੇ ਆਬਾਦੀ ਉੱਤੇ ਬਹੁਤ ਪ੍ਰਭਾਵ ਪਿਆ ਹੈ। 1941 ਵਿੱਚ ਅੰਮ੍ਰਿਤਸਰ ਸ਼ਹਿਰ ਦੀ ਆਬਾਦੀ 3,91,010 ਸੀ ਜੋ 1961 ਵਿੱਚ ਘਟ ਕੇ 3,76,295 ਰਹਿ ਗਈ ਸੀ। (ਰਾਜ ਦੇ ਬਟਵਾਰੇ ਕਾਰਨ)।

ਜਲੰਧਰ ਦੋਆਬੇ ਦਾ ਸਮਾਜਿਕ, ਰਾਜਨੀਤਕ ਅਤੇ ਸਭਿਆਚਾਰਕ ਕੇਂਦਰ ਹੈ। 2001 ਅਨੁਸਾਰ ਜਲੰਧਰ ਸ਼ਹਿਰ ਦੀ ਕੁੱਲ ਆਬਾਦੀ 7,14,077 ਸੀ ਜੋ 2011 ਵਿੱਚ ਵਧ ਕੇ 8,68,929 ਹੋ ਗਈ ਹੈ। ਜਲੰਧਰ (U.A.) ਦੀ ਕੁੱਲ ਆਬਾਦੀ 8,74,412 ਹੈ ਅਤੇ ਇਹ ਰਾਜ ਦਾ ਤੀਜਾ ਵੱਡਾ ਸ਼ਹਿਰ ਹੈ। 1901 ਵਿੱਚ ਅੰਮ੍ਰਿਤਸਰ ਤੋਂ ਬਾਅਦ ਰਾਜ ਦਾ ਦੂਜਾ ਸਭ ਤੋਂ ਵੱਡਾ ਸ਼ਹਿਰ ਸੀ (ਆਬਾਦੀ 54,445, ਲੁਧਿਆਣਾ = 48,649) 1941 ਵਿੱਚ ਲੁਧਿਆਣਾ ਇਸ ਤੋਂ ਅੱਗੇ ਨਿਕਲ ਗਿਆ।

ਪਟਿਆਲਾ ਪੰਜਾਬ ਦਾ ਚੌਥਾ ਵੱਡਾ ਅਤੇ ਮਾਲਵੇ ਦਾ ਸਭ ਤੋਂ ਵੱਡਾ ਅਤੇ ਵੱਧ ਮਹੱਤਵਪੂਰਣ ਸ਼ਹਿਰ ਹੈ। ਇਹ ਇੱਕ ਸ਼ਾਹੀ ਸ਼ਹਿਰ ਹੈ ਅਤੇ ਪੈਪਸੂ ਰਾਜ ਦੀ ਰਾਜਧਾਨੀ ਰਿਹਾ ਹੈ। 1901 ਵਿੱਚ ਪਟਿਆਲਾ ਵੀ ਲੁਧਿਆਣਾ ਤੋਂ ਵੱਡਾ ਸ਼ਹਿਰ ਸੀ। 2001 ਅਨੁਸਾਰ ਪਟਿਆਲਾ ਸ਼ਹਿਰ ਦੀ ਆਬਾਦੀ 3,23,884 ਸੀ। ਇਹ 2011 ਵਿੱਚ ਵਧ ਕੇ 4,46,246 ਹੋ ਗਈ ਹੈ। ਲੁਧਿਆਣਾ, ਅੰਮ੍ਰਿਤਸਰ ਅਤੇ ਜਲੰਧਰ ਦੇ ਮੁਕਾਬਲੇ ਪਟਿਆਲਾ ਸ਼ਹਿਰ ਨੇ ਬਹੁਤੀ ਤਰੱਕੀ ਨਹੀਂ ਕੀਤੀ ਹੈ।

ਮਾਲਵੇ ਵਿੱਚ **ਬਠਿੰਡਾ** ਦਾ ਸ਼ਹਿਰ ਵੀ ਤੇਜ਼ੀ ਨਾਲ ਵਿਕਾਸ ਕਰ ਰਿਹਾ ਹੈ। 1901 ਵਿੱਚ ਕੇਵਲ 13,185 ਜਨਸੰਖਿਆ ਵਾਲਾ ਸ਼ਹਿਰ 2001 ਵਿੱਚ ਪੰਜਾਬ ਦਾ ਪੰਜਵਾਂ ਵੱਡਾ ਸ਼ਹਿਰ ਬਣ ਗਿਆ ਅਤੇ ਇਸਦੀ 2001 ਵਿੱਚ ਕੁੱਲ ਆਬਾਦੀ 2,17,256 ਸੀ। ਇਹ 2011 ਵਿੱਚ 2,85,788 ਹੋ ਗਈ ਹੈ। ਬਠਿੰਡਾ ਪੱਛਮੀ ਮਾਲਵਾ ਦਾ ਵੱਡਾ ਸ਼ਹਿਰ ਅਤੇ ਸਭ ਤੋਂ ਵੱਡਾ ਰੇਲਵੇ ਜੰਕਸ਼ਨ ਹੈ। ਇੱਥੇ ਛਾਉਣੀ (Cantt.) ਵੀ ਬਣ ਗਈ ਹੈ।

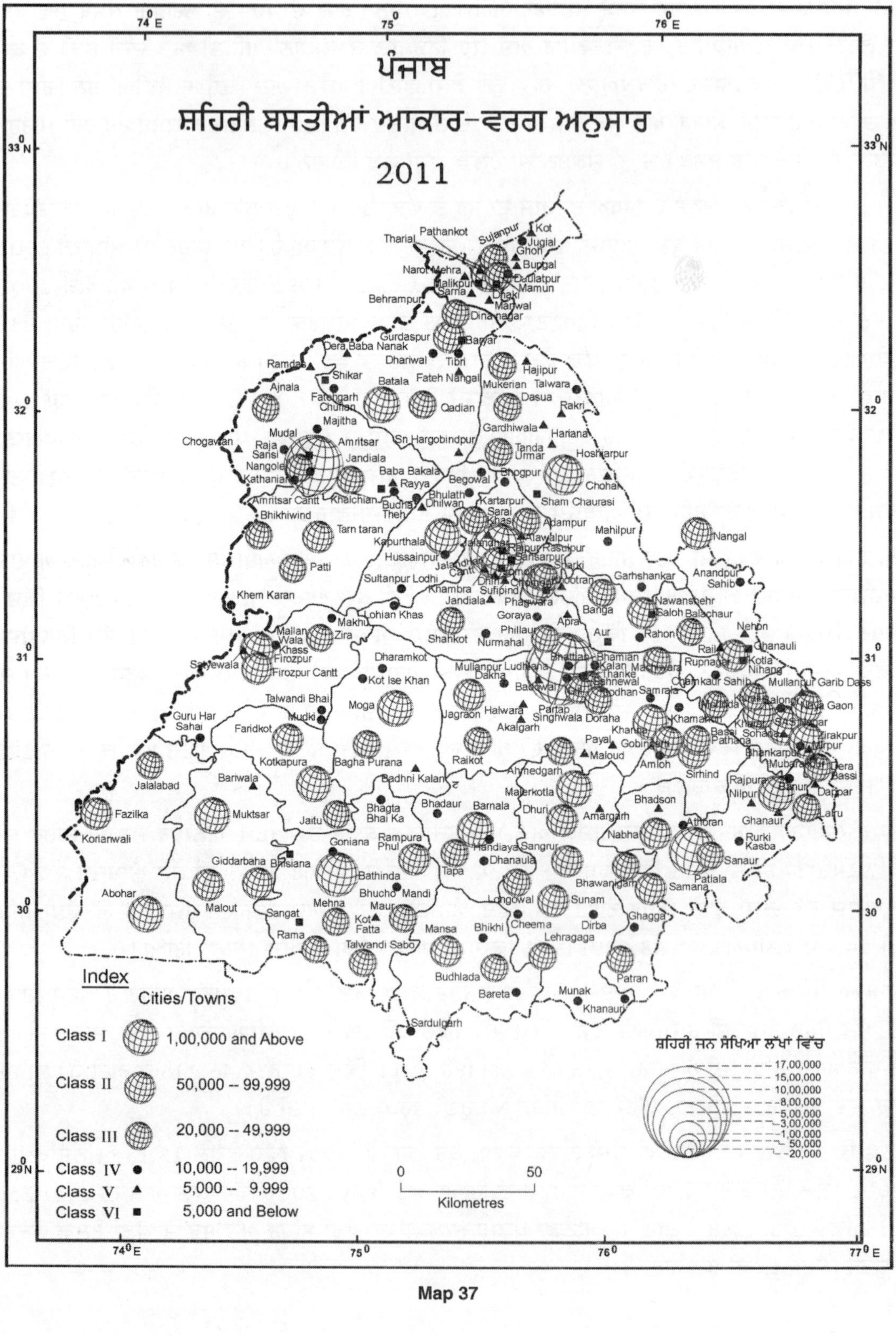
ਪੰਜਾਬ
ਸ਼ਹਿਰੀ ਬਸਤੀਆਂ ਆਕਾਰ-ਵਰਗ ਅਨੁਸਾਰ
2011
Index
Cities/Towns
Class I 1,00,000 and Above
Class II 50,000 -- 99,999
Class III 20,000 -- 49,999
Class IV 10,000 -- 19,999
Class V 5,000 -- 9,999
Class VI 5,000 and Below
0 50
Kilometres
ਸ਼ਹਿਰੀ ਜਨ ਸੰਖਿਆ ਲੱਖਾਂ ਵਿੱਚ
17,00,000
15,00,000
10,00,000
8,00,000
5,00,000
3,00,000
1,00,000
50,000
20,000
Pathankot
Sujanpur
Gurdaspur
Batala
Amritsar
Tarn taran
Kapurthala
Jalandhar
Hoshiarpur
Nangal
Ludhiana
Moga
Firozpur
Faridkot
Kotkapura
Fazilka
Jalalabad
Muktsar
Abohar
Malout
Giddarbaha
Bathinda
Mansa
Barnala
Sangrur
Malerkotla
Nabha
Patiala
Rajpura
Samana
Sunam
Khanna
Sirhind
Mohali
Kharar
Zirakpur
Sardulgarh
Budhlada
Patran

Map 37

ਪਠਾਨਕੋਟ 1,60,509 (1,68,485), ਹੁਸ਼ਿਆਰਪੁਰ 1,68,653 (1,49,668), ਬਟਾਲਾ 1,58,621 (1,47,872), ਮੋਗਾ 1,63,397 (1,35,279), ਅਬੋਹਰ 1,45,302 (1,24,339), ਐਸ.ਏ.ਐਸ. ਨਗਰ (ਮੋਹਾਲੀ) 1,76,170 (1,23,484), ਮਲੇਰਕੋਟਲਾ 1,35,424 (1,07,009), ਖੰਨਾ 1,28,137 (1,03,009), ਫਗਵਾੜਾ 1,17,966 (1,02,253), ਮੁਕਤਸਰ 1,16,747 (83,655), ਬਰਨਾਲਾ 1,16,499 (96,624) ਅਤੇ ਫਿਰੋਜ਼ਪੁਰ 1,10,313 (95,475) ਪੰਜਾਬ ਦੇ ਦੂਜੇ ਵੱਡੇ (ਕਲਾਸ-I) ਸ਼ਹਿਰ ਹਨ ਜੋ ਤੇਜ਼ੀ ਨਾਲ ਤਰੱਕੀ ਕਰ ਰਹੇ ਹਨ। ਇਨ੍ਹਾਂ ਵਿੱਚੋਂ ਕੇਵਲ ਪਠਾਨਕੋਟ (UA) ਦੀ ਆਬਾਦੀ 2001 ਦੀ ਆਬਾਦੀ ਦੇ ਮੁਕਾਬਲੇ ਘਟੀ ਹੈ (−4.73%)। ਬਰੈਕਟਾਂ ਵਿੱਚ ਅੰਕੜੇ ਹਰੇਕ ਸ਼ਹਿਰ ਦੀ 2001 ਦੀ ਆਬਾਦੀ ਦਰਸਾਉਂਦੇ ਹਨ। 2011 ਦੇ ਅੰਤਮ ਕੁੱਲ ਜਨਸੰਖਿਆ ਅੰਕੜਿਆਂ ਅਨੁਸਾਰ ਕਪੂਰਥਲਾ ਸ਼ਹਿਰ ਦੀ ਆਬਾਦੀ 98,916 ਹੈ (ਆਰਜ਼ੀ ਅੰਕੜਿਆਂ ਅਨੁਸਾਰ 1,01,654 ਸੀ)।

ਸਾਰਣੀ ਨੰ. 23 ਪੰਜਾਬ : ਦਰਜਾ I ਅਤੇ ਦਰਜਾ II ਸ਼ਹਿਰਾਂ ਦੀ ਜਨਸੰਖਿਆ 2011 ਅਤੇ 2001

ਲੜੀ ਨੰ.	ਨਾਮ	ਜਨਸੰਖਿਆ 2011	ਜਨਸੰਖਿਆ 2001	ਵਾਧਾ ਦਰ %	ਲੜੀ ਨੰ.	ਨਾਮ	ਜਨਸੰਖਿਆ 2011	ਜਨਸੰਖਿਆ 2001	ਵਾਧਾ ਦਰ
		ਦਰਜਾ I ਸ਼ਹਿਰ					ਦਰਜਾ II ਸ਼ਹਿਰ		%
1.	ਲੁਧਿਆਣਾ	16,18,879	13,98,467	15.76	1.	ਕਪੂਰਥਲਾ	98,916	85,686	15.44
2.	ਅੰਮ੍ਰਿਤਸਰ	11,59,227	9,66,862	19.90	2.	ਜ਼ੀਰਕਪੁਰ	95,533	25,022	281.80
	ਅੰਮ੍ਰਿਤਸਰ ਯੂ.ਏ.	11,83,549	10,03,917	17.89	3.	ਰਾਜਪੁਰਾ	92,301	82,956	11.27
3.	ਜਲੰਧਰ .	8,68.929	7,06,043	23.04	4.	ਕੋਟਕਪੂਰਾ	91,979	80,785	13.86
	ਜਲੰਧਰ ਯੂ.ਏ.	8,74,412	7,14,077	19.65	5.	ਸੰਗਰੂਰ	88,043	77,989	12.89
4.	ਪਟਿਆਲਾ	4,46,246	3,23,884	37.78					
5.	ਬਠਿੰਡਾ	2,85,788	2,17,256	31.54					
6.	ਐਸ.ਏ.ਐਸ. ਨਗਰ	1,66,864	1,23,484	35.13	6.	ਫਰੀਦਕੋਟ	87,695	79,321	10.56
	ਐਸ.ਏ.ਐਸ. ਨਗਰ ਯੂ.ਏ.	1,76,170	–	–					
7.	ਹੁਸ਼ਿਆਰਰਪੁਰ	1,68,653	1,49,668	12.68	7.	ਮਾਨਸਾ	82,956	72,627	14.22
8.	ਪਠਾਨਕੋਟ	1,56,306	1,57,925	1.04	8.	ਗੋਬਿੰਦਗੜ੍ਹ	82.,266	60,677	35.58
	ਪਠਾਨਕੋਟ ਯੂ.ਏ.	1,60,509	1,68.485						
9.	ਮੋਗਾ	1,63,397	1,35,279	20.79	9.	ਮਲੋਟ	81,406	70,765	15.01
10.	ਬਟਾਲਾ	1,58,621	1,47,872	7.27	10.	ਗੁਰਦਾਸਪੁਰ	77,928	68,441	13.86
11.	ਅਬੋਹਰ	1,45,302	1,24,339	15.25	11.	ਖਰੜ	74,460	42,289	76.07
12.	ਮਲੇਰਕੋਟਲਾ	1,35,424	1,07,009	26.55	12.	ਫਾਜ਼ਿਲਕਾ	76,492	67,427	13.44
13.	ਖੰਨਾ	1,28,137	103,099	24.29	13.	ਸੁਨਾਮ	69,069	56.251	22.79
14.	ਮੁਕਤਸਰ ਸਾਹਿਬ	1,16,747	83,655	39.56	14.	ਨਾਭਾ	67,972	62,000	9.63
15.	ਬਰਨਾਲਾ	1,16,499	96,624	20.65	15.	ਤਰਨਤਾਰਨ	66,847	55,787	19.83
16.	ਫਿਰੋਜ਼ਪੁਰ	1,10,313	95,475	15.54	16.	ਜਗਰਾਉਂ	65,240	60,080	8.59
17.	ਫਗਵਾੜਾ	97,864	95,788	2.17	17.	ਸਰਹਿੰਦ	58,047	49,825	16.60
	ਫਗਵਾੜਾ ਯੂ.ਏ.	1,17,966	1,02,253	15.37	18.	ਰੂਪਨਗਰ	56,038	49,159	13.99
					19.	ਧੂਰੀ	55,225	46,592	11.78
					20.	ਸਮਾਣਾ	54,072	46,592	16.05
					21.	ਫਿਰੋਜ਼ਪੁਰ ਕੈਂਟ	53,199	57,678	– 8.42
					22.	ਰਾਮਪੁਰਾ ਫੂਲ	51,023	44,665	14.23
					23.	ਨੈਆ ਗਾਉਂ	50,869	–	–

ਸਰੋਤ—1. ਭਾਰਤ ਦੀ ਜਨਗਣਨਾ 2011, ਪੰਜਾਬ ਅੰਤਮ ਜਨਸੰਖਿਆ ਕੁੱਲ ਅੰਕੜੇ, ਪੀਸੀਏ.-2011

ਪਿੰਡ (VILLAGES)

2001 ਦੀ ਜਨਗਣਨਾ ਅਨੁਸਾਰ ਰਾਜ ਵਿੱਚ ਕੁੱਲ 12673 ਵਸਦੇ ਪਿੰਡ ਸਨ ਜਿਨ੍ਹਾਂ ਵਿੱਚੋਂ 12278 ਆਬਾਦ (inhabited) ਪਿੰਡ ਸਨ। 2011 ਦੀ ਜਨਗਣਨਾ ਅਨੁਸਾਰ ਪੰਜਾਬ ਦੇ ਪਿੰਡਾਂ ਦੀ ਗਿਣਤੀ 12581 ਹੈ। ਇਨ੍ਹਾਂ ਵਿੱਚੋਂ 2011 ਦੀ ਜਨਗਣਨਾ ਅਨੁਸਾਰ ਪੰਜਾਬ ਵਿੱਚ 12168 ਵਸਦੇ ਪਿੰਡ ਸਨ। ਰਾਜ ਵਿੱਚ ਪਹਿਲੇ ਨੰਬਰ ਤੇ ਸਭ ਤੋਂ ਵੱਧ 1385 ਪਿੰਡ ਹੁਸ਼ਿਆਰਪੁਰ ਜ਼ਿਲ੍ਹੇ ਵਿੱਚ ਹਨ। ਗੁਰਦਾਸਪੁਰ ਜ਼ਿਲ੍ਹੇ ਵਿੱਚ 1152 ਪਿੰਡ (ਦੂਜੇ ਨੰਬਰ ਤੇ) ਹਨ। ਸਭ ਤੋਂ ਘੱਟ ਪਿੰਡ 163 ਫਰੀਦਕੋਟ ਜ਼ਿਲ੍ਹੇ ਵਿੱਚ ਅਤੇ 127 ਬਰਨਾਲਾ ਜ਼ਿਲ੍ਹੇ ਵਿੱਚ ਹਨ। 2011 ਦੀ ਜਨਗਣਨਾ ਦੇ ਅੰਕੜਿਆਂ ਅਨੁਸਾਰ ਰਾਜ ਦੇ 23.52% ਦੇ ਲਗਭਗ ਪਿੰਡ ਛੋਟੇ (ਹਰੇਕ ਦੀ ਆਬਾਦੀ 500 ਤੋਂ ਘੱਟ), 55.13% ਦਰਮਿਆਨੇ ਆਕਾਰ ਦੇ (500 ਤੋਂ 1999 ਵਸੋਂ) ਅਤੇ 18.3% ਪਿੰਡ ਵੱਡੇ (2000 ਤੋਂ 4999 ਆਬਾਦੀ) ਅਤੇ 3.1% ਦੇ ਲਗਭਗ ਬਹੁਤ ਵੱਡੇ ਪਿੰਡ ਹਨ। ਰਾਜ ਵਿੱਚ 413 ਬੇ-ਚਿਰਾਗ (uninhabited) ਪਿੰਡ ਹਨ। ਰਾਜ ਦੇ 60.9% ਛੋਟੇ ਪਿੰਡ ਮਾਝੇ ਅਤੇ ਬਿਸਤ ਦੋਆਬ ਵਿੱਚ ਮਿਲਦੇ ਹਨ ਜਦਕਿ ਰਾਜ ਦੇ 50.2% ਦਰਮਿਆਨੇ ਆਕਾਰ ਦੇ ਅਤੇ 68.1% ਵੱਡੇ ਪਿੰਡ ਦੱਖਣੀ ਪੰਜਾਬ ਵਿੱਚ ਪਾਏ ਜਾਂਦੇ ਹਨ। ਇਸ ਆਧਾਰ ਤੇ ਕਿਹਾ ਜਾ ਸਕਦਾ ਹੈ ਕਿ **ਮਾਲਵਾ ਖੇਤਰ ਵਿੱਚ ਜ਼ਿਆਦਾਤਰ ਪਿੰਡ ਵੱਡੇ ਅਤੇ ਦਰਮਿਆਨੇ ਆਕਾਰ ਦੇ ਹਨ।** ਪੰਜਾਬ ਦੇ ਇਕ ਪਿੰਡ ਦੀ ਔਸਤ ਜਨਸੰਖਿਆ 2001 ਦੀ ਜਨਗਣਨਾ ਅਨੁਸਾਰ 1311 ਵਿਅਕਤੀ ਸੀ। 2011 ਦੀ ਜਨਗਣਨਾ ਅਨੁਸਾਰ ਇਹ ਸੰਖਿਆ 1425 ਵਿਅਕਤੀ ਹੋ ਗਈ ਹੈ। ਇਹ ਕੁੱਲ ਪੇਂਡੂ ਵਸੋਂ ਦੇ ਆਧਾਰ ਤੇ ਹੈ। ਇਸ ਤਰ੍ਹਾਂ ਪੰਜਾਬ ਦੇ ਪਿੰਡ ਵਸੋਂ ਦੇ ਆਕਾਰ ਅਨੁਸਾਰ ਦਰਮਿਆਨੇ ਤੋਂ ਵੱਡੇ ਆਕਾਰ ਦੇ ਹਨ।

2011 ਦੀ ਜਨਗਣਨਾ ਦੇ ਅੰਕੜਿਆਂ ਅਨੁਸਾਰ ਪੰਜਾਬ ਦੀ 0.53% ਜਨਸੰਖਿਆ ਇਸ ਦੇ **ਬਹੁਤ ਛੋਟੇ** ਆਕਾਰ (ਹਰੇਕ ਦੀ ਆਬਾਦੀ 200 ਵਿਅਕਤੀਆਂ ਤੋਂ ਘੱਟ) ਦੇ ਪਿੰਡਾਂ ਵਿੱਚ ਰਹਿੰਦੀ ਹੈ। ਲਗਭਗ 3.92% ਆਬਾਦੀ 200 ਤੋਂ 499 ਵਿਅਕਤੀ ਦੀ ਆਬਾਦੀ ਦੇ ਛੋਟੇ ਪਿੰਡਾਂ ਵਿੱਚ ਰਹਿੰਦੀ ਹੈ। 500 ਵਿਅਕਤੀਆਂ ਤੋਂ ਘੱਟ ਆਬਾਦੀ ਵਾਲੇ **ਛੋਟੇ ਪਿੰਡਾਂ** ਦੀ ਗਿਣਤੀ 2862 ਪਿੰਡ ਹੈ। ਕੰਢੀ ਪ੍ਰਦੇਸ਼ ਅਤੇ ਬੇਟ ਖੇਤਰ ਵਿੱਚ ਜ਼ਿਆਦਾਤਰ ਅਜਿਹੇ ਪਿੰਡ ਸਥਿਤ ਹਨ। ਪੰਜਾਬ ਵਿੱਚ 6708 **ਪਿੰਡ ਦਰਮਿਆਨੇ ਆਕਾਰ** (500 ਤੋਂ 1999 ਵਿਅਕਤੀਆਂ ਦੀ ਆਬਾਦੀ) ਦੇ ਪਿੰਡ ਹਨ। ਇਨ੍ਹਾਂ ਵਿੱਚ ਪੰਜਾਬ ਦੀ 42.04% ਪੇਂਡੂ ਆਬਾਦੀ ਰਹਿੰਦੀ ਹੈ। ਇੱਥੇ ਵੀ 3237 ਪਿੰਡ (26.60%) 500 ਤੋਂ 999 ਵਿਅਕਤੀ ਅਤੇ 3471 ਪਿੰਡ (28.53%) 1000 ਤੋਂ 1999 ਤੱਕ ਦੀ ਵਸੋਂ ਵਾਲੇ ਹਨ। ਰਾਜ ਦੇ 2227 ਪਿੰਡ (18.30%) **ਦਰਮਿਆਨੇ ਵੱਡੇ** (2000 ਤੋਂ 4999 ਵਿਅਕਤੀ), 330 ਪਿੰਡ (2.71%) ਵੱਡੇ ਅਤੇ 41 ਪਿੰਡ (0.34%) **ਬਹੁਤ ਵੱਡੇ** (10,000 ਅਤੇ ਵੱਧ ਵਿਅਕਤੀ) ਆਕਾਰ ਦੇ ਹਨ। ਇਸ ਤਰ੍ਹਾਂ ਪੰਜਾਬ ਵਿੱਚ 371 ਪਿੰਡ ਵੱਡੇ ਤੋਂ ਬਹੁਤ ਵੱਡੇ ਆਕਾਰ ਦੇ ਹਨ ਜਿਨ੍ਹਾਂ ਵਿੱਚ ਰਾਜ ਦੀ 3.05% ਪੇਂਡੂ ਵਸੋਂ ਰਹਿੰਦੀ ਹੈ।

ਪੇਂਡੂ ਵਸੋਂ (RURAL POPULATION)

ਸਾਰਣੀ ਨੰ. 22 ਨੂੰ ਦੇਖਣ ਤੋਂ ਪਤਾ ਲੱਗਦਾ ਹੈ ਕਿ ਰਾਜ ਦੀ 1,73,44,192 ਜਨਸੰਖਿਆ ਰਾਜ ਦੇ 12168 ਪਿੰਡਾਂ ਵਿੱਚ ਰਹਿੰਦੀ ਹੈ। ਇਹ ਪੇਂਡੂ ਆਬਾਦੀ ਰਾਜ ਦੀ ਕੁੱਲ ਆਬਾਦੀ ਦੀ 62.52% ਹੈ। ਪੇਂਡੂ ਆਬਾਦੀ ਦੀ ਸਭ ਤੋਂ ਉੱਚੀ ਪ੍ਰਤੀਸ਼ੱਤਤਾ ਤਰਨਤਾਰਨ (87.34) ਅਤੇ ਐਸ. ਬੀ. ਐਸ. ਨਗਰ (79.52%), ਮੋਗਾ (77.18%), ਅਤੇ ਹੁਸ਼ਿਆਰਪੁਰ ਜ਼ਿਲ੍ਹੇ ਵਿੱਚ 78.89% ਹੈ। ਸਭ ਤੋਂ ਨੀਵੀਂ ਪ੍ਰਤੀਸ਼ੱਤਤਾ ਲੁਧਿਆਣਾ ਜ਼ਿਲ੍ਹੇ ਵਿੱਚ (40.84%) ਹੈ। ਰਾਜ ਦੇ ਪੰਜ ਜ਼ਿਲ੍ਹਿਆਂ ਸ਼.ਭ.ਸ. ਨਗਰ, ਤਰਨ ਤਾਰਨ, ਮਾਨਸਾ, ਮੋਗਾ ਅਤੇ ਹੁਸ਼ਿਆਰਪੁਰ ਵਿੱਚ ਤਿੰਨ-ਚੌਥਾਈ ਤੋਂ ਜ਼ਿਆਦਾ (75% ਤੋਂ ਵੱਧ) ਲੋਕ ਪਿੰਡਾਂ ਵਿੱਚ ਰਹਿੰਦੇ ਹਨ। ਰਾਜ ਦੇ ਨੌਂ ਜ਼ਿਲ੍ਹਿਆਂ ਗੁਰਦਾਸਪੁਰ, ਰੂਪਨਗਰ, ਫਿਰੋਜ਼ਪੁਰ, ਫਾਜ਼ਿਲਕਾ, ਮੁਕਤਸਰ, ਸੰਗਰੂਰ, ਬਰਨਾਲਾ, ਕਪੂਰਥਲਾ ਅਤੇ ਫਤਹਿਗੜ੍ਹ ਸਾਹਿਬ ਵਿੱਚ ਪੇਂਡੂ ਵਸੋਂ ਦੀ ਪ੍ਰਤੀਸ਼ੱਤਤਾ 65 ਤੋਂ 75 ਵਿੱਚਕਾਰ ਹੈ। ਇਨ੍ਹਾਂ 14 ਜ਼ਿਲ੍ਹਿਆਂ ਵਿੱਚ ਰਾਜ ਦੇ 62.0% ਦੇ ਲਗਭਗ ਪਿੰਡ ਅਤੇ

60.4% ਦੇ ਲਗਭਗ ਪੇਂਡੂ ਆਬਾਦੀ ਮਿਲਦੀ ਹੈ। ਲੁਧਿਆਣਾ, ਜੋ ਕਿ ਰਾਜ ਦੇ ਮੁੱਖ ਉਦਯੋਗਿਕ ਅਤੇ ਸ਼ਹਿਰੀ ਆਬਾਦੀ ਵਾਲਾ ਜ਼ਿਲ੍ਹਾ ਹੈ ਅਤੇ ਐਸ. ਏ. ਐਸ. ਨਗਰ, ਅੰਮ੍ਰਿਤਸਰ ਅਤੇ ਜਲੰਧਰ ਜ਼ਿਲ੍ਹਿਆਂ ਨੂੰ ਛੱਡ ਕੇ ਰਾਜ ਦੇ ਬਾਕੀ ਦੇ ਚਾਰ ਜ਼ਿਲ੍ਹਿਆਂ ਵਿੱਚ ਲਗਭਗ ਦੋ-ਤਿਹਾਈ ਲੋਕ ਪਿੰਡਾਂ ਵਿੱਚ ਰਹਿੰਦੇ ਹਨ। ਲੁਧਿਆਣਾ ਜ਼ਿਲ੍ਹੇ ਵਿੱਚ 40.8%, ਅੰਮ੍ਰਿਤਸਰ ਜ਼ਿਲ੍ਹੇ ਵਿੱਚ 46.4%, ਜਲੰਧਰ ਜ਼ਿਲ੍ਹੇ ਵਿੱਚ 47.1% ਅਤੇ ਐਸ. ਏ. ਐਸ. ਨਗਰ ਜ਼ਿਲ੍ਹੇ ਵਿੱਚ 45.2% ਆਬਾਦੀ ਪਿੰਡਾਂ ਵਿੱਚ ਰਹਿੰਦੀ ਹਰੈ (ਸਾਰਣੀ ਨੰ. 22) ਪੰਜਾਬ ਦਾ ਕੁੱਲ ਪੇਂਡੂ ਖੇਤਰਫਲ (Rural Area) 48,265 ਵਰਗ ਕਿਲੋਮੀਟਰ ਹੈ। ਇਸ ਅਨੁਸਾਰ ਪੰਜਾਬ ਦੀ ਪੇਂਡੂ ਵਸੋਂ ਘਣਤਾ 359 ਵਿਅਕਤੀ ਪ੍ਰਤੀ ਵਰਗ ਕਿ.ਮੀ. ਬਣਦੀ ਹੈ। ਪੰਜਾਬ ਦੀ ਆਮ ਵਸੋਂ ਘਣਤਾ 551 ਵਿਅਕਤੀ ਪ੍ਰਤੀ ਵਰਗ ਕਿਲੋਮੀਟਰ ਹੈ।

ਅਭਿਆਸ (EXERCISE)

1. **ਹੇਠ ਲਿਖਿਆਂ ਦੇ ਸੰਖੇਪ ਵਿਚ ਉੱਤਰ ਲਿਖੋ—**

(ੳ) ਜਨਸੰਖਿਆ ਦੇ ਅਧਿਐਨ ਦੀ ਭੂਗੋਲਿਕ ਵਰਣਨ ਵਿੱਚ ਕੀ ਮਹੱਤਤਾ ਹੈ ?

(ਅ) ਪੰਜਾਬ ਦੇ ਲੋਕਾਂ ਦੇ ਕਿਹੜੇ ਗੁਣ ਅਤੇ ਵਿਸ਼ੇਸ਼ਤਾਈਆਂ ਇਸ ਦੇ ਉੱਚ ਵਿਕਾਸ ਲਈ ਮਹੱਤਵਪੂਰਣ ਰਹੇ ਹਨ ?

(ੲ) ਪੰਜਾਬ ਵਿੱਚ ਭਾਰਤ ਵਰਸ਼ ਦੇ ਕਿੰਨੇ ਪ੍ਰਤੀਸ਼ਤ ਲੋਕ ਰਹਿੰਦੇ ਹਨ ?

(ਸ) ਪੰਜਾਬ ਵਿੱਚ ਸਭ ਤੋਂ ਵੱਧ ਅਤੇ ਸਭ ਤੋਂ ਘੱਟ ਜਨਸੰਖਿਆ ਕਿਨ੍ਹਾਂ ਜ਼ਿਲ੍ਹਿਆਂ ਵਿੱਚ ਪਾਈ ਜਾਂਦੀ ਹੈ ?

(ਹ) 2011 ਦੀ ਜਨਗਣਨਾ ਅਨੁਸਾਰ ਪੰਜਾਬ ਦਾ ਸਭ ਤੋਂ ਵੱਡਾ ਸ਼ਹਿਰ ਅਤੇ ਸਭ ਤੋਂ ਛੋਟਾ ਕਸਬਾ ਕਿਹੜਾ ਹੈ ?

(ਕ) ਪੰਜਾਬ ਦੇ ਕਿਨ੍ਹਾਂ ਭਾਗਾਂ ਵਿੱਚ ਘੱਟ ਜਨਸੰਖਿਆ ਪਾਈ ਜਾਂਦੀ ਹੈ ਅਤੇ ਕਿਉਂ ?

(ਖ) ਜਨਸੰਖਿਆ ਦੀ ਘਣਤਾ ਕੀ ਹੁੰਦੀ ਹੈ ? 2011 ਅਨੁਸਾਰ ਪੰਜਾਬ ਦੀ ਵਸੋਂ ਘਣਤਾ ਕਿੰਨੀ ਹੈ ?

(ਗ) ਬਹੁਤ ਉੱਚ ਜਨਸੰਖਿਆ ਘਣਤਾ ਪੰਜਾਬ ਦੇ ਕਿਨ੍ਹਾਂ ਜ਼ਿਲ੍ਹਿਆਂ ਵਿੱਚ ਪਾਈ ਜਾਂਦੀ ਹੈ ?

(ਘ) ਲੁਧਿਆਣਾ ਜ਼ਿਲ੍ਹੇ ਵਿੱਚ ਉੱਚੀ ਜਨਸੰਖਿਆ ਘਣਤਾ ਹੋਣ ਦੇ ਕੀ ਕਾਰਨ ਹਨ ?

(ਙ) ਪੰਜਾਬ ਵਿੱਚ ਨੀਵੀਂ ਜਨਸੰਖਿਆ ਘਣਤਾ (350 ਵਿਅਕਤੀ ਤੋਂ ਘੱਟ) ਕਿਨ੍ਹਾਂ ਜ਼ਿਲ੍ਹਿਆਂ ਵਿੱਚ ਪਾਈ ਜਾਂਦੀ ਹੈ।

(ਚ) ਪੰਜਾਬ ਵਿੱਚ ਜਨਸੰਖਿਆ ਵਾਧਾ ਕਿਸ ਪ੍ਰਕਾਰ ਦਾ ਹੈ ?

(ਛ) 2011 ਅਨੁਸਾਰ ਸਭ ਤੋਂ ਵੱਧ ਅਤੇ ਸਭ ਤੋਂ ਘੱਟ ਜਨਸੰਖਿਆ ਵਾਧਾ ਦਰ ਕਿਨ੍ਹਾਂ ਜ਼ਿਲ੍ਹਿਆਂ ਵਿੱਚ ਰੀਕਾਰਡ ਕੀਤੀ ਗਈ ਹੈ ?

(ਜ) ਮਾਝਾ ਪ੍ਰਦੇਸ਼ ਵਿੱਚ ਮੁਕਾਬਲਤਨ ਘੱਟ ਵਸੋਂ ਵਾਧਾ ਦਰ ਕਿਉਂ ਰੀਕਾਰਡ ਕੀਤਾ ਗਿਆ ਹੈ ?

(ਝ) ਜਨਮ ਅਤੇ ਮੌਤ ਦਰ ਕੀ ਹੁੰਦੇ ਹਨ ?

(ਞ) ਪ੍ਰਵਾਸ ਕੀ ਹੁੰਦਾ ਹੈ ?

(ਟ) ਪੰਜਾਬ ਦੀ ਲਿੰਗ ਰਚਨਾ ਭਾਰਤ ਦੀ ਲਿੰਗ ਰਚਨਾ ਤੋਂ ਕਿਵੇਂ ਭਿੰਨ ਹੈ ?

(ਠ) ਉਮਰ ਰਚਨਾ ਦੀ ਕੀ ਮਹੱਤਤਾ ਹੈ ?

(ਡ) ਉਮਰ ਰਚਨਾ ਦੀ ਕੀ ਮਹੱਤਤਾ ਹੈ ?

(ਢ) ਸਾਖਰਤਾ ਦੀ ਸਭ ਤੋਂ ਉੱਚੀ ਪ੍ਰਤੀਸ਼ੱਤਤਾ ਕਿਹੜੇ ਦੋ ਜ਼ਿਲ੍ਹਿਆਂ ਵਿੱਚ ਹੈ ?

(ਣ) ਪੰਜਾਬ ਦੇ ਕਿਨ੍ਹਾਂ ਜ਼ਿਲ੍ਹਿਆਂ ਵਿੱਚ ਹਿੰਦੂ ਸਿੱਖਾਂ ਨਾਲੋਂ ਜ਼ਿਆਦਾ ਗਿਣਤੀ ਵਿੱਚ ਹਨ ?

(ਤ) ਪੰਜਾਬ ਦੇ ਕਿਨ੍ਹਾਂ ਜ਼ਿਲ੍ਹਿਆਂ ਵਿੱਚ ਨਗਰੀਕਰਣ ਰਾਜ ਦੇ ਔਸਤ ਨਗਰੀਕਰਣ (ਪ੍ਰਤੀਸ਼ਤ) ਤੋਂ ਜ਼ਿਆਦਾ ਹੈ ?

2. ਪੰਜਾਬ ਦੀ ਜਨਸੰਖਿਆ ਵੰਡ ਦਾ ਵਿਸਥਾਰਪੂਰਵਕ ਵਿਵਰਣ ਦਿਉ।
3. ਜਨਸੰਖਿਆ ਘਣਤਾ ਕੀ ਹੁੰਦੀ ਹੈ? ਪੰਜਾਬ ਵਿੱਚ ਇਹ ਕਿਨ੍ਹਾਂ ਕਾਰਨਾਂ ਉੱਤੇ ਨਿਰਭਰ ਕਰਦੀ ਹੈ। ਰਾਜ ਵਿੱਚ ਘਣਤਾ ਦੀ ਵੰਡ ਬਾਰੇ ਵੇਰਵੇ ਸਹਿਤ ਲਿਖੋ।
4. ਜਨਸੰਖਿਆ ਵਾਧਾ ਕੀ ਹੁੰਦਾ ਹੈ? ਇਸ ਨੂੰ ਕਿਵੇਂ ਮਿਣਿਆ ਜਾਂਦਾ ਹੈ ? ਪੰਜਾਬ ਵਿੱਚ ਜਨਸੰਖਿਆ ਵਾਧੇ ਦਰ ਦੇ ਸੱਤਹੀ ਸਰੂਪ ਦਾ ਵਰਨਣ ਕਰੋ।
5. ਨਗਰੀਕਰਣ ਕੀ ਹੁੰਦਾ ਹੈ? ਪੰਜਾਬ ਵਿੱਚ ਨਗਰੀਕਰਣ ਦਾ ਸਰੂਪ ਕਿਹੋ ਜਿਹਾ ਹੈ। ਇਸ ਦੀ ਵੰਡ ਦੇ ਸਰੂਪ ਦਾ ਬਿਰਤਾਂਤ ਲਿਖੋ।

❍ ❍ ❍

Chapter 9

ਖੇਤੀਬਾੜੀ ਅਤੇ ਸਿੰਜਾਈ ਸਾਧਨ (AGRICULTURE & MEANS OF IRRIGATION)

ਪਿਛਲੇ ਅਧਿਆਇਆਂ ਵਿੱਚ ਅਸੀਂ ਪੰਜਾਬ ਦੇ ਭੌਤਿਕ ਵਾਤਾਵਰਣ ਅਤੇ ਕੁਦਰਤੀ ਸਾਧਨਾਂ ਬਾਰੇ ਚਰਚਾ ਕੀਤੀ ਹੈ। ਇਨ੍ਹਾਂ ਸਾਧਨਾਂ ਅਤੇ ਵਾਤਾਵਰਣ ਦਾ ਸੱਤਹੀ ਵਖਰੇਵਾਂ ਪਾਇਆ ਜਾਂਦਾ ਹੈ। ਭੂਗੋਲ, ਅਰਥ ਸ਼ਾਸਤਰ ਅਤੇ ਦੂਜੇ ਵਿਗਿਆਨਾਂ, ਵਿਸ਼ੇਸ਼ ਕਰਕੇ ਸਮਾਜ ਵਿਗਿਆਨਾਂ ਵਿੱਚ ਮਨੁੱਖ ਇੱਕ ਕੇਂਦਰ ਬਿੰਦੂ ਹੈ ਜਿਸ ਦੁਆਲੇ ਸਭ ਅਧਿਐਨ ਅਤੇ ਕਿਰਿਆਵਾਂ ਘੁੰਮਦੀਆਂ ਹਨ। ਮਨੁੱਖ, ਸਾਧਨ, ਜੋ ਕੁਦਰਤ ਉਸਨੂੰ ਬਖਸ਼ਦੀ ਹੈ, ਦਾ ਆਪ ਉਤਪਾਦਕ, ਵਿਤਰਕ ਅਤੇ ਉਪਭੋਗਤਾ ਹੈ। ਆਪਣੀਆਂ ਬੁਨਿਆਦੀ ਲੋੜਾਂ ਅਤੇ ਆਰਾਮ ਦੀਆਂ ਵਸਤਾਂ ਦੀ ਪ੍ਰਾਪਤੀ ਨੂੰ ਪੂਰਾ ਕਰਨ ਲਈ ਮਨੁੱਖ ਕਈ ਪ੍ਰਕਾਰ ਦੀਆਂ ਆਰਥਿਕ ਕਿਰਿਆਵਾਂ ਅਤੇ ਉਤਪਾਦਕ ਕਿੱਤਿਆਂ ਵਿੱਚ ਰੁੱਝਿਆ ਹੋਇਆ ਹੈ ਜਿਨ੍ਹਾਂ ਵਿੱਚ ਵਸਤਾਂ ਅਤੇ ਵਿਚਾਰਾਂ ਦਾ ਵਟਾਂਦਰਾ ਅਤੇ ਵਰਤੋਂ (ਉਪਭੋਗ) ਸ਼ਾਮਲ ਹਨ। ਮਨੁੱਖ ਜਿਨ੍ਹਾਂ ਕਿਸਮਾਂ ਦੇ ਕੰਮਾਂ ਵਿੱਚ ਰੁੱਝਿਆ ਹੋਇਆ ਹੈ, ਨੂੰ ਤਿੰਨ ਮੁੱਖ ਵਰਗਾਂ ਵਿੱਚ ਵੰਡਿਆ ਜਾ ਸਕਦਾ ਹੈ : ਮੂਲ ਕਿੱਤੇ (Primary Occupations) ਜਿਵੇਂ ਕਿ ਖੇਤੀਬਾੜੀ, ਮੱਛੀਆਂ ਫੜਨਾ, ਜੰਗਲਾਂ ਨਾਲ ਸਬੰਧਤ ਕਿੱਤੇ, ਖਾਣਾ ਖੋਦਣਾ ਆਦਿ; ਗੌਣ ਕਿੱਤੇ (Secondary Occupations) ਜਿਵੇਂ ਕਿ ਨਿਰਮਾਣ ਉਦਯੋਗ ਅਤੇ ਤੀਜੇ ਦਰਜੇ (Tertiary) ਦੇ ਕਿੱਤੇ ਜਿਵੇਂ ਕਿ ਵਪਾਰ, ਆਵਾਜਾਈ, ਅਧਿਆਪਨ, ਡਾਕਟਰੀ ਅਤੇ ਦੂਜੀਆਂ ਸੇਵਾਵਾਂ ਆਦਿ। ਵਸਤਾਂ, ਲੋਕਾਂ ਅਤੇ ਵਿਚਾਰਾਂ ਦਾ ਲੈ-ਦੇ (ਵਟਾਂਦਰਾ) ਆਵਾਜਾਈ ਸਾਧਨਾਂ, ਸੰਚਾਰ ਅਤੇ ਵਣਜ ਅਤੇ ਵਪਾਰ ਰਾਹੀਂ ਹੁੰਦਾ ਹੈ। ਅੰਤ ਵਿੱਚ ਸਭ ਵਸਤਾਂ ਅਤੇ ਸੇਵਾਵਾਂ ਦਾ ਉਪਭੋਗ ਹੁੰਦਾ ਹੈ ਅਤੇ ਉਹ ਹੌਲੀ-ਹੌਲੀ ਜਾਂ ਜਲਦੀ ਨਾਲ ਨਸ਼ਟ ਹੋ ਜਾਂਦੀਆਂ ਹਨ। ਇਹ ਵਿਸ਼ੇ ਆਰਥਿਕ ਭੂਗੋਲ ਦਾ ਵਿਸ਼ਾ ਵਸਤੂ ਬਣ ਜਾਂਦੇ ਹਨ। ਅਗਲੇ ਅਧਿਆਵਾਂ ਵਿੱਚ ਇਨ੍ਹਾਂ ਵਿਸ਼ਿਆਂ ਨੂੰ ਪੰਜਾਬ ਦੇ ਸੰਦਰਭ ਵਿਚ ਵਿਚਾਰਿਆ ਜਾਵੇਗਾ।

ਪੰਜਾਬ ਦੀ ਅਰਥ ਵਿਵਸਥਾ ਤੇ ਇਕ ਨਜ਼ਰ (A REVIEW OF THE ECONOMY OF PUNJAB)

ਪੰਜਾਬ ਇਕ ਖੁਸ਼ਹਾਲ ਰਾਜ ਸੀ। ਪ੍ਰੰਤੂ ਪਿਛਲੇ ਲਗਭਗ ਦੋ ਦਹਾਕਿਆਂ (1990 ਦੇ ਦਹਾਕੇ) ਤੋਂ ਇਸ ਦੀ ਤਕੜੀ ਅਰਥ ਵਿਵਸਥਾ ਵਿੱਚ ਸਰਕਾਰਾਂ ਦੀਆਂ ਨੀਤੀਆਂ ਅਤੇ ਰਾਜਨੀਤਕ, ਆਰਥਿਕ, ਸਮਾਜਿਕ ਅਤੇ ਨੈਤਿਕ ਕਦਰਾਂ-ਕੀਮਤਾਂ ਵਿੱਚ ਆਮ ਗਿਰਾਵਟ ਕਾਰਨ, ਤਰੇੜਾਂ ਪੈ ਗਈਆਂ ਹਨ। ਪੰਜਾਬ ਦੀ ਕਿਸੇ ਵੀ ਸਰਕਾਰ ਕੋਲ ਸਮੱਸਿਆਵਾਂ ਨੂੰ ਹੱਲ ਕਰਨ ਲਈ ਇੱਛਾ-ਸ਼ਕਤੀ (Will-power) ਨਹੀਂ ਹੈ। ਨੀਤੀਆਂ ਕਮਜ਼ੋਰ ਅਤੇ ਵੋਟਾਂ ਵਟੋਰਨ ਦੇ ਮਨੋਰਥ ਨਾਲ ਘੜੀਆਂ ਜਾਂਦੀਆਂ ਹਨ। ਬੇਅੰਤ ਸਬਸਿਡੀਆਂ ਦਿੱਤੀਆਂ ਜਾ ਰਹੀਆਂ ਹਨ। ਟੈਕਸਾਂ ਦੀ ਵਸੂਲੀ ਕਮਜ਼ੋਰ ਹੈ। ਖਰਚੇ (ਬੇਲੋੜੇ) ਵੱਧ ਰਹੇ ਹਨ। ਦੇਸ਼ ਵਿੱਚ ਸਭ ਤੋਂ ਵੱਧ ਜੀਅ ਪ੍ਰਤੀ ਆਮਦਨ (per capita income) ਵਾਲਾ ਰਾਜ ਹੁਣ ਮਹਾਰਾਸ਼ਟਰ ਅਤੇ ਦਿੱਲੀ ਤੋਂ ਪਿੱਛੇ ਰਹਿ ਗਿਆ ਹੈ ਅਤੇ ਤਾਮਿਲਨਾਡੂ, ਗੁਜਰਾਤ ਅਤੇ ਹਰਿਆਣਾ ਵੀ ਇਸਦੇ ਨੇੜੇ-ਤੇੜੇ ਆ ਪਹੁੰਚੇ ਹਨ।

2013-14 ਵਿੱਚ ਪੰਜਾਬ ਪ੍ਰਤੀ ਜੀਅ ਆਮਦਨ ਅਨੁਸਾਰ ਦੇਸ਼ ਵਿੱਚ (28 ਰਾਜਾਂ ਵਿੱਚ) **ਗਿਆਰਵੇਂ ਨੰਬਰ** ਤੇ ਸੀ ਅਤੇ ਉਸ ਸਾਲ ਪੰਜਾਬ ਦੀ ਪ੍ਰਤੀ ਜੀਅ ਆਮਦਨ (ਸਥਿਰ ਕੀਮਤਾਂ ਦੇ ਅਧਾਰ ਤੇ (2005-05) 49,529 ਰੁਪਏ ਸੀ। ਸੈਂਟਰਲ ਸਟੈਟਿਸਟੀਕਲ ਔਰਗਨਾਈਜੇਸ਼ਨ (C.S.O.) ਅਨੁਸਾਰ ਵੀ ਪ੍ਰਤੀ ਜੀਅ ਆਮਦਨ ਵਿੱਚ ਪੰਜਾਬ ਦਾ ਸਥਾਨ ਗਿਆਰਵਾਂ ਹੈ। CSO ਦੇ 2020-21 ਦੇ ਆਰਜ਼ੀ ਅੰਕੜਿਆਂ ਅਨੁਸਾਰ ਭਾਰਤ ਦੇ ਕੁੱਲ ਰਾਜਾਂ (states) ਵਿੱਚ ਪ੍ਰਤੀ ਜੀਅ ਆਮਦਨ ਅਨੁਸਾਰ ਪੰਜਾਬ ਦਾ ਬਾਹਰਵਾਂ ਨੰਬਰ ਸੀ (2021-22 ਦੇ ਤੁਰੰਤ ਅਨੁਮਾਨਾਂ ਅਨੁਸਾਰ ਦਸਵਾਂ ਨੰਬਰ) ਗੋਆ (2,98,527 ਰੁਪਏ ਪ੍ਰਤੀ

ਜੀਅ ਆਮਦਨ), ਸਿੱਕਮ ਹਰਿਆਣਾ, ਹਿਮਾਚਲ ਪ੍ਰਦੇਸ਼, ਕਰਨਾਟਕਾ, ਉੱਤਰਖੰਡ, ਤਾਮਿਲਨਾਡੂ, ਤੇਲੰਗਾਨਾ, ਕੇਰਲਾ, ਮਹਾਂਰਾਸ਼ਟਰ ਅਤੇ ਆਂਧਰਾ ਪ੍ਰਦੇਸ਼ ਤੋਂ ਬਾਅਦ ਬਾਹਰਵੇਂ ਨੰਬਰ ਤੇ ਪੰਜਾਬ (ਜੀਅ ਪ੍ਰਤੀ ਆਮਦਨ 1,11,662 ਰੁਪਏ) ਆਉਂਦਾ ਹੈ। ਮਹਾਰਾਸ਼ਟਰ, ਗੁਜਰਾਤ, ਗੋਆ, ਹਿਮਾਚਲ ਪ੍ਰਦੇਸ਼, ਕੇਰਲ, ਸਿੱਕਮ, ਤਾਮਿਲਨਾਡੂ, ਉੱਤਰਾਖੰਡ, ਨਾਗਾਲੈਂਡ, ਹਰਿਆਣਾ ਆਦਿ ਰਾਜ ਪੰਜਾਬ ਤੋਂ ਅੱਗੇ ਨਿਕਲ ਰਹੇ ਹਨ। 2007-08 ਵਿੱਚ ਪੰਜਾਬ ਪ੍ਰਤੀ ਜੀਅ ਆਮਦਨ (ਸਥਿਰ ਕੀਮਤਾਂ ਤੇ) ਅਨੁਸਾਰ ਸੱਤਵੇਂ ਨੰਬਰ ਤੇ ਸੀ। ਅਰਥਸ਼ਾਸਤਰੀਆਂ (Economists) ਅਨੁਸਾਰ ਭ੍ਰਿਸ਼ਟਾਚਾਰ (corruption), ਸਰਕਾਰ ਦੀਆਂ ਵੋਟਰਾਂ ਨੂੰ ਖੁਸ਼ ਕਰਨ ਵਾਲੀਆਂ ਨੀਤੀਆਂ (populist policies), ਘਾਟੇ ਵਿੱਚ ਜਾ ਰਹੇ ਸਰਕਾਰੀ ਅਦਾਰੇ, ਖੇਤੀਬਾੜੀ ਵਿਕਾਸ ਦਰ ਦੀ ਗਿਰਾਵਟ ਵਾਲੀ ਪਰਵਿਰਤੀ, ਉਦਯੋਗਾਂ ਅਤੇ ਸੇਵਾਵਾਂ ਖੇਤਰ (services sector) ਵਿੱਚ ਲੋੜ ਤੋਂ ਘੱਟ ਪੂੰਜੀ ਨਿਵੇਸ਼ (inadequate investment) ਪੰਜਾਬ ਦੇ ਅਰਥਚਾਰੇ ਦੇ ਕਮਜ਼ੋਰ ਹੋਣ ਲਈ ਜ਼ਿੰਮੇਵਾਰ ਹਨ। ਪੰਜਾਬ ਦੇ ਅਰਥਚਾਰੇ ਵਿੱਚ ਅਜੇ ਵੀ **ਛੋਟੇ ਖੇਤਰ** (small sector) ਅਤੇ ਪਿੰਡਾਂ ਵਿੱਚ ਘਟੀਆ ਕਿਸਮ ਦੀਆਂ ਸੇਵਾਵਾਂ ਦੀ ਪ੍ਰਧਾਨਤਾ ਹੈ।

ਪੰਜਾਬ ਅਤੇ ਵਿਸ਼ੇਸ਼ ਕਰਕੇ ਦੱਖਣ-ਪੱਛਮੀ ਪੰਜਾਬ ਦੇ ਕਿਸਾਨ ਖੁਦਕੁਸ਼ੀਆਂ ਕਰ ਰਹੇ ਹਨ, ਉਦਯੋਗ ਸ਼ਕਤੀ (ਬਿਜਲੀ) ਅਤੇ ਪੂੰਜੀ ਨਿਵੇਸ਼ ਲਈ ਕੁਰਲਾ ਰਹੇ ਹਨ ਅਤੇ ਪੰਜਾਬ ਰਾਜ ਬਿਜਲੀ ਬੋਰਡ ਅਤੇ ਪੰਜਾਬ ਰੋਡਵੇਜ਼ ਲਗਾਤਾਰ ਘਾਟੇ ਵਿੱਚ ਜਾ ਰਹੇ ਹਨ। ਮੁਲਾਜ਼ਮਾਂ ਦੀਆਂ ਤਨਖਾਹਾਂ ਅਤੇ ਪੈਨਸ਼ਨ ਦੇ ਬਿੱਲ, ਰਾਜ ਦੇ ਕਰਜ਼ੇ ਅਤੇ ਇਨ੍ਹਾਂ ਕਰਜ਼ਿਆਂ ਉੱਤੇ ਵਿਆਜ ਲਗਾਤਾਰ ਵੱਧ ਰਹੇ ਹਨ। ਇਹ ਸਭ ਤੱਥ ਪੰਜਾਬ ਦੀ ਮੁਰਝਾਈ ਹੋਈ ਅਰਥ-ਵਿਵਸਥਾ (economy) ਦੀ ਤਸਵੀਰ ਪੇਸ਼ ਕਰਦੇ ਹਨ।

ਪ੍ਰੰਤੂ ਜੇਕਰ ਅਸੀਂ ਲੋਕਾਂ ਦਾ ਪਹਿਰਾਵਾ, ਉਨ੍ਹਾਂ ਦਾ ਜੀਵਨ ਸਤਰ, ਲੋਕਾਂ ਕੋਲ ਪੈਸੇ ਦੇ ਬਹੁਲਤਾ, ਟੀ.ਵੀ., ਟੈਲੀਫੋਨ, ਫਰਿੱਜਾਂ ਆਦਿ ਦੀ ਗਿਣਤੀ, ਪ੍ਰਾਈਵੇਟ ਵਾਹਨਾਂ ਦੀਆਂ ਕਿਸਮਾਂ ਅਤੇ ਗਿਣਤੀ, ਵਿਆਹਾਂ ਅਤੇ ਹੋਰ ਸਮਾਗਮਾਂ ਤੇ ਕੀਤੇ ਜਾਂਦੇ ਖ਼ਰਚੇ, ਨਵੇਂ ਬਣੇ ਮਕਾਨ ਅਤੇ ਕੋਠੀਆਂ, ਸੜਕਾਂ ਨਾਲ ਅਤੇ ਸ਼ਹਿਰਾਂ ਵਿੱਚ ਬਣੇ ਵਧੀਆ ਢਾਬੇ, ਮੋਟਲਜ਼ ਆਦਿ ਸ਼ਹਿਰਾਂ ਵਿੱਚ ਬਣੇ ਅਨੇਕਾਂ ਵਧੀਆ ਸ਼ਾਪਿੰਗ ਕੰਪਲੈਕਸਜ਼, ਪਿੰਡਾਂ ਤੱਕ ਸੜਕਾਂ, ਮਿੰਨੀ ਬੱਸਾਂ ਆਦਿ ਰਾਹੀਂ ਪਿੰਡ-ਪਿੰਡ ਤੱਕ ਪਹੁੰਚ, ਲੋਕਾਂ ਦੀ ਖਰੀਦਣ ਸ਼ਕਤੀ, ਹਰ ਪਾਸੇ ਖੇਤੀ ਦਾ ਵਿਕਾਸ, ਨਹਿਰਾਂ ਅਤੇ ਅਨੇਕਾਂ ਟਿਊਬਵੈਲ, ਨਿੱਤ ਨਵੇਂ ਲਗਦੇ ਕਾਰਖਾਨੇ ਆਦਿ ਨੂੰ ਦੇਖੀਏ ਤਾਂ ਪੰਜਾਬ ਵਿੱਚ ਹਰ ਪਾਸੇ ਵਿਕਾਸ ਅਤੇ ਖੁਸ਼ਹਾਲੀ ਨਜ਼ਰ ਆਉਂਦੀ ਹੈ। ਇਸ ਵਿੱਚ ਕੋਈ ਸ਼ੱਕ ਨਹੀਂ 1947 ਵਿੱਚ ਬਟਵਾਰੇ ਤੋਂ ਬਾਅਦ ਸਮੁੱਚੇ ਪੰਜਾਬ ਵਿੱਚ ਬਹੁਤ ਵਿਕਾਸ ਹੋਇਆ ਹੈ।

ਪ੍ਰੰਤੂ ਇਹ ਵੀ ਸੱਚ ਹੈ ਕਿ ਪੰਜਾਬ ਦੀ ਅਰਥ ਵਿਵਸਥਾ ਲੜਖੜਾ ਗਈ ਹੈ। ਪੰਜਾਬ ਦੀ ਆਰਥਿਕਤਾ ਉੱਤੇ ਵਿੱਤੀ ਦਬਾਅ (fiscal stress) ਸਪੱਸ਼ਟ ਦਿੱਸਦਾ ਹੈ। ਤਨਖਾਹਾਂ, ਪੈਨਸ਼ਨਾਂ ਆਦਿ ਦੇ ਲਗਾਤਾਰ ਵੱਧ ਰਹੇ ਬਿੱਲ, ਕਰਜ਼ੇ ਅਤੇ ਕਰਜ਼ਿਆਂ ਦਾ ਵਿਆਜ, ਸਰਕਾਰੀ ਅਦਾਰਿਆਂ ਦੇ ਵਧ ਰਹੇ ਘਾਟੇ, ਵਿਭਿੰਨ ਆਰਥਿਕ ਅਤੇ ਸਮਾਜਿਕ ਸੇਵਾਵਾਂ ਉੱਤੇ ਭਾਰੀ ਮਾਲੀ ਸਹਾਇਤਾ ਦੇਣੀ (heavily subsidized social and economic services) (ਉਦਾਹਰਣ ਲਈ ਪਾਣੀ ਅਤੇ ਬਿਜਲੀ ਦੇ ਖਰਚੇ ਕਿਸਾਨਾਂ ਤੋਂ ਨਾ ਲੈਣਾ, ਖਾਦਾਂ ਉੱਤੇ ਭਾਰੀ ਸਹਾਇਤਾ ਆਦਿ ਦੇਣ ਨਾਲ ਲੋੜ ਮੁਤਾਬਿਕ ਵਰਤੋਂ ਕਰਨ ਦੀ ਥਾਂ ਅਯੋਗ ਅਤੇ ਫ਼ਜ਼ੂਲ ਵਰਤੋਂ ਹੋ ਰਹੀ ਹੈ) ਜਾਂ ਮੁਫ਼ਤ (free) ਸੇਵਾਵਾਂ ਦੇਣੀਆਂ, ਮਾਲ ਲੇਖਾ ਪ੍ਰਾਪਤੀਆਂ ਦੀ ਮੰਦ ਵਾਧਾ ਦਰ ਅਤੇ ਕੇਂਦਰ ਰਾਹੀਂ ਇਕੱਠੇ ਕੀਤੇ ਵੰਡਣ ਯੋਗ (divisible) ਟੈਕਸਾਂ ਅਤੇ ਡਿਊਟੀਆਂ ਵਿੱਚ ਪੰਜਾਬ ਦੇ ਹਿੱਸੇ ਦੀ ਲਗਾਤਾਰ ਘਟ ਰਹੀ ਪ੍ਰਤੀਸ਼ੱਤਤਾ ਆਦਿ ਕਾਰਨ ਲੇਖਾ ਪ੍ਰਾਪਤੀਆਂ (revenue receipts) ਵਿੱਚ ਲੋੜੀਂਦਾ ਵਾਧਾ ਨਹੀਂ ਹੋ ਰਿਹਾ ਹੈ ਅਤੇ ਇਨ੍ਹਾਂ ਦਾ ਬਹੁਤ ਸਾਰਾ ਭਾਗ ਖ਼ਰਚ ਹੋ ਜਾਂਦਾ ਹੈ। ਇਸ ਕਾਰਨ ਵਿਕਾਸ ਦੇ ਕੰਮਾਂ ਲਈ ਪੈਸੇ ਦੀ ਘਾਟ ਆ ਜਾਂਦੀ ਹੈ।

ਨੋਟ : ਮਈ 2021 ਵਿੱਚ **ਮਲੇਰਕੋਟਲਾ** ਦਾ ਨਵਾਂ ਜ਼ਿਲ੍ਹਾ (ਸੰਗਰੂਰ ਜ਼ਿਲ੍ਹੇ ਵਿੱਚੋਂ ਅਲੱਗ ਕਰਕੇ) ਬਣਾਇਆ ਗਿਆ ਸੀ। ਪ੍ਰੰਤੂ ਅਜੇ ਤੱਕ (2023 ਤੱਕ) ਉਸ ਲਈ ਖੇਤੀਬਾੜੀ, ਬਨਸਪਤੀ, ਊਰਜਾ, ਉਦਯੋਗਾਂ ਆਦਿ ਲਈ ਅਲੱਗ ਅੰਕੜੇ ਉਪਲਬੱਧ ਨਹੀਂ ਹਨ। ਇਸ ਲਈ ਮਲੇਰਕੋਟਲਾ ਲਈ ਵਿਭਿੰਨ ਅੰਕੜੇ ਉਸਦੇ ਮੂਲ ਜ਼ਿਲ੍ਹੇ ਸੰਗਰੂਰ ਵਿੱਚ ਸ਼ਾਮਲ ਸਮਝੇ ਜਾਣ।

ਪੰਜਾਬ ਦੀ ਲੜਖੜਾਂਦੀ ਆਰਥਿਕਤਾ ਨੂੰ ਮੁੜ ਲੀਹਾਂ ਉੱਤੇ ਲਿਆਉਣ ਲਈ ਸਰਕਾਰ ਨੂੰ ਸਖ਼ਤ ਕਦਮ (strong measures) ਚੁੱਕਣੇ ਚਾਹੀਦੇ ਹਨ। ਰਾਜ ਦੀਆਂ ਖੇਤੀਬਾੜੀ, ਉਦਯੋਗਿਕ ਅਤੇ ਵਿੱਤੀ ਨੀਤੀਆਂ ਨੂੰ ਸਰਕਾਰੀ ਆਮਦਨ ਵਧਾਊ ਤੇ ਖਰਚਾ ਘਟਾਊ (expenditure saving) ਬਣਾਉਣਾ ਚਾਹੀਦਾ ਹੈ। ਸਬਸਿਡੀਆਂ (ਮਾਲੀ ਸਹਾਇਤਾ) ਨੂੰ ਤੇਜ਼ੀ ਨਾਲ ਘਟਾ ਕੇ ਅੰਤ ਵਿੱਚ ਬੰਦ ਕਰਨ ਦੀ ਲੋੜ ਹੈ। ਲੋਕਾਂ ਨੂੰ ਖੁਸ਼ ਕਰਨ ਵਾਲੀਆਂ ਨੀਤੀਆਂ (populist policies) ਨੂੰ ਬੰਦ ਕਰਨ ਅਤੇ ਸਰਕਾਰੀ ਅਦਾਰਿਆਂ ਦੇ ਕੰਮ-ਕਾਜ ਨੂੰ ਬਿਹਤਰ ਬਣਾ ਕੇ ਉਨ੍ਹਾਂ ਨੂੰ ਲਾਭ ਕਮਾਉਣ ਵਾਲੇ ਬਣਾਉਣ ਦੀ ਲੋੜ ਹੈ।

ਪੰਜਾਬ ਦਾ **ਆਰਥਿਕ ਸਰਵੇਖਣ 2008-09 ਅਤੇ 2014-15** ਅਨੁਸਾਰ "ਰਾਜ ਮੁਸ਼ਕਿਲ ਵਿੱਤੀ ਹਾਲਾਤਾਂ ਵਿੱਚੋਂ ਲੰਘ ਰਿਹਾ ਹੈ। ਰਾਜ ਵਿੱਚ ਮਾਲੀ ਪ੍ਰਾਪਤੀਆਂ ਤੇਜ਼ੀ ਨਾਲ ਵਧ ਰਹੇ ਮਾਲੀ ਖਰਚਿਆਂ ਨਾਲ ਤਾਲਮੇਲ ਨਹੀਂ ਰੱਖ ਰਹੀਆਂ। ਰਾਜ ਦਾ ਮਾਲੀ ਘਾਟਾ ਸਾਲ 2006-07 ਵਿੱਚ 1778.69 ਕਰੋੜ ਰੁਪਏ ਕਰੋੜ ਰੁਪਏ ਤੋਂ ਵੱਧ ਕੇ ਸਾਲ 2007-08 ਵਿੱਚ 3823.24 ਕਰੋੜ ਰੁਪਏ ਅਤੇ 2013-14 ਵਿੱਚ 5259.06 ਕਰੋੜ ਰੁਪਏ ਹੋ ਗਿਆ ਸੀ। 2014-15 ਦੇ ਬਜਟ ਅਨੁਸਾਰ ਇਹ 4253 ਕਰੋੜ ਰੁਪਏ ਹੋਵੇਗਾ। 2020-21 ਅਨੁਸਾਰ ਇਹ 17,296.44 ਕਰੋੜ ਰੁਪਏ ਅਤੇ 2021-22 ਦੇ ਸੋਧੇ ਅਨੁਮਾਨਾਂ ਅਨੁਸਾਰ 20,987.41 ਕਰੋੜ ਰੁਪਏ ਹੋਵੇਗਾ। ਰਾਜ ਮਣਾਂਮੂੰਹ ਕਰਜ਼ੇ ਦਾ ਭਾਰ ਸਹਿ ਰਿਹਾ ਹੈ। ਵਿਤੀ ਸਾਲ 2007-08 ਦੇ ਅੰਤ ਤੱਕ ਕੁੱਲ ਕਰਜ਼ੇ ਦਾ ਸਟਾਕ 52923 ਕਰੋੜ ਰੁਪਏ ਸੀ। ਜੋ ਵਧਦਾ ਹੋਇਆ 2010-11 ਵਿੱਚ 69594 ਕਰੋੜ ਰੁਪਏ, 2011-12 ਵਿੱਚ 77158 ਕਰੋੜ ਰੁਪਏ ਅਤੇ 2013-14 ਵਿੱਚ 1,01,970 ਕਰੋੜ ਰੁਪਏ ਹੋ ਗਿਆ ਸੀ। 2014-15 ਦੇ ਬਜਟ ਅਨੁਮਾਨ ਅਨੁਸਾਰ ਇਹ ਵਧ ਕੇ 1,13,053 ਕਰੋੜ ਰੁਪਏ ਹੋ ਸਕਦੀ ਹੈ। 2021-22 ਦੇ ਸੋਧੇ ਅਨੁਮਾਨਾਂ ਪੰਜਾਬ ਦੀਆਂ ਕੁੱਲ ਦੇਣਦਾਰੀਆਂ (ਕਰਜ਼ਾ ਆਦਿ) 2 ਲੱਖ 82 ਹਜ਼ਾਰ 4 ਸੌ 56.4 ਕਰੋੜ ਰੁਪਏ ਸੀ ਜਿਸਦੇ ਬਜਟ ਅਨੁਮਾਨਾਂ (B.E.) ਅਨੁਸਾਰ 2022-23 ਵਿੱਚ 3 ਲੱਖ 05 ਹਜ਼ਾਰ 047.0 ਕਰੋੜ ਰੁਪਏ ਹੋ ਜਾਣ ਦੀ ਉਮੀਦ ਹੈ। ਕਰਜ਼ੇ ਵਿੱਚ ਵਾਧੇ ਕਾਰਨ ਵਿਆਜ ਵੀ ਵਧ ਰਿਹਾ ਹੈ ਜਿਹੜਾ ਕਿ ਸਾਲ 2006-07 ਵਿੱਚ 4151.78 ਕਰੋੜ ਰੁਪਏ ਤੋਂ ਵੱਧ ਕੇ ਸਾਲ 2007-08 ਦੇ ਅੰਤ ਤੱਕ 4526.92 ਕਰੋੜ ਰੁਪਏ ਹੋ ਗਿਆ ਹੈ। 2013-14 ਦੇ ਸੋਧੇ ਅਨੁਮਾਨਾਂ ਅਨੁਸਾਰ ਵਿਆਜ ਅਦਾਇਗੀ ਅਤੇ ਰਿਣ ਸੇਵਾਵਾਂ ਉੱਤੇ 7598.78 ਕਰੋੜ ਰੁਪਏ ਖਰਚ ਹੋਏ ਸਨ। ਚਾਲੂ ਸਾਲ ਵਿੱਚ ਇਸ ਵਿੱਚ ਹੋਰ ਵਾਧਾ ਹੋ ਜਾਵੇਗਾ। 2020-21 ਅਨੁਸਾਰ ਪੰਜਾਬ ਦੀਆਂ ਕੁੱਲ ਵਿਆਜ ਅਦਾਇਗੀ 18,152.50 ਕਰੋੜ ਰੁਪਏ ਸੀ ਜੋ 2021-22 ਦੇ ਸੋਧੇ ਅਨੁਮਾਨਾਂ ਅਨੁਸਾਰ 19,152.84 ਕਰੋੜ ਰੁਪਏ ਅਤੇ 2022-23 ਦੇ ਬਜਟ ਅਨੁਮਾਨਾਂ ਅਨੁਸਾਰ ਇਹ ਰਾਸ਼ੀ 20,122.30 ਕਰੋੜ ਰੁਪਏ ਹੋ ਜਾਵੇਗੀ।

ਰਾਜ ਆਪਣੀ ਵਿੱਤੀ ਸਿਹਤ ਨੂੰ ਬਹਾਲ ਕਰਨ ਅਤੇ ਦੂਰ ਦ੍ਰਿਸ਼ਟ ਕਰਜ਼ਾ ਪ੍ਰਬੰਧਕ ਮੈਨੇਜਮੈਂਟ ਰਾਹੀਂ ਕਰਜ਼ੇ ਨੂੰ ਕਾਬੂ ਹੇਠ ਰੱਖਣ ਲਈ ਵਚਨਬੱਧ ਹੈ। ਮਾਲੀ ਘਾਟੇ ਵਿੱਚ ਵਾਧੇ ਦਾ ਮੁੱਖ ਕਾਰਨ ਪੰਜਾਬ ਰਾਜ ਬਿਜਲੀ ਬੋਰਡ ਦੀ ਪਾਵਰ ਸਬਸਿਡੀ ਸੀ ਜਿਹੜੀ ਸਾਲ 2006-07 ਵਿੱਚ 1424 ਕਰੋੜ ਰੁਪਏ ਤੋਂ ਵਧ ਕੇ ਸਾਲ 2007-08 ਵਿੱਚ 2848 ਕਰੋੜ ਰੁਪਏ ਹੋ ਗਈ। ਇਸ ਤਰ੍ਹਾਂ ਪੈਨਸ਼ਨਾਂ ਅਤੇ ਸੇਵਾ ਮੁਕਤੀ ਦੇ ਲਾਭਾਂ ਦੀ ਰਕਮ 2006-07 ਵਿੱਚ 1905 ਕਰੋੜ ਰੁਪਏ ਤੋਂ ਵਧ ਕੇ 2007-08 ਵਿੱਚ 2433 ਕਰੋੜ ਰੁਪਏ ਹੋ ਗਈ। 2013-14 ਅਨੁਸਾਰ ਇਹ ਰਾਸ਼ੀ ਵਧ ਕੇ 6087.37 ਕਰੋੜ ਰੁਪਏ ਹੋ ਗਈ।"

"ਸਾਲ 2012-13 ਵਿੱਚ ਦਿੱਤੀਆਂ ਗਈਆਂ ਤਨਖਾਹਾਂ, ਪੈਨਸ਼ਨਾਂ, ਬਿਜਲੀ ਸਬਸਿਡੀ ਅਤੇ ਵਿਆਜ ਦੀਆਂ ਅਦਾਇਗੀਆਂ ਦਾ ਖਰਚਾ, ਜੋ ਕਿ ਪੱਕੇ ਰੂਪ ਵਿੱਚ ਬੱਝਵਾਂ ਖਰਚਾ ਹੁੰਦਾ ਹੈ, ਮਾਲੀ ਆਮਦਨ ਦਾ ਲਗਭਗ 82.0 ਪ੍ਰਤੀਸ਼ਤ ਹੋਇਆ ਸੀ। ਰਾਜ ਵਿੱਚ ਵਿੱਤੀ ਸਾਧਨਾਂ ਦੀ ਸਥਿਤੀ ਚੰਗੀ ਨਹੀਂ ਹੈ। ਸਾਲ 2021-22 ਦੇ ਅੰਤ ਵਿੱਚ 20,987.41 ਕਰੋੜ ਰੁਪਏ ਦਾ ਮਾਲੀ ਘਾਟਾ ਅਤੇ 32,433.09 ਕਰੋੜ ਰੁਪਏ ਦਾ ਵਿੱਤੀ ਘਾਟਾ ਰਾਜ ਦੀ ਚੰਗੀ ਵਿੱਤੀ ਸਥਿਤੀ ਨਹੀਂ ਦਰਸਾਉਂਦਾ। ਸਾਲਾਂ ਬੱਧੀ ਗੰਭੀਰ ਵਿੱਤੀ ਸਥਿਤੀ ਕਾਰਨ ਸਾਲ 2021-22 ਦੇ ਅੰਤ ਤੱਕ ਕਰਜ਼ਾ ਵਧਦਾ ਹੋਇਆ 2,82,456.4 ਕਰੋੜ ਰੁਪਏ ਹੋ ਗਿਆ।"

ਕੁੱਲ ਰਾਜ ਘਰੇਲੂ ਉਤਪਾਦਨ (GROSS STATE DOMESTIC PRODUCT)

ਹੇਠ ਦਿੱਤੀ ਸਾਰਣੀ ਪੰਜਾਬ ਵਿੱਚ ਸਥਿਰ ਕੀਮਤਾਂ (2011-12) ਤੇ ਕੁੱਲ ਰਾਜ ਘਰੇਲੂ ਉਤਪਾਦਨ ਦੀ ਗਤੀ ਦਾ ਇੱਕ ਆਮ ਸਰੂਪ ਦਿਖਾਉਂਦੀ ਹੈ।

ਸਾਰਣੀ ਨੰ. 24

ਪੰਜਾਬ ਵਿੱਚ ਸਥਿਰ ਕੀਮਤਾਂ (2011-12) ਤੇ ਕੁੱਲ ਰਾਜ ਘਰੇਲੂ ਉਤਪਾਦਨ (GSDP) ਅਤੇ ਕੁੱਲ ਰਾਜ ਮੁੱਲ ਵਾਧਾ (GSVA) ਦੀ ਗਤੀ

ਸਾਲ	G SDP							GSVA						
	2011-12	2013-14	2015-16	2018-19	2019-20 (R)	2020-21 (P)	2021-22 (Q)	2011-12	2013-14	2015-16	2018-19 (R)	2019-20 (P)	2020-21 (Q)	2021-22 (A)
ਕਰੋੜ ਰੁਪਏ	2,66,628.29	2,99,449.73	3,30,051.93	3,97,018.89	4,13,294.63	3,98,343.01	4,23,416.70	2,53,774.29	2,79,251.01	3,05,208.74	3,62,994.72	3,77,804.78	3,69,677.16	3,90,348.22
% ਵਾਧਾ	—	6.6	5.7	5.8	4.1	–3.6	6.3	—	5.2	5.2	5.3	4.1	–2.2	5.6

ਸਰੋਤ— 1. ਪੰਜਾਬ ਦਾ ਆਰਥਿਕ ਸਰਵੇਖਣ—2022-23
2. ਪੰਜਾਬ ਦਾ ਅੰਕੜਾ ਸਾਰ 2022
(R) ਸੋਧੇ ਹੋਏ (P) ਆਰਜ਼ੀ (Q) ਤੁਰੰਤ ਅਨੁਮਾਨ

2013-14 ਤੋਂ ਅਗਲੇ ਸਾਲ ਦੀ GSDP ਦੀ ਵਾਧਾ ਦਰ 6.6% ਸੀ। ਉਸ ਤੋਂ ਬਾਅਦ ਆਰਥਿਕਤਾ ਦੀ ਵਾਧਾ ਦਰ ਘਟਣ ਲੱਗ ਪਈ ਅਤੇ 2015-16 ਵਿਚ ਇਹ 5.7% ਹੋ ਗਈ। 2019-20 ਵਿੱਚ ਇਹ ਘਟ ਕੇ 4.1% ਹੋ ਗਈ। ਇਸ ਤੋਂ ਬਾਅਦ GSDP ਦਾ ਘਾਟਾ ਜਾਰੀ ਰਿਹਾ ਜੋ 2020-21 ਵਿੱਚ -3.6% ਹੋ ਗਈ। ਪ੍ਰੰਤੂ 2021-22 ਦੇ ਤੁਰੰਤ ਅਨੁਮਾਨਾਂ ਅਨੁਸਾਰ ਇਹ ਵਧ ਕੇ 6.30% ਹੋ ਗਈ। ਪ੍ਰੰਤੂ 2022-23 ਦੇ ਲੇਖੇ (accounts) ਅਨੁਮਾਨ ਅਨੁਸਾਰ ਇਸਦੇ ਘੱਟ ਕੇ 6.1% ਹੋਣ ਦੀ ਉਮੀਦ ਹੈ।

ਪੰਜਾਬ ਦੀ ਆਰਥਿਕ ਸਥਿਤੀ ਵਿੱਚ ਕੁੱਝ ਸੁਧਾਰ ਸ਼ੁਰੂ ਹੋ ਗਿਆ ਹੈ। ਭਾਵੇਂ ਕੁੱਲ ਰਾਜ ਘਰੇਲੂ ਉਤਪਦਾਨ (GSDP) ਦੀ ਵਾਧਾ ਦਰ (growth rate) ਵਿੱਚ 2011-12 ਤੋਂ ਲਗਾਤਾਰ ਗਿਰਾਵਟ ਜਾਰੀ ਹੈ (ਸਾਰਣੀ 24) ਪ੍ਰੰਤੂ 2021-22 ਵਿੱਚ ਤੁਰੰਤ ਅਨੁਮਾਨ ਅਨੁਸਾਰ ਵਾਧਾ ਦਰ ਵਿੱਚ ਵਾਧਾ ਹੋ ਕੇ 6.6% ਹੋਣ ਦਾ ਅਨੁਮਾਨ ਹੈ ਅਤੇ ਬਜਟ ਅਨੁਮਾਨ (BE) 2022-23 ਵਿੱਚ ਇਸਦੇ 6.1% ਰਹਿਣ ਦੀ ਉਮੀਦ ਹੈ ਕੁੱਲ ਰਾਜ ਮੁੱਲ ਵਾਧਾ (GSVA) 2011-12 ਵਿੱਚ 2,53,774.29 ਕਰੋੜ ਤੋਂ ਵੱਧ ਕੇ 2013-14 ਵਿੱਚ 2,79,251.01 ਕਰੋੜ (ਵਾਧਾ ਦਰ 5.2%), 2015-16 ਵਿੱਚ 3,05,208.74 ਕਰੋੜ (ਵਾਧਾ ਦਰ 5.2%) ਅਤੇ 2018-19 ਵਿੱਚ 3,62994.72 ਕਰੋੜ (ਵਾਧਾ ਦਰ 5.3%) ਅਤੇ 2021-22 ਦੇ ਤੁਰੰਤ ਅਨੁਮਾਨਾਂ ਅਨੁਸਾਰ ਇਹ ਵੱਧ ਕੇ 3,90,348.22 ਕਰੋੜ ਹੋ ਗਿਆ (ਵਾਧਾ ਦਰ 5.6%)। 2022-23 ਦੇ ਬਜਟ ਅਨੁਮਾਨਾਂ ਅਨਸਾਰ ਜੀ.ਐਸ.ਵੀ.ਏ. ਦੇ 4,11,462.42 ਕਰੋੜ ਹੋ ਜਾਣ ਦੀ ਉਮੀਦ ਹੈ (ਵਾਧਾ ਦਰ ਮਾਮੂਲੀ ਗਿਰਾਵਟ ਨਾਲ 5.4% ਹੋਵੇਗੀ)। ਹੇਠ ਲਿਖੇ ਵਿਵਰਣ ਅਤੇ ਸਾਰਣੀ ਨੰ: 25 ਵਿੱਚ ਕੁੱਲ ਰਾਜ ਮੁੱਲ ਵਾਧਾ (GSVA) ਅਤੇ ਕੁਲੱ ਰਾਜ ਘਰੇਲੂ ਉਤਪਾਦਨ (GSDP) ਦੀ ਖੇਤਰਵਾਰ (Sectoral) ਵੰਡ ਨੂੰ ਦਰਸਾਇਆ ਗਿਆ ਹੈ।

ਪ੍ਰਾਇਮਰੀ ਸੈਕਟਰ (Primary Sector)– ਇਸ ਵਿੱਚ ਖੇਤੀਬਾੜੀ, ਪਸ਼ੂ ਧਨ, ਜੰਗਲਾਤ ਉਤਪਾਦਨ, ਮੱਛੀ ਉਤਪਾਦਨ ਅਤੇ ਖਣਿਜ ਪਦਾਰਥ ਅਤੇ ਪੱਥਰ ਕੱਢਣਾ ਸ਼ਾਮਲ ਹਨ। ਇਸ ਸੈਕਟਰ ਦਾ ਕੁੱਲ ਰਾਜ ਮੁੱਲ ਵਾਧਾ ਵਿੱਚ ਸਥਿਰ ਕੀਮਤਾਂ (2011-12 ਆਧਾਰ ਤੇ) ਯੋਗਦਾਨ 2013-14 ਵਿੱਚ 81,550.00 ਕਰੋੜ ਰੁਪਏ ਤੋਂ ਵੱਧ ਕੇ 2015-16 ਵਿੱਚ 79,797.9 ਕਰੋੜ ਰੁਪਏ, 2018-19 ਵਿੱਚ 90,971.40 ਕਰੋੜ ਰੁਪਏ, 2019-20 ਵਿੱਚ 92,611.38 ਕਰੋੜ ਰੁਪਏ, 2020-21 ਵਿੱਚ 93,490.65 ਕਰੋੜ ਰੁਪਏ ਹੋ ਗਿਆ ਸੀ। 2021-22 ਦੇ ਤੁਰੰਤ ਅਨੁਮਾਨ ਅਨੁਸਾਰ 94,241.31 ਕਰੋੜ ਰੁਪਏ ਤਕ ਪਹੁੰਚ ਗਿਆ ਸੀ। ਪ੍ਰਾਇਮਰੀ ਸੈਕਟਰ ਦਾ ਵਾਧਾ ਦਰ ਨੀਵਾਂ ਹੀ ਰਿਹਾ (3.0% ਤੋਂ ਘੱਟ) ਹੈ। 2018-19 ਵਿੱਚ ਵਾਧਾ ਦਰ 2.05% ਸੀ ਜੋ 2019-20 ਵਿੱਚ ਵੀ 2.00%) ਰਿਹਾ। ਪ੍ਰੰਤੂ ਅਗਲੇ ਸਾਲ (2020-21) ਇਹ ਘਟ ਕੇ (ਖੇਤੀਬਾੜੀ ਸੈਕਟਰ ਦੇ ਘਾਟੇ ਕਾਰਨ)

1.00% ਹੋ ਗਈ। 2021-22 ਦੇ ਤੁਰੰਤ ਅਨੁਮਾਨਾਂ ਅਨੁਸਾਰ ਇਸ ਵਿੱਚ ਕੋਈ ਖਾਸ ਤਬਦੀਲੀ ਨਹੀਂ ਹੋਈ। ਪ੍ਰੰਤੂ 2022-23 ਦੇ ਬਜਟ ਅਨੁਮਾਨਾਂ ਅਨੁਸਾਰ ਵਾਧਾ ਦਰ ਵਧ ਕੇ 4.0% ਹੋ ਗਈ।

ਸਾਰਣੀ ਨੰ. 25

ਪੰਜਾਬ ਵਿੱਚ ਸੈਕਟਰਵਾਰ ਫੈਕਟਰ ਕਾਸਟ ਅਨੁਸਾਰ ਕੁੱਲ ਰਾਜ ਮੁੱਲ ਵਾਧਾ ਦੀ ਸਥਿਰ ਕੀਮਤਾਂ (2011-12) ਤੇ ਵੰਡ

ਨੰ.	ਸੈਕਟਰ	ਯੋਗਦਾਨ ਕਰੋੜ ਰੁਪਇਆਂ ਵਿੱਚ						
		2011-12	2013-14	2015-16	2018-19	2019-20 (R)	2020-21 (P)	2021-22 (Q)
1.	ਖੇਤੀਬਾੜੀ	50079.37 (19.73)	51,737.7 (18.53)	47,954.50 (15.72)	53013.78 (14.61)	52,541.79 (13.91)	53,378.65 (14.44)	51,950.74 (13.31)
2.	ਪਸ਼ੂ ਧਨ	20,345.80 (8.02)	22,209.3 (7.95)	24,039 (7.87)	29,362.72 (8.09)	31,239.21 (8.27)	31,194.66 (8.44)	33,032.93 (8.46)
3.	ਜੰਗਲਾਤ ਉਤਪਾਦਨ	7,157.07 (2.82)	6901.0 (2.47)	7050.8 (2.31)	7,716.91 (2.13)	7,844.51 (2.08)	7,856.45 (2.13)	8,029.70 (2.06)
4.	ਮੱਛੀ ਉਤਪਾਦਨ	586.01 (0.23)	624.4 (0.22)	720.6 (0.24)	825.74 (0.23)	924.31 (0.24)	1,005.03 (0.27)	1,171.16 (0.30)
5.	ਖਣਿਜ ਪਦਾਰਥ ਅਤੇ ਪੱਥਰ ਕੱਢਣਾ	36.82 (0.01)	77.6 (0.03)	33.0 (0.01)	52.26 (0.01)	61.55 (0.02)	55.86 (0.02)	56.78 (0.01)
	ਪ੍ਰਾਇਮਰੀ	**78,205.07 (30.81)**	**81,550.0 (29.20)**	**79.797.9 (26.13)**	**90,971.40 (25.07)**	**92,611.338 (24.52)**	**93,490.65 (25.30)**	**94,241.31 (24.14)**
6.	ਉਦਯੋਗ	37,507.28 (14.78)	40,960.2 (14.67)	45,480.6 (14.89)	54,216.27 (14.94)	55,086.71 (14.58)	55,360.28 (14.98)	59,033.23 (15.12)
7.	ਬਿਜਲੀ, ਗੈਸ ਤੇ ਜਲ ਪ੍ਰਬੰਧ	7149.03 (2.82)	8017.9 (2.87)	10,532.0 (3.45)	12,728.38 (3.51)	13,078.57 (3.46)	12,909.64 (3.49)	13,831.83 (3.54)
8.	ਉਸਾਰੀ	19,784.23 (7.80)	19,979.4 (7.15)	20,615.4 (6.75)	23,995.23 (6.61)	23,832.89 (6.57)	25,016.62 (6.77)	26,905.33 (6.89)
	ਸੈਕੰਡਰੀ	**64,440.54 (25.40)**	**68.951.5 (24.69)**	**76,628.0 (25.09)**	**90,939.88 (25.06)**	**92.998.17 (24.61)**	**93.286.54 (25.24)**	**99,770.41 (25.55)**
9.	ਵਪਾਰ, ਹੋਟਲ ਅਤੇ ਰੈਸਟੋਰੈਂਟ	25,324.67 (9.98)	30.049.1 (10.76)	34.630.4 (11.34)	42,046.71 (11.58)	44,662.72 (11.82)	38,820.04 (10.50)	42.229.83 (10.82)
10.	ਟਰਾਂਸਪੋਰਟ, ਸਟੋਰੇਜ ਅਤੇ ਸੰਚਾਰ	13,213.24 (5.21)	15,179.8 (5.43)	17,564.6 (5.75)	20854.02 (5.76)	21,901.45 (5.80)	20,895.31 (5.44)	22,024.60 (5.63)
11.	ਬੈਂਕਿੰਗ ਅਤੇ ਬੀਮਾ	14,643.04 (5.77)	16,029.6 (5.74)	17,313.8 (5.67)	20.004.51 (5.51)	21,024.74 (5.56)	21,396.49 (5.79)	22,288.59 (5.71)
12.	ਵਪਾਰਿਕ ਸੰਪਤੀ, ਘਰਾਂ ਦੀ ਮਲਕੀਅਤ ਅਤੇ ਵਪਾਰਕ ਸੇਵਾਵਾਂ	22,746.74 (8.96)	26,187.8 (9.38)	30,150.0 (9.87)	36.299.97 (10.0)	38.085.90 (10.08)	38.457.93 (10.40)	40,099.34 (10.27)
13.	ਲੋਕ ਪ੍ਰਸ਼ਾਸਨ	12,694.55 (5.00)	14,589.4 (5.22)	16,578.4 (5.43)	20.055.66 (5.53)	21,3398.96 (5.66)	22,717.72 (6.15)	24,761.60 (6.34)
14.	ਹੋਰ ਸੇਵਾਵਾਂ ਅਤੇ ਸਫਾਈ ਸੇਵਾਵਾਂ	22,506.44 (8.87)	26,714.0 (9.58)	32,730.3 (10.72)	41,772.56 (11.49)	45,121.47 (11.95)	41,412.48 (11.18)	44.932.54 (11.54)
	ਉਪ ਜੋੜ (ਟਰਸਰੀ ਸੈਕਟਰ)	**1,11,128.68 (43.79)**	**1,28.749.6 (46.11)**	**1,48,967.4 (48.78)**	**1,81.,033.43 (49.87)**	**1,92,195.24 (50.87)**	**1,82,899.97 (49.46)**	**1,96,336.50 (50.31)**
	ਕੁੱਲ ਰਾਜ ਮੁੱਲ ਵਾਧਾ (ਬੇਸਿਕ ਕੀਮਤਾਂ ਤੇ)	**2,53,774.29**	**2,79.251.0**	**3,03,393.3**	**3,62,944.72**	**3,77,804.78**	**3,69,677.16**	**3,90,348.22**
	ਉਤਪਾਦਨ ਕਰ	21,925.00	28,104.4	32,997.5	42,463.04	44,407.00	39,666.35	45.695.64
	ਉਤਪਾਦਨ ਸਬਸਿਡੀਆਂ	9,071,00	7,905.6	8,154.3	8,388.87	8,917.15	11,000.50	12,627.16
	ਕੁੱਲ ਰਾਜ ਘਰੇਲੂ ਉਤਪਾਦਨ	**2,66,628.29 (100.00)**	**2,99,449,83 (100.00)**	**3,12,025.2 (100.00)**	**3.97.018.89 (100.00)**	**4,13.294.63 (100.00)**	**3,98,343.01 (100.00)**	**4,23,416.70 (100.00)**

ਸਰੋਤ— 1. ਪੰਜਾਬ ਦਾ ਅੰਕੜਾ ਸਾਰ 2017 ਅਤੇ 2022 R – ਸੋਧੇ ਹੋਏ, P – ਆਰਜ਼ੀ, Q – ਤੁਰੰਤ ਅਨੁਮਾਨ[2]

2. ਬਰੈਕਟਾਂ ਵਿੱਚ ਦਿੱਤੇ ਅੰਕੜੇ ਪ੍ਰਤੀਸ਼ਤ ਵਿੱਚ ਵੰਡ ਦਿਖਾਉਂਦੇ ਹਨ)।

ਪ੍ਰਾਇਮਰੀ ਸੈਕਟਰ ਦਾ 2011-12 ਵਿੱਚ ਹਿਸਾ 30.81% ਸੀ ਜੋ 2013-14 ਵਿੱਚ ਘੱਟ ਕੇ 29.20% ਹੋ ਗਿਆ ਅਤੇ ਆਉਂਦੇ ਸਾਲਾਂ ਵਿੱਚ ਲਗਾਤਾਰ ਘੱਟਦਾ ਹੋਇਆ 2018-19 ਦੇ ਅਨੁਮਾਨ ਅਨੁਸਾਰ 25.07% ਅਤੇ 2019-20 ਦੇ ਸੋਧੇ ਹੋਏ

ਨੋਟ—1. ਜੀ.ਐਸ.ਡੀ.ਪੀ. = ਜੀ.ਐਸ.ਵੀ.ਏ. + ਉਤਪਾਦਨ ਕਰ - ਉਤਪਾਦਨ ਸਬਸਿਡੀਆਂ

ਅਨੁਮਾਨ ਅਨੁਸਾਰ 24.52% ਹੋ ਗਿਆ। 2020-21 ਵਿਚ ਇਹ 25.30% ਅਤੇ 2021-22 ਦੇ ਤੁਰੰਤ ਅਨੁਮਾਨ ਅਨੁਸਾਰ 24.14% ਹੋ ਗਿਆ। ਇਸ ਸੈਕਟਰ ਦੇ ਸਭ ਤੋਂ ਵੱਧ ਮਹੱਤਵਪੂਰਣ ਖੇਤਰ ਖੇਤੀਬਾੜੀ ਦਾ ਯੋਗਦਾਨ 2011-12 ਵਿੱਚ 19.73% ਸੀ ਜੋ ਆਉਂਦੇ ਸਾਲਾਂ ਵਿੱਚ ਲਗਾਤਾਰ ਘੱਟਦਾ ਹੋਇਆ 2018-19 ਵਿੱਚ 14.61% ਅਤੇ 2019-20 ਵਿੱਚ ਹੋਰ ਘੱਟ ਕੇ 13.9% ਰਹਿ ਗਿਆ। 2021-22 ਵਿੱਚ ਇਹ ਹਿੱਸਾ ਹੋਰ ਘੱਟ ਕੇ 13.31% ਹੋ ਗਿਆ।

ਸੈਕੰਡਰੀ ਸੈਕਟਰ (Secondary Sector)– ਇਸ ਸੈਕਟਰ ਦਾ ਯੋਗਦਾਨ 2011-12 ਵਿੱਚ 64,440.54 ਕਰੋੜ ਰੁਪਏ ਸੀ ਜੋ 2013-14 ਵਿੱਚ ਵੱਧ ਕੇ 68,951.5 ਕਰੋੜ ਹੋ ਗਿਆ। ਇਸ ਤਰ੍ਹਾਂ 2015-16 ਵਿੱਚ ਸੈਕੰਡਰੀ ਸੈਕਟਰ ਦੀ ਵਾਧਾ ਦਰ ਵੱਧ ਕੇ 6.0% ਹੋ ਗਈ। 2018-19 ਵਿੱਚ ਯੋਗਦਾਨ ਵੱਧ ਕੇ 90,939.88 ਕਰੋੜ ਰੁਪਏ ਹੋ ਗਿਆ ਪ੍ਰੰਤੂ ਵਾਧਾ ਦਰ +5.0% ਹੋ ਗਈ। ਇਸ ਤੋਂ ਅਗਲੇ ਸਾਲ ਵਿੱਚ ਯੋਗਦਾਨ 2019-20 ਦੇ ਅਨੁਮਾਨ ਅਨੁਸਾਰ 92,998.17 ਕਰੋੜ ਰੁਪਏ (ਵਾਧਾ ਦਰ ਘੱਟ ਕੇ 2.0%) ਸੀ। ਪ੍ਰੰਤੂ 2020-21 ਦੇ ਆਰਜੀ ਅਨੁਮਾਨ ਅਨੁਸਾਰ ਯੋਗਦਾਨ 93,286.54 ਕਰੋੜ ਰੁਪਏ ਦਾ ਸੀ। ਇਸ ਸਾਲ ਵਾਧਾ ਦਰ 0.00% ਸੀ। 2021-22 ਦੇ ਤੁਰੰਤ ਅਨੁਮਾਨ ਅਨੁਸਾਰ ਯੋਗਦਾਨ 99,770.41 ਕਰੋੜ ਦਾ ਸੀ। 2021-22 ਦੇ ਤੁਰੰਤ ਅਨੁਮਾਨ ਅਨੁਸਾਰ ਵਾਧਾ ਦਰ ਵਧ ਕੇ 7.0% ਹੋ ਗਈ। 2022-23 ਦੇ ਬਜਟ ਅਨੁਮਾਨਾਂ ਅਨੁਸਾਰ ਇਹ ਹੋਰ ਘਟ ਕੇ 4.00% ਹੋ ਗਈ।

ਕੁੱਲ ਰਾਜ ਮੁੱਲ ਵਾਧਾ ਵਿੱਚ ਸੈਕੰਡਰੀ ਸੈਕਟਰ ਦਾ ਹਿੱਸਾ 2011-12 ਵਿੱਚ 25.40% ਸੀ, ਜੋ 2015-16 ਵਿੱਚ ਕੁੱਝ ਘਟ ਕੇ 25.09% ਹੋ ਗਿਆ। ਇਸ ਤੋਂ ਅਗਲੇ ਸਾਲਾਂ ਵਿੱਚ ਹਿੱਸਾ ਘਟਦਾ ਰਿਹਾ ਜੋ 2018-19 ਵਿੱਚ 25.06% ਹੋ ਗਿਆ ਅਤੇ 2019-20 ਦੇ ਅਨੁਮਾਨ ਅਨੁਸਾਰ 24.61% ਤੇ 2020-21 ਦੇ ਆਰਜੀ ਅਨੁਮਾਨ ਅਨੁਸਾਰ 25.24% ਸੀ। ਇਹ ਹਿੱਸਾ 2021-22 ਦੇ ਤੁਰੰਤ ਅਨੁਮਾਨਾਂ ਅਨੁਸਾਰ 25.55% ਹੋ ਗਿਆ। ਇਸ ਸੈਕਟਰ ਦੇ ਖੇਤਰ ਉਦਯੋਗ ਦਾ ਹਿੱਸਾ 2011-12 ਤੋਂ 2020-21 ਦੇ ਸਾਲ ਤੱਕ, ਆਮ ਤੌਰ ਤੇ 14.00% ਤੋਂ ਲਗਭਗ 15.00% ਵਿਚਕਾਰ ਰਿਹਾ ਹੈ (ਸਾਰਣੀ ਨੰ. 25)। 2021-22 ਵਿੱਚ ਹਿੱਸਾ 15.12% ਸੀ। ਸੈਕੰਡਰੀ ਸੈਕਟਰ ਵਿੱਚ ਉਦਯੋਗ, ਬਿਜਲੀ, ਗੈਸ, ਜਲ ਪ੍ਰਬੰਧ ਅਤੇ ਉਸਾਰੀ ਸ਼ਾਮਲ ਹਨ।

ਟਰਸ਼ਰੀ ਸੈਕਟਰ (Tertiary Sector) - ਇਸ ਸੈਕਟਰ ਵਿੱਚ ਵਪਾਰ, ਟਰਾਂਸਪੋਰਟ, ਬੈਂਕਿੰਗ, ਬੀਮਾ, ਹੋਟਲ ਅਤੇ ਰੈਸਟੋਰੈਂਟ, ਲੋਕ ਪ੍ਰਸ਼ਾਸਨ ਅਤੇ ਹੋਰ ਸੇਵਾਵਾਂ (services) ਆਦਿ ਖੇਤਰ ਸ਼ਾਮਲ ਹਨ। ਇਸ ਸੈਕਟਰ ਦਾ ਜੀ.ਐਸ.ਵੀ.ਏ. ਵਿੱਚ ਯੋਗਦਾਨ 2011-12 ਵਿੱਚ 1,11,128.68 ਕਰੋੜ ਰੁਪਏ ਸੀ ਜੋ ਲਗਾਤਾਰ ਵੱਧਦਾ ਹੋਇਆ 2018-19 ਵਿੱਚ 1,18,033.43 ਕਰੋੜ ਰੁਪਏ ਅਤੇ 2019-20 (ਸੋਧੇ ਅਨੁਮਾਨ) ਵਿੱਚ 1,92,195.24 ਕਰੋੜ ਰੁਪਏ ਹੋ ਗਿਆ ਸੀ। ਵਾਧਾ ਦਰ 2015-16 ਵਿੱਚ 7.0% ਸੀ ਜੋ 2018-19 ਵਿੱਚ ਵੀ 7.00% ਰਹੀ ਪ੍ਰੰਤੂ ਇਸ ਤੋਂ ਅੱਗੇ ਇਹ 2019-20 ਵਿੱਚ ਘੱਟ ਕੇ 6.00% ਰਹਿ ਗਈ ਅਤੇ 2020-21 ਵਿੱਚ ਵਾਧਾ ਦਰ ਘਟ ਕੇ -5% ਹੋ ਗਈ ਅਤੇ 2021-22 ਵਿੱਚ 7.0% ਅਤੇ 2022-23 ਵਿੱਚ 7.01% ਸੀ।

ਟਰਸ਼ਰੀ ਸੈਕਟਰ ਦਾ ਹਿੱਸਾ 2011-12 ਵਿੱਚ 43.49% ਸੀ ਜੋ 2015-16 ਵਿੱਚ ਵਧ ਕੇ 48.78% ਹੋ ਗਿਆ। ਇਸ ਤੋਂ ਅੱਗੇ 2018-19 ਵਿੱਚ ਇਹ ਹਿੱਸਾ 49.87% ਤੋਂ 2019-20 ਵਿੱਚ 50.87% ਹੋ ਗਿਆ। 2020-21 ਵਿੱਚ ਟਰਸ਼ਰੀ ਸੈਕਟਰ ਦਾ ਯੋਗਦਾਨ 49.46% ਸੀ। ਇਕ ਵਿਕਸਤ ਅਰਥ-ਵਿਵਸਥਾ ਵਿੱਚ ਟਰਸ਼ਰੀ ਸੈਕਟਰ ਦਾ ਹਿੱਸਾ ਕਾਫ਼ੀ ਵਧਣਾ ਚਾਹੀਦਾ ਹੈ ਪ੍ਰੰਤੂ ਪੰਜਾਬ ਵਿੱਚ ਅਜਿਹਾ ਨਹੀਂ ਹੋ ਰਿਹਾ ਹੈ। ਅਜੇ ਇਹ 2021-22 ਵਿੱਚ 50.31% ਤੱਕ ਪਹੁੰਚ ਸਕਿਆ ਹੈ। ਇਸ ਸੈਕਟਰ ਵਿੱਚ ਸਭ ਤੋਂ ਵੱਧ ਯੋਗਦਾਨ (ਲਗਭਗ ਇਕ-ਚੌਥਾਈ) ਵਪਾਰ, ਹੋਟਲ ਅਤੇ ਰੈਸਟੋਰੈਂਟਸ ਦਾ ਹੈ (ਸਾਰਣੀ ਨੰ. 25)। ਇਸ ਤੋਂ ਬਾਅਦ ਹੋਰ ਸੇਵਾਵਾਂ ਦਾ ਖੇਤਰ ਆਉਂਦਾ ਹੈ।

ਪੂੰਜੀ ਨਿਰਮਾਣ (Capital Formation)

ਆਰਥਿਕਤਾ ਵਿੱਚ ਪੂੰਜੀ ਨਿਰਮਾਣ ਦੀ ਬਹੁਤ ਮਹੱਤਤਾ ਹੁੰਦੀ ਹੈ। ਪੂੰਜੀ ਨਿਰਮਾਣ ਆਰਥਿਕਤਾ ਦੇ ਸੰਭਾਵੀ ਵਾਧੇ ਬਾਰੇ ਨਿਰਦੇਸ਼ ਦਿੰਦਾ ਹੈ। ਇਹ ਯੋਜਨਾਬੰਦੀ ਅਤੇ ਆਰਥਿਕ ਵਿਕਾਸ ਵਿੱਚ ਮਹੱਤਵਪੂਰਣ ਭੂਮਿਕਾ ਨਿਭਾਉਂਦਾ ਹੈ। ਪੰਜਾਬ ਵਿੱਚ ਕੁੱਲ ਰਾਜ ਘਰੇਲੂ ਪੂੰਜੀ ਨਿਰਮਾਣ (Gross State Domestic Capital Formation) ਸਥਿਰ ਕੀਮਤਾਂ (2011-12 ਆਧਾਰ)

ਅਨੁਸਾਰ 2011-12 ਵਿੱਚ 35657.22 ਕਰੋੜ ਰੁਪਏ ਸੀ (13.37% ਜੀ.ਐਸ.ਡੀ.ਪੀ. ਦਾ) ਜੋ 2018-19 ਵਿੱਚ ਵੱਧ ਕੇ 62,525.84 ਕਰੋੜ ਰੁਪਏ (ਜੀ.ਐਸ.ਡੀ.ਪੀ. ਦਾ 15.75%) ਅਤੇ 2019-20 ਵਿੱਚ ਵਧ ਕੇ 67,607.25 ਕਰੋੜ ਰੁਪਏ (ਜੀ.ਐਸ.ਡੀ.ਪੀ. ਦਾ 16.36%) ਹੋ ਗਿਆ। 2020-21 (ਆਰਜ਼ੀ) ਅਨੁਸਾਰ ਕੁੱਲ ਰਾਜ ਘਰੇਲੂ ਪੂੰਜੀ ਨਿਰਮਾਣ ਘੱਟ ਕੇ 61,530.99 ਕਰੋੜ ਰੁਪਏ ਦਾ ਸੀ।

2020-21 ਵਿੱਚ ਪੂੰਜੀ ਨਿਰਮਾਣ ਵਿੱਚ **ਮੁੱਖ ਯੋਗਦਾਨ** (ਉਦਯੋਗਾਂ ਦਾ (34.38%) ਅਤੇ **ਵਪਾਰ, ਹੋਟਲਜ਼ ਅਤੇ ਰੈਸਟੋਰੈਂਟਸ** (6.64%) ਦਾ ਸੀ। ਇਸ ਤੋਂ ਬਾਅਦ ਲੋਕ ਪ੍ਰਬੰਧ (11.55%), ਖੇਤੀਬਾੜੀ ਅਤੇ ਪਸ਼ੂ ਧਨ (6.91%) ਅਤੇ ਆਵਾਜਾਈ— ਸੰਚਾਰ ਅਤੇ ਗੁਦਾਮ ਖੇਤਰ (17.91%), ਦਾ ਵੱਡਾ ਯੋਗਦਾਨ ਸੀ। ਇਨ੍ਹਾਂ ਤੋਂ ਬਾਅਦ ਉਸਾਰੀ ਲੋਕ ਪ੍ਰਬੰਧ ਅਤੇ ਬਿਜਲੀ, ਗੈਸ, ਜਲ ਪ੍ਰਬੰਧ ਖੇਤਰ ਆਉਂਦੇ ਹਨ।

ਉੱਪਰਲੇ ਵਿਵਰਣ ਅਤੇ ਸਾਰਣੀ ਨੰ. 25 ਤੋਂ ਇਹ ਪਤਾ ਲੱਗਦਾ ਹੈ ਕਿ ਪੰਜਾਬ ਦੀ ਅਰਥ ਵਿਵਸਥਾ ਮੁੱਖ ਤੌਰ 'ਤੇ (ਅੱਧੇ ਤੋਂ ਜ਼ਿਆਦਾ) ਖੇਤੀਬਾੜੀ, ਪਸ਼ੂ ਧਨ (6.91%), ਉਦਯੋਗ (34.38%) ਅਤੇ ਯਾਤਾਯਾਤ, ਗੁਦਾਮ ਅਤੇ ਸੰਚਾਰ (17.91%) ਦੇ ਯੋਗ ਤੋਂ ਬਣੀ ਹੋਈ ਹੈ। ਇਹ ਅੰਕੜੇ ਸਾਲ 2020-21 ਦੇ ਅਨੁਮਾਨਾਂ ਅਨੁਸਾਰ ਹਨ।

ਉਸਾਰੀ (13.91%), ਲੋਕ ਪ੍ਰਬੰਧ (11.55%), ਵਪਾਰ, ਹੋਟਲਜ਼ ਅਤੇ ਰੈਸਟੋਰੈਂਟਸ (4.64%) ਅਤੇ ਬਿਜਲੀ ਗੈਸ ਤੇ ਜਲ ਪ੍ਰਬੰਧ (4.36%) ਟਰਾਂਸਪੋਰਟ ਸਟੋਰੇਜ ਅਤੇ ਸੰਚਾਰ ਅਤੇ ਸਮੂਹਿਕ ਅਤੇ ਨਿਜੀ ਸੇਵਾਵਾਂ (Community & Personal Services) ਦੀ ਵੀ ਅਹਿਮ ਭੂਮਿਕਾ (ਲਗਭਗ 4 ਤੋਂ 15% ਹਰੇਕ) ਹੈ। ਰਾਜ ਦੀ ਅਰਥ ਵਿਵਸਥਾ ਵਿੱਚ 24.14% ਦੇ ਲਗਭਗ ਯੋਗਦਾਨ ਮੂਲ ਉਤਪਾਦਨ ਕਿਰਿਆਵਾਂ (Primary Occupations) ਦਾ ਹੈ। ਸੈਕੰਡਰੀ ਕਿੱਤਿਆਂ ਦਾ ਹਿੱਸਾ ਲਗਭਗ ਇਕ-ਚੌਥਾਈ (25.55%) ਹੈ ਅਤੇ ਟਰਸ਼ਰੀ ਕੰਮ ਅਤੇ ਸੇਵਾਵਾਂ ਰਾਜ ਦੇ ਕੁੱਲ ਘਰੇਲੂ ਉਤਪਾਦਨ ਵਿੱਚ **ਅੱਧੇ ਤੋਂ ਵੱਧ** (50.31%) ਦਾ ਯੋਗਦਾਨ ਕਰਦੇ ਹਨ। ਸਾਰਣੀ ਨੰ. 25 ਨੂੰ ਦੇਖਣ ਤੋਂ ਪਤਾ ਲਗਦਾ ਹੈ ਕਿ **ਟਰਸ਼ਰੀ ਸੈਕਟਰ** ਦਾ ਹਿੱਸਾ ਲਗਾਤਾਰ ਵੱਧਦਾ ਆ ਰਿਹਾ ਹੈ। ਵਿਕਸਤ ਹੋ ਰਹੀ ਆਰਥਿਕਤਾ ਲਈ ਇਹ ਚੰਗੀ ਗੱਲ ਹੈ। ਪ੍ਰੰਤੂ ਉਦਯੋਗਾਂ ਦਾ ਯੋਗਦਾਨ 14.0 ਤੋਂ 15.5% ਵਿਚਕਾਰ ਲਗਭਗ ਸਥਿਰ ਰਹਿ ਰਿਹਾ ਹੈ। ਇਹ ਵਧੀਆ ਸੰਕੇਤ ਨਹੀਂ ਹੈ। ਖੇਤੀਬਾੜੀ ਦਾ ਹਿੱਸਾ ਲਗਾਤਾਰ ਘਟ ਰਿਹਾ ਹੈ। ਇਹ ਸਭ ਪੱਕੇ ਪੈਰਾਂ ਤੇ ਖੜ੍ਹੀ ਅਰਥ-ਵਿਵਸਥਾ ਦੇ ਲੱਛਣ ਨਹੀਂ ਹਨ।

ਅਗਲੇ ਸਫ਼ਿਆਂ ਵਿੱਚ ਪੰਜਾਬ ਦੀ ਖੇਤੀਬਾੜੀ, ਪਸ਼ੂ ਧਨ, ਨਿਰਮਾਣ ਉਦਯੋਗਾਂ, ਵਣਜ-ਵਪਾਰ ਅਤੇ ਆਵਾਜਾਈ ਸਾਧਨਾਂ ਬਾਰੇ ਚਰਚਾ ਕੀਤੀ ਜਾਵੇਗੀ।

ਖੇਤੀਬਾੜੀ (AGRICULTURE)

ਪੰਜਾਬ (62.52%) ਮੁੱਖ ਤੌਰ ਤੇ ਇਕ ਖੇਤੀਬਾੜੀ ਪ੍ਰਧਾਨ ਰਾਜ ਹੈ। 2011 ਦੀ ਜਨਗਣਨਾ ਅਨੁਸਾਰ ਇਸ ਦੇ ਦੋ-ਤਿਹਾਈ ਦੇ ਲਗਭਗ ਲੋਕ ਇੱਥੋਂ ਦੇ 12581 ਪਿੰਡਾਂ ਵਿੱਚ ਰਹਿੰਦੇ ਹਨ। ਰਾਜ ਦੇ ਕੁੱਲ ਭੂਗੋਲਿਕ ਖੇਤਰਫ਼ਲ ਦਾ 83.13% ਵਾਹੀ ਅਧੀਨ ਹੈ। ਇਹ ਪ੍ਰਤੀਸ਼ੱਤਤਾ ਦੇਸ਼ ਵਿੱਚ ਸਭ ਤੋਂ ਜ਼ਿਆਦਾ ਹੈ। 2011 ਦੀ ਜਨਗਣਨਾ ਅਨੁਸਾਰ ਰਾਜ ਦੇ ਕੁੱਲ ਕਾਮਿਆਂ (workers) ਵਿੱਚੋਂ 16.0% ਖੇਤੀਬਾੜੀ ਕਾਮੇ, ਅਤੇ 19.5% ਕਾਸ਼ਤਕਾਰ ਹਨ। 2011-12 ਵਿੱਚ ਰਾਜ ਦੀ ਕੁੱਲ ਆਮਦਨ (gross income) ਦਾ 19.73% ਖੇਤੀਬਾੜੀ ਤੋਂ ਪ੍ਰਾਪਤ ਹੋਇਆ ਸੀ। 2018-19 ਵਿੱਚ ਇਹ ਘਟ ਕੇ 14.61% ਹੋ ਗਿਆ। 2021-22 ਵਿੱਚ ਇਹ ਕੇਵਲ 13.31% ਰਹਿ ਗਿਆ।

ਪੰਜਾਬ ਭਾਰਤ ਦਾ ਮੁੱਖ ਅਨਾਜ ਭੰਡਾਰ ਹੈ ਅਤੇ 2021-22 ਵਿੱਚ ਦੇਸ਼ ਦੇ ਕੇਂਦਰੀ ਭੰਡਾਰ (central pool) ਵਿੱਚ 125.48 ਲੱਖ ਮੀ. ਟਨ (21.18%) ਚਾਵਲ ਅਤੇ 132.22 ਲੱਖ ਮੀ. ਟਨ (30.50%) ਕਣਕ ਦਾ ਯੋਗਦਾਨ ਪਾਇਆ ਸੀ। ਇਸੇ ਸਾਲ ਪੰਜਾਬ ਨੇ 203.70 ਲੱਖ ਮੀ. ਟਨ ਝੋਨਾ (Paddy) ਪੈਦਾ ਕੀਤਾ ਸੀ, ਅਤੇ 188.33 ਲੱਖ ਮੀ. ਟਨ ਝੋਨਾ ਖ਼ਰੀਦਿਆ ਗਿਆ ਸੀ। 2021-22 ਵਿਚ ਕਣਕ ਦਾ ਉਤਪਾਦਨ 148.65 ਲੱਖ ਮੀ. ਟਨ ਸੀ ਜਿਸ ਵਿੱਚ 132.27 ਲੱਖ ਮੀ. ਟਨ ਦੀ ਖ਼ਰੀਦ ਕੀਤੀ ਗਈ ਸੀ। ਪੰਜਾਬ ਵਿੱਚ ਖੇਤੀਬਾੜੀ ਦੇ ਉੱਚੇ ਵਿਕਾਸ ਨੂੰ "ਹਰੀ ਕ੍ਰਾਂਤੀ" (green revolution) ਦੇ ਆਰੰਭ ਅਤੇ ਪੂਰਤੀ (introduction and completion) ਦੀ ਸਫਲਤਾ ਨੇ ਸੰਭਵ ਬਣਾਇਆ ਸੀ। ਸਾਰੇ ਦੇਸ਼ ਵਿੱਚ ਸਭ ਤੋਂ ਪਹਿਲਾਂ ਪੰਜਾਬ ਦੇ

ਅਗਾਂਹ ਵਧੂ, ਮਿਹਨਤੀ ਅਤੇ ਹੌਸਲੇ ਵਾਲੇ ਕਿਸਾਨਾਂ ਨੇ ਛੇਵੇਂ ਦਹਾਕੇ ਵਿੱਚ ਜ਼ਿਆਦਾ ਝਾੜ ਦੇਣ ਵਾਲੀਆਂ ਕਣਕ ਅਤੇ ਝੋਨੇ ਦੀਆਂ ਦੋਗਲੀਆਂ ਕਿਸਮਾਂ (hybrid varieties), ਖੇਤੀਬਾੜੀ ਦੇ ਨਵੇਂ ਢੰਗਾਂ, ਮਸ਼ੀਨੀਕਰਨ ਅਤੇ ਖੇਤੀਬਾੜੀ ਦੀ ਦੂਜੀ ਨਿਵਿਸ਼ਟ ਸਮੱਗਰੀ (in puts) ਜਿਵੇਂ ਕਿ ਖਾਦਾਂ, ਕੀੜੇਮਾਰ ਦਵਾਈਆਂ, ਸਿੰਜਾਈ ਆਦਿ ਨੂੰ ਇਕ ਦਮ ਮੰਜ਼ੂਰ ਕਰਕੇ ਖੇਤੀਬਾੜੀ ਵਿੱਚ ਲਾਗੂ ਕਰ ਦਿੱਤਾ ਸੀ। ਇਸਦੇ ਫਲਸਰੂਪ ਅਨਾਜ ਫ਼ਸਲਾਂ (foodgrains) ਦਾ ਉਤਪਾਦਨ 1965-66 ਵਿੱਚ 33.9 ਲੱਖ ਮੀ. ਟਨ ਤੋਂ ਵੱਧ ਕੇ 1970-71 ਵਿੱਚ 73.05 ਲੱਖ ਮੀ. ਟਨ, 1980-81 ਵਿੱਚ 119.21 ਲੱਖ ਮੀ. ਟਨ, 1990-91 ਵਿੱਚ 192-18 ਲੱਖ ਮੀ. ਟਨ ਅਤੇ 1994-95 ਵਿੱਚ 218-07 ਲੱਖ ਮੀ. ਟਨ ਹੋ ਗਿਆ ਸੀ। ਇਹ ਉਤਪਾਦਨ ਘਟ ਕੇ 1995-96 ਵਿੱਚ 201.07 ਲੱਖ ਮੀ. ਟਨ ਅਤੇ 1996-97 ਵਿੱਚ 215.65 ਲੱਖ ਮੀ. ਟਨ ਹੋ ਗਿਆ ਸੀ। 1997-98 ਵਿੱਚ ਅਨਾਜ ਫਸਲਾਂ ਦਾ ਉਤਪਾਦਨ 211.61 ਲੱਖ ਮੀ. ਟਨ ਸੀ ਜੋ ਵਧ ਕੇ 2000-01 ਵਿੱਚ 253.22 ਲੱਖ ਮੀ. ਟਨ ਹੋ ਗਿਆ ਸੀ। ਅਗਲੇ ਸਾਲਾਂ ਵਿੱਚ ਉਤਪਾਦਨ ਫਿਰ ਘਟਣ ਲੱਗ ਪਿਆ (248.98 ਲੱਖ ਮੀ. ਟਨ 2001-02 ਅਤੇ 234.90 ਲੱਖ ਮੀ. ਟਨ 2002-03) ਪ੍ਰੰਤੂ ਇਹ ਫਿਰ ਵਧ ਕੇ 247.27 ਲੱਖ ਮੀ. ਟਨ 2003-04 ਅਤੇ 256.60 ਲੱਖ ਮੀ. ਟਨ 2004-05 ਵਿੱਚ ਹੋ ਗਿਆ। 2005-06 ਵਿੱਚ ਇਹ ਘਟ ਕੇ 251.8 ਲੱਖ ਮੀ. ਟਨ ਹੋ ਗਿਆ। 2007-08 ਵਿੱਚ ਪੰਜਾਬ ਨੇ 268.11 ਲੱਖ ਮੀ. ਟਨ ਅਨਾਜ ਪੈਦਾ ਕੀਤਾ ਸੀ। 2010-11 ਦੇ ਸਾਲ ਵਿੱਚ ਪੰਜਾਬ ਨੇ 278.46 ਲੱਖ ਮੀ. ਟਨ ਅਨਾਜ ਫਸਲਾਂ ਪੈਦਾ ਕੀਤੀਆਂ ਸਨ। 2021-22 (ਆਰਜ਼ੀ) ਦੇ ਦੌਰਾਨ ਪੰਜਾਬ ਨੇ 290.20 ਲੱਖ ਮੀ. ਟਨ ਅਨਾਜ ਫਸਲਾਂ ਪੈਦਾ ਕੀਤੀਆਂ ਸਨ। ਸਾਰਣੀ ਨੰ. 25 ਪਿਛਲੇ ਸਾਲਾਂ ਵਿੱਚ ਖੇਤੀਬਾੜੀ ਦੀ ਉੱਨਤੀ ਨੂੰ ਦਰਸਾਉਂਦੀ ਹੈ।

ਇਸ ਮਹਾਨ ਸਫ਼ਲਤਾ ਵਿੱਚ ਬਿਜਲੀ ਅਤੇ ਸਿੰਜਾਈ ਦੀਆਂ ਵਿਭਿੰਨ ਯੋਜਨਾਵਾਂ ਜਿਵੇਂ ਕਿ ਭਾਖੜਾ-ਨੰਗਲ ਯੋਜਨਾ ਦਾ ਮੁਕੰਮਲ ਹੋਣਾ, ਜੋਤਾਂ ਦੀ ਕਿੱਲਾਬੰਦੀ (consolidation of holdings) ਅਤੇ ਸਿੰਜਾਈ ਸਹੂਲਤਾਂ, ਵਿਸ਼ੇਸ਼ ਕਰਕੇ ਮਾਲੀ ਸਹਾਇਤਾ (subsidy) ਅਤੇ ਕਰਜ਼ਿਆਂ ਅਧੀਨ ਲਗਾਏ ਟਿਊਬਵੈਲਾਂ ਦੇ ਵਿਸਥਾਰ ਦਾ ਵੀ ਯੋਗਦਾਨ ਹੈ।

ਪੰਜਾਬ ਦੀ ਖੇਤੀਬਾੜੀ ਦੀਆਂ ਵਿਸ਼ੇਸ਼ਤਾਈਆਂ (CHARACTERISTICS OF AGRICULTURE OF PUNJAB)

ਪੰਜਾਬ ਨੂੰ "ਖੇਤੀਬਾੜੀ ਵਿਕਾਸ ਦਾ ਇਕ ਟਾਪੂ" (an island of agricultural development) ਕਿਹਾ ਜਾਂਦਾ ਹੈ। ਪੰਜਾਬ ਦੀ ਖੇਤੀਬਾੜੀ ਵਿੱਚ ਬਹੁਤ ਤਬਦੀਲੀ ਆਈ ਹੈ ਅਤੇ ਇਸ ਦੇ ਉਤਪਾਦਨ ਉਤਪਾਦਕਤਾ, ਫਸਲਾਂ ਦੇ ਸਰੂਪ (cropping pattern) ਅਤੇ ਨਿਵਿਸ਼ਟ ਸਮੱਗਰੀ ਵਰਤੋਂ (input-use) ਦੇ ਸਤਰ ਵਿੱਚ ਭਾਰੀ ਵਿਕਾਸ ਹੋਇਆ ਹੈ। ਇਥੋਂ ਦੇ ਵਾਤਾਵਰਣੀ ਕਾਰਕ (environmental controls) ਇਥੋਂ ਬਹੁਤ ਪ੍ਰਕਾਰ ਦੀਆਂ ਖੇਤੀਬਾੜੀ ਫਸਲਾਂ ਪੈਦਾ ਕਰਨ ਦੀਆਂ ਅਵਸਥਾਵਾਂ ਪ੍ਰਦਾਨ ਕਰਦੇ ਹਨ। ਪੰਜਾਬੀ ਕਿਰਸਾਨ ਸਖਤ-ਮਿਹਨਤੀ, ਸ਼ਕਤੀਸ਼ਾਲੀ, ਅਗਾਂਹਵਧੂ, ਜਾਗਰੂਕ ਅਤੇ ਮੁਕਾਬਲਤਨ ਪੈਸੇ ਵਾਲੇ ਹਨ। ਵਿਲੱਖਣਤਾ, ਗੁਣਵੱਤਾ (quality), ਮਾਤਰਾ ਅਤੇ ਗਤੀਸ਼ੀਲਤਾ (dynamism) ਪੰਜਾਬ ਦੀ ਖੇਤੀਬਾੜੀ ਦੇ ਗੁਣ ਹਨ। ਪੰਜਾਬ ਦੀ ਖੇਤੀਬਾੜੀ ਦੀਆਂ ਮੁੱਖ ਵਿਸ਼ੇਸ਼ਤਾਈਆਂ ਹੇਠਾਂ ਦਿੱਤੀਆਂ ਜਾਂਦੀਆਂ ਹਨ—

ਸਾਰਣੀ ਨੰ. 26 ਪੰਜਾਬ ਵਿੱਚ ਮੁੱਖ ਫਸਲਾਂ ਅਧੀਨ ਖੇਤਰਫਲ, ਉਤਪਾਦਨ ਅਤੇ ਝਾੜ

(Production, Area and Yield of Principal Crops in Punjab)

ਸਾਲ	ਚਾਵਲ			ਮੱਕੀ			ਕਣਕ			ਛੋਲੇ			ਕੁੱਲ ਅਨਾਜ		ਕਪਾਹ			ਗੰਨਾ			ਤੇਲ ਦੇ ਬੀਜ	
	ਰਕਬਾ	ਉਤਪਾਦਨ	ਝਾੜ	ਰਕਬਾ	ਉਤਪਾਦਨ	ਝਾੜ	ਰਕਬਾ	ਉਤਪਾਦਨ	ਝਾੜ	ਰਕਬਾ	ਉਤਪਾਦਨ	ਝਾੜ	ਰਕਬਾ	ਉਤਪਾਦਨ	ਰਕਬਾ	ਉਤਪਾਦਨ	ਝਾੜ	ਰਕਬਾ	ਉਤਪਾਦਨ	ਝਾੜ	ਰਕਬਾ	ਉਤਪਾਦਨ
1960-61	227	229	1009	327	371	1135	1400	1742	1244	838	681	813	3063	3162	447	120.3	269	133	486	3654	185	121
1965-66	292	292	1000	389	643	1653	1550	1916	1236	602	370	615	3102	3389	459	131.6	311	169	570	3373	234	222
1970-71	390	688	1765	555	861	1555	2299	5145	2238	358	284	797	3928	7305	397	147.3	399	128	527	4117	295	233

1980-81	1183	3233	2733	304	612	1602	2812	7677	2730	258	150	582	4854	11921	649	200.3	329	71	392	5526	238	187
1990-91	2015	6506	3229	188	333	1786	3273	12159	3715	60	45	744	5668	19218	701	324.6	481	101	601	5941	104	93
1995-96	2188	6845	3132	175	320	1793	3257	12738	3884	19	17	891	5768	20107	667	289.4	463	150	972	6529	270	326
2000-01	2612	9157	3506	165	461	2793	3408	15551	4563	8	8	953	6277	25322	474	204.0	437	121	777	6425	86	88
2005-06	2642	10193	3858	148	403	2726	3468	14493	4179	4	4	864	6316	25180	557	407.30	748	84	486	5783	82	91
2010-11	2826	10819	3828	133	491	3692	3510	16472	4693	3	3	1000	6504	27846	483	309.64	641	70	417	5952	56	73
2015-16	2970	11803	3974	127	474	3732	3506	16068	4583	2	2	1000	6635	28393	335	236.13	705	92	6750	73370	48	52
2016-17	3046	12638	4149	116	445	3836	3495	17636	5046	2	2		6688	30,763	285	216.11	760	88	7152	81273	42	58
2017-18	3064	13377	4366	115	427	3712	3512	17830	5077	2	2		6732	31,693	291	218.1	749	97	8078	83278	41	61
2018-19	3102	12818	4132	115	418	3639	3519	18257	5188	1.9	2.5	1331	6769	31,522	268	207.8	775	95	7776	81857	41	60
2019-20	3143	12675	4033	124.5	466.8	3749	3521	17619	5004	1.5	1.8	1219	6818	30755	248	205.0	827	91.4	7333	80129	39	59
2020-21 (R)	3149	13992	443	107.8	395.1	3665	3530	17185	4868	2	2.6	1322	6826	31626	251.6	173.9	691	89.3	7487	83841	38.1	59
2021-22 (P)	3144.6	13648	4340	105.2	413.4	3930	3525.8	14865.4	4216	1.8	2.2	1317	6844.4	29019.5	251.3	109.7	437	86.8	7131	82153	49.5	75.6

ਸਰੋਤ-ਪੰਜਾਬ ਦਾ ਅੰਕੜਾ ਸਾਰ 1996, 2001, 2011, 2017, 2022

ਉਤਪਾਦਨ—ਹਜ਼ਾਰ ਮੀਟਰਿਕ ਟਨ ਵਿੱਚ, ਰਕਬਾ-ਹਜ਼ਾਰ ਹੈਕਟੇਅਰ ਵਿੱਚ, ਝਾੜ —ਕਿਲੋਗ੍ਰਾਮ ਪ੍ਰਤੀ ਹੈਕਟੇਅਰ

ਨੋਟ—2010-11 ਤੱਕ ਗੰਨੇ ਦਾ ਉਤਪਾਦਨ ਹਜ਼ਾਰ ਟਨ ਗੁੜ ਰੂਪ ਵਿੱਚ ਅਤੇ 2015-16 ਤੋਂ ਅੱਗੇ ਹਜ਼ਾਰ ਟਨ ਗੰਨੇ ਦੇ ਰੂਪ ਵਿੱਚ

1. ਫਸਲਾਂ ਦੀ ਅਨੇਕਤਾ (A variety of crops are produced)– ਪੱਧਰੀ ਧਰਾਤਲ ਉਪਜਾਊ ਜਲੋੜੀ (alluvial) ਮਿੱਟੀਆਂ, ਲੰਬਾ ਉੱਗਣ ਸਮਾਂ, ਦਰਮਿਆਨੀ ਵਰਖਾ, ਵਿਸ਼ਾਲ ਖੇਤੀ ਅਧੀਨ ਰਕਬਾ, ਵਿਸ਼ਾਲ ਸਿੰਜਾਈ ਸਹੂਲਤਾਂ ਆਦਿ ਕਾਰਨ ਪੰਜਾਬ ਵਿੱਚ ਖੇਤੀਬਾੜੀ ਫਸਲਾਂ ਲਈ ਵਿਸ਼ਾਲ agronomic range ਹੈ ਜਿਸ ਵਿੱਚ ਅਨੇਕਾਂ ਪ੍ਰਕਾਰ ਦੀਆਂ ਫਸਲਾਂ ਜਿਵੇਂ ਕਿ ਕਣਕ, ਚਾਵਲ, ਮੱਕੀ, ਛੋਲੇ, ਜਵਾਰ-ਬਾਜਰਾ, ਗੰਨਾ, ਕਪਾਹ, ਦਾਲਾਂ, ਤੇਲ ਦੇ ਬੀਜ, ਜਿਸ ਵਿੱਚ ਸੂਰਜਮੁਖੀ ਅਤੇ ਮੂੰਗਫਲੀ ਸ਼ਾਮਲ ਹਨ, ਕਈ ਪ੍ਰਕਾਰ ਦੀਆਂ ਸਬਜ਼ੀਆਂ, ਮੁੱਖ ਤੌਰ ਤੇ ਆਲੂ ਅਤੇ ਕਈ ਤਰ੍ਹਾਂ ਦੇ ਫਲ ਪੈਦਾ ਕੀਤੇ ਜਾਂਦੇ ਹਨ।

2. ਖੁਰਾਕ ਫਸਲਾਂ ਦੀ ਪ੍ਰਧਾਨਤਾ (Predominance of food crops)– ਪੰਜਾਬ ਦੀ ਖੇਤੀਬਾੜੀ ਦੀ ਮੁੱਖ ਵਿਸ਼ੇਸ਼ਤਾ ਇਸ ਵਿੱਚ ਅਨਾਜ ਫਸਲਾਂ (foodgrain crops) ਵਿਸ਼ੇਸ਼ ਕਰਕੇ ਕਣਕ ਅਤੇ ਚਾਵਲ ਦੀ ਪ੍ਰਧਾਨਤਾ ਹੈ। 2010-11 ਨੂੰ ਪੰਜਾਬ ਵਿੱਚ 78.82 ਲੱਖ ਹੈਕਟੇਅਰ ਭੂਮੀ ਕੁੱਲ ਫਸਲਾਂ ਹੇਠ ਸੀ। ਇਸ ਵਿੱਚੋਂ 64.84 ਲੱਖ ਹੈਕਟੇਅਰ (82.26%) ਜ਼ਮੀਨ ਵਿੱਚ ਅਨਾਜ ਫਸਲਾਂ ਪੈਦਾ ਕੀਤੀਆਂ ਗਈਆਂ ਸਨ। ਇਸ 64.84 ਲੱਖ ਹੈਕਟੇਅਰ ਵਿੱਚੋਂ 35.06 ਲੱਖ ਹੈਕਟੇਅਰ (54.1%) ਵਿੱਚ ਕਣਕ ਅਤੇ 28.26 ਲੱਖ ਹੈਕਟੇਅਰ (43.58%) ਭੂਮੀ ਵਿੱਚ ਚਾਵਲ ਪੈਦਾ ਕੀਤੇ ਗਏ ਸਨ। ਮੱਕੀ, ਜੌਂ ਅਤੇ ਛੋਲੇ ਦੂਜੀਆਂ ਅਨਾਜ ਫਸਲਾਂ ਸਨ। 2021-22 ਦੇ ਅੰਕੜਿਆਂ ਅਨੁਸਾਰ ਪੰਜਾਬ ਵੱਚ 67.82 ਲੱਖ ਹੈਕਟੇਅਰ ਜ਼ਮੀਨ ਵਿੱਚ ਅਨਾਜ ਫਸਲਾਂ ਪੈਦਾ ਕੀਤੀਆਂ ਗਈਆਂ ਸਨ। ਇਸ ਵਿੱਚੋਂ 31.45 ਲੱਖ ਹੈਕਟੇਅਰ ਭੂਮੀ (46.37%) ਵਿੱਚ ਚਾਵਲ ਅਤੇ 35.26 ਲੱਖ ਹੈਕਟੇਅਰ ਭੂਮੀ (51.99%) ਵਿੱਚ ਕਣਕ ਪੈਦਾ ਕੀਤੇ ਗਏ ਸਨ।

3. ਵਿਸ਼ਾਲ ਕੁੱਲ ਖੇਤੀਬਾੜੀ ਉਤਪਾਦਨ (Large total agricultural production)– ਜੇਕਰ ਅਸੀਂ ਸਾਰਣੀ ਨੰ. 26 ਨੂੰ ਧਿਆਨ ਨਾਲ ਘੋਖੀਏ ਤਾਂ ਸਾਨੂੰ ਪੰਜਾਬ ਦੀ ਅਰਥ ਵਿਵਸਥਾ ਵਿੱਚ ਖੇਤੀਬਾੜੀ ਦੀ ਪ੍ਰਧਾਨਤਾ ਦਾ ਪਤਾ ਲੱਗਦਾ ਹੈ। ਇਸ

ਤੋਂ ਸਪੱਸ਼ਟ ਹੁੰਦਾ ਹੈ ਕਿ ਪੰਜਾਬ ਦੀ ਕੁੱਲ ਆਮਦਨ ਵਿੱਚ ਮੁੱਖ ਯੋਗਦਾਨ ਖੇਤੀਬਾੜੀ ਦਾ ਹੈ। 2021-22 ਵਿੱਚ ਰਾਜ ਦੀ ਕੁੱਲ ਆਮਦਨ ਵਿੱਚ ਖੇਤੀਬਾੜੀ ਦਾ ਹਿੱਸਾ 13.3% ਸੀ। ਇਸ ਦੀ ਸਹਿ-ਕਿਰਿਆ ਪਸ਼ੂ ਧਨ (Livestock) ਦਾ ਯੋਗਦਾਨ 7.03% ਸੀ। 2021-22 ਦੌਰਾਨ 290.20 ਲੱਖ ਮੀ. ਟਨ ਅਨਾਜ, 0.76 ਲੱਖ ਮੀ. ਟਨ ਤੇਲ ਦੇ ਬੀਜ, 1.10 ਲੱਖ ਮੀ. ਟਨ ਕਪਾਹ, 71.31 ਲੱਖ ਮੀ. ਟਨ ਗੰਨਾ ਅਤੇ 30.50 ਲੱਖ ਮੀ. ਟਨ ਆਲੂ ਪੈਦਾ ਕੀਤੇ ਗਏ ਸਨ।

ਅਨਾਜ ਫਸਲਾਂ ਦਾ ਉਤਪਾਦਨ ਦੇਸ਼ ਵਿੱਚ ਦੂਜੇ ਨੰਬਰ ਤੇ ਸਭ ਤੋਂ ਜ਼ਿਆਦਾ ਸੀ। ਪਹਿਲੇ ਨੰਬਰ ਤੇ ਉੱਤਰ ਪ੍ਰਦੇਸ਼ ਆਉਂਦਾ ਹੈ ਜੋ ਪੰਜਾਬ ਤੋਂ ਖੇਤਰਫਲ ਵਿੱਚ ਪੰਜ ਗੁਣਾ ਵੱਡਾ ਹੈ। 2011 ਦੀ ਜਨਗਣਨਾ ਅਨੁਸਾਰ ਰਾਜ ਵਿੱਚ ਕੁੱਲ 84.57 ਲੱਖ ਮੇਨ ਕਾਮੇ ਸਨ ਅਤੇ ਇਨ੍ਹਾਂ ਵਿੱਚੋਂ 30.00 ਲੱਖ ਕਾਮੇ ਖੇਤੀਬਾੜੀ ਕਿਰਿਆਵਾਂ ਵਿੱਚ ਲੱਗੇ ਹੋਏ ਸਨ। ਇਸ ਤਰ੍ਹਾਂ ਖੇਤੀਬਾੜੀ ਰਾਜ ਵਿੱਚ ਲਗਭਗ 35.5% ਕਾਮਿਆਂ ਨੂੰ ਰੁਜ਼ਗਾਰ ਪ੍ਰਦਾਨ ਕਰਦੀ ਹੈ। 1960-61 ਦੇ ਮੁਕਾਬਲੇ 2020.21 ਵਿੱਚ ਪੰਜਾਬ ਦਾ ਕਣਕ ਦਾ ਉਤਪਾਦਨ ਲਗਭਗ 10 ਗੁਣਾ, ਚਾਵਲਾਂ ਦਾ 61 ਗੁਣਾ ਅਤੇ ਕਪਾਹ ਦਾ ਲਗਭਗ ਡੇਢ ਗੁਣਾ ਵਧਿਆ ਹੈ।

4. ਸਿੰਜਾਈ ਅਧੀਨ ਇਲਾਕੇ ਦੀ ਬਹੁਤ ਉੱਚੀ ਪ੍ਰਤੀਸ਼ਤਤਾ (Very high percentage of irrigated area)– ਪੰਜਾਬ ਦੀ ਖੇਤੀਬਾੜੀ ਦੇ ਜ਼ਿਆਦਾ ਵਿਕਾਸ ਦਾ ਇਕ ਕਾਰਨ ਇੱਥੇ ਸਿੰਜਾਈ ਦੀਆਂ ਬਹੁਤ ਸਹੂਲਤਾਂ ਦਾ ਮਿਲਣਾ ਹੈ। ਪੰਜਾਬ ਵਿੱਚ ਦੇਸ਼ ਵਿੱਚ ਪੰਜਵੇਂ ਨੰਬਰ ਤੇ ਸਭ ਤੋ ਜ਼ਿਆਦਾ ਸਿੰਜਾਈ ਅਧੀਨ ਇਲਾਕਾ ਹੈ (2018-19 ਅਨੁਸਾਰ)। ਪਹਿਲੇ ਨੰਬਰ ’ਤੇ ਉੱਤਰ ਪ੍ਰਦੇਸ਼, ਦੂਜੇ ਨੰਬਰ ’ਤੇ ਮੱਧ ਪ੍ਰਦੇਸ਼, ਤੀਜੇ ਨੰਬਰ ’ਤੇ ਰਾਜਸਥਾਨ ਅਤੇ ਚੌਥੇ ਨੰਬਰ ’ਤੇ ਨੰਬਰ ’ਤੇ ਗੁਜਰਾਤ ਆਉਂਦੇ ਹਨ। ਇਹ ਰਾਜ ਪੰਜਾਬ ਤੋਂ ਕ੍ਰਮਵਾਰ ਲਗਭਗ ਪੰਜ, ਛੇ, ਸੱਤ, ਸਾਢੇ ਪੰਜ ਅਤੇ 3.9 ਗੁਣਾ ਵੱਡੇ ਹਨ। ਪ੍ਰੰਤੂ ਪੰਜਾਬ ਵਿੱਚ ਸਿੰਜੇ ਜਾਂਦੇ ਨਿਰੋਲ ਰਕਬੇ ਦੀ ਬੀਜੇ ਨਿਰੋਲ ਰਕਬੇ ਨਾਲ ਪ੍ਰਤੀਸ਼ੱਤਤਾ (99.8%) ਅਤੇ ਸਿੰਜੇ ਕੁੱਲ ਰਕਬੇ (gross irrigated area) ਦੀ ਬੀਜੇ ਕੁੱਲ ਰਕਬੇ (gross cropped area) ਨਾਲ ਪ੍ਰਤੀਸ਼ੱਤਤਾ (99.8%) ਦੇਸ਼ ਵਿੱਚ ਸਭ ਤੋਂ ਉੱਚੀ ਹੈ। ਇਹ ਪ੍ਰਤੀਸ਼ਤਤਾ ਦੇਸ਼ ਦੀ ਔਸਤ ਪ੍ਰਤੀਸ਼ਤਤਾ (51.34) ਤੋਂ ਲਗਭਗ ਦੋ ਗੁਣਾ ਜ਼ਿਆਦਾ ਹੈ। ਇਹ ਅੰਕੜੇ ਸਾਲ 2018-19 ਦੇ ਹਨ। ਪੰਜਾਬ ਵਿੱਚ 2021-22 ਅਨੁਸਾਰ ਚਾਵਲਾਂ ਹੇਠ ਕੁੱਲ ਰਕਬੇ ਦਾ 99.6%, ਕਣਕ ਦਾ 100.0%, ਮੱਕੀ ਦਾ 88.6%, ਕਪਾਹ ਦਾ 99.1% ਅਤੇ ਗੰਨੇ ਦਾ 100.0% ਸਿੰਜਿਆ ਖੇਤਰ ਸੀ। ਸਿੰਜੇ ਇਲਾਕੇ ਦੀ ਉੱਚੀ ਪ੍ਰਤੀਸ਼ਤਤਾ ਕਾਰਨ ਪੰਜਾਬ ਵਿੱਚ ਪ੍ਰਤੀ ਹੈਕਟੇਅਰ ਝਾੜ (yield) ਅਤੇ ਕੁੱਲ ਖੇਤੀਬਾੜੀ ਉਤਪਾਦਨ ਵੀ ਬਹੁਤ ਵੱਧ ਗਿਆ ਕਿਉਂਕਿ ਸਿੰਜਾਈ ਇੱਕ ਬਹੁਤ ਮਹੱਤਵਪੂਰਣ ਖੇਤੀਬਾੜੀ ਨਿਵਿਸ਼ਟ ਸਮੱਗਰੀ (farm input) ਹੈ। ਇਸ ਕਾਰਨ ਉੱਚ ਫਸਲ ਤੀਬਰਤਾ (higher cropping intensity) ਅਤੇ ਉੱਚ ਉਤਪਾਦਕਤਾ ਪ੍ਰਾਪਤ ਹੁੰਦੇ ਹਨ।

5. ਜ਼ਿਆਦਾ ਝਾੜ ਦੇਣ ਵਾਲੀਆਂ ਦੋਗਲੀਆਂ ਫਸਲਾਂ ਦੀਆਂ ਕਿਸਮਾਂ ਅਤੇ ਵਧੇਰੇ ਝਾੜ (Hybrid high yielding varieties of crops and higher yields)– ਪੰਜਾਬ ਵਿੱਚ ਕਿਰਸਾਨ ਉੱਚ ਪੱਧਰ ਦੀ ਅਤੇ ਆਧੁਨਿਕ ਖੇਤੀ ਕਰਦੇ ਹਨ। ਉਨ੍ਹਾਂ ਦਾ ਦ੍ਰਿਸ਼ਟੀਕੋਣ (out look) ਅਗਾਂਹਵਧੂ ਅਤੇ ਵਿਗਿਆਨਕ (scientific) ਹੈ। ਉਹ ਖੇਤੀਬਾੜੀ ਵਿੱਚ ਆਧੁਨਿਕ ਤਕਨੀਕ ਅਤੇ ਆਧੁਨਿਕ ਨਿਵਿਸ਼ਟ ਸਮੱਗਰੀ ਦੀ ਵਰਤੋਂ ਕਰਦੇ ਹਨ। ਉਹ ਦੋਗਲੀਆਂ ਅਤੇ ਜ਼ਿਆਦਾ ਝਾੜ ਦੇਣ ਵਾਲੀਆਂ ਕਿਸਮਾਂ ਦੀਆਂ ਫਸਲਾਂ ਦੇ ਬੀਜ, ਲੋੜ ਅਨੁਸਾਰ ਰਸਾਇਣਕ ਖਾਦਾਂ, ਕੀੜੇਮਾਰ ਦਵਾਈਆਂ ਅਤੇ ਸਿੰਜਾਈ ਸਹੂਲਤਾਂ ਦੀ ਵਰਤੋਂ ਕਰਦੇ ਹਨ। ਇਨ੍ਹਾਂ ਦੀ ਵਰਤੋਂ ਸਦਕਾ ਵਿਭਿੰਨ ਫਸਲਾਂ ਦਾ ਵਧੇਰੇ ਝਾੜ ਪ੍ਰਾਪਤ ਹੁੰਦਾ ਹੈ। 2013-14 ਅਨੁਸਾਰ ਸਾਰੀ ਬੀਜੀ ਕਣਕ, 100.0% ਝੋਨਾ, 92% ਕਪਾਹ ਅਤੇ 100.0% **ਮੱਕੀ ਜ਼ਿਆਦਾ ਝਾੜ ਦੇਣ ਵਾਲੀ ਦੋਗਲੀ ਕਿਸਮ ਦੀ ਸੀ।** 2021-22 ਅਨੁਸਾਰ ਪੰਜਾਬ ਵਿੱਚ ਕੁੱਲ 20.07 ਲੱਖ ਮੀ. ਟਨ ਰਸਾਇਣਕ ਖਾਦਾਂ ਦੀ ਵਰਤੋਂ ਕੀਤੀ ਗਈ ਸੀ। ਇਸ ਨਾਲ ਪ੍ਰਤੀ ਹੈਕਟੇਅਰ ਵਰਤੋਂ 256 ਕਿਲੋਗਰਾਮ ਬਣਦੀ ਹੈ। 2000-2001 ਵਿੱਚ ਇਹ ਖਪਤ 166 ਕਿ. ਪ੍ਰਤੀ ਹੈਕਟੇਅਰ ਸੀ। ਇਹ ਮਾਤਰਾ ਦੇਸ਼ ਦੀ ਬਹੁਤ ਸਾਰੇ ਹੋਰ ਰਾਜਾਂ ਦੇ ਮੁਕਾਬਲੇ ਕਈ ਗੁਣਾ ਜ਼ਿਆਦਾ ਸੀ। ਦੇਸ਼ ਦੀ ਔਸਤ ਖਾਦਾਂ ਦੀ ਖਪਤ ਲਗਭਗ ਦੁੱਗਣੀ ਹੈ। ਪੰਜਾਬ ਵਿੱਚ ਕੀੜੇ ਮਾਰ ਦਵਾਈਆਂ ਦੀ ਵਰਤੋਂ ਵਿੱਚ ਵੀ ਭਾਰੀ ਵਾਧਾ ਹੋਇਆ ਹੈ। 2008-09 ਵਿੱਚ ਕੀੜੇ ਮਾਰ ਦਵਾਈਆਂ ਦੀ ਕੁੱਲ ਖਪਤ 5,760 ਟਨ ਸੀ। 2013-14 ਵਿੱਚ ਇਹ ਮਾਤਰਾ ਘਟ ਕੇ 5730 ਟਨ ਹੋ ਗਈ। 2021-22 ਦੇ ਅੰਕੜਿਆਂ ਅਨੁਸਾਰ

ਪੰਜਾਬ ਵਿੱਚ 5326 ਮੀਟਰ ਟਨ ਕੀੜੇ ਮਾਰ ਦਵਾਈਆਂ ਦੀ ਵਰਤੋਂ ਹੋਈ ਸੀ। ਇਸ ਸਭ ਖੇਤੀਬਾੜੀ ਨਿਵਿਸ਼ਟ ਸਮੱਗਰੀ ਦੀ ਵਰਤੋਂ ਨਾਲ ਪੰਜਾਬ ਵਿੱਚ ਫਸਲਾਂ ਦਾ ਝਾੜ ਬਹੁਤ ਵਧ ਗਿਆ। ਪੰਜਾਬ ਵਿੱਚ ਵਿਭਿੰਨ ਫਸਲਾਂ ਦਾ ਝਾੜ ਅਸਲ ਵਿੱਚ ਦੇਸ਼ ਵਿੱਚ ਸਭ ਤੋਂ ਉੱਚਾ ਹੈ। 2020-21 ਅਨੁਸਾਰ ਪੰਜਾਬ ਵਿੱਚ ਕਣਕ ਦਾ ਝਾੜ 4868 ਕਿ.ਗ. ਪ੍ਰਤੀ ਹੈਕਟੇਅਰ (ਭਾਰਤ ਲਈ ਔਸਤ 3521 ਕਿ. ਗ.), ਝੋਨੇ ਦਾ 4366 ਕਿਲੋਗ੍ਰਾਮ (2717 ਕਿਲੋਗ੍ਰਾਮ), ਮੱਕੀ 3665 ਕਿਲੋਗਰਾਮ (3199 ਕਿਲੋਗ੍ਰਾਮ), ਕਪਾਹ 691 ਕਿਲੋਗਰਾਮ (451 ਕਿਲੋਗ੍ਰਾਮ), ਗੰਨਾ 83841 ਕਿਲੋਗਰਾਮ (83566 ਕਿਲੋਗ੍ਰਾਮ) ਸੀ। ਬਰੈਕਟਾਂ ਵਿੱਚ ਅੰਕੜੇ ਭਾਰਤ ਲਈ ਔਸਤ ਦੇ ਹਨ ਜੋ ਸਾਲ 2020-21 ਲਈ ਹਨ।

6. ਵਧ ਰਿਹਾ ਖੇਤੀਬਾੜੀ ਮਸ਼ੀਨੀਕਰਣ (Increasing mechanization)– ਖੇਤੀਬਾੜੀ ਤਕਨਾਲੋਜੀ ਦੀ ਵਰਤੋਂ, ਜਿਸ ਵਿੱਚ ਮਸ਼ੀਨਾਂ ਅਤੇ ਸੰਦ (tools) ਸ਼ਾਮਲ ਹਨ, ਦੀ ਖੇਤੀਬਾੜੀ ਦੇ ਵਿਕਾਸ ਵਿੱਚ ਮਹੱਤਵਪੂਰਣ ਭੂਮਿਕਾ ਹੈ। ਮਸ਼ੀਨਾਂ ਅਤੇ ਸ਼ਕਤੀ ਦੀ ਵਰਤੋਂ ਨਾਲ ਪ੍ਰਤੀ ਹੈਕਟੇਅਰ ਅਤੇ ਪ੍ਰਤੀ ਵਿਅਕਤੀ ਉਤਪਾਦਨ ਵਧਾਇਆ ਜਾ ਸਕਦਾ ਹੈ। ਸੇਮ ਵਾਲੀ (water-logged), ਖਾਰੀ (Saline), ਚੋਆਂ ਅਤੇ ਖੱਡਾਂ ਨਾਲ ਭਰੀ (revine), ਉੱਚੀ-ਨੀਵੀਂ ਅਤੇ ਪਹਾੜੀ ਖੇਤੀਯੋਗ ਬੰਜਰ ਜ਼ਮੀਨ ਨੂੰ ਮਸ਼ੀਨਾਂ ਅਤੇ ਸ਼ਕਤੀ ਨਾਲ ਸੁਧਾਰ ਕੇ (reclaim) ਵਾਹੀ ਅਧੀਨ ਲਿਆਂਦਾ ਜਾ ਸਕਦਾ ਹੈ। ਟਿਊਬਵੈਲਾਂ ਨਾਲ ਸਿੰਜਾਈ ਸਹੂਲਤਾਂ ਦਾ ਵਿਸਥਾਰ ਹੋਇਆ ਹੈ ਅਤੇ ਸਿੰਜਾਈ ਦੀ ਸਮਰੱਥਾ (capacity) ਅਤੇ ਤੀਬਰਤਾ (intensity) ਵਿੱਚ ਵਾਧਾ ਹੋਇਆ ਹੈ। ਇਸ ਨਾਲ ਕਿਰਸਾਨ ਕੋਲ ਖੇਤੀ ਦੇ ਹੋਰ ਕੰਮ ਕਰਨ ਲਈ ਵਾਧੂ ਸਮਾਂ ਮਿਲ ਗਿਆ। ਟਰੈਕਟਰਾਂ, ਡਰਿੱਲਾਂ, ਦਾਣੇ ਕੱਢਣ ਦੀਆਂ ਮਸ਼ੀਨਾਂ (threshers) ਅਤੇ ਕਣਕ ਕਟਾਈ ਅਤੇ ਗਹਾਈ ਦੀਆਂ ਮਸ਼ੀਨਾਂ (harvester combines), ਟਰਾਲੀਆਂ ਆਦਿ ਨਾਲ ਕੰਮ ਕਰਨ ਦੀ ਸਮਰੱਥਾ ਵਧੀ ਹੈ, ਕਾਫ਼ੀ ਵਾਧੂ ਸਮਾਂ ਮਿਲਿਆ ਹੈ, ਮੌਸਮ ਅਤੇ ਜਲਵਾਯੂ ਦੀ ਅਨਿਸ਼ਚਿਤਾ (vagary) ਉੱਤੇ ਨਿਰਭਰਤਾ ਘਟੀ ਹੈ, ਮੁਸ਼ਕਲ ਧਰਾਤਲ ਅਤੇ ਸਮੇਂ ਅਧੀਨ ਕੰਮ ਕਰਨ ਵਿੱਚ ਮਦਦ ਮਿਲੀ ਹੈ ਅਤੇ ਕਾਬੂ ਕਰਨਯੋਗ ਖੇਤਰ (controlled area) ਵਿੱਚ ਵਾਧਾ ਹੋਇਆ ਹੈ।

ਖੇਤੀਬਾੜੀ ਦਾ ਮਸ਼ੀਨੀਕਰਣ ਵਿਕਾਸ ਪ੍ਰੋਗਰਾਮ ਦਾ ਇਕ ਮਹੱਤਵਪੂਰਣ ਹਿੱਸਾ ਹੈ ਜਿਸ ਦਾ ਉਦੇਸ਼ ਖੇਤੀਬਾੜੀ ਉਤਪਾਦਨ ਨੂੰ ਵਧਾਉਣਾ ਹੈ। ਪੰਜਾਬ ਵਿੱਚ ਖੇਤੀਬਾੜੀ ਦੇ ਵਧ ਰਹੇ ਮਸ਼ੀਨੀਕਰਣ ਕਾਰਨ ਕੁੱਲ ਨਿਰੋਲ ਬੀਜੇ ਰਕਬੇ (net sown area) ਵਿੱਚ ਵਾਧਾ ਹੋਇਆ ਹੈ, ਫਸਲੀ ਤੀਬਰਤਾ (cropping intensity) ਵਧੀ ਹੈ, ਵਾਧੂ ਸਮੇਂ ਦੇ ਮਿਲ ਜਾਣ ਕਾਰਨ ਪਰੰਪਰਾਗਤ ਖੇਤੀ ਵਿੱਚ ਵੰਨ-ਸੁਵੰਨਤਾ (doversification) ਆਈ ਹੈ ਅਤੇ ਫਲਸਰੂਪ ਅੰਤ ਵਿੱਚ ਝਾੜ ਅਤੇ ਖੇਤੀਬਾੜੀ ਉਤਪਾਦਨ ਵਿੱਚ ਵਾਧਾ ਹੋਇਆ ਹੈ। ਭਾਰਤ ਵਿੱਚ ਖੇਤੀਬਾੜੀ ਨਾਲ ਸੰਬੰਧਤ ਮਸ਼ੀਨਾਂ ਅਤੇ ਔਜ਼ਾਰਾਂ ਦੀ ਸਭ ਤੋਂ ਜ਼ਿਆਦਾ ਵਰਤੋਂ ਪੰਜਾਬ ਵਿੱਚ ਹੁੰਦੀ ਹੈ। ਜੂਨ 2021 ਅਨੁਸਾਰ ਪੰਜਾਬ ਵਿੱਚ ਬੀਜੇ ਹੋਏ ਪ੍ਰਤੀ ਹਜ਼ਾਰ ਹੈਕਟੇਅਰ ਮਗਰ 83 ਟਰੈਕਟਰ ਆਉਂਦੇ ਸਨ। 1990 ਦੇ ਅੰਕੜਿਆਂ ਅਨੁਸਾਰ ਪੰਜਾਬ ਵਿੱਚ 1,06,500 ਟਰੈਕਟਰ ਸਨ। 1994-95 ਵਿੱਚ ਇਨ੍ਹਾਂ ਦੀ ਗਿਣਤੀ ਵਧ ਕੇ 3 ਲੱਖ 50 ਹਜ਼ਾਰ ਹੋ ਗਈ ਸੀ। 2000-01 ਅਨੁਸਾਰ ਪੰਜਾਬ ਵਿੱਚ 4.34 ਲੱਖ ਟਰੈਕਟਰ ਸਨ (ਦੇਸ਼ ਦੇ ਲਗਭਗ 26%)। 2008-09 ਅਨੁਸਾਰ ਪੰਜਾਬ ਵਿੱਚ 4.92 ਲੱਖ ਟਰੈਕਟਰ ਸਨ। 2012-13 ਅਨੁਸਾਰ ਇਹ ਗਿਣਤੀ ਵਧ ਕੇ 5.37 ਲੱਖ ਹੋ ਗਈ। 2019-20 ਵਿੱਚ ਪੰਜਾਬ ਵਿੱਚ 4,68532 ਟਰੈਕਟਰ ਸਨ (ਭਾਰਤ ਦੇ ਲਗਭਗ 5.0%)। 1970-71 ਅਨੁਸਾਰ ਪੰਜਾਬ ਵਿੱਚ 1 ਲੱਖ 92 ਹਜ਼ਾਰ ਟਿਊਬਵੈਲ ਸਨ। ਇਨ੍ਹਾਂ ਦੀ ਗਿਣਤੀ 1980-81 ਵਿੱਚ 6 ਲੱਖ, 1990-91 ਵਿੱਚ 8 ਲੱਖ ਅਤੇ 1994-95 ਵਿੱਚ 8 ਲੱਖ 60 ਹਜ਼ਾਰ ਹੋ ਗਈ ਸੀ। 2000-01 ਅਨੁਸਾਰ ਪੰਜਾਬ ਵਿੱਚ 9.35 ਲੱਖ ਟਿਊਬਵੈਲ ਸਨ। 2008-09 ਦੇ ਆਰਜ਼ੀ ਅਨੁਮਾਨ ਅਨੁਸਾਰ ਪੰਜਾਬ ਵਿੱਚ 2.80 ਲੱਖ ਡੀਜ਼ਲ ਨਾਲ ਚੱਲਣ ਵਾਲੇ ਅਤੇ 9.96 ਲੱਖ ਬਿਜਲੀ ਨਾਲ ਚੱਲਣ ਵਾਲੇ ਟਿਊਬਵੈਲ ਸਨ। 2013-14 ਅਨੁਸਾਰ ਪੰਜਾਬ ਵਿੱਚ ਕੁੱਲ 1405 ਲੱਖ ਟਿਊਬਵੈਲ ਜਿਨ੍ਹਾਂ ਵਿੱਚੋਂ 12.26 ਲੱਖ ਬਿਜਲੀ ਨਾਲ ਚੱਲਣ ਵਾਲੇ ਅਤੇ 1.79 ਲੱਖ ਡੀਜ਼ਲ ਨਾਲ ਚੱਲਣ ਵਾਲੇ ਹਨ। 2021-22 ਵਿੱਚ ਪੰਜਾਬ ਵਿੱਚ ਕੁੱਲ 15.29 ਲੱਖ ਟਿਊਬਵੈਲ ਸਨ, ਜਿਨ੍ਹਾਂ ਵਿੱਚ 1.40 ਲੱਖ ਡੀਜਲ ਨਾਲ ਚਲਣ ਵਾਲੇ ਅਤੇ 13.89 ਲੱਖ ਬਿਜਲੀ ਨਾਲ ਚਲਣ ਵਾਲੇ ਸਨ। ਟਰਾਂਸਪੋਰਟ ਮੰਤਰਾਲਾ (ਟਰਾਂਸਪੋਰਟ ਸ਼ਾਖਾ) ਭਾਰਤ ਸਰਕਾਰ ਅਨੁਸਾਰ ਪੰਜਾਬ ਵਿੱਚ ਮਾਰਚ 2006 ਅਨੁਸਾਰ 42,873 (ਦੇਸ਼ ਦੇ 12.6%) ਰਜਿਸਟਰਡ

ਟਰੈਕਟਰਜ਼ ਸਨ। 31-3-2012 ਨੂੰ ਇਹ ਗਿਣਤੀ 5,17,743 (ਦੇਸ਼ ਦੇ 8.91% ਟਰੈਕਟਰਜ਼) ਹੋ ਗਈ ਸੀ। 2019-20 ਨੂੰ ਇਹ ਗਿਣਤੀ ਘੱਟ ਕੇ 4,68,532 ਟਰੈਕਟਰ (ਭਾਰਤ ਤੇ 5.0%) ਹੋ ਗਈ ਸੀ। ਮਾਰਚ 2022 ਅਨੁਸਾਰ ਪੰਜਾਬ ਵਿੱਚ ਬਿਜਲੀ ਨਾਲ ਚਲਣ ਵਾਲੇ 13,88,837 ਟਿਊਬਵੈਲ ਸਨ।

7. ਖੇਤੀਬਾੜੀ ਵਿੱਚ ਵੰਨ-ਸੁਵੰਨਤਾ (Diversification of agriculture)– ਪੰਜਾਬੀ ਕਿਰਸਾਨ ਖੁੱਲ੍ਹ-ਦਿਲਾ ਅਤੇ ਅਗਾਂਹਵਧੂ ਹੈ। ਉਸ ਦਾ ਨਜ਼ਰੀਆ ਵਿਗਿਆਨਕ ਹੈ। ਉਹ ਤਬਦੀਲੀਆਂ ਅਤੇ ਨਵੀਆਂ ਰੀਤਾਂ (innovations) ਲਈ ਤਿਆਰ ਹੈ। ਉਹ ਨਵੀਆਂ ਸਕੀਮਾਂ, ਤਕਨੀਕਾਂ, ਤਰੀਕਿਆਂ ਅਤੇ ਫਸਲਾਂ ਦੀਆਂ ਕਿਸਮਾਂ ਨੂੰ ਜਲਦੀ ਹੀ ਆਪਣਾ ਲੈਂਦਾ ਹੈ। ਪਰੰਪਰਾਗਤ ਤੌਰ 'ਤੇ ਪੰਜਾਬ ਮੁੱਖ ਰੂਪ ਵਿੱਚ ਕਣਕ ਪੈਦਾ ਕਰਨ ਵਾਲਾ ਰਾਜ ਸੀ। ਹਰੀ ਕ੍ਰਾਂਤੀ ਦੇ ਆਉਣ ਨਾਲ ਪੰਜਾਬ ਨੇ ਝੋਨੇ ਦੀ ਖੇਤੀ ਨੂੰ ਸ਼ੁਰੂ ਕੀਤਾ ਅਤੇ ਘਣੇ ਪੈਮਾਨੇ (intensive scale) ਉੱਤੇ ਇਸ ਦੀ ਕਾਸ਼ਤ ਨੂੰ ਅਪਣਾਇਆ। ਇਸ ਨਾਲ ਪੰਜਾਬ ਝੋਨੇ ਦਾ ਮਹੱਤਵਪੂਰਣ ਉਤਪਾਦਕ ਬਣ ਗਿਆ ਅਤੇ ਕੇਂਦਰੀ ਭੰਡਾਰ ਲਈ ਝੋਨੇ ਦਾ ਵੱਡਾ ਹਿੱਸਾ ਦੇਣ ਲੱਗ ਪਿਆ। ਇਹ ਕਣਕ ਦਾ ਵੀ ਵੱਡਾ ਉਤਪਾਦਕ ਬਣਿਆ ਰਿਹਾ ਹੈ। ਕਣਕ ਅਤੇ ਝੋਨੇ ਦੇ ਝਾੜ, ਰਕਬੇ ਅਤੇ ਉਤਪਾਦਨ ਵਿੱਚ ਲਗਭਗ ਸੰਤਰਿਪਤਾ (saturation) ਪਹੁੰਚ ਜਾਣ ਕਾਰਨ ਪੰਜਾਬ ਵਿੱਚ ਕਿਰਸਾਨ ਲਈ ਇਹ ਫਾਸਲਾ ਘੱਟ ਲਾਹੇਵੰਦ (less remunerative) ਬਣ ਗਈਆਂ ਹਨ। ਇਨ੍ਹਾਂ ਫਸਲਾਂ ਦੀ ਕਾਸ਼ਤ ਦੀ ਤੀਬਰਤਾ ਕਾਰਨ ਪਾਣੀ ਦੀ ਘਾਟ ਮਹਿਸੂਸ ਹੋਣ ਲੱਗ ਪਈ ਹੈ ਅਤੇ ਮਿੱਟੀਆਂ ਘਟੀਆ ਬਣ ਰਹੀਆਂ ਹਨ। ਇਸ ਕਾਰਨ ਜ਼ਿਆਦਾ ਲਾਭ ਲੈਣ ਲਈ ਅਤੇ ਭੂਮੀ ਦੇ ਸੁਧਾਰ ਲਈ ਉਸ ਨੇ ਦੂਜੀਆਂ ਫਸਲਾਂ ਵੀ ਬੀਜਣੀਆਂ ਸ਼ੁਰੂ ਕਰ ਦਿੱਤੀਆਂ ਹਨ। ਇਸ ਨਾਲ ਖੇਤੀਬਾੜੀ ਵਿੱਚ ਵੰਨ-ਸੁਵੰਨਤਾ ਆਈ ਹੈ। ਪਿਛਲੇ ਕੁੱਝ ਸਮੇਂ ਤੋਂ ਪੰਜਾਬ ਵਿੱਚ ਨਵੀਂ ਬੀਜੀ ਜਾਣ ਵਾਲੀ ਇਕ ਫਸਲ ਸੂਰਜਮੁੱਖੀ (sunflower) ਹੈ। ਇਹ ਸਭ ਤੋਂ ਵੱਧ ਅਨੁਕੂਲ ਤੇਲ ਬੀਜ ਫਸਲ ਹੈ ਜਿਸ ਨੂੰ ਖੇਤੀਬਾੜੀ ਦੀਆਂ ਦੋ ਰੁੱਤ-ਫਸਲਾਂ ਹਾੜ੍ਹੀ ਅਤੇ ਸੌਣੀ ਵਿਚਕਾਰ ਬੀਜਿਆ ਜਾ ਸਕਦਾ ਹੈ ਅਤੇ ਜਿਸ ਦੇ ਬੀਜਣ ਨਾਲ ਖਾਣ ਵਾਲੇ ਤੇਲਾਂ (edible oils) ਦੀ ਵਧਦੀ ਹੋਈ ਮੰਗ ਨੂੰ ਅਨਾਜ ਫਸਲਾਂ (cereals) ਹੇਠ ਰਕਬੇ ਨੂੰ ਬਿਨਾਂ ਛੇੜਿਆਂ (ਘਟਾਇਆਂ) ਪੂਰਾ ਕੀਤਾ ਜਾ ਸਕਦਾ ਹੈ। ਬਸੰਤ ਰੁੱਤ ਦੀ ਇਸ ਫਸਲ ਦਾ ਤੇਜ਼ੀ ਨਾਲ ਵਿਸਥਾਰ ਹੋ ਰਿਹਾ ਹੈ ਅਤੇ ਰਾਜ ਦੇ ਵਿਭਿੰਨ ਭਾਗਾਂ ਵਿੱਚ ਇਸ ਹੇਠ ਕਾਫ਼ੀ ਰਕਬਾ ਆ ਰਿਹਾ ਹੈ। ਪਿਛਲੇ ਕੁੱਝ ਸਾਲਾਂ ਵਿੱਚ ਇਹ ਹੁਸ਼ਿਆਰਪੁਰ, ਫਰੀਦਕੋਟ, ਜਲੰਧਰ, ਕਪੂਰਥਲਾ, ਪਟਿਆਲਾ, ਲੁਧਿਆਣਾ, ਸੰਗਰੂਰ, ਬਠਿੰਡਾ ਅਤੇ ਫਿਰੋਜ਼ਪੁਰ ਦੇ ਕਿਸਾਨਾਂ ਦੀ ਇੱਕ ਮਹੱਤਵਪੂਰਣ ਨਕਦੀ ਫਸਲ ਬਣ ਗਈ ਹੈ। ਸਰਦੀਆਂ ਦੀ ਮੱਕੀ ਦੀ ਫਸਲ ਵੀ ਕਿਸਾਨਾਂ ਨੇ ਬੀਜਣੀ ਸ਼ੁਰੂ ਕਰ ਦਿੱਤੀ ਹੈ। ਸੋਇਆਬੀਨ, ਅਰਹਰ ਦਾਲ, ਖੁੰਬਾਂ (mushrooms) ਆਦਿ ਮਹੱਤਵਪੂਰਣ ਫਸਲਾਂ ਬਣਦੀਆਂ ਜਾ ਰਹੀਆਂ ਹਨ। ਸ਼ਹਿਦ ਦੀਆਂ ਮੱਖੀਆਂ ਪਾਲਣ (Bee keeping) ਦਾ ਕੰਮ ਵੀ ਮਹੱਤਵਪੂਰਣ ਬਣਦਾ ਜਾ ਰਿਹਾ ਹੈ। ਸ਼ਹਿਦ ਦਾ ਉਤਪਾਦਨ 1965 ਵਿੱਚ 100 ਟਨ ਸੀ ਜੋ ਹੁਣ ਪ੍ਰਤੀ ਸਾਲ 2500 ਟਨ ਦੇ ਲਗਭਗ ਹੈ। ਡੇਅਰੀ ਫਾਰਮਿੰਗ ਨੇ ਵੀ ਬਹੁਤ ਉੱਨਤੀ ਕੀਤੀ ਹੈ। ਦੁੱਧ ਦਾ ਉਤਪਾਦਨ 1970 ਵਿੱਚ 20 ਲੱਖ ਟਨ ਤੋਂ ਵਧ ਕੇ 1994-95 ਵਿੱਚ 63 ਲੱਖ ਟਨ ਹੋ ਗਿਆ। ਸਾਲ 2000-01 ਵਿੱਚ ਦੁੱਧ ਦਾ ਕੁੱਲ ਉਤਪਾਦਨ 77.74 ਲੱਖ ਮੀ. ਟਨ ਹੋ ਗਿਆ ਸੀ। 2008-09 ਵਿੱਚ ਦੁੱਧ ਦਾ ਕੁੱਲ ਉਤਪਾਦਨ 93.85 ਲੱਖ ਮੀ. ਟਨ ਸੀ। ਇਹ 2013-14 ਵਿੱਚ ਵਧ ਕੇ 100.14 ਲੱਖ ਟਨ ਹੋ ਗਿਆ। 2021-22 ਦੇ ਅਰਜੀ ਅੰਕੜਿਆਂ ਅਨੁਸਾਰ ਪੰਜਾਬ ਵਿੱਚ ਦੁੱਧ ਦਾ ਉਤਪਾਦਨ ਵਧ ਕੇ 140.77 ਲੱਖ ਟਨ ਹੋ ਗਿਆ। ਮੱਛੀਆਂ ਪਾਲਣਾ (Fish farming) ਵੀ ਪੰਜਾਬੀ ਕਿਸਾਨਾਂ ਵਿੱਚ ਹਰਮਨ ਪਿਆਰਾ ਬਣਦਾ ਜਾ ਰਿਹਾ ਹੈ। ਪੰਜਾਬ ਵਿੱਚ 'ਹਰੀ ਕ੍ਰਾਂਤੀ' ਤੋਂ ਬਾਅਦ 'ਚਿੱਟਾ ਇਨਕਲਾਬ' (Dairy farming) ਆਇਆ ਅਤੇ ਹੁਣ 'ਨੀਲੇ ਇਨਕਲਾਬ' (Pisciculture) ਵੱਲ ਕਦਮ ਵਧ ਰਹੇ ਹਨ। 2000-01 ਵਿੱਚ ਪੰਜਾਬ ਵਿੱਚ 6082 ਹੈਕਟੇਅਰ ਖੇਤਰ ਵਿੱਚ ਮੱਛੀਆਂ ਰੱਖੀਆਂ ਗਈਆਂ ਸਨ। 2008-09 ਵਿੱਚ ਇਹ ਖੇਤਰ ਵੱਧ ਕੇ 10058 ਹੈਕਟੇਅਰ ਹੋ ਗਿਆ ਸੀ। 2013-14 ਵਿੱਚ ਇਹ ਰਕਬਾ ਵਧ ਕੇ 13039 ਹੈਕਟੇਅਰ ਅਤੇ 2021-22 ਵਿੱਚ 17,865 ਹੈਕਟੇਅਰ ਹੋ ਗਿਆ। ਇਨ੍ਹਾਂ ਤੋਂ ਬਿਨਾਂ ਰਾਜ ਵਿੱਚ ਕਈ ਪ੍ਰਕਾਰ ਦੇ ਫਲਾਂ ਵਿਸ਼ੇਸ਼ ਕਰਕੇ ਕਿੰਨੂ, ਸੰਗਤਰੇ, ਅਮਰੂਦ, ਅੰਗੂਰ, ਲੀਚੀ, ਆੜੂ, ਨਾਸ਼ਪਤੀ ਅਤੇ ਅੰਬਾਂ ਦੀ ਖੇਤੀ ਵੀ ਮਹੱਤਵਪੂਰਣ ਹੈ। ਪੰਜਾਬ ਵਿੱਚ ਪੋਲਟਰੀ ਫਾਰਮਿੰਗ ਵਿੱਚ ਕਾਫੀ ਉਨੱਤੀ ਹੋਈ ਹੈ। ਅੰਡਿਆਂ ਦਾ ਉਤਪਾਦਨ 2015-16 ਵਿੱਚ 44218 ਲੱਖ ਅੰਡਿਆਂ ਤੋਂ ਵਧ ਕੇ 2021-22 ਵਿੱਚ 60,664 ਲੱਖ ਅੰਡੇ ਹੋ ਗਿਆ।

ਅਜੋਕੇ ਉਪਰਾਲੇ—ਕਿਰਸਾਨਾਂ ਨੇ ਕਣਕ-ਚਾਵਲ ਫਸਲ ਚੱਕਰ (wheat-rice combination) ਦੇ ਮਾੜੇ ਪ੍ਰਭਾਵਾਂ ਅਤੇ ਇਨ੍ਹਾਂ ਫਸਲਾਂ ਦੇ ਘਟਦੇ ਉਤਪਾਦਨ ਅਤੇ ਘੱਟ ਲਾਭ ਕਾਰਨ ਨਵੀਆਂ ਫਸਲਾਂ ਦੀ ਕਾਸ਼ਤ ਅਤੇ ਉਪ-ਕਿੱਤੇ ਜਿਵੇਂ ਕਿ ਉੱਪਰ ਦੱਸਿਆ ਗਿਆ ਹੈ, ਸ਼ੁਰੂ ਕਰ ਦਿੱਤੇ। ਪ੍ਰੰਤੂ ਇਨ੍ਹਾਂ ਅਪਣਾਈਆਂ ਫਸਲਾਂ ਅਤੇ ਉੱਪ-ਕਿੱਤਿਆਂ ਤੋਂ ਪ੍ਰਾਪਤ ਉਤਪਾਦਾਂ ਦੇ ਮੰਡੀਕਰਣ ਨਾ ਹੋਣ ਕਾਰਨ ਕਿਰਸਾਨਾਂ ਨੂੰ ਕੋਈ ਲਾਭ ਨਾ ਹੋ ਸਕਿਆ। ਫਲਸਰੂਪ ਉਹ ਕਣਕ-ਚਾਵਲ ਫਸਲ ਚੱਕਰ ਉੱਤੇ ਹੀ ਟਿਕੇ ਰਹੇ। ਇਸ ਸਭ ਕਾਰਨ ਪੰਜਾਬ ਦੀ ਖੇਤੀਬਾੜੀ ਅਤੇ ਖੇਤੀ-ਪਰਸਥਿਤਕੀ (Agro-ecology) ਦੀ ਮਾੜੀ (ਗਿਰਾਵਟ ਵੱਲ) ਸਥਿਤੀ ਹੋ ਰਹੀ ਹੈ।

ਪੰਜਾਬ ਐਗਰੀਕਲਚਰਲ ਯੂਨੀਵਰਸਿਟੀ ਲੁਧਿਆਣੇ ਦੇ ਪਹਿਲੇ ਵਾਈਸ ਚਾਂਸਲਰ **ਸ੍ਰੀ ਕੇ. ਐਸ. ਔਲਖ** ਨੇ ਅਗਸਤ 2006 ਵਿੱਚ ਛਪੇ ਆਪਣੇ ਲੇਖ **"Break the rice-wheat Cycle"** ਵਿੱਚ ਦੱਸਿਆ ਹੈ ਕਿ ਲੰਬੇ ਸਮੇਂ ਲਈ ਸਾਧਨਾਂ ਅਤੇ ਆਮਦਨ ਦੇ ਸਹਿ-ਸਬੰਧਾਂ ਨੂੰ ਚੰਗੀ ਤਰ੍ਹਾਂ ਨਾਲ ਨਿਬਾਹੁਣ ਲਈ ਵੰਨ-ਸੁਵੰਨਤਾ ਜ਼ਰੂਰੀ ਹੈ। (Diversification is necessary for long-term resource and income sustainability). ਕੇ.ਐਸ. ਔਲਖ ਅਨੁਸਾਰ ਝੋਨਾ ਇਕ ਪਾਣੀ ਨਿਗਲਣ ਵਾਲੀ ਫ਼ਸਲ (water guzzling crop) ਹੈ ਅਤੇ ਇਸਨੇ ਪੰਜਾਬ ਦੀ ਅਰਥ ਵਿਵਸਥਾ ਅਤੇ ਪਰਿਸਥਿਤੀ (ecology) ਨੂੰ ਵਿਗਾੜਨ ਵਿੱਚ ਬਹੁਤ ਮਾੜਾ ਰੋਲ ਅਦਾ ਕੀਤਾ ਹੈ। ਇਸ ਅਨੁਸਾਰ ਇਕ ਕਿਲੋ ਝੋਨਾ ਪੈਦਾ ਕਰਨ ਲਈ 3000 ਲੀਟਰ ਪਾਣੀ ਚਾਹੀਦਾ ਹੈ। ਝੋਨੇ ਦੀ ਕੀਮਤ ਨਿਯਤ ਕਰਨ ਸਮੇਂ ਇਸ ਤੱਥ ਨੂੰ ਅਸੀਂ ਆਮ ਕਰਕੇ ਨਜ਼ਰਅੰਦਾਜ਼ ਕਰ ਦਿੰਦੇ ਹਾਂ। ਪਾਣੀ ਦੀ ਇਸ ਬਹੁਤ ਜ਼ਿਆਦਾ ਲੋੜ ਕਾਰਨ ਪੰਜਾਬ ਦੇ ਭੂਮੀ ਹੇਠਲੇ ਪਾਣੀ ਦੇ ਭੰਡਾਰ ਤੇਜ਼ੀ ਨਾਲ ਖ਼ਤਮ ਹੋ ਰਹੇ ਹਨ ਅਤੇ ਭੂਮੀਗਤ ਜਲ ਸਤਰ ਤੇਜ਼ੀ ਨਾਲ ਹੇਠ ਵੱਲ ਜਾ ਰਿਹਾ ਹੈ। ਖੇਤਾਂ ਵਿੱਚ ਖੜ੍ਹੇ ਪਾਣੀ ਅਤੇ ਉੱਚੀ ਸਿੱਲ੍ਹ ਕਾਰਨ ਕਈ ਬੀਮਾਰੀਆਂ ਅਤੇ ਨਦੀਨ ਫੈਲਦੇ ਹਨ। ਸਸਤੀ ਖਾਦ ਅਤੇ ਮੁਫ਼ਤ ਬਿਜਲੀ ਕਾਰਨ ਸਰਕਾਰ ਦੇ ਖਜ਼ਾਨੇ ਉੱਤੇ ਭਾਰੀ ਬੋਝ ਪੈਂਦਾ ਹੈ ਅਤੇ ਇਸ ਕਾਰਨ ਉਦਯੋਗਾਂ ਅਤੇ ਘਰੇਲੂ ਵਰਤੋਂ ਲਈ ਬਿਜਲੀ ਦੀ ਘਾਟ ਵੱਧ ਜਾਂਦੀ ਹੈ। ਉਦਯੋਗ ਬੰਦ ਕਰਨੇ ਪੈਂਦੇ ਹਨ। ਇਕ ਪ੍ਰਕਾਰ ਦੇ ਫ਼ਸਲ-ਚੱਕਰ (monoculture) ਦੇ ਲਗਾਤਾਰ ਜਾਰੀ ਰਹਿਣ ਕਾਰਨ ਜ਼ਮੀਨ ਦੀ ਉਪਜਾਊ ਸ਼ਕਤੀ ਕਾਫ਼ੀ ਘੱਟ ਗਈ ਹੈ। ਕਾਰਬਨ ਜੈਵਿਕ ਮਾਦਾ ਬਹੁਤ ਘੱਟ ਗਿਆ ਹੈ। ਆਉਂਦੇ ਸਮੇਂ ਵਿੱਚ ਮੱਧ ਪੰਜਾਬ ਦੇ ਮਿੱਠੇ ਪਾਣੀ ਦੇ ਭੋਂ-ਭੰਡਾਰਾਂ (ground water reservoirs) ਦੀ ਘਾਟ ਅਤੇ ਹੋਂਦ, ਦੱਖਣ-ਪੱਛਮੀ ਮਾਲਵੇ ਦੇ ਖਾਰੇ ਪਾਣੀ ਦੇ ਭੰਡਾਰਾਂ ਤੇ ਸਤਰ ਦੇ ਉੱਚੇ ਉੱਠ ਜਾਣ ਅਤੇ ਮੱਧ ਪੰਜਾਬ ਵੱਲ ਵਗਣ ਕਾਰਨ, ਖਤਰੇ ਵਿੱਚ ਪੈ ਜਾਵੇਗੀ।

ਕੇ. ਐਸ. ਔਲਖ ਅਨੁਸਾਰ ਝੋਨਾ-ਕਣਕ ਦੇ ਫ਼ਸਲੀ ਚੱਕਰ ਨੂੰ ਤੋੜਨ ਦੀ ਭਾਰੀ ਲੋੜ ਹੈ ਅਤੇ ਖੇਤੀ ਵਿੱਚ ਵੰਨ-ਸੁਵੰਨਤਾ (diversification) ਲਿਆਉਣ ਦੀ ਜ਼ਰੂਰਤ ਹੈ। ਖੇਤੀਬਾੜੀ ਯੂਨੀਵਰਸਿਟੀ ਲੁਧਿਆਣਾ ਅਨੁਸਾਰ ਕਪਾਹ-ਕਣਕ, ਗਰਮੀਆਂ ਦੀ ਮੂੰਗ-ਮੱਕੀ-ਕਣਕ, ਫ਼ਲ, ਫ਼ਸਲਾਂ, ਸਬਜ਼ੀਆਂ ਅਤੇ ਡੇਅਰੀ ਫਾਰਮਿੰਗ ਦੇ ਬਦਲਾਵਾਂ (alternatives) ਨੂੰ ਠੀਕ ਤਰ੍ਹਾਂ ਨਾਲ ਅਪਣਾ ਕੇ ਝੋਨਾ-ਕਣਕ ਫ਼ਸਲ ਚੱਕਰ ਜਿੰਨੀ ਜਾਂ ਇਸ ਤੋਂ ਵੱਧ ਆਮਦਨ ਲਈ ਜਾ ਸਕਦੀ ਹੈ।

ਡਾ. ਸਤੀਸ਼ ਚੰਦਰ ਝਾ (Dr. Satish Chander Jha), ਏਸ਼ੀਆ ਵਿਕਾਸ ਬੈਂਕ (Asia Development Bank) ਦੇ ਪਹਿਲਾਂ ਦੇ ਡਾਇਰੈਕਟਰ ਅਤੇ ਚੀਫ ਇਕੋਨੋਮਿਸਟ ਅਨੁਸਾਰ ਜੇਕਰ ਪੰਜਾਬ ਨੇ ਆਰਥਿਕ ਵਿਕਾਸ ਵਿੱਚ ਆਪਣੀ ਲੀਡਰਸ਼ਿਪ ਕਾਇਮ ਰੱਖਣੀ ਹੈ ਤਾਂ ਪੰਜਾਬ ਦੀ ਖੇਤੀਬਾੜੀ ਵਿੱਚ ਦੂਜੇ ਇਨਕਲਾਬ (Second Revolution) (ਹਰੀ ਕ੍ਰਾਂਤੀ ਦੀ ਤਰ੍ਹਾਂ) ਨੂੰ ਲਿਆਉਣ ਦੀ ਲੋੜ ਹੈ। ਇਸ ਸੰਬੰਧ ਵਿੱਚ ਕਈ ਖੇਤੀ ਮਾਹਿਰਾਂ, ਖੇਤੀਬਾੜੀ ਯੂਨੀਵਰਸਿਟੀ ਲੁਧਿਆਣਾ ਆਦਿ ਨੇ ਖੇਤੀਬਾੜੀ ਵਿੱਚ ਵੰਨ-ਸੁਵੰਨਤਾ (diversification) ਲਿਆਉਣ 'ਤੇ ਜ਼ੋਰ ਦਿੱਤਾ ਹੈ। ਖੇਤੀਬਾੜੀ ਬਾਰੇ ਸਥਾਪਤ **ਜੌਹਲ ਕਮੇਟੀ** ਨੇ ਵੀ ਕੁੱਝ ਸਿਫਾਰਸ਼ਾਂ ਕੀਤੀਆਂ ਹਨ।

ਇਨ੍ਹਾਂ ਸਭ ਅਧੀਨ 2002 ਦੀ ਹਾੜੀ (rabi) ਫਸਲ ਚੱਕਰ ਦੌਰਾਨ ਪੰਜਾਬ ਸਰਕਾਰ ਨੇ 20% ਖੇਤੀ ਰਕਬੇ ਵਿੱਚ ਕਣਕ-ਚਾਵਲ ਫਸਲ ਚੱਕਰ ਨੂੰ ਤੋੜ ਕੇ ਵੰਨ-ਸੁਵੰਨਤਾ ਲਿਆਉਣ ਦਾ ਫ਼ੈਸਲਾ ਕੀਤਾ ਹੈ। ਇਹ ਸਰਕਾਰ ਦੇ ਕੰਟਰੈਕਟ ਫਾਰਮਿੰਗ (Contract Farming) ਪ੍ਰੋਗਰਾਮ ਅਧੀਨ ਕੀਤਾ ਜਾ ਰਿਹਾ ਹੈ। ਇਸ ਅਧੀਨ ਕਣਕ ਖੇਤਰ ਨੂੰ 1.70 ਲੱਖ ਹੈਕਟੇਅਰ ਘਟਾਇਆ

ਜਾਵੇਗਾ। ਛੋਲਿਆਂ, ਦਾਲਾਂ ਅਤੇ ਤੇਲ ਦੇ ਬੀਜਾਂ ਹੇਠ ਰਕਬਾ ਕ੍ਰਮਵਾਰ 13000, 10,000 ਅਤੇ 25,000 ਹੈਕਟੇਅਰ ਵਧਾਇਆ ਜਾਵੇਗਾ। ਰੋਪੜ, ਨਵਾਂ ਸ਼ਹਿਰ, ਹੁਸ਼ਿਆਰਪੁਰ, ਜਲੰਧਰ ਅਤੇ ਗੁਰਦਾਸਪੁਰ ਦੇ ਜ਼ਿਲ੍ਹਿਆਂ ਵਿੱਚ ਲਗਭਗ 3000 ਹੈਕਟੇਅਰ ਜ਼ਮੀਨ ਵਿੱਚ ਸਰਦੀ ਰੁੱਤ ਦੀ ਮੱਕੀ (Winter Corn) ਬੀਜੀ ਜਾਵੇਗੀ ਅਤੇ ਸੰਗਰੂਰ ਅਤੇ ਪਟਿਆਲਾ ਦੇ ਜ਼ਿਲ੍ਹਿਆਂ ਵਿੱਚ ਜੌਂ (Barley) ਪੈਦਾ ਕੀਤੇ ਜਾਣਗੇ। ਦੋਗਲਾ ਤਾਰਾਮੀਰਾ ਅਤੇ ਸਰ੍ਹੋਂ (Hybrid Hyola) 8000 ਹੈਕਟੇਅਰ ਵਿੱਚ ਪੈਦਾ ਕੀਤਾ ਜਾਵੇਗਾ। ਫਤਹਿਗੜ੍ਹ ਸਾਹਿਬ, ਲੁਧਿਆਣਾ, ਪਟਿਆਲਾ ਅਤੇ ਸੰਗਰੂਰ ਦੇ ਜ਼ਿਲ੍ਹਿਆਂ ਵਿੱਚ ਸਬਜ਼ੀਆਂ (ਹਰੇ ਮਟਰ, ਹਰੀਆਂ ਮਿਰਚਾਂ, ਗੋਭੀ, ਗਾਜਰਾਂ, ਟਮਾਟਰ ਸਵੀਟ ਕਾਰਨ) ਆਦਿ ਪੈਦਾ ਕੀਤੇ ਜਾਣਗੇ।

ਪੰਜਾਬ ਐਗਰੋ ਨੇ ਭਰੋਸਾ ਦਿਵਾਇਆ ਹੈ ਕਿ ਉਹ ਇਨ੍ਹਾਂ ਫਸਲਾਂ ਲਈ ਜ਼ਿਆਦਾ ਝਾੜ ਦੇਣ ਵਾਲੇ ਬੀਜ ਉਪਲੱਬਧ ਕਰਵਾਏਗੀ, ਬਿਜਾਈ ਤੋਂ ਬਾਅਦ ਪੂਰੀ ਤਕਨੀਕੀ ਦੇਖ-ਰੇਖ (technical supervision) ਪ੍ਰਦਾਨ ਕਰਵਾਏਗੀ, ਖੇਤੀ-ਆਰਥਿਕ ਰੀਤੀਆਂ (agronomic practices) ਦੀ ਬਾਅਦ ਸੰਭਾਲ (follow up) ਕਰੇਗੀ ਅਤੇ ਪਹਿਲਾਂ ਨਿਰਧਾਰਤ ਕੀਮਤਾਂ ਤੇ ਸਾਰਾ ਉਤਪਾਦਨ ਖਰੀਦੇਗੀ।

ਖੇਤੀ ਵੰਨ-ਸੁਵੰਨਤਾ ਵੱਲ ਇੱਕ ਹੋਰ ਕਦਮ ਉੱਤਰੀ ਪੰਜਾਬ ਦੇ ਜ਼ਿਲ੍ਹਿਆਂ ਵਿੱਚ "ਬਾਸਮਤੀ ਚਾਵਲ ਨਿਰਯਾਤ ਖੰਡ" (Basmati Export Zone) ਬਣਾਉਣ ਦਾ ਹੈ। ਇਸ ਅਧੀਨ ਰਵਾਇਤੀ ਚਾਵਲ ਦੀ ਥਾਂ ਕੇਵਲ ਨਿਰਯਾਤ ਲਈ ਵਧੀਆ ਕਿਸਮ ਦਾ ਬਾਸਮਤੀ ਚਾਵਲ ਪੈਦਾ ਕੀਤਾ ਜਾਵੇਗਾ।

ਹਰੀ ਕ੍ਰਾਂਤੀ ਤੋਂ ਬਾਅਦ ਪੰਜਾਬ ਸਰਕਾਰ ਨੇ **ਕੰਟਰੈਕਟ ਫ਼ਾਰਮਿੰਗ** ਦੇ ਨਵੇਂ ਅਤੇ ਸਫ਼ਲ ਤਰੀਕਿਆਂ ਨਾਲ ਖੇਤੀ ਵਿਭਿੰਨਤਾ ਨੂੰ ਅਪਣਾਇਆ ਹੈ। ਖੇਤੀ ਵਿਭਿੰਨਤਾ ਲਿਆਉਣ ਲਈ ਵਧੇਰੇ ਲਾਹੇਵੰਦ, ਘੱਟ ਪਾਣੀ ਲੈਣ ਵਾਲੀਆਂ ਅਤੇ ਵੱਧ ਝਾੜ ਦੇਣ ਵਾਲੀਆਂ ਬਦਲਵੀਆਂ ਫ਼ਸਲਾਂ ਜਿਵੇਂ ਸਾਉਣ ਰੁੱਤ (Kharif) ਦੌਰਾਨ ਬਾਸਮਤੀ, ਮੱਕੀ, ਮੂੰਗ ਅਤੇ ਹਾੜੀ (rabi) ਦੌਰਾਨ ਹਾਇਓਲਾ (ਹਾਈਬਰਿਡ ਸਰ੍ਹੋਂ) ਸੂਰਜਮੁਖੀ, ਮਾਲਟਿੰਗ ਜੌਂ, ਦੁਰੱਮ ਕਣਕ ਅਤੇ ਬਸੰਤ ਰੁੱਤ ਦੀ ਮੱਕੀ ਦੀ ਕਾਸ਼ਤ 2002 ਵਿੱਚ ਹਾੜੀ ਦੌਰਾਨ 22312 ਏਕੜ ਰਕਬੇ ਵਿੱਚ ਸ਼ੁਰੂ ਕੀਤੀ ਸੀ। ਇਹ ਰਕਬਾ ਆਉਂਦੇ ਸਾਲਾਂ ਵਿੱਚ ਵਧਦਾ ਗਿਆ ਹੈ। (2003-04—1.87 ਲੱਖ ਏਕੜ, 2004-05—2.45 ਲੱਖ ਏਕੜ, 2005-06—2.16 ਲੱਖ ਏਕੜ ਅਤੇ 2008-09 ਦੌਰਾਨ 2.34 ਲੱਖ ਏਕੜ)। ਹੁਣ ਤੱਕ 9 ਲੱਖ ਏਕੜ ਤੋਂ ਵਧੇਰੇ ਰਕਬਾ ਅਤੇ 1 ਲੱਖ ਤੋਂ ਵੱਧ ਕਿਸਾਨ ਪਰਿਵਾਰ ਇਸ ਕੰਟਰੈਕਟ ਫਾਰਮਿੰਗ ਰਾਹੀਂ ਖੇਤੀ ਵਿਭਿੰਨਤਾ ਪ੍ਰੋਗਰਾਮ ਵਿੱਚ ਸ਼ਾਮਲ ਕੀਤੇ ਗਏ ਹਨ। 2008-09 ਤੋਂ ਬਾਅਦ ਕੰਟਰੈਕਟ ਫਾਰਮਿੰਗ ਸਕੀਮ ਅਧੀਨ ਲਿਆਂਦਾ ਕੁੱਲ ਰਕਬਾ ਘਟਣ ਲਗ ਪਿਆ। ਇਹ ਰਕਬਾ 2009-10 ਵਿੱਚ 89,175 ਏਕੜ (ਸ਼ੁੱਧ ਬਾਸਮਤੀ 74914 ਏਕੜ, ਮੱਕੀ 82570 ਏਕੜ, ਮਾਲਟਿੰਗ ਜੌਂ 8192 ਏਕੜ ਅਤੇ ਹਾਇਓਲਾ 18315 ਏਕੜ), 2010-11 ਵਿੱਚ 84,747 ਏਕੜ (ਸ਼ੁੱਧ ਬਾਸਮਤੀ 70806 ਏਕੜ, ਜੌਂ 7627 ਏਕੜ ਅਤੇ ਦੁਰੱਮ ਕਣਕ 1500 ਏਕੜ), 2011-12 ਵਿੱਚ 11960 ਏਕੜ (ਕੇਵਲ ਮਾਲਟਿੰਗ ਜੌਂ) ਅਤੇ 2012-13 ਵਿੱਚ 14852 ਏਕੜ (ਜੌਂ) ਹੋ ਗਿਆ। 2013-14 ਵਿੱਚ ਇਹ ਰਕਬਾ ਹੋਰ ਘਟ ਕੇ 6980 ਏਕੜ ਰਹਿ ਗਿਆ। ਇਸ ਰਕਬੇ ਦੇ ਘਟਣ ਦਾ ਮੁੱਖ ਕਾਰਨ ਕੰਟਰੈਕਟ ਫਾਰਮਿੰਗ ਦੇ ਉਤਪਾਦਾਂ ਦੀ ਠੀਕ ਵਿਕਰੀ ਨਾ ਹੋਣਾ ਅਤੇ ਘੱਟ ਕੀਮਤ ਦਾ ਮਿਲਣਾ ਹੈ।

ਖੇਤੀਬਾੜੀ ਵੰਨ-ਸੁਵੰਨਤਾ ਦੀ ਯੋਜਨਾ ਤਾਂ ਹੀ ਲਾਗੂ ਹੋ ਸਕੇਗੀ ਅਤੇ ਕਿਰਸਾਣ ਇਸ ਨੂੰ ਤਾਂ ਹੀ ਅਪਣਾਉਣਗੇ ਜੇਕਰ ਅਪਣਾਈਆਂ ਫਸਲਾਂ ਦੇ ਉਤਪਾਦਨ ਦਾ ਠੀਕ ਮੰਡੀਕਰਣ ਹੋਵੇ ਅਤੇ ਲਾਹੇਵੰਦ ਕੀਮਤ ਤੇ ਸਮੁੱਚੇ ਉਤਪਾਦਨ ਦੀ ਸਰਕਾਰ ਜਾਂ ਉਸਦੀ ਕੋਈ ਏਜੰਸੀ ਖਰੀਦ ਕਰੇ। ਉਤਪਾਦ ਦੀ ਠੀਕ ਹਾਲਤ ਅਤੇ ਗੁਣਵੱਤਾ (quality) ਕਾਇਮ ਰੱਖੀ ਜਾਵੇ। ਇਸ ਲਈ ਕਿਰਸਾਨਾਂ ਨੂੰ ਸਭ ਪਹਿਲੂਆਂ ਬਾਰੇ ਖੇਤੀਬਾੜੀ ਯੂਨੀਵਰਸਿਟੀ ਲੁਧਿਆਣਾ ਅਤੇ ਖੇਤੀ ਵਿਭਾਗ ਲੋੜੀਂਦੀ ਜਾਣਕਾਰੀ ਅਤੇ ਸਿਖਲਾਈ ਦਿੰਦੇ ਰਹਿਣ। ਅਪਣਾਈ ਜਾਣ ਵਾਲੀ ਹਰ ਫਸਲ ਲਈ ਯੋਗ ਖੇਤਰ ਨਿਰਧਾਰਤ ਕਰਨਾ ਵੀ ਜ਼ਰੂਰੀ ਹੈ।

8. ਘਣੀ ਅਤੇ ਵਪਾਰਕ ਖੇਤੀ (Intensive and commercial agriculture)– ਭਾਰਤ ਦੇ ਜ਼ਿਆਦਾਤਰ ਭਾਗਾਂ ਦੀ ਤਰ੍ਹਾਂ ਪੰਜਾਬੀ ਕਿਰਸਾਨ ਆਪਣੇ ਪਰਿਵਾਰ ਦੀਆਂ ਲੋੜਾਂ ਪੂਰੀਆਂ ਕਰਨ ਲਈ ਹੀ ਖੇਤੀਬਾੜੀ ਨਹੀਂ ਕਰਦਾ ਹੈ। ਉਸਦਾ ਉਦੇਸ਼

ਰਾਸ਼ਟਰੀ ਅਤੇ ਅੰਤਰ-ਰਾਸ਼ਟਰੀ ਮੰਡੀ ਤੱਕ ਪਹੁੰਚਣ ਦਾ ਹੈ। ਇਸ ਸਾਲ ਨਿਰਯਾਤ ਲਈ ਦੁਰਮ ਕਣਕ (Durum wheat) ਦਾ ਕਾਫ਼ੀ ਉਤਪਾਦਨ ਇਸ ਦ੍ਰਿਸ਼ਟੀਕੋਣ ਦੀ ਇੱਕ ਉਦਾਹਰਣ ਹੈ। ਜ਼ਿਆਦਾ ਲਾਭ ਲੈਣ ਲਈ ਪੰਜਾਬੀ ਕਿਰਸਾਨ ਘਣੀ ਖੇਤੀ ਦੇ ਸਭ ਤਰੀਕਿਆਂ ਜਿਵੇਂ ਕਿ ਜ਼ਿਆਦਾ ਝਾੜ ਦੇਣ ਵਾਲੇ ਬੀਜਾਂ ਦੀ ਵਰਤੋਂ, ਖੇਤੀਬਾੜੀ ਦੇ ਨਵੇਂ ਅਤੇ ਵਧੀਆ ਢੰਗਾਂ ਨੂੰ ਅਪਨਾਉਣਾ, ਕੀੜੇ ਮਾਰ ਅਤੇ ਨਦੀਮ ਨਾਸ਼ਕ (Weedicides) ਦਵਾਈਆਂ ਅਤੇ ਰਸਾਇਣਕ ਖਾਦਾਂ ਦੀ ਯੋਗ ਵਰਤੋਂ ਅਤੇ ਮਸ਼ੀਨਾਂ ਅਤੇ ਜ਼ਿਆਦਾ ਸਿੰਜਾਈ ਸਹੂਲਤਾਂ ਦੀ ਵਰਤੋਂ ਕਰਦਾ ਹੈ। ਉਹ ਇਨ੍ਹਾਂ ਦੇ ਫਲਸਰੂਪ ਜ਼ਿਆਦਾ ਝਾੜ ਅਤੇ ਉਤਪਾਦਨ ਪ੍ਰਾਪਤ ਕਰਦਾ ਹੈ ਜੋ ਉਸਦੀ ਲੋੜ ਤੋਂ ਕਾਫ਼ੀ ਵੱਧ ਹੁੰਦਾ ਹੈ। ਆਪਣੇ ਵਾਧੂ ਉਤਪਾਦਨ ਦੇ ਮੰਡੀਕਰਣ ਲਈ ਉਹ ਟਰੈਕਟਰ ਟਰਾਲੀਆਂ ਅਤੇ ਦੂਰ ਦੀਆਂ ਮੰਡੀਆਂ ਜਿਵੇਂ ਕਿ ਦਿੱਲੀ, ਬੰਬਈ ਆਦਿ ਲਈ ਟਰੱਕਾਂ ਦੀ ਵਰਤੋਂ ਕਰਦਾ ਹੈ। ਆਲੂਆਂ ਦਾ ਦਿੱਲੀ ਆਦਿ ਵਿਖੇ ਮੰਡੀਕਰਣ ਇਸ ਦੀ ਇੱਕ ਉਦਾਹਰਣ ਹੈ।

ਸਭ ਪਿੰਡ ਪੱਕੀਆਂ ਸੜਕਾਂ ਰਾਹੀਂ ਸ਼ਹਿਰਾਂ ਅਤੇ ਕਸਬਿਆਂ ਨਾਲ ਜੁੜੇ ਹੋਏ ਹਨ। ਹੁਣ ਤਾਂ ਪਿੰਡਾਂ ਵਿੱਚ ਟੈਲੀਫੋਨ ਸੇਵਾ ਵੀ ਕਾਫ਼ੀ ਹੈ। ਖੇਤੀ ਅਧੀਨ 97% ਤੋਂ ਵੱਧ ਰਕਬੇ ਵਿੱਚ ਸਿੰਜਾਈ ਹੁੰਦੀ ਹੈ। ਇਨ੍ਹਾਂ ਸਭ ਵਧੀਆ ਅਤੇ ਆਧੁਨਿਕ ਖੇਤੀਬਾੜੀ ਨਿਵਿਸ਼ਟ ਸਮੱਗਰੀ (in-puts) ਕਾਰਨ ਝਾੜ ਵਿੱਚ ਬਹੁਤ ਵਾਧਾ ਹੋਇਆ ਹੈ (ਦੇਸ਼ ਵਿੱਚ ਸਭ ਤੋਂ ਵੱਧ ਝਾੜ)। ਉਤਪਾਦਨ ਕਾਫ਼ੀ ਵਾਧੂ (surplus) ਹੋ ਜਾਂਦਾ ਹੈ। ਪੰਜਾਬ ਵਿੱਚ ਜੋਤਾਂ (holdings) ਦਾ ਆਕਾਰ ਦਰਮਿਆਨੇ ਤੋਂ ਵੱਡਾ (medium to large) ਹੈ। ਵਪਾਰਕ ਖੇਤੀ ਲਈ ਇਨ੍ਹਾਂ ਵਿੱਚ ਟਰੈਕਟਰਾਂ, ਕਟਾਈ ਅਤੇ ਗਹਾਈ ਦੀਆਂ ਮਸ਼ੀਨਾਂ ਅਤੇ ਦੂਜੀਆਂ ਮਸ਼ੀਨਾਂ ਦੀ ਵਰਤੋਂ ਹੋ ਸਕਦੀ ਹੈ। ਇਨ੍ਹਾਂ ਕਾਰਨ ਪੰਜਾਬੀ ਕਿਰਸਾਨ ਹੁਣ ਵਪਾਰੀ ਵੀ ਬਣ ਗਿਆ ਹੈ। ਹੁਣ ਉਹ ਪਹਿਲਾਂ ਨਾਲੋਂ ਅਮੀਰ ਅਤੇ ਪੈਸੇ ਵਾਲਾ ਬਣ ਗਿਆ ਹੈ ਅਤੇ ਉਸਦੀ ਪ੍ਰਤੀ ਜੀਅ ਆਮਦਨ ਦੇਸ਼ ਵਿੱਚ ਕਾਫੀ ਉੱਚੀ ਹੈ। ਵਪਾਰ ਹੁਣ ਪੰਜਾਬ ਦੀ ਖੇਤੀਬਾੜੀ ਦਾ ਇੱਕ ਮਹੱਤਵਪੂਰਣ ਉਦੇਸ਼ ਬਣ ਗਿਆ ਹੈ।

9. ਦਰਮਿਆਨੇ ਆਕਾਰ ਦੀਆਂ ਜੋਤਾਂ (Medium sized holdings)– ਪੰਜਾਬ ਵਿੱਚ 2010–11 ਅਨੁਸਾਰ ਜੋਤਾਂ ਦਾ ਆਕਾਰ ਬਹੁਤ ਹੀ ਛੋਟਾ ਨਹੀਂ ਹੈ। ਇਹ ਦਰਮਿਆਨਾ ਹੈ। ਪੰਜਾਬ ਵਿੱਚ ਅੱਧੀਆਂ ਤੋਂ ਵੱਧ 59.19% ਚਾਲੂ ਜੋਤਾਂ (operational holdings) ਦਰਮਿਆਨੇ ਆਕਾਰ ਦੀਆਂ ਹਨ ਜਿਨ੍ਹਾਂ ਵਿੱਚ ਆਕਾਰ 2 ਤੋਂ 10 ਹੈਕਟੇਅਰ ਵਿਚਕਾਰ ਹੈ। ਛੋਟੇ ਆਕਾਰ (ਦੋ ਹੈਕਟੇਅਰ ਤੱਕ) ਦੀਆਂ ਜੋਤਾਂ ਦੀ ਪ੍ਰਤੀਸ਼ਤਤਾ ਲਗਭਗ ਇੱਕ ਤਿਹਾਈ 34.19% ਹੈ। ਰਾਜ ਦੀਆਂ ਲਗਭਗ 7% ਚਾਲੂ ਜੋਤਾਂ 10 ਹੈਕਟੇਅਰ ਤੋਂ ਵੱਡੇ ਆਕਾਰ ਦੀਆਂ ਹਨ। ਦਰਮਿਆਨੇ ਆਕਾਰ ਦੀਆਂ ਜੋਤਾਂ ਖੇਤੀ ਮਸ਼ੀਨਾਂ ਜਿਵੇਂ ਕਿ ਟਰੈਕਟਰ, ਹਾਰਵੈਸਟਰ ਕੰਬਾਈਨਜ਼ ਆਦਿ ਦੀ ਵਰਤੋਂ ਦੇ ਯੋਗ ਹਨ। ਪੰਜਾਬ ਵਿੱਚ ਖੇਤੀ ਦੇ ਵਪਾਰਕ ਬਣ ਜਾਣ ਦਾ ਇੱਕ ਕਾਰਨ ਇਹ ਦਰਮਿਆਨੇ ਆਕਾਰ ਦੀਆਂ ਜੋਤਾਂ ਵੀ ਹਨ।

10. ਬਹੁ-ਫਸਲੀ ਖੇਤੀ (Multiple Cropping)– ਮਸ਼ੀਨੀਕਰਨ ਕਾਰਨ ਵਿਹਲ ਅਤੇ ਖੇਤੀ ਕੰਮਾਂ ਦਾ ਛੇਤੀ ਹੋਣਾ ਅਤੇ ਛੇਤੀ ਪੱਕਣ ਵਾਲੀਆਂ ਫਸਲ ਕਿਸਮਾਂ ਕਾਰਨ ਹੁਣ ਕਿਰਸਾਨ ਸਾਲ ਵਿੱਚ ਦੋ ਦੀ ਥਾਂ ਤਿੰਨ ਫਸਲਾਂ ਆਮ ਲੈਣ ਲੱਗ ਪਏ ਹਨ। ਬਸੰਤ ਰੁੱਤ ਦੇ ਸੂਰਜ ਮੁੱਖੀ ਨੇ ਇਸ ਨੂੰ ਹੋਰ ਵੀ ਸੁਖਾਲਾ ਬਣਾ ਦਿੱਤਾ ਹੈ। ਹੁਣ ਕਿਰਸਾਨ ਸਾਰਾ ਸਾਲ ਖੇਤੀ ਫਸਲਾਂ ਦੀ ਬਿਜਾਈ, ਗੁਡਾਈ, ਕਟਾਈ ਆਦਿ ਵਿੱਚ ਰੁੱਝਾ ਰਹਿੰਦਾ ਹੈ। ਉਸ ਕੋਲ ਹੁਣ ਵਿਹਲ ਘੱਟ ਹੈ। ਜ਼ਿਆਦਾ ਸਿੰਜਾਈ ਸਹੂਲਤਾਂ, ਖਾਦਾਂ ਦੀ ਠੀਕ ਵਰਤੋਂ ਅਤੇ ਖੇਤੀ ਸਿਖਲਾਈ ਦਾ ਵੀ ਬਹੁ-ਫਸਲੀ ਖੇਤੀ ਵਿੱਚ ਯੋਗਦਾਨ ਹੈ।

11. ਪੇਂਡੂ ਸਭਿਆਚਾਰ ਵਿੱਚ ਭਾਰੀ ਤਬਦੀਲੀ (Transformation of Rural culture)– ਪੰਜਾਬ ਦੀ ਖੇਤੀਬਾੜੀ ਦੇ ਮਸ਼ੀਨੀਕਰਣ ਅਤੇ ਵਪਾਰਕ ਹੋ ਜਾਣ ਨਾਲ ਅਤੇ ਬਹੁ-ਫਸਲੀ ਖੇਤੀ ਕਾਰਨ ਹੁਣ ਪੰਜਾਬ ਦਾ ਕਿਰਸਾਨ ਸਾਰਾ ਸਾਲ ਕੰਮ ਵਿੱਚ ਰੁੱਝਿਆ ਰਹਿੰਦਾ ਹੈ। ਉਸਦੇ ਅਮੀਰ ਬਣ ਜਾਣ ਨਾਲ ਜਾਂ ਉਸ ਕੋਲ ਜ਼ਿਆਦਾ ਪੈਸਾ ਆ ਜਾਣ ਕਾਰਨ ਉਹ ਹੁਣ ਘੱਟ ਮਿਲਾਪੜਾ (Social) ਹੋ ਗਿਆ ਹੈ। ਉਹ ਹੁਣ ਜ਼ਿਆਦਾ ਸ਼ਿਸ਼ਟ ਅਤੇ ਸ਼ਹਿਰੀ (Urban) ਜੀਵਨ ਅਤੇ ਸਭਿਆਚਾਰ ਦਾ ਪ੍ਰੇਮੀ ਬਣ ਗਿਆ ਹੈ। ਪਿੰਡ ਦੇ ਚੌਂਤੇ ਉੱਤੇ ਬੈਠ ਕੇ ਗੱਪਾਂ ਮਾਰਨ ਲਈ ਉਸ ਕੋਲ ਸਮਾਂ ਨਹੀਂ ਹੈ ਜਾਂ ਉਹ ਅਜਿਹਾ ਕਰਨਾ ਨਹੀਂ ਚਾਹੁੰਦਾ ਹੈ। ਪਿੰਡਾਂ ਦੀਆਂ ਸ਼ਾਦੀਆਂ ਅਤੇ ਹੋਰ ਸਮਾਗਮ ਹੁਣ ਸ਼ਹਿਰਾਂ ਦੀ ਨਕਲ ਬਣ ਕੇ ਰਹਿ ਗਏ ਹਨ। ਪਿੰਡਾਂ ਵਿੱਚ ਹੁਣ ਸਭ ਸ਼ਹਿਰੀ ਸਹੂਲਤਾਂ ਉਪਲੱਬਧ ਹਨ। ਪੇਂਡੂ ਲਿੰਕ ਸੜਕਾਂ ਨੇ ਇਸ ਤਬਦੀਲੀ ਵਿਚ ਅਹਿਮ ਰੋਲ ਅਦਾ ਕੀਤਾ ਹੈ।

ਹਰੀ ਕ੍ਰਾਂਤੀ (GREEN REVOLUTION)

ਸੁਤੰਤਰਤਾ ਸਮੇਂ ਭਾਰਤ ਵਿੱਚ ਵਿਸ਼ਾਲ ਅਤੇ ਤੇਜ਼ੀ ਨਾਲ ਵਧ ਰਹੀ ਜਨ-ਸੰਖਿਆ, ਖੇਤੀ ਅਧੀਨ ਘੱਟ ਰਕਬਾ, ਨੀਵੇਂ ਝਾੜ ਅਤੇ ਅਨਾਜ ਵਿੱਚ ਕਮੀ ਸੀ। ਖੇਤੀਬਾੜੀ (ਮੁੱਖ ਤੌਰ 'ਤੇ ਅਨਾਜ ਫਸਲਾਂ) ਉਤਪਾਦਨ ਵਿੱਚ ਘਾਟ ਅਤੇ ਜ਼ਿਆਦਾ ਅਤੇ ਸੰਘਣੀ ਜਨਸੰਖਿਆ ਦੀ ਹਾਲਤ ਸੰਸਾਰ ਦੇ ਕਈ ਹੋਰ ਦੇਸ਼ਾਂ ਜਿਵੇਂ ਕਿ ਮੈਕਸੀਕੋ, ਫਿਲਪਾਈਨ, ਜਾਪਾਨ ਆਦਿ ਵਿੱਚ ਵੀ ਪੇਸ਼ ਆਈ ਸੀ। ਇਨ੍ਹਾਂ ਦੇਸ਼ਾਂ ਨੇ ਵੀਹਵੀਂ ਸਦੀ ਦੇ ਛੇਵੇਂ ਅਤੇ ਸੱਤਵੇਂ ਦਹਾਕਿਆਂ ਵਿੱਚ ਖੁਰਾਕ ਉਤਪਾਦਨ ਨੂੰ ਵਧਾਉਣ ਵਿੱਚ ਭਾਰੀ ਸਫਲਤਾ ਪ੍ਰਾਪਤ ਕੀਤੀ ਸੀ। ਇਨ੍ਹਾਂ ਦੇਸ਼ਾਂ ਨੇ ਇਹ ਸਫਲਤਾ "ਬੀਜ-ਸਿੰਜਾਈ-ਖਾਦ" ਤਕਨੀਕ ਦੀ ਖੇਤੀਬਾੜੀ ਵਿੱਚ ਵਰਤੋਂ ਕਰਨ ਨਾਲ ਪ੍ਰਾਪਤ ਕੀਤੀ ਸੀ।

ਛੇਵੇਂ ਅਤੇ ਸੱਤਵੇਂ ਦਹਾਕੇ ਵਿੱਚ ਭਾਰਤ ਅਤੇ ਵਿਸ਼ੇਸ਼ ਕਰਕੇ ਪੰਜਾਬ ਵਿੱਚ ਵੀ ਇਸ ਤਕਨੀਕ ਦੀ ਵਰਤੋਂ ਕੀਤੀ ਗਈ ਅਤੇ ਖੁਰਾਕ ਉਤਪਾਦਨ ਵਿੱਚ ਭਾਰੀ ਵਾਧਾ ਪ੍ਰਾਪਤ ਹੋਇਆ ਸੀ। ਇਸ ਨਾਲ ਥੋੜ੍ਹ (deficit) ਵਾਲਾ ਭਾਰਤ ਦੇਸ਼ ਅਨਾਜ ਵਿੱਚ ਕੇਵਲ ਆਤਮ-ਨਿਰਭਰ ਹੀ ਨਹੀਂ ਬਣ ਗਿਆ, ਸਗੋਂ ਇਸ ਕੋਲ ਨਿਰਯਾਤ ਲਈ ਕੁੱਝ ਵਾਧੂ ਅਨਾਜ ਵੀ ਪ੍ਰਾਪਤ ਹੋ ਗਿਆ। ਇਸ ਮਹਾਨ ਤਬਦੀਲੀ ਜਾਂ ਇਨਕਲਾਬ ਨੂੰ "ਹਰੀ ਕ੍ਰਾਂਤੀ" ਕਹਿੰਦੇ ਹਨ। ਇਸ ਨਾਲ ਭਾਰਤੀ ਖੇਤੀਬਾੜੀ ਦਾ ਮੁਕੰਮਲ ਪਰਿਵਰਤਨ ਹੋ ਗਿਆ। ਇਸ ਕਾਰਨ 'ਵਾਧੂ ਅਨਾਜ' ਦਾ ਇਕ ਨਵਾਂ ਦੌਰ ਸ਼ੁਰੂ ਹੋਇਆ। ਭਾਵੇਂ ਇਹ ਸਫਲਤਾ ਵੱਖ-ਵੱਖ ਰਾਜਾਂ ਵਿੱਚ ਵਿਭਿੰਨ ਪੱਧਰਾਂ ਦੀ ਸੀ ਪ੍ਰੰਤੂ ਅਸਲ ਵਿੱਚ ਪੰਜਾਬ ਵਿੱਚ ਕਣਕ ਅਤੇ ਝੋਨੇ ਦੇ ਉਤਪਾਦਨ ਵਿੱਚ ਅਸਲੀ 'ਹਰੀ ਕ੍ਰਾਂਤੀ' ਆਈ ਸੀ।

ਪੰਜਾਬ ਵਿੱਚ 'ਹਰੀ ਕ੍ਰਾਂਤੀ' ਬਾਕੀ ਰਾਜਾਂ ਤੋਂ ਕਾਫ਼ੀ ਸਮਾਂ ਪਹਿਲਾਂ ਆਈ ਸੀ। ਹਰੀ ਕ੍ਰਾਂਤੀ ਨਾਲ ਪੰਜਾਬ ਰਾਜ ਦੇ ਸਮੁੱਚੇ ਵਿਕਾਸ (alroung development) ਦਾ ਇੱਕ ਯੁੱਗ ਸ਼ੁਰੂ ਹੋਇਆ ਸੀ। ਪੰਜ ਤੋਂ ਦਸ ਸਾਲ ਦੇ ਸਮੇਂ ਵਿੱਚ ਉਤਪਾਦਨ ਸ਼ਕਤੀ ਕਈ ਗੁਣਾ ਵੱਧ ਗਈ ਅਤੇ ਫਸਲਾਂ ਦਾ ਉਤਪਾਦਨ ਦੁੱਗਣਾ ਜਾਂ ਤਿੱਗਣਾ ਵੀ ਹੋ ਗਿਆ। ਇਕੱਲਾ ਪੰਜਾਬ ਭਾਰਤ ਦੀ ਅੰਨ ਸਮੱਸਿਆ ਨੂੰ ਸੁਲਝਾਉਣ ਦੇ ਯੋਗ ਹੋ ਗਿਆ। ਪੰਜਾਬ ਵਿੱਚ ਹਰ ਥਾਂ ਖੁਸ਼ਹਾਲੀ ਦਿਸਦੀ ਸੀ। ਇਸ ਤਰ੍ਹਾਂ ਹਰੀ ਕ੍ਰਾਂਤੀ ਮੌਜੂਦਾ ਖੇਤੀ ਅਧੀਨ ਜ਼ਮੀਨ ਤੋਂ ਆਧੁਨਿਕ ਟੈਕਨੌਲੋਜੀ ਦੀ ਖੇਤੀਬਾੜੀ ਵਿੱਚ ਵਰਤੋਂ ਕਰਕੇ ਜ਼ਿਆਦਾ ਉਤਪਾਦਨ ਸ਼ਕਤੀ ਪ੍ਰਾਪਤ ਕਰਨਾ ਹੈ। (Green Revolution is the application of modern technology in agriculture to increase the productivity of land already under cultivation).

ਇਹ ਨਵੀਂ ਖੇਤੀ ਨੀਤੀ 1960-61 ਵਿੱਚ ਜ਼ਿਲ੍ਹਾ ਲੁਧਿਆਣਾ ਵਿੱਚ ਇਕ 'ਪਾਇਲਟ ਯੋਜਨਾ' (Pilot Project) ਦੇ ਰੂਪ ਵਿੱਚ ਸ਼ੁਰੂ ਕੀਤੀ ਗਈ। ਇਹ "ਸੰਘਣੀ ਖੇਤੀਬਾੜੀ ਜ਼ਿਲ੍ਹਾ ਪ੍ਰੋਗਰਾਮ" (Intensive Agricultural District) ਰਾਹੀਂ ਅਪਣਾਈ ਗਈ। ਕਿਉਂਕਿ ਲੁਧਿਆਣਾ ਜ਼ਿਲ੍ਹੇ ਵਿੱਚ ਇਸ ਪ੍ਰੋਗਰਾਮ ਨੂੰ ਭਾਰੀ ਸਫਲਤਾ ਮਿਲੀ ਸੀ। ਇਸ ਲਈ ਸਕੀਮ ਨੂੰ ਰਾਜ ਦੇ ਬਾਕੀ ਭਾਗਾਂ ਵਿੱਚ ਵੀ ਲਾਗੂ ਕੀਤਾ ਗਿਆ। ਪੰਜਾਬ ਵਿੱਚ ਹਰੀ ਕ੍ਰਾਂਤੀ ਦਾ ਅਸਲ ਆਰੰਭ 1965-66 ਵਿੱਚ ਮੈਕਸੀਕਨ ਕਣਕ ਦੇ ਜ਼ਿਆਦਾ ਝਾੜ ਦੇਣ ਵਾਲੇ ਬੀਜਾਂ ਦੇ ਪ੍ਰਚੱਲਤ ਹੋਣ ਨਾਲ ਹੋਇਆ। ਰਸਾਇਣਕ ਖਾਦਾਂ ਅਤੇ ਸਿੰਜਾਈ ਸਹੂਲਤਾਂ ਦੀ ਕਾਫ਼ੀ ਵਰਤੋਂ ਨੇ ਇਸ ਤਕਨੀਕ ਨੂੰ ਮਜ਼ਬੂਤੀ ਪ੍ਰਦਾਨ ਕੀਤੀ। ਉਤਪਾਦਨ ਕਈ ਗੁਣਾ ਵਧ ਗਿਆ। ਹੇਠ ਲਿਖੀ ਸਾਰਣੀ ਪੰਜਾਬ ਵਿੱਚ ਹਰੀ ਕ੍ਰਾਂਤੀ ਦੇ ਪ੍ਰਭਾਵ ਨੂੰ ਦਰਸਾਉਂਦੀ ਹੈ—

ਸਾਰਣੀ ਨੰ. 27

ਹਰੀ ਕ੍ਰਾਂਤੀ ਦੀਆਂ ਮੁੱਖ ਫਸਲਾਂ ਦਾ ਰਕਬਾ, ਉਤਪਾਦਨ ਅਤੇ ਝਾੜ

ਕ੍ਰਮ ਨੰ.	ਜਿਣਸ		1950-51	1960-61	1965-66	1970-71	1975-76	1980-81	1990-91
1.	ਕਣਕ	ਖੇਤਰਫਲ (ਲੱਖ ਹੈਕਟੇਅਰ)	11.37	14	15.48	22.99	24.39	28.12	32.73
		ਉਤਪਾਦਨ (ਲੱਖ ਟਨ)	10.24	17.42	19.16	51.45	57.88	76.77	121.59

		ਝਾੜ (ਕਿਲੋ ਪ੍ਰਤੀ ਹੈਕਟੇਅਰ)	901	1244	1238	2238	2373	2730	3715
		ਖੇਤਰਫਲ (ਲੱਖ ਹੈਕਟੇਅਰ)	—	2.27	2.92	3.90	5.67	11.83	20.15
2.	ਚਾਵਲ	ਉਤਪਾਦਨ (ਲੱਖ ਟਨ)	—	2.29	2.90	6.88	14.47	32.33	65.06
		ਝਾੜ (ਕਿਲੋ ਪ੍ਰਤੀ ਹੈਕਟੇਅਰ)	—	1009	1000	1765	2553	2733	3229

ਸੋਮਾ— ਪੰਜਾਬ ਦਾ ਅੰਕੜਾ ਸਾਰ—1995 ਅਤੇ 1982

ਨਵੀਂ ਖੇਤੀਬਾੜੀ ਨੀਤੀ ਦੇ ਮੁੱਖ ਲੱਛਣ ਹੇਠ ਲਿਖੇ ਹਨ—

1. **ਨਵੀਆਂ ਅਤੇ ਜ਼ਿਆਦਾ ਝਾੜ ਦੇਣ ਵਾਲੀਆਂ ਕਿਸਮਾਂ ਦਾ ਆਰੰਭ (Introduction of new and high yielding varieties)**– ਜ਼ਿਆਦਾ ਝਾੜ ਦੇਣ ਵਾਲੀਆਂ ਨਵੀਆਂ ਕਿਸਮਾਂ ਜਿਵੇਂ ਕਣਕ ਦੀਆਂ P V 18, Kalyan, ਸੋਨਾਲੀਕਾ (Sonalika), ਸ਼ੇਰਾ ਅਤੇ ਮੋਤੀ ਆਦਿ ਅਤੇ ਚਾਵਲ ਦੀਆਂ ਆਈ.ਆਰ. 8, ਜੈਆ ਅਤੇ ਪਲਮੱਨ ਆਦਿ ਸ਼ੁਰੂ ਕੀਤੀਆਂ ਗਈਆਂ। ਇਨ੍ਹਾਂ ਨੇ ਬਹੁਤ ਉੱਚਾ ਝਾੜ (ਕਣਕ ਅਤੇ ਚਾਵਲ ਦਾ 20 ਤੋਂ 40 ਕੁਇੰਟਲ ਪ੍ਰਤੀ ਹੈਕਟੇਅਰ ਤੱਕ) ਦਿੱਤਾ ਅਤੇ ਉਤਪਾਦਨ ਕਈ ਗੁਣਾ ਵਧ ਗਿਆ (ਸਾਰਣੀ ਨੰ. 27)

2. **ਦੇਸੀ ਅਤੇ ਰਸਾਇਣਕ ਖਾਦਾਂ ਦੀ ਜ਼ਿਆਦਾ ਵਰਤੋਂ (Increased use of manures and fertilizers)**– ਜ਼ਿਆਦਾ ਝਾੜ ਲੈਣ ਲਈ ਉੱਚਾ ਝਾੜ ਦੇਣ ਵਾਲੀਆਂ ਕਿਸਮਾਂ ਦੀ ਖੇਤੀ ਵਿੱਚ ਖਾਦਾਂ ਦੀ ਜ਼ਿਆਦਾ ਵਰਤੋਂ ਕਰਨ ਦੀ ਲੋੜ ਪੈਂਦੀ ਹੈ। ਇਸ ਤੋਂ ਬਿਨਾਂ ਇਹ ਮਿੱਟੀ ਦੇ ਉਪਜਾਊਪਨ ਨੂੰ ਛੇਤੀ ਖਤਮ ਵੀ ਕਰ ਦਿੰਦੀਆਂ ਹਨ। ਪੰਜਾਬ ਵਿਚ ਰਸਾਇਣਕ ਖਾਦਾਂ ਦੀ ਵਰਤੋਂ 1960-61 ਵਿੱਚ ਕੇਵਲ 50 ਹਜ਼ਾਰ ਮੀ. ਟਨ ਤੋਂ ਵੱਧ 1964-65 ਵਿੱਚ 2 ਲੱਖ 32 ਹਜ਼ਾਰ ਮੀ. ਟਨ, 1975-76 ਵਿੱਚ 2 ਲੱਖ 95 ਹਜ਼ਾਰ ਮੀ. ਟਨ, 1980-81 ਵਿੱਚ 7 ਲੱਖ 62 ਹਜ਼ਾਰ ਮੀ. ਟਨ ਅਤੇ 1990-91 ਵਿੱਚ 12 ਲੱਖ 20 ਹਜ਼ਾਰ ਮੀ. ਟਨ ਹੋ ਗਈ ਸੀ।

3. **ਸਿੰਜਾਈ ਸਹੂਲਤਾਂ ਦੀ ਜ਼ਿਆਦਾ ਵਰਤੋਂ (Greater use of irrigation facilities)**– ਜ਼ਿਆਦਾ ਝਾੜ ਦੇਣ ਵਾਲੀਆਂ ਕਿਸਮਾਂ ਦਾ ਅਧਿਕ ਪ੍ਰਭਾਵ ਕਾਬੂ ਹੇਠ ਸਿੰਜਾਈ ਸਹੂਲਤਾਂ (Controlled water supply) ਅਧੀਨ ਖਾਦਾਂ ਦੀ ਵਰਤੋਂ ਨਾਲ ਪ੍ਰਾਪਤ ਹੁੰਦਾ ਹੈ। ਇਸ ਦਾ ਨਤੀਜਾ ਵਧੇਰੇ ਝਾੜ ਹੁੰਦਾ ਹੈ। ਇਸ ਤਰ੍ਹਾਂ ਹਰੀ ਕ੍ਰਾਂਤੀ ਲਈ ਖਾਦਾਂ ਦੇ ਨਾਲ ਲੋੜ ਅਨੁਸਾਰ ਕਾਫ਼ੀ ਪਾਣੀ ਦੀ ਵੀ ਬਹੁਤ ਮਹੱਤਤਾ ਹੈ। ਇਸੇ ਕਾਰਨ ਪੰਜਾਬ ਵਿੱਚ ਸਿੰਜਿਆ ਰਕਬਾ 1960-61 ਵਿੱਚ 20.20 ਲੱਖ ਹੈਕਟੇਅਰ (ਜੋ ਨਿਰੋਲ ਬੀਜੇ ਰਕਬੇ ਦਾ 54% ਸੀ) ਤੋਂ ਵਧ ਕੇ 1970-71 ਵਿੱਚ 28.88 ਲੱਖ ਹੈਕਟੇਅਰ (ਨਿਰੋਲ ਬੀਜੇ ਰਕਬੇ ਦਾ 71%) ਅਤੇ 1990-91 ਵਿੱਚ 39.10 ਲੱਖ ਹੈਕਟੇਅਰ (ਨਿਰੋਲ ਬੀਜੇ ਰਕਬੇ ਦਾ 93%) ਹੋ ਗਿਆ। ਰਾਜ ਵਿੱਚ ਟਿਊਬਵੈੱਲਾਂ ਦੀ ਗਿਣਤੀ 1970-71 ਵਿੱਚ 1.92 ਲੱਖ ਸੀ। 1980-81 ਇਹ ਵਧ ਕੇ ਕੇ 6 ਲੱਖ ਅਤੇ 1990-91 ਵਿੱਚ 8 ਲੱਖ ਅਤੇ 1999-2000 ਵਿੱਚ 9.25 ਲੱਖ ਹੋ ਗਈ ਸੀ। ਸਿੰਜਾਈ ਕਾਰਨ ਫਸਲੀ ਘਣਤਾ (cropping intensity) 200% ਜਾਂ ਇਸ ਤੋਂ ਵੀ ਜ਼ਿਆਦਾ ਹੋ ਗਈ। ਇਸ ਨਾਲ ਇਕੋ ਖੇਤ ਤੋਂ ਸਾਲ ਵਿੱਚ ਜ਼ਿਆਦਾ ਫਸਲਾਂ ਲਈਆਂ ਜਾਮ ਲਗ ਪਈਆਂ।

4. **ਕੀੜੇ ਮਾਰ ਦਵਾਈਆਂ ਦੀ ਵਰਤੋਂ (Use of insecticides and pesticides)**– ਕਣਕ ਅਤੇ ਚਾਵਲ ਦੀਆਂ ਨਵੀਆਂ ਕਿਸਮਾਂ ਉੱਤੇ ਕੀੜਿਆਂ ਦੇ ਹਮਲੇ ਦਾ ਛੇਤੀ ਅਸਰ ਹੁੰਦਾ ਹੈ ਅਤੇ ਖਾਦਾਂ ਅਤੇ ਸਿੰਜਾਈ ਕਾਰਨ ਖੇਤ ਵਿੱਚ ਜ਼ਿਆਦਾ ਨਦੀਮ (Weeds) ਉੱਗਦੇ ਹਨ। ਕੀੜੇਮਾਰ ਦਵਾਈਆਂ ਕਾਰਨ ਕੀੜਿਆਂ ਦੇ ਹਮਲਿਆਂ ਦੇ ਪਸਾਰ ਉੱਤੇ ਕਾਬੂ ਪਾਇਆ ਗਿਆ ਅਤੇ ਨਦੀਮ ਦੇ ਵਾਧੇ ਨੂੰ ਰੋਕਿਆ ਗਿਆ। ਇਨ੍ਹਾਂ ਕਾਰਨ ਝਾੜ ਅਤੇ ਉਤਪਾਦਨ ਬਹੁਤ ਵਧ ਗਏ।

5. **ਖੇਤੀਬਾੜੀ ਦਾ ਮਸ਼ੀਨੀਕਰਨ (Mechanisation of agriculture)**– ਜ਼ਿਆਦਾ ਫਸਲਾਂ ਲੈ ਕੇ ਉਤਪਾਦਨ ਵਧਾਇਆ ਜਾ ਸਕਦਾ ਹੈ। ਸਾਲ ਵਿੱਚ ਦੋ ਤੋਂ ਜ਼ਿਆਦਾ ਫਸਲਾਂ ਲੈਣਾ ਖੇਤੀਬਾੜੀ ਦੇ ਵਿਭਿੰਨ ਪਹਿਲੂਆਂ ਦੇ ਮਸ਼ੀਨੀਕਰਨ ਨਾਲ ਹੀ ਸੰਭਵ ਹੈ। ਇਸ ਨਾਲ ਸਮੇਂ ਵਿੱਚ ਬਚਤ ਹੁੰਦੀ ਹੈ ਅਤੇ ਨਿਵਿਸ਼ਟ ਸਮੱਗਰੀ ਦੀ ਸੁਯੋਗ ਵਰਤੋਂ ਹੁੰਦੀ ਹੈ। ਮਸ਼ੀਨੀਕਰਨ ਨਾਲ ਖੇਤੀ ਅਧੀਨ ਰਕਬੇ ਵਿੱਚ ਵੀ ਵਾਧਾ ਹੋਇਆ। ਇਸ ਤਰ੍ਹਾਂ ਟਰੈਕਟਰਾਂ, ਟਰਾਲੀਆਂ, ਗਹਾਈ ਅਤੇ ਕਟਾਈ ਦੀਆਂ ਮਸ਼ੀਨਾਂ ਅਤੇ ਦੂਜੇ ਖੇਤੀਬਾੜੀ ਸੰਦਾਂ ਨੇ ਕਿਰਸਾਨ ਨੂੰ ਆਪਣੀ ਉਪਜ ਵਧਾਉਣ ਵਿੱਚ ਸਹਾਇਤਾ ਕੀਤੀ।

6. **ਖੇਤੀਬਾੜੀ ਯੂਨੀਵਰਸਿਟੀ ਲੁਧਿਆਣਾ ਅਤੇ ਦੂਜੀਆਂ ਖੋਜ ਸੰਸਥਾਵਾਂ ਦਾ ਯੋਗਦਾਨ (Helpful role of Punjab Agricultural University Ludhiana etc.)**– ਵਿਭਿੰਨ ਸੰਸਥਾਵਾਂ ਨੇ ਕਿਸਾਨਾਂ ਲਈ ਜ਼ਿਆਦਾ ਝਾੜ ਦੇਣ ਵਾਲੀਆਂ ਕਿਸਮਾਂ ਦੇ ਨਵੇਂ ਬੀਜ ਪ੍ਰਦਾਨ ਕੀਤੇ ਅਤੇ ਕਿਰਸਾਨ ਭਾਈਚਾਰੇ ਨੂੰ ਖੇਤੀ ਦੇ ਨਵੇਂ ਢੰਗਾਂ ਅਤੇ ਉਨ੍ਹਾਂ ਦੇ ਪ੍ਰਸਾਰ ਵਿੱਚ ਟਰੇਨਿੰਗ ਦਿੱਤੀ ਅਤੇ ਮਦਦ ਕੀਤੀ।

7. ਅਗਾਂਹਵਧੂ, ਸਖਤ-ਮਿਹਨਤੀ ਅਤੇ ਸ਼ਕਤੀਸ਼ਾਲੀ ਪੰਜਾਬੀ ਕਿਸਾਨਾਂ, ਸਿਆਣੇ ਦਸਤਕਾਰੀ ਕਾਰੀਗਰਾਂ, ਵਿਸ਼ੇਸ਼ ਕਰਕੇ ਰਾਮਗੜ੍ਹੀਆ ਬਰਾਦਰੀ, ਇੰਜਨੀਅਰਾਂ, ਡਾਕਟਰਾਂ, ਵਿਗਿਆਨੀਆਂ ਅਤੇ ਵਣਜ-ਵਪਾਰੀਆਂ ਆਦਿ ਸਭ ਨੇ ਆਪਣੇ-ਆਪਣੇ ਤਰ੍ਹਾਂ ਪੰਜਾਬ ਵਿੱਚ ਹਰੀ ਕ੍ਰਾਂਤੀ ਨੂੰ ਸਫਲ ਬਣਾਉਣ ਵਿੱਚ ਕੀਮਤੀ ਯੋਗਦਾਨ ਦਿੱਤਾ।

8. ਜੋਤਾਂ ਦੀ ਕਿੱਲਾਬੰਦੀ, ਅਨੁਕੂਲ ਸਰਕਾਰੀ ਨੀਤੀ, ਸੁਯੋਗ ਖੇਤੀਬਾੜੀ ਵਿਭਾਗ, ਪੇਂਡੂ ਲਿੰਕ ਸੜਕਾਂ, ਸੰਗਠਤ ਮੰਡੀਕਰਣ, ਪਿੰਡ ਸੁਸਾਇਟੀਆਂ, ਮੰਡੀ ਬੋਰਡ ਅਤੇ ਫੈਡਰੇਸ਼ਨ, ਵਿਭਿੰਨ ਖੇਤੀਬਾੜੀ ਕੰਮਾਂ ਲਈ ਪੇਂਡੂ ਜਾਂ ਕਿਸਾਨ ਕਰਜ਼ੇ, ਖੇਤੀ ਜਿਣਸਾਂ ਦੀਆਂ ਲਾਹੇਵੰਦ ਕੀਮਤਾਂ, ਖੇਤੀ ਮਸ਼ੀਨਾਂ ਦੀ ਵਰਤੋਂ ਅਤੇ ਸੰਭਾਲ ਲਈ ਲੋੜੀਂਦੀ ਸਿੱਖਿਆ ਆਦਿ ਸਭ ਨੇ ਪੰਜਾਬ ਵਿੱਚ ਹਰੀ ਕ੍ਰਾਂਤੀ ਨੂੰ ਸਫਲ ਬਣਾਉਣ ਵਿੱਚ ਸਹਾਇਤਾ ਕੀਤੀ।

ਹਰੀ ਕ੍ਰਾਂਤੀ ਦੇ ਫਲਸਰੂਪ ਪੰਜਾਬ ਵਾਧੂ ਅਨਾਜ ਪੈਦਾ ਕਰਨ ਲੱਗ ਪਿਆ, ਭਾਰਤ ਦੀ ਅੰਨ ਸਮੱਸਿਆ ਹੱਲ ਹੋ ਗਈ, ਯੂ.ਪੀ. ਅਤੇ ਦੂਜੇ ਰਾਜਾਂ ਦੇ ਪ੍ਰਵਾਸੀ ਮਜ਼ਦੂਰਾਂ ਲਈ ਬਹੁਤ ਰੁਜ਼ਗਾਰ ਪ੍ਰਾਪਤ ਹੋਇਆ, ਮਜ਼ਦੂਰੀ ਵਿੱਚ ਵਾਧਾ ਹੋਇਆ, ਰਾਜ ਵਿੱਚ ਵਾਧੂ ਪੈਸਾ ਹੋ ਗਿਆ ਜਿਸ ਨਾਲ ਖੇਤੀਬਾੜੀ ਉੱਤੇ ਆਧਾਰਿਤ ਅਤੇ ਦੂਜੇ ਉਦਯੋਗ ਲੱਗਣ ਲੱਗੇ, ਰਾਜ ਵਿੱਚ ਖੁਸ਼ਹਾਲੀ ਆ ਗਈ, ਲੋਕਾਂ ਦੀ ਆਮਦਨ ਵਧ ਗਈ, ਉਨ੍ਹਾਂ ਦੀ ਖਰੀਦਣ ਸ਼ਕਤੀ ਵਧ ਗਈ, ਕਿਸਾਨਾਂ ਅਤੇ ਆਮ ਲੋਕਾਂ ਦਾ ਵੀ ਜੀਵਨ ਸਤਰ ਉੱਚਾ ਹੋ ਗਿਆ ਅਤੇ ਪਿੰਡਾਂ ਦੀ ਨੁਹਾਰ ਬਦਲ ਗਈ। ਪ੍ਰੰਤੂ ਇਸ ਨਾਲ ਕਈ ਸਮੱਸਿਆਵਾਂ ਵੀ ਪੈਦਾ ਹੋ ਗਈਆਂ ਹਨ।

ਦੂਜੀ ਹਰੀ ਕ੍ਰਾਂਤੀ— ਕਿਸਾਨਾਂ ਨੇ ਹਰੀ ਕ੍ਰਾਂਤੀ ਦੇ ਚਾਰ ਮੁੱਖ ਲੱਛਣਾਂ : ਕਣਕ ਅਤੇ ਚਾਵਲ ਦੀ ਫਸਲੀ ਬਦਲ ਦੀ ਜੋੜੀ (pair of rotating crops), ਸਿੰਚਾਈ ਦੀ ਵਰਤੋਂ, ਖਾਦਾਂ ਦੀ ਵਰਤੋਂ ਅਤੇ ਕੀੜੇ ਮਾਰ ਦਵਾਈਆਂ ਦੀ ਵਰਤੋਂ ਦਾ ਦੁਰਉਪਯੋਗ (misuse) ਸ਼ੁਰੂ ਕਰ ਦਿੱਤਾ। ਲਗਾਤਾਰ ਇਕੋ ਫਸਲ ਬਦਲ ਜੋੜੀ ਦੀ ਵਰਤੋਂ (monoculture) ਨਾਲ ਜ਼ਮੀਨ ਦੀ ਲੋੜੀਂਦੇ ਤੱਤਾਂ ਵਿੱਚ ਘਾਟ ਹੋਣ ਲੱਗ ਪਈ। ਜ਼ਿਆਦਾ ਖਾਦਾਂ ਅਤੇ ਕੀੜੇ ਮਾਰ ਦਵਾਈਆਂ ਦੀ ਵਰਤੋਂ ਕਾਰਨ ਮਿੱਟੀ ਘੱਟ ਉਪਜਾਊ ਅਤੇ ਜ਼ਹਿਰੀਲੀ ਹੋਣ ਲੱਗ ਪਈ। ਟਿਊਬਵੈਲਾਂ ਰਾਹੀਂ ਪਾਣੀ ਦੀ ਬਹੁਤ ਵਰਤੋਂ (ਵਿਸ਼ੇਸ਼ ਕਰਕੇ ਝੋਨੇ ਲਈ) ਕਾਰਨ ਭੂਮੀ ਹੇਠਲਾ ਜਲਸਤਰ (water table) ਕਾਫੀ ਹੇਠ ਵੱਲ ਚਲਾ ਗਿਆ। ਆਉਂਦੇ ਸਮੇਂ ਵਿੱਚ ਪਾਣੀ ਦੀ ਬਹੁਤ ਘਾਟ ਹੋ ਜਾਵੇਗੀ। ਇਸ ਸਭ ਦੇ ਲਗਾਤਾਰ ਵਰਤੋਂ ਵਿੱਚ ਹੋਣ ਕਾਰਨ ਖੇਤੀਬਾੜੀ ਉਤਪਾਦਨ ਵਿੱਚ ਠਹਿਰਾ (saturation) ਆ ਗਿਆ ਹੈ। ਇਸ ਕਾਰਨ ਕਿਸਾਨਾਂ ਦੇ ਲਾਭ ਘਟ ਗਏ ਖਰਚੇ ਵਧ ਗਏ ਅਤੇ ਕਰਜ਼ੇ ਵਧ ਗਏ। ਫਲਸਰੂਪ ਕਿਸਾਨਾਂ ਦੀਆਂ ਖੁਦਕੁਸ਼ੀਆਂ (suicides of farmers) ਦੀ ਗਿਣਤੀ ਵਧਣ ਲੱਗ ਪਈ। ਪੰਜਾਬ ਦੀ ਖੇਤੀ ਹੁਣ ਲਾਹੇਵੰਦ ਨਹੀਂ ਰਹੀ ਹੈ। ਇਸ ਲਈ ਹੁਣ **ਦੂਜੀ ਹਰੀ ਕ੍ਰਾਂਤੀ** (Second Green Revolution) ਦੀ ਬਹੁਤ ਲੋੜ ਹੈ। ਪਹਿਲੀ ਹਰੀ ਕ੍ਰਾਂਤੀ ਦੀ ਚਰਮ ਸੀਮਾ ਤੋਂ ਪੈਦਾ ਹੋਏ ਮਾੜੇ ਨਤੀਜਿਆਂ ਤੋਂ ਸਬਕ ਲੈ ਕੇ ਇਕ ਨਵਾਂ ਬਦਲਾਅ ਵਾਲਾ ਖੇਤੀਬਾੜੀ ਪ੍ਰੋਗਰਾਮ ਸ਼ੁਰੂ ਕੀਤਾ ਜਾਵੇ। ਕਣਕ-ਝੋਨੇ ਦੀ ਜੋੜੀ ਵਿੱਚ ਬਦਲੀ ਕਰਕੇ ਨਵੇਂ

ਬਦਲਾਅ (ਫਸਲੀ ਵੰਨ-ਸੁਵੰਨਤਾ (diversification)) ਸ਼ੁਰੂ ਕੀਤੇ ਜਾਣ। ਭੂਮੀ ਜਲ ਸਤਰ ਨੂੰ ਉੱਚਾ ਚੁੱਕਣ ਦੇ ਉਪਰਾਲੇ, ਨਵੀਆਂ ਫਸਲਾਂ ਦਾ ਠੀਕ ਮੰਡੀਕਰਣ, ਅਤੇ ਕਿਸਾਨਾਂ ਨੂੰ ਮਾਲੀ ਅਤੇ ਤਕਨੀਕੀ ਸਹਾਇਤਾ ਦੇ ਕੇ ਫਸਲੀ ਰਕਬਾ ਘਟਾਇਆ (ਕਣਕ ਅਤੇ ਚਾਵਲ ਦਾ) ਜਾਵੇ ਅਤੇ ਜ਼ਿਆਦਾ ਝਾੜ ਲੈ ਕੇ ਉਤਪਾਦਨ ਵਧਾਇਆ ਜਾਵੇ। ਦਿਨ-ਬ-ਦਿਨ ਖੇਤੀਬਾੜੀ ਰਕਬਾ, ਸ਼ਹਿਰੀਕਰਨ ਦੇ ਪ੍ਰਸਾਰ ਕਾਰਨ, ਘਟਣਾ ਹੀ ਹੈ।

ਸਿੰਜਾਈ (IRRIGATION)

ਪੌਦਿਆਂ ਅਤੇ ਫਸਲਾਂ ਦੀ ਪਾਣੀ ਦੀ ਲੋੜ ਪੂਰੀ ਕਰਨ ਅਤੇ ਉਨ੍ਹਾਂ ਤੋਂ ਪ੍ਰਾਪਤ ਉਤਪਾਦਨ ਨੂੰ ਵਧਾਉਣ ਲਈ ਬਣਾਵਟੀ ਤੌਰ ਤੇ ਪਾਣੀ ਦੀ ਵਰਤੋਂ (artificial application of water) ਨੂੰ ਸਿੰਜਾਈ ਕਿਹਾ ਜਾਂਦਾ ਹੈ। ਪੌਦੇ ਭਾਵੇਂ ਆਪਣੀ ਮੁੱਖ ਖੁਰਾਕ ਵਾਯੂਮੰਡਲ ਤੋਂ ਪ੍ਰਕਾਸ਼-ਵਿਸ਼ਲੇਸ਼ਣ (photosynthesis) ਰਾਹੀਂ ਪ੍ਰਾਪਤ ਕਰਦੇ ਹਨ ਪਰੰਤੂ ਜ਼ਰੂਰੀ ਖਣਿਜਾਂ ਅਤੇ ਲੂਣਾਂ ਦੀ ਪ੍ਰਾਪਤੀ ਲਈ ਉਨ੍ਹਾਂ ਨੂੰ ਮਿੱਟੀ ਉੱਤੇ ਨਿਰਭਰ ਰਹਿਣਾ ਪੈਂਦਾ ਹੈ। ਪਾਣੀ ਉਹ ਜ਼ਰੀਆ (medium) ਹੈ ਜਿਸ ਰਾਹੀਂ ਉਹ ਮਿੱਟੀ ਵਿੱਚੋਂ ਖਣਿਜ ਅਤੇ ਲੂਣ ਆਦਿ ਪ੍ਰਾਪਤ ਕਰਦੇ ਹਨ। ਇਸ ਕਾਰਨ ਪੌਦਿਆਂ ਦੇ ਵਾਧੇ ਲਈ ਪਾਣੀ ਇਕ ਜ਼ਰੂਰੀ ਲੋੜ ਹੈ। ਅਗਰ ਕੁਦਰਤੀ ਸਾਧਨਾਂ, ਜਿਵੇਂ ਕਿ ਵਰਖਾ, ਬਰਫਬਾਰੀ ਜਾਂ ਤਰੇਲ (dew) ਤੋਂ ਪੌਦਿਆਂ ਦੀ ਪਾਣੀ ਦੀ ਲੋੜ ਠੀਕ ਤਰ੍ਹਾਂ ਨਾਲ ਪੂਰੀ ਨਹੀਂ ਹੁੰਦੀ ਹੈ ਤਾਂ ਪੌਦਿਆਂ ਦੇ ਵਾਧੇ ਲਈ ਪਾਣੀ ਦੀ ਬਣਾਵਟੀ ਤਰੀਕਿਆਂ ਰਾਹੀਂ ਸਪਲਾਈ ਜ਼ਰੂਰੀ ਬਣ ਜਾਂਦੀ ਹੈ।

ਪੰਜਾਬ ਵਿੱਚ ਸਿੰਜਾਈ ਸਹੂਲਤਾਂ ਦਾ ਇਤਿਹਾਸ (Historical Development of Irrigation in Punjab)

ਪੰਜਾਬ ਵਿੱਚ ਸਿੰਜਾਈ ਦੀ ਵਰਤੋਂ ਸਦੀਆਂ ਪੁਰਾਣੀ ਹੈ। ਇਸ ਦਰਿਆਈ ਰਾਜ ਵਿੱਚ ਖੇਤੀਬਾੜੀ ਦਾ ਵਿਕਾਸ ਅਤੇ ਸਿੰਧ ਘਾਟੀ ਦੀ ਸਭਿਅਤਾ ਅਤੇ ਆਰੀਆ ਬਸਤੀਆਂ (Aryan settlements) ਦੀ ਸਥਾਪਨਾ ਦਾ ਮੁੱਖ ਕਾਰਨ ਸ਼ਾਇਦ ਇੱਥੇ ਖੇਤੀਬਾੜੀ ਅਤੇ ਦੂਜੇ ਕੰਮਾਂ ਲਈ ਸੱਤਈ ਅਤੇ ਭੂਮੀਗਤ ਪਾਣੀ ਦਾ ਕਾਫ਼ੀ ਮਾਤਰਾ ਵਿੱਚ ਮਿਲਣਾ ਸੀ। ਆਰੰਭ ਵਿੱਚ ਪਿੰਡ ਦੇ ਲੋਕ ਦਰਿਆਵਾਂ ਦੇ ਕਿਨਾਰਿਆਂ ਦੇ ਨਾਲ-ਨਾਲ ਵਧੇ ਸਨ, ਜਿੱਥੇ ਹਰ ਸਾਲ ਦੇ ਹੜ੍ਹਾਂ ਅਤੇ ਵਰਖਾ ਤੋਂ ਕਾਫ਼ੀ ਪਾਣੀ ਫ਼ਸਲਾਂ ਦੇ ਪੈਦਾ ਕਰਨ ਲਈ ਉਪਲਬੱਧ ਸੀ। ਇਸ ਕਿਸਮ ਦੀ ਸਿੰਜਾਈ ਨੂੰ "ਸੈਲਾਬਾ" ਕਿਹਾ ਜਾਂਦਾ ਸੀ। ਉਨ੍ਹਾਂ ਸਮਿਆਂ ਵਿੱਚ ਸਿੰਜਾਈ ਦਾ ਇਹ ਮੁੱਖ ਰੂਪ ਸੀ। ਇਸ ਅਧੀਨ ਦਰਿਆ ਦੇ ਦੋਨੋਂ ਕਿਨਾਰਿਆਂ ਦੇ ਨਾਲ-ਨਾਲ ਥੋੜ੍ਹੀ ਚੌੜਾਈ ਦਾ ਖੇਤਰ ਆਉਂਦਾ ਸੀ।

ਬਾਅਦ ਵਿੱਚ ਦਰਿਆ ਦੇ ਛੱਡੇ ਹੋਏ ਵਹਿਣਾਂ (abandoned creeks) ਰਾਹੀਂ ਦਰਿਆ ਦਾ ਪਾਣੀ ਜ਼ਿਆਦਾ ਦੂਰ ਖੇਤਰ ਵਿੱਚ ਵੀ ਲਿਆਂਦਾ ਜਾਣ ਲੱਗਾ। ਹੋਰ ਬਾਅਦ ਵਿੱਚ ਬਣਾਵਟੀ ਤੌਰ ਤੇ ਬਣਾਏ ਵਹਿਣਾਂ (Channels) ਅਤੇ ਬਰਸਾਤੂ ਨਹਿਰਾਂ (inundation canals) ਦੇ ਬਣਾਏ ਜਾਣ ਨਾਲ ਪਾਣੀ ਦਰਿਆ ਤੋਂ ਕਾਫ਼ੀ ਦੂਰ ਤਕ ਪਹੁੰਚਣ ਲੱਗ ਪਿਆ।

ਭਾਰਤ ਉੱਤੇ **ਸਿਕੰਦਰ ਦੇ ਹਮਲੇ ਸਮੇਂ** (326 ਈਸਵੀ ਪਹਿਲਾਂ) ਵੀ ਪੰਜਾਬ ਵਿੱਚ ਬਰਸਾਤੂ ਨਹਿਰਾਂ ਸਨ। ਮੱਧਕਾਲੀਨ ਯੁੱਗ ਵਿੱਚ **ਦਿੱਲੀ ਸੁਲਤਾਨਾਂ** ਅਤੇ **ਮੁਗ਼ਲਾਂ** ਨੇ ਪੰਜਾਬ ਵਿੱਚ ਸਿੰਜਾਈ ਸਹੂਲਤਾਂ ਦਾ ਵਿਕਾਸ ਅਤੇ ਵਿਸਥਾਰ ਕੀਤਾ ਤਾਂ ਜੋ ਖੇਤੀਬਾੜੀ ਉਤਪਾਦਨ ਵਧਾਇਆ ਜਾ ਸਕੇ, ਪਾਣੀ ਸ਼ਾਹੀ ਬਾਗਾਂ ਤੱਕ ਲਿਆਇਆ ਜਾ ਸਕੇ ਅਤੇ ਹੁਕਮਰਾਨਾਂ ਲਈ ਜ਼ਿਆਦਾ ਕਰ ਵਸੂਲੇ ਜਾ ਸਕਣ।

ਪੁਰਾਣੇ ਪੰਜਾਬ ਦੀਆਂ ਕੁਝ ਮਹੱਤਵਪੂਰਨ ਪ੍ਰਾਚੀਨ ਅਤੇ ਪੁਰਾਣੀਆਂ ਬਰਸਾਤੂ ਨਹਿਰਾਂ ਵਿੱਚ ਸ਼ਾਮਲ ਹਨ— **ਹੰਸਲੀ ਨਹਿਰ** ਨੂੰ ਸਮਰਾਟ ਜਹਾਂਗੀਰ ਅਤੇ ਬਾਦਸ਼ਾਹ ਸ਼ਾਹ ਜਹਾਨ ਦੇ ਮਸ਼ਹੂਰ ਇੰਜਨੀਅਰ ਅਲੀ ਮਰਦਾਨ ਖਾਨ ਨੇ ਦਰਿਆ ਰਾਵੀ ਤੋਂ ਲਾਹੌਰ, ਸਿਆਲਕੋਟ ਅਤੇ ਅੰਮ੍ਰਿਤਸਰ ਜ਼ਿਲ੍ਹਿਆਂ ਵਿੱਚ ਸਿੰਜਾਈ ਲਈ ਬਣਵਾਇਆ ਸੀ।

ਸ਼ਾਹ ਨਹਿਰ ਦਰਿਆ ਬਿਆਸ ਵਿੱਚੋਂ ਹੁਸ਼ਿਆਰਪੁਰ ਜ਼ਿਲ੍ਹੇ ਵਿੱਚ ਮੁਕੇਰੀਆਂ ਦੇ ਕਸਬੇ ਦੇ ਨੇੜਿਉਂ ਕੱਢੀ ਗਈ ਸੀ। ਇਸ ਨੂੰ ਮੁਗਲਾਂ ਦੇ ਰਾਜ ਸਮੇਂ 1744 ਈ. ਵਿੱਚ ਸਥਾਨਕ ਜ਼ਿਮੀਦਾਰਾਂ ਨੇ ਬਣਵਾਇਆ ਸੀ।

ਗਰੇ ਨਹਿਰ ਸਿਸਟਮ ਦੀਆਂ ਨਹਿਰਾਂ ਅੰਗਰੇਜ਼ਾਂ ਦੇ ਰਾਜ ਵਿੱਚ ਦਰਿਆ ਸਤਲੁਜ ਵਿੱਚੋਂ ਕੱਢੀਆਂ ਗਈਆਂ ਸਨ। ਇਹ ਨਹਿਰਾਂ ਲੁਧਿਆਣਾ ਅਤੇ ਫਿਰੋਜ਼ਪੁਰ ਦੇ ਜ਼ਿਲ੍ਹਿਆਂ ਵਿੱਚ ਫਿਲੌਰ ਦੇ ਕਸਬੇ ਅਤੇ ਫਿਰੋਜ਼ਪੁਰ ਦੇ ਸ਼ਹਿਰ ਵਿਚਕਾਰ ਸਥਿਤ ਸਨ।

ਘੱਗਰ ਨਹਿਰ ਤੰਤਰ ਵਿੱਚ ਉੱਤਰੀ ਅਤੇ ਦੱਖਣੀ ਘੱਗਰ ਨਹਿਰਾਂ ਸ਼ਾਮਲ ਹਨ। ਇਹ ਹਿਸਾਰ ਜ਼ਿਲ੍ਹੇ (ਅੱਜਕੱਲ ਹਰਿਆਣਾ ਪ੍ਰਾਂਤ) ਵਿੱਚ ਹਨ।

ਖੰਡ ਨਹਿਰ ਤੰਤਰ (Khand Canal System) ਵੀ ਦਰਿਆ ਘੱਗਰ ਵਿੱਚੋਂ ਪਾਣੀ ਪ੍ਰਾਪਤ ਕਰਕੇ ਪਟਿਆਲਾ ਜ਼ਿਲ੍ਹੇ ਵਿੱਚ ਸਿੰਜਾਈ ਪ੍ਰਦਾਨ ਕਰਦਾ ਸੀ। ਇਹ ਨਹਿਰ ਦਰਿਆ ਘੱਗਰ ਵਿੱਚੋਂ ਦੇਵੀ ਗੜ੍ਹ ਰੈਗੂਲੇਟਰ ਰਾਹੀਂ ਕੱਢੀ ਗਈ ਹੈ। ਪਟਿਆਲਾ ਰਾਜ ਦੇ ਮਹਾਰਾਜਾ ਭੁਪਿੰਦਰ ਸਿੰਘ ਨੇ ਇਹ ਨਹਿਰ ਤੰਤਰ ਬਣਵਾਇਆ ਸੀ।

ਬਨੂੜ ਨਹਿਰ ਦਰਿਆ ਘੱਗਰ ਵਿੱਚੋਂ ਛੱਤਬੀੜ ਦੇ ਸਥਾਨ ਤੋਂ ਕੱਢੀ ਗਈ ਸੀ। ਇਸ ਤੋਂ ਪਟਿਆਲਾ ਜ਼ਿਲ੍ਹੇ ਨੂੰ ਪਾਣੀ ਮਿਲਦਾ ਸੀ। ਸੁਤੰਤਰਤਾ ਤੋਂ ਬਾਅਦ ਇਨ੍ਹਾਂ ਸਭ ਬਰਸਾਤੂ ਅਤੇ ਦੂਜੀਆਂ ਨਹਿਰਾਂ ਨੂੰ ਮੁੜ ਸੁਧਾਰਿਆ ਗਿਆ ਅਤੇ ਇਨ੍ਹਾਂ ਦੇ ਖੇਤਰਾਂ ਨੂੰ ਸਥਾਈ ਨਹਿਰ ਤੰਤਰ ਵਿੱਚ ਇਨ੍ਹਾਂ ਨੂੰ ਮਿਲਾ ਦਿੱਤਾ ਗਿਆ।

ਉੱਨੀਵੀਂ ਸਦੀ ਦੇ ਦੂਜੇ ਅੱਧ ਵਿੱਚ **ਮਹਾਰਾਜਾ ਰਣਜੀਤ ਸਿੰਘ** ਅਤੇ ਅੰਗਰੇਜ਼ਾਂ ਨੇ ਪੰਜਾਬ ਵਿੱਚ ਸਿੰਜਾਈ ਦੇ ਵਧੀਆ ਅਤੇ ਵਿਕਸਤ ਸਾਧਨਾਂ ਵਿਸ਼ੇਸ਼ ਕਰਕੇ ਨਹਿਰਾਂ ਦੀ ਸਥਾਪਨਾ ਕੀਤੀ।

1947 ਵਿੱਚ ਸੁਤੰਤਰਤਾ ਤੋਂ ਬਾਅਦ ਪੰਜਾਬ ਸਰਕਾਰ ਨੇ ਪਹਿਲਾਂ ਸਥਾਪਤ ਨਹਿਰਾਂ ਦਾ ਵਿਸਥਾਰ ਅਤੇ ਸੁਧਾਰ ਕੀਤਾ ਅਤੇ **ਨਵੇਂ ਨਹਿਰ ਤੰਤਰ** ਸਥਾਪਤ ਕੀਤੇ ਅਤੇ ਵੱਡੇ ਪੈਮਾਨੇ ਤੇ ਟਿਊਬਵੈੱਲਾਂ ਰਾਹੀਂ ਸਿੰਜਾਈ ਸ਼ੁਰੂ ਕਰਵਾਈ। ਨਤੀਜੇ ਵਜੋਂ ਪੰਜਾਬ ਵਿੱਚ ਸਿੰਜਿਆ ਰਕਬਾ 1960-61 ਵਿੱਚ 20.20 ਲੱਖ ਹੈਕਟੇਅਰ ਤੋਂ ਵਧ ਕੇ 1995-96 ਵਿੱਚ 39.53 ਲੱਖ ਹੈਕਟੇਅਰ, 2000-01 ਵਿੱਚ 40.21 ਲੱਖ ਹੈਕਟੇਅਰ, 2010-11 ਵਿੱਚ 40.10 ਲੱਖ ਹੈਕਟੇਅਰ, 2017-18 ਵਿੱਚ 41.24 ਲੱਖ ਹੈਕਟੇਅਰ ਅਤੇ 2018-19 ਵਿੱਚ 40.76 ਲੱਖ ਹੈਕਟੇਅਰ ਹੋ ਗਿਆ। 2021-22 ਦੇ ਆਰਜੀ ਅੰਕੜਿਆਂ ਅਨੁਸਾਰ ਪੰਜਾਬ ਦੇ 40.95 ਲੱਖ ਹੈਕਟੈਅਰ ਭੂਮੀ ਵਿੱਚ ਸਿੰਜਾਈ ਕੀਤੀ ਜਾਂਦੀ ਸੀ। ਇਸ ਸਮੇਂ ਰਾਜ ਦੇ ਨਿਰੋਲ ਬੀਜੇ ਰਕਬੇ (net sown area) ਦੇ 98.9% ਵਿੱਚ ਸਿੰਜਾਈ ਹੁੰਦੀ ਹੈ। ਇਸ ਦੇਸ਼ ਵਿੱਚ ਸਭ ਤੋਂ ਉੱਚੀ ਪ੍ਰਤੀਸ਼ੱਤਤਾ ਹੈ।

ਸਿੰਜਾਈ ਦੀ ਲੋੜ (NECESSITY OF IRRIGATION)

ਕਈ ਅਜਿਹੇ ਕਾਰਨ ਹਨ ਜਿਨ੍ਹਾਂ ਕਾਰਨ ਪੰਜਾਬ ਵਿੱਚ ਸਿੰਜਾਈ ਦੀ ਵਰਤੋਂ ਜ਼ਰੂਰੀ ਹੋ ਗਈ ਹੈ। ਕਈ ਜਲਵਾਯੂ ਸਬੰਧੀ (Climatic), ਧਰਾਤਲੀ (physiographic), ਮਿੱਟੀ ਸੰਬੰਧੀ (pedological) ਅਤੇ ਸਭਿਆਚਾਰਕ (Cultural) ਕਾਰਕ ਪੰਜਾਬ ਵਿੱਚ ਸਿੰਜਾਈ ਸਾਧਨਾਂ ਦੀ ਵਰਤੋਂ ਅਤੇ ਵਿਕਾਸ ਦੇ ਅਨੁਕੂਲ ਹਨ।

(ੳ) ਪੰਜਾਬ ਦਾ ਜਲਵਾਯੂ ਅਰਧ-ਖੁਸ਼ਕ (semi-arid) ਉਪ-ਉਸ਼ਣ (sub-tropical) ਮਾਨਸੂਨ ਪ੍ਰਕਾਰ ਦਾ ਹੈ। ਗਰਮੀਆਂ ਗਰਮ (hot) ਹੁੰਦੀਆਂ ਹਨ, ਜਿਨ੍ਹਾਂ ਵਿੱਚ ਪਹਿਲਾ ਅੱਧ ਖੁਸ਼ਕ ਅਤੇ ਦੂਜਾ ਅੱਧ ਵਰਖਾ ਵਾਲਾ ਹੁੰਦਾ ਹੈ। ਸਰਦੀਆਂ ਮਾਮੂਲੀ ਠੰਡੀਆਂ (Cool) ਤੋਂ ਕੁੱਝ ਜ਼ਿਆਦਾ ਠੰਡੀਆਂ (Cold) ਹੁੰਦੀਆਂ ਹਨ ਜਿਸ ਦੌਰਾਨ ਕੁੱਝ ਵਰਖਾ ਵੀ ਹੁੰਦੀ ਹੈ। ਉੱਗਣ ਸਮਾਂ ਸਾਰਾ ਸਾਲ ਜਿੰਨਾ ਲੰਬਾ ਹੈ। ਫਸਲਾਂ ਸਾਲ ਦੇ ਕਿਸੇ ਵੀ ਸਮੇਂ ਪੈਦਾ ਕੀਤੀਆਂ ਜਾ ਸਕਦੀਆਂ ਹਨ। ਇਕੋ ਇਕ ਕਮੀ ਨਾ-ਕਾਫ਼ੀ ਵਰਖਾ ਹੈ। ਇਸ ਕਾਰਨ ਸਾਰਾ ਸਾਲ ਖੇਤੀਬਾੜੀ ਦੇ ਕੰਮ (ਵਿਭਿੰਨ ਫਸਲਾਂ ਅਤੇ ਘਾਹ ਆਦਿ ਪੈਦਾ ਕਰਨ) ਕਰਦੇ ਰਹਿਣ ਲਈ ਸਿੰਜਾਈ ਬਹੁਤ ਜ਼ਰੂਰੀ ਹੈ।

(ਅ) ਪੰਜਾਬ ਦੀ ਸਾਲਾਨਾ ਔਸਤ ਵਰਖਾ ਲਗਭਗ 60 ਸੈਂਟੀਮੀਟਰ ਹੈ। ਇਹ ਉੱਤਰ-ਪੂਰਬ ਵੱਲ 100 ਸੈਂ.ਮੀ. ਤੋਂ ਬਿਲਕੁਲ ਦੱਖਣ-ਪੱਛਮ ਵੱਲ 30 ਸੈਂ.ਮੀ. ਤੱਕ ਹੁੰਦੀ ਹੈ। (ਨਕਸ਼ਾ ਨੰ. 21)। ਪੰਜਾਬ ਦੇ ਵਿਸ਼ਾਲ ਮੱਧਵਰਤੀ ਅਤੇ ਦੱਖਣ-ਪੱਛਮੀ ਭਾਗਾਂ ਦੀ

ਸਾਲਾਨਾ ਔਸਤ ਵਰਖਾ 50 ਸੈਂ.ਮੀ. ਹੈ। ਇਹ ਮਾਤਰਾ ਘੱਟ ਹੈ। **ਇੱਥੇ ਘੱਟ ਵਰਖਾ ਕਾਰਨ ਖੇਤੀਬਾੜੀ ਦੀ ਸਫਲਤਾ ਲਈ ਸਿੰਜਾਈ ਜ਼ਰੂਰੀ ਹੈ।**

(ੲ) ਪੰਜਾਬ ਦੀ **ਸਾਲਾਨਾ ਵਰਖਾ ਦਾ ਜ਼ਿਆਦਾਤਰ ਭਾਗ** (70% **ਤੋਂ ਜ਼ਿਆਦਾ) ਜੁਲਾਈ, ਅਗਸਤ ਅਤੇ ਸਤੰਬਰ ਦੇ ਤਿੰਨ ਮਹੀਨਿਆਂ ਵਿੱਚ** ਗਰਮੀਆਂ ਦੀਆਂ ਮਾਨਸੂਨ ਪੌਣਾਂ ਤੋਂ ਪ੍ਰਾਪਤ ਹੁੰਦਾ ਹੈ। ਸਾਲ ਦੇ ਬਹੁਤੇ ਭਾਗ (ਲਗਭਗ 9 ਮਹੀਨੇ) ਵਿੱਚ ਵਰਖਾ ਘੱਟ ਹੁੰਦੀ ਹੈ। ਇਸ ਲਈ ਜੇਕਰ ਖੇਤੀਬਾੜੀ ਘੱਟੋ-ਘੱਟ ਦੋ ਫਸਲਾਂ ਦੇ ਰੂਪ ਵਿੱਚ ਸਾਰਾ ਸਾਲ ਜਾਰੀ ਰੱਖਣੀ ਹੈ ਤਾਂ ਸਿੰਜਾਈ ਜ਼ਰੂਰੀ ਹੈ। **ਇਸ ਕਾਰਨ ਪੰਜਾਬ ਵਿੱਚ ਸਾਲਾਨਾ ਕੁੱਲ ਵਰਖਾ ਕੇਵਲ ਤਿੰਨ ਮਹੀਨਿਆਂ ਵਿੱਚ ਹੀ ਲਗਭਗ ਪੈਣ ਕਾਰਨ ਸਿੰਜਾਈ ਜ਼ਰੂਰੀ ਹੈ।**

(ਸ) ਮਾਨਸੂਨ ਵਰਖਾ ਦੀ ਵਿਸ਼ੇਸ਼ਤਾ ਇਸ ਦੀ ਅਨਿਸ਼ਚਿਤਾ (vagaries) ਹੈ। ਇਹ ਸਮੇਂ ਅਤੇ ਸਥਾਨ (through space and time) ਅਨੁਸਾਰ ਆਪਣੀ ਵੰਡ (ਮਾਤਰਾ ਅਤੇ ਸਰੂਪ) ਵਿੱਚ ਕਾਫ਼ੀ ਅੱਗੇ-ਪਿੱਛੇ (fluctuates much) ਹੁੰਦੀ ਰਹਿੰਦੀ ਹੈ। ਵਰਖਾ ਤੇ ਤਿੰਨ ਮਹੀਨਿਆਂ ਵਿੱਚ ਵੀ ਕਈ ਲੰਬੇ ਖੁਸ਼ਕ ਦੌਰ (dry spells) ਹੋ ਸਕਦੇ ਹਨ ਜਿਨ੍ਹਾਂ ਕਾਰਨ ਸੋਕਾ ਪੈ ਸਕਦਾ ਹੈ। ਵਰਖਾ ਸਾਲ-ਪ੍ਰਤੀ ਸਾਲ ਅਤੇ ਇਸ ਸਥਾਨ ਤੋਂ ਦੂਜੇ ਸਥਾਨ ਤੇ ਘਟਦੀ-ਵਧਦੀ ਰਹਿੰਦੀ ਹੈ। ਇਸ ਕਾਰਨ ਪੰਜਾਬ ਵਿੱਚ **ਕਿਸੇ ਵੀ ਫਸਲ ਦੀ ਸਫਲਤਾ ਲਈ ਘਟਦੀ-ਵਧਦੀ ਵਰਖਾ ਕਾਰਨ ਸਿੰਜਾਈ ਜ਼ਰੂਰੀ ਹੈ।**

(ਹ) ਜ਼ਿਆਦਾਤਰ ਪੰਜਾਬ ਸਪਾਟ ਮੈਦਾਨ ਹੈ ਅਤੇ ਢਲਾਨ ਬਹੁਤ ਮੰਦ ਹੈ। ਇਸ ਨਾਲ ਨਹਿਰਾਂ ਦਾ ਪਾਣੀ ਉਨ੍ਹਾਂ ਦੇ ਉਦਗਮ ਸਥਾਨਾਂ, ਡੈਮ ਜਾਂ ਵੀਅਰ (weir) ਤੋਂ ਦੂਰ-ਦੁਰਾਡੇ ਦੇ ਇਲਾਕਿਆਂ ਤੱਕ ਲਿਜਾਇਆ ਜਾ ਸਕਦਾ ਹੈ। ਇਸ ਤੋਂ ਬਿਨਾਂ ਮੈਦਾਨਾਂ ਵਿੱਚ ਸਖ਼ਤ ਚੱਟਾਨਾਂ ਦੀ ਅਣਹੋਂਦ ਨਹਿਰਾਂ ਅਤੇ ਖੂਹਾਂ ਦੇ ਆਸਾਨੀ ਨਾਲ ਪੁੱਟਣ ਵਿੱਚ ਸਹਾਇਕ ਹੁੰਦੀ ਹੈ। ਹੇਠਲੀ ਮਿੱਟੀ ਵਿੱਚ ਡੂੰਘਾਈ ਤੇ ਸਥਿਤ ਚੀਕਣੀ ਮਿੱਟੀ ਦੀਆਂ ਤੈਹਾਂ, ਉੱਪਰਲੇ ਮੁਸਾਮਦਾਰ ਤੱਲਛਟਾਂ (porous alluvium) ਵਿੱਚੋਂ ਹੇਠ ਵੱਲ ਰਿਸ ਕੇ ਆਏ ਵਰਖਾ ਦੇ ਪਾਣੀ ਲਈ ਹੇਠਲੀ ਸੀਮਾ (lower limit) ਦਾ ਕੰਮ ਕਰਦੀਆਂ ਹਨ। ਇਨ੍ਹਾਂ ਤੋਂ ਉੱਪਰ ਭੂਮੀਗਤ ਜਲ ਭੰਡਾਰ (aquifers) ਬਣ ਜਾਂਦੇ ਹਨ ਜਿਨ੍ਹਾਂ ਦੀ ਵਰਤੋਂ ਖੂਹਾਂ ਅਤੇ ਟਿਊਬਵੈਲਾਂ ਰਾਹੀਂ ਪਾਣੀ ਲੈਣ ਲਈ ਕੀਤੀ ਜਾਂਦੀ ਹੈ।

(ਕ) ਪੰਜਾਬ ਦੇ **ਤਿੰਨ ਸਥਾਈ ਦਰਿਆ** ਸਤਲੁਜ, ਬਿਆਸ ਅਤੇ ਰਾਵੀ ਰਾਜ ਵਿੱਚ ਸਿੰਜਾਈ ਲਈ ਬਹੁਤ ਮਹੱਤਵਪੂਰਣ ਸਾਧਨ ਰਹੇ ਹਨ। ਇਨ੍ਹਾਂ ਦਰਿਆਵਾਂ ਦੇ ਸੋਮੇ ਬਰਫ਼ ਨਾਲ ਢਕੇ ਹਿਮਾਲਾ ਪਹਾੜਾਂ ਵਿੱਚ ਹਨ। ਇਹ ਦਰਿਆ ਪੰਜਾਬ ਦੀਆਂ ਵਿਭਿੰਨ ਨਹਿਰਾਂ ਲਈ ਅਥਾਹ ਮਾਤਰਾ ਵਿੱਚ ਪਾਣੀ ਪ੍ਰਦਾਨ ਕਰਦੇ ਆ ਰਹੇ ਹਨ।

(ਖ) ਪੰਜਾਬ ਦੀ **ਜਲੌੜੀ ਮਿੱਟੀ (alluvial soils) ਉਪਜਾਊ ਹੈ।** ਇਸ ਮਿੱਟੀ ਵਿੱਚ ਜੇਕਰ ਸਿੰਜਾਈ ਰਾਹੀਂ ਪਾਣੀ ਮਿਲ ਜਾਵੇ ਤਾਂ ਕਿਰਸਾਨ ਅਤੇ ਸਰਕਾਰ ਨੂੰ ਬਹੁਤ ਲਾਭ ਹੁੰਦਾ ਹੈ। ਕਿਰਸਾਨ ਨੂੰ ਜ਼ਿਆਦਾ ਝਾੜ, ਤਿੰਨ ਜਾਂ ਜ਼ਿਆਦਾ ਫਸਲਾਂ ਅਤੇ ਜ਼ਿਆਦਾ ਉਤਪਾਦਨ ਅਤੇ ਸਰਕਾਰ ਨੂੰ ਸਮੇਂ ਸਿਰ ਮਾਲੀਆ (revenue) ਅਤੇ ਜ਼ਿਆਦਾ ਟੈਕਸ।

(ਗ) ਕੁੱਝ ਫਸਲਾਂ, ਵਿਸ਼ੇਸ਼ ਕਰਕੇ ਦੋਗਲੀਆਂ (hybrid) ਅਤੇ ਜ਼ਿਆਦਾ ਝਾੜ ਦੇਣ ਵਾਲੀਆਂ, ਦੀ ਸਫਲਤਾ ਕਾਫ਼ੀ ਸਿੰਜਾਈ ਉੱਪਰ ਨਿਰਭਰ ਕਰਦੀ ਹੈ। ਪੰਜਾਬ ਵਿੱਚ ਹਰੀ ਕ੍ਰਾਂਤੀ ਦੀ ਸਫਲਤਾ ਦਾ ਇੱਕ ਮਹੱਤਵਪੂਰਣ ਕਾਰਨ ਇੱਥੇ ਭਾਰੀ ਮਾਤਰਾ ਵਿੱਚ ਸਿੰਜਾਈ ਸਾਧਨਾਂ ਦਾ ਮਿਲਣਾ ਸੀ। ਇਸ ਤਰ੍ਹਾਂ ਪੰਜਾਬ ਨੂੰ 'ਭਾਰਤ ਦੀ ਕਣਕ ਦੀ ਟੋਕਰੀ' ਅਤੇ ਦੇਸ਼ ਦਾ 'ਮੁੱਖ ਅਨਾਜ ਭੰਡਾਰ' ਬਣਾਉਣ ਵਿੱਚ ਸਿੰਜਾਈ ਸਹੂਲਤਾਂ ਦਾ ਮਹੱਤਵਪੂਰਣ ਹੱਥ ਹੈ।

(ਘ) ਕੁੱਝ ਫਸਲਾਂ, ਜਿਵੇਂ ਕਿ ਚਾਵਲ, ਗੰਨਾ ਆਦਿ ਨੂੰ ਜ਼ਿਆਦਾ ਪਾਣੀ ਚਾਹੀਦਾ ਹੈ। ਪੰਜਾਬੀ ਕਿਸਾਨਾਂ ਨੇ ਵਧੇਰੇ ਪਾਣੀ ਲੋੜੀਂਦੀਆਂ ਇਨ੍ਹਾਂ ਫਸਲਾਂ ਦੀ ਵੱਡੇ ਪੈਮਾਨੇ ਤੇ ਕਾਸ਼ਤ ਸ਼ੁਰੂ ਕੀਤੀ ਹੋਈ ਹੈ। ਵਰਖਾ ਦੇ ਰੂਪ ਵਿੱਚ ਕਾਫ਼ੀ ਲੋੜੀਂਦੇ ਪਾਣੀ ਦੀ ਘਾਟ ਕਾਰਨ ਫਸਲਾਂ ਦੀ ਕਾਸ਼ਤ ਲਈ ਸਿੰਜਾਈ ਜ਼ਰੂਰੀ ਹੈ। ਪੰਜਾਬ ਵਿੱਚ ਮੱਕੀ ਦੀ ਥਾਂ ਚਾਵਲਾਂ ਦੀ ਕਾਸ਼ਤ ਅਤੇ ਪੰਜਾਬ ਦਾ ਕੇਂਦਰੀ ਚਾਵਲ ਭੰਡਾਰ ਵਿੱਚ ਵੱਡਾ ਹਿਸਾ (40% ਤੋਂ ਜ਼ਿਆਦਾ) ਪੰਜਾਬ ਵਿੱਚ ਸਿੰਜਾਈ ਸਹੂਲਤਾਂ ਦੇ ਭਾਰੀ ਮਾਤਰਾ ਵਿੱਚ ਮਿਲਣ ਕਾਰਨ ਹੀ ਸੰਭਵ ਹੋ ਸਕਿਆ ਹੈ।

(ਙ) ਪੰਜਾਬ ਵਿੱਚ ਖੇਤੀਬਾੜੀ ਵਿੱਚ ਵੰਨ-ਸੁਵੰਨਤਾ ਲਿਆਉਣ ਲਈ ਵੀ ਕਾਫ਼ੀ ਸਿੰਜਾਈ ਸਹੂਲਤਾਂ ਦੀ ਲੋੜ ਹੈ। ਸੂਰਜਮੁਖੀ ਦੀ ਬਸੰਤ ਰੁੱਤ ਫਸਲ ਦੇ ਰੂਪ ਵਿੱਚ ਸਫਲਤਾ ਭਰੋਸੇਯੋਗ ਸਿੰਜਾਈ ਸਹੂਲਤਾਂ ਉੱਤੇ ਹੀ ਨਿਰਭਰ ਕਰਦੀ ਹੈ। 'ਚਿੱਟੇ ਇਨਕਲਾਬ' ਅਤੇ 'ਨੀਲੇ ਇਨਕਲਾਬ' ਦੀ ਵਧ ਰਹੀ ਮਹੱਤਤਾ, ਵਧੀਆ, ਹਰੀਆਂ ਅਤੇ ਪੌਸ਼ਟਿਕ ਚਾਰਾ ਫਸਲਾਂ ਅਤੇ ਬਨਾਵਟੀ ਤਲਾਬਾਂ ਲਈ ਸਿੰਜਾਈ ਰਾਹੀਂ ਪਾਣੀ ਤੋਂ ਬਿਨਾਂ ਸੰਭਵ ਨਹੀਂ ਸੀ।

(ਚ) ਪੰਜਾਬ ਵਿੱਚ ਬਹੁਤ ਪੁਰਾਣੇ ਸਮੇਂ ਤੋਂ ਸਿੰਜਾਈ ਸਾਧਨਾਂ ਦੀ ਵਰਤੋਂ ਦੀ ਪਰੰਪਰਾ ਵੀ ਚਲੀ ਆ ਰਹੀ ਹੈ। ਪੰਜਾਬ ਦਾ ਮੁਕਾਬਲਤਨ ਕੁਝ ਪੈਸੇ ਵਾਲਾ ਅਤੇ ਅਗਾਂਹਵਧੂ ਕਿਰਸਾਨ ਮਹਿੰਗੀ ਸਿੰਜਾਈ ਨੂੰ ਝੱਲ ਸਕਦਾ ਹੈ। ਅਨੁਕੂਲ ਸਰਕਾਰੀ ਨੀਤੀ, ਭੌਂ-ਵਿਕਾਸ ਬੈਂਕਾਂ ਵਲੋਂ ਕਰਜ਼ੇ ਆਦਿ ਨੇ ਵੀ ਪੰਜਾਬ ਵਿੱਚ ਸਿੰਜਾਈ ਸਾਧਨਾਂ ਦੇ ਵਿਕਾਸ ਵਿੱਚ ਆਪਣਾ ਮਹੱਤਵਪੂਰਣ ਯੋਗਦਾਨ ਪਾਇਆ ਹੈ।

ਸਿੰਜਾਈ ਦੇ ਸਾਧਨ (SOURCES OF IRRIGATION)

ਢੀਂਗਲੀ, ਚੜਸ (ਚਮੜੇ ਦਾ ਵੱਡਾ ਥੈਲਾ), ਹਲਟ (Persian wheel) ਅਤੇ ਨਹਿਰਾਂ ਪੰਜਾਬ ਵਿੱਚ ਸਿੰਜਾਈ ਦੇ ਮਹੱਤਵਪੂਰਣ ਸਾਧਨ ਹਨ। ਇਨ੍ਹਾਂ ਵਿੱਚੋਂ ਪਹਿਲੇ ਤਿੰਨ ਸਾਧਨ ਪੰਜਾਬ ਦੇ ਖੇਤੀਬਾੜੀ ਭੂ-ਦ੍ਰਿਸ਼ ਤੋਂ ਲਗਭਗ ਅਲੋਪ ਹੋ ਚਲੇ ਹਨ। ਹਲਟ ਹੁਣ ਕਿਤੇ ਟਾਵਾਂ-ਟਾਵਾਂ ਦੇਖਿਆ ਜਾ ਸਕਦਾ ਹੈ। ਅੰਤਲਾ ਸਾਧਨ ਨਹਿਰਾਂ ਹੁਣ ਵਧੇਰੇ ਮਹੱਤਵਪੂਰਣ ਬਣ ਗਿਆ ਹੈ। ਛੇਵੇਂ ਅਤੇ ਸੱਤਵੇਂ ਦਹਾਕੇ ਵਿੱਚ ਪੰਜਾਬ ਵਿੱਚ ਟਿਊਬਵੈਲ ਲਗਾਏ ਗਏ ਸਨ ਅਤੇ ਇਹ ਹੁਣ ਪੰਜਾਬ ਵਿੱਚ ਸਿੰਜਾਈ ਦਾ ਪ੍ਰਮੁੱਖ ਸਾਧਨ ਬਣ ਗਏ ਹਨ। ਇਸ ਤਰ੍ਹਾਂ ਪੰਜਾਬ ਵਿੱਚ ਸਿੰਜਾਈ ਦੇ ਹੇਠ ਲਿਖੇ ਦੋ ਮਹੱਤਵਪੂਰਣ ਸਾਧਨ ਹਨ—

1. ਨਹਿਰਾਂ 2. ਟਿਊਬਵੈਲ

1. ਨਹਿਰਾਂ (Canals)– ਨਹਿਰਾਂ ਪੰਜਾਬ ਵਿੱਚ ਸਿੰਜਾਈ ਦਾ ਮਹੱਤਵਪੂਰਣ ਸਾਧਨ ਹਨ। 2000-01 ਅਨੁਸਾਰ ਪੰਜਾਬ ਵਿੱਚ 40.38 ਲੱਖ ਹੈਕਟੇਅਰ ਰਕਬੇ ਵਿੱਚ ਸਿੰਜਾਈ ਕੀਤੀ ਗਈ ਸੀ। ਇਸ ਵਿੱਚੋਂ 9.62 ਲੱਖ ਹੈਕਟੇਅਰ ਭੂਮੀ ਵਿੱਚ ਨਹਿਰਾਂ ਨਾਲ ਸਿੰਜਾਈ ਹੋਈ ਸੀ। ਇਸ ਤਰ੍ਹਾਂ ਕੁੱਲ ਸਿੰਜਾਈ ਵਿੱਚ ਨਹਿਰਾਂ ਦਾ ਹਿੱਸਾ 23.82% ਸੀ। 2010-11 ਅਨੁਸਾਰ 27.6% ਅਤੇ 2018-19 ਵਿੱਚ ਕੁੱਲ ਸਿੰਜੇ ਰਕਬੇ ਵਿੱਚੋਂ 28.7% ਖੇਤਰ ਵਿੱਚ ਨਹਿਰਾਂ ਨਾਲ ਸਿੰਜਾਈ ਕੀਤੀ ਗਈ ਸੀ। 2021-22 (ਆਰਜ਼ੀ) ਅਨੁਸਾਰ ਰਾਜ ਵਿੱਚ ਕੁੱਲ ਸਿੰਜੇ ਰਕਬੇ ਦੇ 28.3% ਵਿੱਚ ਨਹਿਰਾਂ ਨਾਲ ਸਿੰਜਾਈ ਕੀਤੀ ਗਈ ਸੀ। ਹੇਠ ਦਿੱਤੀ ਸਾਰਣੀ ਵਿੱਚ ਸਾਧਨ ਅਨੁਸਾਰ ਪੰਜਾਬ ਵਿੱਚ ਸਿੰਜੇ ਇਲਾਕੇ ਦਾ ਵੇਰਵਾ ਹੈ।

ਸਾਰਣੀ ਨੰ. 28

ਸਾਧਨ ਅਨੁਸਾਰ ਪੰਜਾਬ ਵਿੱਚ ਨਿਰੋਲ ਸਿੰਜਿਆ ਰਕਬਾ (ਹਜ਼ਾਰ ਹੈਕਟੇਅਰ)

ਕ੍ਰਮ ਨੰ.	ਸਾਲ	ਨਹਿਰਾਂ	ਟਿਊਬਵੈਲ	ਹੋਰ ਸਾਧਨ	ਕੁੱਲ ਸਿੰਜਿਆ ਖੇਤਰ	ਨਿਰੋਲ ਸਿੰਜੇ ਰਕਬੇ ਦੀ ਨਿਰੋਲ ਬੀਜੇ ਰਕਬੇ ਨਾਲ ਪ੍ਰਤੀਸ਼ਤਤ
1.	1960-61	1180	829	11	2020	54
2.	1970-71	1292	1591	5	2888	71
3.	1980-81	1430	1939	13	3382	81
4.	1990-91	1669	2233	7	3909	93
5.	1995-96	1561	2385	7	3953	95
6.	2000-01	962	3074	2	4038	95
7.	2010-11	113	2954	—	4070	97.9
8.	2015-16	1201	2936	—	4137	99.9
9.	2018-19	1169	2907	—	4076	98.9

10.	2019-20	1180	2894	—	4074	98.9
11.	2020-21 (R)	1144	2902	—	4046	98.0
12.	2021-22 (P)	1159	2936	—	4095	98.9

ਸ੍ਰੋਤ—ਪੰਜਾਬ ਦਾ ਅੰਕੜਾ ਸਾਰ 1995, 2005, 2017 ਅਤੇ 2022 (P) = **ਆਰਜ਼ੀ** (R) **ਸੋਧੇ ਹੋਏ**

ਉੱਪਰਲੀ ਸਾਰਣੀ ਤੋਂ ਪਤਾ ਲੱਗਦਾ ਹੈ ਕਿ ਨਹਿਰਾਂ ਰਾਹੀਂ ਸਿੰਜੇ ਇਲਾਕੇ ਦਾ ਰਕਬਾ 1960-61 ਤੋਂ 1990-91 ਤੱਕ ਹੌਲੀ-ਹੌਲੀ ਵਧਦਾ ਰਿਹਾ ਹੈ ਅਤੇ 1990-91 ਵਿਚ ਇਸ ਸਾਧਨ ਰਾਹੀਂ ਸਭ ਤੋਂ ਵੱਧ ਰਕਬਾ 16.60 ਲੱਖ ਹੈਕਟੇਅਰ ਸਿੰਜਿਆ ਗਿਆ ਸੀ। ਇਸ ਸਾਲ ਨਹਿਰੀ ਸਿੰਜਾਈ ਦੀ ਪ੍ਰਤੀਸ਼ੱਤਤਾ 42 ਸੀ। 1990-91 ਤੋਂ ਬਾਅਦ ਨਹਿਰਾਂ ਰਾਹੀਂ ਸਿੰਜਿਆ ਰਕਬਾ ਘਟਦਾ ਗਿਆ ਅਤੇ ਖੂਹਾਂ ਅਤੇ ਟਿਊਬਵੈਲਾਂ ਰਾਹੀਂ ਸਿੰਜਿਆ ਰਕਬਾ ਇਸ ਤੋਂ ਵੱਧ ਰਿਹਾ। ਇਸ ਦਾ ਸ਼ਾਇਦ ਇਕ ਕਾਰਨ ਭੌਂ ਵਿਕਾਸ ਬੈਂਕਾਂ ਰਾਹੀਂ ਟਿਊਬਵੈਲ ਲਗਾਉਣ ਲਈ ਖੁੱਲ੍ਹੇ ਕਰਜ਼ੇ ਅਤੇ ਆਰਥਿਕ ਸਹਾਇਤਾ ਅਤੇ ਦੂਜਾ ਕਾਰਨ ਟਿਊਬਵੈਲਾਂ ਦਾ ਤੇਜ਼ੀ ਨਾਲ ਬਿਜਲੀਕਰਣ ਹੈ।

ਪੰਜਾਬ ਦਾ ਜ਼ਿਆਦਾਤਰ ਨਹਿਰੀ ਇਲਾਕਾ ਅਪਰ ਬਾਰੀ ਦੋਆਬ ਅਤੇ ਮਾਲਵਾ ਖੇਤਰ ਵਿੱਚ ਹੈ ਜਿਥੇ ਰਾਜ ਦੇ ਮਹੱਤਵਪੂਰਣ ਨਹਿਰ ਤੰਤਰ ਪਾਏ ਜਾਂਦੇ ਹਨ। ਪੰਜਾਬ ਵਿੱਚ ਬਰਸਾਤੂ ਨਹਿਰਾਂ (inundation canals) ਸਿਕੰਦਰ ਦੇ ਭਾਰਤ ਉੱਤੇ ਹਮਲੇ ਸਮੇਂ (326 ਈਸਾ ਪੂਰਬ) ਵੀ ਸਨ। ਪੰਜਾਬ ਵਿੱਚ ਮੁੱਖ ਨਹਿਰਾਂ ਅਤੇ ਰਾਜਵਾਹਿਆਂ (distributaries) ਦੀ ਕੁੱਲ ਲੰਬਾਈ 4600 ਕਿਲੋਮੀਟਰ ਦੇ ਲਗਭਗ ਹੈ। ਪਠਾਨਕੋਟ ਅਤੇ ਰੂਪ ਨਗਰ ਦੇ ਅਰਧ-ਪਹਾੜੀ ਭਾਗਾਂ ਵਿੱਚ ਨਹਿਰੀ ਸਿੰਜਾਈ ਦੀ ਲਗਭਗ ਅਣਹੋਂਦ ਹੈ। ਬਿਸਤ ਜਲੰਧਰ ਦੋਆਬ ਵਿੱਚ ਦੋ ਨਹਿਰਾਂ ਹਨ ਜਿਨ੍ਹਾਂ ਦੇ ਨਾਂ ਬਿਸਤ ਦੋਆਬ ਨਹਿਰ ਅਤੇ ਕੰਢੀ ਨਹਿਰ ਹਨ ਜੋ ਕਿ ਸਥਾਈ ਨਹੀਂ ਹਨ। ਰਾਜ ਦੀਆਂ ਜ਼ਿਆਦਾਤਰ ਨਹਿਰਾਂ ਮਾਝਾ ਅਤੇ ਮਾਲਵਾ ਖੇਤਰਾਂ ਵਿੱਚ ਪਾਈਆਂ ਜਾਂਦੀਆਂ ਹਨ (ਨਕਸ਼ਾ ਨੰ. 38)।

ਪੰਜਾਬ ਦੇ ਮੁੱਖ ਨਹਿਰ ਤੰਤਰ (MAJOR CANAL SYSTEMS OF PUNJAB)

ਪੰਜਾਬ ਵਿੱਚ ਕਈ ਨਹਿਰ ਤੰਤਰ (ਨਕਸ਼ਾ ਨੰ. 38) ਅਤੇ ਮਹੱਤਵਪੂਰਣ ਨਹਿਰਾਂ ਹਨ। ਹੇਠ ਲਿਖੀਆਂ ਪੰਜਾਬ ਦੀਆਂ ਮਹੱਤਵਪੂਰਣ ਨਹਿਰਾਂ ਹਨ—

1. ਅਪਰ ਬਾਰੀ ਦੋਆਬ ਨਹਿਰ (UBDC)– ਇਹ ਪੰਜਾਬ ਦੀ ਸਭ ਤੋਂ ਪੁਰਾਣੀ ਨਹਿਰ ਹੈ। ਇਸ ਨਹਿਰ ਨੂੰ ਬਾਦਸ਼ਾਹ ਸ਼ਾਹ ਜਹਾਨ ਦੇ ਇੰਜਨੀਅਰ ਅਲੀ ਮਰਦਾਨ ਖਾਨ ਨੇ ਲਗਭਗ 1633 ਈਸਵੀ ਵਿੱਚ ਬਤੌਰ **ਹੰਸਲੀ ਨਹਿਰ** (ਬਰਸਾਤੂ ਨਹਿਰ) ਬਣਵਾਇਆ ਸੀ। ਇਹ ਨਹਿਰ ਲਾਹੌਰ ਵਿੱਚ ਸਥਿਤ ਸ਼ਾਲੀਮਾਰ ਬਾਗ ਲਈ ਪਾਣੀ ਲਿਜਾਇਆ ਕਰਦੀ ਸੀ। ਸਿੱਖ ਰਾਜ ਸਮੇਂ ਅੰਮ੍ਰਿਤਸਰ ਵਿਖੇ ਸਵਰਣ ਮੰਦਰ (Golden Temple) ਲਈ ਪਾਣੀ ਲਿਆਉਣ ਲਈ ਹੰਸਲੀ ਨਹਿਰ ਦੀ ਇੱਕ ਸ਼ਾਖਾ ਦਾ ਨਿਰਮਾਣ ਕੀਤਾ ਗਿਆ ਸੀ। ਅੰਗਰੇਜ਼ਾਂ ਰਾਹੀਂ 1849 ਈਸਵੀ ਵਿੱਚ ਪੰਜਾਬ ਉੱਤੇ ਕਬਜ਼ਾ ਕਰਨ ਤੋਂ ਬਾਅਦ ਉਨ੍ਹਾਂ ਨੇ ਇੱਕ ਨਹਿਰ ਬਣਵਾਈ ਜੋ ਹੰਸਲੀ ਨਹਿਰ ਦਾ ਸੁਧਰਿਆ ਰੂਪ ਸੀ।

ਇਹ ਨਹਿਰ (UBDC) ਦਰਿਆ ਰਾਵੀ ਵਿੱਚੋਂ ਮਾਧੋਪੁਰ ਦੇ ਸਥਾਨ ਤੇ ਇੱਕ 823 ਮੀਟਰ ਲੰਬਾ ਬੰਨ੍ਹ (weir) ਬਣਾ ਕੇ ਕੱਢੀ ਗਈ ਹੈ। ਇਥੇ ਹੀ ਇਸ ਨਹਿਰ ਦਾ ਸਥਾਈ ਹੈੱਡਵਰਕਸ ਸਥਿਤ ਹੈ। ਇਹ ਨਹਿਰ 1859 ਈਸਵੀ ਵਿੱਚ ਚਾਲੂ ਕੀਤੀ ਗਈ ਅਤੇ 1861 ਈਸਵੀ ਵਿੱਚ ਸਿੰਜਾਈ ਸ਼ੁਰੂ ਕੀਤੀ ਗਈ ਸੀ। 1874 ਈ. ਤੋਂ ਪਹਿਲਾਂ ਅਪਰ ਬਾਰੀ ਦੋਆਬ ਨਹਿਰ ਵਿੱਚ ਵੰਡ ਪ੍ਰਣਾਲੀ (distributary system) ਨਹੀਂ ਸੀ। ਨਹਿਰ ਦੇ ਕਿਨਾਰੇ ਟੱਕ (cut) ਲਗਾ ਕੇ ਖੇਤਾਂ ਵਿੱਚ ਪਾਣੀ ਛੱਡ ਦਿੱਤਾ ਜਾਂਦਾ ਸੀ। 1874 ਵਿੱਚ ਇਸ ਨਾਲ ਚੰਗੀ ਤਰ੍ਹਾਂ ਡੀਜ਼ਾਈਨ ਕੀਤੀ **ਰਜਵਾਹਾ ਪ੍ਰਣਾਲੀ** (distributary system) ਜੋੜੀ ਗਈ।

1947 ਵਿੱਚ ਆਜ਼ਾਦੀ ਅਤੇ ਵੰਡ ਤੋਂ ਬਾਅਦ ਮੁੱਖ ਨਹਿਰ ਨੂੰ ਸੁਧਾਰਿਆ ਗਿਆ। ਇਸ ਅਧੀਨ (ੳ) ਮਾਧੋਪੁਰ ਦੇ ਸਥਾਨ ਤੇ ਦਰਿਆ ਬਿਆਸ ਦਾ ਵਾਧੂ ਪਾਣੀ **ਰਾਵੀ-ਬਿਆਸ ਲਿੰਕ** ਰਾਹੀਂ ਇਸ ਵਿੱਚ ਪਾਇਆ ਗਿਆ। (ਅ) ਇਸ ਨਹਿਰ ਨਾਲ ਹੋਰ ਬਹੁਤ ਸਾਰੇ ਰਜਵਾਹੇ ਜੋੜੇ ਗਏ ਅਤੇ ਮਾਝੇ ਦੇ ਜ਼ਿਆਦਾਤਰ ਭਾਗ ਵਿੱਚ **ਸਥਾਈ ਸਿੰਜਾਈ** ਪ੍ਰਦਾਨ ਕੀਤੀ ਗਈ। (ੲ) ਮੁੱਖ ਨਹਿਰ ਦੀ

ਪਣ-ਬਿਜਲੀ ਪੈਦਾ ਕਰਨ ਦੀ (hydel power potential) ਸਮਰੱਥਾ ਦਾ ਲਾਭ ਲੈਣ ਲਈ ਇਕ ਸੁਤੰਤਰ **UBDC Hydel Channel** ਬਣਾਈ ਗਈ। ਇਸ ਉੱਤੇ ਤਿੰਨ ਝਰਨੇ (falls) ਬਣਾਏ ਗਏ ਜਿੱਥੇ ਟਰਬਾਈਨਾਂ ਲਗਾ ਕੇ ਪਣ ਬਿਜਲੀ ਪੈਦਾ ਕੀਤੀ ਜਾਂਦੀ ਹੈ। ਯੂ.ਬੀ.ਡੀ.ਸੀ. ਹਾਈਡਲ ਚੈਨਲ ਦੀ ਕੁੱਲ ਲੰਬਾਈ 21 ਕਿਲੋਮੀਟਰ ਹੈ।

ਮੁੱਖ ਨਹਿਰ ਅਤੇ ਇਸ ਦੀਆਂ ਸ਼ਾਖਾਵਾਂ ਦੀ ਕੁੱਲ ਲੰਬਾਈ 460 ਕਿਲੋਮੀਟਰ ਹੈ। ਮੁੱਖ ਨਹਿਰ 50 ਕਿ.ਮੀ. ਦੇ ਫ਼ਾਸਲੇ ਤੇ ਖ਼ਤਮ ਹੋ ਜਾਂਦੀ ਹੈ ਅਤੇ ਇਹ **ਮੁੱਖ ਸ਼ਾਖਾ** (Main Branch) ਅਤੇ **ਕਸੂਰ ਸ਼ਾਖਾ** (Kasur Branch) ਵਿੱਚ ਵੰਡੀ ਜਾਂਦੀ ਹੈ। ਕਸੂਰ ਸ਼ਾਖਾ ਵਿਚੋਂ 11 ਕਿ.ਮੀ. ਦੇ ਫ਼ਾਸਲੇ ਤੇ **ਸਭਰਾਉਂ ਸ਼ਾਖਾ** (Sabraon Branch) ਅਲੱਗ ਹੋ ਜਾਂਦੀ ਹੈ। 40 ਕਿਲੋਮੀਟਰ ਦੇ ਫ਼ਾਸਲੇ ਤੇ ਮੁੱਖ ਸ਼ਾਖਾ ਵਿੱਚੋਂ **ਲਹੌਰ ਸ਼ਾਖਾ** (Lahore Branch) ਅਲੱਗ ਹੁੰਦੀ ਹੈ। (ਨਕਸ਼ਾ ਨੰ. 38)। ਇਹ ਚਾਰੇ ਸ਼ਾਖਾਵਾਂ, ਮੁੱਖ ਸ਼ਾਖ਼ਾ, ਕਸੂਰ ਸ਼ਾਖ਼ਾ, ਸਭਰਾਉਂ ਸ਼ਾਖ਼ਾ ਅਤੇ ਲਹੌਰ ਸ਼ਾਖ਼ਾ ਇਸ ਖੇਤਰ ਦੇ ਚਾਰੇ ਉੱਚੇ ਪ੍ਰਦੇਸ਼ਾਂ (ridges) ਦਾ ਅਨੁਕਰਣ ਕਰਦੀਆਂ ਹਨ। ਇਹ ਨਹਿਰਾਂ ਪਾਣੀ ਦੇ ਕੁਦਰਤੀ ਵਹਾ ਅਨੁਸਾਰ ਬਣਾਈਆਂ ਗਈਆਂ ਹਨ।

ਇਹ ਨਹਿਰਾਂ 2006-07 ਅਨੁਸਾਰ ਗੁਰਦਾਸਪੁਰ ਜ਼ਿਲ੍ਹੇ ਦੇ 20 ਹਜ਼ਾਰ ਹੈਕਟੇਅਰ, ਅੰਮ੍ਰਿਤਸਰ ਦੇ 42 ਹਜ਼ਾਰ ਹੈਕਟੇਅਰ ਅਤੇ ਤਰਨਤਾਰਨ ਜ਼ਿਲ੍ਹੇ ਦੇ 116 ਹਜ਼ਾਰ ਹੈਕਟੇਅਰ ਭੂਮੀ ਨੂੰ ਸਿੰਜਾਈ ਪ੍ਰਦਾਨ ਕਰਦੀਆਂ ਹਨ। ਇਸ ਤਰ੍ਹਾਂ ਇਹ ਪ੍ਰਣਾਲੀ (UBDC) ਮਾਝਾ ਪ੍ਰਦੇਸ਼ ਦੀ ਨਹਿਰ ਪ੍ਰਣਾਲੀ ਹੈ।

2. ਸਰਹਿੰਦ ਨਹਿਰ (Sirhind Canal)– ਇਹ ਪੰਜਾਬ ਦਾ ਸਭ ਤੋਂ ਵੱਡਾ ਨਹਿਰ ਤੰਤਰ ਹੈ (ਨਕਸ਼ਾ ਨੰ. 38)। ਇਹ ਸਮੁੱਚੇ ਮਾਲਵਾ ਪ੍ਰਦੇਸ਼ ਨੂੰ ਸਿੰਜਾਈ ਪ੍ਰਦਾਨ ਕਰਦਾ ਹੈ। ਇਹ ਇਕ ਸਥਾਈ (perennial) ਨਹਿਰ ਪ੍ਰਣਾਲੀ ਹੈ। ਇਹ ਨਹਿਰ ਪ੍ਰਣਾਲੀ ਪੰਜਾਬ ਦੀ ਅੰਗਰੇਜ਼ ਸਰਕਾਰ ਨੇ ਪਟਿਆਲਾ, ਨਾਭਾ, ਜੀਂਦ, ਫ਼ਰੀਦਕੋਟ, ਮਲੇਰਕੋਟਲਾ ਅਤੇ ਕਲਸੀਆ ਪ੍ਰਿੰਸਲੀ ਸਟੇਟਸ (Princely States) ਨਾਲ ਮਿਲ ਕੇ ਇਕ ਸਮਝੌਤੇ ਤਹਿਤ (Treaty) ਬਣਾਈ ਸੀ। ਰੋਪੜ ਹੈੱਡ ਵਰਕਸ ਅਤੇ ਸਰਹਿੰਦ ਨਹਿਰ ਦੀ ਉਸਾਰੀ ਦਾ ਕੰਮ 1874 ਵਿੱਚ ਸ਼ੁਰੂ ਕੀਤਾ ਗਿਆ ਸੀ ਅਤੇ ਉਸਾਰੀ 24 ਨਵੰਬਰ 1882 ਵਿੱਚ ਪੂਰੀ ਕਰ ਲਈ ਗਈ ਸੀ। ਨਹਿਰ ਨੂੰ ਵਰਤੋਂ ਲਈ 1882 ਵਿੱਚ ਖੋਲ੍ਹ ਦਿੱਤਾ ਗਿਆ ਸੀ। ਪ੍ਰੰਤੂ ਸਿੰਜਾਈ 1883 ਈ. ਵਿੱਚ ਸ਼ੁਰੂ ਹੋਈ ਸੀ।

ਵਰਤੋਂ ਦੇ ਪਹਿਲੇ ਸਾਲਾਂ ਵਿੱਚ ਨਹਿਰ ਦੀ ਕਾਰਜ ਕੁਸ਼ਲਤਾ ਅਤੇ ਉਸਾਰੀ ਵਿੱਚ ਕਈ ਊਣਤਾਈਆਂ ਸਾਹਮਣੇ ਆਈਆਂ ਅਤੇ ਨਹਿਰ ਤੰਤਰ ਨੂੰ ਕਾਫ਼ੀ ਨੁਕਸਾਨ ਵੀ, ਵਿਸ਼ੇਸ਼ ਕਰਕੇ ਗਾਰ ਜਮ੍ਹਾਂ ਹੋਣ (silting) ਤੋਂ ਪਹੁੰਚਾ। ਇਸ ਕਾਰਨ ਰੋਪੜ ਹੈੱਡ ਵਰਕਸ ਨੂੰ **1915 ਅਤੇ 1954 ਵਿੱਚ ਸੁਧਾਰ ਕੇ ਮੁੜ ਬਣਾਇਆ ਗਿਆ** ਅਤੇ ਇਹ ਪ੍ਰਣਾਲੀ 1954 ਦੇ ਸੁਧਾਰ ਨਾਲ ਅੱਜ ਦੀ ਸਥਿਤੀ ਵਿੱਚ ਆਈ ਹੈ। ਇਸ ਨਹਿਰ ਪ੍ਰਣਾਲੀ ਦੇ ਖਰਚੇ ਅਤੇ ਲਾਭ ਦੀ ਵੰਡ 64 : 36 ਅਨੁਪਾਤ ਵਿੱਚ ਪੰਜਾਬ ਸਰਕਾਰ ਅਤੇ ਪ੍ਰਿੰਸਲੀ ਸਟੇਟਸ ਵਿਚਕਾਰ ਹੋਣੀ ਮੰਨੀ ਗਈ ਸੀ।

ਰੋਪੜ ਦੇ ਸਥਾਨ ਤੇ, ਜਿੱਥੇ ਸਤਲੁਜ ਦਰਿਆ ਪਹਾੜੀ ਭਾਗ ਤੋਂ ਪੰਜਾਬ ਦੇ ਮੈਦਾਨ ਵਿੱਚ ਦਾਖ਼ਲ ਹੁੰਦਾ ਹੈ ਅਤੇ ਇੱਥੇ ਇਸਦਾ ਸਪੱਸ਼ਟ ਕੰਢਿਆਂ ਵਾਲਾ ਵਹਿਣ ਹੈ, ਦਰਿਆ ਦੇ ਆਰ ਪਾਰ ਇੱਕ 722.5 ਮੀਟਰ ਲੰਬਾ ਬੰਨ੍ਹ (weir) ਉਸਾਰਿਆ ਗਿਆ ਹੈ ਅਤੇ ਦਰਿਆ ਦੇ ਖੱਬੇ ਕੰਢੇ ਤੋਂ ਸਰਹਿੰਦ ਨਹਿਰ ਕੱਢੀ ਗਈ ਹੈ। ਇਸ ਬੰਨ੍ਹ ਨੂੰ ਦੋ ਬਾਰ 1915 ਅਤੇ 1954 ਵਿੱਚ ਬੇਹਤਰ ਕਾਰਗੁਜ਼ਾਰੀ ਲਈ ਸੁਧਾਰਿਆ ਗਿਆ ਸੀ। ਉਦਗਮ ਤੋਂ 62.5 ਕਿਲੋਮੀਟਰ ਦੇ ਫਾਸਲੇ ਤੱਕ ਨਹਿਰ ਦੀ ਚੌੜਾਈ 61 ਮੀਟਰ ਅਤੇ ਡੂੰਘਾਈ 3.5 ਮੀਟਰ ਹੈ।

ਦੋਰਾਹਾ ਕਸਬੇ ਦੇ ਨੇੜੇ (ਉਦਗਮ ਤੋਂ 62.5 ਮੀ. ਦਾ ਫ਼ਾਸਲਾ) **ਮਾਨਪੁਰ ਹੈੱਡ (ਲੁਧਿਆਣਾ ਜ਼ਿਲ੍ਹਾ)** ਰਾਹੀਂ ਸਰਹਿੰਦ ਨਹਿਰ **ਦੋ ਵੱਡੀਆਂ ਸ਼ਾਖਾਵਾਂ**, ਇਕੱਠੀ ਸ਼ਾਖ਼ਾ (Combined Branch) ਪੱਛਮ ਵੱਲ ਅਤੇ **ਪਟਿਆਲਾ ਫੀਡਰ** ਪੂਰਬ ਵਲ ਵਿੱਚ ਵੰਡੀ ਜਾਂਦੀ ਹੈ। ਦੋਰਾਹਾ ਤੋਂ ਕੁਝ ਫ਼ਾਸਲੇ ਤੇ ਸੰਯੁਕਤ ਸ਼ਾਖ਼ਾ ਫਿਰ **ਦੋ ਸ਼ਾਖ਼ਾਵਾਂ, ਅਬੋਹਰ ਸ਼ਾਖ਼ਾ** (201.6 ਕਿ.ਮੀ. ਦੀ ਲੰਬਾਈ) ਤੇ **ਬਠਿੰਡਾ ਸ਼ਾਖ਼ਾ** (1600 ਕਿ.ਮੀ. ਲੰਬਾਈ) ਵਿੱਚ ਵੰਡੀ ਜਾਂਦੀ ਹੈ। 1954 ਵਿੱਚ ਮਾਨਪੁਰ ਹੈੱਡ ਤੋਂ **ਸਿੱਧਵਾਂ ਬੇਟ ਸ਼ਾਖ਼ਾ** (Sidhwan Bet Branch) ਕੱਢੀ ਗਈ ਸੀ। ਸਿੱਧਵਾਂ ਬੇਟ ਸ਼ਾਖ਼ਾ ਸਤਲੁਜ ਬੇਟ ਦੇ ਇਲਾਕੇ ਵਿੱਚ (ਲੁਧਿਆਣਾ, ਮੋਗਾ ਅਤੇ ਫਿਰੋਜ਼ਪੁਰ ਜ਼ਿਲ੍ਹੇ)

ਪਹਿਲਾਂ ਸਥਿਤ ਗਰੇ ਨਹਿਰ ਪ੍ਰਣਾਲੀ ਦੀ ਥਾਂ ਲੈਣ ਲਈ ਬਣਾਈ ਗਈ ਸੀ। ਅਬੋਹਰ ਅਤੇ ਬਠਿੰਡਾ ਸ਼ਾਖ਼ਾਵਾਂ ਲੁਧਿਆਣਾ, ਫਰੀਦਕੋਟ, ਮੋਗਾ, ਬਠਿੰਡਾ, ਮੁਕਤਸਰ ਅਤੇ ਫਿਰੋਜ਼ਪੁਰ ਅਤੇ ਸੰਗਰੂਰ ਜ਼ਿਲ੍ਹੇ ਦੇ ਕੁੱਝ ਭਾਗਾਂ ਨੂੰ ਸਿੰਜਾਈ ਪ੍ਰਦਾਨ ਕਰਦੀਆਂ ਹਨ।

ਪਟਿਆਲਾ ਫੀਡਰ (Patiala Feeder) ਦੱਖਣ ਵੱਲ ਪਟਿਆਲਾ ਤਕ ਜਾਂਦੀ ਹੈ। ਰਸਤੇ ਵਿੱਚ **ਇਹ ਤਿੰਨ ਸ਼ਾਖ਼ਾਵਾਂ, ਕੋਟਲਾ ਬਰਾਂਚ** (150 ਕਿ.ਮੀ. ਲੰਬਾਈ) **ਘੱਗਰ ਬਰਾਂਚ** (Ghagghar Branch) (86 ਕਿ.ਮੀ. ਲੰਬਾਈ) ਅਤੇ **ਚੋਆ ਸ਼ਾਖ਼ਾ** (Choa Branch) (40 ਕਿ.ਮੀ. ਲੰਬਾਈ) ਵਿੱਚ ਵੰਡੀ ਜਾਂਦੀ ਹੈ। ਇਹ ਬਰਾਂਚਾਂ ਪਟਿਆਲਾ, ਸੰਗਰੂਰ ਅਤੇ ਮਾਨਸਾ ਜ਼ਿਲ੍ਹਿਆਂ (ਪਹਿਲਾਂ ਦੀਆਂ ਪਟਿਆਲਾ, ਨਾਭਾ, ਮਲੇਰਕੋਟਲਾ ਅਤੇ ਜੀਂਦ ਰਿਆਸਤਾਂ ਦੇ ਇਲਾਕੇ) ਵਿੱਚ ਸਿੰਜਾਈ ਪ੍ਰਦਾਨ ਕਰਦੀਆਂ ਹਨ। **ਭਾਖੜਾ ਮੇਨ ਲਾਈਨ ਨਹਿਰ** (Bhakra Main-line Canal) ਦੇ ਆ ਜਾਣ ਨਾਲ ਪਟਿਆਲਾ ਫੀਡਰ ਦੀਆਂ ਤਿੰਨ ਸ਼ਾਖ਼ਾਵਾਂ ਵਿੱਚ ਘੱਗਰ ਲਿੰਕ (Ghagghar Link) ਰਾਹੀਂ ਭਾਖੜਾ ਨਹਿਰ ਦਾ ਵਾਧੂ ਪਾਣੀ ਪ੍ਰਾਪਤ ਹੁੰਦਾ ਹੈ।

ਅਬੋਹਰ ਅਤੇ ਬਠਿੰਡਾ ਸ਼ਾਖ਼ਾਵਾਂ ਅਤੇ ਭਾਖੜਾ ਨਹਿਰ ਦੇ ਅੰਤਲੇ ਇਲਾਕਿਆਂ (tail end areas) ਵਿੱਚ **ਹਰੀਕੇ ਬੈਰਾਜ** (Harike Barrage) ਤੋਂ 1958 ਵਿੱਚ ਕੱਢੀ **ਸਰਹਿੰਦ ਫੀਡਰ** (Sirhind Feeder) ਤੋਂ ਸਿੰਜਾਈ ਪ੍ਰਾਪਤ ਹੁੰਦੀ ਹੈ।

ਸਰਹਿੰਦ ਨਹਿਰ ਤੇ ਇਸ ਦੀਆਂ ਸ਼ਾਖ਼ਾਵਾਂ ਦੀ ਕੁੱਲ ਲੰਬਾਈ 615 ਕਿ.ਮੀ. ਹੈ। ਇਨ੍ਹਾਂ ਨਹਿਰਾਂ ਰਾਹੀਂ 2006-07 ਵਿੱਚ ਮਾਲਵੇ ਦੀ ਲਗਭਗ 8.6 ਲੱਖ ਹੈਕਟੇਅਰ ਭੂਮੀ ਵਿੱਚ ਸਿੰਜਾਈ ਹੁੰਦੀ ਹੈ।

ਆਰੰਭ ਦੇ ਸਾਲਾਂ ਦੌਰਾਨ ਸਰਹਿੰਦ ਨਹਿਰ ਅਤੇ ਇਸ ਦੀਆਂ ਸ਼ਾਖ਼ਾਵਾਂ ਦਾ ਇਕ ਮੰਤਵ ਇਨ੍ਹਾਂ ਰਾਹੀਂ ਜਹਾਜ਼ਰਾਨੀ (navigation) ਦਾ ਕੰਮ ਲੈਣਾ ਵੀ ਸੀ। ਪ੍ਰੰਤੂ ਬਾਅਦ ਵਿੱਚ ਇਹ ਮੰਤਵ ਹਟਾ ਦਿੱਤਾ ਗਿਆ।

3. **ਬਿਸਤ ਦੋਆਬ ਨਹਿਰ (Bist Doab Canal)**– ਇਹ ਸੁਤੰਤਰਤਾ ਤੋਂ ਬਾਅਦ ਦੀ ਬਣੀ ਨਹਿਰ ਹੈ ਜੋ ਬਿਸਤ ਜਲੰਧਰ ਦੋਆਬ ਖੇਤਰ ਨੂੰ ਨਹਿਰੀ ਪਾਣੀ ਪ੍ਰਦਾਨ ਕਰਨ ਲਈ ਬਣਾਈ ਗਈ ਸੀ। ਇਹ ਨਹਿਰ ਰੂਪਨਗਰ ਦੇ ਸਥਾਨ ਤੋਂ ਦਰਿਆ ਸਤਲੁਜ ਦੇ ਸੱਜੇ ਕੰਢੇ ਤੋਂ ਕੱਢੀ ਗਈ ਹੈ। ਇਹ ਨਹਿਰ 1953-54 ਵਿੱਚ ਪੂਰੀ ਕਰ ਲਈ ਗਈ ਸੀ। ਇਹ ਨਹਿਰ ਮੁੱਖ ਤੌਰ ਤੇ ਜਲੰਧਰ ਜ਼ਿਲ੍ਹੇ (ਹੁਣ ਸ਼.ਭ.ਸ. ਨਗਰ ਜ਼ਿਲ੍ਹਾ ਵੀ) ਨੂੰ ਸਿੰਜਾਈ ਪ੍ਰਦਾਨ ਕਰਦੀ ਹੈ। ਹੁਸ਼ਿਆਰਪੁਰ ਅਤੇ ਕਪੂਰਥਲਾ ਜ਼ਿਲ੍ਹਿਆਂ ਦੇ ਕੁਝ ਭਾਗਾਂ ਨੂੰ ਵੀ ਇਸ ਤੋਂ ਸਿੰਜਾਈ ਪ੍ਰਾਪਤ ਹੁੰਦੀ ਹੈ। ਇਹ ਨਹਿਰ ਰੂਪਨਗਰ ਤੋਂ ਉੱਤਰ ਪੱਛਮ ਵੱਲ ਜਾਂਦੀ ਹੈ ਅਤੇ ਮਹਿਤਪੁਰ ਪਿੰਡ ਨੇੜੇ ਇਸ ਦੇ ਦੋ ਭਾਗ ਹੋ ਜਾਂਦੇ ਹਨ। ਉੱਤਰ ਵੱਲ ਨੂੰ ਜਲੰਧਰ ਸ਼ਾਖ਼ਾ ਜਾਂਦੀ ਹੈ ਅਤੇ ਪੱਛਮ ਵੱਲ ਨੂੰ ਨਵਾਂਸ਼ਹਿਰ ਸ਼ਾਖ਼ਾ ਜਾਂਦੀ ਹੈ। ਇਸ ਤੰਤਰ ਦੀ ਕੁੱਲ ਲੰਬਾਈ 811 ਕਿਲੋਮੀਟਰ ਹੈ ਅਤੇ ਇਸ ਤੋਂ ਸਾਰਾ ਸਾਲ ਸਿੰਜਾਈ ਪ੍ਰਾਪਤ ਨਹੀਂ ਹੁੰਦੀ ਹੈ। ਪ੍ਰੰਤੂ ਹੁਣ ਇਸ ਤੋਂ ਜ਼ਿਆਦਾ ਸਮੇਂ ਲਈ ਅਤੇ ਜ਼ਿਆਦਾ ਮਾਤਰਾ ਵਿੱਚ ਪਾਣੀ ਲਿਆ ਜਾਂਦਾ ਹੈ। ਇਸ ਤੰਤਰ ਤੋਂ ਲਗਭਗ 15 ਹਜ਼ਾਰ ਹੈਕਟੇਅਰ ਭੂਮੀ ਨੂੰ ਸਿੰਜਾਈ ਮਿਲਦੀ ਹੈ ਜੋ 2013 ਤੱਕ ਵਧ ਕੇ 30364 ਹੈਕਟੇਅਰ ਹੋ ਗਈ ਸੀ। ਇਸ ਨਹਿਰ ਨੂੰ ਸੁਧਾਰ ਕੇ ਸਿੰਜੇ ਰਕਬੇ ਨੂੰ ਵਧਾ ਕੇ 1,72,981 ਹੈਕਟੇਅਰ ਕਰਨ ਦੀ ਯੋਜਨਾ ਹੈ।

4. **ਭਾਖੜਾ ਨਹਿਰ (Bhakra Canal)**– ਇਹ **ਪਣ-ਬਿਜਲੀ ਅਤੇ ਸਿੰਜਾਈ ਨਹਿਰ** ਹੈ ਜੋ ਦਰਿਆ ਸਤਲੁਜ ਦੇ ਖੱਬੇ ਕੰਢੇ ਤੋਂ ਨੰਗਲ ਦੇ ਸਥਾਨ ਤੋਂ ਕੱਢੀ ਗਈ ਹੈ। ਇਹ ਪੱਕੀ ਨਹਿਰ ਹੈ। ਉਦਗਮ ਸਥਾਨ ਤੋਂ 64 ਕਿਲੋਮੀਟਰ ਹੇਠ ਵੱਲ ਲੰਬਾਈ ਤਕ ਇਹ ਇਕ **ਹਾਈਡਲ ਕਨਾਲ ਹੈ** ਅਤੇ ਇਸ ਦਾ ਨਾਂ ਨੰਗਲ ਹਾਈਡਲ ਚੈਨਲ (Nangal Hydel Channel) ਹੈ। ਇਸ ਉੱਤੇ ਸਥਿਤ ਝਰਨਿਆਂ ਤੋਂ ਕੋਟਲਾ ਅਤੇ ਗੰਗੂਵਾਲ ਤੇ ਸਥਾਨਾਂ ਤੇ ਪਣ-ਬਿਜਲੀ ਪੈਦਾ ਕੀਤੀ ਜਾਂਦੀ ਹੈ। 64 ਕਿਲੋਮੀਟਰ ਦੀ ਮੁੱਢਲੀ ਲੰਬਾਈ ਤੋਂ ਅੱਗੇ ਇਹ ਸਿੰਜਾਈ ਨਹਿਰ ਬਣ ਜਾਂਦੀ ਹੈ। ਪੰਜਾਬ ਰਾਜ ਦੀ ਸੀਮਾ ਅੰਦਰ ਭਾਖੜਾ ਨਹਿਰ ਤੋਂ ਨਰਵਾਣਾ ਸ਼ਾਖ਼ਾ ਕੱਢੀ ਗਈ ਹੈ ਜੋ ਆਪਣੀਆਂ ਵਿਭਿੰਨ ਉਪ-ਸ਼ਾਖਾਵਾਂ ਰਾਹੀਂ ਲੁਧਿਆਣਾ, ਪਟਿਆਲਾ, ਫਤਹਿਗੜ੍ਹ ਸਾਹਿਬ ਅਤੇ ਮਾਨਸਾ ਦੇ ਜ਼ਿਲ੍ਹਿਆਂ ਵਿੱਚ ਸਿੰਚਾਈ ਕਰਦੀ ਹੈ। ਟੋਹਾਣਾ ਤੋਂ ਅੱਗੇ ਇਹ ਨਹਿਰ ਮੁੱਖ ਤੌਰ ਤੇ ਹਰਿਆਣਾ ਰਾਜ ਵਿੱਚ ਚਲੀ ਜਾਂਦੀ ਹੈ। ਇਸ ਨਹਿਰ ਦੀ ਕੁੱਲ ਲੰਬਾਈ 1100 ਕਿਲੋਮੀਟਰ ਹੈ ਜਿਸ ਵਿੱਚੋਂ 239 ਕਿਲੋਮੀਟਰ ਲੰਬਾਈ ਪੰਜਾਬ ਰਾਜ ਵਿੱਚ ਹੈ। ਇਸ ਨਹਿਰ ਤੰਤਰ ਤੋਂ 5.5 ਲੱਖ ਹੈਕਟੇਅਰ ਰਕਬੇ ਨੂੰ ਸਿੰਜਾਈ ਮਿਲਦੀ ਹੈ।

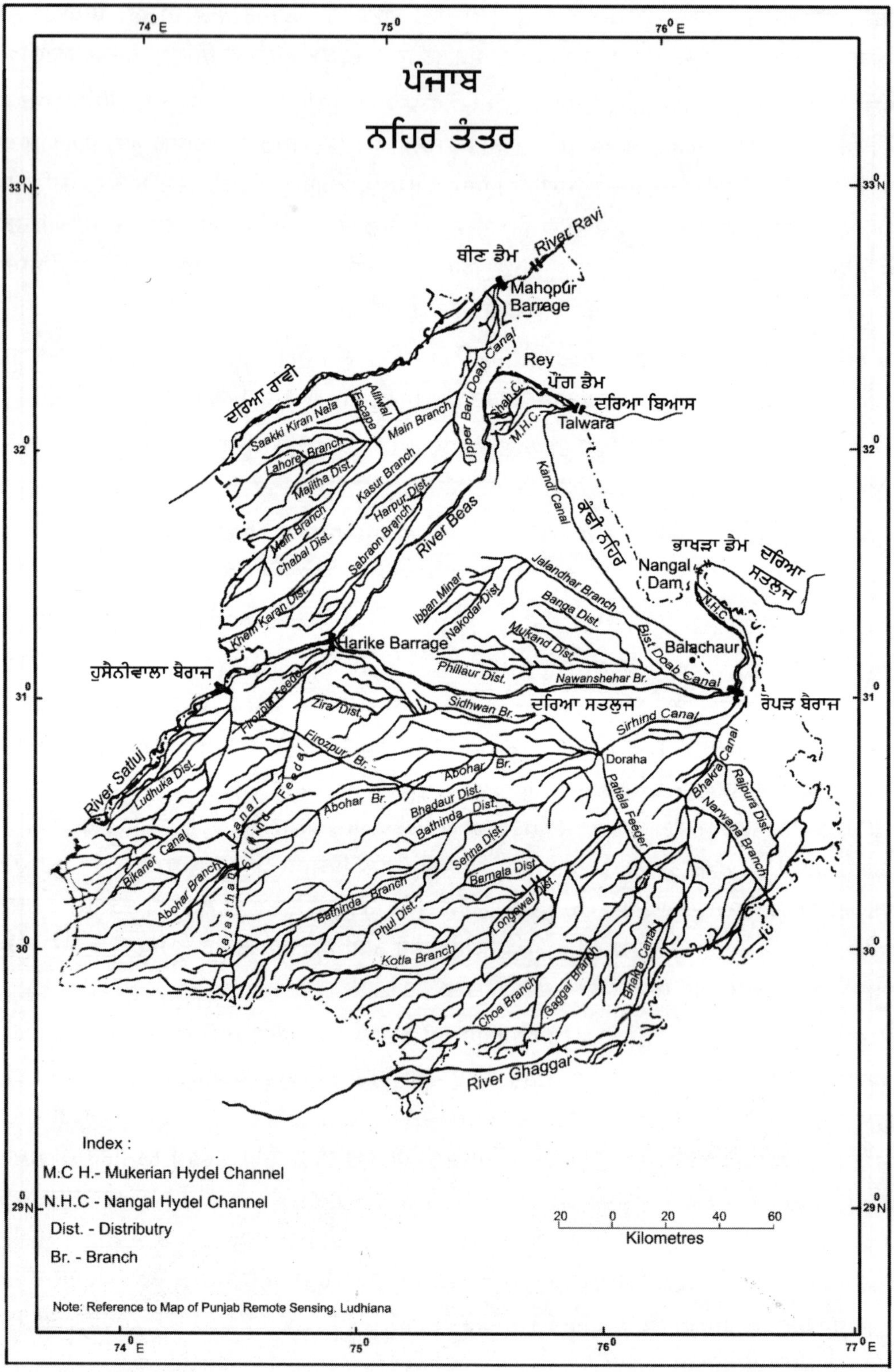
ਪੰਜਾਬ
ਨਹਿਰ ਤੰਤਰ
74° E
75°
76° E
77° E
33° N
32°
31°
30°
29° N
ਥੀਣ ਡੈਮ
River Ravi
Mahopur Barrage
Upper Bari Doab Canal
Rey
ਪੌਂਗ ਡੈਮ
ਦਰਿਆ ਬਿਆਸ
Talwara
Shah C.
M.H.C.
ਦਰਿਆ ਰਾਵੀ
Aliwal Escape
Saakki Kiran Nala
Main Branch
Lahore Branch
Majitha Dist.
Kasur Branch
Harpur Dist.
Main Branch
Chabal Dist.
Sabraon Branch
River Beas
Kandi Canal
ਕੰਢੀ ਨਹਿਰ
ਭਾਖੜਾ ਡੈਮ
ਦਰਿਆ ਸਤਲੁਜ
Nangal Dam
N.H.C
Khem Karan Dist.
Ibban Minar
Nakodar Dist.
Jalandhar Branch
Banga Dist.
Mukand Dist.
Bist Doab Canal
Balachaur
Harike Barrage
ਹੁਸੈਨੀਵਾਲਾ ਬੈਰਾਜ
Phillaur Dist.
Nawanshehar Br.
ਰੋਪੜ ਬੈਰਾਜ
Firozpur Feeder
Zira Dist.
Sidhwan Br.
ਦਰਿਆ ਸਤਲੁਜ
Sirhind Canal
Firozpur Br.
Abohar Br.
Doraha
River Satluj
Ludhuka Dist.
Sirhind Feeder
Abohar Br.
Bhadaur Dist.
Bathinda Dist.
Patiala Feeder
Bhakra Canal
Rajpura Dist.
Narvana Branch
Bikaner Canal
Rajasthan Canal
Abohar Branch
Sehna Dist.
Barnala Dist.
Bathinda Branch
Phul Dist.
Longowal Dist.
Kotla Branch
Bhakra Canal
Choa Branch
Gaggar Branch
River Ghaggar
Index :
M.C H.- Mukerian Hydel Channel
N.H.C - Nangal Hydel Channel
Dist. - Distributry
Br. - Branch
20 0 20 40 60
Kilometres
Note: Reference to Map of Punjab Remote Sensing. Ludhiana

Map 38

5. **ਕੰਢੀ ਨਹਿਰ (Kandi Canal)**– ਇਹ ਪੰਜਾਬ ਦੀ ਬਿਲਕੁਲ ਨਵੀਂ ਨਹਿਰ ਹੈ ਜੋ ਅਜੇ ਵੀ ਉਸਾਰੀ ਅਧੀਨ ਹੈ। ਇਹ ਨਹਿਰ ਸ਼ਿਵਾਲਕ ਪਹਾੜੀਆਂ ਦੇ ਪੈਰਾਂ ਵਿੱਚ ਸਥਿਤ ਉੱਚੇ-ਨੀਵੇਂ ਅਤੇ ਚੋਆਂ ਨਾਲ ਭਰੇ ਖੁਸ਼ਕ ਇਲਾਕੇ ਕੰਢੀ ਖੇਤਰ ਨੂੰ ਸਿੰਜਾਈ ਦੇਣ ਲਈ ਬਣਾਈ ਜਾ ਰਹੀ ਹੈ। ਇਸ ਖੇਤਰ ਵਿੱਚ ਜ਼ਮੀਨ ਹੇਠਲਾ ਪਾਣੀ ਵੀ ਡੂੰਘਾ ਅਤੇ ਘੱਟ ਮਾਤਰਾ ਵਿੱਚ ਹੈ। ਇਹ ਨਹਿਰ ਜ਼ਿਲ੍ਹਾ ਹੁਸ਼ਿਆਰਪੁਰ ਵਿੱਚ ਚਲਦੀ ਹੈ। ਇਹ ਨਹਿਰ ਦਰਿਆ ਬਿਆਸ ਦੇ ਖੱਬੇ ਕੰਢੇ ਤੋਂ ਤਲਵਾੜਾ ਦੇ ਸਥਾਨ ਤੋਂ ਕੱਢੀ ਗਈ ਹੈ। ਇੱਥੋਂ ਇਹ ਦੱਖਣ ਵੱਲ ਨੂੰ ਕੰਢੀ ਖੇਤਰ ਵਿੱਚੋਂ ਦੀ ਲੰਘਦੀ ਹੈ। ਜੁਲਾਈ 1996 ਤਕ ਇਹ ਨਹਿਰ ਹੁਸ਼ਿਆਰਪੁਰ ਦੇ ਨੇੜੇ ਹਰਿਆਣਾ ਕਸਬੇ ਤਕ ਲਗਭਗ 59 ਕਿਲੋਮੀਟਰ ਦੀ ਲੰਬਾਈ ਤਕ ਪੂਰੀ ਕਰ ਲਈ ਗਈ ਹੈ। ਅਗਲੇ ਪੜਾਅ ਵਿੱਚ ਇਹ ਨਹਿਰ ਹੋਰ ਦੱਖਣ ਵਲ ਬਲਾਚੌਰ ਕਸਬੇ ਤਕ ਜਾਵੇਗੀ। ਕੰਢੀ ਨਹਿਰ ਦੀ ਕੁੱਲ ਲੰਬਾਈ 130 ਕਿਲੋਮੀਟਰ ਹੋਵੇਗੀ। ਇਹ ਉਬੜ-ਖਾਬੜ ਪ੍ਰਦੇਸ਼ ਵਿੱਚੋਂ ਲੰਘਦੀ ਹੈ। ਇਸ ਕਾਰਨ ਉਸਾਰੀ ਉੱਤੇ ਜ਼ਿਆਦਾ ਖ਼ਰਚਾ ਅਤੇ ਦੇਰ ਲੱਗਦੀ ਹੈ। ਇਸ ਸਮੇਂ ਇਸ ਤੋਂ ਹਰਿਆਣਾ ਕਸਬੇ ਤਕ ਸਿੰਜਾਈ ਪ੍ਰਾਪਤ ਹੁੰਦੀ ਹੈ।

ਸ਼ਾਹ ਨਹਿਰ ਪ੍ਰਣਾਲੀ (Shah Nehar System)– ਸ਼ਾਹ ਨਹਿਰ ਪ੍ਰਣਾਲੀ ਇਕ ਬਰਸਾਤੂ ਨਹਿਰ (inundation) ਸੀ, ਜੋ ਮੁਕੇਰੀਆਂ ਖੇਤਰ ਦੇ **ਸ਼ਥਾਨਕ ਜ਼ਿਮੀਂਦਾਰਾਂ ਨੇ 1744 ਈਸਵੀ** ਵਿੱਚ ਮਿਲ ਕੇ ਬਣਾਈ ਸੀ। ਇਹ ਨਹਿਰ ਜ਼ਿਲ੍ਹਾ ਹੁਸ਼ਿਆਰਪੁਰ ਵਿਚ ਹਾਜੀਪੁਰ ਦੇ ਪਿੰਡ ਦੇ ਨੇੜੇ ਸਥਿਤ ਦਰਿਆ ਬਿਆਸ ਉੱਤੇ ਬਣੇ ਰੇਅ ਹੈੱਡ (Rey Head) ਤੋਂ ਕੱਢੀ ਗਈ ਸੀ। ਬਾਅਦ ਵਿੱਚ ਅੰਗਰੇਜ਼ਾਂ ਨੇ 1849 ਵਿੱਚ ਪੰਜਾਬ ਉੱਤੇ ਕਬਜ਼ਾ ਕਰਨ ਤੋਂ ਪਹਿਲਾਂ ਇਸ ਨਹਿਰ ਵਿੱਚ ਕਈ ਸਮੱਸਿਆਵਾਂ ਆ ਗਈਆਂ, ਇਹ ਨਹਿਰ ਗਾਰ (silt) ਨਾਲ ਭਰ ਗਈ ਅਤੇ ਸਿੰਜਾਈ ਲਈ ਬੰਦ ਕਰਨੀ ਪਈ। ਪੰਜਾਬ ਦੀ ਅੰਗਰੇਜ਼ ਸਰਕਾਰ ਨੇ ਨਹਿਰ ਬਣਾਉਣ ਵਾਲੇ ਪਹਿਲੇ ਜ਼ਿਮੀਦਾਰਾਂ ਦੀ ਸਹਾਇਤਾ ਨਾਲ ਇਸ ਨਹਿਰ ਦੀ ਮੁਰੰਮਤ ਕਰਵਾਈ ਅਤੇ ਇਸ ਨੂੰ ਸਿੰਜਾਈ ਲਈ ਮੁੜ ਚਾਲੂ ਕਰ ਦਿੱਤਾ। ਬਾਅਦ ਵਿੱਚ ਨਹਿਰ ਦਾ ਪ੍ਰਬੰਧ ਸਰਕਾਰ ਕੋਲ ਚਲਾ ਗਿਆ।

ਪੌਂਗ ਡੈਮ (Pong Dam) ਅਤੇ ਇਸਦੇ ਪਿੱਛੇ ਪਾਣੀ ਦੇ ਵਿਸ਼ਾਲ ਭੰਡਾਰ (reservoir) ਦੇ ਬਣ ਜਾਣ ਨਾਲ ਸ਼ਾਹ ਨਹਿਰ ਫਿਰ ਬੰਦ ਹੋ ਗਈ ਕਿਉਂਕਿ ਹੁਣ ਡੈਮ ਤੋਂ ਹੇਠ ਅੱਗੇ ਪਾਣੀ ਦੀ ਆਮਦ ਬਹੁਤ ਘੱਟ ਗਈ। ਇਸ ਕਾਰਨ ਪੌਂਗ ਡੈਮ ਤੋਂ ਹੇਠ 8 ਕਿਲੋਮੀਟਰ ਦੀ ਦੂਰੀ ਤੇ ਤਲਵਾੜਾ ਕਸਬੇ ਦੇ ਸਾਹਮਣੇ ਬਿਆਸ ਦਰਿਆ ਉੱਤੇ ਇਕ ਬੈਰਾਜ (Barrage) ਬਣਾਇਆ ਗਿਆ। ਇਸ ਬਰਾਜ ਤੋਂ ਇਕ ਸਾਂਝੀ ਨਹਿਰ **ਮੁਕੇਰੀਆਂ ਹਾਈਡਲ ਨਹਿਰ** (Mukerian Hydel Channel) ਕੱਢੀ ਗਈ। ਇਸ ਬੈਰਾਜ ਤੋਂ ਕੁਝ ਦੂਰੀ ਤੇ ਮੁਕੇਰੀਆਂ ਹਾਈਡਲ ਚੈਨਲ ਤੋਂ **ਸ਼ਾਹ ਨਹਿਰ ਫੀਡਰ** (Shah Nehar Feeder) ਕੱਢੀ ਗਈ। ਇਸ ਫੀਡਰ ਤੋਂ ਸ਼ਾਹ ਨਹਿਰ ਪ੍ਰਣਾਲੀ ਨੂੰ ਸਿੰਜਾਈ ਲਈ ਪਾਣੀ ਪ੍ਰਦਾਨ ਕੀਤਾ ਗਿਆ। ਸ਼ਾਹ ਨਹਿਰ ਪ੍ਰਣਾਲੀ ਦੀ ਇੱਕ ਮਹੱਤਵਪੂਰਨ ਸ਼ਾਖਾ **ਹਾਜੀਪੁਰ ਡਿਸਟਰੀਬਿਊਟਰੀ** (Hajipur Distributary) ਹੈ ਜੋ ਹੁਸ਼ਿਆਰਪੁਰ ਜ਼ਿਲ੍ਹੇ ਦੀਆਂ ਦਸੂਹਾ ਅਤੇ ਮੁਕੇਰੀਆਂ ਤਹਿਸੀਲਾਂ ਦੇ ਇਲਾਕਿਆਂ ਵਿੱਚ ਸਿੰਜਾਈ ਪ੍ਰਦਾਨ ਕਰਦੀ ਹੈ। **ਬਿਆਸ ਬੈਰਾਜ** ਦੇ ਸੱਜੇ ਪਾਸੇ ਤੋਂ ਇਕ ਹੋਰ ਨਹਿਰ ਜਿਸ ਨੂੰ ਵੀ **ਸ਼ਾਹ ਨਹਿਰ** ਕਿਹਾ ਜਾਂਦਾ ਹੈ, ਕੱਢੀ ਗਈ ਹੈ। ਇਹ ਨਹਿਰ ਦਰਿਆ ਤੋਂ ਪਾਰ ਹੁਸ਼ਿਆਰਪੁਰ ਜ਼ਿਲ੍ਹੇ ਦੇ ਕੁਝ ਖੇਤਰ ਅਤੇ ਨਾਲ ਲਗਦੇ ਹਿਮਾਚਲ ਪ੍ਰਦੇਸ਼ ਦੇ ਖੇਤਰ ਨੂੰ ਸਿੰਜਦੀ ਹੈ।

6. **ਬੀਕਾਨੇਰ ਨਹਿਰ (Bikaner Canal)**– ਇਹ ਨਹਿਰ ਫਿਰੋਜ਼ਪੁਰ ਸ਼ਹਿਰ ਨੇੜੇ ਦਰਿਆ ਸਤਲੁਜ ਉੱਤੇ ਬਣੇ ਹੁਸੈਨੀਵਾਲਾ ਹੈੱਡਵਰਕਸ ਤੋਂ ਕੱਢੀ ਗਈ ਹੈ। ਇਹ ਨਹਿਰ ਜ਼ਿਲ੍ਹਾ ਫਿਰੋਜ਼ਪੁਰ ਵਿੱਚੋਂ ਦੀ ਦਰਿਆ ਸਤਲੁਜ ਦਾ ਪਾਣੀ ਰਾਜਸਥਾਨ ਦੇ ਇਲਾਕਿਆਂ ਲਈ ਲਿਜਾਂਦੀ ਹੈ। ਦੱਖਣ ਵੱਲ ਵਗਦੀ ਹੋਈ ਇਹ ਨਹਿਰ ਫਿਰੋਜ਼ਪੁਰ ਅਤੇ ਫਰੀਦਕੋਟ ਜ਼ਿਲ੍ਹਿਆਂ ਦੇ ਕੁਝ ਭਾਗਾਂ ਨੂੰ ਸਿੰਜਦੀ ਹੈ। ਹੁਸੈਨੀਵਾਲਾ ਤੋਂ ਹੀ **ਪੂਰਬੀ ਫੀਡਰ** (Eastern Feeder) ਨਾਂ ਦੀ ਨਹਿਰ ਕੱਢੀ ਗਈ ਹੈ ਜੋ ਬੀਕਾਨੇਰ ਨਹਿਰ ਦੇ ਸਮਾਨ ਅੰਤਰ ਚਲਦੀ ਹੈ। ਇਹ ਨਹਿਰ ਹੜ੍ਹਾਂ ਦੇ ਪਾਣੀ ਦਾ ਨਿਕਾਸ ਕਰਦੀ ਹੈ ਅਤੇ ਸਿੰਜਾਈ ਵੀ ਕਰਦੀ ਹੈ। ਹੁਣ ਇਨ੍ਹਾਂ ਨਹਿਰਾਂ ਨੂੰ ਫਿਰੋਜ਼ਪੁਰ ਫੀਡਰ, ਜੋ ਹਰੀਕੇ ਪਤਨ ਤੋਂ ਨਿਕਲਦੀ ਹੈ, ਤੋਂ ਵੀ ਪਾਣੀ ਮਿਲਦਾ ਹੈ।

7. **ਮੱਖੂ ਨਹਿਰ (Makhu Canal)**– ਇਹ ਨਹਿਰ ਦਰਿਆ ਸਤਲੁਜ ਉੱਤੇ ਬਣੇ ਹਰੀਕੇ ਬੈਰਜ ਤੋਂ ਕੱਢੀ ਗਈ ਹੈ। ਹਰੀਕੇ ਤੋਂ ਇਹ ਨਹਿਰ ਦੱਖਣ ਵਲ ਮੱਖੂ ਦੇ ਕਸਬੇ ਵੱਲ ਜਾਂਦੀ ਹੈ। ਇਸ ਨਹਿਰ ਦੀ ਲੰਬਾਈ 78 ਕਿਲੋਮੀਟਰ ਹੈ ਅਤੇ ਇਹ ਮੋਗਾ ਅਤੇ

ਜ਼ੀਰਾ ਦੇ ਇਲਾਕਿਆਂ ਨੂੰ ਸਿੰਜਾਈ ਪ੍ਰਦਾਨ ਕਰਦੀ ਹੈ। ਇਹ ਨਹਿਰ ਪੁਰਾਣੀ ਗਰੇ ਨਹਿਰ ਦੇ ਇਲਾਕਿਆਂ ਨੂੰ ਸਿੰਜਾਈ ਪ੍ਰਦਾਨ ਕਰਨ ਲਈ ਬਣਾਈ ਗਈ ਸੀ। ਮੁੱਖ ਨਹਿਰ ਦੀਆਂ ਕਈ ਸ਼ਾਖਾਵਾਂ ਅਤੇ ਉਪ-ਸ਼ਾਖਾਵਾਂ ਹਨ (280 km ਲੰਬਾਈ)।

8. ਹੋਰ ਨਹਿਰਾਂ (Other Canals)– ਪੰਜਾਬ ਕੰਢੀ ਵਿੱਚ ਪਾਏ ਜਾਣ ਵਾਲੇ ਵੱਡੇ ਚੋਆਂ ਦੇ ਹੜ੍ਹ ਅਤੇ ਮਿੱਟੀ ਅਪਰਦਨ ਨੂੰ ਰੋਕਣ ਲਈ ਅਜਿਹੇ ਚੋਆਂ ਉੱਤੇ ਮਿੱਟੀ ਦੇ **ਚੈੱਕ ਡੈਮ** (Check dams) ਉਸਾਰੇ ਜਾ ਰਹੇ ਹਨ। ਇਨ੍ਹਾਂ ਬੰਨ੍ਹਾਂ ਪਿੱਛੇ ਜੋ ਬਰਸਾਤੂ ਪਾਣੀ ਭਰ ਜਾਵੇਗਾ ਉਸ ਦੀ ਵਰਤੋਂ ਛੋਟੀਆਂ ਨਹਿਰਾਂ ਕੱਢ ਕੇ ਸਥਾਨਕ ਖੇਤਰ ਨੂੰ ਸਿੰਜਾਈ ਪ੍ਰਦਾਨ ਕਰਨ ਲਈ ਕੀਤੀ ਜਾਵੇਗੀ। ਅਜਿਹੀਆਂ 31 ਯੋਜਨਾਵਾਂ ਵਿਸ਼ਵ ਬੈਂਕ ਦੀ ਸਹਾਇਤਾ ਨਾਲ ਜ਼ਿਲ੍ਹਾ ਹੁਸ਼ਿਆਰਪੁਰ ਅਤੇ ਰੂਪਨਗਰ ਲਈ ਬਣਾਈਆਂ ਗਈਆਂ ਹਨ। ਇਨ੍ਹਾਂ ਵਿੱਚੋਂ ਹੁਸ਼ਿਆਰਪੁਰ ਜ਼ਿਲ੍ਹੇ ਵਿੱਚ ਢੋਲਬਾਹਾ, ਜਨੌੜੀ, ਮੈਲੀ, ਚੋਹਾਲ, ਡਮਸਾਲ ਅਤੇ ਸਲੇਰਨ ਚੈਕ ਡੈਮ ਅਤੇ ਰੂਪਨਗਰ ਜ਼ਿਲ੍ਹੇ ਵਿੱਚ ਮਿਰਜ਼ਾਪੁਰ ਦੀਆਂ ਯੋਜਨਾਵਾਂ ਪੂਰੀਆਂ ਹੋ ਚੁੱਕੀਆਂ ਹਨ। ਇਨ੍ਹਾਂ ਤੋਂ ਸਥਾਨਕ ਨਹਿਰੀ ਸਿੰਜਾਈ ਪ੍ਰਾਪਤ ਹੁੰਦੀ ਹੈ।

ਹਰੀਕੇ ਬੈਰਾਜ ਤੋਂ ਰਾਜਸਥਾਨ ਦੇ ਖੁਸ਼ਕ ਖੇਤਰਾਂ ਲਈ **ਰਾਜਸਥਾਨ ਫੀਡਰ** (Rajasthan Feeder) ਨਾਂ ਦੀ ਨਹਿਰ ਕੱਢੀ ਗਈ ਹੈ। ਇੱਥੋਂ ਹੀ **ਸਰਹਿੰਦ ਫੀਡਰ** ਜੋ 142 ਕਿ.ਮੀ. ਲੰਬੀ ਹੈ 1960 ਵਿੱਚ ਕੱਢੀ ਗਈ ਸੀ। ਇਹ ਨਹਿਰ ਸਰਹਿੰਦ ਨਹਿਰ ਤੰਤਰ ਵਿੱਚ ਪਾਣੀ ਦੀ ਮਾਤਰਾ ਵਧਾਉਣ ਲਈ ਕੱਢੀ ਗਈ ਸੀ। ਸਰਹਿੰਦ ਫੀਡਰ ਦੇ ਉੱਪਰਲੇ 17.6 ਕਿ.ਮੀ. ਲੰਬੇ ਭਾਗ ਨੂੰ ਫਿਰੋਜ਼ਪੁਰ ਫੀਡਰ ਕਹਿੰਦੇ ਹਨ। ਇਹ ਫੀਡਰ ਬੀਕਾਨੇਰ ਅਤੇ ਪੂਰਬੀ ਨਹਿਰਾਂ ਨੂੰ ਵਾਧੂ ਪਾਣੀ ਪ੍ਰਦਾਨ ਕਰਦਾ ਹੈ।

ਪੰਜਾਬ ਵਿੱਚ **ਨਹਿਰਾਂ ਰਾਹੀਂ ਸਿੰਜਾਈ ਵੀਹਵੀਂ ਸਦੀ ਦੇ ਅੱਠਵੇਂ ਦਹਾਕੇ ਤੱਕ ਸਭ ਤੋਂ ਵੱਧ ਮਹੱਤਵਪੂਰਨ ਰਹੀ ਹੈ।** ਨਹਿਰ ਸਿੰਜਾਈ ਦਾ ਸਿਖਰ 1995-96 ਵਿੱਚ ਪਹੁੰਚਿਆ ਸੀ ਜਦੋਂ ਕੁੱਲ ਸਿੰਜੇ ਹੋਏ ਖੇਤਰ ਦਾ 42.47% ਖੇਤਰ ਨਹਿਰਾਂ ਰਾਹੀਂ ਸਿੰਜਿਆ ਗਿਆ ਸੀ। ਮਾਝਾ ਅਤੇ ਪੱਛਮੀ ਮਾਲਵਾ ਵਿੱਚ ਪੰਜਾਬ ਦੇ ਸਭ ਤੋਂ ਵੱਡੇ ਨਹਿਰ ਤੰਤਰ (Canal System of Punjab) ਪਾਏ ਜਾਂਦੇ ਸਨ ਅਤੇ ਹਨ ਜਿੱਥੇ ਕੁੱਲ ਸਿੰਜੀ ਜ਼ਮੀਨ ਦਾ 50% ਤੋਂ ਜ਼ਿਆਦਾ ਨਹਿਰਾਂ ਰਾਹੀਂ ਸਿੰਜਿਆ ਜਾਂਦਾ ਸੀ। ਮੁਕਤਸਰ ਜ਼ਿਲ੍ਹੇ ਵਿੱਚ 98.3%, ਫਰੀਦਕੋਟ ਜ਼ਿਲ੍ਹੇ ਵਿੱਚ 91.9%, ਬਠਿੰਡਾ ਵਿੱਚ 82.7%, ਮਾਨਸਾ ਵਿੱਚ 71.2%, ਮੋਗਾ ਵਿੱਚ 82.6% ਅਤੇ ਫਿਰੋਜ਼ਪੁਰ ਜ਼ਿਲ੍ਹੇ ਵਿੱਚ 54.2% ਕੁੱਲ ਸਿੰਜੇ ਖੇਤਰ ਦਾ ਭਾਗ 1995-96 ਨੂੰ ਨਹਿਰਾਂ ਰਾਹੀਂ ਸਿੰਜਿਆ ਜਾਂਦਾ ਸੀ। ਸੰਗਰੂਰ ਲਈ ਇਹ ਹਿਸਾ 34.5% ਸੀ। ਮਾਝਾ ਪ੍ਰਦੇਸ਼ ਵਿੱਚ ਗੁਰਦਾਸਪੁਰ ਜ਼ਿਲ੍ਹੇ ਵਿੱਚ 32.4% ਅਤੇ ਅੰਮ੍ਰਿਤਸਰ ਜ਼ਿਲ੍ਹੇ ਵਿੱਚ 35.0% ਖੇਤਰ ਨਹਿਰਾਂ ਰਾਹੀਂ ਸਿੰਜਿਆ ਜਾਂਦਾ ਸੀ। ਬਿਸਤ ਦੋਆਬ ਵਿੱਚ ਨਹਿਰੀ ਸਿੰਜਾਈ 1995-96 ਤੱਕ ਕੋਈ ਮਹੱਤਵਪੂਰਣ ਨਹੀਂ ਸੀ। 1995-96 ਤੋਂ ਬਾਅਦ ਨਹਿਰੀ ਸਿੰਜਾਈ ਦੀ ਮਹੱਤਤਾ ਘਟਣ ਲੱਗ ਪਈ। ਨਹਿਰੀ ਸਿੰਜਾਈ ਦਾ ਸਭ ਤੋਂ ਘੱਟ ਹਿਸਾ 2000-01 ਵਿੱਚ ਪਹੁੰਚ ਗਿਆ ਅਤੇ ਉਸ ਸਾਲ (2000-01) ਨਹਿਰਾਂ ਰਾਹੀਂ ਕੁੱਲ ਸਿੰਜੇ ਰਕਬੇ ਦਾ 24.92% ਸਿੰਜਿਆ ਗਿਆ ਸੀ। ਇਸ ਤੋਂ ਆਉਂਦੇ ਅਗਲੇ ਸਾਲਾਂ ਵਿੱਚ ਨਹਿਰੀ ਸਿੰਜਾਈ ਦੇ ਹਿੱਸੇ ਵਿੱਚ ਕੁੱਝ ਮਾਮੂਲੀ ਸੁਧਾਰ ਹੋਇਆ, ਜਿਵੇਂ ਕਿ ਇਹ ਹਿੱਸਾ 2010-11 ਵਿੱਚ 27.35%, 29.03% ਸਾਲ 2015-16 ਵਿੱਚ 28.30% ਸਾਲ 2021-22 ਵਿੱਚ।

ਨਹਿਰੀ ਸਿੰਜਾਈ ਦੇ ਕੁੱਲ ਸਿੰਜੇ ਰਕਬੇ ਵਿੱਚ ਘੱਟਦੇ ਹਿੱਸੇ ਦੇ ਕਾਰਨਾਂ ਵਿੱਚੋਂ ਇੱਕ ਕਾਰਨ ਨਹਿਰਾਂ ਵਿੱਚ ਸਿੰਜਾਈ ਲਈ ਘੱਟ ਪਾਣੀ ਦਾ ਪ੍ਰਾਪਤ ਹੋਣਾ, ਨਹਿਰਾਂ ਦਾ ਘਾਹ-ਫੂਸ, ਬਨਸਪਤੀ ਉਗਾ, ਪ੍ਰਦੂਸ਼ਣ ਆਦਿ ਕਾਰਨ (Clogged) ਰੁਕੀਆਂ ਹੋਣਾ ਜਿਸ ਨਾਲ ਉਨ੍ਹਾਂ ਦੀ ਪਾਣੀ ਲੈ ਜਾਣ ਦੀ ਸਮਰੱਥਾ ਦਾ ਘੱਟ ਜਾਣਾ, ਨਹਿਰਾਂ ਵਿੱਚ ਅਕਸਰ ਪਾੜ ਪੈ ਜਾਣੇ ਅਤੇ ਉਨ੍ਹਾਂ ਦੀ ਘਟੀਆ ਰੱਖ-ਰਖਾਵ (maintenance) ਦਾ ਹੋਣਾ। ਨਹਿਰੀ ਵਿਭਾਗ ਦੀ ਘਟੀਆ ਕਾਰਗੁਜ਼ਾਰੀ ਕਾਰਨ ਦੁਨੀਆ ਦੇ ਬੇਹਤਰ ਨਹਿਰ ਤੰਤਰ ਖਰਾਬ ਅਵਸਥਾ ਵਿੱਚ ਪਹੁੰਚ ਗਏ। ਵੱਢੀ ਖੋਰੀ, ਭਾਈ-ਭਤੀਜਾਵਾਦ ਅਤੇ ਅਣਗਹਿਲੀ ਕਾਰਨ ਇੱਕ ਬੇਹਤਰ ਨਹਿਰ ਤੰਤਰ ਘਟੀਆ ਹਾਲਤ ਵਿੱਚ ਪਹੁੰਚ ਗਿਆ। ਨਹਿਰਾਂ ਤੋਂ ਪਾਣੀ ਦਾ ਰਿਸਾਵ (Canal Water Seepage) ਅਤੇ ਜਲ ਭਰਾਵ (water logging) ਨੇ ਵੀ ਨਹਿਰੀ ਸਿੰਜਾਈ ਉੱਤੇ ਬੁਰਾ ਪ੍ਰਭਾਵ ਪਾਇਆ। 2015-16 ਵਿੱਚ ਪੰਜਾਬ ਵਿੱਚ ਲਗਭਗ 29.0% ਖੇਤਰ ਵਿੱਚ ਨਹਿਰਾਂ ਰਾਹੀਂ ਸਿੰਜਾਈ ਕੀਤੀ ਜਾਂਦੀ ਸੀ। ਮਾਝਾ ਪ੍ਰਦੇਸ਼ ਲਈ ਇਹ ਹਿੱਸਾ ਲਗਭਗ 8% ਸੀ ਅਤੇ ਬਿਸਤ ਦੋਆਬ ਲਈ 1.6% ਸੀ।

ਮਾਲਵੇ ਦੇ ਪੂਰਬੀ ਭਾਗਾਂ ਵਿੱਚ ਵੀ ਔਸਤਨ 5.0% ਤੋਂ ਘੱਟ ਭਾਗ ਵਿੱਚ ਨਹਿਰਾਂ ਰਾਹੀਂ ਸਿੰਜਾਈ ਕੀਤੀ ਜਾਂਦੀ ਸੀ। ਨਹਿਰੀ ਸਿੰਜਾਈ ਪੱਛਮੀ ਮਾਲਵਾ ਦੇ ਜ਼ਿਲ੍ਹਿਆਂ ਵਿੱਚ ਜ਼ਿਆਦਾ ਮਹੱਤਵਪੂਰਣ ਹੈ। 2021-22 ਦੇ ਆਰਜੀ ਅੰਕੜਿਆਂ ਅਨੁਸਾਰ ਪੱਛਮੀ ਮਾਲਵਾ ਦੇ ਜ਼ਿਲ੍ਹਿਆਂ ਮੁਕਤਸਰ ਸਾਹਿਬ 99.13%, ਫਾਜ਼ਿਲਕਾ 95.72%, ਬਠਿੰਡਾ 78.86%, ਮਾਨਸਾ 74.46%, ਫਰੀਦਕੋਟ 44.53% ਅਤੇ ਬਰਨਾਲਾ 47.20% ਵਿੱਚ ਨਹਿਰੀ ਸਿੰਜਾਈ ਦਾ ਮਹੱਤਵਪੂਰਣ ਸਾਧਨ ਹੈ। ਪੂਰਬੀ ਮਾਲਵਾ ਦੇ ਜ਼ਿਲ੍ਹਿਆਂ ਰੂਪਨਗਰ (6.67%), ਐਸ.ਏ.ਐਸ. ਨਗਰ, ਪਟਿਆਲਾ, ਫਤਿਹਗੜ੍ਹ ਸਾਹਿਬ, ਲੁਧਿਆਣਾ ਅਤੇ ਮੋਗਾ ਵਿੱਚ ਵੀ (0.0%) ਨਹਿਰੀ ਸਿੰਜਾਈ ਦੀ ਲਗਭਗ ਅਣਹੋਂਦ ਬਣ ਗਈ ਹੈ। ਮਾਝੇ ਦੇ ਜ਼ਿਲ੍ਹਿਆਂ ਗੁਰਦਾਸਪੁਰ (16.06%), ਪਠਾਨਕੋਟ (21.28%), ਅੰਮ੍ਰਿਤਸਰ (8.68%) ਅਤੇ ਤਰਨਤਾਰਨ (4.15%) ਵਿੱਚ ਨਹਿਰੀ ਸਿੰਜਾਈ ਘੱਟ ਮਹੱਤਵਪੂਰਣ ਹੈ। ਬਿਸਤ ਦੋਆਬ ਦੇ ਕੇਵਲ ਇੱਕ ਜ਼ਿਲ੍ਹੇ ਐਸ.ਬੀ.ਐਸ. ਨਗਰ ਵਿੱਚ ਨਹਿਰੀ ਸਿੰਜਾਈ ਮਾਮੂਲੀ ਜਿਹੀ (1.06%) ਕੀਤੀ ਜਾਂਦੀ ਹੈ।

ਖੂਹ ਅਤੇ ਟਿਊਬਵੈਲ (Wells and Tubewells)– ਵੀਹਵੀਂ ਸਦੀ ਦੇ ਛੇਵੇਂ ਦਹਾਕੇ ਤਕ ਪੰਜਾਬ ਦੇ ਪੂਰਬੀ, ਉੱਤਰੀ ਅਤੇ ਮੱਧਵਰਤੀ ਭਾਗਾਂ ਵਿੱਚ ਕਾਫੀ ਸਿੰਜਾਈ ਪੱਕੇ ਖੂਹਾਂ (Brick lined wells) ਰਾਹੀਂ ਵੀ ਹੁੰਦੀ ਸੀ। ਸਿੰਜਾਈ ਦਾ ਤਰੀਕਾ ਰਹਿਟ, ਹਲਟ (Persian Wheels) ਜਾਂ ਚੜਸ (ਚਮੜੇ ਦੇ ਵੱਡੇ ਥੈਲੇ ਰਾਹੀਂ) ਸਨ। ਇਹ ਢੰਗ ਹੁਣ ਕਿਤੇ ਹੀ ਦੇਖਣ ਨੂੰ ਮਿਲਦੇ ਹਨ। ਸੱਤਹ ਦੇ ਨੇੜੇ ਹੀ ਭੂਮੀਗਤ ਜਲ ਸਤਰ (Shallow water table) ਦਾ ਹੋਣਾ, ਭੌਂ-ਹੇਠਲੇ ਜਲ ਭੰਡਾਰਾਂ (underground water reservoirs) ਦਾ ਕਾਫ਼ੀ ਮਿਲਣਾ, ਚੱਟਾਨਾਂ ਦਾ ਨਰਮ ਹੋਣਾ ਤਾਂ ਜੋ ਖੂਹ ਆਸਾਨੀ ਨਾਲ ਪੁੱਟੇ ਜਾ ਸਕਦੇ ਸਨ, ਉਪਜਾਊ ਜਲੋੜ੍ਹੀ ਮਿੱਟੀਆਂ ਜਿਨ੍ਹਾਂ ਤੋਂ ਸਿੰਜਾਈ ਦੀ ਹਾਲਤ ਵਿੱਚ ਜ਼ਿਆਦਾ ਝਾੜ ਅਤੇ ਉਪਜ ਯਕੀਨੀ ਸੀ, ਪੱਧਰੀ ਧਰਾਤਲ, ਖੂਹ ਬਣਾਉਣ ਲਈ ਘੱਟ ਲਾਗਤ ਅਤੇ ਕਿਸੇ ਵਿਸ਼ੇਸ਼ ਪ੍ਰਕਾਰ ਦੀ ਸਿਖਲਾਈ ਜਾਂ ਟੈਕਨਾਲੋਜੀ ਦੀ ਲੋੜ ਨਾ ਹੋਣਾ ਅਜਿਹੇ ਕੁਝ ਕਾਰਨ ਸਨ ਜਿਨ੍ਹਾਂ ਦੇ ਫਲਸਰੂਪ ਪੰਜਾਬ ਵਿੱਚ 1960 ਤੋਂ ਪਹਿਲਾਂ ਖੂਹਾਂ ਰਾਹੀਂ ਸਿੰਜਾਈ ਮਹੱਤਵਪੂਰਣ ਸੀ।

ਪ੍ਰੰਤੂ ਹਰ ਇੱਕ ਖੂਹ ਦਾ ਕਮਾਂਡ ਖੇਤਰ ਛੋਟਾ ਸੀ ਅਤੇ ਛਿਛਲੇ ਖੂਹਾਂ ਕਾਰਨ ਪਾਣੀ ਦੀ ਆਮਦ ਵੀ ਘੱਟ ਸੀ। ਹਰ ਇੱਕ ਖੂਹ ਰਾਹੀਂ ਇਕ ਦਿਨ ਵਿੱਚ ਇੱਕ-ਦੋ ਕਨਾਲ (ਕਨਾਲ = 500 ਵਰਗ ਗਜ਼ ਖੇਤਰ) ਜ਼ਮੀਨ ਵਿੱਚ ਹੀ ਸਿੰਜਾਈ ਹੋ ਸਕਦੀ ਸੀ। ਇਹ ਵਿਧੀ ਧੀਮੀ ਵੀ ਸੀ। ਇਨ੍ਹਾਂ ਕਾਰਨ ਸਿੰਜਾਈ ਦਾ ਖੇਤਰ, ਤੀਬਰਤਾ ਅਤੇ ਪਾਣੀ ਦੀ ਸਪਲਾਈ ਘੱਟ ਸੀ। ਇਸ ਕਾਰਨ ਉਤਪਾਦਨ ਵਧਿਆ ਨਹੀਂ। ਇਸ ਤੋਂ ਬਿਨਾਂ ਖੂਹ ਜ਼ਿਆਦਾ ਝਾੜ ਦੇਣ ਵਾਲੀਆਂ ਫਸਲ ਕਿਸਮਾਂ ਦੀ ਜ਼ਿਆਦਾ ਪਾਣੀ ਦੀ ਲੋੜ ਨੂੰ ਪੂਰਾ ਕਰਨ ਵਿੱਚ ਅਸਮਰਥ ਸਨ। ਇਸ ਕਾਰਨ ਖਾਦਾਂ ਦੀ ਵੀ ਲੋੜ ਅਨੁਸਾਰ ਵਰਤੋਂ ਨਹੀਂ ਹੋ ਸਕਦੀ ਸੀ। ਇਸ ਤਰ੍ਹਾਂ ਖਾਦ-ਬੀਜ਼-ਸਿੰਜਾਈ ਟੈਕਨਾਲੋਜੀ ਵਾਲੀ ਹਰੀ ਕ੍ਰਾਂਤੀ ਨੇ ਪੰਜਾਬ ਵਿੱਚ ਖੂਹਾਂ ਨੂੰ ਸਿੰਜਾਈ ਦਾ ਇਕ ਨਾਕਾਫੀ (inadequate), ਗੈਰ-ਭਰੋਸੇਯੋਗ (undependable), ਧੀਮਾ ਅਤੇ ਘਟੀਆ (slow and poor) ਸਾਧਨ ਬਣਾ ਕੇ ਰੱਖ ਦਿੱਤਾ। ਅੱਜਕੱਲ੍ਹ ਪੰਜਾਬ ਵਿੱਚ ਖੂਹ ਲਗਭਗ ਅਲੋਪ ਹੋ ਗਏ ਹਨ। ਕਿਤੇ ਹੀ ਹਲਟ ਦੇਖਣ ਨੂੰ ਮਿਲਦਾ ਹੈ। ਹੁਣ ਵੀ ਖੂਹਾਂ ਰਾਹੀਂ ਸਿੰਜਾਈ ਕੇਵਲ ਜਲੰਧਰ, ਰੂਪਨਗਰ ਅਤੇ ਫਿਰੋਜ਼ਪੁਰ ਜ਼ਿਲ੍ਹਿਆਂ ਦੇ ਬੇਟ ਖੇਤਰਾਂ ਵਿੱਚ ਹੁੰਦੀ ਹੈ ਜਿਥੇ ਸੇਮ ਧਰਤੀ ਦੇ ਤਲ ਦੇ ਨੇੜੇ ਹੈ ਅਤੇ ਕੱਚੇ ਖੂਹ ਝਟ ਆਸਾਨੀ ਨਾਲ ਬਣਾਏ ਜਾ ਸਕਦੇ ਹਨ।

ਟਿਊਬਵੈਲ— ਪਾਣੀ ਉੱਤੇ ਜ਼ਿਆਦਾ ਨਿਰਭਰ ਪੰਜਾਬ ਦੀ ਨਵੀਂ ਖੇਤੀ ਨੇ ਲੋਕਾਂ, ਸਰਕਾਰ ਅਤੇ ਵਿਭਿੰਨ ਵਿੱਤੀ ਸੰਸਥਾਵਾਂ (financing organizations) ਨੂੰ ਮਜ਼ਬੂਰ ਕਰ ਦਿੱਤਾ ਕਿ ਸਿੰਜਾਈ ਦੇ ਵਧੀਆ, ਭਰੋਸੇਯੋਗ ਅਤੇ ਛੇਤੀ ਕੰਮ ਕਰਨ ਵਾਲੇ ਸਿੰਜਾਈ ਸਾਧਨ ਟਿਊਬਵੈਲ ਨੂੰ ਅਪਣਾਇਆ ਜਾਵੇ। ਇਸ ਤੋਂ ਬਿਨਾਂ ਟਿਊਬਵੈਲ ਆਪਣੇ ਮਾਲਕ ਕਿਰਸਾਨ ਦੇ ਕੰਟਰੋਲ ਵਿੱਚ ਰਹਿੰਦਾ ਹੈ। ਸਰਕਾਰ ਦੀ ਵਿੱਤੀ ਸਹਾਇਤਾ ਨਾਲ ਵਿਭਿੰਨ ਸਹਿਕਾਰੀ ਸਭਾਵਾਂ, ਭੋਂ ਵਿਕਾਸ ਬੈਂਕਾਂ, ਦੂਜੇ ਬੈਂਕਾਂ ਅਤੇ ਖੇਤੀਬਾੜੀ ਵਿਭਾਗ ਪੰਜਾਬ ਵਲੋਂ ਕਿਸਾਨਾਂ ਨੂੰ ਡੀਜ਼ਲ ਇੰਜਣ ਜਾਂ ਬਿਜਲੀ ਨਾਲ ਚੱਲਣ ਵਾਲੇ ਟਿਊਬਵੈਲ ਲਗਾਉਣ ਲਈ ਖੁੱਲ੍ਹੇ ਕਰਜ਼ੇ ਦਿੱਤੇ ਗਏ ਅਤੇ ਕਿਸਾਨਾਂ ਨੂੰ ਕੁੱਝ ਸਬਸਿਡੀ ਵੀ ਦਿੱਤੀ ਗਈ। ਪੰਜਾਬ ਵਿੱਚ ਹਰੇ ਇਨਕਲਾਬ ਦੀ ਸਫਲਤਾ ਅਤੇ ਟਿਊਬਵੈਲ ਸਿੰਜਾਈ ਦੀ ਮਸ਼ਹੂਰੀ ਨਾਲ-ਨਾਲ ਚਲੇ।

ਹੇਠ ਲਿਖੀ ਸਾਰਣੀ ਪੰਜਾਬ ਵਿੱਚ ਟਿਊਬਵੈਲਾਂ ਦੀ ਗਿਣਤੀ ਨੂੰ ਦਰਸਾਉਂਦੀ ਹੈ।

ਸਾਰਣੀ ਨੰ. 29

ਪੰਜਾਬ ਵਿੱਚ ਟਿਊਬਵੈਲ (ਗਿਣਤੀ ਲੱਖਾਂ ਵਿੱਚ)

ਸਾਲ	ਡੀਜ਼ਲ ਨਾਲ ਚੱਲਣ ਵਾਲੇ	ਬਿਜਲੀ ਨਾਲ ਚੱਲਣ ਵਾਲੇ	ਕੁੱਲ ਸੰਖਿਆ
1968-69			1.13
1970-71	1.01	0.91	1.92
1975-76	3.04	1.46	4.50
1980-81	3.20	2.80	6.00
1985-86	2.21	4.41	6.62
1990-91	2.00	6.00	8.00
1995-96	1.75	7.00	8.75
2000-01	2.85	7.88	10.73
2004-05	2.88	8.80	11.68
2010-11	2.40	11.42	13.82
2015-16	1.65	12.54	14.19
2018-19	1.40	13.36	14.76
2019-20	1.40	13.36	14.76
2020-21	1.40	13.36	14.76
2021-22	1.40	13.89	15.29

ਸੋਮਾ— ਪੰਜਾਬ ਦਾ ਅੰਕੜਾ—1997, 2001, 2010, 2017 ਅਤੇ 2022 P = ਆਰਜ਼ੀ

ਅੱਜਕੱਲ ਪੰਜਾਬ ਦੇ ਹਰ ਕੋਨੇ ਵਿੱਚ ਟਿਊਬਵੈਲ ਦੇਖੇ ਜਾ ਸਕਦੇ ਹਨ। ਇਨ੍ਹਾਂ ਵਿਚੋਂ ਜ਼ਿਆਦਾਤਰ ਦੇ ਮਾਲਕ ਕਿਰਸਾਨ ਆਪ ਹਨ ਪ੍ਰੰਤੂ ਕੁੱਝ ਡੂੰਘੇ ਟਿਊਬਵੈਲ ਸਰਕਾਰ ਦੀ ਸੰਪਤੀ ਵੀ ਹਨ। ਸਰਕਾਰੀ ਡੂੰਘੇ ਟਿਊਬਵੈਲਾਂ ਦੀ ਸਿੰਜਾਈ ਕਰਨ ਦੀ ਸਮਰੱਥਾ ਕਾਫ਼ੀ ਜ਼ਿਆਦਾ ਹੈ। ਪੰਜਾਬ ਰਾਜ ਟਿਊਬਵੈਲ ਕਾਰਪੋਰੇਸ਼ਨ ਰਾਜ ਵਿੱਚ ਟਿਊਬਵੈਲ ਸਿੰਜਾਈ ਦੀ ਦੇਖਭਾਲ ਕਰਦੀ ਹੈ। ਪੰਜਾਬ ਦੇ ਲੱਖਾਂ ਟਿਊਬਵੈਲਾਂ ਰਾਹੀਂ ਭੂਮੀਗਤ ਜਲ ਦੀ ਬਹੁਤ ਜ਼ਿਆਦਾ ਵਰਤੋਂ ਹੁਣ ਚਿੰਤਾ ਦਾ ਵਿਸ਼ਾ ਬਣ ਗਿਆ ਹੈ। ਵਿਗਿਆਨੀਆਂ ਨੂੰ ਆਉਂਦੇ ਸਾਲਾਂ ਵਿੱਚ ਪੰਜਾਬ ਵਿੱਚ ਪਾਣੀ ਦੇ ਕਾਲ (water famine) ਦਾ ਡਰ ਹੈ। ਮਿੱਠੇ ਭੂਮੀਗਤ ਜਲ (sweet underground water) ਦੀ ਘਾਟ ਆ ਜਾਵੇਗੀ। ਦੋਆਬਾ ਅਤੇ ਬਹੁਤ ਜ਼ਿਆਦਾ ਟਿਊਬਵੈਲ ਸਿੰਜਾਈ ਵਾਲੇ ਦੂਜੇ ਖੇਤਰਾਂ ਵਿੱਚ ਦੱਖਣ-ਪੱਛਮ ਦੇ ਖੁਸ਼ਕ ਪੰਜਾਬ ਦਾ ਖਾਰਾ ਪਾਣੀ ਹੜ੍ਹ ਵਾਂਗ ਭਰ ਸਕਦਾ ਹੈ। ਇਸ ਦਾ ਕਾਰਨ ਇਹ ਹੈ ਕਿ ਦੋਆਬੇ ਅਤੇ ਦੂਜੇ ਖੇਤਰਾਂ ਦਾ ਮਿੱਠੇ ਪਾਣੀ ਦਾ ਭੂਮੀਗਤ ਜਲ ਸਤਰ ਜ਼ਿਆਦਾ ਨਿਕਾਸੀ ਕਾਰਨ ਹੇਠ ਵੱਲ ਜਾ ਰਿਹਾ ਹੈ ਅਤੇ ਮੁੱਖ ਤੌਰ ਤੇ ਨਹਿਰਾਂ ਨਾਲ ਸਿੰਜੇ ਮਾਲਵਾ ਖੇਤਰ ਦਾ ਖਾਰੇ ਪਾਣੀ ਵਾਲਾ ਭੂਮੀਗਤ ਜਲ ਸਤਰ ਉੱਚਾ ਉੱਠ ਰਿਹਾ ਹੈ।

ਇਸ ਕਾਰਨ ਮੱਧਵਰਤੀ, ਪੂਰਬੀ ਅਤੇ ਉੱਤਰੀ ਪੰਜਾਬ ਦੇ ਮਿੱਠੇ ਪਾਣੀ ਦੇ ਭੂਮੀਗਤ ਜਲ ਭੰਡਾਰਾਂ (underground water reservoirs) ਨੂੰ ਸੰਭਾਲਣ (conserve) ਅਤੇ ਵਧਾਉਣ ਦੀ ਲੋੜ ਹੈ। ਇਸ ਲਈ ਖੇਤੀਬਾੜੀ ਵਿੱਚ ਵੰਨ-ਸੁਵੰਨਤਾ (diversification) ਲਿਆਉਣ ਅਤੇ ਘੱਟ ਪਾਣੀ ਲੋੜੀਂਦੀਆਂ ਫਸਲਾਂ ਜਾਂ ਫਸਲ ਕਿਸਮਾਂ ਦੀ ਕਾਸ਼ਤ ਕਰਨ ਦੀ ਲੋੜ ਹੈ। ਬਰਸਾਤ ਰੁੱਤ ਦੇ ਫਜ਼ੂਲ ਰੁੜ੍ਹੇ ਜਾਂਦੇ ਪਾਣੀ (wasteful run off water) ਦੀ ਢੁੱਕਵੇਂ ਸਥਾਨਾਂ ਤੇ ਭੂਮੀਗਤ ਜਲ ਭੰਡਾਰਾਂ (aquifers) ਤਕ ਵੱਡੇ ਅਤੇ ਡੂੰਘੇ ਬੋਰ ਕਰਕੇ ਵਰਤੋਂ ਕੀਤੀ ਜਾ ਸਕਦੀ ਹੈ। ਭੂਮੀਗਤ ਜਲ ਭੰਡਾਰਾਂ ਨੂੰ ਵੱਡੇ ਪੈਮਾਨੇ ਤੇ ਰੀਚਾਰਜ (recharge) ਕਰਨ ਦੀ ਲੋੜ ਹੈ।

1980-81 ਅਨੁਸਾਰ ਪੰਜਾਬ ਵਿੱਚ ਕੁੱਲ ਸਿੰਜੇ ਰਕਬੇ ਦਾ 57.33% ਟਿਊਬਵੈਲਾਂ ਰਾਹੀਂ ਸਿੰਜਿਆ ਗਿਆ ਸੀ। 2000-01 ਵਿੱਚ ਇਹ ਯੋਗਦਾਨ ਇਕਦਮ ਵਧ ਕੇ 76.13% ਹੋ ਗਿਆ। ਇਹ ਸਭ ਤੋਂ ਵੱਧ ਯੋਗਦਾਨ ਸੀ। 2010-11 ਵਿੱਚ ਇਹ ਹਿੱਸਾ ਘਟ ਕੇ 72.13% ਹੋ ਗਿਆ। 2015-16 ਦੇ ਅੰਕੜਿਆਂ ਅਨੁਸਾਰ ਪੰਜਾਬ ਦੇ ਕੁੱਲ ਸਿੰਜੇ ਰਕਬੇ ਦੇ 70.97% ਵਿੱਚ ਟਿਊਬਵੈਲਾਂ ਨਾਲ ਸਿੰਜਾਈ ਹੋਈ ਸੀ। ਟਿਊਬਵੈਲਾਂ ਰਾਹੀਂ ਕੁੱਲ ਸਿੰਜਾਈ ਵਿੱਚ ਹਿੱਸਾ ਵਧਕੇ 2018-19 ਵਿੱਚ 71.32%, 2019-20 ਵਿੱਚ ਕੁੱਝ ਘਟਕੇ 71.04%, 2020-21 ਵਿੱਚ ਵਧਕੇ 71.73% ਅਤੇ 2021-22 ਦੇ ਆਰਜ਼ੀ ਅੰਕੜਿਆਂ ਅਨੁਸਾਰ 71.70% ਹੋ ਗਿਆ।

ਵੰਡ - ਰਾਜ ਦੇ ਸਭ ਤੋਂ ਜ਼ਿਆਦਾ ਟਿਊਬਵੈਲ ਸੰਗਰੂਰ ਜ਼ਿਲ੍ਹੇ ਵਿੱਚ ਪਾਏ ਜਾਂਦੇ ਹਨ। ਇਸ ਜ਼ਿਲ੍ਹੇ ਵਿੱਚ 31 ਮਾਰਚ, 2001 ਨੂੰ ਰਾਜ ਦੇ ਲਗਭਗ 15.4% ਬਿਜਲੀ ਨਾਲ ਚੱਲਣ ਵਾਲੇ ਟਿਊਬਵੈਲ ਸਨ। 2014 ਵਿੱਚ ਇਸ ਜ਼ਿਲ੍ਹੇ ਵਿੱਚ ਬਿਜਲੀ ਨਾਲ ਚੱਲਣ ਵਾਲੇ ਟਿਊਬਵੈਲਾਂ ਦੀ ਕੁੱਲ ਗਿਣਤੀ 1,09,958 ਸੀ (9.0%)। ਇਹ ਗਿਣਤੀ 2022 ਵਿੱਚ 1,18,243 (8.51%) ਹੋ ਗਈ। ਨਵੇਂ ਬਣੇ ਪਹਾੜੀ ਜ਼ਿਲ੍ਹੇ ਪਠਾਨਕੋਟ (9,427) ਅਤੇ ਰੂਪਨਗਰ (22,602) ਅਤੇ ਐਸ.ਏ.ਐਸ. ਨਗਰ (16,252) ਜ਼ਿਲ੍ਹਿਆਂ ਵਿੱਚ ਸਭ ਤੋਂ ਘੱਟ ਬਿਜਲੀ ਨਾਲ ਚੱਲਣ ਵਾਲੇ ਟਿਊਬਵੈਲ ਹਨ। ਰਾਜ ਦੇ ਲਗਭਗ 20.00% (19.95%) ਟਿਊਬਵੈਲ ਮਾਝਾ ਪ੍ਰਦੇਸ਼ ਵਿੱਚ ਅਤੇ ਦੂਜੇ 16.26% ਬਿਸਤ ਦੋਆਬ ਖੇਤਰ ਵਿੱਚ ਪਾਏ ਜਾਂਦੇ ਹਨ। ਰਾਜ ਦੇ ਲਗਭਗ 63.8% ਟਿਊਬਵੈਲ ਮਾਲਵਾ ਖੇਤਰ ਵਿੱਚ ਲੱਗੇ ਹੋਏ ਹਨ ਜਿਥੇ ਸੰਗਰੂਰ ਜ਼ਿਲ੍ਹੇ ਵਿੱਚ ਸਭ ਤੋਂ ਜ਼ਿਆਦਾ ਟਿਊਬਵੈਲ ਹਨ। ਇਸ ਤੋਂ ਬਾਅਦ ਲੁਧਿਆਣਾ, ਅੰਮ੍ਰਿਤਸਰ, ਗੁਰਦਾਸਪੁਰ ਅਤੇ ਪਟਿਆਲਾ ਜ਼ਿਲ੍ਹਿਆਂ ਦਾ ਨੰਬਰ ਆਉਂਦਾ ਹੈ। ਦੱਖਣ-ਪੱਛਮ ਦੇ ਖੁਸ਼ਕ ਜ਼ਿਲ੍ਹਿਆਂ ਮਾਨਸਾ ਅਤੇ ਫਾਜ਼ਿਲਕਾ ਵਿੱਚ ਘੱਟ (ਦੋਨਾਂ ਦੇ ਰਲ ਕੇ 77.49 ਹਜ਼ਾਰ) ਟਿਊਬਵੈਲ ਹਨ। ਅਰਧ-ਪਹਾੜੀ ਜ਼ਿਲ੍ਹਿਆਂ ਰੂਪਨਗਰ (22,603 ਟਿਊਬਵੈਲ) ਅਤੇ ਹੁਸ਼ਿਆਰਪੁਰ (55,225 ਟਿਊਬਵੈਲ) ਅਤੇ ਐਸ.ਬੀ.ਐਸ. ਨਗਰ (29,233 ਟਿਊਬਵੈਲ) ਵਿੱਚ ਵੀ ਬਹੁਤੇ ਟਿਊਬਵੈਲ ਨਹੀਂ ਹਨ। ਇਹ ਸ਼ਾਇਦ ਡੂੰਘਾ ਭੂਮੀਗਤ ਜਲ ਸਤਰ, ਪਹਾੜੀ ਅਤੇ ਉੱਚੀ-ਨੀਵੀਂ ਧਰਾਤਲ, ਪਥਰੀਲੀ ਮਿੱਟੀ, ਜ਼ਿਆਦਾ ਜੰਗਲਾਤ ਖੇਤਰ ਅਤੇ ਅਨੇਕਾਂ ਚੋਆਂ ਕਾਰਨ ਹੈ (ਨਕਸ਼ਾ ਨੰ. 39)। ਨਵੇਂ ਬਣੇ ਜ਼ਿਲ੍ਹੇ ਪਠਾਨਕੋਟ (9427 ਟਿਊਬਵੈਲ) ਅਤੇ ਐਸ.ਏ.ਐਸ. ਨਗਰ ਵਿੱਚ ਰਾਜ ਦੇ ਸੱਭ ਤੋਂ ਘੱਟ (16,252 = 1.2% ਪੰਜਾਬ ਦੇ) ਬਿਜਲੀ ਨਾਲ ਚੱਲਣ ਵਾਲੇ ਟਿਊਬਵੈਲ ਹਨ। ਇਹ ਅੰਕੜੇ 31 ਮਾਰਚ 2022 ਅਨੁਸਾਰ ਹਨ।

ਪੰਜਾਬ ਦੇ ਮੱਧਵਰਤੀ ਮੈਦਾਨਾਂ, ਜਿਸ ਵਿੱਚ ਅੰਮ੍ਰਿਤਸਰ, ਤਰਨਤਾਰਨ, ਕਪੂਰਥਲਾ, ਜਲੰਧਰ, ਲੁਧਿਆਣਾ, ਫਤਹਿਗੜ੍ਹ ਸਾਹਿਬ, ਪਟਿਆਲਾ, ਬਰਨਾਲਾ ਅਤੇ ਸੰਗਰੂਰ ਦੇ ਜ਼ਿਲ੍ਹੇ ਸ਼ਾਮਲ ਹਨ, ਦੀ ਪੱਧਰੀ ਧਰਾਤਲ, ਉਪਜਾਊ ਜਲੋੜੀ ਮਿੱਟੀ ਅਤੇ ਮਿੱਠੇ ਪਾਣੀ ਦੇ ਵੱਡੇ ਭੂਮੀਗਤ ਜਲ ਭੰਡਾਰਾਂ ਕਾਰਨ ਇੱਥੇ ਰਾਜ ਦੇ ਲਗਭਗ ਅੱਧੇ (2014 ਵਿੱਚ 54.0% ਅਤੇ 2022 ਵਿੱਚ 58.74%) ਟਿਊਬਵੈਲ ਪਾਏ ਜਾਂਦੇ ਹਨ। ਇਸ ਖੇਤਰ ਵਿੱਚ ਹੀ 2014 ਅਨੁਸਾਰ ਰਾਜ ਦਾ ਲਗਭਗ 55.79% ਅਤੇ 2021-22 ਵਿੱਚ 65.01% ਟਿਊਬਵੈਲਾਂ ਰਾਹੀਂ ਸਿੰਜਿਆ ਖੇਤਰਫਲ ਪਾਇਆ ਜਾਂਦਾ ਹੈ। ਇੱਥੇ ਵੀ ਅੰਮ੍ਰਿਤਸਰ, ਜਲੰਧਰ, ਸੰਗਰੂਰ, ਪਟਿਆਲਾ, ਕਪੂਰਥਲਾ ਅਤੇ ਲੁਧਿਆਣਾ ਜ਼ਿਲ੍ਹਿਆਂ, ਹਰੇਕ ਵਿੱਚ ਰਾਜ ਦਾ ਲਗਭਗ 6 ਤੋਂ 10.0% ਟਿਊਬਵੈਲਾਂ ਨਾਲ ਸਿੰਜਿਆ ਖੇਤਰ ਪਾਇਆ ਜਾਂਦਾ ਹੈ।

ਫ਼ਰੀਦਕੋਟ, ਮੁਕਤਸਰ, ਮੋਗਾ, ਮਾਨਸਾ ਅਤੇ ਬਠਿੰਡਾ ਤੋਂ 2007-08 ਵਿੱਚਕਾਰ ਟਿਊਬਵੈਲਾਂ ਰਾਹੀਂ ਸਿੰਜਾਈ ਦੀਆਂ ਧਿਆਨਯੋਗ ਤਬਦੀਲੀਆਂ ਆਈਆਂ ਹਨ (ਸਾਰਣੀ ਨੰ. 30)। ਫਰੀਦਕੋਟ ਜ਼ਿਲ੍ਹੇ ਵਿੱਚ (9.2 ਲੱਖ ਹੈਕਟੇਅਰ 1995-96 ਅਤੇ 2000-01 ਵਿੱਚ 39.0 ਲੱਖ ਹੈਕਟੇਅਰ) ਇਹ ਤਬਦੀਲੀ ਚਾਰ ਗੁਣਾ ਤੋਂ ਜ਼ਿਆਦਾ ਵਾਧਾ, ਮੁਕਤਸਰ ਜ਼ਿਲ੍ਹੇ ਵਿੱਚ ਲਗਭਗ **60 ਗੁਣਾ ਵਾਧਾ** (1995-96 ਵਿੱਚ 3.6 ਲੱਖ ਹੈਕਟੇਅਰ ਅਤੇ 2000-01 ਵਿੱਚ 213.2 ਲੱਖ ਹੈਕਟੇਅਰ) ਅਤੇ ਮੋਗਾ ਜ਼ਿਲ੍ਹੇ ਵਿੱਚ ਲਗਭਗ 7 ਗੁਣਾ ਵਾਧਾ ਰੀਕਾਰਡ ਕੀਤਾ ਗਿਆ। ਪ੍ਰੰਤੂ ਟਿਊਬਵੈਲਾਂ ਰਾਹੀਂ ਸਿੰਜੇ ਰਕਬੇ ਵਿੱਚ 2000-01 ਤੋਂ 2012-13 ਵਿੱਚ ਮੁਕਤਸਰ ਜ਼ਿਲ੍ਹੇ ਵਿੱਚ ਬਹੁਤ ਜ਼ਿਆਦਾ ਗਿਰਾਵਟ (2000-01 = 213.2 ਲੱਖ ਹੈਕਟੇਅਰ ਅਤੇ 2012-13 ਵਿੱਚ ਕੇਵਲ 4 ਲੱਖ ਹੈਕਟੇਅਰ) ਅਤੇ ਫ਼ਰੀਦਕੋਟ ਅਤੇ ਫਿਰੋਜ਼ਪੁਰ ਜ਼ਿਲ੍ਹਿਆਂ ਵਿੱਚ ਵੀ ਕਾਫ਼ੀ ਗਿਰਾਵਟ ਰੀਕਾਰਡ ਕੀਤੀ ਗਈ। ਇਸ ਤਬਦੀਲੀ

ਲਈ ਦੋ ਕਾਰਨ ਮਹੱਤਵਪੂਰਨ ਹੋ ਸਕਦੇ ਹਨ। ਪਹਿਲਾ ਸੇਮ (water logging) ਦਾ ਕਾਫ਼ੀ ਵੱਧਣਾ ਅਤੇ ਦੂਜੇ ਨਹਿਰੀ ਸਿੰਜਾਈ ਦਾ 2000-01 ਵਿੱਚ ਬਹੁਤ ਘੱਟਣਾ ਅਤੇ 2011-12 ਵਿੱਚ ਫਿਰ ਬਹੁਤ ਵੱਧ ਜਾਣਾ ਹੋ ਸਕਦੇ ਹਨ। ਬਠਿੰਡਾ ਜ਼ਿਲ੍ਹੇ ਵਿੱਚ ਟਿਊਬਵੈਲਾਂ ਰਾਹੀਂ ਸਿੰਜਾਈ ਵਿੱਚ 1995-96 ਤੋਂ 2007-08 ਤਕ ਲਗਾਤਾਰ ਕਾਫ਼ੀ ਵਾਧਾ ਹੋਇਆ ਹੈ। ਪ੍ਰੰਤੂ ਮਾਨਸਾ ਜ਼ਿਲੇ ਵਿੱਚ ਇਸਦੇ ਉਲਟ 1995-96 ਤੋਂ 2000-01 ਤਕ ਲਗਾਤਾਰ ਗਿਰਾਵਟ ਰੀਕਾਰਡ ਕੀਤੀ ਗਈ ਹੈ (ਸਾਰਣੀ ਨੰ. 30)। ਬਾਕੀ ਜ਼ਿਲ੍ਹਿਆਂ ਵਿੱਚ ਸਾਧਾਰਣ ਘਾਟਾ ਜਾਂ ਵਾਧਾ ਰੀਕਾਰਡ ਕੀਤਾ ਗਿਆ ਹੈ।

ਹੇਠ ਦਿੱਤੀ ਸਾਰਣੀ ਪੰਜਾਬ ਵਿੱਚ ਜ਼ਿਲ੍ਹੇਵਾਰ ਟਿਊਬਵੈਲਾਂ ਅਤੇ ਦੂਜੇ ਸਾਧਨਾਂ ਰਾਹੀਂ ਸਿੰਜੇ ਇਲਾਕੇ ਦੀ ਜਾਣਕਾਰੀ ਦਿੰਦੀ ਹੈ—

ਸਾਰਣੀ ਨੰ. 30

ਪੰਜਾਬ ਵਿੱਚ ਜ਼ਿਲ੍ਹੇਵਾਰ ਵਿਭਿੰਨ ਸਾਧਨਾਂ ਰਾਹੀਂ ਨਿਰੋਲ ਸਿੰਜਿਆ ਰਕਬਾ ਅਤੇ ਟਿਊਬਵੈੱਲਾਂ ਦੀ ਗਿਣਤੀ

ਕ੍ਰਮ ਨੰ.	ਜ਼ਿਲ੍ਹਾ	ਨਹਿਰੀ ਰਕਬਾ			ਟਿਊਬਵੈਲਾਂ ਅਤੇ ਖੂਹਾਂ ਰਾਹੀਂ ਸਿੰਜਿਆ ਰਕਬਾ			ਕੁੱਲ ਸਿੰਜਿਆ ਰਕਬਾ			ਨਿਰੋਲ ਸਿੰਜੇ ਰਕਬੇ ਦੀ ਨਿਰੋਲ ਬੀਜੇ ਰਕਬੇ ਨਾਲ ਪ੍ਰਤੀਸ਼ੱਤਤਾ			ਟਿਊਬਵੈਲਾਂ ਦੀ ਗਿਣਤੀ (ਬਿਜਲੀ ਨਾਲ ਚੱਲਣ ਵਾਲੇ)			ਸਿੰਜਾਈ ਤੀਬਰਤਾ (%)
		2000-01	2015-16	2021-22	2000-01	2015-16	2021-22	2000-01	2015-16	2021-22	2000-01	2015-16	2021-22	2000-01	2015-16	2022	2021-22(P)
1.	ਗੁਰਦਾਸਪੁਰ	67.6 22.9	21.10	23.0	141.1 194.6	188.0	185.0	208.7 217.5	209.0	208.0	74.3 74.5	100.0	180.0	63572 68,816	89,719	94,391	190.87
2.	ਪਠਾਨਕੋਟ	=	(a)	10.0	=	48.0	37.0	=	48.0	47.0	=	100.0	100.0	=	8,573	9,427	197.87
3.	ਅੰਮ੍ਰਿਤਸਰ	154.1 198.0	24.0	19.0	286.1 241.5	195.0	200.0	440.2 439.5	219.0	219.0	100.0 98.5	100.0	100.0	112003 1,22,396	81,664	95,721	188.13
4.	ਤਰਨਤਾਰਨ	—	11.0	9.0	=	207.0	208.0	=	218.0	217.0	=	100.0	100.0	=	71,623	77,550	183.41
5.	ਕਪੂਰਥਲਾ	13.0 1.2	(a)	0.0	140.0 133.5	134.0	132.0	53.0 134.7	134.0	132.0	98.6 99.8	100.0	100.0	33227 40,850	51,481	54,785	200.76
6.	ਜਲੰਧਰ	33.1 7.2	—	0.0	207.0 229.5	251.0	242.0	240.1 236.7	251.0	242.0	98.0 99.5	100.0	100.0	64002 66,185	80,849	86,629	177.70
7.	ਐਸ.ਬੀ.ਐਸ. ਨਗਰ	6.7 2.7	(a)	1.0	81.0 80.7	95.0	93.0	87.7 83.4	95.0	94.0	100.0 82.6	100.0	100.0	18405 18,416	26,862	29,233	189.36
8.	ਹੁਸ਼ਿਆਰਪੁਰ	14.8 20.0	10.0	2.0	135.0 165.9	194.0	203.0	150.7 188.3	204.0	205.0	71.7 86.4	100.0	100.0	30590 33,044	49,275	55,225	160.98
9.	ਰੂਪਨਗਰ	15.2 1.7	3.0	5.0	73.0 91.4	77.0	70.0	88.2 93.1	81.0	75.0	76.7 73.9	100.0	90.0	16814 18,534	19,908	22,603	164.00
10.	ਐਸ.ਏ.ਐਸ. ਨਗਰ	=	5.0	0.0	=	72.0	86.0	=	77.0	86.0	=	100.0	100.0	=	14,337	16,252	126.74
11.	ਲੁਧਿਆਣਾ	13.4 10.2	10.0	0.0	290.0 294.0	289.0	284.0	303.4 304.2	299.0	284.0	100.0 100.0	100.0	95.3	71667 78.095	1,06,514	1,14,656	199.30
12.	ਫਿਰੋਜ਼ਪੁਰ	262.0 143.7	63.0	63.0	231.8 327.2	156.0	155.0	483.8 470.9	218.0	218.0	100.0 99.1	100.0	100.0	85104 77,118	92,639	82,754	183.94
13.	ਫਾਜ਼ਿਲਕਾ	=	247.0	245.0	=	6.0	11.0	=	253.0	257.0	=	100.0	100.0	=	27,044	34,610	175.10
14.	ਫ਼ਰੀਦਕੋਟ	104.5 89.5	57.0	57.0	9.2 39.0	70.0	71.0	113.7 128.8	127.0	128.0	94.0 97.6	100.0	100.0	16315 15,867	37,459	57,632	192.97
15.	ਸ੍ਰੀ ਮੁਕਤਸਰ ਸਾਹਿਬ	207.1 4.3	227.0	227.0	3.6 213.2	—	2.0	210.7 217.5	227.0	229.0	99.9 92.9	100.0	100.0	6347 10,070	63,491	71,263	200.44
16.	ਮੋਗਾ	114.0 32.4	—	0.0	24.0 165.0	196.0	194.0	138.0 197.4	196.0	194.0	90.2 99.7	100.0	100.0	25229 42,956	63,359	72,855	200.52
17.	ਬਠਿੰਡਾ	233.5 230.5	247.0	226.0	48.6 64.4	47.0	57.0	282.1 294.9	294.0	283.0	95.3 98.6	100.0	100.0	9491 13,958	60,012	78,345	197.53
18.	ਮਾਨਸਾ	141.4 144.5	138.0	137.0	56.7 54.5	51.0	47.0	198.6 199.0	189.0	184.0	99.7 98.0	100.0	100.0	6386 8,900	33,974	42,881	200.54
19.	ਸੰਗਰੂਰ	157.0 81.3	77.0	75.0	298.0 341.2	235.0	235.0	455.0 422.5	312.0	310.0	100.0 92.7	100.0	100.0	83187 93,026	1,12,055	1,18,243	201.94

20.	ਬਰਨਾਲਾ	=	58.0	59.0	=	66.0	66.0	=	124.0	125.0	—	100.0	100.0	=	42,957	46,823	199.20
21.	ਪਟਿਆਲਾ	17.3 10.0	2.0	0.0	269.0 279.7	259.0	257.0	287.1 289.7	260.0	257.0	95.3 95.3	99.79	100.0	59902 63,424	86,527	92,980	197.28
22.	ਫਤਿਹਗੜ੍ਹ ਸਾਹਿਬ	5.5 1.4	(a)	0.0	95.7 101.2	102.2	102.0	101.2 102.6	102.0	102.0	100.0 99.6	100.0	100.0	21159 22,820	31,759	33,979	186.27
23.	ਪੰਜਾਬ	1561.0 1002.0	1201.0	1159.0	2385.0 3017.0	2936.0	2936.0	3953.0 4021.0	4137.0	4095.0	95.0 94.0	99.9	98.9	727470 794745	12,54,0 81	13,88,8 37	188.77

ਸਰੋਤ— ਪੰਜਾਬ ਦਾ ਅੰਕੜਾ ਸਾਰ— 1996, 2001, 2016 ਅਤੇ 2022 ਰਕਬਾ ਹਜ਼ਾਰ ਹੈਕਟੇਅਰ ਵਿੱਚ ਹੈ।

* ਆਰਜ਼ੀ   500 ਹੈਕਟੇਅਰ ਤੋਂ ਘੱਟ   ਭਿੰਨ ਰੂਪ ਵਿੱਚ ਅੰਕੜੇ = $\frac{\text{ਅੰਸ਼}}{\text{ਹਰ}} = \frac{\text{1995–96 ਦੇ ਅੰਕੜੇ}}{\text{2000–01 ਦੇ ਅੰਕੜੇ}}$

ਸਿੰਜਾਈ-ਅਧੀਨ ਇਲਾਕੇ ਦੀ ਵੰਡ (DISTRIBUTION OF IRRIGATED AREA)

ਪੰਜਾਬ ਦੇ ਜ਼ਿਆਦਾਤਰ ਭਾਗਾਂ ਵਿੱਚ ਕਾਫੀ ਸਿੰਜਾਈ ਸਹੂਲਤਾਂ ਪ੍ਰਾਪਤ ਹਨ। 2000-01 ਅਨੁਸਾਰ ਸਮੁੱਚੇ ਪੰਜਾਬ ਰਾਜ ਲਈ ਔਸਤਨ 94.0% ਨਿਰੋਲ ਬੀਜਿਆ ਰਕਬਾ ਸਿੰਜਾਈ ਅਧੀਨ ਸੀ ਜੋ 2012-13 ਵਿੱਚ ਵੱਧ ਕੇ 99.2% ਹੋ ਗਿਆ। ਪ੍ਰੰਤੂ 2021-22 ਵਿੱਚ ਇਹ ਕੁੱਝ ਘਟ ਕੇ 98.9% ਸੀ। ਸਾਰਣੀ ਨੰ. 30 ਨੂੰ ਦੇਖਣ ਤੋਂ ਪਤਾ ਲੱਗਦਾ ਹੈ ਕਿ 2000-01 ਵਿੱਚ ਅਤੇ ਪਹਿਲਾਂ ਪੰਜ ਜ਼ਿਲ੍ਹਿਆਂ ਗੁਰਦਾਸਪੁਰ, ਐਸ.ਬੀ.ਐਸ. ਨਗਰ, ਹੁਸ਼ਿਆਰਪੁਰ ਅਤੇ ਰੂਪਨਗਰ ਅਤੇ ਐਸ.ਏ.ਐਸ਼. ਨਗਰ ਜ਼ਿਲ੍ਹਿਆਂ ਵਿੱਚ ਨਿਰੋਲ ਬੀਜੇ ਰਕਬੇ ਨਾਲ ਨਿਰੋਲ ਸਿੰਜੇ ਰਕਬੇ ਦੀ ਪ੍ਰਤੀਸ਼ੱਤਤਾ ਰਾਜ ਦੀ ਔਸਤ ਪ੍ਰਤੀਸ਼ੱਤਤਾ ਤੋਂ ਘੱਟ ਹੈ। ਪੂਰਬੀ ਜ਼ਿਲ੍ਹੇ ਰੂਪਨਗਰ ਵਿੱਚ ਨਿਰੋਲ ਸਿੰਜੇ ਰਕਬੇ ਦੀ ਨਿਰੋਲ ਬੀਜ ਰਕਬੇ ਨਾਲ ਪ੍ਰਤੀਸ਼ੱਤਤਾ ਸਭ ਤੋਂ ਘੱਟ ਹੈ। ਇਹ 73.9% ਦੇ ਲਗਭਗ ਸੀ। ਬਾਕੀ ਦੇ ਜ਼ਿਲ੍ਹਿਆਂ ਗੁਰਦਾਸਪੁਰ, ਪਠਾਨਕੋਟ, ਐਸ.ਬੀ.ਐਸ. ਨਗਰ ਅਤੇ ਰੂਪਨਗਰ ਵਿੱਚ ਇਹ ਪ੍ਰਤੀਸ਼ੱਤਤਾ 80 ਤੋਂ 90.6 ਹੈ। ਇਸ ਘੱਟ ਪ੍ਰਤੀਸ਼ੱਤਤਾ ਦੇ ਮੁੱਖ ਕਾਰਨ ਜ਼ਿਆਦਾ ਵਰਖਾ, ਪਹਾੜੀ ਅਤੇ ਉੱਚੀ-ਨੀਵੀਂ ਧਰਾਤਲ, ਡੂੰਘਾ ਭੂਮੀਗਤ ਜਲ ਸਤਰ, ਸਖ਼ਤ ਚੱਟਾਨਾਂ ਅਤੇ ਭੂਮੀਗਤ ਜਲ ਭੰਡਾਰ ਦਾ ਪਤਲਾ ਅਤੇ ਛੋਟਾ ਹੋਣਾ ਹਨ। ਇਸ ਖੇਤਰ ਵਿੱਚ ਕੁੱਝ ਤਹਿਸੀਲਾਂ ਜਿਵੇਂ ਕਿ ਪਠਾਨਕੋਟ ਗੁਰਦਾਸਪੁਰ ਜ਼ਿਲ੍ਹੇ ਵਿੱਚ ਅਤੇ ਆਨੰਦਪੁਰ ਸਾਹਿਬ ਰੂਪਨਗਰ ਜ਼ਿਲ੍ਹੇ ਵਿੱਚ ਅਤੇ ਬਲਾਚੌਰ ਐਸ.ਬੀ.ਐਸ. ਨਗਰ ਜ਼ਿਲ੍ਹੇ ਵਿੱਚ ਦੀ ਪ੍ਰਤੀਸ਼ੱਤਤਾ 60 ਦੇ ਲੱਗਭਗ ਹੈ। ਧਾਰ ਕਲਾਂ ਤਹਿਸੀਲ ਵਿੱਚ ਕੇਵਲ 1.0% ਦੇ ਲਗਭਗ ਖੇਤਰ ਸਿੰਜਾਈ ਅਧੀਨ ਹੈ। ਇਨ੍ਹਾਂ ਤਹਿਸੀਲਾਂ ਦੀ ਧਰਾਤਲ ਬਹੁਤ ਕਟੀ-ਫੱਟੀ ਹੈ। 2021-22 ਦੇ ਆਰਜ਼ੀ ਅੰਕੜਿਆਂ ਅਨੁਸਾਰ ਪੰਜਾਬ ਵਿੱਚ ਰੂਪਨਗਰ ਅਤੇ ਲੁਧਿਆਣਾ ਜ਼ਿਲ੍ਹਿਆਂ ਨੂੰ ਛੱਡਕੇ ਬਾਕੀ ਦੇ ਸਭ ਜ਼ਿਲ੍ਹਿਆਂ ਵਿੱਚ ਸਿੱਜੇ ਨਿਰੋਲ ਰਕਬੇ ਦੀ ਬੀਜੇ ਨਿਰੋਲ ਰਕਬੇ ਨਾਲ ਪ੍ਰਤੀਸ਼ਤਤਾ 100.0 ਹੈ।

ਪੰਜਾਬ ਦੇ ਮੱਧਵਰਤੀ ਮੈਦਾਨਾਂ, ਜੋ ਅੰਮ੍ਰਿਤਸਰ, ਤਰਨਤਾਰਨ, ਕਪੂਰਥਲਾ, ਜਲੰਧਰ, ਫਤਹਿਗੜ੍ਹ ਸਾਹਿਬ, ਬਰਨਾਲਾ ਅਤੇ ਸੰਗਰੂਰ ਦੇ ਜ਼ਿਲ੍ਹਿਆਂ ਵਿੱਚ ਫੈਲੇ ਹੋਏ ਹਨ, ਵਿੱਚ ਉੱਚੀ ਸਿੰਜਾਈ ਪ੍ਰਤੀਸ਼ੱਤਤਾ ਪਾਈ ਜਾਂਦੀ ਹੈ। ਇਹ ਪ੍ਰਤੀਸ਼ੱਤਤਾ 100 ਹੈ। ਇਨ੍ਹਾਂ ਜ਼ਿਲ੍ਹਿਆਂ ਦੀ ਧਰਾਤਲ ਸਪਾਟ ਹੈ, ਉਪਜਾਊ ਜਲੋੜੀ ਮਿੱਟੀ ਹੈ, ਖੂਹਾਂ ਅਤੇ ਟਿਊਬਵੈਲਾਂ ਰਾਹੀਂ ਸਿੰਜਾਈ ਲਈ ਵਿਸ਼ਾਲ ਜ਼ਮੀਨ ਹੇਠਲੇ ਜਲ ਭੰਡਾਰ ਹਨ, ਬਿਸਤ ਦੋਆਬ ਤੋਂ ਬਿਨਾਂ ਸਾਰੇ ਖੇਤਰ ਵਿੱਚ ਨਹਿਰਾਂ ਦਾ ਸੰਘਣਾ ਜਾਲ ਵਿਛਿਆ ਹੋਇਆ ਹੈ ਅਤੇ ਵਰਖਾ ਘੱਟ ਤੋਂ ਦਰਮਿਆਨੀ ਹੈ। ਇਸ ਪ੍ਰਦੇਸ਼ ਵਿੱਚ ਸੱਭ ਜ਼ਿਲ੍ਹਿਆਂ ਵਿੱਚ ਸਿੰਜਾਈ ਦੀ ਪ੍ਰਤੀਸ਼ੱਤਤਾ 100 ਹੈ। ਫਰੀਦਕੋਟ ਅਤੇ ਸ੍ਰੀ ਮੁਕਤਸਰ ਸਾਹਿਬ ਜ਼ਿਲ੍ਹਿਆਂ ਵਿੱਚ ਸਿੰਜਾਈ ਦੀ ਪ੍ਰਤੀਸ਼ੱਤਤਾ 99 ਤੋਂ ਜ਼ਿਆਦਾ ਹੈ (ਨਕਸ਼ਾ ਨੰ. 40 ਅਤੇ ਸਾਰਣੀ ਨੰ. 30)। ਇਹ ਅੰਕੜੇ ਸਾਲ 2015-16 ਅਨੁਸਾਰ ਹਨ।

ਇਸ ਤੋਂ ਨਤੀਜਾ ਇਹ ਨਿਕਲਦਾ ਹੈ ਕਿ ਸਿੰਜਾਈ ਪ੍ਰਤੀਸ਼ੱਤਤਾ (ਨਿਰੋਲ ਸਿੰਜੇ ਰਕਬੇ ਦੀ ਨਿਰੋਲ ਬੀਜੇ ਰਕਬੇ ਨਾਲ ਪ੍ਰਤੀਸ਼ੱਤਤਾ) ਵਿੱਚ ਧਰਾਤਲ, ਚੱਟਾਨੀ ਰਚਨਾ (rock structure), ਮਿੱਟੀਆਂ ਦੀ ਕਿਸਮ, ਜ਼ਮੀਨ ਹੇਠਲੇ ਪਾਣੀ ਦੇ ਭੰਡਾਰ (sub-surface water reservoirs) ਅਤੇ ਸਾਲਾਨਾ ਵਰਖਾ ਅਨੁਸਾਰ ਤਬਦੀਲੀ ਆਉਂਦੀ ਹੈ। ਸਿੰਜਾਈ ਤੀਬਰਤਾ (Irrigation intensity) ਉੱਚੀ-ਵਰਖਾ, ਉੱਚੀ-ਨੀਵੀਂ ਪਹਾੜੀ ਧਰਾਤਲ ਅਤੇ ਘੱਟ ਉਪਜਾਊ ਰੇਤਲੀ ਮਿੱਟੀ ਨਾਲ ਘੱਟਦੀ ਹੈ ਪ੍ਰੰਤੂ ਦਰਮਿਆਨੀ ਤੋਂ ਘੱਟ ਵਰਖਾ, ਪੱਧਰੀ ਧਰਾਤਲ, ਉਪਜਾਊ ਮਿੱਟੀ ਅਤੇ ਵਿਸ਼ਾਲ ਅਤੇ ਭਰੋਸੇਯੋਗ ਮਿੱਠੇ ਪਾਣੀ ਦੇ ਭੂਮੀਗਤ ਜਲ ਭੰਡਾਰਾਂ ਨਾਲ ਸਿੰਜਾਈ ਪ੍ਰਤੀਸ਼ੱਤਤਾ ਵਧਦੀ ਹੈ।

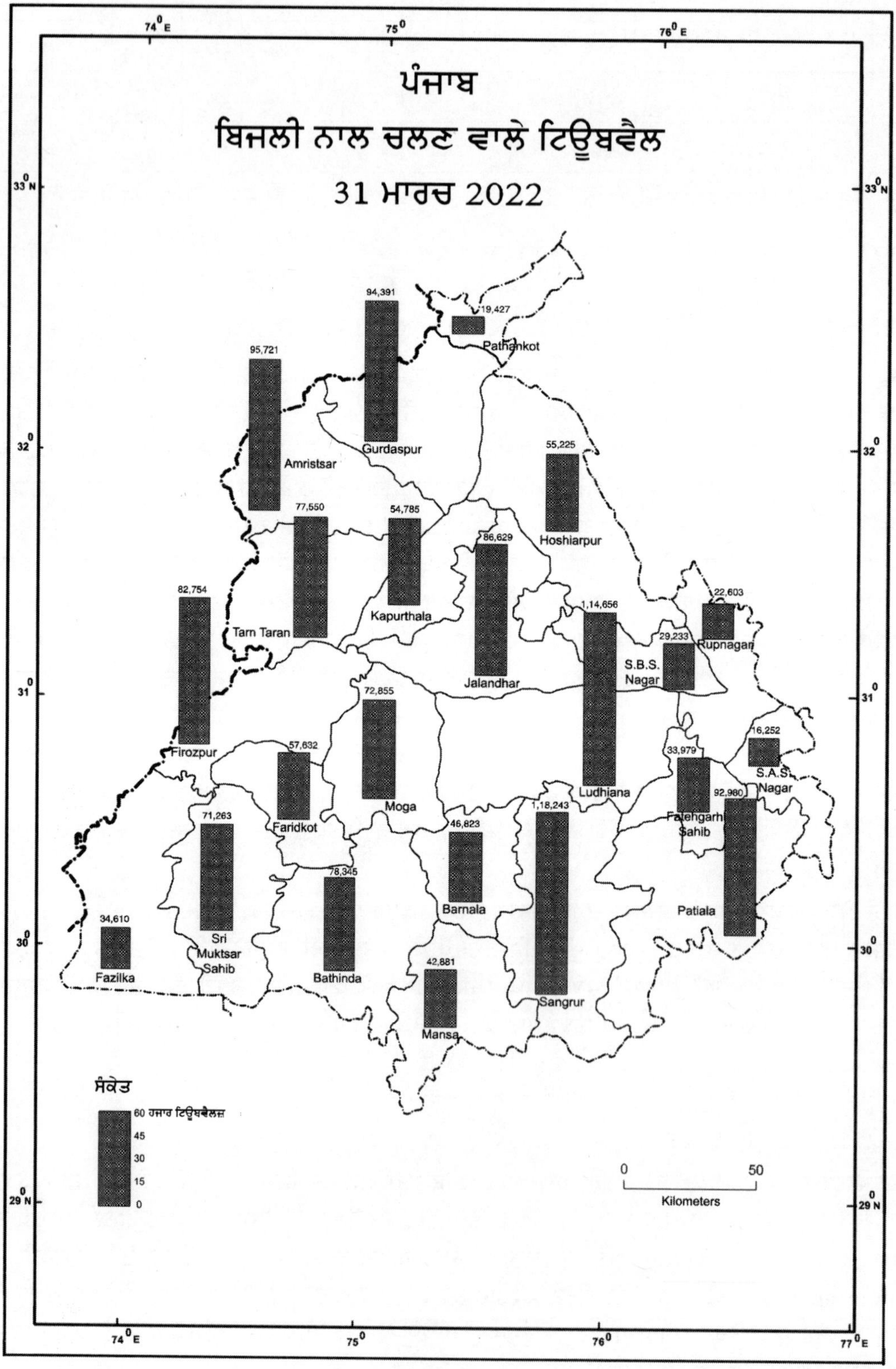
ਪੰਜਾਬ
ਬਿਜਲੀ ਨਾਲ ਚਲਣ ਵਾਲੇ ਟਿਊਬਵੈਲ
31 ਮਾਰਚ 2022
94,391 Gurdaspur
19,427 Pathankot
95,721 Amritsar
55,225 Hoshiarpur
77,550 Tarn Taran
54,785 Kapurthala
86,629 Jalandhar
82,754 Firozpur
1,14,656 Ludhiana
22,603 Rupnagar
29,233 S.B.S. Nagar
72,855 Moga
57,632 Faridkot
16,252 S.A.S. Nagar
33,979 Fatehgarh Sahib
92,980 Patiala
71,263 Sri Muktsar Sahib
46,823 Barnala
1,18,243 Sangrur
78,345 Bathinda
34,610 Fazilka
42,881 Mansa
ਸੰਕੇਤ
60 ਹਜਾਰ ਟਿਊਬਵੈਲਜ਼
45
30
15
0
0 50
Kilometers

Map 39

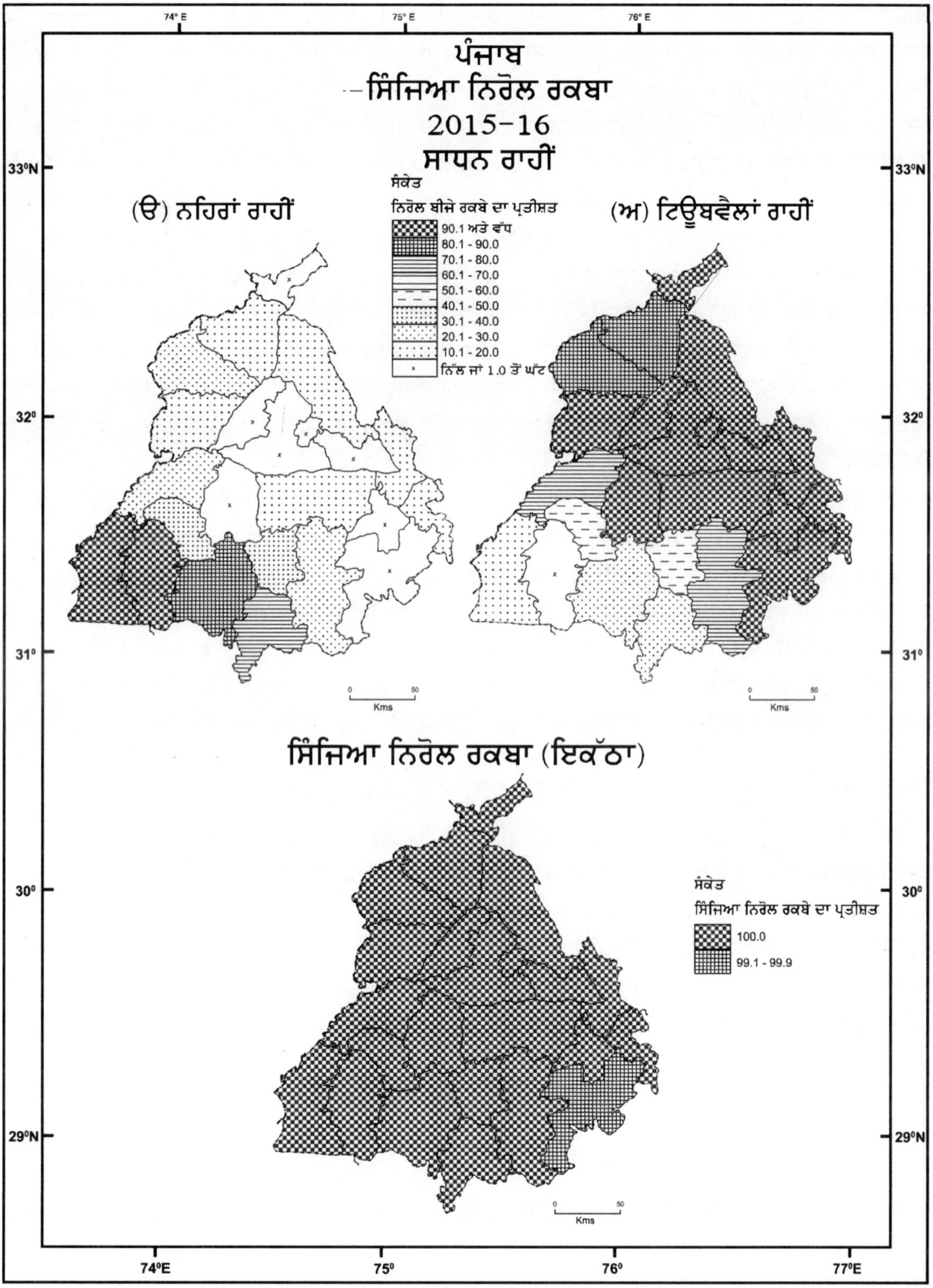
ਪੰਜਾਬ
ਸਿੰਜਿਆ ਨਿਰੋਲ ਰਕਬਾ
2015-16
ਸਾਧਨ ਰਾਹੀਂ
(ੳ) ਨਹਿਰਾਂ ਰਾਹੀਂ
(ਅ) ਟਿਊਬਵੈਲਾਂ ਰਾਹੀਂ
ਸੰਕੇਤ
ਨਿਰੋਲ ਬੀਜੇ ਰਕਬੇ ਦਾ ਪ੍ਰਤੀਸ਼ਤ
90.1 ਅਤੇ ਵੱਧ
80.1 - 90.0
70.1 - 80.0
60.1 - 70.0
50.1 - 60.0
40.1 - 50.0
30.1 - 40.0
20.1 - 30.0
10.1 - 20.0
ਨਿੱਲ ਜਾਂ 1.0 ਤੋਂ ਘੱਟ
ਸਿੰਜਿਆ ਨਿਰੋਲ ਰਕਬਾ (ਇਕੱਠਾ)
ਸੰਕੇਤ
ਸਿੰਜਿਆ ਨਿਰੋਲ ਰਕਬੇ ਦਾ ਪ੍ਰਤੀਸ਼ਤ
100.0
99.1 - 99.9
0 50 Kms
74° E
75° E
76° E
77°E
33°N
32°
31°
30°
29°N

Map 40

ਬਿਸਤ ਦੋਆਬ ਪ੍ਰਦੇਸ਼ ਵਿੱਚ ਖੂਹਾਂ ਅਤੇ ਟਿਊਬਵੈਲਾਂ ਰਾਹੀਂ ਸਿੰਜਾਈ ਦੀ ਪ੍ਰਧਾਨਤਾ ਹੈ। 2021-22 ਅਨੁਸਾਰ ਜ਼ਿਲ੍ਹਾ ਕਪੂਰਥਲਾ ਵਿੱਚ ਨਿਰੋਲ ਸਿੰਜੇ ਰਕਬੇ ਦੇ 100.0% ਵਿੱਚ ਖੂਹਾਂ ਅਤੇ ਟਿਊਬਵੈਲਾਂ ਰਾਹੀਂ ਸਿੰਜਾਈ ਹੋਈ ਸੀ। ਹੁਸ਼ਿਆਰਪੁਰ ਜ਼ਿਲ੍ਹੇ ਲਈ ਇਹ ਪ੍ਰਤੀਸ਼ੱਤਤਾ 99.02% ਸੀ। ਐਸ.ਬੀ.ਐਸ. ਨਗਰ ਜ਼ਿਲ੍ਹੇ ਲਈ 98.94 ਅਤੇ ਜਲੰਧਰ ਜ਼ਿਲ੍ਹੇ ਦਾ ਲਗਭਗ 100.0% ਖੇਤਰਫਲ ਖੂਹਾਂ ਅਤੇ ਟਿਊਬਵੈਲਾਂ ਰਾਹੀਂ ਸਿੰਜਿਆ ਗਿਆ ਸੀ। ਨਹਿਰਾਂ ਰਾਹੀਂ ਘੱਟ ਸਿੰਜਾਈ ਦਾ ਮੁੱਖ ਕਾਰਨ ਇਸ ਖੇਤਰ ਵਿੱਚ ਥੋੜ੍ਹੀਆਂ ਨਹਿਰਾਂ ਦਾ ਹੋਣਾ ਹੈ। ਇਥੇ ਬਿਸਤ ਦੋਆਬ ਨਹਿਰ ਹੀ ਪ੍ਰਮੁੱਖ ਨਹਿਰ ਹੈ। ਕੰਢੀ ਨਹਿਰ ਅਜੇ ਉਸਾਰੀ ਅਧੀਨ ਹੈ। ਇਨ੍ਹਾਂ ਨਹਿਰਾਂ ਤੋਂ ਸਿੰਜਾਈ ਵੀ ਸਾਰਾ ਸਾਲ ਪ੍ਰਾਪਤ ਨਹੀਂ ਹੁੰਦੀ ਹੈ।

ਅਪਰ ਬਾਰੀ ਦੋਆਬ ਖੇਤਰ ਦੇ ਤਰਨਤਾਰਨ ਜ਼ਿਲ੍ਹੇ ਵਿੱਚ ਕੇਵਲ 95.85% ਰਕਬਾ ਟਿਊਬਵੈਲਾਂ ਰਾਹੀਂ ਸਿੰਜਿਆ ਜਾਂਦਾ ਹੈ ਅਤੇ ਬਾਕੀ ਦੇ ਰਕਬੇ ਵਿੱਚ ਨਹਿਰਾਂ ਨਾਲ ਸਿੰਜਾਈ ਹੁੰਦੀ ਹੈ। ਅੰਮ੍ਰਿਤਸਰ (91.32%) ਅਤੇ ਗੁਰਦਾਸਪੁਰ (88.94%) ਜ਼ਿਲ੍ਹਿਆਂ ਦੇ ਨਿਰੋਲ ਸਿੰਜੇ ਖੇਤਰ ਵਿੱਚ ਨਹਿਰਾਂ ਅਤੇ ਟਿਊਬਵੈਲਾਂ ਦਾ ਯੋਗਦਾਨ ਅਸਮਾਨ ਹੈ (ਸਾਰਣੀ ਨੰ. 29)। ਇਸ ਦੇ ਮੁੱਖ ਕਾਰਨ ਇਥੇ ਰਾਜ ਦੀ ਸਭ ਤੋਂ ਪੁਰਾਣੀ ਨਹਿਰ ਅਤੇ ਪੂਰੀ ਤਰ੍ਹਾਂ ਵਿਕਸਤ ਨਹਿਰ ਤੰਤਰ ਦਾ ਹੋਣਾ, ਪੱਧਰੀ ਧਰਾਤਲ, ਠੀਕ ਦਰਮਿਆਨੀ ਵਰਖਾ ਅਤੇ ਵਿਸ਼ਾਲ ਭੂਮੀਗਤ ਜਲ ਭੰਡਾਰਾਂ ਦਾ ਮਿਲਣਾ ਹੈ। ਅੰਮ੍ਰਿਤਸਰ ਜ਼ਿਲ੍ਹੇ ਵਿੱਚ ਨਹਿਰਾਂ ਰਾਹੀਂ ਸਿੰਜੇ ਰਕਬੇ ਅਤੇ ਖੂਹਾਂ ਅਤੇ ਟਿਊਬਵੈਲਾਂ ਰਾਹੀਂ ਸਿੰਜੇ ਰਕਬੇ ਵਿਚਕਾਰ 1 ਅਤੇ 3 ਦੀ ਅਨੁਪਾਤ ਹੈ। ਗੁਰਦਾਸਪੁਰ ਜ਼ਿਲ੍ਹੇ ਦਾ ਲਗਭਗ 90% ਰਕਬਾ ਟਿਊਬਵੈਲਾਂ ਰਾਹੀਂ ਸਿੰਜਿਆ ਜਾਂਦਾ ਹੈ।

ਮਾਲਵਾ ਖੇਤਰ ਵਿੱਚ ਦੱਖਣ-ਪੱਛਮ ਦੇ ਖੁਸ਼ਕ ਅਤੇ ਰੇਤਲੇ ਜ਼ਿਲ੍ਹਿਆਂ ਵਿੱਚ ਭੂਮੀਗਤ ਪਾਣੀ ਖਾਰਾ (brackish) ਹੈ। ਇਸ ਕਾਰਨ ਖੇਤਾਂ ਨੂੰ ਪਾਣੀ ਦੇਣ ਲਈ ਇਹ ਜ਼ਿਲ੍ਹੇ ਮੁੱਖ ਤੌਰ ਤੇ ਨਹਿਰਾਂ ਉੱਤੇ ਹੀ ਨਿਰਭਰ ਹਨ। 2021-22 ਅਨੁਸਾਰ ਨਹਿਰਾਂ ਰਾਹੀਂ ਸਿੰਜੇ ਰਕਬੇ ਦੀ ਨਿਰੋਲ ਸਿੰਜੇ ਰਕਬੇ ਨਾਲ ਪ੍ਰਤੀਸ਼ੱਤਤਾ ਫਰੀਦਕੋਟ ਜ਼ਿਲ੍ਹੇ ਲਈ 44.53% ਹੈ, ਬਠਿੰਡਾ ਲਈ 79.86%, ਮੁਕਤਸਰ ਲਈ 99.13% ਮਾਨਸਾ ਲਈ 74.46%, ਫਾਜ਼ਿਲਕਾ ਲਈ 95.72% ਅਤੇ ਫਿਰੋਜ਼ਪੁਰ ਜ਼ਿਲ੍ਹੇ ਲਈ 28.9 ਹੈ। ਸੰਗਰੂਰ ਦੇ ਜ਼ਿਲ੍ਹੇ ਵਿੱਚ ਨਹਿਰਾਂ ਰਾਹੀਂ ਸਿੰਜੇ ਰਕਬੇ ਦੀ ਨਿਰੋਲ ਸਿੰਜੇ ਰਕਬੇ ਨਾਲ ਪ੍ਰਤੀਸ਼ੱਤਤਾ 24.46 ਹੈ। ਪਰੰਤੂ ਬਰਨਾਲਾ ਜ਼ਿਲ੍ਹੇ ਦਾ ਲੱਗਭਗ 47.2% ਖੇਤਰ ਨਹਿਰਾਂ ਨਾਲ ਸਿੰਜਿਆ ਜਾਂਦਾ ਹੈ। ਮਾਲਵਾ ਦੇ ਪੂਰਬੀ ਜ਼ਿਲ੍ਹਿਆਂ ਪਟਿਆਲਾ ਅਤੇ ਫਤਹਿਗੜ੍ਹ ਸਾਹਿਬ ਆਦਿ ਵਿੱਚ ਖੂਹਾਂ ਅਤੇ ਟਿਊਬਵੈਲਾਂ ਰਾਹੀਂ ਸਿੰਜਾਈ (100.00%) ਦੀ ਪ੍ਰਧਾਨਤਾ ਹੈ। ਇਹ ਮੱਧ ਪੰਜਾਬ ਦੇ ਜ਼ਿਲ੍ਹੇ ਹਨ।

ਲਿਫਟ ਸਿੰਜਾਈ ਯੋਜਨਾਵਾਂ (LIFT IRRIGATION SCHEMES)

ਪੰਜਾਬ ਦੇ ਕੰਢੀ ਖੇਤਰ ਵਿੱਚ ਸਿੰਜਾਈ ਲਈ ਪਾਣੀ ਦੀ ਘਾਟ ਹੈ। ਮੁਕਾਬਲਤਨ ਉੱਚੀ ਧਰਾਤਲ ਕਾਰਨ ਬਿਸਤ ਦੋਆਬ ਨਹਿਰ ਰਾਹੀਂ ਸਿੰਜਾਈ ਨਹੀਂ ਹੋ ਸਕਦੀ ਹੈ। ਇਸ ਕਾਰਨ ਇਸ ਖੇਤਰ ਵਿੱਚ, ਵਿਸ਼ੇਸ਼ ਕਰਕੇ ਗੜ੍ਹਸ਼ੰਕਰ ਅਤੇ ਬਲਾਚੌਰ ਤਹਿਸੀਲਾਂ ਵਿੱਚ ਇਥੇ ਕੰਢੀ ਨਹਿਰ ਦਾ ਪਾਣੀ ਵੀ ਨਹੀਂ ਪਹੁੰਚ ਸਕੇਗਾ ਅਤੇ ਰੂਪਨਗਰ ਜ਼ਿਲ੍ਹੇ ਦੇ ਘਾੜ ਪ੍ਰਦੇਸ਼ ਵਿੱਚ, ਸਿੰਜਾਈ ਲਈ ਪਾਣੀ ਦਾ ਪ੍ਰਬੰਧ ਲਿਫਟ ਸਿੰਜਾਈ ਯੋਜਨਾਵਾਂ ਰਾਹੀਂ ਕੀਤਾ ਜਾਵੇਗਾ। ਬਿਸਤ ਦੋਆਬ ਨਹਿਰ ਅਤੇ ਭਾਖੜਾ ਨਹਿਰ ਤੋਂ ਪਾਣੀ ਵੱਡੇ ਸ਼ਕਤੀਸ਼ਾਲੀ ਪੰਪਾਂ ਰਾਹੀਂ ਉੱਚਾ ਚੁੱਕਿਆ ਜਾਵੇਗਾ ਅਤੇ ਇਸ ਉੱਚੇ ਪ੍ਰਦੇਸ਼ ਨੂੰ ਸਿੰਜਾਈ ਪ੍ਰਦਾਨ ਕੀਤੀ ਜਾਵੇਗੀ। ਇਸ ਅਧੀਨ ਗੜ੍ਹਸ਼ੰਕਰ ਲਿਫਟ ਸਿੰਜਾਈ ਯੋਜਨਾ, ਗੜ੍ਹੀ ਲਿਫਟ ਸਿੰਜਾਈ ਯੋਜਨਾ ਅਤੇ ਲੋਹਟ ਲਿਫਟ ਸਿੰਜਾਈ ਯੋਜਨਾ ਰਾਹੀਂ ਬਿਸਤ ਦੋਆਬ ਨਹਿਰ ਤੋਂ ਪਾਣੀ ਚੁੱਕ ਕੇ ਸਿੰਜਾਈ ਪ੍ਰਦਾਨ ਕੀਤੀ ਜਾਵੇਗੀ। ਰੂਪਨਗਰ ਦੇ ਘਾੜ ਪ੍ਰਦੇਸ਼ ਲਈ ਭਾਖੜਾ ਨਹਿਰ ਤੋਂ ਪਾਣੀ ਚੁੱਕ ਕੇ (Ghar lift irrigation scheme) ਘਾੜ ਲਿਫਟ ਸਿੰਜਾਈ ਯੋਜਨਾ ਅਧੀਨ ਸਿੰਜਾਈ ਉਪਲੱਬਧ ਕਰਾਈ ਜਾਵੇਗੀ।

ਭੋ-ਵਰਤੋਂ (LAND USE)

ਪੰਜਾਬ ਇੱਕ ਛੋਟਾ ਰਾਜ ਹੈ ਜਿਸ ਦਾ ਭੂਗੋਲਿਕ ਖੇਤਰਫਲ 50,362 ਵਰਗ ਕਿਲੋਮੀਟਰ ਜਾਂ 50,36,200 ਹੈਕਟੇਅਰ ਹੈ। ਸਾਰਣੀ ਨੰ. 31 ਅਤੇ ਨਕਸ਼ਾ ਨੰ. 41 ਪੰਜਾਬ ਦੀ ਭੋਂ ਵਰਤੋਂ ਨੂੰ ਦਰਸਾਉਂਦੇ ਹਨ। 2021-22 ਵਿੱਚ 41.24 ਲੱਖ ਹੈਕਟੇਅਰ ਖੇਤਰ ਵਾਹੀ ਅਧੀਨ ਸੀ।

ਪੰਜਾਬ ਦੇ ਰਕਬੇ ਦੀ ਹੇਠ ਲਿਖੇ ਪ੍ਰਕਾਰ ਸ਼੍ਰੇਣੀ ਵੰਡ ਕੀਤੀ ਗਈ ਹੈ—

ਨਿਰੋਲ ਬੀਜਿਆ ਰਕਬਾ (NET AREA SOWN)

2021-22 ਅਨੁਸਾਰ ਰਾਜ ਦੇ ਕੁੱਲ ਭੂਗੋਲਿਕ ਰਕਬੇ ਵਿੱਚੋਂ ਲਗਭਗ 82% ਖੇਤਰਫਲ (41,24,000 ਹੈਕਟੇਅਰ) ਵਾਹੀ ਅਧੀਨ ਸੀ। ਇਸ ਰਕਬੇ ਨੂੰ ਨਿਰੋਲ ਬੀਜਿਆ ਰਕਬਾ ਜਾਂ ਨਿਰੋਲ ਭੂਮੀ ਕਿਹਾ ਜਾਂਦਾ ਹੈ। ਇਹ ਪ੍ਰਤੀਸ਼ਤਤਾ ਦੇਸ਼ ਦੀ ਔਸਤ ਪ੍ਰਤੀਸ਼ਤਤਾ (43%) ਤੋਂ ਲਗਭਗ ਦੁੱਗਣੀ ਹੈ। ਨਿਰੋਲ ਬੀਜੇ ਰਕਬੇ ਦੀ ਇਹ ਦੇਸ਼ ਵਿੱਚ ਸਭ ਤੋਂ ਉੱਚੀ ਪ੍ਰਤੀਸ਼ੱਤਤਾ ਹੈ। ਪੰਜਾਬ ਦੇ ਵਿਭਿੰਨ ਜ਼ਿਲ੍ਹਿਆਂ ਵਿੱਚ ਨਿਰੋਲ ਬੀਜੇ ਰਕਬੇ ਦੀ ਕੁੱਲ ਰਕਬੇ ਨਾਲ ਪ੍ਰਤੀਸ਼ਤਤਾ ਸਮਾਨ ਨਹੀਂ ਹੈ। ਜਲੰਧਰ ਅਤੇ ਫਿਰੋਜ਼ਪੁਰ ਜ਼ਿਲ੍ਹਿਆਂ ਲਈ ਇਹ ਪ੍ਰਤੀਸ਼ੱਤਤਾ ਸਭ ਤੋਂ ਉੱਚੀ (91) ਹੈ। ਸਭ ਤੋਂ ਨੀਵੀਂ ਪ੍ਰਤੀਸ਼ੱਤਤਾ ਪਠਾਨਕੋਟ ਜ਼ਿਲ੍ਹੇ ਵਿੱਚ 50 ਹੈ। ਪਟਿਆਲਾ, ਰੂਪਨਗਰ, ਐਸ.ਏ.ਐਸ.ਨਗਰ, ਸੰਗਰੂਰ, ਹੁਸ਼ਿਆਰਪੁਰ, ਐਸ.ਬੀ.ਐਸ. ਨਗਰ, ਲੁਧਿਆਣਾ, ਕਪੂਰਥਲਾ ਅਤੇ ਗੁਰਦਾਸਪੁਰ ਜ਼ਿਲ੍ਹਿਆਂ ਲਈ ਇਹ ਪ੍ਰਤੀਸ਼ੱਤਤਾ ਪੰਜਾਬ ਦੀ ਔਸਤ ਪ੍ਰਤੀਸ਼ੱਤਤਾ 82 ਜਾਂ ਇਸ ਤੋਂ ਘੱਟ ਹੈ। ਪੂਰਬੀ ਜ਼ਿਲ੍ਹਿਆਂ ਰੂਪਨਗਰ, ਐਸ.ਬੀ.ਐਸ. ਨਗਰ, ਹੁਸ਼ਿਆਰਪੁਰ, ਐਸ.ਏ.ਐਸ. ਨਗਰ ਵਿੱਚ ਪਹਾੜੀ ਧਰਾਤਲ, ਅਨੇਕਾਂ ਚੋਅ ਅਤੇ ਜੰਗਲਾਂ ਕਾਰਨ ਪ੍ਰਤੀਸ਼ੱਤਤਾ ਨੀਵੀਂ ਹੈ। ਕਪੂਰਥਲਾ ਜ਼ਿਲ੍ਹੇ ਲਈ ਨੀਵੀਂ ਪ੍ਰਤੀਸ਼ਤਤਾ ਦਾ ਇੱਕ ਮਹੱਤਵਪੂਰਣ ਕਾਰਨ ਰੇਤ ਦੇ ਟਿੱਬੇ (sand dunes) ਅਤੇ ਰੇਤ ਭਿੱਤੀਆਂ ਦਾ ਮਿਲਣਾ ਹੈ (ਨਕਸ਼ਾ ਨੰ. 41)।

ਦੱਖਣ-ਪੱਛਮੀ ਜ਼ਿਲ੍ਹਿਆਂ ਮਾਨਸਾ, ਬਠਿੰਡਾ, ਮੁਕਤਸਰ, ਫਰੀਦਕੋਟ, ਮੋਗਾ, ਫਾਜ਼ਿਲਕਾ ਅਤੇ ਫਿਰੋਜ਼ਪੁਰ ਵਿੱਚ ਇਹ ਪ੍ਰਤੀਸ਼ੱਤਤਾ (84 ਤੋਂ 91) ਪੰਜਾਬ ਦੀ ਔਸਤ ਪ੍ਰਤੀਸ਼ੱਤਤਾ ਤੋਂ ਉੱਚੀ ਹੈ। ਪੰਜਾਬ ਦੇ ਮੱਧ ਉੱਤਰੀ ਅਤੇ ਮੱਧ ਦੱਖਣੀ ਅਤੇ ਪੂਰਬੀ ਜ਼ਿਲ੍ਹਿਆਂ ਜਲੰਧਰ, ਫਤਹਿਗੜ੍ਹ ਸਾਹਿਬ ਅਤੇ ਬਰਨਾਲਾ ਵਿੱਚ ਵੀ ਨਿਰੋਲ ਬੀਜੇ ਰਕਬੇ ਦੀ ਜ਼ਿਲ੍ਹੇ ਦੀ ਕੁੱਲ ਰਕਬੇ ਨਾਲ ਪ੍ਰਤੀਸ਼ੱਤਤਾ (85 ਤੋਂ 90) ਪੰਜਾਬ ਦੀ ਔਸਤ ਪ੍ਰਤੀਸ਼ੱਤਤਾ ਨਾਲੋਂ ਜ਼ਿਆਦਾ ਹੈ (ਨਕਸ਼ਾ ਨੰ. 41)।

ਸਾਰਣੀ ਨੰ. 31

ਪੰਜਾਬ ਵਿੱਚ ਜ਼ਿਲ੍ਹੇਵਾਰ ਰਕਬੇ ਦੀ ਸ਼੍ਰੇਣੀ ਵੰਡ 2015-16 ਅਤੇ 2021-22 (ਰਕਬਾ ਹਜ਼ਾਰ ਹੈਕਟੇਅਰਾਂ ਵਿੱਚ)

ਕ੍ਰਮ ਨੰ.	ਜ਼ਿਲ੍ਹਾ	ਭੂਗੋਲਿਕ ਰਕਬਾ	ਜੰਗਲ		ਕਾਸ਼ਤ ਲਈ ਨਾ ਉਪਲੱਬਧ ਰਕਬਾ		ਵਾਹੀਯੋਗ ਬੇਕਾਰ ਰਕਬਾ		ਬਾਂਝ ਭੋਂ		ਨਿਰੋਲ ਬੀਜਿਆ ਰਕਬਾ		ਪ੍ਰਤੀਸ਼ੱਤ		ਕੁੱਲ ਬੀਜਿਆ ਰਕਬਾ	
			2015-16	2021-22	2015-16	2021-22	2015-16	2021-22	2015-16	2021-22	2015-16	2021-22	2015-16	2021-22	2015-16	2021-22
1.	ਗੁਰਦਾਸਪੁਰ	257*	6	6	21	24	—	—	21	20	209	208	81.3	81	412	408
2.	ਪਠਾਨਕੋਟ	94*	15	15	15	15	2	—	11	13	48	47	46.8	50	91	94
3.	ਅੰਮ੍ਰਿਤਸਰ	264	3	2	42	41	(ੳ)	(ੳ)	(ੳ)	(ੳ)	219	219	83.0	83	440	412
4.	ਤਰਨਤਾਰਨ	241	5	5	19	19	—	—	(ੳ)	(ੳ)	218	217	90.5	90	395	398
5.	ਕਪੂਰਥਲਾ	167	1	1	30	33	1	—	(ੳ)	1	134	132	80.2	79	266	265
6.	ਜਲੰਧਰ	266	6	5	0	19	10	—	—	—	251	242	94.4	91	418	414
7.	ਐਸ.ਬੀ.ਐਸ. ਨਗਰ	127	16	16	10	11	—	—	6	4	95	93	74.8	73	187	180
8.	ਹੁਸ਼ਿਆਰਪੁਰ	339	106	104	19	21	(ੳ)	(ੳ)	9	6	204	205	60	60	340	338
9.	ਰੂਪਨਗਰ	139	31	31	24	28	1	1	1	5	81	84	59.1	60	138	138
10.	ਐਸ.ਏ.ਐਸ. ਨਗਰ	121	16	10	25	23	(ੳ)	(ੳ)	1	1	77	86	63.6	71	99	116
11.	ਲੁਧਿਆਣਾ	368	10	9	59	60	—	—	—		299	299	81.3	81	600	566
12.	ਫਿਰੋਜ਼ਪੁਰ	239*	10	10	10	11	—	—	—	—	218	218	91.2	91	406	401
13.	ਫਾਜ਼ਿਲਕਾ	287*	2	1	32	32	—	—	—	3	253	257	88.2	90	488	496
14.	ਫਰੀਦਕੋਟ	147	2	2	18	17	—	—	—	—	127	128	86.4	87	248	251
15.	ਸ੍ਰੀ ਮੁਕਤਸਰ ਸਾਹਿਬ	264	2	1	19	17	—	2	14	16	227	230	86.0	87	453	459
16.	ਮੋਗਾ	223	3	2	23	26	—	—	2	2	196	194	87.9	87	389	390

17.	ਬਠਿੰਡਾ	337	6	6	37	47	—	—	—	—	294	283	87.2	84	558	560
18.	ਮਾਨਸਾ	214	2	2	11	11	—	—	12	—	189	184	88.3	86	368	369
19.	ਸੰਗਰੂਰ	361	1	1	46	43	—	(ੳ)	2	2	312	314	86.4	80	622	626
20.	ਬਰਨਾਲਾ	141	1	1	14	6	—	7	(ੳ)	(ੳ)	124	125	87.9	87	248	249
21.	ਪਟਿਆਲਾ	322	12	12	43	43	—	—	2	5	261	258	81.1	80	513	507
22.	ਫਤਹਿਗੜ੍ਹ ਸਾਹਿਬ	115	1	1	12	11	—	—	—	—	102	102	88.7	89	191	190
	ਕੁੱਲ ਪੰਜਾਬ	5033	256	243	528	558	16	8	82	78	4137	4124	82.2	82	7872	7826

ਸੋਮਾ— ਪੰਜਾਬ ਅੰਕੜਾ ਸਾਰ 2016 ਅਤੇ 2022 (ੳ) 500 ਹੈਕਟੇਅਰ ਤੋਂ ਘੱਟ * ਗਰਾਮ ਦਸਤਾਵੇਜਾਂ ਅਨੁਸਾਰ ਰਕਬਾ ਭੂਗੋਲਿਕ ਰਕਬਾ ਪੰਜਾਬ ਅੰਕੜਾ ਸਾਰ 2022 ਅਨੁਸਾਰ ਹੈ।

ਜੰਗਲਾਂ ਹੇਠ ਰਕਬਾ (AREA UNDER FORESTS)

ਪੰਜਾਬ ਵਿੱਚ ਜੰਗਲਾਂ ਹੇਠ ਖੇਤਰਫਲ ਬਹੁਤ ਘੱਟ ਹੈ। ਰਾਜ ਦੇ ਕੁੱਲ ਖੇਤਰਫਲ ਦਾ ਕੇਵਲ 4.83% ਦੇ ਲਗਭਗ ਜੰਗਲਾਂ ਹੇਠ ਹੈ। ਭਾਰਤ ਦੇ ਜੰਗਲਾਂ ਦੇ ਪ੍ਰਤੀਸ਼ੱਤ (21.9) ਦਾ ਇਹ ਲਗਭਗ ਇਕ ਚੌਥਾਈ ਹੈ। ਰਾਜ ਦੇ ਜੰਗਲਾਂ ਦਾ ਜ਼ਿਆਦਾਤਰ ਭਾਗ ਹੁਸ਼ਿਆਰਪੁਰ 30.68%, ਰੂਪਨਗਰ 22.30%, ਐਸ.ਏ.ਐਸ. ਨਗਰ (8.26%), ਐਸ.ਬੀ.ਐਸ. ਨਗਰ (12.60%), ਪਠਾਨਕੋਟ (15.96%) ਜ਼ਿਲ੍ਹਿਆਂ ਵਿੱਚ ਹੈ। ਲੁਧਿਆਣਾ, ਪਟਿਆਲਾ, ਗੁਰਦਾਸਪੁਰ ਅਤੇ ਫਿਰੋਜ਼ਪੁਰ ਜ਼ਿਲ੍ਹਿਆਂ ਹਰ ਇਕ ਵਿੱਚ ਰਾਜ ਦਾ 2 ਤੋਂ 5% ਜੰਗਲਾਂ ਹੇਠ ਰਕਬਾ ਹੈ। ਫਤਹਿਗੜ੍ਹ ਸਾਹਿਬ, ਮੋਗਾ, ਮੁਕਤਸਰ, ਬਰਨਾਲਾ, ਫਰੀਦਕੋਟ, ਕਪੂਰਥਲਾ ਅਤੇ ਮਾਨਸਾ ਜ਼ਿਲ੍ਹਿਆਂ ਵਿੱਚ ਬਹੁਤ ਘੱਟ ਜੰਗਲਾਂ ਹੇਠ ਰਕਬਾ ਹੈ। ਇਹ ਅੰਕੜੇ 2011-22 ਅਨੁਸਾਰ ਹਨ। ਪਿਛਲੇ ਫਾਰੈਸਟ ਸਰਵੇ ਆਫ ਇੰਡੀਆ ਅਨੁਸਾਰ ਪੰਜਾਬ ਵਿੱਚ ਕੇਵਲ 3.11% ਰਕਬੇ ਵਿੱਚ ਜੰਗਲ ਪਾਏ ਜਾਂਦੇ ਹਨ ਅਤੇ 2003 ਤੋਂ 2005-06 ਤੱਕ 80,000 ਹੈਕਟੇਅਰ ਭੂਮੀ ਵਿੱਚੋਂ ਜੰਗਲ ਕੱਟੇ ਜਾ ਚੁੱਕੇ ਹਨ।

ਕਾਸ਼ਤ ਲਈ ਨਾ ਉਪਲੱਬਧ ਰਕਬਾ (LAND NOT AVAILABLE FOR CULTIVATION)

ਇਸ ਸ਼੍ਰੇਣੀ ਵਿੱਚ ਉਹ ਰਕਬਾ ਸ਼ਾਮਲ ਹੈ ਜੋ ਬਿਲਕੁਲ ਬੰਜਰ ਹੈ ਅਤੇ ਕਾਸ਼ਤਯੋਗ ਨਹੀਂ ਹੈ, ਜਿਵੇਂ ਕਿ ਪਹਾੜ, ਮਾਰੂਥਲ, ਦਲਦਲਾਂ, ਪਾਣੀ ਦੇ ਭੰਡਾਰ (water bodies) ਆਦਿ। ਇਹ ਕਿਸੇ ਨਾ ਕਿਸੇ ਕਾਰਨ ਕਾਸ਼ਤ ਅਧੀਨ ਨਹੀਂ ਲਿਆਂਦੇ ਜਾ ਸਕਦੇ ਹਨ। ਇਸ ਵਿੱਚ ਇਮਾਰਤਾਂ, ਸੜਕਾਂ, ਰੇਲਵੇ ਲਾਈਨਾਂ ਅਤੇ ਪਾਣੀ ਹੇਠ ਜ਼ਮੀਨ ਜਾਂ ਗ਼ੈਰ-ਕਾਸ਼ਤ ਉਦੇਸ਼ਾਂ (non-agricultural purposes) ਲਈ ਰੱਖੀ ਜ਼ਮੀਨ ਵੀ ਸ਼ਾਮਲ ਹੈ। ਅਜਿਹੀ ਜ਼ਮੀਨ ਰਾਜ ਦੇ ਕੁੱਲ ਖੇਤਰਫਲ ਦਾ 2021-22 ਵਿੱਚ ਲੱਗਭਗ 11% ਬਣਦੀ ਹੈ। ਲੁਧਿਆਣਾ, ਫਾਜ਼ਿਲਕਾ, ਕਪੂਰਥਲਾ, ਬਠਿੰਡਾ, ਅੰਮ੍ਰਿਤਸਰ, ਪਟਿਆਲਾ ਅਤੇ ਸੰਗਰੂਰ ਜ਼ਿਲ੍ਹਿਆਂ ਵਿੱਚ ਅਜਿਹੀ ਜ਼ਮੀਨ ਸਭ ਤੋਂ ਜ਼ਿਆਦਾ ਹੈ ਜੋ ਰਾਜ ਦੀ ਅਜਿਹੀ ਜ਼ਮੀਨ ਦਾ 53.6% ਹੈ। ਜ਼ਿਲ੍ਹਾ ਬਰਨਾਲਾ ਵਿੱਚ ਅਜਿਹੀ ਜ਼ਮੀਨ ਸਭ ਤੋਂ ਘੱਟ ਹੈ (ਸਿਰਫ 1.08%) ਹੈ। ਪਠਾਨਕੋਟ, ਬਰਨਾਲਾ, ਮਾਨਸਾ, ਫਤਹਿਗੜ੍ਹ ਸਾਹਿਬ, ਗੁਰਦਾਸਪੁਰ, ਤਰਨਤਾਰਨ, ਮੁਕਤਸਰ, ਫਿਰੋਜ਼ਪੁਰ ਅਤੇ ਫਰੀਦਕੋਟ ਜ਼ਿਲ੍ਹਿਆਂ ਵਿੱਚ ਅਜਿਹੀ ਜ਼ਮੀਨ ਦਾ ਹਿਸਾ ਸਾਧਾਰਣ (moderate share) ਹੈ ਜੋ 2 ਤੋਂ 5% ਹੈ। ਬਾਕੀ ਜ਼ਿਲ੍ਹਿਆਂ ਵਿੱਚ ਕਾਸ਼ਤ ਲਈ ਨਾ ਉਪਲੱਬਧ ਜ਼ਮੀਨ ਦਾ ਹਿੱਸਾ ਜ਼ਿਆਦਾ (4.1 ਤੋਂ 6%) ਹੈ। ਇਹ ਅੰਕੜੇ 2021-22 (ਆਰਜ਼ੀ) ਅਨੁਸਾਰ ਹਨ। ਉੱਚੇ ਸ਼ਹਿਰੀਕਰਨ ਵਾਲੇ ਅਤੇ ਪਹਾੜੀ ਜ਼ਿਲ੍ਹਿਆਂ ਵਿੱਚ ਇਸ ਕਿਸਮ ਦੀ ਜ਼ਮੀਨ ਜ਼ਿਆਦਾ ਪਾਈ ਜਾਂਦੀ ਹੈ।

ਵਾਹੀਯੋਗ ਬੇਕਾਰ ਰਕਬਾ (OTHER UNCULTIVATED LAND)

ਇਹ ਅਜਿਹੀ ਭੋਂ ਹੈ ਜਿਸ ਵਿੱਚ ਕਾਸ਼ਤ ਤਾਂ ਹੋ ਸਕਦੀ ਹੈ ਪ੍ਰੰਤੂ ਕਿਸੇ ਕਾਰਨ ਇੱਥੇ ਕਾਸ਼ਤ ਨਹੀਂ ਕੀਤੀ ਜਾਂਦੀ ਹੈ ਜਾਂ ਕਾਸ਼ਤ ਬਾਅਦ ਵਿੱਚ ਛੱਡ ਦਿੱਤੀ ਗਈ। ਇਸ ਵਿੱਚ ਕਾਸ਼ਤ ਯੋਗ ਬੇਕਾਰ ਭੋਂ (culturable waste), ਸਥਾਈ ਚਰ੍ਹਾਂਦਾਂ, ਦੂਸਰੇ ਚਰ੍ਹਾਂਦੀ

ਖੇਤਰ ਅਤੇ ਫੁੱਟਕਲ ਦਰਖਤ ਫਸਲਾਂ ਅਤੇ ਬਾਗਾਂ (groves) ਅਧੀਨ ਜ਼ਮੀਨ ਸ਼ਾਮਲ ਹੈ। ਇਸ ਸ਼੍ਰੇਣੀ ਵਿੱਚ ਬਹੁਤ ਘੱਟ ਰਕਬਾ ਆਉਂਦਾ ਹੈ ਜੋ ਰਾਜ ਦੇ ਕੁੱਲ ਖੇਤਰਫਲ ਦਾ ਕੇਵਲ 0.44% ਹੈ। ਇਸ ਸ਼੍ਰੇਣੀ ਅਧੀਨ ਰਕਬਾ 1960-61 ਵਿੱਚ 2 ਲੱਖ 55 ਹਜ਼ਾਰ ਹੈਕਟੇਅਰ ਤੋਂ ਘੱਟ ਕੇ 2000-01 ਵਿੱਚ ਕੇਵਲ 23 ਹਜ਼ਾਰ ਹੈਕਟੇਅਰ ਅਤੇ 2012-13 ਵਿੱਚ ਕੇਵਲ 12,000 ਹੈਕਟੇਅਰ ਅਤੇ 2021-22 ਵਿੱਚ ਕੇਵਲ 8000 ਹੈਕਟਰ ਰਹਿ ਗਿਆ ਸੀ (ਸਾਰਣੀ ਨੰ. 30)। ਚਰਾਂਦੀ ਇਲਾਕੇ ਹੇਠ 4000 ਹੈਕਟੇਅਰ ਅਤੇ ਫੁਟਕਲ ਦਰੱਖਤਾ ਆਦਿ ਦੇ ਖੇਤਰ ਅਧੀਨ 10,000 ਹੈਕਟਰ ਭੂਮੀ ਸੀ। ਇਸ ਤਰ੍ਹਾਂ ਕੁੱਲ ਗੈਰ-ਵਾਹੀਯੋਗ ਅਤੇ ਬੇਕਾਰ ਖੇਤਰ ਹੇਠ ਪੰਜਾਬ ਦਾ 22,000 ਹੈਕਟੇਅਰ ਖੇਤਰ 2021-22 ਵਿੱਚ ਸ਼ਾਮਲ ਸੀ (0.44%)।

ਬਾਂਝ ਭੋਂ (FALLOW LAND)

ਇਹ ਉਹ ਜ਼ਮੀਨ ਹੈ ਜਿਥੇ ਕਾਸ਼ਤ ਤੋਂ ਬਾਅਦ ਜ਼ਮੀਨ ਖਾਲੀ ਛੱਡ ਦਿੱਤੀ ਜਾਂਦੀ ਹੈ। ਅਜਿਹੀ ਜ਼ਮੀਨ ਵਿੱਚ ਜੇਕਰ ਕਾਫੀ ਸਮਾਂ ਕਾਸ਼ਤ ਨਹੀਂ ਹੁੰਦੀ ਹੈ ਤਾਂ ਉਸਨੂੰ "ਪੁਰਾਣੀ ਬਾਂਝ ਭੋਂ" (Old Fallow) ਕਿਹਾ ਜਾਂਦਾ ਹੈ ਅਤੇ ਜੇਕਰ ਚੱਲਦੇ ਸਾਲ (current year) ਵਿੱਚ ਹੀ ਖਾਲੀ ਰਹਿੰਦੀ ਹੈ ਤਾਂ ਉਸ ਨੂੰ "ਚਾਲੂ ਬਾਂਝ ਭੋਂ" ਕਿਹਾ ਜਾਂਦਾ ਹੈ। ਖੇਤੀ ਅਧੀਨ ਰਕਬੇ ਦੇ ਪਰਸਾਰ ਕਾਰਨ ਬਾਂਝ ਭੋਂ ਦਾ ਰਕਬਾ ਘਟ ਰਿਹਾ ਹੈ। ਇਹ ਰਕਬਾ 1960-61 3 ਲੱਖ 13 ਹਜ਼ਾਰ ਹੈਕਟੇਅਰ ਤੋਂ ਘਟ ਕੇ 2015-16 ਵਿੱਚ ਕੇਵਲ 84 ਹਜ਼ਾਰ ਹੈਕਟੇਅਰ ਰਹਿ ਗਿਆ ਸੀ। 2021-22 ਵਿੱਚ ਅਜਿਹੀ ਸ਼੍ਰੇਣੀ ਵਿੱਚ 78,000 ਹੈਕਟੇਅਰ ਖੇਤਰ ਸ਼ਾਮਿਲ ਸੀ। ਰਾਜ ਦੀ ਜ਼ਿਆਦਾਤਰ ਬਾਂਝ ਭੋਂ ਮੁਕਤਸਰ (20.51%), ਰੂਪਨਗਰ (6.41%), ਗੁਰਦਾਸਪੁਰ (25.64), ਪਟਿਆਲਾ (6.41%), ਪਠਾਨਕੋਟ (16.67%), ਹੁਸ਼ਿਆਰਪੁਰ (7.69%), ਫਾਜ਼ਿਲਕਾ (3.85%) ਜ਼ਿਲ੍ਹਿਆਂ ਵਿੱਚ ਪਾਈ ਜਾਂਦੀ ਹੈ। ਇਹ ਅੰਕੜੇ 2021-22 (ਆਰਜੀ) ਅਨੁਸਾਰ ਹਨ।

ਇਕ ਤੋਂ ਵੱਧ ਬਾਰ ਬੀਜਿਆ ਰਕਬਾ (AREA SOWN MORE THAN ONCE)

ਇਹ ਅਜਿਹਾ ਰਕਬਾ ਹੈ ਜਿਥੇ ਸਾਲ ਵਿੱਚ ਇਕ ਤੋਂ ਜ਼ਿਆਦਾ ਫਸਲਾਂ ਪੈਦਾ ਕੀਤੀਆਂ ਜਾਂਦੀਆਂ ਹਨ। ਸਾਲ 2000-01 ਵਿੱਚ ਅਜਿਹਾ ਰਕਬਾ ਰਾਜ ਦੇ ਨਿਰੋਲ ਬੀਜੇ ਰਕਬੇ ਦਾ 86.9% ਸੀ। ਇਹ ਪ੍ਰਤੀਸ਼ੱਤਤਾ 2010-11 ਅਨੁਸਾਰ 89.56% ਅਤੇ 2015-16 ਅਨੁਸਾਰ 90.26%, ਦੇਸ਼ ਵਿੱਚ ਸਭ ਤੋਂ ਉੱਚੀ ਹੈ ਅਤੇ ਦੇਸ਼ ਦੀ ਔਸਤ ਪ੍ਰਤੀਸ਼ੱਤਤਾ (41.60%) ਤੋਂ ਢਾਈ ਗੁਣਾ ਦੇ ਲਗਭਗ ਜ਼ਿਆਦਾ ਹੈ। ਪੰਜਾਬ ਵਿੱਚ ਦੋ ਜਾਂ ਵੱਧ ਫਸਲਾਂ ਹੇਠ ਜ਼ਿਆਦਾ ਰਕਬਾ ਹੋਣ ਦੇ ਕੁੱਝ ਕਾਰਨ ਇਥੇ ਜ਼ਿਆਦਾ ਸਿੰਜਾਈ ਸਹੂਲਤਾਂ ਦਾ ਹੋਣਾ, ਉਪਜਾਊ ਮਿੱਟੀਆਂ, ਜਾਗਰੂਕ ਅਤੇ ਕੁੱਝ ਅਮੀਰ ਕਿਰਸਾਨ ਅਤੇ ਚੰਗੀਆਂ ਮੰਡੀਕਰਣ ਸਹੂਲਤਾਂ (better marketing facilities) ਦਾ ਹੋਣਾ ਹੈ। ਪੰਜਾਬ ਵਿੱਚ ਅਜਿਹਾ ਰਕਬਾ ਵੱਧ ਰਿਹਾ ਹੈ ਅਤੇ ਅੱਠਵੇਂ ਦਹਾਕੇ ਤਕ ਇਸ ਵਿੱਚ ਭਾਰੀ ਵਾਧਾ ਹੋਇਆ ਸੀ। 1960-61 ਵਿੱਚ 9 ਲੱਖ 75 ਹਜ਼ਾਰ ਹੈਕਟੇਅਰ ਜ਼ਮੀਨ ਵਿੱਚ ਇਕ ਤੋਂ ਵੱਧ ਬਾਰ ਬਿਜਾਈ ਕੀਤੀ ਗਈ ਸੀ। 1970-71 ਵਿੱਚ ਇਹ ਅੰਕੜਾ ਵਧ ਕੇ 16 ਲੱਖ 25 ਹਜ਼ਾਰ ਹੈਕਟੇਅਰ ਹੋ ਗਿਆ ਅਤੇ 1975-76 ਵਿੱਚ 20 ਲੱਖ 97 ਹਜ਼ਾਰ ਹੈਕਟੇਅਰ ਜ਼ਮੀਨ ਵਿੱਚ ਇਕ ਤੋਂ ਵੱਧ ਵਾਰ ਬਿਜਾਈ ਕੀਤੀ ਗਈ ਸੀ। 1980-81 ਵਿੱਚ ਅਜਿਹਾ ਰਕਬਾ 25 ਲੱਖ 72 ਹਜ਼ਾਰ ਹੈਕਟੇਅਰ ਸੀ। 1988-89 ਵਿੱਚ ਇਹ ਵੱਧ ਕੇ 31 ਲੱਖ 82 ਹਜ਼ਾਰ ਹੈਕਟੇਅਰ ਹੋ ਗਿਆ ਸੀ। 1994-95 ਵਿੱਚ 34 ਲੱਖ 91 ਹਜ਼ਾਰ ਹੈਕਟੇਅਰ ਭੂਮੀ ਵਿੱਚ ਦੋ ਜਾਂ ਜ਼ਿਆਦਾ ਫਸਲਾਂ ਪੈਦਾ ਕੀਤੀਆਂ ਗਈਆਂ ਸਨ। 2000-01 ਵਿੱਚ ਅਜਿਹਾ ਰਕਬਾ ਵਧ ਕੇ 42 ਲੱਖ 50 ਹਜ਼ਾਰ ਹੈਕਟੇਅਰ, 2015-16 ਵਿੱਚ 37.34 ਲੱਖ ਹੈਕਟੇਅਰ ਅਤੇ 2021-22 (ਆਰਜੀ) ਵਿੱਚ 37 ਲੱਖ 02 ਹਜ਼ਾਰ ਹੈਕਟੇਅਰ ਹੋ ਗਿਆ ਸੀ (89.8%)।

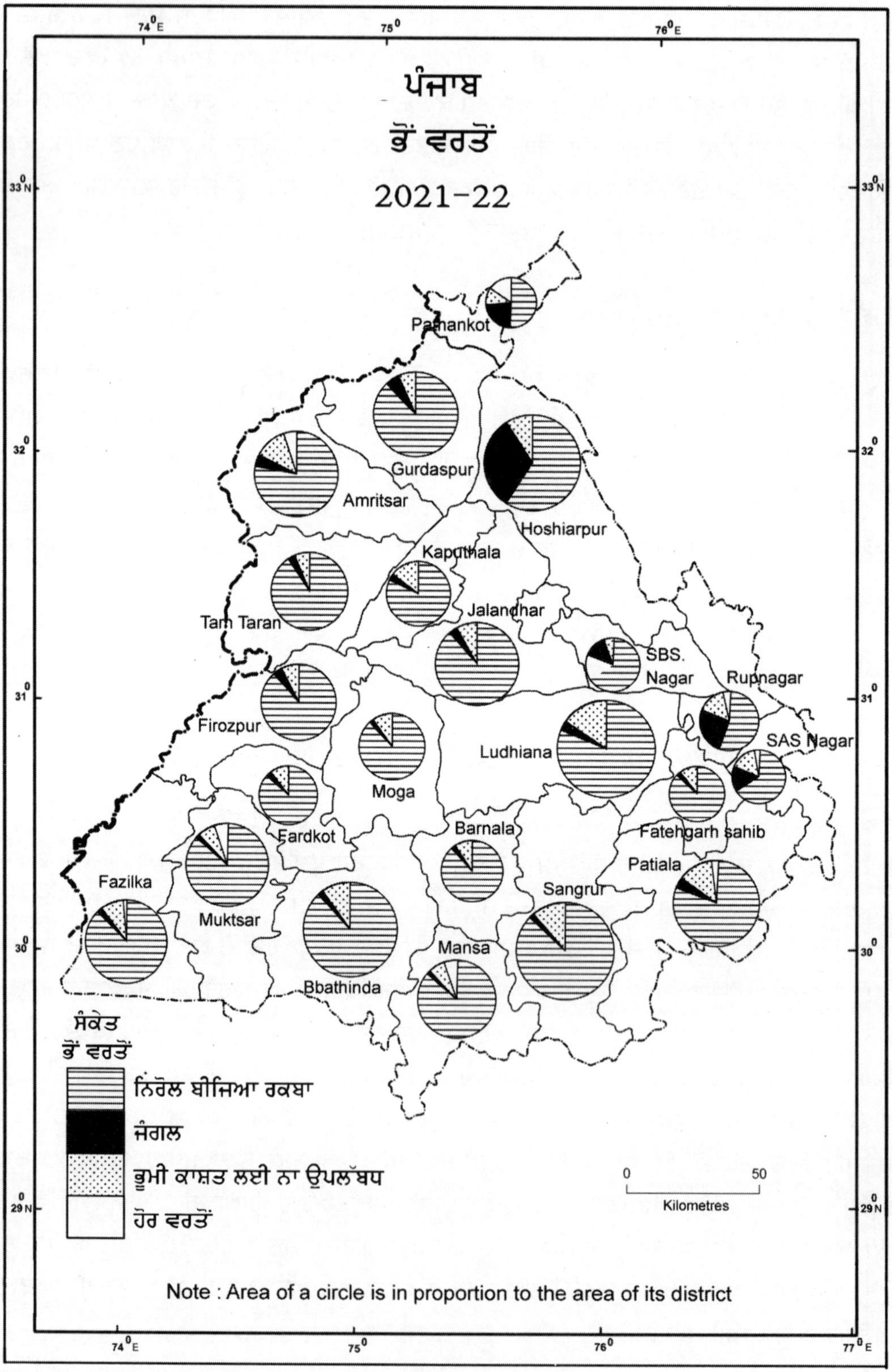
ਪੰਜਾਬ
ਭੌਂ ਵਰਤੋਂ
2021–22
74°E
75°
76°E
77°E
33°N
32°
31°
30°
29°N
Pathankot
Gurdaspur
Amritsar
Hoshiarpur
Kapurthala
Tarn Taran
Jalandhar
SBS. Nagar
Rupnagar
Firozpur
Ludhiana
SAS Nagar
Moga
Faridkot
Barnala
Fatehgarh sahib
Patiala
Fazilka
Muktsar
Sangrur
Mansa
Bbathinda
ਸੰਕੇਤ
ਭੌਂ ਵਰਤੋਂ
ਨਿਰੋਲ ਬੀਜਿਆ ਰਕਬਾ
ਜੰਗਲ
ਭੂਮੀ ਕਾਸ਼ਤ ਲਈ ਨਾ ਉਪਲੱਬਧ
ਹੋਰ ਵਰਤੋਂ
0
50
Kilometres
Note : Area of a circle is in proportion to the area of its district

Map 41

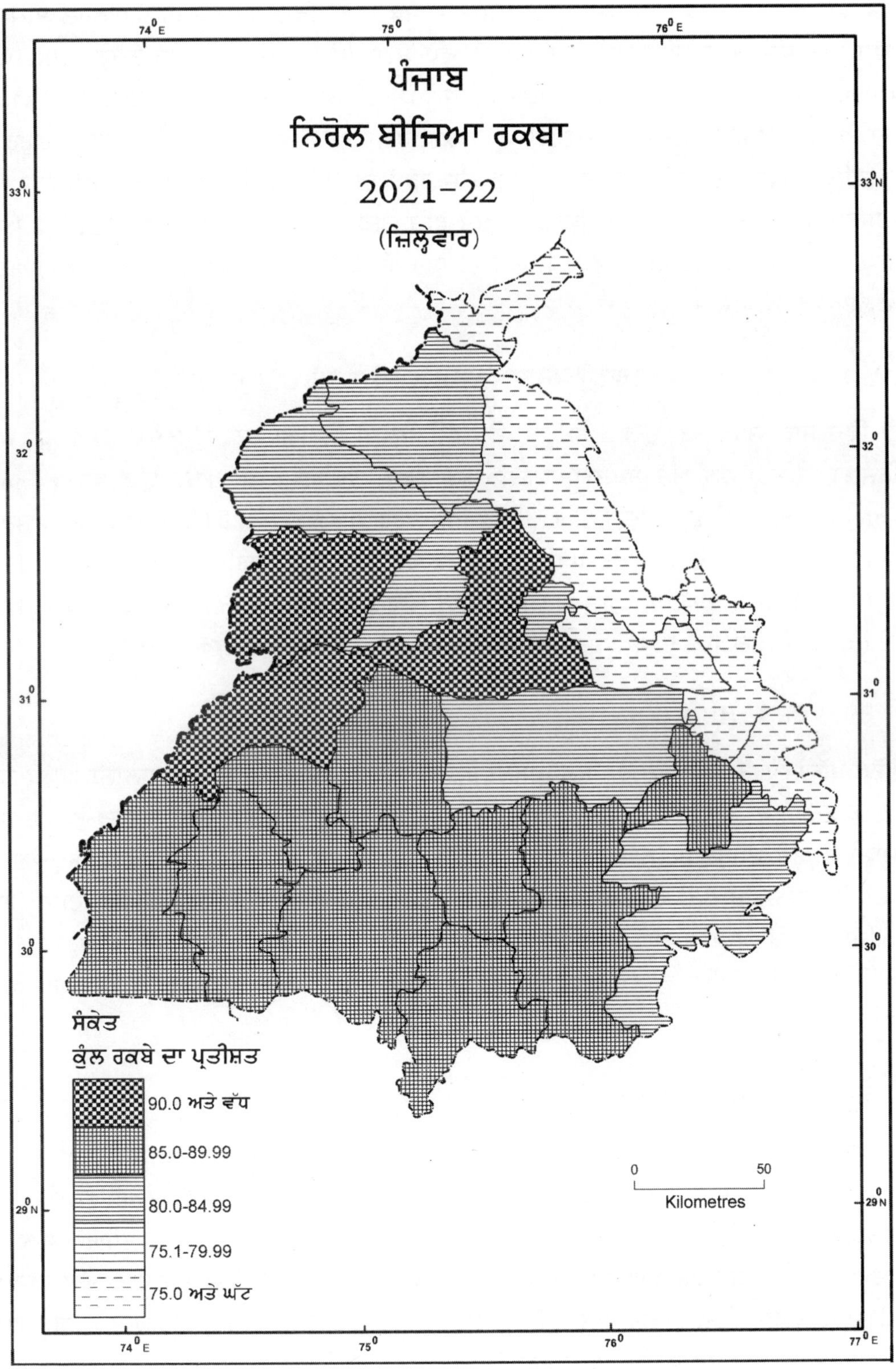
ਪੰਜਾਬ
ਨਿਰੋਲ ਬੀਜਿਆ ਰਕਬਾ
2021-22
(ਜ਼ਿਲ੍ਹੇਵਾਰ)
ਸੰਕੇਤ
ਕੁੱਲ ਰਕਬੇ ਦਾ ਪ੍ਰਤੀਸ਼ਤ
90.0 ਅਤੇ ਵੱਧ
85.0-89.99
80.0-84.99
75.1-79.99
75.0 ਅਤੇ ਘੱਟ
0 50
Kilometres
74° E
75°
76° E
77° E
33° N
32°
31°
30°
29° N

Map 42

ਇਕ ਤੋਂ ਵੱਧ ਵਾਰ ਬੀਜੇ ਰਕਬੇ ਦੀ ਪ੍ਰਤੀਸ਼ੱਤਤਾ ਪੰਜਾਬ ਦੇ ਸਭ ਭਾਗਾਂ ਵਿੱਚ ਸਮਾਨ ਨਹੀਂ ਹੈ। ਨਿਰੋਲ ਬੀਜੇ ਰਕਬੇ ਨਾਲ ਇਕ ਤੋਂ ਵੱਧ ਬਾਰ ਬੀਜੇ ਰਕਬੇ ਦੀ ਪ੍ਰਤੀਸ਼ੱਤਤਾ ਸਭ ਤੋਂ ਵੱਧ ਮੋਗਾ ਵਿੱਚ 101.03%, ਪਠਾਨਕੋਟ (100.0%), ਮਾਨਸਾ (100.54%) ਅਤੇ ਕਪੂਰਥਲਾ 100.75% ਸੀ। ਫਾਜ਼ਿਲਕਾ ਜ਼ਿਲ੍ਹੇ (93.0%) ਅਤੇ ਐਸ.ਏ.ਐਸ. ਨਗਰ ਜ਼ਿਲ੍ਹੇ (34.88%) ਲਈ ਇਹ ਅੰਕੜਾ ਸਭ ਤੋਂ ਘੱਟ ਸੀ। ਗੁਰਦਾਸਪੁਰ, ਐਸ.ਬੀ.ਐਸ.ਨਗਰ, ਫਰੀਦਕੋਟ, ਮੁਕਤਸਰ ਸਾਹਿਬ, ਬਠਿੰਡਾ, ਸੰਗਰੂਰ, ਬਰਨਾਲਾ, ਪਟਿਆਲਾ ਜ਼ਿਲ੍ਹਿਆਂ ਵਿੱਚ ਹਰੇਕ ਦੀ ਇਕ ਤੋਂ ਵੱਧ ਵਾਰ ਬੀਜੇ ਰਕਬੇ ਦੀ ਨਿਰੋਲ ਬੀਜੇ ਰਕਬੇ ਨਾਲ ਪ੍ਰਤੀਸ਼ੱਤਤਾ 90 ਤੋਂ 100 ਸੀ। ਅੰਮ੍ਰਿਤਸਰ, ਤਰਨ ਤਾਰਨ, ਲੁਧਿਆਣਾ, ਫਿਰੋਜ਼ਪੁਰ ਅਤੇ ਫਤਿਹਗੜ ਸਾਹਿਬ ਜ਼ਿਲ੍ਹਿਆਂ ਵਿੱਚ 2021-22 ਅਨੁਸਾਰ ਇਹ ਪ੍ਰਤੀਸ਼ੱਤਤਾ 80 ਤੋਂ 90 ਵਿਚਕਾਰ ਸੀ। ਜਲੰਧਰ ਜ਼ਿਲ੍ਹੇ ਲਈ ਇਹ ਅੰਕੜਾ 71.1% ਹੁਸ਼ਿਆਰਪੁਰ (64.88%) ਅਤੇ ਰੂਪਨਗਰ (64.29%) ਲਈ 75.0% ਘੱਟ ਸੀ।

ਖੇਤੀਬਾੜੀ ਫਸਲਾਂ (AGRICULTURAL CROPS)

ਪੰਜਾਬ ਵਿੱਚ ਸਾਰਾ ਸਾਲ ਲੰਬਾ ਉੱਗਣ ਸਮਾਂ ਹੈ, ਉਪਜਾਊ ਜਲੋੜੀ ਮਿੱਟੀਆਂ ਹਨ, ਉਪ-ਊਸ਼ਣ ਮਾਨਸੂਨ ਜਲਵਾਯੂ ਹੈ, ਵਿਸ਼ਾਲ ਸਿੰਜਾਈ ਸਹੂਲਤਾਂ ਹਨ ਅਤੇ ਸਖ਼ਤ-ਮਿਹਨਤੀ, ਅਗਾਂਹਵਧੂ, ਨਵੀਆਂ ਕਾਢਾਂ ਅਪਣਾਉਣ ਵਾਲਾ (innovative), ਉੱਦਮੀ (enterprising) ਅਤੇ ਫਰਾਖ ਦਿਲ (liberal) ਕਿਸਾਨ-ਵਰਗ (peasantry) ਹੈ। ਇਨ੍ਹਾਂ ਦੇ ਫਲਸਰੂਪ ਜਲਵਾਯੂ ਹੱਦਾਂ ਅੰਦਰ ਪੰਜਾਬ ਵਿੱਚ ਸਭ ਪ੍ਰਕਾਰ ਦੀਆਂ ਊਸ਼ਣ ਖੰਡੀ, ਉਪ-ਊਸ਼ਣ ਖੰਡੀ ਅਤੇ ਬਹੁਤ ਸਾਰੀਆਂ ਸ਼ੀਤ ਊਸ਼ਣ ਖੰਡੀ (temperate) ਫਸਲਾਂ ਵੀ ਪੈਦਾ ਕੀਤੀਆਂ ਜਾਂਦੀਆਂ ਹਨ। ਰੁੱਤ ਅਨੁਸਾਰ ਪੰਜਾਬ ਵਿੱਚ ਦੋ ਫਸਲੀ (cropping) ਜਾਂ ਖੇਤੀਬਾੜੀ ਰੁੱਤਾਂ ਹਨ। ਇਹ ਹਨ : ਹਾੜੀ (Rabi) ਜਾਂ ਸਰਦੀਆਂ ਦੀਆਂ ਫਸਲਾਂ ਅਤੇ ਸੌਣੀ (Kharif) ਜਾਂ ਗਰਮੀਆਂ ਦੀਆਂ ਫਸਲਾਂ।

ਹਾੜੀ ਦੀਆਂ ਫਸਲਾਂ (RABI CROPS)

ਇਹ ਇੱਕ ਮਹੱਤਵਪੂਰਨ ਫਸਲ ਰੁੱਤ ਹੈ। ਇਨ੍ਹਾਂ ਫਸਲਾਂ ਹੇਠ 2021-22 ਵਿੱਚ ਰਾਜ ਦੇ ਕੁੱਲ ਸਾਲਾਨਾ ਫਸਲੀ ਰਕਬੇ (total annual crop area) ਦਾ 49.61% ਹੈ। ਇਨ੍ਹਾਂ ਫਸਲਾਂ ਦੀ ਬਿਜਾਈ ਅਕਤੂਬਰ ਮਹੀਨੇ ਵਿੱਚ ਪਤਝੜ ਰੁੱਤ ਦੇ ਸ਼ੁਰੂ ਹੋ ਜਾਣ ਨਾਲ ਹੋ ਜਾਂਦੀ ਹੈ ਅਤੇ ਦਸੰਬਰ ਮਹੀਨੇ ਤਕ ਜਾਰੀ ਰਹਿੰਦੀ ਹੈ। ਇਹ ਫਸਲਾਂ ਸਰਦ ਰੁੱਤ ਵਿੱਚ ਵੱਧਦੀਆਂ-ਫੁੱਲਦੀਆਂ ਹਨ। ਸਰਦੀਆਂ ਦੀ ਘੱਟ ਤੋਂ ਦਰਮਿਆਨੀ ਚੱਕਰਵਾਤੀ (cyclonic) ਵਰਖਾ ਬਹੁਤ ਲਾਭਦਾਇਕ ਹੁੰਦੀ ਹੈ। ਇਹ ਫਸਲਾਂ ਗਰਮੀਆਂ ਦੇ ਸ਼ੁਰੂ ਵਿੱਚ, ਜ਼ਿਆਦਾਤਰ ਅਪ੍ਰੈਲ ਮਹੀਨੇ ਵਿੱਚ ਕੱਟ ਲਈਆਂ ਜਾਂਦੀਆਂ ਹਨ। ਕਣਕ, ਛੋਲੇ, ਜੌਂ, ਮਟਰ, ਸਰ੍ਹੋਂ, ਤਾਰਾਮੀਰਾ, ਰਾਇਆ ਆਦਿ ਤੇਲ ਬੀਜਾਂ ਦੀਆਂ ਫਸਲਾਂ, ਆਲੂ ਅਤੇ ਬਹੁਤ ਸਾਰੀਆਂ ਸਬਜ਼ੀ ਅਤੇ ਫਲ ਫਸਲਾਂ ਮਹੱਤਵਪੂਰਣ ਹਾੜੀ ਦੀਆਂ ਫਸਲਾਂ ਹਨ।

ਸੌਣੀ ਦੀਆਂ ਫਸਲਾਂ (KARIF CROPS)

ਇਹ ਫਸਲਾਂ ਗਰਮੀਆਂ ਦੀ ਰੁੱਤ ਵਿੱਚ ਹੀ ਬੀਜੀਆਂ ਅਤੇ ਵੱਢ ਲਈਆਂ ਜਾਂਦੀਆਂ ਹਨ। ਮੌਨਸੂਨ ਵਰਖਾ ਦੇ ਸ਼ੁਰੂ ਹੋ ਜਾਣ ਨਾਲ ਵੱਡੇ ਪੈਮਾਨੇ ਤੇ ਇਨ੍ਹਾਂ ਦੀ ਬੀਜਾਈ ਸ਼ੁਰੂ ਹੋ ਜਾਂਦੀ ਹੈ। ਇਹ ਫਸਲਾਂ ਵਰਖਾ ਦੀ ਰੁੱਤ ਸਮੇਂ ਵਧਦੀਆਂ-ਫੁੱਲਦੀਆਂ ਹਨ। ਇਨ੍ਹਾਂ ਦੀ ਕਟਾਈ ਗਰਮੀ ਦੀ ਰੁੱਤ ਦੇ ਅੰਤ ਵਿੱਚ ਜਾਂ ਪਤਝੜ ਰੁੱਤ ਦੇ ਸ਼ੁਰੂ ਵਿੱਚ ਕਰ ਲਈ ਜਾਂਦੀ ਹੈ। ਸੌਣੀ ਦੀਆਂ ਫਸਲਾਂ ਮੁੱਖ ਤੌਰ ਤੇ ਮਾਨਸੂਨ ਵਰਖਾ ਉੱਪਰ ਨਿਰਭਰ ਕਰਦੀਆਂ ਹਨ। ਇਨ੍ਹਾਂ ਫਸਲਾਂ ਹੇਠ 2021-22 ਵਿੱਚ ਰਾਜ ਦੇ ਸਲਾਨਾ ਕੁੱਲ ਫਸਲੀ ਰਕਬੇ ਦਾ 51.00% ਹੈ। ਹਾੜੀ ਫਸਲਾਂ ਵਿੱਚ ਚਾਵਲ (ਝੋਨਾ), ਮੱਕੀ, ਬਾਜਰਾ, ਮੂੰਗਫਲੀ, ਤਿਲ, ਮੂੰਗੀ, ਮਾਂਹ ਅਤੇ ਅਰਹਰ ਦਾਲਾਂ, ਗੰਨਾ, ਕਪਾਹ ਅਤੇ ਕਈ ਸਬਜ਼ੀ ਅਤੇ ਫਲ ਫਸਲਾਂ ਸ਼ਾਮਲ ਹਨ।

ਵਿਭਿੰਨ ਹਾੜ੍ਹੀ ਅਤੇ ਸੌਣੀ ਫਸਲਾਂ ਵਿੱਚ ਖੇਤਰਫਲ ਅਨੁਸਾਰ ਕਣਕ, ਚਾਵਲ, ਮੱਕੀ, ਜੌਂ ਅਤੇ ਬਾਜਰਾ ਅਨਾਜ (cereal) ਫਸਲਾਂ, ਛੋਲੇ, ਮੂੰਗੀ, ਅਰਹਰ, ਮਾਂਹ ਅਤੇ ਮਸਰ ਦਾਲ ਫਸਲਾਂ (pulses) ਗੰਨਾ, ਕਪਾਹ ਦੀਆਂ ਨਕਦੀ ਫਸਲਾਂ (cash crops) ਸਰ੍ਹੋਂ, ਤਾਰਾਮੀਰਾ, ਸੂਰਜਮੁਖੀ (ਬਸੰਤ ਰੁੱਤ ਦੀ ਫਸਲ) ਅਤੇ ਤਿਲ ਤੇਲ ਬੀਜ ਫਸਲਾਂ ਅਤੇ ਮੂੰਗਫਲੀ ਪੰਜਾਬ ਦੀਆਂ ਮਹੱਤਵਪੂਰਣ ਫਸਲਾਂ ਹਨ।

ਕਣਕ (WHEAT)

ਇਹ ਪੰਜਾਬ ਦੀ ਸਭ ਤੋਂ ਵੱਧ ਮਹੱਤਵਪੂਰਣ ਅਨਾਜ ਫਸਲ ਹੈ। 2015-16 (ਆਰਜੀ) ਅਨੁਸਾਰ ਸਭ ਅਨਾਜ ਫਸਲਾਂ ਦੇ ਰਕਬੇ ਵਿੱਚੋਂ 52.84% ਕਣਕ ਅਧੀਨ ਸੀ। 2021-22 ਅਨੁਸਾਰ ਇਹ ਪ੍ਰਤੀਸ਼ਤਤਾ 51.51 ਹੈ। ਹਾੜ੍ਹੀ ਫਸਲਾਂ ਦੇ ਕੁੱਲ ਰਕਬੇ ਵਿੱਚੋਂ ਲਗਭਗ 90.0% ਵਿੱਚ ਕਣਕ ਦੀ ਫਸਲ ਬੀਜੀ ਜਾਂਦੀ ਹੈ। ਕਣਕ ਰਾਜ ਦੀ ਹਾੜ੍ਹੀ ਦੀ ਮੁੱਖ ਫਸਲ ਹੈ। ਕਣਕ ਦੇ ਰਕਬੇ, ਉਤਪਾਦਨ ਅਤੇ ਪ੍ਰਤੀ ਹੈਕਟੇਅਰ ਝਾੜ ਵਿੱਚ ਪੰਜਾਬ ਭਾਰਤ ਦੇ ਸਭ ਰਾਜਾਂ ਤੋਂ ਅੱਗੇ ਹੈ। 2000-01 ਅਨੁਸਾਰ ਪੰਜਾਬ ਨੇ ਦੇਸ਼ ਦੇ ਕਣਕ ਦੇ ਕੇਂਦਰੀ ਭੰਡਾਰ ਲਈ ਸਭ ਤੋਂ ਵੱਧ (57.6%) ਕਣਕ ਦਿੱਤੀ ਸੀ। 2006-07 ਵਿੱਚ ਇਹ ਪ੍ਰਤੀਸ਼ੱਤਤਾ ਵੱਧ ਕੇ 75.3 ਹੋ ਗਈ ਸੀ। ਪ੍ਰੰਤੂ 2015-16 ਵਿੱਚ ਇਹ ਘਟ ਕੇ 36.8% ਅਤੇ 2021-22 ਵਿੱਚ ਹੋਰ ਘਟ ਕੇ 30.50 ਹੋ ਗਈ।

ਭੂਗੋਲਿਕ ਹਾਲਤਾਂ— ਕਣਕ ਰੂਮਸਾਗਰੀ ਜਲਵਾਯੂ ਦਾ ਮੂਲ ਪੌਦਾ (endigenous) ਹੈ ਜਿਥੇ ਸਰਦੀਆਂ ਘੱਟ ਠੰਡੀਆਂ ਅਤੇ ਵਰਖਾ ਵਾਲੀਆਂ ਹੁੰਦੀਆਂ ਹਨ। ਸੰਸਾਰ ਦੀ ਜ਼ਿਆਦਾਤਰ ਕਣਕ ਸ਼ੀਤ ਊਸ਼ਣ ਖੇਤਰਾਂ ਵਿੱਚ ਪੈਦਾ ਕੀਤੀ ਜਾਂਦੀ ਹੈ। ਇਨ੍ਹਾਂ ਦੋਨਾਂ ਤੱਥਾਂ ਦੇ ਆਧਾਰ ਤੇ ਪੰਜਾਬ ਵਿੱਚ ਕਣਕ ਦੀ ਕਾਸ਼ਤ ਲਈ ਅਨੁਕੂਲ ਜਲਵਾਯੂ ਅਤੇ ਸਥਿਤੀ ਪਾਈ ਜਾਂਦੀ ਹੈ। ਪੰਜਾਬ ਵਿੱਚ ਵੀ ਸਰਦੀਆਂ ਬਹੁਤ ਠੰਡੀਆਂ ਨਹੀਂ ਹੁੰਦੀਆਂ ਹਨ। ਸਰਦੀਆਂ ਨੂੰ ਔਸਤ ਤਾਪਮਾਨ 13°C ਤੋਂ ਉੱਪਰ ਰਹਿੰਦੇ ਹਨ। ਸਰਦੀਆਂ ਨੂੰ ਲਾਭਦਾਇਕ ਚੱਕਰਵਾਤੀ ਵਰਖਾ ਵੀ ਹੁੰਦੀ ਹੈ। ਪੰਜਾਬ ਸ਼ੀਤੋਸ਼ਣ ਖੰਡ ਵਿੱਚ ਸਥਿਤ ਹੈ (29° 30' ਤੋਂ 32° 32' ਉੱਤਰ ਤੱਕ)।

ਪੰਜਾਬ ਵਿੱਚ ਕਣਕ ਅਕਤੂਬਰ ਤੋਂ ਦਸੰਬਰ ਤੱਕ ਹਰ ਮਹੀਨੇ ਬੀਜੀ ਜਾਂਦੀ ਹੈ। ਪਰੰਤੂ ਅਕਤੂਬਰ ਦਾ ਮਹੀਨਾ ਕਣਕ ਬੀਜਣ ਲਈ ਸਭ ਤੋਂ ਵੱਧ ਠੀਕ ਹੈ। ਇਸ ਮਹੀਨੇ ਬੀਜੀ ਕਣਕ ਤੋਂ ਸਭ ਤੋਂ ਵੱਧ ਝਾੜ ਪ੍ਰਾਪਤ ਹੁੰਦਾ ਹੈ। ਬਿਜਾਈ ਵਿੱਚ ਦੇਰੀ ਨਾਲ ਝਾੜ ਘਟਦਾ ਜਾਂਦਾ ਹੈ। ਅਕਤੂਬਰ ਅਤੇ ਨਵੰਬਰ ਦੇ ਮਹੀਨਿਆਂ ਵਿੱਚ ਔਸਤ ਤਾਪਮਾਨ 23.5°C ਤੋਂ 19°C ਵਿਚਕਾਰ ਰਹਿੰਦਾ ਹੈ। ਰਾਜ ਦੀ ਜ਼ਿਆਦਾਤਰ ਕਣਕ ਨਵੰਬਰ ਦੇ ਮਹੀਨੇ ਵਿੱਚ ਬੀਜੀ ਜਾਂਦੀ ਹੈ। ਦਸੰਬਰ, ਜਨਵਰੀ ਅਤੇ ਫਰਵਰੀ ਦੇ ਮਹੀਨੇ ਕਣਕ ਲਈ ਵਧਣ-ਫੁੱਲਣ ਦਾ ਸਮਾਂ ਹੁੰਦੇ ਹਨ। ਇਨ੍ਹਾਂ ਮਹੀਨਿਆਂ ਵਿੱਚ ਹੀ ਬਹੁਤ ਲਾਭਦਾਇਕ, ਭਾਵੇਂ ਨਾ-ਕਾਫ਼ੀ, ਚੱਕਰਵਾਤੀ ਵਰਖਾ ਹੁੰਦੀ ਹੈ। ਸਿੰਜਾਈ, ਵਿਸ਼ੇਸ਼ ਕਰਕੇ ਛੋਟੀਆਂ ਬੌਣੀਆਂ ਅਤੇ (dwarf) ਜ਼ਿਆਦਾ ਝਾੜ ਦੇਣ ਵਾਲੀਆਂ ਕਿਸਮਾਂ ਲਈ, ਜ਼ਰੂਰੀ ਹੈ। ਕਣਕ ਦੀ ਕਾਸ਼ਤ ਹੇਠ ਕੁੱਲ ਰਕਬੇ ਦਾ ਲਗਭਗ 100% ਸਿੰਜਿਆ ਜਾਂਦਾ ਹੈ। 2006-07 ਵਿੱਚ ਪੰਜਾਬ ਵਿੱਚ ਬੀਜੀ ਲਗਭਗ ਸਭ ਕਣਕ ਜ਼ਿਆਦਾ ਝਾੜ ਦੇਣ ਵਾਲੀਆਂ ਕਿਸਮਾਂ ਦੀ ਸੀ।

ਕਣਕ ਦੀ ਜ਼ਿਆਦਾਤਰ ਕਟਾਈ ਅਪ੍ਰੈਲ ਮਹੀਨੇ ਵਿੱਚ ਹੋ ਜਾਂਦੀ ਹੈ ਪਰੰਤੂ ਕੁਝ ਹਾਲਤਾਂ ਵਿੱਚ ਇਹ ਮੱਧ ਮਈ ਤਕ ਵੀ ਚਲੀ ਜਾਂਦੀ ਹੈ। ਪੰਜਾਬ ਵਿੱਚ ਕਣਕ ਦੀ ਗਹਾਈ ਅਤੇ ਕਢਾਈ ਜ਼ਿਆਦਾਤਰ ਮਸ਼ੀਨਾਂ ਨਾਲ ਹੋਣ ਲੱਗ ਪਈ ਹੈ। ਬਲਦਾਂ ਰਾਹੀਂ ਖਿੱਚੇ ਜਾਣ ਵਾਲੇ ਫਲੇਹ (phaleh) ਰਾਹੀਂ ਕਣਕ ਦੀ ਗਹਾਈ ਦਾ ਤਰੀਕਾ ਹੁਣ ਬੀਤੇ ਸਮੇਂ ਦੀ ਗੱਲ ਬਣ ਗਿਆ ਹੈ। ਅੱਜ ਕੱਲ ਡੀਜ਼ਲ ਇੰਜਣਾਂ ਨਾਲ ਚੱਲਣ ਵਾਲੀਆਂ ਗਹਾਈ ਮਸ਼ੀਨਾਂ (threshers) ਰਾਹੀਂ ਕਣਕ ਦੀ ਜ਼ਿਆਦਾਤਰ ਗਹਾਈ ਹੁੰਦੀ ਹੈ। ਵੱਡੇ ਫਾਰਮਾਂ ਉੱਤੇ ਹਾਰਵੈਸਟ ਕੰਬਾਈਨਾਂ ਰਾਹੀਂ ਕਣਕ ਦੀ ਗਹਾਈ ਅਤੇ ਕਢਾਈ ਹੁੰਦੀ ਹੈ। ਇਸ ਮਸ਼ੀਨੀਕਰਨ (mechanization) ਕਾਰਨ ਕਿਸਾਨਾਂ ਨੂੰ ਕਟਾਈ ਅਤੇ ਗਹਾਈ ਵੇਲੇ ਬੇਮੌਕਾ ਹੋਣ ਵਾਲੀ ਵਰਖਾ ਦੇ ਨੁਕਸਾਨ ਤੋਂ ਬਚਾਅ ਹੋ ਜਾਂਦਾ ਹੈ। ਇਸ ਤੋਂ ਇਲਾਵਾ ਇਸ ਨਾਲ ਕਿਸਾਨਾਂ ਨੂੰ ਵਾਧੂ ਵਿਹਲਾ ਸਮਾਂ ਮਿਲ ਜਾਂਦਾ ਹੈ। ਜਿਸ ਨੂੰ ਉਹ ਹੋਰ ਲਾਹੇਵੰਦ ਕੰਮਾਂ ਲਈ ਵਰਤ ਸਕਦੇ ਹਨ।

ਉਤਪਾਦਨ ਅਤੇ ਕਣਕ ਹੇਠ ਰਕਬਾ (PRODUCTION AND ACREAGE)

ਪੰਜਾਬ ਭਾਰਤ ਵਿੱਚ ਕਣਕ ਦਾ ਦੂਜਾ ਸਭ ਤੋਂ ਵੱਡਾ ਉਤਪਾਦਕ ਹੈ। 2007-08 ਵਿੱਚ ਪੰਜਾਬ ਨੇ ਭਾਰਤ ਦੀ 20.0% ਕਣਕ ਪੈਦਾ ਕੀਤੀ ਸੀ ਜਦੋਂ ਕਿ ਪੰਜਾਬ ਦਾ ਕੁੱਲ ਖੇਤਰਫਲ ਭਾਰਤ ਦੇ ਕੁੱਲ ਖੇਤਰਫਲ ਦਾ ਕੇਵਲ 1.5% ਹੈ। 2012-13 ਵਿੱਚ ਪੰਜਾਬ ਨੇ ਭਾਰਤ ਦੀ 17.74% ਕਣਕ ਪੈਦਾ ਕੀਤੀ ਸੀ। ਕੇਵਲ ਉੱਤਰ ਪ੍ਰਦੇਸ਼, ਜੋ ਪੰਜਾਬ ਤੋਂ ਲਗਭਗ ਪੰਜ ਗੁਣਾ ਵੱਡਾ ਹੈ ਦਾ ਕਣਕ ਦਾ ਉਤਪਾਦਨ ਪੰਜਾਬ ਤੋਂ ਜ਼ਿਆਦਾ (ਡੇਢ ਗੁਣਾ) ਹੈ। ਛੇਵੇਂ ਦਹਾਕੇ ਤੋਂ ਬਾਅਦ ਪੰਜਾਬ ਵਿੱਚ ਬੀਜ-ਸਿੰਜਾਈ-ਖਾਦ ਉੱਤੇ ਆਧਾਰਿਤ ਹਰੇ ਇਨਕਲਾਬ ਦੇ ਸ਼ੁਰੂ ਹੋਣ, ਜੋਤਾਂ ਦੀ ਚੱਕਬੰਦੀ (consolidation of holdings), ਨਹਿਰਾਂ ਅਤੇ ਟਿਊਬਵੈਲਾਂ ਰਾਹੀਂ ਸਿੰਜਾਈ ਦਾ ਵਿਸਥਾਰ, ਭਾਖੜਾ-ਨੰਗਲ ਪ੍ਰਾਜੈਕਟ ਦਾ ਪੂਰਾ ਹੋਣਾ ਅਤੇ ਉੱਦਮੀ ਅਤੇ ਅਗਾਂਹਵਧੂ ਮਿਹਨਤੀ ਪੰਜਾਬੀ ਕਿਸਾਨਾਂ ਸਦਕਾ ਕਣਕ ਦੇ ਉਤਪਾਦਨ ਵਿੱਚ ਤੇਜ਼ੀ ਨਾਲ ਵਾਧਾ ਹੋਇਆ ਹੈ।

ਉਤਪਾਦਨ— ਪੰਜਾਬ ਵਿੱਚ ਕਣਕ ਦਾ ਉਤਪਾਦਨ 1960-61 ਵਿੱਚ 17.42 ਲੱਖ ਮੀ. ਟਨ ਤੋਂ ਵਧ ਕੇ 1970-71 ਵਿੱਚ 51.45 ਲੱਖ ਮੀ. ਟਨ (ਤਿੰਨ ਗੁਣਾ) ਹੋ ਗਿਆ। ਹਰੇ ਇਨਕਲਾਬ ਦੇ ਸਿਖਰ ਸਮੇਂ 1985-86 ਦੌਰਾਨ ਕਣਕ ਦਾ ਉਤਪਾਦਨ ਵਧ ਕੇ 109.9 ਲੱਖ ਮੀ. ਟਨ ਹੋ ਗਿਆ ਸੀ। ਇਸ ਤੋਂ ਬਾਅਦ ਕਣਕ ਦਾ ਉਤਪਾਦਨ ਵਧਦਾ ਤਾਂ ਰਿਹਾ ਪਰੰਤੂ ਇਹ ਵਾਧਾ ਇਕਸਾਰ (steady) ਸੀ ਅਤੇ 1994-95 ਵਿੱਚ ਉਤਪਾਦਨ 135.5 ਲੱਖ ਮੀ. ਟਨ ਤਕ ਪਹੁੰਚ ਗਿਆ। 1995-96 ਵਿੱਚ ਕਣਕ ਦਾ ਉਤਪਾਦਨ ਕੁੱਝ ਘਟ ਗਿਆ ਅਤੇ ਕੁੱਲ ਉਤਪਾਦਨ 127.24 ਲੱਖ ਮੀ. ਟਨ ਸੀ। 1998-99 ਵਿੱਚ ਕਣਕ ਦਾ ਉਤਪਾਦਨ ਵਧ ਕੇ 141.92 ਲੱਖ ਮੀ. ਟਨ ਅਤੇ 2000-01 ਵਿੱਚ ਇਹ 155.51 ਲੱਖ ਮੀ. ਟਨ ਸੀ। ਸਾਲ 2000-01 ਦਾ ਕਣਕ ਦਾ ਉਤਪਾਦਨ ਕਾਫੀ ਉੱਚਾ ਸੀ। 2010-11 ਵਿੱਚ ਉਤਪਾਦਨ 164.72 ਲੱਖ ਮੀ. ਟਨ ਸੀ ਜੋ 2018-19 ਵਿੱਚ ਹੁਣ ਤਕ ਦਾ ਸਭ ਤੋਂ ਵੱਧ ਉਤਪਾਦਨ 182.37 ਲੱਖ ਮੀ. ਟਨ ਹੋ ਗਿਆ। ਇਸ ਤੋਂ ਬਾਅਦ ਦੇ ਸਾਲਾਂ ਵਿੱਚ ਕਣਕ ਦਾ ਉਤਪਾਦਨ ਘੱਟਣ ਲਗ ਪਿਆ ਜੋ 2019-20 ਵਿੱਚ 176.19 ਲੱਖ ਮੀ. ਟਨ ਅਤੇ 2020-21 ਦੇ ਸੋਧੇ ਹੋਏ ਅਨੁਮਾਨਾਂ ਅਨੁਸਾਰ 2020-21 ਸਾਲ ਵਿੱਚ ਪੰਜਾਬ ਨੇ 171.85 ਲੱਖ ਕਣਕ ਪੈਦਾ ਕੀਤੀ ਸੀ। 2021-22 ਦੇ ਆਰਜ਼ੀ ਅਨੁਮਾਨ ਅਨੁਸਾਰ ਉਤਪਾਦਨ 148.654 ਲੱਖ ਟਨ ਸੀ। ਸਾਰਣੀ ਨੰ. 26 ਪੰਜਾਬ ਵਿੱਚ 1960-61 ਤੋਂ 2021-22 ਤੱਕ ਦੇ ਸਮੇਂ ਦੌਰਾਨ ਕਣਕ ਦੇ ਉਤਪਾਦਨ, ਰਕਬੇ ਅਤੇ ਝਾੜ ਦੇ ਵਾਧੇ (growth) ਨੂੰ ਦਰਸਾਉਂਦੀ ਹੈ।

ਰਕਬਾ— ਪੰਜਾਬ ਵਿੱਚ ਕਣਕ ਦੀ ਕਾਸ਼ਤ ਹੇਠ ਰਾਜ ਦੇ ਕੁੱਲ ਫਸਲ ਰਕਬੇ ਦਾ 45.05% ਅਤੇ ਅਨਾਜ ਫਸਲਾਂ ਅਧੀਨ ਕੁੱਲ ਰਕਬੇ ਦਾ 51.51% ਸੀ। 2020-21 ਵਿੱਚ ਪੰਜਾਬ ਵਿੱਚ ਕਣਕ 35.304 ਲੱਖ ਹੈਕਟੇਅਰ ਖੇਤਰ ਵਿੱਚ ਪੈਦਾ ਕੀਤੀ ਗਈ ਸੀ। ਇਹ ਰਕਬਾ ਦੇਸ਼ ਵਿੱਚ ਕਣਕ ਦੀ ਕਾਸ਼ਤ ਅਧੀਨ ਕੁੱਲ ਰਕਬੇ ਦਾ 11.34% ਸੀ। ਕਣਕ ਦੀ ਕਾਸ਼ਤ ਹੇਠ ਰਕਬੇ ਅਨੁਸਾਰ ਪੰਜਾਬ ਦਾ ਨੰਬਰ ਉੱਤਰ ਪ੍ਰਦੇਸ਼ ਅਤੇ ਮੱਧ ਪ੍ਰਦੇਸ਼ ਤੋਂ ਬਾਅਦ ਆਉਂਦਾ ਹੈ। ਪੰਜਾਬ ਵਿੱਚ ਕਣਕ ਦੀ ਕਾਸ਼ਤ ਹੇਠ ਰਕਬਾ 1960-61 ਵਿੱਚ 14 ਲੱਖ ਹੈਕਟੇਅਰ ਸੀ ਜੋ 1970-71 ਵਿੱਚ ਵਧ ਕੇ 23 ਲੱਖ ਹੈਕਟੇਅਰ ਅਤੇ 1985-86 ਵਿੱਚ 31.12 ਲੱਖ ਹੈਕਟੇਅਰ ਹੋ ਗਿਆ ਸੀ। 1994-95 ਅਨੁਸਾਰ ਕਣਕ ਦੀ ਕਾਸ਼ਤ ਹੇਠ ਕੁੱਲ ਰਕਬਾ 33.12 ਲੱਖ ਹੈਕਟੇਅਰ ਸੀ। 2000-01 ਵਿੱਚ 34.08 ਲੱਖ ਹੈਕਟੇਅਰ ਸੀ। 2015-16 ਵਿੱਚ ਕਣਕ ਹੇਠ ਰਕਬਾ ਵਧ ਕੇ 35.06 ਲੱਖ ਹੈਕਟੇਅਰ ਜੋ 2018-19 ਵਿੱਚ ਵਧ ਕੇ 35.19 ਲੱਖ ਹੈਕਟੇਅਰ ਵਧ ਹੋ ਗਿਆ ਸੀ। 2021-22 ਦੇ ਆਰਜ਼ੀ ਅੰਕੜਿਆਂ ਅਨੁਸਾਰ ਪੰਜਾਬ ਵਿੱਚ 35.26 ਲੱਖ ਹੈਕਟੇਅਰ ਜ਼ਮੀਨ ਵਿੱਚ ਕਣਕ ਬੀਜੀ ਗਈ ਸੀ। ਸਾਰਣੀ ਨੰ. 26 ਵਿੱਚ ਕਣਕ ਦੇ ਅੰਕੜਿਆਂ ਨੂੰ ਘੋਖਣ ਤੋਂ ਬਾਅਦ ਪੰਜਾਬ ਵਿੱਚ ਕਣਕ ਦਾ ਰਕਬਾ 1970-71 ਤੋਂ ਬਾਅਦ ਇਕਸਾਰ ਵਧਿਆ, 1985-86 ਵਿੱਚਕਾਰ ਲਗਭਗ ਟਿਕ ਗਿਆ। ਪਰੰਤੂ ਕਣਕ ਦਾ ਉਤਪਾਦਨ 1990-91 ਤਕ ਤੇਜ਼ੀ ਨਾਲ ਵਧਿਆ ਅਤੇ ਇਸ ਤੋਂ ਬਾਅਦ 1997-98 ਤੱਕ 12.7 ਲੱਖ ਟਨ ਵਿਚਕਾਰ ਅਤੇ 1998-99 ਤੋਂ ਲਗਭਗ 145 ਅਤੇ 155 ਲੱਖ ਟਨ ਵਿਚਕਾਰ ਘੱਟਦਾ-ਵੱਧਦਾ ਰਿਹਾ। 2006-07 ਵਿੱਚ ਉਤਪਾਦਨ 145.96 ਲੱਖ ਮੀ. ਟਨ ਅਤੇ 2007-08 ਵਿੱਚ 157.20 ਲੱਖ ਮੀ. ਟਨ ਸੀ।

ਝਾੜ— ਕਣਕ ਦੇ ਉਤਪਾਦਨ ਵਿੱਚ ਇਹ ਲਗਾਤਾਰ ਵਾਧਾ ਕਣਕ ਦੇ ਉੱਚੇ ਪ੍ਰਤੀ ਹੈਕਟੇਅਰ ਝਾੜ (yield) ਕਾਰਨ ਪ੍ਰਾਪਤ ਹੋਇਆ। ਪੰਜਾਬ ਵਿੱਚ ਦੇਸ਼ ਵਿੱਚ ਸਭ ਤੋਂ ਉੱਚਾ ਕਣਕ ਦਾ ਝਾੜ ਪ੍ਰਾਪਤ ਹੋਇਆ ਹੈ। 2020-21 ਅਨੁਸਾਰ ਪੰਜਾਬ ਦਾ ਕਣਕ ਦਾ ਪ੍ਰਤੀ ਹੈਕਟੇਅਰ ਝਾੜ 4868 ਕਿਲੋਗਰਾਮ ਸੀ ਜਦੋਂ ਕਿ ਦੇਸ਼ ਦਾ ਕਣਕ ਦਾ ਔਸਤ ਝਾੜ 3521 ਕਿਲੋਗਰਾਮ ਸੀ। 2000-01 ਅਨੁਸਾਰ ਪੰਜਾਬ ਵਿੱਚ ਕਣਕ ਦਾ ਔਸਤ ਝਾੜ 4563 ਕਿਲੋਗਰਾਮ ਸੀ। ਜੋ 2019-20 ਵਿੱਚ ਵਧ ਕੇ 5004 ਕਿਲੋਗਰਾਮ ਸੀ। ਪੰਜਾਬ ਵਿੱਚ ਕਣਕ ਦੀ ਕਾਸ਼ਤ ਸੰਬੰਧੀ ਇਕ ਨਤੀਜਾ ਇਹ ਨਿਕਲਦਾ ਹੈ ਕਿ ਇਥੇ ਸੰਤਰਿਪਤਾ (saturation) ਦਾ ਸਤਰ ਲਗਭਗ ਪ੍ਰਾਪਤ ਹੋ ਗਿਆ ਹੈ ਅਤੇ ਹੁਣ ਕਣਕ ਦਾ ਉਤਪਾਦਨ ਕੇਵਲ ਹੋਰ ਜ਼ਿਆਦਾ ਝਾੜ ਦੇਣ ਵਾਲੀਆਂ ਕਿਸਮਾਂ ਬੀਜ ਕੇ ਹੀ ਵਧਾਇਆ ਜਾ ਸਕਦਾ ਹੈ ਅਤੇ ਪੰਜਾਬ ਵਿੱਚ ਖੇਤੀਬਾੜੀ ਵਿੱਚ ਵੰਨ-ਸੁਵੰਨਤਾ ਲਿਆਉਣ ਦੀ ਲੋੜ ਹੈ। 2021-22 ਦੇ ਆਰਜ਼ੀ ਅੰਕੜਿਆਂ ਅਨੁਸਾਰ ਪੰਜਾਬ ਵਿੱਚ ਕਣਕ ਦਾ ਔਸ਼ਤ ਝਾੜ ਘਟਕੇ 4216 ਕਿਲੋਗਰਾਮ ਪ੍ਰਤੀ ਹੈਕਟੇਅਰ ਹੋ ਗਿਆ। ਪ੍ਰੰਤੂ 2023 ਦੇ ਅੰਕੜਿਆਂ ਅਨੁਸਾਰ ਇਹ ਵਧ ਕੇ 4800 ਕਿਲੋਗਰਾਮ ਪ੍ਰਤੀ ਹੈਕਟੇਅਰ ਦੇ ਲਗਭਗ ਹੋ ਗਿਆ ਹੈ।

ਵੰਡ (DISTRIBUTION)

ਰਾਜ ਦੇ ਸਭ ਭਾਗਾਂ ਵਿੱਚ ਕਣਕ ਬੀਜੀ ਜਾਂਦੀ ਹੈ (ਨਕਸ਼ਾ ਨੰ. 43)। ਹੇਠ ਦਿੱਤੀ ਸਾਰਣੀ ਨੰ. 32 ਪੰਜਾਬ ਦੇ ਵਿਭਿੰਨ ਜ਼ਿਲ੍ਹਿਆਂ ਵਿੱਚ ਕਣਕ ਦੀ ਫਸਲ ਹੇਠ ਰਕਬਾ, ਉਤਪਾਦਨ ਅਤੇ ਝਾੜ 2000-01 ਅਤੇ 2021-22 ਦੇ ਸਾਲਾਂ ਅਨੁਸਾਰ ਦਰਸਾਉਂਦੀ ਹੈ।

ਸਾਰਣੀ ਨੰ. 32

ਪੰਜਾਬ ਵਿੱਚ ਜ਼ਿਲ੍ਹੇਵਾਰ ਕਣਕ ਦਾ ਉਤਪਾਦਨ, ਰਕਬਾ ਅਤੇ ਝਾੜ

ਕ੍ਰਮ ਨੰ.	ਜ਼ਿਲ੍ਹਾ	ਉਤਪਾਦਨ (ਹਜ਼ਾਰ ਟਨ)		ਰਾਜ ਦੀ ਪ੍ਰਤੀਸ਼ੱਤਤਾ		ਰਕਬਾ (ਹਜ਼ਾਰ ਹੈਕਟੇਅਰ)		ਰਾਜ ਦੀ ਪ੍ਰਤੀਸ਼ੱਤਤਾ		ਝਾੜ (ਕਿਲੋ ਪ੍ਰਤੀ ਹੈਕਟੇਅਰ)	
		(1)	(2)	(1)	(2)	(1)	(2)	(1)	(2)	(1)	(2)
1.	ਗੁਰਦਾਸਪੁਰ	924	766.9	5.94	5.23	217	184.1	6.37	5.22	4257	4220
2.	ਪਠਾਨਕੋਟ	—	143.8	—	0.97	—	39.4	—	1.12	—	3650
3.	ਅੰਮ੍ਰਿਤਸਰ	1690	842.5	10.87	5.67	361	189.3	10.59	5.37	4682	4451
4.	ਤਰਨਤਾਰਨ	—	795.2	—	5.35	—	185.5	—	5.26	—	4287
5.	ਕਪੂਰਥਲਾ	493	439.3	3.17	2.96	111	110.0	3.26	3.12	4439	3994
6.	ਜਲੰਧਰ	773	732.2	4.97	4.93	167	173.4	4.90	4.92	4626	4223
7.	ਐਸ.ਬੀ.ਐਸ. ਨਗਰ	313	298.5	2.01	2.01	70	77.3	2.05	2.19	4463	3862
8.	ਹੁਸ਼ਿਆਰਪੁਰ	489	515.3	3.14	3.47	142	142.3	4.17	4.04	3443	3621
9.	ਰੂਪਨਗਰ	312	243.7	2.01	1.64	86	67.5	2.52	1.91	3631	3610
10.	ਐਸ.ਏ.ਐਸ. ਨਗਰ	—	185.5	—	1.25	—	50.1	—	1.42	—	3704
11.	ਲੁਧਿਆਣਾ	1334	1044.0	8.58	7.02	258	244.2	7.57	6.93	5169	4275
12.	ਫਿਰੋਜ਼ਪੁਰ	1704	821.2	10.96	5.52	378	187.8	11.09	5.33	4509	4373
13.	ਫਾਜ਼ਿਲਕਾ	—	872.9	—	5.87	—	204.1	—	5.79	—	4277
14.	ਫਰੀਦਕੋਟ	524	529.6	3.37	3.56	111	115.6	3.26	3.28	4721	4582
15.	ਸ੍ਰੀ ਮੁਕਤਸਰ ਸਾਹਿਬ	869	992.7	5.59	6.68	189	219.3	5.55	6.22	4596	4527
16.	ਮੋਗਾ	818	778.3	5.26	5.24	172	177.9	5.05	5.05	4755	4375
17.	ਬਠਿੰਡਾ	1014	1148.6	6.52	7.73	243	260.7	7.13	7.39	4172	4406
18.	ਮਾਨਸਾ	748	768.1	4.81	5.17	163	172.5	4.78	4.89	4591	4453
19.	ਸੰਗਰੂਰ	1921	1215.4	12.35	8.18	393	291.2	11.53	8.26	4889	4174

20.	ਬਰਨਾਲਾ	—	524.9	—	3.53	—	114.8	—	3.26	—	4572
21.	ਪਟਿਆਲਾ	1191	906.7	7.66	6.10	261	233.5	7.66	6.62	4564	3883
22.	ਫਤਹਿਗੜ੍ਹ ਸਾਹਿਬ	434	290.0	2.79	1.95	86	85.3	2.52	2.42	5041	3400
	ਪੰਜਾਬ	15551	14,805.4	100.00	100.00	3408	3525.8	100.00	100.00	4563	4216

ਸੋਮਾ— ਪੰਜਾਬ ਦਾ ਅੰਕੜਾ— 2001 ਅਤੇ 2022, P = ਆਰਜੀ (1) 2000-01, (2) 2021-22 (P)

ਰਕਬਾ— ਇਸ ਸਾਰਣੀ ਤੋਂ ਇਹ ਪਤਾ ਲਗਦਾ ਹੈ ਕਿ ਰਾਜ ਵਿੱਚ ਕਣਕ ਹੇਠ ਸਭ ਤੋਂ ਜ਼ਿਆਦਾ ਰਕਬਾ ਮਾਲਵਾ ਦੇ ਮੈਦਾਨਾਂ ਵਿੱਚ ਪਾਇਆ ਜਾਂਦਾ ਹੈ। 2021-22 ਅਨੁਸਾਰ ਇਸ ਖੇਤਰ ਵਿੱਚ ਰਾਜ ਦੇ ਕੁੱਲ ਕਣਕ ਰਕਬੇ ਦਾ 68.71% ਪਾਇਆ ਜਾਂਦਾ ਹੈ। ਬਿਸਤ ਦੋਆਬ ਖੇਤਰ ਵਿੱਚ ਰਾਜ ਦਾ 14.27% ਕਣਕ ਖੇਤਰ ਹੈ ਜਦੋਂ ਕਿ ਬਿਸਤ ਦੋਆਬ ਦਾ ਕੁੱਲ ਖੇਤਰਫਲ ਰਾਜ ਦੇ ਕੁੱਲ ਖੇਤਰਫਲ ਦਾ 17.7% ਹੈ। ਬਾਕੀ ਦਾ 17% ਦੇ ਲਗਭਗ ਕਣਕ ਖੇਤਰ ਮਾਝਾ ਪ੍ਰਦੇਸ਼ ਵਿੱਚ ਹੈ। ਫਿਰੋਜ਼ਪੁਰ, ਫਾਜ਼ਿਲਕਾ, ਬਠਿੰਡਾ, ਮੁਕਤਸਰ, ਮੋਗਾ, ਸੰਗਰੂਰ, ਲੁਧਿਆਣਾ ਅਤੇ ਪਟਿਆਲਾ ਦੇ ਅੱਠ ਜ਼ਿਲ੍ਹਿਆਂ ਵਿੱਚ ਰਾਜ ਦਾ ਅੱਧੇ ਦੇ ਲਗਭਗ 51.50% ਕਣਕ ਰਕਬਾ ਪਾਇਆ ਜਾਂਦਾ ਹੈ। ਕੁੱਲ ਖੇਤਰਫਲ ਦੀ ਤੁਲਨਾ ਵਿੱਚ ਕੇਵਲ ਹੁਸ਼ਿਆਰਪੁਰ ਅਤੇ ਰੂਪਨਗਰ ਜ਼ਿਲ੍ਹਿਆਂ ਵਿੱਚ ਮੁਕਾਬਲਤਨ ਘੱਟ ਰਕਬਾ ਕਣਕ ਦੀ ਫਸਲ ਹੇਠ ਹੈ। ਇਸ ਦਾ ਮੁੱਖ ਕਾਰਨ ਇਨ੍ਹਾਂ ਜ਼ਿਲ੍ਹਿਆਂ ਦੇ ਵੱਡੇ ਭਾਗਾਂ ਵਿੱਚ ਪਹਾੜੀਆਂ, ਜੰਗਲਾਂ ਅਤੇ ਬੰਜਰ ਭੂਮੀ ਜਿਵੇਂ ਕਿ ਚੋਅ ਆਦਿ ਦਾ ਹੋਣਾ ਹੈ। ਮਾਲਵੇ ਤੋਂ ਬਾਹਰ ਅੰਮ੍ਰਿਤਸਰ, ਤਰਨਤਾਰਨ ਅਤੇ ਗੁਰਦਾਸਪੁਰ ਜ਼ਿਲ੍ਹਿਆਂ ਵਿੱਚ ਵੱਡਾ ਖੇਤਰ (ਰਾਜ ਦਾ 15.85%) ਕਣਕ ਦੀ ਕਾਸ਼ਤ ਹੇਠ ਹੈ। ਕਣਕ ਦੀ ਫਸਲ ਹੇਠ ਸਭ ਤੋਂ ਘੱਟ ਰਕਬਾ ਪਠਾਨਕੋਟ, ਰੂਪਨਗਰ ਅਤੇ ਐਸ.ਏ.ਐਸ. ਨਗਰ ਜ਼ਿਲ੍ਹਿਆਂ ਵਿੱਚ ਹੈ। 2021-22 ਵਿੱਚ ਇਹ ਕ੍ਰਮਵਾਰ 39.4, 67.5 ਅਤੇ 50.1 ਹਜ਼ਾਰ ਹੈਕਟੇਅਰ ਸੀ। ਇਨ੍ਹਾਂ ਜ਼ਿਲ੍ਹਿਆਂ ਵਿੱਚ ਕਣਕ ਹੇਠ ਥੋੜ੍ਹੇ ਖੇਤਰ ਦਾ ਇਕ ਕਾਰਨ ਇਨ੍ਹਾਂ ਜ਼ਿਲ੍ਹਿਆਂ ਦਾ ਸਮੁੱਚਾ ਛੋਟਾ ਅਕਾਰ (ਕ੍ਰਮਵਾਰ 94, 144 ਅਤੇ 111 ਹੈਕਟੇਅਰ) ਵੀ ਹੈ। ਨਕਸ਼ਾ ਨੰ. 43 ਵਿੱਚ ਪੰਜਾਬ ਵਿੱਚ ਕਣਕ ਹੇਠ ਰਕਬੇ ਦੀ ਵੰਡ ਨੂੰ ਦਿਖਾਇਆ ਗਿਆ ਹੈ।

ਸਮੁੱਚੇ ਰਾਜ ਲਈ 2021-22 ਵਿੱਚ ਰਾਜ ਦੇ ਕੁੱਲ ਫਸਲੀ ਰਕਬੇ (total cropped area) ਵਿੱਚੋਂ ਲਗਭਗ 45.05% ਕਣਕ ਦੀ ਕਾਸ਼ਤ ਹੇਠ ਸੀ। ਰਾਜ ਦੇ ਸਭ ਜ਼ਿਲ੍ਹਿਆਂ ਵਿੱਚ ਹਰੇਕ ਦੇ ਕੁੱਲ ਫਸਲੀ ਰਕਬੇ ਵਿੱਚੋਂ ਘੱਟੋ-ਘੱਟ 40% ਵਿੱਚ ਕਣਕ ਬੀਜੀ ਜਾਂਦੀ ਹੈ। ਕਣਕ ਕਾਸ਼ਤ ਦੀ ਸਭ ਤੋਂ ਜ਼ਿਆਦਾ ਤੀਬਰਤਾ (intensity) ਰੂਪਨਗਰ ਜ਼ਿਲ੍ਹੇ ਵਿੱਚ 48.91% ਸੀ ਅਤੇ ਸਭ ਤੋਂ ਘੱਟ ਤੀਬਰਤਾ ਫਾਜ਼ਿਲਕਾ (41.15%) ਜ਼ਿਲ੍ਹੇ ਵਿੱਚ ਸੀ। ਪੰਜਾਬ ਵਿੱਚ 2021-22 ਦੇ **ਅੰਕੜਿਆਂ ਅਨੁਸਾਰ** ਕਣਕ ਦੀ ਕਾਸ਼ਤ ਦੀ ਤੀਬਰਤਾ ਦੇ ਚਾਰ ਪ੍ਰਦੇਸ਼ ਬਣਾਏ ਜਾ ਸਕਦੇ ਹਨ (ਨਕਸ਼ਾ ਨੰ. 44)।

ਬਹੁਤ ਉੱਚੀ ਕਣਕ ਤੀਬਰਤਾ (Very High Wheat Intensity) : ਇਸ ਖੇਤਰ ਵਿੱਚ ਕਣਕ ਤੀਬਰਤਾ 47% ਜਾਂ ਇਸ ਤੋਂ ਵੱਧ ਪਾਈ ਜਾਂਦੀ ਹੈ। ਇਸ ਵਿੱਚ ਮਾਲਵੇ ਦੇ ਦੋ ਜ਼ਿਲ੍ਹੇ ਰੂਪਨਗਰ (48.91%) ਅਤੇ ਮੁਕਤਸਰ ਸਾਹਿਬ (47.78%) ਸ਼ਾਮਲ ਹਨ। ਇਨ੍ਹਾਂ ਜ਼ਿਲ੍ਹਿਆਂ ਵਿੱਚ ਉੱਚੀ ਕਣਕ ਤੀਬਰਤਾ ਦਾ ਕਾਰਣ ਰੂਪਨਗਰ ਜ਼ਿਲ੍ਹੇ ਦੀ ਉਤਜਾਊ ਦੋਮਟ ਮਿੱਟੀ, ਸਰਦੀਆਂ ਨੂੰ ਚੰਗੀ ਚੱਕਰਵਾਤੀ ਵਰਖਾ ਅਤੇ ਸਿੰਜਾਈ ਸਹੂਲਤਾਂ ਹਨ। ਮੁਕਤਸਰ ਜ਼ਿਲ੍ਹੇ ਵਿੱਚ ਭਾਵੇਂ ਮਿੱਟੀ ਕੁੱਝ ਰੇਤਲੀ ਹੈ ਪ੍ਰੰਤੂ ਰਾਜਨੀਤਕ ਕਾਰਣਾਂ (ਬਾਦਲ ਪਰਿਵਾਰ) ਫਲਸਰੂਪ ਭਰਪੂਰ ਸਿੰਜਾਈ ਸਹੂਲਤਾਂ ਉਪਲਬੱਧ ਹਨ ਅਤੇ ਦੂਜੀਆਂ ਲੋੜੀਂਦੀਆਂ ਲੋੜਾਂ ਖਾਦਾਂ ਆਦਿ ਵੀ ਉਪਲਬੱਧ ਹਨ।

ਉੱਚੀ ਤੀਬਰਤਾ ਮਾਲਵਾ ਦੇ ਅੱਠਾਂ ਜ਼ਿਲ੍ਹਿਆਂ ਫਰੀਦਕੋਟ (46.06%), ਪਟਿਆਲਾ (46.06%), ਬਰਨਾਲਾ (46.10%), ਸੰਗਰੂਰ (46.52%), ਬਠਿੰਡਾ, ਫਾਜ਼ਿਲਕਾ, ਮੋਗਾ ਅਤੇ ਮਾਨਸਾ (46.75%) ਵਿੱਚ 45.1% ਜਾਂ ਜ਼ਿਆਦਾ ਸੀ। ਇਨ੍ਹਾਂ ਜ਼ਿਲ੍ਹਿਆਂ ਵਿੱਚ ਉਪਜਾਊ ਜਲੋੜਤੀ ਮਿੱਟੀ, ਪੱਧਰੀ ਧਰਾਤਲ, ਵੱਡੀਆਂ ਤੋਂ ਦਰਮਿਆਨੀਆਂ ਜੋਤਾਂ (holdings) ਅਤੇ ਵਿਸ਼ਾਲ ਸਿੰਜਾਈ ਸਹੂਲਤਾਂ ਹਨ। ਮਾਲਵੇ ਤੋਂ ਬਾਹਰ ਮਾਝੇ ਵਿੱਚ ਗੁਰਦਾਸਪੁਰ (45.12%), ਅੰਮ੍ਰਿਤਸਰ ਅਤੇ ਤਰਨਤਾਰਨ ਜ਼ਿਲ੍ਹੇ (46.61%) ਵਿੱਚ ਉੱਚੀ ਤੀਬਰਤਾ (ਘਣਤਾ) ਸੀ।

ਕਣਕ ਕਾਸ਼ਤ ਦੀ **ਦਰਮਿਆਨੀ ਉੱਚੀ ਤੀਬਰਤਾ** ਜੋ 43.10% ਤੋਂ 45.00% ਤੱਕ ਹੈ, ਤਿੰਨ ਜ਼ਿਲ੍ਹਿਆਂ ਫਤਹਿਗੜ੍ਹ ਸਾਹਿਬ (44.89%), ਲੁਧਿਆਣਾ (43.14%) ਅਤੇ ਐਸ.ਏ.ਐਸ. ਨਗਰ (43.11%) ਵਿੱਚ ਪਾਈ ਜਾਂਦੀ ਹੈ। ਇਨ੍ਹਾਂ ਵਿੱਚ ਖੇਤੀਬਾੜੀ ਵਿੱਚ ਜ਼ਿਆਦਾ ਵੰਨ-ਸੁਵੰਨਤਾ ਹੈ ਅਤੇ ਇਥੇ ਚਾਵਲ, ਗੰਨਾ ਅਤੇ ਸਬਜ਼ੀਆਂ ਦੀ ਕਾਸ਼ਤ ਵੀ ਬਹੁਤ ਮਹੱਤਵਪੂਰਨ ਹੈ।

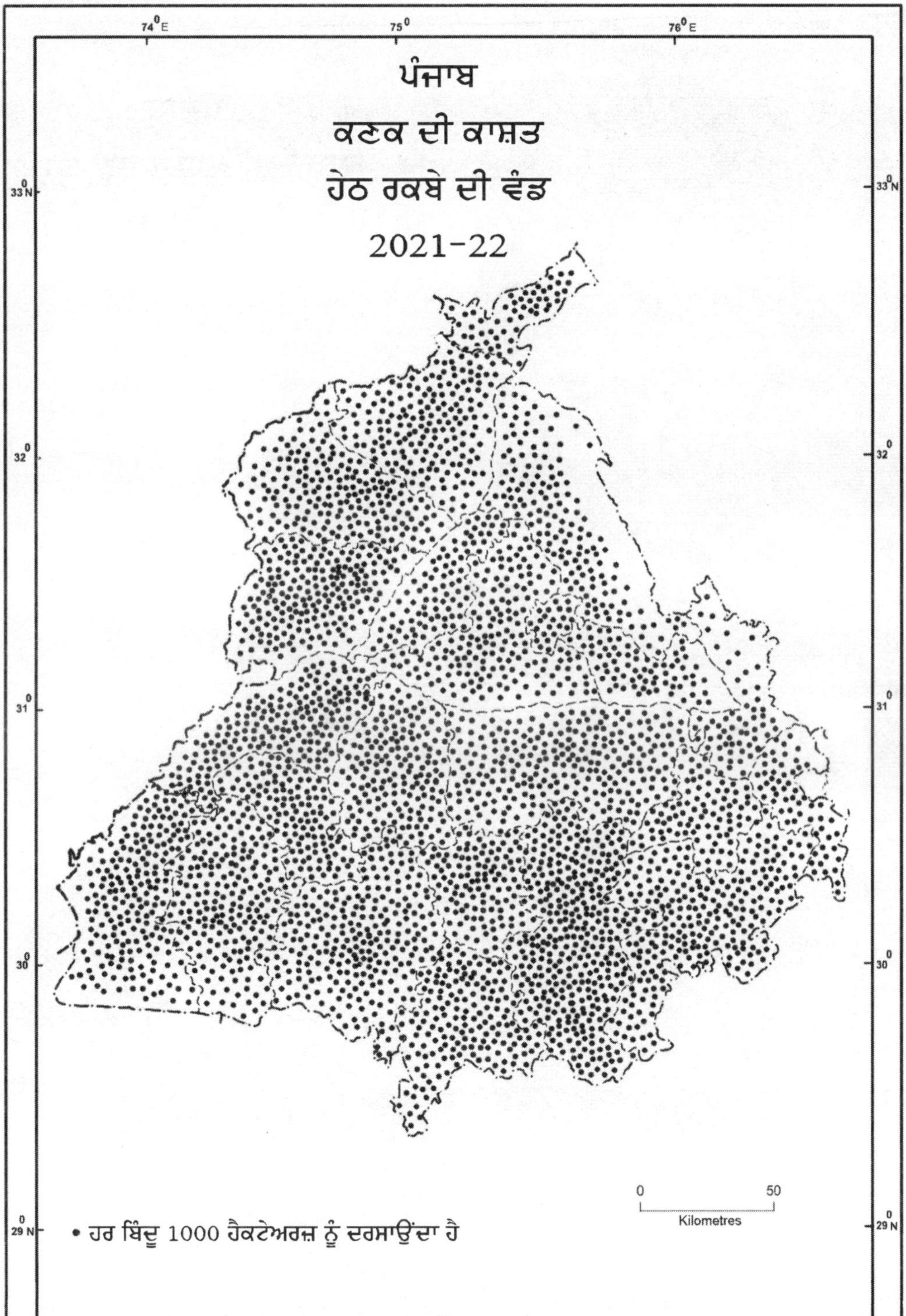
ਪੰਜਾਬ
ਕਣਕ ਦੀ ਕਾਸ਼ਤ
ਹੇਠ ਰਕਬੇ ਦੀ ਵੰਡ
2021-22
• ਹਰ ਬਿੰਦੂ 1000 ਹੈਕਟੇਅਰਜ਼ ਨੂੰ ਦਰਸਾਉਂਦਾ ਹੈ
0 50
Kilometres
74° E
75°
76° E
77°
33° N
32°
31°
30°
29° N

Map 43

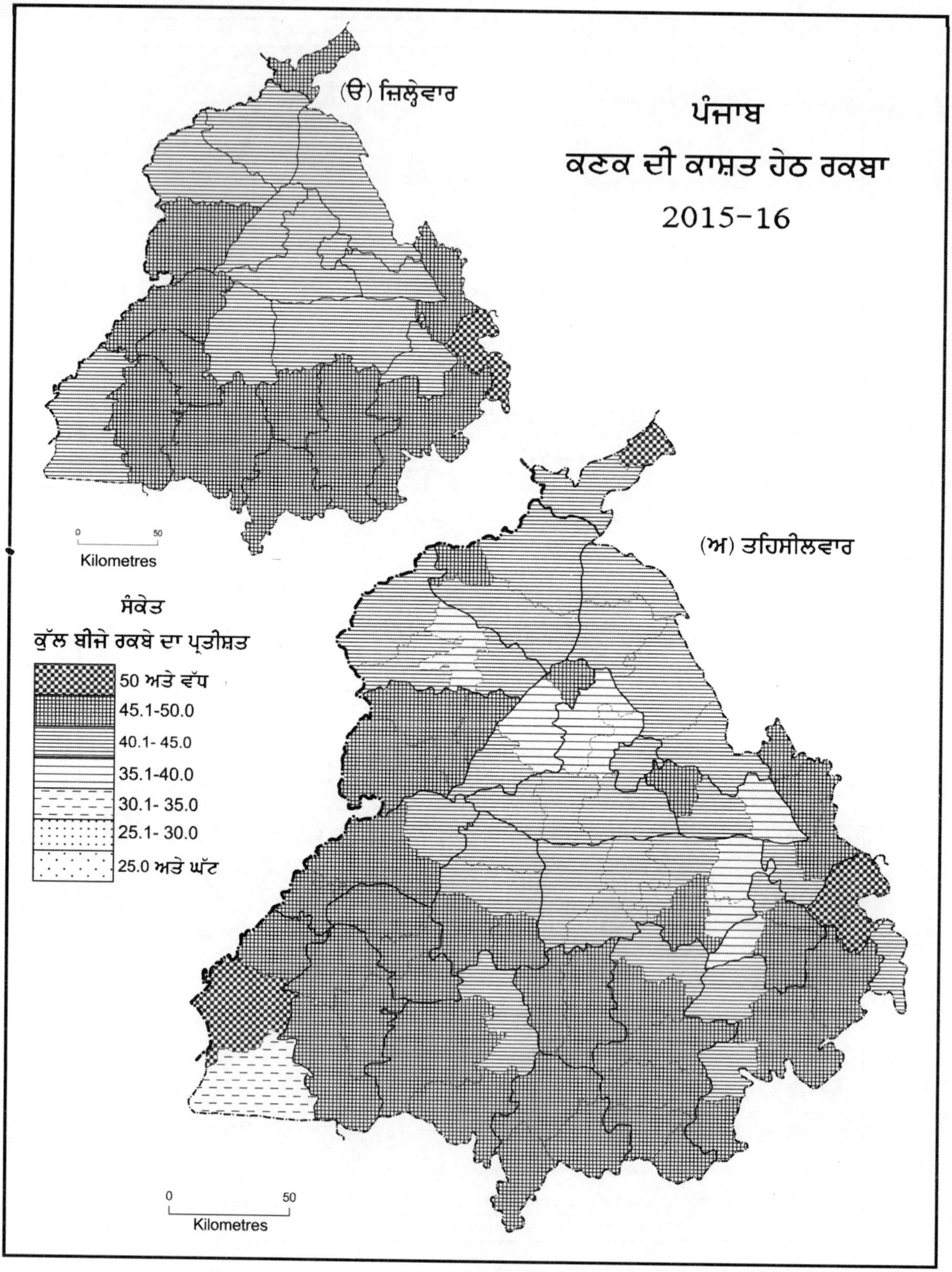
ਪੰਜਾਬ
ਕਣਕ ਦੀ ਕਾਸ਼ਤ ਹੇਠ ਰਕਬਾ
2015-16
(ੳ) ਜ਼ਿਲ੍ਹੇਵਾਰ
(ਅ) ਤਹਿਸੀਲਵਾਰ
0 50
Kilometres
ਸੰਕੇਤ
ਕੁੱਲ ਬੀਜੇ ਰਕਬੇ ਦਾ ਪ੍ਰਤੀਸ਼ਤ
50 ਅਤੇ ਵੱਧ
45.1-50.0
40.1- 45.0
35.1-40.0
30.1- 35.0
25.1- 30.0
25.0 ਅਤੇ ਘੱਟ
0 50
Kilometres

Map 44

ਰਾਜ ਵਿੱਚ **ਦਰਮਿਆਨੀ ਤੀਬਰਤਾ** (Moderate Intensity) 41.1 ਤੋਂ 43.0% ਛੇ ਜ਼ਿਲ੍ਹਿਆਂ ਪਠਾਨਕੋਟ (41.91%), ਫਾਜ਼ਿਲਕਾ (41.15%) ਰਾਜ ਵਿੱਚ ਸਭ ਤੋਂ ਘੱਟ ਕਪੂਰਥਲਾ (41.51%), ਐਸ.ਬੀ.ਐਸ.ਨਗਰ (42.94%), ਹੁਸ਼ਿਆਰਪੁਰ (42.10%) ਅਤੇ ਜਲੰਧਰ (41.88%) ਵਿੱਚ ਪਾਈ ਜਾਂਦੀ ਹੈ। ਇਨ੍ਹਾਂ ਵਿੱਚੋਂ ਹੁਸ਼ਿਆਰਪੁਰ, ਪਠਾਨਕੋਟ, ਐਸ.ਬੀ.ਐਸ. ਨਗਰ ਦੇ ਪੂਰਬੀ ਭਾਗ ਪਹਾੜੀ ਅਤੇ ਚੋਆਂ ਵਾਲੇ ਖੁੱਲ੍ਹੇ ਜੰਗਲ ਖੇਤਰ ਹਨ। ਕਪੂਰਥਲਾ ਕੁੱਝ ਰੇਤੀਲਾ ਜ਼ਿਲ੍ਹਾ ਹੈ। ਇਨ੍ਹਾਂ ਜ਼ਿਲ੍ਹਿਆਂ ਵਿੱਚ ਚਾਵਲ, ਗੰਨਾ, ਸਬਜ਼ੀਆਂ ਆਦਿ ਦੀ ਕਾਸ਼ਤ ਵੀ ਮਹੱਤਵਪੂਰਣ ਹਨ. ਕਾਰਖਾਨਿਆਂ ਅਤੇ ਸ਼ਹਿਰੀ ਵਿਕਾਸ ਕਾਰਨ ਵੀ ਕਾਸ਼ਤਯੋਗ ਭੂਮੀ ਦੀ ਘਾਟ ਹੋ ਰਹੀ ਹੈ। ਫਾਜ਼ਿਲਕਾ ਜ਼ਿਲ੍ਹਾ ਵੀ ਗਰਮ-ਖੁਸ਼ਕ, ਰੇਤੀਲਾ ਅਤੇ ਟਿੱਬਿਆਂ ਵਾਲਾ ਜ਼ਿਲ੍ਹਾ ਹੈ।

ਮਾਲਵੇ ਦੇ ਫਾਜ਼ਿਲਕਾ ਜ਼ਿਲ੍ਹੇ (41.15%) ਵਿੱਚ ਰਾਜ ਦੀ **ਸਭ ਤੋਂ ਘੱਟ ਕਣਕ ਤੀਬਰਤਾ** ਪਾਈ ਜਾਂਦੀ ਹੈ। ਇੱਥੇ ਰਾਜ ਦੀ ਸਭ ਤੋਂ ਉੱਚੀ ਚਾਵਲ ਤੀਬਰਤਾ ਪਾਈ ਜਾਂਦੀ ਹੈ। ਇੱਥੇ ਤੇਲ ਬੀਜ ਵੀ ਮਹੱਤਵਪੂਰਣ ਹਨ। ਕੁੱਝ ਰੇਤ ਟਿੱਬੇ ਵੀ ਹਨ।

2015-16 ਦੇ ਅੰਕੜਿਆਂ ਅਨੁਸਾਰ ਪੰਜਾਬ ਦੀ ਔਸਤ ਕਣਕ ਤੀਬਰਤਾ 44.54% ਸੀ। ਜ਼ਿਲ੍ਹੇਵਾਰ **ਉੱਚੀ ਕਣਕ ਤੀਬਰਤਾ** ਬਠਿੰਡਾ (45.65%), ਤਰਨਤਾਰਨ (47.09%), ਫਿਰੋਜ਼ਪੁਰ, ਫ਼ਰੀਦਕੋਟ, ਮੁਕਤਸਰ (46.14%), ਮਾਨਸਾ, ਸੰਗਰੂਰ, ਪਟਿਆਲਾ (45.61%), ਰੂਪਨਗਰ, ਐਸ.ਏ.ਐਸ ਨਗਰ (50.50%) ਅਤੇ ਬਰਨਾਲਾ (45.97%) ਜ਼ਿਲ੍ਹਿਆਂ ਵਿੱਚ ਪਾਈ ਜਾਂਦੀ ਸੀ। ਦਰਮਿਆਨੀ ਕਣਕ ਤੀਬਰਤਾ (45.0 ਤੋਂ 41.0%) ਅੰਮ੍ਰਿਤਸਰ (42.73%), ਗੁਰਦਾਸਪੁਰ (44.662), ਲੁਧਿਆਣਾ (41.83%), ਐਸ.ਬੀ.ਐਸ. ਨਗਰ, ਹੁਸ਼ਿਆਰਪੁਰ ਅਤੇ ਫ਼ਤਹਿਗੜ੍ਹ ਸਾਹਿਬ, ਫਾਜ਼ਿਲਕਾ (42.83%) ਜ਼ਿਲ੍ਹਿਆਂ ਵਿੱਚ ਪਾਈ ਜਾਂਦੀ ਸੀ। ਘੱਟ ਤੀਬਰਤਾ (41.0% ਤੋਂ ਘੱਟ) ਕੇਵਲ ਜਲੰਧਰ (40.91%) ਜ਼ਿਲ੍ਹੇ ਵਿੱਚ ਪਾਈ ਜਾਂਦੀ ਸੀ।

ਤਹਿਸੀਲਵਾਰ ਕਣਕ ਤੀਬਰਤਾ (Tehsil Wise Wheat Intensity)

ਪੰਜਾਬ ਵਿੱਚ ਤਹਿਸੀਲ ਅਨੁਸਾਰ ਕਣਕ ਤੀਬਰਤਾ ਵਿੱਚ ਕਾਫੀ ਵਿਖਰੇਵਾਂ ਪਾਇਆ ਜਾਂਦਾ ਹੈ। ਸਭ ਤੋਂ ਉੱਚੀ ਕਣਕ ਤੀਬਰਤਾ ਐਸ.ਏ.ਐਸ. ਨਗਰ ਜ਼ਿਲ੍ਹੇ ਵਿੱਚ ਖਰੜ ਤਹਿਸੀਲ (54.53%) ਦੀ ਰਿਕਾਰਡ ਕੀਤੀ ਗਈ ਸੀ ਅਤੇ ਸਭ ਤੋਂ ਘੱਟ ਕਣਕ ਤੀਬਰਤਾ ਫਾਜ਼ਿਲਕਾ ਜ਼ਿਲ੍ਹੇ ਵਿੱਚ ਅਬੋਹਰ ਤਹਿਸੀਲ (33.29%) ਦੀ ਰਿਕਾਰਡ ਕੀਤੀ ਗਈ ਸੀ। ਕਣਕ ਤੇ ਦੂਜੀਆਂ ਫਸਲਾਂ ਦੀ ਤੀਬਰਤਾ (Intensity) ਆਦਿ ਦੇ ਅੰਕੜੇ ਸਾਲ 2015-16 ਲਈ ਡਾਇਰੈਕਟਰ ਲੈਂਡ ਰਿਕਾਰਡਜ, ਪੰਜਾਬ ਤੋਂ ਉਪਲਬੱਧ ਅੰਕੜਿਆਂ ਉੱਤੇ ਅਧਾਰਤ ਹਨ। ਆਮ ਕਰਕੇ ਬਿਸਤ ਦੋਆਬ ਵਿੱਚ ਨੀਵੀਂ ਕਣਕ ਤੀਬਰਤਾ, ਮਾਝਾ ਪ੍ਰਦੇਸ਼ ਵਿੱਚ ਦਰਮਿਆਨੀ ਉੱਚੀ ਤੀਬਰਤਾ ਅਤੇ ਮਲਾਵਾ ਪ੍ਰਦੇਸ਼ ਵਿੱਚ ਉੱਚੀ ਕਣਕ ਤੀਬਰਤਾ ਪਾਈ ਜਾਂਦੀ ਹੈ। ਪੰਜਾਬ ਵਿੱਚ ਕਣਕ ਤੀਬਰਤਾ ਲਈ ਹੇਠ ਲਿਖੇ 4 ਉਪ-ਖੇਤਰ ਬਣਾਏ ਜਾ ਸਕਦੇ ਹਨ—

1. **ਸਭ ਤੋਂ ਉੱਚੀ ਕਣਕ ਤੀਬਰਤਾ (Very High Wheat Intensity)** ਵਾਲੀਆਂ ਤਹਿਸੀਲਾਂ ਵਿੱਚ ਕਣਕ ਤੀਬਰਤਾ 50.01% ਜਾਂ ਇਸ ਤੋਂ ਵੱਧ ਪਾਈ ਜਾਂਦੀ ਹੈ। ਇਸ ਖੇਤਰ ਵਿੱਚ ਪੰਜਾਬ ਦੀਆਂ ਕੇਵਲ 4 ਤਹਿਸੀਲਾਂ ਖਰੜ (54.50%), ਫਾਜ਼ਿਲਕਾ (53.76%), ਮੋਹਾਲੀ (52.97%) ਅਤੇ ਧਾਰ ਕਲਾਂ (ਪਠਾਨਕੋਟ ਜ਼ਿਲ੍ਹਾ) ਵਿੱਚ 50.91% ਕਣਕ ਤੀਬਰਤਾ ਪਾਈ ਜਾਂਦੀ ਹੈ। ਇਨ੍ਹਾਂ ਤਹਿਸੀਲਾਂ ਵਿੱਚ ਸਰਦੀਆਂ ਨੂੰ ਕਣਕ ਤੋਂ ਇਲਾਵਾ ਕਿਸੇ ਹੋਰ ਫਸਲ ਤੋਂ ਕੋਈ ਮੁਕਾਬਲਾ ਨਹੀਂ। ਇਸ ਲਈ ਸਭ ਉਪਲਬੱਧ ਭੂਮੀ ਵਿੱਚ ਕਣਕ ਬਿਜਾਈ ਕੀਤੀ ਜਾਂਦੀ ਹੈ ਅਤੇ ਫਲਸਰੂਪ ਕਣਕ ਤੀਬਰਤਾ ਕਾਫੀ ਉੱਚੀ (50.1% ਤੋਂ ਵੱਧ) ਹੈ।
2. **ਉੱਚੀ ਕਣਕ ਤੀਬਰਤਾ (High Wheat Intensity) :** ਇਸ ਸ਼੍ਰੇਣੀ ਦੇ ਜ਼ਿਲ੍ਹਿਆਂ ਵਿੱਚ ਕਣਕ ਤੀਬਰਤਾ 45.1% ਤੋਂ 50.0% ਤੱਕ ਹੈ। ਇਸ ਸ਼੍ਰੇਣੀ ਵਿੱਚ ਸਭ ਤੋਂ ਵੱਧ ਤਹਿਸੀਲਾਂ (ਲਗਭਗ 45 ਤਹਿਸੀਲਾਂ)— ਸ਼ਾਮਲ ਹਨ ਜੋ ਕਿ ਮੁੱਖ ਤੌਰ ਤੇ ਮਾਲਵਾ ਪ੍ਰਦੇਸ਼ ਵਿੱਚ ਸਥਿਤ ਹਨ। ਇਸ ਖੇਤਰ ਦੀ ਕੁੱਝ ਰੇਤਲੀ ਦੋਮਟ ਮਿੱਟੀ, ਲਗਭਗ ਪੱਧਰੀ ਧਰਾਤਲ ਅਤੇ ਨਹਿਰਾਂ ਅਤੇ ਟਿਊਬਵੈਲਾਂ ਤੋਂ ਭਰਪੂਰ ਸਿੰਜਾਈ ਸਹੂਲਤਾਂ ਪ੍ਰਾਪਤ ਹਨ। ਇਸ ਦੇ ਨਾਲ ਹੋਰ ਫਸਲਾਂ ਤੋਂ ਘੱਟ ਮੁਕਾਬਲਾ ਅਤੇ ਪੁਰਾਣੀ ਪ੍ਰਥਾ (Tradition) ਵੀ ਮਹੱਤਵਪੂਰਣ ਹਨ। ਇਸ ਖੇਤਰ ਵਿੱਚ ਮਾਨਸਾ, ਫਰੀਦਕੋਟ, ਬਰਨਾਲਾ,

ਮੁਕਤਸਰ ਸਾਹਿਬ ਜ਼ਿਲ੍ਹਿਆਂ ਦੀਆਂ ਸਭ ਤਹਿਸੀਲਾਂ ਅਤੇ ਸੰਗਰੂਰ, ਬਠਿੰਡਾ, ਫਿਰੋਜ਼ਪੁਰ, ਫਾਜ਼ਿਲਕਾ ਅਤੇ ਪਟਿਆਲਾ ਜ਼ਿਲ੍ਹਿਆਂ ਦੀਆਂ ਜ਼ਿਅਦਾਤਰ ਤਹਿਸੀਲਾਂ ਸ਼ਾਮਲ (ਨਕਸ਼ਾ ਨੰ. 44 ਅ) ਹਨ। ਉਦਾਹਰਣ ਲਈ ਪਟਿਆਲਾ (46.09%), ਸਮਾਣਾ (45.04%), ਬਠਿੰਡਾ (45.37%), ਤਲਵੰਡੀ ਸਾਬੋ (46.13%), ਮਾਨਸਾ (46.54%), ਬਰਨਾਲਾ (46.10%) ਆਦਿ ਹਨ। ਇਨ੍ਹਾਂ ਦੱਖਣੀ ਅਤੇ ਮੱਧ ਦੱਖਣ ਪੂਰਬੀ ਤਹਿਸੀਲਾਂ ਵਿੱਚ ਕਣਕ ਨੂੰ ਗੰਨੇ, ਆਲੂਆਂ ਆਦਿ ਤੋਂ ਬਹੁਤ ਘੱਟ ਮੁਕਾਬਲਾ ਹੈ।

ਮਾਝੇ ਦੀ ਡੇਰਾ ਬਾਬਾ ਨਾਨਕ (46.19%), ਤਰਨਤਾਰਨ (48.84%), ਪੱਟੀ (46.02%), ਖਡੂਰ ਸਾਹਿਬ ਅਤੇ ਕਪੂਰਥਲਾ ਜ਼ਿਲ੍ਹੇ ਦੀ ਭੁਲੱਥ (47.16%) ਤਹਿਸੀਲ, ਸ.ਭ.ਸ. ਨਗਰ ਦੀ ਬੰਗਾ (46.28%) ਤਹਿਸੀਲ, ਰੂਪਨਗਰ ਜ਼ਿਲ੍ਹੇ ਦੀਆਂ ਜ਼ਿਆਦਾਤਰ ਤਹਿਸੀਲਾਂ, ਆਨੰਦਪੁਰ ਸਾਹਿਬ (48.64%), ਨੰਗਲ (48.71%) ਆਦਿ ਵੀ ਸ਼ਾਮਲ ਹਨ।

3. **ਦਰਮਿਆਨੀ ਕਣਕ ਤੀਬਰਤਾ (Moderate Wheat Intensity) :** ਇਸ ਸ਼੍ਰੇਣੀ ਵਿੱਚ ਸ਼ਾਮਲ ਤਹਿਸੀਲਾਂ ਦੀ ਕਣਕ ਤੀਬਰਤਾ 40.1% ਤੋਂ 45.0% ਵਿਚਕਾਰ ਪਾਈ ਜਾਂਦੀ ਹੈ। ਇਸ ਵਰਗ ਵਿੱਚ ਪੰਜਾਬ ਦੀਆਂ ਲਗਭਗ 30 ਤਹਿਸੀਲਾਂ ਸ਼ਾਮਲ ਹਨ ਜੋ ਮੁੱਖ ਤੌਰ ਤੇ ਪੰਜਾਬ ਦੇ ਮੱਧ ਅਤੇ ਮੱਧ ਉੱਤਰ-ਪੂਰਬੀ ਜ਼ਿਲ੍ਹਿਆਂ —ਲੁਧਿਆਣਾ, ਮੋਗਾ, ਜਲੰਧਰ, ਹੁਸ਼ਿਆਰਪੁਰ, ਸ਼.ਭ.ਸ. ਨਗਰ ਅਤੇ ਮਾਝੇ ਦੇ ਅੰਮ੍ਰਿਤਸਰ ਅਤੇ ਗੁਰਦਾਸਪੁਰ ਜ਼ਿਲ੍ਹੇ ਸ਼ਾਮਲ ਹਨ। ਇਨ੍ਹਾਂ ਜ਼ਿਲ੍ਹਿਆਂ ਵਿੱਚ ਕਣਕ ਨੂੰ ਆਲੂਆਂ, ਗੰਨਾ, ਚਾਰਾ ਫਸਲਾਂ ਆਦਿ ਤੋਂ ਮੁਕਾਬਲਾ ਹੈ। ਇਸ ਲਈ ਵਧੀਆ ਮਿੱਟੀ ਅਤੇ ਭਰਪੂਰ ਸਿੰਜਾਈ ਸਹੂਲਤਾਂ ਦੇ ਹੁੰਦੇ ਹੋਏ ਵੀ ਕਣਕ ਦੀ ਦਰਮਿਆਨੀ ਤੀਬਰਤਾ ਹੈ। ਇੱਥੇ ਗੰਨਾ ਅਤੇ ਆਲੂਆਂ ਦੀਆਂ ਫਸਲਾਂ ਵੀ ਕਾਫੀ ਮਹੱਤਵਪੂਰਣ ਹਨ। ਇਸ ਖੇਤਰ ਵਿੱਚ ਸ਼ਾਮਲ ਤਹਿਸੀਲਾਂ ਹਨ—ਲੁਧਿਆਣਾ ਪੂਰਬ (44.17%), ਪੱਛਮ (42.90%), ਜਗਰਾਉਂ (40.39%), ਨਕੋਦਰ (40.28%), ਸ਼ਾਹਕੋਟ (42.61%), ਫਿਲੌਰ (43.80%), ਨਵਾਂਸ਼ਹਿਰ (40.90%), ਬੰਗਾ (41.50%), ਹੁਸ਼ਿਆਰਪੁਰ (44.75%), ਦਸੂਹਾ (41.82%), ਮੁਕੇਰੀਆਂ (43.30%), ਗੜ੍ਹਸ਼ੰਕਰ (40.1%), ਚਮਕੌਰ ਸਾਹਿਬ (43.06%), ਡੇਰਾ ਬਸੀ (44.86%), ਰਾਮਪੁਰਾ ਫੂਲ (43.39%), ਮਲੇਰਕੋਟਲਾ (44.47%), ਨਾਭਾ (42.88%), ਖਮਾਣੋਂ (44.02%) ਆਦਿ।

4. **ਨੀਵੀਂ ਕਣਕ ਤੀਬਰਤਾ (Low Wheat Intensity) :** ਨੀਵੀਂ ਕਣਕ ਤੀਬਰਤਾ ਵਾਲੇ ਜ਼ਿਲ੍ਹਿਆਂ/ਤਹਿਸੀਲਾਂ ਵਿੱਚ ਕਣਕ ਤੀਬਰਤਾ 40.1% ਤੋਂ ਘੱਟ ਪਾਈ ਜਾਂਦੀ ਹੈ। ਇਨ੍ਹਾਂ ਤਹਿਸੀਲਾਂ ਵਿੱਚ ਮਿੱਟੀ ਰੇਤਲੀ, ਕੰਕਰੀਲੀ ਜਾਂ ਘੱਟ ਉਪਜਾਊ ਹੈ ਜਾਂ ਧਰਾਤਲ ਉੱਚੀ ਨੀਵੀਂ ਹੈ, ਜਲਵਾਯੂ ਗਰਮ ਅਤੇ ਖੁਸ਼ਕ ਹੈ ਜਾਂ ਦੂਸਰੀਆਂ ਫਸਲਾਂ ਤੋਂ ਕਣਕ ਨੂੰ ਸਖਤ ਮੁਕਾਬਲਾ ਹੈ। ਮੋਟੇ ਤੌਰ ਤੇ ਇਨ੍ਹਾਂ ਤਹਿਸੀਲਾਂ ਵਿੱਚ ਹਾਲਾਤ ਕਣਕ ਲਈ ਬਹੁਤੇ ਅਨੁਕੂਲ ਨਹੀਂ ਹਨ। ਇਸ ਖੇਤਰ ਵਿੱਚ ਲਗਭਗ 10 ਤਹਿਸੀਲਾਂ ਸ਼ਾਮਲ ਹਨ—ਅੰਮ੍ਰਿਤਸਰ-I (39.86%), ਕਪੂਰਥਲਾ (37.38%), ਜਲੰਧਰ-I (37.31%), ਜਲੰਧਰ- II (38.25)%, ਬਲਾਚੌਰ (36.91%), ਖਮਾਣੋਂ (39.88%), ਸਮਰਾਲਾ (38.44%), ਅਮਲੋਹ (38.10%), ਅਬੋਹਰ (33.29% ਰਾਜ ਵਿੱਚ ਸਭ ਤੋਂ ਘੱਟ) ਆਦਿ।

ਇਸ ਤਰ੍ਹਾਂ ਆਮ ਕਰਕੇ ਅਸੀਂ ਇਹ ਕਹਿ ਸਕਦੇ ਹਾਂ ਕਿ ਕਣਕ ਜਾਂ ਦੂਜੀਆਂ ਫ਼ਸਲਾਂ ਦੀ ਤੀਬਰਤਾ (intensity) ਕਾਫ਼ੀ ਹੱਦ ਤੱਕ ਮਿੱਟੀਆਂ, ਜਲ ਪ੍ਰਵਾਹ ਅਤੇ ਜਲ ਨਿਕਾਸ (drainage) ਅਤੇ ਜਲਵਾਯੂ ਹਾਲਤਾਂ ਤੋਂ ਇਲਾਵਾ ਲਾਭਦਾਇਕਤਾ (profitability), ਦੂਜੀਆਂ ਫ਼ਸਲਾਂ ਤੋਂ ਮੁਕਾਬਲਾ (competition), ਭੌਂ-ਵਰਤੋਂ ਦਾ ਤਰੀਕਾ (mode of landuse), ਫ਼ਸਲਾਂ ਦੀ ਵੰਨ-ਸੁਵੰਨਤਾ ਦੇ ਵਿਚਾਰ ਪ੍ਰਤੀ ਰਵੱਈਆ (acceptance of the concept of diversification), ਮੰਡੀਕਰਣ ਦੀ ਸਹੂਲਤ ਅਤੇ ਕਿਸਾਨ ਦੀ ਆਪਣੀ ਮਰਜ਼ੀ (whim of individual farmer) ਆਦਿ ਉੱਤੇ ਨਿਰਭਰ ਕਰਦੀ ਹੈ।

ਉੱਤਪਾਦਨ— 2008-09 ਅਨੁਸਾਰ ਫਿਰੋਜ਼ਪੁਰ, ਸੰਗਰੂਰ ਅਤੇ ਬਠਿੰਡਾ ਦੇ ਤਿੰਨ ਜ਼ਿਲ੍ਹੇ ਕ੍ਰਮ ਅਨੁਸਾਰ ਪੰਜਾਬ ਵਿੱਚ ਕਣਕ ਦੇ ਸਭ ਤੋਂ ਵੱਡੇ ਉਤਪਾਦਕ ਸਨ। 2015-16 ਅਨੁਸਾਰ ਸੰਗਰੂਰ, ਬਠਿੰਡਾ, ਲੁਧਿਆਣਾ ਅਤੇ ਪਟਿਆਲਾ ਜ਼ਿਲ੍ਹੇ ਕ੍ਰਮ ਅਨੁਸਾਰ

ਪੰਜਾਬ ਵਿੱਚ ਕਣਕ ਦੇ ਸਭ ਤੋਂ ਵੱਡੇ ਚਾਰ ਉਤਪਾਦਕ ਸਨ। ਮਾਲਵਾ ਦੇ ਸੱਤ ਜ਼ਿਲ੍ਹੇ ਸੰਗਰੂਰ, ਫਿਰੋਜ਼ਪੁਰ, ਫਾਜ਼ਿਲਕਾ, ਸ੍ਰੀ ਮੁਕਤਸਰ ਸਾਹਿਬ, ਬਠਿੰਡਾ, ਲੁਧਿਆਣਾ ਅਤੇ ਪਟਿਆਲਾ ਰਲ ਕੇ ਰਾਜ ਦੀ ਲਗਭਗ 47.00% ਕਣਕ ਪੈਦਾ ਕਰਦੇ ਹਨ (2021-22 ਅਨੁਸਾਰ)। ਮਾਲਵਾ ਖੇਤਰ ਤੋਂ ਬਾਹਰ ਗੁਰਦਾਸਪੁਰ, ਤਰਨਤਾਰਨ, ਜਲੰਧਰ ਅਤੇ ਅੰਮ੍ਰਿਤਸਰ ਦੇ ਜ਼ਿਲ੍ਹੇ ਕਣਕ ਦੇ ਵੱਡੇ ਉਤਪਾਦਨ ਹਨ। ਇਨ੍ਹਾਂ ਵਿੱਚ ਹਰੇਕ 2021-22 ਵਿੱਚ ਕਣਕ ਦਾ ਉਤਪਾਦਨ 7.32 ਤੋਂ 8.43 ਲੱਖ ਟਨ ਵਿਚਕਾਰ ਸੀ। ਪੰਜਾਬ ਵਿੱਚ ਸਭ ਤੋਂ ਘੱਟ ਕਣਕ 2021-22 ਅਨੁਸਾਰ ਪਠਾਨਕੋਟ (1.44 ਲੱਖ ਮੀਟਰ ਟਨ), ਐਸ.ਏ.ਐਸ. ਨਗਰ (1.86 ਲੱਖ ਮੀ. ਟਨ), ਰੂਪਨਗਰ (2.44 ਲੱਖ ਮੀ. ਟਨ) ਅਤੇ ਐਸ.ਬੀ. ਐਸ. ਨਗਰ (2.99 ਲੱਖ ਮੀ. ਟਨ) ਦੇ ਅਰਧ-ਪਹਾੜੀ ਜ਼ਿਲ੍ਹੇ ਪੈਦਾ ਕਰਦੇ ਹਨ। ਫਤਹਿਗੜ੍ਹ ਸਾਹਿਬ, ਹੁਸ਼ਿਆਰਪੁਰ, ਕਪੂਰਥਲਾ, ਫਰੀਦਕੋਟ ਅਤੇ ਬਰਨਾਲਾ ਦੇ ਜ਼ਿਲ੍ਹੇ ਕਣਕ ਦੇ ਦੂਜੇ ਛੋਟੇ ਉਤਪਾਦਕ ਹਨ। ਇਨ੍ਹਾਂ ਵਿੱਚ ਹਰ ਇਕ ਦਾ 2021-22 ਅਨੁਸਾਰ ਕਣਕ ਦਾ ਉਤਪਾਦਨ 6.0 ਲੱਖ ਮੀ. ਟਨ ਜਾਂ ਘੱਟ ਸੀ। ਇਨ੍ਹਾਂ ਜ਼ਿਲ੍ਹਿਆਂ ਵਿੱਚ ਕਣਕ ਹੇਠ ਰਕਬਾ ਵੀ ਘੱਟ ਸੀ (ਹਰੇਕ 1.5 ਲੱਖ ਹੈਕਟੇਅਰ ਤੋਂ ਘੱਟ)। ਉਤਪਾਦਨਾਂ ਲਈ ਸਾਰਣੀ ਨੰ. 32 ਦੇਖੋ।

ਝਾੜ— ਪੰਜਾਬ ਵਿੱਚ ਕਣਕ ਦੇ ਉਤਪਾਦਨ ਵਿੱਚ ਭਾਰੀ ਵਾਧਾ ਇੱਥੇ ਕਣਕ ਦੇ ਉੱਚੇ ਝਾੜ ਕਾਰਨ ਹੋਇਆ ਹੈ। ਪੰਜਾਬ ਵਿੱਚ ਕਣਕ ਦਾ ਔਸਤ ਝਾੜ 2007-08 ਵਿੱਚ 4507 ਕਿਲੋ ਪ੍ਰਤੀ ਹੈਕਟੇਅਰ ਸੀ ਜੋ 2008-09 ਵਿੱਚ ਘਟ ਕੇ 4462 ਕਿਲੋ ਪ੍ਰਤੀ ਹੈਕਟੇਅਰ ਹੋ ਗਿਆ। 2015-16 ਅਨੁਸਾਰ ਪੰਜਾਬ ਵਿੱਚ ਕਣਕ ਦਾ ਔਸਤ ਝਾੜ 4583 ਕਿਲੋਗ੍ਰਾਮ ਪ੍ਰਤੀ ਹੈਕਟੇਅਰ ਸੀ। ਫਰੀਦਕੋਟ ਜ਼ਿਲ੍ਹੇ ਵਿੱਚ 2021-22 ਅਨੁਸਾਰ ਕਣਕ ਦਾ ਸਭ ਤੋਂ ਵੱਧ (4582 ਕਿਲੋ ਪ੍ਰਤੀ ਹੈਕਟੇਅਰ) ਝਾੜ ਪ੍ਰਾਪਤ ਹੋਇਆ ਸੀ। ਦੂਜੇ ਨੰਬਰ ਤੇ ਸਭ ਤੋਂ ਉੱਚਾ ਝਾੜ ਬਰਨਾਲਾ ਜ਼ਿਲ੍ਹੇ ਵਿੱਚ ਰਿਕਾਰਡ ਕੀਤਾ ਗਿਆ ਸੀ ਜੋ 4572 ਕਿਲੋ ਪ੍ਰਤੀ ਹੈਕਟੇਅਰ ਸੀ। ਲੁਧਿਆਣਾ, ਫਰੀਦਕੋਟ, ਮਾਨਸਾ, ਤਰਨਤਾਰਨ, ਮੋਗਾ, ਬਰਨਾਲਾ, ਅੰਮ੍ਰਿਤਸਰ, ਫਿਰੋਜ਼ਪੁਰ ਅਤੇ ਮੁਕਤਸਰ ਸਾਹਿਬ ਜ਼ਿਲ੍ਹਿਆਂ ਵਿੱਚ ਕਣਕ ਦਾ ਝਾੜ ਰਾਜ ਦੇ ਕਣਕ ਦੇ ਔਸਤ ਝਾੜ ਤੋਂ ਜ਼ਿਆਦਾ ਸੀ। ਸਭ ਤੋਂ ਘੱਟ ਝਾੜ ਫਤਹਿਗੜ੍ਹ ਸਾਹਿਬ ਅਤੇ ਅਰਧ-ਪਹਾੜੀ ਅਤੇ ਕੰਕਰੀਲੀ ਜ਼ਮੀਨ ਵਾਲੇ ਪਠਾਨਕੋਟ ਜ਼ਿਲ੍ਹੇ (3650 ਕਿਲੋ) ਅਤੇ ਹੁਸ਼ਿਆਰਪੁਰ ਜ਼ਿਲ੍ਹੇ ਵਿੱਚ 3862 ਕਿਲੋ ਪ੍ਰਤੀ ਹੈਕਟੇਅਰ ਸੀ। ਇਹ ਘੱਟ ਝਾੜ ਵੀ ਭਾਰਤ ਦੇ ਕਣਕ ਦੇ ਔਸਤ ਝਾੜ ਨਾਲੋਂ ਜ਼ਿਆਦਾ ਸੀ।

ਨਿਰਯਾਤ ਦੇ ਉਦੇਸ਼ ਤੋਂ ਰਾਜ ਵਿੱਚ ਦੁਰਮ ਕਿਸਮ ਦੀ ਕਣਕ (duram) ਦੀ ਕਾਸ਼ਤ ਨੂੰ ਉਤਸ਼ਾਹਤ ਕੀਤਾ ਜਾ ਰਿਹਾ ਹੈ। ਇਸ ਸਮੇਂ ਵਿੱਚ ਪੰਜਾਬ ਵਿੱਚ ਬਹੁਤ ਵਾਧੂ ਕਣਕ (Surplus wheat) ਹੁੰਦੀ ਹੈ। 2021-22 ਅਨੁਸਾਰ ਪੰਜਾਬ ਨੇ ਦੇਸ਼ ਦੇ ਕੇਂਦਰੀ ਭੰਡਾਰ ਲਈ 30.50% (2007-08 ਵਿੱਚ 60.9%) ਦਾ ਯੋਗਦਾਨ ਪਾਇਆ ਸੀ। ਕਿਉਂਕਿ ਪੰਜਾਬ ਦੀ 100% ਦੇ ਲਗਭਗ ਕਣਕ ਸਿੰਜਾਈ ਰਾਹੀਂ ਪੈਦਾ ਕੀਤੀ ਜਾਂਦੀ ਹੈ ਅਤੇ ਰਾਜ ਵਿੱਚ ਜ਼ਿਆਦਾ ਸਿੰਜਾਈ ਕਾਰਨ ਭੂਮੀਗਤ ਜਲ ਸਤਰ ਹੇਠ ਜਾ ਰਿਹਾ ਹੈ। ਇਸ ਲਈ ਲੋੜ ਹੈ ਕਿ ਕਣਕ ਹੇਠ ਰਕਬਾ ਘਟਾ ਕੇ ਅਤੇ ਜ਼ਿਆਦਾ ਝਾੜ ਲੈ ਕੇ ਉਤਪਾਦਨ ਵਧਾਇਆ ਜਾਵੇ।

ਚਾਵਲ (RICE)

ਚਾਵਲ (ਝੋਨਾ) ਪੰਜਾਬ ਦੀ ਦੂਜੀ ਸਭ ਤੋਂ ਵੱਧ ਮਹੱਤਵਪੂਰਣ ਫਸਲ ਹੈ। ਪੰਜਾਬ ਪਰੰਪਰਾਗਤ ਤੌਰ ਤੇ ਇੱਕ ਗ਼ੈਰ-ਚਾਵਲ ਉਤਪਾਦਕ ਰਾਜ ਰਿਹਾ ਹੈ। ਪੰਜਾਬ ਵਿੱਚ ਵੱਡੇ ਪੈਮਾਨੇ ਤੇ ਚਾਵਲਾਂ ਦੀ ਖੇਤੀ ਅਤੇ ਜ਼ਿਆਦਾ ਉਤਪਾਦਨ ਵੀਹਵੀਂ ਸਦੀ ਦੇ ਛੇਵੇਂ ਦਹਾਕੇ ਦੇ ਮਗਰਲੇ ਭਾਗ ਵਿੱਚ ਸ਼ੁਰੂ ਹੋਣ ਵਾਲੇ 'ਹਰੇ ਇਨਕਲਾਬ' ਕਾਰਨ ਹੋਇਆ ਹੈ। ਛੇਵੇਂ ਦਹਾਕੇ ਤਕ ਚਾਵਲਾਂ ਦਾ ਇੱਕ ਨਿਗੁਣਾ ਜਿਹਾ ਉਤਪਾਦਕ ਦੇਸ਼ ਦਾ ਚੌਥਾ ਸਭ ਤੋਂ ਵੱਡਾ ਚਾਵਲਾਂ ਦਾ ਉਤਪਾਦਕ ਬਣ ਗਿਆ ਹੈ। ਸਿਰਫ ਇਹ ਹੀ ਨਹੀਂ ਸਗੋਂ ਪੰਜਾਬ ਕੋਲ ਕੇਂਦਰੀ ਭੰਡਾਰ ਨੂੰ ਦੇਣ ਲੱਗਭਗ (30.0%) ਅਤੇ ਨਿਰਯਾਤ ਲਈ ਕਾਫ਼ੀ ਵਾਧੂ ਚਾਵਲ ਹੈ। ਚਾਵਲਾਂ ਦੀ ਕਾਸ਼ਤ ਮੱਕੀ ਦੀ ਕਾਸ਼ਤ ਤੋਂ ਅੱਗੇ ਨਿਕਲ ਗਈ ਹੈ ਅਤੇ ਇਹ ਰਾਜ ਦੀ ਸੌਣੀ ਦੀ ਮੁੱਖ ਫਸਲ ਬਣ ਗਿਆ ਹੈ। ਸੌਣੀ ਫਸਲਾਂ ਹੇਠ ਕੁੱਲ ਰਕਬੇ ਵਿੱਚੋਂ 74.05% ਵਿੱਚ ਚਾਵਲ ਬੀਜਿਆ ਜਾਂਦਾ ਹੈ। 2021-22 ਅਨੁਸਾਰ ਰਾਜ ਦੀਆਂ ਵਿਭਿੰਨ ਅਨਾਜ ਫਸਲਾਂ ਹੇਠ ਕੁੱਲ ਰਕਬੇ ਦੇ 45.12% ਵਿੱਚ ਚਾਵਲ ਬੀਜਿਆ ਗਿਆ ਸੀ। ਇਸੇ ਸਾਲ ਵਿੱਚ ਰਾਜ ਦੇ ਕੁੱਲ ਫਸਲੀ ਰਕਬੇ ਦੇ ਲਗਭਗ 40.18% ਵਿੱਚ ਚਾਵਲ ਦੀ ਕਾਸ਼ਤ ਕੀਤੀ ਗਈ ਸੀ।

ਭੂਗੋਲਿਕ ਹਾਲਤਾਂ— ਪੰਜਾਬ ਵਿੱਚ ਪੈਦਾ ਹੋਣ ਵਾਲਾ ਜ਼ਿਆਦਾਤਰ ਚਾਵਲ ਗਰਮੀਆਂ ਦੀ ਫਸਲ ਹੈ। ਚਾਵਲ **ਗਰਮ ਅਤੇ ਸਿਲ੍ਹੇ ਪ੍ਰਦੇਸ਼ਾਂ ਜਾਂ ਸੰਸਾਰ ਦੇ ਮਾਨਸੂਨ ਇਲਾਕਿਆਂ ਦੀ ਫਸਲ ਹੈ।** ਸਾਲ ਦੌਰਾਨ ਉੱਚੇ ਤਾਪਮਾਨਾਂ ਦੇ ਪਾਏ ਜਾਣ ਅਤੇ ਭਾਰੀ ਵਰਖਾ (ਮਾਤਰਾ) ਅਨੁਸਾਰ ਸਾਲ ਵਿੱਚ ਚਾਵਲ ਦੀਆਂ ਇਕ ਤੋਂ ਤਿੰਨ ਫਸਲਾਂ ਲਈਆਂ ਜਾਂਦੀਆਂ ਹਨ। ਚਾਵਲਾਂ ਲਈ ਜ਼ਿਆਦਾ ਪਾਣੀ, ਉੱਚੇ ਤਾਪਮਾਨ ਅਤੇ ਉੱਚੀ ਸਾਖੇਪ ਸਿਲ੍ਹ (relative humidity) ਚਾਹੀਦੇ ਹਨ। ਪੰਜਾਬ 29° 30 ਮਿੰਟ ਤੋਂ 32° 32 ਮਿੰਟ ਉੱਤਰੀ ਅਕਸ਼ਾਂਸ ਵਿਚਕਾਰ ਸਥਿਤ ਹੈ। ਇੱਥੇ ਸਰਦੀਆਂ ਸਧਾਰਣ ਤੋਂ ਕਾਫ਼ੀ ਠੰਡੀਆਂ ਹੁੰਦੀਆਂ ਹਨ। ਇਸ ਕਾਰਨ ਚਾਵਲ ਪੰਜਾਬ ਵਿੱਚ ਸਰਦੀਆਂ ਨੂੰ ਨਹੀਂ ਪੈਦਾ ਕੀਤੇ ਜਾਂਦੇ ਹਨ। ਇਹ ਗਰਮੀਆਂ ਨੂੰ, ਜਦੋਂ ਤਾਪਮਾਨ ਸਾਰੇ ਸਮੇਂ ਬਰਾਬਰ ਉੱਚੇ ਰਹਿੰਦੇ ਹਨ ਅਤੇ ਭਾਰੀ ਮਾਨਸੂਨ ਵਰਖਾ ਪ੍ਰਾਪਤ ਹੁੰਦੀ ਹੈ, ਪੈਦਾ ਕੀਤੇ ਜਾਂਦੇ ਹਨ। ਇਸ ਲਈ ਇਹ ਗਰਮੀਆਂ ਦੀ ਫਸਲ ਹੈ।

ਪੰਜਾਬ ਵਿੱਚ ਚਾਵਲਾਂ ਦੀ ਬਿਜਾਈ ਮਈ ਮਹੀਨੇ ਵਿੱਚ ਸ਼ੁਰੂ ਹੋ ਜਾਂਦੀ ਹੈ ਅਤੇ ਇਹ ਜੁਲਾਈ ਮਹੀਨੇ ਤੱਕ ਜਾਰੀ ਰਹਿੰਦੀ ਹੈ। ਇਸ ਸਮੇਂ ਦੌਰਾਨ ਔਸਤ ਮਾਸਿਕ ਤਾਪਮਾਨ 30° ਤੋਂ 33°C ਵਿਚਕਾਰ ਰਹਿੰਦੇ ਹਨ। ਮਈ ਅਤੇ ਜੂਨ ਮਹੀਨਿਆਂ ਵਿੱਚ ਅਤੇ ਕਈ ਵਾਰ ਜੁਲਾਈ ਦੇ ਪਹਿਲੇ ਦਿਨਾਂ ਵਿੱਚ ਘੱਟ ਵਰਖਾ ਹੁੰਦੀ ਹੈ। ਨਹਿਰਾਂ ਅਤੇ ਟਿਊਬਵੈਲਾ ਰਾਹੀਂ ਵਧੀਆ ਪ੍ਰਕਾਰ ਦੀਆਂ ਸਿੰਜਾਈ ਸਹੂਲਤਾਂ ਦੀ ਮੌਜੂਦਗੀ ਪਾਣੀ ਦੀ ਇਸ ਘਾਟ ਨੂੰ ਪੂਰਾ ਕਰ ਦਿੰਦੀ ਹੈ। ਜੁਲਾਈ, ਅਗਸਤ ਅਤੇ ਸਤੰਬਰ ਮਹੀਨਿਆਂ ਵਿੱਚ ਜਦੋਂ ਫਸਲ ਵਧ ਰਹੀ ਹੁੰਦੀ ਹੈ, ਮਾਨਸੂਨ ਤੋਂ ਅੱਛੀ ਵਰਖਾ ਪ੍ਰਾਪਤ ਹੋ ਜਾਂਦੀ ਹੈ ਅਤੇ ਇਸ ਤੋਂ ਬਿਨਾਂ ਇਸ ਸਮੇਂ ਉੱਚੇ ਤਾਪਮਾਨ (27° ਤੋਂ 30°C) ਅਤੇ ਸਿੰਜਾਈ ਦੀਆਂ ਕਾਫ਼ੀ ਸਹੂਲਤਾਂ ਪ੍ਰਾਪਤ ਹੁੰਦੀਆਂ ਹਨ। ਸਾਪੇਖ ਸਿਲ੍ਹ ਵੀ ਕਾਫ਼ੀ ਉੱਚੀ (78 ਤੋਂ 82%) ਰਹਿੰਦੀ ਹੈ। ਚਾਵਲਾਂ ਦੀ ਕਟਾਈ ਸਤੰਬਰ ਤੋਂ ਨਵੰਬਰ ਮਹੀਨਿਆਂ ਵਿੱਚ ਬਿਜਾਈ ਦੇ ਸਮੇਂ ਅਨੁਸਾਰ ਹੁੰਦੀ ਹੈ। ਇਹ ਨਿੱਘੇ ਤੋਂ ਮਮੂਲੀ ਠੰਡਾ (warm to cool) ਸਮਾਂ ਹੁੰਦਾ ਹੈ ਅਤੇ ਹਵਾ ਵੀ ਕੁਝ ਖੁਸ਼ਕ ਹੁੰਦੀ ਹੈ। ਸਾਫ ਆਕਾਸ਼ ਕਾਰਨ ਤੇਜ਼ ਧੁੱਪ ਪੈਂਦੀ ਹੈ। ਇਹ ਝੋਨੇ ਦੀ ਫਸਲ ਦੇ ਪੱਕਣ ਵਿੱਚ ਮਦਦ ਕਰਦੀ ਹੈ।

ਚੀਕਣੀ ਦੋਮਟ (clayey loam) ਤੋਂ ਚੀਕਣੀ ਮਿੱਟੀ ਤੋਂ ਬਿਨਾਂ ਚਾਵਲਾਂ ਦੀ ਕਾਸ਼ਤ ਲਈ ਖੇਤਾਂ ਨੂੰ ਤਿਆਰ ਕਰਨ, ਪਾਣੀ ਨਾਲ ਭਰੇ ਖੇਤਾਂ ਵਿੱਚ ਹੱਥ ਨਾਲ ਪਨੀਰੀ ਦਾ ਹਰ ਬੂਟਾ ਲਗਾਉਣ ਅਤੇ ਕਿਸੇ ਪੱਥਰ ਜਾਂ ਸਖ਼ਤ ਸੱਤਹ (ਗੱਡਾ ਜਾਂ ਰੇਹੜੀ) ਉੱਪਰ ਚਾਵਲਾਂ ਦੇ ਬੂਟਿਆਂ ਨੂੰ ਮਾਰ-ਮਾਰ ਕੇ ਚਾਵਲ ਕੱਢਣ ਲਈ **ਬਹੁਤ ਸਾਰੇ ਮਨੁੱਖੀ ਹੱਥਾਂ ਦੀ ਲੋੜ ਹੈ।** ਭਾਵੇਂ ਪੰਜਾਬ ਵਿੱਚ ਵਸੋਂ ਸੰਘਣੀ ਹੈ ਪ੍ਰੰਤੂ ਬਹੁਤ ਸਾਰੇ ਪੰਜਾਬੀਆਂ ਦੇ ਮੱਧ-ਪੂਰਬ ਜਾਂ ਦੂਜੇ ਦੇਸ਼ਾਂ ਨੂੰ ਕੰਮ ਲਈ ਜਾਣ ਕਾਰਨ ਅਤੇ ਕਾਫ਼ੀ ਪੰਜਾਬੀ ਨੌਜਵਾਨਾਂ ਦੀ ਖੇਤਾਂ ਵਿੱਚ ਕੰਮ ਕਰਨ ਦੀ ਥਾਂ ਸੈਕੰਡਰੀ ਜਾਂ ਟਰਸ਼ਰੀ ਕਿੱਤਿਆਂ ਜਿਵੇਂ ਕਿ ਨੌਕਰੀ ਅਤੇ ਹੋਰ ਸੇਵਾਵਾਂ ਆਦਿ ਵਿੱਚ ਕੰਮ ਕਰਨ ਦੀ ਇੱਛਾ ਕਾਰਨ ਝੋਨੇ ਦੀ ਬਿਜਾਈ ਸਮੇਂ ਮਜ਼ਦੂਰਾਂ ਦੀ ਘਾਟ ਹੋ ਜਾਂਦੀ ਹੈ। ਯੂ.ਪੀ., ਬਿਹਾਰ ਅਤੇ ਦੇਸ਼ ਦੇ ਦੂਜੇ ਭਾਗਾਂ ਤੋਂ ਆਏ **ਪਰਵਾਸੀ ਮਜ਼ਦੂਰਾਂ (migrant)** ਨੇ ਇਸ ਸਮੱਸਿਆ ਨੂੰ ਹੱਲ ਕਰ ਦਿੱਤਾ ਹੈ। ਅੱਜ ਕੱਲ੍ਹ ਬਹੁਤ ਸਾਰੇ ਦਰਮਿਆਨੇ ਅਤੇ ਵੱਡੇ ਜ਼ਿਮੀਦਾਰਾਂ ਨੇ ਫਾਰਮਾਂ ਉੱਤੇ ਪੱਕੇ ਤੌਰ 'ਤੇ ਜਾਂ ਰੁੱਤ ਅਧਾਰ 'ਤੇ ਕਈ ਭਈਏ (ਪਰਵਾਸੀ ਮਜ਼ਦੂਰ) ਰੱਖੇ ਹੋਏ ਹਨ। ਪੰਜਾਬ ਦੀ ਖੇਤੀਬਾੜੀ ਵਿੱਚ ਪਰਵਾਸੀ ਮਜ਼ਦੂਰੀ ਦੇ ਯੋਗਦਾਨ ਨੂੰ ਅੱਖੋਂ ਉਹਲੇ ਨਹੀਂ ਕੀਤਾ ਜਾ ਸਕਦਾ ਹੈ।

ਚਾਵਲਾਂ ਦਾ ਉਤਪਾਦਨ ਅਤੇ ਰਕਬਾ (PRODUCTION AND ACREAGE)

ਉੱਤਪਾਦਨ— ਪਰੰਪਰਾਗਤ ਤੌਰ ਤੇ ਪੰਜਾਬ ਇਕ ਗ਼ੈਰ-ਚਾਵਲ ਉਤਪਾਦਕ ਅਤੇ ਖਾਣ ਵਾਲਾ ਰਾਜ ਹੈ। 1950-51 ਵਿੱਚ ਪੰਜਾਬ ਨੇ ਕੇਵਲ 1 ਲੱਖ ਮੀ. ਟਨ ਚਾਵਲ ਪੈਦਾ ਕੀਤਾ ਸੀ। 1960-61 ਸਮੇਂ ਦੌਰਾਨ ਵੀ ਰਾਜ ਦਾ ਚਾਵਲਾਂ ਦਾ ਕੁੱਲ ਉਤਪਾਦਨ 2.29 ਲੱਖ ਮੀ. ਟਨ ਸੀ। ਪੰਜਾਬ ਵਿੱਚ ਚਾਵਲਾਂ ਦੀ ਕਾਸ਼ਤ ਵਿੱਚ ਹਰੇ ਇਨਕਲਾਬ ਦੀ ਟਕਨੌਲੋਜੀ ਦੀ ਵਰਤੋਂ ਵੀ ਕੀਤੀ ਗਈ। ਇਸ ਦੇ ਫਲਸਰੂਪ 1975-76 ਵਿੱਚ ਪੰਜਾਬ ਨੇ 14.47 ਲੱਖ ਮੀ. ਟਨ ਚਾਵਲ ਪੈਦਾ ਕੀਤੇ ਸਨ। ਅਗਲੇ 10 ਸਾਲਾਂ ਵਿੱਚ ਇਹ ਉਤਪਾਦਨ ਚਾਰ ਗੁਣਾ ਵਧ ਗਿਆ। ਉਤਪਾਦਨ 1990-91 ਵਿੱਚ ਵਧ ਕੇ 65.06 ਲੱਖ ਮੀ. ਟਨ ਅਤੇ 1994-95 ਵਿੱਚ 77.02 ਲੱਖ ਮੀ. ਟਨ ਹੋ ਗਿਆ ਸੀ। 1995-96 ਵਿੱਚ ਪੰਜਾਬ ਦਾ ਚਾਵਲਾਂ ਦਾ ਉਤਪਾਦਨ ਕੁਝ ਘਟ ਗਿਆ ਸੀ। 1995-96 ਵਿੱਚ ਪੰਜਾਬ ਨੇ 67.68 ਲੱਖ ਮੀ. ਟਨ ਚਾਵਲ ਪੈਦਾ ਕੀਤੇ ਸਨ। 2000-01 ਵਿੱਚ ਪੰਜਾਬ ਨੇ

ਕੁੱਲ 91.57 ਲੱਖ ਮੀ. ਟਨ ਚਾਵਲ ਪੈਦਾ ਕੀਤਾ ਸੀ। 1960-61 ਦੇ ਮੁਕਾਬਲੇ ਇਹ ਉਤਪਾਦਨ 40 ਗੁਣਾ ਵਧਿਆ ਹੈ। 2002-03 ਵਿੱਚ ਪੰਜਾਬ ਦਾ ਚਾਵਲਾਂ ਦਾ ਉਤਪਾਦਨ ਘਟ ਕੇ 88.80 ਲੱਖ ਮੀ. ਟਨ ਰਹਿ ਗਿਆ ਪ੍ਰੰਤੂ 2010-11 ਵਿੱਚ ਇਹ ਵਧ ਕੇ 108.33 ਲੱਖ ਮੀ. ਟਨ, 2015-16 ਵਿੱਚ 118.03 ਲੱਖ ਮੀ. ਟਨ ਅਤੇ 2018-19 ਵਿੱਚ ਵਧ ਕੇ 128.18 ਲੱਖ ਮੀ. ਟਨ ਹੋ ਗਿਆ ਸੀ। 2021-22 ਦੇ ਆਰਜੀ ਅਨੁਮਾਨਾਂ ਅਨੁਸਾਰ ਚਾਵਲ ਦਾ ਕੁੱਲ ਉਤਪਾਦਨ 136.48 ਲੱਖ ਮੀ. ਟਨ ਸੀ।

ਸਾਰਣੀ ਨੰ. 26 ਨੂੰ ਦੇਖਣ ਤੋਂ ਪਤਾ ਲੱਗਦਾ ਹੈ ਕਿ 1970-71 (6.88 ਲੱਖ ਟਨ) ਤੋਂ 1994-95 (77.02 ਲੱਖ ਟਨ) ਤੱਕ ਪੰਜਾਬ ਦਾ ਚਾਵਲਾਂ ਦਾ ਉਤਪਾਦਨ 11 ਗੁਣਾ ਵਧਿਆ। ਇਸ ਭਾਰੀ ਵਾਧੇ ਦੇ ਕਾਰਨ ਬੀਜ-ਪਾਣੀ-ਰਸਾਇਣ ਪਦਾਰਥਾ ਦੀ ਤਕਨੀਕ ਦੀ ਵਰਤੋਂ ਅਤੇ ਸਖ਼ਤ-ਮਿਹਨਤੀ ਅਤੇ ਨਵੀਆਂ ਕਾਢਾਂ ਅਪਣਾਉਣ ਵਾਲਾ ਪੰਜਾਬੀ ਕਿਸਾਨਾਂ ਦਾ ਸੁਭਾਅ ਹਨ। ਕਈ ਇਲਾਕਿਆਂ ਵਿੱਚ ਮੱਕੀ ਦੀ ਥਾਂ ਚਾਵਲਾਂ ਨੇ ਲੈ ਲਈ ਹੈ। ਚਾਵਲਾਂ ਹੇਠ ਰਕਬੇ ਵਿੱਚ ਵੀ ਕਈ ਗੁਣਾ ਵਾਧਾ ਹੋਇਆ ਹੈ। ਚਾਵਲਾਂ ਦੇ ਰਕਬੇ ਅਤੇ ਉਤਪਾਦਨ ਵਿੱਚ ਤੇਜ਼ ਵਾਧਾ 1975-96 ਦੇ ਸਾਲ ਤੋਂ ਅਗਲੇ ਸਾਲਾਂ ਵਿੱਚ ਹੋਇਆ ਹੈ।

ਰਕਬਾ— ਚਾਵਲਾਂ ਹੇਠ ਰਕਬਾ 1960-61 ਵਿੱਚ 2.27 ਲੱਖ ਹੈਕਟੇਅਰ ਤੋਂ ਵੱਧ ਕੇ 1995-95 ਵਿੱਚ 22.76 ਲੱਖ ਹੈਕਟੇਅਰ ਹੋ ਗਿਆ ਸੀ। 1994-95 ਤੋਂ ਬਾਅਦ ਅਗਲੇ ਤਿੰਨ ਸਾਲਾਂ ਵਿੱਚ ਚਾਵਲਾਂ ਹੇਠ ਰਕਬਾ ਘਟਿਆ ਸੀ। (1996-97 = 21.59 ਲੱਖ ਹੈਕਟੇਅਰ) ਪ੍ਰੰਤੂ 1998-99 ਤੋਂ ਰਕਬੇ ਵਿੱਚ ਵਾਧਾ ਹੋਣ ਲੱਗਾ (1998-99 = 25.18 ਲੱਖ ਹੈਕਟੇਅਰ) ਅਤੇ 2000-01 ਵਿੱਚ ਚਾਵਲਾਂ ਹੇਠ 26.12 ਲੱਖ ਹੈਕਟੇਅਰ ਭੂਮੀ ਸੀ। 2002-03 ਵਿੱਚ ਚਾਵਲਾਂ ਦੀ ਕਾਸ਼ਤ ਹੇਠ ਰਕਬਾ ਕੁੱਝ ਘਟ ਕੇ 25.30 ਲੱਖ ਹੈਕਟੇਅਰ ਹੋ ਗਿਆ ਸੀ। ਪ੍ਰੰਤੂ 2010-11 ਵਿੱਚ ਇਹ ਵਧ ਕੇ 28.30 ਲੱਖ ਹੈਕਟੇਅਰ, 2018-19 ਵਿੱਚ 31.02 ਲੱਖ ਹੈਕਟੇਅਰ ਅਤੇ 2021-22 ਵਿੱਚ 31.446 ਲੱਖ ਹੈਕਟੇਅਰ ਹੋ ਗਿਆ ਸੀ। ਰਕਬੇ ਦੇ ਘਟਣ ਦਾ ਕਾਰਨ ਲੋਕਾਂ ਦਾ ਧਿਆਨ ਹੋਰ ਫਸਲਾਂ ਵੱਲ ਜਾਣਾ ਮੰਨਿਆ ਜਾ ਸਕਦਾ ਹੈ। ਜ਼ਿਆਦਾ ਝਾੜ ਦੇਣ ਵਾਲੀਆਂ ਮਧਰੀਆਂ (dwarf) ਕਿਸਮਾਂ ਦਾ ਸ਼ੁਰੂ ਕਰਨਾ, ਵਿਸ਼ਾਲ ਸਿੰਜਾਈ ਸਹੂਲਤਾਂ, ਰਸਾਇਣਕ ਖਾਦਾਂ ਅਤੇ ਨਦੀਨ ਨਾਸ਼ਕ ਦਵਾਈਆਂ ਦੀ ਕਾਫ਼ੀ ਵਰਤੋਂ ਆਦਿ ਅਜਿਹੇ ਕੁਝ ਖੇਤੀਬਾੜੀ ਨਿਵਿਸ਼ਟ ਸਮੱਗਰੀ ਕਾਰਕ (farm-input factors) ਹਨ ਜੋ ਜ਼ਿਆਦਾ ਉਤਪਾਦਨ ਲਈ ਜ਼ਿੰਮੇਵਾਰ ਹਨ। ਬਿਜਲੀ ਨਾਲ ਚੱਲਣ ਵਾਲੇ ਟਿਊਬਵੈਲ, ਜਿਨ੍ਹਾਂ ਦਾ ਬਿਜਲੀ ਦਾ ਬਿੱਲ ਇੱਕ-ਮੁਸ਼ਤ (lump-sum), ਹੋਣ ਕਾਰਨ, ਹਮੇਸ਼ਾ ਚਾਲੂ ਰਹਿੰਦੇ ਸਨ ਅਤੇ ਉਨ੍ਹਾਂ ਤੋਂ ਪ੍ਰਾਪਤ ਵਾਧੂ ਪਾਣੀ ਕੁਝ ਖੇਤਾਂ ਵਿੱਚ ਇਕੱਠਾ ਕਰਕੇ ਉੱਥੇ ਝੋਨਾ ਬੀਜਿਆ ਜਾਂਦਾ ਸੀ, ਵੀ ਪੰਜਾਬ ਵਿੱਚ ਚਾਵਲਾਂ ਹੇਠ ਰਕਬੇ ਦੇ ਵਧਣ ਦਾ ਇੱਕ ਕਾਰਨ ਸੀ। ਬਾਕੀ ਕਿਸੀ ਵੀ ਅਨਾਜ ਫਸਲ ਦੇ ਮੁਕਾਬਲੇ ਚਾਵਲਾਂ ਦਾ ਜ਼ਿਆਦਾ ਝਾੜ ਅਤੇ ਫਲਸਰੂਪ ਜ਼ਿਆਦਾ ਲਾਭ ਨੇ ਵੀ ਕਿਸਾਨਾਂ ਨੂੰ ਆਪਣੀ ਖੇਤੀ ਵਿੱਚ ਚਾਵਲਾਂ ਦੀ ਕਾਸ਼ਤ ਨੂੰ ਸ਼ੁਰੂ ਕਰਨ ਲਈ ਪ੍ਰੇਰਿਆ। ਇਸ ਨਾਲ ਬਹੁਤ ਸਾਰੇ ਇਲਾਕਿਆਂ ਵਿੱਚ ਚਾਵਲਾਂ ਨੇ ਮੱਕੀ ਦਾ ਥਾਂ ਲੈ ਲਈ।

2021-21 ਵਿੱਚ ਪੰਜਾਬ ਨੇ ਭਾਰਤ ਦੇ ਕੁੱਲ ਚਾਵਲ ਖੇਤਰ ਦੇ 6.4% ਵਿੱਚੋਂ ਭਾਰਤ ਦਾ 10.3% ਚਾਵਲ ਪੈਦਾ ਕੀਤਾ ਸੀ। ਪੰਜਾਬ ਭਾਰਤ ਵਿੱਚ ਚਾਵਲਾਂ ਦਾ ਤੀਜਾ ਸਭ ਤੋਂ ਵੱਡਾ ਉਤਪਾਦਕ ਹੈ। ਪੱਛਮੀ ਬੰਗਾਲ ਅਤੇ ਯੂ.ਪੀ. ਤੋਂ ਬਾਅਦ ਪੰਜਾਬ ਦਾ ਨੰਬਰ ਆਉਂਦਾ ਹੈ। ਪੰਜਾਬ ਵਿੱਚ ਇਸ ਅਧਿਕ ਉਤਪਾਦਨ ਦਾ ਕਾਰਨ ਚਾਵਲਾਂ ਦੀ ਕਾਸ਼ਤ ਦੇ ਆਧੁਨਿਕ ਅਤੇ ਘਣੇ ਤਰੀਕਿਆਂ ਦਾ ਅਪਣਾਉਣਾ ਹੈ। ਇਨ੍ਹਾਂ ਕਾਰਨਾਂ ਪ੍ਰਤੀ ਹੈਕਟੇਅਰ ਝਾੜ ਬਹੁਤ ਵੱਧ ਗਿਆ। 2021-22 ਅਨੁਸਾਰ ਪੰਜਾਬ ਦਾ ਪ੍ਰਤੀ ਹੈਕਟੇਅਰ ਔਸਤ ਝਾੜ 4366 ਕਿਲੋਗਰਾਮ ਸੀ। ਇਹ ਦੇਸ਼ ਵਿੱਚ ਸਭ ਤੋਂ ਵੱਧ ਝਾੜ ਸੀ ਜੋ ਦੇਸ਼ ਦੇ ਔਸਤ ਝਾੜ ਤੋਂ ਲਗਭਗ ਦੁੱਗਣਾ ਸੀ।

ਵੰਡ (DISTRIBUTION)

ਜ਼ਿਆਦਾ ਮੁਨਾਫਾ, ਕਾਫ਼ੀ ਸਿੰਜਾਈ ਸਹੂਲਤਾਂ ਅਤੇ ਜ਼ਿਆਦਾ ਝਾੜ ਦੇਣ ਵਾਲੀਆਂ ਕਿਸਮਾਂ ਕਾਰਨ ਚਾਵਲ ਪੰਜਾਬ ਦੇ ਸਭ ਜ਼ਿਲ੍ਹਿਆਂ ਵਿੱਚ ਪੈਦਾ ਕੀਤਾ ਜਾਂਦਾ ਹੈ (ਸਾਰਣੀ ਨੰ. 33 ਅਤੇ ਨਕਸ਼ਾ ਨੰ. 45)।

ਸਾਰਣੀ ਨੰ. 33

ਪੰਜਾਬ ਵਿੱਚ ਜ਼ਿਲ੍ਹੇਵਾਰ ਚਾਵਲਾਂ ਹੇਠ ਰਕਬਾ, ਉਤਪਾਦਨ ਅਤੇ ਝਾੜ

ਕ੍ਰਮ ਨੰ.	ਜ਼ਿਲ੍ਹਾ	ਰਕਬਾ (ਹਜ਼ਾਰ ਹੈਕਟੇਅਰ)		ਰਾਜ ਦੀ ਪ੍ਰਤੀਸ਼ੱਤਤਾ		ਉਤਪਾਦਨ (ਹਜ਼ਾਰ ਟਨ)		ਰਾਜ ਦੀ ਪ੍ਰਤੀਸ਼ੱਤਤਾ		ਝਾੜ (ਕਿਲੋ ਪ੍ਰਤੀ ਹੈਕਟੇਅਰ)	
		(2000-01)	(2021-22)	(2000-01)	(2021-22)	(2000-01)	(2021-22)	(2000-01)	(2021-22)	(2000-01)	(2021-22)
1.	ਗੁਰਦਾਸਪੁਰ	191	174.6	7.31	5.55	569	671	6.21	4.92	2980	3841
2.	ਪਠਾਨਕੋਟ	—	27.6	—	0.88	—	97	—	0.71	—	3525
3.	ਅੰਮ੍ਰਿਤਸਰ	319	183.0	12.21	5.82	972	659	10.61	4.83	3047	3601
4.	ਤਰਨਤਾਰਨ	—	182.3	—	5.80	—	725	—	5.31	—	3978
5.	ਕਪੂਰਥਲਾ	103	119.2	3.94	3.79	358	503	3.91	3.69	3476	4219
6.	ਜਲੰਧਰ	136	174.7	5.21	5.55	488	747	5.33	5.47	3588	4277
7.	ਐਸ.ਬੀ.ਐਸ. ਨਗਰ	47	60.9	1.80	1.94	158	275	1.73	2.01	3364	4513
8.	ਹੁਸ਼ਿਆਰਪੁਰ	63	76.7	2.41	2.44	192	291	2.10	2.13	3047	3797
9.	ਰੂਪਨਗਰ	49	41.0	1.88	1.30	163	173	1.78	1.27	3316	4226
10.	ਐਸ.ਏ.ਐਸ. ਨਗਰ	—	32.2	—	1.02	—	113	—	0.83	—	3500
11.	ਲੁਧਿਆਣਾ	238	258.7	9.11	8.23	939	1246	10.25	9.13	3947	4818
12.	ਫਿਰੋਜ਼ਪੁਰ	248	187.8	9.49	5.97	898	828	9.81	6.07	3622	4406
13.	ਫਾਜ਼ਿਲਕਾ	—	113.1	—	3.60	—	355	—	2.60	—	3142
14.	ਫਰੀਦਕੋਟ	90	115.7	3.45	3.68	310	503	3.39	3.69	3446	4349
15.	ਸ੍ਰੀ ਮੁਕਤਸਰ ਸਾਹਿਬ	89	183.4	3.41	5.83	309	766	3.37	5.61	3476	4178
16.	ਮੋਗਾ	159	181.7	6.09	5.78	596	861	6.51	6.31	3747	4739
17.	ਬਠਿੰਡਾ	99	180.4	3.79	5.74	350	829	3.82	6.07	3539	4593
18.	ਮਾਨਸਾ	84	122.7	3.22	3.90	306	561	3.34	4.11	3636	4569
19.	ਸੰਗਰੂਰ	357	291.8	13.67	9.28	1342	1474	14.66	10.80	3759	5052
20.	ਬਰਨਾਲਾ	—	116.1	—	3.69	—	551	—	4.04	—	4744
21.	ਪਟਿਆਲਾ	256	283.7	9.90	9.02	857	1008	9.36	7.39	3348	4313
22.	ਫਤਹਿਗੜ੍ਹ ਸਾਹਿਬ	84	87.3	3.21	2.78	350	412	3.82	3.02	4162	4715
	ਪੰਜਾਬ	2612	3144.6	100.00	100.00	9157	13648	100.00	100.00	3506	4340

ਸੋਮਾ— ਪੰਜਾਬ ਦਾ ਅੰਕੜਾ ਸਾਰ— 2001 ਅਤੇ 2022

2021-22 ਦੇ ਅੰਕੜੇ ਅਣ-ਅੰਤਮ ਹਨ।

ਉੱਪਰ ਦਿੱਤੀ ਸਾਰਣੀ ਤੋਂ ਪਤਾ ਲੱਗਦਾ ਹੈ ਕਿ ਪੰਜਾਬ ਦੇ ਹਰ ਜ਼ਿਲ੍ਹੇ ਵਿੱਚ ਥੋੜ੍ਹਾ-ਬਹੁਤ ਚਾਵਲ ਜ਼ਰੂਰ ਪੈਦਾ ਕੀਤਾ ਜਾਂਦਾ ਹੈ (ਨਕਸ਼ਾ ਨੰ. 45)। ਕਣਕ ਵਾਂਗ ਚਾਵਲਾਂ ਲਈ ਵੀ **ਸੰਗਰੂਰ ਦਾ ਜ਼ਿਲ੍ਹਾ ਪੰਜਾਬ ਵਿੱਚ ਸਭ ਤੋਂ ਵੱਡਾ ਉਤਪਾਦਕ** (10.80%) ਹੈ। ਰਾਜ ਵਿੱਚ ਚਾਵਲਾਂ ਦੇ ਦੂਜੇ ਮੁੱਖ ਉਤਪਾਦਕ ਲੁਧਿਆਣਾ, ਪਟਿਆਲਾ, ਮੋਗਾ, ਬਠਿੰਡਾ, ਫਿਰੋਜ਼ਪੁਰ, ਮੁਕਤਸਰ ਸਾਹਿਬ, ਜਲੰਧਰ ਅਤੇ ਤਰਨਤਾਰਨ ਦੇ ਜ਼ਿਲ੍ਹੇ ਹਨ। ਇਹ ਅੱਠ ਜ਼ਿਲ੍ਹੇ ਰਲ ਕੇ ਪੰਜਾਬ ਦਾ 51.36% ਚਾਵਲ ਪੈਦਾ ਕਰਦੇ ਹਨ। ਪੰਜਾਬ ਵਿੱਚ ਚਾਵਲਾਂ ਹੇਠ ਸਭ ਤੋਂ ਜ਼ਿਆਦਾ ਰਕਬਾ (9.28%) ਵੀ ਸੰਗਰੂਰ ਜ਼ਿਲ੍ਹੇ ਵਿੱਚ ਪਾਇਆ ਜਾਂਦਾ ਹੈ। ਸੰਗਰੂਰ, ਅੰਮ੍ਰਿਤਸਰ, ਤਰਨਤਾਰਨ, ਲੁਧਿਆਣਾ, ਪਟਿਆਲਾ, ਗੁਰਦਾਸਪੁਰ, ਮੋਗਾ ਅਤੇ ਜਲੰਧਰ ਜ਼ਿਲ੍ਹਿਆਂ ਵਿੱਚ ਰਾਜ ਦਾ 61.00% ਚਾਵਲ ਰਕਬਾ ਪਾਇਆ ਜਾਂਦਾ ਹੈ। ਮਾਝਾ ਖੇਤਰ ਵਿੱਚ ਪੰਜਾਬ ਵਿੱਚ ਉਸਦੇ ਕੁੱਲ ਰਕਬੇ (17.0%) ਦੇ ਮੁਕਾਬਲੇ ਚਾਵਲਾਂ ਦਾ ਉਤਪਾਦਨ (15.77%) ਅਤੇ ਚਾਵਲਾਂ ਹੇਠ ਖੇਤਰ (18.05%) ਜ਼ਿਆਦਾ ਹੈ। ਬਿਸਤ ਦੋਆਬ ਦਾ ਹਿੱਸਾ ਘੱਟ ਹੈ। ਬਿਸਤ ਦੋਆਬ ਦਾ ਭੂਗੋਲਿਕ ਖੇਤਰ ਪੰਜਾਬ ਦੇ ਕੁੱਲ ਖੇਤਰਫਲ ਦਾ 17.7% ਹੈ ਪ੍ਰੰਤੂ ਇਹ ਪ੍ਰਦੇਸ਼ ਪੰਜਾਬ ਦਾ 13.30% ਚਾਵਲ 13.72% ਚਾਵਲ ਖੇਤਰ ਤੋਂ ਪੈਦਾ

ਕਰਦਾ ਹੈ। ਜ਼ਿਆਦਾ ਭੂਗੋਲਿਕ ਖੇਤਰ (65.1%) ਹੋਣ ਕਾਰਨ ਮਾਲਵਾ ਪੰਜਾਬ ਦਾ 71.0% ਚਾਵਲ ਪੈਦਾ ਕਰਦਾ ਹੈ। ਰਾਜ ਵਿੱਚ ਸਭ ਤੋਂ ਘੱਟ ਚਾਵਲ ਐਸ.ਏ.ਐਸ. ਨਗਰ ਜ਼ਿਲ੍ਹੇ (1.13 ਲੱਖ ਮੀ. ਟਨ) ਨੇ ਪੈਦਾ ਕੀਤਾ ਸੀ। ਇਹ ਸੱਭ ਅੰਕੜੇ 2021-22 ਅਨੁਸਾਰ ਹਨ। ਰੂਪ ਨਗਰ, ਐਸ.ਬੀ.ਐਸ. ਨਗਰ ਅਤੇ ਹੁਸ਼ਿਆਰਪੁਰ ਜ਼ਿਲ੍ਹਿਆਂ ਵਿੱਚ ਵੀ ਘੱਟ ਚਾਵਲ ਪੈਦਾ ਹੋਇਆ ਸੀ (ਸਾਰਣੀ ਨੰ. 33)।

ਸਾਲ 1994-95 ਦੇ ਮੁਕਾਬਲੇ ਇੱਕੀਵੀਂ ਸਦੀ ਦੇ ਸ਼ੁਰੂ ਵਿੱਚ (2000-01) ਮਾਲਵਾ ਪ੍ਰਦੇਸ਼ ਵਿੱਚ ਚਾਵਲਾਂ ਦੀ ਖੇਤੀ (ਰਕਬਾ ਅਤੇ ਉਤਪਾਦਨ) ਵਿੱਚ ਵਰਨਣਯੋਗ ਵਾਧਾ ਹੋਇਆ ਹੈ। 1994-95 ਵਿੱਚ ਮਾਲਵਾ ਪ੍ਰਦੇਸ਼ ਨੇ ਪੰਜਾਬ ਦਾ 67.51% ਚਾਵਲ ਪੈਦਾ ਕੀਤਾ ਸੀ। ਜਦੋਂ ਕਿ 2000-01 ਵਿੱਚ ਇਹ ਪ੍ਰਤੀਸ਼ੱਤਤਾ ਵਧ ਕੇ 70.11 ਹੋ ਗਈ ਸੀ। ਮਾਲਵੇ ਵਿੱਚ ਚਾਵਲਾਂ ਹੇਠ ਰਕਬਾ 1994-95 ਵਿੱਚ 14.62 ਲੱਖ ਹੈਕਟੇਅਰ ਤੋਂ ਵੱਧ ਕੇ 2000-01 ਵਿੱਚ 17.53 ਲੱਖ ਹੈਕਟੇਅਰ ਹੋ ਗਿਆ ਸੀ। 2000-01 ਸਾਲ ਵਿੱਚ 1994-95 ਦੇ ਮੁਕਾਬਲੇ ਪੰਜਾਬ ਵਿੱਚ ਚਾਵਲਾਂ ਦੇ ਰਕਬੇ ਵਿੱਚ 3.36 ਲੱਖ ਹੈਕਟੇਅਰ ਦਾ ਵਾਧਾ ਹੋਇਆ ਸੀ। ਇਸ ਵਿੱਚੋਂ 2.91 ਲੱਖ ਹੈਕਟੇਅਰ ਦਾ ਵਾਧਾ ਮਾਲਵਾ ਖੇਤਰ ਵਿੱਚ ਹੋਇਆ ਸੀ। ਇੱਥੇ (ਮਾਲਵਾ ਪ੍ਰਦੇਸ਼) ਵੀ ਜ਼ਿਆਦਾਤਰ ਵਾਧਾ ਦੱਖਣੀ ਜ਼ਿਲ੍ਹਿਆਂ, ਬਠਿੰਡਾ, ਮਾਨਸਾ ਅਤੇ ਪੁਰਾਣੇ ਜ਼ਿਲ੍ਹੇ ਫਰੀਦਕੋਟ (ਹੁਣ ਮੁਕਤਸਰ, ਫਰੀਦਕੋਟ ਅਤੇ ਮੋਗਾ ਦੇ ਜ਼ਿਲ੍ਹੇ) ਵਿੱਚ ਹੋਇਆ ਹੈ। ਇਨ੍ਹਾਂ ਜ਼ਿਲ੍ਹਿਆਂ ਵਿੱਚ 1994-95 ਅਨੁਸਾਰ 2.83 ਲੱਖ ਹੈਕਟੇਅਰ ਭੂਮੀ ਚਾਵਲਾਂ ਦੀ ਕਾਸ਼ਤ ਹੇਠ ਸੀ ਅਤੇ ਉਤਪਾਦਨ 9.28 ਲੱਖ ਮੀ. ਟਨ ਸੀ। 2000-01 ਵਿੱਚ ਰਕਬਾ (5.21 ਲੱਖ ਹੈਕਟੇਅਰ) ਅਤੇ ਉਤਪਾਦਨ (18.71 ਲੱਖ ਮੀ. ਟਨ) ਲਗਭਗ ਦੁੱਗਣੇ ਹੋ ਗਏ। ਇਸ ਦੇ ਕਾਰਨ ਸਿੰਜਾਈ ਲਈ ਜ਼ਿਆਦਾ ਪਾਣੀ ਦੀ ਉਪਲੱਬਧੀ, ਸੇਮ ਅਤੇ ਮਿੱਟੀ ਵਿੱਚ ਪਾਣੀ ਦਾ ਵੱਧਣਾ, ਕਪਾਹ ਦੀ ਫਸਲ ਦਾ ਕਾਫ਼ੀ ਨਸ਼ਟ ਹੋਣਾ ਅਤੇ ਚਾਵਲ ਦੀ ਖੇਤੀ ਤੋਂ ਜ਼ਿਆਦਾ ਆਮਦਨ ਦਾ ਹੋਣਾ ਮੰਨੇ ਜਾ ਸਕਦੇ ਹਨ। ਅਮਰੀਕਨ ਸੁੰਡੀ ਕਾਰਨ ਕਪਾਹ ਦੀ ਖੇਤੀ ਕਾਫ਼ੀ ਨਸ਼ਟ ਹੋ ਜਾਂਦੀ ਹੈ ਅਤੇ ਕਪਾਹ ਤੋਂ ਆਮਦਨ ਵਿੱਚ ਭਾਰੀ ਕਮੀ ਹੋਣ ਲੱਗ ਪਈ ਹੈ।

2000-01 ਤੋਂ 2007-08 ਦੌਰਾਨ ਇਸ ਵਾਧੇ ਦੀ ਥਾਂ ਰਕਬੇ ਵਿੱਚ ਗਿਰਾਵਟ ਆ ਗਈ। 2000-01 ਦੇ ਚਾਵਲਾਂ ਹੇਠ 17.53 ਲੱਖ ਹੈਕਟੇਅਰ ਦੀ ਥਾਂ 2007-08 ਵਿੱਚ ਮਾਲਵੇ ਵਿੱਚ 17.85 ਲੱਖ ਹੈਕਟੇਅਰ ਭੂਮੀ ਚਾਵਲਾਂ ਦੀ ਕਾਸ਼ਤ ਹੇਠ ਸੀ। ਕੇਵਲ ਲੁਧਿਆਣਾ ਅਤੇ ਮੋਗਾ ਜ਼ਿਲ੍ਹਿਆਂ ਵਿੱਚ ਚਾਵਲਾਂ ਹੇਠ ਰਕਬੇ ਅਤੇ ਉਤਪਾਦਨ ਵਿੱਚ ਵਾਧਾ ਰੀਕਾਰਡ ਕੀਤਾ ਗਿਆ। ਬਾਕੀ ਦੇ ਦੱਖਣ-ਪੱਛਮੀ ਜ਼ਿਲ੍ਹਿਆਂ ਵਿੱਚ ਰਕਬੇ ਵਿੱਚ ਗਿਰਾਵਟ ਆਈ ਹੈ। ਪ੍ਰੰਤੂ ਇਸ ਸਮੇਂ ਦੌਰਾਨ ਇਨ੍ਹਾਂ ਜ਼ਿਲ੍ਹਿਆਂ ਵਿੱਚ ਕਪਾਹ ਹੇਠ ਰਕਬੇ ਵਿੱਚ ਵਾਧਾ ਹੋਇਆ ਹੈ। 2013-14 ਵਿੱਚ ਮਾਲਵੇ ਨੇ ਪੰਜਾਬ ਦਾ 71.68% ਚਾਵਲ ਪੈਦਾ ਕੀਤਾ ਸੀ।

ਹਰ ਇਕ ਜ਼ਿਲ੍ਹੇ ਦੇ ਚਾਵਲ ਰਕਬੇ ਦੀ ਉਸਦੇ ਕੁੱਲ ਫਸਲ ਰਕਬੇ ਨਾਲ ਪ੍ਰਤੀਸ਼ੱਤਤਾ, ਪੰਜਾਬ ਦੇ ਵਿਭਿੰਨ ਭਾਗਾਂ ਵਿੱਚ ਚਾਵਲਾਂ ਦੀ ਖੇਤੀ ਦੀ ਤੀਬਰਤਾ ਨੂੰ ਦਿਖਾਉਣ ਲਈ ਅੱਛਾ ਸੂਚਕ (index) ਹੋ ਸਕਦਾ ਹੈ। 2000-01 ਅਨੁਸਾਰ ਸਮੁੱਚੇ ਰਾਜ ਲਈ ਚਾਵਲਾਂ ਦੀ ਤੀਬਰਤਾ 32.92% ਸੀ। 2015-16 ਲਈ ਇਹ ਤੀਬਰਤਾ 37.73% ਸੀ। ਇਸ ਅਧਾਰ ਤੇ ਪੰਜਾਬ ਨੂੰ ਚਾਰ ਚਾਵਲ ਤੀਬਰਤਾ (ਘਣਤਾ) ਖੇਤਰਾਂ ਵਿੱਚ ਵੰਡਿਆ ਜਾ ਸਕਦਾ ਹੈ। (ਨਕਸ਼ਾ ਨੰ. 46-ੳ)। 2021-22 ਦੇ ਅੰਕੜਿਆਂ ਦੇ ਆਧਾਰ ਤੇ ਪੰਜਾਬ ਦੀ ਔਸਤ ਚਾਵਲ ਤੀਬਰਤਾ 40.18% ਹੈ।

ਨੀਵੀਂ ਚਾਵਲ ਤੀਬਰਤਾ (LOW RICE INTENSITY)

ਇਸ ਸ਼੍ਰੇਣੀ ਵਿੱਚ ਪੰਜ ਜ਼ਿਲ੍ਹੇ ਐਸ.ਏ.ਐਸ. ਨਗਰ, ਹੁਸ਼ਿਆਰਪੁਰ, ਰੂਪਨਗਰ, ਪਠਾਨਕੋਟ ਅਤੇ ਫਾਜ਼ਿਲਕਾ ਜ਼ਿਲ੍ਹੇ ਸ਼ਾਮਲ ਹਨ ਜਿੱਥੇ 2021-22 ਅਨੁਸਾਰ ਕੁੱਲ ਫਸਲ ਰਕਬੇ (crop area) ਦਾ 20.1 ਤੋਂ 30.0% ਖੇਤਰ ਚਾਵਲਾਂ ਦੀ ਕਾਸ਼ਤ ਹੇਠ ਸੀ। ਫਾਜ਼ਿਲਕਾ ਜ਼ਿਲ੍ਹਾ ਖੁਸ਼ਕ ਅਤੇ ਰੇਤੀਲਾ ਹੈ। ਇੱਥੇ ਨਹਿਰੀ ਪਾਣੀ ਦੀ ਵੀ ਘਾਟ ਹੈ। ਕਪਾਹ ਮਹੱਤਵਪੂਰਣ ਫਸਲ ਹੈ। ਹੁਸ਼ਿਆਰਪੁਰ (22.69%), ਐਸ.ਏ.ਐਸ. ਨਗਰ (27.76%), ਪਠਾਨਕੋਟ (29.36%) ਅਤੇ ਰੂਪਨਗਰ (29.71%) ਅਰਧ-ਪਹਾੜੀ, ਰੇਤਲੀ ਦੋਮਟ ਮਿੱਟੀ ਅਤੇ ਘੱਟ ਸਿੰਜਾਈ ਸਹੂਲਤਾਂ ਵਾਲੇ ਹਨ। ਇੱਥੇ ਇਨ੍ਹਾਂ ਦੇ ਪੱਛਮੀ ਭਾਗਾਂ ਵਿੱਚ ਜਿੱਥੇ ਜ਼ਮੀਨ ਪੱਧਰੀ ਅਤੇ ਅੱਛੀ ਹੈ, ਚਾਵਲ ਕਾਸ਼ਤ ਕੀਤੇ ਜਾਂਦੇ ਹਨ। ਇੱਥੇ ਗੰਨੇ ਤੋਂ ਚਾਵਲਾਂ ਨੂੰ ਸਖ਼ਤ ਮੁਕਾਬਲਾ ਹੈ। ਫਾਜ਼ਿਲਕਾ (22.80%) ਗਰਮ-ਖੁਸ਼ਕ ਅਤੇ ਰੇਤੀਲਾ ਜ਼ਿਲ੍ਹਾ ਹੈ ਜਿੱਥੇ ਰੇਤ ਟਿੱਬੇ ਆਮ ਹਨ ਅਤੇ ਨਹਿਰੀ ਸਿੰਜਾਈ ਵੀ ਭਰਪੂਰ ਨਹੀਂ ਹੈ।

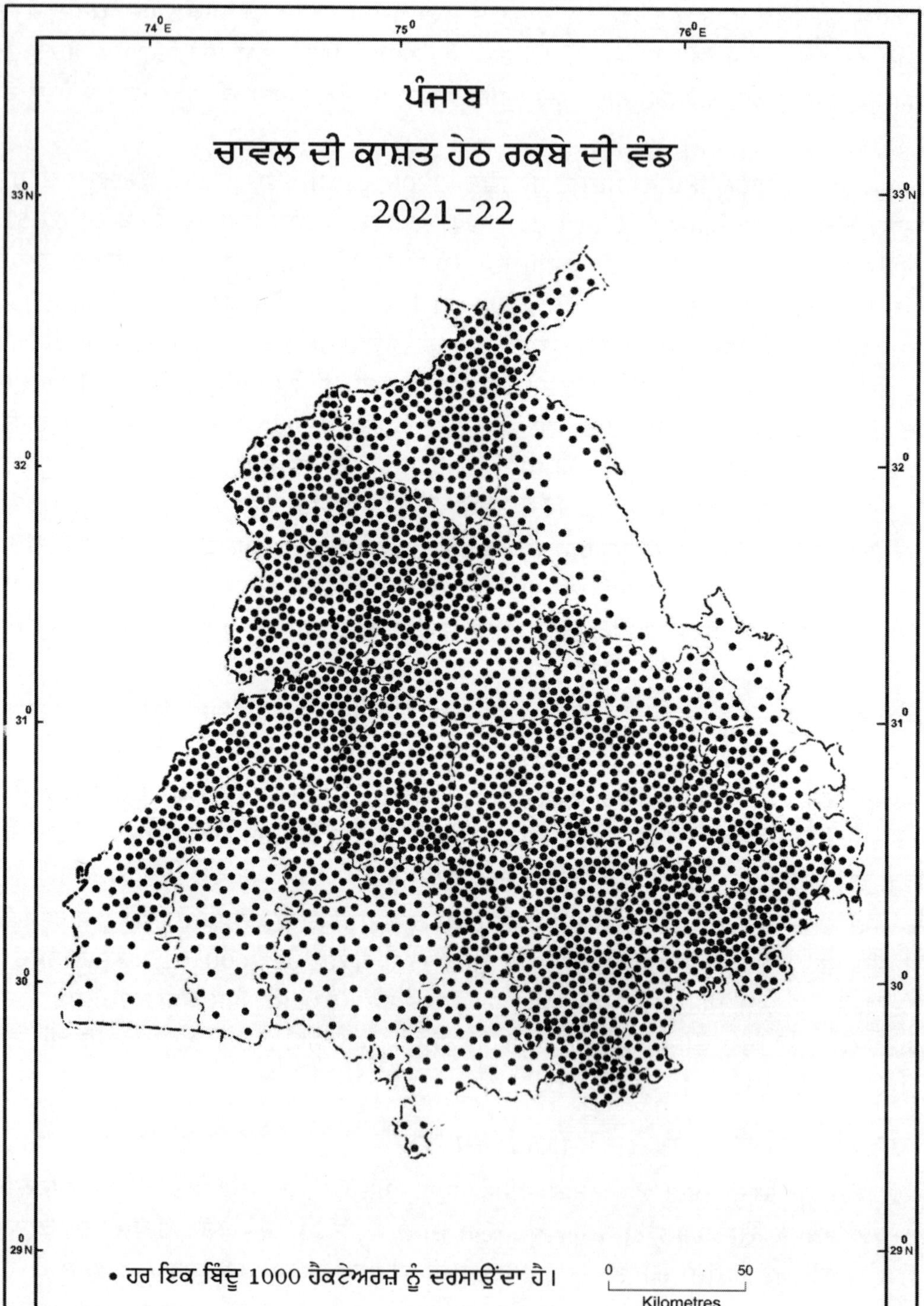
ਪੰਜਾਬ
ਚਾਵਲ ਦੀ ਕਾਸ਼ਤ ਹੇਠ ਰਕਬੇ ਦੀ ਵੰਡ
2021-22
74⁰E
75⁰
76⁰E
77⁰E
33⁰N
32⁰
31⁰
30⁰
29⁰N
• ਹਰ ਇਕ ਬਿੰਦੂ 1000 ਹੈਕਟੇਅਰਜ਼ ਨੂੰ ਦਰਸਾਉਂਦਾ ਹੈ।
0
50
Kilometres

Map 45

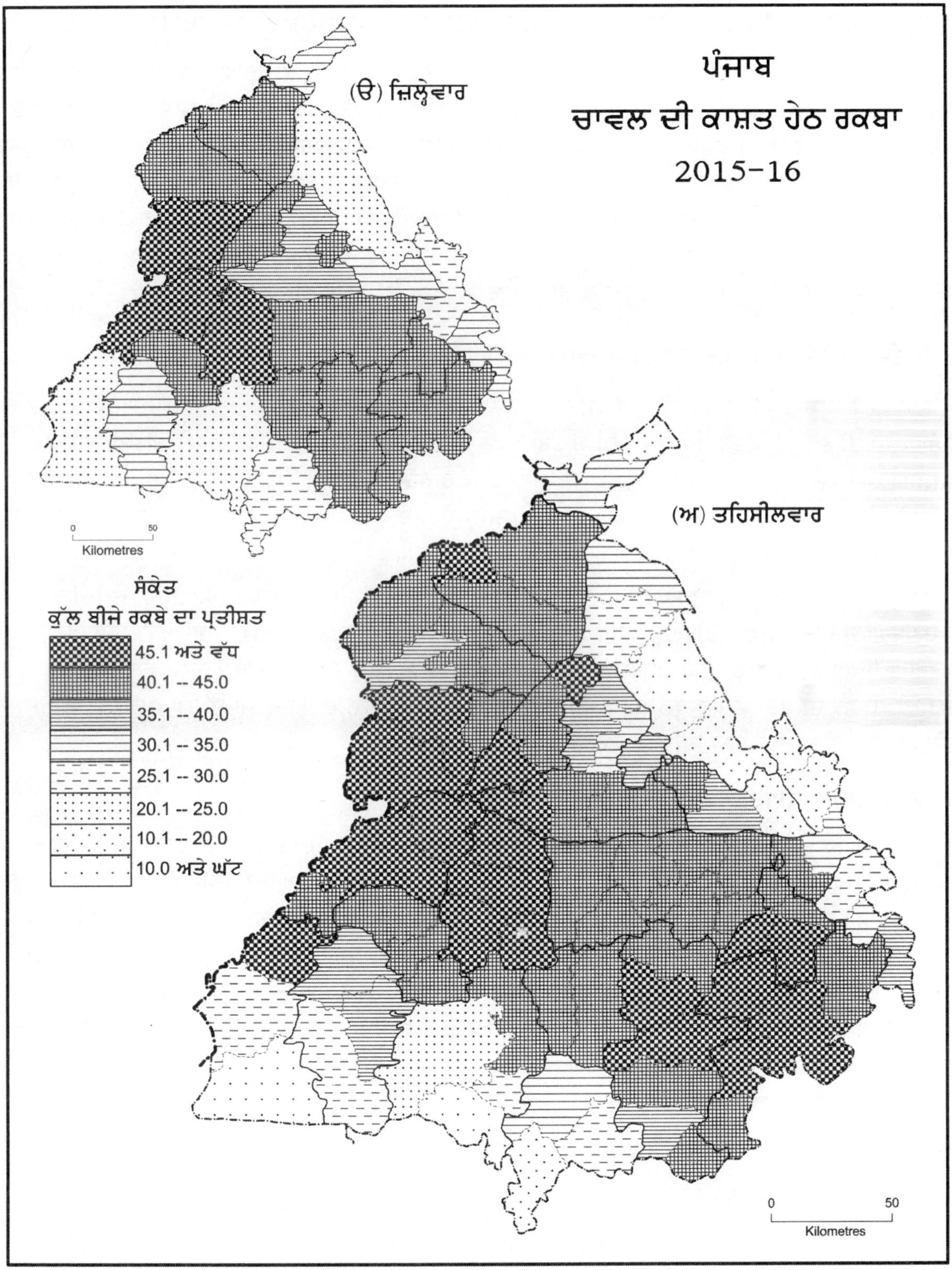
ਪੰਜਾਬ
ਚਾਵਲ ਦੀ ਕਾਸ਼ਤ ਹੇਠ ਰਕਬਾ
2015-16
(ੳ) ਜ਼ਿਲ੍ਹੇਵਾਰ
0 50
Kilometres
ਸੰਕੇਤ
ਕੁੱਲ ਬੀਜੇ ਰਕਬੇ ਦਾ ਪ੍ਰਤੀਸ਼ਤ
45.1 ਅਤੇ ਵੱਧ
40.1 -- 45.0
35.1 -- 40.0
30.1 -- 35.0
25.1 -- 30.0
20.1 -- 25.0
10.1 -- 20.0
10.0 ਅਤੇ ਘੱਟ
(ਅ) ਤਹਿਸੀਲਵਾਰ
0 50
Kilometres

Map 46

ਦਰਮਿਆਨੀ ਨੀਵੀਂ ਚਾਵਲ ਤੀਬਰਤਾ (MODERATELY LOW RICE INTENSITY)

ਇਸ ਸ਼੍ਰੇਣੀ ਵਿੱਚ ਚਾਵਲ ਰਕਬੇ ਦੀ ਕੁੱਲ ਫਸਲ ਰਕਬੇ ਨਾਲ ਪ੍ਰਤੀਸ਼ੱਤਤਾ 30.1 ਤੋਂ 40.0 ਹੈ। ਇਸ ਸ਼੍ਰੇਣੀ ਵਿੱਚ ਸ਼.ਭ.ਸ. ਨਗਰ (33.83%), ਮੁਕਤਸਰ (39.96%), ਬਠਿੰਡਾ (32.21%) ਅਤੇ ਮਾਨਸਾ (33.25%) ਦੇ ਚਾਰ ਜ਼ਿਲ੍ਹੇ ਸ਼ਾਮਲ ਹਨ। ਸ਼.ਭ.ਸ. ਨਗਰ ਜ਼ਿਲ੍ਹੇ ਦੀ ਚੀਕਣੀ ਦੋਮਟ ਮਿੱਟੀ, ਪੱਧਰੀ ਧਰਾਤਲ ਅਤੇ ਨਹਿਰਾਂ ਅਤੇ ਟਿਊਬਵੈਲਾਂ ਰਾਹੀਂ ਵਿਸ਼ਾਲ ਸਿੰਜਾਈ ਸਹੂਲਤਾਂ ਚਾਵਲ ਦੀ ਕਾਸ਼ਤ ਦੇ ਅਨੁਕੂਲ ਹਨ। ਇੱਥੇ ਗੰਨਾ ਅਤੇ ਮੱਕੀ ਵੀ ਮਹੱਤਵਪੂਰਣ ਫਸਲਾਂ ਹਨ। ਇਸ ਜ਼ਿਲ੍ਹੇ ਦਾ ਪੂਰਬੀ ਭਾਗ ਅਰਧ-ਪਹਾੜੀ ਹੈ। ਮੁਕਤਸਰ, ਬਠਿੰਡਾ ਅਤੇ ਮਾਨਸਾ ਜ਼ਿਲ੍ਹਿਆਂ ਦੀ ਰੇਤਲੀ ਦੋਮਟ ਮਿੱਟੀ, ਰੇਤ ਟਿੱਬੇ, ਨਾਕਾਫੀ ਨਹਿਰੀ ਸਿੰਜਾਈ ਅਤੇ ਗਰਮ ਖੁਸ਼ਕ ਜਲਵਾਯੂ ਚਾਵਲ ਦੀ ਕਾਸ਼ਤ ਹੇਠ ਵਿਸ਼ਾਲ ਇਲਾਕੇ ਵਿੱਚ ਪ੍ਰਫੁੱਲਤ ਹੋਣ ਦੇ ਅਨੁਕੂਲ ਨਹੀਂ ਹੈ। ਵਰਖਾ 50cm ਪ੍ਰਤੀ ਸਾਲ ਤੋਂ ਘੱਟ ਹੈ। ਇਸ ਲਈ ਕੁੱਝ ਨੀਵੀਂ ਚਾਵਲ ਤੀਬਰਤਾ ਹੈ।

ਦਰਮਿਆਨੀ ਉੱਚੀ ਚਾਵਲ ਤੀਬਰਤਾ (MODERATELY HIGH RICE INTENSITY)

ਇਸ ਸ਼੍ਰੇਣੀ ਵਿੱਚ ਚਾਵਲ ਰਕਬੇ ਦੀ ਕੁੱਲ ਫਸਲ ਰਕਬੇ ਨਾਲ ਪ੍ਰਤੀਸ਼ੱਤਤਾ 40.1 ਤੋਂ 49.99 ਤੱਕ ਜ਼ਿਆਦਾ ਹੈ। ਚਾਵਲਾਂ ਦੀ ਸੰਘਣੀ ਖੇਤੀ ਦਾ ਇਹ ਖੇਤਰ ਪੰਜਾਬ ਦੇ ਮੱਧ ਉੱਤਰੀ ਜ਼ਿਲ੍ਹਿਆਂ ਬਰਨਾਲਾ, ਫਰੀਦਕੋਟ (42.20%), ਗੁਰਦਾਸਪੁਰ (42.79), ਅੰਮ੍ਰਿਤਸਰ (44.42%), ਕਪੂਰਥਲਾ (44.98%) ਅਤੇ ਜਲੰਧਰ ਵਿੱਚ ਫੈਲਿਆ ਹੋਇਆ ਹੈ। ਇੱਥੇ ਧਰਾਤਲ ਬਿਲਕੁਲ ਪੱਧਰੀ ਹੈ, ਇੱਥੋਂ ਦੀ ਚੀਕਣੀ ਦੋਮਟ ਮਿੱਟੀ (clay loams) ਬਹੁਤ ਉਪਜਾਊ ਹੈ ਅਤੇ ਬੇਅੰਤ ਟਿਊਬਵੈਲਾਂ ਅਤੇ ਅਪਰਬਾਰੀ ਦੋਆਬ ਨਹਿਰ ਤੰਤਰ ਤੋਂ ਵਿਸ਼ਾਲ ਸਿੰਜਾਈ ਸਹੂਲਤਾਂ ਉਪਲਬੱਧ ਹਨ।

ਅੰਮ੍ਰਿਤਸਰ (44.42%), ਗੁਰਦਾਸਪੁਰ (42.79%), ਕਪੂਰਥਲਾ (44.98%) ਅਤੇ ਜਲੰਧਰ (42.20%) ਦੇ ਜ਼ਿਲ੍ਹਿਆਂ ਵਿੱਚ ਵੀ ਦਰਮਿਆਨੀ ਉੱਚੀ ਚਾਵਲ ਤੀਬਰਤਾ ਪਾਈ ਜਾਂਦੀ ਹੈ। ਮਾਝੇ ਦੇ ਜ਼ਿਲ੍ਹਿਆਂ ਵਿੱਚ U.B.D.C. ਤੋਂ ਅਤੇ ਹਜ਼ਾਰਾਂ ਟਿਊਬਵੈਲਾਂ ਤੋਂ ਭਰਪੂਰ ਸਿੰਜਾਈ ਪ੍ਰਾਪਤ ਹੈ। ਇਹ ਪੱਧਰੇ ਅਤੇ ਉਪਜਾਊ ਮਿੱਟੀ ਵਾਲੇ ਜ਼ਿਲ੍ਹੇ ਹਨ। ਬਿਆਸ ਅਤੇ ਰਾਵੀ ਦਰਿਆਵਾਂ ਦੇ ਬੇਟ ਖੇਤਰ ਵੀ ਚਾਵਲ ਦੀ ਖੇਤੀ ਦੇ ਅਨੁਕੂਲ ਹਨ। ਬਰਸਾਤ ਰੁੱਤ ਵਿੱਚ ਦਰਮਿਆਨੀ ਵਰਖਾ ਹੋ ਜਾਂਦੀ ਹੈ। ਕਪੂਰਥਲਾ ਅਤੇ ਜਲੰਧਰ ਜ਼ਿਲ੍ਹਿਆਂ ਵਿੱਚ ਵੀ ਹਾਲਤ ਇਨ੍ਹਾਂ ਜ਼ਿਲ੍ਹਿਆਂ ਵਰਗੀ ਹੈ।

ਉੱਚੀ ਚਾਵਲ ਤੀਬਰਤਾ (HIGH RICE INTENSITY)

ਇਸ ਸ਼੍ਰੇਣੀ ਵਿੱਚ ਸ਼ਾਮਲ ਜ਼ਿਲ੍ਹਿਆਂ ਵਿੱਚ ਚਾਵਲ ਤੀਬਰਤਾ 45.1% ਤੋਂ ਜ਼ਿਆਦਾ ਹੈ। ਚਾਵਲਾਂ ਦੀ ਸੰਘਣੀ ਖੇਤੀ ਦਾ ਇਹ ਵਿਸ਼ਾਲ ਖੇਤਰ ਪੰਜਾਬ ਦੇ ਮੱਧ-ਦੱਖਣੀ, ਪੱਛਮੀ ਅਤੇ ਪੂਰਬੀ ਅੱਠ ਜ਼ਿਲ੍ਹਿਆਂ ਪਟਿਆਲਾ, ਲੁਧਿਆਣਾ (45.71%), ਮੋਗਾ (46.59%), ਫਿਰੋਜ਼ਪੁਰ (46.83%), ਫਰੀਦਕੋਟ (46.10%), ਸੰਗਰੂਰ (46.61%), ਬਰਨਾਲਾ (46.63%) ਅਤੇ ਫਤਿਹਗੜ੍ਹ ਸਾਹਿਬ (45.95%) ਵਿੱਚ ਅਤੇ ਮਾਲਵੇ ਤੋਂ ਬਾਹਰ ਤਰਨ ਤਾਰਨ (45.80%) ਜ਼ਿਲ੍ਹੇ ਵਿੱਚ ਫੈਲਿਆ ਹੋਇਆ ਹੈ। ਇੱਥੇ ਧਰਾਤਲ ਪੱਧਰੀ (ਰੇਤ ਟਿੱਬੇ ਪੱਧਰੇ ਕਰ ਲਏ ਗਏ ਹਨ), ਗੂੜ੍ਹੀ ਖਾਕੀ ਦੋਮਟ ਮਿੱਟੀ ਅਤੇ ਸਰਹਿੰਦ ਨਹਿਰ ਤੰਤਰ ਅਤੇ ਟਿਊਬਵੈਲਾਂ ਤੋਂ ਵਿਸ਼ਾਲ ਸਿੰਜਾਈ ਸਹੂਲਤਾਂ ਉਪਲਬੱਧ ਹਨ। ਪੰਰਪਰਾ ਵੀ ਵਿਕਸਤ ਹੋ ਗਈ ਹੈ। ਨਹਿਰਾਂ ਤੋਂ ਰਿਸਾਵ ਅਤੇ ਜਲ ਭਰਾਵ ਕਪਾਹ ਲਈ ਪ੍ਰਤੀਕੂਲ ਪ੍ਰੰਤੂ ਚਾਵਲ ਦੀ ਖੇਤਰੀ ਲਈ ਅਨੁਕੂਲ ਹਨ। ਰਾਜ ਵਿੱਚ ਸਭ ਤੋਂ ਉੱਚੀ ਚਾਵਲ ਤੀਬਰਤਾ ਪਟਿਆਲਾ (55.96%) ਜ਼ਿਲ੍ਹੇ ਵਿੱਚ ਪਾਈ ਜਾਂਦੀ ਹੈ।

2015-16 ਦੇ ਅੰਕੜਿਆਂ ਤੇ ਅਧਾਰਤ ਚਾਵਲ ਤੀਬਰਤਾ (Rice Intensity based on 2015-16 Data)

ਜ਼ਿਲ੍ਹੇ ਵਾਰ (District Wise)

ਜ਼ਿਲ੍ਹੇ ਵਾਰ 2015-16 ਵਿੱਚ ਚਾਵਲ ਤੀਬਰਤਾ ਮੋਗਾ ਜ਼ਿਲ੍ਹੇ ਵਿੱਚ 47.04% ਤੋਂ ਹੁਸ਼ਿਆਰਪੁਰ ਜ਼ਿਲ੍ਹੇ ਵਿੱਚ 20.29% ਵਿਚਕਾਰ ਪਾਈ ਜਾਂਦੀ ਸੀ।

ਚਾਵਲ ਤੀਬਰਤਾ ਦੇ ਇਸ ਵਖਰੇਵੇਂ ਨੂੰ ਹੇਠ ਲਿਖੀਆਂ ਸ਼੍ਰੇਣੀਆਂ ਹੇਠ ਵਰਣਨ ਕੀਤਾ ਗਿਆ ਹੈ—

1. **ਬਹੁਤ ਨੀਵੀਂ ਤੋਂ ਨੀਵੀਂ ਚਾਵਲ ਤੀਬਰਤਾ (Very Low to Low Rice Intensity) :** ਅਜਿਹੀ ਸ਼੍ਰੇਣੀ ਵਿੱਚ ਚਾਵਲ ਤੀਬਰਤਾ 20.1% ਤੋਂ 30.1% ਤੱਕ ਪਾਈ ਜਾਂਦੀ ਹੈ। ਅਜਿਹੀ ਚਾਵਲ ਤੀਬਰਤਾ ਪੰਜ ਜ਼ਿਲ੍ਹਿਆਂ ਹੁਸ਼ਿਆਰਪੁਰ (20.29%), ਰੂਪਨਗਰ (26.81%) ਅਤੇ ਦੱਖਣ-ਪੱਛਮੀ ਗਰਮ-ਖੁਸ਼ਕ ਅਤੇ ਰੇਤੀਲੇ ਜ਼ਿਲ੍ਹੇ ਫਾਜ਼ਿਲਕਾ (21.31%), ਬਠਿੰਡਾ (24.55%) ਅਤੇ ਮਾਨਸਾ (25.27%) ਵਿੱਚ ਪਾਈ ਜਾਂਦੀ ਹੈ। ਹੁਸ਼ਿਆਰਪੁਰ ਅਤੇ ਰੂਪਨਗਰ ਅਰਧ-ਪਹਾੜੀ ਚੋਆਂ ਨਾਲ ਭਰੇ ਰੇਤੀਲੇ ਦੋਮਟ ਜਾਂ ਕੰਕਰੀਲੀ ਮਿੱਟੀ ਵਾਲੇ ਜ਼ਿਲ੍ਹੇ ਹਨ ਜਿੱਥੇ ਸਿੰਜਾਈ ਲਈ ਪਾਣੀ ਦੀ ਘਾਟ ਹੈ।
2. **ਦਰਮਿਆਨੀ ਚਾਵਲ ਤੀਬਰਤਾ (Moderate Rice Intensity)** ਵਾਲੇ ਜ਼ਿਲ੍ਹਿਆਂ ਵਿੱਚ ਚਾਵਲ ਦੀ ਕਾਸ਼ਤ ਹੇਠ 30.1% ਤੋਂ 40.1% ਭੂਮੀ ਪਾਈ ਜਾਂਦੀ ਹੈ। ਇਸ ਸ਼੍ਰੇਣੀ ਵਿੱਚ ਚਾਰ ਪੂਰਬੀ ਅਰਧ ਪਹਾੜੀ ਜ਼ਿਲ੍ਹੇ ਜਿੱਥੇ ਗੰਨੇ ਦੀ ਕਾਸ਼ਤ ਵੀ ਬਹੁਤ ਮਹੱਤਵਪੂਰਣ ਹੈ, ਐਸ.ਬੀ.ਐਸ. ਨਗਰ (31.55%), ਪਠਾਨਕੋਟ (30.77%), ਐਸ.ਏ.ਐਸ. ਨਗਰ (31.31%) ਅਤੇ ਪਧਰਾ, ਉਪਜਾਊ, ਭਰਪੂਰ ਟਿਊਬਵੈਲ ਸਿੰਜਾਈ ਵਾਲਾ ਜਲੰਧਰ ਜ਼ਿਲ੍ਹਾ ਜਿੱਥੇ ਗੰਨਾ, ਚਾਰਾ ਫਸਲਾਂ ਅਤੇ ਸਬਜ਼ੀਆਂ ਦੀ ਕਾਸ਼ਤ ਵੀ ਮਹੱਤਵਪੂਰਣ ਹੈ, ਸ਼ਾਮਲ ਹਨ। ਇਸ ਸ਼੍ਰੇਣੀ ਵਿੱਚ ਪੰਜਵਾਂ ਦੱਖਣ-ਪੱਛਮੀ ਗਰਮ ਖੁਸ਼ਕ, ਰੇਤਲੀ ਦੋਮਟ ਮਿੱਟੀ ਵਾਲਾ ਮੁਕਤਸਰ ਜ਼ਿਲ੍ਹਾ (34.88%) ਵੀ ਸ਼ਾਮਲ ਹੈ। ਦੇਖੋ ਨਕਸ਼ਾ ਨੰ. 46(ੳ)।
3. **ਦਰਮਿਆਨੀ ਉੱਚੀ ਚਾਵਲ ਤੀਬਰਤਾ (Moderately High Rice Intensity) :** ਇਸ ਵਰਗ ਵਿੱਚ ਚਾਵਲ ਤੀਬਰਤਾ 40.1% ਤੋਂ 45.0% ਤੱਕ ਪਾਈ ਜਾਂਦੀ ਹੈ। ਇਸ ਵਰਗ ਦਾ ਖੇਤਰ ਮਾਝਾ ਅਤੇ ਮੱਧ ਪੱਛਮੀ, ਮੱਧ ਵਰਤੀ ਅਤੇ ਮੱਧ ਪੂਰਬੀ ਮਾਲਵਾ ਦੇ ਜ਼ਿਲ੍ਹਿਆਂ ਵਿੱਚ ਫੈਲਿਆ ਹੋਇਆ ਹੈ। ਇਸ ਸਾਰੇ ਖੇਤਰ ਵਿੱਚ ਮੁੱਖ ਤੌਰ ਤੇ ਟਿਊਬਵੈਲਾਂ ਰਾਹੀਂ ਅਤੇ ਕੁੱਝ ਨਹਿਰੀ ਸਿੰਜਾਈ ਉਪਲੱਬਧ ਹੈ। ਦੋਮਟ, ਚੀਕਣੀ-ਦੋਮਟ ਅਤੇ ਰੇਤਲੀ ਦੋਮਟ ਉਪਜਾਊ ਮਿੱਟੀ ਮਿਲਦੀ ਹੈ। ਲਗਭਗ ਪੱਧਰੀ ਧਰਾਤਲ ਅਤੇ ਜਾਗਰੂਕ ਕਿਰਸਾਨ ਹਨ। ਮਾਝੇ ਦੇ ਤਿੰਨ ਜ਼ਿਲ੍ਹਿਆਂ ਗੁਰਦਾਸਪੁਰ (42.48%) ਅਤੇ ਅੰਮ੍ਰਿਤਸਰ (41.14%) ਵਿੱਚ ਸਭ ਹਾਲਤਾਂ ਚਾਵਲ ਦੀ ਕਾਸ਼ਤ ਦੇ ਅਨੁਕੂਲ ਹਨ। ਬਿਸਤ ਦੋਆਬ ਦਾ ਕਪੂਰਥਲਾ ਜ਼ਿਲ੍ਹਾ (43.98%) ਵੀ ਇਸ ਸ਼੍ਰੇਣੀ ਵਿੱਚ ਸ਼ਾਮਲ ਹੈ। ਮਾਲਵੇ ਦੇ 6 ਜ਼ਿਲ੍ਹੇ ਫਰੀਦਕੋਟ (43.95%), ਲੁਧਿਆਣਾ (42.83%), ਸੰਗਰੂਰ (44.05%), ਬਰਨਾਲਾ (44.35%), ਪਟਿਆਲਾ (44.83%) ਅਤੇ ਫਤਿਹਗੜ੍ਹ ਸਾਹਿਬ (45.03%) ਇਸ ਸ਼੍ਰੇਣੀ ਵਿੱਚ ਸ਼ਾਮਲ ਜ਼ਿਲ੍ਹੇ ਹਨ। ਗੰਨੇ ਅਤੇ ਮੱਕੀ ਤੋਂ ਮੁਕਾਬਲਾ ਜ਼ਿਆਦਾ ਨਹੀਂ ਹੈ।

ਉੱਚੀ ਚਾਵਲ ਤੀਬਰਤਾ (HIGH RICE INTENSITY)

ਸ਼ਾਮਲ ਜ਼ਿਲ੍ਹਿਆਂ ਵਿੱਚ ਚਾਵਲ ਤੀਬਰਤਾ 45.1% ਤੋਂ ਵੱਧ ਹੈ। ਇਸ ਵਿੱਚ ਤਿੰਨ ਜ਼ਿਲ੍ਹੇ ਸ਼ਾਮਲ ਹਨ ਜਿੱਥੇ ਦਰਿਆਈ ਹੜ੍ਹ ਦੇ ਖੇਤਰ ਪਾਏ ਜਾਂਦੇ ਹਨ। ਚੀਕਣੀ ਦੋਮਟ ਮਿੱਟੀ, ਪਰੰਪਰਾ, ਭਰਪੂਰ ਸਿੰਜਾਈ ਸਹੂਲਤਾਂ ਅਤੇ ਪੱਧਰੀ ਧਰਾਤਲ ਪਾਈ ਜਾਂਦੀ ਹੈ। ਇਸ ਵਿੱਚ ਸ਼ਾਮਲ ਹਨ—ਮਾਝੇ ਦਾ ਤਰਨਤਾਰਨ ਜ਼ਿਲ੍ਹਾ (45.1%) ਅਤੇ ਪੱਛਮੀ ਮਾਲਵਾ ਦੇ ਮੋਗਾ (47.04% = ਰਾਜ ਵਿੱਚ ਸਭ ਤੋਂ ਵੱਧ ਚਾਵਲ ਤੀਬਰਤਾ) ਅਤੇ ਫਿਰੋਜ਼ਪੁਰ (46.06%) ਜ਼ਿਲ੍ਹਾ ਸ਼ਾਮਲ ਹਨ। ਇਸ ਖੇਤਰ ਵਿੱਚ ਦਰਿਆ ਸਤਲੁਜ ਅਤੇ ਬਿਆਸ ਦੇ ਬੇਟ ਖੇਤਰ ਸ਼ਾਮਲ ਹਨ।

ਤਹਿਸੀਲਵਾਰ ਚਾਵਲ ਤੀਬਰਤਾ (TEHSIL-WISE RICE INTENSITY)

ਨਕਸ਼ਾ ਨੰ. 46-ਅ ਵਿੱਚ ਪੰਜਾਬ ਦੀ ਤਹਿਸੀਲਵਾਰ 2015-16 ਦੇ ਡਾਟਾ ਅਨੁਸਾਰ ਚਾਵਲ ਤੀਬਰਤਾ ਦਿਖਾਈ ਗਈ ਹੈ। ਪੰਜਾਬ ਦੇ ਮੱਧਵਰਤੀ, ਦੱਖਣ-ਪੂਰਬੀ ਅਤੇ ਪੱਛਮੀ ਭਾਗਾਂ ਦੀਆਂ ਜ਼ਿਆਦਾਤਰ ਤਹਿਸੀਲਾਂ ਵਿੱਚ ਚਾਵਲ ਇੱਕ ਮੁੱਖ ਫਸਲ ਹੈ। ਪੰਜਾਬ ਦੇ ਇਸ ਉੱਚ ਚਾਵਲ ਤੀਬਰਤਾ ਦੇ ਮੱਧਵਰਤੀ ਮੈਦਾਨ ਤੋਂ ਦੋਨੋਂ ਉੱਤਰ-ਪੂਰਬ ਅਤੇ ਦੱਖਣ-ਪੱਛਮ ਵੱਲ ਚਾਵਲ ਤੀਬਰਤਾ

ਘਟਦੀ ਹੈ। ਉੱਤਰ-ਪੂਰਬ ਵੱਲ ਮੱਕੀ ਮਹੱਤਵਪੂਰਣ ਸਾਉਣੀ ਦੀ ਫਸਲ ਬਣ ਜਾਂਦੀ ਹੈ ਅਤੇ ਧਰਾਤਲ ਵੀ ਘੱਟ ਪੱਧਰੀ, ਚੋਆਂ ਵਾਲੀ ਅਤੇ ਕੁੱਝ ਰੇਤਲੀ ਮਿੱਟੀ ਵਾਲੀ ਬਣ ਜਾਂਦੀ ਹੈ। ਦੱਖਣ-ਪੱਛਮ ਵੱਲ ਖੁਸ਼ਕਤਾ ਵੱਧਦੀ ਹੈ, ਧਰਾਤਲ ਉੱਤੇ ਰੇਤ ਦੇ ਟਿੱਬੇ ਆਮ ਹੋ ਜਾਂਦੇ ਹਨ ਅਤੇ ਮਿੱਟੀ ਰੇਤਲੀ ਹੋ ਜਾਂਦੀ ਹੈ।

ਪੰਜਾਬ ਵਿੱਚ ਸਭ ਤੋਂ ਘੱਟ ਚਾਵਲ ਤੀਬਰਤਾ ਰੇਤੀਲੀ ਅਤੇ ਖੁਸ਼ਕ ਅਬੋਹਰ ਤਹਿਸੀਲ (5.54%) ਵਿੱਚ ਪਾਈ ਜਾਂਦੀ ਸੀ ਹੁਸ਼ਿਆਰਪੁਰ (7.53%) ਅਤੇ ਤਲਵੰਡੀ ਸਾਬੋ (9.82%) ਤਹਿਸੀਲਾਂ ਵਿੱਚ ਵੀ ਬਹੁਤ ਘੱਟ ਚਾਵਲ ਘਣਤਾ 2015-16 ਅਨੁਸਾਰ ਰਿਕਾਰਡ ਕੀਤੀ ਗਈ ਸੀ। ਫਾਜ਼ਿਲਕਾ ਜ਼ਿਲ੍ਹੇ ਦੀਆਂ ਦੋ ਤਹਿਸੀਲਾਂ ਫਾਜ਼ਿਲਕਾ ਅਤੇ ਜਲਾਲਾਬਾਦ ਵਿੱਚ ਚਾਵਲ ਦੀ ਕਾਸ਼ਤ ਹੇਠ ਕੋਈ ਵੀ ਰਕਬਾ ਰਿਕਾਰਡ ਨਹੀਂ ਹੋਇਆ ਹੈ। ਰਾਜ ਵਿੱਚ 2015-16 ਅਨੁਸਾਰ ਸਭ ਤੋਂ ਉੱਚੀ ਚਾਵਲ ਘਣਤਾ ਜ਼ੀਰਾ ਤਹਿਸੀਲ (48.24%) ਵਿੱਚ ਪਾਈ ਜਾਂਦੀ ਸੀ। ਪੰਜਾਬ ਦੀਆਂ 82 ਤਹਿਸੀਲਾਂ ਵਿੱਚੋਂ 55 ਤਹਿਸੀਲਾਂ ਵਿੱਚ ਚਾਵਲ ਤੀਬਰਤਾ ਪੰਜਾਬ ਦੀ ਔਸਤ ਚਾਵਲ ਤੀਬਰਤਾ (35.61%) ਨਾਲੋਂ ਵੱਧ 2015-16 ਵਿੱਚ ਰਿਕਾਰਡ ਕੀਤੀ ਗਈ ਹੈ। ਪੰਜਾਬ ਦੀਆਂ ਤਹਿਸੀਲਾਂ ਨੂੰ ਚਾਵਲ ਤੀਬਰਤਾ ਦੇ ਆਧਾਰ ਤੇ ਹੇਠ ਲਿਖੇ ਵਰਗਾਂ ਵਿੱਚ ਵੰਡਿਆ ਜਾ ਸਕਦਾ ਹੈ (ਨਕਸ਼ਾ ਨੰ. 46-ਅ)।

ਨੀਵੀਂ ਤੋਂ ਬਹੁਤ ਨੀਵੀਂ ਚਾਵਲ ਤੀਬਰਤਾ ਪੰਜਾਬ ਦੀਆਂ ਦੱਖਣ ਪੱਛਮੀ ਅਬੋਹਰ [(5.54%), ਮਲੋਟ (19.21%), ਸਰਦੂਲਗੜ੍ਹ (14.50%), ਤਲਵੰਡੀ ਸਾਬੋ (9.82%) ਅਤੇ ਉੱਤਰ-ਪੂਰਬੀ [ਹੁਸ਼ਿਆਰਪੁਰ (7.53%), ਧਾਰ ਕਲਾਂ (11.94%), ਗੜ੍ਹਸ਼ੰਕਰ, ਬਲਾਚੌਰ (15.84%) ਅਤੇ ਨੰਗਲ (8.53%)] ਤਹਿਸੀਲਾਂ ਵਿੱਚ ਪਾਈ ਜਾਂਦੀ ਹੈ। ਇਹ ਉੱਤਰ ਪੂਰਬੀ ਤਹਿਸੀਲਾਂ ਅਰਧ ਪਹਾੜੀ ਜਾਂ ਤਲਹੱਟੀ ਦਾ ਮੈਦਾਨ ਹਨ, ਨਹਿਰੀ ਸਿੰਜਾਈ ਬਹੁਤ ਘੱਟ ਹੈ, ਵੱਡੇ ਟਿਊਬਵੈਲਾਂ ਲਈ ਭੂਮੀਗਤ ਪਾਣੀ ਦੇ ਭੰਡਾਰ ਘੱਟ ਅਤੇ ਛੋਟੇ ਹਨ ਅਤੇ ਮਿੱਟੀਆਂ ਰੇਤੇ ਵਾਲੀਆਂ ਹਨ। ਇਹ ਚੋਆਂ ਨਾਲ ਭਰਿਆ ਪ੍ਰਦੇਸ਼ ਹੈ।

ਦੱਖਣ-ਪੱਛਮੀ ਤਹਿਸੀਲਾਂ ਵਿੱਚ ਖੁਸ਼ਕਤਾ (aridity) ਜ਼ਿਆਦਾ ਹੈ। ਮਿੱਟੀਆਂ ਰੇਤਲੀਆਂ ਤੇ ਰੇਤੇ ਦੇ ਟਿੱਬਿਆਂ ਵਾਲੀਆਂ ਹਨ। ਟਿਊਬਵੈਲਾਂ ਨਾਲ ਸਿੰਜਾਈ ਘੱਟ ਹੈ। ਇੱਥੇ ਕਪਾਹ ਅਤੇ ਦਾਲਾਂ ਮਹੱਤਵਪੂਰਣ ਸਾਉਣੀ (Kharif) ਫ਼ਸਲਾਂ ਹਨ। ਖਾਰਾ ਹੋਣ ਕਾਰਨ ਭੌਂ ਹੇਠਲਾ ਪਾਣੀ ਸਿੰਜਾਈ ਦੇ ਅਯੋਗ ਹੈ।

ਸਾਧਾਰਣ ਚਾਵਲ ਤੀਬਰਤਾ (20.1% ਤੋਂ 30.0%) ਪੰਜਾਬ ਦੀਆਂ ਅੱਠ ਤਹਿਸੀਲਾਂ ਆਨੰਦਪੁਰ ਸਾਹਿਬ (14.79%), ਮੋਹਾਲੀ (30.40%), ਖਰੜ (25.6%), ਦਸੂਹਾ (27.56%), ਰੂਪਨਗਰ (31.06%), ਮਲੋਟ (29.4%), ਬਠਿੰਡਾ (22.37%), ਫਾਜ਼ਿਲਕਾ (29.72%), ਮੌੜ (25.96%) ਅਤੇ ਬੁਢਲਾਡਾ (27.6%) ਵਿੱਚ ਪਾਈ ਜਾਂਦੀ ਹੈ। ਦਸੂਹਾ, ਖਰੜ ਅਤੇ ਰੂਪਨਗਰ ਤਹਿਸੀਲਾਂ ਵਿੱਚ ਚਾਵਲਾਂ ਨੂੰ ਗੰਨੇ ਤੋਂ ਸਖ਼ਤ ਮੁਕਾਬਲਾ ਹੈ। ਮਲੋਟ, ਬਠਿੰਡਾ ਅਤੇ ਬੁਢਲਾਡਾ ਤਹਿਸੀਲਾਂ ਵਿੱਚ ਕਪਾਹ ਤੇ ਦਾਲਾਂ ਚਾਵਲਾਂ ਦਾ ਸਖ਼ਤ ਮੁਕਾਬਲਾ ਕਰਦੀਆਂ ਹਨ।

ਸਾਧਾਰਣ ਉੱਚੀ ਤੀਬਰਤਾ ਗਿੱਦੜਬਾਹਾ (38.34%), ਲਹਿਰਾ, ਮੁਕਤਸਰ (39.36%), ਮਾਨਸਾ (30.64), ਰਾਮਪੁਰਾ ਫੂਲ (34.15%), ਡੇਰਾ ਬਸੀ, ਚਮਕੌਰ ਸਾਹਿਬ, ਮੋਹਾਲੀ (30.36%), ਅਮਲੋਹ (38.10%), ਫਗਵਾੜਾ (39.64%), ਬੰਗਾ (39.96%), ਸ.ਭ.ਸ. ਨਗਰ (37.25%), ਨਕੋਦਰ (37.80%), ਜਲੰਧਰ-I ਅਤੇ II, ਪਠਾਨਕੋਟ (33.62%), ਮੁਕੇਰੀਆਂ (32.56%) ਅਤੇ ਅੰਮ੍ਰਿਤਸਰ-II (35.30%) ਤਹਿਸੀਲਾਂ ਵਿੱਚ ਜ਼ਿਆਦਾ ਪੱਧਰੀ ਅਤੇ ਚੀਕਣੀ ਮਿੱਟੀ ਵਾਲੀ ਧਰਾਤਲ, ਜ਼ਿਆਦਾ ਸਿੰਜਾਈ ਸਹੂਲਤਾਂ (ਟਿਊਬਵੈਲ) ਆਦਿ ਕਾਰਨ **ਸਾਧਾਰਣ ਉੱਚੀ (30.1% ਤੋਂ 40.0%) ਚਾਵਲ ਤੀਬਰਤਾ ਪਾਈ ਜਾਂਦੀ ਹੈ।**

ਉੱਚੀ ਚਾਵਲ ਤੀਬਰਤਾ— ਇਸ ਵਰਗ ਵਿੱਚ ਸ਼ਾਮਲ ਤਹਿਸੀਲਾਂ ਵਿੱਚ ਕੁੱਲ ਫ਼ਸਲੀ ਰਕਬੇ ਦਾ 40.1% ਜਾਂ ਵੱਧ ਚਾਵਲਾਂ ਦੀ ਕਾਸ਼ਤ ਹੇਠ ਹੈ। ਇਹ ਖੇਤਰ ਪੰਜਾਬ ਦੇ ਵਿਸ਼ਾਲ ਮੱਧ ਵਰਤੀ ਮੈਦਾਨ ਵਿੱਚ (ਨਕਸ਼ਾ ਨੰ. 46-ਅ) ਫੈਲਿਆ ਹੋਇਆ ਹੈ।

ਇਹ ਚੀਕਣੀ ਜਲੋੜ੍ਹੀ ਮਿੱਟੀ ਵਾਲਾ ਵਿਸ਼ਾਲ ਪੱਧਰਾ ਮੈਦਾਨ ਹੈ। ਇੱਥੇ ਉਪਜਾਊ ਚੀਕਣੀ ਦੋਮਟ ਮਿੱਟੀ (Sierozems) ਤੇ ਬੇਟ ਮਿੱਟੀ (Khaddar sails in flood plans) ਪਾਈ ਜਾਂਦੀ ਹੈ। ਭੂਮੀਗਤ ਪਾਣੀ ਦੇ ਵਿਸ਼ਾਲ ਭੰਡਾਰ (ਤੇਜ਼ੀ ਨਾਲ ਘਟ ਰਹੇ), ਨਹਿਰਾਂ ਅਤੇ ਟਿਊਬਵੈਲਾਂ ਤੋਂ ਭਰਪੂਰ ਸਿੰਜਾਈ ਅਤੇ ਕਿਸਾਨਾਂ ਦੀ ਮਿਹਨਤ ਕਾਰਨ ਉੱਚੇ ਝਾੜ ਪ੍ਰਾਪਤ ਹੁੰਦੇ ਹਨ। 27 ਤਹਿਸੀਲਾਂ ਵਿੱਚ ਉੱਚੀ ਚਾਵਲ ਤੀਬਰਤਾ ਪਾਈ ਜਾਂਦੀ ਹੈ।

ਇਹ ਹਨ -

ਗੁਰਦਾਸਪੁਰ (42.49%), ਬਟਾਲਾ (41.70%), ਬਾਬਾ ਬਕਾਲਾ (41.47%), ਅੰਮ੍ਰਿਤਸਰ-I (40.37%), ਖਡੂਰ ਸਾਹਿਬ (41.52%), ਪੱਟੀ, ਡੇਰਾ ਬਾਬਾ ਨਾਨਕ (45.40%), ਭੁਲੱਥ (45.42), ਕਪੂਰਥਲਾ (43.21%), ਸੁਲਤਾਨਪੁਰ ਲੋਧੀ, ਸ਼ਾਹਕੋਟ, ਲੁਧਿਆਣਾ ਪੂਰਬ ਤੇ ਪੱਛਮ (41.9%), ਜਗਰਾਉਂ, ਪਾਇਲ, ਖੰਨਾ, ਰਾਏਕੋਟ (44.1%), ਸਮਰਾਲਾ, ਫਿਰੋਜ਼ਪੁਰ (46.07%), ਨਿਹਾਲ ਸਿੰਘ ਵਾਲਾ (46.37%), ਮੋਗਾ (47.53%), ਧਰਮਕੋਟ (47.12%), ਬਾਘਾ ਪੁਰਾਣਾ, ਸੰਗਰੂਰ (45.34%), ਸੁਨਾਮ, ਮਲੇਰਕੋਟਲਾ, ਧੂਰੀ (45.52%), ਮੂਨਕ, ਬਰਨਾਲਾ (44.81%), ਤਪਾ, ਨਾਭਾ (45.36%), ਬਸੀ ਪਠਾਣਾ (42.97%), ਖਮਾਣੋ ਅਤੇ ਅਮਲੋਹ (45.14%) ਤਹਿਸੀਲਾਂ (29 ਗਿਣਤੀ) ਵਿੱਚ ਉੱਚੀ ਚਾਵਲ ਤੀਬਰਤਾ (40.1 ਤੋਂ 45.0%) ਪਾਈ ਜਾਂਦੀ ਹੈ।

ਇਸ ਵਿਸ਼ਾਲ ਖੇਤਰ ਵਿੱਚ ਹੀ ਡੇਰਾ ਬਾਬਾ ਨਾਨਕ (45.40%), ਤਰਨਤਾਰਨ, ਪੱਟੀ (45.86%), ਭੁਲੱਥ (45.42%), ਫਿਰੋਜ਼ਪੁਰ (46.07%), ਬਾਘਾ ਪੁਰਾਣਾ, ਧਰਮਕੋਟ (47.12%), ਸੰਗਰੂਰ (45.34%), ਸੁਨਾਮ, ਧੂਰੀ (45.52%), ਮਲੇਰਕੋਟਲਾ, ਅਮਲੋਹ (45.14%), ਜ਼ੀਰਾ (48.24%), ਨਾਭਾ (45.36%), ਪਟਿਆਲਾ (46.49%), ਸਮਾਣਾ (45.16%), ਅਤੇ ਫਤਹਿਗੜ੍ਹ ਸਾਹਿਬ (46.24%) ਤਹਿਸੀਲਾਂ ਵਿੱਚ ਬਹੁਤ ਉੱਚੀ ਚਾਵਲ ਤੀਬਰਤਾ ਪਾਈ ਜਾਂਦੀ ਹੈ। ਇਨ੍ਹਾਂ ਸਭ ਤਹਿਸੀਲਾਂ ਵਿੱਚ ਚਾਵਲਾਂ ਨੂੰ ਦੂਜੀਆਂ ਸਾਉਣੀ ਦੀਆਂ ਫ਼ਸਲਾਂ ਜਿਵੇਂ ਕਿ ਮੱਕੀ, ਕਪਾਹ, ਗੰਨਾ, ਦਾਲਾਂ ਆਦਿ ਤੋਂ ਘੱਟ ਮੁਕਾਬਲਾ ਹੈ। ਇਸ ਸ਼੍ਰੇਣੀ ਦੀਆਂ ਤਹਿਸੀਲਾਂ ਵਿੱਚੋਂ ਬਹੁਤ ਸਾਰੀਆਂ ਦੇ ਕਾਫ਼ੀ ਭਾਗ ਦਰਿਆ ਰਾਵੀ, ਬਿਆਸ, ਸਤਲੁਜ ਅਤੇ ਘੱਗਰ ਦੇ ਹੜ੍ਹ ਦੇ ਮੈਦਾਨਾਂ ਵਿੱਚ ਸ਼ਾਮਲ ਹਨ ਜਿੱਥੇ ਨਵੀਂ ਉੱਤੇ ਉਪਜਾਊ ਦਰਿਆਈ ਮਿੱਟੀ ਪਾਈ ਜਾਂਦੀ ਹੈ, ਮਿੱਟੀ ਸਿੱਲ੍ਹੀ (wet) ਹੈ ਅਤੇ ਭੂਮੀਗਤ ਪਾਣੀ ਤਲ ਸਤ੍ਹਾ ਦੇ ਨੇੜੇ ਹੈ। ਇੱਥੇ ਧਾਨ ਦੀ ਖੇਤੀ ਕਰਨ ਦੀ ਪ੍ਰੰਪਰਾ ਵੀ ਹੈ।

ਝਾੜ (Yields)– ਪੰਜਾਬੀ ਕਿਸਾਨਾਂ ਦੀ ਸਖ਼ਤ ਮਿਹਨਤ ਅਤੇ ਧਾਨ ਦੀ ਖੇਤੀ ਵਿੱਚ ਕਾਸ਼ਤ ਦੇ ਘਣੇ ਤੇ ਆਧੁਨਿਕ ਤਰੀਕਿਆਂ (instensive and modern methods of rice cultivation) ਕਾਰਨ ਧਾਨ ਦਾ ਉੱਚਾ ਝਾੜ ਪ੍ਰਾਪਤ ਹੁੰਦਾ ਹੈ। ਇਹ ਝਾੜ 1960-61 ਵਿੱਚ 1009 ਕਿਲੋਗ੍ਰਾਮ ਪ੍ਰਤੀ ਹੈਕਟੇਅਰ ਤੋਂ ਵੱਧ ਕੇ 1970-71 ਵਿੱਚ 1765 ਕਿਲੋ, 1980-81 ਵਿੱਚ 2733 ਕਿਲੋ, 1990-91 ਵਿੱਚ 3229 ਕਿਲੋ 2000-01 ਵਿੱਚ 3506 ਕਿਲੋ, 2010-11 ਵਿੱਚ 3828 ਕਿਲੋ ਪ੍ਰਤੀ ਹੈਕਟੇਅਰ ਗਿਆ ਸੀ। 2015-16 ਵਿੱਚ ਇਹ ਝਾੜ ਵਧਕੇ 3974 ਕਿਲੋ ਹੋ ਗਿਆ। 2018-19 ਦੇ ਅੰਕੜਿਆਂ ਅਨੁਸਾਰ ਪੰਜਾਬ ਵਿੱਚ ਚਾਵਲ ਦਾ ਪ੍ਰਤੀ ਹੈਕਟੇਅਰ ਝਾੜ 4132 ਕਿਲੋਗ੍ਰਾਮ ਸੀ। 2021-22 ਦੇ ਆਰਜੀ ਅਨੁਮਾਨਾਂ ਅਨੁਸਾਰ ਪ੍ਰਤੀ ਹੈਕਟੇਅਰ ਝਾੜ 4340 ਕਿਲੋਗ੍ਰਾਮ ਸੀ।

ਆਮ ਕਰਕੇ ਮਾਝਾ ਪ੍ਰਦੇਸ਼ ਵਿੱਚ ਚਾਵਲਾਂ ਦਾ ਝਾੜ (ਗੁਰਦਾਸਪੁਰ 3841 ਕਿਲੋ, ਅੰਮ੍ਰਿਤਸਰ 3601 ਕਿਲੋਗ੍ਰਾਮ ਅਤੇ ਤਰਨਤਾਰਨ 3978 ਕਿਲੋ) ਬਿਸਤ ਦੋਆਬ (ਜਲੰਧਰ 4277 ਕਿਲੋ, ਕਪੂਰਥਲਾ 4219 ਕਿਲੋ, ਹੁਸ਼ਿਆਰਪੁਰ 3797 ਕਿਲੋ) **ਨਾਲੋਂ ਘੱਟ ਹੈ।** ਪ੍ਰੰਤੂ ਮਾਲਵਾ ਪ੍ਰਦੇਸ਼ ਵਿੱਚ ਰਾਜ ਦੇ ਸਭ ਤੋਂ ਉੱਚੇ ਝਾੜ (ਸੰਗਰੂਰ 5052 ਕਿਲੋ, ਬਰਨਾਲਾ 4744 ਕਿਲੋ, ਲੁਧਿਆਣਾ 4818 ਕਿਲੋ, ਮੋਗਾ 4739 ਕਿਲੋ, ਪਟਿਆਲਾ 4313 ਕਿਲੋ, ਰੂਪ ਨਗਰ 4226 ਕਿਲੋ) ਪ੍ਰਾਪਤ ਕੀਤੇ ਗਏ ਹਨ। ਮਾਲਵੇ ਦਾ 2021-22 ਅਨੁਸਾਰ ਚਾਵਲਾਂ ਦਾ ਔਸਤ ਝਾੜ 4000 ਕਿਲੋ ਪ੍ਰਤੀ ਹੈਕਟੇਅਰ ਤੋਂ ਵੱਧ ਹੈ। (4512 ਕਿਲੋ)। 2021-22 ਅਨੁਸਾਰ ਮਾਝੇ ਲਈ ਚਾਵਲ ਦਾ ਔਸਤ ਝਾੜ 3792 ਕਿਲੋ ਅਤੇ ਬਿਸਤ ਦੋਆਬ ਲਈ 4209 ਕਿਲੋ ਪ੍ਰਤੀ ਹੈਕਟੇਅਰ ਹੈ।

2021-22 ਵਿੱਚ ਜ਼ਿਲ੍ਹੇਵਾਰ ਰਾਜ ਵਿੱਚ ਸਭ ਤੋਂ ਉੱਚਾ ਚਾਵਲ ਦਾ ਝਾੜ ਸੰਗਰੂਰ (5052 ਕਿਲੋ) ਅਤੇ ਲੁਧਿਆਣਾ (4818 ਕਿਲੋ ਪ੍ਰਤੀ ਹੈਕਟੇਅਰ) ਜ਼ਿਲ੍ਹਿਆਂ ਵਿੱਚ ਸੀ। ਸਭ ਤੋਂ ਨੀਵਾਂ ਝਾੜ ਜ਼ਿਲ੍ਹਾ ਫਾਜ਼ਿਲਕਾ ਵਿੱਚ 3142 ਕਿਲੋਗ੍ਰਾਮ ਅਤੇ ਐਸ.ਏ.ਐਸ. ਨਗਰ ਜ਼ਿਲ੍ਹੇ ਲਈ 3500 ਕਿਲੋਗ੍ਰਾਮ ਪ੍ਰਤੀ ਹੈਕਟੇਅਰ ਸੀ। ਗੁਰਦਾਸਪੁਰ (3841 ਕਿਲੋ), ਤਰਨਤਾਰਨ (3978 ਕਿਲੋ) ਅਤੇ ਹੁਸ਼ਿਆਰਪੁਰ ਜ਼ਿਲ੍ਹੇ ਵਿੱਚ 3797 ਕਿਲੋ ਦਾ ਸਧਾਰਣ ਨੀਵਾਂ ਝਾੜ ਪ੍ਰਾਪਤ ਕੀਤਾ ਗਿਆ ਸੀ।

ਪੰਜਾਬ ਦਾ ਚਾਵਲ ਦਾ ਔਸਤ ਝਾੜ (4366 ਕਿਲੋ ਪ੍ਰਤੀ ਹੈਕਟੇਅਰ) ਦੇਸ਼ ਵਿੱਚ ਸਭ ਤੋਂ ਉੱਚਾ ਹੈ। 2020-21 ਅਨੁਸਾਰ)। ਉਸ ਸਾਲ ਭਾਰਤ ਦਾ ਔਸਤ ਝਾੜ 2717 ਕਿਲੋਗ੍ਰਾਮ ਪ੍ਰਤੀ ਹੈਕਟੇਅਰ ਸੀ।

ਪੰਜਾਬ ਵਿੱਚ ਚਾਵਲਾਂ ਦੀ ਖਪਤ ਘੱਟ ਹੈ। ਇਸ ਕਾਰਨ ਪੰਜਾਬ ਵਿੱਚ ਬਹੁਤ ਸਾਰਾ ਚਾਵਲ ਵਾਧੂ ਬੱਚ ਜਾਂਦਾ ਹੈ ਜੋ ਕਿ ਕੇਂਦਰੀ ਚਾਵਲ ਭੰਡਾਰ ਲਈ ਭੇਜ ਦਿੱਤਾ ਜਾਂਦਾ ਹੈ। 2000-01 ਵਿੱਚ ਪੰਜਾਬ ਨੇ ਕੇਂਦਰੀ ਭੰਡਾਰ ਲਈ 36.3% ਚਾਵਲ ਭੇਜਿਆ ਸੀ। 2008-09 ਵਿੱਚ ਯੋਗਦਾਨ 25.4% ਸੀ। 2021-22 ਵਿੱਚ ਯੋਗਦਾਨ ਘਟਕੇ 21.18% ਹੋ ਗਿਆ। ਇਹ ਦੇਸ਼ ਵਿੱਚ ਸਭ ਤੋਂ ਵੱਡਾ ਯੋਗਦਾਨ ਹੈ। ਪੰਜਾਬ ਮੱਧ-ਪੂਰਬ ਅਤੇ ਯੂਰਪੀਨ ਦੇਸ਼ਾਂ ਨੂੰ ਵਧੀਆ ਕਿਸਮ ਦਾ ਬਾਸਮਤੀ ਚਾਵਲ ਨਿਰਯਾਤ ਕਰਦਾ ਹੈ। ਅਗਰ ਪੰਜਾਬ ਕਿਸਾਨ ਨੂੰ ਸਿੱਧੇ ਚਾਵਲ ਅਤੇ ਕਣਕ ਨਿਰਯਾਤ ਕਰਨ ਦੀ ਆਗਿਆ ਦੇ ਦਿੱਤੀ ਜਾਵੇ ਤਾਂ ਉਨ੍ਹਾਂ ਦਾ ਮੁਨਾਫਾ ਬਹੁਤ ਵੱਧ ਸਕਦਾ ਹੈ। ਸੰਸਾਰ ਦੇ ਵਿਭਿੰਨ ਭਾਗਾਂ ਵਿੱਚ ਭਾਰਤੀ ਵਧੀਆ ਬਾਸਮਤੀ ਚਾਵਲ ਦੀ ਭਾਰੀ ਮੰਗ ਹੈ। ਉੱਤਰੀ ਪੰਜਾਬ ਦੇ ਛੇ ਜ਼ਿਲ੍ਹਿਆਂ ਵਿੱਚ "ਬਾਸਮਤੀ ਚਾਵਲ ਨਿਰਯਾਤ ਖੰਡ" (Basmati Export Zone) ਇਸੇ ਉਦੇਸ਼ ਲਈ ਬਣਾਇਆ ਜਾ ਰਿਹਾ ਹੈ। ਚਾਵਲ ਦੀ ਖੇਤੀ ਪੰਜਾਬ ਦੇ ਭੂਮੀਗਤ ਜਲ ਭੰਡਾਰਾਂ ਨੂੰ ਤੇਜ਼ੀ ਨਾਲ ਘਟਾ ਰਹੀ ਹੈ। ਭੂਮੀਗਤ ਜਲ ਸਤਰ ਬਹੁਤ ਨੀਵੇਂ ਚਲੇ ਗਏ ਹਨ। ਇਸ ਕਾਰਨ ਅਗਰ ਪੰਜਾਬ ਨੇ ਆਪਣੇ ਮਿੱਠੇ ਪਾਣੀ ਦੇ ਭੌਂ ਹੇਠਲੇ ਜਲ ਭੰਡਾਰ ਬਚਾ ਕੇ ਰੱਖਣੇ ਹਨ ਤਾਂ ਕਿਸਾਨਾਂ ਨੂੰ ਚਾਵਲਾਂ ਹੇਠ ਕਾਫ਼ੀ ਰਕਬਾ ਘਟਾ ਕੇ, ਝਾੜ ਵਧਾ ਕੇ ਅਤੇ ਘੱਟ ਪਾਣੀ ਲੈਣ ਵਾਲੀਆਂ ਸੌਣੀ ਫਸਲਾਂ ਨੂੰ ਅਪਣਾਉਣਾ ਪਵੇਗਾ। 2010-11 ਵਿੱਚ ਪੰਜਾਬ ਨੇ ਘੱਟ ਪਾਣੀ ਵਰਤਣ ਵਾਲੀ ਸ਼ੁੱਧ ਬਾਸਮਤੀ ਚਾਵਲ ਦੀ ਕਾਸ਼ਤ 70806 ਹੈਕਟੇਅਰ ਵਿੱਚ ਕੀਤੀ ਸੀ। ਪੰਜਾਬ ਵਿੱਚ ਝੋਨੇ ਦੀ ਬਿਜਾਈ ਹਰ ਸਾਲ 10 ਜੂਨ ਦੀ ਥਾਂ ਜੁਲਾਈ ਦੇ ਪਹਿਲੇ ਹਫਤੇ ਤੋਂ ਹੀ ਸ਼ੁਰੂ ਕਰਨਾ ਜ਼ਰੂਰੀ ਕਰ ਦਿੱਤਾ ਜਾਵੇ। ਇਸ ਨਾਲ 3 ਹਫਤਿਆਂ ਲਈ ਬਿਜਲੀ ਅਤੇ ਪਾਣੀ ਦੀ ਬੱਚਤ ਹੋਵੇਗੀ ਅਤੇ ਜੁਲਾਈ ਵਿੱਚ ਬਰਸਾਤ ਸ਼ੁਰੂ ਹੋ ਜਾਣ ਨਾਲ ਟਿਊਬਵੈਲਾਂ ਤੋਂ ਘੱਟ ਪਾਣੀ ਦੀ ਲੋੜ ਪਵੇਗੀ। ਇਸ ਦੇ ਫਲਸਰੂਪ ਭੂਮੀਗਤ ਜਲ ਸਤਰ ਹੇਠ ਵੱਲ ਜਾਣ ਦੀ ਥਾਂ ਉੱਪਰ ਵੱਲ ਚੱਲ ਪਵੇਗਾ।

ਮੱਕੀ (MAIZE)

ਮੱਕੀ ਪੰਜਾਬ ਦੀ **ਤੀਜੀ** ਮਹੱਤਵਪੂਰਣ ਅਨਾਜ ਫਸਲ ਹੈ। ਹੁਣ ਮਨੁੱਖੀ ਖੁਰਾਕ ਦੇ ਰੂਪ ਵਿੱਚ ਇਸ ਦੀ ਖਪਤ ਘੱਟ ਰਹੀ ਹੈ। ਇਸ ਦੀ ਗੁਲੂਕੋਸ, ਤੇਲ ਅਤੇ ਦੂਜੀਆਂ ਉਦਯੋਗਿਕ ਵਸਤਾਂ ਦੇ ਰੂਪ ਵਿੱਚ ਵਰਤੋਂ ਦਿਨ ਪ੍ਰਤੀ ਦਿਨ ਵਧ ਰਹੀ ਹੈ। ਪ੍ਰੰਤੂ ਅਜੇ ਵੀ ਪੰਜਾਬ ਦੇ ਪਿੰਡਾਂ ਵਿੱਚ ਸਰਦੀਆਂ ਨੂੰ ਸਰ੍ਹੋਂ ਦਾ ਸਾਗ ਅਤੇ ਮੱਕੀ ਦੀ ਰੋਟੀ ਮਹੱਤਵਪੂਰਣ ਭੋਜਨ ਹਨ। ਪੰਜਾਬ ਭਾਰਤ ਵਿੱਚ ਮੱਕੀ ਦਾ ਇੱਕ ਛੋਟਾ ਜਿਹਾ (ਗਿਆਰ੍ਹਵੇਂ ਨੰਬਰ ਤੇ) ਉਤਪਾਦਕ ਹੈ। 1999-2000 ਅਨੁਸਾਰ ਪੰਜਾਬ ਨੇ ਭਾਰਤ ਦੀ 3.6% ਮੱਕੀ ਪੈਦਾ ਕੀਤੀ ਸੀ। ਪੰਜਾਬ ਦੇ ਬਹੁਤ ਸਾਰੇ ਇਲਾਕਿਆਂ ਵਿੱਚ ਹੁਣ ਮੱਕੀ ਦੀ ਥਾਂ ਚਾਵਲਾਂ ਨੇ ਲੈ ਲਈ ਹੈ। 2007-08 ਵਿੱਚ ਪੰਜਾਬ ਨੇ ਭਾਰਤ ਦੀ 2.75% ਮੱਕੀ ਪੈਦਾ ਕੀਤੀ ਸੀ। 2021-22 ਅਨੁਸਾਰ ਪੰਜਾਬ ਨੇ ਭਾਰਤ ਦੀ 1.25% ਮੱਕੀ ਪੈਦਾ ਕੀਤੀ ਸੀ।

ਭੂਗੋਲਿਕ ਹਾਲਤਾਂ—ਮੱਕੀ ਸੌਣੀ (ਗਰਮੀਆਂ) ਦੀ ਇੱਕ ਮਹੱਤਵਪੂਰਣ ਅਨਾਜ ਫਸਲ ਹੈ। ਕਿਸਾਨ ਮੱਕੀ ਦੀ ਬਿਜਾਈ ਕਰਨ ਲਈ ਬੇਸਬਰੀ ਨਾਲ ਮਾਨਸੂਨ ਵਰਖਾ ਦੇ ਸ਼ੁਰੂ ਹੋਣ (burst of monsoons) ਦੀ ਇੰਤਜ਼ਾਰ ਕਰਦੇ ਹਨ। ਪੰਜਾਬ ਵਿੱਚ 1970-71 ਤਕ ਜ਼ਿਆਦਾਤਰ ਮੱਕੀ ਵਰਖਾ ਦੇ ਸਹਾਰੇ (rainfed) ਬੀਜੀ ਜਾਂਦੀ ਸੀ। ਪ੍ਰੰਤੂ ਹੁਣ ਰਾਜ ਦੀ 60% ਦੇ ਲਗਭਗ ਮੱਕੀ ਸਿੰਜਾਈ ਉੱਪਰ ਨਿਰਭਰ ਕਰਦੀ ਹੈ। ਮੱਕੀ ਦਾ ਪੌਦਾ ਗਰਮੀਆਂ ਦੇ ਮਹੀਨਿਆਂ ਦੌਰਾਨ ਵਧਦਾ-ਫੁੱਲਦਾ ਅਤੇ ਪੱਕ ਕੇ ਤਿਆਰ ਹੁੰਦਾ ਹੈ। ਇਹ ਜੂਨ ਅਤੇ ਜੁਲਾਈ ਦੇ ਮਹੀਨਿਆਂ ਵਿੱਚ ਬੀਜਿਆ ਜਾਂਦਾ ਹੈ ਅਤੇ ਇਸ ਸਮੇਂ ਔਸਤ ਮਾਸਿਕ ਤਾਪਮਾਨ 29° ਤੋਂ 33°C ਵਿਚਕਾਰ ਰਹਿੰਦੇ ਹਨ। ਮੱਕੀ ਦਾ ਪੌਦਾ ਜੁਲਾਈ, ਅਗਸਤ ਅਤੇ ਸਤੰਬਰ ਦੇ ਮਹੀਨਿਆਂ ਵਿੱਚ ਵਧਦਾ ਹੈ ਜਦੋਂ ਇੱਕੋ ਜਿਹੇ ਉੱਚੇ ਤਾਪਮਾਨ (27° ਤੋਂ 30°C) ਅੱਛੀ ਵਰਖਾ (ਹਰ ਮਹੀਨੇ ਵਿੱਚ 10 ਸੈਂਮੀ. ਤੋਂ ਜ਼ਿਆਦਾ) ਅਤੇ ਉੱਚੀ ਸਾਪੇਖ ਸਿੱਲ੍ਹ (75 ਤੋਂ 80%) ਹੁੰਦੀ ਹੈ। ਮਾਮੂਲੀ ਠੰਡੇ ਨਿੱਘੇ (cool to warm) ਮੌਸਮ ਵਾਲੇ ਸਤੰਬਰ ਅਤੇ ਅਕਤੂਬਰ ਦੇ ਮਹੀਨਿਆਂ ਵਿੱਚ ਮੱਕੀ ਦੀ ਕਟਾਈ ਕੀਤੀ ਜਾਂਦੀ ਹੈ। ਇਨ੍ਹਾਂ ਦਿਨਾਂ ਵਿੱਚ ਵਰਖਾ ਦੀ ਅਣਹੋਂਦ ਅਤੇ ਸਾਫ ਅਕਾਸ਼ ਮੱਕੀ ਦੀਆਂ ਛੱਲੀਆਂ (cobs) ਦੇ ਪੱਕਣ ਅਤੇ ਸੁੱਕਣ ਵਿੱਚ ਸਹਾਈ ਹੁੰਦੇ ਹਨ। ਮੱਕੀ ਦੇ ਸੁੱਕੇ ਟਾਂਡੇ (stalks) ਪਸ਼ੂਆਂ ਲਈ ਸੁੱਕੇ ਚਾਰੇ ਅਤੇ ਕਾਗਜ਼ ਬਣਾਉਣ ਲਈ ਕੱਚੇ ਮਾਲ ਦੇ ਰੂਪ ਵਿੱਚ ਕੰਮ ਆਉਂਦੇ ਹਨ। ਮੱਕੀ ਦੇ ਹਰੇ ਟਾਂਡੇ ਪਸ਼ੂਆਂ ਲਈ ਵਧੀਆ ਚਾਰਾ ਬਣਦੇ ਹਨ। ਲੁਧਿਆਣਾ ਸਥਿਤ ਪੰਜਾਬ

ਖੇਤੀਬਾੜੀ ਯੂਨੀਵਰਸਿਟੀ ਨੇ ਸਰਦੀਆਂ ਦੀ ਮੱਕੀ ਵੀ ਵਿਕਸਤ ਕਰ ਲਈ ਹੈ। ਸਾਲ 2003-04 ਦੌਰਾਨ ਪੰਜਾਬ ਸਰਕਾਰ ਨੇ ਰਾਜ ਦੇ ਪੂਰਬੀ ਜ਼ਿਲ੍ਹਿਆਂ ਵਿੱਚ ਲਗਭਗ 3000 ਹੈਕਟੇਅਰ ਭੂਮੀ ਵਿੱਚ ਸਰਦੀਆਂ ਦੀ ਮੱਕੀ ਪੈਦਾ ਕਰਨ ਦਾ ਟੀਚਾ ਬਣਾਇਆ ਹੈ। 2009-10 ਸਾਲ ਦੌਰਾਨ 82570 ਹੈਕਟੇਅਰ ਭੂਮੀ ਵਿੱਚ ਸਰਦੀਆਂ ਦੀ ਮੱਕੀ ਦੀ ਕਾਸ਼ਤ ਕੀਤੀ ਗਈ ਸੀ।

ਮੱਕੀ ਨੂੰ ਬੁਛਾੜਾਂ ਦੇ ਰੂਪ ਵਿੱਚ ਵਰਖਾ ਚਾਹੀਦੀ ਹੈ। ਦਿਨ ਅਤੇ ਰਾਤ ਦੋਨੋਂ (Muggy) ਹੁੰਮ ਵਾਲੇ ਹੋਣੇ ਚਾਹੀਦੇ ਹਨ। ਇਸ ਨਾਲ ਮੱਕੀ ਦਾ ਪੌਦਾ ਤੇਜ਼ੀ ਨਾਲ ਵਧਦਾ ਹੈ। ਮੱਕੀ ਲਈ ਦਰਮਿਆਨੀ ਤੋਂ ਭਾਰੀ ਵਰਖਾ ਚਾਹੀਦੀ ਹੈ। ਖੁਸ਼ਕ ਦੌਰਾਂ (dry spells), ਜੋ ਕਿ ਗਰਮੀਆਂ ਦੀ ਮਾਨਸੂਨ ਵਰਖਾ ਦੌਰਾਨ ਅਕਸਰ ਵਾਪਰਦੇ ਹਨ, ਸਮੇਂ ਫਸਲ ਦੀ ਸਫਲਤਾ ਲਈ ਸਿੰਜਾਈ ਚਾਹੀਦੀ ਹੈ। ਹੁਸ਼ਿਆਰਪੁਰ ਜ਼ਿਲ੍ਹੇ ਵਿੱਚ ਮੱਕੀ ਦੀ ਫਸਲ ਬਾਰੇ ਕਹਾਵਤ ਹੈ "ਮੀਂਹ ਬੱਤੀਂ, ਛੱਲੀ ਸੱਠੀਂ" ਭਾਵ ਅਗਰ ਮੀਂਹ ਬੱਤ (ਲੋੜ) ਅਨੁਸਾਰ ਪੈਂਦਾ ਰਹਿੰਦਾ ਹੈ ਤਾਂ ਮੱਕੀ ਦੀ ਫਸਲ ਸੱਠਾਂ ਦਿਨਾਂ ਵਿੱਚ ਪੱਕ ਕੇ ਤਿਆਰ ਹੋ ਜਾਂਦੀ ਹੈ। ਮੱਕੀ ਲਈ ਚੰਗੇ ਜਲ-ਨਿਕਾਸ (well-drained) ਵਾਲੀਆਂ ਦੋਮਟ ਮਿੱਟੀਆਂ ਚਾਹੀਦੀਆਂ ਹਨ। ਖੇਤਾਂ ਵਿੱਚ ਪਾਣੀ ਖੜ੍ਹਨਾ ਨਹੀਂ ਚਾਹੀਦਾ ਹੈ। ਇਸ ਕਾਰਨ ਮੱਕੀ ਦੀ ਕਾਸ਼ਤ ਲਈ ਮਾਮੂਲੀ ਢਲਾਣ (gently slopping) ਵਾਲੀ ਜ਼ਮੀਨ ਅਨੁਕੂਲ ਹੁੰਦੀ ਹੈ। ਪੰਜਾਬ ਦੀ ਜ਼ਿਆਦਾਤਰ ਮੱਕੀ ਇਸ ਕਾਰਨ ਸ.ਭ.ਸ. ਨਗਰ, ਗੁਰਦਾਸਪੁਰ, ਹੁਸ਼ਿਆਰਪੁਰ ਅਤੇ ਰੂਪਨਗਰ ਦੇ ਅਰਧ-ਪਹਾੜੀ ਜ਼ਿਲ੍ਹਿਆਂ ਅਤੇ ਨਾਲ ਲੱਗਦੇ ਜਲੰਧਰ ਜ਼ਿਲ੍ਹੇ ਤੋਂ ਆਉਂਦੀ ਹੈ।

ਮੱਕੀ ਹੇਠ ਰਕਬਾ ਅਤੇ ਉਤਪਾਦਨ (ACREAGE AND PRODUCTION)

ਰਕਬਾ— ਪੰਜਾਬ ਦੇਸ਼ ਦਾ ਬਾਹਰਵਾਂ ਮੱਕੀ ਦਾ ਵੱਡਾ ਉਤਪਾਦਕ ਹੈ। 2000-01 ਵਿੱਚ ਪੰਜਾਬ ਨੇ ਦੇਸ਼ ਦੀ 3.6% ਮੱਕੀ ਭਾਰਤ ਦੇ 2.5% ਮੱਕੀ ਰਕਬੇ ਵਿੱਚੋਂ ਪੈਦਾ ਕੀਤੀ ਸੀ। 2020-21 ਵਿੱਚ ਪੰਜਾਬ ਨੇ ਭਾਰਤ ਦੀ 1.25% ਮੱਕੀ ਦੇਸ਼ ਤੇ ਲੱਗਭਗ 1.09% ਰਕਬੇ ਵਿੱਚੋਂ ਪੈਦਾ ਕੀਤੀ ਸੀ। 1994-95 ਅਨੁਸਾਰ ਪੰਜਾਬ ਵਿੱਚ 1.73 ਲੱਖ ਹੈਕਟੇਅਰ ਭੂਮੀ ਵਿੱਚ ਮੱਕੀ ਸੀ ਜੋ ਰਾਜ ਦੇ ਕੁੱਲ ਫਸਲ ਰਕਬੇ ਦਾ 2.2% ਭਾਗ ਸੀ। 2000-01 ਵਿੱਚ ਪੰਜਾਬ ਨੇ 1.64 ਲੱਖ ਹੈਕਟੇਅਰ ਰਕਬੇ ਵਿੱਚ ਮੱਕੀ ਪੈਦਾ ਕੀਤੀ ਸੀ ਜੋ ਕੁੱਲ ਫਸਲ ਰਕਬੇ ਦਾ 2.07% ਭਾਗ ਸੀ। ਸੁਤੰਤਰਤਾ ਤੋਂ ਬਾਅਦ ਪੰਜਾਬ ਵਿੱਚ 1975-76 ਤੱਕ ਮੱਕੀ ਹੇਠ ਰਕਬਾ ਲਗਾਤਾਰ ਵਧਦਾ ਰਿਹਾ (ਸਾਰਣੀ ਨੰ. 25) ਅਤੇ 1975-76 ਵਿੱਚ ਪੰਜਾਬ ਨੇ 5.77 ਲੱਖ ਮੀ. ਟਨ ਮੱਕੀ ਪੈਦਾ ਕੀਤੀ ਸੀ। ਉਸ ਤੋਂ ਬਾਅਦ ਮੱਕੀ ਦੇ ਰਕਬੇ ਵਿੱਚ ਲਗਭਗ ਲਗਾਤਾਰ ਗਿਰਾਵਟ ਹੁੰਦੀ ਰਹੀ ਹੈ। ਇਸ ਦਾ ਮੁੱਖ ਕਾਰਨ ਇਹ ਰਿਹਾ ਹੈ ਕਿ ਸਾਰੇ ਰਾਜ ਵਿੱਚ ਅਤੇ ਵਿਸ਼ੇਸ਼ ਕਰਕੇ ਮੱਧ ਪੰਜਾਬ ਮੈਦਾਨਾਂ ਵਿੱਚ ਮੱਕੀ ਦੀ ਥਾਂ ਚਾਵਲਾਂ ਨੇ ਲੈ ਲਈ ਕਿਉਂਕਿ ਇੱਥੇ ਚਾਵਲਾਂ ਲਈ ਸਿੰਜਾਈ ਸਹੂਲਤਾਂ ਬਹੁਤ ਉਪਲੱਬਧ ਹਨ ਅਤੇ ਚਾਵਲਾਂ ਦਾ ਝਾੜ ਵੀ ਜ਼ਿਆਦਾ ਹੈ ਅਤੇ ਫਲਸਰੂਪ ਮੁਨਾਫਾ ਜ਼ਿਆਦਾ ਹੁੰਦਾ ਹੈ। ਮੱਕੀ ਹੇਠ ਰਕਬਾ 1985-86 ਵਿੱਚ 2.60 ਲੱਖ ਹੈਕਟੇਅਰ ਤੋਂ ਘੱਟ ਕੇ 1995-96 ਵਿੱਚ 1.75 ਲੱਖ ਹੈਕਟੇਅਰ ਅਤੇ 2000-01 ਵਿੱਚ 1.65 ਲੱਖ ਹੈਕਟੇਅਰ ਰਹਿ ਗਿਆ। ਇਹ ਰਕਬਾ ਹੋਰ ਘਟਦਾ ਗਿਆ ਜੋ 2004-05 ਵਿੱਚ 1.54 ਲੱਖ ਹੈਕਟੇਅਰ ਅਤੇ 2005-06 ਵਿੱਚ 1.48 ਲੱਖ ਹੈਕਟੇਅਰ ਰਹਿ ਗਿਆ। 2008-09 ਵਿੱਚ ਇਹ ਕੁੱਝ ਵੱਧ ਕੇ 1.51 ਲੱਖ ਹੈਕਟੇਅਰ ਹੋ ਗਿਆ। ਪਰੰਤੂ 2011 ਵਿੱਚ ਘਟ ਕੇ 1.30 ਲੱਖ ਹੈਕਟੇਅਰ ਹੋ ਗਿਆ। 2013-14 ਵਿੱਚ ਵੀ 1.30 ਲੱਖ ਹੈਕਟੇਅਰ ਭੂਮੀ ਵਿੱਚ ਮੱਕੀ ਦੀ ਕਾਸ਼ਤ ਕੀਤੀ ਗਈ ਸੀ।

ਉਤਪਾਦਨ— ਮੱਕੀ ਦੇ ਉਤਪਾਦਨ ਵਿੱਚ ਵੀ 1975-76 ਤੋਂ ਬਾਅਦ ਦੇ ਸਮੇਂ ਵਿੱਚ ਗਿਰਾਵਟ ਆਈ ਹੈ। 1975-76 ਵਿੱਚ ਪੰਜਾਬ ਵਿੱਚ ਮੱਕੀ ਦਾ ਉਤਪਾਦਨ 8.46 ਲੱਖ ਮੀ. ਟਨ ਸੀ ਜੋ 1985-86 ਵਿੱਚ ਘਟ ਕੇ 4.12 ਲੱਖ ਮੀ. ਟਨ ਅਤੇ 1994-95 ਵਿੱਚ 3.22 ਲੱਖ ਮੀ. ਟਨ ਰਹਿ ਗਿਆ ਸੀ। ਪਰੰਤੂ 1995-96 ਤੋਂ ਬਾਅਦ ਮੱਕੀ ਦਾ ਉਤਪਾਦਨ ਫਿਰ ਵਧਣ ਲੱਗ ਪਿਆ ਜੋ ਕਿ 1998-99 ਵਿੱਚ 3.52 ਲੱਖ ਮੀ. ਟਨ ਅਤੇ 2000-01 ਵਿੱਚ 4.61 ਲੱਖ ਮੀ. ਟਨ ਸੀ। ਇਸ ਦਾ ਕਾਰਨ 1995-96 ਤੋਂ ਬਾਅਦ ਦੇ ਸਮੇਂ ਦੌਰਾਨ ਮੱਕੀ ਦੇ ਝਾੜ ਦਾ ਵਧਣਾ ਹੈ, ਜਿਸ ਦਾ ਮੁੱਖ ਕਾਰਨ ਜ਼ਿਆਦਾ ਝਾੜ ਦੇਣ ਵਾਲੀਆਂ ਕਿਸਮਾਂ ਦਾ ਬੀਜਣਾ ਅਤੇ ਮੱਕੀ ਦੀ ਕਾਸ਼ਤ ਵਿੱਚ ਜ਼ਿਆਦਾ ਸਿੰਜਾਈ ਸਾਧਨਾਂ ਦੀ ਵਰਤੋਂ ਹੈ। (ਸਾਰਣੀ ਨੰ. 26)। 2000-01 ਤੋਂ ਬਾਅਦ

ਮੱਕੀ ਦਾ ਉਤਪਾਦਨ, ਮੱਕੀ ਰਕਬੇ ਦੇ ਘਟਣ ਨਾਲ ਘਟਣ ਲੱਗ ਪਿਆ। 2002-03 ਵਿੱਚ ਉਤਪਾਦਨ ਕੇਵਲ 3.12 ਲੱਖ ਮੀ. ਟਨ ਸੀ ਜੋ 2004-05 ਵਿੱਚ ਵੱਧ ਕੇ 4.22 ਲੱਖ ਮੀ. ਟਨ ਪਰੰਤੂ 2005-06 ਵਿੱਚ ਘੱਟ ਕੇ 4.03 ਲੱਖ ਮੀ. ਟਨ ਹੋ ਗਿਆ। 2015-16 ਵਿੱਚ ਪੰਜਾਬ ਨੇ 4.68 ਲੱਖ ਮੀ. ਟਨ ਮੱਕੀ ਪੈਦਾ ਕੀਤੀ ਸੀ ਅਤੇ 2018-19 ਵਿੱਚ ਉਤਪਾਦਨ ਘਟਕੇ 4.19 ਲੱਖ ਮੀ. ਟਨ ਸੀ। ਇਹ ਉਤਪਾਦਨ ਕੁੱਝ ਵਧ ਕੇ 2019-20 ਵਿੱਚ 4.67 ਲੱਖ ਟਨ ਪਰੰਤੂ 2021-22 ਅਨੁਸਾਰ ਕੁੱਲ ਘਟ ਕੇ 4.13 ਲੱਖ ਮੀ. ਟਨ ਦਾ ਹੋ ਗਿਆ।

ਝਾੜ (Yield)– 1995-96 ਤੋਂ ਬਾਅਦ ਮੱਕੀ ਦੇ ਉਤਪਾਦਨ ਦੇ ਵੱਧਣ ਦਾ ਮੁੱਖ ਕਾਰਨ ਮੱਕੀ ਦੇ ਝਾੜ ਵਿੱਚ ਵਾਧਾ ਸੀ। ਇਹ ਜ਼ਿਆਦਾ ਝਾੜ ਦੇਣ ਵਾਲੀਆਂ ਕਿਸਮਾਂ ਦਾ ਬੀਜਣਾ ਅਤੇ ਮੱਕੀ ਦੀ ਕਾਸ਼ਤ ਵਿੱਚ ਜ਼ਿਆਦਾ ਸਿੰਜਾਈ ਸਾਧਨਾਂ ਦੀ ਵਰਤੋਂ ਕਾਰਨ ਸੰਭਵ ਹੋ ਸਕਿਆ ਹੈ। ਪੰਜਾਬ ਵਿੱਚ ਮੱਕੀ ਦਾ ਝਾੜ 1970-71 ਵਿੱਚ 1555 ਕਿਲੋ ਪ੍ਰਤੀ ਹੈਕਟੇਅਰ ਸੀ ਜੋ 1980-81 ਵਿੱਚ 1602 ਕਿਲੋ, 1990-91 ਵਿੱਚ 1786 ਕਿਲੋ, 1995-96 ਵਿੱਚ 1793 ਕਿਲੋ ਅਤੇ 2000-01 ਵਿੱਚ 2793 ਕਿਲੋਗ੍ਰਾਮ ਪ੍ਰਤੀ ਹੈਕਟੇਅਰ ਸੀ। 2010-11 ਵਿੱਚ ਝਾੜ ਵਧ ਕੇ 3707 ਕਿਲੋ ਹੋ ਗਿਆ ਜੋ 2015-16 ਵਿੱਚ ਘਟ ਕੇ 3683 ਕਿਲੋ ਅਤੇ 2018-19 ਵਿੱਚ 3639 ਕਿਲੋਗ੍ਰਾਮ ਪ੍ਰਤੀ ਹੈਕਟੇਅਰ ਹੋ ਗਿਆ ਸੀ। 2019-20 ਦੇ ਸਾਲ ਵਿੱਚ ਝਾੜ 3749 ਕਿਲੋਗ੍ਰਾਮ ਪ੍ਰਤੀ ਹੈਕਟੇਅਰ ਸੀ ਜੋ 2021-22 ਵਿੱਚ ਵੱਧ ਕੇ 3930 ਕਿਲੋਗ੍ਰਾਮ ਹੋ ਗਿਆ। ਬਹੁਤੀ ਲੋੜ ਚਾਵਲ ਹੇਠ ਕਾਫ਼ੀ ਰਕਬੇ ਨੂੰ ਮੱਕੀ ਦੀ ਕਾਸ਼ਤ ਹੇਠ ਮੁੜ ਲਿਆਉਣ ਅਤੇ ਖੇਤੀ ਨਵਿਸ਼ਟ ਸਮੱਗਰੀ ਦੀ ਯੋਗ ਵਰਤੋਂ ਕਰਕੇ ਪ੍ਰਤੀ ਹੈਕਟੇਅਰ ਉਤਪਾਦਨ ਨੂੰ ਵਧਾਉਣ ਦੀ ਹੈ।

ਵੰਡ (DISTRIBUTION)

ਪੰਜਾਬ ਵਿੱਚ ਮੱਕੀ ਮੁੱਖ ਤੌਰ ਤੇ ਇਸ ਦੇ ਪੂਰਬੀ ਜ਼ਿਲ੍ਹਿਆਂ ਵਿੱਚ ਬੀਜੀ ਜਾਂਦੀ ਹੈ। ਮੱਕੀ ਐਸ.ਬੀ.ਐਸ. ਨਗਰ, ਹੁਸ਼ਿਆਰਪੁਰ, ਰੂਪਨਗਰ, ਐਸ.ਏ.ਐਸ. ਨਗਰ, ਪਠਾਨਕੋਟ ਅਤੇ ਜਲੰਧਰ ਜ਼ਿਲ੍ਹਿਆਂ ਵਿੱਚ ਪਹਿਲੇ ਦਰਜੇ ਦੀ ਸੌਣੀ ਫਸਲ ਸੀ। ਪਰੰਤੂ ਚਾਵਲ ਦੀ ਕਾਸ਼ਤ ਦੇ ਹਰ ਜ਼ਿਲ੍ਹੇ ਵਿੱਚ ਕਾਫ਼ੀ ਵਿਸਥਾਰ ਕਾਰਨ ਮੱਕੀ ਹੁਣ ਇਨ੍ਹਾਂ ਪੂਰਬੀ ਜ਼ਿਲ੍ਹਿਆਂ ਵਿੱਚ ਵੀ ਦੂਜੇ ਦਰਜੇ ਦੀ ਸੌਣੀ ਫਸਲ ਬਣ ਗਈ ਹੈ। ਪਹਿਲੇ ਦਰਜੇ ਦੀ ਸੌਣ ਫਸਲ ਹੁਣ ਇੱਥੇ ਵੀ ਚਾਵਲ ਹੈ। ਇਹ ਛੇ ਜ਼ਿਲ੍ਹੇ ਰਲ ਕੇ ਪੰਜਾਬ ਦੀ 94.85% ਮੱਕੀ ਪੈਦਾ ਕਰਦੇ ਹਨ। ਇਨ੍ਹਾਂ ਪੰਜ ਜ਼ਿਲ੍ਹਿਆਂ ਵਿੱਚ ਰਾਜ ਦਾ 94.30% ਮੱਕੀ ਰਕਬਾ ਪਾਇਆ ਜਾਂਦਾ ਹੈ। ਹੇਠ ਦਿੱਤੀ ਸਾਰਣੀ ਵਿੱਚ ਪੰਜਾਬ ਵਿੱਚ 2000-01 ਅਤੇ 2021-22 ਅਨੁਸਾਰ ਜ਼ਿਲ੍ਹੇਵਾਰ ਮੱਕੀ ਹੇਠ ਰਕਬਾ ਅਤੇ ਉਤਪਾਦਨ ਦਰਸਾਇਆ ਗਿਆ ਹੈ—

ਸਾਰਣੀ ਨੰ. 34

ਪੰਜਾਬ ਵਿੱਚ ਜ਼ਿਲ੍ਹੇਵਾਰ ਮੱਕੀ ਦਾ ਰਕਬਾ, ਉਤਪਾਦਨ ਅਤੇ ਝਾੜ

ਕ੍ਰਮ ਨੰ.	ਜ਼ਿਲ੍ਹਾ	ਰਕਬਾ (ਹਜ਼ਾਰ ਹੈਕਟੇਅਰ)		ਰਾਜ ਦੀ ਪ੍ਰਤੀਸ਼ੱਤਤਾ		ਉਤਪਾਦਨ (ਹਜ਼ਾਰ ਟਨ)		ਰਾਜ ਦੀ ਪ੍ਰਤੀਸ਼ੱਤਤਾ		ਝਾੜ (ਕਿਲੋ ਪ੍ਰਤੀ ਹੈਕਟੇਅਰ)	
		(1)	(2)	(1)	(2)	(1)	(2)	(1)	(2)	(1)	(2)
1.	ਗੁਰਦਾਸਪੁਰ	13	0.4	7.93	0.38	28	0.9	6.11	0.22	2158	2337
2.	ਪਠਾਨਕੋਟ	—	7.2	—	6.84	—	29.2	—	7.06	—	4054
3.	ਅੰਮ੍ਰਿਤਸਰ	5	0.7	3.0	0.67	11	2.6	2.40	0.63	2273	3665
4.	ਤਰਨਤਾਰਨ	—	0.2	—	0.19	—	0.8	—	0.19	—	3930
5.	ਕਪੂਰਥਲਾ	4	0.8	2.44	0.76	12	4.0	2.63	0.97	2931	5096
6.	ਜਲੰਧਰ	16	4.4	9.76	4.18	52	16.0	11.35	3.87	3273	3652
7.	ਐਸ.ਬੀ.ਐਸ. ਨਗਰ	17	7.6	10.27	7.22	53	40.6	11.57	9.82	3123	5338
8.	ਹੁਸ਼ਿਆਰਪੁਰ	66	52.7	42.24	50.10	183	214.8	39.96	51.96	2779	4076
9.	ਰੂਪਨਗਰ	28	21.3	17.07	20.25	70	67.3	15.28	16.28	2488	3161

10.	ਐਸ.ਏ.ਐਸ. ਨਗਰ	—	6.0	—	5.70	—	24.2	—	5.85	—	4026
11.	ਲੁਧਿਆਣਾ	4	1.2	2.44	1.14	17	3.4	3.71	1.82	4219	2823
12.	ਫਿਰੋਜ਼ਪੁਰ	ੳ	0.2	—	0.19	—	0.8	—	0.19	—	3930
13.	ਫਾਜ਼ਿਲਕਾ	—	0.6	—	0.57	—	1.6	—	0.39	—	2641
14.	ਫਰੀਦਕੋਟ	ੳ	—	—	—	—	—	—	—	—	—
15.	ਸ੍ਰੀ ਮੁਕਤਸਰ ਸਾਹਿਬ	3	—	1.91	—	8	—	1.75	—	2793	—
16.	ਮੋਗਾ	—	0.4	0.64	0.38	—	2.0	—	0.48	2793	5050
17.	ਬਠਿੰਡਾ	1	0.1	0.64	0.10	3	0.4	0.66	0.10	2793	3930
18.	ਮਾਨਸਾ	ੳ	0.1	—	0.10	—	0.4	—	0.10	—	3930
19.	ਸੰਗਰੂਰ	1	0.2	0.64	0.19	3	0.8	0.66	0.19	2793	3930
20.	ਬਰਨਾਲਾ	—	0.1	—	0.10	—	0.4	—	0.10	—	3930
21.	ਪਟਿਆਲਾ	5	0.8	3.82	0.76	14	2.4	3.06	0.58	2821	3000
22.	ਫਤਹਿਗੜ੍ਹ ਸਾਹਿਬ	1	0.2	0.64	0.19	3	0.8	0.66	0.19	3438	4146
	ਪੰਜਾਬ	164	105.2	100.00	100.00	458	413.4	100.00	100.00	2793	3930

ਸੋਮਾ— ਪੰਜਾਬ ਦਾ ਅੰਕੜਾ ਸਾਰ— 2001 ਅਤੇ 2022, ੳ = 500 ਹੈਕਟੇਅਰ ਤੋਂ ਘੱਟ, ਅ = 500 ਮੀ. ਟਨ ਤੋਂ ਘੱਟ
(1) 2000–1 (2) 2021–22 ਆਰਜ਼ੀ ਅਨੁਮਾਨ

ਪਹਿਲਾਂ ਦੱਸੇ ਛੇ ਜ਼ਿਲ੍ਹਿਆਂ ਤੋਂ ਬਿਨਾਂ **ਕਪੂਰਥਲਾ, ਲੁਧਿਆਣਾ, ਤਰਨਤਾਰਨ, ਅੰਮ੍ਰਿਤਸਰ ਅਤੇ ਪਟਿਆਲਾ** ਦੇ ਜ਼ਿਲ੍ਹੇ ਵੀ ਮੱਕੀ ਦੇ ਉਤਪਾਦਨ ਲਈ ਮਹੱਤਵਪੂਰਣ ਹਨ। ਇਹ ਜ਼ਿਲ੍ਹੇ ਰਲ ਕੇ ਪੰਜਾਬ ਦੀ ਲਗਭਗ 4.2% ਮੱਕੀ (2021–22 ਅਨੁਸਾਰ) ਪੈਦਾ ਕਰਦੇ ਹਨ। ਇਨ੍ਹਾਂ ਤੋਂ ਇਲਾਵਾ ਫਤਹਿਗੜ੍ਹ ਸਾਹਿਬ, ਸੰਗਰੂਰ, ਗੁਰਦਾਸਪੁਰ ਦੇ ਜ਼ਿਲ੍ਹੇ ਵੀ ਕੁੱਝ ਮੱਕੀ ਪੈਦਾ ਕਰਦੇ ਹਨ। (ਸਾਰਣੀ ਨੰ. 34 ਅਤੇ ਨਕਸ਼ਾ ਨੰ. 47)।

ਉੱਤਰ-ਪੂਰਬੀ ਪੰਜਾਬ (North-East Punjab)– ਪੰਜਾਬ ਵਿੱਚ ਮੱਕੀ ਦਾ ਇਹ ਪ੍ਰੰਪਰਾਗਤ ਉਤਪਾਦਕ ਪ੍ਰਦੇਸ਼ ਹੈ। ਇਸ ਵਿੱਚ ਪੰਜਾਬ ਦਾ ਸਮੁੱਚਾ ਕੰਢੀ ਪ੍ਰਦੇਸ਼, ਚੋਆਂ ਦਾ ਹੜ੍ਹ ਦਾ ਮੈਦਾਨ (choe cover flood plains) ਅਤੇ ਦਰਿਆਵਾਂ ਦੀ ਉੱਪਰਲੀ ਘਾਟੀ ਪ੍ਰਦੇਸ਼ (Upper Terrace) ਸ਼ਾਮਲ ਹਨ। ਇਸ ਵਿੱਚ ਪਠਾਨਕੋਟ ਜ਼ਿਲ੍ਹਾ, ਸਮੁੱਚੇ ਹੁਸ਼ਿਆਰਪੁਰ ਤੇ ਐਸ.ਬੀ.ਐਸ. ਨਗਰ ਜ਼ਿਲ੍ਹੇ, ਰੂਪ ਨਗਰ, ਜਲੰਧਰ ਤੇ ਐਸ.ਏ.ਐਸ. ਨਗਰ ਜ਼ਿਲ੍ਹੇ ਦੇ ਜ਼ਿਆਦਾਤਰ ਭਾਗ ਸ਼ਾਮਲ ਹਨ। ਇਸ ਖੇਤਰ ਵਿੱਚ ਮੱਕੀ ਦੀ ਕਾਸ਼ਤ ਲਈ ਅਨੁਕੂਲ ਹਾਲਤਾਂ ਪਾਈਆਂ ਜਾਂਦੀਆਂ ਹਨ। ਮੱਕੀ ਇੱਥੇ **ਪ੍ਰੰਪਰਾਗਤ ਤੇ ਸਰਦੀਆਂ ਨੂੰ ਲੋਕਾਂ ਦੀ ਆਮ ਖ਼ੁਰਾਕ ਦਾ ਹਿੱਸਾ ਹੈ। ਇੱਥੇ ਸਾਲਾਨਾ ਔਸਤ ਵਰਖਾ ਕਾਫ਼ੀ** (80 ਸੈ. ਮੀ. ਤੋਂ ਜ਼ਿਆਦਾ) ਹੁੰਦੀ ਹੈ ਅਤੇ ਇਸਦਾ ਤਿੰਨ–ਚੌਥਾਈ ਭਾਗ, ਗਰਮੀਆਂ ਨੂੰ ਜਦੋਂ ਮੱਕੀ ਵੱਧ-ਫੁੱਲ ਰਹੀ ਹੁੰਦੀ ਹੈ, ਪੈਂਦਾ ਹੈ। ਇਸ ਕਾਰਨ **ਸਿੰਜਾਈ ਦੀ ਘੱਟ ਲੋੜ ਹੁੰਦੀ ਹੈ। ਮਾਮੂਲੀ ਚੰਗੇ ਜਲ-ਨਿਕਾਸ ਵਾਲੀਆਂ** ਹਨ। ਜ਼ਿਆਦਾਤਰ ਕਾਸ਼ਤ ਵਰਖਾ ਤੇ ਨਿਰਭਰ ਕਰਦੀ ਹੈ। ਇਸ ਹੀ ਕਾਰਨ ਇਹ ਖੇਤਰ ਪੰਜਾਬ ਦੀ ਲਗਭਗ 95% ਮੱਕੀ ਪੈਦਾ ਕਰਦਾ ਹੈ।

ਜ਼ਿਲ੍ਹਾ ਹੁਸ਼ਿਆਰਪੁਰ— ਇਹ ਜ਼ਿਲ੍ਹਾ ਪੰਜਾਬ ਵਿੱਚ ਮੱਕੀ ਦਾ ਮੁੱਖ ਉਤਪਾਦਕ (ਰਾਜ ਦੀ ਲਗਭਗ ਅੱਧੀ ਮੱਕੀ) ਹੈ। 2008–09 ਵਿੱਚ ਇਸ ਨੇ 2.42 ਲੱਖ ਮੀ. ਟਨ (2000–01 ਵਿੱਚ 1.83 ਲੱਖ ਮੀ. ਟਨ) ਮੱਕੀ ਪੈਦਾ ਕੀਤੀ ਸੀ ਜੋ ਰਾਜ ਦੀ ਮੱਕੀ ਦੇ ਕੁੱਲ ਉਤਪਾਦਨ ਦਾ 47.1% ਸੀ। ਇਸੇ ਸਾਲ ਇੱਥੇ 70,000 ਹੈਕਟੇਅਰ ਜ਼ਮੀਨ ਵਿੱਚ ਮੱਕੀ ਪੈਦਾ ਕੀਤੀ ਗਈ ਸੀ। 2021–22 ਦੇ ਆਰਜ਼ੀ ਅਨੁਮਾਨਾਂ ਅਨੁਸਾਰ ਜ਼ਿਲ੍ਹਾ ਹੁਸ਼ਿਆਰਪੁਰ ਨੇ 2.15 ਲੱਖ ਮੀ. ਟਨ (ਰਾਜ ਦੀ 51.96%) ਮੱਕੀ 52.7 ਹਜ਼ਾਰ ਹੈਕਟੇਅਰ (ਰਾਜ ਦਾ 50.10%) ਰਕਬੇ ਵਿੱਚੋਂ ਪੈਦਾ ਕੀਤੀ ਸੀ ਅਤੇ ਮੱਕੀ ਦਾ ਝਾੜ 4076 ਕਿਲੋਗਰਾਮ ਪ੍ਰਤੀ ਹੈਕਟੇਅਰ ਸੀ। ਜਿਵੇਂ ਕਿ ਉੱਪਰ ਦੱਸਿਆ ਗਿਆ ਹੈ ਕਿ ਇਸ ਜ਼ਿਲ੍ਹੇ ਅਤੇ ਨਾਲ ਲੱਗਦੇ ਜ਼ਿਲ੍ਹਿਆਂ ਵਿੱਚ ਸਰਦੀਆਂ ਨੂੰ "ਮੱਕੀ ਦੀ ਰੋਟੀ ਅਤੇ ਸਰ੍ਹੋਂ ਦਾ ਸਾਗ" ਆਮ ਲੋਕਾਂ ਅਤੇ ਵਿਸ਼ੇਸ਼ ਕਰਕੇ ਪਿੰਡਾਂ ਵਿੱਚ ਰੋਜ਼ਾਨਾ ਦੀ ਮੁੱਖ ਖ਼ੁਰਾਕ ਹੈ। ਹੁਸ਼ਿਆਰਪੁਰ ਜ਼ਿਲ੍ਹੇ ਵਿੱਚ ਮੱਕੀ ਲਗਭਗ

ਹਰ ਪਿੰਡ ਵਿੱਚ ਬੀਜੀ ਜਾਂਦੀ ਹੈ। ਪਰੰਤੂ ਹੁਸ਼ਿਆਰਪੁਰ ਤੇ ਗੜ੍ਹਸ਼ੰਕਰ ਦੀਆਂ ਤਹਿਸੀਲਾਂ ਵਿੱਚ ਜ਼ਿਲ੍ਹੇ ਦਾ ਲਗਭਗ ਤਿੰਨ-ਚੌਥਾਈ ਖੇਤਰ ਮਿਲਦਾ ਹੈ। ਇੱਥੇ ਵੀ **ਕੰਢੀ ਦਾ ਸਾਧਾਰਣ ਉੱਚਾ-ਨੀਵਾਂ ਪ੍ਰਦੇਸ਼** ਮੱਕੀ ਦੀ ਕਾਸ਼ਤ ਲਈ ਸਭ ਤੋਂ ਵੱਧ ਮਹੱਤਵਪੂਰਣ ਹੈ।

ਜ਼ਿਲ੍ਹਾ ਐਸ.ਬੀ.ਐਸ. ਨਗਰ— ਇਹ ਜ਼ਿਲ੍ਹਾ ਮੱਕੀ ਦਾ ਰਾਜ ਵਿੱਚ ਤੀਜਾ ਵੱਡਾ (9.82%) ਉਤਪਾਦਕ ਹੈ। 2007-08 ਵਿੱਚ ਐਸ.ਬੀ.ਐਸ. ਨਗਰ ਜ਼ਿਲ੍ਹੇ ਨੇ 67,000 ਮੀ. ਟਨ (53000 ਮੀ. ਟਨ 2000-01 ਵਿੱਚ) ਮੱਕੀ ਪੈਦਾ ਕੀਤੀ ਸੀ। 2021-22 ਵਿੱਚ ਸ਼.ਭ.ਸ. ਨਗਰ ਜ਼ਿਲ੍ਹੇ ਵਿੱਚ 40,000 ਮੀਟਰ ਟਨ ਮੱਕੀ 7,600 ਹੈਕਟੇਅਰ ਰਕਬੇ ਵਿੱਚ ਪੈਦਾ ਕੀਤੀ ਸੀ ਅਤੇ ਝਾੜ 5338 ਕਿਲੋ ਪ੍ਰਤੀ ਹੈਕਟੇਅਰ ਸੀ। ਜ਼ਿਲ੍ਹੇ ਦੇ ਲਗਭਗ 10.0% ਫਸਲੀ ਰਕਬੇ ਵਿੱਚ ਮੱਕੀ ਪੈਦਾ ਕੀਤੀ ਜਾਂਦੀ ਹੈ। ਐਸ.ਬੀ.ਐਸ. ਨਗਰ ਜ਼ਿਲ੍ਹੇ ਵਿੱਚ ਮੱਕੀ ਦਾ ਕਾਫ਼ੀ ਉੱਚਾ ਝਾੜ (5338 ਕਿਲੋ ਪ੍ਰਤੀ ਹੈਕਟੇਅਰ) ਪ੍ਰਾਪਤ ਹੁੰਦਾ ਹੈ। ਜ਼ਿਲ੍ਹੇ ਦੀਆਂ ਦੋਨਾਂ ਤਹਿਸੀਲਾਂ ਵਿੱਚ ਮੱਕੀ ਮਹੱਤਵਪੂਰਣ (50% ਹਰੇਕ) ਹੈ। ਪ੍ਰੰਤੂ ਬਲਾਚੌਰ ਤਹਿਸੀਲ (ਕੰਢੀ ਪ੍ਰਦੇਸ਼ ਦੀ ਤਹਿਸੀਲ) ਵਿੱਚ ਕੁੱਲ ਫਸਲੀ ਰਕਬੇ ਦੇ 16.4% ਵਿੱਚ (ਨਵਾਂ ਸ਼ਹਿਰ ਤਹਿਸੀਲ ਵਿੱਚ 7.7%) ਮੱਕੀ ਪੈਦਾ ਕੀਤੀ ਜਾਂਦੀ ਹੈ। ਨਵਾਂ ਸ਼ਹਿਰ ਦੀ ਤਹਿਸੀਲ ਇਕ ਸਪਾਟ ਉਪਜਾਊ ਮੈਦਾਨ ਹੈ, ਜਿੱਥੇ ਟਿਊਬਵੈਲਾਂ ਤੋਂ (ਨਹਿਰਾਂ ਤੋਂ ਵੀ) ਸਿੰਜਾਈ ਸਹੂਲਤਾਂ ਉਪਲੱਬਧ ਹਨ। ਸਭ ਮੱਕੀ ਸਿੰਜਾਈ ਵਾਲੀ ਹੈ।

ਜ਼ਿਲ੍ਹਾ ਰੂਪਨਗਰ— ਰੂਪਨਗਰ ਜ਼ਿਲ੍ਹਾ ਰਾਜ ਵਿੱਚ ਮੱਕੀ ਦਾ ਦੂਜਾ ਵੱਡਾ (16.28%) ਉਤਪਾਦਕ ਹੈ। 2008-09 ਵਿੱਚ ਰੂਪਨਗਰ ਜ਼ਿਲ੍ਹੇ ਵਿੱਚ 77,000 ਮੀ. ਟਨ (2000-01 ਵਿੱਚ 71,000 ਮੀ. ਟਨ) ਮੱਕੀ ਪੈਦਾ ਹੋਈ ਸੀ। ਇਹ ਮੱਕੀ 23,000 ਹੈਕਟੇਅਰ ਜ਼ਮੀਨ ਵਿੱਚੋਂ ਪੈਦਾ ਕੀਤੀ ਗਈ ਸੀ। 2021-22 ਵਿੱਚ ਰੂਪਨਗਰ ਜ਼ਿਲ੍ਹੇ ਵਿੱਚ 22 ਹਜ਼ਾਰ ਹੈਕਟੇਅਰ ਰਕਬੇ ਵਿੱਚੋਂ 67,300 (ਰਾਜ ਦੀ 16.3%) ਮੀ.ਟਨ ਮੱਕੀ ਪੈਦਾ ਕੀਤੀ ਸੀ। ਜ਼ਿਲ੍ਹੇ ਦੀ ਜ਼ਿਆਦਾਤਰ **ਮੱਕੀ ਅਨੰਦਪੁਰ ਸਾਹਿਬ** ਅਤੇ **ਨੰਗਲ ਤਹਿਸੀਲਾਂ ਦੇ ਘਾੜ ਅਤੇ ਚੰਗਰ** ਨਾਂ ਦੇ ਉੱਚੇ-ਨੀਵੇਂ ਪ੍ਰਦੇਸ਼ ਵਿੱਚ ਅਤੇ **ਸੁਆਂ ਨਦੀ** (Soan rivulet) ਦੀ ਘਾਟੀ ਜਿਸਨੂੰ **"ਦੂਣੀ"** (Dooni) ਕਹਿੰਦੇ ਹਨ, ਵਿੱਚ ਪੈਦਾ ਕੀਤੀ ਜਾਂਦੀ ਹੈ। ਜ਼ਿਲ੍ਹੇ ਦੇ ਮੱਕੀ ਹੇਠ ਕੁੱਲ ਖੇਤਰ ਦਾ ਲਗਭਗ 80% ਇਨ੍ਹਾਂ ਦੋ ਤਹਿਸੀਲਾਂ ਵਿੱਚ ਪਾਇਆ ਜਾਂਦਾ ਹੈ। ਰੂਪਨਗਰ ਤਹਿਸੀਲ ਵਿੱਚ ਵੀ ਮੱਕੀ ਪੈਦਾ ਕੀਤੀ ਜਾਂਦੀ ਹੈ। ਦੂਣੀ ਦੀ ਉਪਜਾਊ ਮਿੱਟੀ ਅਤੇ ਪੱਧਰੀ ਧਰਾਤਲ ਮੱਕੀ ਲਈ ਅਨੁਕੂਲ ਹੈ। ਘਾੜ ਅਤੇ ਚੰਗਰ ਵਿੱਚ ਉੱਚੀ-ਨੀਵੀਂ ਧਰਾਤਲ, ਕੁੱਝ ਰੇਤਲੀ ਮਿੱਟੀ ਅਤੇ ਡੂੰਘੇ ਭੂਮੀਗਤ ਜਲ ਸਤਰ ਅਤੇ ਸਿੰਜਾਈ ਦੀ ਘਾਟ ਕਾਰਨ ਚਾਵਲ ਦੀ ਕਾਸ਼ਤ ਮਹੱਤਵਪੂਰਣ ਨਹੀਂ ਹੋ ਸਕਦੀ ਹੈ। ਇਸ ਲਈ ਮੱਕੀ ਗਰਮੀਆਂ ਦੀ ਮੁੱਖ ਫ਼ਸਲ ਹੈ।

ਜ਼ਿਲ੍ਹਾ ਜਲੰਧਰ— ਜਲੰਧਰ ਦਾ ਜ਼ਿਲ੍ਹਾ ਮੱਕੀ ਦਾ ਪੰਜਵਾਂ ਵੱਡਾ (ਰਾਜ ਦੀ 3.87%) ਉਤਪਾਦਕ ਹੈ। 2021-22 ਵਿੱਚ ਜ਼ਿਲ੍ਹੇ ਵਿੱਚ 16000 ਮੀ. ਟਨ (2000-01 52,000 ਮੀ. ਟਨ) ਮੱਕੀ 4,400 ਹੈਕਟੇਅਰ ਜ਼ਮੀਨ ਵਿੱਚੋਂ ਪੈਦਾ ਕੀਤੀ ਗਈ ਸੀ। ਉਪਜਾਊ ਮਿੱਟੀ, ਪੱਧਰੀ ਧਰਾਤਲ, ਟਿਊਬਵੈਲਾਂ ਰਾਹੀਂ ਭਰਪੂਰ ਸਿੰਜਾਈ ਸਹੂਲਤਾਂ (2013-14 ਵਿੱਚ ਜ਼ਿਲ੍ਹੇ ਦੀ 100%) ਮੱਕੀ ਸਿੰਜਾਈ ਵਾਲੀ ਸੀ ਅਤੇ ਖੇਤੀ ਦੇ ਆਧੁਨਿਕ ਤਰੀਕਿਆਂ ਕਾਰਨ ਉਤਪਾਦਨ ਅਤੇ ਝਾੜ ਉੱਚਾ ਹੈ। (ਸਾਰਣੀ ਨੰ. 34) ਜ਼ਿਲ੍ਹੇ ਦੀ ਜ਼ਿਆਦਾਤਰ ਮੱਕੀ ਜਲੰਧਰ-II ਅਤੇ I ਅਤੇ ਫਿਲੌਰ ਤਹਿਸੀਲਾਂ ਵਿੱਚ ਪੈਦਾ ਕੀਤੀ ਜਾਂਦੀ ਹੈ।

ਜ਼ਿਲ੍ਹਾ ਪਠਾਨਕੋਟ— ਇਹ ਜ਼ਿਲ੍ਹਾ ਰਾਜ ਦੀ ਲਗਭਗ 7% ਮੱਕੀ ਪੈਦਾ ਕਰਦਾ ਹੈ। 2008-09 ਵਿੱਚ ਉਤਪਾਦਨ 30,000 ਮੀ. ਟਨ ਸੀ ਅਤੇ ਮੱਕੀ ਹੇਠ ਰਕਬਾ 13,000 ਹੈਕਟੇਅਰ ਸੀ। 2021-22 ਵਿੱਚ ਮੱਕੀ ਰਕਬਾ 7,200 ਹੈਕਟੇਅਰ ਅਤੇ ਉਤਪਾਦਨ 29,200 ਮੀ. ਟਨ ਸੀ। ਜ਼ਿਲ੍ਹੇ ਦੇ ਮੱਕੀ ਹੇਠ ਰਕਬੇ ਵਿੱਚੋਂ ਲਗਭਗ 54% ਅਰਧ-ਪਹਾੜੀ ਤਹਿਸੀਲ ਪਠਾਨਕੋਟ ਤੇ 23% ਪਹਾੜੀ ਤਹਿਸੀਲ ਧਾਰ ਕਲਾਂ ਵਿੱਚ ਪਾਇਆ ਜਾਂਦਾ ਹੈ। ਇਹ ਦੋਨੋਂ ਤਹਿਸੀਲਾਂ ਨਵੇਂ ਬਣੇ ਜ਼ਿਲ੍ਹੇ **ਪਠਾਨਕੋਟ** ਦਾ ਭਾਗ ਹਨ। ਧਾਰ ਕਲਾਂ ਤਹਿਸੀਲ ਵਿੱਚ ਮੱਕੀ ਗਰਮੀਆਂ ਦੀ ਮੱਕੀ ਫ਼ਸਲ ਹੈ। ਇਨ੍ਹਾਂ ਦੋਨਾਂ ਤਹਿਸੀਲਾਂ ਦੀ ਭਾਰੀ ਵਰਖਾ (ਮੁੱਖ ਤੌਰ ਤੇ ਗਰਮੀਆਂ ਨੂੰ), ਚੰਗੇ ਜਲ ਨਿਕਾਸ ਵਾਲੀ ਉੱਚੀ-ਨੀਵੀਂ ਧਰਾਤਲ ਤੇ ਕੁੱਝ ਰੇਤਲੀ ਤੇ ਪੱਥਰੀਲੀ ਜ਼ਮੀਨ ਮੱਕੀ ਦੀ ਕਾਸ਼ਤ ਦੇ ਅਨੁਕੂਲ ਹਨ। ਗੁਰਦਾਸਪੁਰ ਤਹਿਸੀਲ ਵਿੱਚ ਵੀ 2006-07 ਅਨੁਸਾਰ ਜ਼ਿਲ੍ਹੇ ਦੀ 15.4% ਮੱਕੀ ਜ਼ਮੀਨ ਸੀ।

ਐਸ.ਏ.ਐਸ. ਨਗਰ ਦਾ ਜ਼ਿਲ੍ਹਾ ਰਾਜ ਦੀ 6.0% ਮੱਕੀ ਪੈਦਾ ਕਰਦਾ ਹੈ। 2021-22 ਵਿੱਚ ਉਤਪਾਦਨ 24,200 ਮੀ. ਟਨ ਸੀ। ਜ਼ਿਲ੍ਹੇ ਦੀ 57% ਮੱਕੀ ਖਰੜ ਤਹਿਸੀਲ ਤੇ 29% ਡੇਰਾ ਬਸੀ ਤਹਿਸੀਲ ਵਿੱਚ ਬੀਜੀ ਜਾਂਦੀ ਹੈ।

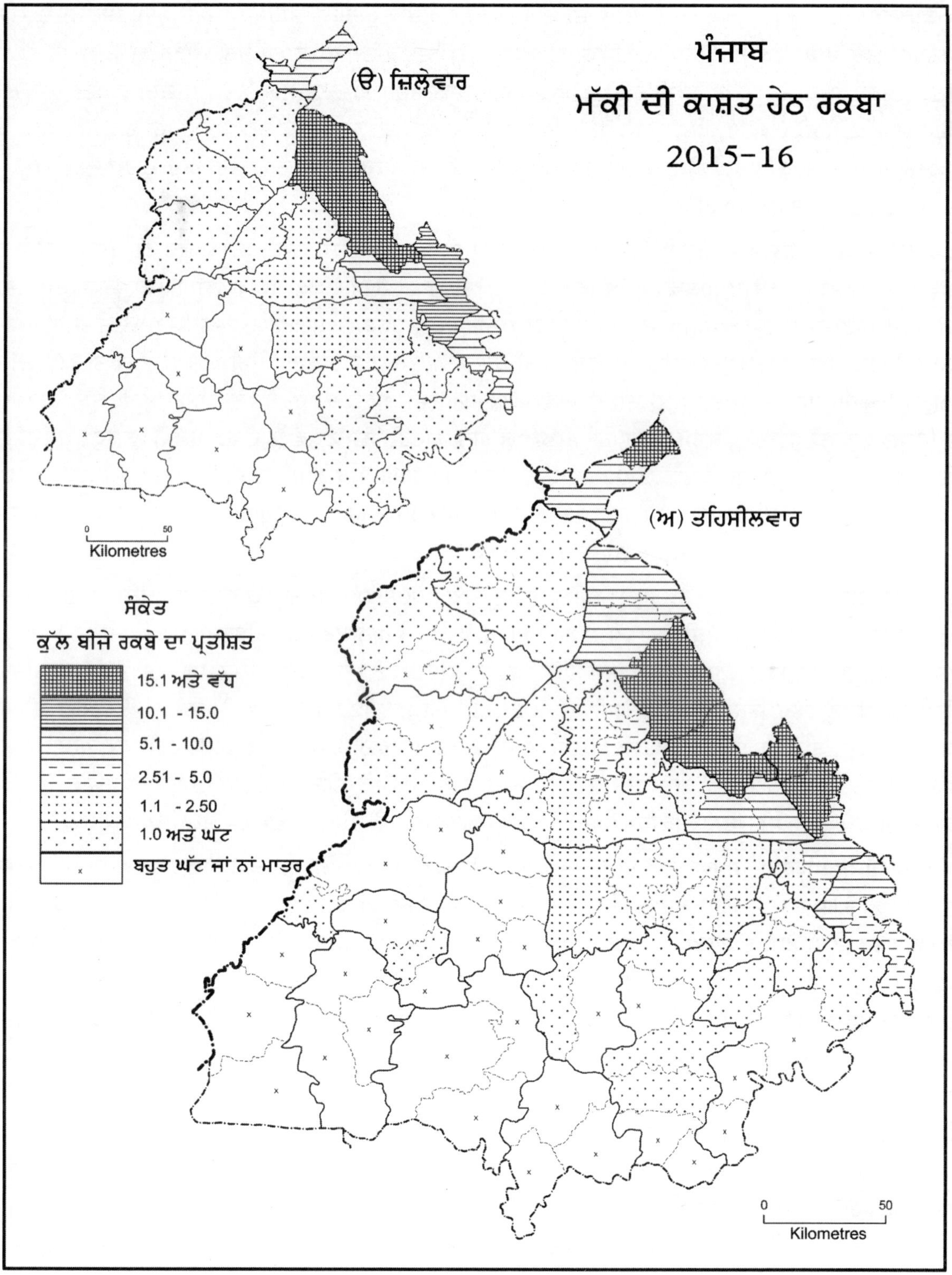
ਪੰਜਾਬ
ਮੱਕੀ ਦੀ ਕਾਸ਼ਤ ਹੇਠ ਰਕਬਾ
2015-16
(ੳ) ਜ਼ਿਲ੍ਹੇਵਾਰ
(ਅ) ਤਹਿਸੀਲਵਾਰ
0 50
Kilometres
ਸੰਕੇਤ
ਕੁੱਲ ਬੀਜੇ ਰਕਬੇ ਦਾ ਪ੍ਰਤੀਸ਼ਤ
15.1 ਅਤੇ ਵੱਧ
10.1 - 15.0
5.1 - 10.0
2.51 - 5.0
1.1 - 2.50
1.0 ਅਤੇ ਘੱਟ
ਬਹੁਤ ਘੱਟ ਜਾਂ ਨਾਂ ਮਾਤਰ
0 50
Kilometres

Map 47

ਕਪੂਰਥਲਾ (ਰਾਜ ਦੀ 1.00% ਮੱਕੀ) ਜ਼ਿਲ੍ਹੇ ਦੀਆਂ ਫਗਵਾੜਾ ਅਤੇ ਕਪੂਰਥਲਾ ਤਹਿਸੀਲਾਂ ਅਤੇ **ਅੰਮ੍ਰਿਤਸਰ** ਜ਼ਿਲ੍ਹੇ ਦੀਆਂ ਅਜਨਾਲਾ ਅਤੇ ਬਾਬਾ ਬਕਾਲਾ ਤਹਿਸੀਲਾਂ ਵਿੱਚ ਵੀ ਕੁੱਝ ਮੱਕੀ ਪੈਦਾ ਕੀਤੀ ਜਾਂਦੀ ਹੈ। **ਤਰਨਤਾਰਨ** ਦੇ ਜ਼ਿਲ੍ਹੇ ਵਿੱਚ 200 ਹੈਕਟੇਅਰ ਰਕਬੇ ਵਿੱਚ ਮੱਕੀ ਪੈਦਾ ਕੀਤੀ ਗਈ ਸੀ ਅਤੇ ਉਤਪਾਦਨ 800 ਮੀ. ਟਨ ਸੀ। ਇਹ ਮੁੱਖ ਤੌਰ ਤੇ ਪੱਟੀ ਅਤੇ ਖਡੂਰ ਸਾਹਿਬ ਦੀਆਂ ਤਹਿਸੀਲਾਂ ਵਿੱਚ ਬੀਜੀ ਜਾਂਦੀ ਹੈ। ਅੰਮ੍ਰਿਤਸਰ ਜ਼ਿਲ੍ਹੇ ਦਾ ਮੱਕੀ ਦਾ ਉਤਪਾਦਨ 2600 ਮੀ. ਟਨ ਸੀ। ਪਠਾਨਕੋਟ ਦੇ ਅਲੱਗ ਹੋ ਜਾਣ ਕਰਕੇ ਬਾਕੀ ਬਚੇ **ਗੁਰਦਾਸਪੁਰ** ਜ਼ਿਲ੍ਹੇ ਵਿੱਚ ਮੱਕੀ ਦਾ ਰਕਬਾ (400 ਹੈਕਟੇਅਰ) ਅਤੇ ਉਤਪਾਦਨ (900 ਮੀ. ਟਨ 2021-22 ਅਨੁਸਾਰ) ਘੱਟ ਹੀ ਹੈ।

ਮਾਲਵਾ— ਰੂਪਨਗਰ ਅਤੇ ਐਸ.ਏ.ਐਸ. ਨਗਰ ਦੇ ਪੂਰਬੀ ਤੇ ਅਰਧ-ਪਹਾੜੀ ਜ਼ਿਲ੍ਹਿਆਂ ਨੂੰ ਛੱਡ ਕੇ ਪੰਜਾਬ ਦੀ ਕੇਵਲ ਲਗਭਗ 4.1% ਮੱਕੀ ਬਾਕੀ ਦੇ ਮਾਲਵਾ ਪ੍ਰਦੇਸ਼ ਵਿੱਚ ਪੈਦਾ ਕੀਤੀ ਜਾਂਦੀ ਹੈ। ਇੱਥੇ ਵੀ ਜ਼ਿਲ੍ਹਾ ਲੁਧਿਆਣਾ (ਰਾਜ ਦੀ 1.82% ਮੱਕੀ) ਅਤੇ ਪਟਿਆਲਾ (0.58%) ਮੁੱਖ ਉਤਪਾਦਕ ਅਤੇ ਫਤਹਿਗੜ੍ਹ ਸਾਹਿਬ ਤੇ ਸੰਗਰੂਰ ਦੇ ਜ਼ਿਲ੍ਹੇ ਮਾਮੂਲੀ ਉਤਪਾਦਕ ਹਨ। ਮੱਧਵਰਤੀ ਅਤੇ ਪੂਰਬੀ ਮਾਲਵਾ ਦੇ ਜ਼ਿਲ੍ਹਿਆਂ ਵਿੱਚ ਪੱਧਰੀ ਧਰਾਤਲ, ਉਪਜਾਊ ਚੀਕਣੀ ਮਿੱਟੀ ਅਤੇ ਟਿਊਬਵੈਲਾਂ ਅਤੇ ਨਹਿਰਾਂ ਤੋਂ ਬਹੁਤ ਸਿੰਜਾਈ ਸਹੂਲਤਾਂ ਕਾਰਨ ਮੱਕੀ ਦੀ ਥਾਂ ਚਾਵਲ ਗਰਮੀਆਂ ਦੀ ਮੁੱਖ ਫ਼ਸਲ ਹੈ। ਰੇਤਲੀ ਦੋਮਟ ਮਿੱਟੀ, ਕੁੱਝ ਪੱਧਰੀ ਅਤੇ ਰੇਤ ਟਿੱਬਿਆਂ ਵਾਲੀ ਧਰਾਤਲ, ਗਰਮ ਅਤੇ ਖੁਸ਼ਕ ਜਲਵਾਯੂ ਅਤੇ ਨਹਿਰੀ ਸਿੰਜਾਈ ਵਾਲੇ ਦੱਖਣ ਪੱਛਮੀ ਮਾਲਵਾ ਦੇ ਜ਼ਿਲ੍ਹਿਆਂ ਵਿੱਚ ਸਥਿਤੀ ਅਨੁਸਾਰ ਚਾਵਲ, ਕਪਾਹ, ਦਾਲਾਂ ਜਾਂ ਗੰਨਾ ਗਰਮੀਆਂ ਦੀਆਂ ਮੁੱਖ ਫ਼ਸਲਾਂ ਹਨ। ਇਸ ਕਾਰਨ ਮਾਲਵਾ ਪ੍ਰਦੇਸ਼ ਦੇ ਜ਼ਿਆਦਾਤਰ ਭਾਗਾਂ ਵਿੱਚ ਮੱਕੀ ਮਹੱਤਵਪੂਰਣ ਫ਼ਸਲ ਨਹੀਂ ਹੈ। ਕੇਵਲ ਮੱਧ-ਪੂਰਬੀ ਜ਼ਿਲ੍ਹਿਆਂ ਲੁਧਿਆਣਾ, ਫਤਿਹਗੜ੍ਹ ਸਾਹਿਬ, ਪਟਿਆਲਾ ਅਤੇ ਸੰਗਰੂਰ ਵਿੱਚ ਕੁੱਝ ਮੱਕੀ ਬੀਜੀ ਜਾਂਦੀ ਹੈ (ਸਾਰਣੀ ਨੰ. 34)।

ਮੱਕੀ ਤੀਬਰਤਾ (Maize Intensity)– ਸਮੁੱਚੇ ਪੰਜਾਬ ਵਿੱਚ 2008-09 ਅਨੁਸਾਰ ਕੁੱਲ ਫ਼ਸਲ ਰਕਬੇ (total cropped area) ਦੇ ਕੇਵਲ 1.53% ਵਿੱਚ ਮੱਕੀ ਪੈਦਾ ਕੀਤੀ ਗਈ ਸੀ। 2015-16 ਅਨੁਸਾਰ ਮੱਕੀ ਤੀਬਰਤਾ 1.61% ਸੀ ਜੋ 2021-22 ਵਿੱਚ 1.34% ਹੋ ਗਈ। ਇਸ ਨੂੰ ਰਾਜ ਦੀ ਮੱਕੀ ਦੀ ਤੀਬਰਤਾ ਕਹਿੰਦੇ ਹਨ। ਰਾਜ ਵਿੱਚ ਜ਼ਿਲ੍ਹੇਵਾਰ ਸਭ ਤੋਂ ਉੱਚੀ ਤੀਬਰਤਾ ਹੁਸ਼ਿਆਰਪੁਰ ਜ਼ਿਲ੍ਹੇ ਵਿੱਚ ਰਿਕਾਰਡ ਕੀਤੀ ਗਈ ਹੈ। 2021-22 ਅਨੁਸਾਰ ਇਹ 15.59% ਸੀ। ਸਭ ਤੋਂ ਘੱਟ ਮੱਕੀ ਤੀਬਰਤਾ ਫਿਰੋਜ਼ਪੁਰ, ਮੋਗਾ, ਬਠਿੰਡਾ, ਸੰਗਰੂਰ, ਮਾਨਸਾ ਅਤੇ ਬਰਨਾਲਾ ਜ਼ਿਲ੍ਹਿਆਂ ਵਿੱਚ ਕੇਵਲ 0.02% ਸੀ। ਫਰੀਦਕੋਟ ਅਤੇ ਮੁਕਤਸਰ ਜ਼ਿਲ੍ਹਿਆਂ ਵਿੱਚ 2021-22 ਨੂੰ ਮੱਕੀ ਕਾਸ਼ਤ ਲਗਭਗ ਨਾਂਹ ਦੇ ਬਰਾਬਰ ਸੀ। ਪ੍ਰੰਤੂ 2012-13 ਅਨੁਸਾਰ ਪੰਜਾਬ ਦੀ ਔਸਤ ਮੱਕੀ ਤੀਬਰਤਾ 1.34% ਸੀ। ਇਨ੍ਹਾਂ ਅੰਕੜਿਆਂ (2021-22) ਅਨੁਸਾਰ ਮੱਕੀ ਤੀਬਰਤਾ ਦੀ ਵੰਡ ਹੇਠ ਲਿਖੇ ਪ੍ਰਕਾਰ ਹੈ—

ਉੱਚੀ ਮੱਕੀ ਤੀਬਰਤਾ ਹੁਸ਼ਿਆਰਪੁਰ (15.59%) ਅਤੇ ਰੂਪਨਗਰ (15.43%) ਜ਼ਿਲ੍ਹਿਆਂ ਵਿੱਚ ਰਿਕਾਰਡ ਕੀਤੀ ਗਈ (2021-22) ਹੈ। ਇਹ ਦੋਨੋਂ ਅਰਧ-ਪਹਾੜੀ ਜ਼ਿਲ੍ਹੇ ਹਨ ਜਿੱਥੇ ਮੱਕੀ ਬੀਜਣ ਦੀ ਪੁਰਾਣੀ ਪ੍ਰਥਾ ਹੈ ਅਤੇ ਭੂਗੋਲਿਕ ਕਾਰਕ ਅਨੁਕੂਲ ਹਨ। **ਸਾਧਾਰਣ ਉੱਚੀ ਮੱਕੀ ਤੀਬਰਤਾ** (5.1 ਤੋਂ 10.0% ਤੱਕ) ਪਠਾਨਕੋਟ ਅਤੇ ਐਸ.ਏ.ਐਸ. ਨਗਰ ਜ਼ਿਲ੍ਹਿਆਂ ਵਿੱਚ ਮਿਲਦੀ ਹੈ ਜੋ 2021-22 ਕ੍ਰਮਵਾਰ 7.66% ਅਤੇ 5.17% ਅਨੁਸਾਰ ਹੈ। **ਸਾਧਾਰਣ ਮੱਕੀ ਤੀਬਰਤਾ** (2.6 ਤੋਂ 5.0%) ਸ਼ਹੀਦ ਭਗਤ ਸਿੰਘ ਨਗਰ ਜ਼ਿਲ੍ਹੇ ਵਿੱਚ 4.22% ਜ਼ਿਲ੍ਹੇ ਵਿੱਚ ਪਾਈ ਜਾਂਦੀ ਹੈ। ਨੀਵੀਂ ਤੋਂ **ਬਹੁਤ ਨੀਵੀਂ ਮੱਕੀ ਤੀਬਰਤਾ** (2.50% ਤੋਂ ਘੱਟ), ਜ਼ਿਲ੍ਹਾ ਜਲੰਧਰ (1.06%), ਕਪੂਰਥਲਾ (0.30%) ਅਤੇ ਗੁਰਦਾਸਪੁਰ (0.98%), ਲੁਧਿਆਣਾ (0.21%), ਫਤਿਹਗੜ੍ਹ ਸਾਹਿਬ (0.11%), ਪਟਿਆਲਾ (0.16%), ਫਾਜ਼ਿਲਕਾ (0.12%), ਅੰਮ੍ਰਿਤਸਰ (0.17%) ਅਤੇ ਮੋਗਾ (0.10%) ਜ਼ਿਲ੍ਹਿਆਂ ਵਿੱਚ ਪਾਈ ਜਾਂਦੀ ਹੈ। ਇਨ੍ਹਾਂ ਉਪਜਾਊ ਮਿੱਟੀ ਅਤੇ ਭਰਪੂਰ ਸਿੰਜਾਈ ਸਹੂਲਤਾਂ ਵਾਲੇ ਜ਼ਿਲ੍ਹਿਆਂ ਵਿੱਚ ਚਾਵਲ ਗਰਮੀਆਂ ਦੀ ਮੁੱਖ ਫ਼ਸਲ ਹੈ (ਨਕਸ਼ਾ ਨੰ. 47 ੳ)। ਬਾਕੀ ਦੇ ਜ਼ਿਲ੍ਹਿਆਂ ਵਿੱਚ ਮੱਕੀ ਤੀਬਰਤਾ 0.1% ਤੋਂ ਵੀ ਘੱਟ ਪਾਈ ਜਾਂਦੀ ਹੈ। ਕੁੱਝ ਜ਼ਿਲ੍ਹਿਆਂ ਵਿੱਚ ਮੱਕੀ ਦੀ ਕਾਸ਼ਤ ਲਗਭਗ ਨਾਂਹ ਦੇ ਬਰਾਬਰ ਹੈ।

2015-16 ਅਨੁਸਾਰ ਹੁਸ਼ਿਆਰਪੁਰ ਜ਼ਿਲ੍ਹੇ ਵਿੱਚ ਸਭ ਤੋਂ ਉੱਚੀ ਮੱਕੀ ਤੀਬਰਤਾ 17.94% ਰਿਕਾਰਡ ਕੀਤੀ ਗਈ ਸੀ। ਰੂਪਨਗਰ (14.49%), ਐਸ.ਬੀ.ਐਸ. ਨਗਰ (5.35%), ਪਠਾਨਕੋਟ (8.79%), ਐਸ.ਏ.ਐਸ. ਨਗਰ (6.06%), ਜ਼ਿਲ੍ਹਿਆਂ ਵਿੱਚ

ਸਾਧਾਰਣ ਤੋਂ ਉੱਚੀ ਮੱਕੀ ਤੀਬਰਤਾ ਪਾਈ ਜਾਂਦੀ ਰਹੀ। ਜਲੰਧਰ (1.67%), ਲੁਧਿਆਣਾ (1.17%) ਜ਼ਿਲ੍ਹਿਆਂ ਵਿੱਚ ਸਾਧਾਰਣ (moderate) ਮੱਕੀ ਤੀਬਰਤਾ ਪਾਈ ਗਈ ਸੀ। ਫਤਹਿਗੜ੍ਹ ਸਾਹਿਬ (0.52%), ਅੰਮ੍ਰਿਤਸਰ (0.23%), ਪਟਿਆਲਾ (0.19%), ਗੁਰਦਾਸਪੁਰ (0.24%), ਕਪੂਰਥਲਾ (0.75%), ਸੰਗਰੂਰ (0.16%) ਅਤੇ ਤਰਨਤਾਰਨ (0.25%) ਵਿੱਚ ਨੀਵੀਂ ਤੀਬਰਤਾ ਮਿਲਦੀ ਸੀ। ਬਾਕੀ ਦੇ ਜ਼ਿਲ੍ਹਿਆਂ ਵਿੱਚ ਬਹੁਤ ਨੀਵੀਂ ਮੱਕੀ ਤੀਬਰਤਾ (0.1% ਤੋਂ ਵੀ ਘੱਟ) ਪਾਈ ਜਾਂਦੀ ਸੀ।

ਤਹਿਸੀਲਵਾਰ ਮੱਕੀ ਤੀਬਰਤਾ ਪੂਰਬੀ ਤਹਿਸੀਲਾਂ ਹੁਸ਼ਿਆਰਪੁਰ (28.60%), ਗੜ੍ਹਸ਼ੰਕਰ (25.25%), ਅਨੰਦਪੁਰ ਸਾਹਿਬ (24.48%), ਨੰਗਲ (39.93%), ਅਤੇ ਧਾਰ ਕਲਾਂ (28.24%) ਵਿੱਚ **ਉੱਚੀ ਮੱਕੀ ਤੀਬਰਤਾ** ਪਾਈ ਜਾਂਦੀ ਹੈ। ਨਾਲ ਲੱਗਦੀਆਂ ਰੂਪਨਗਰ (7.50%), ਖਰੜ (8.99%), ਬਲਾਚੌਰ (7.06%), ਦਸੂਹਾ (7.86%), ਮੁਕੇਰੀਆਂ (9.1%) ਵਿੱਚ ਵੀ **ਉੱਚੀ ਮੱਕੀ ਤੀਬਰਤਾ** ਮਿਲਦੀ ਹੈ (ਨਕਸ਼ਾ ਨੰ. 47-ਅ)। ਪਠਾਨਕੋਟ (5.71%) ਅਤੇ ਨਵਾਂ ਸ਼ਹਿਰ (6.46%) ਤਹਿਸੀਲਾਂ ਵਿੱਚ **ਸਾਧਾਰਣ ਮੱਕੀ ਤੀਬਰਤਾ** (5.1 ਤੋਂ 10.0% ਤੱਕ) ਰਿਕਾਰਡ ਕੀਤੀ ਗਈ ਹੈ। ਡੇਰਾ ਬਸੀ (4.07%), ਬੰਗਾ (5.48%), ਫਗਵਾੜਾ (2.19%) ਅਤੇ ਜਲੰਧਰ-I ਵਿੱਚ **ਸਾਧਾਰਣ ਨੀਵੀਂ ਮੱਕੀ ਤੀਬਰਤਾ** ਪਾਈ ਜਾਂਦੀ ਹੈ। **ਨੀਵੀਂ (1.1 ਤੋਂ 2.5%) ਅਤੇ ਬਹੁਤ ਨੀਵੀਂ (1.1% ਤੋਂ ਘੱਟ) ਮੱਕੀ ਤੀਬਰਤਾ** ਜਲੰਧਰ-II (1.56%), ਨਕੋਦਰ (1.78%), ਸ਼ਾਹਕੋਟ (0.73%), ਫਿਲੌਰ (0.98%), ਸਮਰਾਲਾ (1.95%), ਰਾਏਕੋਟ (0.68%), ਚਮਕੌਰ ਸਾਹਿਬ (1.85%) ਅਤੇ ਮੋਹਾਲੀ (3.22%) ਤਹਿਸੀਲਾਂ ਅਤੇ ਗੁਰਦਾਸਪੁਰ, ਬਟਾਲਾ (0.13%) ਡੇਰਾ ਬਾਬਾ ਨਾਨਕ ਪੱਟੀ (0.14%), ਕਪੂਰਥਲਾ, ਭੁਲੱਥ, ਸੁਲਤਾਨਪੁਰ ਲੋਧੀ, ਜਗਰਾਉਂ (1.42%), ਲੁਧਿਆਣਾ ਪੱਛਮ ਅਤੇ ਪੂਰਬ, ਪਾਇਲ (0.79%), ਖੰਨਾ, ਖਮਾਣੋ (0.40%), ਬਸੀ ਪਠਾਣਾ, ਫਤਹਿਗੜ੍ਹ ਸਾਹਿਬ, ਅਮਲੋਹ, ਨਾਭਾ (0.59%), ਪਟਿਆਲਾ, ਰਾਜਪੁਰਾ, ਕੋਟਕਪੂਰਾ, ਮਲੇਰਕੋਟਲਾ, ਸੰਗਰੂਰ (0.10%) ਅਤੇ ਲਹਿਰਾ (0.05%) ਤਹਿਸੀਲਾਂ ਵਿੱਚ ਪਾਈ ਜਾਂਦੀ ਹੈ। ਇਹ ਸਾਰੇ ਅੰਕੜੇ 2015-16 ਅਨੁਸਾਰ ਹਨ।

ਬਾਕੀ ਦੀਆਂ ਤਹਿਸੀਲਾਂ (ਮੁੱਖ ਤੌਰ ਤੇ ਪੱਛਮੀ ਅਤੇ ਦੱਖਣ-ਪੱਛਮੀ ਮਾਲਵਾ ਪ੍ਰਦੇਸ਼ ਦੀਆਂ) ਵਿੱਚ ਬਹੁਤ ਘੱਟ ਜਾਂ ਨਾਂਹ ਦੇ ਬਰਾਬਰ ਮੱਕੀ ਪੈਦਾ ਕੀਤੀ ਜਾਂਦੀ ਹੈ।

ਮੱਕੀ ਪੰਜਾਬ ਦੀ ਗਰਮੀਆਂ ਦੀ ਇੱਕ ਮਹੱਤਵਪੂਰਣ ਅਤੇ ਪ੍ਰੰਪਰਾਗਤ ਫ਼ਸਲ ਰਹੀ ਹੈ। ਝੋਨੇ ਨੇ ਬਹੁਤ ਸਾਰੇ ਇਲਾਕਿਆਂ ਵਿੱਚ ਮੱਕੀ ਦੀ ਥਾਂ ਲੈ ਲਈ ਹੈ। ਫਲਸਰੂਪ ਝੋਨੇ ਕਾਰਨ ਪੰਜਾਬ ਦੇ ਭੂਮੀਗਤ ਜਲ ਦੇ ਭੰਡਾਰ ਤੇਜ਼ੀ ਨਾਲ ਖ਼ਤਮ ਹੋ ਰਹੇ ਹਨ ਅਤੇ ਮਿੱਟੀਆਂ ਘਟੀਆ ਬਣ ਰਹੀਆਂ ਹਨ। ਇਨ੍ਹਾਂ ਗੰਭੀਰ ਸਮੱਸਿਆਵਾਂ ਤੋਂ ਬਚਣ ਦੇ ਕਈ ਉਪਾਵਾਂ ਵਿੱਚੋਂ ਇੱਕ ਉਪਾਅ ਘੱਟ ਪਾਣੀ ਵਰਤਣ ਵਾਲੀ ਫ਼ਸਲ ਮੱਕੀ ਨੂੰ ਮੁੜ ਅਪਣਾਉਣ ਦੀ ਹੈ ਤਾਂ ਜੋ ਚਾਵਲਾਂ ਹੇਠ ਰਕਬਾ ਘਟਾਇਆ ਜਾ ਸਕੇ ਅਤੇ ਪਾਣੀ ਬਚਾਇਆ ਜਾ ਸਕੇ। ਸਰਕਾਰ ਸਰਦੀਆਂ ਦੀ ਮੱਕੀ ਦੀ ਕਾਸ਼ਤ ਨੂੰ ਉਤਸ਼ਾਹਤ ਕਰ ਰਹੀ ਹੈ। 2009-10 ਸਾਲ ਦੌਰਾਨ ਇਸ ਹੇਠ 82,570 ਹੈਕਟੇਅਰ ਰਕਬਾ ਸੀ। ਭਾਵੇਂ ਕੇਂਦਰ ਸਰਕਾਰ ਨੇ ਮੱਕੀ ਦਾ ਘੱਟੋ-ਘੱਟ ਸਮਰਥਨ ਮੁੱਲ ਨਿਸ਼ਚਤ ਕੀਤਾ ਹੋਇਆ ਹੈ ਪ੍ਰੰਤੂ ਪੰਜਾਬ ਸਰਕਾਰ ਅਤੇ ਕੇਂਦਰੀ ਏਜੰਸੀਆਂ ਮੰਡੀਆਂ ਵਿੱਚੋਂ ਇਸ ਮੁੱਲ ਤੇ ਮੱਕੀ ਦੀ ਖਰੀਦ ਨਹੀਂ ਕਰਦੀਆਂ ਹਨ। ਪ੍ਰਾਈਵੇਟ ਏਜੰਸੀਆਂ ਸਸਤੇ ਮੁੱਲ ਤੇ ਮੱਕੀ ਦੀ ਖਰੀਦ ਕਰਦੀਆਂ ਹਨ। ਇਸ ਨਾਲ ਮੱਕੀ ਬੀਜਣ ਵਾਲੇ ਕਿਸਾਨਾਂ ਨੂੰ ਨੁਕਸਾਨ ਹੁੰਦਾ ਹੈ। ਫਲਸਰੂਪ ਵੰਨ-ਸੁਵੰਨਤਾ ਦਾ ਪ੍ਰੋਗਰਾਮ ਫੇਲ੍ਹ ਹੋ ਜਾਂਦਾ ਹੈ।

ਕਪਾਹ (COTTON)

ਕਪਾਹ ਪੰਜਾਬ ਦੀ ਮੁੱਖ ਰੇਸ਼ਾ ਫਸਲ (Fibre Crop) ਹੈ। ਖੇਤਰਫਲ ਅਨੁਸਾਰ ਇਹ ਤੀਜੀ ਸਭ ਤੋਂ ਵੱਧ ਬੀਜੀ ਜਾਣ ਵਾਲੀ ਅਤੇ ਦੂਜੀ ਸਭ ਤੋਂ ਵੱਧ ਮਹੱਤਵਪੂਰਣ ਸੌਣੀ (Kharif) ਦੀ ਫਸਲ ਹੈ। ਪੰਜਾਬ ਦੇਸ਼ ਭਰ ਵਿੱਚ ਕਪਾਹ ਦੇ ਉੱਚੇ ਝਾੜ ਅਤੇ ਵਧੀਆ ਕਿਸਮ ਦੀ ਅਮਰੀਕਨ (ਨਰਮਾ) ਕਪਾਹ ਲਈ ਪ੍ਰਸਿੱਧ ਹੈ। 1999-2000 ਅਨੁਸਾਰ ਪੰਜਾਬ ਵਿੱਚ ਦੇਸ਼ ਦਾ 5.4% ਕਪਾਹ ਰਕਬਾ ਅਤੇ 8.2% ਕਪਾਹ ਦਾ ਉਤਪਾਦਨ ਸੀ। ਪੰਜਾਬ ਦਾ 340 ਕਿਲੋਗ੍ਰਾਮ ਪ੍ਰਤੀ ਹੈਕਟੇਅਰ ਕਪਾਹ ਦਾ ਝਾੜ ਦੇਸ਼ ਵਿੱਚ ਹਰਿਆਣਾ ਅਤੇ ਉੜੀਸਾ ਤੋਂ ਬਾਅਦ ਸਭ ਤੋਂ ਜ਼ਿਆਦਾ ਸੀ। 2007-08 ਵਿੱਚ ਪੰਜਾਬ ਨੇ ਭਾਰਤ ਦੀ 9-10% ਕਪਾਹ ਦੇਸ਼ ਦੇ

6.42% ਕਪਾਹ ਰਕਬੇ ਵਿੱਚੋਂ ਪੈਦਾ ਕੀਤਾ ਸੀ। ਇਸ ਸਾਲ ਕਪਾਹ ਦਾ ਝਾੜ (ਰੂੰ) 663 ਕਿਲੋ ਪ੍ਰਤੀ ਹੈਕਟੇਅਰ ਸੀ। 2020-21 ਸਾਲ ਵਿੱਚ ਪੰਜਾਬ ਨੇ ਭਾਰਤ ਦੀ 1.56% ਕਪਾਹ ਦੇਸ਼ ਦੇ 1.89% ਕਪਾਹ ਰਕਬੇ ਵਿੱਚੋਂ ਪੈਦਾ ਕੀਤੀ ਸੀ। ਇਸ ਸਾਲ ਦੌਰਾਨ ਪੰਜਾਬ ਵਿੱਚ ਕਪਾਹ (ਰੂੰ) ਦਾ ਝਾੜ (691 ਕਿਲੋ ਪ੍ਰਤੀ ਹੈਕਟੇਅਰ, ਕੇਰਲਾ ਤੋਂ ਬਾਅਦ, ਦੇਸ਼ ਵਿੱਚ ਸਭ ਤੋਂ ਉੱਚਾ ਸੀ।

ਭੂਗੋਲਿਕ ਹਾਲਤਾਂ— ਕਪਾਹ ਗਰਮੀਆਂ ਦੀ ਫਸਲ ਹੈ ਅਤੇ ਇਹ ਅਪ੍ਰੈਲ ਤੋਂ ਨਵੰਬਰ ਤੱਕ ਦੇ ਮਹੀਨਿਆਂ ਵਿੱਚ ਵੱਧਦੀ-ਫੁੱਲਦੀ ਹੈ। ਇਹ ਸੰਸਾਰ ਦੇ ਅਰਧ-ਖੁਸ਼ਕ ਖੇਤਰਾਂ ਦੀ ਫਸਲ ਹੈ ਅਤੇ ਸਭ ਤੋਂ ਵਧੀਆ ਕਿਸਮ ਦੀ ਕਪਾਹ ਖੁਸ਼ਕ ਅਤੇ ਗਰਮ ਜਲਵਾਯੂ ਅਧੀਨ ਸਿੰਜਾਈ ਦੀ ਸਹਾਇਤਾ ਨਾਲ ਪੈਦਾ ਕੀਤੀ ਜਾਂਦੀ ਹੈ। ਇਹ ਹਾਲਤਾਂ ਪੰਜਾਬ ਦੇ ਦੱਖਣ-ਪੱਛਮੀ ਭਾਗਾਂ ਵਿੱਚ ਪਾਈਆਂ ਜਾਂਦੀਆਂ ਹਨ ਜਿਥੇ ਸਾਲਾਨਾ ਔਸਤ ਵਰਖਾ 40 ਸੈਂਟੀਮੀਟਰ ਤੋਂ ਘੱਟ ਹੁੰਦੀ ਹੈ ਅਤੇ ਉੱਗਣ ਸਮੇਂ ਦੌਰਾਨ ਔਸਤ ਮਾਸਿਕ ਤਾਪਮਾਨ 20° ਤੋਂ 35°C ਵਿਚਕਾਰ ਰਹਿੰਦੇ ਹਨ। ਕਪਾਹ ਦੀ ਚੁਗਾਈ (picking) ਦਾ ਸਮਾਂ, ਜੋ ਸਤੰਬਰ ਮਹੀਨੇ ਵਿੱਚ ਸ਼ੁਰੂ ਹੁੰਦਾ ਹੈ ਅਤੇ ਦਸੰਬਰ ਤਕ ਜਾਰੀ ਰਹਿੰਦਾ ਹੈ, ਮਾਮੂਲੀ ਠੰਡਾ, ਖੁਸ਼ਕ, ਧੁੱਪ ਵਾਲਾ (sunny) ਅਤੇ ਬੱਦਲਰਹਿਤ ਹੋਣਾ ਚਾਹੀਦਾ ਹੈ। ਪੰਜਾਬ ਦੇ ਦੱਖਣੀ-ਪੱਛਮੀ ਜ਼ਿਲ੍ਹਿਆਂ ਤੋਂ ਮਾਨਸੂਨ ਪੌਣਾਂ ਦੀ ਪਹਿਲਾਂ ਵਾਪਸੀ (early retreat) ਅਤੇ ਘੱਟ (low) ਸਾਲਾਨਾ ਵਰਖਾ ਅਤੇ ਤੇਜ ਧੁੱਪ ਵਾਲੇ ਚੁਗਾਈ ਦੇ ਸਮੇਂ ਵਿੱਚ ਕੁੱਝ ਘੱਟ ਔਸਤ ਮਾਸਿਕ ਤਾਪਮਾਨ (14° ਤੋਂ 25°C) ਵਧੀਆ ਕਿਸਮ ਅਤੇ ਜ਼ਿਆਦਾ ਝਾੜ ਵਾਲੀ ਸਾਫ ਅਤੇ ਚਿੱਟੀ ਨਰਮਾ ਕਪਾਹ ਪ੍ਰਾਪਤ ਕਰਨ ਵਿੱਚ ਸਹਾਈ ਹੁੰਦੇ ਹਨ। ਸਾਰੇ ਮਾਲਵਾ ਖੇਤਰ ਵਿੱਚ ਸਿੰਜਾਈ ਦੀਆਂ ਵਿਸ਼ਾਲ ਸਹੂਲਤਾਂ ਹਨ ਜੋ ਨਹਿਰਾਂ ਅਤੇ ਟਿਊਬਵੈਲਾਂ ਤੋਂ ਪ੍ਰਾਪਤ ਹਨ। ਦੱਖਣ-ਪੱਛਮੀ ਜ਼ਿਲ੍ਹਿਆਂ ਦੀਆਂ ਚੈਸਟਨਟ-ਭੂਰੀਆਂ (chestnut-brown) ਸੀਰੋਜ਼ਮ (sierozems) ਮਿੱਟੀਆਂ ਵੀ ਅਨੁਕੂਲ ਹਨ।

ਪੰਜਾਬ ਵਿੱਚ **ਦੋ ਕਿਸਮ** ਦੀ ਕਪਾਹ ਪੈਦਾ ਕੀਤੀ ਜਾਂਦੀ ਹੈ। ਛੋਟੇ ਰੇਸ਼ੇ (short staple) ਵਾਲੀ **ਦੇਸੀ ਕਪਾਹ** ਮੁੱਖ ਤੌਰ ਤੇ ਵਰਖਾ ਉੱਤੇ ਨਿਰਭਰ ਹੈ ਅਤੇ ਇਸ ਦਾ ਘੱਟ ਝਾੜ (yield) ਅਤੇ ਖੁਰਦਰਾ ਰੇਸ਼ਾ (coarse fibre) ਹੁੰਦਾ ਹੈ। ਰਾਜ ਦੇ ਜ਼ਿਆਦਾ ਵਰਖਾ ਵਾਲੇ ਪੂਰਬੀ ਜ਼ਿਲ੍ਹਿਆਂ ਵਿੱਚ ਪੈਦਾ ਕੀਤੀ ਜਾਂਦੀ ਹੈ। ਇਥੇ ਸਿੰਜਾਈ ਸਹੂਲਤਾਂ ਵੀ ਸੀਮਤ ਹਨ। **ਲੰਬੇ ਰੇਸ਼ੇ ਵਾਲੀ ਅਮਰੀਕਨ (American) ਕਪਾਹ**, ਜਿਸ ਨੂੰ **ਨਰਮਾ** ਕਿਹਾ ਜਾਂਦਾ ਹੈ, ਦੱਖਣੀ-ਪੱਛਮੀ ਜ਼ਿਲ੍ਹਿਆਂ ਵਿੱਚ ਪੈਦਾ ਕੀਤੀ ਜਾਂਦੀ ਹੈ। ਇਹ ਵਧੀਆ ਕਿਸਮ ਦੀ ਕਪਾਹ ਹੈ, ਜਿਸ ਦਾ ਰੇਸ਼ਾ ਵਧੀਆ ਅਤੇ ਚਿੱਟਾ ਹੁੰਦਾ ਹੈ। ਇਹ ਸਿੰਜੀ ਹੋਈ ਕਪਾਹ ਹੈ।

ਕਪਾਹ ਹੇਠ ਰਕਬਾ ਅਤੇ ਉਤਪਾਦਨ (PRODUCTION AND AREA)

ਰਕਬਾ : ਪੰਜਾਬ ਵਿੱਚ ਕਪਾਹ ਹੇਠ ਦੇਸ਼ ਦਾ 2.0% ਕਪਾਹ ਖੇਤਰ ਹੈ। 1994-95 ਅਨੁਸਾਰ ਰਾਜ ਵਿੱਚ 6 ਲੱਖ 4 ਹਜ਼ਾਰ ਹੈਕਟੇਅਰ ਜ਼ਮੀਨ ਵਿੱਚ ਕਪਾਹ ਪੈਦਾ ਕੀਤੀ ਗਈ ਸੀ ਜੋ ਰਾਜ ਦੇ ਸਾਲਾਨਾ ਕੁੱਲ ਫਸਲ ਰਕਬੇ ਦਾ 7.9% ਸੀ। ਸੁਤੰਤਰਤਾ ਤੋਂ ਬਾਅਦ ਪੰਜਾਬ ਵਿੱਚ ਕਪਾਹ ਹੇਠ ਰਕਬਾ ਵਧਦਾ ਆ ਰਿਹਾ ਹੈ। 1980-81 ਤੱਕ ਅਮਰੀਕਨ ਕਪਾਹ ਹੇਠ ਰਕਬੇ ਵਿੱਚ ਤੇਜ਼ ਵਾਧਾ ਹੋਇਆ ਸੀ ਅਤੇ 1960-61 ਦੇ ਮੁਕਾਬਲੇ ਇਸ ਸਾਲ ਕਪਾਹ ਰਕਬਾ ਦੁੱਗਣੇ ਤੋਂ ਵੀ ਜ਼ਿਆਦਾ ਹੋ ਗਿਆ ਸੀ। ਇਨ੍ਹਾਂ ਵੀਹ ਸਾਲਾਂ ਦੌਰਾਨ ਦੇਸੀ ਕਪਾਹ ਹੇਠ ਰਕਬਾ ਘਟਦਾ ਆ ਰਿਹਾ ਹੈ ਅਤੇ ਇਹ ਮੌਜੂਦਾ ਸਮੇਂ ਤੱਕ ਵੀ ਘਟ ਰਿਹਾ ਹੈ। 1994-95 ਵਿੱਚ ਦੇਸੀ ਕਪਾਹ ਥੱਲੇ ਰਕਬਾ 1960-61 ਵਿੱਚ ਦੇਸੀ ਕਪਾਹ ਹੇਠ ਰਕਬੇ ਦੇ ਇਕ-ਤਿਹਾਈ ਤੋਂ ਵੀ ਘਟ ਗਿਆ ਸੀ। ਅਮਰੀਕਨ ਕਪਾਹ ਹੇਠ ਸਭ ਤੋਂ ਜ਼ਿਆਦਾ ਰਕਬਾ 1990-91 ਵਿੱਚ 6.37 ਲੱਖ ਹੈਕਟੇਅਰ ਸੀ (ਸਾਰਣੀ ਨੰ. 35)। ਇਸ ਸਾਲ ਤੋਂ ਲੈ ਕੇ ਬਾਅਦ ਵਿੱਚ ਕਪਾਹ ਹੇਠ ਰਕਬਾ ਘਟਦਾ ਰਿਹਾ ਅਤੇ ਉੱਪਰ-ਥੱਲੇ ਹੁੰਦਾ ਰਿਹਾ ਹੈ। 1994-95 ਅਨੁਸਾਰ ਅਮਰੀਕਨ ਕਪਾਹ 5.38 ਲੱਖ ਹੈਕਟੇਅਰ ਵਿੱਚ ਬੀਜੀ ਗਈ ਸੀ ਅਤੇ ਦੇਸੀ ਕਪਾਹ ਹੇਠ ਕੇਵਲ 66 ਹਜ਼ਾਰ ਹੈਕਟੇਅਰ ਭੂਮੀ ਸੀ।

1997-98 ਦੇ ਸਾਲ ਦੌਰਾਨ ਪੰਜਾਬ ਵਿੱਚ ਕਪਾਹ ਹੇਠ ਰਕਬਾ ਵੱਧ ਕੇ 7.24 ਲੱਖ ਹੈਕਟੇਅਰ ਹੋ ਗਿਆ ਸੀ ਜਿਸ ਵਿੱਚ ਫਿਰ ਗਿਰਾਵਟ ਸ਼ੁਰੂ ਹੋ ਗਈ। 1999-2000 ਵਿੱਚ ਪੰਜਾਬ ਨੇ 4.76 ਲੱਖ ਹੈਕਟੇਅਰ ਜ਼ਮੀਨ ਵਿੱਚ ਕਪਾਹ ਦੀ ਕਾਸ਼ਤ ਕੀਤੀ ਸੀ। ਇਹ ਰਕਬਾ 2000-01 ਵਿੱਚ ਕੁੱਝ ਹੋਰ ਘਟ ਕੇ 4.74 ਲੱਖ ਹੈਕਟੇਅਰ ਰਹਿ ਗਿਆ ਸੀ। ਇਸ ਵਿੱਚੋਂ 3.58 ਲੱਖ ਹੈਕਟੇਅਰ (75.69%) ਵਿੱਚ ਅਮਰੀਕਨ ਕਪਾਹ ਅਤੇ 1.16 ਲੱਖ ਹੈਕਟੇਅਰ (24.31%) ਵਿੱਚ ਦੇਸੀ ਕਪਾਹ ਪੈਦਾ ਕੀਤੀ ਗਈ ਸੀ।

2002-03 ਵਿੱਚ ਰਕਬਾ ਹੋਰ ਘਟ ਕੇ 4.5 ਲੱਖ ਹੈਕਟੇਅਰ ਹੋ ਗਿਆ ਜੋ 2004-05 ਵਿੱਚ ਵਧ ਕੇ 5.02 ਲੱਖ ਹੈਕਟੇਅਰ ਹੋ ਗਿਆ। 2015-16 ਵਿੱਚ ਕਪਾਹ ਹੇਠ ਕੁੱਲ ਰਕਬਾ 3.35 ਲੱਖ ਹੈਕਟੇਅਰ ਅਤੇ 2018-19 ਵਿੱਚ 2.68 ਲੱਖ ਹੈਕਟੇਅਰ ਸੀ। ਕਪਾਹ ਰਕਬਾ ਅਗਲੇ ਸਾਲਾਂ ਵਿੱਚ ਹੋਰ ਘਟ ਕੇ 2020-21 ਵਿੱਚ 2.52 ਲੱਖ ਹੈਕਟੇਅਰ ਅਤੇ 2021-22 ਦੌਰਾਨ 2.51 ਲੱਖ ਹੈਕਟੇਅਰ ਹੋ ਗਿਆ। ਇਸ ਸਾਰੇ ਸਮੇਂ ਦੌਰਾਨ ਅਮਰੀਕਨ ਕਪਾਹ ਹੇਠ ਰਕਬਾ ਵਧਦਾ ਰਿਹਾ ਹੈ ਪ੍ਰੰਤੂ ਦੇਸੀ ਕਪਾਹ ਹੇਠ ਰਕਬਾ ਘਟਦਾ ਰਿਹਾ ਹੈ। 2008-09 ਵਿੱਚ ਕਪਾਹ ਹੇਠ ਕੁੱਲ ਰਕਬੇ ਵਿੱਚੋਂ 97.0% ਖੇਤਰ ਵਿੱਚ ਅਮਰੀਕਨ ਕਪਾਹ ਅਤੇ 3.0% ਖੇਤਰ ਵਿੱਚ ਦੇਸੀ ਕਪਾਹ ਬੀਜੀ ਗਈ ਸੀ। 2021-22 ਵਿੱਚ 99.20% ਖੇਤਰ ਵਿੱਚ ਅਮਰੀਕਨ ਕਪਾਹ ਅਤੇ ਲਗਭਗ 1.0% ਖੇਤਰ ਵਿੱਚ ਦੇਸੀ ਕਪਾਹ ਕਾਸ਼ਤ ਕੀਤੀ ਗਈ ਸੀ।

ਉਤਪਾਦਨ— ਅਮਰੀਕਨ ਅਤੇ ਦੇਸੀ ਕਪਾਹਾਂ ਦੇ ਉਤਪਾਦਨ ਵਿੱਚ ਵੀ ਇਹੀ ਪਰਵਿਰਤੀ ਰਹੀ ਹੈ। 2000-01 ਅਨੁਸਾਰ ਪੰਜਾਬ ਵਿੱਚ ਕੁੱਲ ਪੈਦਾ ਕੀਤੀ ਗਈ ਕਪਾਹ ਦਾ 76.99% ਅਮਰੀਕਨ ਕਪਾਹ ਸੀ। ਦੇਸੀ ਕਪਾਹ ਦਾ ਸਭ ਤੋਂ ਜ਼ਿਆਦਾ ਉਤਪਾਦਨ 1975-76 ਵਿੱਚ ਰਿਕਾਰਡ ਕੀਤਾ ਗਿਆ ਸੀ ਜੋ 63.19 ਹਜ਼ਾਰ ਮੀਟਰ ਟਨ ਸੀ। ਇਹ ਉਤਪਾਦਨ 1993-94 ਵਿੱਚ ਸਭ ਤੋਂ ਘੱਟ ਸੀ ਜੋ ਕੇਵਲ 10.96 ਹਜ਼ਾਰ ਮੀ. ਟਨ ਸੀ। 1994-95 ਵਿੱਚ ਇਹ ਵੱਧ ਕੇ 21.33 ਹਜ਼ਾਰ ਮੀ. ਟਨ ਹੋ ਗਿਆ ਸੀ। ਸਾਲ 2000-01 ਦੌਰਾਨ ਇਹ ਘਟ ਕੇ 6.13 ਹਜ਼ਾਰ ਮੀਟਰਕ ਟਨ ਅਤੇ 2007-08 ਵਿੱਚ 13.01 ਹਜ਼ਾਰ ਮੀ. ਟਨ ਹੋ ਗਿਆ ਸੀ। ਅਮਰੀਕਨ ਕਪਾਹ ਦਾ ਉਤਪਾਦਨ 1960-61 ਵਿੱਚ 65,790 ਮੀ. ਟਨ ਤੋਂ ਤੇਜ਼ੀ ਨਾਲ ਵਧ ਕੇ 1980-81 ਵਿੱਚ 1,64,730 ਮੀ. ਟਨ ਹੋ ਗਿਆ ਸੀ। ਸਭ ਤੋਂ ਵੱਧ ਉਤਪਾਦਨ 1991-92 ਵਿੱਚ ਪ੍ਰਾਪਤ ਹੋਇਆ ਸੀ ਜੋ 3,91,140 ਮੀ. ਟਨ ਸੀ (ਸਾਰਣੀ ਨੰ. 35)। ਉਤਪਾਦਨ ਅਗਲੇ ਸਾਲਾਂ ਵਿੱਚ ਘਟ ਗਿਆ ਅਤੇ 1994-95 ਵਿੱਚ ਇਹ 2,81,930 ਮੀ. ਟਨ ਸੀ। 1998 ਵਿੱਚ ਇਹ ਬਹੁਤ ਘਟ ਕੇ 81.59 ਹਜ਼ਾਰ ਮੀ. ਟਨ ਰਹਿ ਗਿਆ ਸੀ। 2000-01 ਵਿੱਚ ਇਹ ਵਧ ਕੇ 156.68 ਹਜ਼ਾਰ ਮੀ. ਟਨ ਹੋ ਗਿਆ ਸੀ। ਉਤਪਾਦਨ ਦੇ ਘਟਣ ਦਾ ਮੁੱਖ ਕਾਰਨ ਅਮਰੀਕਨ ਸੁੰਡੀ ਦੇ ਹਮਲੇ ਕਾਰਨ ਝਾੜ ਵਿੱਚ ਭਾਰੀ ਕਮੀ ਦਾ ਹੋਣਾ ਸੀ। 2000-01 ਤੋਂ ਬਾਅਦ ਅਮਰੀਕਨ ਕਪਾਹ ਦਾ ਉਤਪਾਦਨ ਫਿਰ ਵਧਣ ਲੱਗ ਪਿਆ। ਇਹ 2002-03 ਵਿੱਚ 162.31 ਹਜ਼ਾਰ ਮੀ. ਟਨ, 2015-16 ਵਿੱਚ 64.6 ਹਜ਼ਾਰ ਮੀ. ਟਨ ਅਤੇ 2018-19 ਵਿੱਚ 1991-92 ਦੇ ਉਤਪਾਦਨ ਤੋਂ ਵੱਧ ਕੇ 2.05 ਲੱਖ ਮੀ. ਟਨ ਹੋ ਗਿਆ। ਇਸ ਦਾ ਮੁੱਖ ਕਾਰਨ ਰਕਬੇ ਅਤੇ ਝਾੜ ਵਿੱਚ ਕਾਫ਼ੀ ਵਾਧਾ ਸੀ। ਪ੍ਰੰਤੂ 2008-09 ਵਿੱਚ ਉਤਪਾਦਨ ਘਟ ਕੇ 388.25 ਹਜ਼ਾਰ ਮੀ. ਟਨ ਹੋ ਗਿਆ। ਇਸ ਦਾ ਕਾਰਨ ਕਪਾਹ ਦੀਆਂ ਬੀਮਾਰੀਆਂ (ਸੁੰਡੀ ਆਦਿ) ਦਾ ਫੈਲ ਜਾਣਾ ਸੀ। 2020-21 ਦੇ ਸਾਲ ਵਿੱਚ ਅਮਰੀਕਨ ਕਪਾਹ ਦਾ ਉਤਪਾਦਨ 1,72,300 ਮੀ. ਟਨ ਰਹਿ ਗਿਆ ਜੋ 2021-22 ਘਟ ਕੇ 1,08,500 ਟਨ ਹੋ ਗਿਆ। ਇਸੇ ਸਾਲ ਦੇਸੀ ਕਪਾਹ ਦਾ ਉਤਪਾਦਨ 2300 ਮੀ. ਟਨ ਸੀ। ਕਪਾਹ ਖੇਤਰ ਨੂੰ ਕੱਚੀਆਂ ਨਹਿਰਾਂ ਦੇ ਰਿਸਾਵ ਕਾਰਨ ਪੈਦਾ ਹੋਈ ਸੇਮ ਤੋਂ ਬਚਾਉਣ ਅਤੇ ਇਸ ਦੇ ਠੀਕ ਮੰਡੀਕਰਣ (ਉੱਚਿਤ ਮੁੱਲ ਅਤੇ ਜਲਦੀ ਬੋਲੀ ਦੇ ਕੇ ਨਿਪਟਾਰਾ ਕਰਨ) ਦੀ ਬਹੁਤ ਲੋੜ ਹੈ। ਕਪਾਹ ਮੰਡੀ ਵਿੱਚ ਰੱਖਣ ਲਈ ਛੱਤ ਵਾਲੇ ਸ਼ੈੱਡ ਪ੍ਰਦਾਨ ਕਰਨਾ ਵੀ ਬਹੁਤ ਜ਼ਰੂਰੀ ਹੈ। ਆੜ੍ਹਤੀਆਂ ਦੀ ਆਪਸੀ ਮਿਲੀਭੁਗਤ ਨੂੰ ਵੀ ਰੋਕਣਾ ਬਹੁਤ ਜ਼ਰੂਰੀ ਹੈ। ਠੀਕ ਵਾਤਾਵਰਨ ਮਿਲਣ ਦੀ ਹਾਲਤ ਵਿੱਚ ਹੀ ਕਪਾਹ ਹੇਠ ਰਕਬਾ, ਝਾੜ ਅਤੇ ਉਤਪਾਦਨ ਵਧ ਸਕਣਗੇ।

ਸਾਰਣੀ ਨੰ. 35

ਪੰਜਾਬ ਵਿੱਚ ਅਮਰੀਕਨ ਅਤੇ ਦੇਸੀ ਕਪਾਹ ਹੇਠ ਰਕਬਾ, ਉਤਪਾਦਨ ਅਤੇ ਝਾੜ

ਕ੍ਰਮ ਨੰ,	ਸਾਲ	ਅਮਰੀਕਨ ਕਪਾਹ			ਦੇਸੀ ਕਪਾਹ		
		ਰਕਬਾ (000 ਹੈਕਟੇਅਰ)	ਉਤਪਾਦਨ (000 ਮੀ. ਟਨ)	ਝਾੜ (ਕਿਲੋ)	ਰਕਬਾ (000 ਹੈਕ.)	ਉਤਪਾਦਨ (000 ਟਨ)	ਝਾੜ ਕਿਲੋ
1.	1960—61	245	65.79	269	202	54.51	270
2.	1970—71	212	84.78	399	185	62.53	338
3.	1980—81	502	164.73	329	147	35.53	241

4.	1990–91	637	306.40	481	64	18.24	285
5.	1994–95	538	281.93	521	66	21.33	325
6.	2000–2001	358	156.68	437	116	47.32	408
7.	2004–2005	454	325.25	716	55	29.72	540
8.	2007–2008	580	387.20	668	24	13.01	541
9.	2008–2009	511	379.70	743	16	8.55	834
10.	2009–10	509	340	668	14	6.50	465
11.	2010–11	470	303.51	646	13	6.13	472
12.	2015–16	331	64.6	436	4	8.86	219
13.	2020–21 (R)	248.3	172.3	694	3.3	1.6	492
14.	2021-22 (P)	249.3	108.5	436	2.0	1.2	596

ਸੋਮਾ— ਪੰਜਾਬ ਦਾ ਅੰਕੜਾ ਸਾਰ— 1995, 2001, 2017 ਅਤੇ 2022 R = ਸੋਧੇ ਹੋਏ P = ਅਣ-ਅੰਤਮ ਅਨੁਮਾਨ

ਝਾੜ— ਇਹ ਉੱਚਾ ਉਤਪਾਦਨ ਜ਼ਿਆਦਾ ਝਾੜ ਦੇਣ ਵਾਲੀਆਂ ਕਿਸਮਾਂ ਦੇ ਬੀਜਣ, ਰਸਾਇਣਕ ਖਾਦਾਂ ਦੀ ਜ਼ਿਆਦਾ ਵਰਤੋਂ, ਕੀੜੇ ਮਾਰ ਦਵਾਈਆਂ ਦਾ ਛਿੜਕਾਅ (spray) ਅਤੇ ਸਿੰਜਾਈ ਸਹੂਲਤਾਂ ਦੀ ਭਾਰੀ ਵਰਤੋਂ ਕਾਰਨ ਹੋਇਆ ਸੀ। ਇਸ ਖੇਤੀਬਾੜੀ ਨਿਵਿਸ਼ਟ ਸਮੱਗਰੀ (farm input) ਦੇ ਫਲਸਰੂਪ ਅਮਰੀਕਨ ਕਪਾਹ ਦਾ ਝਾੜ 1960-61 ਵਿੱਚ 269 ਕਿਲੋ ਪ੍ਰਤੀ ਹੈਕਟੇਅਰ ਤੋਂ ਵੱਧ ਕੇ 1994-95 ਵਿੱਚ 521 ਕਿਲੋਗ੍ਰਾਮ ਪ੍ਰਤੀ ਹੈਕਟੇਅਰ ਹੋ ਗਿਆ ਸੀ (ਸਾਰਣੀ ਨੰ. 35)। ਇਸ ਤੋਂ ਬਾਅਦ ਅਮਰੀਕਨ ਸੁੰਡੀ (Boll weevil) ਦੇ ਭਾਰੀ ਨੁਕਸਾਨ ਨਾਲ ਝਾੜ ਘਟਦਾ ਹੋਇਆ 1998-99 ਵਿੱਚ ਕੇਵਲ 179 ਕਿਲੋਗ੍ਰਾਮ ਪ੍ਰਤੀ ਹੈਕਟੇਅਰ ਰਹਿ ਗਿਆ। ਇਸ ਨਾਲ ਕੁੱਲ ਉਤਪਾਦਨ ਵੀ ਘਟ ਕੇ 81.6 ਹਜ਼ਾਰ ਮੀ. ਟਨ ਤੱਕ ਘਟ ਗਿਆ ਸੀ। ਇਸ ਤੋਂ ਬਾਅਦ ਝਾੜ ਵਧ ਕੇ 2000-01 ਵਿੱਚ 437 ਕਿਲੋਗ੍ਰਾਮ ਪ੍ਰਤੀ ਹੈਕਟੇਅਰ ਹੋ ਗਿਆ ਸੀ। ਝਾੜ ਵਿੱਚ ਇਹ ਵਾਧਾ ਜਾਰੀ ਰਿਹਾ। 2010-11 ਵਿੱਚ ਅਮਰੀਕਨ ਕਪਾਹ ਦਾ ਝਾੜ 646 ਕਿਲੋਗ੍ਰਾਮ ਪ੍ਰਤੀ ਹੈਕਟੇਅਰ ਸੀ ਜੋ 2015-16 ਵਿੱਚ ਘਟ ਕੇ 197 ਕਿਲੋਗ੍ਰਾਮ ਰਹਿ ਗਿਆ ਪਰੰਤੂ 2018-19 ਵਿੱਚ ਵਧ ਕੇ 779 ਕਿਲੋਗ੍ਰਾਮ ਪ੍ਰਤੀ ਹੈਕਟੇਅਰ ਹੋ ਗਿਆ। ਇਹ 2013-14 ਵਿੱਚ ਹੋਰ ਘਟ ਕੇ 436 ਕਿਲੋਗ੍ਰਾਮ ਪ੍ਰਤੀ ਹੈਕਟੇਅਰ ਹੋ ਗਿਆ। ਦੇਸੀ ਕਪਾਹ ਦੇ ਝਾੜ ਵਿੱਚ 2000-01 ਤੋਂ ਬਾਅਦ ਕਾਫ਼ੀ ਵਾਧਾ ਹੋਇਆ ਹੈ। 2000-01 ਵਿੱਚ 408 ਕਿਲੋਗ੍ਰਾਮ ਪ੍ਰਤੀ ਹੈਕਟੇਅਰ ਤੋਂ ਵਧ ਕੇ ਇਹ 2018-19 ਵਿੱਚ 603 ਕਿਲੋ, 2019-20 ਵਿੱਚ 664 ਕਿਲੋ ਅਤੇ 2020-21 ਵਿੱਚ 492 ਕਿਲੋਗ੍ਰਾਮ ਪ੍ਰਤੀ ਹੈਕਟੇਅਰ ਹੋ ਗਿਆ ਸੀ। ਪਰੰਤੂ 2021-22 ਦੌਰਾਨ ਇਹ ਹੋਰ ਵਧ ਕੇ 596 ਕਿਲੋ ਪ੍ਰਤੀ ਹੈਕਟੇਅਰ ਹੋ ਗਿਆ।

ਵੰਡ (DISTRIBUTION)

ਕਪਾਹ ਪੰਜਾਬ ਦੇ ਦੱਖਣ-ਪੱਛਮੀ ਜ਼ਿਲ੍ਹਿਆਂ ਦੀ ਮੁੱਖ ਰੇਸ਼ਾ ਅਤੇ ਨਕਦੀ ਫ਼ਸਲ (cash crop) ਹੈ। ਇਹ ਮੁੱਖ ਤੌਰ ਤੇ ਮਾਲਵਾ ਖੇਤਰ ਵਿੱਚ ਪੈਦਾ ਕੀਤੀ ਜਾਂਦੀ ਹੈ। 1994-95 ਅਨੁਸਾਰ ਮਾਲਵਾ ਦੇ ਮੈਦਾਨਾਂ ਵਿੱਚ ਰਾਜ ਦੀ 99.77% ਕਪਾਹ ਪੈਦਾ ਕੀਤੀ ਗਈ ਸੀ। ਰਾਜ ਦੇ ਕੁੱਲ ਕਪਾਹ ਖੇਤਰ ਦਾ 99.50% ਤੋਂ ਜ਼ਿਆਦਾ ਖੇਤਰ ਮਾਲਵਾ ਪ੍ਰਦੇਸ਼ ਵਿੱਚ ਪਾਇਆ ਜਾਂਦਾ ਹੈ। ਸਾਲ 2021-22 ਦੌਰਾਨ ਮਾਲਵੇ ਨੇ ਰਾਜ ਦੀ 99.82% ਕਪਾਹ ਰਾਜ ਦੇ 99.98% ਕਪਾਹ ਖੇਤਰ ਤੋਂ ਪੈਦਾ ਕੀਤੀ ਸੀ ਨਕਸ਼ਾ ਨੰ. 48)। ਮਾਲਵਾ ਖੇਤਰ ਤੋਂ ਬਾਹਰ ਤਰਨਤਾਰਨ ਦਾ ਜ਼ਿਲ੍ਹਾ ਹੀ ਕਪਾਹ ਦਾ ਹੋਰ ਛੋਟਾ ਜਿਹਾ ਉਤਪਾਦਕ ਹੈ।

ਹੇਠ ਦਿੱਤੀ ਸਾਰਣੀ ਪੰਜਾਬ ਵਿੱਚ ਜ਼ਿਲ੍ਹੇਵਾਰ ਕਪਾਹ ਦੀ ਵੰਡ ਨੂੰ ਦਰਸਾਉਂਦੀ ਹੈ—

ਸਾਰਣੀ ਨੰ. 36

ਪੰਜਾਬ ਵਿੱਚ ਜ਼ਿਲ੍ਹੇਵਾਰ ਕਪਾਹ ਦਾ ਖੇਤਰ, ਉਤਪਾਦਨ ਅਤੇ ਝਾੜ

ਕ੍ਰਮ ਨੰ.	ਜ਼ਿਲ੍ਹਾ	ਰਕਬਾ (ਹਜ਼ਾਰ ਹੈਕਟੇਅਰ)		ਰਾਜ ਦਾ ਪ੍ਰਤੀਸ਼ੱਤ		ਉਤਪਾਦਨ (ਹਜ਼ਾਰ ਟਨ)		ਰਾਜ ਦਾ ਪ੍ਰਤੀਸ਼ੱਤ		ਝਾੜ (ਕਿਲੋ ਪ੍ਰਤੀ ਹੈਕਟੇਅਰ) ਅਮਰੀਕਨ ਕਪਾਹ	
		2000-01	2021-22	2000-01	2021-22	2000-01	2021-22	2000-01	2021-22	2000-01	2021-22
1.	ਗੁਰਦਾਸਪੁਰ	(ੳ)	—	—	—	—	(ਬ)	—	—	—	—
2.	ਪਠਾਨਕੋਟ	—	—	—	—	—	—	—	—	—	—
3.	ਅੰਮ੍ਰਿਤਸਰ	1.8	—	0.38	—	0.39	—	0.25	—	171 (ਦੇਸੀ ਕਪਾਹ)	—
4.	ਤਰਨਤਾਰਨ	—	—	—	—	—	—	—	0.20	—	—
5.	ਕਪੂਰਥਲਾ	(ੳ)	—	—	—	—	—	—	—	—	—
6.	ਜਲੰਧਰ	0.4	—	0.09	—	0.16	—	0.08	—	—	—
7.	ਐਸ.ਬੀ.ਐਸ. ਨਗਰ	(ੳ)	—	—	—	—	—	—	—	—	—
8.	ਹੁਸ਼ਿਆਰਪੁਰ	(ੳ)	—	—	—	—	—	—	—	—	—
9.	ਰੂਪਨਗਰ	(ੳ)	—	—	—	—	—	—	—	—	—
10.	ਐਸ.ਏ.ਐਸ. ਨਗਰ	—	—	—	—	—	—	—	—	—	—
11.	ਲੁਧਿਆਣਾ	1.1	—	0.23	—	0.24	—	0.08	—	241 (ਦੇਸੀ ਕਪਾਹ)	—
12.	ਫਿਰੋਜ਼ਪੁਰ	113.7	—	24.0	—	57.83	—	28.41	—	505	—
13.	ਫਾਜ਼ਿਲਕਾ	—	83.8	—	32.97	—	59.72	—	54.10	—	714
14.	ਫਰੀਦਕੋਟ	14.1	2.1	2.98	0.80	5.86	1.36	2.93	1.20	439	653
15.	ਸ੍ਰੀ ਮੁਕਤਸਰ ਸਾਹਿਬ	86.5	32.2	18.30	12.88	39.45	21.16	19.38	14.45	455	656
16.	ਮੋਗਾ	8.1	0.1	0.72	0.04	3.18	0.08	1.50	0.07	411	843
17.	ਬਠਿੰਡਾ	147.0	78.2	31.39	31.29	56.31	15.25	27.65	14.01	382	195
18.	ਮਾਨਸਾ	78.5	51.7	16.57	20.74	32.58	11.1	16.04	10.23	422	215
19.	ਸੰਗਰੂਰ	21.5	1.8	4.54	0.72	7.14	0.4	3.51	0.37	343	230
20.	ਬਰਨਾਲਾ	—	1.4	4.54	0.56	—	0.6	—	0.55	—	457
21.	ਪਟਿਆਲਾ	1.0	—	0.21	—	0.37	—	0.17	—	328 (ਦੇਸੀ ਕਪਾਹ)	—
22.	ਫਤਹਿਗੜ੍ਹ ਸਾਹਿਬ	(ੳ)	—	—	—	—	—	—	—	408 (ਦੇਸੀ ਕਪਾਹ)	—
	ਪੰਜਾਬ	473	251.3	100.00	100.00	203.51	109.7	100.0	100.00	437	436

ਸੋਮਾ— ਪੰਜਾਬ ਦਾ ਅੰਕੜਾ ਸਾਰ— 2001 ਅਤੇ 2022, (ੳ) = 50 ਹੈਕਟੇਅਰ ਤੋਂ ਘੱਟ,
(ਬ) = 50 ਮੀ. ਟਨ ਤੋਂ ਘੱਟ (ਅ) = 500 ਹੈਕਟੇਅਰ ਤੋਂ ਘੱਟ (ਸ) = 550 ਮੀ. ਟਨ ਤੋਂ ਘੱਟ

ਬਠਿੰਡਾ ਦਾ ਜ਼ਿਲ੍ਹਾ ਪੰਜਾਬ ਦਾ ਕਪਾਹ ਦਾ ਵੱਡਾ ਉਤਪਾਦਕ (ਲਗਭਗ ਇਕ ਚੌਥਾਈ ਤੋਂ ਘੱਟ = 14.01%) ਹੈ। ਰਾਜ ਦੀ ਲਗਭਗ ਅੱਧੀ (54.10%) ਕਪਾਹ ਫਾਜ਼ਿਲਕਾ, ਮਾਨਸਾ (10.23%) ਅਤੇ ਮੁਕਤਸਰ (19.45%) ਦੇ ਜ਼ਿਲ੍ਹੇ ਪੈਦਾ ਕਰਦੇ ਹਨ। ਪੰਜਾਬ ਦੇ ਚਾਰ ਦੱਖਣੀ-ਪੱਛਮੀ ਜ਼ਿਲ੍ਹੇ ਮੁਕਤਸਰ, ਬਠਿੰਡਾ, ਫਾਜ਼ਿਲਕਾ ਅਤੇ ਮਾਨਸਾ ਰਾਜ ਦੀ 98% ਕਪਾਹ ਪੈਦਾ ਕਰਦੇ ਹਨ। ਇਹ ਪ੍ਰਤੀਸ਼ੱਤਤਾ 2021-22 ਅਨੁਸਾਰ ਹੈ। 1994-95 ਅਨੁਸਾਰ ਇਨ੍ਹਾਂ ਜ਼ਿਲ੍ਹਿਆਂ ਵਿੱਚ ਪੈਦਾ ਹੋਣ ਵਾਲੀ ਕੁੱਲ ਕਪਾਹ ਦਾ 95% ਤੋਂ ਜ਼ਿਆਦਾ ਅਮਰੀਕਨ ਕਪਾਹ ਦੇ ਹਿੱਸੇ ਦੇ ਘਟਣ ਦਾ ਮੁੱਖ ਕਾਰਨ ਇਸ ਨੂੰ ਅਮਰੀਕਨ ਸੁੰਡੀ ਦੀ ਜ਼ਿਆਦਾ ਬੀਮਾਰੀ ਦਾ ਲੱਗਣਾ ਹੈ। ਦੇਸੀ ਕਪਾਹ ਉੱਤੇ ਇਸ ਸੁੰਡੀ ਦਾ ਘੱਟ ਅਸਰ ਹੁੰਦਾ ਹੈ। ਅਮਰੀਕਨ ਕਪਾਹ ਹੇਠ ਰਕਬੇ ਦੇ ਵਧਣ ਅਤੇ ਕੀੜੇ ਮਾਰ ਦਵਾਈਆਂ ਦੇ ਵਰਤਣ ਆਦਿ ਕਾਰਨ 2021-22 ਵਿੱਚ ਅਮਰੀਕਨ ਕਪਾਹ ਦਾ ਹਿੱਸਾ ਲਗਭਗ 99% ਹੋ ਗਿਆ।

ਮਾਲਵਾ ਪ੍ਰਦੇਸ ਵਿੱਚ ਫ਼ਰੀਦਕੋਟ, ਬਰਨਾਲਾ ਅਤੇ ਸੰਗਰੂਰ ਦੇ ਜ਼ਿਲ੍ਹੇ ਕਪਾਹ ਦੇ ਹੋਰ ਮਹੱਤਵਪੂਰਣ ਉਤਪਾਦਕ ਹਨ। ਇੱਥੇ ਵੀ ਜ਼ਿਆਦਾਤਰ ਕਪਾਹ ਹੇਠ ਰਕਬਾ ਅਤੇ ਕਪਾਹ ਦਾ ਉਤਪਾਦਨ ਅਮਰੀਕਨ ਕਿਸਮ ਦੀ ਕਪਾਹ ਦਾ ਹੈ। 2021-22 ਵਿੱਚ ਸੰਗਰੂਰ ਜ਼ਿਲ੍ਹੇ ਵਿੱਚ 400 ਮੀ. ਟਨ ਉਤਪਾਦਨ ਤੋਂ ਵੱਧ (230 ਕਿਲੋ ਪ੍ਰਤੀ ਹੈਕਟੇਅਰ) ਪ੍ਰਾਪਤ ਹੋਇਆ ਸੀ। 84% ਬੀਜੀ ਕਪਾਹ ਅਮਰੀਕਨ ਨਰਮਾ ਸੀ। **ਫਰੀਦਕੋਟ** (1300 ਮੀ. ਟਨ) ਅਤੇ **ਬਰਨਾਲਾ** (600 ਮੀ. ਟਨ = ਰਾਜ ਦੀ 0.55% ਕਪਾਹ) ਕਪਾਹ ਦੇ ਦੂਜੇ ਛੋਟੇ ਉਤਪਾਦਨ ਹਨ। ਮੋਗਾ ਦਾ ਜ਼ਿਲ੍ਹਾ ਵੀ ਕਪਾਹ ਦਾ ਇੱਕ ਛੋਟਾ ਜਿਹਾ ਉਤਪਾਦਕ ਹੈ। 2021-22 ਵਿੱਚ ਮੋਗਾ ਜ਼ਿਲ੍ਹੇ ਵਿੱਚ 80 ਮੀ. ਟਨ ਕਪਾਹ 100 ਹੈਕਟੇਅਰ ਭੂਮੀ ਵਿੱਚੋਂ ਪੈਦਾ ਕੀਤੀ ਗਈ ਸੀ।

ਪੰਜਾਬ ਦੀ ਕਪਾਹ ਪੱਟੀ ਵਿੱਚ 2002 ਦੌਰਾਨ ਕਪਾਹ ਖੇਤਰ ਤੇਜ਼ੀ ਨਾਲ ਘਟਿਆ ਸੀ। ਖੇਤਰ ਵਿੱਚ ਗਿਰਾਵਟ ਮਾਨਸਾ, ਬਠਿੰਡਾ ਤੇ ਮੁਕਤਸਰ ਜ਼ਿਲ੍ਹਿਆਂ ਵਿੱਚ ਜ਼ਿਆਦਾ ਸੀ। ਕੁੱਲ ਗਿਰਾਵਟ 85000 ਹੈਕਟੇਅਰ ਦੀ ਮੰਨੀ ਜਾਂਦੀ ਹੈ। ਇਸ ਕਾਰਨ ਕਪਾਹ ਦੇ ਉਤਪਾਦਨ ਵਿੱਚ ਵੀ ਭਾਰੀ ਗਿਰਾਵਟ ਆਈ ਸੀ ਅਤੇ ਕਪਾਹ ਬੇਲਣ ਦੇ ਕਾਰਖਾਨਿਆਂ ਵਿੱਚ ਵੀ ਸੰਕਟ ਪੈਦਾ ਹੋਇਆ ਸੀ। ਇਸ ਗਿਰਾਵਟ ਦੇ ਮੁੱਖ ਕਾਰਨ ਸਨ, ਕਪਾਹ ਖੇਤੀ ਦੀ ਲਾਗਤ ਵਿੱਚ ਭਾਰੀ ਵਾਧਾ ਅਤੇ ਝਾੜ ਦਾ ਕਾਫ਼ੀ ਘਟਣਾ।

ਮਾਲਵਾ ਪ੍ਰਦੇਸ਼ ਵਿੱਚ ਕਪਾਹ ਹੇਠ ਰਕਬੇ ਅਤੇ ਉਤਪਾਦਨ ਵਿੱਚ ਸਮੇਂ ਅਨੁਸਾਰ ਘਾਟਾ-ਵਾਧਾ ਹੁੰਦਾ ਰਹਿੰਦਾ ਹੈ। ਇਸ ਘਾਟੇ-ਵਾਧੇ ਨੂੰ ਸਮੇਂ ਸਿਰ ਅਤੇ ਲੋੜੀਂਦੀ ਮਾਤਰਾ ਵਿੱਚ ਨਹਿਰੀ ਪਾਣੀ ਨਾ ਮਿਲਣਾ, ਜਲਵਾਯੂ ਦੀਆਂ ਬੇਕਾਇਦਗੀਆਂ (vagaries of climate) ਖਾਸ ਕਰਕੇ ਜ਼ਿਆਦਾ ਗਰਮੀ ਅਤੇ ਵਰਖਾ ਦੇ ਦੌਰ (spells), ਕਾਸ਼ਤ ਦਾ ਖਰਚਾ, ਕਰਜ਼ੇ ਦੀ ਸਮੱਸਿਆ, ਸੇਮ, ਬੌਲ-ਵੀਵਿਲ ਅਤੇ ਦੂਜੀਆਂ ਬੀਮਾਰੀਆਂ ਦੀ ਮਾਰ ਅਤੇ ਮੰਡੀ ਵਿੱਚ ਕਪਾਹ ਦਾ ਮੁੱਲ ਨਿਰਧਾਰਤ ਕਰਦੇ ਹਨ।

ਵਿਸ਼ਾਲ ਸਿੰਜਾਈ ਸਹੂਲਤਾਂ, ਖੁਸ਼ਕ ਜਲਵਾਯੂ, ਅੱਛੀ ਮਿੱਟੀ ਅਤੇ ਪਰੰਪਰਾ (tradition) ਕੁਝ ਮਹੱਤਵਪੂਰਣ ਕਾਰਕ ਹਨ ਜਿਨ੍ਹਾਂ ਕਾਰਨ ਮਾਲਵਾ ਪ੍ਰਦੇਸ਼ ਵਿੱਚ ਕਪਾਹ ਇੱਕ ਮਹੱਤਵਪੂਰਣ ਫਸਲ ਬਣ ਗਈ ਹੈ। ਜਿਵੇਂ-ਜਿਵੇਂ ਉੱਤਰ ਅਤੇ ਪੂਰਬ ਵੱਲ ਵਰਖਾ ਵਧਦੀ ਜਾਂਦੀ ਹੈ ਕਪਾਹ ਦੀ ਮਹੱਤਤਾ ਘਟਦੀ ਜਾਂਦੀ ਹੈ। ਹੁਸ਼ਿਆਰਪੁਰ, ਐਸ.ਬੀ.ਐਸ. ਨਗਰ, ਰੂਪਨਗਰ ਅਤੇ ਗੁਰਦਾਸਪੁਰ ਦੇ ਜ਼ਿਲ੍ਹਿਆਂ ਵਿੱਚ ਕਪਾਹ ਦੀ ਬਹੁਤ ਘੱਟ ਕਾਸ਼ਤ ਦੇ ਮੁੱਖ ਕਾਰਨ ਜ਼ਿਆਦਾ ਵਰਖਾ ਅਤੇ ਜ਼ਿਆਦਾ ਲੰਬਾ ਵਰਖਾ ਦਾ ਸਮਾਂ, ਅਰਧ-ਪਹਾੜੀ ਧਰਾਤਲ, ਘੱਟ ਉਪਜਾਊ ਮਿੱਟੀ ਅਤੇ ਸਿੰਜਾਈ ਸਹੂਲਤਾਂ ਦੀ ਘਾਟ ਹਨ। ਇਸ ਦੇ ਉਲਟ ਕਪੂਰਥਲਾ, ਜਲੰਧਰ, ਅੰਮ੍ਰਿਤਸਰ, ਤਰਨਤਾਰਨ, ਲੁਧਿਆਣਾ, ਫ਼ਤਿਹਗੜ੍ਹ ਸਾਹਿਬ, ਪਟਿਆਲਾ ਅਤੇ ਐਸ.ਏ.ਐਸ. ਨਗਰ ਵਿੱਚ ਚਾਵਲ ਅਤੇ ਗੰਨੇ ਦੀ ਮਹੱਤਤਾ ਕਾਰਨ ਕਪਾਹ ਮਹੱਤਵਪੂਰਣ ਨਹੀਂ ਹੈ। ਲੁਧਿਆਣਾ (0.20%) ਅਤੇ ਫਿਰੋਜ਼ਪੁਰ (0.20%) ਦੇ ਜ਼ਿਲ੍ਹੇ ਵੀ ਕਪਾਹ ਦੇ ਛੋਟੇ ਉਤਪਾਦਕ ਹਨ। ਕੁੱਲ ਕਪਾਹ (0.20%) ਤਰਨਤਾਰਨ ਦੇ ਜ਼ਿਲ੍ਹੇ ਵਿੱਚ ਵੀ ਪੈਦਾ ਕੀਤੀ ਜਾਂਦੀ ਹੈ।

ਕਪਾਹ ਤੀਬਰਤਾ ਪ੍ਰਦੇਸ਼ (Cotton Intensity Regions) : ਪੰਜਾਬ ਦੇ ਹੇਠ ਲਿਖੇ ਕਪਾਹ-ਤੀਬਰਤਾ ਪ੍ਰਦੇਸ਼ ਬਣਾਏ ਜਾ ਸਕਦੇ ਹਨ। ਇਹ 2021-22 ਦੇ ਅੰਕੜਿਆਂ ਤੇ ਆਧਾਰਤ ਹਨ।

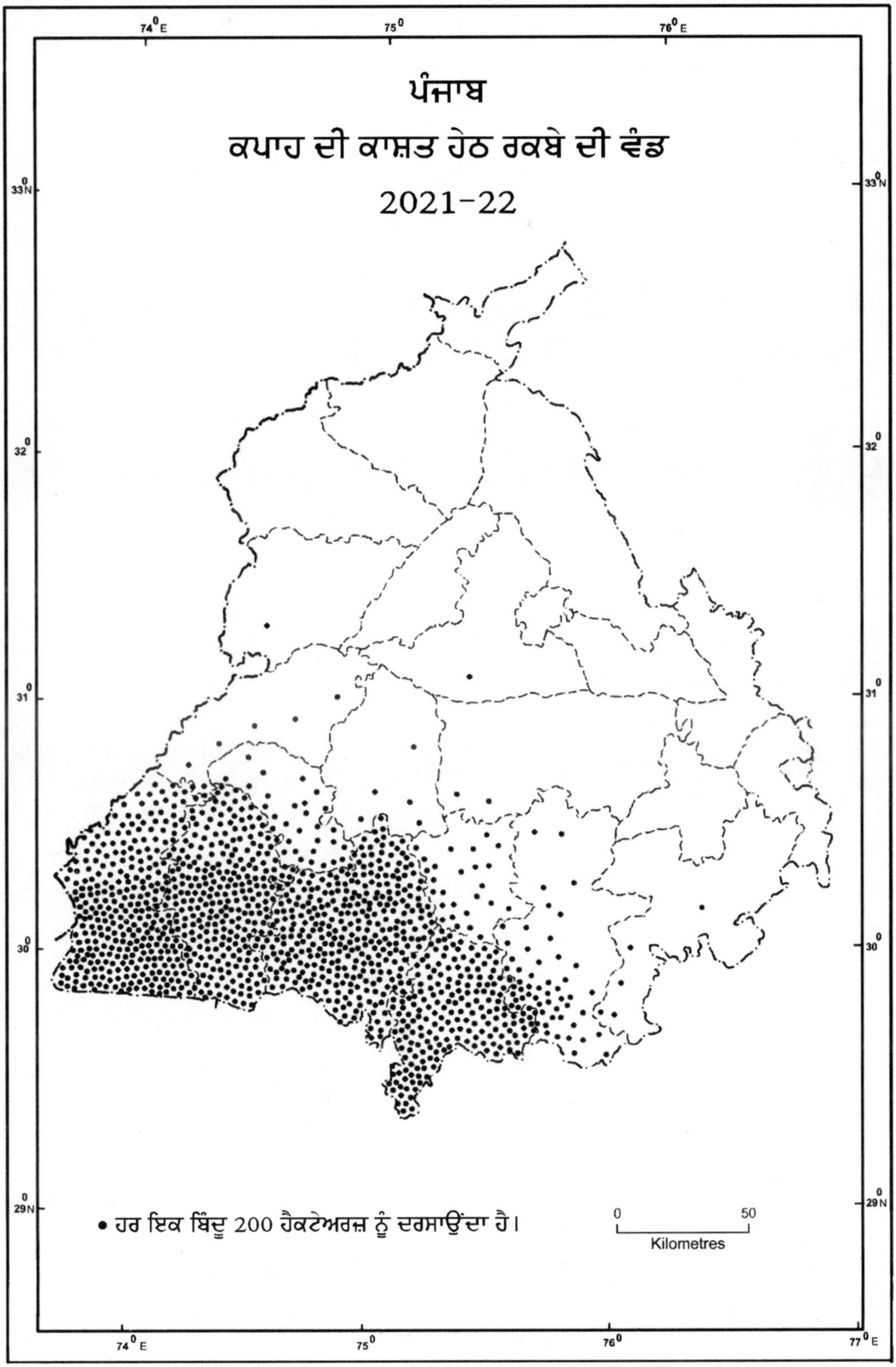
ਪੰਜਾਬ
ਕਪਾਹ ਦੀ ਕਾਸ਼ਤ ਹੇਠ ਰਕਬੇ ਦੀ ਵੰਡ
2021-22
• ਹਰ ਇਕ ਬਿੰਦੂ 200 ਹੈਕਟੇਅਰਜ਼ ਨੂੰ ਦਰਸਾਉਂਦਾ ਹੈ।
0 50
Kilometres
74° E
75°
76° E
77° E
33° N
32°
31°
30°
29° N

Map 48

ਬਹੁਤ ਨੀਵੀਂ ਕਪਾਹ ਤੀਬਰਤਾ— ਇਹ ਉਹ ਪ੍ਰਦੇਸ਼ ਹੈ ਜਿੱਥੇ ਕਪਾਹ ਤੀਬਰਤਾ 1.0% ਜਾਂ ਇਸ ਤੋਂ ਘੱਟ ਹੈ। ਇਸ ਵਿੱਚ ਸਾਰਾ ਉੱਤਰੀ-ਪੰਜਾਬ (ਮਾਝਾ ਅਤੇ ਦੋਆਬਾ) ਅਤੇ ਮੱਧ-ਪੂਰਬੀ ਪੰਜਾਬ ਦੇ ਜ਼ਿਲ੍ਹੇ ਸ਼ਾਮਲ ਹਨ। ਇਹ ਵਧੀਆ ਜਲੋੜ੍ਹੀ ਮਿੱਟੀ, ਭਰਪੂਰ ਸਿੰਜਾਈ ਸਹੂਲਤਾਂ ਅਤੇ ਚਾਵਲ ਅਤੇ ਗੰਨੇ ਦੀ ਘਣੀ ਖੇਤੀ ਵਾਲੇ ਗੁਰਦਾਸਪੁਰ, ਅੰਮ੍ਰਿਤਸਰ, ਕਪੂਰਥਲਾ, ਜਲੰਧਰ, ਐਸ.ਬੀ.ਐਸ. ਨਗਰ, ਰੂਪਨਗਰ, ਲੁਧਿਆਣਾ, ਫਤਿਹਗੜ੍ਹ ਸਾਹਿਬ ਅਤੇ ਐਸ.ਏ.ਐਸ. ਨਗਰ ਅਤੇ ਪਟਿਆਲਾ ਦੇ ਜ਼ਿਲ੍ਹੇ ਤੇ ਅਰਧ-ਪਹਾੜੀ, ਚੋਆਂ ਨਾਲ ਭਰੇ, ਰੇਤਲੀ ਮਿੱਟੀ, ਜ਼ਿਆਦਾ ਵਰਖਾ, ਸਿੰਜਾਈ ਸਹੂਲਤਾਂ ਦੀ ਘਾਟ ਅਤੇ ਮੱਕੀ ਲਈ ਮਹੱਤਵਪੂਰਣ ਹੁਸ਼ਿਆਰਪੁਰ, ਐਸ.ਬੀ.ਐਸ. ਨਗਰ ਅਤੇ ਰੂਪਨਗਰ ਦਾ (ਨੰਗਲ ਅਤੇ ਅਨੰਦਪੁਰ ਤਹਿਸੀਲਾਂ) ਵਾਲੇ ਜ਼ਿਲ੍ਹੇ ਸ਼ਾਮਲ ਹਨ। ਇੱਥੇ ਕੇਵਲ ਤਰਨਤਾਰਨ ਦੀ ਪੱਟੀ ਤਹਿਸੀਲ ਵਿੱਚ ਕਪਾਹ ਕੁੱਝ ਮਹੱਤਵਪੂਰਣ ਹੈ। ਇੱਥੇ ਕਈ ਜ਼ਿਲ੍ਹਿਆਂ (ਅੰਮ੍ਰਿਤਸਰ, ਗੁਰਦਾਸਪੁਰ, ਕਪੂਰਥਲਾ, ਐਸ.ਬੀ.ਐਸ. ਨਗਰ, ਹੁਸ਼ਿਆਰਪੁਰ, ਰੂਪਨਗਰ ਫਤਹਿਗੜ੍ਹ ਸਾਹਿਬ ਅਤੇ ਐਸ.ਏ.ਐਸ. ਨਗਰ ਜ਼ਿਲ੍ਹਿਆਂ ਵਿੱਚ ਕਪਾਹ ਦੀ ਕਾਸ਼ਤ ਲਗਭਗ ਨਾਂਹ ਦੇ ਬਰਾਬਰ ਹੈ। ਪਟਿਆਲਾ ਅਤੇ ਲੁਧਿਆਣਾ ਜ਼ਿਲ੍ਹੇ ਵੀ ਇਸ ਸ਼੍ਰੇਣੀ ਵਿੱਚ ਸ਼ਾਮਲ ਹਨ। 2015-16 ਅਨੁਸਾਰ ਮੋਗਾ ਜ਼ਿਲ੍ਹੇ ਵਿੱਚ 0.26% ਅਤੇ ਪਟਿਆਲਾ ਜ਼ਿਲ੍ਹੇ ਵਿੱਚ 0.20% ਕਪਾਹ ਤੀਬਰਤਾ ਸੀ। 2021-22 ਦੇ ਅੰਕੜਿਆਂ ਅਨੁਸਾਰ ਮੋਗਾ ਜ਼ਿਲ੍ਹੇ ਵਿੱਚ 0.03% ਅਤੇ ਬਰਨਾਲਾ ਜ਼ਿਲ੍ਹੇ ਵਿੱਚ 0.56% ਅਤੇ ਫਰੀਦਕੋਟ ਜ਼ਿਲ੍ਹੇ ਵਿੱਚ 2.84% ਕਪਾਹ ਤੀਬਰਤਾ ਹੈ। ਮੋਗਾ ਜ਼ਿਲ੍ਹੇ ਦੀ ਕਪਾਹ ਤੀਬਰਤਾ 0.03% ਹੈ। ਹੁਣ ਸੰਗਰੂਰ ਦਾ ਜ਼ਿਲ੍ਹਾ ਵੀ (0.29%) ਇਸ ਸ਼੍ਰੇਣੀ ਵਿੱਚ ਸ਼ਾਮਲ ਹੋ ਗਿਆ ਹੈ।

ਨੀਵੀਂ ਕਪਾਹ ਤੀਬਰਤਾ— ਇਸ ਵਰਗ ਦੇ ਜ਼ਿਲ੍ਹਿਆਂ ਵਿੱਚ ਕਪਾਹ ਤੀਬਰਤਾ 1.1 ਤੋਂ 5.0% ਵਿਚਕਾਰ ਪਾਈ ਜਾਂਦੀ ਹੈ। ਇਹ ਖੇਤਰ ਬਹੁਤ ਨੀਵੀਂ ਕਪਾਹ ਤੀਬਰਤਾ ਦੇ ਖੇਤਰ ਤੋਂ ਦੱਖਣ-ਪੱਛਮ ਵੱਲ ਸਥਿਤ ਹੈ। ਇਸ ਵਿੱਚ ਮੋਗਾ (0.60%), ਬਰਨਾਲਾ (3.64%) ਅਤੇ ਸੰਗਰੂਰ (1.04%) ਜ਼ਿਲ੍ਹੇ ਸ਼ਾਮਲ ਹਨ। ਇਹ ਅੰਕੜੇ 2013-14 ਅਨੁਸਾਰ ਹਨ। ਉਪਜਾਊ ਮਿੱਟੀ ਅਤੇ ਭਰਪੂਰ ਸਿੰਜਾਈ ਸਹੂਲਤਾਂ ਕਾਰਨ ਚਾਵਲ ਗਰਮੀਆਂ ਦੀ ਮੁੱਖ ਫ਼ਸਲ ਹੈ। ਇਸ ਕਾਰਨ ਕਪਾਹ ਹੇਠ ਬਹੁਤ ਘੱਟ ਰਕਬਾ ਹੁੰਦਾ ਹੈ। 2015-16 ਅਨੁਸਾਰ ਫਰੀਦਕੋਟ ਵਿੱਚ 2.42%, ਸੰਗਰੂਰ ਵਿੱਚ 1.77% ਅਤੇ ਬਰਨਾਲਾ ਜ਼ਿਲ੍ਹੇ ਵਿੱਚ 2.02% ਕਪਾਹ ਤੀਬਰਤਾ ਪਾਈ ਜਾਂਦੀ ਸੀ।

ਦਰਮਿਆਨੀ ਕਪਾਹ ਤੀਬਰਤਾ (Moderate Cotton Intensity) : ਇਸ ਸ਼੍ਰੇਣੀ ਵਿੱਚ ਸ਼ਾਮਲ ਜ਼ਿਲ੍ਹਿਆਂ ਵਿੱਚ ਕਪਾਹ ਤੀਬਰਤਾ 5.1% ਤੋਂ 7.5% ਤੱਕ ਪਾਈ ਜਾਂਦੀ ਹੈ। 2021-22 ਦੇ ਅੰਕੜਿਆਂ ਅਨੁਸਾਰ ਇਸ ਵਿੱਚ ਕੇਵਲ ਇਕ ਜ਼ਿਲ੍ਹਾ ਮੁਕਤਸਰ ਸਾਹਿਬ (7.02%) ਸ਼ਾਮਲ ਹੈ। ਇੱਥੇ ਉਪਜਾਊ ਦੋਮਟ ਮਿੱਟੀ ਅਤੇ ਭਰਪੂਰ ਨਹਿਰ ਸਿੰਜਾਈ ਸਹੂਲਤਾਂ ਉਪਲਬੱਧ ਹਨ।

ਉੱਚੀ ਕਪਾਹ ਤੀਬਰਤਾ— ਇਸ ਖੇਤਰ ਵਿੱਚ ਸ਼ਾਮਲ ਜ਼ਿਲ੍ਹਿਆਂ ਵਿੱਚ ਕਪਾਹ ਤੀਬਰਤਾ 10.1% ਤੋਂ 20.0% ਵਿਚਕਾਰ ਹੁੰਦੀ ਹੈ। ਇਸ ਖੇਤਰ ਵਿੱਚ ਤਿੰਨ ਜ਼ਿਲ੍ਹੇ ਬਠਿੰਡਾ (13.96%), ਮਾਨਸਾ (14.01%) ਅਤੇ ਫਾਜ਼ਿਲਕਾ (16.90%) ਸ਼ਾਮਲ ਹਨ। ਫਾਜ਼ਿਲਕਾ ਜ਼ਿਲ੍ਹੇ ਦੇ ਦੱਖਣੀ ਭਾਗਾਂ ਵਿੱਚ ਸਿੰਜਾਈ ਨਾਲ ਵਧੀਆ ਕਿਸਮ ਦੀ ਨਰਮਾ ਕਪਾਹ ਪੈਦਾ ਕੀਤੀ ਜਾਂਦੀ ਹੈ। 2021-22 ਦੇ ਅੰਕੜਿਆਂ ਅਨੁਸਾਰ ਇਸ ਖੇਤਰ ਵਿੱਚ ਬਠਿੰਡਾ (13.96%) ਅਤੇ ਮਾਨਸਾ ਦਾ ਜ਼ਿਲ੍ਹਾ (14.01%) ਸ਼ਾਮਲ ਕੀਤਾ ਗਿਆ ਹੈ ਅਤੇ ਫਾਜ਼ਿਲਕਾ ਦਾ ਜ਼ਿਲ੍ਹਾ ਬਹੁਤ ਉੱਚੀ ਕਪਾਹ ਤੀਬਰਤਾ (16.9%) ਦੇ ਗਰੁੱਪ ਵਿੱਚ ਸ਼ਾਮਲ ਹੋ ਗਿਆ ਹੈ।

ਬਠਿੰਡਾ (13.96%) ਤੇ ਮਾਨਸਾ ਜ਼ਿਲ੍ਹੇ (14.01%) ਸ਼ਾਮਲ ਹਨ। ਇਹ ਤਿੰਨ ਦੱਖਣ ਪੱਛਮੀ ਜ਼ਿਲ੍ਹਿਆਂ ਵਿੱਚ ਗਰਮ ਅਤੇ ਅਰਧ-ਖੁਸ਼ਕ (hot and arid) ਜਲਵਾਯੂ, ਉਪਜਾਊ ਸੀਰੋਜ਼ਮ ਮਿੱਟੀ (Sierozem soils), ਨਹਿਰਾਂ ਰਾਹੀਂ ਭਰਪੂਰ ਸਿੰਜਾਈ ਅਤੇ ਕਪਾਹ ਦੀ ਪਰੰਪਰਾ ਹੈ। ਇਥੇ ਗਰਮ ਖੁਸ਼ਕ ਹਾਲਤਾਂ ਅਧੀਨ ਵਧੀਆ ਕਿਸਮ ਦੀ **ਨਰਮਾ ਅਮਰੀਕਨ** ਕਪਾਹ ਪੈਦਾ ਕੀਤੀ ਜਾਂਦੀ ਹੈ। ਕੀੜੇਮਾਰ ਦਵਾਈਆਂ ਅਤੇ ਖਾਦਾਂ ਦੇ ਉਪਯੋਗ ਕਾਰਨ ਉੱਚਾ ਝਾੜ (ਫਾਜ਼ਿਲਕਾ = 714 ਕਿਲੋਗਰਾਮ ਪ੍ਰਤੀ ਹੈਕਟੇਅਰ) ਪ੍ਰਾਪਤ ਹੁੰਦਾ ਹੈ। ਕਪਾਹ ਇਨ੍ਹਾਂ ਜ਼ਿਲ੍ਹਿਆਂ ਦੀ ਮੁੱਖ ਨਕਦੀ ਫ਼ਸਲ ਹੈ। 2015-16 ਅਨੁਸਾਰ ਮੁਕਤਸਰ ਜ਼ਿਲ੍ਹੇ ਵਿੱਚ 10.15%, ਬਠਿੰਡਾ ਜ਼ਿਲ੍ਹੇ ਵਿੱਚ 20.25% ਅਤੇ ਮਾਨਸਾ ਜ਼ਿਲ੍ਹੇ ਵਿੱਚ 19.57% ਰਕਬਾ (ਕੁੱਲ ਬੀਜੇ ਰਕਬੇ ਦਾ) ਕਪਾਹ ਦੀ ਕਾਸ਼ਤ ਹੇਠ ਸੀ। ਫਾਜ਼ਿਲਕਾ ਜ਼ਿਲ੍ਹੇ ਲਈ ਇਹ ਅੰਕੜਾ 16.40% ਸੀ।

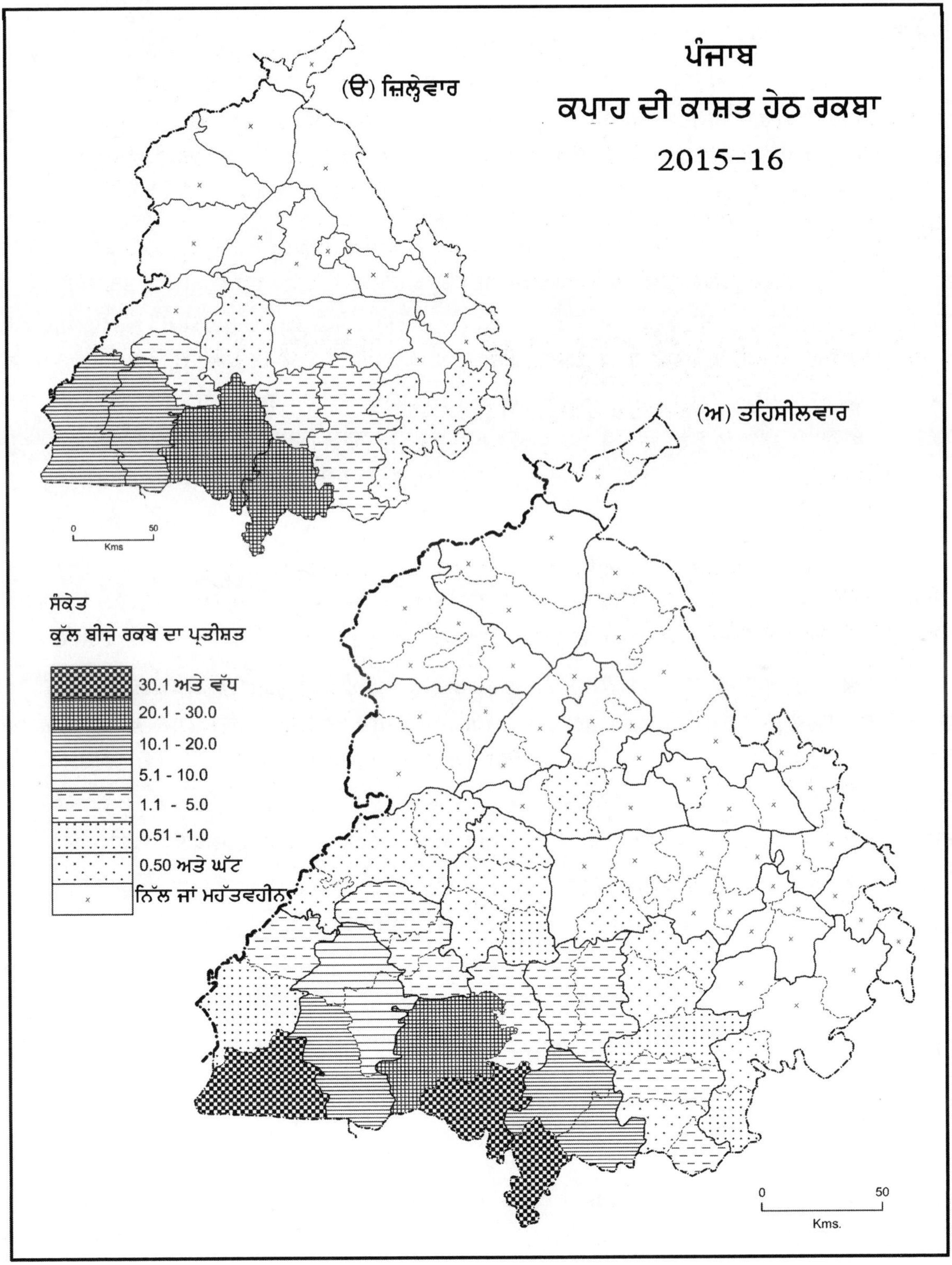
ਪੰਜਾਬ
ਕਪਾਹ ਦੀ ਕਾਸ਼ਤ ਹੇਠ ਰਕਬਾ
2015-16
(ੳ) ਜ਼ਿਲ੍ਹੇਵਾਰ
(ਅ) ਤਹਿਸੀਲਵਾਰ
0 50
Kms
ਸੰਕੇਤ
ਕੁੱਲ ਬੀਜੇ ਰਕਬੇ ਦਾ ਪ੍ਰਤੀਸ਼ਤ
30.1 ਅਤੇ ਵੱਧ
20.1 - 30.0
10.1 - 20.0
5.1 - 10.0
1.1 - 5.0
0.51 - 1.0
0.50 ਅਤੇ ਘੱਟ
ਨਿੱਲ ਜਾਂ ਮਹੱਤਵਹੀਨ
0 50
Kms.

Map 49

ਤਹਿਸੀਲਵਾਰ ਕਪਾਹ ਤੀਬਰਤਾ (Tehsil-wise Cotton Intensity)

ਨਕਸ਼ਾ ਨੰ. 49-ਅ ਵਿੱਚ ਪੰਜਾਬ ਦੀ ਤਹਿਸੀਲਵਾਰ ਕਪਾਹ ਤੀਬਰਤਾ ਦਿਖਾਈ ਗਈ ਹੈ। ਇਸ ਨਕਸ਼ੇ ਨੂੰ ਦੇਖਣ ਤੋਂ ਪਤਾ ਲੱਗਦਾ ਹੈ ਕਿ ਦੱਖਣ-ਪੱਛਮੀ ਪੰਜਾਬ ਦੀਆਂ ਤਹਿਸੀਲਾਂ ਵਿੱਚ ਉੱਚੀ ਕਪਾਹ ਤੀਬਰਤਾ (ਗੂੜ੍ਹੇ ਸ਼ੇਡ) ਪਾਈ ਜਾਂਦੀ ਹੈ। ਇੱਥੇ ਸਥਿਤ ਅਬੋਹਰ ਸਾਬੋ ਤਹਿਸੀਲ ਵਿੱਚ ਰਾਜ ਦੀ ਸਭ ਤੋਂ ਉੱਚੀ ਕਪਾਹ ਤੀਬਰਤਾ (33.27%) ਰਿਕਾਰਡ ਕੀਤੀ ਗਈ ਹੈ। ਦੂਜੇ ਨੰਬਰ ਤੇ ਬਠਿੰਡਾ ਜ਼ਿਲ੍ਹੇ ਦੀ **ਤਲਵੰਡੀ ਸਾਬੋ ਤਹਿਸੀਲ** (32.47%) ਆਉਂਦੀ ਹੈ। ਹੇਠ ਦਿੱਤੇ ਅੰਕੜੇ 2015-16 ਅਨੁਸਾਰ ਹਨ।

ਬਹੁਤ ਘੱਟ ਤੋਂ ਘੱਟ ਕਪਾਹ ਤੀਬਰਤਾ ਰਾਜ ਦੀਆਂ ਜ਼ਿਆਦਾਤਰ ਤਹਿਸੀਲਾਂ ਵਿੱਚ ਪਾਈ ਜਾਂਦੀ ਹੈ (ਨਕਸ਼ਾ ਨੰ. 49-ਅ)। ਅਜਿਹੀਆਂ 57 ਤਹਿਸੀਲਾਂ ਉੱਤਰੀ, ਪੂਰਬੀ ਅਤੇ ਮੱਧਵਰਤੀ ਪੰਜਾਬ ਵਿੱਚ ਸਥਿਤ ਹਨ। ਇਨ੍ਹਾਂ ਵਿੱਚੋਂ 41 ਤਹਿਸੀਲਾਂ ਵਿੱਚ ਤਾਂ ਨਾਂਹ ਦੇ ਬਰਾਬਰ ਕਪਾਹ ਦੀ ਖੇਤੀ ਕੀਤੀ ਜਾਂਦੀ ਹੈ (ਨਕਸ਼ਾ ਨੰ. 49-ਅ)। ਪੱਟੀ (0.16%), ਨਕੋਦਰ (0.06%), ਬਲਾਚੌਰ (0.14%), ਜਗਰਾਉਂ (0.04%), ਫਿਰੋਜ਼ਪੁਰ (0.22%), ਜ਼ੀਰਾ (0.11%), ਮੋਗਾ (0.06%), ਮਲੇਰਕੋਟਲਾ (0.46%), ਰਾਏਕੋਟ (0.19%), ਲੁਧਿਆਣਾ ਪੱਛਮ (0.01%), ਗੁਰੂ ਹਰ ਸਹਾਏ (0.32%), ਧਰਮਕੋਟ (0.02%), ਧੂਰੀ (0.47%), ਬਾਘਾ ਪੁਰਾਣਾ (0.27%), ਸਮਾਣਾ (0.34%) ਅਤੇ ਪਾਤੜਾਂ (0.52%) ਬਹੁਤ ਘੱਟ ਕਪਾਹ ਤੀਬਰਤਾ ਵਾਲੀਆਂ ਤਹਿਸੀਲਾਂ ਹਨ।

ਦਰਮਿਆਨੀ ਕਪਾਹ ਘਣਤਾ (Moderate Cotton Intensity)– ਗਿਆਰਾਂ ਤਹਿਸੀਲਾਂ ਜਲਾਲਾਬਾਦ (1.17%), ਤਪਾ (2.85%), ਬਰਨਾਲਾ (1.86%), ਕੋਟਕਪੂਰਾ (2.42%), ਜੈਤੋ (4.20%), ਮੂਨਕ (2.21%), ਸੁਨਾਮ (1.45%), ਕੋਟਕਪੂਰਾ (2.42%), ਰਾਮਪੂਰਾ ਫੂਲ (2.37%), ਫਰੀਦਕੋਟ (1.23%) ਅਤੇ ਨਿਹਾਲ ਸਿੰਘ ਵਾਲਾ (0.62%) (ਸਭ ਮਾਲਵੇ ਵਿੱਚ) ਦਰਮਿਆਨੀ ਕਪਾਹ ਤੀਬਰਤਾ (1.1 ਤੋਂ 5.0% ਤੱਕ) ਪਾਈ ਜਾਂਦੀ ਹੈ। ਇਨ੍ਹਾਂ ਤਹਿਸੀਲਾਂ ਵਿੱਚ ਕਪਾਹ ਦੇ ਨਾਲ ਹੋਰ ਗਰਮੀਆਂ ਦੀ ਫ਼ਸਲਾਂ ਜਿਵੇਂ ਕਿ ਚਾਵਲ, ਗੰਨਾ, ਦਾਲਾਂ ਆਦਿ ਵੀ ਮਹੱਤਵਪੂਰਣ ਹੋਣ ਕਾਰਨ ਕਪਾਹ ਤੀਬਰਤਾ ਜ਼ਿਆਦਾ ਨਹੀਂ ਹੈ।

ਉੱਚੀ ਤੋਂ ਬਹੁਤ ਉੱਚੀ ਕਪਾਹ ਤੀਬਰਤਾ (High to very high cotton Intensity)– ਪ੍ਰਦੇਸ਼ ਦੀਆਂ 11 ਤਹਿਸੀਲਾਂ ਵਿੱਚ ਕੁੱਲ ਫਸਲੀ ਰਕਬੇ ਦਾ 5.1% ਤੋਂ 20% ਤੱਕ ਰਕਬਾ ਕਪਾਹ ਦੀ ਕਾਸ਼ਤ ਅਧੀਨ ਹੈ। ਮੁਕਤਸਰ (5.40%), ਗਿੱਦੜਬਾਹਾ (7.71%) ਅਤੇ ਬੁਢਲਾਭਾ (12.63%) ਵਿੱਚ **ਸਾਧਾਰਣ ਉੱਚੀ ਕਪਾਹ ਤੀਬਰਤਾ** ਮਲੋਟ (15.62%), ਮਾਨਸਾ (14.27%) ਅਤੇ ਬੁਢਲਾਡਾ (16.92%) ਵਿੱਚ **ਉੱਚੀ ਕਪਾਹ ਤੀਬਰਤਾ** ਅਤੇ ਬਠਿੰਡਾ (21.77%), ਅਬੋਹਰ (33.27%), ਮੌੜ (20.18%), ਸਰਦੂਲਗੜ੍ਹ (30.35%) ਅਤੇ ਤਲਵੰਡੀ ਸਾਬੋ (32.47%) ਤਹਿਸੀਲਾਂ ਵਿੱਚ **ਬਹੁਤ ਉੱਚੀ ਕਪਾਹ ਤੀਬਰਤਾ** ਪਾਈ ਜਾਂਦੀ ਹੈ।

ਪੰਜਾਬ ਵਿੱਚ ਵਾਧੂ (surplus) ਕਪਾਹ ਹੁੰਦੀ ਹੈ। ਪੰਜਾਬ ਵਿੱਚ ਘੱਟ ਸੂਤੀ ਮਿੱਲਾਂ ਹਨ, ਇਸ ਕਾਰਨ ਉਤਪਾਦਨ ਦਾ ਜ਼ਿਆਦਾਤਰ ਭਾਗ ਦੂਜੇ ਰਾਜਾਂ ਨੂੰ ਭੇਜ ਦਿੱਤਾ ਜਾਂਦਾ ਹੈ। ਪੰਜਾਬ ਦੀ ਕਪਾਹ ਬਾਹਰ ਵੀ ਭੇਜੀ ਜਾਂਦੀ ਹੈ।

ਗੰਨਾ (SUGAR CANE)

ਗੰਨਾ ਪੰਜਾਬ ਦੀ ਇੱਕ ਹੋਰ ਮਹੱਤਵਪੂਰਣ ਨਕਦੀ ਫਸਲ ਹੈ। ਇਹ ਖੰਡ ਅਤੇ ਗੁੜ, ਜੋ ਸਾਡੀ ਦੈਨਿਕ ਵਰਤੋਂ ਦੀਆਂ ਮੁੱਖ ਵਸਤਾਂ ਹਨ, ਦਾ ਮੁੱਖ ਸਰੋਤ ਹੈ। ਪੰਜਾਬ ਦੇਸ਼ ਵਿੱਚ ਗੰਨੇ ਦਾ **ਅੱਠਵਾਂ ਵੱਡਾ ਉਤਪਾਦਕ** ਹੈ। 2012-13 ਵਿੱਚ ਦਸਵਾਂ ਉਤਪਾਦਕ ਸੀ। 1999-2000 ਅਨੁਸਾਰ ਪੰਜਾਬ ਨੇ ਭਾਰਤ ਦਾ ਲਗਭਗ 2.3% ਗੰਨਾ 2.64% ਰਕਬੇ ਵਿੱਚੋਂ ਪੈਦਾ ਕੀਤਾ ਸੀ। 2007-08 ਵਿੱਚ ਇਹ ਹਿਸਾ 1.92% ਸੀ। ਪੰਜਾਬ ਵਿੱਚ ਗੰਨੇ ਦੀ ਕਾਸ਼ਤ ਹੇਠ ਰਾਜ ਦੇ ਕੁੱਲ ਫਸਲ ਰਕਬੇ ਦਾ ਲਗਭਗ 1.40% ਸੀ। ਪ੍ਰੰਤੂ 2021-22 ਵਿੱਚ ਰਾਜ ਦੇ ਕੁੱਲ ਫ਼ਸਲੀ ਰਕਬੇ ਦਾ ਕੇਵਲ 1.11% ਗੰਨੇ ਦੀ ਕਾਸ਼ਤ ਹੇਠ ਸੀ। 2020-21 ਦੇ ਅੰਕੜਿਆਂ ਅਨੁਸਾਰ ਪੰਜਾਬ ਨੇ ਭਾਰਤ ਦਾ 1.85% ਗੰਨਾ ਦੇਸ਼ ਦੇ 1.84% ਗੰਨਾ ਖੇਤਰ ਤੋਂ ਪੈਦਾ ਕੀਤਾ ਸੀ ਅਤੇ ਉਤਪਾਦਨ ਅਤੇ ਰਕਬੇ (ਗੰਨੇ ਦੇ) ਅਨੁਸਾਰ ਪੰਜਾਬ ਭਾਰਤ ਵਿੱਚ ਅੱਠਵੇਂ ਨੰਬਰ ਤੇ ਹੈ।

ਭੂਗੋਲਿਕ ਹਾਲਤਾਂ— ਗੰਨਾ ਸੰਸਾਰ ਦੇ ਸਿਲ੍ਹੇ (humid) ਊਸ਼ਣ ਅਤੇ ਉਪ-ਊਸ਼ਣ (Sub-tropical) ਭਾਗਾਂ ਦੀ ਫਸਲ ਹੈ। ਇਸ ਲਈ ਸਾਲਾਨਾ 75 **ਸੈਂਟੀਮੀਟਰ ਤੋਂ ਜ਼ਿਆਦਾ ਵਰਖਾ ਚਾਹੀਦੀ** ਹੈ ਪ੍ਰੰਤੂ ਕਾਫ਼ੀ ਸਿੰਜਾਈ ਸਹੂਲਤਾਂ ਨਾਲ ਇਸ ਦੀ ਖੇਤੀ 50 ਸੈਂਟੀਮੀਟਰ ਤੋਂ ਵੱਧ ਸਾਲਾਨਾ ਵਰਖਾ ਦੀ ਹਾਲਤ ਵਿੱਚ ਵੀ ਲਾਹੇਵੰਦ ਹੋ ਸਕਦੀ ਹੈ। ਇਸ ਦ੍ਰਿਸ਼ਟੀਕੋਣ ਤੋਂ ਪੰਜਾਬ ਦੇ 60 ਤੋਂ 90 ਸੈਂਟੀਮੀਟਰ ਸਾਲਾਨਾ ਵਰਖਾ ਵਾਲੇ ਮੱਧਵਰਤੀ ਅਤੇ ਪੂਰਬੀ ਭਾਗ ਗੰਨੇ ਦੀ ਕਾਸ਼ਤ ਲਈ ਜ਼ਿਆਦਾ ਅਨੁਕੂਲ ਹਨ। ਗੰਨਾ ਗਰਮੀਆਂ ਦੀ ਫਸਲ ਹੈ। **ਸਧਾਰਣ ਗਰਮ (warm) ਤੋਂ ਗਰਮ ਜਲਵਾਯੂ** ਅਧੀਨ ਗੰਨਾ ਸਾਲਾ ਸਾਲ ਵਧਦਾ-ਫੁੱਲਦਾ ਹੈ।

ਗੰਨੇ ਦੀ ਬਿਜਾਈ ਦਾ ਸਮਾਂ ਮਾਰਚ ਤੋਂ ਅਪ੍ਰੈਲ ਮਹੀਨੇ ਤੱਕ ਹੈ ਅਤੇ ਇਸ ਦੀ ਪਿੜਾਈ (harvesting) ਦਾ ਸਮਾਂ ਦਸੰਬਰ ਮਹੀਨੇ ਤੋਂ ਮਾਰਚ ਮਹੀਨੇ ਤੱਕ ਚੱਲਦਾ ਹੈ। ਗੰਨੇ ਦੇ ਵੱਧਣ-ਫੁੱਲਣ ਦੇ ਦਿਨਾਂ ਵਿੱਚ ਪੰਜਾਬ ਵਿੱਚ ਤਾਪਮਾਨ 20° ਤੋਂ 24°C ਵਿਚਕਾਰ ਰਹਿੰਦੇ ਹਨ। ਗੰਨੇ ਦੀ ਪਿੜਾਈ ਦਾ ਸਮਾਂ ਮਮੂਲੀ ਠੰਡੇ ਤੋਂ ਨਿੱਘਾ ਅਤੇ ਖੁਸ਼ਕ ਹੋਣਾ ਚਾਹੀਦਾ ਹੈ। ਕੋਰਾ (frost) ਗੰਨੇ ਲਈ ਨੁਕਸਾਨਦਾਇਕ ਹੈ। ਪੰਜਾਬ ਦੀਆਂ ਠੰਡੀਆਂ (cold) ਅਤੇ ਕੋਰੇ ਵਾਲੀਆਂ ਸਰਦੀਆਂ ਗੰਨੇ ਵਿੱਚ ਜ਼ਿਆਦਾ ਮਿਠਾਸ (suckrose) ਅਤੇ ਵਧੀਆ ਵਿਕਾਸ ਦੇ ਅਨੁਕੂਲ ਨਹੀਂ ਹਨ। ਅਪ੍ਰੈਲ ਮਹੀਨੇ ਵਿੱਚ ਇਕ ਦਮ ਜ਼ਿਆਦਾ ਗਰਮੀ ਗੰਨੇ ਦੀ ਪਿੜਾਈ ਦੇ ਸਮੇਂ ਨੂੰ ਸੀਮਤ ਕਰ ਦਿੰਦੀ ਹੈ। ਇਸ ਕਾਰਨ ਪੰਜਾਬ ਦੀ ਗੰਨੇ ਦੀ ਵਧੀਆ ਫਸਲ ਲਈ ਅਨੁਕੂਲ ਸਥਿਤੀ ਨਹੀਂ ਹੈ। 2020-21 ਅਨੁਸਾਰ ਭਾਰਤ ਵਿੱਚ ਗੰਨੇ ਦਾ ਪ੍ਰਤੀ ਹੈਕਟੇਅਰ ਔਸਤ ਝਾੜ 83,566 ਕਿਲੋਗ੍ਰਾਮ ਸੀ। ਪੰਜਾਬ ਲਈ ਝਾੜ 83,841 ਕਿਲੋਗ੍ਰਾਮ ਪ੍ਰਤੀ ਹੈਕਟੇਅਰ ਸੀ। ਤਾਮਿਲਨਾਡੂ ਵਿੱਚ ਗੰਨੇ ਦਾ ਔਸਤ ਝਾੜ 1,04,030 ਕਿਲੋਗ੍ਰਾਮ ਪ੍ਰਤੀ ਹੈਕਟੇਅਰ ਸੀ। ਪ੍ਰੰਤੂ ਪੰਜਾਬ ਵਿੱਚ ਗੰਨੇ ਦਾ ਝਾੜ ਉੱਤਰੀ ਭਾਰਤ ਵਿੱਚ ਹਰਿਆਣਾ (86,179 ਕਿਲੋ) ਤੋਂ ਬਾਅਦ ਸਭ ਤੋਂ ਜ਼ਿਆਦਾ ਸੀ। ਇਸ ਦਾ ਕਾਰਨ ਇਹ ਹੈ ਕਿ ਪੰਜਾਬੀ ਕਿਸਾਨ ਗੰਨੇ ਦੀ ਫਸਲ ਵੱਲ ਜ਼ਿਆਦਾ ਧਿਆਨ ਦਿੰਦਾ ਹੈ ਕਿਉਂਕਿ ਗੰਨਾ ਇਕ ਮਹੱਤਵਪੂਰਣ ਨਕਦੀ ਫਸਲ ਹੈ। ਪੰਜਾਬ ਵਿੱਚ ਲਗਭਗ ਸਾਰਾ ਗੰਨਾ ਸਿੰਜਾਈ ਸਹਾਇਤਾ ਨਾਲ ਪੈਦਾ ਕੀਤਾ ਜਾਂਦਾ ਹੈ।

ਗੰਨੇ ਦੇ ਖੇਤੀ ਲਈ ਡੂੰਘੀ, ਪੋਲੀ ਅਤੇ **ਉਪਜਾਊ ਮਿੱਟੀ ਚਾਹੀਦੀ** ਹੈ। ਉੱਤਰ-ਪੱਛਮੀ ਵਿੱਚ ਅੰਮ੍ਰਿਤਸਰ ਤੋਂ ਲੈ ਕੇ ਦੱਖਣ-ਪੱਛਮ ਵਿੱਚ ਪਟਿਆਲਾ ਜ਼ਿਲ੍ਹੇ ਤੱਕ ਪੰਜਾਬ ਦੇ ਇਸ ਵਿਸ਼ਾਲ ਮੱਧਵਰਤੀ ਮੈਦਾਨਾਂ ਦੀਆਂ ਉਪਜਾਊ ਜਲੋੜੀ ਮਿੱਟੀਆਂ ਗੰਨੇ ਦੀ ਕਾਸ਼ਤ ਦੇ ਬਹੁਤ ਅਨੁਕੂਲ ਹਨ। ਇਸ ਖੇਤਰ ਵਿੱਚ ਨਹਿਰਾਂ ਅਤੇ ਟਿਊਬਵੈਲਾਂ ਰਾਹੀਂ ਸਿਜਾਈ ਦੀਆਂ ਭਾਰੀ ਸਹੂਲਤਾਂ ਮੌਜੂਦ ਹਨ। ਇਹ ਸਮੁੱਚਾ ਖੇਤਰ ਗੰਨੇ ਦੀਆਂ ਜ਼ਿਆਦਾ ਝਾੜ ਦੇਣ ਵਾਲੀਆਂ ਦੋਗਲੀਆਂ ਕਿਸਮਾਂ, ਵਿਸ਼ੇਸ਼ ਕਰਕੇ ਸੀ.ਓ.ਜੇ. 84, 79 ਅਤੇ 82 ਸੀ.ਓ. 1148 ਅਤੇ ਸੀ.ਓ. ਐਸ. 767 ਪੈਦਾ ਕਰਦਾ ਹੈ।

ਗੰਨੇ ਹੇਠ ਰਕਬਾ ਅਤੇ ਉਤਪਾਦਨ (ACREAGE AND PRODUCTION)

ਰਕਬਾ— ਰਕਬੇ ਅਨੁਸਾਰ ਗੰਨਾ ਪੰਜਾਬ ਵਿੱਚ ਪੰਜਵੇਂ ਦਰਜੇ (fifth ranking) ਦੀ ਫਸਲ ਹੈ। 1994-95 ਅਨੁਸਾਰ ਪੰਜਾਬ ਵਿੱਚ 80 ਹਜ਼ਾਰ ਹੈਕਟੇਅਰ ਜ਼ਮੀਨ ਵਿੱਚ ਗੰਨਾ ਬੀਜਿਆ ਗਿਆ ਸੀ। ਇਹ ਰਾਜ ਦੇ ਕੁੱਲ ਫਸਲ ਰਕਬੇ ਦਾ ਲਗਭਗ 1% ਸੀ। ਪ੍ਰੰਤੂ 2000-01 ਅਨੁਸਾਰ ਪੰਜਾਬ ਵਿੱਚ 1.21 ਲੱਖ ਹੈਕਟੇਅਰ ਭੂਮੀ ਵਿੱਚ ਗੰਨਾ ਕਾਸ਼ਤ ਕੀਤਾ ਗਿਆ ਸੀ। 1999-2000 ਵਿੱਚ ਪੰਜਾਬ ਗੰਨੇ ਦੀ ਕਾਸ਼ਤ ਹੇਠ ਖੇਤਰਫਲ ਅਨੁਸਾਰ ਦੇਸ਼ ਵਿੱਚ ਅੱਠਵੇਂ ਨੰਬਰ ਤੇ ਸੀ। ਉਸ ਸਾਲ ਦੇਸ਼ ਵਿੱਚ ਗੰਨੇ ਦੀ ਕਾਸ਼ਤ ਹੇਠ ਕੁੱਲ ਰਕਬੇ ਦਾ ਲਗਭਗ 2.56% ਰਕਬਾ ਪੰਜਾਬ ਵਿੱਚ ਸੀ। 2020-21 ਅਨੁਸਾਰ ਪੰਜਾਬ ਦਾ ਦਰਜਾ ਅੱਠਵਾਂ ਅਤੇ ਹਿੱਸਾ 1.85% ਹੋ ਗਿਆ। 1975-76 ਤੋਂ ਬਾਅਦ ਪੰਜਾਬ ਵਿੱਚ ਗੰਨੇ ਦੀ ਕਾਸ਼ਤ ਹੇਠ ਰਕਬਾ, ਜਲਵਾਯੂ ਵਿੱਚ ਤਬਦੀਲੀਆਂ ਅਤੇ ਵਿਭਿੰਨ ਖੰਡ ਮਿੱਲਾਂ ਰਾਹੀਂ ਗੰਨੇ ਲਈ ਦਿੱਤੀ ਜਾਂਦੀ ਪ੍ਰਚਲਤ ਕੀਮਤ ਵਿੱਚ ਉਤਰਾਅ-ਚੜ੍ਹਾਅ ਕਾਰਨ, ਘਟਦਾ ਵਧਦਾ ਰਿਹਾ ਹੈ। ਖੰਡ ਮਿੱਲਾਂ ਰਾਹੀਂ ਕਿਸਾਨਾਂ ਦਾ ਸਾਰਾ ਗੰਨਾ ਨਾ ਚੁੱਕਣ ਕਾਰਨ ਵੀ ਅਗਲੇ ਸਾਲਾਂ ਵਿੱਚ ਗੰਨੇ ਦੀ ਕਾਸ਼ਤ ਹੇਠ ਰਕਬਾ ਘਟ ਗਿਆ। ਗੰਨੇ ਦਾ ਠੀਕ ਮੰਡੀਕਰਣ (proper marketing) ਨਾ ਹੋਣਾ ਕਿਸਾਨਾਂ ਲਈ ਇੱਕ ਸਮੱਸਿਆ ਬਣ ਗਿਆ ਹੈ। ਕਈ ਵਾਰ ਖੰਡ ਮਿੱਲਾਂ ਗੰਨਾ ਉਤਪਾਦਕਾਂ ਨੂੰ ਉਨ੍ਹਾਂ ਦੀ ਬਣਦੀ ਰਕਮ ਪੂਰੀ ਅਤੇ ਸਮੇਂ ਸਿਰ ਨਹੀਂ ਅਦਾ ਕਰਦੀਆਂ ਹਨ। ਰਾਜ ਵਿੱਚ ਗੰਨੇ ਹੇਠ ਸਭ ਤੋਂ ਵੱਧ ਰਕਬਾ 1960-61 ਵਿੱਚ 1 ਲੱਖ 33 ਹਜ਼ਾਰ ਹੈਕਟੇਅਰ ਸੀ। 1985-86 ਤੱਕ ਇਹ ਲਗਾਤਾਰ ਘਟਦਾ

ਗਿਆ ਅਤੇ ਉਸ ਸਾਲ (1985-86) ਗੰਨੇ ਹੇਠ ਰਾਜ ਵਿੱਚ ਕੁੱਲ ਰਕਬਾ 78 ਹਜ਼ਾਰ ਹੈਕਟੇਅਰ ਸੀ। 1990-91 ਤੋਂ 1992-93 ਦੌਰਾਨ ਗੰਨੇ ਦੇ ਰਕਬੇ ਵਿੱਚ ਵਾਧਾ ਹੋਇਆ ਪ੍ਰੰਤੂ 1993-94 ਅਤੇ 1994-95 ਦੌਰਾਨ ਗੰਨੇ ਹੇਠ ਰਕਬਾ ਫਿਰ ਘਟ ਗਿਆ। ਇਸ ਤੋਂ ਬਾਅਦ 1996-97 ਤੱਕ ਗੰਨਾ ਰਕਬੇ ਵਿੱਚ ਵਾਧਾ ਹੁੰਦਾ ਗਿਆ (1996-97 = 1.74 ਲੱਖ ਹੈਕਟੇਅਰ)। ਗੰਨੇ ਦੀ ਖੇਤੀ ਹੇਠ ਰਕਬਾ ਫਿਰ ਘਟਣ ਲੱਗ ਪਿਆ (ਸਾਰਣੀ ਨੰ. 26) ਅਤੇ 2000-01 ਵਿੱਚ ਇਹ 1.21 ਲੱਖ ਹੈਕਟੇਅਰ ਸੀ। ਰਕਬਾ 2002-03 ਵਿੱਚ ਵਧ ਕੇ 1.53 ਲੱਖ ਹੈਕਟੇਅਰ ਹੋ ਗਿਆ ਪ੍ਰੰਤੂ ਅਗਲੇ ਸਾਲਾਂ ਵਿੱਚ ਘਟ ਕੇ 2005-06 ਵਿੱਚ 84,000 ਹੈਕਟੇਅਰ ਰਹਿ ਗਿਆ। 2015-16 ਵਿੱਚ ਇਹ ਵਧ ਕੇ 92,000 ਹੈਕਟੇਅਰ ਹੋ ਗਿਆ। ਪ੍ਰੰਤੂ 2018-19 ਵਿੱਚ ਵਧ ਕੇ 95,000 ਹੈਕਟੇਅਰ ਹੋ ਗਿਆ। 2021-22 ਵਿੱਚ ਗੰਨਾ 89 ਹਜ਼ਾਰ ਹੈਕਟੇਅਰ (2011-12 ਵਿੱਚ 80 ਹਜ਼ਾਰ ਹੈਕਟੇਅਰ) ਵਿੱਚ ਕਾਸ਼ਤ ਕੀਤਾ ਗਿਆ ਸੀ।

ਉਤਪਾਦਨ— ਅੱਠਵੇਂ ਦਹਾਕੇ ਵਿੱਚ ਗੰਨੇ ਦਾ ਉਤਪਾਦਨ ਘਟਿਆ। ਗੁੜ ਦੇ ਰੂਪ ਵਿੱਚ ਇਹ ਉਤਪਾਦਨ 1980-81 ਵਿੱਚ 3 ਲੱਖ 92 ਹਜ਼ਾਰ ਮੀ. ਟਨ ਸੀ। ਇਹ ਸਭ ਤੋਂ ਘੱਟ ਉਤਪਾਦਨ ਸੀ। ਉਂਞ 1960-61 ਤੋਂ ਬਾਅਦ ਗੰਨੇ ਦਾ ਉਤਪਾਦਨ ਵਧਦਾ ਰਿਹਾ ਹੈ (ਸਾਰਣੀ ਨੰ. 25)। ਪ੍ਰੰਤੂ ਪਿਛਲੇ ਦੋ ਸਾਲਾਂ ਦੌਰਾਨ ਗੰਨੇ ਦਾ ਉਤਪਾਦਨ ਫਿਰ ਘਟ ਗਿਆ। ਗੰਨੇ ਦੇ ਉਤਪਾਦਨ ਦਾ ਘਟਣਾ ਜਾਂ ਵਧਣਾ ਗੰਨੇ ਹੇਠ ਰਕਬੇ ਦੇ ਘਾਟੇ-ਵਾਧੇ ਨਾਲ ਜੁੜਿਆ ਹੋਇਆ ਹੈ ਜੋ ਜਲਵਾਯੂ ਵਿੱਚ ਤਬਦੀਲੀਆਂ, ਕੀਮਤਾਂ ਵਿੱਚ ਤਬਦੀਲੀਆਂ ਅਤੇ ਮੰਡੀਕਰਣ ਦੀ ਸਮੱਸਿਆ ਉੱਤੇ ਨਿਰਭਰ ਕਰਦਾ ਹੈ। ਸਭ ਤੋਂ ਵੱਧ ਉਤਪਾਦਨ 1996-97 ਵਿੱਚ 10.27 ਲੱਖ ਮੀ. ਟਨ ਸੀ। ਇਸ ਤੋਂ ਬਾਅਦ ਉਤਪਾਦਨ ਫਿਰ ਘਟ ਕੇ 1998-99 ਵਿੱਚ 6.08 ਲੱਖ ਮੀ. ਟਨ ਹੋ ਗਿਆ। 2000-01 ਵਿੱਚ ਉਤਪਾਦਨ ਕੁਝ ਵਧ ਕੇ 7.23 ਲੱਖ ਮੀ. ਟਨ ਸੀ। ਗੰਨੇ ਹੇਠ ਰਕਬੇ ਦੇ ਵਧਣ ਨਾਲ ਗੰਨੇ ਦਾ 2002-03 ਵਿੱਚ ਉਤਪਾਦਨ ਵਧ ਕੇ 9.02 ਲੱਖ ਮੀ. ਟਨ ਹੋ ਗਿਆ। ਅਗਲੇ ਸਾਲਾਂ ਵਿੱਚ ਰਕਬੇ ਦੇ ਘਟਣ ਨਾਲ ਉਤਪਾਦਨ ਵੀ ਘਟਣ ਲੱਗ ਪਿਆ ਜੋ 2004-05 ਵਿੱਚ 5.17 ਲੱਖ ਮੀ. ਟਨ ਅਤੇ 2015-16 ਵਿੱਚ 6.38 ਲੱਖ ਮੀ. ਟਨ ਸੀ। 2007-08 ਵਿੱਚ ਪੰਜਾਬ ਨੇ 6.69 ਲੱਖ ਮੀ. ਟਨ ਗੰਨਾ ਪੈਦਾ ਕੀਤਾ ਸੀ। 2018-19 ਵਿੱਚ ਉਤਪਾਦਨ ਘਟ ਕੇ 77.76 ਲੱਖ ਮੀ. ਟਨ ਹੋ ਗਿਆ। ਇਹ ਉਤਪਾਦਨ 2020-21 ਵਿੱਚ 74.87 ਲੱਖ ਮੀ. ਟਨ ਅਤੇ 2021-22 ਵਿੱਚ 71.31 ਲੱਖ ਮੀ. ਟਨ ਹੋ ਗਿਆ। 2015-16 ਤੱਕ ਗੰਨੇ ਦਾ ਉਤਪਾਦਨ ਗੁੜ ਦੇ ਰੂਪ ਵਿੱਚ ਮੰਨਿਆ ਜਾਂਦਾ ਸੀ। ਪ੍ਰੰਤੂ ਬਾਅਦ ਵਿੱਚ ਇਹ ਗੰਨੇ ਦੀ ਫਸਲ ਦੇ ਰੂਪ ਵਿੱਚ ਮੰਨਿਆ ਜਾਣ ਲੱਗ ਪਿਆ। ਇਸ ਕਾਰਣ 2015-16 ਤੋਂ ਬਾਅਦ ਗੰਨੇ ਦਾ ਉਤਪਾਦਨ ਜ਼ਿਆਦਾ ਹੋਣ ਲੱਗ ਪਿਆ।

ਵੰਡ (DISTRIBUTION)

ਗੰਨਾ ਪੰਜਾਬ ਦੇ ਮੱਧਵਰਤੀ ਭਾਗਾਂ ਦੀ ਫਸਲ ਹੈ। ਇਹ ਪੰਜਾਬ ਦੇ ਮੱਧ-ਉੱਤਰੀ ਅਤੇ ਮੱਧ-ਦੱਖਣੀ ਜ਼ਿਲ੍ਹਿਆਂ ਦੀ ਮਹੱਤਵਪੂਰਣ ਨਕਦੀ ਫਸਲ (cash crop) ਹੈ। ਮਾਝਾ ਅਤੇ ਬਿਸਤ ਦੋਆਬ ਦੇ ਸਾਰੇ ਜ਼ਿਲ੍ਹੇ ਅਤੇ ਮਾਲਵਾ ਖੇਤਰ ਦੇ ਪੂਰਬੀ ਭਾਗਾਂ ਦੇ ਸਾਰੇ ਜ਼ਿਲ੍ਹਿਆਂ ਵਿੱਚ ਗੰਨਾ ਪੈਦਾ ਕੀਤਾ ਜਾਂਦਾ ਹੈ (ਨਕਸ਼ਾ ਨੰ. 50)। ਪ੍ਰੰਤੂ ਗੰਨੇ ਹੇਠ ਜ਼ਿਆਦਾਤਰ ਰਕਬਾ ਅਤੇ ਉਤਪਾਦਨ ਪੰਜਾਬ ਦੇ ਪੂਰਬੀ ਜ਼ਿਲ੍ਹਿਆਂ ਤੋਂ ਪ੍ਰਾਪਤ ਹੁੰਦਾ ਹੈ ਜਿਥੇ ਸਾਲਾਨਾ ਵਰਖਾ 60 ਸੈਂਟੀਮੀਟਰ ਤੋਂ ਜ਼ਿਆਦਾ ਹੈ, ਭਰਪੂਰ ਸਿੰਜਾਈ ਸਹੂਲਤਾਂ ਮੌਜੂਦ ਹਨ ਅਤੇ ਉਪਜਾਊ ਜਲੌੜੀ ਮਿੱਟੀ ਪਾਈ ਜਾਂਦੀ ਹੈ। ਰਾਜ ਵਿੱਚ ਸਭ ਤੋਂ **ਵੱਧ ਰਕਬਾ ਅਤੇ ਉਤਪਾਦਨ ਹੁਸ਼ਿਆਰਪੁਰ ਅਤੇ ਗੁਰਦਾਸਪੁਰ ਜ਼ਿਲ੍ਹਿਆਂ** ਤੋਂ ਆਉਂਦਾ ਹੈ। 2021-22 ਵਿੱਚ ਗੁਰਦਾਸਪੁਰ ਜ਼ਿਲ੍ਹੇ ਨੇ ਰਾਜ ਦਾ ਲਗਭਗ 24.13% ਅਤੇ ਹੁਸ਼ਿਆਰਪੁਰ ਜ਼ਿਲ੍ਹੇ ਵਿੱਚ ਪੰਜਾਬ ਦਾ 26.49% ਗੰਨਾ ਪੈਦਾ ਹੋਇਆ ਸੀ। ਰਕਬੇ ਦੀ ਪ੍ਰਤੀਸ਼ੱਤਤਾ ਵੀ ਲਗਭਗ ਇਹ ਹੀ ਸੀ। ਹੁਸ਼ਿਆਰਪੁਰ ਦਾ ਜ਼ਿਲ੍ਹਾ ਰਾਜ ਦਾ ਗੰਨੇ ਦਾ ਪਹਿਲਾ ਵੱਡਾ (26.49%) ਉਤਪਾਦਕ ਹੈ। ਇਨ੍ਹਾਂ ਤੋਂ ਬਾਅਦ ਜਲੰਧਰ ਜ਼ਿਲ੍ਹੇ ਦਾ ਨੰਬਰ (12.56%) ਆਉਂਦਾ ਸੀ। ਚੌਥੇ ਨੰਬਰ ਤੇ ਐਸ.ਬੀ.ਐਸ. ਨਗਰ (7.11%), ਪੰਜਵੇਂ ਤੋਂ ਅੰਮ੍ਰਿਤਸਰ (6.18%) ਅਤੇ ਛੇਵੇਂ ਨੰਬਰ ਤੇ ਕਪੂਰਥਲਾ (3.58%) ਦਾ ਜ਼ਿਲ੍ਹਾ ਆਉਂਦਾ ਹੈ। 2021-22 ਅਨੁਸਾਰ ਪੰਜਾਬ ਦੇ ਇਨ੍ਹਾਂ ਛੇ ਜ਼ਿਲ੍ਹਿਆਂ ਵਿੱਚੋਂ ਰਾਜ ਦਾ 80.0% ਗੰਨਾ ਰਾਜ ਦੇ 80.00% ਹੇਠ ਰਕਬੇ ਤੋਂ ਪੈਦਾ ਕੀਤਾ ਗਿਆ ਸੀ।

ਗੁਰਦਾਸਪੁਰ ਦਾ ਜ਼ਿਲ੍ਹਾ ਪੰਜਾਬ ਵਿੱਚ ਗੰਨੇ ਦਾ ਸਭ ਤੋਂ ਵੱਡਾ ਉਤਪਾਦਕ ਹੈ। 2021-22 ਵਿੱਚ ਦੂਜਾ ਵੱਡਾ ਉਤਪਾਦਕ ਸੀ। 2000-01 ਵਿੱਚ ਗੁਰਦਾਸਪੁਰ ਜ਼ਿਲ੍ਹੇ ਨੇ 1.23 ਲੱਖ ਮੀ. ਟਨ ਗੰਨਾ ਪੈਦਾ ਕੀਤਾ ਸੀ (ਰਾਜ ਦਾ 15.83%)। ਇਹ ਉਤਪਾਦਨ 2008-09 ਵਿੱਚ ਵੱਧ ਕੇ 1.32 ਲੱਖ ਮੀ. ਟਨ (ਰਾਜ ਦਾ 28.27%) ਹੋ ਗਿਆ ਸੀ। 2021-22 ਵਿੱਚ ਉਤਪਾਦਨ 17.21 ਲੱਖ ਮੀ. ਟਨ ਸੀ। ਇਸ ਵਿੱਚੋਂ ਨਵੇਂ ਬਣੇ ਪਠਾਨਕੋਟ ਜ਼ਿਲ੍ਹੇ ਦਾ ਉਤਪਾਦਨ 29000 ਮੀ. ਟਨ ਅਲੱਗ ਹੈ। ਇਹ ਉਤਪਾਦਨ 21000 ਹੈਕਟੇਅਰ ਰਕਬੇ (ਪਠਾਨਕੋਟ ਜ਼ਿਲ੍ਹਾ 3500 ਹੈਕਟੇਅਰ) ਵਿੱਚੋਂ ਪ੍ਰਾਪਤ ਹੋਇਆ ਸੀ ਜਿਸ ਕਾਰਨ 2021-22 ਵਿੱਚ ਗੰਨੇ ਦਾ ਝਾੜ ਘਟ ਕੇ 82,153 ਕਿਲੋ ਪ੍ਰਤੀ ਹੈਕਟੇਅਰ (2000-01 ਵਿੱਚ 59,752 ਕਿਲੋਗ੍ਰਾਮ) ਹੋ ਗਿਆ। ਗੁਰਦਾਸਪੁਰ ਜ਼ਿਲ੍ਹੇ ਵਿੱਚ ਗੰਨੇ ਦੀ ਫਸਲ ਹੇਠ ਸਭ ਤੋਂ ਵੱਧ ਰਕਬਾ **ਗੁਰਦਾਸਪੁਰ ਤਹਿਸੀਲ** ਵਿੱਚ ਲਗਭਗ 12000 ਹੈਕਟੇਅਰ (ਜ਼ਿਲ੍ਹੇ ਦਾ 48%) ਹੈ। ਦੂਜੇ ਨੰਬਰ ਤੇ **ਬਟਾਲਾ** ਦੀ ਤਹਿਸੀਲ ਹੈ ਜਿੱਥੇ ਜ਼ਿਲ੍ਹੇ ਦਾ 36% ਗੰਨੇ ਹੇਠ ਰਕਬਾ ਹੈ। ਤੀਜੇ ਨੰਬਰ ਤੇ ਡੇਰਾ ਬਾਬਾ ਨਾਨਕ ਦੀ ਤਹਿਸੀਲ (1000 ਹੈਕਟੇਅਰ) ਆਉਂਦੀ ਹੈ। ਗੁਰਦਾਸਪੁਰ ਅਤੇ ਬਟਾਲਾ ਮੈਦਾਨੀ ਤਹਿਸੀਲਾਂ ਹਨ ਜਿੱਥੋਂ ਦੀ ਚੀਕਣੀ ਜਲ੍ਹੌੜੀ ਮਿੱਟੀ ਉਪਜਾਊ ਹੈ ਅਤੇ ਟਿਊਬਵੈਲਾਂ ਅਤੇ ਨਹਿਰਾਂ ਤੋਂ ਭਰਪੂਰ ਸਿੰਜਾਈ ਉਪਲੱਬਧ ਹੈ। ਬਟਾਲਾ ਅਤੇ ਪਨਿਆਰ ਦੇ ਸਥਾਨਾਂ ਤੇ ਖੰਡ ਦੀਆਂ ਮਿੱਲਾਂ ਵੀ ਹਨ। ਸਾਲਾਨਾ ਔਸਤ ਵਰਖਾ 70 ਸੈਂਟੀਮੀਟਰ ਤੋਂ ਜ਼ਿਆਦਾ ਹੈ।

ਹੁਸ਼ਿਆਰਪੁਰ ਦਾ ਜ਼ਿਲ੍ਹਾ ਰਾਜ ਵਿੱਚ ਗੰਨੇ ਦਾ ਦੂਜਾ ਵੱਡਾ ਉਤਪਾਦਕ (ਰਾਜ ਦਾ 22.28%) ਹੈ। 2021-22 ਅਨੁਸਾਰ **ਹੁਸ਼ਿਆਰਪੁਰ ਦਾ ਜ਼ਿਲ੍ਹਾ ਪੰਜਾਬ ਵਿੱਚ ਗੰਨੇ ਦਾ ਸਭ ਤੋਂ ਵੱਡਾ ਉਤਪਾਦਕ ਸੀ।** 2000-01 ਵਿੱਚ ਹੁਸ਼ਿਆਰਪੁਰ ਜ਼ਿਲ੍ਹੇ ਵਿੱਚ 1.02 ਲੱਖ ਮੀ. ਟਨ ਗੰਨਾ ਪੈਦਾ ਕੀਤਾ ਗਿਆ ਸੀ। 2021-22 ਵਿੱਚ ਉਤਪਾਦਨ ਵਧ ਕੇ 18.89 ਲੱਖ ਮੀ. ਟਨ ਹੋ ਗਿਆ। 2021-22 ਵਿੱਚ 23,500 ਹੈਕਟੇਅਰ ਭੂਮੀ ਗੰਨੇ ਦੀ ਕਾਸ਼ਤ ਹੇਠ ਸੀ। ਹੁਸ਼ਿਆਰਪੁਰ ਜ਼ਿਲ੍ਹੇ ਵਿੱਚ ਵੀ ਗੰਨੇ ਦਾ ਝਾੜ (80,402 ਕਿਲੋਗ੍ਰਾਮ 2021-22) 2000-01 ਦੇ (5995 ਕਿਲੋਗ੍ਰਾਮ 2000-01) ਮੁਕਾਬਲੇ ਵਧਿਆ ਹੈ। ਜ਼ਿਲ੍ਹੇ ਵਿੱਚ ਗੰਨੇ ਹੇਠ ਰਕਬੇ ਦੇ 50% (10,400 ਹੈਕਟੇਅਰ 2012-13 ਵਿੱਚ ਦਸੂਹਾ ਤਹਿਸੀਲ ਵਿੱਚ ਹੈ। 25% ਰਕਬਾ ਮੁਕੇਰੀਆਂ ਦੀ ਤਹਿਸੀਲ ਵਿੱਚ ਹੈ ਅਤੇ 17.9% ਰਕਬਾ ਹੁਸ਼ਿਆਰਪੁਰ ਤਹਿਸੀਲ ਵਿੱਚ ਹੈ। ਇਹ ਸਮੁੱਚਾ ਤਲਹੱਟੀ (piedmon, foothill) ਪ੍ਰਦੇਸ਼ ਹੈ ਜਿੱਥੇ ਸਾਲਾਨਾ ਵਰਖਾ 80 ਸੈਂਟੀਮੀਟਰ ਤੋਂ ਜ਼ਿਆਦਾ ਹੁੰਦੀ ਹੈ। ਇਹ ਸਿੱਲ੍ਹੀ ਮਿੱਟੀ ਦਾ ਸੀਰੋਵਾਲ ਪ੍ਰਦੇਸ਼ ਹੈ ਜਿੱਥੇ ਟਿਊਬਵੈਲਾਂ ਤੋਂ ਭਰਪੂਰ ਸਿੰਜਾਈ ਪ੍ਰਾਪਤ ਹੁੰਦੀ ਹੈ। ਮਿੱਟੀ ਚੀਕਣੀ ਜਾਂ ਚੀਕਣੀ ਦੋਮਟ (clayey loam) ਹੈ। ਮੁਕੇਰੀਆਂ ਅਤੇ ਦਸੂਹਾ (ਰੰਧਾਵਾ ਪਿੰਡ) ਵਿਖੇ ਖੰਡ ਮਿੱਲਾਂ ਹਨ।

ਜਲੰਧਰ ਅਤੇ ਐਸ.ਬੀ.ਐਸ. ਨਗਰ ਦੇ ਜ਼ਿਲ੍ਹੇ ਗੰਨੇ ਦੇ ਤੀਜੇ ਅਤੇ ਚੌਥੇ ਉਤਪਾਦਕ ਹਨ। ਜਲੰਧਰ ਜ਼ਿਲ੍ਹੇ ਵਿੱਚ 2021-22 ਨੂੰ 8,96,000 ਮੀ. ਟਨ ਅਤੇ ਐਸ.ਬੀ.ਐਸ. ਨਗਰ ਜ਼ਿਲ੍ਹੇ ਵਿੱਚ 5,07,000 ਮੀ. ਟਨ ਗੰਨਾ ਪੈਦਾ ਕੀਤਾ ਗਿਆ ਸੀ। ਝਾੜ ਕ੍ਰਮਵਾਰ 92,380 ਕਿਲੋਗ੍ਰਾਮ ਅਤੇ 84,527 ਕਿਲੋਗ੍ਰਾਮ ਪ੍ਰਤੀ ਹੈਕਟੇਅਰ ਸੀ। ਐਸ.ਬੀ.ਐਸ. ਨਗਰ ਜ਼ਿਲ੍ਹੇ ਵਿੱਚ 87.5% ਗੰਨਾ ਖੇਤਰ ਪੁਰਾਣੀ ਨਵਾਂ ਸ਼ਹਿਰ ਤਹਿਸੀਲ ਵਿੱਚ (ਹੁਣ 54.3% ਨਵਾਂ ਸ਼ਹਿਰ ਅਤੇ 35.3% ਨਵੀਂ ਬਣੀ ਬੰਗਾ ਤਹਿਸੀਲ ਵਿੱਚ ਹੈ) ਅਤੇ ਜਲੰਧਰ ਜ਼ਿਲ੍ਹੇ ਦਾ ਲਗਭਗ 33% ਰਕਬਾ ਫਿਲੌਰ ਤਹਿਸੀਲ ਵਿੱਚ ਅਤੇ 38.1% ਜਲੰਧਰ-II ਤਹਿਸੀਲ ਵਿੱਚ ਪਾਇਆ ਜਾਂਦਾ ਹੈ। ਇਹ ਸਮੁੱਚਾ ਖੇਤਰ ਸਪਾਟ ਪੱਧਰਾ ਮੈਦਾਨ ਹੈ। ਇੱਥੇ ਉਪਜਾਊ ਸੀਰੋਜ਼ਮ ਜਾਂ ਚੀਕਣੀ ਦੋਮਟ ਮਿੱਟੀ ਮਿਲਦੀ ਹੈ। ਟਿਊਬਵੈਲਾਂ ਤੋਂ ਭਰਪੂਰ ਸਿੰਜਾਈ ਉਪਲਬੱਧ ਹੈ। ਸਾਲਾਨਾ ਔਸਤ ਵਰਖਾ 60 ਸੈਂਟੀਮੀਟਰ ਦੇ ਲਗਭਗ ਹੈ। ਐਸ.ਬੀ.ਐਸ. ਨਗਰ, ਭੋਗਪੁਰ ਤੇ ਨਕੋਦਰ ਇੱਥੇ ਖੰਡ ਦੇ ਕਾਰਖ਼ਾਨੇ ਹਨ।

ਰੂਪਨਗਰ ਜ਼ਿਲ੍ਹੇ ਵਿੱਚ ਵੀ ਘਾੜ ਪ੍ਰਦੇਸ਼ ਅਤੇ ਮੈਦਾਨੀ ਭਾਗਾਂ ਵਿੱਚ ਗੰਨੇ ਦੀ ਖੇਤੀ ਰੂਪਨਗਰ ਤੇ ਚਮਕੌਰ ਸਾਹਿਬ ਤਹਿਸੀਲਾਂ ਵਿੱਚ ਕੀਤੀ ਜਾਂਦੀ ਹੈ। ਮੋਰਿੰਡਾ ਵਿਖੇ ਖੰਡ ਦਾ ਕਾਰਖ਼ਾਨਾ ਹੈ। 2021-22 ਵਿੱਚ ਉਤਪਾਦਨ 1,49,000 ਮੀ. ਟਨ (ਰਾਜ ਦਾ 2.09%) ਸੀ।

2021-22 ਅਨੁਸਾਰ ਰਾਜ ਦੇ ਮੱਧਵਰਤੀ ਜ਼ਿਲ੍ਹੇ, ਜਿਨ੍ਹਾਂ ਵਿੱਚ ਅੰਮ੍ਰਿਤਸਰ, ਜਲੰਧਰ, ਕਪੂਰਥਲਾ, ਲੁਧਿਆਣਾ, ਫਤਹਿਗੜ੍ਹ

ਸਾਹਿਬ, ਪਟਿਆਲਾ ਅਤੇ ਸੰਗਰੂਰ ਸ਼ਾਮਲ ਹਨ, ਪੰਜਾਬ ਦਾ 32% ਦੇ ਲਗਭਗ ਗੰਨਾ ਪੈਦਾ ਕਰਦੇ ਹਨ। ਰਕਬੇ ਦੀ ਪ੍ਰਤੀਸ਼ੱਤਤਾ ਵੀ ਇਹ (32.0%) ਹੀ ਹੈ। ਇਸ ਤਰ੍ਹਾਂ ਪੂਰਬੀ ਅਤੇ ਮੱਧਵਰਤੀ ਪੰਜਾਬ ਦੇ ਜ਼ਿਲ੍ਹੇ ਰਲ ਕੇ ਰਾਜ ਦੇ 99.0% ਲਗਭਗ ਗੰਨਾ ਪੈਦਾ ਕਰਦੇ ਹਨ (ਸਾਰਣੀ ਨੰ. 37) ਅਤੇ (ਨਕਸ਼ਾ ਨੰ. 50)। ਇਸ ਸਮੁੱਚੇ ਖੇਤਰ ਵਿੱਚ ਸਾਲਾਨਾ ਵਰਖਾ 50 ਸੈਂਟੀਮੀਟਰ ਤੋਂ ਜ਼ਿਆਦਾ ਹੈ, ਉਪਜਾਊ ਜਲੋੜ੍ਹੀ ਮਿੱਟੀ ਹੈ, ਉੱਚੇ ਗਰਮੀਆਂ ਦੇ ਤਾਪਮਾਨ ਹਨ, ਪੱਧਰੀ ਧਰਾਤਲ ਹੈ, ਨਹਿਰਾਂ ਅਤੇ ਟਿਊਬਵੈਲਾਂ ਤੋਂ ਭਰਪੂਰ ਸਿੰਜਾਈ ਸਹੂਲਤਾਂ ਉਪਲੱਬਧ ਹਨ, ਇੱਥੇ ਬਹੁਤ ਸਾਰੀਆਂ ਖੰਡ ਮਿੱਲਾਂ ਵੀ ਹਨ ਅਤੇ ਗੰਨਾ ਪੈਦਾ ਕਰਨ ਦੀ ਪਰੰਪਰਾ ਵੀ ਹੈ।

ਸਾਰਣੀ ਨੰ. 37

ਪੰਜਾਬ ਵਿੱਚ ਜ਼ਿਲ੍ਹੇਵਾਰ ਗੰਨੇ ਹੇਠ ਰਕਬਾ, ਉਤਪਾਦਨ ਅਤੇ ਝਾੜ

ਕ੍ਰਮ ਨੰ.	ਜ਼ਿਲ੍ਹਾ	ਰਕਬਾ (ਹਜ਼ਾਰ ਹੈਕਟੇਅਰ)		ਰਾਜ ਦਾ ਪ੍ਰਤੀਸ਼ੱਤ		ਉਤਪਾਦਨ (ਹਜ਼ਾਰ ਮੀ. ਟਨ)		ਰਾਜ ਦਾ ਪ੍ਰਤੀਸ਼ੱਤ		ਝਾੜ (ਕਿਲੋ ਪ੍ਰਤੀ ਹੈਕਟੇਅਰ)	
		2000-01	2021-22	2000-01	2021-22	2000-01	2021-22	2000-01	2021-22	2000-01	2021-22
1.	ਗੁਰਦਾਸਪੁਰ	18.2	20.6	15.03	23.60	123	1721	15.83	23.37	6790	83,529
2.	ਪਠਾਨਕੋਟ	—	3.5	—	4.49	—	290	—	3.44	—	82,852
3.	ਅੰਮ੍ਰਿਤਸਰ	10.5	6.2	8.67	5.62	67	441	8.62	5.98	6373	71,192
4.	ਤਰਨਤਾਰਨ	—	0.4	—	1.12	—	42	—	1.07	—	1,04,100
5.	ਕਪੂਰਥਲਾ	5.1	3.4	4.21	4.49	33	255	4.25	4.89	6521	75,055
6.	ਜਲੰਧਰ	14.7	9.7	12.14	11.24	90	896	11.58	11.44	6132	92,380
7.	ਐਸ.ਬੀ.ਐਸ. ਨਗਰ	11.7	6.0	9.66	6.74	74	507	9.52	5.98	6309	84,527
8.	ਹੁਸ਼ਿਆਰਪੁਰ	17.1	23.5	14.12	23.60	102	1889	13.13	22.28	5995	80,402
9.	ਰੂਪਨਗਰ	9.9	2.0	8.16	2.25	55	149	7.08	2.36	5527	74,629
10.	ਐਸ.ਏ.ਐਸ. ਨਗਰ	—	1.8	—	1.12	—	142	—	0.91	—	78,799
11.	ਲੁਧਿਆਣਾ	6.6	2.7	5.45	2.25	44	215	5.66	2.54	6678	79,470
12.	ਫਿਰੋਜ਼ਪੁਰ	7.6	0.1	6.28	2.41	51	6.0	6.56	2.54	6690	64,140
13.	ਫਾਜ਼ਿਲਕਾ	—	0.7	—	—	—	56	—	—	—	79,333
14.	ਫਰੀਦਕੋਟ	2.6	—	2.15	—	17	—	2.19	—	6434	—
15.	ਸ੍ਰੀ ਮੁਕਤਸਰ ਸਾਹਿਬ	3.8	0.1	3.14	—	28	8	3.60	—	7355	82,153
16.	ਮੋਗਾ	1.6	—	1.32	—	10	—	1.29	—	6425	—
17.	ਬਠਿੰਡਾ	0.4	0.1	0.33	—	2	8	0.26	—	—	82,153
18.	ਮਾਨਸਾ	0.6	—	0.50	—	4	—	0.52	—	6033	—
19.	ਸੰਗਰੂਰ	3.4	1.9	2.81	3.37	24	184	3.09	3.09	7231	96,604
20.	ਬਰਨਾਲਾ	—	0.2	—	1.12	—	16	—	1.45	—	80,196
21.	ਪਟਿਆਲਾ	3.1	1.5	2.56	3.37	22	126	2.83	4.17	7248	84,036
22.	ਫਤਹਿਗੜ੍ਹ ਸਾਹਿਬ	4.2	2.4	3.47	3.37	31	180	3.99	3.62	7297	74,828
	ਪੰਜਾਬ	121	86.8	100.00	100.00	777	7131	100.0	100.00	6425	82,153

ਸੋਮਾ— ਪੰਜਾਬ ਦਾ ਅੰਕੜਾ ਸਾਰ— 2001 ਅਤੇ 2022

ਨੋਟ– 2015–16 ਤੋਂ ਬਾਅਦ ਗੰਨੇ ਦਾ ਝਾੜ ਅਤੇ ਉਤਪਾਦਨ ਗੰਨਾ ਫਸਲ ਦੇ ਉਤਪਾਦਨ ਰੂਪ ਵਿੱਚ ਮੰਨਿਆ ਜਾਣ ਲਗਾ (ਪਹਿਲਾਂ ਗੁੜ ਦੇ ਰੂਪ ਵਿੱਚ ਹੁੰਦਾ ਸੀ)। ਇਸ ਲਈ ਝਾੜ ਅਤੇ ਉਤਪਾਦਨ ਕਈ ਗੁਣਾ ਵੱਧ ਗਿਆ।

ਦੱਖਣ-ਪੱਛਮੀ ਖੁਸ਼ਕ ਜ਼ਿਲ੍ਹਿਆਂ ਵਿੱਚ ਬਹੁਤ ਘੱਟ ਗੰਨਾ ਪੈਦਾ ਹੁੰਦਾ ਹੈ। 2021-22 ਅਨੁਸਾਰ ਗੰਨੇ ਹੇਠ ਸਭ ਤੋਂ ਘੱਟ ਰਕਬਾ ਫਿਰੋਜ਼ਪੁਰ ਅਤੇ ਬਠਿੰਡਾ ਜ਼ਿਲ੍ਹਿਆਂ ਵਿੱਚ ਰਿਕਾਰਡ ਕੀਤਾ ਗਿਆ ਸੀ। ਇਹ ਕੇਵਲ 65 ਹੈਕਟੇਅਰ ਸੀ। ਬਠਿੰਡਾ,

ਫਰੀਦਕੋਟ ਅਤੇ ਮੋਗਾ ਦੇ ਜ਼ਿਲ੍ਹਿਆਂ ਵਿੱਚ ਵੀ ਗੰਨੇ ਦੀ ਕਾਸ਼ਤ ਹੇਠ ਬਹੁਤ ਘੱਟ ਰਕਬਾ ਸੀ। ਇਨ੍ਹਾਂ ਦੱਖਣ-ਪੱਛਮੀ ਜ਼ਿਲ੍ਹਿਆਂ ਵਿੱਚ ਗਰਮ ਅਤੇ ਖੁਸ਼ਕ ਜਲਵਾਯੂ ਹੈ, ਵਰਖਾ 40 ਸੈਂਟੀਮੀਟਰ ਪ੍ਰਤੀ ਸਾਲ ਤੋਂ ਘੱਟ ਹੈ, ਰੇਤਲੀ ਦੋਮਟ ਮਿੱਟੀ ਹੈ, ਰੇਤ ਦੇ ਟਿੱਬਿਆਂ ਨਾਲ ਭਰੀ ਉੱਚੀ-ਨੀਵੀਂ ਧਰਾਤਲ ਹੈ ਅਤੇ ਕਪਾਹ ਸਭ ਤੋਂ ਵੱਧ ਮਹੱਤਵਪੂਰਣ ਨਕਦੀ ਫਸਲ ਹੈ। ਪ੍ਰੰਤੂ ਫਿਰੋਜ਼ਪੁਰ, ਬਰਨਾਲਾ ਅਤੇ ਮੁਕਤਸਰ ਜ਼ਿਲ੍ਹਿਆਂ ਵਿੱਚ ਗੰਨੇ ਦੀ ਕਾਸ਼ਤ ਮਹੱਤਵਪੂਰਣ ਹੋ ਰਹੀ ਹੈ। 2006-07 ਸਾਲ ਦੌਰਾਨ ਇਨ੍ਹਾਂ ਜ਼ਿਲ੍ਹਿਆਂ ਨੇ ਰਾਜ ਦਾ 4.2% ਗੰਨਾ ਪੈਦਾ ਕੀਤਾ ਸੀ।

ਗੰਨਾ ਤੀਬਰਤਾ

2021-22 ਅਨੁਸਾਰ ਸਮੁੱਚੇ ਰਾਜ ਲਈ ਕੁੱਲ ਫਸਲੀ ਰਕਬੇ (total cropped area) ਦਾ ਕੇਵਲ 1.11% ਗੰਨੇ ਦੀ ਕਾਸ਼ਤ ਅਧੀਨ ਸੀ। ਇਸ ਪ੍ਰਤੀਸ਼ਤਤਾ ਨੂੰ ਫਸਲ ਤੀਬਰਤਾ ਕਿਹਾ ਜਾ ਸਕਦਾ ਹੈ। ਇਸ ਤਰ੍ਹਾਂ ਸਮੁੱਚੇ ਪੰਜਾਬ ਲਈ ਗੰਨੇ ਦੀ ਔਸਤ ਤੀਬਰਤਾ 1.11% ਸੀ। 2015-16 ਲਈ ਇਹ ਲਗਭਗ 1.17% ਸੀ। ਸਿਰਫ 10 ਜ਼ਿਲ੍ਹਿਆਂ ਦੀ ਤੀਬਰਤਾ ਇਸ ਔਸਤ ਤੀਬਰਤਾ ਤੋਂ ਜ਼ਿਆਦਾ ਸੀ। ਇਹ ਜ਼ਿਲ੍ਹੇ ਰੂਪਨਗਰ, ਜਲੰਧਰ, ਹੁਸ਼ਿਆਰਪੁਰ, ਐਸ.ਬੀ.ਐਸ. ਨਗਰ, ਗੁਰਦਾਸਪੁਰ, ਪਠਾਨਕੋਟ (3.72%), ਐਸ.ਏ.ਐਸ. ਨਗਰ, ਅੰਮ੍ਰਿਤਸਰ (1.50%), ਕਪੂਰਥਲਾ ਅਤੇ ਫਤਹਿਗੜ੍ਹ ਸਾਹਿਬ ਹਨ। ਗੰਨੇ ਦੀ ਸਭ ਤੋਂ ਵੱਧ ਤੀਬਰਤਾ ਹੁਸ਼ਿਆਰਪੁਰ ਜ਼ਿਲ੍ਹੇ ਵਿੱਚ ਸੀ ਜੋ 6.95% ਸੀ। ਸਭ ਤੋਂ ਘੱਟ ਤੀਬਰਤਾ ਫਰੀਦਕੋਟ, ਫਿਰੋਜ਼ਪੁਰ, ਮਾਨਸਾ, ਮੋਗਾ ਅਤੇ ਸ੍ਰੀ ਮੁਕਤਸਰ ਸਾਹਿਬ ਅਤੇ ਬਠਿੰਡਾ ਜ਼ਿਲ੍ਹਿਆਂ ਵਿੱਚ ਸੀ ਜੋ ਕੇਵਲ 0.02% ਸੀ (ਨਕਸ਼ਾ ਨੰ. 51)। ਫਾਜ਼ਿਲਕਾ ਜ਼ਿਲ੍ਹੇ ਲਈ ਤੀਬਰਤਾ 0.14% ਅਤੇ ਪਟਿਆਲਾ ਲਈ 0.30% ਸੀ।

ਦੋ ਪੂਰਬੀ ਜ਼ਿਲ੍ਹਿਆਂ ਹੁਸ਼ਿਆਰਪੁਰ ਅਤੇ ਗੁਰਦਾਸਪੁਰ ਵਿੱਚ 5.0% ਤੋਂ ਜ਼ਿਆਦਾ (ਉੱਚੀ) ਗੰਨਾ ਤੀਬਰਤਾ ਸੀ ਅਤੇ ਐਸ.ਬੀ.ਐਸ. ਨਗਰ, ਪਠਾਨਕੋਟ ਅਤੇ ਜਲੰਧਰ ਦੇ ਜ਼ਿਲ੍ਹਿਆਂ ਵਿੱਚ ਗੰਨਾ ਤੀਬਰਤਾ 2.5% ਤੋਂ ਜ਼ਿਆਦਾ (ਦਰਮਿਆਨੀ ਉੱਚੀ) ਸੀ। ਇਨ੍ਹਾਂ ਜ਼ਿਲ੍ਹਿਆਂ ਵਿੱਚ ਗੰਨੇ ਦੀ ਖੇਤੀ ਲਈ ਬਹੁਤ ਅਨੁਕੂਲ ਹਾਲਤਾਂ ਪਾਈਆਂ ਜਾਂਦੀਆਂ ਹਨ। ਕਪੂਰਥਲਾ, ਰੂਪਨਗਰ (1.45%), ਐਸ.ਏ.ਐਸ. ਨਗਰ (1.55%) ਅਤੇ ਫਤਹਿਗੜ੍ਹ ਜ਼ਿਲ੍ਹਿਆਂ ਵਿੱਚ ਤੀਬਰਤਾ 1.26 ਦੇ ਲਗਭਗ ਸੀ। ਅੰਮ੍ਰਿਤਸਰ ਜ਼ਿਲ੍ਹੇ ਵਿੱਚ ਗੰਨਾ ਤੀਬਰਤਾ ਨੀਵੀਂ ਸੀ ਜੋ 1.50% ਸੀ। ਬਾਕੀ ਜ਼ਿਲ੍ਹਿਆਂ ਵਿੱਚ ਜੋ ਮਾਲਵਾ ਪ੍ਰਦੇਸ਼ ਦੇ ਭਾਗ ਹਨ ਗੰਨਾ ਤੀਬਰਤਾ ਬਹੁਤ ਘੱਟ (0.5% ਤੋਂ ਨੀਵੀਂ) ਸੀ। ਫਾਜ਼ਿਲਕਾ, ਲੁਧਿਆਣਾ, ਸੰਗਰੂਰ, ਬਰਨਾਲਾ ਅਤੇ ਪਟਿਆਲਾ ਜ਼ਿਲ੍ਹੇ ਇਸ ਸ਼੍ਰੇਣੀ ਵਿੱਚ ਸ਼ਾਮਲ ਹਨ। ਤਰਨਤਾਰਨ ਜ਼ਿਲ੍ਹੇ ਦੀ ਗੰਨਾ ਤੀਬਰਤਾ ਵੀ ਘੱਟ ਸੀ (0.10%)। ਬਾਕੀ ਦੇ ਜ਼ਿਲ੍ਹਿਆਂ ਮੋਗਾ, ਫਰੀਦਕੋਟ, ਸ੍ਰੀ ਮੁਕਤਸਰ ਸਾਹਿਬ, ਬਠਿੰਡਾ ਅਤੇ ਮਾਨਸਾ ਵਿੱਚ ਤੀਬਰਤਾ ਬਹੁਤ ਘੱਟ ਸੀ (0.1 ਤੋਂ ਵੀ ਘੱਟ)।

2015-16 ਦੇ ਅੰਕੜਿਆਂ ਅਨੁਸਾਰ **ਬਹੁਤ ਉੱਚੀ ਗੰਨਾ ਤੀਬਰਤਾ** ਹੁਸ਼ਿਆਰਪੁਰ (6.51%), ਗੁਰਦਾਸਪੁਰ (5.13%) ਅਤੇ ਪਠਾਨਕੋਟ (5.5%) ਜ਼ਿਲ੍ਹਿਆਂ ਵਿੱਚ ਪਾਈ ਜਾਂਦੀ ਹੈ। **ਸਾਧਾਰਣ ਉੱਚੀ ਤੀਬਰਤਾ ਰੂਪ ਨਗਰ (2.17%), ਐਸ.ਬੀ.ਐਸ.ਨਗਰ (3.21%) ਅਤੇ ਜਲੰਧਰ (2.60%) ਜ਼ਿਲ੍ਹਿਆਂ ਵਿੱਚ**, **ਸਾਧਾਰਣ ਤੀਬਰਤਾ** ਫਤਹਿਗੜ੍ਹ ਸਾਹਿਬ (1.50%), ਐਸ.ਏ.ਐਸ. ਨਗਰ (1.11%), ਕਪੂਰਥਲਾ (1.85%) ਅਤੇ ਅੰਮ੍ਰਿਤਸਰ (0.95%) ਜ਼ਿਲ੍ਹਿਆਂ ਵਿੱਚ ਅਤੇ **ਨੀਵੀਂ ਤੀਬਰਤਾ** ਸੰਗਰੂਰ (0.50%), ਪਟਿਆਲਾ (0.40%), ਲੁਧਿਆਣਾ (0.50%), ਅਤੇ ਫਿਰੋਜ਼ਪੁਰ (0.01%) ਜ਼ਿਲ੍ਹਿਆਂ ਵਿੱਚ ਪਾਈ ਜਾਂਦੀ ਹੈ। ਬਾਕੀ ਦੇ ਜ਼ਿਲ੍ਹਿਆਂ ਵਿੱਚ ਬਹੁਤ ਘੱਟ ਰਕਬੇ ਵਿੱਚ ਗੰਨਾ ਪੈਦਾ ਕੀਤਾ ਜਾਂਦਾ ਹੈ (ਨਕਸ਼ਾ ਨੰ. 51 ੳ)।

ਤਹਿਸੀਲਵਾਰ ਗੰਨਾ ਤੀਬਰਤਾ (Tehsil-wise Sugar Intensity)

ਤਹਿਸੀਲਵਾਰ ਗੰਨਾ ਤੀਬਰਤਾ ਨਕਸ਼ਾ ਨੰ. 51-ਅ ਵਿੱਚ ਦਿਖਾਈ ਗਈ ਹੈ। ਪੰਜਾਬ ਦੀ ਔਸਤ ਗੰਨਾ ਤੀਬਰਤਾ 2015-16 ਅਨੁਸਾਰ 1.17 ਹੈ। ਰਾਜ ਦੀਆਂ 82 ਵਿੱਚੋਂ 30 (ਮੁੱਖ ਤੌਰ ਤੇ ਮਾਲਵਾ ਦੀਆਂ) ਤਹਿਸੀਲਾਂ ਵਿੱਚ **ਗੰਨੇ ਦੀ ਕਾਸ਼ਤ ਲਗਭਗ ਨਹੀਂ ਜਾਂ ਬਹੁਤ ਘੱਟ** (0.08% ਤੋਂ ਘੱਟ) ਕੀਤੀ ਜਾਂਦੀ ਹੈ (ਨਕਸ਼ਾ ਨੰ. 51-ਅ ਵਿੱਚ ਖਾਲੀ ਥਾਂ)। 23 ਹੋਰ ਤਹਿਸੀਲਾਂ (ਮੁੱਖ ਤੌਰ

ਤੇ ਮਾਲਵਾ ਪ੍ਰਦੇਸ਼ ਵਿੱਚ) ਵਿੱਚ ਵੀ ਗੰਨੇ ਦੀ ਕਾਸ਼ਤ ਬਹੁਤ ਘੱਟ (ਤੀਬਰਤਾ 0.5% ਜਾਂ ਇਸ ਤੋਂ ਵੀ ਘੱਟ) ਹੁੰਦੀ ਹੈ। ਇਸ ਤਰ੍ਹਾਂ ਰਾਜ ਦੀਆਂ ਲਗਭਗ ਅੱਧੀਆਂ ਤਹਿਸੀਲਾਂ ਵਿੱਚ ਗੰਨੇ ਦੀ ਕਾਸ਼ਤ ਬਹੁਤ ਘੱਟ ਜਾਂ ਨਾਂਹ ਦੇ ਬਰਾਬਰ ਹੁੰਦੀ ਹੈ। ਇਹ ਤਹਿਸੀਲਾਂ ਮੋਗਾ, ਤਪਾ (0.10%), ਪਟਿਆਲਾ (0.14%), ਸੁਨਾਮ (0.05%), ਸਮਾਣਾ (0.11%), ਮਲੇਰਕੋਟਲਾ (0.68%), ਬਠਿੰਡਾ, ਮਾਨਸਾ, ਬਰਨਾਲਾ, ਫ਼ਰੀਦਕੋਟ, ਫਿਰੋਜ਼ਪੁਰ (0.10%), ਫਾਜ਼ਿਲਕਾ, ਪਟਿਆਲਾ, ਸੰਗਰੂਰ, ਲੁਧਿਆਣਾ, ਅੰਮ੍ਰਿਤਸਰ ਅਤੇ ਤਰਨਤਾਰਨ ਜ਼ਿਲ੍ਹਿਆਂ ਦੀਆਂ ਹਨ। ਮਾਝਾ ਅਤੇ ਦੋਆਬਾ ਦੀਆਂ ਅਜਿਹੀਆਂ ਤਹਿਸੀਲਾਂ ਵਿੱਚ ਸ਼ਾਮਲ ਹਨ— ਅਜਨਾਲਾ, ਅੰਮ੍ਰਿਤਸਰ-I, ਅੰਮ੍ਰਿਤਸਰ-II, ਧਾਰ ਕਲਾਂ, ਸੁਲਤਾਨਪੁਰ ਲੋਧੀ, ਤਰਨਤਾਰਨ, ਖਡੂਰ ਸਾਹਿਬ ਅਤੇ ਪੱਟੀ ਦੀਆਂ ਤਹਿਸੀਲਾਂ। ਇਨ੍ਹਾਂ ਤੋਂ ਬਿਨਾਂ ਨੰਗਲ ਅਤੇ ਆਨੰਦਪੁਰ ਸਾਹਿਬ ਦੀ ਅਰਧ-ਪਹਾੜੀ ਤਹਿਸੀਲਾਂ ਅਤੇ ਐਸ.ਏ.ਐਸ. ਨਗਰ ਦੀ ਸ਼ਹਿਰੀ ਤਹਿਸੀਲ ਵੀ ਇਸ ਸ਼੍ਰੇਣੀ ਵਿੱਚ ਸ਼ਾਮਲ ਹੈ। ਇਨ੍ਹਾਂ ਤਹਿਸੀਲਾਂ ਵਿੱਚ ਗੰਨੇ ਦੀ ਕਾਸ਼ਤ ਦੇ ਨਾਂਹ ਜਾਂ ਬਹੁਤ ਘੱਟ ਹੋਣ ਦੇ ਮੁਖ ਕਾਰਕਾਂ ਵਿੱਚ ਸ਼ਾਮਲ ਹਨ ਅਰਧ-ਪਹਾੜੀ ਧਰਾਤਲ, ਚੋਆਂ, ਬੇਈਆਂ ਜਾਂ ਦਰਿਆਵਾਂ ਦੇ ਹੜ੍ਹਾਂ ਦੀ ਮਾਰ, ਮੰਡ (ਬੇਟ) ਦੇ ਹੜ੍ਹ ਦੀ ਮਾਰ ਹੇਠਲੇ ਇਲਾਕੇ, ਘਟੀਆ (ਰੇਤਲੀਆਂ ਆਦਿ) ਮਿੱਟੀਆਂ, ਸ਼ਹਿਰੀ ਵਿਕਾਸ, ਜਾਂ ਦੂਜੀਆਂ ਮਹੱਤਵਪੂਰਣ ਫਸਲਾਂ ਤੋਂ ਸਖ਼ਤ ਮੁਕਾਬਲਾ ਆਦਿ।

ਬਹੁਤ ਨੀਵੀਂ ਗੰਨਾ ਤੀਬਰਤਾ (0.51% ਤੋਂ 1.00) 8 ਤਹਿਸੀਲਾਂ— ਡੇਰਾ ਬਾਬਾ ਨਾਨਕ (0.65%), ਫਾਜ਼ਿਲਕਾ (0.86%), ਮਲੇਰਕੋਟਲਾ, ਪਾਇਲ (0.94%), ਖੰਨਾ (1.08%), ਅਤੇ ਫਤਹਿਗੜ੍ਹ ਸਾਹਿਬ (0.77%) ਵਿੱਚ ਪਾਈ ਜਾਂਦੀ ਹੈ। ਇਨ੍ਹਾਂ ਤਹਿਸੀਲਾਂ ਵਿੱਚ ਬੇਟ ਖੇਤਰ ਕਾਫ਼ੀ ਆਉਂਦਾ ਹੈ, ਚੋਅ ਜਾਂ ਬੇਈਂ ਦੀ ਹੜ੍ਹ ਦੀ ਮਾਰ ਹੁੰਦੀ ਹੈ ਜਾਂ ਰੇਤ ਟਿੱਬਿਆਂ ਕਾਰਨ ਧਰਾਤਲ ਪੱਧਰੀ ਨਹੀਂ ਹੈ, ਮਿੱਟੀਆਂ ਖਾਰੀਆਂ ਜਾਂ ਰੇਤਲੀਆਂ ਹਨ, ਨਹਿਰੀ ਸਿੰਜਾਈ ਘੱਟ ਹੈ ਅਤੇ ਟਿਊਬਵੈਲਾਂ ਦਾ ਪਾਣੀ ਵੀ ਖਾਰਾ ਹੋਣ ਕਾਰਨ ਸਿੰਜਾਈ ਦੇ ਯੋਗ ਨਹੀਂ ਹੈ। ਕਈ ਦੂਜੀਆਂ ਫਸਲਾਂ ਤੋਂ ਰਕਬੇ ਲਈ ਸਖਤ ਮੁਕਾਬਲਾ ਹੈ। ਜਲਵਾਯੂ ਵੀ ਅਰਧ-ਖੁਸ਼ਕ ਜਾਂ ਘੱਟ ਅਨੁਕੂਲ ਹੈ।

ਨੀਵੀਂ ਗੰਨਾ ਤੀਬਰਤਾ (1.1% ਤੋਂ 2.5%) ਪੰਜਾਬ ਦੀਆਂ 12 ਤਹਿਸੀਲਾਂ— ਇਕ ਮਾਝਾ ਪ੍ਰਦੇਸ਼ ਦੀ (ਬਾਬਾ ਬਕਾਲਾ 1.95%), ਚਾਰ ਬਿਸਤ ਦੋਆਬ ਦੀਆਂ (ਕਪੂਰਥਲਾ—2.05%, ਨਕੋਦਰ—1.33%, ਅਤੇ ਗੜ੍ਹਸ਼ੰਕਰ—1.53%), ਬਲਾਚੌਰ (1.19%), ਫਿਲੌਰ (2.20%), ਅਤੇ ਸੱਤ ਮਾਲਵਾ ਪ੍ਰਦੇਸ਼ ਦੀਆਂ ਖਰੜ, ਰੂਪਨਗਰ-2.63%, ਨਾਭਾ-1.35%, ਧੂਰੀ, ਅਮਲੋਹ ਅਤੇ ਬਸੀ ਪਠਾਣਾ (1.85%), ਵਿੱਚ ਨੀਵੀਂ ਗੰਨਾ ਤੀਬਰਤਾ ਪਾਈ ਜਾਂਦੀ ਹੈ। ਪੂਰਬੀ ਤਹਿਸੀਲਾਂ ਗੜ੍ਹਸ਼ੰਕਰ, ਬਲਾਚੌਰ, ਸਮਰਾਲਾ, ਖਰੜ ਆਦਿ ਵਿੱਚ ਅਰਧ-ਪਹਾੜੀ ਧਰਾਤਲ, ਡੂੰਘਾ ਭੂਮੀਗਤ ਜਲ ਤਲ, ਸਿੰਜਾਈ ਦੀਆਂ ਘੱਟ ਸਹੂਲਤਾਂ, ਘੱਟ ਉਪਜਾਊ ਮਿੱਟੀਆਂ ਅਤੇ ਮੱਕੀ ਗਰਮੀਆਂ ਦੀ ਮੁੱਖ ਫਸਲ ਹੋਣ ਕਾਰਨ ਗੰਨੇ ਦੀ ਕਾਸ਼ਤ ਹੇਠ ਘੱਟ ਰਕਬਾ ਹੈ। ਬਾਕੀ ਦੀਆਂ ਚਾਰ ਤਹਿਸੀਲਾਂ ਅਮਲੋਹ, ਸਮਰਾਲਾ, ਬੱਸੀ ਪਠਾਣਾ, ਨਾਭਾ ਅਤੇ ਧੂਰੀ ਵਿੱਚ ਗਰਮੀਆਂ ਦੀ ਮੁੱਖ ਫਸਲ ਚਾਵਲ ਤੋਂ ਗੰਨੇ ਨੂੰ ਸਖ਼ਤ ਮੁਕਾਬਲਾ ਹੈ।

ਸਾਧਾਰਣ ਤੋਂ ਸਾਧਾਰਣ ਉੱਚੀ ਗੰਨਾ ਤੀਬਰਤਾ (2.6% ਤੋਂ 5.0%) ਬਿਸਤ ਦੋਆਬ ਦੀਆਂ ਸੱਤ ਤਹਿਸੀਲਾਂ ਫਗਵਾੜਾ (4.64%), ਬੰਗਾ, ਨਵਾਂਸ਼ਹਿਰ (4.22%), ਜਲੰਧਰ-I (3.85%), ਫਿਲੌਰ (2.20%) ਅਤੇ ਹੁਸ਼ਿਆਰਪੁਰ (4.46%), ਅਤੇ ਮਾਲਵਾ ਪ੍ਰਦੇਸ਼ ਦੀਆਂ ਤਿੰਨ ਉੱਤਰ-ਪੂਰਬੀ ਤਹਿਸੀਲਾਂ— ਰੂਪਨਗਰ (2.63%), ਚਮਕੌਰ ਸਾਹਿਬ (3.89%) ਅਤੇ ਖਮਾਣੋਂ (3.11%) ਵਿੱਚ ਪਾਈ ਜਾਂਦੀ ਹੈ।

ਉੱਚੀ ਤੋਂ ਬਹੁਤ ਉੱਚੀ ਗੰਨਾ ਤੀਬਰਤਾ (5.1% ਤੋਂ ਜ਼ਿਆਦਾ) **ਕੇਵਲ ਚਾਰ ਤਹਿਸੀਲਾਂ** ਵਿੱਚ ਪਾਈ ਜਾਂਦੀ ਹੈ। ਇਨ੍ਹਾਂ ਵਿੱਚ ਗੁਰਦਾਸਪੁਰ ਜ਼ਿਲ੍ਹੇ (ਮਾਝਾ) ਦੀਆਂ ਤਿੰਨ ਤਹਿਸੀਲਾਂ— ਗੁਰਦਾਸਪੁਰ (6.04%) ਅਤੇ ਬਟਾਲਾ (5.86%), ਪਠਾਨਕੋਟ (5.63%), ਹੁਸ਼ਿਆਰਪੁਰ ਜ਼ਿਲ੍ਹੇ ਦੀਆਂ ਮੁਕੇਰੀਆਂ (7.92%) ਅਤੇ ਦਸੂਹਾ (11.80%) ਤਹਿਸੀਲਾਂ ਅਤੇ ਜਲੰਧਰ-I (3.85%) ਸ਼ਾਮਲ ਹਨ। ਇਨ੍ਹਾਂ ਸਭ ਵਿੱਚੋਂ **ਦਸੂਹਾ ਤਹਿਸੀਲ ਵਿੱਚ ਬਹੁਤ ਉੱਚੀ ਗੰਨਾ ਤੀਬਰਤਾ** (11.80%) ਪਾਈ ਜਾਂਦੀ ਹੈ।

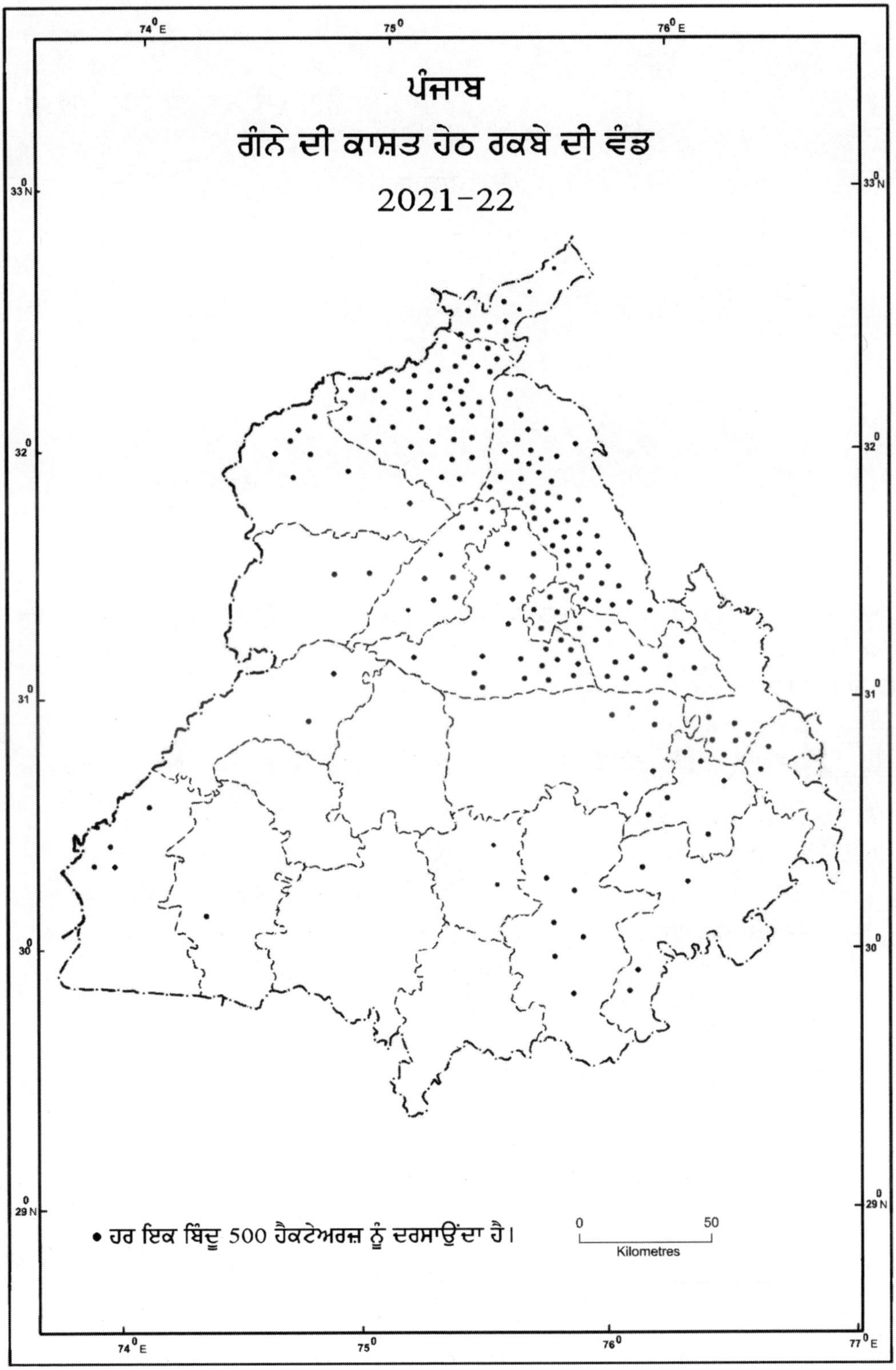
74° E
75°
76° E
77° E
33° N
32°
31°
30°
29° N
ਪੰਜਾਬ
ਗੰਨੇ ਦੀ ਕਾਸ਼ਤ ਹੇਠ ਰਕਬੇ ਦੀ ਵੰਡ
2021-22
• ਹਰ ਇਕ ਬਿੰਦੂ 500 ਹੈਕਟੇਅਰਜ਼ ਨੂੰ ਦਰਸਾਉਂਦਾ ਹੈ।
0 50
Kilometres

Map 50

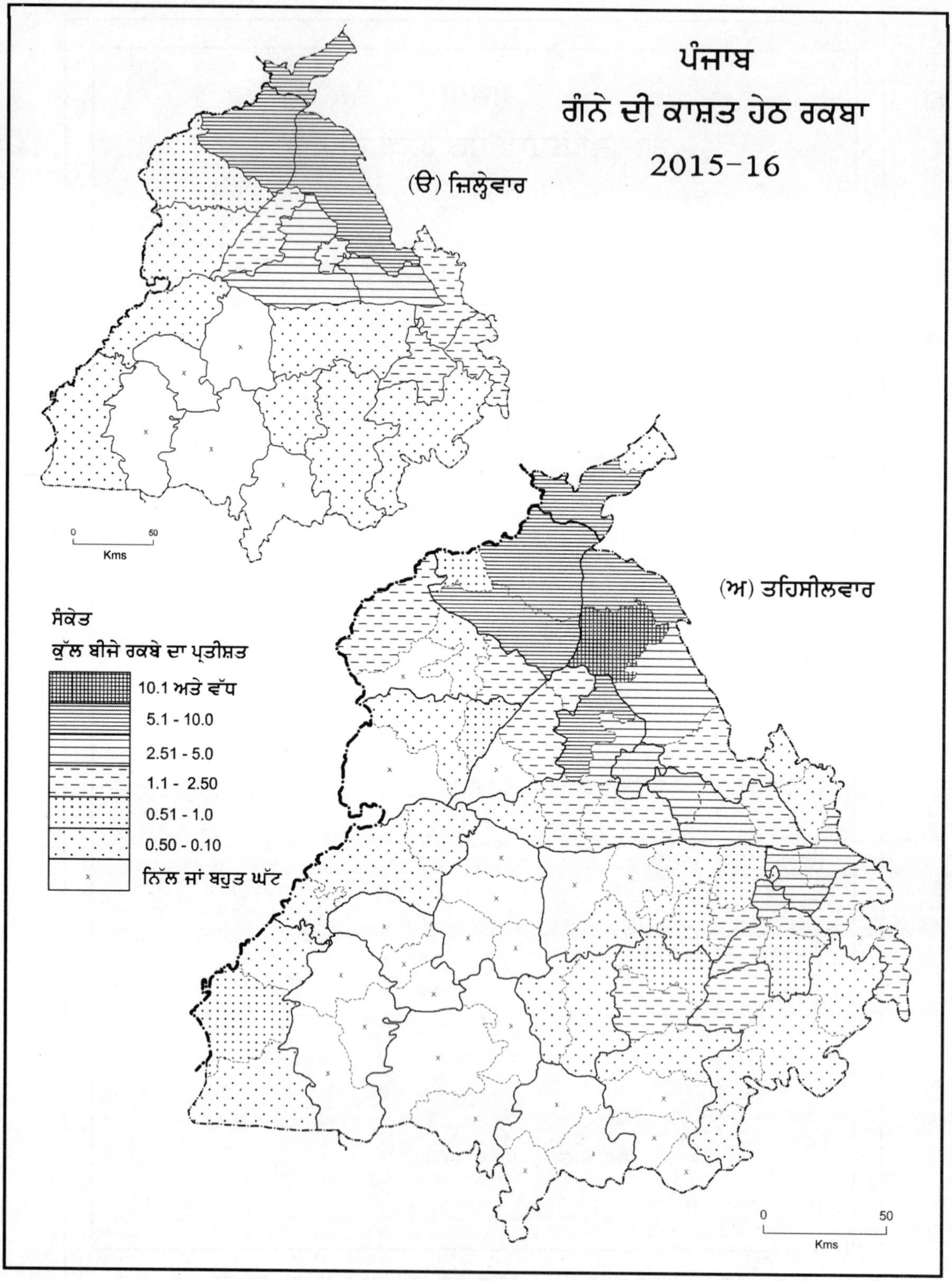
ਪੰਜਾਬ
ਗੰਨੇ ਦੀ ਕਾਸ਼ਤ ਹੇਠ ਰਕਬਾ
2015–16
(ੳ) ਜ਼ਿਲ੍ਹੇਵਾਰ
0 50
Kms
(ਅ) ਤਹਿਸੀਲਵਾਰ
ਸੰਕੇਤ
ਕੁੱਲ ਬੀਜੇ ਰਕਬੇ ਦਾ ਪ੍ਰਤੀਸ਼ਤ
10.1 ਅਤੇ ਵੱਧ
5.1 - 10.0
2.51 - 5.0
1.1 - 2.50
0.51 - 1.0
0.50 - 0.10
ਨਿੱਲ ਜਾਂ ਬਹੁਤ ਘੱਟ
0 50
Kms

Map 51

ਇਹ ਸਭ ਤਹਿਸੀਲਾਂ ਪੰਜਾਬ ਦੇ ਪੂਰਬੀ ਭਾਗਾਂ ਵਿੱਚ ਪਾਈਆਂ ਜਾਂਦੀਆਂ ਹਨ ਜਿੱਥੇ ਸਾਲਾਨਾ ਔਸਤ ਵਰਖਾ ਸਾਧਾਰਣ ਤੌਰ ਤੇ ਉੱਚੀ (70 ਸੈਂਟੀਮੀਟਰ ਤੋਂ ਜ਼ਿਆਦਾ) ਹੈ, ਤਾਪਮਾਨ ਸਾਰਾ ਸਾਲ ਲਗਭਗ ਉੱਚੇ ਰਹਿੰਦੇ ਹਨ। (ਪ੍ਰੰਤੂ ਜਨਵਰੀ ਅਤੇ ਫਰਵਰੀ ਦੇ ਮਹੀਨੇ ਕੋਰਾ (frost) ਵੀ ਪੈਂਦਾ ਹੈ ਜਿਸ ਕਾਰਨ ਝਾੜ ਘੱਟ ਹੈ), ਮਿੱਟੀਆਂ ਦੋਮਟ ਜਾਂ ਚੀਕਣੀ ਦੋਮਟ (Clay loams) ਹਨ, ਟਿਊਬਵੈਲਾਂ ਤੋਂ ਭਰਪੂਰ ਸਿੰਜਾਈ ਉਪਲੱਬਧ ਹੈ ਅਤੇ ਇਸ ਪ੍ਰਦੇਸ਼ ਵਿੱਚ ਪੇਂਡੂ ਲਿੰਕ ਸੜਕਾਂ (link roads) ਦਾ ਜਾਲ ਵਿਛਿਆ ਹੋਇਆ ਹੈ ਜੋ ਖੇਤਾਂ ਤੋਂ ਇਸ ਖੇਤਰ ਵਿੱਚ ਸਥਿਤ ਕਈ ਖੰਡ ਮਿੱਲਾਂ ਤੱਕ ਗੰਨੇ ਦੀ ਪਹੁੰਚ ਨੂੰ ਸੁਖਾਲਾ ਕਰਦੀਆਂ ਹਨ। ਇਸ ਖੇਤਰ ਵਿੱਚ ਗੰਨੇ ਦੀ ਖੇਤੀ ਪੁਰਾਣੇ ਸਮਿਆਂ ਤੋਂ ਮਹੱਤਵਪੂਰਣ ਚਲੀ ਆ ਰਹੀ ਹੈ ਅਤੇ ਕਿਸਾਨਾਂ ਲਈ ਗੰਨਾ ਇੱਕ ਲਾਭਦਾਇਕ ਨਕਦੀ ਫਸਲ ਹੈ।

ਪਿਛਲੇ ਕਖਈ ਸਾਲਾਂ ਤੋਂ ਕਿਸਾਨਾਂ ਦੇ ਗੰਨੇ ਦਾ ਠੀਕ ਮੰਡੀਕਰਣ ਨਹੀਂ ਹੋ ਰਿਹਾ ਹੈ। ਗੰਨੇ ਦੀ ਖੰਡ ਮਿੱਲਾਂ ਤੇ ਤੁਰੰਤ ਵਸੂਲੀ ਨਹੀਂ ਹੁੰਦੀ ਹੈ ਅਤੇ ਗੰਨੇ ਦੀ ਕੀਮਤ ਦੀ ਕਿਸਾਨਾਂ ਨੂੰ ਅਦਾਇਗੀ (payment of sugar cane price) ਵਿੱਚ ਕਈ ਵਾਰ ਬਹੁਤ ਦੇਰ ਹੋ ਜਾਂਦੀ ਹੈ। ਇਨ੍ਹਾਂ ਸਭ ਕਾਰਨਾਂ ਫਲਸਰੂਪ ਕਈ ਸਮੱਸਿਆਵਾਂ ਪੈਦਾ ਹੋ ਗਈਆਂ ਹਨ। ਨਤੀਜੇ ਵਜੋਂ ਗੰਨੇ ਹੇਠ ਰਕਬਾ ਅਸਥਿਰ ਰਹਿੰਦਾ ਹੈ ਅਤੇ ਸਮੱਸਿਆਵਾਂ ਦੇ ਆਧਾਰ ਤੇ ਹਰ ਸਾਲ ਘਟਦਾ-ਵੱਧਦਾ (fluctuate) ਰਹਿੰਦਾ ਹੈ।

ਰਾਜ ਵਿੱਚ ਪੈਦਾ ਕੀਤਾ ਸਾਰਾ ਗੰਨਾ ਪੰਜਾਬ ਦੀਆਂ ਖੰਡ ਮਿੱਲਾਂ ਰਾਹੀਂ ਪੀੜਿਆ ਨਹੀਂ ਜਾ ਸਕਦਾ ਹੈ ਭਾਵੇਂ ਕਾਫ਼ੀ ਗੰਨੇ ਤੋਂ ਕਿਸਾਨ ਆਪ ਗੁੜ, ਸ਼ੱਕਰ ਅਤੇ ਦੇਸੀ ਖੰਡ ਵੀ ਬਣਾਉਂਦੇ ਹਨ। ਪ੍ਰੰਤੂ ਫਿਰ ਵੀ ਕਾਫ਼ੀ ਗੰਨਾ ਅਜਾਈਂ ਜਾਂਦਾ ਹੈ। ਇਸ ਲਈ ਗੰਨੇ ਦੀ ਕਾਸ਼ਤ ਨੂੰ ਉਤਸ਼ਾਹਤ ਕਰਨ ਲਈ ਸਖ਼ਤ ਕਦਮਾਂ ਦੀ ਲੋੜ ਹੈ ਜਿਸ ਵਿੱਚ ਖੰਡ ਮਿੱਲਾਂ ਲਈ ਉਹ ਸਾਰਾ ਗੰਨਾ, ਜੋ ਕਿਸਾਨ ਉਨ੍ਹਾਂ ਨੂੰ ਦਿੰਦੇ ਹਨ, ਚੁੱਕਣਾ ਅਤੇ ਚੁੱਕੇ ਗੰਨੇ ਦੀ ਤੁਰੰਤ ਕੀਮਤ ਅਦਾ ਕਰਨਾ ਸ਼ਾਮਲ ਹਨ। ਗੰਨੇ ਦੀ ਪਿੜਾਈ ਦੇ ਦਿਨਾਂ ਵਿੱਚ ਖੰਡ ਮਿੱਲਾਂ ਨੂੰ ਉਹ ਸਭ ਪ੍ਰਬੰਧ ਕਰਨੇ ਚਾਹੀਦੇ ਹਨ ਜਿਸ ਨਾਲ ਗੰਨੇ ਨਾਲ ਲੱਦੀਆਂ ਟਰਾਲੀਆਂ ਖੰਡ ਮਿੱਲਾਂ ਤੱਕ ਖੜ੍ਹੀਆਂ ਨਾ ਰਹਿਣ। ਇਸ ਨਾਲ ਖੰਡ ਮਿੱਲਾਂ ਅਤੇ ਕਿਸਾਨਾਂ ਨੂੰ ਭਾਰੀ ਨੁਕਸਾਨ ਹੁੰਦਾ ਹੈ।

ਜੌਂ (BARLEY)

ਪੰਜਾਬ ਦੀ ਚੌਥੀ ਮਹੱਤਵਪੂਰਣ ਅਨਾਜ ਫਸਲ ਜੌਂ ਹਨ। ਇਹ ਰਾਜ ਦੀ ਦੂਜੀ ਮਹੱਤਵਪੂਰਣ ਹਾੜ੍ਹੀ ਦੀ ਅਨਾਜ ਫਸਲ ਹੈ। ਇਸ ਦੀ ਵਰਤੋਂ ਬੀਅਰ ਅਤੇ ਵਿਸਕੀ ਬਣਾਉਣ ਲਈ ਵੀ ਕੀਤੀ ਜਾਂਦੀ ਹੈ। ਇਹ ਪਸ਼ੂਆਂ ਨੂੰ ਖਿਲਾਉਣ ਲਈ ਵੀ ਵਰਤੇ ਜਾਂਦੇ ਹਨ।

ਕਣਕ ਲਈ ਅਨੁਕੂਲ ਜਲਵਾਯੂ ਅਤੇ ਦੂਜੀਆਂ ਹਾਲਤਾਂ ਜੌਂਆਂ ਦੀ ਕਾਸ਼ਤ ਲਈ ਵੀ ਢੁੱਕਵੀਆਂ ਹੁੰਦੀਆਂ ਹਨ। ਅਸਲ ਵਿੱਚ ਜੌਂਆਂ ਦੀ ਕਾਸ਼ਤ ਉਨ੍ਹਾਂ ਜ਼ਮੀਨਾਂ ਵਿੱਚ ਕੀਤੀ ਜਾਂਦੀ ਹੈ ਜੋ ਕਣਕ ਦੀ ਖੇਤੀ ਦੇ ਬਹੁਤੀਆਂ ਅਨੁਕੂਲ ਨਹੀਂ ਹੁੰਦੀਆਂ ਹਨ। ਜੌਂ ਅਜਿਹੇ ਖੇਤਰਾਂ ਵਿੱਚ, ਜਿੱਥੇ ਤਾਪਮਾਨ 10° ਤੋਂ 15°C ਅਤੇ ਵਰਖਾ ਘੱਟ ਹੁੰਦੀ ਹੈ, ਭਲੀ-ਭਾਂਤੀ ਉੱਗਦੇ ਹਨ। ਘੱਟ ਵਰਖਾ, ਨੀਵੇਂ ਜਾਂ ਉੱਚੇ ਤਾਪਮਾਨ ਅਤੇ ਘਟੀਆ ਜ਼ਮੀਨ ਵਾਲੇ ਇਲਾਕਿਆਂ ਵਿੱਚ ਜੌਂਆਂ ਦੀ ਸਫਲ ਖੇਤੀ ਕੀਤੀ ਜਾ ਸਕਦੀ ਹੈ। ਜੌਂ ਹਲਕੀ ਜ਼ਮੀਨ ਅਤੇ ਮੁਸਾਮਦਾਰ ਅਤੇ ਖਾਰੀ ਜ਼ਮੀਨ ਵਿੱਚ ਵੀ ਪੈਦਾ ਕੀਤੇ ਜਾਂਦੇ ਹਨ। ਇਹ ਸੋਕੇ ਵਾਲੀ ਹਾਲਤ (drought condition) ਨੂੰ ਵੀ ਝੱਲ ਸਕਦੇ ਹਨ। ਇਹ ਸਿੰਜਾਈ ਦੀ ਸਹਾਇਤਾ ਨਾਲ ਅਤੇ ਇਸ ਤੋਂ ਬਿਨਾਂ ਵੀ ਪੈਦਾ ਕੀਤੇ ਜਾ ਸਕਦੇ ਹਨ।

ਜੌਂਆਂ ਹੇਠ ਰਕਬਾ ਅਤੇ ਉਤਪਾਦਨ (ACREAGE AND PRODUCTION)

ਜੌਂਆਂ ਹੇਠ ਮੁਕਾਬਲਤਨ ਥੋੜ੍ਹਾ ਰਕਬਾ ਹੈ। 2000-01 ਵਿੱਚ ਜੌਂਆਂ ਦੀ ਕਾਸ਼ਤ ਸਿਰਫ਼ 32 ਹਜ਼ਾਰ ਹੈਕਟੇਅਰ ਵਿੱਚ ਕੀਤੀ ਗਈ ਸੀ। ਇਹ ਰਕਬਾ ਪੰਜਾਬ ਦੇ ਕੁੱਲ ਫਸਲ ਰਕਬੇ ਦਾ ਕੇਵਲ 0.4% ਸੀ। ਪੰਜਾਬ ਦਾ ਜੌਂਆਂ ਦਾ ਰਕਬਾ ਦੇਸ਼ ਦੇ ਜੌਂਆਂ ਹੇਠ ਕੁੱਲ ਰਕੇ ਦਾ 4.1% ਹੈ। 1960-61 ਤੋਂ ਹੁਣ ਤੱਕ ਸਿਰਫ਼ 1975-76 ਦੇ ਸਾਲ, ਜਦੋਂ ਰਾਜ ਵਿੱਚ ਜੌਂਆਂ ਹੇਠ ਸਭ ਤੋਂ ਵੱਧ ਰਕਬਾ ਸੀ, ਨੂੰ ਛੱਡ ਕੇ ਜੌਂਆਂ ਦਾ ਰਕਬਾ ਆਮ ਤੌਰ ਤੇ ਘਟਦਾ ਆ ਰਿਹਾ ਹੈ। 1975-76 ਵਿੱਚ ਜੌਂਆਂ ਹੇਠ ਕੁੱਲ ਰਕਬਾ 1 ਲੱਖ 20 ਹਜ਼ਾਰ

ਹੈਕਟੇਅਰ ਸੀ ਅਤੇ 1993-94 ਵਿੱਚ ਸਿਰਫ਼ 36 ਹਜ਼ਾਰ ਹੈਕਟੇਅਰ ਜ਼ਮੀਨ ਵਿੱਚ ਜੌਂ ਬੀਜੇ ਗਏ ਸਨ। 2002-03 ਵਿੱਚ 26,000 ਹੈਕਟੇਅਰ, 2004-05 ਵਿੱਚ 22,000 ਹੈਕਟੇਅਰ ਅਤੇ 2008-09 ਵਿੱਚ ਕੇਵਲ 16,000 ਹੈਕਟੇਅਰ ਜ਼ਮੀਨ ਵਿੱਚ ਜੌਂ ਬੀਜੇ ਗਏ ਸਨ। 2010-11 ਦੌਰਾਨ 12 ਹਜ਼ਾਰ ਹੈਕਟੇਅਰ ਰਕਬੇ ਵਿੱਚ ਜੌਂਆਂ ਦੀ ਕਾਸ਼ਤ ਕੀਤੀ ਗਈ ਸੀ। 2015-16 ਸਾਲ ਵਿੱਚ 12,000 ਹੈਕਟੇਅਰ ਭੂਮੀ ਵਿੱਚ ਜੌਂ ਦੀ ਕਾਸ਼ਤ ਕੀਤੀ ਗਈ ਸੀ। ਇਹ ਰਾਜ ਦੇ ਕੁੱਲ ਫਸਲੀ ਰਕਬੇ ਦਾ ਕੇਵਲ 0.20% ਸੀ। ਸਾਲ 2018-19 ਵਿੱਚ ਦੇਸ਼ ਦੇ ਕੁੱਲ ਜੌਂ ਰਕਬੇ ਦਾ ਕੇਵਲ 3% ਸੀ। ਜੌਂ ਦੀ ਕਾਸ਼ਤ ਹੇਠ ਰਕਬਾ ਘੱਟ ਕੇ ਕੇਵਲ 6000 ਹੈਕਟੇਅਰ ਰਹਿ ਗਿਆ ਜੋ 2021-22 ਦੌਰਾਨ ਹੋਰ ਘੱਟ ਕੇ 5000 ਹੈਕਟੇਅਰ ਹੋ ਗਿਆ।

ਸਿਰਫ਼ 1975-76 ਦੇ ਸਾਲ, ਜਦੋਂ ਜੌਂਆਂ ਦਾ ਸਭ ਤੋਂ ਵੱਧ ਉਤਪਾਦਨ (1 ਲੱਖ 52 ਹਜ਼ਾਰ ਮੀ. ਟਨ) ਪ੍ਰਾਪਤ ਹੋਇਆ ਸੀ, ਨੂੰ ਛੱਡ ਕੇ ਜੌਂਆਂ ਦਾ ਉਤਪਾਦਨ 1960-61 ਤੋਂ 2000-01 ਤੱਕ ਆਮ ਕਰਕੇ ਵਧਦਾ ਆ ਰਿਹਾ ਹੈ। ਇਸ ਦਾ ਮੁੱਖ ਕਾਰਨ 1960-61 ਤੋਂ ਬਾਅਦ ਦੇ ਸਮੇਂ ਵਿੱਚ ਜੌਂਆਂ ਦੇ ਝਾੜ ਵਿੱਚ ਕਾਫ਼ੀ ਵਾਧਾ ਹੋਣਾ ਹੈ। 1960-61 ਵਿੱਚ ਜੌਂਆਂ ਦਾ ਪ੍ਰਤੀ ਹੈਕਟੇਅਰ ਝਾੜ 798 ਕਿਲੋਗ੍ਰਾਮ ਸੀ। 1975-76 ਵਿੱਚ ਇਹ ਵਧ ਕੇ 1267 ਕਿਲੋਗ੍ਰਾਮ, 1991-92 ਵਿੱਚ 2939 ਕਿਲੋਗ੍ਰਾਮ ਅਤੇ 2000-01 ਵਿੱਚ 3393 ਕਿਲੋਗ੍ਰਾਮ ਹੋ ਗਿਆ ਸੀ। ਜੌਂਆਂ ਦਾ ਉਤਪਾਦਨ 1960-61 ਵਿੱਚ 52 ਹਜ਼ਾਰ ਮੀ. ਟਨ, 1970-71 ਅਨੁਸਾਰ 57 ਹਜ਼ਾਰ ਮੀ. ਟਨ, 1980-81 ਵਿੱਚ 1 ਲੱਖ 8 ਹਜ਼ਾਰ ਮੀ. ਟਨ, 1990-91 ਅਨੁਸਾਰ 1 ਲੱਖ 01 ਹਜ਼ਾਰ ਮੀ. ਟਨ ਅਤੇ 1994-95 ਵਿੱਚ 1 ਲੱਖ 40 ਹਜ਼ਾਰ ਮੀਟਰਕ ਟਨ ਸੀ। ਪ੍ਰੰਤੂ 2000-01 ਸਾਲ ਦੌਰਾਨ ਜੌਂਆਂ ਦਾ ਕੁੱਲ ਉਤਪਾਦਨ 1.09 ਲੱਖ ਮੀ. ਟਨ ਸੀ। ਜੌਂਆਂ ਦੇ ਇਸ ਵਧਦੇ ਉਤਪਾਦਨ ਦਾ ਇੱਕ ਮਹੱਤਵਪੂਰਣ ਕਾਰਨ ਜੌਂਆਂ ਦੀ ਕਾਸ਼ਤ ਵਿੱਚ ਸਿੰਜਾਈ ਦੀ ਵਧ ਰਹੀ ਵਰਤੋਂ ਹੈ। 2000-01 ਅਨੁਸਾਰ ਜੌਂਆਂ ਦੀ ਕਾਸ਼ਤ ਹੇਠ ਕੁੱਲ ਰਕਬੇ ਦੇ 95.3% ਤੋਂ ਵੀ ਜ਼ਿਆਦਾ ਵਿੱਚ ਸਿੰਜਾਈ ਦੀ ਵਰਤੋਂ ਕੀਤੀ ਗਈ ਸੀ। ਪ੍ਰੰਤੂ 2000-01 ਤੋਂ ਬਾਅਦ ਜੌਂਆਂ ਦਾ ਉਤਪਾਦਨ ਘਟਣ ਲੱਗ ਪਿਆ। 2000-01 ਵਿੱਚ ਜੌਂਆਂ ਦਾ ਉਤਪਾਦਨ 1.09 ਲੱਖ ਮੀ. ਟਨ ਸੀ। ਇਹ ਉਤਪਾਦਨ ਘਟ ਕੇ 2015-16 ਵਿੱਚ 44,000 ਮੀ. ਟਨ, 2018-19 ਵਿੱਚ 22,300 ਮੀ. ਟਨ ਅਤੇ 2019-20 ਵਿੱਚ 23.4 ਹਜ਼ਾਰ ਮੀ. ਟਨ ਰਹਿ ਗਿਆ। 2006-07 ਵਿੱਚ ਪੰਜਾਬ ਨੇ ਭਾਰਤ ਦਾ 4.82% ਜੌਂ ਪੈਦਾ ਕੀਤੇ ਸਨ। 2020-21 ਵਿੱਚ ਪੰਜਾਬ ਨੇ 22,300 ਮੀ. ਟਨ ਅਤੇ 2021-22 ਵਿੱਚ 15,900 ਮੀ. ਟਨ ਜੌਂ ਪੈਦਾ ਕੀਤੇ ਸਨ। 2020-21 ਵਿੱਚ ਪੰਜਾਬ ਨੇ ਭਾਰਤ ਦੇ 1.38% ਜੌਂ ਪੈਦਾ ਕੀਤੇ ਸਨ।

ਵੰਡ (DISTRIBUTION)

ਜੌਂ ਮੁੱਖ ਤੌਰ ਤੇ ਮਾਲਵਾ ਪ੍ਰਦੇਸ਼ ਦੀ ਫਸਲ ਹੈ। 2000-01 ਅਤੇ 2021-22 ਵਿੱਚ ਜੌਂਆਂ ਦਾ ਸਾਰਾ ਉਤਪਾਦਨ ਮਾਲਵਾ ਪ੍ਰਦੇਸ਼ ਤੋਂ ਆਇਆ ਸੀ। ਦੱਖਣ-ਪੱਛਮੀ ਪੰਜਾਬ ਦੇ ਪੰਜ ਜ਼ਿਲ੍ਹੇ ਮੁਕਤਸਰ, ਸੰਗਰੂਰ, ਬਠਿੰਡਾ, ਫਾਜ਼ਿਲਕਾ ਅਤੇ ਲੁਧਿਆਣਾ ਰਲ ਕੇ ਪੰਜਾਬ ਦੇ 69.2 ਜੌਂ ਪੈਦਾ ਕਰਦੇ ਹਨ।

ਫਾਜ਼ਿਲਕਾ ਦਾ ਜ਼ਿਲ੍ਹਾ ਜੌਂਆਂ ਦਾ ਤੀਜਾ ਸਭ ਤੋਂ ਵੱਡਾ ਉਤਪਾਦਕ ਹੈ ਜੋ ਰਾਜ ਦਾ ਲਗਭਗ (15.72%) ਜੌਂ ਪੈਦਾ ਕਰਦਾ ਹੈ। ਸੰਗਰੂਰ ਸਭ ਤੋਂ ਵੱਡਾ ਉਤਪਾਦਕ (18.87%), ਬਠਿੰਡਾ (12.6%), ਮਾਨਸਾ (6.99%) ਅਤੇ ਲੁਧਿਆਣਾ (18.24%) ਦੇ ਜ਼ਿਲ੍ਹੇ ਜੌਂਆਂ ਦੇ ਦੂਜੇ ਵੱਡੇ ਉਤਪਾਦਕ ਹਨ ਜਿਨ੍ਹਾਂ ਵਿੱਚੋਂ ਹਰ ਇਕ ਰਾਜ ਦੇ 6.0% ਤੋਂ ਜ਼ਿਆਦਾ ਜੌਂ ਪੈਦਾ ਕਰਦਾ ਹੈ। ਇਹ ਅੰਕੜੇ 2021-22 ਅਨੁਸਾਰ ਹਨ। ਪਟਿਆਲਾ (6.3%) ਅਤੇ ਬਰਨਾਲਾ (5.7%) ਮਾਲਵੇ ਦੇ ਦੋ ਹੋਰ ਜੌਂ ਦੇ ਉਤਪਾਦਕ ਹਨ। ਮਾਲਵੇ ਤੋਂ ਬਾਹਰ ਪਠਾਨਕੋਟ ਦਾ ਜ਼ਿਲ੍ਹਾ ਜੌਂ ਦਾ ਇੱਕ ਮਹੱਤਵਪੂਰਣ ਉਤਪਾਦਕ (ਰਾਜ ਦਾ) ਹੈ। ਇਨ੍ਹਾਂ ਸੱਤ ਜ਼ਿਲ੍ਹਿਆਂ ਦਾ ਜਲਵਾਯੂ ਖੁਸ਼ਕ ਹੈ, ਮਿੱਟੀ ਰੇਤਲੀ ਦੋਮਟ ਹੈ ਅਤੇ ਕਾਫ਼ੀ ਸਿੰਜਾਈ ਸਹੂਲਤਾਂ ਉਪਲੱਬਧ ਹਨ।

ਪੰਜਾਬ ਵਿੱਚ ਜੌਂਆਂ ਹੇਠ ਸਭ ਤੋਂ ਵੱਧ ਰਕਬਾ 2006-07 ਵਿੱਚ ਅਬੋਹਰ ਤਹਿਸੀਲ ਵਿੱਚ 2268 ਹੈਕਟੇਅਰ ਸੀ। ਮਲੇਰਕੋਟਲਾ (647 ਹੈਕਟੇਅਰ), ਧੂਰੀ (490 ਹੈਕਟੇਅਰ), ਫਾਜ਼ਿਲਕਾ (200 ਹੈਕਟੇਅਰ), ਬਠਿੰਡਾ (366 ਹੈਕਟੇਅਰ), ਤਲਵੰਡੀ ਸਾਬੋ (1531 ਹੈਕਟੇਅਰ), ਸਰਦੂਲਗੜ੍ਹ (564 ਹੈਕਟੇਅਰ), ਨਾਭਾ (540 ਹੈਕਟੇਅਰ), ਸੰਗਰੂਰ, ਬੁਢਲਾਡਾ, ਮੁਕਤਸਰ, ਮਲੋਟ,

ਪਾਇਲ, ਜਗਰਾਉਂ, ਸੁਨਾਮ, ਤਲਵੰਡੀ ਸਾਬੋ, ਮਾਨਸਾ ਆਦਿ ਦੂਜੀਆਂ ਤਹਿਸੀਲਾਂ ਜੌਂਆਂ ਦੀ ਕਾਸ਼ਤ ਲਈ ਮਹੱਤਵਪੂਰਣ ਹਨ। ਇਹ ਅੰਕੜੇ 2013-14 ਅਨੁਸਾਰ ਹਨ।

ਰੂਪਨਗਰ ਅਤੇ ਮੋਗਾ ਜ਼ਿਲ੍ਹਿਆਂ ਵਿੱਚ ਵੀ ਕੁੱਲ ਜੌਂ ਕਾਸ਼ਤ ਕੀਤੇ ਜਾਂਦੇ ਹਨ।

ਤੇਲ ਦੇ ਬੀਜ (OIL SEEDS)

ਕਈ ਫਸਲਾਂ ਜਿਨ੍ਹਾਂ ਦੇ ਬੀਜਾਂ ਤੋਂ ਤੇਲ ਪ੍ਰਾਪਤ ਹੁੰਦਾ ਹੈ, ਪੰਜਾਬ ਵਿੱਚ ਪੈਦਾ ਕੀਤੀਆਂ ਜਾਂਦੀਆਂ ਹਨ। ਸਰ੍ਹੋਂ, ਰਾਇਆ, ਤੋਰੀਆ, ਤਾਰਾਮੀਰਾ, ਸੂਰਜਮੁਖੀ, ਤਿਲ (sesamum), ਮੂੰਗਫਲੀ ਅਤੇ ਅਲਸੀ (lineseed) ਤੇਲ ਦੇ ਬੀਜਾਂ ਦੀਆਂ ਮਹੱਤਵਪੂਰਣ ਫਸਲਾਂ ਹਨ ਜੋ ਪੰਜਾਬ ਵਿੱਚ ਪੈਦਾ ਕੀਤੀਆਂ ਜਾਂਦੀਆਂ ਹਨ। ਅਨਾਜ ਫਸਲਾਂ (cereal crops) ਦੇ ਮੁਕਾਬਲੇ ਤੇਲ ਦੇ ਬੀਜਾਂ ਦੀਆਂ ਫਸਲਾਂ ਹੇਠ ਰਕਬਾ ਭਾਵੇਂ ਬਹੁਤ ਘੱਟ ਹੈ (ਸਾਰਣੀ ਨੰ. 26) ਪ੍ਰੰਤੂ ਵਿਭਿੰਨ ਫਸਲ ਵਰਗਾਂ (groups of crops) ਹੇਠ ਰਕਬੇ ਦੇ ਆਧਾਰ ਤੇ ਤੇਲ ਦੇ ਬੀਜ ਦੀਆਂ ਫਸਲਾਂ ਅਨਾਜ ਫਸਲਾਂ, ਕਪਾਹ ਅਤੇ ਗੰਨੇ ਤੋਂ ਬਾਅਦ ਚੌਥੇ ਨੰਬਰ ਤੇ ਆਉਂਦੀਆਂ ਹਨ। 2000-01 ਅਨੁਸਾਰ ਤੇਲ ਦੀ ਬੀਜਾਂ ਦੀਆਂ ਫਸਲਾਂ ਹੇਠ ਕੁੱਲ ਰਕਬਾ ਰਾਜ ਦੇ ਕੁੱਲ ਫਸਲ ਰਕਬੇ ਦਾ ਲਗਭਗ 1.08% ਸੀ। ਉਸ ਸਾਲ ਰਾਜ ਵਿੱਚ ਕੇਵਲ 86 ਹਜ਼ਾਰ ਹੈਕਟੇਅਰ ਭੂਮੀ ਵਿੱਚ ਤੇਲ ਦੇ ਬੀਜਾਂ ਦੀਆਂ ਫਸਲਾਂ ਬੀਜੀਆਂ ਗਈਆਂ ਸਨ। ਇਹ ਰਕਬਾ ਦੇਸ਼ ਵਿੱਚ ਤੇਲ ਬੀਜ ਫਸਲਾਂ ਹੇਠ ਕੁੱਲ ਰਕਬੇ ਦਾ 0.5% ਤੋਂ ਵੀ ਘੱਟ ਸੀ। 2000-01 ਤੋਂ ਬਾਅਦ ਦੋ ਸਾਲਾਂ ਵਿੱਚ ਤੇਲ ਬੀਜਾਂ ਹੇਠ ਰਕਬਾ 85 ਤੋਂ 95 ਹਜ਼ਾਰ ਹੈਕਟੇਅਰ ਵਿਚਕਾਰ ਅਤੇ ਉਤਪਾਦਨ ਲਗਭਗ 1 ਲੱਖ ਮੀ. ਟਨ ਦੇ ਨੇੜੇ-ਤੇੜੇ ਘਟਦਾ ਵਧਦਾ ਰਿਹਾ ਹੈ। ਤੇਲ ਬੀਜ ਫਸਲਾਂ ਹੇਠ ਰਾਜ ਦੇ ਕੁੱਲ ਫਸਲੀ ਰਕਬੇ ਦਾ ਲਗਭਗ 1% ਹੈ। ਇਹ ਪ੍ਰਤੀਸ਼ੱਤਤਾ ਕਾਫ਼ੀ ਘੱਟ ਹੈ। ਇਸ ਨੂੰ ਵਧਾਉਣ ਦੀ ਲੋੜ ਹੈ। 1970-71 ਵਿੱਚ ਇਹ ਹਿੱਸਾ 5.2% ਸੀ। 2000-01 ਵਿੱਚ ਇਹ ਪ੍ਰਤੀਸ਼ੱਤਤਾ 1.08 ਸੀ ਅਤੇ 2007-09 ਵਿੱਚ ਕੇਵਲ 0.76 ਰਹਿ ਗਈ। 2010-11 ਵਿੱਚ ਤੇਲ ਬੀਜ ਦੀਆਂ ਫਸਲਾਂ 56,000 ਹੈਕਟੇਅਰ ਰਕਬੇ ਵਿੱਚ ਕਾਸ਼ਤ ਕੀਤੀਆਂ ਗਈਆਂ ਸਨ। ਇਹ ਰਕਬਾ ਰਾਜ ਦੇ ਕੁੱਲ ਫਸਲ ਰਕਬੇ ਦਾ 0.71% ਸੀ। 2018-19 ਵਿੱਚ ਵੀ ਰਕਬਾ 41,000 ਹੈਕਟੇਅਰ ਸੀ ਜੋ 2020-21 ਵਿੱਚ ਹੋਰ ਘਟ ਕੇ 38,000 ਹੈਕਟੇਅਰ ਰਹਿ ਗਿਆ। 2021-22 ਤੇਲ ਬੀਜ ਫਸਲਾਂ ਹੇਠ ਰਕਬਾ ਵਧਕੇ 49,500 ਹੈਕਟੇਅਰ ਹੋ ਗਿਆ।

ਤੇਲ ਬੀਜ ਫਸਲਾਂ ਸਾਰਾ ਸਾਲ ਪੈਦਾ ਕੀਤੀਆਂ ਜਾਂਦੀਆਂ ਹਨ। ਸਰ੍ਹੋਂ, ਰਾਇਆ ਅਤੇ ਤਾਰਾਮੀਰਾ ਅਤੇ ਅਲਸੀ ਹਾੜ੍ਹੀ ਦੀਆਂ ਫਸਲਾਂ ਹਨ, ਤਿਲ ਅਤੇ ਮੂੰਗਫਲੀ ਸੌਣੀ ਦੀਆਂ ਫਸਲਾਂ ਹਨ। ਸੂਰਜਮੁਖੀ ਬਸੰਤ ਰੁੱਤ ਦੀ ਫਸਲ ਹੈ। ਇਸ ਕਾਰਨ ਇਨ੍ਹਾਂ ਲਈ ਲੋੜੀਂਦੀਆਂ ਅਨੁਕੂਲ ਜਲਵਾਯੂ ਹਾਲਤਾਂ ਹਰ ਫਸਲ ਲਈ ਵਿਭਿੰਨ ਹੋਣਗੀਆਂ। ਸਮੁੱਚੇ ਤੌਰ ਤੇ ਤੇਲ ਬੀਜ ਫਸਲਾਂ ਲਈ ਚੰਗੇ ਜਲ ਨਿਕਾਸ ਵਾਲੀਆਂ ਦੋਮਟ ਮਿੱਟੀਆਂ (loamy soils) ਚਾਹੀਦੀਆਂ ਹਨ।

ਰਕਬਾ ਅਤੇ ਉਤਪਾਦਨ (AREA AND PRODUCTION)

ਤੇਲ ਬੀਜ ਫਸਲਾਂ ਹੇਠ ਰਕਬਾ ਘਟਦਾ-ਵਧਦਾ ਰਿਹਾ ਹੈ। ਇਹ ਰਕਬਾ 1960-61 ਵਿੱਚ 1 ਲੱਖ 85 ਹਜ਼ਾਰ ਹੈਕਟੇਅਰ ਤੋਂ ਵੱਧ ਕੇ 1975-76 ਵਿੱਚ 3 ਲੱਖ 15 ਹਜ਼ਾਰ ਹੈਕਟੇਅਰ ਹੋ ਗਿਆ ਸੀ। ਇਸ ਤੋਂ ਬਾਅਦ ਰਕਬਾ ਘਟਣ ਲੱਗ ਪਿਆ ਅਤੇ 1990-91 ਵਿੱਚ ਇਹ ਰਕਬਾ ਘਟ ਕੇ 1 ਲੱਖ 4 ਹਜ਼ਾਰ ਹੈਕਟੇਅਰ ਰਹਿ ਗਿਆ ਸੀ। ਇਸ ਦਾ ਕਾਰਨ ਤੇਲ ਬੀਜ ਫਸਲੀ ਰਕਬੇ ਦੀ ਕਣਕ ਅਤੇ ਚਾਵਲਾਂ ਹੇਠ ਰਕਬੇ ਵੱਲ ਤਬਦੀਲੀ ਸੀ। 1991-92 ਤੋਂ ਤੇਲ ਬੀਜ ਫਸਲਾਂ ਹੇਠ ਰਕਬਾ ਫਿਰ ਵਧਣ ਲੱਗ ਪਿਆ। 1995-96 ਵਿੱਚ ਇਹ ਵਧ ਕੇ 2.70 ਲੱਖ ਹੈਕਟੇਅਰ ਹੋ ਗਿਆ ਸੀ। ਪ੍ਰੰਤੂ ਉਸ ਤੋਂ ਬਾਅਦ ਇਹ ਫਿਰ ਘਟਣ ਲੱਗ ਪਿਆ (ਸਾਰਣੀ ਨੰ. 25)। 1998-99 ਅਨੁਸਾਰ ਤੇਲ ਬੀਜ ਫਸਲਾਂ ਹੇਠ ਕੁੱਲ ਰਕਬਾ 1 ਲੱਖ 60 ਹਜ਼ਾਰ ਹੈਕਟੇਅਰ ਸੀ ਜੋ 2000-01 ਵਿੱਚ ਕੇਵਲ 86 ਹਜ਼ਾਰ ਹੈਕਟੇਅਰ ਰਹਿ ਗਿਆ ਸੀ। ਇਹ ਰਕਬਾ 2010-11 ਵਿੱਚ ਘਟ ਕੇ 56,000 ਹੈਕਟੇਅਰ ਹੋ ਗਿਆ ਪ੍ਰੰਤੂ ਅਗਲੇ ਸਾਲਾਂ ਵਿੱਚ ਘਟ ਕੇ 2018-19 ਵਿੱਚ 41 ਹਜ਼ਾਰ ਹੈਕਟੇਅਰ ਰਹਿ ਗਿਆ। ਪ੍ਰੰਤੂ 2021-21 ਵਿੱਚ ਇਹ ਹੋਰ ਘਟ ਕੇ 38,100 ਹੈਕਟੇਅਰ ਰਹਿ ਗਿਆ। 2021-22 ਵਿੱਚ ਰਕਬਾ ਵਧਕੇ 49,500 ਹੈਕਟੇਅਰ ਹੋ ਗਿਆ।

ਤੇਲ ਬੀਜ ਫਸਲਾਂ ਹੇਠ ਰਕਬੇ ਵਿੱਚ ਘਾਟੇ-ਵਾਧੇ ਅਨੁਸਾਰ ਇਨ੍ਹਾਂ ਦੇ ਉਤਪਾਦਨ ਵਿੱਚ ਵੀ ਤਬਦੀਲੀਆਂ ਆਉਂਦੀਆਂ ਰਹੀਆਂ ਹਨ। 1960-61 ਵਿੱਚ ਤੇਲ ਬੀਜ ਫਸਲਾਂ ਦਾ ਉਤਪਾਦਨ 1 ਲੱਖ 21 ਹਜ਼ਾਰ ਮੀ. ਟਨ ਸੀ। 1980-81 ਅਤੇ 1990-91 ਦੇ ਸਾਲਾਂ ਨੂੰ ਛੱਡ ਕੇ ਇਹ ਉਤਪਾਦਨ ਆਮ ਕਰਕੇ 2 ਲੱਖ ਮੀ. ਟਨ ਦੇ ਸਤਰ ਤੋਂ ਉੱਪਰ ਦਾ ਰਿਹਾ ਹੈ। ਸਭ ਤੋਂ ਵੱਧ ਉਤਪਾਦਨ 1996-97 ਵਿੱਚ ਪ੍ਰਾਪਤ ਹੋਇਆ ਸੀ ਜੋ ਕੁੱਲ 3 ਲੱਖ 36 ਹਜ਼ਾਰ ਮੀਟਰਕ ਟਨ ਸੀ। ਸਭ ਤੋਂ ਘੱਟ ਉਤਪਾਦਨ 1990-91 ਦੇ ਸਾਲ ਦੀ ਸੀ ਜੋ 93 ਹਜ਼ਾਰ ਮੀ. ਟਨ ਸੀ। 2000-01 ਵਿੱਚ ਪੰਜਾਬ ਨੇ ਕੇਵਲ 88 ਹਜ਼ਾਰ ਮੀ. ਟਨ ਤੇਲ ਦੇ ਬੀਜ ਪੈਦਾ ਕੀਤੇ ਸਨ। ਤੇਲ ਦੇ ਬੀਜਾਂ ਹੇਠ ਰਕਬੇ ਅਤੇ ਇਨ੍ਹਾਂ ਦੇ ਉਤਪਾਦਨ ਦਾ ਕਾਫ਼ੀ ਘਟਣਾ ਮੰਦਭਾਗੀ ਗੱਲ ਹੈ। ਇਹ ਉਤਪਾਦਨ ਵਧ ਕੇ 2003-04 ਵਿੱਚ 1.03 ਲੱਖ ਮੀ. ਟਨ ਹੋ ਗਿਆ ਪ੍ਰੰਤੂ ਅਗਲੇ ਸਾਲਾਂ ਵਿੱਚ ਘਟ ਕੇ 2015-16 ਵਿੱਚ 52000 ਮੀ. ਟਨ ਰਹਿ ਗਿਆ। 2018-19 ਸਾਲ ਦੌਰਾਨ ਤੇਲ ਬੀਜ ਫਸਲਾਂ ਦਾ ਕੁੱਲ ਉਤਪਾਦਨ 60,000 ਮੀ. ਟਨ ਸੀ। ਇਹ ਉਤਪਾਦਨ ਘਟ ਕੇ 2019-20 ਵਿੱਚ 59 ਹਜ਼ਾਰ ਮੀ. ਟਨ ਅਤੇ 2021-22 ਵਿੱਚ ਵੱਧ ਕੇ 75,600 ਮੀ. ਟਨ ਹੋ ਗਿਆ।

2000-01 ਅਨੁਸਾਰ ਰਾਜ ਵਿੱਚ ਤੇਲ ਬੀਜ ਫਸਲਾਂ ਹੇਠ ਕੁੱਲ ਰਕਬੇ ਦਾ ਲਗਭਗ 64% ਸਰ੍ਹੋਂ, ਰਾਇਆ, ਤੋਰੀਆ ਅਤੇ ਤਾਰਾਮੀਰਾ ਦੀਆਂ ਫਸਲਾਂ ਹੇਠ ਸੀ, 8.1% ਸੂਰਜਮੁਖੀ ਦੀ ਫਸਲ ਹੇਠ ਅਤੇ 22.1% ਤਿਲਾਂ ਦੀ ਫਸਲ ਹੇਠ ਸੀ। ਪ੍ਰੰਤੂ ਉਤਪਾਦਨ ਅਨੁਸਾਰ ਸਰ੍ਹੋਂ, ਰਾਇਆ ਅਤੇ ਤਾਰਾਮੀਰਾ ਆਦਿ ਦਾ ਹਿੱਸਾ 75% ਅਤੇ ਸੂਰਜਮੁਖੀ ਦਾ ਹਿੱਸਾ 10.2% ਸੀ। 2021-22 ਅਨੁਸਾਰ ਪੰਜਾਬ ਵਿੱਚ ਤੇਲ ਬੀਜ ਫਸਲਾਂ ਹੇਠ ਕੁੱਲ ਰਕਬੇ ਦਾ ਲਗਭਗ 88.69% ਸਰ੍ਹੋਂ, ਰਾਇਆ, ਤੋਰੀਆ ਅਤੇ ਤਾਰਾਮੀਰਾ ਦੀਆਂ ਫਸਲਾਂ ਹੇਠ ਸੀ। 2.63% ਸੂਰਜਮੁਖੀ ਹੇਠ ਅਤੇ 5.86% ਤਿਲ ਦੀ ਫਸਲ ਹੇਠ ਸੀ। ਉਤਪਾਦਨ ਅਨੁਸਾਰ ਸਰ੍ਹੋਂ, ਰਾਇਆ, ਤਾਰਾਮੀਰਾ ਆਦਿ ਦਾ ਹਿੱਸਾ 92.03% ਅਤੇ ਸੂਰਜਮੁਖੀ ਦਾ ਹਿੱਸਾ 2.92 ਸੀ।

ਸਾਰਣੀ ਨੰ. 38 ਪੰਜਾਬ ਵਿੱਚ ਜ਼ਿਲ੍ਹੇਵਾਰ ਤੇਲ ਬੀਜ ਫਸਲਾਂ ਹੇਠ ਰਕਬਾ ਅਤੇ ਉਤਪਾਦਨ 2021-22
(District-wise Area and Production of various Oil seed Crops in Punjab—2021-22)

ਲੜੀ ਨੰ. (Sr. No.)	ਜ਼ਿਲ੍ਹਾ (District)	ਮੂੰਗਫਲੀ (Groundnut)		ਸਰ੍ਹੋਂ ਅਤੇ ਤਾਰਾਮੀਰਾ (Rapeseed & Mustard)		ਸੂਰਜਮੁਖੀ (Sunflower)		ਤਿਲ		ਅਲਸੀ (Linsead)		ਕੁੱਲ ਤੇਲ ਬੀਜ (Total Oil Seeds) 2015-16		ਕੁੱਲ ਤੇਲ ਬੀਜ (Total Oil Seeds) 2020-21	
		ਰ	ਉ	ਰ	ਉ	ਰ	ਉ	ਰੁ	ਉ	ਰ	ਉ	ਰ	ਉ	ਰ	ਉ
1.	ਗੁਰਦਾਸਪੁਰ	—	—	2.8	4.0	—	—	—	—	—		2.8	4.0	2.2	2.9
2.	ਪਠਾਨਕੋਟ	—	—	1.0	1.2	—	—	0.5	0.1	—	—	1.5	1.3	1.4	1.2
3.	ਅੰਮ੍ਰਿਤਸਰ	—	—	2.8	4.6	—	—	1.1	0.3	—	—	3.9	4.9	3.50	3.2
4.	ਤਰਨਤਾਰਨ	—	—	3.8	5.6	—	—	0.5	0.2	—	—	4.3	5.8	2.0	0.6
5.	ਕਪੂਰਥਲਾ	—	—	0.7	1.0	—	—	—	—	—	—	0.7	1.0	0.8	1.4
6.	ਜਲੰਧਰ	—	—	0.7	1.1	—	—	0.1	0.1	—	—	0.8	1.2	2.4	3.5
7.	ਐਸ.ਬੀ.ਐਸ. ਨਗਰ	—	—	1.5	2.1	—	—	—	—	—	—	1.5	2.1	2.5	3.4
8.	ਹੁਸ਼ਿਆਰਪੁਰ	1.4	2.8	4.0	5.5	—	—	0.4	0.1	—	—	5.8	7.9	6.0	6.0
9.	ਰੂਪਨਗਰ	—	—	3.8	5.4	—	—	0.1	0.1	—	—	3.9	5.5	1.8	2.0
10.	ਐਸ.ਏ.ਐਸ. ਨਗਰ	—	—	0.8	0.9	0.6	0.9	—	—	—	—	1.4	1.8	—	—
11.	ਲੁਧਿਆਣਾ	—	—	2.1	3.1	—	—	—	—	—	—	2.1	3.1	2.9	3.9
12.	ਫਿਰੋਜ਼ਪੁਰ	—	—	0.5	0.9	—	—	0.2	0.1	—	—	0.7	1.0	3.8	0.3
13.	ਫਾਜ਼ਿਲਕਾ	—	—	7.3	13.8	—	—	—	—	—	—	7.3	13.8	5.4	7.8
14.	ਫਰੀਦਕੋਟ	—	—	0.8	1.3	—	—	—	—	—	—	0.8	1.3	0.6	0.9
15.	ਮੁਕਤਸਰ ਸਾਹਿਬ	—	—	1.8	3.4	—	—	—	—	—	—	1.8	3.4	2.40	2.5

16.	ਮੋਗਾ	—	—	0.7	1.1	—	—	—	—	—	—	0.7	1.1	0.6	0.6
17.	ਬਠਿੰਡਾ	—	—	2.4	4.0	—	—	—	—	—	—	2.4	4.0	2.5	3.9
18.	ਮਾਨਸਾ	—	—	1.9	3.2	—	—	—	—	—	—	1.9	3.2	2.3	2.7
19.	ਸੰਗਰੂਰ	—	—	2.1	3.5	—	—	—	—	—	—	2.1	3.5	1.5	1.7
20.	ਬਰਨਾਲਾ	—	—	0.7	1.3	—	—	—	—	—	—	0.7	1.3	0.5	—
21.	ਪਟਿਆਲਾ	—	—	1.0	1.6	0.3	0.6	—	—	—	—	1.3	2.2	1.3	2.1
22.	ਫਤਹਿਗੜ੍ਹ ਸਾਹਿਬ	—	—	0.7	1.3	0.4	0.8	—	—	—	—	1.1	2.1	0.6	0.9
23.	ਪੰਜਾਬ	1.4	2.8	43.9	69.3	1.3	2.2	2.9	1.0	—	—	49.5	75.5	48.0	52.0

ਸਰੋਤ—ਪੰਜਾਬ ਅੰਕੜਾ ਸਾਰ-2017 ਅਤੇ 2022

ਰ = ਰਕਬਾ (ਹਜ਼ਾਰ ਹੈਕਟੇਅਰ ਵਿੱਚ)

ਉ = ਉਤਪਾਦਨ (ਹਜ਼ਾਰ ਮੀ. ਟਨ ਵਿੱਚ)

ਤਾਰਾਮੀਰਾ, ਸਰ੍ਹੋਂ, ਰਾਇਆ ਅਤੇ ਤੋਰੀਆ (RAPESEED AND MUSTARD)

ਇਹ ਤੇਲ ਦੇ ਬੀਜ ਦੀਆਂ ਪ੍ਰਮੁੱਖ ਫਸਲਾਂ ਹਨ। 2021-22 ਅਨੁਸਾਰ ਇਨ੍ਹਾਂ ਹੇਠ ਰਾਜ ਦੇ ਕੁੱਲ ਤੇਲ ਬੀਜ ਫਸਲ ਰਕਬੇ ਦਾ ਲਗਭਗ 88.69% ਅਤੇ ਉਤਪਾਦਨ ਦਾ ਲਗਭਗ 92.03 ਆਉਂਦਾ ਹੈ। ਇਹ ਹਾੜ੍ਹੀ ਦੀਆਂ ਫਸਲਾਂ ਹਨ ਅਤੇ ਇਨ੍ਹਾਂ ਵਿੱਚ ਸਰ੍ਹੋਂ, ਰਾਇਆ, ਤੋਰੀਆ ਅਤੇ ਤਾਰਾਮੀਰਾ ਸ਼ਾਮਲ ਹਨ। ਇਹ ਕਣਕ ਦੇ ਖੇਤਾਂ ਵਿੱਚ ਅੰਤਰ-ਫਸਲਾਂ (inter-crops) ਦੇ ਰੂਪ ਵਿੱਚ ਅਤੇ ਸੁਤੰਤਰ ਤੌਰ ਤੇ ਅਲੱਗ ਵੀ ਪੈਦਾ ਕੀਤੀਆਂ ਜਾਂਦੀਆਂ ਹਨ।

ਸਰ੍ਹੋਂ, ਰਾਇਆ, ਤਾਰਾਮੀਰਾ ਆਦਿ ਲਈ ਉਪਜਾਊ ਮਿੱਟੀ, ਕੁੱਝ ਠੰਡਾ ਜਲਵਾਯੂ, ਸਿੰਜਾਈ ਸਹੂਲਤਾਂ ਅਤੇ ਸਾਧਾਰਨ ਵਰਖਾ (moderate rainfall) ਚਾਹੀਦੇ ਹਨ। ਇਹ **ਸਰਦੀਆਂ ਦੀਆਂ ਫਸਲਾਂ ਹਨ।** ਅਰਧ-ਖੁਸ਼ਕ ਜਲਵਾਯੂ, ਅਗਰ ਕਾਫ਼ੀ ਸਿੰਜਾਈ ਸਹੂਲਤਾਂ ਮੌਜੂਦ ਹੋਣ ਵੀ ਅਨੁਕੂਲ ਬਣ ਜਾਂਦਾ ਹੈ। ਇਹ ਫਸਲਾਂ ਪੰਜਾਬ ਦੇ ਸਭ ਭਾਗਾਂ ਵਿੱਚ ਜਿੱਥੇ ਕਣਕ ਪੈਦਾ ਕੀਤੀ ਜਾਂਦੀ ਹੈ, ਬੀਜੀਆਂ ਜਾਂਦੀਆਂ ਹਨ। ਫਾਜ਼ਿਲਕਾ, ਹੁਸ਼ਿਆਰਪੁਰ, ਗੁਰਦਾਸਪੁਰ, ਬਠਿੰਡਾ, ਮੁਕਤਸਰ, ਰੂਪਨਗਰ, ਮਾਨਸਾ, ਬਰਨਾਲਾ, ਸੰਗਰੂਰ, ਐਸ.ਬੀ.ਐਸ. ਨਗਰ, ਤਰਨ ਤਾਰਨ ਅਤੇ ਅੰਮ੍ਰਿਤਸਰ ਦੇ ਜ਼ਿਲ੍ਹੇ ਸਰ੍ਹੋਂ-ਤਾਰਾਮੀਰਾ ਆਦਿ ਦੇ ਮੁੱਖ ਉਤਪਾਦਕ ਹਨ (2021-22 ਅਨੁਸਾਰ)। 2018-19 ਵਿੱਚ ਪੰਜਾਬ ਨੇ 46,100 ਮੀ. ਟਨ ਸਰ੍ਹੋਂ-ਤਾਰਾਮੀਰਾ ਆਦਿ 30300 ਹੈਕਟੇਅਰ ਜ਼ਮੀਨ ਵਿੱਚੋਂ ਪੈਦਾ ਕੀਤੇ ਸਨ। 2021-22 ਵਿੱਚ ਰਕਬਾ 43,900 ਹੈਕਟੇਅਰ ਅਤੇ ਉਤਪਾਦਨ 69.3 ਹਜ਼ਾਰ ਮੀ. ਟਨ ਸੀ। ਪੰਜਾਬ ਨੇ 2013-14 ਵਿੱਚ 42,000 ਮੀ. ਟਨ ਸਰ੍ਹੋਂ, ਰਾਇਆ, ਤਾਰਾਮੀਰਾ ਆਦਿ 50,400 ਹੈਕਟੇਅਰ ਭੂਮੀ ਵਿੱਚ ਪੈਦਾ ਕੀਤੇ ਸਨ।

ਵੰਡ— ਮਾਲਵਾ ਪ੍ਰਦੇਸ਼ ਇਨ੍ਹਾਂ ਤੇਲ ਬੀਜਾਂ ਦਾ ਮੁੱਖ ਉਤਪਾਦਕ (ਰਾਜ ਦਾ 64.5% ਉਤਪਾਦਨ) ਹੈ। ਇਥੇ ਰਾਜ ਵਿੱਚ ਸਰ੍ਹੋਂ-ਤਾਰਾਮੀਰਾ ਆਦਿ ਫਸਲਾਂ ਹੇਠ ਕੁੱਲ ਰਕਬੇ ਦਾ ਲਗਭਗ 60.6% ਪਾਇਆ ਜਾਂਦਾ ਹੈ (2021-22 ਅਨੁਸਾਰ)। ਮਾਲਵਾ ਪ੍ਰਦੇਸ਼ ਦੀਆਂ ਭੂਗੋਲਿਕ ਹਾਲਤਾਂ ਸਰ੍ਹੋਂ ਆਦਿ ਲਈ ਅਨੁਕੂਲ ਹਨ। ਖੁਸ਼ਕ ਅਤੇ ਅਰਧ-ਖੁਸ਼ਕ ਜਲਵਾਯੂ, ਚੰਗੀ ਦੋਮਟ ਮਿੱਟੀ, ਭਰਪੂਰ ਸਿੰਜਾਈ ਸਹੂਲਤਾਂ ਅਤੇ ਰੇਤ ਟਿੱਬਿਆਂ ਕਾਰਨ ਕੁਝ ਉੱਚੀ-ਨੀਵੀਂ ਧਰਾਤਲ ਕੁੱਝ ਅਜਿਹੇ ਕਾਰਕ ਹਨ ਜਿਨ੍ਹਾਂ ਕਾਰਨ ਮਾਲਵਾ ਪ੍ਰਦੇਸ਼ ਇਨ੍ਹਾਂ ਫਸਲਾਂ ਦੀ ਕਾਸ਼ਤ ਦੇ ਅਨੁਕੂਲ ਹੈ। ਇਸ ਖੇਤਰ ਵਿੱਚ ਫਾਜ਼ਿਲਕਾ (2021-22 ਵਿੱਚ 7300 ਹੈਕਟੇਅਰ ਰਕਬਾ ਤੇ 13,800 ਮੀ. ਟਨ ਉਤਪਾਦਨ), ਬਠਿੰਡਾ (2021-22 ਵਿੱਚ 2400 ਹੈਕਟੇਅਰ ਰਕਬਾ ਅਤੇ 4000 ਮੀ. ਟਨ ਉਤਪਾਦਨ), ਸੰਗਰੂਰ ਅਤੇ ਮਾਨਸਾ (2 ਹਜ਼ਾਰ ਹੈਕਟੇਅਰ ਅਤੇ 3200 ਮੀ. ਟਨ) ਜ਼ਿਲ੍ਹੇ ਸਰ੍ਹੋਂ-ਤਾਰਾਮੀਰਾ ਆਦਿ ਦੇ ਮੁੱਖ ਉਤਪਾਦਕ ਹਨ। ਫਾਜ਼ਿਲਕਾ ਦਾ ਜ਼ਿਲ੍ਹਾ ਪੰਜਾਬ ਦਾ 20.0% ਸਰ੍ਹੋਂ ਆਦਿ ਪੈਦਾ ਕਰਦਾ ਹੈ। ਬਠਿੰਡਾ ਦਾ ਹਿੱਸਾ 2021-22 ਵਿੱਚ 5.77% ਸੀ। ਫਾਜ਼ਿਲਕਾ ਦਾ ਜ਼ਿਆਦਾਤਰ ਸਰ੍ਹੋਂ-ਤਾਰਾਮੀਰਾ ਆਦਿ **ਅਬੋਹਰ** (ਜ਼ਿਲ੍ਹੇ ਦਾ 79.7% ਸਰ੍ਹੋਂ ਰਕਬਾ) ਅਤੇ **ਫਾਜ਼ਿਲਕਾ** (18% ਸਰ੍ਹੋਂ

ਰਕਬਾ) ਤਹਿਸੀਲਾਂ ਵਿੱਚ ਅਤੇ ਬਠਿੰਡਾ ਜ਼ਿਲ੍ਹੇ ਦੇ ਕੁੱਲ ਸਰ੍ਹੋਂ ਰਕਬੇ ਦਾ 44.6% **ਤਲਵੰਡੀ ਸਾਬੋ** ਤਹਿਸੀਲ ਤੇ 38.2% ਮਲੇਰਕੋਟਲਾ ਤਹਿਸੀਲ ਵਿੱਚ ਮਿਲਦਾ ਹੈ।

ਮਾਨਸਾ ਦਾ ਜ਼ਿਲ੍ਹਾ ਪੰਜਾਬ ਦਾ 4.62% ਸਰ੍ਹੋਂ-ਤਾਰਾਮੀਰਾ ਆਦਿ ਪੈਦਾ ਕਰਦਾ ਹੈ। ਜ਼ਿਲ੍ਹੇ ਦੇ ਕੁੱਲ ਸਰ੍ਹੋਂ-ਤਾਰਾਮੀਰਾ ਰਕਬੇ ਦਾ ਲਗਭਗ 42% ਸਰਦੂਲਗੜ੍ਹ ਤਹਿਸੀਲ ਅਤੇ ਲਗਭਗ 30.5% ਮਾਨਸਾ ਤਹਿਸੀਲ ਵਿੱਚ ਪਾਇਆ ਜਾਂਦਾ ਹੈ। ਸੰਗਰੂਰ ਦਾ ਜ਼ਿਲ੍ਹਾ ਰਾਜ ਦਾ 5.05% ਸਰ੍ਹੋਂ-ਤਾਰਾਮੀਰਾ ਆਦਿ ਪੈਦਾ ਕਰਦਾ ਹੈ ਜੋ ਮੁੱਖ ਤੌਰ ਤੇ ਮਲੇਰਕੋਟਲਾ ਅਤੇ ਧੂਰੀ ਦੀਆਂ ਤਹਿਸੀਲਾਂ ਵਿੱਚ ਕਾਸ਼ਤ ਕੀਤੇ ਜਾਂਦੇ ਹਨ। ਪਟਿਆਲਾ, ਲੁਧਿਆਣਾ, ਫਰੀਦਕੋਟ, ਰੂਪਨਗਰ (7.8%), ਬਰਨਾਲਾ (1.9%), ਮੁਕਤਸਰ, ਮੋਗਾ ਅਤੇ ਫਤਹਿਗੜ੍ਹ ਸਾਹਿਬ ਹਰੇਕ ਲਗਭਗ 2000 ਤੋਂ 1000 ਮੀ. ਟਨ 2021-22 ਅਨੁਸਾਰ ਸਰ੍ਹੋਂ ਰਾਇਆ, ਤਾਰਾਮੀਰਾ ਆਦਿ ਪੈਦਾ ਕਰਦੇ ਹਨ।

ਮਾਲਵੇ ਤੋਂ ਬਾਹਰ **ਹੁਸ਼ਿਆਰਪੁਰ** (5000 ਮੀ. ਟਨ) ਅਤੇ ਗੁਰਦਾਸਪੁਰ (4000 ਮੀ. ਟਨ) ਦੇ ਜ਼ਿਲ੍ਹੇ ਮੁੱਖ ਉਤਪਾਦਕ ਹਨ। ਹੁਸ਼ਿਆਰਪੁਰ ਜ਼ਿਲ੍ਹੇ ਵਿੱਚ ਮੁਕੇਰੀਆਂ (23.2% ਸਰ੍ਹੋਂ ਰਕਬਾ), ਗੜ੍ਹਸ਼ੰਕਰ (50.1% ਸਰ੍ਹੋਂ ਰਕਬਾ), ਹੁਸ਼ਿਆਰਪੁਰ (14.6%) ਅਤੇ ਦਸੂਹਾ (11.5% ਸਰ੍ਹੋਂ ਰਕਬਾ) ਤਹਿਸੀਲਾਂ ਵਿੱਚ ਸਰ੍ਹੋਂ-ਤਾਰਾਮੀਰਾ ਆਦਿ ਮੁੱਖ ਤੌਰ 'ਤੇ ਕਾਸ਼ਤ ਕੀਤੇ ਜਾਂਦੇ ਹਨ। ਗੁਰਦਾਸਪੁਰ ਜ਼ਿਲ੍ਹੇ ਵਿੱਚ ਗੁਰਦਾਸਪੁਰ (ਲਗਭਗ 69% ਸਰ੍ਹੋਂ ਰਕਬਾ), ਅਤੇ ਬਟਾਲਾ ਦੀਆਂ ਤਹਿਸੀਲਾਂ ਵਿੱਚ ਸਰ੍ਹੋਂ ਆਦਿ ਬੀਜੇ ਜਾਂਦੇ ਹਨ। ਐਸ.ਬੀ.ਐਸ. ਨਗਰ (2100 ਮੀ. ਟਨ) ਅਤੇ ਅੰਮ੍ਰਿਤਸਰ (ਹਰੇਕ 4600 ਮੀ. ਟਨ) ਅਤੇ ਕਪੂਰਥਲਾ ਅਤੇ ਜਲੰਧਰ (ਹਰੇਕ 1000 ਮੀ. ਟਨ) ਵੀ ਸਰ੍ਹੋਂ-ਤਾਰਾਮੀਰਾ ਆਦਿ ਦੀ ਕਾਸ਼ਤ ਲਈ ਮਹੱਤਵਪੂਰਨ ਹਨ। ਐਸ.ਬੀ.ਐਸ. ਨਗਰ ਜ਼ਿਲ੍ਹੇ (2100 ਮੀ. ਟਨ) ਵਿੱਚ ਬਲਾਚੌਰ (59.6% ਰਕਬਾ) ਅਤੇ ਨਵਾਂ ਸ਼ਹਿਰ (29.3% ਰਕਬਾ) ਸਰ੍ਹੋਂ, ਰਾਇਆ ਅਤੇ ਤਾਰਾਮੀਰਾ ਦੇ ਮੁੱਖ ਉਤਪਾਦਕ ਹਨ। ਸ.ਭ.ਸ਼. ਨਗਰ ਜ਼ਿਲ੍ਹਾ ਪੰਜਾਬ ਵਿੱਚ ਸਰ੍ਹੋਂ, ਤਾਰਾਮੀਰਾ ਆਦਿ ਦਾ ਵੱਡਾ ਉਤਪਾਦਕ ਹੈ (ਰਾਜ ਦਾ 3.00%)। 2021-22 ਵਿੱਚ ਉਤਪਾਦਨ 2100 ਮੀ. ਟਨ ਸੀ।

ਸੂਰਜਮੁਖੀ (SUNFLOWER)

ਰਕਬਾ ਅਤੇ ਉਤਪਾਦਨ— ਸੂਰਦਮੁਖੀ ਪੰਜਾਬ ਵਿੱਚ ਵੀਹਵੀਂ ਸਦੀ ਦੇ ਨੌਂਵੇਂ ਦਹਾਕੇ ਦੀ ਮਹੱਤਵਪੂਰਣ ਫਸਲ ਹੈ। 1990-91 ਵਿੱਚ ਕੇਵਲ 5000 ਹੈਕਟੇਅਰ ਜ਼ਮੀਨ ਵਿੱਚ ਸੂਰਜਮੁਖੀ ਬੀਜਿਆ ਗਿਆ ਸੀ। 1991-92 ਵਿੱਚ ਸੂਰਜਮੁਖੀ ਹੇਠ ਰਕਬਾ ਕਈ ਗੁਣਾ ਵਧ ਗਿਆ ਅਤੇ ਇਹ 87 ਹਜ਼ਾਰ ਹੈਕਟੇਅਰ ਤੱਕ ਪਹੁੰਚ ਗਿਆ ਸੀ। 1995-96 ਅਨੁਸਾਰ 1 ਲੱਖ 3 ਹਜ਼ਾਰ ਹੈਕਟੇਅਰ ਜ਼ਮੀਨ ਵਿੱਚ ਸੂਰਜਮੁਖੀ ਬੀਜਿਆ ਗਿਆ ਸੀ। ਪ੍ਰੰਤੂ 1994-95 ਵਿੱਚ ਰਕਬਾ ਘੱਟ ਸੀ ਜੋ ਕਿ ਕੇਵਲ 36 ਹਜ਼ਾਰ ਹੈਕਟੇਅਰ ਸੀ। 1998-99 ਸਾਲ ਦੌਰਾਨ 67 ਹਜ਼ਾਰ ਹੈਕਟੇਅਰ ਜ਼ਮੀਨ ਵਿੱਚ ਸੂਰਜਮੁਖੀ ਬੀਜਿਆ ਗਿਆ ਸੀ। 1999-2000 ਵਿੱਚ ਇਹ ਰਕਬਾ ਘਟ ਕੇ 22 ਹਜ਼ਾਰ ਹੈਕਟੇਅਰ ਰਹਿ ਗਿਆ ਪ੍ਰੰਤੂ 2000-01 ਅਨੁਸਾਰ ਕੇਵਲ 7000 ਹੈਕਟੇਅਰ ਭੂਮੀ ਵਿੱਚ ਸੂਰਜਮੁਖੀ ਦੀ ਫਸਲ ਬੀਜੀ ਗਈ ਸੀ। ਅਗਲੇ ਸਾਲਾਂ ਵਿੱਚ ਸੂਰਜਮੁਖੀ ਹੇਠ ਰਕਬਾ ਵਧ ਕੇ 2002-03 ਵਿੱਚ 11,000 ਹੈਕਟੇਅਰ ਅਤੇ 2003-04 ਵਿੱਚ 20,000 ਹੈਕਟੇਅਰ ਹੋ ਗਿਆ। ਪ੍ਰੰਤੂ ਰਕਬਾ ਫਿਰ ਘਟਣ ਲੱਗ ਪਿਆ। 2004-05 ਵਿੱਚ 17,000 ਹੈਕਟੇਅਰ ਅਤੇ 2006-07 ਵਿੱਚ 15,300 ਹੈਕਟੇਅਰ ਭੂਮੀ ਵਿੱਚ ਸੂਰਜਮੁਖੀ ਬੀਜਿਆ ਗਿਆ ਸੀ। ਪ੍ਰੰਤੂ 2010-11 ਵਿੱਚ ਰਕਬਾ ਵਧ ਕੇ 14,600 ਹੈਕਟੇਅਰ ਹੋ ਗਿਆ। 2018-19 ਸਾਲ ਦੌਰਾਨ ਕੇਵਲ 2,100 ਹੈਕਟੇਅਰ ਰਕਬੇ ਵਿੱਚ ਸੂਰਜਮੁਖੀ ਦੀ ਕਾਸ਼ਤ ਕੀਤੀ ਗਈ ਸੀ। 2021-22 ਵਿੱਚ ਇਹ ਰਕਬਾ ਘਟ ਕੇ 1,300 ਹੈਕਟੇਅਰ ਹੋ ਗਿਆ। ਸੂਰਜਮੁਖੀ **ਦੇ ਉਤਪਾਦਨ** ਵਿੱਚ ਵੀ ਇਸੇ ਤਰ੍ਹਾਂ ਤਬਦੀਲੀ ਆਉਂਦੀ ਰਹੀ ਹੈ। 1990-91 ਵਿੱਚ ਪੰਜਾਬ ਨੇ ਕੇਵਲ 7000 ਮੀਟਰਕ ਟਨ ਸੂਰਜਮੁਖੀ ਪੈਦਾ ਕੀਤਾ ਸੀ। 1991-92 ਵਿੱਚ ਇਹ ਉਤਪਾਦਨ ਵਧ ਕੇ 1 ਲੱਖ 51 ਹਜ਼ਾਰ ਮੀ. ਟਨ ਹੋ ਗਿਆ ਸੀ। 1994-95 ਅਨੁਸਾਰ ਪੰਜਾਬ ਨੇ 71 ਹਜ਼ਾਰ ਮੀ. ਟਨ ਸੂਰਜਮੁਖੀ ਪੈਦਾ ਕੀਤਾ ਸੀ। ਇਸ ਦਾ ਉਤਪਾਦਨ 1995-96 ਵਿੱਚ ਵਧ ਕੇ 1 ਲੱਖ 59 ਹਜ਼ਾਰ ਮੀ. ਟਨ ਹੋ ਗਿਆ ਸੀ। ਇਸਦੇ 1996-97 ਵਿੱਚ 1 ਲੱਖ 75 ਹਜ਼ਾਰ ਮੀ. ਟਨ ਤਕ ਵਧ ਜਾਣ ਦੀ ਆਸ ਹੈ। 1997-98 ਵਿੱਚ ਸੂਰਜਮੁਖੀ ਦਾ ਉਤਪਾਦਨ

81,000 ਮੀ. ਟਨ ਸੀ ਜੋ 2000-01 ਵਿੱਚ ਘਟ ਕੇ ਕੇਵਲ 8000 ਮੀ. ਟਨ ਰਹਿ ਗਿਆ ਸੀ। 2010-11 ਵਿੱਚ 14,700 ਮੀ. ਟਨ ਅਤੇ 2018-19 ਵਿੱਚ 3,900 ਮੀ. ਟਨ ਅਤੇ 2019-20 ਵਿੱਚ 8000 ਮੀ. ਟਨ ਸੀ। 2020-21 ਵਿੱਚ **ਸੂਰਜਮੁਖੀ** ਦਾ ਉਤਪਾਦਨ 4.500 ਹਜ਼ਾਰ ਮੀ. ਟਨ ਸੀ। 2021-22 ਵਿੱਚ ਇਹ ਘਟ ਕੇ 2,200 ਮੀ. ਟਨ ਹੋ ਗਿਆ। ਸੂਰਜਮੁਖੀ ਦੇ ਰਕਬੇ ਅਤੇ ਉਤਪਾਦਨ ਦਾ 1995-96 ਤੋਂ ਬਾਅਦ ਲਗਾਤਾਰ ਘਟਦੇ ਰਹਿਣਾ ਇਸ ਫਸਲ ਲਈ ਜ਼ਿਆਦਾ ਮਿਹਨਤ ਪ੍ਰੰਤੂ ਘੱਟ ਲਾਭ, ਜ਼ਿਆਦਾ ਸਾਂਭ-ਸੰਭਾਲ ਅਤੇ ਇਸ ਦੇ ਉਤਪਾਦਨ ਦਾ ਠੀਕ ਤਰ੍ਹਾਂ ਨਾਲ ਨਾ ਮੰਡੀਕਰਣ ਹੋਣਾ ਕਾਰਨ ਮੰਨੇ ਜਾ ਸਕਦੇ ਹਨ।

ਸੂਰਜਮੁਖੀ **ਬਸੰਤ ਰੁੱਤ ਦੀ** ਇੱਕ ਮਹੱਤਵਪੂਰਣ ਫਸਲ ਹੈ। ਕਿਸਾਨਾਂ ਲਈ ਇਹ ਇਕ ਨਕਦੀ ਫਸਲ ਹੈ। ਇਸ ਲਈ ਅੱਛੀ ਦੋਮਟ ਮਿੱਟੀ, ਕਾਫ਼ੀ ਸਿੰਜਾਈ ਸਹੂਲਤਾਂ, ਉੱਗਣ ਅਤੇ ਵਧਣ-ਫੁੱਲਣ ਸਮੇਂ ਦਰਮਿਆਨੇ ਤਾਪਮਾਨ (moderate temperature) ਅਤੇ ਪੱਕਣ ਅਤੇ ਕਟਾਈ ਸਮੇਂ ਉੱਚੇ ਤਾਪਮਾਨ ਚਾਹੀਦੇ ਹਨ। ਇਹ ਪੰਜਾਬ ਦੀ ਫਸਲ ਪ੍ਰਣਾਲੀ (cropping system) ਵਿੱਚ ਪੂਰੀ ਤਰ੍ਹਾਂ ਠੀਕ ਢੁੱਕਦੀ (fits in well) ਹੈ, ਜਿਸ ਅਧੀਨ ਅਨਾਜ ਫਸਲਾਂ ਹੇਠ ਰਕਬੇ ਨੂੰ ਬਿਨਾਂ ਛੇੜਿਆਂ ਖਾਣ ਵਾਲੇ ਤੇਲਾਂ ਦੀ ਲਗਾਤਾਰ ਵਧ ਰਹੀ ਮੰਗ ਨੂੰ ਪੂਰਾ ਕੀਤਾ ਜਾ ਸਕਦਾ ਹੈ। ਇਸ ਦਾ ਕਾਰਨ ਇਹ ਹੈ ਕਿ ਸੂਰਜਮੁਖੀ ਦੀ ਫਸਲ ਜ਼ਮੀਨ ਵਿੱਚ ਉਸ ਸਮੇਂ ਪੈਦਾ ਕੀਤੀ ਜਾਂਦੀ ਹੈ ਜਦੋਂ ਕਿ ਆਮ ਤੌਰ ਤੇ ਉਹ ਜ਼ਮੀਨ ਉਸ ਸਮੇਂ ਖਾਲੀ ਪਈ ਰਹਿੰਦੀ ਹੈ।

ਵੰਡ— 2012-13 ਅਨੁਸਾਰ ਪੰਜਾਬ ਵਿੱਚ ਸੂਰਜਮੁਖੀ ਦੀ ਫਸਲ ਅਧੀਨ ਸਭ ਤੋਂ ਵੱਧ ਰਕਬਾ ਜਲੰਧਰ, ਪਟਿਆਲਾ ਅਤੇ ਹੁਸ਼ਿਆਰਪੁਰ ਜ਼ਿਲ੍ਹਿਆਂ ਵਿੱਚ ਸੀ। 2015-16 ਅਨੁਸਾਰ **ਹੁਸ਼ਿਆਰਪੁਰ ਜ਼ਿਲ੍ਹੇ** ਵਿੱਚ 1.5 ਹਜ਼ਾਰ ਹੈਕਟੇਅਰ ਜ਼ਮੀਨ ਵਿੱਚ ਸੂਰਜਮੁਖੀ ਬੀਜਿਆ ਗਿਆ ਸੀ। 2015-16 ਅਨੁਸਾਰ **ਪਟਿਆਲਾ ਜ਼ਿਲ੍ਹੇ** ਵਿੱਚ ਵੀ 600 ਹੈਕਟੇਅਰ ਭੂਮੀ ਵਿੱਚ ਸੂਰਜਮੁਖੀ ਕਾਸ਼ਤ ਕੀਤਾ ਗਿਆ ਸੀ। ਇਹ ਪੰਜਾਬ ਦੇ ਕੁੱਲ ਸੂਰਜਮੁਖੀ ਰਕਬੇ ਦਾ ਲਗਭਗ 10.91% ਸੀ। **ਜਲੰਧਰ** ਦਾ ਜ਼ਿਲ੍ਹਾ ਰਕਬੇ (1400 ਹੈਕਟੇਅਰ ਰਕਬੇ) ਅਨੁਸਾਰ ਪਹਿਲੇ ਨੰਬਰ ਤੇ ਸੀ (25.5% ਰਕਬਾ)। ਕਪੂਰਥਲਾ, ਫਤਹਿਗੜ੍ਹ ਸਾਹਿਬ, ਐਸ.ਬੀ.ਐਸ. ਨਗਰ, ਲੁਧਿਆਣਾ ਅਤੇ ਐਸ.ਏ.ਐਸ. ਨਗਰ ਜ਼ਿਲ੍ਹਿਆਂ ਵਿੱਚ ਵੀ ਕਾਫ਼ੀ ਵੱਡਾ ਰਕਬਾ ਸੂਰਜਮੁਖੀ ਦੀ ਕਾਸ਼ਤ ਹੇਠ ਸੀ। 2015-16 ਅਨੁਸਾਰ ਜਲੰਧਰ, ਹੁਸ਼ਿਆਰਪੁਰ, ਪਟਿਆਲਾ, ਐਸ.ਏ.ਐਸ. ਨਗਰ, ਐਸ.ਬੀ.ਐਸ. ਨਗਰ, ਫਤਹਿਗੜ੍ਹ ਸਾਹਿਬ, ਕਪੂਰਥਲਾ ਜ਼ਿਲ੍ਹੇ ਵਿੱਚ ਵੀ ਕਾਫ਼ੀ ਰਕਬਾ ਸੂਰਜਮੁਖੀ ਅਧੀਨ ਸੀ (ਸਾਰਣੀ ਨੰ. 37)।

ਪੰਜਾਬ ਵਿੱਚ 2013-14 ਅਨੁਸਾਰ ਸੂਰਜਮੁਖੀ ਦੀ ਕਾਸ਼ਤ ਦੇ **ਦੋ ਵੱਡੇ ਖੇਤਰ** ਹਨ। ਇੱਕ ਹੈ, **ਉੱਤਰ-ਪੂਰਬੀ ਖੇਤਰ** ਅਤੇ ਦੂਜਾ ਹੈ **ਮੱਧ-ਦੱਖਣ-ਪੂਰਬੀ ਖੇਤਰ।** ਪਹਿਲੇ ਖੇਤਰ ਵਿੱਚ ਰਾਜ ਦੇ 4 ਜ਼ਿਲ੍ਹੇ ਜਲੰਧਰ, ਹੁਸ਼ਿਆਰਪੁਰ, ਐਸ.ਬੀ.ਐਸ. ਨਗਰ ਅਤੇ ਕਪੂਰਥਲਾ ਦੇ ਜ਼ਿਲ੍ਹੇ ਜੋ ਰਾਜ ਦਾ 62.89% ਸੂਰਜਮੁਖੀ ਰਾਜ ਦੇ 63.64% ਸੂਰਜਮੁਖੀ ਰਕਬੇ ਤੋਂ ਪੈਦਾ ਕਰਦੇ ਹਨ। ਮੱਧ-ਦੱਖਣ-ਪੂਰਬੀ ਖੇਤਰ ਵਿੱਚ 4 ਜ਼ਿਲ੍ਹੇ ਪਟਿਆਲਾ, ਫਤਹਿਗੜ੍ਹ ਸਾਹਿਬ, ਐਸ.ਏ.ਐਸ. ਨਗਰ ਅਤੇ ਲੁਧਿਆਣਾ ਸ਼ਾਮਲ ਹਨ ਜੋ ਰਾਜ ਦਾ 40.0% ਸੂਰਜਮੁਖੀ 36.4% ਰਕਬੇ ਤੋਂ ਪੈਦਾ ਕਰਦੇ ਹਨ।

2021-22 ਵਿੱਚ ਸੂਰਜਮੁਖੀ ਦੀ ਫਸਲ ਮੁੱਖ ਤੌਰ ਤੇ ਮਾਲਵਾ ਪ੍ਰਦੇਸ਼ ਵਿੱਚ ਕਾਸ਼ਤ ਕੀਤੀ ਗਈ ਸੀ। ਇੱਥੇ ਐਸ.ਏ.ਐਸ. ਨਗਰ, ਪਟਿਆਲਾ ਅਤੇ ਫਤਿਹਗੜ ਦੇ ਜ਼ਿਲ੍ਹੇ ਰਾਜ ਵਿੱਚ ਸੂਰਜਮੁਖੀ ਦੇ ਸਭ ਤੋਂ ਵੱਡੇ ਉਤਪਾਦਕ (100.0%) ਹਨ। **ਐਸ.ਏ.ਐਸ. ਨਗਰ** ਜ਼ਿਲ੍ਹੇ ਵਿੱਚ 2021-22 ਅਨੁਸਾਰ 900 ਮੀ. ਟਨ ਸੂਰਜਮੁਖੀ 600 ਹੈਕਟੇਅਰ ਭੂਮੀ ਵਿੱਚੋਂ ਪੈਦਾ ਕੀਤਾ ਗਿਆ ਸੀ।

ਪਟਿਆਲਾ, ਐਸ.ਏ.ਐਸ. ਨਗਰ, ਫਤਹਿਗੜ੍ਹ ਸਾਹਿਬ ਅਤੇ ਲੁਧਿਆਣਾ ਦੇ ਜ਼ਿਲ੍ਹੇ ਰਾਜ ਵਿੱਚ ਸੂਰਜਮੁਖੀ ਕਾਸ਼ਤ ਦਾ ਮੁੱਖ ਵੱਡਾ ਖੇਤਰ ਹਨ (100.0% ਉਤਪਾਦਨ)। **ਪਟਿਆਲਾ** ਦਾ ਜ਼ਿਲ੍ਹਾ ਪੰਜਾਬ ਦਾ **ਤੀਜਾ** ਸਭ ਤੋਂ ਵੱਡਾ ਸੂਰਜਮੁਖੀ ਦਾ ਉਤਪਾਦਕ (27.27%) ਹੈ। ਇੱਥੇ 2021-22 ਨੂੰ 600 ਮੀ. ਟਨ ਸੂਰਜਮੁਖੀ 300 ਹੈਕਟੇਅਰ ਭੂਮੀ ਤੋਂ ਪੈਦਾ ਕੀਤਾ ਗਿਆ ਸੀ। **ਐਸ.ਏ.ਐਸ. ਨਗਰ** ਦਾ ਜ਼ਿਲ੍ਹਾ ਰਾਜ ਵਿੱਚ ਸੂਰਜਮੁਖੀ ਦਾ ਸਭ ਤੋਂ ਵੱਡਾ ਉਤਪਾਦਕ (900 ਮੀ. ਟਨ = 40.91% ਰਾਜ ਦਾ) ਹੈ। ਕਾਸ਼ਤ ਰਕਬਾ 600 ਹੈਕਟੇਅਰ ਸੀ। ਫਤਹਿਗੜ੍ਹ ਸਾਹਿਬ ਦਾ ਜ਼ਿਲ੍ਹਾ ਇਸ ਖੇਤਰ ਵਿੱਚ ਦੂਜਾ ਵੱਡਾ ਉਤਪਾਦਕ (ਹਰੇਕ 800 ਮੀ. ਟਨ 2021-22 ਵਿੱਚ) ਹਨ।

ਉੱਪਰ ਲਿਖੇ ਦੋ ਵੱਡੇ ਸੂਰਜਮੁਖੀ ਕਾਸ਼ਤ ਦੇ ਖੇਤਰਾਂ ਤੋਂ ਬਿਨਾਂ ਤਰਨਤਾਰਨ (200 ਮੀ. ਟਨ) ਅਤੇ ਸੰਗਰੂਰ (100 ਮੀ. ਟਨ) ਦੇ ਜ਼ਿਲ੍ਹਿਆਂ ਵਿੱਚ ਵੀ ਸੂਰਜਮੁਖੀ ਪੈਦਾ ਕੀਤਾ ਜਾਂਦਾ ਹੈ। ਇਹ ਮੰਨਿਆ ਜਾਂਦਾ ਹੈ ਕਿ ਸੂਰਜਮੁਖੀ ਤੇ ਤੇਲ ਵਿੱਚ ਘੱਟ ਕਲੱਸਟਰੋਲ (ਉੱਚਾ ਕਲੱਸਟਰੋਲ ਦਿਲ ਦੇ ਰੋਗੀਆਂ ਲਈ ਅੱਛਾ ਨਹੀਂ ਮੰਨਿਆ ਜਾਂਦਾ ਹੈ) ਹੁੰਦਾ ਹੈ, ਇਸ ਕਾਰਨ ਇਸ ਦੀ ਮੰਗ ਕਾਫ਼ੀ ਵਧ ਗਈ ਹੈ।

ਤਿਲ (SESAMUM)

ਇਹ ਇੱਕ ਹੋਰ ਮਹੱਤਵਪੂਰਣ ਤੇਲ ਦੇ ਬੀਜਾਂ ਦੀ ਫਸਲ ਹੈ। ਇਹ ਸਾਉਣੀ ਦੀ ਫਸਲ ਹੈ। ਇਹ ਮੈਰਾ ਅਤੇ ਦੋਮਟ ਮਿੱਟੀਆਂ ਵਿੱਚ ਚੰਗੀ ਤਰ੍ਹਾਂ ਨਾਲ ਵਧਦੀ ਫੁੱਲਦੀ ਹੈ। ਤਿਲਾਂ ਹੇਠ ਆਮ ਕਰਕੇ ਰਕਬਾ 17 ਤੋਂ 20 ਹਜ਼ਾਰ ਹੈਕਟੇਅਰ ਵਿਚਕਾਰ ਰਹਿੰਦਾ ਹੈ ਅਤੇ ਸਾਲਾਨਾ ਉਤਪਾਦਨ 6500 ਤੋਂ 7500 ਮੀ. ਟਨ ਵਿਚਕਾਰ ਹੁੰਦਾ ਹੈ। 2000-01 ਅਨੁਸਾਰ ਪੰਜਾਬ ਨੇ 7600 ਮੀ. ਟਨ ਤਿਲ 19,200 ਹੈਕਟੇਅਰ ਭੂਮੀ ਤੋਂ ਪੈਦਾ ਕੀਤੇ ਸਨ। ਇਸ ਤੋਂ ਬਾਅਦ ਦੇ ਸਾਲਾਂ ਵਿੱਚ ਤਿਲਾਂ ਦਾ ਰਕਬਾ ਅਤੇ ਉਤਪਾਦਨ ਘਟਦੇ ਰਹੇ ਹਨ। 2002-03 ਵਿੱਚ ਉਤਪਾਦਨ 4800 ਮੀ. ਟਨ (ਰਕਬਾ 16,800 ਹੈਕਟੇਅਰ), 2015-16 ਵਿੱਚ 1600 ਮੀ. ਟਨ ਅਤੇ 2018-19 ਵਿੱਚ ਕੇਵਲ 800 ਮੀ. ਟਨ (ਰਕਬਾ 2900 ਹੈਕਟੇਅਰ) ਸੀ। 2020-21 ਵਿੱਚ ਤਿਲਾਂ ਦਾ ਕੁੱਲ ਉਤਪਾਦਨ 1000 ਮੀ. ਟਨ (ਰਕਬਾ 2500 ਹੈਕਟੇਅਰ) ਸੀ ਜੋ 2021-22 ਵਿੱਚ ਵੱਧ ਕੇ 2900 ਮੀ. ਟਨ (ਰਕਬਾ 1680 ਹੈਕਟੇਅਰ) ਹੋ ਗਿਆ।

ਪੰਜਾਬ ਦੇ ਜ਼ਿਆਦਾਤਰ ਤਿਲ (64.0% ਦੇ ਲਗਭਗ, 2021-22 ਵਿੱਚ) **ਮਾਝਾ ਖੇਤਰ** ਵਿੱਚ ਪੈਦਾ ਕੀਤੇ ਜਾਂਦੇ ਹਨ। 300 ਮੀ. ਟਨ ਦੇ ਉਤਪਾਦਨ ਨਾਲ **ਅੰਮ੍ਰਿਤਸਰ** ਦਾ ਜ਼ਿਲ੍ਹਾ ਪੰਜਾਬ ਵਿੱਚ ਤਿਲਾਂ ਦਾ ਸਭ ਤੋਂ ਵੱਡਾ ਉਤਪਾਦਕ ਸੀ। ਇਹ ਉਤਪਾਦਨ ਰਾਜ ਦੇ ਤਿਲਾਂ ਦੇ ਕੁੱਲ ਉਤਪਾਦਨ ਦਾ ਲਗਭਗ 30.00% ਸੀ। ਤਰਨਤਾਰਨ ਦੇ ਜ਼ਿਲ੍ਹੇ ਵਿੱਚ ਵੀ ਕਾਫ਼ੀ (200 ਮੀ. ਟਨ 2021-22 ਵਿੱਚ) ਤਿਲ ਪੈਦਾ ਕੀਤੇ ਜਾਂਦੇ ਹਨ। ਮੁੱਖ ਉਤਪਾਦਨ ਪੱਟੀ ਤਹਿਸੀਲ ਤੋਂ ਆਉਂਦਾ ਹੈ। **ਪਠਾਨਕੋਟ** ਦਾ ਜ਼ਿਲ੍ਹਾ ਤਿਲਾਂ ਦਾ ਵੱਡਾ 10.00% ਉਤਪਾਦਕ ਸੀ। ਜਲੰਧਰ, ਪਠਾਨਕੋਟ, ਗੁਰਦਾਸਪੁਰ, ਮੁਕਤਸਰ, ਰੂਪਨਗਰ ਅਤੇ ਹੁਸ਼ਿਆਰਪੁਰ ਦੇ ਜ਼ਿਲ੍ਹੇ ਵੀ ਕੁੱਝ ਤਿਲ ਪੈਦਾ ਕਰਦੇ ਹਨ (ਸਾਰਣੀ ਨੰ. 37)। 2021-22 ਵਿੱਚ ਪਠਾਨਕੋਟ ਨੇ 100 ਮੀ. ਟਨ ਅਤੇ ਹੁਸ਼ਿਆਰਪੁਰ ਨੇ 100 ਮੀ. ਟਨ ਤਿਲ ਪੈਦਾ ਕੀਤੇ ਸਨ। ਤਿਲ ਦੀ ਕਾਸ਼ਤ ਹੇਠ ਸਭ ਤੋਂ ਵੱਧ ਰਕਬਾ ਅੰਮ੍ਰਿਤਸਰ (1100 ਹੈਕਟੇਅਰ), ਪਠਾਨਕੋਟ (500 ਹੈਕਟੇਅਰ), ਤਰਨਤਾਰਨ (500 ਹੈਕਟੇਅਰ), ਹੁਸ਼ਿਆਰਪੁਰ (400 ਹੈਕਟੇਅਰ) ਅਤੇ ਜਲੰਧਰ (100 ਹੈਕਟੇਅਰ) ਜ਼ਿਲ੍ਹਿਆਂ ਵਿੱਚ 2021-22 ਅਨੁਸਾਰ ਪਾਇਆ ਜਾਂਦਾ ਹੈ।

ਮੂੰਗਫਲੀ (GROUNDNUT)

ਮੂੰਗਫਲੀ ਬਨਸਪਤੀ ਤੇਲ ਦਾ ਇੱਕ ਮਹੱਤਵਪੂਰਣ ਸਰੋਤ ਹੈ। ਸਰਦੀਆਂ ਨੂੰ ਆਮ ਲੋਕ ਭੁੱਜੀ ਹੋਈ ਮੂੰਗਫਲੀ ਖਾਂਦੇ ਹਨ। ਸੱਤਵੇਂ ਦਹਾਕੇ ਤੱਕ ਪੰਜਾਬ ਵਿੱਚ ਮੂੰਗਫਲੀ ਦਾ ਰਾਜ ਵਿੱਚ ਸਭ ਤੋਂ ਵੱਧ ਰਕਬਾ ਸੀ ਜੋ 1.74 ਲੱਖ ਹੈਕਟੇਅਰ ਸੀ। ਸਭ ਤੋਂ ਵੱਧ ਉਤਪਾਦਨ 1.76 ਲੱਖ ਮੀ. ਟਨ 1975-76 ਵਿੱਚ ਪ੍ਰਾਪਤ ਹੋਇਆ ਸੀ। 1980-81 ਤੋਂ ਬਾਅਦ ਮੂੰਗਫਲੀ ਦੇ ਰਕਬੇ ਅਤੇ ਉਤਪਾਦਨ ਵਿੱਚ ਤੇਜ਼ੀ ਨਾਲ ਗਿਰਾਵਟ ਆਈ। 1994-95 ਵਿੱਚ 8000 ਹੈਕਟੇਅਰ ਰਕਬੇ ਵਿੱਚੋਂ 7000 ਮੀ. ਟਨ ਮੂੰਗਫਲੀ ਪੈਦਾ ਕੀਤੀ ਗਈ ਸੀ। ਪ੍ਰੰਤੂ 2000-01 ਸਾਲ ਵਿੱਚ 4000 ਹੈਕਟੇਅਰ ਭੂਮੀ ਵਿੱਚੋਂ 4000 ਮੀ. ਟਨ ਮੂੰਗਫਲੀ ਪੈਦਾ ਕੀਤੀ ਗਈ ਸੀ। 2002-03 ਵਿੱਚ ਪੰਜਾਬ ਨੇ 3800 ਮੀ. ਟਨ ਮੂੰਗਫਲੀ 5300 ਹੈਕਟੇਅਰ ਭੂਮੀ ਵਿੱਚੋਂ ਪੈਦਾ ਕੀਤੀ ਸੀ। 2015-16 ਵਿੱਚ ਉਤਪਾਦਨ ਘਟ ਕੇ 3200 ਮੀ. ਟਨ ਰਹਿ ਗਿਆ ਅਤੇ 2018-19 ਵਿੱਚ ਪੰਜਾਬ ਨੇ 2600 ਮੀ. ਟਨ ਮੂੰਗਫਲੀ 1300 ਹੈਕਟੇਅਰ ਜ਼ਮੀਨ ਵਿੱਚੋਂ ਪੈਦਾ ਕੀਤੀ ਸੀ। 2020-21 ਸਾਲ ਵਿੱਚ ਪੰਜਾਬ ਨੇ 3000 ਟਨ ਮੂੰਗਫਲੀ 1500 ਹੈਕਟੇਅਰ ਭੂਮੀ ਵਿੱਚੋਂ ਪੈਦਾ ਕੀਤੀ ਸੀ। 2021-22 ਵਿੱਚ ਉਤਪਾਦਨ ਅਤੇ ਰਕਬਾ ਘਟ ਕੇ ਕ੍ਰਮਵਾਰ 2800 ਮੀ. ਟਨ ਅਤੇ 1400 ਹੈਕਟੇਅਰ ਹੋ ਗਿਆ।

ਇਹ ਸਾਉਣੀ ਦੀ ਫਸਲ ਹੈ ਅਤੇ ਜੁਲਾਈ ਤੋਂ ਨਵੰਬਰ ਮਹੀਨਿਆਂ ਵਿਚਕਾਰ ਵਧਦੀ ਫੁੱਲਦੀ ਅਤੇ ਤਿਆਰ ਹੁੰਦੀ ਹੈ। ਇਸ ਲਈ ਰੇਤਲੀ ਦੋਮਟ ਮਿੱਟੀ ਅਤੇ 50 ਤੋਂ 75 ਸੈਂਟੀਮੀਟਰ ਵਿਚਕਾਰ ਦਰਮਿਆਨੀ ਵਰਖਾ ਚਾਹੀਦੀ ਹੈ। **ਹੁਸ਼ਿਆਰਪੁਰ** ਦਾ ਜ਼ਿਲ੍ਹਾ ਜਿੱਥੇ ਰੇਤਲੀ ਦੋਮਟ ਮਿੱਟੀ (ਵਿਸ਼ੇਸ਼ ਕਰਕੇ ਕੰਢੀ ਵਿੱਚ) ਅਤੇ ਕਾਫ਼ੀ ਵਰਖਾ ਹੁੰਦੀ ਹੈ। ਰਾਜ ਵਿੱਚ ਮੂੰਗਫਲੀ ਦਾ ਸਭ ਤੋਂ ਵੱਡਾ (100.0%) ਉਤਪਾਦਕ ਹੈ। 2008-09 ਵਿੱਚ ਉਤਪਾਦਨ 2200 ਮੀ. ਟਨ ਸੀ। 2012-13 ਵਿੱਚ ਉਤਪਾਦਨ 2900 ਮੀ. ਟਨ ਸੀ। ਜੋ 2013-14 ਵਿੱਚ ਘਟ ਕੇ 2400 ਮੀ. ਟਨ ਹੋ ਗਿਆ। 2021-22 ਅਨੁਸਾਰ ਹੁਸ਼ਿਆਰਪੁਰ ਜ਼ਿਲ੍ਹੇ ਨੇ ਰਾਜ ਦੀ ਸਭ (100.0%) ਮੂੰਗਫਲੀ ਪੈਦਾ ਕੀਤੀ ਸੀ। ਬਠਿੰਡਾ ਦਾ ਜ਼ਿਲ੍ਹਾ ਮੂੰਗਫਲੀ ਦਾ ਇੱਕ ਮਹੱਤਵਪੂਰਣ ਉਤਪਾਦਕ ਹੈ। ਇਸ ਦਾ 2008-09 ਅਨੁਸਾਰ ਮੂੰਗਫਲੀ ਦਾ ਉਤਪਾਦਨ 300 ਮੀ. ਟਨ ਸੀ। ਕਪੂਰਥਲਾ (300 ਮੀ. ਟਨ) ਅਤੇ ਸੰਗਰੂਰ ਦੇ ਜ਼ਿਲ੍ਹੇ ਵੀ ਕਾਫੀ ਮੂੰਗਫਲੀ ਪੈਦਾ ਕਰਦੇ ਹਨ (ਸਾਰਣੀ ਨੰ. 37)। ਕੁੱਝ ਮੂੰਗਫਲੀ ਜਲੰਧਰ, ਫ਼ਰੀਦਕੋਟ ਅਤੇ ਮਾਨਸਾ ਦੇ ਜ਼ਿਲ੍ਹੇ ਪੈਦਾ ਕਰਦੇ ਹਨ।

ਮੂੰਗਫਲੀ ਦੀ ਬਹੁਤੀ ਵਰਤੋਂ ਬਨਸਪਤੀ ਘਿਉ ਬਣਾਉਣ ਵਾਸਤੇ ਕੀਤੀ ਜਾਂਦੀ ਹੈ। ਸਰਦੀਆਂ ਨੂੰ ਆਮ ਆਦਮੀ ਭੁੱਜੀ ਹੋਈ ਮੂੰਗਫਲੀ ਦੀ ਵਰਤੋਂ ਵੀ ਕਰਦਾ ਹੈ।

ਅਲਸੀ (LINSEED)

ਇਹ ਇਕ ਹੋਰ ਮਹੱਤਵਪੂਰਣ ਤੇਲ ਬੀਜ ਫਸਲ ਹੈ। ਇਹ ਸਰਦੀਆਂ ਨੂੰ ਪੈਦਾ ਕੀਤੀ ਜਾਂਦੀ ਹੈ। ਇਹ ਵੀ ਅੱਠਵੇਂ ਦਹਾਕੇ ਤੱਕ ਤੇਲ ਦੇ ਬੀਜਾਂ ਦੀ ਫਸਲ ਦੇ ਰੂਪ ਵਿੱਚ ਇੱਕ ਜ਼ਿਆਦਾ ਮਹੱਤਵਪੂਰਣ ਫਸਲ ਸੀ। ਸਭ ਤੋਂ ਵੱਧ ਉਤਪਾਦਨ 1960-61 ਵਿੱਚ ਪ੍ਰਾਪਤ ਹੋਇਆ ਸੀ ਜੋ 1700 ਮੀ. ਟਨ ਸੀ। 2000-01 ਵਿੱਚ ਕੇਵਲ 600 ਮੀ. ਟਨ ਅਲਸੀ ਪੈਦਾ ਕੀਤੀ ਗਈ ਸੀ। 2008-2009 ਵਿੱਚ ਲਗਭਗ 100 ਮੀ. ਟਨ ਅਲਸੀ ਪੈਦਾ ਕੀਤੀ ਗਈ ਸੀ। ਇਹ ਜ਼ਿਆਦਾਤਰ ਜਲੰਧਰ, ਐਸ.ਬੀ.ਐਸ. ਨਗਰ, ਹੁਸ਼ਿਆਰਪੁਰ ਅਤੇ ਗੁਰਦਾਸਪੁਰ ਦੇ ਜ਼ਿਲ੍ਹਿਆਂ ਵਿੱਚ ਪੈਦਾ ਕੀਤੀ ਜਾਂਦੀ ਹੈ। 2008-2009 ਵਿੱਚ ਪੰਜਾਬ ਦੀ ਲਗਭਗ ਸਾਰੀ ਅਲਸੀ (100 ਮੀ. ਟਨ) ਤਰਨਤਾਰਨ ਦੇ ਜ਼ਿਲ੍ਹੇ ਵਿੱਚ ਪੈਦਾ ਹੋਈ ਸੀ। ਕੁਝ ਅਲਸੀ (50 ਟਨ ਤੋਂ ਘੱਟ) ਐਸ.ਬੀ.ਐਸ. ਨਗਰ ਜ਼ਿਲ੍ਹੇ ਵਿੱਚ ਵੀ ਪੈਦਾ ਕੀਤੀ ਗਈ ਸੀ। ਅਲਸੀ ਦੀ ਵਰਤੋਂ ਖਾਣ ਵਾਲੇ ਤੇਲਾਂ ਲਈ, ਪਸ਼ੂਆਂ ਲਈ ਖੱਲ ਅਤੇ ਚਾਰੇ ਦੇ ਰੂਪ ਵਿੱਚ ਅਤੇ ਤੇਲ ਉੱਤੇ ਅਧਾਰਤ ਪੇਂਟਸ ਬਣਾਉਣ ਲਈ ਕੀਤੀ ਜਾਂਦੀ ਹੈ। 2008-09 ਤੋਂ ਬਾਅਦ ਅਲਸੀ ਦੇ ਅੰਕੜੇ ਰਿਕਾਰਡ ਨਹੀਂ ਕੀਤੇ ਗਏ ਹਨ।

ਦਾਲਾਂ (PULSES)

ਦਾਲਾਂ ਅਨਾਜ ਫਸਲਾਂ ਹਨ। ਇਹ ਸਬਜ਼ੀਆਂ ਉੱਤੇ ਆਧਾਰਤ ਖੁਰਾਕ (Vegetarian diet) ਵਿੱਚ ਪ੍ਰੋਟੀਨ ਦਾ ਮਹੱਤਵਪੂਰਣ ਸਾਧਨ ਹਨ। ਪ੍ਰੰਤੂ ਪੰਜਾਬ ਵਿੱਚ ਦਾਲਾਂ ਹੇਠ ਰਕਬਾ ਅਤੇ ਉਤਪਾਦਨ 1960-61 ਤੋਂ ਬਾਅਦ ਲਗਾਤਾਰ ਘਟਦਾ ਆ ਰਿਹਾ ਹੈ। 2000-01 ਅਨੁਸਾਰ ਪੰਜਾਬ ਵਿੱਚ ਕੁੱਲ ਫਸਲ ਰਕਬੇ ਦੇ ਕੇਵਲ 0.69% ਰਕਬੇ ਵਿੱਚ ਦਾਲਾਂ ਬੀਜੀਆਂ ਗਈਆਂ ਸਨ ਅਤੇ 2018-19 ਵਿੱਚ ਕੇਵਲ 0.38% ਹਿੱਸੇ ਵਿੱਚ ਦਾਲਾਂ ਬੀਜੀਆਂ ਗਈਆਂ ਸਨ। 2011-12 ਵਿੱਚ 0.25% ਅਤੇ 2012-13 ਵਿੱਚ 0.15% ਹਿੱਸੇ ਵਿੱਚ ਦਾਲਾਂ ਪੈਦਾ ਕੀਤੀਆਂ ਗਈਆਂ ਸਨ। 2021-22 ਵਿੱਚ ਇਹ ਪ੍ਰਤੀਸ਼ੱਤਤਾ ਵਧ ਕੇ 0.80 ਹੋ ਗਈ। ਪ੍ਰੰਤੂ 1960-61 ਅਨੁਸਾਰ ਇਹ ਪ੍ਰਤੀਸ਼ੱਤਤਾ 19 ਸੀ। 2020-2021 ਅਨੁਸਾਰ ਸਮੁੱਚੇ ਦੇਸ਼ ਵਿੱਚ ਕੁੱਲ ਫਸਲ ਰਕਬੇ ਦੇ ਲਗਭਗ 14.6% ਵਿੱਚ ਦਾਲਾਂ ਦੀ ਕਾਸ਼ਤ ਕੀਤੀ ਗਈ ਸੀ। ਪੰਜਾਬ ਲਈ ਇਹ ਪ੍ਰਤੀਸ਼ੱਤਤ ਕੇਵਲ 0.41 ਸੀ। ਇਸ ਤਰ੍ਹਾਂ ਭਾਰਤ ਦੀ ਔਸਤ ਦਾਲ ਰਕਬੇ ਦੀ ਪ੍ਰਤੀਸ਼ੱਤਤਾ ਦੇ ਮੁਕਾਬਲੇ ਤੇ ਪੰਜਾਬ ਵਿੱਚ ਦਾਲ ਰਕਬੇ ਦੀ ਪ੍ਰਤੀਸ਼ੱਤਤਾ ਬਹੁਤ ਘੱਟ ਹੈ। ਇਸ ਕਾਰਨ ਪੰਜਾਬ ਵਿੱਚ ਦਾਲਾਂ ਦੇ ਰਕਬੇ ਨੂੰ ਕਾਫ਼ੀ ਵਧਾਉਣ ਦੀ ਬਹੁਤ ਲੋੜ ਹੈ। ਇਸ ਨਾਲ ਪ੍ਰਚਲਤ ਕਣਕ-ਚਾਵਲ ਫਸਲੀ ਸਰੂਪ ਵਿੱਚ ਵੰਨ-ਸੁਵੰਨਤਾ ਵੀ ਆਵੇਗੀ। ਆਮ ਲੋਕਾਂ ਲਈ ਦਾਲਾਂ ਪ੍ਰੋਟੀਨ ਦਾ ਮੁੱਖ ਸਰੋਤ ਹਨ। ਇਸ ਲਈ ਇਨ੍ਹਾਂ ਦੀ ਬਹੁਤ ਮਹੱਤਤਾ ਹੈ।

ਛੋਲੇ, ਮਾਂਹ, ਮੂੰਗ, ਅਰਹਰ ਅਤੇ ਮਸਰ ਮਹੱਤਵਪੂਰਣ ਦਾਲ ਫਸਲਾਂ ਹਨ। ਇਨ੍ਹਾਂ ਵਿੱਚੋਂ ਛੋਲੇ ਅਤੇ ਮਸਰ ਹਾੜੀ ਦੀਆਂ ਫਸਲਾਂ ਹਨ ਅਤੇ ਮਾਂਹ, ਮੂੰਗ ਅਤੇ ਅਰਹਰ ਸਾਉਣੀ ਦੀਆਂ ਫਸਲਾਂ ਹਨ।

ਰਕਬਾ ਅਤੇ ਉਤਪਾਦਨ (AREA AND PRODUCTION)

1960-61 ਤੋਂ ਹੁਣ ਤੱਕ ਦਾਲ ਫਸਲਾਂ ਹੇਠ ਰਕਬਾ ਲਗਾਤਾਰ ਘਟਦਾ ਆ ਰਿਹਾ ਹੈ। 1960-61 ਅਨੁਸਾਰ 9 ਲੱਖ 3 ਹਜ਼ਾਰ ਹੈਕਟੇਅਰ ਰਕਬੇ ਵਿਚੋਂ 7 ਲੱਖ 9 ਹਜ਼ਾਰ ਮੀ. ਟਨ ਵਿਭਿੰਨ ਦਾਲਾਂ ਪੈਦਾ ਕੀਤੀਆਂ ਗਈਆਂ ਸਨ। 1980-81 ਵਿੱਚ ਰਕਬਾ ਘਟ ਕੇ 3 ਲੱਖ 41 ਹਜ਼ਾਰ ਹੈਕਟੇਅਰ ਅਤੇ ਉਤਪਾਦਨ ਘਟ ਕੇ 2 ਲੱਖ 4 ਹਜ਼ਾਰ ਮੀ. ਟਨ ਰਹਿ ਗਿਆ। 1990-91 ਅਨੁਸਾਰ ਇਨ੍ਹਾਂ ਵਿੱਚ ਹੋਰ ਗਿਰਾਵਟ ਆਈ ਅਤੇ ਰਕਬਾ ਘਟ ਕੇ 1 ਲੱਖ 43 ਹਜ਼ਾਰ ਹੈਕਟੇਅਰ ਅਤੇ ਉਤਪਾਦਨ 1 ਲੱਖ 5 ਹਜ਼ਾਰ ਮੀ. ਟਨ ਰਹਿ ਗਿਆ। 1994-95 ਅਨੁਸਾਰ ਦਾਲਾਂ ਦਾ ਰਾਜ ਵਿੱਚ ਕੁੱਲ ਉਤਪਾਦਨ ਕੇਵਲ 84 ਹਜ਼ਾਰ ਮੀ. ਟਨ ਸੀ ਜੋ 95 ਹਜ਼ਾਰ ਹੈਕਟੇਅਰ ਵਿੱਚ ਪੈਦਾ ਕੀਤੀਆਂ ਗਈਆਂ ਸਨ। ਇਹ ਗਿਰਾਵਟ ਅੱਗੇ ਵਧਦੀ ਹੀ ਗਈ ਹੈ। 2000-01 ਅਨੁਸਾਰ ਪੰਜਾਬ ਵਿੱਚ ਕੇਵਲ 54 ਹਜ਼ਾਰ ਹੈਕਟੇਅਰ ਜ਼ਮੀਨ ਵਿੱਚ ਦਾਲਾਂ ਬੀਜੀਆਂ ਗਈਆਂ ਸਨ ਜਿਸ ਤੋਂ 39000 ਮੀ. ਟਨ ਦਾਲਾਂ ਪ੍ਰਾਪਤ ਹੋਈਆਂ ਸਨ। 2002-03 ਵਿੱਚ 31000 ਮੀ. ਟਨ ਦਾਲਾਂ 41,000 ਹੈਕਟੇਅਰ ਜ਼ਮੀਨ ਵਿੱਚੋਂ ਪੈਦਾ ਕੀਤੀਆਂ ਗਈਆਂ ਸਨ। 2015-16 ਵਿੱਚ ਦਾਲਾਂ ਹੇਠ ਕੁੱਲ ਰਕਬਾ 20,000 ਹੈਕਟੇਅਰ ਸੀ ਜਿਸ ਵਿੱਚੋਂ 10,000 ਮੀ. ਟਨ ਦਾਲਾਂ ਪੈਦਾ ਕੀਤੀਆਂ ਗਈਆਂ ਸਨ। 2018-19 ਵਿੱਚ ਦਾਲਾਂ ਹੇਠ ਰਕਬਾ 30,000 ਹੈਕਟੇਅਰ ਸੀ ਅਤੇ ਉਤਪਾਦਨ 28,000 ਮੀ. ਟਨ ਸੀ। 2020-21 ਅਨੁਸਾਰ ਦਾਲਾਂ ਹੇਠ ਰਕਬਾ 32.8 ਹਜ਼ਾਰ ਹੈਕਟੇਅਰ ਅਤੇ ਉਤਪਾਦਨ ਕੁੱਝ ਘਟ ਕੇ 31,700 ਮੀ. ਟਨ ਸਨ। ਇਸ ਤਰ੍ਹਾਂ 2012-13 ਵਿੱਚ ਦਾਲਾਂ ਦੇ ਝਾੜ ਵਿੱਚ ਕਾਫ਼ੀ ਵਾਧਾ ਹੋ ਗਿਆ ਸੀ। 2021-22 ਵਿੱਚ ਪੰਜਾਬ ਨੇ 76,000 ਮੀ. ਟਨ ਦਾਲਾਂ 62,600 ਹੈਕਟੇਅਰ ਜ਼ਮੀਨ ਵਿੱਚੋਂ ਪੈਦਾ ਕੀਤੇ ਸਨ।

1980-81 ਤੱਕ ਦਾਲਾਂ ਹੇਠ ਕੁੱਲ ਰਕਬੇ ਦੇ ਲਗਭਗ ਦੋ-ਤਿਹਾਈ ਭਾਗ ਵਿੱਚ ਸਿੰਜਾਈ ਸਹੂਲਤਾਂ ਨਹੀਂ ਸਨ। ਸਿੰਜਾਈ ਸਹੂਲਤਾਂ ਆ ਜਾਣ ਨਾਲ ਇਸ ਰਕਬੇ ਦੇ ਕਾਫ਼ੀ ਭਾਗ ਵਿੱਚ ਕਣਕ, ਗੰਨਾ ਜਾਂ ਕਪਾਹ ਦੀ ਖੇਤੀ ਸ਼ੁਰੂ ਕਰ ਦਿੱਤੀ ਗਈ ਕਿਉਂਕਿ ਇਨ੍ਹਾਂ ਫਸਲਾਂ ਦੀ ਕਾਸ਼ਤ ਤੋਂ ਕਿਸਾਨਾਂ ਨੂੰ ਜ਼ਿਆਦਾ ਆਮਦਨ ਹੋਣ ਲੱਗ ਪਈ।

ਵੰਡ (DISTRIBUTION)

ਦਾਲ ਫਸਲਾਂ ਜਿਹੜੀਆਂ ਕਿ ਮੁੱਖ ਤੌਰ ਤੇ ਬਿਨਾ ਸਿੰਜਾਈ (ਬਰਾਨੀ ਖੇਤੀ) ਕਾਸ਼ਤ ਕੀਤੀਆਂ ਜਾਂਦੀਆਂ ਹਨ। ਮੁੱਖ ਤੌਰ ਤੇ ਪੰਜਾਬ ਦੇ ਖੁਸ਼ਕ ਅਤੇ ਅਰਧ-ਖੁਸ਼ਕ ਮਾਲਵਾ ਪ੍ਰਦੇਸ਼ ਵਿੱਚ ਅਤੇ ਅੱਛੀ ਵਰਖਾ ਵਾਲੇ ਪੂਰਬੀ ਜ਼ਿਲ੍ਹਿਆਂ ਵਿੱਚ ਪੈਦਾ ਕੀਤੀਆਂ ਜਾਂਦੀਆਂ ਹਨ। ਛੋਲੇ, ਅਰਹਰ ਅਤੇ ਮੂੰਗ ਇਸ ਭਾਗ ਦੀਆਂ ਦਾਲ ਫਸਲਾਂ ਹਨ। ਪ੍ਰੰਤੂ ਸਿਜਾਈ ਨਾਲ ਪੈਦਾ ਕੀਤੀਆਂ ਦਾਲਾਂ ਹਰ ਥਾਂ ਪੈਦਾ ਕੀਤੀਆਂ ਜਾਂਦੀਆਂ ਹਨ। ਇਨ੍ਹਾਂ ਲਈ ਅੰਮ੍ਰਿਤਸਰ, ਤਰਨਤਾਰਨ , ਗੁਰਦਾਸਪੁਰ, ਜਲੰਧਰ, ਲੁਧਿਆਣਾ, ਪਟਿਆਲਾ ਅਤੇ ਸੰਗਰੂਰ ਦੇ ਜ਼ਿਲ੍ਹੇ ਜ਼ਿਆਦਾ ਮਹੱਤਵਪੂਰਣ ਹਨ।

ਸਾਰਣੀ ਨੰ. 39. ਪੰਜਾਬ ਵਿੱਚ ਜ਼ਿਲ੍ਹੇਵਾਰ ਵਿਭਿੰਨ ਦਾਲ ਫਸਲਾਂ ਅਤੇ ਆਲੂ ਹੇਠ ਰਕਬਾ ਅਤੇ ਉਤਪਾਦਨ 2021-22

ਲੜੀ ਨੰ. (Sr. No.)	ਜ਼ਿਲ੍ਹਾ (District)	ਛੋਲੇ (Gram)		ਮਾਂਹ (Mash)		ਅਰਹਰ (Arhar)		ਮੂੰਗ (Moong)		ਮਸਰ (Masar)		ਕੁੱਲ ਦਾਲਾਂ (Total Pulses)		ਕੁੱਲ ਦਾਲਾਂ (Total Pulses 2015-16)		ਆਲੂ (Potato)	
		ਰ	ਉ	ਰ	ਉ		ਉ	ਰ	ਉ	ਰ	ਉ	ਰ	ਉ	ਰ	ਉ	ਰ	ਉ
1.	ਗੁਰਦਾਸਪੁਰ	—	—	0.2	0.1	—	—	—	—	—	—	0.2	0.1	0.4	1.00	0.9	22.6
2.	ਪਠਾਨਕੋਟ	—	0.1	0.9	0.4	—	—	—	—	—	—	0.9	0.5	1.1	0.53	0.02	0.05
3.	ਅੰਮ੍ਰਿਤਸਰ	—	—	0.3	0.1	0.1	0.1	0.2	0.2	0.1	0.1	0.7	0.5	0.7	1.20	9.1	237.7
4.	ਤਰਨਤਾਰਨ	—	—	—	—	0.2	0.1	0.4	0.4	—	—	0.6	0.5	1.6	0.90	1.8	46.9
5.	ਕਪੂਰਥਲਾ	—	—	—	—	—	—	—	—	—	—	—	—	—	—	9.5	260.3
6.	ਜਲੰਧਰ	—	—	—	—	0.2	0.2	—	—	—	—	0.2	0.2	0.4	0.40	23.6	662.7

7.	ਐਸ.ਬੀ.ਐਸ. ਨਗਰ	—	—	—	—	—	—	—	—	—	—	—	—	—	—	2.7	73.5
8.	ਹੁਸ਼ਿਆਰਪੁਰ	0.1	0.10	0.1	(ਅ)	—	—	—	—	0.2	0.1	0.4	0.2	0.5	0.73	16.3	456.9
9.	ਰੂਪਨਗਰ	0.1	0.1	—	—	—	—	—	—	—	—	0.1	0.1	0.3	0.53	0.5	14.2
10.	ਐਸ.ਏ.ਐਸ. ਨਗਰ	—	—	0.1	0.1	0.1	0.1	—	—	0.2	0.1	0.4	0.3	0.8	1.03	1.5	40.4
11.	ਲੁਧਿਆਣਾ	—	—	—	—	0.4	0.4	0.1	0.1	—	—	0.5	0.5	4.9	2.70	16.8	486.9
12.	ਫਿਰੋਜ਼ਪੁਰ	—	—	—	—	—	—	0.1	01	—	—	0.1	0.1	0.4	0.40	1.2	33.0
13.	ਫਾਜ਼ਿਲਕਾ	1.1	1.4	—	—	—	—	0.7	0.6	—	—	1.8	2.0	2.7	2.80	0.1	2.6
14.	ਫਰੀਦਕੋਟ	0.1	0.1	—	—	—	—	—	—	—	—	0.1	0.1	0.2	0.10	0.4	10.0
15.	ਮੁਕਤਸਰ ਸਾਹਿਬ	—	—	—	—	—	—	—	—	—	—	—	—	0.3	0.23	0.3	8.5
16.	ਮੋਗਾ	0.1	0.1	—	—	0.2	0.3	0.1	0.1	—	—	0.4	0.5	0.4	0.40	7.1	209.8
17.	ਬਠਿੰਡਾ	0.1	0.2	—	—	—	—	0.3	0.3	—	—	0.4	0.5	1.0	0.60	6.1	166.6
18.	ਮਾਨਸਾ	0.1	0.1	—	—	—	—	—	—	—	—	0.1	0.1	0.5	0.33	0.2	5.7
19.	ਸੰਗਰੂਰ	—	—	—	—	0.1	0.1	0.1	0.1	—	—	0.2	0.2	0.6	0.50	0.9	26.4
20.	ਬਰਨਾਲਾ	0.1	0.1	—	—	0.1	0.1	0.1	0.1	—	—	0.3	0.3	0.4	0.33	1.6	41.1
21.	ਪਟਿਆਲਾ	—	—	—	—	—	—	—	—	—	—	—	—	0.5	0.10	4.6	124.3
22.	ਫਤਹਿਗੜ੍ਹ ਸਾਹਿਬ	—	—	—	—	—	—	—	—	—	—	—	—	—	—	4.4	117.1
23.	ਪੰਜਾਬ	1.8	2.2	1.6	0.7	1.4	1.4	2.1	2.0	0.5	0.3	7.4	6.7	17.7	14.81	110.0	3050.0

ਸਰੋਤ—ਪੰਜਾਬ ਦਾ ਅੰਕੜਾ ਸਾਰ 2017 ਅਤੇ 2022

ਰ = ਰਕਬਾ (ਹਜ਼ਾਰ ਹੈਕਟੇਅਰ ਵਿੱਚ)

ਉ = ਉਤਪਾਦਨ (ਹਜ਼ਾਰ ਮੀ. ਟਨ ਵਿੱਚ)

(ਅ) = 500 ਮੀ. ਟ ਤੋਂ ਘੱਟ

ਨੋਟ—ਸਾਰਣੀ ਵਿੱਚ ਕੁੱਲ ਦਾਲਾਂ ਦੇ ਅੰਕੜੇ (2021-22 ਅਨੁਸਾਰ) ਕੇਵਲ ਦਰਸਾਈਆਂ ਪੰਜ ਦਾਲਾਂ ਦੇ ਹਨ।

ਰਕਬਾ (AREA)

2021-22 ਅਨੁਸਾਰ ਪੰਜਾਬ ਵਿੱਚ ਦਾਲਾਂ ਹੇਠ ਰਕਬਾ 62.6 ਹਜ਼ਾਰ ਹੈਕਟੇਅਰ ਸੀ। ਸਭ ਤੋਂ ਵੱਧ ਰਕਬਾ ਤਰਨਤਾਰਨ ਜ਼ਿਲ੍ਹੇ ਵਿੱਚ 1600 ਹੈਕਟੇਅਰ (ਰਾਜ ਦਾ 12.6%), ਫਾਜ਼ਿਲਕਾ 1500 ਹੈਕਟੇਅਰ (11.81%), ਪਠਾਨਕੋਟ ਅਤੇ ਲੁਧਿਆਣਾ, ਹਰੇਕ 1300 ਹੈਕਟੇਅਰ, ਸੰਗਰੂਰ 900 ਹੈਕਟੇਅਰ, ਐਸ.ਏ.ਐਸ. ਨਗਰ 800 ਹੈਕਟੇਅਰ (6.30%), ਅੰਮ੍ਰਿਤਸਰ 700 ਹੈਕਟੇਅਰ ਅਤੇ ਗੁਰਦਾਸਪੁਰ, ਸ੍ਰੀ ਮੁਕਤਸਰ ਸਾਹਿਬ, ਬਠਿੰਡਾ, ਮੋਗਾ ਅਤੇ ਬਰਨਾਲਾ ਜ਼ਿਲ੍ਹਿਆਂ ਵਿੱਚ ਸੀ (ਸਾਰਣੀ ਨੰ. 37)। ਮਾਲਵੇ ਵਿੱਚ ਰਾਜ ਦਾ 60.00%, ਮਾਝਾ ਪ੍ਰਦੇਸ਼ ਵਿੱਚ 32.4% ਅਤੇ ਬਿਸਤ ਦੋਆਬ ਵਿੱਚ 8.1% ਦਾਲ ਰਕਬਾ ਪਾਇਆ ਜਾਂਦਾ ਹੈ। ਪੰਜ ਦੱਖਣੀ-ਪੱਛਮੀ ਜ਼ਿਲ੍ਹਿਆਂ ਫਾਜ਼ਿਲਕਾ, ਸ੍ਰੀ ਮੁਕਤਸਰ ਸਾਹਿਬ, ਫਿਰੋਜ਼ਪੁਰ, ਬਠਿੰਡਾ ਅਤੇ ਮਾਨਸਾ ਵਿੱਚ ਰਾਜ ਦਾ 32.4% ਦਾਲ ਰਕਬਾ ਪਾਇਆ ਜਾਂਦਾ ਹੈ। ਪੰਜ ਦਾਲਾਂ ਦੇ ਕੁੱਲ ਅੰਕੜਿਆਂ ਅਨੁਸਾਰ ਸੱਭ ਤੋਂ ਵੱਧ ਰਕਬਾ 1800 ਹੈਕਟ: ਫਾਜਿਲਕਾ ਜ਼ਿਲ੍ਹੇ ਵਿੱਚ, 900 ਹੈਕਟੇ: ਪਠਾਨਕੋਟ ਜ਼ਿਲ੍ਹੇ ਵਿੱਚ 700 ਹੈਕਟ: ਅੰਮ੍ਰਿਤਸਰ ਅਤੇ 600 ਹੈਕਟ: ਤਰਨ ਤਾਰਨ ਜ਼ਿਲ੍ਹੇ ਵਿੱਚ 2021-22 ਅਨੁਸਾਰ ਸੀ। ਕੁੱਲ ਦਾਲ ਰਕਬਾ 7400 ਹੈਕਟ: ਸੀ।

ਉਤਪਾਦਨ (PRODUCTION)

ਰਕਬੇ ਦੀ ਵੰਡ ਦੀ ਤਰ੍ਹਾਂ ਦਾਲਾਂ ਦੇ ਕੁੱਲ ਉਤਪਾਦਨ ਦਾ ਲਗਭਗ 69.73% 2021-22 ਅਨੁਸਾਰ ਮਾਲਵਾ ਪ੍ਰਦੇਸ਼ ਵਿੱਚੋਂ ਪ੍ਰਾਪਤ ਹੋਇਆ ਸੀ। ਪੰਜ ਦੱਖਣ-ਪੱਛਮੀ ਜ਼ਿਲ੍ਹਿਆਂ ਤੋਂ ਰਾਜ ਦੀਆਂ ਲਗਭਗ 29.81% ਦਾਲਾਂ ਦਾ ਉਤਪਾਦਨ ਆਇਆ ਸੀ। ਫਾਜ਼ਿਲਕਾ ਦਾ ਜ਼ਿਲ੍ਹਾ ਸਭ ਤੋਂ ਵੱਡਾ ਉਤਪਾਦਕ (29.67%) ਸੀ। ਇਸ ਤੋਂ ਬਾਅਦ ਲੁਧਿਆਣਾ (7.42%), ਸੰਗਰੂਰ (3.0%),

ਐਸ.ਏ.ਐਸ. ਨਗਰ (4.45%), ਬਰਨਾਲਾ, ਮੋਗਾ (7.4%), ਅੰਮ੍ਰਿਤਸਰ, ਪਠਾਨਕੋਟ ਅਤੇ ਤਰਨਤਾਰਨ (7.42% ਹਰੇਕ), ਪਠਾਨਕੋਟ (7.4%), ਜਲੰਧਰ (3.00%), ਅੰਮ੍ਰਿਤਸਰ (7.42%) ਅਤੇ ਗੁਰਦਾਸਪੁਰ (1.48%) ਵੱਡੇ ਉਤਪਾਦਕ ਹਨ। ਫਿਰੋਜ਼ਪੁਰ, ਬਠਿੰਡਾ, ਮਾਨਸਾ, ਫਰੀਦਕੋਟ, ਹੁਸ਼ਿਆਰਪੁਰ ਅਤੇ ਪਟਿਆਲਾ ਦੇ ਜ਼ਿਲ੍ਹੇ ਉਤਪਾਦਨ ਦੇ ਢਹਿੰਦੇ ਕ੍ਰਮ ਵਿੱਚ ਹਨ। ਮਾਲਵੇ ਤੋਂ ਬਾਹਰ ਤਰਨਤਾਰਨ ਦਾ ਜ਼ਿਲ੍ਹਾ ਦਾਲਾਂ ਦਾ ਮਹੱਤਵਪੂਰਨ ਉਤਪਾਦਕ ਹੈ।

ਇਸ ਤਰ੍ਹਾਂ ਮਾਲਵਾ ਮੈਦਾਨਾਂ ਦੇ ਖੁਸ਼ਕ ਅਤੇ ਅਰਧ-ਖੁਸ਼ਕ ਖੇਤਰ, ਜਿੱਥੇ ਰੇਤਲੀ ਦੋਮਟ ਮਿੱਟੀ ਹੈ, ਧਰਤੀ ਵੀ ਬਿਲਕੁਲ ਪੱਧਰੀ ਨਹੀਂ ਹੈ ਅਤੇ ਜ਼ਿਆਦਾ ਪਾਣੀ ਲੋੜੀਂਦੀਆਂ ਫਸਲਾਂ ਜਿਵੇਂ ਕਿ ਚਾਵਲ ਅਤੇ ਗੰਨਾ ਘੱਟ ਮਹੱਤਵਪੂਰਣ ਹਨ, ਪੰਜਾਬ ਵਿੱਚ ਦਾਲਾਂ ਦੇ ਮੁੱਖ ਉਤਪਾਦਕ ਹਨ। ਅਰਧ-ਪਹਾੜੀ ਪੂਰਬੀ ਜ਼ਿਲ੍ਹਿਆਂ ਵਿੱਚ, ਜਿੱਥੇ ਅੱਛੀ ਵਰਖਾ ਹੁੰਦੀ ਹੈ, ਰੇਤਲੀ ਦੋਮਟ ਮਿੱਟੀ ਹੈ, ਲਹਿਰਦਾਰ ਅਤੇ ਉੱਚੀ ਨੀਵੀਂ ਧਰਾਤਲ ਹੈ ਅਤੇ ਸਿੰਜਾਈ ਸਹੂਲਤਾਂ ਘੱਟ ਹਨ, ਦਾਲਾਂ ਦੀ ਕਾਸ਼ਤ ਲਈ ਅਨੁਕੂਲ ਹਾਲਤਾਂ ਹਨ। ਤਰਨਤਾਰਨ ਦਾ ਜ਼ਿਲ੍ਹਾ ਸਿੰਜਾਈ ਨਾਲ ਪੈਦਾ ਕੀਤੀਆਂ ਦਾਲ ਫਸਲਾਂ ਜਿਵੇਂ ਕਿ ਮੂੰਗ, ਅਰਹਰ ਅਤੇ ਮਸਰਾਂ ਦਾ ਮਹੱਤਵਪੂਰਣ ਉਤਪਾਦਕ ਹੈ।

ਮੂੰਗ— ਮੂੰਗ ਦੀ ਦਾਲ ਫਸਲ ਰਕਬੇ ਅਤੇ ਉਤਪਾਦਨ ਦੇ ਆਧਾਰ ਤੇ ਪੰਜਾਬ ਦੀ ਸਭ ਤੋਂ ਵੱਧ ਮਹੱਤਵਪੂਰਣ ਦਾਲ ਫਸਲ ਹੈ। ਇਹ ਇੱਕ ਸਾਉਣੀ ਦੀ ਫਸਲ ਹੈ ਜੋ ਜ਼ਿਆਦਾਤਰ ਸਿੰਜਾਈ ਦੀ ਸਹਾਇਤਾ ਨਾਲ ਕਾਸ਼ਤ ਕੀਤੀ ਜਾਂਦੀ ਹੈ। 2008-09 ਅਨੁਸਾਰ ਪੰਜਾਬ ਵਿੱਚ ਦਾਲ ਫਸਲਾਂ ਹੇਠ ਕੁੱਲ ਰਕਬੇ ਦਾ 40.64% ਵਿੱਚ ਮੂੰਗ ਦੀ ਕਾਸ਼ਤ ਕੀਤੀ ਗਈ ਸੀ ਅਤੇ ਦਾਲਾਂ ਦੇ ਕੁੱਲ ਉਤਪਾਦਨ ਵਿੱਚ ਮੂੰਗ ਦਾ ਹਿੱਸਾ 40.3% ਸੀ। 2021-22 ਅਨੁਸਾਰ ਮੂੰਗ ਹੇਠ ਰਾਜ ਦਾ 28.4% ਦਾਲ ਰਕਬਾ ਅਤੇ 29.7% ਦਾਲ ਉਤਪਾਦਨ ਸੀ। ਇਹ ਜ਼ਿਆਦਾਤਰ ਮਾਲਵਾ ਖੇਤਰ ਵਿੱਚ ਕਾਸ਼ਤ ਕੀਤੀ ਜਾਂਦੀ ਹੈ। ਇੱਥੇ ਵੀ ਫਾਜ਼ਿਲਕਾ ਦਾ ਜ਼ਿਲ੍ਹਾ ਮੂੰਗ ਦਾ ਸਭ ਤੋਂ ਵੱਡਾ ਉਤਪਾਦਕ ਹੈ ਅਤੇ ਬਠਿੰਡਾ ਦਾ ਜ਼ਿਲ੍ਹਾ ਤੀਜਾ ਵੱਡਾ ਉਤਪਾਦਕ ਹੈ। ਮੋਗਾ, ਫਿਰੋਜ਼ਪੁਰ, ਲੁਧਿਆਣਾ, ਸੰਗਰੂਰ, ਬਰਨਾਲਾ, ਮਾਨਸਾ ਅਤੇ ਫਰੀਦਕੋਟ ਦੇ ਜ਼ਿਲ੍ਹੇ ਦੂਜੇ ਮਹੱਤਵਪੂਰਣ ਉਤਪਾਦਕ ਹਨ।

ਤਰਨਤਾਰਨ ਦਾ ਜ਼ਿਲ੍ਹਾ ਮਾਲਵੇ ਤੋਂ ਬਾਹਰ ਇੱਕ ਮਹੱਤਵਪੂਰਣ ਉਤਪਾਦਕ (20.0%) ਹੈ (ਸਾਰਣੀ ਨੰ. 39)। 2021-22 ਵਿੱਚ ਤਰਨਤਾਰਨ ਦੇ ਜ਼ਿਲ੍ਹੇ ਵਿੱਚ ਰਾਜ ਦੇ ਦੂਜੇ ਸਭ ਤੋਂ ਜ਼ਿਆਦਾ ਮੂੰਗ 400 ਮੀ. ਟਨ ਪੈਦਾ ਕੀਤੇ ਗਏ ਸਨ। ਇਸੇ ਸਾਲ ਮੂੰਗ ਦੀ ਕਾਸ਼ਤ ਹੇਠ ਰਕਬਾ ਵੀ 400 ਹੈਕਟੇਅਰ (19.1%) ਸੀ। ਅੰਮ੍ਰਿਤਸਰ ਜ਼ਿਲ੍ਹੇ ਵਿੱਚ ਵੀ ਮੂੰਗ (200 ਮੀ. ਟਨ) ਪੈਦਾ ਕੀਤੇ ਜਾਂਦੇ ਹਨ।

ਛੋਲੇ— ਇਹ ਇੱਕ ਮਹੱਤਵਪੂਰਣ ਹਾੜੀ ਦੀ ਫਸਲ ਹੈ। ਇਹ ਤੀਜੀ ਮਹੱਤਵਪੂਰਣ ਦਾਲ ਫਸਲ ਹੈ। ਇਸ ਹੇਠ ਦਾਲ ਰਕਬੇ ਦਾ 24.7% ਖੇਤਰ ਹੈ। ਉਤਪਾਦਨ 32.64% ਹੈ। ਪਿਛਲੇ ਲਗਭਗ 35 ਸਾਲਾਂ ਤੋਂ ਪੰਜਾਬ ਵਿੱਚ ਛੋਲਿਆਂ ਹੇਠ ਰਕਬਾ ਅਤੇ ਉਤਪਾਦਨ ਬਹੁਤ ਤੇਜ਼ੀ ਨਾਲ ਘਟਿਆ ਹੈ। 1960-61 ਅਨੁਸਾਰ 8 ਲੱਖ 38 ਹਜ਼ਾਰ ਹੈਕਟੇਅਰ ਭੂਮੀ ਵਿੱਚੋਂ 6 ਲੱਖ 81 ਹਜ਼ਾਰ ਮੀ. ਟਨ ਛੋਲੇ ਪੈਦਾ ਕੀਤੇ ਗਏ ਸਨ। 1970-71 ਵਿੱਚ ਰਕਬਾ ਘਟ ਕੇ 3.6 ਲੱਖ ਹੈਕਟੇਅਰ ਹੋ ਗਿਆ। 1980-81 ਵਿੱਚ ਰਕਬਾ ਹੋਰ ਘਟ ਕੇ 2.6 ਲੱਖ ਹੈਕਟੇਅਰ ਰਹਿ ਗਿਆ। 1990-91 ਵਿੱਚ ਰਕਬਾ ਸਿਰਫ਼ 60 ਹਜ਼ਾਰ ਹੈਕਟੇਅਰ ਰਹਿ ਗਿਆ। 1994-95 ਅਨੁਸਾਰ ਛੋਲਿਆਂ ਹੇਠ ਰਕਬਾ ਕੇਵਲ 19 ਹਜ਼ਾਰ ਹੈਕਟੇਅਰ ਸੀ। 2000-01 ਵਿੱਚ ਇਹ ਹੋਰ ਘਟ ਕੇ ਕੇਵਲ 8000 ਹੈਕਟੇਅਰ ਰਹਿ ਗਿਆ ਸੀ। 2020-21 ਵਿੱਚ ਕੇਵਲ 2000 ਹੈਕਟੇਅਰ ਅਤੇ 2021-22 ਵਿੱਚ 1800 ਹੈਕਟੇਅਰ ਜ਼ਮੀਨ ਵਿੱਚ ਛੋਲੇ ਬੀਜੇ ਗਏ ਸਨ। ਇਸੇ ਤਰ੍ਹਾਂ ਉਤਪਾਦਨ ਵੀ ਘਟਦਾ ਰਿਹਾ ਹੈ। ਉਤਪਾਦਨ 1960-61 ਵਿੱਚ 6.81 ਲੱਖ ਮੀ. ਟਨ ਤੋਂ ਘਟ ਕੇ 1970-71 ਵਿੱਚ 2.84 ਲੱਖ ਮੀ. ਟਨ, 1980-81 ਵਿੱਚ 1.5 ਲੱਖ ਮੀ. ਟਨ, 1990-91 ਵਿੱਚ 45 ਹਜ਼ਾਰ ਮੀ. ਟਨ ਅਤੇ 1994-95 ਵਿੱਚ ਕੇਵਲ 19 ਹਜ਼ਾਰ ਮੀ. ਟਨ ਰਹਿ ਗਿਆ। ਪ੍ਰੰਤੂ 2000-01 ਦੇ ਸਾਲ ਵਿੱਚ ਉਤਪਾਦਨ ਕੇਵਲ 8000 ਮੀ. ਟਨ ਸੀ। ਇਹ ਉਤਪਾਦਨ 2020-21 ਵਿੱਚ ਹੋਰ ਘਟ ਕੇ 2600 ਮੀ. ਟਨ ਅਤੇ 2021-22 ਵਿੱਚ 2200 ਮੀ. ਟਨ ਰਹਿ ਗਿਆ।

ਰਾਜ ਦੇ ਜ਼ਿਆਦਾਤਰ ਛੋਲੇ ਮਾਲਵਾ ਖੇਤਰ ਵਿੱਚ ਪੈਦਾ ਕੀਤੇ ਜਾਂਦੇ ਹਨ। ਇੱਥੇ ਵੀ ਪੰਜ ਦੱਖਣ-ਪੱਛਮੀ ਜ਼ਿਲ੍ਹੇ, ਜਿੱਥੇ ਜਲਵਾਯੂ ਖੁਸ਼ਕ ਹੈ, ਮਿੱਟੀ ਰੇਤਲ ਦੋਮਟ ਹੈ ਅਤੇ ਰੇਤ ਟਿੱਬਿਆਂ ਨਾਲ ਭਰੀ ਹੋਈ ਹੈ, 2008-09 ਅਨੁਸਾਰ ਰਾਜ ਦੇ ਲਗਭਗ

75% ਛੋਲੇ ਪੈਦਾ ਕਰਦੇ ਹਨ। 2021-22 ਵਿੱਚ ਮਾਲਵੇ ਨੇ ਰਾਜ ਦੇ 95.5% ਛੋਲੇ ਪੈਦਾ ਕੀਤੇ ਸਨ। ਫਾਜ਼ਿਲਕਾ ਇਕੱਲੇ ਨੇ 2021-22 ਵਿੱਚ ਰਾਜ ਦੇ 63.7% ਛੋਲੇ (1400 ਮੀ. ਟਨ) ਪੈਦਾ ਕੀਤੇ ਸਨ। ਸੰਗਰੂਰ, ਮੁਕਤਸਰ ਅਤੇ ਬਠਿੰਡਾ ਦੇ ਜ਼ਿਲ੍ਹੇ ਰਲ ਕੇ ਰਾਜ ਦੇ ਚੌਥਾਈ ਦੇ ਲਗਭਗ (26.10%) ਛੋਲੇ ਪੈਦਾ ਕਰਦੇ ਹਨ। ਫਾਜ਼ਿਲਕਾ ਦਾ ਜ਼ਿਲ੍ਹਾ ਰਾਜ ਦਾ ਛੋਲਿਆਂ ਦਾ ਸਭ ਤੋਂ ਵੱਡਾ (63.7%) ਉਤਪਾਦਕ ਹੈ। ਬਠਿੰਡਾ ਦਾ ਜ਼ਿਲ੍ਹਾ ਦੂਜੇ ਨੰਬਰ ਤੇ (9.1%) ਅਤੇ ਮਾਨਸਾ ਦਾ ਜ਼ਿਲ੍ਹਾ ਤੀਜੇ ਨੰ. (8.70%) ਤੇ ਛੋਲਿਆਂ ਦੇ 2013-14 ਵਿੱਚ ਉਤਪਾਦਕ ਸਨ। ਮੁਕਤਸਰ, ਬਰਨਾਲਾ, ਮੋਗਾ, ਅੰਮ੍ਰਿਤਸਰ ਅਤੇ ਗੁਰਦਾਸਪੁਰ ਦੂਜੇ ਮਹੱਤਵਪੂਰਣ ਉਤਪਾਦਕ ਹਨ। ਪਠਾਨਕੋਟ, ਹੁਸ਼ਿਆਰਪੁਰ, ਰੂਪਨਗਰ, ਐਸ.ਏ.ਐਸ. ਨਗਰ, ਫਰੀਦਕੋਟ ਅਤੇ ਪਟਿਆਲਾ ਦੇ ਜ਼ਿਲ੍ਹਿਆਂ ਵਿੱਚ ਵੀ ਛੋਲੇ ਪੈਦਾ ਹੁੰਦੇ ਹਨ। ਇਨ੍ਹਾਂ ਸਭ ਜ਼ਿਲ੍ਹਿਆਂ ਵਿੱਚ ਛੋਲਿਆਂ ਦੀ ਕਾਸ਼ਤ ਸਿੰਜਾਈ ਤੋਂ ਬਿਨਾਂ ਕੀਤੀ ਜਾਂਦੀ ਹੈ। ਅਸਲ ਵਿੱਚ ਛੋਲਿਆਂ ਹੇਠ ਖੇਤਰਫਲ ਅਤੇ ਇਨ੍ਹਾਂ ਦੇ ਉਤਪਾਦਨ ਵਿੱਚ ਕਾਫ਼ੀ ਗਿਰਾਵਟ ਦਾ ਇੱਕ ਮੁੱਖ ਕਾਰਨ ਛੋਲੇ ਪੈਦਾ ਕਰਨ ਵਾਲੇ ਜ਼ਿਲ੍ਹਿਆਂ ਵਿੱਚ ਸਿੰਜਾਈ ਸਾਧਨਾਂ ਦਾ ਤੇਜ਼ੀ ਨਾਲ ਵਿਸਥਾਰ ਸੀ। ਅਬੋਹਰ, ਫਾਜ਼ਿਲਕਾ, ਸਰਦੂਲਗੜ੍ਹ, ਬਠਿੰਡਾ, ਤਲਵੰਡੀ ਸਾਬੋ, ਗੜ੍ਹਸ਼ੰਕਰ, ਅਨੰਦਪੁਰ ਸਾਹਿਬ, ਮਾਨਸਾ, ਪਠਾਨਕੋਟ, ਮੁਕਤਸਰ, ਮਲੋਟ, ਸੰਗਰੂਰ, ਰਾਮਪੁਰਾ ਫੂਲ ਤਹਿਸੀਲਾਂ ਛੋਲਿਆਂ ਦੀ ਕਾਸ਼ਤ ਲਈ ਮਹੱਤਵਪੂਰਣ ਹਨ।

ਅਰਹਰ ਦੂਜੀ ਮਹੱਤਵਪੂਰਣ ਦਾਲ ਫਸਲ ਹੈ ਜਿਸ ਅਧੀਨ ਦਾਲਾਂ ਦੇ ਕੁੱਲ ਖੇਤਰਫਲ ਦਾ ਲਗਭਗ 18.92% ਰਕਬਾ ਅਤੇ 20.8% ਉਤਪਾਦਨ 2021-22 ਦੇ ਅੰਕੜਿਆਂ ਅਨੁਸਾਰ ਸੀ। ਇਹ ਸਾਉਣੀ ਦੀ ਫਸਲ ਹੈ। 2000-01 ਅਨੁਸਾਰ ਪੰਜਾਬ ਵਿੱਚ ਅਰਹਰ ਦਾਲ ਅਧੀਨ 8700 ਹੈਕਟੇਅਰ ਭੂਮੀ ਸੀ ਜਿਸ ਵਿੱਚੋਂ 7600 ਮੀ. ਟਨ ਅਰਹਰ ਪੈਦਾ ਕੀਤੀ ਗਈ ਸੀ। 2018-19 ਅਨੁਸਾਰ 2300 ਹੈਕਟੇਅਰ ਭੂਮੀ ਵਿੱਚੋਂ 2400 ਮੀ. ਟਨ ਅਰਹਰ ਦੀ ਫਸਲ ਪੈਦਾ ਕੀਤੀ ਗਈ ਸਨ। 2021-22 ਵਿੱਚ ਰਕਬਾ 1400 ਹੈਕਟੇਅਰ ਅਤੇ ਉਤਪਾਦਨ 1400 ਮੀ. ਟਨ ਸੀ। ਲੁਧਿਆਣਾ (28.57%), ਜਲੰਧਰ (14.29%), ਸੰਗਰੂਰ (7.14%), ਐਸ.ਏ.ਐਸ. ਨਗਰ (7.14%), ਤਰਨਤਾਰਨ (7.14%), ਅੰਮ੍ਰਿਤਸਰ ਅਤੇ ਮੋਗਾ (21.43% ਹਰੇਕ) ਦੇ ਜ਼ਿਲ੍ਹੇ ਮੁੱਖ ਉਤਪਾਦਕ ਸਨ। ਬਰਨਾਲਾ ਅਤੇ ਹੁਸ਼ਿਆਰਪੁਰ ਦੇ ਜ਼ਿਲ੍ਹੇ ਅਰਹਰ ਦਾਲ ਦੇ ਦੂਜੇ ਉਤਪਾਦਕ ਹਨ। ਰਾਏਕੋਟ, ਜਗਰਾਉਂ, ਲੁਧਿਆਣਾ, ਪੱਛਮ ਅਤੇ ਪੂਰਬ, ਪਾਇਲ, ਫਿਲੌਰ, ਨਕੋਦਰ, ਮਲੇਰਕੋਟਲਾ, ਧੂਰੀ, ਸੁਨਾਮ, ਖਡੂਰ ਸਾਹਿਬ, ਪੱਟੀ, ਤਰਨਤਾਰਨ, ਮੋਗਾ, ਬਰਨਾਲਾ, ਖਰੜ ਤਹਿਸੀਲਾਂ ਅਰਹਰ ਲਈ ਮਹੱਤਵਪੂਰਣ ਹਨ।

ਮਸਰ ਅਤੇ ਮਾਂਹ ਦੂਜੀਆਂ ਮਹੱਤਵਪੂਰਣ ਦਾਲ ਫਸਲਾਂ ਹਨ। ਮਸਰ ਹਾੜੀ ਦੀ ਫਸਲ ਹੈ ਜਿਹੜੀ ਕਿ ਜ਼ਿਆਦਾਤਰ ਐਸ.ਏ.ਐਸ. ਨਗਰ, ਅੰਮ੍ਰਿਤਸਰ, ਤਰਨਤਾਰਨ, ਹੁਸ਼ਿਆਰਪੁਰ ਅਤੇ ਪਟਿਆਲਾ ਦੇ ਜ਼ਿਲ੍ਹਿਆਂ ਵਿੱਚ ਬੀਜੀ ਜਾਂਦੀ ਹੈ। 2000-01 ਅਨੁਸਾਰ ਕੁੱਲ ਉਤਪਾਦਨ 3100 ਮੀ. ਟਨ ਸੀ। ਪ੍ਰੰਤੂ 2021-22 ਵਿੱਚ ਉਤਪਾਦਨ ਕੇਵਲ 300 ਮੀ. ਟਨ ਸੀ। ਪੰਜਾਬ ਦੇ ਲਗਭਗ ਸਾਰੇ ਮਸਰ ਐਸ.ਏ.ਐਸ. ਨਗਰ, ਅੰਮ੍ਰਿਤਸਰ ਅਤੇ ਹੁਸ਼ਿਆਰਪੁਰ ਦੇ ਜ਼ਿਲ੍ਹਿਆਂ ਵਿੱਚ ਪੈਦਾ ਕੀਤੇ ਜਾਂਦੇ ਹਨ।

2000-01 ਅਨੁਸਾਰ ਮਾਂਹਾਂ ਦਾ ਕੁੱਲ ਉਤਪਾਦਨ 1900 ਮੀ. ਟਨ ਸੀ। 2018-19 ਵਿੱਚ ਉਤਪਾਦਨ 1100 ਮੀ. ਟਨ ਸੀ। 2021-22 ਵਿੱਚ ਉਤਪਾਦਨ 700 ਮੀ. ਟਨ ਅਤੇ ਰਕਬਾ 1600 ਹੈਕਟੇਅਰ ਸੀ। ਇਹ ਸਾਉਣੀ ਦੀ ਫਸਲ ਹੈ। ਪੰਜਾਬ ਦੇ ਲਗਭਗ 60.0% ਮਾਂਹ ਕੇਵਲ ਇਕ ਜ਼ਿਲ੍ਹੇ ਪਠਾਨਕੋਟ ਵਿੱਚ ਪੈਦਾ ਕੀਤੇ ਜਾਂਦੇ ਹਨ। ਗੁਰਦਾਸਪੁਰ ਦਾ ਜ਼ਿਲ੍ਹਾ ਦੂਜਾ ਵੱਡਾ ਉਤਪਾਦਕ ਹੈ। ਅੰਮ੍ਰਿਤਸਰ, ਐਸ.ਏ.ਐਸ. ਨਗਰ ਅਤੇ ਹੁਸ਼ਿਆਰਪੁਰ ਦੇ ਜ਼ਿਲ੍ਹੇ ਦੂਜੇ ਮਹੱਤਵਪੂਰਣ ਉਤਪਾਦਕ ਹਨ। ਇਸ ਤਰ੍ਹਾਂ ਪੰਜਾਬ ਵਿੱਚ ਮਾਂਹ ਦੀ ਕਾਸ਼ਤ ਇਸ ਦੇ ਕੁੱਝ ਜ਼ਿਆਦਾ ਵਰਖਾ ਵਾਲੇ ਪੂਰਬੀ ਅਰਧ-ਪਹਾੜੀ ਜ਼ਿਲ੍ਹਿਆਂ ਵਿੱਚ ਕੀਤੀ ਜਾਂਦੀ ਹੈ।

ਸਬਜ਼ੀਆਂ (VEGETABLES)

ਪੰਜਾਬ ਵਿੱਚ ਰੁੱਤ ਅਨੁਸਾਰ ਵਿਭਿੰਨ ਪ੍ਰਕਾਰ ਦੀਆਂ ਸਬਜ਼ੀ ਫਸਲਾਂ ਵੀ ਪੈਦਾ ਕੀਤੀਆਂ ਜਾਂਦੀਆਂ ਹਨ ਪ੍ਰੰਤੂ ਇਨ੍ਹਾਂ ਸਭ ਵਿੱਚੋਂ ਆਲੂ ਸਭ ਤੋਂ ਵੱਧ ਮਹੱਤਵਪੂਰਣ ਹੈ। ਇਸਨੂੰ ਕਾਫ਼ੀ ਸਮੇਂ ਲਈ ਸਟੋਰ ਕੀਤਾ ਜਾ ਸਕਦਾ ਹੈ।

ਆਲੂ (POTATO)

ਆਲੂ ਪੰਜਾਬ ਦੀ ਸਭ ਤੋਂ ਵੱਧ ਮਹੱਤਵਪੂਰਣ ਸਬਜ਼ੀ ਫਸਲ ਹੈ। ਪੰਜਾਬ ਦੇਸ਼ ਵਿੱਚ ਆਲੂਆਂ ਦਾ ਚੌਥਾ ਸਭ ਤੋਂ ਵੱਡਾ ਉਤਪਾਦਕ ਹੈ। ਪੰਜਾਬ ਦੇਸ਼ ਦੇ ਲਗਭਗ 6.25% ਆਲੂ ਪੈਦਾ ਕਰਦਾ ਹੈ। 2006-07 ਵਿੱਚ ਪੰਜਾਬ ਨੇ ਦੇਸ਼ ਦੇ 5.54% ਆਲੂ ਪੈਦਾ ਕੀਤੇ ਸਨ। ਪ੍ਰੰਤੂ ਰਾਜ ਵਿੱਚ ਆਲੂਆਂ ਦੀ ਕਾਸ਼ਤ ਅਧੀਨ ਰਾਜ ਦੇ ਕੁੱਲ ਫਸਲ ਰਕਬੇ ਦਾ ਕੇਵਲ ਲਗਭਗ 1.2% ਹੈ। 2021-22 ਪੰਜਾਬ ਨੇ ਦੇਸ਼ ਦੇ 4.70% ਆਲੂ ਪੈਦਾ ਕੀਤੇ ਸਨ। ਪੰਜਾਬ ਵਿੱਚ ਕੁੱਲ ਫਸਲੀ ਰਕਬੇ ਦਾ ਕੇਵਲ 1.41% ਖੇਤਰ ਆਲੂਆਂ ਦੀ ਕਾਸ਼ਤ ਅਧੀਨ ਹੈ।

ਆਲੂ ਮੁੱਖ ਤੌਰ ਤੇ ਸਰਦੀਆਂ ਦੀ ਫਸਲ ਹੈ। ਸਰਦੀਆਂ ਵਿੱਚ ਆਲੂਆਂ ਦੀਆਂ ਦੋ ਫਸਲਾਂ ਪ੍ਰਾਪਤ ਕੀਤੀਆਂ ਜਾਂਦੀਆਂ ਹਨ। ਪਹਿਲੀ ਫਸਲ ਸਤੰਬਰ-ਅਕਤੂਬਰ ਦੇ ਮਹੀਨਿਆਂ ਵਿੱਚ ਬੀਜੀ ਜਾਂਦੀ ਹੈ ਅਤੇ ਦੂਜੀ ਫਸਲ ਦੀ ਕਾਸ਼ਤ ਦਸੰਬਰ ਜਾਂ ਜਨਵਰੀ ਮਹੀਨੇ ਵਿੱਚ ਕੀਤੀ ਜਾਂਦੀ ਹੈ। ਆਲੂਆਂ ਲਈ ਦਰਮਿਆਨੇ ਤਾਪਮਾਨ ਚਾਹੀਦੇ ਹਨ। ਕੋਰਾ ਇਸ ਲਈ ਨੁਕਸਾਨਦਾਇਕ ਹੁੰਦਾ ਹੈ। ਰੇਤਲੀ ਦੋਮਟ ਮਿੱਟੀ ਆਲੂਆਂ ਦੀ ਕਾਸ਼ਤ ਲਈ ਬਹੁਤ ਅਨੁਕੂਲ ਹੈ। ਆਲੂਆਂ ਦੀ ਕਾਸ਼ਤ ਸਿੰਜਾਈ ਰਾਹੀਂ ਹੀ ਕੀਤੀ ਜਾਂਦੀ ਹੈ।

1994-95 ਅਨੁਸਾਰ ਰਾਜ ਵਿੱਚ ਆਲੂਆਂ ਦੀ ਕਾਸ਼ਤ ਅਧੀਨ **ਕੁੱਲ ਰਕਬਾ** 31,800 ਹੈਕਟੇਅਰ ਸੀ ਜੋ ਰਾਜ ਦੇ ਕੁੱਲ ਫਸਲ ਰਕਬੇ ਦਾ ਕੇਵਲ 0.4% ਭਾਗ ਸੀ। 1980-81 ਤੱਕ ਪੰਜਾਬ ਵਿੱਚ ਆਲੂਆਂ ਹੇਠ ਰਕਬੇ ਵਿੱਚ ਤੇਜ਼ੀ ਨਾਲ ਵਾਧਾ ਹੋਇਆ ਸੀ। 1980-81 ਦੇ ਸਾਲ ਦੌਰਾਨ ਰਾਜ ਵਿੱਚ ਆਲੂਆਂ ਅਧੀਨ ਕੁੱਲ ਰਕਬਾ 39700 ਹੈਕਟੇਅਰ ਸੀ। ਇਸ ਦਾ ਮੁੱਖ ਕਾਰਨ ਮੰਡੀਆਂ ਵਿੱਚ ਆਲੂ ਦੇ ਉੱਚੇ ਭਾਅ ਸਨ ਜਿਸ ਕਾਰਨ ਆਲੂ ਪੈਦਾ ਕਰਨਾ ਜ਼ਿਆਦਾ ਲਾਹੇਵੰਦ ਸੀ। ਇਸ ਉੱਚ ਰਕਬੇ ਦੀ ਸਥਿਤੀ ਤੋਂ ਬਾਅਦ 1993-94 ਤੱਕ ਆਲੂਆਂ ਹੇਠ ਰਕਬਾ ਹੌਲੀ-ਹੌਲੀ ਘਟਦਾ ਗਿਆ। 1993-94 ਵਿੱਚ ਆਲੂਆਂ ਦੀ ਕਾਸ਼ਤ 20,000 ਹੈਕਟੇਅਰ ਵਿੱਚ ਕੀਤੀ ਗਈ ਸੀ। ਇਸ ਗਿਰਾਵਟ ਲਈ ਕਈ ਕਾਰਨ ਜ਼ਿੰਮੇਵਾਰ ਸਨ ਜਿਨ੍ਹਾਂ ਵਿੱਚ ਆਲੂਆਂ ਦੀ ਕਾਸ਼ਤ ਵਿੱਚ ਜ਼ਿਆਦਾ ਲਾਗਤ (ਬੀਜ ਅਤੇ ਖਾਦ ਦੇ ਉੱਚੇ ਭਾਅ ਕਾਰਨ) ਅਤੇ ਦਿੱਲੀ ਦੀ ਮੰਡੀ ਵਿੱਚ ਆਲੂ ਦੇ ਘੱਟ ਭਾਅ ਕਾਰਨ ਕਿਸਾਨਾਂ ਦਾ ਘੱਟ ਮੁਨਾਫ਼ਾ ਸ਼ਾਮਲ ਕੀਤੇ ਜਾ ਸਕਦੇ ਹਨ। ਇਸ ਤੋਂ ਬਿਨਾਂ ਪੰਜਾਬ ਦੇ ਆਲੂਆਂ ਦੇ ਕਾਸ਼ਤਕਾਰਾਂ ਨੂੰ ਦੂਜੇ ਰਾਜਾਂ ਤੋਂ ਆਏ ਆਲੂਆਂ ਤੋਂ ਵੀ ਸਖ਼ਤ ਮੁਕਾਬਲੇ ਦਾ ਸਾਹਮਣਾ ਕਰਨਾ ਪੈ ਰਿਹਾ ਸੀ।

1996-97 ਤੋਂ ਬਾਅਦ ਆਲੂਆਂ ਦੀ ਫਸਲ ਹੇਠ ਰਕਬਾ ਫਿਰ ਵਧਣ ਲੱਗ ਪਿਆ ਜੋ 1997-98 ਵਿੱਚ 55 ਹਜ਼ਾਰ ਹੈਕਟੇਅਰ ਤੋਂ ਵਧ ਕੇ 1998-99 ਵਿੱਚ 80 ਹਜ਼ਾਰ ਹੈਕਟੇਅਰ ਹੋ ਗਿਆ। ਪ੍ਰੰਤੂ 2000-01 ਵਿੱਚ ਇਹ ਘਟ ਕੇ 59600 ਹੈਕਟੇਅਰ ਰਹਿ ਗਿਆ। ਇਸ ਤੋਂ ਬਾਅਦ ਰਕਬਾ ਫਿਰ ਵਧਦਾ ਹੋਇਆ 2002-03 ਵਿੱਚ 67800 ਹੈਕਟੇਅਰ, 2015-16 ਵਿੱਚ ਵੀ 91,600 ਹੈਕਟੇਅਰ ਅਤੇ 2018-19 ਵਿੱਚ ਕੁੱਝ ਵਧ ਕੇ 1,03,000 ਹੈਕਟੇਅਰ ਹੋ ਗਿਆ। 2021-22 ਵਿੱਚ ਪੰਜਾਬ ਵਿੱਚ ਆਲੂ 1,10,000 ਹੈਕਟੇਅਰ ਵਿੱਚ ਕਾਸ਼ਤ ਕੀਤੇ ਗਏ ਸਨ।

ਆਲੂਆਂ ਦੇ **ਉਤਪਾਦਨ** ਵਿੱਚ ਵੀ ਰਕਬੇ ਵਾਲੀ ਪਰਵਿਰਤੀ ਰਹੀ ਹੈ। 1960-61 ਵਿੱਚ ਕੁੱਲ ਉਤਪਾਦਨ 1 ਲੱਖ 28 ਹਜ਼ਾਰ 8 ਸੌ ਮੀਟਰਕ ਟਨ ਸੀ। 1980-81 ਵਿੱਚ ਇਹ ਵਧ ਕੇ 7 ਲੱਖ 67 ਹਜ਼ਾਰ 4 ਸੌ ਮੀ. ਟਨ ਹੋ ਗਿਆ ਸੀ। ਪ੍ਰੰਤੂ 1993-94 ਵਿੱਚ ਇਹ ਘਟ ਕੇ 3 ਲੱਖ 82 ਹਜ਼ਾਰ ਮੀ. ਟਨ ਰਹਿ ਗਿਆ ਸੀ। 1994-95 ਅਨੁਸਾਰ ਰਾਜ ਵਿੱਚ ਆਲੂਆਂ ਦਾ ਕੁੱਲ ਉਤਪਾਦਨ ਫਿਰ ਵਧ ਕੇ 6 ਲੱਖ 50 ਹਜ਼ਾਰ 4 ਸੌ ਮੀ. ਟਨ ਹੋ ਗਿਆ ਸੀ। 1997-98 ਵਿੱਚ ਉਤਪਾਦਨ ਵਧ ਕੇ 8.27 ਲੱਖ ਮੀ. ਟਨ, 1998-99 ਵਿੱਚ 15.59 ਲੱਖ ਮੀ. ਟਨ ਅਤੇ 2000-01 ਵਿੱਚ ਰਾਜ ਵਿੱਚ ਆਲੂਆਂ ਦਾ ਕੁੱਲ ਉਤਪਾਦਨ ਘਟ ਕੇ 11.66 ਲੱਖ ਮੀ. ਟਨ ਰਹਿ ਗਿਆ ਸੀ। 2000-01 ਤੋਂ ਬਾਅਦ ਔਸਤ ਉਤਪਾਦਨ 14.0 ਲੱਖ ਮੀ. ਟਨ ਦੇ ਲਗਭਗ ਰਿਹਾ। ਉਤਪਾਦਨ 2002-03 ਵਿੱਚ 13.95 ਲੱਖ ਮੀ. ਟਨ, 2004-05 ਵਿੱਚ 14.0 ਲੱਖ ਮੀ. ਟਨ ਅਤੇ 2007-08 ਵਿੱਚ 20.14 ਲੱਖ ਮੀ. ਟਨ ਸੀ। 2010-11 ਅਨੁਸਾਰ ਪੰਜਾਬ ਵਿੱਚ ਆਲੂਆਂ ਦਾ ਉਤਪਾਦਨ 16.09 ਲੱਖ ਮੀ. ਟਨ ਸੀ। 2021-22 ਦੇ ਆਰਜ਼ੀ ਅੰਕੜਿਆਂ ਅਨੁਸਾਰ ਇਹ ਉਤਪਾਦਨ 30.50 ਲੱਖ ਮੀ. ਟਨ ਸੀ। ਪੰਜਾਬ ਵਿੱਚ ਆਲੂਆਂ ਦਾ ਝਾੜ ਉੱਚਾ ਹੈ। ਇਹ ਦੇਸ਼ ਦੇ

ਔਸਤ ਝਾੜ ਦੇ ਲਗਭਗ ਦੁੱਗਣਾ ਹੈ। 2000-01 ਅਨੁਸਾਰ ਪੰਜਾਬ ਵਿੱਚ ਆਲੂਆਂ ਦਾ ਔਸਤ ਝਾੜ 19.6 ਟਨ ਪ੍ਰਤੀ ਹੈਕਟੇਅਰ ਸੀ। 2006-07 ਵਿੱਚ ਔਸਤ ਝਾੜ 18.70 ਟਨ ਪ੍ਰਤੀ ਹੈਕਟੇਅਰ ਸੀ। 2010-11 ਵਿੱਚ ਔਸਤ ਝਾੜ 25.01 ਟਨ ਸੀ। 2021-22 ਵਿੱਚ 27.61 ਮੀ. ਟਨ ਆਲੂਆਂ ਦਾ ਝਾੜ ਸੀ।

ਵੰਡ (DISTRIBUTION)

ਪੰਜਾਬ ਵਿੱਚ ਆਲੂਆਂ ਦੀ ਕਾਸ਼ਤ ਅਧੀਨ ਜ਼ਿਆਦਾਤਰ ਰਕਬਾ ਅਤੇ ਉਤਪਾਦਨ ਇਸ ਦੇ ਉੱਤਰੀ ਅਤੇ ਮੱਧਵਰਤੀ ਭਾਗਾਂ ਵਿੱਚ ਪਾਇਆ ਜਾਂਦਾ ਹੈ। ਇਨ੍ਹਾਂ ਭਾਗਾਂ ਵਿੱਚ ਅੰਮ੍ਰਿਤਸਰ, ਕਪੂਰਥਲਾ, ਜਲੰਧਰ, ਹੁਸ਼ਿਆਰਪੁਰ, ਐਸ.ਬੀ.ਐਸ. ਨਗਰ, ਲੁਧਿਆਣਾ, ਮੋਗਾ, ਫਤਹਿਗੜ੍ਹ ਸਾਹਿਬ ਅਤੇ ਪਟਿਆਲਾ ਦੇ ਜ਼ਿਲ੍ਹੇ ਸ਼ਾਮਲ ਹਨ। ਇਹ ਨੌਂ ਜ਼ਿਲ੍ਹੇ ਰਲ ਕੇ ਰਾਜ ਦਾ ਲਗਭਗ 86% ਆਲੂ ਪੈਦਾ ਕਰਦੇ ਹਨ। ਇਨ੍ਹਾਂ ਨੌਂ ਜ਼ਿਲ੍ਹਿਆਂ ਵਿੱਚ ਰਾਜ ਦਾ 83.78% ਆਲੂ ਰਕਬਾ ਹੈ। ਜਲੰਧਰ ਜ਼ਿਲ੍ਹੇ ਵਿੱਚ ਸਭ ਤੋਂ ਵੱਧ ਆਲੂ ਰਕਬਾ (ਪੰਜਾਬ ਦਾ 21.45%) ਅਤੇ ਸਭ ਤੋਂ ਵੱਧ ਆਲੂ ਉਤਪਾਦਨ (ਪੰਜਾਬ ਦਾ 21.73%) ਹੁੰਦਾ ਹੈ। 2021-22 ਅਨੁਸਾਰ ਆਲੂਆਂ ਹੇਠ ਰਕਬੇ ਅਨੁਸਾਰ ਹੁਸ਼ਿਆਰਪੁਰ ਦਾ ਜ਼ਿਲ੍ਹਾ ਤੀਜੇ ਨੰਬਰ ਤੇ ਸੀ ਅਤੇ ਉਤਪਾਦਨ ਅਨੁਸਾਰ ਵੀ ਇਹ ਜ਼ਿਲ੍ਹਾ ਤੀਜੇ ਨੰਬਰ ਤੇ ਸੀ। ਲੁਧਿਆਣਾ ਦਾ ਜ਼ਿਲ੍ਹਾ ਦੂਜੇ ਅਤੇ ਕਪੂਰਥਲਾ ਦਾ ਜ਼ਿਲ੍ਹਾ ਉਤਪਾਦਨ ਅਤੇ ਰਕਬੇ ਵਿੱਚ ਚੌਥੇ ਨੰਬਰ ਤੇ ਸੀ (2021-22)। ਬਿਸਤ ਦੋਆਬ ਦਾ ਖੇਤਰ ਆਲੂਆਂ ਲਈ ਪ੍ਰਸਿੱਧ ਹੈ। ਇੱਥੇ ਰਾਜ ਦੇ ਅੱਧੇ ਦੇ ਲਗਭਗ (47.71%) ਆਲੂ ਪੈਦਾ ਕੀਤੇ ਜਾਂਦੇ ਹਨ (ਸਾਰਣੀ ਨੰ. 39)। ਆਲੂਆਂ ਦੇ ਰਕਬੇ (8.27%) ਅਤੇ ਉਤਪਾਦਨ (7.79%) ਅਨੁਸਾਰ ਅੰਮ੍ਰਿਤਸਰ ਦਾ ਜ਼ਿਲ੍ਹਾ ਪੰਜਵੇਂ ਨੰਬਰ ਤੇ ਸੀ। ਉਤਪਾਦਨ ਅਤੇ ਰਕਬੇ ਵਿੱਚ ਮੋਗਾ ਦਾ ਜ਼ਿਲ੍ਹਾ ਛੇਵੇਂ ਨੰਬਰ ਤੇ ਸੀ। ਬਠਿੰਡਾ (5.89%), ਪਟਿਆਲਾ (4.08%) ਅਤੇ ਫਤਹਿਗੜ੍ਹ ਸਾਹਿਬ (3.84%) ਦੇ ਜ਼ਿਲ੍ਹੇ 2021-22 ਅਨੁਸਾਰ ਆਲੂਆਂ ਦੇ ਮਹੱਤਵਪੂਰਣ ਉਤਪਾਦਕ (ਹਰੇਕ 1.0 ਲੱਖ ਮੀ. ਟਨ ਤੋਂ ਜ਼ਿਆਦਾ ਆਲੂ) ਸਨ।

ਬਰਨਾਲਾ, ਸੰਗਰੂਰ, ਗੁਰਦਾਸਪੁਰ, ਐਸ.ਬੀ.ਐਸ. ਨਗਰ ਅਤੇ ਐਸ.ਏ.ਐਸ. ਨਗਰ ਦੇ ਜ਼ਿਲ੍ਹੇ ਵੀ ਆਲੂਆਂ ਦੀ ਕਾਸ਼ਤ ਲਈ ਮਹੱਤਵਪੂਰਣ ਹਨ। ਪੰਜਾਬ ਵਿੱਚ ਇਹ ਦੇਖਿਆ ਗਿਆ ਹੈ ਕਿ ਆਲੂਆਂ ਦੀ ਕਾਸ਼ਤ ਹੇਠ ਰਕਬੇ ਵਿੱਚ, ਮੰਡੀ ਵਿੱਚ ਆਲੂ ਦੀਆਂ ਪ੍ਰਚਲਿਤ ਕੀਮਤਾਂ ਦੇ ਘਾਟੇ-ਵਾਧੇ ਅਨੁਸਾਰ ਉਤਰਾਅ-ਚੜ੍ਹਾਅ ਆਉਂਦਾ ਹੈ। ਕਾਸ਼ਤ ਦੀ ਜ਼ਿਆਦਾ ਲਾਗਤ ਕਾਰਨ ਕਿਸਾਨ ਮੰਡੀ ਵਿੱਚ ਆਲੂਆਂ ਦੀ ਪ੍ਰਚਲਤ ਕੀਮਤ ਪ੍ਰਤੀ ਬਹੁਤ ਚੁਕੰਨਾ ਰਹਿੰਦਾ ਹੈ। ਉਹ ਆਪਣੇ ਉਤਪਾਦਨ ਨੂੰ ਘੱਟ ਭਾਅ ਤੇ ਵੇਚ ਨਹੀਂ ਸਕਦਾ ਹੈ। ਆਲੂ ਭਾਵੇਂ ਦੂਸਰੇ ਰਾਜਾਂ ਨੂੰ ਵੀ ਭੇਜੇ ਜਾਂਦੇ ਹਨ ਪ੍ਰੰਤੂ ਦਿੱਲੀ ਇਨ੍ਹਾਂ ਦੀ ਪ੍ਰਮੁੱਖ ਮੰਡੀ ਹੈ।

ਫਲਦਾਰ ਫਸਲਾਂ (FRUIT CROPS)

ਪੰਜਾਬ ਵਿੱਚ ਕਈ ਫਲਦਾਰ ਫਸਲਾਂ ਵੀ ਪੈਦਾ ਕੀਤੀਆਂ ਜਾਂਦੀਆਂ ਹਨ। 2000-01 ਵਿੱਚ ਕੁੱਲ 81,776 ਹੈਕਟੇਅਰ ਜ਼ਮੀਨ ਵਿੱਚ ਵਿਭਿੰਨ ਫਲਦਾਰ ਫਸਲਾਂ ਦੀ ਕਾਸ਼ਤ ਕੀਤੀ ਗਈ ਸੀ। ਪ੍ਰੰਤੂ 2000-01 ਵਿੱਚ ਇਹ ਰਕਬਾ ਘਟ ਕੇ ਕੇਵਲ 34209 ਹੈਕਟੇਅਰ ਰਹਿ ਗਿਆ ਸੀ। 2018-19 ਵਿੱਚ ਇਹ ਰਕਬਾ ਵਧ ਕੇ 86774 ਹੈਕਟੇਅਰ ਹੋ ਗਿਆ ਸੀ। 2020-21 ਵਿੱਚ ਫਲਾਂ ਦੀ ਕਾਸ਼ਤ ਹੇਠ ਰਕਬਾ 93,615 ਹੈਕਟੇਅਰ ਸੀ ਜੋ 2021-22 ਵਿੱਚ ਵਧ ਕੇ 96686 ਹੈਕਟੇਅਰ ਹੋ ਗਿਆ। 2021-22 ਵਿੱਚ ਸਭ ਕਾਸ਼ਤ ਕੀਤੇ ਫਲਾਂ ਦਾ ਕੁੱਲ ਉਤਪਾਦਨ 21,41,770 ਮੀ. ਟਨ ਸੀ। ਇਹ ਜ਼ਿਆਦਾਤਰ ਝਾੜੀ (bush) ਜਾਂ ਦਰਖਤ (tree) ਫਸਲਾਂ ਹਨ। ਇਨ੍ਹਾਂ ਵਿੱਚ ਮੁੱਖ ਤੌਰ ਤੇ ਕਿੰਨੂ (kinnow), ਸੰਗਤਰੇ (oranges) ਮਾਲਟਾ, ਲੀਚੀ, ਆਲੂਬੁਖਾਰਾ, ਕੇਲਾ, ਅੰਬ, ਨਾਸ਼ਪਤੀ (pear) ਆੜੂ (peach), ਅੰਗੂਰ (grapes), ਅਮਰੂਦ (guava), ਬੇਰ ਆਦਿ ਸ਼ਾਮਲ ਹਨ।

ਮਾਰਚ 2022 ਅਨੁਸਾਰ **ਕਿੰਨੂ** ਹੁਸ਼ਿਆਰਪੁਰ, ਫਾਜ਼ਿਲਕਾ, ਮੁਕਤਸਰ, ਬਠਿੰਡਾ, ਰੂਪਨਗਰ, ਫਰੀਦਕੋਟ, ਮਾਨਸਾ, ਅੰਮ੍ਰਿਤਸਰ, ਪਠਾਨਕੋਟ, ਗੁਰਦਾਸਪੁਰ ਅਤੇ ਸੰਗਰੂਰ ਦੇ ਜ਼ਿਲ੍ਹਿਆਂ ਦੀ ਮੁੱਖ ਫਲਦਾਰ ਫਸਲ ਹੈ। ਹੁਸ਼ਿਆਰਪੁਰ, ਮੁਕਤਸਰ, ਬਠਿੰਡਾ, ਅਤੇ ਫਾਜ਼ਿਲਕਾ ਦੇ ਚਾਰੇ ਜ਼ਿਲ੍ਹੇ ਰਲ ਕੇ ਰਾਜ ਦੇ ਲਗਭਗ 93.0% ਕਿੰਨੂ ਪੈਦਾ ਕਰਦੇ ਹਨ। ਫਾਜ਼ਿਲਕਾ ਕਿੰਨੂਆਂ ਦਾ ਪੰਜਾਬ ਵਿੱਚ ਹੁਣ

ਸਭ ਤੋਂ ਵੱਡਾ (79.72%) ਉਤਪਾਦਕ ਹੈ। ਹੁਸ਼ਿਆਰਪੁਰ ਜ਼ਿਲ੍ਹਾ ਪੰਜਾਬ ਦਾ ਤੀਜਾ ਸਭ ਤੋਂ ਵੱਡਾ (4.31%) ਅਤੇ ਮੁਕਤਸਰ ਦਾ ਜ਼ਿਲ੍ਹਾ ਦੂਜਾ ਵੱਡਾ (5.90%) ਉਤਪਾਦਕ ਹੈ। ਕਿੰਨੂਆਂ ਹੇਠ ਰਾਜ ਦੀਆਂ ਕੁੱਲ ਫਲ ਫਸਲਾਂ ਦੇ ਰਕਬੇ ਦਾ 48.45% ਹੈ।

ਸੰਗਤਰੇ ਅਤੇ **ਮਾਲਟਾ** ਦੇ ਫਲ ਮੁੱਖ ਤੌਰ ਤੇ ਫਾਜ਼ਿਲਕਾ ਅਤੇ ਮੁਕਤਸਰ ਦੇ ਜ਼ਿਲ੍ਹਿਆਂ ਵਿੱਚ ਮਹੱਤਵਪੂਰਣ ਹਨ। ਇਹ ਦੋਨੋਂ ਜ਼ਿਲ੍ਹੇ ਰਲ ਕੇ ਪੰਜਾਬ ਦੇ 80.0% ਸੰਗਤਰੇ ਅਤੇ ਮਾਲਟਾ ਪੈਦਾ ਕਰਦੇ ਹਨ। ਇਕੱਲਾ (ਫਾਜ਼ਿਲਕਾ) ਪੰਜਾਬ ਦੇ 75.6% ਸੰਗਤਰੇ ਅਤੇ ਮਾਲਟੇ ਪੈਦਾ ਕਰਦੇ ਹਨ। ਹੁਸ਼ਿਆਰਪੁਰ ਦਾ ਜ਼ਿਲ੍ਹਾ ਸੰਗਤਰੇ ਅਤੇ ਮਾਲਵੇ ਦਾ ਦੂਜਾ ਵੱਡਾ ਉਤਪਾਦਕ ਹੈ।

ਅੰਬ ਵੀ ਪੰਜਾਬ ਦਾ ਇਕ ਮਹੱਤਵਪੂਰਣ ਫਲ ਹੈ ਜੋ ਰਾਜ ਦੇ ਪੂਰਬੀ ਅਰਧ-ਪਹਾੜੀ ਜ਼ਿਲ੍ਹਿਆਂ ਵਿੱਚ ਪੈਦਾ ਕੀਤੇ ਜਾਂਦੇ ਹਨ। ਇਨ੍ਹਾਂ ਭਾਗਾਂ ਵਿੱਚ ਅੱਛੀ ਵਰਖਾ ਹੁੰਦੀ ਹੈ, ਮਿੱਟੀ ਰੇਤਲੀ ਦੋਮਟ ਹੈ ਅਤੇ ਧਰਾਤਲ ਉੱਚੀ-ਨੀਵੀਂ ਅਤੇ ਲਹਿਰਦਾਰ ਹੈ। ਹੁਸ਼ਿਆਰਪੁਰ, ਪਠਾਨਕੋਟ ਅਤੇ ਗੁਰਦਾਸਪੁਰ ਦੇ ਜ਼ਿਲ੍ਹੇ ਰਾਜ ਦੇ 61.2% ਦੇ ਲਗਭਗ ਅੰਬ ਪੈਦਾ ਕਰਦੇ ਹਨ। ਐਸ.ਏ.ਐਸ. ਨਗਰ (7.45%), ਰੂਪਨਗਰ (5.84%) ਅਤੇ ਪਟਿਆਲਾ ਦੇ ਜ਼ਿਲ੍ਹੇ ਵੀ ਅੰਬਾਂ ਦੇ ਮਹੱਤਵਪੂਰਣ ਉਤਪਾਦਕ ਹਨ। ਇਨ੍ਹਾਂ ਤੋਂ ਬਿਨਾਂ ਅੰਬ ਐਸ.ਬੀ.ਐਸ. ਨਗਰ, ਅੰਮ੍ਰਿਤਸਰ, ਲੁਧਿਆਣਾ, ਫਤਹਿਗੜ੍ਹ ਸਾਹਿਬ ਅਤੇ ਜਲੰਧਰ ਵਿੱਚ ਵੀ ਪੈਦਾ ਕੀਤਾ ਜਾਂਦਾ ਹੈ। ਇਕੱਲਾ ਪਠਾਨਕੋਟ ਦਾ ਜ਼ਿਲ੍ਹਾ ਪੰਜਾਬ ਦੇ 40.17% ਅੰਬ (2022) ਪੈਦਾ ਕਰਦਾ ਹੈ। ਹੁਸ਼ਿਆਰਪੁਰ ਜ਼ਿਲ੍ਹੇ ਦਾ ਹਿੱਸਾ 14.57% ਹੈ।

ਤਰਨਤਾਰਨ ਅਤੇ ਅੰਮ੍ਰਿਤਸਰ ਦੇ ਜ਼ਿਲ੍ਹੇ ਰਾਜ ਵਿੱਚ **ਨਾਸ਼ਪਤੀਆਂ** ਦੇ ਸਭ ਤੋਂ ਵੱਡੇ ਉਤਪਾਦਕ ਹਨ। ਇਹ ਜ਼ਿਲ੍ਹੇ ਪੰਜਾਬ ਦੀਆਂ 60.00% ਨਾਸ਼ਪਤੀਆਂ ਪੈਦਾ ਕਰਦੇ ਹਨ। ਜਲੰਧਰ ਦਾ ਜ਼ਿਲ੍ਹਾ ਤੀਜਾ ਵੱਡਾ ਉਤਪਾਦਕ (6.46%) ਹੈ। ਲੁਧਿਆਣਾ, ਪਟਿਆਲਾ, ਐਸ.ਬੀ.ਐਸ. ਨਗਰ ਅਤੇ ਹੁਸ਼ਿਆਰਪੁਰ ਦੇ ਜ਼ਿਲ੍ਹੇ ਨਾਸ਼ਪਤੀ ਦੇ ਦੂਜੇ ਮਹੱਤਵਪੂਰਣ ਉਤਪਾਦਕ ਹਨ। ਫਿਰੋਜ਼ਪੁਰ, ਮੁਕਤਸਰ, ਗੁਰਦਾਸਪੁਰ, ਕਪੂਰਥਲਾ ਅਤੇ ਸੰਗਰੂਰ ਦੇ ਜ਼ਿਲ੍ਹੇ ਵੀ ਨਾਸ਼ਪਤੀ ਪੈਦਾ ਕਰਦੇ ਹਨ। ਇਹ ਅੰਕੜੇ ਮਾਰਚ 2022 ਅਨੁਸਾਰ ਹਨ।

ਪੰਜਾਬ ਦੇ ਅਰਧ-ਖੁਸ਼ਕ ਦੱਖਣ-ਪੱਛਮੀ ਭਾਗਾਂ ਵਿੱਚ ਅੰਗੂਰ ਮਹੱਤਵਪੂਰਣ ਫਸਲ ਹੈ। ਇੱਥੇ ਬਠਿੰਡੇ ਦਾ ਜ਼ਿਲ੍ਹਾ ਰਾਜ ਦਾ ਅੰਗੂਰਾਂ ਦਾ ਸਭ ਤੋਂ ਵੱਡਾ (39.65%) ਉਤਪਾਦਕ ਹੈ। ਫਿਰੋਜ਼ਪੁਰ, ਮੁਕਤਸਰ, ਫਰੀਦਕੋਟ, ਲੁਧਿਆਣਾ, ਸੰਗਰੂਰ ਅਤੇ ਮਾਨਸਾ ਦੇ ਜ਼ਿਲ੍ਹੇ ਦੂਜੇ ਮਹੱਤਵਪੂਰਣ ਉਤਪਾਦਕ ਹਨ।

ਰਾਜ ਦੇ ਲਗਭਗ ਸਭ ਭਾਗਾਂ ਵਿੱਚ **ਅਮਰੂਦ** ਪੈਦਾ ਕੀਤੇ ਜਾਂਦੇ ਹਨ। ਸੰਗਰੂਰ (6.48%), ਪਟਿਆਲਾ (13.9%), ਲੁਧਿਆਣਾ (17.06%) ਅਤੇ ਫਾਜ਼ਿਲਕਾ (7.0%) ਅਮਰੂਦਾਂ ਦੇ ਵੱਡੇ ਉਤਪਾਦਕ ਹਨ। ਐਸ.ਏ.ਐਸ. ਨਗਰ (7.2%), ਮੁਕਤਸਰ, ਬਠਿੰਡਾ, ਜਲੰਧਰ ਅਤੇ ਅੰਮ੍ਰਿਤਸਰ ਅਮਰੂਦਾਂ ਦੇ ਦੂਜੇ ਵੱਡੇ ਉਤਪਾਦਕ ਹਨ। ਪੰਜਾਬ ਦੀ 58.88% ਲੀਚੀ (35,557 ਮੀ. ਟਨ) ਪਠਾਨਕੋਟ ਜ਼ਿਲ੍ਹੇ ਵਿੱਚ ਪੈਦਾ ਕੀਤੀ ਜਾਂਦੀ ਹੈ। ਹੁਸ਼ਿਆਰਪੁਰ, ਰੂਪਨਗਰ ਅਤੇ ਐਸ.ਏ.ਐਸ. ਨਗਰ ਦੇ ਜ਼ਿਲ੍ਹੇ ਵੀ ਲੀਚੀ ਪੈਦਾ ਕਰਦੇ ਹਨ।

ਖੇਤੀਬਾੜੀ ਮੰਡੀਕਰਣ (AGRICULTURAL MARKETING)

ਪੰਜਾਬ ਵਿੱਚ ਖੇਤੀਬਾੜੀ ਪ੍ਰਧਾਨ ਰਾਜ ਹੈ। ਪੰਜਾਬੀ ਕਿਸਾਨ ਘਣੀ ਵਪਾਰਕ (commercial intensive agriculture) ਖੇਤੀ ਕਰਦੇ ਹਨ। ਹੁਣ ਕਿਸਾਨਾਂ ਕੋਲ ਮੰਡੀ ਵਿੱਚ ਵੇਚਣ ਲਈ ਕਾਫ਼ੀ ਵਾਧੂ ਖੇਤੀਬਾੜੀ ਉਤਪਾਦਨ ਹੁੰਦਾ ਹੈ। ਇਸ ਲਈ ਕਿ ਖੇਤੀਬਾੜੀ ਦਾ ਕਿੱਤਾ ਕਿਸਾਨਾਂ ਲਈ ਲਾਹੇਵੰਦ ਰਹੇ ਕਿਸਾਨਾਂ ਨੂੰ ਆਪਣੀ ਮਰਜ਼ੀ ਅਤੇ ਲੋੜ ਅਨੁਸਾਰ ਵਾਧੂ ਖੇਤੀਬਾੜੀ ਉਤਪਾਦਨ ਨੂੰ ਲਾਹੇਵੰਦ ਕੀਮਤਾਂ ਤੇ ਮੰਡੀ ਵਿੱਚ ਵੇਚਣ ਲਈ ਸਹੂਲਤਾਂ ਉਪਲੱਬਧ ਹੋਣੀਆਂ ਚਾਹੀਦੀਆਂ ਹਨ। ਕਿਸਾਨ ਨੂੰ ਉਸਦੀਆਂ ਖੇਤੀ ਵਸਤਾਂ ਦਾ ਮੁੱਲ ਮੰਡੀ ਵਿੱਚ ਹੀ ਮਿਲ ਜਾਣਾ ਚਾਹੀਦਾ ਹੈ। ਉਸ ਕੋਲ ਇਹ ਸੁਵਿਧਾ ਵੀ ਹੋਣੀ ਚਾਹੀਦੀ ਹੈ ਕਿ ਉਹ ਆਪਣੇ ਉਤਪਾਦਨ ਨੂੰ ਅਜਿਹੇ ਠੀਕ ਟਿਕਾਣੇ ਤੇ ਰੱਖ ਜਾਂ ਜਮ੍ਹਾਂ ਕਰ ਸਕੇ ਜਿੱਥੋਂ ਉਹ ਆਪਣੀ ਮਰਜ਼ੀ ਅਨੁਸਾਰ ਜਦੋਂ ਉਸਨੂੰ ਵਾਜਵ ਭਾਅ ਮਿਲ ਸਕਦਾ ਹੈ, ਆਪਣੇ ਵਾਧੂ ਉਤਪਾਦਨ ਨੂੰ ਲਿਜਾ ਕੇ ਵੇਚ ਸਕਦਾ ਹੋਵੇ। ਦੂਜੇ ਸ਼ਬਦਾਂ ਵਿੱਚ ਉਸ ਕੋਲ ਭੰਡਾਰਣ ਦੀ ਸਹੂਲਤ (storage facility) ਵੀ ਹੋਣੀ ਚਾਹੀਦੀ ਹੈ। ਇਸ ਸਮੁੱਚੀ ਪ੍ਰਕਿਰਿਆ (process) ਨੂੰ ਮੰਡੀਕਰਣ ਕਹਿੰਦੇ ਹਨ।

ਮੰਡੀਕਰਣ, ਉਤਪਾਦਕ (producer) ਅਤੇ ਖਰੀਦਦਾਰ ਨੂੰ ਇੱਕ-ਦੂਜੇ ਕੋਲ ਲਿਆਉਣ ਦੀ ਪ੍ਰਕਿਰਿਆ ਨੂੰ ਕਹਿੰਦੇ ਹਨ। ਖੇਤੀਬਾੜੀ ਮੰਡੀਕਰਣ ਵਿੱਚ, ਉਤਪਾਦਕ ਅਤੇ ਖਰੀਦਦਾਰ ਅਤੇ ਉਤਪਾਦਕਾਂ ਅਤੇ ਖਰੀਦਦਾਰਾਂ ਨੂੰ ਜੋੜਨ ਵਾਲੀ ਕੜੀ (chain) ਸ਼ਾਮਲ ਹਨ। ਮੰਡੀਕਰਣ ਪ੍ਰਕਿਰਿਆ (process) ਕੀਮਤਾਂ ਨੂੰ ਨਿਸ਼ਚਤ ਕਰਨ ਦੀ ਵਿਧੀ (mechanism for fixing prices) ਨੂੰ ਕਿਹਾ ਜਾਂਦਾ ਹੈ। ਪ੍ਰੰਤੂ ਮੰਡੀਕਰਣ ਦਾ ਅਰਥ ਕੇਵਲ ਇਹ ਹੀ ਨਹੀਂ ਹੈ। ਉਤਪਾਦਕ ਅਤੇ ਉਪਭੋਗਤਾ (consumer) ਨੂੰ ਇੱਕ-ਦੂਜੇ ਦੇ ਕੋਲ ਲਿਆਉਣ ਤੋਂ ਪਹਿਲਾਂ ਕਈ ਮਹੱਤਵਪੂਰਣ ਸੇਵਾਵਾਂ (services) ਵੀ ਅਦਾ ਕਰਨੀਆਂ ਪੈਂਦੀਆਂ ਹਨ।

ਖੇਤੀਬਾੜੀ ਉਤਪਾਦ ਦੇ ਮੰਡੀਕਰਣ ਦੀਆਂ ਵਿਸ਼ੇਸ਼ਤਾਈਆਂ (FEATURES OF THE MARKETING OF AGRICULTURAL PRODUCTS)

ਖੇਤੀਬਾੜੀ ਉਤਪਾਦ (products) ਕਿਸੇ ਇੱਕ ਥਾਂ ਨਹੀਂ ਸਗੋਂ ਵਿਸ਼ਾਲ ਇਲਾਕੇ ਵਿੱਚ ਵਿਖਰੇ ਹੋਏ ਪਾਏ ਜਾਂਦੇ (scattered) ਹਨ। ਇਸ ਲਈ ਉਤਪਾਦਨ ਦੇ ਸਥਾਨ ਤੋਂ ਇਨ੍ਹਾਂ ਨੂੰ ਇਕੱਠਾ ਕਰਨਾ (collection) ਅਤੇ ਕਿਸੇ ਸਥਾਨ ਤੇ ਜਮ੍ਹਾਂ ਕਰਨਾ (assemble) ਜ਼ਰੂਰੀ ਹੈ। ਇਸ ਉਤਪਾਦ ਦੀ ਮਾਤਰਾ (quantity) ਅਤੇ ਗੁਣਾਂ (quality) ਵਿੱਚ ਅੰਤਰ ਹੁੰਦੇ ਹਨ। ਇਸ ਕਾਰਨ ਇਸ ਵਿਭਿੰਨਤ ਵਾਲੇ ਉਤਪਾਦ ਨੂੰ ਵੱਖ ਕਿਸਮਾਂ ਵਿੱਚ ਛਾਂਟਣਾ (sorting into grades) ਅਤੇ ਜੇ ਹੋ ਸਕੇ ਤਾਂ ਪਹਿਲਾਂ ਨਿਰਧਾਰਤ ਮਿਆਰਾਂ (standards previously laid down) ਅਨੁਸਾਰ ਉਨ੍ਹਾਂ ਦਾ ਵਰਗੀਕਰਣ ਕਰਨਾ ਬਹੁਤ ਜ਼ਰੂਰੀ ਹੈ। ਕਈ ਵਾਰ ਫਾਰਮ (farm) ਵਿੱਚ ਪੈਦਾ ਹੋਏ ਖੇਤੀਬਾੜੀ ਉਤਪਾਦ ਨੂੰ ਸੁਧਾਰਨ ਅਤੇ ਨਿਰਮਾਣ ਕਰਨ (processing and manufacturing) ਦੀ ਲੋੜ ਵੀ ਪੈਂਦੀ ਹੈ।

ਭੰਡਾਰਣ ਅਤੇ ਗੋਦਾਮਾਂ ਵਿੱਚ ਰੱਖਣਾ ਇੱਕ ਮਹੱਤਵਪੂਰਣ ਸੇਵਾ ਹੈ। ਖੇਤੀਬਾੜੀ ਉਤਪਾਦ ਆਮ ਕਰਕੇ ਜ਼ਿਆਦਾ ਥਾਂ ਘੇਰਦੇ ਹਨ। ਇਸ ਲਈ ਉਨ੍ਹਾਂ ਨੂੰ ਵੱਡੇ ਗੋਦਾਮਾਂ ਦੀ ਲੋੜ ਪੈਂਦੀ ਹੈ। ਖੇਤੀਬਾੜੀ ਉਤਪਾਦ ਸਾਲ ਵਿੱਚ ਕਿਸੇ ਨਿਸ਼ਚਤ ਸਮੇਂ (ਥੋੜ੍ਹੇ) ਵਿੱਚ ਖਪਤ ਲਈ ਉਪਲੱਬਧ ਹੁੰਦੇ ਹਨ ਪ੍ਰੰਤੂ ਉਪਭੋਗਤਾਵਾਂ ਨੂੰ ਖਾਧ ਪਦਾਰਥਾਂ ਜਾਂ ਕੱਚੇ ਮਾਲ ਦੀ ਸਾਰਾ ਸਾਲ ਲਗਾਤਾਰ ਲੋੜ ਪੈਂਦੀ ਰਹਿੰਦੀ ਹੈ। ਇਨ੍ਹਾਂ ਦੀ ਸਪਲਾਈ ਬੇਨਿਯਮੀ ਜਾਂ ਮੌਸਮੀ ਹੁੰਦੀ ਹੈ। ਇਸ ਕਾਰਨ ਸਪਲਾਈ ਨੂੰ ਨਿਯਮਤ ਬਣਾਉਣ ਲਈ ਕਿਸੇ ਨਾ ਕਿਸੇ ਨੂੰ ਇਨ੍ਹਾਂ ਪਦਾਰਥਾਂ (ਖੇਤੀਬਾੜੀ ਉਤਪਾਦਾਂ) ਨੂੰ ਗੋਦਾਮਾਂ ਵਿੱਚ ਭੰਡਾਰ ਕਰਨਾ ਪਵੇਗਾ। ਇਨ੍ਹਾਂ ਪਦਾਰਥਾਂ ਨੂੰ ਅਖੀਰਲੇ ਉਪਭੋਗਤਾ (final consumers) ਦੀ ਲੋੜ ਜਾਂ ਮੰਗ ਅਨੁਸਾਰ ਪੇਸ਼ ਕਰਨ ਲਈ ਪੈਕ ਕਰਨ ਦੀ ਵੀ ਲੋੜ ਪੈਂਦੀ ਹੈ।

ਉਤਪਾਦਨ ਵਾਲੇ ਸਥਾਨ ਅਤੇ ਜਮ੍ਹਾਂ ਕਰਨ ਦੇ ਸਥਾਨ ਤੋਂ ਅੰਤਮ ਵਿਕਰੀ ਵਾਲੇ ਸਥਾਨ ਤੱਕ ਉਤਪਾਦਾਂ ਨੂੰ ਪਹੁੰਚਾਉਣ ਲਈ ਉਨ੍ਹਾਂ ਦੀ **ਢੋ-ਢੁਆਈ** (transportation) ਮੰਡੀਕਰਣ ਪ੍ਰਕਿਰਿਆ ਦਾ ਬਹੁਤ ਮਹੱਤਵਪੂਰਣ ਪਹਿਲੂ ਹੈ। ਭਾਰ ਦੀ ਪ੍ਰਤੀ ਇਕਾਈ ਦੀ ਢੋ-ਢੁਆਈ ਦਾ ਖਰਚਾ ਜਿੰਨਾ ਘੱਟ ਹੋਵੇਗਾ ਓਨਾ ਹੀ ਘੱਟ ਉਤਪਾਦਨ ਖਰਚੇ (low cost of production) ਦਾ ਲਾਭ ਵਿਭਿੰਨ ਇਲਾਕਿਆਂ ਵਿੱਚ ਜ਼ਿਆਦਾ ਪਹੁੰਚਾਇਆ ਜਾ ਸਕਦਾ ਹੈ। ਕੁੱਝ ਖੇਤੀਬਾੜੀ ਉਤਪਾਦ ਜਿਵੇਂ ਕਿ ਸਬਜ਼ੀਆਂ ਅਤੇ ਫਲ ਜਲਦੀ ਖਰਾਬ ਹੋਣ ਵਾਲੇ ਹੁੰਦੇ ਹਨ। ਅਜਿਹੇ ਪਦਾਰਥਾਂ ਨੂੰ ਉਪਭੋਗਤਾਵਾਂ ਤੱਕ ਬਹੁਤ ਜਲਦੀ ਪਹੁੰਚਾਉਣਾ ਬਹੁਤ ਜ਼ਰੂਰੀ ਹੈ। ਇਸ ਸਭ ਲਈ **ਆਧੁਨਿਕ ਅਤੇ ਤੇਜ਼ ਆਵਾਜਾਈ ਸਾਧਨਾਂ ਦੀ ਬਹੁਤ ਲੋੜ ਹੈ।**

ਇਸ ਲਈ ਇਕ ਅੱਛੀ ਮੰਡੀਕਰਣ ਪ੍ਰਣਾਲੀ ਵਿੱਚ ਹੇਠ ਲਿਖਿਆਂ ਵੱਲ ਧਿਆਨ ਦੇਣਾ ਜ਼ਰੂਰੀ ਹੈ—

ਕਿਸਾਨ ਦੀ ਉਪਜ ਦਾ ਉਸਨੂੰ ਠੀਕ ਮੁੱਲ ਮਿਲਣਾ ਚਾਹੀਦਾ ਹੈ ਤਾਂ ਜੋ ਉਸਨੂੰ ਢੁੱਕਵਾਂ ਮੁਨਾਫਾ ਪ੍ਰਾਪਤ ਹੋ ਸਕੇ। ਉਸਨੂੰ ਆਪਣੀ ਉਪਜ ਨੂੰ ਬਹੁਤ ਘੱਟ ਮੁੱਲ (throw away price) ਤੇ ਵੇਚਣ ਲਈ ਮਜਬੂਰ ਨਹੀਂ ਹੋਣਾ ਪੈਣਾ ਚਾਹੀਦਾ।

ਭੰਡਾਰਣ ਦੀਆਂ ਢੁੱਕਵੀਆਂ ਸਹੂਲਤਾਂ ਪ੍ਰਦਾਨ ਕਰਨਾ ਤਾਂ ਜੋ ਕਿਸਾਨ ਨੂੰ ਉਸਦੀ ਉਪਜ ਦਾ, ਜਦੋਂ ਉਹ ਵੇਚਣਾ ਚਾਹੇ, ਠੀਕ ਮੁੱਲ ਪ੍ਰਾਪਤ ਹੋ ਸਕੇ।

ਖੇਤੀਬਾੜੀ ਉਤਪਾਦਾਂ ਦੀ ਉਪਭੋਗਤਾਵਾਂ ਤੱਕ ਕਾਫ਼ੀ (adequate), ਸਸਤੀ (cheap), ਤੇਜ਼ (fast) ਅਤੇ ਸਮੇਂ ਸਿਰ (timely) ਪਹੁੰਚ (delivery) ਲਈ ਸੁਯੋਗ ਢੋਆ-ਢੁਆਈ ਤੰਤਰ (Efficient transport system) ਦਾ ਪ੍ਰਬੰਧ ਕਰਨਾ।

ਕਿਸਾਨਾਂ ਨੂੰ ਕੀਮਤਾਂ, ਮੰਗ ਅਤੇ ਮੰਡੀਆਂ ਸੰਬੰਧੀ ਦੂਜੇ ਮਾਮਲਿਆਂ ਬਾਰੇ ਨਵੀਨ ਜਾਣਕਾਰੀ ਪ੍ਰਦਾਨ ਕਰਨਾ। ਸੰਗਠਤ ਮੰਡੀਕਰਣ ਏਜੰਸੀਆਂ ਦਾ ਪ੍ਰਬੰਧ ਕਰਨਾ ਤਾਂ ਜੋ ਵਿਚੋਲੇ (ਦਲਾਲ) ਕਿਸਾਨਾਂ ਦਾ ਸ਼ੋਸ਼ਣ (exploitation) ਨਾ ਕਰ ਸਕਣ ਅਤੇ ਕਿਸਾਨ ਨੂੰ ਉਸਦੇ ਉਤਪਾਦ ਤੋਂ ਢੁੱਕਵਾਂ ਮੁਨਾਫਾ ਮਿਲ ਸਕੇ।

ਪੰਜਾਬ ਵਿੱਚ ਹੁਣ ਤੱਕ ਖੇਤੀ ਵੰਨ-ਸੁਵੰਨਤਾ ਲਈ ਅਪਣਾਈਆਂ ਫਸਲਾਂ ਅਤੇ ਕਿੱਤਿਆਂ ਦੇ ਅਸਫਲ ਹੋਣ ਦਾ ਇੱਕ ਮੁੱਖ ਕਾਰਨ **ਅਯੋਗ ਮੰਡੀਕਰਣ** ਰਿਹਾ ਹੈ। ਅੱਗੇ ਲਈ ਵੀ ਅਗਰ ਕਿਸਾਨੀ ਦਾ ਹਮਦਰਦ ਸੁਯੋਗ ਅਤੇ ਭਰੋਸੇਮੰਦ ਮੰਡੀਕਰਣ ਤੰਤਰ ਨਾ ਪ੍ਰਦਾਨ ਕੀਤਾ ਗਿਆ ਤਾਂ ਪੰਜਾਬ ਵਿੱਚ ਖੇਤੀ ਵੰਨ-ਸੁਵੰਨਤਾ ਦੇ ਸਭ ਉਪਰਾਲੇ ਅਸਫਲ ਹੀ ਰਹਿਣਗੇ।

ਮੰਡੀਕਰਣ ਦਾ ਢਾਂਚਾ (STRUCTURE OF MARKETING)

ਕਿਸਾਨਾਂ ਅਤੇ ਉਪਭੋਗਤਾਵਾਂ ਦੀਆਂ ਲੋੜਾਂ ਦੀ ਪੂਰਤੀ ਲਈ ਥੋਕ ਅਤੇ ਪਰਚੂਨ ਦੀਆਂ ਮੰਡੀਆਂ (wholesale and retail markets) ਹਨ। ਖੇਤੀਬਾੜੀ ਜਿਣਸਾਂ (commodities) ਦੀ ਵਿਕਰੀ ਲਈ ਕਈ ਤਰੀਕੇ ਵਰਤੇ ਜਾਂਦੇ ਹਨ। ਇਨ੍ਹਾਂ ਵਿੱਚ ਹੱਟ ਪ੍ਰਣਾਲੀ (hatta system), ਖੁੱਲ੍ਹੀ ਬੋਲੀ ਪ੍ਰਣਾਲੀ (open auction system), ਪ੍ਰਾਈਵੇਟ ਸਮਝੌਤੇ ਰਾਹੀਂ (by private agreement), ਦੜਾ ਪ੍ਰਣਾਲੀ (dara system), ਨਮੂਨਿਆਂ ਉੱਤੇ ਭਾਅ ਦੱਸਣ ਦੀ ਪ੍ਰਣਾਲੀ (by quoting on samples), ਬੰਦ ਟੈਂਡਰ ਪ੍ਰਣਾਲੀ (close tender system) ਆਦਿ ਸ਼ਾਮਲ ਹਨ।

ਖੇਤੀਬਾੜੀ ਮੰਡੀਆਂ ਵਿੱਚ ਕਈ ਮੰਡੀਕਰਣ ਕਾਰਜ ਕਰਤਾ (marketing functionaries) ਕੰਮ ਕਰਦੇ ਹਨ। ਇਨ੍ਹਾਂ ਵਿੱਚ ਵਪਾਰੀ (traders), ਫਿਰਤੂ ਵਪਾਰੀ (itinerant traders), ਤੋਲਾ (weighman), ਕੱਚੇ ਅਤੇ ਪੱਕੇ ਆੜ੍ਹਤੀਏ (brokers), ਸਰਕਾਰੀ ਏਜੰਸੀਆਂ ਦੇ ਕਰਮਚਾਰੀ, ਸਹਿਕਾਰੀ ਸਭਾਵਾਂ ਦੇ ਕਰਮਚਾਰੀ ਆਦਿ ਸ਼ਾਮਲ ਹਨ।

31 ਮਾਰਚ 2009 ਨੂੰ ਪੰਜਾਬ ਵਿੱਚ 145 ਪ੍ਰਮੁੱਖ ਨਿਯਮਤ ਖੇਤੀਬਾੜੀ ਮੰਡੀਆਂ (Principal regulated agricultural markets) ਸਨ। 31 ਮਾਰਚ, 2014 ਨੂੰ ਇਨ੍ਹਾਂ ਮੰਡੀਆਂ ਦੀ ਗਿਣਤੀ ਕੁੱਝ ਵਧ ਕੇ 151 ਹੋ ਗਈ ਸੀ। 31-03-2022 ਦੇ ਅੰਕੜਿਆਂ ਅਨੁਸਾਰ ਪੰਜਾਬ ਵਿੱਚ 156 ਪ੍ਰਮੁੱਖ ਖੇਤੀਬਾੜੀ ਮੰਡੀਆਂ ਹਨ। ਅਜਿਹੀਆਂ ਸਭ ਤੋਂ ਵੱਧ ਮੰਡੀਆਂ (13) ਲੁਧਿਆਣਾ ਜ਼ਿਲ੍ਹੇ ਵਿੱਚ ਸਨ। ਦੂਜੇ ਨੰਬਰ ਤੇ 12 ਅਜਿਹੀਆਂ ਮੰਡੀਆਂ ਜਲੰਧਰ ਜ਼ਿਲ੍ਹੇ ਵਿੱਚ ਸਨ। ਸੰਗਰੂਰ ਵਿੱਚ 11 ਨਿਯਮਤ ਮੰਡੀਆਂ ਅਤੇ ਗੁਰਦਾਸਪੁਰ ਜ਼ਿਲ੍ਹੇ ਵਿੱਚ 10 ਨਿਯਮਤ ਪ੍ਰਮੁੱਖ ਖੇਤੀਬਾੜੀ ਮੰਡੀਆਂ ਸਨ। ਬਠਿੰਡਾ ਅਤੇ ਗੁਰਦਾਸਪੁਰ ਹਰੇਕ ਜ਼ਿਲ੍ਹੇ ਵਿੱਚ 10 ਮੰਡੀਆਂ ਸਨ। ਫਿਰੋਜ਼ਪੁਰ ਅਤੇ ਪਟਿਆਲਾ ਜ਼ਿਲ੍ਹੇ ਵਿੱਚ 9 ਮੰਡੀਆਂ, ਮੋਗਾ ਜ਼ਿਲ੍ਹੇ ਵਿੱਚ 8 ਅਜਿਹੀਆਂ ਮੰਡੀਆਂ ਸਨ। ਅੰਮ੍ਰਿਤਸਰ ਅਤੇ ਤਰਨਤਾਰਨ ਹਰੇਕ ਜ਼ਿਲ੍ਹੇ ਵਿੱਚ 8 ਨਿਯਮਤ ਮੰਡੀਆਂ ਸਨ। ਬਾਕੀ ਦੇ ਹਰ ਇੱਕ ਜ਼ਿਲ੍ਹੇ ਵਿੱਚ ਅਜਿਹੀਆਂ ਮੰਡੀਆਂ ਦੀ ਗਿਣਤੀ 2 ਤੋਂ 6 ਸੀ। ਇਨ੍ਹਾਂ ਨਿਯਮਤ ਮੰਡੀਆਂ ਤੋਂ ਬਿਨਾਂ ਰਾਜ ਵਿੱਚ 280 ਅਹਾਤੇ ਸਨ ਜੋ ਨਿਯਮਤ ਮੰਡੀਆਂ ਨਾਲ ਜੋੜੇ ਹੋਏ ਸਨ। ਸਾਰਣੀ ਨੰ. 40 ਮੰਡੀਆਂ ਬਾਰੇ ਪੂਰੀ ਜਾਣਕਾਰੀ ਪ੍ਰਦਾਨ ਕਰਦੀ ਹੈ।

ਸਾਰਣੀ ਨੰ. 40

ਪੰਜਾਬ ਵਿੱਚ ਜ਼ਿਲ੍ਹੇਵਾਰ ਨਿਯਮਤ ਮੰਡੀਆਂ

ਕ੍ਰਮ ਨੰ.	ਜ਼ਿਲ੍ਹਾ	ਨਿਯਮਤ ਮੰਡੀਆਂ ਦੀ ਗਿਣਤੀ		ਜੋੜੇ ਅਹਾਤਿਆਂ ਦੀ ਗਿਣਤੀ		ਪ੍ਰਤੀ ਨਿਯਮਤ ਮੰਡੀ ਪਿਛੇ ਔਸਤ ਪਿੰਡ		ਪ੍ਰਤੀ ਨਿਯਮਤ ਮੰਡੀ ਪਿੱਛੇ ਰਕਬਾ (ਵ. ਕਿਲੋਮੀਟਰ)	
		ਮਾਰਚ 2022	2000-01	2021-22	2000-01	2021-22	2000-01	2021-22	2000-01
1.	ਗੁਰਦਾਸਪੁਰ	10	12	14	46	115	129	356	297
2.	ਪਠਾਨਕੋਟ	2	—	3	—	179	—	—	—
3.	ਅੰਮ੍ਰਿਤਸਰ	8	15	8	65	89	80	331	331
4.	ਤਰਨਤਾਰਨ	8	—	17	—	60	—	306	—
5.	ਕਪੂਰਥਲਾ	5	5	12	16	122	127	326	327

6.	ਜਲੰਧਰ	12	11	27	33	76	87	219	240
7.	ਐਸ.ਬੀ.ਐਸ. ਨਗਰ	3	3	7	22	154	155	422	419
8.	ਹੁਸ਼ਿਆਰਪੁਰ	5	5	13	29	277	279	673	662
9.	ਰੂਪਨਗਰ	4	6	8	24	147	147	342	353
10.	ਐਸ.ਏ.ਐਸ. ਨਗਰ	5	—	4	—	75	—	219	—
11.	ਲੁਧਿਆਣਾ	13	13	28	42	69	70	290	289
12.	ਫਿਰੋਜ਼ਪੁਰ	8	11	10	54	68	88	663	484
13.	ਫਾਜ਼ਿਲਕਾ	3	—	9	—	85	—	—	—
14.	ਫਰੀਦਕੋਟ	4	4	9	30	41	41	367	368
15.	ਸ੍ਰੀ ਮੁਕਤਸਰ ਸਾਹਿਬ	4	4	11	12	58	59	654	652
16.	ਮੋਗਾ	8	7	17	21	40	45	277	314
17.	ਬਠਿੰਡਾ	10	9	23	24	27	31	339	378
18.	ਾਨਸਾ	6	5	10	12	40	48	362	430
19.	ਸੰਗਰੂਰ	11	17	13	39	37	41	241	295
	ਮਲੇਰਕੋਟਲਾ	4		6		—		—	
20.	ਬਰਨਾਲਾ	5	—	6	—	25	—	282	—
21.	ਪਟਿਆਲਾ	9	12	17	31	99	89	358	302
22.	ਫਤਹਿਗੜ੍ਹ ਸਾਹਿਬ	5	5	8	15	88	91	236	235
	ਪੰਜਾਬ	152	144	280	519	80	86	331	350

ਸੋਮਾ— ਪੰਜਾਬ ਦਾ ਅੰਕੜਾ ਸਾਰ— 2001 ਅਤੇ 2022

ਉੱਪਰ ਦਿੱਤੀ ਸਾਰਣੀ ਦੇ ਅਧਿਐਨ ਤੋਂ ਪਤਾ ਲੱਗਦਾ ਹੈ ਕਿ ਰਾਜ ਵਿੱਚ ਮੰਡੀਕਰਣ (ਨਿਯਮਤ ਮੰਡੀਆਂ ਰਾਹੀਂ) ਦੀ ਸਭ ਤੋਂ ਵੱਧ ਸਹੂਲਤ ਜਲੰਧਰ ਅਤੇ ਐਸ.ਏ.ਐਸ. ਨਗਰ ਜ਼ਿਲ੍ਹਿਆਂ ਵਿੱਚ (219 ਵ. ਕਿ.ਮੀ. ਰਕਬਾ ਪ੍ਰਾਪਤ ਹੈ। ਇਸ ਤੋਂ ਬਾਅਦ ਫਤਹਿਗੜ੍ਹ ਸਾਹਿਬ (236 ਵ. ਕਿਲੋਮੀਟਰ), ਸੰਗਰੂਰ (241 ਵ. ਕਿਲੋਮੀਟਰ), ਮੋਗਾ (277 ਵ. ਕਿ.ਮੀ.), ਬਰਨਾਲਾ (282 ਵ. ਕਿ.ਮੀ.), ਲੁਧਿਆਣਾ (290 ਵਰਗ ਕਿ.ਮੀ.), ਗੁਰਦਾਸਪੁਰ (297 ਵਰਗ ਕਿ.ਮੀ.) ਅਤੇ ਤਰਨਤਾਰਨ (306 ਵਰਗ ਕਿ.ਮੀ.) ਜ਼ਿਲ੍ਹਿਆਂ ਵਿੱਚ ਉਪਲੱਬਧ ਹੈ। ਦਿੱਤੇ ਅੰਕੜੇ ਪ੍ਰਤੀ ਨਿਯਮਤ ਮੰਡੀ ਦੇ ਹਨ। ਮੰਡੀਕਰਣ ਦੀ ਸਭ ਤੋਂ ਘੱਟ ਸੁਵਿਧਾ, ਹੁਸ਼ਿਆਰਪੁਰ ਜ਼ਿਲ੍ਹੇ (673 ਵਰਗ ਕਿਲੋਮੀਟਰ ਪ੍ਰਤੀ ਨਿਯਮਤ ਮੰਡੀ) ਵਿੱਚ ਹੈ। ਮੁਕਤਸਰ, ਫਿਰੋਜ਼ਪੁਰ, ਮਾਨਸਾ, ਐਸ.ਬੀ.ਐਸ. ਨਗਰ ਅਤੇ ਬਠਿੰਡਾ ਦੇ ਜ਼ਿਲ੍ਹਿਆਂ ਵਿੱਚ ਵੀ ਮੰਡੀਕਰਣ ਦੀ ਘੱਟ ਸੁਵਿਧਾ ਪ੍ਰਾਪਤ ਹੈ।

2008-09 ਦੇ ਸਾਲ ਦੌਰਾਨ ਪੰਜਾਬ ਦੀਆਂ ਵਿਭਿੰਨ ਮੰਡੀਆਂ ਵਿੱਚ 3,25,92,700 ਮੀਟਰਕ ਟਨ ਅਨਾਜ ਅਤੇ ਗੈਰ-ਅਨਾਜ ਫਸਲਾਂ ਵਿਕਰੀ ਲਈ ਆਈਆਂ ਸਨ। ਇਹ **ਆਮਦ** 1970-71 ਵਿੱਚ 60 ਲੱਖ ਮੀ. ਟਨ ਤੋਂ ਵਧ ਕੇ 103 ਲੱਖ ਮੀ. ਟਨ 1980-81 ਵਿੱਚ, 203 ਲੱਖ ਮੀ. ਟਨ 1990-91 ਵਿੱਚ ਅਤੇ 230.7 ਲੱਖ ਮੀ. ਟਨ 1994-95 ਵਿੱਚ ਹੋ ਗਈ ਸੀ। ਸਾਲ 2000-01 ਦੌਰਾਨ 270.55 ਲੱਖ ਮੀ. ਟਨ ਦੀ ਆਮਦ ਸੀ। 2004-05 ਸਾਲ ਦੌਰਾਨ ਇਹ ਆਮਦ 318.8 ਲੱਖ ਮੀ. ਟਨ ਸੀ। ਇਸ ਆਮਦ ਵਿੱਚ 128.02 ਲੱਖ ਮੀ. ਟਨ ਚਾਵਲ, 79.11 ਲੱਖ ਮੀ. ਟਨ ਕਣਕ ਅਤੇ 5000 ਮੀ. ਟਨ ਮੱਕੀ ਸ਼ਾਮਲ ਸਨ। 2021-22 ਦੀ ਚਾਵਲਾਂ ਦੀ ਆਮਦ ਰਾਜ ਵਿੱਚ ਚਾਵਲਾਂ ਦੇ ਕੁੱਲ ਉਤਪਾਦਨ ਦਾ 117.09% ਸੀ। ਕਣਕ ਲਈ ਇਹ ਪ੍ਰਤੀਸ਼ਤਤਾ 62.78 ਅਤੇ ਮੱਕੀ ਲਈ ਕੇਵਲ 1.1% ਸੀ। ਇਹ ਤਿੰਨੇ ਫਸਲਾਂ ਰਲ ਕੇ ਮੰਡੀਆਂ ਵਿੱਚ ਕੁੱਲ ਆਮਦ ਦਾ 81.06% ਪ੍ਰਦਾਨ ਕਰਦੀਆਂ ਸਨ। **2021-22 ਵਿੱਚ ਕੁੱਲ 3,76,92,400 ਮੀ. ਟਨ ਅਨਾਜ ਅਤੇ ਗੈਰ-ਅਨਾਜ ਫਸਲਾਂ ਦੀ ਪੰਜਾਬ** ਦੀਆਂ ਵਿਭਿੰਨ ਮੰਡੀਆਂ ਵਿੱਚ **ਵਿਕਰੀ ਲਈ ਆਮਦ** ਹੋਈ ਸੀ। ਇਸ ਵਿੱਚੋਂ 49.97% ਚਾਵਲ ਅਤੇ 35.09% ਕਣਕ ਦਾ ਹਿੱਸਾ ਸੀ।

2021-22 ਅਨੁਸਾਰ ਰਾਜ ਵਿੱਚ ਅਨਾਜੀ ਅਤੇ ਗ਼ੈਰ-ਅਨਾਜੀ ਫਸਲਾਂ ਦੀ ਸਭ ਤੋਂ ਵੱਧ **ਆਮਦ ਸੰਗਰੂਰ** ਜ਼ਿਲ੍ਹੇ ਵਿੱਚ 33.83 ਲੱਖ ਮੀ. ਟਨ ਰਾਜ ਦੀ 8.98% ਹੋਈ ਸੀ। **ਦੂਜੇ ਨੰਬਰ ਤੇ ਲੁਧਿਆਣਾ ਦਾ ਜ਼ਿਲ੍ਹਾ** (33.00 ਲੱਖ ਮੀ. ਟਨ (8.76%) ਆਉਂਦਾ ਹੈ। ਇਸ ਤੋਂ ਬਾਅਦ ਪਟਿਆਲਾ, ਮੋਗਾ, ਫਿਰੋਜ਼ਪੁਰ, ਬਠਿੰਡਾ, ਮੁਕਤਸਰ, ਜਲੰਧਰ ਜ਼ਿਲ੍ਹੇ ਆਉਂਦੇ ਹਨ।

ਵਿਭਿੰਨ ਮੰਡੀਕਰਣ ਏਜੰਸੀਆਂ ਮਹੱਤਵਪੂਰਣ ਫਸਲਾਂ ਦੀ ਵਸੂਲੀ ਦੀ ਕੰਮ ਕਰਦੀਆਂ ਹਨ। 2021-22 ਅਨੁਸਾਰ ਮੰਡੀਆਂ ਵਿੱਚ ਜ਼ਿਆਦਾਤਰ (ਲਗਭਗ 100%) ਕਣਕ ਦੀ ਵਸੂਲੀ ਪੰਜਾਬ ਸਰਕਾਰ ਅਤੇ ਦੂਜੀਆਂ ਸਵੈ-ਸ਼ਾਸਤ ਏਜੰਸੀਆਂ (autonomous agencies) ਨੇ ਕੀਤੀ ਸੀ। ਆਮਦ ਦਾ ਕੇਵਲ ਨਾਮ ਮਾਤਰ (0.05%) ਵਪਾਰੀਆਂ ਰਾਹੀਂ ਵਸੂਲਿਆ ਗਿਆ ਸੀ। **ਐਫ.ਸੀ.ਆਈ. (9.22%), ਮਾਰਕਫੈੱਡ (24.31%)** ਅਤੇ **ਪਨਸਪ (22.99%)** ਕਣਕ ਵਸੂਲਣ ਵਾਲੀਆਂ ਮਹੱਤਵਪੂਰਣ ਏਜੰਸੀਆਂ ਸਨ। **ਕੇਵਲ 29.24% ਕਣਕ ਪੰਜਾਬ ਸਰਕਾਰ ਨੇ ਖਰੀਦੀ ਸੀ।** ਚਾਵਲਾਂ ਦੀ ਕੁੱਲ ਆਮਦ ਦਾ 0.56% ਵਪਾਰੀਆਂ ਨੇ ਖਰੀਦਿਆ ਸੀ। ਐਫ.ਸੀ.ਆਈ. ਨੇ ਸਭ ਤੋਂ ਘੱਟ ਲਗਭਗ (0.89%) ਚਾਵਲਾਂ ਦੀ ਵਸੂਲੀ ਕੀਤੀ ਸੀ। ਮਾਰਕਫੈੱਡ ਦਾ ਹਿਸਾ 25.16% ਅਤੇ ਪਨਸਪ ਦਾ ਹਿਸਾ 21.79% ਸੀ। ਪੰਜਾਬ ਸਰਕਾਰ ਨੇ ਮੰਡੀਆਂ ਵਿੱਚ ਆਉਣ ਵਾਲੇ ਚਾਵਲਾਂ ਦਾ 40.67% ਖਰੀਦਿਆ ਸੀ। ਪੰਜਾਬ ਸਰਕਾਰ ਅਤੇ ਆਤਮ-ਸ਼ਾਸਤ ਏਜੰਸੀਆਂ ਵਲੋਂ ਮੰਡੀਆਂ ਵਲੋਂ ਵਿਕਰੀ ਲਈ ਆਏ ਕੁੱਲ ਚਾਵਲਾਂ ਦਾ 99.2% ਦੇ ਲਗਭਗ ਖਰੀਦਿਆ ਗਿਆ ਸੀ।

ਕਣਕ ਅਤੇ ਚਾਵਲਾਂ ਦੀ ਸਭ ਤੋਂ ਵੱਧ ਵਸੂਲੀ ਸੰਗਰੂਰ ਜ਼ਿਲ੍ਹੇ ਦੀਆਂ ਮੰਡੀਆਂ ਵਿੱਚ ਕੀਤੀ ਗਈ ਸੀ। ਇਹ ਜ਼ਿਲ੍ਹਾ ਰਾਜ ਵਿੱਚ ਚਾਵਲਾਂ ਅਤੇ ਕਣਕ ਦਾ ਸਭ ਤੋਂ ਵੱਡਾ ਉਤਪਾਦਕ 2021-22 ਅਨੁਸਾਰ ਸੀ। ਲੁਧਿਆਣਾ ਵਿੱਚ ਚਾਵਲਾਂ ਦੀ ਦੂਜੇ ਨੰਬਰ ਤੇ ਅਤੇ ਕਣਕ ਦੀ ਤੀਜੇ ਨੰਬਰ ਤੇ ਵਸੂਲੀ ਕੀਤੀ ਗਈ ਸੀ। ਕਣਕ ਅਤੇ ਚਾਵਲਾਂ ਦੀ ਸਭ ਤੋਂ ਘੱਟ ਵਸੂਲੀ ਪਠਾਨਕੋਟ ਅਤੇ ਰੂਪਨਗਰ ਜ਼ਿਲ੍ਹਿਆਂ ਵਿੱਚ ਕੀਤੀ ਗਈ ਸੀ।

ਭੰਡਾਰਣ (STORAGE)

ਜਦੋਂ ਤੱਕ ਖੇਤੀਬਾੜੀ ਉਤਪਾਦ ਵਿਕ ਨਹੀਂ ਜਾਂਦਾ, ਉਸਨੂੰ ਸੰਭਾਲ ਕੇ ਰੱਖਣਾ ਇੱਕ ਮਹੱਤਵਪੂਰਣ ਮੰਡੀਕਰਣ ਸੇਵਾ ਹੈ। ਇਸ ਲਈ **ਭੰਡਾਰਣ ਮੰਡੀਕਰਣ ਦਾ ਇੱਕ ਮਹੱਤਵਪੂਰਣ ਭਾਗ ਹੈ।** ਇਸ ਲਈ ਗੋਦਾਮਾਂ ਅਤੇ ਭੰਡਾਰਣ ਦੀਆਂ ਸਹੂਲਤਾਂ ਜ਼ਰੂਰੀ ਹਨ। ਇਸ ਨਾਲ ਕਿਸਾਨ ਦੀ ਸੌਦਾ ਕਰਨ (bargain) ਦੀ ਸ਼ਕਤੀ ਵਧਦੀ ਹੈ। ਅਚਾਨਕ ਬਹੁਤ ਉਤਪਾਦਨ ਦੇ ਸਮੇਂ (in times of flush production) ਜਲਦੀ ਖਰਾਬ ਹੋਣ ਵਾਲੇ ਅਤੇ ਨਾ ਖਰਾਬ ਹੋਣ ਵਾਲੇ ਪਦਾਰਥਾਂ ਨੂੰ ਜਮ੍ਹਾਂ ਕਰਨਾ ਅਤੇ ਭੰਡਾਰਣ ਕਰਨਾ, ਉਨ੍ਹਾਂ ਨੂੰ ਸੁਰੱਖਿਅਤ ਸੰਭਾਲ ਕੇ ਰੱਖਣਾ ਅਤੇ ਘਾਟ ਸਮੇਂ ਅਜਿਹੇ ਪਦਾਰਥਾਂ ਦਾ ਵਿਤਰਣ ਕਰਨਾ, ਉਤਪਾਦਨ ਅਤੇ ਮੰਡੀਕਰਣ ਦਾ ਜ਼ਰੂਰੀ ਅੰਗ ਹਨ। ਭੰਡਾਰਣ ਨਾਲ ਫਸਲਾਂ ਦੀ ਕਟਾਈ ਦੀ ਰੁੱਤ ਵਿੱਚ, ਉਨ੍ਹਾਂ ਦੀਆਂ ਕੀਮਤਾਂ ਵਿੱਚ ਤੇਜ਼ ਗਿਰਾਵਟ ਨੂੰ ਰੋਕਿਆ ਜਾਂਦਾ ਹੈ। ਜਿਨ੍ਹਾਂ ਦਿਨਾਂ ਵਿੱਚ ਆਮ ਕਰਕੇ ਕੀਮਤਾਂ ਦੇ ਵਧਣ ਦੀ ਸੰਭਾਵਨਾ ਹੁੰਦੀ ਹੈ, ਉਸ ਸਮੇਂ ਭੰਡਾਰ ਕੀਤੀਆਂ ਵਸਤਾਂ ਨੂੰ ਮੰਡੀ ਵਿੱਚ ਲਿਆ ਕੇ ਕੀਮਤਾਂ ਨੂੰ ਵਧਣ ਤੋਂ ਰੋਕਿਆ ਜਾਂਦਾ ਹੈ ਅਤੇ ਮੰਡੀ ਵਿੱਚ ਵਸਤਾਂ ਦੀ ਸਪਲਾਈ ਜਾਰੀ ਰੱਖ ਕੇ ਕੀਮਤਾਂ ਨੂੰ ਸਥਿਰ ਰੱਖਿਆ ਜਾਂਦਾ ਹੈ। ਇਸ ਤਰ੍ਹਾਂ ਭੰਡਾਰਣ ਅਤੇ ਗੋਦਾਮਾਂ ਦਾ ਦੋਨਾਂ ਉਤਪਾਦਕਾਂ ਅਤੇ ਉਪਭੋਗਤਾਵਾਂ ਨੂੰ ਲਾਭ ਪਹੁੰਚਦਾ ਹੈ।

1980-81 ਵਿੱਚ ਪੰਜਾਬ ਸਰਕਾਰ ਕੋਲ 111.73 ਲੱਖ ਟਨ ਦੀ ਭੰਡਾਰਣ ਸਮਰੱਥਾ ਸੀ ਜੋ 1990-91 ਵਿੱਚ ਘਟ ਕੇ 109.86 ਲੱਖ ਟਨ ਰਹਿ ਗਈ। 1994-95 ਅਨੁਸਾਰ ਪੰਜਾਬ ਵਿੱਚ ਸਰਕਾਰ ਕੋਲ 131.94 ਲੱਖ ਮੀ. ਟਨ ਭੰਡਾਰਣ ਦੀ ਸਮਰੱਥਾ ਸੀ, ਜੋ ਕਿ 2000-01 ਵਿੱਚ ਵਧ ਕੇ 251.59 ਲੱਖ ਮੀ. ਟਨ ਹੋ ਗਈ ਸੀ। ਇਹ ਸਮਰੱਥਾ 2004-05 ਵਿੱਚ ਘਟ ਕੇ 223.84 ਲੱਖ ਟਨ ਰਹਿ ਗਈ ਸੀ। 2018-19 ਵਿੱਚ ਪੰਜਾਬ ਸਰਕਾਰ ਕੋਲ, 272.55 ਲੱਖ ਟਨ ਦੀ ਸਮਰੱਥਾ ਸੀ। 2021-22 ਅਨੁਸਾਰ ਪੰਜਾਬ ਦੀਆਂ ਵਿਭਿੰਨ ਭੰਡਾਰਣ (storage agencies) ਏਜੰਸੀਆਂ ਕੋਲ 213.95 ਲੱਖ ਟਨ ਦੀ ਭੰਡਾਰਣ ਸਮਰੱਥਾ ਸੀ। ਇਸ ਸਮਰੱਥਾ ਵਿੱਚ ਕਈ ਏਜੰਸੀਆਂ ਸ਼ਾਮਲ ਸਨ ਜਿਨ੍ਹਾਂ ਵਿੱਚੋਂ ਸਭ ਤੋਂ ਜ਼ਿਆਦਾ ਹਿੱਸਾ 2021-22 ਅਨੁਸਾਰ ਫੂਡ ਕਾਰਪੋਰੇਸ਼ਨ ਆਫ ਇੰਡੀਆ ਦਾ (52.22%) ਸੀ। ਛੇਵੇਂ ਨੰਬਰ ਤੇ ਰਾਜ ਵੇਅਰਹਾਊਸਿੰਗ ਕਾਰਪੋਰੇਸ਼ਨ (State Warehousing

Corporation) ਦਾ (0.33%) ਸੀ। ਤੀਜੇ ਨੰਬਰ ਤੇ ਪੰਜਾਬ ਮਾਰਕਫੈੱਡ ਦੀ ਸਮਰੱਥਾ (13.34%) ਸੀ। ਪੰਜਾਬ ਰਾਜ ਸਿਵਲ ਸਪਲਾਈ ਕਾਰਪੋਰੇਸ਼ਨ ਕੋਲ ਰਾਜ ਦੀ 15.60% ਭੰਡਾਰਣ ਸਮਰੱਥਾ ਸੀ। ਸਿਵਲ ਸਪਲਾਈਜ਼ ਡੀਪਾਰਟਮੈਂਟ, ਕੇਂਦਰੀ ਵੇਅਰਹਾਊਸਿੰਗ ਕਾਰਪੋਰੇਸ਼ਨ ਅਤੇ ਮੰਡੀਕਰਣ ਬੋਰਡ ਕੋਲ ਵੀ ਭੰਡਾਰਣ ਦੀ ਸਮਰੱਥਾ ਹੈ।

ਇਨ੍ਹਾਂ ਤੋਂ ਬਿਨਾਂ ਪ੍ਰਾਈਵੇਟ ਸੈਕਟਰ ਵਿੱਚ ਵੀ ਬਹੁਤ ਗਿਣਤੀ ਵਿੱਚ ਗੋਦਾਮ ਅਤੇ ਕੋਲਡ ਸਟੋਰ ਹਨ। ਇਹ ਜ਼ਿਆਦਾਤਰ ਪਿੰਡਾਂ ਕੋਲ ਹਨ ਅਤੇ ਇੱਕ ਮਹੱਤਵਪੂਰਣ ਅਤੇ ਲਾਭਦਾਇਕ ਸੇਵਾ ਪ੍ਰਦਾਨ ਕਰਦੇ ਹਨ। ਕੋਲਡ ਸਟੋਰ ਸਹੂਲਤ ਕਾਰਨ ਹੀ ਸਾਨੂੰ ਬੇ-ਮੌਸਮੀ ਸਬਜ਼ੀਆਂ ਅਤੇ ਫਲ ਸਾਰਾ ਸਾਲ ਉਪਲੱਬਧ ਰਹਿੰਦੇ ਹਨ।

ਲਿੰਕ ਸੜਕਾਂ (LINK ROADS)

ਖੇਤਾਬੀੜੀ ਮੰਡੀਕਰਣ ਵਿੱਚ ਪਿੰਡਾਂ ਨੂੰ ਸ਼ਹਿਰਾਂ ਨਾਲ ਜੋੜਨ ਵਾਲੀਆਂ ਸੜਕਾਂ ਮਹੱਤਵਪੂਰਣ ਭੂਮਿਕਾ ਨਿਭਾਅ ਰਹੀਆਂ ਹਨ। ਇਨ੍ਹਾਂ ਸੜਕਾਂ ਨੇ ਪਿੰਡਾਂ (ਉਤਪਾਦਨ ਦੇ ਸਥਾਨਾਂ) ਨੂੰ ਮੰਡੀਆਂ ਨਾਲ ਜੋੜ ਦਿੱਤਾ ਹੈ। ਇਨ੍ਹਾਂ ਕਾਰਨ ਪਿੰਡਾਂ ਤੋਂ ਮੰਡੀਆਂ ਤੱਕ ਖੇਤੀਬਾੜੀ ਉਤਪਾਦਾਂ ਦੀ ਗਤੀਸ਼ੀਲਤਾ ਤੇਜ਼ ਅਤੇ ਆਸਾਨ ਹੋ ਗਈ ਹੈ। ਲਿੰਕ ਸੜਕਾਂ ਕਾਰਨ ਪਿੰਡਾਂ ਤੋਂ ਟਰਾਲੀਆਂ ਅਤੇ ਦੂਜੇ ਸਾਧਨਾਂ ਰਾਹੀਂ ਖੇਤੀਬਾੜੀ ਉਤਪਾਦਾਂ ਦੀ ਸ਼ਹਿਰਾਂ (ਮੰਡੀਆਂ) ਵੱਲ ਆਵਾਜਾਈ ਆਮ ਅਤੇ ਹਨ੍ਹੇਰੇ-ਸਵੇਰੇ ਸੰਭਵ ਹੋ ਸਕੀ ਹੈ। ਲਿੰਕ ਸੜਕਾਂ ਕਾਰਨ ਪੇਂਡੂ ਖੇਤਰ ਹਰ ਵਿਕਾਸ ਅਤੇ ਪ੍ਰਭਾਵ ਲਈ ਖੁੱਲ੍ਹ ਗਿਆ ਹੈ ਅਤੇ ਕਿਸਾਨ ਮੰਡੀਆਂ ਵਿੱਚ ਪ੍ਰਚਲਤ ਕੀਮਤਾਂ, ਤਕਨਾਲੋਜੀ ਆਦਿ ਪ੍ਰਤੀ ਬਹੁਤ ਜਾਗਰੂਕ ਹੋ ਗਏ ਹਨ। ਪੱਕੀਆਂ ਲਿੰਕ ਸੜਕਾਂ ਕਾਰਨ ਹੁਣ ਉਹ ਜ਼ਿਆਦਾ ਲਾਭ ਲੈਣ ਲਈ ਦੁਰਾਡੇ ਦੀਆਂ ਮੰਡੀਆਂ ਤੱਕ ਵੀ ਪਹੁੰਚ ਸਕਦੇ ਹਨ। ਇਨ੍ਹਾਂ ਕਾਰਨ ਵਕਤ ਦੀ ਬਹੁਤ ਬੱਚਤ ਹੋਈ ਹੈ। ਇਨ੍ਹਾਂ ਫਲਸਰੂਪ ਕਸਬਿਆਂ ਅਤੇ ਸ਼ਹਿਰਾਂ ਨੂੰ ਖੇਤੀਬਾੜੀ ਉਤਪਾਦਾਂ ਦੀ ਢੋਆ-ਢੁਆਈ ਵਿੱਚ ਬਹੁਤ ਵੱਡੀ ਤਬਦੀਲੀ ਆਈ ਹੈ। ਢੋਆ-ਢੋਆਈ ਦੀ ਕੀਮਤ ਕਾਫ਼ੀ ਘਟ ਗਈ ਹੈ। 2008-09 ਅਨੁਸਾਰ ਪੰਜਾਬ ਦੇ 99.9% ਪਿੰਡ ਪੱਕੀਆਂ ਸੜਕਾਂ ਨਾਲ ਜੁੜੇ ਹੋਏ ਸਨ। 2021-22 ਵਿੱਚ ਪੰਜਾਬ ਦੇ ਸਾਰੇ ਪਿੰਡ ਲਿੰਕ ਸੜਕਾਂ ਨਾਲ ਜੁੜੇ ਹੋਏ ਸਨ।

ਦੋਸ਼ (DRAWBACKS)

ਖੇਤਾਬੀੜੀ ਮੰਡੀਕਰਣ ਦੀ ਪ੍ਰਕਿਰਿਆ ਵਿੱਚ ਅਨੇਕਾਂ ਸੁਧਾਰਾਂ ਦੇ ਬਾਵਜੂਦ ਇਸ ਵਿੱਚ ਅਨੇਕਾਂ ਦੋਸ਼ ਹਨ। ਦਲਾਲ ਅਤੇ ਦੂਜੇ ਕਰਮਚਾਰੀ ਅਜੇ ਵੀ ਕਿਸਾਨਾਂ ਦਾ ਸ਼ੋਸ਼ਣ ਕਰਦੇ ਹਨ। ਉਨ੍ਹਾਂ ਨੂੰ ਮਜਬੂਰਨ ਕਈ ਪ੍ਰਕਾਰ ਦੇ ਖਰਚੇ ਜਿਵੇਂ ਕਿ ਤੁਲਾਈ, ਪੱਲੇਦਾਰੀ, ਗਰਦਾ, ਦਲਤਾ ਅਤੇ ਭਾਰੀ ਆੜ੍ਹਤ ਦੇਣੇ ਪੈਂਦੇ ਹਨ। ਆੜ੍ਹਤੀ ਆਪਸ ਵਿੱਚ ਰਲ ਜਾਂਦੇ ਹਨ ਅਤੇ ਬੋਲੀ ਵਧਾਉਂਦੇ ਹੀ ਨਹੀਂ ਹਨ। ਏਜੰਸੀਆਂ ਦੇ ਇੰਸਪੈਕਟਰ ਵਧੀਆ ਜਿਣਸ ਨੂੰ ਵੀ ਦਰਮਿਆਨੀ ਕਰਾਰ ਕਰ ਦਿੰਦੇ ਹਨ। ਆੜ੍ਹਤੀ ਅਤੇ ਇੰਸਪੈਕਟਰ ਵੀ ਰਲ ਜਾਂਦੇ ਹਨ। ਕਿਸਾਨਾਂ ਦੀ ਕੋਈ ਸੁਣਦਾ ਨਹੀਂ। ਮੰਡੀਆਂ ਵਿੱਚ ਬਹੁਤ ਭੀੜ ਰਹਿੰਦੀ ਹੈ। ਲੋੜੀਂਦੇ ਛੱਤੇ ਹੋਏ ਬੋਲੀ ਅਹਾਤਿਆਂ ਦੀ ਘਾਟ ਹੈ। ਮੀਂਹ, ਹਨ੍ਹੇਰੀਆਂ ਆਦਿ ਦੇ ਨੁਕਸਾਨ ਤੋਂ ਬਚਾਅ ਦੇ ਸਾਧਨ ਨਹੀਂ ਹਨ। ਕਿਸਾਨਾਂ ਨੂੰ ਉਨ੍ਹਾਂ ਦੀ ਜਿਣਸ ਦੀ ਕੀਮਤ ਦੀ ਫੌਰੀ ਅਦਾਇਗੀ ਨਹੀਂ ਹੁੰਦੀ ਹੈ। ਕਿਸਾਨ ਦੇ ਉਤਪਾਦ ਦੀ ਉਸੇ ਦਿਨ (ਕਈ ਵਾਰ) ਵਿੱਕਰੀ ਵੀ ਨਹੀਂ ਹੁੰਦੀ ਹੈ। ਦੇਰੀ ਕਾਰਨ ਕਿਸਾਨਾਂ ਨੂੰ ਮਜਬੂਰਨ ਵਪਾਰੀਆਂ ਅਤੇ ਆੜ੍ਹਤੀਆਂ ਕੋਲ ਜਾਣਾ ਪੈਂਦਾ ਹੈ ਜੋ ਉਨ੍ਹਾਂ ਦਾ ਸ਼ੋਸ਼ਣ ਕਰਦੇ ਹਨ। 1995-96 ਵਿੱਚ ਗੰਨੇ ਦੀ ਪਿੜਾਈ ਦੇ ਦਿਨਾਂ ਦੌਰਾਨ ਅਨੇਕਾਂ ਖੰਡ ਮਿੱਲ੍ਹਾਂ ਦੇ ਦਰਵਾਜ਼ਿਆਂ ਅੱਗੇ ਗੰਨਿਆਂ ਨਾਲ ਭਰੀਆਂ ਟਰਾਲੀਆਂ ਦੀਆਂ ਕੁੱਝ ਕਿਲੋਮੀਟਰ ਤੱਕ ਲੰਬੀਆਂ ਕਤਾਰਾਂ ਕਈ ਕਈ ਦਿਨਾਂ ਤੱਕ ਸਥਿਰ ਦੇਖੀਆਂ ਗਈਆਂ। ਖੰਡ ਮਿੱਲ੍ਹਾਂ ਕਿਸਾਨਾਂ ਦੇ ਲਿਆਂਦੇ ਗੰਨੇ ਨੂੰ ਵਸੂਲ ਨਹੀਂ ਕਰ ਰਹੀਆਂ ਸਨ ਅਤੇ ਅਦਾਇਗੀ ਕੁਝ ਕੇਸਾਂ ਵਿੱਚ ਅਜੇ ਤੱਕ ਵੀ ਨਹੀਂ ਹੋਈ ਹੈ (1996 ਦੇ ਅੰਤ ਤੱਕ)। ਕਿਸਾਨਾਂ ਦੇ ਉਤਪਾਦ ਦੀ ਠੀਕ ਤਰ੍ਹਾਂ ਨਾਲ ਦਰਜਾਬੰਦੀ ਵੀ ਨਹੀਂ ਕੀਤੀ ਜਾਂਦੀ ਹੈ।

ਇਸ ਲਈ ਖੇਤੀਬਾੜੀ ਮੰਡੀਕਰਣ ਨੂੰ ਸੁਧਾਰਣ ਅਤੇ ਕਿਸਾਨ ਪ੍ਰਤੀ ਦੋਸਤਾਨਾ ਬਣਾਉਣ ਦੀ ਭਾਰੀ ਲੋੜ ਹੈ। ਬਹੁਤ ਸਾਰੀਆਂ ਨਵੀਆਂ ਮੰਡੀਆਂ ਬਣਾਉਣ ਦੀ ਲੋੜ ਹੈ ਜਿੱਥੇ ਲੋੜ ਅਨੁਸਾਰ ਛੱਤੇ ਹੋਏ ਬੋਲੀ ਅਹਾਤੇ ਹੋਣੇ ਚਾਹੀਦੇ ਹਨ। ਮੰਡੀਆਂ ਦੇ ਘੇਰੇ ਵਿੱਚ ਹੀ ਲੋੜ ਅਨੁਸਾਰ ਢੁਕਵੇਂ ਗੋਦਾਮਾਂ ਦੀ ਸਹੂਲਤ ਵਾਜਬ ਰੇਟਾਂ ਤੇ ਉਪਲੱਬਧ ਹੋਣੀ ਚਾਹੀਦੀ ਹੈ।

ਸਹਿਕਾਰੀ ਮੰਡੀਕਰਣ ਸਮੁੱਚੇ ਸੁਧਾਰ ਵੱਲ ਇੱਕ ਬਹੁਤ ਮਹੱਤਵਪੂਰਣ ਕਦਮ ਹੈ। ਪੰਜਾਬ ਰਾਜ ਸਹਿਕਾਰੀ ਪੂਰਤੀ ਅਤੇ ਮਾਰਕਫੈੱਡ ਵੱਡੇ ਪੈਮਾਨੇ ਤੇ ਅਤੇ ਜ਼ਿਲ੍ਹਾ ਸਹਿਕਾਰੀ ਥੋਕ ਮੰਡੀਕਰਣ ਸੁਸਾਇਟੀਆਂ ਅਤੇ ਮੁੱਢਲੀਆਂ ਸਹਿਕਾਰੀ ਮੰਡੀਕਰਣ ਸੁਸਾਇਟੀਆਂ (Primary Co-operative Marketing Societies) ਜ਼ਿਲ੍ਹਾ ਅਤੇ ਪਿੰਡ ਪੱਧਰ ਤੇ ਸਹਿਕਾਰੀ ਮੰਡੀਕਰਣ ਦੀਆਂ ਏਜੰਸੀਆਂ ਹਨ। ਇਨ੍ਹਾਂ ਦੇ ਉਦੇਸ਼ ਤਾਂ ਬਹੁਤ ਅੱਛੇ ਹਨ ਪ੍ਰੰਤੂ ਸਹੀ ਤੌਰ ਤੇ ਕੰਮਕਾਰ ਵਿੱਚ ਇਹ ਦੋਸ਼ਾਂ ਨਾਲ ਭਰੀਆਂ ਪਈਆਂ ਹਨ। ਇਨ੍ਹਾਂ ਕਾਰਨ ਇਹ ਕਿਸਾਨ ਦੋਸਤਾਨਾ ਨਹੀਂ ਰਹਿ ਗਈਆਂ ਹਨ। ਹੇਰਾ-ਫੇਰੀ, ਭ੍ਰਿਸ਼ਟਾਚਾਰ, ਚਾਚਾ-ਭਤੀਜਾਵਾਦ, ਰਾਜਨੀਤਕ ਦਖਲ-ਅੰਦਾਜ਼ੀ ਨੇ ਇਨ੍ਹਾਂ ਨੂੰ ਖੋਖਲਾ ਕਰ ਦਿੱਤਾ ਹੈ। ਕਿਸਾਨਾਂ ਨੂੰ ਆਪ ਹੀ ਜਾਗਰੂਕ ਅਤੇ ਚੁਸਤ ਹੋ ਕੇ ਆਪਣੇ ਹੱਕਾਂ ਦੀ ਰਾਖੀ ਕਰਨੀ ਪਵੇਗੀ ਅਤੇ ਆਪਣੀ ਜਿਣਸ ਦਾ ਠੀਕ ਵਾਜਬ ਮੁੱਲ ਲੈਣਾ ਪਵੇਗਾ।

ਪਸ਼ੂ ਧਨ (LIVE STOCK)

ਪਸ਼ੂ ਮਨੁੱਖ ਅਤੇ ਵਿਸ਼ੇਸ਼ ਕਰਕੇ ਕਿਸਾਨ ਦੇ ਚੰਗੇ ਦੋਸਤ ਹਨ। ਉਹ ਮਨੁੱਖ ਲਈ ਅਨੇਕਾਂ ਲਾਭ ਅਤੇ ਸੇਵਾਵਾਂ ਪ੍ਰਦਾਨ ਕਰਦੇ ਹਨ। ਪੰਜਾਬ ਦੀ ਖੇਤੀਬਾੜੀ ਵਿੱਚ ਭਾਵੇਂ ਮਸ਼ੀਨਾਂ ਦੀ ਬਹੁਤ ਵਰਤੋਂ ਹੋਣ ਲੱਗ ਪਈ ਹੈ ਪ੍ਰੰਤੂ ਫਿਰ ਵੀ ਪਸ਼ੂ ਹਰ ਕਿਸਾਨੀ ਅਤੇ ਗੈਰ-ਕਿਸਾਨੀ ਪੇਂਡੂ ਘਰ ਅਤੇ ਖੇਤੀਬਾੜੀ ਦਾ ਮਹੱਤਵਪੂਰਣ ਅੰਗ ਹਨ। ਪਿੰਡਾਂ ਵਿੱਚ ਗੈਰ-ਕਿਸਾਨੀ ਘਰਾਂ ਵਿੱਚ ਵੀ ਦੁੱਧ ਆਦਿ ਲਈ ਮੱਝ ਜਾਂ ਬੱਕਰੀ ਪਾਲੇ ਜਾਂਦੇ ਹਨ। ਅੰਡਿਆਂ ਲਈ ਮੁਰਗੀਆਂ ਪਿੰਡਾਂ ਵਿੱਚ ਆਮ ਬਣ ਗਈਆਂ ਹਨ। ਬਲਦਾਂ ਦੀ ਜੋੜੀ ਅਤੇ ਕੁੱਝ ਮੱਝਾਂ ਨਾਲ ਹੀ ਤਾਂ ਇੱਕ ਕਿਸਾਨ ਦੀ ਪਹਿਚਾਣ ਕੀਤੀ ਜਾਂਦੀ ਹੈ। ਪਸ਼ੂ ਕਿਸਾਨ ਲਈ ਸ਼ਕਤੀ ਦਾ ਸਾਧਨ ਹਨ। ਖੇਤੀਬਾੜੀ ਦੇ ਬਹੁਤ ਸਾਰੇ ਕੰਮ ਅਤੇ ਢੋ-ਢੁਆਈ ਪਸ਼ੂਆਂ ਰਾਹੀਂ ਪੂਰੇ ਕੀਤੇ ਜਾਂਦੇ ਹਨ। ਪਸ਼ੂ ਉਸ ਲਈ ਦੁੱਧ, ਮੱਖਣ, ਲੱਸੀ, ਘਿਉ ਆਦਿ ਤੋਂ ਬਿਨਾਂ ਮਾਸ, ਢੇਰ (manure) ਅਤੇ ਜੁੱਤੀਆਂ ਆਦਿ ਲਈ ਖੱਲਾਂ ਵੀ ਪ੍ਰਦਾਨ ਕਰਦੇ ਹਨ।

ਇਨ੍ਹਾਂ ਤੋਂ ਬਿਨਾਂ ਦੂਜੇ ਕਿੱਤਿਆਂ ਵਿੱਚ ਲੱਗੇ ਲੋਕ ਵੀ ਆਪਣੇ ਕੰਮ-ਕਾਰ ਚਲਾਉਣ ਲਈ ਕਈ ਹੋਰ ਪਸ਼ੂ ਪਾਲਦੇ ਹਨ। ਘੋੜੇ, ਗਧੇ, ਊਠ, ਸੂਰ, ਭੇਡਾਂ, ਬੱਕਰੀਆਂ, ਮੁਰਗੀਆਂ ਆਦਿ ਦੂਜੇ ਮਹੱਤਵਪੂਰਣ ਪਸ਼ੂ ਹਨ। ਖੇਤੀਬਾੜੀ ਵਿੱਚ ਵਿਭਿੰਨਤਾ ਜਾਂ ਵੰਨ-ਸੁਵੰਨਤਾ ਲਿਆਉਣ ਲਈ ਪੰਜਾਬੀ ਕਿਸਾਨ ਅਤੇ ਆਮ ਮਨੁੱਖ ਨੂੰ ਪਸ਼ੂ ਧਨ ਵੱਲ ਜ਼ਿਆਦਾ ਧਿਆਨ ਦੇਣ ਦੀ ਲੋੜ ਹੈ। ਆਧੁਨਿਕ ਖੇਤੀਬਾੜੀ ਵਿੱਚ ਜ਼ਿਆਦਾ ਮਸ਼ੀਨੀਕਰਣ ਕਾਰਨ ਭਾਵੇਂ ਪਸ਼ੂਆਂ ਦੀ ਮਹੱਤਤਾ ਘੱਟ ਰਹੀ ਹੈ ਪ੍ਰੰਤੂ ਪਸ਼ੂ ਪਾਲਣ ਦੇ ਕਿੱਤੇ ਹੀ ਕਿਸਾਨ ਨੂੰ ਜ਼ਿਆਦਾ ਆਮਦਨ ਅਤੇ ਆਮ ਲੋਕਾਂ ਨੂੰ ਰੋਜ਼ੀ-ਰੋਟੀ ਦਾ ਸਾਧਨ ਪ੍ਰਦਾਨ ਕਰ ਸਕਣਗੇ। ਇਸ ਕਾਰਨ ਹੀ ਪੰਜਾਬ ਵਿੱਚ ਡੇਅਰੀ ਧੰਦਾ, ਮੁਰਗੀਆਂ ਪਾਲਣ, ਸੂਰ ਪਾਲਣ, ਮਧੂ ਮੱਖੀ ਪਾਲਣ, ਮੱਛੀਆਂ ਪਾਲਣ ਆਦਿ ਦੇ ਕਿੱਤੇ ਮਹੱਤਵਪੂਰਣ ਬਣਦੇ ਜਾ ਰਹੇ ਹਨ। ਪੰਜਾਬ ਵਿੱਚ ਪਸ਼ੂ ਧਨ ਤੋਂ 2000-01 ਅਨੁਸਾਰ ਕੁੱਲ ਰਾਜ ਘਰੇਲੂ ਉਤਪਾਦਨ (Gross State Domestic Product) ਦਾ 10.52% ਪ੍ਰਾਪਤ ਹੋਇਆ ਸੀ। 2004-05 ਵਿੱਚ ਇਹ ਹਿੱਸਾ ਵਧ ਕੇ 10.59% ਹੋ ਗਿਆ। 2008-09 ਵਿੱਚ ਇਹ ਹਿੱਸਾ 8.40% ਸੀ (ਸਥਿਰ 2004-05) ਕੀਮਤਾਂ ਤੇ ਆਧਾਰਤ)। 2011-12 ਦੇ ਸਾਰੇ ਅੰਕੜਿਆਂ ਅਨੁਸਾਰ ਪਸ਼ੂ ਧਨ ਦਾ ਕੁੱਲ ਰਾਜ ਘਰੇਲੂ ਉਤਪਾਦਨ ਵਿੱਚ ਹਿੱਸਾ 8.02% ਅਤੇ 2021-22 ਦੇ ਆਰਜ਼ੀ ਅਨੁਮਾਨਾਂ ਅਨੁਸਾਰ 8.44% ਸੀ (2011-12 ਦੀਆਂ ਸਥਿਰ ਕੀਮਤਾਂ ਤੇ ਆਧਾਰਤ)। 2021-22 ਦੇ ਤੁਰੰਤ ਅਨੁਮਾਨ ਅਨੁਸਾਰ ਇਹ ਹਿੱਸਾ 8.46% ਹੋ ਗਿਆ।

ਗਿਣਤੀ (NUMBER)

ਪਸ਼ੂਆਂ ਦੀ ਗਿਣਤੀ ਹਰ ਪੰਜ ਸਾਲਾਂ ਬਾਅਦ ਕੀਤੀ ਜਾਂਦੀ ਹੈ। ਇਸਨੂੰ 'ਪਸ਼ੂ ਗਣਨਾ' (Livestock census) ਕਿਹਾ ਜਾਂਦਾ ਹੈ। ਪਿਛਲੀ ਪਸ਼ੂ ਗਣਨਾ 1997 ਈਸਵੀ ਵਿੱਚ ਪੰਜਾਬ ਭੋਂ ਰਿਕਾਰਡ ਡਾਇਰੈਕਟਰ ਅਤੇ ਪੰਜਾਬ ਪਸ਼ੂ ਪਾਲਣ ਡਾਇਰੈਕਟਰ ਵਲੋਂ ਕਰਵਾਈ ਗਈ ਸੀ। 1997 ਦੀ ਪਸ਼ੂ ਗਣਨਾ ਅਨੁਸਾਰ ਪੰਜਾਬ ਵਿੱਚ ਕੁੱਲ 98.6 ਲੱਖ ਪਸ਼ੂ ਧਨ ਸੀ। ਇਹ ਗਿਣਤੀ 1972 ਵਿੱਚ 86.5 ਲੱਖ ਸੀ ਅਤੇ 1977 ਵਿੱਚ ਇਹ ਵਧ ਕੇ 90 ਲੱਖ ਹੋ ਗਈ ਸੀ ਅਤੇ 1990 ਅਨੁਸਾਰ ਪਸ਼ੂਆਂ ਦੀ ਕੁੱਲ ਗਿਣਤੀ 96.8 ਲੱਖ ਸੀ। 2003 ਦੀ ਪਸ਼ੂ ਗਣਨਾ ਅਨੁਸਾਰ ਪਸ਼ੂਆਂ ਦੀ ਕੁੱਲ ਗਿਣਤੀ 86 ਲੱਖ 7 ਹਜ਼ਾਰ 5 ਸੌ ਸੀ। 2007 ਦੀ ਪਸ਼ੂ ਗਣਨਾ ਦੇ

ਸੋਧੇ ਹੋਏ ਅੰਕੜਿਆਂ ਅਨੁਸਾਰ ਪੰਜਾਬ ਵਿੱਚ ਕੁੱਲ ਪਸ਼ੂਆਂ ਦੀ ਗਿਣਤੀ ਘਟ ਕੇ 73 ਲੱਖ 31 ਹਜ਼ਾਰ 2 ਸੌ ਸੱਤਰ ਸੀ। 2012 ਦੀ ਪਸ਼ੂ ਗਣਨਾ ਦੇ ਅੰਕੜਿਆਂ ਅਨੁਸਾਰ ਪੰਜਾਬ ਵਿੱਚ ਪਸ਼ੂਆਂ ਦੀ ਕੁੱਲ ਗਿਣਤੀ 1 ਕਰੋੜ 60 ਲੱਖ 68 ਹਜ਼ਾਰ 7 ਸੌ ਨੱਬੇ ਸੀ। 2019 ਵਿੱਚ ਅਗਲੀ ਪਸ਼ੂ ਗਣਨਾ ਕੀਤੀ ਗਈ ਜਿਸ ਦੇ ਅੰਕੜਿਆਂ ਅਨੁਸਾਰ ਪੰਜਾਬ ਵਿੱਚ 2019 ਨੂੰ ਕੁੱਲ ਪਸ਼ੂ ਧਨ ਦੀ ਗਿਣਤੀ 2012 ਨਾਲੋਂ ਵਧਕੇ 1 ਕਰੋੜ 74 ਲੱਖ 26 ਹਜ਼ਾਰ 4 ਸੌ ਅੱਸੀ ਹੋ ਗਈ।

ਸਾਰਣੀ ਨੰ. 41

ਪੰਜਾਬ ਵਿੱਚ ਜ਼ਿਲ੍ਹੇਵਾਰ ਪਸ਼ੂ ਧਨ (ਹਜ਼ਾਰਾਂ ਵਿੱਚ)— 2019 **(ਹਜ਼ਾਰ)**

ਕ੍ਰਮ ਨੰ.	ਜ਼ਿਲ੍ਹਾ	ਗੋਕਾ	ਮੱਝਾਂ	ਘੋੜੇ ਅਤੇ ਟੱਟੂ	ਖੋਤੇ	ਖੱਚਰਾਂ	ਭੇਡਾਂ	ਬੱਕਰੀਆਂ	ਊਠ	ਸੂਰ	ਕੁੱਲ	ਮੁਰਗੀਆਂ
1.	ਗੁਰਦਾਸਪੁਰ	181.92	208.96	1.39	0.05	0.02	0.91	9.29	0.0	2.65	405.19	873.66
2.	ਪਠਾਨਕੋਟ	76.71	29.34	1.13	0.03	0.03	1.37	8.41	0.0	0.46	117.48	906.39
3.	ਅੰਮ੍ਰਿਤਸਰ	191.12	267.56	1.74	0.03	0.04	1.04	11.32	0.00	2.28	475.12	469.25
4.	ਤਰਨਤਾਰਨ	106.42	237.72	0.49	0.02	0.01	4.76	8.64	0.00	1.43	359.47	175.14
5.	ਕਪੂਰਥਲਾ	72.68	103.10	0.20	0.00	0.06	0.21	5.04	0.0	0.74	182.03	168.67
6.	ਜਲੰਧਰ	150.70	187.88	0.71	0.00	0.01	0.98	12.18	0.0	1.37	353.83	134.77
7.	ਐਸ.ਬੀ.ਐਸ.ਨਗਰ	62.68	87.66	0.18	0.00	0.05	0.36	5.23	0.0	0.22	156.36	127.57
8.	ਹੁਸ਼ਿਆਰਪੁਰ	151.90	169.08	1.08	0.02	0.05	1.50	12.98	0.0	1.79	338.41	117.25
9.	ਰੂਪਨਗਰ	72.84	132.72	0.36	0.02	0.03	0.20	6.22	0.0	2.58	214.96	186.05
10.	ਐਸ.ਏ.ਐਸ. ਨਗਰ	41.70	116.30	2.04	0.02	0.03	7.75	7.30	0.01	5.95	181.10	1834.16
11.	ਲੁਧਿਆਣਾ	227.30	371.62	1.71	0.02	0.25	2.65	29.10	0.0	6.76	639.41	2595.46
12.	ਫਿਰੋਜ਼ਪੁਰ	91.18	170.65	0.46	0.01	0.01	2.10	9.89	0.0	0.68	274.98	482.85
	ਫਾਜ਼ਿਲਕਾ	155.02	161.98	0.36	0.05	0.19	22.99	32.04	0.04	2.68	375.35	62.82
13.	ਫਰੀਦਕੋਟ	70.47	93.34	0.73	0.02	0.05	2.18	15.33	0.01	0.94	183.05	55.99
14.	ਸ੍ਰੀ ਮੁਕਤਸਰ ਸਾਹਿਬ	113.10	116.11	0.87	0.06	0.24	7.53	31.64	0.01	0.38	269.93	165.75
15.	ਮੋਗਾ	109.05	168.01	0.62	0.04	0.02	2.13	16.25	0.0	1.82	297.96	136.55
16.	ਬਠਿੰਡਾ	155.46	234.70	0.79	0.04	0.16	6.02	48.11	0.03	2.53	447.83	336.06
17.	ਮਾਨਸਾ	83.32	223.02	0.42	0.01	0.11	6.30	20.67	0.01	2.26	336.11	339.78
18.	ਸੰਗਰੂਰ	160.49	402.48	0.69	0.03	0.10	4.18	30.58	0.01	5.90	604.46	2589.94
19.	ਬਰਨਾਲਾ	64.60	144.70	0.33	0.01	0.15	1.11	10.93	0.00	2.49	224.33	2357.00
20.	ਪਟਿਆਲਾ	124.15	275.74	0.52	0.0	0.03	8.46	10.36	0.0	4.55	423.82	1908.90
21.	ਫਤਹਿਗੜ੍ਹ ਸਾਹਿਬ	68.66	113.27	0.23	0.01	0.02	0.83	6.46	0.0	2.51	191.98	402.48
	ਜੋੜ ਪੰਜਾਬ 2019	2531.46	4015.95	17.05	0.47	1.64	85.56	347.95	0.12	52.96	7053.15	17426.48
	ਜੋੜ ਪੰਜਾਬ 2012	2427.71	5159.73	32.86	2.90	5.16	128.53	327.27	0.69	32.22	8117.10	16068.79
	ਜੋੜ 2007	1761.57	5001.80	29.60	4.60	9.50	210.70	286.30	2.10	25.10	7331.27	18899.70
	ਜੋੜ 2003	2038.54	5994.54	29.30	9.20	5.30	220.10	278.20	3.40	29.00	8607.50	10534.01

ਸਰੋਤ— ਪੰਜਾਬ ਦਾ ਅੰਕੜਾ ਸਾਰ—2022

ਸਾਰਣੀ ਨੰ. 41 ਨੂੰ ਵਾਚਣ ਤੋਂ ਪਤਾ ਲੱਗਦਾ ਹੈ ਕਿ 1977 ਤੋਂ 2019 ਤੱਕ 42 ਸਾਲਾਂ ਦੇ ਸਮੇਂ ਦੌਰਾਨ ਆਮ ਕਰਕੇ ਸਭ ਪਸ਼ੂਆਂ ਦੀ ਗਿਣਤੀ ਘਟੀ ਹੈ। ਇਸ ਦਾ ਮੁੱਖ ਕਾਰਨ ਇਸ ਸਮੇਂ ਦੌਰਾਨ ਖੇਤੀਬਾੜੀ ਅਤੇ ਆਵਾਜਾਈ ਦਾ ਜ਼ਿਆਦਾ ਤੋਂ ਜ਼ਿਆਦਾ ਮਸ਼ੀਨੀਕਰਣ ਹੋਣਾ ਹੈ। ਇਸ ਦੇ ਫਲਸਰੂਪ ਪਸ਼ੂਆਂ ਦੀ ਵਹਾਈ ਅਤੇ ਢੁਆਈ ਲਈ ਲੋੜ ਦਿਨ-ਬ-ਦਿਨ ਘਟਦੀ ਗਈ। ਖੱਚਰਾਂ

ਦੀ ਗਿਣਤੀ ਕੁੱਝ ਵਧੀ ਹੈ। ਖੱਚਰਾਂ ਦੀ ਗਿਣਤੀ ਦੇ ਵਧਣ ਦਾ ਇੱਕ ਮੁੱਖ ਕਾਰਨ ਸ਼ਾਇਦ ਢੋ-ਢੁਆਈ ਲਈ ਉਨ੍ਹਾਂ ਦੀ ਮੰਗ ਦਾ ਜਾਰੀ ਰਹਿਣਾ ਹੈ। ਅਸਲ ਵਿੱਚ 1997 ਤੋਂ 2007 ਦੀ ਪਸ਼ੂ ਗਣਨਾ ਸਮੇਂ ਤੱਕ ਸਭ ਪਸ਼ੂਆਂ ਦੀ ਗਿਣਤੀ ਘਟੀ ਹੈ। 2012 ਦੀ ਪਸ਼ੂ ਗਣਨਾ ਅਨੁਸਾਰ ਕੁੱਲ ਪਸ਼ੂਆਂ ਦੀ ਗਿਣਤੀ ਵਧੀ ਹੈ। ਇਹ 2007 ਵਿੱਚ 73 ਲੱਖ 31 ਹਜ਼ਾਰ 270 ਤੋਂ 2012 ਵਿੱਚ ਵਧ ਕੇ 81 ਲੱਖ 17 ਹਜ਼ਾਰ 1 ਸੌ ਹੋ ਗਈ (10.75% ਵਾਧਾ) ਹੈ। ਇਹ ਵਾਧਾ ਡੇਰੀ ਫਾਰਮਿੰਗ ਦੇ ਧੰਦੇ ਦੇ ਵਿਸਥਾਰ ਕਾਰਨ ਮੁੱਖ ਤੌਰ ਤੇ ਗੋਕੇ ਦੀ ਗਿਣਤੀ ਵਿੱਚ ਭਾਰੀ ਵਾਧਾ (666.14 ਹਜ਼ਾਰ = 37.82% ਵਾਧਾ) ਅਤੇ ਬੱਕਰੀਆਂ ਅਤੇ ਸੂਰਾਂ ਦੀ ਗਿਣਤੀ ਵਿੱਚ ਕੁੱਝ ਵਾਧੇ ਕਾਰਨ ਹੋਇਆ ਹੈ। 2012 ਤੋਂ 2019 ਦੀ ਪਸ਼ੂ ਗਣਨਾ ਵਿੱਚ ਗੋਕੇ ਦੀ ਗਿਣਤੀ ਵਿੱਚ 1 ਲੱਖ 4 ਹਜ਼ਾਰ ਦਾ ਵਾਧਾ ਹੋਇਆ ਹੈ। ਇਹ ਵਾਧਾ ਗੋਕੇ ਦੀ ਡੇਰੀ ਫਾਰਮਿੰਗ ਧੰਦੇ ਲਈ ਜ਼ਿਆਦਾ ਮੰਗ ਕਾਰਣ ਹੋਇਆ ਹੋਵੇਗਾ। ਕਿਉਂਕਿ ਹੁਣ ਇਕ ਕਰਾਸ ਬਰੀਡ ਗਊਆਂ ਤੋਂ ਮੱਝ ਨਾਲੋਂ ਕਾਫ਼ੀ ਜ਼ਿਆਦਾ ਪ੍ਰਤੀਦਿਨ ਦੁੱਧ ਪ੍ਰਾਪਤ ਹੁੰਦਾ ਹੈ। ਇਸ ਕਾਰਨ ਡੇਰੀ ਧੰਦੇ ਲਈ ਗੋਕੇ ਦੀ ਮੰਗ ਜ਼ਿਆਦਾ ਵੱਧ ਗਈ।

ਵੰਡ (DISTRIBUTION)

ਪੰਜਾਬ ਵਿੱਚ 2019 ਦੀ ਪਸ਼ੂ ਗਣਨਾ ਅਨੁਸਾਰ **ਸਭ ਤੋਂ ਜ਼ਿਆਦਾ ਪਸ਼ੂ ਲੁਧਿਆਣਾ ਜ਼ਿਲ੍ਹੇ ਵਿੱਚ ਸਨ।** 2019 ਅਨੁਸਾਰ ਇਸ ਜ਼ਿਲ੍ਹੇ ਵਿੱਚ ਪਸ਼ੂਆਂ ਦੀ ਸੰਖਿਆ 6.394 ਲੱਖ ਸੀ। ਇਹ ਸੰਖਿਆ ਰਾਜ ਦੇ ਪਸ਼ੂਆਂ ਦੀ ਕੁੱਲ ਗਿਣਤੀ ਦਾ 9.07% ਸੀ। ਪ੍ਰੰਤੂ 2012 ਦੀ ਪਸ਼ੂ ਗਣਨਾ ਅਨੁਸਾਰ ਰਾਜ ਵਿੱਚ ਸਭ ਤੋਂ ਜ਼ਿਆਦਾ ਪਸ਼ੂ 8.25 ਲੱਖ (10.8%) ਫਿਰੋਜ਼ਪੁਰ ਜ਼ਿਲ੍ਹੇ ਵਿੱਚ ਸਨ। 2019 ਅਨੁਸਾਰ 6.04 ਲੱਖ ਪਸ਼ੂਆਂ ਨਾਲ **ਸੰਗਰੂਰ ਜ਼ਿਲ੍ਹਾ ਦੂਜੇ ਨੰਬਰ ਤੇ ਆਉਂਦਾ ਹੈ** (8.57%)। ਇਸ ਤੋਂ ਬਾਅਦ ਅੰਮ੍ਰਿਤਸਰ (6.74%), ਬਠਿੰਡਾ (6.35%), ਪਟਿਆਲਾ (6.01%), ਗੁਰਦਾਸਪੁਰ (5.74%), ਤਰਨਤਾਰਨ (5.10%), ਜਲੰਧਰ (5.02%), ਫਾਜ਼ਿਲਕਾ (5.32%), ਅਤੇ ਹੁਸ਼ਿਆਰਪੁਰ (4.80%) ਜ਼ਿਲ੍ਹਿਆਂ ਦਾ ਨੰਬਰ ਆਉਂਦਾ ਹੈ। ਪੰਜਾਬ ਵਿੱਚ ਪਸ਼ੂਆਂ ਦੀ ਸਭ ਤੋਂ ਘੱਟ ਗਿਣਤੀ ਦੀ ਪ੍ਰਤੀਸ਼ਤਤਾ (ਲਗਭਗ 1.7%) ਐਸ.ਬੀ.ਐਸ. ਨਗਰ ਜ਼ਿਲ੍ਹੇ ਵਿੱਚ ਪਾਈ ਜਾਂਦੀ ਹੈ। ਫਰੀਦਕੋਟ, ਐਸ.ਏ.ਐਸ. ਨਗਰ, ਬਰਨਾਲਾ, ਕਪੂਰਥਲਾ ਅਤੇ ਫਤਹਿਗੜ੍ਹ ਸਾਹਿਬ ਛੋਟੇ ਜ਼ਿਲ੍ਹਿਆਂ ਵਿੱਚ ਵੀ ਪਸ਼ੂਆਂ ਦੀ ਗਿਣਤੀ 2.5 ਲੱਖ ਤੋਂ ਘੱਟ ਹੈ। ਰਾਜ ਦੇ ਲਗਭਗ ਦੋ-ਤਿਹਾਈ ਪਸ਼ੂ ਮਾਲਵਾ ਪ੍ਰਦੇਸ਼ ਵਿੱਚ ਪਾਏ ਜਾਂਦੇ ਹਨ ਅਤੇ ਲਗਭਗ 19.24% ਪਸ਼ੂ ਧਨ ਮਾਝਾ ਵਿੱਚ ਅਤੇ 15.0% ਪਸ਼ੂ ਧਨ ਬਿਸਤ ਦੋਆਬ ਖੇਤਰ ਵਿੱਚ ਪਾਇਆ ਜਾਂਦਾ ਹੈ (ਨਕਸ਼ਾ ਨੰ. 52)।

ਪੰਜਾਬ ਦੇ ਪਸ਼ੂ ਧਨ ਵਿੱਚ **ਦੋ ਪ੍ਰਮੁੱਖ ਪਸ਼ੂ ਹਨ**— ਮੱਝਾਂ ਅਤੇ ਗੋਕਾ। ਇਨ੍ਹਾਂ ਦੋਨਾਂ ਦੀ ਕੁੱਲ ਸੰਖਿਆ ਪੰਜਾਬ ਦੇ ਪਸ਼ੂ ਧਨ ਦਾ 2019 ਦੀ ਪਸ਼ੂ ਗਣਨਾ ਅਨੁਸਾਰ 92.83% ਅਤੇ 2012 ਦੀ ਪਸ਼ੂ ਗਣਨਾ ਅਨੁਸਾਰ ਇਹ 93.45% ਸੀ। ਇਹ ਦੋਨੋਂ ਪਸ਼ੂ ਪੇਂਡੂ ਪੰਜਾਬ ਦੀ ਰੀੜ੍ਹ ਦੀ ਹੱਡੀ ਹਨ। ਇਹ ਪਸ਼ੂ ਪੰਜਾਬ ਵਿੱਚ ਦੁੱਧ, ਦੁੱਧ ਪਦਾਰਥ, ਚਮੜਾ, ਦੇਸੀ ਘਿਉ ਅਤੇ ਦੇਸੀ ਢੇਰ (ਰੂੜੀ) ਦਾ ਮੁੱਖ ਸਾਧਨ ਹਨ। ਇਹ ਦੋਨੋਂ ਪਸ਼ੂ ਅਤੇ ਮਨੁੱਖ ਰਲ ਕੇ ਖੇਤੀਬਾੜੀ ਦੀਆਂ ਵਿਭਿੰਨ ਕਿਰਿਆਵਾਂ ਜਿਵੇਂ ਹਲ ਵਾਹੁਣਾ, ਸੁਹਾਗਾ ਦੇਣਾ (ਪੱਧਰਾ ਕਰਨਾ), ਬਿਜਾਈ, ਸਿੰਜਾਈ, ਕਟਾਈ, ਕਢਾਈ (ਦਾਣੇ ਪ੍ਰਾਪਤ ਕਰਨਾ) ਅਤੇ ਢੋ-ਢੁਆਈ ਆਦਿ ਸਭ ਨੂੰ ਮੁਕੰਮਲ ਕਰਨ ਲਈ ਸਭ ਪ੍ਰਕਾਰ ਦੀ ਸ਼ਕਤੀ (power) ਪ੍ਰਦਾਨ ਕਰਦੇ ਸਨ। ਪ੍ਰੰਤੂ ਪਿਛਲੇ ਕੁੱਝ ਸਾਲਾਂ ਤੋਂ ਖੇਤੀਬਾੜੀ ਦੇ ਮਸ਼ੀਨੀਕਰਣ (mechanization) ਕਾਰਨ ਟਰੈਕਟਰਾਂ, ਹਾਰਵੈਸਟਰਜ਼ (harvesters), ਥਰੈਸ਼ਰਾਂ (threshers) ਆਦਿ ਦੀ ਖੇਤੀਬਾੜੀ ਦੀਆਂ ਵਿਭਿੰਨ ਕ੍ਰਿਆਵਾਂ ਨੂੰ ਮੁਕੰਮਲ ਕਰਨ ਵਿੱਚ ਭਰਪੂਰ ਵਰਤੋਂ ਕਾਰਨ ਪਸ਼ੂਆਂ ਦੀ ਖੇਤੀਬਾੜੀ ਵਿੱਚ ਭੂਮਿਕਾ ਬਹੁਤ ਘਟ ਗਈ ਹੈ। ਆਮ ਪਿੰਡਾਂ ਵਿੱਚ ਬਲਦਾਂ ਦੀ ਗਿਣਤੀ ਨਿਗੂਣੀ ਜਿਹੀ ਰਹਿ ਗਈ ਹੈ।

ਪ੍ਰੰਤੂ ਮੱਝਾਂ ਅਤੇ ਗਊਆਂ ਸਭ ਜ਼ਿਲ੍ਹਿਆਂ ਵਿੱਚ ਪਾਈਆਂ ਜਾਂਦੀਆਂ ਹਨ। ਇਨ੍ਹਾਂ ਦੀ ਦੁੱਧ, ਘਿਉ, ਦਹੀਂ, ਮੱਖਣ ਲੱਸੀ ਆਦਿ ਲਈ ਸਭ ਲੋਕਾਂ ਨੂੰ ਲੋੜ ਹੈ। ਇਸ ਕਾਰਨ ਮੱਝਾਂ ਅਤੇ ਗਊਆਂ ਦੀ ਸਭ ਜ਼ਿਲ੍ਹਿਆਂ ਵਿੱਚ ਇਕਸਾਰ ਵੰਡ (even distribution) ਪਾਈ ਜਾਂਦੀ ਹੈ (ਸਾਰਣੀ ਨੰ. 41)।

ਮੱਝਾਂ (Buffaloes)— ਕੁੱਲ ਪਸ਼ੂਆਂ ਵਿੱਚੋਂ ਸਭ ਤੋਂ ਜ਼ਿਆਦਾ ਗਿਣਤੀ ਮੱਝਾਂ ਦੀ ਹੈ। 2019 ਦੀ ਪਸ਼ੂ ਗਣਨਾ ਅਨੁਸਾਰ ਪੰਜਾਬ ਦੇ ਪਸ਼ੂਆਂ ਦੀ ਕੁੱਲ ਗਿਣਤੀ ਦਾ 56.94% ਮੱਝਾਂ ਸੀ ਜੋ 2012 ਦੀ ਪਸ਼ੂ ਗਣਨਾ ਅਨੁਸਾਰ 63.55% ਸੀ। 2007 ਅਨੁਸਾਰ ਮੱਝਾਂ ਦੀ ਪੰਜਾਬ ਵਿੱਚ ਕੁੱਲ ਗਿਣਤੀ 50.02 ਲੱਖ ਸੀ ਜੋ 2012 ਵਿੱਚ ਕੁੱਲ ਵਧ ਕੇ 51.59 ਲੱਖ ਹੋ ਗਈ ਅਤੇ 2019 ਅਨੁਸਾਰ ਹੋਰ ਘਟਕੇ 40.16 ਲੱਖ ਹੋ ਗਈ। ਇਨ੍ਹਾਂ ਦੀ ਸਭ ਤੋਂ ਵੱਧ ਗਿਣਤੀ ਸੰਗਰੂਰ ਜ਼ਿਲ੍ਹੇ ਵਿੱਚ ਲਗਭਗ 4 ਲੱਖ 03 ਹਜ਼ਾਰ (ਪੰਜਾਬ ਦਾ 10.02%) ਹੈ। ਦੂਜੇ ਨੰਬਰ ਤੇ ਲੁਧਿਆਣਾ ਦਾ ਜ਼ਿਲ੍ਹਾ (ਲਗਭਗ 3.72 ਲੱਖ) ਆਉਂਦਾ ਹੈ। ਇਨ੍ਹਾਂ ਤੋਂ ਬਾਅਦ ਪਟਿਆਲਾ (6.87%), ਅੰਮ੍ਰਿਤਸਰ (6.66%), ਤਰਨਤਾਰਨ (5.92%), ਗੁਰਦਾਸਪੁਰ (5.20%), ਜਲੰਧਰ (4.68%) ਅਤੇ ਬਠਿੰਡਾ (5.84%), ਫਤਹਿਗੜ੍ਹ ਸਾਹਿਬ (2.82%), ਸ੍ਰੀ ਮੁਕਤਸਰ ਸਾਹਿਬ (2.89%), ਐਸ.ਏ.ਐਸ. ਨਗਰ (2.90%) ਅਤੇ ਰੂਪਨਗਰ (3.30%) ਆਦਿ ਵਿੱਚ ਪਾਈਆਂ ਜਾਂਦੀਆਂ ਹਨ (ਸਾਰਣੀ ਨੰ. 41)। ਸਭ ਤੋਂ ਘੱਟ ਪੰਜਾਬ ਵਿੱਚ ਮੱਝਾਂ ਪਠਾਨਕੋਟ (29,340), ਐਸ.ਬੀ.ਐਸ. ਨਗਰ (87,660) ਅਤੇ ਫਰੀਦਕੋਟ (93,340 ਮੱਝਾਂ) ਜ਼ਿਲ੍ਹਿਆਂ ਵਿੱਚ ਪਾਈਆਂ ਜਾਂਦੀਆਂ ਹਨ।

ਗੋਕਾ (Cattle)— ਪੰਜਾਬ ਵਿੱਚ ਗੋਕੇ ਦੀ ਗਿਣਤੀ 2019 ਦੀ ਪਸ਼ੂ ਗਣਨਾ ਅਨੁਸਾਰ ਮੱਝਾਂ ਤੋਂ ਬਾਅਦ ਦੂਜੇ ਨੰਬਰ ਤੇ (25.31 ਲੱਖ = 35.89% ਕੁੱਲ ਪਸ਼ੂਆਂ ਦਾ) ਆਉਂਦੀ ਹੈ। 2012 ਦੀ ਗਣਨਾ ਅਨੁਸਾਰ ਇਹ ਗਿਣਤੀ 24.28 ਲੱਖ (37.82% ਵਾਧਾ) ਸੀ। 2019 ਪਸ਼ੂ ਗਣਨਾ ਅਨੁਸਾਰ ਗੋਕੇ ਦੀ ਸਭ ਤੋਂ ਵੱਧ ਗਿਣਤੀ ਉੱਤਰ-ਪੂਰਬੀ ਜ਼ਿਲ੍ਹਿਆਂ ਗੁਰਦਾਸਪੁਰ (ਲਗਭਗ 1.82 ਲੱਖ), ਅੰਮ੍ਰਿਤਸਰ (1.91 ਲੱਖ), ਜਲੰਧਰ (1.51 ਲੱਖ) ਤੇ ਹੁਸ਼ਿਆਰਪੁਰ (1.52 ਲੱਖ) ਵਿੱਚ ਪਾਈ ਜਾਂਦੀ ਹੈ। ਲੁਧਿਆਣਾ (2.27 ਲੱਖ), ਫਾਜ਼ਿਲਕਾ (1.55 ਲੱਖ) ਅਤੇ ਸੰਗਰੂਰ (1.61 ਲੱਖ) ਜ਼ਿਲ੍ਹਿਆਂ ਵਿੱਚ ਵੀ ਗੋਕੇ ਦੀ ਵੱਡੀ ਗਿਣਤੀ ਪਾਈ ਜਾਂਦੀ ਹੈ। ਗੋਕੇ ਦੀ ਸਭ ਤੋਂ ਘੱਟ ਗਿਣਤੀ 2019 ਅਨੁਸਾਰ ਐਸ.ਏ.ਐਸ. ਨਗਰ (41.7 ਹਜ਼ਾਰ), ਰੂਪਨਗਰ (72.84 ਹਜ਼ਾਰ), ਐਸ.ਬੀ.ਐਸ. ਨਗਰ (62.68 ਹਜ਼ਾਰ), ਫਤਹਿਗੜ੍ਹ ਸਾਹਿਬ (68.66 ਹਜ਼ਾਰ) ਅਤੇ ਬਰਨਾਲਾ (64.60 ਹਜ਼ਾਰ) ਜ਼ਿਲ੍ਹਿਆਂ ਵਿੱਚ ਪਾਈ ਜਾਂਦੀ ਹੈ। ਇਹ ਛੋਟੇ ਅਤੇ ਨਵੇਂ ਬਣੇ ਜ਼ਿਲ੍ਹੇ ਹਨ।

ਬੱਕਰੀਆਂ ਅਤੇ ਭੇਡਾਂ (Goats and Sheep)— ਕੁੱਲ ਗਿਣਤੀ ਅਨੁਸਾਰ ਬੱਕਰੀਆਂ ਅਤੇ ਭੇਡਾਂ ਤੀਜੇ ਅਤੇ ਚੌਥੇ ਸਥਾਨ ਤੇ ਆਉਂਦੀਆਂ ਹਨ। 2012 ਦੀ ਪਸ਼ੂ ਗਣਨਾ ਅਨੁਸਾਰ ਪੰਜਾਬ ਵਿੱਚ 3 ਲੱਖ 27 ਹਜ਼ਾਰ 3 ਸੌ ਬੱਕਰੀਆਂ (ਕੁੱਲ ਪਸ਼ੂਆਂ ਦਾ 4.03%) ਅਤੇ 1 ਲੱਖ 28 ਹਜ਼ਾਰ 5 ਸੌ ਭੇਡਾਂ (1.58%) ਪਾਲੀਆਂ ਗਈਆਂ ਸਨ। 2019 ਦੀ ਪਸ਼ੂ ਗਣਨਾ ਅਨੁਸਾਰ ਪੰਜਾਬ ਵਿੱਚ 3 ਲੱਖ 47 ਹਜ਼ਾਰ 9 ਸੌ 50 (ਕੁੱਲ ਪਸ਼ੂਆਂ ਦਾ 4.93%) ਬੱਕਰੀਆਂ ਅਤੇ 85 ਹਜ਼ਾਰ 5 ਸੌ 60 (1.21%) ਭੇਡਾਂ ਪਾਲੀਆਂ ਜਾਂਦੀਆਂ ਹਨ। ਬੱਕਰੀਆਂ ਦੀ ਕੁੱਲ ਗਿਣਤੀ ਵਿੱਚ 2012 ਤੋਂ 2019 ਤੱਕ 6.32% ਦਾ ਵਾਧਾ ਹੋਇਆ ਹੈ ਪ੍ਰੰਤੂ ਭੇਡਾਂ ਦੀ ਗਿਣਤੀ ਇਸੇ ਸਮੇਂ ਵਿੱਚ 50% ਘਟੀ ਹੈ। ਪਾਲੇ ਜਾਣ ਵਾਲੇ ਇਹ ਦੋ ਮਹੱਤਵਪੂਰਨ ਪਸ਼ੂ ਹਨ। **ਬੱਕਰੀ** ਨੂੰ ਤਾਂ ਗਰੀਬ ਆਦਮੀ ਦੀ ਮੱਝ ਕਿਹਾ ਜਾਂਦਾ ਹੈ। ਇਸ ਤੋਂ ਦੁੱਧ, ਮਾਸ, ਵਾਲ (ਉੱਨ) ਅਤੇ ਖੱਲਾਂ ਪ੍ਰਾਪਤ ਕੀਤੀਆਂ ਜਾਂਦੀਆਂ ਹਨ। ਪੰਜਾਬ ਵਿੱਚ ਬੱਕਰੀਆਂ ਮੁੱਖ ਤੌਰ ਤੇ ਇਸਦੇ ਪੂਰਬੀ ਅਰਧ-ਪਹਾੜੀ ਜ਼ਿਲ੍ਹਿਆਂ, ਜਿੱਥੇ ਕੰਡੇਦਾਰ ਦਰਖਤ, ਝਾੜੀਆਂ ਆਦਿ ਦੀ ਬਨਸਪਤੀ ਮਿਲਦੀ ਹੈ, ਵਿੱਚ ਪਾਲੀਆਂ ਜਾਂਦੀਆਂ ਹਨ। ਇੱਥੇ ਗੁਰਦਾਸਪੁਰ (9,290 ਬੱਕਰੀਆਂ), ਜਲੰਧਰ (12,180), ਹੁਸ਼ਿਆਰਪੁਰ (12,980), ਅੰਮ੍ਰਿਤਸਰ (11,320), ਐਸ.ਬੀ.ਐਸ. ਨਗਰ, ਰੂਪ ਨਗਰ ਅਤੇ ਐਸ.ਏ.ਐਸ. ਨਗਰ ਜ਼ਿਲ੍ਹਿਆਂ ਵਿੱਚ ਇਨ੍ਹਾਂ ਦੀ ਗਿਣਤੀ ਕਾਫ਼ੀ ਹੈ।

ਪੂਰਬੀ ਪੰਜਾਬ ਤੋਂ ਬਾਹਰ ਫਾਜ਼ਿਲਕਾ (32,040), ਲੁਧਿਆਣਾ (29,100), ਸੰਗਰੂਰ (30,580), ਮੁਕਤਸਰ ਸਾਹਿਬ (31,640), ਮਾਨਸਾ (20,670) ਅਤੇ ਬਠਿੰਡਾ (48,110 ਰਾਜ ਵਿੱਚ ਸਭ ਤੋਂ ਵੱਧ ਗਿਣਤੀ) ਜ਼ਿਲ੍ਹਿਆਂ ਵਿੱਚ ਵੀ ਵੱਡੀ ਗਿਣਤੀ ਵਿੱਚ ਬੱਕਰੀਆਂ ਪਾਲੀਆਂ ਜਾਂਦੀਆਂ ਹਨ। ਇਹ ਸਭ ਰੇਤ ਟਿੱਬਿਆਂ ਵਾਲੇ ਅਰਧ-ਖੁਸ਼ਕ ਜ਼ਿਲ੍ਹੇ ਹਨ ਜਿੱਥੇ ਘਟੀਆ ਘਾਹ, ਝਾੜੀਆਂ ਅਤੇ ਕੰਡੇਦਾਰ ਛੋਟੇ ਦਰੱਖ਼ਤ ਆਮ ਮਿਲਦੇ ਹਨ। ਐਸ.ਬੀ.ਐਸ. ਨਗਰ, ਕਪੂਰਥਲਾ ਅਤੇ ਫਤਹਿਗੜ੍ਹ ਸਾਹਿਬ ਆਦਿ ਜ਼ਿਲ੍ਹਿਆਂ ਵਿੱਚ ਘੱਟ ਬੱਕਰੀਆਂ ਪਾਲੀਆਂ ਜਾਂਦੀਆਂ ਹਨ (ਸਾਰਣੀ ਨੰ. 41)। ਇਹ ਛੋਟੇ ਜ਼ਿਲ੍ਹੇ ਹਨ।

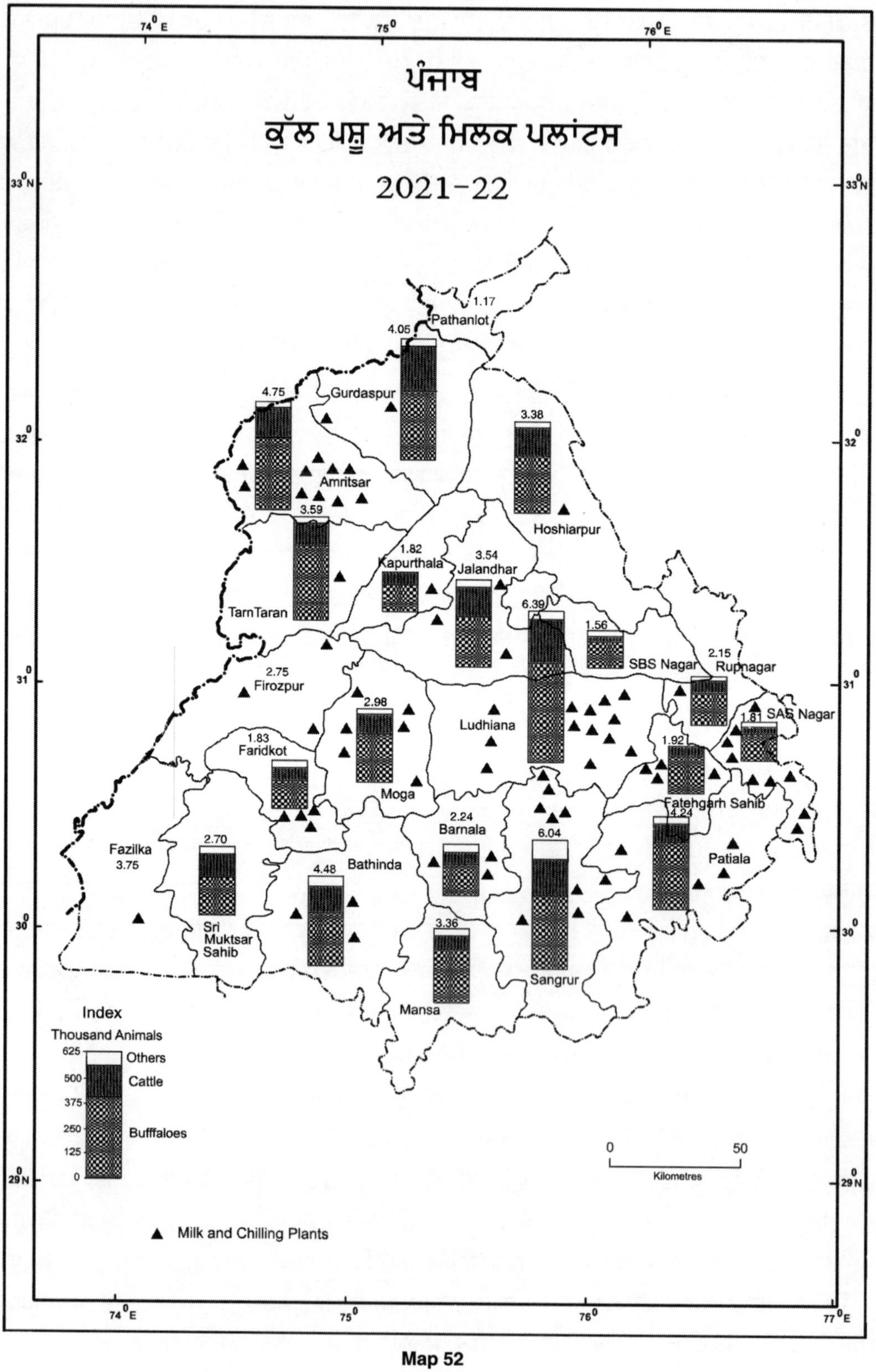
ਪੰਜਾਬ
ਕੁੱਲ ਪਸ਼ੂ ਅਤੇ ਮਿਲਕ ਪਲਾਂਟਸ
2021–22
Pathankot 1.17
Gurdaspur 4.05
Amritsar 4.75
Hoshiarpur 3.38
TarnTaran 3.59
Kapurthala 1.82
Jalandhar 3.54
Ludhiana 6.39
SBS Nagar 1.56
Rupnagar 2.15
SAS Nagar 1.81
Firozpur 2.75
Moga 2.98
Faridkot 1.83
Fatehgarh Sahib 1.92
Patiala 4.24
Fazilka 3.75
Sri Muktsar Sahib 2.70
Bathinda 4.48
Barnala 2.24
Sangrur 6.04
Mansa 3.36
Index
Thousand Animals
Others
Cattle
Bufffaloes
0 125 250 375 500 625
0 50
Kilometres
Milk and Chilling Plants
74° E 75° 76° E 77° E
33° N 32° 31° 30° 29° N

Map 52

ਭੇਡਾਂ— ਪਿਛਲੇ 5 ਸਾਲਾਂ ਦੌਰਾਨ ਸਮੁੱਚੇ ਪੰਜਾਬ ਵਿੱਚ ਅਤੇ ਬਹੁਤ ਸਾਰੇ ਜ਼ਿਲ੍ਹਿਆਂ ਵਿੱਚ ਭੇਡਾਂ ਦੀ ਗਿਣਤੀ ਘਟੀ ਹੈ। ਸਮੁੱਚੇ ਪੰਜਾਬ ਲਈ ਗਿਣਤੀ 2012 ਵਿੱਚ 1,28,530 ਤੋਂ ਘਟ ਕੇ 2019 ਵਿੱਚ 85,560 (ਲਗਭਗ 50%) ਹੋ ਗਈ ਹੈ। ਸਿਰਫ ਰੂਪਨਗਰ (9 ਹਜ਼ਾਰ ਦਾ ਵਾਧਾ) ਅਤੇ ਹੁਸ਼ਿਆਰਪੁਰ ਜ਼ਿਲ੍ਹੇ ਦੀ ਭੇਡਾਂ ਦੀ ਗਿਣਤੀ ਵਿੱਚ ਲਗਭਗ 24 ਹਜ਼ਾਰ ਦਾ ਵਾਧਾ ਹੋਇਆ ਹੈ। ਫਿਰੋਜ਼ਪੁਰ, ਸ੍ਰੀ ਮੁਕਤਸਰ ਸਾਹਿਬ, ਬਠਿੰਡਾ, ਮਾਨਸਾ ਅਤੇ ਸੰਗਰੂਰ ਦੇ ਜ਼ਿਲ੍ਹਿਆਂ ਵਿੱਚ ਭੇਡਾਂ ਦੀ ਗਿਣਤੀ ਵਿੱਚ ਭਾਰੀ ਘਾਟਾ ਹੋਇਆ ਹੈ। ਇਹ ਘਾਟਾ ਮੁਕਤਸਰ ਸਾਹਿਬ ਲਈ 7.20 ਹਜ਼ਾਰ, ਬਠਿੰਡਾ ਲਈ 1.5 ਹਜ਼ਾਰ, ਮਾਨਸਾ ਲਈ 2.40 ਹਜ਼ਾਰ ਅਤੇ ਸੰਗਰੂਰ ਜ਼ਿਲ੍ਹੇ ਲਈ 1.50 ਹਜ਼ਾਰ ਦਾ ਹੈ।

ਭੇਡਾਂ ਮੁੱਖ ਤੌਰ ਤੇ ਦੱਖਣ-ਪੱਛਮੀ ਅਰਧ-ਖੁਸ਼ਕ ਜ਼ਿਲ੍ਹਿਆਂ ਫਿਰੋਜ਼ਪੁਰ (22,990 ਸਭ ਤੋਂ ਵੱਧ ਗਿਣਤੀ), ਮੁਕਤਸਰ (7,530), ਬਠਿੰਡਾ (6,020), ਪਟਿਆਲਾ (8,460) ਅਤੇ ਮਾਨਸਾ (6,300) ਵਿੱਚ ਪਾਈਆਂ ਜਾਂਦੀਆਂ ਹਨ (ਰਾਜ ਦੀਆਂ 49.5% ਭੇਡਾਂ)। ਸਮੁੱਚੇ ਮਾਲਵਾ ਪ੍ਰਦੇਸ਼ ਵਿੱਚ ਰਾਜ ਦੀਆਂ 86.99% ਭੇਡਾਂ ਪਾਲੀਆਂ (2019 ਅਨੁਸਾਰ) ਜਾਂਦੀਆਂ ਹਨ। ਦੱਖਣ-ਪੱਛਮੀ ਜ਼ਿਲ੍ਹਿਆਂ ਵਿੱਚ ਅਰਧ-ਖੁਸ਼ਕ ਤੇ ਗਰਮ ਜਲਵਾਯੂ, ਰੇਤ ਟਿੱਬਿਆਂ ਦੀ ਭਰਮਾਰ, ਰੇਤਲੀ ਜ਼ਮੀਨ ਅਤੇ ਝਾੜੀਦਾਰ (bush type) ਜਾਂ ਕੰਡਿਆਂ ਵਾਲੀ (thorny) ਬਨਸਪਤੀ ਪਾਈ ਜਾਂਦੀ ਹੈ। ਇਹ ਬਨਸਪਤੀ ਭੇਡਾਂ, ਬੱਕਰੀਆਂ ਅਤੇ ਊਠਾਂ ਲਈ ਅਨੁਕੂਲ ਖੁਰਾਕ ਹੈ। ਇਸ ਕਾਰਨ ਮਾਲਵਾ ਪ੍ਰਦੇਸ਼ ਦੇ ਦੱਖਣ-ਪੱਛਮੀ ਜ਼ਿਲ੍ਹੇ ਇਨ੍ਹਾਂ ਪਸ਼ੂਆਂ ਲਈ ਅਨੁਕੂਲ ਰਹਿਣ ਪ੍ਰਦੇਸ਼ (habitat) ਹਨ। ਇੱਥੇ ਫਾਜ਼ਿਲਕਾ ਜ਼ਿਲ੍ਹੇ ਵਿੱਚ ਸਭ ਤੋਂ ਵੱਧ ਭੇਡਾਂ (22,990 = 26.87% ਰਾਜ ਦੀਆਂ) ਪਾਲੀਆਂ ਜਾਂਦੀਆਂ ਹਨ। ਇੱਥੇ ਵੀ ਅਬੋਹਰ ਅਤੇ ਫ਼ਾਜ਼ਿਲਕਾ ਦੀਆਂ ਤਹਿਸੀਲਾਂ ਜ਼ਿਆਦਾ ਮਹੱਤਵਪੂਰਣ ਹਨ। ਐਸ.ਏ.ਐਸ. ਨਗਰ, ਫਰੀਦਕੋਟ, ਮੋਗਾ, ਲੁਧਿਆਣਾ, ਪਟਿਆਲਾ (8.46 ਹਜ਼ਾਰ) ਅਤੇ ਸੰਗਰੂਰ (4.18 ਹਜ਼ਾਰ) ਜ਼ਿਲ੍ਹੇ ਵੀ ਭੇਡਾਂ ਪਾਲਣ ਲਈ ਮਹੱਤਵਪੂਰਣ ਹਨ। (ਸਾਰਣੀ ਨੰ. 41)। ਮਾਲਵਾ ਤੋਂ ਬਾਹਰ ਪਠਾਨਕੋਟ (1,370), ਅੰਮ੍ਰਿਤਸਰ (1040 ਭੇਡਾਂ) ਅਤੇ ਤਰਨਤਾਰਨ (4760 ਭੇਡਾਂ) ਦੇ ਜ਼ਿਲ੍ਹੇ ਵੀ ਭੇਡਾਂ ਪਾਲਣ ਲਈ ਮਹੱਤਵਪੂਰਨ ਹਨ।

ਊਠ (Camels)— 2007 ਦੀ ਪਸ਼ੂ ਗਣਨਾ ਅਨੁਸਾਰ ਪੰਜਾਬ ਵਿੱਚ ਕੁੱਲ 2100 ਊਠ ਸਨ। 2012 ਦੀ ਪਸ਼ੂ ਗਣਨਾ ਵਿੱਚ ਇਹ ਗਿਣਤੀ ਘਟ ਕੇ ਸਿਰਫ 690 ਰਹਿ ਗਈ ਹੈ। 2019 ਦੀ ਗਣਨਾ ਅਨੁਸਾਰ ਇਹ ਗਿਣਤੀ ਹੋਰ ਘਟਕੇ 120 ਰਹਿ ਗਈ ਹੈ। ਇਹ ਸਭ ਮਾਲਵਾ ਪ੍ਰਦੇਸ਼ ਵਿੱਚ ਪਾਏ ਜਾਂਦੇ ਹਨ। ਇੱਥੇ ਵੀ ਬਠਿੰਡਾ ਦਾ ਜ਼ਿਲ੍ਹਾ ਦੂਜੇ ਨੰਬਰ ਤੇ ਸਭ ਤੋਂ ਵੱਧ ਮਹੱਤਵਪੂਰਣ ਹੈ। ਇੱਥੇ ਰਾਜ ਦੇ 25.0% ਊਠ (30) ਪਾਲੇ ਜਾਂਦੇ ਹਨ। 2007 ਦੀ ਪਸ਼ੂ ਗਣਨਾ ਅਨੁਸਾਰ ਇਹ ਗਿਣਤੀ 900 ਸੀ। ਪਹਿਲੇ ਨੰਬਰ ਤੇ ਫਾਜ਼ਿਲਕਾ ਦਾ ਜ਼ਿਲ੍ਹਾ ਆਉਂਦਾ ਹੈ ਜਿੱਥੇ 40 ਊਠ (2007 ਵਿੱਚ ਇਹ ਗਿਣਤੀ 800 ਸੀ) (33.33%) ਪਾਲੇ ਜਾਂਦੇ ਹਨ (2019 ਦੇ ਅੰਕੜਿਆਂ ਅਨੁਸਾਰ)। ਐਸ.ਏ.ਐਸ. ਨਗਰ, ਮਾਨਸਾ, ਸੰਗਰੂਰ (10), ਬਰਨਾਲਾ, ਗੁਰਦਾਸਪੁਰ ਅਤੇ ਮੁਕਤਸਰ (40) ਅਤੇ ਫਰੀਦਕੋਟ ਦੇ ਜ਼ਿਲ੍ਹਿਆਂ ਵਿੱਚ ਵੀ ਊਠ ਪਾਲੇ ਜਾਂਦੇ ਹਨ (ਸਾਰਣੀ ਨੰ. 41)।

ਰਾਜ ਦੇ ਸਭ ਜ਼ਿਲ੍ਹਿਆਂ ਵਿੱਚ **ਸੂਰ** ਪਾਲੇ ਜਾਂਦੇ ਹਨ। ਪ੍ਰੰਤੂ ਇਨ੍ਹਾਂ ਦੀ ਸਭ ਤੋਂ ਵੱਧ ਗਿਣਤੀ ਲੁਧਿਆਣਾ (6760) ਜ਼ਿਲ੍ਹੇ ਵਿੱਚ ਮਿਲਦੀ ਹੈ। ਤੀਜੇ ਨੰਬਰ ਤੇ **ਪਟਿਆਲਾ** ਦਾ ਜ਼ਿਲ੍ਹਾ ਆਉਂਦਾ ਹੈ (4550)। ਦੂਜੇ ਨੰਬਰ ਤੇ ਐਸ.ਏ.ਐਸ. ਨਗਰ ਦਾ ਜ਼ਿਲ੍ਹਾ ਹੈ ਜਿੱਥੇ 5950 ਸੂਰ ਪਾਲੇ ਜਾਂਦੇ ਹਨ। ਇਨ੍ਹਾਂ ਦੋਨਾਂ ਜ਼ਿਲ੍ਹਿਆਂ ਵਿੱਚ ਰਾਜ ਦੇ ਲਗਭਗ 24% ਸੂਰ ਪਾਲੇ ਜਾਂਦੇ ਹਨ। ਸੰਗਰੂਰ (5900), ਪਟਿਆਲਾ (4550), ਫਤਹਿਗੜ੍ਹ ਸਾਹਿਬ (2510), ਬਠਿੰਡਾ, ਮਾਨਸਾ, ਮੋਗਾ, ਗੁਰਦਾਸਪੁਰ (2650), ਅੰਮ੍ਰਿਤਸਰ, ਤਰਨਤਾਰਨ, ਫਿਰੋਜ਼ਪੁਰ ਅਤੇ ਬਰਨਾਲਾ ਜ਼ਿਲ੍ਹਿਆਂ ਵਿੱਚ ਵੀ ਕਾਫ਼ੀ ਗਿਣਤੀ ਵਿੱਚ ਸੂਰ ਪਾਲੇ ਜਾਂਦੇ ਹਨ (ਸਾਰਣੀ ਨੰ. 39)।

ਘੋੜਾ ਇੱਕ ਮਹੱਤਵਪੂਰਣ ਜਾਨਵਰ ਹੈ। ਇਨ੍ਹਾਂ ਦੀ ਸਭ ਤੋਂ ਵੱਧ ਗਿਣਤੀ ਗੁਰਦਾਸਪੁਰ (1390), ਅੰਮ੍ਰਿਤਸਰ (1740), ਲੁਧਿਆਣਾ (1710), ਮੋਗਾ, ਫਿਰੋਜ਼ਪੁਰ (460 ਘੋੜੇ), ਬਠਿੰਡਾ ਅਤੇ ਮੁਕਤਸਰ (870) ਦੇ ਜ਼ਿਲ੍ਹਿਆਂ ਵਿੱਚ ਮਿਲਦੀ ਹੈ। **ਖੋਤੇ** ਮੁੱਖ ਤੌਰ ਤੇ ਅੰਮ੍ਰਿਤਸਰ, ਗੁਰਦਾਸਪੁਰ ਅਤੇ ਤਰਨਤਾਰਨ ਦੇ ਜ਼ਿਲ੍ਹਿਆਂ (ਰਾਜ ਦੇ 23.40% ਖੋਤੇ) ਵਿੱਚ ਪਾਲੇ ਜਾਂਦੇ ਹਨ। ਹੁਸ਼ਿਆਰਪੁਰ, ਮੋਗਾ ਅਤੇ ਲੁਧਿਆਣਾ ਜ਼ਿਲ੍ਹਿਆਂ ਵਿੱਚ ਵੀ ਇਨ੍ਹਾਂ ਦੀ ਗਿਣਤੀ ਕਾਫ਼ੀ ਹੈ (ਸਾਰਣੀ ਨੰ. 41)।

ਮੁਰਗੀਆਂ ਪਾਲਣਾ (Poultry Farming)— ਪਿਛਲੇ ਲਗਭਗ ਤਿੰਨ ਦਹਾਕਿਆਂ ਦੌਰਾਨ ਮੁਰਗੀਆਂ ਪਾਲਣ ਦੇ ਕੰਮ ਨੂੰ ਫੈਲਾਉਣ ਅਤੇ ਲਾਹੇਵੰਦ ਬਣਾਉਣ ਲਈ ਸਰਕਾਰ ਵਲੋ ਕਾਫ਼ੀ ਕੋਸ਼ਿਸ਼ਾਂ ਕੀਤੀਆਂ ਗਈਆਂ ਹਨ। 1997 ਵਿੱਚ ਪਾਲੀਆਂ ਜਾਣ ਵਾਲੀਆਂ ਮੁਰਗੀਆਂ ਦੀ ਗਿਣਤੀ 1 ਕਰੋੜ 14 ਲੱਖ 57 ਹਜ਼ਾਰ ਸੀ। ਪ੍ਰੰਤੂ 2003 ਵਿੱਚ ਇਹ ਗਿਣਤੀ ਘਟ ਕੇ 1 ਕਰੋੜ 5 ਲੱਖ 34 ਹਜ਼ਾਰ ਰਹਿ ਗਈ ਸੀ। ਪ੍ਰੰਤੂ 2007 ਦੀ ਗਣਨਾ ਅਨੁਸਾਰ ਗਿਣਤੀ ਵੱਧ ਕੇ 1 ਕਰੋੜ 89 ਲੱਖ ਦੇ ਲਗਭਗ ਹੋ ਗਈ। 1977 ਵਿੱਚ ਪੰਜਾਬ ਵਿੱਚ 55 ਲੱਖ 39 ਹਜ਼ਾਰ ਮੁਰਗੀਆਂ ਪਾਲੀਆਂ ਗਈਆਂ ਸਨ। 2012 ਦੀ ਪਸ਼ੂ ਗਣਨਾ ਅਨੁਸਾਰ ਪੰਜਾਬ ਵਿੱਚ 1 ਕਰੋੜ 60 ਲੱਖ 69 ਹਜ਼ਾਰ ਮੁਰਗੀਆਂ ਪਾਲੀਆਂ ਗਈਆਂ ਸਨ। ਇਹ ਗਿਣਤੀ 2019 ਵਿੱਚ ਵਧਕੇ 1 ਕਰੋੜ 74 ਲੱਖ 26 ਹਜ਼ਾਰ 480 ਹੋ ਗਈ। ਮੁਰਗੀਆਂ ਪੰਜਾਬ ਦੇ ਸਭ ਭਾਗਾਂ ਵਿੱਚ ਪਾਲੀਆਂ ਜਾਂਦੀਆਂ ਹਨ। ਪ੍ਰੰਤੂ ਗੁਰਦਾਸਪੁਰ (8 ਲੱਖ 74 ਹਜ਼ਾਰ = 5.01%), ਲੁਧਿਆਣਾ (25 ਲੱਖ 95 ਹਜ਼ਾਰ = ਰਾਜ ਦੀਆਂ 14.89%) ਅਤੇ ਐਸ.ਏ.ਐਸ. ਨਗਰ (18 ਲੱਖ 34 ਹਜ਼ਾਰ = ਰਾਜ ਦੀਆਂ 10.5%) ਦੇ ਜ਼ਿਲ੍ਹੇ ਮੁਰਗੀਆਂ ਪਾਲਣ ਲਈ ਸਭ ਤੋਂ ਅੱਗੇ ਹਨ। ਸੰਗਰੂਰ (25 ਲੱਖ 90 ਹਜ਼ਾਰ), ਪਟਿਆਲਾ (19 ਲੱਖ 9 ਹਜ਼ਾਰ = 10.95%), ਜਲੰਧਰ (1 ਲੱਖ 35 ਹਜ਼ਾਰ = 08%) ਅਤੇ ਹੁਸ਼ਿਆਰਪੁਰ (11 ਲੱਖ 17 ਹਜ਼ਾਰ), ਪਟਿਆਲਾ, ਤਰਨਤਾਰਨ ਅਤੇ ਪਠਾਨਕੋਟ ਜ਼ਿਲ੍ਹੇ ਵੀ ਮੁਰਗੀਆਂ ਪਾਲਣ ਲਈ ਮਹੱਤਵਪੂਰਣ ਹਨ।

ਅੰਡੇ (Egg) : ਪਿਛਲੇ ਪੰਦਰਾਂ ਸਾਲਾਂ ਤੋਂ ਪੰਜਾਬ ਵਿੱਚ ਮੁਰਗੀ ਪਾਲਣ ਦੇ ਧੰਦੇ ਦੇ ਉੱਨਤੀ ਕਰਨ ਨਾਲ ਅੰਡਿਆਂ ਦੇ ਉਤਪਾਦਨ ਵਿੱਚ ਭਾਰੀ ਵਾਧਾ ਹੋਇਆ ਹੈ। 2007-08 ਵਿੱਚ ਪੰਜਾਬ ਵਿੱਚ ਅੰਡਿਆਂ ਦਾ ਉਤਪਾਦਨ 37,914.0 ਲੱਖ ਸੀ ਜੋ 2018-19 ਵਿੱਚ, 55,908 ਲੱਖ ਅੰਡੇ ਅਤੇ 2020-21 ਵਿੱਚ 56,511.6 ਲੱਖ ਅੰਡੇ ਅਤੇ 2021-22 ਵਿੱਚ 60,663.8 ਲੱਖ ਅੰਡੇ ਹੋ ਗਿਆ।

ਡੇਅਰੀ ਧੰਦਾ (DAIRYING)

ਪਸ਼ੂ ਦੁੱਧ ਅਤੇ ਦੁੱਧ ਤੋਂ ਬਣੇ ਪਦਾਰਥਾਂ ਦਾ ਸੋਮਾ ਹਨ। ਗਊਆਂ (ਗੋਕਾ) ਅਤੇ ਮੱਝਾਂ ਡੇਅਰੀ ਧੰਦੇ ਲਈ ਸਭ ਤੋਂ ਵੱਧ ਮਹੱਤਵਪੂਰਣ ਹਨ। ਪੰਜਾਬ ਵਿੱਚ ਜਨਸੰਖਿਆ ਸੰਘਣੀ ਹੈ ਅਤੇ ਕਾਸ਼ਤ ਅਧੀਨ ਜ਼ਮੀਨ ਸੀਮਤ ਹੈ। ਖੇਤੀ ਯੋਗ ਜ਼ਮੀਨ ਉੱਤੇ ਜਨਸੰਖਿਆ ਦੇ ਜ਼ਿਆਦਾ ਦਬਾਉ ਕਾਰਨ ਬਹੁਤ ਘੱਟ ਜ਼ਮੀਨ ਵਿੱਚ ਪਸ਼ੂਆਂ ਲਈ ਚਾਰਾ ਫਸਲਾਂ (fodder crops) ਪੈਦਾ ਕੀਤੀਆਂ ਜਾਂਦੀਆਂ ਸਨ। ਇਸ ਕਾਰਨ ਪਸ਼ੂਆਂ ਲਈ ਲੋੜੀਂਦਾ ਵਧੀਆ ਹਰਾ ਚਾਰਾ ਉਪਲੱਬਧ ਨਹੀਂ ਹੁੰਦਾ ਸੀ। ਵੀਹਵੀਂ ਸਦੀ ਦੇ ਛੇਵੇਂ ਦਹਾਕੇ ਤੱਕ ਪੰਜਾਬ ਵਿੱਚ ਭਾਵੇਂ ਗਊਆਂ ਅਤੇ ਮੱਝਾਂ ਦੀ ਗਿਣਤੀ ਤਾਂ ਕਾਫ਼ੀ ਸੀ। ਪ੍ਰੰਤੂ ਉਨ੍ਹਾਂ ਲਈ ਵਧੀਆ ਹਰੇ ਚਾਰੇ ਦੀ ਘਾਟ ਕਾਰਨ ਪ੍ਰਤੀ ਪਸ਼ੂ ਪ੍ਰਤੀ ਦਿਨ ਦੁੱਧ ਦੀ ਪ੍ਰਾਪਤੀ ਬਹੁਤ ਘੱਟ ਸੀ। ਇਹ ਕੁੱਝ ਕਿਲੋਗਰਾਮ ਪ੍ਰਤੀ ਪਸ਼ੂ ਸੀ। ਜੋ ਦੁੱਧ ਪ੍ਰਾਪਤ ਹੁੰਦਾ ਸੀ ਉਸਦਾ ਜ਼ਿਆਦਾਤਰ ਭਾਗ ਘਰ ਦੀ ਵਰਤੋਂ ਵਿੱਚ ਆ ਜਾਂਦਾ ਸੀ ਕਿਉਂਕਿ ਕਿਰਸਾਣੀ ਪਰਿਵਾਰ ਜੋ ਜ਼ਿਆਦਾਤਰ ਦੁੱਧ ਦੇਣ ਵਾਲੀਆਂ ਮੱਝਾਂ ਅਤੇ ਗੋਕਾ ਰੱਖਦੇ ਸਨ ਆਪ ਦੁੱਧ, ਮੱਖਣ, ਲੱਸੀ ਅਤੇ ਦੇਸੀ ਘਿਉ ਆਦਿ ਦੇ ਪਿਆਰੇ ਸਨ। ਉਨ੍ਹਾਂ ਨੂੰ ਆਪਣੀ ਸਿਹਤ ਦਾ ਬਹੁਤ ਧਿਆਨ ਰਹਿੰਦਾ ਸੀ। ਇਸ ਸਭ ਦੇ ਫਲਸਰੂਪ ਵਿੱਕਰੀ ਵਿਸ਼ੇਸ਼ ਕਰਕੇ ਵਪਾਰਕ ਪੱਧਰ ਲਈ ਬਹੁਤ ਘੱਟ ਦੁੱਧ ਬਚਦਾ ਸੀ। ਇਸ ਕਾਰਨ ਛੇਵੇਂ ਦਹਾਕੇ ਤੱਕ ਪੰਜਾਬ ਵਿੱਚ ਡੇਅਰੀ ਧੰਦਾ ਵਪਾਰਕ ਨਾ ਬਣ ਸਕਿਆ।

ਹਰੀ ਕ੍ਰਾਂਤੀ ਅਧੀਨ ਸਿੰਜਾਈ ਸਹੂਲਤਾਂ ਦੇ ਬਹੁਤ ਵਿਸਥਾਰ ਕਾਰਨ ਬਰਸੀਮ, ਸੇਂਜੀ, ਚਰ੍ਹੀ ਅਤੇ ਬਾਜਰਾ ਆਦਿ ਚਾਰਾ ਫਸਲਾਂ ਦੀ ਕਾਸ਼ਤ ਅਤੇ ਉਤਪਾਦਨ ਵਧਿਆ। ਇਸ ਤਰ੍ਹਾਂ ਦੁਧਾਰੂ ਪਸ਼ੂਆਂ ਲਈ ਹਰੇ ਅਤੇ ਵਧੀਆ ਚਾਰੇ ਦੀ ਉਪਲੱਬਧੀ ਵਧ ਗਈ। ਇਸ ਦੇ ਫਲਸਰੂਪ ਦੁਧਾਰੂ ਪਸ਼ੂਆਂ (ਮੱਝਾਂ ਅਤੇ ਗਊਆਂ) ਤੋਂ ਪ੍ਰਤੀ ਦਿਨ ਪ੍ਰਾਪਤ ਦੁੱਧ ਦੀ ਮਾਤਰਾ ਕਾਫ਼ੀ ਵਧ ਗਈ। ਲਿੰਕ ਸੜਕਾਂ ਦੇ ਬਣ ਜਾਣ ਨਾਲ ਪਿੰਡਾਂ ਦੇ ਕਸਬਿਆਂ ਅਤੇ ਸ਼ਹਿਰਾਂ ਨਾਲ ਡੂੰਘੇ ਸੰਪਰਕ ਪੈਦਾ ਹੋ ਗਏ ਅਤੇ ਰੇਡੀਉ ਅਤੇ ਅਖਬਾਰਾਂ ਆਦਿ ਦੇ ਪਸਾਰ ਕਾਰਨ ਵੀ ਸੱਤਵੇਂ ਦਹਾਕੇ ਤੋਂ ਬਾਅਦ ਪੰਜਾਬ ਵਿੱਚ ਵਪਾਰਕ ਡੇਰੀ ਧੰਦੇ ਦੇ ਸ਼ੁਰੂ ਹੋਣ ਵੱਲ ਇੱਕ ਪ੍ਰਵਿਰਤੀ ਜਾਂ ਝੁਕਾਅ (trend) ਸ਼ੁਰੂ ਹੋ ਗਿਆ। ਦੋਗਲੀਆਂ ਕਿਸਮਾਂ ਦੀਆਂ ਜ਼ਿਆਦਾ ਦੁੱਧ ਦੇਣ ਵਾਲੀਆਂ ਗਊਆਂ ਦੇ ਵਿਕਾਸ ਨੇ ਵੀ ਇਸ ਲਹਿਰ ਨੂੰ ਹੋਰ ਉਤਸ਼ਾਹਤ ਕੀਤਾ।

ਇਨ੍ਹਾਂ ਤੋਂ ਬਿਨਾਂ ਦੁੱਧ ਦੇ ਵੇਚਣ ਨਾਲ ਕਿਸਾਨਾਂ ਨੂੰ 'ਨਕਦ ਪੈਸਾ' (ready cash) ਮਿਲਣ ਲੱਗ ਪਿਆ। ਵੱਡੇ ਪੈਮਾਨੇ ਤੇ ਪਿੰਡਾਂ ਤੋਂ ਸ਼ਹਿਰਾਂ ਵੱਲ ਪਰਵਾਸ ਕਾਰਨ (rural-urban migration) ਕਸਬਿਆਂ ਅਤੇ ਸ਼ਹਿਰਾਂ ਦੀ ਆਬਾਦੀ ਵਿੱਚ ਭਾਰੀ ਵਾਧਾ ਹੋਣ ਲੱਗ ਪਿਆ। ਇਸ ਦੇ ਫਲਸਰੂਪ ਸ਼ਹਿਰੀ ਆਬਾਦੀ ਦੀ ਦੁੱਧ ਅਤੇ ਦੁੱਧ ਤੋਂ ਬਣੇ ਪਦਾਰਥਾਂ ਲਈ ਮੰਗ ਵਿੱਚ ਵੀ ਭਾਰੀ ਵਾਧਾ ਹੋਣ ਲੱਗ ਪਿਆ। ਸਰਕਾਰ ਨੇ ਵੀ ਡੇਅਰੀਆਂ ਸਥਾਪਤ ਕਰਨ, ਦੁੱਧ ਇਕੱਠਾ ਕਰਨ ਦੇ ਕੇਂਦਰ (milk collecting centres) ਅਤੇ ਦੁੱਧ ਠੰਡ੍ਹਿਆਣ ਦੇ ਕੇਂਦਰ (milk chilling centers) ਖੋਲ੍ਹਣੇ ਸ਼ੁਰੂ ਕਰ ਦਿੱਤੇ।

ਇਸ ਤਰ੍ਹਾਂ ਹਰੀ ਕ੍ਰਾਂਤੀ ਦੀ ਸਫਲਤਾ ਤੋਂ ਬਾਅਦ ਅੱਠਵੇਂ ਦਹਾਕੇ ਵਿੱਚ ਪੰਜਾਬ ਦੇ ਵਿਭਿੰਨ ਭਾਗਾਂ ਵਿੱਚ "ਚਿੱਟੇ ਇਨਕਲਾਬ" ਨੂੰ ਪੂਰੇ ਜ਼ੋਰ-ਸ਼ੋਰ ਨਾਲ ਸ਼ੁਰੂ ਕੀਤਾ ਗਿਆ। ਇਸ ਨਾਲ ਪੰਜਾਬ ਵਿੱਚ ਵਪਾਰਕ ਡੇਅਰੀ ਧੰਦੇ ਦਾ ਵਿਕਾਸ ਸ਼ੁਰੂ ਹੋ ਗਿਆ। ਰਾਜ ਵਿੱਚ ਬੈਂਕਾਂ ਦੀ ਸਹਾਇਤਾ (ਜੋ ਘੱਟ ਵਿਆਜ ਦੇ ਕਿਸਾਨਾਂ ਨੂੰ ਕਰਜ਼ਾ ਦਿੰਦੇ ਹਨ) ਨਾਲ ਬਹੁਤ ਸਾਰੇ ਵਪਾਰਕ ਡੇਅਰੀ ਫਾਰਮ ਖੋਲ੍ਹੇ ਗਏ ਹਨ। 2004-05 ਤੋਂ 2006-07 ਤੱਕ ਦੇ ਦੋ ਸਾਲਾਂ ਦੌਰਾਨ ਹੀ 750 ਨਵੇਂ ਵਪਾਰਕ ਡੇਅਰੀ ਫਾਰਮ ਸਥਾਪਤ ਕੀਤੇ ਗਏ ਹਨ। ਸਾਲ 2008-09 ਦੌਰਾਨ 1662 ਡੇਅਰੀ ਯੂਨਿਟਸ ਰਾਜ ਵਿੱਚ ਸਥਾਪਤ ਕੀਤੇ ਗਏ।

ਡੇਅਰੀ ਧੰਦੇ ਲਈ ਅਨੁਕੂਲ ਅਵਸਥਾਵਾਂ (FACTORS FAVOURABLE FOR DAIRYING)

ਪੰਜਾਬ ਵਿੱਚ ਡੇਅਰੀ ਫਾਰਮਿੰਗ ਦਾ ਧੰਦਾ ਦੋ ਮਹੱਤਵਪੂਰਣ ਪਸ਼ੂਆਂ ਗਊਆਂ ਤੇ ਮੱਝਾਂ ਉੱਪਰ ਨਿਰਭਰ ਹੈ। ਇਹ ਪਸ਼ੂ ਦੁਧਾਰੂ (milch) ਅਤੇ ਲਾਦੂ (drought) ਕਿਸਮਾਂ ਦੇ ਹੁੰਦੇ ਹਨ। ਦੁਧਾਰੂ ਪਸ਼ੂ ਜ਼ਿਆਦਾ ਦੁੱਧ ਦਿੰਦੇ ਹਨ ਪ੍ਰੰਤੂ ਭਾਰ ਢੋਣ ਲਈ ਬਹੁਤੇ ਯੋਗ ਨਹੀਂ ਹੁੰਦੇ ਹਨ। ਲਾਦੂ ਮੱਝਾਂ-ਗਊਆਂ ਘੱਟ ਅਤੇ ਘਟੀਆ ਦੁੱਧ ਦਿੰਦੀਆਂ ਹਨ ਪ੍ਰੰਤੂ ਜੋਤਣ ਅਤੇ ਭਾਰ ਢੋਣ ਦੇ ਬਹੁਤ ਯੋਗ ਹੁੰਦੀਆਂ ਹਨ। ਇਨ੍ਹਾਂ ਦੋਨਾਂ ਕਿਸਮਾਂ ਲਈ ਅਲੱਗ ਕਿਸਮ ਦੀਆਂ ਜਲਵਾਯੂ ਅਤੇ ਚਾਰਾ ਆਦਿ ਅਵਸਥਾਵਾਂ ਚਾਹੀਦੀਆਂ ਹਨ। ਦੁਧਾਰੂ ਮੱਝਾਂ ਅਤੇ ਗਊਆਂ ਲਈ ਵਧੀਆ, ਹਰਾ ਅਤੇ ਪੌਸ਼ਟਿਕ ਚਾਰਾ, ਸਧਾਰਣ ਠੰਡਾ ਪ੍ਰੰਤੂ ਕੁੱਝ ਨਮ ਜਲਵਾਯੂ ਅਤੇ ਅੱਛਾ ਵਾਤਾਵਰਣ ਚਾਹੀਦੇ ਹਨ। ਅੱਛੇ ਦਰਜੇ ਅਤੇ ਵਪਾਰਕ ਡੇਅਰੀ ਧੰਦੇ ਲਈ ਹੇਠ ਲਿਖੇ ਅਨੁਕੂਲ ਕਾਰਕ ਜਾਂ ਹਾਲਤ ਚਾਹੀਦੇ ਹਨ—

1. **ਸਧਾਰਣ ਠੰਡਾ ਅਤੇ ਵਤਰੀਲਾ ਜਲਵਾਯੂ (Cool and Humid Climate)**— ਡੇਅਰੀ ਪਸ਼ੂਆਂ ਲਈ ਠੰਡਾ ਅਤੇ ਵਤਰੀਲਾ ਜਲਵਾਯੂ ਜ਼ਿਆਦਾ ਅਨੁਕੂਲ ਹੁੰਦਾ ਹੈ। ਅਜਿਹੇ ਜਲਵਾਯੂ ਵਿੱਚ ਪਸ਼ੂ ਠੀਕ ਰਹਿੰਦੇ ਹਨ ਅਤੇ ਬੀਮਾਰ ਨਹੀਂ ਹੁੰਦੇ। ਇਸ ਕਾਰਨ ਪ੍ਰਤੀ ਚੁਆਈ (Lactation) ਜ਼ਿਆਦਾ ਦੁੱਧ ਪ੍ਰਾਪਤ ਹੁੰਦਾ ਹੈ। ਠੰਡੇ ਜਲਵਾਯੂ ਵਿੱਚ ਦੁੱਧ ਅਤੇ ਦੁੱਧ ਤੋਂ ਬਣੇ ਪਦਾਰਥ ਠੰਡ੍ਹਿਆਣ ਤੋਂ ਬਿਨਾਂ ਜ਼ਿਆਦਾ ਸਮਾਂ ਠੀਕ ਅਵਸਥਾ ਵਿੱਚ ਰੱਖੇ ਜਾ ਸਕਦੇ ਹਨ। ਪੰਜਾਬ ਦਾ ਗਰਮੀਆਂ ਦਾ ਗਰਮ ਅਤੇ ਖੁਸ਼ਕ ਜਲਵਾਯੂ ਡੇਅਰੀ ਧੰਦੇ ਦੇ ਯੋਗ ਨਹੀਂ ਹੈ ਪ੍ਰੰਤੂ ਸਰਦੀਆਂ ਦਾ ਠੰਡਾ ਅਤੇ ਕੁੱਝ ਵਤਰੀਲਾ ਮੌਸਮ ਡੇਅਰੀ ਧੰਦੇ ਦੇ ਜ਼ਿਆਦਾ ਯੋਗ ਹੈ।

2. **ਪੌਸ਼ਟਿਕ ਹਰਾ ਚਾਰਾ (Nutritious Green Fodder)**— ਪੰਜਾਬ ਵਿੱਚ ਜਨਸੰਖਿਆ ਦੇ ਜ਼ਿਆਦਾ ਦਬਾਅ ਅਤੇ ਘੱਟ ਜ਼ਮੀਨ ਹੋਣ ਕਾਰਨ ਚਰਾਂਦਾਂ ਦੀ ਘਾਟ ਹੈ। ਇੱਥੇ ਬੀਜਿਆ ਚਾਰਾ ਮਹੱਤਵਪੂਰਣ ਹੈ। ਡੇਅਰੀ ਗਊਆਂ ਅਤੇ ਮੱਝਾਂ ਤੋਂ ਜ਼ਿਆਦਾ ਅਤੇ ਵਧੀਆ ਦੁੱਧ ਲੈਣ ਲਈ ਹਰੇ ਅਤੇ ਪੌਸ਼ਟਿਕ ਚਾਰੇ ਦੀ ਬਹੁਤ ਮਹੱਤਤਾ ਹੈ। ਰਾਜ ਵਿੱਚ ਸਿੰਜਾਈ ਸਹੂਲਤਾਂ ਦੇ ਜ਼ਿਆਦਾ ਵਿਸਥਾਰ ਕਾਰਨ ਚਾਰਾ ਫਸਲਾਂ ਜਿਵੇਂ ਕਿ ਬਰਸੀਮ, ਸੇਂਜੀ, ਲੂਸਣ, ਚਰ੍ਹੀ, ਬਾਜਰਾ, ਮੱਕੀ ਆਦਿ ਦਾ ਰਕਬਾ ਕਾਫ਼ੀ ਵਧਿਆ ਹੈ। ਇਹ ਸਭ ਚਾਰਾ ਫਸਲਾਂ ਸਿੰਜਾਈ ਰਾਹੀਂ ਪੈਦਾ ਕੀਤੀਆਂ ਜਾਂਦੀਆਂ ਹਨ। ਇਨ੍ਹਾਂ ਚਾਰਾ ਫਸਲਾਂ ਦੇ ਨਾਲ-ਨਾਲ ਪਸ਼ੂਆਂ ਨੂੰ ਕਈ ਸੰਤੁਲਤ ਖੁਰਾਕਾਂ, ਖਲ ਆਦਿ ਵੀ ਖਲਾਏ ਜਾਂਦੇ ਹਨ। ਇਨ੍ਹਾਂ ਕਾਰਨ ਦੁੱਧ ਉਤਪਾਦਨ ਵਿੱਚ ਭਾਰੀ ਵਾਧਾ ਹੋਇਆ ਹੈ। ਪੰਜਾਬੀਆਂ ਨੂੰ ਡੈਨਮਾਰਕ ਦੀ ਤਰ੍ਹਾਂ ਬੀਜੀਆਂ ਚਰਾਂਦਾਂ ਅਤੇ ਚਾਰਾ ਫਸਲਾਂ ਉੱਤੇ ਆਧਾਰਿਤ ਡੇਅਰੀ ਧੰਦਾ ਵਿਕਸਤ ਕਰਨਾ ਚਾਹੀਦਾ ਹੈ। ਇਸ ਵਿੱਚ ਸਹਿਕਾਰੀ ਸਭਾਵਾਂ ਦਾ ਮੰਡੀਕਰਣ ਅਤੇ ਗੁਣਵੱਤਾ ਉੱਤੇ ਕੰਟਰੋਲ ਰੱਖਣ ਵਿੱਚ ਬਹੁਤ ਅਹਿਮ ਰੋਲ ਹੈ।

3. **ਸੁਯੋਗ ਮੰਡੀਕਰਣ (Efficient Marketing)**— ਸੁਯੋਗ ਮੰਡੀਕਰਣ ਦੀ ਵਪਾਰਕ ਡੇਅਰੀ ਧੰਦੇ ਵਿੱਚ ਬਹੁਤ ਮਹੱਤਤਾ ਹੈ। ਡੇਅਰੀ ਵਸਤਾਂ ਜਲਦੀ ਖਰਾਬ ਹੋਣ ਵਾਲੀਆਂ ਹੁੰਦੀਆਂ ਹਨ। ਇਸ ਤੋਂ ਬਿਨਾਂ ਇਨ੍ਹਾਂ ਦੀ ਮਿਆਰੀ ਗੁਣਵੱਤਾ (Standard Quality) ਕਾਇਮ ਰੱਖਣੀ ਵੀ ਬਹੁਤ ਜ਼ਰੂਰੀ ਹੈ। ਇਸ ਲਈ ਇਨ੍ਹਾਂ ਨੂੰ ਬਹੁਤ ਜਲਦੀ ਲਗਭਗ ਤਾਜ਼ੀ ਅਵਸਥਾ ਵਿੱਚ ਉਪਭੋਗਤਾਵਾਂ ਤੱਕ ਪਹੁੰਚਾਣਾ ਬਹੁਤ ਜ਼ਰੂਰੀ ਹੈ। ਇਸ ਕਾਰਨ ਕੁਸ਼ਲ ਆਵਾਜਾਈ ਸਾਧਨ, ਕੁਆਲਟੀ ਕੰਟਰੋਲ, ਡੱਬਾ ਬੰਦ ਕਰਨਾ (packaging) ਅਤੇ ਤੇਜ਼ ਪਹੁੰਚ ਨਿਰਣਾਇਕ ਹਨ। ਪੇਂਡੂ ਲਿੰਕ ਸੜਕਾਂ, ਬਹੁਤ ਸਾਰੇ (ਘੱਟੋ ਘੱਟ 35) ਦੁੱਧ ਠੰਡਿਆਉਣ ਦੇ ਕੇਂਦਰ, ਰਾਜ ਦੇ 91 ਮਿਲਕ ਪਲਾਂਟ ਅਤੇ ਦੁੱਧ ਉਤਪਾਦਕ ਸਹਿਕਾਰੀ ਯੂਨੀਅਨਜ਼ ਨੇ ਸਾਰੇ ਰਾਜ ਵਿੱਚ ਡੇਅਰੀ ਪਦਾਰਥਾਂ ਦੇ ਠੀਕ ਮੰਡੀਕਰਣ ਕਰਨ ਵਿੱਚ ਭਰਪੂਰ ਸਹਾਇਤਾ ਦਿੱਤੀ ਹੈ।

4. **ਵਿਸ਼ਾਲ ਉਪਭੋਗਤਾ ਮੰਡੀ (Large Consuming Market)**— ਵਿਸ਼ਾਲ ਉਪਭੋਗਤਾ ਮੰਡੀ ਵਪਾਰਕ ਡੇਅਰੀ ਧੰਦੇ ਲਈ ਬਹੁਤ ਜ਼ਰੂਰੀ ਹੈ। ਪੰਜਾਬ ਦੀ ਵਸੋਂ ਦੋ ਕਰੋੜ ਤੋਂ ਜ਼ਿਆਦਾ ਹੈ। ਲੋਕਾਂ ਦੀ ਪ੍ਰਤੀ ਜੀਅ ਆਮਦਨ ਅਤੇ ਖਰੀਦਣ ਸ਼ਕਤੀ (purchasing power) ਉੱਚੀ ਹੈ। ਇਨ੍ਹਾਂ ਤੋਂ ਬਿਨਾਂ ਪਰੰਪਰਾਗਤ ਤੌਰ ਤੇ ਵੀ ਪੰਜਾਬੀ ਦੁੱਧ, ਮੱਖਣ, ਲੱਸੀ ਅਤੇ ਘਿਉ ਆਦਿ ਦੇ ਪ੍ਰੇਮੀ ਹਨ। ਇਸ ਕਾਰਨ ਪੰਜਾਬ ਵਿੱਚ ਖਪਤ ਦੀ ਵਿਸ਼ਾਲ ਮੰਡੀ ਮੌਜੂਦ ਹੈ। ਇੱਥੇ 2000-01 ਅਨੁਸਾਰ 77 ਲੱਖ 74 ਹਜ਼ਾਰ ਮੀ. ਟਨ ਦੁੱਧ ਦਾ ਉਤਪਾਦਨ ਹੋਇਆ ਸੀ ਅਤੇ ਪ੍ਰਤੀ ਦਿਨ ਪ੍ਰਤੀ ਜੀਅ 870 ਗ੍ਰਾਮ ਦੁੱਧ ਦੀ ਉਪਲੱਬਧਤਾ (availability) ਸੀ। 2013-14 ਵਿੱਚ ਕੁੱਲ ਦੁੱਧ ਉਤਪਾਦਨ 100.14 ਲੱਖ ਮੀ. ਟਨ ਅਤੇ ਪ੍ਰਤੀ ਜੀਅ ਦੁੱਧ ਉਪਲੱਬਧਤਾ ਪ੍ਰਤੀ ਦਿਨ 971 ਗ੍ਰਾਮ ਸੀ। 2021-22 ਦੇ ਆਰਜ਼ੀ ਅੰਕੜਿਆਂ ਅਨੁਸਾਰ ਪੰਜਾਬ ਵਿੱਚ 2021-22 ਨੂੰ 140.77 ਲੱਖ ਮੀ. ਟਨ ਦੁੱਧ ਦਾ ਉਤਪਾਦਨ ਕੀਤਾ ਗਿਆ ਸੀ। ਦੁੱਧ ਦੀ ਪ੍ਰਤੀ ਵਿਅਕਤੀ ਉਪਲਬੱਧਤਾ 2021-22 ਵਿੱਚ 1281 ਗ੍ਰਾਮ ਸੀ।

5. **ਸਾਇੰਸ ਅਤੇ ਤਕਨੀਕੀ ਵਿਕਾਸ (Scientific and Technological Development)**— ਸਾਇੰਸ ਅਤੇ ਤਰਨੀਕੀ ਵਿਕਾਸ ਦੀ ਆਧੁਨਿਕ ਵਪਾਰਕ ਡੇਅਰੀ ਧੰਦੇ ਵਿੱਚ ਬਹੁਤ ਮਹੱਤਤਾ ਹੈ। ਇਨ੍ਹਾਂ ਦੀ ਮਦਦ ਨਾਲ ਜ਼ਿਆਦਾ ਦੁੱਧ ਦੇਣ ਵਾਲੀਆਂ ਦੋਗਲੀਆਂ ਗਊਆਂ ਦਾ ਵਿਕਾਸ ਕੀਤਾ ਗਿਆ ਹੈ। ਪੰਜਾਬ ਵਿੱਚ 8.58 ਲੱਖ ਦੋਗਲੀ ਨਸਲ ਦੀਆਂ ਦੁਧਾਰੂ ਗਊਆਂ ਹਨ ਜੋ ਕੁੱਲ ਦੁਧਾਰੂ ਗਊਆਂ ਦਾ 20.33% ਹਨ। ਰੈਫਰਿਜਰੇਸ਼ਨ, ਦੁੱਧ ਠੰਡਿਆਉਣ (Milk Chilling), ਸਵੈ-ਚਾਲਤ ਚੁਆਈ (automilking) ਅਤੇ ਦੁੱਧ ਅਤੇ ਦੁੱਧ ਪਦਾਰਥਾਂ ਦੀ ਵਿਗਿਆਨਕ ਤਿਆਰੀ, ਡੱਬਾ-ਬੰਦੀ ਆਦਿ ਨੇ ਡੇਅਰੀ ਧੰਦੇ ਵਿੱਚ ਸੁਧਾਰ ਅਤੇ ਵਪਾਰਕਤਾ ਲਿਆਉਣ ਵਿੱਚ ਮਹੱਤਵਪੂਰਣ ਭੂਮਿਕਾ ਨਿਭਾਈ ਹੈ। ਰਾਜ ਵਿੱਚ 122 ਠੰਡਿਆਉਣ ਦੇ ਕੇਂਦਰ ਅਤੇ 91 ਆਧੁਨਿਕ ਮਿਲਕ ਪਲਾਂਟ ਹਨ ਜੋ ਰਾਜ ਦੇ ਜ਼ਿਆਦਾਤਰ ਦੁੱਧ ਪਦਾਰਥ ਤਿਆਰ ਕਰਦੇ ਅਤੇ ਉਨ੍ਹਾਂ ਦਾ ਮੰਡੀਕਰਣ ਕਰਦੇ ਹਨ। ਉੱਪਰ ਦਿੱਤੇ ਅੰਕੜੇ 2021-22 ਅਨੁਸਾਰ ਹਨ।

6. **ਪਸ਼ੂ ਚਕਿੱਤਸਾ ਸਹੂਲਤਾਂ (Veterinary Facilities)**— ਡੇਅਰੀ ਧੰਦੇ ਦੇ ਅੱਛੇ ਵਿਕਾਸ ਲਈ ਪਸ਼ੂ ਚਕਿੱਤਸਾ ਸਹੂਲਤਾਂ ਦਾ ਮਿਲਣਾ ਵੀ ਮਹੱਤਵਪੂਰਣ ਹੈ। ਪਸ਼ੂਆਂ ਦੀ ਸਿਹਤ ਬਾਰੇ ਅਤੇ ਉਨ੍ਹਾਂ ਦੀਆਂ ਵਿਭਿੰਨ ਬੀਮਾਰੀਆਂ ਦੀ ਰੋਕਥਾਮ ਦੀਆਂ ਸਹੂਲਤਾਂ ਪ੍ਰਦਾਨ ਕਰਨਾ ਬਹੁਤ ਜ਼ਰੂਰੀ ਹੈ। ਸਿਹਤਮੰਦ ਗਊਆਂ ਅਤੇ ਮੱਝਾਂ ਜ਼ਿਆਦਾ ਅਤੇ ਵਧੀਆ ਦੁੱਧ ਦੇ ਸਕਣਗੀਆਂ। ਪੰਜਾਬ ਵਿੱਚ ਪਸ਼ੂ ਚਕਿੱਤਸਾ ਦਾ ਕਾਫ਼ੀ ਵਿਕਾਸ ਕੀਤਾ ਗਿਆ ਹੈ। 2021-22 ਅਨੁਸਾਰ ਰਾਜ ਵਿੱਚ 1367 ਪਸ਼ੂ ਹਸਪਤਾਲ, 1489 ਪੱਕੀਆਂ ਬਾਹਰਵਰਤੀ ਡਿਸਪੈਂਸਰੀਆਂ, 1504 ਪਸ਼ੂਆਂ ਦੇ ਡਾਕਟਰ ਅਤੇ 2413 ਫਾਰਮਾਸਿਸਟਸ ਸਨ। 1970-71 ਵਿੱਚ ਇਨ੍ਹਾਂ ਦੀ ਕ੍ਰਮਵਾਰ ਗਿਣਤੀ 231 ਹਸਪਤਾਲ 399 ਡਿਸਪੈਂਸਰੀਆਂ 281 ਡਾਕਟਰ ਅਤੇ 630 ਫਾਰਮਾਸਿਸਟਸ ਸਨ। 1990-91 ਵਿੱਚ ਇਨ੍ਹਾਂ ਦੀ ਕ੍ਰਮਵਾਰ ਗਿਣਤੀ ਵਧ ਕੇ 891, 1008, 856 ਅਤੇ 2324 ਹੋ ਗਈ ਸੀ। 2013-14 ਅਨੁਸਾਰ ਪੰਜਾਬ ਵਿੱਚ 1367 ਪਸ਼ੂ ਹਸਪਤਾਲ, 1485 ਬਾਹਰਵਰਤੀ ਡਿਸਪੈਂਸਰੀਆਂ, 814 ਪਸ਼ੂਆਂ ਦੇ ਡਾਕਟਰ ਤੇ 2384 ਫਾਰਮਾਸਿਸਟਸ ਸਨ।

ਲੁਧਿਆਣਾ ਵਿਖੇ ਖੇਤੀਬਾੜੀ ਯੂਨੀਵਰਸਿਟੀ ਕੰਪਲੈਕਸ ਵਿੱਚ ਹੀ ਪੰਜਾਬ ਦੀ ਪਹਿਲੀ ਪਸ਼ੂ ਚਕਿਤਸਾ ਯੂਨੀਵਰਸਿਟੀ (Veterinary University) (ਗੁਰੂ ਅੰਗਦ ਦੇਵ ਵੈਟਰੀਨਰੀ ਅਤੇ ਐਨੀਮਲ ਸਾਇੰਸਜ ਯੂਨੀਵਰਸਿਟੀ) ਸਥਾਪਤ ਕੀਤੀ ਗਈ ਹੈ।

7. **ਦੂਸਰੇ ਕਾਰਕ (Other Factors)—** ਉੱਪਰ ਦੱਸੇ ਕਾਰਕਾਂ ਤੋਂ ਬਿਨਾਂ ਕਾਫ਼ੀ ਪੂੰਜੀ ਦਾ ਮਿਲਣਾ, ਅਨੁਕੂਲ ਡੇਅਰੀ ਪਾਲਿਸੀ, ਸਿੱਖੇ ਹੋਏ ਮਜ਼ਦੂਰਾਂ ਦਾ ਮਿਲਣਾ, ਸੁਯੋਗ ਪ੍ਰਬੰਧ ਆਦਿ ਵੀ ਅੱਛੇ ਦਰਜੇ ਜਾਂ ਵਪਾਰਕ ਡੇਅਰੀ ਧੰਦੇ ਦੇ ਵਿਕਾਸ ਵਿੱਚ ਮਹੱਤਵਪੂਰਣ ਰੋਲ ਅਦਾ ਕਰਦੇ ਹਨ।

ਪੰਜਾਬ ਵਿੱਚ ਡੇਅਰੀ ਪਸ਼ੂਆਂ ਦੀ ਵੰਡ (DISTRIBUTION OF DAIRY CATTLE IN PUNJAB)

2019 ਦੀ ਪਸ਼ੂ ਗਣਨਾ ਅਨੁਸਾਰ ਪੰਜਾਬ ਵਿੱਚ 25.31 ਲੱਖ ਗਊਆਂ ਸਨ ਜਿਨ੍ਹਾਂ ਵਿੱਚੋਂ ਲਗਭਗ 11.63 ਲੱਖ ਦੁਧਾਰੂ ਗਊਆਂ ਸਨ। ਇਨ੍ਹਾਂ ਲਗਭਗ 11.63 ਲੱਖ ਦੁਧਾਰੂ ਗਊਆਂ ਵਿੱਚੋਂ 10.32 ਲੱਖ ਦੋਗਲੀ ਕਿਸਮ ਦੀਆਂ ਅਤੇ ਬਾਕੀ ਦੀਆਂ 1.2 ਲੱਖ ਦੇਸੀ ਦੁਧਾਰੂ ਗਊਆਂ ਸਨ। ਇਸੇ ਸਾਲ ਰਾਜ ਵਿੱਚ 40.16 ਲੱਖ ਮੱਝਾਂ ਸਨ ਜਿਨ੍ਹਾਂ ਵਿੱਚੋਂ 15.26 ਲੱਖ ਦੁਧਾਰੂ (in milk) ਸਨ। 2012 ਦੀ ਪਸ਼ੂ ਗਣਨਾ ਅਨੁਸਾਰ ਪੰਜਾਬ ਵਿੱਚ ਕੁੱਲ 24 ਲੱਖ 28 ਹਜ਼ਾਰ ਗਊਆਂ ਸਨ। ਇਨ੍ਹਾਂ ਵਿੱਚੋਂ 9.19 ਲੱਖ ਦੁਧਾਰੂ ਗਊਆਂ (cows in milk) ਸਨ। ਇਨ੍ਹਾਂ 9.19 ਲੱਖ ਦੁਧਾਰੂ ਗਊਆਂ ਵਿੱਚੋਂ 8.59 ਲੱਖ ਦੋਗਲੀ ਕਿਸਮ (Cross Breeds) ਦੀਆਂ ਗਊਆਂ ਅਤੇ 60.42 ਹਜ਼ਾਰ ਦੇਸੀ ਦੁਧਾਰੂ ਗਊਆਂ ਸਨ। 2019 ਵਿੱਚ ਰਾਜ ਵਿੱਚ 51.60 ਲੱਖ ਮੱਝਾਂ ਸਨ ਜਿਨ੍ਹਾਂ ਵਿੱਚੋਂ 19.60 ਲੱਖ (37.98%) ਮੱਝਾਂ ਦੁਧਾਰੂ ਸਨ। 2012 ਅਨੁਸਾਰ ਹੀ ਰਾਜ ਵਿੱਚ ਦੋਗਲੀਆਂ ਦੁਧਾਰੂ ਗਊਆਂ (Cross Breed milch cattle) ਦੀ ਸਭ ਤੋਂ ਵੱਧ ਗਿਣਤੀ ਲੁਧਿਆਣਾ ਜ਼ਿਲ੍ਹੇ ਵਿੱਚ 1.04 ਲੱਖ ਸੀ। ਦੂਜੇ ਨੰਬਰ ਤੇ ਅੰਮ੍ਰਿਤਸਰ ਜ਼ਿਲ੍ਹਾ 88,740 ਸੀ। ਤੀਜੇ ਨੰਬਰ ਤੇ ਗੁਰਦਾਸਪੁਰ ਦਾ ਜ਼ਿਲ੍ਹਾ (82,090) ਅਤੇ ਚੌਥੇ ਨੰਬਰ ਤੇ ਜਲੰਧਰ ਦਾ ਜ਼ਿਲ੍ਹਾ (75,270) ਸੀ। ਜਲੰਧਰ, ਹੁਸ਼ਿਆਰਪੁਰ, ਅੰਮ੍ਰਿਤਸਰ, ਗੁਰਦਾਸਪੁਰ, ਪਠਾਨਕੋਟ, ਤਰਨਤਾਰਨ ਅਤੇ ਸੰਗਰੂਰ, ਫਾਜ਼ਿਲਕਾ ਜ਼ਿਲ੍ਹਿਆਂ ਵਿੱਚ ਹੀ ਸਭ ਤੋਂ ਜ਼ਿਆਦਾ ਦੇਸੀ ਦੁਧਾਰੂ ਗਊਆਂ ਸਨ। ਇਨ੍ਹਾਂ ਦੀ ਗਿਣਤੀ 1 ਲੱਖ 31 ਹਜ਼ਾਰ ਸੀ। ਸੰਗਰੂਰ (10.10 ਹਜ਼ਾਰ), ਫਾਜ਼ਿਲਕਾ (23.48 ਹਜ਼ਾਰ), ਗੁਰਦਾਸਪੁਰ, ਪਟਿਆਲਾ, ਮਾਨਸਾ ਅਤੇ ਬਠਿੰਡਾ ਜ਼ਿਲ੍ਹੇ ਦੇਸੀ ਦੁਧਾਰੂ ਗਊਆਂ ਲਈ ਕਾਫ਼ੀ ਮਹੱਤਵਪੂਰਣ ਸਨ (ਸਾਰਣੀ ਨੰ. 42)।

ਸਾਰਣੀ ਨੰ. 42

ਪੰਜਾਬ ਵਿੱਚ ਜ਼ਿਲ੍ਹੇਵਾਰ ਦੁਧਾਰੂ ਗਊਆਂ ਅਤੇ ਮੱਝਾਂ ਦੀ ਗਿਣਤੀ (ਹਜ਼ਾਰਾਂ ਵਿੱਚ)

ਕ੍ਰਮ ਨੰ.	ਜ਼ਿਲ੍ਹਾ	ਦੇਸੀ ਗਊਆਂ		ਦੋਗਲੀਆਂ ਗਊਆਂ		ਮੱਝਾਂ	
		(2012)	(2019)	(2012)	(2019)	(2012)	(2019)
1.	ਗੁਰਦਾਸਪੁਰ	3.07	7.85	89.98	82.09	123.15	88.65
2.	ਪਠਾਨਕੋਟ	—	6.61	—	27.83	—	11.64
3.	ਅੰਮ੍ਰਿਤਸਰ	2.08	6.54	71.44	88.74	140.84	120.63
4.	ਤਰਨਤਾਰਨ	1.18	7.60	47.9	43.55	128.46	103.41
5.	ਕਪੂਰਥਲਾ	0.29	1.87	28.96	33.89	51.43	46.19
6.	ਜਲੰਧਰ	0.35	1.96	60.33	75.27	97.52	90.68
7.	ਐਸ.ਬੀ.ਐਸ.ਨਗਰ	0.28	0.55	6.57	33.13	45.39	43.99
8.	ਹੁਸ਼ਿਆਰਪੁਰ	2.56	9.36	58.98	62.74	94.92	72.14
9.	ਰੂਪਨਗਰ	0.19	1.28	24.74	33.15	62.32	58.03
10.	ਐਸ.ਏ.ਐਸ. ਨਗਰ	0.77	1.80	14.55	17.01	67.67	53.65
11.	ਲੁਧਿਆਣਾ	1.09	5.32	81.48	103.99	208.20	176.16
12.	ਫਿਰੋਜ਼ਪੁਰ	15.47	3.94	92.55	40.58	152.19	67.06

13.	ਫਾਜ਼ਿਲਕਾ	—	23.48	—	36.25	—	55.03
14.	ਫਰੀਦਕੋਟ	1.24	3.07	23.45	28.94	42.00	34.28
15.	ਸ੍ਰੀ ਮੁਕਤਸਰ ਸਾਹਿਬ	4.00	9.03	35.89	41.74	55.10	43.78
16.	ਮੋਗਾ	2.57	2.79	36.01	47.74	74.87	77.50
17.	ਬਠਿੰਡਾ	5.22	8.63	34.09	54.31	92.18	88.14
18.	ਮਾਨਸਾ	6.77	7.70	12.91	20.34	82.29	77.21
19.	ਸੰਗਰੂਰ	7.51	10.10	42.12	55.17	184.01	159.75
20.	ਬਰਨਾਲਾ	2.92	2.44	14.55	24.41	62.16	58.38
21.	ਪਟਿਆਲਾ	2.71	5.57	42.71	53.27	137.40	—
22.	ਫਤਹਿਗੜ੍ਹ ਸਾਹਿਬ	0.15	3.48	25.80	28.27	57.31	—
	ਪੰਜਾਬ ਕੁੱਲ	60.42	130.97	858.45	1032.39	1959.51	1526.30

ਸੋਮਾ— ਪੰਜਾਬ ਦਾ ਅੰਕੜਾ ਸਾਰ 2014 ਅਤੇ 2022 **ਨੋਟ—** ਪਠਾਨਕੋਟ ਅਤੇ ਫਾਜ਼ਿਲਕਾ ਜ਼ਿਲ੍ਹਿਆਂ ਦੇ ਅੰਕੜੇ ਕ੍ਰਮਵਾਰ ਗੁਰਦਾਸਪੁਰ ਅਤੇ ਫਿਰੋਜ਼ਪੁਰ ਜ਼ਿਲ੍ਹਿਆਂ ਵਿੱਚ ਸ਼ਾਮਲ ਹਨ।

ਰਾਜ ਵਿੱਚ ਦੁੱਧ ਦੇਣ ਵਾਲੀਆਂ ਮੱਝਾਂ ਦੀ ਸਭ ਤੋਂ ਵੱਧ ਗਿਣਤੀ ਲੁਧਿਆਣਾ ਜ਼ਿਲ੍ਹੇ ਵਿੱਚ ਸੀ। 2019 ਵਿੱਚ ਇਹ ਗਿਣਤੀ 1.76 ਲੱਖ ਸੀ। ਸੰਗਰੂਰ ਦੂਜੇ ਨੰਬਰ ਤੇ ਸੀ। ਅੰਮ੍ਰਿਤਸਰ ਤੀਜੇ ਨੰਬਰ ਤੇ ਸੀ। ਜਲੰਧਰ, ਗੁਰਦਾਸਪੁਰ, ਪਟਿਆਲਾ, ਤਰਨਤਾਰਨ, ਫਿਰੋਜ਼ਪੁਰ, ਮੋਗਾ, ਮਾਨਸਾ, ਬਠਿੰਡਾ ਅਤੇ ਹੁਸ਼ਿਆਰਪੁਰ ਦੇ ਹਰ ਜ਼ਿਲ੍ਹੇ ਵਿੱਚ ਲਗਭਗ 0.7 ਲੱਖ ਦੁੱਧ ਦੇਣ ਵਾਲੀਆਂ ਮੱਝਾਂ ਦੀ ਗਿਣਤੀ ਸੀ।

ਸਾਰਣੀ ਨੰ. 42 ਦੇ ਅਧਿਐਨ ਤੋਂ ਪਤਾ ਲੱਗਦਾ ਹੈ ਕਿ ਰਾਜ ਦੀਆਂ ਅੱਧੀਆਂ ਦੇ ਲਗਭਗ (43.42%) ਦੋਗਲੀਆਂ ਗਊਆਂ ਮਾਝਾ ਅਤੇ ਬਿਸਤ ਦੋਆਬ ਪ੍ਰਦੇਸ਼ਾਂ ਵਿੱਚ ਪਾਈਆਂ ਜਾਂਦੀਆਂ ਹਨ। ਇਨ੍ਹਾਂ ਪ੍ਰਦੇਸ਼ਾਂ ਦਾ ਕੁੱਲ ਖੇਤਰਫਲ ਰਾਜ ਦੇ ਕੁੱਲ ਖੇਤਰਫਲ ਦਾ 34.9% ਹੈ ਮਾਲਵਾ ਪ੍ਰਦੇਸ਼ ਵਿੱਚ ਰਾਜ ਦੀਆਂ 67.67% ਦੇਸੀ ਦੁਧਾਰੂ ਗਊਆਂ ਅਤੇ 62.17% ਦੁਧਾਰੂ ਮੱਝਾਂ ਪਾਈਆਂ ਜਾਂਦੀਆਂ ਹਨ। ਇਹ ਅੰਕੜੇ 2019 ਦੀ ਪਸ਼ੂ ਗਣਨਾ ਅਨੁਸਾਰ ਹਨ। ਰਾਜ ਵਿੱਚ ਡੇਅਰੀ ਧੰਦੇ ਦਾ ਸਭ ਤੋਂ ਵੱਧ ਵਿਕਾਸ ਮਾਝਾ ਖੇਤਰ ਵਿੱਚ ਅੰਮ੍ਰਿਤਸਰ, ਤਰਨਤਾਰਨ ਅਤੇ ਗੁਰਦਾਸਪੁਰ ਜ਼ਿਲ੍ਹਿਆਂ ਵਿੱਚ ਹੋਇਆ ਹੈ। ਇਸ ਪ੍ਰਦੇਸ਼ ਵਿੱਚ ਰਾਜ ਦੀਆਂ 23.46% ਦੋਗਲੀਆਂ ਅਤੇ 21.84% ਦੇਸੀ ਦੁਧਾਰੂ ਗਊਆਂ ਅਤੇ 21.25% ਦੁਧਾਰੂ ਮੱਝਾਂ ਸਨ। ਮਾਝਾ ਖੇਤਰ ਦਾ ਰਕਬਾ ਪੰਜਾਬ ਦੇ ਕੁੱਲ ਰਕਬੇ ਦਾ 17% ਦੇ ਲਗਭਗ ਹੈ। ਇੱਥੇ 7 ਦੁੱਧ ਅਤੇ ਦੁੱਧ ਤੋਂ ਭੋਜਨ ਤਿਆਰ ਕਰਨ ਦੇ ਦਰਮਿਆਨੇ ਅਤੇ ਵੱਡੇ ਕਾਰਖਾਨੇ ਅਤੇ 14 ਮਿਲਕ ਪਲਾਂਟ ਅਤੇ ਠੰਡ੍ਹਿਆਉਣ ਦੇ ਕੇਂਦਰ ਸਥਿਤ ਹਨ। ਇੱਥੇ 261 ਪਸ਼ੂ ਹਸਪਤਾਲ ਅਤੇ 303 ਸਥਾਈ ਬਾਹਰਵਰਤੀ ਡਿਸਪੈਂਸਰੀਆਂ ਸਨ। ਇਹ ਸਭ ਅੰਕੜੇ 2021-22 ਅਨੁਸਾਰ ਹਨ।

ਦੁੱਧ ਉਤਪਾਦਨ (MILK PRODUCTION)

1975-76 ਤੋਂ ਪੰਜਾਬ ਵਿੱਚ ਦੁੱਧ ਦਾ ਉਤਪਾਦਨ ਇਕਸਾਰ ਵਧਦਾ ਆ ਰਿਹਾ ਹੈ। 1980-81 ਤੋਂ 1994-95 ਤੱਕ ਦੇ 14 ਸਾਲਾਂ ਵਿੱਚ ਪੰਜਾਬ ਵਿੱਚ ਦੁੱਧ ਦਾ ਉਤਪਾਦਨ ਲਗਭਗ ਦੁੱਗਣਾ ਹੋ ਗਿਆ ਸੀ। ਇਸ ਹੀ ਸਮੇਂ ਦੌਰਾਨ ਪ੍ਰਤੀ ਦਿਨ ਪ੍ਰਤੀ ਵਿਅਕਤੀ ਦੁੱਧ ਦੀ ਉਪਲੱਬਧੀ ਰਾਜ ਵਿੱਚ ਲਗਭਗ 50% ਵਧੀ ਹੈ (ਸਾਰਣੀ ਨੰ. 39)। 1994-95 ਤੋਂ ਬਾਅਦ ਵਾਧਾ ਹੌਲੀ ਹੋਇਆ ਹੈ। 1997-98 ਵਿੱਚ ਦੁੱਧ ਦਾ ਉਤਪਾਦਨ 71.65 ਲੱਖ ਮੀ. ਟਨ ਸੀ ਜੋ 2000-01 ਵਿੱਚ ਵਧ ਕੇ 77.74 ਲੱਖ ਮੀ. ਟਨ ਹੋ ਗਿਆ ਸੀ। ਪ੍ਰਤੀ ਜੀਅ ਪ੍ਰਤੀ ਦਿਨ ਦੁੱਧ ਦੀ ਉਪਲੱਬਧੀ 870 ਗ੍ਰਾਮ ਸੀ। 2010-11 ਵਿੱਚ ਦੁੱਧ ਉਤਪਾਦਨ ਵਧ ਕੇ 94.23 ਲੱਖ ਮੀ. ਟਨ ਅਤੇ 2018-19 ਵਿੱਚ ਹੋਰ ਵਧ ਕੇ 125.99 ਲੱਖ ਮੀ. ਟਨ ਹੋ ਗਿਆ। ਇਸ ਸਾਲ ਪ੍ਰਤੀ ਜੀਅ ਪ੍ਰਤੀ ਦਿਨ ਦੁੱਧ ਦੀ ਉਪਲੱਬਧੀ 1165 ਗ੍ਰਾਮ ਸੀ। 2021-22 ਦੇ ਅੰਕੜਿਆਂ ਅਨੁਸਾਰ ਪੰਜਾਬ ਵਿੱਚ ਦੁੱਧ ਦਾ ਕੁੱਲ ਉਤਪਾਦਨ 140.77 ਲੱਖ ਮੀ. ਟਨ ਸੀ। ਇਸ ਸਾਲ ਦੁੱਧ ਦੀ ਪ੍ਰਤੀ ਦਿਨ ਪ੍ਰਤੀ ਜੀਅ ਉਪਲੱਬਧਤਾ 1281 ਗ੍ਰਾਮ ਸੀ।

ਸਾਰਣੀ ਨੰ. 43

ਪੰਜਾਬ ਵਿੱਚ ਦੁੱਧ ਦਾ ਉਤਪਾਦਨ ਅਤੇ ਪ੍ਰਤੀ ਵਿਅਕਤੀ ਦੁੱਧ ਦੀ ਉਪਲੱਬਧੀ

ਸਾਲ	ਦੁੱਧ ਦਾ ਉਤਪਾਦਨ (ਹਜ਼ਾਰ ਟਨ)	ਪ੍ਰਤੀ ਦਿਨ ਪ੍ਰਤੀ ਵਿਅਕਤੀ ਦੁੱਧ ਦੀ ਉਪਲੱਬਧੀ (ਗ੍ਰਾਮ)
1975-76	2400	444
1980-81	3221	541
1990-91	5142	682
1994-95	6215	788
2000-01	7774	870
2004-05	8554	901
2010-11	9423	931
2015-16	10774.2	992
2018-19	12598.82	1165
2019-20	13347.56	1221
2020-21	13393.99	1219
2021-22	14076.76	1281

ਸੋਮਾ— ਪੰਜਾਬ ਦਾ ਅੰਕੜਾ ਸਾਰ—1995, 2014 ਅਤੇ 2022

ਪੰਜਾਬ ਵਿੱਚ ਇਹ ਵਧਿਆ ਦੁੱਧ ਦਾ ਉਤਪਾਦਨ ਇਸ ਸਮੇਂ ਦੌਰਾਨ ਰਾਜ ਵਿੱਚ ਦੁਧਾਰੂ ਗਊਆਂ ਅਤੇ ਮੱਝਾਂ ਦੀ ਵਧ ਰਹੀ ਗਿਣਤੀ ਦੇ ਅਨੁਰੂਪ ਰਿਹਾ ਹੈ। ਪੰਜਾਬ ਦੇਸ਼ ਦਾ ਲਗਭਗ 10% ਦੁੱਧ ਪੈਦਾ ਕਰਦਾ ਹੈ।

ਖੇਤੀਬਾੜੀ ਦੀਆਂ ਸਮੱਸਿਆਵਾਂ (PROBLEMS OF AGRICULTURE)

ਪੰਜਾਬ ਦੀ ਖੇਤੀਬਾੜੀ ਦੇ ਵਿਕਾਸ ਦੀ ਸਫਲਤਾ ਦੀ ਇੱਕ ਅਜਿਹੀ ਕਹਾਣੀ ਹੈ ਜਿਸ ਵਰਗੀਆਂ ਮਿਸਾਲਾਂ ਦੁਨੀਆਂ ਵਿੱਚ ਬਹੁਤ ਘੱਟ ਮਿਲਦੀਆਂ ਹਨ। ਕਈ ਕਾਰਕਾਂ, ਮਨੁੱਖੀ ਅਤੇ ਸਭਿਆਚਾਰਕ ਨੇ ਇਸ ਸਫਲਤਾ ਨੂੰ ਸਿਰੇ ਚਾੜ੍ਹਿਆ ਹੈ। ਪੰਜਾਬ ਵਿੱਚ ਚਾਰੇ ਪਾਸੇ ਖੁਸ਼ਹਾਲੀ ਨਜ਼ਰ ਆਉਂਦੀ ਹੈ ਕਿਉਂਕਿ ਪੰਜਾਬ ਇਕ ਖੇਤੀ ਪ੍ਰਧਾਨ ਰਾਜ ਹੈ। ਪੰਜਾਬ ਵਿੱਚ ਪ੍ਰਤੀ ਜੀਅ ਆਮਦਨ ਵੀ ਲਗਭਗ ਦੇਸ਼ ਵਿੱਚ ਸਭ ਤੋਂ ਜ਼ਿਆਦਾ ਹੈ। ਪੰਜਾਬੀ ਕਿਸਾਨ ਅਮੀਰ, ਖੁਸ਼ਹਾਲ ਅਤੇ ਮਾਲਾਮਾਲ ਜਾਪਦਾ ਹੈ। ਪ੍ਰੰਤੂ ਸਭ ਕੁੱਝ ਚਮਕਦਾਰ ਅਤੇ ਮਾਲਾਮਾਲ ਨਹੀਂ ਹੈ। ਸਫਲਤਾ ਦੀ ਇਸ ਕਹਾਣੀ ਵਿੱਚ ਕਈ ਦੋਸ਼ ਜਾਂ ਤਰੁੱਟੀਆਂ ਵੀ ਹਨ। ਪੰਜਾਬ ਦੀ ਖੇਤੀਬਾੜੀ ਅਤੇ ਕਿਸਾਨ ਕਈ ਸਮੱਸਿਆਵਾਂ ਦਾ ਸਾਹਮਣਾ ਕਰ ਰਹੇ ਹਨ। ਪੰਜਾਬ ਦੇ ਕਿਸਾਨ ਨੂੰ ਕਈ ਮੁਸ਼ਕਲਾਂ ਪੇਸ਼ ਆ ਰਹੀਆਂ ਹਨ ਜੋ ਕਿ ਕੁਦਰਤੀ, ਸੰਸਥਾਤਮਕ (institutional), ਸੰਗਠਨਾਤਮਕ (organizational), ਸਰਕਾਰੀ ਪੱਧਰ ਤੇ ਅਤੇ ਲਾਲਚ ਅਤੇ ਕੁਵਰਤੋਂ ਦੇ ਕਾਰਨਾਂ ਫਲਸਰੂਪ ਪੈਦਾ ਹੋਈਆਂ ਹਨ। ਇਸ ਤਰ੍ਹਾਂ ਜਨਮੀਆਂ ਅਨੇਕਾਂ ਸਮੱਸਿਆਵਾਂ ਵਿੱਚੋਂ ਕੁੱਝ ਮਹੱਤਵਪੂਰਣ ਬਾਰੇ ਅਗਲੀਆਂ ਸਤਰਾਂ ਵਿੱਚ ਦੱਸਿਆ ਗਿਆ ਹੈ—

1. ਕਣਕ-ਚਾਵਲ ਫਸਲ ਚੱਕਰ ਦੀ ਪ੍ਰਧਾਨਤਾ (Predominance of Wheat-Rice Rotation)— ਪੰਜਾਬ ਵਿੱਚ ਪਿਛਲੇ ਲਗਭਗ ਚਾਰ ਦਹਾਕਿਆਂ ਦੌਰਾਨ ਕਣਕ-ਚਾਵਲ ਫਸਲ ਚੱਕਰ ਖੇਤੀਬਾੜੀ ਵਿੱਚ ਸਭ ਤੋਂ ਵੱਧ ਮਹੱਤਵਪੂਰਣ ਬਣ ਗਿਆ ਹੈ। ਇਕੋ ਪ੍ਰਕਾਰ ਦੀ ਖੇਤੀ (monoculture) ਕਾਰਨ ਜ਼ਮੀਨ ਇਨ੍ਹਾਂ ਦੇ ਫਸਲਾਂ ਰਾਹੀਂ ਲੋੜੀਂਦੇ ਤੱਤਾਂ ਵਿੱਚ ਕਮਜ਼ੋਰ ਪੈ ਗਈ ਹੈ। ਇਨ੍ਹਾਂ ਫਸਲਾਂ ਅਤੇ ਵਿਸ਼ੇਸ਼ ਕਰਕੇ ਝੋਨੇ ਲਈ ਜ਼ਿਆਦਾ ਸਿੰਜਾਈ ਕਾਰਨ ਭੂਮੀ-ਗਤ ਪਾਣੀ ਦੀ ਜ਼ਿਆਦਾ ਵਰਤੋਂ ਹੋਣ ਲੱਗ ਪਈ

ਅਤੇ ਭੂਮੀ ਗਤ ਜਲ ਸਤਰ (water level) ਕਾਫੀ ਨੀਵਾਂ ਚਲਾ ਗਿਆ ਹੈ। ਮਿੱਟੀਆਂ ਖੋਖਲੀਆਂ (exhausted) ਬਣਦੀਆਂ ਜਾ ਰਹੀਆਂ ਹਨ। ਇਨ੍ਹਾਂ ਫਸਲਾਂ ਦਾ ਉਤਪਾਦਨ ਘਟਣ ਲੱਗ ਪਿਆ ਹੈ। ਕਣਕ ਅਤੇ ਚਾਵਲਾਂ ਦੀ ਜੋੜੀ ਨੂੰ ਤੋੜਨ ਦੀ ਲੋੜ ਹੈ ਤਾਂ ਹੀ ਮਿੱਟੀ ਦਾ ਉਪਜਾਊਪਨ ਅਤੇ ਭੂਮੀਗਤ ਜਲ ਸਤਰ ਨੂੰ ਨੀਵਿਆਂ ਜਾਣ ਤੋਂ ਰੋਕਿਆ ਜਾ ਸਕਦਾ ਹੈ। ਖੇਤੀਬਾੜੀ ਵਿੱਚ ਵੰਨ-ਸੁਵੰਨਤਾ ਲਿਆਉਣ ਦੀ ਲੋੜ ਹੈ। ਕਣਕ ਅਤੇ ਚਾਵਲਾਂ ਹੇਠਲੇ ਕੁੱਲ ਰਕਬੇ ਨੂੰ ਦੂਜੀਆਂ ਜ਼ਿਆਦਾ ਮੁਨਾਫਾ ਦੇਣ ਵਾਲੀਆਂ ਵਪਾਰਕ ਫਸਲ ਹੇਠ ਤਬਦੀਲ ਕਰਨ ਦੀ ਲੋੜ ਹੈ।

2. ਖਾਦਾਂ ਅਤੇ ਕੀੜੇਮਾਰ ਦਵਾਈਆਂ ਦਾ ਜ਼ਿਆਦਾ ਵਰਤੋਂ (Over use of Fertilizers and Insecticides and Pesticides)— ਕਿਸਾਨ ਜ਼ਿਆਦਾ ਉਤਪਾਦਨ ਲੈਣ ਦੇ ਲਾਲਚ ਵਿੱਚ ਲੋੜ ਤੋਂ ਜ਼ਿਆਦਾ ਖਾਦਾਂ ਅਤੇ ਕੀੜੇਮਾਰ ਦਵਾਈਆਂ ਦੀ ਵਰਤੋਂ ਕਰਨ ਲੱਗ ਪਿਆ ਹੈ। ਇਸ ਕਾਰਨ ਮਿੱਟੀ ਜ਼ਹਿਰੀਲੀ ਬਣ ਗਈ ਹੈ ਅਤੇ ਖੇਤੀਬਾੜੀ ਉਤਪਾਦ ਵੀ ਪਰਦੂਸ਼ਤ (polluted) ਹੋ ਗਿਆ ਅਤੇ ਮਨੁੱਖੀ ਵਰਤੋਂ ਦੇ ਘੱਟ ਯੋਗ ਬਣ ਗਿਆ ਹੈ। ਅਜਿਹੇ ਪਦਾਰਥਾਂ ਦੀ ਵਰਤੋਂ ਨਾਲ ਕੈਂਸਰ ਅਤੇ ਹੋਰ ਕਈ ਰੋਗ ਹੋ ਸਕਦੇ ਹਨ।

3. ਜ਼ਮੀਨ ਦੀ ਸਿਹਤ ਵਿੱਚ ਗਿਰਾਵਟ (Degradation of the Soils)— ਖੇਤੀਬਾੜੀ ਉਤਪਾਦਨ ਆਪਣੀ ਚਰਮ ਸੀਮਾ ਤੇ ਪਹੁੰਚ ਗਿਆ ਹੈ। ਜ਼ਿਆਦਾ ਝਾੜ ਲੈਣ ਦੀ ਪਰਸਥਿਤੀ ਕਾਰਨ ਮਿੱਟੀ ਦੀ ਸਿਹਤ ਉੱਤੇ ਮਾੜਾ ਅਸਰ ਪੈ ਰਿਹਾ ਹੈ। ਭੂਮੀ ਦੇ ਖੁਰਾਕੀ ਤੱਤਾਂ, ਵਿਸ਼ੇਸ਼ ਕਰਕੇ ਜੈਵਿਕ ਮਾਦਾ ਵਿੱਚ ਕਮੀ ਆ ਰਹੀ ਹੈ। ਇਸ ਕਾਰਨ ਝਾੜ ਵਧਾਉਣਾ ਔਖਾ ਅਤੇ ਮਹਿੰਗਾ ਪੈਂਦਾ ਹੈ। ਜੈਵਿਕ ਮਾਦਾ ਅੰਸ਼ 0.5 ਪ੍ਰਤੀਸ਼ਤ ਤੋਂ ਘਟ ਕੇ 0.2% ਰਹਿ ਗਿਆ ਹੈ। ਜ਼ਮੀਨ ਦੀ ਸਿਹਤ ਵਿੱਚ ਸੁਧਾਰ ਲਿਆਉਣ ਲਈ ਰੂੜੀ ਖਾਦ (manure), ਹਰੀ ਖਾਦ ਅਤੇ ਫਸਲਾਂ ਦੀ ਰਹਿੰਦ-ਖੂੰਹਦ ਦੇ ਰੂਪ ਵਿੱਚ ਜੈਵਿਕ ਖਾਦਾਂ ਪਾਉਣਾ ਜ਼ਰੂਰੀ ਹੈ।

4. ਠੀਕ ਮੰਡੀਕਰਣ ਦੀ ਘਾਟ (Lack of proper Marketing)— ਆਮ ਕਰਕੇ ਉਤਪਾਦ ਜਲਦੀ ਚੁੱਕਿਆ ਨਹੀਂ ਜਾਂਦਾ ਹੈ। 1995-96 ਦੀ ਪਿੜਾਈ ਦੇ ਦੌਰਾਨ ਕਈ ਖੰਡ ਮਿੱਲ੍ਹਾਂ ਵਲੋਂ ਕਿਸਾਨਾਂ ਦਾ ਲਿਆਂਦਾ ਗੰਨਾ ਚੁੱਕਿਆ ਨਹੀਂ ਗਿਆ ਸੀ। ਕਿਸਾਨ ਬਹੁਤ ਖੱਜਲ-ਖੁਆਰ ਹੋਏ ਸਨ। ਉਨ੍ਹਾਂ ਨੂੰ ਆਪਣੀ ਜਿਣਸ ਦੀ ਕੀਮਤ ਵੀ ਸਮੇਂ ਸਿਰ ਨਹੀਂ ਮਿਲਦੀ। ਇਹ ਸਭ ਦੋਸ਼ਪੂਰਣ ਮੰਡੀਕਰਣ ਦੇ ਨਤੀਜੇ ਹਨ। ਅਨਾਜ ਮੰਡੀਆਂ ਵਿੱਚ ਕਿਸਾਨਾਂ ਦੇ ਉਤਪਾਦਾਂ ਦੀ ਮੀਂਹ-ਹਨ੍ਹੇਰੀ ਆਦਿ ਤੋਂ ਬਚਾਉ ਦਾ ਕੋਈ ਖਾਸ ਪ੍ਰਬੰਧ ਨਹੀਂ ਹੈ। ਮੰਡੀਆਂ ਵਿੱਚ ਬਹੁਤ ਭੀੜ-ਭੜੱਕਾ ਹੁੰਦਾ ਹੈ। ਆੜ੍ਹਤੀਏ ਅਤੇ ਵਪਾਰੀ ਕਿਸਾਨਾਂ ਦੀ ਲੁੱਟ-ਖਸੁੱਟ ਕਰਦੇ ਹਨ। ਕਿਸਾਨਾਂ ਨੂੰ ਕੀਤੀਆਂ ਅਦਾਇਗੀਆਂ ਵਿੱਚ ਕਈ ਪ੍ਰਕਾਰ ਦੇ ਖਰਚੇ ਪਾ ਦਿੱਤੇ ਜਾਂਦੇ ਹਨ। ਅਦਾਇਗੀਆਂ ਵਿੱਚ ਦੇਰੀ ਕਰ ਦਿੱਤੀ ਜਾਂਦੀ ਹੈ।

ਖੇਤੀ ਵੰਨ-ਸੁਵੰਨਤਾ ਦੇ ਕੀਤੇ ਉਪਰਾਲਿਆਂ ਦੇ ਫੇਲ ਹੋਣ ਦਾ ਇੱਕ ਮਹੱਤਵਪੂਰਨ ਕਾਰਨ ਦੋਸ਼ਪੂਰਣ ਮੰਡੀਕਰਣ ਹੈ। ਕਿਸਾਨਾਂ ਨੇ ਨਵੀਆਂ ਫਸਲਾਂ ਅਤੇ ਨਵੇਂ ਕਿੱਤੇ ਅਪਣਾਏ ਪ੍ਰੰਤੂ ਉਤਪਾਦਾਂ ਦੇ ਖਰੀਦਦਾਰ ਨਹੀਂ ਹਨ, ਭਾਅ ਘੱਟ ਹਨ ਅਤੇ ਲੋੜੀਂਦੀ ਸਿਖਲਾਈ ਜਾਂ ਬਾਅਦ ਦੀ ਸੰਭਾਲ (follow-up action) ਦੀ ਅਣਹੋਂਦ ਹੈ।

5. ਨਾਕਾਫੀ ਭੰਡਾਰਣ ਸਹੂਲਤਾਂ (Inadequate Storage Facilities)— ਪੰਜਾਬ ਵਿੱਚ ਅਨਾਜ ਦੇ ਮਾਮਲੇ ਵਿੱਚ ਬਹੁਤਾਤ ਦੀ ਸਮੱਸਿਆ ਹੈ। ਮੰਡੀਆਂ ਵਿੱਚ ਇੰਨਾ ਜ਼ਿਆਦਾ ਅਨਾਜ (ਫਸਲ ਦੀ ਕਟਾਈ ਤੋਂ ਬਾਅਦ) ਆ ਜਾਂਦਾ ਹੈ ਕਿ ਸਭ ਸਰਕਾਰੀ ਅਤੇ ਗੈਰ-ਸਰਕਾਰੀ ਮੌਜੂਦਾ ਭੰਡਾਰਣ ਸਹੂਲਤਾਂ (ਜਾਂ ਸਮਰੱਥਾ) ਘੱਟ ਹੋ ਜਾਂਦੀਆਂ ਹੈ। 2013-4 ਦੇ ਸਾਲ ਦੌਰਾਨ ਮੰਡੀਆਂ ਵਿੱਚ ਕੁੱਲ ਆਮਦ 299.64 ਲੱਖ ਮੀ. ਟਨ ਦੀ ਸੀ। ਇਸ ਵਿੱਚ 242.89 ਲੱਖ ਟਨ ਕੇਵਲ ਕਣਕ ਅਤੇ ਝੋਨੇ ਦੀ ਆਮਦ ਸੀ। ਪ੍ਰੰਤੂ ਰਾਜ ਵਿੱਚ ਭੰਡਾਰਣ ਦੀ ਕੁੱਲ ਸਮਰੱਥਾ 245.84 ਟਨ ਦੀ ਸੀ। ਇਸ ਵਿੱਚੋਂ 127.69 ਲੱਖ ਮੀ. ਟਨ ਢਕੀ (covered) ਹੋਈ ਅਤੇ 118.15 ਲੱਖ ਖੁੱਲ੍ਹੀ (open) ਸਮਰੱਥਾ ਸੀ। ਖੁੱਲ੍ਹੀ ਭੰਡਾਰਣ ਹਰ ਕਿਸਮ ਦੀ ਖਰਾਬੀ ਲਈ ਖੁੱਲ੍ਹੀ ਹੁੰਦੀ ਹੈ। ਇਸ ਦਾ ਵਰਖਾ ਅਤੇ ਤਾਪਮਾਨ ਦੇ ਪ੍ਰਭਾਵ ਕਾਰਨ ਕਾਫੀ ਨੁਕਸਾਨ ਹੁੰਦਾ ਹੈ। ਇਹ ਹਰ ਕਿਸਮ ਦੇ ਚੋਰੀ (pilferage) ਲਈ ਤਿਆਰ ਹੈ। ਮੰਡੀਆਂ ਵਿੱਚ ਅਨਾਜ ਤੇ ਦੂਜੀਆਂ ਵਸਤਾਂ ਬਿਨਾਂ ਛੱਤ ਤੋਂ ਅਸੁਰੱਖਿਅਤ ਪਈਆਂ ਰਹਿੰਦੀਆਂ ਹਨ। ਵਰਖਾ ਅਤੇ ਗਰਮੀ ਕਾਰਨ ਇਹ ਖਰਾਬ ਹੋ ਜਾਂਦੀਆਂ ਹਨ। ਅਨਾਜ ਗਰ ਜਾਂਦਾ ਹੈ। ਚੂਹੇ ਅਤੇ ਦੂਜੇ ਜਾਨਵਰ ਅਤੇ ਕੀੜੇ ਅਨਾਜ ਦਾ ਭਾਰੀ

ਨੁਕਸਾਨ ਕਰਦੇ ਹਨ। ਖੁੱਲ੍ਹੇ ਪਏ ਮਾਲ ਦੀ ਚੋਰੀ (pilferage) ਵੀ ਹੁੰਦੀ ਹੈ। ਇਨ੍ਹਾਂ ਸਭ ਕਾਰਨ ਬਹੁਤ ਮਾਤਰਾ ਵਿੱਚ ਅਨਾਜ ਆਦਿ ਮਨੁੱਖ ਦੇ ਖਾਣ ਦੇ ਯੋਗ ਨਹੀਂ ਰਹਿੰਦਾ ਹੈ।

ਛੱਤ ਵਾਲੀ ਭੰਡਾਰਣ ਦੀ ਸਮਰੱਥਾ ਨੂੰ ਵਧਾਉਣ ਦੀ ਬਹੁਤ ਲੋੜ ਹੈ। ਇਸ ਲਈ ਪੰਜਾਬ ਦੇ ਵਿਭਿੰਨ ਖੇਤਰਾਂ ਵਿੱਚ ਵੱਡੀ ਸਮਰੱਥਾ ਵਾਲੇ ਸਿਲੋਜ (SILOS) ਬਣਾਏ ਜਾਣ। ਪੰਜਾਬ ਦੀ ਜ਼ਿਆਦਾਤਰ ਕਣਕ-ਚਾਵਲ ਵਰਤੋਂ ਲਈ ਦੂਜੇ ਰਾਜਾਂ ਨੂੰ ਭੇਜੀ ਜਾਂਦੇ ਹਨ। ਇਸ ਲਈ ਅਜਿਹੀ ਕਣਕ-ਚਾਵਲ ਲਈ ਵਰਤੋਂ ਵਾਲੇ ਰਾਜਾਂ ਵਿੱਚ ਭੰਡਾਰਣ ਲਈ ਸਟੋਰ ਅਤੇ ਸਿਲੋ ਬਣਾਏ ਜਾਣ ਤਾਂ ਜੋ ਭੰਡਾਰਣ ਲਈ ਕਣਕ-ਚਾਵਲ ਮੰਡੀਆਂ ਤੋਂ ਸਿੱਧੇ ਉੱਥੇ ਭੇਜੇ ਜਾ ਸਕਣ। ਇਸ ਨਾਲ ਆਵਾਜਾਈ ਦਾ ਖਰਚਾ ਵੀ ਬਚੇਗਾ ਅਤੇ ਭੰਡਾਰਣ ਠੀਕ ਸਥਾਨਾਂ (ਲੋੜ ਵਾਲੇ) ਤੇ ਹੋ ਸਕੇਗੀ।

6. **ਅਨਿਯਮਤ ਸ਼ਕਤੀ ਪੂਰਤੀ (Erratic Power Supply)—** ਬਿਜਲੀ ਜਾਂ ਡੀਜ਼ਲ ਆਦਿ ਦੀ ਅਨਿਯਮਤ ਸਪਲਾਈ ਕਾਰਨ ਟਿਊਬਵੈਲ ਬਿਨਾਂ ਕੰਮ ਤੋਂ ਵਿਹਲੇ ਰਹਿੰਦੇ ਹਨ। ਦੂਜੇ ਪਾਸੇ ਫਸਲਾਂ ਪਾਣੀ ਦੀ ਅਣਹੋਂਦ ਜਾਂ ਘਾਟ ਕਾਰਨ ਮੁਰਝਾ ਜਾਂਦੀਆਂ ਹਨ। ਗਰਮੀਆਂ ਨੂੰ ਅਜਿਹਾ ਅਕਸਰ ਹੁੰਦਾ ਹੈ। ਨਤੀਜੇ ਦੇ ਤੌਰ ਤੇ ਉਤਪਾਦਨ ਘਟ ਜਾਂਦਾ ਹੈ। ਕਣਕ ਦੀ ਗਹਾਈ ਸਮੇਂ ਵੀ ਕਈ ਵਾਰ ਡੀਜ਼ਲ ਨਹੀਂ ਮਿਲਦਾ ਹੈ। 2002 ਸਾਲ ਦੌਰਾਨ ਵਰਖਾ ਵੀ ਬਹੁਤ ਘੱਟ ਪਈ ਅਤੇ ਬਿਜਲੀ ਦੀ ਸਪਲਾਈ ਵੀ ਘੱਟ ਪ੍ਰਾਪਤ ਹੋਈ ਹੈ।

7. **ਘਟ ਰਿਹਾ ਫਸਲ ਉਤਪਾਦਨ (Decreasing Crop Production)—** ਵਧ ਰਹੀ ਖਪਤ ਅਤੇ ਕਣਕ, ਚਾਵਲ, ਖੰਡ (ਗੰਨਾ), ਤੇਲ ਬੀਜ ਅਤੇ ਕਪਾਹ ਦਾ ਘਟ ਰਿਹਾ ਉਤਪਾਦਨ ਅੱਜ ਦੇ ਪੰਜਾਬ ਦੀ ਖੇਤੀਬਾੜੀ ਦੀ ਕਹਾਣੀ ਦਾ ਸਾਰੰਸ਼ ਹੈ। ਜਦੋਂ ਕਿ ਰਾਜ ਵਿੱਚ ਖਾਦਾਂ ਅਤੇ ਤਸਦੀਕਸ਼ੁਦਾ ਬੀਜਾਂ ਦੀ ਖਪਤ ਵਧ ਰਹੀ ਹੈ ਪ੍ਰੰਤੂ ਫਸਲ ਉਤਪਾਦਨ ਘਟ ਗਿਆ ਹੈ। ਹੇਠ ਦਿੱਤੀ ਸਾਰਣੀ ਇਸ ਨੂੰ ਸਪੱਸ਼ਟ ਕਰਦੀ ਹੈ—

ਸਾਰਣੀ ਨੰ. 44

ਪੰਜਾਬ ਵਿੱਚ ਪ੍ਰਮੁੱਖ ਫਸਲਾਂ ਦਾ ਉਤਪਾਦਨ **ਲੱਖ ਮੀ. ਟਨ**

ਕ੍ਰਮ ਨੰ.	ਸਾਲ	ਕੁੱਲ ਅਨਾਜ	ਕਣਕ	ਚਾਵਲ	ਮੱਕੀ	ਕਪਾਹ	ਗੰਨਾ	ਤੇਲ ਦੇ ਬੀਜ
1.	1990-91	192.18	121.59	65.06	3.33	3.25	6.01	0.93
2.	1994-95	218.07	135.48	77.02	3.22	3.01	4.95	1.88
3.	1999-2000	252.07	159.10	87.16	4.27	1.62	6.76	1.04
4.	2000-2001	253.22	155.51	91.57	4.69	2.04	7.77	0.88
5.	2004-2005	256.62	146.95	101.44	4.22	3.55	5.17	1.00
6.	2008-09	273.26	157.33	110.00	5.4	3.88	4.67	0.73
7.	2009-10	264.47	151.69	112.36	4.75	3.47	3.70	0.84
8.	2010-11	278.46	164.72	108.19	4.91	3.10	4.17	0.73
9.	2011-12	290.85	179.77	105.27	5.17	2.76	4.67	0.64
10.	2012-13 (R)	285.03	166.14	113.90	4.82	2.77	4.83	0.70
11.	2013-14 (P)	294.51	176.20	112.67	5.07	2.54	5.52	0.64

ਸੋਮਾ— ਪੰਜਾਬ ਦਾ ਅੰਕੜਾ ਸਾਰ— 2001 ਅਤੇ 2009 ਅਤੇ 2014 R = ਸੋਧੇ ਹੋਏ P = ਆਰਜ਼ੀ

ਉਤਪਾਦਨ— ਲੱਖ ਮੀ. ਟਨ

ਇਹ ਇੱਕ ਗੰਭੀਰ ਗੱਲ ਹੈ ਅਤੇ ਇਸ ਉੱਤੇ ਖੁੱਲ੍ਹ ਕੇ ਵਿਚਾਰ ਹੋਣਾ ਚਾਹੀਦਾ ਹੈ। ਸਰਕਾਰ ਅਤੇ ਕਿਸਾਨਾਂ ਦੀਆਂ ਕੋਸ਼ਿਸ਼ਾਂ ਸਦਕਾ 1997-98 ਤੋਂ ਬਾਅਦ ਉਤਪਾਦਨ ਵਿੱਚ ਕੁੱਝ ਵਾਧਾ ਸ਼ੁਰੂ ਹੋਇਆ ਹੈ। ਪ੍ਰੰਤੂ 2000-01 ਤੋਂ ਬਾਅਦ ਉਤਪਾਦਨ ਫਿਰ ਘਟਣ-ਵਧਣ ਲੱਗ ਪਿਆ।

8. ਮਿੱਠੇ ਪਾਣੀ ਦੇ ਭੂਮੀਗਤ ਜਲ ਸਤਰ ਦਾ ਹੇਠ ਵੱਲ ਜਾਣਾ ਅਤੇ ਖਾਰੇ ਪਾਣੀ ਦੇ ਭੂਮੀਗਤ ਜਲ ਸਤਰ ਦਾ ਉੱਪਰ ਵੱਲ ਜਾਣਾ (Lowering of Sweet Water Table and Rising of Brackish Water Table)— ਪਾਣੀ ਨਾਲ ਸਬੰਧਤ ਵਿਗਿਆਨੀਆਂ ਦਾ ਕਹਿਣਾ ਹੈ ਕਿ ਪੰਜਾਬ ਵਿੱਚ ਆਉਂਦੇ ਸਮੇਂ ਵਿੱਚ ਪਾਣੀ ਦਾ ਕਾਲ ਪੈਣ ਵਾਲਾ ਹੈ ਅਗਰ ਸਮੇਂ ਸਿਰ ਸੋਧਾਈ ਦੇ ਕਦਮ ਨਾ ਚੁੱਕੇ ਗਏ। ਮੱਧਵਰਤੀ ਅਤੇ ਪੂਰਬੀ ਪੰਜਾਬ ਵਿੱਚ ਟਿਊਬਵੈਲਾਂ ਰਾਹੀਂ ਬਹੁਤ ਜ਼ਿਆਦਾ ਭੂਮੀਗਤ ਪਾਣੀ ਦੀ ਵਰਤੋਂ ਕਾਰਨ ਮਿੱਠੇ ਪਾਣੀ ਦਾ ਜਲ ਸਤਰ ਕਾਫ਼ੀ ਹੇਠ ਵੱਲ ਚਲਾ ਗਿਆ ਹੈ। ਪ੍ਰੰਤੂ ਦੱਖਣ-ਪੱਛਮੀ ਪੰਜਾਬ ਵਿੱਚ ਜਿੱਥੇ ਭੂਮੀਗਤ ਪਾਣੀ ਖਾਰਾ ਹੈ ਅਤੇ ਪੀਣ ਅਤੇ ਸਿੰਜਾਈ ਦੇ ਯੋਗ ਨਹੀਂ ਹੈ, ਵੱਡੇ ਪੈਮਾਨੇ ਤੇ ਨਹਿਰੀ ਸਿੰਜਾਈ ਕਾਰਨ ਖਾਰੇ ਪਾਣੀ ਦਾ ਜਲ ਸਤਰ ਉੱਚਾ ਉਠ ਰਿਹਾ ਹੈ। ਜਲੀ ਦਬਾਉ (hydrological pressure) ਕਾਰਨ ਉੱਚਾ ਉੱਠਿਆ ਖਾਰੇ ਪਾਣੀ ਦਾ ਭੂਮੀਗਤ ਜਲ ਭੰਡਾਰ (brackish water of sub-soil reservoir) ਮੱਧ ਅਤੇ ਪੂਰਬੀ ਪੰਜਾਬ ਦੇ ਹੇਠ ਵੱਲ ਗਏ ਮਿੱਠੇ ਪਾਣੀ ਦੇ ਭੂਮੀਗਤ ਜਲ ਭੰਡਾਰ ਉੱਤੇ ਛਾ (flood) ਜਾਵੇਗਾ। ਇਸ ਤਰ੍ਹਾਂ ਇਹ ਕਿਰਿਆ (flooding) ਦੀ ਮੱਧ ਅਤੇ ਪੂਰਬੀ ਪੰਜਾਬ ਦੇ ਮਿੱਠੇ ਪਾਣੀ ਨੂੰ ਵੀ ਪੀਣ ਅਤੇ ਸਿੰਜਾਈ ਦੇ ਅਯੋਗ ਬਣਾ ਦੇਵੇਗੀ। ਇਸ ਕਾਰਨ ਮੱਧਵਰਤੀ ਪੰਜਾਬ ਦੇ ਭੂਮੀਗਤ ਜਲ ਭੰਡਾਰ ਨੂੰ ਵਿਭਿੰਨ ਕਦਮਾਂ ਰਾਹੀਂ ਰੀਚਾਰਜ (recharge) ਜਾਂ ਉੱਚਾ ਉਠਾਉਣ ਦੀ ਸਖਤ ਲੋੜ ਹੈ। ਪੰਜਾਬ ਦੀ ਖੁਸ਼ਹਾਲ ਖੇਤੀ ਦਾ ਇਸ ਵਿੱਚ ਹੀ ਬਚਾਉ ਹੈ।

ਕੁੱਝ ਖੇਤੀਬਾੜੀ ਮਾਹਿਰਾਂ ਵਲੋਂ ਦਿੱਤਾ ਸੁਝਾਅ ਕਿ ਝੋਨੇ ਦੀ ਖੇਤੀ (ਜੋ ਸਭ ਤੋਂ ਵੱਧ ਪਾਣੀ ਵਰਤਦੀ ਹੈ) ਨੂੰ ਪਹਿਲੇ ਸਮਿਆਂ ਵਾਂਗ ਜੁਲਾਈ ਦੇ ਪਹਿਲੇ ਹਫਤੇ ਤੋਂ ਸ਼ੁਰੂ ਕੀਤਾ ਜਾਵੇ, ਉੱਤੇ ਗੌਰ ਕਰਨ ਦੀ ਲੋੜ ਹੈ। ਜੁਲਾਈ ਦੇ ਪਹਿਲੇ ਹਫਤੇ ਮਾਨਸੂਨ ਵਰਖਾ ਸ਼ੁਰੂ ਹੋ ਜਾਂਦੀ ਹੈ, ਇਸ ਕਾਰਨ ਝੋਨੇ ਲਈ ਸਿੰਜਾਈ ਰਾਹੀਂ ਮੁਕਾਬਲਤਨ ਘੱਟ ਪਾਣੀ ਦੀ ਲੋੜ ਪਵੇਗੀ। ਵਾਯੂਮੰਡਲ ਵਿੱਚ ਜ਼ਿਆਦਾ ਸਿੱਲ੍ਹ ਕਾਰਨ ਵਾਸ਼ਪੀਕਰਨ ਕਾਰਨ ਖੇਤਾਂ ਦੇ ਪਾਣੀ ਦਾ ਘੱਟ ਨੁਕਸਾਨ ਹੁੰਦਾ ਹੈ। ਇਨ੍ਹਾਂ ਫਲਸਰੂਪ ਭੂਮੀਗਤ ਜਲ ਸਤਰ ਦੇ ਹੇਠ ਵੱਲ ਜਾਣ ਦੀ ਕਿਰਿਆ ਘੱਟ ਜਾਂ ਰੁਕ ਜਾਵੇਗੀ। ਸਰਕਾਰ ਅਤੇ ਕਿਸਾਨ ਦਾ ਸਿੰਜਾਈ ਦਾ ਖਰਚਾ ਵੀ ਘਟ ਜਾਵੇਗਾ। ਇਸ ਨਾਲ ਉਤਪਾਦਨ ਖਰਚਾ ਵੀ ਘਟ ਜਾਵੇਗਾ। ਝਾੜ ਉੱਤੇ ਕੋਈ ਮਾੜਾ ਪ੍ਰਭਾਵ ਨਹੀਂ ਪਵੇਗਾ।

9. ਮਹਿੰਗੀ ਕਿਸਾਨੀ ਨਿਵਿਸ਼ਟ ਸਮੱਗਰੀ (Costly farm Inputs)— ਪੰਜਾਬ ਦੇ ਕਿਸਾਨ ਰਾਹੀਂ ਉੱਨਤ ਖੇਤੀ ਵਿੱਚ ਵਰਤੀ ਜਾਣ ਵਾਲੀ ਸਭ ਸਮੱਗਰੀ ਜਿਵੇਂ ਕਿ ਖਾਦਾਂ, ਕੀੜੇਮਾਰ ਦਵਾਈਆਂ, ਟਰੈਕਟਰ, ਹੋਰ ਮਸ਼ੀਨੀ ਉਪਕਰਣ ਅਤੇ ਸੰਦ, ਵਧੇਰੇ ਝਾੜ ਵਾਲੇ ਬੀਜ ਆਦਿ ਕਾਫੀ ਮਹਿੰਗੇ ਹਨ ਅਤੇ ਦਿਨ-ਬ-ਦਿਨ ਇਨ੍ਹਾਂ ਦੀ ਕੀਮਤ ਵਧ ਰਹੀ ਹੈ। ਇਸ ਦੇ ਨਾਲ ਇਹ ਹੋਰ ਸਮੱਸਿਆ ਵਿਭਿੰਨ ਪ੍ਰਕਾਰ ਦੀ ਸਮੱਗਰੀ ਦੇ ਸ਼ੁੱਧਤਾ ਬਾਰੇ ਹੈ। ਖਾਦਾਂ, ਬੀਜਾਂ ਅਤੇ ਦਵਾਈਆਂ ਆਦਿ ਵਿੱਚ ਅਸ਼ੁੱਧਤਾ (adultration) ਵਧ ਰਹੀ ਹੈ। ਇਸ ਨਾਲ ਪੂਰਾ ਉਤਪਾਦਨ ਵੀ ਨਹੀਂ ਮਿਲਦਾ ਹੈ। ਕਿਸਾਨ ਦਾ ਮੁਨਾਫਾ ਘਟ ਰਿਹਾ ਹੈ। 1995-96 ਦੌਰਾਨ ਇਹ ਦੇਖਿਆ ਗਿਆ ਹੈ ਕਿ 3421 ਖਾਦਾਂ ਦੇ ਨਮੂਨਿਆਂ ਵਿੱਚੋਂ 180 ਨਮੂਨੇ ਅਸ਼ੁੱਧ ਨਿਕਲੇ। ਇਹ ਘਟੀਆ ਕਿਸਮ ਦੇ ਸਨ। ਕੀੜੇਮਾਰ ਦਵਾਈਆਂ ਵਿੱਚ ਵੀ ਕਾਫੀ ਅਸ਼ੁੱਧਤਾ ਪਾਈ ਜਾਂਦੀ ਹੈ। ਖੇਤੀਬਾੜੀ ਸਮੱਗਰੀ ਦੀ ਵਧ ਰਹੀ ਕੀਮਤ ਕਾਰਨ ਖੇਤੀ ਤੋਂ ਲਾਭ ਘਟ ਰਿਹਾ ਹੈ ਅਤੇ ਇਹ ਕਿੱਤਾ ਘੱਟ ਤੋਂ ਘੱਟ ਲਾਹੇਵੰਦ ਬਣਦਾ ਜਾ ਰਿਹਾ ਹੈ। ਕਿਸਾਨ ਦੀ ਅਸਲ ਆਮਦਨ (real income) ਘਟਣ ਲੱਗ ਪਈ ਹੈ। ਖਰਚੇ ਵਧ ਰਹੇ ਹਨ। ਬੇ-ਮੌਸਮੀ ਵਰਖਾ, ਘੱਟ ਵਰਖਾ ਆਦਿ ਕਾਰਨ ਫਸਲਾਂ ਦਾ ਅਤੇ ਕਿਸਾਨ ਦਾ ਭਾਰੀ ਨੁਕਸਾਨ ਹੁੰਦਾ ਹੈ। ਉਹ ਕਰਜ਼ੇ ਵਾਪਸ ਨਹੀਂ ਕਰ ਸਕਦਾ। ਫਲਸਰੂਪ ਸਵੈ-ਹੱਤਿਆ (suicide) ਅਤੇ ਇਨ੍ਹਾਂ ਦੀ ਗਿਣਤੀ ਦਿਨ-ਬ-ਦਿਨ ਵਧ ਰਹੀ ਹੈ।

10. ਸੇਮ ਅਤੇ ਖਾਰਾਪਨ (Water-logging and Salinity)— ਪੰਜਾਬ ਦੀਆਂ 9% ਮਿੱਟੀਆਂ ਸੇਮ ਵਾਲੀਆਂ ਅਤੇ 7.4% ਖਾਰੀਆਂ ਹਨ। ਇਨ੍ਹਾਂ ਖਾਰੀਆਂ ਮਿੱਟੀਆਂ ਵਿੱਚੋਂ 33.0% ਬਹੁਤ ਖਾਰੀਆਂ ਹਨ। ਇਹ ਸਮੱਸਿਆ ਨਵੀਂ ਹੀ ਹੈ ਜੋ ਸੱਤਹ ਉੱਤੇ ਹੜ੍ਹਾਂ ਕਾਰਨ (flooding), ਭੂਮੀਗਤ ਜਲ ਸਤਰ ਦੇ ਉੱਚੇ ਬੈਠਣ, ਨਹਿਰਾਂ ਵਿੱਚੋਂ ਰਿਸਾਵ (seepage) ਅਤੇ ਗਰਮੀਆਂ ਨੂੰ

ਬਹੁਤ ਜ਼ਿਆਦਾ ਵਾਸ਼ਪੀਕਰਣ ਕਾਰਨ ਹੋਂਦ ਵਿੱਚ ਆਈ ਹੈ। ਇਹ ਸਮੱਸਿਆ ਪੰਜਾਬ ਦੇ ਦੱਖਣ-ਪੱਛਮ ਭਾਗਾਂ ਵਿਸ਼ੇਸ਼ ਕਰਕੇ ਫਿਰੋਜ਼ਪੁਰ, ਫਰੀਦਕੋਟ, ਮੁਕਤਸਰ, ਬਠਿੰਡਾ ਅਤੇ ਸੰਗਰੂਰ ਜ਼ਿਲ੍ਹਿਆਂ ਦੇ ਨੀਵੇਂ ਧਰਾਤਲੀ ਭਾਗਾਂ ਵਿੱਚ ਬਹੁਤ ਗੰਭੀਰ ਹੈ। ਇਹ ਸਮੱਸਿਆ ਦਿਨ-ਬ-ਦਿਨ ਵਧ ਰਹੀ ਹੈ। ਕਪੂਰਥਲਾ ਅਤੇ ਅੰਮ੍ਰਿਤਸਰ ਦੇ ਜ਼ਿਲ੍ਹਿਆਂ ਵਿੱਚ ਵੀ ਇਹ ਸਮੱਸਿਆ ਪਾਈ ਜਾਂਦੀ ਹੈ। ਪਿਛਲੇ ਦੋ-ਤਿੰਨ ਸਾਲਾਂ ਤੋਂ ਇਹ ਸਮੱਸਿਆ ਪਾਈ ਜਾਂਦੀ ਹੈ। ਪਿਛਲੇ ਦੋ-ਤਿੰਨ ਸਾਲਾਂ ਤੋਂ ਇਹ ਸਮੱਸਿਆ ਬਹੁਤ ਗੰਭੀਰ, ਵਿਸ਼ੇਸ਼ ਕਰਕੇ ਭਾਰੀ ਬਰਸਾਤ ਸਮੇਂ, ਬਣ ਗਈ ਹੈ। ਪੰਜਾਬ ਸਰਕਾਰ ਇਸ ਸਮੱਸਿਆ ਨੂੰ ਠੀਕ ਕਰਨ ਲਈ ਕੇਂਦਰ ਸਰਕਾਰ ਅਤੇ ਮਾਹਰਾਂ ਦੀ ਸਲਾਹ ਅਤੇ ਸਹਾਇਤਾ ਨਾਲ ਉਪਰਾਲੇ ਕਰ ਰਹੀ ਹੈ।

11. ਨਾਕਾਫੀ ਮਜ਼ਦੂਰਾਂ ਦਾ ਮਿਲਣਾ (Inadequate Supply of Labour)—ਝੋਨੇ ਦੀ ਲੁਆਈ (transplanation) ਸਮੇਂ ਅਤੇ ਕਣਕ, ਗੰਨਾ ਅਤੇ ਕਪਾਹ ਦੀ ਕਟਾਈ ਜਾਂ ਚੁਗਾਈ ਸਮੇਂ ਕਾਫੀ ਗਿਣਤੀ ਵਿੱਚ ਲੋੜੀਂਦੇ ਮਜ਼ਦੂਰ ਨਹੀਂ ਮਿਲਦੇ ਹਨ। ਪੰਜਾਬ ਦੇ ਕਾਫ਼ੀ ਲੋਕੀਂ, ਵਿਸ਼ੇਸ਼ ਕਰਕੇ ਪੜ੍ਹੇ-ਲਿਖੇ ਨੌਜਵਾਨ ਹੁਣ ਖੇਤਾਂ ਉੱਤੇ ਕੰਮ ਕਰਨਾ ਪਸੰਦ ਨਹੀਂ ਕਰਦੇ ਹਨ। ਉਹ ਨੌਕਰੀ ਕਰਨਾ ਜਾਂ ਬਾਹਰਲੇ ਦੇਸ਼ਾਂ ਵਿਸ਼ੇਸ਼ ਕਰਕੇ ਮੱਧ-ਪੂਰਬ ਦੇ ਦੇਸ਼ਾਂ ਵਿੱਚ ਕੰਮ ਕਰਨਾ ਜ਼ਿਆਦਾ ਪਸੰਦ ਕਰਦੇ ਹਨ ਕਿਉਂਕਿ ਉੱਥੇ ਉਨ੍ਹਾਂ ਨੂੰ ਵੱਡੀਆਂ ਤਨਖਾਹਾਂ (ਰੁਪਏ ਦੀ ਡਾਲਰ, ਦੀਨਾਰ ਆਦਿ ਦੇ ਮੁਕਾਬਲੇ ਤੇ ਘੱਟ ਕੀਮਤ ਕਾਰਨ ਵੀ) ਮਿਲਦੀਆਂ ਹਨ। ਪੰਜਾਬ ਤੋਂ ਬਹੁਤ ਸਾਰੇ ਨੌਜਵਾਨ ਅਤੇ ਦੂਜੇ ਲੋਕ ਇਨ੍ਹਾਂ ਦੇਸ਼ਾਂ ਵਿੱਚ ਕੰਮ ਲਈ ਗਏ ਹੋਏ ਹਨ। ਇਸ ਕਾਰਨ ਪੰਜਾਬ ਵਿੱਚ ਖੇਤ ਮਜ਼ਦੂਰਾਂ ਦੀ ਘਾਟ ਆ ਗਈ ਹੈ। ਇਹ ਸਮੱਸਿਆ ਫਸਲਾਂ ਦੀ ਬਿਜਾਈ ਅਤੇ ਕਟਾਈ ਸਮੇਂ ਜ਼ਿਆਦਾ ਮਹਿਸੂਸ ਹੁੰਦੀ ਹੈ। ਇਸ ਨਾਲ ਬਿਜਾਈ ਅਤੇ ਕਟਾਈ ਵਿੱਚ ਦੇਰੀ ਹੋ ਜਾਂਦੀ ਹੈ, ਬੀਜੇ ਖੇਤਰ ਵਿੱਚ ਕਮੀ ਆ ਜਾਂਦੀ ਹੈ ਅਤੇ ਉਤਪਾਦਨ ਵੀ ਘਟ ਜਾਂਦਾ ਹੈ। ਪੰਜਾਬ ਹੁਣ ਬਹੁਤ ਹੱਦ ਤੱਕ ਯੂ.ਪੀ. ਬਿਹਾਰ, ਰਾਜਸਥਾਨ ਆਦਿ ਤੋਂ ਆਉਣ ਵਾਲੇ ਪਰਵਾਸੀ ਖੇਤ ਮਜ਼ਦੂਰਾਂ ਉੱਤੇ ਨਿਰਭਰ ਕਰਦਾ ਹੈ। ਹੁਣ ਮਜ਼ਦੂਰੀ ਵੀ ਵਧ ਗਈ ਹੈ ਜਿਸ ਨਾਲ ਕਿਸਾਨ ਦੇ ਮੁਨਾਫੇ ਦੀ ਸੀਮਾ ਘਟ ਗਈ ਹੈ। ਇਸ ਸਮੱਸਿਆ ਨੂੰ ਨਜਿੱਠਣ ਲਈ ਖੇਤੀਬਾੜੀ ਕਿਰਿਆਵਾਂ ਦਾ ਮਸ਼ੀਨੀਕਰਣ ਇਕ ਭਰੋਸੇਯੋਗ ਕਦਮ ਹੈ। ਪਨੀਰੀ ਲਗਾਉਣ ਦੀ ਬਜਾਏ ਝੋਨਾ ਬੀਜਣ ਅਤੇ ਵਿਭਿੰਨ ਕਿਰਿਆਵਾਂ ਨਿਭਾਉਣ ਲਈ ਮਸ਼ੀਨਾਂ ਬਣ ਰਹੀਆਂ ਹਨ।

12. ਘੱਟ ਲਾਹੇਵੰਦ ਕੀਮਤ ਢਾਂਚਾ (Less Remunerative Price Structure)—ਭਾਰਤ ਸਰਕਾਰ ਦਾ ਖੇਤੀਬਾੜੀ ਕੀਮਤਾਂ ਕਮਿਸ਼ਨ (Agricultural Prices Commission) ਭਾਵੇਂ ਸਮੇਂ-ਸਮੇਂ ਖੇਤੀਬਾੜੀ ਜਿਣਸਾਂ ਦੀਆਂ ਕੀਮਤਾਂ ਦੀ ਸਮੀਖਿਆ ਕਰਦੇ ਹਨ ਪ੍ਰੰਤੂ ਖੇਤੀਬਾੜੀ ਨਿਵਿਸ਼ਟ ਸਮੱਗਰੀ (farm imputs) ਦੀਆਂ ਦਿਨ ਪ੍ਰਤੀ ਦਿਨ ਵਧ ਰਹੀਆਂ ਕੀਮਤਾਂ ਦੇ ਸਾਹਮਣੇ ਜਿਣਸਾਂ ਦੇ ਸੋਧੇ ਹੋਏ ਮੁੱਲ ਵੀ ਕਿਸਾਨਾਂ ਲਈ ਘੱਟ ਲਾਹੇਵੰਦ ਬਣ ਰਹੇ ਹਨ। ਕਿਸਾਨਾਂ ਨੂੰ ਆਪਣੀਆਂ ਜਿਣਸਾਂ ਇਨ੍ਹਾਂ ਨਿਸ਼ਚਤ ਕੀਮਤਾਂ ਉੱਤੇ ਵੇਚਣੀਆਂ ਪੈਂਦੀਆਂ ਹਨ ਪ੍ਰੰਤੂ ਬਾਕੀ ਬਹੁਤ ਸਾਰੀਆਂ ਚੀਜ਼ਾਂ ਜੋ ਉਹ ਬਜ਼ਾਰ ਤੋਂ ਖਰੀਦਦੇ ਹਨ ਮਹਿੰਗੀਆਂ ਹੁੰਦੀਆਂ ਹਨ ਅਤੇ ਉਹ ਹਰ ਨਵੇਂ ਦਿਨ ਹੋਰ ਵੀ ਮਹਿੰਗੀਆਂ ਹੁੰਦੀਆਂ ਜਾਂਦੀਆਂ ਹਨ। ਇਸ ਤਰ੍ਹਾਂ ਕਿਸਾਨ ਸਰਕਾਰ ਰਾਹੀਂ ਨਿਸ਼ਚਤ ਕੀਮਤ ਢਾਂਚੇ ਤੋਂ ਨਾਖੁਸ਼ ਹੈ ਅਤੇ ਸਮੁੱਚੇ ਤੌਰ ਤੇ ਇਹ ਪ੍ਰਫੁੱਲਤ ਖੇਤੀਬਾੜੀ ਲਈ ਗੈਰ-ਉਤਸ਼ਾਹਜਨਕ (disincentive) ਹੈ। ਸਵਾਮੀਨਾਥਨ ਕਮੇਟੀ ਨੇ ਕੀਮਤਾਂ ਨਿਸ਼ਚਤ ਕਰਨ ਸਮੇਂ ਘੱਟੋ-ਘੱਟ 50% ਮੁਨਾਫਾ ਕਿਸਾਨ ਨੂੰ ਦੇਣ ਲਈ ਕਿਹਾ ਸੀ। ਪ੍ਰੰਤੂ ਇਸ ਤੇ ਕੋਈ ਅਮਲ ਨਹੀਂ ਕੀਤਾ ਗਿਆ ਹੈ।

13. ਦੇਰੀ ਨਾਲ ਅਦਾਇਗੀਆਂ (Delayed Payments)—ਵਪਾਰੀ ਅਤੇ ਆੜ੍ਹਤੀਏ ਆਦਿ ਕਿਸਾਨ ਦੀ ਜਿਣਸ ਦੇ ਮੁੱਲ ਦੀ ਫੌਰੀ ਅਦਾਇਗੀ ਨਹੀਂ ਕਰਦੇ ਹਨ। ਕਿਸਾਨਾਂ ਨੂੰ ਅਦਾਇਗੀ ਲਈ ਕਾਫ਼ੀ ਸਮਾਂ ਇੰਤਜ਼ਾਰ ਕਰਨਾ ਪੈਂਦਾ ਹੈ। ਇਸ ਦੇ ਫਲਸਰੂਪ ਕਿਸਾਨ ਨੂੰ ਆਪਣੀਆਂ ਲੋੜਾਂ ਪੂਰੀਆਂ ਕਰਨ ਲਈ ਸ਼ਾਹੂਕਾਰ ਜਾਂ ਵਪਾਰੀ ਰਾਹੀਂ ਸ਼ੋਸ਼ਣ ਕਰਦਾ ਹੈ। ਪੰਜਾਬ ਦੇ ਬਹੁਤ ਸਾਰੇ ਕਿਸਾਨਾਂ ਨੂੰ 1995-96 ਵਿੱਚ ਖੰਡ ਮਿੱਲਾਂ ਨੂੰ ਦਿੱਤੇ ਗੰਨੇ ਦੀਆਂ ਅਦਾਇਗੀਆਂ ਦਸੰਬਰ, 1996 ਤੱਕ ਨਹੀਂ ਕੀਤੀਆਂ ਸਨ। ਹੁਣ ਵੀ ਇਸ ਸਮੱਸਿਆ ਬਰਕਰਾਰ ਹੈ।

14. ਦੇਰ ਨਾਲ ਵਰਖਾ, ਘੱਟ ਵਰਖਾ, ਬਹੁਤ ਜ਼ਿਆਦਾ ਵਰਖਾ ਅਤੇ ਹੜ੍ਹ ਆਦਿ ਦਾ ਕਿਸਾਨਾਂ ਨੂੰ ਬਹੁਤ ਨੁਕਸਾਨ ਹੁੰਦਾ ਹੈ। ਇਸ ਲਈ 100% ਫਸਲ ਬੀਮਾ ਦੀ ਸਹੂਲਤ ਦਾ ਦੇਣਾ ਬਹੁਤ ਜ਼ਰੂਰੀ ਹੈ।

15. ਸਹਿਕਾਰੀ ਮਹਿਕਮੇ ਵਿੱਚ ਰਾਜਨੀਤੀ ਦੀ ਬਹੁਤ ਦਖਲ-ਅੰਦਾਜ਼ੀ ਹੈ ਅਤੇ ਬਹੁਤ ਸਾਰੇ ਕਰਜ਼ੇ ਬਿਨਾਂ ਵਸੂਲੇ ਪਏ ਹਨ।

16. ਮਹੱਤਵਪੂਰਣ ਨਿਵਿਸ਼ਟ ਸਮੱਗਰੀ ਜਿਵੇਂ ਕਿ ਖਾਦਾਂ, ਸੁਧਰੇ ਹੋਏ ਬੀਜ ਅਤੇ ਦਵਾਈਆਂ ਆਦਿ ਦਾ ਦੇਰੀ ਨਾਲ ਪਹੁੰਚਣਾ ਅਤੇ ਵੰਡ ਵਿੱਚ ਤਰਫਦਾਰੀ ਦਾ ਹੋਣਾ। ਕਰਜ਼ਿਆਂ ਦੀ ਵੰਡ ਵਿੱਚ ਵੀ ਤਰਫਦਾਰੀ ਅਤੇ ਹੇਰਾ-ਫੇਰੀ ਹੁੰਦੀ ਹੈ।

17. ਪੰਜਾਬ ਦੇ ਪੂਰਬੀ ਅਰਧ-ਪਹਾੜੀ ਜ਼ਿਲ੍ਹਿਆਂ ਵਿੱਚ ਮਿੱਟੀ ਅਪਰਦਨ ਦੀ ਸਮੱਸਿਆ ਵੀ ਗੰਭੀਰ ਹੈ।

18. ਪਾਣੀ ਦੀ ਠੀਕ ਵੰਡ ਅਤੇ ਸੁਚੱਜਾ ਪ੍ਰਬੰਧ ਨਹੀਂ ਹੈ। ਪਾਣੀ ਇਕ ਬਹੁਤ ਮਹੱਤਵਪੂਰਣ ਖੇਤੀਬਾੜੀ ਨਿਵਿਸ਼ਟ ਸਮੱਗਰੀ ਹੈ।

19. ਭੌਂ-ਵਰਤੋਂ ਦਾ ਸਰੂਪ ਵੀ ਦੋਸ਼ ਪੂਰਨ ਹੈ। ਫਸਲਾਂ ਦੀ ਫੇਰ-ਬਦਲ ਅਤੇ ਖੇਤੀਬਾੜੀ ਵਿੱਚ ਵੰਨ-ਸੁਵੰਨਤਾ ਲਿਆਉਣ ਦੀ ਭਾਰੀ ਲੋੜ ਹੈ। ਜ਼ਿਆਦਾ ਪਾਣੀ ਲੋੜੀਂਦੀਆਂ ਫਸਲਾਂ ਹੇਠ ਰਕਬੇ ਨੂੰ ਸੀਮਤ ਕਰਨ ਦੀ ਲੋੜ ਹੈ। ਵਾਤਾਵਰਣ-ਦੋਸਤਾਨਾ ਪ੍ਰਣਾਲੀ ਨੂੰ ਅਪਣਾਉਣ ਦੀ ਲੋੜ ਹੈ। ਭੂਮੀਗਤ ਜਲ ਭੰਡਾਰਾਂ ਨੂੰ ਰੀਚਾਰਜ ਕਰਨਾ ਬਹੁਤ ਜ਼ਰੂਰੀ ਹੈ। ਤੇਜ਼ੀ ਨਾਲ ਨੀਵੇਂ ਹੁੰਦੇ ਭੂਮੀਗਤ ਜਲ ਸਤਰ ਦੀ ਸਮੱਸਿਆ ਨੂੰ ਗੰਭੀਰਤਾ ਨਾਲ ਲੈਣ ਦੀ ਲੋੜ ਹੈ। ਅਜਿਹੀ ਅਣਗਹਿਲੀ ਦੇ ਗੰਭੀਰ ਨਤੀਜੇ ਨਿਕਲ ਸਕਦੇ ਹਨ। ਗਲੋਬਲ ਵਾਰਮਿੰਗ ਦੇ ਖੇਤੀ ਉੱਪਰ ਮਾੜੇ ਪ੍ਰਭਾਵਾਂ ਨੂੰ ਨਜਿੱਠਣ ਲਈ ਵੀ ਸਰਕਾਰ, ਖੇਤੀਬਾੜੀ ਮਾਹਿਰਾਂ ਅਤੇ ਖੇਤੀਬਾੜੀ ਯੂਨੀਵਰਸਿਟੀਆਂ ਨੂੰ ਲੋੜੀਂਦੇ ਉਪਰਾਲੇ ਕਰਨੇ ਚਾਹੀਦੇ ਹਨ।

ਅਭਿਆਸ (EXERCISE)

1. ਹੇਠ ਲਿਖਿਆਂ ਦੇ ਸੰਖੇਪ ਵਿਚ ਉੱਤਰ ਲਿਖੋ—

(ੳ) ਪੰਜਾਬ ਦੀ ਅਰਥ ਵਿਵਸਥਾ ਦਾ ਮੁੱਖ ਆਧਾਰ ਕੀ ਹੈ ?

(ਅ) ਪੰਜਾਬ ਵਿੱਚ ਮੋਟੇ ਤੌਰ ਤੇ ਕਿਸ ਪ੍ਰਕਾਰ ਦੀ ਖੇਤੀਬਾੜੀ ਕੀਤੀ ਜਾਂਦੀ ਹੈ ?

(ੲ) ਪੰਜਾਬ ਦੀ ਖੇਤੀਬਾੜੀ ਵਿੱਚ ਮੁੱਖ ਤਬਦੀਲੀ ਕਦੋਂ ਅਤੇ ਕਿਵੇਂ ਆਈ ਸੀ ?

(ਸ) ਪੰਜਾਬ ਵਿੱਚ ਨਿਰੋਲ ਬੀਜਿਆ ਰਕਬਾ (ਪ੍ਰਤੀਸ਼ਤ) ਕਿੰਨਾ ਹੈ ?

(ਹ) ਖੇਤੀਬਾੜੀ ਲਈ ਨਾ-ਉਪਲੱਬਧ ਖੇਤਰ ਪੰਜਾਬ ਦੇ ਕਿਸ ਜ਼ਿਲ੍ਹੇ ਵਿੱਚ ਸਭ ਤੋਂ ਜ਼ਿਆਦਾ ਹੈ ? ਇਸ ਵਿੱਚ ਕਿਸ ਕਿਸਮ ਦੀ ਭੂਮੀ ਆਉਂਦੀ ਹੈ ?

(ਕ) ਭੌਂ-ਵਰਤੋਂ ਦੀਆਂ ਮੁੱਖ ਮੱਦਾਂ ਕਿਹੜੀਆਂ ਹਨ ?

(ਖ) ਪੰਜਾਬ ਵਿੱਚ ਬਹੁਤ ਪ੍ਰਕਾਰ ਦੀਆਂ ਫਸਲਾਂ ਕਿਉਂ ਪੈਦਾ ਕੀਤੀਆਂ ਜਾਂਦੀਆਂ ਹਨ ?

(ਗ) ਪੰਜਾਬ ਵਿੱਚ ਕਿਨ੍ਹਾਂ ਫਸਲਾਂ ਦਾ ਝਾੜ ਦੇਸ਼ ਵਿੱਚ ਸਭ ਤੋਂ ਜ਼ਿਆਦਾ ਹੈ ?

(ਘ) ਮਸ਼ੀਨੀਕਰਨ ਦੀ ਪੰਜਾਬ ਦੀ ਖੇਤੀਬਾੜੀ ਵਿੱਚ ਕੀ ਮਹੱਤਤਾ ਹੈ ?

(ङ) ਹਰੇ ਇਨਕਲਾਬ ਤੋਂ ਕੀ ਭਾਵ ਹੈ ?

(ਚ) ਹਰੇ ਇਨਕਲਾਬ ਦੀ ਟੈਕਨਾਲੋਜੀ ਦੇ ਕਿਹੜੇ ਘਟਕ ਸਨ ?

(ਛ) ਹਰੇ ਇਨਕਲਾਬ ਦੇ ਕਿਹੜੇ ਮਾੜੇ ਪ੍ਰਭਾਵ ਪਏ ਹਨ ?

(ਜ) ਬਹੁ-ਫਸਲੀ ਖੇਤੀ ਕੀ ਹੁੰਦੀ ਹੈ ? ਪੰਜਾਬ ਤੋਂ ਉਦਾਹਰਣਾਂ ਦਿਉ।

(ਝ) ਪੰਜਾਬ ਦੇ ਕਿਨ੍ਹਾਂ ਜ਼ਿਲ੍ਹਿਆਂ ਵਿੱਚ ਨਹਿਰੀ ਸਿੰਜਾਈ ਦੂਜੇ ਸਾਧਨਾਂ ਰਾਹੀਂ ਸਿੰਜਾਈ ਤੋਂ ਜ਼ਿਆਦਾ ਮਹੱਤਵਪੂਰਣ ਹੈ ?

(ਞ) ਪੱਛਮੀ ਮਾਲਵਾ ਪ੍ਰਦੇਸ਼ ਵਿੱਚ ਟਿਊਬਵੈਲਾਂ ਰਾਹੀਂ ਸਿੰਜਾਈ ਕਿਉਂ ਮਹੱਤਵਪੂਰਣ ਨਹੀਂ ਹੈ ।

(ਟ) ਪੰਜਾਬ ਦੀਆਂ ਹਾੜ੍ਹੀ ਅਤੇ ਸੌਣੀ ਦੀਆਂ ਮੁੱਖ ਫਸਲਾਂ ਦੇ ਨਾਂ ਲਿਖੋ।

(ਠ) ਪੰਜਾਬ ਦੇ ਕਿਸ ਜ਼ਿਲ੍ਹੇ ਵਿੱਚ ਰਾਜ ਦਾ ਸਭ ਤੋਂ ਵੱਧ (ਪ੍ਰਤੀਸ਼ਤ) ਚਾਵਲ ਅਤੇ ਕਣਕ ਦੋਨੋਂ ਪੈਦਾ ਕੀਤੇ ਜਾਂਦੇ ਹਨ ?

(ਡ) ਪੰਜਾਬ ਦੇ ਕਿਨ੍ਹਾਂ ਭਾਗਾਂ ਵਿੱਚ ਮੱਕੀ ਦੀ ਕਾਸ਼ਤ ਜ਼ਿਆਦਾ ਮਹੱਤਵਪੂਰਣ ਹੈ ?

(ਢ) ਪੰਜਾਬ ਵਿੱਚ ਮੱਕੀ ਦੀ ਕਾਸ਼ਤ ਦੇ ਘਟ ਜਾਣ ਦੇ ਕੀ ਕਾਰਨ ਹਨ ?

(ਣ) ਮਾਲਵੇ ਤੋਂ ਬਾਹਰ ਪੰਜਾਬ ਦੇ ਕਿਸ ਜ਼ਿਲ੍ਹੇ ਵਿੱਚ ਕਪਾਹ ਦੀ ਕਾਸ਼ਤ ਕੁੱਝ ਮਹੱਤਵਪੂਰਣ ਹੈ ?

(ਤ) ਪੰਜਾਬ ਦਾ ਕਿਹੜਾ ਪ੍ਰਦੇਸ਼ ਗੰਨੇ ਦੀ ਕਾਸ਼ਤ ਲਈ ਜ਼ਿਆਦਾ ਮਹੱਤਵਪੂਰਣ ਹੈ ?

2. ਪੰਜਾਬ ਦੀ ਖੇਤੀਬਾੜੀ ਦੀਆਂ ਵਿਸ਼ੇਸ਼ਤਾਈਆਂ ਦਾ ਵਰਣਨ ਕਰੋ।

3. ਪੰਜਾਬ ਵਿੱਚ ਸਿੰਜਾਈ ਦੀ ਕਿਉਂ ਲੋੜ ਹੈ ? ਇੱਥੇ ਸਿੰਜਾਈ ਦੇ ਕਿਹੜੇ ਮੁੱਖ ਸਾਧਨ ਹਨ ? ਪੰਜਾਬ ਵਿੱਚ ਇਨ੍ਹਾਂ ਸਿੰਜਾਈ ਸਾਧਨਾਂ ਦੀ ਵੰਡ ਕਿਸ ਤਰ੍ਹਾਂ ਹੈ ?

4. ਪੰਜਾਬ ਵਿੱਚ ਕਣਕ ਦੀ ਕਾਸ਼ਤ ਲਈ ਅਨੁਕੂਲ ਹਾਲਤਾਂ, ਉਤਪਾਦਨ ਅਤੇ ਵੰਡ ਦਾ ਵਰਣਨ ਕਰੋ।

5. ਪੰਜਾਬ ਦੀ ਚਾਵਲਾਂ ਦੀ ਖੇਤੀਬਾੜੀ ਦੀ ਮਹੱਤਤਾ ਦਾ ਵਰਣਨ ਕਰੋ। ਪੰਜਾਬ ਦੇ ਕਿਨ੍ਹਾਂ ਭਾਗਾਂ ਵਿੱਚ ਚਾਵਲ ਦੀ ਕਾਸ਼ਤ ਕੀਤੀ ਜਾਂਦੀ ਹੈ ?

6. ਪੰਜਾਬ ਦੇ ਕਿਸਾਨਾਂ ਨੂੰ ਕਿਨ੍ਹਾਂ ਸਮੱਸਿਆਵਾਂ ਦਾ ਸਾਹਮਣਾ ਕਰਨਾ ਪੈਂਦਾ ਹੈ ? ਇਨ੍ਹਾਂ ਸਮੱਸਿਆਵਾਂ ਨੂੰ ਕਿਵੇਂ ਹੱਲ ਕੀਤਾ ਜਾ ਸਕਦਾ ਹੈ ?

7. ਪੰਜਾਬ ਵਿੱਚ ਕਪਾਹ ਜਾਂ ਗੰਨੇ ਦੀ ਕਾਸ਼ਤ ਦੀਆਂ ਭੂਗੋਲਿਕ ਲੋੜਾਂ, ਉਤਪਾਦਨ ਅਤੇ ਵੰਡ ਦਾ ਬਿਰਤਾਂਤ ਲਿਖੋ।

8. ਪੰਜਾਬ ਵਿੱਚ ਤੇਲ ਦੇ ਬੀਜ ਦੀਆਂ ਫਸਲਾਂ ਉੱਤੇ ਨੋਟ ਲਿਖੋ।

○○○

Chapter 10

ਪੰਜਾਬ ਦੇ ਉਦਯੋਗ

(INDUSTRIES OF PUNJAB)

ਪਿਛਲੇ ਪੰਨਿਆਂ ਵਿੱਚ ਅਸੀਂ ਪੰਜਾਬ ਦੇ ਭੌਤਿਕ ਵਾਤਾਵਰਣ, ਇੱਥੋਂ ਦੇ ਮੁੱਖ ਸੰਸਾਧਨਾਂ (resources), ਇੱਥੋਂ ਦੇ ਲੋਕਾਂ ਅਤੇ ਇੱਥੋਂ ਦੀ ਅਰਥ ਵਿਵਸਥਾ (economy) ਦੇ ਮਹੱਤਵਪੂਰਣ ਪਹਿਲੂਆਂ (aspects) ਬਾਰੇ ਚਰਚਾ ਕੀਤੀ ਹੈ। ਇਨ੍ਹਾਂ ਵਿੱਚ ਕਈ ਪ੍ਰਕਾਰ ਦੀਆਂ ਆਰਥਿਕ ਕਿਰਿਆਵਾਂ (economic activities) ਸ਼ਾਮਲ ਹਨ ਜੋ ਆਧਾਰ ਕਿੱਤੇ ਵੀ ਹਨ। ਕੋਈ ਵੀ ਦੇਸ਼, ਰਾਜ ਜਾਂ ਖੇਤਰ ਕੇਵਲ ਮੁੱਢਲੇ ਉਤਪਾਦਕ ਕਿੱਤਿਆਂ (primary productive occupations) ਉੱਤੇ ਨਿਰਭਰ ਕਰਕੇ ਉੱਨਤੀ ਨਹੀਂ ਕਰ ਸਕਦਾ, ਵਿਸ਼ੇਸ਼ ਕਰਕੇ ਅਗਰ ਅਜਿਹੇ ਖੇਤਰ ਵਿੱਚ ਵਸੋਂ ਜ਼ਿਆਦਾ ਹੋਵੇ ਅਤੇ ਵਸੋਂ ਵਾਧਾ ਦਰ ਵੀ ਉੱਚਾ ਹੋਵੇ। ਜ਼ਿਆਦਾ ਧਨ ਕਮਾਉਣ, ਜੀਵਨ ਸਤਰ ਉੱਚਾ ਕਰਨ, ਖ਼ਰੀਦ ਸ਼ਕਤੀ ਵਧਾਉਣ, ਰੁਜ਼ਗਾਰ ਦੇ ਜ਼ਿਆਦਾ ਮੌਕੇ ਪੈਦਾ ਕਰਨ ਅਤੇ ਸਮੁੱਚਾ ਵਿਕਾਸ ਕਰਨ ਲਈ ਕੁਦਰਤੀ ਬਨਸਪਤੀ, ਪਸ਼ੂ, ਖੇਤੀਬਾੜੀ ਆਦਿ ਸੰਸਾਧਨਾਂ ਦਾ ਜ਼ਿਆਦਾ ਅੱਛਾ ਉਪਯੋਗ ਕਰਨਾ ਜ਼ਰੂਰੀ ਹੈ। ਇਹ ਸਦ-ਉਪਯੋਗ, ਇਨ੍ਹਾਂ ਸਾਧਨਾਂ ਦਾ ਰੂਪ, ਗੁਣ, ਕੀਮਤ ਅਤੇ ਉਪਯੋਗ (utility) ਬਦਲ ਕੇ ਅਤੇ ਵਧਾ ਕੇ, ਕੀਤਾ ਜਾ ਸਕਦਾ ਹੈ। ਇਹ ਕਿਰਿਆ ਨਿਰਮਾਣ ਕਲਾ (manufacturing) ਰਾਹੀਂ ਪ੍ਰਾਪਤ ਕੀਤੀ ਜਾਂਦੀ ਹੈ। ਨਿਰਮਾਣ ਕਲਾ ਰਾਹੀਂ ਕਿਸੇ ਵੀ ਪਦਾਰਥ (ਕੱਚੇ ਮਾਲ) ਦਾ ਰੂਪ ਬਦਲ ਦਿੱਤਾ ਜਾਂਦਾ ਹੈ, ਉਸ ਦੇ ਗੁਣ ਅਤੇ ਵਰਤੋਂ ਵਧਾ ਅਤੇ ਬਦਲ ਦਿੱਤੇ ਜਾਂਦੇ ਹਨ, ਜਿਸ ਕਾਰਨ ਨਿਰਮਤ ਪਦਾਰਥ ਦੀ ਕੀਮਤ ਕਾਫੀ ਵੱਧ ਜਾਂਦੀ ਹੈ। ਖੇਤਾਂ ਤੋਂ ਪ੍ਰਾਪਤ ਕਪਾਹ ਤੋਂ ਬਣਿਆ ਕੱਪੜਾ ਨਿਰਮਾਣ ਕਲਾ (ਉਦਯੋਗ) ਦੀ ਇਕ ਉਦਾਹਰਣ ਹੈ। ਤਬਦੀਲੀ ਦੀ ਪ੍ਰਕਿਰਿਆ ਕਿਸੇ ਸਥਾਨ, ਢਾਂਚੇ ਜਾਂ ਅਹਾਤੇ (premise) ਵਿੱਚ ਪੂਰੀ ਹੁੰਦੀ ਹੈ। ਤਬਦੀਲੀ ਦੀ ਪ੍ਰਕਿਰਿਆ (process) ਨੂੰ ਨਿਰਮਾਣ ਉਦਯੋਗ (manufacturing) ਅਤੇ ਸਥਾਨ ਨੂੰ ਕਾਰਖਾਨਾ (industry) ਕਹਿੰਦੇ ਹਨ।

ਉਦਯੋਗਾਂ ਵਿੱਚ ਕੱਚੇ ਮਾਲ (raw material) ਤੋਂ ਵਰਤਣ ਯੋਗ ਵਸਤਾਂ ਬਣਾਈਆਂ ਜਾਂਦੀਆਂ ਹਨ। ਇਸ ਲਈ ਕੱਚੇ ਮਾਲ ਦਾ ਭਾਰੀ ਮਾਤਰਾ ਵਿੱਚ ਅਤੇ ਨੇੜੇ ਹੀ ਮਿਲਣਾ ਬਹੁਤ ਜ਼ਰੂਰੀ ਹੈ। ਇਸੇ ਕਾਰਨ ਹੀ ਖੰਡ ਦੇ ਕਾਰਖਾਨੇ ਗੰਨਾ ਪੈਦਾ ਕਰਨ ਵਾਲੇ ਖੇਤਰਾਂ ਵਿੱਚ ਲਗਾਏ ਜਾਂਦੇ ਹਨ। ਕੱਚੇ ਮਾਲ ਦਾ ਰੂਪ ਬਦਲਣ ਲਈ ਸ਼ਕਤੀ (power or fuel) ਵੀ ਚਾਹੀਦੀ ਹੈ। ਇਸ ਦਾ ਨੇੜੇ ਹੀ ਅਤੇ ਬਹੁਤ ਮਾਤਰਾ ਵਿੱਚ ਮਿਲਣਾ ਵੀ ਬਹੁਤ ਜ਼ਰੂਰੀ ਹੈ। ਨੰਗਲ ਵਿਖੇ ਖਾਦ ਦਾ ਕਾਰਖਾਨਾ ਲਗਾਉਣ ਦਾ ਇੱਕ ਮੁੱਖ ਕਾਰਨ ਉਸ ਸਮੇਂ ਨੇੜੇ ਹੀ ਸਥਿਤ ਭਾਖੜਾ ਡੈਮ ਤੋਂ ਸਸਤੀ ਅਤੇ ਲੋੜੀਂਦੀ ਮਾਤਰਾ ਵਿੱਚ ਬਿਜਲੀ ਦਾ ਮਿਲਣਾ ਸੀ। **ਕੱਚੇ ਮਾਲ ਨੂੰ ਕਾਰਖਾਨਿਆਂ ਤੱਕ ਲਿਆਉਣ ਲਈ ਅਤੇ ਬਣੀਆਂ ਵਸਤਾਂ ਨੂੰ ਉਪਭੋਗਤਾਵਾਂ ਤੱਕ ਪਹੁੰਚਾਉਣ ਲਈ ਸਸਤੇ, ਤੇਜ਼ ਅਤੇ ਸੁਯੋਗ ਆਵਾਜਾਈ ਸਾਧਨਾਂ** ਦਾ ਹੋਣਾ ਬਹੁਤ ਮਹੱਤਵਪੂਰਣ ਹੈ। ਇਸੇ ਕਾਰਨ ਪੰਜਾਬ ਦੇ ਤਿੰਨ-ਚੌਥਾਈ ਦੇ ਲਗਭਗ ਕਾਰਖਾਨੇ ਰਾਜ ਦੇ ਸ਼ਾਹ ਸੜਕ ਅਤੇ ਰੇਲ ਮਾਰਗਾਂ (trunk rail and road route), ਜੋ ਰਾਜਪੁਰਾ ਰਸਤੇ ਦੇਸ਼ ਦੇ ਵੱਖ-ਵੱਖ ਭਾਗਾਂ ਨੂੰ ਲੁਧਿਆਣਾ, ਜਲੰਧਰ, ਅੰਮ੍ਰਿਤਸਰ ਆਦਿ ਸ਼ਹਿਰਾਂ ਨਾਲ ਜੋੜਦੇ ਹਨ, ਉੱਤੇ ਜਾਂ ਨੇੜੇ ਹੀ ਸਥਿਤ ਹਨ।

ਕਾਰਖਾਨਿਆਂ ਦਾ ਪ੍ਰਬੰਧ ਕਰਨ, ਮਸ਼ੀਨਾਂ ਦੀ ਦੇਖਭਾਲ ਆਦਿ ਕਰਨ ਅਤੇ ਕੱਚੇ ਮਾਲ ਤੋਂ ਵਿਭਿੰਨ ਪੜਾਵਾਂ (stages) ਵਿੱਚ ਨਿਰਮਤ ਵਸਤਾਂ ਬਣਾਉਣ ਲਈ **ਮੈਨੇਜਰ ਅਤੇ ਹੋਰ ਪ੍ਰਬੰਧਕੀ ਅਮਲਾ, ਇੰਜਨੀਅਰ ਅਤੇ ਬਹੁਤ ਗਿਣਤੀ ਵਿੱਚ ਸਿੱਖੇ ਹੋਏ (skilled) ਅਤੇ ਆਮ ਮਜ਼ਦੂਰਾਂ ਦੀ ਵੀ ਭਾਰੀ ਲੋੜ ਪੈਂਦੀ ਹੈ।** ਪੰਜਾਬ ਦੇ ਉਦਯੋਗੀਕਰਣ ਵਿੱਚ **ਰਾਮਗੜ੍ਹੀਆ ਬਰਾਦਰੀ**, ਜੋ ਪਿਤਾ-ਪੁਰਖੀ ਹੀ ਕੁਸ਼ਲ ਤਕਨੀਸ਼ੀਅਨਜ਼ ਹਨ, ਦਾ ਰੋਲ ਬਹੁਤ ਮਹੱਤਵਪੂਰਣ ਰਿਹਾ ਹੈ। ਲੁਧਿਆਣਾ ਦੇ ਵਿਭਿੰਨ ਕਾਰਖਾਨਿਆਂ

ਵਿੱਚ ਭਾਰੀ ਗਿਣਤੀ ਵਿੱਚ ਕੰਮ ਕਰਦੇ **ਪਰਵਾਸੀ ਮਜ਼ਦੂਰਾਂ** (ਭਈਏ) ਨੂੰ ਕੌਣ ਭੁੱਲ ਸਕਦਾ ਹੈ। **ਸਸਤੀ ਜ਼ਮੀਨ, ਕਾਫੀ ਮਾਤਰਾ ਵਿੱਚ ਸਾਫ ਪਾਣੀ, ਘੱਟ ਟੈਕਸ ਜਾਂ ਟੈਕਸਾਂ ਤੋਂ ਛੋਟ, ਤਕਨੀਕੀ ਗਿਆਨ ਅਤੇ ਸਿਖਲਾਈ, ਅਨੁਕੂਲ ਸਰਕਾਰੀ ਉਦਯੋਗਿਕ ਨੀਤੀ ਵੀ ਕਾਰਖਾਨਿਆਂ ਦੇ ਸਥਾਨੀਕਰਣ ਉੱਤੇ ਅਤੇ ਉਦਯੋਗਾਂ ਦੇ ਵਿਕਾਸ ਨੂੰ ਪ੍ਰਭਾਵਤ ਕਰਦੇ ਹਨ।** ਇਸ ਸਭ ਕਾਰੋਬਾਰ ਲਈ **ਬਹੁਤ ਧਨ (capital) ਅਤੇ ਬੈਂਕ ਸਹੂਲਤਾਂ ਦੀ ਲੋੜ ਹੈ।** ਕੱਚੇ ਮਾਲ ਤੋਂ ਵਸਤਾਂ ਤਾਂ ਹੀ ਬਣਾਈਆਂ ਜਾਂਦੀਆਂ ਰਹਿਣਗੀਆਂ ਅਗਰ ਭਾਰੀ ਗਿਣਤੀ ਵਿੱਚ ਉਨ੍ਹਾਂ ਦੇ ਖਰੀਦਦਾਰ ਮਿਲਦੇ ਰਹਿੰਦੇ ਹਨ। ਇਸ ਤਰ੍ਹਾਂ **ਮੰਗ ਦੀ ਵਿਸ਼ਾਲ ਮੰਡੀ ਦਾ ਨੇੜੇ ਹੀ ਮਿਲਣਾ ਵੀ ਬਹੁਤ ਜ਼ਰੂਰੀ ਹੈ।** ਇਹ ਲੋਕਾਂ ਦੀ ਗਿਣਤੀ, ਉਨ੍ਹਾਂ ਦੀਆਂ ਲੋੜਾਂ, ਖਰੀਦਣ-ਸ਼ਕਤੀ ਅਤੇ ਜੀਵਨ ਸਤਰ ਆਦਿ ਉੱਤੇ ਨਿਰਭਰ ਕਰਦੀ ਹੈ।

ਪੰਜਾਬ ਦਾ ਉਦਯੋਗਿਕ ਵਾਤਾਵਰਣ (Industrial Environment of Punjab)

ਪੰਜਾਬ ਇੱਕ ਖੇਤੀਬਾੜੀ ਪ੍ਰਧਾਨ ਰਾਜ ਹੈ। ਖੇਤੀਬਾੜੀ ਦੀ ਰਾਜ ਦੀ ਅਰਥ-ਵਿਵਸਥਾ ਵਿੱਚ ਬਹੁਤ ਮਹੱਤਤਾ ਹੈ। ਪਰੰਤੂ ਖੇਤੀਬਾੜੀ ਉਤਪਾਦਨ ਹੁਣ ਲਗਭਗ ਆਪਣੀ ਚਰਮ ਸੀਮਾ ਨੇੜੇ ਪਹੁੰਚ ਗਿਆ ਹੈ। ਉਤਪਾਦਨ ਵਿੱਚ ਕੋਈ ਖਾਸ ਵਾਧਾ ਨਹੀਂ ਹੋ ਰਿਹਾ ਹੈ, ਸਗੋਂ ਕਈ ਵਾਰ ਘਟਣ ਦੀ ਪਰਵਿਰਤੀ ਵੀ ਨਜ਼ਰ ਆਉਂਦੀ ਹੈ। ਖੇਤੀਬਾੜੀ ਬਹੁਤੀ ਲਾਭਦਾਇਕ ਨਹੀਂ ਰਹੀ ਹੈ। ਇਸ ਕਾਰਨ ਖੇਤੀਬਾੜੀ ਵਿੱਚ ਵੰਨ-ਸੁਵੰਨਤਾ (diversification) ਲਿਆਉਣ ਦੇ ਨਾਲ-ਨਾਲ ਪੰਜਾਬ ਨੂੰ ਹੁਣ ਉਦਯੋਗਾਂ ਵੱਲ ਜ਼ਿਆਦਾ ਧਿਆਨ ਦੇਣ ਦੀ ਲੋੜ ਹੈ। ਇਸ ਤਰ੍ਹਾਂ ਹੀ ਪੰਜਾਬ ਆਪਣੀ ਸ਼ੁਹਰਤ ਅਤੇ ਖੁਸ਼ਹਾਲ ਅਤੇ ਮਜ਼ਬੂਤ ਅਰਥ-ਵਿਵਸਥਾ ਕਾਇਮ ਰੱਖ ਸਕੇਗਾ। ਪੰਜਾਬ ਵਿੱਚ ਮੁੱਖ ਤੌਰ ਤੇ ਛੋਟੇ ਉਦਯੋਗ (small scale industries) ਮਹੱਤਵਪੂਰਣ ਹਨ ਪਰੰਤੂ ਦਰਮਿਆਨੇ ਅਤੇ ਵੱਡੇ ਉਦਯੋਗਾਂ ਦੇ ਸਥਾਪਤ ਹੋਣ ਅਤੇ ਵਿਕਾਸ ਕਰਨ ਲਈ ਪੰਜਾਬ ਵਿੱਚ ਕਾਫੀ ਅਨੁਕੂਲ (favourable) ਉਦਯੋਗਿਕ ਵਾਤਾਵਰਣ ਪਾਇਆ ਜਾਂਦਾ ਹੈ।

1. ਮਜ਼ਬੂਤ ਖੇਤੀਬਾੜੀ ਆਧਾਰ (Strong Agricultural Base) : ਪੰਜਾਬ ਵਿੱਚ ਖੇਤੀਬਾੜੀ ਉਤਪਾਦਨ ਬਹੁਤ ਉੱਚਾ ਹੈ। ਪੰਜਾਬ ਦੇਸ਼ ਵਿੱਚ ਕਣਕ, ਚਾਵਲ, ਗੰਨੇ, ਕਪਾਹ ਅਤੇ ਤੇਲ ਦੇ ਬੀਜਾਂ ਦਾ ਇੱਕ ਮਹੱਤਵਪੂਰਣ ਉਤਪਾਦਕ ਹੈ। ਇੱਥੇ ਵਪਾਰਕ ਪੱਧਰ ਤੇ ਘਣੀ ਖੇਤੀ (intensive farming) ਕੀਤੀ ਜਾਂਦੀ ਹੈ ਜਿਸ ਵਿੱਚ ਨਵੇਂ ਔਜ਼ਾਰਾਂ, ਮਸ਼ੀਨਾਂ, ਕੀੜੇਮਾਰ ਦਵਾਈਆਂ, ਦੂਜੀ ਨਿਵਿਸ਼ਟ ਸਮੱਗਰੀ (input) ਅਤੇ ਬੁਨਿਆਦੀ ਸਹੂਲਤਾਂ (infrastructural facilities) ਦੀ ਭਾਰੀ ਲੋੜ ਅਤੇ ਮੰਗ ਹੈ। ਇਨ੍ਹਾਂ ਸਭ ਲੋੜਾਂ ਦੇ ਨਿਰਮਾਣ ਦੇ ਉਦਯੋਗ ਪੰਜਾਬ ਵਿੱਚ ਪ੍ਰਫੁੱਲਤ ਹੋ ਸਕਦੇ ਹਨ। ਦੂਜੇ ਸ਼ਬਦਾਂ ਵਿੱਚ ਪੰਜਾਬ ਵਿੱਚ ਖੇਤੀਬਾੜੀ ਉੱਤੇ ਆਧਾਰਤ (agro-based industries) ਜਿਵੇਂ ਕਿ ਖੰਡ ਬਣਾਉਣ, ਕਪਾਹ ਪਿੰਜਣ (Cotton ginning), ਸੂਤ ਕੱਤਣ (spinning) ਅਤੇ ਕੱਪੜਾ ਬਣਾਉਣ, ਗਹਾਈ ਦੀਆਂ ਮਸ਼ੀਨਾਂ ਬਣਾਉਣ, ਟਰੈਕਟਰ ਤੇ ਪੁਰਜ਼ੇ ਬਣਾਉਣ, ਗੰਨਾ ਪੀੜਨ ਦੇ ਵੇਲਣੇ ਬਣਾਉਣ, ਖੇਤਾਂ ਨੂੰ ਵਾਹੁਣ, ਸੁਹਾਗਾ ਦੇਣ, ਫਸਲਾਂ ਬੀਜਣ, ਦਵਾਈਆਂ ਛਿੜਕਣ ਆਦਿ ਦੀਆਂ ਮਸ਼ੀਨਾਂ ਬਣਾਉਣ, ਤੇਲ ਕੱਢਣ, ਬਨਸਪਤੀ ਘਿਉ ਬਣਾਉਣ, ਦੁੱਧ ਦੇ ਪਦਾਰਥ ਬਣਾਉਣ ਆਦਿ ਅਨੇਕ ਤਰ੍ਹਾਂ ਦੇ ਉਦਯੋਗ ਪੰਜਾਬ ਵਿੱਚ ਸਫਲਤਾ ਪੂਰਵਕ ਚਲ ਸਕਦੇ ਹਨ। ਖੇਤੀਬਾੜੀ ਤੋਂ ਪ੍ਰਾਪਤ ਖੁਸ਼ਹਾਲੀ ਕਾਰਨ ਲੋਕਾਂ ਕੋਲ ਉਦਯੋਗ ਲਗਾਉਣ ਲਈ ਵਾਧੂ ਪੈਸਾ ਅਤੇ ਉੱਚੀ ਖਰੀਦਣ ਸ਼ਕਤੀ (purchasing power) ਬਣ ਗਈ ਹੈ।

2. ਵਰਤੋਂ ਦੀ ਵਿਸ਼ਾਲ ਮੰਡੀ (Vast Consuming Market) : ਪੰਜਾਬ ਇੱਕ ਖੁੱਲ ਦਿਲਾ (liberal) ਅਤੇ ਮੁਕਾਬਲਤਨ ਅਮੀਰ ਰਾਜ ਹੈ। ਪੰਜਾਬ ਦੇ ਲੋਕਾਂ ਦੀ ਦੇਸ਼ ਵਿੱਚ ਲਗਭਗ ਸਭ ਤੋਂ ਉੱਚੀ ਪ੍ਰਤੀ ਜੀਅ ਆਮਦਨ ਹੈ। ਇਹ ਜ਼ਿਆਦਾ ਆਮਦਨ ਬਹੁਤ ਸਾਰੇ ਲੋਕਾਂ ਦੀ ਹੈ। ਇਸ ਕਾਰਨ ਪੰਜਾਬੀਆਂ ਦੀ ਖਰੀਦਣ ਸ਼ਕਤੀ ਉੱਚੀ ਹੈ। ਉਹ ਸਾਧਾਰਣ ਵਸਤਾਂ ਦੇ ਨਾਲ-ਨਾਲ ਆਰਾਮ ਦੀਆਂ ਵਸਤਾਂ (consumer goods) ਜਿਵੇਂ ਕਿ ਫਰਿਜ, ਟੀ.ਵੀ., ਵੀ.ਸੀ.ਆਰ., ਕੱਪੜੇ ਧੋਣ ਦੀਆਂ ਮਸ਼ੀਨਾਂ, ਬਿਜਲੀ ਦੀਆਂ ਅਨੇਕ ਮਸ਼ੀਨਾਂ (electronic appliances), ਵਧੀਆ ਕੱਪੜੇ, ਰਸੋਈ ਦੀਆਂ ਵਸਤਾਂ ਅਤੇ ਹੋਰ ਅਨੇਕ ਵਸਤਾਂ ਖਰੀਦਣ ਦੇ ਯੋਗ ਹਨ। ਪੰਜਾਬ ਵਿੱਚ ਮੁਕਾਬਲਤਨ ਖੁਸ਼ਹਾਲ ਅਤੇ ਇੱਕ ਵੱਡਾ ਮੱਧ-ਵਰਗ (well off middle class) ਪਾਇਆ

ਜਾਂਦਾ ਹੈ। ਇਸ ਦੀਆਂ ਲੋੜਾਂ ਉੱਚੀਆਂ ਹਨ ਅਤੇ ਉਹ ਵੱਧਦੀਆਂ ਹੀ ਰਹਿੰਦੀਆਂ ਹਨ। ਇਸ ਤੋਂ ਬਿਨਾਂ ਹਿਮਾਚਲ ਪ੍ਰਦੇਸ਼, ਜੰਮੂ ਅਤੇ ਕਸ਼ਮੀਰ, ਹਰਿਆਣਾ ਅਤੇ ਰਾਜਸਥਾਨ ਦੀਆਂ ਵਿਸ਼ਾਲ ਮੰਡੀਆਂ ਵੀ ਪੰਜਾਬ ਦੇ ਉਦਯੋਗਾਂ ਦੀ ਪਹੁੰਚ ਵਿੱਚ ਹਨ।

3. **ਸਸਤੀ ਅਤੇ ਭਰੋਸੇਯੋਗ ਬਿਜਲੀ ਦੀ ਸਪਲਾਈ (Cheap and Dependable Power Supply) :** ਕੱਚੇ ਮਾਲ ਤੋਂ ਬਾਅਦ ਲੋੜੀਂਦੀ ਮਾਤਰਾ ਵਿੱਚ ਬਿਜਲੀ (ਸ਼ਕਤੀ) ਦਾ ਮਿਲਣਾ ਕਾਰਖਾਨਿਆਂ ਲਈ ਬਹੁਤ ਜ਼ਰੂਰੀ ਹੈ। ਪੰਜਾਬ ਵਿੱਚ ਬਿਜਲੀ ਪੂਰਤੀ ਦੀ ਹਾਲਤ ਤਸੱਲੀ ਯੋਗ ਹੈ। ਪੰਜਾਬ ਦੇ ਉਦਯੋਗ ਵਿਭਾਗ ਅਨੁਸਾਰ ਪੰਜਾਬ ਵਿੱਚ ਬਿਜਲੀ ਵਾਧੂ (surplus) ਹੈ। ਪੰਜਾਬ ਵਿੱਚ ਕਿਸੇ ਵੀ ਕਾਰਖਾਨੇ ਨੂੰ ਬਿਜਲੀ ਦਾ ਕੁਨੈਕਸ਼ਨ ਲੈਣ ਲਈ ਆਮ ਸ਼ਰਤਾਂ ਪੂਰੀਆਂ ਕਰਨ ਤੋਂ ਇਲਾਵਾ ਹੋਰ ਖਾਸ ਦੇਰ ਨਹੀਂ ਲੱਗਦੀ ਹੈ। ਉੱਤਰੀ ਭਾਰਤ ਦੇ ਕਿਸੇ ਵੀ ਰਾਜ ਦੇ ਮੁਕਾਬਲੇ ਵਿੱਚ ਬਿਜਲੀ ਦਾ ਲੋਡ (load) ਪੂਰਾ ਅਤੇ ਸਪਲਾਈ ਲਗਭਗ ਨਿਯਮਤ ਰਹਿੰਦੀ ਹੈ। ਬਿਜਲੀ ਦਾ ਖਰਚਾ ਵੀ ਸਭ ਤੋਂ ਘੱਟ ਹੈ।

ਹੇਠ ਲਿਖੇ ਆਂਕੜੇ ਇਸ ਕਥਨ ਨੂੰ ਠੀਕ ਦੱਸਦੇ ਹਨ—

ਸਾਰਣੀ ਨੰ. 45

ਉੱਤਰੀ ਭਾਰਤ ਦੇ ਰਾਜਾਂ ਵਿੱਚ ਕਾਰਖਾਨਿਆਂ ਲਈ ਬਿਜਲੀ ਦਾ ਖਰਚਾ (Tariff)

(ਪੈਸੇ ਪ੍ਰਤੀ ਯੂਨਿਟ)

ਰਾਜ	ਘੱਟ ਪਾਵਰ	ਦਰਮਿਆਨੀ ਸਪਲਾਈ	ਜ਼ਿਆਦਾ ਸਪਲਾਈ	ਘੱਟ ਪਾਵਰ
ਪੰਜਾਬ	154	169	179	194
ਹਰਿਆਣਾ	240	240	240	240+15% **ਸਰਚਾਰਜ**
ਦਿੱਲੀ	208	228	276	276
ਯੂ.ਪੀ.	218	227	251	280
ਰਾਜਸਥਾਨ	117	207	222	222

ਸੋਮਾ—ਉਦਯੋਗ ਵਿਭਾਗ ਪੰਜਾਬ, ਪਾਵਰ

ਉੱਪਰ ਦਿੱਤੀ ਸਾਰਣੀ ਤੋਂ ਪਤਾ ਲੱਗਦਾ ਹੈ ਕਿ ਪੰਜਾਬ ਉੱਤਰੀ ਭਾਰਤ ਵਿੱਚ ਸਭ ਤੋਂ ਸਸਤੇ ਦਰ ਤੇ ਭਰੋਸੇਯੋਗ ਤੇ ਆਸਾਨੀ ਨਾਲ ਉਪਲਬੱਧ ਬਿਜਲੀ (ਸ਼ਕਤੀ) ਪ੍ਰਦਾਨ ਕਰਦਾ ਹੈ। ਇਹ ਗੱਲ ਅਲੱਗ ਹੈ ਕਿ ਗਰਮੀਆਂ ਨੂੰ ਕਈ ਵਾਰ (ਸਰਦੀਆਂ ਨੂੰ ਵੀ) ਤਾਪ ਬਿਜਲੀ ਘਰਾਂ ਨੂੰ ਕੋਲਾ ਸਮੇਂ ਸਿਰ ਨਾ ਮਿਲਣ ਕਾਰਨ ਬਿਜਲੀ ਦੇ ਕੱਟ ਲੱਗਦੇ ਹਨ। ਵੈਸੇ ਪੰਜਾਬ ਵਿੱਚ ਪ੍ਰਤੀ ਵਿਅਕਤੀ ਬਿਜਲੀ ਦੀ ਖਪਤ (1999–2000 ਅਨੁਸਾਰ 905 ਯੂਨਿਟ) ਦੇਸ਼ ਵਿੱਚ ਸਭ ਤੋਂ ਜ਼ਿਆਦਾ ਹੈ। ਰਾਜ ਦੀ ਯੋਜਨਾ ਵਿੱਚ ਸ਼ਕਤੀ ਸੈਕਟਰ ਨੂੰ ਜ਼ਿਆਦਾ ਮਹੱਤਤਾ ਦਿੱਤੀ ਗਈ ਹੈ।

4. **ਵਧੀਆ ਬੁਨਿਆਦੀ ਸਹੂਲਤਾਂ (Good Infrastructural Facilities) :** ਪੰਜਾਬ ਵਿੱਚ ਬੁਨਿਆਦੀ ਸਹੂਲਤਾਂ ਦਾ ਇਕ ਮਜ਼ਬੂਤ ਢਾਂਚਾ ਮੌਜੂਦ ਹੈ ਜੋ ਉਦਯੋਗਾਂ ਦੇ ਵਿਕਾਸ ਲਈ ਇੱਕ ਅਨੁਕੂਲ ਵਾਤਾਵਰਣ ਪ੍ਰਦਾਨ ਕਰਦਾ ਹੈ। ਭਾਰਤੀ ਅਰਥਚਾਰੇ ਦੀ ਜਾਂਚ ਕਰਨ ਵਾਲੇ ਕੇਂਦਰ (Centre for Monitoring Indian Economy) ਵੱਲੋਂ ਕਰਵਾਏ ਗਏ ਸਰਵੇਖਣ ਅਨੁਸਾਰ ਪੰਜਾਬ ਦਾ ਬੁਨਿਆਦੀ ਸਹੂਲਤਾਂ ਦਾ ਸੂਚਕ (index of infrastructure) 191.4 ਸੀ ਜੋ ਦੇਸ਼ ਵਿੱਚ ਸਭ ਤੋਂ ਉੱਚਾ ਸੀ। ਦੇਸ਼ ਵਿੱਚ ਉਦਯੋਗਿਕ ਤੌਰ ਤੋਂ ਵੱਧ ਵਿਕਸਤ ਰਾਜ ਮਹਾਂਰਾਸ਼ਟਰ ਲਈ ਇਹ ਸੂਚਕ 107 ਸੀ ਜਦੋਂ ਕਿ ਦੇਸ਼ ਲਈ ਔਸਤ ਸੂਚਕ 100 ਸੀ। ਇਹ ਅੰਕੜੇ 1997–98 ਅਨੁਸਾਰ ਹਨ।

ਪੰਜਾਬ ਵਿੱਚ ਕਾਰਖਾਨਿਆਂ ਲਈ **ਬਿਜਲੀ ਦੀਆਂ ਦਰਾਂ ਸਭ ਤੋਂ ਘੱਟ ਹਨ** ਅਤੇ ਇੱਥੇ ਬਿਜਲੀ ਵਾਧੂ ਹੈ ਜਿਸ ਦੀ ਸਪਲਾਈ ਭਰੋਸੇਯੋਗ ਹੈ। ਰਾਜ ਵਿੱਚ ਪ੍ਰਤੀ ਲੱਖ ਵਿਅਕਤੀਆਂ ਪਿੱਛੇ ਬੈਂਕਾਂ ਦੀ ਗਿਣਤੀ ਵੀ ਦੇਸ਼ ਵਿੱਚ ਸਭ ਤੋਂ ਜ਼ਿਆਦਾ ਹੈ ਜੋ 15 ਪ੍ਰਤੀ

ਲੱਖ ਹੈ। ਰਾਜ ਵਿੱਚ ਚੰਗੀ ਤਰ੍ਹਾਂ ਨਾਲ **ਸੰਗਠਤ ਸੜਕ ਤੰਤਰ (road network) ਹੈ।** ਹਰ ਪਿੰਡ ਪੱਕੀ ਸੜਕ ਨਾਲ ਜੁੜਿਆ ਹੋਇਆ ਹੈ ਅਤੇ ਰਾਜ ਦੇ ਸਭ **ਉਦਯੋਗਿਕ ਕੇਂਦਰ ਰੇਲਾਂ ਅਤੇ ਸੜਕਾਂ ਰਾਹੀਂ** ਰਾਜ ਦੇ ਵਿਭਿੰਨ ਭਾਗਾਂ ਨਾਲ ਜੁੜੇ ਹੋਏ ਹਨ। ਪ੍ਰਤੀ 100 ਵ.ਕਿ.ਮੀ. ਮਗਰ ਸੜਕ ਘਣਤਾ 242 ਕਿ.ਮੀ. ਹੈ।

ਰਾਜ ਦੇ ਵਿਭਿੰਨ ਇੰਜਨੀਅਰਿੰਗ ਕਾਲਜ (16) ਬਹੁ-ਤਕਨੀਕੀ (Polytechnic) (30) ਅਤੇ ਤਕਨੀਕੀ ਸੰਸਥਾਵਾਂ (111) ਪ੍ਰਬੰਧਕੀ ਸੰਸਥਾਵਾਂ (management institutes) (4) ਅਤੇ ਯੂਨੀਵਰਸਿਟੀਆਂ (5) ਉਦਯੋਗਾਂ ਲਈ ਉੱਚੇ ਦਰਜੇ ਦੇ ਪ੍ਰਬੰਧਕ (managers), ਇੰਜਨੀਅਰਜ਼ ਅਤੇ ਦੂਜੇ ਸਿੱਖੇ ਹੋਏ ਕਾਰੀਗਰ (skilled personnels) ਪੈਦਾ ਕਰ ਰਹੇ ਹਨ। 1996 ਵਿੱਚ ਰਾਜ ਵਿੱਚ ਤਕਨੀਕੀ ਯੂਨੀਵਰਸਿਟੀ (Technical University) ਦੀ ਸਥਾਪਨਾ ਦਾ ਐਲਾਨ ਕੀਤਾ ਗਿਆ ਸੀ। ਇਸ ਦੇ ਸਥਾਪਤ ਹੋ ਜਾਣ ਨਾਲ ਤਕਨੀਕੀ ਅਤੇ ਪ੍ਰਬੰਧਕੀ ਅਮਲੇ ਦੀ ਉਪਲਬੱਧੀ ਹੋਰ ਵੀ ਜ਼ਿਆਦਾ ਅਤੇ ਉੱਚੀ ਪੱਧਰ ਦੀ ਹੋ ਗਈ ਹੈ। ਸਰਕਾਰ ਨੇ ਕਾਰਖਾਨਿਆਂ ਨੂੰ ਖੋਜ ਅਤੇ ਵਿਕਾਸ ਦੀਆਂ ਸਹੂਲਤਾਂ ਨਿਯਮਬੱਧ ਤਰੀਕੇ ਨਾਲ ਪ੍ਰਦਾਨ ਕਰਨ ਦਾ ਪ੍ਰੋਗ੍ਰਾਮ ਬਣਾਇਆ ਹੈ। ਰਾਜ ਵਿੱਚ ਪਹਿਲਾਂ ਹੀ 7 ਖੋਜ ਅਤੇ ਵਿਕਾਸ (R&D) ਅਤੇ ਵੱਡੀਆਂ ਤਕਨੀਕੀ ਸੰਸਥਾਵਾਂ ਮੌਜੂਦ ਹਨ। ਅਜਿਹੀਆਂ 6 ਹੋਰ ਸੰਸਥਾਵਾਂ ਸਥਾਪਨਾ ਅਧੀਨ ਹਨ। ਇਨ੍ਹਾਂ ਸਭ ਨਾਲ ਉਦਯੋਗਾਂ ਨੂੰ ਨਵੀਂ ਤਕਨੀਕੀ ਜਾਣਕਾਰੀ ਪ੍ਰਾਪਤ ਹੁੰਦੀ ਰਹੇਗੀ। ਰਾਜ ਵਿੱਚ 2000-01 ਅਨੁਸਾਰ 29 ਫੋਕਲ ਪੁਆਇੰਟ ਅਤੇ ਕਈ ਇੰਡਸਟਰੀਅਲ ਐਸਟੇਟਸ ਕਾਇਮ ਸਨ। ਲਗਭਗ ਹਰ ਜ਼ਿਲ੍ਹੇ ਵਿੱਚ ਇੱਕ ਫੋਕਲ ਪੁਆਇੰਟ ਹੈ।

5. ਸੁਖਦ ਉਦਯੋਗਿਕ ਸੰਬੰਧ (Good Industrial Relations) : ਪੰਜਾਬ ਵਿੱਚ ਮਜ਼ਦੂਰਾਂ, ਮਾਲਕਾਂ ਅਤੇ ਸਰਕਾਰ ਵਿਚਕਾਰ ਆਪਸੀ ਸੰਬੰਧ ਮਿੱਤਰਤਾ ਵਾਲੇ ਹਨ। ਪੰਜਾਬ ਦਾ ਮਜ਼ਦੂਰ ਸ਼ਕਤੀ ਪਸੰਦ ਅਤੇ ਅਨੁਸ਼ਾਸਿਤ (disciplined) ਹੈ। ਉਹ ਮਿਹਨਤੀ ਅਤੇ ਸੁਯੋਗ (efficient) ਹੈ। ਰਾਜ ਵਿੱਚ ਉਦਯੋਗਿਕ ਅਤੇ ਸਮੁੱਚੀ ਸ਼ਾਂਤੀ ਹੈ। ਤਾਲਾ ਬੰਦੀ (lock outs) ਅਤੇ ਹੜਤਾਲਾਂ ਦੀਆਂ ਘਟਨਵਾਂ ਬਹੁਤ ਘੱਟ ਹੋਈਆਂ ਹਨ। ਇਸ ਕਾਰਨ ਮਨੁੱਖੀ ਘੰਟਿਆਂ (man hours) ਦਾ ਨੁਕਸਾਨ ਬਹੁਤ ਘੱਟ ਹੋਇਆ ਹੈ। ਇਹ ਹਰਿਆਣਾ ਦੇ ਮੁਕਾਬਲੇ 1/4, ਯੂ.ਪੀ. ਦੇ ਮੁਕਾਬਲੇ 1/3, ਰਾਜਸਥਾਨ ਦੇ ਮੁਕਾਬਲੇ 1/2 ਹਨ। ਰਾਜ ਵਿੱਚ ਮਜ਼ਦੂਰ ਉਤਪਾਦਕਤਾ (labour productivity) ਬਹੁਤ ਉੱਚੀ ਰਿਕਾਰਡ ਕੀਤੀ ਗਈ ਹੈ।

6. ਭਾਰੀ ਵਾਧੂ ਪੂੰਜੀ (Large Surplus Capital) : ਘਣੀ ਵਪਾਰਕ ਖੇਤੀ, ਉੱਚਾ ਖੇਤੀ ਉਤਪਾਦਨ ਅਤੇ ਕਾਫੀ ਵਾਧੂ ਉਤਪਾਦਨ ਕਾਰਨ ਪੰਜਾਬ ਦਾ ਕਿਰਸਾਣ ਮੁਕਾਬਲਤਨ ਅਮੀਰ ਹੈ। ਦੇਸ਼ ਦੀ ਪ੍ਰਤੀ ਵਿਅਕਤੀ ਔਸਤ ਆਮਦਨ 10,067 ਰੁਪਏ ਦੇ ਮੁਕਾਬਲੇ ਪੰਜਾਬ ਵਿੱਚ ਪ੍ਰਤੀ ਵਿਅਕਤੀ ਔਸਤ ਆਮਦਨ 14,980 ਰੁਪਏ ਹੈ ਜੋ ਦੇਸ਼ ਵਿੱਚ ਮਹਾਂਰਾਸ਼ਟਰ ਤੋਂ ਬਾਅਦ ਸਭ ਤੋਂ ਉੱਚੀ ਹੈ। ਪੰਜਾਬ ਵਿੱਚ ਨਿਰੋਲ ਛੋਟੀਆਂ ਬਚਤਾਂ ਰਾਸ਼ਟਰੀ ਔਸਤ ਤੋਂ ਦੁਗਣੀਆਂ ਹਨ। ਰਾਜ ਵਿੱਚ ਸ਼ਾਂਤੀ ਵਾਲਾ ਵਾਤਾਵਰਣ ਹੋਣ ਕਾਰਨ ਬਹੁਤ ਸਾਰੇ ਪੰਜਾਬੀ ਐਨ.ਆਰ.ਆਈ. (NRI) ਅਤੇ ਦੇਸ਼ ਤੇ ਵਿਦੇਸ਼ ਦੇ ਉਦਯੋਗਿਕ ਘਰਾਣੇ (industrial houses) ਅਤੇ ਬਹੁਰਾਸ਼ਟਰੀ ਕੰਪਨੀਆਂ ਰਾਜ ਦੇ ਵਿਭਿੰਨ ਉਪਕਰਮਾਂ (projects) ਵਿੱਚ ਪੂੰਜੀ ਨਿਵੇਸ਼ ਕਰਨ ਨੂੰ ਤਿਆਰ ਹਨ। ਭਾਰਤ ਦੇ ਉਦਯੋਗਿਕ ਘਰਾਣਿਆਂ ਜਿਵੇਂ ਕਿ ਬਿਰਲਾ, ਮੋਦੀ, ਥਾਪਰ, ਸ੍ਰੀਰਾਮ, ਡੀ.ਸੀ.ਐਮ., ਗੋਦਰੇਜ, ਅੰਬੂਜਾ ਆਦਿ ਅਤੇ ਅੰਤਰ-ਰਾਸ਼ਟਰੀ ਕੰਪਨੀਆਂ ਜਿਵੇਂ ਕਿ ਹਿਟੈਚੀ (Hitachi), ਫੂਜਿਤਸੂ (Fujitsu), ਓਕੀ (Oki) (ਜਾਪਾਨ ਦੀਆਂ), ਹਾਲੈਂਡ ਦੀ ਫਿਲਪਸ, ਯੂ.ਐਸ.ਏ. ਦੀ ਵੈਸਟਿੰਗ ਹਾਊਸ ਅਤੇ ਡੂਪੌਂਟ, ਮਾਜ਼ਦਾ ਜਰਮਨੀ ਦੀ ਜ਼ਿਮਰ, ਇਟਲੀ ਦੀ ਔਲਿਵਿਟੀ (Olvitti) ਆਦਿ ਨੇ ਪੰਜਾਬ ਦੇ ਵਿਭਿੰਨ ਉਦਯੋਗਾਂ ਵਿੱਚ ਆਪਣੀ ਪੂੰਜੀ ਨਿਵੇਸ਼ ਕੀਤੀ ਹੈ।

ਇਨ੍ਹਾਂ ਤੋਂ ਬਿਨਾਂ ਪੰਜਾਬ ਵਿੱਚ ਕਾਰਖਾਨੇ ਲਗਾਉਣ ਵਾਲਿਆਂ ਨੂੰ ਪੰਜਾਬ ਰਾਜ ਉਦਯੋਗਿਕ ਵਿਕਾਸ ਨਿਗਮ (Punjab State Industrial Development Corporation Ltd.), ਪੰਜਾਬ ਵਿੱਤ ਨਿਗਮ (Punjab Financial Corporation) ਭਾਰਤ ਦਾ ਉਦਯੋਗਿਕ ਵਿਕਾਸ ਬੈਂਕ, ਭਾਰਤ ਦਾ ਲਘੂ ਉਦਯੋਗ ਵਿਕਾਸ ਬੈਂਕ ਆਦਿ ਸੰਸਥਾਵਾਂ ਲੰਬੀ ਮਿਆਦ ਦੇ ਕਰਜੇ ਅਤੇ ਸਹਾਇਤਾ ਦਿੰਦੀਆਂ ਹਨ।

7. ਪੰਜਾਬੀਆਂ ਦੀ ਅਜਿੱਤ, ਉੱਦਮੀ ਤੇ ਅਗਾਂਹਵਧੂ ਤਬੀਅਤ (Indomitable, Enterprising and Innovative Spirit of Punjabis) : ਪੰਜਾਬ ਦੇ ਵਸਨੀਕ ਅਗਾਂਹਵਧੂ, ਵਿਗਿਆਨਕ ਦ੍ਰਿਸ਼ਟੀਕੋਣ ਵਾਲੇ, ਉੱਦਮੀ, ਨਵੀਆਂ ਕਾਢਾਂ ਅਤੇ ਤਰੀਕਿਆਂ ਨੂੰ ਜਲਦੀ ਅਪਣਾਉਣ ਵਾਲੇ (innovative) ਅਤੇ ਖੁੱਲ੍ਹੇ ਸੁਭਾਅ (liberal) ਦੇ ਹਨ। ਉਹ ਹਰ ਖ਼ਤਰਾ (risk) ਮੁੱਲ ਲੈਣ ਨੂੰ ਤਿਆਰ ਰਹਿੰਦੇ ਹਨ। ਉਨ੍ਹਾਂ ਦੀ ਹਿੰਮਤ ਅਤੇ ਦਲੇਰੀ ਦਾ ਕੋਈ ਮੁਕਾਬਲਾ ਨਹੀਂ ਹੈ। ਮਿਹਨਤ ਅਤੇ ਕਰ ਗੁਜ਼ਰ ਜਾਣ ਦੀਆਂ ਖ਼ੂਬੀਆਂ ਕਾਰਨ ਉਨ੍ਹਾਂ ਨੇ ਆਪਣੇ ਰਾਜ ਨੂੰ ਦੇਸ਼ ਵਿੱਚ ਖੇਤੀਬਾੜੀ ਦੇ ਹਰ ਪਹਿਲੂ (ਉਤਪਾਦਨ, ਝਾੜ, ਖਾਦਾਂ ਦੀ ਵਰਤੋਂ, ਟਰੈਕਟਰਾਂ ਦੀ ਵਰਤੋਂ ਆਦਿ) ਵਿੱਚ ਮੋਹਰੀ ਬਣਾ ਦਿੱਤਾ ਹੈ। ਹੁਣ ਉਹ ਉਦਯੋਗਾਂ ਦੇ ਖੇਤਰ ਵਿੱਚ ਵੀ ਮੱਲਾਂ ਮਾਰਨ ਦੇ ਯਤਨ ਕਰ ਰਹੇ ਹਨ। ਇੱਥੋਂ ਦੀ ਰਾਮਗੜ੍ਹੀਆ ਬਰਾਦਰੀ ਨੇ ਆਪਣੇ ਪਿਤਾ-ਪੁਰਖੀ ਹੁਨਰ ਨਾਲ ਨਾ ਕੇਵਲ ਲਘੂ ਉਦਯੋਗ ਹੀ ਨਹੀਂ ਸ਼ੁਰੂ ਕੀਤੇ ਸਨ ਸਗੋਂ ਥਰੈਸ਼ਰਜ਼, ਕੰਬਾਈਨ ਮਸ਼ੀਨਾਂ, ਇੰਜਣ ਆਦਿ ਕਈ ਪ੍ਰਕਾਰ ਦੀਆਂ ਮਸੀਨਾਂ ਦੇ ਸਸਤੇ ਅਤੇ ਵਧੀਆ ਨਮੂਨੇ ਤਿਆਰ ਕਰਕੇ ਇਨ੍ਹਾਂ ਦਾ ਉਤਪਾਦਨ ਵੀ ਸ਼ੁਰੂ ਕਰ ਦਿੱਤਾ ਹੈ। ਲੁਧਿਆਣਾ, ਫਗਵਾੜਾ, ਗੋਰਾਇਆਂ ਆਦਿ ਸ਼ਹਿਰਾਂ ਦੇ ਉਦਯੋਗ ਪੰਜਾਬ ਦੇ ਇਨ੍ਹਾਂ ਉਦਮੀਆਂ ਦੇ ਅਹਿਮ ਰੋਲ ਦੀ ਹਾਮੀ ਭਰਦੇ ਹਨ।

8. ਸਰਕਾਰ ਵੱਲੋਂ ਉਤਸ਼ਾਹ ਅਤੇ ਸਹਾਇਤਾ (Government Encouragemnet and Incentives) : ਪੰਜਾਬ ਸਰਕਾਰ ਨੇ ਰਾਜ ਵਿੱਚ ਉਦਯੋਗਾਂ ਨੂੰ ਉਤਸ਼ਾਹਤ ਕਰਨ ਲਈ ਕਈ ਕਦਮ ਚੁੱਕੇ ਹਨ। ਇਨ੍ਹਾਂ ਵਿੱਚ ਰਾਜ ਵਿੱਚ ਉਦਯੋਗ ਲਗਾਉਣ ਵਾਲਿਆਂ ਨੂੰ ਅਫਸਰਸ਼ਾਹੀ (bureaucratic) ਦੀਆਂ ਬੇਲੋੜੀਆਂ ਅਤੇ ਭਰਕਮ ਪਾਬੰਦੀਆਂ ਤੋਂ ਮੁਕਤ ਰੱਖਣਾ, ਸਮੇਂ-ਬੱਧ ਲਾਇਸੈਂਸ ਆਦਿ ਦੀ ਮੰਜ਼ੂਰੀ ਦੇਣੀ, ਉੱਦਮਕਰਤਾ (entrepreneurs) ਨੂੰ ਐਸਕਾਰਟ ਸੇਵਾ (Escort Service) ਪ੍ਰਦਾਨ ਕਰਨੀ, ਮਾਇਕ ਸਹਾਇਤਾ (fiscal incentives), ਲੰਬੀ ਮਿਆਦ ਦੇ ਕਰਜ਼ੇ, ਛੋਟਾਂ ਅਤੇ ਸੇਲ ਟੈਕਸ ਆਦਿ ਤੋਂ ਛੋਟ ਦੇਣੀ ਆਦਿ ਸ਼ਾਮਲ ਹਨ। ਸਰਕਾਰ ਦਾ ਟੀਚਾ ਚੱਲ ਰਹੇ ਦਹਾਕੇ ਵਿੱਚ ਉਦਯੋਗਿਕ ਵਾਧਾ ਦਰ 8% ਤੋਂ ਵਧਾ ਕੇ 12% ਪ੍ਰਾਪਤ ਕਰਨ ਦਾ ਹੈ। ਇਸ ਉਤਸ਼ਾਹ ਅਤੇ ਸਹਾਇਤਾ ਨੂੰ ਅਮਲੀ ਰੂਪ ਦੇਣ ਲਈ ਰਾਜ ਵਿੱਚ ਕਈ ਉਦਯੋਗਿਕ ਵਿਕਾਸ ਦੇ ਨਿਗਮ ਬਣਾਏ ਗਏ ਹਨ ਜਿਵੇਂ ਕਿ ਪੰਜਾਬ ਰਾਜ ਉਦਯੋਗਿਕ ਵਿਕਾਸ ਨਿਗਮ (PSEDPC), ਪੰਜਾਬ ਐਗਰੋ ਇੰਡਸਟਰੀਜ਼ ਕਾਰਪੋਰੇਸ਼ਨ (PAIC) ਆਦਿ। ਪੰਜਾਬ ਸਰਕਾਰ ਦੀ ਸਾਲ 1996 ਦੀ ਉਦਯੋਗਿਕ ਨੀਤੀ (Industrial Policy) ਦੇ ਮੁੱਖ ਟੀਚੇ (1) ਉਦਯੋਗਿਕ ਵਿਕਾਸ ਦਰ ਨੂੰ 8% ਤੋਂ 12% ਤੱਕ ਵਧਾਉਣਾ (2) ਰਾਜ ਦੇ ਨਿਰੋਲ ਘਰੇਲੂ ਉਤਪਾਦਨ (GDP) ਵਿੱਚ ਉਦਯੋਗਾਂ ਦੇ ਮੌਜੂਦਾ 15% ਹਿੱਸੇ ਨੂੰ 25% ਤੱਕ ਵਧਾਉਣਾ ਅਤੇ (3) ਅਗਲੇ 15 ਸਾਲਾਂ ਦੌਰਾਨ ਮੌਜੂਦਾ 15% ਪੇਂਡੂ ਆਬਾਦੀ ਨੂੰ ਤੇਜ਼ ਉਦਯੋਗੀਕਰਣ ਰਾਹੀਂ ਖੇਤੀਬਾੜੀ ਅਤੇ ਸਬੰਧਤ ਕੰਮਾਂ ਤੋਂ ਹਟਾ ਕੇ ਉਦਯੋਗਿਕ ਧੰਦਿਆਂ ਵਿੱਚ ਲਗਾਉਣਾ ਹੈ। ਇਨ੍ਹਾਂ ਤੋਂ ਬਿਨਾਂ ਨਵੀਂ ਪਾਲਿਸੀ ਅਧੀਨ ਖੇਤੀਬਾੜੀ ਉੱਤੇ ਆਧਾਰਤ ਉਦਯੋਗਾਂ, ਇਲੈਕਟਰਾਨਿਕ ਉਦਯੋਗਾਂ ਅਤੇ ਨਿਰਯਾਤ ਕਰਨ ਵਾਲੇ ਉਦਯੋਗਾਂ ਵੱਲ ਵਿਸ਼ੇਸ਼ ਧਿਆਨ ਅਤੇ ਸਹਾਇਤਾ ਦੇਣ ਉੱਤੇ ਜ਼ੋਰ ਦਿੱਤਾ ਗਿਆ ਹੈ।

9. ਇਨ੍ਹਾਂ ਤੋਂ ਇਲਾਵਾ ਰਾਜ ਵਿੱਚ ਦਰਿਆ ਸਤਲੁਜ, ਬਿਆਸ, ਰਾਵੀ ਅਤੇ ਅਨੇਕ ਨਹਿਰਾਂ ਤੋਂ ਕਾਫੀ ਪਾਣੀ ਉਪਲਬੱਧ ਹੈ। ਰਾਜ ਵਿੱਚ ਸੰਚਾਰ ਸੇਵਾ ਵੀ ਵਧੀਆ ਪ੍ਰਕਾਰ ਹੈ। ਚੰਡੀਗੜ੍ਹ, ਪਟਿਆਲਾ, ਲੁਧਿਆਣਾ ਅਤੇ ਅੰਮ੍ਰਿਤਸਰ ਤੋਂ ਹਵਾਈ ਸੇਵਾ ਵੀ ਮੌਜੂਦ ਹੈ।

ਪੰਜਾਬ ਦੀ 2003 ਦੀ ਉਦਯੋਗਿਕ ਨੀਤੀ (Industrial Policy 2003) ਦੇ ਤਿੰਨ ਮੁੱਖ ਉਦੇਸ਼ ਸਨ—

ਅਨੁਕੂਲ ਉਦਯੋਗਿਕ ਵਾਤਾਵਰਣ ਪੈਦਾ ਕਰਨਾ ਜੋ ਬੁਨਿਆਦੀ ਢਾਂਚੇ (infrastructure creation) ਦੇ ਵਿਕਾਸ, ਮੌਜੂਦ ਉਦਯੋਗਾਂ ਨੂੰ ਆਪਸੀ ਅਤੇ ਬਾਹਰਲੇ ਉਦਯੋਗਾਂ ਦਾ ਮੁਕਾਬਲਾ ਕਰਨ ਦੇ ਯੋਗ ਬਣਾਉਣ ਲਈ ਨਿਯਮਾਂ ਨੂੰ ਘਟਾਉਣ ਅਤੇ ਆਮ ਸਹੂਲਤਾਂ ਪ੍ਰਦਾਨ ਕਰਨਾ ਸ਼ਾਮਲ ਹਨ। ਤੀਜੇ, ਜਿਨ੍ਹਾਂ ਪੰਜਾਬ ਦੇ ਉਦਯੋਗਾਂ ਕੋਲ ਕੰਪੀਟ ਕਰਨ ਅਤੇ ਖਰਚੇ ਦੇ ਮਾਮਲੇ ਵਿੱਚ ਪਹਿਲ ਹੈ, ਉਨ੍ਹਾਂ ਲਈ ਹੋਰ ਕੋਸ਼ਿਸ਼ ਕਰਨੀ। ਇਸ ਸੱਭ ਲਈ ਸਰਕਾਰੀ ਵਿਵਹਾਰ ਵਿੱਚ ਕਿਸੇ ਮੁਸ਼ਕਲ ਦਾ ਨਾ ਹੋਣਾ, ਊਰਜਾ ਖੇਤਰ ਵਿੱਚ ਸੁਧਾਰ, ਮਸਲਿਆਂ ਨੂੰ ਸੁਲਝਾਉਣ ਲਈ ਆਨਲਾਈਨ ਸਕੀਮਾਂ (Online Settlement Schemes), ਉਦਯੋਗਾਂ ਅਤੇ ਕਾਰੋਬਾਰ

ਕਰਨ (Business) ਦੇ ਲਈ ਮਿਤਰਾਨਾ ਟੈਕਸ ਪ੍ਰਬੰਧ, ਮੌਜੂਦ ਉਦਯੋਗਾਂ ਵਿੱਚ ਮੁਕਾਬਲਾ ਕਰਨ (compete) ਦੀ ਪਰਵਿਰਤੀ ਨੂੰ ਉਤਸ਼ਾਹਤ ਕਰਨਾ, ਬੰਦ ਜਾਂ ਬੀਮਾਰ ਲਘੂ ਉਦਯੋਗਾਂ ਨੂੰ ਸੁਰਜੀਤ ਕਰਨਾ, PSIDC, PEC ਅਤੇ PSIEC, ਉਦਯੋਗਿਕ ਢਾਂਚੇ ਦਾ ਵਿਕਾਸ ਆਦਿ ਸੰਸਥਾਵਾਂ ਦੀ ਭੂਮਿਕਾ ਨੂੰ ਦੁਬਾਰਾ ਪ੍ਰਭਾਸ਼ਿਤ ਕਰਨਾ ਅਤੇ ਕੇਂਦਰੀ ਸਰਕਾਰ ਦੀਆਂ ਸਕੀਮਾਂ ਜਿਵੇਂ ਕਿ Special Economic Zones ਆਦਿ ਤੋਂ ਵੱਧ ਲਾਭ ਲੈਣਾ ਸ਼ਾਮਲ ਹਨ। Industrial Cluster Development Approach 'ਤੇ ਜ਼ੋਰ ਦਿੱਤਾ ਗਿਆ।

2013 ਦੀ ਨਵੀਂ ਉਦਯੋਗਿਕ ਨੀਤੀ (New Industrial Policy 2013)

ਪੰਜਾਬ ਸਰਕਾਰ ਨੇ 2013 ਦੀ ਨਵੀਂ ਉਦਯੋਗਿਕ ਨੀਤੀ ਦਾ ਐਲਾਨ 2016 ਵਿੱਚ ਕੀਤਾ ਸੀ। ਇਸ ਦਾ ਮੁੱਖ ਉਦੇਸ਼ ਪੰਜਾਬ ਵਿੱਚ ਉਦਯੋਗੀਕਰਨ ਨੂੰ ਪ੍ਰੋਤਸਾਹਤ ਕਰਨਾ ਸੀ। ਇਸ ਨੀਤੀ ਦਾ ਮੁੱਖ ਫੋਕਸ ਨਿਰਮਾਣ ਸੈਕਟਰ, ਇੰਟਗਰੇਟਡ ਟੈਕਸਟਾਈਲ ਯੂਨਿਟਾਂ, ਐਗਰੋ ਅਤੇ ਫੂਡ ਪ੍ਰੋਸੈਸਿੰਗ ਸੈਕਟਰ, ਇਲੈਕਟਰਾਨਿਕਸ ਹਾਰਡਵੇਅਰ ਅਤੇ ਇਨਫਰਮੇਸ਼ਨ ਟੈਕਨਾਲੋਜੀ ਦੇ ਬੜ੍ਹਾਵੇ ਲਈ ਵਿੱਤੀ ਲਾਭਾਂ ਦਾ ਖੁਲ੍ਹਦਿਲਾ ਪੈਕੇਜ (Liberal Package of Fiscal Incentives) ਪ੍ਰਦਾਨ ਕਰਨਾ ਸੀ।

ਇਸ ਪਾਲਿਸੀ ਅਧੀਨ ਸਰਕਾਰ VAT ਅਤੇ CST, ਬਿਜਲੀ ਡਿਊਟੀ, ਸਟੈਂਪ ਡਿਊਟੀ, ਪ੍ਰਾਪਰਟੀ ਟੈਕਸ, ਖਰੀਦ ਟੈਕਸ (Purchase Tax), ਮਾਰਕੀਟ ਫੀਸ, ਪੇਂਡੂ ਵਿਕਾਸ ਫੰਡ (RDF) ਅਤੇ ਢਾਂਚਾ ਵਿਕਾਸ ਸੈਸ (infrastructure development cess) ਅਦਾਇਗੀ ਵਿੱਚ ਛੋਟਾਂ ਦੇਵੇਗੀ।

ਨਿਰਮਾਣ ਸੈਕਟਰ ਲਈ ਪੰਜਾਬ ਨੂੰ ਦੋ ਜੋਨਜ਼ ਵਿੱਚ ਵੰਡਿਆ ਗਿਆ ਹੈ। **Zone I** ਘੱਟ ਉਦਯੋਗਿਕ ਖੇਤਰ ਹੈ ਅਤੇ ਇਸ ਵਿੱਚ ਅੰਮ੍ਰਿਤਸਰ, ਰੂਪਨਗਰ, ਬਰਨਾਲਾ, ਬਠਿੰਡਾ, ਫਰੀਦਕੋਟ, ਫਾਜ਼ਿਲਕਾ, ਫਿਰੋਜ਼ਪੁਰ, ਗੁਰਦਾਸਪੁਰ, ਹੁਸ਼ਿਆਰਪੁਰ, ਮਾਨਸਾ, ਮੋਗਾ, ਪਠਾਨਕੋਟ, ਸੰਗਰੂਰ, ਮੁਕਤਸਰ ਅਤੇ ਤਰਨਤਾਰਨ ਸਮੇਤ 15 ਜ਼ਿਲ੍ਹੇ ਹਨ। **Zone II** ਵਿੱਚ ਉਦਯੋਗਿਕ ਖੇਤਰ (highly industrialized) ਹੈ ਅਤੇ ਇਸ ਵਿੱਚ 7 ਜ਼ਿਲ੍ਹੇ — ਫਤਹਿਗੜ੍ਹ ਸਾਹਿਬ, ਜਲੰਧਰ, ਕਪੂਰਥਲਾ, ਲੁਧਿਆਣਾ, ਪਟਿਆਲਾ, ਐਸ.ਏ.ਐਸ. ਨਗਰ, ਅਤੇ ਐਸ.ਬੀ.ਐਸ. ਨਗਰ ਸ਼ਾਮਲ ਹਨ।

ਇਸ ਯੋਜਨਾ ਅਧੀਨ ਨਿਰਮਾਣ ਸੈਕਟਰ ਲਈ ਦਿੱਤੇ ਗਏ ਪ੍ਰੋਤਸਾਹਨ (ਲਾਭ) (Incentives) ਅਤੇ ਵਿਭਿੰਨ ਨਿਸ਼ਚਤ ਕੈਪੀਟਲ ਇਨਵੈਸਟਮੈਂਟ (FCI) ਅਤੇ Zones ਦੀ ਇੱਕ ਸਾਧਾਰਣ ਰੂਪ-ਰੇਖਾ ਹੇਠ ਦਿੱਤੇ ਟੇਬਲ ਵਿੱਚ ਦਿਖਾਈ ਦਿੰਦੀ ਹੈ—

FCI	1 – 10 Crore		10 – 25 Crore		25 – 100 Crore		100 – 500 Crore		Above 500 Crore	
	Z I	Z II	Z I	Z II	Z I	Z II	Z I	Z II	Z I	Z II
VAT	50%	50%	50%	25%	60%	30%	70%	35%	80%	40%
CST	75%	75%	75%	50%	75%	50%	75%	50%	75%	50%
Period	7 Y	7 Y	8 Y	8 Y	10 Y	10 Y	11 Y	11 Y	13 Y	13 Y

FCI – Fixed Capital Investment

ਇਨ੍ਹਾਂ ਤੋਂ ਇਲਾਵਾ ਇਨ੍ਹਾਂ ਯੂਨਿਟਾਂ ਨੂੰ ਬਿਜਲੀ ਕਰ ਵਿੱਚ ਸਟੈਂਪ ਡਿਊਟੀ ਅਤੇ ਪ੍ਰਾਪਰਟੀ ਟੈਕਸ ਵਿੱਚ ਜ਼ੋਨ I ਵਿੱਚ 100% ਛੋਟ ਮਿਲੇਗੀ ਅਤੇ ਜ਼ੋਨ II ਵਿੱਚ 50% ਛੋਟ ਮਿਲੇਗੀ।

ਐਸ.ਏ.ਐਸ. ਨਗਰ (ਮੋਹਾਲੀ) ਅਤੇ ਅੰਮ੍ਰਿਤਸਰ ਨੂੰ IT HUBS ਬਣਾਇਆ ਗਿਆ ਅਤੇ ਇੱਥੇ ਵੈਟ ਅਤੇ ਡਿਊਟੀਆਂ ਆਦਿ ਵਿੱਚ ਛੋਟ ਦਿੱਤੀ ਜਾਵੇਗੀ।

ਅਗਲੀ ਸਰਕਾਰ ਨੇ Micro, Small and Medium Enterprises ਲਈ ਵਿਸ਼ੇਸ਼ ਸੰਸਥਾਵਾਂ ਬਣਾਉਣ ਅਤੇ ਯੂਨਿਟਾਂ ਦੇ ਅਪਗਰੇਡੇਸ਼ਨ ਲਈ MSME Clusters ਬਣਾਉਣ ਅਤੇ ਲੁਧਿਆਣਾ, ਜਲੰਧਰ, ਅੰਮ੍ਰਿਤਸਰ ਅਤੇ ਪਟਿਆਲਾ ਵਿਖੇ ਖੇਤਰੀ ਪੱਧਰ

ਤੇ ਫੈਸਿਲੀਟੇਸ਼ਨ ਕਾਊਂਸਲਜ਼ ਬਣਾਉਣ ਦਾ ਫੈਸਲਾ ਕੀਤਾ। ਵਿਭਿੰਨ ਵੱਡੇ ਕਲਸਟਰਾਂ ਲਈ ਵਿਸੇਸ਼ ਸਕਿੱਲ ਵਿਕਾਸ ਕੇਂਦਰ ਬਣਾਉਣਾ, 5 ਰੁਪਏ ਪ੍ਰਤੀ ਯੂਨਿਟ ਉਦਯੋਗਾਂ ਨੂੰ ਬਿਜਲੀ ਦੇਣਾ, AKIC ਦੇ ਨਾਲ-ਨਾਲ ਸਬੰਧਤ ਖੇਤਰਾਂ ਦੇ ਵਿਕਾਸ ਲਈ ਪੂਰਬੀ ਡੈਡੀਕੇਟਡ ਫਰੇਟ ਕਾਰੀਡੋਰ ਅਤੇ ਚੰਡੀਗੜ੍ਹ-ਲੁਧਿਆਣਾ-ਅੰਮ੍ਰਿਤਸਰ ਅਤੇ ਚੰਡੀਗੜ੍ਹ-ਹੁਸ਼ਿਆਰਪੁਰ-ਗੁਰਦਾਸਪੁਰ Urban Industrial Corridors ਬਣਾਉਣੇ ਅਤੇ ਵਿਸ਼ੇਸ਼ ਸੈਕਟਰਾਂ ਲਈ ਇੰਡਸਟਰੀਅਲ ਪਾਰਕਸ ਬਣਾਉਣੇ ਆਦਿ ਸ਼ਾਮਲ ਹਨ।

ਮੌਜੂਦਾ ਸਰਕਾਰ (2022-23) ਨੇ ਵੀ ਉਦਯੋਗਾਂ ਦੇ ਵਿਕਾਸ ਲਈ ਵਿਭਿੰਨ ਸਹੂਲਤਾਂ ਦੇਣੀਆਂ, ਲਾਹੇਵੰਦ ਸਕੀਮਾਂ ਉੱਤੇ ਅਮਲ ਕਰਨ ਅਤੇ ਮੌਜੂਦ ਯੋਜਨਾਵਾਂ ਨੂੰ ਜ਼ੋਰ-ਸ਼ੋਰ ਨਾਲ ਲਾਗੂ ਕਰਕੇ ਰਾਜ ਵਿੱਚ ਉਦਯੋਗਿਕ ਵਿਕਾਸ ਵਿੱਚ ਤੇਜ਼ੀ ਲਿਆਉਣ ਲਈ ਕਈ ਯੋਜਨਾਵਾਂ ਅਤੇ ਸਕੀਮਾਂ ਸ਼ੁਰੂ ਕਰਨ ਦੇ ਐਲਾਨ ਕੀਤੇ ਹਨ।

A. ਈਜ ਆਫ ਡੂਇੰਗ ਬਿਜਨਸ—ਪੰਜਾਬ ਸਰਕਾਰ ਵੱਲੋਂ ਇਸ (ਡੂਇੰਗ ਬਿਜਨਸ) ਨੂੰ ਤੇਜ਼ ਕਰਨ ਲਈ ਹੇਠ ਲਿਖੇ ਸੁਧਾਰ ਕੀਤੇ ਗਏ ਹਨ—

1. ਕੋਈ ਲਘੂ-ਛੋਟਾ ਅਤੇ ਦਰਮਿਆਨਾ ਯੂਨਿਟ ਅਗਰ ਕਿਸੇ ਵੀ ਕਾਰੋਬਾਰ ਨੂੰ ਸ਼ੁਰੂ ਕਰਨ ਜਾਂ ਵਿਸਥਾਰ ਕਰਨਾ ਚਾਹੁੰਦਾ ਹੈ ਤਾਂ ਉਹ ਯੂਨਿਟ ਇਸ ਇਰਾਦੇ ਦੀ ਆਨਲਾਈਨ ਘੋਸ਼ਣਾ ਕਰ ਸਕਦਾ ਹੈ।
2. ਫੋਕਲ ਪੁਆਇੰਟਾਂ ਵਿੱਚ ਨਵੀਆਂ ਇਕਾਈਆਂ ਸ਼ੁਰੂ ਕਰਨ ਦੀ ਸਿਧਾਂਤਕ ਪ੍ਰਵਾਨਗੀ ਦਾ ਸਰਟੀਫਿਕੇਟ 3 ਕਾਰਜਕਾਰੀ ਦਿਨਾਂ ਵਿੱਚ ਅਤੇ ਫੋਕਲ ਪੁਆਇੰਟ ਤੋਂ ਬਾਹਰ ਨਵੀਆਂ ਇਕਾਈਆਂ ਸ਼ੁਰੂ ਕਰਨ ਲਈ 15 ਕੰਮਕਾਰ ਦੇ ਦਿਨਾਂ ਵਿੱਚ ਜਾਰੀ ਕੀਤਾ ਜਾਵੇਗਾ।
3. ਵਿਸਥਾਰ (expansion) ਕਰਨ ਲਈ ਇਹ ਸਮਾਂ ਫੋਕਲ ਪੁਆਇੰਟ ਅੰਦਰ 5 ਦਿਨ ਅਤੇ ਬਾਹਰ 20 ਕੰਮਕਾਰ ਦੇ ਦਿਨ ਹੋਣਗੇ।
4. ਸ਼ਿਕਾਇਤਾਂ ਆਧਾਰਿਤ ਨਿਰੀਖਣਾਂ (inspections) ਨੂੰ ਛੱਡ ਕੇ 3.5 ਸਾਲ ਦੇ ਸਮੇਂ ਦੌਰਾਨ ਕੋਈ ਨਿਰੀਖਣ ਨਹੀਂ ਕੀਤਾ ਜਾਂਦਾ ਹੈ।

B. ਮਾਈਕਰੋ, ਲਘੂ ਅਤੇ ਦਰਮਿਆਨੇ ਉਦਯੋਗਾਂ ਲਈ ਕੀਤੇ ਗਏ ਉਪਾਅ—

1. ਕਪੂਰਥਲਾ ਵਿਖੇ **ਫਾਊਂਡਰੀ ਅਤੇ ਜਨਰਲ ਇੰਜਨੀਅਰਿੰਗ ਕਲੱਸਟਰ** ਸਥਾਪਤ ਕਰਨ ਲਈ ਅੰਤਿਮ ਪ੍ਰਵਾਨਗੀ ਦਿੱਤੀ ਗਈ। ਇਸ ਦੇ 31-03-2023 ਪੂਰਾ ਹੋਣ ਦੀ ਹੱਦ ਨਿਸ਼ਚਤ ਕੀਤੀ ਗਈ।
2. ਲੁਧਿਆਣਾ ਵਿਖੇ **ਗਾਰਮੈਂਟ ਕਲੱਸਟਰ** ਸਥਾਪਤ ਕਰਨ ਦੀ ਪ੍ਰਵਾਨਗੀ।
3. ਲੁਧਿਆਣਾ ਵਿਖੇ ਹੀ **ਸਿਲਾਈ ਮਸ਼ੀਨ ਕਲੱਸਟਰ** ਸਥਾਪਤ ਕਰਨ ਦੀ ਅੰਤਿਮ ਪ੍ਰਵਾਨਗੀ ਮਿਤੀ 28-06-2021 ਨੂੰ ਦਿੱਤੀ ਗਈ। ਪ੍ਰੋਜੈਕਟ ਦੇ ਪੂਰਾ ਹੋਣ ਦੀ ਮਿਤੀ 27-06-2023 ਹੈ।
4. ਪਟਿਆਲਾ ਵਿਖੇ **ਕਟਿੰਗ ਟੂਲ ਕਲੱਸਟਰ** ਸਥਾਪਤ ਕਰਨ ਦੀ ਪ੍ਰਵਾਨਗੀ ਮਿਤੀ 02-03-2021 ਨੂੰ ਦਿੱਤੀ ਗਈ। ਪ੍ਰੋਜੈਕਟ ਦੇ ਪੂਰਾ ਹੋਣ ਦੀ ਮਿਤੀ 27-06-2023 ਹੈ।
5. ਲੁਧਿਆਣਾ ਵਿਖੇ **ਮਾਡਰਨ ਪ੍ਰਿੰਟਿੰਗ ਅਤੇ ਪੈਕੇਜਿੰਗ ਕਲੱਸਟਰ** ਦੇ ਸਥਾਪਤ ਕਰਨ ਦੀ ਅੰਤਿਮ ਪ੍ਰਵਾਨਗੀ 30-05-2022 ਨੂੰ ਦਿੱਤੀ ਗਈ। ਇਸ ਪ੍ਰੋਜੈਕਟ ਦੇ ਪੂਰਾ ਹੋਣ ਦੀ ਮਿਤੀ 28-06-2024 ਹੈ।

ਉਪਰੋਕਤ ਤੋਂ ਇਲਾਵਾ ਉਦਯੋਗੀਕਰਣ ਦੇ ਵਿਕਾਸ ਲਈ ਹੇਠ ਲਿਖੇ ਉਪਾਅ ਵੀ ਕੀਤੇ ਗਏ—

1. ਭਾਰਤ ਸਰਕਾਰ ਦੇ ਨੈਸ਼ਨਲ ਸਿੰਗਲ ਵਿੰਡੋ ਪੋਰਟਲ (ਗੋਲ) ਨਾਲ ਇਨਵੈਸਟ ਪੰਜਾਬ ਬਿਜਨਸ ਫਸਟ ਪੋਰਟਲ (ਆਈ.ਪੀ.ਬੀ.ਐਫ.ਪੀ.) ਦਾ ਏਕੀਕਰਨ।

2. ਡੀ.ਪੀ.ਆਈ.ਟੀ. ਦੀ ਉਦਯੋਗਿਕ ਪ੍ਰਣਾਲੀ ਦੇ ਨਾਲ ਉਦਯੋਗਿਕ ਖੇਤਰਾਂ ਦੇ ਜੀ.ਆਈ.ਐਸ. ਆਧਾਰਤ ਨਕਸ਼ਿਆਂ ਦਾ ਏਕੀਕਰਨ।
3. ਸੈਂਟਰਲ ਨਿਵੇਸ਼ਾਂ ਨੂੰ ਉਤਸ਼ਾਹਿਤ ਕਰਨ ਲਈ ਪਲੱਗ ਅਤੇ ਪਲੇ ਵਿਕਲਪ ਨੂੰ ਲਾਜ਼ਮੀ ਕਰਨਾ।
4. ਦੁਕਾਨ ਰਜਿਸਟਰੇਸ਼ਨ ਅਤੇ ਵਪਾਰ ਲਾਇਸੈਂਸ ਲਈ ਏਕੀਕ੍ਰਿਤ ਫਾਰਮ।
5. ਲੇਬਰ ਵੈਲਫੇਅਰ ਐਕਟ ਅਧੀਨ ਆਨਲਾਈਨ ਯੋਗਦਾਨ ਲਾਜ਼ਮੀ ਆਦਿ।

ਇਨ੍ਹਾਂ ਸਭ ਸਹੂਲਤਾਂ ਅਤੇ ਉਤਸ਼ਾਹਜਨਕ ਵਾਤਾਵਰਣ ਦੇ ਨਾਲ-ਨਾਲ ਪੰਜਾਬ ਦੇ ਉਦਯੋਗਾਂ ਸਾਹਮਣੇ ਕੁੱਝ ਜਮਾਂਦਰੂ (inborn) ਮੁਸ਼ਕਲਾਂ ਵੀ ਹਨ। ਪੰਜਾਬ ਵਿੱਚ ਕੋਈ ਵੀ ਖਣਿਜ ਪਦਾਰਥ ਅਤੇ ਪਣ-ਬਿਜਲੀ ਤੋਂ ਬਿਨਾਂ ਪਰੰਪਰਾਗਤ ਸ਼ਕਤੀ ਦੇ ਸਾਧਨ ਜਿਵੇਂ ਕਿ ਕੋਲਾ, ਪੈਟਰੋਲੀਅਮ ਆਦਿ ਨਹੀਂ ਹਨ। ਇਨ੍ਹਾਂ ਸਭ ਲਈ ਪੰਜਾਬ ਨੂੰ ਦੂਰ-ਦੁਰਾਡੇ ਦੇ ਉਤਪਾਦਕ ਖੇਤਰਾਂ ਅਤੇ ਆਯਾਤ ਉੱਤੇ ਨਿਰਭਰ ਰਹਿਣਾ ਪੈਂਦਾ ਹੈ। ਇਨ੍ਹਾਂ ਪਦਾਰਥਾਂ ਦੀ ਢੋਆ-ਢੋਆਈ ਉੱਤੇ ਬਹੁਤ ਖ਼ਰਚਾ ਆਉਂਦਾ ਹੈ ਅਤੇ ਢੋਆ-ਢੁਆਈ ਸਮੇਂ-ਬੱਧ (time bound) ਵੀ ਨਹੀਂ ਹੈ। ਰਾਜ ਦੇ ਪੁਨਰਗਠਨ ਕਾਰਣ ਜ਼ਿਆਦਾਤਰ ਜੰਗਲਾਂ ਅਧੀਨ ਰਕਬਾ ਹਿਮਾਚਲ ਪ੍ਰਦੇਸ਼ ਵਿੱਚ ਸ਼ਾਮਲ ਕਰ ਦਿੱਤਾ ਗਿਆ ਸੀ। ਇਸ ਕਾਰਨ ਪੰਜਾਬ ਵਿੱਚ ਵਿਭਿੰਨ ਕੰਮਾਂ ਲਈ ਲਕੜੀ ਦੀ ਘਾਟ ਹੈ। ਪੰਜਾਬ ਇੱਕ ਸਰਹੱਦੀ ਰਾਜ ਹੈ ਅਤੇ ਪਾਕਿਸਤਾਨ ਨਾਲ ਸਾਡੇ ਸੰਬੰਧ ਕਦੇ ਵੀ ਚੰਗੇ ਨਹੀਂ ਰਹੇ ਹਨ। ਇਸ ਕਾਰਨ ਨਿਵੇਸ਼ਕਾਂ ਲਈ ਗੜਬੜ ਦਾ ਇੱਕ ਅਦਿੱਖ ਡਰ ਬਣਿਆ ਰਹਿੰਦਾ ਹੈ।

ਪੰਜਾਬ ਦੇ ਉਦਯੋਗਾਂ ਦੀਆਂ ਵਿਸ਼ੇਸ਼ਤਾਈਆਂ (Characteristics of the Industries of Punjab)

ਪੰਜਾਬ ਇੱਕ ਖੇਤੀ ਪ੍ਰਧਾਨ ਰਾਜ ਹੈ। ਰਾਜ ਦੇ ਜ਼ਿਆਦਾਤਰ ਲੋਕ ਖੇਤੀਬਾੜੀ ਕਿੱਤਿਆਂ ਨਾਲ ਸੰਬੰਧਤ ਹਨ। ਰਾਜ ਦੇ ਕੁੱਲ ਘਰੇਲੂ ਉਤਪਾਦਨ ਦਾ ਲਗਭਗ 23.0% ਖੇਤੀਬਾੜੀ ਅਤੇ ਪਸ਼ੂ ਧਨ ਤੋਂ ਪ੍ਰਾਪਤ ਹੁੰਦਾ ਹੈ। ਰਾਜ ਦੇ ਕਾਰਖਾਨਿਆਂ ਦਾ 2020-21 ਅਨੁਸਾਰ ਕੁੱਲ ਰਾਜ ਘਰੇਲੂ ਉਤਪਾਦਨ ਵਿੱਚ ਹਿਸਾ 15% ਦੇ ਲਗਭਗ ਸੀ। ਉਦਯੋਗਿਕ ਉਤਪਾਦਨ, ਉਦਯੋਗਿਕ ਰੁਜ਼ਗਾਰ ਆਦਿ ਦੇ ਆਧਾਰ ਤੇ ਕਈ ਰਾਜ ਜਿਵੇਂ ਕਿ ਮਹਾਂਰਾਸ਼ਟਰ, ਪੱਛਮੀ ਬੰਗਾਲ, ਤਮਿਲਨਾਡੂ, ਗੁਜਰਾਤ, ਬਿਹਾਰ, ਕਰਨਾਟਕ ਆਦਿ ਪੰਜਾਬ ਤੋਂ ਅੱਗੇ ਹਨ। ਪੰਜਾਬ ਵਿੱਚ ਪੁਰਾਣੇ ਸਮੇਂ ਤੋਂ ਹੀ ਕਈ ਸ਼ਿਲਪ ਕਲਾਵਾਂ ਪ੍ਰਚਲਤ ਸਨ ਜਿਨ੍ਹਾਂ ਨੇ ਪੰਜਾਬ ਵਿੱਚ ਲਘੂ ਉਦਯੋਗਾਂ ਦੀ ਸਥਾਪਨਾ ਨੂੰ ਉਤਸਾਹਤ ਕੀਤਾ। ਪਰੰਤੂ ਆਧਾਰ ਖਣਿਜ ਪਦਾਰਥਾਂ, ਕੋਲੇ ਅਤੇ ਪੈਟਰੋਲੀਅਮ ਦੀ ਅਣਹੋਂਦ ਕਾਰਨ ਭਾਰੀ ਅਤੇ ਅਧਾਰ ਉਦਯੋਗ (heavy and basic industries) ਪੰਜਾਬ ਵਿੱਚ ਵਿਕਸਤ ਨਹੀਂ ਹੋ ਸਕੇ ਹਨ। ਪੰਜਾਬ ਦੇ ਉਦਯੋਗਾਂ ਵਿੱਚ ਲਗਭਗ 56,249 ਕਰੋੜ ਰੁਪਏ ਦੀ ਅਚੱਲ ਪੂੰਜੀ ਲੱਗੀ ਹੋਈ ਹੈ ਅਤੇ ਇਹ ਸੈਟਰ 25.2 ਲੱਖ ਦੇ ਲਗਭਗ ਲੋਕਾਂ ਨੂੰ ਰੁਜ਼ਗਾਰ ਪ੍ਰਦਾਨ ਕਰਦਾ ਹੈ। ਪੰਜਾਬ ਦੇ ਉਦਯੋਗਾਂ ਦੀਆਂ ਹੇਠ ਲਿਖੀਆਂ ਮਹੱਤਵਪੂਰਣ ਵਿਸ਼ੇਸ਼ਤਾਈਆਂ ਹਨ—

1. ਲਘੂ ਉਦਯੋਗਾਂ ਦੀ ਪ੍ਰਧਾਨਤਾ (Predominance of Small Scale Industries) : ਪੰਜਾਬ ਦੇ ਉਦਯੋਗਾਂ ਦਾ ਆਧਾਰ ਲਘੂ ਉਦਯੋਗ ਹਨ। ਇਹ ਛੋਟੀ ਸੂਈ ਤੋਂ ਲੈ ਕੇ ਆਧੁਨਿਕ ਇਲੈਕਟਰਾਨਿਕ ਤਰ੍ਹਾਂ ਦੀਆਂ ਵੱਖ-ਵੱਖ ਵਸਤਾਂ ਨਿਰਮਾਣ ਕਰਦੀਆਂ ਹਨ। 1999-2000 ਅਨੁਸਾਰ ਰਾਜ ਵਿੱਚ 1 ਲੱਖ 99 ਹਜ਼ਾਰ ਤੋਂ ਕੁੱਝ ਜ਼ਿਆਦਾ ਉਦਯੋਗਿਕ ਇਕਾਈਆਂ (industrial units) ਸਨ। ਇਨ੍ਹਾਂ ਵਿੱਚੋਂ ਕੇਵਲ 611 ਇਕਾਈਆਂ ਦਰਮਿਆਨੇ ਅਤੇ ਵੱਡੇ ਉਦਯੋਗਾਂ (medium and large industries) ਦੀਆਂ ਸਨ। ਇਸ ਤਰ੍ਹਾਂ 1 ਲੱਖ 99 ਹਜ਼ਾਰ ਦੇ ਲਗਭਗ ਲਘੂ ਉਦਯੋਗਿਕ ਇਕਾਈਆਂ ਸਨ। ਰਾਜ ਦੇ ਸਭ ਉਦਯੋਗਿਕ ਯੂਨਿਟਾਂ ਵਿੱਚ ਲਗਭਗ 11.2 ਲੱਖ ਕਾਮੇ ਕੰਮ ਕਰਦੇ ਸਨ। ਇਨ੍ਹਾਂ ਵਿੱਚੋਂ 8 ਲੱਖ 83 ਹਜ਼ਾਰ ਕਾਮੇ ਲਘੂ ਉਦਯੋਗਾਂ ਵਿੱਚ ਕੰਮ ਕਰਦੇ ਸਨ। ਰਾਜ ਦੇ ਕੁੱਲ ਉਦਯੋਗਿਕ ਉਤਪਾਦਨ (40330.99 ਕਰੋੜ ਰੁਪਏ) ਵਿੱਚੋਂ 41.2% (16610.85 ਕਰੋੜ ਰੁਪਏ) ਲਘੂ ਉਦਯੋਗਾਂ ਤੋਂ ਪ੍ਰਾਪਤ ਹੁੰਦਾ ਹੈ। 2020-21 ਅਨੁਸਾਰ ਪੰਜਾਬ ਵਿੱਚ ਲਗਭਗ 4,58,924 ਉਦਯੋਗਿਕ ਇਕਾਈਆਂ ਕੰਮ ਕਰਦੀਆਂ ਸਨ ਜਿਨ੍ਹਾਂ ਵਿੱਚ ਲਗਭਗ 32.21 ਲੱਖ ਕਾਮੇ ਕੰਮ ਕਰਦੇ ਸਨ। ਇਨ੍ਹਾਂ ਵਿੱਚੋਂ 4,37,594 ਲਘੂ ਇਕਾਈਆਂ ਸਨ

ਅਤੇ ਇਨ੍ਹਾਂ ਵਿੱਚ 21 ਲੱਖ 46 ਹਜ਼ਾਰ 6 ਸੌ 49 ਕਾਮੇ ਕੰਮ ਕਰਦੇ ਸਨ। ਇਸੇ ਸਾਲ ਲਘੂ ਉਦਯੋਗਾਂ ਤੋਂ 365517.78 ਕਰੋੜ ਰੁਪਏ ਦਾ ਉਤਪਾਦਨ ਹੋਇਆ ਸੀ।

ਸਾਰਣੀ ਨੰ. 46

ਰਾਜ ਵਿੱਚ ਕੰਮ ਕਰ ਰਹੇ ਲਘੂ ਉਦਯੋਗਾਂ ਦੀ ਚੋਣਵੀਂ ਸੂਚਨਾ

ਸਾਲ	ਯੂਨਿਟਾਂ ਦੀ ਗਿਣਤੀ	ਅਚਲ ਪੂੰਜੀ	ਕਰਮਚਾਰੀ	ਉਤਪਾਦਨ
1980-81	43338	332.12 ਕਰੋੜ ਰੁਪਏ	264869	1118.44 ਕਰੋੜ ਰੁਪਏ
1985-86	97517	738.94 ਕਰੋੜ ਰੁਪਏ	464809	2150.99 ਕਰੋੜ ਰੁਪਏ
1990-91	160368	1348.78 ਕਰੋੜ ਰੁਪਏ	668845	4049.82 ਕਰੋੜ ਰੁਪਏ
1995-96	191025	2216.16 ਕਰੋੜ ਰੁਪਏ	802329	9713.94 ਕਰੋੜ ਰੁਪਏ
2000-01	200603	4109.14 ਕਰੋੜ ਰੁਪਏ	897642	18324.50 ਕਰੋੜ ਰੁਪਏ
2017-18	206095	22726.03 ਕਰੋੜ ਰੁਪਏ	1487843	11852.15 ਕਰੋੜ ਰੁਪਏ
2018-19	259433	28450.52 ਕਰੋੜ ਰੁਪਏ	1779275	134099.81 ਕਰੋੜ ਰੁਪਏ
2019-20	337955	36821.29 ਕਰੋੜ ਰੁਪਏ	2146649	150458.97 ਕਰੋੜ ਰੁਪਏ
2020-21	437594	51416.38 ਕਰੋੜ ਰੁਪਏ	2907944	365517.78 ਕਰੋੜ ਰੁਪਏ

ਸੋਮਾ—ਪੰਜਾਬ ਦਾ ਅੰਕੜਾ ਸਾਰ 1995, 2002 ਅਤੇ 2022 ਅਤੇ ਪੰਜਾਬ ਦਾ ਆਰਥਿਕ ਸਰਵੇਖਣ 2022-23

2. ਖੇਤੀ ਆਧਾਰਤ ਉਦਯੋਗਾਂ ਦੀ ਮਹੱਤਤਾ (Important Place of Agro-Based Industries) : ਪੰਜਾਬ ਇੱਕ ਖੇਤੀ ਪ੍ਰਧਾਨ ਰਾਜ ਹੈ। ਇੱਥੇ ਖੇਤੀਬਾੜੀ ਉਤਪਾਦਨ ਕਾਫੀ ਵਾਧੂ ਹੈ। ਵਿਭਿੰਨ ਖੇਤੀਬਾੜੀ ਉਤਪਾਦਾਂ (produce) ਜਿਵੇਂ ਕਿ ਕਣਕ, ਗੰਨਾ, ਕਪਾਹ, ਤੇਲ ਦੇ ਬੀਜ, ਚਾਵਲ ਆਦਿ ਨੂੰ ਨਿਰਮਤ ਵਸਤਾਂ (manufactured goods) ਵਿੱਚ ਬਦਲਣ ਲਈ ਖੇਤੀਬਾੜੀ ਉੱਤੇ ਆਧਾਰਤ ਬਹੁਤ ਸਾਰੇ ਉਦਯੋਗ ਪੰਜਾਬ ਵਿੱਚ ਕੰਮ ਕਰ ਰਹੇ ਹਨ। ਕਣਕ ਤੋਂ ਆਟਾ ਪੀਸਣ (flour mills), ਡਬਲ ਰੋਟੀਆਂ ਤੇ ਬਿਸਕੁਟ ਬਣਾਉਣ, ਗੰਨੇ ਤੋਂ ਖੰਡ ਬਣਾਉਣ ਅਤੇ ਸੀਰੇ ਤੋਂ ਸ਼ਰਾਬ ਬਣਾਉਣ, ਕਪਾਹ ਤੋਂ ਸੂਤੀ ਧਾਗਾ ਬਣਾਉਣ (spinning mills) ਤੇ ਕਪੜਾ ਬਣਾਉਣ ਦੇ ਕਾਰਖਾਨੇ, ਟਮਾਟਰਾਂ ਤੋਂ ਚਟਣੀਆਂ ਆਦਿ ਬਣਾਉਣ, ਤੇਲ ਕੱਢਣ (Oil Extraction) ਅਤੇ ਬਨਸਪਤੀ ਘਿਉ ਬਣਾਉਣ, ਧਾਨ ਛੱਟਣ ਆਦਿ (Rice Shellers), ਮੁਰੱਬੇ, ਸ਼ਰਬਤ ਆਦਿ ਬਣਾਉਣ ਦੇ ਕਾਰਖਾਨੇ ਮਹੱਤਵਪੂਰਣ ਹਨ।

ਇਸੇ ਤਰ੍ਹਾਂ ਖੇਤੀਬਾੜੀ ਦੀਆਂ ਵਿਭਿੰਨ ਕਿਰਿਆਵਾਂ ਪੂਰੀਆਂ ਕਰਨ ਲਈ ਖੇਤੀਬਾੜੀ ਔਜ਼ਾਰ ਬਣਾਉਣ, ਖੇਤੀਬਾੜੀ ਮਸ਼ੀਨਰੀ ਬਣਾਉਣ, ਟਿਊਬਵੈਲਾਂ ਦੀਆਂ ਪਾਈਪਾਂ, ਮੋਟਰਾਂ ਆਦਿ ਬਣਾਉਣ, ਖੇਤੀਬਾੜੀ ਪਦਾਰਥ ਆਦਿ ਢੋਣ ਲਈ ਟਰਾਲੀਆਂ ਅਤੇ ਟਰੈਕਟਰ ਆਦਿ ਬਣਾਉਣ ਦੇ ਕਾਰਖਾਨੇ ਵੀ ਖੇਤੀਬਾੜੀ ਉੱਤੇ ਆਧਾਰਤ ਉਦਯੋਗਾਂ ਵਿੱਚ ਸ਼ਾਮਲ ਕੀਤੇ ਜਾ ਸਕਦੇ ਹਨ। 1997-98 ਅਨੁਸਾਰ ਰਾਜ ਦੇ ਕੁੱਲ 620 ਦਰਮਿਆਨੇ ਅਤੇ ਵੱਡੇ ਉਦਯੋਗਾਂ ਵਿੱਚੋਂ 294 ਯੂਨਿਟ ਖੇਤੀਬਾੜੀ ਨਾਲ ਸੰਬੰਧਤ ਸਨ। ਇਨ੍ਹਾਂ ਵਿੱਚੋਂ 120 ਤਾਂ ਖਾਦ ਪਦਾਰਥਾਂ (Food Products) ਦੇ ਨਿਰਮਾਣ ਵਿੱਚ ਲੱਗੇ ਹੋਏ ਸਨ। 2015-16 ਵਿੱਚ 457 ਵੱਡੇ/ਦਰਮਿਆਨੇ ਉਦਯੋਗਾਂ ਵਿੱਚੋਂ 106 ਭੋਜਨ ਪਦਾਰਥ ਬਣਾਉਣ ਅਤੇ 48 ਸੂਤੀ ਕੱਪੜਾ ਨਿਰਮਾਣ ਉਦਯੋਗ ਵਿੱਚ ਲੱਗੇ ਹੋਏ ਸਨ। ਰਾਜ ਦੀਆਂ ਕੁੱਲ ਰਜਿਸਟਰ ਸ਼ੁਦਾ ਇਕਾਈਆਂ ਵਿੱਚ 4085 ਖਾਧ ਪਦਾਰਥ ਅਤੇ ਪੇਅ ਪਦਾਰਥ ਬਣਾਉਣ ਵਿੱਚ ਲੱਗੀਆਂ ਗਈਆਂ (20.15) ਸਨ। ਇਹ ਅੰਕੜੇ 2021-22 ਅਨੁਸਾਰ ਹਨ।

3. ਦਰਮਿਆਨੇ ਅਤੇ ਵੱਡੇ ਉਦਯੋਗਾਂ ਦੀ ਵੱਧ ਰਹੀ ਮਹੱਤਤਾ (Increasing Importance of Medium and Large Industries) : ਭਾਵੇਂ ਪੰਜਾਬ ਵਿੱਚ ਘਰੇਲੂ ਅਤੇ ਲਘੂ ਉਦਯੋਗ ਜ਼ਿਆਦਾ ਮਹੱਤਵਪੂਰਣ ਹਨ ਪਰੰਤੂ ਫਿਰ ਵੀ

ਦਰਮਿਆਨੇ ਅਤੇ ਵੱਡੇ ਆਕਾਰ ਦੇ ਉਦਯੋਗਾਂ ਦੀ ਮਹੱਤਤਾ ਦਿਨ-ਬ-ਦਿਨ ਵੱਧ ਰਹੀ ਹੈ। 1980-81 ਅਨੁਸਾਰ ਪੰਜਾਬ ਵਿੱਚ 228 ਦਰਮਿਆਨੇ ਅਤੇ ਵੱਡੇ ਉਦਯੋਗ ਸਨ ਜਿਨ੍ਹਾਂ ਵਿੱਚ 727.42 ਕਰੋੜ ਰੁਪਏ ਦੀ ਅਚਲ ਪੂੰਜੀ (fixed capital) ਲੱਗੀ ਹੋਈ ਸੀ ਅਤੇ 1,09,767 ਕਰਮਚਾਰੀ ਕੰਮ ਕਰਦੇ ਸਨ। ਕੁੱਲ ਉਤਪਾਦਨ 1141.07 ਕਰੋੜ ਰੁਪਏ ਦਾ ਸੀ। 1994-95 ਵਿੱਚ ਇਨ੍ਹਾਂ ਉਦਯੋਗਾਂ ਦੀ ਗਿਣਤੀ 476 (ਦੋਗੁਣਾ ਤੋਂ ਜ਼ਿਆਦਾ) ਅਤੇ ਅਚਲ ਪੂੰਜੀ 6420.0 ਕਰੋੜ ਰੁਪਏ (9 ਗੁਣਾ ਦੇ ਲਗਭਗ ਵਾਧਾ) ਦੇ ਹੋ ਗਈ ਸੀ। ਕੁੱਲ ਉਤਪਾਦਨ ਵੀ ਵੱਧ ਕੇ 10438.87 ਕਰੋੜ ਰੁਪਏ (1993-94 ਅਨੁਸਾਰ) ਹੋ ਗਿਆ ਸੀ ਜਿਸ ਵਿੱਚ ਵਾਧਾ 9 ਗੁਣਾ ਤੋਂ ਵੀ ਜ਼ਿਆਦਾ ਸੀ। 2000-01 ਅਨੁਸਾਰ ਵੱਡੇ ਤੇ ਦਰਮਿਆਨੇ ਉਦਯੋਗਾਂ ਦੇ ਕੰਮ ਕਰਨ ਵਾਲੇ ਯੂਨਿਟਾਂ ਦੀ ਗਿਣਤੀ ਵੱਧ ਕੇ 629 ਹੋ ਗਈ ਸੀ। 2010-11 ਅਨੁਸਾਰ ਇਨ੍ਹਾਂ ਦੀ ਗਿਣਤੀ ਘੱਟ ਕੇ 360 ਰਹਿ ਗਈ ਅਤੇ ਇਨ੍ਹਾਂ ਵਿੱਚ 52870 ਕਰੋੜ ਰੁਪਏ ਦੀ ਅਚੱਲ ਪੂੰਜੀ ਲੱਗੀ ਹੋਈ ਸੀ ਤੇ ਇੱਥੇ 2,10,820 ਕਾਮੇ ਕੰਮ ਕਰਦੇ ਸਨ। 2015-16 ਦੇ ਆਂਕੜਿਆਂ ਅਨੁਸਾਰ ਵੱਡੇ ਅਤੇ ਦਰਮਿਆਨੇ ਉਦਯੋਗਿਕ ਯੂਨਿਟਾਂ ਦੀ ਗਿਣਤੀ 465 ਹੋ ਗਈ ਸੀ। ਇਨ੍ਹਾਂ ਵਿੱਚੋਂ 71,117 ਕਰੋੜ ਰੁਪਏ ਦਾ ਅਚੱਲ ਨਿਵੇਸ਼ ਸੀ ਅਤੇ ਇਨ੍ਹਾਂ ਵਿੱਚ 258,3391 ਕਾਮੇ ਕੰਮ ਕਰਦੇ ਸਨ। ਕੁੱਲ ਉਤਪਾਦਨ 92,088 ਕਰੋੜ ਰੁਪਏ ਦਾ ਸੀ। 2020-21 ਦੇ ਅੰਕੜਿਆਂ ਅਨੁਸਾਰ ਪੰਜਾਬ ਵਿੱਚ 1057 ਦਰਮਿਆਨੇ ਤੇ ਵੱਡੇ ਉਦਯੋਗ ਕੰਮ ਕਰ ਰਹੇ ਸਨ। ਇਨ੍ਹਾਂ ਵਿੱਚ 3 ਲੱਖ 68 ਹਜ਼ਾਰ 363 ਕਾਮੇ ਕੰਮ ਕਰਦੇ ਸਨ। ਇਨ੍ਹਾਂ 1057 ਉਦਯੋਗਿਕ ਇਕਾਈਆਂ ਵਿੱਚ 27,668.40 ਕਰੋੜ ਰੁਪਏ ਦੀ ਅਚਲ ਪੂੰਜੀ ਲੱਗੀ ਹੋਈ ਸੀ ਅਤੇ ਇਨ੍ਹਾਂ ਉਦਯੋਗਾਂ ਨੇ 1,76,778.20 ਕਰੋੜ ਰੁਪਏ ਦੇ ਮੁੱਲ ਦਾ ਉਦਯੋਗਿਕ ਉਤਪਾਦਨ ਕੀਤਾ ਸੀ।

ਸਾਰਣੀ ਨੰ. 47

ਪੰਜਾਬ ਵਿੱਚ ਦਰਮਿਆਨੇ ਅਤੇ ਵੱਡੇ ਉਦਯੋਗਾਂ ਸੰਬੰਧੀ ਚੋਣਵੀ ਸੂਚਨਾ

ਸਾਲ	ਇਕਾਈਆਂ ਦੀ ਗਿਣਤੀ	ਅਚਲ ਪੂੰਜੀ	ਕਰਮਚਾਰੀ	ਉਤਪਾਦਨ
1970-71	92	-	-	-
1980-81	228	727.42 ਕਰੋੜ ਰੁਪਏ	1,09,767	1141.07 ਕਰੋੜ ਰੁਪਏ
1985-86	292	1498.22 ਕਰੋੜ ਰੁਪਏ	1,32,174	2534.53 ਕਰੋੜ ਰੁਪਏ
1990-91	373	4003.08 ਕਰੋੜ ਰੁਪਏ	1,87,311	7163.69 ਕਰੋੜ ਰੁਪਏ
1995-96	526	8744.34 ਕਰੋੜ ਰੁਪਏ	210448	26577.08 ਕਰੋੜ ਰੁਪਏ
2000-01	629	16435.07 ਕਰੋੜ ਰੁਪਏ	2,29,626	26577.08 ਕਰੋੜ ਰੁਪਏ
2010-11	360	52,870 ਕਰੋੜ ਰੁਪਏ	2,10,820	1,6656.36 ਕਰੋੜ ਰੁਪਏ
2015-16	465	71,117 ਕਰੋੜ ਰੁਪਏ	2,58,391	92088 ਕਰੋੜ ਰੁਪਏ
2018-19	549	1,08,832.6 ਕਰੋੜ ਰੁਪਏ	3,44,323	179915.60 ਕਰੋੜ ਰੁਪਏ
2019-20	590	83,085.93 ਕਰੋੜ ਰੁਪਏ	2,91,816	165684.79 ਕਰੋੜ ਰੁਪਏ
2020-21	1057	27668.40 ਕਰੋੜ ਰੁਪਏ	3,68,363	176778.20 ਕਰੋੜ ਰੁਪਏ

ਸੋਮਾ—ਪੰਜਾਬ ਦਾ ਅੰਕੜਾ ਸਾਰ 1995, 2002 ਅਤੇ 2022 ਅਤੇ ਪੰਜਾਬ ਦਾ ਆਰਥਿਕ ਸਰਵੇਖਣ 2022-23

4. ਉਦਯੋਗਾਂ ਦਾ ਕੁੱਝ ਕੇਂਦਰਾਂ ਤੇ ਝੁਰਮਟ ਹੋਣਾ (Clustering of Industries at Few Places) : ਪੰਜਾਬ ਦੇ ਜ਼ਿਆਦਾਤਰ ਉਦਯੋਗ ਕੁੱਝ ਸ਼ਹਿਰਾਂ ਵਿੱਚ ਕੇਂਦਰਤ ਹਨ। ਉਦਾਹਰਣ ਲਈ ਰਾਜ ਦੇ 60% ਦੇ ਲਗਭਗ ਉਦਯੋਗ ਇਸ ਦੇ ਤਿੰਨ ਸ਼ਹਿਰ ਕੰਪਲੈਕਸਾਂ ਲੁਧਿਆਣਾ, ਅੰਮ੍ਰਿਤਸਰ ਅਤੇ ਜਲੰਧਰ ਵਿੱਚ ਸਥਿਤ ਹਨ। ਰਾਜ ਦੇ ਸਭ ਤੋਂ ਵੱਧ ਲਘੂ, ਦਰਮਿਆਨੇ ਅਤੇ ਵੱਡੇ

ਉਦਯੋਗ ਕੇਵਲ ਇੱਕ ਸ਼ਹਿਰ ਲੁਧਿਆਣਾ ਵਿੱਚ ਕੇਂਦਰਤ ਹਨ। ਅਸਲ ਵਿੱਚ ਪੰਜਾਬ ਦੇ ਜ਼ਿਆਦਾਤਰ ਉਦਯੋਗ (75% ਦੇ ਲਗਭਗ) ਰਾਜ ਦੇ ਸ਼ਾਹ ਰੇਲ ਅਤੇ ਸੜਕ ਮਾਰਗ (Trunk Rail and Road Route) ਦੇ ਨਾਲ-ਨਾਲ ਸਥਿਤ ਕਸਬਿਆਂ ਅਤੇ ਸ਼ਹਿਰਾਂ ਵਿੱਚ ਲੱਗੇ ਹਨ। ਇਨ੍ਹਾਂ ਵਿੱਚ ਮੁੱਖ ਤੌਰ ਤੇ ਰਾਜਪੁਰਾ, ਗੋਬਿੰਦਗੜ੍ਹ, ਖੰਨਾ, ਲੁਧਿਆਣਾ, ਗੁਰਾਇਆ, ਫਗਵਾੜਾ, ਕਰਤਾਰਪੁਰ, ਜਲੰਧਰ ਅਤੇ ਅੰਮ੍ਰਿਤਸਰ ਦੇ ਉਦਯੋਗਿਕ ਕੇਂਦਰ ਮਹੱਤਵਪੂਰਣ ਹਨ। ਬਟਾਲਾ, ਮੋਹਾਲੀ, ਡੇਰਾ ਬਸੀ ਅਤੇ ਚੁਨਾਲੋ ਦੂਜੇ ਮਹੱਤਵਪੂਰਣ ਝੁਰਮੁਟ (Cluster) ਹਨ। ਇਹ ਸ਼ਾਹ ਮਾਰਗ ਤੋਂ ਪਰੇ ਸਥਿਤ ਹਨ।

5. ਮੁੱਢਲੇ ਅਤੇ ਭਾਰੀ ਉਦਯੋਗਾਂ ਦੀਲਗਭਗ ਅਣਹੋਂਦ (Nearly Absence of Basic and Heavy Industries) : ਪੰਜਾਬ ਵਿੱਚ ਮੁੱਢਲੇ ਅਤੇ ਭਾਰੀ ਉਦਯੋਗ ਜਿਵੇਂ ਕਿ ਲੋਹੇ ਅਤੇ ਇਸਪਾਤ ਦਾ ਉਦਯੋਗ, ਭਾਰੀ ਮਸ਼ੀਨਾਂ ਦੇ ਉਦਯੋਗ, ਭਾਰੀ ਰਸਾਇਣ ਉਦਯੋਗ ਆਦਿ ਨਹੀਂ ਹਨ। ਇਸ ਦੇ ਮੁੱਖ ਕਾਰਨ ਇੱਥੇ ਕਣਿਜ ਪਦਾਰਥਾਂ ਅਤੇ ਕੋਲੇ ਅਤੇ ਪੈਟਰੋਲੀਅਮ ਦਾ ਨਾ ਮਿਲਣਾ, ਇਨ੍ਹਾਂ ਪਦਾਰਥਾਂ ਦੇ ਸੋਮਿਆਂ ਅਤੇ ਬੰਦਰਗਾਹਾਂ ਤੋਂ ਜ਼ਿਆਦਾ ਦੂਰੀ ਤੇ ਹੋਣਾ ਅਤੇ ਪੰਜਾਬ ਦਾ ਇੱਕ ਸਰਹੱਦੀ ਰਾਜ ਹੋਣਾ ਆਦਿ ਮੰਨੇ ਜਾ ਸਕਦੇ ਹਨ। ਨੰਗਲ ਦਾ ਖਾਦ ਦਾ ਕਾਰਖਾਨਾ ਹੀ ਇਕ ਲਗਭਗ ਭਾਰੀ ਉਦਯੋਗ ਮੰਨਿਆ ਜਾ ਸਕਦਾ ਹੈ। ਇਸ ਤੋਂ ਇਲਾਵਾ ਕਪੂਰਥਲਾ ਦਾ ਰੇਲ ਕੋਚ ਨਿਰਮਾਣ ਉਦਯੋਗ ਇੱਕ ਹੋਰ ਭਾਰੀ ਉਦਯੋਗ ਪੰਜਾਬ ਵਿੱਚ ਹੈ।

6. ਉਦਯੋਗਾਂ ਦੀ ਅਸਮਾਨ ਵੰਡ (Uneven Distribution of Industries) : ਪੰਜਾਬ ਦੇ ਸਭ ਭਾਗਾਂ ਵਿੱਚ ਉਦਯੋਗ ਨਹੀਂ ਪਾਏ ਜਾਂਦੇ ਹਨ। ਇਹ ਮੁੱਖ ਤੌਰ ਤੇ ਰਾਜਪੁਰਾ ਤੋਂ ਅੰਮ੍ਰਿਤਸਰ ਨੂੰ ਜਾਂਦੀ ਜੀ.ਟੀ. ਰੋਡ (ਰਾਸ਼ਟਰੀ ਮਾਰਗ ਨੰ. 1) ਅਤੇ ਮੁੱਖ ਰੇਲਵੇ ਲਾਈਨ ਦੇ ਨਾਲ-ਨਾਲ ਸਥਿਤ ਹਨ। ਇਸ ਮੱਧਵਰਤੀ ਰਸਤੇ (Central Corridor) ਦੇ ਦੋਨੋਂ ਪਾਸੀਂ ਰਾਜ ਦੇ ਲਗਭਗ 75% ਉਦਯੋਗ ਲੱਗੇ ਹੋਏ ਹਨ। ਇਸ ਤੋਂ ਉਦਯੋਗਾਂ ਦੇ ਸਥਾਨੀਕਰਣ ਵਿੱਚ ਤੇਜ਼ ਅਤੇ ਸਸਤੀ ਆਵਾਜਾਈ ਦੀ ਮਹੱਤਤਾ ਬਹੁਤ ਸਪੱਸ਼ਟ ਹੋ ਜਾਂਦੀ ਹੈ। ਇਸ ਸ਼ਾਹ ਮਾਰਗ ਤੋਂ ਪਰੇ ਉਧਯੋਗਾਂ ਦਾ ਕੇਂਦਰੀਕਰਣ ਉਨ੍ਹਾਂ ਸਥਾਨਾਂ ਜਾਂ ਖੇਤਰਾਂ ਵਿੱਚ ਹੋਇਆ ਹੈ ਜਿੱਥੇ ਸਰਕਾਰ ਵੱਲੋਂ ਅਜਿਹੇ ਜ਼ਿਲ੍ਹਿਆਂ ਜਾਂ ਖੇਤਰਾਂ ਨੂੰ ਉਦਯੋਗਿਕ ਤੌਰ ਤੇ ਪਛੜੇ (Backward) ਕਰਾਰ ਦਿੱਤਾ ਗਿਆ ਹੈ ਅਤੇ ਅਜਿਹੇ ਖੇਤਰਾਂ ਵਿੱਚ ਉਦਯੋਗਾਂ ਦੇ ਲਗਾਉਣ ਲਈ ਵਿਸ਼ੇਸ਼ ਰਿਆਇਤਾਂ ਜਿਵੇਂ ਕਿ ਕੁੱਝ ਸਾਲਾਂ ਲਈ ਸੇਲ ਟੈਕਸ, ਚੁੰਗੀ ਆਦਿ ਦਾ ਨਾ ਲੈਣਾ, ਸਸਤੀ, ਨਿਯਮਬੱਧ ਅਤੇ ਭਰੋਸੇਯੋਗ ਬਿਜਲੀ ਦੀ ਸਪਲਾਈ, ਸਸਤੀ ਜ਼ਮੀਨ, ਭਾਰੀ ਕਰਜ਼ੇ ਅਤੇ ਵਿੱਤੀ ਸਹਾਇਤਾ ਆਦਿ ਦਾ ਦੇਣਾ ਸ਼ਾਮਲ ਹਨ। ਇਸ ਦੀ ਇੱਕ ਉਦਾਹਰਣ ਹੁਸ਼ਿਆਰਪੁਰ, ਜ਼ਿਲ੍ਹੇ (ਅੱਜਕੱਲ ਨਵਾਂਸ਼ਹਿਰ) ਦਾ ਪਛੜਿਆ ਐਲਾਨ ਕਰਨਾ ਜਿਸ ਕਾਰਨ ਇਸ ਜ਼ਿਲ੍ਹੇ ਦੇ ਬਿਲਕੁਲ ਦੱਖਣ ਵਿੱਚ ਰੂਪਨਗਰ ਸ਼ਹਿਰ ਅਤੇ ਰੇਲਵੇ ਸਟੇਸ਼ਨ ਨੇੜੇ ਦਰਿਆ ਸਤਲੁਜ ਤੋਂ ਉੱਤਰ ਵੱਲ ਬਲਾਚੌਰ ਰੂਪਨਗਰ ਸੜਕ ਉੱਤੇ ਆਸਰੋ, ਰੈਲ ਮਾਜਰਾ, ਬਣਾ, ਟੌਂਸਾ ਆਦਿ ਪਿੰਡਾਂ ਵਿੱਚ ਬਹੁਤ ਸਾਰੇ ਉਦਯੋਗਾਂ ਦਾ ਲੱਗ ਜਾਣਾ ਹੈ। ਅਨੁਕੂਲ ਸਥਾਨਾਂ ਜਾਂ ਇਲਾਕਿਆਂ ਵਿੱਚ ਉਦਯੋਗਾਂ ਦੇ ਛੋਟੇ ਝੁਰਮਟ ਬਣ ਗਏ ਹਨ ਜਿਵੇਂ ਬਠਿੰਡਾ, ਪਟਿਆਲਾ, ਬਟਾਲਾ, ਐਸ.ਏ.ਐਸ. ਨਗਰ, ਡੇਰਾ ਬੱਸੀ, ਕਪੂਰਥਲਾ, ਮਾਨਸਾ, ਮੋਗਾ ਆਦਿ। ਪੰਜਾਬ ਦੇ ਵਿਭਿੰਨ ਜ਼ਿਲ੍ਹਿਆਂ ਵਿੱਚ ਉਦਯੋਗਾਂ ਦੀ ਵੰਡ ਸਮਾਨ ਨਹੀਂ ਹੈ। ਹੇਠ ਦਿੱਤੀ ਸਾਰਣੀ ਇਸ ਬਾਰੇ ਦੱਸਦੀ ਹੈ।

ਸਾਰਣੀ ਨੰ. 48

ਪੰਜਾਬ ਵਿੱਚ ਜ਼ਿਲ੍ਹੇਵਾਰ ਫੈਕਟਰੀਆਂ ਅਤੇ ਕਾਮਿਆਂ ਦੀ ਗਿਣਤੀ ਆਦਿ (2014, 2015 ਅਤੇ 2021)

ਲੜੀ ਨੰ.	ਜ਼ਿਲ੍ਹਾ	ਚੱਲ ਰਹੀਆਂ ਰਜਿਸਟਰਡ ਫੈਕਟਰੀਆਂ ਦੀ ਗਿਣਤੀ			ਕੰਮ ਕਰਦੇ ਮੁਲਾਜ਼ਮਾਂ ਦੀ ਔਸਤ ਗਿਣਤੀ		
		2004	2015	2021(P)	2004	2015	2021(P)
1.	ਗੁਰਦਾਸਪੁਰ	762	663	689	13,883	14,555	15,889
2.	ਪਠਾਨਕੋਟ	–	–	149	–	2,618	2,817
3.	ਅੰਮ੍ਰਿਤਸਰ	1628	1750	1771	37,365	35,011	36,281
4.	ਤਰਨਤਾਰਨ	–	60	60	–	1,843	1,865

5.	ਕਪੂਰਥਲਾ	441	495	537	21,231	29,291	33,392
6.	ਜਲੰਧਰ	1783	2010	2214	47,495	61,041	71,265
7.	ਐਸ.ਬੀ.ਐਸ. ਨਗਰ	124	110	123	3,806	6,735	7,052
8.	ਹੁਸ਼ਿਆਰਪੁਰ	598	683	705	19,183	24,510	25,772
9.	ਰੂਪਨਗਰ	494	251	262	26,034	14,449	15,212
10.	ਐਸ.ਏ.ਐਸ. ਨਗਰ	–	703	828	–	39,066	46,022
11.	ਲੁਧਿਆਣਾ	4601	5660	6085	1,73,289	2,39,758	2,81,386
12.	ਫਿਰੋਜ਼ਪੁਰ	546	559	608	19,120	15,082	18,150
13.	ਫਾਜ਼ਿਲਕਾ	–	211	258	–	5,650	8,562
14.	ਫਰੀਦਕੋਟ	303	333	373	7,901	8,495	9,859
15.	ਸ੍ਰੀ ਮੁਕਤਸਰ ਸਾਹਿਬ	215	256	292	5,182	8,130	9,711
16.	ਮੋਗਾ	312	382	517	5,789	9,146	14,012
17.	ਬਠਿੰਡਾ	512	846	973	16,592	28,606	31,236
18.	ਮਾਨਸਾ	292	355	393	6,507	9,935	10,857
19.	ਸੰਗਰੂਰ	991	1338	1400	34,409	46,153	48,706
20.	ਬਰਨਾਲਾ	–	161	198	–	11,227	12,027
21.	ਪਟਿਆਲਾ	593	897	1010	30,655	41,283	48,662
22.	ਫ.ਸ. ਸਾਹਿਬ	468	696	792	17,945	27,873	33,436
23.	ਪੰਜਾਬ	14,663	18,560	20,273	4,81,484	6,80,457	7,82,171

ਸਰੋਤ—ਪੰਜਾਬ ਦਾ ਅੰਕੜਾ ਸਾਰ—2005, 2016 ਅਤੇ 2022 (P) – ਆਰਜ਼ੀ।

1994 ਅਨੁਸਾਰ ਪੰਜਾਬ ਦੀਆਂ ਚੱਲ ਰਹੀਆਂ ਰਜਿਸਟਰਡ ਫੈਕਟਰੀਆਂ ਦਾ 18.7% ਮਾਝੇ ਵਿੱਚ, 18.9% ਦੋਆਬੇ ਵਿੱਚ ਅਤੇ 62.4% ਮਾਲਵੇ ਵਿੱਚ ਪਾਇਆ ਜਾਂਦਾ ਸੀ। ਮਾਲਵੇ ਵਿੱਚ ਆਪਣੇ ਖੇਤਰਫਲ ਦੀ ਅਨੁਪਾਤ (ਰਾਜ ਦਾ 65.2%) ਤੋਂ ਕੁੱਝ ਘੱਟ ਉਦਯੋਗ ਸਨ। ਇਹ ਪ੍ਰਤੀਸ਼ਤਤਾ 2000 ਵਿੱਚ ਮਾਝੇ ਲਈ ਘੱਟ ਕੇ 17.2, ਦੋਆਬੇ ਲਈ ਵੱਧ ਕੇ 19.8 ਅਤੇ ਮਾਲਵੇ ਲਈ ਘੱਟ ਕੇ 63.0 ਹੋ ਗਈ ਸੀ। ਦੋਆਬਾ ਵਿੱਚ ਖੇਤਰਫਲ ਦੀ ਅਨੁਪਾਤ (17.6%) ਤੋਂ ਕੁੱਝ ਜ਼ਿਆਦਾ ਉਦਯੋਗ ਸਨ। 2021 ਦੇ ਅੰਕੜਿਆਂ ਅਨੁਸਾਰ ਪੰਜਾਬ ਦੀਆਂ ਚੱਲ ਰਹੀਆਂ ਰਜਿਸਟਰਡ ਫੈਕਟਰੀਆਂ ਵਿੱਚੋਂ 13.17% ਮਾਝੇ ਵਿੱਚ, 17.65% ਬਿਸਤ ਦੋਆਬ ਵਿੱਚ ਅਤੇ 69.1% ਮਾਲਵਾ ਵਿੱਚ ਸਥਿਤ ਹਨ। ਪਰੰਤੂ ਮਾਝੇ ਲਈ ਉਦਯੋਗਾਂ ਦੀ ਪ੍ਰਤੀਸ਼ਤਤਾ ਇਸ ਦੇ ਰਕਬੇ ਦੀ ਪ੍ਰਤੀਸ਼ਤਤਾ (17.2) ਦੇ ਬਰਾਬਰ ਸੀ। ਰਾਜ ਦੇ ਲਗਭਗ 58.0% ਉਦਯੋਗ ਅਤੇ 48.52% ਕਾਮੇ ਤਿੰਨ ਜ਼ਿਲ੍ਹਿਆਂ ਲੁਧਿਆਣਾ, ਅੰਮ੍ਰਿਤਸਰ, ਜਲੰਧਰ ਵਿੱਚ ਕੇਂਦਰਤ ਸਨ। ਇਕੱਲੇ ਲੁਧਿਆਣਾ ਜ਼ਿਲ੍ਹੇ ਵਿੱਚ ਰਾਜ ਦੀਆਂ 30% ਦੇ ਲਗਭਗ ਕੰਮ ਕਰ ਰਹੀਆਂ ਰਜਿਸਟਰਡ ਫੈਕਟਰੀਆਂ ਅਤੇ 34% ਕਾਮੇ ਸਨ। ਪੰਜਾਬ ਦੇ ਇਨ੍ਹਾਂ ਤਿੰਨ ਮੱਧ-ਪੱਛਮੀ ਉਦਯੋਗਿਕ ਜ਼ਿਲ੍ਹਿਆਂ ਦੇ ਪੂਰਬ ਅਤੇ ਦੱਖਣ-ਪੂਰਬ ਵੱਲ ਸਥਿਤ ਜ਼ਿਲ੍ਹਿਆਂ ਗੁਰਦਾਸਪੁਰ, ਹੁਸ਼ਿਆਰਪੁਰ, ਰੂਪਨਗਰ, ਕਪੂਰਥਲਾ, ਫਤਹਿਗੜ੍ਹ ਸਾਹਿਬ ਅਤੇ ਪਟਿਆਲਾ ਵਿੱਚ ਵੀ ਕਾਫੀ ਫੈਕਟਰੀਆਂ ਸਨ (20.0%)। ਪਰੰਤੂ ਦੱਖਣ-ਪੱਛਮੀ ਪੰਜ ਜ਼ਿਲ੍ਹਿਆਂ ਸੰਗਰੂਰ, ਬਠਿੰਡਾ, ਮਾਨਸਾ, ਫਰੀਦਕੋਟ ਅਤੇ ਫਿਰੋਜ਼ਪੁਰ ਵਿੱਚ ਰਾਜ ਦੀਆਂ 18.7% ਫੈਕਟਰੀਆਂ ਅਤੇ 15.6% ਕਾਮੇ ਸਨ ਜਦੋਂ ਕਿ ਜ਼ਿਲ੍ਹਿਆਂ ਦਾ ਖੇਤਰਫਲ ਰਾਜ ਦੇ ਕੁੱਲ ਖੇਤਰਫਲ ਦਾ 44% ਦੇ ਲਗਭਗ ਹੈ।

ਇਸ ਸਭ ਤੋਂ ਇਹ ਨਤੀਜਾ ਨਿਕਲਦਾ ਹੈ ਕਿ ਪੰਜਾਬ ਦੀਆਂ 80% ਦੇ ਲਗਭਗ ਫੈਕਟਰੀਆਂ ਮਾਝਾ, ਦੋਆਬਾ ਅਤੇ ਪੂਰਬੀ

ਮਾਲਵਾ ਪ੍ਰਦੇਸ਼ ਵਿੱਚ ਲੱਗੀਆਂ ਹੋਈਆਂ ਹਨ। ਇਹ ਸਭ ਜ਼ਿਲ੍ਹੇ ਰਾਜ ਦੇ ਸ਼ਾਹ ਮਾਰਗ (ਰੇਲ ਅਤੇ ਸੜਕ) ਦੇ ਲਗਭਗ ਨਾਲ-ਨਾਲ ਸਥਿਤ ਹਨ। ਜਿੱਥੇ ਆਵਾਜਾਈ ਅਤੇ ਪਹੁੰਚ ਬਹੁਤ ਆਸਾਨ ਅਤੇ ਤੇਜ਼ ਹੈ। ਪਰੰਤੂ ਵਿਸਤ੍ਰਿਤ ਖੇਤੀ ਪ੍ਰਧਾਨ ਦੱਖਣ-ਪੱਛਮੀ ਜ਼ਿਲ੍ਹਿਆਂ ਵਿੱਚ ਉਦਯੋਗਾਂ ਦਾ ਘੱਟ ਵਿਕਾਸ ਹੋਇਆ ਹੈ। ਇੱਥੇ ਪਹੁੰਚ ਘੱਟ ਆਸਾਨ ਹੈ ਅਤੇ ਸ਼ਹਿਰੀ ਆਬਾਦੀ ਵੀ ਘੱਟ (20 ਤੋਂ 30% ਤੱਕ) ਹੈ।

ਮਹੱਤਵਪੂਰਣ ਉਦਯੋਗ ਵਰਗ (IMPORTANT INDUSTRIAL GROUPS)

ਪੰਜਾਬ ਦੇ ਅਨੇਕਾਂ ਉਦਯੋਗਾਂ ਨੂੰ ਪੇਂਡੂ, ਘਰੇਲੂ, ਸੂਖਮ (Micro), ਲਘੂ, ਦਰਮਿਆਨੇ ਅਤੇ ਵੱਡੇ ਉਦਯੋਗਾਂ ਵਿੱਚ ਵੰਡਣ ਦੇ ਨਾਲ-ਨਾਲ ਵਰਤੇ ਜਾਂਦੇ ਕੱਚੇ ਮਾਲ ਦੀ ਕਿਸਮ, ਉਤਪੱਤੀ ਅਤੇ ਵਰਤਣ ਯੋਗ ਵਸਤਾਂ ਦੇ ਆਧਾਰ ਤੇ ਪੰਜਾਬ ਦੇ ਉਦਯੋਗ ਵਿਭਾਗ ਨੇ ਰਾਜ ਦੇ ਦਰਮਿਆਨੇ ਅਤੇ ਵੱਡੇ ਉਦਯੋਗਾਂ ਨੂੰ 15 ਵਰਗਾਂ (groups) ਵਿੱਚ ਵੰਡਿਆ ਹੈ। ਇਹ ਵਰਗ ਹਨ—ਖਾਧ ਪਦਾਰਥ, ਪੀਣ ਵਾਲੇ ਪਦਾਰਥ, ਸੂਤੀ ਕੱਪੜਾ, ਊਨੀ ਕੱਪੜਾ, ਕਾਗਜ਼ ਅਤੇ ਕਾਗਜ਼ ਵਸਤਾਂ, ਚਮੜਾ ਅਤੇ ਚਮੜੇ ਦਾ ਸਾਮਾਨ, ਰਬੜ ਅਤੇ ਪਲਾਸਟਿਕ, ਰਸਾਇਣ ਅਤੇ ਰਸਾਇਣਕ ਪਦਾਰਥ, ਅਧਾਤ ਖਣਿਜ ਪਦਾਰਥ, ਮੂਲ ਧਾਤ ਉਦਯੋਗ, ਧਾਤ ਪਦਾਰਥ ਅਤੇ ਹਿੱਸੇ, ਮਸ਼ੀਨਾਂ ਅਤੇ ਪੁਰਜ਼ੇ, ਬਿਜਲੀ ਮਸ਼ੀਨਾਂ ਅਤੇ ਯੰਤਰ (ਉਪਕਰਣ), ਢੋ-ਢੋਆਈ ਦਾ ਸਾਮਾਨ ਅਤੇ ਹਿੱਸੇ ਅਤੇ ਫੁਟਕਲ ਉਦਯੋਗ ਵਿੱਚ ਵੰਡਿਆ ਹੈ। ਪੰਜਾਬ ਦੇ ਅਰਥ ਅਤੇ ਅੰਕੜਾ ਸੰਗਠਨ (Economic and Statistical Orgnaisationn) ਨੇ ਇਨ੍ਹਾਂ 15 ਵਰਗਾਂ ਤੋਂ ਬਿਨਾਂ ਤਿੰਨ ਹੋਰ ਵਰਗ, ਪਟਸਨ, ਸਣ ਅਤੇ ਮੈਸਟਾ ਟੈਕਸਟਾਈਲ, ਪਾਣ ਵਾਲੇ ਕੱਪੜੇ (Garments) ਅਤੇ ਲੱਕੜ ਅਤੇ ਫਰਨੀਚਰ ਉਦਯੋਗ ਵੀ ਬਣਾਏ ਹਨ।

ਇਨ੍ਹਾਂ ਦਰਮਿਆਨੇ ਅਤੇ ਵੱਡੇ ਉਦਯੋਗਾਂ ਦੀਆਂ ਇਕਾਈਆਂ ਤੋਂ ਬਿਨਾਂ ਇਨ੍ਹਾਂ ਹੀ ਪਦਾਰਥਾਂ ਨੂੰ ਬਣਾਉਣ ਵਾਲੀਆਂ ਲਘੂ ਉਦਯੋਗ ਦੀਆਂ ਵੀ ਅਨੇਕ ਇਕਾਈਆਂ ਹਨ। ਹੇਠ ਦਿੱਤੀ ਗਈ ਸਾਰਣੀ ਪੰਜਾਬ ਦੇ ਵਿਭਿੰਨ ਉਦਯੋਗ ਵਰਗਾਂ ਦੀ ਜ਼ਿਲ੍ਹੇਵਾਰ ਸੂਚਨਾ ਦੇ ਅੰਕੜੇ ਦਰਸਾਉਂਦੀ ਹੈ।

ਪੰਜਾਬ ਦੇ ਮਹੱਤਵਪੂਰਣ ਉਦਯੋਗ (Important Industries of Punjab)

ਫੈਕਟਰੀਆਂ ਦੀ ਗਿਣਤੀ, ਉਨ੍ਹਾਂ ਵਿੱਚ ਲੱਗੀ ਅਚਲ ਪੂੰਜੀ, ਕਾਮਿਆਂ ਦੀ ਗਿਣਤੀ ਅਤੇ ਕੁੱਲ ਉਤਪਾਦਨ ਦੇ ਆਧਾਰ ਤੇ ਸੂਤੀ ਕੱਪੜਾ ਉਦਯੋਗ, ਊਨੀ ਅਤੇ ਬਣਾਵਟੀ ਕੱਪੜਾ ਅਤੇ ਹੌਜ਼ਰੀ ਉਤਪਾਦਨ, ਖੰਡ ਉਦਯੋਗ, ਕਾਗਜ਼ ਉਦਯੋਗ, ਵਿਭਿੰਨ ਖਾਧ ਪਦਾਰਥ ਤਿਆਰ ਕਰਨ ਦਾ ਉਦਯੋਗ, ਇੰਜਨੀਅਰੀ ਉਦਯੋਗ ਅਤੇ ਰਸਾਇਣ ਅਤੇ ਰਸਾਇਣ ਪਦਾਰਥ ਉਦਯੋਗ ਪੰਜਾਬ ਦੇ ਮੁੱਖ ਉਦਯੋਗ ਕਹੇ ਜਾ ਸਕਦੇ ਹਨ। ਲੱਕੜ ਅਤੇ ਫਰਨੀਚਰ ਅਤੇ ਖੇਡਾਂ ਦਾ ਸਾਮਾਨ ਬਣਾਉਣ ਦੇ ਉਦਯੋਗ ਵੀ ਮਹੱਤਵਪੂਰਣ ਹਨ (ਨਕਸ਼ਾ ਨੰ. 44 ਅਤੇ ਸਾਰਣੀ ਨੰ. 49)

ਪੰਜਾਬ ਕੱਪੜਾ ਉਦਯੋਗ (Cotton Textile Industries)

ਕੱਪੜਾ ਮਾਨਵ ਦੀ ਬੁਨਿਆਦੀ ਲੋੜ ਹੈ। ਇਸੇ ਕਾਰਨ ਪੁਰਾਣੇ ਸਮੇਂ ਤੋਂ ਦਸਤਕਾਰੀ ਅਤੇ ਘਰੇਲੂ ਉਦਯੋਗ ਦੇ ਰੂਪ ਵਿੱਚ ਪਿੰਡਾਂ ਅਤੇ ਸ਼ਹਿਰਾਂ ਵਿੱਚ ਜੁਲਾਹੇ ਹੱਥ ਖੱਡੀਆਂ ਉੱਤੇ ਕੱਪੜਾ ਤਿਆਰ ਕਰਦੇ ਰਹੇ ਹਨ। ਘਰਾਂ ਵਿੱਚ ਇਸਤਰੀਆਂ ਕਪਾਹ ਬੇਲਦੀਆਂ ਅਤੇ ਚਰਖੇ ਉੱਤੇ ਸੂਤ ਕੱਤਦੀਆਂ ਸਨ। ਵਸੋਂ ਵਿੱਚ ਤੇਜ਼ ਵਾਧੇ ਕਾਰਨ ਅਤੇ ਕੱਪੜੇ ਲਈ ਵਿਸ਼ਾਲ ਮੰਗ (demand) ਦੇ ਬਣਨ ਅਤੇ ਅਜੀਵ ਸ਼ਕਤੀ (inanimate power) ਉੱਤੇ ਆਧਾਰਤ ਮਸ਼ੀਨਾਂ, ਖੱਡੀਆਂ ਅਤੇ ਕਾਰਖਾਨਿਆਂ ਦੇ ਲੱਗ ਜਾਣ ਨਾਲ ਘਰੇਲੂ ਅਤੇ ਦਸਤਕਾਰੀ (handicraft) ਉਦਯੋਗ ਲਗਭਗ ਖ਼ਤਮ ਹੋ ਚੱਲਿਆ ਹੈ। ਹੁਣ ਜ਼ਿਆਦਾਤਰ ਸੂਤ ਅਤੇ ਕੱਪੜਾ ਕਾਰਖਾਨਿਆਂ ਵਿੱਚ ਤਿਆਰ ਹੁੰਦਾ ਹੈ। ਹਾਂ, ਖਾਦੀ ਉਦਯੋਗ ਪੁਰਾਣੀ ਪਰੰਪਰਾ ਨੂੰ ਜ਼ਰੂਰ ਅੱਗੇ ਲਿਜਾ ਰਿਹਾ ਹੈ।

ਪੰਜਾਬ
ਮਹੱਤਵਪੂਰਨ ਉਦਯੋਗ
2015 ਅਤੇ 2021
74° E
75°
76° E
77° E
33° N
32°
31°
30°
29° N
Pathankot
Dinanagar
Gurdaspur
Dhariwal
Mukerian
Ajnala
Fatehgarh Churian
Batala
Quadian
Dasuya
Tanda
Amritsar
Verka
Jandiala Guru
Butler Sewian
Bhogpur
Hoshiarpur
Tarn taran
Kartarpur
Kapurthala
Jalandhar
Phagwara
Goindwal Sahib
Nangal
Anandpur Sahib
Saila Khurd
Nawanshehar
Nakodar
Goraya
Phillaur
Makhu
Zira
Firozpur
Ludhiana
Rupnagar
Moga
Jagraon
Doraha
Khanna
Mandi Gobindgarh
Chandigarh
Mohali
Faridkot
Kotkapura
Malerkotla
Sirhind
Jalalabad
Muktsar
Fazilka
Barnala
Nabha
Patiala
Rajpura
Dhuri
Sangrur
Malout
Abohar
Bathinda
Tapa
Samana
Sunam
Mansa
Patran
Index
- Cycle or Cycle parts
S - Sewing Machines & Parts
- Faundary
• City/ Town
F - Furniture making
AP - Auto Parts
TP - Trucks and Trucks Body Making
LV - Light Weight Vehicles Making
MM - Moped Making
Rc - Rail Coach Factory
M - Iron & Steel Goods
E - Electric Goods & Machines
Es. - Electronics
Ch. - Chemicals & Its Products
D - Madicine/Drugs
- Cement
- Fertilizer
0 50
Kilometres
Index
- Sugar mills
- Cotton Textiles
- Woollen Textiles
- Hosiery
G - Garments
- Flour Mills
B - Biscuit making
- Milk Plant & Milk Products
v Vegetable Ghee and Oils
Rm - Rice Mill
W - Wine and Bear
Fs Fruit Juice & Soft Drinks
Pc - Packing and Caring
- Cattle Feed
P - Paper Mill
L - Leather Goods
R - Rubber and Plastic Goods
- Sports Goods
A - Agricultural Implements
T Tracter/Combines

Map 53

ਸਾਰਣੀ ਨੰ. 49 ਪੰਜਾਬ ਵਿੱਚ ਜ਼ਿਲ੍ਹੇਵਾਰ ਅਤੇ ਉਦਯੋਗਵਾਰ ਚਲ ਰਹੀਆਂ ਰਜਿਸਟਰਸ਼ੁਦਾ ਫੈਕਟਰੀਆਂ ਅਤੇ ਉਨ੍ਹਾਂ ਵਿੱਚ ਕੰਮ ਕਰਦੇ ਕਾਮਿਆਂ ਦੀ ਗਿਣਤੀ-2021

Number of Units

ਲੜੀ ਨੰ.	ਜ਼ਿਲ੍ਹਾ	ਖੇਤੀਬਾੜੀ ਅਤੇ ਸੇਵਾਵਾਂ		ਖਾਧ ਪਦਾਰਥ ਉਤਪਾਦਨ		ਪੀਣ ਵਾਲੇ ਪਦਾਰਥ ਉਤਪਾਦਨ		ਕੱਪੜਾ ਉਤਪਾਦਨ		ਪਹਿਨਣ ਵਾਲੇ ਕੱਪੜੇ ਉਤਪਾਦਨ		ਚਮੜਾ ਅਤੇ ਚਮੜਾ ਸਮਾਨ ਉਤਪਾਦਨ		ਕਾਗਜ਼ ਅਤੇ ਪਦਾਰਥ ਉਤਪਾਦਨ		ਰਸਾਇਣ ਅਤੇ ਰਸਾਇਣ ਪਦਾਰਥ ਉਤਪਾਦਨ		ਰਬੜ ਅਤੇ ਪਲਾਸਟਿਕ ਸਮਾਨ ਉਤਪਾਦਨ		ਅਣਧਾਤ ਖਣਿਜ ਪਦਾਰਥ ਉਤਪਾਦਨ	
		A	B	A	B	A	B	A	B	A	B	A	B	A	B	A	B	A	B	A	B
	1	2	3	4	5	6	7	8	9	10	11	12	13	14	15	16	17	18	19	20	21
1	ਗੁਰਦਾਸਪੁਰ	-	-	145	2,795	30	774	2	1,049	1	50	1	2	10	804	4	1,009	3	47	77	3,772
2	ਪਠਾਨਕੋਟ	-	-	4	77	1	6	-	-	-	-	-	-	1	10	-	-	-	-	41	1,931
3	ਅੰਮ੍ਰਿਤਸਰ	8	84	233	5,172	52	988	687	15,519	1	250	7	334	22	854	38	670	24	631	92	1,899
4	ਤਰਨ ਤਾਰਨ	-	-	6	74	-	-	3	40	-	-	1	560	-	-	2	15	1	23	11	365
5	ਕਪੂਰਥਲਾ	-	-	118	4,962	13	2,561	1	3,553	2	66	3	250	4	130	6	426	1	136	76	3,043
6	ਜਲੰਧਰ	5	150	102	4,603	20	621	12	1,497	13	499	206	6,550	33	794	28	863	93	2,877	119	3,968
7	ਐਸ.ਬੀ.ਐਸ. ਨਗਰ	1	80	18	495	3	613	4	811	1	50	-	-	5	50	3	796	1	8	26	1,223
8	ਹੁਸ਼ਿਆਰਪੁਰ	-	-	91	2,081	20	712	12	2,361	2	70	2	33	27	2,221	28	874	10	169	132	3,426
9	ਰੂਪਨਗਰ	1	4	18	356	3	27	1	20	3	60	-	-	4	1,044	11	3,407	10	244	61	2,900
10	ਐਸ.ਏ.ਐਸ. ਨਗਰ	-	-	67	2,429	18	3,591	34	2,577	3	168	13	735	29	1,005	23	1,652	21	355	104	4,388
11	ਲੁਧਿਆਣਾ	23	980	405	15,892	35	1,102	1,740	87,961	170	10,056	13	442	103	2,807	60	1,528	116	13,944	211	17,172
12	ਫਿਰੋਜ਼ਪੁਰ	12	726	237	7,006	32	765	1	352	-	-	-	-	11	230	3	44	1	20	83	6,383
13	ਫਾਜ਼ਿਲਕਾ	17	540	86	2,535	4	38	5	149	-	-	-	-	-	-	-	-	4	131	70	4,418
14	ਫਰੀਦਕੋਟ	37	2,152	109	3,107	13	120	-	-	-	-	-	-	7	813	9	159	10	177	31	564
15	ਮੁਕਤਸਰ ਸਾਹਿਬ	36	1,598	92	2,674	8	77	6	1,223	-	-	-	-	2	19	4	132	-	-	32	2,016
16	ਮੋਗਾ	10	277	225	7,942	12	131	6	62	-	-	1	2	2	11	5	319	4	72	105	2,757
17	ਬਠਿੰਡਾ	52	1,478	367	9,734	32	624	34	2,391	-	-	4	110	7	245	17	1,361	5	110	158	3,520
18	ਮਾਨਸਾ	80	3,413	107	2,314	4	56	6	180	-	-	-	-	2	40	-	-	3	29	47	3,029
19	ਸੰਗਰੂਰ	36	975	766	24,334	33	297	20	4,351	3	50	3	260	20	2,143	24	1,250	10	338	179	7,005
20	ਬਰਨਾਲਾ	10	335	108	2,385	-	-	7	6,603	-	-	1	20	2	343	10	1,312	-	-	16	332
21	ਪਟਿਆਲਾ	6	131	381	14,910	15	1,242	16	1,264	-	-	-	-	29	1,369	54	2,074	26	1,000	191	7,635
22	ਫਤਿਹਗੜ੍ਹ ਸਾਹਿਬ	4	81	44	6,466	8	414	2	140	2	107	-	-	2	123	2	23	1	15	44	1,401
23	ਕੁੱਲ ਪੰਜਾਬ	338	13,054	3,729	1,22,343	356	14,759	2,599	1,32,103	201	11,426	255	9,298	322	15,055	331	17,914	344	20,326	1,906	83,147

ਲੜੀ ਨੰ.	ਜ਼ਿਲ੍ਹਾ	ਮੂਲਧਾਤ ਨਿਰਮਾਣ		ਧਾਤ ਅਤੇ ਪੁਰਜੇ, ਫੈਬਰੀਕੇਸ਼ਨ		ਮਸ਼ੀਨਰੀ ਅਤੇ ਪੁਰਜੇ ਨਿਰਮਾਣ		ਮੋਟਰ ਵਾਹਨ ਅਤੇ ਟਰੇਲਰ ਨਿਰਮਾਣ		ਆਵਾਜਾਈ ਸਾਮਾਨ ਅਤੇ ਸਹਾਇਕ ਨਿਰਮਾਣ		ਬਿਜਲੀ ਮਸ਼ੀਨਰੀ ਅਤੇ ਸਾਮਾਨ		ਮੋਟਰ ਵਾਹਨਾਂ ਦੀ ਸੇਲ ਅਤੇ ਮੁਰੰਮਤ		ਕੰਪਿਊਟਰ ਸੇਲ ਅਤੇ ਰੀਪੇਅਰ		ਰੇਡੀਓ-ਟੀ.ਵੀ. ਸੰਚਾਰ ਪੁਰਜੇ	
		A	B	A	B	A	B	A	B	A	B	A	B	A	B	A	B	A	B
	22	23	24	25	26	27	28	20	30	31	32	33	34	35	36	37	38	39	40
1	ਗੁਰਦਾਸਪੁਰ	54	873	23	381	134	1821	1	3	4	265	3	51	3	376	-	-	-	-
2	ਪਠਾਨਕੋਟ	-	-	-	-	1	20	1	50	-	-	-	-	-	-	-	-	-	-
3	ਅੰਮ੍ਰਿਤਸਰ	38	670	99	1,524	195	2,004	10	489	22	1,779	28	419	16	857	2	40	10	97
4	ਤਰਨ ਤਾਰਨ	-	-	1	20	-	-	-	-	8	109	1	20	-	-	-	-	1	107
5	ਕਪੂਰਥਲਾ	14	292	52	1,183	101	2,315	33	3,820	42	9,005	-	-	7	568	-	-	-	-
6	ਜਲੰਧਰ	108	2,974	542	16,585	251	8,081	108	4,162	85	2,995	77	1,838	2	188	4	84	13	404
7	ਐਸ.ਬੀ.ਐਸ. ਨਗਰ	1	785	2	40	3	728	-	-	6	65	-	-	7	198	-	-	-	-
8	ਹੁਸ਼ਿਆਰਪੁਰ	11	2,911	19	724	27	1,064	16	3,936	45	536	5	181	1	62	1	30	-	-
9	ਰੂਪਨਗਰ	8	858	15	726	17	2,508	16	426	5	201	1	20	5	140	-	-	-	-
10	ਐਸ.ਏ.ਐਸ. ਨਗਰ	37	2,419	51	3,254	98	7,155	15	502	11	242	53	4,500	23	992	44	5,448	3	91
11	ਲੁਧਿਆਣਾ	484	22,845	574	17,013	485	17,932	282	19,588	232	39,435	-	-	68	2,471	27	1,914	-	-
12	ਫਿਰੋਜ਼ਪੁਰ	-	-	-	-	-	-	-	-	1	4	-	-	1	36	-	-	-	-
13	ਫਾਜ਼ਿਲਕਾ	-	-	-	-	-	-	-	-	-	-	-	-	-	-	-	-	-	-
14	ਫਰੀਦਕੋਟ	9	120	14	237	15	270	1	4	11	191	3	95	1	66	-	-	1	20
15	ਮੁਕਤਸਰ ਸਾਹਿਬ	1	19	2	39	5	175	-	-	1	9	-	-	1	50	-	-	-	-
16	ਮੋਗਾ	4	98	10	166	18	537	7	269	17	287	1	6	4	209	2	13	-	-
17	ਬਠਿੰਡਾ	14	362	9	166	31	800	6	80	23	406	20	3,622	20	1,010	2	32	1	7
18	ਮਾਨਸਾ	1	20	6	170	4	92	-	-	-	-	-	-	3	60	-	-	-	-
19	ਸੰਗਰੂਰ	39	1,465	45	1,319	45	1,380	13	590	31	710	1	52	9	402	-	-	-	-
20	ਬਰਨਾਲਾ	-	-	1	34	4	100	-	-	1	4	3	316	-	-	-	-	-	-
21	ਪਟਿਆਲਾ	20	3,115	44	2,111	43	1,866	20	4,304	22	2,159	-	-	19	946	5	276	-	-
22	ਫਤਿਹਗੜ੍ਹ ਸਾਹਿਬ	446	19,331	52	1,431	23	478	3	133	20	659	-	-	3	136	-	-	-	-
23	ਕੁੱਲ ਪੰਜਾਬ	1,289	59,157	1,561	47,123	1,500	49,306	532	38,356	587	59,061	196	11,120	193	8,767	87	7,837	29	726

ਸਾਰਣੀ ਨੰ. 49 ਪੰਜਾਬ ਵਿੱਚ ਜ਼ਿਲ੍ਹੇਵਾਰ ਅਤੇ ਉਦਯੋਗਵਾਰ ਚਲ ਰਹੀਆਂ ਰਜਿਸਟਰਸ਼ੁਦਾ ਫੈਕਟਰੀਆਂ ਅਤੇ ਉਨ੍ਹਾਂ ਵਿੱਚ ਕੰਮ ਕਰਦੇ ਕਾਮਿਆਂ ਦੀ ਗਿਣਤੀ-2021

ਲੜੀ ਨੰ.	ਜ਼ਿਲ੍ਹਾ	ਲੱਕੜ, ਜੜਤਾ ਅਤੇ ਫਰਨੀਚਰ		ਖਾਣਾਂ ਅਤੇ ਪੱਥਰ ਕੱਢਣਾ		ਛਪਾਈ ਅਤੇ ਪ੍ਰਕਾਸ਼ਨ		ਦਵਾਸਾਜੀ		ਬਿਜਲੀ, ਗੈਸ, ਭਾਪ ਸਪਲਾਈ		ਪ੍ਰਚੂਨ ਅਤੇ ਥੋਕ ਵਪਾਰ		ਇਮਾਰਤ ਉਸਾਰੀ ਆਦਿ		ਹੋਰ ਉਤਪਾਦਨ		ਫੁੱਟਕਲ		ਕੁੱਲ	
		A	B	A	B	A	B	A	B	A	B	A	B	A	B	A	B	A	B	A	B
1	ਗੁਰਦਾਸਪੁਰ	155	868	6	58	7	71	1	1	32	845	-	-	3	60	-	-	-	-	689	15,889
2	ਪਠਾਨਕੋਟ	55	254	40	361	-	-	1	50	1	20	-	-	3	38	-	-	-	-	149	2,817
3	ਅੰਮ੍ਰਿਤਸਰ	204	799	-	-	10	168	15	324	19	470	5	234	1	50	-	-	4	45	1842	36,281
4	ਤਰਨ ਤਾਰਨ	10	119	-	-	1	20	2	33	10	175	2	185	-	-	-	-	-	-	60	1,865
5	ਕਪੂਰਥਲਾ	57	451	1	18	12	187	5	91	6	125	2	75	1	20	3	59	3	56	537	33,392
6	ਜਲੰਧਰ	205	1,369	1	17	47	1,110	9	846	20	437	-	-	34	2,198	73	5,371	8	230	2,214	71,265
7	ਐਸ.ਬੀ.ਐਸ. ਨਗਰ	40	263	-	-	-	-	1	722	3	51	1	96	-	-	-	-	-	-	123	7,052
8	ਹੁਸ਼ਿਆਰਪੁਰ	212	2,122	-	-	8	175	6	1,239	16	337	5	213	15	350	-	-	1	11	705	25,772
9	ਰੂਪਨਗਰ	22	140	43	345	2	90	2	29	9	2,235	3	395	-	-	2	37	-	-	262	15,212
10	ਐਸ.ਏ.ਐਸ. ਨਗਰ	96	950	4	19	9	86	18	867	24	636	9	429	1	50	4	642	12	621	828	46,022
11	ਲੁਧਿਆਣਾ	331	2,791	2	104	40	637	14	1,089	47	1,498	7	1,112	-	-	12	894	4	179	6085	2,81,386
12	ਫਿਰੋਜ਼ਪੁਰ	102	389	-	-	3	21	-	-	4	76	-	-	-	-	-	-	1	20	608	18,150
13	ਫਾਜ਼ਿਲਕਾ	55	295	-	-	6	52	-	-	3	300	-	-	7	84	-	-	-	-	258	8,562
14	ਫਰੀਦਕੋਟ	70	934	-	-	2	18	2	33	3	284	1	84	28	402	-	-	-	-	373	9,859
15	ਮੁਕਤਸਰ ਸਾਹਿਬ	72	532	2	17	4	659	3	297	7	443	4	178	1	20	-	-	2	54	292	9,711
16	ਮੋਗਾ	71	520	1	9	-	-	-	-	8	198	-	-	1	50	-	-			517	14,012
17	ਬਠਿੰਡਾ	141	1,066	-	-	4	148	7	103	19	2,553	6	90	-	-	-	-	8	357	973	31,236
18	ਮਾਨਸਾ	119	731	-	-	-	-	1	20	8	360	2	283	-	-	-	-	-	-	393	10,857
19	ਸੰਗਰੂਰ	69	439	2	17	2	33	1	50	40	957	2	68	1	50	5	196	4	50	1400	48,706
20	ਬਰਨਾਲਾ	31	155	-	-	1	9	1	26	2	55	-	-	-	-	-	-	-	-	198	12,027
21	ਪਟਿਆਲਾ	56	555	-	-	8	179	10	942	32	1,891	4	135	1	68	-	-	8	336	1,010	48,662
22	ਫਤਿਹਗੜ੍ਹ ਸਾਹਿਬ	21	744	-	-	1	250	-	-	12	511	-	-	-	-	2	54	-	-	792	33,436
23	ਕੁੱਲ ਪੰਜਾਬ	2,194	16,486	102	965	167	39,913	99	6,762	325	14,457	53	3,577	97	3,440	101	7,253	56	2,008	20,273	7,82,171

ਸਰੋਤ- ਪੰਜਾਬ, ਅੰਕੜਾ ਸਾਰ -2022 A–ਚਲ ਰਹੀਆਂ ਫੈਕਟਰੀਆਂ ਦੀ ਗਿਣਤੀ, B–ਕੰਮ ਕਰਦੇ ਕਾਮਿਆਂ ਦੀ ਗਿਣਤੀ

ਪੰਜਾਬ ਵਿੱਚ ਸੂਤੀ ਕੱਪੜੇ ਦੇ ਉਦਯੋਗ ਦੇ ਪ੍ਰਫੁੱਲਤ ਹੋਣ ਲਈ ਬਹੁਤ **ਅਨੁਕੂਲ ਹਾਲਾਤਾਂ ਹਨ।** ਪੰਜਾਬ ਦੇਸ਼ ਵਿੱਚ ਵਧੀਆ ਨਰਮਾ **ਕਪਾਹ ਦਾ ਸਭ ਤੋਂ ਵੱਡਾ** (70% ਦੇ ਲਗਭਗ) ਅਤੇ ਸਮੁੱਚੀ ਕਪਾਹ ਦਾ ਛੇਵਾਂ ਵੱਡਾ ਉਤਪਾਦਕ ਹੈ। ਇਸ ਲਈ ਇੱਥੇ ਵਧੀਆ ਅਤੇ ਆਮ **ਕੱਚੇ ਮਾਲ (raw material) ਦੀ ਉਪਲੱਬਧਤਾ** ਸਭ ਤੋਂ ਸਸਤੀ, ਭਰੋਸੇਯੋਗ ਤੇ ਨੇਮਬੱਧ ਹੈ। **ਸੰਘਣੀ ਵਸੋਂ** ਅਤੇ ਗਰਮ ਜਲਵਾਲ ਕਾਰਨ ਸੂਤੀ ਕੱਪੜੇ ਦੀ **ਭਾਰੀ ਮੰਗ (market)** ਹੈ। ਪੰਜਾਬੀਆਂ ਦੀ **ਖਰੀਦ ਸ਼ਕਤੀ ਵੀ ਬਹੁਤ ਉੱਚੀ ਹੈ।** ਰਾਜ ਵਿੱਚ **ਰੇਲਾਂ ਅਤੇ ਸੜਕਾਂ ਰਾਹੀਂ ਆਵਾਜਾਈ ਤੇਜ਼ ਅਤੇ ਸੁਯੋਗ (efficient transportation)** ਹੈ। ਵਿਭਿੰਨ ਦਰਿਆ ਅਤੇ ਨਹਿਰਾਂ ਤੋਂ **ਲੋੜੀਂਦਾ ਸਾਫ਼ ਪਾਣੀ ਮੌਜੂਦ** ਹੈ। **ਸਰਮਾਇਆ** (Capital) ਅਤੇ ਬੈਂਕਿੰਗ ਸਹੂਲਤਾਂ ਵੀ ਆਸਾਨੀ ਨਾਲ ਉਪਲਬੱਧ ਹਨ। ਪੰਜਾਬ ਵਿੱਚ ਵਾਧੂ ਸਰਮਾਇਆ ਅਤੇ ਦੇਸ਼ ਵਿੱਚ ਸਭ ਤੋਂ ਵੱਧ ਪ੍ਰਤੀ ਲੱਖ ਜਨਸੰਖਿਆ ਬੈਂਕ ਹਨ। ਇਕੋ ਇੱਕ ਸਮੱਸਿਆ **ਸਿਲ੍ਹੇ ਜਲਵਾਯੂ (humid climate)** ਦਾ ਨਾ ਹੋਣਾ ਹੈ (ਬਣਾਵਟੀ ਤੌਰ ਤੇ ਸਿਲ੍ਹ ਬਣਾਉਣ ਵਾਲੀਆਂ ਮਸ਼ੀਨਾਂ (humidifires) ਨੇ ਇਸ ਸਮੱਸਿਆ ਨੂੰ ਵੀ ਸੁਲਝਾ ਦਿੱਤਾ ਹੈ। ਇਨ੍ਹਾਂ ਦੇ ਫਲਸਰੂਪ ਪੰਜਾਬ ਵਿੱਚ ਸੂਤੀ ਕੱਪੜੇ ਦੇ ਉਦਯੋਗ ਨੇ ਬਹੁਤ ਤਰੱਕੀ ਕੀਤੀ ਹੈ (ਸਾਰਣੀ ਨੰ. 51)।

ਸੂਤੀ ਕੱਪੜੇ ਦੇ ਉਦਯੋਗ ਵਿੱਚ ਪੰਜਾਬ ਦੇਸ਼ ਦੇ ਬਹੁਤ ਸਾਰੇ ਰਾਜਾਂ ਤੋਂ ਪਿੱਛੇ ਹੈ। ਇੱਥੇ ਮੌਜੂਦ ਕੱਚਾ ਮਾਲ (ਕਪਾਹ) ਅਤੇ ਬੁਨਿਆਦੀ ਸਹੂਲਤਾਂ (infrastructural facilities) ਦਾ ਉਦਯੋਗਪਤੀਆਂ ਨੇ ਪੂਰਾ ਲਾਭ ਨਹੀਂ ਲਿਆ ਹੈ। ਇਸ ਕਾਰਨ ਹੀ ਪੰਜਾਬ ਤੋਂ ਬਹੁਤ ਸਾਰੀ ਕਪਾਹ ਦੂਜੇ ਰਾਜਾਂ ਦੀਆਂ ਸੂਤੀ ਕੱਪੜਾ ਮਿਲ੍ਹਾਂ ਨੂੰ ਭੇਜੀ ਜਾਂਦੀ ਹੈ।

2000 ਅਨੁਸਾਰ ਰਾਜ ਵਿੱਚ ਵਿਭਿੰਨ ਦਰਜਿਆਂ ਦੀਆਂ 2001 ਸੂਤੀ ਕੱਪੜਾ ਆਦਿ ਬਣਾਉਣ ਦੀਆਂ ਫੈਕਟਰੀਆਂ ਸਨ ਜਿਨ੍ਹਾਂ ਵਿੱਚ 3,69,653 ਲੱਖ ਰੁਪਏ ਦੀ ਅਚਲ ਪੂੰਜੀ ਲੱਗੀ ਹੋਈ ਸੀ ਅਤੇ 97,582 ਕਾਮੇ ਕੰਮ ਕਰਦੇ ਸਨ। ਕੁੱਲ ਉਤਪਾਦਨ 7,89,340 ਲੱਖ ਰੁਪਏ ਦੇ ਮੁੱਲ ਦਾ ਸੀ। ਐਨ.ਆਈ.ਸੀ. 2008, ਸਾਲ 2019-20 ਦੌਰਾਨ ਪੰਜਾਬ ਵਿੱਚ 808 ਕੱਪੜਾ ਨਿਰਮਾਣ ਅਤੇ 826 ਪਹਿਨਣ ਵਾਲੇ ਕੱਪੜੇ ਦਾ ਨਿਰਮਾਣ ਕਰਨ ਵਿੱਚ ਰਜਿਸਟਰਸ਼ੁਦਾ ਫੈਕਟਰੀਆਂ ਲੱਗੀਆਂ ਹੋਈਆਂ ਸਨ। ਇਨ੍ਹਾਂ ਵਾਸਤੇ 8,93,239+1,92,204 ਲੱਖ ਰੁਪਏ ਅਚੱਲ ਪੂੰਜੀ ਲੱਗੀ ਹੋਈ ਸੀ ਅਤੇ 86,249+49,001 ਕਾਮੇ ਕੰਮ ਕਰਦੇ ਸਨ (ਕੁੱਲ ਉਤਪਾਦਨ 38,4,324 ਲੱਖ ਰੁਪਏ ਦਾ ਸੀ)।

ਇਸ ਖੇਤਰ ਵਿੱਚ ਖਾਦੀ ਉਦਯੋਗ, ਛੋਟੀਆਂ ਉਦਯੋਗਿਕ ਇਕਾਈਆਂ ਅਤੇ ਦਰਮਿਆਨੇ ਅਤੇ ਵੱਡੇ ਉਦਯੋਗ ਲੱਗੇ ਹੋਏ ਹਨ। ਪਰੰਤੂ ਜ਼ਿਆਦਾਤਰ ਉਤਪਾਦਨ ਦਰਮਿਆਨੇ ਅਤੇ ਵੱਡੇ ਉਦਯੋਗਾਂ ਤੋਂ ਆਉਂਦਾ ਹੈ ਜਿਨ੍ਹਾਂ ਦੀ ਮਾਰਚ 2000 ਨੂੰ ਗਿਣਤੀ 56 ਸੀ। ਦੋ ਕਪਾਹ ਵੇਲਣ ਅਤੇ ਪਿੰਜਣ (ginning and baling) ਦੇ ਕਾਰਖਾਨੇ ਸਨ।

ਸਾਲ 2015 ਵਿੱਚ ਪੰਜਾਬ ਵਿੱਚ 2,444 ਰਜਿਸਟਰਸ਼ੁਦਾ ਕਾਰਖਾਨੇ ਸੂਤੀ ਕੱਪੜਾ ਬਣਾਉਣ ਦੇ ਕੰਮ ਵਿੱਚ ਲੱਗੇ ਹੋਏ ਸਨ। ਇਨ੍ਹਾਂ ਵਿੱਚ 1,29,235 ਕਾਮਿਆਂ ਨੂੰ ਕੰਮ ਮਿਲਿਆ ਹੋਇਆ ਸੀ। ਅਨੁਮਾਨਤ ਕੁੱਲ ਉਤਪਾਦਨ 10,256.87 ਕਰੋੜ ਰੁਪਏ ਦਾ ਸੀ। 31-03-2016 ਨੂੰ 10,030 ਲਘੂ ਇਕਾਈਆਂ (SSU) ਕੱਪੜਾ ਉਦਯੋਗ ਵਿੱਚ ਕੰਮ ਕਰਦੀਆਂ ਸਨ। ਇਨ੍ਹਾਂ ਤੋਂ 1,47,331 ਲੋਕਾਂ ਨੂੰ ਰੁਜ਼ਗਾਰ ਮਿਲਿਆ ਹੋਇਆ ਸੀ। 2016 ਵਿੱਚ ਇਸ ਉਦਯੋਗ ਵਿੱਚ 2,469 ਰਜਿਸਟਰਸ਼ੁਦਾ ਕਾਰਖਾਨੇ ਕੰਮ ਕਰਦੇ ਸਨ। 2021 ਵਿੱਚ ਇਹ ਗਿਣਤੀ 2,599 ਇਕਾਈਆਂ ਹੋ ਗਈ ਜਿਨ੍ਹਾਂ ਵਿੱਚ 1,32,103 ਕਾਮੇ ਕੰਮ ਕਰਦੇ ਸਨ। 2016 ਵਿੱਚ 140 ਰਜਿਸਟਰਸ਼ੁਦਾ ਇਕਾਈਆਂ ਪਹਿਨਣ ਵਾਲੇ ਕੱਪੜੇ (Apparrel etc.) ਬਣਾਉਂਦੀਆਂ ਸਨ। 2021 ਵਿੱਚ ਪਹਿਨਣ ਵਾਲੇ ਕੱਪੜੇ ਬਣਾਉਣ ਵਾਲੀਆਂ ਰਜਿਸਟਰਸ਼ੁਦਾ ਇਕਾਈਆਂ ਦੀ ਗਿਣਤੀ 201 ਸੀ ਅਤੇ ਇਨ੍ਹਾਂ ਵਿੱਚ 11,426 ਲੋਕਾਂ ਨੂੰ ਰੁਜ਼ਗਾਰ ਮਿਲਿਆ ਹੋਇਆ ਸੀ। ਕੱਪੜਾ ਬਣਾਉਣ ਦੇ ਉਧਯੋਗ ਵਿੱਚ ਖਾਦੀ ਉਦਯੋਗ, ਲਘੂ ਇਕਾਈਆਂ, ਦਰਮਿਆਨੇ ਅਤੇ ਵੱਡੇ ਕਾਰਖਾਨੇ ਲਗੇ ਹੋਏ ਹਨ। ਪ੍ਰੰਤੂ ਕੱਪੜਾ ਉਦਯੋਗ ਦਾ ਜਿਆਦਾਤਰ ਉਤਪਾਦਨ ਦਰਮਿਆਨੇ ਅਤੇ ਵੱਡੇ ਕਾਰਖਾਨਿਆਂ ਤੋਂ ਆਉਂਦਾ ਹੈ। 2015-16 ਵਿੱਚ ਅਜਿਹੇ ਕਾਰਖਾਨਿਆਂ ਦੀ ਗਿਣਤੀ 150 ਦੇ ਲਗਭਗ ਸੀ, ਜਿਨ੍ਹਾਂ ਵਿੱਚੋਂ 140 ਕਤਾਈ ਮਿਲ੍ਹਾਂ (spinning mills) ਸਨ ਅਤੇ 9 ਵਿੱਚ ਕਤਾਈ, ਬੁਣਾਈ ਅਤੇ ਰੰਗਾਈ, ਤਿਆਰੀ (finishing) ਆਦਿ ਦੇ ਸਭ ਕੰਮ

ਕੀਤੇ ਜਾਂਦੇ (composite mills) ਸਨ। 2020-21(R) ਸੋਧੇ ਹੋਏ ਅੰਕੜਿਆਂ ਅਨੁਸਾਰ ਪੰਜਾਬ ਵਿੱਚ 142 ਕਤਾਈ ਮਿੱਲਾਂ, 9 ਕੰਪੋਜ਼ਿਟ ਮਿੱਲਾਂ ਕੰਮ ਕਰਦੀਆ ਸਨ। ਇਨ੍ਹਾਂ ਸਭ ਵਿੱਚ 37.20 ਲੱਖ ਸਪਿੰਡਲਜ਼, 1,03,640 ਰੋਟਰਜ਼ (Roters) ਅਤੇ 1122 ਖੱਡੀਆਂ (looms) ਕੰਮ ਕਰਦੇ ਸਨ। ਕੱਪੜਾ ਬਣਾਉਣ ਦੇ ਇਨ੍ਹਾਂ ਕਾਰਖਾਨਿਆਂ ਵਿੱਚ 2019-20(R) ਨੂੰ 7880.79 ਲੱਖ ਮੀ. ਟਨ ਧਾਗਾ (yarn) ਅਤੇ 16,190 ਲੱਖ ਵਰਗ ਮੀਟਰ ਕੱਪੜਾ ਤਿਆਰ ਕੀਤਾ ਗਿਆ ਸੀ।

31-03-2016 ਦੇ ਅੰਕੜਿਆਂ ਅਨੁਸਾਰ ਪੰਜਾਬ ਵਿੱਚ 10,030 ਲਘੂ ਇਕਾਈਆਂ ਕੱਪੜਾ ਬਣਾਉਣ, ਰੰਗਣ ਅਤੇ ਉਸ ਨੂੰ ਤਿਆਰ ਕਰਨ ਦੇ ਕੰਮ ਵਿੱਚ ਲੱਗੀਆਂ ਹੋਈਆਂ ਸਨ। ਇਨ੍ਹਾਂ ਵਿੱਚ 8520 ਇਕਾਈਆਂ (84.95%) ਇਕੱਲੇ ਲੁਧਿਆਣਾ ਜ਼ਿਲ੍ਹੇ ਅਤੇ ਵਿਸੇਸ਼ ਕਰਕੇ ਲੁਧਿਆਣਾ ਸ਼ਹਿਰ ਵਿੱਚ ਕੰਮ ਕਰ ਰਹੀਆਂ ਸਨ। ਇਨ੍ਹਾਂ ਵਿੱਚ 1,32,995 ਲੋਕਾਂ (ਪੰਜਾਬ ਦੇ 90.27%) ਨੂੰ ਰੁਜ਼ਗਾਰ ਮਿਲਿਆ ਹੋਇਆ ਸੀ। ਦੂਜੇ ਨੰਬਰ ਤੇ ਅੰਮ੍ਰਿਤਸਰ ਦਾ ਜ਼ਿਲ੍ਹਾ (597 ਇਕਾਈਆਂ) ਅਤੇ ਫਿਰ ਜਲੰਧਰ (339 ਇਕਾਈਆਂ) ਅਤੇ ਸੰਗਰੂਰ ਦੇ ਜ਼ਿਲ੍ਹੇ ਆਉਂਦੇ ਸੀ।

ਪੰਜਾਬ ਦੇ ਆਰਥਿਕ ਸਰਵੇਖਣ 2022-23 ਅਨੁਸਾਰ ਪੰਜਾਬ ਵਿੱਚ ਟੈਕਸਟਾਈਲ ਉਦਯੋਗ ਰਾਜ ਦੇ ਕੁੱਲ ਉਤਪਾਦਨ ਵਿੱਚ ਵੱਡਾ ਯੋਗਦਾਨ ਪਾਉਂਦਾ ਹੈ। ਟੈਕਸਟਾਈਲ ਅਤੇ ਪੁਸ਼ਾਕ ਉਤਪਾਦਨ ਉਦਯੋਗ ਨੇ 2019-20 ਵਿੱਚ ਪੰਜਾਬ ਦੇ ਰਜਿਸਟਰਡ ਉਤਪਾਦਨ ਸੈਕਟਰ ਦੇ ਕੁੱਲ ਮੁੱਲ ਵਾਧੇ ਵਿੱਚ 18% ਦਾ ਯੋਗਦਾਨ ਪਾਇਆ ਸੀ ਅਤੇ ਟੈਕਸਟਾਈਲਜ਼ ਅਤੇ ਪੁਸ਼ਾਕ ਉਤਪਾਦਨ ਉਦਯੋਗ ਦੇ ਕੁੱਲ ਜੀ.ਵੀ.ਏ. ਵਿੱਚੋਂ 47.2% ਦਾ ਯੋਗਦਾਨ ਸਪਿਨਿੰਗ, ਵੀਵਿੰਗ ਅਤੇ ਸੂਤੀ ਟੈਕਸਟਾਈਲਜ਼ ਦੀ ਫਿਨਿਸ਼ਿੰਗ ਲਈ ਕੀਤਾ ਅਤੇ ਇਸੇ ਸਾਲ ਬੁਣਾਈ ਅਤੇ ਕਰੋਸ਼ੀਆ ਐਪਰਲ (apperals) ਦਾ 29.8% ਦਾ ਯੋਗਦਾਨ ਰਿਹਾ। ਇਸ ਨਾਲ ਉੱਨ ਆਧਾਰਤ ਉਦਯੋਗ ਮਹੱਤਵਪੂਰਣ ਬਣ ਗਏ। ਹੋਰ ਟੈਕਸਟਾਈਲਜ਼ ਦਾ ਯੋਗਦਾਨ 18.7% ਸੀ। ਪੰਜਾਬ ਸਰਕਾਰ ਨੇ ਟੈਕਸਟਾਈਲਜ਼ ਉਦਯੋਗ ਨੂੰ ਵਿਕਸਤ ਕਰਨ ਲਈ ਹਾਈ ਫੈਸ਼ਨ ਗਾਰਮੈਂਟਸ ਅਤੇ ਟੈਕਸਟਾਈਲਜ਼ ਦਾ ਐਨ.ਆਈ.ਆਈ.ਐਫ.ਟੀ. ਦਾ ਵਧੀਆ ਦਰਜੇ ਦਾ ਕੇਂਦਰ (ਕੇਂਦਰ ਸਰਕਾਰ ਦੀ ਸਹਾਇਤਾ ਨਾਲ) ਸਥਾਪਤ ਕੀਤਾ ਹੈ। ਇਸ ਲਈ ਲੁਧਿਆਣਾ ਵਿਖੇ ਇੰਟੈਗਰੇਟਿਡ ਟੈਕਸਟਾਈਲ ਪਾਰਕ ਦੀ ਸਕੀਮ ਚਾਲੂ ਕੀਤੀ ਗਈ ਹੈ।

ਸੂਤੀ ਕੱਪੜੇ ਨੂੰ ਤਿਆਰ ਕਰਨ ਦਾ ਕੰਮ ਤਿੰਨ ਪੜਾਵਾਂ ਵਿੱਚੋਂ ਲੰਘਦਾ ਹੈ। ਇਹ ਹਨ—ਕਤਾਈ, ਬੁਣਾਈ ਅਤੇ ਰੰਗਾਈ, ਛਪਾਈ ਅਤੇ ਤਿਆਰੀ (finishing)। ਜਿਸ ਫੈਕਟਰੀ ਵਿੱਚ ਸੂਤ ਕੱਤਣ ਦਾ ਕੰਮ ਹੁੰਦਾ ਹੈ ਉਸ ਨੂੰ ਕਤਾਈ ਮਿਲ੍ਹ ਕਹਿੰਦੇ ਹਨ। ਸੂਤੀ ਕੱਪੜੇ ਦੇ ਉਦਯੋਗ ਦਾ ਇਹ ਸੈਕਸ਼ਨ ਆਧਾਰ ਹੈ। ਬੁਣਾਈ ਦਾ ਕੰਮ ਵੱਡੀਆਂ ਫੈਕਟਰੀਆਂ, ਛੋਟੀਆਂ ਇਕਾਈਆਂ, ਹੱਥ ਖੱਡੀ ਕੇਂਦਰਾਂ ਆਦਿ ਵਿੱਚ ਹੁੰਦਾ ਹੈ। ਕੱਪੜੇ ਦੀ ਰੰਗਾਈ, ਛਪਾਈ, ਤਿਆਰੀ ਦਾ ਕੰਮ ਅਲੱਗ ਤੌਰ ਉੱਤੇ ਜਾਂ ਬੁਣਾਈ ਮਿਲ੍ਹਾਂ ਵਿੱਚ ਹੁੰਦਾ ਹੈ। ਅਗਰ ਕਿਸੇ ਕਾਰਖਾਨੇ ਵਿੱਚ ਕਪਾਹ ਨੂੰ ਵੇਲਣ, ਪਿੰਜਣ, ਕੱਤਣ (spinning) ਕੱਪੜਾ ਬੁਣਨ (Weaving) ਅਤੇ ਤਿਆਰੀ ਆਦਿ ਦੇ ਸਭ ਕੰਮ ਇੱਕ ਹੀ ਅਹਾਤੇ (premise) ਵਿੱਚ ਹੁੰਦੇ ਹਨ ਤਾਂ ਅਜਿਹੀ ਮਿਲ੍ਹ ਨੂੰ ਕੰਪੋਜ਼ਿਟ ਮਿਲ੍ਹ (Composite Mill) ਕਹਿੰਦੇ ਹਨ। 1994-95 ਅਨੁਸਾਰ ਪੰਜਾਬ ਵਿੱਚ ਕੇਵਲ ਇੱਕ ਹੀ ਕੰਪੋਜਿਟ ਮਿਲ੍ਹ ਸੀ ਜੋ ਫਗਵਾੜਾ ਦੀ ਜੇ.ਸੀ.ਟੀ. ਮਿਲ੍ਹ ਸੀ। ਆਮ ਕਰਕੇ ਸੂਤ ਕੱਤਣ ਦਾ ਕੰਮ ਵੱਡੇ ਕਾਰਖਾਨਿਆਂ ਵਿੱਚ ਹੁੰਦਾ ਹੈ ਅਤੇ ਬੁਣਾਈ ਦਾ ਕੰਮ ਛੋਟੇ ਕਾਰਖਾਨਿਆਂ ਜਾਂ ਇਕਾਈਆਂ ਵਿੱਚ ਹੁੰਦਾ ਹੈ। ਹੇਠ ਦਿੱਤੀ ਸਾਰਨੀ ਪੰਜਾਬ ਵਿੱਚ ਸੂਤੀ ਕੱਪੜੇ ਦੇ ਉਦਯੋਗ ਦੇ ਅੰਕੜੇ ਦਰਸਾਉਂਦੀ ਹੈ—

ਸਾਰਣੀ ਨੰ. 50

ਪੰਜਾਬ ਵਿੱਚ ਸੂਤੀ ਕੱਪੜੇ ਦੇ ਕਾਰਖਾਨੇ ਤੇ ਉਤਪਾਦਨ ਦੇ ਅੰਕੜੇ

ਸਾਲ	ਕਤਾਈ ਮਿਲ੍ਹਾਂ	ਲਗਾਏ ਤੱਕਲੇ	ਧਾਗੇ ਦਾ ਉਤਪਾਦਨ	ਖੱਡੀਆਂ	ਕੁੱਲ ਕੱਪੜਾ	ਕੰਪੋਜ਼ਿਟ ਮਿਲ੍ਹਾਂ	ਖਾਦੀ ਉਤਪਾਦਨ
1961	2	62 ਹਜ਼ਾਰ	—	1058	—	2	—
1970	6	156 ਹਜ਼ਾਰ	—	1288	—	2	—
1975	6	169 ਹਜ਼ਾਰ	30,714	1299	421.67 ਲੱਖ ਵ: ਮੀ.	2	—

1980	7	262 ਹਜ਼ਾਰ	43,441	1240	434.86 ਲੱਖ ਵ: ਮੀ.	2	4.74 ਲੱਖ ਮੀ.
1985	18	522 ਹਜ਼ਾਰ	73,575	1245	388.33 ਲੱਖ ਵ: ਮੀ.	2	6.56 ਲੱਖ ਮੀ.
1990-91	20	617 ਹਜ਼ਾਰ	1,03,744	1245	403.79 ਲੱਖ ਵ: ਮੀ.	2	38.09 ਲੱਖ ਮੀ.
1995-96	34	856 ਹਜ਼ਾਰ	1,42,792	1010	509.86 ਲੱਖ ਵ: ਮੀ.	1	39.14 ਲੱਖ ਮੀ.
2000-01	93	1482 ਹਜ਼ਾਰ	2,76,372	824	440.8 ਲੱਖ ਵ: ਮੀ.	2	19.73 ਲੱਖ ਮੀ.
2010-11	127	3116 ਹਜ਼ਾਰ	6,51,065	1269	2395.6 ਲੱਖ ਵ: ਮੀ.	6	2.96 ਲੱਖ ਮੀ.
2015-16	140	3674 ਹਜ਼ਾਰ	8,58,978	1162	1634.9 ਲੱਖ ਵ: ਮੀ.	9	17.62 ਲੱਖ ਮੀ.
2018-19	142	3720 ਹਜ਼ਾਰ	7,88,079	1122	1619.0 ਲੱਖ ਵ: ਮੀ.	9	33.02 ਲੱਖ ਮੀ.
2019-20	142	3720 ਹਜ਼ਾਰ	7,88,079	1122	1619.0 ਲੱਖ ਵ: ਮੀ.	9	39.62 ਲੱਖ ਮੀ.
2020-21	142	3720 ਹਜ਼ਾਰ	7,88,079	1122	1619.0 ਲੱਖ ਵ: ਮੀ.	9	49.52 ਲੱਖ ਮੀ.

ਸ੍ਰੋਮਾ—ਪੰਜਾਬ ਦਾ ਅੰਕੜਾ ਸਾਰ—1995, 2001, 2017 ਅਤੇ 2022

ਪੰਜਾਬ ਦੇ ਸੂਤੀ ਕੱਪੜੇ ਦੇ ਉਦਯੋਗ ਵਿੱਚ 1980 ਤੱਕ ਕਤਾਈ ਮਿੱਲਾਂ ਅਤੇ ਧਾਗੇ ਦੇ ਉਤਪਾਦਨ ਵਿੱਚ ਵਾਧਾ ਮਾਮੂਲੀ ਸੀ। ਪਰੰਤੂ 1980 ਤੋਂ 1990-91 ਤੱਕ ਵਾਧਾ ਤੇਜ਼ੀ ਸੀ (ਤਿੰਨ ਤੋਂ ਢਾਈ ਗੁਣਾ)। ਇਸ ਤੋਂ ਬਾਅਦ ਵਿਕਾਸ ਲਗਭਗ ਇਕ ਸਾਰ ਰਿਹਾ ਹੈ। ਪਰੰਤੂ 1994-95 ਤੋਂ ਬਾਅਦ ਫਿਰ ਤੇਜ਼ ਵਾਧਾ ਹੋਇਆ (ਸਾਰਣੀ ਨੰ. 50)। 1994-95 ਵਿੱਚ ਕਤਾਈ ਮਿੱਲਾਂ (30) ਅਤੇ ਧਾਗੇ ਦਾ ਉਤਪਾਦਨ ਕ੍ਰਮਵਾਰ 30 ਅਤੇ 1.38 ਲੱਖ ਮੀ. ਟਨ ਸੀ ਜੋ 2000-01 ਵਿੱਚ ਵੱਧ ਕੇ 72 (ਮਿੱਲਾਂ ਦੀ ਗਿਣਤੀ) ਅਤੇ 2.76 ਲੱਖ ਮੀ. ਟਨ ਹੋ ਗਿਆ ਸੀ। ਖੱਡੀਆਂ ਦੀ ਗਿਣਤੀ 1980 ਤੋਂ 1993-94 ਤੱਕ ਲਗਭਗ ਇਕਸਾਰ ਰਹੀ ਹੈ, ਪਰੰਤੂ 1993-94 ਤੋਂ ਬਾਅਦ ਇਨ੍ਹਾਂ ਦੀ ਗਿਣਤੀ ਘੱਟਣ ਲੱਗ ਪਈ ਜੋ 2000-01 ਵਿੱਚ ਘੱਟ ਕੇ ਕੇਵਲ 824 ਰਹਿ ਗਈ ਅਤੇ ਕੱਪੜੇ ਦੇ ਉਤਪਾਦਨ ਵਿੱਚ ਕੁੱਝ ਘਾਟਾ-ਵਾਧਾ ਹੁੰਦਾ ਰਿਹਾ ਹੈ। ਸਭ ਤੋਂ ਵੱਧ ਉਤਪਾਦਨ 1992-93 ਵਿੱਚ 462.28 ਲੱਖ ਮੀਟਰ ਸੀ। 1994-95 ਵਿੱਚ ਇਹ ਘੱਟ ਕੇ 382.91 ਲੱਖ ਮੀਟਰ ਹੋ ਗਿਆ ਸੀ ਪਰੰਤੂ ਇਸ ਤੋਂ ਬਾਅਦ ਕੱਪੜੇ ਦਾ ਉਤਪਾਦਨ ਤੇਜ਼ੀ ਨਾਲ ਵੱਧਿਆ ਜੋ 2000-01 ਵਿੱਚ 648.94 ਲੱਖ ਮੀਟਰ ਸੀ। ਰਾਜ ਵਿੱਚ ਲਗਾਏ ਤੱਕਲਿਆਂ ਦੀ ਗਿਣਤੀ 1961 ਤੋਂ ਬਾਅਦ ਲਗਾਤਾਰ ਵੱਧਦੀ ਰਹੀ ਹੈ। ਇਸ ਕਾਰਨ ਹੀ ਸੂਤੀ ਧਾਗੇ ਦੇ ਕੁੱਲ ਉਤਪਾਦਨ ਵਿੱਚ ਵੀ ਲਗਾਤਾਰ ਕਾਫੀ ਵਾਧਾ ਹੁੰਦਾ ਰਿਹਾ ਹੈ। 2019-20 ਵਿੱਚ ਪੰਜਾਬ ਵਿੱਚ 142 ਕਤਾਈ ਮਿਲਾਂ ਅਤੇ 9 ਕੰਪੋਜ਼ਿਜ ਮਿਲਾਂ ਸਨ, ਜਿਨ੍ਹਾਂ ਵਿੱਚ 7,88,979 ਹਜ਼ਾਰ ਮੀ. ਟਨ ਧਾਗਾ ਅਤੇ 1619.0 ਲੱਖ ਵ. ਮੀ. ਕੱਪੜਾ ਤਿਆਰ ਕੀਤਾ ਗਿਆ ਸੀ। ਰਾਜ ਵਿੱਚ ਕਾਫੀ ਮਾਤਰਾ ਵਿੱਚ ਖਾਦੀ ਉਦਯੋਗ ਰਾਹੀਂ ਵੀ ਖਾਦੀ ਕੱਪੜਾ ਤਿਆਰ ਕੀਤਾ ਜਾਂਦਾ ਹੈ। 1980-81 ਅਨੁਸਾਰ ਕੇਵਲ 4.74 ਲੱਖ ਮੀਟਰ ਖਾਦੀ ਕੱਪੜਾ ਤਿਆਰ ਕੀਤਾ ਗਿਆ ਸੀ। ਇਹ ਉਤਪਾਦਨ 1985-86 ਵਿੱਚ ਵੱਧ ਕੇ 6.56 ਲੱਖ ਮੀਟਰ ਅਤੇ 1990-91 ਵਿੱਚ 38.09 ਲੱਖ ਮੀਟਰ ਹੋ ਗਿਆ ਸੀ। ਉਸ ਤੋਂ ਅੱਗਲੇ ਚਾਰ ਸਾਲਾਂ ਵਿੱਚ ਇਹ ਉਤਪਾਦਨ 36 ਤੋਂ 38 ਲੱਖ ਮੀਟਰ ਦੇ ਵਿਚਕਾਰ ਘੱਟਦਾ-ਵੱਧਦਾ ਰਿਹਾ ਹੈ ਪਰੰਤੂ 1997-98 ਤੋਂ ਬਾਅਦ ਇਹ ਉਤਪਾਦਨ ਘਟਣ ਲੱਗ ਪਿਆ। ਜੋ 2000-01 ਵਿੱਚ ਘੱਟ ਕੇ 19.73 ਲੱਖ ਮੀਟਰ ਰਹਿ ਗਿਆ ਸੀ। 2020-21 ਵਿੱਚ ਖਾਦੀ ਉਦਯੋਗ ਵਿੱਚ ਕੱਪੜੇ ਦਾ ਉਤਪਾਦਨ 49.52 ਲੱਖ ਮੀਟਰ ਸੀ। ਕਾਰਖਾਨਿਆਂ ਵਿੱਚ ਤਿਆਰ ਕੱਪੜੇ ਦੇ ਕੁੱਲ ਉਤਪਾਦਨ ਦਾ ਇਹ ਲਗਭਗ 3% ਸੀ।

ਸੂਤੀ ਮਿਲ੍ਹਾਂ—ਪੰਜਾਬ ਦੇ ਉਦਯੋਗ ਵਿਭਾਗ ਰਾਹੀਂ ਜਾਰੀ ਡਾਇਰੈਕਟਰੀ ਅਨੁਸਾਰ ਰਾਜ ਵਿੱਚ 1997-98 ਅਨੁਸਾਰ ਕੁੱਲ 56 ਸੂਤੀ ਮਿਲ੍ਹਾਂ (cotton textile mills) ਸਨ ਜੋ ਦਰਮਿਆਨੇ ਅਤੇ ਵੱਡੇ ਉਦਯੋਗ ਵਰਗ ਦੀਆਂ ਸਨ। 2015-16 ਅਨੁਸਾਰ ਪੰਜਾਬ ਵਿੱਚ 137 ਕੱਪੜਾ ਬਣਾਉਣ ਦੀਆਂ ਦਰਮਿਆਨੀਆਂ ਅਤੇ ਵੱਡੀਆਂ ਮਿਲ੍ਹਾਂ ਸਨ। ਇਨ੍ਹਾਂ ਵਿੱਚ 48 ਕਤਾਈ, 7 ਬੁਣਾਈ ਅਤੇ 42 ਵਿੱਚ Synthetic Fibre ਬਣਦਾ ਸੀ। ਉਸ ਸਾਲ 9 ਕੰਪੋਜਿਟ ਮਿਲ੍ਹਾਂ ਸਨ। ਇਨ੍ਹਾਂ ਵਿੱਚੋਂ 53 ਧਾਗਾ ਬਣਾਉਣ (yarn) ਵਾਲੀਆਂ ਅਤੇ 3 ਧਾਗਾ ਅਤੇ ਕੱਪੜਾ ਬਣਾਉਣ ਵਾਲੀਆਂ ਸਨ। ਇਨ੍ਹਾਂ ਵਿੱਚੋਂ 3 ਫਗਵਾੜਾ ਦੀ ਜੇ.ਸੀ.ਟੀ. ਮਿਲ

ਕੰਪਾਜ਼ਿਟ ਮਿਲ੍ਹ ਸੀ। ਰਾਜ ਦੀਆਂ 48 ਕਤਾਈ ਮਿਲ੍ਹਾਂ ਵਿੱਚੋਂ 15 ਲੁਧਿਆਣਾ ਜ਼ਿਲ੍ਹੇ ਵਿੱਚ, 7 ਐਸ.ਏ.ਐਸ. ਨਗਰ, 5 ਬਠਿੰਡਾ ਜ਼ਿਲ੍ਹਾ ਅਤੇ 2 ਹਰ ਇੱਕ ਅੰਮ੍ਰਿਤਸਰ ਅਤੇ ਹੁਸ਼ਿਆਰਪੁਰ, ਫਾਜ਼ਿਲਕਾ, ਫਰੀਦਕੋਟ ਅਤੇ ਬਰਨਾਲਾ ਜ਼ਿਲ੍ਹਿਆਂ ਵਿੱਚ ਸਨ। ਪਟਿਆਲਾ (8), ਫ਼ਿਰੋਜ਼ਪੁਰ (3) ਅਤੇ ਫਰੀਦਕੋਟ ਜ਼ਿਲ੍ਹੇ (2) ਵਿੱਚ ਵੀ ਕਤਾਈ ਮਿਲ੍ਹਾਂ ਸਨ। ਇੱਕ-ਇੱਕ ਮਿਲ੍ਹ ਰੂਪਨਗਰ, ਮੁਕਤਸਰ, ਮਾਨਸਾ ਅਤੇ ਨਵਾਂਸ਼ਹਿਰ ਜ਼ਿਲ੍ਹਿਆਂ ਵਿੱਚ ਸੀ। 2015-16 ਸਾਲ ਦੌਰਾਨ ਰਾਜ ਵਿੱਚ ਕੇਵਲ 9 ਕੰਪਾਜ਼ਿਟ ਮਿਲ੍ਹਾਂ ਅਤੇ 142 ਧਾਗਾ ਅਤੇ ਕੱਪੜਾ ਬਣਾਉਣ ਵਾਲੀਆਂ ਮਿਲ੍ਹਾਂ ਸਨ। ਇਨ੍ਹਾਂ ਵਿੱਚੋਂ 15 ਲੁਧਿਆਣਾ ਅਤੇ ਅੱਠ ਪਟਿਆਲਾ ਜ਼ਿਲ੍ਹੇ ਵਿੱਚ ਸੀ। ਮੋਗਾ ਅਤੇ ਫਤਹਿਗੜ੍ਹ ਸਾਹਿਬ ਦੇ ਜ਼ਿਲ੍ਹਿਆਂ ਵਿੱਚ ਕੋਈ ਵੀ ਸੂਤੀ ਮਿਲ ਨਹੀਂ ਹੈ। ਰਾਜ ਦੀਆਂ ਜ਼ਿਆਦਾਤਰ ਸੂਤੀ ਮਿਲ੍ਹਾਂ (ਧਾਗਾ ਅਤੇ ਕੱਪੜਾ) ਮਾਲਵਾ ਪ੍ਰਦੇਸ਼ ਵਿੱਚ ਹਨ ਜਿੱਥੇ ਰਾਜ ਦੀ ਜ਼ਿਆਦਾਤਰ (99.8%) ਕਪਾਹ ਵੀ ਪੈਦਾ ਕੀਤੀ ਜਾਂਦੀ ਹੈ। ਮਾਰਚ 2015-16 ਅਨੁਸਾਰ ਮਾਲਵਾ ਖੇਤਰ ਵਿੱਚ ਰਾਜ ਦੀਆਂ 48 ਸੂਤੀ ਮਿਲ੍ਹਾਂ ਵਿੱਚੋਂ 43 ਮਿਲ੍ਹਾਂ ਸਥਿਤ ਸਨ। ਰਾਜ ਦੀਆਂ ਦੋਨੋਂ ਕਪਾਹ ਵੇਲਣ ਅਤੇ ਪਿੰਜਣ ਦੀਆਂ ਮਿਲ੍ਹਾਂ ਵੀ ਮਾਲਵਾ ਦੇ ਬਠਿੰਡਾ, ਫਰੀਦਕੋਟ ਅਤੇ ਫਿਰੋਜ਼ਪੁਰ ਜ਼ਿਲ੍ਹਿਆਂ ਵਿੱਚ ਹਨ (ਨਕਸਾ ਨੰ. 53)—। **ਸੂਤੀ ਕੱਪੜੇ ਦੇ ਉਦਯੋਗ ਦਾ ਸਭ ਤੋਂ ਵੱਡਾ ਕੇਂਦਰ ਲੁਧਿਆਣਾ ਹੈ ਜਿੱਥੇ ਰਾਜ ਦੀਆਂ 5 ਕਤਾਈ ਮਿਲ੍ਹਾਂ ਤੇ 7 ਬੁਣਾਈ ਅਤੇ ਕਤਾਈ ਮਿਲ੍ਹਾਂ ਹਨ।** ਲੁਧਿਆਣਾ ਰਾਜ ਦਾ ਮੁੱਖ ਉਦਯੋਗਿਕ ਕੇਂਦਰ ਅਤੇ ਸਿਲਾਈ ਮਸ਼ੀਨਾਂ ਦਾ ਵੀ ਮੁੱਖ ਕੇਂਦਰ ਹੈ। ਮਲੇਰਕੋਟਲਾ (3), ਬਰਨਾਲਾ (4), ਹੁਸ਼ਿਆਰਪੁਰ (2), ਮਲੋਟ (3), ਅਬੋਹਰ (3), ਬਠਿੰਡਾ (5), ਅੰਮ੍ਰਿਤਸਰ (2) ਸੂਤੀ ਕੱਪੜਾ ਬਣਾਉਣ ਦੇ ਦੂਜੇ ਮਹੱਤਵਪੂਰਣ ਕੇਂਦਰ ਹਨ। ਫਗਵਾੜਾ, ਖਰੜ, ਮਾਨਸਾ, ਕੋਟਕਪੂਰਾ, ਰਾਮਪੁਰਾ ਫੂਲ, ਰਾਜਪੁਰਾ, ਪਟਿਆਲਾ (ਕੂਰਾਂਵਾਲਾ), ਦੋਰਾਹਾ, ਗੋਇੰਦਵਾਲ, ਤਪਾ, ਅਹਿਮਦਗੜ੍ਹ, ਰੈਲ ਮਾਜਰਾ ਵਿਖੇ ਵੀ ਇੱਕ-ਇੱਕ ਸੂਤੀ ਮਿਲ੍ਹ ਹੈ। ਪੰਜਾਬ ਦੀਆਂ ਜ਼ਿਆਦਾਤਰ ਸੂਤੀ ਮਿਲ੍ਹਾਂ ਪ੍ਰਾਈਵੇਟ ਸੈਕਟਰ ਵਿੱਚ ਹਨ। ਕੇਵਲ 3 ਸੂਤੀ ਮਿਲ੍ਹਾਂ (ਖਰੜ, ਪੁਤਲੀਘਰ, ਅੰਮ੍ਰਿਤਸਰ ਅਤੇ ਮਲੋਟ) ਪਬਲਿਕ ਸੈਟਰ ਦੀਆਂ ਹਨ। 10 ਮਿਲ੍ਹਾਂ ਸਾਂਝੇ ਖੇਤਰ (joint sector) ਵਿੱਚ ਅਤੇ 7 ਸਹਿਕਾਰੀ (Co-operative) ਖੇਤਰ ਵਿੱਚ ਹਨ।

ਪੰਜਾਬ ਵਿੱਚ ਬਣਾਵਟੀ (Synthetic) ਜਾਂ ਰਲਿਆ-ਮਿਲਿਆ (Mixed) ਫਾਈਬਰ ਅਤੇ ਕੱਪੜਾ ਬਣਾਉਣ ਦੇ ਵੀ ਦਰਮਿਆਨੇ ਅਤੇ ਵੱਡੇ ਪੱਧਰ ਦੇ 2015-16 ਵਿਚ 42 ਕਾਰਖਾਨੇ ਲੱਗੇ ਹੋਏ ਹਨ। ਇਨ੍ਹਾਂ ਵਿੱਚੋਂ 40 ਇਕਾਈਆਂ ਲੁਧਿਆਣਾ, 4 ਯੂਨਿਟਸ ਐਸ.ਏ.ਐਸ. ਨਗਰ, ਬਠਿੰਡਾ, ਸੰਗਰੂਰ ਅਤੇ ਪਟਿਆਲਾ ਜ਼ਿਲ੍ਹਿਆਂ ਵਿੱਚ ਦੋ-ਦੋ ਯੂਨਿਟਸ ਹਰੇਕ ਪਟਿਆਲਾ ਅਤੇ ਹੁਸ਼ਿਆਰਪੁਰ ਜ਼ਿਲ੍ਹੇ ਵਿੱਚ ਸਿੰਥੈਟਿਕ ਧਾਗਾ ਬਣਾਉਂਦੇ ਹਨ।

ਸੂਤੀ ਕੱਪੜੇ ਦੇ ਉਦਯੋਗ ਦੀ ਵੰਡ

ਸਾਰਣੀ ਨੰ. 49 ਨੂੰ ਦੇਖਣ ਤੋਂ ਪਤਾ ਲੱਗਦਾ ਹੈ ਕਿ ਪੰਜਾਬ ਦਾ ਸੂਤੀ ਕੱਪੜੇ ਦਾ ਉਦਯੋਗ ਮੁੱਖ ਤੌਰ ਤੇ ਮਾਲਵੇ ਵਿੱਚ ਫੈਲਿਆ ਹੋਇਆ ਹੈ। ਇੱਥੇ 2021 ਅਨੁਸਾਰ ਰਾਜ ਦੀਆਂ ਸੂਤੀ ਕੱਪੜੇ ਦੀਆਂ 1878 ਰਜਿਸਟਰਸ਼ੁਦਾ ਇਕਾਈਆਂ (ਲਗਭਗ 72%) ਲੱਗੀਆਂ ਹੋਈਆਂ ਹਨ। ਮਾਲਵਾ ਪ੍ਰਦੇਸ਼ ਹੀ ਰਾਜ ਦੀ 99% ਦੇ ਲਗਭਗ ਵਧੀਆ ਕਪਾਹ (ਨਰਮਾ) ਪੈਦਾ ਕਰਦਾ ਹੈ। ਦੂਜੇ ਨੰਬਰ ਤੇ ਮਾਝਾ ਪ੍ਰਦੇਸ਼ ਹੈ ਜਿੱਥੇ ਰਾਜ ਦੀਆਂ 692 ਸੂਤੀ ਕੱਪੜੇ ਦੀਆਂ ਰਜਿਸਟਰਡ ਇਕਾਈਆਂ (ਲਗਭਗ 27%) ਲੱਗੀਆਂ ਹੋਈਆਂ ਹਨ। ਦੋਆਬਾ ਵਿੱਚ ਕੇਵਲ 29 ਇਕਾਈਆਂ ਹਨ। ਇਹ ਉਦਯੋਗ ਮੁੱਖ ਤੌਰ ਤੇ ਦੋ ਜ਼ਿਲ੍ਹਿਆਂ ਲੁਧਿਆਣਾ ਅਤੇ ਅੰਮ੍ਰਿਤਸਰ ਵਿੱਚ ਕੇਂਦਰਿਤ ਹੈ (ਦੋਨਾਂ ਵਿੱਚ ਰਾਜ ਦੀਆਂ 93.4% ਸੂਤੀ ਕੱਪੜੇ ਦੀਆਂ ਇਕਾਈਆਂ = 2427 ਅਤੇ 78.35% ਕਾਮੇ ਹਨ)।

ਪਹਿਲੇ ਨੰਬਰ ਤੇ ਲੁਧਿਆਣਾ ਦਾ ਜ਼ਿਲ੍ਹਾ ਆਉਂਦਾ ਹੈ। ਇੱਥੇ ਸੂਤੀ ਉਦਯੋਗ ਦੀਆਂ 1740 ਇਕਾਈਆਂ (67.0%) ਅਤੇ 87,961 ਕਾਮੇ (66.6%) ਪਾਏ ਜਾਂਦੇ ਹਨ। ਲੁਧਿਆਣਾ ਦੇ ਸ਼ਹਿਰ ਨੂੰ ਤਾਂ ਪੰਜਾਬ ਦਾ 'ਮਾਨਚੈਸਟਰ' ਕਹਿੰਦੇ ਹਨ। ਸੁਤੰਤਰਤਾ ਤੋਂ ਪਹਿਲਾਂ ਵੀ ਲੁਧਿਆਣਾ ਦਾ ਜ਼ਿਲ੍ਹਾ ਇਸ ਉਦਯੋਗ ਲਈ ਮਹੱਤਵਪੂਰਣ ਸੀ। ਇਸ ਉਦਯੋਗ ਦਾ ਆਧੁਨਿਕ ਵਿਕਾਸ ਇੱਥੋਂ ਦੇ ਮਿਹਨਤੀ ਕਾਮਿਆਂ, ਕਾਰੀਗਰਾਂ ਅਤੇ ਕਾਰਖਾਨੇ ਮਾਲਕਾਂ ਦੀ ਅਗਾਂਹ ਵਧੂ ਸੋਚ ਅਤੇ ਕੋਸ਼ਿਸ਼ ਕਾਰਨ ਸੰਭਵ ਹੋ ਸਕਿਆ ਹੈ। ਇਸ ਦੀ ਪੰਜਾਬ ਵਿੱਚ ਮੁੱਖ ਰੇਲ ਅਤੇ ਸੜਕ ਮਾਰਗ ਉੱਤੇ ਕੇਂਦਰੀ ਸਥਿਤੀ, ਰਾਜ ਅਤੇ ਦੇਸ਼ ਦੇ ਵੱਖ-ਵੱਖ ਭਾਗਾਂ ਨਾਲ ਰੇਲ ਅਤੇ ਸੜਕ

ਰਾਹੀਂ ਪਹੁੰਚ, ਉਪਲੱਬਧ ਪੈਸਾ, ਦੱਖਣ-ਪੱਛਮੀ ਜਿਲਿਆਂ ਤੋਂ ਕੱਚੀ ਕਪਾਹ ਦਾ ਪਿਲਣਾ, ਰਾਜ ਅਤੇ ਯੂ.ਪੀ., ਬਿਹਾਰ ਆਦਿ ਤੋਂ ਸਸਤੇ ਮਜ਼ਦੂਰਾਂ ਦਾ ਮਿਲਣਾ, ਪਹਿਲ (early start) ਅਤੇ ਸਥਾਨਕ ਅਤੇ ਖੇਤਰੀ (regional) ਖਪਤ ਦੀ ਮੰਡੀ ਆਦਿ ਦਾ ਮਿਲਣਾ ਲੁਧਿਆਣਾ ਸ਼ਹਿਰ ਅਤੇ ਆਲੇ-ਦੁਆਲੇ ਕਸਬਿਆਂ ਵਿੱਚ ਸੂਤੀ ਕੱਪੜੇ ਦੇ ਉਦਯੋਗ ਦੇ ਤੇਜ਼ ਵਿਕਾਸ ਲਈ ਜਿੰਮੇਵਾਰ ਕਾਰਨ ਹਨ।

ਮਾਲਵੇ ਵਿੱਚ ਲੁਧਿਆਣਾ ਤੋਂ ਇਲਾਵਾ ਬਠਿੰਡਾ (34 ਇਕਾਈਆਂ), ਸੰਗਰੂਰ (20 ਇਕਾਈਆਂ), ਐਸ.ਏ.ਐਸ. ਨਗਰ (34 ਇਕਾਈਆਂ) ਫਾਜ਼ਿਲਕਾ (5 ਇਕਾਈਆਂ), ਬਰਨਾਲਾ (7 ਇਕਾਈਆਂ) ਅਤੇ ਪਟਿਆਲਾ (16 ਇਕਾਈਆਂ) ਦੇ ਜ਼ਿਲ੍ਹੇ ਇਸ ਉਦਯੋਗ ਲਈ ਮਹੱਤਵਪੂਰਨ ਹਨ। ਬਠਿੰਡਾ, ਫਾਜ਼ਿਲਕਾ, ਮਾਨਸਾ ਅਤੇ ਮੁਕਤਸਰ ਦੇ ਜ਼ਿਲ੍ਹੇ ਤਾਂ ਨਰਮਾ ਕਪਾਹ ਦੇ ਘਰ ਹਨ। ਇੱਥੇ ਮੁੱਖ ਤੌਰ ਤੇ ਕਪਾਹ ਪਿੰਜਣ ਅਤੇ ਧਾਗਾ ਬਣਾਉਣ ਦੇ ਕਾਰਖਾਨੇ ਹਨ।

ਮਾਲਵੇ ਤੋਂ ਬਾਹਰ ਮਾਝਾ ਪ੍ਰਦੇਸ਼ ਵਿੱਚ **ਅੰਮ੍ਰਿਤਸਰ ਦਾ ਜ਼ਿਲ੍ਹਾ** ਕੱਪੜੇ ਦੇ ਉਦਯੋਗ ਲਈ ਮਹੱਤਵਪੂਰਣ ਹੈ (ਰਾਜ ਵਿੱਚ ਦੂਜੇ ਨੰਬਰ ਤੇ)। ਇੱਥੇ ਅੰਮ੍ਰਿਤਸਰ ਜ਼ਿਲ੍ਹੇ ਵਿੱਚ 687 ਇਕਾਈਆਂ (26.43%) ਅਤੇ 15,579 ਕਾਮੇ ਇਸ ਉਦਯੋਗ ਲਈ ਕੰਮ ਕਰ ਰਹੇ ਹਨ। ਸੁਤੰਤਰਤਾ ਤੋਂ ਪਹਿਲਾਂ ਅੰਮ੍ਰਿਤਸਰ ਪੰਜਾਬ ਦਾ ਸਭ ਤੋਂ ਵੱਡਾ ਸ਼ਹਿਰ ਅਤੇ ਰਾਜ ਦੀ ਵਪਾਰਕ ਰਾਜਧਾਨੀ (Commercial Capital of Punjab) ਸੀ। ਇਹ ਪੰਜਾਬ ਦਾ ਮੁੱਖ ਉਦਯੋਗਿਕ ਅਤੇ ਵਪਾਰਕ ਸ਼ਹਿਰ ਸੀ। ਪੰਜਾਬ ਤੋਂ ਸੂਤੀ ਉਦਯੋਗ ਦੇ ਮੁੱਖ ਕੇਂਦਰ ਬੰਬਈ (ਮੁੰਬਈ) ਅਤੇ ਅਹਿਮਦਾਬਾਦ ਕਾਫੀ ਦੂਰ ਸਨ। ਇਸ ਲਈ ਉੱਤਰੀ ਭਾਰਤ ਦੀ ਕੱਪੜੇ ਦੀ ਮੰਗ ਪੂਰੀ ਕਰਨ ਲਈ ਅੰਮ੍ਰਿਤਸਰ ਸ਼ਹਿਰ ਅਤੇ ਆਲੇ-ਦੁਆਲੇ ਦੇ ਕਸਬਿਆਂ ਵਿੱਚ ਸੂਤੀ ਕੱਪੜਾ ਰਲਿਆ-ਮਿਲਆ ਕੱਪੜਾ (mixed thread) ਅਤੇ ਬਣਾਵਟੀ ਕੱਪੜਾ (synthetic fiber cloth) ਬਣਾਉਣ ਦੇ ਅਨੇਕਾਂ ਕਾਰਖਾਨੇ ਅਤੇ ਛੋਟੀਆਂ-ਵੱਡੀਆਂ ਇਕਾਈਆਂ ਲੱਗ ਗਈਆਂ। ਇਸ ਉਦਯੋਗ ਦੀਆਂ ਦੋ ਤੋਂ ਤਿੰਨ ਇਕਾਈਆਂ ਗੁਰਦਾਸਪੁਰ ਅਤੇ ਤਰਨਤਾਰਨ ਜ਼ਿਲ੍ਹਿਆਂ ਵਿੱਚ ਵੀ ਕੰਮ ਕਰ ਰਹੀਆਂ ਹਨ।

ਦੋਆਬੇ ਵਿੱਚ ਕੱਪੜੇ ਦਾ ਉਦਯੋਗ ਮੁੱਖ ਤੌਰ ਤੇ ਹੁਸ਼ਿਆਰਪੁਰ (12 ਇਕਾਈਆਂ) ਅਤੇ ਜਲੰਧਰ (12 ਇਕਾਈਆਂ) ਜ਼ਿਲ੍ਹਿਆਂ ਵਿੱਚ ਮਹੱਤਵਪੂਰਨ ਹੈ। ਇੱਥੇ ਇਹ ਉਦਯੋਗ ਹੁਸ਼ਿਆਰਪੁਰ ਅਤੇ ਜਲੰਧਰ ਸ਼ਹਿਰਾਂ ਵਿੱਚ ਹੀ ਕੇਂਦਰਿਤ ਹੈ। ਕਪੂਰਥਲਾ ਜ਼ਿਲ੍ਹੇ ਵਿੱਚ ਫਗਵਾੜਾ ਮੁੱਖ ਕੇਂਦਰ (JCT Mills) ਹੈ। ਹੁਸ਼ਿਆਰਪੁਰ ਵਿਖੇ ਵਰਧਮਾਨ ਟੈਕਸਟਾਈਲਜ਼ ਮਿਲ੍ਹਾਂ ਮਹੱਤਵਪੂਰਣ ਹਨ।

ਦਸੰਬਰ 1995 ਨੂੰ ਪੰਜਾਬ ਰਾਜ ਉਦਯੋਗਿਕ ਵਿਕਾਸ ਨਿਗਮ ਨੇ ਰਾਜ ਵਿੱਚ ਤਿੰਨ ਕਤਾਈ ਮਿਲ੍ਹਾਂ (spinning mills) ਲਗਾਉਣ ਲਈ ਸਮਝੌਤੇ ਤੇ ਕੀਤੇ ਸਨ। ਮਿਸਟਰ ਸ਼ਰਦ ਖੈਤਾਨ ਨਾਲ ਕੀਤੇ ਸਮਝੌਤੇ ਅਧੀਨ ਪਟਿਆਲਾ ਜ਼ਿਲ੍ਹੇ ਦੇ ਡੇਰਾ ਬਸੀ ਕਸਬੇ ਵਿੱਚ ਨਿਰਯਾਤ ਲਈ 25,504 ਤਕਲਿਆਂ ਵਾਲੀ ਕਤਾਈ ਮਿਲ੍ਹ ਲਾਈ ਜਾਵੇਗੀ। ਮਿਸਟਰ ਅਨਿਲ ਸੇਤੀਆ ਨਾਲ ਕੀਤੇ ਦੂਜੇ ਸਮਝੌਤੇ ਅਧੀਨ ਮੁਕਤਸਰ ਵਿੱਚ 25,000 ਤਕਲਿਆਂ ਵਾਲੀ ਇੱਕ ਕਤਾਈ ਮਿਲ੍ਹ ਲੱਗ ਚੁੱਕੀ ਹੈ। ਤੀਜਾ ਸਮਝੌਤਾ ਮਿਸਟਰ ਅਸ਼ਵਨੀ ਸੇਖਰੀ ਨਾਲ ਕੀਤਾ ਗਿਆ ਹੈ। ਇਸ ਅਧੀਨ ਬਟਾਲਾ ਵਿਖੇ ਵੀ ਇੱਕ ਕਤਾਈ ਮਿਲ੍ਹ ਲਾਈ ਗਈ ਹੈ।

ਊਨੀ ਕੱਪੜਾ ਤੇ ਹੌਜ਼ਰੀ ਉਦਯੋਗ (WOOLEN TEXTILE & HOSIERY INDUSTRY)

ਊਨੀ ਕੱਪੜਾ ਤੇ ਹੌਜ਼ਰੀ ਦਾ ਸਮਾਨ ਤਿਆਰ ਕਰਨਾ ਪੰਜਾਬ ਦਾ ਇੱਕ ਮਹੱਤਵਪੂਰਣ ਉਦਯੋਗ ਹੈ। ਪੰਜਾਬ ਭਾਰਤ ਵਿੱਚ ਊਨੀ ਕੱਪੜੇ ਅਤੇ ਹੌਜ਼ਰੀ ਦਾ ਸਭ ਤੋਂ ਵੱਡਾ ਉਤਪਾਦਕ ਹੈ। ਦੇਸ਼ ਦੇ ਅੱਧੇ ਦੇ ਲਗਭਗ ਊਨੀ ਕੱਪੜੇ ਅਤੇ ਹੌਜ਼ਰੀ ਦੇ ਕਾਰਖਾਨੇ ਪੰਜਾਬ ਵਿੱਚ ਸਥਿਤ ਹਨ। ਇਹ ਹੀ ਪ੍ਰਤੀਸ਼ਤਤਾ ਇਸ ਉਦਯੋਗ ਵਿੱਚ ਲਗਾਏ ਤੱਕਲਿਆਂ (spindles) ਅਤੇ ਖੱਡੀਆਂ (power looms) ਦੀ ਹੈ। ਪਰੰਤੂ ਸੂਤੀ ਉਦਯੋਗ ਦੇ ਮੁਕਾਬਲੇ ਕੱਚੇ ਮਾਲ ਦੀ ਵਰਤੋਂ ਬਹੁਤ ਘੱਟ (10 ਤੋਂ 15%) ਹੈ। ਇਸ ਦਾ ਮੁੱਖ ਕਾਰਨ ਗਰਮ ਕੱਪੜੇ ਦੀ ਘੱਟ ਲੋੜ (ਸਾਲ ਵਿੱਚ ਕੇਵਲ ਦੋ ਤੋਂ ਤਿੰਨ ਮਹੀਨਿਆਂ ਲਈ) ਹੈ।

ਪੰਜਾਬ ਵਿੱਚ ਊਨੀ ਕੱਪੜੇ ਅਤੇ ਹੌਜ਼ਰੀ ਉਦਯੋਗ ਦੇ ਜ਼ਿਆਦਾ ਮਹੱਤਵਪੂਰਣ ਹੋਣ ਦੇ ਮੁੱਖ ਕਾਰਨ ਇਸ ਖੇਤਰ ਵਿੱਚ ਜ਼ਿਆਦਾ ਠੰਡ ਕਾਰਨ ਮੰਗ ਦੀ ਵੱਡੀ ਮੰਡੀ (ਪੰਜਾਬ, ਹਿਮਾਚਲ ਪ੍ਰਦੇਸ਼, ਹਰਿਆਣਾ ਅਤੇ ਜੰਮੂ ਅਤੇ ਕਸ਼ਮੀਰ ਆਦਿ) ਦਾ ਮੌਜੂਦ

ਹੋਣਾ ਅਤੇ ਇਸ ਖੇਤਰ ਵਿੱਚ ਹੀ ਕਾਫੀ ਉੱਨ ਦਾ ਮਿਲਣਾ ਹਨ। ਇਸ ਖੇਤਰ ਵਿੱਚ ਸਿੱਖੇ ਹੋਏ ਨਿਪੁੰਨ ਮਜ਼ਦੂਰ ਵੀ ਉਪਲਬੱਧ ਹਨ। ਕਸ਼ਮੀਰੀ ਕਾਰੀਗਰ ਵੀ ਆਸਾਨੀ ਨਾਲ ਉਪਲਬੱਧ ਹਨ।

ਇਸ ਉਦਯੋਗ ਲਈ ਉੱਨ ਰਾਜਸਥਾਨ, ਹਿਮਾਚਲ ਪ੍ਰਦੇਸ਼ ਅਤੇ ਜੰਮੂ ਅਤੇ ਕਸ਼ਮੀਰ ਤੋਂ ਪ੍ਰਾਪਤ ਕੀਤੀ ਜਾਂਦੀ ਹੈ ਜੋ ਵਧੀਆ ਕਿਸਮ ਦੀ ਨਹੀਂ। ਕੁੱਲ ਲੋੜ ਦਾ 60% ਤੋਂ ਜ਼ਿਆਦਾ ਆਸਟਰੇਲੀਆ ਤੋਂ ਆਯਾਤ ਕਰਕੇ ਪੂਰਾ ਕੀਤਾ ਜਾਂਦਾ ਹੈ। ਇਸ ਉਦਯੋਗ ਲਈ ਲੋੜੀਂਦਾ ਸਾਫ ਪਾਣੀ ਆਸਾਨੀ ਨਾਲ ਮਿਲ ਵੀ ਜਾਂਦਾ ਹੈ। ਬਿਜਲੀ ਸਸਤੀ ਅਤੇ ਵਾਧੂ ਹੈ। ਸਰਮਾਏ ਦੀ ਘਾਟ ਵੀ ਨਹੀਂ ਹੈ। ਲੋਕਾਂ ਦੀ ਖਰੀਦਣ ਸ਼ਕਤੀ ਵੀ ਉੱਚੀ ਹੈ। ਊਨੀ ਕੱਪੜਾ ਸੂਤੀ ਕੱਪੜੇ ਨਾਲੋਂ ਕਾਫੀ ਮਹਿੰਗਾ ਹੁੰਦਾ ਹੈ। ਊਨੀ ਉਦਯੋਗ ਲਈ ਖੁਸ਼ਕ ਜਲਵਾਯੂ ਚਾਹੀਦਾ ਹੈ ਜੋ ਪੰਜਾਬ ਵਿੱਚ ਪਾਇਆ ਜਾਂਦਾ ਹੈ।

ਪੰਜਾਬ ਦੇ ਉਦਯੋਗ ਵਿਭਾਗ ਤੋਂ ਸੂਤੀ ਕੱਪੜਾ ਉਦਯੋਗ ਅਤੇ ਊਨੀ ਕੱਪੜਾ ਉਦਯੋਗਾਂ ਦੇ ਅਲੱਗ-ਅਲੱਗ ਅੰਕੜੇ ਪ੍ਰਾਪਤ ਨਹੀਂ ਹਨ। ਸਾਰੇ ਅੰਕੜੇ ਪੁਰਾਣੇ ਹਨ।

ਉਤਪਾਦਨ (Production) : 1997-98 ਅਨੁਸਾਰ ਪੰਜਾਬ ਨੇ 67.77 ਲੱਖ ਕਿਲੋਗ੍ਰਾਮ ਊਨੀ ਧਾਗਾ (woollen yarn) ਬਣਾਇਆ ਸੀ। ਇਸੇ ਸਾਲ ਰਾਜ ਵਿੱਚ 63.87 ਲੱਖ ਲੋਈਆਂ ਅਤੇ ਸ਼ਾਲ ਅਤੇ 5 ਲੱਖ 91 ਹਜ਼ਾਰ ਕੰਬਲ ਬਣਾਏ ਗਏ ਸੀ। 1990-91 ਵਿੱਚ ਇਹ ਉਤਪਾਦਨ ਕ੍ਰਮਵਾਰ 94.30 ਲੱਖ ਕਿਲੋਗ੍ਰਾਮ (ਧਾਗਾ), 28.96 ਲੱਖ (ਲੋਈਆਂ ਅਤੇ ਸ਼ਾਲ) ਅਤੇ 10.91 ਲੱਖ (ਕੰਬਲ) ਸੀ। 1999-2000 ਵਿੱਚ ਪੰਜਾਬ ਨੇ 98.27 ਲੱਖ ਕਿਲੋ ਧਾਗਾ (ਊਨੀ) ਪੈਦਾ ਕੀਤਾ ਸੀ। ਇਸ ਤੋਂ ਪਤਾ ਲੱਗਦਾ ਹੈ ਕਿ ਇਨ੍ਹਾਂ ਤਿੰਨ ਸਾਲਾਂ ਵਿੱਚ ਗਰਮ ਧਾਗੇ ਦਾ ਉਤਪਾਦਨ ਘਟਿਆ ਹੈ ਪਰੰਤੂ ਲੋਈਆਂ, ਸ਼ਾਲਾਂ ਅਤੇ ਕੰਬਲਾਂ ਦਾ ਉਤਪਾਦਨ ਵਧਿਆ ਹੈ। 1999-2000 ਅਨੁਸਾਰ ਰਾਜ ਵਿੱਚ 4,67,975 ਲੱਖ ਰੁਪਏ ਦੇ ਮੁੱਲ ਦਾ ਊਨੀ ਮਾਲ ਬਣਾਇਆ ਗਿਆ ਸੀ।

2014-15 ਵਿੱਚ ਪੰਜਾਬ ਨੇ ਰਜਿਸਟਰਸ਼ੁਦਾ ਫੈਕਟਰੀਆਂ ਵਿੱਚ 96,800 ਕਿ.ਗ੍ਰਾ. ਊਨੀ ਧਾਗਾ ਅਤੇ 26,300 ਊਨੀ ਕੰਬਲ ਬਣਾਏ ਸਨ। 2015-16 ਵਿੱਚ ਉੱਨ ਉਦਯੋਗ, ਸਿਲਕ ਅਤੇ ਸਿੰਥੈਟਿਕ ਉਦਯੋਗ ਅਤੇ ਹੌਜ਼ਰੀ ਉਦਯੋਗ ਦਾ ਸਾਂਝਾ ਕੁੱਲ ਉਤਪਾਦਨ 6430.96 ਕਰੋੜ ਰੁਪਏ ਦਾ ਸੀ।

ਊਨੀ ਉਦਯੋਗ ਦੀ ਵੰਡ (Distribution of Woollen Textile)

1997-98 ਅਨੁਸਾਰ ਰਾਜ ਵਿੱਚ ਚੱਲ ਰਹੀਆਂ 638 ਰਜਿਸਡਰਡ ਫੈਕਟਰੀਆਂ ਵਿੱਚ ਊਨੀ ਕੱਪੜਾ ਆਦਿ ਬਣਾਇਆ ਜਾਂਦਾ ਸੀ। ਪਰੰਤੂ ਰਾਜ ਵਿੱਚ ਸਭ ਛੋਟੀਆਂ ਵੱਡੀਆਂ ਇਕਾਈਆਂ (units) ਜਿਨ੍ਹਾਂ ਵਿੱਚ ਊਨੀ ਕੱਪੜਾ, ਧਾਗਾ, ਲੋਈਆਂ, ਸ਼ਾਲਾਂ, ਕੰਬਲ ਆਦਿ ਤਿਆਰ ਕੀਤੇ ਜਾਂਦੇ ਸਨ ਦੀ ਗਿਣਤੀ 1998 ਅਨੁਸਾਰ 999 ਸੀ ਜਿਨ੍ਹਾਂ ਵਿੱਚ 40,220 ਮਜ਼ਦੂਰ ਕੰਮ ਕਰਦੇ ਸਨ। ਮਾਰਚ 1998 ਅਨੁਸਾਰ ਰਾਜ ਵਿੱਚ ਊਨ ਉਦਯੋਗ ਵਿੱਚ 46 ਦਰਮਿਆਨੇ ਅਤੇ ਵੱਡੇ ਆਕਾਰ ਦੇ ਕਾਰਖਾਨੇ ਸਨ। ਹੇਠ ਦਿੱਤੀ ਸਾਰਣੀ ਰਾਜ ਵਿੱਚ ਇਸ ਉਦਯੋਗ ਦੀ ਵੰਡ ਨੂੰ ਦਰਸਾਉਂਦੀ ਹੈ—

ਸਾਰਣੀ ਨੰ. 51

ਪੰਜਾਬ ਵਿੱਚ ਜ਼ਿਲ੍ਹੇਵਾਰ ਊਨੀ ਉਦਯੋਗ ਦੀਆਂ ਇਕਾਈਆਂ-1998 ਅਤੇ 2015-16

(DISTRICT-WISE UNITS OF WOOLLEN TEXTILE AND RELATED INDUSTRY IN PUNJAB, 1998 AND 2015-16)

ਲੜੀ ਨੰ.	ਜ਼ਿਲ੍ਹਾ	ਕੁੱਲ ਇਕਾਈਆਂ		ਦਰਮਿਆਨੀਆਂ ਅਤੇ ਵੱਡੀਆਂ ਇਕਾਈਆਂ		
		1998	2015-16*	1998	2002	2015-16
1.	ਗੁਰਦਾਸਪੁਰ	—	11	1	1	1
2.	ਪਠਾਨਕੋਟ	—	—	—	—	—
3.	ਅੰਮ੍ਰਿਤਸਰ	545	384	14	13 + 4	5 + 8

4.	ਤਰਨਤਾਰਨ	—	43	—	—	1
5.	ਕਪੂਰਥਲਾ	—	85	—	—	—
6.	ਜਲੰਧਰ	2	363	2	1	1
7.	ਐਸ.ਬੀ.ਐਸ. ਨਗਰ	—	20	—	—	—
8.	ਹੁਸ਼ਿਆਰਪੁਰ	8	7	3	—	—
9.	ਰੂਪਨਗਰ	11	64	1	1	—
10.	ਐਸ.ਏ.ਐਸ. ਨਗਰ	—	238	—	—	—
11.	ਲੁਧਿਆਣਾ	418	1754	19	26 + 6	19
12.	ਫਿਰੋਜ਼ਪੁਰ	1	2	—	—	—
13.	ਫਾਜ਼ਿਲਕਾ	—	3	—	—	—
14.	ਫਰੀਦਕੋਟ	1	35	—	—	—
15.	ਸ੍ਰੀ ਮੁਕਤਸਰ ਸਾਹਿਬ	—	72	—	—	—
16.	ਮੋਗਾ	2	31	—	—	—
17.	ਬਠਿੰਡਾ	1	97	—	—	—
18.	ਮਾਨਸਾ	—	7	—	—	—
19.	ਸੰਗਰੂਰ	7	593	2	2 + 5	1
20.	ਬਰਨਾਲਾ	—	139	—	—	1
21.	ਪਟਿਆਲਾ	3	60	4	3	—
22.	ਫ.ਸ. ਸਾਹਿਬ	—	9	—	—	—
23.	ਪੰਜਾਬ	999	4017	46	62	29

ਸੋਮਾ—ਪੰਜਾਬ ਦਾ ਆਂਕੜਾ ਸਾਰ—1995 ਅਤੇ 1999 ਅਤੇ ਡਾਇਰੈਕਟਰੀ ਉਧਯੋਗ ਵਿਭਾਗ, ਪੰਜਾਬ-2015-16 (ਅਣਪ੍ਰਕਾਸਤ)

ਡਾਇਰੈਕਟਰੀ ਆਫ — ਪੰਜਾਬ ਸਮਾਲ ਸਕੇਲ ਯੂਨਿਟਸ-2015-16

ਉੱਪਰ ਦਿੱਤੀ ਸਾਰਣੀ ਤੋਂ ਪਤਾ ਲੱਗਦਾ ਹੈ ਕਿ ਰਾਜ ਵਿੱਚ ਊਨੀ ਉਦਯੋਗ ਦੀਆਂ 55 ਪ੍ਰਤੀਸ਼ਤ ਇਕਾਈਆਂ ਅੰਮ੍ਰਿਤਸਰ ਜ਼ਿਲ੍ਹੇ ਵਿੱਚ ਅਤੇ 42% ਇਕਾਈਆਂ ਲੁਧਿਆਣਾ ਜ਼ਿਲ੍ਹੇ ਵਿੱਚ ਸਨ। ਇਹ ਵੀ ਮੁੱਖ ਤੌਰ ਤੇ ਦੋ ਮੁੱਖ ਉਦਯੋਗਿਕ ਸ਼ਹਿਰਾਂ ਅੰਮ੍ਰਿਤਸਰ ਅਤੇ ਲੁਧਿਆਣਾ ਵਿੱਚ ਕੇਂਦਰਤ ਸਨ। ਰੂਪਨਗਰ ਦਾ ਜ਼ਿਲ੍ਹਾ ਤੀਜੇ ਨੰਬਰ ਅਤੇ ਹੁਸ਼ਿਆਰਪੁਰ ਦਾ ਜ਼ਿਲ੍ਹਾ ਚੌਥੇ ਨੰਬਰ 'ਤੇ ਸਨ। ਇਨ੍ਹਾਂ ਚਾਰ ਜ਼ਿਲ੍ਹਿਆਂ ਵਿੱਚ ਰਾਜ ਦੀਆਂ 98.5% ਊਨੀ ਉਦਯੋਗ ਦੀਆਂ ਇਕਾਈਆਂ ਸਨ।

ਰਾਜ ਵਿੱਚ ਇਸ ਉਦਯੋਗ ਦੇ 46 ਦਰਮਿਆਨੇ ਅਤੇ ਵੱਡੇ ਕਾਰਖਾਨੇ ਸਨ। ਇਨ੍ਹਾਂ ਵਿੱਚ 25 ਕੇਵਲ ਧਾਗਾ (yarn) ਬਣਾਉਂਦੇ ਸਨ, 15 ਵਿੱਚ ਕੱਪੜਾ (ਕੰਬਲ) ਆਦਿ ਬਣਾਏ ਜਾਂਦੇ ਸਨ। 2 ਵਿੱਚ ਹੌਜ਼ਰੀ ਬਣਾਈ ਜਾਂਦੀ ਸੀ ਅਤੇ 8 ਕਾਰਖਾਨੇ ਰਲਾ-ਮਿਲਾ ਸਮਾਨ ਬਣਾਉਂਦੇ ਸਨ। ਇਨ੍ਹਾਂ ਤੋਂ ਬਿਨਾਂ ਰਾਜ ਵਿੱਚ ਪੰਜ ਉੱਨ ਸਾਫ (wool combing) ਕਰਨ ਦੇ ਕਾਰਖਾਨੇ ਸਨ। ਰਾਜ ਵਿੱਚ 14 ਕਾਰਖਾਨੇ ਊਨੀ ਮਾਲ ਨੂੰ ਰੰਗਣ ਅਤੇ ਤਿਆਰ ਕਰਨ (Dyeing and finishing) ਦਾ ਕੰਮ ਕਰਦੇ ਹਨ। ਰਾਜ ਦੇ 46 ਊਨੀ ਦਰਮਿਆਨੇ ਅਤੇ ਵੱਡੇ ਉਦਯੋਗਾਂ ਵਿੱਚੋਂ 19 ਕੇਵਲ ਲੁਧਿਆਣਾ ਜ਼ਿਲ੍ਹੇ ਵਿੱਚ ਅਤੇ ਮੁੱਖ ਤੌਰ ਤੇ ਲੁਧਿਆਣਾ ਸ਼ਹਿਰ ਵਿੱਚ ਸਥਿਤ ਸਨ।

2015-16 ਵਿੱਚ ਰਾਜ ਵਿੱਚ 29 ਦਰਮਿਆਨੇ/ਵੱਡੇ ਉਦਯੋਗਾਂ ਵਿੱਚ ਊਨੀ ਕੱਪੜਾ, ਧਾਗਾ ਅਤੇ ਹੌਜ਼ਰੀ ਦਾ ਸਾਮਾਨ ਬਣਦਾ ਸੀ। ਲੁਧਿਆਣਾ ਜ਼ਿਲ੍ਹੇ ਅਤੇ ਸ਼ਹਿਰ ਵਿੱਚ ਅਜਿਹੇ 19 ਕਾਰਖਾਨੇ ਸਨ। ਦੂਜੇ ਨੰਬਰ ਤੇ ਅੰਮ੍ਰਿਤਸਰ ਜ਼ਿਲ੍ਹੇ ਵਿੱਚ ਅਜਿਹੇ 5 ਕਾਰਖਾਨੇ ਸੀ। ਇੱਥੇ 8 ਅੰਬਰਾਇਡਰੀ ਦਾ ਕੰਮ ਕਰਨ ਦੇ ਕਾਰਖਾਨੇ ਸਨ।

ਲੁਧਿਆਣਾ ਜ਼ਿਲ੍ਹੇ ਵਿੱਚ 11 ਦਰਮਿਆਨੇ ਅਤੇ ਵੱਡੇ ਪੱਧਰ ਦੀਆਂ ਊਨੀ ਕੱਪੜਾ ਆਦਿ ਬਣਾਉਣ ਦੇ ਕਾਰਖਾਨੇ ਸਨ। ਇਹ ਮੁੱਖ ਤੌਰ ਤੇ ਲੁਧਿਆਣਾ ਸ਼ਹਿਰ ਦੀ ਬਾਹਰੀ ਹੱਦ ਅੰਦਰ ਸਨ। ਲੁਧਿਆਣਾ ਜ਼ਿਲ੍ਹੇ ਵਿੱਚ ਹੁਣ ਅਜਿਹੇ 26 ਕਾਰਖਾਨੇ ਹਨ। ਇਹ ਮੁੱਖ ਤੌਰ ਤੇ ਲੁਧਿਆਣਾ-ਖੰਨਾ, ਲੁਧਿਆਣਾ-ਚੰਡੀਗੜ੍ਹ ਅਤੇ ਜਲੰਧਰ ਬਾਈਪਾਸ ਸੜਕ ਦੇ ਆਲੇ-ਦੁਆਲੇ ਸਥਿਤ ਹਨ। 2002 ਦੀ ਡਾਇਰੈਕਟਰੀ ਅਨੁਸਾਰ 12 ਫੈਕਟਰੀਆਂ ਵਿੱਚ ਊਨੀ ਧਾਗਾ ਬਣਦਾ ਸੀ, 2 ਵਿੱਚ ਸ਼ੌਡੀ ਯਾਰਨ, 6 ਵਿੱਚ ਅਕਰੈਲਿਕ/ਪੌਲਿਸਟਰ ਫਾਈਬਰ ਬਣਦਾ ਸੀ। ਤਿੰਨ ਫੈਕਟਰੀਆਂ ਵਿੱਚ ਊਨ Tops ਬਣਾਏ ਜਾਂਦੇ ਸਨ ਅਤੇ 1 ਕਾਰਖਾਨੇ ਵਿੱਚ ਊਨੀ ਕੱਪੜਾ, ਊਨੀ ਧਾਗਾ, ਵਰਸਟਡ ਯਾਰਨਨ, ਵੂਲ ਟੌਪਸ ਅਤੇ ਹੌਜ਼ਰੀ ਦੇ ਬੁਣੇ ਹੋਏ ਕੱਪੜੇ ਬਣਾਏ ਜਾਂਦੇ ਸਨ। ਇੱਕ ਫੈਕਟਰੀ ਵਿੱਚ ਸ਼ੌਡੀ ਊਨੀ ਧਾਗਾ ਅਤੇ ਕੱਪੜਾ ਬਣਾਇਆ ਜਾਂਦਾ ਸੀ। ਲੁਧਿਆਣੇ ਦੇ ਜ਼ਿਆਦਾਤਰ ਊਨੀ ਕਾਰਖਾਨੇ ਕਿਸੇ ਨਾ ਕਿਸੇ ਕਿਸਮ ਦਾ ਊਨੀ ਧਾਗਾ ਬਣਾਉਂਦੇ ਸਨ। 2015-16 ਵਿੱਚ ਲੁਧਿਆਣਾ ਜ਼ਿਲ੍ਹੇ ਵਿੱਚ 1754 SSU (ਲਘੂ ਇਕਾਈਆਂ) ਅਤੇ 11 ਦਰਮਿਆਨੇ/ਵੱਡੇ ਪੱਧਰ ਦੇ ਕਾਰਖਾਨੇ ਊਨੀ ਕੱਪੜਾ, ਧਾਗਾ ਆਦਿ ਬਣਾਉਣ ਦਾ ਕੰਮ ਕਰਦੇ ਸਨ। ਮੁੱਖ ਉਤਪਾਦਨ ਧਾਗਾ ਹੈ ਜੋ ਦੂਜੇ ਸਬੰਧਤ ਉਦਯੋਗਾਂ, ਹੌਜ਼ਰੀ ਆਦਿ ਲਈ ਕੱਚਾ ਮਾਲ ਹੈ।

2002 ਅਨੁਸਾਰ ਅੰਮ੍ਰਿਤਸਰ ਜ਼ਿਲ੍ਹੇ (ਦੂਜੇ ਨੰਬਰ ਤੇ) ਦੀਆਂ 17 ਫੈਕਟਰੀਆਂ ਵਿੱਚ ਊਨੀ ਉਦਯੋਗ ਨਾਲ ਸਬੰਧਤ ਸਾਮਾਨ ਬਣਾਇਆ ਜਾਂਦਾ ਸੀ। ਇਨ੍ਹਾਂ ਵਿੱਚੋਂ ਜ਼ਿਆਦਾਤਰ ਫੈਕਟਰੀਆਂ ਅੰਮ੍ਰਿਤਸਰ ਸ਼ਹਿਰ ਤੋਂ ਬਾਹਰ ਵੱਲ ਬਟਾਲਾ ਸੜਕ, ਮਜੀਠਾ ਸੜਕ, ਫਤਹਿਗੜ੍ਹ ਚੂੜੀਆਂ ਸੜਕ, ਰਾਮ ਤੀਰਥ ਸੜਕ, ਜੇਲ੍ਹ ਰੋਡ ਦੇ ਨਾਲ-ਨਾਲ ਸਥਿਤ ਹਨ। ਮਸ਼ਹੂਰ OCM ਮਿਲ੍ਹ, ਅੰਮ੍ਰਿਤਸਰ ਸਵਦੇਸ਼ੀ ਮਿਲ੍ਹ ਤੋਂ ਇਲਾਵਾ ਬਾਕੀ ਦੀਆਂ ਮਿਲ੍ਹਾਂ ਊਨੀ ਕੱਪੜਾ ਅਤੇ ਧਾਗਾ ਬਣਾਉਂਦੀਆਂ ਹਨ। ਦੋ ਫੈਕਟਰੀਆਂ ਵਿੱਚ ਊਨੀ ਕੰਬਲ ਅਤੇ ਵੱਖ-ਵੱਖ ਤਰ੍ਹਾਂ ਦੇ ਸ਼ਾਲ ਬਣਾਏ ਜਾਂਦੇ ਹਨ। ਇਕ ਕਾਰਖਾਨੇ ਵਿੱਚ ਬਣਾਵਟੀ ਧਾਗੇ ਤੋਂ ਬਣਿਆ ਕੱਪੜਾ ਬਣਾਇਆ ਜਾਂਦਾ ਹੈ। 2015-16 ਵਿੱਚ ਅੰਮ੍ਰਿਤਸਰ ਵਿੱਚ 5 ਦਰਮਿਆਨੇ/ਵੱਡੇ ਕਾਰਖਾਨੇ 384 ਲਘੂ ਇਕਾਈਆਂ ਊਨੀ ਉਦਯੋਗ ਦੇ ਵਿਭਿੰਨ ਸਾਮਾਨ (ਵਸਤਾਂ-ਕੱਪੜਾ, ਧਾਗਾ ਆਦਿ) ਦੇ ਕੰਮ ਵਿੱਚ ਲੱਗੀਆਂ ਹੋਈਆਂ ਸੀ। 8 ਮਿਲ੍ਹਾਂ ਵਿੱਚ ਐਂਬਰਾਇਡਰੀ ਆਦਿ ਸਾਮਾਨ ਬਣਾਇਆ ਜਾਂਦਾ ਹੈ। ਅੰਮ੍ਰਿਤਸਰ ਦੇ ਖੇਤਰ ਵਿੱਚ ਧਾਗੇ ਦੀ ਥਾਂ ਜ਼ਿਆਦਾ ਊਨੀ ਜਾਂ ਮਿਕਸਡ ਆਦਿ ਕੱਪੜਾ ਬਣਾਇਆ ਜਾਂਦਾ ਹੈ।

ਹੋਰ ਖੇਤਰ (Other Areas) : ਐਸ.ਏ.ਐਸ. ਨਗਰ ਦੇ ਖਰੜ ਸ਼ਹਿਰ ਵਿੱਚ ਪਾਨੀਪਤ ਵੂਲਨ ਮਿਲ੍ਹ ਲੱਗੀ ਹੋਈ ਸੀ ਜੋ ਹੁਣ ਲਗਭਗ ਬੰਦ ਹੋ ਚੱਲੀ ਹੈ। **ਧਾਰੀਵਾਲ ਦੀ ਨਿਊ ਐਗਰਟਨ ਵੂਲ ਮਿਲ੍ਹ** (ਜ਼ਿਲ੍ਹਾ ਗੁਰਦਾਸਪੁਰ) ਮਹੱਤਵਪੂਰਣ ਹੈ। ਇਹ ਕਾਰਖਾਨਾ ਵੀ ਬੰਦ ਹੋਣ ਦੀ ਕਗਾਰ ਹੈ। ਐਸ.ਏ.ਐਸ. ਨਗਰ ਜ਼ਿਲ੍ਹੇ ਵਿੱਚ ਲਾਲੜੂ, ਸੈਦਪੁਰ ਅਤੇ ਸਮਾਲਹੇੜੀ ਪਿੰਡਾਂ ਵਿੱਚ ਵੀ ਊਨੀ ਉਦਯੋਗ ਦੇ ਕਾਰਖਾਨੇ ਹਨ। ਸੰਗਰੂਰ ਜ਼ਿਲ੍ਹੇ ਵਿੱਚ ਰੋਹਿੜਾ ਅਤੇ ਅਕਬਰਪੁਰਾ ਪਿੰਡਾਂ (ਹੁਣ ਮਲੇਰਕੋਟਲਾ ਜ਼ਿਲ੍ਹਾ) ਵਿੱਚ ਵੂਲਨ ਮਿਲਜ਼ ਲੱਗੀਆਂ ਹੋਈਆਂ ਹਨ। ਮਲੇਰਕੋਟਲਾ, ਧੂਰੀ, ਸੁਨਾਮ ਅਤੇ ਬਰਨਾਲਾ ਸ਼ਹਿਰਾਂ ਵਿਖੇ ਵੱਖ-ਵੱਖ ਕਿਸਮਾਂ ਦਾ (ਊਨੀ, ਮਿਕਸਡ, ਐਕਰੈਲਿਕ ਆਦਿ) ਧਾਗਾ, ਤੌਲੀਏ (ਟਾਵਲਜ਼) ਅਤੇ ਰੈਡੀਮੇਡ ਕੱਪੜੇ ਬਣਾਏ ਜਾਂਦੇ ਹਨ। ਜਲੰਧਰ ਦੇ ਫੋਕਲ ਕੇਂਦਰ ਵਿੱਚ ਇੱਕ ਕੇਂਦਰ ਵਿੱਚ ਕੰਬਲ ਬਣਾਏ ਜਾਂਦੇ ਹਨ।

ਹੌਜ਼ਰੀ ਉਦਯੋਗ (HOSIERY INDUSTRY)

ਹੌਜ਼ਰੀ ਉਦਯੋਗ ਪੰਜਾਬ ਦਾ ਇਕ ਮਹੱਤਵਪੂਰਣ ਉਦਯੋਗ ਹੈ। ਪੰਜਾਬ ਦੇਸ਼ ਵਿੱਚ ਹੌਜ਼ਰੀ ਵਸਤਾਂ ਦਾ ਸਭ ਤੋਂ ਵੱਡਾ ਉਤਪਾਦਕ ਹੈ। ਕਿਹਾ ਜਾਂਦਾ ਹੈ ਕਿ ਮਹਾਰਾਜਾ ਰਣਜੀਤ ਸਿੰਘ ਨੇ ਅੰਗਰੇਜ਼ਾਂ ਦੀ ਸਹਾਇਤਾ ਨਾਲ ਲੁਧਿਆਣਾ ਵਿਖੇ ਹੌਜ਼ਰੀ ਦਾ ਕੰਮ ਸ਼ੁਰੂ ਕਰਵਾਇਆ ਸੀ। ਕਸ਼ਮੀਰੀ ਕਾਰੀਗਰਾਂ ਨੂੰ ਇਸ ਨਾਲ ਕੰਮ ਮਿਲ ਗਿਆ ਅਤੇ ਉਨ੍ਹਾਂ ਦੀ ਆਰਥਿਕ ਹਾਲਤ ਕੁੱਝ ਬੇਹਤਰ ਹੋ ਗਈ ਸੀ।

ਹੌਜ਼ਰੀ ਉਦਯੋਗ ਊਨੀ ਉਧਯੋਗ ਦਾ ਹੀ ਭਾਗ ਹੈ। ਰਾਜ ਦਾ ਹੌਜ਼ਰੀ ਉਦਯੋਗ ਮੁੱਖ ਤੌਰ ਤੇ (95%) ਲੁਧਿਆਣਾ ਸ਼ਹਿਰ ਵਿੱਚ ਕੇਂਦਰਿਤ ਹੈ। ਰਾਜ ਵਿੱਚ ਪੈਦਾ ਕੀਤਾ ਜਾਂਦਾ ਊਨੀ, ਕੈਸ਼ਮੀਲੋਨ ਅਤੇ ਹੋਰ ਪ੍ਰਕਾਰ ਦਾ ਧਾਗਾ (yarn) ਇਸ ਉਦਯੋਗ ਦਾ ਆਧਾਰ

ਹੈ। ਸਿਲਾਈ ਮਸ਼ੀਨਾਂ ਦੇ ਉਦਯੋਗ ਦੇ ਲੁਧਿਆਣਾ ਵਿੱਚ ਕੇਂਦਰਿਤ ਹੋਣ ਕਾਰਨ ਹੌਜ਼ਰੀ ਉਦਯੋਗ ਲਈ ਲੋੜੀਂਦੀਆਂ ਮਸ਼ੀਨਾਂ ਅਤੇ ਤਕਲੇ ਇੱਥੇ ਉਪਲਬੱਧ ਹਨ। ਠੰਡੀਆਂ ਸਰਦੀਆਂ ਕਾਰਨ ਉੱਤਰੀ-ਪੱਛਮੀ ਭਾਰਤ ਦੇ ਰਾਜਾਂ ਦੀ ਵਿਸ਼ਾਲ ਮਾਰਕਟ ਪੰਜਾਬ ਦੇ ਹੌਜ਼ਰੀ ਉਦਯੋਗ ਲਈ ਮੌਜੂਦ ਹੈ।

ਪੰਜਾਬ ਅਤੇ ਵਿਸ਼ੇਸ਼ ਕਰਕੇ ਲੁਧਿਆਣਾ ਉੱਤਰ-ਪੱਛਮੀ ਭਾਰਤ ਦੇ ਲੋਕਾਂ ਦੀਆਂ ਲੋੜਾਂ ਹੀ ਪੂਰੀਆਂ ਨਹੀਂ ਕਰਦਾ ਹੈ ਸਗੋਂ ਭਾਰੀ ਮਾਤਰਾ ਵਿੱਚ ਹੌਜ਼ਰੀ ਵਸਤਾਂ ਇੱਥੋਂ ਰੂਸ ਅਤੇ ਦੂਜੇ ਦੇਸ਼ਾਂ ਨੂੰ ਵੀ ਨਿਰਯਾਤ ਕੀਤੀਆਂ ਜਾਂਦੀਆਂ ਹਨ। ਲੁਧਿਆਣਾ ਦੀ ਸੰਘਣੀ ਆਬਾਦੀ ਸਸਤੀ ਮਜ਼ਦੂਰੀ ਪ੍ਰਦਾਨ ਕਰਦੀ ਹੈ।

ਹੌਜ਼ਰੀ ਵਸਤਾਂ ਮੁੱਖ ਤੌਰ ਤੇ ਲਘੂ ਉਦਯੋਗਾਂ ਵਿੱਚ ਬਣਾਈਆਂ ਜਾਂਦੀਆਂ ਹਨ। ਲੁਧਿਆਣਾ ਦੇ ਚਾਰ ਵੱਡੇ ਕਾਰਖਾਨੇ ਕੇਵਲ ਹੌਜ਼ਰੀ ਵਸਤਾਂ ਬਣਾਉਂਦੇ ਹਨ। ਇਨ੍ਹਾਂ ਤੋਂ ਬਿਨਾਂ ਇੱਥੇ ਹੀ ਚਾਰ ਹੋਰ ਵੱਡੇ ਕਾਰਖਾਨਿਆਂ ਵਿੱਚ ਊਨੀ ਕੱਪੜੇ ਅਤੇ ਧਾਗੇ ਦੇ ਨਾਲ-ਨਾਲ ਹੌਜ਼ਰੀ ਵਸਤਾਂ ਵੀ ਬਣਾਈਆਂ ਜਾਂਦੀਆਂ ਹਨ। ਇਨ੍ਹਾਂ ਤੋਂ ਬਿਨਾਂ ਧਾਰੀਵਾਲ ਦੀ ਨਿਊ ਏਗਰਟਨ ਵੂਲਨ ਮਿੱਲ ਅਤੇ ਰੋਪੜ ਜ਼ਿਲ੍ਹੇ ਦੇ ਪਿੰਡ ਚਨਾਲੋਂ ਵਿੱਚ ਲੱਗੇ ਜਸੋਕਾ ਇੰਡੀਆ ਲਿਮਟਡ ਕਾਰਖਾਨੇ ਵਿੱਚ (ਜੁਰਾਬਾਂ ਆਦਿ) ਵੀ ਹੌਜ਼ਰੀ ਦੀਆਂ ਵਸਤਾਂ ਬਣਾਈਆਂ ਜਾਂਦੀਆਂ ਹਨ। ਹੌਜ਼ਰੀ ਉਦਯੋਗ ਵਿੱਚ ਮੁੱਖ ਤੌਰ ਤੇ ਜਰਸੀਆਂ, ਸਵੈਟਰ, ਮਫਲਰ, ਦਸਤਾਨੇ, ਜੁਰਾਬਾਂ, ਬੁਨਾਇਣਾ, ਟੋਪੀਆਂ ਆਦਿ ਬਣਾਏ ਜਾਂਦੇ ਹਨ। 1997-98 ਅਨੁਸਾਰ ਪੰਜਾਬ ਨੇ 167.49 ਲੱਖ ਜਰਸੀਆਂ ਅਤੇ ਸਵੈਟਰ ਬਣਾਏ ਸਨ। 1990-91 ਵਿੱਚ ਉਤਪਾਦਨ 124.42 ਲੱਖ ਸੀ।

2015-16 ਵਿੱਚ 1754 ਲਘੂ ਇਕਾਈਆਂ ਹੌਜ਼ਰੀ ਅਤੇ ਸਬੰਧਤ ਵਸਤਾਂ ਬਣਾਉਂਦੀਆਂ ਸਨ। 1967 ਵਿੱਚ ਰਾਜ ਵਿੱਚ ਲਗਭਗ 2000 ਇਕਾਈਆਂ ਵਿੱਚ ਹੌਜ਼ਰੀਆਂ ਆਦਿ ਵਸਤਾਂ ਬਣਾਈਆਂ ਜਾਂਦੀਆਂ ਸਨ। ਇਨ੍ਹਾਂ ਵਿੱਚੋਂ 1000 ਅਸਲ ਵਿੱਚ ਕੰਮ ਕਰਦੀਆਂ ਸਨ। ਹੌਲੀ-ਹੌਲੀ ਵਿਦੇਸ਼ਾਂ ਵਿੱਚ ਭਾਰਤੀ ਹੌਜ਼ਰੀ ਵਸਤਾਂ ਦੀ ਮੰਗ ਕਾਫੀ ਵਧਣ ਲੱਗ ਪਈ ਜਿਸ ਨਾਲ ਹੌਜ਼ਰੀ ਉਦਯੋਗ ਨੂੰ ਬਹੁਤ ਲਾਭ ਹੋਇਆ।

ਇਹ ਉਦਯੋਗ ਮੁੱਖ ਤੌਰ ਤੇ **ਲੁਧਿਆਣਾ ਸ਼ਹਿਰ** ਦੇ ਅੰਦਰ ਫੈਲਿਆ ਹੋਇਆ ਹੈ। ਲੁਧਿਆਣਾ ਸ਼ਹਿਰ ਦੀਆਂ ਗਲੀਆਂ ਅਤੇ ਘਰਾਂ ਵਿੱਚ ਸਥਾਪਤ ਅਨੇਕਾਂ ਮਾਈਕਰੋ ਅਤੇ ਲਘੂ ਇਕਾਈਆਂ ਤੋਂ ਇਲਾਵਾ ਇੱਥੇ 31-03-2002 ਨੂੰ 22 ਅਤੇ 2015-16 ਵਿੱਚ 10 ਦਰਮਿਆਨੇ ਅਤੇ ਵੱਡੇ ਪੱਧਰ ਦੀਆਂ ਹੌਜ਼ਰੀ ਮਿਲ੍ਹਾਂ ਕੰਮ ਕਰਦੀਆਂ ਸਨ। ਇਹ ਕਾਰਖਾਨੇ ਮੁੱਖ ਤੌਰ ਤੇ ਜੀ.ਟੀ. ਰੋਡ, ਚੰਡੀਗੜ੍ਹ ਰੋਡ ਨਾਲ-ਨਾਲ ਅਤੇ ਫੋਕਲ ਕੇਂਦਰ ਅਤੇ ਉਦਯੋਗਿਕ ਖੇਤਰ ਵਿੱਚ ਲੱਗੇ ਹੋਏ ਹਨ। ਮੁੱਖ ਹੌਜ਼ਰੀ ਮਿਲ੍ਹਾਂ ਵਿੱਚ ਸ਼ਾਮਲ ਹਨ—ਓਸਵਾਲ ਗਰੁੱਪ ਦੇ ਕਾਰਖਾਨੇ (3), ਗਰੇਟਵੇਅ, ਮੈ. ਰੌਇਲ ਇੰਡਸਟਰੀਜ਼ (ਫੋਕਲ ਪੁਆਇੰਟ ਚੰਡੀਗੜ੍ਹ ਰੋਡ), ਪ੍ਰੀਤ ਹੌਜ਼ਰੀ (ਟਿੱਬਾ ਰੋਡ), ਸੁੰਦਰ ਨਗਰ ਵਿੱਚ ਐਸ. ਵਲੱਭਨਿਟਸ, ਮੋਂਗੀਆ ਕੋਟੇਸੀ, ਸਕੌਟ ਇੰਡਸਟਰੀਜ਼ (ਜਲੰਧਰ ਬਾਈਪਾਸ ਰੋਡ), ਮੈਸ. ਭੰਡਾਰੀ ਹੌਜ਼ਰੀ ਐਕਸਪੋਰਟਸ (ਰਾਹੋਂ ਰੋਡ), ਮੈਸ. ਐਵਲਾਈਨ ਇੰਟਰਨੈਸ਼ਨਲ, ਮੈਸ. ਈ.ਕੇ. ਨਿੱਟਵੀਅਰਜ਼ (ਪੁਰਾਣਾ ਬਾਜ਼ਾਰ) ਮਹੱਤਵਪੂਰਣ ਹਨ। ਇਨ੍ਹਾਂ ਹੌਜ਼ਰੀ ਕਾਰਖਾਨਿਆਂ ਵਿੱਚ ਮੁੱਖ ਤੌਰ ਤੇ ਰੈਡੀਮੇਡ ਗਾਰਮੈਂਟਸ, ਹੌਜ਼ਰੀ ਗਾਰਮੈਂਟਸ, ਬੁਣੇ ਹੋਏ ਕੱਪੜੇ (knitted fibres), ਕੱਪੜਾ, ਹੌਜ਼ਰੀ ਦੇ ਪਹਿਨਣ ਵਾਲੇ ਕੱਪੜੇ, ਜਰਸੀਆਂ, ਸਵੈਟਰ, ਮਫਲਰਜ਼, ਦਸਤਾਨੇ, ਅੰਦਰੂਨੀ ਕੱਪੜੇ (underwears), ਜੁਰਾਬਾਂ ਅਤੇ ਬੁਣੇ ਹੋਏ apparels ਬਣਾਏ ਜਾਂਦੇ ਹਨ। ਦੋ ਕਾਰਖਾਨਿਆਂ ਵਿੱਚ ਲੇਬਲ ਬਣਾਏ ਜਾਂਦੇ ਹਨ।

ਧਾਰੀਵਾਲ ਦੀ New Egerton Mills ਵਿਖੇ ਹੌਜ਼ਰੀ ਦੀਆਂ ਵਸਤਾਂ ਵੀ ਬਣਾਈਆਂ ਜਾਂਦੀਆਂ ਹਨ। ਮਲੇਰਕੋਟਲਾ ਵਿਖੇ ਇੱਕ ਫੈਕਟਰੀ ਵਿੱਚ ਬਣੇ-ਬਣਾਏ ਕੱਪੜੇ (readymade garments) ਬਣਾਏ ਜਾਂਦੇ ਹਨ। ਹੁਸ਼ਿਆਰਪੁਰ, ਰੂਪਨਗਰ, ਅੰਮ੍ਰਿਤਸਰ, ਜਲੰਧਰ ਅਤੇ ਗੁਰਦਾਸਪੁਰ ਜ਼ਿਲ੍ਹਿਆਂ ਵਿੱਚ ਸਥਿਤ ਕੁੱਲ ਫੈਕਟਰੀਆਂ ਵਿੱਚ ਵੀ ਹੌਜ਼ਰੀ ਦੀਆਂ ਵਸਤਾਂ ਬਣਾਈਆਂ ਜਾਂਦੀਆਂ ਹਨ।

2015-16 ਵਿੱਚ ਪੰਜਾਬ ਨੇ 4256 ਕਰੋੜ ਰੁਪਏ ਦੇ ਮੁੱਲ ਦੀਆਂ ਹੌਜ਼ਰੀ ਵਸਤਾਂ (ਸਮਾਨ) ਨਿਰਯਾਤ ਕੀਤੇ ਸਨ। 2018-19 ਵਿੱਚ ਪੰਜਾਬ ਨੇ 3097.27 ਕਰੋੜ ਰੁਪਏ ਦੇ ਮੁੱਲ ਦੀ ਹੌਜ਼ਰੀ ਦਾ ਸਮਾਨ ਅਤੇ ਬਣੇ-ਬਣਾਏ ਕੱਪੜੇ ਨਿਰਯਾਤ ਕੀਤੇ ਸਨ। ਇਸੇ ਸਾਲ ਪੰਜਾਬ ਨੇ 53,536.97 ਕਰੋੜ ਰੁਪਏ ਦੇ ਮੁੱਲ ਦਾ ਯਾਰਨ ਅਤੇ ਟੈਕਸਟਾਈਲ ਵਸਤਾਂ ਨਿਰਯਾਤ ਕੀਤੀਆਂ ਸਨ।

ਖੰਡ ਉਦਯੋਗ (SUGAR INDUSTRY)

ਇਹ ਵੀ ਪੰਜਾਬ ਦਾ ਇੱਕ ਮਹੱਤਵਪੂਰਣ ਉਦਯੋਗ ਹੈ ਜੋ ਖੇਤੀਬਾੜੀ ਉੱਤੇ ਆਧਾਰਤ ਹੈ। ਪਰੰਤੂ ਦੇਸ਼ ਵਿੱਚ ਖੰਡ ਦੇ ਕਾਰਖਾਨਿਆਂ ਦੀ ਗਿਣਤੀ ਅਤੇ ਖੰਡ ਦੇ ਉਤਪਾਦਨ ਅਨੁਸਾਰ ਪੰਜਾਬ ਕਈ ਰਾਜਾਂ ਜਿਵੇਂ ਕਿ ਉੱਤਰ ਪ੍ਰਦੇਸ਼, ਮਹਾਂਰਾਸ਼ਟਰ, ਤਮਿਲਨਾਡੂ, ਕਰਨਾਟਕ, ਆਂਧਰ ਪ੍ਰਦੇਸ਼ ਅਤੇ ਬਿਹਾਰ ਤੋਂ ਪਿੱਛੇ ਹੈ। 1994-95 ਅਨੁਸਾਰ ਦੇਸ਼ ਦੇ ਕੁੱਲ 420 ਖੰਡ ਦੇ ਕਾਰਖਾਨਿਆਂ ਵਿੱਚ 13 ਪੰਜਾਬ ਵਿੱਚ ਸਨ ਤੇ 110 ਉੱਤਰ ਪ੍ਰਦੇਸ਼ ਅਤੇ 105 ਮਹਾਂਰਾਸ਼ਟਰ ਵਿੱਚ ਸਨ। ਬਿਹਾਰ ਵਿੱਚ ਵੀ ਖੰਡ ਦੇ 28 ਕਾਰਖਾਨੇ ਸਨ। ਗੰਨਾ ਪੀੜਨ ਦੀ ਸਮਰਥਾ (can crushing capacity) ਵਿੱਚ ਵੀ ਪੰਜਾਬ ਦੇਸ਼ ਵਿੱਚ ਸੱਤਵੇਂ ਨੰਬਰ 'ਤੇ ਹੈ। ਇਸੇ ਸਾਲ (1994-95) ਪੰਜਾਬ ਗੰਨੇ ਦੇ ਉਤਪਾਦਨ ਵਿੱਚ ਅੱਠਵੇਂ ਨੰਬਰ 'ਤੇ ਸੀ। ਅਸਲ ਵਿੱਚ ਉੱਤਰੀ ਭਾਰਤ (ਪੰਜਾਬ ਸਮੇਤ) ਵਿੱਚ ਗੰਨੇ ਦੀ ਕਾਸ਼ਤ ਅਤੇ ਖੰਡ ਦੀ ਪ੍ਰਾਪਤੀ ਲਈ ਬਹੁਤ ਅਨੁਕੂਲ ਅਵਸਥਾਵਾਂ ਨਹੀਂ ਸਨ। ਮੁਕਾਬਲਤਨ ਛੋਟਾ ਗੰਨਾ ਪੀੜਨ ਦਾ ਸਮਾਂ (ਚਾਰ ਤੋਂ ਛੇ ਮਹੀਨੇ ਤੱਕ), ਸਰਦੀਆਂ ਨੂੰ ਕੋਰਾ (frost), ਅਪ੍ਰੈਲ ਤੋਂ ਹੀ ਤੇਜ਼ ਗਰਮੀ ਜਿਸ ਕਾਰਨ ਰਸ ਖੱਟਾ ਹੋ ਜਾਂਦਾ ਹੈ ਅਤੇ ਕੋਰੇ ਕਾਰਨ ਸੁੱਕ ਜਾਂਦਾ ਹੈ, ਗੰਨੇ ਵਿੱਚ ਘੱਟ ਰਸ (low sucrose content) ਅਤੇ ਗੰਨੇ ਦਾ ਛੋਟਾ ਅਤੇ ਪਤਲਾ ਹੋਣ ਕਾਰਨ ਦੱਖਣੀ ਰਾਜਾਂ ਜਿਵੇਂ ਮਹਾਂਰਾਸ਼ਟਰ, ਤਮਿਲਨਾਡੂ ਅਤੇ ਆਂਧਰਾ ਪ੍ਰਦੇਸ਼ ਦੇ ਮੁਕਾਬਲੇ ਇੱਥੇ ਘੱਟ ਖੰਡ ਬਣਦੀ ਹੈ ਤੇ ਉਤਪਾਦਨ ਵੀ ਘੱਟ ਹੈ।

ਖੰਡ ਉਦਯੋਗ ਵਿੱਚ **ਭਾਰੀ ਅਤੇ ਫੁੱਲਵਾਂ (bulky) ਕੱਚਾ ਮਾਲ (ਗੰਨਾ) ਲੱਗਦਾ ਹੈ।** ਇਸ ਦੀ ਢੁਆਈ ਮਹਿੰਗੀ ਪੈਂਦੀ ਹੈ। ਇਸ ਕਾਰਨ ਇਹ ਉਦਯੋਗ ਗੰਨਾ ਪੈਦਾ ਕਰਨ ਵਾਲੇ ਸੰਘਣੇ ਖੇਤਰਾਂ ਵਿੱਚ ਹੀ ਲੱਗਦਾ ਹੈ। ਗੰਨੇ ਦੀ ਕਟਾਈ ਤੇ ਪਿੜਾਈ ਵਿੱਚ ਦੇਰੀ ਨਾਲ ਰਸ ਸੁੱਕ ਜਾਂਦਾ ਹੈ ਅਤੇ ਖੱਟਾ ਵੀ ਹੋ ਜਾਂਦਾ ਹੈ। ਇਸ ਕਾਰਨ ਕਟਾਈ ਤੋਂ ਬਹੁਤ ਜਲਦੀ ਬਾਅਦ ਇਸ ਦੀ ਪਿੜਾਈ ਵੀ ਹੋਣੀ ਚਾਹੀਦੀ ਹੈ। ਇਸ ਕਾਰਨ ਖੰਡ ਦੇ ਕਾਰਖਾਨੇ **ਗੰਨਾ ਪੈਦਾ ਕਰਨ ਵਾਲੇ ਖੇਤਰਾਂ ਤੋਂ ਦੂਰ ਨਹੀਂ ਲਗਾਏ ਜਾ ਸਕਦੇ ਹਨ।** ਪੰਜਾਬ ਦੇ ਖੰਡ ਦੇ ਸਭ ਕਾਰਖਾਨੇ ਜਿਵੇਂ ਕਿ ਰੱਖੜਾ, ਨਵਾਂਸ਼ਹਿਰ, ਭੋਗਪੁਰ, ਜ਼ੀਰਾ ਆਦਿ ਗੰਨੇ ਦੀ ਘਣੀ ਖੇਤੀ ਵਾਲੇ ਭਾਗਾਂ ਵਿੱਚ ਲੱਗੇ ਹੋਏ ਹਨ।

ਖੰਡ ਦੇ ਕਾਰਖਾਨੇ ਦੇ ਸਥਾਨੀਕਰਣ ਵਿੱਚ ਕੋਲੇ ਆਦਿ ਸ਼ਕਤੀ ਸਾਧਨ ਦੀ ਕੋਈ ਮਹੱਤਤਾ ਨਹੀਂ ਹੈ ਕਿਉਂਕਿ ਇਹ ਉਦਯੋਗ ਆਪਣੇ ਲਈ ਬਾਲਣ ਆਪ ਪੈਦਾ ਕਰਦਾ ਹੈ। ਗੰਨੇ ਦੇ ਪੀੜਨ ਤੋਂ ਬਾਅਦ ਬਚੇ ਗੁੱਲੇ (baggasse) ਖੰਡ ਦੇ ਕਾਰਖਾਨੇ ਲਈ ਸ਼ਕਤੀ ਦਾ ਸਾਧਨ ਹਨ। **ਚੰਗੇ ਆਵਾਜਾਈ ਸਾਧਨ** ਭਾਰੇ ਅਤੇ ਫੁਲਵੇਂ ਗੰਨੇ ਨੂੰ ਜਲਦੀ ਖੰਡ ਮਿੱਲਾਂ ਤੱਕ ਪਹੁੰਚਾਉਣ ਲਈ ਬਹੁਤ ਜ਼ਰੂਰੀ ਹਨ। ਪੰਜਾਬ ਦੀਆਂ ਪੇਂਡੂ ਲਿੰਕ ਸੜਕਾਂ (link roads) ਨੇ ਖੰਡ ਦੇ ਉਦਯੋਗ ਦੇ ਤੇਜ਼ ਵਿਕਾਸ ਵਿੱਚ ਮਹੱਤਵਪੂਰਣ ਰੋਲ ਨਿਭਾਇਆ ਹੈ। ਸਭ ਖੰਡ ਮਿੱਲਾਂ ਪੱਕੀਆਂ ਸੜਕਾਂ ਰਾਹੀਂ ਗੰਨਾ ਪੈਦਾ ਕਰਨ ਵਾਲੇ ਪਿੰਡਾਂ ਨਾਲ ਜੁੜੀਆਂ ਹੋਈਆਂ ਹਨ। ਪੰਜਾਬ ਵਿੱਚ ਸਰਮਾਏ ਦੀ ਵੀ ਘਾਟ ਨਹੀਂ ਹੈ। ਮਜ਼ਦੂਰ ਆਸਾਨੀ ਨਾਲ ਉਪਲਬੱਧ ਹਨ।

ਖੰਡ ਦੇ ਕਾਰਖਾਨੇ ਅਤੇ ਉਤਪਾਦਨ (Number of Sugar Mills and Sugar Production)

ਪੰਜਾਬ ਵਿੱਚ ਖੰਡ ਦੇ ਉਦਯੋਗ ਦਾ ਬਹੁਤਾ ਵਿਕਾਸ ਵੀਹਵੀਂ ਸਦੀ ਦੇ ਨੌਂਵੇਂ ਦਹਾਕੇ ਵਿੱਚ ਹੋਇਆ ਹੈ। 1960-61 ਅਨੁਸਾਰ ਪੰਜਾਬ ਵਿੱਚ 3 ਖੰਡ ਦੀਆਂ ਮਿਲ੍ਹਾਂ ਸਨ ਜਿਨ੍ਹਾਂ ਨੇ 4 ਲੱਖ 91 ਹਜ਼ਾਰ ਟਨ ਗੰਨੇ ਨੂੰ ਪੀੜ ਕੇ 43,200 ਮੀ. ਟਨ ਖੰਡ ਬਣਾਈ ਸੀ। 1994-95 ਵਿੱਚ ਮਿਲ੍ਹਾਂ ਦੀ ਗਿਣਤੀ 19 ਹੋ ਗਈ ਅਤੇ 31 ਲੱਖ 80 ਹਜ਼ਾਰ ਟਨ ਗੰਨੇ ਨੂੰ ਪੀੜ ਕੇ 2,96,800 ਮੀ. ਟਨ ਖੰਡ ਬਣਾਈ ਗਈ ਸੀ। ਉਤਪਾਦਨ ਵਿੱਚ ਵਾਧਾ 7 ਗੁਣਾ ਦੇ ਲਗਭਗ ਸੀ। 1997-98 ਵਿੱਚ ਪੰਜਾਬ ਨੇ ਆਪਣੀਆਂ 22 ਖੰਡ ਮਿਲ੍ਹਾਂ ਤੋਂ 36.6 ਲੱਖ ਗੰਨਾ ਪੀੜ ਕੇ 3.38 ਲੱਖ ਮੀ. ਟਨ ਖੰਡ ਬਣਾਈ ਸੀ। 2000-01 ਅਨੁਸਾਰ ਖੰਡ ਮਿਲਾਂ ਦੀ ਗਿਣਤੀ 23 ਹੋ ਗਈ ਸੀ, ਜਿਨ੍ਹਾਂ ਵਿੱਚ 51.13 ਲੱਖ ਮੀ. ਟਨ ਗੰਨਾ ਪੀੜ ਕੇ 4.96 ਲੱਖ ਮੀ. ਟਨ ਖੰਡ ਬਣਾਈ ਗਈ ਸੀ। 2010-11 ਵਿੱਚ 24 ਖੰਡ ਮਿਲ੍ਹਾਂ ਵਿੱਚ 34.33 ਲੱਖ ਮੀ.ਟਨ ਗੰਨਾ ਪੀੜ ਕੇ 3.02 ਲੱਖ ਮੀ. ਟਨ ਖੰਡ ਬਣਾਈ ਗਈ। 2015-16 ਵਿੱਚ 24 ਖੰਡ

ਮਿਲ੍ਹਾਂ ਤੋਂ 6.71 ਲੱਖ ਮੀ. ਟਨ ਖੰਡ ਬਣਾਈ ਗਈ ਸੀ। 2019-20 ਵਿੱਚ ਖੰਡ ਮਿਲ੍ਹਾਂ ਦੀ ਗਿਣਤੀ 16 ਰਹਿ ਗਈ ਅਤੇ ਖੰਡ ਦਾ ਉਤਪਾਦਨ 5.47 ਲੱਖ ਮੀ. ਟਨ ਸੀ। 2021-22 ਵਿੱਚ 16 ਖੰਡ ਮਿਲ੍ਹਾਂ ਵਿੱਚ 64.27 ਲੱਖ ਮੀ. ਟਨ ਗੰਨਾ ਪੀੜ ਕੇ 5.92 ਲੱਖ ਮੀ. ਟਨ ਖੰਡ ਬਣਾਈ ਗਈ ਸੀ। ਇਸ ਸਾਲ ਖੰਡ ਮਿਲ੍ਹਾਂ ਨੇ 111 ਦਿਨ ਕੰਮ ਕੀਤਾ ਸੀ।

ਸਾਰਣੀ ਨੰ. 52

ਪੰਜਾਬ ਦੀਆਂ ਖੰਡ ਮਿਲ੍ਹਾਂ ਵਿੱਚ ਪੀੜੇ ਗਏ ਗੰਨੇ ਦੀ ਮਾਤਰਾ ਅਤੇ ਖੰਡ ਉਤਪਾਦਨ

(CANE CRUSHED AND SUGAR PRODUCED BY SUGAR MILLS IN PUNJAB)

ਸਾਲ	ਖੰਡ ਮਿਲ੍ਹਾਂ ਦੀ ਗਿਣਤੀ	ਰੋਜ਼ਾਨਾ ਗੰਨਾ ਪੀੜਨ ਦੀ ਸਮਰੱਥਾ	ਪੀੜੇ ਗੰਨੇ ਦੀ ਮਾਤਰਾ	ਖੰਡ ਦਾ ਉਤਪਾਦਨ	ਗੰਨੇ ਵਿੱਚੋਂ ਖੰਡ ਦੀ ਪ੍ਰਤੀਸ਼ਤ ਪ੍ਰਾਪਤੀ	ਸਾਲ ਵਿੱਚ ਪੀੜਨ ਦਾ ਸਮਾਂ
1960-61	3	2950-3200 ਟਨ	490.7 ਹ.ਮੀ. ਟਨ	43.2 ਹ.ਮੀ. ਟਨ	8.8	178 ਦਿਨ
1970-71	6	5950-6200 ਟਨ	560.8 ਹ.ਮੀ. ਟਨ	48.6 ਹ.ਮੀ. ਟਨ	8.6	115 ਦਿਨ
1980-81	8	10000-10250 ਟਨ	589.9 ਹ.ਮੀ. ਟਨ	51.9 ਹ.ਮੀ. ਟਨ	8.7	82 ਦਿਨ
1985-86	10	12750-13000 ਟਨ	1501.7 ਹ.ਮੀ. ਟਨ	147.9 ਹ.ਮੀ. ਟਨ	9.8	131 ਦਿਨ
1990-91	17	35125 ਟਨ	3102.9 ਹ.ਮੀ. ਟਨ	278.2 ਹ.ਮੀ. ਟਨ	8.87	117 ਦਿਨ
1995-96	22	42266 ਟਨ	7372.8 ਹ.ਮੀ. ਟਨ	644.2 ਹ.ਮੀ. ਟਨ	8.65	105 ਦਿਨ
2000-01	23	52016 ਟਨ	5112.7 ਹ.ਮੀ. ਟਨ	496.1 ਹ.ਮੀ. ਟਨ	9.70	119 ਦਿਨ
2010-11	24	70016 ਟਨ	3433.2 ਹ.ਮੀ. ਟਨ	302.3 ਹ.ਮੀ. ਟਨ	8.80	82 ਦਿਨ
2015-16	24	65766 ਟਨ	4972.5 ਹ.ਮੀ. ਟਨ	469.5 ਹ.ਮੀ. ਟਨ	9.25	112 ਦਿਨ
2018-19	16	53,766 ਟਨ	7574 ਹ.ਮੀ. ਟਨ	786.0 ਹ.ਮੀ. ਟਨ	10.12	144 ਦਿਨ
2019-20	16	56,950 ਟਨ	5612 ਹ.ਮੀ. ਟਨ	537 ਹ.ਮੀ. ਟਨ	9.5	109 ਦਿਨ
2020-21	16	56,950 ਟਨ	6066 ਹ.ਮੀ. ਟਨ	547 ਹ.ਮੀ. ਟਨ	9.00	111 ਦਿਨ
2021-22	16	59,950 ਟਨ	6421 ਹ.ਮੀ. ਟਨ	592 ਹ.ਮੀ. ਟਨ	9.14	111 ਦਿਨ

ਸੋਮਾ—ਪੰਜਾਬ ਦਾ ਅੰਕੜਾ-1995, 2001, 2016 ਅਤੇ 2022 ਹ. ਮੀ. ਟਨ = ਹਜ਼ਾਰ ਮੀਟਰਕ ਟਨ

ਸਾਰਣੀ ਤੋਂ ਇਹ ਵੀ ਪਤਾ ਲੱਗਦਾ ਹੈ ਕਿ 1995-96 ਅਤੇ 1996-97 ਦੇ ਸਾਲਾਂ ਵਿੱਚ ਤਿੰਨ ਹੋਰ ਖੰਡ ਮਿੱਲਾਂ ਲੱਗ ਗਈਆਂ ਸਨ ਜਿਸ ਕਾਰਣ ਗੰਨੇ ਦੀ ਪਿੜਾਈ ਦੀ ਮਾਤਰਾ ਅਤੇ ਖੰਡ ਦੇ ਉਤਪਾਦਨ ਵਿੱਚ ਭਾਰੀ ਵਾਧਾ (ਦੁੱਗਣਾ) ਹੋਇਆ ਹੈ। 1994-95 ਅਨੁਸਾਰ ਰਾਜ ਵਿੱਚ 31 ਲੱਖ 79 ਹਜਾਰ 9 ਸੌ ਟਨ ਗੰਨਾ ਪੀੜਿਆ ਗਿਆ ਸੀ ਜਿਸ ਤੋਂ 2 ਲੱਖ 96 ਹਜ਼ਾਰ 8 ਸੌ ਟਨ ਖੰਡ ਬਣਾਈ ਗਈ ਸੀ। 1996-97 ਅਨੁਸਾਰ ਇਨ੍ਹਾਂ ਦੀ ਮਾਤਰਾ ਕ੍ਰਮਵਾਰ 69,20,5000 ਮੀ. ਟਨ ਅਤੇ 6,21,300 ਮੀ. ਟਨ ਹੋ ਗਈ ਸੀ। ਇਸ ਦਾ ਇੱਕ ਕਾਰਨ ਭਾਵੇਂ ਘੱਟ ਪ੍ਰਤੀਸ਼ਤ ਖੰਡ ਦੀ ਪ੍ਰਾਪਤੀ ਵੀ ਸੀ ਪਰੰਤੂ ਸਭ ਤੋਂ ਵੱਡਾ ਕਾਰਨ ਪਿੜਾਈ ਸਮੇਂ ਦਾ 1994-95 ਵਿੱਚ 106 ਦਿਨਾਂ ਤੋਂ 1996-97 ਵਿੱਚ ਵੱਧ ਕੇ 183 ਦਿਨ ਹੋ ਜਾਣਾ ਸੀ। ਇਸ ਤੋਂ ਅਗਲੇ ਦੋ ਸਾਲਾਂ ਵਿੱਚ ਪਿੜਾਈ ਦੇ ਸਮੇਂ ਦੇ ਘੱਟ ਜਾਣ (85 ਤੋਂ 90 ਦਿਨ) ਕਾਰਨ ਪੀੜੇ ਗੰਨੇ ਅਤੇ ਖੰਡ ਦਾ ਉਤਪਾਦਨ (1998-99 = 3.17 ਲੱਖ ਮੀ. ਟਨ ਖੰਡ) ਘੱਟ ਗਿਆ ਸੀ। ਪਰੰਤੂ ਸਾਲ 1999-2000 ਅਤੇ 2000-01 ਦੌਰਾਨ ਪਿੜਾਈ ਦੇ ਦਿਨਾਂ ਦੇ ਵੱਧ ਜਾਣ (2000-01 = 119 ਦਿਨ) ਕਾਰਣ 2000-01 ਦੌਰਾਨ ਪੀੜੇ ਗੰਨੇ ਦੀ ਮਾਤਰਾ ਵੱਧ ਕੇ 51.13 ਲੱਖ ਮੀ. ਟਨ ਅਤੇ ਖੰਡ ਦਾ ਉਤਪਾਦਨ 4.96 ਲੱਖ ਮੀ. ਟਨ ਹੋ ਗਿਆ ਸੀ। 2021-22 ਦੌਰਾਨ 16 ਖੰਡ ਮਿਲ੍ਹਾਂ ਵਿੱਚ 64.21 ਲੱਖ ਮੀ. ਟਨ ਗੰਨਾ ਪੀੜਿਆ ਗਿਆ

ਅਤੇ ਖੰਡ ਮਿਲ੍ਹਾਂ ਨੇ 111 ਦਿਨ ਕੰਮ ਕਰਕੇ 2019-20 ਨਾਲੋਂ (5.37 ਲੱਖ ਮੀ. ਟਨ, 109 ਦਿਨ ਕੰਮ) ਵੱਧ ਖੰਡ ਪੈਦਾ ਕੀਤੀ (5.92 ਲੱਖ ਮੀ. ਟਨ)।

ਖੰਡ ਉਦਯੋਗ ਦਾ ਵਿਤਰਣ (Distribution of Sugar Industry)

31 ਮਾਰਚ 2022 ਅਨੁਸਾਰ ਪੰਜਾਬ ਵਿੱਚ 16 ਖੰਡ ਮਿਲ੍ਹਾਂ ਕੰਮ ਕਰ ਰਹੀਆਂ ਹਨ। ਇਨ੍ਹਾਂ ਵਿੱਚ 6 ਦੋਆਬਾ ਵਿੱਚ, 5 ਮਾਝਾ ਵਿੱਚ ਅਤੇ 5 ਮਾਲਵਾ ਵਿੱਚ ਹਨ। ਪੰਜਾਬ ਦੇ ਬਠਿੰਡਾ, ਪਠਾਨਕੋਟ, ਮੋਗਾ ਅਤੇ ਮਾਨਸਾ ਜ਼ਿਲ੍ਹਿਆਂ ਤੋਂ ਬਿਨਾਂ ਹਰ ਜ਼ਿਲ੍ਹੇ ਵਿੱਚ ਇੱਕ ਜਾਂ ਜ਼ਿਆਦਾ ਖੰਡ ਮਿਲ੍ਹਾਂ ਹਨ। 2015-16 ਤੋਂ 8 ਖੰਡ ਮਿਲ੍ਹਾਂ ਬੰਦ ਹਨ ਜਾਂ ਬੰਦ ਹੋ ਰਹੀਆਂ ਹਨ। ਇਸ ਕਾਰਨ 2021-22 ਵਿੱਚ ਪੰਜਾਬ ਵਿੱਚ 16 ਖੰਡ ਮਿਲ੍ਹਾਂ ਕੰਮ ਕਰ ਰਹੀਆਂ ਹਨ।

ਰਾਜ ਵਿੱਚ ਖੰਡ ਮਿਲ੍ਹਾਂ ਦੀ ਵੰਡ ਹੇਠ ਲਿਖੇ ਪ੍ਰਕਾਰ ਹੈ—

ਸਾਰਣੀ ਨੰ. 53

ਜ਼ਿਲ੍ਹੇ ਵਾਰ ਪੰਜਾਬ ਦੀਆਂ ਖੰਡ ਮਿਲ੍ਹਾਂ-2021-22

ਲੜੀ ਨੰ.	ਜ਼ਿਲ੍ਹਾ	ਖੰਡ ਮਿਲ੍ਹਾਂ ਦੇ ਕੇਂਦਰ	ਸੈਕਟਰ	ਪਿੰਡ/ਸ਼ਹਿਰ
1.	ਗੁਰਦਾਸਪੁਰ	ਬਟਾਲਾ, ਪਨਿਆਰ ਅਤੇ ਕੀੜੀ ਅਫਗਾਨਾ	ਸਹਿਕਾਰੀ ਅਤੇ ਪਬਲਿਕ	ਪਿੰਡ, ਪਿੰਡ
2.	ਪਠਾਨਕੋਟ	–	–	–
3.	ਅੰਮ੍ਰਿਤਸਰ	ਬੁਟੇਰ, ਸੇਵੀਆਂ, ਸ਼ੇਰੋਂ (ਸ.ਅ.) ਤੇ ਭੱਲਾ ਪਿੰਡ	ਪ੍ਰਾਈਵੇਟ, ਸਹਿਕਾਰੀ, ਸਹਿਕਾਰੀ	ਪਿੰਡ, ਪਿੰਡ, ਪਿੰਡ
4.	ਤਰਨਤਾਰਨ	–	–	–
5.	ਕਪੂਰਥਲਾ	ਫਗਵਾੜਾ	ਪ੍ਰਾਈਵੇਟ	ਸ਼ਹਿਰ
6.	ਜਲੰਧਰ	ਭੋਗਪੁਰ ਅਤੇ ਨਕੋਦਰ	ਸਹਿਕਾਰੀ ਅਤੇ ਸਹਿਕਾਰੀ	ਪਿੰਡ, ਪਿੰਡ
7.	ਐਸ.ਬੀ.ਐਸ. ਨਗਰ	ਨਵਾਂਸ਼ਹਿਰ	ਸਹਿਕਾਰੀ	ਸ਼ਹਿਰ
8.	ਹੁਸ਼ਿਆਰਪੁਰ	ਮੁਕੇਰੀਆਂ ਅਤੇ ਰੰਧਾਵਾ (ਦਸੂਹਾ)	ਸਾਂਝਾ, ਪ੍ਰਾਈਵੇਟ	ਪਿੰਡ, ਪਿੰਡ
9.	ਰੂਪਨਗਰ	ਮੋਰਿੰਡਾ	ਸਹਿਕਾਰੀ	ਸ਼ਹਿਰ
10.	ਐਸ.ਏ.ਐਸ. ਨਗਰ	–	–	–
11.	ਲੁਧਿਆਣਾ	ਬੁਢੇਵਾਲ (ਸ.ਅ.)	ਸਹਿਕਾਰੀ ਅਤੇ ਸਹਿਕਾਰੀ	ਪਿੰਡ ਅਤੇ ਸ਼ਹਿਰ
12.	ਫਿਰੋਜ਼ਪੁਰ	ਜ਼ੀਰਾ (ਸ.ਅ.)	ਪਬਲਿਕ, ਸਹਿਕਾਰੀ	ਪਿੰਡ, ਪਿੰਡ
13.	ਫਾਜ਼ਿਲਕਾ	ਫਾਜ਼ਿਲਕਾ	ਸਹਿਕਾਰੀ	ਪਿੰਡ
14.	ਫਰੀਦਕੋਟ	ਫਰੀਦਕੋਟ (ਸ.ਅ.)	ਸਹਿਕਾਰੀ	ਪਿੰਡ
15.	ਸ੍ਰੀ ਮੁਕਤਸਰ ਸਾਹਿਬ	ਮਲੋਟ (ਸਮਾਪਤੀ ਅਧੀਨ)	ਪਬਲਿਕ	ਕਸਬਾ
16.	ਮੋਗਾ	–	–	–
17.	ਬਠਿੰਡਾ	–	–	–
18.	ਮਾਨਸਾ	–	–	–
19.	ਸੰਗਰੂਰ	ਧੂਰੀ	ਪ੍ਰਾਈਵੇਟ	ਸ਼ਹਿਰ
20.	ਬਰਨਾਲਾ	–	–	–
21.	ਪਟਿਆਲਾ	ਰੱਖੜਾ (ਸ.ਅ.) ਅਤੇ ਪਾਤੜਾ (ਸ.ਅ.), ਲਾਲੜੂ (ਸ.ਅ.)	ਸਹਿਕਾਰੀ ਅਤੇ ਪ੍ਰਾਈਵੇਟ, ਪ੍ਰਾਈਵੇਟ	ਪਿੰਡ, ਪਿੰਡ, ਪਿੰਡ
22.	ਫਤਹਿਗੜ੍ਹ ਸਾਹਿਬ	ਜਿਉਣ ਸਿੰਘ ਵਾਲਾ (ਅਮਲੋਹ)	ਪ੍ਰਾਈਵੇਟ	ਪਿੰਡ

ਸੋਮਾ—ਪੰਜਾਬ ਅੰਕੜਾ ਸਾਰ 2022

ਪੰਜਾਬ ਦੀਆਂ ਜ਼ਿਆਦਾਤਰ ਖੰਡ ਮਿਲ੍ਹਾਂ ਇਸ ਦੇ ਉਪਜਾਊ ਅਤੇ ਪੱਧਰੇ ਮੱਧ-ਪੂਰਬੀ ਜ਼ਿਲ੍ਹਿਆਂ ਵਿੱਚ ਸਥਿਤ ਹਨ, ਜਿੱਥੇ ਪੰਜਾਬ ਦਾ ਜ਼ਿਆਦਾਤਰ ਗੰਨਾ ਪੈਦਾ ਕੀਤਾ ਜਾਂਦਾ ਹੈ। ਗੁਰਦਾਸਪੁਰ (3), ਅੰਮ੍ਰਿਤਸਰ (2), ਹੁਸ਼ਿਆਰਪੁਰ (2), ਜਲੰਧਰ (2),

ਕਪੂਰਥਲਾ (1), ਐਸ.ਬੀ.ਐਸ. ਨਗਰ (1), ਰੂਪਨਗਰ (1) ਅਤੇ ਫਤਹਿਗੜ੍ਹ ਸਾਹਿਬ (1) ਵਿੱਚ ਰਾਜ ਦੀਆਂ (81.3%) ਖੰਡ ਮਿਲ੍ਹਾਂ ਸਥਿਤ ਹਨ।

ਰਾਜ ਵਿੱਚ ਤੀਜੇ ਨੰਬਰ ਤੇ ਸਭ ਤੋਂ ਜ਼ਿਆਦਾ ਗੰਨਾ ਪੈਦਾ ਕਰਨ ਵਾਲੇ ਜ਼ਿਲ੍ਹੇ ਜਲੰਧਰ ਵਿੱਚ ਖੰਡ ਦੇ ਦੋ ਕਾਰਖਾਨੇ ਭੋਗਪੁਰ ਅਤੇ ਨਕੋਦਰ ਵਿਖੇ ਹਨ ਜੋ ਦੋਨੋਂ ਹੀ ਸਹਿਕਾਰੀ ਖੇਤਰ ਵਿੱਚ ਹਨ। ਅੰਮ੍ਰਿਤਸਰ ਜ਼ਿਲ੍ਹੇ ਵਿੱਚ ਭਾਵੇਂ ਗੰਨੇ ਹੇਠ ਰਕਬਾ ਅਤੇ ਉਤਪਾਦਨ ਘੱਟ ਹੈ ਪਰੰਤੂ ਗੁਰਦਾਸਪੁਰ ਜ਼ਿਲ੍ਹੇ ਦੇ ਗੰਨਾ ਖੇਤਰ ਉੱਤੇ ਅਧਾਰਤ ਖੰਡ ਦੇ ਤਿੰਨ ਕਾਰਖਾਨੇ ਹਨ ਜੋ ਪੇਂਡੂ ਇਲਾਕੇ ਵਿੱਚ ਹੀ ਸਥਿਤ ਹਨ। ਦੋਆਬਾ ਵਿੱਚ ਫਗਵਾੜਾ (ਕਪੂਰਥਲਾ ਜ਼ਿਲ੍ਹਾ) ਅਤੇ ਨਵਾਂਸ਼ਹਿਰ ਦੀਆਂ ਦੋ ਹੋਰ ਮਹੱਤਵਪੂਰਣ ਖੰਡ ਮਿਲ੍ਹਾਂ ਹਨ। ਮਾਲਵਾ ਵਿੱਚ ਧੂਰੀ, ਅਮਲੋਹ, ਬੁਢੇਵਾਲ, ਮੋਰਿੰਡਾ ਅਤੇ ਜਗਰਾਉਂ ਦੀਆਂ ਮਹੱਤਵਪੂਰਣ ਖੰਡ ਮਿਲ੍ਹਾਂ ਹਨ। ਰਾਜ ਦੀਆਂ 16 ਖੰਡ ਮਿਲ੍ਹਾਂ ਵਿੱਚੋਂ 9 ਸਹਿਕਾਰੀ ਖੇਤਰ ਵਿੱਚ, 5 ਪ੍ਰਾਈਵੇਟ ਖੇਤਰ ਵਿੱਚ, 2 ਪਬਲਿਕ ਖੇਤਰ ਵਿੱਚ ਹਨ। ਜ਼ਿਆਦਾਤਰ ਖੰਡ ਮਿਲ੍ਹਾਂ ਪੇਂਡੂ ਇਲਾਕੇ ਵਿੱਚ ਅਤੇ ਕੁੱਝ ਸ਼ਹਿਰੀ ਇਲਾਕੇ ਵਿੱਚ ਸਥਿਤ ਹਨ।

ਪੰਜਾਬ ਖੰਡ ਉਦਯੋਗ ਦੀਆਂ ਕਈ ਸਮੱਸਿਆਵਾਂ ਹਨ ਜਿਨ੍ਹਾਂ ਕਾਰਨ ਪੂਰਾ ਉਤਪਾਦਨ ਪ੍ਰਾਪਤ ਨਹੀਂ ਹੁੰਦਾ ਹੈ। ਖੰਡ ਮਿਲ੍ਹਾਂ ਦੀ ਮੈਨੇਜਮੇਂਟ ਅਤੇ ਗੰਨਾ ਉਤਪਾਦਕਾਂ ਵਿਚਕਾਰ ਸੰਬੰਧ ਬਹੁਤੇ ਸੁਖਾਵੇਂ ਨਹੀਂ ਹਨ। ਖੰਡ ਮਿਲ੍ਹਾਂ ਕਿਰਸਾਨਾਂ ਰਾਹੀਂ ਲਿਆਂਦਾ ਸਭ ਗੰਨਾ ਸਮੇਂ ਸਿਰ ਵਸੂਲ ਨਹੀਂ ਕਰਦੀਆਂ ਹਨ ਅਤੇ ਭੁਗਤਾਨ ਵੀ ਅਕਸਰ ਦੇਰ ਬਾਅਦ ਹੁੰਦਾ ਹੈ। ਇਸ ਨਾਲ ਹੜਤਾਲਾਂ ਆਦਿ ਦਾ ਜਨਮ ਹੁੰਦਾ ਹੈ। ਖੰਡ ਮਿਲ੍ਹਾਂ ਸਮੇਂ ਸਿਰ ਪਿੜਾਈ ਵੀ ਸ਼ੁਰੂ ਨਹੀਂ ਕਰਦੀਆਂ ਹਨ। ਕਈ ਮਿਲ੍ਹਾਂ ਦੀ ਮਸ਼ੀਨਰੀ ਵੀ ਪੁਰਾਣੀ ਹੈ। ਬਹੁਤ ਸਾਰਾ ਗੰਨਾ ਅਪੀੜਿਆ ਰਹਿ ਜਾਂਦਾ ਹੈ।

ਖਾਧ ਪਦਾਰਥ ਉਦਯੋਗ (FOOD PRODUCTS INDUSTRIES)

ਫੈਕਟਰੀਆਂ ਦੀ ਗਿਣਤੀ, ਕਾਮਿਆਂ ਦੀ ਗਿਣਤੀ, ਲੱਗੀ ਅਚਲ ਪੂੰਜੀ ਅਤੇ ਕੁੱਲ ਉਤਪਾਦਨ ਦੇ ਆਧਾਰ ਤੇ ਇਹ ਰਾਜ ਦਾ ਸਭ ਤੋਂ ਵੱਡਾ ਉਦਯੋਗ ਵਰਗ ਹੈ। 2000 ਦੇ ਆਂਕੜਿਆਂ ਅਨੁਸਾਰ ਰਾਜ ਵਿੱਚ 2195 ਰਜਿਸਟਰਸ਼ੁਦਾ ਉਦਯੋਗਿਕ ਇਕਾਈਆਂ ਖਾਧ ਪਦਾਰਥ ਤਿਆਰ ਕਰਨ ਵਿੱਚ ਲੱਗੀਆਂ ਹੋਈਆਂ ਸਨ ਜਿਨ੍ਹਾਂ ਵਿੱਚ 69,109 ਕਾਮੇ ਕੰਮ ਕਰਦੇ ਸਨ (ਸਾਰਣੀ ਨੰ. 49)। ਇਸ ਖੇਤਰ ਵਿੱਚ 2,03,785 ਲੱਖ ਰੁਪਏ ਦੀ ਅਚਲ ਪੂੰਜੀ ਲੱਗੀ ਹੋਈਸੀ ਅਤੇ 9,54,348 ਲੱਖ ਰੁਪਏ ਦਾ ਕੁੱਲ ਉਤਪਾਦਨ ਹੋਇਆ ਸੀ।

2015-16 ਵਿੱਚ ਪੰਜਾਬ ਵਿੱਚ ਖਾਧ ਅਤੇ ਪੇਅ ਪਦਾਰਥ (Food Products and Beverages Manufacturing) ਬਣਾਉਣ ਵਾਲੀਆਂ 3198 ਰਜਿਸਟਰਸ਼ੁਦਾ ਫੈਕਟਰੀਆਂ ਕੰਮ ਕਰਦੀਆਂ ਸਨ। ਇਨ੍ਹਾਂ ਵਿੱਚ 99,319 ਕਾਮੇ ਕੰਮ ਕਰਦੇ ਸਨ। 2016-17 ਅਨੁਸਾਰ ਇਸ ਉਦਯੋਗ ਵਰਗ ਵਿੱਚ 25,093 ਲੱਖ ਰੁਪਏ ਦੀ ਚੱਲ ਪੂੰਜੀ ਲੱਗੀ ਹੋਈ ਸੀ ਅਤੇ ਕੁੱਲ ਉਤਪਾਦਨ 38,69,295 ਲੱਖ ਰੁਪਏ ਦੇ ਮੁੱਲ ਦਾ ਸੀ (2015-16 ਦੇ ਅੰਕੜਿਆਂ ਅਨੁਸਾਰ 106 ਦਰਮਿਆਨੇ ਅਤੇ ਵੱਡੇ ਪੱਧਰ ਦੀਆਂ ਇਕਾਈਆਂ ਇਸ ਉਦਯੋਗ ਵਿੱਚ ਲੱਗੀਆਂ ਹੋਈਆਂ ਸਨ। ਇਨ੍ਹਾਂ ਇਕਾਈਆਂ ਵਿੱਚ 30,431 ਕਾਮਿਆਂ ਨੂੰ ਕੰਮ ਮਿਲਿਆ ਹੋਇਆ ਸੀ ਅਤੇ ਇਸ ਖੇਤਰ ਵਿੱਚ 11,70,370.48 ਲੱਖ ਰੁਪਏ ਦੀ ਅਚੱਲ ਪੂੰਜੀ ਲੱਗੀ ਹੋਈ ਸੀ। 2015-16 ਵਿੱਚ ਹੀ 9273 ਲਘੂ ਇਕਾਈਆਂ ਖਾਧ ਪਦਾਰਥ ਆਦਿ ਬਣਾਉਣ ਵਿੱਚ ਲੱਗੀਆਂ ਹੋਈਆਂ ਸਨ ਅਤੇ ਇਨ੍ਹਾਂ ਵਿੱਚ 1,00,734 ਲੋਕਾਂ ਨੂੰ ਰੁਜ਼ਗਾਰ ਮਿਲਿਆ ਹੋਇਆ ਸੀ। ਇਨ੍ਹਾਂ ਇਕਾਈਆਂ ਨੇ 2015-16 ਵਿੱਚ 16,69,419.89 ਲੱਖ ਰੁਪਏ ਦੇ ਮੁੱਲ ਦੇ ਖਾਧ ਪਦਾਰਥ ਅਤੇ ਪੇਅ ਪਦਾਰਥ ਬਣਾਏ ਸਨ।

ਪੰਜਾਬ ਅੰਕੜਾ ਸਾਰ 2022 ਅਨੁਸਾਰ, ਪੰਜਾਬ ਵਿੱਚ 2021 ਨੂੰ 3729 ਰਜਿਸਟਰਸ਼ੁਦਾ ਇਕਾਈਆਂ ਇਸ ਉਦਯੋਗ ਲਈ ਕੰਮ ਕਰਦੀਆਂ ਸਨ ਅਤੇ ਇਨ੍ਹਾਂ ਵਿੱਚ 1,22,343 ਕਾਮਿਆਂ ਨੂੰ ਰੁਜ਼ਗਾਰ ਮਿਲਿਆ ਹੋਇਆ ਸੀ। ਇਕਾਈਆਂ ਦੀ ਗਿਣਤੀ ਅਨੁਸਾਰ ਇਹ ਉਦਯੋਗ ਵਰਗ ਰਾਜ ਵਿੱਚ ਸਭ ਤੋਂ ਵੱਡਾ ਹੈ। ਰੁਜ਼ਗਾਰ ਅਨੁਸਾਰ ਕੱਪੜਾ ਨਿਰਮਾਣ ਤੋਂ ਬਾਅਦ ਦੂਜੇ ਨੰਬਰ ਤੇ ਹੈ।

ਇਸ ਉਦਯੋਗ ਵਰਗ ਵਿੱਚ ਰਾਜ ਦੀਆਂ ਰਜਿਸਟਰਸ਼ੁਦਾ ਚੱਲ ਰਹੀਆਂ ਇਕਾਈਆਂ ਵਿੱਚ ਸਭ ਤੋਂ ਜ਼ਿਆਦਾ ਫੈਕਟਰੀਆਂ ਸੰਗਰੂਰ ਜ਼ਿਲ੍ਹੇ ਵਿੱਚ (766-20.54%) 2021 ਨੂੰ ਸਨ। ਇੱਥੇ 33 ਇਕਾਈਆਂ ਪੇਅ ਪਦਾਰਥ ਬਣਾਉਂਦੀਆਂ ਸਨ। ਦੂਜੇ ਨੰਬਰ ਤੇ 405 ਫੈਕਟਰੀਆਂ ਲੁਧਿਆਣਾ ਜ਼ਿਲ੍ਹੇ ਵਿੱਚ (10.86%) ਅਤੇ ਫਿਰ ਪਟਿਆਲਾ (381), ਬਠਿੰਡਾ (367), ਫਿਰੋਜ਼ਪੁਰ (237 ਫੈਕਟਰੀਆਂ), ਅੰਮ੍ਰਿਤਸਰ (233 ਇਕਾਈਆਂ) ਅਤੇ ਮੋਗਾ (225 ਫੈਕਟਰੀਆਂ) ਦੇ ਜ਼ਿਲ੍ਹੇ ਖਾਧ ਪਦਾਰਥਾਂ ਦੇ ਵੱਡੇ ਉਤਪਾਦਕ ਹਨ। ਪੇਅ ਪਦਾਰਥ (Beverages) ਮੁੱਖ ਤੌਰ ਤੇ ਲੁਧਿਆਣਾ (35 ਫੈਕਟਰੀਆਂ), ਅੰਮ੍ਰਿਤਸਰ (52), ਬਠਿੰਡਾ ਅਤੇ ਫਿਰੋਜ਼ਪੁਰ (32 ਹਰੇਕ), ਸੰਗਰੂਰ (33), ਗੁਰਦਾਸਪੁਰ ਅਤੇ ਜਲੰਧਰ ਤੇ ਹੁਸ਼ਿਆਰਪੁਰ (20 ਫੈਕਟਰੀਆਂ ਹਰੇਕ) ਦੇ ਜ਼ਿਲ੍ਹਿਆਂ ਵਿੱਚ ਬਣਾਏ ਜਾਂਦੇ ਹਨ।

ਇਹ ਇੱਕ ਵੱਡਾ ਉਦਯੋਗ ਵਰਗ ਹੈ ਜਿਸ ਵਿੱਚ ਖੁਰਾਕ ਦੇ ਵਿਭਿੰਨ ਪਦਾਰਥ ਤਿਆਰ ਕੀਤੇ ਜਾਂਦੇ ਹਨ। ਇਹ ਪਦਾਰਥ ਖੇਤੀਬਾੜੀ ਅਤੇ ਪਸ਼ੂਆਂ ਤੋਂ ਪ੍ਰਾਪਤ ਕੱਚੇ ਮਾਲ ਤੋਂ ਵਰਤੋਂ ਲਈ ਬਣਾਏ ਜਾਂਦੇ ਹਨ। ਦੁੱਧ ਅਤੇ ਦੁੱਧ ਦੇ ਪਦਾਰਥ (Milk and Milk Products), ਆਟਾ ਅਤੇ ਸੂਜੀ ਆਦਿ (Flour Milling), ਬਨਸਪਤੀ ਘਿਉ (Vanaspati Manufacturing), ਖਾਣ ਵਾਲੇ ਤੇਲ (Edible Oils Manufacturing), ਸਟਾਰਚ, ਗੁਲੂਕੋਜ਼ ਅਤੇ ਸਬਜ਼ੀਆਂ-ਫਲਾਂ ਦੇ ਪਦਾਰਥ ਬਣਾਉਣ (Starh and Agro Foods), ਡੱਬਾ ਬੰਦ ਕਰਨ ਅਤੇ ਸੰਭਾਲਣ (Canning and Preservation), ਬੇਕਰੀ ਪਦਾਰਥ (Bakery Products), ਪਸ਼ੂ ਅਤੇ ਮੁਰਗੀ ਖੁਰਾਕ (Cattle Feed and Poultry Food), ਚਾਵਲ ਕੱਢਣ (Rice Shelling) ਆਦਿ ਉਦਯੋਗ ਇਸ ਵਰਗ ਵਿੱਚ ਸ਼ਾਮਲ ਹਨ।

(ੳ) ਦੁੱਧ ਅਤੇ ਦੁੱਧ ਪਦਾਰਥ ਬਣਾਉਣ ਦਾ ਉਦਯੋਗ (Milk and Milk Products Manufacturing) : ਇਸ ਵਿੱਚ ਸੁੱਕਾ ਦੁੱਧ, ਕਰੀਮ, ਮੱਖਣ, ਪਨੀਰ, ਗਾੜ੍ਹਾ ਦੁੱਧ, ਦੇਸੀ ਘਿਉ, ਬੇਬੀ ਫੂਡ, ਲੱਸੀ, ਸਿਮਿਡ ਮਿਲਕ, ਮਾਲਟਡ ਮਿਲਕ ਆਦਿ ਦੁੱਧ ਪਦਾਰਥ ਬਣਾਏ ਜਾਂਦੇ ਹਨ। ਇਸ ਉਦਯੋਗ ਵਿੱਚ ਪੰਜਾਬ ਦੇ 26 ਵੱਡੇ ਅਤੇ ਦਰਮਿਆਨੇ ਆਕਾਰ ਦੇ ਕਾਰਖਾਨੇ ਹਨ। ਬਹੁਤੇ ਕਾਰਖਾਨੇ ਪਟਿਆਲਾ (3), ਅੰਮ੍ਰਿਤਸਰ (1), ਜਲੰਧਰ (1), ਲੁਧਿਆਣਾ (7), ਗੁਰਦਾਸਪੁਰ (2), ਐਸ.ਏ.ਐਸ. ਨਗਰ (3), ਫਰੀਦਕੋਟ (ਕੋਟਕਪੂਰਾ), ਹੁਸ਼ਿਆਰਪੁਰ (1), ਬਠਿੰਡਾ (1), ਨਵਾਂਸ਼ਹਰ (1), ਰੂਪਨਗਰ (1), ਮੋਗਾ (1) ਅਤੇ ਸੰਗਰੂਰ (2) ਜ਼ਿਲ੍ਹਿਆਂ ਵਿੱਚ ਹਨ। ਅੰਮ੍ਰਿਤਸਰ ਜ਼ਿਲ੍ਹੇ ਦਾ ਵੇਰਕਾ ਮਿਲਕ ਪਲਾਂਟ ਬਹੁਤ ਪ੍ਰਸਿੱਧ ਹੈ ਜਿੱਥੇ ਘਿਉ, ਮੱਖਣ, ਲੱਸੀ ਆਦਿ ਬਣਾਏ ਜਾਂਦੇ ਹਨ। ਮੋਗੇ ਦਾ ਨੈਸਲੇ ਇੰਡੀਆ (Nestle India Ltd.) ਲਿਮਿਟਡ, ਨਾਭੇ ਦਾ ਸਮਿੱਥਕਲਾਈਨ ਬੀਚਮ ਕਨਜਿਊਮਰ ਹੈਲਥ ਕੇਅਰ ਲਿਮਿਟਡ (Smith Kline Beecham Consumer Health Care Ltd.) ਆਦਿ ਇਸ ਉਦਯੋਗ ਦੇ ਪ੍ਰਸਿੱਧ ਕਾਰਖਾਨੇ ਹਨ। 2020-21 ਦੇ ਅੰਕੜਿਆਂ ਅਨੁਸਾਰ ਪੰਜਾਬ ਵਿੱਚ ਮਿਲਕਫੈਡ ਰਾਹੀਂ ਚੱਲ ਰਹੇ 11 ਮਿਲਕ ਪਲਾਂਟ (Milk Plants) ਸਥਾਪਤ ਹਨ। ਇਨ੍ਹਾਂ ਵਿੱਚੋਂ ਇੱਕ-ਇੱਕ ਵੇਰਕਾ (ਅੰਮ੍ਰਿਤਸਰ), ਐਸ.ਏ.ਐਸ. ਨਗਰ, ਲੁਧਿਆਣਾ, ਜਲੰਧਰ, ਹੁਸ਼ਿਆਰਪੁਰ, ਸੰਗਰੂਰ, ਬਠਿੰਡਾ, ਪਟਿਆਲਾ, ਗੁਰਦਾਸਪੁਰ, ਫਿਰੋਜ਼ਪੁਰ ਅਤੇ ਫਰੀਦਕੋਟ ਵਿਖੇ ਸਥਿਤ ਹਨ। ਪ੍ਰਾਈਵੇਟ ਸੈਕਟਰ ਵਿੱਚ ਵੀ 70 ਦੇ ਲਗਭਗ ਮਿਲਕ ਪਲਾਂਟ ਕੰਮ ਕਰ ਰਹੇ ਹਨ। ਇਨ੍ਹਾਂ ਵਿੱਚ 13 ਮਾਝਾ ਪ੍ਰਦੇਸ਼ ਵਿੱਚ, 5 ਬਿਸਤ ਦੋਆਬ ਵਿੱਚ ਅਤੇ 60 ਦੇ ਲਗਭਗ ਮਾਲਵਾ ਪ੍ਰਦੇਸ਼ ਵਿੱਚ ਪਾਏ ਜਾਂਦੇ ਹਨ।

1997-98 ਅਨੁਸਾਰ ਪੰਜਾਬ ਨੇ 38441 ਟਨ ਦੁੱਧ ਪਾਊਡਰ, 21,273 ਟਨ ਦੇਸੀ ਘਿਉ, 1,67,3387 ਲਿਟਰ ਸਿਕਿੱਡ ਮਿਲਕ ਤੇ 47,297 ਟਨ ਮਾਲਟਡ ਮਿਲਕ ਫੈਡ ਪੈਦਾ ਕੀਤਾ ਸੀ। ਇਸ ਉਦਯੋਗ ਬਾਰੇ ਵਧੇਰੇ ਜਾਣਕਾਰੀ ਖੇਤੀਬਾੜੀ ਸੈਕਸ਼ਨ ਵਿੱਚ ਡੇਅਰੀ ਫਾਰਮਿੰਗ ਸਿਰਲੇਖ ਅਧੀਨ ਦਿੱਤੀ ਗਈ ਹੈ। 2020-21 ਵਿੱਚ ਰਾਜ ਵਿੱਚ 158 ਟਨ ਦੁੱਧ ਪਾਊਡਰ ਅਤੇ 140.77 ਲੱਖ ਮੀ. ਟਨ ਦੁੱਧ ਦਾ ਉਤਪਾਦਨ ਹੋਇਆ ਸੀ।

(ਅ) ਆਟਾ ਅਤੇ ਸੂਜੀ ਆਦਿ ਬਣਾਉਣ ਦਾ ਉਦਯੋਗ (Flour Milling) : ਘਰਾਂ ਵਿੱਚ ਹੱਥ ਚੱਕੀ ਰਾਹੀਂ ਆਟਾ ਪੀਹਣ ਦਾ ਕੰਮ ਲਗਭਗ ਅਲੋਪ ਹੋ ਚੱਲਿਆ ਹੈ। ਪੰਜਾਬ ਵਿੱਚ ਆਟਾ ਹਰ ਰੋਜ਼ ਹਰ ਘਰ ਵਿੱਚ ਦਿਨ ਦੇ ਦੋ-ਤਿੰਨ ਵਾਲ ਵਰਤਿਆ ਜਾਂਦਾ ਹੈ। ਹੁਣ ਆਮ ਪਿੰਡਾਂ ਵਿੱਚ ਬਿਜਲੀ ਨਾਲ ਚਲਣ ਵਾਲੀਆਂ ਜਾਂ ਡੀਜ਼ਲ ਨਾਲ ਚੱਲਣ ਵਾਲੀਆਂ ਆਟਾ ਚੱਕੀਆਂ ਲੱਗੀਆਂ ਹੋਈਆਂ

ਹਨ ਜੋ ਸਥਾਨਕ ਲੋੜਾਂ ਪੂਰੀਆਂ ਕਰਦੀਆਂ ਹਨ। ਆਮ ਕਸਬਿਆਂ ਅਤੇ ਸ਼ਹਿਰਾਂ ਵਿੱਚ ਅਜਿਹੀਆਂ ਬਹੁਤ ਸਾਰੀਆਂ ਚੱਕੀਆਂ ਲੱਗੀਆਂ ਹੁੰਦੀਆਂ ਹਨ ਪਰੰਤੂ ਵੱਡੇ ਪੈਮਾਨੇ ਤੇ ਕਣਕ ਤੋਂ ਆਟਾ, ਸੂਜੀ, ਮੈਦਾ, ਛਾਣ ਜਾਂ ਚੋਕਰ (bran) ਆਦਿ ਬਣਾਉਣ ਲਈ ਆਧੁਨਿਕ ਆਟਾ ਮਿੱਲਾਂ (Flour Mills) ਲਗਾਈਆਂ ਗਈਆਂ ਹਨ। ਰਾਜ ਵਿੱਚ 10 ਦਰਮਿਆਨੇ ਅਤੇ ਵੱਡੇ ਆਕਾਰ ਦੀਆਂ ਆਟਾ ਮਿਲ੍ਹਾਂ ਹਨ। ਇਨ੍ਹਾਂ ਵਿੱਚੋਂ 4 ਲੁਧਿਆਣਾ ਜ਼ਿਲ੍ਹੇ (2 ਲੁਧਿਆਣਾ ਸ਼ਹਿਰ ਵਿੱਚ) ਅਤੇ 2 ਅੰਮ੍ਰਿਤਸਰ ਜ਼ਿਲ੍ਹੇ (1 ਅੰਮ੍ਰਿਤਸਰ ਸ਼ਹਿਰ ਵਿੱਚ) ਅਤੇ 2 ਸੰਗਰੂਰ ਦੇ ਸੁਨਾਮ ਕਸਬੇ ਵਿੱਚ ਹਨ। ਪਟਿਆਲਾ ਅਤੇ ਬਠਿੰਡਾ ਵਿਖੇ ਵੀ ਇਕ-ਇਕ ਆਟਾ ਮਿਲ ਹੈ। ਲੁਧਿਆਣਾ ਅਤੇ ਅੰਮ੍ਰਿਤਸਰ ਪੰਜਾਬ ਦੇ ਸਭ ਤੋਂ ਵੱਡੇ ਸ਼ਹਿਰ ਹਨ ਜਿੱਥੇ ਆਟੇ ਦੀ ਭਾਰੀ ਮੰਗ ਹੈ। ਇਨ੍ਹਾਂ ਜ਼ਿਲ੍ਹਿਆਂ ਵਿੱਚ ਕਣਕ ਵੀ ਬਹੁਤ ਪੈਦਾ ਹੁੰਦੀ ਹੈ। ਲੁਧਿਆਣਾ ਜ਼ਿਲ੍ਹੇ ਵਿੱਚ ਖੰਨਾ ਅਤੇ ਜਗਰਾਉਂ ਵਿਖੇ ਵੀ ਆਟਾ ਮਿਲ੍ਹਾਂ ਹਨ। ਗੋਇੰਦਵਾਲ ਸਾਹਿਬ ਵਿਖੇ ਵੀ ਇੱਕ ਆਟਾ ਮਿਲ੍ਹ ਹੈ। ਹੁਸ਼ਿਆਰਪੁਰ ਵਿਖੇ ਵੀ ਇੱਕ ਰੋਲਰ ਮਿਲ੍ਹ ਹੈ।

ਪੰਜਾਬ ਵਿੱਚ ਆਟਾ ਮਿਲ੍ਹਾਂ ਦੇ ਵਿਕਾਸ ਦੀ ਬਹੁਤ ਸੰਭਾਵਨਾ ਹੈ। ਪੰਜਾਬ ਕੇਂਦਰੀ ਭੰਡਾਰ ਲਈ ਕਣਕ ਦੀ ਕੁੱਲ ਖਰੀਦ ਦਾ 57.6% ਤੋਂ ਜ਼ਿਆਦਾ ਦਾ ਯੋਗਦਾਨ ਪਾਉਂਦਾ ਹੈ। ਇਸ ਭਾਰੀ ਯੋਗਦਾਨ (2000-01 ਵਿੱਚ 94.2 ਲੱਖ ਮੀ. ਟਨ) ਦਾ ਕਾਫੀ ਭਾਗ ਆਟੇ ਦੇ ਰੂਪ ਵਿੱਚ ਵਿਭਿੰਨ ਰਾਜਾਂ ਨੂੰ ਭੇਜਿਆ ਜਾ ਸਕਦਾ ਹੈ। ਇਸ ਨਾਲ ਰਾਜ ਦਾ ਆਟਾ ਆਦਿ ਬਣਾਉਣ ਦਾ ਉਦਯੋਗ ਜ਼ਿਆਦਾ ਵਿਕਸਤ ਹੋ ਸਕਦਾ ਹੈ।

(ੲ) ਬੇਕਰੀ ਉਦਯੋਗ (Bakery Industry) : ਹਰ ਛੋਟੇ-ਵੱਡੇ ਸ਼ਹਿਰ ਵਿੱਚ ਸਥਾਨਕ ਲੋੜਾਂ ਪੂਰੀਆਂ ਕਰਨ ਲਈ ਛੋਟੀਆਂ ਬੇਕਰੀਆਂ ਸਥਾਪਤ ਹਨ ਜਿੱਥੇ ਡਬਲ ਰੋਟੀਆਂ ਅਤੇ ਵਿਭਿੰਨ ਪ੍ਰਕਾਰ ਦੇ ਬਿਸਕੁਟ ਆਦਿ ਬਣਾਏ ਜਾਂਦੇ ਹਨ। ਇਹ ਛੋਟੀਆਂ ਇਕਾਈਆਂ ਆਧੁਨਿਕ ਤਕਨੀਕ ਦੀ ਵਰਤੋਂ ਨਹੀਂ ਕਰਦੀਆਂ ਹਨ ਅਤੇ ਉਤਪਾਦਾਂ ਦੀ ਸ਼ੁੱਧਤਾ ਅਤੇ ਸਫਾਈ ਵੱਲ ਪੂਰਾ ਧਿਆਨ ਨਹੀਂ ਰੱਖਦੀਆਂ ਹਨ। ਪੰਜਾਬ ਵਿੱਚ ਕਣਕ ਭਾਰੀ ਮਾਤਰਾ ਵਿੱਚ ਪੈਦਾ ਹੁੰਦੀ ਹੈ। ਪੰਜਾਬ ਦੇ ਲੋਕ ਮੁਕਾਬਲਤਨ ਅਮੀਰ ਹਨ। ਉਨ੍ਹਾਂ ਦੀ ਖਰੀਦਣ ਸ਼ਕਤੀ ਅਤੇ ਜੀਵਨ ਸਤਰ ਉੱਚੇ ਹਨ। ਉਹ ਵਧੀਆ ਪ੍ਰਕਾਰ ਦੇ ਭੁੰਨੇ ਹੋਏ ਪਦਾਰਥ ਖਰੀਦ ਸਕਦੇ ਹਨ ਪਰੰਤੂ ਰਾਜ ਵਿੱਚ ਵੱਡੇ ਅਕਾਰ ਦੇ ਬੇਕਰੀ ਪਦਾਰਥ ਬਣਾਉਣ ਦਾ ਇੱਕ ਕਾਰਖਾਨਾ **'ਬੇਕਮੈਨਜ਼ ਹੋਮ ਪ੍ਰੋਡਕਟਸ'** ਦਾ ਪਟਿਆਲਾ ਵਿਖੇ ਹੈ। ਦੂਜਾ ਵੱਡਾ ਕਾਰਖਾਨਾ ਅੰਮ੍ਰਿਤਸਰ ਵਿਖੇ ਮੈਸਰਜ ਵਿਸ਼ਾ ਪਲੈਸਟੋ ਪਰਿੰਟਸ ਦਾ ਹੈ। ਜਲੰਧਰ, ਲੁਧਿਆਣਾ ਅਤੇ ਅੰਮ੍ਰਿਤਸਰ ਵਿਖੇ ਡਬਲ ਰੋਟੀ, ਪੇਸਟਰੀ, ਬਿਸਕੁਟ ਆਦਿ ਬਮਾਉਣ ਦੀਆਂ ਕਈ ਛੋਟੀਆਂ ਇਕਾਈਆਂ ਕੰਮ ਕਰ ਰਹੀਅਆਂ ਹਨ। ਪੰਜਾਬ ਵਿੱਚ ਬਹੁਤ ਸਾਰੀਆਂ ਆਧੁਨਿਕ ਟੈਕਨਾਲੋਜੀ ਉੱਤੇ ਆਧਾਰਤ ਬੇਕਰੀਆਂ ਚੱਲ ਸਕਦੀਆਂ ਹਨ। ਮਾਰਕਫੈੱਡ ਅਤੇ ਦਿੱਲੀ ਦੀ ਮਾਡਰਨ ਬਰੈਡ ਸੰਸਥਾ ਇਸ ਖੇਤਰ ਵਿੱਚ ਪਹਿਲ ਕਰਕੇ ਪੰਜਾਬ ਦੇ ਲੋਕਾਂ ਨੂੰ ਪੌਸ਼ਟਿਕ ਅਤੇ ਸਾਫ-ਸੁਥਰੀ ਡਬਲ ਰੋਟੀ ਅਤੇ ਦੂਜੇ ਪਦਾਰਥ ਪ੍ਰਦਾਨ ਕਰ ਸਕਦੀਆਂ ਹਨ।

(ਸ) ਵਨਸਪਤੀ ਘਿਉ ਬਣਾਉਣ ਦਾ ਉਦਯੋਗ (Vanaspati Manufacturing) : ਵਨਸਪਤੀ ਘਿਉ ਬਣਾਉਣ ਦਾ ਉਦਯੋਗ ਖੇਤੀਬਾੜੀ ਉੱਤੇ ਆਧਾਰਤ ਹੈ। ਵਨਸਪਤੀ ਘਿਉ ਖਾਣ ਵਾਲੇ ਤੇਲਾਂ ਤੋਂ ਬਣਾਏ ਜਾਂਦੇ ਹਨ। ਪੰਜਾਬ ਵਿੱਚ ਖਾਣ ਵਾਲੇ ਤੇਲਾਂ ਜਿਵੇਂ ਕਿ ਮੂੰਗਫਲੀ, ਸਰ੍ਹੋਂ, ਰਾਇਆ, ਤਾਰਾਮੀਰਾ, ਤਿਲ, ਅਲਸੀ ਆਦਿ ਦਾ ਉਤਪਾਦਨ ਘੱਟ ਹੈ। ਵਨਸਪਤੀ ਘਿਉ ਉਧਯੋਗ ਵਿੱਚ ਮੂੰਗਫਲੀ ਦਾ ਤੇਲਜ਼ਿਆਦਾ ਵਰਤਿਆ ਜਾਂਦਾ ਹੈ ਪਰੰਤੂ ਪੰਜਾਬ ਵਿੱਚ ਮੂੰਗਫਲੀ ਦਾ ਉਤਪਾਦਨ ਘੱਟ ਹੈ ਅਤੇ ਇਹ ਲਗਾਤਾਰ ਘੱਟ ਰਿਹਾ ਹੈ। ਇਸ ਕਾਰਨ ਪੰਜਾਬ ਦਾ ਵਨਸਪਤੀ ਘਿਉ ਦਾ ਉਦਯੋਗ ਆਯਾਤ ਕੀਤੇ ਜਾਂ ਦੂਜੇ ਰਾਜਾਂ ਤੋਂ ਮੰਗਵਾ ਕੇ ਖਾਣ ਵਾਲੇ ਤੇਲਾਂ ਉੱਤੇ ਕਾਫੀ ਨਿਰਭਰ ਕਰਦਾ ਹੈ। ਰਾਜ ਵਿੱਚ ਵਨਸਪਤੀ ਘਿਉ ਦੀ ਬਹੁਤ ਮੰਗ ਹੈ। 1993-94 ਵਿੱਚ ਪੰਜਾਬ ਨੇ 1 ਲੱਖ 17 ਹਜ਼ਾਰ 2 ਸੌ ਅਠਾਰਾਂ ਮੀ. ਟਨ ਵਨਸਪਤੀ ਘਿਉ ਬਣਾਇਆ ਸੀ। 1990-91 ਅਨੁਸਾਰ ਇਹ ਉਤਪਾਦਨ 1 ਲੱਖ 28 ਹਜਾਰ 5 ਸੌ ਇੱਕਤਰ ਮੀ.ਟਨ ਸੀ। 1997-98 ਵਿੱਚ ਪੰਜਾਬ ਨੇ 1,17,035 ਟਨ ਵਨਸਪਤੀ ਘਿਉ ਬਣਾਇਆ ਸੀ। 2014-15 ਵਿੱਚ ਪੰਜਾਬ ਨੇ 2.45 ਲੱਖ ਮੀ. ਟਨ ਵਨਸਪਤੀ ਘਿਉ ਬਣਾਇਆ ਸੀ।

ਰਾਜ ਵਿੱਚ ਵਸਪਤੀ ਘਿਉ ਬਣਾਉਣ ਦੇ 16 ਦਰਮਿਆਨੇ ਅਤੇ ਵੱਡੇ ਅਕਾਰ ਦੇ ਕਾਰਖਾਨੇ ਸਨ। ਇਹ ਮੁੱਖ ਤੌਰ ਤੇ ਲੁਧਿਆਣਾ ਜ਼ਿਲ੍ਹਾ, ਫਿਰੋਜ਼ਪੁਰ ਜ਼ਿਲ੍ਹਾ (4), ਅੰਮ੍ਰਿਤਸਰ ਜ਼ਿਲ੍ਹਾ (2), ਗੁਰਦਾਸਪੁਰ ਜ਼ਿਲ੍ਹਾ (3) ਵਿੱਚ ਅਤੇ ਪਟਿਆਲਾ, ਸੰਗਰੂਰ

(2) ਅਤੇ ਰੂਪਨਗਰ ਜ਼ਿਲ੍ਹਿਆਂ ਵਿੱਚ (ਹਰ ਇੱਕ ਵਿੱਚ 1 ਕਾਰਖਾਨਾ) ਵਿੱਚ ਲੱਗੇ ਹੋਏ ਹਨ। 16 ਵਿੱਚੋਂ 11 ਕਾਰਖਾਨੇ ਤੇਲ ਦੇ ਬੀਜ ਪੈਦਾ ਕਰਨ ਵਾਲੇ ਮਾਲਵਾ ਖੇਤਰ ਵਿੱਚ ਸਥਿਤ ਹਨ। ਲੁਧਿਆਣਾ ਅਤੇ ਖੰਨਾ ਵੱਡੀਆਂ ਮੰਡੀਆਂ ਹਨ। ਕਾਰਖਾਨੇ ਤਾਂ ਲੁਧਿਆਣਾ ਕੰਪਲੈਕਸ ਵਿੱਚ ਹੀ ਸਥਿਤ ਹਨ। ਖੰਨਾ ਵਿਖੇ ਵੀ ਇੱਕ ਕਾਰਖਾਨਾ ਹੈ। ਇਕ-ਇੱਕ ਕਾਰਖਾਨਾ ਛੇਹਰਟਾ ਅਤੇ ਅੰਮ੍ਰਿਤਸਰ ਵਿਖੇ ਲੱਗਿਆ ਹੋਇਆ ਹੈ।

ਕਪਾਹ ਪੈਦਾ ਕਰਨ ਵਾਲੇ ਫਿਰੋਜ਼ਪੁਰ ਦੇ ਅਬੋਹਰ ਖੇਤਰ ਵਿੱਚ ਦੋ ਵਨਸਪਤੀ ਘਿਉ ਦੇ ਕਾਰਖਾਨੇ ਹਨ। ਇੱਕ ਕਾਰਖਾਨਾ ਫਿਰੋਜ਼ਪੁਰ ਸ਼ਹਿਰ ਨੇੜੇ ਹੈ। ਇਹ ਕਾਰਖਾਨੇ ਵੜੇਵਿਆਂ (Cotton Seed) ਦੇ ਤੇਲ ਉੱਤੇ ਆਧਾਰਤ ਹਨ। ਵਨਸਪਤੀ ਘਿਉ ਦੇ ਦੋ ਕਾਰਖਾਨੇ ਗੁਰਦਾਸਪੁਰ ਜ਼ਿਲ੍ਹੇ ਵਿੱਚ ਅਤੇ ਇੱਕ-ਇੱਕ ਰੂਪਨਗਰ (ਖਰੜ), ਪਟਿਆਲਾ (ਰਾਜਪੁਰਾ) ਅਤੇ ਸੰਗਰੂਰ (ਸੰਗਰੂਰ ਸ਼ਹਿਰ) ਜ਼ਿਲ੍ਹਿਆਂ ਵਿੱਚ ਹਨ।

(ਹ) ਖਾਣ ਵਾਲੇ ਤੇਲ ਬਣਾਉਣ ਦਾ ਉਦਯੋਗ (Edible Oils Manufacturing) : ਖਾਣ ਵਾਲੇ ਬਨਸਪਤੀ ਤੇਲ ਮਹੱਤਵਪੂਰਨ ਪਕਾਊ ਸਾਧਨ (Cooking Meidium) ਹਨ। ਦਿਲ ਦੇ ਰੋਗਾਂ ਤੇ ਮੋਟਾਪੇ ਦੇ ਰੋਗਾਂ ਤੋਂ ਬਚਣ ਬਾਰੇ ਜਾਗਰੂਕਤਾ ਫਲਸਰੂਪ ਲੋਕਾਂ ਦਾ ਝੁਕਾ ਬਨਸਪਤੀ ਘਿਉ ਦੀ ਘੱਟ ਵਰਤੋਂ ਅਤੇ ਬਨਸਪਤੀ ਤੇਲਾਂ ਦੀ ਵੱਧ ਵਰਤੋਂ ਵੱਲ ਜਾ ਰਿਹਾ ਹੈ। ਇਸ ਕਾਰਨ ਦਿਨ-ਬ-ਦਿਨ ਖਾਣ ਵਾਲੇ ਤੇਲਾਂ ਦੀ ਮੰਗ ਤੇਜ਼ੀ ਨਾਲ ਵੱਧ ਰਹੀ ਹੈ। ਇਸ ਤੋਂ ਬਿਨਾਂ ਤੇਲ ਕੱਢਣ ਦੀ ਪ੍ਰਕਿਰਿਆ ਵਿੱਚ ਬਚਿਆ ਫੋਕ (ਖਲ) ਇੱਕ ਮਹੱਤਵਪੂਰਣ ਅਤੇ ਪੌਸ਼ਟਿਕ ਪਸ਼ੂ ਆਹਾਰ (Oil Cake) ਬਣਦੀ ਹੈ। ਇਸ ਦੀ ਸਾਡੇ ਸਿਹਤਮੰਦ ਪਸ਼ੂ ਧਨ ਲਈ ਭਾਰੀ ਲੋੜ ਹੈ। 1993-94 ਵਿੱਚ ਪੰਜਾਬ ਨੇ 1,17,982 ਟਨ ਖਾਣ ਵਾਲੇ ਤੇਲ ਪੈਦਾ ਕੀਤੇ ਸਨ। 1990-91 ਅਨੁਸਾਰ ਇਹ ਉਤਪਾਦਨ 1 ਲੱਖ 27 ਹਜ਼ਾਰ 6 ਸੌ ਚੁਰਾਨਵੇ ਟਨ ਸੀ। 2000-01 ਸਾਲ ਦੌਰਾਨ ਉਤਪਾਦਨ ਘੱਟ ਕੇ ਕੇਵਲ 88 ਹਜ਼ਾਰ ਮੀ. ਟਨ ਰਹਿ ਗਿਆ ਸੀ।

ਖਾਣ ਵਾਲੇ ਤੇਲ ਕੱਢਣ ਦਾ ਕੰਮ ਪੁਰਾਣਾ ਹੈ। ਪਿੰਡਾਂ ਅਤੇ ਮੰਡੀ ਸ਼ਹਿਰਾਂ ਵਿੱਚ ਬਲਦ ਨਾਲ ਚੱਲਣ ਵਾਲੇ ਕੋਹਲੂ ਆਮ ਹੁੰਦੇ ਸਨ। ਹੁਣ ਇਨ੍ਹਾਂ ਦੀ ਥਾਂ ਡੀਜ਼ਲ ਇੰਜਣ ਅਤੇ ਬਿਜਲੀ ਮੋਟਰ ਨਾਲ ਚੱਲਣ ਵਾਲੇ ਮਸ਼ੀਨੀ ਕੋਹਲੂਆਂ (Expellers) ਨੇ ਲੈ ਲਈ ਹੈ। ਪਿੰਡਾਂ ਅਤੇ ਕਸਬਿਆਂ ਵਿੱਚ ਘਾਣੀ ਕੱਢਣ ਦੀਆਂ ਮਸ਼ੀਨਾਂ ਆਟਾ ਚੱਕੀ ਮਸ਼ੀਨਾਂ ਦੇ ਨਾਲ ਚੱਲਦੀਆਂ ਹਨ। ਹਰ ਘਰ ਵਿੱਚ ਖਾਣ ਵਾਲੇ ਤੇਲ ਦੀ ਲੋੜ ਹੈ। ਉੱਤਰੀ ਅਤੇ ਮੱਧਵਰਤੀ ਪੰਜਾਬ ਵਿੱਚ ਸਰ੍ਹੋਂ, ਰਾਇਆ, ਤਾਰਾਮੀਰਾ, ਤਿਲ ਆਦਿ ਦਾ ਤੇਲ ਕੱਢਿਆ ਜਾਂਦਾ ਹੈ। ਪਰੰਤੂ ਦੱਖਣ-ਪੱਛਮੀ ਪੰਜਾਬ ਵਿੱਚ (ਮਾਲਵਾ ਖੇਤਰ) ਵਿੱਚ ਇਨ੍ਹਾਂ ਤੇਲ ਬੀਜਾਂ ਦੇ ਨਾਲ-ਨਾਲ ਕਾਫੀ ਮਾਤਰਾ ਵਿੱਚ ਵੜੇਵਿਆਂ ਦਾ ਤੇਲ ਕੱਢਿਆ ਜਾਂਦਾ ਹੈ।

ਰਾਜ ਵਿੱਚ ਮਾਰਚ 1998 ਅਨੁਸਾਰ ਚਾਰ ਤੇਲ ਕੱਢਣ ਦੇ ਵੱਡੇ ਕਾਰਖਾਨੇ ਸਨ। ਇਨ੍ਹਾਂ ਵਿੱਚੋਂ ਇੱਕ ਕਪੂਰਥਲਾ ਵਿਖੇ, ਇੱਕ ਸੰਗਰੂਰ ਵਿਖੇ, ਇੱਕ ਪਿੰਡ ਸਿੰਬਲੀ ਹੁਸ਼ਿਆਰਪੁਰ ਜ਼ਿਲ੍ਹੇ ਵਿੱਚ ਅਤੇ ਇੱਕ ਗੁਰਦਾਸਪੁਰ ਜ਼ਿਲ੍ਹੇ ਵਿੱਚ ਕਾਦੀਆਂ ਵਿਖੇ ਹੈ। ਤੇਲ ਕੱਢਣ ਦੀਆਂ ਬਹੁਤ ਸਾਰੀਆਂ ਛੋਟੀਆਂ ਇਕਾਈਆਂ ਹਨ ਜੋ ਕਸਬਿਆਂ ਅਤੇ ਸ਼ਹਿਰਾਂ ਵਿੱਚ ਕੰਮ ਕਰ ਰਹੀਆਂ ਹਨ। 2015 ਅਨੁਸਾਰ ਪੰਜਾਬ ਵਿੱਚ ਖਾਣ ਵਾਲੇ ਤੇਲ ਬਣਾਉਣ ਦੇ 10 ਦਰਮਿਆਨੇ ਅਤੇ ਵੱਡੇ ਪੱਧਰ ਦੇ ਕਾਰਖਾਨੇ ਸਨ। ਇਹ ਅੰਮ੍ਰਿਤਸਰ, ਕਾਦੀਆਂ ਅਤੇ ਪਠਾਨਕੋਟ ਤਹਿਸੀਲ (ਆਜਲਜਪੁਰ ਅਤੇ ਨਨਚੰਗਾ ਪਿੰਡਾਂ ਵਿੱਚ) ਵਿੱਚ, ਫਤਹਿਗੜ੍ਹ ਸਾਹਿਬ ਦੇ ਸ਼ਾਹਪੁਰ ਪਿੰਡ, ਫਾਜ਼ਿਲਕਾ ਵਿੱਚ, ਅਬੋਹਰ ਖੂਹੀਆ ਸਰੀਵਾਰ ਅਤੇ ਫਾਜ਼ਿਲਕਾ ਬਲਾਕਾਂ ਵਿੱਚ ਫਿਰੋਜ਼ਪੁਰ ਸ਼ਹਿਰ, ਜ਼ਿਲ੍ਹਾ ਬਠਿੰਡਾ (ਰਾਮਾ ਮੰਡੀ), ਖੰਨਾ, ਰਾਜਪੁਰਾ, ਸੰਗਰੂਰ, ਸੁਨਾਮ, ਕਪੂਰਥਲਾ, ਹੁਸ਼ਿਆਰਪੁਰ ਆਦਿ ਖੇਤਰਾਂ ਵਿੱਚ ਪਾਏ ਜਾਂਦੇ ਹਨ।

(ਕ) ਚਾਵਲ ਕੱਢਣ ਦਾ ਉਦਯੋਗ (Rice Milling) : ਪੰਜਾਬ ਚਾਵਲ ਦਾ ਇੱਕ ਮਹੱਤਵਪੂਰਣ ਉਤਪਾਦਕ ਹੈ। ਚਾਵਲ ਛਿਲਕੇ ਸਮੇਤ ਝੋਨੇ (paddy) ਦੇ ਰੂਪ ਵਿੱਚ ਪੈਦਾ ਹੁੰਦਾ ਹੈ। ਰਾਜ ਦਾ ਬਹੁਤ ਸਾਰਾ ਚਾਵਲ (80% ਦੇ ਲਗਭਗ) ਮੰਡੀਕਰਣ ਤੋਂ ਬਾਅਦ ਉਪਭੋਗਤਾਵਾਂ ਤੱਕ ਪਹੁੰਚਣ ਤੋਂ ਪਹਿਲਾਂ ਛੜਿਆ (Shelled) ਜਾਂਦਾ ਹੈ। ਇਸ ਪ੍ਰਕਿਰਿਆ ਵਿੱਚ ਚਾਵਲ ਦਾ ਛਿਲਕਾ (husk) ਉਤਾਰਿਆ ਜਾਂਦਾ ਹੈ ਅਤੇ ਉਸ ਨੂੰ ਕੁੱਝ ਹੋਰ ਪ੍ਰਕਿਰਿਆਵਾਂ (processes) ਵਿੱਚੋਂ ਲੰਘਣਾ ਪੈਂਦਾ ਹੈ ਅਤੇ ਫਿਰ ਉਹ

ਉਪਭੋਗਤਾਵਾਂ ਕੋਲ ਜਾਣ ਯੋਗ ਹੁੰਦਾ ਹੈ। ਇਨ੍ਹਾਂ ਪ੍ਰਕਿਰਿਆਵਾਂ ਵਿੱਚ ਚਾਵਲ ਨੂੰ ਪਾਲਸ਼ ਕਰਨਾ ਅਤੇ ਗਰਮ ਪਾਣੀ ਵਿੱਚ ਭਿਗੋਣਾ (parboiling) ਸ਼ਾਮਲ ਹਨ। ਝੋਨੇ ਤੋਂ ਚਾਵਲ ਬਣਾਉਣ ਦਾ ਕੰਮ ਚਾਵਲ ਦੇ ਸੈਲਰਾਂ (Rice Shellers) ਵਿੱਚ ਪੂਰਾ ਹੁੰਦਾ ਹੈ।

ਚਾਵਲ ਸ਼ੈਲਰ ਆਮ ਕਰਕੇ ਝੋਨਾ ਪੈਦਾ ਕਰਨ ਵਾਲੇ ਖੇਤਰਾਂ ਵਿੱਚ ਲੱਗੇ ਹੁੰਦੇ ਹਨ। ਪੰਜਾਬ ਕੋਲ ਬਹੁਤ ਸਾਰਾ ਵਾਧੂ ਚਾਵਲ ਹੈ। ਇਸ ਸਭ ਨੂੰ ਛੱਟਣ ਦੀ ਲੋੜ ਪੈਂਦੀ ਹੈ। ਹਰ ਜ਼ਿਲ੍ਹੇ ਵਿੱਚ ਚਾਵਲ ਸ਼ੈਲਰ ਹਨ। 1990-91 ਅਨੁਸਾਰ ਪੰਜਾਬ ਵਿੱਚ 66 ਚਾਵਲ ਸ਼ੈਲਰ ਸਨ। 1993-94 ਅਨੁਸਾਰ ਇਨ੍ਹਾਂ ਦੀ ਗਿਣਤੀ ਵੱਧ ਕੇ 465 ਹੋ ਗਈ ਸੀ। 1997-98 ਅਨੁਸਾਰ ਪੰਜਾਬ ਵਿੱਚ 147 ਚਾਵਲਾਂ ਦੇ ਸ਼ੈਲਰ ਸਨ। ਵੱਡੇ ਅਤੇ ਦਰਮਿਆਨੇ ਉਦਯੋਗਾਂ ਦੇ ਰੂਪ ਵਿੱਚ ਰਾਜ ਵਿੱਚ 7 ਚਾਵਲ ਕੱਢਣ ਦੇ ਕਾਰਖਾਨੇ ਸਨ। ਇਨ੍ਹਾਂ ਵਿੱਚੋਂ 4 ਅੰਮ੍ਰਿਤਸਰ ਵਿੱਚ, ਦੋ ਲੁਧਿਆਣੇ ਵਿੱਚ ਅਤੇ ਇੱਕ ਫਿਰੋਜ਼ਪੁਰ ਦੇ ਜ਼ਿਲ੍ਹੇ ਵਿੱਚ ਸੀ। ਇਸ ਸਮੇਂ ਪੰਜਾਬ ਵਿੱਚ ਲਗਭਗ 3400 ਰਾਈਸ ਸ਼ੈਲਰਜ਼ ਹਨ। 2020 -21 ਵਿੱਚ ਪੰਜਾਬ ਦੇ ਰਾਈਸ ਸੈਲਰਾਂ ਵਿੱਚ 6,60,836.1 ਲੱਖ ਰੁਪਏ ਦਾ ਚਾਵਲ ਪੈਦਾ ਕੀਤਾ ਸੀ।

ਚਾਵਲ ਕੱਢਣ ਦੇ ਉਦਯੋਗ ਵਿੱਚ ਚਾਵਲਾਂ ਤੋਂ ਬਿਨਾਂ ਚਾਵਲਾਂ ਦਾ ਚੋਟਾ, ਛੱਟਣ (bran) ਅਤੇ ਛਿਲਕਾ (husk) ਪ੍ਰਾਪਤ ਹੁੰਦੇ ਹਨ। ਛੱਟਣ ਤੋਂ ਤੇਲ (rice bean oil) ਕੱਢਿਆ ਜਾਂਦਾ ਹੈ। ਟੋਟਾ ਮਾਨਵੀ ਵਰਤੋਂ ਅਤੇ ਪੋਲਟਰੀ ਖੁਰਾਕ ਦੇ ਰੂਪ ਵਿੱਚ ਵਰਤਿਆ ਜਾਂਦਾ ਹੈ। ਛਿਲਕੇ ਦਾ ਨਿਪਟਾਰਾ ਇੱਕ ਮਹੱਤਵਪੂਰਣ ਸਮੱਸਿਆ ਹੈ। ਕਈ ਉਦਯੋਗ ਇਸ ਨੂੰ ਬਾਲਣ (fuel) ਦੇ ਰੂਪ ਵਿੱਚ ਵਰਤ ਰਹੇ ਹਨ। ਇਸ ਨਾਲ ਵਾਤਾਵਰਣ ਦਾ ਬਹੁਤ ਪਰਦੂਸ਼ਣ ਹੁੰਦਾ ਹੈ। ਇਸ ਤੋਂ ਇੱਟਾਂ (brickets) ਬਣਾਈਆਂ ਜਾ ਸਕਦੀਆਂ ਹਨ। 1997-98 ਅਨੁਸਾਰ ਰਾਜ ਵਿੱਚ 21,76,015 ਟਨ ਕੱਚਾ ਚਾਵਲ (raw rice) ਚਾਵਲ ਸ਼ੈਲਰਾਂ ਨੇ ਤਿਆਰ ਕੀਤਾ ਸੀ। ਮਾਰਚ 1998 ਅਨੁਸਾਰ ਰਾਜ ਵਿੱਚ 27 ਚਾਵਲ ਛੱਟਣ ਤੋਂ ਤੇਲ ਕੱਢਣ ਦੇ ਕਾਰਖਾਨੇ (Rice Bran Oil Extraction Industries) ਸਨ। ਇਹ ਜ਼ਿਆਦਾਤਰ ਸੰਗਰੂਰ, ਅੰਮ੍ਰਿਤਸਰ, ਫਿਰੋਜ਼ਪੁਰ, ਫਰੀਦਕੋਟ, ਬਠਿੰਡਾ, ਪਟਿਆਲਾ ਅਤੇ ਕਪੂਰਥਲਾ ਜ਼ਿਲ੍ਹਿਆਂ ਵਿੱਚ ਲੱਗੇ ਹੋਏ ਹਨ।

(ਖ) ਸਟਾਰਚ ਅਤੇ ਐਗਰੋ-ਫੂਡ ਉਦਯੋਗ (Starch and Agro Food Inudstries) : ਮੱਕੀ ਤੋਂ ਸਟਾਰਚ ਅਤੇ ਹੋਰ ਕਈ ਪਦਾਰਥ ਜਿਵੇਂ ਕਿ ਗੁਲੂਕੋਜ਼, ਡੈਕਸਟਰੋਜ਼ (Glucose and Dextrose) ਆਦਿ ਤਿਆਰ ਕੀਤੇ ਜਾਂਦੇ ਹਨ। ਇਸ ਵਿੱਚ ਮੱਕੀ ਦਾ ਤੇਲ ਵੀ ਕੱਢਿਆ ਜਾਂਦਾ ਹੈ। ਰਾਜ ਵਿੱਚ ਦੋ ਦਰਮਿਆਨੇ ਅਤੇ ਵੱਡੇ ਅਕਾਰ ਦੇ ਕਾਰਖਾਨੇ ਹਨ ਜਿੱਥੇ ਮੱਕੀ ਤੋਂ ਕਈ ਪਦਾਰਥ ਤਿਆਰ ਕੀਤੇ ਜਾਂਦੇ ਹਨ। ਇਹ ਕਾਰਖਾਨੇ ਸੰਗਰੂਰ ਅਤੇ ਫਗਵਾੜਾ ਵਿਖੇ ਹਨ। ਮੋਹਾਲੀ ਵਿਖੇ ਵੀ ਇੱਕ ਅਜਿਹਾ ਕਾਰਖਾਨਾ ਹੈ। ਰਾਜ ਵਿੱਚ ਮੱਕੀ ਦੀਆਂ ਖਿੱਲਾਂ (Corn Flakes) ਦੀ ਮੰਗ ਵੱਧ ਰਹੀ ਹੈ। ਮੱਕੀ ਤੋਂ ਕਈ ਹੋਰ ਅਹਾਰ (food) ਬਣਾਏ ਜਾ ਸਕਦੇ ਹਨ। ਉੱਚਾ ਜੀਵਨ ਸਤਰ ਅਤੇ ਉੱਚੀ ਖਰੀਦਣ ਸ਼ਕਤੀ ਕਾਰਨ ਮੱਕੀ ਉੱਤੇ ਅਧਾਰਤ ਖਾਧ ਪਦਾਰਥਾਂ ਦੇ ਬਹੁਤ ਕਾਰਖਾਨੇ ਲੱਗ ਸਕਦੇ ਹਨ।

(ਗ) ਫੂਡ ਪ੍ਰੋਸੈਸਿੰਗ ਉਦਯੋਗ :

ਪੰਜਾਬ ਆਰਥਿਕ ਸਰਵੇਖਣ 2022-23 ਅਨਸਾਰ ਫੂਡ ਪ੍ਰੋਸੈਸਿੰਗ ਉਦਯੋਗ ਨੇ ਸਾਲ 2019-20 ਵਿੱਚ ਰਜਿਸਟਰਸ਼ੁਦਾ ਨਿਰਮਾਣ ਸੈਕਟਰ ਵਿੱਚ ਜੀ.ਵੀ.ਏ. ਦਾ 45.6% ਯੋਗਦਾਨ ਦਿੱਤਾ ਸੀ। ਇਨ੍ਹਾਂ ਵਿੱਚੋਂ ਅਨਾਜ ਮਿੱਲ ਉਤਪਾਦ ਅਤੇ ਸਟਾਰਚ ਉਤਪਾਦ ਜ਼ਿਆਦਾ ਮਹੱਤਵਪੂਰਣ ਹਨ। ਫਲ ਤੇ ਸਬਜ਼ੀਆਂ, ਡੇਅਰੀ ਪਦਾਰਥ, ਪੇਅ ਪਦਾਰਥ, ਵਨਸਪਤੀ ਤੇਲ ਆਦਿ, ਪਸ਼ੂ ਖੁਰਾਕ ਤਿਆਰ ਕਰਨਾ ਅਤੇ ਫਲਾਂ-ਸਬਜ਼ੀਆਂ, ਮੀਟ ਆਦਿ ਦੀ ਸੰਭਾਲ ਆਦਿ ਮਹੱਤਵਪੂਰਣ ਹਨ।

ਇਸ ਉਦਯੋਗ ਵਿੱਚ ਵਿਭਿੰਨ ਸਬਜ਼ੀਆਂ ਜਿਵੇਂ ਕਿ ਸਾਗ, ਟਮਾਟਰ, ਆਲੂ ਆਦਿ ਅਤੇ ਫਲਾਂ ਜਿਵੇਂ ਸੰਗਤਰੇ, ਲੀਚੀ, ਨਿੰਬੂ, ਅੰਗੂਰ, ਅੰਬ ਆਦਿ ਤੋਂ ਵਿਭਿੰਨ ਪਦਾਰਥ ਤਿਆਰ ਕਰਨ ਦੇ ਕਾਰਖਾਨੇ ਹਨ। ਇਨ੍ਹਾਂ ਫਲਾਂ ਅਤੇ ਸਬਜ਼ੀਆਂ ਤੋਂ ਸ਼ਰਬਤ (Squashes), ਗਾੜ੍ਹੇ ਪਦਾਰਥ (Concentrates), ਅਚਾਰ, ਮੁਰੱਬੇ, ਜੈਮ ਆਦਿ ਅਤੇ ਚਟਣੀਆਂ, ਰਸ, ਚਿਪਸ ਆਦਿ ਬਣਾਉਣ

ਦੀਆਂ ਬਹੁਤ ਸਾਰੀਆਂ ਇਕਾਈਆਂ ਹਨ। ਪੰਜਾਬ ਵਰਗੇ ਖੇਤੀ ਪ੍ਰਧਾਨ ਰਾਜ ਵਿੱਚ ਇਨ੍ਹਾਂ ਉਦਯੋਗਾਂ ਦੀ ਬਹੁਤ ਮਹੱਤਤਾ ਹੈ। ਵਿਦੇਸ਼ੀ ਪੂੰਜੀ (ਨਿਰਯਾਤ ਰਾਹੀਂ) ਅਤੇ ਰੋਜ਼ਗਾਰ ਤੋਂ ਬਿਨਾਂ ਇਹ ਉਦਯੋਗ ਖੇਤੀਬਾੜੀ ਵਿੱਚ ਵੰਨ-ਸੁਵੰਨਤਾ ਲਿਆਉਣ (diversification) ਅਤੇ ਕਿਰਸਾਨਾਂ ਲਈ ਵਾਧੂ ਧਨ ਕਮਾਉਣ ਲਈ ਲਾਭਦਾਇਕ ਹੋ ਸਕਦੇ ਹਨ। ਹੁਸ਼ਿਆਰਪੁਰ, ਜਲੰਧਰ, ਲੁਧਿਆਣਾ, ਗੁਰਦਾਸਪੁਰ, ਪਟਿਆਲਾ, ਫਿਰੋਜ਼ਪੁਰ, ਅੰਮ੍ਰਿਤਸਰ ਜ਼ਿਲ੍ਹਿਆਂ ਵਿੱਚ ਇਸ ਪ੍ਰਕਾਰ ਦੇ ਕਈ ਛੋਟੇ ਕਾਰਖਾਨੇ ਹਨ। ਜਲੰਧਰ ਦੀ ਮਾਰਕਫੈਡ ਕੈਨਰੀਜ਼ (Markfed Canneries), ਪਟਿਆਲਾ ਦਾ ਐਗਰੋ ਡੱਚ ਫੂਡਜ਼ ਲਿਮਟਡ (Agro Dutch Foods Ltd.), ਅੰਮ੍ਰਿਤਸਰ ਵਿੱਚ ਮਾਨਾਂਵਾਲਾ ਦਾ ਨਿੱਜਰ ਐਗਰੋ ਫੂਡਜ਼ ਲਿਮਟਡ, ਅਬੋਹਰ ਦਾ ਐਗਰੋ ਫੂਡਜ਼ ਪੰਜਾਬ ਲਿਮਟਡ, ਹੁਸ਼ਿਆਰਪੁਰ ਜ਼ਿਲ੍ਹੇ ਵਿੱਚ ਟਾਂਡਾ ਨੇੜੇ ਜਹੂਰਾ (Zahura) ਦਾ ਪੈਪਸੀ ਫੂਡਜ਼ ਪ੍ਰਾਈਵੇਟ ਲਿਮਟਡ ਆਦਿ ਕੁੱਝ ਮਹੱਤਵਪੂਰਣ ਕਾਰਖਾਨੇ ਹਨ ਜਿਨ੍ਹਾਂ ਵਿੱਚ ਫਲਾਂ ਅਤੇ ਸਬਜ਼ੀਆਂ ਨੂੰ ਸੰਭਾਲਣ, ਡੱਬਿਆਂ ਵਿੱਚ ਬੰਦ ਕਰਨ ਦਾ ਕੰਮ ਅਤੇ ਖੁਰਾਕ ਪਦਾਰਥ ਬਣਾਏ ਜਾਂਦੇ ਹਨ। ਅਜਿਹੇ ਹੋਰ ਬਹੁਤ ਸਾਰੇ ਉਦਯੋਗ ਰਾਜ ਵਿੱਚ ਲੱਗ ਸਕਦੇ ਹਨ।

ਪੰਜਾਬ ਵਿੱਚ ਫਲ, ਸਬਜ਼ੀਆਂ, ਮੀਟ ਅਤੇ ਦੂਜੇ ਖਾਧ ਪਦਾਰਥ ਤਿਆਰ ਕਰਨ ਦੇ ਲਗਭਗ 10 ਦਰਮਿਆਨੇ ਅਤੇ ਵੱਡੇ ਪੱਧਰ ਦੇ ਕਾਰਖਾਨੇ ਇਸ ਕੰਮ ਵਿੱਚ ਲੱਗੇ ਹੋਏ ਹਨ। ਇਹ ਫਤਹਿਗੜ੍ਹ ਸਾਹਿਬ ਜ਼ਿਲ੍ਹੇ (ਮੀਟ ਦਾ), ਪਟਿਆਲਾ (ਕੈਨਡ ਫੂਡ), ਜਲੰਧਰ (ਆਲੂ ਚਿਪਸ), ਸੰਗਰੂਰ (ਖਾਧ ਪਦਾਰਥ), ਟਮਾਟਰ ਪੂਰੀ ਬਣਾਉਣ ਆਦਿ), ਹੁਸ਼ਿਆਰਪੁਰ, ਫਾਜ਼ਿਲਕਾ, ਮੋਹਾਲੀ, ਮੁਕਤਸਰ ਆਦਿ ਜ਼ਿਲ੍ਹਿਆਂ ਵਿੱਚ ਸਥਿਤ ਹਨ।

(ਘ) ਫੁਟਕਲ ਉਦਯੋਗ : ਇਨ੍ਹਾਂ ਤੋਂ ਬਿਨਾਂ ਖੰਨਾ ਅਤੇ ਘਨੇਕੇ ਬੰਗੜ ਪਿੰਡ (ਗੁਰਦਾਸਪੁਰ) ਵਿੱਚ ਕੈਟਲ ਫੀਡ (ਪਸ਼ੂ ਖੁਰਾਕ) ਅਤੇ ਜ਼ਿਲ੍ਹਾ ਗੁਰਦਾਸਪੁਰ ਦੇ ਕੋਟਲੀ ਪਿੰਡ ਵਿੱਚ ਪੋਲਟਰੀ ਪਦਾਰਥ (ਮੁਰਗੀਆਂ ਦੀ ਖੁਰਾਕ) ਬਣਾਉਣ ਦੇ ਕਾਰਖਾਨੇ ਹਨ। ਜ਼ਿਲ੍ਹਾ ਪਟਿਆਲਾ ਦੇ ਪਿੰਡ ਰੌਣੀ (Rauni) ਵਿਖੇ ਜੌਆਂ ਤੋਂ ਮਾਲਟ ਬਣਾਉਣ ਦਾ ਕਾਰਖਾਨਾ ਹੈ।

ਖਾਸਾ ਅੰਮ੍ਰਿਤਸਰ, ਜਗਜੀਤ ਨਗਰ, ਕਪੂਰਥਲਾ, ਪਿੰਡ ਮੀਆਂ, ਮੋਹਨਗਰਾਮ ਅਤੇ ਬਨੂਰ ਜ਼ਿਲ੍ਹਾ ਪਟਿਆਲਾ ਵਿਖੇ ਸ਼ਰਾਬ, ਸਪਿਰਟ ਅਤੇ ਮਾਲਟ ਬਣਾਉਣ ਦੇ ਕਾਰਖਾਨੇ ਅਤੇ ਢੰਡਾਰੀ (ਲੁਧਿਆਣਾ) ਅਤੇ ਭੰਕਰਪੁਰ (ਚੰਡੀਗੜ੍ਹ ਨੇੜੇ) ਬੀਅਰ ਬਣਾਉਣ ਦੇ ਕਾਰਖਾਨੇ ਹਨ। ਲੁਧਿਆਣਾ ਨੇੜੇ ਢੰਡਾਰੀ ਕਲਾਂ, ਅੰਮ੍ਰਿਤਸਰ ਨੇੜੇ ਛੇਹਰਟਾ, ਫਿਲੌਰ ਅਤੇ ਸੰਗਰੂਰ ਜ਼ਿਲ੍ਹੇ ਵਿੱਚ ਚੰਨੋ ਪਿੰਡ ਵਿਖੇ ਸੋਫਟ ਡਰਿੰਕਸ (Soft Drinks) ਬਣਾਉਣ ਦੇ ਕਾਰਖਾਨੇ ਹਨ। ਬਹੁਤ ਸਾਰੇ ਕਸਬਿਆਂ ਅਤੇ ਸਹਿਰਾਂ ਵਿੱਚ ਸਥਾਨਕ ਵੀ ਕਈ ਪ੍ਰਕਾਰ ਦੇ ਪੇ ਪਦਾਰਥ ਬਣਾਏ ਜਾਂਦੇ ਹਨ। ਰਾਜ ਵਿੱਚ 1997-98 ਅਨੁਸਾਰ 8 ਵੱਡੇ ਜਾਂ ਦਰਮਿਆਨੇ ਕਾਰਖਾਨੇ ਸ਼ਰਾਬ ਬਣਾਉਣ ਦੇ, 3 ਬੀਅਰ ਬਣਾਉਣ ਦੇ ਅਤੇ 7 ਪੇਅ ਪਦਾਰਥ (Soft Drinks) ਬਣਾਉਣ ਦੇ ਕਾਰਖਾਨੇ ਸਨ।

ਕਾਗਜ਼ ਉਦਯੋਗ (PAPER INDUSTRY)

ਕਾਗਜ਼ ਅਤੇ ਕਾਗਜ਼ ਪਦਾਰਥ ਉਦਯੋਗ ਪੰਜਾਬ ਵਿੱਚ ਕਾਫੀ ਮਹੱਤਵਪੂਰਣ ਬਣ ਗਿਆ ਹੈ। 1999-2000 ਅਨੁਸਾਰ ਫੈਕਟਰੀਆਂ ਦੀ ਗਿਣਤੀ, ਅਚਲ ਪੂੰਜੀ ਅਤੇ ਕੁੱਲ ਉਤਪਾਦਨ ਆਧਾਰ ਤੇ ਇਹ ਰਾਜ ਦਾ ਬਾਹਰਵਾਂ ਉਦਯੋਗ ਵਰਗ ਸੀ। ਇਸ ਵਿੱਚ 47,943 ਲੱਖ ਰੁਪਏ ਦੀ ਕੁੱਲ ਅਚਲ ਪੂੰਜੀ ਲੱਗੀ ਹੋਈ ਸੀ ਅਤੇ 50,419 ਲੱਖ ਰੁਪਏ ਦੇ ਮੁੱਲ ਦਾ ਉਤਪਾਦਨ ਹੋਇਆ ਸੀ। ਇਸੇ ਉਦਯੋਗ ਵਿੱਚ 185 ਇਕਾਈਆਂ ਲੱਗੀਆਂ ਹੋਈਆਂ ਸਨ ਜਿਨ੍ਹਾਂ ਵਿੱਚ 8,847 ਲੋਕ ਕੰਮ ਕਰਦੇ ਸਨ। (ਸਾਰਣੀ ਨੰ. 44)। 2019-20 ਦੌਰਾਨ ਪੰਜਾਬ ਵਿੱਚ ਕਾਗਜ਼ ਅਤੇ ਕਾਗਜ਼ ਦੀਆਂ ਵਸਤਾਂ ਬਣਾਉਣ ਦੀਆਂ 251 ਫੈਕਟਰੀਆਂ ਸਨ। ਇਨ੍ਹਾਂ ਵਿੱਚ 3,53,430 ਲੱਖ ਰੁਪਏ ਦੀ ਅਚਲ ਪੂੰਜੀ ਲੱਗੀ ਹੋਈ ਸੀ ਅਤੇ ਇਨ੍ਹਾਂ ਵਿੱਚ 9,570 ਕਾਮੇ ਕੰਮ ਕਰਦੇ ਸਨ। ਕਾਗਜ਼ ਉਦਯੋਗ ਦਾ ਉਤਪਾਦਨ 7,62,001 ਲੱਖ ਰੁਪਏ ਦੇ ਮੁੱਲ ਦਾ ਸੀ।

ਕਾਗਜ਼ ਉਦਯੋਗ ਖੇਤੀਬਾੜੀ ਅਤੇ ਜੰਗਲਾਂ ਉੱਤੇ ਅਧਾਰਤ ਹੈ। ਪੰਜਾਬ ਵਿੱਚ ਇਸ ਉਦਯੋਗ ਲਈ ਕਾਫੀ ਕੱਚਾ ਮਾਲ ਉਪਲਬੱਧ ਹੈ। ਇਹ ਕੱਚਾ ਮਾਲ ਸ਼ਿਵਾਲਕ ਪਹਾੜੀ ਖੇਤਰ ਤੋਂ ਪ੍ਰਾਪਤ ਬਗੜ (ਭਾਬਹ ਘਾਹ) ਅਤੇ ਚੋਆਂ ਤੋਂ ਪ੍ਰਾਪਤ ਖੜਕਾਨਾ ਮੁੱਖ

ਸਾਰਣੀ ਨੰ. 54 ਜ਼ਿਲ੍ਹੇਵਾਰ ਅਤੇ ਉਦਯੋਗ ਗਰੁੱਪਵਾਰ ਵੱਡੇ ਅਤੇ ਦਰਮਿਆਨੇ ਪੱਧਰ ਦੀਆਂ ਇਕਾਈਆਂ ਦੀ ਵੰਡ 2015-16

ਗਿਣਤੀ

ਲੜੀ ਨੰ.	ਜ਼ਿਲ੍ਹਾ	ਦੁੱਧ ਦੇ ਪਲਾਂਟ	ਖੰਡ ਮਿੱਲਾਂ	ਵਨਸਪਤੀ ਜਾਂ ਚਾਵਲ ਛਿਲਕਾ ਤੇਲ	ਚਾਵਲ ਕੱਢਣ ਦੇ ਕਾਰਖਾਨੇ	ਸ਼ਰਾਬ/ਬੀਅਰ ਆਦਿ ਬਣਾਉਣ	ਹੋਰ	ਕੁੱਲ ਖਾਧ ਪਦਾਰਥ ਬਣਾਉਣ ਦੇ ਕਾਰਖਾਨੇ	ਸੂਤੀ ਧਾਗਾ ਬਣਾਉਣ	ਸੂਤੀ ਕੱਪੜਾ ਬਣਾਉਣ	ਬਨਾਵਟੀ (Synthetic) ਫਾਈਬਰ ਬਣਾਉਣ	ਊਨੀ ਧਾਗਾ ਬਣਾਉਣ	ਊਨੀ ਕੱਪੜਾ ਬਣਾਉਣ	ਹੌਜ਼ਰੀ ਦੀਆਂ ਵਸਤਾਂ (ਪੌਸ਼ਾਕਾਂ)	ਐਂਬਰਾਇਡਰੀ (ਕਸ਼ੀਦਾਕਾਰੀ)	ਕੁੱਲ ਕੱਪੜਾ ਉਦਯੋਗ	ਕਾਗਜ਼ ਅਤੇ ਕਾਗਜ਼ ਦੀਆਂ ਵਸਤਾਂ	ਚਮੜਾ ਅਤੇ ਚਮੜੇ ਦਾ ਸਾਮਾਨ	ਰਸਾਇਣ ਅਤੇ ਰਸਾਇਣ ਪਦਾਰਥ	ਰਬੜ ਅਤੇ ਪਲਾਸਟਿਕ ਵਸਤਾਂ	ਅਧਾਤ ਪਦਾਰਥ ਨਿਰਮਾਣ	ਮੂਲਧਾਤ ਅਤੇ ਯੌਗਿਕ ਧਾਤ ਪਦਾਰਥ	ਧਾਤ ਅਤੇ ਪੁਰਜੇ ਨਿਰਮਾਣ	ਮਸ਼ੀਨਾਂ ਅਤੇ ਪੁਰਜੇ ਨਿਰਮਾਣ	ਬਿਜਲੀ ਦੀਆਂ ਮਸ਼ੀਨਾਂ ਅਤੇ ਯੰਤਰ ਆਦਿ	ਰੇਡੀਓ ਟੀ.ਵੀ. ਮੈਡੀਕਲ ਯੰਤਰ ਐਨਕਾਂ ਆਦਿ	ਮੋਟਰ ਵਾਹਨ ਅਤੇ ਟਰੇਲਰ	ਆਵਾਜਾਈ ਸਾਮਾਨ ਅਤੇ ਹਿੱਸੇ ਪੁਰਜੇ	ਕੰਪਿਊਟਰ ਅਤੇ ਮੁਰੰਮਤ	ਵਾਹਨਾਂ ਆਦਿ ਦੀ ਮੁਰੰਮਤ ਅਤੇ ਸੇਲ	ਹੋਰ	ਕੁੱਲ ਗਿਣਤੀ
1	ਗੁਰਦਾਸਪੁਰ	1	3	-	-	1	2	7	-	-	-	-	1	-	-	1	-	-	-	-	-	-	-	-	-	-	-	-	-	-	-	8
2	ਪਠਾਨਕੋਟ	-	-	1	-	1	-	2	-	-	-	-	-	-	-	-	-	-	-	-	-	-	-	-	-	-	-	-	-	-	-	2
3	ਅੰਮ੍ਰਿਤਸਰ	1	2	-	4	1	4	12	2	-	2	3	2	-	8	17	1	-	-	-	-	-	-	-	-	-	-	-	1	-	1	32
4	ਤਰਨ ਤਾਰਨ	-	-	-	3	1	-	4	-	-	-	-	1	-	-	1	-	-	-	-	-	-	-	1	-	-	-	-	-	-	-	6
5	ਕਪੂਰਥਲਾ	1	1	-	-	-	2	4	1	-	-	-	-	-	-	1	-	-	-	-	-	-	-	-	-	-	-	-	1	-	-	6
6	ਜਲੰਧਰ	1	2	-	-	1	3	7	-	-	1	-	1	-	-	2	-	2	-	-	-	-	4	2	2	1	3	-	-	-	1	22
7	ਐਸ.ਬੀ.ਐਸ. ਨਗਰ	-	1	-	1	-	-	2	-	-	-	-	-	-	-	-	1	-	3	1	-	1	-	-	-	-	1	-	-	-	-	9
8	ਹੁਸ਼ਿਆਰਪੁਰ	1	2	-	-	-	1	4	2	-	2	-	-	-	-	4	1	-	2	1	-	3	1	-	-	-	4	-	-	-	1	21
9	ਰੂਪਨਗਰ	-	1	-	-	-	-	1	-	-	-	-	-	-	-	-	-	-	2	-	1	-	-	-	-	-	-	-	-	-	-	4
10	ਐਸ.ਏ.ਐਸ. ਨਗਰ	3	-	-	-	3	2	8	5	2	4	-	-	-	-	11	6	-	8	3	-	5	1	5	1	2	11	-	-	2	3	66
11	ਲੁਧਿਆਣਾ	7	1	1	-	2	1	12	5	5	20	9	10	10	-	59 +5	-	-	-	7	-	26	11	2		1	19	3	-	-	2	147
12	ਫਿਰੋਜ਼ਪੁਰ	3	-	1	2	1	1	8	-	-	-	-	-	-	-	-	-	-	-	-	-	-	-	-	-	-	-	-	-	-	-	8
13	ਫਾਜ਼ਿਲਕਾ	-	1	3	-	-	1	5	2	-	-	-	-	-	-	2	-	-	-	-	-	-	-	-	-	-	-	-	-	-	-	7
14	ਫਰੀਦਕੋਟ	1	-	-	-	-	-	1	2	-	-	-	-	-	-	2	-	-	-	-	-	-	-	-	-	-	-	-	-	-	-	3
15	ਮੁਕਤਸਰ ਸਾਹਿਬ	-	-	-	-	-	-	-	3	-	-	-	-	-	-	3	1	-	-	-	-	-	-	-	-	-	-	-	-	-	1	5
16	ਮੋਗਾ	1	-	-	-	-	1	2	-	-	-	-	-	-	-	-	-	-	-	-	-	-	-	-	2	-	-	-	-	-	-	4
17	ਬਠਿੰਡਾ	1	-	1	-	-	-	2	5	-	4	-	-	-	-	9	-	-	3	-	2	-	-	-	-	-	-	-	-	-	2	18
18	ਮਾਨਸਾ	-	-	-	-	-	-	-	-	-	-	-	-	-	-	-	-	-	-	-	-	-	-	-	-	-	-	-	-	-	-	-
19	ਸੰਗਰੂਰ	1	1	2	1	-	3	8	4	-	4	-	1	-	-	9	1	-	2	-	-	-	-	-	-	-	-	-	-	-	-	20
20	ਬਰਨਾਲਾ	-	-	-	-	-	-	-	2	-	1	-	1	-	-	4	1	-	2	-	-	-	-	-	-	-	-	-	-	-	-	7
21	ਪਟਿਆਲਾ	3	1	-	-	2	2	8	8	-	4	-	-	-	-	12	2	-	3	-	-	3	-	3	-	-	6	-	-	-	-	37
22	ਫਤਿਹਗੜ੍ਹ ਸਾਹਿਬ	1	1	1	-	-	6	9	-	-	-	-	-	-	-	-	-	-	-	-	-	15	-	1	-	-	-	-	-	-	-	25
23	ਕੁੱਲ ਪੰਜਾਬ	26	17	10	11	13	29	106	41	7	42	12	17	10	8	137 +5	14	2	25	12	3	53	17	14	4	3	44	5	2	-	12	457

ਸਰੋਤ- ਡਾਇਰੈਕਟਰੀ, ਪੰਜਾਬ ਦੇ ਦਰਮਿਆਨੇ ਅਤੇ ਵੱਡੇ ਉਦਯੋਗ 2015-16

ਤੌਰ ਤੇ ਹਨ। ਇਸ ਤੋਂ ਬਿਨਾਂ ਪੰਜਾਬ ਦੇ ਪੂਰਬੀ ਜ਼ਿਲ੍ਹਿਆਂ ਨਾਲ ਲੱਗਦੇ ਹਿਮਾਚਲ ਪ੍ਰਦੇਸ਼ ਤੋਂ ਵੀ ਇਹ ਪਦਾਰਥ ਅਤੇ ਬਾਂਸ ਆਦਿ ਮਿਲ ਜਾਂਦੇ ਹਨ। ਇਸੀ ਕਾਰਨ ਰਾਜ ਦੇ 35 ਦਰਮਿਆਨੇ ਅਤੇ ਵੱਡੇ ਕਾਗਜ਼ ਦੇ ਕਾਰਖਾਨਿਆਂ ਵਿੱਚੋਂ 10 ਕਾਰਖਾਨੇ ਪੂਰਬੀ ਪੰਜਾਬ ਦੇ ਜ਼ਿਲ੍ਹਿਆਂ ਵਿੱਚ ਪਾਏ ਜਾਂਦੇ ਹਨ।

ਅੱਜਕੱਲ ਧਾਨ ਦੀ ਪਰਾਲੀ, ਗੰਨਿਆਂ ਦੀ ਖੋਰੀ ਅਤੇ ਦੂਜੇ ਵਾਧੂ ਘਾਹ ਅਤੇ ਫਸਲਾਂ ਦੇ ਤਨੇ ਜਿਵੇਂ ਕਿ ਮੱਕੀ ਦੇ ਟਾਂਡੇ (Stalks of Maize) ਆਦਿ ਵੀ ਕੱਚੇ ਮਾਲ (raw material) ਦੇ ਰੂਪ ਵਿੱਚ ਕਾਫੀ ਵਰਤੇ ਜਾਂਦੇ ਹਨ। ਇਸ ਕਾਰਨ ਇਹ ਉਦਯੋਗ ਖੇਤੀਬਾੜੀ ਉੱਤੇ ਨਿਰਭਰ ਹੋ ਕੇ ਜੰਗਲਾਂ ਤੋਂ ਪਰੇ ਦੇ ਜ਼ਿਲ੍ਹਿਆਂ ਵਿੱਚ ਵੀ ਮਹੱਤਵਪੂਰਣ ਹੋ ਗਿਆ ਹੈ। ਅੰਮ੍ਰਿਤਸਰ, ਲੁਧਿਆਣਾ, ਪਟਿਆਲਾ ਅਤੇ ਸੰਗਰੂਰ ਦੇ ਜ਼ਿਲ੍ਹਿਆਂ ਦੇ ਕਾਗਜ਼ ਦੇ ਕਾਰਖਾਨੇ ਇਸ ਦੀ ਉਦਾਹਰਣ ਹਨ।

ਇਸ ਉਦਯੋਗ ਲਈ ਕਾਫੀ ਮਾਤਰਾ ਵਿੱਚ ਸਾਫ ਪਾਣੀ ਚਾਹੀਦਾ ਹੈ। ਇਹ ਪੰਜਾਬ ਵਿੱਚ ਆਸਾਨੀ ਨਾਲ ਪ੍ਰਾਪਤ ਹੈ। ਬਿਜਲੀ ਦੀ ਕੋਈ ਕਮੀ ਨਹੀਂ ਹੈ। ਸਰਕਾਰ ਦੀ ਉਦਯੋਗਿਕ ਨੀਤੀ ਵੀ ਅਨੁਕੂਲ ਹੈ। ਪਰਵਾਸੀ ਅਤੇ ਸਥਾਨਕ ਲੇਬਰ ਉਪਲੱਬਧ ਹੈ। ਇਸ ਉਦਯੋਗ ਲਈ ਲੋੜੀਂਦੇ ਰਸਾਇਣ ਜਿਵੇਂ ਕਿ ਗੰਧਕ ਦਾ ਤਿਜ਼ਾਬ ਆਦਿ ਰਾਜ ਵਿੱਚ ਵੀ ਬਣਾਇਆ ਜਾਂਦਾ ਹੈ ਅਤੇ ਬਾਹਰੋਂ ਵੀ ਮੰਗਵਾਇਆ ਜਾਂਦਾ ਹੈ। ਤੇਜ਼ ਆਵਾਜਾਈ ਸਾਧਨ ਸਭ ਲੋੜਾਂ ਪੂਰੀਆਂ ਕਰ ਦਿੰਦੇ ਹਨ।

ਉਤਪਾਦਨ (Production)

1993-94 ਅਨੁਸਾਰ ਪੰਜਾਬ ਵਿੱਚ 89,278 ਟਨ ਸਟੇਸ਼ਨਰੀ ਕਾਗਜ਼ ਅਤੇ 8,875 ਟਨ ਸਭ ਕਿਸਮਾਂ ਦੇ ਬੋਰਡ ਬਣਾਏ ਗਏ ਸਨ। 1990-91 ਦੇ ਮੁਕਾਬਲੇ ਬੋਰਡ ਦਾ ਉਤਪਾਦਨ ਘੱਟਿਆ ਹੈ। ਉਸ ਸਾਲ ਰਾਜ ਨੇ 21,399 ਟਨ ਬੋਰਡ ਬਣਾਇਆ ਸੀ ਪਰੰਤੂ ਸਟੇਸ਼ਨਰੀ ਕਾਗਜ਼ ਦਾ ਉਤਪਾਦਨ 1990-91 ਦੇ 79,685 ਟਨ ਦੇ ਮੁਕਾਬਲੇ 1993-94 ਵਿੱਚ ਵਧਿਆ ਸੀ। 1997-98 ਦੇ ਅੰਕੜਿਆਂ ਅਨੁਸਾਰ ਪੰਜਾਬ ਵਿੱਚ 1,68,577 ਮੀ. ਟਨ ਸਟੇਸ਼ਨਰੀ ਅਤੇ ਵੱਖ-ਵੱਖ ਕਿਸਮਾਂ ਦੇ 21,142 ਮੀ. ਟਨ ਬੋਰਡ ਬਣਾਏ ਸਨ। 2014-15 ਵਿੱਚ ਪੰਜਾਬ ਦੇ ਕਾਗਜ਼ ਬਣਾਉਣ ਦੇ ਕਾਰਖਾਨਿਆਂ ਵਿੱਚ 1,47,400 ਮੀ. ਟਨ ਪੇਪਰ ਅਤੇ ਸਟੇਸ਼ਨਰੀ ਬਣਾਏ ਗਏ ਸਨ। 2015-16 ਵਿੱਚ ਲਘੂ ਇਕਾਈਆਂ (ਕਾਗਜ਼ ਬਣਾਉਣ ਦੀਆਂ) ਵਿੱਚ 1068.63 ਕਰੋੜ ਰੁਪਏ ਦੇ ਮੁੱਲ ਦਾ ਕਾਗਜ਼ ਬਣਾਇਆ ਗਿਆ ਸੀ। 2015-16 ਵਿੱਚ ਹੀ ਦਰਮਿਆਨੇ ਅਤੇ ਵੱਡੇ ਪੱਧਰ ਦੇ ਕਾਗਜ਼ ਦੇ ਕਾਰਖਾਨਿਆਂ ਵਿੱਚ 4427.41 ਕਰੋੜ ਰੁਪਏ ਦੇ ਮੁੱਲ ਦਾ ਕਾਗਜ਼ ਬਣਾਇਆ ਗਿਆ ਸੀ। ਇਨ੍ਹਾਂ ਕਾਰਖਾਨਿਆਂ ਵਿੱਚ ਮੁੱਖ ਤੌਰ 'ਤੇ ਲਿਖਣ ਅਤੇ ਛਪਾਈ ਵਾਲਾ ਕਾਗਜ਼ ਅਤੇ ਕਰਾਫਟ ਪੇਪਰ ਬਣਦਾ ਹੈ। ਗੱਤਾ (Board) ਵੀ ਆਮ ਬਣਦਾ ਹੈ। ਲੁਧਿਆਣਾ ਜ਼ਿਲ੍ਹੇ ਦੇ ਬੂਲ ਪਿੰਡ ਦੇ ਕਾਰਖਾਨੇ ਵਿੱਚ ਟਿਸ਼ੂ ਪੇਪਰ ਬਣਦਾ ਹੈ।

ਕਾਗਜ਼ ਦੇ ਕਾਰਖਾਨੇ ਅਤੇ ਉਨ੍ਹਾਂ ਦੀ ਵੰਡ (Paper Mills and Factories and their Distribution)

ਪੰਜਾਬ ਵਿੱਚ 1999-2000 ਅਨੁਸਾਰ 185 ਕਾਗਜ਼ ਅਤੇ ਬੋਰਡ ਬਣਾਉਣ ਦੀਆਂ ਇਕਾਈਆਂ ਕੰਮ ਕਰਦੀਆਂ ਹਨ। 1998 ਅਨੁਸਾਰ ਰਾਜ ਵਿੱਚ 35 ਦਰਮਿਆਨੇ ਅਤੇ ਵੱਡੇ ਅਕਾਰ ਦੇ ਕਾਰਖਾਨੇ ਸਨ। 1980 ਤੋਂ ਪਹਿਲਾਂ ਰਾਜ ਵਿੱਚ ਕੇਵਲ ਇੱਕ ਕਾਗਜ਼ ਦਾ ਕਾਰਖਾਨਾ ਸੀ ਜੋ ਮੁਕੇਰੀਆਂ (ਹੁਸ਼ਿਆਰਪੁਰ ਜ਼ਿਲ੍ਹਾ) ਵਿਖੇ 1979 ਵਿੱਚ ਸਥਾਪਤ ਕੀਤਾ ਗਿਆ ਸੀ। ਇਸ ਤੋਂ ਬਾਅਦ ਰਾਜ ਵਿੱਚ ਕਾਗਜ਼ ਦੇ ਕਾਰਖਾਨਿਆਂ ਅਤੇ ਛੋਟੀਆਂ ਇਕਾਈਆਂ ਦੀ ਵੀ ਗਿਣਤੀ ਵਧਣ ਲੱਗ ਪਈ। 1985 ਤੱਕ ਰਾਜ ਵਿੱਚ ਕਾਗਜ਼ ਦੇ 14 ਕਾਰਖਾਨੇ ਹੋ ਗਏ (14 ਗੁਣਾ ਵਾਧਾ)। 1990 ਵਿੱਚ ਇਨ੍ਹਾਂ ਦੀ ਗਿਣਤੀ 18 ਹੋ ਗਈ (28.6% ਵਾਧਾ)। ਮਾਰਚ 1995 ਅਨੁਸਾਰ ਰਾਜ ਵਿੱਚ ਕਾਗਜ਼ ਦੇ 28 ਕਾਰਖਾਨੇ ਸਨ। ਇਹ ਵਾਧਾ 55.5% ਦੇ ਲਗਭਗ ਸੀ। 1997-98 ਅਨੁਸਾਰ ਰਾਜ ਵਿੱਚ 35 ਵੱਡੇ ਅਤੇ ਦਰਮਿਆਨੇ ਕਾਗਜ਼ ਦੇ ਕਾਰਖਾਨੇ ਸਨ। ਬਠਿੰਡਾ, ਰਾਜਪੁਰਾ ਅਤੇ ਤਪਾ ਦੇ ਕਾਗਜ਼ ਦੇ ਕਾਰਖਾਨਿਆਂ ਤੋਂ ਬਿਨਾਂ ਸਭ ਕਾਰਖਾਨੇ ਪੇਂਡੂ ਇਲਾਕੇ ਵਿੱਚ ਸਥਿਤ ਹਨ ਅਤੇ ਰੂਪਨਗਰ ਜ਼ਿਲ੍ਹੇ ਦੇ ਪਿੰਡ ਫਤਿਹਪੁਰ ਦੇ ਐਗਰੋ ਬੋਰਡਜ਼ ਲਿਮਟਡ, ਡੇਰਾ ਬੱਸੀ ਦੇ ਮੁਬਾਰਕਪੁਰ ਪਿੰਡ ਦੇ ਵਿਸ਼ਾਲ ਪੇਪਰ ਟੈਕ (ਲਿ.) ਤਪਾ ਮੰਡੀ (ਜ਼ਿਲ੍ਹਾ ਸੰਗਰੂਰ) ਦੇ ਸੁਖਰਾਜ ਐਗਰੋ ਪੇਪਰਜ਼ ਲਿ.

ਲੁਧਿਆਣਾ ਜ਼ਿਲ੍ਹੇ ਦੇ ਪਿੰਡ ਬੂਲ ਦੇ ਮਿਨੀਫਾਰਮ ਐਂਡ ਪੇਪਰ ਮਿਲ ਲਿਮਿਟਡ, ਜੋ ਸਾਂਝੇ ਖੇਤਰ ਵਿੱਚ ਹਨ, ਤੋਂ ਬਿਨਾਂ ਸਭ ਕਾਰਖਾਨੇ ਪ੍ਰਾਈਵੇਟ ਖੇਤਰ (Sector) ਵਿੱਚ ਹਨ। ਇਸ ਉਦਯੋਗ ਦੇ ਮੁੱਖ ਕੇਂਦਰ ਅੰਮ੍ਰਿਤਸਰ, ਹੁਸ਼ਿਆਰਪੁਰ, ਪਟਿਆਲਾ, ਐਸ.ਏ.ਐਸ. ਨਗਰ, ਲੁਧਿਆਣਾ, ਰੂਪਨਗਰ ਜ਼ਿਲ੍ਹਿਆਂ ਵਿੱਚ ਹਨ। ਹੇਠ ਦਿੱਤੀ ਸਾਰਣੀ ਵਿੱਚ ਪੰਜਾਬ ਵਿੱਚ ਜ਼ਿਲ੍ਹੇ ਵਾਰ ਕਾਗਜ਼ ਬਣਾਉਣ ਵਾਲੀਆਂ ਇਕਾਈਆਂ (Paper Units) ਅਤੇ ਕਾਰਖਾਨਿਆਂ ਦੀ ਵੰਡ ਦਰਸਾਈ ਗਈ ਹੈ।

ਸਾਰਣੀ ਨੰ. 55

ਪੰਜਾਬ ਵਿੱਚ ਜ਼ਿਲ੍ਹੇਵਾਰ ਕਾਗਜ਼ ਅਤੇ ਬੋਰਡ ਉਦਯੋਗ ਦੀ ਵੰਡ

(DISTRICT-WISE DISTRIBUTION OF PAPER MILLS AND UNITS IN PUNJAB)

ਲੜੀ ਨੰ.	ਜ਼ਿਲ੍ਹਾ	ਇਕਾਈਆਂ ਦੀ ਗਿਣਤੀ		ਕਾਮਿਆਂ ਦੀ ਗਿਣਤੀ		ਦਰਮਿਆਨੇ/ਵੱਡੇ ਕਾਰਖਾਨਿਆਂ ਦੀ ਗਿਣਤੀ	
		1999-2000	2021	1999-2000	2021	ਮਾਰਚ 1998	2015-16
1.	ਗੁਰਦਾਸਪੁਰ	8	10	438	804	1	—
2.	ਪਠਾਨਕੋਟ	—	1	—	10	—	—
3.	ਅੰਮ੍ਰਿਤਸਰ	20	22	234	854	8	1
4.	ਤਰਨਤਾਰਨ	—	—	—	—	—	—
5.	ਕਪੂਰਥਲਾ	—	4	—	130	—	—
6.	ਜਲੰਧਰ	14	33	340	794	—	—
7.	ਐਸ.ਬੀ.ਐਸ. ਨਗਰ	—	5	—	50	2	1
8.	ਹੁਸ਼ਿਆਰਪੁਰ	16	27	2245	2221	4	1
9.	ਰੂਪਨਗਰ	9	4	558	1044	3	—
10.	ਐਸ.ਏ.ਐਸ. ਨਗਰ	—	29	—	1005	—	6
11.	ਲੁਧਿਆਣਾ	90	103	4107	2807	2	—
12.	ਫਿਰੋਜ਼ਪੁਰ	7	11	118	230	—	—
13.	ਫਾਜ਼ਿਲਕਾ	—	—	—	—	—	—
14.	ਫਰੀਦਕੋਟ	2	7	16	813	—	—
15.	ਸ੍ਰੀ ਮੁਕਤਸਰ ਸਾਹਿਬ	4	2	526	19	2	1
16.	ਮੋਗਾ	2	2	18	11	—	—
17.	ਬਠਿੰਡਾ	2	7	15	245	1	—
18.	ਮਾਨਸਾ	1	2	7	40	—	—
19.	ਸੰਗਰੂਰ	3	20	58	2143	3	1
20.	ਬਰਨਾਲਾ	—	2	—	343	—	1
21.	ਪਟਿਆਲਾ	7	29	167	1369	9	2
22.	ਫ.ਸ. ਸਾਹਿਬ	—	2	—	123	—	—
23.	ਪੰਜਾਬ	185	322	8847	15,055	35	14

ਸੋਮਾ—ਪੰਜਾਬ ਦਾ ਅੰਕੜਾ ਸਾਰ 2001, 2016 ਅਤੇ 2022 ਅਤੇ ਡਾਇਰੈਕਟਰੀ, ਉਦਯੋਗ ਵਿਭਾਗ, ਪੰਜਾਬ, 2015-16

ਕਾਗਜ਼ ਮੁੱਖ ਤੌਰ ਤੇ ਦੋ ਪ੍ਰਕਾਰ ਦੇ ਜ਼ਿਲ੍ਹਿਆਂ ਵਿੱਚ ਬਣਦਾ ਹੈ। ਇੱਕ ਵੱਡੇ ਸ਼ਹਿਰਾਂ ਅਤੇ ਉਦਯੋਗਾਂ ਵਾਲੇ ਜ਼ਿਲ੍ਹੇ ਜਿਵੇਂ ਕਿ ਲੁਧਿਆਣਾ, ਅੰਮ੍ਰਿਤਸਰ, ਜਲੰਧਰ ਅਤੇ ਪਟਿਆਲਾ ਜਿੱਥੇ ਕਾਫੀ ਅਖ਼ਬਾਰ ਤੇ ਮੈਗਜ਼ੀਨ ਛੱਪਦੇ ਹਨ ਬਹੁਤ ਸਾਰੇ ਕਾਲਜ ਅਤੇ ਸਕੂਲ ਹਨ। ਇਨ੍ਹਾਂ ਚਾਰ ਜ਼ਿਲ੍ਹਿਆਂ ਵਿੱਚ ਰਾਜ ਦੇ ਅੱਧੇ ਤੋਂ ਕੁੱਝ ਜ਼ਿਆਦਾ (19) ਕਾਗਜ਼ ਦੇ ਵੱਡੇ ਕਾਰਖਾਨੇ ਅਤੇ 71% ਕਾਗਜ਼ ਦੀਆਂ ਛੋਟੀਆਂ ਫੈਕਟਰੀਆਂ (ਇਕਾਈਆਂ) ਲੱਗੀਆਂ ਹੋਈਆਂ ਹਨ। ਦੂਜਾ ਖੇਤਰ ਰਾਜ ਦੇ ਪੂਰਬੀ ਜ਼ਿਲ੍ਹਿਆਂ ਦਾ ਹੈ ਜਿੱਥੇ ਜੰਗਲ, ਬਗੜ ਅਤੇ ਦੂਜੇ ਘਾਹ ਮੌਜੂਦ ਹਨ ਅਤੇ ਹਿਮਾਚਲ ਪ੍ਰਦੇਸ਼ ਦੇ ਨੇੜੇ ਹਨ। ਇਹ ਜ਼ਿਲ੍ਹੇ ਉਦਯੋਗਿਕ ਤੌਰ ਤੇ ਪਿਛੜੇ ਹੋਏ ਵੀ ਹਨ

ਅਤੇ ਇੱਥੇ ਬਹੁਤ ਸਾਰੀਆਂ ਸੁਵਿਧਾਵਾਂ ਅਤੇ ਰਿਆਇਤਾਂ ਉਪਲਬੱਧ ਹਨ। ਇਹ ਜ਼ਿਲ੍ਹੇ ਹਨ ਗੁਰਦਾਸਪੁਰ, ਹੁਸ਼ਿਆਰਪੁਰ, ਐਸ.ਬੀ.ਐਸ. ਨਗਰ ਅਤੇ ਰੂਪਨਗਰ ਜਿੱਥੇ 10 ਵੱਡੇ ਕਾਰਖਾਨੇ (28.5%) ਅਤੇ 33 ਫੈਕਟਰੀਆਂ (18%) ਹਨ। ਸੰਗਰੂਰ, ਫਿਰੋਜ਼ਪੁਰ ਅਤੇ ਫਰੀਦਕੋਟ ਜ਼ਿਲ੍ਹਿਆਂ ਵਿੱਚ ਵੀ ਕਾਗਜ਼ ਦਾ ਉਦਯੋਗ ਦਰਮਿਆਨੇ ਆਕਾਰ ਦਾ ਹੈ। ਪਿਛੜੇ ਅਤੇ ਅਰਧ-ਖੁਸ਼ਕ ਮਾਨਸਾ ਜਿਲ੍ਹੇ ਵਿੱਚ ਕਾਗਜ਼ ਦੀ ਕੇਵਲ ਇੱਕ ਇਕਾਈ ਪਰੰਤੂ ਕੋਈ ਵੀ ਕਾਰਖਾਨਾ ਨਹੀਂ ਹੈ। ਨਵੇਂ ਬਣੇ ਫਤਹਿਗੜ੍ਹ ਜ਼ਿਲ੍ਹੇ ਦਾ ਵੀ ਇਹ ਹੀ ਹਾਲ ਹੈ। ਬਠਿੰਡਾ ਜ਼ਿਲ੍ਹੇ ਵਿੱਚ ਇੱਕ ਕਾਰਖਾਨਾ ਅਤੇ 2 ਛੋਟੀਆਂ ਫੈਕਟਰੀਆਂ ਹਨ।

2015-16 ਵਿੱਚ ਪੰਜਾਬ ਵਿੱਚ ਕਾਗਜ਼ ਅਤੇ ਬੋਰਡ ਆਦਿ ਦੀਆਂ ਬਣਾਉਣ ਵਾਲੀਆਂ 267 ਰਜਿਸਟਰਸ਼ੁਦਾ ਇਕਾਈਆਂ (Regd. Factories) ਅਤੇ 14 ਦਰਮਿਆਨੇ/ਵੱਡੇ ਪੱਧਰ ਦੀਆਂ ਕਾਗਜ਼ ਮਿਲ੍ਹਾਂ ਅਤੇ 1471 ਲਘੂ ਇਕਾਈਆਂ (Small Scale Units) ਸਨ ਜਿਨ੍ਹਾਂ ਵਿੱਚ ਵਿਭਿੰਨ ਪ੍ਰਕਾਰ ਦਾ ਕਾਗਜ਼ ਅਤੇ ਬੋਰਡ ਬਣਾਏ ਗਏ ਸਨ। ਰਜਿਸਟਰਸ਼ੁਦਾ ਇਕਾਈਆਂ ਦੀ ਗਿਣਤੀ 2021 ਵਿੱਚ 322 ਹੋ ਗਈ। ਉਸ ਸਮੇਂ ਇਨ੍ਹਾਂ ਵਿੱਚ 15,055 ਕਾਮੇ ਕੰਮ ਕਰਦੇ ਸਨ।

ਕਾਗਜ਼ ਉਦਯੋਗ ਵਿੱਚ ਕੰਮ ਕਰਦੀਆਂ ਕੁੱਲ ਰਜਿਸਟਰਸ਼ੁਦਾ ਇਕਾਈਆਂ ਦਾ ਦੋ-ਤਿਹਾਈ ਦੇ ਲਗਭਗ (68.32%) ਮਾਲਵੇ ਵਿੱਚ ਸਥਿਤ ਸੀ। ਇੱਕ ਚੌਥਾਈ ਦੇ ਲਗਭਗ (21.43%) ਬਿਸਤ ਦੋਆਬ ਵਿੱਚ ਅਤੇ ਕੇਵਲ 33 ਇਕਾਈਆਂ (ਪੰਜਾਬ ਦੀਆਂ 10.25%) ਮਾਝਾ ਪ੍ਰਦੇਸ਼ ਵਿੱਚ ਕੰਮ ਕਰਦੀਆਂ ਸਨ (2021)। ਮਾਲਵਾ ਪ੍ਰਦੇਸ਼ ਵਿੱਚ ਵੀ ਰਾਜ ਦੀਆਂ ਕੁੱਲ ਕਾਗਜ਼ ਇਕਾਈਆਂ ਦਾ ਇੱਕ ਤਿਹਾਈ (31.99%) ਕੇਵਲ ਇੱਕ ਜ਼ਿਲ੍ਹੇ ਲੁਧਿਆਣਾ ਵਿੱਚ ਕੇਂਦਰਿਤ ਸੀ। ਲੁਧਿਆਣਾ ਜ਼ਿਲ੍ਹੇ ਤੋਂ ਇਲਾਵਾ ਮਾਲਵੇ ਵਿੱਚ ਕਾਗਜ਼ ਇਕਾਈਆਂ ਮੁੱਖ ਤੌਰ ਤੇ ਪਟਿਆਲਾ (29), ਐਸ.ਏ.ਐਸ. ਨਗਰ (29), ਸੰਗਰੂਰ (20), ਫਿਰੋਜ਼ਪੁਰ (11) ਅਤੇ ਫਰੀਦਕੋਟ ਅਤੇ ਬਠਿੰਡਾ (7 ਹਰੇਕ) ਜ਼ਿਲ੍ਹਿਆਂ ਵਿੱਚ ਪਾਈਆਂ ਜਾਂਦੀਆਂ ਹਨ (ਸਾਰਣੀ ਨੰ. 49)। ਮਾਲਵੇ ਤੋਂ ਬਾਹਰ ਜਲੰਧਰ (33), ਹੁਸ਼ਿਆਰਪੁਰ (27), ਅੰਮ੍ਰਿਤਸਰ (22) ਅਤੇ ਗੁਰਦਾਸਪੁਰ (10 ਇਕਾਈਆਂ) ਜ਼ਿਲ੍ਹਿਆਂ ਵਿੱਚ ਜ਼ਿਆਦਾ ਗਿਣਤੀ ਵਿੱਚ ਪਾਈਆਂ ਜਾਂਦੀਆਂ ਹਨ। ਤਰਨਤਾਰਨ ਅਤੇ ਫਾਜ਼ਿਲਕਾ ਜ਼ਿਲ੍ਹਿਆਂ ਤੋਂ ਇਲਾਵਾ ਪੰਜਾਬ ਦੇ ਹਰ ਜ਼ਿਲ੍ਹੇ ਵਿੱਚ ਕੁੱਝ-ਨ-ਕੁੱਝ ਕਾਗਜ਼ ਇਕਾਈਆਂ ਜ਼ਰੂਰ ਪਾਈਆਂ ਜਾਂਦੀਆਂ ਹਨ।

ਅਗਰ ਅਸੀਂ ਪੰਜਾਬ ਵਿੱਚ ਕਾਗਜ਼ ਦੀਆਂ ਇਕਾਈਆਂ ਦੀ ਵੰਡ ਦੀ ਸਾਰਣੀ ਨੂੰ ਦੇਖੀਏ ਤਾਂ ਪਤਾ ਲੱਗਦਾ ਹੈ ਕਿ ਪੰਜਾਬ ਵਿੱਚ ਕਾਗਜ਼ ਦਾ ਉਦਯੋਗ ਮੁੱਖ ਤੌਰ ਤੇ ਇਸ ਦੇ ਮੱਧ ਅਤੇ ਉੱਤਰ ਪੂਰਬੀ ਜ਼ਿਲ੍ਹਿਆਂ ਵਿੱਚ ਜਿੱਥੇ ਭਾਰੀ ਮਾਤਰਾ ਵਿੱਚ ਕਾਗਜ਼ ਲਈ ਕੱਚਾ ਮਾਲ (ਘਾਹ, ਬਗੜ, ਪਰਾਲੀ, ਲਕੜੀ, ਖੋਰੀ ਆਦਿ) ਪਾਣੀ (ਵਰਖਾ ਅਤੇ ਦਰਿਆ-ਨਹਿਰਾਂ ਆਦਿ ਤੋਂ), ਖਪਤ ਦੀ ਵੱਡੀ ਮੰਡੀ (ਸੰਘਣੀ ਅਤੇ ਪੜ੍ਹੀ-ਲਿਖੀ ਵਸੋਂ, ਅਨੇਕਾਂ ਸਕੂਲ, ਕਾਲਜ) ਆਦਿ, ਬਹੁਤ ਸਾਰੇ ਛਾਪੇਖਾਨੇ (Printing Presses), ਹਿਮਾਚਲ ਦੀ ਨੇੜਤਾ (ਕੱਚੇ ਮਾਲ ਲਈ), ਤੇਜ਼ ਆਵਾਜਾਈ ਅਤੇ ਪੈਸਾ ਆਦਿ ਉਪਲਬੱਧ ਹਨ। ਸੁਤੰਤਰਤਾ ਸੰਗਰਾਮ ਦੇ ਸਮੇਂ ਤੋਂ ਹੀ ਇੱਥੇ ਲੋਕ ਪੜ੍ਹੇ-ਲਿਖੇ ਅਤੇ ਜਾਗਰੂਕ ਸਨ, ਕਿਤਾਬਾਂ, ਅਖਬਾਰਾਂ-ਰਸਾਲੇ ਆਦਿ ਛਪਦੇ ਸਨ। ਇਨ੍ਹਾਂ ਸਭ ਕਾਰਨਾਂ ਦੇ ਫਲਸਰੂਪ ਮੱਧ-ਪੂਰਬੀ ਪੰਜਾਬ ਵਿੱਚ ਕਾਗਜ਼ ਦੀ ਭਾਰੀ ਮੰਗ ਰਹੀ ਹੈ। ਇਸ ਕਾਰਨ ਮੱਧ-ਪੂਰਬੀ ਜ਼ਿਲ੍ਹਿਆਂ ਵਿੱਚ ਕਾਗਜ਼ ਬਣਾਉਣ ਦਾ ਉਦਯੋਗ ਤੇਜ਼ੀ ਨਾਲ ਵਧਿਆ ਅਤੇ ਮਹੱਤਵਪੂਰਣ ਹੋ ਗਿਆ।

ਲੱਕੜ ਅਤੇ ਫਰਨੀਚਰ ਉਦਯੋਗ (WOOD AND FURNITURE INDUSTRY)

ਲੱਕੜ ਆਮ ਵਰਤੋਂ ਵਿੱਚ ਆਉਣ ਵਾਲਾ ਕੱਚਾ ਪਦਾਰਥ ਹੈ। ਇਸ ਤੋਂ ਢੋ-ਢੁਆਈ ਅਤੇ ਇਮਾਰਤ ਲਈ ਅਤੇ ਦੂਜੀਆਂ ਕਈ ਪ੍ਰਕਾਰ ਦੀਆਂ ਵਸਤਾਂ ਬਣਾਈਆਂ ਜਾਂਦੀਆਂ ਹਨ। ਤਰਖਾਣ ਲੱਕੜ ਤੋਂ ਅਨੇਕ ਪ੍ਰਕਾਰ ਦੀਆਂ ਉਪਯੋਗੀ ਵਸਤਾਂ ਬਣਾਉਂਦੇ ਹਨ। ਖੇਤੀਬਾੜੀ ਦੇ ਔਜਾਰ, ਬੈਲ ਗੱਡੀਆਂ, ਰੇੜ੍ਹੀਆਂ, ਰੇੜ੍ਹੇ, ਠੇਲ੍ਹੇ, ਘਰਾਂ ਲਈ ਚੁਗਾਠਾਂ, ਖਿੜਕੀਆਂ, ਦਰਵਾਜ਼ੇ, ਬਾਲੇ, ਸ਼ਤੀਰ ਆਦਿ ਬਹੁਤ ਸਾਰੀਆਂ ਵਸਤਾਂ ਪਿੰਡਾਂ ਅਤੇ ਸ਼ਹਿਰਾਂ ਦੇ ਤਰਖਾਣ ਸਥਾਨਕ ਲੋੜ ਲਈ ਅਤੇ ਪਿੰਡਾਂ ਵਿੱਚ ਭਾਈਚਾਰਾ ਪ੍ਰਣਾਲੀ ਅਧੀਨ ਕਿਰਸਾਨਾਂ ਲਈ ਬਣਾਉਂਦੇ ਹਨ। ਪਠਾਨਕੋਟ, ਹੁਸ਼ਿਆਰਪੁਰ ਆਦਿ ਸ਼ਹਿਰਾਂ ਵਿੱਚ ਵਪਾਰਕ ਦ੍ਰਿਸ਼ਟੀਕੋਣ ਤੋਂ ਵੀ ਇਨ੍ਹਾਂ ਵਸਤਾਂ ਦਾ ਨਿਰਮਾਣ ਹੁੰਦਾ ਹੈ। ਹਰ ਵੱਡੇ-ਛੋਟੇ ਸ਼ਹਿਰ ਵਿੱਚ ਇਹ ਵਸਤਾਂ ਵਿਕਰੀ ਲਈ ਬਣਾਈਆਂ ਜਾਂਦੀਆਂ ਹਨ।

ਫਰਨੀਚਰ ਬਣਾਉਣ ਦਾ ਕੰਮ ਜ਼ਿਆਦਾ ਮਹੱਤਵਪੂਰਣ ਹੈ। 1999-2000 ਅਨੁਸਾਰ ਰਾਜ ਵਿੱਚ 2183 ਛੋਟੇ ਕਾਰਖਾਨੇ ਜਾਂ ਦਸਤਕਾਰੀਆਂ ਲੱਕੜ ਅਤੇ ਫਰਨੀਚਰ ਬਣਾਉਣ ਵਿੱਚ ਲੱਗੀਆਂ ਹੋਈਆਂ ਸਨ। ਇਨ੍ਹਾਂ ਵਿੱਚ 15,038 ਲੋਕ ਕੰਮ ਕਰਦੇ ਸਨ। ਸਭ ਤੋਂ ਜ਼ਿਆਦਾ ਇਕਾਈਆਂ ਪੂਰਬੀ ਜ਼ਿਲ੍ਹਿਆਂ ਗੁਰਦਾਸਪੁਰ (216), ਹੁਸ਼ਿਆਰਪੁਰ (157), ਰੂਪਨਗਰ (110) ਅਤੇ ਪਟਿਆਲਾ (87) ਅਤੇ ਇਨ੍ਹਾਂ ਦੇ ਨਾਲ ਲੱਗਦੇ ਜ਼ਿਲ੍ਹਿਆਂ ਅੰਮ੍ਰਿਤਸਰ (260), ਜਲੰਧਰ (243) ਅਤੇ ਲੁਧਿਆਣਾ (280) ਵਿੱਚ ਸਨ। ਇਨ੍ਹਾਂ ਜ਼ਿਲ੍ਹਿਆਂ ਵਿੱਚ (ਵਿਸ਼ੇਸ਼ ਕਰਕੇ ਗੁਰਦਾਸਪੁਰ, ਹੁਸ਼ਿਆਰਪੁਰ ਅਤੇ ਰੂਪਨਗਰ) ਲਕੜੀ ਆਸਾਨੀ ਨਾਲ ਉਪਲਬੱਧ ਹੈ ਅਤੇ ਲੁਧਿਆਣਾ, ਜਲੰਧਰ ਅਤੇ ਅੰਮ੍ਰਿਤਸਰ ਮੁੱਖ ਰੇਲ ਅਤੇ ਸੜਕ ਮਾਰਗ ਉੱਤੇ ਹਨ ਅਤੇ ਬਹੁਤ ਵੱਡੇ ਸ਼ਹਿਰ ਵੀ ਹਨ। ਕਰਤਾਰਪੁਰ ਨੂੰ ਤਾਂ 'ਫਰਨੀਚਰ ਦਾ ਘਰ' ਕਹਿੰਦੇ ਹਨ। ਜਲੰਧਰ ਜ਼ਿਲ੍ਹੇ ਦਾ ਇਹ ਕਸਬਾ ਆਪਣੇ ਵਧੀਆ ਫਰਨੀਚਰ ਲਈ ਬਹੁਤ ਪ੍ਰਸਿੱਧ ਹੈ।

ਮਾਲਵੇ ਵਿੱਚ ਫਿਰੋਜ਼ਪੁਰ, ਬਠਿੰਡਾ ਅਤੇ ਸੰਗਰੂਰ ਦੇ ਜ਼ਿਲ੍ਹੇ ਲੱਕੜ ਦੇ ਕੰਮ ਲਈ ਮਹੱਤਵਪੂਰਣ ਹਨ। ਇੱਥੇ 1999-2000 ਅਨੁਸਾਰ 388 ਇਕਾਈਆਂ ਵਿੱਚ ਲਕੜ ਦਾ ਕੰਮ ਕੀਤਾ ਜਾਂਦਾ ਸੀ। ਸਭ ਤੋਂ ਘੱਟ ਇਕਾਈਆਂ (ਸਿਰਫ 17) ਫਤਹਿਗੜ੍ਹ ਸਾਹਿਬ ਜ਼ਿਲ੍ਹੇ ਵਿੱਚ ਸਨ।

2015-16 ਵਿੱਚ ਲੱਕੜ ਦੀਆਂ ਵਸਤਾਂ ਅਤੇ ਫਰਨੀਚਰ ਬਣਾਉਣ ਦਾ ਕੇਵਲ ਇਕ ਹੀ ਵੱਡਾ ਕਾਰਖਾਨਾ ਕਰਤਾਰਪੁਰ (ਜ਼ਿਲ੍ਹਾ ਜਲੰਧਰ) ਵਿਖੇ ਸਥਿਤ ਸੀ ਜੋ ਸਾਰੇ ਪੰਜਾਬ ਵਿੱਚ ਵਧੀਆ ਫਰਨੀਚਰ ਬਣਾਉਣ ਲਈ ਪ੍ਰਸਿੱਧ ਸੀ। 2015-16 ਵਿੱਚ ਹੀ 2165 ਰਜਿਸਟਰਸ਼ੁਦਾ ਲੱਕੜ ਅਤੇ ਫਰਨੀਚਰ ਬਣਾਉਣ ਦੀਆਂ ਫੈਕਟਰੀਆਂ ਸਨ। ਇਨ੍ਹਾਂ ਵਿੱਚ 13,371 ਲੋਕਾਂ ਨੂੰ ਰੁਜ਼ਗਾਰ ਮਿਲਿਆ ਹੋਇਆ ਸੀ।

2021 ਦੇ ਅੰਕੜਿਆਂ ਅਨੁਸਾਰ ਪੰਜਾਬ ਵਿੱਚ 2,194 ਰਜਿਸਟਰਸ਼ੁਦਾ ਚੱਲ ਰਹੀਆਂ ਫੈਕਟਰੀਆਂ ਵਿੱਚ ਲੱਕੜ ਜੜਤਾ, ਵਸਤਾਂ ਅਤੇ ਫਰਨੀਚਰ ਬਣਾਇਆ ਜਾਂਦਾ ਸੀ (ਸਾਰਣੀ 49)। ਇਨ੍ਹਾਂ ਫੈਕਟਰੀਆਂ ਵਿੱਚ 2021 ਨੂੰ ਹੀ 16,486 ਕਾਮੇ ਕੰਮ ਕਰਦੇ ਸਨ। ਪੰਜਾਬ ਦੀਆਂ ਕੁੱਲ ਲੱਕੜ-ਫਰਨੀਚਰ ਬਣਾਉਣ ਵਾਲੀਆਂ ਕੁੱਲ ਫੈਕਟਰੀਆਂ ਵਿੱਚੋਂ 19.33% ਮਾਝੇ ਵਿੱਚ, 26.50% ਬਿਸਤ ਦੋਆਬ ਵਿੱਚ ਅਤੇ ਅੱਧੀਆਂ ਦੇ ਲਗਭਗ (54.17%) ਮਾਲਵਾ ਪ੍ਰਦੇਸ਼ ਵਿੱਚ ਸਥਿਤ ਸਨ।

ਅਗਰ ਅਸੀਂ ਸਾਰਣੀ ਨੰ. 49 ਨੂੰ ਧਿਆਨ ਨਾਲ ਘੋਖੀਏ ਤਾਂ ਪਤਾ ਲੱਗੇਗਾ ਕਿ ਪੰਜਾਬ ਦਾ ਲੱਕੜ ਅਤੇ ਫਰਨੀਚਰ ਦਾ ਉਦਯੋਗ ਮੁੱਖ ਤੌਰ ਤੇ ਇਸਦੇ ਮੱਧ-ਉੱਤਰ ਪੂਰਬੀ ਅਤੇ ਮੱਧਵਰਤੀ ਅਤੇ ਮੱਧ-ਪੂਰਬੀ ਜ਼ਿਲ੍ਹਿਆਂ ਵਿੱਚ ਫੈਲਿਆ ਹੋਇਆ ਹੈ। ਇਸ ਖੇਤਰ ਵਿੱਚ ਪਠਾਨਕੋਟ, ਗੁਰਦਾਸਪੁਰ, ਅੰਮ੍ਰਿਤਸਰ, ਕਪੂਰਥਲਾ, ਜਲੰਧਰ, ਹੁਸ਼ਿਆਰਪੁਰ, ਐਸ.ਬੀ.ਐਸ. ਨਗਰ, ਰੂਪਨਗਰ, ਐਸ.ਏ.ਐਸ. ਨਗਰ, ਪਟਿਆਲਾ, ਫਤਹਿਗੜ੍ਹ ਸਾਹਿਬ ਅਤੇ ਲੁਧਿਆਣਾ ਜ਼ਿਲ੍ਹੇ ਸ਼ਾਮਲ ਹਨ। ਇਨ੍ਹਾਂ ਮੱਧ-ਪੂਰਬੀ ਜ਼ਿਲ੍ਹਿਆਂ ਵਿੱਚ ਪੰਜਾਬ ਦਾ ਦੋ-ਤਿਹਾਈ (66.27%) ਲੱਕੜ ਦਾ ਉਦਯੋਗ ਸਥਿਤ ਹੈ। ਇਸ ਖੇਤਰ ਵਿੱਚ ਪੰਜਾਬ ਦੀਆਂ 1,454 ਲੱਕੜ ਉਦਯੋਗ ਦੀਆਂ ਇਕਾਈਆਂ ਪਾਈਆਂ ਜਾਂਦੀਆਂ ਹਨ। ਇੱਥੇ ਵੀ ਇਹ ਉਦਯੋਗ ਮੁੱਖ ਤੌਰ ਤੇ ਹੁਸ਼ਿਆਰਪੁਰ (212), ਅੰਮ੍ਰਿਤਸਰ (204 ਫੈਕਟਰੀਆਂ), ਜਲੰਧਰ (205), ਗੁਰਦਾਸਪੁਰ (155 ਫੈਕਟਰੀਆਂ) ਅਤੇ ਲੁਧਿਆਣਾ (331 ਫੈਕਟਰੀਆਂ) ਅਤੇ ਐਸ.ਏ.ਐਸ. ਨਗਰ (96 ਫੈਕਟਰੀਆਂ) ਜ਼ਿਲ੍ਹਿਆਂ ਵਿੱਚ ਕੇਂਦਰਿਤ ਹੈ। ਇਨ੍ਹਾਂ ਉੱਤਰ-ਪੂਰਬੀ ਜ਼ਿਲ੍ਹਿਆਂ ਵਿੱਚ ਕਾਫੀ ਜੰਗਲ ਹੋਣ ਕਾਰਨ ਭਾਰੀ ਮਾਤਰਾ ਵਿੱਚ ਵਧੀਆ ਲੱਕੜੀ ਉਪਲਬੱਧ ਹੈ। ਜੰਗਲ ਹੋਣ ਕਾਰਨ ਇਨ੍ਹਾਂ ਜ਼ਿਲ੍ਹਿਆਂ ਵਿੱਚ ਪੁਰਾਣੇ ਸਮੇਂ ਤੋਂ ਲੱਕੜੀ ਦਾ ਕੰਮ ਹੁੰਦਾ ਆ ਰਿਹਾ ਹੈ (tradition-ਪਰੰਪਰਾ)। ਤਰਖਾਣਾ ਪੇਸ਼ੇ ਵਾਲੇ ਕਾਰੀਗਰ ਫਰਨੀਚਰ ਅਤੇ ਹੋਰ ਲੱਕੜ ਦਾ ਕੰਮ ਕਰਨ ਵਿੱਚ ਨਿਪੁੰਨ ਹੋ ਗਏ ਹਨ। ਹੁਸ਼ਿਆਰਪੁਰ ਸਾਰੇ ਦੇਸ਼ ਅਤੇ ਵਿਦੇਸ਼ਾਂ ਵਿੱਚ ਵੀ ਲੱਕੜ ਉੱਤੇ inlay ਦੇ ਕੰਮ ਕੀਤੀਆਂ ਸਜ਼ਾਵਟੀ ਵਸਤਾਂ (show pieces) ਜਿਵੇਂ ਕਿ ਮੇਜ਼, ਕੁਰਸੀਆਂ, ਬਕਸਿਆਂ, ਹਾਥੀ, ਟਰੇਆਂ ਆਦਿ ਲਈ ਪ੍ਰਸਿੱਧ ਹੈ।

ਮੱਧਵਰਤੀ ਜ਼ਿਲ੍ਹੇ ਅੰਮ੍ਰਿਤਸਰ, ਜਲੰਧਰ, ਲੁਧਿਆਣਾ, ਪਟਿਆਲਾ, ਫਤਹਿਗੜ੍ਹ ਸਾਹਿਬ ਆਦਿ ਮੁੱਖ ਰੇਲ ਅਤੇ ਸੜਕ ਮਾਰਗ ਦੇ ਦੋਨੋਂ ਪਾਸੇ ਫੈਲੇ ਹੋਏ ਹਨ। ਇਨ੍ਹਾਂ ਤੋਂ ਇਲਾਵਾ ਇਨ੍ਹਾਂ ਜ਼ਿਲ੍ਹਿਆਂ ਵਿੱਚ ਬਹੁਤ ਸਾਰੇ ਵੱਡੇ ਅਤੇ ਦਰਮਿਆਨੇ ਆਕਾਰ ਦੇ ਸ਼ਹਿਰ-ਕਸਬੇ ਅਤੇ ਸੰਘਣੀ ਵਸੋਂ ਅਤੇ NRI ਵਸੋਂ ਪਾਈ ਜਾਂਦੀ ਹੈ।

ਇਸ ਮੱਧ-ਪੂਰਬੀ ਪ੍ਰਦੇਸ਼ ਤੋਂ ਬਾਹਰ ਮਾਲਵੇ ਵਿੱਚ ਬਠਿੰਡਾ (141 ਫੈਕਟਰੀਆਂ), ਮਾਨਸਾ (119), ਫਿਰੋਜ਼ਪੁਰ (102), ਫਰੀਦਕੋਟ (70), ਸੰਗਰੂਰ ਆਦਿ ਜ਼ਿਲ੍ਹੇ ਲੱਕੜ ਦੀਆਂ ਵਸਤਾਂ ਅਤੇ ਫਰਨੀਚਰ ਬਣਾਉਣ ਲਈ ਪ੍ਰਸਿੱਧ ਹਨ। ਵੈਸੇ, ਪੰਜਾਬ ਦੇ ਹਰ

ਜ਼ਿਲ੍ਹੇ ਵਿੱਚ ਇਹ ਉਦਯੋਗ ਛੋਟੇ ਜਾਂ ਵੱਡੇ ਰੂਪ ਵਿੱਚ ਕੀਤਾ ਜਾਂਦਾ ਹੈ। ਹਰ ਪਰਿਵਾਰ ਨੂੰ ਫਰਨੀਚਰ ਅਤੇ ਲੱਕੜ ਵਸਤਾਂ ਦੀ ਲੋੜ ਪੈਂਦੀ ਹੈ।

ਫਰਨੀਚਰ ਬਣਾਉਣ ਦਾ ਕੰਮ ਹਰ ਛੋਟੇ ਵੱਡੇ ਸ਼ਹਿਰ ਅਤੇ ਕਸਬੇ ਵਿੱਚ ਕੀਤਾ ਜਾਂਦਾ ਹੈ। 2021 ਅਨੁਸਾਰ ਪੰਜਾਬ ਵਿੱਚ 26 ਰਜਿਸਟਰਸ਼ੁਦਾ ਫੈਕਟਰੀਆਂ ਵਿੱਚ ਫਰਨੀਚਰ ਬਣਾਉਣ ਦਾ ਕੰਮ ਕੀਤਾ ਜਾਂਦਾ ਸੀ ਅਤੇ ਇਸ ਉਦਯੋਗ ਵਿੱਚ 1,352 ਲੋਕਾਂ ਨੂੰ ਰੁਜ਼ਗਾਰ ਮਿਲਿਆ ਹੋਇਆ ਸੀ। ਭਾਵੇਂ ਜਲੰਧਰ ਜ਼ਿਲ੍ਹੇ ਦਾ ਕਰਤਾਰਪੁਰ ਕਸਬਾ ਇਸ ਉਦਯੋਗ ਲਈ ਰਾਜ ਭਰ ਵਿੱਚ ਮਸ਼ਹੂਰ ਹੈ ਪਰੰਤੂ ਫਰਨੀਚਰ ਬਣਾਉਣ ਦੀਆਂ ਫੈਕਟਰੀਆਂ ਮੁੱਖ ਤੌਰ ਤੇ ਜਲੰਧਰ (5), ਹੁਸ਼ਿਆਰਪੁਰ (4), ਲੁਧਿਆਣਾ (4), ਬਠਿੰਡਾ ਅਤੇ ਪਟਿਆਲਾ (3 ਹਰੇਕ) ਜ਼ਿਲ੍ਹਿਆਂ ਵਿੱਚ ਸਥਿਤ ਹਨ। ਇਨ੍ਹਾਂ ਤੋਂ ਬਿਨਾਂ ਗੁਰਦਾਸਪੁਰ, ਅੰਮ੍ਰਿਤਸਰ, ਐਸ.ਏ.ਐਸ. ਨਗਰ, ਫਰੀਦਕੋਟ, ਫਤਹਿਗੜ੍ਹ ਸਾਹਿਬ ਅਤੇ ਕਪੂਰਥਲਾ ਦੇ ਜ਼ਿਲ੍ਹੇ (ਹਰੇਕ 1 ਫੈਕਟਰੀ) ਵੀ ਫਰਨੀਚਰ ਬਣਾਉਣ ਲਈ ਮਹੱਤਵਪੂਰਣ ਹਨ।

ਖੇਡਾਂ ਦਾ ਸਮਾਨ ਬਣਾਉਣ ਦਾ ਉਦਯੋਗ (Sports Industry)

ਇਹ ਪੰਜਾਬ ਦਾ ਮਹੱਤਵਪੂਰਣ ਉਦਯੋਗ ਹੈ। ਪੰਜਾਬ ਸਮੁੱਚੇ ਦੇਸ਼ ਵਿੱਚ ਖੇਡਾਂ ਦਾ ਸਮਾਨ ਬਣਾਉਣ ਦੇ ਖੇਤਰ ਵਿੱਚ ਸਭ ਤੋਂ ਅੱਗੇ ਅਤੇ ਵਿਸ਼ੇਸ਼ ਥਾਂ ਰੱਖਦਾ ਹੈ। ਪੰਜਾਬ ਦੇਸ਼ ਵਿੱਚ ਖੇਡਾਂ ਦਾ ਸਮਾਨ ਬਣਾਉਣ ਦਾ ਸਭ ਤੋਂ ਵੱਡਾ ਉਤਪਾਦਕ ਹੀ ਨਹੀਂ ਸਗੋਂ ਮਹੱਤਵਪੂਰਣ ਨਿਰਯਾਤਕ ਵੀ ਹੈ। ਪੰਜਾਬ ਦੇ ਖੇਡਾਂ ਦਾ ਸਮਾਨ ਬਣਾਉਣ ਦੇ ਉਦਯੋਗ ਦਾ ਆਰੰਭ ਪੰਜਾਬ ਦੇ **ਜਲੰਧਰ ਸ਼ਹਿਰ** ਤੋਂ ਹੋਇਆ ਸੀ। 1947 ਵਿੱਚ ਦੇਸ਼ ਦੇ ਬਟਵਾਰੇ ਸਮੇਂ ਪਾਕਿਸਤਾਨ ਸਥਿਤ ਸਿਆਲਕੋਟ ਜ਼ਿਲ੍ਹੇ ਵਿੱਚ ਰਹਿਣ ਵਾਲੇ ਅਤੇ ਹੋਰ ਹਿੰਦੂ ਕਾਰੀਗਰ ਅਤੇ ਸਪੋਰਟਸ ਦੇ ਕਾਰਖਾਨੇਦਾਰ ਆਦਿ ਸਿਆਲਕੋਟ ਛੱਡ ਕੇ ਜਲੰਧਰ ਸ਼ਹਿਰ ਵਿੱਚ ਆ ਵਸੇ (as migrants due to partition)। ਜਲੰਧਰ ਵਿੱਚ ਇਨ੍ਹਾਂ ਪ੍ਰਵਾਸੀ ਕਾਰੀਗਰਾਂ ਅਤੇ ਕਾਰਖਾਨਾ ਮਾਲਕਾਂ ਨੇ ਖੇਡਾਂ ਦਾ ਸਮਾਨ ਬਣਾਉਣ ਦੇ ਉਦਯੋਗ ਨੂੰ ਸੁਰਜੀਤ ਕਰਕੇ ਸ਼ੁਭ ਅਰੰਭ ਕਰ ਦਿੱਤਾ। ਇਸ ਨਾਲ ਜਲੰਧਰ ਸ਼ਹਿਰ ਵਿੱਚ ਹੌਲੀ-ਹੌਲੀ ਖੇਡਾਂ ਦਾ ਉਦਯੋਗ ਪ੍ਰਫੁੱਲਤ ਹੋਣ ਲੱਗ ਪਿਆ ਅਤੇ ਪੂਰੀ ਤਰ੍ਹਾਂ ਨਾਲ ਜੰਮ ਗਿਆ। ਜਲੰਧਰ ਸ਼ਹਿਰ ਅਤੇ ਦੇਸ਼ ਅਤੇ ਦੁਨੀਆਂ ਵਿੱਚ ਖੇਡਾਂ ਦੇ ਹਰਮਨ ਪਿਆਰਾ ਹੋਣ ਨਾਲ ਜਲੰਧਰ ਦਾ ਖੇਡ ਉਦਯੋਗ ਤੇਜ਼ੀ ਨਾਲ ਉੱਨਤੀ ਕਰਨ ਲੱਗ ਪਿਆ ਅਤੇ ਜਲੰਧਰ ਦੇਸ਼ ਦਾ ਖੇਡ ਉਦਯੋਗ ਦਾ ਸਭ ਤੋਂ ਵੱਧ ਮਹੱਤਵਪੂਰਣ ਕੇਂਦਰ ਬਣ ਗਿਆ। ਇਸ ਉਦਯੋਗ ਨੇ ਦੇਸ਼ ਵਿੱਚ ਹੀ ਨਹੀਂ ਸਗੋਂ ਅੰਤਰਰਾਸ਼ਟਰੀ ਪੱਧਰ ਤੇ ਆਪਣੀ ਧਾਕ ਜਮਾ ਲਈ ਅਤੇ ਜਲੰਧਰ ਵਿੱਚ ਬਣੀਆਂ ਖੇਡ ਵਸਤਾਂ ਸੰਸਾਰ ਦੇ ਵਿਭਿੰਨ ਦੇਸ਼ਾਂ ਨੂੰ ਵੱਡੀ ਮਾਤਰਾ ਵਿੱਚ ਨਿਰਯਾਤ ਹੋਣ ਲੱਗ ਪਈਆਂ।

ਸ਼ੁਰੂ ਵਿੱਚ ਕੱਚੇ ਮਾਲ ਦੀ ਪ੍ਰਾਪਤੀ ਮੁੱਖ ਸਮੱਸਿਆ ਸੀ ਪਰੰਤੂ ਜਲੰਧਰ ਅਤੇ ਆਲੇ-ਦੁਆਲੇ ਦੇ ਖੇਤਰ ਵਿੱਚ ਚਮੜੇ ਦੀਆਂ ਖੱਲਾਂ ਸਾਫ ਕਰਨ, ਰੰਗਣ ਅਤੇ ਬਣਾਉਣ (leather tanning industries) ਦੇ ਉਦਯੋਗ ਦੀ ਮੌਜੂਦਗੀ ਤੋਂ ਖੇਡ ਉਦਯੋਗ ਨੂੰ ਬਹੁਤ ਉਤਸਾਹ ਅਤੇ ਪੱਕੇ ਪੈਰਾਂ ਤੇ ਜੰਮਣ ਲਈ ਵੱਡਾ ਸਹਾਰਾ ਮਿਲਿਆ। ਇਸ ਨਾਲ ਖੇਡ ਉਦਯੋਗ ਜਲੰਧਰ ਵਿੱਚ ਪੂਰੀ ਮਜ਼ਬੂਤੀ ਨਾਲ ਅੱਗੇ ਵਧਣ ਲੱਗ ਪਿਆ।

ਜਲੰਧਰ ਸ਼ਹਿਰ ਵਿਖੇ ਖੇਡਾਂ ਦਾ ਸਮਾਨ ਬਣਾਉਣ ਦੀਆਂ 1000 ਤੋਂ ਵੀ ਜ਼ਿਆਦਾ ਲਘੂ ਇਕਾਈਆਂ ਹਨ ਜਿਨ੍ਹਾਂ ਵਿੱਚ ਖੇਡ ਜੁੱਤੀਆਂ (sports shoes), ਕ੍ਰਿਕਟ ਦੀਆਂ ਗੇਂਦਾਂ, ਬੱਲੇ, ਹਾਕੀ ਦੀਆਂ ਸਟਿੱਕਾਂ (sticks), ਸਭ ਕਿਸਮ ਦੇ ਫੁਲਾਉਣ ਵਾਲੇ ਬਾਲ ਜਿਵੇਂ ਕਿ ਫੁਟਬਾਲ, ਵਾਲੀਬਾਲ ਆਦਿ, ਸਭ ਕਿਸਮਾਂ ਦੇ ਰੈਕਟਸ (racquets), ਸ਼ਟਲ ਕਾਕ, ਕੈਰਮ, ਚੈਸ ਆਦਿ ਬੋਰਡ ਬਣਾਏ ਜਾਂਦੇ ਹਨ।

ਖੇਡਾਂ ਦਾ ਸਮਾਨ ਬਣਾਉਣ ਦੇ ਮੁੱਖ ਕੇਂਦਰ (Centres of Sports Industry)

ਖੇਡਾਂ ਦਾ ਸਮਾਨ ਬਣਾਉਣ ਦੇ ਕੇਂਦਰ ਜਲੰਧਰ ਸ਼ਹਿਰ ਦੇ ਦੱਖਣ-ਪੱਛਮੀ ਭਾਗਾਂ ਵਿੱਚ ਨਕੋਦਰ ਰੋਡ ਦੇ ਨਾਲ ਲੱਗਦੇ ਇਲਾਕਿਆਂ ਵਿੱਚ ਫੈਲੇ ਹੋਏ ਹਨ। ਇੱਥੇ ਭਾਰਗੋ ਕੈਂਪ, ਬਸਤੀ ਨਾਉ, ਬਸਤੀ ਦਾਨਿਸ਼ਮੰਦਾਂ ਅਤੇ ਬਸਤੀ ਸ਼ੇਖ ਮੁਹੱਲਿਆਂ ਵਿੱਚ ਖੇਡਾਂ ਦਾ ਸਮਾਨ ਬਣਾਉਣ ਦੇ ਅਨੇਕਾਂ ਨਿੱਕੇ (micro), ਲਘੂ (small) ਅਤੇ ਰਜਿਸਟਰਸ਼ੁਦਾ ਕੇਂਦਰ ਹਨ। ਇੱਥੇ ਪਰਿਵਾਰ ਦੇ ਸਾਰੇ ਮੈਂਬਰ ਕੇਂਦਰ ਵਿੱਚ ਕੰਮ ਕਰਦੇ ਹਨ। ਉਹ ਆਪ ਹੀ ਮਾਲਕ ਹਨ ਅਤੇ ਆਪ ਹੀ ਸਭ ਤੋਂ ਸਸਤੀ ਮਜ਼ਦੂਰੀ ਪ੍ਰਦਾਨ ਕਰਦੇ ਹਨ। ਇਸ ਤਰ੍ਹਾਂ

ਇਨ੍ਹਾਂ ਮੁਹੱਲਿਆਂ ਵਿੱਚ ਖੇਡ ਦਾ ਉਦਯੋਗ ਪ੍ਰਫੁੱਲਤ ਹੋ ਗਿਆ। ਇਸ ਪ੍ਰਦੇਸ਼ ਵਿੱਚ ਰੈਨਸਨ ਸਪੋਰਟਸ, ਏ.ਪੀ.ਜੀ. ਸਪੋਰਟਸ ਆਦਿ ਜਲੰਧਰ ਦੇ ਮੰਨੇ-ਪ੍ਰਮੰਨੇ ਉਦਯੋਗਿਕ ਸੰਗਠਨ ਸਨ।

ਇਸ ਸਮੇਂ ਕੱਚਾ ਮਾਲ ਵਿਸ਼ੇਸ਼ ਕਰਕੇ ਵਿਲੋ ਸ਼ਹਿਤੂਤ, ਐਸ਼ ਅਤੇ ਕਰੇਨ ਵੁੱਡ ਉਪਲਬੱਧੀ ਦੀ ਸਮੱਸਿਆ ਹੈ। ਕੱਚਾ ਮਾਲ ਮਹਿੰਗਾ ਹੋ ਗਿਆ ਹੈ ਅਤੇ ਮਿਲਣ ਵਿੱਚ ਵੀ ਮੁਸ਼ਕਲ ਹੁੰਦੀ ਹੈ। ਸਰਕਾਰਾਂ ਵੱਲੋਂ ਗੁਣਵੱਤਾ ਅਤੇ ਮਿਆਰੀਕਰਣ (standardization) ਉੱਤੇ ਕੋਈ ਕੰਟਰੋਲ ਨਹੀਂ ਹੈ। ਇਨ੍ਹਾਂ ਦੀ ਘਾਟ ਕਾਰਨ ਵਸਤਾਂ ਦਾ ਵਾਜਬ ਮੁੱਲ ਨਹੀਂ ਮਿਲਦਾ ਅਤੇ ਕਈ ਵਾਰ ਭੇਜਿਆ ਸਮਾਨ ਵਾਪਸ ਆ ਜਾਂਦਾ ਹੈ। ਬਿਜਲੀ ਦੀ ਨਿਯਮਬੱਧ ਸਪਲਾਈ, ਵੈਟ ਅਤੇ ਹੋਰ ਟੈਕਸਾਂ ਦੀ ਰੇਸ਼ਨਲਾਈਜੇਸ਼ਨ, ਮੰਡੀਕਰਣ ਵਿੱਚ ਸਹੂਲਤਾਂ ਆਦਿ ਜ਼ਰੂਰੀ ਹਨ। ਪੰਜਾਬ ਦੇ ਖੇਡ ਉਦਯੋਗ ਨੂੰ ਹਿਮਾਚਲ ਪ੍ਰਦੇਸ਼, ਜੰਮੂ ਅਤੇ ਕਸ਼ਮੀਰ ਅਤੇ ਉੱਤਰ ਪ੍ਰਦੇਸ਼ ਦੇ ਖੇਡ ਉਦਯੋਗਾਂ ਤੋਂ ਭਾਰੀ ਮੁਕਾਬਲਾ ਹੈ। ਇਨ੍ਹਾਂ ਪ੍ਰਦੇਸ਼ਾਂ ਵਿੱਚ ਕੱਚੇ ਮਾਲ ਦੀ ਦਿੱਕਤ ਨਹੀਂ ਹੈ। ਉੱਥੇ ਟੈਕਸ ਵੀ ਘੱਟ ਹਨ। ਇਸ ਲਈ ਪੰਜਾਬ ਸਰਕਾਰ ਨੂੰ ਆਪਣੇ ਖੇਡ ਉਦਯੋਗ ਨੂੰ ਉਤਸ਼ਾਹਤ ਕਰਨ ਲਈ ਬਹੁਤ ਸਾਰੀਆਂ ਰਿਆਇਤਾਂ ਅਤੇ ਸਹੂਲਤਾਂ ਦੇਣ ਦੀ ਲੋੜ ਹੈ। ਪੰਜਾਬ ਦਾ ਖੇਡ ਉਦਯੋਗ ਵਿਦੇਸ਼ੀ ਮੁੱਦਰਾ ਕਮਾਉਣ ਵਾਲਾ ਹੈ। ਪੰਜਾਬ ਤੋਂ ਖੇਡਾਂ ਦਾ ਸਮਾਨ ਬਾਹਰ ਬਹੁਤ ਸਾਰੇ ਦੇਸ਼ਾਂ ਨੂੰ ਭੇਜਿਆ ਜਾਂਦਾ ਹੈ। ਜਲੰਧਰ ਵਿਖੇ 20 ਤੋਂ ਜ਼ਿਆਦਾ ਨਿਰਯਾਤ ਕਰਨ ਵਾਲੇ ਯੂਨਿਟ ਹਨ। 2015-16 ਵਿੱਚ ਜਲੰਧਰ ਤੋਂ 916 ਕਰੋੜ ਦੇ ਮੁੱਲ ਦੀਆਂ ਖੇਡ ਵਸਤਾਂ ਨਿਰਯਾਤ ਕੀਤੀਆਂ ਗਈਆਂ ਸਨ। 2018-19 ਵਿੱਚ 460.22 ਕਰੋੜ ਰੁਪਏ ਦੇ ਮੁੱਲ ਦੀਆਂ ਖੇਡ ਵਸਤਾਂ ਜਲੰਧਰ ਤੋਂ ਨਿਰਯਾਤ ਕੀਤੀਆਂ ਗਈਆਂ ਸਨ।

ਇੰਜਨੀਅਰੀ ਉਦਯੋਗ (ENGINEERING INDUSTRIES)

ਇਹ ਪੰਜਾਬ ਦਾ ਬਹੁਤ ਮਹੱਤਵਪੂਰਣ ਉਦਯੋਗ ਵਰਗ ਹੈ। ਇਸ ਵਿੱਚ ਬਹੁਤ ਸਾਰੇ ਉਦਯੋਗ ਸ਼ਾਮਲ ਹਨ ਜਿਨ੍ਹਾਂ ਦਾ ਸੰਬੰਧ ਇੰਜਨੀਅਰੀ ਕਲਾ ਅਤੇ ਤਕਨੀਕ ਨਾਲ ਹੈ। ਇਹ ਉਦਯੋਗ ਧਾਤਾਂ ਉੱਤੇ ਆਧਾਰਤ ਹਨ ਅਤੇ ਇਨ੍ਹਾਂ ਵਿੱਚ ਆਮ ਕਰਕੇ ਇੰਜਣ (Engines) ਅਤੇ ਮਸ਼ੀਨਾਂ (Machines) ਬਣਾਈਆਂ ਜਾਂਦੀਆਂ ਸਨ ਭਾਵੇਂ ਹੁਣ ਬਹੁਤ ਸਾਰੇ ਹੋਰ ਨਿਰਮਾਣ ਉਦਯੋਗ ਜੋ ਧਾਤਾਂ ਦੀ ਵਰਤੋਂ (processing) ਕਰਦੇ ਹਨ ਇਸ ਵਰਗ ਵਿੱਚ ਸ਼ਾਮਲ ਹਨ। ਇਹ ਉਦਯੋਗ ਲੋਹੇ ਅਤੇ ਇਸਪਾਤ ਅਤੇ ਦੂਜੇ ਧਾਤੂ ਉਦਯੋਗਾਂ ਤੋਂ ਪ੍ਰਾਪਤ ਪਦਾਰਥਾਂ (Base materials) ਉੱਤੇ ਤਕਨੀਕ ਅਤੇ ਕੁਸ਼ਲਤਾ ਦਾ ਰੰਗ ਜਮਾ ਕੇ ਬਣੇ ਨਵੇਂ ਪਦਾਰਥਾਂ (ਕਲ-ਪੁਰਜਿਆਂ ਆਦਿ) ਨੂੰ ਜੋੜ ਕੇ ਮਸ਼ੀਨਾਂ, ਵਾਹਨ, ਇੰਜਣ ਆਦਿ ਬਣਾਉਂਦੇ ਹਨ। ਇੰਜਨੀਅਰੀ ਉਦਯੋਗਾਂ ਦੀ ਸਥਾਪਤੀ ਲਈ ਲੋਹੇ ਅਤੇ ਇਸਪਾਤ ਅਤੇ ਦੂਜੀਆਂ ਧਾਤਾਂ ਦੀ ਲੋੜੀਂਦੀ ਮਾਤਰਾ ਵਿੱਚ ਮਿਲਣਾ ਬਹੁਤ ਜ਼ਰੂਰੀ ਹੈ। ਲੋਹਾ ਅਤੇ ਇਸਪਾਤ ਆਧਾਰ ਕੱਚਾ ਮਾਲ ਹੈ। ਇਸ ਕੱਚੇ ਮਾਲ ਨੂੰ ਪ੍ਰੋਸੈਸ (process) ਕਰਕੇ ਹੋਰ ਪਦਾਰਥ ਬਣਾਉਣ ਲਈ ਤਕਨੀਸ਼ੀਅਨਜ਼, ਇੰਜਨੀਅਰਜ਼ ਅਤੇ ਸਿੱਖੇ ਹੋਏ ਮਜ਼ਦੂਰ ਚਾਹੀਦੇ ਹਨ। ਇਸ ਉਦਯੋਗ ਵਰਗ ਵਿੱਚ ਖੋਜ (research) ਦਾ ਬਹੁਤ ਮਹੱਤਵਪੂਰਣ ਰੋਲ ਹੈ। ਤੇਜ ਆਵਾਜਾਈ ਸਾਧਨ ਅਤੇ ਕਾਫੀ ਪੂੰਜੀ ਦਾ ਮਿਲਣਾ ਜ਼ਰੂਰੀ ਹੈ। ਸਸਤੀ ਅਤੇ ਲਗਾਤਾਰ ਬਿਜਲੀ ਦਾ ਮਿਲਣਾ ਵੀ ਜ਼ਰੂਰੀ ਹੈ।

ਪੰਜਾਬ ਵਿੱਚ ਲੋਹਾ ਅਤੇ ਇਸਪਾਤ ਅਤੇ ਦੂਜੇ ਧਾਤੂ ਉਦਯੋਗ ਨਹੀਂ ਸਨ। ਇਸ ਕਾਰਨ ਪੰਜਾਬ ਦੇ ਇੰਜਨੀਅਰ ਉਦਯੋਗਾਂ ਨੂੰ ਆਧਾਰ ਧਾਤ ਪਦਾਰਥਾਂ ਲਈ ਦੂਜੇ ਰਾਜਾਂ ਉੱਤੇ ਨਿਰਭਰ ਰਹਿਣਾ ਪੈਂਦਾ ਹੈ। ਇਸ ਦੇ ਫਲਸਰੂਪ ਪੰਜਾਬ ਵਿੱਚ ਭਾਰੀ ਇੰਜਨੀਅਰੀ ਉਦਯੋਗ ਜਿਵੇਂ ਕਿ ਰੇਲਵੇ ਇੰਜਣ, ਭਾਰੀ ਵਾਹਨ, ਭਾਰੀ ਮਸ਼ੀਨਾਂ, ਹਵਾਈ ਜਹਾਜ਼ ਬਣਾਉਣ ਦੇ ਉਦਯੋਗ ਆਦਿ ਨਹੀਂ ਹਨ। ਇਨ੍ਹਾਂ ਲਈ ਬਹੁਤ ਜ਼ਿਆਦਾ ਮਾਤਰਾ ਵਿੱਚ ਲੋਹਾ-ਇਸਪਾਤ ਅਤੇ ਦੂਜੀਆਂ ਧਾਤਾਂ ਅਤੇ ਭਾਰੀਆਂ ਮਸ਼ੀਨਾਂ ਚਾਹੀਦੀਆਂ ਹਨ। ਮੂਲ ਧਾਤੂ ਉਧਯੋਗਾਂ ਤੋਂ ਜ਼ਿਆਦਾ ਦੂਰੀ ਕਾਰਨ ਪੰਜਾਬ ਵਿੱਚ **ਹਲਕੇ ਇੰਜਨੀਅਰੀ ਉਦਯੋਗ** (Light Engineering Industries) ਮਹੱਤਵਪੂਰਣ ਹਨ। ਪੰਜਾਬ ਵਿੱਚ ਉਦਯੋਗਿਕ ਵਾਤਾਵਰਣ, ਸਰਕਾਰੀ ਉਦਯੋਗਿਕ ਨੀਤੀ ਸਮੇਤ ਅਨੁਕੂਲ ਹੈ। ਬਿਜਲੀ ਦੀ ਕੋਈ ਘਾਟ ਨਹੀਂ ਹੈ ਅਤੇ ਇਹ ਸਸਤੀ ਵੀ ਹੈ। ਅਨੇਕਾਂ ਬਹੁ-ਤਕਨੀਕੀ ਅਤੇ ਇੰਜਨੀਅਰਿੰਗ ਕਾਲਜ ਯੋਗ ਤਕਨੀਸ਼ੀਅਨਜ਼ ਅਤੇ ਇੰਜਨੀਅਰ ਪੈਦਾ ਕਰਦੇ ਹਨ। ਪੰਜਾਬੀ ਸਮੁੱਚੇ ਤੌਰ ਤੇ ਸਖ਼ਤ ਮਿਹਨਤੀ, ਅਗਾਂਹ ਵਧੂ ਅਤੇ ਵਿਗਿਆਨਕ ਦ੍ਰਿਸ਼ਟੀਕੋਣ ਵਾਲੇ ਹਨ। ਪਿਤਾ-ਪੁਰਖੀ ਇੰਜਨੀਅਰ ਰਾਮਗੜ੍ਹੀਆ, ਬਰਾਦਰੀ ਦਾ ਇਸ ਉਦਯੋਗ ਦੇ ਵਿਕਾਸ ਵਿੱਚ ਅਹਿਮ ਰੋਲ ਰਿਹਾ ਹੈ। ਪੰਜਾਬ ਦੀ

ਖੇਤੀਬਾੜੀ ਦਾ ਤੇਜ਼ੀ ਨਾਲ ਮਸ਼ੀਨੀਕਰਣ, ਲਿੰਕ ਸੜਕਾਂ ਕਾਰਨ ਆਵਾਜਾਈ ਦੇ ਵਾਹਨਾਂ ਦੀ ਲੋੜ, ਖੁਸ਼ਹਾਲ ਪੰਜਾਬੀਆਂ ਦੇ ਉੱਚੇ ਉੱਠ ਰਹੇ ਜੀਵਨ ਸਤਰ ਵਿੱਚ ਅਨੇਕਾਂ ਉਪਭੋਗ ਵਸਤਾਂ (consumer goods) ਦੀ ਲੋੜ ਨੇ ਪੰਜਾਬ ਵਿੱਚ ਇੰਜਨੀਅਰੀ ਵਸਤਾਂ ਦੀ ਵਿਸ਼ਾਲ ਮੰਡੀ ਪੈਦਾ ਕਰ ਦਿੱਤੀ ਹੈ।

ਪੰਜਾਬ ਵਿੱਚ ਹਲਕੇ ਇੰਜਨੀਅਰੀ ਉਦਯੋਗ ਲੱਗੇ ਹੋਏ ਹਨ। ਇਹ ਬਹੁਤ ਛੋਟੇ (tiny), ਛੋਟੇ (small), ਦਰਮਿਆਨੇ (medium) ਅਤੇ ਵੱਡੇ (large) ਕਾਰਖਾਨਿਆਂ ਦੇ ਰੂਪ ਵਿੱਚ ਹਨ। ਇਸ ਵਿੱਚ ਮੂਲ ਧਾਤ ਉਦਯੋਗ (Basic Metal Industries) ਜਿਵੇਂ ਕਿ ਇਸਪਾਤ ਦੇ ਇਨਗੋਟ (Steel Ingots), ਇਸਪਾਤ ਦੀਆਂ ਤਾਰਾਂ (steel wires), ਸਟੀਲ ਦੀਆਂ ਪਾਈਪਾਂ, ਇਸਪਾਤ ਦੇ ਸਾਂਚੇ (steel castings), ਚਾਦਰਾਂ (sheets), ਗਾਰਡਰ, ਚੈਨਲਜ਼ ਆਦਿ, ਧਾਤ ਦੀਆਂ ਵਸਤਾਂ (metal products) ਜਿਵੇਂ ਕਿ ਖੇਤੀਬਾੜੀ ਔਜ਼ਾਰ, ਹੈਂਡ ਟੂਲਜ਼ (hand tools), ਸਾਈਕਲ ਅਤੇ ਪੁਰਜ਼ੇ, ਸਿਲਾਈ ਮਸ਼ੀਨਾਂ, ਵਾਲਵਜ਼ ਪਰੈਸ਼ਰ ਕੁੱਕਰਜ਼ ਆਦਿ, ਮਸ਼ੀਨਾਂ ਅਤੇ ਹਿੱਸੇ ਅਤੇ ਪੁਰਜ਼ੇ (machinery and parts), ਬਿਜਲੀ ਦੀਆਂ ਮਸ਼ੀਨਾਂ, ਉਪਕਰਣ (apparatus), ਯੰਤਰ ਅਤੇ ਸਮਾਨ (Electrical Machinery, Apparatus, Appliances and Parts) ਜਿਵੇਂ ਕਿ ਸਵਿੱਚ ਗੀਅਰ, ਜਨਰੇਟਰ, ਟਰਾਂਸਫਾਰਮਰ, ਬਿਜਲੀ ਦੇ ਪੱਖੇ, ਮੋਟਰਾਂ ਆਦਿ ਅਤੇ ਟਰਾਂਸਪੋਰਟ ਵਾਹਨ ਅਤੇ ਸਮਾਨ ਆਦਿ (Transport Equipment and Parts) ਸ਼ਾਮਲ ਹਨ।

ਵੰਡ (Distribution)

1993-94 ਅਨੁਸਾਰ ਪੰਜਾਬ ਵਿੱਚ ਕੁੱਲ 4736 ਉਦਯੋਗਿਕ ਇਕਾਈਆਂ ਇੰਜੀਨੀਅਰੀ ਸਮਾਨ ਬਣਾਉਣ ਵਿੱਚ ਲੱਗੀਆਂ ਹੋਈਆਂ ਸਨ ਅਤੇ ਇਨ੍ਹਾਂ ਵਿੱਚ 1 ਲੱਖ 54 ਹਜਾਰ 4 ਸੌ ਦੇ ਲਗਭਗ ਕਾਮੇ ਕੰਮ ਕਰਦੇ ਸਨ। 1999-2000 ਅਨੁਸਾਰ ਇੰਜਨੀਅਰੀ ਉਦਯੋਗਿਕ ਇਕਾਈਆਂ ਦੀ ਗਿਣਤੀ 5253 ਅਤੇ ਕਾਮਿਆਂ ਦੀ ਗਿਣਤੀ 1,81,701 ਹੋ ਗਈ ਸੀ। 2003 ਵਿੱਚ ਫੈਕਟਰੀਆਂ ਦੀ ਗਿਣਤੀ 5149 ਅਤੇ ਕਾਮਿਆਂ ਦੀ ਗਿਣਤੀ 1.87 ਲੱਖ ਹੋ ਗਈ। 2015-16 ਵਿੱਚ ਹੀ ਇਸ ਉਦਯੋਗ ਵਿੱਚ ਇੰਜਨੀਅਰੀ ਉਦਯੋਗ ਵਿੱਚ ਲੱਗੀਆਂ ਫੈਕਟਰੀਆਂ ਦੀ ਗਿਣਤੀ 6979 ਅਤੇ ਕਾਮਿਆਂ ਦੀ ਗਿਣਤੀ 2.52 ਲੱਖ ਹੋ ਗਈ। 2015-16 ਵਿੱਚ ਹੀ ਇਸ ਉਦਯੋਗ ਵਿੱਚ 47,190 SSU ਕੰਮ ਕਰਦੀਆਂ ਸਨ ਜਿਨ੍ਹਾਂ ਵਿੱਚ 4.76 ਲੱਖ ਵਰਕਰਜ਼ ਕੰਮ ਕਰਦੇ ਸਨ। 2021 ਅਨੁਸਾਰ ਇੰਜਨੀਅਰੀ ਉਦਯੋਗਾਂ ਵਿੱਚ 6024 ਰਜਿਸਟਡ ਫੈਕਟਰੀਆਂ ਲੱਗੀਆਂ ਹੋਈਆਂ ਸਨ ਅਤੇ ਉਨ੍ਹਾਂ ਵਿੱਚ 2.81 ਲੱਖ ਕਾਮੇ ਕੰਮ ਕਰਦੇ ਸਨ।

ਸਾਰਣੀ ਨੰ. 56

ਜ਼ਿਲ੍ਹੇਵਾਰ ਅਤੇ ਗਰੁੱਪ ਵਾਰ ਇੰਜਨੀਅਰੀ ਉਦਯੋਗ ਵਰਗਾਂ ਦੀ ਪੰਜਾਬ ਵਿੱਚ ਵੰਡ ਅਤੇ ਕਾਮੇ-2021

ਲੜੀ ਨੰ.	ਜ਼ਿਲ੍ਹਾ	ਮੂਲ ਧਾਤ ਅਤੇ ਯੋਗਿਕ ਧਾਤ ਨਿਰਮਾਣ		ਫੈਬਰੀਕੇਟਡ ਧਾਤ ਪਦਾਰਥ ਅਤੇ ਹਿੱਸੇ ਨਿਰਮਾਣ		ਮਸ਼ੀਨਰੀ ਔਜ਼ਾਰ ਅਤੇ ਹਿੱਸੇ ਨਿਰਮਾਣ		ਮੋਟਰ ਵਾਹਨ ਅਤੇ ਟਰੇਲਰਜ਼ ਨਿਰਮਾਣ		ਆਵਾਜਾਈ ਸਹਾਇਕ ਸਮਾਨ ਅਤੇ ਹਿੱਸੇ ਉਦਯੋਗ		ਮੋਟਰ ਵਾਹਨ ਦੀ ਸੇਲ ਅਤੇ ਮੁਰੰਮਤ ਨਿਰਮਾਣ		ਬਿਜਲੀ ਮਸ਼ੀਨਰੀ ਉਪਕਰਣ ਅਤੇ ਪੁਰਜੇ ਨਿਰਮਾਣ		ਰੇਡੀਓ, ਟੀਵੀ, ਸੰਚਾਰ ਅਤੇ ਡਾਕਟਰੀ ਯੰਤਰ ਐਨਕਾਂ ਆਦਿ		ਕੰਪਿਊਟਰ ਸੇਲ ਅਤੇ ਮੁਰੰਮਤ		ਕੁੱਲ ਜੋੜ	
		A	B	A	B	A	B	A	B	A	B	A	B	A	B	A	B	A	B	A	B
1.	ਗੁਰਦਾਸਪੁਰ	54	873	23	381	134	1,821	1	3	4	265	3	376	3	51	—	—	—	—	222	3770
2.	ਪਠਾਨਕੋਟ	—	—	—		1	20	1	50	—	—	—	—	—	—	—	—	—	—	2	70
3.	ਅੰਮ੍ਰਿਤਸਰ	38	670	99	1,524	195	2,004	10	489	22	1,779	16	857	28	419	10	97	2	40	420	7879

4.	ਤਰਨਤਾਰਨ	—	—	1	20	—	—	—	—	8	109	—	—	1	20	1	107	—	—	11	256
5.	ਕਪੂਰਥਲਾ	14	292	52	1183	101	2,315	33	3,820	42	9,005	7	568	—	—	—	—	—	—	249	17,183
6.	ਜਲੰਧਰ	108	2,974	542	16585	251	8,081	108	4,162	85	2,995	2	188	77	1,838	13	404	4	84	1,190	37,311
7.	ਐਸ.ਬੀ.ਐਸ. ਨਗਰ	1	785	2	40	3	728	—	—	6	65	7	198	—	—	—	—	—	—	19	1,816
8.	ਹੁਸ਼ਿਆਰਪੁਰ	11	2,911	19	724	27	1,064	16	3,936	45	536	1	62	5	181	—	—	1	30	125	9,444
9.	ਰੂਪਨਗਰ	8	858	15	726	17	2,508	16	426	5	201	5	140	1	20	—	—	—	—	67	4,879
10.	ਐਸ.ਏ.ਐਸ. ਨਗਰ	37	2,419	51	3,254	98	7,155	15	502	11	242	23	992	53	4,500	3	91	44	5,448	335	24,603
11.	ਲੁਧਿਆਣਾ	484	22,845	574	17,013	485	17,932	282	19,588	232	39,435	68	2,471	—	—	—	—	27	1,914	2,152	1,21,198
12.	ਫਿਰੋਜ਼ਪੁਰ	—	—	—	—	—	—	—	—	1	4	1	36	—	—	—	—	—	—	2	40
13.	ਫਾਜ਼ਿਲਕਾ	—	—	—	—	—	—	—	—	—	—	—	—	—	—	—	—	—	—	—	—
14.	ਫਰੀਦਕੋਟ	9	120	14	237	15	270	1	4	11	191	1	66	3	95	1	20	—	—	55	1003
15.	ਸ੍ਰੀ ਮੁਕਤਸਰ ਸਾਹਿਬ	1	19	2	39	5	175	—	—	1	9	1	50	—	—	—	—	—	—	10	292
16.	ਮੋਗਾ	4	98	10	166	18	537	7	269	17	287	4	209	1	6	—	—	2	13	63	1,585
17.	ਬਠਿੰਡਾ	14	362	9	166	31	800	6	80	23	406	20	1,010	20	3,622	1	7	2	32	126	6,485
18.	ਮਾਨਸਾ	1	20	6	170	4	92	—	—	—	—	3	60	—	—	—	—	—	—	14	342
19.	ਸੰਗਰੂਰ	39	1,465	45,	1,319	45	1,380	13	590	31	710	9	402	1	52	—	—	—	—	183	5,918
20.	ਬਰਨਾਲਾ	—	—	1	34	4	100	—	—	1	4	—	—	3	316	—	—	—	—	9	454
21.	ਪਟਿਆਲਾ	20	3,115	44	2,111	43	1,866	20	4,304	22	2,159	19	946	—	—	—	—	5	276	173	14,777
22.	ਫ.ਸ. ਸਾਹਿਬ	496	19,331	1,431	23	478	3	133	20	659	3	136	—	—	—	—	—	—	—	597	22,168
23.	ਪੰਜਾਬ	1,339	59,157	1,561	47,123	1,500	49,306	532	38,356	587	59,061	193	8,767	196	11,120	29	726	87	7837	6,024	2,81,453

ਸਰੋਤ—ਪੰਜਾਬ ਦਾ ਅੰਕੜਾ ਸਾਰ 2022 A-ਫੈਕਟਰੀ B-ਕਾਮੇ

1999-2000 ਦੀ ਸਾਰਣੀ ਤੋਂ ਪਤਾ ਲੱਗਦਾ ਹੈ ਕਿ ਜ਼ਿਆਦਾਤਰ ਇਕਾਈਆਂ (25.15%) ਟਰਾਂਸਪੋਰਟ ਅਤੇ ਟਰਾਂਸਪੋਰਟ ਸਾਮਾਨ ਬਣਾਉਣ ਵਿੱਚ ਲੱਗੀਆਂ ਹੋਈਆਂ ਸਨ। 2021 ਵਿੱਚ ਇਹ ਹਿੱਸਾ 21.78% ਹੋ ਗਿਆ। ਇੰਜੀਨੀਅਰੀ ਉਦਯੋਗ ਵਿੱਚ ਕੰਮ ਕਰਦੇ ਕੁੱਲ ਕਾਮਿਆਂ ਦਾ ਲਗਭਗ ਇਕ-ਤਿਹਾਈ ਟਰਾਂਸਪੋਰਟ ਸੈਕਟਰ ਵਿੱਚ ਕੰਮ ਕਰਦਾ ਹੈ। ਮਸ਼ੀਨਰੀ, ਉਨ੍ਹਾਂ ਦੇ ਹਿੱਸੇ ਅਤੇ ਪੁਰਜੇ ਬਣਾਉਣ ਦੇ ਉਦਯੋਗ ਵਿੱਚ ਦੂਜੇ ਨੰਬਰ ਤੇ ਵੱਧ ਇਕਾਈਆਂ (24.10%) ਅਤੇ 15.84% ਦੇ ਲਗਭਗ ਵਰਕਰ ਕੰਮ ਕਰਦੇ ਸਨ। ਤੀਜੇ ਨੰਬਰ ਤੇ ਧਾਤ ਵਸਤਾਂ (metal products) ਦਾ ਉਦਯੋਗ ਆਉਂਦਾ ਹੈ। ਇਨ੍ਹਾਂ ਤਿੰਨ ਮੁੱਖ ਇੰਜਨੀਅਰੀ ਉਦਯੋਗਾਂ ਵਿੱਚ ਇੰਜਨੀਅਰੀ ਉਦਯੋਗਾਂ ਦੀਆਂ ਕੁੱਲ ਇਕਾਈਆਂ ਦਾ ਲਗਭਗ 71% ਹੈ ਅਤੇ ਇੰਜਨੀਅਰੀ ਵਰਕਰਾਂ ਦਾ 63.5% ਵਰਕਰਜ਼ ਇਨ੍ਹਾਂ ਉਦਯੋਗਾਂ ਵਿੱਚ ਲੱਗਿਆ ਹੋਇਆ ਸੀ। 2021 ਦੀ ਸਾਰਣੀ ਤੋਂ ਸਪੱਸ਼ਟ ਹੁੰਦਾ ਹੈ ਕਿ ਇਕਾਈਆਂ ਦੀ ਗਿਣਤੀ ਅਨੁਸਾਰ ਫੈਬਰੀਕੇਟਡ ਧਾਤ, ਪੁਰਜ਼ੇ ਅਤੇ ਵਸਤਾਂ ਬਣਾਉਣ ਦਾ ਉਦਯੋਗ ਨੰਬਰ ਇੱਕ (1561 ਫੈਕਟਰੀ = 25.91%) ਤੇ, ਮਸ਼ੀਨਰੀ, ਉਨ੍ਹਾਂ ਦੇ ਹਿੱਸੇ ਅਤੇ ਪੁਰਜੇ ਬਣਾਉਣ ਦਾ ਉਦਯੋਗ ਦੂਜੇ ਨੰਬਰ (1500 ਫੈਕਟਰੀ = 24.90%) ਅਤੇ ਮੂਲ ਧਾਤ ਅਤੇ ਯੌਗਿਕ ਧਾਤਾਂ (Alloys) ਦਾ ਉਦਯੋਗ ਤੀਜੇ ਨੰਬਰ (1339 ਫੈਕਟਰੀ = 22.23%) ਤੇ ਆਉਂਦਾ ਹੈ। ਕਾਮਿਆਂ (Workers) ਦੀ ਗਿਣਤੀ ਅਨੁਸਾਰ ਮੂਲ ਧਾਤੂ ਉਦਯੋਗ ਨੰ. ਇਕ ਤੇ (21.02%), ਟਰਾਂਸਪੋਰਟ ਸਮਾਨ ਨੰ. ਦੋ ਤੇ (20.98%) ਅਤੇ ਮਸ਼ੀਨਰੀ ਉਦਯੋਗ ਨੰਬਰ ਤਿੰਨ (17.52%) ਤੇ ਆਉਂਦਾ ਹੈ।

ਇੰਜਨੀਅਰੀ ਉਦਯੋਗ ਮੁੱਖ ਤੌਰ ਤੇ ਰਾਜ ਦੇ ਕੇਂਦਰੀ ਜ਼ਿਲ੍ਹਿਆਂ **ਲੁਧਿਆਣਾ ਅਤੇ ਜਲੰਧਰ ਵਿੱਚ ਕੇਂਦਰਿਤ ਹੈ।** ਇੰਜਨੀਅਰੀ

ਉਦਯੋਗ ਵਿੱਚ ਲੱਗੀਆਂ ਕੁੱਲ ਇਕਾਈਆਂ ਦਾ 35.72% ਲੁਧਿਆਣਾ ਜ਼ਿਲ੍ਹੇ ਅਤੇ 19.75% ਜਲੰਧਰ ਜ਼ਿਲ੍ਹੇ ਵਿੱਚ ਕੇਂਦਰਿਤ ਸੀ। ਇਸ ਤਰ੍ਹਾਂ ਰਾਜ ਦੇ 55% ਦੇ ਲਗਭਗ ਇੰਜਨੀਅਰੀ ਉਦਯੋਗ ਇਨ੍ਹਾਂ ਦੇ ਜ਼ਿਲ੍ਹਿਆਂ ਵਿੱਚ ਲੱਗੇ ਹੋਏ ਸਨ। ਇਹ ਦੋਨੋਂ ਜ਼ਿਲ੍ਹੇ ਮੁੱਖ ਸੜਕ ਅਤੇ ਰੇਲ ਮਾਰਗ ਦੇ ਆਲੇ-ਦੁਆਲੇ ਫੈਲੇ ਹੋਏ ਹਨ ਅਤੇ ਰਾਜ ਦੇ ਮੁੱਖ ਉਦਯੋਗਿਕ ਕੇਂਦਰ ਲੁਧਿਆਣਾ, ਜਲੰਧਰ, ਫਗਵਾੜਾ, ਗੋਰਾਇਆਂ ਅਤੇ ਕਈ ਛੋਟੇ ਕੇਂਦਰ ਇਨ੍ਹਾਂ ਜਿਲ੍ਹਿਆਂ ਵਿੱਚ ਸਥਿਤ ਹਨ। ਤੀਜੇ ਨੰਬਰ ਤੇ ਫਤਹਿਗੜ੍ਹ ਸਾਹਿਬ (9.91%), ਚੌਥੇ ਨੰਬਰ ਤੇ ਅੰਮ੍ਰਿਤਸਰ (6.97%) ਅਤੇ ਪੰਜਵੇਂ ਨੰਬਰ ਤੇ ਐਸ.ਏ.ਐਸ. ਨਗਰ (5.56%) ਦੇ ਜ਼ਿਲ੍ਹੇ ਆਉਂਦੇ ਹਨ। ਇਹ ਦੋਨੋਂ ਜ਼ਿਲ੍ਹੇ ਟਰਾਂਸਪੋਰਟ ਅਤੇ ਸਮਾਨ, ਮਸ਼ੀਨਰੀ ਹਿੱਸੇ ਅਤੇ ਪੁਰਜ਼ੇ ਅਤੇ ਧਾਤ ਵਸਤਾਂ ਦੇ ਉਦਯੋਗਾਂ ਲਈ ਪ੍ਰਮੁੱਖ ਹਨ।

ਮੂਲ ਧਾਤ ਉਦਯੋਗਾਂ ਲਈ ਫਤਹਿਗੜ੍ਹ ਸਾਹਿਬ ਦਾ ਜ਼ਿਲ੍ਹਾ ਸਭ ਤੋਂ ਵੱਧ ਮਹੱਤਵਪੂਰਣ ਉਤਪਾਦਕ ਹੈ। ਦੂਜੇ ਨੰਬਰ ਤੇ ਲੁਧਿਆਣਾ (36.2% ਇਕਾਈਆਂ) ਦਾ ਜ਼ਿਲ੍ਹਾ ਹੈ। ਫਤਹਿਗੜ੍ਹ ਸਾਹਿਬ ਜ਼ਿਲ੍ਹੇ ਵਿੱਚ ਮੂਲਧਾਤ ਉਦਯੋਗ ਦੀਆਂ 37.04% ਦੇ ਲਗਭਗ ਇਕਾਈਆਂ ਹਨ। ਇੱਥੇ ਗੋਬਿੰਦਗੜ੍ਹ ਦਾ ਉਧਯੋਗਿਕ ਕਸਬਾ ਇਸ ਉਦਯੋਗ ਲਈ ਸਭ ਤੋਂ ਵੱਧ ਮਹੱਤਵਪੂਰਣ ਹੈ। ਸਰੀਆ, ਗਾਰਡਰ, ਚੈਨਲ, ਐਂਗਲ ਆਇਰਨ, ਚਾਦਰਾਂ ਆਦਿ ਸਭ ਇੱਥੇ ਬਣਾਏ ਜਾਂਦੇ ਹਨ। ਰੀਰੋਲਿੰਗ ਸਟੀਲ ਇੰਡਸਟਰੀ ਦਾ ਇਹ ਮੁੱਖ ਕੇਂਦਰ ਹੈ। ਗੁਰਦਾਸਪੁਰ ਦਾ ਜ਼ਿਲ੍ਹਾ (ਬਟਾਲਾ) ਚੌਥੇ ਨੰਬਰ 'ਤੇ ਅਤੇ ਜਲੰਧਰ (ਗੋਰਾਇਆਂ ਤੇ ਜਲੰਧਰ ਦਾ ਜ਼ਿਲ੍ਹਾ ਤੀਜੇ ਨੰਬਰ 'ਤੇ ਆਉਂਦਾ ਹੈ। (ਸਾਰਣੀ ਨੰ. 56)

ਇਕਾਈਆਂ ਦੀ ਗਿਣਤੀ ਅਨੁਸਾਰ **ਫੈਬਰੀਕੇਟਡ ਧਾਤ ਪੁਰਜੇ, ਹਿੱਸੇ ਅਤੇ ਉਤਪਾਦ ਬਣਾਉਣ ਦਾ ਉਦਯੋਗ** ਰਾਜ ਦਾ ਨੰਬਰ ਇਕ (1561 ਫੈਕਟਰੀ) ਇੰਜਨੀਅਰੀ ਉਦਯੋਗ ਹੈ (26% ਇਕਾਈਆਂ)। ਇਸ ਉਦਯੋਗ ਵਿੱਚ **ਲੁਧਿਆਣਾ ਦਾ ਜ਼ਿਲ੍ਹਾ** (574 ਫੈਕਟਰੀ = 36.77%) ਪਹਿਲੇ ਨੰਬਰ ਤੇ, **ਜਲੰਧਰ ਦਾ ਜ਼ਿਲ੍ਹਾ ਦੂਜੇ ਨੰਬਰ ਤੇ** (542 ਫੈਕਟਰੀ = 34.72%) ਅਤੇ **ਅੰਮ੍ਰਿਤਸਰ ਦਾ ਜ਼ਿਲ੍ਹਾ ਤੀਜੇ ਨੰਬਰ** (99 ਫੈਕਟਰੀ = 6.34%) ਤੇ ਆਉਂਦਾ ਹੈ। ਫਤਹਿਗੜ੍ਹ ਸਾਹਿਬ, ਐਸ.ਏ.ਐਸ. ਨਗਰ (51), ਸੰਗਰੂਰ (45), ਕਪੂਰਥਲਾ (51) ਦੇ ਜ਼ਿਲ੍ਹੇ ਵੀ ਮਹੱਤਵਪੂਰਣ ਹਨ। **ਮਸ਼ੀਨਰੀ ਹਿੱਸੇ-ਪੁਰਜੇ ਬਣਾਉਣ ਦਾ ਉਦਯੋਗ ਦੂਜੇ ਨੰਬਰ ਤੇ** (1500 ਫੈਕਟਰੀ = 25.0%) ਮਹੱਤਵਪੂਰਣ ਹੈ। ਇਸ ਲਈ **ਲੁਧਿਆਣਾ** (485), **ਜਲੰਧਰ** (251), **ਅੰਮ੍ਰਿਤਸਰ** (195), **ਗੁਰਦਾਸਪੁਰ** (134), ਕਪੂਰਥਲਾ (101), ਅਤੇ ਐਸ.ਏ.ਐਸ. ਨਗਰ ਦੇ ਜ਼ਿਲ੍ਹੇ ਮਹੱਤਵਪੂਰਣ ਹਨ।

ਸਭ ਤੋਂ ਵੱਧ **ਵਰਕਰ ਟਰਾਂਸਪੋਰਟ ਉਦਯੋਗ** ਵਿੱਚ ਕੰਮ ਕਰਦੇ ਹਨ। ਇਸ ਦੀ ਪ੍ਰਤੀਸ਼ਤਤਾ 37 ਦੇ ਲਗਭਗ ਹੈ। ਵਰਕਰਾਂ ਅਨੁਸਾਰ (%) ਤੀਜੇ ਨੰਬਰ ਤੇ ਮਸ਼ੀਨਰੀ, ਹਿੱਸੇ ਅਤੇ ਪੁਰਜਿਆਂ ਦਾ ਉਦਯੋਗ (17.52%) ਹੈ ਅਤੇ ਦੂਜੇ ਨੰਬਰ ਤੇ ਮੂਲ ਧਾਤ ਉਦਯੋਗ (21.2%) ਆਉਂਦਾ ਹੈ। **ਇੰਜਨੀਅਰੀ ਉਦਯੋਗਾਂ ਵਿੱਚ ਕੰਮ ਕਰਦੇ ਕੁੱਲ ਵਰਕਰਾਂ ਦਾ 43.1% ਦੇ ਲਗਭਗ ਇਕੱਲੇ ਲੁਧਿਆਣਾ ਜ਼ਿਲ੍ਹੇ ਵਿੱਚ ਕੰਮ ਕਰਦਾ ਹੈ।** ਇਹ ਅੰਕੜੇ 2021 ਅਨੁਸਾਰ ਹਨ। ਇਸ ਤੋਂ ਬਾਦ ਫੈਬਰੀਕੇਟਡ ਧਾਤ ਪੁਰਜੇ, ਵਸਤਾਂ ਅਤੇ ਹਿੱਸੇ ਬਣਾਉਣ ਦਾ ਉਦਯੋਗ ਆਉਂਦਾ ਹੈ।

ਮੂਲ ਧਾਤ ਅਤੇ ਯੋਗਿਕ (Alloys) ਧਾਤ ਉਦਯੋਗ ਪੰਜਾਬ ਦਾ ਇੱਕ ਮਹੱਤਵਪੂਰਣ ਅਤੇ ਬੇਸਿਕ ਇੰਜਨੀਅਰੀ ਉਦਯੋਗ ਹੈ। ਇਸ ਲਈ ਕੱਚਾ ਮਾਲ pig iron, crude steel ਅਤੇ raw iron ore ਆਦਿ ਬਿਹਾਰ, ਉੜੀਸਾ ਜਾਂ ਦੂਜੇ ਰਾਜਾਂ ਤੋਂ ਮੰਗਵਾਉਣਾ ਪੈਂਦਾ ਹੈ। ਇਸ ਉਦਯੋਗ ਵਿੱਚ ਸਭ ਤੋਂ ਜ਼ਿਆਦਾ ਕਾਮੇ (59,157 = 21.02%) ਕੰਮ ਕਰਦੇ ਹਨ। ਫੈਕਟਰੀਆਂ ਦੀ ਗਿਣਤੀ (1339) ਅਨੁਸਾਰ ਇਹ ਉਦਯੋਗ ਫੈਬਰੀਕੇਟਡ ਧਾਤ ਪੁਰਜੇ ਅਤੇ ਹਿੱਸੇ ਬਣਾਉਣ ਅਤੇ ਮਸ਼ੀਨਰੀ, ਔਜ਼ਾਰ ਅਤੇ ਹਿੱਸੇ ਪੁਰਜੇ ਬਣਾਉਣ ਦੇ ਉਦਯੋਗ ਤੋਂ ਬਾਅਦ ਤੀਜੇ ਨੰਬਰ ਤੇ ਆਉਂਦਾ ਹੈ। ਇਸ ਵਿੱਚ ਲੋਹੇ ਦੀਆਂ ਭੱਠੀਆਂ ਵਿੱਚ ਢਲਾਈ, ਰੋਲਿੰਗ ਅਤੇ ਰੀਰੋਲਿੰਗ ਦਾ ਕੰਮ ਹੁੰਦਾ ਹੈ। **ਫਤਹਿਗੜ੍ਹ ਸਾਹਿਬ ਦਾ ਜ਼ਿਲ੍ਹਾ ਇਸ ਵਿੱਚ ਨੰਬਰ ਇੱਕ (496 ਫੈਕਟਰੀਆਂ) ਤੇ ਆਉਂਦਾ ਹੈ।** ਇੱਥੇ ਗੋਬਿੰਦਗੜ੍ਹ ਦਾ ਉਦਯੋਗਿਕ ਸ਼ਹਿਰ ਇਸ ਉਦਯੋਗ ਦਾ ਗੜ੍ਹ ਹੈ। ਇਸ ਨੂੰ ਪੰਜਾਬ ਦਾ ਸਟੀਲ ਸਿਟੀ ਵੀ ਕਹਿੰਦੇ ਹਨ। ਇਸ ਉਦਯੋਗ ਲਈ **ਲੁਧਿਆਣਾ ਦਾ ਜ਼ਿਲ੍ਹਾ ਦੂਜੇ ਨੰਬਰ ਤੇ** (484 ਫੈਕਟਰੀਆਂ) ਆਉਂਦਾ ਹੈ। ਇਨ੍ਹਾਂ ਤੋਂ ਬਾਅਦ **ਜਲੰਧਰ** (108 ਫੈਕਟਰੀ), ਗੁਰਦਾਸਪੁਰ (ਬਟਾਲਾ (54 ਫੈਕਟਰੀਆਂ), ਅੰਮ੍ਰਿਤਸਰ (38 ਫੈਕਟਰੀਆਂ), ਐਸ.ਏ.ਐਸ. ਨਗਰ (37 ਫੈਕਟਰੀਆਂ), ਸੰਗਰੂਰ (39 ਫੈਕਟਰੀਆਂ) ਅਤੇ ਪਟਿਆਲਾ (20 ਫੈਕਟਰੀਆਂ) ਦੇ ਜ਼ਿਲ੍ਹੇ ਮਹੱਤਵਪੂਰਣ ਹਨ।

ਫੈਬਰੀਕੇਟਡ ਧਾਤ ਹਿੱਸੇ, ਪੁਰਜੇ ਅਤੇ ਪਦਾਰਥ ਬਣਾਉਣ ਦਾ ਉਦਯੋਗ **ਫੈਕਟਰੀਆਂ ਦੀ ਗਿਣਤੀ (1561) ਅਨੁਸਾ ਪੰਜਾਬ ਵਿੱਚ ਨੰਬਰ ਇਕ ਤੇ ਹੈ।** ਇਸ ਉਦਯੋਗ ਵਿੱਚ 47,123 ਕਾਮੇਂ (ਇੰਜਨੀ. ਉਦਯੋਗ ਦੇ 16.74%) ਕੰਮ ਕਰਦੇ ਹਨ। ਇਹ ਵੀ ਇਕ ਕਾਫੀ ਮਹੱਤਵਪੂਰਣ ਉਦਯੋਗ ਹੈ। 2015-16 ਵਿੱਚ 17 ਦਰਮਿਆਨੇ ਅਤੇ ਵੱਡੇ ਕਾਰਖਾਨੇ ਵੀ ਇਸ ਉਦਯੋਗ ਲਈ ਕੰਮ ਕਰਦੇ ਸਨ। ਲੁਧਿਆਣਾ (574 ਫੈਕਟਰੀਆਂ), ਜਲੰਧਰ (542 ਫੈਕਟਰੀਆਂ), ਅੰਮ੍ਰਿਤਸਰ (99 ਫੈਕਟਰੀਆਂ), ਕਪੂਰਥਲਾ (52 ਫੈਕਟਰੀਆਂ), ਐਸ.ਏ.ਐਸ ਨਗਰ (51 ਫੈਕਟਰੀਆਂ), ਫ: ਗ: ਸਾਹਿਬ (52 ਫੈਕਟਰੀਆਂ), ਸੰਗਰੂਰ (45 ਫੈਕਟਰੀਆਂ), ਪਟਿਆਲਾ (44 ਫੈਕਟਰੀਆਂ) ਇਸ ਉਦਯੋਗ ਲਈ ਮਹੱਤਵਪੂਰਣ ਹਨ।

ਮਸ਼ੀਨਰੀ, ਪੁਰਜ਼ੇ ਅਤੇ ਉਪਕਰਨ ਨਿਰਮਾਣ ਉਦਯੋਗ : ਇਸ ਉਦਯੋਗ ਵਿੱਚ 1500 ਫੈਕਟਰੀਆਂ (24.90% = ਦੂਸਰੇ ਨੰਬਰ ਤੇ) ਹਨ ਜਿਨ੍ਹਾਂ ਵਿੱਚ 49,306 ਕਾਮੇ ਕੰਮ ਕਰਦੇ ਹਨ (24.90% = ਦੂਸਰੇ ਨੰਬਰ ਤੇ)। ਇਸ ਉਦਯੋਗ ਦੀ **ਸਭ ਤੋਂ ਵੱਧ ਸੰਘਣਤਾ** (concentration) **ਬਿਸਤ ਦੋਆਬ** ਵਿੱਚ ਹੈ (**382 ਫੈਕਟਰੀਆਂ** = 25.5 ਪੰਜਾਬ ਦੀਆਂ)। ਇੱਥੇ ਜਲੰਧਰ (251 ਫੈਕਟਰੀਆਂ = ਰਾਜ ਦੀਆਂ 16.73%), ਕਪੂਰਥਲਾ (101 ਫੈਕਟਰੀਆਂ) ਅਤੇ ਹੁਸ਼ਿਆਰਪੁਰ (27 ਫੈਕਟਰੀਆਂ) ਜ਼ਿਲ੍ਹਿਆਂ ਵਿੱਚ ਕਾਫੀ ਫੈਕਟਰੀਆਂ ਵਿੱਚ ਮਸ਼ੀਨਾਂ ਅਤੇ ਪੁਰਜੇ-ਹਿੱਸੇ ਬਣਾਏ ਜਾਂਦੇ ਹਨ। ਜਲੰਧਰ ਸ਼ਹਿਰ, ਗੋਰਾਇਆ, ਫਗਵਾੜਾ ਅਤੇ ਕਈ ਕਸਬੇ ਮਹੱਤਵਪੂਰਣ ਹਨ। ਮਾਝੇ ਵਿੱਚ ਇਸ ਉਦਯੋਗ ਦੀਆਂ 330 ਫੈਕਟਰੀਆਂ = 22.0% ਹਨ। ਇਥੇ ਬਟਾਲਾ, ਕਾਦੀਆਂ ਆਦਿ ਮਹੱਤਵਪੂਰਣ ਹਨ। ਪੰਜਾਬ ਵਿੱਚ ਮਸ਼ੀਨਾਂ ਅਤੇ ਹਿੱਸੇ-ਪੁਰਜੇ ਬਣਾਉਣ ਲਈ ਲੁਧਿਆਣਾ ਦਾ ਜ਼ਿਲ੍ਹਾ (485 ਫੈਕਟਰੀਆਂ = 32.33%) ਸਭ ਤੋਂ ਉੱਪਰ ਹੈ। ਇੱਥੇ ਇਸ ਉਦਯੋਗ ਵਿੱਚ ਲੱਗੇ ਕਾਮਿਆਂ ਦਾ 36.37% ਕੰਮ ਕਰਦਾ ਹੈ। ਇੱਥੇ ਹਰ ਪ੍ਰਕਾਰ ਦੀਆਂ ਮਸ਼ੀਨਾਂ ਬਣਾਈਆਂ ਜਾਂਦੀਆਂ ਹਨ। ਐਸ.ਏ.ਐਸ. ਨਗਰ (98 ਫੈਕਟਰੀਆਂ), ਸੰਗਰੂਰ (45 ਫੈਕਟਰੀਆਂ), ਪਟਿਆਲਾ (43 ਫੈਕਟਰੀਆਂ), ਫਤਹਿਗੜ੍ਹ ਸਾਹਿਬ ਦੇ ਜ਼ਿਲ੍ਹੇ ਵੀ ਮਸ਼ੀਨਾਂ ਆਦਿ ਬਣਾਉਂਦੇ ਹਨ।

ਟਰਾਂਸਪੋਰਟ ਸਮੱਗਰੀ, ਵਾਹਨ, ਟਰੇਲਰਜ਼ ਆਦਿ ਦਾ ਉਦਯੋਗ ਬਹੁਤ ਮਹੱਤਵਪੂਰਣ ਹੈ। ਇਸ ਵਿੱਚ 532 ਫੈਕਟਰੀਆਂ ਵਿੱਚ ਮੋਟਰ ਵਾਹਨ ਅਤੇ ਟਰੇਲਰਜ਼ ਬਣਾਏ ਜਾਂਦੇ ਹਨ। 587 ਫੈਕਟਰੀਆਂ ਟਰਾਂਸਪੋਰਟ ਸਹਾਇਕ ਸਮੱਗਰੀ ਬਣਾਉਂਦੇ ਹਨ। 193 ਫੈਕਟਰੀਆਂ ਵਿੱਚ ਮੋਟਰ ਵਾਹਨਾਂ ਅਤੇ ਸਮੱਗਰੀ ਦੀ ਵਿਕਰੀ ਅਤੇ ਮੁਰੰਮਤ ਕੀਤੀ ਜਾਂਦੀ ਹੈ। ਇਸ ਸਮੁੱਚੇ ਉਦਯੋਗ ਵਰਗ ਵਿੱਚ 1,06,184 ਕਾਮੇ (ਰਾਜ ਦੇ 37.73% = ਸਭ ਤੋਂ ਵੱਧ) ਕੰਮ ਕਰਦੇ ਹਨ ਅਤੇ 1312 ਫੈਕਟਰੀਆਂ (21.78%) ਇਸ ਕੰਮ ਵਿੱਚ ਲੱਗੀਆਂ ਹੋਈਆਂ ਹਨ। ਇਹ **ਰਾਜ ਦਾ ਸਭ ਤੋਂ ਵੱਡਾ ਇੰਜਨੀਅਰੀ ਉਦਯੋਗ ਵਰਗ ਹੈ (37.73% ਕਾਮੇ ਅਤੇ 21.8% ਕਾਰਖਾਨੇ)।** ਮੋਟਰ ਵਾਹਨ, ਟਰੇਲਰਜ਼ ਆਦਿ ਬਣਾਉਣ ਲਈ ਲੁਧਿਆਣਾ (282 ਫੈਕਟਰੀਆਂ), ਜਲੰਧਰ (108 ਫੈਕਟਰੀਆਂ) ਅਤੇ ਕਪੂਰਥਲਾ (33 ਫੈਕਟਰੀਆਂ) ਦੇ ਜ਼ਿਲ੍ਹੇ ਅਤੇ ਸ਼ਹਿਰ ਸਭ ਤੋਂ ਵੱਧ ਮਹੱਤਵਪੂਰਣ ਹਨ। ਆਵਾਜਾਈ ਸਹਾਇਕ ਸਮੱਗਰੀ ਬਣਾਉਣ ਲਈ ਲੁਧਿਆਣਾ (232 ਫੈਕਟਰੀਆਂ), ਜਲੰਧਰ (85 ਫੈਕਟਰੀਆਂ), ਕਪੂਰਥਲਾ (42 ਫੈਕਟਰੀਆਂ), ਹੁਸ਼ਿਆਰਪੁਰ (45 ਫੈਕਟਰੀਆਂ), ਅੰਮ੍ਰਿਤਸਰ (22 ਫੈਕਟਰੀਆਂ) ਅਤੇ ਬਠਿੰਡਾ (31 ਫੈਕਟਰੀਆਂ) ਦੇ ਜ਼ਿਲ੍ਹੇ ਮਹੱਤਵਪੂਰਣ ਹਨ। ਮੋਟਰ ਵਾਹਨਾਂ ਦੀ ਸੇਲ ਅਤੇ ਮੁਰੰਮਤ ਲਈ ਭਾਵੇਂ ਹਰ ਇਲਾਕੇ ਵਿੱਚ ਕੇਂਦਰ ਸਥਿਤ ਹਨ, ਪਰੰਤੂ ਵੱਡੇ ਜਾਂ ਦਰਮਿਆਨੇ ਕਾਰਖਾਨਿਆਂ ਲਈ ਲੁਧਿਆਣਾ (68), ਐਸ.ਏ.ਐਸ. ਨਗਰ (23), ਅੰਮ੍ਰਿਤਸਰ (16), ਬਠਿੰਡਾ (20) ਅਤੇ ਪਟਿਆਲਾ (19) ਜ਼ਿਆਦਾ ਮਹੱਤਵਪੂਰਣ ਹਨ। ਸਮੁੱਚੇ ਤੌਰ ਤੇ ਟਰਾਂਸਪੋਰਟ ਸਮੱਗਰੀ ਬਣਾਉਣ ਲਈ ਲੁਧਿਆਣਾ, ਐਸ.ਏ.ਐਸ. ਨਗਰ ਅਤੇ ਬਿਸਤ ਦੋਆਬ ਦੇ ਜ਼ਿਲ੍ਹੇ, ਅੰਮ੍ਰਿਤਸਰ, ਸੰਗਰੂਰ, ਪਟਿਆਲਾ ਅਤੇ ਬਠਿੰਡਾ ਦੇ ਜ਼ਿਲ੍ਹੇ ਮਹੱਤਵਪੂਰਣ ਹਨ।

ਬਿਜਲੀ ਮਸ਼ੀਨਰੀ, ਉਪਕਰਣ ਅਤੇ ਪੁਰਜ਼ੇ ਆਦਿ ਬਣਾਉਣ ਦਾ ਉਦਯੋਗ 196 ਫੈਕਟਰੀਆਂ ਵਿੱਚ 11,120 ਕਾਮਿਆਂ ਰਾਹੀਂ ਕੀਤਾ ਜਾਂਦਾ ਹੈ। ਇਹ ਉਦਯੋਗ ਜਲੰਧਰ (77 ਫੈਕਟਰੀਆਂ), ਐਸ.ਏ.ਐਸ. ਨਗਰ (53 ਫੈਕਟਰੀਆਂ), ਅੰਮ੍ਰਿਤਸਰ (28 ਫੈਕਟਰੀਆਂ) ਅਤੇ ਬਠਿੰਡਾ (20 ਫੈਕਟਰੀਆਂ) ਦੇ ਜ਼ਿਲ੍ਹਿਆਂ ਵਿੱਚ ਕੇਂਦਰਿਤ ਹੈ (91.0%)। ਇਹ ਇੱਕ ਛੋਟਾ ਉਦਯੋਗ ਵਰਗ (3.25% ਫੈਕਟਰੀਆਂ (ਇੰਜੀਨੀਅਰੀ ਉਦਯੋਗ ਦੀਆਂ ਅਤੇ 3.95%% ਕਾਮੇ) ਹੈ।

ਰੇਡੀਉ, ਟੀ.ਵੀ., ਸੰਚਾਰ ਲਈ ਪੁਰਜੇ ਅਤੇ ਪਦਾਰਥ ਬਣਾਉਣ ਦੇ ਉਦਯੋਗ ਲਈ ਕੇਵਲ 29 ਫੈਕਟਰੀਆਂ ਅਤੇ 726 ਕਾਮੇ ਲੱਗੇ ਹੋਏ ਹਨ। ਇਹ ਉਦਯੋਗ ਜਲੰਧਰ (13), ਅੰਮ੍ਰਿਤਸਰ (10) ਅਤੇ ਐਸ.ਏ.ਐਸ. ਨਗਰ (3) ਜ਼ਿਲ੍ਹਿਆਂ ਅਤੇ ਸ਼ਹਿਰਾਂ ਵਿੱਚ ਪ੍ਰਫੁੱਲਤ ਹੈ। ਮੋਹਾਲੀ ਪੰਜਾਬ ਦਾ 'ਇਲੈਕਟਰਾਨਿਕਸ ਸ਼ਹਿਰ' ਹੈ।

ਕੰਪਿਊਟਰਾਂ ਦੀ ਵਿਕਰੀ, ਮੁਰੰਮਤ, ਮੈਡੀਕਲ ਔਜ਼ਾਰ, ਉਪਕਰਣ ਅਤੇ ਐਨਕਾਂ ਆਦਿ ਬਣਾਉਣ ਵਿੱਚ 87 ਕਾਰਖਾਨੇ (ਕੇਂਦਰ) ਲੱਗੇ ਹੋਏ ਹਨ, ਜਿਨ੍ਹਾਂ ਵਿੱਚ 8737 ਕਾਮੇ ਕੰਮ ਕਰਦੇ ਹਨ (2021 ਅਨੁਸਾਰ)। ਇਹ ਉਦਯੋਗ ਐਸ.ਏ.ਐਸ. ਨਗਰ (44), ਲੁਧਿਆਣਾ (27) ਅਤੇ ਜਲੰਧਰ (4) ਸ਼ਹਿਰਾਂ ਅਤੇ ਜ਼ਿਲ੍ਹਿਆਂ ਵਿੱਚ ਕੇਂਦਰਿਤ ਹੈ।

ਉੱਪਰ ਦਿੱਤੇ ਅੰਕੜੇ ਅਤੇ ਵਿਵਰਣ ਸਮੁੱਚੀ ਇੰਜਨੀਅਰੀ ਉਦਯੋਗਿਕ ਇਕਾਈਆਂ ਬਾਰੇ ਹਨ ਜਿਨ੍ਹਾਂ ਵਿੱਚ ਦਰਮਿਆਨੇ ਤੇ ਵੱਡੇ ਕਾਰਖਾਨਿਆਂ ਦਾ ਵੀ ਮਹੱਤਵਪੂਰਣ ਭਾਗ ਹੈ। ਪੰਜਾਬ ਉਦਯੋਗ ਵਿਭਾਗ ਦੀ ਡਾਇਰੈਕਟਰੀ ਅਨੁਸਾਰ 2015-16 ਨੂੰ ਦਰਮਿਆਨੇ ਅਤੇ ਵੱਡੇ ਉਦਯੋਗ ਜੋ ਇੰਜੀਨਅਰੀ ਵਸਤਾਂ ਬਣਾਉਣ ਵਿੱਚ ਲੱਗੇ ਹੋਏ ਸਨ ਦਾ ਵਰਗਵਾਰ ਵੇਰਵਾ ਹੇਠ ਲਿਖੇ ਪ੍ਰਕਾਰ ਹੈ—

ਸਾਰਣੀ ਨੰ. 57

ਪੰਜਾਬ ਵਿੱਚ ਵਰਗਵਾਰ ਇੰਜੀਨਅਰੀ ਦਰਮਿਆਨੇ ਅਤੇ ਵੱਡੇ ਉਦਯੋਗਾਂ ਅਤੇ ਲਘੂ ਇਕਾਈਆਂ ਦੇ ਅੰਕੜੇ)

		ਵੱਡੇ ਅਤੇ ਲਘੂ ਉਦਯੋਗ ਇਕਾਈਆਂ		S.S. Units
		(1999-2000)	(2015-16)	(2015-16)
1.	ਆਧਾਰ ਧਾਤ ਉਦਯੋਗ ਵਰਗ	107 ਕਾਰਖਾਨੇ	53	4,624
2.	ਧਾਤ ਵਸਤਾਂ ਉਦਯੋਗ ਵਰਗ	13 ਕਾਰਖਾਨੇ	17	14,000
3.	ਮਸ਼ੀਨਰੀ, ਹਿੱਸੇ, ਪੁਰਜੇ ਉਦਯੋਗ ਵਰਗ	7 ਕਾਰਖਾਨੇ	14	14,854
4.	ਬਿਜਲੀ ਮਸ਼ੀਨਰੀ ਅਤੇ ਯੰਤਰ ਉਦਯੋਗ ਵਰਗ	35 ਕਾਰਖਾਨੇ	4	2,149
5.	ਟਰਾਂਸਪੋਰਟ ਅਤੇ ਟਰਾਂਸਪੋਰਟ ਸਮਾਨ ਉਦਯੋਗ ਵਰਗ	35 ਕਾਰਖਾਨੇ	49	7,032

ਸਭ ਇੰਜਨੀਅਰੀ ਉਦਯੋਗਾਂ ਵਿੱਚ ਬਹੁਤ ਸਾਰੀਆਂ ਵਸਤਾਂ ਬਣਾਈਆਂ ਜਾਂਦੀਆਂ ਹਨ। ਪਰੰਤੂ ਅੱਗੇ ਲਿਖੇ ਪਦਾਰਥ, ਉਤਪਾਦਨ ਅਤੇ ਵਰਤੋਂ ਦੇ ਆਧਾਰ ਤੇ ਜ਼ਿਆਦਾ ਮਹੱਤਵਪੂਰਣ ਹਨ। ਇਹ ਹਨ—ਬਾਈਸਾਈਕਲ ਅਤੇ ਪੁਰਜ਼ੇ, ਸਿਲਾਈ ਮਸ਼ੀਨਾਂ ਅਤੇ ਹਿੱਸੇ-ਪੁਰਜੇ, ਕੇਤੀਬਾੜੀ ਦੇ ਸੰਦ, ਮਸ਼ੀਨ ਟੂਲਜ਼ ਅਤੇ ਹੈਂਡ ਟੂਲਜ਼, ਟਰੈਕਟਰ ਅਤੇ ਕੰਬਾਈਨਾਂ, ਬਿਜਲੀ ਦਾ ਸਮਾਨ, ਜਨਰੇਟਰ, ਪੱਖੇ ਆਦਿ, ਮੋਪੇਡ, ਡੀਜ਼ਲ ਇੰਜਣ, ਮੋਟਰ ਗੱਡੀਆਂ ਅਤੇ ਪੁਰਜ਼ੇ ਆਦਿ।

ਬਾਈਸਾਈਕਲ ਅਤੇ ਹਿੱਸੇ-ਪੁਰਜ਼ੇ ਉਦਯੋਗ (Bicycle and Spare Parts)

ਪਹਿਲੇ ਮਹਾਂਯੁੱਧ ਤੱਕ ਸਭ ਸਾਈਕਲ ਅਤੇ ਪੁਰਜ਼ੇ ਮੁੱਖ ਤੌਰ ਤੇ ਯੂ.ਕੇ. ਤੋਂ ਆਯਾਤ ਕੀਤੇ ਜਾਂਦੇ ਸਨ। ਮਹਾਂ ਯੁੱਧਾਂ ਦੀਆਂ ਬੰਦਸ਼ਾਂ ਨਾਲ ਆਯਾਤ ਰੁੱਕ ਗਿਆ। ਇਸ ਕਾਰਨ ਪੰਜਾਬ ਵਿੱਚ ਹੀ ਕੁੱਝ ਸਾਈਕਲ ਰੀਪੇਅਰ ਕਰਨ ਵਾਲੇ ਕਾਰੀਗਰਾਂ ਨੇ ਸਾਈਕਲ ਦੇ ਕੁਝ ਪੁਰਜੇ ਇੱਥੇ ਹੀ ਬਣਾਉਣਾ ਸ਼ੁਰੂ ਕਰ ਦਿੱਤਾ। ਭਾਰਤ ਵਿੱਚ ਲੋਹਾ ਅਤੇ ਇਸਪਾਤ ਅਤੇ ਰਬੜ ਉਪਲਬੱਧ ਸੀ। ਰਾਮਗੜ੍ਹੀਆ ਬਰਾਦਰੀ ਦੇ ਮੈਂਬਰ ਨਿਪੁੰਨ ਕਾਰੀਗਰ ਹਨ। ਇਸ ਕਾਰਨ 1930 ਤੋਂ ਬਾਅਦ ਪੰਜਾਬ (ਲੁਧਿਆਣਾ) ਵਿਖੇ ਹੀ ਸਾਈਕਲਾਂ ਦੇ ਪੁਰਜ਼ੇ ਬਣਾਉਣ ਅਤੇ ਨਵੇਂ ਸਾਈਕਲ ਜੋੜ ਕੇ ਬਣਾਉਣ (assembly) ਦਾ ਕੰਮ ਸ਼ੁਰੂ ਹੋ ਗਿਆ। ਆਜ਼ਾਦੀ ਤੋਂ ਬਾਅਦ ਲੁਧਿਆਣਾ ਵਿਖੇ ਸਾਈਕਲ ਬਣਾਉਣ ਦਾ ਕੰਮ ਤੇਜ਼ੀ ਨਾਲ ਵਧਿਆ-ਫੁਲਿਆ। ਲੁਧਿਆਣਾ ਵਿਖੇ 1947 ਨੂੰ 25 ਫੈਕਟਰੀਆਂ ਵਿੱਚ ਸਾਈਕਲ ਬਣਾਏ ਜਾਂਦੇ ਸਨ। 1966-67 ਨੂੰ ਇਨ੍ਹਾਂ ਲਘੂ ਇਕਾਈਆਂ ਦੀ ਗਿਣਤੀ 5,585 ਹੋ ਗਈ। 2015-16 ਵਿੱਚ ਗਿਣਤੀ 4,649 ਸੀ।

ਇਹ ਪੰਜਾਬ ਦਾ ਇਕ ਮਹੱਤਵਪੂਰਣ ਅਤੇ ਮੁੱਖ ਤੌਰ ਤੇ ਲਘੂ ਉਦਯੋਗ ਹੈ। ਪੰਜਾਬ ਦੇਸ਼ ਵਿੱਚ ਸਭ ਤੋਂ ਵੱਧ ਸਾਈਕਲ ਅਤੇ ਪੁਰਜ਼ੇ ਬਣਾਉਂਦਾ ਹੈ। ਇਸ ਉਦਯੋਗ ਵਿੱਚ ਕੁੱਲ ਢਾਈ ਹਜ਼ਾਰ ਤੋਂ ਜ਼ਿਆਦਾ ਇਕਾਈਆਂ ਲੱਗੀਆਂ ਹੋਈਆਂ ਹਨ ਜਿਨ੍ਹਾਂ ਵਿੱਚੋਂ ਕੇਵਲ 8 ਦਰਮਿਆਨੀਆਂ ਅਤੇ ਵੱਡੀਆਂ ਇਕਾਈਆਂ ਹਨ। ਜ਼ਿਆਦਾਤਰ ਛੋਟੀਆਂ (Small Scale) ਅਤੇ ਬਹੁਤ ਛੋਟੀਆਂ (tiny units) ਇਕਾਈਆਂ ਹਨ। 1999-2000 ਅਨੁਸਾਰ ਇਸ ਉਦਯੋਗ ਵਿੱਚ 56,741 ਵਰਕਰ ਕੰਮ ਕਰਦੇ ਸਨ ਅਤੇ ਉਤਪਾਦਨ 1,40,944.70 ਲੱਖ ਰੁਪਏ ਦੇ ਮੁੱਲ ਦਾ ਸੀ। 1993-94 ਸਾਲ ਵਿੱਚ ਕੁੱਲ 45 ਲੱਖ 98 ਹਜ਼ਾਰ ਸਾਈਕਲ ਬਣਾਏ ਗਏ ਸਨ। 1990-91 ਵਿੱਚ 41 ਲੱਖ 55 ਹਜ਼ਾਰ ਸਾਈਕਲ ਬਣਾਏ ਗਏ ਸਨ। ਪਰੰਤੂ 1999-2000 ਅਨੁਸਾਰ 5,452 ਹਜ਼ਾਰ ਸਭ ਕਿਸਮ ਦੇ ਸਾਈਕਲ ਅਤੇ 18,259 ਹਜ਼ਾਰ ਸਾਈਕਲ ਹੈਂਡਲਜ਼ ਬਣਾਏ ਗਏ ਸਨ। 2016-17 ਵਿੱਚ 1,09,000 ਮੁਕੰਮਲ ਸਾਈਕਲ ਬਣਾਏ ਗਏ ਸਨ। ਸਾਈਕਲ ਉਦਯੋਗ ਵਿੱਚ ਲੱਗੀਆਂ ਛੋਟੀਆਂ ਇਕਾਈਆਂ ਦਾ ਦੋ-ਤਿਹਾਈ ਅਤੇ ਦਰਮਿਆਨੀ ਅਤੇ ਵੱਡੀਆਂ ਇਕਾਈਆਂ ਦਾ 90% ਲੁਧਿਆਣਾ ਸ਼ਹਿਰ ਵਿੱਚ ਕੇਂਦਰਤ ਹੈ। **ਲੁਧਿਆਣਾ ਇਸ ਉਦਯੋਗ ਦਾ ਘਰ ਮੰਨਿਆ ਜਾਂਦਾ ਹੈ।** ਆਮ ਘਰਾਂ ਵਿੱਚ ਸਾਈਕਲਾਂ ਅਤੇ ਸਿਲਾਈ ਮਸ਼ੀਨਾਂ ਦੇ ਕਲ-ਪੁਰਜੇ ਬਣਾਏ ਜਾਂਦੇ ਹਨ। ਮਸ਼ਹੂਰ ਏਵਨ ਅਤੇ ਹੀਰੋ (Avon Cycle and Hero Cycle) ਸਾਈਕਲ ਬਣਾਉਣ ਦੇ ਕਾਰਖਾਨੇ ਲੁਧਿਆਣਾ ਵਿਖੇ ਹਨ। ਇੱਥੇ 6 ਵੱਡੇ ਕਾਰਖਾਨਿਆਂ ਵਿੱਚ ਮੁਕੰਮਲ ਸਾਈਕਲ ਅਤੇ ਕਲ-ਪੁਰਜ਼ੇ ਜਿਵੇਂ ਕਿ ਰਿਮ, ਹੱਬਾਂ, ਚੈਨਾਂ, ਫਰੀਵੀਲਜ਼ (Free Wheels) ਆਦਿ ਬਣਾਏ ਜਾਂਦੇ ਹਨ। 2015-16 ਵਿੱਚ ਸਾਈਕਲ ਉਦਯੋਗ ਵਿੱਚ 78,416 ਲੋਕਾਂ ਨੂੰ ਕੰਮ ਮਿਲਿਆ ਹੋਇਆ ਸੀ ਅਤੇ ਸਾਈਕਲਾਂ ਦਾ ਕੁੱਲ ਉਤਪਾਦਨ 12,96,612.72 ਲੱਖ ਰੁਪਏ ਦੇ ਮੁੱਲ ਦਾ ਸੀ। 2020-21 ਦੇ ਸੋਧੇ ਹੋਏ ਅੰਕੜਿਆਂ ਅਨੁਸਾਰ ਉਸ ਸਾਲ (2020-21) ਪੰਜਾਬ ਵਿੱਚ 14,94,663.69 ਲੱਖ ਰੁਪਏ ਦੇ ਸਾਈਕਲ ਅਤੇ ਪੁਰਜੇ ਬਣਾਏ ਗਏ ਸਨ ਅਤੇ 84,886 ਕਾਮੇ ਇਸ ਉਦਯੋਗ ਵਿੱਚ ਕੰਮ ਕਰਦੇ ਸਨ। ਇਸ ਉਦਯੋਗ ਦਾ ਦੂਜਾ ਮਹੱਤਵਪੂਰਣ ਕੇਂਦਰ **ਰਾਜਪੁਰਾ** ਹੈ ਜਿੱਥੇ ਸਾਈਕਲਾਂ ਦਾ ਪ੍ਰਸਿੱਧ ਕਾਰਖਾਨਾ ਰੋਡ ਮਾਸਟਰ (M/s Road-Master Industries of India) ਕਾਰਖਾਨਾ ਸਥਿਤ ਹੈ। ਇੱਥੇ ਸਾਈਕਲਾਂ ਦੇ ਹਿੱਸੇ-ਪੁਰਜ਼ੇ ਬਣਾਉਣ ਦਾ ਵੀ ਇੱਕ ਵੱਡਾ ਕਾਰਖਾਨਾ ਹੈ। **ਅੰਮ੍ਰਿਤਸਰ ਵਿੱਚ ਰਿਕਸ਼ਾ ਸਾਈਕਲ** ਤਿਆਰ ਕੀਤੇ ਜਾਂਦੇ ਹਨ। 2000-01 ਵਿੱਚ ਪੰਜਾਬ ਨੇ 52,016 ਲੱਖ ਰੁਪਏ ਦੇ ਮੁੱਲ ਦੇ ਸਾਈਕਲ ਅਤੇ ਉਨ੍ਹਾਂ ਦੇ ਪੁਰਜ਼ੇ ਨਿਰਯਾਤ ਕੀਤੇ ਸਨ। 2018-19 ਵਿੱਚ ਪੰਜਾਬ ਤੋਂ 8,414.94 ਕਰੋੜ ਰੁਪਏ ਦੇ ਮੁੱਲ ਦੇ ਸਾਈਕਲ ਅਤੇ ਉਨ੍ਹਾਂ ਦੇ ਪੁਰਜੇ ਨਿਰਯਾਤ ਕੀਤੇ ਗਏ ਸਨ।

ਸਿਲਾਈ ਮਸ਼ੀਨਾਂ ਅਤੇ ਪੁਰਜੇ (Sewing Machines and Parts)

ਇਹ ਵੀ ਪੰਜਾਬ ਦਾ ਇੱਕ ਮਹੱਤਵਪੂਰਣ ਇੰਜਨੀਅਰੀ ਉਦਯੋਗ ਹੈ। ਸਾਈਕਲ ਦੀ ਤਰ੍ਹਾਂ ਇਹ ਉਦਯੋਗ ਵੀ ਮੁੱਖ ਤੌਰ ਤੇ ਲਘੂ ਖੇਤਰ ਵਿੱਚ ਹੈ। 1999-2000 ਅਨੁਸਾਰ ਪੰਜਾਬ ਵਿੱਚ 13,672.81 ਲੱਖ ਰੁਪਏ ਦੇ ਮੁੱਲ ਦੀਆਂ ਸਿਲਾਈ ਮਸ਼ੀਨਾਂ ਅਤੇ ਪੁਰਜ਼ੇ ਬਣਾਏ ਗਏ ਸਨ ਅਤੇ ਇਸ ਉਦਯੋਗ ਵਿੱਚ 13,037 ਵਰਕਰ ਕੰਮ ਕਰਦੇ ਸਨ। 1993-94 ਵਿੱਚ ਪੰਜਾਬ ਨੇ 4 ਲੱਖ 95 ਹਜ਼ਾਰ 3 ਸੌ ਵੀਹ ਸਿਲਾਈ ਮਸ਼ੀਨਾਂ ਬਣਾਈਆਂ ਸਨ। 1990-91 ਵਿੱਚ ਇਹ ਉਤਪਾਦਨ 3,36,404 ਮਸ਼ੀਨਾਂ ਦਾ ਸੀ। ਇਸ ਉਦਯੋਗ ਦਾ ਆਰੰਭ 1925 ਵਿੱਚ ਸ਼ੁਰੂ ਹੋਇਆ ਜਦੋਂ **ਬਸੀ ਪਠਾਣਾਂ ਵਿਖੇ** ਇੱਕ ਉਦਯੋਗਪਤੀ ਨੇ ਇੱਕ ਸਿਲਾਈ ਮਸ਼ੀਨਾਂ ਦੇ ਹਿੱਸੇ-ਪੁਰਜੇ ਬਣਾਉਣੇ ਸ਼ੁਰੂ ਕੀਤੇ। ਇਹ ਪੁਰਜੇ ਵਧੀਆ ਕਿਸਮ ਦੇ ਨਹੀਂ ਸਨ ਪਰ ਸਸਤੇ ਸਨ। ਦੂਜੇ ਮਹਾਂਯੁੱਧ ਕਾਰਨ ਮਸ਼ੀਨਾਂ ਦੀ ਆਯਾਤ ਮੁਸ਼ਕਲ ਸੀ। ਫਲਸਰੂਪ ਕੁੱਝ ਸਬੰਧਤ ਉਦਯੋਗਪਤੀਆਂ ਅਤੇ ਕਾਰੀਗਰਾਂ ਨੇ ਮਿਲ ਕੇ ਵੱਡੇ ਪੈਮਾਨੇ ਤੇ ਸਿਲਾਈ ਮਸ਼ੀਨਾਂ ਦੇ ਹਿੱਸੇ-ਪੁਰਜੇ ਬਣਾਉਣੇ ਸੁਰੂ ਕਰ ਦਿੱਤੇ। ਉਨ੍ਹਾਂ ਦੇ ਪੁਰਜੇ ਨਿਰਯਾਤ ਕੀਤੇ ਗਏ ਸਨ।

ਸਥਾਨਕ ਤੌਰ ਤੇ ਬਣਾਏ ਕਲ-ਪੁਰਜ਼ਿਆਂ ਦੀ ਮੰਗ ਆਯਾਤ ਦੀਆਂ ਬੰਦਸ਼ਾਂ ਕਾਰਨ, ਕਾਫੀ ਵੱਧ ਗਈ ਅਤੇ ਸਿਲਾਈ ਉਦਯੋਗ ਤੇਜ਼ੀ ਨਾਲ ਉੱਨਤੀ ਕਰਨ ਲੱਗ ਪਿਆ। ਸਾਈਕਲ ਉਦਯੋਗ ਦੀ ਤਰ੍ਹਾਂ ਸਿਲਾਈ ਮਸ਼ੀਨਾਂ ਅਤੇ ਕਲ-ਪੁਰਜੇ ਬਣਾਉਣ ਦਾ ਉਦਯੋਗ ਵੀ ਲਘੂ ਉਦਯੋਗ ਖੇਤਰ ਵਿੱਚ ਹੈ। ਇਹ ਉਦਯੋਗ ਵੀ **ਲੁਧਿਆਣਾ ਵਿਖੇ ਪ੍ਰਫੁੱਲਤ ਹੋਣ ਲੱਗਾ।**

ਲੁਧਿਆਣਾ ਵਿਖੇ ਪਹਿਲਾਂ ਹੀ ਸਾਈਕਲ ਅਤੇ ਪੁਰਜੇ ਬਣਾਉਣ ਅਤੇ ਹੋਰ ਅਨੇਕ ਪ੍ਰਕਾਰ ਦੀਆਂ ਮਸ਼ੀਨਾਂ ਅਤੇ ਕਲ-ਪੁਰਜੇ

ਬਣਾਏ ਜਾਂਦੇ ਸਨ। ਇੱਥੇ ਮਜ਼ਦੂਰ ਭਾਰੀ ਗਿਣਤੀ ਵਿੱਚ ਮੌਜੂਦ ਸਨ। ਪਾਕਿਸਤਾਨ ਤੋਂ ਭਾਰਤ ਆਏ ਬਹੁਤ ਸਾਰੇ ਕਾਰੀਗਰ ਲੁਧਿਆਣਾ ਆ ਕੇ ਵਸ ਗਏ। ਇੱਥੇ ਲੋੜੀਂਦਾ ਸਰਮਾਇਆ, ਕਾਰੀਗਰ ਅਤੇ ਜੋਖਮ ਲੈਣ ਵਾਲੇ ਕਾਰਖਾਨੇਦਾਰ ਮੌਜੂਦ ਸਨ। ਇਨ੍ਹਾਂ ਕਾਰਨ **ਲੁਧਿਆਣਾ ਸਿਲਾਈ ਮਸ਼ੀਨਾਂ ਬਣਾਉਣ ਦਾ ਵੀ ਮੁੱਖ ਕੇਂਦਰ ਬਣ ਗਿਆ।** ਬਹੁਤਾ ਕੰਮ ਘਰਾਂ ਅਤੇ ਮੁਹੱਲਿਆਂ ਵਿੱਚ ਛੋਟੇ ਤੋਂ ਬਹੁਤ ਛੋਟੇ ਸਕੇਲ ਤੇ ਹੁੰਦਾ ਸੀ।

1966-67 ਵਿੱਚ ਸਿਲਾਈ ਮਸ਼ੀਨਾਂ ਅਤੇ ਪੁਰਜੇ ਬਣਾਉਣ ਦੇ ਉਦਯੋਗ ਵਿੱਚ 4 ਵੱਡੇ ਪੱਧਰ ਅਤੇ 18 ਛੋਟੇ ਸਕੇਲ ਦੇ ਯੂਨਿਟਾਂ ਵਿੱਚ ਮਸ਼ੀਨ ਜੋੜ ਦੇ ਕੇ ਬਣਾਉਣ (Assembly) ਦਾ ਕੰਮ ਹੁੰਦਾ ਸੀ। 1966-67 ਵਿੱਚ 81 ਲੱਖ ਰੁਪਏ ਦੇ ਮੁੱਲ ਦੀਆਂ 63,723 ਮਸ਼ੀਨਾਂ ਬਣਾਈਆਂ ਗਈਆਂ ਸਨ। 1990-91 ਵਿੱਚ ਸਿਲਾਈ ਮਸ਼ੀਨਾਂ ਦਾ ਉਤਪਾਦਨ ਵੱਧ ਕੇ 3,25,404 ਸਿਲਾਈ ਮਸ਼ੀਨਾਂ। 2014-15 ਵਿੱਚ ਪੰਜਾਬ ਨੇ 59,500 ਸਿਲਾਈ ਮਸ਼ੀਨਾਂ ਬਣਾਈਆਂ ਸਨ। 2015-16 ਵਿੱਚ ਪੰਜਾਬ ਨੇ 1,25,496.84 ਲੱਖ ਰੁਪਏ ਦੇ ਮੁੱਲ ਦੀਆਂ ਸਿਲਾਈ ਮਸ਼ੀਨਾਂ ਬਣਾਈਆਂ ਸਨ ਅਤੇ 13,464 ਲੋਕਾਂ ਨੂੰ ਇਸ ਉਦਯੋਗ ਵਿੱਚ ਰੁਜ਼ਗਾਰ ਪ੍ਰਾਪਤ ਹੋਇਆ ਸੀ। 2020-21 ਵਿੱਚ ਉਤਪਾਦਨ ਵੱਧ ਕੇ 1,81,927.67 ਲੱਖ ਰੁਪਏ ਦੇ ਮੁੱਲ ਦਾ ਸੀ ਅਤੇ ਰੁਜ਼ਗਾਰ 13,967 ਲੋਕਾਂ ਨੂੰ ਮਿਲਿਆ ਸੀ।

ਲੁਧਿਆਣਾ ਤੋਂ ਇਲਾਵਾ ਸਿਲਾਈ ਮਸ਼ੀਨਾਂ ਦਾ ਉਦਯੋਗ ਇਸ ਦੇ ਮੂਲ ਸ਼ੁਰੂਆਤੀ ਕੇਂਦਰ **ਬਸੀ ਪਠਾਣਾਂ** ਵਿਖੇ ਵੀ ਮਹੱਤਵਪੂਰਨ ਹੈ। **ਜਲੰਧਰ ਵਿੱਚ ਵੀ ਪੁਰਜ਼ਿਆਂ-ਹਿੱਸਿਆਂ** ਨੂੰ ਜੋੜ ਕੇ ਸਿਲਾਈ ਮਸ਼ੀਨਾਂ ਬਣਾਉਣ ਦੇ ਕੁੱਝ ਛੋਟੇ ਕੇਂਦਰ ਹਨ। ਪੰਜਾਬ ਸਰਕਾਰ ਨੇ ਕੇਂਦਰ ਸਰਕਾਰ ਦੀ ਸਹਾਇਤਾ ਨਾਲ **ਲੁਧਿਆਣਾ ਵਿਖੇ ਇੱਕ ਸਿਲਾਈ ਮਸ਼ੀਨ ਕਲੱਸਟਰ ਕਾਇਮ ਕੀਤਾ ਹੈ।** ਪੰਜਾਬ ਤੋਂ ਸਿਲਾਈ ਮਸ਼ੀਨਾਂ ਅਤੇ ਪੁਰਜੇ ਨਿਰਯਾਤ ਕੀਤੇ ਜਾਂਦੇ ਹਨ। 1980-81 ਵਿੱਚ ਪੰਜਾਬ ਨੇ 153.13 ਲੱਖ ਰੁਪਏ ਦੇ ਮੁੱਲ ਦੀਆਂ ਸਿਲਾਈ ਮਸ਼ੀਨਾਂ ਨਿਰਯਾਤ ਕੀਤੀਆਂ ਸਨ। ਸਿਲਾਈ ਮਸ਼ੀਨਾਂ ਦਾ ਨਿਰਯਾਤ 2015-16 ਵਿੱਚ 963 ਕਰੋੜ ਰੁਪਏ ਦਾ ਸੀ। 2018-19 ਵਿੱਚ ਨਿਰਯਾਤ ਘਟ ਕੇ 402.39 ਕਰੋੜ ਰੁਪਏ ਦੇ ਮੁੱਲ ਦਾ ਹੋ ਗਿਆ।

ਖੇਤੀਬਾੜੀ ਦੇ ਸੰਦ (Agricultural Implements)

ਪੰਜਾਬ ਵਿੱਚ ਘਣੀ ਵਪਾਰਕ ਖੇਤੀ ਕੀਤੀ ਜਾਂਦੀ ਹੈ ਜਿਸ ਵਿੱਚ ਖੇਤੀਬਾੜੀ ਮਸ਼ੀਨਾਂ ਅਤੇ ਔਜ਼ਾਰਾਂ ਦਾ ਮਹੱਤਵਪੂਰਣ ਰੋਲ ਹੈ। ਪੰਜਾਬ ਦੀ ਖੇਤੀਬਾੜੀ ਦਾ ਦਿਨ-ਪ੍ਰਤੀ ਦਿਨ ਜ਼ਿਆਦਾ ਮਸ਼ੀਨੀਕਰਣ ਹੋ ਰਿਹਾ ਹੈ। ਪੰਜਾਬ ਇਸ ਮਾਮਲੇ ਵਿੱਚ ਖੇਤੀਬਾੜੀ ਮਸ਼ੀਨਾਂ ਅਤੇ ਸੰਦਾਂ ਦਾ ਬਹੁਤ ਮਹੱਤਵਪੂਰਣ ਉਤਪਾਦਕ ਹੈ। ਇਹ **ਉਦਯੋਗ ਵੀ ਮੁੱਖ ਤੌਰ ਤੇ ਲਘੂ ਉਦਯੋਗ ਖੇਤਰ ਵਿੱਚ ਹੈ।** ਪੱਠੇ ਕੁਤਰਨ ਦੀਆਂ ਮਸ਼ੀਨਾਂ, ਕਮਾਦ ਪੀੜਨ ਦੇ ਬੇਲਣੇ, ਗਹਾਈ ਦੀਆਂ ਮਸ਼ੀਨਾਂ (threshers), ਟਰਾਲੀਆਂ, ਬਿਜਾਈ, ਦਵਾਈਆਂ ਦੇ ਛਿੜਕਣ ਆਦਿ ਦੀਆਂ ਅਨੇਕਾਂ ਪ੍ਰਕਾਰ ਦੀਅਆਂ ਖੇਤੀਬਾੜੀ ਮਸ਼ੀਨਾਂ ਅਤੇ ਸੰਦ ਆਮ ਕਸਬਿਆਂ ਅਤੇ ਸ਼ਹਿਰਾਂ ਵਿੱਚ ਬਣਾਏ ਜਾਂਦੇ ਹਨ। **ਬਟਾਲਾ ਵਿਖੇ ਖੇਤੀਬਾੜੀ ਸੰਦ ਬਣਾਉਣ ਦੇ ਦੋ** ਵੱਡੇ ਕਾਰਖਾਨੇ ਵੀ ਹਨ। **ਲੁਧਿਆਣਾ**, **ਫਗਵਾੜਾ**, **ਗੁਰਾਇਆ**, ਜਲੰਧਰ, ਮੋਗਾ, ਹੁਸ਼ਿਆਰਪੁਰ, ਅੰਮ੍ਰਿਤਸਰ, ਫਿਲੌਰ, ਪਟਿਆਲਾ ਆਦਿ ਇਸ ਉਦਯੋਗ ਲਈ ਮਹੱਤਵਪੂਰਣ ਹਨ। ਪੰਜਾਬ ਦੇ ਖੇਤੀ ਦੇ ਭਾਰੀ ਵਿਕਾਸ ਕਾਰਨ ਇਸ ਉਦਯੋਗ ਦੇ ਵਿਕਾਸ ਕਰਨ ਦੀਆਂ ਭਾਰੀ ਸੰਭਾਵਨਾਵਾਂ ਹਨ। ਮੋਹਾਲੀ ਅਤੇ ਉਸਦੇ ਨੇੜੇ **ਚਪਰਚਿੜੀ ਦੇ ਸਥਾਨਾਂ ਤੇ ਖੇਤੀਬਾੜੀ ਦੇ ਔਜ਼ਾਰ ਬਣਾਉਣ ਦੇ ਦੋ ਕਾਰਖਾਨੇ ਹਨ।** ਪਿਛਲੇ ਦੋ ਦਹਾਕਿਆਂ ਤੋਂ ਮਾਲਵੇ ਵਿੱਚ **ਮਾਨਸਾ ਅਤੇ ਬਰਨਾਲਾ ਵਿੱਚ** ਵਧੀਆ ਕਿਸਮ ਦੇ ਖੇਤੀਬਾੜੀ ਸੰਦ ਜਿਵੇਂ ਕਿ ਡਰਿੱਲਾਂ, ਗਹਾਈ ਮਸ਼ੀਨਾਂ, ਬਿਜਾਈ ਮਸ਼ੀਨਾਂ ਆਦਿ ਬਣਾਉਣ ਦਾ ਕੰਮ ਤੇਜ਼ੀ ਨਾਲ ਵਧਿਆ ਹੈ।

ਟਰੈਕਟਰ ਅਤੇ ਕੰਬਾਈਨਾਂ (Tractors and Combines)

ਘਣੀ ਅਤੇ ਵਪਾਰਕ ਖੇਤੀ ਅਤੇ ਦਰਮਿਆਨੇ ਆਕਾਰ ਦੀਆਂ ਖੇਤੀਬਾੜੀ ਜੋਤਾਂ (land holdings) ਅਤੇ ਮੁਕਾਬਲਤਨ ਅਮੀਰ ਪੰਜਾਬੀ ਕਿਰਸਾਨਾਂ ਨੂੰ ਟਰੈਕਟਰਾਂ ਅਤੇ ਕੰਬਾਈਨਾਂ ਦੀ ਬਹੁਤ ਲੋੜ ਹੈ। ਉਹ ਸਾਲ ਵਿੱਚ ਤਿੰਨ ਤੋਂ ਚਾਰ ਫਸਲਾਂ ਪੈਦਾ

ਕਰਦਾ ਹੈ। ਉਸ ਕੋਲ ਸਮੇਂ ਦੀ ਘਾਟ ਹੈ। ਉਹ ਸਭ ਕੰਮ ਜਲਦੀ ਕਰਨਾ ਚਾਹੁੰਦਾ ਹੈ। ਪੰਜਾਬ ਵਿੱਚ ਟਰੈਕਟਰਾਂ ਅਤੇ ਕੰਬਾਈਨਾਂ ਦੀ ਭਾਰੀ ਮੰਗ ਹੈ। ਦੇਸ਼ ਵਿੱਚ ਸਭ ਤੋਂ ਜ਼ਿਆਦਾ ਟਰੈਕਟਰ ਪੰਜਾਬ ਵਿੱਚ ਹਨ। ਪੰਜਾਬ ਵਿੱਚ ਟਰੈਕਟਰ ਬਣਾਉਣ ਦੇ ਵੱਡੇ ਪੈਮਾਨੇ ਦੇ ਹੀ ਉਦਯੋਗ ਹਨ ਜਿਨ੍ਹਾਂ ਵਿੱਚ 1993-94 ਨੂੰ 23,352 ਟਰੈਕਟਰ ਬਣਾਏ ਗਏ ਸੀ। 1990-91 ਅਨੁਸਾਰ ਉਤਪਾਦਨ 12,256 ਟਰੈਕਟਰਾਂ ਦਾ ਸੀ। 1999-2000 ਵਿੱਚ ਪੰਜਾਬ ਦੇ ਕਾਰਖਾਨਿਆਂ ਵਿੱਚ 51,000 ਟਰੈਕਟਰ ਬਣਾਏ ਗਏ ਸਨ। ਟਰੈਕਟਰ ਬਣਾਉਣ ਦੇ ਰਾਜ ਵਿੱਚ **ਤਿੰਨ ਕਾਰਖਾਨੇ** ਹਨ। ਇਹ ਹਨ—**ਪੰਜਾਬ ਟਰੈਕਟਰਜ਼ ਲਿਮਿਟਡ, ਮੋਹਾਲੀ ਮੈਸਰਜ਼ ਸ਼ਾਈਨ ਆਟੋ ਪ੍ਰਾਈਵੇਟ ਲਿ. ਮੋਹਾਲੀ ਅਤੇ ਐਚ.ਐਮ.ਟੀ. ਲਿਮਟਡ ਮੋਹਾਲੀ** (ਜ਼ਿਲ੍ਹਾ ਰੂਪਨਗਰ) ਰਾਜ ਦਾ ਟਰੈਕਟਰ ਬਣਾਉਣ ਦਾ ਤੀਜਾ ਕਾਰਖਾਨਾ ਦਸੰਬਰ 1995 ਵਿੱਚ ਪੰਜਾਬ ਰਾਜ ਉਦਯੋਗਿਕ ਵਿਕਾਸ ਨਿਗਮ (PSIDC) ਨੇ ਮੈਸਰਜ਼ ਮੈਟਲ ਕਾਰਪੋਰੇਸ਼ਨ ਆਫ ਇੰਡੀਆ ਲਿਮਟਡ ਅਤੇ ਸਟੇਅਰ ਲੈਂਡ ਮਕੈਨੀਟੈਕਨਿਕ ਆਫ ਆਸਟਰੀਆ ਨਾਲ ਪੰਜਾਬ ਦੇ ਜ਼ਿਲ੍ਹਾ ਰੋਪੜ ਵਿੱਚ 50 ਹੌਰਸ ਪਾਵਰ ਅਤੇ ਇਸ ਤੋਂ ਵੱਧ ਸ਼ਕਤੀ ਦੇ ਟਰੈਕਟਰ ਬਣਾਉਣ ਦਾ ਕਾਰਖਾਨਾ ਲਗਾਉਣ ਦਾ ਸਮਝੌਤਾ ਕੀਤਾ ਹੈ। ਇੱਥੇ ਹਰ ਸਾਲ 15,000 ਟਰੈਕਟਰ ਬਣਾਏ ਜਾਣਗੇ। **ਹੁਸ਼ਿਆਰਪੁਰ ਵਿਖੇ ਇੰਟਰਨੈਸ਼ਨਲ ਟਰੈਕਟਰਜ਼ ਰਾਹੀਂ ਸੋਨਾਲੀਕਾ ਨਾਲ ਮਿਲ ਕੇ ਟਰੈਕਟਰ ਬਣਾਉਣ ਦਾ ਕਾਰਖਾਨਾ ਲਗਾਇਆ ਗਿਆ ਹੈ। ਹਾਰਵੈਸਟਰ ਕੰਬਾਈਨਜ਼ ਬਣਾਉਣ** ਦੇ ਵੀ ਦੋ ਕਾਰਖਾਨੇ ਹਨ ਜੋ ਰੋਪੜ ਨੇੜੇ ਚਪਰਚਿੜੀ (Chaparchere) ਪਿੰਡ ਵਿਖੇ ਅਤੇ ਦੂਜਾ ਨਾਭਾ ਨੇੜੇ **ਭਾਦਸੋਂ** ਵਿਖੇ ਸਥਿਤ ਹਨ। ਆਪਣੀਆਂ ਲੋੜਾਂ ਪੂਰੀਆਂ ਕਰਨ ਲਈ ਪੰਜਾਬ ਨੂੰ ਬਹੁਤ ਸਾਰੇ ਟਰੈਕਟਰ ਦੂਜੇ ਰਾਜਾਂ ਤੋਂ ਮੰਗਵਾਣੇ ਪੈਂਦੇ ਹਨ। 2014-15 ਵਿੱਚ ਪੰਜਾਬ ਨੇ 1,23,810 ਟਰੈਕਟਰਜ਼ ਅਤੇ 2,26,000 ਕੰਬਾਈਨਜ਼ ਅਤੇ ਥਰੈਸ਼ਰ ਬਣਾਏ ਸਨ।

ਮਸ਼ੀਨ ਅਤੇ ਹੈਂਡ ਟੂਲਜ਼ (Machine and Hand Tools)

ਇਹ ਉਦਯੋਗ ਦੋਨੋਂ ਲਘੂ ਅਤੇ ਦਰਮਿਆਨੇ ਅਤੇ ਵੱਡੇ ਉਦਯੋਗ ਖੇਤਰਾਂ ਵਿੱਚ ਹੈ। ਇਸ ਉਦਯੋਗ ਵਿੱਚ 482 ਇਕਾਈਆਂ ਕੰਮ ਕਰ ਰਹੀਆਂ ਹਨ। ਇਨ੍ਹਾਂ ਵਿੱਚ 8 ਦਰਮਿਆਨੇ ਅਤੇ ਵੱਡੇ ਕਾਰਖਾਨੇ ਹਨ। ਹੁਸ਼ਿਆਰਪੁਰ, ਜਲੰਧਰ, ਰਾਜਪੁਰਾ, ਪਟਿਆਲਾ, ਮਲੇਰਕੋਟਲਾ, ਸਾਹਨੇਵਾਲ (ਲੁਧਿਆਣਾ), ਲੁਧਿਆਣਾ ਅਤੇ ਮੋਹਾਲੀ ਵਿਖੇ ਸਥਿਤ ਹਨ। ਇਸ ਉਦਯੋਗ ਵਿੱਚ 11.6 ਹਜ਼ਾਰ ਦੇ ਲਗਭਗ ਕਾਮੇ ਕੰਮ ਕਰਦੇ ਹਨ। 1999-2000 ਅਨੁਸਾਰ ਪੰਜਾਬ ਨੇ 45,964.70 ਲੱਖ ਰੁਪਏ ਦੇ ਮੁੱਲ ਦੇ ਮਸ਼ੀਨ ਅਤੇ ਹੈਂਡ ਟੂਲਜ਼ ਤਿਆਰ ਕੀਤੇ ਸਨ ਅਤੇ 32,088 ਲੱਖ ਰੁਪਏ ਮੁੱਲ ਦੇ ਮਸ਼ੀਨ ਅਤ ਹੈਂਡ ਟੂਲਜ਼ ਨਿਰਯਾਤ ਕੀਤੇ ਸਨ (2000-01 ਅਨੁਸਾਰ)। 2014-15 ਵਿੱਚ ਇਸ ਉਦਯੋਗ ਤੋਂ 15,000 ਲੋਕਾਂ ਨੂੰ ਰੁਜ਼ਗਾਰ ਮਿਲਿਆ ਸੀ ਅਤੇ ਉਤਪਾਦਨ 50,519.83 ਲੱਖ ਰੁਪਏ ਦੇ ਮੁੱਲ ਦਾ ਸੀ। 2020-21 ਵਿੱਚ ਹੈਂਡ ਟੂਲਜ਼ ਦਾ ਉਤਪਾਦਨ 83,759.73 ਲੱਖ ਰੁਪਏ ਦੇ ਮੁੱਲ ਦਾ ਸੀ ਅਤੇ ਰੁਜ਼ਗਾਰ 14,508 ਕਾਮਿਆਂ ਨੂੰ ਪ੍ਰਾਪਤ ਹੋਇਆ ਸੀ। 2018-19 ਵਿੱਚ ਪੰਜਾਬ ਨੇ 3,647 ਕਰੋੜ ਰੁਪਏ ਦੇ ਮੁੱਲ ਦੇ ਹੈਂਡ ਟੂਲਜ਼ ਅਤੇ 4,173.86 ਕਰੋੜ ਰੁਪਏ ਦੇ ਮੁੱਲ ਦੇ ਮਸ਼ੀਨ ਟੂਲਜ਼ ਨਿਰਯਾਤ ਕੀਤੇ ਸਨ।

ਡੀਜ਼ਲ ਇੰਜਣ (Diesel Engines)

ਡੀਜ਼ਲ ਇੰਜਣ ਆਧੁਨਿਕ ਪੰਜਾਬੀ ਖੇਤੀਬਾੜੀ ਦਾ ਆਧਾਰ ਹੈ। ਟਿਊਬਵੈਲ, ਗਹਾਈ ਮਸ਼ੀਨਾਂ (threshers), ਚਾਰਾ ਮਸ਼ੀਨਾਂ (fodder cutters), ਗੰਨਾ ਪੀੜਨ ਦੇ ਵੇਲਣੇ ਆਦਿ ਚਲਾਉਣ ਅਤੇ ਹੋਰ ਕਈ ਕੰਮ ਕਰਨ ਲਈ ਡੀਜ਼ਲ ਇੰਜਣਾਂ ਦੀ ਵਰਤੋਂ ਕੀਤੀ ਜਾਂਦੀ ਹੈ। ਇਸ ਨੂੰ ਜਦੋਂ ਵੀ ਅਤੇ ਕਿਤੇ ਵੀ ਇਸਤੇਮਾਲ ਕੀਤਾ ਜਾ ਸਕਦਾ ਹੈ। ਇਹ ਆਸਾਨੀ ਨਾਲ ਲਿਜਾਉਣ ਯੋਗ ਹੈ। ਕਈ ਛੋਟੇ ਕਾਰਖਾਨੇ ਵੀ ਇਸ ਨਾਲ ਚਲਾਏ ਜਾਂਦੇ ਹਨ। ਡੀਜ਼ਲ ਇੰਜਣਾਂ ਦੀ ਭਾਰੀ ਮੰਗ ਰਹਿੰਦੀ ਹੈ। ਇਹ ਮੁੱਖ ਤੌਰ ਤੇ **ਲੁਧਿਆਣਾ, ਗੁਰਾਇਆਂ, ਫਿਲੌਰ, ਜਲੰਧਰ, ਫਗਵਾੜਾ, ਬਟਾਲਾ, ਰਾਜਪੁਰਾ, ਗੋਇੰਦਵਾਲ ਸਾਹਿਬ, ਅੰਮ੍ਰਿਤਸਰ** ਆਦਿ ਵਿਖੇ ਬਣਾਏ ਜਾਂਦੇ ਹਨ। 1992-93 ਅਨੁਸਾਰ ਪੰਜਾਬ ਨੇ 9,372 ਡੀਜ਼ਲ ਇੰਜਣ ਬਣਾਏ ਸਨ ਪਰੰਤੂ 1996-97 ਅਨੁਸਾਰ ਉਤਪਾਦਨ ਘੱਟ ਕੇ 3,138 ਡੀਜ਼ਲ ਇੰਜਣ ਰਹਿ ਗਿਆ ਸੀ। ਇਹ ਸ਼ਾਇਦ ਬਿਜਲੀ ਦੀਆਂ ਮੋਟਰਾਂ ਦੀ ਜ਼ਿਆਦਾ ਵਰਤੋਂ ਕਾਰਨ ਹੋਇਆ ਹੈ। 2018-19 ਵਿੱਚ ਪੰਜਾਬ ਨੇ 29.63 ਕਰੋੜ ਰੁਪਏ ਦੇ ਮੁੱਲ ਦੇ ਡੀਜ਼ਲ ਇੰਜਣ ਨਿਰਯਾਤ ਕੀਤੇ ਸਨ।

ਮੋਪੇਡ ਉਦਯੋਗ (Moped Industry)

ਪੰਜਾਬ ਵਰਗੇ ਖੁਸ਼ਹਾਲ ਰਾਜ ਵਿੱਚ ਮੋਪਡਾਂ ਦੀ ਭਾਰੀ ਮੰਗ ਹੈ। ਇਸ ਕਾਰਨ ਇਸ ਉਦਯੋਗ ਦੇ ਜ਼ਿਆਦਾ ਵਿਕਸਤ ਹੋਣ ਦੀਆਂ ਵਿਸ਼ਾਲ ਸੰਭਾਵਨਾਵਾਂ ਹਨ। ਮੋਪੇਡ ਬਣਾਉਣ ਦਾ ਪੰਜਾਬ ਵਿੱਚ ਕੇਵਲ ਇੱਕ ਕਾਰਖਾਨਾ ਹੈ **ਜੋ ਲੁਧਿਆਣਾ ਵਿਖੇ ਹੈ**। ਇਸ ਦਾ ਨਾਂ ਮਜੈਸਟਿਕ ਆਟੋ ਲਿਮਟਡ (Majestic Auto Ltd.) ਹੈ। ਇਹ ਹੀਰੋ ਸਾਈਕਲ ਵਾਲਿਆਂ ਦਾ ਕਾਰਖਾਨਾ ਹੈ। ਪੰਜਾਬ ਤੋਂ ਬਾਹਰ ਵੀ ਇਨ੍ਹਾਂ ਦੀ ਬਹੁਤ ਮੰਗ ਹੈ। ਇਹ ਨਿੱਜੀ ਖੇਤਰ ਵਿੱਚ ਹੈ। 1993-94 ਅਨੁਸਾਰ ਪੰਜਾਬ ਵਿੱਚ 30 ਹਜ਼ਾਰ ਮੋਪੇਡ ਬਣਾਏ ਗਏ ਸਨ। 1999-2000 ਅਨੁਸਾਰ ਰਾਜ ਵਿੱਚ 32,000 ਮੋਪੇਡ ਬਣਾਏ ਗਏ ਸਨ। ਅਜੋਕੇ ਸਮੇਂ ਵਿੱਚ ਮੋਪੇਡ ਦੀ ਥਾਂ ਬੈਟਰੀ ਵਾਲੇ ਸਕੂਟਰ E-Scooter ਨੇ ਲੈ ਲਈ ਹੈ। ਪਲਿਊਸ਼ਨ ਕਾਰਨ ਕੇਂਦਰ ਅਤੇ ਰਾਜ ਸਰਕਾਰਾਂ E-Scooter ਦੇ ਉਦਯੋਗ ਨੂੰ ਸਬਸਿਡੀ ਦੇ ਕੇ ਉਤਸ਼ਾਹਤ ਕਰ ਰਹੀਆਂ ਹਨ। ਲੁਧਿਆਣਾ ਵਿਖੇ ਬੈਟਰੀ ਨਾਲ ਚੱਲਣ ਵਾਲੇ ਕਈ E-Scooter ਬਣ ਰਹੇ ਹਨ। Hero Scooter ਮਸ਼ਹੂਰ ਹੈ।

ਮੋਟਰ ਗੱਡੀਆਂ ਅਤੇ ਪੁਰਜ਼ੇ ਉਦਯੋਗ (COMMERCIAL VEHICLE AND AUTO PARTS INDUSTRIES)

ਵਪਾਰਕ ਮੋਟਰ ਵਾਹਨ, ਟਰੇਲਰਜ਼, ਟਰਾਂਸਪੋਰਟ ਸਹਾਇਕ ਹਿੱਸੇ ਪੁਰਜ਼ੇ ਬਣਾਉਣ ਦਾ ਉਦਯੋਗ ਵਰਗ ਇੱਕ ਬਹੁਤ ਮਹੱਤਵਪੂਰਨ ਇੰਜਨੀਅਰੀ ਉਦਯੋਗ ਹੈ। ਸਮੁੱਚੇ ਤੌਰ ਤੇ ਇਸ ਉਦਯੋਗ ਵਿੱਚ 1000 ਤੋਂ ਜ਼ਿਆਦਾ ਰਜਿਸਟਰਸ਼ੁਦਾ ਇਕਾਈਆਂ ਅਤੇ ਇੱਕ ਲੱਖ ਤੋਂ ਵੱਧ ਮੁਲਾਜ਼ਮ ਕੰਮ ਕਰਦੇ ਹਨ। 1999-2000 ਵਿੱਚ ਇਸ ਉਦਯੋਗ ਵਰਗ ਵਿੱਚ 1,321 ਫੈਕਟਰੀਆਂ ਵਿੱਚ 62,185 ਵਰਕਰਜ਼ ਕੰਮ ਕਰਦੇ ਸਨ। 2016 ਦੇ ਅੰਕੜਿਆਂ ਅਨੁਸਾਰ ਪੰਜਾਬ ਦੇ ਇਸ ਉਦਯੋਗ ਵਰਗ ਵਿੱਚ 1,400 ਦੇ ਲਗਭਗ ਇਕਾਈਆਂ ਵਿੱਚ ਇਹ ਉਦਯੋਗ ਚੱਲਦਾ ਸੀ ਜਿੱਥੇ 90,000 ਦੇ ਲਗਭਗ ਵਰਕਰਜ਼ ਨੂੰ ਕੰਮ ਮਿਲਿਆ ਹੋਇਆ ਸੀ। 2014-15 ਵਿੱਚ ਇਸ ਉਦਯੋਗ ਦਾ ਉਤਪਾਦਨ 13,215.07 ਕਰੋੜ ਰੁਪਏ ਦਾ ਸੀ।

2022 ਦੇ ਅੰਕੜਾ ਸਾਰ ਅਨੁਸਾਰ ਇਸ ਉਦਯੋਗ ਵਰਗ ਵਿੱਚ ਕੁੱਲ 1,312 ਰਜਿਸਟਰਸ਼ੁਦਾ ਫੈਕਟਰੀਆਂ ਕੰਮ ਕਰਦੀਆਂ ਸਨ ਜਿਨ੍ਹਾਂ ਵਿੱਚ 1,06,184 ਕਾਮੇ ਕੰਮ ਕਰਦੇ ਸਨ (37.73% ਸਭ ਤੋਂ ਵੱਧ)। ਇਸ ਵਰਗ ਵਿੱਚ ਸ਼ਾਮਲ ਹਨ—

1. ਮੋਟਰ ਵਾਹਨ ਅਤੇ ਟਰੇਲਰਜ਼ ਨਿਰਮਾਣ	532 ਫੈਕਟਰੀਆਂ ਅਤੇ 38,356 ਕਾਮੇ
2. ਟਰਾਂਸਪੋਰਟ ਸਹਾਇਕ ਸਮੱਗਰੀ ਅਤੇ ਹਿੱਸੇ ਪੁਰਜੇ	581 ਫੈਕਟਰੀਆਂ ਅਤੇ 59,061 ਕਾਮੇ
3. ਮੋਟਰ ਵਾਹਨਾਂ ਆਦਿ ਦੀ ਵਿਕਰੀ ਅਤੇ ਮੁਰੰਮਤ	**193 ਫੈਕਟਰੀਆਂ ਅਤੇ 8,767 ਕਾਮੇ**
ਕੁੱਲ	**1,312 ਫੈਕਟਰੀਆਂ, 1,06,184 ਵਰਕਰਜ਼**

ਮੋਟਰ ਵਾਹਨ ਅਤੇ ਟਰੇਲਰਜ਼ ਬਣਾਉਣ ਦਾ ਉਦਯੋਗ ਮੁੱਖ ਤੌਰ ਤੇ **ਲੁਧਿਆਣਾ ਸ਼ਹਿਰ** ਅਤੇ ਜ਼ਿਲ੍ਹੇ ਵਿੱਚ ਕੇਂਦਰਿਤ ਹੈ। ਲੁਧਿਆਣਾ ਸਭ ਤੋਂ ਵੱਡਾ ਸ਼ਹਿਰ ਅਤੇ ਉਦਯੋਗਿਕ ਕੇਂਦਰ ਹੈ ਜਿੱਥੇ ਸਸਤੀ ਮਜ਼ਦੂਰੀ, ਮਸ਼ੀਨਰੀ, ਇੰਜਣ ਅਤੇ ਹੋਰ raw material ਉਪਲੱਬਧ ਹੈ। ਰੇਲ ਅਤੇ ਸੜਕ ਦਾ ਵੱਡਾ ਕੇਂਦਰ ਹੈ। ਸੰਘਣੀ ਵਸੋਂ ਲੁਧਿਆਣਾ ਜ਼ਿਲ੍ਹੇ ਵਿੱਚ 282 ਫੈਕਟਰੀਆਂ (ਰਾਜ ਦੀਆਂ 53.0%) ਅਤੇ 19,588 ਵਰਕਰਜ਼ ਕੰਮ ਕਰਦੇ ਸਨ। ਲੁਧਿਆਣਾ ਵਿਖੇ 19 ਦਰਮਿਆਨੇ ਅਤੇ ਵੱਡੇ ਪੱਧਰ ਦੇ ਕਾਰਖਾਨੇ (2015-16 ਅਨੁਸਾਰ) ਵੀ ਇਸ ਉਦਯੋਗ ਵਿੱਚ ਲੱਗੇ ਹੋਏ ਸਨ। **ਦੂਸਰੇ ਸਥਾਨ** ਤੇ ਉਦਯੋਗਿਕ ਸ਼ਹਿਰ ਅਤੇ ਬਿਸਤ ਦੋਆਬ ਦਾ ਕੇਂਦਰ **ਜਲੰਧਰ ਦਾ ਜ਼ਿਲ੍ਹਾ** ਆਉਂਦਾ ਹੈ। ਇੱਥੇ 108 ਫੈਕਟਰੀਆਂ ਅਤੇ 4,162 ਕਾਮੇ ਮੋਟਰ ਵਾਹਨ ਆਦਿ ਬਣਾਉਂਦੇ ਹਨ। ਇੱਥੇ 3 ਵੱਡੇ ਕਾਰਖਾਨੇ ਵੀ ਇਸ ਕੰਮ ਵਿੱਚ ਲੱਗੇ ਹੋਏ ਹਨ। ਇਨ੍ਹਾਂ ਤੋਂ ਇਲਾਵਾ ਕਪੂਰਥਲਾ (33 ਫੈਕਟਰੀਆਂ), ਹੁਸ਼ਿਆਰਪੁਰ (16 ਫੈਕਟਰੀਆਂ), ਐਸ.ਏ.ਐਸ. ਨਗਰ (15 ਫੈਕਟਰੀਆਂ), ਰੂਪਨਗਰ (16 ਫੈਕਟਰੀਆਂ), ਪਟਿਆਲਾ (20 ਫੈਕਟਰੀਆਂ, ਅੰਮ੍ਰਿਤਸਰ (10 ਫੈਕਟਰੀਆਂ) ਦੇ ਜ਼ਿਲ੍ਹੇ ਵੀ ਮੋਟਰ ਵਾਹਨ ਆਦਿ ਬਣਾਉਣ ਲਈ ਮਹੱਤਵਪੂਰਨ ਹਨ।

2015-16 ਵਿੱਚ ਪੰਜਾਬ ਵਿੱਚ ਦਰਮਿਆਨੇ ਅਤੇ ਵੱਡੇ ਪੱਧਰ ਦੇ 44 ਕਾਰਖਾਨੇ ਸਨ ਜਿੱਥੇ ਮੋਟਰ ਵਾਹਨ ਅਤੇ ਟਰੇਲਰਜ਼ ਬਣਾਏ ਜਾਂਦੇ ਸਨ। 5 ਅਜਿਹੇ ਕਾਰਖਾਨਿਆਂ ਵਿੱਚ ਆਵਾਜਾਈ ਸਮੱਗਰੀ ਅਤੇ ਆਟੋ ਪਾਰਟਸ (auto parts) ਬਣਾਏ ਜਾਂਦੇ ਸਨ। ਮੋਟਰ ਵਾਹਨ ਅਤੇ ਟਰੇਲਰਜ਼ ਬਣਾਉਣ ਦਾ ਉਦਯੋਗ ਲੁਧਿਆਣਾ (19 L/M Units), ਐਸ.ਏ.ਐਸ. ਨਗਰ (11 L/M Units), ਜਲੰਧਰ (4 Units), ਪਟਿਆਲਾ (6 ਇਕਾਈਆਂ), ਅੰਮ੍ਰਿਤਸਰ (3 ਇਕਾਈਆਂ) ਅਤੇ ਕਪੂਰਥਲਾ (1 ਇਕਾਈ) ਜ਼ਿਲ੍ਹਿਆਂ ਵਿੱਚ ਸਭ ਤੋਂ ਵੱਧ ਮਹੱਤਵਪੂਰਣ ਸੀ (ਸਾਰਣੀ 50)।

ਆਵਾਜਾਈ ਸਹਾਇਕ ਸਮੱਗਰੀ ਅਤੇ ਹਿੱਸੇ-ਪੁਰਜ਼ੇ ਨਿਰਮਾਣ ਵਿੱਚ 587 ਫੈਕਟਰੀਆਂ ਲੱਗੀਆਂ ਹੋਈਆਂ ਹਨ, ਜਿਨ੍ਹਾਂ ਵਿੱਚ 59,061 ਵਰਕਰਜ਼ ਕੰਮ ਕਰਦੇ ਹਨ। ਇਹ ਉਦਯੋਗ ਮੁੱਖ ਤੌਰ ਤੇ ਲੁਧਿਆਣਾ ਜ਼ਿਲ੍ਹੇ (232 ਫੈਕਟਰੀਆਂ) ਵਿੱਚ ਕੇਂਦਰਿਤ ਹੈ। ਇਸ ਤੋਂ ਬਿਨਾਂ ਜਲੰਧਰ (85 ਫੈਕਟਰੀਆਂ), ਕਪੂਰਥਲਾ (42 ਫੈਕਟਰੀਆਂ), ਅੰਮ੍ਰਿਤਸਰ (22 ਫੈਕਟਰੀਆਂ), ਸੰਗਰੂਰ (31 ਫੈਕਟਰੀਆਂ), ਬਠਿੰਡਾ (23 ਫੈਕਟਰੀਆਂ), ਮੋਗਾ (17 ਫੈਕਟਰੀਆਂ), ਪਟਿਆਲਾ (22 ਫੈਕਟਰੀਆਂ), ਫਤਹਿਗੜ੍ਹ ਸਾਹਿਬ (20 ਫੈਕਟਰੀਆਂ) ਅਤੇ ਹੁਸ਼ਿਆਰਪੁਰ (45 ਫੈਕਟਰੀਆਂ) ਦੇ ਜ਼ਿਲ੍ਹੇ ਵੀ ਮਹੱਤਵਪੂਰਣ ਹਨ।

ਮੋਟਰ ਵਾਹਨ ਅਤੇ ਸਮੱਗਰੀ ਦੀ ਵਿਕਰੀ ਅਤੇ ਮੁਰੰਮਤ ਕਰਨ ਵਿੱਚ 193 ਇਕਾਈਆਂ ਲੱਗੀਆਂ ਹੋਈਆਂ ਹਨ ਅਤੇ ਇੱਥੇ 8,767 ਵਰਕਰਜ਼ ਕੰਮ ਕਰਦੇ ਹਨ। ਇਹ ਉਦਯੋਗ ਭਾਵੇਂ ਛੋਟੇ-ਵੱਡੇ ਪੱਧਰ ਤੇ ਹਰ ਇੱਕ ਇਲਾਕੇ ਵਿੱਚ ਕੀਤਾ ਜਾਂਦਾ ਹੈ ਪਰੰਤੂ ਲੁਧਿਆਣਾ (68), ਐਸ.ਏ.ਐਸ. ਨਗਰ (23), ਬਠਿੰਡਾ (20), ਪਟਿਆਲਾ (19), ਅੰਮ੍ਰਿਤਸਰ (16) ਦੇ ਜ਼ਿਲ੍ਹੇ ਜ਼ਿਆਦਾ ਮਹੱਤਵਪੂਰਣ ਹਨ।

ਸਮੁੱਚੇ ਤੌਰ ਤੇ ਅਸੀਂ ਇਸ ਨਤੀਜੇ ਤੇ ਪਹੁੰਚਦੇ ਹਾਂ ਕਿ ਮੋਟਰ ਵਾਹਨ, ਆਵਾਜਾਈ ਸਮੱਗਰੀ ਆਦਿ ਨਿਰਮਾਣ ਦਾ ਉਦਯੋਗ ਮੁੱਖ ਰੇਲ ਅਤੇ ਸੜਕ ਮਾਰਗ ਦੇ ਨਾਲ-ਨਾਲ ਲੁਧਿਆਣਾ ਜ਼ਿਲ੍ਹੇ ਅਤੇ ਦੋਆਬਾ ਦੇ ਜ਼ਿਲ੍ਹਿਆਂ ਵਿੱਚ ਸਭ ਤੋਂ ਵੱਧ ਮਹੱਤਵਪੂਰਣ ਹੈ।

ਕਪੂਰਥਲਾ ਵਿਖੇ ਰੇਲ ਕੋਚ ਫੈਕਟਰੀ ਹੈ ਅਤੇ ਪਟਿਆਲਾ ਵਿਖੇ ਹੈਲਵੇ ਡੀਜ਼ਲ ਇੰਜਣਾਂ ਦੇ ਹਿੱਸੇ ਬਣਾਉਣ ਦੀ ਇਕਾਈ ਹੈ।

ਇਸ ਉਦਯੋਗ ਵਿੱਚ ਹਲਕੀਆਂ ਮੋਟਰ ਗੱਡੀਆਂ ਬਣਾਉਣ ਦਾ ਕੇਵਲ ਇੱਕ ਹੀ ਕਾਰਖਾਨਾ ਅਜੋਕੇ ਨਵਾਂਸ਼ਹਿਰ ਜ਼ਿਲ੍ਹੇ ਦੀ ਬਲਾਚੌਰ ਤਹਿਸੀਲ ਦੇ ਆਸਰੋਂ ਪਿੰਡ ਵਿਖੇ ਲੱਗਿਆ ਹੋਇਆ ਹੈ। ਸਵਰਾਜ਼ ਮਾਜ਼ਦਾ ਲਿਮਟਡ (Swaraj Mazada Ltd.) ਨਾਂ ਦਾ ਇਹ ਕਾਰਖਾਨਾ ਹਲਕੇ ਵਪਾਰਕ ਵਾਹਨ (Light Commercial Vehicles) ਬਣਾਉਂਦਾ ਹੈ। ਇਹ ਕਾਰਖਾਨਾ ਰੋਪੜ ਸ਼ਹਿਰ ਦੇ ਨੇੜੇ ਹੀ ਸਥਿਤ ਹੈ। ਬੱਸਾਂ ਅਤੇ ਟਰੱਕ ਬਾਡੀਜ਼ ਬਣਾਉਣ ਦੇ ਦੋ ਦਰਮਿਆਨੇ ਅਤੇ ਵੱਡੇ ਕਾਰਖਾਨੇ (M/s New Model Indusries and M/s Satluj Ltd.) ਜਲੰਧਰ ਵਿਖੇ ਸਥਿਤ ਹਨ।

ਆਟੋ ਪਾਰਟਸ (Auto Parts) ਬਣਾਉਣ ਦਾ ਵੀ ਮਹੱਤਵਪੂਰਣ ਧੰਦਾ ਹੈ। ਪੰਜਾਬ ਵਿੱਚ ਇਸ ਉਦਯੋਗ ਦੇ 20 ਦਰਮਿਆਨੇ ਅਤੇ ਵੱਡੇ ਕਾਰਖਾਨੇ ਹਨ। ਇਨ੍ਹਾਂ ਵਿੱਚ ਐਕਸਲ, ਪਿਸਟਨ, ਰਿੰਗਜ਼, ਕਰੈਂਕ ਸ਼ੈਫਟਾਂ, ਫਰੀ ਵ੍ਹੀਲਜ਼, ਰੇਡੀਏਟਰਜ਼ (Radiators), ਹੋਰ ਆਟੋ ਪਾਰਟਸ ਅਤੇ ਵਿਭਿੰਨ ਵਾਹਨਾਂ ਦੀਆਂ ਬਾਡੀਜ਼ ਆਦਿ ਬਣਾਉਣ ਦੇ ਕਾਰਖਾਨੇ ਸ਼ਾਮਲ ਹਨ। ਇਹ ਕਾਰਖਾਨੇ ਮੁੱਖ ਤੌਰ ਤੇ ਪਟਿਆਲਾ (ਨਾਭਾ, ਬਹਾਦਰਗੜ੍ਹ, ਡੇਰਾ ਬਸੀ, ਲਾਲੜੂ, ਆਲਮਗੀਰ, ਸੋਮਲਹੇੜੀ ਵਿਖੇ), ਲੁਧਿਆਣਾ (ਢੰਡਾਰੀ ਕਲਾਂ), ਜਲੰਧਰ (ਗੋਰਾਇਆਂ, ਬੁੰਡਾਲਾ ਪਿੰਡ, ਜਲੰਧਰ ਵਿਖੇ), ਰੂਪਨਗਰ (ਮੋਹਾਲੀ ਅਤੇ ਚਨਾਲੋਂ ਵਿਖੇ), ਹੁਸ਼ਿਆਰਪੁਰ (ਪਿੰਡ ਮੇਹਟੀਆਣਾ) ਅਤੇ ਅੰਮ੍ਰਿਤਸਰ ਜ਼ਿਲ੍ਹਿਆਂ ਵਿਖੇ ਹਨ। ਆਟੋ ਮੋਬਾਈਲ ਇੰਜਣ ਬਣਾਉਣ ਦਾ ਇੱਕ ਕਾਰਖਾਨਾ ਹੈ ਜੋ ਜ਼ਿਲ੍ਹਾ ਰੂਪਨਗਰ ਦੇ ਮੋਹਾਲੀ ਸ਼ਹਿਰ ਵਿੱਚ ਹੈ। ਬੱਸਾਂ, ਟਰੱਕਾਂ ਅਤੇ ਦੂਜੇ ਵਾਹਨਾਂ ਦੀਆਂ ਬਾਡੀਜ਼ ਬਣਾਉਣ ਦੇ ਕਾਰਖਾਨੇ ਮੁੱਖ ਤੌਰ ਤੇ ਜਲੰਧਰ ਵਿਖੇ ਹਨ। ਸਰਹੰਦ, ਹੁਸ਼ਿਆਰਪੁਰ ਅਤੇ ਦੂਜੇ ਸ਼ਹਿਰਾਂ ਵਿੱਚ ਵੀ ਕਈ ਇਕਾਈਆਂ ਹਨ। ਮੋਟਰ ਗੱਡੀਆਂ ਦੇ ਹਿੱਸੇ-ਪੁਰਜ਼ੇ ਬਣਾਉਣ ਦੀਆਂ ਹੋਰ ਇਕਾਈਆਂ ਲੁਧਿਆਣਾ, ਕਪੂਰਥਲਾ, ਪਟਿਆਲਾ ਆਦਿ ਕੇਂਦਰਾਂ ਵਿੱਚ ਹਨ। ਇਹ ਛੋਟੇ ਅਤੇ ਬਹੁਤ ਛੋਟੇ

ਉਦਯੋਗਾਂ ਦੇ ਰੂਪ ਵਿੱਚ ਹਨ। 2020-21 ਵਿਚ ਪੰਜਾਬ ਨੇ 2,33,492.1 ਲੱਖ ਰੁਪਏ ਦੇ ਮੁੱਲ ਦੇ ਆਟੋ ਪਾਰਟਸ ਅਤੇ ਕਲ-ਪੁਰਜੇ ਬਣਾਏ ਸਨ। ਇੱਥੇ 34,370 ਵਰਕਰਜ ਨੂੰ ਕੰਮ ਮਿਲਿਆ ਹੋਇਆ ਸੀ।

ਇਨ੍ਹਾਂ ਤੋਂ ਬਿਨਾਂ ਕਪੂਰਥਲਾ ਵਿਖੇ ਰੇਲ ਕੋਚ ਫੈਕਟਰੀ ਵਿੱਚ ਰੇਲ ਦੇ ਡੱਬੇ (Railway Coaches), ਪਟਿਆਲਾ ਵਿਖੇ ਰੇਲਾਂ ਦੇ ਡੀਜ਼ਲ ਇੰਜਣਾਂ ਦੇ ਹਿੱਸੇ-ਪੁਰਜ਼ੇ ਅਤੇ ਅੰਮ੍ਰਿਤਸਰ ਵਿਖੇ ਰੇਲ ਵੈਗਨ (Wagons) ਅਤੇ ਡੀਜ਼ਲ ਇੰਜਣਾਂ ਦੇ ਹਿੱਸੇ-ਪੁਰਜੇ ਬਣਾਏ ਜਾਂਦੇ ਹਨ। 2018-19 ਵਿੱਚ ਪੰਜਾਬ ਤੋਂ 3364.95 ਕਰੋੜ ਰੁਪਏ ਦੇ ਮੁੱਲ ਦੇ ਆਟੋ ਪਾਟਸ ਅਤੇ 3499.26 ਕਰੋੜ ਰੁਪਏ ਦੇ ਮੁੱਲ ਦੀਆਂ ਇੰਜਨੀਅਰੀ ਵਸਤਾਂ ਨਿਰਯਾਤ ਕੀਤੀਆਂ ਗਈਆਂ ਸਨ।

ਲੁਧਿਆਣਾ ਵਿਖੇ ਮਪਾਈ ਅਤੇ ਫੀਤੇ (Measuring Tapes), ਪਟਿਆਲਾ ਦੇ ਹੈਬਤਪੁਰ ਪਿੰਡ ਵਿਖੇ ਘੜੀਆਂ ਦੇ ਅਤੇ ਉਦਯੋਗਿਕ ਹੀਰੇ (Jewels) ਬਣਾਉਣ ਅਤੇ ਲੁਧਿਆਣਾ ਦੇ ਹੰਬੜਾ ਪਿੰਡ ਵਿਖੇ ਸਰਜੀਕਲ ਦਾ ਸਮਾਨ ਬਣਾਉਣ ਅਤੇ ਲੁਧਿਆਣਾ, ਜਲੰਧਰ, ਮੋਹਾਲੀ ਅਤੇ ਅੰਮ੍ਰਿਤਸਰ ਵਿਖੇ ਮਾਈਕਰੋ ਕੰਪਿਊਟਰ (Micro Computers) ਬਣਾਉਣ ਦੇ ਕਾਰਖਾਨੇ ਹਨ। 1993-94 ਵਿੱਚ ਪੰਜਾਬ ਨੇ 6,372 ਮਾਈਕਰੋ ਕੰਪਿਊਟਰ ਬਣਾਏ ਸਨ। 1990-91 ਵਿੱਚ ਉਤਪਾਦਨ 2,070 ਮਾਈਕਰੋ ਕੰਪਿਊਟਰਾਂ ਦਾ ਸੀ।

ਬਿਜਲੀ ਦੀ ਮਸ਼ੀਨਰੀ, ਸਮਾਨ ਅਤੇ ਯੰਤਰ ਉਦਯੋਗ (Electrical Machinery and Apparatus)

ਇਹ ਵੀ ਇੱਕ ਮਹੱਤਵਪੂਰਣ ਉਦਯੋਗ ਹੈ। ਰਾਜ ਵਿੱਚ 123 ਇਕਾਈਆਂ ਵਿਭਿੰਨ ਪ੍ਰਕਾਰ ਦੀਆਂ ਬਿਜਲੀ ਦੀਆਂ ਮਸ਼ੀਨਾਂ ਜਿਵੇਂ ਕਿ ਜਨਰੇਟਰ, ਟਰਾਂਸਰਸੀਵਰ, ਟਰਾਂਸਮੀਟਰ ਸੈਟ, ਬਲੱਬ, ਟਿਊਬਾਂ, ਕੰਪਿਊਟਰ, ਬਿਜਲੀ ਦੇ ਪੱਖੇ, ਟਰਾਂਸਫਾਰਮਰ, ਸਵਿੱਚ ਗੀਅਰ, ਤਾਰਾਂ ਆਦਿ ਅਤੇ ਹੋਰ ਬਹੁਤ ਸਾਰੇ ਹਿੱਸੇ-ਪੁਰਜ਼ੇ ਅਤੇ ਯੰਤਰ ਬਣਾਉਂਦੀਆਂ ਹਨ। 1993-94 ਅਨੁਸਾਰ ਪੰਜਾਬ ਵਿੱਚ 660 ਬਿਜਲੀ ਬਣਾਉਣ ਦੇ ਜਨਰੇਟਰ, 9,719 ਟਰਾਂਸ ਰਸੀਵਰ, 4,620 ਟਰਾਂਸਫਾਰਮਰ, 3,09,216 ਸਵਿੱਚ ਗੀਅਰ ਅਤੇ 61 ਹਜ਼ਾਰ ਬਿਜਲੀ ਦੇ ਪੱਖੇ ਬਣਾਏ ਗਏ ਸਨ। ਇਸ ਉਦਯੋਗ ਦੇ 35 ਦਰਮਿਆਨੇ ਅਤੇ ਵੱਡੇ ਕਾਰਖਾਨੇ ਮਾਰਚ 1998 ਅਨੁਸਾਰ ਪੰਜਾਬ ਵਿੱਚ ਸਨ। ਇਨ੍ਹਾਂ ਵਿੱਚੋਂ 22 ਰੂਪਨਗਰ ਜ਼ਿਲ੍ਹੇ ਦੇ ਮੋਹਾਲੀ ਸ਼ਹਿਰ ਵਿੱਚ, 4 ਲੁਧਿਆਣਾ ਵਿਖੇ, ਚਨਾਲੋਂ, ਪਟਿਆਲਾ, ਬਟਾਲਾ, ਰਾਜਪੁਰਾ, ਜਲੰਧਰ, ਡੇਰਾ ਬੱਸੀ ਅਤੇ ਸੰਗਰੂਰ ਵਿਖੇ ਸਨ। ਮੋਹਾਲੀ ਵਿਖੇ ਹੀ ਸੈੱਲ ਅਤੇ ਬੈਟਰੀਆਂ ਬਣਾਉਣ, ਪਟਿਆਲਾ ਅਤੇ ਰਾਜਪੁਰਾ ਵਿਖੇ ਤਾਂਬੇ ਦੀਆਂ ਤਾਰਾਂ ਅਤੇ ਦੂਜੇ ਪ੍ਰਕਾਰ ਦੀਆ ਤਾਰਾਂ ਆਦਿ ਅਤੇ ਮੋਹਾਲੀ ਵਿਖੇ ਟੈਲੀਫੂਨ ਦੀਆਂ ਤਾਰਾਂ (Cables) ਬਣਾਉਣ ਦੇ ਕਾਰਖਾਨੇ ਹਨ। ਲੁਧਿਆਣਾ ਅਤੇ ਮੋਹਾਲੀ ਵਿਖੇ ਟੀ.ਵੀ. ਸੈਟ, ਟੀ.ਵੀ. ਪਿਕਚਰ ਟਿਊਬ (ਰੰਗਦਾਰ ਅਤੇ ਚਿੱਟੀ ਤੇ ਕਾਲੀ) ਆਦਿ ਬਣਾਉਣ ਦੇ ਕਾਰਖਾਨੇ ਹਨ। ਬਿਜਲੀ ਦੇ ਪੱਖੇ ਲੁਧਿਆਣਾ, ਜਲੰਧਰ, ਕਪੂਰਥਲਾ ਅਤੇ ਅੰਮ੍ਰਿਤਸਰ ਵਿਖੇ ਬਣਾਏ ਜਾਂਦੇ ਹਨ।

2015 ਵਿੱਚ ਪੰਜਾਬ ਵਿੱਚ ਬਿਜਲੀ ਮਸ਼ੀਨਰੀ ਅਤੇ ਹਿੱਸੇ, ਪੁਰਜੇ, ਉਪਕਰਣ ਆਦਿ ਬਣਾਉਣ ਦੀਆਂ 270 ਰਜਿਸਟਰਸ਼ੁਦਾ ਫੈਕਟਰੀਆਂ, 2149 S.S. Units ਅਤੇ 4 ਦਰਮਿਆਨੇ ਅਤੇ ਵੱਡੇ ਦਰਜੇ ਦੇ ਕਾਰਖਾਨੇ ਸਨ। ਉਸ ਸਮੇਂ ਇਸ ਉਦਯੋਗ ਤੋਂ ਕੁੱਲ 35,031 ਕਾਮਿਆਂ ਨੂੰ ਰੁਜ਼ਗਾਰ ਪ੍ਰਾਪਤ ਹੋਇਆ ਸੀ।

2021 ਦੇ ਅੰਕੜਿਆਂ ਅਨੁਸਾਰ ਪੰਜਾਬ ਵਿੱਚ ਬਿਜਲੀ ਦੀਆਂ ਮਸ਼ੀਨਾਂ, ਉਪਕਰਣ ਅਤੇ ਹਿੱਸੇ-ਪੁਰਜੇ ਬਣਾਉਣ ਦੀਆਂ 196 ਫੈਕਟਰੀਆਂ ਸਨ ਜਿਨ੍ਹਾਂ ਵਿੱਚ 11,120 ਵਰਕਰਜ਼ ਕੰਮ ਕਰਦੇ ਸਨ। ਇਹ ਫੈਕਟਰੀਆਂ ਮੁਖ ਤੌਰ ਤੇ ਜਲੰਧਰ (77), ਐਸ.ਏ.ਐਸ. ਨਗਰ (53), ਅੰਮ੍ਰਿਤਸਰ (28) ਅਤੇ ਬਠਿੰਡਾ (20) ਜ਼ਿਲ੍ਹਿਆਂ ਵਿੱਚ (ਰਾਜ ਦੀਆਂ 90.8%) ਕੇਂਦਰਿਤ ਹਨ। ਹੁਸ਼ਿਆਰਪੁਰ (5), ਗੁਰਦਾਸਪੁਰ (3), ਬਰਨਾਲਾ (3) ਅਤੇ ਫਰੀਦਕੋਟ (3) ਜ਼ਿਲ੍ਹਿਆਂ ਵਿੱਚ ਵੀ ਬਿਜਲੀ ਦੀਆਂ ਮਸ਼ੀਨਾਂ ਅਤੇ ਪੁਰਜੇ ਆਦਿ ਬਣਾਉਣ ਦੀਆਂ ਕੁੱਝ ਫੈਕਟਰੀਆਂ ਕੰਮ ਕਰਦੀਆਂ ਹਨ।

ਇਲੈਕਟ੍ਰਾਨਿਕਸ ਅਤੇ ਇਨਫਰਮੇਸ਼ਨ ਟੈਕਨਾਲੋਜੀ ਉਦਯੋਗ (Electronics and Information Technology Industry)

ਇਹ ਇੱਕ ਮੁਕਾਬਲਤਨ ਨਵਾਂ ਉਦਯੋਗ ਹੈ ਜੋ ਤੇਜ਼ੀ ਨਾਲ ਵੱਧ ਰਿਹਾ ਹੈ। ਇਸ ਉਦਯੋਗ ਵਿੱਚ ਬਣੀਆਂ ਵਸਤਾਂ (goods) ਨਵੀਂ ਖੋਜ ਕਾਰਨ ਜਲਦੀ ਪੁਰਾਣੀਆਂ ਜਾਂ ਗੈਰ-ਜ਼ਰੂਰੀ (obsolete) ਬਣਦੀਆਂ ਜਾ ਰਹੀਆਂ ਹਨ। ਇਸ ਉਦਯੋਗ ਨੂੰ ਲਾਹੇਵੰਦ ਅਤੇ ਲੋੜ ਮੁਤਾਬਕ ਬਣਾਉਣ ਲਈ ਖੋਜ (research) ਦੀ ਬਹੁਤ ਮਹੱਤਤਾ (R&D very important) ਹੈ। ਇਸ ਕਾਰਨ ਇਸ ਉਦਯੋਗ ਦੇ ਅੱਗੇ ਵਧਣ ਲਈ ਸਰਮਾਏ ਅਤੇ ਖੋਜ ਅਤੇ ਤਕਨੀਕ ਦੀ ਬਹੁਤ ਲੋੜ ਹੈ।

ਇਸ ਉਦਯੋਗ ਲਈ **ਮੋਹਾਲੀ ਦਾ ਸ਼ਹਿਰ ਮੁੱਖ ਕੇਂਦਰ ਬਣ ਗਿਆ ਹੈ** ਅਤੇ ਇਸੇ ਲਈ ਇਸ ਨੂੰ ਪੰਜਾਬ ਦਾ 'ਇਲੈਕਟਰਾਨਿਕਸ ਸਿਟੀ' ਕਹਿੰਦੇ ਹਨ। ਇੱਥੇ ਸੈਮੀ ਕੰਡਕਟਰਜ਼ ਕੰਪਲੈਕਸ ਲਿ., ਪਨ ਵਾਇਰ, ਪੰਜਾਬ ਕਮਨਿਉਕੇਸ਼ਨ ਲਿਮ. (PUNCOM), Fujitsu India Ltd, ESPL ਆਦਿ ਦੇ ਉੱਦਮ (Enterprises) ਵੀਹਵੀਂ ਸਦੀ ਦੇ ਅੱਠਵੇਂ ਦਹਾਕੇ ਵਿੱਚ ਮੋਹਾਲੀ ਵਿੱਚ ਸਥਾਪਤ ਕੀਤੇ ਗਏ ਸਨ। ਇਲੈਕਟਰਾਨਿਕਸ ਉਦਯੋਗ ਨਾਲ ਰਾਜ ਵਿੱਚ ਉਦਯੋਗਾਂ ਦੀ ਤਰੱਕੀ ਨੂੰ ਉਤਸ਼ਾਹ ਮਿਲਿਆ ਅਤੇ ਰੁਜ਼ਗਾਰ ਦੀਆਂ ਹੋਰ ਸੰਭਾਵਨਾਵਾਂ ਪੈਦਾ ਕੀਤੀਆਂ।

ਪੰਜਾਬ ਸਰਕਾਰ ਨੇ ਇਲੈਕਟਰਾਨਿਕਸ ਉਦਯੋਗ ਦਾ ਨਾਂ "ਇਨਫਰਮੇਸ਼ਨ ਤਕਨਾਲੋਜੀ ਵਿਭਾਗ" ਰੱਖ ਦਿੱਤਾ ਹੈ ਤਾਂ ਜੋ ਇਸ ਵਿੱਚ IT ਅਤੇ BT (Biotechnology ਅਤੇ Electronics) ਵੀ ਸ਼ਾਮਲ ਕੀਤੇ ਜਾ ਸਕਣ।

ਪੰਜਾਬ ਵਿੱਚ ਬਹੁਤ ਸਾਰੇ ਇੰਜੀਨਿਅਰਿੰਗ ਕਾਲੇਜ, ਪੋਲਟੈਕਨਿਕਸ ਅਤੇ ਵਧੀਆ ਸਰਕਾਰੀ ਅਤੇ ਪ੍ਰਾਈਵੇਟ ਸਕੂਲਾਂ ਦੀ ਮੌਜੂਦਗੀ ਅਤੇ ਕਾਰਗੁਜਾਰੀ ਕਾਰਨ ਅੰਗਰੇਜ਼ੀ ਜਾਣਦੇ ਅਤੇ ਬੋਲਦੇ ਅਤੇ ਤਕਨੀਕੀ ਤੌਰ ਤੇ ਸਿੱਖੇ (skilled) ਹੋਏ ਨੌਜਵਾਨ ਇਨ੍ਹਾਂ ਇਲੈਕਟਰਾਨਿਕਸ ਅਤੇ ਆਈ.ਟੀ. ਫੈਕਟਰੀਆਂ ਅਤੇ ਸੰਸਥਾਨਾਂ ਵਿੱਚ ਕੰਮ ਕਰਨ ਲਈ ਉਪਲਬੱਧ ਹਨ। ਪੰਜਾਬ ਸਰਕਾਰ ਨੇ ਇਸ ਕੰਮ ਲਈ ਪੰਜਾਬ ਇਨਫਰਮੇਸ਼ਨ ਅਤੇ ਕਮੁਇਨੀਕੇਸ਼ਨ ਤਕਨਾਲੋਜੀ ਕਾਰਪੋਰੇਸ਼ਨ ਲਿਮ. ਬਤੌਰ ਨੋਡਲ ਅਜੈਂਸੀ ਬਣਾਈ ਹੋਈ ਹੈ। ਇਸ ਸੰਗਠਨ ਦਾ ਮੰਤਵ **ਮੋਹਾਲੀ ਵਿਖੇ** ਇਨਫਰਮੇਸ਼ਨ ਤਕਨਾਲੋਜੀ ਪਾਰਕ, ਕੁਆਰਕ ਬਿਜਨਸ ਪਾਰਕ ਮੋਹਾਲੀ, ਆਈ.ਟੀ. ਪਾਰਕ ਸਥਾਪਤ ਕਰਨਾ ਅਤੇ STPI ਸਕੀਮ ਅਧੀਨ ਪੰਜਾਬ ਤੋਂ ਸਾਫਟਵੇਅਰ (Software) ਨਿਰਯਾਤ ਲਈ ਆਈ.ਟੀ. ਕੰਪਨੀਆਂ ਸਥਾਪਤ ਕਰਨਾ, ਨੋਇਡਾ ਦਾ ਸੰਪਰਕ ਕੇਂਦਰ ਮੋਹਾਲੀ ਵਿਖੇ ਸਥਾਪਤ ਕਰਨਾ ਅਤੇ ਕਈ ਦੇਸ਼ ਅਤੇ ਵਿਸ਼ਵ ਪ੍ਰਸਿੱਧ ਕੰਪਨੀਆਂ ਦੀਆਂ ਬਰਾਂਚਾਂ ਮੋਹਾਲੀ ਜਾਂ ਪੰਜਾਬ ਦੇ ਦੂਜੇ ਸ਼ਹਿਰਾਂ ਵਿੱਚ ਸਥਾਪਤ ਕਰਨਾ ਤਾਂ ਜੋ ਉਦਯੋਗਾਂ ਨੂੰ ਉਤਸ਼ਾਹ ਮਿਲ ਸਕੇ ਅਤੇ ਰੁਜ਼ਗਾਰ ਪ੍ਰਾਪਤੀ ਦੀਆਂ ਸੰਭਾਵਨਾਵਾਂ ਬਹੁਤ ਵਧ ਸਕਣ।

ਇਹ ਉਦਯੋਗ ਮੁੱਖ ਤੌਰ ਤੇ **ਮੋਹਲੀ ਅਤੇ ਲੁਧਿਆਣਾ ਸ਼ਹਿਰਾਂ ਵਿੱਚ** ਪੂਰੀ ਤਰ੍ਹਾਂ ਨਾਲ ਸਥਾਪਤ ਹੋ ਚੁੱਕਿਆ ਹੈ ਅਤੇ ਛੋਟੇ ਰੂਪ ਵਿੱਚ ਇਹ ਉਦਯੋਗ ਡੇਰਾ ਬਸੀ ਬਲਾਕ ਅਤੇ ਜਲੰਧਰ ਵਿੱਚ ਵੀ ਵਿਕਸਤ ਹੋ ਰਿਹਾ ਹੈ। 2015-16 ਵਿੱਚ ਪੰਜਾਬ ਵਿੱਚ 785 SS Units, 42 ਰਜਿਸਟਰਸ਼ੁਦਾ ਫੈਕਟਰੀਆਂ (ਅੰਮ੍ਰਿਤਸਰ (10), ਜਲੰਧਰ (13), ਐਸ.ਏ.ਐਸ. ਨਗਰ (9), ਫਰੀਦਕੋਟ (5), ਪਟਿਆਲਾ ਅਤੇ ਬਠਿੰਡਾ ਵਿਖੇ) ਅਤੇ 2 ਵੱਡੇ ਅਤੇ ਦਰਮਿਆਨੇ ਕਾਰਖਾਨੇ ਇਸ ਉਦਯੋਗ ਲਈ ਕੰਮ ਕਰ ਰਹੇ ਸਨ। 2021 ਵਿੱਚ 27 ਰਜਿਸਟਰਸ਼ੁਦਾ ਫੈਕਟਰੀਆਂ ਵਿੱਚ ਟੀ.ਵੀ., ਰੇਡੀਉ, ਸੰਚਾਰ ਅਤੇ ਉਨ੍ਹਾਂ ਦੇ ਪੁਰਜੇ ਬਣਾਏ ਜਾਂਦੇ ਸਨ (ਅੰਮ੍ਰਿਤਸਰ 10, ਤਰਨਤਾਰਨ 1, ਜਲੰਧਰ 13, ਐਸ.ਏ.ਐਸ. ਨਗਰ 3, ਫਰੀਦਕੋਟ 1, ਬਠਿੰਡਾ 1)। ਕੰਪਿਊਟਰ ਸੇਲ, ਰੀਪੇਅਰ ਦੀਆਂ ਵੀ 2021 ਵਿੱਚ 87 ਫੈਕਟਰੀਆਂ/ਕੇਂਦਰ ਆਦਿ ਪੰਜਾਬ ਵਿੱਚ ਸਨ। ਇਹ ਮੁੱਖ ਤੌਰ ਤੇ ਐਸ.ਏ.ਐਸ. ਨਗਰ (44), ਲੁਧਿਆਣਾ (27) ਅਤੇ ਪਟਿਆਲਾ (5), ਬਠਿੰਡਾ, ਮੋਗਾ, ਜਲੰਧਰ (4) ਆਦਿ ਵਿੱਚ ਕੰਮ ਕਰਦੇ ਹਨ।

ਮੋਹਾਲੀ ਇਸ ਉਦਯੋਗ ਦਾ ਮੁੱਖ ਕੇਂਦਰ ਹੈ। ਇੱਥੇ Semi Conductors Complex Ltd., Quark Media (USA) Park ਅਤੇ Godrej, G.E., PUNCOM, INFOSYS ਆਦਿ ਅਤੇ ਹੋਰ ਅੰਤਰਰਾਸ਼ਟਰੀ ਵੱਡੀਆਂ IT Companies ਦੀਆਂ ਬਰਾਂਚਾਂ, ਕੇਂਦਰ ਆਦਿ ਮੌਜੂਦ ਹਨ। ਇੱਥੇ ਟੀ.ਵੀ. ਅਤੇ ਅਨੇਕਾਂ ਪ੍ਰਕਾਰ ਦੇ ਇਲੈਕਟਰਾਨਿਕਸ ਕਲ-ਪੁਰਜੇ, ਗੈਜਟਸ ਬਣਾਏ ਜਾਂਦੇ

ਹਨ। ਇੱਥੇ TV ਦੀਆਂ ਰੰਗਦਾਰ ਅਤੇ B/W Tubes, T.V. Sets, Digital Switching Systems, Display Systems, IDS Boards, Watch Assembly Devices, Multiplex Equipments, Electronic Devices, Micro Computers ਆਦਿ ਅਨੇਕਾਂ ਇਲੈਕਟਰਾਨਿਕਸ ਵਸਤਾਂ, ਕਲ-ਪੁਰਜੇ ਬਣਾਏ ਜਾਂਦੇ ਹਨ। ਇੱਥੇ OEM Recorders, SIM Modules etc. ਵੀ ਬਣਾਏ ਜਾਂਦੇ ਹਨ। ਇਹ JCT Electronics Ltd., Calcom Vision Ltd., Dixon Utilities Exports ਆਦਿ ਕਈ ਕੰਪਨੀਆਂ ਟੀ.ਵੀ. ਆਦਿ ਇਲੈਕਟਰਾਨਿਕਸ ਬਣਾਉਂਦੇ ਹਨ।

ਲੁਧਿਆਣਾ ਪੰਜਾਬ ਦਾ ਇਲੈਕਟਰਾਨਿਕਸ ਬਣਾਉਣ ਵਾਲਾ ਦੂਜਾ ਮਹੱਤਵਪੂਰਣ ਜ਼ਿਲ੍ਹਾ ਹੈ। ਲੁਧਿਆਣਾ ਵਿਖੇ 5 L/M Electronics Industries ਸਥਾਪਤ ਹਨ- Bestavision Electronics, M/s Texla Electronics Components and Cassetes ਆਦਿ ਕੰਪਨੀਆਂ ਕੰਮ ਕਰਦੀਆਂ ਹਨ।

ਪੰਜਾਬ ਸਰਕਾਰ ਨੇ ਅੰਮ੍ਰਿਤਸਰ ਅਤੇ ਮੋਹਾਲੀ ਵਿਖੇ IT Hubs ਸਥਾਪਤ ਕਰਨ ਦਾ ਫੈਸਲਾ ਕੀਤਾ ਸੀ। ਸਰਕਾਰ Mohali ਵਿਖੇ ਹੀ **IT University ਬਣਾ ਰਹੀ ਹੈ**। ਇਸ ਸਮੇਂ ਪੰਜਾਬ ਵਿੱਚ 740 ਰਜਿਸਟਰਸ਼ੁਦਾ ਆਈ.ਟੀ. ਯੂਨਿਟਸ ਕੰਮ ਕਰ ਰਹੇ ਹਨ। ਪੰਜਾਬ ਕੋਲ ਟੀਅਰ 2 ਸ਼ਹਿਰਾਂ ਅੰਮ੍ਰਿਤਸਰ, ਲੁਧਿਆਣਾ, ਜਲੰਧਰ ਵਿੱਚ ਭਾਰਤ ਦੇ ਸਾਫਟਵੇਅਰ ਟੈਕਨਾਲੋਜੀ ਪਾਰਕਸ (STPI) Incubation Centre, SAS Nagar (Mohali) ਵਿਖੇ ਇਕ ਸ਼ਾਨਦਾਰ IT Infrastructure ਮੌਜੂਦ ਹੈ। ਰਾਜ ਵਿੱਚ ਆਈ.ਟੀ. ਸੈਕਟਰ ਨਾਲ ਸਬੰਧਤ ਬਹੁਤ ਸਾਰੇ ਨਵੇਂ ਪ੍ਰੋਜੈਕਟ ਸਥਾਪਤ ਕੀਤੇ ਜਾ ਰਹੇ ਹਨ ਜਿਵੇਂ ਕਿ Mohali ਅਤੇ Amritsar ਵਿਖੇ STPI ਕੇਂਦਰ, ਮੋਹਾਲੀ ਵਿਖੇ Startup Elector Chamber of Commerce (SACC), The Indus Entrepreneurs ਆਦਿ।

ਰਸਾਇਣ ਅਤੇ ਰਸਾਇਣ ਪਦਾਰਥ ਉਦਯੋਗ (CHEMICALS AND CHEMICAL PRODUCTS INDUSTRIES)

ਇਹ ਵੀ ਇੱਕ ਆਧੁਨਿਕ ਅਤੇ ਮਹੱਤਵਪੂਰਣ ਉਦਯੋਗ ਹੈ। ਬਹੁਤ ਸਾਰੇ ਕਿੱਤੇ ਰਸਾਇਣਾਂ ਉੱਤੇ ਨਿਰਭਰ ਕਰਦੇ ਹਨ। ਸਾਡੀਆਂ ਬਹੁਤ ਸਾਰੀਆਂ ਬੀਮਾਰੀਆਂ ਦਾ ਇਲਾਜ ਵੀ ਇਨ੍ਹਾਂ ਉਦਯੋਗਾਂ ਨਾਲ ਜੁੜਿਆ ਹੋਇਆ ਹੈ। ਇਸ ਉਦਯੋਗ ਵਿੱਚ ਕੁੱਲ 270 ਇਕਾਈਆਂ ਲੱਗੀਆਂ ਹੋਈਆਂ ਸਨ। ਜਿਨ੍ਹਾਂ ਵਿੱਚ 14,661 ਵਰਕਰ ਕੰਮ ਕਰਦੇ ਸਨ (2000 ਅਨੁਸਾਰ)। ਰਸਾਇਣ ਉਦਯੋਗਾਂ ਵਿੱਚ ਗੈਸਾਂ, ਸਪਿਰਟ, ਤੇਜ਼ਾਬ, ਖਾਦਾਂ, ਕੀੜੇ ਮਾਰ ਅਤੇ ਨਦੀਨ ਨਾਸ਼ਕ ਦਵਾਈਆਂ, ਉਦਯੋਗਿਕ ਤੇਲ ਆਦਿ, ਦਵਾਈਆਂ, ਡੀਟਰਜੈਂਟਸ ਅਤੇ ਹੋਰ ਰਸਾਇਣ ਪਦਾਰਥ ਬਣਾਉਣ ਦੇ ਉਦਯੋਗ ਸ਼ਾਮਲ ਹਨ। ਇਨ੍ਹਾਂ ਉਦਯੋਗਾਂ ਵਿੱਚ ਲੱਗੀਆਂ ਇਕਾਈਆਂ ਵਿੱਚੋਂ 77 ਦਰਮਿਆਨੇ ਅਤੇ ਵੱਡੇ ਕਾਰਖਾਨੇ ਹਨ।

2000 ਅਨੁਸਾਰ ਪੰਜਾਬ ਵਿੱਚ 270 ਰਜਿਸਟਰਸ਼ੁਦਾ ਫੈਕਟਰੀਆਂ ਵਿਭਿੰਨ ਰਸਾਇਣ ਅਤੇ ਰਸਾਇਣਕ ਪਦਾਰਥ ਬਣਾਉਣ ਵਿੱਚ ਲੱਗੇ ਹੋਏ ਸਨ ਅਤੇ ਇਨ੍ਹਾਂ ਵਿੱਚ 14,661 ਵਰਕਰਜ਼ ਕੰਮ ਕਰਦੇ ਸਨ। 2015 ਅਨੁਸਾਰ ਪੰਜਾਬ ਵਿੱਚ 297 ਰਜਿਸਟਰਸ਼ੁਦਾ ਫੈਕਟਰੀਆਂ ਇਸ ਉਦਯੋਗ ਲਈ ਕੰਮ ਕਰਦੀਆਂ ਸਨ ਅਤੇ 16,788 ਵਰਕਰਜ਼ ਇਨ੍ਹਾਂ ਵਿੱਚ ਕੰਮ ਕਰਦੇ ਸਨ। 2015-16 ਵਿੱਚ 3,664 SS Units with 28,212 ਵਰਕਰਜ਼ ਅਤੇ 24 L/M Units with 14,180 Workers ਪੰਜਾਬ ਵਿੱਚ ਰਸਾਇਣ ਪਦਾਰਥ ਬਣਾਉਣ ਵਿੱਚ ਲੱਗੇ ਹੋਏ ਸਨ।

ਇਸ ਉਦਯੋਗ ਦੀਆਂ 44 ਫੈਕਟਰੀਆਂ ਮਾਝੇ ਵਿੱਚ, 65 ਫੈਕਟਰੀਆਂ ਬਿਸਤ ਦੋਆਬ ਵਿੱਚ ਅਤੇ 222 ਫੈਕਟਰੀਆਂ ਮਾਲਵੇ ਵਿੱਚ 2021 ਨੂੰ (ਰਾਜ ਵਿੱਚ ਕੁੱਲ 331 ਫੈਕਟਰੀਆਂ ਅਤੇ 17,914 ਕਾਮੇ) ਕੰਮ ਕਰ ਰਹੀਆਂ ਸਨ। ਰਾਜ ਵਿੱਚ ਸਭ ਤੋਂ ਵੱਧ ਰਸਾਇਣ ਫੈਕਟਰੀਆਂ ਲੁਧਿਆਣਾ (60 ਫੈਕਟਰੀਆਂ) ਜ਼ਿਲ੍ਹੇ ਵਿੱਚ ਅਤੇ ਸਭ ਤੋਂ ਘੱਟ 2-2 ਫਤਹਿਗੜ੍ਹ ਸਾਹਿਬ ਅਤੇ ਤਰਨਤਾਰਨ ਜ਼ਿਲ੍ਹਿਆਂ ਵਿੱਚ ਕੰਮ ਕਰਦੀਆਂ ਸਨ। ਇਹ ਉਦਯੋਗ ਮੁੱਖ ਤੌਰ ਤੇ 7 ਜ਼ਿਲ੍ਹਿਆਂ ਅੰਮ੍ਰਿਤਸਰ (38), ਜਲੰਧਰ (28), ਹੁਸ਼ਿਆਰਪੁਰ

(28), ਐਸ.ਏ.ਐਸ. ਨਗਰ (23), ਲੁਧਿਆਣਾ (60), ਪਟਿਆਲਾ (54) ਅਤੇ ਰੂਪਨਗਰ (11) ਵਿੱਚ ਕੇਂਦਰਿਤ (73.11%) ਹੈ। ਤਿੰਨ ਮੁੱਖ ਉਦਯੋਗਿਕ ਜ਼ਿਲ੍ਹਿਆਂ ਲੁਧਿਆਣਾ, ਜਲੰਧਰ ਅਤੇ ਅੰਮ੍ਰਿਤਸਰ ਵਿੱਚ ਰਾਜ ਦੇ 38.1% ਰਸਾਇਣ ਉਦਯੋਗ ਲਗੇ ਹੋਏ ਹਨ। ਇਨ੍ਹਾਂ ਤੋਂ ਇਲਾਵਾ ਮਾਲਵਾ ਵਿੱਚ ਸੰਗਰੂਰ (24), ਬਠਿੰਡਾ (17) ਅਤੇ ਬਰਨਾਲਾ (10), ਫਰੀਦਕੋਟ (9) ਜ਼ਿਲ੍ਹਿਆਂ ਵਿੱਚ ਵੀ ਰਸਾਇਣ ਉਦਯੋਗ ਮਹੱਤਵਪੂਰਣ ਹੈ। ਭਾਵੇਂ ਰਾਜ ਦੇ 38.11% ਰਸਾਇਣ ਉਦਯੋਗ ਤਿੰਨ ਜ਼ਿਲ੍ਹਿਆਂ ਲੁਧਿਆਣਾ, ਜਲੰਧਰ ਅਤੇ ਅੰਮ੍ਰਿਤਸਰ ਜ਼ਿਲ੍ਹਿਆਂ ਵਿੱਚ ਲੱਗੇ ਹੋਏ ਹਨ ਪਰ ਰਾਜ ਦੇ 40% ਰਸਾਇਣ ਉਦਯੋਗਿਕ ਕਾਮੇ ਤਿੰਨ ਜ਼ਿਲ੍ਹਿਆਂ ਰੂਪ ਨਗਰ (3,407), ਪਟਿਆਲਾ (2,074) ਅਤੇ ਐਸ.ਏ.ਐਸ. ਨਗਰ (1,652) ਵਿੱਚ ਕੰਮ ਕਰਦੇ ਹਨ। ਇਸ ਦਾ ਅਰਥ ਹੈ ਕਿ ਮਾਲਵਾ ਦੇ ਰਸਾਇਣ ਉਦਯੋਗ ਵੱਡੇ ਆਕਾਰ ਦੇ ਹਨ।

2015-16 ਅਨੁਸਾਰ ਪੰਜਾਬ 25 L/M ਕਾਰਖਾਨਿਆਂ ਵਿੱਚੋਂ 8 ਐਸ.ਏ.ਐਸ. ਨਗਰ ਵਿੱਚ, 3 ਹਰੇਕ ਐਸ.ਬੀ.ਐਸ. ਨਗਰ, ਬਠਿੰਡਾ, ਅਤੇ ਪਟਿਆਲਾ ਵਿੱਚ ਅਤੇ 2 ਹਰੇਕ ਹੁਸ਼ਿਆਰਪੁਰ, ਰੂਪਨਗਰ, ਸੰਗਰੂਰ ਅਤੇ ਬਰਨਾਲਾ ਜ਼ਿਲ੍ਹਿਆਂ ਵਿੱਚ ਕੰਮ ਕਰਦੇ ਸਨ (ਰਸਾਇਣ ਖੇਤਰ ਵਿੱਚ ਬਹੁਤ ਸਾਰੇ Small Scale ਯੂਨਿਟਸ ਵੀ ਕੰਮ ਕਰਦੇ ਹਨ)। 2015-16 ਅਨੁਸਾਰ ਅੰਮ੍ਰਿਤਸਰ (898), ਜਲੰਧਰ (608), ਲੁਧਿਆਣਾ (736), ਪਟਿਆਲਾ (219), ਐਸ.ਏ.ਐਸ. ਨਗਰ (287) ਅਤੇ ਸੰਗਰੂਰ (329) ਜ਼ਿਲ੍ਹਿਆਂ ਵਿੱਚ SS Units ਰਸਾਇਣ ਪਦਾਰਥ ਬਣਾਉਂਦੇ ਹਨ।

ਰਾਜ ਵਿੱਚ **ਗੈਸਾਂ ਅਤੇ ਸਪਿਰਟ** ਬਣਾਉਣ ਦੇ 7 ਵੱਡੇ ਕਾਰਖਾਨੇ ਹਨ ਜੋ ਗਬਿੰਦਗੜ੍ਹ, (3) ਮੋਹਾਲੀ (1), ਜਲਾਲਦੀਵਾਲ (ਲੁਧਿਆਣਾ), ਗੋਲੂ ਮਾਜਰਾ (ਪਟਿਆਲਾ) ਅਤੇ ਨਵਾਂ ਨੰਗਲ (ਰੂਪਨਗਰ) ਵਿਖੇ ਹਨ। **ਖਾਦ ਬਣਾਉਣ** ਦੇ ਰਾਜ ਵਿੱਚ 6 ਦਰਮਿਆਨੇ ਅਤੇ ਵੱਡੇ ਕਾਰਖਾਨੇ ਹਨ। ਇਨ੍ਹਾਂ ਵਿੱਚੋਂ ਦੋ ਕਾਰਖਾਨੇ ਨੈਸ਼ਨਲ ਫਰਟੀਲਾਈਜ਼ਰਜ਼ ਲਿਮਟਡ ਦੇ ਨੰਗਲ ਅਤੇ ਬਠਿੰਡਾ ਵਿਖੇ ਹਨ। ਇਹ ਬਹੁਤ ਵੱਡੇ ਕਾਰਖਾਨੇ ਹਨ। ਇੱਥੇ ਕਿਸਾਨ ਖਾਦ, ਯੂਰੀਆ, ਅਮੋਨੀਆ ਯੂਰੀਆ, ਗੰਧਕ, ਆਕਸੀਜਨ, ਤਰਲ ਆਕਸੀਜਨ ਤੇ ਨਾਈਟਰੋਜਨ, ਮੈਥਨੋਲ ਅਤੇ ਭਾਰੀ ਪਾਣੀ ਬਣਾਏ ਜਾਂਦੇ ਹਨ। ਨਵਾਂਸ਼ਹਿਰ ਜ਼ਿਲ੍ਹੇ ਦੇ ਰੈਲ ਮਾਜਰਾ ਅਤੇ ਪਟਿਆਲਾ ਜ਼ਿਲ੍ਹੇ ਦੇ ਸਿੰਘਪੁਰ ਵਿਖੇ ਲਗਾਏ ਖਾਦ ਕਾਰਖਾਨਿਆਂ ਵਿੱਚ ਮੁੱਖ ਤੌਰ ਤੇ ਸੁਪਰਫਾਸਫੇਟ ਖਾਦ ਬਣਾਈ ਜਾਂਦੀ ਹੈ। ਨਵਾਂ ਨੰਗਲ ਦੇ ਹੀ ਪੰਜਾਬ ਨੈਸ਼ਨਲ ਫਰਟੀਲਾਈਜਰਜ਼ ਐਂਡ ਕੈਮੀਕਲਜ਼ ਵਿਖੇ ਸੋਡਾ ਐਸ਼, ਅਮੋਨੀਅਮ ਕਲੋਰਾਈਡ ਅਤੇ ਖਾਦ ਬਣਾਏ ਜਾਂਦੇ ਹਨ। ਧੂਰੀ (ਜ਼ਿਲ੍ਹਾ ਸੰਗਰੂਰ) ਵਿਖੇ ਮਾਰਕਫੈੱਡ ਦੇ ਖਾਦ ਦੇ ਕਾਰਖਾਂਏ ਵਿਚ ਰਲੀ-ਮਿਲੀ ਖਾਦ ਬਣਾਈ ਜਾਂਦੀ ਹੈ। 1997-98 ਅਨੁਸਾਰ ਪੰਜਾਬ ਵਿੱਚ 12 ਲੱਖ 45 ਹਜ਼ਾਰ ਮੀ. ਟਨ ਰਲੀ-ਮਿਲੀ ਖਾਦ ਬਣਾਈ ਗਈ ਸੀ। ਇਸੇ ਸਾਲ 4 ਲੱਖ 82 ਹਜ਼ਾਰ ਟਨ ਨਾਈਟਰੋਜਨ ਖਾਦ, 17 ਹਜ਼ਾਰ ਟਨ ਦੇ ਲਗਭਗ ਫਾਸਫੇਟਿਕ ਖਾਦ ਅਤੇ 187 ਟਨ ਪੋਟਾਸ਼ਕ ਖਾਦ ਬਣਾਈ ਗਈ ਸੀ। ਕੀੜੇ ਮਾਰ ਅਤੇ ਨਦੀਨ ਨਾਸ਼ਕ (Pesticides and Weedicides) ਦਵਾਈਆਂ ਦੇ ਰਾਜ ਵਿੱਚ ਤਿੰਨ ਕਾਰਖਾਨੇ ਹਨ ਜੋ ਡੇਰਾ ਬਸੀ, ਪਿੰਡ ਟੌਂਸਾ (ਨਵਾਂਸ਼ਹਿਰ) ਤੇ ਸੰਗਰੂਰ ਵਿਖੇ ਹਨ। ਦਵਾਈਆਂ (Drugs and Pharmaceuticals) ਬਣਾਉਣ ਦੇ ਰਾਜ ਵਿੱਚ 12 ਵੱਡੇ ਕਾਰਖਾਨੇ ਹਨ ਜੋ ਡੇਰਾ ਬਸੀ (3), ਮੋਹਾਲੀ (2), ਨਵਾਂਸ਼ਹਿਰ ਜ਼ਿਲ੍ਹੇ ਦੇ ਪਿੰਡ ਟੌਂਸਾਂ (Taunsa) ਵਿਖੇ (2) ਅਤੇ ਫਤਹਿਪੁਰ (1), ਮੋਗਾ (1), ਪਟਿਆਲਾ ਦੇ ਪਿੰਡ ਭਗਵਾਨਪੁਰ (1), ਜਲੰਧਰ ਜ਼ਿਲ੍ਹੇ ਦੇ ਪਿੰਡ ਸੂਰਾ (1) ਅਤੇ ਖੰਨਾ (1) ਵਿਖੇ ਸਥਿਤ ਹਨ। ਡੈਟਰਜੈਂਟਸ ਬਣਾਉਣ ਦੇ ਰਾਜ ਵਿੱਚ ਦੋ ਕਾਰਖਾਨੇ ਜੋ ਰਾਜਪੁਰਾ ਅਤੇ ਨਵਾਂ ਨੰਗਲ ਵਿਖੇ ਹਨ। ਗੰਧਕ ਦਾ ਤਿਜ਼ਾਬ (Sulphuric Acid) ਬਣਾਉਣ ਦੇ ਰਾਜ ਵਿੱਚ 5 ਕਾਰਖਾਨੇ ਹਨ ਜੋ ਬਠਿੰਡਾ ਤੇ ਬਰਨਾਲਾ ਵਿਖੇ ਸਥਿਤ ਹਨ। ਸੰਗਰੂਰ ਜ਼ਿਲ੍ਹੇ ਦੇ ਪਿੰਡ ਗੋਸਪੁਰਾ ਅਤੇ ਲੁਧਿਆਣਾ ਜ਼ਿਲ੍ਹੇ ਦੇ ਪਿੰਡ ਜਲਾਦੀਵਾਲ ਵਿਖੇ ਫੈਟੀ ਐਸਡ, ਗਲੈਸਰੀਨ, ਸਾਬਣ ਆਦਿ ਬਣਾਉਣ ਦੇ ਕਾਰਖਾਨੇ ਹਨ। ਡੇਰਾ ਬਸੀ ਵਿਖੇ ਵੀ ਗੰਧਕ ਦਾ ਤਿਜ਼ਾਬ ਬਣਦਾ ਹੈ। ਇਨ੍ਹਾਂ ਤੋਂ ਬਿਨਾਂ ਰੈਲ ਮਾਜਰਾ (ਨਵਾਂਸ਼ਹਿਰ ਜ਼ਿਲ੍ਹਾ), ਫਤਹਿਪੁਰ, ਟੌਂਸਾ (ਨਵਾਂਸ਼ਹਿਰ ਜ਼ਿਲ੍ਹਾ), ਨਵਾਂ ਨੰਗਲ (ਰੂਪਨਗਰ), ਜੀਤਵਾਲ ਕਲਾਂ (ਸੰਗਰੂਰ), ਡੇਰਾ ਬਸੀ (ਪਟਿਆਲਾ), ਭਵਾਨੀਗੜ੍ਹ, ਬਨ੍ਹ ਮਾਜਰਾ (ਰੂਪਨਗਰ), ਭਗਵਾਨਪੁਰ, ਕੂਰਾਂਵਾਲਾ, ਡੇਰਾ ਬਸੀ (ਪਟਿਆਲਾ) ਵਿੱਚ ਕਈ ਹੋਰ ਪ੍ਰਕਾਰ ਦੇ ਰਸਾਇਣ ਉਦਯੋਗ ਲੱਗੇ ਹੋਏ ਹਨ।

ਰਾਜ ਵਿੱਚ 40 ਰਾਈਸ ਬਰਾਨ ਆਇਲ, ਸੌਲਵੈਂਟ ਆਇਲ ਐਕਸਟਰੈਕਸ਼ਨ (Solvent Oil Extraction) ਆਦਿ ਦੇ

ਕਾਰਖਾਨੇ ਅੰਮ੍ਰਿਤਸਰ, ਬਠਿੰਡਾ, ਫਰੀਦਕੋਟ, ਫਿਰੋਜ਼ਪੁਰ, ਕਪੂਰਥਲਾ, ਸੰਗਰੂਰ, ਲੁਧਿਆਣਾ, ਪਟਿਆਲਾ, ਹੁਸ਼ਿਆਰਪੁਰ ਅਤੇ ਰੂਪਨਗਰ ਜ਼ਿਲ੍ਹਿਆਂ ਵਿੱਚ ਲੱਗੇ ਹੋਏ ਹਨ।

ਚਮੜਾ ਅਤੇ ਚਮੜੇ ਦਾ ਸਮਾਨ ਨਿਰਮਾਣ ਉਦਯੋਗ (Leather Industries)

ਇਹ ਬਹੁਤ ਪੁਰਾਣਾ ਉਦਯੋਗ ਹੈ। ਪੁਰਾਣੇ ਸਮਿਆਂ ਵਿੱਚ ਪਿੰਡ ਦੇ ਮੋਚੀ ਆਮ ਲੋਕਾਂ ਲਈ 'ਭਾਈਚਾਰਾ ਪ੍ਰਣਾਲੀ' ਅਧੀਨ ਜੁੱਤੀਆਂ, ਚਰਮ ਅਤੇ ਚਮੜੇ ਦਾ ਸਮਾਨ ਬਣਾਉਂਦੇ ਸਨ। ਸੁਤੰਤਰਤਾ ਤੋਂ ਪਹਿਲਾਂ ਹੁਸ਼ਿਆਰਪੁਰ, ਗੁਰਦਾਸਪੁਰ, ਦੀਨਾਨਗਰ, ਪਠਾਨਕੋਟ, ਜਲੰਧਰ, ਨਕੋਦਰ, ਕਪੂਰਥਲਾ ਆਦਿ ਕਸਬੇ ਚਮੜੇ ਦੀਆਂ ਜੁੱਤੀਆਂ ਅਤੇ ਹੋਰ ਸਮਾਨ ਬਣਾਉਣ ਲਈ ਮਸ਼ਹੂਰ ਸਨ। ਚਮੜਾ ਤਿਆਰ ਕਰਨ, ਰੰਗਣ ਅਤੇ ਕਮਾਉਣ ਦਾ ਕੰਮ ਆਮ ਕਰਕੇ ਮੁਸਲਮਾਨ ਕਰਦੇ ਸਨ। ਬਟਵਾਰੇ ਕਾਰਨ ਬਹੁਤ ਸਾਰੇ ਮੁਸਲਮਾਨ ਪਾਕਿਸਤਾਨ ਚਲੇ ਗਏ। ਇਸ ਨਾਲ ਚਮੜੇ ਦੇ ਉਦਯੋਗ ਦਾ ਅਧਾਰ ਚਮੜੇ ਦੀ ਘਾਟ ਹੋਣ ਲੱਗ ਪਈ। ਬਾਅਦ ਵਿੱਚ Leather Tanning Units ਜਲੰਧਰ, ਰੂਪਨਗਰ, ਅੰਮ੍ਰਿਤਸਰ, ਪਟਿਆਲਾ ਅਤੇ ਹੁਸ਼ਿਆਰਪੁਰ ਜ਼ਿਲ੍ਹਿਆਂ ਵਿੱਚ ਸਥਾਪਤ ਹੋ ਗਏ ਜਿਨ੍ਹਾਂ ਨਾਲ ਚਮੜੇ ਦੀ ਮੁੜ ਪ੍ਰਾਪਤੀ ਸ਼ੁਰੂ ਹੋ ਗਈ ਅਤੇ ਪੰਜਾਬ ਵਿੱਚ ਚਮੜੇ ਦਾ ਉਦਯੋਗ ਮੁੜ ਸਥਾਪਤ ਹੋ ਗਿਆ। ਪੰਜਾਬ ਵਿੱਚ ਕਾਫੀ ਪਸ਼ੂ ਪਾਲੇ ਜਾਂਦੇ ਕਾਰਨ ਹੁਣ ਇੱਥੇ ਖੱਲਾਂ ਅਤੇ ਚਮੜਾ ਭਰਪੂਰ ਮਾਤਰਾ ਵਿੱਚ ਮਿਲਦੇ ਹਨ। ਆਧੁਨਿਕ ਟੈਕਨਾਲੋਜੀ ਵੀ ਉਪਲਬੱਧ ਹੈ।

2004 ਵਿੱਚ 14,810 **ਲਘੂ ਇਕਾਈਆਂ** ਵਿੱਚ ਬਿਸਤਰਬੰਦ, ਬੈਗ, ਘੋੜਿਆਂ ਦੀਆਂ ਕਾਠੀਆਂ ਅਤੇ ਸਮਾਨ ਅਤੇ ਜੁੱਤੀਆਂ ਆਦਿ ਬਣਾਈਆਂ ਜਾਂਦੀਆਂ ਸਨ। ਇਨ੍ਹਾਂ ਤੋਂ 39,739 ਕਾਮਿਆਂ ਨੂੰ ਰੁਜ਼ਗਾਰ ਮਿਲਿਆ ਹੋਇਆ ਸੀ। 2015-16 ਵਿੱਚ 7,589 SS Units ਵਿੱਚ 34,898 ਕਾਮਿਆਂ ਨਾਲ ਚਮੜਾ ਅਤੇ ਚਮੜੇ ਦੇ ਪਦਾਰਥ ਬਣਾਏ ਜਾਂਦੇ ਸਨ। 2015 ਵਿੱਚ ਪੰਜਾਬ ਵਿੱਚ 228 ਫੈਕਟਰੀਆਂ ਵਿੱਚ ਚਮੜੇ ਦਾ ਉਦਯੋਗ ਚਲਦਾ ਸੀ। ਇਨ੍ਹਾਂ ਵਿੱਚੋਂ 188 ਫੈਕਟਰੀਆਂ ਕੇਵਲ ਜਲੰਧਰ ਜ਼ਿਲ੍ਹੇ ਵਿੱਚ ਸਨ। ਰਾਜ ਦੇ L/M ਦੋ ਵੱਡੇ ਕਾਰਖਾਨੇ ਜਲੰਧਰ ਜ਼ਿਲ੍ਹੇ ਵਿੱਚ ਲੱਗੇ ਹੋਏ ਸਨ।

2021 ਦੇ ਅੰਕੜਿਆਂ ਅਨੁਸਾਰ ਪੰਜਾਬ ਵਿੱਚ ਚਮੜਾ ਅਤੇ ਚਮੜੇ ਦਾ ਸਮਾਨ ਬਣਾਉਣ ਦੀਆਂ 255 ਫੈਕਟਰੀਆਂ ਅਤੇ ਇੱਥੇ 9,298 ਵਰਕਰਜ਼ ਕੰਮ ਕਰਦੇ ਸਨ। ਰਾਜ ਦੀਆਂ 255 ਫੈਕਟਰੀਆਂ ਵਿੱਚੋਂ 206 ਫੈਕਟਰੀਆਂ ਕੇਵਲ ਇੱਕ ਜ਼ਿਲ੍ਹੇ ਜਲੰਧਰ ਵਿੱਚ ਲੱਗੀਆਂ ਹੋਈਆਂ ਹਨ। ਬਾਕੀ ਦੀਆਂ 49 ਫੈਕਟਰੀਆਂ ਵਿੱਚੋਂ 13 ਫੈਕਟਰੀਆਂ ਹਰੇਕ ਲੁਧਿਆਣਾ ਅਤੇ ਐਸ.ਐਸ. ਨਗਰ ਜ਼ਿਲ੍ਹਿਆਂ ਵਿੱਚ 7 ਅੰਮ੍ਰਿਤਸਰ ਵਿੱਚ ਅਤੇ 4 ਫੈਕਟਰੀਆਂ ਬਠਿੰਡਾ ਅਤੇ 3 ਸੰਗਰੂਰ ਜ਼ਿਲ੍ਹਿਆਂ ਅਤੇ ਕਪੂਰਥਲਾ ਜ਼ਿਲ੍ਹੇ ਵਿੱਚ ਸਨ। ਦੋ ਫੈਕਟਰੀਆਂ ਹੁਸ਼ਿਆਰਪੁਰ ਵਿੱਚ ਵੀ ਹਨ। ਮੋਗੇ, ਬਰਨਾਲੇ ਅਤੇ ਗੁਰਦਾਸਪੁਰ ਵਿੱਚ ਵੀ 1-1 ਫੈਕਟਰੀ ਹੈ।

ਜਲੰਧਰ ਜ਼ਿਲ੍ਹੇ ਵਿੱਚ ਪੰਜਾਬ ਦੀਆਂ ਸਭ ਤੋਂ ਵੱਧ 206 ਫੈਕਟਰੀਆਂ = 80% ਪਾਈਆਂ ਜਾਂਦੀਆਂ ਹਨ। ਇੱਥੇ ਵੀ ਜ਼ਿਆਦਾਤਰ ਚਮੜਾ ਫੈਕਟਰੀਆਂ ਜਲੰਧਰ ਸ਼ਹਿਰ ਕੰਪਲੈਕਸ ਵਿੱਚ ਲੱਗੀਆਂ ਹੋਈਆਂ ਹਨ। ਜਲੰਧਰ ਵਿੱਚ ਹੀ ਪੰਜਾਬ ਦੀਆਂ ਦੋਨੋਂ L/M ਸਤਰ ਦੀਆਂ ਚਮੜਾ ਫੈਕਟਰੀਆਂ ਹਨ। Leather Tanning ਦਾ ਜ਼ਿਆਦਾਤਰ ਕੰਮ ਜਲੰਧਰ ਸ਼ਹਿਰ ਦੇ ਆਲੇ-ਦੁਆਲੇ ਦੇ ਇਲਾਕਿਆਂ ਵਿੱਚ ਅਤੇ ਵਿਸ਼ੇਸ਼ ਕਰਕੇ ਜਲੰਧਰ-ਕਪੂਰਥਲਾ ਰੋਡ ਦੇ ਨਾਲ-ਨਾਲ ਹੁੰਦਾ ਹੈ। ਇਸ ਲਈ ਮੁੱਖ ਕੱਚਾ ਮਾਲ ਆਸਾਨੀ ਨਾਲ ਲੋੜੀਂਦੀ ਮਾਤਰਾ ਵਿੱਚ ਮਿਲ ਜਾਂਦਾ ਹੈ। ਇੱਥੇ ਚਮੜੇ ਦਾ ਸਮਾਨ ਬਣਾਉਣ ਦੀ ਪ੍ਰਥਾ (Tradition) ਵੀ ਹੈ। ਸਿੱਖੇ ਹੋਏ ਕਾਰੀਗਰ ਉਪਲਬੱਧ ਹਨ। ਇਸ ਕਾਰਨ ਚਮੜੇ ਦਾ ਉਦਯੋਗ ਜਲੰਧਰ ਆਲੇ-ਦੁਆਲੇ ਵਿੱਚ ਬਹੁਤ ਉੱਨਤੀ ਕਰ ਗਿਆ ਹੈ। ਜ਼ਿਆਦਾਤਰ Leather Tanneries and Leather Factories ਜਲੰਧਰ-ਕਪੂਰਥਲਾ ਰੋਡ ਉੱਤੇ ਸਥਿਤ ਹਨ। ਇਹ ਚਮੜਾ ਉਦਯੋਗ ਕੰਪਲੈਕਸ Ramdaspura Locality ਵਿੱਚ ਸਥਿਤ ਹੈ। ਇੱਥੇ ਚਮੜੇ ਦੇ ਵਸਤਰ, ਜੁੱਤੀਆਂ, ਪਾਊਚਜ਼, ਬੈਗਜ਼, ਦਸਤਾਨੇ ਆਦਿ ਬਣਾਏ ਜਾਂਦੇ ਹਨ। ਇੱਥੋਂ ਹੀ ਚਮੜੇ ਦੀਆਂ ਵਸਤਾਂ ਨਿਰਯਾਤ ਕੀਤੀਆਂ ਜਾਂਦੀਆਂ ਹਨ। 2004-05 ਵਿੱਚ

ਨਿਰਯਾਤ 18541 ਲੱਖ ਰੁਪਏ ਦੇ ਮੁੱਲ ਦਾ ਸੀ ਜੋ 2015-16 ਵਿੱਚ ਘੱਟ ਕੇ 16,500 ਲੱਖ ਰੁਪਏ ਦਾ ਅਤੇ 2018-19 ਵਿੱਚ ਪੰਜਾਬ ਤੋਂ 526.74 ਕਰੋੜ ਰੁਪਏ ਦੇ ਮੁੱਲ ਦੀਆਂ ਚਮੜਾ ਵਸਤਾਂ ਅਤੇ ਕਰੋਮ ਚਮੜਾ ਨਿਰਯਾਤ ਕੀਤੇ ਗਏ ਸਨ।

ਰੂਪਨਗਰ ਜ਼ਿਲ੍ਹੇ ਵਿੱਚ ਵੀ ਚਮੜੇ ਦਾ ਉਦਯੋਗ ਮਹੱਤਵਪੂਰਣ ਹੈ। ਇੱਥੇ Mathari and Ban Majra ਪਿੰਡਾਂ (ਮੋਰਿੰਡਾ ਬਲਾਕ) ਵਿੱਚ ਚਮੜੇ ਦੀਆਂ ਫੈਕਟਰੀਆਂ ਸਨ ਜਿਨ੍ਹਾਂ ਵਿੱਚ ਤਿਆਰ ਚਮੜਾ ਜੁੱਤੀਆਂ ਦੇ ਉੱਪਰਲੇ ਹਿੱਸੇ Shoe Upper ਬਣਾਏ ਜਾਂਦੇ ਹਨ। ਤਰਨਤਾਰਨ ਜ਼ਿਲ੍ਹੇ ਵਿੱਚ ਗੋਇੰਦਵਾਲ ਸਾਹਿਬ ਅਤੇ ਐਸ.ਏ.ਐਸ. ਨਗਰ ਜ਼ਿਲ੍ਹੇ ਵਿੱਚ ਮੁਬਾਰਕਪੁਰ ਕਸਬੇ ਵਿੱਚ ਵੀ ਚਮੜੇ ਦੀਆਂ ਫੈਕਟਰੀਆਂ ਕੰਮ ਕਰਦੀਆਂ ਹਨ।

ਰਬੜ, ਪਲਾਸਟਿਕ ਉਦਯੋਗ (RUBBER AND PLASTIC INDUSTRIES)

ਪੰਜਾਬ ਵਿੱਚ ਰਬੜ ਦੇ ਉਦਯੋਗ ਦੀਆਂ 252 ਇਕਾਈਆਂ ਹਨ ਅਤੇ ਇਨ੍ਹਾਂ ਵਿੱਚ 14,682 ਵਰਕਰ ਕੰਮ ਕਰਦੇ ਹਨ। ਇਨ੍ਹਾਂ ਵਿੱਚ ਮੁੱਖ ਤੌਰ ਤੇ ਸਾਈਕਲਾਂ ਅਤੇ ਆਟੋ ਵਾਹਨਾਂ ਦੇ ਟਾਇਰ ਅਤੇ ਟਿਊਬਾਂ ਬਣਾਏ ਜਾਂਦੇ ਹਨ। ਇਸ ਤੋਂ ਬਿਨਾਂ ਪਲਾਸਟਿਕ ਦੇ ਬਹੁਤ ਸਾਰੇ ਪਦਾਰਥ ਵਿਸ਼ੇਸ਼ ਕਰਕੇ ਬੋਰੀਆਂ, ਬੋਤਲਾਂ ਅਤੇ ਹੋਰ ਪਦਾਰਥ ਬਣਾਏ ਜਾਂਦੇ ਹਨ। ਇਸ ਉਦਯੋਗ ਦੀਆਂ ਸਭ ਤੋਂ ਵੱਧ ਇਕਾਈਆਂ (ਇਕ ਤਿਹਾਈ ਦੇ ਲਗਭਗ) ਅਤੇ 71.6% ਕਾਮੇ ਲੁਧਿਆਣਾ ਜ਼ਿਲ੍ਹੇ ਵਿੱਚ ਕੇਂਦਰਤ ਸਨ। ਦੂਜੇ ਨੰਬਰ ਤੇ ਜਲੰਧਰ ਦਾ ਜ਼ਿਲ੍ਹਾ ਸੀ (2000 ਅਨੁਸਾਰ) ਜਿੱਥੇ 75 ਇਕਾਈਆਂ ਸਨ। ਤੀਜੇ ਅਤੇ ਚੌਥੇ ਨੰਬਰ ਤੇ ਅੰਮ੍ਰਿਤਸਰ (22 ਇਕਾਈਆਂ) ਅਤੇ ਪਟਿਆਲਾ (16 ਇਕਾਈਆਂ) ਦੇ ਜ਼ਿਲ੍ਹੇ ਆਉਂਦੇ ਹਨ। ਇਨ੍ਹਾਂ ਚਾਰ ਜ਼ਿਲ੍ਹਿਆਂ ਵਿੱਚ ਰਬੜ ਅਤੇ ਪਲਾਸਟਿਕ ਉਦਯੋਗ ਦੀਆਂ 79.7% ਇਕਾਈਆਂ ਸਨ। ਰੂਪਨਗਰ, ਹੁਸ਼ਿਆਰਪੁਰ, ਸੰਗਰੂਰ, ਪਟਿਆਲਾ, ਮੋਗਾ, ਬਠਿੰਡਾ ਅਤੇ ਕਪੂਰਥਲਾ ਜ਼ਿਲ੍ਹਿਆਂ ਹਰੇਕ ਵਿੱਚ 3 ਤੋਂ 12 ਇਕਾਈਆਂ ਸਨ। 2015 ਵਿੱਚ ਪੰਜਾਬ ਵਿੱਚ 329 ਰਜਿਸਟਰਸ਼ੁਦਾ ਫੈਕਟਰੀਆਂ ਵਿੱਚ ਰਬੜ ਅਤੇ ਪਲਾਸਟਿਕ ਦੀਆਂ ਵਸਤਾਂ ਬਣਾਈਆਂ ਜਾਂਦੀਆਂ ਸਨ। ਇਨ੍ਹਾਂ ਵਿੱਚ 18,535 ਕਾਮੇ ਕੰਮ ਕਰਦੇ ਸਨ।

2021 ਦੇ ਅੰਕੜਿਆਂ ਅਨੁਸਾਰ ਪੰਜਾਬ ਵਿੱਚ ਰਬੜ ਅਤੇ ਪਲਾਸਟਿਕ ਦਾ ਸਮਾਨ ਬਣਾਉਣ ਦੇ 344 ਕਾਰਖਾਨੇ ਸਨ ਅਤੇ ਇਨ੍ਹਾਂ ਵਿੱਚ 20,326 ਵਰਕਰਜ਼ ਕੰਮ ਕਰਦੇ ਸਨ। ਬਹੁਤ ਸਾਰੇ ਉਦਯੋਗਾਂ ਦੀ ਤਰ੍ਹਾਂ ਰਬੜ ਅਤੇ ਪਲਾਸਟਿਕ ਦਾ ਸਮਾਨ ਬਣਾਉਣ ਦਾ ਉਦਯੋਗ ਪੰਜਾਬ ਦੇ ਦੋ ਮੱਧਵਰਤੀ ਉਦਯੋਗਿਕ ਜ਼ਿਲ੍ਹਿਆਂ ਲੁਧਿਆਣਾ (116 ਫੈਕਟਰੀਆਂ) ਅਤੇ ਜਲੰਧਰ (93 ਫੈਕਟਰੀਆਂ) ਵਿੱਚ ਕੇਂਦਰਿਤ (60.76%) ਹੈ। ਇਨ੍ਹਾਂ ਦੋ ਜ਼ਿਲ੍ਹਿਆਂ ਵਿੱਚ ਰਸਾਇਣ ਉਦਯੋਗ (ਪੰਜਾਬ ਦਾ 27%), ਦੂਜੇ ਉਦਯੋਗ ਅਤੇ ਸੰਘਣੀ ਵਸੋਂ ਅਤੇ ਸਸਤੇ ਮਜ਼ਦੂਰ ਮਿਲ ਜਾਂਦੇ ਹਨ। ਦੋਨੋਂ ਜ਼ਿਲ੍ਹੇ ਰਾਜ ਦੇ ਮੁੱਖ ਰੇਲ ਅਤੇ ਸੜਕ ਮਾਰਗ ਆਲੇ-ਦੁਆਲੇ ਸਥਿਤ ਹਨ। ਅੰਮ੍ਰਿਤਸਰ (24 ਫੈਕਟਰੀਆਂ) ਪਟਿਆਲਾ (26 ਫੈਕਟਰੀਆਂ), ਐਸ.ਏ.ਐਸ. ਨਗਰ (21 ਫੈਕਟਰੀਆਂ) ਅਤੇ ਹੁਸ਼ਿਆਰਪੁਰ, ਰੂਪਨਗਰ, ਫਰੀਦਕੋਟ ਅਤੇ ਸੰਗਰੂਰ ਜ਼ਿਲ੍ਹਿਆਂ ਵਿੱਚ ਵੀ ਮਹੱਤਵਪੂਰਣ ਹੈ।

31-3-2016 ਨੂੰ 3,330 SS Units ਵੀ ਰਬੜ ਅਤੇ ਪਲਾਸਟਿਕ ਦਾ ਸਮਾਨ ਬਣਾਉਂਦੇ ਸਨ। ਇਨ੍ਹਾਂ ਵਿੱਚ 29,066 ਵਰਕਰਜ਼ ਨੂੰ ਰੁਜ਼ਗਾਰ ਮਿਲਿਆ ਹੋਇਆ ਸੀ। ਇਨ੍ਹਾਂ ਵਿੱਚ 1,063 SS Units ਲੁਧਿਆਣਾ ਜ਼ਿਲ੍ਹੇ ਵਿੱਚ 636 ਯੂਨਿਟਸ ਜਲੰਧਰ ਜ਼ਿਲ੍ਹੇ, 343 ਯੂਨਿਟਸ ਸੰਗਰੂਰ ਜ਼ਿਲ੍ਹੇ ਅਤੇ 317 ਯੂਨਿਟਸ ਅੰਮ੍ਰਿਤਸਰ ਜ਼ਿਲ੍ਹੇ ਵਿੱਚ ਰਬੜ ਅਤੇ ਪਲਾਸਟਿਕ ਦਾ ਸਮਾਨ ਬਣਾਉਣ ਵਿੱਚ ਲੱਗੇ ਹੋਏ ਸਨ।

ਪਲਾਸਟਿਕ ਦਾ ਸਮਾਨ ਬਣਾਉਣ ਦਾ ਕੰਮ ਆਮ ਕਰਕੇ ਛੋਟੀਆਂ ਇਕਾਈਆਂ ਵਿੱਚ ਹੁੰਦਾ ਹੈ ਪਰੰਤੂ ਰਬੜ ਦਾ ਉਦਯੋਗ ਕਾਫੀ ਹੱਦ ਤੱਕ ਦਰਮਿਆਨੇ ਅਤੇ ਵੱਡੇ ਕਾਰਖਾਨਿਆਂ ਵਿੱਚ ਹੁੰਦਾ ਹੈ। ਇਸ ਵਿੱਚ ਮੁੱਖ ਤੌਰ ਤੇ ਟਾਇਰ ਅਤੇ ਟਿਊਬਾਂ ਬਣਦੀਆਂ ਹਨ। 1999-2000 ਅਨੁਸਾਰ ਪੰਜਾਬ ਨੇ 1074.3 ਲੱਖ ਸਾਈਕਲ/ਰਿਕਸ਼ਾ ਟਾਇਰ ਅਤੇ 1019.5 ਲੱਖ ਟਿਊਬਾਂ ਬਣਾਏ ਸਨ। ਇੱਥੇ ਉਦਯੋਗਿਕ ਪਟੇ ਵੀ ਬਣਾਏ ਜਾਂਦੇ ਹਨ। ਮਾਰਚ 1998 ਅਨੁਸਾਰ ਪੰਜਾਬ ਵਿੱਚ ਰਬੜ ਪਦਾਰਥ ਬਣਾਉਣ ਦੇ 19 ਦਰਮਿਆਨੇ ਅਤੇ ਵੱਡੇ ਅਕਾਰ ਦੇ ਕਾਰਖਾਨੇ ਸਨ। 2015-16 ਵਿਚ ਇਹ ਗਿਣਤੀ ਘੱਟ ਕੇ 12 ਹੋ ਗਈ। ਇਨ੍ਹਾਂ ਵਿੱਚੋਂ ਚਾਰ

ਲੁਧਿਆਣਾ ਸ਼ਹਿਰ ਅਤੇ ਤਿੰਨ ਨਾਲ ਲੱਗਦੇ ਪਿੰਡਾਂ ਵਿੱਚ ਸਨ। 4 ਰੂਪਨਗਰ ਜ਼ਿਲ੍ਹੇ ਵਿੱਚ (ਆਨੰਦਪੁਰ ਸਾਹਿਬ, ਮੁਹਾਲੀ ਅਤੇ ਚੁਨਾਲੋਂ ਵਿਖੇ), ਇੱਕ ਜਲੰਧਰ ਵਿਖੇ ਅਤੇ ਇੱਕ ਐਸ.ਬੀ.ਐਸ. ਨਗਰ ਜ਼ਿਲ੍ਹੇ ਦੇ ਪਿੰਡ ਟੌਂਸਾ ਵਿਖੇ, ਇੱਕ ਹੁਸ਼ਿਆਰਪੁਰ ਜ਼ਿਲ੍ਹੇ ਦੇ ਪਿੰਡ ਢਾਹਾ (Dhaha) ਵਿਖੇ, ਇੱਕ ਰਈਆ (ਅੰਮ੍ਰਿਤਸਰ ਜ਼ਿਲ੍ਹਾ), ਇੱਕ ਬਟਾਲਾ ਵਿਖੇ ਅਤੇ ਤਿੰਨ ਐਸ.ਏ.ਐਸ. ਨਗਰ ਜ਼ਿਲ੍ਹੇ ਦੇ ਪਿੰਡਾਂ ਟਿਵਾਨਾ, ਸੈਦਪੁਰ, ਆਲਮਗੀਰ ਅਤੇ ਸਰਸਿਨੀ ਵਿਖੇ ਸਥਿਤ ਸਨ। ਇੱਥੇ ਆਟੋ ਵਾਹਨਾਂ ਅਤੇ ਸਾਈਕਲਾਂ ਦੇ ਟਾਇਰ ਅਤੇ ਟਿਊਬਾਂ ਅਤੇ ਪਲਾਸਟਿਕ ਦੀਆਂ ਬੋਰੀਆਂ, ਬੋਤਲਾਂ ਅਤੇ ਦੂਜੇ ਬਰਤਨ ਆਦਿ ਬਣਾਏ ਜਾਂਦੇ ਹਨ।

ਫੁਟਕਲ ਉਦਯੋਗ

ਸੀਮਿੰਟ ਉਦਯੋਗ (Cement Industry) : ਇਹ ਇੱਕ ਮਹੱਤਵਪੂਰਣ ਉਦਯੋਗ ਹੈ ਜੋ ਕਿਸੇ ਵੀ ਰਾਜ ਦੇ ਵਿਕਾਸ—ਸੜਕਾਂ, ਪੁਲ, ਇਮਾਰਤਾਂ, ਹਾਊਸਿੰਗ, ਨਹਿਰਾਂ, ਡੈਮ ਅਤੇ ਹਰ ਪ੍ਰਕਾਰ ਦੀ ਉਸਾਰੀ ਲਈ ਜ਼ਰੂਰੀ ਹੈ। ਪੰਜਾਬ ਵਿੱਚ ਸੀਮਿੰਟ ਬਣਾਉਣ ਦੇ ਤਿੰਨ ਕਾਰਖਾਨੇ ਹਨ ਜੋ ਥਰਮਲ ਪਲਾਂਟ ਤੋਂ ਪ੍ਰਾਪਤ Fly ash as raw material ਵਰਤਦੇ ਹਨ। ਪੰਜਾਬ ਦਾ ਸੀਮਿੰਟ ਉਦਯੋਗ ਬਾਹਰੋਂ ਮੰਗਵਾਏ ਚੂਨੇ ਦੇ ਪੱਥਰ (ਹਿਮਾਚਲ ਪ੍ਰਦੇਸ਼ ਆਦਿ) ਅਤੇ ਕੋਲੇ ਤੇ ਨਿਰਭਰ ਹੈ। ਪਹਿਲਾ ਸੀਮਿੰਟ ਦਾ ਕਾਰਖਾਨਾ Gujarat Ambuja Co. ਬਠਿੰਡਾ ਵਿੱਚ ਬਠਿੰਡਾ ਥਰਮਲ ਪਲਾਂਟ ਦੀ Flyash ਵਰਤਦਾ ਹੈ। ਦੂਜਾ ਸੀਮਿੰਟ ਦਾ ਕਾਰਖਾਨਾ ਲਹਿਰਾ ਮੁਹੱਬਤ ਥਰਮਲ ਪਲਾਂਟ ਕੋਲ Grasim Industries ਨੇ ਲਗਾਇਆ ਹੋਇਆ ਹੈ। ਤੀਜਾ ਸੀਮਿੰਟ ਦਾ ਕਾਰਖਾਨਾ G.G.S. Thermal Plant Ropar ਨੇੜੇ Gujarat Ambuja Co. ਨੇ ਲਗਾਇਆ ਹੈ।

ਦਵਾਈਆਂ ਬਣਾਉਣ ਦਾ ਉਦਯੋਗ (Pharmaceutical Drugs Manufacturing Industries) : ਪੰਜਾਬ ਵਿੱਚ ਦਵਾਈਆਂ (Drugs & Medicines) ਬਣਾਉਣ ਦੀਆਂ 2021 ਅਨੁਸਾਰ 99 ਫੈਕਟਰੀਆਂ ਕੰਮ ਕਰਦੀਆਂ ਸਨ। ਇਨ੍ਹਾਂ ਵਿੱਚੋਂ 18 ਐਸ.ਏ.ਐਸ. ਨਗਰ, 15 ਅੰਮ੍ਰਿਤਸਰ, 14 ਲੁਧਿਆਣਾ, 10 ਪਟਿਆਲਾ, 9 ਜਲੰਧਰ, 7 ਬਠਿੰਡਾ, 6 ਹੁਸ਼ਿਆਰਪੁਰ ਅਤੇ 3 ਮੁਕਤਸਰ ਜ਼ਿਲ੍ਹੇ ਵਿੱਚ ਕੰਮ ਕਰਦੀਆਂ ਸਨ। 13 ਵੱਡੇ ਕਾਰਖਾਨੇ ਡੇਰਾ ਬਸੀ (10), ਮੋਹਾਲੀ (3), ਐਸ.ਬੀ.ਐਸ. ਨਗਰ (2) ਅਤੇ ਸੰਗਰੂਰ ਦੇ ਚਨੋ ਪਿੰਡ ਵਿੱਚ ਕੰਮ ਕਰਦੇ ਹਨ। ਇਨ੍ਹਾਂ ਵਿੱਚ ਕੀਟਨਾਸ਼ਕ ਅਤੇ Weedicides ਵੀ ਬਣਾਏ ਜਾਂਦੇ ਹਨ।

LPG Cylinder Refil ਕਰਨ ਦੇ ਪਲਾਂਟਸ ਪਿੰਡ ਢਾਹਾ (ਹੁਸ਼ਿਆਰਪੁਰ), ਮੁਬਾਰਕਪੁਰ (ਮਲੇਰਕੋਟਲਾ) ਅਤੇ ਗੋਬਿੰਦਗੜ੍ਹ ਸ਼ਹਿਰ ਵਿਖੇ ਕੰਮ ਕਰਦੇ ਹਨ। ਹਰ ਛੋਟੇ ਵੱਡੇ ਸ਼ਹਿਰ ਅਤੇ ਵਿਸ਼ੇਸ਼ ਕਰਕੇ ਪਟਿਆਲਾ, ਜਲੰਧਰ, ਅੰਮ੍ਰਿਤਸਰ, ਲੁਧਿਆਣਾ, ਮੋਹਾਲੀ ਆਦਿ ਵਿਖੇ ਛਪਾਈ ਦਾ ਕੰਮ ਕੀਤਾ ਜਾਂਦਾ ਹੈ।

ਉਦਯੋਗਿਕ ਝੁਰਮਟ (INDUSTRIAL CONCENTRATIONS)

ਕਿਸੇ ਵੀ ਦੇਸ਼, ਰਾਜ ਜਾਂ ਖੇਤਰ ਵਿੱਚ ਉਦਯੋਗ ਹਰ ਥਾਂ ਨਹੀਂ ਪਾਏ ਜਾਂਦੇ ਹਨ। ਹਰ ਉਦਯੋਗ ਦੇ ਸਥਾਨੀਕਰਣ ਲਈ ਕੁੱਝ ਵਿਸ਼ੇਸ਼ ਅਨੁਕੂਲ ਅਵਸਥਾਵਾਂ (Favourite Conditions) ਚਾਹੀਦੀਆਂ ਹਨ। ਅਜਿਹੀਆਂ ਅਨੁਕੂਲ ਅਵਸਥਾਵਾਂ ਹਰ ਸਥਾਨ ਤੇ ਮਿਲਦੀਆਂ ਨਹੀਂ ਹਨ। ਇਸ ਹੀ ਕਾਰਨ ਉਦਯੋਗਾਂ ਦੀ ਵੰਡ ਆਮ ਕਰਕੇ ਅਸਮਾਨ ਹੁੰਦੀ ਹੈ। ਕੱਚੇ ਮਾਲ, ਸ਼ਕਤੀ ਸਾਧਨਾਂ, ਖਪਤ ਦੀ ਮੰਡੀ ਆਦਿ ਤੋਂ ਬਿਨਾਂ ਤੇਜ਼ ਅਤੇ ਸੁਯੋਗ ਆਵਾਜਾਈ ਸਾਧਨ, ਸਸਤੇ ਅਤੇ ਸਿੱਖੇ ਹੋਏ ਮਜ਼ਦੂਰ ਅਤੇ ਵਿੱਤੀ ਸਹੂਲਤਾਂ ਵੀ ਉਦਯੋਗਾਂ ਦੇ ਸਥਾਨੀਕਰਣ ਲਈ ਮਹੱਤਵਪੂਰਣ ਹੁੰਦੀਆਂ ਹਨ। ਕਿਸੇ ਵੀ ਉਦਯੋਗ ਦੇ ਕਿਸੇ ਸਥਾਨ (ਵਿਸ਼ੇਸ਼ ਕਰਕੇ ਆਵਾਜਾਈ ਦੇ ਕੇਂਦਰ) ਤੇ ਲੱਗ ਜਾਣ ਨਾਲ ਉਸ ਉਦਯੋਗ ਨਾਲ ਸੰਬੰਧਤ ਕਿਰਿਆਵਾਂ ਜਿਵੇਂ ਕਿ ਮਜ਼ਦੂਰਾਂ ਦੀ ਮੌਜੂਦਗੀ, ਬੈਂਕਾਂ ਦਾ ਹੋਣਾ, ਆਵਾਜਾਈ ਸਾਧਨਾਂ ਦਾ ਹੋਣਾ, ਉਦਯੋਗ ਵਿੱਚ ਕੰਮ ਕਰਨ ਵਾਲੇ ਲੋਕਾਂ ਦੀਆਂ ਵਿਭਿੰਨ ਲੋੜਾਂ (ਰੋਟੀ, ਕੱਪੜਾ, ਮਕਾਨ, ਆਵਾਜਾਈ ਆਦਿ) ਦਾ ਹੋਣਾ ਉਦਯੋਗ ਤੋਂ ਕਈ ਹੋਰ ਪਦਾਰਥਾਂ (by products) ਦਾ ਪ੍ਰਾਪਤ ਹੋਣਾ ਆਦਿ ਉਸ ਸਥਾਨ ਲਈ ਖਿੱਚ (pull) ਬਣ ਜਾਂਦੇ ਹਨ। ਉਸ ਸਥਾਨ ਤੇ (Inertia) ਦੀ ਸ਼ਕਤੀ ਕੰਮ ਕਰਨ ਲੱਗ ਪੈਂਦੀ ਹੈ। ਇਸ ਕਾਰਨ ਹੋਰ ਉਦਯੋਗ ਉਸ ਕੇਂਦਰ ਵੱਲ ਖਿੱਚੇ ਜਾਂਦੇ ਹਨ। ਇਸ ਤਰ੍ਹਾਂ ਅਜਿਹੇ ਸਥਾਨ ਤੇ ਇੱਕ ਤੋਂ ਬਾਅਦ ਦੂਜਾ ਉਦਯੋਗ ਲੱਗਣ ਲੱਗ ਪੈਂਦਾ ਹੈ ਅਤੇ ਉਸ

ਸਥਾਨ ਤੇ ਉਦਯੋਗਾਂ (ਕਾਰਖਾਨਿਆਂ) ਦਾ ਇੱਕ ਕੰਪਲੈਕਸ ਬਣ ਜਾਂਦਾ ਹੈ। ਇੱਕ ਸਥਾਨ (ਸ਼ਹਿਰ ਜਾਂ ਕਸਬਾ ਅਤੇ ਉਸਦੇ ਨਾਲ ਲੱਗਦਾ ਖੇਤਰ) ਤੇ ਅਨੇਕਾਂ ਉਦਯੋਗਾਂ ਦੇ ਇਕੱਠੇ ਹੋਣ ਦੀ ਪ੍ਰਕਿਰਿਆ ਨੂੰ ਉਦਯੋਗਿਕ ਕੇਂਦਰੀਕਰਣ (Industrial Concentration) ਅਤੇ ਇਕੱਠ ਦੇ ਸਰੂਪ ਨੂੰ ਉਦਯੋਗਿਕ ਝੁਰਮਟ (Industrial Cluster) ਕਿਹਾ ਜਾਂਦਾ ਹੈ।

ਇੱਕ ਹੀ ਸਥਾਨ ਤੇ ਬਹੁਤ ਸਾਰੀਆਂ ਉਦਯੋਗਿਕ ਸਹੂਲਤਾਂ ਦਾ ਮਿਲਣਾ ਇਸ ਦਾ ਇੱਕ ਮਹੱਤਵਪੂਰਣ ਕਾਰਨ ਹੈ। ਕਪਾਹ ਨੂੰ ਬੇਲਣ ਅਤੇ ਪਿੰਜਣ (Cotton Ginning and Baling Centre) ਵਾਲੇ ਸਥਾਨ ਤੇ ਹੀ ਕਤਾਈ ਮਿੱਲ, ਬੁਣਾਈ ਮਿੱਲ ਅਤੇ ਰੰਗਾਈ ਆਦਿ ਦੇ ਕਾਰਖਾਨਿਆਂ ਦਾ ਲੱਗਣਾ ਲਾਭਦਾਇਕ ਹੋ ਸਕਦਾ ਹੈ। ਅਜਿਹੇ ਕਾਰਖਾਨਿਆਂ ਵਾਲੇ ਕਸਬੇ ਜਾਂ ਸ਼ਹਿਰ ਦੇ ਲੋਕਾਂ ਦੀਆਂ ਰੋਜਾਨਾ ਦੀਆਂ ਅਤੇ ਦੂਜੀਆਂ ਲੋੜਾਂ ਪੂਰੀਆਂ ਕਰਨ ਲਈ ਕਈ ਉਪਭੋਗਤਾ ਵਸਤਾਂ ਦੇ ਉਦਯੋਗ ਜਿਵੇਂ ਕਿ ਆਟਾ ਮਿੱਲ, ਬੇਕਰੀ, ਬਿਜਲੀ ਦੇ ਪੱਖੇ ਅਤੇ ਹੋਰ ਸਮਾਨ ਬਣਾਉਣ, ਕੂਲਰ ਬਣਾਉਣ, ਕੈਨਵਸ ਜੁੱਤੇ ਬਣਾਉਣ ਅਤੇ ਕਪਾਹ ਤੋਂ ਪ੍ਰਾਪਤ ਗੌਣ ਪਦਾਰਥਾਂ ਉੱਤੇ ਅਧਾਰਤ ਵੜੇਵਿਆਂ ਦਾ ਤੇਲ ਕੱਢਣ (Cotton Seed Oil Extraction), ਤੇਲ ਉੱਤੇ ਅਧਾਰਤ ਬਨਸਪਤੀ ਘਿਉ ਬਣਾਉਣ, ਖਲ ਬਣਾਉਣ (Oil Cake) ਆਦਿ ਦੇ ਕਈ ਉਦਯੋਗ ਇੱਕ ਸਥਾਨ ਤੇ ਕੇਂਦਰਤ ਹੋ ਸਕਦੇ ਹਨ। ਇਸ ਤਰ੍ਹਾਂ ਨਾਲ ਬਠਿੰਡਾ, ਮੁਕਤਸਰ, ਅਬੋਹਰ ਆਦਿ ਵਿਖੇ ਛੋਟੇ ਉਦਯੋਗਿਕ ਝੁਰਮਟ ਬਣ ਗਏ ਹਨ।

ਪੰਜਾਬ ਦੇ ਉਦਯੋਗਿਕ ਝੁਰਮਟ (Industrial Concentrations in Punjab)

ਵੱਖ-ਵੱਖ ਸਤਰ ਦੇ ਪੰਜਾਬ ਵਿੱਚ ਕਈ ਉਦਯੋਗਿਕ ਝੁਰਮੁਟ ਵਿਕਸਿਤ ਹੋ ਗਏ ਹਨ। ਲਗਭਗ ਸਭ ਉਦਯੋਗਿਕ ਝੁਰਮਟ ਮੁੱਖ ਰੇਲ ਅਤੇ ਸੜਕ ਮਾਰਗ ਦੇ ਨਾਲ-ਨਾਲ ਜਾਂ ਮੁੱਖ ਰਾਜ ਮਾਰਗਾਂ ਦੇ ਕੇਂਦਰੀ ਸਥਾਨਾਂ (Nodal Points) ਉੱਤੇ ਬਣੇ ਹਨ (ਨਕਸ਼ਾ ਨੰ. 54)। ਇਸ ਤੋਂ ਪਤਾ ਲੱਗਦਾ ਹੈ ਕਿ ਅੱਜ ਦੀ ਸੁਕੜ ਰਹੀ ਦੁਨੀਆਂ (Contracting World) ਵਿੱਚ ਤੇਜ਼ ਅਤੇ ਭਰੋਸੇ ਯੋਗ ਆਵਾਜਾਈ ਸਾਧਨਾਂ ਦੀ ਬਹੁਤ ਮਹੱਤਤਾ ਹੈ। ਕੱਚੇ ਮਾਲ ਨੂੰ ਇਕੱਠਾ ਕਰਨਾ (Assembly of raw materials) ਅਤੇ ਨਿਰਮਤ ਵਸਤਾਂ ਨੂੰ ਉਪਭੋਗਤਾਵਾਂ (Consumers) ਤੱਕ ਜਲਦੀ ਅਤੇ ਠੀਕ ਹਾਲਤ ਵਿੱਚ ਪਹੁੰਚਾਉਣਾ ਉਦਯੋਗਾਂ ਲਈ ਸਭ ਤੋਂ ਵੱਧ ਮਹੱਤਵਪੂਰਣ ਹੈ। ਇਹ ਪ੍ਰਕਿਰਿਆ ਆਵਾਜਾਈ ਸਾਧਨ ਨਿਭਾਉਂਦੇ ਹਨ। ਪੰਜਾਬ ਵਿੱਚ ਹੇਠ ਲਿਖੇ ਮਹੱਤਵਪੂਰਣ ਉਦਯੋਗਿਕ ਝੁਰਮਟ ਹਨ (ਨਕਸ਼ਾ ਨੰ. 55)।

ਲੁਧਿਆਣਾ ਝੁਰਮਟ (Ludhiana Industrial Cluster)

ਇਹ ਰਾਜ ਦਾ ਸਭ ਤੋਂ ਵੱਡਾ ਉਦਯੋਗਿਕ ਝੁਰਮਟ ਹੈ ਜੋ ਇੱਕ ਸਿਤਾਰੇ ਵਾਂਗ ਸ਼ਹਿਰ ਦੇ ਕੇਂਦਰ ਤੋਂ ਮੁੱਖ ਸੜਕਾਂ ਦੇ ਨਾਲ-ਨਾਲ ਕਈ ਕਿਲੋਮੀਟਰ ਦੂਰ ਤੱਕ ਫੈਲਿਆ ਹੋਇਆ ਹੈ। ਇਸ ਝੁਰਮਟ ਵਿੱਚ ਰਾਜ ਦੇ ਕੁੱਲ 600 ਦਰਮਿਆਨੇ ਅਤੇ ਵੱਡੇ ਉਦਯੋਗਾਂ ਵਿੱਚੋਂ 300 ਦੇ ਲਗਭਗ ਕਾਰਖਾਨੇ ਸ਼ਾਮਲ ਹਨ। ਪੰਜਾਬ ਦੀਆਂ 30% ਰਜਿਸਟਰਸ਼ੁਦਾ ਫੈਕਟਰੀਆਂ (5912 ਫੈਕਟਰੀਆਂ) ਇਸ ਝੁਰਮਟ ਵਿੱਚ ਸ਼ਾਮਲ ਹਨ। ਇਨ੍ਹਾਂ ਤੋਂ ਬਿਨਾਂ ਅਨੇਕਾਂ ਲਘੂ ਤੇ ਬਹੁਤ ਛੋਟੇ (Tiny) ਉਦਯੋਗਾਂ ਦੀਆਂ ਇਕਾਈਆਂ ਲਗਭਗ 60,000 ਯੂਨਿਟਸ ਇਸ ਝੁਰਮਟ ਵਿੱਚ ਸ਼ਾਮਲ ਨਹ। ਇੱਥੇ ਸਭ ਤੋਂ ਵੱਧ ਕਾਰਖਾਨੇ ਮੂਲ ਧਾਤ ਵਸਤਾਂ ਬਣਾਉਣ, ਉੱਨ ਅਤੇ ਹੌਜ਼ਰੀ, ਖਾਧ ਪਦਾਰਥ ਬਣਾਉਣ, ਸੂਤੀ ਅਤੇ ਬਣਾਵਟੀ ਕੱਪੜਾ ਆਦਿ ਬਣਾਉਣ ਅਤੇ ਟਰਾਂਸਪੋਰਟ ਸਮਾਨ ਬਣਾਉਣ ਦੇ ਹਨ। ਰਬੜ, ਪਲਾਸਟਿਕ ਬਿਜ਼ਲੀ ਦੀਆਂ ਮਸ਼ੀਨਾਂ, ਪੱਖੇ ਆਦਿ ਬਣਾਉਣ ਦੇ ਕਾਰਖਾਨੇ ਵੀ ਹਨ। ਸਾਈਕਲ ਅਤੇ ਹਿੱਸੇ-ਪੁਰਜ਼ੇ ਅਤੇ ਸਿਲਾਈ ਮਸ਼ੀਨਾਂ ਅਤੇ ਹਿੱਸੇ-ਪੁਰਜ਼ੇ ਬਣਾਉਣ ਦਾ ਤਾਂ ਲੁਧਿਆਣਾ ਘਰ ਹੈ। ਇੱਥੇ ਅਨੇਕਾਂ ਪ੍ਰਕਾਰ ਦੀਆਂ ਮਸ਼ੀਨਾਂ ਅਤੇ ਪੁਰਜ਼ੇ, ਨਟ-ਬੋਲਟ, ਹੈਂਡ ਅਤੇ ਮਸ਼ੀਨ ਟੂਲਜ਼, ਆਇਲ ਇੰਜਣ, ਜਨਰੇਟਿੰਗ ਸੈਟਸ, ਰਸਾਇਣ ਅਤੇ ਰਸਾਇਣ ਪਦਾਰਥ, ਦਵਾਈਆਂ, ਪੇਂਟਸ, ਮੋਪਡ, ਈ-ਸਕੂਟਰ ਆਦਿ ਬਣਾਉਣ ਦੇ ਕਾਰਖਾਨੇ ਹਨ। ਲੁਧਿਆਣਾ ਵਿੱਚ ਹੀ ਫੂਡ ਪ੍ਰੋਡਕਟਸ (ਬੌਨ ਬਰੈਡ, ਪੇਅ ਪਦਾਰਥ), ਕੰਪਿਊਟਰ ਅਤੇ IT etc. ਬਣਾਉਣ ਦੇ ਅਨੇਕਾਂ ਉਦਯੋਗ ਇਸ ਝੁਰਮਟ ਵਿੱਚ ਸਥਿਤ ਹਨ। ਇਸ ਝੁਰਮਟ ਦਾ ਸਭ ਤੋਂ ਵੱਡਾ ਵਾਧਾ ਲੁਧਿਆਣਾ-ਅੰਬਾਲਾ ਸੜਕ ਨਾਲ-ਨਾਲ ਸਾਹਨੇਵਾਲ ਤੋਂ ਅੱਗੇ ਦੋਰਾਹਾ ਤੱਕ ਜਾਂਦਾ ਹੈ। ਇਸੇ ਤਰ੍ਹਾਂ ਲੁਧਿਆਣਾ-ਚੰਡੀਗੜ੍ਹ ਸੜਕ ਨਾਲ ਕੋਹਾੜਾ ਤੱਕ ਦੂਜਾ ਵਾਧਾ ਹੈ।

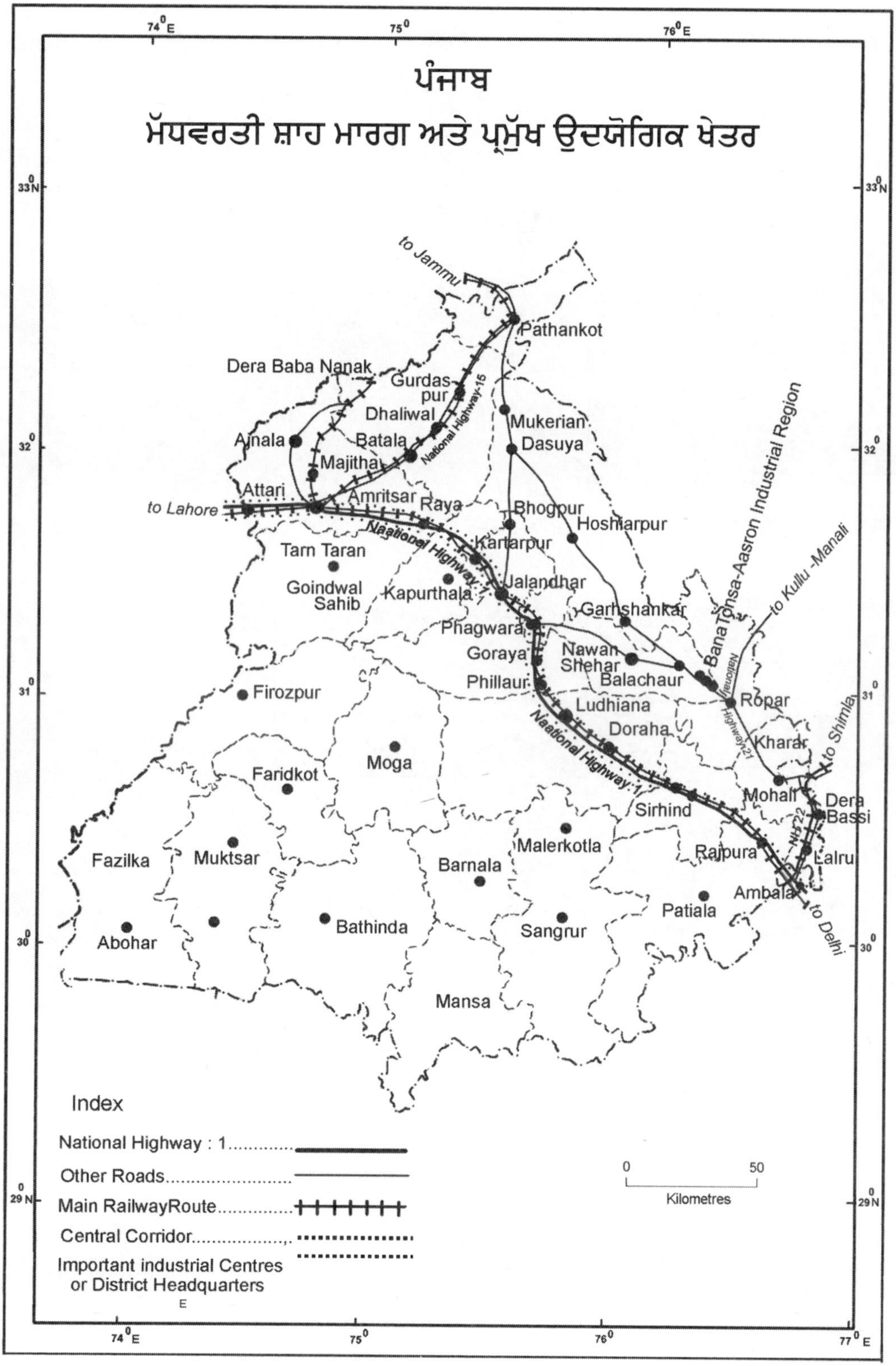
ਪੰਜਾਬ
ਮੱਧਵਰਤੀ ਸ਼ਾਹ ਮਾਰਗ ਅਤੇ ਪ੍ਰਮੁੱਖ ਉਦਯੋਗਿਕ ਖੇਤਰ
to Jammu
Pathankot
Dera Baba Nanak
Gurdaspur
Dhaliwal
National Highway-15
Ajnala
Batala
Majitha
Mukerian
Dasuya
Attari
to Lahore
Amritsar
Raya
Bhogpur
Hoshiarpur
Tarn Taran
Naational Highway
Kartarpur
Goindwal Sahib
Kapurthala
Jalandhar
Garhshankar
Bana Tonsa-Aasron Industrial Region
to Kullu -Manali
Phagwara
Goraya
Nawan Shehar
Balachaur
Phillaur
National Highway21
Ropar
Firozpur
Ludhiana
Doraha
Kharar
to Shimla
Moga
Faridkot
Naational Highway-1
Mohali
Dera Bassi
Sirhind
NH-22
Malerkotla
Rajpura
Lalru
Fazilka
Muktsar
Barnala
Ambala
to Delhi
Patiala
Bathinda
Sangrur
Abohar
Mansa
Index
National Highway : 1
Other Roads
Main RailwayRoute
Central Corridor
Important industrial Centres or District Headquarters
0 50 Kilometres
74°E
75°
76°E
77°E
33°N
32°
31°
30°
29°N

Map 54

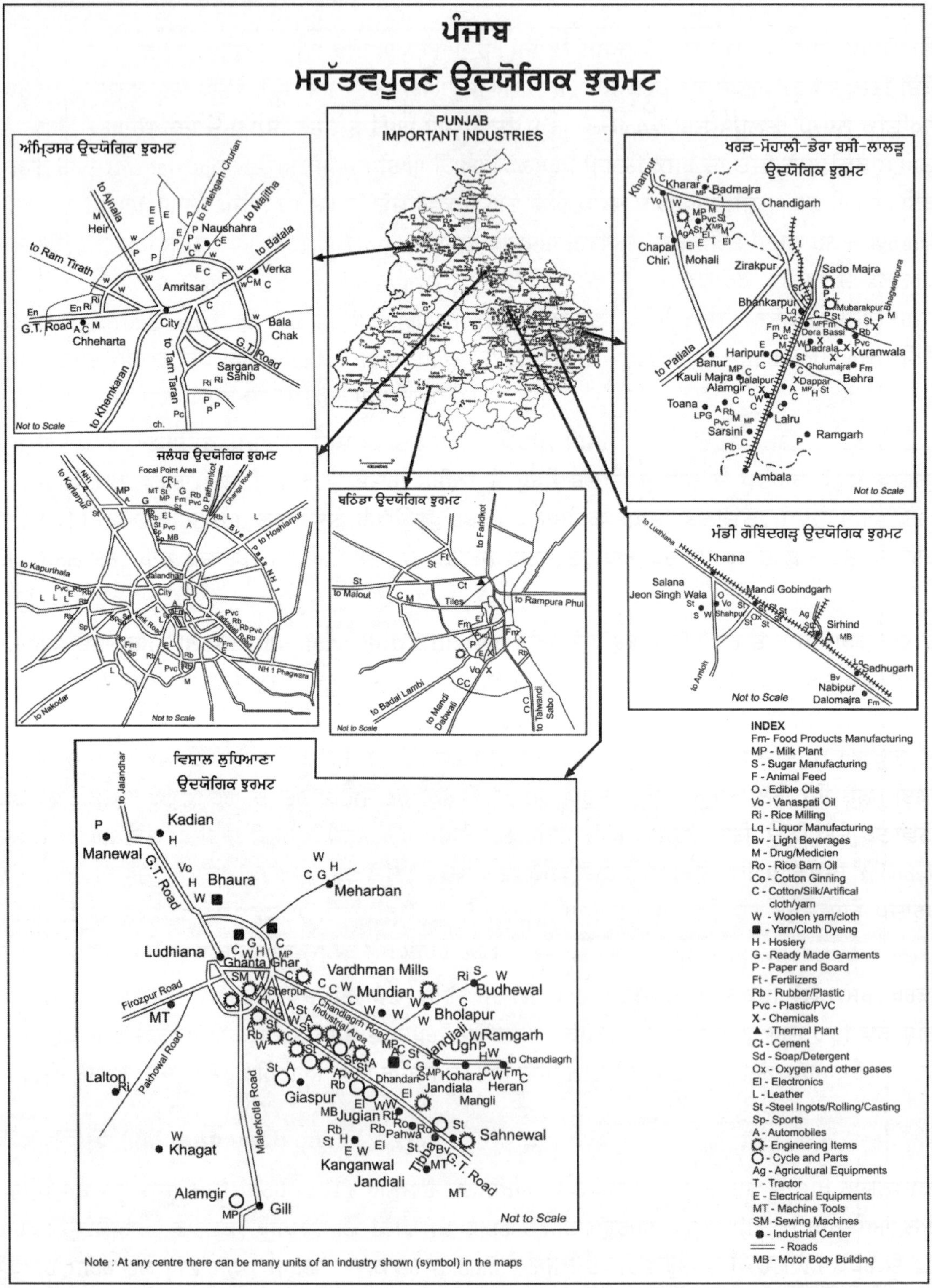
ਪੰਜਾਬ
ਮਹੱਤਵਪੂਰਨ ਉਦਯੋਗਿਕ ਝੁਰਮਟ
PUNJAB
IMPORTANT INDUSTRIES
ਅੰਮ੍ਰਿਤਸਰ ਉਦਯੋਗਿਕ ਝੁਰਮਟ
ਖਰੜ-ਮੋਹਾਲੀ-ਡੇਰਾ ਬਸੀ-ਲਾਲੜੂ ਉਦਯੋਗਿਕ ਝੁਰਮਟ
ਜਲੰਧਰ ਉਦਯੋਗਿਕ ਝੁਰਮਟ
ਬਠਿੰਡਾ ਉਦਯੋਗਿਕ ਝੁਰਮਟ
ਮੰਡੀ ਗੋਬਿੰਦਗੜ੍ਹ ਉਦਯੋਗਿਕ ਝੁਰਮਟ
ਵਿਸ਼ਾਲ ਲੁਧਿਆਣਾ ਉਦਯੋਗਿਕ ਝੁਰਮਟ
Not to Scale
INDEX
Fm- Food Products Manufacturing
MP - Milk Plant
S - Sugar Manufacturing
F - Animal Feed
O - Edible Oils
Vo - Vanaspati Oil
Ri - Rice Milling
Lq - Liquor Manufacturing
Bv - Light Beverages
M - Drug/Medicien
Ro - Rice Barn Oil
Co - Cotton Ginning
C - Cotton/Silk/Artifical cloth/yarn
W - Woolen yarn/cloth
■ - Yarn/Cloth Dyeing
H - Hosiery
G - Ready Made Garments
P - Paper and Board
Ft - Fertilizers
Rb - Rubber/Plastic
Pvc - Plastic/PVC
X - Chemicals
▲ - Thermal Plant
Ct - Cement
Sd - Soap/Detergent
Ox - Oxygen and other gases
El - Electronics
L - Leather
St -Steel Ingots/Rolling/Casting
Sp- Sports
A - Automobiles
Engineering Items
Cycle and Parts
Ag - Agricultural Equipments
T - Tractor
E - Electrical Equipments
MT - Machine Tools
SM -Sewing Machines
● - Industrial Center
- Roads
MB - Motor Body Building
Note : At any centre there can be many units of an industry shown (symbol) in the maps

Map 55

ਲੁਧਿਆਣਾ ਰਾਜ ਦਾ ਸਭ ਤੋਂ ਵੱਡਾ ਸ਼ਹਿਰ ਹੈ ਅਤੇ ਇਸ ਦੀ ਆਬਾਦੀ 2011 ਅਨੁਸਾਰ 16 ਲੱਖ 19 ਹਜ਼ਾਰ ਦੇ ਲਗਭਗ ਸੀ। ਇਸ ਦੀ ਪੰਜਾਬ ਵਿੱਚ ਰਾਜ ਦੇ ਸ਼ਾਹ ਰੇਲ ਅਤੇ ਸੜਕ ਮਾਰਗ ਉੱਤੇ ਕੇਂਦਰੀ ਸਥਿਤੀ (Nodal Location) ਹੈ। ਰਾਜ ਦੇ ਸਭ ਭਾਗਾਂ ਨਾਲ ਅਤੇ ਦੇਸ਼ ਦੇ ਦੂਜੇ ਭਾਗਾਂ ਨਾਲ ਰੇਲ ਅਤੇ ਸੜਕ ਰਾਹੀਂ ਜੁੜਿਆ ਹੋਇਆ ਹੈ। ਇਹ ਇੱਕ ਪ੍ਰਮੁੱਖ ਮੰਡੀ, ਬੈਂਕਾਂ ਦਾ ਕੇਂਦਰ ਅਤੇ ਇਤਿਹਾਸਕ ਸ਼ਹਿਰ ਹੈ। ਰਾਜ ਵਿੱਚ ਸਭ ਤੋਂ ਵੱਧ ਪਰਵਾਸੀ ਮਜ਼ਦੂਰ (ਭਈਏ) ਇੱਥੇ ਰਹਿੰਦੇ ਹਨ। ਢੰਢਾਰੀ ਕਲਾਂ, ਸਾਹਨੇਵਾਲ, ਦੋਰਾਹਾ ਆਦਿ ਉਪ-ਕੇਂਦਰ ਹਨ।

ਅੰਮ੍ਰਿਤਸਰ ਝੁਰਮਟ (Amritsar Industrial Cluster)

ਅੰਮ੍ਰਿਤਸਰ ਰਾਜ ਦਾ ਦੂਜਾ ਮਹੱਤਵਪੂਰਣ ਉਦਯੋਗਿਕ ਝੁਰਮਟ ਹੈ। ਰਾਜ ਦੇ 7.5% (34) ਦੇ ਲਗਭਗ ਦਰਮਿਆਨੇ ਅਤੇ ਵੱਡੇ ਅਕਾਰ ਦੇ ਉਦਯੋਗ ਅੰਮ੍ਰਿਤਸਰ ਸ਼ਹਿਰ ਅਤੇ ਇਸ ਦੇ ਆਲੇ-ਦੁਆਲੇ ਸਥਿਤ (ਨੇੜੇ) ਕਸਬਿਆਂ ਵਿੱਚ ਲੱਗੇ ਹੋਏ ਹਨ। ਇੱਥੇ ਮੁੱਖ ਤੌਰ ਤੇ ਖਾਧ ਪਦਾਰਥ ਤਿਆਰ ਕਰਨ, ਊਨੀ ਵਸਤਰ, ਕੰਬਲ, ਸ਼ਾਲ ਆਦਿ ਬਣਾਉਣ, ਕਾਗਜ਼ ਅਤੇ ਬੋਰਡ ਬਣਾਉਣ, ਬਿਜਲੀ ਦੇ ਪੱਖੇ, ਮੂਲ ਧਾਤ ਪਦਾਰਥ ਬਣਾਉਣ, ਸੂਤੀ ਕੱਪੜੇ ਅਤੇ ਚਾਵਲਾਂ ਨੂੰ ਛੱਟਣ ਅਤੇ ਰਾਈਸ ਬਰਾਨ ਤੇਲ ਬਣਾਉਣ ਦੇ ਉਦਯੋਗ ਹਨ। ਟਰਾਂਸਪੋਰਟ ਮਸ਼ੀਨਰੀ ਅਤੇ ਪੀਣ ਵਾਲੇ ਪਦਾਰਥ ਬਣਾਉਣ ਦੇ ਉਦਯੋਗ ਵੀ ਹਨ। ਇਨ੍ਹਾਂ ਤੋਂ ਬਿਨਾਂ ਅਨੇਕ ਛੋਟੀਆਂ ਇਕਾਈਆਂ ਇੱਥੇ ਕੇਂਦਰਤ ਹਨ। 2015-16 ਵਿੱਚ ਇਸ ਝੁਰਮਟ ਵਿੱਚ 17,445 SS Units ਕੰਮ ਕਰਦੇ ਸਨ। ਇਸ ਝੁਰਮਟ ਵਿੱਚ 2020 ਅਨੁਸਾਰ 1,769 ਰਜਿਸਟਰਸੁਦਾ ਫੈਕਟਰੀਆਂ ਕੰਮ ਕਰਦੀਆਂ ਸਨ। ਇੱਥੇ ਰਸਾਇਣ ਪਦਾਰਥ, ਦਵਾਈਆਂ, ਕੀਟ ਅਤੇ ਨਦੀਨ ਨਾਸ਼ਕ ਦਵਾਈਆਂ, ਪੇਂਟਸ, ਮਸ਼ੀਨਰੀ, ਪੇਅ ਪਦਾਰਥ ਅਤੇ ਲੱਕੜ ਦਾ ਸਮਾਨ ਬਣਾਉਣ ਦੇ ਕਾਰਖਾਨੇ ਵੀ ਸਥਿਤ ਹਨ।

ਅੰਮ੍ਰਿਤਸਰ ਰਾਜ ਦਾ ਦੂਜਾ ਵੱਡਾ ਸ਼ਹਿਰ (2001 ਅਨੁਸਾਰ ਆਬਾਦੀ 11 ਲੱਖ 59 ਹਜ਼ਾਰ ਦੇ ਲਗਭਗ) ਅਤੇ ਸਭ ਤੋਂ ਜ਼ਿਆਦਾ ਜਨਸੰਖਿਆ ਵਾਲਾ ਜ਼ਿਲ੍ਹਾ ਹੈ। ਇਹ ਰੇਲਾਂ ਦਾ ਮਹੱਤਵਪੂਰਣ ਕੇਂਦਰ ਹੈ ਅਤੇ ਬਹੁਤ ਸਾਰੇ ਰਾਜ ਮਾਰਗ ਇੱਥੇ ਆ ਮਿਲਦੇ ਹਨ। ਰਾਜ ਦੇ ਸ਼ਾਹ ਰੇਲ ਤੇ ਸੜਕ ਮਾਰਗ ਦਾ ਇਹ ਅੰਤਮ ਵੱਡਾ ਕੇਂਦਰ ਹੈ। ਇਸੇ ਜ਼ਿਲ੍ਹੇ ਵਿੱਚ ਖੇਤੀਬਾੜੀ (ਚਾਵਲ, ਕਣਕ, ਗੰਨਾ, ਤੇਲ ਤੇ ਬੀਜ) ਬਹੁਤ ਉੱਨਤ ਹੈ। ਜੰਮੂ ਅਤੇ ਕਸ਼ਮੀਰ ਅਤੇ ਮਾਲਵੇ ਨਾਲ ਵੀ ਬਹੁਤ ਚੰਗੇ ਆਵਾਜਾਈ ਸੰਬੰਧ ਹਨ।

ਵੇਰਕਾ, ਖਾਸਾ, ਛੇਹਰਟਾ, ਅੰਮ੍ਰਿਤਸਰ ਸ਼ਹਿਰ ਅਤੇ ਕੈਂਟ ਉਦਯੋਗਾਂ ਦੇ ਮੁੱਖ ਕੇਂਦਰ ਹਨ। ਗੋਇੰਦਵਾਲ ਸਾਹਿਬ ਵੀ ਅੰਮ੍ਰਿਤਸਰ ਝੁਰਮੁਟ ਦਾ ਇਕ ਅਲੱਗ ਕੇਂਦਰ ਮੰਨਿਆ ਜਾ ਸਕਦਾ ਹੈ।

ਖਰੜ-ਮੋਹਾਲੀ-ਡੇਰਾ ਬਸੀ-ਲਾਲੜੂ ਝੁਰਮਟ (Kharar-Mohali-Dera Bassi-Lalru Industrial Cluster)

ਇਹ ਪੰਜਾਬ ਦਾ ਇੱਕ ਵੱਡਾ ਉਦਯੋਗਿਕ ਝੁਰਮਟ ਹੈ ਜੋ ਲਕੀਰੀ ਰੂਪ ਵਿੱਚ NH-21 ਅਤੇ 22 ਨਾਲ-ਨਾਲ ਉੱਤਰ-ਪੱਛਮ ਵਿੱਚ ਚਨਾਲੋਂ-ਖਰੜ ਤੋਂ ਸ਼ੁਰੂ ਹੋ ਕੇ ਮੋਹਾਲੀ ਅਤੇ ਜੀਰਕਪੁਰ ਰਾਹੀਂ ਡੇਰਾ ਬਸੀ ਅਤੇ ਦੱਖਣ ਵਿੱਚ (ਹਰਿਆਣਾ ਹੱਦ ਤੀਕ) NH-22 ਨਾਲ-ਨਾਲ ਲਾਲੜੂ ਕਸਬੇ ਤੱਕ ਫੈਲਿਆ ਹੋਇਆ ਹੈ। ਇਹ ਝੁਰਮਟ SAS Nagar ਜ਼ਿਲ੍ਹੇ ਦੇ ਜ਼ਿਆਦਾਤਰ ਭਾਗਾਂ (ਪੂਰਬ ਵਿੱਚ ਮਾਜਰੀ ਬਲਾਕ ਨੂੰ ਛੱਡ ਕੇ) ਉੱਪਰ ਫੈਲਿਆ ਹੋਇਆ ਹੈ। ਇਸ ਝੁਰਮਟ ਵਿੱਚ 45 L/M Units, 808 (ਰਾਜ ਦੇ 4.0%) ਰਜਿਸਟਰਸ਼ੁਦਾ ਫੈਕਟਰੀਆਂ ਅਤੇ 22,999 ਲਘੂ ਇਕਾਈਆਂ ਕੰਮ ਕਰਦੀਆਂ ਹਨ।

ਰਿਹਾਇਸ਼ੀ ਸ਼ਹਿਰ ਜ਼ੀਰਕਪੁਰ ਇਸ ਝੁਰਮਟ ਨੂੰ ਦੋ ਭਾਗਾਂ—1. ਉੱਤਰ-ਪੱਛਮੀ ਉਪ ਝੁਰਮਟ ਅਤੇ 2. ਦੱਖਣ-ਪੂਰਬੀ ਉਪ-ਝੁਰਮਟ ਵਿੱਚ ਵੰਡ ਦਿੰਦਾ ਹੈ (ਨਕਸ਼ਾ 55)।

ਉੱਤਰ-ਪੱਛਮੀ ਉਪ-ਝੁਰਮਟ : ਇਹ ਅਸਲ ਵਿੱਚ ਮੋਹਾਲੀ (SAS Nagar) ਝੁਰਮਟ ਦਾ ਉੱਤਰ-ਪੱਛਮੀ ਵਾਧਾ ਹੈ ਜੋ ਰਾਜ ਮਾਰਗ-21 ਨਾਲ-ਨਾਲ ਖਰੜ ਅਤੇ ਚਨਾਲੋਂ ਤੱਕ ਫੈਲਿਆ ਹੋਇਆ ਹੈ। ਮੋਹਾਲੀ ਕਸਬਾ ਚੰਡੀਗੜ੍ਹ ਦਾ ਮੁਕਾਬਲਾ ਕਰਨ ਅਤੇ ਉਸਦੀ ਸੰਘਣਤਾ ਘਟਾਉਣ ਲਈ ਪੰਜਾਬ ਵਿੱਚ ਬਣਾਇਆ ਗਿਆ ਸੀ। ਵਿਕਾਸ, ਖਾਸ ਕਰਕੇ ਉਦਯੋਗਿਕ ਵਿਕਾਸ ਲਈ ਇੱਥੇ ਵਸਣ ਅਤੇ ਕਾਰਖਾਨੇ ਆਦਿ ਲਗਾਉਣ ਲਈ ਬਹੁਤ ਸਾਰੀਆਂ ਰਿਆਇਤਾਂ (Concessions) ਅਤੇ ਸਹੂਲਤਾਂ ਪ੍ਰਦਾਨ ਕੀਤੀਆਂ ਗਈਆਂ। ਬਹੁਤ ਸਾਰਾ Infrastructure ਉਪਲਬੱਧ ਕਰਾਇਆ ਗਿਆ। ਫਲਸਰੂਪ ਮੋਹਾਲੀ ਕਸਬੇ ਦਾ ਤੇਜ਼ੀ ਨਾਲ ਵਿਕਾਸ ਅਤੇ ਵਿਸਥਾਰ ਹੋਣ ਲੱਗ ਪਿਆ। ਮੋਹਾਲੀ ਪੰਜਾਬ ਦਾ ਸਭ ਤੋਂ ਤੇਜ਼ ਵਿਕਾਸ ਅਤੇ ਵਾਧੇ ਵਾਲਾ ਸ਼ਹਿਰ ਅਤੇ ਜ਼ਿਲ੍ਹਾ ਬਣ ਗਿਆ। ਇੱਥੇ ਰਾਸ਼ਟਰੀ ਅਤੇ ਅੰਤਰਰਾਸ਼ਟਰੀ ਸਤਰ ਦੀਆਂ ਕਈ IT Units ਸਥਾਪਤ ਕੀਤੀਆਂ ਗਈਆਂ। ਇਨ੍ਹਾਂ ਵਿੱਚ ਸ਼ਾਮਲ ਹਨ— Quark Media, Semi Conductor Complex Ltd., Godrej, G.E., INFOSYS, PUNCOM etc. ਇਨ੍ਹਾਂ ਦੇ ਫਲਸਰੂਪ SAS Nagar "electronic city" of Punjab ਬਣ ਗਿਆ। ਟੀਵੀ ਬਣਾਉਣ, ਕੰਪਿਊਟਰਜ਼, ਮਾਈਕਰੋ ਕੰਪਿਊਟਰਜ਼, ਟੈਲੀਫੋਨ ਦੀ ਕੇਬਲਜ਼, ਸੰਚਾਰ ਉਪਕਰਣ, digital and other IT products – hardware and softwares ਇੱਥੇ ਬਣਾਏ ਜਾਂਦੇ ਹਨ। ਮੋਹਾਲੀ ਹੁਣ ਪੰਜਾਬ ਦਾ IT Hub ਬਣ ਗਿਆ ਹੈ।

ਇਸ ਕਲਸਟਰ ਵਿੱਚ ਰਸਾਇਣ ਪਦਾਰਥ, ਤਿਜ਼ਾਬ, ਦਵਾਈਆਂ, ਪੇਂਟਸ, ਬਿਜਲੀ ਦੇ ਉਪਕਰਣ, ਮਸ਼ੀਨਾਂ, Precision Instruments, ਐਨਕਾਂ ਵਗੈਰਾ, ਰੋਸ਼ਨੀ ਕਰਨ ਦੇ ਤੰਤਰ, ਮਸ਼ੀਨਾਂ ਦੇ ਪੁਰਜ਼ੇ ਬਣਾਉਣ, ਧਾਤ ਦੇ ਪਦਾਰਥ, ਮੋਟਰ ਵਾਹਨ, ਟਰੈਕਟਰਜ਼ (M&M, Swaraj Ltd.), ਨਟ ਬੋਲਟ ਬਣਾਉਣ, ਰਬੜ, ਪਲਾਸਟਿਕ ਵਸਤਾਂ ਬਣਾਉਣ, PVC Pipe, Pet Materials, ਫਰਨੀਚਰ, ਖਾਧ ਪਦਾਰਥ, ਦੁੱਧ ਅਤੇ ਦੁੱਧ ਦੇ ਪਦਾਰਥ ਬਣਾਉਣ, ਪੇਅ ਪਦਾਰਥ ਆਦਿ ਬਣਾਉਣ ਦੇ ਇੱਥੇ ਕਾਰਖਾਨੇ ਕੰਮ ਕਰਦੇ ਹਨ।

ਦੱਖਣ-ਪੂਰਬੀ ਉਪ-ਝੁਰਮਟ (South-Eastern Sub-Cluster) : ਇਹ ਉਪ ਝੁਰਮਟ ਮੁੱਖ ਤੌਰ ਤੇ ਰਾਜ ਮਾਰਗ-22 ਦੇ ਨਾਲ-ਨਾਲ ਡੇਰਾ ਬਸੀ ਤਹਿਸੀਲ ਵਿੱਚ ਉੱਤਰ ਵਿੱਚ ਮੁਬਾਰਕਪੁਰ ਕਸਬੇ ਤੋਂ ਸ਼ੁਰੂ ਹੋ ਕੇ ਭੰਕਰਪੁਰ, ਡੇਰਾ ਬਸੀ ਅਤੇ ਡੱਪਰ ਰਾਹੀਂ ਦੱਖਣ ਵਿੱਚ ਹਰਿਆਣਾ ਹੱਦ ਦੇ ਨੇੜੇ ਲਾਲੜੂ ਤੱਕ ਫੈਲਿਆ ਹੋਇਆ ਹੈ। ਇੱਕ ਵਧੀਆ ਅਤੇ Busy ਰਾਜਮਾਰਗ-22 ਅਤੇ ਦਿੱਲੀ ਨਾਲ ਜੋੜਦੇ ਰੇਲ ਮਾਰਗ ਉੱਤੇ ਇਸ ਉਪ-ਝੁਰਮਟ ਦੀ ਸਥਿਤੀ ਇਸ ਦੇ ਵਿਸਥਾਰ ਅਤੇ ਵਿਕਾਸ ਦੇ ਬਹੁਤ ਅਨੁਕੂਲ ਹੈ। ਇਸ ਝੁਰਮਟ ਵਿੱਚ ਸੜਕ-ਰੇਲ ਮਾਰਗ ਦੇ ਦੋਨੋਂ ਪਾਸੀਂ 10 ਕਿਲੋਮੀਟਰ ਤੱਕ ਬਹੁਤ ਸਾਰੇ ਕਾਰਖਾਨੇ ਲੱਗੇ ਹੋਏ ਹਨ। ਇਨ੍ਹਾਂ ਕਾਰਖਾਨਿਆਂ ਵਿੱਚ ਰਸਾਇਣ ਪਦਾਰਥ, ਤਿਜ਼ਾਬ, ਪੇਂਟਸ, ਰਬੜ ਅਤੇ ਪਲਾਸਟਿਕ ਦੀਆਂ ਵਸਤਾਂ, ਸੂਤੀ, ਊਨੀ ਅਤੇ ਬਣਾਵਟੀ ਧਾਗਾ (Yarn/Fibre) ਅਤੇ ਕੱਪੜਾ (Fabric) ਬਣਾਉਣ, ਪੇਪਰ ਅਤੇ ਪੇਪਰ ਬੋਰਡ, ਇਸਪਾਤ ਦੀਆਂ ਵਸਤਾਂ (goods), ਮਸ਼ੀਨਰੀ, ਬਿਜਲੀ ਦੇ ਉਪਕਰਣ ਅਤੇ ਵਸਤਾਂ, ਡੈਟਰਜੈਂਟਸ, knit wears, ਖਾਧ ਪਦਾਰਥ ਅਤੇ ਹੋਰ ਬਹੁਤ ਸਾਰੇ ਪਦਾਰਥ ਬਣਾਏ ਜਾਂਦੇ ਹਨ। ਜ਼ੀਰਕਪੁਰ, ਡੇਰਾ ਬਸੀ ਅਤੇ ਲਾਲੜੂ ਮੁੱਖ ਸ਼ਹਿਰ ਹਨ।

ਇਸ ਝੁਰਮਟ (ਮੋਹਾਲੀ SAS Nagar) ਵਿੱਚ ਇੱਕ ਵੱਡਾ ਸ਼ਹਿਰ ਮੋਹਾਲੀ (1.67 ਲੱਖ ਵਸੋਂ) ਅਤੇ ਕਈ ਵੱਡੇ ਕਸਬੇ, ਖਰੜ, ਡੇਰਾ ਬਸੀ, ਲਾਲੜੂ ਅਤੇ ਜ਼ੀਰਕਪੁਰ, ਕਈ ਛੋਟੇ ਕਸਬੇ ਭੰਕਰਪੁਰ, ਮੁਬਾਰਕਪੁਰ, ਡੱਪਰ, ਮੀਰਪੁਰ, ਸੋਹਾਨਾ ਅਤੇ ਕਈ ਵੱਡੇ ਪਿੰਡ ਸ਼ਾਮਲ ਹਨ। ਇਸ ਝੁਰਮਟ ਵਿੱਚ 4 ਲੱਖ ਸ਼ਹਿਰੀ ਆਬਾਦੀ ਰਹਿੰਦੀ ਹੈ। ਇਹ ਤੇਜ਼ੀ ਨਾਲ ਵਿਕਸਤ ਹੋਣ ਵਾਲਾ ਝੁਰਮਟ ਹੈ।

ਜਲੰਧਰ ਝੁਰਮਟ (Jalandhar Cluster)

ਜਲੰਧਰ ਪੰਜਾਬ ਦਾ ਤੀਜਾ ਵੱਡਾ ਸ਼ਹਿਰ (2011 ਅਨੁਸਾਰ ਜਨਸੰਖਿਆ 8.69 ਲੱਖ) ਅਤੇ ਦੋਆਬੇ ਦਾ ਮੁੱਖ ਰਾਜਨੀਤਕ, ਸੱਭਿਆਚਾਰਕ, ਉਦਯੋਗਿਕ, ਵਪਾਰਕ, ਪ੍ਰਬੰਧਕ ਅਤੇ ਵਿੱਦਿਅਕ ਕੇਂਦਰ ਹੈ। ਇਹ ਝੁਰਮਟ ਪ੍ਰਵਾਸੀ (NRI) ਭਾਰਤੀਆਂ ਲਈ ਪ੍ਰਸਿੱਧ ਹੈ। ਇਹ ਸ਼ਹਿਰ ਰੇਲ ਅਤੇ ਸੜਕ ਮਾਰਗਾਂ ਦਾ ਕੇਂਦਰ (Nodal Point) ਹੈ। ਇਸ ਝੁਰਮਟ ਵਿੱਚ L/M ਪੱਧਰ ਦੇ 22 ਕਾਰਖਾਨੇ (2020 ਅਨੁਸਾਰ) ਹਨ। ਇੱਥੇ 39,340 ਲਘੂ ਇਕਾਈਆਂ ਵੀ, 279,832 ਵਰਕਰਜ਼ ਦੀ ਸਹਾਇਤਾ ਨਾਲ ਵਿਭਿੰਨ

ਉਦਯੋਗਿਕ ਵਸਤਾਂ (goods) ਬਣਾਉਂਦੀਆਂ ਹਨ। 2021 ਅਨੁਸਾਰ ਜਲੰਧਰ ਝੁਰਮਟ (ਜ਼ਿਲ੍ਹਾ) ਵਿੱਚ 2,214 ਰਜਿਸਟਰਸ਼ੁਦਾ ਫੈਕਟਰੀਆਂ ਕੰਮ ਕਰਦੀਆਂ ਸਨ ਜਿਨ੍ਹਾਂ ਵਿੱਚ 71,265 ਵਰਕਰਜ਼ ਨੂੰ ਕੰਮ ਮਿਲਿਆ ਹੋਇਆ ਸੀ। ਇਸ ਝੁਰਮਟ ਵਿੱਚ 102 ਫੈਕਟਰੀਆਂ ਖਾਧ ਪਦਾਰਥ ਅਤੇ 20 ਇਕਾਈਆਂ ਪੇਅ ਪਦਾਰਥ ਬਣਾਉਂਦੀਆਂ ਹਨ। ਜਲੰਧਰ ਝੁਰਮਟ ਮੂਲ ਧਾਤ ਅਤੇ ਯੋਗਿਕ ਧਾਤ ਉਦਯੋਗ ਦਾ ਫਤਹਿਗੜ੍ਹ ਸਾਹਿਬ ਅਤੇ ਲੁਧਿਆਣਾ ਤੋਂ ਬਾਅਦ ਤੀਜਾ ਸਭ ਤੋਂ ਵੱਡਾ (108 ਫੈਕਟਰੀ) ਉਤਪਾਦਕ ਹੈ। ਇਹ ਝੁਰਮਟ ਧਾਤ ਫੈਬਰੀਕੇਸ਼ਨ (542 ਫੈਕਟਰੀ), ਮਸ਼ੀਨਰੀ ਅਤੇ ਪੁਰਜੇ ਬਣਾਉਣ (251 ਫੈਕਟਰੀ), ਮੋਟਰ ਵਾਹਨ ਅਤੇ ਟਰੇਲਰਜ਼ ਬਣਾਉਣ (108 ਫੈਕਟਰੀ), ਆਵਾਜਾਈ ਸਹਾਇਕ ਸਮਾਨ ਅਤੇ ਹਿੱਸੇ ਪੁਰਜ਼ੇ ਬਣਾਉਣ ਵਾਲਾ ਦੂਜਾ ਵੱਡਾ (ਲੁਧਿਆਣਾ ਤੋਂ ਬਾਅਦ) ਝੁਰਮਟ ਹੈ। ਬਿਜਲੀ ਮਸ਼ੀਨਰੀ ਅਤੇ ਪੁਰਜੇ ਉਪਕਰਣ ਬਣਾਉਣ ਲਈ ਪਹਿਲੇ ਦਰਜੇ (77 ਫੈਕਟਰੀ) ਤੇ ਹੈ।

ਜਲੰਧਰ ਝੁਰਮਟ Leather Industry ਦਾ ਸਭ ਤੋਂ ਵੱਡਾ ਕੇਂਦਰ (255 ਵਿੱਚੋਂ 206 ਫੈਕਟਰੀ) ਹੈ। ਇੱਥੋਂ ਚਮੜਾ ਵਸਤਾਂ ਨਿਰਯਾਤ ਵੀ ਕੀਤੀਆਂ ਜਾਂਦੀਆਂ ਹਨ। ਇਹ ਝੁਰਮਟ ਦੇਸ਼ ਅਤੇ ਵਿਦੇਸ਼ਾਂ ਵਿੱਚ Sports Goods Industry ਲਈ ਪ੍ਰਸਿੱਧ ਹੈ। ਇੱਥੇ ਬਣੀਆਂ ਹਾਕੀਆਂ, ਬੈਟ, ਬਾਲ ਆਦਿ ਸਪੋਰਟਸ ਵਸਤਾਂ ਨਿਰਯਾਤ ਵੀ ਕੀਤੀਆਂ ਜਾਂਦੀਆਂ ਹਨ। ਜਲੰਧਰ ਵਿਖੇ ਮੋਟਰ ਵਾਹਨਾਂ (buses and truck etc.) ਦੀਆਂ body buildings ਦੀਆਂ ਕਈ ਇਕਈਆਂ (108) ਕੰਮ ਕਰਦੀਆਂ ਹਨ। ਇੱਥੇ ਰਬੜ ਅਤੇ ਪਲਾਸਟਿਕ ਦੀਆਂ ਅਨੇਕ ਵਸਤਾਂ footwears, pipes, ਰੱਸੇ, ਸ਼ੀਟਾਂ, ਜੁੱਤੀਆਂ, ਬੈਗਜ਼ ਆਦਿ ਬਣਾਈਆਂ ਜਾਂਦੀਆਂ ਹਨ। ਹਵਾਈ ਚੱਪਲਾਂ ਮਸ਼ਹੂਰ ਹਨ। ਇੱਥੇ ਬਿਜਲੀ ਦਾ ਸਮਾਨ, ਉਪਕਰਣ ਆਦਿ ਬਣਾਉਣ ਦੇ 77 ਕਾਰਖਾਨੇ ਹਨ ਜਿੱਥੇ ਬਿਜਲੀ ਦੀਆਂ ਮੋਟਰਾਂ, ਮਸ਼ੀਨਾਂ, ਸਵਿੱਚ, ਬਲੱਬ, ਟਿਊਬਾਂ, ਲਾਊਡ ਸਪੀਕਰ, ਸਾਊਂਡ ਸਿਸਟਮ ਆਦਿ ਬਣਾਏ ਜਾਂਦੇ ਹਨ। ਇੱਥੇ ਪਲਾਸਟਿਕ ਅਤੇ ਸਟੀਲ ਦੀਆਂ ਪਾਣੀ ਲਈ ਪਾਈਪਾਂ, ਪਲੰਬਿੰਗ ਫਿਟਿੰਗਜ਼, ਨਟ-ਬੋਲਟ ਐਕਸਲਜ਼, ਇੰਜਣ, ਸਾਈਕਲ ਅਤੇ ਸਿਲਾਈ ਮਸ਼ੀਨਾਂ ਦੇ ਹਿੱਸੇ-ਪੁਰਜੇ, ਰਿਕਸ਼ਾ ਸਾਈਕਲਜ਼ ਆਦਿ ਵੀ ਬਣਾਏ ਜਾਂਦੇ ਹਨ। ਮਸ਼ੀਨ ਅਤੇ ਹੈਂਡ ਟੂਲਜ਼ ਵੀ ਬਣਾਏ ਜਾਂਦੇ ਹਨ।

ਇਸ ਝੁਰਮਟ ਵਿੱਚ ਰਸਾਇਣ ਪਦਾਰਥ, ਪੇਂਟਸ, ਰੰਗ, ਪੇਪਰ, ਪੇਪਰ ਬਰੋਡ ਅਤੇ ਲਕੜੀ ਦਾ ਸਮਾਨ (205 ਇਕਾਈਆਂ) ਬਣਾਉਣ ਲਈ ਕਰਤਾਰਪੁਰ ਅਤੇ ਹੋਰ ਇਲਾਕੇ ਮਸ਼ਹੂਰ ਹਨ। ਇਸ ਝੁਰਮਟ ਵਿੱਚ ਖਾਧ ਪਦਾਰਥ – ਦੁੱਧ ਅਤੇ ਦੁੱਧ ਪਦਾਰਥ (102 ਫੈਕਟਰੀਆਂ), ਸੌਫਟ ਡਰਿੰਕਸ, ਜੂਸ, ਸਕੁਐਸ਼, ਜੈਮ, ਡਬਲ ਰੋਟੀਆਂ, ਬਿਸਕੁਟ, ਰਸ, ਅਚਾਰ ਆਦਿ ਬਣਾਏ ਜਾਂਦੇ ਹਨ। ਜਲੰਧਰ ਛਾਪੇਖਾਨੇ ਅਤੇ ਪ੍ਰਕਾਸ਼ਨ (ਅਖਬਾਰਾਂ, ਰਸਾਲੇ, ਕਿਤਾਬਾਂ ਆਦਿ) ਲਈ ਪ੍ਰਸਿੱਧ ਹੈ। ਇਸ ਝੁਰਮਟ ਦੇ ਜ਼ਿਆਦਾਤਰ ਕਾਰਖਾਨੇ ਫੋਕਲ ਪੁਆਇੰਟਸ, ਟਾਂਡਾ ਰੋਡ, ਕਪੂਰਥਲਾ ਰੋਡ, ਰਿੰਗ ਰੋਡ ਅਤੇ ਬਾਹਰੀ (Bye Pass) ਇਲਾਕਿਆਂ ਦੀਆਂ ਸੜਕਾਂ ਨਾਲ-ਨਾਲ ਲੱਗੇ ਹੋਏ ਹਨ।

ਗੋਬਿੰਦਗੜ੍ਹ ਝੁਰਮਟ (Gobindgarh Cluster)

ਗੋਬਿੰਦਗੜ੍ਹ ਫਤਹਿਗੜ੍ਹ ਸਾਹਿਬ ਜ਼ਿਲ੍ਹੇ ਵਿੱਚ ਮੁੱਖ ਰੇਲ ਲਾਈਨ ਅਤੇ ਸੜਕ ਮਾਰਗ (NH-1) ਇੱਕ ਉੱਤੇ ਸਥਿਤ ਹੈ। ਇਹ ਪੰਜਾਬ ਦਾ 'ਇਸਪਾਤ ਨਗਰ' (Steel City of Punjab) ਨਾਂ ਨਾਲ ਵੀ ਜਾਣਿਆ ਜਾਂਦਾ ਹੈ। ਪੰਜਾਬ ਦਾ ਜ਼ਿਆਦਾਤਰ ਇਸਪਾਤ ਅਤੇ ਧਾਤਾਂ ਦੇ ਰੂਪ ਗੋਬਿੰਦਗੜ੍ਹ ਵਿੱਚ ਢਾਲ ਕੇ ਬਣਾਏ ਜਾਂਦੇ ਹਨ। ਗੋਬਿੰਦਗੜ੍ਹ ਸਮੁੱਚੇ ਦੇਸ਼ ਵਿੱਚ ਆਪਣੀਆਂ ਰੀ-ਰੋਲਿੰਗ ਮਿਲਜ਼ (Rerolling Mills) ਲਈ ਜਾਣਿਆ ਜਾਂਦਾ ਹੈ। ਇੱਥੋਂ ਦੇ ਵੱਡੇ ਕਾਰਖਾਨਿਆਂ ਵਿੱਚ ਗਾਰਡਰ, ਸਰੀਆ, ਪੱਤੀ, ਚੈਨਲ, ਚਾਦਰਾਂ, ਐਂਗਲ, ਤਾਰਾਂ ਅਤੇ ਅਨੇਕ ਲੋਹੇ ਅਤੇ ਇਸਪਾਤ ਦੀਆਂ ਵਸਤਾਂ ਇਸ ਦੇ 35 ਵੱਡੇ ਕਾਰਖਾਨਿਆਂ ਵਿੱਚ ਬਣਾਏ ਜਾਂਦੇ ਹਨ। 2020 ਨੂੰ ਇੱਥੇ 2,876 SS Units ਵੀ ਕੰਮ ਕਰਦੇ ਸਨ। ਗੋਬਿੰਦਗੜ੍ਹ ਤੋਂ ਇਲਾਵਾ ਇਸ ਝੁਰਮਟ ਵਿੱਚ ਸਰਹਿੰਦ, ਅਮਲੋਹ ਅਤੇ ਸਾਧੂਗੜ੍ਹ ਦੇ ਵੱਡੇ ਅਤੇ ਛੋਟੇ ਕਸਬੇ ਵੀ ਸ਼ਾਮਲ ਹਨ। 2021 ਅਨੁਸਾਰ ਗੋਬਿੰਦਗੜ੍ਹ ਵਿੱਚ ਪੰਜਾਬ ਵਿੱਚ ਸਭ ਤੋਂ ਵੱਧ ਮੂਲ ਧਾਤ ਨਿਰਮਾਣ ਦੀਆਂ 496 ਰਜਿਸਟਰਸ਼ੁਦਾ ਫੈਕਟਰੀਆਂ, 52 ਧਾਤ ਫੈਬਰੀਕੇਸ਼ਨ ਦੀਆਂ ਫੈਕਟਰੀਆਂ ਅਤੇ 23 ਮਸ਼ੀਨਰੀ ਅਤੇ ਹਿੱਸੇ-ਪੁਰਜੇ ਨਿਰਮਾਣ ਦੀਆਂ ਫੈਕਟਰੀਆਂ ਚੱਲ ਰਹੀਆਂ ਸਨ। ਖਾਧ ਪਦਾਰਥ ਉਤਪਾਦਨ ਦੀਆਂ 44 ਫੈਕਟਰੀਆਂ ਅਤੇ ਪੇਅ

ਪਦਾਰਥ ਬਣਾਉਣ ਦੀਆਂ 8 ਫੈਕਟਰੀਆਂ ਕੰਮ ਕਰਦੀਆਂ ਸਨ। ਇਸ ਝੁਰਮਟ ਦੀਆਂ ਫੈਕਟਰੀਆਂ ਵਿੱਚ ਮਸ਼ੀਨਾਂ ਅਤੇ ਆਵਾਜਾਈ ਸਹਾਇਕ ਸਮੱਗਰੀ ਦਾ ਉਤਪਾਦਨ ਵੀ ਕੀਤਾ ਜਾਂਦਾ ਹੈ।

ਇੱਥੇ ਖਾਧ ਪਦਾਰਥ—ਖੰਡ ਬਣਾਉਣ, ਫਲਾਂ ਦਾ ਰਸ, ਦੁੱਧ ਅਤੇ ਦੁੱਧ ਦੇ ਪਦਾਰਥ ਬਣਾਉਣ, ਸਬਜ਼ੀਆਂ ਨੂੰ ਫਰੀਜ਼ ਕਰਕੇ ਸੰਭਾਲਣ, ਰਾਈਸ ਬਰਾਨ ਤੇਲ ਬਣਾਉਣ ਅਤੇ ਪਸ਼ੂਆਂ ਦੀ ਖੁਰਾਕ (Cattle Feed) ਬਣਾਉਣ ਦੇ ਕਾਰਖਾਨੇ ਵੀ ਹਨ। ਨੇੜੇ ਹੀ ਜੀਊਣ ਸਿੰਘ ਵਾਲਾ ਵਿਖੇ ਖੰਡ ਦਾ ਕਾਰਖਾਨਾ ਹੈ। ਸਰਹਿੰਦ ਵਿੱਚ ਬੱਸਾਂ ਅਤੇ ਟਰੱਕਾਂ ਆਦਿ ਦੀਆਂ ਬਾਡੀਆਂ ਵੀ ਬਣਾਈਆਂ ਜਾਂਦੀਆਂ ਹਨ। ਗੋਬਿੰਦਗੜ੍ਹ ਵਿਖੇ Oxygen ਬਣਾਉਣ ਦਾ Plant ਵੀ ਚੱਲ ਰਿਹਾ ਹੈ। ਇਸ ਕਲਸਟਰ ਵਿੱਚ ਸ਼ਾਮਲ ਗੋਬਿੰਦਗੜ੍ਹ ਦੀ ਜਨਸੰਖਿਆ 82,266 ਵਿਅਕਤੀ, ਸਰਹਿੰਦ ਦੀ 58,097 ਵਿਅਕਤੀ ਹੈ। ਸਾਧੂਗੜ੍ਹ ਅਤੇ ਅਮਲੋਹ ਵੀ ਕਸਬੇ ਹਨ।

ਬਠਿੰਡਾ ਝੁਰਮਟ (Bathinda Cluster)

ਬਠਿੰਡਾ ਮਾਲਵੇ ਦਾ ਇੱਕ ਪ੍ਰਸਿੱਧ ਸ਼ਹਿਰ ਹੈ। ਇਹ ਪੰਜਾਬ ਦਾ ਸਭ ਤੋਂ ਵੱਡਾ ਰੇਲਵੇ ਜੰਕਸ਼ਨ ਹੈ। ਬਠਿੰਡਾ ਇੱਕ ਪੁਰਾਣਾ ਇਤਿਹਾਸਿਕ ਸ਼ਹਿਰ ਹੈ ਅਤੇ ਇਹ 'ਕਪਾਹ ਖੇਤਰ' ਦਾ ਵੱਡਾ ਕੇਂਦਰ ਹੈ। ਕਿਹਾ ਜਾਂਦਾ ਹੈ ਦਰਿਆ ਸਤਲੁਜ ਕਿਸੇ ਸਮੇਂ ਬਠਿੰਡੇ ਦੇ ਕਿਲੇ ਦੇ ਨੇੜੇ ਦੀ ਵਗਦਾ ਹੁੰਦਾ ਸੀ। ਪਿਛਲੇ ਚਾਰ-ਪੰਜ ਦਹਾਕਿਆਂ ਵਿੱਚ ਬਠਿੰਡੇ ਨੇ ਬਹੁਤ ਤਰੱਕੀ ਕੀਤੀ ਹੈ। ਮੁੱਖ ਤੌਰ ਤੇ ਖੇਤੀਬਾੜੀ ਉੱਤੇ ਅਧਾਰਤ ਇੱਕ ਮੰਡੀ (Agricultural Market) ਹੌਲੀ-ਹੌਲੀ ਵਿਕਸਤ ਕਰਦੀ ਹੋਈ ਇੱਕ ਉਦਯੋਗਿਕ ਕੇਂਦਰ ਬਣ ਗਿਆ ਹੈ। ਬਠਿੰਡਾ ਵਿਖੇ ਥਰਮਲ ਪਾਵਰ ਪਲਾਂਟ ਦੇ ਲਗ ਜਾਣ ਨਾਲ ਬਠਿੰਡੇ ਦਾ ਕਾਇਆ ਕਲਪ ਹੋ ਗਈ ਅਤੇ ਇੱਕ ਖੇਤੀਬਾੜੀ ਮੰਡੀ ਸ਼ਹਿਰ ਉਦਯੋਗਿਕ ਕੇਂਦਰ ਬਣ ਗਿਆ ਅਤੇ ਹੌਲੀ-ਹੌਲੀ ਇੱਥੇ ਹੋਰ ਬਹੁਤ ਸਾਰੇ ਉਦਯੋਗ ਲੱਗ ਜਾਣ ਨਾਲ ਬਠਿੰਡੇ ਦੇ ਉਦਯੋਗਿਕ ਕੇਂਦਰ ਨੇ ਇੱਕ ਉਦਯੋਗਿਕ ਕਲਸਟਰ ਦਾ ਰੂਪ ਧਾਰਣ ਕਰ ਲਿਆ। ਇੱਕ ਝੁਰਮਟ ਸ਼ਹਿਰ ਤੋਂ ਚਾਰੇ ਪਾਸੇ ਮੁੱਖ ਸੜਕਾਂ ਦੇ ਨਾਲ-ਨਾਲ, ਵਿਸ਼ੇਸ਼ ਕਰਕੇ ਮੰਡੀ ਡੱਬਵਾਲੀ ਸੜਕ, ਤਲਵੰਡੀ ਸਾਬੋ ਸੜਕ, ਮਲੋਟ ਰੋਡ, ਬਰਨਾਲਾ ਰੋਡ, ਫਰੀਦਕੋਟ ਰੋਡ ਨਾਲ ਅਤੇ ਸ਼ਹਿਰ ਦੇ ਦੱਖਣੀ ਅਤੇ ਪੱਛਮੀ ਬਾਹਰੀ ਖੇਤਰਾਂ ਵਿੱਚ ਬਹੁਤ ਸਾਰੇ ਵੱਡੇ ਅਤੇ ਛੋਟੇ ਉਦਯੋਗ ਲੱਗ ਗਏ ਹਨ। ਦੱਖਣ ਵਿੱਚ ਤਲਵੰਡੀ ਸਾਬੋ ਸੜਕ ਤੇ HPCL –Mittal Oil Refinery ਅਤੇ ਕਈ ਰਸਾਇਣ ਅਤੇ ਰਸਾਇਣ ਪਦਾਰਥ ਬਣਾਉਣ ਵਾਲੇ ਕਾਰਖਾਨੇ ਹਨ। ਉੱਤਰ-ਪੱਛਮ ਵੱਲ ਖਾਦ ਫੈਕਟਰੀ, ਥਰਮਲ ਪਲਾਂਟ ਅਤੇ ਸੀਮੇਂਟ ਬਣਾਉਣ ਦਾ ਕਾਰਖਾਨਾ ਲੱਗੇ ਹੋਏ ਹਨ।

ਇਨ੍ਹਾਂ ਤੋਂ ਬਿਨਾਂ ਇੱਥੇ ਮਿਲਕ ਪਲਾਂਟ, ਆਟੇ ਦੀਆਂ ਮਿਲ੍ਹਾਂ, ਰੂੰਈ ਪਿੰਜਣ (Ginning), ਧਾਗਾ ਬਣਾਉਣ (spinning) ਅਤੇ ਕੱਪੜਾ ਬਣਾਉਣ (weaving) ਦੀ ਫੈਕਟਰੀਆਂ ਲੱਗੀਆਂ ਹੋਈਆਂ ਹਨ। ਖੇਤੀਬਾੜੀ ਮਸ਼ੀਨਰੀ ਅਤੇ ਔਜ਼ਾਰ ਬਣਾਉਣ, ਹੈਂਡ ਟੂਲਜ਼ ਬਣਾਉਣ, ਵਨਸਪਤੀ ਘਿਉ ਅਤੇ ਤੇਲ ਕੱਢਣ ਦੇ ਕਾਰਖਾਨੇ ਹਨ। ਬਠਿੰਡਾ ਵਿਖੇ 18 L/M ਪੱਧਰ ਦੇ ਕਾਰਖਾਨੇ, 8,382 SS Units ਅਤੇ 967 ਰਜਿਸਟਰਸ਼ੁਦਾ ਫੈਕਟਰੀਆਂ ਕੰਮ ਕਰਦੀਆਂ ਹਨ। ਇਨ੍ਹਾਂ ਸਭ ਦੇ ਫਲਸਰੂਪ ਬਠਿੰਡਾ ਪੱਛਮੀ ਮਾਲਵਾ ਦਾ ਮੁੱਖ ਉਦਯੋਗਿਕ ਝੁਰਮਟ ਅਤੇ ਰਾਜ ਦਾ ਪੰਜਵਾਂ ਸਭ ਤੋਂ ਵੱਡਾ ਸ਼ਹਿਰ (2011 ਵਿੱਚ ਜਨਸੰਖਿਆ 2.86 ਲੱਖ) ਬਣ ਗਿਆ। 1970 ਤੋਂ ਬਾਅਦ ਅਗਰ ਕੋਈ ਅੱਜ ਬਠਿੰਡੇ ਜਾਂਦਾ ਹੈ ਤਾਂ ਉਸ ਨੂੰ ਬਠਿੰਡੇ ਨੂੰ ਪਹਿਚਾਣਨਾ ਔਖਾ ਹੋ ਜਾਵੇਗਾ।

ਫਗਵਾੜਾ ਝੁਰਮਟ (Phagwara Cluster)

ਫਗਵਾੜਾ ਦੋਆਬੇ ਦਾ ਇੱਕ ਮਹੱਤਵਪੂਰਣ ਸ਼ਹਿਰ ਹੈ। 2011 ਅਨੁਸਾਰ ਇਸ ਦੀ ਜਨਸੰਖਿਆ 1,17,966 ਵਿਅਕਤੀ ਸੀ। ਫਗਵਾੜਾ-ਕਪੂਰਥਲਾ ਜ਼ਿਲ੍ਹੇ ਦਾ ਹਿੱਸਾ ਹੈ। ਮੁੱਖ ਰੇਲ ਅਤੇ ਸੜਕ ਮਾਰਗ ਉੱਤੇ ਸਥਿਤ ਫਗਵਾੜਾ ਵੀ ਇੱਕ ਮਹੱਤਵਪੂਰਣ ਉਦਯੋਗਿਕ ਕੇਂਦਰ ਹੈ। ਜੇ.ਸੀ.ਟੀ. ਕੱਪੜੇ ਦੇ ਕਾਰਖਾਨੇ ਤੋਂ ਬਿਨਾਂ ਖੰਡ, ਸਟਾਰਚ, ਖੇਤੀਬਾੜੀ ਮਸ਼ੀਨਾਂ, ਔਜ਼ਾਰ (tools), ਸਿਲਾਈ ਮਸ਼ੀਨਾਂ ਦੇ ਪੁਰਜ਼ੇ, ਬਿਜਲੀ ਦਾ ਸਮਾਨ ਬਣਾਉਣ ਆਦਿ ਦੇ ਕਾਰਖਾਨੇ ਅਤੇ ਲਘੂ ਇਕਾਈਆਂ ਹਨ। ਫਗਵਾੜਾ ਦੀ JCT ਕੱਪੜੇ

ਦੀ ਕੰਪੋਜਿਟ ਮਿੱਲ੍ਹ ਤੋਂ ਇਲਾਵਾ ਖੰਡ ਬਣਾਉਣ ਦਾ ਕਾਰਖਾਨਾ ਪ੍ਰਸਿੱਧ ਹਨ। ਇੱਥੇ ਵੱਡੇ ਕਾਰਖਾਨੇ, ਰਜਿਸਟਰਸ਼ੁਦਾ ਫੈਕਟਰੀਆਂ ਅਤੇ ਬਹੁਤ ਸਾਰੀਆਂ ਛੋਟੀਆਂ ਇਕਾਈਆਂ ਵੀ ਕੰਮ ਕਰਦੀਆਂ ਹਨ।

ਰਾਜਪੁਰਾ ਝੁਰਮਟ (Rajpura Cluster)

ਮੁੱਖ ਰੇਲ ਅਤੇ ਸੜਕ ਮਾਰਗ ਉੱਤੇ ਸਥਿਤ ਪਟਿਆਲਾ ਜ਼ਿਲ੍ਹੇ ਦਾ ਇਹ ਇੱਕ ਮਹੱਤਵਪੂਰਣ ਉਦਯੋਗਿਕ ਕੇਂਦਰ ਹੈ। ਇੱਥੇ ਕਈ ਦਰਮਿਆਨੇ ਅਤੇ ਵੱਡੇ ਉਦਯੋਗ ਅਤੇ ਅਨੇਕ ਲਘੂ ਉਦਯੋਗਿਕ ਇਕਾਈਆਂ ਹਨ। ਸੂਤੀ ਅਤੇ ਬਣਾਵਟੀ ਧਾਗਾ ਬਣਾਉਣ, ਬਨਸਪਤੀ ਘਿਉ ਅਤੇ ਰਿਫਾਈਂਡ ਤੇਲ ਬਣਾਉਣ, ਸਾਬਣ ਆਦਿ ਬਣਾਉਣ, ਪਾਈਪ, ਹੈਂਡ ਟੂਲਜ਼, ਸਾਈਕਲ ਅਤੇ ਪੁਰਜ਼ੇ, ਉਦਯੋਗਿਕ ਤਾਰਾਂ ਆਦਿ ਬਣਾਉਣ ਦੇ ਕਾਰਖਾਨੇ ਹਨ। ਰਾਜਪੁਰਾ ਇੱਕ ਵੱਡਾ ਕਸਬਾ (ਤਹਿਸੀਲ) ਹੈ ਅਤੇ 2011 ਅਨੁਸਾਰ ਇਸ ਦੀ ਜਨਸੰਖਿਆ 92,301 ਵਿਅਕਤੀ ਸੀ।

ਪੰਜਾਬ ਦਾ ਮੁੱਖ ਉਦਯੋਗਿਕ ਝੁਰਮਟ (Major Industrial Cluster of Punjab)

ਅਗਰ ਅਸੀਂ ਅੰਮ੍ਰਿਤਸਰ ਤੋਂ ਰੇਲ ਜਾਂ ਸੜਕ ਰਾਹੀਂ ਰਾਜਪੁਰਾ ਤੱਕ ਸਫਰ ਗੀ ਤਾਂ ਸੜਕ ਦੇ ਦੋਨੋਂ ਪਾਸੀਂ ਸਾਨੂੰ ਕਾਰਖਾਨੇ ਹੀ ਕਾਰਖਾਨੇ ਨਜ਼ਰ ਆਉਣਗੇ। ਵਿੱਚ-ਵਿੱਚ ਖੇਤ ਵੀ ਆਉਂਦੇ ਹਨ। ਇਹ ਪੰਜਾਬ ਦਾ ਮੱਧਵਰਤੀ ਰਸਤਾ (Central Corridor)_ ਹੈ। ਰਾਜ ਦੇ ਮੁੱਖ ਉਦਯੋਗਿਕ ਕੇਂਦਰ ਜਿਵੇਂ ਕਿ ਲੁਧਿਆਣਾ, ਅੰਮ੍ਰਿਤਸਰ, ਜਲੰਧਰ, ਫਗਵਾੜਾ, ਗੋਬਿੰਦਗੜ੍ਹ, ਰਾਜਪੁਰਾ, ਗੋਰਾਇਆ, ਫਿਲੌਰ, ਖੰਨਾ, ਦੋਰਾਹਾ, ਕਰਤਾਰਪੁਰ, ਸਰਹੰਦ ਆਦਿ ਸਭ ਇਸ ਹੀ ਮੱਧਵਰਤੀ ਰਸਤੇ ਉੱਤੇ ਸਥਿਤ ਹਨ। ਪੰਜਾਬ ਦਾ ਇਹ ਪ੍ਰਮੁੱਖ ਉਦਯੋਗਿਕ ਝੁਰਮਟ ਹੈ। ਬਹੁਤ ਸਾਰੇ ਹੋਰ ਉਦਯੋਗ ਲੱਗਣ ਨਾਲ ਇਹ ਝੁਰਮਟ ਦਿਨ-ਬ-ਦਿਨ ਸੰਘਣਾ ਹੋ ਰਿਹਾ ਹੈ। ਰਾਜ ਦੀਆਂ 75% ਦੇ ਲਗਭਗ ਉਦਯੋਗਿਕ ਇਕਾਈਆਂ ਇਸ ਵਿਸ਼ਾਲ ਝੁਰਮਟ ਵਿੱਚ ਕੰਮ ਕਰ ਰਹੀਆਂ ਹਨ। ਇੱਥੇ ਅਨੇਕਾਂ ਪ੍ਰਕਾਰ ਦੇ ਉਦਯੋਗ ਲੱਗੇ ਹੋਏ ਹਨ।

ਇਹ ਝੁਰਮਟ ਰਾਜ ਦੇ ਮੱਧ ਵਿੱਚੋਂ ਦੀ ਰਾਜ ਦੇ ਆਰਪਾਰ ਦੱਖਣ ਤੋਂ ਉੱਤਰ-ਪੱਛਮ ਦਿਸ਼ਾ ਵਿੱਚ ਫੈਲਿਆ ਹੋਇਆ ਹੈ (ਨਕਸ਼ਾ ਨੰ. 45)। ਇਸ ਦੇ ਮੱਧ ਵਿੱਚ ਰਾਜ ਦਾ ਸ਼ਾਹ ਰੇਲ ਅਤੇ ਸੜਕ ਮਾਰਗ (ਜੀ.ਟੀ. ਰੋਡ) ਚੱਲਦਾ ਹੈ। ਇੱਥੇ ਹਰ ਪ੍ਰਕਾਰ ਦੀ ਸਹੂਲਤ ਹੈ। ਇਹ ਸ਼ਾਹ ਮਾਰਗ ਇਸ ਖੇਤਰ ਨੂੰ ਦੇਸ਼ ਦੇ ਬਾਕੀ ਭਾਗਾਂ ਨਾਲ ਜੋੜਦਾ ਹੈ ਜਿਸ ਰਾਹੀਂ ਖਣਿਜ ਅਤੇ ਧਾਤ ਪਦਾਰਥ, ਕੋਲਾ, ਤੇਲ, ਮਸ਼ੀਨਾਂ ਅਤੇ ਰਸਤੇ ਮਜ਼ਦੂਰ ਦੇਸ਼ ਦੇ ਦੂਜੇ ਭਾਗਾਂ ਤੋਂ ਪ੍ਰਾਪਤ ਹੁੰਦੇ ਹਨ।

ਦੂਜੇ ਉਦਯੋਗਿਕ ਕੇਂਦਰ (Other Industrial Centres)

ਉੱਪਰ ਲਿਖੇ ਉਦਯੋਗਿਕ ਝੁਰਮਟਾਂ ਤੋਂ ਬਿਨਾਂ ਰਾਜ ਦੇ ਕਈ ਹੋਰ ਕਸਬਿਆਂ ਅਤੇ ਸ਼ਹਿਰਾਂ (ਮੁੱਖ ਤੌਰ ਤੇ ਜ਼ਿਲ੍ਹਾ ਹੈਡਕੁਆਟਰਜ਼) ਜੋ ਆਵਾਜਾਈ ਦੇ ਛੋਟੇ ਕੇਂਦਰ (Nodal Points) ਹਨ, ਵਿੱਚ ਵੀ ਉਦਯੋਗਾਂ ਦਾ ਇਕੱਠ (agglomeration) ਹੋਣਾ ਸ਼ੁਰੂ ਹੋ ਗਿਆ ਹੈ। ਇਨ੍ਹਾਂ ਵਿੱਚ ਗੁਰਦਾਸਪੁਰ ਜ਼ਿਲ੍ਹੇ ਦਾ ਬਟਾਲਾ (Batala Cluster) ਝੁਰਮਟ ਮਹੱਤਵਪੂਰਣ ਹੈ। ਇਹ ਖੇਤੀਬਾੜੀ ਮਸ਼ੀਨਰੀ, ਫਾਉਂਡਰੀ ਉਦਯੋਗ, ਉਦਯੋਗਿਕ ਮਸ਼ੀਨਾਂ ਆਦਿ ਲਈ ਪ੍ਰਸਿੱਧ ਹੈ। ਇੱਥੇ ਖੰਡ ਦਾ ਕਾਰਖਾਨਾ ਵੀ ਹੈ। ਇੱਥੇ ਹੀ ਪਠਾਨਕੋਟ ਅਤੇ ਗੁਰਦਾਸਪੁਰ ਦੇ ਹੋਰ ਮਹੱਤਵਪਰਣ ਉਦਯੋਗਿਕ ਕੇਂਦਰ ਹਨ।

ਹੁਸ਼ਿਆਰਪੁਰ ਜ਼ਿਲ੍ਹੇ ਵਿੱਚ ਦੋ ਉਦਯੋਗਿਕ ਝੁਰਮਟ ਹਨ। ਪਹਿਲਾ ਹੁਸ਼ਿਆਰਪੁਰ ਸ਼ਹਿਰ ਦਾ ਜਿੱਥੇ ਕਤਾਈ ਮਿਲ੍ਹਾਂ, ਸਟੀਲ ਰੀ-ਰੋਲਿੰਗ ਮਿਲ੍ਹ, ਪ੍ਰੈਸ਼ਰ ਕੁੱਕਰ ਬਣਾਉਣ, ਗੰਦਾ ਬਰੋਜ਼ੇ ਦੀ ਮਿੱਲ, ਆਟਾ ਮਿੱਲ, ਕਾਗਜ਼ ਅਤੇ ਗੱਤਾ ਬਣਾਉਣ, ਬਰਤਨ ਬਣਾਉਣ, ਦੁੱਧ ਕੇਂਦਰ, ਹੈਂਡ ਟੂਲਜ਼ ਬਣਾਉਣ ਆਦਿ ਤੋਂ ਬਿਨਾਂ ਹੋਰ ਕਈ ਲਘੂ ਇਕਾਈਆਂ ਹਨ ਜਿਨ੍ਹਾਂ ਵਿੱਚ ਖਿਡੌਣੇ, ਜੈਮ, ਸ਼ਰਬਤ, ਅਚਾਰ, ਲੱਕੜੀ ਉੱਤੇ ਪਲਾਸਟਿਕ ਅਤੇ ਹਾਥੀ ਦੰਦ ਦਾ ਕੰਮ ਕਰਨ ਦੀਆਂ ਇਕਾਈਆਂ ਸ਼ਾਮਿਲ ਹਨ। ਜਲੰਧਰ ਰੋਡ ਉੱਤੇ ਸੋਨਾਲੀਕਾ ਇੰਟਰਨੈਸ਼ਨਲ ਟਰੈਕਟਰ ਦਾ ਵੱਡਾ ਕੰਪਲੈਕਸ ਹੈ ਜਿੱਥੇ International Tractors ਬਣਾਏ ਜਾਂਦੇ ਹਨ।

ਐਸ.ਬੀ.ਐਸ. ਨਗਰ (ਜ਼ਿਲ੍ਹੇ ਵਿੱਚ) ਇੱਕ ਝੁਰਮਟ ਬਲਾਚੌਰ ਤਹਿਸੀਲ ਵਿੱਚ ਬਲਾਚੌਰ-ਚੰਡੀਗੜ੍ਹ ਸੜਕ ਉੱਤੇ ਪਿੰਡ ਬਣਾ, ਟੌਂਸਾ, ਰੈਲ ਮਾਜਰਾ, ਆਸਰੋਂ ਵਿੱਚ ਫੈਲਿਆ ਹੋਇਆ ਹੈ। ਇੱਥੇ ਡੀ.ਸੀ.ਐਮ. ਇੰਜਨੀਅਰੀ ਉਦਯੋਗ, ਸ਼ਿਵਾਲਕ ਖਾਦ ਦਾ ਕਾਰਖਾਨਾ, ਰਨਬੈਕਸੀ, ਮੈਕਸ ਇੰਡੀਆ ਅਤੇ ਮੋਂਟਾਰੀ ਦੇ ਦਵਾਈਆਂ ਆਦਿ ਬਣਾਉਣ ਦੇ ਪ੍ਰਸਿੱਧ ਕਾਰਖਾਨੇ ਅਤੇ ਪੰਜਾਬ ਫਾਈਬਰਜ਼ ਆਦਿ ਲੱਗੇ ਹੋਏ ਹਨ। ਇੱਥੇ 15 ਦੇ ਲਗਭਗ ਉਦਯੋਗਿਕ ਯੂਨਿਟ ਹਨ। ਹੁਣ ਇੱਥੇ ਰਿਐਤ-ਬਾਹੜਾ ਅਤੇ ਦੋਆਬਾ ਇੰਸਟੀਚਿਊਟਸ ਦੇ ਬਣ ਜਾਣ ਨਾਲ ਇਸ ਖੇਤਰ ਦੀ ਮਹੱਤਤਾ ਵੱਧ ਗਈ ਹੈ। ਮਲੋਟ, ਮੋਗਾ, ਫਿਰੋਜ਼ਪੁਰ, ਅਬੋਹਰ, ਮੁਕਤਸਰ, ਜਗਰਾਉਂ, ਪਟਿਆਲਾ, ਮਲੇਰਕੋਟਲਾ, ਸੰਗਰੂਰ, ਬਰਨਾਲਾ ਆਦਿ ਮਹੱਤਵਪੂਰਣ ਉਦਯੋਗਿਕ ਕੇਂਦਰ ਹਨ ਜੋ ਮੁੱਖ ਤੌਰ ਤੇ ਖੇਤੀਬਾੜੀ ਅਧਾਰਤ ਉਦਯੋਗਾਂ ਲਈ ਪ੍ਰਸਿੱਧ ਹਨ। ਖਰੜ, ਨੰਗਲ, ਕਪੂਰਥਲਾ, ਮਲੇਰਕੋਟਲਾ, ਬਰਨਾਲਾ, ਮੋਗਾ, ਚਨਾਲੋਂ, ਗੋਇੰਦਵਾਲ, ਫਰੀਦਕੋਟ ਹੋਰ ਮਹੱਤਵਪੂਰਣ ਉਦਯੋਗਿਕ ਕੇਂਦਰ ਹਨ। ਹਰ ਕੇਂਦਰ ਵਿੱਚ ਕਈ ਉਦਯੋਗ ਲੱਗੇ ਹੋਏ ਹਨ।

ਪੰਜਾਬ ਸਰਕਾਰ ਦੀ 2003 ਦੀ ਉਦਯੋਗਿਕ ਪਾਲਿਸੀ (Industrial Policy 2003) ਅਧੀਨ ਪੰਜਾਬ ਸਰਕਾਰ Cluster Development Approach ਨੂੰ ਅਪਣਾਏਗੀ ਤਾਂ ਜੋ ਪੰਜਾਬ ਦੇ ਉਦਯੋਗ ਇਸ ਤੋਂ ਪ੍ਰੇਰਨਾ ਲੈ ਕੇ ਵਿਸ਼ਵ ਪੱਧਰ ਤੇ ਉਦਯੋਗਿਕ ਵਸਤਾਂ ਦੇ ਉਤਪਾਦਨ ਵਿੱਚ ਮੁਕਾਬਲਾ ਕਰ ਸਕਣ। ਇਸ ਸਕੀਮ ਅਧੀਨ ਦੇ ਕਲਸਟਰ ਭਾਰਤ ਸਰਕਾਰ ਦੀ Industrial Cluster Development Scheme ਦੇ ਅਧੀਨ ਕਈ ਰਿਆਇਤਾਂ ਅਤੇ ਸਬਸਿਡੀਆਂ ਦਾ ਲਾਭ ਲੈ ਸਕਣ। ਪੰਜਾਬ ਸਰਕਾਰ ਕਲਸਟਰ ਸਕੀਮ ਅਧੀਨ ਹੇਠ ਲਿਖੇ ਝੁਰਮਟਾਂ ਦੀ ਬੇਹਤਰੀ ਲਈ ਉਪਰਾਲੇ ਕੀਤੇ ਜਾਣਗੇ —

1. ਮਸ਼ੀਨ ਟੂਲਜ਼ ਬਟਾਲਾ ਵਿਖੇ।
2. ਬਾਈਸਾਈਕਲ ਅਤੇ ਬਾਈਸਾਈਕਲ ਪਾਰਟਸ ਲੁਧਿਆਣਾ ਵਿਖੇ।
3. ਰੀ-ਰੋਲਿੰਗ ਮਿਲਜ਼ ਗੋਬਿੰਦਗੜ੍ਹ ਵਿਖੇ।

ਦੂਜੇ ਫੇਜ਼ ਵਿੱਚ ਹੇਠ ਲਿਖੇ ਝੁਰਮਟਾਂ ਉੱਤੇ ਧਿਆਨ ਦਿੱਤਾ ਜਾਵੇਗਾ—

1. ਖੇਡਾਂ ਦਾ ਸਮਾਨ, ਰਬੜ ਦਾ ਸਮਾਨ, ਹੈਂਡ ਟੂਲਜ਼, ਚਮੜੇ ਦਾ ਸਮਾਨ ਬਣਾਉਣ ਦੇ ਉਦਯੋਗ ਜਲੰਧਰ ਵਿਖੇ।
2. ਹੀਰੇ ਅਤੇ ਗਹਿਣੇ ਬਣਾਉਣ ਅੰਮ੍ਰਿਤਸਰ ਵਿਖੇ।
3. ਡੀਜ਼ਲ ਇੰਜਣ ਫਗਵਾੜਾ ਵਿਖੇ।
4. ਹੈਂਡੀ ਕਰਾਫਟਸ (ਹੱਥ ਸ਼ਿਲਪ) ਹੁਸ਼ਿਆਰਪੁਰ ਵਿਖੇ।
5. ਆਟੋ ਮੋਬਾਈਲਜ਼ ਅਤੇ ਆਟੋ ਮੋਬਾਈਲ ਪਾਰਟਸ ਲੁਧਿਆਣਾ ਵਿਖੇ।
6. ਲੱਕੜੀ ਦਾ ਫਰਨੀਚਰ ਕਰਤਾਰਪੁਰ ਵਿਖੇ।
7. ਕੰਬਾਈਨਜ਼ ਅਤੇ ਖੇਤੀਬਾੜੀ ਦੇ ਔਜ਼ਾਰ (ਸੰਦ) ਭਾਦਸੋਂ ਵਿਖੇ।

ਇਸੇ ਤਰ੍ਹਾਂ ਮੋਹਾਲੀ ਵਿਖੇ Quark Industrial Park ਸਥਾਪਤ ਕੀਤਾ ਗਿਆ ਹੈ ਜੋ ਇੱਥੇ IT ਅਤੇ BT (Bio Technology) ਅਤੇ ਇਲੈਕਟਰਾਨਿਕਸ ਉਦਯੋਗ ਦੀ ਬੇਹਤਰੀ ਲਈ ਸਥਾਪਤ ਕੀਤਾ ਗਿਆ ਹੈ। ਇਸੇ ਤਰ੍ਹਾਂ ਦੇ ਪਾਰਕਸ ਪਟਿਆਲਾ, ਲੁਧਿਆਣਾ ਅਤੇ ਜਲੰਧਰ ਵਿਖੇ ਵੀ ਸਥਾਪਤ ਕੀਤੇ ਜਾਣਗੇ।

ਉਦਯੋਗੀਕਰਣ ਦੀਆਂ ਸਮੱਸਿਆਵਾਂ (Problems of Industrialisation)

ਪੰਜਾਬ ਉਦਯੋਗਿਕ ਤੌਰ ਤੇ ਭਾਵੇਂ ਬਹੁਤ ਮਹੱਤਵਪੂਰਣ ਨਹੀਂ ਹੈ ਪਰੰਤੂ ਉਦਯੋਗਿਕ ਝੁਰਮਟਾਂ ਜਾਂ ਸੰਘਣਤਾ (Concentration) ਦੇ ਹੋ ਜਾਣ ਨਾਲ, ਅਨੇਕਾਂ ਲੋਕਾਂ ਦੇ ਕੁੱਝ ਸਥਾਨਾਂ ਤੇ ਇਕੱਠੇ ਰਹਿਣ ਨਾਲ, ਸਰਕਾਰ ਅਤੇ ਕਾਰਖਾਨਿਆਂ ਦੇ ਮਾਲਕਾਂ ਦੀ ਵਾਤਾਵਰਣ ਅਤੇ ਮਜ਼ਦੂਰਾਂ ਪ੍ਰਤੀ ਅਣਗਹਿਲੀ ਕਾਰਨ ਅਤੇ ਲਾਲਚ ਕਾਰਨ ਬਹੁਤ ਸਾਰੀਆਂ ਗੰਭੀਰ ਸਮੱਸਿਆਵਾਂ

ਪੈਦਾ ਹੋ ਗਈਆਂ ਹਨ। ਲੁਧਿਆਣਾ ਸ਼ਹਿਰ ਅਤੇ ਇਸੇ ਦੇ ਵਿਭਿੰਨ ਭਾਗਾਂ ਵਿੱਚ ਫਿਰਨ-ਤੁਰਨ ਨਾਲ ਕਿਸੇ ਵੀ ਲਈ ਵਿਭਿੰਨ ਉਦਯੋਗਿਕ ਸਮੱਸਿਆਵਾਂ ਇਕਦਮ ਸਪੱਸ਼ਟ ਹੋ ਜਾਂਦੀਆਂ ਹਨ। ਇਨ੍ਹਾਂ ਵਿੱਚੋਂ ਕੁਝ ਮਹੱਤਵਪੂਰਣ ਹੇਠ ਲਿਖੀਆਂ ਹਨ। ਇਨ੍ਹਾਂ ਬਾਰੇ ਸੰਕੇਤ ਹੀ ਦਿੱਤੇ ਗਏ ਹਨ।

ਵਾਤਾਵਰਣ ਪ੍ਰਦੂਸ਼ਣ (Environmental Pollution)

ਇਹ ਸਭ ਤੋਂ ਵੱਧ ਗੰਭੀਰ ਸਮੱਸਿਆ ਹੈ। ਇਸ ਦੇ ਬਹੁਤ ਮਾੜੇ ਨਤੀਜੇ ਨਿਕਲ ਸਕਦੇ ਹਨ। ਲੁਧਿਆਣਾ ਸ਼ਹਿਰ ਦੇ ਨਲਕਿਆਂ ਦਾ ਪਾਣੀ ਪੀਣ ਦੇ ਯੋਗ ਨਹੀਂ ਹੈ, ਇੱਥੋਂ ਦੀ ਹਵਾ ਧੂੜ, ਧੂਏਂ, ਧਾਤ ਅਤੇ ਅਧਾਤ ਕਣਾਂ ਅਤੇ ਜ਼ਹਿਰੀਲੀਆਂ ਗੈਸਾਂ ਨਾਲ ਭਰੀ ਪਈ ਹੈ, ਹਰ ਪਾਸੇ ਠੱਕ-ਠੱਕ ਅਤੇ ਦੂਜੀਆਂ ਆਵਾਜ਼ਾਂ ਦੀ ਭਰਮਾਰ ਹੈ। ਸਾਹ ਦੀਆਂ ਬੀਮਾਰੀਆਂ, ਹੈਜ਼ਾ, ਮੁਨਿਆਦੀ ਬੁਖਾਰ ਅਤੇ ਹੋਰ ਕਈ ਬੀਮਾਰੀਆਂ ਦਾ ਪ੍ਰਕੋਪ ਤੇਜ਼ ਹੋ ਰਿਹਾ ਹੈ। ਕੈਂਸਰ ਦਾ ਰੋਗ ਵੀ ਵੱਧ ਰਿਹਾ ਹੈ। ਲੁਧਿਆਣਾ, ਜਲੰਧਰ, ਅੰਮ੍ਰਿਤਸਰ, ਰੋਪੜ, ਨੰਗਲ, ਮੰਡੀ ਗੋਬਿੰਦਗੜ੍ਹ ਆਦਿ ਸ਼ਹਿਰਾਂ ਦਾ ਜ਼ਮੀਨ ਹੇਠਲਾ ਪਾਣੀ ਬੁਰੀ ਤਰ੍ਹਾਂ ਪ੍ਰਦੂਸ਼ਤ ਹੈ। ਉਸ ਵਿੱਚ ਭਾਰੀਆਂ ਧਾਤਾਂ ਜਿਵੇਂ ਕਰੋਮੀਅਮ, ਸਾਈਨਾਈਡ, ਨਿੱਕਲ ਆਦਿ ਦੀ ਕਾਫੀ ਮਾਤਰਾ ਹੈ। ਇਨ੍ਹਾਂ ਦੀ ਹਵਾ ਦੀ ਗੁਣਵਤਾ ਵੀ ਘਟੀਆ ਹੈ। ਇਸ ਵਿੱਚ ਲਟਕਦੇ ਕਣ ਜ਼ਿਆਦਾ ਮਾਤਰਾ ਵਿੱਚ ਹਨ।

ਗੰਦੀਆਂ ਬਸਤੀਆਂ (Slums)

ਉਦਯੋਗਿਕ ਸ਼ਹਿਰਾਂ ਵਿੱਚ ਪੰਜਾਬ ਦੇ ਪਿੰਡਾਂ ਤੋਂ ਅਤੇ ਦੇਸ਼ ਦੇ ਬਾਕੀ ਰਾਜਾਂ ਤੋਂ ਮਜ਼ਦੂਰ ਅਤੇ ਦੂਜੇ ਕਾਮੇ ਭਾਰੀ ਗਿਣਤੀ ਵਿੱਚ ਕੰਮ ਕਰਨ ਲਈ ਆਏ ਹੋਏ ਹਨ। ਘਰਾਂ ਅਤੇ ਜ਼ਮੀਨ ਦੀ ਘਾਟ ਕਾਰਨ ਅਤੇ ਭਾਰੀ ਗਿਣਤੀ ਵਿੱਚ ਆਏ ਪ੍ਰਵਾਸੀਆਂ ਕਾਰਨ ਲੋਕ ਤੰਗ ਅਤੇ ਛੋਟੇ ਘਰਾਂ ਵਿੱਚ ਜ਼ਿਆਦਾ ਗਿਣਤੀ ਵਿੱਚ ਰਹਿੰਦੇ ਹਨ। ਕਾਰਖਾਨਿਆਂ ਦੇ ਨੇੜੇ ਰਹਿਣਾ ਸਿਹਤ ਲਈ ਮਾੜਾ ਹੈ। ਇਨ੍ਹਾਂ ਨੂੰ Slums ਕਿਹਾ ਜਾਂਦਾ ਹੈ। ਪੰਜਾਬ ਦੀ 4.74% ਵਸੋਂ (2001 ਦੀ ਜਨਗਣਨਾ ਅਨੁਸਾਰ) ਗੰਦੀਆਂ ਬਸਤੀਆਂ ਵਿੱਚ ਰਹਿੰਦੀ ਸੀ। ਇਹ ਪ੍ਰਤੀਸ਼ਤਤਾ ਪੰਜਾਬ ਦੀ ਕੁੱਲ ਸ਼ਹਿਰੀ ਵਸੋਂ ਦਾ 13.97% ਸੀ। ਮੋਹਾਲੀ ਵਿੱਚ ਕੋਈ ਗੰਦੀ ਬਸਤੀ ਨਹੀਂ ਹੈ। ਇਨ੍ਹਾਂ ਬਸਤੀਆਂ ਵਿੱਚ ਸੀਵਰੇਜ, ਬਿਜਲੀ, ਸਾਫ ਪਾਣੀ, ਸਫਾਈ, ਨਾਲੀਆਂ ਦੀ ਘਾਟ ਹੈ। ਇੱਥੇ ਬਦਬੂ ਭਰਿਆ ਮਾਹੌਲ ਹੈ। 2011 ਦੇ ਜਨਗਣਨਾ ਅਨੁਸਾਰ ਪੰਜਾਬ ਦੇ ਸ਼ਹਿਰਾਂ ਦੀ 15 ਤੋਂ 20% ਅਬਾਦੀ ਅਜਿਹੀਆਂ ਗੰਦੀਆਂ ਬਸਤੀਆਂ ਵਿੱਚ ਰਹਿੰਦੀ ਹੈ।

ਹੋਰ—ਸੰਘਣਤਾ, ਗੰਦਗੀ, ਟਰੈਫਿਕ ਜਾਮ, ਮਕਾਨਾਂ ਅਤੇ ਸਿਹਤ ਸਹੂਲਤਾਂ ਦੀ ਭਾਰੀ ਕਮੀ, ਜੁਰਮਾਂ ਵਿੱਚ ਵਾਧਾ, ਸਮਾਜਿਕ ਅਤੇ ਨੈਤਿਕ ਗਿਰਾਵਟ, ਪਾਣੀ, ਬਿਜਲੀ ਥਾਂ ਆਦਿ ਦੀ ਘਾਟ, ਅਮੀਰ ਅਤੇ ਗਰੀਬ ਵਿਚਕਾਰ ਅੰਤਰ ਵਿੱਚ ਵਾਧਾ, ਈਰਖਾ, ਮਾਨਸਿਕ ਤਨਾਅ, ਦੁਰਘਟਨਾਵਾਂ ਵਿੱਚ ਤੇਜ਼ ਵਾਧਾ ਆਦਿ ਸਮੱਸਿਆਵਾਂ ਮੁੱਖ ਤੌਰ ਤੇ ਉਦਯੋਗੀਕਰਣ ਦਾ ਨਤੀਜਾ ਹਨ।

ਉਦਯੋਗੀਕਰਣ ਕਾਰਨ ਪੈਦਾ ਹੋਈਆਂ ਸਮੱਸਿਆਵਾਂ ਤੋਂ ਬਿਨਾਂ ਉਦਯੋਗਾਂ ਨੂੰ ਵੀ ਬਹੁਤ ਸਾਰੀਆਂ ਸਮੱਸਿਆਵਾਂ ਦਾ ਸਾਹਮਣਾ ਕਰਨਾ ਪੈ ਰਿਹਾ ਹੈ। ਇਨ੍ਹਾਂ ਵਿੱਚ ਭਾਰੀ ਟੈਕਸ, ਸ਼ਕਤੀ ਸਾਧਨਾਂ, ਵਿਸ਼ੇਸ਼ ਕਰਕੇ ਕੋਲੇ ਦੀ ਸਪਲਾਈ ਵਿੱਚ ਵਿਘਣ, ਬਿਜਲੀ ਕਟੌਤੀਆਂ, ਹੜਤਾਲਾਂ, ਤਾਲਾਬੰਦੀਆਂ, ਕੱਚੇ ਮਾਲ ਦੀ ਸਪਲਾਈ ਵਿੱਚ ਵਿਘਨ, ਮਜ਼ਦੂਰਾਂ ਦੀ ਘਾਟ, ਰਾਜਨੀਤਕ ਦਖਲ-ਅੰਦਾਜ਼ੀ, ਆਵਾਜਾਈ ਦੀ ਮੰਦ ਗਤੀ ਅਤੇ ਵਿਘਨਤਾ, ਉਦਯੋਗਿਕ ਵਿਭਾਗ ਦੇ ਕਰਮਚਾਰੀਆਂ ਵੱਲੋਂ ਤੰਗੀ (harrasment), ਬਾਹਰੋਂ ਆਏ ਕੱਚੇ ਮਾਲ ਉੱਤੇ ਨਿਰਭਰਤਾ, ਸੜਕਾਂ ਦੀ ਭੈੜੀ ਹਾਲਤ ਆਦਿ ਸਾਮਲ ਹਨ। ਸਰਕਾਰ ਦੇ ਉਪਰਾਲਿਆਂ ਦੇ ਬਾਵਜੂਦ ਇਹ ਸਮੱਸਿਆਵਾਂ ਦੇ ਸੁਲਝਾਉਣ ਵਿੱਚ ਸਰਕਾਰ ਅਤੇ ਗੈਰ-ਸਰਕਾਰੀ ਸੰਗਠਨਾਂ ਨੂੰ ਪੂਰਾ ਸਹਿਯੋਗ ਦੇਣਾ ਚਾਹੀਦਾ ਹੈ। ਲਾਲਚ ਛੱਡ ਕੇ ਆਪਣੇ ਮੁਨਾਫੇ ਨੂੰ ਆਪਣੇ ਅਤੇ ਲੋਕਾਂ ਦੇ ਭਲੇ ਲਈ ਕੁੱਝ ਘੱਟ ਕਰਨਾ ਪਏਗਾ। ਇਸ ਨਾਲ ਹੀ ਲੋਕਾਂ, ਰਾਜ ਅਤੇ ਦੇਸ਼ ਦਾ ਭਲਾ ਹੋਵੇਗਾ।

ਉਦਯੋਗੀਕਰਣ ਕਾਰਨ ਪੈਦਾ ਹੋਈਆਂ ਸਮੱਸਿਆਵਾਂ ਤੋਂ ਬਿਨਾਂ ਉਦਯੋਗਾਂ ਨੂੰ ਵੀ ਬਹੁਤ ਸਾਰੀਆਂ ਸਮੱਸਿਆਵਾਂ ਦਾ ਸਾਹਮਣਾ ਕਰਨਾ ਪੈ ਰਿਹਾ ਹੈ। ਅਗਰ ਇਨ੍ਹਾਂ ਨੂੰ ਪੂਰੀ ਤਨਦੇਹੀ ਨਾਲ ਸਮੇਂ ਸਿਰ ਸੁਲਝਾਇਆ ਨਾ ਗਿਆ ਤਾਂ ਬਹੁਤ ਸਾਰੀਆਂ ਉਦਯੋਗਿਕ

ਇਕਾਈਆਂ ਬੰਦ ਹੋ ਜਾਣਗੀਆਂ (ਆਰ.ਟੀ.ਆਈ. ਰਾਹੀਂ ਪ੍ਰਾਪਤ ਅੰਕੜਿਆਂ ਅਨੁਸਾਰ, ਹਵਾਲਾ 'ਦ ਟਰੀਬਿਊਨ' ਮਿਤੀ 04-02-2014, ਪਿਛਲੇ 7 ਸਾਲਾਂ ਵਿੱਚ 18,770 ਉਦਯੋਗਿਕ ਇਕਾਈਆਂ ਬੰਦ ਹੋ ਚੁੱਕੀਆਂ ਹਨ) ਜਾਂ ਅਨੁਕੂਲ ਹਾਲਤਾਂ ਵਾਲੇ ਰਾਜਾਂ ਹਿਮਾਚਲ ਪ੍ਰਦੇਸ਼, ਜੰਮੂ ਅਤੇ ਕਸ਼ਮੀਰ, ਗੁਜਰਾਤ, ਬਿਹਾਰ, ਛੱਤੀਸਗੜ੍ਹ ਆਦਿ ਵੱਲ ਪ੍ਰਵਾਸ ਕਰ (ਖਿਸਕ) ਜਾਣਗੀਆਂ। ਪੰਜਾਬ ਸਰਕਾਰ ਨੇ ਉਦਯੋਗਾਂ ਨੂੰ ਉਤਸ਼ਾਹਤ ਕਰਨ ਲਈ "ਪ੍ਰੋਗਰੈਸਿਵ ਪੰਜਾਬ" (Progressive Punjab – Opportunities Unlimited) ਰਾਹੀਂ ਉਦਯੋਗਿਕ ਨਿਵੇਸ਼ੀਕਰਣ ਲਈ ਮਿਤੀ 9-10 ਦਿਸੰਬਰ, 2014 ਨੂੰ ਮੋਹਾਲੀ ਵਿਖੇ 'ਪ੍ਰੋਗਰੈਸਿਵ ਪੰਜਾਬ, ਇਨਵੈਸਟਰਜ਼ ਸਮਿਟ' (Progressive Punjab Investors Summit) ਆਯੋਜਿਤ ਕੀਤਾ ਸੀ ਜਿਸ ਵਿੱਚ ਬਹੁਤ ਵਧੀਆ ਹੁੰਗਾਰਾ ਮਿਲਿਆ। ਇਸ ਵਿੱਚ ਭਾਰਤ ਦੇ 21 ਮਹੱਤਵਪੂਰਣ ਉਦਯੋਗਿਕ ਘਰਾਨਿਆਂ (Corporate Houses) ਨੇ ਹਿੱਸਾ ਲਿਆ ਅਤੇ ਉਨ੍ਹਾਂ ਨੇ 55,000 ਕਰੋੜ ਰੁਪਏ ਦਾ ਨਿਵੇਸ਼ ਪੰਜਾਬ ਦੇ ਵਿਭਿੰਨ ਖੇਤਰਾਂ (ਉਦਯੋਗ, ਬਿਜਨਸ, ਸਿਹਤ, ਆਈ.ਟੀ., ਖਾਦ ਪਦਾਰਥ, ਪਸ਼ੂ ਖੁਰਾਕ, ਰੀਅਲ ਅਸਟੇਟ, ਮਨੋਰੰਜਨ ਆਦਿ) ਵਿੱਚ ਨਿਵੇਸ਼ ਕਰਨ ਦਾ ਭਰੋਸਾ ਦਿੱਤਾ ਅਤੇ ਇਸ ਸਬੰਧ ਵਿੱਚ ਸਮਝੌਤੇ ਵੀ ਕੀਤੇ। ਪੰਜਾਬ ਸਰਕਾਰ ਨੇ ਨਿਵੇਸ਼ਕਾਂ ਨੂੰ ਬਹੁਤ ਸਾਰੀਆਂ ਰਿਆਇਤਾਂ ਦੇਣ ਦਾ ਭਰੋਸਾ ਦਿੱਤਾ। ਦੇਖਣ ਵਾਲੀ ਗੱਲ ਇਹ ਹੈ ਕਿ ਇਸ 55,000 ਕਰੋੜ ਰੁਪਏ ਦੇ ਨਿਵੇਸ਼ ਬਾਰੇ ਅਮਲ ਕਿੰਨਾ ਹੁੰਦਾ ਹੈ। ਜੋ ਹੋਇਆ ਬਹੁਤ ਵਧੀਆ ਹੋਇਆ। ਪੰਜਾਬ ਸਰਕਾਰ ਨੂੰ ਪਹਿਲਾਂ ਹੀ ਸਥਾਪਤ ਉਦਯੋਗਿਕ ਇਕਾਈਆਂ (ਬਹੁਤ ਛੋਟੀਆਂ ਤੋਂ ਲੈ ਕੇ ਵੱਡੀਆਂ ਤੱਕ) ਦੀ ਸਿਹਤ ਦਾ ਧਿਆਨ ਰੱਖਣਾ ਬਹੁਤ ਜ਼ਰੂਰੀ ਹੈ। ਉਨ੍ਹਾਂ ਦੀਆਂ ਯੋਗ ਸਮੱਸਿਆਵਾਂ ਨੂੰ ਸੁਣ ਅਤੇ ਸਮਝ ਕੇ ਸੁਲਝਾਉਣ ਦੀ ਫੌਰੀ ਲੋੜ ਹੈ, ਨਹੀਂ ਤਾਂ ਪਹਿਲਾਂ ਸਥਾਪਤ ਉਦਯੋਗਿਕ ਇਕਾਈਆਂ ਵਿੱਚੋਂ ਬਹੁਤ ਸਾਰੀਆਂ ਬੰਦ ਹੋ ਜਾਣਗੀਆਂ ਜਾਂ ਦੂਜੇ ਰਾਜਾਂ (ਅਨੁਕੂਲ ਹਾਲਾਤਾਂ ਵਾਲੇ) ਵੱਲ ਪ੍ਰਵਾਸ ਕਰ ਜਾਣਗੀਆਂ। ਵਿਭਿੰਨ ਜੱਥੇਬੰਦੀਆਂ, ਟਰੀਬਿਊਨ ਅਤੇ ਹੋਰ ਵਿਅਕਤੀਆਂ ਰਾਹੀਂ ਪੰਜਾਬ ਦੇ ਉਦਯੋਗਾਂ ਦੀ ਹਾਲਤ ਬਾਰੇ ਕਰਾਏ ਸਰਵੇਖਣਾਂ ਤੋਂ ਪੰਜਾਬ ਦੇ ਉਦਯੋਗਾਂ ਦੀਆਂ ਹੇਠ ਲਿਖੀਆਂ ਮੁੱਖ ਸਮੱਸਿਆਵਾਂ ਸਾਹਮਣੇ ਆਈਆਂ ਹਨ—

ਲੋੜੀਂਦੀ ਅਤੇ ਵਾਜਵ ਭਾਅ ਤੇ ਬਿਜਲੀ ਦੀ ਉਪਲਬੱਧਤਾ

ਪੰਜਾਬ ਵਿੱਚ 2013 ਤੱਕ ਕਾਰਖਾਨਿਆਂ ਲਈ ਬਿਜਲੀ ਦੀ ਉਪਲਬੱਧਤਾ ਇੱਕ ਵੱਡੀ ਸਮੱਸਿਆ ਰਹੀ ਹੈ। ਵਿਸ਼ੇਸ਼ ਕਰਕੇ ਗਰਮੀਆਂ ਨੂੰ ਬਿਜਲੀ ਦੀ ਸਪਲਾਈ (ਲੋੜੀਂਦੇ ਲੋਡ ਵਾਲੀ) ਅਨਿਯਮਤ ਹੁੰਦੀ ਹੈ। ਅਚਾਨਕ ਇੱਥੇ ਕੱਟ ਲੱਗ ਜਾਂਦੇ ਹਨ। ਹਫਤਾਬੰਦ (Weekoffs) ਆਮ ਸਮੱਸਿਆ ਹੁੰਦੀ ਹੈ। ਇਸ ਨਾਲ ਉਤਪਾਦਨ ਘੱਟ ਜਾਂਦਾ ਹੈ, ਮਜ਼ਦੂਰ ਵਿਹਲੇ ਹੋ ਜਾਂਦੇ ਹਨ ਅਤੇ ਇਸ ਨਾਲ ਸਬੰਧਤ ਹੋਰ ਕਈ ਸਮੱਸਿਆਵਾਂ ਪੈਦਾ ਹੋ ਜਾਂਦੀਆਂ ਹਨ। ਅੱਜ ਤੋਂ ਕੁੱਝ ਸਾਲ ਪਹਿਲਾਂ ਪੰਜਾਬ ਵਿੱਚ ਬਿਜਲੀ ਸਸਤੀ ਸੀ ਪਰੰਤੂ ਹੁਣ ਰੇਟ ਕਾਫੀ ਵੱਧ ਗਏ ਹਨ ਅਤੇ ਇਨ੍ਹਾਂ ਦੇ ਹੋਰ ਵਧਣ ਦੀ ਸੰਭਾਵਨਾ ਹੈ। ਇਸ ਸਭ ਨਾਲ ਉਦਯੋਗਪਤੀਆਂ ਦਾ ਮੁਨਾਫਾ ਕਾਫੀ ਘੱਟ ਜਾਂਦਾ ਹੈ ਅਤੇ ਉਤਪਾਦਨ ਵੀ ਘੱਟ ਜਾਂਦਾ ਹੈ। ਤਿੰਨ ਨਵੇਂ ਥਰਮਲ ਪਲਾਂਟਾਂ (ਰਾਜਪੁਰਾ, ਤਲਵੰਡੀ ਸਾਬੋ ਅਤੇ ਗੋਇੰਦਵਾਲ ਸਾਹਿਬ) ਦੇ ਚਾਲੂ ਹੋ ਜਾਣ ਨਾਲ 3920 ਮੈਗਾਵਾਟ ਬਿਜਲੀ 2014 ਦੇ ਅੱਧ ਤੱਕ ਵਾਧੂ ਪ੍ਰਾਪਤ ਹੋ ਗਈ ਹੈ। ਇਸ ਨਾਲ 2014 ਦੀਆਂ ਗਰਮੀਆਂ ਵਿੱਚ ਉਦਯੋਗਾਂ ਲਈ ਬਿਜਲੀ ਦੀ ਸਮੱਸਿਆ ਕਾਫੀ ਹੱਦ ਤੀਕ ਸੁਧਰ ਜਾਵੇਗੀ। ਪਰੰਤੂ ਫਿਰ ਵੀ ਸਰਕਾਰ ਨੂੰ ਉਦਯੋਗਾਂ ਦੇ ਭਲੇ ਲਈ ਵਾਜਵ ਰੇਟਾਂ ਤੇ ਲਗਾਤਾਰ ਬਿਜਲੀ ਦੀ ਸਪਲਾਈ ਨਿਸ਼ਚਤ ਕਰਨੀ ਚਾਹੀਦੀ ਹੈ।

ਮਜਦੂਰੀ ਦੀ ਘਾਟ (Dearth of Labour)

ਪੰਜਾਬ ਦੇ ਉਦਯੋਗਾਂ ਵਿੱਚ ਜ਼ਿਆਦਾਤਰ ਪਰਵਾਸੀ ਮਜ਼ਦੂਰ ਕੰਮ ਕਰਦੇ ਹਨ। ਪ੍ਰਵਾਸੀ ਮਜ਼ਦੂਰਾਂ ਦੇ ਆਪਣੇ ਰਾਜਾਂ ਬਿਹਾਰ, ਯੂ.ਪੀ., ਮੱਧ ਪ੍ਰਦੇਸ਼, ਰਾਜਸਥਾਨ ਆਦਿ ਵਿੱਚ ਸਰਕਾਰਾਂ ਵੱਲੋਂ ਕੀਤੇ ਵਿਕਾਸ ਦੇ ਕੰਮਾਂ ਅਤੇ ਕੇਂਦਰ ਸਰਕਾਰ ਦੀਆਂ ਕਈ ਸਕੀਮਾਂ MGNREGA (ਮਨਰੇਗਾ) ਆਦਿ ਕਾਰਨ ਸਥਾਨਕ ਤੌਰ ਤੇ ਰੁਜ਼ਗਾਰ ਦੇ ਕਾਫੀ ਮੌਕੇ ਉਪਲਬੱਧ ਹੋਣ ਲੱਗ ਪਏ ਹਨ। ਇਸ ਲਈ ਉਹ ਹੁਣ ਪੰਜਾਬ ਵਿੱਚ ਘੱਟ ਗਿਣਤੀ ਵਿੱਚ ਅਤੇ ਸਮੇਂ ਸਿਰ ਨਹੀਂ ਆਉਂਦੇ। ਇਸ ਨਾਲ ਆਮ ਮਜ਼ਦੂਰਾਂ ਦੀ ਘਾਟ ਹੋ ਗਈ ਹੈ। ਇਸ ਲਈ ਪੰਜਾਬ ਸਰਕਾਰ ਨੂੰ ਇਸ ਸਮੱਸਿਆ ਦੇ ਹੱਲ ਲਈ ਪੰਜਾਬ ਵਿੱਚ ਅਜਿਹੀਆਂ ਸਕੀਮਾਂ ਚਾਲੂ ਕਰਨੀਆਂ ਚਾਹੀਦੀਆਂ ਹਨ

ਜਿਸ ਨਾਲ ਪਰਵਾਸੀ ਮਜ਼ਦੂਰ ਪੰਜਾਬ ਵੱਲ ਖਿੱਚੇ ਆਉਣ। ਇਸ ਤੋਂ ਬਿਨਾਂ ਸਥਾਨਕ ਮਜ਼ਦੂਰਾਂ ਨੂੰ ਕਾਰਖਾਨਿਆਂ ਵਿੱਚ ਕੰਮ ਕਰਨ ਲਈ ਵੀ ਢੁਕਵੇਂ ਕਦਮ ਚੁੱਕਣੇ ਚਾਹੀਦੇ ਹਨ। ਉਤਪਾਦਨ ਦੀਆਂ ਵਿਭਿੰਨ ਕਿਰਿਆਵਾਂ ਨੂੰ ਸਵੈ ਚਾਲਕ (automation) ਬਣਾ ਕੇ ਵੀ ਮਜ਼ਦੂਰਾਂ ਦੀ ਘਾਟ ਦੀ ਸਮੱਸਿਆ ਨੂੰ ਹੱਲ ਕਰਨ ਵਿੱਚ ਮਦਦ ਮਿਲੇਗੀ। ਹਾਂ, ਇਸ ਲਈ ਵਾਧੂ ਪੂੰਜੀ ਨਿਵੇਸ਼ ਕਰਨਾ ਪਵੇਗਾ।

ਉਤਪਾਦਕਤਾ ਨੂੰ ਵਧਾਉਣਾ (Productivity Enhancement)

ਖਰਚੇ ਨੂੰ ਘਟਾਉਣ, ਵੱਧ ਉਤਪਾਦਨ ਅਤੇ ਮੁਨਾਫਾ ਲੈਣ ਲਈ ਵਿਭਿੰਨ ਸਹੂਲਤਾਂ, ਇਨਫਰਾਸਟਰੱਕਚਰ ਅਤੇ ਟੈਕਨਾਲੋਜੀ ਨੂੰ ਵਧਾਉਣਾ ਅਤੇ ਅਪਡੇਟ (update) ਕਰਨਾ ਪਵੇਗਾ। ਇਸ ਵਿੱਚ ਵੀ ਸਰਕਾਰ ਦੀ ਸਹਾਇਤਾ ਦੀ ਲੋੜ ਹੈ।

ਖੋਜ ਅਤੇ ਵਿਕਾਸ (Research and Development)

ਖੋਜ ਅਤੇ ਵਿਕਾਸ ਵੱਲ ਵੀ ਵਿਸ਼ੇਸ਼ ਧਿਆਨ ਦੇਣ ਦੀ ਲੋੜ ਹੈ। ਇਸ ਲਈ ਉਦਯੋਗਾਂ ਦੀ ਲੋੜ ਅਨੁਸਾਰ ਉਦਯੋਗਿਕ ਖੇਤਰਾਂ ਵਿੱਚ ਖੋਜ ਅਤੇ ਵਿਕਾਸ ਸੰਸਥਾਵਾਂ (Research and Development Institutes) ਖੋਲ੍ਹਣੀਆਂ ਚਾਹੀਦੀਆਂ ਹਨ ਜਿੱਥੇ ਸਿੱਖੇ ਹੋਏ ਮਜ਼ਦੂਰ ਅਤੇ ਦੂਜੇ ਪ੍ਰਕਾਰ ਦੀ ਮੈਨ ਪਾਵਰ ਨੂੰ ਟ੍ਰੇਨਿੰਗ ਦੇਣੀ ਚਾਹੀਦੀ ਹੈ (ਪ੍ਰੈਕਟੀਕਲ ਸਿਖਲਾਈ) ਤਾਂ ਜੋ ਉਦਯੋਗ ਆਧੁਨਿਕ ਤਕਨਾਲੋਜੀ ਦੀ ਵਰਤੋਂ ਨਾਲ ਵਧੀਆ ਕਿਸਮ ਦੇ ਸਸਤੇ ਅਤੇ ਭਰੋਸੇ ਯੋਗ ਉਦਯੋਗਿਕ ਉਤਪਾਦ (industrial products and goods) ਪੈਦਾ ਕੀਤੇ ਜਾ ਸਕਣ ਅਤੇ ਕੁੱਲ ਖਰਚੇ ਨੂੰ ਘਟਾਇਆ ਜਾ ਸਕੇ। ਇਸ ਲਈ ਵੀ ਸਰਕਾਰ ਦੀ ਸਹਾਇਤਾ ਦੀ ਲੋੜ ਹੈ।

ਵੈਟ ਰਿਫੰਡ ਦੀ ਸਮੇਂਬੱਧ ਅਦਾਇਗੀ (VAT Refund)

ਰਾਜ ਦੇ ਐਕਸਾਈਜ਼ ਵਿਭਾਗ ਵੱਲੋਂ ਉਦਯੋਗਪਤੀਆਂ ਅਤੇ ਵਪਾਰੀਆਂ ਦੇ ਵੈਟ ਰਿਫੰਡ ਦੇ ਕਰੋੜਾਂ ਰੁਪਏ ਅਜੇ ਤੀਕ ਵਾਪਸ (ਦੋ ਤੋਂ ਤਿੰਨ ਸਾਲ ਦਾ ਸਮਾਂ) ਨਹੀਂ ਕੀਤੇ ਗਏ। ਵੈਟ ਰਿਫੰਡ ਦੀ ਅਦਾਇਗੀ ਸਮੇਂਬੱਧ ਹੋਣੀ ਚਾਹੀਦੀ ਹੈ ਤਾਂ ਜੋ ਮਿਲ ਮਾਲਕ ਉਸ ਰਿਫੰਡ ਨੂੰ ਆਪਣੇ ਉਦਯੋਗਾਂ ਵਿੱਚ ਮੁੜ ਨਿਵੇਸ਼ ਕਰ ਸਕਣ। ਇੱਥੇ ਮਿਲ੍ਹ ਮਾਲਕਾਂ ਅਤੇ ਵਪਾਰੀਆਂ ਦੀ ਵੀ ਜ਼ਿੰਮੇਵਾਰੀ ਬਣਦੀ ਹੈ ਕਿ ਉਹ ਕੇਵਲ ਉਚਿਤ ਤੌਰ ਤੇ ਦਿੱਤੇ ਵੈਟ ਦੇ ਰਿਫੰਡ ਬਾਰੇ ਗੱਲ ਕਰਨ। ਬਹੁਤ ਸਾਰੇ ਕੇਸ ਸਾਹਮਣੇ ਆਏ ਹਨ ਜਿੱਥੇ ਵਪਾਰੀਆਂ ਆਦਿ ਨੇ ਜਾਅਲੀ ਵੈਟ ਰਿਫੰਡ ਬਣਾ ਕੇ ਸਰਕਾਰੀ ਖਜਾਨੇ ਨੂੰ ਕਰੋੜਾਂ ਰੁਪਇਆਂ ਦਾ ਚੂਨਾ ਲਗਾਇਆ ਹੈ।

ਇੰਡਸਟਰੀ ਝੁਰਮਟ (Industry Clusters)

ਸਰਕਾਰ ਨੂੰ ਕੇਂਦਰ ਸਰਕਾਰ ਦੀਆਂ ਉਦਯੋਗਾਂ ਸਬੰਧੀ ਸਕੀਮਾਂ ਵਿੱਚ ਵਿਭਿੰਨ ਪ੍ਰਕਾਰ ਦੀਆਂ ਸਹੂਲਤਾਂ ਸਬਸਿਡੀਆਂ (Subsidies) ਅਤੇ ਹੋਰ ਰਿਆਇਤਾਂ (ਟੈਕਸਾਂ ਆਦਿ ਵਿੱਚ) ਦੇ ਲਾਭ ਲੈਣ ਲਈ ਉਦਯੋਗਿਕ ਕਲਸਟਰ ਬਣਾਉਣੇ ਚਾਹੀਦੇ ਹਨ। ਇਸ ਨਾਲ ਉਦਯੋਗਾਂ ਨੂੰ ਉਤਸ਼ਾਹ ਮਿਲੇਗਾ ਅਤੇ ਉਨ੍ਹਾਂ ਨੂੰ ਵਿਭਿੰਨ ਪ੍ਰਕਾਰ ਦੀਆਂ ਕਈ ਰਿਆਇਤਾਂ ਮਿਲ ਸਕਣਗੀਆਂ। ਇਸ ਨਾਲ ਉਦਯੋਗਿਕ ਉਤਪਾਦਾਂ (Products, Goods) ਦਾ ਕੁਆਲਟੀ ਕੰਟਰੋਲ ਵੀ ਹੋ ਸਕੇਗਾ ਅਤੇ ਇਨ੍ਹਾਂ ਪਦਾਰਥਾਂ ਦੀ ਗੁਣਵੱਤਾ (quality) ਵਧੇਗੀ।

ਆਵਾਜਾਈ ਸਾਧਨਾਂ ਅਤੇ ਵਿਸ਼ੇਸ਼ ਕਰਕੇ ਸੜਕਾਂ ਦਾ ਸੁਧਾਰ (Improvement in Means of Transportation)

ਉਦਯੋਗਾਂ ਅਤੇ ਸਮੁੱਚੇ ਵਿਕਾਸ ਲਈ ਵਧੀਆ, ਤੇਜ਼ ਅਤੇ ਸਸਤੇ ਆਵਾਜਾਈ ਸਾਧਨਾਂ ਦਾ ਹੋਣਾ ਬਹੁਤ ਜ਼ਰੂਰੀ ਹੈ। ਸਰਕਾਰ ਦੇ ਸਭ ਉਪਰਾਲਿਆਂ ਦੇ ਬਾਵਜੂਦ ਪੰਜਾਬ ਵਿੱਚ ਸੜਕਾਂ, ਮੁੱਖ ਸੜਕ ਜੀ.ਟੀ. ਰੋਡ ਤੋਂ ਲੈ ਕੇ ਸ਼ਹਿਰਾਂ ਅਤੇ ਕਸਬਿਆਂ ਵਿੱਚ ਸੜਕਾਂ

ਦੀ ਹਾਲਤ ਵਧੀਆ ਨਹੀਂ ਹੈ। ਸੜਕਾਂ ਵਿੱਚ ਟੋਏ ਅਤੇ ਖੱਡੇ ਆਮ ਗੱਲ ਹੈ। ਵਾਹਨਾਂ ਦੀ ਗਤੀ ਬਹੁਤ ਧੀਮੀ ਹੈ, ਟੁੱਟ-ਭੱਜ (ਵਾਹਨਾਂ ਅਤੇ ਸੜਕਾਂ ਦੀ) ਬਹੁਤ ਹੈ ਅਤੇ ਟਰੈਫਿਕ ਜਾਮ ਅਤੇ ਐਕਸੀਡੈਂਟਸ ਆਮ ਗੱਲ ਹੈ। ਇਸ ਲਈ ਸਰਕਾਰ ਨੂੰ ਇਸ ਵੱਲ ਤੁਰੰਤ ਧਿਆਨ ਦੇਣਾ ਪਵੇਗਾ।

ਵਿਭਿੰਨ ਟੈਕਸਾਂ ਨੂੰ ਤਰਕਸੰਗਤ ਬਣਾਉਣਾ (Rationalisation of Different Taxes)

ਉਦਯੋਗਾਂ ਅਤੇ ਵਪਾਰੀਆਂ ਨੂੰ ਅਨੇਕਾਂ ਪ੍ਰਕਾਰ ਦੇ ਟੈਕਸ ਦੇਣੇ ਪੈਂਦੇ ਹਨ ਜਿਵੇਂ ਕਿ ਸੇਲ ਟੈਕਸ, ਸੈਂਟਰਲ ਸੇਲ ਟੈਕਸ, ਐਕਸਾਈਜ ਡਿਊਟੀ, ਐਂਟਰੀ ਟੈਕਸ, ਟਰਾਂਸਪੋਰਟ ਟੈਕਸ, ਟੋਲ ਟੈਕਸ, E-Trip (ਈ-ਟਰਿੱਪ) ਆਦਿ। ਇਹ ਟੈਕਸ ਜ਼ਰੂਰੀ ਵੀ ਹਨ। ਸਰਕਾਰ ਲਈ ਆਮਦਨੀ ਦਾ ਸਾਧਨ ਹਨ ਜੋ ਵਿਭਿੰਨ ਵਿਕਾਸ ਯੋਜਨਾਵਾਂ ਲਈ ਚਾਹੀਦੇ ਹਨ। ਪਰੰਤੂ ਅਗਰ ਇਹ ਟੈਕਸ ਜ਼ਿਆਦਾ ਹੋ ਜਾਣ ਤਾਂ ਬਾਹਰੋਂ ਮੰਗਵਾਇਆ ਕੱਚਾ ਮਾਲ ਅਤੇ ਬਾਹਰ ਭੇਜਿਆ ਪੱਕਾ ਮਾਲ (finished goods of export) ਮਹਿੰਗੇ ਹੋ ਜਾਣਗੇ। ਉਤਪਾਦ ਦਾ ਖਰਚਾ ਵੱਧ ਜਾਵੇਗਾ ਅਤੇ ਤਿਆਰ ਮਾਲ ਦੀ ਕੀਮਤ ਵੱਧ ਜਾਵੇਗੀ। ਅਜਿਹੀ ਹਾਲਤ ਵਿੱਚ ਪੰਜਾਬ ਵਿੱਚ ਬਣਿਆ ਮਾਲ (ਮਹਿੰਗਾ) ਦੂਜੇ ਰਾਜਾਂ (ਹਿਮਾਚਲ ਪ੍ਰਦੇਸ਼, ਜੰਮੂ ਅਤੇ ਕਸ਼ਮੀਰ, ਉਤਰਾਖੰਡ, ਗੁਜਰਾਤ ਆਦਿ ਜਿੱਥੇ ਟੈਕਸਾਂ ਤੋਂ ਕਾਫੀ ਰਿਆਇਤਾਂ ਹਨ) ਅਤੇ ਵਿਦੇਸ਼ਾਂ (ਚੀਨ, ਤਾਇਵਾਨ, ਦੱਖਣ ਕੋਰੀਆ, ਜਾਪਾਨ ਜਿੱਥੇ ਬਣੀਆਂ ਵਸਤਾਂ ਵਧੀਆ ਅਤੇ ਸਸਤੀਆਂ ਹਨ) ਦੇ ਮੁਕਾਬਲੇ ਮਹਿੰਗਾ ਹੋ ਜਾਵੇਗਾ। ਇਸ ਨਾਲ ਅਜਿਹੇ ਮਹਿੰਗੇ ਮਾਲ ਲਈ ਖਪਤ ਦੀ ਮੰਡੀ (Market) ਸੁਕੜ (Contract) ਜਾਵੇਗੀ ਅਤੇ ਫਲਸਰੂਪ ਪੰਜਾਬ ਦੇ ਉਦਯੋਗਾਂ ਦੀਆਂ ਕਈ ਇਕਾਈਆਂ (ਜੋ ਆਧੁਨਿਕ ਨਹੀਂ ਹਨ) ਬੰਦ ਹੋ ਜਾਣਗੀਆਂ, ਉਦਯੋਗਾਂ ਦਾ ਵਿਕਾਸ ਰੁਕ ਜਾਵੇਗਾ ਅਤੇ ਉਦਯੋਗ ਦੂਜੇ ਰਾਜਾਂ (ਰਿਆਇਤਾਂ ਦੇਣ ਵਾਲੇ) ਵੱਲ ਜਾਣ ਲੱਗ ਪੈਣਗੇ ਜਾਂ ਬੰਦ ਹੋ ਜਾਣਗੇ। ਇਹ ਪੰਜਾਬ ਦੀ ਲੜਖੜਾਉਂਦੀ ਆਰਥਿਕਤਾ ਲਈ ਮਾੜੀ ਗੱਲ ਹੋਵੇਗੀ। ਇਸ ਲਈ ਸਰਕਾਰ ਨੂੰ ਉਦਯੋਗਪਤੀਆਂ ਅਤੇ ਵਪਾਰੀਆਂ ਨਾਲ ਬੈਠ ਕੇ, ਸਲਾਹ-ਮਸ਼ਵਰਾ ਕਰਕੇ ਅਤੇ ਮਾਹਿਰਾਂ ਦੀ ਸਲਾਹ ਨਾਲ ਸਮੁੱਚੇ ਟੈਕਸ ਢਾਂਚੇ ਨੂੰ ਤਰਕ-ਸੰਗਤ ਬਣਾਉਣਾ ਚਾਹੀਦਾ ਹੈ ਤਾਂ ਜੋ ਉਦਯੋਗ ਮਜ਼ਬੂਤ ਅਤੇ ਪ੍ਰਫੁੱਲਤ ਹੋ ਸਕਣ ਅਤੇ ਨਾਲ ਦੇ ਨਾਲ ਸਰਕਾਰੀ ਖਜਾਨਾ ਵੀ ਮਾਲਾ-ਮਾਲ ਹੋ ਸਕੇ। ਉਦਯੋਗਪਤੀਆਂ ਅਤੇ ਵਪਾਰੀਆਂ ਦੀ ਵੀ ਇਹ ਵੱਡੀ ਜਿੰਮੇਵਾਰੀ ਬਣਦੀ ਹੈ ਕਿ ਉਹ ਇਮਾਨਦਾਰੀ ਨਾਲ ਟੈਕਸਾਂ ਦੀ ਅਦਾਇਗੀ ਕਰਨ, ਜਾਅਲੀ ਕਾਰੋਬਾਰੀ ਕਿਰਿਆਵਾਂ ਬੰਦ ਕਰਨ ਅਤੇ ਆਪਣੇ, ਰਾਜ ਅਤੇ ਦੇਸ਼ ਦੇ ਵਿਕਾਸ ਵਿੱਚ ਭਰਪੂਰ ਯੋਗਦਾਨ ਪਾਉਣ।

ਅਭਿਆਸ (EXERCISE)

1. ਹੇਠ ਲਿਖਿਆਂ ਦੇ ਸੰਖੇਪ ਉੱਤਰ ਲਿਖੋ
   - (i) ਨਿਰਮਾਣ ਕਲਾ ਕੀ ਹੁੰਦੀ ਹੈ ?
   - (ii) ਉਦਯੋਗਾਂ ਦੇ ਲਗਾਉਣ ਲਈ ਕਿਨ੍ਹਾਂ ਕਾਰਕਾਂ ਦੀ ਲੋੜ ਹੁੰਦੀ ਪੈਂਦੀ ਹੈ ?
   - (iii) ਪੰਜਾਬ ਵਿੱਚ ਕਿਸ ਪ੍ਰਕਾਰ (ਸ਼੍ਰੇਣੀ) ਦੇ ਉਦਯੋਗ ਜ਼ਿਆਦਾ ਮਹੱਤਵਪੂਰਨ ਹਨ ?
   - (iv) ਪੰਜਾਬ ਵਿੱਚ ਭਾਰੀ ਉਦਯੋਗ ਕਿਉਂ ਮਹੱਤਵਪੂਰਣ ਨਹੀਂ ਹਨ ?
   - (v) ਪੰਜਾਬ ਦਾ ਸਭ ਤੋਂ ਵੱਡਾ ਉਦਯੋਗਿਕ ਕੇਂਦਰ ਕਿਹੜਾ ਹੈ ?
   - (vi) ਪੰਜਾਬ ਦੇ ਜ਼ਿਆਦਾਤਰ ਉਦਯੋਗ ਕਿਸ ਖੇਤਰ ਵਿੱਚ ਕੇਂਦਰਤ ਹਨ ?
   - (vii) ਪੰਜਾਬ ਦੇ ਮਹੱਤਵਪੂਰਣ ਝੁਰਮਟਾਂ ਦੇ ਨਾਂ ਲਿਖੋ।
   - (viii) ਉਦਯੋਗੀਕਰਣ ਕਾਰਨ ਕਿਨ੍ਹਾਂ ਬੁਰੀਆਂ ਸਮਾਜਿਕ ਤਬਦੀਲੀਆਂ ਦਾ ਪ੍ਰਸਾਰ ਹੋਇਆ ਹੈ ?

(ix) ਉਦਯੋਗੀਕਰਣ ਦੇ ਫਲਸਰੂਪ ਕਿਸ ਪ੍ਰਕਾਰ ਦਾ ਪ੍ਰਦੂਸ਼ਣ ਫੈਲੀਆ ਹੈ ?

(x) ਤੇਜ਼ ਉਦਯੋਗੀਕਰਣ ਨੇ ਕਿਨ੍ਹਾਂ ਸਮੱਸਿਆਵਾਂ ਨੂੰ ਜਨਮ ਦਿੱਤਾ ਹੈ ?

(xi) ਪੰਜਾਬ ਵਿੱਚ ਚਮੜਾ ਉਦਯੋਗ ਦੇ ਸਭ ਤੋਂ ਵੱਡੇ ਕੇਂਦਰ ਦਾ ਨਾਂ ਦੱਸੋ।

(xii) ਪੰਜਾਬ ਦਾ ਉਦਯੋਗਿਕ ਨਿਰਯਾਤ ਕਿਨ੍ਹਾਂ ਮੁੱਖ ਜ਼ਿਲ੍ਹਿਆਂ ਤੋਂ ਹੁੰਦਾ ਹੈ ?

(xiii) ਗੋਬਿੰਦਗੜ੍ਹ ਦਾ ਕਸਬਾ ਕਿਸ ਪ੍ਰਕਾਰ ਦੇ ਉਦਯੋਗਾਂ ਲਈ ਮਹੱਤਵਪੂਰਣ ਹੈ ?

(xiv) ਪੰਜਾਬ ਸਰਕਾਰ ਨੇ ਉਦਯੋਗਾਂ ਨੂੰ ਆਕਰਸ਼ਤ ਕਰਨ ਲਈ ਕਿਹੜੀਆਂ ਸਹੂਲਤਾਂ ਦਿੱਤੀਆਂ ਹੋਈਆਂ ਹਨ ?

(xv) ਪੰਜਾਬ ਦੀ ਨਵੀਂ ਉਦਯੋਗਿਕ ਨੀਤੀ ਦੇ ਕੀ ਮੁੱਖ ਉਦੇਸ਼ ਹਨ ?

2. ਪੰਜਾਬ ਵਿੱਚ ਉਦਯੋਗਿਕ ਵਾਤਾਵਰਣ ਦੇ ਤਿੰਨ ਪਹਿਲੂਆਂ ਦਾ ਵਰਣਨ ਕਰੋ।

3. ਪੰਜਾਬ ਦੇ ਉਦਯੋਗਾਂ ਦੀਆਂ ਮੁੱਖ ਵਿਸ਼ੇਸ਼ਤਾਈਆਂ ਦਾ ਬਿਰਤਾਂਤ ਲਿਖੋ।

4. ਪੰਜਾਬ ਦੇ ਖੇਤੀ ਆਧਾਰਿਤ ਕਿਸੇ ਉਦਯੋਗ ਦਾ ਹਾਲ ਲਿਖੋ।

5. ਉਦਯੋਗਿਕ ਝੁਰਮਟ ਕੀ ਹੁੰਦਾ ਹੈ ? ਇਨ੍ਹਾਂ ਦੇ ਵਿਕਸਤ ਹੋਣ ਦੇ ਮੁੱਖ ਕਾਰਨ ਕਿਹੜੇ ਹਨ ? ਉਦਯੋਗਿਕ ਝੁਰਮਟਾਂ ਦੇ ਵਿਕਸਤ ਹੋ ਜਾਣ ਨਾਲ ਕਿਸ ਪ੍ਰਕਾਰ ਦੀਆਂ ਸਮੱਸਿਆਵਾਂ ਪੈਦਾ ਹੋਈਆਂ ਹਨ ?

❍❍❍

Map 56

Chapter 11

ਆਵਾਜਾਈ ਸਾਧਨ (MEANS OF TRANSPORTATIONS)

ਆਵਾਜਾਈ ਸਾਧਨ ਇਕ ਬਹੁਤ ਮਹੱਤਵਪੂਰਨ ਬੁਨਿਆਦੀ ਸਹੂਲਤ (Infrastructural Facility) ਹੈ। ਕਿਸੇ ਵੀ ਦੇਸ਼ ਦੇ ਸਮੁੱਚੇ ਵਿਕਾਸ ਵਿਚ ਆਵਾਜਾਈ ਸਾਧਨਾਂ ਦੀ ਬਹੁਤ ਮਹੱਤਤਾ ਹੈ। ਇਸੇ ਕਾਰਨ ਆਵਾਜਾਈ ਸਾਧਨਾਂ ਨੂੰ ਕਿਸੇ ਵੀ ਰਾਜ ਦੇ ਅਰਥ-ਵਿਵਸਥਾ ਰੂਪੀ ਸਰੀਰ ਦੀਆਂ ਖੂਨ ਦੀਆਂ ਨਾੜਾਂ (Blood Veins) ਕਿਹਾ ਜਾਂਦਾ ਹੈ। ਇਨ੍ਹਾਂ ਰਾਹੀਂ ਹੀ ਅਰਥ-ਵਿਵਸਥਾ ਦੇ ਵਿਭਿੰਨ ਭਾਗਾਂ ਵਿਚ ਗਤੀ ਆਉਂਦੀ ਹੈ ਅਤੇ ਰਾਜ ਦੇ ਵਿਭਿੰਨ ਹਿੱਸਿਆਂ ਨੂੰ ਸ਼ਕਤੀ (ਵਿਭਿੰਨ ਲੋੜਾਂ ਦੀ ਪੂਰਤੀ) ਪਹੁੰਚਦੀ ਹੈ। ਕਾਲ, ਸੋਕੇ, ਮਹਾਂਮਾਰੀਆਂ, ਕੁਦਰਤੀ ਕਰੋਪੀਆਂ ਆਦਿ ਸਮੇਂ ਆਵਾਜਾਈ ਸਾਧਨਾਂ ਦੀ ਮਹੱਤਤਾ ਹੋਰ ਵੀ ਵਧ ਜਾਂਦੀ ਹੈ। ਆਵਾਜਾਈ ਸਾਧਨਾਂ ਰਾਹੀਂ ਲੋਕਾਂ ਅਤੇ ਵਸਤੂਆਂ ਦੀ ਇਕ ਸਥਾਨ ਤੋਂ ਦੂਜੇ ਸਥਾਨ ਨੂੰ ਗਤੀ ਹੁੰਦੀ ਹੈ। ਇਸ ਲਈ ਆਵਾਜਾਈ ਸਾਧਨ ਗਤੀਸ਼ੀਲ (dynamic) ਤੱਤ ਹਨ। ਆਵਾਜਾਈ ਸਾਧਨਾਂ ਰਾਹੀਂ ਕਿਸੇ ਵੀ ਖੇਤਰ ਵਿੱਚ ਮਿਲਵਰਤਣ ਵਧਦੀ ਹੈ ਅਤੇ ਏਕਤਾ ਪ੍ਰਾਪਤ ਹੁੰਦੀ ਹੈ। ਇਨ੍ਹਾਂ ਰਾਹੀਂ ਸਭਿਆਚਾਰ ਦੇ ਵਿਭਿੰਨ ਤੱਤਾਂ (elements) ਦਾ ਆਦਾਨ-ਪ੍ਰਦਾਨ (exchange) ਹੁੰਦਾ ਹੈ। ਆਵਾਜਾਈ ਸਾਧਨਾਂ ਦੀ ਉਪਲਬੱਧਤਾ, ਤੀਬਰਤਾ, ਤੇਜ਼ੀ, ਸੁਯੋਗਤਾ (efficiency) ਅਤੇ ਕੀਮਤ ਨੂੰ ਵਿਕਾਸ ਦੇ ਸੂਚਕ ਕਿਹਾ ਜਾ ਸਕਦਾ ਹੈ।

ਸਮੇਂ ਦੀ ਗਤੀ ਨਾਲ ਆਵਾਜਾਈ ਸਾਧਨਾਂ ਦੀ ਕਿਸਮ ਅਤੇ ਉਪਰ ਦਸੀਆਂ ਵਿਸ਼ੇਸ਼ਤਾਈਆਂ ਵਿਚ ਤਬਦੀਲੀਆਂ ਆਉਂਦੀਆਂ ਹਨ। ਮਨੁੱਖ ਰਾਹੀਂ ਭਾਰ ਚੁੱਕਣ ਅਤੇ ਤੁਰਨ ਦੀ ਸੀਮਤ ਸ਼ਕਤੀ ਦੇ ਮੁਕਾਬਲੇ ਪਸ਼ੂਆਂ ਰਾਹੀਂ ਢੋ=ਢੋਆਈ ਤੇਜ਼ ਅਤੇ ਜ਼ਿਆਦਾ ਮਾਤਰਾ ਵਿੱਚ ਹੋ ਗਈ। ਰੇਲਵੇ ਇੰਜਨ ਦੇ ਆ ਜਾਣ ਨਾਲ ਆਵਾਜਾਈ ਦਾ ਵਿਸਥਾਰ ਤੇਜ਼ ਅਤੇ ਜ਼ਿਆਦਾ ਹੋ ਗਿਆ। ਸਵੈ-ਚਾਲਕ ਵਾਹਨਾਂ (automobiles) ਅਤੇ ਹਵਾਈ ਜ਼ਹਾਜ ਰਾਹੀਂ ਆਵਾਜਾਈ ਬਹੁਤ ਤੇਜ਼ ਅਤੇ ਲਚਕਦਾਰ (flexible) ਹੋ ਗਈ। ਮਾਨਵ (ਕੁਲੀ, ਰਿਕਸ਼ਾ ਚਾਲਕ ਆਦਿ), ਪਸ਼ੂ (ਟਾਂਗਾ, ਬਲਦ ਗੱਡੀ ਆਦਿ), ਮਸ਼ੀਨੀ ਵਾਹਨ (ਸਕੂਟਰ, ਕਾਰ, ਬੱਸ, ਟਰੱਕ, ਰੇਲ ਗੱਡੀ, ਹਵਾਈ ਜ਼ਹਾਜ਼ ਆਦਿ), ਪਾਈਪਾਂ ਅਤੇ ਕੇਬਲ ਅਤੇ ਰੱਸੇ ਆਵਾਜਾਈ ਦੇ ਵਸੀਲੇ (modes) ਹਨ। ਇਹ ਸਾਧਨ ਸੱਥਲ ਉੱਤੇ ਸੜਕਾਂ (roads) ਅਤੇ ਰੇਲ ਪਟੜੀਆਂ (rail lines) ਉੱਤੇ ਅਤੇ ਹਵਾਈ ਜਹਾਜ਼ ਹਵਾਈ ਅੱਡਿਆਂ ਤੋਂ ਹਵਾ ਰਾਹੀਂ ਲੋਕਾਂ ਅਤੇ ਵਸਤਾਂ ਦੀ ਢੋ-ਢੋਆਈ (transportation) ਕਰਦੇ ਹਨ। **ਜਿਨ੍ਹਾਂ ਲਕੀਰੀ ਰਸਤਿਆਂ ਉਪਰ ਇਹ ਵਾਹਨ ਚਲਦੇ ਹਨ ਉਨ੍ਹਾਂ ਨੂੰ ਮਾਰਗ (routes) ਕਿਹਾ ਜਾਂਦਾ ਹੈ।**

ਪੰਜਾਬ ਵਿਚ ਸੜਕਾਂ ਅਤੇ ਰੇਲਾਂ ਆਵਾਜਾਈ ਦੇ ਦੋ ਸਾਧਨ ਹਨ। ਇਨ੍ਹਾਂ ਤੋਂ ਬਿਨਾਂ ਪੰਜਾਬ ਵਿਚ ਹਵਾਈ ਸੇਵਾ ਵੀ ਮੌਜੂਦ ਹੈ। (ਨਕਸ਼ਾ ਨੰਃ 56)।

ਸੜਕਾਂ (ROADS)

ਸਮੇਂ ਅਤੇ ਸਥਾਨ ਅਨੁਸਾਰ ਸੜਕ ਆਵਾਜਾਈ ਬਹੁਤ ਲਚਕਦਾਰ ਸਾਧਨ ਹੈ। ਛੇਤੀ ਖ਼ਰਾਬ ਹੋਣ ਵਾਲੀਆਂ ਵਸਤਾਂ ਅਤੇ ਥੋੜੇ ਫਾਸਲਿਆਂ ਲਈ ਇਹ ਜ਼ਿਆਦਾ ਅਨੁਕੂਲ ਅਤੇ ਤੇਜ਼ ਆਵਾਜਾਈ ਸਾਧਨ ਹੈ। ਪੰਜਾਬ ਦੀ ਪਧਰੀ ਮੈਦਾਨੀ ਧਰਾਤਲ ਸੜਕਾਂ ਬਣਾਉਣ ਲਈ ਬਹੁਤ ਅਨੁਕੂਲ ਹੈ। ਸਰਦੀਆਂ ਨੂੰ ਸੰਘਣੀ ਧੁੰਦ (fog) ਕਾਰਨ ਕੁਝ ਵਿਘਨ ਪੈਂਦਾ ਹੈ। ਛੇਤੀ ਨਾ ਖ਼ਰਾਬ ਹੋਣ ਵਾਲੀਆਂ, ਮਜ਼ਬੂਤ, ਪਧਰੀਆਂ ਅਤੇ ਜ਼ਿਆਦਾ ਆਵਾਜਾਈ (traffic) ਝੱਲਣ ਵਾਲੀਆਂ ਬਾਰੀ-ਮਾਸੀ (all-wheather) ਸੜਕਾਂ ਬਣਾਉਣ ਲਈ ਬਹੁਤ ਪੂੰਜੀ ਅਤੇ ਆਧੁਨਿਕ ਤਕਨੀਕ ਚਾਹੀਦੀ ਹੈ।

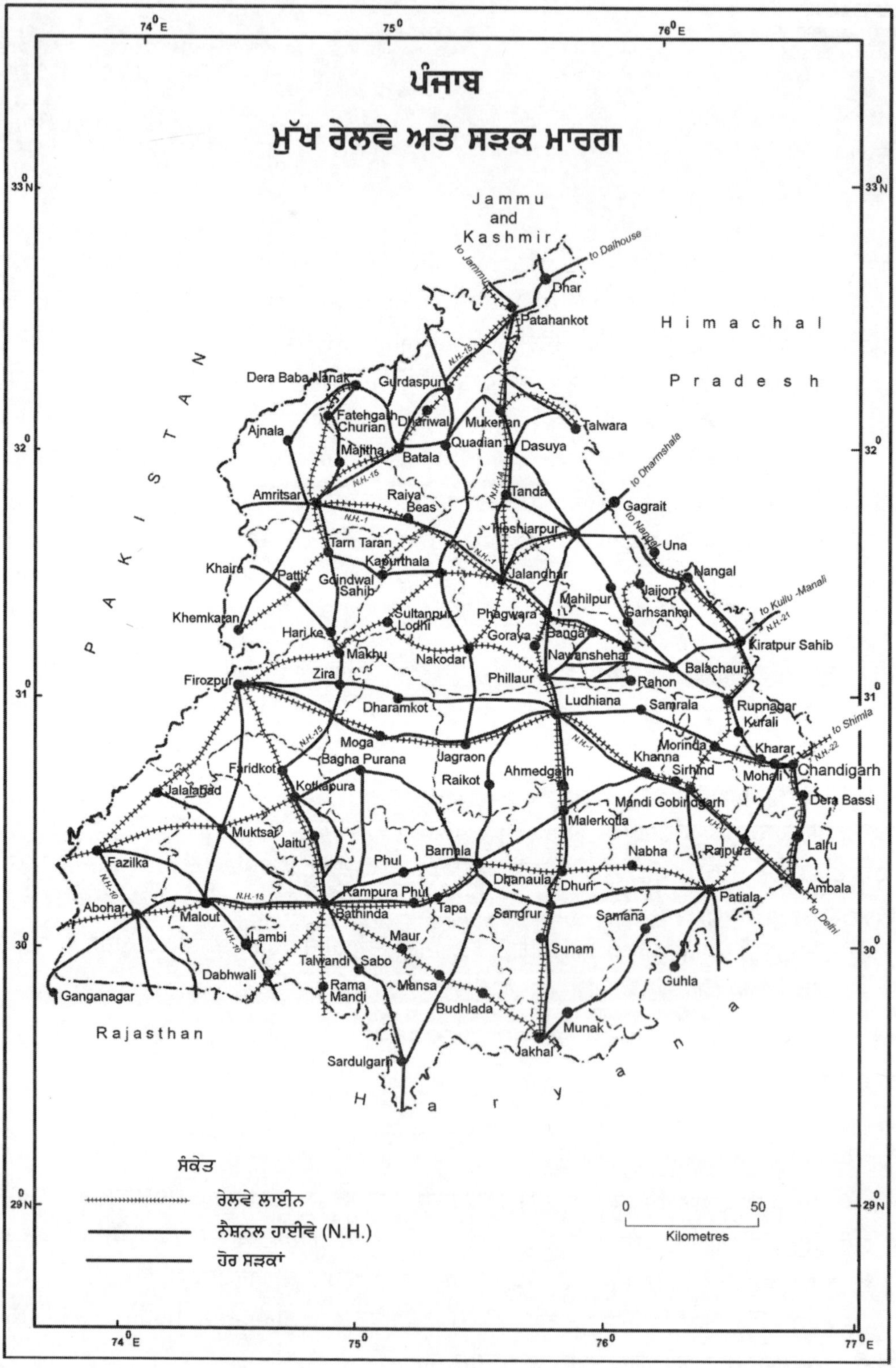
ਪੰਜਾਬ
ਮੁੱਖ ਰੇਲਵੇ ਅਤੇ ਸੜਕ ਮਾਰਗ
Jammu and Kashmir
Himachal Pradesh
PAKISTAN
Rajasthan
Haryana
to Jammu
to Dalhouse
to Dharmshala
to Kullu -Manali
to Shimla
to Delhi
Dhar
Patahankot
Dera Baba Nanak
Gurdaspur
Fatehgarh Churian
Dhariwal
Mukerian
Talwara
Ajnala
Majitha
Batala
Quadian
Dasuya
Amritsar
Raiya
Beas
Tanda
Gagrait
Hoshiarpur
Una
Tarn Taran
Kapurthala
Jalandhar
Nangal
Khaira
Patti
Goindwal Sahib
Mahilpur
Jaijon
Khemkaran
Sultanpur Lodhi
Phagwara
Garhsankar
Hari ke
Goraya
Banga
Kiratpur Sahib
Makhu
Nakodar
Nawansheha
Balachaur
Firozpur
Zira
Phillaur
Rahon
Dharamkot
Ludhiana
Samrala
Rupnagar
Kurali
Moga
Morinda
Kharar
Faridkot
Bagha Purana
Jagraon
Khanna
Sirhind
Mohali
Chandigarh
Kotkapura
Raikot
Ahmedgarh
Jalalabad
Mandi Gobindgarh
Dera Bassi
Muktsar
Jaitu
Malerkotla
Fazilka
Phul
Barnala
Nabha
Rajpura
Lalru
Dhanaula
Dhuri
Abohar
Malout
Kampura Phul
Tapa
Sangrur
Patiala
Ambala
Bathinda
Samana
Lambi
Maur
Sunam
Talwandi Sabo
Dabhwali
Rama Mandi
Mansa
Guhla
Ganganagar
Budhlada
Munak
Jakhal
Sardulgarh
N.H.-1
N.H.-10
N.H.-15
N.H.-21
N.H.-22
74° E
75°
76° E
77° E
33° N
32°
31°
30°
29° N
ਸੰਕੇਤ
ਰੇਲਵੇ ਲਾਈਨ
ਨੈਸ਼ਨਲ ਹਾਈਵੇ (N.H.)
ਹੋਰ ਸੜਕਾਂ
0 50
Kilometres

Map 56

ਪੰਜਾਬ ਵਿਚ ਸੜਕਾਂ ਦਾ ਵਿਕਾਸ (DEVELOPMENT OF ROADS IN PUNJAB)

ਪੰਜਾਬ ਭਾਰਤ ਦਾ ਉੱਤਰ-ਪੱਛਮੀ ਅਤੇ ਸਰੱਹਦੀ ਰਾਜ ਹੈ। ਬਹੁਤ ਪੁਰਾਣੇ ਸਮਿਆਂ ਤੋਂ ਅਨੇਕਾਂ ਹਮਲਾਆਵਰ ਫੌਜਾਂ ਵਿਭਿੰਨ ਸੜਕ ਮਾਰਗਾਂ ਰਾਹੀਂ ਪੰਜਾਬ ਵਿਚ ਅਤੇ ਦਿੱਲੀ ਤਕ ਪਹੁੰਚਦੀਆਂ ਰਹੀਆਂ ਹਨ। ਪ੍ਰੰਤੂ ਇਨ੍ਹਾਂ ਸੜਕਾਂ ਦੀ ਰੂਪ-ਰੇਖਾ ਪੱਕੀ ਤਰ੍ਹਾਂ ਨਾਲ ਨਿਸ਼ਚਤ ਨਹੀਂ ਹੈ। ਸ਼ੇਰ ਸ਼ਾਹ ਸੂਰੀ ਰਾਹੀਂ ਬਣਾਈ ਗਈ (ਜਾਂ ਪਹਿਲਾਂ ਮੌਜੂਦ ਸੜਕ ਦਾ ਸੁਧਰਿਆਂ ਰੂਪ) ਜਰਨੈਲੀ ਸੜਕ (Traunk Road), ਜਿਸਨੂੰ ਅੱਜ-ਕਲ੍ਹ ਰਾਸ਼ਟਰੀ ਮਾਰਗ ਨੰ. 1 ਕਿਹਾ ਜਾਂਦਾ ਹੈ, ਮੱਧ ਕਾਲੀਨ ਪੰਜਾਬ ਦੀ ਪ੍ਰਮੁੱਖ ਸੜਕ ਸੀ। ਮੁਗਲਾਂ, ਵਿਸ਼ੇਸ਼ ਕਰਕੇ ਅਕਬਰ ਅਤੇ ਸ਼ਾਹ ਜਹਾਨ, ਰਾਹੀਂ ਕਈ ਹੋਰ ਸੜਕਾਂ ਦਾ ਨਿਰਮਾਣ ਕੀਤਾ ਗਿਆ। ਅੰਗਰੇਜ਼ਾਂ ਨੇ ਆਪਣੇ ਰਾਜ ਨੂੰ ਮਜ਼ਬੂਤ ਕਰਨ ਲਈ ਫੌਜੀ ਅਤੇ ਪ੍ਰਬੰਧਕੀ ਦ੍ਰਿਸ਼ਟੀਕੋਣ ਤੋਂ ਕੁਝ ਸੜਕਾਂ ਦਾ ਵਿਸਥਾਰ ਕੀਤਾ ਅਤੇ ਕਈ ਨਵੀਆਂ ਸੜਕਾਂ ਵੀ ਬਣਾਈਆਂ। ਪ੍ਰੰਤੂ ਪੇਂਡੂ ਖੇਤਰ ਵਿਚ ਸੜਕਾਂ ਬਣਾਉਣ ਵਲ ਕੋਈ ਧਿਆਨ ਨਹੀਂ ਦਿੱਤਾ ਗਿਆ ਸੀ।

ਅਗਸਤ 1947 ਵਿਚ ਸੁਤੰਤਰਤਾ ਤੋਂ ਬਾਅਦ 1943 ਦੀ **ਨਾਗਪੁਰ ਯੋਜਨਾ** ਅਧੀਨ ਕੁਝ ਰਾਸ਼ਟਰੀ ਅਤੇ ਰਾਜ ਮਾਰਗਾਂ (National and State Highways) ਦਾ ਨਿਰਮਾਣ ਕੀਤਾ ਗਿਆ ਅਤੇ ਕੁਝ ਦਾ ਵਿਸਥਾਰ ਕੀਤਾ ਗਿਆ। ਪੇਂਡੂ ਖੇਤਰ ਅਜੇ ਵੀ ਅਣਦੇਖਿਆ ਰਿਹਾ। ਵੀਹਵੀਂ ਸਦੀ ਦੇ ਛੇਵੇਂ ਦਹਾਕੇ ਦੇ ਦੂਜੇ ਅੱਧ ਵਿਚ ਪੰਜਾਬ ਵਿਚ ਹਰੇ ਇਨਕਲਾਬ ਦੀ ਤਕਨੀਕ ਲਾਗੂ ਹੋ ਗਈ ਸੀ। ਖੇਤੀਬਾੜੀ ਉਤਪਾਦਨ ਵਿਚ ਭਾਰੀ ਵਾਧਾ ਹੋਇਆ। ਉਤਪਾਦਨ ਲੋੜ ਤੋਂ ਕਾਫੀ ਜ਼ਿਆਦਾ ਸੀ। ਵਾਧੂ ਅਨਾਜ ਨੂੰ ਵੇਚਣ ਲਈ ਪਿੰਡਾਂ ਦੇ ਨੇੜੇ ਹੀ ਅਨਾਜ ਮੰਡੀਆਂ ਬਣਾਉਣ ਦੀ ਲੋੜ ਸੀ। ਇਸ ਤਰ੍ਹਾਂ ਵਾਧੂ ਉਤਪਾਦਨ ਨੂੰ ਮੰਡੀਆਂ ਤਕ ਆਸਾਨੀ ਅਤੇ ਤੇਜ਼ੀ ਨਾਲ ਲਿਆਉਣ ਲਈ ਪੇਂਡੂ ਸੜਕਾਂ ਦੀ ਉਸਾਰੀ ਬਹੁਤ ਜ਼ਰੂਰੀ ਸੀ। ਇਨ੍ਹਾਂ ਰਾਹੀਂ ਕਿਰਸਾਣ ਆਪਣੀ ਵਾਧੂ ਉਪਜ ਨੂੰ ਮੰਡਿਆਂ ਵਿਚ ਅਸਾਨੀ ਨਾਲ ਵੇਚ ਹੀ ਨਹੀਂ ਸਕਣਗੇ ਸਗੋਂ ਖੇਤੀਬਾੜੀ ਉਤਪਾਦਨ ਨੂੰ ਵਧਾਉਣ ਲਈ ਸ਼ਹਿਰਾਂ ਤੋਂ ਖਾਦਾਂ ਨਵੇਂ ਅਤੇ ਵਧੀਆਂ ਬੀਜ ਅਤੇ ਮਸ਼ੀਨਾਂ ਤੇ ਔਜ਼ਾਰ ਲਿਆ ਸਕਣਗੇ। ਇਸ ਮੰਤਵ ਅਧੀਨ ਪੰਜਾਬ ਸਰਕਾਰ ਨੇ 1967-68 ਵਿਚ ਸੜਕਾਂ ਬਣਾਉਣ ਦਾ ਇਕ ਕਰੈਸ਼ ਪ੍ਰੋਗਰਾਮ (Crash Programme) ਸ਼ੁਰੂ ਕੀਤਾ। ਇਸ ਪ੍ਰੋਗਰਾਮ ਅਧੀਨ ਰਾਜ ਵਿਚ ਪੇਂਡੂ ਅਤੇ ਦੂਜੀਆਂ ਸੜਕਾਂ ਬਣਾਉਣ ਦਾ ਹੜ੍ਹ ਆ ਗਿਆ। (ਸਾਰਣੀ ਨੰ. 57)। 1967-68 ਵਿਚ ਸੜਕ ਉਸਾਰੀ ਦੇ ਕਰੈਸ਼ ਪ੍ਰੋਗਰਾਮ (Crash Programme) ਸ਼ੁਰੂ ਕਰਨ ਸਮੇਂ ਪੰਜਾਬ ਵਿਚ ਸੜਕਾਂ ਦੀ ਕੁੱਲ ਲੰਬਾਈ ਕੇਵਲ 6923 ਕਿਲੋਮੀਟਰ ਸੀ। 1970-71 ਅਨੁਸਾਰ ਪੰਜਾਬ ਵਿਚ ਪੀ. ਡਬਲਯੂ. ਡੀ. ਦੀਆਂ ਸੜਕਾਂ ਕੇਵਲ 6923 ਕਿਲੋਮੀਟਰ ਸੀ। 1970-71 ਅਨੁਸਾਰ ਪੰਜਾਬ ਵਿਚ ਪੀ. ਡਬਲਯੂ. ਡੀ. ਦੀਆਂ ਸੜਕਾਂ ਦੀ ਲੰਬਾਈ 13859 ਕਿਲੋਮੀਟਰ ਹੋ ਗਈ ਸੀ। ਤਿੰਨ ਸਾਲਾਂ ਵਿਚ ਇਹ ਵਾਧਾ ਦੋ ਗੁਣਾ ਸੀ। ਹਰੇ ਇਨਕਲਾਬ ਦੇ ਅੰਤਲੇ ਪੜਾਅ ਸਮੇਂ (1990=91) ਪੰਜਾਬ ਵਿਚ ਸੜਕਾਂ ਦੀ ਕੁੱਲ ਲੰਬਾਈ 38,500 ਕਿਲੋਮੀਟਰ ਹੋ ਗਈ ਸੀ। 1970-71 ਤੋਂ ਇਹ ਵਾਧਾ ਤਿੰਨ ਗੁਣਾ ਦੇ ਲਗਭਗ ਸੀ ਅਤੇ 1967-68 ਦੇ ਮੁਕਾਬਲੇ ਇਹ ਲੰਬਾਈ ਛੇ ਗੁਣਾ ਦੇ ਲਗਭਗ ਸੀ।

ਪਿੰਡਾਂ ਦੇ ਲੋਕਾਂ ਨੇ ਸੜਕ ਉਸਾਰੀ ਦੇ ਪ੍ਰੋਗਰਾਮ ਵਿਚ ਖਾਸ ਉਤਸ਼ਾਹ ਦਿਖਾਇਆ। ਬਹੁਤ ਸਾਰੀਆਂ ਪੰਚਾਇਤਾਂ ਨੇ ਮਿੱਟੀ ਰਾਹੀਂ ਸੜਕ ਉੱਚੀ ਕਰਨ ਦੇ ਕੰਮ ਨੂੰ ਆਮ ਲੋਕਾਂ ਦੀ ਸਹਾਇਤਾ ਨਾਲ ਮੁਫ਼ਤ ਕਰਵਾਇਆ। ਜੰਗੀ ਪੱਧਰ ਤੇ ਸੜਕ ਉਸਾਰੀ ਦਾ ਇਹ ਪ੍ਰੋਗਰਾਮ 1990-91 ਵਿਚ ਪੂਰਾ ਹੋ ਗਿਆ ਸੀ। ਲਗਭਗ ਸਭ ਪਿੰਡ ਪੇਂਡੂ ਲਿੰਕ ਸੜਕਾਂ ਰਾਹੀਂ ਜੁੜ ਚੁਕੇ ਸਨ। 1991-92 ਤੋਂ 1994-95 ਤਕ ਰਾਜ ਦੀਆਂ ਸੜਕਾਂ ਦੀ ਕੁੱਲ ਲੰਬਾਈ ਵਿਚ ਕੇਵਲ 474 ਕਿਲੋਮੀਟਰ ਦਾ ਵਾਧਾ ਹੋਇਆ ਸੀ। 1991-93 ਤੋਂ 1993-94 ਦੇ ਤਿੰਨ ਸਾਲਾਂ ਦੌਰਾਨ ਇਕ ਕਿਲੋਮੀਟਰ ਵੀ ਨਵੀਂ ਸੜਕ ਨਹੀਂ ਬਣਾਈ ਗਈ ਸੀ। 1993-94 ਤੋਂ 2000-01 ਤਕ 7208 ਕਿਲੋਮੀਟਰ ਨਵੀਆਂ ਸੜਕਾਂ ਬਣੀਆਂ ਸਨ। 2000-01 ਤੋਂ 2004-05 ਸਮੇਂ ਦੌਰਾਨ ਪੰਜਾਬ ਵਿਚ 5390 ਕਿਲੋਮੀਟਰ ਨਵੀਆਂ ਸੜਕਾਂ ਬਣੀਆਂ ਸਨ। 2004-05 ਤੋਂ 2006-07 ਸਮੇਂ ਦੌਰਾਨ ਸੜਕਾਂ ਦੀ ਕੁੱਲ ਲੰਬਾਈ ਵਿਚ 4337 ਕਿਲੋਮੀਟਰ ਦਾ ਵਾਧਾ ਹੋਇਆ ਸੀ। ਇਸ ਵਿਚ ਰਾਸ਼ਟਰੀ ਮਾਰਗਾਂ ਦੀ ਲੰਬਾਈ ਵਿੱਚ ਕੋਈ ਖਾਸ ਵਾਧਾ ਨਹੀਂ ਹੋਇਆ। ਅਖੀਰਲੇ ਸਾਲ ਵਿਚ ਕੇਵਲ ਰਾਜ ਮਾਰਗਾਂ ਦੀ ਲੰਬਾਈ ਵਿਚ 4746 ਕਿਲੋਮੀਟਰ ਦਾ ਵਾਧਾ ਹੋਇਆ ਸੀ। 2008-09 ਵਿਚ ਕੁੱਲ ਸੜਕਾਂ

ਦੀ ਲੰਬਾਈ 59847 ਕਿਲੋਮੀਟਰ ਸੀ। ਇਹ ਲੰਬਾਈ 2012-13 ਵਿਚ ਵਧ ਕੇ 68879 ਕਿਲੋਮੀਟਰ ਹੋ ਗਈ ਵਾਧਾ ਮੁੱਖ ਹੌਰ ਤੇ ਪਲਾਨ ਸੜਕਾਂ ਅਤੇ ਲਿੰਕ ਸੜਕਾਂ ਦੀ ਲੰਬਾਈ ਵਿਚ ਹੋਇਆ ਸੀ। ਪ੍ਰੰਤੂ 2013-14 ਵਿਚ ਕੁੱਲ ਲੰਬਾਈ ਕੁੱਲ ਘਟਕੇ 68605 ਕਿਲੋਮੀਟਰ ਹੋ ਗਈ। ਇਹ ਘਾਟ ਰਾਸ਼ਟਰੀ ਜਰਨੈਲੀ ਸੜਕਾਂ ਦੀ ਲੰਬਾਈ ਵਿੱਚ ਘਾਟ (1739 ਕਿ.ਮੀ. ਤੋਂ 1463 ਕਿ.ਮੀ.) ਕਾਰਨ ਹੋਈ ਸੀ। ਇਸ ਕਾ ਕਾਰਨ ਨੈਸ਼ਨਲ ਹਾਈਵੇਜ਼ ਆਫ ਇੰਡੀਆਂ ਰਾਹੀਂ ਰਾਜ ਅੰਦਰ ਦੇ ਹਾਈਵੇਜ ਦੇ ਕੁੱਝ ਭਾਗ ਨੂੰ ਨੈਸ਼ਨਲ ਹਾਈਵੇਜ ਐਲਾਨ ਕੀਤਾ ਜਾਣਾ ਸੀ।

ਸਾਰਣੀ ਨੰਬਰ 58

ਪੰਜਾਬ ਵਿਚ ਸੜਕ ਉਸਾਰੀ ਦਾ ਵਿਕਾਸ-1964-65 ਤੋਂ 2021-22

ਸਾਲ	ਰਾਸ਼ਟਰੀ ਜਰਨੈਲੀ ਸੜਕਾਂ ਦੀ ਲੰਬਾਈ (ਕਿ. ਮੀ.)	ਦੂਜੀਆਂ ਸੜਕਾਂ ਦੀ ਲੰਬਾਈ (ਪ੍ਰਦੇਸ਼ਕ ਜਰਨੈਲੀ ਸੜਕਾਂ) (ਕਿ. ਮੀ.)	ਕੁੱਲ ਸੜਕਾਂ (ਕਿ . ਮੀ.)
1964-65	-	-	6143
1967=68	-	-	6923
1970-71	-	-	13859
1975-76	964	24741	25705
1980-81	964	31482	32446
1985-86	964	33737	34701
1990=91	982	37518	38500
2000=01	1729	44202	45931
2004-05	1729	49592	51321
2008-09	1330	58517	59847
2010-11	1094	62,290	63,384
2015-16	1851	69,100	70,951
2018-19	1690	70,626	72,316
2019-20	1111	72,954	74,065
2020-21	1111	72,755	73,866
2021-22	1136	99,741	100,877

ਸੋਮਾ- ਪੰਜਾਬ ਦਾ ਅੰਕੜਾ ਸਾਰ-1995, 1997, 2001, 2009, 2017 ਅਤੇ 2022

ਪੰਜਾਬ ਦੀਆਂ ਸੜਕਾਂ ਦੀਆਂ ਕਿਸਮਾਂ (TYPES OF ROADS IN PUNJAB)

ਪੰਜਾਬ ਦੀਆਂ ਸੜਕਾਂ ਨੂੰ ਮੁੱਖ ਤੌਰ ਤੇ ਤਿੰਨ ਵਰਗਾਂ ਵਿਚ ਵੰਡਿਆ ਜਾ ਸਕਦਾ ਹੈ-

ਰਾਸ਼ਟਰੀ ਜਰਨੈਲੀ ਸੜਕਾਂ (NATIONAL HIGHWAYS)

ਇਹ ਰਾਜ ਦੇ ਮੁੱਖ ਮਾਰਗ ਹਨ। ਇਹ ਜ਼ਿਆਦਾ ਮਜ਼ਬੂਤ ਅਤੇ ਚੌੜੀਆਂ ਸੜਕਾਂ ਹਨ। ਪੰਜਾਬ ਵਿਚ ਪੰਜ ਰਾਸ਼ਟਰੀ ਮਾਰਗਾਂ ਦੇ ਭਾਗ ਆਉਂਦੇ ਹਨ ਜਿਨ੍ਹਾਂ ਦੀ ਕੁੱਲ ਲੰਬਾਈ 1729 ਕਿਲੋਮੀਟਰ ਹੈ। 1990-91 ਤੋਂ ਬਾਅਦ ਇਹ ਲੰਬਾਈ ਸਥਿਰ ਰਹੀ ਹੈ ਅਤੇ 1975-76 ਤੋਂ 1990-91 ਕੇਵਲ 18 ਕਿਲੋਮੀਟਰ ਦੀ ਲੰਬਾਈ ਵਧੀ ਸੀ। 1997-98 ਤੋਂ ਬਾਅਦ ਇਨ੍ਹਾਂ ਦੀ ਲੰਬਾਈ ਵਿਚ 1998-99 ਵਿਚ 210 ਕਿ . ਮੀ. ਦਾ ਵਾਧਾ ਹੋਇਆ ਸੀ। ਇਸ ਤੋਂ ਬਾਅਦ ਅਗਲੇ ਸਾਲ ਭਾਵ 1999-2000 ਵਿਚ ਫਿਰ 531 ਕਿ . ਮੀ. ਦਾ ਵਾਧਾ ਹੋਇਆ ਅਤੇ ਇਸ ਸਾਲ ਰਾਸ਼ਟਰੀ ਜਰਨੈਲੀ ਸੜਕਾਂ ਦੀ ਲੰਬਾਈ 1729 ਕਿ . ਮੀ. ਹੋ ਗਈ। 2005-

06 ਵਿਚ 2004-05 ਦੇ ਮੁਕਾਬਲੇ ਕੇਵਲ 10 ਕਿਲੋ ਮੀਟਰ ਦਾ ਵਾਧਾ ਹੋਇਆ ਪੰਤੂ ਅਗਲੇ ਸਾਲ ਵਿਚ ਕੋਈ ਵੀ ਵਾਧਾ ਨਹੀਂ ਹੋਇਆ ਹੈ। ਵਿਭਿੰਨ ਕਾਰਨਾਂ ਕਰਕੇ ਰਾਸ਼ਟਰੀ ਜਰਨੈਲੀ ਸੜਕਾਂ ਦੀ ਲੰਬਾਈ ਵਿੱਚ ਕੁੱਝ ਘਾਟਾ-ਵਾਧਾ ਹੁੰਦਾ ਰਿਹਾ ਹੈ।

ਰਾਸ਼ਟਰੀ ਜਰਨੈਲੀ ਸੜਕ ਮਾਰਗ ਨੰ : I (National Highway No.1)-ਰਾਜ ਦੇ 3 ਕਿਸਮ ਦੇ ਮਾਰਗਾਂ ਵਿਚੋਂ ਮੁੱਖ ਜਰਨੈਲੀ ਸੜਕ ਸ਼ੇਰਸ਼ਾਹ ਸੂਰੀ ਮਾਰਗ ਜਾਂ ਰਾਸ਼ਟਰੀ ਮਾਰਗ ਨੰ. 1 ਹੈ ਜੋ ਅੰਮ੍ਰਿਤਸਰ, ਜਲੰਧਰ, ਫਗਵਾੜਾ, ਲੁਧਿਆਣਾ, ਖੰਨਾ, ਗੋਬਿੰਦਗੜ੍ਹ, ਰਾਜਪੁਰਾ ਵਿਚੋਂ ਦੀ ਲੰਘਦਾ ਹੈ ਅਤੇ ਪੰਜਾਬ ਨੂੰ ਅੰਬਾਲਾ ਅਤੇ ਦਿੱਲੀ ਰਸਤੇ ਬਾਕੀ ਦੇਸ਼ ਨਾਲ ਜੋੜਦਾ ਹੈ। ਇਹ ਮਾਰਗ ਰਾਜ ਦਾ ਮੱਧਵਰਤੀ ਰਸਤਾ (Central Corridor) ਹੈ ਅਤੇ ਰਾਜ ਦੇ ਤਿੰਨ ਵੱਡੇ ਸ਼ਹਿਰ ਅਤੇ ਤਿੰਨ ਚੋਥਾਈ ਦੇ ਲਗਭਗ ਕਾਰਖਾਨੇ ਇਸ ਉੱਤੇ ਜਾਂ ਨਾਲ ਸਥਿਤ ਹਨ। ਇਹ ਜੀ. ਟੀ. ਰੋਡ ਹੈ ਜਿਸ ਦੀਆਂ ਚਾਰ ਲੇਨਜ਼ (Four Lanes) ਹਨ। ਰਾਜ ਵਿਚ ਸਭ ਤੋਂ ਜ਼ਿਆਦਾ ਆਵਾਜਾਈ, ਜੋ ਦਿਨ-ਰਾਤ ਚਲਦੀ ਹੈ, ਇਸ ਮਾਰਗ ਉੱਤੇ ਹੈ। ਇਹ ਇਕ ਉੱਚੀ ਪੱਧਰੀ ਅਤੇ ਮਜ਼ਬੂਤ ਸੜਕ ਹੈ। ਇਸ ਨੂੰ ਹੁਣ 6 ਲੇਨਜ਼ ਵਾਲੀ ਬਣਾਇਆ ਜਾ ਰਿਹਾ ਹੈ।

ਰਾਸ਼ਟਰੀ ਜਰਨੈਲੀ ਸੜਕ ਮਾਰਗ ਨੰ : 10 : ਰਾਜ ਦੀ ਦੂਜੀ ਵੱਡੀ ਜਰਨੈਲੀ ਸੜਕ, ਰਾਸ਼ਟਰੀ ਮਾਰਗ ਨੰ. 10 ਹੈ ਜੋ ਦਿੱਲੀ ਨੂੰ ਫਾਜ਼ਿਲਕਾ (Fazilka), ਜੋ ਫਾਜ਼ਿਲਕਾ ਜ਼ਿਲ੍ਹੇ ਵਿਚ ਹੈ, ਨਾਲ ਮਿਲਾਉਂਦੀ ਹੈ। ਮਲੋਟ, ਲੰਬੀ, ਮੰਡੀ ਡੱਬਵਾਲੀ ਅਤੇ ਅਬੋਹਰ ਦੇ ਕਸਬੇ ਇਸ ਸੜਕ ਉੱਤੇ ਸਥਿਤ ਹਨ। ਇਹ ਪਾਕਿਸਤਾਨ ਦੀ ਸਰਹੱਦ ਨਾਲ ਸੁਲੇਮਾਨਕੀ ਕਸਬੇ ਤਕ ਜਾਂਦੀ ਹੈ।

ਰਾਸ਼ਟਰੀ ਜਰਨੈਲੀ ਸੜਕ ਮਾਰਗ ਨੰ : 15 : ਪੰਜਾਬ ਦੀ ਤੀਜੀ ਜਰਨੈਲੀ ਸੜਕ ਮਾਰਗ ਨੰ. 15 ਹੈ ਜੋ ਅੰਮ੍ਰਿਤਸਰ ਨੂੰ ਬਟਾਲਾ ਅਤੇ ਗੁਰਦਾਸਪੁਰ ਰਾਹੀਂ ਪਠਾਨਕੋਟ ਅਤੇ ਜੰਮੂ ਨਾਲ ਜੋੜਦਾ ਹੈ। ਅੰਮ੍ਰਿਤਸਰ ਤੋਂ ਅੱਗੇ ਇਹ ਤਰਨਤਾਰਨ, ਮਖੂ, ਜੀਰਾ, ਫਰੀਦਕੋਟ, ਬਠਿੰਡਾ, ਮਲੋਟ ਅਤੇ ਅਬੋਹਰ ਰਸਤੇ ਗੰਗਾ ਨਗਰ ਅਤੇ ਕਾਂਡਲਾ ਬੰਦਰਗਾਹ ਤਕ ਜਾਂਦੀ ਹੈ।

ਰਾਸ਼ਟਰੀ ਜਰਨੈਲੀ ਸੜਕ ਮਾਰਗ ਨੰ : 21 : ਚੌਥੀ ਵੱਡੀ ਸੜਕ ਰਾਸ਼ਟਰੀ ਮਾਰਗ ਨੰ. 21 ਹੈ ਜੋ ਅੰਬਾਲਾ ਤੋਂ ਚੰਡੀਗੜ੍ਹ, ਖਰੜ, ਰੂਪਨਗਰ, ਕੀਰਤਪੁਰ ਸਾਹਿਬ ਰਾਹੀਂ ਕੁੱਲੂ, ਮਨਾਲੀ ਅਤੇ ਅਗੇ ਲੇਹ ਤਕ ਜਾਂਦੀ ਹੈ। ਇੰਨ੍ਹਾਂ ਸੜਕਾਂ ਦੀ ਦੇਖ-ਭਾਲ ਰਾਜ ਸਰਕਾਰ ਕਰਦੀ ਹੈ ਪਰੰਤੂ ਮਾਲਕੀ ਅਤੇ ਖ਼ਰਚਾ ਕੇਂਦਰ ਸਰਕਾਰ ਦਾ ਹੁੰਦਾ ਹੈ।

ਰਾਸ਼ਟਰੀ ਜਰਨੈਲੀ ਸੜਕ ਮਾਰਗ ਨੰ : 22 : ਇਹ ਦਿੱਲੀ, ਅੰਬਾਲਾ, ਚੰਡੀਗੜ੍ਹ, ਕਾਲਕਾ, ਸ਼ਿਮਲਾ ਅਤੇ ਅੱਗੇ ਤਿੱਬਤ ਦੀ ਸਰਹੱਦ ਤਕ ਜਾਂਦਾ ਹੈ। ਇਹ ਮਾਰਗ ਦਿੱਲੀ ਨੂੰ ਸ਼ਿਮਲਾ ਨਾਲ ਜੋੜਦਾ ਹੈ। ਪੰਜਾਬ ਵਿਚ ਲਾਲੜੂ ਅਤੇ ਡੇਰਾ ਬਸੀ ਇਸ ਸੜਕ ਉੱਤੇ ਹਨ।

ਜਲੰਧਰ ਤੋਂ ਟਾਂਡਾ, ਦਸੂਹਾ, ਮੁਕੇਰੀਆਂ ਅਤੇ ਪਠਾਨਕੋਟ ਰਾਹੀਂ ਜੰਮੂ ਤਕ ਜਾਂਦੀ ਸੜਕ ਨੂੰ ਰਾਸ਼ਟਰੀ ਜਰਨੈਲੀ **ਸੜਕ ਮਾਰਗ I A** ਕਿਹਾ ਜਾਂਦਾ ਹੈ। ਇਸ ਨੂੰ 4 ਰਸਤਿਆਂ (4 laned) ਵਾਲਾ ਬਣਾਇਆ ਜਾ ਰਿਹਾ ਹੈ। ਇਸ ਨਾਲ ਜਲੰਧਰ ਅਤੇ ਪਠਾਨਕੋਟ ਵਿਟਕਾਰ ਫ਼ਾਸਲਾ ਘਟ ਗਿਆ ਹੈ।

ਪ੍ਰਾਂਤਕ ਜਰਨੈਲੀ ਸੜਕਾਂ (STATE HIGHWAYS)

ਇਹ ਵੀ ਵੱਡੀਆਂ ਸੜਕਾਂ ਹਨ ਜੋ ਰਾਜ ਦੇ ਵਿਭਿੰਨ ਜ਼ਿਲ੍ਹਿਆਂ ਦੇ ਮੁੱਖ ਦਫ਼ਤਰਾਂ ਨੂੰ ਆਪਸ ਵਿਚ ਅਤੇ ਪੰਜਾਬ ਦੀ ਰਾਜਧਾਨੀ ਨਾਲ, ਜਰਨੈਲੀ ਸੜਕਾਂ ਨਾਲ ਅਤੇ ਦੂਜੇ ਰਾਜਾਂ ਨਾਲ ਜੋੜਦੀਆਂ ਹਨ। ਇਹ ਮੁੱਖ ਤੌਰ ਤੇ ਦੋ ਲੇਨਜ਼ ਵਾਲੀਆਂ ਸੜਕਾਂ ਹਨ। 1994-95 ਅਨੁਸਾਰ ਇਨ੍ਹਾਂ ਦੀ ਲੰਬਾਈ 38200 ਕਿ.ਮੀ. ਸੀ। ਪ੍ਰੰਤੂ 1975-76 ਵਿਚ ਇਨ੍ਹਾਂ ਦੀ ਕੁੱਲ ਲੰਬਾਈ 24741 ਕਿਲੋਮੀਟਰ ਸੀ। 2000-01 ਅਨੁਸਾਰ ਪੰਜਾਬ ਦੇ ਰਾਜ ਮਾਰਗਾਂ ਦੀ ਕੁੱਲ ਲੰਬਾਈ 44202 ਕਿਲੋ ਮੀਟਰ ਸੀ। 2008-09 ਅਨੁਸਾਰ ਪ੍ਰਾਂਤਕ ਜਰਨੈਲੀ ਸੜਕਾਂ ਦੀ ਕੁੱਲ ਲੰਬਾਈ 58517 ਕਿਲੋਮੀਟਰ ਸੀ। 2015-16 ਵਿਚ ਇਹ ਲੰਬਾਈ ਵਧ ਕੇ 69,100 ਕਿਲੋਮੀਟਰ ਹੋ ਗਈ ਸੀ। 2021-22 ਅਨੁਸਾਰ ਪੰਜਾਬ ਵਿੱਚ ਪ੍ਰਾਂਤਕ ਜਰਨੈਲੀ ਸੜਕਾਂ ਦੀ ਕੁੱਲ ਲੰਬਾਈ ਵਧਕੇ 99,741 ਕਿਲੋਮੀਟਰ ਹੋ ਗਈ ਹੈ। ਪੰਜਾਬ ਵਿਚ 16 ਪ੍ਰਾਂਤਕ ਜਰਨੈਲੀ ਸੜਕਾਂ ਹਨ। ਇਹ ਹਨ ਪ੍ਰਾਂਤਕ ਜਰਨੈਲੀ ਸੜਕ ਨੰ 8, 10, 11, 12, 12A, 13, 15, 16, 17, 18, 19, 20, 22, 23, ਅਤੇ 24।

ਜ਼ੀਰਾ-ਫਿਰੋਜ਼ਪੁਰ-ਫ਼ਾਜ਼ਿਲਕਾ (ਨੰਬਰ 20),

ਕੀਰਤਪੁਰ-ਨੰਗਲ-ਹੁਸ਼ਿਆਰਪੁਰ-ਟਾਂਡਾ-ਅੰਮ੍ਰਿਤਸਰ (ਨੰਬਰ 22),

ਜਲੰਧਰ ਕੈਂਟ-ਹੁਸ਼ਿਆਰਪੁਰ-ਧਰਮਸ਼ਾਲਾ (ਨੰਬਰ 23),

ਦਸੂਹਾ-ਹੁਸ਼ਿਆਰਪੁਰ-ਗੜ੍ਹਸ਼ੰਕਰ-ਬਲਾਚੌਰ-ਰੋਪੜ (ਨੰਬਰ 24), ਖਰੜ-ਲੁਧਿਆਣਾ-ਫਿਰੋਜ਼ਪੁਰ (ਨੰਬਰ 18),

ਜਲੰਧਰ-ਨਕੋਦਰ-ਮੋਗਾ- ਕੋਟਕਪੁਰਾ- ਮੁਕਤਸਰ-ਮਲੋਟ-ਸ੍ਰੀ ਗੰਗਾ ਨਗਰ (ਨੰਬਰ 16),

ਮੋਗਾ-ਬਾਘਾਪੁਰਾਣਾ-ਭੁਚੋ-ਬਠਿੰਡਾ-ਡੱਬਵਾਲੀ (16A),

ਚੰਡੀਗੜ੍ਹ-ਢਕੌਲੀ-ਰਾਜਪੁਰਾ-ਪਟਿਆਲਾ-ਪਾਤੜਾਂ-ਟੋਹਾਣਾ-ਹਿਸਾਰ (ਨੰਬਰ 10),

ਲੁਧਿਆਣਾ-ਸੰਗਰੂਰ-ਪਾਤੜਾਂ-ਜੀਂਦ (ਨੰਬਰ 11),

ਪਟਿਆਲਾ-ਸੰਗਰੂਰ-ਬਰਨਾਲਾ-ਬਠਿੰਡਾ (ਨੰਬਰ 12),

ਚੰਡੀਗੜ੍ਹ-ਚੂਨੀਕਲਾਂ-ਸਰਹਿੰਦ-ਗੋਬਿੰਦਗੜ੍ਹ-ਅਮਲੋਹ-ਨਾਭਾ-ਭਵਾਨੀਗੜ੍ਹ-ਸੁਨਾਮ-ਭਿੱਖੀ-ਕੋਟਸ਼ਮੀਰ (ਨੰਬਰ 12A),

ਦਾਖਾ-ਰਾਏਕੋਟ-ਬਰਨਾਲਾ ਮਾਨਸਾ-ਸਰਦੂਲਗੜ੍ਹ-ਸਿਰਸਾ (ਨੰਬਰ 13),

ਫਿਰੋਜ਼ਪੁਰ-ਫਰੀਦਕੋਟ (ਨੰਬਰ 15),

ਬਠਿੰਡਾ-ਤਲਵੰਡੀ ਸਾਬੋ-ਰੋੜੀ-ਸਰਦੂਲਗੜ੍ਹ (ਨੰਬਰ 17),

ਬਰਨਾਲਾ-ਬੱਧਨੀਕਲਾਂ-ਮੋਗਾ-ਹਰੀਕੇ-ਖਾਲੜਾ (ਨੰਬਰ 19) ਤੇ ਪਹੋਵਾ-ਭੁੱਨਰਹੇੜੀ (ਨੰਬਰ 8)

ਪੰਜਾਬ ਦੀਆਂ ਮਹੱਤਵਪੂਰਣ ਪ੍ਰਾਂਤਕ ਜਰਨੈਲੀ ਸੜਕਾਂ ਹਨ। (ਨਕਸ਼ਾ ਨੰ. 55)। ਇਨ੍ਹਾਂ ਸੜਕਾਂ ਨੂੰ ਦੋ ਲੇਨਜ਼ ਜਾਂ ਚਾਰ ਲੇਨਜ਼ ਵਾਲੀਆਂ ਅਤੇ ਮਜ਼ਬੂਤ ਬਣਾਇਆ ਜਾ ਰਿਹਾ ਹੈ।

ਜ਼ਿਲ੍ਹਾ ਅਤੇ ਪੇਂਡੂ ਲਿੰਕ ਸੜਕਾਂ (DISTRICT AND RURAL LINK ROADS)

ਸੰਤਤਰਤਾ ਤੋਂ ਬਾਅਦ ਦੇਸ਼ ਦੇ ਪਿੰਡਾਂ ਬਾਰੇ ਵੀ ਸੋਚਿਆ ਜਾਣ ਲਗਾ। ਪਿੰਡਾਂ ਵਿਚ ਹੀ ਤਾਂ ਭਾਰਤ ਵਸਦਾ ਹੈ। ਰਾਜਨੀਤਕ, ਸਮਾਜਿਕ ਅਤੇ ਆਰਥਿਕ ਹਿਤਾਂ ਅਧੀਨ ਪਿੰਡਾਂ ਤਕ ਪਹੁੰਚ ਬਹੁਤ ਜ਼ਰੂਰੀ ਹੈ। ਪੰਜਾਬ ਦੀ ਉਨਤੀ ਅਤੇ ਹਰੇ ਇਨਕਲਾਬ ਦੀ ਸਫਲਤਾ ਦਾ ਇਕ ਮਹੱਤਵਪੂਰਣ ਕਾਰਨ ਪੇਂਡੂ ਲਿੰਕ ਸੜਕਾਂ ਦੀ ਉਸਾਰੀ ਸੀ। 1967-68 ਤੋਂ ਬਾਅਦ ਰਾਜ ਦੇ ਸਭ ਪਿੰਡਾਂ ਨੂੰ ਪੱਕੀਆਂ ਸੜਕਾਂ ਨਾਲ ਆਪਸ ਵਿਚ ਅਤੇ ਕਸਬਿਆਂ ਅਤੇ ਸ਼ਹਿਰਾਂ (ਮੁੱਖ ਤੌਰ ਤੇ ਮੰਡੀਆਂ) ਨਾਲ ਜੋੜਨ ਲਈ ਜੰਗੀ ਪੱਧਰ ਤੇ ਇਕ ਪ੍ਰੋਗਰਾਮ (Crash Programme) ਬਣਾਇਆ ਗਿਆ ਸੀ। ਇਹ ਪ੍ਰੋਗਰਾਮ ਲਗਭਗ 1990-91 ਵਿਚ ਪੂਰਾ ਹੋ ਗਿਆ ਸੀ। ਇਸ ਨਾਲ ਰਾਜ ਵਿਚ ਪੇਂਡੂ ਲਿੰਕ ਸੜਕਾਂ ਦੀ ਲੰਬਾਈ ਬਹੁਤ ਵੱਧ ਗਈ। ਹੁਣ ਪੰਜਾਬ ਦਾ ਲਗਭਗ ਹਰ ਪਿੰਡ ਪੱਕੀ ਸੜਕ ਰਾਹੀਂ ਪਹੁੰਚ ਵਾਲਾ ਹੈ। ਵਿਭਿੰਨ ਜ਼ਿਲ੍ਹਿਆਂ ਦੇ ਵੱਖ-ਵੱਖ ਕਸਬਿਆਂ ਅਤੇ ਸ਼ਹਿਰਾਂ ਨੂੰ ਵੀ ਪੱਕੀਆਂ ਸੜਕਾਂ ਨਾਲ ਆਪਸ ਵਿਚ ਜੋੜਿਆ ਗਿਆ ਸ਼ੀ।

ਇਨ੍ਹਾਂ ਤੋਂ ਬਿਨਾਂ ਰਾਜ ਵਿਚ ਫੌਜੀ ਮਹਤੱਤਾ ਦੀਆਂ ਸੜਕਾਂ (Defence Rroads) ਜਿਵੇਂ ਕਿ ਲੁਧਿਆਣਾ-ਫਿਰੋਜ਼ਪੁਰ ਸੜਕ, ਚੰਡੀਗੜ੍ਹ-ਗੜ੍ਹਸ਼ੰਕਰ-ਹੁਸ਼ਿਆਰਪੁਰ-ਪਠਾਨਕੋਟ ਸੜਕ ਆਦਿ ਅਤੇ ਮਿਉਂਸਪਲ ਸੜਕਾਂ ਵੀ ਹਨ। ਰਾਜ ਵਿਚ ਮਿਉਂਸਪਲ ਅਤੇ ਦੂਜੀਆਂ ਸੜਕਾਂ (ਜ਼ਿਲ੍ਹਾਂ ਅਤੇ ਪੇਂਡੂ ਸੜਕਾਂ) ਦੀ ਲੰਬਾਈ 12318 ਕਿਲੋਮੀਟਰ ਦੇ ਲਗਭਗ ਹੈ। ਰਾਜ ਵਿਚ ਸਰਹੱਦੀ ਸੜਕਾਂ (Border roads) ਵੀ ਹਨ। ਲਿੰਕ ਸੜਕਾਂ ਦੀ 2021-22 ਅਨੁਸਾਰ ਕੁੱਲ ਲੰਬਾਈ 64,877 ਕਿ.ਮੀ ਹੈ। ਇਹ ਜ਼ਿਲ੍ਹਾਂ ਅਤੇ ਪੇਂਡੂ ਲਿੰਕ ਸੜਕਾਂ ਹਨ ਇਨ੍ਹਾਂ ਦੀ ਉਸਾਰੀ, ਮੁਰੰਮਤ ਅਤੇ ਸੰਭਾਲ ਪੀ. ਡੱਬਲਯੂ. ਡੀ ਅਤੇ ਪੰਜਾਬ ਮੰਡੀ ਬੋਰਡ (27,929 ਕਿ.ਮੀ) ਕਰਦੇ ਹਨ।

ਰਾਜ ਵਿਚ ਸੜਕਾਂ ਦੀ ਵੰਡ (DISTRIBUTION OF ROADS IN PUNJAB)

ਰਾਜ ਦੇ ਸਭ ਭਾਗਾਂ ਵਿਚ ਸੜਕਾਂ ਦੀ ਲੰਬਾਈ ਸਮਾਨ ਨਹੀਂ ਹੈ। 2021-22 ਅਨੁਸਾਰ ਰਾਜ ਵਿਚ ਸੜਕਾਂ ਦੀ ਕੁੱਲ ਲੰਬਾਈ 1,21,648 ਕਿਲੋਮੀਟਰ ਸੀ।

ਇਸ ਕੁੱਲ ਲੰਬਾਈ ਵਿਚ ਪੀ. ਡਬੱਲਯੂ.ਡੀ. ਅਤੇ ਪੰਜਾਬ ਮੰਡੀ ਬੋਰਡ ਦੀਆਂ ਸੜਕਾਂ ਤੋਂ ਇਲਾਵਾ, ਪੰਜਾਬ ਵਣ ਵਿਭਾਗ, ਬਿਜਲੀ ਵਿਭਾਗ, ਸਥਾਨਕ ਸਰਕਾਰ (Local Bodies) ਵਿਭਾਗ, ਮਾਧੋਪੁਰ ਡਵੀਜ਼ਨ, ਕੇਂਦਰੀ ਲੋਕ ਨਿਰਮਾਣ ਵਿਭਾਗ ਆਦਿ ਦੀਆਂ ਸੜਕਾਂ ਵੀ ਸ਼ਾਮਲ ਹਨ।

2021-22 ਅਨੁਸਾਰ ਪੰਜਾਬ ਵਿੱਚ ਸੜਕਾਂ ਦੀ ਸਭ ਤੋਂ ਵੱਧ ਲੰਬਾਈ ਲੁਧਿਆਣਾ ਜ਼ਿਲ੍ਹੇ ਵਿੱਚ 16,356 ਕਿਲੋਮੀਟਰ ਸੀ। ਦੂਜੇ ਨੰਬਰ ਤੇ ਸੜਕਾਂ ਦੀ ਵੱਧ ਲੰਬਾਈ ਹੁਸ਼ਿਆਰਪੁਰ ਜ਼ਿਲ੍ਹੇ ਵਿੱਚ 8,941 ਕਿਲੋਮੀਟਰ ਸੀ। ਇਸ ਤੋਂ ਬਾਅਦ ਤੀਜੇ ਨੰਬਰ ਤੇ ਗੁਰਦਾਸਪੁਰ ਦਾ ਜ਼ਿਲ੍ਹਾ (8226 ਕਿ.ਮੀ.) ਅਤੇ ਬਠਿੰਡਾ ਦੇ ਜ਼ਿਲ੍ਹੇ (6993 ਕਿ.ਮੀ.ਹਰੇਕ) ਹਨ। ਸੰਗਰੂਰ (6826 ਕਿ.ਮੀ.) ਅਤੇ ਪਟਿਆਲਾ (6,452 ਕਿ.ਮੀ.) ਜ਼ਿਲ੍ਹਿਆਂ ਵਿੱਚ ਵੀ 6,000 ਕਿ.ਮੀ. ਤੋਂ ਵੱਧ ਸੜਕਾਂ ਦੀ ਲੰਬਾਈ ਹੈ।

ਸੜਕਾਂ ਦੀ ਸਭ ਤੋਂ ਘੱਟ ਲੰਬਾਈ ਫਰੀਦਕੋਟ (2063 ਕਿ.ਮੀ.) ਅਤੇ ਪਠਾਨਕੋਟ ਜ਼ਿਲ੍ਹੇ ਵਿੱਚ 2175 ਕਿਲੋਮੀਟਰ ਸੀ। ਐਸ.ਬੀ.ਐਸ. ਨਗਰ 2500 ਕਿ.ਮੀ) ਅਤੇ ਬਰਨਾਲਾ 2676 ਕਿ.ਮੀ) ਜ਼ਿਲ੍ਹਿਆਂ ਵਿਚ ਵੀ ਸੜਕਾਂ ਸਾਹਿਬ ਦੀ ਲੰਬਾਈ ਘੱਟ ਸੀ ਜੋ 3000 ਕਿਲੋਮੀਟਰ ਤੋਂ ਘੱਟ ਸੀ (ਸਾਰਣੀ ਨੰ. 59)। ਰੂਪਨਗਰ, ਕਪੂਰਥਲਾ, ਫਾਜ਼ਿਲਕਾ, ਮਾਨਸਾ, ਫਤਿਹਗੜ੍ਹ ਸਾਹਿਬ ਅਤੇ ਐਸ. ਏ. ਐਸ. ਨਗਰ ਜ਼ਿਲ੍ਹੀਆਂ ਵਿਚ ਵੀ ਸੜਕਾਂ ਦੀ ਲੰਬਾਈ ਘੱਟ ਸੀ ਜੋ 3500 ਤੋਂ 4500 ਕਿ.ਮੀ ਤੱਕ ਸੀ।

ਸਾਰਣੀ ਨੰ. 59

ਪੰਜਾਬ ਵਿਚ ਜ਼ਿਲ੍ਹੇਵਾਰ ਕੁੱਲ ਸੜਕਾਂ ਅਤੇ ਰਕਬਾ ਅਤੇ ਆਬਾਦੀ ਦੀ ਇਕ ਇਕਾਈ ਪਿਛੇ ਸੜਕਾਂ ਦੀ ਲੰਬਾਈ ਅਤੇ ਸੜਕਾਂ ਨਾਲ ਜੋੜੇ ਪਿੰਡ-2021-22

ਜ਼ਿਲ੍ਹਾਂ	ਕੁੱਲ ਸੜਕਾਂ (ਕਿ.ਮੀ.) (ਅ)	ਪ੍ਰਤੀ 100 ਵਰਗ ਕਿ.ਮੀ. ਪਿਛੇ ਸੜਕਾਂ (ਕਿ.ਮੀ)	ਪ੍ਰਤੀ ਲੱਖ ਵਿਅਕੀਆਂ ਪਿਛੇ ਸੜਕਾਂ (ਕਿ.ਮੀ) (2020-21)	ਕੁੱਲ ਵਸਦੇ ਪਿੰਡ	ਸੜਕਾਂ ਨਾਲ ਜੋੜੇ ਪਿੰਡ	ਪ੍ਰਤੀਸ਼ੱਤਤਾ
1. ਗੁਰਦਾਸਪੁਰ	8226	231	299	1149	1149	100.00
2. ਪਠਾਨਕੋਟ	2175	NA	274	358	358	100.00
3. ਅੰਮ੍ਰਿਤਸਰ	6993	264	210	708	708	100.00
4. ਤਰਨਤਾਰਨ	5040	206	276	478	478	100.00
5. ਕਪੂਰਥਲਾ	4040	248	319	608	608	100.00
6. ਜਲੰਧਰ	7144	271	221	910	910	100.00
7. ਐਸ.ਬੀ. ਐਸ. ਨਗਰ	2500	197	393	462	462	100.00
8. ਹੁਸ਼ਿਆਰਪੁਰ	8941	266	352	1385	1385	100.00
9. ਰੂਪਨਗਰ	4417	323	365	588	588	100.000
10. ਐਸ.ਏ.ਐਸ. ਨਗਰ	3735	342	223	373	373	100.00
11. ਲੁਧਿਆਣਾ	16,356	434	264	893	893	100.000
12. ਫਿਰੋਜ਼ਪੁਰ	4874	92	295	611	611	100.000
13. ਫਾਜ਼ਿਲਕਾ	3535	NA	300	340	340	100.000
14. ਫਰੀਦਕੋਟ	2063	140	291	163	163	100.000
15. ਸ੍ਰੀ ਮੁਕਤਸਰ ਸਾਹਿਬ	4529	173	418	233	233	100.000
16. ਮੋਗਾ	4862	219	327	318	318	100.000
17. ਬਠਿੰਡਾ	6993	207	288	268	268	100.000

18. ਮਾਨਸਾ	3077	142	311	235	235	100.000
19. ਸੰਗਰੂਰ	6826	189	360	562	562	100.000
20. ਬਰਨਾਲਾ	2676	190	294	124	124	100.000
21. ਪਟਿਆਲਾ	6452	200	233	893	893	100.000
22. ਫਤਹਿਗੜ੍ਹ ਸਾਹਿਬ	4124	349	366	433	433	100.000
ਪੰਜਾਬ	1,21,648	242	287	12,092	12,092	100.00

ਸੋਮਾ- ਪੰਜਾਬ ਦਾ ਅੰਕੜਾ ਸਾਰ- 2022

ਪੰਜਾਬ ਦੀ ਸੜਕਾਂ ਦੀ ਲੰਬਾਈ ਦੇਸ਼ ਵਿਚ ਤੇਹਰਵੇਂ ਨੰਬਰ ਤੇ ਹੈ। ਦੇਸ਼ ਵਿਚ ਕੁੱਲ ਸੜਕਾਂ ਦੀ ਸਭ ਤੋਂ ਵੱਧ ਲੰਬਾਈ 2019 ਅਨੁਸਾਰ ਮਹਾਰਾਸ਼ਟਰ ਰਾਜ ਵਿਚ 6,36,887, 102 ਕਿਲੋਮੀਟਰ ਸੀ। ਉਸ ਨਾਲ ਪੰਜਾਬ ਵਿਚ ਅਜਿਹੀਆਂ ਸੜਕਾਂ ਦੀ ਲੰਬਾਈ 1,47,862 ਕਿਲੋਮੀਟਰ ਸੀ। ਤਾਮਿਲਨਾਡੂ, ਉੱਤਰ ਪ੍ਰਦੇਸ਼, ਮਹਾਰਾਸ਼ਟਰ, ਉੜੀਸਾ, ਗੁਜਰਾਤ, ਬਿਹਾਰ, ਕੇਰਲਾ, ਪੱਛਮੀ ਬੰਗਾਲ, ਕਰਨਾਟਕਾ, ਮੱਧ ਪ੍ਰਦੇਸ਼ ਅਤੇ ਰਾਜਮਥਾਨ ਵਿਚ ਕੁੱਲ ਪੱਕੀਆਂ ਸੜਕਾਂ ਦੀ ਲੰਬਾਈ ਪੰਜਾਬ ਨਾਲੋਂ ਜ਼ਿਆਦਾ ਸੀ। 2019 ਦੇ ਅੰਕੜਿਆਂ ਅਨੁਸਾਰ ਪੰਜਾਬ ਵਿਚ ਭਾਰਤ ਦੀਆਂ 3.5% ਦੇ ਲਗਭਗ ਪੱਕੀਆਂ ਸੜਕਾਂ ਸਨ।

ਸੜਕਾਂ ਦੀ ਘਣਤਾ (DENSITY OF ROADS)

ਸੜਕਾਂ ਦੀ ਕੁੱਲ ਲੰਬਾਈ ਭਾਵੇਂ ਮਹੱਤਵਪੂਰਣ ਹੈ ਪ੍ਰੰਤੂ ਇਸ ਲੰਬਾਈ ਦਾ ਸੰਬੰਧ ਖੇਤਰਫਲ ਅਤੇ ਕੁੱਲ ਜਨਸੰਖਿਆ ਨਾਲ ਵੀ ਮਹੱਤਵਪੂਰਨ ਹੈ। ਇਸ ਕਾਰਨ ਕਿਸੇ ਵੀ ਖੇਤਰ ਵਿਚ ਸੜਕਾਂ ਦੀ ਮੌਜੂਦਗੀ ਨੂੰ ਦਰਸਾਉਣ ਦਾ ਜ਼ਿਆਦਾ ਠੀਕ ਤਰੀਕਾ ਸੜਕਾਂ ਦੀ ਲੰਬਾਈ ਦਾ ਰਕਬੇ ਅਤੇ ਆਬਾਦੀ ਦੇ ਅਨੁਪਾਤ ਰੂਪ ਵਿਚ ਹੈ। ਇਸ ਅਨੁਪਾਤ ਨੂੰ ਸੜਕ ਘਣਤਾ ਜਾਂ ਸੜਕਾਂ ਦੀ ਲੰਬਾਈ ਦਾ ਰਕਬੇ ਅਤੇ ਆਬਾਦੀ ਦੇ ਅਨੁਪਾਤ ਰੂਪ ਵਿਚ ਹੈ। ਇਸ ਅਨੁਪਾਤ ਨੂੰ ਸੜਕ ਘਣਤਾ ਜਾਂ ਸੜਕ ਤੀਬਰਤਾ (Road Intensity) ਕਿਹਾ ਜਾਂਦਾ ਹੈ। ਇਹ ਪ੍ਰਤੀ 100 ਵਗਰ ਕਿਲੋਮੀਚਰ ਰਕਬੇ ਪਿੱਛੇ ਜਾਂ ਪ੍ਰਤੀ ਲੱਖ ਵਿਅਕਤੀਆਂ ਪਿੱਛੇ ਸੜਕਾਂ ਦੀ ਲੰਬਾਈ ਹੈ। 2013-14 ਅਨੁਸਾਰ ਪੰਜਾਬ ਦੀ ਔਸਤ ਸੜਕ ਘਣਤਾ 162 ਕਿਲੋਮੀਟਰ ਪ੍ਰਤੀ 100 ਵਰਗ ਕਿਲੋਮੀਟਰ ਸੀ। ਜੋ 2021-22 ਵਿੱਚ ਵਧਕੇ 242 ਕਿ.ਮੀ. ਪ੍ਰਤੀ 100 ਕਿਲੋਮੀਟਰ ਹੋ ਗਈ। ਦੇਸ਼ ਵਿਚ **ਔਸਤ ਸੜਕ ਘਣਤਾ** 76.52 ਕਿਲੋਮੀਟਰ ਦੇ ਮੁਕਾਬਲੇ ਇਹ ਦੋ ਗੁਣਾ ਤੋਂ ਜ਼ਿਆਦਾ ਸੀ। ਤਾਮਿਲਨਾਡੂ ਅਤੇ ਕੇਰਲਾ ਵਿਚ ਸੜਕ ਘਣਤਾ ਪੰਜਾਬ ਨਾਲੋਂ ਜ਼ਿਆਦਾ ਹੈ। ਰਾਜ ਦੇ ਸਭ ਜ਼ਿਲ੍ਹਿਆਂ ਵਿਚ ਇਹ ਘਣਤਾ ਅੱਲਗ-ਅੱਲਗ ਹੈ। ਸੱਭ ਤੋਂ ਵੱਧ ਸੜਕ ਘਣਤਾ 2021-22 ਦੇ ਅੰਕੜਿਆਂ ਅਨੁਸਾਰ ਲੁਧਿਆਨਾ ਜ਼ਿਲ੍ਹੇ ਵਿੱਚ 434 ਕਿਲੋਮੀਟਰ ਪ੍ਰਤੀ 100 ਕਿ.ਮੀਟਰ ਰਕਬਾ ਸੀ। ਤੀਜੇ ਨੰਬਰ ਤੇ ਸਭ ਤੋਂ ਵੱਧ ਸੜਕ ਘਣਤਾ (100 ਵਰਗ ਕਿਲੋਮੀਟਰ ਪਿਛੇ ਐਮ.ਏ.ਐਸ.ਨਗਰ ਵਿਚ 342 ਕਿਲੋਮੀਟਰ, ਰੂਪਨਗਰ ਜ਼ਿਲ੍ਹੇ ਲਈ 323 ਕਿਲੋਮੀਟਰ ਅਤੇ ਫਤਿਹਗੜ੍ਹ ਸਾਹਿਬ ਜ਼ਿਲ੍ਹੇ ਵਿੱਚ 349 ਕਿ.ਮੀ ਪ੍ਰਤੀ 100 ਵਗਰ ਕਿਲੋਮੀਟਰ (ਰਾਜ ਵਿੱਚ ਦੂਜੇ ਨੰਬਰ ਤੇ ਸਭ ਤੋਂ ਵੱਧ) ਸੀ। ਜਲੰਧਰ ਜ਼ਿਲ੍ਹੇ ਲਈ ਸੜਕ ਘਣਤਾ 271 ਕਿਲੋਮੀਟਰ ਪ੍ਰਤੀ 100 ਵਰਗ ਕਿਲੋਮੀਟਰ ਅਤੇ ਹੁਸ਼ਿਆਰਪੁਰ ਜ਼ਿਲ੍ਹੇ ਲਈ 266 ਕਿ.ਮੀ. ਜਲੰਧਰ ਸੀ। ਇਨ੍ਹਾਂ ਤੋਂ ਇਲਾਵਾ ਅੰਮ੍ਰਿਤਸਰ 264 ਕਿ.ਮੀ.), ਕਪੂਰਥਲਾ 248 ਕਿ.ਮੀ.), ਪਟਿਆਲਾ, ਬਠਿੰਡਾ, ਮੋਗਾ, ਤਰਨ ਤਾਰਨ ਅਤੇ ਗੁਰਦਾਸਪੁਰ, ਜ਼ਿਲ੍ਹਿਆਂ ਵਿਚ ਵੀ ਸੜਕ ਘਣਤਾ ਉੱਚੀ (200 ਕਿ. ਮੀ. ਅਤੇ ਇਸ ਤੋਂ ਵੱਧ) ਸੀ। ਸਭ ਜ਼ਿਲ੍ਹਿਆਂ ਦੀ ਸੜਕ ਘਣਤਾ, ਭਾਰਤ ਦੀ ਔਸਤ ਸੜਕ ਘਣਤਾ (17.52 ਕਿ.ਮੀ) ਤੋਂ ਜ਼ਿਆਦਾ ਸੀ। ਆਮ ਕਰਕੇ ਦੱਖਣ-ਪੱਛਮੀ ਜ਼ਿਲ੍ਹਿਆਂ ਫਰੀਦਕੋਟ, ਸੰਗਰੂਰ, ਫਾਜ਼ਿਲਕਾ, ਸ਼੍ਰੀ ਮੁਕਤਸਰ ਸਾਹਿਬ, ਮਾਨਸਾ, ਫਿਰੋਜਪੁਰ ਅਤੇ ਬਰਨਾਲਾ ਵਿਚ ਸੜਕ ਘਣਤਾ ਮੁਕਾਬਲਤਨ ਘੱਟ ਹੈ 200 ਤੋਂ ਘੱਟ)। ਮਾਝੇ ਦੇ ਜ਼ਿਲ੍ਹਿਆਂ ਤਰਨਤਾਰਨ ਅਤੇ ਗੁਰਦਾਸਪੁਰ ਦੀ ਸੜਕ ਘਣਤਾ ਦੀ ਰਾਜ ਦੀ ਔਸਤ ਤੋਂ ਘੱਟ ਹੈ। (ਸਾਰਣੀ ਨੰ. 58)। ਬਿਸਤ ਦੋਆਬ ਅਤੇ ਮਾਲਵਾ ਦੇ ਪੂਰਬੀ ਭਾਗਾਂ ਵਿਚ ਸੜਕ ਘਣਤਾ ਔਸਤ ਤੋਂ ਵੱਧ ਹੈ (ਨਕਸ਼ਾ ਨੰ. 57)। ਰਾਜ ਵਿਚ ਸਭ ਤੋਂ ਘੱਟ ਸੜਕ ਘਣਤਾ ਫਿਰੋਜ਼ਪੁਰ ਜ਼ਿਲ੍ਹੇ ਵਿਚ 92 ਕਿ.ਮੀ ਪ੍ਰਤੀ 100 ਵਰਗ ਕਿਲੋਮੀਟਰ ਹੈ। ਮਾਨਸਾ 142 ਕਿ.ਮੀ ਅਤੇ ਫਰੀਦਕੋਟ (140 ਕਿ.ਮੀ.) ਵਿਚ ਵੀ ਘਣਤਾ ਘੱਟ ਹੈ।

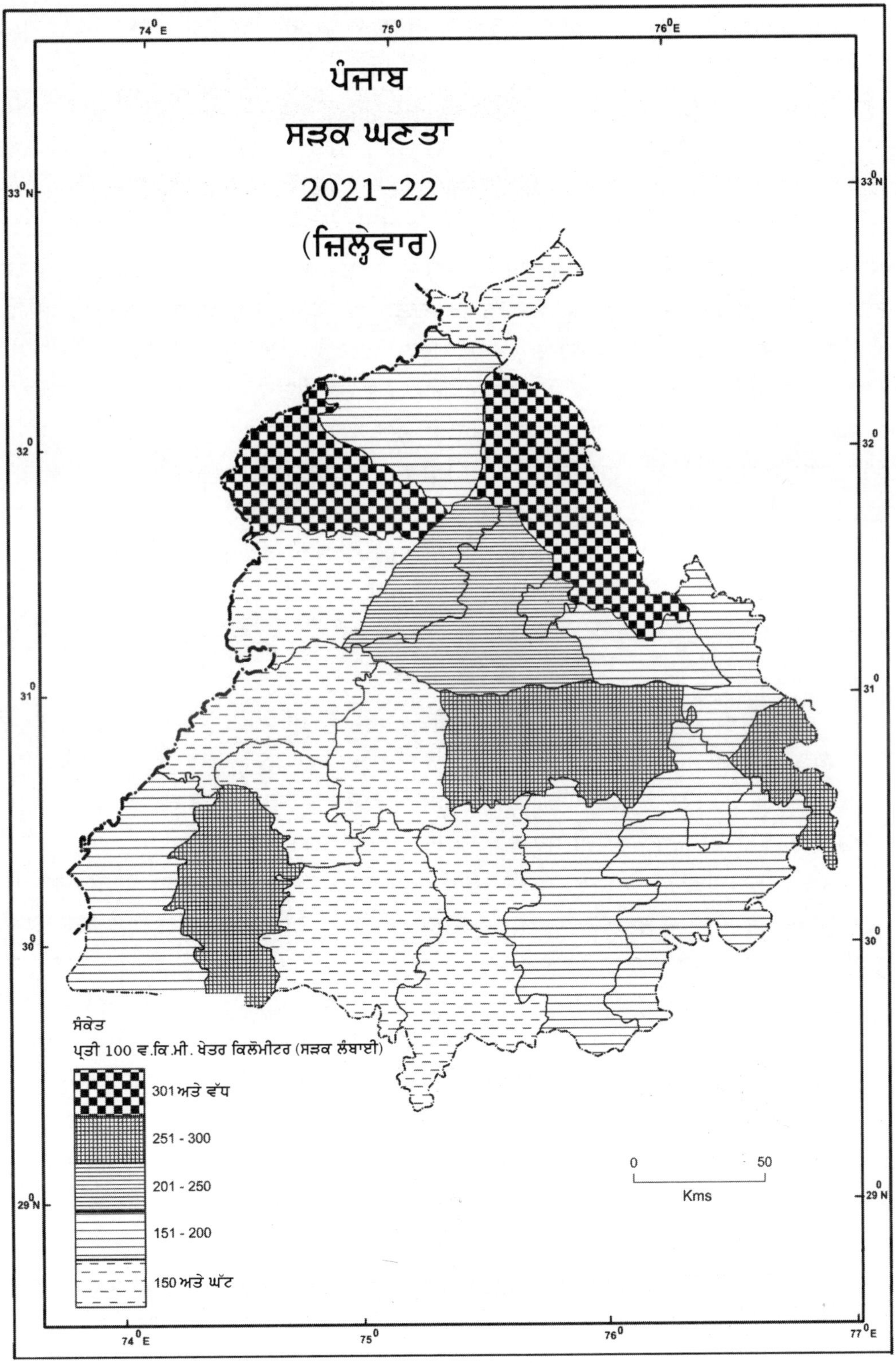
ਪੰਜਾਬ
ਸੜਕ ਘਣਤਾ
2021-22
(ਜ਼ਿਲ੍ਹੇਵਾਰ)
ਸੰਕੇਤ
ਪ੍ਰਤੀ 100 ਵ.ਕਿ.ਮੀ. ਖੇਤਰ ਕਿਲੋਮੀਟਰ (ਸੜਕ ਲੰਬਾਈ)
301 ਅਤੇ ਵੱਧ
251 - 300
201 - 250
151 - 200
150 ਅਤੇ ਘੱਟ
0
50
Kms
74°E
75°
76°E
77°E
33°N
32°
31°
30°
29°N

Map 57

ਪ੍ਰਤੀ ਲੱਖ ਵਿਅਕਤੀਆਂ ਪਿੱਛੇ ਪੰਜਾਬ ਦੀ ਔਸਤ ਸੜਕ ਤੀਬਰਤਾ 287 (2012-13 ਅਨੁਸਾਰ 296 ਕਿ.ਮੀ ਕਿਲੋਮੀਟਰ ਸੀ। ਦੇਸ਼ ਦੀ ਔਸਤ ਸੜਕ (ਪੱਕੀਆਂ) ਤੀਬਰਤਾ 207.8 ਕਿ.ਮੀ.ਸੀ (2012 ਅਨੁਸਾਰ) 2020-21 ਅਨੁਸਾਰ ਰਾਜ ਵਿਚ ਪ੍ਰਤੀ ਲੱਖ ਵਿਅਕਤੀਆਂ ਪਿੱਛੇ ਸਭ ਤੋਂ ਵੱਧ ਸੜਕ ਤੀਬਰਤਾ ਰਾਜ ਦੇ ਇਕ ਛੋਟੇ ਜ਼ਿਲ੍ਹੇ ਮੁਕਤਸਰ ਦੀ ਸੀ ਜੋ 418 ਕਿ.ਮੀ ਸੀ। ਦੂਜੇ ਨੰਬਰ ਤੇ ਉੱਚੀ ਸੜਕ ਤੀਬਰਤਾ (393 ਕਿ.ਮੀ.) ਐਸ. ਬੀ. ਐਸ ਨਗਰ ਜਿਲ੍ਹੇਂ ਦੀ ਸੀ। ਫਤਿਹਗੜ੍ਹ ਸਾਹਿਬ (366 ਕਿ.ਮੀ.) ਹੁਸ਼ਿਆਰਪੁਰ 352 ਕਿ.ਮੀ ਤੇ ਰੂਪਨਗਰ 365 ਕਿ.ਮੀ. ਕਪੂਰਥਲਾ (319 ਕਿ.ਮੀ.), ਮੋਗਾ (327 ਕਿ.ਮੀ.), ਸੰਗਰੂਰ (360 ਕਿ.ਮੀ.) ਅਤੇ ਮਾਨਸਾ (31 ਕਿ.ਮੀ.) ਜ਼ਿਲ੍ਹੀਆਂ ਦੀ ਸੜਕ ਤੀਬਰਤਾ ਵੀ ਉੱਚੀ (300 ਕਿ.ਮੀ ਤੋਂ ਵੱਧ ਸੀ। ਸੱਭ ਤੋਂ ਘੱਟ ਸੜਕ ਤੀਬਰਤਾ ਰਾਜ ਦੇ ਵੱਧ ਆਬਾਦੀ ਵਾਲੇ ਜ਼ਿਲ੍ਹੇ ਅੰਮ੍ਰਿਤਸਰ ਦੀ ਸੀ। ਜੋ ਕੇਵਲ 210 ਕਿ.ਮੀ ਸੀ। ਦੂਜੇ ਅਤੇ ਤੀਜੇ ਨੰਬਰ ਤੇ ਘੱਟ ਸੜਕ ਤੀਬਰਤਾ ਜਲੰਧਰ (221 ਕਿ.ਮੀ.), ਐਸ.ਏ.ਐਸ. ਨਗਰ ਜ਼ਿਲ੍ਹਾਂ-223 ਕਿ.ਮੀ, ਪਟਿਆਲਾ (233 ਕਿ.ਮੀ), ਪਠਾਨਕੋਟ (274 ਕਿ.ਮੀ.), ਤਰਨ ਤਾਰਨ 276 ਕਿ.ਮੀ ਅਤੇ ਲੁਧਿਆਣਾ ਜ਼ਿਲ੍ਹੇ ਵਿਚ 264 ਕਿ.ਮੀ ਪ੍ਰਤੀ ਲੱਖ ਆਬਾਦੀ ਸੀ। ਜ਼ਿਆਦਾ ਜਨ ਸੰਖਿਆ ਨਾਲ-ਨਾਲ ਅੰਮ੍ਰਿਤਸਰ ਜ਼ਿਲ੍ਹੇ ਦੀ ਘੱਟ ਸੜਕ ਤੀਬਰਤਾ ਦਾ ਇਕ ਕਾਰਨ ਦਰਿਆ ਰਾਵੀ ਅਤੇ ਬਿਆਸ ਦੇ ਵਿਸ਼ਾਲ ਬੇਟ ਵੀ ਹਨ ਜਿਥੇ ਹੜ੍ਹਾਂ ਦੇ ਡਰ ਕਾਰਨ ਸੜਕਾਂ ਘੱਟ ਹਨ। ਐਸ. ਏ. ਐਸ ਨਗਰ ਜ਼ਿਲ੍ਹੇ ਦੀਆਂ ਖਰੜ ਅਤੇ ਡੇਰਾ ਬਸੀ ਤਹਿਸੀਲਾਂ ਦੇ ਪੂਰਬੀ ਭਾਗ ਪਹਾੜੀ ਅਤੇ ਚੋਆਂ ਵਾਲੇ ਹਨ ਜਿਥੇ ਪੱਕੀਆਂ ਸੜਕਾਂ ਦੀ ਘਾਟ ਹੈ। ਜ਼ਿਆਦਾ ਜਨ ਸੰਖਿਆ ਵਾਲੇ ਲੁਧਿਆਣਾ ਜ਼ਿਲ੍ਹੇ ਦੀ ਸੜਕ ਤੀਬਰਤਾ ਨੀਵੀਂ ਸੀ (264 ਕਿ.ਮੀ)। ਰਾਜ ਦੀ ਔਸਤ ਸੜਕ ਤੀਬਰਤਾ 287 ਕਿ.ਮੀ.) ਦੇ ਮੁਕਾਬਲੇ ਬਠਿੰਡਾ, ਐਸ.ਏ.ਐਸ. ਨਗਰ, ਜਲੰਧਰ, ਪਠਾਨਕੋਟ, ਅੰਮ੍ਰਿਤਸਰ ਅਤੇ ਤਰਨਤਾਰਨ ਜ਼ਿਲ੍ਹਿਆਂ ਦੀ ਸੜਕ ਤੀਬਰਤਾ ਘੱਟ ਸੀ। ਦਰਿਮਆਨੀ ਸੜਕ ਤੀਬਰਤਾ (254 ਤੋਂ 300 ਕਿ.ਮੀ ਤਕ) ਲੁਧਿਆਣਾ, ਗੁਰਦਾਸਪੁਰ, ਫਰੀਦਕੋਟ, ਫਿਰੋਜਪੁਰ ਅਤੇ ਬਰਨਾਲਾ ਜ਼ਿਲ੍ਹਿਆਂ ਦਾ ਸੀ (ਸਾਰਣੀ ਨੰ. 58)।

ਸੜਕਾਂ ਦੀ ਪਹੁੰਚ (ACCESSIBILITY TO ROADS)

ਸੜਕਾਂ ਦੀ ਪਹੁੰਚ ਆਵਾਜਾਈ ਸਾਧਨਾਂ ਦੀ ਉਪਲਬੱਧਤਾ ਦਾ ਇਕ ਮਹੱਤਵਪੂਰਨ ਸੂਚਕ ਹੈ। 1943 ਦੀ ਨਾਗਪੁਰ ਯੋਜਨਾ ਅਧੀਨ 20 ਸਾਲਾਂ ਦੇ ਅੰਦਰ ਹਰ ਪਿੰਡ ਦੇ ਘੱਟੋ-ਘੱਟ ਤਿੰਨ ਕਿਲੋਮੀਟਰ ਫਾਸਲੇ ਤੇ ਸੜਕ ਪਹੁੰਚਾਉਣ ਦੀ ਟੀਚਾ ਮਿਥਿਆ ਗਿਆ ਸੀ। 54 ਸਾਲ ਲੰਘ ਜਾਣ ਤੇ ਵੀ ਇਸ ਟੀਚੇ ਦੀ ਪ੍ਰਾਪਤੀ ਦੇ ਕੋਈ ਆਸਾਰ ਨਜ਼ਰ ਨਹੀਂ ਆਉਂਦੇ ਹਨ। ਹਾਂ, ਪੰਜਾਬ ਵਿਚ ਇਹ ਟੀਚਾ ਜ਼ਰੂਰ ਪ੍ਰਾਪਤ ਕਰ ਲਿਆ ਗਿਆ ਹੈ। 1967-68 ਤੋਂ ਬਾਅਦ ਪੰਜਾਬ ਦੇ ਸਭ ਭਾਗਾਂ ਵਿਚ ਸੜਕਾਂ ਦਾ ਜਾਲ ਵਿਛਾ ਦਿੱਤਾ ਗਿਆ ਸੀ। 1995 ਤਕ 28 ਸਾਲਾਂ ਦੇ ਸਮੇਂ ਦੌਰਾਨ ਰਾਜ ਵਿਚ ਪੱਕੀਆਂ ਸੜਕਾਂ ਦੀ ਲੰਬਾਈ ਛੇ ਗੁਣਾ ਦੇ ਲਗਭਗ ਹੋ ਗਈ ਸੀ। ਰਾਜ ਦਾ ਹਰ ਸ਼ਹਿਰ ਅਤੇ ਕਸਬਾ ਹੀ ਨਹੀਂ ਸਗੋਂ ਲਗਭਗ ਹਰ ਪਿੰਡ (99.9%) ਪੇਂਡੂ ਪੱਕੀਆਂ ਲਿੰਕ ਸੜਕਾਂ ਰਾਹੀਂ ਸ਼ਹਿਰ, ਕਸਬੇ ਜਾਂ ਦੂਜੇ ਪਿੰਡਾਂ ਨਾਲ ਜੋੜ ਦਿੱਤਾ ਗਿਆ ਸੀ। ਪੰਜਾਬ ਦੇ ਕੁੱਲ 12092 ਵਸਦੇ (inhabited) ਪਿੰਡਾਂ ਵਿਚੋਂ ਸਭ ਪਿੰਡ ਪੱਕੀਆਂ ਸੜਕਾਂ ਨਾਲ ਜੁੜੇ ਹੋਏ ਹਨ। ਇਸ ਤਰ੍ਹਾਂ ਪੰਜਾਬ ਵਿਚ ਸੜਕ ਪਹੁੰਚ ਮੁਕੰਮਲ ਹੈ ? ਰਾਜ ਦੇ 100.00% ਪਿੰਡ ਪੱਕੀਆਂ ਸੜਕਾਂ ਨਾਲ ਜੁੜੇ ਹੋਏ ਹਨ। ਕਪੂਰਥਲਾ, ਜਲੰਧਰ, ਐਸ. ਬੀ. ਐਸ. ਨਗਰ, ਮੁਕਤਸਰ, ਮੋਗਾ, ਫਰੀਦਕੋਟ, ਫਤਹਿਗੜ੍ਹ ਸਾਹਿਬ, ਹੁਸ਼ਿਆਰਪੁਰ, ਬਰਨਾਲਾ, ਸੰਗਰੂਰ, ਤਰਨਤਾਰਨ, ਐਸ.ਏ.ਐਸ. ਨਗਰ, ਬਠਿੰਡਾ, ਮਾਨਸਾ, ਗੁਰਦਾਸਪੁਰ, ਫਿਰੋਜ਼ਪੁਰ, ਅੰਮ੍ਰਿਤਸਰ ਅਤੇ ਰੂਪ ਨਗਰ ਜ਼ਿਲ੍ਹਿਆਂ ਦੇ 100.00% ਪਿੰਡ ਪੱਕੀਆਂ ਸੜਕਾਂ ਨਾਲ ਜੜੇ ਹੋਏ ਹਨ। 2013-14 ਵਿੱਚ ਕੇਵਲ 2 ਜ਼ਿਲ੍ਹਿਆਂ ਐਸ.ਏ.ਐਸ. ਨਗਰ 82.00 ਅਤੇ ਪਟਿਆਲਾ (99.9%) ਵਿਚ ਪਹੁੰਚ ਮਾਮੂਲੀ ਜਿਹੀ ਘੱਟ ਸੀ। ਐਸ.ਏ.ਐਸ. ਨਗਰ ਜ਼ਿਲ੍ਹੇ ਦੀਆਂ ਖਰੜ ਅਤੇ ਡੇਰਾ ਬਸੀ ਤਹਿਸੀਲਾਂ ਦੇ ਪੂਰਬੀ ਭਾਗਾ ਪਹਾੜੀ ਅਤੇ ਚੋਆਂ ਵਾਲੇ ਹਨ ਜਿੱਥੇ ਸੜਕਾਂ ਬਣਾਉਣੀਆਂ ਅਤੇ ਕਾਇਮ ਰੱਖਣੀਆਂ ਮੁਸ਼ਕਲ ਹੋਣ। 2021-22 ਦੇ ਅੰਕੜਿਆਂ ਅਨੁਸਾਰ ਪੰਜਾਬ ਦੇ ਸਭ ਪਿੰਡ ਪੱਕੀਆਂ ਸੜਕਾਂ ਨਾਲ ਆਪਸ ਵਿੱਚ ਅਤੇ ਸ਼ਹਿਰਾਂ ਨਾਲ ਜੁੜੇ ਹੋਏ ਹਨ। ਇਸ ਤਰ੍ਹਾਂ ਪੰਜਾਬ ਵਿੱਚ ਸੜਕ ਪਹੁੰਚ ਮੁਕੰਮਲ (100.00%) ਹੋ ਗਈ ਹੈ।

2004-05 ਅਨੁਸਾਰ ਪੰਜਾਬ ਵਿੱਚ 37,76,106 ਵਿਭਿੰਨ ਕਿਸਮਾਂ ਦੇ ਵਾਹਨ ਰਾਜ ਦੀਆਂ ਸੜਕਾਂ ਉੱਪਰ ਚਲਦੇ ਸਨ।

ਉਨ੍ਹਾਂ ਦੀ ਗਿਣਤੀ 2015-16 ਵਿੱਚ 90 ਲੱਖ 64 ਹਜ਼ਾਰ ਚਾਰ ਸੌ 76 ਹੋ ਗਈ। 2018-19 ਵਿੱਚ ਇਹ ਗਿਣਤੀ ਵਧਕੇ 1 ਕਰੋੜ 14 ਲੱਖ 43 ਹਜ਼ਾਰ 3 ਸੌ 78 ਹੋ ਗਈ ਸੀ। 2021-22 ਦੇ ਅੰਕੜਿਆਂ ਅਨੁਸਾਰ ਪੰਜਾਬ ਵਿੱਚ 1 ਕਰੋੜ 32 ਲੱਖ 11 ਹਜ਼ਾਰ 002 ਰਜਿਸਟਰ ਸ਼ੁਦਾ ਵਾਹਨ ਸਨ। ਮਾਰਚ 2022 ਅਨਸਾਰ ਪੰਜਾਬ ਦੀਆਂ ਸੜਕਾਂ ਉਪਰ ਲਗਭਗ 1,17 ਲੱਖ ਸਵਾਰੀ ਗੱਡੀਆਂ ਅਤੇ 14 ਲੱਖ ਭਾਰ ਢੋਣ ਵਾਲੀਆਂ ਗੱਡੀਆਂ ਚਲਦੀਆਂ ਸਨ। ਇਸ ਤਰ੍ਹਾਂ ਉਸ ਸਾਲ ਦੌਰਾਨ ਰਾਜ 1,00,06,464 ਦੇ ਲਗਭਗ ਦੋ ਪਹੀਆ (Two wheelers) ਵਾਹਨ 14,85,351 ਛੋਟੀਆਂ ਗੱਡੀਆਂ 3,54,700 ਟਰੱਕ ਆਦਿ ਭਾਰ ਢੋਣ ਵਾਲੀਆਂ ਗੱਡੀਆਂ ਆਦਿ, 1,41,906 ਤਿੰਨ-ਪਹੀਆ ਵਾਹਨ, 56,892 ਬੱਸਾਂ ਆਦਿ ਸੜਕਾਂ ਤੇ ਚਲਦੇ ਸਨ। ਕੁੱਲ ਰਜਿਸਟਰ ਸ਼ੁਦਾ ਵਾਹਨਾਂ ਵਿੱਚ 75.74% ਦੋ ਪਹੀਆ ਵਾਹਨ ਸਨ। ਇਹ ਰਜ਼ਿਸਟਰ ਸ਼ੁਦਾ ਗਿਣਤੀ ਹੈ। ਰਾਜ ਦੀਆਂ ਸੜਕਾਂ ਉੱਤੇ ਹਰ ਰੋਜ਼ 8.56 ਲੱਖ ਦੇ ਲਗਭਗ ਮੁਸਾਫਰ ਸਿਰਫ਼ ਪੰਜਾਬ ਰੋਡਵੇਜ਼ ਅਤੇ ਪੱਨ ਬੱਸ ਦੀਆਂ ਬੱਸਾਂ ਵਿਚ ਸਫ਼ਰ ਕਰਦੇ ਹਨ। 2022 ਅਨੁਸਾਰ ਰਾਜ ਦੀਆਂ ਸੜਕਾਂ ਉੱਤੇ 5755 ਹਾਦਸੇ (accidents) ਹੋਏ ਸਨ। 2008 ਵਿਚ ਇੰਨ੍ਹਾਂ ਦੀ ਗਿਣਤੀ 5115 ਸੀ। ਰਾਜ ਦੀਆਂ ਕੁੱਲ 6250 ਬੱਸਾਂ ਵਿਚੋਂ 1568 ਬੱਸਾਂ ਰਾਜ ਦੇ 18 ਰੋਡਵੇਜ਼ ਡੀਪੂਆਂ ਦੀਆਂ ਅਤੇ 1294 ਪੈਪਸੂ ਰੋਡ ਟਰਾਂਸਪੋਰਟ ਕਾਰਪੋਰੇਸ਼ਨ ਦੀਆਂ ਸਨ। ਬਾਕੀ ਦੀਆਂ ਬੱਸਾਂ ਪ੍ਰਾਈਵੇਟ ਚਾਲਕਾਂ ਦੀਆਂ ਸਨ। ਇਹ ਅੰਕੜੇ 2013-14 ਅਨੁਸਾਰ ਹਨ।

ਰੇਲਵੇ (RAILWAYS)

ਲੰਬੇ ਫਾਸਲੇ ਤੇ ਭਾਰੀਆਂ ਅਤੇ ਫੁਲਵੀਆਂ ਵਸਤਾਂ ਦੀ ਢੁਆਈ ਰੇਲਾਂ ਰਾਹੀਂ ਸਸਤੀ ਪੈਂਦੀ ਹੈ। ਰੇਲ ਸਫਰ ਬੱਸ ਸਫਰ ਦੇ ਮੁਕਾਬਲੇ ਜ਼ਿਆਦਾ ਆਰਾਦਮਾਇਕ ਵੀ ਹੈ। ਕੁਝ ਸਮਾਂ ਪਹਿਲਾਂ ਤਕ ਰੇਲ ਕਰਾਇਆ ਬੱਸਾਂ ਅਤੇ ਟਰੱਕਾਂ ਦੇ ਮੁਕਾਬਲੇ ਘੱਟ ਸੀ ਪ੍ਰੰਤੂ ਹੁਣ ਲਗਭਗ ਬਰਾਬਰ ਹੋ ਚਲਿਆ ਹੈ। ਰੇਲਾਂ ਰਾਹੀਂ ਹੀ ਦੁਰਾਡੇ ਦੇ ਅਤੇ ਅਪਹੁੰਚ ਖੇਤਰਾਂ ਦਾ ਤੇਜ਼ੀ ਨਾਲ ਵਿਕਾਸ ਕੀਤਾ ਜਾ ਸਕਦਾ ਹੈ। ਪ੍ਰੰਤੂ ਰੇਲਾਂ ਰਾਹੀਂ ਸਫਰ ਅਤੇ ਢੁਆਈ ਸਮੇਂ ਅਤੇ ਸਥਾਨ ਅਨੁਸਾਰ ਲਚਕਦਾਰ () ਨਹੀਂ ਹੈ। ਦੇਸ਼ ਵਿਚ ਪਹਿਲੀ ਰੇਲਵੇ ਲਾਈਨ ਅਪ੍ਰੈਲ 1853 ਨੂੰ ਬਣਾਈ ਗਈ ਸੀ। ਪੰਜਾਬ ਉੱਤੇ ਅੰਗਰੇਜ਼ਾਂ ਦੇ ਕਬਜ਼ੇ (1849 ਈ.) ਤੋਂ ਬਾਅਦ ਪੰਜਾਬ ਵਿਚ ਰੇਲਾਂ ਦੀ ਸਥਾਪਨਾ ਕੀਤੀ ਗਈ ਸੀ। ਪੰਜਾਬ ਇਕ ਸਰਹੱਦੀ ਸੂਬਾ ਸੀ। ਇਸ ਕਾਰਨ ਫੌਜੀ ਦ੍ਰਿਸ਼ਟੀ ਤੋਂ ਪੰਜਾਬ ਵਿਚ ਰੇਲਵੇ ਲਾਈਨਾਂ ਉਸਾਰੀਆਂ ਗਈਆਂ ਸਨ। 2013 ਵਿੱਚ ਰੇਲਵੇ ਨੈਟ ਦੀ ਕੁੱਲ ਰੂਟ ਲੰਬਾਈ 1786.235 ਕਿਲੋਮੀਟਰ ਸੀ। 2022 ਕੁੱਲ ਰੇਲਵੇ ਮਾਰਗ ਦੀ ਲੰਬਾਈ 1478.38 ਕਿਲੋਮੀਟਰ ਸੀ।

ਇਸ ਸਮੇਂ ਰਾਜ ਦੇ ਸਭ ਉਦਯੋਗਿਕ ਕੇਂਦਰ, ਜ਼ਿਲ੍ਹਾਂ ਮੁੱਖ ਕੇਂਦਰ, ਸ਼ਹਿਰ ਅਤੇ ਵੱਡੇ ਕਸਬੇ ਰੇਲ ਰਾਹੀਂ ਆਪਸ ਵਿਚ ਅਤੇ ਦੇਸ਼ ਦੇ ਦੂਜੇ ਭਾਗਾਂ ਨਾਲ ਜੁੜੇ ਹੋਏ ਹਨ। ਪੰਜਾਬ ਉੱਤਰੀ ਰੇਲਵੇ ਦੀਆਂ ਦਿੱਲੀ, ਫਿਰੋਜ਼ਪੁਰ ਅਤੇ ਅੰਬਾਲਾ ਡਵੀਜ਼ਨਾਂ ਦੇ ਘੇਰੇ ਵਿਚ ਆਉਂਦਾ ਹੈ। 2009 ਅਨੁਸਾਰ ਰੇਲਵੇ ਰੂਟਾਂ ਦੀ ਕੁਲੱ ਲੰਬਾਈ 4072.36 ਕਿਲੋਮੀਟਰ ਸੀ। ਸੁਤੰਤਰਤਾ ਤੋਂ ਬਾਅਦ ਰਾਜ ਵਿਚ ਕੇਵਲ ਇਕ ਹੀ ਨਵੀਂ ਰੇਲ ਲਾਈਨ ਵਿਛਾਈ ਗਈ ਸੀ ਜੋ ਰੋਪੜ ਤੋਂ ਨੰਗਲ ਤਕ ਸੀ। ਅੱਜ ਕਲ੍ਹ ਨੰਗਲ ਤੋਂ ਊਨਾ ਅਤੇ ਪਠਾਨਕੋਟ ਤਕ ਨਵੀਂ ਰੇਲ ਲਾਈਨ ਵਿਛਾਈ ਜਾ ਰਹੀ ਹੈ। ਪੰਜਾਬ ਵਿਚ ਕਈ ਹੋਰ ਨਵੀਆਂ ਰੇਲਵੇ ਲਾਈਨਾਂ ਵਿਛਾਉਣ ਦੀ ਲੋੜ ਹੈ। ਲੁਧਿਆਣਾ ਨੂੰ ਪੰਜਾਬ ਦੀ ਰਾਜਧਾਨੀ ਚੰਡੀਗੜ੍ਹ ਨਾਲ ਰੇਲ ਰਾਹੀਂ ਮਿਲਾਇਆ ਜਾ ਰਿਹਾ ਹੈ। ਮੋਰਿੰਡਾ ਤਕ ਲਾਈਨ ਬਣ ਚੁੱਕੀ ਹੈ ਅਤੇ ਸਰਵਿਸ ਅਧੀਨ ਹੈ। ਚੰਡੀਗੜ੍ਹ ਨੂੰ ਰੂਪਨਗਰ, ਬਲਾਚੌਰ ਰਸਤੇ ਨਵਾਂ ਸ਼ਹਿਰ (ਨਵਾਂ ਸ਼ਹਿਰ ਤੋਂ ਫਗਵਾੜਾ ਰਸਤੇ ਜਲੰਧਰ ਤਕ ਪਹਿਲਾਂ ਹੀ ਰੇਲਵੇਂ ਲਾਈਨ ਹੈ) ਨਾਲ ਅਤੇ ਬਲਾਚੌਰ, ਗੜ੍ਹਸ਼ੰਕਰ, ਸੈਲਾਖੁਰਦ, ਮਾਹਿਲਪੁਰ ਰਸਤੇ ਹੁਸ਼ਿਆਰਪੁਰ ਨਾਲ ਜੋੜਨ ਦੀ ਵੀ ਲੋੜ ਹੈ। ਇਸ ਨਾਲ ਕੰਢੀ ਖੇਤਰ ਦੇ ਤੇਜ ਵਿਕਾਸ ਵਿਚ ਸਹਾਇਤਾ ਮਿਲੇਗੀ। ਇਕ ਹੋਰ ਮਹੱਤਵਪੂਰਣ ਲੋੜ ਪੰਜਾਬ ਦੇ ਉੱਭਰ ਰਹੇ ਉਦਯੋਗਿਕ ਕੇਂਦਰ ਗੋਇੰਦਵਾਲ ਸਾਹਿਬ ਨੂੰ ਬਿਆਸ ਰੇਲਵੇ ਸਟੇਸ਼ਨ ਨਾਲ ਜੋੜਨ ਦੀ ਸੀ। ਹੁਣ ਇਹ ਰੇਲਵੇ ਲਾਈਨ ਵਿਛਾ ਦਿੱਤੀ ਗਈ ਹੈ। ਨਕਸ਼ਾ ਨੰ. 56)

ਪੰਜਾਬ ਦੀਆਂ ਰੇਲਾਂ ਪੰਜਾਬ ਦੇ ਖੇਤੀਬਾੜੀ ਉਤਪਾਦ-ਕਣਕ, ਚਾਵਲ,. ਮੱਕੀ, ਛੋਲੇ, ਕਪਾਹ, ਵੜੇਵੇਂ, ਸਰ੍ਹੋਂ ਦਾ ਤੇਲ, ਖਲ (oilcake), ਖੰਡ, ਗੁੜ, ਪਸ਼ੂ ਧਨ (ਹੱਡੀਆਂ, ਖੱਲਾਂ, ਪਸ਼ੂ ਆਦਿ) ਆਦਿ ਅਤੇ ਉਦੋਯੋਗਿਕ ਅਤੇ ਨਿਰਮਤ ਵਸਤਾਂ-ਸਾਰੀਆਂ,

ਸੀਮੈਂਟ, ਸਾਈਕਲ, ਸਿਲਾਈ ਮਸ਼ੀਨਾਂ, ਹੌਜ਼ਰੀ ਦਾ ਸਾਮਾਨ, ਮਸ਼ੀਨ ਟੂਲਜ਼ ਆਦਿ ਬਾਹਰਲੇ ਰਾਜਾਂ ਅਤੇ ਭਾਰਤੀ ਬੰਦਰਗਾਹਾਂ ਨੂੰ ਲਿਜਾਉਂਦੀਆਂ ਹਨ। ਦੂਜੇ ਰਾਜਾਂ ਅਤੇ ਦੇਸ਼ਾਂ ਤੋਂ ਕੋਲਾ, ਪੈਟਰੋਲੀਅਮ, ਡੀਜ਼ਲ ਅਤੇ ਦੂਜੇ ਪੈਟਰੋਲੀਅਮ ਪਦਾਰਥ, ਸੀਮੈਂਟ, ਚਾਹ, ਕਾਹਵਾ, ਰਬੜ, ਇਸਪਾਤ ਮਸ਼ੀਨਾਂ ਆਦਿ ਪੰਜਾਬ ਵਿਚ ਲਿਆਉਂਦੀਆਂ ਹਨ।

ਹਵਾਈ ਸੇਵਾ (AIR TRANSPORTATION)

ਦਿੱਲੀ ਦੇ ਨੇੜੇ ਦੀ ਸਥਿਤੀ ਕਾਰਨ ਰਾਜ ਵਿਚ ਹਵਾਈ ਸੇਵਾ ਵਲ ਬਹੁਤਾ ਧਿਆਨ ਨਹੀਂ ਦਿਤਾ ਗਿਆ ਹੈ। ਪ੍ਰੰਤੂ ਮੁਕਾਬਲਤਨ ਅਮੀਰ ਪੰਜਾਬ ਵਿਚ ਹਵਾਈ ਸੇਵਾ ਨੂੰ ਹਰਮਨ ਪਿਆਰਾ ਬਣਾਉਣ ਦੀ ਲੋੜ ਹੈ। ਪੰਜਾਬ ਅਤੇ ਵਿਸ਼ੇਸ਼ ਕਰਕੇ ਦੋਆਬੇ ਦੇ ਬਹੁਤ ਸਾਰੇ ਲੋਕ ਵਿਦੇਸ਼ਾਂ ਵਿਚ ਰਹਿੰਦੇ ਹਨ ਜੋ ਅਕਸਰ ਪੰਜਾਬ ਆਉਂਦੇ-ਜਾਂਦੇ ਰਹਿੰਦੇ ਹਨ। ਇਸ ਕਾਰਨ ਪੰਜਾਬ ਵਿਚ ਜ਼ਿਆਦਾ ਹਵਾਈ ਸੇਵਾ ਮੁਹੱਈਆ ਕਰਵਾਉਣ ਦੇ ਨਾਲ-ਨਾਲ ਇਕ ਅੰਤਰ-ਰਾਸ਼ਟਰੀ ਹਵਾ ਅੱਡੇ ਦੀ ਸਥਾਪਤੀ ਦੀ ਵੱਡੀ ਲੋੜ ਸੀ। ਇਸ ਲੋੜ ਨੂੰ ਮੁੱਖ ਰੱਖਦੇ ਹੋਏ ਅੰਮ੍ਰਿਤਸਰ ਦੇ ਘਰੇਲੂ ਹਵਾਈ ਅੱਡੇ ਨੂੰ ਅੰਤਰ-ਰਾਸ਼ਟਰੀ ਹਵਾਈ ਅੱਡਾ ਬਣਾ ਗਿਆ ਹੈ। ਇਥੋਂ ਯੂ.ਕੇ. ਕਨੇਡਾ, ਯੂ .ਐਸ. ਏ. ਅਤੇ ਪੂਰਬ ਦੇ ਦੇਸ਼ਾਂ ਨੂੰ ਸਿੱਧੀਆਂ ਹਵਾਈ ਉੜਾਨਾਂ ਹੋ ਰਹੀਆਂ ਹਨ। ਇਸ ਸਮੇਂ ਪੰਜਾਬ ਵਿੱਚ ਪੰਜ ਹਵਾਈ ਅੱਡੇ ਮੌਜੂਦ ਹਨ। ਇਹ ਹਨ- ਅੰਮ੍ਰਿਤਸਰ, ਮੋਹਾਲੀ (ਚੰਡੀਗੜ੍ਹ), ਬਠਿੰਡਾ, ਲੁਧਿਆਣਾ, ਪਠਾਨਕੋਟ ਅਤੇ ਪਟਿਆਲਾ। ਆਦਮਪੁਰ ਦਾ ਫੌਜੀ ਹਵਾਈ ਅੱਡਾ ਆਪ ਲੋਕਾਂ ਲਈ ਵੀ ਖੋਲ੍ਹਿਆ ਜਾ ਰਿਹਾ ਹੈ।

ਅੰਮ੍ਰਿਤਸਰ ਰਾਜ ਦਾ ਪ੍ਰਮੁੱਖ ਹਵਾਈ ਅੱਡਾ ਹੈ। ਇਥੋਂ ਵਿਦੇਸ਼ਾ ਲਈ ਹਵਾਈ ਸੇਵਾ ਤੋਂ ਇਲਾਵਾ ਜੰਮੂ, ਸ਼੍ਰੀਨਗਰ, ਦਿੱਲੀ ਅਤੇ ਚੰਡੀਗੜ੍ਹ ਲਈ ਵੀ ਹਵਾਈ ਸੇਵਾ ਉਪਲਬੱਧ ਹੈ। ਚੰਡੀਗੜ੍ਹ ਵੀ ਪੰਜਾਬ ਲਈ ਹਵਾਈ ਸੇਵਾ ਪ੍ਰਦਾਨ ਕਰਦਾ ਹੈ। ਇਥੋਂ ਕੁੱਲੂ, ਦਿੱਲੀ ਅਤੇ ਅੰਮ੍ਰਿਤਸਰ ਲਈ ਸੇਵਾ ਮੌਜੂਦ ਹੈ। ਲੁਧਿਆਣਾ ਵਿਖੇ ਵੀ ਹਵਾਈ ਅੱਡਾ ਹੈ। ਇੱਥੋਂ ਦਿੱਲੀ ਲਈ ਹਵਾਈ ਸੇਵਾ ਚਲਦੀ ਹੈ। ਦੋਆਬੇ ਦੇ ਮੁੱਖ ਸ਼ਹਿਰ ਜਲੰਧਰ ਵਿਖੇ ਵੀ ਹਵਾਈ ਅੱਡਾ ਬਣਾਉਣ ਦੀ ਵੱਡੀ ਲੋੜ ਹੈ। ਇਥੇ ਜਲਦੀ ਹੀ ਇਕ ਹਵਾਈ ਅੱਡਾ ਉਸਾਰਿਆ ਜਾਵੇਗਾ। ਇਸ ਲਈ ਜ਼ਮੀਨ ਖ਼ਰੀਦ ਲਈ ਗਈ ਹੈ। ਮਾਲਵੇ ਦੇ ਪ੍ਰਸਿੱਧ ਸ਼ਹਿਰ ਪਟਿਆਲਾ ਵਿਖੇ ਵੀ ਇਕ ਹਵਾਈ ਅੱਡਾ ਬਣਾਉਣ ਦੀ ਲੋੜ ਹੈ।

ਇਸ ਸਮੇਂ ਪੰਜਾਬ ਵਿਚ ਤਿੰਨ ਅੰਤਰ-ਰਾਸ਼ਟਰੀ ਵਹਾਈ ਅੱਡੇ=ਰਾਜਾਸਾਂਸੀ ਅੰਮ੍ਰਿਤਸਰ ਵਿਖੇ, ਚੰਡੀਗੜ੍ਹ ਅਤੇ ਮੋਹਾਲੀ ਵਿਖੇ ਅਤੇ ਤੀਜਾ ਮਾਛੀਵਾੜਾ ਨੇੜੇ ਲੁਧਿਆਣਾ ਵਿਚ (ਉਸਾਰੀ ਅਧੀਨ) ਹਨ। ਪਟਿਆਲਾ, ਆਦਮਪੁਰ ਅਤੇ ਬਠਿੰਡਾ ਤੋਂ ਵੀ ਸਥਾਨਕ ਜਾਂ ਦਿੱਲੀ ਤਕ ਹਵਾਈ ਸੇਵਾ ਉਪਲੱਬਧ ਹੈ।

ਅਭਿਆਸ (EXERCISE)

1. ਹੇਠ ਲਿਖਿਆਂ ਦੇ ਸੰਖੇਪ ਉੱਤਰ ਲਿਖੋ-
   (i) ਆਵਾਜਾਈ ਸਾਧਨਾਂ ਦੀ ਕੀ ਮਹੱਤਤਾ ਹੈ ?
   (ii) ਪੰਜਾਬ ਵਿਚ ਕਿਹੜੇ ਮੁੱਖ ਆਵਾਜਾਈ ਸਾਧਨ ਹਨ ?
   (iii) ਪੰਜਾਬ ਦੀਆਂ ਸੜਕਾਂ ਦੇ ਵਿਸਥਾਰ ਦਾ ਖੇਤੀਬਾੜੀ ਨਾਲ ਕੀ ਸੰਬੰਧ ਹੈ।
   (iv) ਪੰਜਾਬ ਦਾ ਮੱਧਵਰਤੀ ਰਸਤਾ ਕਿਹੜਾ ਹੈ।
   (v) ਪੰਜਾਬ ਦੀਆਂ ਤਿੰਨ ਮੁੱਖ ਰਾਸ਼ਟਰੀ ਸੜਕਾਂ ਦੇ ਨਾਂ ਲਿਖੋ।
   (vi) ਪੰਜਾਬ ਦੇ ਕਿੰਨ੍ਹਾਂ ਜ਼ਿਲ੍ਹਿਆਂ ਵਿਚ ਜ਼ਿਆਦਾ ਸੜਕਾਂ ਹਨ ?

(vii) ਪੰਜਾਬ ਦੇ ਕਿਨ੍ਹਾਂ ਜ਼ਿਲ੍ਹਿਆਂ ਵਿਚ ਉੱਚ ਸੜਕ ਘਣਤਾ ਹੈ ?

(viii) ਪੰਜਾਬ ਵਿਚ ਰੇਲ ਮਾਰਗਾਂ ਦੀ ਕੁੱਲ ਕਿੰਨੀ ਲੰਬਾਈ ਹੈ ?

(ix) ਪੰਜਾਬ ਦੇ ਦੋ ਮੁੱਖ ਰੇਲ ਮਾਰਗਾਂ ਦੇ ਨਾਂ ਦੱਸੋ ਅਤੇ ਉਨ੍ਹਾਂ ਉਤੇ ਸਥਿਤ ਘੱਟੋ-ਘੱਟ ਚਾਰ ਸਟੇਸ਼ਨਾਂ ਦੇ ਨਾਂ ਲਿਖੋ।

(x) ਪੰਜਾਬ ਵਿਚ ਹਵਾਈ ਸੇਵਾ ਬਹੁਤ ਧਿਆਨ ਕਿਉਂ ਨਹੀਂ ਦਿੱਤਾ ਗਿਆ ਸੀ ?

(xi) ਪੰਜਾਬ ਦੇ ਸਿਵਲ ਹਵਾਈ ਅੱਡਿਆਂ ਦੇ ਨਾਂ ਦੱਸੋ।

(xii) ਪੰਜਾਬ ਵਿਚ ਸੜਕ ਪਹੁੰਚ ਕਿਸ ਪ੍ਰਕਾਰ ਦੀ ਹੈ ?

(xiii) ਪੇਂਡੂ ਲਿੰਕ ਸੜਕਾਂ ਦੀ ਕੀ ਮਹੱਤਤਾ ਹੈ ?

(xiv) ਪੰਜਾਬ ਦੇ ਚਾਰ ਮਹੱਤਵਪੂਰਨ ਰਾਜ ਮਾਰਗਾਂ ਦੇ ਨਾਂ ਲਿਖੋ।

(xv) ਸੜਕ ਤੀਬਰਤਾ ਅਨੁਸਾਰ ਪੰਜਾਬ ਦੀ ਭਾਰਤ ਵਿਕ ਕੀ ਸਥਿਤੀ ਹੈ ?

2. ਪੰਜਾਬ ਵਿਚ ਸੜਕਾਂ ਦੇ ਵਿਕਾਸ ਅਤੇ ਇਸ ਦੀਆਂ ਰਾਸ਼ਟਰੀ ਜਰਨੈਲੀ ਸੜਕਾਂ ਦਾ ਵਿਸਥਾਰ ਪੂਰਬਕ ਹਾਲ ਲਿਖੋ।

3. ਪੰਜਾਬ ਵਿਚ ਸੜਕਾਂ ਦੀ ਲੰਬਾਈ, ਘਣਤਾ ਅਤੇ ਤੀਬਰਤਾ ਦੀ ਵੰਡ ਦਾ ਸਰੂਪ ਕਿਹੋ ਜਿਹਾ ਹੈ ? ਵਿਸਥਾਰ ਪੂਰਬਕ ਲਿਖੋ।

4. ਪੰਜਾਬ ਵਿਚ ਰੇਲ ਅਤੇ ਹਵਾਈ ਆਵਾਜਾਈ ਉੱਤੇ ਨੋਟ ਲਿਖੋ।

5. ਪੰਜਾਬ ਕੇ ਖਾਕਾ ਨਕਸ਼ੇ ਉਤੇ ਹੇਠ ਲਿਖੇ ਦਿਖਾਊ

(i) ਰਾਸ਼ਟਰੀ ਜਰਨੈਲੀ ਸੜਕ ਮਾਰਗ ਨੰ. ਅਤੇ

(ii) ਅੰਮ੍ਰਿਤਸਰ-ਜਲੰਧਰ-ਨਵਾਂ ਸ਼ਹਿਰ (ਸ. ਭ. ਸ. ਨਗਰ)-ਚੰਡੀਗੜ੍ਹ ਸੜਕ।

(iii) ਲੁਧਿਆਣਾ ਉਤੇ ਮਿਲਦੀਆਂ ਚਾਰ ਰੇਲਵੇ ਲਾਈਨਾਂ (ਹਰੇਕ ਲਾਈਨ ਦਾ ਨਾਂ ਉਸ ਨਾਲ ਲਿਖੋ।)

(iv) ਲੁਧਿਆਣਾ-ਬਰਨਾਲਾ-ਬਠਿੰਡਾ-ਅਬੋਹਰ ਸੜਕ।

(v) ਪੰਜਾਬ ਦੇ ਤਿੰਨ ਸਿਵਲ ਹਵਾਈ ਅੱਡੇ।

❍ ❍ ❍

Chapter

12 ਪੰਜਾਬ ਦਾ ਵਪਾਰ

(TRADE OF PUNJAB)

ਕੋਈ ਵੀ ਸਮਾਜ, ਰਾਜ ਜਾਂ ਦੇਸ਼ ਆਤਮ-ਨਿਰਭਰ ਨਹੀਂ ਰਹਿ ਸਕਦਾ ਹੈ। ਅੱਜ ਦੇ ਸਮੇਂ ਵਿੱਚ, ਜਦੋਂ ਕਿਰਤ ਦੀ ਵੰਡ (division of labour) ਅਤੇ ਵਿਸ਼ੇਸ਼ੀਕ੍ਰਿਤਤਾ (specialization) ਅਰਥਚਾਰੇ (economy) ਦੇ ਮਹੱਤਵਪੂਰਣ ਅੰਗ ਹਨ, ਨਿਰਭਰਤਾ ਹੋਰ ਵੀ ਮਹੱਤਵਪੂਰਣ ਹੋ ਗਈ ਹੈ। ਇਨ੍ਹਾਂ ਆਰਥਿਕ ਕਾਰਨਾਂ ਤੋਂ ਬਿਨਾਂ ਕੁਦਰਤੀ ਸੰਸਾਧਨਾਂ ਦੀ ਅਸਮਾਨ ਵੰਡ ਅਤੇ ਵੱਧ ਰਹੀ ਆਬਾਦੀ ਅਤੇ ਆਮਦਨ ਆਪਸੀ ਨਿਰਭਰਤਾ ਨੂੰ ਹੋਰ ਵੀ ਮਹੱਤਵਪੂਰਣ ਬਣਾਉਂਦੇ ਹਨ। ਸੰਸਾਧਨਾਂ (resources), ਜਨਸੰਖਿਆ, ਆਮਦਨ, ਲੋੜਾਂ, ਉਤਪਾਦਨ ਆਦਿ ਦੀ ਅਸਮਾਨ (uneven) ਵੰਡ ਕਾਰਨ ਵਸਤਾਂ ਦਾ ਲੈ-ਦੇ (exchange) ਬਹੁਤ ਪੁਰਾਣੇ ਸਮੇਂ ਤੋਂ ਚਲਿਆ ਆ ਰਿਹਾ ਹੈ। ਇਸ ਲੈ-ਦੇ ਜਾਂ ਵਟਾਂਦਰੇ ਨੂੰ ਹੀ ਤਾਂ ਵਪਾਰ ਕਹਿੰਦੇ ਹਨ। ਇਹ ਵਪਾਰ (trade) ਵਸਤਾਂ ਦੇ ਵਟਾਂਦਰੇ ਦੇ ਰੂਪ ਵਿੱਚ (barter) ਜਾਂ ਰੁਪਏ-ਪੈਸੇ ਦੇ ਰੂਪ ਵਿੱਚ ਹੁੰਦਾ ਹੈ।

ਪੰਜਾਬ ਇੱਕ ਖੇਤੀ ਪ੍ਰਧਾਨ ਰਾਜ ਹੈ। ਇੱਥੇ ਖੇਤੀਬਾੜੀ ਉਤਪਾਦਾਂ (agricultural produce) ਦੀ ਬਹੁਲਤਾ ਹੈ। ਪਰੰਤੂ ਪੰਜਾਬ ਵਿੱਚ ਖਣਿਜ ਪਦਾਰਥਾਂ ਦੀ ਅਣਹੋਂਦ ਹੈ। ਇਮਾਰਤੀ ਲਕੜੀ ਦੀ ਵੀ ਘਾਟ ਹੈ। ਕੋਲਾ ਅਤੇ ਖਣਿਜ ਤੇਲ ਵਰਗੇ ਸ਼ਕਤੀ ਸਾਧਨ ਵੀ ਪੰਜਾਬ ਵਿੱਚ ਨਹੀਂ ਮਿਲਦੇ ਹਨ। ਪੰਜਾਬ ਵਿੱਚ ਲਘੂ ਉਦਯੋਗ ਬਹੁਤ ਮਹੱਤਵਪੂਰਣ ਹਨ। ਇਨ੍ਹਾਂ ਵਿੱਚ ਬਣੇ ਉਦਯੋਗਿਕ ਉਤਪਾਦ (industrial produce) ਜਿਵੇਂ ਕਿ ਸਾਈਕਲ, ਸਿਲਾਈ ਮਸ਼ੀਨਾਂ, ਹੌਜਰੀ ਦਾ ਸਮਾਨ, ਚਮੜੇ ਦੀਆਂ ਵਸਤਾਂ ਆਦਿ ਵਾਧੂ (surplus) ਹਨ। ਘਣੀ, ਵਪਾਰਕ ਅਤੇ ਸਫਲ ਖੇਤੀ ਫਲਸਰੂਪ ਅਤੇ ਬਾਹਰੋਂ ਕਮਾ ਕੇ ਲਿਆਂਦੀ ਆਮਦਨ ਕਾਰਨ ਪੰਜਾਬ ਦੇ ਲੋਕਾਂ ਦੀ ਖਰੀਦਣ ਸ਼ਕਤੀ (purchasing power) ਉੱਚੀ ਹੈ। ਉਨ੍ਹਾਂ ਦੀਆਂ ਲੋੜਾਂ ਵੀ ਜ਼ਿਆਦਾ ਹਨ ਅਤੇ ਇਹ ਆਰਾਮ (luxury) ਦੀਆਂ ਅਤੇ ਦੂਜੀਆਂ ਉਪਭੋਗਤਾ (consumer) ਵਸਤਾਂ ਲਈ ਬਣ ਗਈਆਂ ਹਨ। ਇਨ੍ਹਾਂ ਕਾਰਨ ਪੰਜਾਬ ਦਾ ਵਪਾਰ ਕਾਫੀ ਹੈ। ਪੰਜਾਬ ਦਾ ਇਹ ਵਪਾਰ ਅੰਤਰ-ਰਾਜੀ (inter state) ਅਤੇ ਅੰਦਰੂਨੀ (internal) ਹੈ। ਪੰਜਾਬ ਦਾ ਬਹੁਤ ਸਾਰਾ ਵਪਾਰ (foreign trade) ਤਾਂ ਕੇਂਦਰੀ ਸਰਕਾਰ ਦੇ ਘੇਰੇ ਵਿੱਚ ਆਉਂਦਾ ਹੈ। ਪੰਜਾਬ ਦਾ ਬਹੁਤ ਸਾਰਾ ਵਪਾਰ ਰੇਲਾਂ ਰਾਹੀਂ ਹੁੰਦਾ ਹੈ, ਭਾਵੇਂ ਟਰੱਕਾਂ ਰਾਹੀਂ ਵੀ ਬਹੁਤ ਸਾਰਾ ਵਪਾਰ ਹੁੰਦਾ ਹੈ। ਵਪਾਰ ਦੇ ਪੂਰਣ ਅਤੇ ਸਹੀ ਅੰਕੜੇ ਆਮ ਕਰਕੇ ਰੇਲ ਵਿਭਾਗ ਤੋਂ ਪ੍ਰਾਪਤ ਹੁੰਦੇ ਹਨ। ਟਰੱਕਾਂ ਰਾਹੀਂ ਹੋਏ ਵਪਾਰ ਦੇ ਅੰਕੜੇ ਉਪਲਬੱਧ ਨਹੀਂ ਹਨ। ਇਸ ਕਾਰਨ ਵਪਾਰ ਦੀ ਇਹ ਤਸਵੀਰ ਪੂਰਣ ਅਤੇ ਸਹੀ ਨਹੀਂ ਹੈ।

ਪੰਜਾਬ ਦੇ ਅੰਤਰ-ਰਾਜੀ ਵਪਾਰ ਵਿੱਚ ਖੇਤੀਬਾੜੀ ਉਤਪਾਦ, ਪਸ਼ੂ ਧਨ ਅਤੇ ਲਘੂ ਉਦਯੋਗਾਂ ਦੇ ਉਤਪਾਦ ਮੁੱਖ ਤੌਰ ਤੇ ਦੂਜੇ ਰਾਜਾਂ ਨੂੰ ਭੇਜੇ ਜਾਂਦੇ ਹਨ ਅਤੇ ਧਾਤ ਅਤੇ ਅਧਾਤ ਪਦਾਰਥ, ਕੋਲਾ, ਤੇਲ ਅਤੇ ਪੈਟਰੋਲੀਅਮ ਪਦਾਰਥ, ਭਾਰੀ ਮਸ਼ੀਨਾਂ ਆਦਿ ਦੂਜੇ ਰਾਜਾਂ ਤੋਂ ਮੰਗਵਾਏ ਜਾਂਦੇ ਹਨ। ਪੰਜਾਬ ਦੇ ਵਪਾਰ ਦੀਆਂ ਵਸਤਾਂ ਨੂੰ ਪੰਜ ਮੁੱਖ ਵਰਗਾਂ ਵਿੱਚ ਵੰਡਿਆ ਗਿਆ ਹੈ ਅਤੇ ਵਪਾਰ ਨੂੰ ਨਿਰਯਾਤ ਅਤੇ ਆਯਾਤ ਰੂਪ ਵਿੱਚ ਵਿਚਾਰਿਆ ਗਿਆ ਹੈ।

ਪੰਜਾਬ ਤੋਂ ਨਿਰਯਾਤ (EXPORTS FROM PUNJAB)

ਪੰਜਾਬ ਤੋਂ ਦੂਜੇ ਰਾਜਾਂ ਨੂੰ ਭੇਜੇ ਜਾਣ ਵਾਲੇ ਪਦਾਰਥਾਂ ਨੂੰ ਹੇਠ ਲਿਖੇ ਪੰਜ ਮੁੱਖ ਵਰਗਾਂ ਵਿੱਚ ਵੰਡਿਆ ਗਿਆ ਹੈ।

1. ਖ਼ੁਰਾਕ ਵਸਤਾਂ (Food Articles) : ਪੰਜਾਬ ਮੁੱਖ ਤੌਰ 'ਤੇ ਕਣਕ, ਚਾਵਲ, ਆਟਾ, ਤਾਜੇ ਫਲ ਅਤੇ ਸਬਜ਼ੀਆਂ

ਵਰਗੀਆਂ ਖੁਰਾਕ ਵਸਤਾਂ ਨਿਰਯਾਤ ਕਰਦਾ ਹੈ। ਸਾਰਣੀ ਨੰ. 60 ਵਿੱਚ ਦਿੱਤੇ ਅੰਕੜੇ ਰੇਲ ਰਾਹੀਂ ਕੀਤੇ ਵਪਾਰ ਦੇ ਹਨ। ਮੋਟੇ ਤੌਰ 'ਤੇ 1995-96 ਤੋਂ ਬਾਅਦ ਰੇਲ ਰਾਹੀਂ ਵਪਾਰ ਵਿੱਚ ਬਹੁਤ ਕਮੀ ਆਈ ਹੈ। ਇਹ ਵਿਸ਼ੇਸ਼ ਕਰਕੇ ਕਣਕ ਅਤੇ ਚਾਵਲ ਨੂੰ ਛੱਡ ਕੇ ਬਾਕੀ ਦੀਆਂ ਖੁਰਾਕ ਵਸਤਾਂ ਵਿੱਚ ਵਾਪਰਿਆ ਹੈ।

ਸਾਰਣੀ ਨੰ. 60

ਪੰਜਾਬ ਤੋਂ ਰੇਲ ਰਾਹੀਂ ਦੂਜੇ ਰਾਜਾਂ ਨੂੰ ਨਿਰਯਾਤ ਅਤੇ ਦੂਜੇ ਰਾਜਾਂ ਤੋਂ ਪੰਜਾਬ ਦਾ ਆਯਾਤ (ਟਨਾਂ ਵਿੱਚ) – 1

ਕ੍ਰਮ ਨੰ. ਵਸਤ	ਨਿਰਯਾਤ						ਆਯਾਤ					
	1970-71	1980-81	1990-91	2000-01	2003-04	2021	1970-71	1980-81	1990-91	2000-01	2003-04	2021
ਖੁਰਾਕ ਵਸਤਾਂ												
1. ਛੋਲੇ ਅਤੇ ਇਸਦੇ ਪਦਾਰਥ	193	75	14	24	–	–	51	29	10	1	1	–
2. ਹੋਰ ਦਾਲਾਂ	34	42	31	–	–	–	113	67	11	–	(ੳ)	–
3. ਮੱਕੀ	1200	40	9	–	–	–	14	114	101	62	39	97308.4
4. ਜਵਾਰ	1	22	2	–	–	–	60	85	64	–	22	2651.8
5. ਬਾਜਰਾ	975	92	9	–	–	–	2	1	18	–	22	–
6. ਧਾਨ	75	1309	567	–	–	–	1	8	109	113	418	–
7. ਚਾਵਲ	3682	29117	4249	33514	64920	125,19,447.5	15	6	43	26	414	19619.8
8. ਕਣਕ	20134	40191	8953	34472	74731	9832082	28	7	16	124	27	31339.3
9. ਕਣਕ ਦਾ ਆਟਾ	185	42	71	–	–	–	6	1	–	–	–	–
10. ਫੁਟਕਲ ਅਨਾਜ	145	37	166	265	1094	–	63	132	70	1	–	–
11. ਚੀਨੀ	2	1	1	–	62	–	440	221	90	131	108	–
12. ਦੇਸੀ ਖੰਡ	1	1	–	–	–	–	13	51	2	–	–	–
13. ਗੁੜ-ਸ਼ੱਕਰ	60	1	(ੳ)	–	–	–	150	242	88	–	2	–
14. ਚਾਹ	49	27	–	–	–	–	264	115	–	9	–	–
15. ਮੇਵੇ	3	4	17	–	–	–	9	1	–	–	–	–
16. ਤਾਜੇ ਫਲ ਅਤੇ ਸਬਜ਼ੀਆਂ	–	–	111	851	365	–	–	–	7	32	–	–
17. ਲੂਣ	10	10	23	–	–	–	764	151	219	233	–	166147.8
18. ਕਾਹਵਾ	10	9	1	–	–	–	9	36	–	–	–	–
ਪਸ਼ੂ ਧਨ ਅਤੇ ਪਦਾਰਥ												
1. ਮੱਝਾਂ-ਗਊਆਂ ਆਦਿ (ਗਿਣਤੀ)	65	24	325	175	–	–	4	2	(ੳ)	–	–	–
2. ਹੱਡੀਆਂ	41	65	59	9	–	–	4	16	35	–	–	–
3. ਕੱਚੀ ਖੱਲ	17	37	13	–	–	–	5	1	1	–	–	–
4. ਕੱਚਾ ਚਮੜਾ	13	(ੳ)	–	–	–	–	(ੳ)	(ੳ)	–	–	–	–
5. ਉੱਨ (ਕੱਚੀ)	4	2	1	–	–	–	51	17	–	–	–	–

ਤੇਲ ਬੀਜ਼ ਅਤੇ ਵਸਤਾਂ												
1. ਵੜੇਵੇਂ	188	245	–	3	1	61	182	192	12	6	2	–
2. ਮੂੰਗਫਲੀ	7	13	1	–	–	–	12	4	1	–	–	–
3. ਤੋਰੀਆਂ ਅਤੇ ਸਰ੍ਹੋਂ	230	52	8	–	–	–	26	112	77	–	–	–
4. ਤਿਲ	(ੳ)	2	5	–	–	–	10	3	(ੳ)	–	–	–
5. ਸਰ੍ਹੋਂ ਦਾ ਤੇਲ	–	–	108	14	51	–	–	–	2	1	–	–
6. ਖਲ	391	1358	1084	–	–	52518.8	984	857	2307	239	–	13310.3
7. ਦੂਜੇ ਬਨਸਪਤੀ ਤੇਲ	6	6	11	3	–	304 (ਸੋਇਆਬੀਨ ਤੇਲ)	123	668	12	17	87	54918.1 (ਸੋਇਆਬੀਨ ਤੇਲ)

ਸ੍ਰੋਮ - ਪੰਜਾਬ ਦਾ ਅੰਕੜਾ ਸਾਰ = 2000, 2002 ਅਤੇ 2021, (ੳ) = 500 ਕਿਉਂਟਲ ਤੋਂ ਘੱਟ

ਰੇਲ ਰਾਹੀਂ ਕਣਕ ਅਤੇ ਚਾਵਲਾਂ ਦੇ ਨਿਰਯਾਤ ਦੀ ਮਾਤਰਾ 1985-86 ਤੱਕ ਜ਼ਿਆਦਾ ਸੀ। ਉਸ ਤੋਂ ਬਾਅਦ ਕਣਕ ਅਤੇ ਚਾਵਲਾਂ ਦੇ ਰੇਲ ਰਾਹੀਂ ਨਿਰਯਾਤ ਦੀ ਮਾਤਰਾ ਘਟੀ ਹੈ। ਇਸ ਤੋਂ ਇਹ ਪਤਾ ਲੱਗਦਾ ਹੈ ਕਿ ਇਨ੍ਹਾਂ ਦੋ ਮੁੱਖ ਅਨਾਜਾਂ ਦਾ ਬਹੁਤ ਸਾਰਾ ਵਪਾਰ ਹੁਣ ਟਰੱਕਾਂ ਰਾਹੀਂ ਵੀ ਹੋਣ ਲੱਗ ਪਿਆ ਹੈ। 1994-95 ਅਨੁਸਾਰ ਪੰਜਾਬ ਨੇ 58.3 ਲੱਖ ਟਨ ਚਾਵਲ ਅਤੇ 72.8 ਲੱਖ ਟਨ ਕਣਕ ਕੇਂਦਰੀ ਭੰਡਾਰ ਲਈ ਭੇਜੀ ਸੀ। ਪੰਜਾਬ ਕਣਕ ਦਾ ਆਟਾ ਵੀ ਨਿਰਯਾਤ ਕਰਦਾ ਹੈ। 1995-96 ਤੋਂ ਇਨ੍ਹਾਂ ਵਸਤਾਂ ਦੇ ਰੇਲ ਰਾਹੀਂ ਨਿਰਯਾਤ ਦੀ ਮਾਤਰਾ ਕਾਫੀ ਘੱਟ ਗਈ। 1999-2000 ਵਿੱਚ ਖੁਰਾਕ ਵਸਤਾਂ ਵਿੱਚੋਂ ਕੇਵਲ 3400 ਟਨ ਕਣਕ ਦਾ ਆਟਾ ਬਾਹਰ ਭੇਜਿਆ (ਸਾਰਣੀ ਨੰ. 59) ਗਿਆ ਸੀ। 1970-71 ਤੱਕ ਛੋਲੇ, ਦਾਲਾਂ, ਮੱਕੀ ਅਤੇ ਬਾਜਰਾ ਵੀ ਕਾਫੀ ਮਾਤਰਾ ਵਿੱਚ ਨਿਰਯਾਤ ਕੀਤੇ ਜਾਂਦੇ ਸਨ। ਪਰੰਤੂ ਇਨ੍ਹਾਂ ਅਨਾਜਾਂ ਦੇ ਦਿਨ-ਬ-ਦਿਨ ਤੇਜ਼ੀ ਨਾਲ ਘੱਟ ਰਹੇ ਉਤਪਾਦਨ ਕਾਰਨ ਇਨ੍ਹਾਂ ਦਾ ਵਪਾਰ ਹੁਣ ਲਗਭਗ ਖ਼ਤਮ ਹੋ ਚਲਿਆ ਹੈ। ਫ਼ਲ ਅਤੇ ਤਾਜ਼ੀਆਂ ਸਬਜ਼ੀਆਂ ਵੀ ਕੁੱਝ ਮਾਤਰਾ ਵਿੱਚ ਬਾਹਰ ਭੇਜੀਆਂ ਜਾਂਦੀਆਂ ਹਨ। ਪੰਜਾਬ ਦੇ ਵਪਾਰੀ ਮੂਲ ਸੋਮਿਆਂ ਤੋਂ ਲੂਣ ਮੰਗਵਾ ਕੇ ਹੋਰ ਰਾਜਾਂ ਨੂੰ ਭੇਜਦੇ ਹਨ। 2000-01 ਵਿੱਚ ਪੰਜਾਬ ਨੇ ਰੇਲ ਰਾਹੀਂ 33,51,400 ਟਨ ਚਾਵਲ, 34,47,200 ਟਨ ਕਣਕ, 2,400 ਟਨ ਛੋਲੇ, 26,500 ਟਨ ਹੋਰ ਅਨਾਜ ਅਤੇ 85,100 ਟਨ ਤਾਜ਼ੇ ਫ਼ਲ ਅਤੇ ਸਬਜ਼ੀਆਂ ਬਾਹਰ ਭੇਜੇ ਸਨ। 2006-07 ਦੌਰਾਨ 1100 ਟਨ ਦਾਲਾਂ, 9,900 ਟਨ ਧਾਨ, 32.66 ਲੱਖ ਟਨ ਚਾਵਲ, 36.04 ਲੱਖ ਟਨ ਕਣਕ, 4,000 ਟਨ ਕਣਕ ਦਾ ਆਟਾ, 91,900 ਟਨ ਹੋਰ ਅਨਾਜ ਅਤੇ 42,900 ਟਨ ਤਾਜ਼ੇ ਫਲ ਅਤੇ ਸਬਜ਼ੀਆਂ ਨਿਰਯਾਤ ਕੀਤੇ ਸਨ। 2007-08 ਦੌਰਾਨ 56.65 ਲੱਖ ਟਨ ਚਾਵਲ, 5 ਹਜ਼ਾਰ ਟਨ ਝੋਨਾ, 36.19 ਲੱਖ ਟਨ ਕਣਕ, 0.45 ਲੱਖ ਟਨ ਹੋਰ ਅਨਾਜ, 1.06 ਲੱਖ ਟਨ, ਤਾਜ਼ੇ ਫਲ ਅਤੇ ਸਬਜ਼ੀਆਂ ਨਿਰਯਾਤ ਕੀਤੇ ਗਏ ਸਨ। 2014 ਦੌਰਾਨ ਪੰਜਾਬ ਨੇ 72.14 ਲੱਖ ਟਨ ਚਾਵਲ, 109.66 ਲੱਖ ਟਨ ਕਣਕ, 34600 ਟਨ ਦੂਜੇ ਅਨਾਜ ਅਤੇ 55,700 ਟਨ ਤਾਜ਼ੇ ਫਲ ਅਤੇ ਸਬਜ਼ੀਆਂ ਨਿਰਯਾਤ ਕੀਤੇ ਸਨ। 2021 ਸਾਲ ਦੌਰਾਨ ਪੰਜਾਬ ਤੋਂ 1,25,19,447.5 ਟਨ ਚਾਵਲ ਅਤੇ 98,32,082 ਟਨ ਕਣਕ ਨਿਰਯਾਤ ਕੀਤੇ ਸਨ।

2. ਪਸ਼ੂ ਧਨ ਅਤੇ ਪਸ਼ੂ ਧਨ ਪਦਾਰਥ (Livestock and Livestock Products) : ਪੰਜਾਬ ਕਾਫੀ ਗਿਣਤੀ ਵਿੱਚ ਜਿਉਂਦੇ ਪਸ਼ੂ (ਮੱਝਾਂ, ਗਊਆਂ ਆਦਿ) ਦੂਜੇ ਰਾਜਾਂ ਨੂੰ ਭੇਜਦਾ ਹੈ। ਇਨ੍ਹਾਂ ਦੇ ਨਿਰਯਾਤ ਵਿੱਚ ਲਗਾਤਾਰ ਵਾਧਾ ਹੋ ਰਿਹਾ ਹੈ। 1970-71 ਵਿੱਚ ਪੰਜਾਬ ਨੇ 65 ਹਜ਼ਾਰ ਪਸ਼ੂ ਭੇਜੇ ਸਨ। 1993-94 ਵਿੱਚ ਇਹ ਗਿਣਤੀ ਵੱਧ ਕੇ 5 ਲੱਖ 35 ਹਜ਼ਾਰ ਹੋ ਗਈ ਸੀ। ਪੰਜਾਬ ਹੱਡੀਆਂ ਅਤੇ ਕੱਚੀ ਖੱਲ (hides) ਵੀ ਬਾਹਰ ਭੇਜਦਾ ਹੈ। 2000-01 ਵਿੱਚ ਪੰਜਾਬ ਨੇ 1 ਲੱਖ 75 ਹਜ਼ਾਰ ਜਿਉਂਦੀਆਂ ਮੱਝਾਂ ਅਤੇ ਗਾਈਆਂ ਬਾਹਰ ਭੇਜੀਆਂ ਸਨ। 900 ਟਨ ਹੱਡੀਆਂ ਵੀ ਭੇਜੀਆਂ ਸਨ। 2007-08 ਦੌਰਾਨ ਪੰਜਾਬ ਵਿੱਚੋਂ 44 ਹਜ਼ਾਰ ਜਿਉਂਦੇ ਪਸ਼ੂ ਬਾਹਰ ਭੇਜੇ ਗਏ ਸਨ। 2014 ਸਾਲ ਦੌਰਾਨ ਪਸ਼ੂ ਧਨ ਸਬੰਧਤ ਕੇਵਲ 13,000 ਪਸ਼ੂ ਨਿਰਯਾਤ ਕੀਤੇ ਸਨ। ਸਾਲ 2021 ਦੇ ਪਸ਼ੂ ਧਨ ਸੰਬੰਧਤ ਕੋਈ ਵੀ ਅੰਕੜਾ ਉਪਲੱਬਧ ਨਹੀਂ ਹੈ।

3. ਤੇਲ ਦੇ ਬੀਜ਼ ਅਤੇ ਉਨ੍ਹਾਂ ਦੀਆਂ ਵਸਤਾਂ (Oilseeds and their Products) : ਪੰਜਾਬ ਮੁੱਖ ਤੌਰ 'ਤੇ ਵੜੇਵੇਂ (cotton seeds), ਮੂੰਗਫਲੀ, ਖਲ (oil cake) ਅਤੇ ਸਰ੍ਹੋਂ ਦਾ ਤੇਲ ਨਿਰਯਾਤ ਕਰਦਾ ਹੈ। ਪੰਜਾਬ ਇਹ ਵਸਤਾਂ ਬਾਹਰੋਂ

ਮੰਗਵਾਉਂਦਾ ਵੀ ਹੈ। ਖਲ ਦਾ ਆਯਾਤ ਨਿਰਯਾਤ ਨਾਲੋਂ ਵੱਧ ਰਿਹਾ ਹੈ। 2006-07 ਵਿੱਚ ਕੋਈ ਵੀ ਨਿਰਯਾਤ ਇਸ ਸ਼੍ਰੇਣੀ ਦੀਆਂ ਵਸਤਾਂ ਦਾ ਨਹੀਂ ਹੋਇਆ ਸੀ। 2000-01 ਵਿੱਚ ਵੜੇਵੇਂ, ਸਰ੍ਹੋਂ ਦਾ ਤੇਲ ਅਤੇ ਹੋਰ ਬਨਸਪਤੀ ਤੇਲ ਭੇਜੇ ਗਏ ਸਨ। 2007-08 ਸਾਲ ਦੌਰਾਨ 0.11 ਲੱਖ ਟਨ ਖਲ ਅਤੇ 10100 ਮੀ. ਟਨ ਦੂਜੇ ਤੇਲ (ਮੂੰਗਫਲੀ) ਨਿਰਯਾਤ ਕੀਤੇ ਗਏ ਸਨ। 2013 ਦੇ ਸਾਲ ਸਮੇਂ 6100 ਟਨ ਵੜੇਵਿਆਂ ਦਾ ਨਿਰਯਾਤ ਹੋਇਆ ਸੀ। 2021 ਦੇ ਸਾਲ ਦੌਰਾਨ ਪੰਜਾਬ ਤੋਂ 5,25,188 ਟਨ ਖਲ ਅਤੇ 3040 ਟਨ ਸੋਇਆਬੀਨ ਦਾ ਤੇਲ ਨਿਰਯਾਤ ਹੋਇਆ ਸੀ।

4. **ਉਦਯੋਗਿਕ ਕੱਚਾ ਮਾਲ ਅਤੇ ਅਰਧ-ਨਿਰਮਤ ਵਸਤਾਂ (Industrial Raw Materials and Semi-Manufactures) :** ਇਸ ਵਿੱਚ ਮੁੱਖ ਤੌਰ ਤੇ ਕੱਚੀ ਕਪਾਹ (raw cotton) ਸ਼ਾਮਲ ਸੀ। ਪੰਜਾਬ ਹਰ ਸਾਲ 3 ਲੱਖ ਤੋਂ 5 ਲੱਖ ਕਿਉਂਟਲ ਕੱਚੀ ਕਪਾਹ ਬਾਹਰ ਭੇਜਦਾ ਸੀ। ਇਹ ਕਪਾਹ ਸੂਤੀ ਕੱਪੜੇ ਦੇ ਉਦਯੋਗ ਲਈ ਕੱਚਾ ਮਾਲ ਹੈ। ਪਰੰਤੂ 1995-96 ਤੋਂ ਬਾਅਦ ਪੰਜਾਬ ਵਿੱਚ ਅਮਰੀਕਨ ਸੁੰਡੀ ਕਾਰਨ ਕਪਾਹ ਦੀ ਖੇਤੀ ਦੇ ਖ਼ਰਾਬ ਹੋਣ ਕਾਰਨ ਕਪਾਹ ਦਾ ਨਿਰਯਾਤ ਖ਼ਤਮ ਹੋ ਗਿਆ ਹੈ। (ਸਾਰਣੀ ਨੰ. 61)। ਪੰਜਾਬ, ਹਿਮਾਚਲ ਪ੍ਰਦੇਸ਼ ਤੇ ਜੰਮੂ ਅਤੇ ਕਸ਼ਮੀਰ ਤੋਂ ਇਮਾਰਤੀ ਲਕੜੀ ਮੰਗਵਾ ਕੇ ਦੂਜੇ ਰਾਜਾਂ ਨੂੰ ਨਿਰਯਾਤ ਕਰਦਾ ਹੈ। ਪੰਜਾਬ ਦੂਜੇ ਸੋਮਿਆਂ ਤੋਂ ਖਣਿਜ ਤੇਲ, ਮਿੱਟੀ ਦਾ ਤੇਲ ਅਤੇ ਕੋਲਾ ਮੰਗਵਾ ਕੇ ਉਨ੍ਹਾਂ ਨੂੰ ਨਿਰਯਾਤ ਵੀ ਕਰਦਾ ਹੈ। 2007-08 ਵਿੱਚ ਪੰਜਾਬ ਨੇ 1.42 ਲੱਖ ਮੀ. ਟਨ ਖਣਿਜ ਤੇਲ, 16300 ਮੀ. ਟਨ ਮਿੱਟੀ ਦਾ ਤੇਲ ਅਤੇ 300 ਮੀ. ਟਨ ਇਮਾਰਤੀ ਲਕੜੀ ਬਾਹਰ ਭੇਜੇ ਸਨ। 2013-14 ਦੇ ਸਾਲ ਵਿੱਚ ਪੰਜਾਬ ਤੋਂ 101,800 ਟਨ ਮਿੱਟੀ ਦਾ ਤੇਲ, 6500 ਟਨ ਕੋਲਾ ਅਤੇ ਕੋਕ, 200 ਟਨ ਚੂਨੇ ਦਾ ਪੱਥਰ ਅਤੇ 14,23,600 ਟਨ ਖਣਿਜ ਤੇਲ ਨਿਰਯਾਤ ਹੋਏ ਸਨ। ਸਾਲ 2021 ਦੌਰਾਨ ਪੰਜਾਬ ਤੋਂ 3608.9 ਟਨ ਕੋਲਾ ਅਤੇ ਕੋਕ, 5,73,883.9 ਟਨ ਖਣਿਜ ਤੇਲ ਨਿਰਯਾਤ ਕੀਤੇ ਗਏ ਸਨ।

5. **ਨਿਰਮਾਣ ਵਸਤਾਂ (Manufactures) :** ਪੰਜਾਬ ਮੁੱਖ ਤੌਰ 'ਤੇ ਊਨੀ ਕੱਪੜੇ, ਗਲੀਚੇ, ਸੂਤੀ ਕੱਪੜੇ, ਹੌਜ਼ਰੀ ਅਤੇ ਬਣੇ-ਬਣਾਏ ਕੱਪੜੇ (Readymade Clothes), ਤਿਆਰ ਚਮੜਾ, ਚਮੜੇ ਤੋਂ ਬਣੀਆਂ ਵਸਤਾਂ, ਰਬੜ ਦੀਆਂ ਵਸਤਾਂ, ਸਿਲਾਈ ਮਸ਼ੀਨਾਂ ਅਤੇ ਪੁਰਜੇ, ਬਿਜਲੀ ਦੇ ਸਵਿੱਚ ਗੀਅਰ ਅਤੇ ਹੋਰ ਸਾਮਾਨ ਪੀ.ਵੀ.ਸੀ. ਕੇਬਲਜ਼, ਆਟੋ ਪਾਰਟਸ, ਸਾਈਕਲ ਅਤੇ ਸਾਈਕਲਾਂ ਦੇ ਪੁਰਜੇ, ਖੇਡਾਂ ਦਾ ਸਾਮਾਨ, ਮਸ਼ੀਨ ਅਤੇ ਹੈਂਡ ਟੂਲਜ਼, ਰਾਈਸ ਬਰਾਨ ਤੇਲ, ਆਰਟ ਸਿਲਕ ਆਦਿ ਜੋ ਮੁੱਖ ਤੌਰ ਤੇ ਪੰਜਾਬ ਦੇ ਲਘੂ ਉਦਯੋਗਾਂ ਵਿੱਚ ਬਣਦੇ ਹਨ, ਪੰਜਾਬ ਤੋਂ ਬਾਹਰ ਭੇਜੇ ਜਾਂਦੇ ਹਨ। 2000-01 ਅਨੁਸਾਰ ਪੰਜਾਬ ਨੇ 40149.6 ਕਰੋੜ ਰੁਪਏ ਦੇ ਮੁੱਲ ਦਾ ਅਜਿਹਾ ਉਦਯੋਗਿਕ ਸਮਾਨ ਨਿਰਯਾਤ ਕੀਤਾ ਸੀ। 2008-09 ਵਿੱਚ ਅਜਿਹੇ ਨਿਰਯਾਤ ਦਾ ਮੁੱਲ ਤਿੰਨ ਗੁਣਾ ਵੱਧਕੇ 13,888.29 ਕਰੋੜ ਰੁਪਏ ਹੋ ਗਿਆ ਸੀ। ਇਨ੍ਹਾਂ ਤੋਂ ਬਿਨਾਂ ਪੰਜਾਬ ਸ਼ੀਸ਼ਾ, ਬੋਰੀਆਂ, ਸੀਮਿੰਟ, ਸਰੀਆ, ਗਾਰਡਰ, ਚਾਦਰਾਂ ਆਦਿ ਪਦਾਰਥ ਇਨ੍ਹਾਂ ਵਸਤਾਂ ਦੇ ਮੂਲ ਸਰੋਤਾਂ ਤੋਂ ਮੰਗਵਾ ਕੇ ਕੁੱਝ ਮਾਤਰਾ ਵਿੱਚ ਦੂਜੇ ਰਾਜਾਂ ਨੂੰ ਭੇਜਦਾ ਹੈ।

2013-14 ਸਾਲ ਦੌਰਾਨ ਪੰਜਾਬ ਨੇ 21.75 ਲੱਖ ਟਨ ਸੀਮੈਂਟ, 5,200 ਟਨ ਲੋਹਾ ਅਤੇ ਸਟੀਲ, 81,300 ਟਨ ਟਰਾਂਸਪੋਰਟ ਦਾ ਸਮਾਨ, 3,500 ਟਨ ਰਬੜ ਅਤੇ ਰਬੜ ਵਸਤਾਂ, 1.13 ਲੱਖ ਟਨ ਖਾਦ ਅਤੇ ਰਸਾਇਣਕ ਪਦਾਰਥ ਅਤੇ 27.11 ਲੱਖ ਟਨ ਹੋਰ ਵਸਤਾਂ ਨਿਰਯਾਤ ਕੀਤੀਆਂ ਸਨ। ਪੰਜਾਬ ਦਾ ਨਿਰਮਾਣ ਵਸਤਾਂ ਦਾ ਨਿਰਯਾਤ 46.895 ਲੱਖ ਟਨ, ਅਨਾਜ (ਕਣਕ-ਚਾਵਲ) ਅਤੇ ਦੂਜੇ ਖਾਧ ਪਦਾਰਥਾਂ ਦੇ ਨਿਰਯਾਤ (183.66 ਲੱਖ ਟਨ) ਤੋਂ ਬਾਅਦ ਦੂਜੇ ਨੰਬਰ ਤੇ ਹੈ। 2021 ਸਾਲ ਦੌਰਾਨ ਪੰਜਾਬ ਤੋਂ 11.52 ਲੱਖ ਟਨ ਸੀਮੈਂਟ, 1,23,237.4 ਟਰੈਕਟਰਜ਼, 69538 ਡੱਬੇ ਅਤੇ 2,76,765.9 ਟਨ ਰਸਾਇਣਕ ਖਾਦਾਂ ਨਿਰਯਾਤ ਕੀਤੇ ਗਏ ਸਨ। ਪੰਜਾਬ ਦਾ 2021 ਸਾਲ ਦੌਰਾਨ ਕੁੱਲ ਨਿਰਯਾਤ 263,49,411.5 ਟਨ ਸੀ।

ਪੰਜਾਬ ਦਾ ਜ਼ਿਆਦਾਤਰ ਉਦਯੋਗਿਕ ਨਿਰਯਾਤ 93.93% ਇਸ ਦੇ ਚਾਰ ਮੁੱਖ ਉਦਯੋਗਿਕ ਜ਼ਿਲ੍ਹਿਆਂ ਲੁਧਿਆਣਾ (58.67%), ਜਲੰਧਰ (8.98%), ਪਟਿਆਲਾ (1.37%) ਅਤੇ ਅੰਮ੍ਰਿਤਸਰ (24.91%) ਤੋਂ ਚਲਦਾ ਹੈ। ਰਾਜ ਦਾ ਪ੍ਰਮੁੱਖ ਉਦਯੋਗਿਕ ਜ਼ਿਲ੍ਹਾ ਲੁਧਿਆਣਾ ਰਾਜ ਦਾ ਅੱਧੇ ਤੋਂ ਵੱਧ (58.67%) ਉਦਯੋਗਿਕ ਸਾਮਾਨ ਨਿਰਯਾਤ ਕਰਦਾ ਹੈ। ਕਪੂਰਥਲਾ (2.23%), ਫਤਹਿਗੜ੍ਹ ਸਾਹਿਬ (0.39%), ਪਟਿਆਲਾ (1.37%), ਗੁਰਦਾਸਪੁਰ (0.59%), ਸੰਗਰੂਰ (0.09%), ਫਿਰੋਜ਼ਪੁਰ (0.94%) ਅਤੇ ਬਠਿੰਡਾ (0.20%) ਦੇ ਜਿਲ੍ਹੇ ਵੀ ਉਦਯੋਗਿਕ ਨਿਰਯਾਤ ਲਈ ਮਹੱਤਵਪੂਰਣ ਹਨ। ਰੂਪਨਗਰ (0.23) ਅਤੇ ਐਸ.ਏ.ਐਸ. ਨਗਰ ਦੇ ਜਿਲ੍ਹਿਆਂ ਤੋਂ ਕੋਈ ਵੀ ਉਦਯੋਗਿਕ ਨਿਰਯਾਤ ਨਹੀਂ ਹੁੰਦਾ ਹੈ। ਬਾਕੀ ਦੇ ਜਿਲ੍ਹਿਆਂ ਤੋਂ ਘੱਟ ਉਦਯੋਗਿਕ ਨਿਰਯਾਤ ਹੁੰਦਾ ਹੈ। ਇਹ ਅੰਕੜੇ 2013-14 ਅਨੁਸਾਰ ਹਨ।

2018-19 ਦੇ ਅੰਕੜਿਆਂ ਅਨੁਸਾਰ ਪੰਜਾਬ ਦਾ ਤਿੰਨ-ਚੌਥਾਈ ਤੋਂ ਜ਼ਿਆਦਾ (84.26%) ਉਦਯੋਗਿਕ ਵਸਤਾਂ ਦਾ ਨਿਰਯਾਤ **ਲੁਧਿਆਣਾ ਜ਼ਿਲ੍ਹੇ** ਤੋਂ ਹੋਇਆ ਸੀ। **ਦੂਜੇ ਨੰਬਰ ਤੇ ਜਲੰਧਰ** ਦਾ ਜ਼ਿਲ੍ਹਾ (7.75%) ਅਤੇ **ਤੀਜੇ ਨੰਬਰ ਤੇ ਅੰਮ੍ਰਿਤਸਰ ਦਾ ਜ਼ਿਲ੍ਹਾ** (**5.29%**) ਆਉਂਦਾ ਸੀ। ਪਟਿਆਲਾ ਦੇ ਜ਼ਿਲ੍ਹੇ ਤੋਂ ਰਾਜ ਦੀਆਂ ਉਦਯੋਗਿਕ ਵਸਤਾਂ ਦਾ ਕੇਵਲ 0.20% ਨਿਰਯਾਤ ਹੋਇਆ ਸੀ। ਚੌਥੇ ਨੰਬਰ ਤੇ **ਕਪੂਰਥਲਾ** ਦਾ ਜ਼ਿਲ੍ਹਾ (1.47%) ਸੀ। ਇਸ ਤਰ੍ਹਾਂ ਇਹ ਚਾਰ ਜ਼ਿਲ੍ਹੇ ਲੁਧਿਆਣਆ, ਜਲੰਧਰ, ਅੰਮ੍ਰਿਤਸਰ ਅਤੇ ਕਪੂਰਥਲਾ ਪੰਜਾਬ ਦੀਆਂ ਉਦਯੋਗਿਕ ਵਸਤਾਂ ਦੇ ਮੁੱਲ ਦਾ 98.77% ਸਾਲ 2018-19 ਦੌਰਾਨ ਨਿਰਯਾਤ ਕਰਦੇ ਸਨ। ਐਸ.ਬੀ.ਐਸ. ਨਗਰ (0.78%), ਬਠਿੰਡਾ (0.05%), ਹੁਸ਼ਿਆਰਪੁਰ (0.06%) ਅਤੇ ਐਸ.ਏ.ਐਸ਼. ਨਗਰ (0.09%) ਜ਼ਿਲ੍ਹੇ ਵੀ ਕੁੱਝ ਮੁੱਲ ਦੀਆਂ ਉਦਯੋਗਿਕ ਵਸਤਾਂ ਨਿਰਯਾਤ ਕਰਦੇ ਸਨ।

ਸਾਰਣੀ ਨੰ. 61

ਪੰਜਾਬ ਦੇ ਉਦਯੋਗਿਕ ਖੇਤਰ ਤੋਂ ਨਿਰਯਾਤ ਕੀਤੀਆਂ ਮੁੱਖ ਵਸਤਾਂ ਦਾ ਮੁੱਲ (ਲੱਖ ਰੁਪਏ)

ਕ੍ਰਮ ਨੰ. ਵਸਤਾਂ	1980-81	1990-91	1994-95	2000-01	2003-04	2010-11	2018-19
1. ਊਨੀ ਕੱਪੜੇ ਅਤੇ ਗਲੀਚੇ	7721.24	1394.14	3152.89	7224	10422	591500	–
2. ਸੂਤੀ ਕੱਪੜੇ	196.67	2939.41	7169.77	–	–	–	–
3. ਹੌਜ਼ਰੀ ਦਾ ਸਾਮਾਨ ਤੇ ਬਣੇ ਬਣਾਏ ਕੱਪੜੇ	4518.54	29054.76	34768.73	52472	131159	5,40,781	3,09,727
4. ਰੰਗਿਆ ਚਮੜਾ ਅਤੇ ਚਮੜੇ ਦੀਆਂ ਵਸਤਾਂ	322.92	2997.09	5855.23	11814	6642	8527	52,674
5. ਰਬੜ ਦੀਆਂ ਵਸਤਾਂ	295.41	821.11	18202.48	–	–	–	–
6. ਸਿਲਾਈ ਮਸ਼ੀਨਾਂ ਅਤੇ ਪੁਰਜ਼ੇ	153.13	618.98	3875.56	5215	2177	1714	40,239
7. ਬਿਜਲੀ ਦੇ ਸਵਿੱਚ ਗੀਅਰ ਅਤੇ ਪੁਰਜ਼ੇ	205.90	2504.53	599.06	1415	747	9700	9,76,965
8. ਪੀ.ਵੀ.ਸੀ. ਕੇਬਲਜ਼	236.81	968.29	245.34	–	–	–	–
9. ਆਟੋ ਪਾਰਟਸ	391.43	1120.57	4418.58	14415	13463	1,13,322	3,36,495
10. ਸਾਈਕਲ ਅਤੇ ਪੁਰਜ਼ੇ	2364.43	6587.93	40131.58	52016	85843	29,636	8,41,4941
11. ਖੇਡਾਂ ਦਾ ਸਾਮਾਨ	2033.84	2595.28	10018.63	20416	39565	39,347	46,022
12. ਕਾਹਵਾ	1228.32	943.18	6238.96	–	–	–	–
13. ਸਾਲਵੇਟ ਤੇਲ/ਰਾਈਸ ਬਰਾਨ ਤੇਲ ਆਦਿ	373.01	736.26	5593.91	–	–	–	–
14. ਮਸ਼ੀਨ ਅਤੇ ਹੈਂਡ ਟੂਲਜ਼	1259.59	3186.97	18115.31	32088	87248	27,872	4,21,033
15. ਆਰਟ ਸਿਲਕ	160.37	879.14	–	–	–	–	–
16. ਚਾਵਲ	–	–	–	49916	50637	2,15,020	3,93,729
17. ਫੂਡ ਪ੍ਰੋਡਕਟਸ	–	–	–	6415	52849	13,125	2,30,756
18. ਇੰਜੀਨੀਅਰੀ ਵਸਤਾਂ	–	–	–	15,228	33958	2,37,190	3,49,926
19. ਧਾਗਾ ਅਤੇ ਟੈਕਸਟਾਈਲ	–	–	–	93424	173295	4,00,034	53,53,697
20. ਹੈਂਡੀਕਰਾਫਟ	–	–	–	742	19627	4,074	53,53,697
21. ਦੂਜੀਆਂ ਵਸਤਾਂ	1701.02	19572.60	49843.05	33696	185639	73,822	7,23,671
ਕੁੱਲ ਜੋੜ	16212.63	76920.24	208229.03	401496	893331	17,42,976	101,75,438

ਸੋਮਾ—ਪੰਜਾਬ ਦਾ ਅੰਕੜਾ ਸਾਰ 1995, 1997, 2005, 2009 ਅਤੇ 2021

ਉੱਪਰ ਦਿੱਤੀ ਸਾਰਣੀ ਤੋਂ ਪਤਾ ਲੱਗਦਾ ਹੈ ਕਿ ਬਿਜਲੀ ਦੇ ਸਵਿੱਚ ਗੀਅਰਜ਼ ਅਤੇ ਪੁਰਜ਼ੇ ਅਤੇ ਪੀ.ਵੀ.ਸੀ. ਕੇਬਲਜ਼ ਦੇ ਨਿਰਯਾਤ ਤੋਂ ਬਿਨਾਂ ਬਾਕੀ ਸਭ ਉਦਯੋਗਿਕ ਵਸਤਾਂ ਦੇ ਨਿਰਯਾਤ ਵਿੱਚ ਸਮੇਂ ਨਾਲ ਵਾਧਾ ਹੁੰਦਾ ਰਿਹਾ ਹੈ।

ਪੰਜਾਬ ਵਿੱਚ ਬਾਹਰੋਂ ਆਏ ਪਦਾਰਥ ਵਰਗ (ਆਯਾਤ) (IMPORTS INTO PUNJAB)

ਸਾਰਣੀ ਨੰ. 59 ਅਤੇ 61 ਨਜ਼ਰ ਮਾਰਿਆਂ ਪਤਾ ਲੱਗਦਾ ਹੈ ਕਿ ਪੰਜਾਬ ਮੁੱਖ ਤੌਰ ਤੇ ਖੱਲ (oil cake), ਕੋਲਾ ਅਤੇ ਕੋਕ (ਇਸ ਦੇ ਕਾਰਖਾਨਿਆਂ ਅਤੇ ਤਾਪ ਬਿਜਲੀ ਘਰਾਂ ਲਈ), ਖਣਿਜ ਤੇਲ (ਇਸਦੇ ਟਰੈਕਟਰਾਂ, ਡੀਜ਼ਲ ਇੰਜਣਾਂ ਅਤੇ ਆਵਾਜਾਈ ਸਾਧਨਾਂ ਲਈ), ਇਮਾਰਤੀ ਲਕੜੀ, ਪਟਸਨ ਦਾ ਸਾਮਾਨ, ਲੋਹਾ ਅਤੇ ਇਸਪਾਤ ਅਤੇ ਸੀਮੇਂਟ ਮੰਗਵਾਉਂਦਾ ਹੈ (ਸਾਰਣੀ ਨੰ. 62)। ਇਹ ਸਭ ਵਸਤਾਂ ਪੰਜਾਬ ਵਿੱਚ ਪੈਦਾ ਨਹੀਂ ਹੁੰਦੀਆਂ ਹਨ ਅਤੇ ਪੰਜਾਬ ਦੀ ਖੇਤੀਬਾੜੀ, ਆਵਾਜਾਈ ਸਾਧਨਾਂ ਅਤੇ ਕਾਰਖਾਨਿਆਂ ਦੇ ਚਲਦੇ ਰਹਿਣ ਲਈ ਬਹੁਤ ਜ਼ਰੂਰੀ ਹਨ। ਦੂਜੇ ਸ਼ਬਦਾਂ ਵਿੱਚ ਪੰਜਾਬ ਉਦਯੋਗਿਕ ਕੱਚਾ ਮਾਲ, ਸ਼ਕਤੀ ਸਾਧਨ ਅਤੇ ਕੁੱਝ ਨਿਰਮਤ ਵਸਤਾਂ ਹੀ ਆਯਾਤ ਕਰਦਾ ਹੈ। 2021 ਦੇ ਅੰਕੜਿਆਂ ਅਨੁਸਾਰ ਇਸ ਸਾਲ ਪੰਜਾਬ ਨੇ ਸਭ ਤੋਂ ਵੱਧ ਨਿਰਮਤ ਵਸਤਾਂ 3,62,71,539 ਟਨ ਆਯਾਤ ਕੀਤੀਆਂ ਸਨ। ਦੂਜੇ ਨੰਬਰ ਤੇ ਅਰਧ-ਨਿਰਮਤ ਵਸਤਾਂ ਅਤੇ ਉਦਯੋਗਿਕ ਕੱਚਾ ਮਾਲ ਦਾ ਆਯਾਤ 2,09,55,842 ਟਨ ਹੋਇਆ ਸੀ। ਵਰਗਵਾਰ ਇਨ੍ਹਾਂ ਦਾ ਵੇਰਵਾ ਹੇਠ ਲਿਖੇ ਪ੍ਰਕਾਰ ਹੈ—

1. ਖੁਰਾਕ ਵਸਤਾ (Food Articles) : ਪੰਜਾਬ ਵਿੱਚ ਦਾਲਾਂ, ਵਿਸ਼ੇਸ਼ ਕਰਕੇ ਛੋਲੇ ਅਤੇ ਮੱਕੀ ਅਤੇ ਜਵਾਰ ਬਾਜਰਾ ਦਾ ਉਤਪਾਦਨ ਕਾਫੀ ਘੱਟ ਹੈ। ਇਸ ਕਾਰਨ ਪੰਜਾਬ ਦੂਜੇ ਰਾਜਾਂ ਤੋਂ ਇਹ ਵਸਤਾਂ ਆਯਾਤ ਕਰਦਾ ਹੈ। ਮੁਰਗੀਆਂ ਦੀ ਖੁਰਾਕ ਅਤੇ ਕਾਰਨ ਫਲੇਕਸ ਲਈ ਮੱਕੀ ਅਤੇ ਚਾਰਾ ਫਸਲਾਂ ਪੈਦਾ ਕਰਨ ਲਈ ਜਵਾਰ-ਬਾਜਰੇ ਦੀ ਲੋੜ ਪੈਂਦੀ ਹੈ। ਜਨਤਕ ਵੰਡ ਪ੍ਰਣਾਲੀ (PDS) ਅਧੀਨ ਪੰਜਾਬ ਵਿੱਚ ਬਾਹਰੋਂ ਕਣਕ ਦਾ ਆਟਾ ਵੀ ਆਉਂਦਾ ਹੈ ਪਰੰਤੂ ਪੰਜਾਬ ਕਣਕ ਅਤੇ ਆਟਾ ਬਾਹਰ ਵੀ ਭੇਜਦਾ ਹੈ। ਖੰਡ, ਗੁੜ, ਸ਼ੱਕਰ, ਚਾਹ, ਕਾਹਵਾ, ਲੂਣ ਆਦਿ ਵੀ ਪੰਜਾਬ ਆਯਾਤ ਕਰਦਾ ਹੈ। ਪੰਜਾਬ ਦੇ ਵਪਾਰੀ ਇਹ ਵਸਤਾਂ ਮੰਗਵਾ ਕੇ ਕੁੱਝ ਮਾਤਰਾ ਵਿੱਚ ਦੂਜੇ ਰਾਜਾਂ ਨੂੰ ਨਿਰਯਾਤ ਵੀ ਕਰਦੇ ਹਨ (ਸਾਰਣੀ ਨੰ. 59)। ਪਿਛਲੇ ਦੋ ਸਾਲਾਂ ਦੌਰਾਨ ਪੰਜਾਬ ਨੇ ਰੇਲ ਰਾਹੀਂ ਮੁੱਖ ਤੌਰ 'ਤੇ ਦਾਲਾਂ, ਮੱਕੀ, ਧਾਨ, ਚਾਵਲ, ਚੀਨੀ, ਤਾਜੇ ਫਲ ਤੇ ਸਬਜ਼ੀਆਂ ਅਤੇ ਲੂਣ ਮੰਗਵਾਏ ਸਨ।

2014 ਦੌਰਾਨ ਪੰਜਾਬ ਨ 200500 ਟਨ ਮੱਕੀ, 13600 ਟਨ ਝੋਨਾ, 2700 ਟਨ ਚਾਵਲ, 1,23,900 ਟਨ ਲੂਣ ਅਤੇ 66,600 ਟਨ ਤਾਜ਼ੇ ਫਲ ਅਤੇ ਸਬਜ਼ੀਆਂ ਆਯਾਤ ਕੀਤੇ ਸਨ। 2021 ਦੌਰਾਨ ਪੰਜਾਬ ਨੇ 97,308.4 ਟਨ ਮੱਕੀ, 19619.8 ਟਨ ਚਾਵਲ, 31,339.3 ਟਨ ਕਣਕ, 2651.8 ਟਨ ਓਗਲਾ ਅਤੇ ਜਵਾਰ ਆਦਿ ਆਯਾਤ ਕੀਤੇ ਸਨ। 2021 ਸਾਲ ਦੌਰਾਨ ਪੰਜਾਬ ਨੇ 1,66,147.8 ਟਨ ਲੂਣ ਵੀ ਆਯਾਤ ਕੀਤਾ ਸੀ।

2. ਪਸ਼ੂ ਧਨ ਅਤੇ ਪਸ਼ੂ ਧਨ ਪਦਾਰਥ (Livestock and Livestock Products) : ਇਨ੍ਹਾਂ ਪਦਾਰਥਾਂ ਦੀ ਆਯਾਤ ਪੰਜਾਬ ਵਿੱਚ ਘੱਟ ਹੈ। ਮੱਝਾਂ ਅਤੇ ਗਊਆਂ ਦਾ ਮਾਸ ਪੰਜਾਬ ਵਿੱਚ ਖਾਧਾ ਨਹੀਂ ਜਾਂਦਾ ਹੈ। ਹੱਡੀਆਂ, ਕੱਚਾ ਚਮੜਾ ਅਤੇ ਕੱਚੀ ਉੱਨ ਵੀ ਮੰਗਵਾਏ ਜਾਂਦੇ ਹਨ। ਪੰਜਾਬ ਚਮੜੇ ਦੇ ਪਦਾਰਥ ਅਤੇ ਹੌਜ਼ਰੀ ਵਸਤਾਂ ਅਤੇ ਉੱਨ ਦੇ ਵਸਤਰ ਬਣਾਉਣ ਲਈ ਮਹੱਤਵਪੂਰਣ ਹੈ, ਇਸ ਲਈ ਇਨ੍ਹਾਂ ਦਾ ਕੱਚਾ ਮਾਲ (ਚਮੜਾ ਅਤੇ ਉੱਨ) ਆਯਾਤ ਕੀਤਾ ਜਾਂਦਾ ਹੈ। ਪਿਛਲੇ ਕਈ ਸਾਲਾਂ (1998-99 ਤੋਂ 2007-08) ਦੌਰਾਨ ਪਸ਼ੂ ਧਨ ਪਦਾਰਥ ਦਾ ਸਮੁੱਚਾ ਘੱਟ ਆਯਾਤ ਹੋਇਆ ਹੈ। 2014 ਅਤੇ 2021 ਸਾਲ ਦੌਰਾਨ ਪੰਜਾਬ ਨੇ ਪਸ਼ੂ ਧਨ ਆਦਿ ਦਾ ਕੋਈ ਆਯਾਤ ਨਹੀਂ ਕੀਤਾ ਸੀ।

3. ਤੇਲ ਦੇ ਬੀਜ਼ ਅਤੇ ਉਨ੍ਹਾਂ ਦੀਆਂ ਵਸਤਾਂ (Oilseeds and their products) : ਪੰਜਾਬ ਵਿੱਚ ਤੇਲ ਦੇ ਬੀਜਾਂ ਦਾ ਉਤਪਾਦਨ ਲੋੜ ਤੋਂ ਘੱਟ ਹੈ ਅਤੇ ਦੁੱਧ ਦੇਣ ਵਾਲੀਆਂ ਮੱਝਾਂ-ਗਊਆਂ ਲਈ ਖੱਲ ਦੀ ਬਹੁਤ ਲੋੜ ਹੈ। ਇਸ ਕਾਰਨ ਪੰਜਾਬ ਵੜੇਵੇਂ, ਮੂੰਗਫਲੀ, ਤੋਰੀਆਂ, ਸਰ੍ਹੋਂ ਆਦਿ ਦੇ ਤੇਲ ਬੀਜ਼ ਅਤੇ ਦੂਜੇ ਬਨਸਪਤੀ ਤੇਲ (ਬਨਸਪਤੀ ਘਿਉ ਬਣਾਉਣ ਲਈ) ਤੇ ਖਲ ਆਯਾਤ ਕਰਦਾ ਹੈ। ਇਨ੍ਹਾਂ ਵਸਤਾਂ ਦਾ ਪੰਜਾਬ ਕੁੱਝ ਨਿਰਯਾਤ ਵੀ ਕਰਦਾ ਹੈ (ਮੁਨਾਫੇ ਲਈ)। ਪਿਛਲੇ ਲਗਭਗ ਦਸ ਸਾਲਾਂ (1998-99 ਤੋਂ 2007-08) ਦੌਰਾਨ ਪੰਜਾਬ ਨੇ ਮੁੱਖ ਤੌਰ ਤੇ ਵੜੇਵੇਂ ਬਨਸਪਤੀ ਤੇਲ ਅਤੇ ਖਲ ਮੰਗਵਾਏ ਸਨ। 2012 ਦੇ ਸਾਲ ਦੌਰਾਨ ਪੰਜਾਬ ਨੇ ਆਪਣੇ ਪਸ਼ੂ ਧਨ ਲਈ 100 ਟਨ ਵੜੇਵੇਂ, 3,15,600 ਟਨ ਖਲ ਅਤੇ 36,500 ਟਨ ਖਾਣ ਵਾਲੇ ਤੇਲ ਆਯਾਤ

ਕੀਤੇ ਸਨ। 2021 ਵਿੱਚ ਪੰਜਾਬ ਨੇ 13,310.3 ਟਨ ਖਲ ਅਤੇ 54,918.1 ਟਨ ਸੋਇਆਬੀਨ ਤੇਲ ਅਤੇ ਉਸਦੇ ਅੰਸ਼ ਆਯਾਤ ਕੀਤੇ ਸਨ।

4. **ਉਦਯੋਗਿਕ ਕੱਚਾ ਮਾਲ ਅਤੇ ਅਰਧ-ਨਿਰਮਤ ਵਸਤਾਂ (Industrial Raw Materials and Semi-Manufacturers) :** ਪੰਜਾਬ ਲਘੂ ਉਦਯੋਗਾਂ ਲਈ ਮਹੱਤਵਪੂਰਣ ਹੈ। ਇਹ ਦਰਮਿਆਨੇ ਅਤੇ ਵੱਡੇ ਉਦਯੋਗਾਂ ਵਿੱਚ ਵੀ ਤੇਜ਼ੀ ਨਾਲ ਅੱਗੇ ਵੱਧ ਰਿਹਾ ਹੈ। ਇਸ ਕਾਰਨ ਪੰਜਾਬ ਦੇ ਕਾਰਖਾਨਿਆਂ ਲਈ ਕੱਚਾ ਮਾਲ ਅਤੇ ਸ਼ਕਤੀ ਸਾਧਨ ਚਾਹੀਦੇ ਹਨ। ਪੰਜਾਬ ਨੂੰ ਇਹ ਵਸਤਾਂ ਦੂਜੇ ਰਾਜਾਂ ਤੋਂ ਮੰਗਵਾਉਣੀਆਂ ਪੈਂਦੀਆਂ ਹਨ। ਪੰਜਾਬ ਕੁੱਝ ਕੱਚੀ ਰੂੰ (raw cotton), ਕੱਚੀ ਪਟਸਨ (raw jute), ਘਰੇਲੂ ਵਰਤੋਂ ਲਈ ਮਿੱਟੀ ਦਾ ਤੇਲ, ਤਾਪ ਬਿਜਲੀ ਘਰਾਂ, ਕਾਰਖਾਨਿਆਂ ਅਤੇ ਘਰੇਲੂ ਵਰਤੋਂ ਲਈ ਕੋਲਾ ਅਤੇ ਕੋਕ ਕੋਲਾ (ਧਾਤਾਂ ਪਿਘਲਾਉਣ ਲਈ), ਚੂਨੇ ਦਾ ਪੱਥਰ, ਕੁੱਝ ਖਣਿਜ ਲੋਹਾ, ਖਣਿਜ ਤੇਲ (ਬਹੁਤ ਸਾਰਾ ਖਣਿਜ ਤੇਲ ਟੈਂਕਰਾਂ ਅਤੇ ਪਾਈਪਾਂ ਰਸਤੇ ਆਉਂਦਾ ਹੈ) ਅਤੇ ਇਮਾਰਤੀ ਲਕੜੀ ਕਾਫੀ ਮਾਤਰਾ ਵਿੱਚ ਦੂਜੇ ਰਾਜਾਂ ਤੋਂ ਮੰਗਵਾਉਂਦਾ ਹੈ।

2013–14 ਸਾਲ ਵਿੱਚ ਪੰਜਾਬ ਨੇ 12,300 ਟਨ ਮਿੱਟੀ ਦਾ ਤੇਲ, 1,26,45,600 ਟਨ ਕੋਲਾ ਅਤੇ ਕੋਕ (ਥਰਮਲ ਪਲਾਂਟਾਂ ਅਤੇ ਉਦਯੋਗਾਂ ਲਈ), 13,500 ਟਨ ਚੂਨੇ ਦਾ ਪੱਥਰ, 67,600 ਟਨ ਕੱਚਾ ਲੋਹਾ, 10,54,800 ਟਨ ਖਣਿਜ ਤੇਲ, 2,74,900 ਟਨ ਹੋਰ ਖਣਿਜ ਪਦਾਰਥ, 4,800 ਟਨ ਜੰਗਲਾਤ ਪਦਾਰਥ (ਬਾਂਸ ਤੋਂ ਇਲਾਵਾ) ਆਯਾਤ ਕੀਤੇ ਸਨ। ਸਾਲ 2021 ਦੌਰਾਨ ਪੰਜਾਬ ਨੇ 2274.1 ਟਨ ਕੱਚੀ ਰੂੰ 116,18,293 ਟਨ ਕੋਲਾ ਅਤੇ ਕੋਕ, 3114.3 ਟਨ ਕਾਓਲਿਨ ਕਲੇ 2,87,394.2 ਟਨ ਪੱਥਰ ਆਦਿ, 1,75,419.8 ਟਨ ਜਿਪਸਮ ਪਲਾਸਟਰ 1,45,231.7 ਟਨ ਚੂਨੇ ਦਾ ਪੱਥਰ ਫਲੱਕਸ, 5,15,462.6 ਟਨ ਪੈਟਰੋਲੀਅਮ ਤੇਲ, 2,63,765.9 ਪੈਟਰੋਲੀਅਮ ਗੈਸ ਆਦਿ, 522 ਕਿਉਂਟਲ ਸਲਫੇਟ, ਅਲਮੀਨੀਅਮ ਆਦਿ, 184 ਕਿਉਂਟਲ ਕਾਰਬੋਨੇਟ ਆਦਿ ਆਯਾਤ ਕੀਤੇ ਸਨ। ਇਸੇ ਸਾਲ ਪੰਜਾਬ ਨੇ 1365 ਟਨ ਬਾਲਣ ਲਕੜੀ, 2346 ਟਨ ਖੁਰਦਰੀ ਲਕੜੀ, 12,128 ਟਨ ਆਕਾਰੀ ਲਕੜੀ (Shaped wood) ਵੀ ਆਯਾਤ ਕੀਤੇ ਸਨ।

5. **ਨਿਰਮਾਣ ਵਸਤਾਂ (Manufactures) :** ਪੰਜਾਬ ਆਪਣੇ ਖੇਤੀਬਾੜੀ ਉਤਪਾਦਾਂ ਤੇ ਉਦਯੋਗਿਕ ਵਸਤਾਂ ਨੂੰ ਬੰਨ੍ਹਣ, ਪੈਕ ਕਰਨ ਅਤੇ ਭਰਨ ਲਈ ਕਾਫੀ ਮਾਤਰਾ ਵਿੱਚ ਪਟਸਨ ਦੀਆਂ ਬੋਰੀਆਂ (ਕਣਕ, ਚਾਵਲ ਆਦਿ ਭਰਨ ਲਈ) ਅਤੇ ਕੱਪੜਾ (ਰੂੰ ਦੀਆਂ ਗੱਠਾਂ ਅਤੇ ਹੋਰ ਸਾਮਾਨ ਲਪੇਟਣ ਲਈ) ਮੰਗਵਾਉਂਦਾ ਹੈ।

ਸਾਰਣੀ ਨੰ. 62

ਪੰਜਾਬ ਤੋਂ ਦੂਜੇ ਰਾਜਾਂ ਨੂੰ ਰੇਲ ਰਾਹੀਂ ਨਿਰਯਾਤ ਅਤੇ ਦੂਜੇ ਰਾਜਾਂ ਤੋਂ ਪੰਜਾਬ ਦਾ ਆਯਾਤ (ਟਨਾਂ ਵਿੱਚ) – II

ਕ੍ਰਮ ਨੰ. ਵਸਤ	ਨਿਰਯਾਤ						ਆਯਾਤ					
	1970-71	1980-81	1990-91	2000-01	2003-04	2021	1970-71	1980-81	1990-91	2000-01	2003-04	2021
ਉਦਯੋਗਿਕ ਕੱਚਾ ਮਾਲ ਅਤੇ ਅਰਧ ਨਿਰਮਤ ਵਸਤਾਂ												
1. ਕੱਚਾ ਰੂੰ	431	568	283	24	–	–	53	86	35	30	–	2274.1
2. ਸੂਤੀ ਧਾਗਾ	3	6	2	–	–	–	12	4	1	–	–	2236.7
3. ਪਟਸਨ (ਕੱਚੀ)	(ੳ)	(ੳ)	–	–	–	–	7	26	5	3	–	–
4. ਮਿੱਟੀ ਦਾ ਤੇਲ	(ੳ)	(ੳ)	–	425	213	–	1270	1041	101	96	18	–
5. ਕੋਲਾ ਅਤੇ ਕੋਕ	24	6	–	–	100	3608.9	14517	20503	71327	141963	47130	1,16,18,293
6. ਰਬੜ (ਕੱਚੀ)	–	–		–	–	–	18	4	–	–	1	–
7. ਚੂਨਾ ਅਤੇ ਚੂਨੇ ਦਾ ਪੱਥਰ	–	–	(ੳ)	–	10	2	–	–	3	63	–	145231.7

8. ਕੱਚਾ ਲੋਹਾ	–	–	16	2	–	–	–	–	47	26	47	4,54,621.6
9. ਖਣਿਜ ਤੇਲ	–	–	1094	1584	2769	573883.9	–	–	131	1528	1951	5,15,462.6
10. ਇਮਾਰਤੀ ਲਕੜੀ	377	210	47	–	13	–	806	556	267	43	94	12128
ਨਿਰਮਤ ਵਸਤਾਂ												
1. ਸੂਤੀ ਵਸਤਾਂ	4	8	2	57	–	–	20	8	**	–	–	2236.7
2. ਸ਼ੀਸ਼ਾ	5	4	(ੳ)	–	–	–	83	77	9	–	–	–
3. ਪਟਸਨ ਦੀਆਂ ਬੋਰੀਆਂ ਅਤੇ ਕੱਪੜਾ	8	10	41	–	–	–	437	808	1638	1942	2163	10860
4. ਲੋਹੇ ਅਤੇ ਫੌਲਾਦ ਦੀਆਂ ਵਸਤਾਂ	983	269	234	89	362	–	5819	4755	8341	8033	8230	221874.4
5. ਸੀਮੈਂਟ	14	1	399	2522	4117	11,51,698	7311	5132	4741	3004	293	96,42,784
6. ਊਨੀ ਸਾਮਾਨ	–	–	3	1	–	–	–	–	(ੳ)	–	–	–
7. ਟਰਾਂਸਪੋਰਟ ਅਤੇ ਮਸ਼ੀਨੀ ਸਾਜੋ ਸਾਮਾਨ ਆਦਿ	–	–	5	2	4	1,23,237.4 (ਟਰੈਕਟਰਜ਼)	–	–	8	2579	3888	15602 (ਟਰੈਕਟਰਜ਼)
8. ਧਾਤੂ ਉਤਪਾਦਨ	–	–	3	1	–	69,538 (ਡੱਬੇ)	–	–	4	–	–	1,67440.7 (ਡੱਬੇ)
9. ਖਾਦ ਆਦਿ	–	–	–	795	–	2,76,765.9	–	–	–	9941	6776	9,35,033.7
10. ਹੋਰ ਵਸਤਾਂ	–	–	–		–	22,79,944.1	–	–	–	–	–	15,59,140.9
11. ਕੁੱਲ ਜੋੜ						2,63,49,411.5						2,12,85,693.6

ਸੋਮਾ—ਪੰਜਾਬ ਦਾ ਅੰਕੜਾ–1995, 2002 ਅਤੇ 2021, ੳ = 500 ਤੋਂ ਘੱਟ

ਪੰਜਾਬ ਵਿੱਚ ਮੁੱਖ ਤੌਰ ਤੇ ਗੋਬਿੰਦਗੜ੍ਹ ਵਿੱਚ ਬਹੁਤ ਸਾਰੀਆਂ ਰੀ-ਰੋਲਿੰਗ ਮਿਲ੍ਹਾਂ ਹਨ। ਲੁਧਿਆਣਾ, ਫਗਵਾੜਾ, ਗੁਰਾਇਆਂ, ਬਟਾਲਾ ਆਦਿ ਵਿਖੇ ਬਹੁਤ ਸਾਰੀਆਂ ਫਾਊਂਡਰੀਆਂ ਹਨ ਅਤੇ ਆਮ ਕਸਬਿਆਂ ਅਤੇ ਸ਼ਹਿਰਾਂ ਵਿੱਚ ਖੇਤੀ ਦੇ ਔਜ਼ਾਰ ਬਣਾਉਣ ਦੇ ਕਾਰਖਾਨੇ ਹਨ। ਇਨ੍ਹਾਂ ਸਭ ਲਈ ਭਾਰੀ ਮਾਤਰਾ ਵਿੱਚ ਸਰੀਆ, ਚਾਦਰਾਂ, ਗਾਰਡਰ, ਚੈਨਲ ਆਦਿ ਧਾਤ ਪਦਾਰਥ ਆਯਾਤ ਕੀਤੇ ਜਾਂਦੇ ਹਨ। ਪੰਜਾਬ ਦੇ ਅਨੇਕਾਂ ਇਮਾਰਤ ਉਸਾਰੀ ਕੰਮਾਂ ਲਈ ਜ਼ਿਆਦਾ ਮਾਤਰਾ ਵਿੱਚ ਸੀਮੈਂਟ ਚਾਹੀਦਾ ਹੈ ਜੋ ਪੰਜਾਬ ਵਿੱਚ ਘੱਟ ਬਣਦਾ ਹੈ। ਇਸ ਕਾਰਨ ਪੰਜਾਬ ਕਾਫੀ ਮਾਤਰਾ ਵਿੱਚ ਸੀਮੈਂਟ ਆਯਾਤ ਕਰਦਾ ਹੈ। ਇਨ੍ਹਾਂ ਤੋਂ ਬਿਨਾਂ ਸ਼ੀਸ਼ਾ, ਧਾਤੂ ਪਦਾਰਥ ਮਸ਼ੀਨੀ ਸਾਜੋ-ਸਾਮਾਨ ਅਤੇ ਊਨੀ ਸਾਮਾਨ ਵੀ ਕੁੱਝ ਮਾਤਰਾ ਵਿੱਚ ਆਯਾਤ ਕੀਤੇ ਜਾਂਦੇ ਹਨ। ਪੰਜਾਬ ਲਿਬਰਟੀ, ਬਾਟਾ ਅਤੇ ਦੂਜੇ ਵਧੀਆ ਪ੍ਰਕਾਰ ਦੀਆਂ ਜੁੱਤੀਆਂ ਵੀ ਮੰਗਵਾਉਂਦਾ ਹੈ। ਪੰਜਾਬ ਕਾਫੀ ਮਾਤਰਾ ਵਿੱਚ ਖਾਦਾਂ ਅਤੇ ਰਸਾਇਣਕ ਪਦਾਰਥ ਵੀ ਆਯਾਤ ਕਰਦਾ ਹੈ।

2013-14 ਸਾਲ ਦੌਰਾਨ ਪੰਜਾਬ ਨੇ ਕੁੱਲ 85,63,900 ਟਨ ਨਿਰਮਤ ਵਸਤਾਂ ਆਯਾਤ ਕੀਤੀਆਂ। ਇਸ ਵਿੱਚ ਸਾਮਲ ਹਨ—13,67,000 ਟਨ ਲੋਹਾ ਅਤੇ ਇਸਪਾਤ, 23,50,200 ਟਨ ਖਾਦਾਂ ਅਤੇ ਰਸਾਇਣਕ ਪਦਾਰਥ, 16,95,600 ਟਨ ਸੀਮੈਂਟ, 1,71,300 ਟਨ ਬਿਜਲੀ ਦਾ ਸਾਮਾਨ, 3,58,700 ਟਨ ਪਟਸਨ ਦਾ ਸਾਮਾਨ (ਬੋਰੀਆਂ ਅਤੇ ਕੱਪੜਾ) ਅਤੇ 26,20,100 ਟਨ ਹੋਰ ਵਸਤਾਂ ਆਯਾਤ ਕੀਤੀਆਂ ਸਨ। ਸਾਲ 2021 ਦੌਰਾਨ ਪੰਜਾਬ ਨੇ 9,35,033 ਟਨ ਰਸਾਇਣਕ ਖਾਦ, 2236.7 ਟਨ ਸੂਤੀ ਧਾਗਾ, 10,860 ਟਨ ਬੋਰੀਆਂ ਅਤੇ ਥੈਲੇ, 17062.1 ਟਨ ਬਣੇ ਹੋਏ ਸਮਾਰਕ (Monuments building stores) 13,01,939.1 ਟਨ ਪਿੱਗ ਆਇਰਨ, 45,462.6 ਟਨ ਕੱਚਾ ਲੋਹਾ, 2,21,874.4 ਟਨ ਲੋਹੇ ਦੀ ਅਤੇ ਸਟੀਲ ਤਾਰ

1,67,140.7 ਟਨ ਡੱਬੇ, 15602 ਟਰੈਕਟਰਜ਼ 22,79,944.1 ਟਨ ਅਣ-ਨਿਰਧਾਰਤ ਵਸਤੂਆਂ ਆਯਾਤ ਕੀਤੀਆਂ ਸਨ। ਸਾਲ 2021 ਦੌਰਾਨ ਪੰਜਾਬ ਦਾ ਕੁੱਲ ਆਯਾਤ 21285693.6 ਟਨ ਸੀ।

ਅਭਿਆਸ (EXERCISE)

1. ਹੇਠ ਲਿਖਿਆਂ ਦੇ ਸੰਖੇਪ ਉੱਤਰ ਦਿਉ—
   (ੳ) ਵਪਾਰ ਕੀ ਹੁੰਦਾ ਹੈ ? ਇਹ ਕਿੰਨੇ ਪ੍ਰਕਾਰ ਦਾ ਹੁੰਦਾ ਹੈ ?
   (ਅ) ਪੰਜਾਬ ਦੇ ਅੰਤਰ-ਰਾਜੀ ਨਿਰਯਾਤ ਦੀਆਂ ਕਿਹੜੀਆਂ ਮੁੱਖ ਵਸਤਾਂ ਹਨ ?
   (ੲ) ਪੰਜਾਬ ਦੂਜੇ ਰਾਜਾਂ ਤੋਂ ਕਿਹੜੀਆਂ ਵਸਤਾਂ ਮੰਗਵਾਉਂਦਾ ਹੈ ?
   (ਸ) ਪੰਜਾਬ ਦੇ ਕਾਫੀ ਅੰਤਰ-ਰਾਜੀ ਵਪਾਰ ਦੇ ਕੀ ਕਾਰਨ ਹਨ ?
   (ਹ) ਪੰਜਾਬ ਦਾ ਉਦਯੋਗਿਕ ਨਿਰਯਾਤ ਕਿਨ੍ਹਾਂ ਜ਼ਿਲ੍ਹਿਆਂ ਤੋਂ ਹੁੰਦਾ ਹੈ ?
   (ਕ) ਪੰਜਾਬ ਦਾ ਜ਼ਿਆਦਾ ਵਪਾਰ ਮੁੱਖ ਤੌਰ 'ਤੇ ਕਿਸ ਆਵਾਜਾਈ ਸਾਧਨ ਰਾਹੀਂ ਹੁੰਦਾ ਹੈ ?
2. ਪੰਜਾਬ ਦੇ ਵਪਾਰ ਦਾ ਵਿਸਥਾਰਪੂਰਬਕ ਵਰਣਨ ਕਰੋ।

❍ ❍ ❍

Chapter

13 ਪੰਜਾਬ ਦਾ ਪ੍ਰਾਦੇਸ਼ਿਕ ਭੂਗੋਲ (REGIONAL GEOGRAPHY OF PUNJAB)

ਕਿਸੇ ਵੀ ਵਿਸ਼ੇ ਨੂੰ ਪੜ੍ਹਨ ਦੀਆਂ ਵਿਭਿੰਨ ਵਿਧੀਆਂ (Methods or Approaches) ਹੁੰਦੀਆਂ ਹਨ। ਭੂਗੋਲ ਦੇ ਵਿਸ਼ੇ ਵਿੱਚ ਕ੍ਰਮਬੱਧ ਵਿਧੀ (Systematic Approach) ਅਤੇ ਪ੍ਰਾਦੇਸ਼ਿਕ ਵਿਧੀ (Regional Approach) ਅਧਿਐਨ ਦੀਆਂ ਦੋ ਮਹੱਤਵਪੂਰਣ ਵਿਧੀਆਂ ਹਨ। ਪਹਿਲੀ ਵਿਧੀ ਵਿੱਚ ਕਿਸੇ ਤੱਤ ਦਾ ਸਮੁੱਚੇ ਸੰਸਾਰ, ਦੇਸ਼ ਜਾਂ ਰਾਜ ਲਈ ਅਧਿਐਨ ਕੀਤਾ ਜਾਂਦਾ ਹੈ ਜਿਵੇਂ ਕਿ ਸੰਸਾਰ, ਭਾਰਤ ਜਾਂ ਪੰਜਾਬ ਵਿੱਚ ਕਣਕ ਦੀ ਕਾਸ਼ਤ। ਦੂਜੀ ਵਿਧੀ ਵਿੱਚ ਤੱਤ (Element) ਦੀ ਥਾਂ ਕਿਸੇ ਪ੍ਰਦੇਸ਼ ਜਾਂ ਖੇਤਰ (Region) ਨੂੰ ਅਧਿਐਨ ਦੀ ਇਕਾਈ (Unit) ਬਣਾ ਕੇ ਉਸ ਦੇ ਸਭ ਤੱਤਾਂ ਬਾਰੇ ਵਿਸਥਾਰਪੂਰਵਕ ਅਧਿਐਨ ਕੀਤਾ ਜਾਂਦਾ ਹੈ। ਪਹਿਲੀ ਵਿਧੀ ਲੇਟਵੀਂ ਏਕਤਾ (Horizontal Integration) ਅਤੇ ਦੂਜੀ ਵਿਧੀ ਲੰਬਾਤਮਕ ਏਕਤਾ (Vertical Integration) ਦੀਆਂ ਉਦਾਹਰਣਾਂ ਹਨ। ਭੂਗੋਲ ਦੇ ਵਿਸ਼ੇ ਵਿੱਚ ਦੂਜੀ ਵਿਧੀ ਕਾਫੀ ਹਰਮਨ ਪਿਆਰੀ ਰਹੀ ਹੈ। ਇਸ ਨਾਲ ਜ਼ਿਆਦਾ ਵਿਸਥਾਰਪੂਰਵਕ ਜਾਣਕਾਰੀ ਮਿਲਦੀ ਹੈ। ਇਸ ਵਿਧੀ ਦਾ ਕੇਂਦਰ ਬਿੰਦੂ ਜਾਂ ਧੁਰਾ ਖੇਤਰ ਜਾਂ ਪ੍ਰਦੇਸ਼ ਹੁੰਦਾ ਹੈ।

ਪ੍ਰਦੇਸ਼ (REGION)

ਪ੍ਰਦੇਸ਼ ਜਾਂ ਖੇਤਰ ਇੱਕ ਅਜਿਹਾ ਇਲਾਕਾ ਹੈ ਜਿਸ ਵਿੱਚ ਕੁੱਝ ਜਾਂ ਕਈ ਸ਼ਾਮਲ ਤੱਤਾਂ ਦੀ ਇਕਸਾਰਤਾ (Uniformity), ਸਮਰੂਪਤਾ (Homogeneity) ਜਾਂ ਸਾਂਝੀ ਪਹਿਚਾਣ (Common Identity) ਹੁੰਦੀ ਹੈ। ਇਹ ਸਮਰੂਪਤਾ ਪੂਰਣ (Complete) ਨਹੀਂ ਹੁੰਦੀ ਹੈ ਕਿਉਂਕਿ ਹਰ ਸਥਾਨ ਦੂਜੇ ਸਥਾਨ ਤੋਂ ਅਲੱਗ ਹੁੰਦਾ ਹੈ। ਹਾਂ, ਅਜਿਹੇ ਖੇਤਰ ਵਿੱਚ ਸ਼ਾਮਲ ਸਥਾਨਾਂ ਦੇ ਕੁੱਝ ਜਾਂ ਕਾਫੀ ਤੱਤ ਮਿਲਦੇ-ਜੁਲਦੇ (Resembling) ਜ਼ਰੂਰ ਹੁੰਦੇ ਹਨ ਜੋ ਉਸ ਖੇਤਰ ਨੂੰ ਉਸ ਦੀ ਆਪਣੀ ਇੱਕ ਅਲੱਗ ਪਹਿਚਾਣ ਪ੍ਰਦਾਨ ਕਰਦੇ ਹਨ। ਅਜਿਹੇ ਖੇਤਰ ਵਿੱਚ ਭਿੰਨਤਾਵਾਂ ਜਾਂ ਵਖਰੇਵੇਂ ਜ਼ਰੂਰ ਹੁੰਦੇ ਹਨ ਪਰੰਤੂ ਅਧਿਐਨ ਲਈ ਅਜਿਹੀਆਂ ਭਿੰਨਤਾਵਾਂ (Variations) ਨੂੰ ਅੱਖੋਂ ਓਹਲੇ ਕਰਨਾ ਪੈਂਦਾ ਹੈ। ਨਜ਼ਰੀਆ ਸਾਂਝ ਪੈਦਾ ਕਰਨ ਜਾਂ ਸਮਰੂਪਤਾ ਵਾਲਾ ਹੁੰਦਾ ਹੈ।

ਅਜਿਹਾ ਪ੍ਰਦੇਸ਼ ਲਗਾਤਾਰ ਜਾਂ ਟੁੱਟਵਾਂ (Discontinuous) ਵੀ ਹੋ ਸਕਦਾ ਹੈ। ਅਜਿਹਾ ਪ੍ਰਦੇਸ਼ ਆਪਣੇ ਨਾਲ ਲੱਗਦੇ ਪ੍ਰਦੇਸ਼ ਤੋਂ ਅਲੱਗ ਜਾਂ ਭਿੰਨ ਹੁੰਦਾ ਹੈ। ਪਰੰਤੂ ਕੁਦਰਤ ਵਿੱਚ ਇਹ ਨਿਖੇੜ (Division) ਇਕਦਮ (abrupt) ਜਾਂ ਲਕੀਰੀ (Linear) ਨਹੀਂ ਹੁੰਦਾ ਹੈ ਸਗੋਂ ਇਹ ਇੱਕ ਸੀਮਾਂਤ ਪੇਟੀ ਜਾਂ ਜ਼ੋਨ (transitional belt or zone) ਦੇ ਰੂਪ ਵਿੱਚ ਹੁੰਦਾ ਹੈ। ਤਬਦੀਲੀ ਹੌਲੀ-ਹੌਲੀ ਹੁੰਦੀ ਹੈ। ਪਰੰਤੂ ਅਧਿਐਨ ਲਈ ਖੇਤਰ ਨੂੰ ਸੀਮਾਬੱਧ ਕਰਨਾ ਪੈਂਦਾ ਹੈ। ਇਸ ਕਾਰਨ ਪ੍ਰਦੇਸ਼ ਦੀ ਲਕੀਰੀ ਸੀਮਾ ਮਿਥਣੀ ਪੈਂਦੀ ਹੈ। ਇਹ ਸੀਮਾ ਆਮ ਕਰਕੇ ਭੌਤਿਕ ਤੱਤਾਂ (Physical Factors) ਦੇ ਆਧਾਰ 'ਤੇ ਨੀਅਤ ਕੀਤੀ ਜਾਂਦੀ ਹੈ। ਖੇਤਰ ਭੌਤਿਕ (Physical), ਸਭਿਆਚਾਰਕ (Cultural) ਜਾਂ ਕਾਰਜਾਤਮਕ (Functional) ਹੋ ਸਕਦਾ ਹੈ। ਅਗਰ ਕਿਸੇ ਖੇਤਰ ਦੇ ਵਿਭਿੰਨ ਭੌਤਿਕ ਅਤੇ ਸਭਿਆਚਾਰਕ ਤੱਤਾਂ ਵਿੱਚ ਕਾਫੀ ਸਮਰੂਪਤਾ ਹੁੰਦੀ ਹੈ ਤਾਂ ਅਜਿਹੇ ਖੇਤਰ ਨੂੰ ਕੁਦਰਤੀ ਪ੍ਰਦੇਸ਼ (natural region) ਕਿਹਾ ਜਾਂਦਾ ਹੈ।

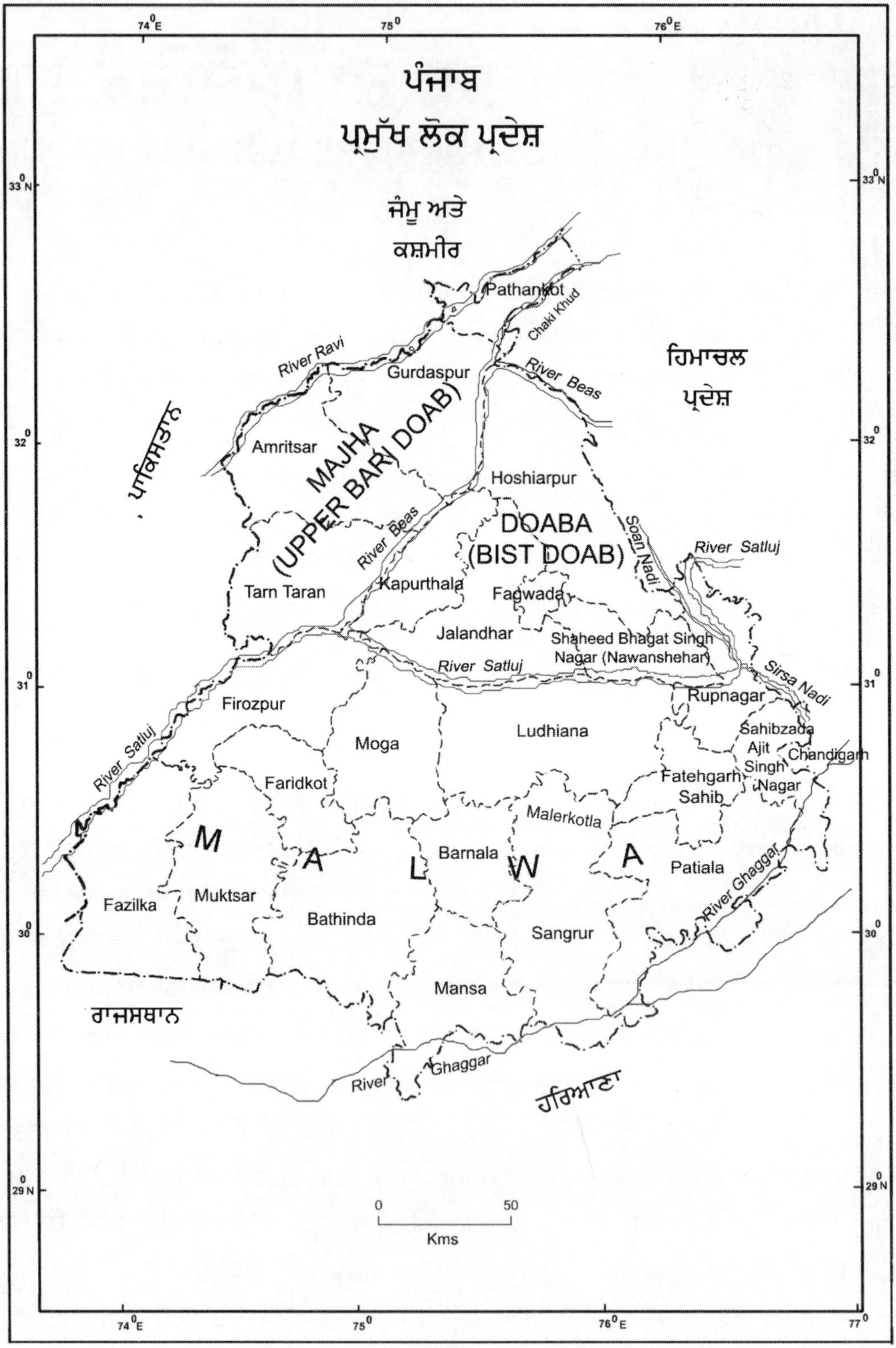
ਪੰਜਾਬ
ਪ੍ਰਮੁੱਖ ਲੋਕ ਪ੍ਰਦੇਸ਼
ਜੰਮੂ ਅਤੇ ਕਸ਼ਮੀਰ
ਹਿਮਾਚਲ ਪ੍ਰਦੇਸ਼
ਪਾਕਿਸਤਾਨ
ਰਾਜਸਥਾਨ
ਹਰਿਆਣਾ
MAJHA (UPPER BARI DOAB)
DOABA (BIST DOAB)
M A L W A
Pathankot
Gurdaspur
Amritsar
Tarn Taran
Hoshiarpur
Kapurthala
Fagwada
Jalandhar
Shaheed Bhagat Singh Nagar (Nawanshehar)
Rupnagar
Sahibzada Ajit Singh Nagar
Chandigarh
Firozpur
Moga
Ludhiana
Faridkot
Fatehgarh Sahib
Malerkotla
Barnala
Patiala
Fazilka
Muktsar
Bathinda
Sangrur
Mansa
River Ravi
Chaki Khud
River Beas
Soan Nadi
River Satluj
Sirsa Nadi
River Ghaggar
74°E
75°
76°E
77°
33°N
32°
31°
30°
29°N
0
50
Kms

Map 58

ਪੰਜਾਬ ਦੀ ਪ੍ਰਾਦੇਸ਼ਿਕ ਵੰਡ (REGIONAL DIVISION OF PUNJAB)

ਭਾਰਤ ਨੂੰ ਚਾਰ ਪ੍ਰਮੁੱਖ ਕੁਦਰਤੀ ਖੰਡਾਂ ਜਾਂ ਪ੍ਰਦੇਸ਼ਾਂ ਵਿੱਚ ਵੰਡਿਆ ਜਾਂਦਾ ਹੈ। ਵੱਡੇ ਦਰਜੇ ਦੇ ਇਹ ਚਾਰ ਖੰਡ ਉੱਤਰੀ ਪਹਾੜੀ ਪ੍ਰਦੇਸ਼, ਉੱਤਰੀ ਵਿਸ਼ਾਲ ਮੈਦਾਨ, ਪ੍ਰਾਇਦੀਪੀ ਪਠਾਰੀ ਪ੍ਰਦੇਸ਼ ਅਤੇ ਤਟੀ ਮੈਦਾਨ ਅਤੇ ਦੀਪ ਸਮੂਹ ਹਨ। ਇਨ੍ਹਾਂ ਵਿਸ਼ਾਲ ਪ੍ਰਦੇਸ਼ਾਂ (macro level regions) ਨੂੰ ਧਰਾਤਲ ਅਤੇ ਜਲਵਾਯੂ ਵਿੱਚ ਭਿੰਨਤਾ ਅਤੇ ਫਲਸਰੂਪ ਬਨਸਪਤੀ, ਮਿੱਟੀ ਅਤੇ ਸੱਭਿਆਚਾਰਕ ਤੱਤਾਂ ਵਿੱਚ ਭਿੰਨਤਾ ਕਾਰਨ ਅੱਗੇ ਪਹਿਲੇ ਦਰਜੇ ਦੇ ਪ੍ਰਦੇਸ਼ਾਂ (Regions First Order) ਵਿੱਚ ਵੰਡਿਆ ਗਿਆ ਹੈ। ਉੱਤਰੀ ਵਿਸ਼ਾਲ ਮੈਦਾਨ ਦੇ ਚਾਰ ਪ੍ਰਦੇਸ਼, ਪੰਜਾਬ ਦਾ ਮੈਦਾਨ, ਹਰਿਆਣਾ, ਗੰਗਾ ਦੇ ਮੈਦਾਨ ਅਤੇ ਬ੍ਰਹਮ ਪੁੱਤਰ ਘਾਟੀ ਬਣਾਏ ਗਏ ਹਨ। ਪੰਜਾਬ ਦਾ ਮੈਦਾਨ ਮੋਟੇ ਤੌਰ 'ਤੇ ਭਾਵੇਂ ਮੈਦਾਨ ਹੈ ਪਰੰਤੂ ਇਸ ਦੇ ਵਿਭਿੰਨ ਦਰਿਆਵਾਂ ਦੇ ਬਦਲਦੇ ਵਹਿਣਾਂ ਅਤੇ ਵਿਭਿੰਨ ਨਿਖੇਪ ਕਿਰਿਆ ਕਾਰਨ ਸਮੁੱਚੇ ਮੈਦਾਨ ਵਿੱਚ ਧਰਾਤਲ, ਜਲ ਪ੍ਰਵਾਹ, ਮਿੱਟੀ ਅਤੇ ਕੁਦਰਤੀ ਬਨਸਪਤੀ ਦੇ ਤੱਤਾਂ ਵਿੱਚ ਭਿੰਨਤਾ ਆ ਗਈ ਹੈ। ਇਹ ਭਿੰਨਤਾ ਦੂਜੇ ਦਰਜੇ (Second Order) ਦੀ ਹੈ। ਇਸ ਕਾਰਨ ਪੰਜਾਬ ਨੂੰ ਦੂਜੇ ਦਰਜੇ ਦੇ (Second Order) ਤਿੰਨ ਪ੍ਰਦੇਸ਼ਾਂ–ਮਾਝਾ, ਦੋਆਬਾ ਅਤੇ ਮਾਲਵਾ ਵਿੱਚ ਵੰਡਿਆ ਜਾਂਦਾ ਹੈ। (ਨਕਸ਼ਾ ਨੰ. 58)। ਇਨ੍ਹਾਂ ਪ੍ਰਦੇਸ਼ਾਂ ਦੀ ਆਪਸੀ ਸੀਮਾ ਕੁਦਰਤੀ ਕਾਰਕ–ਦਰਿਆ, ਪਹਾੜੀ ਸ਼੍ਰੇਣੀਆਂ ਆਦਿ ਨਿਰਧਾਰਤ ਕਰਦੇ ਹਨ। ਦਰਿਆ ਇੱਕ ਕੁਦਰਤੀ ਰੁਕਾਵਟ ਵੀ ਹਨ। ਕੁਦਰਤੀ ਭੌਤਿਕ ਸੀਮਾ ਕਾਰਨ ਸਮੇਂ ਦੇ ਵਿਸ਼ਾਲ ਪ੍ਰਵਾਹ ਦੌਰਾਨ ਹਰ ਇੱਕ ਖੇਤਰ ਦਾ ਆਪਣਾ ਅਲੱਗ ਵਿਕਾਸ ਹੋਇਆ ਹੈ। ਕੁਦਰਤੀ ਵਾਤਾਵਰਣ ਤੋਂ ਇਲਾਵਾ ਹਰ ਇੱਕ ਪ੍ਰਦੇਸ਼ ਦਾ ਆਪਣਾ ਅਲੱਗ ਆਰਥਿਕ ਢਾਂਚਾ, ਸਮਾਜਿਕ ਸੰਗਠਨ ਅਤੇ ਸੱਭਿਆਚਾਰਕ ਸਰੂਪ ਵਿਕਸਤ ਹੋ ਗਿਆ ਹੈ। ਇਸ ਕਾਰਨ ਹਰ ਇੱਕ ਪ੍ਰਦੇਸ਼ ਦੀ ਆਪਣੀ ਅਲੱਗ ਭੌਤਿਕ ਅਤੇ ਸੱਭਿਆਚਾਰਕ ਪਹਿਚਾਣ ਬਣ ਗਈ ਹੈ।

ਹਰ ਇੱਕ ਪ੍ਰਦੇਸ਼ ਦੀ ਧਰਾਤਲ, ਜਲਪ੍ਰਵਾਹ, ਜਲਵਾਯੂ, ਮਿੱਟੀ, ਬਨਸਪਤੀ (ਭੌਤਿਕ ਵਾਤਾਵਰਣ ਦੇ ਲੱਛਣ), ਖੇਤੀਬਾੜੀ ਦਾ ਸਰੂਪ ਅਤੇ ਸੱਭਿਆਚਾਰ ਦੇ ਵਿਭਿੰਨ ਤੱਤਾਂ ਵਿਚਕਾਰ ਇੱਕ ਸਮਰੂਪਤਾ ਜਾਂ ਸਾਂਝ ਹੈ ਜੋ ਦੂਜੇ ਗੁਆਂਢੀ ਪ੍ਰਦੇਸ਼ ਤੋਂ ਕੁੱਝ ਹਟਵੀਂ (ਅਲੱਗ) ਹੈ। ਇਸ ਤਰ੍ਹਾਂ ਇਹ ਪ੍ਰਾਦੇਸ਼ਿਕ ਵੰਡ ਢੁਕਵੀਂ ਅਤੇ ਤਰਕਸੰਗਤ (suitable and causal) ਹੈ। ਇਨ੍ਹਾਂ ਤਿੰਨਾਂ ਪ੍ਰਦੇਸ਼ਾਂ ਨੂੰ ਲੋਕ ਪ੍ਰਦੇਸ਼ (Folk Regions) ਵੀ ਕਹਿੰਦੇ ਹਨ (ਨਕਸ਼ਾ ਨੰ. 58)। ਇਸ ਸਮਰੂਪਤਾ ਦਾ ਅਰਥ ਇਹ ਨਹੀਂ ਕਿ ਹੁਣ ਅਜਿਹੇ ਬਣੇ ਖੇਤਰਾਂ ਮਾਝਾ, ਦੋਆਬਾ ਅਤੇ ਮਾਲਵਾ ਵਿੱਚ ਕੋਈ ਭਿੰਨਤਾ ਨਹੀਂ ਰਹੀ ਹੈ। ਇਨ੍ਹਾਂ ਵਿੱਚ ਵੀ ਤੀਜੇ ਦਰਜੇ (Third Order) ਦੀ ਭਿੰਨਤਾ ਹੈ। ਉਦਾਹਰਣ ਲਈ ਦੋਆਬਾ ਨੂੰ ਅੱਗੇ ਸ਼ਿਵਾਲਕ ਪਹਾੜੀ ਖੇਤਰ, ਕੰਢੀ ਖੇਤਰ, ਪੁਰਾਣਾ ਉੱਚ ਮੈਦਾਨੀ ਖੇਤਰ (Upper Terrace) ਅਤੇ ਬੇਟ ਖੇਤਰ ਵਿੱਚ ਵੰਡਿਆ ਜਾ ਸਕਦਾ ਹੈ। ਇਹ ਤੀਜੇ ਦਰਜੇ ਦੇ ਪ੍ਰਦੇਸ਼ ਕਹਿਲਾਣਗੇ। ਇਹ ਸਿਲਸਿਲਾ ਅੱਗੇ ਜਾਰੀ ਰਹਿੰਦਾ ਹੈ। ਹਰ ਇੱਕ ਪ੍ਰਦੇਸ਼ ਦੀ ਆਪਣੀ ਅਲੱਗ ਭੂਗੋਲਿਕ ਸਥਿਤੀ, ਖੇਤਰਫਲ, ਅਰਥਚਾਰਾ (Economy) ਅਤੇ ਆਪਣੀਆਂ ਸੱਭਿਆਚਾਰਕ ਵਿਸ਼ੇਸ਼ਤਾਈਆਂ ਹਨ।

ਪੰਜਾਬ ਦੇ ਇਨ੍ਹਾਂ ਤਿੰਨਾਂ ਪ੍ਰਦੇਸ਼ਾਂ ਬਾਰੇ ਜਾਣਕਾਰੀ ਅਤੇ ਵਿਸ਼ੇਸ਼ਤਾਈਆਂ ਅਗਲੇ ਕੁੱਝ ਪੰਨਿਆਂ ਵਿੱਚ ਦਿੱਤੀਆਂ ਗਈਆਂ ਹਨ। ਪੰਜਾਬ ਦੇ ਇਹ ਤਿੰਨ ਮੁੱਖ ਪ੍ਰਦੇਸ਼ ਹਨ—

I. ਮਾਝਾ ਜਾਂ ਅਪਰ ਬਾਰੀ ਦੋਆਬ

II. ਦੋਆਬਾ ਜਾਂ ਬਿਸਤ ਜਲੰਧਰ ਦੋਆਬ

III. ਮਾਲਵਾ

ਮਾਝਾ ਪ੍ਰਦੇਸ਼ (MAJHA REGION)

ਇਹ ਮੰਨਿਆ ਜਾਂਦਾ ਹੈ ਕਿ ਇਸ ਖੇਤਰ ਦਾ ਨਾਂ ਮਾਝਾ ਜਾਂ ਮਾਂਝਾ ਇੱਕ ਰਾਜਪੂਤ ਕਬੀਲੇ 'ਮੰਝ' ਜਿਸ ਨੇ ਇਸ ਖੇਤਰ ਉੱਤੇ ਪੁਰਾਣੇ ਸਮੇਂ ਵਿੱਚ ਰਾਜ ਕੀਤਾ ਸੀ, ਦੇ ਨਾਂ ਤੋਂ ਪਿਆ ਹੈ। ਬਹੁਤ ਸਾਰੇ ਲੋਕੀਂ ਅੰਮ੍ਰਿਤਸਰ ਜ਼ਿਲ੍ਹੇ ਅਤੇ ਲਹੌਰ ਜ਼ਿਲ੍ਹੇ (ਪਾਕਿਸਤਾਨ) ਦੇ ਪ੍ਰਦੇਸ਼ ਨੂੰ ਮਾਝਾ ਦੀ ਥਾਂ ਮਾਂਝਾ ਕਹਿੰਦੇ ਹਨ। ਇਸ ਪ੍ਰਦੇਸ਼ ਨੂੰ **'ਅਪਰ ਬਾਰੀ ਦੋਆਬ'** ਵੀ ਕਿਹਾ ਜਾਂਦਾ ਹੈ। ਇਹ ਨਾਂ ਸਮਰਾਟ ਅਕਬਰ ਨੇ ਇਸ ਪ੍ਰਦੇਸ਼ ਨੂੰ ਦਿੱਤਾ ਮੰਨਿਆ ਜਾਂਦਾ ਹੈ। ਇਹ ਨਾਂ ਦੋਆਬੇ ਦੇ ਸੀਮਾਵਰਤੀ ਦਰਿਆਵਾਂ ਬਿਆਸ ਤੇ ਰਾਵੀ ਦੇ ਪਹਿਲੇ ਅੱਖਰਾਂ ਬ ਅਤੇ ਰ ਨੂੰ ਮਿਲਾ ਕੇ ਬਣਾਇਆ ਗਿਆ ਹੈ। ਬਾਰੀ ਦੋਆਬ ਦਾ ਹਿੱਸਾ ਜੋ ਕਿ ਭਾਰਤੀ ਪੰਜਾਬ ਵਿੱਚ ਸਥਿਤ ਹੈ, ਪੂਰੇ ਬਾਰੀ ਦੋਆਬ ਦਾ ਉੱਪਰਲਾ ਭਾਗ ਹੈ। ਇਸ ਕਾਰਨ ਇਸ ਨੂੰ ਅਪਰ ਬਾਰੀ ਦੋਆਬ ਕਿਹਾ ਜਾਂਦਾ ਹੈ। ਪਰੰਤੂ ਆਮ ਲੋਕਾਂ ਲਈ ਪ੍ਰਚੱਲਤ (Folk) ਨਾਂ ਮਾਝਾ ਜਾਂ ਮਾਂਝਾ ਹੈ। ਮਾਂਝਾ ਨਾਮ ਅੰਮ੍ਰਿਤਸਰ ਜ਼ਿਲ੍ਹੇ ਅਤੇ ਗੁਰਦਾਸਪੁਰ ਜ਼ਿਲ੍ਹੇ ਦੇ ਦੱਖਣੀ ਭਾਗ (ਬਟਾਲਾ ਤਹਿਸੀਲ) ਦੇ ਖੇਤਰ ਨੂੰ ਦਿੱਤਾ ਜਾਂਦਾ ਹੈ।

ਸਥਿਤੀ (SITUATION AND LOCATION)

ਮਾਝਾ ਪ੍ਰਦੇਸ਼ ਦਾ ਦੂਜਾ ਨਾਂ ਅਪਰ ਬਾਰੀ ਦੋਆਬ ਹੈ। ਇਹ ਕੁਦਰਤੀ ਅਤੇ ਲੋਕ ਪ੍ਰਦੇਸ਼ ਪੱਛਮ ਵੱਲ ਦਰਿਆ ਰਾਵੀ, ਪੂਰਵ ਵੱਲ ਦਰਿਆ ਬਿਆਸ ਅਤੇ ਦੱਖਣ ਵੱਲ ਦਰਿਆ ਸਤਲੁਜ ਵਿਚਕਾਰ ਸਥਿਤ ਹੈ। ਦਰਿਆ ਬਿਆਸ ਅਤੇ ਦਰਿਆ ਰਾਵੀ ਵਿਚਕਾਰ ਉੱਪਰਲੀ ਸਥਿਤੀ ਹੋਣ ਕਾਰਨ ਇਸ ਪ੍ਰਦੇਸ਼ ਨੂੰ ਅਪਰ ਬਾਰੀ ਦੋਆਬ ਕਹਿੰਦੇ ਹਨ। ਮਾਝੇ ਦੇ ਪੱਛਮ ਵਿੱਚ ਦਰਿਆ ਰਾਵੀ ਅਤੇ ਪਾਕਿਸਤਾਨ, ਉੱਤਰ ਵਿੱਚ ਜੰਮੂ ਅਤੇ ਕਸ਼ਮੀਰ ਦਾ ਰਾਜ, ਪੂਰਬ ਵਿੱਚ ਦਰਿਆ ਬਿਆਸ ਅਤੇ ਹੁਸ਼ਿਆਰਪੁਰ ਅਤੇ ਕਪੂਰਥਲਾ ਦੇ ਜ਼ਿਲ੍ਹੇ (ਦੋਆਬਾ), ਉੱਤਰ-ਪੂਰਬ ਵੱਲ ਹਿਮਾਚਲ ਪ੍ਰਦੇਸ਼ ਅਤੇ ਦੱਖਣ ਵਿੱਚ ਮਾਲਵਾ ਦਾ ਫਿਰੋਜ਼ਪੁਰ ਜ਼ਿਲ੍ਹਾ ਹਨ (ਨਕਸ਼ਾ ਨੰ. 58)। ਮਾਝੇ ਦਾ ਵਿਸਥਾਰ 31°4′ ਤੋਂ 32°32′ ਉੱਤਰੀ ਅਕਸ਼ਾਂਸ਼ ਤੱਕ ਅਤੇ 74°29′ ਤੋਂ 75°56′ ਪੂਰਬੀ ਰੇਖਾਂਸ਼ ਤੱਕ ਹੈ।

ਇਸ ਪ੍ਰਦੇਸ਼ ਦਾ ਕੁਝ ਉੱਤਰੀ ਭਾਗ ਦਰਿਆ ਰਾਵੀ ਪਾਰ ਪਠਾਨਕੋਟ ਤਹਿਸੀਲ ਦਾ ਇੱਕ ਹਿੱਸਾ ਹੈ। ਇਸ ਖੇਤਰ ਨੂੰ 'ਚੱਕ ਅੰਧਾਰ' (Chak Andhar) ਕਿਹਾ ਜਾਂਦਾ ਹੈ। ਇਹ ਖੇਤਰ ਦਰਿਆ ਰਾਵੀ ਅਤੇ ਇਸ ਦੀ ਇੱਕ ਸਹਾਇਕ ਨਦੀ ਉੱਝ (Ujh) ਵਿਚਕਾਰ ਸਥਿਤ ਹੈ। ਇਹ ਖੇਤਰ ਹੁਣ ਬਮਿਆਲ ਅਤੇ ਨਰੋਟ ਜੈਮਲ ਸਿੰਘ ਬਲਾਕਾਂ ਅੰਦਰ ਮਾਝਾ ਪ੍ਰਦੇਸ਼ ਦਾ ਭਾਗ ਹੈ।

ਸ਼ਕਲ ਅਤੇ ਖੇਤਰਫਲ (SHAPE AND SIZE)

ਮਾਝਾ ਦੀ ਸ਼ਕਲ ਇੱਕ ਲੰਬੂਤਰੀ ਤਿਕੋਨ ਵਰਗੀ ਹੈ ਜਿਸ ਦਾ ਆਧਾਰ ਪੂਰਬ ਵੱਲ ਚੱਕੀ ਖੱਡ ਅਤੇ ਦਰਿਆ ਬਿਆਸ ਦੀ ਵਹਿਣ ਮਾਰਗ ਰੇਖਾ ਬਣਾਉਂਦੀ ਹੈ। ਇਸ ਤਿਕੋਨ ਦਾ ਸਿਖਰ (apex) ਅੰਮ੍ਰਿਤਸਰ ਜ਼ਿਲ੍ਹੇ ਵਿੱਚ ਦਰਿਆ ਰਾਵੀ ਦੇ ਭਾਰਤ ਛੱਡਣ ਦੇ ਆਖਰੀ ਬਿੰਦੂ ਕੋਲ ਹੈ। ਮਾਝਾ ਪ੍ਰਦੇਸ਼ ਪੰਜਾਬ ਦੇ ਤਿੰਨ ਪ੍ਰਦੇਸ਼ਾਂ ਵਿੱਚ ਸਭ ਤੋਂ ਛੋਟਾ ਹੈ। ਇਸ ਦਾ ਕੁੱਲ ਖੇਤਰਫਲ 8,648 ਵਰਗ ਕਿਲੋਮੀਟਰ ਹੈ ਜੋ ਪੰਜਾਬ ਦੇ ਕੁੱਲ ਖੇਤਰਫਲ ਦਾ 17.17% ਹੈ। ਆਕਾਰ ਵਿੱਚ ਇਹ ਖੇਤਰ ਮਾਲਵੇ ਦੇ ਕੁੱਲ ਖੇਤਰਫਲ ਦਾ ਇੱਕ ਚੌਥਾਈ ਤੋਂ ਕੁੱਝ ਘੱਟ ਹੈ। ਦੋਆਬੇ ਤੋਂ ਇਹ ਖੇਤਰ ਕੁੱਝ ਛੋਟਾ ਹੈ। ਮਾਝਾ ਪੰਜਾਬ ਦਾ ਸਰਹੱਦੀ ਪ੍ਰਦੇਸ਼ ਹੈ ਜਿਸ ਵਿੱਚ ਅੰਮ੍ਰਿਤਸਰ, ਤਰਨਤਾਰਨ, ਗੁਰਦਾਸਪੁਰ ਅਤੇ ਪਠਾਨਕੋਟ ਦੇ ਜ਼ਿਲ੍ਹੇ ਸ਼ਾਮਲ ਹਨ (ਨਕਸਾ ਨੰ. 58)। ਇਸ ਵਿੱਚ 18 ਤਹਿਸੀਲਾਂ ਅਤੇ 34 ਵਿਕਾਸ ਖੰਡ (Blocks) ਸ਼ਾਮਲ ਹਨ। ਖੇਤਰਫਲ ਅਨੁਸਾਰ ਪੱਟੀ, ਤਰਨਤਾਰਨ, ਖਡੂਰ ਸਾਹਿਬ ਅਤੇ ਭਿੱਖੀਵਿੰਡ ਤਹਿਸੀਲਾਂ, ਤਰਨਤਾਰਨ ਜ਼ਿਲ੍ਹੇ, ਅਜਨਾਲਾ, ਬਾਬਾ ਬਕਾਲਾ, ਅੰਮ੍ਰਿਤਸਰ-i ਅਤੇ ii ਮਜੀਠਾ ਅਤੇ ਲੋਪੋਕੇ ਅੰਮ੍ਰਿਤਸਰ ਜ਼ਿਲ੍ਹੇ, ਗੁਰਦਾਸਪੁਰ, ਬਟਾਲਾ, ਡੇਰਾ ਬਾਬਾ ਨਾਨਕ, ਦੀਨਾਨਗਰ, ਕਲਾਨੌਰ ਅਤੇ ਫਤਿਹਗੜ੍ਹ ਚੂੜੀਆਂ ਗੁਰਦਾਸਪੁਰ ਜ਼ਿਲ੍ਹੇ ਅਤੇ ਪਠਾਨਕੋਟ ਅਤੇ ਧਾਰ ਕਲਾਂ ਪਠਾਨਕੋਟ ਜ਼ਿਲ੍ਹੇ ਦੀਆਂ ਤਹਿਸੀਲਾਂ ਹਨ।

ਸਾਰਣੀ ਨੰ. 63 : ਪੰਜਾਬ ਵਿੱਚ ਪ੍ਰਦੇਸ਼ਵਾਰ ਆਰਥਿਕਤਾ ਦੇ ਵਿਭਿੰਨ ਰੂਪ

(ੳ) ਜਨ ਸੰਖਿਆ ਸੰਬੰਧੀ ਅਤੇ ਦੂਜੇ ਆਂਕੜੇ-2011 ਅਤੇ 2020-21

ਕ੍ਰ. ਨੰ.	ਪ੍ਰਦੇਸ਼	ਭੂਗੋਲਿਕ ਖੇਤਰਫਲ (ਵ. ਕਿ. ਮੀ.)	ਕੁੱਲ ਜਨਸੰਖਿਆ (2011)	ਵਸੋ ਘਣਤਾ (ਵਿਅਕਤੀ/ ਵ.ਕਿ.ਮੀ.)	ਵਸੋਂ ਵਾਧਾ ਦਰ (%) (2001-2011)	ਸ਼ਹਿਰੀ ਵਸੋਂ (%)	ਸ਼ਹਿਰ/ ਕਸਬੇ	ਪਿੰਡਾਂ ਦੀ ਗਿਣਤੀ	ਸਾਖਰਤਾ (%)	ਅਨੁਸੂਚਿਤ ਜਾਤੀ ਵਸੋਂ (%)	ਚਲ ਰਹੀਆਂ ਰਜਿਸਟਰਡ (ਫੈਕਟਰੀਆਂ) (2020)	ਕਾਮਿਆਂ ਦੀ ਗਿਣਤੀ (2020)	ਸੜਕਾਂ ਦੀ ਲੰਬਾਈ (ਕਿ. ਮੀ.) (2021-22)	ਸੜਕਾਂ ਨਾਲ ਜੁੜੇ ਪਿੰਡਾਂ ਦੀ %
1	ਮਾਝਾ	8660 (17.20%)	59,08,609 (21.30%)	682	13.63	36.15	46	2,823	76.12	29.26	2,660	56,287	22,434	100.0
2	ਦੋਆਬਾ	8896 (17.66%)	52,07,693 (18.77%)	585	8.82	36.56	51	3,513	82.27	37.42	3,594	1,35,158	22,625	100.00
3	ਮਾਲਵਾ	32806 (65.14%)	1,66,27,039 (59.93%)	507	15.68	38.25	120	6,245	73.71	31.17	13,736	5,94,474	74,519	100.0
4	ਕੁੱਲ (ਪੰਜਾਬ)	50362 (100.00)	2,77,43,338 (100.00)	551	13.89	37.48	217	12,581	75.84	31.94	19,990	7,55,919	1,21,648	100.00

(ਅ) ਖੇਤੀਬਾੜੀ ਸੰਬੰਧੀ ਆਂਕੜੇ 2021-22

ਕ੍ਰ. ਨੰ.	ਪ੍ਰਦੇਸ਼	ਨਿਰੋਲ ਬੀਜਿਆ ਰਕਬਾ (000 ਹੈਕ. ਅਤੇ % 2021-22)	ਨਿਰੋਲ ਸਿੰਜਿਆ ਰਕਬਾ (000 ਹੈਕ. ਅਤੇ % (2021-22)	ਟਿਊਬਵੈਲਾਂ ਦੀ ਗਿਣਤੀ (31-3-2021)	ਕਣਕ		ਚਾਵਲ		ਮੱਕੀ		ਗੰਨਾ		ਕਪਾਹ		ਤੇਲ ਦੇ ਬੀਜ		ਦਾਲਾਂ	
					ਰਕਬਾ	ਉਤਪਾਦਨ	ਰਕਬਾ	ਉਤਪਾਦਨ	ਰਕਬਾ	ਉਤਪਾਦਨ	ਰਕਬਾ	ਉਤਪਾਦਨ	ਰਕਬਾ	ਉਤਪਾਦਨ	ਰਕਬਾ	ਉਤਪਾਦਨ	ਰਕਬਾ	ਉਤਪਾਦਨ
1	ਮਾਝਾ	691 (80.72)	691 (100.00)	2,77,089 (19.95%)	598.3	2558.4	567.5	2,152	8.5	33.5	30.7	2494	–	–	12.5	16.0	2.4	1,6
2	ਦੋਆਬਾ	672 (74.75)	673 (100.00)	2,25,872 (16.26%)	503	1985.3	431.5	1,816	65.5	275.4	42.6	3547	–	–	8.8	12.2	0.6	0.44
3	ਮਾਲਵਾ	2,762 (84.26)	2,731 (98.80)	8,85,876 (63.79%)	2424.5	10,321.7	2,145.6	9,680	31.2	104.5	13.5	1090	251.3	109.7	28.2	47.3	4.4	4.7
4	ਕੁੱਲ (ਪੰਜਾਬ)	41.24 (100.0%)	4095 (100.001)	13,88,837 (100.00)	3525.8	14,865.4	3,144.6	13,648	105.2	413.4	86.8	7131	251.3	109.7	49.5	75.5	7.4	6.74

ਸ੍ਰੋਮਾ—ਪੰਜਾਬ ਦਾ ਅੰਕੜਾ ਸਾਰ-2021 ਅਤੇ 2022, ਰਕਬਾ ਹਜ਼ਾਰ ਹੈਕਟੇਅਰਾਂ ਵਿੱਚ, ਉਤਪਾਦਨ ਹਜ਼ਾਰ ਮੀ. ਟਨਾਂ ਵਿੱਚ

ਨੋਟ—ਜਨਸੰਖਿਆ ਸੰਬੰਧੀ ਅੰਕੜੇ 2011 ਦੀ ਜਨਗਣਨਾ ਅਨੁਸਾਰ ਹਨ। ਕਣਕ, ਨਿਰੋਲ ਅਤੇ ਗੰਨੇ ਰਕਬੇ ਅਤੇ ਨਿਰੋਲ ਰਕਬੇ ਦੇ ਅੰਕੜਿਆਂ ਹੇਠ ਬਰੈਕਟਾਂ ਵਿੱਚ ਦਿੱਤੇ ਅੰਕੜੇ ਨਿਰੋਲ ਬੀਜੇ ਰਕਬੇ ਦੀ ਪ੍ਰਦੇਸ਼ ਦੇ ਕੁੱਲ ਰਕਬੇ ਨਾਲ ਅਤੇ ਨਿਰੋਲ ਸਿੰਜੇ ਰਕਬੇ ਦੀ ਨਿਰੋਲ ਬੀਜੇ ਰਕਬੇ ਨਾਲ ਪ੍ਰਤੀਸ਼ਤਤਾ ਨੂੰ ਦਰਸਾਉਂਦੇ ਹਨ। ਬਾਕੀ ਦੀਆਂ ਬਰੈਕਟਾਂ ਵਿੱਚ ਦਿੱਤੇ ਅੰਕੜੇ ਰਾਜ ਦੇ ਕੁੱਲ ਅੰਕੜਿਆਂ ਨਾਲ ਪ੍ਰਤੀਸ਼ਤਤਾ ਨੂੰ ਦਰਸਾਉਂਦੇ ਹਨ।

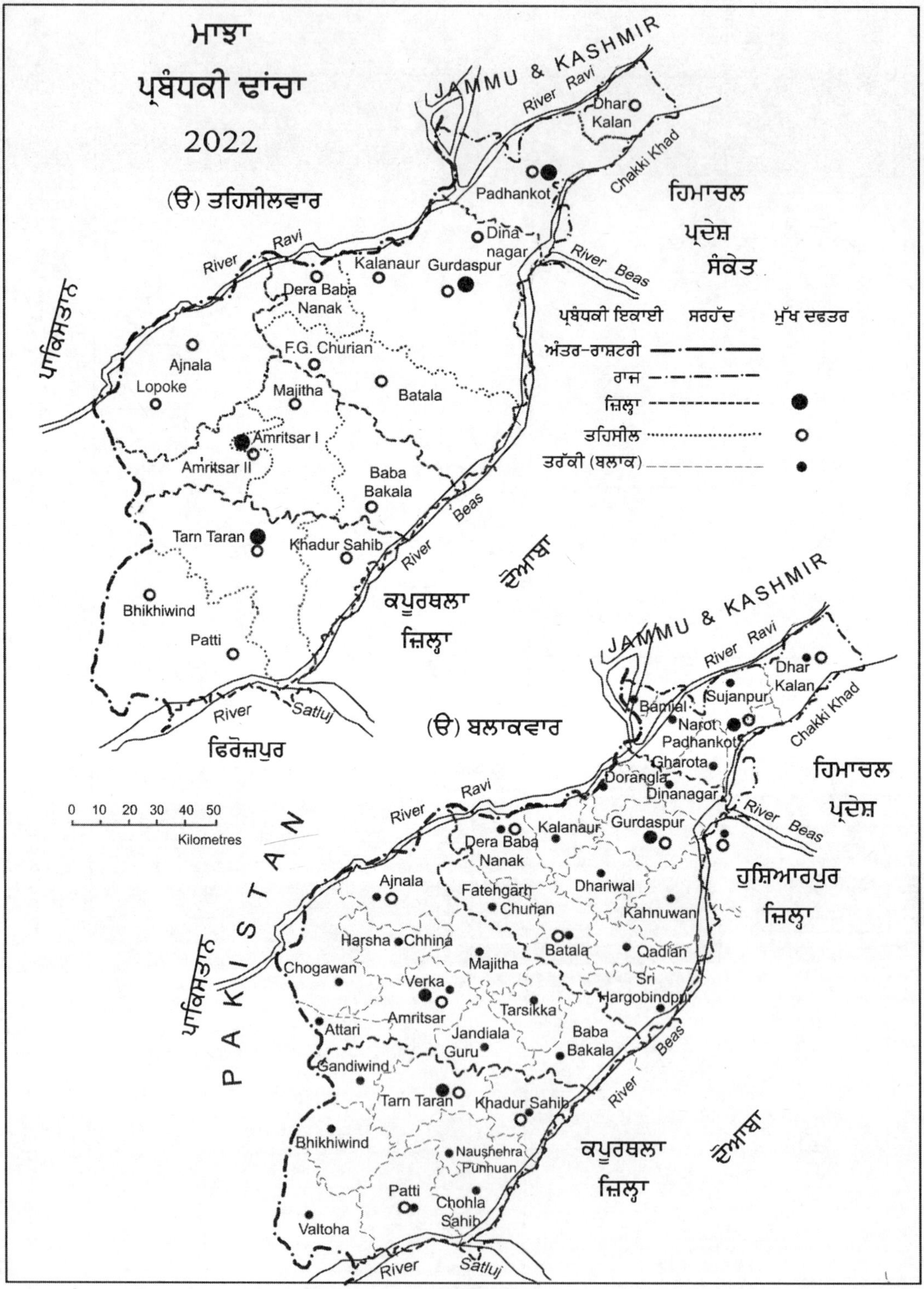
ਮਾਝਾ
ਪ੍ਰਬੰਧਕੀ ਢਾਂਚਾ
2022
(ੳ) ਤਹਿਸੀਲਵਾਰ
JAMMU & KASHMIR
River Ravi
Dhar Kalan
Chakki Khad
Padhankot
ਹਿਮਾਚਲ ਪ੍ਰਦੇਸ਼
Dina nagar
River Beas
Kalanaur
Gurdaspur
Dera Baba Nanak
ਪਾਕਿਸਤਾਨ
F.G. Churian
Ajnala
Lopoke
Majitha
Batala
Amritsar I
Amritsar II
Baba Bakala
Tarn Taran
Khadur Sahib
Bhikhiwind
Patti
River Satluj
ਫਿਰੋਜ਼ਪੁਰ
ਕਪੂਰਥਲਾ ਜ਼ਿਲ੍ਹਾ
ਦੋਆਬਾ
ਸੰਕੇਤ
ਪ੍ਰਬੰਧਕੀ ਇਕਾਈ
ਸਰਹੱਦ
ਮੁੱਖ ਦਫਤਰ
ਅੰਤਰ-ਰਾਸ਼ਟਰੀ
ਰਾਜ
ਜ਼ਿਲ੍ਹਾ
ਤਹਿਸੀਲ
ਤਰੱਕੀ (ਬਲਾਕ)
0 10 20 30 40 50
Kilometres
(ੳ) ਬਲਾਕਵਾਰ
PAKISTAN
Bamial
Sujanpur
Narot
Gharota
Dorangla
Dinanagar
ਹੁਸ਼ਿਆਰਪੁਰ ਜ਼ਿਲ੍ਹਾ
Dhariwal
Fatehgarh Churian
Kahnuwan
Harsha Chhina
Qadian
Chogawan
Sri Hargobindpur
Verka
Amritsar
Tarsikka
Attari
Jandiala Guru
Gandiwind
Naushehra Punhuan
Chohla Sahib
Valtoha

Map 59

ਧਰਾਤਲ (RELIEF)

ਪਠਾਨਕੋਟ ਜ਼ਿਲ੍ਹੇ ਦੀਆਂ ਪਠਾਨਕੋਟ ਅਤੇ ਧਾਰ ਕਲਾਂ ਤਹਿਸੀਲਾਂ ਨੂੰ ਛੱਡ ਕੇ ਸਾਰਾ ਪ੍ਰਦੇਸ਼ ਸਪਾਟ (Flat) ਮੈਦਾਨ ਹੈ ਜਿਸ ਦੀ ਢਲਾਨ ਦੱਖਣ-ਪੱਛਮ ਵੱਲ ਹੈ। ਇਸ ਪ੍ਰਦੇਸ਼ ਵਿੱਚ ਉਚਾਈ ਉੱਤਰ-ਪੂਰਬ ਵੱਲ ਵੱਧਦੀ ਹੈ। ਧੁਰ ਉੱਤਰ-ਪੂਰਬ ਇਹ ਹਿਮਾਚਲ ਪ੍ਰਦੇਸ਼ ਦੀ ਸਰਹੱਦ ਨੇੜੇ ਉਚਾਈ 930 ਮੀਟਰ ਦੇ ਲਗਭਗ ਹੈ, ਪਠਾਨਕੋਟ ਨੇੜੇ ਇਹ 275 ਮੀਟਰ, ਗੁਰਦਾਸਪੁਰ ਕੋਲ 260 ਮੀਟਰ, ਤਰਨਤਾਰਨ ਨੇੜੇ 229 ਮੀਟਰ ਅਤੇ ਦੱਖਣ-ਪੱਛਮ ਵਿੱਚ ਸਥਿਤ ਪੱਟੀ ਕੋਲ 227 ਮੀਟਰ ਹੈ।

ਇਸ ਪ੍ਰਦੇਸ਼ ਦਾ ਬਿਲਕੁਲ ਉੱਤਰ-ਪੂਰਬੀ ਖੇਤਰ ਜੋ ਪਠਾਨਕੋਟ ਜ਼ਿਲ੍ਹੇ ਦੀ ਧਾਰ ਕਲਾਂ ਤਹਿਸੀਲ ਹੈ, ਬਿਲਕੁਲ ਪਹਾੜੀ ਹੈ ਅਤੇ ਆਮ ਉਚਾਈ 400 ਮੀਟਰ ਤੋਂ ਜ਼ਿਆਦਾ ਹੈ। ਉਚਾਈ ਪੂਰਬ ਵੱਲ ਨੂੰ ਵੱਧਦੀ ਜਾਂਦੀ ਹੈ। ਬਿਲਕੁਲ ਪੂਰਬੀ ਭਾਗ ਦੀ ਆਮ ਉਚਾਈ 600 ਮੀਟਰ ਤੋਂ ਵੱਧ ਹੈ ਅਤੇ ਕਈ ਸਥਾਨਾਂ ਤੇ 900 ਮੀਟਰ ਤੋਂ ਵੀ ਵੱਧ ਜਾਂਦੀ ਹੈ। ਇਹ ਬਦਲੋਹ ਅਤੇ ਡੁਨੇਰਾ ਦੀਆਂ ਪਹਾੜੀਆਂ ਹਨ। ਇਨ੍ਹਾਂ ਪਹਾੜੀਆਂ ਦਾ ਉੱਤਰ-ਪੱਛਮੀ ਭਾਗ ਤਿੱਖੀਆਂ ਢਲਾਨਾਂ ਵਾਲਾ ਹੈ। ਇਹ ਸ਼ਿਵਾਲਕ ਪਹਾੜੀ ਪ੍ਰਦੇਸ਼ ਹੈ (ਚਿੱਤਰ ਨੰ. 1)।

ਪਠਾਨਕੋਟ ਸ਼ਿਵਾਲਕਸ ਦੇ ਆਰ-ਪਾਰ ਇਕ ਆਮ ਕਾਟ ਚਿੱਤਰ
(A General Section Across Pathankot Siwaliks)

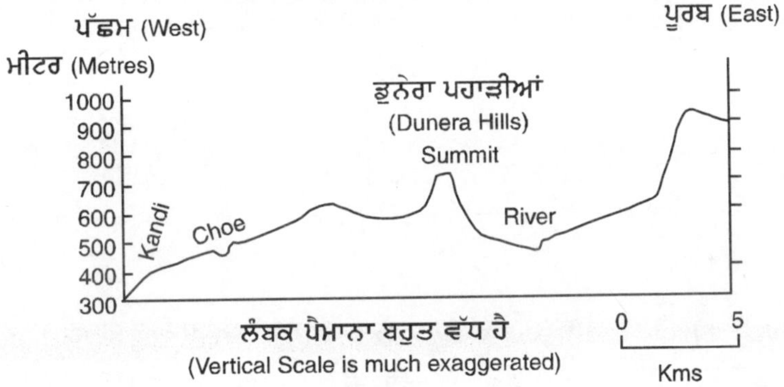

ਚਿੱਤਰ ਨੰ. 1

ਇਨ੍ਹਾਂ ਸ਼ਿਵਾਲਕ ਪਹਾੜੀਆਂ ਤੋਂ ਪੱਛਮ ਵੱਲ ਨਰੋਟ ਜੈਮਲ ਸਿੰਘ ਅਤੇ ਬਮਿਆਲ ਬਲਾਕਾਂ ਵਿੱਚ ਫੈਲਿਆ ਉੱਚਾ-ਨੀਵਾਂ (300 ਤੋਂ 400 ਮੀਟਰ ਦੀ ਉਚਾਈ ਵਿਚਕਾਰ) ਕੰਢੀ ਪ੍ਰਦੇਸ਼ ਹੈ ਜੋ ਕਾਫੀ ਹਰਿਆ ਭਰਿਆ ਹੈ। ਇੱਥੇ ਅਨੇਕਾਂ ਚੋਅ ਅਤੇ ਖੱਡਾਂ ਪੂਰਬ ਤੋਂ ਪੱਛਮ ਵੱਲ ਵੱਗਦੇ ਹਨ। ਇੱਥੇ ਚੱਕੀ ਖੱਡ ਅਤੇ ਸਕੀ ਕਿਰਨ ਨਾਲੇ ਦੀਆਂ ਅਨੇਕ ਸਹਾਇਕ ਖੱਡਾਂ ਅਤੇ ਚੋਆਂ ਨੇ ਇਹ ਉੱਚ ਪ੍ਰਦੇਸ਼ ਕੱਟਿਆ-ਵੱਢਿਆ ਹੈ।

330 ਮੀਟਰ ਦੀ ਸਮਉੱਚ ਰੇਖਾ ਤੋਂ ਪੱਛਮ ਵੱਲ ਗੁਰਦਾਸਪੁਰ ਜ਼ਿਲ੍ਹੇ ਦੀਆਂ ਗੁਰਦਾਸਪੁਰ ਤੋਂ ਬਟਾਲਾ ਤਹਿਸੀਲਾਂ ਅਤੇ ਸਾਰੇ ਅੰਮ੍ਰਿਤਸਰ ਅਤੇ ਤਰਨਤਾਰਨ ਜ਼ਿਲ੍ਹੇ ਵਿੱਚ ਫੈਲਿਆ ਵਿਸ਼ਾਲ ਜਲੌੜੀ ਮੈਦਾਨ ਹੈ ਜੋ ਭੌਤਾਕ੍ਰਿਤਕ ਤੌਰ ਤੇ ਨਦੀਕ੍ਰਿਤ ਉੱਚਾ ਮੈਦਾਨ interfluvial Zone ਹੈ। ਇਹ ਪ੍ਰਦੇਸ਼ ਪੁਰਾਣੇ ਤੱਲਛਟਾਂ ਤੋਂ ਬਨਿਆ ਹੋਇਆ ਹੈ। ਇਸ ਤਿਕੋਨੇ ਮੈਦਾਨ ਦੇ ਦੋਨੋਂ ਪਾਸੀਂ ਦਰਿਆ ਬਿਆਸ ਅਤੇ ਦਰਿਆ ਰਾਵੀ ਦੇ ਬੇਟ ਖੇਤਰ ਹਨ ਜੋ ਨਵੇਂ ਤੱਲਛਟਾਂ ਤੋਂ ਬਣੇ ਹੋਏ ਤੰਗ ਅਤੇ ਲੰਬੂਤਰੇ ਨੀਵੇਂ ਮੈਦਾਨ ਹਨ, ਜਿਨ੍ਹਾਂ ਵਿੱਚ ਇਨ੍ਹਾਂ ਦਰਿਆਵਾਂ ਦੀ ਹੜ੍ਹ ਦਾ ਪਾਣੀ ਬਰਸਾਤ ਰੁੱਤ ਨੂੰ ਭਰ ਜਾਂਦਾ ਹੈ (ਨਕਸ਼ਾ ਨੰ. 60)।

ਮੋਟੇ ਤੌਰ 'ਤੇ ਮਾਝਾ ਪ੍ਰਦੇਸ਼ ਹੌਲੀ-ਹੌਲੀ ਦਰਿਆ ਬਿਆਸ ਦੇ ਉੱਚੇ (ਕਗਾਰ ਰੂਪ) ਕੰਢੇ (ਢਾਹਾ), ਜਿਸ ਨੂੰ 'ਪੂਰਬੀ ਟੇਕਰੀ' (Eastern Ridge) ਕਿਹਾ ਜਾਂਦਾ ਹੈ, ਤੋਂ ਪੱਛਮ ਵੱਲ ਦਰਿਆ ਰਾਵੀ ਤੱਕ ਨੀਵਾਂ ਹੁੰਦਾ ਜਾਂਦਾ ਹੈ। ਦਰਿਆ ਬਿਆਸ ਦਾ ਪੱਛਮੀ ਕਿਨਾਰਾ ਗੁਰਦਾਸਪੁਰ, ਅੰਮ੍ਰਿਤਸਰ ਅਤੇ ਤਰਨਤਾਰਨ ਜ਼ਿਲ੍ਹਿਆਂ ਵਿੱਚ ਆਪਣੇ ਸਮੁੱਚੇ ਵਹਿਣ ਦੌਰਾਨ ਇੱਕਦਮ ਇਹ 6 ਤੋਂ 10

ਮੀਟਰ ਉੱਚੇ ਕਗਾਰ ਦੇ ਰੂਪ ਵਿੱਚ ਉੱਚਾ ਉੱਠ ਜਾਂਦਾ ਹੈ। ਜਲੰਧਰ ਵੱਲੋਂ ਜਲੰਧਰ-ਅੰਮ੍ਰਿਤਸਰ ਰਾਸ਼ਟਰੀ ਮਾਰਗ ਉੱਤੇ ਆਉਂਦੇ ਸਮੇਂ ਬਿਆਸ ਦੇ ਪੁਲ ਤੋਂ ਇਹ ਉੱਚੀ ਅਤੇ ਕਟੀ-ਫਟੀ ਕਗਾਰ ਸਪੱਸ਼ਟ ਦਿੱਸਦੀ ਹੈ। ਇਹ ਨਦੀਕ੍ਰਿਤ ਉੱਚਾ ਮੈਦਾਨ ਭਾਵੇਂ ਮੰਦ ਢਲਾਨ ਵਾਲਾ ਸਪਾਟ ਮੈਦਾਨ ਹੈ ਪਰੰਤੂ ਧਿਆਨ ਨਾਲ ਦੇਖਣ ਤੋਂ ਇਸ ਵਿੱਚ ਹੇਠ ਲਿਖੀਆਂ ਵਿਖਮਤਾਵਾਂ ਜਾਂ ਮਹੱਤਵਪੂਰਨ ਸੱਥਲਕ੍ਰਿਤਿਕ ਭੂ-ਅਕਾਰ (important topographical features) ਦੇਖੇ ਜਾ ਸਕਦੇ ਹਨ—

(ੳ) ਛੋਟੇ ਦੋਆਬੇ (Minor Doabs) : ਉੱਚ ਮੈਦਾਨ ਦੇ ਵਿਭਿੰਨ ਨਾਲਿਆਂ ਜਾਂ ਜਲ ਪ੍ਰਵਾਹ ਵਹਿਣਾਂ ਅਤੇ ਸੀਮਾਂਤੀ ਦਰਿਆਵਾਂ ਬਿਆਸ ਅਤੇ ਰਾਵੀ ਵਿਚਕਾਰ ਪੰਜ ਛੋਟੇ ਦੋਆਬੇ ਬਣ ਗਏ ਹਨ। ਇਹ ਛੋਟੇ ਦੋਆਬੇ ਪੂਰਬ ਤੋਂ ਪੱਛਮ ਵੱਲ (i) ਦਰਿਆ ਬਿਆਸ ਅਤੇ ਪੱਟੀ ਨਾਲਾ (ਰੋਹੀ) ਵਿਚਕਾਰ (ii) ਪੱਟੀ ਨਾਲਾ ਅਤੇ ਕਸੂਰ ਨਾਲਾ ਵਿਚਕਾਰ (iii) ਕਸੂਰ ਨਾਲਾ ਅਤੇ ਹੁਡਿਆਰਾ (ਉਡਿਆਰਾ) ਨਾਲਾ ਵਿਚਕਾਰ (iv) ਹੁਡਿਆਰਾ ਨਾਲਾ ਅਤੇ ਸੱਕੀ ਕਿਰਨ ਨਾਲਾ ਵਿਚਕਾਰ ਅਤੇ (v) ਸੱਕੀ ਕਿਰਨ ਨਾਲਾ ਅਤੇ ਦਰਿਆ ਰਾਵੀ ਵਿਚਕਾਰ ਬਣਦੇ ਹਨ (ਨਕਸ਼ਾ ਨੰ. 60)। ਇਹ ਛੋਟੇ ਦੋਆਬੇ ਉੱਚ ਮੈਦਾਨ ਦਾ ਹਿੱਸਾ ਹਨ ਅਤੇ ਹਰ ਇੱਕ ਛੋਟਾ ਦੋਆਬਾ ਇੱਕ ਕਟਕ (ridge) ਦੇ ਰੂਪ ਵਿੱਚ ਹੈ ਅਤੇ ਇਸ ਦੇ ਸਿਖਰ (ਉੱਚੇ ਭਾਗ) ਉੱਤੇ ਰੇਤ ਦੇ ਨਿਖੇਪ (deposits) ਪਾਏ ਜਾਂਦੇ ਹਨ। ਇਹ ਸਿਖਰ (Crest) ਕਟਕ ਦੇ ਮੱਧ ਵਿੱਚ ਨਹੀਂ ਸਗੋਂ ਪੂਰਬ ਵੱਲ ਦਰਿਆ ਜਾਂ ਨਾਲੇ ਦੇ ਨੇੜੇ ਪਾਇਆ ਜਾਂਦਾ ਹੈ।

(ਅ) ਰੇਤ ਦੀਆਂ ਕਟਕਾਂ ਜਾਂ ਉਭਾਰ (Sand Ridges) : ਇਸ ਖੇਤਰ ਦੀ ਮੁੱਖ ਕਟਕ ਬਾਰੀ ਦੋਆਬ ਦੇ ਮੱਧ ਵਿੱਚੋਂ ਦੀ ਉੱਤਰ ਤੋਂ ਦੱਖਣ ਵੱਲ ਚੱਲਦੀ ਹੈ। ਇਹ ਮੱਧਵਰਤੀ ਰਿਜ ਹੈ। ਸਭ ਕਟਕਾਂ ਦੇ ਉੱਚੇ ਭਾਗ ਰੇਤ ਦੇ ਨਿਖੇਪਾਂ ਤੋਂ ਬਣੇ ਹੋਏ ਹਨ। ਇਹ ਨਿਖੇਪ ਆਲੇ-ਦੁਆਲੇ ਸਥਿਤ ਦਰਿਆ ਜਾਂ ਨਾਲਿਆਂ ਦੇ ਕਈ ਵਹਿਣਾਂ ਵਿੱਚ ਵੰਡੇ ਜਾਣ ਕਾਰਨ (Braiding Action) ਪ੍ਰਾਪਤ ਰੇਤੇ ਦੇ ਹਵਾ ਰਾਹੀਂ ਉੜਾ ਕੇ ਲੈ ਜਾਣ ਅਤੇ ਵੱਗਦੇ ਪਾਣੀ ਦੀ ਕਿਰਿਆ ਕਾਰਨ ਕਟਕ ਸਿਖਰਾਂ ਰੂਪ ਵਿੱਚ ਜਮ੍ਹਾਂ ਹੋਏ ਸਨ। ਰੇਤੇ ਦੀਆਂ ਇਹ ਕਟਕਾਂ ਹਲਕੇ ਲਾਲ-ਪੀਲੇ ਰੰਗ ਦੇ ਤਲਛਟਾਂ ਤੋਂ ਬਣੀਆਂ ਹਨ ਜੋ ਦੋਮਟ ਮਿੱਟੀਆਂ (Loamy Soils) ਦੇ ਵਿਗਾੜ ਤੋਂ ਬਣੇ ਸਨ। ਸਥਾਨਕ ਤੌਰ 'ਤੇ ਇਨ੍ਹਾਂ ਨਿਖੇਪ ਉਭਾਰਾਂ ਨੂੰ ਟਿੱਬੇ ਕਿਹਾ ਜਾਂਦਾ ਹੈ। ਹੁਣ ਜ਼ਿਆਦਾਤਰ ਟਿੱਬਿਆਂ ਜਾਂ ਕਟਕਾਂ ਨੂੰ ਪੱਧਰਾ ਕਰਕੇ ਖੇਤੀ ਅਧੀਨ ਲਿਆਂਦਾ ਗਿਆ ਹੈ।

(ੲ) ਛੰਭ (Chhambhs) : ਮਾਝਾ ਪ੍ਰਦੇਸ਼ ਵਿੱਚ ਸੀਮਾਂਤੀ ਦਰਿਆਵਾਂ ਬਿਆਸ ਤੇ ਰਾਵੀ ਦੇ ਅਪਰ ਬਾਰੀ ਦੋਆਬ ਨਹਿਰ ਤੰਤਰ ਦਰਿਆ ਮੁੱਖ ਸ਼ਾਖਾਵਾਂ ਦੇ ਸਮਾਨ ਅੰਤਰ ਬਹੁਤ ਸਾਰੇ ਵੱਡੇ, ਛੋਟੇ ਅਤੇ ਬਹੁਤ ਛੋਟੇ ਛੰਬ ਪਾਏ ਜਾਂਦੇ ਹਨ (ਨਕਸ਼ਾ ਨੰ. 60)। ਇਹ ਛੰਭ ਟੋਏ (Depression) ਸਨ ਜੋ ਨਹਿਰਾਂ ਤੋਂ ਰਿਸਾਵ (Seepage from Canals) ਰਾਹੀਂ ਪ੍ਰਾਪਤ ਜਾਂ ਨਾਲਿਆਂ ਜਾਂ ਛੋਟੀਆਂ ਨਦੀਆਂ ਤੋਂ ਨਿਕਾਸ (Drained) ਰਾਹੀਂ ਪ੍ਰਾਪਤ ਪਾਣੀ ਨਾਲ ਭਰ ਗਏ ਜਾਂ ਇਹ ਦਰਿਆ ਬਿਆਸ ਅਤੇ ਰਾਵੀ ਦੇ ਪੁਰਾਣੇ ਵਹਿਣਾਂ ਦੇ ਛੱਡੇ ਹੋਏ ਭਾਗ (Reminants of Old Courses) ਸਨ ਜੋ ਇਨ੍ਹਾਂ ਦਰਿਆਵਾਂ ਦੇ ਹੜ੍ਹਾਂ ਨਾਲ ਭਰ ਗਏ। ਇਨ੍ਹਾਂ ਛੰਭਾਂ ਵਿੱਚੋਂ ਹੇਠ ਲਿਖੇ ਮਹੱਤਵਪੂਰਣ ਹਨ—

ਕਾਹਨੂੰਵਾਨ ਛੰਭ (Kahnuwan Chhamb) ਸਭ ਤੋਂ ਵੱਧ ਮਹੱਤਵਪੂਰਣ ਹੈ। ਇਹ ਪੂਰਬ ਵਿੱਚ ਦਰਿਆ ਬਿਆਸ ਦੇ ਨੇੜੇ ਗੁਰਦਾਸਪੁਰ ਤਹਿਸੀਲ ਵਿੱਚ ਪਿੰਡੋਰੀ ਬੈਂਸਾਂ ਪਿੰਡ ਉੱਤਰ ਵਿੱਚ ਤੋਂ ਪਿੰਡ ਭੇੜੀ ਦੱਖਣ ਵਿੱਚ ਤਕ ਸਥਿਤ ਹੈ। ਇਹ ਛੰਭ ਦਰਿਆ ਬਿਆਸ ਦੇ ਉੱਚੇ ਢਾਹੇ ਦੇ ਹੇਠ ਸਥਿਤ ਹੈ (ਨਕਸ਼ਾ ਨੰ. 60)।

ਪੱਛਮ ਵਿੱਚ ਅਪਰ ਬਾਰੀ ਦੋਆਬ ਨਹਿਰ ਦੇ ਨੇੜੇ ਛੋਟੇ ਛੰਭ ਜਿਵੇਂ ਕਿ ਪਰਮਾਨੰਦ ਛੰਭ, ਧਮਰਾਏ ਛੰਭ ਅਤੇ ਬਾਦੀਉਲ ਜਮਾਨ ਛੰਭ ਹਨ। ਇਨ੍ਹਾਂ ਤੋਂ ਇਲਾਵਾ ਸੱਕੀ ਕਿਰਨ ਨਾਲਾ ਅਤੇ ਅਪਰਬਾਰੀ ਦੋਆਬ ਨਹਿਰ ਦੀ ਮੁੱਖ ਸ਼ਾਖਾ (main branch of U.B.D.C.) ਵਿਚਕਾਰ ਛੰਭਾਂ ਦੀ ਇਕ ਲੜੀ ਪਾਈ ਜਾਂਦੀ ਹੈ। ਇਨ੍ਹਾਂ ਵਿੱਚੋਂ ਮਹੱਤਵਪੂਰਣ ਵਿੱਚ ਸ਼ਾਮਲ ਹਨ ਕੇਸ਼ੋਪੁਰ ਛੰਭ, ਮਗਰਮੁੰਡੀਆਂ ਅਤੇ ਪਨਿਆਰ ਛੰਭ ਜੋ ਗੁਰਦਾਸਪੁਰ ਜ਼ਿਲ੍ਹੇ ਵਿੱਚ ਸਥਿਤ ਹਨ। ਗੁਰਦਾਸਪੁਰ ਜ਼ਿਲ੍ਹੇ ਵਿੱਚ ਕਈ ਬਹੁਤ ਛੋਟੇ ਛੰਭ ਵੀ ਪਾਏ ਜਾਂਦੇ ਹਨ। ਮੁੱਖ ਛੰਭ ਭੱਲਾ ਪਿੰਡ, ਜਸਤਰਵਾਲ ਪਿੰਡ ਅਤੇ ਬੱਗਾ ਪਿੰਡ ਵਿੱਚ ਮਿਲਦੇ ਹਨ। ਕਈ ਛੰਭ ਹੁਣ ਅਕਾਰ ਅਤੇ ਡੂੰਘਾਈ ਵਿੱਚ ਛੋਟੇ ਹੋ ਗਏ ਹਨ ਜਾਂ ਉਨ੍ਹਾਂ ਨੂੰ ਹੋਰ ਕੰਮਾਂ ਲਈ ਭਰ ਲਿਆ ਗਿਆ ਹੈ।

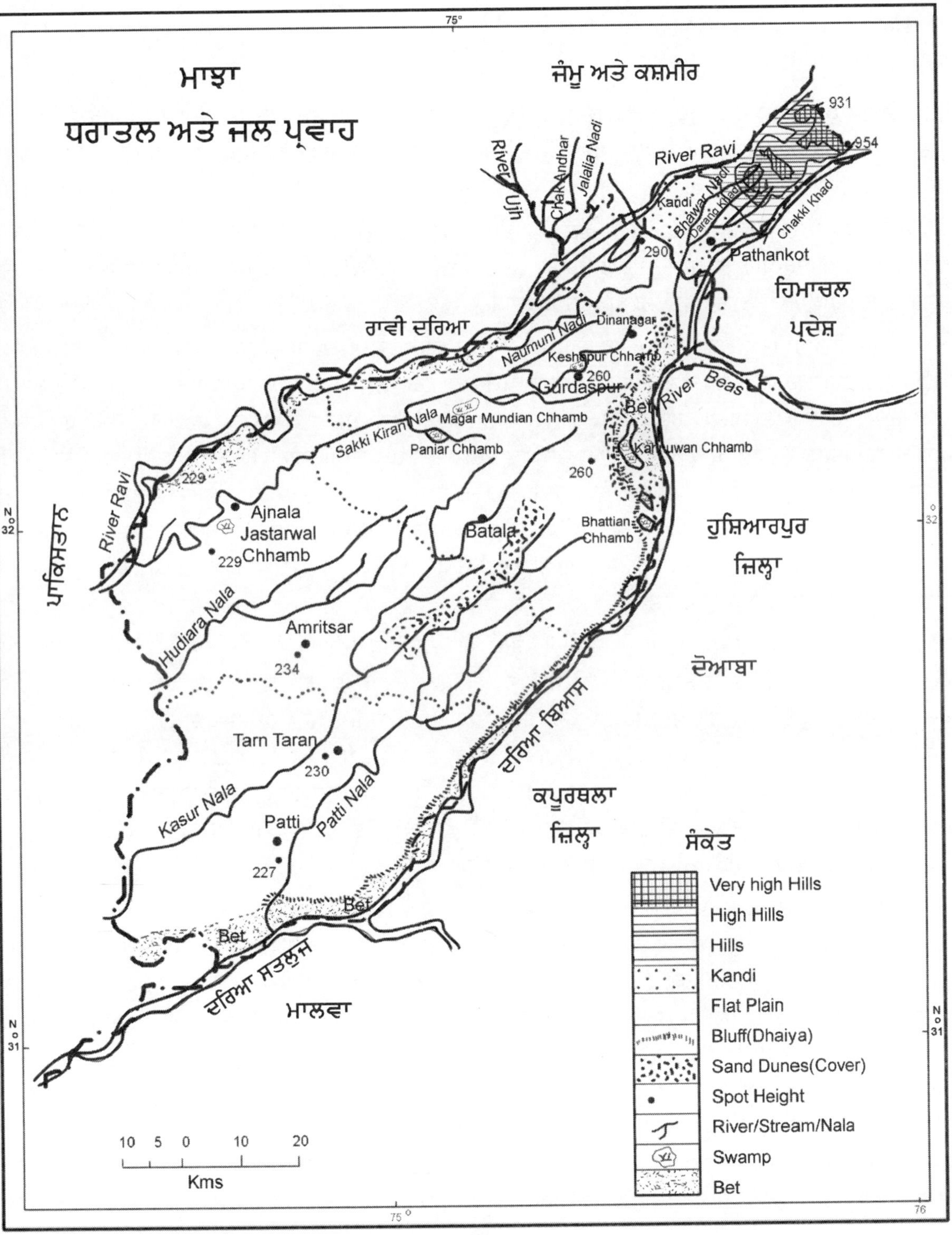
ਮਾਝਾ
ਧਰਾਤਲ ਅਤੇ ਜਲ ਪ੍ਰਵਾਹ
ਜੰਮੂ ਅਤੇ ਕਸ਼ਮੀਰ
River Ujh
Chak Andhar
Jalalia Nadi
River Ravi
Kandi
Bhawar Nadi
Darang Khad
Chakki Khad
931
954
290
Pathankot
ਹਿਮਾਚਲ ਪ੍ਰਦੇਸ਼
ਰਾਵੀ ਦਰਿਆ
Naumuni Nadi
Dinanagar
Keshopur Chhamb
260
Gurdaspur
River Beas
Bet
Magar Mundian Chhamb
Sakki Kiran Nala
Paniar Chhamb
Kahnuwan Chhamb
260
229
River Ravi
Ajnala
Jastarwal Chhamb
229
ਪਾਕਿਸਤਾਨ
Batala
Bhattian Chhamb
ਹੁਸ਼ਿਆਰਪੁਰ ਜ਼ਿਲ੍ਹਾ
Hudiara Nala
Amritsar
234
ਦੋਆਬਾ
Tarn Taran
230
ਦਰਿਆ ਬਿਆਸ
Kasur Nala
Patti Nala
Patti
227
ਕਪੂਰਥਲਾ ਜ਼ਿਲ੍ਹਾ
ਸੰਕੇਤ
Very high Hills
High Hills
Hills
Kandi
Flat Plain
Bluff(Dhaiya)
Sand Dunes(Cover)
Spot Height
River/Stream/Nala
Swamp
Bet
Bet
Bet
ਦਰਿਆ ਸਤਲੁਜ
ਮਾਲਵਾ
10 5 0 10 20
Kms
75°
76
32
31

Map 60

ਜਲ ਪ੍ਰਵਾਹ (DRAINAGE)

ਮਾਝਾ ਖੇਤਰ ਵਿੱਚ ਜਲ ਪ੍ਰਵਾਹ ਦਾ ਸਮਾਨ ਅੰਤਰ ਸਰੂਪ (Parallel Pattern of Drainage) ਪਾਇਆ ਜਾਂਦਾ ਹੈ। ਇਸ ਖੇਤਰ ਦੇ ਜਲ ਪ੍ਰਵਾਹ ਦੀਆਂ ਸਭ ਧਾਰਾਵਾਂ-ਨਦੀਆਂ, ਨਾਲੇ, ਡਰੇਨਾਂ, ਛੰਭ ਅਤੇ ਇੱਥੋਂ ਤੱਕ ਕਿ ਨਹਿਰਾਂ ਵੀ ਇੱਕ ਦੂਜੇ ਤੋਂ ਸਮਾਨ ਅੰਤਰ ਵਹਿੰਦੀਆਂ ਹਨ ਅਤੇ ਕਿਨਾਰਿਆਂ (ਸੀਮਾਂਤੀ) ਦੇ ਦਰਿਆ ਬਿਆਸ ਤੇ ਰਾਵੀ ਵੀ ਇੱਕ ਦੂਜੇ ਦੇ ਲਗਭਗ ਸਮਾਨ ਅੰਤਰ ਵਹਿੰਦੇ ਹਨ (ਨਕਸ਼ਾ ਨੰ. 60)।

ਸਮੁੱਚੇ ਖੇਤਰ ਦੀ ਢਲਾਨ ਦੱਖਣ-ਪੱਛਮ ਵੱਲ ਹੈ। ਇਸ ਕਾਰਨ ਇਸ ਖੇਤਰ ਦੀਆਂ ਸਭ ਜਲ ਧਾਰਾਵਾਂ ਦੱਖਣ ਪੱਛਮ ਵੱਲ ਵੱਗਦੀਆਂ ਹਨ। ਇਹ ਧਾਰਾਵਾਂ ਹਨ—ਦਰਿਆ ਬਿਆਸ ਅਤੇ ਰਾਵੀ ਅਤੇ ਚੱਕੀ ਖੱਡ ਅਤੇ ਚਾਰ ਰੋਹੀਆਂ ਜਾਂ ਨਾਲੇ (ਪੱਟੀ ਨਾਲਾ, ਕਸੂਰ ਨਾਲਾ, ਹੁਡਿਆਰਾ ਨਾਲਾ ਅਤੇ ਸੱਕੀ ਕਿਰਨ ਨਾਲਾ)।

ਦਰਿਆ ਬਿਆਸ ਅਤੇ ਰਾਵੀ ਇਸ ਖੇਤਰ ਦੇ ਕਿਨਾਰਿਆਂ ਦੇ ਵਹਿਣ ਵਾਲੇ ਦਰਿਆ ਹਨ ਜੋ ਵਲ-ਵਲੇਵੇਂ ਖਾਂਦੇ ਹੋਏ ਦੱਖਣ-ਪੱਛਮ ਵੱਲ ਵੱਗਦੇ ਹਨ। ਇਨ੍ਹਾਂ ਦੇ ਉਦਗਮ ਹਿਮਾਚਲ ਪ੍ਰਦੇਸ਼ ਦੇ ਬਰਫ ਨਾਲ ਢਕੇ ਉੱਚੇ ਪਹਾੜਾਂ ਵਿੱਚ ਪਾਏ ਜਾਂਦੇ ਹਨ। ਇਹ ਸਾਰਾ ਸਾਲ ਵਗਣ ਵਾਲੇ ਦਰਿਆ ਹਨ। ਦਰਿਆ ਬਿਆਸ ਦਾ ਪੱਛਮੀ ਕੰਢਾ (ਮਾਝਾ ਵੱਲ ਦਾ) ਢਾਹੇ (cliff) ਦੇ ਰੂਪ ਵਿੱਚ ਉੱਚਾ ਅਤੇ ਉਬੜ-ਖਾਬੜ ਹੈ। ਇੱਥੇ ਮਾਝੇ ਵੱਲ ਦਰਿਆ ਦਾ ਇੱਕ ਬਹੁਤ ਤੰਗ ਹੜ੍ਹ ਦਾ ਮੈਦਾਨ ਹੈ। ਦਰਿਆ ਰਾਵੀ ਇਸ ਖੇਤਰ ਦੇ ਪੱਛਮੀ ਕਿਨਾਰੇ ਨਾਲ ਵਹਿੰਦਾ ਹੈ। ਇਸ ਦੇ ਦੋਨੋਂ ਕੰਢੇ ਆਮ ਹਨ। ਇਸ ਕਾਰਨ ਮਾਝੇ ਦੇ ਰਾਵੀ ਨਾਲ ਲੱਗਦੇ ਖੇਤਰ ਵਿੱਚ ਭਾਰੀ ਵਰਖਾ ਦੌਰਾਨ ਹੜ੍ਹ ਆਮ ਆਉਂਦੇ ਹਨ। ਦਰਿਆ ਰਾਵੀ ਉੱਪਰ ਥੀਨ ਪਿੰਡ ਨੇੜੇ ਥੀਨ ਡੈਮ ਉਸਾਰਿਆ ਗਿਆ ਹੈ ਅਤੇ ਇੱਥੇ ਪਣ ਬਿਜਲੀ ਪੈਦਾ ਕੀਤੀ ਜਾਂਦੀ ਹੈ। ਮਾਧੋਪੁਰ ਦੇ ਸਥਾਨ ਤੇ ਦਰਿਆ ਰਾਵੀ ਉੱਪਰ ਇੱਕ ਬੈਰਾਜ ਬਣਾਇਆ ਗਿਆ ਹੈ ਜਿੱਥੋਂ ਮਾਝਾ ਦਾ ਨਹਿਰ ਤੰਤਰ, ਅਪਰ ਬਾਰੀ ਦੋਆਬ ਜਨਮ ਲੈਂਦਾ ਹੈ।

ਮਾਝੇ ਦਾ ਤੀਜਾ ਮਹੱਤਵਪੂਰਣ ਸਥਾਈ ਦਰਿਆ ਚੱਕੀ ਖੱਡ ਹੈ। ਇਹ ਦਰਿਆ ਬਿਆਸ ਦੀ ਇੱਕ ਸਹਾਇਕ ਨਦੀ ਹੈ ਜੋ ਧੌਲਾਦਾਰ ਪਰਬਤਾਂ ਦੀਆਂ ਦੱਖਣੀ ਢਲਾਨਾਂ ਉੱਤੇ ਪੈਦਾ ਹੋ ਕੇ ਦੱਖਣ-ਪੱਛਮ ਵੱਲ ਵਹਿੰਦਾ ਹੈ। ਇਹ ਦਰਿਆ ਪੰਜਾਬ-ਹਿਮਾਚਲ ਪ੍ਰਦੇਸ਼ ਦੀ ਸਰਹੱਦ ਬਣਾਉਂਦਾ ਹੋਇਆ ਮੀਰਥਲ ਕੋਲ ਦਰਿਆ ਬਿਆਸ ਵਿੱਚ ਮਿਲ ਜਾਂਦਾ ਹੈ (ਨਕਸ਼ਾ ਨੰ. 60) ਦਰਿਆ ਦੀਆਂ ਦੋ ਸ਼ਾਖਾਵਾਂ—ਖਾਲ (Khal) ਅਤੇ ਚੱਕੀ ਹਨ। ਖਾਲ ਰਾਵੀ ਵਿੱਚ ਮਿਲ ਜਾਂਦੀ ਹੁੰਦੀ ਸੀ ਅਤੇ ਇਸ ਤੋਂ ਹਸਲੀ ਨਹਿਰ ਅਤੇ ਅਪਰਬਾਰੀ ਦੋਆਬ ਨਹਿਰ ਨੂੰ ਨੁਕਸਾਨ ਪਹੁੰਚਦਾ ਸੀ। ਇਸ ਲਈ ਖਾਲ ਦਾ ਰਸਤਾ ਬਦਲ ਦਿੱਤਾ ਗਿਆ ਅਤੇ ਹੁਣ ਇਹ ਵੀ ਮੀਰਥਲ ਕੋਲ ਦਰਿਆ ਬਿਆਸ ਵਿੱਚ ਦਾਖਲ ਹੋ ਜਾਂਦੀ ਹੈ। ਚੱਕੀ ਖੱਡ ਵਿੱਚ ਤੇਜ਼ ਵਰਖਾ ਸਮੇਂ ਅਚਾਨਕ ਹੜ੍ਹ ਆ ਜਾਂਦੇ ਹਨ ਜਿਨ੍ਹਾਂ ਨਾਲ ਕਈ ਵਾਰ ਭਾਰੀ ਜਾਨੀ ਅਤੇ ਮਾਲੀ ਨੁਕਸਾਨ ਹੋ ਜਾਂਦਾ ਹੈ।

ਸੱਕੀ ਕਿਰਨ ਨਾਲਾ (Sakki Kiran Nala) ਦਰਿਆ ਰਾਵੀ ਦੀ ਇਸ ਖੇਤਰ ਵਿੱਚ ਹੀ ਵਹਿਣ ਵਾਲੀ ਇੱਕ ਸ਼ਾਖਾ ਹੈ। ਇਹ ਗੁਰਦਾਸਪੁਰ ਜ਼ਿਲ੍ਹੇ ਦੇ ਦੀਨਾਨਗਰ ਕਸਬੇ ਨੇੜੇ ਸਥਿਤ ਬੈਹਰਾਮਪੁਰ ਛੰਭ ਵਿੱਚ ਪੈਦਾ ਹੁੰਦਾ ਹੈ ਅਤੇ ਦੱਖਣ ਪੱਛਮ ਵੱਲ ਦਰਿਆ ਰਾਵੀ ਦੇ ਸਮਾਨਅੰਤਰ ਇੱਕ ਨਿਸ਼ਚਤ ਵਹਿਣ ਵਿੱਚ ਵਲ-ਵਲੇਵੇਂ ਪਾ ਕੇ ਚੱਲਦਾ ਹੈ। ਰਸਤੇ ਵਿੱਚ ਇਹ ਕਈ ਛੰਭਾਂ ਤੋਂ ਪਾਣੀ ਪ੍ਰਾਪਤ ਕਰਦਾ ਹੈ। ਨਾਲੇ ਦਾ ਨਾਂ ਇੱਕ ਰਾਜੇ ਕਿਰਨ ਤੋਂ ਮਿਲਿਆ ਹੈ। ਇਸ ਦੀਆਂ ਦੋ ਸ਼ਾਖਾਵਾਂ ਹਨ ਜੋ ਰਧਾਨ ਦੇ ਸਥਾਨ ਤੇ ਆਪਸ ਵਿੱਚ ਮਿਲ ਜਾਂਦੀਆਂ ਹਨ। ਇਹ ਨਦੀ ਫਿਰ ਅੰਮ੍ਰਿਤਸਰ ਜ਼ਿਲ੍ਹੇ ਵਿੱਚ ਦਾਖਲ ਹੋ ਜਾਂਦੀ ਹੈ ਅਤੇ ਅਜਨਾਲਾ ਤਹਿਸੀਲ ਵਿੱਚੋਂ ਦੀ ਵੱਲ-ਵਲੇਵੇਂ ਖਾ ਕੇ ਹਿੰਦ-ਪਾਕ ਸਰਹਦ ਨੇੜੇ ਰਣੀਆ ਪਿੰਡ ਨਜ਼ਦੀਕ ਦਰਿਆ ਰਾਵੀ ਵਿੱਚ ਮਿਲ ਜਾਂਦੀ ਹੈ। ਗੁਰਦਾਸਪੁਰ ਜ਼ਿਲ੍ਹੇ ਵਿੱਚ ਨਾਲੇ ਨੂੰ ਕਿਰਨ ਅਤੇ ਗੁਰਦਾਸਪੁਰ ਨਾਲਾ ਵੀ ਕਿਹਾ ਜਾਂਦਾ ਹੈ। ਅੰਮ੍ਰਿਤਸਰ ਜ਼ਿਲ੍ਹੇ ਵਿੱਚ ਇਸ ਨੂੰ ਸੱਕੀ ਨਾਲਾ ਕਿਹਾ ਜਾਂਦਾ ਹੈ। ਅਜਨਾਲਾ ਤਹਿਸੀਲ ਵਿੱਚ ਭਾਰੀ ਹੜ੍ਹਾਂ ਅਤੇ ਜਾਨੀ ਨੁਕਸਾਨ ਕਾਰਨ ਨਾਲੇ ਨੂੰ ਅਨਜਲਾ ਨਾਲਾ ਕਿਹਾ ਜਾਂਦਾ ਹੈ। ਇਹ ਵੀ ਮੰਨਿਆ ਜਾਂਦਾ ਹੈ ਕਿ ਨਾਲਾ ਦਰਿਆ ਰਾਵੀ ਦੇ ਪੁਰਾਣੇ ਵਹਿਣ ਵਿੱਚ ਵਹਿੰਦਾ ਹੈ।

ਉੱਝ ਦਰਿਆ (Ujh Nadi) : ਇਹ ਦਰਿਆ ਰਾਵੀ ਦੀ ਸੱਜੇ ਕੰਢੇ ਦੀ ਸਹਾਇਕ ਨਦੀ ਹੈ। ਇਹ ਜੰਮੂ ਜ਼ਿਲ੍ਹੇ ਵਿੱਚ ਪੈਦਾ ਹੁੰਦਾ ਹੈ ਅਤੇ ਇਹ ਪਾਕਿਸਤਾਨ ਦੇ ਸ਼ੰਕਰਗੜ੍ਹ ਜ਼ਿਲ੍ਹੇ ਅਤੇ ਪਠਾਨਕੋਟ ਜ਼ਿਲ੍ਹੇ ਦੀ ਪਠਾਨਕੋਟ ਤਹਿਸੀਲ (ਬਮਿਆਲ ਅਤੇ ਨਰੋਟ ਜੈਮਲ

ਸਿੰਘ ਬਲਾਕ) ਵਿਚਕਾਰ ਸਰਹੱਦ ਬਣਾਉਂਦਾ ਹੈ। ਉੱਝ ਦੀਆਂ ਦੋ ਸ਼ਾਖਾਵਾਂ, ਉੱਝ ਬਰੇਟਾ ਅਤੇ ਉੱਝ ਮਾਈਨਰ ਹਨ ਜੋ ਪਠਾਨਕੋਟ ਤਹਿਸੀਲ ਦੇ ਚੱਕ ਅੰਧੇਰ ਖੇਤਰ ਵਿੱਚੋਂ ਲੰਘਦੀਆਂ ਹਨ। ਇਹ ਸ਼ਾਖਾਵਾਂ ਮੁੱਖ ਨਦੀ ਨਾਲ ਵਾਰੋ-ਵਾਰੀ ਪਿੰਡ ਸਕੋਲ ਤੇ ਬਮਿਆਲ ਕਸਬੇ ਕੋਲ ਮਿਲ ਜਾਂਦੀਆਂ ਹਨ। ਉੱਝ ਲਗਭਗ ਬਾਰਾਂ ਮਾਸੀ ਨਦੀ ਹੈ ਤੇ ਬਰਸਾਤ ਰੁੱਤ ਦੌਰਾਨ ਇਸ ਵਿੱਚ ਬਹੁਤ ਪਾਣੀ ਹੁੰਦਾ ਹੈ। ਇਹ ਬਰਸਾਤੂ ਪਾਣੀ ਲਾਲ ਰੰਗ ਦਾ ਪਣਾ (ਗਾਰ) ਨਿਖੇਪ ਲਿਆਉਂਦਾ ਹੈ।

ਜਲਿਆਲਾ ਜਾਂ ਬਜੋਹ ਨਦੀ (Jaliala or Bajoh Stream) : ਉੱਝ ਨਦੀ ਦੀ ਇੱਕ ਸਹਾਇਕ ਨਦੀ ਹੈ। ਇਹ ਇੱਕ ਬਾਰਾਮਾਸੀ ਨਦੀ ਹੈ ਜੋ ਚੱਕ ਅੰਧੇਰ ਖੇਤਰ ਵਿੱਚੋਂ ਲੰਘਦੀ ਹੈ।

ਰੋਹੀਆਂ ਜਾਂ ਨਾਲੇ (Rohis or Nalas) : ਮਾਝਾ ਖੇਤਰ ਵਿੱਚ ਤਿੰਨ ਹੋਰ ਮਹੱਤਵਪੂਰਣ ਜਲ ਪ੍ਰਵਾਹ ਧਾਰਾਵਾਂ ਹਨ ਜਿਨ੍ਹਾਂ ਨੂੰ ਰੋਹੀਆਂ ਜਾਂ ਨਾਲੇ ਕਿਹਾ ਜਾਂਦਾ ਹੈ। ਅੱਜ ਕੱਲ ਇਹ ਕੇਵਲ ਲਗਭਗ ਡਰੇਨਾਂ (drains) ਬਣ ਗਈਆਂ ਹਨ ਜੋ ਆਪਣੇ-ਆਪਣੇ ਖੇਤਰ ਦੇ ਹੜ੍ਹ ਦੇ ਪਾਣੀ ਦਾ ਨਿਕਾਸ ਕਰਦੀਆਂ ਹਨ। ਇਹ ਨਾਲੇ ਮਾਝਾ ਖੇਤਰ ਦੇ ਮੱਧਵਰਤੀ ਅਤੇ ਪੂਰਬੀ ਭਾਗਾਂ ਵਿੱਚ ਦੱਖਣ ਪੱਛਮ ਦਿਸ਼ਾ ਵਿੱਚ ਵਹਿੰਦੇ ਹਨ। ਇਹ ਤਿੰਨ ਰੋਹੀਆਂ ਹੇਠ ਲਿਖੀਆਂ ਹਨ (ਨਕਸ਼ਾ ਨੰ. 60)।

ਪੱਟੀ ਨਾਲਾ (Patti Nala) : ਇਹ ਨਾਲਾ ਗੁਰਦਾਸਪੁਰ ਜ਼ਿਲ੍ਹੇ ਵਿੱਚ ਕਾਹਨੂੰਵਾਨ ਛੰਭ ਖੇਤਰ ਵਿੱਚ ਪੈਦਾ ਹੁੰਦਾ ਹੈ ਅਤੇ ਕਾਦੀਆਂ ਕਸਬੇ ਕੋਲੋਂ ਦੀ ਦੱਖਣ-ਪੱਛਮ ਵੱਲ ਵਹਿੰਦਾ ਹੋਇਆ ਅੰਮ੍ਰਿਤਸਰ ਜ਼ਿਲ੍ਹੇ ਵਿੱਚ ਦੋ ਸ਼ਾਖਾਵਾਂ ਦੇ ਰੂਪ ਵਿੱਚ ਦਾਖਲ ਹੁੰਦਾ ਹੈ। ਇਹ ਸ਼ਾਖਾਵਾਂ ਤਰਨਤਾਰਨ ਜ਼ਿਲ੍ਹੇ ਵਿੱਚ ਪਿੰਡ ਲੌਂਕਾ ਕੋਲ ਮਿਲ ਜਾਂਦੀਆਂ ਹਨ। ਪੱਟੀ ਨਾਲਾ ਦੱਖਣ-ਪੱਛਮ ਵੱਲ ਵਹਿੰਦਾ ਹੋਇਆ ਪੱਟੀ ਕਸਬੇ ਦੇ ਕੋਲੋਂ ਲੰਘਦਾ ਹੈ। ਅੰਤ ਵਿੱਚ ਦਰਿਆ ਬਿਆਸ ਦੇ ਪੁਰਾਣੇ ਵਹਿਣ ਵਿਚ ਦੀ ਵਹਿੰਦਾ ਹੋਇਆ ਕੋਟ ਕਲਾਂ ਪਿੰਡ ਕੋਲ ਦਰਿਆ ਸਤਲੁਜ ਵਿੱਚ ਮਿਲ ਜਾਂਦਾ ਹੈ। ਇਸ ਨਾਲੇ ਨੂੰ ਸੁਖੇਰੀ ਵੀ ਕਿਹਾ ਜਾਂਦਾ ਹੈ। ਪੱਟੀ ਨਾਲੇ ਵਿੱਚ ਭਾਰੀ ਬਰਸਾਤ ਰੁੱਤ ਨੂੰ ਛੱਡ ਕੇ ਆਮ ਕਰਕੇ ਵਹਿੰਦਾ ਪਾਣੀ ਨਹੀਂ ਹੁੰਦਾ ਹੈ। ਇਸ ਦੇ ਵਹਿਣ ਵਿੱਚ ਅਤੇ ਆਲੇ-ਦੁਆਲੇ ਫ਼ਸਲਾਂ ਵਾਲੇ ਖੇਤ ਹਨ। ਇਹ ਨਾਲਾ ਹੜ੍ਹ ਦੇ ਪਾਣੀ ਦੇ ਨਿਕਾਸ ਦਾ ਵੀ ਕੰਮ ਕਰਦਾ ਹੈ।

ਕਸੂਰ ਨਾਲਾ (Kasur Nala) : ਇਹ ਨਾਲਾ ਗੁਰਦਾਸਪੁਰ ਸ਼ਹਿਰ ਤੋਂ ਦੱਖਣ ਵੱਲ ਜਨਮ ਲੈਂਦਾ ਹੈ ਅਤੇ ਦੱਖਣ ਵੱਲ ਵਹਿੰਦਾ ਹੋਇਆ ਬਟਾਲਾ ਸ਼ਹਿਰ ਕੋਲੋਂ ਲੰਘਦਾ ਹੈ। ਇੱਥੇ ਇਸ ਨੂੰ 'ਪੁਰਾਣੀ ਬਸਤੀ' ਵੀ ਕਿਹਾ ਜਾਂਦਾ ਹੈ। ਇਹ ਤਰਨਤਾਰਨ ਸ਼ਹਿਰ ਕੋਲੋਂ ਲੰਘਦਾ ਹੋਇਆ ਪੱਟੀ ਤਹਿਸੀਲ ਵਿੱਚ ਦਾਖਲ ਹੋ ਜਾਂਦਾ ਹੈ। ਫਿਰ ਇਹ ਪਾਕਿਸਤਾਨ ਵਿੱਚ ਦਰਿਆ ਬਿਆਸ ਦੇ ਪੁਰਾਣੇ ਵਹਿਣ ਵਿੱਚ ਵਗਣ ਲੱਗ ਪੈਂਦਾ ਹੈ। ਮਾਝੇ ਵਿੱਚ ਕਸੂਰ ਨਾਲੇ ਦਾ ਮਾਰਗ ਪੂਰੀ ਤਰ੍ਹਾਂ ਨਿਸ਼ਾਨਦੇਹ ਹੈ। ਇਹ ਚੰਗੀ ਤਰ੍ਹਾਂ ਨਿਸ਼ਚਿਤ ਕੰਢਿਆਂ ਵਿਚਕਾਰ ਇੱਕ ਤੰਗ ਤੇ ਡੂੰਘੇ ਵਹਿਣ ਵਿੱਚ ਵੱਗਦਾ ਹੈ। ਆਮ ਕਰਕੇ ਇਸ ਵਿੱਚ ਵੱਗਦਾ ਪਾਣੀ ਹੁੰਦਾ ਹੈ। ਭਾਰੀ ਵਰਖਾ ਦੇ ਦਿਨਾਂ ਵਿੱਚ ਇਹ ਆਲੇ-ਦੁਆਲੇ ਦੇ ਖੇਤਰ ਵਿੱਚ ਕਾਫੀ ਨੁਕਸਾਨ ਕਰਦਾ ਹੈ।

ਹੁਡਿਆਰਾ (ਉਡਿਆਰਾ) ਨਾਲਾ (Hudiara Nala) : ਇਸ ਨਾਲੇ ਦਾ ਨਾਂ ਪਾਕਿਸਤਾਨ ਦੇ ਲਹੌਰ ਜ਼ਿਲ੍ਹੇ ਦੇ ਇੱਕ ਪਿੰਡ ਹੁਡਿਆਰਾ ਦੇ ਨਾਂ ਤੋਂ ਲਿਆ ਗਿਆ ਹੈ ਜਿਸ ਦੇ ਕੋਲੋਂ ਵੱਗਦਾ ਹੋਇਆ ਇਹ ਅੰਤ ਵਿੱਚ ਰਾਵੀ ਦਰਿਆ ਵਿੱਚ ਮਿਲ ਜਾਂਦਾ ਹੈ। ਇਹ ਨਾਲਾ ਬਟਾਲਾ ਸ਼ਹਿਰ ਨੇੜੇ ਪੈਦਾ ਹੁੰਦਾ ਹੈ ਅਤੇ ਚੰਗੀ ਤਰ੍ਹਾਂ ਨਿਸ਼ਾਨਦੇਹ ਵਹਿਣ ਵਿੱਚੋਂ ਦੀ ਮਜੀਠਾ ਕਸਬਾ ਤੇ ਅੰਮ੍ਰਿਤਸਰ ਸ਼ਹਿਰ ਦੇ ਕੋਲੋਂ ਵੱਗਦਾ ਹੈ। ਅੰਮ੍ਰਿਤਸਰ ਜ਼ਿਲ੍ਹੇ ਵਿੱਚ ਨਾਲਾ ਹੁਡਿਆਰਾ ਦੀ ਥਾਂ ਵੱਖ-ਵੱਖ ਨਾਂਵਾਂ ਨਾਲ ਜਾਣਿਆ ਜਾਂਦਾ ਹੈ ਜੋ ਜਿਸ ਪਿੰਡ ਕੋਲੋਂ ਇਹ ਲੰਘਦਾ ਹੈ ਉਸ ਦਾ ਨਾਂ ਇਹ ਨਾਲਾ ਲੈ ਲੈਂਦਾ ਹੈ। ਬਰਸਾਤ ਰੁੱਤ ਨੂੰ ਜਦੋਂ ਨਾਲੇ ਵਿੱਚ ਹੜ੍ਹ ਆਉਂਦੇ ਹਨ ਤਾਂ ਇਹ ਆਲੇ-ਦੁਆਲੇ ਦੇ ਇਲਾਕੇ ਵਿੱਚ ਭਾਰੀ ਨੁਕਸਾਨ ਕਰਦਾ ਹੈ।

ਜਲਵਾਯੂ (CLIMATE)

ਸਮੁੱਚੇ ਪੰਜਾਬ ਵਾਂਗ ਮਾਝੇ ਦਾ ਜਲਵਾਯੂ **ਮਹਾਦੀਪੀ ਮਾਨਸੂਨ** ਹੈ। ਇੱਥੇ **ਗਰਮੀਆਂ ਗਰਮ ਅਤੇ ਸਰਦੀਆਂ ਠੰਡੀਆਂ** ਹੁੰਦੀਆਂ ਹਨ। ਅੰਮ੍ਰਿਤਸਰ ਦਾ ਜੂਨ ਮਹੀਨੇ ਦਾ ਸਾਧਾਰਣ ਔਸਤ ਤਾਪਮਾਨ 32.9°C, ਗੁਰਦਾਸਪੁਰ ਦਾ 33° ਸੈਂਟੀਗ੍ਰੇਡ ਅਤੇ ਪਠਾਨਕੋਟ

ਦਾ 31.1° ਸੈਂਟੀਗਰੇਡ ਹੁੰਦਾ ਹੈ। ਅੰਮ੍ਰਿਤਸਰ ਵਿੱਚ ਗਰਮੀਆਂ ਨੂੰ ਵੱਧ ਤੋਂ ਵੱਧ ਤਾਪਮਾਨ ਆਮ ਕਰਕੇ 40°C ਅਤੇ ਕਈ ਵਾਰ 45°C ਤੋਂ ਵੀ ਵੱਧ ਜਾਂਦਾ ਹੈ। ਸਰਦੀਆਂ ਕਾਫੀ ਠੰਡੀਆਂ ਹੁੰਦੀਆਂ ਹਨ। ਪੀਰ ਪੰਜਾਲ ਅਤੇ ਧੌਲਾਧਾਰ ਤੋਂ ਠੰਡੀਆਂ ਅਤੇ ਖੁਸ਼ਕ ਪੌਣਾਂ ਜਨਵਰੀ-ਫਰਵਰੀ ਦੇ ਮਹੀਨੇ ਇਸ ਖੇਤਰ ਵਿੱਚ ਆ ਪਹੁੰਚਦੀਆਂ ਹਨ। ਇਸ ਕਾਰਨ ਸਤਹ ਦਾ ਤਾਪਮਾਨ ਦਰਜਾ ਜਮਾਉ ਤੋਂ ਵੀ ਹੇਠ ਚਲਾ ਜਾਂਦਾ ਹੈ। 2006 ਦੀ ਜਨਵਰੀ ਵਿੱਚ ਅੰਮ੍ਰਿਤਸਰ ਦਾ ਘੱਟ ਤੋਂ ਘੱਟ ਤਾਪਮਾਨ ਮਨਫੀ 3° ਸੈਂਟੀਗਰੇਡ ਰਿਕਾਰਡ ਕੀਤਾ ਗਿਆ ਸੀ। 7 ਜਨਵਰੀ 2014 ਨੂੰ ਅੰਮ੍ਰਿਤਸਰ ਵਿਖੇ ਘੱਟ ਤੋਂ ਘੱਟ ਤਾਪਮਾਨ 0.3° ਸੈਂਟੀਗਰੇਡ ਰਿਕਾਰਡ ਕੀਤਾ ਗਿਆ ਸੀ।

ਇਸ ਖੇਤਰ ਵਿੱਚ ਵਰਖਾ ਆਮ ਕਰਕੇ 50 ਸੈਂਟੀਮੀਟਰ ਪ੍ਰਤੀ ਸਾਲ ਤੋਂ ਵੱਧ ਹੁੰਦੀ ਹੈ। ਸਾਲਾਨਾ ਵਰਖਾ ਦੀ ਮਾਤਰਾ ਉੱਤਰ-ਪੂਰਬ ਵੱਲ ਵੱਧਦੀ ਜਾਂਦੀ ਹੈ। ਧਾਰ ਬਲਾਕ ਦੀਆਂ ਡੁਨੇਰਾ ਅਤੇ ਬਦਲੋਹ ਪਹਾੜੀਆਂ ਵਿੱਚ ਵਰਖਾ 150 ਸੈ.ਮੀ. ਤੋਂ ਜ਼ਿਆਦਾ ਹੁੰਦੀ ਹੈ। ਕੰਢੀ ਪ੍ਰਦੇਸ਼ ਵਿੱਚ ਵਰਖਾ ਦੀ ਮਾਤਰਾ 90 ਤੋਂ 120 ਸੈਂਟੀਮੀਟਰ ਵਿਚਕਾਰ ਹੁੰਦੀ ਹੈ। ਪਠਾਨਕੋਟ ਦੀ ਸਾਲਾਨਾ ਔਸਤ ਵਰਖਾ 116.3 ਸੈਂ.ਮੀ. ਅਤੇ ਗੁਰਦਾਸਪੁਰ ਦੀ 88.7 ਸੈਂਟੀਮੀਟਰ ਹੈ। ਮਾਝੇ ਦੇ ਮੱਧ-ਦੱਖਣ ਵਿੱਚ ਸਥਿਤ ਅੰਮ੍ਰਿਤਸਰ ਦੀ ਸਾਲਾਨਾ ਔਸਤ ਵਰਖਾ 56.3 ਸੈਂਟੀਮੀਟਰ ਹੈ। ਬਹੁਤੀ ਵਰਖਾ (80%) ਗਰਮੀਆਂ ਨੂੰ ਮਾਨਸੂਨ ਪੌਣਾਂ ਰਾਹੀਂ ਹੁੰਦੀ ਹੈ। ਸਰਦੀਆਂ ਨੂੰ ਵੀ ਪੱਛਮੀ ਚੱਕਰਵਾਤਾਂ ਤੋਂ 3 ਤੋਂ 5 ਸੈਂ.ਮੀ. ਵਰਖਾ ਦਸੰਬਰ, ਜਨਵਰੀ ਅਤੇ ਫਰਵਰੀ ਹਰ ਮਹੀਨੇ ਹੁੰਦੀ ਹੈ।

2021 ਦੇ ਸਾਲ ਦੌਰਾਨ ਗੁਰਦਾਸਪੁਰ ਜ਼ਿਲ੍ਹੇ ਦੀ ਸਾਲਾਨਾ ਔਸਤ ਵਰਖਾ 71.5 ਸੈਂਟੀਮੀਟਰ ਸੀ। ਅੰਮ੍ਰਿਤਸਰ ਜ਼ਿਲ੍ਹੇ ਵਿੱਚ 51.84 ਸੈਂਟੀਮੀਟਰ ਅਤੇ ਤਰਨਤਾਰਨ ਜ਼ਿਲ੍ਹੇ ਵਿੱਚ 40.16 ਸੈਂਟੀਮੀਟਰ ਸਾਲਾਨਾ ਔਸਤ ਵਰਖਾ ਰਿਕਾਰਡ ਕੀਤੀ ਗਈ ਸੀ। ਇਨ੍ਹਾਂ ਤਿੰਨਾਂ ਜ਼ਿਲ੍ਹਿਆਂ ਦੀ 2017 ਤੋਂ 2021 ਤੱਕ 5 ਸਾਲਾਂ ਦੀ ਸਾਲਾਨਾ ਔਸਤ ਵਰਖਾ ਕ੍ਰਮਵਾਰ 119.82 ਸ.ਮ. (ਗੁਰਦਾਸਪੁਰ), ਅੰਮ੍ਰਿਤਸਰ 55.07 ਸ.ਮ. ਅਤੇ ਤਰਨਤਾਰਨ 43.52 ਸ.ਮ. ਰਿਕਾਰਡ ਕੀਤੀ ਗਈ ਸੀ।

ਬਨਸਪਤੀ (VEGETATION)

ਇਸ ਪ੍ਰਦੇਸ਼ ਦੀ ਪਠਾਨਕੋਟ ਤਹਿਸੀਲ ਵਿੱਚ ਕਾਫੀ ਬਨਸਪਤੀ ਪਾਈ ਜਾਂਦੀ ਹੈ। ਧਾਰ ਕਲਾਂ ਤਹਿਸੀਲ ਵਿੱਚ ਹਿਮਾਲਾ ਖੇਤਰ ਦੇ ਚੀੜ (Pine) ਦੇ ਜੰਗਲ ਮਿਲਦੇ ਹਨ। ਪਿਛਲੇ ਕੁੱਝ ਸਾਲਾਂ ਤੋਂ ਇਨ੍ਹਾਂ ਜੰਗਲਾਂ ਦੀ ਸੰਘਣਤਾ ਘੱਟ ਗਈ ਹੈ। ਪਠਾਨਕੋਟ ਤਹਿਸੀਲ ਦੇ ਘੱਟ ਉੱਚੇ ਭਾਗਾਂ ਵਿੱਚ ਉਪ-ਊਸ਼ਣ ਖੰਡੀ ਜੰਗਲ ਮਿਲਦੇ ਹਨ ਜਿਨ੍ਹਾਂ ਵਿੱਚ ਬਾਂਸ, ਸ਼ਹਿਤੂਤ, ਖੈਰ ਅਤੇ ਕੁੱਝ ਥਾਈਂ ਚੀੜ ਵੀ ਮਿਲਦੀ ਹੈ। ਅੰਮ੍ਰਿਤਸਰ ਦੇ ਜ਼ਿਲ੍ਹੇ ਅਤੇ ਬਟਾਲਾ ਤਹਿਸੀਲ ਵਿੱਚ ਅਰਧ-ਖੁਸ਼ਕ ਪੱਤਝੜੀ ਦਰਖਤ ਮਿਲਦੇ ਹਨ। ਇਨ੍ਹਾਂ ਵਿੱਚ ਅੰਬ, ਟਾਹਲੀ, ਨਿੰਮ, ਪਿੱਪਲ ਅਤੇ ਕਿੱਕਰ ਦੇ ਦਰਖਤ ਆਮ ਪਾਏ ਜਾਂਦੇ ਹਨ। ਸਫੈਦਾ ਹਰ ਥਾਂ ਮਿਲਦਾ ਹੈ। ਦਰਿਆਵਾਂ ਨੇੜੇ ਛੰਭਾਂ ਵਿੱਚ ਦਿੱਭ ਪਾਈ ਜਾਂਦੀ ਹੈ। ਦੱਖਣ-ਪੱਛਮੀ ਵਲ ਬਨਸਪਤੀ ਵਿਰਲੀ ਹੁੰਦੀ ਜਾਂਦੀ ਹੈ। ਇੱਥੇ ਕਿੱਕਰ, ਫਲਾਹੀ, ਅੱਕ ਅਤੇ ਜੰਡ ਆਮ ਮਿਲਦੇ ਹਨ। ਸਿਲ੍ਹੇ ਖੇਤਰਾਂ ਅਤੇ ਪਠਾਨਕੋਟ ਤਹਿਸੀਲ ਵਿੱਚ ਖਜੂਰ (date palm) ਦਾ ਦਰਖਤ ਆਮ ਮਿਲਦਾ ਹੈ।

ਇਸ ਖੇਤਰ ਵਿੱਚ ਸਭ ਤੋਂ ਵੱਧ ਜੰਗਲਾਂ ਹੇਠ ਰਕਬਾ ਪਠਾਨਕੋਟ ਜ਼ਿਲ੍ਹੇ ਵਿੱਚ 2021-22 ਅਨੁਸਾਰ 20.30% ਸੀ ਜਦੋਂ ਕਿ ਅੰਮ੍ਰਿਤਸਰ ਵਿੱਚ ਇਹ ਹਿਸਾ 5.5% ਅਤੇ ਗੁਰਦਾਸਪੁਰ ਜ਼ਿਲ੍ਹੇ ਲਈ 2.37% ਅਤੇ ਸਭ ਤੋਂ ਘੱਟ ਤਰਨਤਾਰਨ ਜ਼ਿਲ੍ਹੇ ਵਿੱਚ 0.8% ਸੀ। ਤਹਿਸੀਲ ਅਨੁਸਾਰ ਉੱਚ ਪਹਾੜੀ ਤਹਿਸੀਲ ਧਾਰ ਕਲਾਂ ਵਿੱਚ ਕੁੱਲ ਰਕਬੇ ਦਾ 44.14% ਜੰਗਲ ਹੇਠ ਸੀ। (2015-16 ਅਨੁਸਾਰ)। ਤੀਜੇ ਨੰਬਰ ਤੇ ਪਹਾੜੀ ਤਹਿਸੀਲ ਪਠਾਨਕੋਟ 5.93% ਆਉਂਦੀ ਹੈ। ਬਟਾਲਾ ਤਹਿਸੀਲ ਵਿੱਚ 2.47% ਰਕਬਾ ਜੰਗਲਾਂ ਹੇਠ ਸੀ। ਰਾਵੀ ਦਰਿਆ ਦੇ ਨਾਲ ਲੱਗਦੀਆਂ ਤਹਿਸੀਲਾਂ ਗੁਰਦਾਸਪੁਰ (1.91%) ਅਤੇ ਡੇਰਾ ਬਾਬਾ ਨਾਨਕ (4.35%) ਵਿੱਚ ਵੀ ਕੁੱਝ ਜੰਗਲੀ ਖੇਤਰ ਪਾਇਆ ਜਾਂਦਾ ਹੈ।

ਬਾਕੀ ਦੀਆਂ ਤਹਿਸੀਲਾਂ ਵਿੱਚ ਬਹੁਤ ਘੱਟ ਰਕਬਾ (2.5% ਤੱਕ) ਜੰਗਲਾਂ ਹੇਠ ਹੈ। ਇਹ ਅੰਮ੍ਰਿਤਸਰ-II ਤਹਿਸੀਲ ਵਿੱਚ (1.07%), ਤਰਨਤਾਰਨ ਵਿੱਚ (2.25%) ਅਤੇ ਬਾਬਾ ਬਕਾਲਾ ਤਹਿਸੀਲ ਵਿੱਚ 2.59% ਹੈ। ਸਭ ਤੋਂ ਘੱਟ ਜੰਗਲਾਂ ਹੇਠ ਰਕਬਾ 0.10% ਅਜਨਾਲਾ ਤਹਿਸੀਲ ਵਿੱਚ ਹੈ।

ਮਿੱਟੀਆਂ (SOILS)

ਅੰਮ੍ਰਿਤਸਰ ਜ਼ਿਲ੍ਹੇ ਅਤੇ ਬਟਾਲਾ ਅਤੇ ਗੁਰਦਾਸਪੁਰ ਤਹਿਸੀਲਾਂ ਵਿੱਚ ਪੁਰਾਣੇ ਤਲਛੱਟਾਂ ਤੋਂ ਬਣੇ ਚੀਕਣੀ ਦੋਮਟ ਮਿੱਟੀ (Clay Loams) ਪਾਈ ਜਾਂਦੀ ਹੈ। ਪਠਾਨਕੋਟ ਤਹਿਸੀਲ ਦੇ ਪੱਛਮੀ ਭਾਗਾਂ ਵਿੱਚ ਰੇਤਲੀ ਮਿੱਟੀ ਅਤੇ ਕੰਕਰੀਲੀ ਦੋਮਟ ਮਿੱਟੀ ਮਿਲਦੀ ਹੈ। ਪਹਾੜੀ ਭਾਗਾਂ ਵਿੱਚ ਪਥਰੀਲੀ ਲਾਲ ਮਿੱਟੀ ਮਿਲਦੀ ਹੈ। ਇਹ ਕੁੱਝ ਤਿਜ਼ਾਬੀ ਮਿੱਟੀ ਹੈ। ਅੰਮ੍ਰਿਤਸਰ ਜ਼ਿਲ੍ਹੇ ਵਿੱਚ ਮੈਰਾ (ਲਾਲ-ਪੀਲੀ ਚੀਕਣੀ ਮਿੱਟੀ) ਮਿੱਟੀਆਂ ਪ੍ਰਧਾਨ ਹਨ। ਪੱਟੀ ਤਹਿਸੀਲ ਅਤੇ ਪੂਰਬੀ ਭਾਗਾਂ ਵਿੱਚ ਰੇਤੀਲੀ ਦੋਮਟ (sandy loams) ਮਿੱਟੀ ਆਮ ਕਰਕੇ ਮਿਲਦੀ ਹੈ।

ਖਣਿਜ ਪਦਾਰਥ ਅਤੇ ਸ਼ਕਤੀ ਸਾਧਨ (MINERALS AND POWER RESOURCES)

ਆਮ ਪੰਜਾਬ ਦੀ ਤਰ੍ਹਾਂ ਮਾਝੇ ਵਿੱਚ ਵੀ ਕੋਈ ਖਣਿਜ ਪਦਾਰਥ ਨਹੀਂ ਮਿਲਦਾ ਹੈ। ਪਠਾਨਕੋਟ ਦੇ ਇਲਾਕੇ ਵਿੱਚ ਕੰਕਰ ਅਤੇ ਪੱਥਰ ਮਿਲਦੇ ਹਨ ਜੋ ਸੜਕ ਅਤੇ ਇਮਾਰਤ ਉਸਾਰੀ ਦੇ ਕੰਮ ਆਉਂਦੇ ਹਨ। ਇਸ ਖੇਤਰ ਵਿੱਚ ਸ਼ਕਤੀ ਦਾ ਸਾਧਨ ਕੇਵਲ ਪਣ-ਬਿਜਲੀ ਹੈ ਜੋ ਅਪਰ-ਬਾਰੀ ਦੋਆਬ ਨਹਿਰ ਬਿਜਲੀ ਘਰਾਂ (U.B.D.C. Power Houses) ਤੋਂ ਪ੍ਰਾਪਤ ਹੁੰਦੀ ਹੈ। ਥੀਨ ਡੈਮ (Thein Dam), ਜੋ ਦਰਿਆ ਰਾਵੀ ਉੱਤੇ ਬਣਾਇਆ ਗਿਆ ਹੈ, ਦੇ ਬਿਜਲੀ ਘਰਾਂ ਅਤੇ ਯੂ.ਬੀ.ਡੀ.ਸੀ. ਹਾਈਡਲ ਚੈਨਲ ਤੋਂ ਬਣੇ ਸਰਨਾ ਬਿਜਲੀ ਘਰਾਂ ਤੋਂ ਰਾਜ ਲਈ ਪਣ-ਬਿਜਲੀ ਪ੍ਰਾਪਤ ਹੁੰਦੀ ਹੈ।

ਜਨਸੰਖਿਆ (POPULATION)

ਮਾਝਾ ਇੱਕ ਸੰਘਣਾ ਵਸਿਆ ਖੇਤਰ ਹੈ। ਇਸ ਦੀ ਕੁੱਲ ਆਬਾਦੀ ਅਤੇ ਘਣਤਾ ਉੱਚੇ ਹਨ।

ਗਿਣਤੀ ਅਤੇ ਵੰਡ (Number and Distribution) : ਮਾਝੇ ਵਿੱਚ ਜ਼ਿਆਦਾ ਕੁੱਲ ਵਸੋਂ (59.09 ਲੱਖ) ਪਾਈ ਜਾਂਦੀ ਹੈ। ਇਹ ਪੰਜਾਬ ਦੀ ਕੁੱਲ ਵਸੋਂ (2011 ਜਨ ਗਣਨਾ ਅਨੁਸਾਰ) ਦਾ 21.30% ਹੈ। ਨਾਲ ਲੱਗਦੇ ਦੋਆਬਾ ਖੇਤਰ ਵਿੱਚ ਇਸ ਤੋਂ ਘੱਟ ਜਨਸੰਖਿਆ (18.77%) ਹੈ। ਸਭ ਤੋਂ ਵੱਧ ਵਸੋਂ ਅੰਮ੍ਰਿਤਸਰ ਜ਼ਿਲ੍ਹੇ ਵਿੱਚ 24.91 ਲੱਖ ਹੈ ਜੋ ਰਾਜ ਦੀ 8.98% ਅਤੇ ਮਾਝਾ ਖੇਤਰ ਦੀ ਕੁੱਲ ਵਸੋਂ ਦਾ 42.15% ਹੈ। ਦੂਜੇ ਨੰਬਰ ਤੇ ਗੁਰਦਾਸਪੁਰ ਦਾ ਜ਼ਿਲ੍ਹਾ (16.22 ਲੱਖ = 5.85% ਪੰਜਾਬ ਅਤੇ ਮਾਝੇ ਦੀ 27.45%) ਆਉਂਦਾ ਹੈ। ਤਰਨਤਾਰਨ ਜ਼ਿਲ੍ਹੇ ਵਿੱਚ 11.20 ਲੱਖ ਵਿਅਕਤੀ ਰਹਿੰਦੇ ਹਨ ਜੋ ਪੰਜਾਬ ਦੀ ਕੁੱਲ ਵਸੋਂ ਦਾ 4.04% ਹੈ। ਨਵੇਂ ਬਣੇ ਜ਼ਿਲ੍ਹੇ ਪਠਾਨਕੋਟ ਦੀ ਕੁੱਲ ਜਨਸੰਖਿਆ 6.77 ਲੱਖ ਹੈ। ਜੋ ਪੰਜਾਬ ਦੀ ਕੁੱਲ ਜਨਸੰਖਿਆ ਦਾ 2.44% ਹੈ।

ਸਾਰਣੀ ਨੰ. 64 ਮਾਝਾ ਪ੍ਰਦੇਸ਼ ਦੀ ਜਨਸੰਖਿਆ ਦੇ ਤਹਿਸੀਲਵਾਰ ਅੰਕੜੇ-2011

ਤਹਿਸੀਲ	ਗੁਰਦਾਸਪੁਰ	ਪਠਾਨਕੋਟ	ਬਟਾਲਾ	ਡੇਰਾ ਬਾਬਾ ਨਾਨਕ	ਧਾਰ ਕਲਾਂ	ਅੰਮ੍ਰਿਤਸਰ-I	ਅੰਮ੍ਰਿਤਸਰ-II	ਬਾਬਾ ਬਕਾਲਾ	ਅਜਨਾਲਾ	ਤਰਨਤਾਰਨ	ਪੱਟੀ	ਖਡੂਰ ਸਾਹਿਬ	ਮਾਝਾ ਪ੍ਰਦੇਸ਼
ਕੁੱਲ ਖੇਤਰਫਲ (ਵ. ਕਿ. ਮੀ.)	1352.60	687.37	950.77	296.34	263.91	490.54	561.73	532.96	1093.11	950.88	1097.78	370.0	8647.99
ਕੁੱਲ ਜਨਸੰਖਿਆ (ਹਜ਼ਾਰਾਂ ਵਿੱਚ)	821.54	622.41	675.89	124.30	54.19	312.24	1415.21	320.49	442.71	493.63	438.19	187.81	5908.61
ਘਣਤਾ (ਵਿਅਕਤੀ ਪ੍ਰਤੀ ਵ.ਕਿ.ਮੀ.)	607	905	711	419	205	637	2519	601	401	519	403	508	683
ਸ਼ਹਿਰੀ ਵਸੋਂ(%)	17.92	47.04	30.12	8.36	9.98	18.48	84.13	12.17	10.67	13.54	17.10	ਕੋਈ ਨਹੀਂ	36.15

ਸੋਮਾ—1. ਪੰਜਾਬ ਦਾ ਅੰਕੜਾ ਸਾਰ—2022, ਖੇਤਰਫਲ ਲਈ—ਪ੍ਰਾਇਮਰੀ ਸੈਨਸਸ ਆਬਸਟਰੈਕਟ 2011, ਪੰਜਾਬ

2. ਭਾਰਤ ਦੀ ਜਨਗਣਨਾ 2011, ਪੰਜਾਬ ਅੰਕੜਾ ਜਨਸੰਖਿਆ ਕੁੱਲ ਅੰਕੜੇ (PCA-2011, Punjab),

ਸਾਰਣੀ ਨੰ. 63 ਨੂੰ ਦੇਖਣ ਤੋਂ ਪਤਾ ਲੱਗਦਾ ਹੈ ਕਿ ਅੰਮ੍ਰਿਤਸਰ-II (14.15), ਗੁਰਦਾਸਪੁਰ, ਬਟਾਲਾ, ਪਠਾਨਕੋਟ, ਤਰਨਤਾਰਨ, ਅਜਨਾਲਾ ਅਤੇ ਪੱਟੀ ਤਹਿਸੀਲਾਂ ਵਿੱਚ ਜ਼ਿਆਦਾ ਲੋਕ (ਹਰੇਕ 4 ਲੱਖ ਤੋਂ ਵੱਧ) ਰਹਿੰਦੇ ਹਨ। ਇਨ੍ਹਾਂ ਤਹਿਸੀਲਾਂ ਵਿੱਚੋਂ ਹਰੇਕ ਵਿੱਚ ਵੱਡਾ ਸ਼ਹਿਰ (ਅੰਮ੍ਰਿਤਸਰ, ਗੁਰਦਾਸਪੁਰ, ਬਟਾਲਾ, ਪਠਾਨਕੋਟ, ਪੱਟੀ, ਅਜਨਾਲਾ ਅਤੇ ਤਰਨਤਾਰਨ) ਹੈ ਅਤੇ ਇੱਥੇ ਮਹੱਤਵਪੂਰਣ ਧਾਰਮਿਕ ਕੇਂਦਰ (ਸਵਰਨ ਮੰਦਿਰ ਅਤੇ ਗੁਰੁਦੁਆਰਾ ਤਰਨਤਾਰਨ) ਅਤੇ ਜ਼ਿਲ੍ਹੇ ਜਾਂ ਤਹਿਸੀਲ ਦਾ ਮੁੱਖ ਦਫ਼ਤਰ ਹਨ। ਬਟਾਲਾ ਵੱਡਾ ਉਦਯੋਗਿਕ ਕੇਂਦਰ ਅਤੇ ਪਠਾਨਕੋਟ ਛਾਉਣੀ ਹੈ।

ਬੇਟ ਅਤੇ ਪਹਾੜੀ ਖੇਤਰਾਂ ਨੂੰ ਛੱਡ ਕੇ ਬਾਕੀ ਦੇ ਭਾਗਾਂ ਵਿੱਚ ਪੇਂਡੂ ਵਸੋਂ ਦੀ ਸਮਾਨ ਵੰਡ ਹੈ ਜੋ ਗੁੱਥਾ ਅਤੇ ਕੇਂਦਰਿਤ ਪਿੰਡਾਂ (Compact and Nucleated Villages) ਦੇ ਰੂਪ ਵਿੱਚ ਹੈ।

ਜਨਸੰਖਿਆ ਦੀ ਘਣਤਾ (DENSITY OF POPULATION)

ਮਾਝਾ ਸੰਘਣਾ ਵਸਿਆ ਖੇਤਰ ਹੈ। 2001 ਅਨੁਸਾਰ ਪ੍ਰਦੇਸ਼ ਦੀ ਔਸਤ ਘਣਤਾ 601 ਵਿਅਕਤੀ ਪ੍ਰਤੀ ਵਰਗ ਕਿਲੋਮੀਟਰ ਸੀ। ਇਹ ਬਿਸਤ ਦੋਆਬ ਲਈ 538 ਵਿਅਕਤੀ ਅਤੇ ਮਾਲਵੇ ਲਈ 438 ਵਿਅਕਤੀ ਪ੍ਰਤੀ ਵ.ਕਿ.ਮੀ. ਸੀ। ਅੰਮ੍ਰਿਤਸਰ ਦਾ ਜ਼ਿਲ੍ਹਾ ਪੰਜਾਬ ਦਾ ਦੂਜਾ ਅਤੇ ਗੁਰਦਾਸਪੁਰ ਦਾ ਜ਼ਿਲ੍ਹਾ ਚੌਥਾ ਸਭ ਤੋਂ ਵੱਧ ਸੰਘਣਾ ਵਸਿਆ ਜ਼ਿਲ੍ਹਾ ਸੀ (ਸਾਰਣੀ ਨੰ. 13)। 2011 ਦੀ ਜਨਗਣਨਾ ਅਨੁਸਾਰ ਮਾਝਾ ਪ੍ਰਦੇਸ਼ ਦੀ ਔਸਤ ਵਸੋਂ ਘਣਤਾ 683 ਪ੍ਰਤੀ ਵਿਅਕਤੀ ਵਰਗ ਕਿਲੋਮੀਟਰ ਹੈ। ਇਹ ਬਿਸਤ ਦੋਆਬ ਲਈ 584 ਵਿਅਕਤੀ ਅਤੇ ਮਾਲਵੇ ਲਈ 507 ਵਿਅਕਤੀ ਪ੍ਰਤੀ ਵਰਗ ਕਿਲੋਮੀਟਰ ਹੈ। ਅੰਮ੍ਰਿਤਸਰ ਦਾ ਜ਼ਿਲ੍ਹਾ ਪੰਜਾਬ ਦਾ ਦੂਜਾ, ਪਠਾਨਕੋਟ ਪੰਜਵਾਂ ਅਤੇ ਗੁਰਦਾਸਪੁਰ ਛੇਵਾਂ ਸਭ ਤੋਂ ਵੱਧ ਸੰਘਣਾ ਵਸਿਆ ਜ਼ਿਲ੍ਹਾ ਹੈ।

ਤਹਿਸੀਲਵਾਰ ਅੰਮ੍ਰਿਤਸਰ-II ਵਿੱਚ ਸਭ ਤੋਂ ਵੱਧ ਘਣਤਾ 2519 ਵਿਅਕਤੀ ਪ੍ਰਤੀ ਵਰਗ ਕਿਲੋਮੀਟਰ ਹੈ। ਇਸ ਤਹਿਸੀਲ ਵਿੱਚ ਰਾਜ ਦਾ ਦੂਜਾ ਸਭ ਤੋਂ ਵੱਡਾ ਸ਼ਹਿਰ ਅੰਮ੍ਰਿਤਸਰ (ਵਸੋਂ 11.59 ਲੱਖ) ਸਥਿਤ ਹੈ। ਇਸ ਤੋਂ ਬਾਅਦ ਪਠਾਨਕੋਟ (905 ਵਿਅਕਤੀ), ਬਟਾਲਾ (711 ਵਿਅਕਤੀ), ਗੁਰਦਾਸਪੁਰ, ਅੰਮ੍ਰਿਤਸਰ-I ਅਤੇ ਬਾਬਾ ਬਕਾਲਾ (601 ਵਿਅਕਤੀ) ਤਹਿਸੀਲਾਂ ਆਉਂਦੀਆਂ ਹਨ (ਸਾਰਣੀ ਨੰ. 64)। ਉੱਚੀ ਘਣਤਾ ਵਾਲੀਆਂ ਇਨ੍ਹਾਂ ਤਹਿਸੀਲਾਂ ਵਿੱਚ ਵੱਡਾ ਸ਼ਹਿਰ ਜਾਂ ਕਸਬਾ, ਕਈ ਕਾਰਖਾਨੇ, ਉਪਜਾਊ ਮਿੱਟੀ, ਚਾਵਲਾਂ ਅਤੇ ਕਣਕ ਦੀ ਘਣੀ ਖੇਤੀ ਅਤੇ ਆਮ ਉੱਚਾ ਵਿਕਾਸ ਹੈ (ਨਕਸ਼ਾ ਨੰ. 60)।

ਪਰੰਤੂ ਮੁੱਖ ਤੌਰ 'ਤੇ ਖੇਤੀ ਪ੍ਰਧਾਨ, ਪੇਂਡੂ ਅਤੇ ਸਰਹੱਦੀ ਤਹਿਸੀਲਾਂ ਪੱਟੀ (401 ਵਿਅਕਤੀ) ਅਤੇ ਅਜਨਾਲਾ (403 ਵਿਅਕਤੀ) ਅਤੇ ਉੱਚ ਪਹਾੜੀ ਤਹਿਸੀਲ ਧਾਰ ਕਲਾਂ (205 ਵਿਅਕਤੀ) ਅਤੇ ਬੇਟ ਖੇਤਰ ਦੀ ਤਹਿਸੀਲ ਖਡੂਰ ਸਾਹਿਬ (508 ਵਿਅਕਤੀ) ਵਿੱਚ ਦਰਮਿਆਨੀ (moderate) ਵਸੋਂ ਘਣਤਾ ਪਾਈ ਜਾਂਦੀ ਹੈ। ਪਹਾੜੀ ਤਹਿਸੀਲ ਧਾਰ ਕਲਾਂ ਨੂੰ ਛੱਡ ਕੇ ਬਾਕੀ ਦੀਆਂ ਤਿੰਨ ਤਹਿਸੀਲਾਂ ਵਿੱਚ ਨਿਰੋਲ ਬੀਜੇ ਰਕਬੇ (Net Sown Area) ਦੀ ਉੱਚੀ ਪ੍ਰਤੀਸ਼ੱਤਤਾ ਪਾਈ ਜਾਂਦੀ ਹੈ।

ਜਨਸੰਖਿਆ ਵਾਧਾ (Growth of Population)

1980-81 ਦੌਰਾਨ ਇਸ ਖੇਤਰ ਵਿੱਚ ਰਾਜ ਵਿੱਚ ਸਭ ਤੋਂ ਘੱਟ ਵਸੋਂ ਵਾਧਾ ਹੋਇਆ ਸੀ। ਗੁਰਦਾਸਪੁਰ ਜ਼ਿਲ੍ਹੇ ਲਈ ਵਸੋਂ ਵਾਧਾ ਦਰ 16.07% ਅਤੇ ਅੰਮ੍ਰਿਤਸਰ ਜ਼ਿਲ੍ਹੇ (ਤਰਨਤਾਰਨ ਜ਼ਿਲ੍ਹਾ ਵੀ ਸ਼ਾਮਿਲ) ਲਈ ਵਾਧਾ ਦਰ 14.44% ਸੀ। ਇਹ ਰਾਜ ਦੀ ਔਸਤ ਵਾਧਾ ਦਰ 20.81% ਤੋਂ ਕਾਫ਼ੀ ਘੱਟ ਸੀ। ਇਸ ਦਾ ਮੁੱਖ ਕਾਰਨ ਅੱਠਵੇਂ ਦਹਾਕੇ ਵਿੱਚ ਅੱਤਵਾਦ ਅਤੇ ਗੜਬੜ ਵਰਗੀ ਹਾਲਤ ਕਾਰਨ ਕਾਫੀ ਲੋਕਾਂ ਦਾ ਇਨ੍ਹਾਂ ਸਰਹੱਦੀ ਜ਼ਿਲ੍ਹਿਆਂ ਤੋਂ ਪ੍ਰਵਾਸ ਕਰਕੇ ਦੂਜੇ ਜ਼ਿਲ੍ਹਿਆਂ ਜਾਂ ਦੂਜੇ ਰਾਜਾਂ ਵਿੱਚ ਚਲੇ ਜਾਣਾ ਸੀ। ਪਰੰਤੂ 1991-2001 ਦੇ ਸਮੇਂ ਦੌਰਾਨ ਇਸ ਖੇਤਰ ਵਿੱਚ ਵਸੋਂ ਵਾਧਾ ਦਰ ਉੱਚੀ ਹੋ ਗਈ ਕਿਉਂਕਿ ਇਸ ਸਮੇਂ ਦੌਰਾਨ ਰਾਜ ਵਿੱਚ ਸ਼ਾਂਤੀ ਸਥਾਪਤ ਹੋ ਗਈ। ਇਸ ਸਮੇਂ ਦੌਰਾਨ ਅੰਮ੍ਰਿਤਸਰ ਅਤੇ ਤਰਨਤਾਰਨ ਜ਼ਿਲ੍ਹਿਆਂ ਲਈ ਵਸੋਂ ਵਾਧਾ ਦਰ 23.6% ਹੋ ਗਈ ਜੋ ਕਿ ਰਾਜ ਵਿੱਚ ਲੁਧਿਆਣਾ ਜ਼ਿਲ੍ਹੇ ਤੋਂ ਬਾਅਦ ਦੂਜੇ ਨੰਬਰ 'ਤੇ ਸਭ ਤੋਂ ਵੱਧ ਉੱਚੀ ਵਾਧਾ ਦਰ ਸੀ।

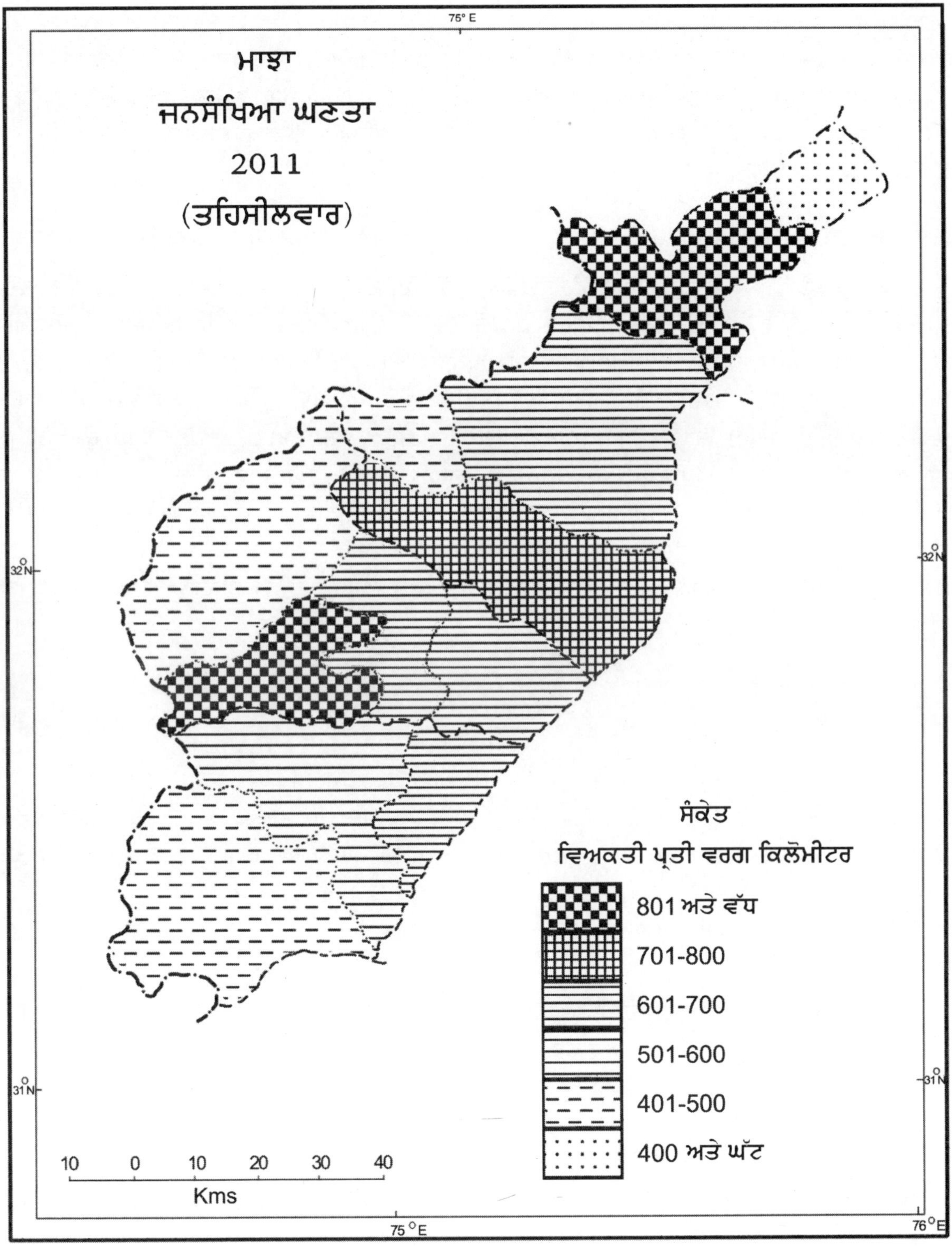
ਮਾਝਾ
ਜਨਸੰਖਿਆ ਘਣਤਾ
2011
(ਤਹਿਸੀਲਵਾਰ)
75° E
32° N
31° N
76° E
ਸੰਕੇਤ
ਵਿਅਕਤੀ ਪ੍ਰਤੀ ਵਰਗ ਕਿਲੋਮੀਟਰ
801 ਅਤੇ ਵੱਧ
701-800
601-700
501-600
401-500
400 ਅਤੇ ਘੱਟ
10 0 10 20 30 40
Kms

Map 61

2011 ਦੀ ਜਨਗਣਨਾ ਉੱਤੇ ਆਧਾਰਤ ਅੰਕੜਿਆਂ ਅਨੁਸਾਰ 2001-2011 ਦੇ ਦਹਾਕੇ ਦੌਰਾਨ ਇਸ ਪ੍ਰਦੇਸ਼ ਦੀ ਔਸਤ ਵਸੋਂ ਵਾਧਾ ਦਰ 13.63% ਹੈ। ਮਾਝੇ ਵਿੱਚ ਸਭ ਤੋਂ ਵੱਧ ਵਸੋਂ ਵਾਧਾ ਦਰ ਤਰਨਤਾਰਨ ਜ਼ਿਲ੍ਹੇ ਲਈ 19.23% ਹੈ। ਇਹ ਐਸ.ਏ.ਐਸ. ਨਗਰ ਅਤੇ ਪਟਿਆਲਾ ਜ਼ਿਲ੍ਹਿਆਂ ਤੋਂ ਬਾਅਦ ਸਭ ਤੋਂ ਉੱਚੀ ਹੈ। ਅੰਮ੍ਰਿਤਸਰ ਦੇ ਜ਼ਿਲ੍ਹੇ ਦੀ ਵਸੋਂ ਵਾਧਾ ਦਰ ਵੀ ਉੱਚੀ (15.47%) ਹੈ। ਪਠਾਨਕੋਟ (8.06%) ਅਤੇ ਗੁਰਦਾਸਪੁਰ (9.73) ਜਿਲ੍ਹਿਆਂ ਦੀ ਵਾਧਾ ਦਰ ਸਾਧਾਰਣ (ਰਾਜ ਦੀ ਔਸਤ 13.89%) ਤੋਂ ਘੱਟ ਹੈ।

ਸ਼ਹਿਰੀਕਰਨ (Urbanisation)

ਇਸ ਖੇਤਰ ਦੇ 2011 ਦੀ ਜਨਗਣਨਾ ਅਨੁਸਾਰ ਲਗਭਗ ਦੋ ਤਿਹਾਈ ਲੋਕ (63.85%) ਪਿੰਡਾਂ ਵਿੱਚ ਰਹਿੰਦੇ ਹਨ। ਪ੍ਰਦੇਸ਼ ਦੇ 36.15% ਲੋਕ ਸ਼ਹਿਰਾਂ ਜਾਂ ਕਸਬਿਆਂ ਵਿੱਚ ਰਹਿੰਦੇ ਹਨ (ਸਾਰਣੀ ਨੰ. 63)। ਸ਼ਹਿਰੀਕਰਨ ਦੀ ਪ੍ਰਤੀਸ਼ਤਤਾ ਅੰਮ੍ਰਿਤਸਰ ਜ਼ਿਲ੍ਹੇ ਲਈ 53.58 (ਰਾਜ ਵਿੱਚ ਤੀਜੇ ਨੰਬਰ 'ਤੇ ਸਭ ਤੋਂ ਉੱਚੀ), ਪਠਾਨਕੋਟ ਲਈ 44.07%, ਗੁਰਦਾਸਪੁਰ ਲਈ 22.27% ਅਤੇ ਤਰਨਤਾਰਨ ਲਈ ਕੇਵਲ 12.67% ਹੈ। ਉਹ ਤਹਿਸੀਲਾਂ ਜਿਨ੍ਹਾਂ ਵਿੱਚ ਵੱਡੇ ਸ਼ਹਿਰ (1,00,000 ਤੋਂ ਵੱਧ ਜਨਸੰਖਿਆ) ਸਥਿਤ ਹਨ, ਜਿਵੇਂ ਕਿ ਅੰਮ੍ਰਿਤਸਰ-II (84.13%), ਪਠਾਨਕੋਟ (47.04%) ਅਤੇ ਬਟਾਲਾ (30.12%) ਵਿੱਚ ਬਹੁਤ ਉੱਚੇ ਤੋਂ ਉੱਚਾ ਸ਼ਹਿਰੀਕਰਨ ਪਾਇਆ ਜਾਂਦਾ ਹੈ। ਪਿੰਡ ਪ੍ਰਧਾਨਤਾ (Rural) ਵਾਲੀਆਂ ਤਹਿਸੀਲਾਂ ਡੇਰਾ ਬਾਬਾ ਨਾਨਕ (8.36%), ਧਾਰ ਕਲਾਂ (9.98%), ਬਾਬਾ ਬਕਾਲਾ (12.17%) ਅਤੇ ਅਜਨਾਲਾ (10.67%) ਵਿੱਚ ਕਾਫੀ ਨੀਵਾਂ ਸ਼ਹਿਰੀਕਰਨ ਪਾਇਆ ਜਾਂਦਾ ਹੈ। ਖਡੂਰ ਸਾਹਿਬ ਤਹਿਸੀਲ ਵਿੱਚ ਕੋਈ ਵੀ ਸ਼ਹਿਰ ਜਾਂ ਕਸਬਾ ਨਹੀਂ ਹੈ। ਇਹ ਬਿਨਾਂ ਸ਼ਹਿਰੀ ਆਬਾਦੀ ਦੀ ਤਹਿਸੀਲ ਹੈ। ਬਾਕੀ ਦੀਆਂ ਤਹਿਸੀਲਾਂ (ਗੁਰਦਾਸਪੁਰ, ਅੰਮ੍ਰਿਤਸਰ-I, ਪੱਟੀ ਅਤੇ ਤਰਨਤਾਰਨ) ਵਿੱਚ ਦਰਮਿਆਨਾ ਸ਼ਹਿਰੀਕਰਨ (0 ਤੋਂ 20%) ਪਾਇਆ ਜਾਂਦਾ ਹੈ।

ਸ਼ਹਿਰ ਅਤੇ ਕਸਬੇ

2011 ਦੀ ਜਨਗਣਨਾ ਅਨੁਸਾਰ ਮਾਝਾ ਵਿੱਚ 46 ਵੱਖ-ਵੱਖ ਆਕਾਰ ਦੇ ਕਸਬੇ ਹਨ। ਗੁਰਦਾਸਪੁਰ ਜ਼ਿਲ੍ਹੇ ਵਿੱਚ 13, ਪਠਾਨਕੋਟ ਜ਼ਿਲ੍ਹੇ ਵਿੱਚ 14, ਅੰਮ੍ਰਿਤਸਰ ਜ਼ਿਲ੍ਹੇ ਵਿੱਚ 15 ਅਤੇ ਤਰਨਤਾਰਨ ਜ਼ਿਲ੍ਹੇ ਵਿੱਚ 4 ਕਸਬੇ ਹਨ। ਮਾਝਾ ਵਿੱਚ ਤਿੰਨ ਪਹਿਲੀ ਸ਼੍ਰੇਣੀ (Class I) ਦੇ ਸ਼ਹਿਰ ਅੰਮ੍ਰਿਤਸਰ (11.59 ਲੱਖ ਵਸੋਂ), ਪਠਾਨਕੋਟ (1.61 ਲੱਖ) ਅਤੇ ਬਟਾਲਾ (1.59 ਲੱਖ), ਦੋ ਦੂਜੇ ਦਰਜੇ (Class II) ਦੇ ਸ਼ਹਿਰ ਗੁਰਦਾਸਪੁਰ (77928 ਵਿਅਕਤੀ) ਅਤੇ ਤਰਤਾਰਨ (66847 ਵਿਅਕਤੀ), ਨੌਂ ਤੀਜੇ ਦਰਜੇ ਦੇ ਕਸਬੇ ਪੱਟੀ, ਨੰਗਲ, ਜੰਡਿਆਲਾ, ਕਾਦੀਆਂ, ਮਾਮੂਨ, ਅਜਨਾਲਾ, ਸੁਜਾਨਪੁਰ ਅਤੇ ਦੀਨਾਨਗਰ, ਬਾਰਾਂ ਦਰਜਾ ਚਾਰ ਦੇ ਕਸਬੇ, ਚੌਦਾਂ ਦਰਜਾ ਪੰਜ ਦੇ ਕਸਬੇ ਅਤੇ ਛੇ ਦਰਜਾ ਛੇ ਦੇ ਕਸਬੇ ਮਲਿਕਪੁਰ, ਖਿਲਚੀਆਂ, ਸ਼ਿਕਰ, ਬਰਿਆਰ, ਢੱਕੀ ਅਤੇ ਮੁੱਡਲ ਪਾਏ ਜਾਂਦੇ ਹਨ।

ਪਿੰਡ—ਮਾਝਾ ਪ੍ਰਦੇਸ਼ ਵਿੱਚ 2823 ਵਸਦੇ ਪਿੰਡ (inhabited villages) ਪਾਏ ਜਾਂਦੇ ਹਨ। ਇਨ੍ਹਾਂ ਵਿੱਚੋਂ 60 ਵੱਡੇ ਆਕਾਰ ਦੇ (5000 ਤੋਂ 999 ਵਿਅਕਤੀ) ਅਤੇ 10 ਬਹੁਤ ਵੱਡੇ ਆਕਾਰ (10,000 ਤੋਂ ਵੱਧ ਵਸੋਂ) ਦੇ ਹਨ। ਗੁਰਦਾਸਪੁਰ ਜ਼ਿਲ੍ਹੇ ਵਿੱਚ ਸਭ ਤੋਂ ਵੱਧ ਪਿੰਡ (1152) ਪਾਏ ਜਾਂਦੇ ਹਨ। ਅੰਮ੍ਰਿਤਸਰ ਜ਼ਿਲ੍ਹੇ ਵਿੱਚ 703 ਪਿੰਡ ਅਤੇ ਤਰਨਤਾਰਨ ਜ਼ਿਲ੍ਹੇ ਵਿੱਚ 479 ਪਿੰਡ ਹਨ।

ਧਾਰਮਿਕ ਰਚਨਾ (RELIGIOUS STRUCTURE)

ਤਰਨਤਾਰਨ ਦਾ ਜ਼ਿਲ੍ਹਾ ਪ੍ਰਮੁੱਖ ਤੌਰ 'ਤੇ ਸਿੱਖ ਵਸੋਂ (93.33%, 2011 ਜਨਗਣਨਾ ਅਨੁਸਾਰ) ਵਾਲਾ ਜ਼ਿਲ੍ਹਾ ਹੈ। ਅੰਮ੍ਰਿਤਸਰ ਦੇ ਜ਼ਿਲ੍ਹੇ ਵਿੱਚ ਵੀ ਮੁੱਖ ਤੌਰ 'ਤੇ ਸਿੱਖ (68.94%) ਰਹਿੰਦੇ ਹਨ ਪਰੰਤੂ ਗੁਰਦਾਸਪੁਰ ਜ਼ਿਲ੍ਹੇ ਵਿੱਚ ਸਿੱਖਾਂ ਦੀ ਅਨੁਪਾਤ 58.58% ਅਤੇ ਹਿੰਦੂਆਂ ਦੀ ਅਨੁਪਾਤ 29.32% ਹੈ। ਇੱਥੋਂ ਦੀ ਕੁੱਲ ਜਨਸੰਖਿਆ ਦਾ 10.44% (2011 ਅਨੁਸਾਰ) ਈਸਾਈ ਲੋਕ ਹਨ।

ਹਿੰਦੂਆਂ ਦੀ ਅਨੁਪਾਤ ਅੰਮ੍ਰਿਤਸਰ ਜ਼ਿਲ੍ਹੇ ਵਿੱਚ 27.74%, ਤਰਨਤਾਰਨ ਜ਼ਿਲ੍ਹੇ ਵਿੱਚ 5.40% ਅਤੇ ਗੁਰਦਾਸਪੁਰ ਜ਼ਿਲ੍ਹੇ ਵਿੱਚ 29.32% ਹੈ। ਪਠਾਨਕੋਟ ਜ਼ਿਲ੍ਹੇ ਵਿੱਚ 88.42% ਹਿੰਦੂ ਰਹਿੰਦੇ ਹਨ।

ਮਾਝਾ ਵਿੱਚ ਤੀਜੇ ਨੰਬਰ 'ਤੇ ਈਸਾਈ ਲੋਕ ਹਨ। ਇੱਥੇ ਪੰਜਾਬ ਦੇ ਲਗਭਗ 68.07% ਈਸਾਈ ਰਹਿੰਦੇ ਹਨ। ਪੰਜਾਬ ਦੇ ਲਗਭਗ 48.42% ਈਸਾਈ ਕੇਵਲ ਇੱਕ ਜ਼ਿਲ੍ਹੇ ਗੁਰਦਾਸਪੁਰ ਵਿੱਚ ਰਹਿੰਦੇ ਹਨ। ਇੱਥੇ ਉਹ ਮੁੱਖ ਤੌਰ ਤੇ ਬਟਾਲਾ, ਧਾਰੀਵਾਲ ਅਤੇ ਕਾਦੀਆਂ ਕਸਬਿਆਂ ਵਿੱਚ ਰਹਿੰਦੇ ਹਨ। ਅੰਮ੍ਰਿਤਸਰ ਜ਼ਿਲ੍ਹੇ ਵਿੱਚ ਰਾਜ ਦੇ 15.61% ਈਸਾਈ ਰਹਿੰਦੇ ਹਨ।

ਮਾਝੇ ਵਿੱਚ ਲਗਭਗ 44 ਹਜਾਰ ਮੁਸਲਮਾਨ ਲੋਕ ਰਹਿੰਦੇ ਹਨ। ਇਹ ਵੀ ਮੁੱਖ ਤੌਰ 'ਤੇ ਗੁਰਦਾਸਪੁਰ ਜ਼ਿਲ੍ਹੇ ਵਿੱਚ (ਪਠਾਨਕੋਟ ਤਹਿਸੀਲ ਅਤੇ ਕਾਦੀਆਂ ਦਾ ਕਸਬਾ) ਰਹਿੰਦੇ ਹਨ। ਕਾਦੀਆਂ ਦਾ ਕਸਬਾ ਮੁਸਲਮਾਨਾਂ ਦੀ ਸ਼ੀਆ ਸੰਪਰਦਾ (Shia Sect) ਦੇ ਲੋਕਾਂ ਦਾ ਮੁੱਖ ਦਫ਼ਤਰ (Headquarter) ਹੈ। ਪਠਾਨਕੋਟ ਜ਼ਿਲ੍ਹੇ ਵਿੱਚ ਸਭ ਤੋਂ ਜ਼ਿਆਦਾ 14,317 ਲੋਕ ਮੁਸਲਮਾਨ ਹਨ।

ਖੇਤੀਬਾੜੀ (AGRICULTURE)

ਮਾਝਾ ਖੇਤੀ ਪ੍ਰਧਾਨ ਪ੍ਰਦੇਸ਼ ਹੈ। ਪੱਧਰੀ ਧਰਾਤਲ, ਉਪਜਾਊ ਚੀਕਣੀ ਦੋਮਟ ਮਿੱਟੀ, ਨਹਿਰਾਂ ਅਤੇ ਟਿਊਬਵੈਲਾਂ ਤੋਂ ਭਰਪੂਰ ਸਿੰਜਾਈ ਅਤੇ ਮਿਹਨਤੀ ਕਿਰਸਾਣ ਮਾਝੇ ਦੀ ਉਨਤੀਸ਼ੀਲ ਖੇਤੀਬਾੜੀ ਲਈ ਅਨੁਕੂਲ ਹਨ। 2021-22 ਦੇ ਅੰਕੜਿਆਂ ਅਨੁਸਾਰ ਅੰਮ੍ਰਿਤਸਰ ਜ਼ਿਲ੍ਹੇ ਵਿੱਚ ਕੁੱਲ ਖੇਤਰਫਲ ਦਾ 83% ਨਿਰੋਲ ਬੀਜਿਆ ਰਕਬਾ (net area sown) ਹੈ। ਤਰਨਤਾਰਨ ਜ਼ਿਲ੍ਹੇ ਵਿੱਚ 90% ਨਿਰੋਲ ਬੀਜਿਆ ਰਕਬਾ ਹੈ। ਗੁਰਦਾਸਪੁਰ ਲਈ ਇਹ ਪ੍ਰਤੀਸ਼ਤਤਾ 81% ਹੈ। ਪਠਾਨਕੋਟ ਜ਼ਿਲ੍ਹੇ ਲਈ ਇਹ ਪ੍ਰਤੀਸ਼ਤਤਾ 50.0% ਹੈ। ਅੰਮ੍ਰਿਤਸਰ ਅਤੇ ਤਰਨਤਾਰਨ ਜਿਲ੍ਹਿਆਂ ਦਾ 100% ਨਿਰੋਲ ਬੀਜਿਆ ਰਕਬਾ ਸਿੰਜਾਈ ਅਧੀਨ ਹੈ। ਗੁਰਦਾਸਪੁਰ ਵਿੱਚ ਵੀ 100.0% ਨਿਰੋਲ ਬੀਜੇ ਰਕਬੇ ਵਿੱਚ ਸਿੰਜਾਈ ਉਪਲਬੱਧ ਹੈ। ਮਾਝੇ ਵਿੱਚ ਤਿੰਨ ਚੌਥਾਈ ਤੋਂ ਜ਼ਿਆਦਾ (89.87%) ਰਕਬੇ ਵਿੱਚ ਇੱਕ ਤੋਂ ਜ਼ਿਆਦਾ ਫਸਲਾਂ ਪ੍ਰਤੀ ਸਾਲ ਪੈਦਾ ਹੁੰਦੀਆਂ ਹਨ। ਕਣਕ, ਚਾਵਲ, ਤੇਲ ਦੇ ਬੀਜ, ਗੰਨਾ ਅਤੇ ਆਲੂ ਮਹੱਤਵਪੂਰਣ ਫਸਲਾਂ ਹਨ।

ਕਣਕ (WHEAT)

ਕਣਕ ਮਾਝੇ ਦੀ ਸਭ ਤੋਂ ਵੱਧ ਮਹੱਤਵਪੂਰਣ ਅਤੇ ਹਾੜੀ (Rabi) ਦੀ ਫ਼ਸਲ ਹੈ। ਇਸ ਖੇਤਰ ਦੀਆਂ ਸਭ ਭੂਗੋਲਿਕ ਹਾਲਾਤਾਂ ਕਣਕ ਦੀ ਘਣੀ ਖੇਤੀ ਕਰਨ ਦੇ ਅਨੁਕੂਲ ਹਨ। ਮਾਝੇ ਦੇ ਜਿਆਦਾਤਰ ਭਾਗਾਂ ਦੀ ਮੈਰਾ ਮਿੱਟੀ (Loamy Soils) ਤੇ ਨਹਿਰਾਂ ਅਤੇ ਟਿਊਬਵੈਲਾਂ ਤੋਂ ਭਰਪੂਰ ਸਿੰਜਾਈ ਅਤੇ ਕਿਰਸਾਣਾਂ ਦੀ ਮਿਹਨਤ ਕਣਕ ਦਾ ਉੱਚਾ ਝਾੜ (Yield) ਅਤੇ ਉੱਚਾ ਉਤਪਾਦਨ ਪ੍ਰਾਪਤ ਕਰਨ ਵਿੱਚ ਸਹਾਈ ਹੁੰਦੇ ਹਨ। ਸਰਦੀਆਂ ਦੀ ਵਰਖਾ ਵੀ ਬਹੁਤ ਲਾਭਦਾਇਕ ਹੈ। 2015-16 ਦੇ ਅੰਕੜਿਆਂ ਅਨੁਸਾਰ ਮਾਝਾ ਪ੍ਰਦੇਸ਼ ਨੇ 27.06 ਲਖ ਮੀ. ਟਨ ਕਣਕ (ਰਾਜ ਦੀ 16.84%) 5.99 ਲੱਖ ਹੈਕਟੇਅਰ ਜ਼ਮੀਨ (17.0% ਰਾਜ ਦਾ) ਵਿੱਚੋਂ ਪੈਦਾ ਕੀਤੀ ਸੀ। ਮਾਝੇ ਦਾ ਔਸਤ ਝਾੜ 4781 ਕਿਲੋਗ੍ਰਾਮ ਪ੍ਰਤੀ ਹੈਕਟੇਅਰ ਸੀ। 2021-22 ਅਨੁਸਾਰ ਮਾਝੇ ਵਿੱਚ 25.58 ਲੱਖ ਮੀ. ਟਨ ਕਣਕ 5.98 ਲੱਖ ਹੈਕਟੇਅਰ ਭੂਮੀ ਤੋਂ ਪੈਦਾ ਕੀਤੀ ਸੀ। 2021-22 ਵਿੱਚ ਮਾਝੇ ਨੇ ਪੰਜਾਬ ਦੀ 17.21% ਕਣਕ ਪੈਦਾ ਕੀਤੀ ਸੀ। ਔਸਤ ਝਾੜ 4276 ਕਿ.ਗ੍ਰਾਮ ਪ੍ਰਤੀ ਹੈਕਟਅਰ ਸੀ। ਅੰਮ੍ਰਿਤਸਰ ਦਾ ਜ਼ਿਲ੍ਹਾ ਇਸ ਪ੍ਰਦੇਸ਼ ਦਾ ਸਭ ਤੋਂ ਵੱਡਾ ਉਤਪਾਦਕ (ਪ੍ਰਦੇਸ਼ ਦੀ 32.93% ਕਣਕ) ਹੈ। ਗੁਰਦਾਸਪੁਰ ਅਤੇ ਤਰਨਤਾਰਨ ਦੇ ਜ਼ਿਲ੍ਹੇ ਵੀ ਕਣਕ ਦੇ ਵੱਡੇ ਉਤਪਾਦਕ (ਗੁਰਦਾਸਪੁਰ 30.37% ਅਤੇ ਤਰਨਤਾਰਨ 31.08% ਹਨ। ਪਠਾਨਕੋਟ ਦਾ ਜ਼ਿਲ੍ਹਾ ਮਾਝੇ ਦੀ ਸਭ ਤੋਂ ਘੱਟ ਕਣਕ 1.44 ਲੱਖ ਮੀ. ਟਨ (5.62%) ਪੈਦਾ ਕਰਦਾ ਹੈ। ਅੰਮ੍ਰਿਤਸਰ ਨੇ 8.43 ਲੱਖ ਮੀ. ਟਨ ਅਤੇ ਤਰਨਤਾਰਨ ਨੇ 7.95 ਲੱਖ ਮੀ. ਟਨ ਕਣਕ 2021-22 ਵਿੱਚ ਪੈਦਾ ਕੀਤੀ ਸੀ। ਗੁਰਦਾਸਪੁਰ ਜ਼ਿਲ੍ਹੇ ਦਾ ਉਤਪਾਦਨ 7.77 ਲੱਖ ਮੀ. ਟਨ ਸੀ।

ਉਤਪਾਦਨ ਵਾਂਗ ਕਣਕ ਹੇਠ ਸਭ ਤੋਂ ਵੱਧ ਰਕਬਾ ਅੰਮ੍ਰਿਤਸਰ ਜ਼ਿਲ੍ਹੇ ਵਿੱਚ (1.89 ਲੱਖ ਹੈਕ.) ਹੈ ਅਤੇ ਇਸ ਤੋਂ ਬਾਅਦ ਗੁਰਦਾਸਪੁਰ (1.84 ਲੱਖ ਹੈਕ.) ਅਤੇ ਤਰਨਤਾਰਨ (1.86 ਲੱਖ ਹੈਕ.) ਜ਼ਿਲ੍ਹਿਆਂ ਦਾ ਨੰਬਰ ਆਉਂਦਾ ਹੈ। ਪਠਾਨਕੋਟ ਜ਼ਿਲ੍ਹੇ ਵਿੱਚ ਕੇਵਲ 39.4 ਹਜਾਰ ਹੈਕਟੇਅਰ ਭੂਮੀ ਕਣਕ ਦੀ ਕਾਸ਼ਤ ਹੇਠ ਸੀ। ਤਹਿਸੀਲਾਂ ਅਨੁਸਾਰ ਉੱਚਾ ਕਣਕ ਖੇਤਰ ਗੁਰਦਾਸਪੁਰ, ਪੱਟੀ,

ਅਜਨਾਲਾ, ਤਰਨਤਾਰਨ ਅਤੇ ਬਟਾਲਾ ਤਹਿਸੀਲਾਂ ਵਿੱਚ ਹੈ ਅਤੇ ਸਭ ਤੋਂ ਘੱਟ ਖੇਤਰ ਪਹਾੜੀ ਧਾਰ ਕਲਾਂ ਤਹਿਸੀਲ ਕੇਵਲ 1510 ਹੈਕਟੇਅਰ ਸੀ (2015-16 ਅਨੁਸਾਰ) । ਸਾਰਣੀ ਨੰ. 65 ਇਸ ਨੂੰ ਦਰਸਾਉਂਦੀ ਹੈ। ਕਣਕ ਖੇਤੀ ਦੀ ਘਣਤਾ ਜਾਂ ਤੀਬਰਤਾ (wheat intensity) ਸਭ ਤੋਂ ਵੱਧ ਤਰਨਤਾਰਨ ਜ਼ਿਲ੍ਹੇ 47.09% ਅਤੇ ਪਠਾਨਕੋਟ ਜ਼ਿਲ੍ਹੇ ਵਿੱਚ 45.1% ਹੈ। ਤਹਿਸੀਲਵਾਰ ਉੱਚੀ ਕਣਕ ਤੀਬਰਤਾ ਅਜਨਾਲਾ (44.44%), ਅੰਮ੍ਰਿਤਸਰ-II (43.73%), ਡੇਰਾ ਬਾਬਾ ਨਾਨਕ (46.2%), ਪੱਟੀ (46.0%), ਤਰਨਤਾਰਨ (48.84%) ਅਤੇ ਧਾਰਕਲਾਂ ਤਹਿਸੀਲ ਵਿੱਚ (50.91%) ਪ੍ਰਾਪਤ ਕੀਤੀ ਗਈ ਹੈ। (ਨਕਸ਼ਾ ਨੰ. 61-ੳ) ਸਭ ਤੋਂ ਘੱਟ ਕਣਕ ਤੀਬਰਤਾ ਅੰਮ੍ਰਿਤਸਰ-I ਤਹਿਸੀਲ ਵਿੱਚ (39.88%) ਹੈ। ਇਹ ਸਭ ਅੰਕੜੇ 2015-16 ਅਨੁਸਾਰ ਹਨ।

ਸਾਰਣੀ ਨੰ. 65 ਮਾਝਾ ਪ੍ਰਦੇਸ਼ ਵਿੱਚ ਤਹਿਸੀਲਵਾਰ ਵਿਭਿੰਨ ਫਸਲਾਂ ਹੇਠ ਰਕਬਾ-2015-16

ਕ੍ਰਮ. ਨੰ.	ਤਹਿਸੀਲ	ਨਿਰੋਲ ਬੀਜਿਆ ਰਕਬਾ	ਕੁੱਲ ਬੀਜਿਆ ਰਕਬਾ	ਕਣਕ	ਚਾਵਲ	ਮੱਕੀ	ਗੰਨਾ	ਮਾਂਹ	ਅਰਹਰ	ਮੂੰਗ	ਮਸਰ	ਤਿਲ	ਸਰ੍ਹੋਂ ਤਾਰਾ-ਮੀਰਾ	ਆਲੂ	ਸੂਰਜ ਮੁੱਖੀ	ਕਪਾਹ
1.	ਗੁਰਦਾਸਪੁਰ	105.2	210.41	92.7	89.4	0.8	12.7	0.16	–	–	0.04	(ੳ)	1.24	–	–	–
2.	ਡੇਰਾ ਬਾਬਾ ਨਾਨਕ	25.1	50.44	23.3	22.9	0.1	0.3	0.11	–	–	–	(ੳ)	0.27	–	–	–
3.	ਬਟਾਲਾ	78.7	151.44	68.0	63.2	0.2	8.1	(ੳ)	–	–	0.10	–	0.57	0.20	–	–
4.	ਪਠਾਨਕੋਟ	39.80	78.70	34.7	26.5	4.5	4.4	0.20	(ਅ)	–	0.03	0.10	0.84	0.31	–	–
5.	ਧਾਰ ਕਲਾਂ	8.00	12.65	6.4	1.5	2.9	–	0.17	–	–	–	0.29	0.11	–	–	–
6.	ਅੰਮ੍ਰਿਤਸਰ-I	42.42	87.73	35.0	35.4	0.5	0.3	–	(ਅ)	–	–	–	0.10	2.20	–	–
7.	ਅੰਮ੍ਰਿਤਸਰ-II	41.27	79.0	34.6	27.9	–	–	–	–	0.30	–	–	0.07	0.60	–	–
8.	ਅਜਨਾਲਾ	91.0	184.59	82.0	80.7	0.4	2.1	0.21	–	(ੳ)	–	1.70	1.30	–	–	–
9.	ਬਾਬਾ ਬਕਾਲਾ	44.6	88.57	36.7	36.70	–	1.70	(ੳ)	0.11	(ੳ)	0.03	–	0.21	0.70	–	–
10.	ਤਰਨਤਾਰਨ	80.20	150.60	73.6	69.0	0.13	0.1	–	0.08	0.04	(ੳ)	–	0.16	0.11	–	–
11.	ਪੱਟੀ	99.30	176.83	81.4	81.1	0.2	0.06	–	0.13	1.15	–	1.43	0.16	(ੳ)	–	–
12.	ਖਡੂਰ ਸਾਹਿਬ	38.10	67.87	31.45	28.2	0.40	0.4	–	0.07	–	(ੳ)	–	0.10	1.62	–	–
13.	ਮਾਝਾ ਪ੍ਰਦੇਸ਼	693.6	1338.96	599.55	562.49	10.32	30.33	1.65	0.43	1.58	0.26	3.70	5.13	5.77	–	–
14.	ਪੰਜਾਬ	4137.00	7871.57	3506.0	2970.0	127.5	91.5	2.0	2.8	10.5	0.9	8.2	31.6	91.6	1.3	334.56

ਸ੍ਰੋਤ— 1. ਪੰਜਾਬ ਦਾ ਅੰਕੜਾ ਸਾਰ-2016 (ੳ) 26 ਤੋਂ 50 ਹੈਕਟੇਅਰ (ਅ) 15 ਤੋਂ 25 ਹੈਕਟੇਅਰ

2. ਡਾਇਰੈਕਟਰ ਲੈਂਡ ਰੀਕਾਰਡਜ਼, ਪੰਜਾਬ

ਚਾਵਲ (RICE)

ਇਹ ਹਾੜੀ (Kharif) ਦੀ ਫਸਲ ਹੈ ਅਤੇ ਪ੍ਰਦੇਸ਼ ਦੀ ਦੂਜੀ ਸਭ ਤੋਂ ਵੱਧ ਮਹੱਤਵਪੂਰਣ ਫ਼ਸਲ ਹੈ। ਪ੍ਰਦੇਸ਼ ਦਾ ਲਗਭਗ 40% ਕੁੱਲ ਫ਼ਸਲੀ ਰਕਬਾ ਚਾਵਲਾਂ ਦੀ ਕਾਸ਼ਤ ਅਧੀਨ ਹੈ (ਸਾਰਣੀ ਨੰ. 64) 2015-16 ਦੌਰਾਨ ਮਾਝਾ ਪ੍ਰਦੇਸ਼ ਨੇ 16.06% ਲੱਖ ਮੀ. ਟਨ ਚਾਵਲ ਪੈਦਾ ਕੀਤਾ ਸੀ। ਇਹ ਰਾਜ ਦੇ ਕੁੱਲ ਚਾਵਲ ਉਤਪਾਦਨ ਦਾ 13.61% ਸੀ। ਇਸੇ ਸਾਲ ਮਾਝਾ ਵਿੱਚ ਚਾਵਲਾਂ ਦੀ ਕਾਸ਼ਤ ਹੇਠ 5.62 ਲੱਖ ਹੈਕਟੇਅਰ (ਰਾਜ ਦਾ 19%) ਚਾਵਲ ਖੇਤਰ ਸੀ। ਇਸ ਤੋਂ ਪਤਾ ਲੱਗਦਾ ਹੈ ਕਿ ਮਾਝਾ ਪ੍ਰਦੇਸ਼ ਵਿੱਚ ਚਾਵਲ ਦਾ ਝਾੜ ਘੱਟ ਹੈ। ਔਸਤ ਤੌਰ 'ਤੇ ਇਹ 2832 ਕਿਲੋਗ੍ਰਾਮ ਪ੍ਰਤੀ ਹੈਕਟੇਅਰ (ਪੰਜਾਬ ਦਾ ਔਸਤ ਝਾੜ 3974 ਕਿਲੋਗ੍ਰਾਮ ਹੈਕਟੇਅਰ) ਹੈ। 2021-22 ਅਨੁਸਾਰ ਉਤਪਾਦਨ ਅਨੁਸਾਰ ਗੁਰਦਾਸਪੁਰ ਦਾ ਜ਼ਿਲ੍ਹਾ ਦੂਜਾ ਸਭ ਤੋਂ ਵੱਡਾ ਉਤਪਾਦਕ ਹੈ। ਮਾਝਾ ਦਾ ਚਾਵਲਾਂ ਦਾ 31.18% ਉਤਪਾਦਨ ਅਤੇ 30.77% ਰਕਬਾ। ਬਾਕੀ ਦਾ ਉਤਪਾਦਨ ਅਤੇ ਖੇਤਰਫਲ ਅੰਮ੍ਰਿਤਸਰ (30.6%

ਉਤਪਾਦਨ 'ਤੇ 32.25% ਰਕਬਾ) ਅਤੇ ਤਰਨਤਾਰਨ ਜ਼ਿਲ੍ਹਿਆਂ ਵਿੱਚ ਵੰਡਿਆ ਹੋਇਆ ਹੈ। (ਤਰਨਤਾਰਨ 33.7% ਉਤਪਾਦਨ ਤੇ 32.12% ਰਕਬਾ)। ਗੁਰਦਾਸਪੁਰ ਜ਼ਿਲ੍ਹੇ ਨੇ 2021-22 ਵਿੱਚ ਪੰਜਾਬ ਦਾ 4.9% ਚਾਵਲ ਪੈਦਾ ਕੀਤਾ ਸੀ। ਅੰਮ੍ਰਿਤਸਰ ਅਤੇ ਤਰਨਤਾਰਨ ਜ਼ਿਲ੍ਹਿਆਂ ਦਾ ਵਾਰੋਵਾਰੀ ਹਿੱਸਾ 4.8% ਅਤੇ 5.31% ਸੀ। 2021-22 ਵਿੱਚ ਨਵੇਂ ਬਣੇ ਜ਼ਿਲ੍ਹੇ ਪਠਾਨਕੋਟ ਵਿੱਚ 8.97 ਲੱਖ ਮੀ. ਟਨ (ਮਾਝੇ ਦਾ 4.5%) ਚਾਵਲ 28 ਹਜ਼ਾਰ ਹੈਕਟੇਅਰ ਭਾਗ ਵਿੱਚੋਂ ਪੈਦਾ ਕੀਤਾ ਸੀ।

ਮਾਝਾ ਪ੍ਰਦੇਸ਼ ਵਿੱਚ ਚਾਵਲਾਂ ਲਈ ਬੇਟ ਖੇਤਰ (ਰਾਵੀ) ਦੀਆਂ ਮਿੱਟੀਆਂ, ਟਿਊਬਵੈਲਾਂ ਅਤੇ ਨਹਿਰਾਂ ਤੋਂ ਭਰਪੂਰ ਸਿੰਜਾਈ ਸਹੂਲਤਾਂ ਅਤੇ ਪਰੰਪਰਾ ਅਨੁਕੂਲ ਹਨ।

ਚਾਵਲਾਂ ਦੀ ਕਾਸ਼ਤ ਹੇਠ ਉੱਚਾ ਰਕਬਾ ਗੁਰਦਾਸਪੁਰ, ਪੱਟੀ, ਤਰਨਤਾਰਨ, ਅਜਨਾਲਾ ਅਤੇ ਬਟਾਲਾ ਤਹਿਸੀਲਾਂ (ਹਰੇਕ 60 ਹਜ਼ਾਰ ਹੈਕਟੇਅਰ ਜਾਂ ਵੱਧ) ਵਿੱਚ ਪਾਇਆ ਜਾਂਦਾ ਹੈ। (ਸਾਰਣੀ ਨੰ. 65)। ਸਭ ਤੋਂ ਘੱਟ ਰਕਬਾ ਕੇਵਲ ਲਗਭਗ 2 ਹਜ਼ਾਰ ਹੈਕਟੇਅਰ ਪਹਾੜੀ ਤਹਿਸੀਲ ਧਾਰ ਕਲਾਂ ਵਿੱਚ ਮਿਲਦਾ ਹੈ। ਬਾਕੀ ਦੀਆਂ ਤਹਿਸੀਲਾਂ ਵਿੱਚ ਦਰਮਿਆਨਾ ਚਾਵਲ ਰਕਬਾ (20 ਤੋਂ 40 ਹਜ਼ਾਰ ਹੈਕਟੇਅਰ) ਮਿਲਦਾ ਹੈ। ਤਰਨਤਾਰਨ ਜ਼ਿਲ੍ਹੇ ਵਿੱਚ ਕੁੱਲ ਫ਼ਸਲੀ ਰਕਬੇ ਦੇ 45.80% ਵਿੱਚ ਚਾਵਲ ਦੀ ਕਾਸ਼ਤ ਕੀਤੀ ਜਾਂਦੀ ਹੈ। (ਚਾਵਲ ਰਕਬਾ ਤੀਬਰਤਾ)। ਇਹ ਤੀਬਰਤਾ ਅੰਮ੍ਰਿਤਸਰ ਜ਼ਿਲ੍ਹੇ ਲਈ 44.22%, ਗੁਰਦਾਸਪੁਰ ਜ਼ਿਲ੍ਹੇ ਲਈ 42.8% ਅਤੇ ਪਠਾਨਕੋਟ ਜ਼ਿਲ੍ਹੇ ਲਈ 29.36% (2021-22 ਅਨੁਸਾਰ) ਹੈ। ਤਹਿਸੀਲਵਾਰ ਬਹੁਤ ਉੱਚੀ ਚਾਵਲ ਤੀਬਰਤਾ (45.0% ਤੋਂ ਵੱਧ) ਬਟਾਲਾ (45.40%), ਡੇਰਾ ਬਾਬਾ ਨਾਨਕ (45.40%), ਤਰਨਤਾਰਨ (45.81%) ਅਤੇ ਪੱਟੀ (45.86%) ਤਹਿਸੀਲਾਂ ਵਿੱਚ ਮਿਲਦੀ ਹੈ। ਸਭ ਤੋਂ ਘੱਟ ਚਾਵਲ ਤੀਬਰਤਾ ਪਹਾੜੀ ਤਹਿਸੀਲ ਧਾਰ ਕਲਾਂ ਵਿੱਚ ਕੇਵਲ 11.94% ਹੈ। ਪਠਾਨਕੋਟ (33.65%) ਅਤੇ ਅੰਮ੍ਰਿਤਸਰ-II (35.3%) ਤਹਿਸੀਲਾਂ ਵਿੱਚ ਦਰਮਿਆਨੀ (moderate) ਚਾਵਲ ਤੀਬਰਤਾ ਪਾਈ ਜਾਂਦੀ ਹੈ। ਬਾਕੀ ਦੀਆਂ 6 ਤਹਿਸੀਲਾਂ ਵਿੱਚ ਉੱਚੀ ਚਾਵਲ ਤੀਬਰਤਾ (40.0 ਤੋਂ 45.0% ਤੱਕ) ਰਿਕਾਰਡ ਕੀਤੀ ਗਈ ਹੈ (ਨਕਸ਼ਾ ਨੰ. 61ਅ) ਜ਼ਿਲ੍ਹੇਵਾਰ 2015-16 ਵਿੱਚ ਚਾਵਲ ਤੀਬਰਤਾ ਗੁਰਦਾਸਪੁਰ 42.55%, ਪਠਾਨਕੋਟ 30.65%, ਅੰਮ੍ਰਿਤਸਰ 41.09% ਅਤੇ ਤਰਨਤਾਰਨ 45.09% ਸੀ।

ਮੱਕੀ (MAIZE)

ਇਹ ਵੀ ਹਾੜ੍ਹੀ ਦੀ ਫਸਲ ਹੈ ਜੋ ਗਰਮੀਆਂ (ਵਿਸ਼ੇਸ਼ ਕਰਕੇ ਬਰਸਾਤ ਰੁੱਤ) ਵਿੱਚ ਬੀਜੀ ਜਾਂਦੀ ਹੈ ਅਤੇ ਵੱਧਦੀ-ਫੁੱਲਦੀ ਹੈ। ਇਸ ਲਈ ਚਾਵਲਾਂ ਤੋਂ ਉਲਟ ਚੰਗੇ ਜਲ ਨਿਕਾਸ ਵਾਲੀ ਅਤੇ ਮਮੂਲੀ ਢਲਾਨ ਵਾਲੀ ਵੀ ਮਿੱਟੀ ਅਤੇ ਧਰਾਤਲ ਚਾਹੀਦੀ ਹੈ। ਪਰੰਤੂ ਚਾਵਲਾਂ ਦੇ ਮੁਕਾਬਲੇ ਇਸ ਦਾ ਪ੍ਰਤੀ ਹੈਕਟੇਅਰ ਝਾੜ ਘੱਟ ਹੈ। ਇਸ ਲਈ ਚਾਵਲਾਂ ਦੇ ਮੁਕਾਬਲੇ ਇਹ ਘੱਟ ਲਾਹੇਵੰਦ ਹੈ। ਮੱਕੀ ਨੂੰ ਚਾਵਲਾਂ ਤੋਂ ਸਖ਼ਤ ਮੁਕਾਬਲਾ ਹੈ। 2015-16 ਵਿੱਚ ਮਾਝਾ ਪ੍ਰਦੇਸ਼ ਨੇ 26 ਹਜ਼ਾਰ ਮੀ. ਟਨ (ਪੰਜਾਬ ਦੀ 5.56%) ਮੱਕੀ 10 ਹਜ਼ਾਰ ਹੈਕਟੇਅਰ ਭੂਮੀ ਵਿੱਚੋਂ (ਪੰਜਾਬ ਦੀ 9.30%) ਪੈਦਾ ਕੀਤੀ ਸੀ। ਔਸਤ ਝਾੜ 2600 ਕਿਲੋ ਪ੍ਰਤੀ ਹੈਕਟੇਅਰ ਸੀ (ਪੰਜਾਬ ਦਾ ਔਸਤ ਝਾੜ 3683 ਕਿਲੋਗ੍ਰਾਮ ਪ੍ਰਤੀ ਹੈਕਟੇਅਰ)। ਮਾਝੇ ਵਿੱਚ ਪਠਾਨਕੋਟ ਦਾ ਜ਼ਿਲ੍ਹਾ ਮੱਕੀ ਦਾ ਸਭ ਤੋਂ ਵੱਡਾ (ਪ੍ਰਦੇਸ਼ ਦੀ 69.23% ਉਤਪਾਦਨ 1800 ਮੀ. ਟਨ) ਹੈ। ਗੁਰਦਾਸਪੁਰ ਜ਼ਿਲ੍ਹੇ ਨੇ 2015-16 ਵਿੱਚ ਕੇਵਲ 4000 ਮੀ. ਟਨ ਮੱਕੀ ਪੈਦਾ ਕੀਤੀ ਸੀ। ਬਾਕੀ ਦਾ ਉਤਪਾਦਨ ਤਰਨਤਾਰਨ (15.4%) ਤੋਂ ਆਉਂਦਾ ਹੈ। ਪਠਾਨਕੋਟ ਦਾ ਜ਼ਿਲ੍ਹਾ ਪੰਜਾਬ ਵਿੱਚ ਮੱਕੀ ਦਾ ਪੰਜਵਾਂ ਵੱਡਾ (ਰਾਜ ਦੀ 3.85% ਮੱਕੀ) ਉਤਪਾਦਕ ਹੈ। 2021-22 ਦੇ ਅੰਕੜਿਆਂ ਅਨੁਸਾਰ ਮਾਝਾ ਪ੍ਰਦੇਸ਼ ਵਿੱਚ 33,500 ਮੀ. ਟਨ ਮੱਕੀ (ਪੰਜਾਬ ਦੀ 8.10% ਮੱਕੀ) 8,500 ਹੈਕਟੇਅਰ ਜ਼ਮੀਨ ਤੋਂ ਪੈਦਾ ਕੀਤੀ ਸੀ। ਇਹ ਮੁੱਖ ਤੌਰ 'ਤੇ ਪਠਾਨਕੋਟ ਜ਼ਿਲ੍ਹੇ (29,200 ਮੀ. ਟਨ) ਵਿੱਚ ਪੈਦਾ ਕੀਤੀ ਜਾਂਦੀ ਹੈ (ਮਾਝੇ ਦੀ 87.16%) ਕੁੱਝ ਮੱਕੀ ਅੰਮ੍ਰਿਤਸਰ (2600 ਮੀ. ਟਨ), ਗੁਰਦਾਸਪੁਰ (900 ਮੀ. ਟਨ) ਅਤੇ ਤਰਨਤਾਰਨ (800 ਮੀ. ਟਨ) ਜ਼ਿਲ੍ਹਿਆਂ ਵਿੱਚ ਪੈਦਾ ਕੀਤੀ ਜਾਂਦੀ ਹੈ।

ਮਾਝੇ ਵਿੱਚ ਪਠਾਨਕੋਟ ਦਾ ਜ਼ਿਲ੍ਹਾ ਮੱਕੀ ਦੇ ਉਤਪਾਦਨ ਲਈ ਸਭ ਤੋਂ ਵੱਧ ਮਹੱਤਵਪੂਰਣ ਹੈ। ਪਠਾਨਕੋਟ ਅਤੇ ਧਾਰ ਕਲਾਂ ਦੀਆਂ (ਅਰਧ ਪਹਾੜੀ ਅਤੇ ਪਹਾੜੀ) ਤਹਿਸੀਲਾਂ ਵਿੱਚ ਮੱਕੀ ਦੈਨਿਕ (ਵਿਸ਼ੇਸ਼ ਕਰਕੇ ਸਰਦੀਆਂ) ਖ਼ੁਰਾਕ ਦਾ ਮਹੱਤਵਪੂਰਣ ਹਿੱਸਾ ਹੈ। ਪਠਾਨਕੋਟ ਅਰਧ ਪਹਾੜੀ ਤਹਿਸੀਲ ਹੈ। ਜਿੱਥੋਂ ਦੀ ਲਹਿਰਦਾਰ ਅਤੇ ਸਾਧਾਰਣ ਉੱਚੀ-ਨੀਵੀਂ ਧਰਾਤਲ (ਚੰਗੇ ਜਲ ਨਿਕਾਸ ਵਾਲੀ), ਕੰਢੀ ਮਿੱਟੀ (ਦੋਮਟ, ਚੀਕਣੀ ਅਤੇ ਪੱਥਰਾਂ ਵਾਲੀ) ਅਤੇ ਗਰਮੀਆਂ ਦੀ ਕਾਫੀ ਵਰਖਾ (60 ਸੈਂਟੀਮੀਟਰ ਤੋਂ ਜ਼ਿਆਦਾ)

ਮੱਕੀ ਦੀ ਕਾਸ਼ਤ ਲਈ ਅਨੁਕੂਲ ਹਨ। ਧਾਰ ਕਲਾਂ ਦੀ ਤਹਿਸੀਲ ਪਹਾੜੀ ਹੈ ਜਿੱਥੇ ਬਹੁਤ ਸਾਰੀਆਂ ਨਦੀਆਂ ਜਾਂ ਖੱਡਾਂ ਦੀਆਂ ਘਾਟੀਆਂ ਪਾਈਆਂ ਜਾਂਦੀਆਂ ਹਨ। ਇਨ੍ਹਾਂ ਕੁੱਝ ਢਲਾਨਦਾਰ ਘਾਟੀਆਂ ਵਿੱਚ ਮਿੱਟੀਆਂ ਚੀਕਣੀ (clayey) ਜਾਂ ਦੋਮਟ (loamy) ਹਨ ਜਿਨ੍ਹਾਂ ਵਿੱਚ ਛੋਟੇ ਪੱਥਰ ਵੀ ਪਾਏ ਜਾਂਦੇ ਹਨ। ਗਰਮੀਆਂ ਨੂੰ ਵਰਖਾ 80 ਸੈਂਟੀਮੀਟਰ ਤੋਂ ਵੀ ਵੱਧ ਹੁੰਦੀ ਹੈ। ਗਰਮੀਆਂ ਗਰਮ ਵੀ ਹਨ। ਜਲ ਨਿਕਾਸ ਚੰਗਾ ਹੈ। ਇਹ ਸਭ ਹਾਲਤਾਂ ਮੱਕੀ ਦੀ ਕਾਸ਼ਤ ਦੇ ਅਨੁਕੂਲ ਹਨ।

2015-16 ਅਨੁਸਾਰ ਪਠਾਨਕੋਟ ਦੀ ਤਹਿਸੀਲ ਵਿੱਚ ਮਾਝੇ ਜ਼ਿਲ੍ਹੇ ਦਾ 46.02% ਮੱਕੀ ਖੇਤਰ (4500 ਹੈਕਟੇਅਰ) ਰਿਕਾਰਡ ਕੀਤਾ ਗਿਆ ਸੀ। ਧਾਰ ਕਲਾਂ ਤਹਿਸੀਲ ਵਿੱਚ ਮੱਕੀ ਕਣਕ ਤੋਂ ਬਾਅਦ ਦੂਜੀ ਮਹੱਤਵਪੂਰਣ ਅਨਾਜ ਫ਼ਸਲ ਹੈ (ਸਾਰਣੀ ਨੰ. 64 ਅਤੇ ਇੱਥੇ ਮੱਕੀ ਹੇਠ 2900 ਹੈਕਟੇਅਰ ਭੂਮੀ ਸੀ। ਧਾਰ ਕਲਾਂ ਤਹਿਸੀਲ ਵਿੱਚ ਮਾਝਾ ਪ੍ਰਦੇਸ਼ ਦੀ ਸਭ ਤੋਂ ਵੱਧ ਮੱਕੀ ਤੀਬਰਤਾ (23.24%) ਪਾਈ ਜਾਂਦੀ ਹੈ। ਦੂਜੇ ਨੰਬਰ 'ਤੇ ਪਠਾਨਕੋਟ ਦੀ ਤਹਿਸੀਲ ਵਿੱਚ 5.79% ਮੱਕੀ ਤੀਬਰਤਾ ਹੈ (ਨਕਸ਼ਾ ਨੰ. 61(ੲ))।

ਗੁਰਦਾਸਪੁਰ (830 ਹੈਕਟੇਅਰ), ਬਟਾਲਾ, ਅਜਨਾਲਾ ਅਤੇ ਬਾਬਾ ਬਕਾਲਾ (ਹਰੇਕ 400 ਹੈਕਟੇਅਰ ਤੱਕ) ਤਹਿਸੀਲਾਂ ਵਿੱਚ ਵੀ ਮੱਕੀ ਕਾਸ਼ਤ ਕੀਤੀ ਜਾਂਦੀ ਹੈ। ਇਹ ਸਭ ਅੰਕੜੇ 2015-16 ਅਨੁਸਾਰ ਹਨ।

ਗੰਨਾ (SUGARCANE)

ਇਹ ਮਾਝਾ ਪ੍ਰਦੇਸ਼ ਦੀ ਮਹੱਤਵਪੂਰਣ ਨਕਦੀ ਫ਼ਸਲ (Cash Crop) ਹੈ। 2015-16 ਵਿੱਚ ਮਾਝਾ ਪ੍ਰਦੇਸ਼ ਨੇ ਪੰਜਾਬ ਦਾ 31.80% ਗੰਨਾ 34.83% ਭੂਮੀ ਵਿੱਚੋਂ ਪੈਦਾ ਕੀਤਾ ਸੀ। ਗੁਰਦਾਸਪੁਰ ਦਾ ਜ਼ਿਲ੍ਹਾ ਰਾਜ ਵਿੱਚ ਗੰਨੇ ਦਾ ਸਭ ਤੋਂ ਵੱਡਾ ਉਤਪਾਦਕ (ਰਾਜ ਦਾ 22.41% ਅਤੇ ਮਾਝਾ ਦਾ 74.19%) ਹੈ। ਅੰਮ੍ਰਿਤਸਰ ਦਾ ਜ਼ਿਲ੍ਹਾ ਪ੍ਰਦੇਸ਼ ਵਿੱਚ ਦੂਜੇ ਨੰਬਰ ਤੇ (ਪ੍ਰਦੇਸ਼ ਦਾ 14.29% ਗੰਨਾ) ਆਉਂਦਾ ਹੈ। ਇਹ ਹੀ ਕ੍ਰਮ ਗੰਨੇ ਹੇਠ ਰਕਬੇ ਦਾ ਹੈ। (ਸਾਰਣੀ ਨੰ. 36)। ਪਠਾਨਕੋਟ ਜ਼ਿਲ੍ਹੇ ਵਿੱਚ 2015-16 ਵਿੱਚ 31,000 ਮੀ. ਟਨ ਗੰਨਾ (ਪ੍ਰਦੇਸ਼ ਦਾ 15.28%) ਪੈਦਾ ਕੀਤਾ ਸੀ। 2021-22 ਅਨੁਸਾਰ ਮਾਝੇ ਵਿੱਚ 24.94 ਲੱਖ ਮੀ. ਟਨ ਗੰਨਾ (ਪੰਜਾਬ ਦਾ 34.97%) ਪੈਦਾ ਕੀਤਾ ਗਿਆ ਸੀ। ਮੁੱਖ ਉਤਪਾਦਕ ਗੁਰਦਾਸਪੁਰ ਜ਼ਿਲ੍ਹਾ (17.21 ਲੱਖ ਮੀ. ਟਨ = 24.13% ਪੰਜਾਬ ਅਤੇ 69.0% ਮਾਝਾ) ਹੈ। ਇਸ ਤੋਂ ਬਾਅਦ ਅੰਮ੍ਰਿਤਸਰ (4.41 ਲੱਖ ਮੀ. ਟਨ), ਪਠਾਨਕੋਟ (2.90 ਲੱਖ ਮੀ. ਟਨ) ਅਤੇ ਤਰਨਤਾਰਨ (42,000 ਮੀ. ਟਨ) ਦੇ ਜ਼ਿਲ੍ਹੇ ਆਉਂਦੇ ਹਨ।

ਗੁਰਦਾਸਪੁਰ ਜ਼ਿਲ੍ਹਾ, ਪਠਾਨਕੋਟ ਜ਼ਿਲ੍ਹੇ ਦੀ ਪਠਾਨਕੋਟ ਤਹਿਸੀਲ ਅਤੇ ਅੰਮ੍ਰਿਤਸਰ ਜ਼ਿਲ੍ਹੇ ਦੀ ਬਾਬਾ ਬਕਾਲਾ ਤਹਿਸੀਲ ਵਿੱਚ ਹਾਲਤਾਂ ਗੰਨੇ ਦੀ ਕਾਸ਼ਤ ਦੇ ਬਹੁਤ ਅਨੁਕੂਲ ਹਨ। ਇੱਥੋਂ ਦੀ ਚੰਗੇ ਜਲ ਨਿਕਾਸ ਵਾਲੀ ਦੋਮਟ ਮਿੱਟੀ, ਸਿੰਜਾਈ ਦੀਆਂ ਸਹੂਲਤਾਂ ਦਰਮਿਆਨੀ ਤੋਂ ਅੱਛੀ ਵਰਖਾ (80 ਤੋਂ 90 ਸ:ਮੀ: ਪਠਾਨਕੋਟ ਜ਼ਿਲ੍ਹੇ ਵਿੱਚ ਅਤੇ 70 ਸ:ਮੀ: ਤੋਂ ਵੱਧ ਗੁਰਦਾਸਪੁਰ ਜ਼ਿਲ੍ਹੇ ਵਿੱਚ) ਗਰਮੀਆਂ ਦਾ ਗਰਮ ਅਤੇ ਸਿੱਲਾ ਜਲਵਾਯੂ, ਮਿਹਨਤੀ ਲੋਕ, ਕਈ ਖੰਡ ਮਿੱਲਾਂ (2 ਗੁਰਦਾਸਪੁਰ ਅਤੇ 2 ਅੰਮ੍ਰਿਤਸਰ ਜ਼ਿਲ੍ਹੇ ਵਿੱਚ) ਦਾ ਹੋਣਾ ਅਤੇ ਪਰੰਪਰਾ (tradition) ਆਦਿ ਕਾਰਨ ਇਨ੍ਹਾਂ ਦੋ ਜ਼ਿਲ੍ਹਿਆਂ ਵਿੱਚ ਗੰਨੇ ਦੀ ਖੇਤੀ ਮਹੱਤਵਪੂਰਣ ਹੋ ਗਈ ਹੈ।

2015-16 ਅਨੁਸਾਰ ਗੁਰਦਾਸਪੁਰ ਜ਼ਿਲ੍ਹੇ ਵਿੱਚ ਪ੍ਰਦੇਸ਼ ਦਾ 70.0% ਗੰਨਾ ਖੇਤਰ ਅਤੇ 70.4% ਗੰਨਾ ਉਤਪਾਦਨ ਪਾਇਆ ਜਾਂਦਾ ਸੀ। ਇੱਥੇ ਗੰਨੇ ਦਾ ਝਾੜ ਵੀ ਕਾਫੀ ਉੱਚਾ (6795 ਕਿਲੋ ਪ੍ਰਤੀ ਹੈਕਟੇਅਰ) ਪ੍ਰਾਪਤ ਹੁੰਦਾ ਹੈ। ਗੁਰਦਾਸਪੁਰ ਅਤੇ ਬਟਾਲਾ ਤਹਿਸੀਲਾਂ ਜਿੱਥੇ ਕਾਸ਼ਤ ਹਾਲਤਾਂ ਗੰਨੇ ਦੇ ਬਹੁਤ ਅਨੁਕੂਲ ਹਨ, ਵਿੱਚ ਜ਼ਿਲ੍ਹੇ ਦਾ 98.5% ਅਤੇ ਮਾਝੇ ਦਾ ਲਗਭਗ 76.38% ਗੰਨਾ ਖੇਤਰ ਪਾਇਆ ਜਾਂਦਾ ਹੈ। ਇਨ੍ਹਾਂ ਤਹਿਸੀਲਾਂ ਵਿੱਚ ਉੱਚੀ ਗੰਨਾ ਤੀਬਰਤਾ (50% ਤੋਂ ਵੱਧ) ਪਾਈ ਜਾਂਦੀ ਹੈ। ਇਹ ਤੀਬਰਤਾ ਬਟਾਲਾ ਤਹਿਸੀਲ ਵਿੱਚ 5.34% ਹੈ (ਨਕਸ਼ਾ ਨੰ. 61) ਸ)। ਪਠਾਨਕੋਟ ਲਈ 5.63% ਅਤੇ ਗੁਰਦਾਸਪੁਰ ਲਈ 6.84% ਹੈ।

ਅੰਮ੍ਰਿਤਸਰ ਜ਼ਿਲ੍ਹੇ ਦੀਆਂ ਅੰਮ੍ਰਿਤਸਰ-I (ਰਕਬਾ 280 ਹੈਕਟੇਅਰ ਅਤੇ ਗੰਨਾ ਤੀਬਰਤਾ 0.32%) ਅਤੇ ਬਾਬਾ ਬਕਾਲਾ (ਰਕਬਾ 1730 ਹੈਕਟੇਅਰ ਅਤੇ ਤੀਬਰਤਾ 1.95%) ਤਹਿਸੀਲਾਂ ਵਿੱਚ ਵੀ ਗੰਨੇ ਦੀ ਕਾਸ਼ਤ ਮਹੱਤਵਪੂਰਣ ਹੈ।

ਦਾਲਾਂ (PULSES)

ਮਾਝਾ ਪ੍ਰਦੇਸ਼ ਵਿੱਚ ਕਈ ਦਾਲ ਫ਼ਸਲਾਂ ਜਿਵੇਂ ਕਿ ਮਾਂਹ, ਮੂੰਗੀ, ਅਰਹਰ ਅਤੇ ਮਸਰ ਕਾਸ਼ਤ ਕੀਤੇ ਜਾਂਦੇ ਹਨ (ਸਾਰਣੀ ਨੰ. 64) 2015-16 ਅਨੁਸਾਰ ਮਾਝਾ ਪ੍ਰਦੇਸ਼ ਨੇ ਪੰਜਾਬ ਦੇ 82% ਮਾਂਹ (Mash), 11.54% ਅਰਹਰ (arhar), 16.28% ਮੂੰਗ (moong) ਅਤੇ 18.8% ਮਸਰ (masar) ਪੈਦਾ ਕੀਤੇ ਜਾਂਦੇ ਸਨ।

ਮਾਝਾ

ਵਿਭਿੰਨ ਫਸਲਾਂ ਹੇਠ ਰਕਬਾ 2015-16

(ਤਹਿਸੀਲਵਾਰ)

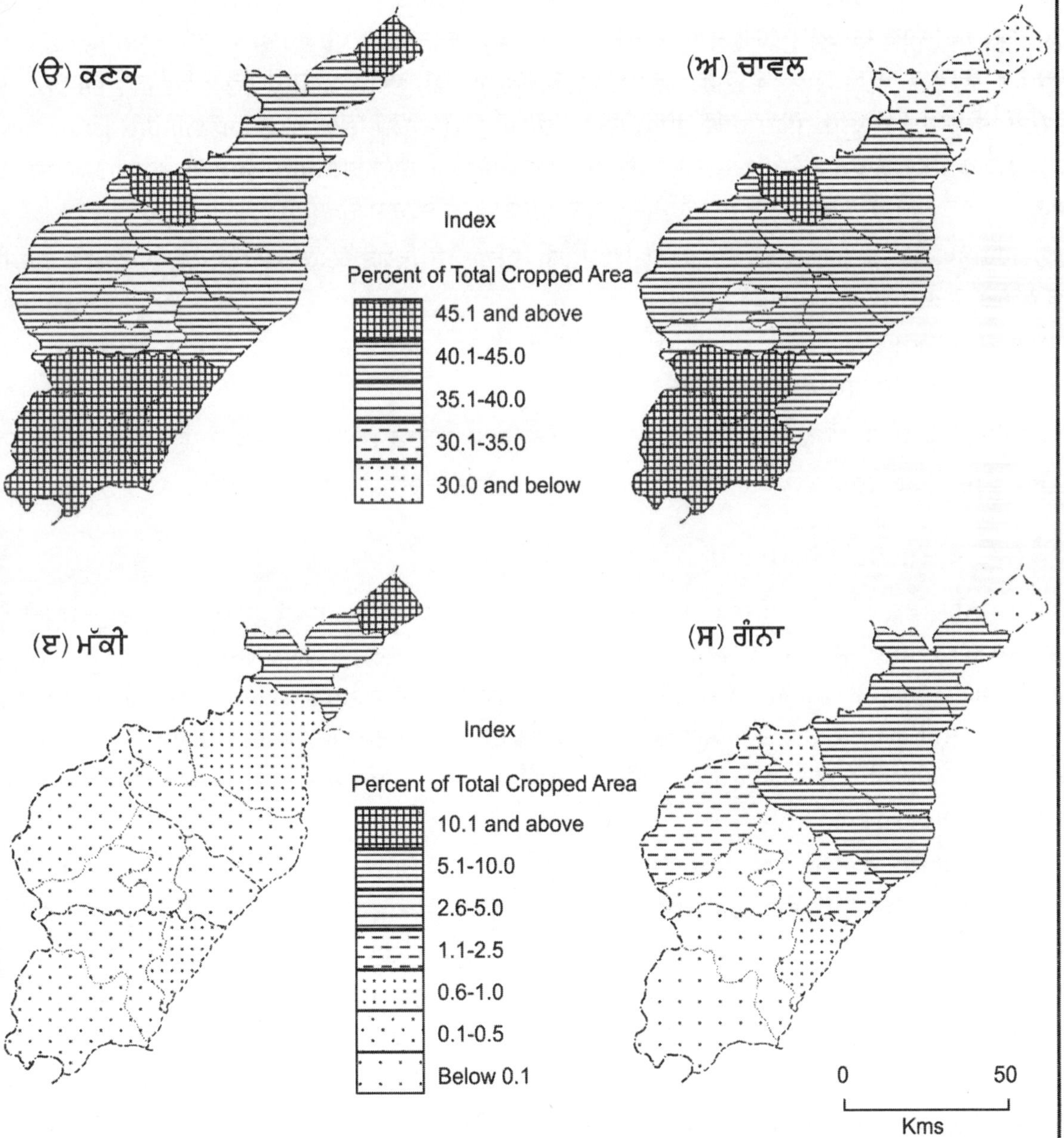

Map 62

2020-21 ਦੇ ਅੰਕੜਿਆਂ ਅਨੁਸਾਰ ਮਾਝੇ ਵਿੱਚ ਪੰਜਾਬ ਦੇ 85.71% ਮਾਂਹ (600 ਮੀ. ਟਨ), 9.52% ਅਰਹਰ (200 ਮੀ. ਟਨ), 30% ਮੂੰਗ (600 ਮੀ. ਟਨ) ਅਤੇ 33.3% ਮਸਰ (100 ਮੀ. ਟਨ) ਪੈਦਾ ਕੀਤੇ ਸਨ।

2021-22 ਅਨੁਸਾਰ ਮਾਂਹ ਲਈ ਪਠਾਨਕੋਟ ਦਾ ਜ਼ਿਲ੍ਹਾ (ਪੰਜਾਬ ਦੇ 57% ਮਾਂਹ), ਅਰਹਰ ਲਈ ਤਰਨਤਾਰਨ ਦਾ ਜ਼ਿਲ੍ਹਾ (ਪ੍ਰਦੇਸ਼ ਦੇ 50.0%), ਮੂੰਗ ਲਈ ਤਰਨਤਾਰਨ ਦਾ ਜ਼ਿਲ੍ਹਾ (ਪ੍ਰਦੇਸ਼ ਦੇ 66.7%) ਅਤੇ ਮਸਰ ਲਈ ਤਿੰਨ ਹੀ ਜ਼ਿਲ੍ਹੇ ਮਹੱਤਵਪੂਰਣ ਹਨ। ਸਮੁੱਚੇ ਤੌਰ 'ਤੇ 2015-16 ਅਨੁਸਾਰ ਉੱਚਾ ਦਾਲ ਰਕਬਾ ਪੱਟੀ ਤਹਿਸੀਲ (1280 ਹੈਕਟੇਅਰ), ਤਰਨਤਾਰਨ ਤਹਿਸੀਲ (120 ਹੈਕਟੇਅਰ), ਅੰਮ੍ਰਿਤਸਰ-II (300 ਹੈਕਟੇਅਰ), ਗੁਰਦਾਸਪੁਰ ਤਹਿਸੀਲ (200 ਹੈਕਟੇਅਰ) ਅਤੇ ਧਾਰ ਕਲਾਂ ਤਹਿਸੀਲ (170 ਹੈਕਟੇਅਰ) ਵਿੱਚ ਪਾਇਆ ਜਾਂਦਾ ਹੈ। (ਸਾਰਣੀ ਨੰ. 64)। ਖਡੂਰ ਸਾਹਿਬ (70 ਹੈਕ.), ਪਠਾਨਕੋਟ (230 ਹੈਕ.), ਬਟਾਲਾ (100 ਹੈਕ.) ਅਤੇ ਬਾਬਾ ਬਕਾਲਾ ਅਤੇ ਡੇਰਾ ਬਾਬਾ ਨਾਨਕ ਤਹਿਸੀਲਾਂ ਵਿੱਚ ਵੀ ਦਾਲਾਂ ਕਾਸ਼ਤ ਕੀਤੀਆਂ ਜਾਂਦੀਆਂ ਹਨ। ਪੱਟੀ ਦੀ ਤਹਿਸੀਲ ਵਿੱਚ ਕੁੱਝ ਰੇਤਲੀ ਜ਼ਮੀਨ ਅਤੇ ਘੱਟ ਵਰਖਾ ਦਾਲਾਂ ਦੀ ਕਾਸ਼ਤ ਲਈ ਜ਼ਿਆਦਾ ਅਨੁਕੂਲ ਹਨ।

ਮਾਂਹ ਮੁੱਖ ਤੌਰ 'ਤੇ ਪਠਾਨਕੋਟ, ਅਜਨਾਲਾ, ਗੁਰਦਾਸਪੁਰ ਅਤੇ ਧਾਰ ਕਲਾਂ ਤਹਿਸੀਲਾਂ ਅਤੇ ਘੱਟ ਮਾਤਰਾ ਵਿੱਚ ਬਾਬਾ ਬਕਾਲਾ, ਬਟਾਲਾ ਅਤੇ ਡੇਰਾ ਬਾਬਾ ਨਾਨਕ ਤਹਿਸੀਲਾਂ ਵਿੱਚ ਕਾਸ਼ਤ ਕੀਤੇ ਜਾਂਦੇ ਹਨ।

ਅਰਹਰ ਮੁੱਖ ਤੌਰ 'ਤੇ ਤਰਨਤਾਰਨ ਜ਼ਿਲ੍ਹੇ ਦੀਆਂ ਸਭ ਤਹਿਸੀਲਾਂ ਅਤੇ ਵਿਸ਼ੇਸ਼ ਕਰਕੇ ਖਡੂਰ ਸਾਹਿਬ ਅਤੇ ਪੱਟੀ ਤਹਿਸੀਲਾਂ ਵਿੱਚ ਕਾਸ਼ਤ ਕੀਤੇ ਜਾਂਦੇ ਹਨ। (ਸਾਰਣੀ ਨੰ. 64)।

ਮੂੰਗ ਵੀ (100% ਤਰਨਤਾਰਨ ਦੀਆਂ ਤਹਿਸੀਲਾਂ (ਪੱਟੀ (56%), ਤਰਨਤਾਰਨ (30%) ਅਤੇ ਖਡੂਰ ਸਾਹਿਬ (14%)) ਤਹਿਸੀਲਾਂ ਵਿੱਚ ਕਾਸ਼ਤ ਕੀਤੇ ਜਾਂਦੇ ਹਨ।

ਮਸਰ ਲਈ 6 ਤਹਿਸੀਲਾਂ ਗੁਰਦਾਸਪੁਰ, ਪਠਾਨਕੋਟ, ਬਟਾਲਾ, ਬਾਬਾ ਬਕਾਲਾ, ਤਰਨਤਾਰਨ ਅਤੇ ਪੱਟੀ ਮਹੱਤਵਪੂਰਣ ਹਨ।

ਮਾਝਾ ਪ੍ਰਦੇਸ਼ ਵਿੱਚ ਪਠਾਨਕੋਟ, ਧਾਰ ਕਲਾਂ ਅਤੇ ਬਟਾਲਾ ਤਹਿਸੀਲਾਂ ਵਿੱਚ ਛੋਲੇ ਵੀ ਕਾਸ਼ਤ ਕੀਤੇ ਜਾਂਦੇ ਹਨ।

ਤੇਲ ਦੇ ਬੀਜ (OIL SEEDS)

ਮਾਝਾ ਪ੍ਰਦੇਸ਼ ਵਿੱਚ ਕਈ ਤੇਲ ਬੀਜ ਫ਼ਸਲਾਂ ਜਿਵੇਂ ਕਿ ਤਿਲ, ਸਰ੍ਹੋਂ, ਰਾਇਆ, ਤੋਰੀਆ, ਤਾਰਾਮੀਰਾ ਅਤੇ ਸੂਰਜਮੁਖੀ ਪੈਦਾ ਕੀਤੇ ਜਾਂਦੇ ਹਨ। ਮਾਝਾ ਪੰਜਾਬ ਦੇ ਲਗਭਗ 60.0% (20015-16 ਵਿੱਚ 75.0%) ਤਿਲ (Sesamum), 22.22% ਸਰ੍ਹੋਂ, ਤਾਰਾਮੀਰਾ ਆਦਿ (Repeaseed and Mustard) ਅਤੇ 2.1% ਸੂਰਜਮੁਖੀ ਪੈਦਾ ਕਰਦਾ ਹੈ। ਇਹ ਅੰਕੜੇ 2021-22 ਦੇ ਹਨ। ਤੇਲ ਦੇ ਬੀਜਾਂ ਲਈ ਗੁਰਦਾਸਪੁਰ ਅਤੇ ਅੰਮ੍ਰਿਤਸਰ ਦੇ ਜ਼ਿਲ੍ਹੇ ਜ਼ਿਆਦਾ ਮਹੱਤਵਪੂਰਣ ਹਨ (ਸਾਰਣੀ ਨੰ. 64)। 2021-22 ਵਿੱਚ ਮਾਝਾ ਪ੍ਰਦੇਸ਼ ਨੇ 600 ਮੀ. ਟਨ ਤਿਲ, 15,400 ਮੀ. ਟਨ ਸਰ੍ਹੋਂ, ਤਾਰਾਮੀਰਾ ਆਦਿ ਅਤੇ ਲਗਭਗ ਨਾਂਹ ਦੇ ਬਰਾਬਰ ਮੂੰਗਫਲੀ ਅਤੇ ਸੂਰਜਮੁਖੀ ਪੈਦਾ ਕੀਤੇ ਸਨ।

ਸਰਸੋਂ, ਤਾਰਾਮੀਰਾ, ਤੋਰੀਆ ਆਦਿ ਲਈ ਮੁੱਖ ਤੌਰ 'ਤੇ ਗੁਰਦਾਸਪੁਰ ਦਾ ਜ਼ਿਲ੍ਹਾ ਮਹੱਤਵਪੂਰਣ (ਪ੍ਰਦੇਸ਼ ਦੇ 48%) ਹੈ। ਇੱਥੇ ਵੀ ਪੱਟੀ (ਜ਼ਿਲ੍ਹੇ ਦੇ 50%) ਅਤੇ ਬਟਾਲਾ (27% ਜ਼ਿਲ੍ਹੇ ਦੇ) ਦੀਆਂ ਤਹਿਸੀਲਾਂ ਜ਼ਿਆਦਾ ਮਹੱਤਵਪੂਰਣ ਹਨ। ਅੰਮ੍ਰਿਤਸਰ ਜ਼ਿਲ੍ਹੇ ਵਿੱਚ ਅਜਨਾਲਾ ਦੀ ਤਹਿਸੀਲ (ਜ਼ਿਲ੍ਹੇ ਦੀ 40% ਸਰ੍ਹੋਂ ਆਦਿ) ਅਤੇ ਤਰਨਤਾਰਨ ਜ਼ਿਲ੍ਹੇ ਵਿੱਚ ਪੱਟੀ (ਜ਼ਿਲ੍ਹੇ ਦੀ ਲਗਭਗ 43% ਸਰ੍ਹੋਂ ਆਦਿ) ਤਹਿਸੀਲ ਸਰ੍ਹੋਂ, ਤਾਰਾਮੀਰਾ, ਤੋਰੀਆ ਆਦਿ ਦੀ ਕਾਸ਼ਤ ਲਈ ਮਹੱਤਵਪੂਰਣ ਹਨ। ਵੈਸੇ ਹਰ ਇੱਕ ਤਹਿਸੀਲ ਵਿੱਚ ਇਹ ਤੇਲ ਬੀਜ ਫ਼ਸਲਾਂ ਪੈਦਾ ਕੀਤੀਆਂ ਜਾਂਦੀਆਂ ਹਨ। ਪਠਾਨਕੋਟ ਦਾ ਜ਼ਿਲ੍ਹਾ (ਮਾਝੇ ਦੀ 25.00%) ਵੀ ਸਰ੍ਹੋਂ, ਤਾਰਾਮੀਰਾ ਆਦਿ ਲਈ ਮਹੱਤਵਪੂਰਣ ਹੈ। ਇੱਥੇ ਪਠਾਨਕੋਟ ਦੀ ਤਹਿਸੀਲ ਮੁੱਖ ਉਤਪਾਦਕ ਹੈ। ਇਹ 2015-16 ਦੇ ਅੰਕੜੇ ਹਨ।

2021-22 ਅਨੁਸਾਰ ਮਾਝੇ ਵਿੱਚ 15,400 ਮੀ. ਟਨ ਤਾਰਾਮੀਰਾ, ਸਰ੍ਹੋਂ ਆਦਿ ਪੈਦਾ ਕੀਤੇ ਗਏ ਸਨ ਜੋ ਤਰਨਤਾਰਨ (5600 ਮੀ. ਟਨ), ਅੰਮ੍ਰਿਤਸਰ (4600 ਮੀ. ਟਨ), ਗੁਰਦਾਸਪੁਰ (4000 ਮੀ. ਟਨ) ਅਤੇ ਪਠਾਨਕੋਟ (1200 ਮੀ. ਟਨ) ਜ਼ਿਲ੍ਹਿਆਂ ਵਿੱਚ ਪੈਦਾ ਕੀਤੇ ਗਏ ਸਨ।

ਸਾਰਣੀ ਨੰ. 66 ਮਾਝੇ ਦੇ ਜ਼ਿਲ੍ਹੇਵਾਰ ਖੇਤੀਬਾੜੀ, ਸਿੰਜਾਈ ਅਤੇ ਰਜਿਸਟਰਸ਼ੁਦਾ ਫੈਕਟਰੀਆਂ ਦੇ ਅੰਕੜੇ 2021-22

ਕ੍ਰਮ. ਨੰ.		ਕਣਕ	ਚਾਵਲ	ਮੱਕੀ	ਗੰਨਾ	ਟਿਊਬਵੈੱਲਾਂ ਦੀ ਗਿਣਤੀ	ਰਜਿਸਟਰ ਸ਼ੁਦਾ ਚਲ ਰਹੀਆਂ ਫੈਕਟਰੀਆਂ	ਕਾਮਿਆਂ ਦੀਆਂ ਗਿਣਤੀ	ਖਾਧ ਅਤੇ ਪੇਅ ਪਦਾਰਥ	ਦੁੱਧ ਦੇ ਪਲਾਂਟਸ	ਖੰਡ ਮਿਲਾਂ	ਕੱਪੜਾ ਅਤੇ ਪਹਿਨਣ ਵਾਲੇ ਕੱਪੜੇ	ਚਮੜਾ ਉਦਯੋਗ	ਕਾਗਜ਼ ਅਤੇ ਛੱਪਣ ਆਦਿ	ਰਸਾਇਣ ਪਦਾਰਥ	ਰਬੜ ਅਤੇ ਪਲਾਸਟਿਕ ਪਦਾਰਥ	ਮੂਲ ਧਾਤ ਨਿਰਮਾਣ	ਫੈਬਰੀਕੇਟਡ ਧਾਤ ਪਦਾਰਥ	ਮਸ਼ੀਨਰੀ ਅਤੇ ਪੁਰਜੇ	ਬਿਜਲੀ ਮਸ਼ੀਨਰੀ ਅਤੇ ਪੁਰਜੇ	ਮੋਟਰ ਵਾਹਨ ਅਤੇ ਟਰੇਲਰਜ਼	ਆਵਾਜਾਈ ਸਹਾਇਕ ਹਿੱਸੇ ਪੁਰਜੇ	ਮੋਟਰ ਵਾਹਨਾਂ ਦੀ ਮੁਰੰਮਤ ਅਤੇ ਵਿਕਰੀ	ਦਵਾਸਾਜ਼ੀ	ਲੱਕੜ ਦੀਆਂ ਵਸਤਾਂ ਅਤੇ ਫਰਨੀਚਰ
		ਉਤਪਾਦਨ (2021-22)																								
1	ਗੁਰਦਾਸਪੁਰ	776.9	671	0.9	1721	94,391	689	15,889	175	2	3	3	1	10	4	3	54	23	134	3	1	4	3	1	155
2.	ਪਠਾਨਕੋਟ	143.8	97	29.2	290	9,427	149	2817	5	–	–	–	–	1	–	–	–	–	1	–	1	–	–	1	55
3.	ਅੰਮ੍ਰਿਤਸਰ	842.5	659	2.6	441	95,721	1771	36281	285	12	2	688	7	22	38	24	38	99	195	28	10	22	16	15	204
4.	ਤਰਨਤਾਰਨ	795.2	725	0.8	42	77,550	60	1865	6	10	–	3	1	–	2	1	–	1	–	1	–	8	–	2	10
5.	ਮਾਝਾ	2558.4	2152	335	2494	2,77,089	2669	56852	471	24	5	694	9	33	44	28	92	123	330	32	12	34	19	19	424
	ਪੰਜਾਬ	14865.4	13,648	413.4	7131	13,88,837	20,273	7,82,171	4085	91	16	2800	255	322	331	344	1289	1561	1500	196	532	587	193	99	2194

ਸੋਮਾ— ਪੰਜਾਬ ਦਾ ਅੰਕੜਾ ਸਾਰ - 2016 ਅਤੇ 2022

ਉਤਪਾਦਨ ਹਜਾਰ ਮੀ: ਟਨਾਂ ਵਿੱਚ

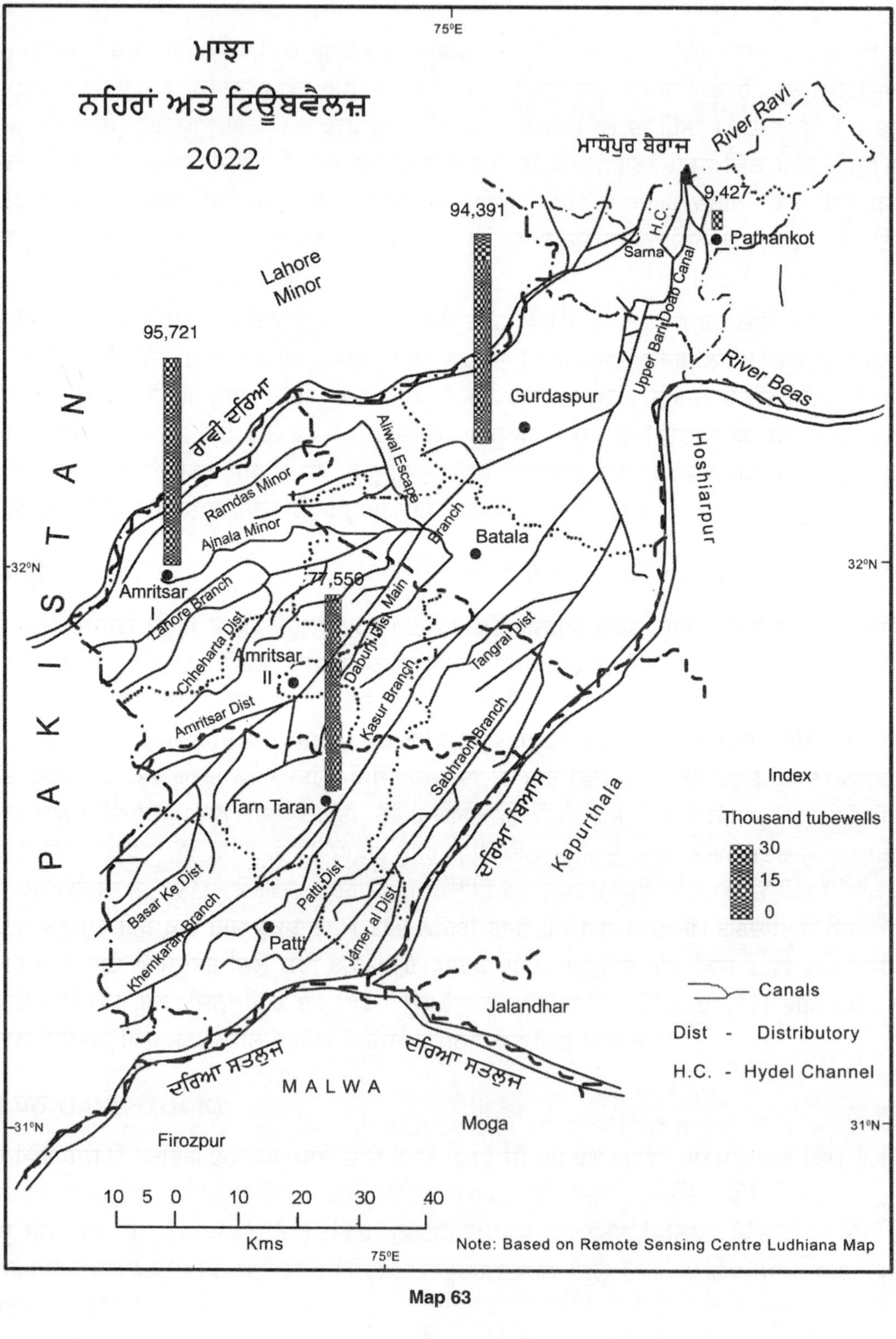
ਮਾਝਾ
ਨਹਿਰਾਂ ਅਤੇ ਟਿਊਬਵੈਲਜ਼
2022
75°E
ਮਾਧੋਪੁਰ ਬੈਰਾਜ
River Ravi
9,427
94,391
H.C.
Sarna
Pathankot
Lahore Minor
Upper Bari Doab Canal
95,721
River Beas
Gurdaspur
ਰਾਵੀ ਦਰਿਆ
Aliwal Escape
Hoshiarpur
Ramdas Minor
Ajnala Minor
Branch
Batala
32°N
32°N
Amritsar I
77,550
Main
Lahore Branch
Chheharta Dist
Dabujji Dist
Tangrai Dist
Amritsar II
Kasur Branch
Amritsar Dist
P A K I S T A N
Sabhraon Branch
Index
Thousand tubewells
30
15
0
Tarn Taran
ਦਰਿਆ ਬਿਆਸ
Kapurthala
Basar Ke Dist
Patti Dist
Khemkaran Branch
Jamer al Dist
Patti
Canals
Jalandhar
Dist - Distributory
H.C. - Hydel Channel
ਦਰਿਆ ਸਤਲੁਜ
ਦਰਿਆ ਸਤਲੁਜ
M A L W A
31°N
31°N
Moga
Firozpur
10 5 0 10 20 30 40
Kms
75°E
Note: Based on Remote Sensing Centre Ludhiana Map

Map 63

ਤਿਲ ਲਈ ਪਠਾਨਕੋਟ, ਅੰਮ੍ਰਿਤਸਰ ਅਤੇ ਤਰਨਤਾਰਨ ਦੇ ਜ਼ਿਲ੍ਹੇ ਜ਼ਿਆਦਾ ਮਹੱਤਵਪੂਰਣ ਹਨ। ਤਰਨਤਾਰਨ ਦਾ ਜ਼ਿਲ੍ਹਾ ਮਾਝਾ ਪ੍ਰਦੇਸ਼ ਦੇ 25% ਅਤੇ ਪੰਜਾਬ ਦੇ 14.3% ਤਿਲ ਪੈਦਾ ਕਰਦਾ ਹੈ। ਇਸ ਜ਼ਿਲ੍ਹੇ ਵਿੱਚ ਪੱਟੀ ਦੀ ਤਹਿਸੀਲ (1250 ਹੈਕਟੇਅਰ— ਜ਼ਿਲ੍ਹੇ ਦੇ 87.3%), ਅੰਮ੍ਰਿਤਸਰ ਜ਼ਿਲ੍ਹੇ ਵਿੱਚ ਅਜਨਾਲਾ ਦੀ ਤਹਿਸੀਲ (1200 ਹੈਕਟੇਅਰ = 99.97% ਜ਼ਿਲ੍ਹੇ ਦੇ) ਅਤੇ ਪਠਾਨਕੋਟ ਜ਼ਿਲ੍ਹੇ ਵਿੱਚ ਧਾਰ ਕਲਾਂ ਤਹਿਸੀਲ (380 ਹੈਕਟੇਅਰ = ਜ਼ਿਲ੍ਹੇ ਦੇ 73.1%) ਤਿਲ ਦੀ ਕਾਸ਼ਤ ਲਈ ਮਹੱਤਵਪੂਰਣ ਹਨ। ਇਨ੍ਹਾਂ ਤੋਂ ਇਲਾਵਾ ਤਰਨਤਾਰਨ (150 ਹੈਕਟੇਅਰ), ਪੱਟੀ, ਬਾਬਾ ਬਕਾਲਾ ਅਤੇ ਪਠਾਨਕੋਟ ਤਹਿਸੀਲਾਂ ਵੀ ਤਿਲ ਦੀ ਕਾਸ਼ਤ ਲਈ ਜਾਣੇ ਜਾਂਦੇ ਹਨ। ਸਰ੍ਹੋਂ, ਰਾਇਆ ਆਦਿ ਦੀ ਤਰ੍ਹਾਂ ਤਿਲ ਵੀ ਮਾਝਾ ਪ੍ਰਦੇਸ਼ ਦੀ ਹਰ ਇੱਕ ਤਹਿਸੀਲ ਵਿੱਚ ਕਾਸ਼ਤ ਕੀਤੇ ਜਾਂਦੇ ਹਨ (ਸਾਰਣੀ ਨੰ. 64)। 2021-22 ਅਨੁਸਾਰ ਮਾਝਾ ਪ੍ਰਦੇਸ਼ ਵਿੱਚ 600 ਮੀ. ਟਨ ਤਿਲ (ਪੰਜਾਬ ਦੇ 60.0%) ਪੈਦਾ ਕੀਤੇ ਗਏ ਸਨ। ਇਨ੍ਹਾਂ ਦੀ ਕਾਸ਼ਤ ਅੰਮ੍ਰਿਤਸਰ (300 ਮੀ. ਟਨ), ਤਰਨਤਾਰਨ (200 ਮੀ. ਟਨ) ਅਤੇ ਪਠਾਨਕੋਟ (100 ਮੀ. ਟਨ) ਜ਼ਿਲ੍ਹਿਆਂ ਵਿੱਚ ਕੀਤੀ ਗਈ ਸੀ।

ਸੂਰਜਮੁਖੀ ਦੀ ਫ਼ਸਲ ਵੀ ਮਾਝਾ ਪ੍ਰਦੇਸ਼ ਵਿੱਚ ਕਾਸ਼ਤ ਕੀਤੀ ਜਾਂਦੀ ਹੈ। ਇਹ ਮੁੱਖ ਤੌਰ 'ਤੇ ਅੰਮ੍ਰਿਤਸਰ ਦੇ ਜ਼ਿਲ੍ਹੇ ਵਿੱਚ ਕਾਸ਼ਤ ਕੀਤੀ ਜਾਂਦੀ ਹੈ। 2008-09 ਅਨੁਸਾਰ ਮਾਝਾ ਪ੍ਰਦੇਸ਼ ਵਿੱਚ 1500 ਮੀ. ਟਨ ਸੂਰਜਮੁਖੀ 900 ਹੈਕਟੇਅਰ ਭੂਮੀ ਵਿੱਚੋਂ ਪੈਦਾ ਕੀਤਾ ਗਿਆ ਸੀ। ਇਹ ਮੁੱਖ ਤੌਰ 'ਤੇ ਅੰਮ੍ਰਿਤਸਰ ਜ਼ਿਲ੍ਹੇ ਦੀ ਬਾਬਾ ਬਕਾਲਾ ਤਹਿਸੀਲ ਵਿੱਚ ਕਾਸ਼ਤ ਕੀਤਾ ਜਾਂਦਾ ਹੈ। ਪਰੰਤੂ 2013-14 ਦੇ ਅੰਕੜਿਆਂ ਅਨੁਸਾਰ ਮਾਝੇ ਦਾ 100% ਸੂਰਜਮੁਖੀ ਤਰਨਤਾਰਨ ਜ਼ਿਲ੍ਹੇ ਵਿੱਚੋਂ ਆਇਆ ਸੀ (400 ਮੀ. ਟਨ)।

ਗੁਰਦਾਸਪੁਰ ਜ਼ਿਲ੍ਹੇ ਵਿੱਚ ਬਟਾਲਾ ਤਹਿਸੀਲ (230 ਹੈਕਟੇਅਰ 2006-07) ਅਤੇ ਤਰਨਤਾਰਨ ਜ਼ਿਲ੍ਹੇ ਦੀ ਖਡੂਰ ਸਾਹਿਬ ਤਹਿਸੀਲ (447 ਹੈਕਟੇਅਰ) ਵਿੱਚ ਸੂਰਜਮੁਖੀ ਕਾਸ਼ਤ ਕੀਤਾ ਜਾਂਦਾ ਹੈ। 2021-22 ਅਨੁਸਾਰ ਮਾਝੇ ਲਈ ਸੂਰਜ ਮੁਖੀ ਕਾਸ਼ਤ ਦੇ ਕੋਈ ਵੀ ਅੰਕੜੇ ਉਪਲਬੱਧ ਨਹੀਂ ਹਨ। ਮਾਝਾ ਪ੍ਰਦੇਸ਼ ਵਿੱਚ ਮੂੰਗਫਲੀ ਵੀ ਕਾਸ਼ਤ ਨਹੀਂ ਜਾਂ ਬਹੁਤ ਘੱਟ ਕੀਤੀ ਜਾਂਦੀ ਹੈ।

ਕਪਾਹ (COTTON)

ਮਾਝਾ ਪ੍ਰਦੇਸ਼ ਵਿੱਚ ਕਪਾਹ ਬਹੁਤ ਮਹੱਤਵਪੂਰਣ ਨਹੀਂ ਹੈ। ਕਪਾਹ ਲਈ ਤਰਨਤਾਰਨ ਦਾ ਜ਼ਿਲ੍ਹਾ ਮਹੱਤਵਪੂਰਣ ਹੈ। 2008-09 ਵਿੱਚ ਤਰਨਤਾਰਨ ਦੇ ਜ਼ਿਲ੍ਹੇ ਨੇ 0.74 ਹਜ਼ਾਰ ਮੀ. ਟਨ ਕਪਾਹ ਪੈਦਾ ਕੀਤੀ ਸੀ। ਇਸੇ ਸਾਲ ਕਪਾਹ ਹੇਠ ਤਰਨਤਾਰਨ ਦੇ ਜ਼ਿਲ੍ਹੇ ਵਿੱਚ 1000 ਹੈਕਟੇਅਰ ਭੂਮੀ ਸੀ। 2013-14 ਅਨੁਸਾਰ ਤਰਨਤਾਰਨ ਜ਼ਿਲ੍ਹੇ ਵਿੱਚ 510 ਮੀ. ਟਨ ਕਪਾਹ 1100 ਹੈਕਟੇਅਰ ਭੂਮੀ ਵਿੱਚੋਂ ਪੈਦਾ ਕੀਤੀ ਗਈ ਸੀ। ਕੁੱਝ ਸਮਾਂ ਪਹਿਲਾਂ ਮਾਝਾ ਵਿੱਚ ਮੁੱਖ ਤੌਰ 'ਤੇ ਦੇਸੀ ਕਪਾਹ ਹੀ ਪੈਦਾ ਕੀਤੀ ਜਾਂਦੀ ਸੀ ਪਰੰਤੂ ਹੁਣ ਅਮਰੀਕਨ ਕਪਾਹ ਵੀ ਮਹੱਤਵਪੂਰਣ ਬਣਦੀ ਜਾ ਰਹੀ ਹੈ। 2006-07 ਵਿੱਚ 1656 ਹੈਕਟੇਅਰ ਭੂਮੀ ਵਿੱਚ ਦੇਸੀ ਕਪਾਹ ਬੀਜੀ ਗਈ ਸੀ ਅਤੇ ਅਮਰੀਕਨ ਕਪਾਹ ਹੇਠ 431 ਹੈਕਟੇਅਰ ਜ਼ਮੀਨ ਸੀ। ਤਰਨਤਾਰਨ ਦੇ ਜ਼ਿਲ੍ਹੇ ਵਿੱਚ ਕਪਾਹ ਦੀ ਕਾਸ਼ਤ ਲਈ ਪੱਟੀ ਦੀ ਤਹਿਸੀਲ ਸਭ ਤੋਂ ਵੱਧ ਮਹੱਤਵਪੂਰਣ ਹੈ। 2006-07 ਵਿੱਚ ਇੱਥੇ 1500 ਹੈਕਟੇਅਰ ਭੂਮੀ ਵਿੱਚ ਦੇਸੀ ਕਪਾਹ ਅਤੇ 375 ਹੈਕਟੇਅਰ ਭੂਮੀ ਵਿੱਚ ਅਮਰੀਕਨ ਕਪਾਹ ਪੈਦਾ ਕੀਤੀ ਗਈ ਸੀ। ਪੱਟੀ ਦੀ ਤਹਿਸੀਲ ਵਿੱਚ ਮਾਝਾ ਪ੍ਰਦੇਸ਼ ਦਾ ਲਗਭਗ 90% ਕਪਾਹ ਖੇਤਰ ਪਾਇਆ ਜਾਂਦਾ ਹੈ। ਪੱਟੀ ਤਹਿਸੀਲ ਦੀ ਕੁੱਝ ਰੇਤਲੀ ਮਿੱਟੀ ਅਤੇ ਕੁੱਝ ਘੱਟ ਵਰਖਾ ਕਪਾਹ ਦੀ ਖੇਤੀ ਦੇ ਅਨੁਕੂਲ ਹਨ। ਸਿੰਜਾਈ ਸਹੂਲਤਾਂ ਬਹੁਤ ਹਨ।

ਪੱਟੀ ਤੋਂ ਬਾਹਰ ਤਰਨਤਾਰਨ ਤਹਿਸੀਲ ਵਿੱਚ ਲਗਭਗ 170 ਹੈਕਟੇਅਰ ਭੂਮੀ ਵਿੱਚ ਕਪਾਹ ਦੀ ਕਾਸ਼ਤ ਕੀਤੀ ਜਾਂਦੀ ਹੈ। ਖਡੂਰ ਸਾਹਿਬ ਤਹਿਸੀਲ ਵਿੱਚ ਵੀ ਕਪਾਹ ਪੈਦਾ ਕੀਤੀ ਜਾਂਦੀ ਹੈ (46 ਹੈਕ.)। ਤਰਨਤਾਰਨ ਜ਼ਿਲ੍ਹੇ ਤੋਂ ਇਲਾਵਾ ਅੰਮ੍ਰਿਤਸਰ (12 ਹੈਕਟੇਅਰ 2006-07 ਵਿੱਚ) ਅਤੇ ਗੁਰਦਾਸਪੁਰ (7 ਹੈਕ.) ਜ਼ਿਲ੍ਹਿਆਂ ਵਿੱਚ ਨਾਂਹ ਦੇ ਬਰਾਬਰ ਕਪਾਹ ਦੀ ਕਾਸ਼ਤ ਕੀਤੀ ਜਾਂਦੀ ਹੈ। 2013-14 ਵਿੱਚ ਤਰਨਤਾਰਨ ਜ਼ਿਲ੍ਹੇ ਵਿੱਚ ਕੇਵਲ 110 ਹੈਕਟੇਅਰ ਭੂਮੀ ਵਿੱਚ ਕਪਾਹ ਕਾਸ਼ਤ ਕੀਤੀ ਗਈ ਸੀ। ਇਸ ਵਿੱਚੋਂ 70 ਹੈਕਟੇਅਰ ਪੱਟੀ ਤਹਿਸੀਲ ਵਿੱਚ, 30 ਹੈਕਟੇਅਰ ਤਰਨਤਾਰਨ ਤਹਿਸੀਲ ਅਤੇ ਕੇਵਲ 10 ਹੈਕਟੇਅਰ ਖਡੂਰ ਸਾਹਿਬ ਤਹਿਸੀਲ ਵਿੱਚ ਕਪਾਹ ਦੀ ਕਾਸ਼ਤ ਹੇਠ ਸਨ।

2021-22 ਅਨੁਸਾਰ ਮਾਝਾ ਪ੍ਰਦੇਸ਼ ਵਿੱਚ ਕਪਾਹ ਦੀ ਕਾਸ਼ਤ ਦੇ ਕੋਈ ਵੀ ਅੰਕੜੇ ਉਪਲਬੱਧ ਨਹੀਂ ਹਨ।

ਆਲੂ (POTATOES)

ਆਲੂਆਂ ਦੀ ਕਾਸ਼ਤ ਮਾਝਾ ਪ੍ਰਦੇਸ਼ ਵਿੱਚ ਬਹੁਤ ਮਹੱਤਵਪੂਰਨ ਨਹੀਂ ਹੈ। ਮਾਝਾ ਪ੍ਰਦੇਸ਼ ਵਿੱਚ ਰਾਜ ਦਾ ਲਗਭਗ 10.75% ਆਲੂ (2021-22 ਅਨੁਸਾਰ) ਕਾਸ਼ਤ ਰਕਬਾ ਅਤੇ 10.07% ਆਲੂ ਉਤਪਾਦਨ ਪ੍ਰਾਪਤ ਹੁੰਦਾ ਹੈ। ਪ੍ਰਦੇਸ਼ ਦੇ ਜ਼ਿਆਦਾਤਰ (77.40%) ਆਲੂ ਅੰਮ੍ਰਿਤਸਰ ਜ਼ਿਲ੍ਹੇ ਵਿੱਚ ਪੈਦਾ ਕੀਤੇ ਜਾਂਦੇ ਹਨ। ਤਰਨਤਾਰਨ ਜ਼ਿਲ੍ਹੇ ਦਾ ਹਿੱਸਾ 15.26% ਹੈ। ਇਸ ਤਰ੍ਹਾਂ ਪ੍ਰਦੇਸ਼ ਦਾ ਲਗਭਗ 90% ਆਲੂ ਪੁਰਾਣੇ ਜ਼ਿਲ੍ਹੇ ਅੰਮ੍ਰਿਤਸਰ ਅਤੇ ਹੁਣ ਦੇ ਅੰਮ੍ਰਿਤਸਰ ਅਤੇ ਤਰਨਤਾਰਨ ਵਿੱਚ ਪੈਦਾ ਕੀਤਾ ਜਾਂਦਾ ਹੈ। 2021-22 ਵਿੱਚ ਅੰਮ੍ਰਿਤਸਰ ਜ਼ਿਲ੍ਹੇ ਨੇ 2.38 ਲੱਖ ਮੀ. ਟਨ ਆਲੂ 9100 ਹੈਕਟੇਅਰ ਜ਼ਮੀਨ ਵਿੱਚ ਪੈਦਾ ਕੀਤੇ ਸਨ। ਤਰਨਤਾਰਨ ਦਾ ਉਤਪਾਦਨ 46,900 ਮੀ. ਟਨ (1800 ਹੈਕ. ਭੂਮੀ) ਅਤੇ ਗੁਰਦਾਸਪੁਰ ਜ਼ਿਲ੍ਹੇ ਦਾ ਆਲੂਆਂ ਦਾ ਉਤਪਾਦਨ 22,600 ਮੀ. ਟਨ (900 ਹੈਕਟੇਅਰ ਭੂਮੀ) ਸੀ।

ਮਾਝੇ ਵਿੱਚ ਆਲੂਆਂ ਦੇ ਸਭ ਤੋਂ ਵੱਡੇ ਉਤਪਾਦਕ ਜ਼ਿਲ੍ਹੇ ਅੰਮ੍ਰਿਤਸਰ ਵਿੱਚ ਆਲੂਆਂ ਦੀ ਕਾਸ਼ਤ ਲਈ ਅੰਮ੍ਰਿਤਸਰ-I (2200 ਹੈਕਟੇਅਰ ਭੂਮੀ), ਅੰਮ੍ਰਿਤਸਰ-II (600 ਹੈਕ.) ਅਤੇ ਬਾਬਾ ਬਕਾਲਾ (110 ਹੈਕ.) ਤਹਿਸੀਲਾਂ ਮਹੱਤਵਪੂਰਨ ਹਨ। ਇਨ੍ਹਾਂ ਤਹਿਸੀਲਾਂ ਦੇ ਆਲੂਆਂ ਲਈ ਅੰਮ੍ਰਿਤਸਰ ਸ਼ਹਿਰ ਦੀ 10 ਲੱਖ ਤੋਂ ਵੱਧ ਵਸੋਂ ਅਤੇ ਆਲੇ-ਦੁਆਲੇ ਦੇ ਛੋਟੇ ਸ਼ਹਿਰਾਂ ਜਾਂ ਕਸਬਿਆਂ ਦੀ ਸ਼ਹਿਰ ਆਬਾਦੀ ਖਪਤ ਦੀ ਵੱਡੀ ਮੰਡੀ ਦਾ ਕੰਮ ਕਰਦੀ ਹੈ। ਆਲੂਆਂ ਦੇ ਦੂਜੇ ਵੱਡੇ ਉਤਪਾਦਕ ਤਰਨਤਾਰਨ ਜ਼ਿਲ੍ਹੇ ਵਿੱਚ ਆਲੂਆਂ ਦੀ ਕਾਸ਼ਤ ਲਈ ਖਡੂਰ ਸਾਹਿਬ ਦੀ ਤਹਿਸੀਲ (1620 ਹੈਕਟੇਅਰ ਭੂਮੀ) ਮਹੱਤਵਪੂਰਣ ਹੈ। ਪੱਟੀ, ਅਜਨਾਲਾ, ਗੁਰਦਾਸਪੁਰ ਅਤੇ ਬਟਾਲਾ ਤਹਿਸੀਲਾਂ ਵਿੱਚ ਵੀ ਆਲੂਆਂ ਦੀ ਕਾਸ਼ਤ ਕੀਤੀ ਜਾਂਦੀ ਹੈ।

ਸਿੰਜਾਈ

ਮਾਝੇ ਵਿੱਚ ਸਿੰਜਾਈ ਦੀਆਂ ਭਰਪੂਰ ਸਹੂਲਤਾਂ ਹਨ। 2021-22 ਅਨੁਸਾਰ ਗੁਰਦਾਸਪੁਰ, ਅੰਮ੍ਰਿਤਸਰ, ਤਰਨਤਾਰਨ ਅਤੇ ਪਠਾਨਕੋਟ ਜ਼ਿਲ੍ਹਿਆਂ ਦਾ 100% ਨਿਰੋਲ ਬੀਜਿਆ ਰਕਬਾ ਸਿੰਜਾਈ ਅਧੀਨ ਸੀ। ਸਿੰਜਾਈ ਲਈ ਟਿਊਬਵੈਲ ਸਭ ਤੋਂ ਵੱਧ ਮਹੱਤਵਪੂਰਨ ਸਾਧਨ ਹਨ। ਮਾਝੇ ਵਿੱਚ 91.2% ਦੇ ਲਗਭਗ ਸਿੰਜਾਈ ਟਿਊਬਵੈਲਾਂ ਅਤੇ ਖੂਹ ਰਾਹੀਂ ਹੁੰਦੀ ਹੈ। ਬਾਕੀ ਦਾ 8.8% ਬੀਜਿਆ ਰਕਬਾ ਨਹਿਰਾਂ ਰਾਹੀਂ ਸਿੰਜਿਆ ਜਾਂਦਾ ਹੈ। ਪਠਾਨਕੋਟ ਜ਼ਿਲ੍ਹੇ ਦਾ 78.72% ਬੀਜਿਆ ਰਕਬਾ ਟਿਊਬਵੈਲਾਂ ਅਤੇ ਖੂਹਾਂ ਰਾਹੀਂ ਅਤੇ ਕੇਵਲ 21.28% ਰਕਬਾ ਨਹਿਰਾਂ ਰਾਹੀਂ ਸਿੰਜਿਆ ਜਾਂਦਾ ਹੈ। ਮਾਝੇ ਵਿੱਚ ਪੰਜਾਬ ਦਾ ਬਹੁਤ ਪੁਰਾਣਾ ਨਹਿਰ ਤੰਤਰ-ਅਪਰ ਬਾਰੀ ਦੋਆਬ ਸਿੰਜਾਈ ਪ੍ਰਦਾਨ ਕਰਦਾ ਹੈ। ਇਹ ਨਹਿਰ ਦਰਿਆ ਰਾਵੀ ਵਿੱਚੋਂ ਮਾਧੋਪੁਰ ਦੇ ਸਥਾਨ ਤੋਂ ਕੱਢੀ ਗਈ ਹੈ। ਇਸ ਦੀਆਂ ਚਾਰ ਮੁੱਖ ਸ਼ਾਖਾਵਾਂ—ਮੁੱਖ ਸ਼ਾਖਾ, ਲਾਹੌਰ ਸ਼ਾਖਾ, ਕਸੂਰ ਸ਼ਾਖਾ ਅਤੇ ਸਭਰਾਉਂ ਸ਼ਾਖਾ ਮਾਝਾ ਖੇਤਰ ਨੂੰ ਸਿੰਜਾਈ ਪ੍ਰਦਾਨ ਕਰਦੀਆਂ ਹਨ (ਨਕਸ਼ਾ ਨੰ. 63)। ਮਾਝੇ ਵਿੱਚ ਨਹਿਰਾਂ ਰਾਹੀਂ ਸਿੰਜਾਈ ਤਰਨਤਾਰਨ ਜ਼ਿਲ੍ਹੇ ਵਿੱਚ ਸਭ ਤੋਂ ਘੱਟ ਮਹੱਤਵਪੂਰਣ ਹੈ। 2021-22 ਅਨੁਸਾਰ ਇੱਥੇ ਕੁੱਲ ਸਿੰਜੇ ਰਕਬੇ ਦਾ 4.15% ਨਹਿਰਾਂ ਰਾਹੀਂ ਸਿੰਜਿਆ ਜਾਂਦਾ ਹੈ। ਗੁਰਦਾਸਪੁਰ ਜ਼ਿਲ੍ਹੇ ਲਈ ਇਹ ਅੰਕੜਾ 11.06% ਅਤੇ ਅੰਮ੍ਰਿਤਸਰ ਜ਼ਿਲ੍ਹੇ ਲਈ 8.68% ਹੈ। ਮਾਰਚ 2022 ਅਨੁਸਾਰ ਮਾਝੇ ਵਿੱਚ 2.77 ਲੱਖ ਬਿਜਲੀ ਨਾਲ ਚੱਲਣ ਵਾਲੇ ਟਿਊਬਵੈਲ ਸਨ। ਜਿਨ੍ਹਾਂ ਵਿੱਚੋਂ 94,391 ਟਿਊਬਵੈਲ ਗੁਰਦਾਸਪੁਰ ਜ਼ਿਲ੍ਹੇ ਵਿੱਚ, 95,721 ਅੰਮ੍ਰਿਤਸਰ, 77,500 ਤਰਨਤਾਰਨ ਜਿਲ੍ਹਿਆਂ ਵਿੱਚ ਸਨ। ਕੇਵਲ 9,427 ਟਿਊਬਵੈਲ ਪਠਾਨਕੋਟ ਜਿਲ੍ਹੇ ਵਿੱਚ ਸਨ।

ਪਸ਼ੂ ਧਨ (LIVESTOCK)

ਮਾਝੇ ਵਿੱਚ ਰਾਜ ਦੇ ਲਗਭਗ 20% ਪਸ਼ੂ ਪਾਲੇ ਜਾਂਦੇ ਹਨ। 2012 ਦੀ ਪਸ਼ੂ ਧਨ ਗਣਨਾ ਅਨੁਸਾਰ ਮਾਝੇ ਵਿੱਚ ਕੁੱਲ 16 ਲੱਖ 17 ਹਜ਼ਾਰ 230 ਪਸ਼ੂ ਪਾਲੇ ਜਾਂਦੇ (ਰਾਜ ਦੇ 19.92%) ਸਨ। 2019 ਦੀ ਪਸ਼ੂ ਗਣਨਾ ਅਨੁਸਾਰ ਮਾਝੇ ਵਿੱਚ 13 ਲੱਖ 57 ਹਜ਼ਾਰ 260 ਪਸ਼ੂ ਸਨ (19.24% ਪੰਜਾਬ ਦੇ)। ਇਨ੍ਹਾਂ ਵਿੱਚ ਗੁਰਦਾਸਪੁਰ ਅਤੇ ਪਠਾਨਕੋਟ ਜ਼ਿਲ੍ਹਿਆਂ ਵਿੱਚ 5.23 ਲੱਖ (ਮਾਝੇ ਦੇ 38.51%), ਅੰਮ੍ਰਿਤਸਰ 4.75 ਲੱਖ (ਮਾਝੇ ਦੇ 35.01%) ਅਤੇ ਤਰਨਤਾਰਨ ਜ਼ਿਲ੍ਹੇ ਦੇ 3.59 ਲੱਖ (ਮਾਝੇ ਦੇ 26.48%) ਪਸ਼ੂ ਸ਼ਾਮਲ ਹਨ।

ਅੰਮ੍ਰਿਤਸਰ ਦੇ ਜ਼ਿਲ੍ਹੇ ਵਿੱਚ ਰਾਜ ਦੇ ਤੀਜੇ ਨੰਬਰ 'ਤੇ ਸਭ ਤੋਂ ਵੱਧ ਪਸ਼ੂ (6.74%) ਮਿਲਦੇ ਹਨ। ਇੱਥੇ ਜ਼ਿਆਦਾਤਰ (56.31% ਦੇ ਲਗਭਗ) ਮੱਝਾਂ ਅਤੇ 40.23% ਗਊਆਂ ਪਾਲੀਆਂ ਜਾਂਦੀਆਂ ਹਨ। ਦੂਜੇ ਨੰਬਰ ਤੇ ਭੇਡਾਂ ਅਤੇ ਬੱਕਰੀਆਂ ਹਨ। ਮਾਝੇ ਦੀਆਂ 58.9% ਭੇਡਾਂ ਅਤੇ 23% ਬੱਕਰੀਆਂ ਤਰਨਤਾਰਨ ਜ਼ਿਲ੍ਹੇ ਵਿੱਚ ਪਾਲੀਆਂ ਜਾਂਦੀਆਂ ਹਨ। ਮਾਝੇ ਦੀਆਂ 30.1% ਬੱਕਰੀਆਂ ਅੰਮ੍ਰਿਤਸਰ ਜ਼ਿਲ੍ਹੇ ਵਿੱਚ ਮਿਲਦੀਆਂ ਹਨ। ਮਾਝੇ ਵਿੱਚ ਰਾਜ ਦੇ 26.53% ਦੇ ਲਗਭਗ ਖੋਤੇ ਪਾਲੇ ਜਾਂਦੇ ਹਨ। ਇਕੱਲੇ ਗੁਰਦਾਸਪੁਰ ਜ਼ਿਲ੍ਹੇ ਵਿੱਚ ਰਾਜ ਦੇ ਲਗਭਗ 10% ਖੋਤੇ ਪਾਏ ਜਾਂਦੇ ਹਨ। ਇਹ ਅੰਕੜੇ 2019 ਦੀ ਪਸ਼ੂ ਗਣਨਾ ਅਨੁਸਾਰ ਹਨ। ਮਾਝੇ ਵਿੱਚ ਸਭ ਤੋਂ ਵੱਧ ਗਊਆਂ (1.91 ਲੱਖ) ਅੰਮ੍ਰਿਤਸਰ ਜ਼ਿਲ੍ਹੇ ਵਿੱਚ ਅਤੇ 1.82 ਲੱਖ ਗੁਰਦਾਸਪੁਰ ਜ਼ਿਲ੍ਹੇ ਵਿੱਚ ਪਾਲੀਆਂ ਜਾਂਦੀਆਂ ਹਨ। ਸਭ ਤੋਂ ਘੱਟ ਗਊਆਂ ਪਠਾਨਕੋਟ ਜ਼ਿਲ੍ਹੇ ਵਿੱਚ (0.77 ਲੱਖ ਗੋਕਾ) ਮਿਲਦੀਆਂ ਹਨ। ਮਾਝਾ ਪ੍ਰਦੇਸ਼ ਵਿੱਚ 25 ਮਿਲਕ ਪਲਾਂਟ (12 ਅੰਮ੍ਰਿਤਸਰ, 2 ਗੁਰਦਾਸਪੁਰ ਅਤੇ 11 ਤਰਨਤਾਰਨ) 31-3-2021 ਦੇ ਅੰਕੜਿਆਂ ਅਨੁਸਾਰ ਹਨ।

ਉਦਯੋਗ (INDUSTRIES)

ਇਤਿਹਾਸ (History)

ਮਾਝਾ ਪ੍ਰਦੇਸ਼ ਦੇ ਸਾਰੇ ਜ਼ਿਲ੍ਹਿਆਂ ਵਿੱਚ ਪੇਂਡੂ ਅਤੇ ਸ਼ਹਿਰੀ ਸ਼ਿਲਪਕਾਰੀ (Village and Town Crafts) ਅਤੇ ਨਿਰਮਾਣ ਉਦਯੋਗ ਦੀ ਵੱਡੀ ਪਰੰਪਰਾ (tradition) ਰਹੀ ਹੈ। ਸਿੱਖਾਂ ਦੇ ਰਾਜ ਸਮੇਂ ਅਤੇ ਉਸ ਤੋਂ ਪਹਿਲਾਂ ਅਤੇ ਬਾਅਦ ਵਿੱਚ ਵੀ ਸਥਾਨਕ ਕਾਰੀਗਰ ਤੇ ਸ਼ਿਲਪਕਾਰ ਅਤੇ ਕਸ਼ਮੀਰੀ ਕਾਰੀਗਰ ਵੀ ਇੱਥੇ, ਵਿਸ਼ੇਸ਼ ਕਰਕੇ ਅੰਮ੍ਰਿਤਸਰ ਵਿਖੇ, ਹੱਥ ਖੱਡੀਆਂ (handlooms) ਉੱਤੇ ਸੂਤੀ, ਰੇਸ਼ਮੀ, ਊਨੀ ਤੇ ਰਲੇ-ਮਿਲੇ ਧਾਗੇ ਦਾ ਕੱਪੜਾ ਬੁਣਨ, ਲੋਈਆਂ, ਸ਼ਾਲ, ਗਲੀਚੇ, ਕੰਬਲ, ਜਰਸੀਆਂ, ਜੁਰਾਬਾਂ ਆਦਿ ਬੁਣਨ ਅਤੇ ਬਣਾਉਣ ਦਾ ਕੰਮ ਕਰਦੇ ਸਨ। ਇਨ੍ਹਾਂ ਉਦਯੋਗਾਂ ਅਤੇ ਸ਼ਿਲਪਕਾਰੀ ਨੂੰ ਸ਼ਾਹੀ ਅਤੇ ਰਜਵਾੜਿਆਂ (royal and feudal patronage) ਦੀ ਸਰਪ੍ਰਸਤੀ ਪ੍ਰਾਪਤ ਸੀ।

ਅੰਮ੍ਰਿਤਸਰ, ਜੰਡਿਆਲਾ ਗੁਰੂ, ਪਠਾਨਕੋਟ, ਸੁਜਾਨਪੁਰ, ਦੀਨਾ ਨਗਰ, ਬਟਾਲਾ, ਧਾਰੀਵਾਲ, ਡੇਰਾ ਬਾਬਾ ਨਾਨਕ, ਕਾਹਨੂੰਵਾਨ, ਮਾਧੋਪੁਰ, ਕਾਲਾ ਅਫ਼ਗਾਨਾ ਆਦਿ ਵਿਭਿੰਨ ਵਸਤਾਂ ਨਿਰਮਾਣ ਕਰਨ ਦੇ ਮਹੱਤਵਪੂਰਣ ਕੇਂਦਰ ਸਨ।

ਚਮੜੇ ਦੀਆਂ ਕੁੱਝ ਵਸਤਾਂ, ਵਿਸ਼ੇਸ਼ ਕਰਕੇ ਘੋੜਿਆਂ ਦੀਆਂ ਕਾਠੀਆਂ (saddles) ਆਦਿ ਦੀਨਾ ਨਗਰ ਵਿੱਚ ਬਣਾਏ ਜਾਂਦੇ ਸਨ। ਦਰਿਆਵਾਂ ਅਤੇ ਨਦੀਆਂ-ਨਾਲਿਆਂ ਦੇ ਨੇੜੇ, ਜਿੱਥੇ ਖੜਕਾਨਾ ਅਤੇ ਦਿੱਬ ਕਾਫ਼ੀ ਮਿਲਦੇ ਸਨ ਮੁੰਜ ਤੋਂ ਚਟਾਈਆਂ ਅਤੇ ਰੇਸ਼ਾ (ਰੱਸੀਆਂ, ਰੱਸੇ ਆਦਿ) ਬਣਾਏ ਜਾਂਦੇ ਹਨ। ਬਟਾਲਾ ਵਿਖੇ ਲਾਖ ਉਦਯੋਗ ਮਹੱਤਵਪੂਰਣ ਸੀ। ਪਠਾਨਕੋਟ ਤਹਿਸੀਲ ਵਿੱਚ ਸੁਜਾਨਪੁਰ ਵਿਖੇ ਖੰਡ ਬਣਾਉਣ ਦਾ ਇੱਕ ਕਾਰਖਾਨਾ ਸੀ। ਬਟਾਲਾ ਦਾ ਕਸਬਾ ਖੇਤੀਬਾੜੀ ਸੰਦ, ਜਿਵੇਂ ਕਿ ਗੰਨੇ ਪੀੜਨ ਦਾ ਬੇਲਣਾ, ਧਾਨ ਕੱਢਣ ਦੀਆਂ ਮਸ਼ੀਨਾਂ (rice hulles), ਆਟਾ ਚੱਕੀਆਂ (flour mills) ਆਦਿ ਬਣਾਉਣ ਲਈ ਮਸ਼ਹੂਰ ਸੀ। ਸੁਜਾਨਪੁਰ, ਬਟਾਲਾ ਅਤੇ ਛੀਨਾ ਵਿੱਚ ਸ਼ਰਾਬ ਬਣਾਉਣ (brewing) ਦਾ ਕੰਮ ਮਹੱਤਵਪੂਰਣ ਸੀ।

ਪਰੰਤੂ 1947 ਵਿੱਚ ਦੇਸ਼ ਦੀ ਵੰਡ, ਵੱਡੇ ਪੈਮਾਨੇ ਤੇ ਲੋਕਾਂ, ਵਿਸ਼ੇਸ਼ ਕਰਕੇ ਕਾਰੀਗਰਾਂ ਅਤੇ ਸ਼ਿਲਪਕਾਰਾਂ (artisans and craftsmen) ਦਾ ਪਾਕਿਸਤਾਨ ਨੂੰ ਅਤੇ ਤੋਂ ਭਾਰਤ ਵੱਲ ਪਰਵਾਸ (migration), ਆਧੁਨਿਕ ਫੈਕਟਰੀ ਉਦਯੋਗਾਂ (factory industries) ਤੋਂ ਸਖ਼ਤ ਮੁਕਾਬਲਾ (competition), ਯੂਰਪੀਨ ਤੇ ਭਾਰਤੀ ਉਦਯੋਗਿਕ ਕੇਂਦਰਾਂ (ਅੰਗਰੇਜ਼ ਰਾਜ ਦੇ ਬਾਅਦ ਦੇ ਸਮੇਂ ਦੌਰਾਨ) ਵਿੱਚ ਬਣੀਆਂ ਵਸਤਾਂ ਦੀ ਉੱਚੀ ਗੁਣਵੱਤਾ (superior quality), ਵੰਡ ਤੋਂ ਬਾਅਦ ਦੇ ਸਮੇਂ ਦੇ ਆਰੰਭ ਦੇ ਸਾਲਾਂ ਵਿੱਚ ਪੰਜਾਬ ਵਿੱਚ ਕੁੱਝ ਅਸਥਿਰ ਹਾਲਾਤ, ਲੋਕਾਂ ਦੀ ਖਰੀਦਣ ਸ਼ਕਤੀ (purchasing power) ਵਿੱਚ ਅਤੇ ਉਨ੍ਹਾਂ ਦੇ ਸ਼ੌਕ (tastes) ਵਿੱਚ ਤਬਦੀਲੀ, ਪ੍ਰਚਲਤ ਫੈਸ਼ਨ ਅਤੇ ਸਥਾਨਕ ਤੌਰ ਤੇ ਬਣੀਆਂ ਵਸਤਾਂ ਦੀ ਮੰਗ ਵਿੱਚ ਘੱਟ ਰਹੀ ਮੰਗ ਦੀ ਤਬਦੀਲੀ ਆਦਿ ਕਾਰਨ ਉਸ ਸਮੇਂ ਸਥਾਪਤ ਬਹੁਤ ਸਾਰੇ ਕਾਰਖਾਨਿਆਂ ਜਾਂ ਨਿਰਮਾਣ ਕੇਂਦਰਾਂ ਨੂੰ ਬੰਦ ਕਰਨਾ ਪਿਆ ਜਾਂ ਉਹ ਦੂਜੇ ਅਨੁਕੂਲ ਟਿਕਾਣਿਆਂ ਵੱਲ ਚਲੇ ਗਏ ਪਰੰਤੂ ਇਸ ਸਭ ਦੇ ਬਾਵਜੂਦ ਵੰਡ ਤੋਂ ਪਹਿਲਾਂ ਦੇ ਸਮੇਂ ਦੇ ਸ਼ਿਲਪਾਂ, ਨਿਰਮਾਣ ਕੇਂਦਰਾਂ (ਘਰੇਲੂ ਅਤੇ ਛੋਟੇ ਉਦਯੋਗਾਂ) ਨੇ ਮਾਝਾ ਦੇ ਆਧੁਨਿਕ ਸਮੇਂ ਦੇ ਉਦਯੋਗਾਂ ਦੀ ਪੱਕੀ ਨੀਂਹ ਬਣਾ ਦਿੱਤੀ ਸੀ।

ਆਧੁਨਿਕ ਉਦਯੋਗ

ਖੇਤੀਬਾੜੀ ਦੇ ਨਾਲ-ਨਾਲ ਮਾਝਾ ਵਿੱਚ ਉਦਯੋਗ ਵੀ ਮਹੱਤਵਪੂਰਣ ਹਨ। ਮਾਰਚ 2008 ਅਨੁਸਾਰ ਰਾਜ ਦੀਆਂ ਕੁੱਲ ਚੱਲ ਰਹੀਆਂ ਰਜਿਸਟਰ ਸ਼ੁਦਾ ਫੈਕਟਰੀਆਂ ਦਾ 15.52% ਮਾਝਾ ਪ੍ਰਦੇਸ਼ ਵਿੱਚ ਸਥਿਤ ਸੀ। ਇੱਥੇ ਰਾਜ ਦੇ 8.84% ਉਦਯੋਗਿਕ ਕਾਮੇ ਕੰਮ ਕਰਦੇ ਹਨ। 2020 ਦੇ ਅੰਕੜਿਆਂ ਅਨੁਸਾਰ ਮਾਝੇ ਵਿੱਚ ਕੁੱਲ 2660 ਰਜਿਸਟਰਸ਼ੁਦਾ ਇਕਾਈਆਂ (ਰਾਜ ਦੀਆਂ 13.31%) ਫੈਕਟਰੀਆਂ ਅਤੇ 56,287 ਉਨ੍ਹਾਂ ਵਿੱਚ ਕੰਮ ਕਰਦੇ ਕਾਮੇ (ਰਾਜ ਦੇ 7.45%) ਪਾਏ ਜਾਂਦੇ ਸਨ। ਮਾਝੇ ਦੀਆਂ ਕੁੱਲ ਰਜਿਸਟਰਡ ਚਾਲੂ ਫੈਕਟਰੀਆਂ ਵਿੱਚੋਂ 1769 (ਮਾਝੇ ਦੀਆਂ 66.50%) ਕੇਵਲ ਅੰਮ੍ਰਿਤਸਰ ਜ਼ਿਲ੍ਹੇ ਵਿੱਚ ਕੰਮ ਕਰਦੀਆਂ ਸਨ। 682 ਇਕਾਈਆਂ ਗੁਰਦਾਸਪੁਰ (ਅਤੇ 149 ਪਠਾਨਕੋਟ) ਅਤੇ ਕੇਵਲ 60 ਇਕਾਈਆਂ ਤਰਨਤਾਰਨ ਵਿੱਚ ਕੰਮ ਕਰਦੀਆਂ ਸਨ। ਇਸ ਤਰ੍ਹਾਂ ਮਾਝੇ ਦੇ ਜ਼ਿਆਦਾਤਰ (60% ਦੇ ਲਗਭਗ) ਉਦਯੋਗ ਅੰਮ੍ਰਿਤਸਰ ਅਤੇ ਉਸ ਦੇ ਆਲੇ-ਦੁਆਲੇ ਬਟਾਲਾ, ਧਾਰੀਵਾਲ, ਪਠਾਨਕੋਟ ਅਤੇ ਗੋਇੰਦਵਾਲ ਸਾਹਿਬ ਵਿੱਚ ਕੇਂਦਰਤ ਹਨ। ਰਾਜ ਦੇ ਕੁੱਲ ਉਦਯੋਗਿਕ ਨਿਰਯਾਤ ਦਾ 15.1% ਮਾਝਾ ਪ੍ਰਦੇਸ਼ ਤੋਂ ਪ੍ਰਾਪਤ ਹੁੰਦਾ ਹੈ। 2013-14 ਵਿੱਚ ਇਹ ਪ੍ਰਤੀਸ਼ਤਤਾ 25.50 ਹੋ ਗਈ ਪਰੰਤੂ 2018-19 ਵਿੱਚ ਮਾਝੇ ਤੋਂ ਕੇਵਲ 5.31% ਪੰਜਾਬ ਦਾ ਉਦਯੋਗਿਕ ਵਪਾਰ ਹੋਇਆ ਸੀ। ਇਸ ਵਿੱਚੋਂ ਅੰਮ੍ਰਿਤਸਰ ਜ਼ਿਲ੍ਹੇ ਤੋਂ 99.62% ਅਤੇ ਤਰਨਤਾਰਨ ਜ਼ਿਲ੍ਹੇ ਤੋਂ 0.37% ਉਦਯੋਗਿਕ ਵਸਤਾਂ ਦਾ ਨਿਰਯਾਤ ਹੋਇਆ ਸੀ। ਇਸ ਦਾ ਜ਼ਿਆਦਾਤਰ ਭਾਗ ਅੰਮ੍ਰਿਤਸਰ ਦੇ ਜ਼ਿਲ੍ਹੇ ਤੋਂ ਆਉਂਦਾ ਹੈ। ਇਹ ਅੰਕੜੇ 2018-19 ਅਨੁਸਾਰ ਹਨ। ਇੱਥੇ ਸੂਤੀ ਕੱਪੜੇ, ਊਨੀ ਕੱਪੜੇ, ਖੰਡ, ਇੰਜੀਨੀਅਰੀ ਵਸਤਾਂ ਅਤੇ ਕਾਗਜ਼ ਬਣਾਉਣ ਦੇ ਉਦਯੋਗ ਲੱਗੇ ਹੋਏ ਹਨ। ਰਾਈਸ ਸ਼ੈਲਰ ਅਤੇ ਆਟਾ ਮਿਲ੍ਹਾਂ ਵੀ ਕਾਫੀ ਹਨ (ਨਕਸ਼ਾ ਨੰ. 64)। ਗੁਰਦਾਸਪੁਰ ਜ਼ਿਲ੍ਹੇ ਤੋਂ ਬਹੁਤ ਮਾਮੂਲੀ (0.15 ਕਰੋੜ ਰੁਪਏ ਦਾ) ਅਤੇ ਪਠਾਨਕੋਟ ਜ਼ਿਲ੍ਹੇ ਤੋਂ ਕੋਈ ਵੀ ਉਦਯੋਗਿਕ ਵਪਾਰ ਨਹੀਂ ਹੋਇਆ ਸੀ।

ਸੂਤੀ ਕੱਪੜੇ ਦਾ ਉਦਯੋਗ

1947 ਦੀ ਦੇਸ਼ ਦੀ ਵੰਡ ਤੋਂ ਪਹਿਲਾਂ ਸੂਤੀ ਧਾਗਾ ਕੱਤਣ ਅਤੇ ਕੱਪੜਾ ਬਣਾਉਣ ਦਾ ਕੰਮ ਮਾਝਾ ਪ੍ਰਦੇਸ਼ ਵਿੱਚ ਉੱਪਰ ਲਿਖੇ ਕੇਂਦਰਾਂ ਤੇ ਕੀਤਾ ਜਾਂਦਾ ਸੀ। ਅੱਜ ਦੇ ਸਮੇਂ ਵਿੱਚ ਮਾਝਾ ਪ੍ਰਦੇਸ਼ ਵਿੱਚ ਸੂਤੀ ਕੱਪੜੇ ਦਾ ਉਦਯੋਗ ਦਰਮਿਆਨੇ ਅਤੇ ਲਘੂ ਪੱਧਰ 'ਤੇ ਕੀਤਾ ਜਾਂਦਾ ਹੈ। ਵੰਡ ਤੋਂ ਪਹਿਲਾਂ ਰੇਸ਼ਮ ਦਾ ਧਾਗਾ ਬਣਾਉਣ ਅਤੇ ਰੇਸ਼ਮ ਦਾ ਕੱਪੜਾ ਬਣਾਉਣ ਦੇ ਕੰਮ ਲਈ ਅੰਮ੍ਰਿਤਸਰ, ਬਟਾਲਾ, ਪਟਾਨਕੋਟ ਅਤੇ ਸੁਜਾਨਪੁਰ ਦੇ ਕਸਬੇ ਮਹੱਤਵਪੂਰਣ ਸਨ। ਅੱਜਕੱਲ ਆਰਟ ਸਿਲਕ ਅਤੇ ਸਿਲਕ ਬਣਾਵਟੀ ਧਾਗਾ ਤੇ ਕੱਪੜਾ ਬਣਾਉਣ, ਰੰਗਣ, ਪੇਂਟ ਕਰਨ ਅਤੇ ਤਿਆਰ ਕਰਨ ਦਾ ਕੰਮ ਅੰਮ੍ਰਿਤਸਰ ਸ਼ਹਿਰ ਵਿੱਚ ਕੀਤਾ ਜਾਂਦਾ ਹੈ। ਮਾਝੇ ਵਿੱਚ ਸੂਤੀ ਕੱਪੜੇ ਦੇ ਕਾਰਖਾਨੇ ਛੋਟੇ ਹਨ ਅਤੇ ਕੰਮ ਵੀ ਛੋਟੇ ਪੈਮਾਨੇ ਤੇ ਹੁੰਦਾ ਹੈ। ਮਾਝੇ ਵਿੱਚ ਕੱਪੜਾ ਵੀ ਵਧੀਆ ਨਹੀਂ ਬਣਾਇਆ ਜਾਂਦਾ। ਮਾਝੇ ਵਿੱਚ ਬਹੁਤ ਘੱਟ ਕਪਾਹ ਪੈਦਾ ਕੀਤੀ ਜਾਂਦੀ ਹੈ। ਅੰਮ੍ਰਿਤਸਰ ਸ਼ਹਿਰ ਵਿੱਚ ਸੂਤੀ ਕੱਪੜੇ ਦੇ 3 ਕਾਰਖਾਨੇ ਹਨ। ਗੁਰਦਾਸਪੁਰ ਵਿੱਚ ਹੱਥ ਖੱਡੀ ਦਾ ਉਧਯੋਗ ਹੈ। ਗੋਇੰਦਵਾਲ ਸਾਹਿਬ ਵਿਖੇ ਸੂਤੀ ਧਾਗਾ ਬਣਾਉਣ ਦਾ ਇੱਕ ਕਾਰਖਾਨਾ ਹੈ। ਮਾਰਚ 2021 ਵਿੱਚ ਅੰਮ੍ਰਿਤਸਰ ਜ਼ਿਲ੍ਹੇ ਵਿੱਚ ਕੱਪੜਾ ਉਤਪਾਦਨ ਵਿੱਚ 687 ਫੈਕਟਰੀਆਂ ਲੱਗੀਆਂ ਹੋਈਆਂ ਸਨ ਜਿਨ੍ਹਾਂ ਵਿੱਚ 15,519 ਕਾਮੇ ਕੰਮ ਕਰਦੇ ਸਨ। ਗੁਰਦਾਸਪੁਰ ਜ਼ਿਲ੍ਹੇ ਵਿੱਚ 2 ਫੈਕਟਰੀਆਂ ਵਿੱਚ 1050 ਕਾਮੇ ਕੰਮ ਕਰਦੇ ਸਨ। ਤਰਨਤਾਰਨ ਜ਼ਿਲ੍ਹੇ ਵਿੱਚ ਇਸ ਉਦਯੋਗ ਦੀਆਂ 3 ਇਕਾਈਆਂ ਕੰਮ ਕਰਦੀਆਂ ਸਨ ਜਿਨ੍ਹਾਂ ਵਿੱਚ 40 ਕਾਮੇ ਕੰਮ ਕਰਦੇ ਸਨ। ਅੰਮ੍ਰਿਤਸਰ ਦਾ ਜ਼ਿਲ੍ਹਾ ਰਾਜ ਵਿੱਚ ਸੂਤੀ ਕੱਪੜੇ ਦੇ ਉਦਯੋਗ ਦਾ ਲੁਧਿਆਣੇ ਤੋਂ ਬਾਅਦ ਦੂਜਾ ਸਭ ਤੋਂ ਵੱਧ ਮਹੱਤਵਪੂਰਣ ਖੇਤਰ ਹੈ। ਇੱਥੇ ਪੰਜਾਬ ਦੇ 26.6% ਸੂਤੀ ਕੱਪੜੇ ਦੀਆਂ ਚਾਲੂ ਇਕਾਈਆਂ (ਫੈਕਟਰੀਆਂ) ਸਥਿਤ ਹਨ। ਅੰਮ੍ਰਿਤਸਰ ਜ਼ਿਲ੍ਹੇ ਵਿੱਚ 2 ਕਾਰਖਾਨੇ ਸੂਤੀ ਧਾਗਾ, 2 ਕਾਰਖਾਨੇ ਬਣਾਵਟੀ ਫਾਈਬਰ ਬਣਾਉਣ, 8 ਫੈਕਟਰੀਆਂ ਐਂਬਰਾਇਡਰੀ ਦਾ ਕੰਮ ਕਰਨ ਵਿੱਚ ਲੱਗੀਆਂ ਹੋਈਆਂ ਹਨ।

ਊਨੀ ਕੱਪੜੇ ਦਾ ਉਦਯੋਗ

ਅੰਮ੍ਰਿਤਸਰ ਦਾ ਜ਼ਿਲ੍ਹਾ ਇਸ ਲਈ ਸਭ ਤੋਂ ਵੱਧ ਮਹੱਤਵਪੂਰਣ ਹੈ। ਰਾਜ ਦੀਆਂ ਊਨੀ ਕੱਪੜਾ ਬਣਾਉਣ ਦੀਆਂ 55% ਇਕਾਈਆਂ ਅਤੇ 11 ਦਰਮਿਆਨੇ ਅਤੇ ਵੱਡੇ ਆਕਾਰ ਦੀਆਂ ਮਿਲ੍ਹਾਂ ਅੰਮ੍ਰਿਤਸਰ ਜ਼ਿਲ੍ਹੇ ਵਿੱਚ ਸਥਾਪਤ ਹਨ। ਅੰਮ੍ਰਿਤਸਰ ਦਾ

ਓ.ਸੀ.ਐਮ. (OCM) ਅਤੇ ਗੁਰਦਾਸਪੁਰ ਜ਼ਿਲ੍ਹੇ ਦੇ ਧਾਰੀਵਾਲ ਕਸਬੇ ਦਾ "ਦਾ ਨਿਊ ਏਗਰਟਨ ਵੂਲਨ ਮਿਲ" ਊਨੀ ਕੱਪੜੇ ਦੇ ਪ੍ਰਸਿੱਧ ਕਾਰਖਾਨੇ ਹਨ। ਇੱਥੇ ਸ਼ਾਲ, ਪਸ਼ਮੀਨਾ ਸ਼ਾਲ, ਲੋਈਆਂ, ਗਲੀਚੇ, ਕੰਬਲ ਆਦਿ ਬਣਾਏ ਜਾਂਦੇ ਹਨ। 2015-16 ਦੇ ਅੰਕੜਿਆਂ ਅਨੁਸਾਰ ਅੰਮ੍ਰਿਤਸਰ ਜ਼ਿਲ੍ਹੇ ਵਿੱਚ 2 ਊਨੀ ਧਾਗਾ ਬਣਾਉਣ, 2 ਊਨੀ ਕੱਪੜਾ ਬਣਾਉਣ ਦੇ ਕਾਰਖਾਨੇ ਸਨ। ਇੱਕ ਊਨੀ ਕੱਪੜਾ ਬਣਾਉਣ ਦੀ ਫੈਕਟਰੀ OCM ਧਾਰੀਵਾਲ ਵਿਖੇ ਗੁਰਦਾਸਪੁਰ ਜ਼ਿਲ੍ਹੇ ਵਿੱਚ ਹੈ।

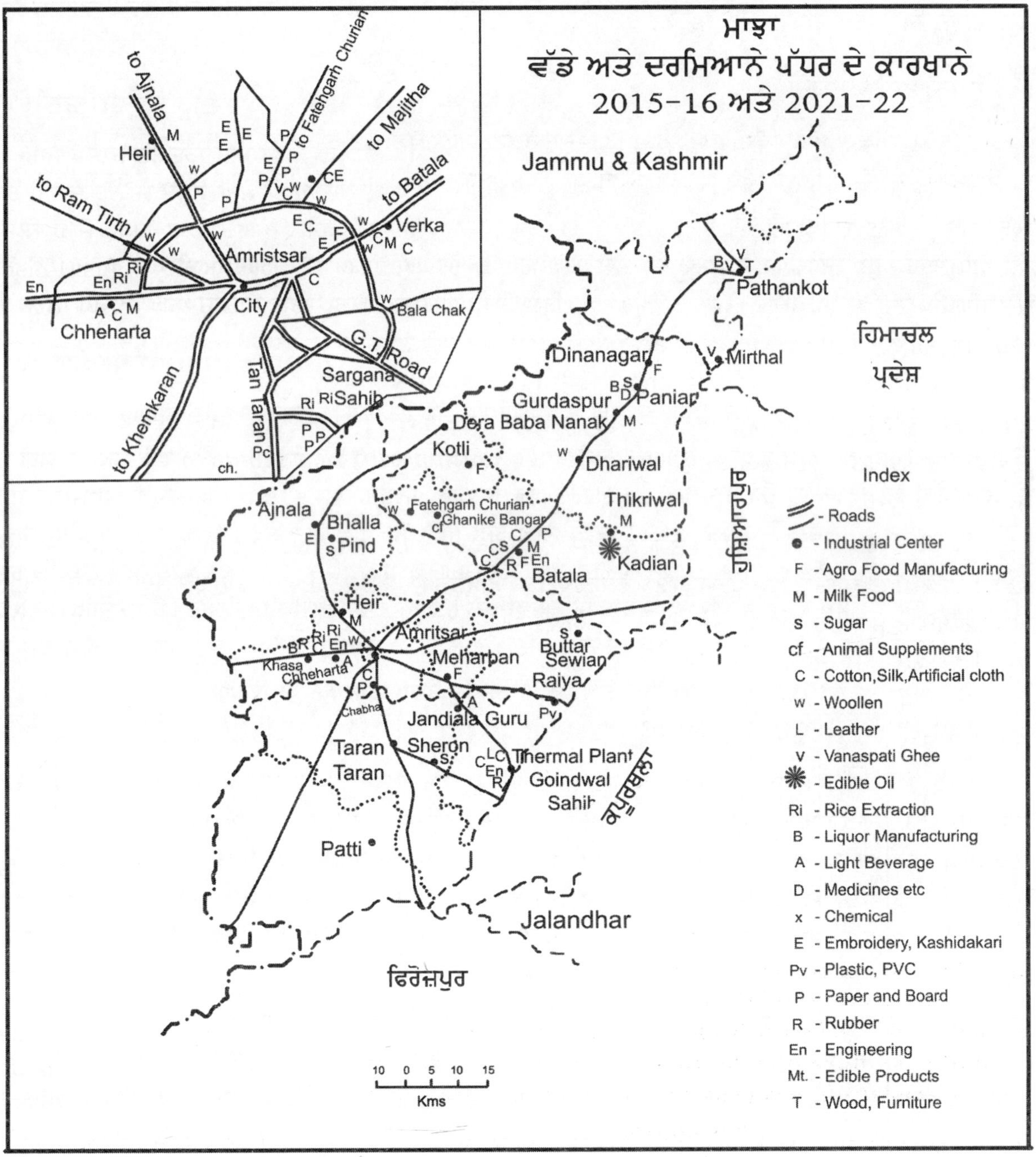

Map 64

ਖੰਡ ਉਦਯੋਗ

ਖੰਡ ਉਦਯੋਗ ਮਾਝੇ ਦਾ ਮਹੱਤਵਪੂਰਣ ਉਦਯੋਗ ਹੈ। ਪ੍ਰਦੇਸ਼ ਵਿੱਚ ਕਾਫੀ ਗੰਨਾ ਪੈਦਾ ਹੁੰਦਾ ਹੈ। ਮਾਝਾ ਪ੍ਰਦੇਸ਼ ਰਾਜ ਦਾ ਇੱਕ ਚੌਥਾਈ ਗੰਨਾ ਪੈਦਾ ਕਰਦਾ ਹੈ। ਪ੍ਰਦੇਸ਼ ਵਿੱਚ ਖੰਡ ਬਣਾਉਣ ਦੇ 5 ਕਾਰਖਾਨੇ ਹਨ। ਦੋ ਗੁਰਦਾਸਪੁਰ ਜ਼ਿਲ੍ਹੇ (ਬਟਾਲਾ ਅਤੇ ਕੀੜੀ ਅਫ਼ਗਾਨਾ) ਅਤੇ ਦੋ ਅੰਮ੍ਰਿਤਸਰ ਜ਼ਿਲ੍ਹੇ ਵਿੱਚ (ਬੁਟਰ ਸੇਵੀਆਂ ਤੇ ਭੱਲਾ ਪਿੰਡ) ਹਨ। ਇੱਕ ਖੰਡ ਦਾ ਕਾਰਖਾਨਾ ਸ਼ੇਰੋਂ ਦੇ ਸਥਾਨ 'ਤੇ ਤਰਨਤਾਰਨ ਜ਼ਿਲ੍ਹੇ ਵਿੱਚ ਸਥਿਤ ਹੈ (ਨਕਸ਼ਾ ਨੰ. 64)।

ਇੰਜਨੀਅਰੀ ਉਦਯੋਗ

2015-16 ਵਿੱਚ ਮਾਝੇ ਵਿੱਚ 646 ਰਜਿਸਟਰਸ਼ੁਦਾ ਫੈਕਟਰੀਆਂ ਵਿੱਚ 11,646 ਕਾਮੇ ਇੰਜਨੀਅਰੀ ਉਦਯੋਗ ਦੀਆਂ ਵਸਤਾਂ ਬਣਾਉਂਦੇ ਸਨ। ਇਨ੍ਹਾਂ ਵਿੱਚ 413 ਫੈਕਟਰੀਆਂ ਅੰਮ੍ਰਿਤਸਰ ਅਤੇ 218 ਫੈਕਟਰੀਆਂ ਗੁਰਦਾਸਪੁਰ ਜ਼ਿਲ੍ਹੇ ਵਿੱਚ ਸਨ। 7,874 SS Units ਵੀ ਇੰਜਨੀਅਰੀ ਵਸਤਾਂ ਬਣਾਉਂਦੇ ਸਨ।

ਅੰਮ੍ਰਿਤਸਰ ਅਤੇ ਬਟਾਲਾ ਮਾਝਾ ਖੇਤਰ ਦੇ ਦੋ ਮਹੱਤਵਪੂਰਣ ਉਦਯੋਗਿਕ ਕੇਂਦਰ ਹਨ। **ਗੋਇੰਦਵਾਲ ਸਾਹਿਬ** ਵੀ ਇੱਕ ਵੱਡੇ ਉਦਯੋਗਿਕ ਕੇਂਦਰ ਦੇ ਰੂਪ ਵਿੱਚ ਉੱਭਰ ਕੇ ਅੱਗੇ ਆ ਰਿਹਾ ਹੈ। **ਅੰਮ੍ਰਿਤਸਰ** ਵਿੱਚ ਹਲਕੇ ਇੰਜਨੀਅਰੀ ਉਦਯੋਗ ਜਿਵੇਂ ਕਿ ਖੇਤੀਬਾੜੀ ਮਸ਼ੀਨਾਂ, ਬਿਜਲੀ ਦੇ ਪੱਖੇ, ਹੈਂਡ ਟੂਲਜ਼, ਨਟ-ਬੋਲਟ, ਬਿਜਲੀ ਦਾ ਸਾਮਾਨ ਬਣਾਉਣਾ ਮਹੱਤਵਪੂਰਣ ਹਨ। **ਬਟਾਲਾ** ਵਿੱਚ ਖੇਤੀਬਾੜੀ ਮਸ਼ੀਨਾਂ ਅਤੇ ਔਜ਼ਾਰ ਉਦਯੋਗਿਕ ਮਸ਼ੀਨਾਂ, ਢਲਾਈ ਦਾ ਕੰਮ, ਮਸ਼ੀਨ ਟੂਲਜ਼, ਨਟ-ਬੋਲਟ ਅਤੇ ਬਿਜਲੀ ਦਾ ਸਾਮਾਨ ਬਣਾਉਣ ਦੇ ਕਾਰਖਾਨੇ ਹਨ। ਇਨ੍ਹਾਂ ਤੋਂ ਬਿਨਾਂ ਫਤਹਿਗੜ੍ਹ ਚੂੜੀਆਂ, ਸ਼ੇਖਪੁਰ ਅਤੇ ਕੱਥੂ ਨੰਗਲ ਵਿਖੇ ਕਾਗਜ਼ ਬਣਾਉਣ ਦੇ ਵੱਡੇ ਕਾਰਖਾਨੇ ਹਨ। ਮਾਰਚ 2021 ਅਨੁਸਾਰ ਮਾਝੇ ਵਿੱਚ 654 ਇੰਜੀਨੀਅਰੀ ਉਦਯੋਗਿਕ ਇਕਾਈਆਂ ਕੰਮ ਕਰ ਰਹੀਆਂ ਸਨ ਜਿਨ੍ਹਾਂ ਵਿੱਚ 11,465 ਕਾਮੇਂ ਕੰਮ ਕਰਦੇ ਸਨ। ਮਾਝੇ ਵਿੱਚ ਕੇਵਲ 5 ਦਰਮਿਆਨੀ ਅਤੇ ਵੱਡੇ ਇੰਜੀਨੀਅਰੀ ਉਦਯੋਗ ਹਨ।

ਮਾਝੇ ਵਿੱਚ ਮੁੱਖ ਤੌਰ 'ਤੇ ਮਸ਼ੀਨਰੀ ਅਤੇ ਹਿੱਸੇ ਪੁਰਜੇ (330 ਫੈਕਟਰੀਆਂ = 134 ਗੁਰਦਾਸਪੁਰ ਅਤੇ 195 ਅੰਮ੍ਰਿਤਸਰ ਵਿੱਚ) , ਫੈਬਰੀਕੇਟਡ ਧਾਤ ਵਸਤਾਂ, ਹਿੱਸੇ ਪੁਰਜੇ (123 ਫੈਕਟਰੀਆਂ = ਅੰਮ੍ਰਿਤਸਰ 99 ਫੈਕਟਰੀਆਂ ਅਤੇ ਗੁਰਦਾਸਪੁਰ 23 ਫੈਕਟਰੀਆਂ) ਅਤੇ ਟਰਾਂਸਪੋਰਟ ਸਹਾਇਕ ਸਮਾਨ, ਹਿੱਸੇ ਪੁਰਜੇ (34 ਫੈਕਟਰੀਆਂ = 22 ਅੰਮ੍ਰਿਤਸਰ ਅਤੇ 4 ਗੁਰਦਾਸਪੁਰ ਅਤੇ 8 ਤਰਨਤਾਰਨ ਜ਼ਿਲ੍ਹੇ ਵਿੱਚ) ਬਣਾਏ ਜਾਂਦੇ ਹਨ।

ਖਾਧ ਪਦਾਰਥ ਬਣਾਉਣ ਦਾ ਉਦਯੋਗ

2015-16 ਵਿੱਚ ਮਾਝੇ ਵਿੱਚ 370 ਖਾਧ ਪਦਾਰਥ ਬਣਾਉਣ ਦੇ ਕਾਰਖਾਨੇ ਸਨ। ਇਨ੍ਹਾਂ ਵਿੱਚੋਂ 225 ਫੈਕਟਰੀਆਂ ਅੰਮ੍ਰਿਤਸਰ ਜ਼ਿਲ੍ਹੇ ਅਤੇ 135 ਗੁਰਦਾਸਪੁਰ ਜ਼ਿਲ੍ਹੇ ਵਿੱਚ ਸਨ। 2021 ਅਨੁਸਾਰ ਮਾਝੇ ਵਿੱਚ ਇਸ ਉਦਯੋਗ ਵਿੱਚ ਕੁੱਲ 471 ਰਜਿਸਟਰਸ਼ੁਦਾ ਇਕਾਈਆਂ ਲੱਗੀਆਂ ਹੋਈਆਂ ਸਨ। ਇਨ੍ਹਾਂ ਵਿੱਚੋਂ 285 (ਮਾਝੇ ਦੇ 60.5%) ਅੰਮ੍ਰਿਤਸਰ ਜ਼ਿਲ੍ਹੇ ਵਿੱਚ 175 ਗੁਰਦਾਸਪੁਰ (ਅਤੇ 5 ਪਠਾਨਕੋਟ) ਜ਼ਿਲ੍ਹੇ ਵਿੱਚ ਅਤੇ ਕੇਵਲ 6 ਇਕਾਈਆਂ ਤਰਨਤਾਰਨ ਜ਼ਿਲ੍ਹੇ ਵਿੱਚ 2021 ਦੇ ਅੰਕੜਿਆਂ ਅਨੁਸਾਰ ਕੰਮ ਕਰ ਰਹੀਆਂ ਸਨ। ਮਾਝੇ ਵਿੱਚ ਇਸ ਉਦਯੋਗ ਵਿੱਚ ਕੁੱਲ 7374 ਕਾਮੇ ਲੱਗੇ ਹੋਏ ਸਨ। ਮਾਝੇ ਵਿੱਚ 25 ਮਿਲਕ ਪਲਾਂਟ (ਅੰਮ੍ਰਿਤਸਰ 12, ਗੁਰਦਾਸਪੁਰ 2 ਅਤੇ ਤਰਨਤਾਰਨ 11) ਸਾਲ 2021-22 ਵਿੱਚ ਕੰਮ ਕਰ ਰਹੇ ਸਨ।

ਖਾਸਾ ਵਿਖੇ ਸ਼ਰਾਬ ਬਣਾਉਣ ਦਾ ਕਾਰਖਾਨਾ ਹੈ। ਵੇਰਕਾ ਦੁੱਧ ਦੇ ਪਦਾਰਥ ਬਣਾਉਣ ਅਤੇ ਮਿਲਕ ਪਲਾਂਟ ਲਈ ਮਹੱਤਵਪੂਰਣ ਹੈ। ਅੰਮ੍ਰਿਤਸਰ ਅਤੇ ਇਸ ਦੇ ਆਲੇ-ਦੁਆਲੇ ਦੁੱਧ ਪਦਾਰਥ ਬਣਾਉਣ ਦੇ ਕਈ ਕਾਰਖਾਨੇ ਹਨ। ਅੰਮ੍ਰਿਤਸਰ, ਦੀਨਾ ਨਗਰ, ਗੋਇੰਦਵਾਲ ਸਾਹਿਬ ਵਿੱਚ ਅਤੇ ਛੋਟੇ ਪੈਮਾਨੇ ਤੇ ਹਰ ਸ਼ਹਿਰ ਅਤੇ ਕਸਬੇ ਵਿੱਚ ਆਟਾ ਪੀਹਣ (flour mills) ਦੇ ਕਾਰਖਾਨੇ ਹਨ। ਬਨਸਪਤੀ ਘਿਉ, ਰੀਫਾਈਂਡ ਤੇਲ ਬਣਾਉਣ ਦੇ ਬਹੁਤ ਸਾਰੇ ਕਾਰਖਾਨੇ ਹਨ (ਅੰਮ੍ਰਿਤਸਰ, ਮੀਰਥਲ, ਮਾਧੋਪੁਰ, ਪਠਾਨਕੋਟ ਆਦਿ)।

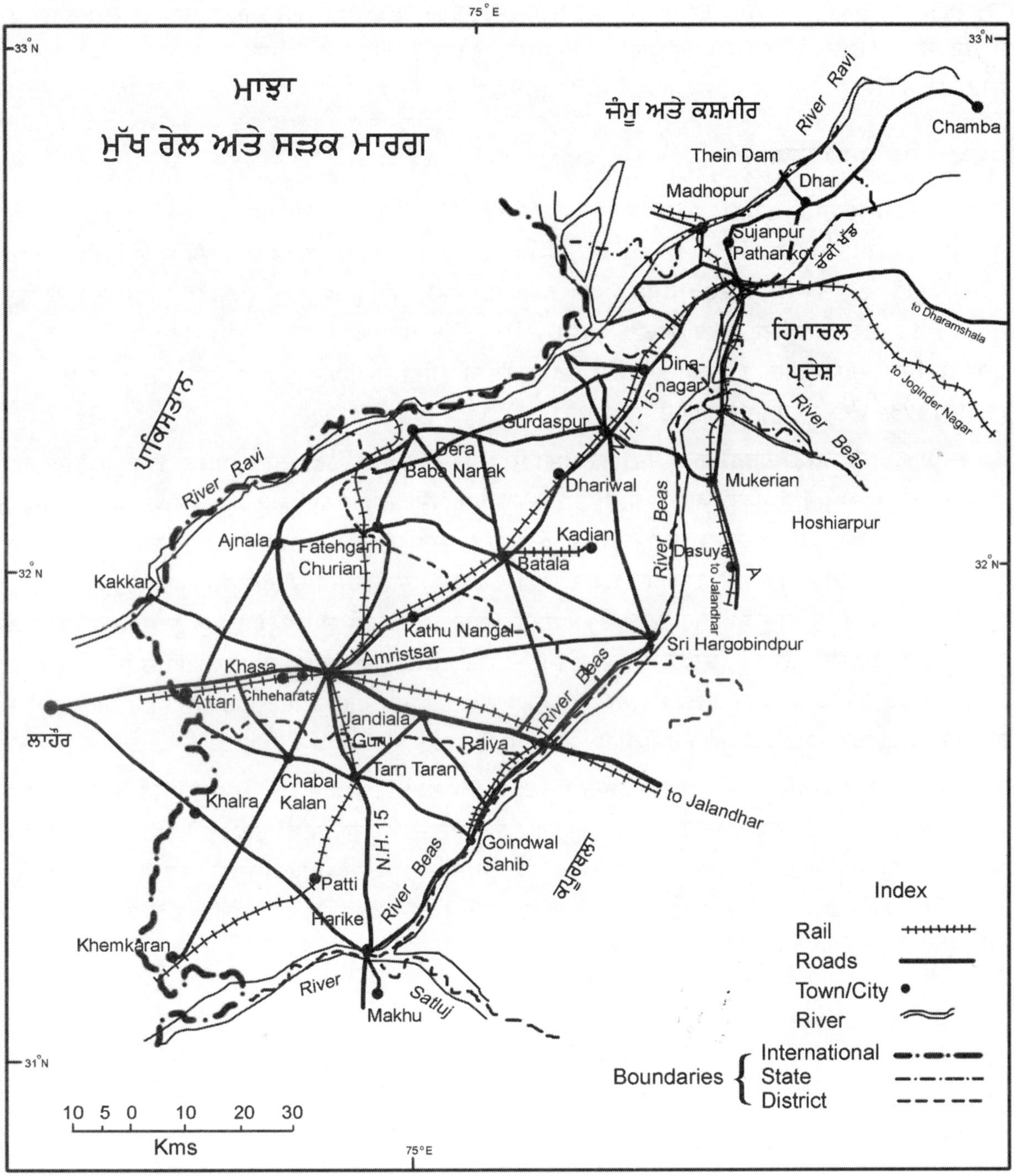

Map 65

ਪਠਾਨਕੋਟ ਅਤੇ ਹੋਰ ਸ਼ਹਿਰਾਂ ਵਿੱਚ ਆਰਾ ਮਸ਼ੀਨਾਂ (saw mills) ਹਨ (ਨਕਸ਼ਾ ਨੰ. 64)। ਮਾਝੇ ਵਿੱਚ 9 ਚਮੜਾ ਅਤੇ ਚਮੜੇ ਦਾ ਸਾਮਾਨ ਬਣਾਉਣ ਦੇ 33 ਇਕਾਈਆਂ (22 ਅੰਮ੍ਰਿਤਸਰ), ਕਾਗਜ਼ ਬਣਾਉਣ ਦੀਆਂ 44, ਰਸਾਇਣ ਅਤੇ ਰਸਾਇਣ ਪਦਾਰਥ ਬਣਾਉਣ ਦੀਆਂ (38 ਅੰਮ੍ਰਿਤਸਰ) ਅਤੇ 28 ਇਕਾਈਆਂ ਰਬੜ ਅਤੇ ਪਲਾਸਟਿਕ ਦਾ ਸਾਮਾਨ ਬਣਾਉਂਦੀਆਂ ਹਨ। ਇਹ ਅੰਕੜੇ

2021 ਅਨੁਸਾਰ ਹਨ। ਮਾਝੇ ਦੇ ਜ਼ਿਆਦਾਤਰ ਉਦਯੋਗ ਅੰਮ੍ਰਿਤਸਰ ਸ਼ਹਿਰ ਵਿੱਚ ਅਤੇ ਇਸਦੇ ਆਲੇ-ਦੁਆਲੇ ਦੇ ਖੇਤਰਾਂ ਵਿੱਚ ਲੱਗੇ ਹੋਏ ਹਨ (ਨਕਸ਼ਾ ਨੰ. 64)। ਅੰਮ੍ਰਿਤਸਰ, ਗੁਰਦਾਸਪੁਰ, ਬਟਾਲਾ, ਧਾਰੀਵਾਲ, ਛੇਹਰਟਾ, ਦੀਨਾਨਗਰ, ਪਠਾਨਕੋਟ, ਤਰਨਤਾਰਨ, ਗੋਇੰਦਵਾਲ ਸਾਹਿਬ ਮਹੱਤਵਪੂਰਨ ਉਦਯੋਗਿਕ ਕੇਂਦਰ ਹਨ।

ਮਾਝਾ ਆਵਾਜਾਈ ਸਾਧਨ (MEANS OF TRANSPORTATION)

ਮਾਝੇ ਵਿੱਚ ਆਵਾਜਾਈ ਸਾਧਨਾਂ ਦਾ ਕਾਫੀ ਵਿਕਾਸ ਹੋਇਆ ਹੈ। ਇਸ ਪ੍ਰਦੇਸ਼ ਵਿੱਚ ਪੰਜਾਬ ਦੀਆਂ 19.06% ਪੱਕੀਆਂ ਸੜਕਾਂ (2015-16 ਵਿੱਚ ਕੁੱਲ ਲੰਬਾਈ 19,155 ਕਿ.ਮੀ.) ਸਨ। 2021-22 ਅਨੁਸਾਰ ਮਾਝਾ ਪ੍ਰਦੇਸ਼ ਵਿੱਚ ਪੱਕੀਆਂ ਸੜਕਾਂ ਦੀ ਕੁੱਲ ਲੰਬਾਈ 22,434 ਕਿਲੋਮੀਟਰ (ਪੰਜਾਬ ਦੀਆਂ ਲਗਭਗ 19.0%) ਹੈ। ਮਾਝੇ ਦੀਆਂ ਸੜਕਾਂ ਦੀ ਕੁੱਲ ਲੰਬਾਈ ਵਿੱਚੋਂ 56.12% = 13,418 ਕਿਲੋਮੀਟਰ ਸੜਕਾਂ ਕੇਵਲ ਅੰਮ੍ਰਿਤਸਰ ਜ਼ਿਲ੍ਹੇ ਵਿੱਚ ਪਾਈਆਂ ਜਾਂਦੀਆਂ ਹਨ। ਸੜਕਾਂ ਦੀ ਲੰਬਾਈ ਵਿੱਚ ਗੁਰਦਾਸਪੁਰ ਜ਼ਿਲ੍ਹਾ ਦੂਸਰੇ ਨੰਬਰ (5,074 ਕਿਲੋਮੀਟਰ) ਤੇ ਆਉਂਦਾ ਹੈ। ਇਸ ਤੋਂ ਬਾਅਦ ਤਰਨਤਾਰਨ (3,666 ਕਿ.ਮੀ.) ਅਤੇ ਪਠਾਨਕੋਟ (1750 ਕਿ.ਮੀ.) ਦੇ ਜ਼ਿਲ੍ਹੇ ਆਉਂਦੇ ਹਨ।

ਗੁਰਦਾਸਪੁਰ, ਪਠਾਨਕੋਟ, ਤਰਨਤਾਰਨ ਅਤੇ ਅੰਮ੍ਰਿਤਸਰ ਜ਼ਿਲ੍ਹਿਆਂ ਦੇ 100% ਪਿੰਡ ਪੱਕੀਆਂ ਸੜਕਾਂ ਨਾਲ ਜੁੜੇ ਹੋਏ ਹਨ। ਪਰੰਤੂ ਮਾਝਾ ਪ੍ਰਦੇਸ਼ ਵਿੱਚ 100 ਪ੍ਰਤੀ ਵਰਗ ਕਿਲੋਮੀਟਰ ਮਗਰ ਅਤੇ ਪ੍ਰਤੀ ਲੱਖ ਜਨਸੰਖਿਆ ਮਗਰ ਸੜਕ ਘਣਤਾ (Road Density) ਰਾਜ ਦੀ ਔਸਤ ਘਣਤਾ ਤੋਂ ਘੱਟ ਹੈ। ਪਰੰਤੂ ਅੰਮ੍ਰਿਤਸਰ ਜ਼ਿਲ੍ਹੇ ਵਿੱਚ ਪ੍ਰਤੀ 100 ਵਰਗ ਕਿਲੋਮੀਟਰ ਰਕਬੇ ਪਿੱਛੇ ਸੜਕ ਘਣਤਾ (507 ਕਿ.ਮੀ.) ਪੰਜਾਬ ਦੀ ਔਸਤ ਘਣਤਾ (214 ਕਿ.ਮੀ.) ਨਾਲੋਂ ਕਾਫੀ ਉੱਚੀ ਹੈ। ਜਲੰਧਰ-ਅੰਮ੍ਰਿਤਸਰ-ਵਾਘਾ ਦੇਸ਼ ਦੀ ਪ੍ਰਮੁੱਖ ਜਰਨੈਲੀ ਸੜਕ ਦਾ ਆਖ਼ਰੀ ਭਾਗ ਹੈ। ਰਾਸ਼ਟਰੀ ਮਾਰਗ ਨੰ. 15 ਜੋ ਉੱਤਰ ਵਿੱਚ ਜੰਮੂ ਨੂੰ ਦੱਖਣ ਵਿੱਚ ਸਥਿਤ ਕਾਂਡਲਾ ਬੰਦਰਗਾਹ ਨਾਲ ਜੋੜਦਾ ਹੈ, ਦਾ ਉੱਤਰੀ ਭਾਗ ਜੰਮੂ ਤੋਂ ਪਠਾਨਕੋਟ, ਗੁਰਦਾਸਪੁਰ, ਬਟਾਲਾ, ਅੰਮ੍ਰਿਤਸਰ, ਤਰਨਤਾਰਨ ਅਤੇ ਹਰੀਕੇ ਪੱਤਣ ਰਾਹੀਂ ਮਾਝਾ ਪ੍ਰਦੇਸ਼ ਵਿੱਚੋਂ ਲੰਘਦਾ ਹੈ (ਨਕਸ਼ਾ ਨੰ. 65)। ਅੰਮ੍ਰਿਤਸਰ ਤੋਂ ਫਿਰੋਜ਼ਪੁਰ ਅਤੇ ਅੰਮ੍ਰਿਤਸਰ-ਬਟਾਲਾ-ਗੁਰਦਾਸਪੁਰ-ਪਠਾਨਕੋਟ ਜੰਮੂ ਸੜਕ ਦੂਜੇ ਮਹੱਤਵਪੂਰਣ ਸੜਕ ਮਾਰਗ ਹਨ।

ਅੰਮ੍ਰਿਤਸਰ-ਪਠਾਨਕੋਟ-ਜੰਮੂ ਅਤੇ ਅੰਮ੍ਰਿਤਸਰ-ਜਲੰਧਰ ਮੁੱਖ ਰੇਲ ਮਾਰਗ ਹਨ। ਅੰਮ੍ਰਿਤਸਰ-ਪੱਟੀ-ਖੇਮਕਰਨ ਅਤੇ ਅੰਮ੍ਰਿਤਸਰ-ਅਜਨਾਲਾ-ਡੇਰਾ ਬਾਬਾ ਨਾਨਕ ਦੂਜੇ ਰੇਲ ਮਾਰਗ ਹਨ। ਗੋਇੰਦਵਾਲ ਸਾਹਿਬ ਵੀ ਰੇਲ ਰਾਹੀਂ ਬਿਆਸ ਸਟੇਸ਼ਨ ਉੱਤੇ ਅੰਮ੍ਰਿਤਸਰ-ਜਲੰਧਰ ਰੇਲ ਮਾਰਗ ਨਾਲ ਜੋੜ ਦਿੱਤਾ ਗਿਆ ਹੈ। ਅੰਮ੍ਰਿਤਸਰ ਰਾਜ ਦਾ ਪ੍ਰਮੁੱਖ ਹਵਾਈ ਅੱਡਾ ਹੈ ਜੋ ਹੁਣ ਅੰਤਰ-ਰਾਸ਼ਟਰੀ ਅੱਡਾ ਵੀ ਬਣਾ ਦਿੱਤਾ ਗਿਆ ਹੈ। ਇੱਥੋਂ ਅੰਤਰ-ਰਾਸ਼ਟਰੀ ਉਡਾਣਾਂ ਰੂਸ, ਯੂ.ਕੇ., ਯੂ.ਐਸ.ਏ., ਕਨੇਡਾ ਅਤੇ ਹੋਰ ਯੂਰਪੀਨ ਦੇਸ਼ਾਂ ਨੂੰ ਜਾਂਦੀਆਂ ਹਨ।

ਵਪਾਰ (TRADE)

ਅੰਮ੍ਰਿਤਸਰ ਪੰਜਾਬ ਦਾ ਮੁੱਖ ਵਪਾਰਕ ਕੇਂਦਰ ਹੈ। ਚਾਵਲ, ਕਣਕ, ਤਿਲ, ਸੂਤੀ ਕੱਪੜਾ, ਊਨੀ ਕੱਪੜਾ, ਚਾਹ, ਮਸ਼ੀਨਾਂ, ਔਜ਼ਾਰ ਆਦਿ ਬਾਹਰ ਭੇਜੇ ਜਾਂਦੇ ਹਨ। ਕੋਲਾ, ਮਿੱਟੀ ਦਾ ਤੇਲ, ਪੈਟਰੋਲੀਅਮ ਅਤੇ ਪੈਟਰੋਲੀਅਮ ਪਦਾਰਥ, ਦਵਾਈਆਂ, ਖਾਦਾਂ, ਸੀਮੈਂਟ, ਲੋਹਾ ਅਤੇ ਇਸਪਾਤ ਆਦਿ ਪਦਾਰਥ ਬਾਹਰੋਂ ਮੰਗਵਾਏ ਜਾਂਦੇ ਹਨ। ਮਾਝੇ ਤੋਂ 2018-19 ਵਿੱਚ 5407.83 ਕਰੋੜ ਰੁਪਏ ਦੇ ਮੁੱਲ ਦੀਆਂ ਉਦਯੋਗਿਕ ਵਸਤਾਂ ਨਿਰਯਾਤ ਕੀਤੀਆਂ ਗਈਆਂ ਸਨ। ਇਨ੍ਹਾਂ ਵਿੱਚੋਂ 5387.49 ਕਰੋੜ ਰੁਪਏ ਦੇ ਮੁੱਲ ਦੀਆਂ ਵਸਤਾਂ ਮੁੱਖ ਤੌਰ 'ਤੇ ਅੰਮ੍ਰਿਤਸਰ ਤੋਂ, 0.15 ਕਰੋੜ ਰੁਪਏ ਦੇ ਮੁੱਲ ਦੀਆਂ ਵਸਤਾਂ ਗੁਰਦਾਸਪੁਰ ਅਤੇ ਪਠਾਨਕੋਟ ਜ਼ਿਲ੍ਹਿਆਂ ਤੋਂ ਅਤੇ ਕੁੱਝ ਤਰਨਤਾਰਨ ਜ਼ਿਲ੍ਹੇ ਵਿੱਚੋਂ ਨਿਰਯਾਤ ਕੀਤੀਆਂ ਗਈਆਂ ਸਨ। ਇਹ ਸਭ ਪੰਜਾਬ ਦੇ ਕੁੱਲ ਉਦਯੋਗਿਕ ਨਿਰਯਾਤ ਦੇ ਮੁੱਲ ਦਾ 5.31% ਸੀ।

ਦੋਆਬਾ ਪ੍ਰਦੇਸ਼ (DOABA REGION)

ਪੰਜਾਬ ਦਾ ਇਹ ਇੱਕ ਪੂਰਣ ਦੋਆਬ ਹੈ ਜੋ ਦਰਿਆ ਬਿਆਸ ਅਤੇ ਦਰਿਆ ਸਤਲੁਜ ਵਿਚਕਾਰ ਸਥਿਤ ਹੈ। ਇਸ ਕਾਰਨ ਇਸ ਦਾ ਪੂਰਾ ਨਾਂ ਬਿਸਤ (ਬਿਸਤ + ਸਤਲੁਜ) ਦੋਆਬ ਹੈ। ਜਲੰਧਰ ਇਸ ਖੇਤਰ ਦਾ ਮਸ਼ਹੂਰ ਸ਼ਹਿਰ ਅਤੇ ਪੁਰਾਣਾ ਰਾਜ ਅਤੇ ਜ਼ਿਲ੍ਹਾ ਹੈ। ਇਸ ਕਾਰਨ ਦੋਆਬੇ ਨੂੰ ਬਿਸਤ ਜਲੰਧਰ ਦੋਆਬ ਵੀ ਕਿਹਾ ਜਾਂਦਾ ਹੈ। ਇਹ ਪੰਜਾਬ ਦਾ ਮੱਧ-ਪੂਰਬੀ ਲੋਕ ਪ੍ਰਦੇਸ਼ ਹੈ। ਇਸ ਵਿੱਚ ਚਾਰ ਜ਼ਿਲ੍ਹੇ ਕਪੂਰਥਲਾ, ਜਲੰਧਰ, ਐਸ.ਬੀ.ਐਸ. ਨਗਰ ਅਤੇ ਹੁਸ਼ਿਆਰਪੁਰ ਸ਼ਾਮਲ ਹਨ। ਅਸਲ ਵਿੱਚ ਰੂਪਨਗਰ ਜ਼ਿਲ੍ਹੇ ਦਾ ਨੂਰਪੁਰ ਬੇਦੀ ਬਲਾਕ (ਦਰਿਆ ਸਤਲੁਜ ਤੋਂ ਪੱਛਮ ਵੱਲ ਦਾ ਭਾਗ) ਵੀ ਇਸ ਵਿੱਚ ਭੌਤਿਕ ਤੌਰ ਤੇ ਸ਼ਾਮਲ ਹੈ ਪਰੰਤੂ ਕਿਉਂਕਿ ਜ਼ਿਆਦਾਤਰ ਰੂਪਨਗਰ ਜ਼ਿਲ੍ਹਾ ਦਰਿਆ ਸਤਲੁਜ ਤੋਂ ਪਾਰ (ਪੂਰਬ ਅਤੇ ਦੱਖਣ ਵੱਲ) ਹੈ ਇਸ ਲਈ ਸਾਰੇ ਰੂਪਨਗਰ ਜ਼ਿਲ੍ਹੇ ਨੂੰ ਮਾਲਵਾ ਦਾ ਭਾਗ ਮੰਨਿਆ ਗਿਆ ਹੈ (ਨਕਸ਼ਾ ਨੰ. 58)। ਇਸ ਪ੍ਰਦੇਸ਼ ਨੂੰ 'ਸਹਿਰਵਾਲ ਦੋਆਬ' (Saharwal Doab) ਵੀ ਕਿਹਾ ਜਾਂਦਾ ਹੈ।

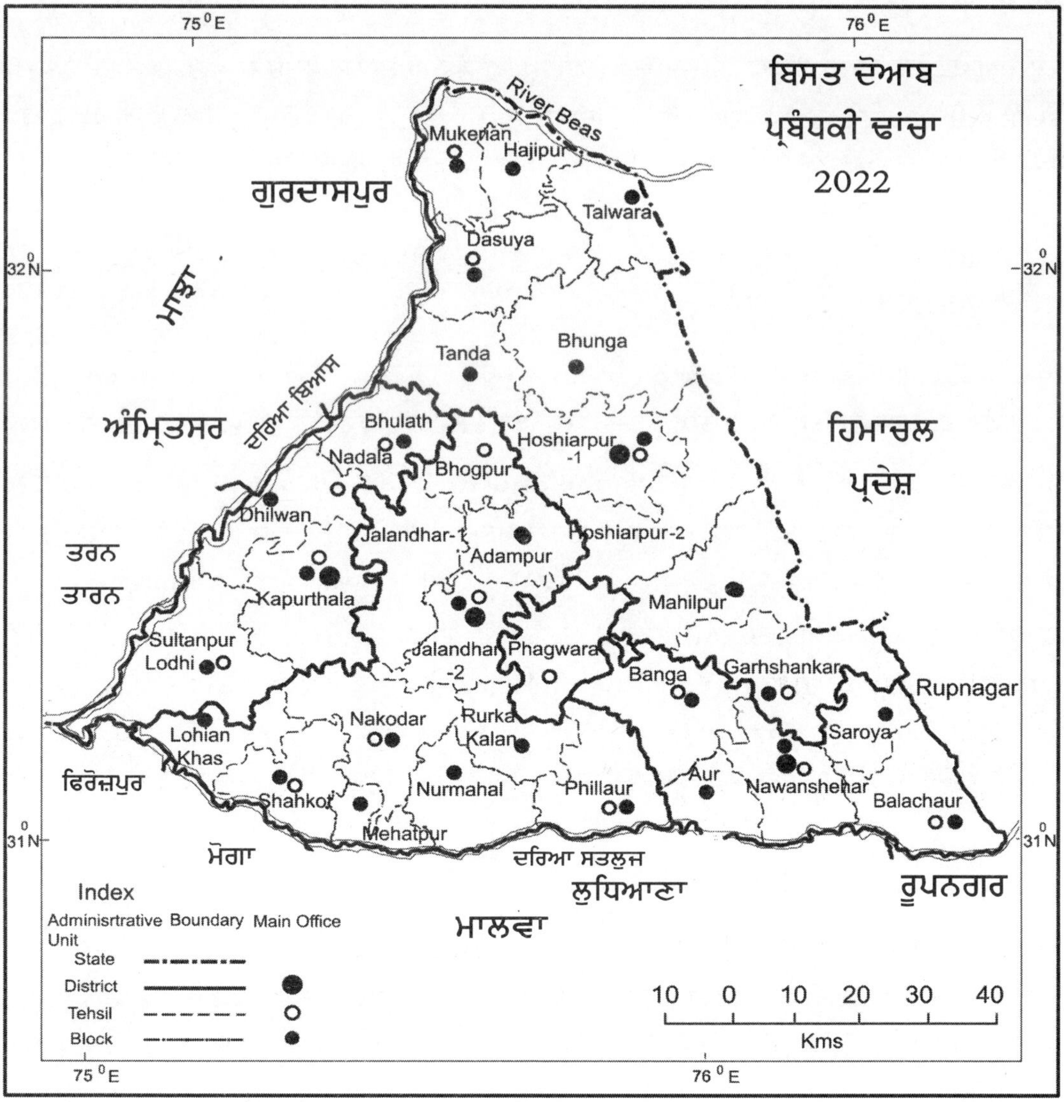

Map 66

ਸਥਿਤੀ (LOCATION AND SITUATION)

ਦੋਆਬਾ ਪੂਰਬ ਵਿੱਚ ਸ਼ਿਵਾਲਕ ਪਹਾੜੀਆਂ ਅਤੇ ਹਿਮਾਚਲ ਪ੍ਰਦੇਸ਼, ਪੱਛਮ ਵਿੱਚ ਦਰਿਆ ਬਿਆਸ ਅਤੇ ਮਾਝਾ ਪ੍ਰਦੇਸ਼ ਅਤੇ ਦੱਖਣ ਵਿੱਚ ਦਰਿਆ ਸਤਲੁਜ ਅਤੇ ਮਾਲਵਾ ਪ੍ਰਦੇਸ਼ ਵਿਚਕਾਰ ਸਥਿਤ ਹੈ। ਦੋਆਬਾ ਪੰਜਾਬ ਦੇ ਗੁਰਦਾਸਪੁਰ, ਅੰਮ੍ਰਿਤਸਰ, ਤਰਨਤਾਰਨ, ਫਿਰੋਜ਼ਪੁਰ, ਲੁਧਿਆਣਾ ਅਤੇ ਰੂਪ ਨਗਰ ਜ਼ਿਲ੍ਹਿਆਂ ਨਾਲ ਘਿਰਿਆ ਹੋਇਆ ਹੈ (ਨਕਸਾ ਨੰ. 58)। ਅਕਸ਼ਾਂਸ਼ੀ ਅਤੇ ਰੇਖਾਂਸ਼ੀ ਵਿਸਥਾਰ ਵਿੱਚ ਦੋਆਬਾ 31°2′ ਉੱਤਰੀ ਅਕਸ਼ਾਂਸ਼ ਤੋਂ 32°4′ ਉੱਤਰੀ ਅਕਸ਼ਾਂਸ਼ ਤੱਕ ਅਤੇ ਲਗਭਗ 75° (74°59″ ਪੂਰਬ ਤੋਂ 76°34′ ਪੂਰਬੀ ਰੇਖਾਂਸ਼ ਤੱਕ ਫੈਲਿਆ ਹੋਇਆ ਹੈ। ਦੋਆਬੇ ਵਿੱਚ 4 ਜ਼ਿਲ੍ਹੇ 18 ਤਹਿਸੀਲਾਂ 31 ਵਿਕਾਸ ਖੰਡ (Blocks) ਸ਼ਾਮਲ ਹਨ (ਨਕਸ਼ਾ ਨੰ. 66)।

ਸ਼ਕਲ ਅਤੇ ਖੇਤਰਫਲ (SHAPE AND SIZE)

ਬਿਸਤ ਦੋਆਬ ਇੱਕ ਤਿਕੋਨ ਵਰਗਾ ਹੈ ਜਿਸ ਦਾ ਅਧਾਰ ਪੂਰਬ ਵਿੱਚ ਹਿਮਾਚਲ ਪ੍ਰਦੇਸ਼ ਦੀ ਸਰਹੱਦ ਨਾਲ ਚੱਲਦਾ ਹੈ ਅਤੇ ਸਿਖਰ ਬਿਆਸ ਅਤੇ ਸਤਲੁਜ ਦਰਿਆਵਾਂ ਦੇ ਹਰੀਕੇ ਪੱਤਣ ਨੇੜੇ ਦੋਮੇਲ (confluence) ਕੋਲ ਹੈ। ਬਿਸਤ ਦੋਆਬ ਮਾਝੇ ਤੋਂ ਥੋੜ੍ਹਾ ਜਿਹਾ ਵੱਡਾ ਹੈ ਪਰੰਤੂ ਮਾਲਵਾ ਇਸ ਤੋਂ ਲਗਭਗ ਪੌਣੇ ਚਾਰ ਗੁਣਾ ਵੱਡਾ ਹੈ। ਬਿਸਤ ਦੋਆਬ ਦਾ ਖੇਤਰਫਲ 8896 ਵਰਗ ਕਿਲੋਮੀਟਰ ਹੈ ਜੋ ਰਾਜ ਦੇ ਕੁੱਲ ਖੇਤਰਫਲ ਦਾ 17.66% ਹੈ। (ਨਕਸ਼ਾ ਨੰ. 66)।

ਧਰਾਤਲ (RELIEF)

ਮਾਝੇ ਦੀ ਤਰ੍ਹਾਂ ਦੋਆਬਾ ਵੀ ਭਾਵੇਂ ਜ਼ਿਆਦਾਤਰ ਮੈਦਾਨੀ ਹੈ ਪਰੰਤੂ ਇਸਦਾ ਪੂਰਬੀ ਭਾਗ ਪਹਾੜੀ ਹੈ। ਦੋਆਬੇ ਦੀ ਢਲਾਨ ਦੱਖਣ-ਪੱਛਮ ਵੱਲ ਹੈ। ਧਰਾਤਲ ਅਨੁਸਾਰ ਦੋਆਬੇ ਨੂੰ ਚਾਰ ਉਪ-ਧਰਾਤਲ ਖੰਡਾਂ ਵਿੱਚ ਵੰਡਿਆ ਜਾ ਸਕਦਾ ਹੈ (ਨਕਸ਼ਾ ਨੰ. 67)

(ੳ) ਸ਼ਿਵਾਲਕ ਪਹਾੜੀਆਂ (Shiwalik Hills) : ਬਿਸਤ ਦੋਆਬ ਪ੍ਰਦੇਸ਼ ਦਾ ਪੂਰਬੀ ਭਾਗ ਸ਼ਿਵਾਲਕ ਪਹਾੜੀਆਂ ਨਾਲ ਘਿਰਿਆ ਹੋਇਆ ਹੈ। ਇਹ ਪਹਾੜੀਆਂ ਉੱਤਰ-ਪੱਛਮ ਤੋਂ ਦੱਖਣ-ਪੂਰਬ ਦਿਸ਼ਾ ਵਿੱਚ ਹਿਮਾਚਲ ਪ੍ਰਦੇਸ਼ ਦੀ ਸਰਹਦ ਨਾਲ ਉੱਤਰ ਵਿੱਚ ਬਿਆਸ ਦਰਿਆ ਅਤੇ ਦੱਖਣ ਵਿਚ ਸਤਲੁਜ ਦਰਿਆ ਵਿਚਕਾਰ ਫੈਲੀਆਂ ਹੋਈਆਂ ਹਨ। ਇਸ ਪਹਾੜੀ ਖੇਤਰ ਦੀ ਚੌੜਾਈ 5 ਤੋਂ 12 ਕਿਲੋਮੀਟਰ ਅਤੇ ਲੰਬਾਈ 130 ਕਿਲੋਮੀਟਰ ਦੇ ਲਗਭਗ ਹੈ। ਸੰਰਚਨਾ (structurally) ਅਨੁਸਾਰ ਇਹ ਪਹਾੜੀਆਂ, ਹਿਮਾਲਾ ਪਰਬਤ ਨਿਰਮਾਣਕਾਰੀ ਹਲਚਲਾਂ (Himalyan Orogeny) ਦੀ ਤਾਜ਼ਾ ਅਵਸਥਾ (recent phase) ਨਾਲ ਸੰਬੰਧਤ ਹਨ। ਇਹ ਪਹਾੜੀਆਂ ਅਪਰ ਮਾਇਓਸੀਨ ਤੋਂ ਲੋਅਰ ਪਲੀਸਟੋਸੀਨ (Upper Miocene to Lower Pleistocene epoch) ਕਾਲ ਦੇ ਪਾਣੀ ਰਾਹੀਂ ਰੋੜ੍ਹ ਕੇ ਲਿਆਂਦੇ ਪਦਾਰਥ ਜਿਵੇਂ ਕਿ ਰੇਤਾ, ਚੀਕਣੀ ਮਿੱਟੀ, ਸ਼ੇਲ, ਕਾਂਗਲੋਮੀਰੇਟ, ਸ਼ਿਸ਼ਟ ਆਦਿ ਤੋਂ ਬਣੀਆਂ ਹੋਈਆਂ ਹਨ।

ਸ਼ਿਵਾਲਕ ਪਹਾੜੀਆਂ ਆਪਣੇ ਪੱਛਮੀ ਕਿਨਾਰੇ ਵੱਲ 400 ਮੀਟਰ ਦੀ ਸਮ-ਉੱਚ ਰੇਖਾ ਤੋਂ ਆਪਣੇ ਮੱਧ ਵਰਤੀ ਭਾਗ ਵਿੱਚ 600 ਮੀਟਰ ਦੀ ਉਚਾਈ ਤੱਕ ਇਕਦਮ ਉੱਚੀਆਂ ਉੱਠ ਗਈਆਂ ਹਨ। ਸ਼ਿਵਾਲਕ ਪਹਾੜੀਆਂ ਦੱਖਣ ਵੱਲ ਤੰਗ ਹੁੰਦੀਆਂ ਜਾਂਦੀਆਂ ਹਨ ਅਤੇ ਰੋਪੜ ਸ਼ਹਿਰ ਨੇੜੇ ਦਰਿਆ ਸਤਲੁਜ ਦੇ ਸੱਜੇ ਕੰਢੇ ਨਾਲ ਇਹ ਇੱਕਦਮ ਖ਼ਤਮ ਹੋ ਜਾਂਦੀਆਂ ਹਨ। ਉੱਤਰ ਵਿੱਚ ਇਹ ਪਹਾੜੀਆਂ ਹੌਲੀ-ਹੌਲੀ ਛੋਟੀਆਂ ਪਹਾੜੀਆਂ ਦੇ ਰੂਪ ਵਿੱਚ ਦਰਿਆ ਬਿਆਸ ਦੇ ਬੇਟ ਖੇਤਰ ਵਿੱਚ ਰਲ ਜਾਂਦੀਆਂ ਹਨ (ਚਿੱਤਰ ਨੰ. 2(A))।

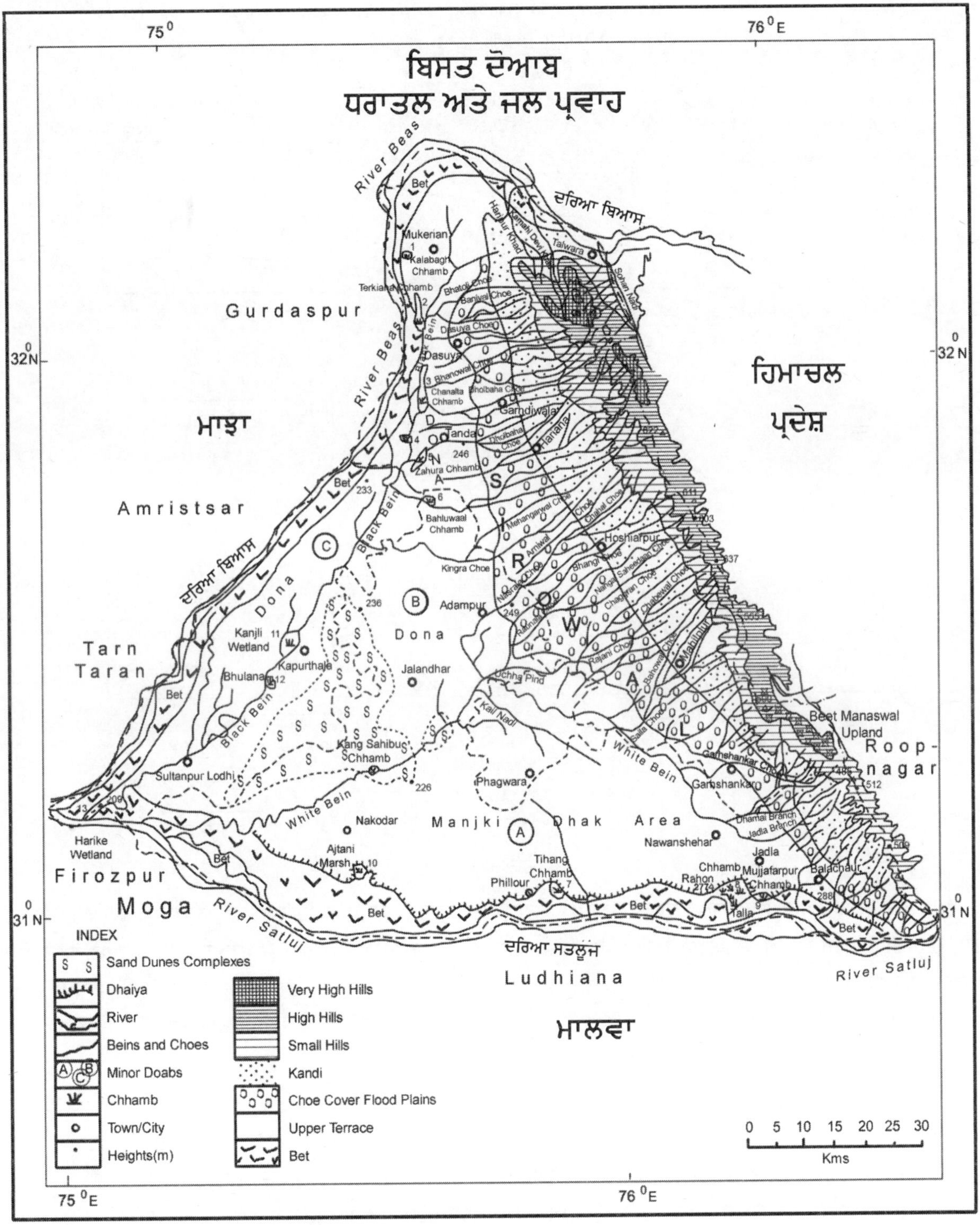
ਬਿਸਤ ਦੋਆਬ
ਧਰਾਤਲ ਅਤੇ ਜਲ ਪ੍ਰਵਾਹ
75 0
76 0 E
32 0 N
31 0 N
75 0 E
76 0 E
River Beas
ਦਰਿਆ ਬਿਆਸ
Bet
Mukerian
Kalabagh Chhamb
Terkiana Chhamb
Talwara
Gurdaspur
Dasuya
Dasuya Choe
Chanalta Chhamb
Garhdiwala
Tanda
Zahura Chhamb
Bahluwaal Chhamb
Hariana
ਹਿਮਾਚਲ
ਪ੍ਰਦੇਸ਼
ਮਾਝਾ
Amristsar
Black Bein
Kingra Choe
Hoshiarpur
Adampur
Dona
Tarn Taran
Kanjli Wetland
Kapurthala
Bhulana
Jalandhar
Uchha Pind
Kali Nadi
Mahilpur
Beet Manaswal Upland
Roop-nagar
White Bein
Garhshankar
Kang Sahibu Chhamb
Sultanpur Lodhi
Phagwara
Harike Wetland
Nakodar
Manjki Dhak Area
Nawanshehar
Ajtani Marsh
Tihang Chhamb
Phillour
Rahon
Jadla
Mujjafarpur Chhamb
Balachaur
Talla
Firozpur
Moga
River Satluj
ਦਰਿਆ ਸਤਲੁਜ
Ludhiana
ਮਾਲਵਾ
INDEX
Sand Dunes Complexes
Dhaiya
River
Beins and Choes
Minor Doabs
Chhamb
Town/City
Heights(m)
Very High Hills
High Hills
Small Hills
Kandi
Choe Cover Flood Plains
Upper Terrace
Bet
0 5 10 15 20 25 30
Kms

Map 67

ਹੁਸ਼ਿਆਰਪੁਰ ਸ਼ਿਵਾਲਕ (ਮੁੱਖ ਸ਼੍ਰੇਣੀ) ਦਾ ਆਰ-ਪਾਰ ਸਾਧਾਰਨ ਕਾਟ ਚਿੱਤਰ
(A General Section Across Hoshiarpur Siwaliks (the Main Range))

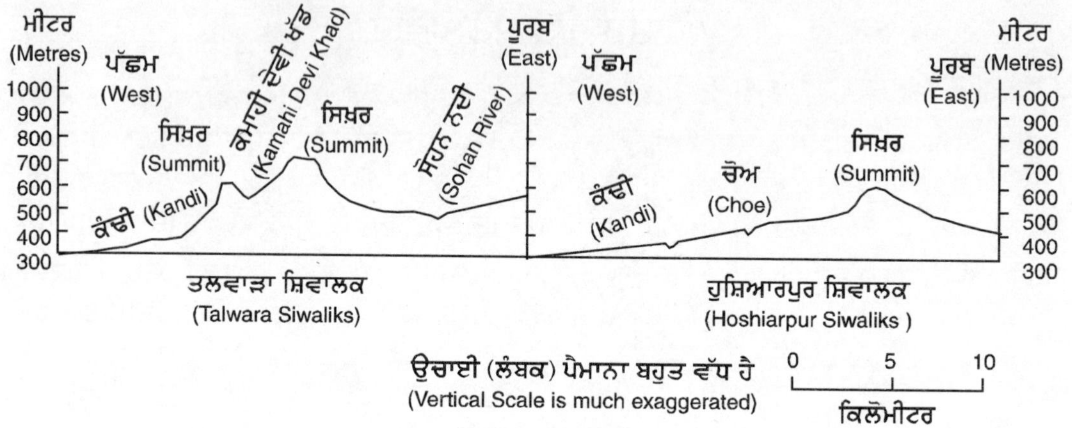

ਚਿੱਤਰ ਨੰ. 2(A)

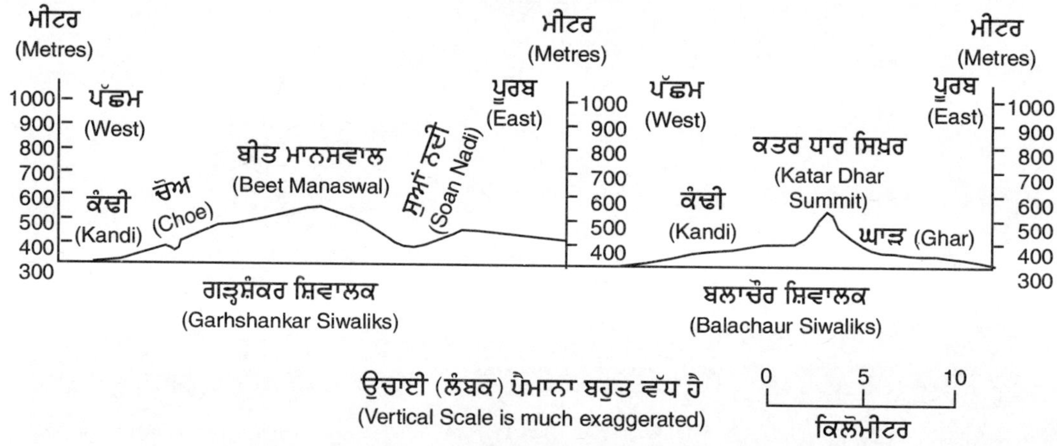

ਚਿੱਤਰ ਨੰ. 2(B)

ਬਿਸਤ ਦੋਆਬ ਦੀਆਂ ਸ਼ਿਵਾਲਕ ਪਹਾੜੀਆਂ ਦੀ ਉੱਤਰ ਵੱਲ (ਭੂੰਗਾ, ਦਸੂਹਾ ਤੇ ਤਲਵਾੜਾ ਵਿਕਾਸ ਖੰਡਾਂ ਵਿੱਚ ਚੌੜਾਈ ਅਤੇ ਉਚਾਈ ਵੱਧਦੀ ਜਾਂਦੀ ਹੈ ਅਤੇ ਦੱਖਣ ਵੱਲ ਇਹ ਨੀਵੀਆਂ ਅਤੇ ਤੰਗ ਹੁੰਦੀਆਂ ਜਾਂਦੀਆਂ ਹਨ। ਉੱਤਰ ਵਿੱਚ ਇਹ ਤਲਵਾੜਾ ਵਿਕਾਸ ਖੰਡ ਵਿੱਚ ਸਭ ਤੋਂ ਵੱਧ ਉੱਚੀਆਂ ਹਨ (ਨਕਸ਼ਾ ਨੰ. 67)। ਇੱਥੇ ਕਈ ਚੋਟੀਆਂ 700 ਮੀਟਰ ਤੋਂ ਵੱਧ ਉੱਚੀਆਂ (726 ਮੀਟਰ, 744 ਮੀਟਰ) ਹਨ। ਮੱਧਵਰਤੀ ਭਾਗ ਵਿੱਚ (ਹੁਸ਼ਿਆਰਪੁਰ ਤਹਿਸੀਲ ਵਿੱਚ) ਆਮ ਸਿਖਰ ਰੇਖਾ ਲਗਭਗ 600 ਮੀਟਰ ਦੀ ਹੈ। ਇੱਥੇ ਕਈ ਚੋਟੀਆਂ 600 ਮੀਟਰ ਤੋਂ ਵੱਧ ਉੱਚੀਆਂ (637 ਮੀ: ਅਤੇ 603 ਮੀ:) ਹਨ। ਦੱਖਣ ਵੱਲ ਬੀਤ ਮਾਨਸਵਾਲ (Beet Manaswal) ਉੱਚ ਖੇਤਰ ਵਿੱਚ ਪਹਾੜੀਆਂ ਫੈਲ ਕੇ ਇੱਕ ਲਹਿਰਦਾਰ, ਉੱਚੀ-ਨੀਵੀਂ ਅਤੇ ਕਟੀ-ਫਟੀ ਪਠਾਰ ਦਾ ਰੂਪ ਧਾਰਨ ਕਰ ਲੈਂਦੀਆਂ ਹਨ ਜਿਸ ਦਾ ਸਿਖਰ 500 ਮੀਟਰ ਤੋਂ ਵੱਧ ਉੱਚਾ ਹੈ। ਇੱਥੇ ਚਟਾਨ ਤੈਹਾਂ (ਪਰਤਾਂ) ਲਗਭਗ ਲੇਟਵੀਂ ਸਥਿਤੀ ਵਿੱਚ ਹਨ ਅਤੇ ਚੱਟਾਨ ਰਚਨਾ ਵਿੱਚ ਚੀਕਨੀ ਮਿੱਟੀ, ਕੰਕਰ (gravel) ਤੇ ਰੇਤਾ ਸਤ੍ਹਾ ਤੇ ਪਾਏ ਜਾਂਦੇ ਹਨ। ਇੱਥੋਂ ਦੀ ਮਿੱਟੀ ਵਿੱਚ ਖੇਤੀਬਾੜੀ ਕੀਤੀ ਜਾਂਦੀ ਹੈ ਅਤੇ ਕਈ ਪਿੰਡ ਇਸ ਖੇਤਰ ਵਿੱਚ ਪਾਏ ਜਾਂਦੇ ਹਨ। ਭੌਂ ਹੇਠਲਾ ਪਾਣੀ ਕਾਫੀ ਡੂੰਘਾਈ 'ਤੇ ਮਿਲਦਾ ਹੈ। ਵਰਖਾ ਦੇ ਸਹਾਰੇ ਬਰਾਨੀ ਖੇਤੀ ਕੀਤੀ ਜਾਂਦੀ ਹੈ। ਇੱਥੇ ਸਭ ਤੋਂ ਵੱਧ ਉੱਚਾਈ 590 ਮੀਟਰ, ਮੰਹਿਦਵਾਨੀ ਪਿੰਡ ਨੇੜੇ ਪਾਈ ਜਾਂਦੀ ਹੈ।

ਹੋਰ ਦੱਖਣ ਵੱਲ ਬਲਾਚੌਰ ਤਹਿਸੀਲ ਵਿੱਚ ਸ਼ਿਵਾਲਕ ਪਹਾੜੀਆਂ ਨੂੰ ਕਤਰ ਧਾਰ (Katar Dhar) ਕਿਹਾ ਜਾਂਦਾ ਹੈ। ਕਤਰ ਧਾਰ ਦੀ ਆਮ ਉਚਾਈ ਸਮੁੰਦਰ ਤਲ ਤੋਂ ਲਗਭਗ 450 ਮੀਟਰ ਹੈ। ਪਰੰਤੂ ਕੁੱਝ ਪਹਾੜੀਆਂ ਅਤੇ ਚੋਟੀਆਂ 500 ਮੀਟਰ ਤੋਂ ਵੀ ਵੱਧ ਉੱਚੀਆਂ ਹਨ। ਉੱਤਰ ਵੱਲ ਮਾਲੇਵਾਲ ਪਿੰਡ ਨੇੜੇ ਇੱਕ ਸਿਖਰ 512 ਮੀਟਰ ਉੱਚਾ ਹੈ ਅਤੇ ਦੱਖਣ ਵਿੱਚ ਪਿੰਡ ਮੋਹਨ ਮਾਜਰਾ ਦੇ ਪੂਰਬ ਵਿੱਚ ਇੱਕ ਚੋਟੀ 509 ਮੀਟਰ ਉੱਚੀ ਹੈ। ਕਤਰ ਧਾਰ ਆਮ ਕਰਕੇ ਖੁਸ਼ਕ ਅਤੇ ਰੇਤਲੀ ਹੈ।

ਸ਼ਿਵਾਲਕ ਪਹਾੜੀਆਂ ਦੀਆਂ ਦੋਨੋਂ ਢਲਾਨਾਂ ਬੁਰੀ ਤਰ੍ਹਾਂ ਨਾਲ ਕਟੀਆਂ ਫਟੀਆਂ ਅਤੇ ਅਪਰਦਿਤ ਹਨ। ਚੋਆਂ ਦੇ ਸਿਖਰ ਮੁਖੀ ਅਪਰਦਨ (headward erosion), ਮੁਕਾਬਲਤਨ ਨਰਮ ਚੱਟਾਨਾਂ ਅਤੇ ਕਾਫੀ ਬਨਸਪਤੀ ਕੱਜਣ ਦੀ ਘਾਟ ਕਾਰਨ ਪਹਾੜੀਆਂ ਦੀ ਰੂਪ-ਰੇਖਾ ਕਾਫੀ ਵਿੰਗੀ-ਟੇਢੀ (irregular) ਹੈ (ਨਕਸ਼ਾ ਨੰ. 67)। ਸ਼ਿਵਾਲਕ ਪਹਾੜੀਆਂ ਤੋਂ ਅਨੇਕਾਂ ਚੋਅ ਸ਼ੁਰੂ ਹੁੰਦੇ ਹਨ ਜੋ ਪੱਛਮ ਅਤੇ ਦੱਖਣ-ਪੱਛਮ ਵੱਲ ਵਗਦੇ ਹੋਏ ਕੰਢੀ, ਹੜ੍ਹ ਕੱਜਣ ਵਾਲਾ ਮੈਦਾਨ (cover flood plain) ਰਾਹੀਂ ਸਪਾਟ ਮੈਦਾਨ ਵਿੱਚ ਪਹੁੰਚ ਜਾਂਦੇ ਹਨ। ਛੋਟੇ ਚੋਅ ਕੰਢੀ ਪ੍ਰਦੇਸ਼ ਅਤੇ ਹੜ੍ਹ ਕੱਜਣ ਦੇ ਮੈਦਾਨ ਵਿੱਚ ਖ਼ਤਮ ਹੋ ਜਾਂਦੇ ਹਨ।

(ਅ) ਕੰਢੀ (THE KANDI)

ਸ਼ਿਵਾਲਕ ਪਹਾੜੀਆਂ ਦੇ ਪੱਛਮ ਵੱਲ ਲਹਿਰਦਾਰ (rolling), ਉੱਚੀ-ਨੀਵੀਂ ਅਤੇ ਕਟੀ-ਫਟੀ ਧਰਾਤਲ ਵਾਲੀ ਇੱਕ 10 ਤੋਂ 15 ਕਿਲੋਮੀਟਰ ਚੌੜੀ ਪੇਟੀ ਸਥਿਤ ਹੈ ਜਿਸ ਨੂੰ **ਕੰਢੀ** ਕਹਿੰਦੇ ਹਨ। ਇਹ **ਭਾਬਰ ਪ੍ਰਦੇਸ਼** 300 ਮੀਟਰ ਸਮ ਉੱਚ ਰੇਖਾ (contour) ਤੋਂ 400 ਮੀ: ਸਮ: ਉੱਚ ਰੇਖਾ ਵਿਚਕਾਰ ਸ਼ਿਵਾਲਕ ਪਹਾੜੀਆਂ ਦੇ ਪੈਰਾਂ ਵਿੱਚ ਸਥਿਤ ਇੱਕ ਤਲਹੱਟੀ ਦਾ ਮੈਦਾਨ (piedmont plain) ਹੈ। ਕੰਢੀ ਪ੍ਰਦੇਸ਼ ਸ਼ਿਵਾਲਕ ਪਹਾੜੀਆਂ ਤੋਂ ਆਉਣ ਵਾਲੇ ਅਨੇਕਾ ਚੋਅ ਅਤੇ ਖੱਡਾਂ ਰਾਹੀਂ ਕੰਕਰਾਂ, ਰੇਤਾ ਅਤੇ ਚੀਕਣੀ ਮਿੱਟੀ ਦੇ ਤਲਛਟਾਂ ਦੇ ਪਹਾੜੀਆਂ ਦੇ ਪੈਰਾਂ ਵਿੱਚ ਜਮ੍ਹਾਂ ਹੋਣ ਤੋਂ ਬਣੇ ਜਲੋੜ੍ਹੀ ਪੱਖਿਆਂ (alluvial fans) ਦੇ ਆਪਸ ਵਿੱਚ ਮਿਲ ਜਾਣ (coalescence) ਕਾਰਨ ਹੋਂਦ ਵਿੱਚ ਆਇਆ ਹੈ। ਜਲੋੜ੍ਹੀ ਪੱਖਿਆਂ ਦੀ ਇਹ ਪੇਟੀ ਸ਼ਿਵਾਲਕ ਪਹਾੜੀਆਂ ਦੇ ਪੈਰਾਂ ਵਿੱਚ ਸਥਿਤ ਹੈ ਅਤੇ ਪੱਛਮ ਵੱਲ ਇਸ ਦਾ ਵਿਕਾਸ ਚੋਆਂ ਜਾਂ ਖੱਡਾਂ ਦੇ ਪਾਣੀ ਦੀ ਮਾਤਰਾ (Volume of water), ਵਹਾ ਕੇ ਲਿਆਂਦੇ ਤਲਛਟਾਂ ਦਾ ਸਰੂਪ (nature of load) ਅਤੇ ਢਲਾਨ ਅਨੁਸਾਰ ਘੱਟ ਜਾਂ ਵੱਧ ਹੈ। ਬਲਾਚੌਰ ਅਤੇ ਗੜ੍ਹਸ਼ੰਕਰ ਤਹਿਸੀਲਾਂ ਵਿੱਚ ਇਸ ਪੇਟੀ ਦੀ ਸੀਮਾ 300 ਮੀ: ਸਮ ਉੱਚ ਰੇਖਾ ਤੋਂ ਇੱਕ ਤੋਂ ਪੰਜ ਕਿਲੋਮੀਟਰ ਬਾਹਰ ਵੱਲ ਹੈ। ਇਹ ਪੇਟੀ (ਕੰਢੀ) ਮਾਹਿਲਪੁਰ-ਗੜ੍ਹਸ਼ੰਕਰ-ਬਲਾਚੌਰ-ਰੋਪੜ ਸੜਕ ਤੋਂ ਪੂਰਬ ਵੱਲ ਸਥਿਤ ਹੈ। ਇਸ ਪ੍ਰਦੇਸ਼ ਦੀ ਕੰਢੀ ਦਾ ਇਹ **ਦੱਖਣੀ ਭਾਗ** ਹੈ।

ਪਰੰਤੂ ਹੁਸ਼ਿਆਰਪੁਰ ਅਤੇ ਦਸੂਹਾ ਤਹਿਸੀਲਾਂ ਵਾਲੇ **ਮੱਧਵਰਤੀ ਭਾਗ** ਵਿੱਚ ਇਹ ਪੇਟੀ ਇੱਕ ਤੋਂ ਸੱਤ ਕਿਲੋਮੀਟਰ ਚੌੜੀ ਹੈ ਅਤੇ ਇਹ ਮੁੱਖ ਸੜਕ ਤੋਂ ਪੂਰਬ ਵੱਲ ਹੈ। ਇਸ ਖੇਤਰ ਵਿੱਚ ਸ਼ਿਵਾਲਕ ਪਹਾੜੀਆਂ ਦੀਆਂ ਚਟਾਨਾਂ ਪੀਡੀਆਂ (compact) ਹਨ, ਬਨਸਪਤੀ ਕੱਜਣ (vegetation cover) ਜ਼ਿਆਦਾ ਅਤੇ ਹਰਾ-ਭਰਾ ਹੈ। ਇਸ ਕਾਰਨ ਚੋਆਂ ਦਾ ਅਪਰਦਨ ਘੱਟ ਹੈ ਅਤੇ ਉਨ੍ਹਾਂ ਰਾਹੀਂ ਵਹਾ ਕੇ ਲਿਆਂਦਾ ਮਲਵਾ ਵੀ ਘੱਟ ਜਮ੍ਹਾਂ ਹੋਵੇਗਾ। ਇਸ ਕਾਰਨ ਜਲੋੜ੍ਹੀ ਪੱਖੇ ਛੋਟੇ ਬਣੇ ਸਨ। ਇਸ ਖੇਤਰ ਵਿੱਚ ਸ਼ਿਵਾਲਕ ਪਹਾੜੀਆਂ ਉੱਚੀਆਂ ਪਰੰਤੂ ਘੱਟ ਚੌੜਾਈ ਵਿੱਚ ਹਨ। **ਉੱਤਰੀ ਭਾਗ** ਵਿੱਚ ਕੰਢੀ 300 ਮੀਟਰ ਦੀ ਸਮ ਉੱਚ ਰੇਖਾ ਤੱਕ ਹੀ ਫੈਲੀ ਹੋਈ ਹੈ।

ਜਲੋੜ੍ਹੀ ਪੱਖਿਆਂ ਅਤੇ ਚੋਅ ਵਹਿਣਾਂ ਵਿੱਚ ਜਮ੍ਹਾਂ ਹੋਏ ਤਲਛਟ ਮੁਸਾਮਦਾਰ ਤੇ ਖੁਰਦਰੇ (coarse) ਹਨ ਜੋ ਮੁੱਖ ਤੌਰ 'ਤੇ ਰੇਤੇ ਮਿਲੇ ਗੀਟੇ (gravels) ਜਾਂ ਕੰਕਰ ਅਤੇ ਕੁੱਝ ਭਾਗਾਂ ਵਿੱਚ ਬਰੀਕ ਜਿਵੇਂ ਕਿ ਚੀਕਣੀ ਮਿੱਟੀ (clay) ਜਾਂ ਰੇਤਲੀ ਮਿੱਟੀ ਹਨ। ਇਹ ਤਲਛਟ ਨਵੇਂ ਹਨ ਅਤੇ ਪਰਤਾਂ ਵਿੱਚ ਪਾਏ ਜਾਂਦੇ ਹਨ। ਪਹਾੜੀਆਂ ਨੇੜੇ ਗੋਲ ਪੱਥਰ (pebbles) ਅਤੇ ਰੇਤਾ ਬਹੁਤਾਤ ਵਿੱਚ ਮਿਲਦੇ ਹਨ ਪਰੰਤੂ ਪਰ੍ਹੇ ਪੱਛਮ ਵੱਲ ਅਤੇ ਚੋਆਂ-ਖੱਡਾਂ ਤੋਂ ਪਰ੍ਹੇ ਚੀਕਣੀ ਮਿੱਟੀ ਜਾਂ ਦੋਮਟ ਮਿੱਟੀ ਦੇ ਖੇਤਰ (ਖੰਡ) ਵੀ ਪਾਏ ਜਾਂਦੇ ਹਨ। ਇਹ ਉਪਜਾਊ ਖੇਤੀ ਯੋਗ ਜ਼ਮੀਨ ਹੈ ਤੇ ਇੱਥੇ ਕਿੱਕਰਾਂ (acacia) ਆਮ ਮਿਲਦੀਆਂ ਹਨ। ਬਲਾਚੌਰ ਤਹਿਸੀਲ ਦੇ ਪੂਰਬੀ ਭਾਗਾਂ ਵਿੱਚ ਥੋਪੀਆ, ਊਧਨਵਾਲ, ਮਾਨਸੇਵਾਲ, ਰੱਤੇਵਾਲ, ਨਿੱਘੀ ਆਦਿ ਪਿੰਡਾਂ ਵਿੱਚ ਧਰਾਤਲ ਜ਼ਿਆਦਾ ਲਹਿਰਦਾਰ ਅਤੇ ਉੱਚੀ ਨੀਵੀਂ ਹੈ।

ਕੰਢੀ ਇਕ ਚੋਅ ਪ੍ਰਦੇਸ਼ ਹੈ ਜਿਸਦੀ ਪੰਜਾਬ ਦੇ ਮੈਦਾਨ ਵੱਲ ਉੱਤਲ (Convex) ਢਲਾਨ ਹੈ। ਇੱਥੇ ਬਹੁਤ ਚੋਅ ਅਤੇ ਖੱਡਾਂ ਹਨ (ਚਿੱਤਰ ਨੰ. 2 ਅਤੇ ਨਕਸ਼ਾ ਨੰ. 67) ਇਸ ਕਾਰਨ ਇਹ ਪ੍ਰਦੇਸ਼ ਰੇਤਲੀ ਮਿੱਟੀ ਵਾਲਾ ਅਤੇ ਘੱਟ ਉਪਜਾਊ ਹੈ। ਭੌਂ ਹੇਠਲਾ ਪਾਣੀ ਡੂੰਘਾ ਹੈ। ਸਿੰਜਾਈ ਦੀ ਘਾਟ ਹੈ ਅਤੇ ਪ੍ਰਦੇਸ਼ ਘੱਟ ਵਿਕਸਤ ਹੈ।

(ੲ) ਉੱਪਰਲਾ ਸਤਰ ਜਾਂ ਸਪਾਟ ਜਲੋੜ੍ਹੀ ਮੈਦਾਨ (UPPER TERRACE OR FLAT ALLUVIAL PLAIN)

ਕੰਢੀ ਤੋਂ ਪੱਛਮ ਵੱਲ ਦਰਿਆ ਬਿਆਸ ਤੇ ਸਤਲੁਜ ਵਿਚਕਾਰ ਇਨ੍ਹਾਂ ਦਰਿਆਵਾਂ ਰਾਹੀਂ ਲਿਆਂਦੇ ਤਲਛਟਾਂ ਦੇ ਨਿਖੇਪ ਤੋਂ ਬਣਿਆ ਇੱਕ ਲਗਭਗ ਸਪਾਟ ਮੈਦਾਨ ਹੈ ਜੋ ਪੁਰਾਣੇ ਤਲਛਟਾਂ ਤੋਂ ਬਣਿਆ ਉੱਪਰਲਾ ਸਤਰ ਜਾਂ ਸਪਾਟ ਜਲੋੜ੍ਹੀ ਮੈਦਾਨ ਹੈ। ਇਸ ਦੀ ਰਚਨਾ ਵਿੱਚ ਰੇਤੇ ਅਤੇ ਗਾਰ (silt) ਤੋਂ ਬਿਨਾਂ ਚੀਕਣੀ ਮਿੱਟੀ ਕਾਫੀ ਹੈ। ਬਹੁਤ ਥਾਈਂ ਕੁੱਝ ਡੂੰਘਾਈ ਤੇ ਚੂਨੇ ਦੇ ਕੰਕਰ (lime nodules) ਵੀ ਮਿਲਦੇ ਹਨ। ਇਸ ਪੁਰਾਣੇ ਉੱਚੇ ਮੈਦਾਨ ਨੂੰ ਬਾਂਗਰ (Bhangar) ਵੀ ਕਿਹਾ ਜਾਂਦਾ ਹੈ। ਆਮ ਢਲਾਨ ਦੱਖਣ-ਪੱਛਮ ਵੱਲ ਹੈ ਜੋ ਮੰਦ (gentle) ਹੈ ਅਤੇ ਉੱਚਾਈ ਪੂਰਬ ਵਿੱਚ 300 ਮੀਟਰ ਤੋਂ ਦੱਖਣ-ਪੱਛਮ ਵੱਲ ਘੱਟਦੀ ਹੋਈ ਦਰਿਆ ਸਤਲੁਜ ਅਤੇ ਦਰਿਆ ਬਿਆਸ ਦੇ ਦੋਮੇਲ (confluence) ਨੇੜੇ 210 ਮੀਟਰ ਤੱਕ ਪੁਹੰਚ ਜਾਂਦੀ ਹੈ। ਇਹ ਬਿਲਕੁਲ ਸਪਾਟ ਅਤੇ ਉਪਜਾਊ ਮੈਦਾਨ ਹੈ। ਪਰੰਤੂ ਚੋਆਂ, ਖੱਡਾਂ ਅਤੇ ਬੇਈਆਂ ਦੀ ਮੌਜੂਦਗੀ, ਚੋਆਂ/ਖੱਡਾਂ ਰਾਹੀਂ ਲਿਆਂਦੇ ਤਲਛਟਾਂ ਦੇ ਨਿਖੇਪ, ਰੇਤ ਕੱਜਣ, ਰੇਤ ਟਿੱਬੇ ਅਤੇ ਛੰਭਾਂ ਦੀ ਮੌਜੂਦਗੀ ਕਾਰਨ ਇਸ ਦਿਸਦੇ ਸਪਾਟ ਮੈਦਾਨ ਵਿੱਚ ਕਈ ਕੁਦਰਤੀ ਵਿਖਮਤਾਵਾਂ ਹੋਂਦ ਵਿੱਚ ਆ ਗਈਆਂ ਹਨ। ਇਨ੍ਹਾਂ ਕੁਦਰਤੀ ਲੱਛਣਾਂ ਜਾਂ ਭੌਤਾਕ੍ਰਿਤਿਕ ਭਿੰਨਤਾਵਾਂ ਦਾ ਵਰਣਨ ਹੇਠ ਦਿੱਤਾ ਗਿਆ ਹੈ—

1. **ਚੋਅ ਹੜ੍ਹ ਕੱਜਣ ਮੈਦਾਨ (Choe Cover Flood Plain) :** ਕੰਢੀ (ਮੁਕੇਰੀਆਂ-ਹੁਸ਼ਿਆਰਪੁਰ-ਬਲਾਚੌਰ ਸੜਕ) ਤੋਂ ਪੱਛਮ ਵੱਲ ਅਤੇ ਮੱਧ ਵਿੱਚ ਆਦਮਪੁਰ ਤੱਕ ਇਹ ਤਿਕੋਣਾ ਖੇਤਰ (ਨਕਸ਼ਾ ਨੰ. 67) ਹੈ ਜਿਸ ਨੂੰ ਚੋਅ ਹੜ੍ਹ ਕੱਜਣ ਦਾ ਮੈਦਾਨ ਕਿਹਾ ਜਾਂਦਾ ਹੈ। ਇਹ ਕੁੱਝ ਢਲਾਨ ਵਾਲਾ ਅਤੇ ਚੋਆਂ ਨਾਲ ਕਟਿਆ-ਫਟਿਆ ਖੇਤਰ ਹੈ। ਮੰਦ ਢਲਾਨ ਕਾਰਨ ਚੋਆਂ ਰਾਹੀਂ ਅਪਰਦਨ ਬਹੁਤ ਘੱਟ ਹੁੰਦਾ ਹੈ ਅਤੇ ਉਹ ਮੁੱਖ ਤੌਰ 'ਤੇ ਆਪਣੇ ਰਾਹੀਂ ਲਿਆਂਦੇ ਤਲਛਟ ਇਸ ਖੇਤਰ ਵਿੱਚ ਨਿਖੇਪ ਕਰਦੇ ਹਨ। ਇਨ੍ਹਾਂ ਨੇ ਇੱਥੇ ਗਾਰ, ਚੀਕਣੀ ਮਿੱਟੀ ਅਤੇ ਬਰੀਕ ਰੇਤਾ ਵਿਛਾ ਦਿੱਤੇ ਹਨ। ਚੋਆਂ ਨੇੜੇ ਕੁੱਝ ਰੇਤਾ ਤੇ ਗੀਟੇ ਵੀ ਮਿਲਦੇ ਹਨ। ਇਹ ਖੇਤਰ **ਹੜ੍ਹ ਦੇ ਮੈਦਾਨ ਵਰਗਾ** ਲੱਗਦਾ ਹੈ। ਇਸ ਲਈ ਇਹ ਚੋਆਂ ਦੇ ਹੜ੍ਹ ਦਾ ਮੈਦਾਨ ਹੈ। ਛੋਟੇ ਚੋਅ ਇੱਥੇ ਖਤਮ ਹੋ ਜਾਂਦੇ ਹਨ ਪਰੰਤੂ ਵੱਡੇ ਚੋਅ ਇਸ ਖੇਤਰ ਵਿੱਚ ਵੀ ਆਪਣੇ ਤੰਗ ਤੇ ਡੂੰਘੇ ਵਹਿਣਾਂ ਵਿੱਚ ਅੱਗੇ ਵੱਗਦੇ ਹਨ। ਇਹ ਇੱਕ ਉਪਜਾਊ ਮੈਦਾਨ ਹੈ ਜਿਸ ਦੀ ਮਿੱਟੀ ਵਿੱਚ ਕਾਫੀ ਨਮੀ (moisture) ਹੈ। ਸਥਾਨਕ ਤੌਰ 'ਤੇ ਇਸ ਖੇਤਰ ਨੂੰ **ਸੀਰੋਵਾਲ** ਕਿਹਾ ਜਾਂਦਾ ਹੈ, ਕਿਉਂਕਿ ਪੁਰਾਣੇ ਸਮਿਆਂ ਵਿੱਚ ਮਿੱਟੀ ਵਿੱਚ ਕਾਫੀ ਸਿਲ੍ਹ ਸੀ ਅਤੇ ਜਲ ਸਤਰ ਦੇ ਭੂਮੀ ਤਲ ਨੇੜੇ ਹੋਣ ਕਾਰਨ ਇੱਥੇ ਪਾਣੀ ਦੀ ਸੀਰਾਂ (ਫੁਆਰੇ) (springs or seepages) ਵੱਗਦੀਆਂ ਸਨ। ਇਹ ਖੇਤਰ ਤਰਾਈ (tarai) ਵਰਗਾ ਹੈ।

2. **ਨਦੀਆਂ, ਚੋਅ ਅਤੇ ਖੱਡਾਂ (Streams, Choes and Khads) :** ਇਸ ਖੇਤਰ ਵਿੱਚ ਕਈ ਨਦੀਆਂ, ਚੋਅ ਅਤੇ ਖੱਡਾਂ (ਨਕਸ਼ਾ ਨੰ. 67) ਪਾਏ ਜਾਂਦੇ ਹਨ ਜੋ ਇਸ ਖੇਤਰ ਵਿੱਚ ਪੂਰਬ ਤੋਂ ਪੱਛਮ ਵੱਲ ਵੱਗਦੇ ਹਨ। ਆਸਰੋਂ, ਰੈਲ, ਬਣਾ, ਸੁੱਧੇ ਮਜਾਰਾ, ਕਾਠਗੜ੍ਹ, ਬਲਾਚੌਰ, ਧਮਾਈ-ਮਾਲੇਵਾਲ, ਗੜ੍ਹਸ਼ੰਕਰ, ਲਲਵਾਨ-ਟੂਟੋ ਮਜਾਰਾ, ਮੈਲੀ, ਬਾਹੋਵਾਲ, ਰਾਜਣੀ, ਚੱਬੇਵਾਲ, ਚੱਗਰਾਂ, ਨੰਗਲ-ਸ਼ਹੀਦਾਂ, ਰਾਉ ਨਾਲਾ, ਭੰਗੀ, ਨਸਰਾਲਾ-ਆਦਮਪੁਰ, ਮੈਂਹਗਰੋਵਾਲ-ਢੋਲਬਾਹਾ-ਜਨੌੜੀ ਸਮੂਹ, ਅਰਗੋਵਾਲ-ਮਸਤੀਵਾਲ, ਭਾਨਾ, ਪੰਨਵਾਂ, ਦਸੂਹਾ ਅਤੇ ਉੱਚੀ ਬਸੀ ਚੋਅ ਜਾਂ ਖੱਡਾਂ ਇਸ ਖੇਤਰ ਦੇ ਮਹੱਤਵਪੂਰਣ ਜਲ ਪ੍ਰਵਾਹ ਤੰਤਰ ਹਨ। ਕੈਲ ਨਦੀ, ਫੁਟਲਾਵਾ ਚੋਅ, ਦਰੂਲੀ ਚੋਅ, ਬੁਲ੍ਹੋਵਾਲ ਚੋਅ ਅਤੇ ਕਿੰਗਰਾ ਨਦੀ ਵੀ ਮਹੱਤਵਪੂਰਣ ਹਨ।

ਇਨ੍ਹਾਂ ਤੋਂ ਬਿਨਾਂ ਚਿੱਟੀ ਜਾਂ ਪੂਰਬੀ ਬੇਈਂ ਅਤੇ ਕਾਲੀ ਜਾਂ ਪੱਛਮੀ ਬੇਈਂ ਇਸ ਖੇਤਰ ਦੀਆਂ ਮਹੱਤਵਪੂਰਣ ਨਦੀਆਂ ਹਨ। ਚਿੱਟੀ ਬੇਈਂ ਬਿਸਤ ਦੋਆਬ ਦੇ ਦੱਖਣੀ ਭਾਗਾਂ ਵਿੱਚ ਮੋਟੇ ਤੌਰ 'ਤੇ ਪੂਰਬ ਤੋਂ ਦੱਖਣ-ਪੱਛਮ ਵੱਲ ਵੱਗਦੀ ਹੋਈ ਮੰਡ ਖੇਤਰ ਵਿੱਚ ਦਰਿਆ ਸਤਲੁਜ ਵਿੱਚ ਮਿਲ ਜਾਂਦੀ ਹੈ। ਕਾਲੀ ਬੇਈਂ ਇਸ ਖੇਤਰ ਦੇ ਪੱਛਮੀ ਭਾਗ ਵਿੱਚ ਉੱਤਰ - ਪੂਰਬ ਤੋਂ ਦੱਖਣ ਵੱਲ ਵਗਦੀ ਹੋਈ ਬਿਆਸ ਅਤੇ ਸਤਲੁਜ ਦਰਿਆਵਾਂ ਦੇ ਦੁਮੇਲ ਕੋਲ ਸਤਲੁਜ ਦਰਿਆ ਵਿੱਚ ਮਿਲ ਜਾਂਦੀ ਹੈ।

3. **ਢਾਹਾ (Dhaiya)** : ਦਰਿਆ ਸਤਲੁਜ ਦਾ ਸੱਜਾ ਕੰਢਾ ਪੂਰਬ ਵਿੱਚ ਬਲਾਚੌਰ ਤੋਂ ਲੈ ਕੇ ਪੱਛਮ ਵਿੱਚ ਸ਼ਾਹਕੋਟ ਤੱਕ ਇੱਕ ਕਗਾਰ (bluff or cliff) ਵਰਗਾ ਉੱਚਾ ਹੈ ਜਿਸਦੀ ਉੱਚਾਈ 3 ਤੋਂ 10 ਮੀਟਰ ਤੱਕ ਹੈ। ਇਹ ਬਾਂਗੜ ਦਾ ਕੰਢਾ ਹੈ ਜੋ ਉੱਚੇ ਪੱਧਰੇ ਪੁਰਾਣੇ ਮੈਦਾਨ ਨੂੰ ਨੀਵੇਂ ਅਤੇ ਨਵੇਂ **ਹੜ੍ਹ ਦੇ ਮੈਦਾਨ** (flood plain) ਤੋਂ ਅਲੱਗ ਕਰਦਾ ਹੈ। ਢਲਾਨ ਬਰਾਬਰ, ਤਿੱਖੀ ਜਾਂ ਕਗਾਰ ਵਰਗੀ ਹੋ ਸਕਦੀ ਹੈ। ਇਸ ਢਾਹੇ ਵਿੱਚ ਕਈ ਹੜ੍ਹ ਕਟਾਅ (inundations) ਪਾਏ ਜਾਂਦੇ ਹਨ। ਇਸ ਵਿੱਚ ਅਪਰਦਨ ਕਾਰਨ ਬਹੁਤ ਥਾਈਂ **ਪਾੜ** ਅਤੇ ਘੱਗ (ਗਲੀਆਂ) (gaps and gullies) ਬਣ ਗਏ ਹਨ। ਇਨ੍ਹਾਂ ਰਾਹੀਂ ਉੱਚੇ ਮੈਦਾਨ ਦਾ ਪਾਣੀ ਸਤਲੁਜ ਬੇਟ ਵਿੱਚ ਜਾਂਦਾ ਹੈ। ਇਹ ਢਾਹਾ ਦਰਿਆ ਸਤਲੁਜ ਤੋਂ 1 ਤੋਂ 10 ਕਿਲੋਮੀਟਰ ਦੀ ਦੂਰੀ ਤੇ ਉੱਤਰ ਵੱਲ ਸਥਿਤ ਹੈ। ਦਰਿਆ ਬਿਆਸ ਦਾ ਪੂਰਬੀ ਕਿਨਾਰਾ ਨੀਵਾਂ ਹੈ ਅਤੇ ਖੇਤ ਇਸ ਨੀਵੇਂ ਕਿਨਾਰੇ ਤੱਕ ਮਿਲਦੇ ਹਨ।

4. **ਛੋਟੇ ਦੋਆਬੇ (Minor Doabs)** : ਚਿੱਟੀ ਅਤੇ ਕਾਲੀ ਬੇਈਂ ਨੇ ਬਿਸਤ ਦੋਆਬ ਖੇਤਰ ਨੂੰ ਤਿੰਨ ਛੋਟੇ ਦੋਆਬਿਆਂ (ਨਕਸਾ ਨੰ. 67) ਵਿੱਚ ਵੰਡ ਦਿੱਤਾ ਹੈ। ਇਹ ਹਨ—

   (A) **ਦੱਖਣ-ਪੂਰਬੀ ਛੋਟਾ ਦੋਆਬਾ**—ਇਹ ਦਰਿਆ ਸਤਲੁਜ ਤੇ ਚਿੱਟੀ ਬੇਈਂ ਵਿਚਕਾਰ ਪਾਇਆ ਜਾਂਦਾ ਹੈ। ਇਸ ਦੇ ਪੂਰਬੀ ਭਾਗ ਨੂੰ **ਢੱਕ ਪ੍ਰਦੇਸ਼** ਕਿਹਾ ਜਾਂਦਾ ਸੀ। ਇਹ ਢੱਕ ਪ੍ਰਦੇਸ਼ ਮੁੱਖ ਤੌਰ 'ਤੇ ਐਸ.ਬੀ.ਐਸ. ਨਗਰ ਜ਼ਿਲ੍ਹੇ ਵਿੱਚ (ਨਕਸ਼ਾ ਨੰ. 67) ਫੈਲਿਆ ਹੋਇਆ ਹੈ। ਇਸ ਉਪ-ਖੇਤਰ ਦੀ ਮਿੱਟੀ ਰੇਤਲੀ ਦੋਮਟ ਹੈ ਜੋ ਦਰਮਿਆਨੇ ਉਪਜਾਊਪਨ ਵਾਲੀ ਹੈ। ਪੁਰਾਣੇ ਸਮਿਆਂ ਵਿੱਚ ਇਸ ਇਲਾਕੇ ਵਿੱਚ ਢੱਕ ਜਾਂ ਪਲਾਹ ਦਰਖ਼ਤਾਂ ਦਾ ਭਾਰੀ ਉਗਾ ਸੀ, ਇਸ ਕਾਰਨ ਇਸ ਨੂੰ ਢੱਕ ਪ੍ਰਦੇਸ਼ ਕਿਹਾ ਜਾਂਦਾ ਸੀ। ਅੱਜਕੱਲ ਇਸਦੇ ਬਿਲਕੁਲ ਪੂਰਬੀ ਭਾਗਾਂ ਵਿੱਚ ਕੁੱਝ ਪਲਾਹ ਜਾਂ ਢੱਕ ਦੇ ਦਰਖ਼ਤ ਪਾਏ ਜਾਂਦੇ ਹਨ।

   ਦੱਖਣੀ ਛੋਟੇ ਦੋਆਬੇ ਦੇ ਪੱਛਮੀ ਭਾਗ ਨੂੰ ਸਥਾਨਕ ਤੌਰ 'ਤੇ **ਮੰਜਕੀ** (Manjki) ਇਲਾਕਾ ਕਿਹਾ ਜਾਂਦਾ ਹੈ। ਇਹ ਇਲਾਕਾ ਜਲੰਧਰ ਜ਼ਿਲ੍ਹੇ ਦੀਆਂ ਫਿਲੌਰ, ਨਕੋਦਰ ਅਤੇ ਸ਼ਾਹਕੋਟ ਅਤੇ ਫਗਵਾੜਾ ਤਹਿਸੀਲਾਂ ਵਿੱਚ ਫੈਲਿਆ ਹੋਇਆ ਹੈ। ਇਹ ਖੇਤਰ ਸਪਾਟ ਹੈ ਤੇ ਇੱਥੇ ਬਹੁਤ ਉਪਜਾਊ ਚੀਕਣੀ ਮਿੱਟੀ ਜਾਂ ਚੀਕਣੀ ਦੋਮਟ ਮਿੱਟੀ (Clayey loams) ਪਾਈਆਂ ਜਾਂਦੀਆਂ ਹਨ। ਇਸ ਉਪਜਾਊ ਖੇਤਰ ਵਿੱਚ ਮੁੰਜੀ (ਚਾਵਲ) ਪੈਦਾ ਕੀਤੀ ਜਾਂਦੀ ਹੈ ਅਤੇ ਪੁਰਾਣੇ ਸਮਿਆਂ ਵਿੱਚ ਇੱਥੇ ਮੰਜ ਰਾਜਪੂਤ ਕਬੀਲੇ ਦਾ ਕਬਜ਼ਾ ਸੀ। ਇਸ ਕਾਰਨ ਇਸ ਦਾ ਨਾਂ ਮੰਜਕੀ ਪੈ ਗਿਆ।

   (B) **ਮੱਧਵਰਤੀ ਛੋਟਾ ਦੋਆਬਾ**—ਇਹ ਉਪ ਖੇਤਰ ਪੱਛਮ ਵੱਲ ਕਾਲੀ ਬੇਈਂ ਅਤੇ ਪੂਰਬ ਅਤੇ ਦੱਖਣ ਵਿੱਚ ਚਿੱਟੀ ਬੇਈਂ ਵਿਚਕਾਰ ਸਥਿਤ ਹੈ। ਇਹ ਉਪ-ਖੇਤਰ ਜਲੰਧਰ-9 ਅਤੇ 99 ਤਹਿਸੀਲਾਂ, ਹੁਸ਼ਿਆਰਪੁਰ ਅਤੇ ਦਸੂਹਾ ਤਹਿਸੀਲਾਂ ਦੇ ਪੱਛਮੀ ਭਾਗ ਅਤੇ ਕਪੂਰਥਲਾ ਜ਼ਿਲ੍ਹੇ ਦੇ ਪੂਰਬੀ ਭਾਗਾਂ ਵਿੱਚ ਫੈਲਿਆ ਹੋਇਆ ਹੈ। ਇੱਥੇ ਮਿੱਟੀ ਰਲੀ-ਮਿਲੀ ਭਾਵ ਰੇਤ ਅਤੇ ਚੀਕਣੀ ਮਿੱਟੀ (ਦੋਨੋਂ ਭਾਗ) ਤੋਂ ਬਣੀ ਹੈ। ਇਸ ਕਾਰਨ ਸਥਾਨਕ ਤੌਰ 'ਤੇ ਇਸ ਇਲਾਕੇ ਨੂੰ ਦੋਨਾ (Dona) ਕਿਹਾ ਜਾਂਦਾ ਹੈ। ਇਹ ਮੈਰਾ ਜਾਂ ਦੋਮਟ ਮਿੱਟੀ ਵਾਲਾ ਉਪਜਾਊ ਖੇਤਰ ਹੈ। ਇਸ ਉਪ-ਖੇਤਰ ਦੇ ਪੂਰਬੀ ਭਾਗ ਜੋ ਇੱਕ 5 ਤੋਂ 13 ਕਿਲੋਮੀਟਰ ਚੌੜੀ ਪੱਟੀ ਰੂਪ ਵਿੱਚ ਹੁਸ਼ਿਆਰਪੁਰ ਅਤੇ ਜਲੰਧਰ ਜ਼ਿਲ੍ਹਿਆਂ ਦੀ ਸਰਹੱਦ ਦੇ ਦੋਨੋਂ ਪਾਸੀਂ ਉੱਤਰ ਤੋਂ ਦੱਖਣ ਦਿਸ਼ਾ ਵਿੱਚ ਫੈਲਿਆ ਹੋਇਆ ਹੈ, ਨੂੰ ਸੀਰੋਂਵਾਲ ਕਿਹਾ ਜਾਂਦਾ ਹੈ। ਇਹ ਸਿਲ੍ਹੀ ਮਿੱਟੀ ਵਾਲਾ ਉਪਜਾਊ ਖੇਤਰ ਹੈ।

(C) **ਪੱਛਮੀ ਛੋਟਾ ਦੋਆਬਾ (Western Minor Doab) :** ਇਹ ਉਪ-ਖੇਤਰ ਪੱਛਮ ਵਿੱਚ ਦਰਿਆ ਬਿਆਸ ਅਤੇ ਪੂਰਬ ਵਿੱਚ ਕਾਲੀ ਬੇਈਂ ਵਿਚਕਾਰ ਮੁੱਖ ਤੌਰ 'ਤੇ ਕਪੂਰਥਲਾ ਜ਼ਿਲ੍ਹੇ ਦੇ ਪੱਛਮੀ ਭਾਗਾਂ ਵਿੱਚ ਫੈਲਿਆ ਹੋਇਆ ਹੈ। ਇਸ ਦਾ ਕੁੱਝ ਭਾਗ ਦੋਮਟ ਮਿੱਟੀ ਵਾਲਾ ਦੋਨਾ ਇਲਾਕਾ ਹੈ ਅਤੇ ਕੁੱਝ ਭਾਗ ਬੇਟ ਖੇਤਰ ਹੈ।

5. **ਰੇਤ ਕੱਜਣ ਅਤੇ ਰੇਤ ਟਿੱਬੇ (Sand Cover and Sand Dunes) :** ਇਸ ਉਪ-ਖੇਤਰ ਦੇ ਮੱਧ-ਪੱਛਮੀ ਅਤੇ ਦੱਖਣ-ਪੱਛਮੀ ਭਾਗਾਂ (ਕਪੂਰਥਲਾ ਅਤੇ ਸੁਲਤਾਨਪੁਰ ਲੋਧੀ ਤਹਿਸੀਲਾਂ ਦੇ ਪੂਰਬੀ ਭਾਗ ਅਤੇ ਜਲੰਧਰ-I ਅਤੇ ਨਕੋਦਰ ਤਹਿਸੀਲਾਂ ਦੇ ਪੱਛਮੀ ਭਾਗ) ਵਿੱਚ ਰੇਤ ਕੱਜਣ (sand cover) ਅਤੇ ਰੇਤ ਟਿੱਬਿਆਂ (Sand dunes) ਦਾ ਕਾਫੀ ਵਿਸਥਾਰ ਹੈ। ਰੇਤ ਟਿੱਬਿਆਂ ਦੀ ਉੱਚਾਈ ਘੱਟ ਹੈ। ਇਹ ਰੇਤ ਕੱਜਣ ਤੇ ਰੇਤ ਟਿੱਬੇ ਦਰਿਆ ਸਤਲੁਜ ਅਤੇ ਬਿਆਸ, ਦੋਨੋਂ ਬੇਈਆਂ ਅਤੇ ਵੱਡੇ ਚੋਆਂ ਦੇ ਵਿਭਿੰਨ ਸ਼ਾਖਾਵਾਂ ਵਿੱਚ ਵੰਡੇ ਜਾਣ ਦੀ ਕਿਰਿਆ (braided action) ਕਾਰਨ ਹੋਂਦ ਵਿੱਚ ਆਏ ਸਨ। ਪਵਨ ਕਿਰਿਆ (wind action) ਕਾਰਨ ਇਨ੍ਹਾਂ ਰੇਤ ਕੱਜਣਾਂ ਦੀ ਸਥਿਤੀ ਅਤੇ ਸਰੂਪ ਵਿੱਚ ਤਬਦੀਲੀਆਂ ਆਈਆਂ ਸਨ। ਅੱਜਕੱਲ ਜ਼ਿਆਦਾਤਰ ਰੇਤ ਟਿੱਬਿਆਂ ਨੂੰ ਪੱਧਰਾ ਕਰਕੇ ਕਾਸ਼ਤ ਹੇਠ ਲਿਆਂਦਾ ਗਿਆ ਹੈ। ਇਹ ਰੇਤ ਕੱਜਣ ਅਤੇ ਟਿੱਬੇ ਬਿਸਤ ਦੋਆਬ ਦੀ ਸਪਾਟ ਧਰਾਤਲ ਦੀ ਇਕਸਾਰਤਾ ਵਿੱਚ ਭਿੰਨਤਾ ਪੈਦਾ ਕਰਦੇ ਹਨ।

(ਸ) ਹੜ੍ਹ ਦੇ ਮੈਦਾਨ ਅਤੇ ਛੰਬ (FLOOD PLAINS AND CHHAMBHS)

ਢਾਹੇ ਤੋਂ ਅੱਗੇ ਦਰਿਆ ਸਤਲੁਜ ਤੇ ਦਰਿਆ ਬਿਆਸ ਦੇ ਵਹਿਣਾਂ (channels) ਤੱਕ ਇਨ੍ਹਾਂ ਦਰਿਆਵਾਂ ਦੇ ਹੜ੍ਹ ਦੇ ਮੈਦਾਨ ਮਿਲਦੇ ਹਨ। ਇਹ **ਖੱਦਰ** (khaddar) ਪ੍ਰਦੇਸ਼ ਹੈ ਜੋ **ਨਵੇਂ ਤਲਛਟਾਂ** ਜਿਵੇਂ ਕਿ ਗਾਰ (silt), ਰੇਤਾ ਅਤੇ ਚੀਕਣੀ ਮਿੱਟੀ ਤੋਂ ਬਣਿਆ ਹੋਇਆ ਹੈ। ਢਾਹਾ ਹੜ੍ਹ ਦੇ ਮੈਦਾਨ ਨੂੰ ਉੱਪਰਲੇ ਸਤਰ ਮੈਦਾਨ ਜਾਂ ਬਾਂਗੜ ਤੋਂ ਅਲੱਗ ਕਰਦਾ ਹੈ। ਹੜ੍ਹ ਦਾ ਇਹ ਮੈਦਾਨ (ਬੇਟ) ਇੱਕ ਲੰਬੂਤਰੀ ਪੇਟੀ ਦੇ ਰੂਪ ਵਿੱਚ ਹਨ ਜੋ ਦਰਿਆਵਾਂ (ਬਿਆਸ ਅਤੇ ਸਤਲੁਜ) ਦੇ ਨਾਲ-ਨਾਲ ਫੈਲੇ ਹੋਏ ਹਨ। ਇਨ੍ਹਾਂ ਦੀ ਚੌੜਾਈ ਸਭ ਥਾਵਾਂ 'ਤੇ ਇੱਕੋ ਜਿਹੀ ਨਹੀਂ ਹੈ (ਨਕਸ਼ਾ ਨੰ. 67) ਬਲਾਚੌਰ ਅਤੇ ਨਵਾਂ ਸ਼ਹਿਰ ਤਹਿਸੀਲਾਂ ਵਿੱਚ ਬੇਟ ਖੇਤਰ ਦੀ ਔਸਤ ਚੌੜਾਈ 5 ਤੋਂ 7 ਕਿਲੋਮੀਟਰ ਹੈ, ਫਿਲੌਰ ਤਹਿਸੀਲ ਵਿੱਚ ਇਸ ਦੀ ਚੌੜਾਈ ਲਗਭਗ 2 ਕਿਲੋਮੀਟਰ ਹੈ ਪਰੰਤੂ ਨਕੋਦਰ ਅਤੇ ਸ਼ਾਹਕੋਟ ਤਹਿਸੀਲਾਂ ਵਿੱਚ ਬੇਟ ਦੀ ਕਾਫੀ ਚੌੜਾਈ ਹੈ ਜੋ 13 ਕਿਲੋਮੀਟਰ ਤੱਕ ਵੀ ਹੈ।

ਦਰਿਆ ਬਿਆਸ ਦਾ ਹੜ੍ਹ ਦਾ ਮੈਦਾਨ (ਬੇਟ ਪ੍ਰਦੇਸ਼), ਮੁਕੇਰੀਆਂ ਅਤੇ ਦਸੂਹਾ ਤਹਿਸੀਲਾਂ (ਹੁਸ਼ਿਆਰਪੁਰ ਜ਼ਿਲ੍ਹਾ) ਅਤੇ ਕਪੂਰਥਲਾ ਜ਼ਿਲ੍ਹੇ ਦੀਆਂ ਸਾਰੀਆਂ ਤਹਿਸੀਲਾਂ ਵਿੱਚ ਪਾਇਆ ਜਾਂਦਾ ਹੈ। ਦਰਿਆ ਬਿਆਸ ਦਾ ਪੂਰਬੀ ਕੰਢਾ ਨੀਵਾਂ ਹੈ ਅਤੇ ਇੱਥੇ ਉੱਤਰ ਵਿੱਚ ਮੀਰਥਲ ਤੋਂ ਲੈ ਕੇ ਦੱਖਣ ਵਿੱਚ ਦਰਿਆ ਸਤਲੁਜ ਨਾਲ ਦੋਮੇਲ ਤੱਕ 3 ਤੋਂ 5 ਕਿਲੋਮੀਟਰ ਚੌੜਾ ਲੰਬੂਤਰਾ ਹੜ੍ਹ ਦਾ ਮੈਦਾਨ ਪਾਇਆ ਜਾਂਦਾ ਹੈ।

ਦਰਿਆ ਸਤਲੁਜ ਅਤੇ ਦਰਿਆ ਬਿਆਸ ਪ੍ਰਾਚੀਨ ਅਤੇ ਪਿਛਲੇ ਸਮਿਆਂ ਵਿੱਚ ਆਪਣਾ ਵਹਿਣ ਮਾਰਗ ਬਦਲਦੇ ਰਹੇ ਹਨ, ਇਸ ਕਾਰਨ ਦੋਨੋਂ ਦਰਿਆਵਾਂ ਦੇ ਬੇਟ ਵਿੱਚ ਪ੍ਰਾਚੀਨ ਵਹਿਣ (palaeo channels), ਵਿਸਰਪਣ ਨਿਸ਼ਾਨ (meander scars), ਉਪ ਨਦੀਆਂ (creeks), ਨੈੜੀਆਂ (neris) ਜਾਂ ਨਾਲੇ, ਆਕਸ-ਬੋ ਝੀਲਾਂ (ox-bow lakes), ਟੋਏ, ਛੱਡੇ ਹੋਏ ਵਹਿਣ (left out or abandoned channels), ਰੇਤ ਕਟਕਾਂ (sand bars) ਅਤੇ ਰੇਤ ਟਿੱਬੇ ਵਰਗੇ ਲੱਛਣ ਪਾਏ ਜਾਂਦੇ ਹਨ। ਮਿੱਟੀਆਂ ਰੇਤ, ਚੀਕਣੀ ਮਿੱਟੀ ਅਤੇ ਗਾਰ ਦੇ ਵਿਭਿੰਨ ਸੁਮੇਲ ਤੋਂ ਬਣੀਆਂ ਹੋਈਆਂ ਹਨ। ਇਹ ਮਿੱਟੀਆਂ ਭੂਮੀਗਤ ਪਾਣੀ ਦੇ ਅੱਛੇ ਸੋਮੇ ਹਨ। ਭੂਮੀਗਤ ਜਲ ਸਤਰ ਸਤ੍ਹਾ ਤੋਂ 2 ਤੋਂ 3 ਮੀਟਰ ਵਿਚਕਾਰ ਉੱਪਰ-ਥੱਲੇ ਹੁੰਦਾ ਰਹਿੰਦਾ ਹੈ। ਉਪਜਾਊ ਅਤੇ ਸਿਲ੍ਹੀ ਮਿੱਟੀ ਅਤੇ ਪਾਣੀ ਦੇ ਆਸਾਨੀ ਨਾਲ ਮਿਲ ਜਾਣ ਕਾਰਨ ਹੜ੍ਹ ਦੇ ਇਨ੍ਹਾਂ ਮੈਦਾਨਾਂ (ਬੇਟ ਪ੍ਰਦੇਸ਼) ਵਿੱਚ ਵੱਡੇ ਪੈਮਾਨੇ ਤੇ ਖੇਤੀਬਾੜੀ ਕੀਤੀ ਜਾਂਦੀ ਹੈ। ਬੇਟ ਪ੍ਰਦੇਸ਼ ਬਿਲਕੁਲ ਸਪਾਟ ਹੈ, ਇਸ ਕਾਰਨ ਇੱਥੇ ਹਰ ਸਾਲ ਵਰਖਾ ਰੁੱਤ ਸਮੇਂ ਹੜ੍ਹ ਆਉਂਦੇ ਹਨ।

ਛੰਭ (Chhambhs) : ਰੇਤ ਟਿੱਬਿਆਂ, ਆਕਸ ਬੋ ਝੀਲਾਂ ਆਦਿ ਤੋਂ ਇਲਾਵਾ ਛੰਭ ਜਾਂ ਦਲਦਲਾਂ (marshes) ਬਿਸਤ ਦੋਆਬ ਦੇ ਹੜ੍ਹ ਦੇ ਮੈਦਾਨਾਂ ਦਾ ਮਹੱਤਵਪੂਰਣ ਅੰਗ ਹਨ। ਛੰਭ ਆਮ ਕਰਕੇ ਛੱਡੇ ਹੋਏ ਵਹਿਣ, ਟੋਏ ਜਾਂ ਵਿਸਰਪਣ ਟੋਏ (ਦਰਿਆ ਸਤਲੁਜ ਅਤੇ ਦਰਿਆ ਬਿਆਸ ਦੇ) ਹਨ ਜਿਨ੍ਹਾਂ ਵਿੱਚ ਵਿਭਿੰਨ ਸੋਮਿਆਂ ਜਿਵੇਂ ਕਿ ਉਪ-ਨਦੀਆਂ, ਹੜ੍ਹ ਜਾਂ ਰਿਸਾਵ (seepages) ਤੋਂ ਆਇਆ ਪਾਣੀ ਭਰ ਗਿਆ। ਇਸ ਤਰ੍ਹਾਂ ਦਲਦਲਾਂ, ਛੰਭ ਜਾਂ ਝੀਲਾਂ ਹੋਂਦ ਵਿੱਚ ਆਏ ਹਨ। ਇਨ੍ਹਾਂ ਛੰਭਾਂ ਜਾਂ ਝੀਲਾਂ ਦਾ ਪਾਣੀ ਆਮ ਕਰਕੇ ਬੇਈਆਂ ਜਾਂ ਨਾਲ ਲੱਗਦੇ ਦਰਿਆ ਵਹਿਣਾਂ ਵਿੱਚ ਚਲਾ ਜਾਂਦਾ ਹੈ।

ਦਰਿਆ ਸਤਲੁਜ ਦੇ ਹੜ੍ਹ ਦੇ ਮੈਦਾਨ ਵਿੱਚ ਚਰਾਣ, ਮੁਜ਼ੱਫਰਪੁਰ ਅਤੇ ਰਕਾਸਨ ਪਿੰਡਾਂ ਦੇ ਨੇੜੇ ਦੇ **ਛੋਟੇ ਛੰਭ** ਅਤੇ ਤੱਲਾ (Talla) ਜਾਂ **ਰਾਹੋਂ ਛੰਭ**, (ਐਸ.ਬੀ.ਐਸ. ਨਗਰ ਜ਼ਿਲ੍ਹੇ ਵਿੱਚ), ਫਿਲੌਰ ਦਾ **ਤਿਹੰਗ ਛੰਭ**, **ਅਜਤਾਨੀ ਛੰਭ** ਅਤੇ ਹਰੀਕੇ ਛੰਭ ਪਾਏ ਜਾਂਦੇ ਹਨ। ਨਕੋਦਰ ਦੇ ਕਸਬੇ ਨੇੜੇ ਪਿੰਡ ਕੰਗ ਸਾਹਿਬੂ ਦਾ ਛੰਭ ਹੈ (ਨਕਸ਼ਾ ਨੰ. 67)।

ਦਰਿਆ ਬਿਆਸ ਦੇ ਹੜ੍ਹ ਦੇ ਮੈਦਾਨ ਵਿੱਚ ਵੀ ਕਈ ਛੰਭ ਪਾਏ ਜਾਂਦੇ ਹਨ। ਇਨ੍ਹਾਂ ਵਿੱਚ ਸ਼ਾਮਲ ਹਨ **ਟੇਰਕਿਆਣਾ ਛੰਭ** (ਦਸੂਹਾ ਕਸਬੇ ਦੇ ਉੱਤਰ-ਪੱਛਮ ਵਿੱਚ), ਮੁਕੇਰੀਆਂ ਕਸਬੇ ਤੋਂ ਪੱਛਮ ਵੱਲ ਸਥਿਤ **ਕਾਲਾਬਾਗ ਛੰਭ** ਅਤੇ ਟਾਂਡਾ ਕਸਬੇ ਦੇ ਦੱਖਣ-ਪੱਛਮ ਵਿੱਚ ਸਥਿਤ **ਜਹੂਰਾਝੀਲ ਜਾਂ ਛੰਬ**। ਇਨ੍ਹਾਂ ਸਭ ਵਿੱਚੋਂ **ਟੇਰਕਿਆਣਾ ਛੰਭ** ਸਭ ਤੋਂ ਵੱਧ ਮਹੱਤਵਪੂਰਣ ਹੈ। ਇਹ ਛੰਭ ਦਰਿਆ ਬਿਆਸ ਦੇ ਪ੍ਰਾਚੀਨ ਵਹਿਣ ਵਿੱਚ ਵਿਕਸਤ ਹੋਇਆ ਹੈ। ਸ਼ਿਵਾਲਕ ਪਹਾੜੀਆਂ ਤੋਂ ਆਉਣ ਵਾਲੇ ਕਈ ਚੋਅ ਇਸ ਛੰਭ ਨੂੰ ਪਾਣੀ ਪ੍ਰਦਾਨ ਕਰਦੇ ਹਨ। ਇਸ ਵੱਡੀ ਛੰਭ ਵਿੱਚ ਚੋਆਂ ਰਾਹੀਂ ਲਿਆਂਦੀ ਗਾਰ ਦੇ ਜਮ੍ਹਾਂ ਹੋ ਜਾਣ ਨਾਲ ਇਹ ਛੰਭ ਤਿੰਨ ਭਾਗਾਂ ਵਿੱਚ ਵੰਡੀ ਗਈ ਹੈ। ਇਹ ਹਨ—**ਟੇਰਕਿਆਣਾ ਛੰਭ** (ਉੱਤਰੀ ਭਾਗ), ਚਨਾਲਤਾ ਜਾਂ **ਮੁਨਕਵਾਲਾ ਛੰਭ** (ਮੱਧਵਰਤੀ ਭਾਗ) ਅਤੇ **ਨਰਾਇਣਗੜ੍ਹ ਛੰਭ** (ਦੱਖਣੀ ਭਾਗ) ਇਨ੍ਹਾਂ ਸਾਰੇ ਛੰਭਾਂ ਦਾ ਪਾਣੀ ਸਿੱਧੇ ਜਾਂ ਅਸਿੱਧੇ ਰੂਪ ਵਿੱਚ ਕਾਲੀ ਬੇਈਂ ਵਿੱਚ ਜਾਂਦਾ ਹੈ।

ਜਲੰਧਰ ਜ਼ਿਲ੍ਹੇ ਵਿੱਚ ਕਰਤਾਰਪੁਰ ਦੇ ਕਸਬੇ ਤੋਂ ਲਗਭਗ 13 ਕਿਲੋਮੀਟਰ ਉੱਤਰ-ਪੱਛਮ ਵੱਲ **ਬਾਲਹੂਵਾਲ ਛੰਭ** ਹੈ। ਜਲੰਧਰ ਸ਼ਹਿਰ ਤੋਂ ਲਗਭਗ 13 ਕਿਲੋਮੀਟਰ ਉੱਤਰ-ਪੱਛਮ ਵੱਲ **ਢੋਗਰੀ ਛੰਭ** ਸਥਿਤ ਹੈ। ਕਪੂਰਥਲਾ ਜ਼ਿਲ੍ਹੇ ਵਿੱਚ **ਭੁਲਾਣਾ ਛੰਭ** (ਕਪੂਰਥਲਾ ਸ਼ਹਿਰ ਤੋਂ ਦੱਖਣ-ਪੱਛਮ ਵਿੱਚ) ਮਹੱਤਵਪੂਰਣ ਹੈ। **ਕਾਂਜਲੀ** (Kanjli Wetland) ਅਤੇ **ਹਰੀਕੇ** ਦਲਦਲੀ ਜਾਂ ਛੰਭ ਖੇਤਰ ਮਸ਼ਹੂਰ ਸਿਲ੍ਹੇ ਖੇਤਰ ਹਨ (ਨਕਸ਼ਾ ਨੰ. 66)।

ਇਨ੍ਹਾਂ ਛੰਭਾਂ ਵਿੱਚੋਂ ਕਈ ਗਾਰ ਭਰ ਜਾਣ ਕਾਰਨ ਆਕਾਰ ਵਿੱਚ ਛੋਟੀਆਂ ਹੋ ਗਈਆਂ ਹਨ। ਕਈ ਮੁਕੰਮਲ ਤੌਰ 'ਤੇ ਗਾਰ ਨਾਲ ਭਰ ਗਈਆਂ ਹਨ ਜਾਂ ਉਨ੍ਹਾਂ ਵਿੱਚ ਹੁਣ ਪਾਣੀ ਦੀ ਕਿਸੇ ਵੀ ਸੋਮੇ ਤੋਂ ਕੋਈ ਆਮਦ ਨਹੀਂ ਹੈ, ਇਸ ਕਾਰਨ ਉਨ੍ਹਾਂ ਨੂੰ ਸੁਧਾਰ ਕੇ ਖੇਤੀ ਯੋਗ ਬਣਾ ਲਿਆ ਗਿਆ ਹੈ।

ਜਲ ਪ੍ਰਵਾਹ (DRAINAGE)

ਬਿਸਤ ਦੋਆਬ ਪ੍ਰਦੇਸ਼ ਵਿੱਚ ਦੋ ਸਥਾਈ ਦਰਿਆ ਸਤਲੁਜ ਅਤੇ ਬਿਆਸ, ਦੋ ਮੌਸਮੀ ਨਦੀਆਂ ਚਿੱਟੀ ਬੇਈਂ ਅਤੇ ਕਾਲੀ ਬੇਈਂ ਅਤੇ ਅਨੇਕ ਅਲਪਕਾਲਿਕ ਨਦੀਆਂ (Ephermeral Streams), ਚੋਅ ਅਤੇ ਖੱਡਾਂ, ਕਈ ਉਪ-ਨਦੀਆਂ (creeks) ਅਤੇ ਛੰਭ ਪਾਏ ਜਾਂਦੇ ਹਨ (ਨਕਸ਼ਾ ਨੰ. 67)। ਇਹ ਬਿਸਤ ਦੋਆਬ ਪ੍ਰਦੇਸ਼ ਦੀਆਂ ਜਲ ਪ੍ਰਵਾਹ ਰੇਖਾਵਾਂ ਜਾਂ ਵਹਿਣ ਹਨ। ਇਨ੍ਹਾਂ ਤੋਂ ਬਿਨਾਂ ਮਨੁੱਖ ਨੇ ਪਾਣੀ ਦੇ ਠੀਕ ਨਿਕਾਸ ਲਈ ਕਈ **ਡ੍ਰੇਨਜ਼** (drains) ਵੀ ਬਣਾਈਆਂ ਹਨ।

ਜਲ ਪ੍ਰਵਾਹ ਤੰਤਰ ਸਰੂਪ (Drainage Pattern) : ਸਮੁੱਚੇ ਤੌਰ ਤੇ ਬਿਸਤ ਦੋਆਬ ਦੇ ਜਲ ਪ੍ਰਵਾਹ ਤੰਤਰ ਦਾ ਸਰੂਪ (pattern) ਦਰਖਤਨੁਮਾ (dendritic pattern) ਹੈ। ਸਭ ਚੋਅ, ਖੱਡਾਂ, ਨਦੀਆਂ (ਬੇਈਆਂ) ਨਾਲੇ ਅਤੇ ਇੱਥੋਂ ਤੱਕ ਕਿ ਦੋਨੋਂ ਦਰਿਆ, ਸਭ ਮਿਲ ਕੇ ਇੱਕ ਪ੍ਰਮੁੱਖ ਦਰਿਆ ਸਤਲੁਜ ਬਣਦੇ ਹਨ। ਇਕੱਲੇ ਤੌਰ ਤੇ ਕੋਈ ਵੀ ਇੱਕ ਚੋਅ ਸ਼ਿਵਾਲਕ ਪਹਾੜੀਆਂ ਵਿੱਚ ਦਰਖਤਨੁਮਾ ਸਰੂਪ ਬਣਾਉਂਦਾ ਹੈ (ਨਕਸ਼ਾ ਨੰ. 17)। ਪਰੰਤੂ ਕੰਢੀ ਅਤੇ ਚੋਅ ਹੜ੍ਹ ਕੱਜਣ ਮੈਦਾਨ ਵਿੱਚ ਸਾਰੇ ਚੋਅ ਸਮਾਨ

ਅੰਤਰ ਜਾਂ ਉਪ-ਸਮਾਨ ਅੰਤਰ (parallel or sub parallel pattern) ਸਰੂਪ ਬਣਾਉਂਦੇ ਹਨ (ਨਕਸ਼ਾ ਨੰ. 16)। ਬੀਤ ਮਾਨਸਵਾਲ ਉੱਚ ਪ੍ਰਦੇਸ਼ ਵਿੱਚ ਜਲ ਪ੍ਰਵਾਹ ਸਰੂਪ ਅਰੀਆ ਅਤੇ ਸਮਾਨ ਅੰਤਰ ਜਲ ਪ੍ਰਵਾਹ ਤੰਤਰ (radial-cum-parrallel drainage pattern) ਪਾਇਆ ਜਾਂਦਾ ਹੈ (ਨਕਸ਼ਾ ਨੰ. 67)। ਚਿੱਟੀ ਬੇਈਂ ਅਤੇ ਕਾਲੀ ਬੇਈਂ ਦਾ ਜਲ ਪ੍ਰਵਾਹ ਸਰੂਪ ਵੀ ਦਰਖਤਨੁਮਾ ਹੈ। ਬਿਸਤ ਦੋਆਬ ਦੇ ਵੱਖ-ਵੱਖ ਜਲ ਪ੍ਰਵਾਹ ਪ੍ਰਣਾਲੀਆਂ ਦਾ ਹੇਠ ਲਿਖਿਆ ਸੰਖੇਪ ਵਰਣਨ ਹੈ। ਹੋਰ ਵਿਸਥਾਰ ਲਈ ਜਲ ਪ੍ਰਵਾਹ ਅਧਿਆਇ ਦੀ ਮਦਦ ਲਵੋ।

ਦਰਿਆ ਸਤਲੁਜ : ਇਹ ਦਰਿਆ ਬਿਸਤ ਦੋਆਬ ਪ੍ਰਦੇਸ਼ ਦੀ ਦੱਖਣੀ ਸੀਮਾ ਬਣਾਉਂਦਾ ਹੈ। ਸਤਲੁਜ ਇਸ ਪ੍ਰਦੇਸ਼ ਵਿੱਚ ਰੋਪੜ ਕਸਬੇ ਨੇੜੇ ਦਾਖਲ ਹੁੰਦਾ ਹੈ। ਰੋਪੜ ਤੋਂ ਅੱਗੇ ਹਰੀਕੇ ਤੱਕ ਇਹ ਮੁੱਖ ਤੌਰ 'ਤੇ ਪੱਛਮ ਵੱਲ ਵਲ-ਵਲੇਵਿਆਂ ਵਾਲੇ ਵਹਿਣ ਮਾਰਗ ਵਿੱਚ ਚਲਦਾ ਹੈ। ਇਸ ਮਾਰਗ ਵਿੱਚ ਇਸ ਦੇ ਕਈ ਵਹਿਣ (channels), ਉਪ-ਨਦੀਆਂ (creeks), ਨਾਲੇ, ਰੇਤ ਭਿੱਤੀਆਂ, ਟਿੱਬੇ, ਦੀਪ ਅਤੇ ਝੀਲਾਂ ਜਾਂ ਦਲਦਲਾਂ ਪਾਏ ਜਾਂਦੇ ਹਨ। ਇਸ ਦਾ ਸੱਜਾ ਕੰਢਾ ਜੋ ਕਿ ਬਿਸਤ ਦੋਆਬ ਵਿੱਚ ਹੈ, ਉੱਚਾ ਹੈ (ਨਕਸ਼ਾ ਨੰ. 15 ਅਤੇ 16)। ਜ਼ਿਲ੍ਹਾ ਐਸ.ਬੀ.ਐਸ. ਨਗਰ ਵਿੱਚ ਇਸ ਵਿੱਚ ਸ਼ਾਮਲ ਹੋਣ ਵਾਲੇ ਕਈ ਛੋਟੇ ਚੋਆਂ (ਨਕਸ਼ਾ ਨੰ. 67) ਤੋਂ ਇਲਾਵਾ ਇਸ ਦੀਆਂ ਦੋ ਮੁੱਖ ਸਹਾਇਕ ਨਦੀਆਂ ਚਿੱਟੀ ਬੇਈਂ ਅਤੇ ਕਾਲੀ ਬੇਈਂ ਹਨ। ਇਹ ਦੋਨੋਂ ਬੇਈਆਂ ਸ਼ਾਹਕੋਟ ਬੇਟ ਵਿੱਚ ਉੱਤਰ-ਪੂਰਬ ਵੱਲੋਂ ਦਰਿਆ ਸਤਲੁਜ ਵਿੱਚ ਮਿਲ ਜਾਂਦੀਆਂ ਹਨ। ਬਿਸਤ ਦੋਆਬ ਦੇ ਪੱਛਮੀ ਕੋਨੇ (apex) ਤੇ ਹਰੀਕੇ ਦੇ ਸਥਾਨ ਤੇ ਦਰਿਆ ਬਿਆਸ ਉੱਤਰ-ਪੂਰਬ ਵੱਲੋਂ ਇਸ ਵਿੱਚ ਆ ਮਿਲਦਾ ਹੈ।

ਦਰਿਆ ਦਾ ਵਹਿਣ ਮੁੱਖ ਤੌਰ 'ਤੇ ਰੇਤੀਲਾ ਹੈ ਅਤੇ ਇਸ ਵਿੱਚ ਕੁੱਝ ਦਰਿਆ ਦੀਪ (islands) ਵੀ ਪਾਏ ਜਾਂਦੇ ਹਨ। ਦਰਿਆ ਦਾ ਪਾਟ ਔਸਤਨ ਇਕ ਕਿਲੋਮੀਟਰ ਚੌੜਾ ਹੈ। ਜ਼ਿਆਦਾ ਹੜ੍ਹਾਂ ਸਮੇਂ ਇਹ ਇੱਕ ਵੱਡੇ ਖੇਤਰ ਨੂੰ ਆਪਣੀ ਚਪੇਟ ਵਿੱਚ ਲੈ ਲੈਂਦਾ ਹੈ। ਪਰੰਤੂ ਭਾਖੜਾ ਡੈਮ, ਨੰਗਲ ਡੈਮ ਅਤੇ ਰੋਪੜ ਬੈਰਾਜ ਦੇ ਬਣ ਜਾਣ ਨਾਲ ਦਰਿਆ ਵਿੱਚ ਪਾਣੀ ਦੀ ਮਾਤਰਾ ਬਹੁਤ ਘੱਟ ਗਈ ਹੈ ਅਤੇ ਸਾਲ ਵਿੱਚ ਲਗਭਗ ਅੱਠ ਮਹੀਨੇ ਦਰਿਆ ਵਿੱਚ ਪਾਣੀ ਇੱਕ ਛੋਟੀ ਚੈਨਲ ਦੇ ਰੂਪ ਵਿੱਚ ਚਲਦਾ ਹੈ। ਦਰਿਆ ਲਗਭਗ ਖੁਸ਼ਕ ਲਗਦਾ ਹੈ। ਦਰਿਆ ਹਰੀਕੇ ਦੇ ਸਥਾਨ 'ਤੇ ਪ੍ਰਦੇਸ਼ ਨੂੰ ਅਲਵਿਦਾ ਕਹਿ ਦਿੰਦਾ ਹੈ। ਪੁਰਾਣੇ ਸਮਿਆਂ ਵਿੱਚ ਦਰਿਆ ਆਪਣਾ ਵਹਿਣ ਬਦਲਦਾ ਰਿਹਾ ਹੈ।

ਦਰਿਆ ਬਿਆਸ : ਇਹ ਦਰਿਆ ਤਲਵਾੜਾ ਕਸਬੇ ਨੇੜੇ ਬਿਸਤ ਦੋਆਬ ਪ੍ਰਦੇਸ਼ ਵਿੱਚ ਦਾਖਲ ਹੁੰਦਾ ਹੈ। ਸ਼ਿਵਾਲਕ ਪਹਾੜੀਆਂ ਦੀ ਰੋਕ ਕਾਰਨ ਇਹ ਉੱਤਰ ਵੱਲ ਵਲ ਪਾ ਕੇ ਤਿੰਨ ਵਹਿਣਾਂ ਵਿੱਚ ਚਲਦਾ ਹੈ। ਫਿਰ ਇਹ ਸ਼ਿਵਾਲਕ ਪਹਾੜੀਆਂ ਦੇ ਆਧਾਰ ਦਾ ਚੱਕਰ ਕੱਟ ਕੇ ਮੋਟਲਾ ਪਿੰਡ ਨੇੜੇ ਦੱਖਣ-ਪੱਛਮ ਵੱਲ ਮੁੜ ਜਾਂਦਾ ਹੈ। ਹੁਣ ਇਹ ਦੱਖਣ-ਪੱਛਮ ਵੱਲ ਚਲਦਾ ਹੋਇਆ ਮਾਝਾ ਪ੍ਰਦੇਸ਼ (ਗੁਰਦਾਸਪੁਰ, ਅੰਮ੍ਰਿਤਸਰ ਅਤੇ ਤਰਨਤਾਰਨ ਜ਼ਿਲ੍ਹੇ) ਅਤੇ ਬਿਸਤ ਦੋਆਬ (ਹੁਸ਼ਿਆਰਪੁਰ ਅਤੇ ਕਪੂਰਥਲਾ ਜ਼ਿਲ੍ਹੇ) ਵਿਚਕਾਰ ਸੀਮਾ ਬਣਾਉਂਦਾ ਹੈ ਅਤੇ ਹਰੀਕੇ ਦੇ ਸਥਾਨ 'ਤੇ ਦਰਿਆ ਸਤਲੁਜ ਵਿੱਚ ਮਿਲ ਜਾਂਦਾ ਹੈ।

ਮੁੱਖ ਵਹਿਣ ਚੌੜਾ ਪਰੰਤੂ ਪੂਰੀ ਤਰ੍ਹਾਂ ਨਿਸ਼ਚਤ ਨਹੀਂ ਹੈ। ਇਸ ਵਿੱਚ ਕਈ ਟਾਪੂ (islands) ਪਾਏ ਜਾਂਦੇ ਹਨ। ਵਹਿਣ ਸਮੇਂ-ਸਮੇਂ ਫੈਲ ਕੇ ਵੱਡੇ ਛੱਪੜਾਂ ਵਰਗਾ ਬਣ ਜਾਂਦਾ ਹੈ। ਮਾਝੇ ਵਾਲੇ ਪਾਸੇ (ਪੱਛਮੀ) ਦਾ ਕੰਢਾ ਉੱਚਾ ਅਤੇ ਉੱਬੜ-ਖਾਬੜ ਹੈ ਪਰੰਤੂ ਦੋਆਬੇ ਵੱਲ (ਪੂਰਬੀ) ਦਾ ਕੰਢਾ ਨੀਵਾਂ ਅਤੇ ਪੱਧਰਾ ਹੈ। ਦਰਿਆ ਦਾ ਵਹਿਣ ਪਾਣੀ ਦੀ ਮਾਤਰਾ ਅਤੇ ਹੜ੍ਹਾਂ ਦੇ ਜੋਰ ਅਨੁਸਾਰ ਸਮੇਂ-ਸਮੇਂ ਆਪਣੇ ਬੇਟ ਖੇਤਰ ਵਿੱਚ ਅੱਗੇ-ਪਿੱਛੇ ਖਿਸਕਦਾ ਰਹਿੰਦਾ ਹੈ। ਪੰਡੋਹ ਡੈਮ, ਪੌਂਗ ਡੈਮ ਅਤੇ ਸ਼ਾਹਪੁਰ ਬੈਰਾਜ ਦੇ ਬਣਨ ਨਾਲ ਦਰਿਆ ਵਿੱਚ ਪਾਣੀ ਦਾ ਵਹਾ ਬਹੁਤ ਘੱਟ ਗਿਆ ਹੈ। ਪਰੰਤੂ ਬਰਸਾਤ ਰੁੱਤ ਦੌਰਾਨ ਦਰਿਆ ਵਿੱਚ ਬਹੁਤ ਪਾਣੀ ਆ ਜਾਂਦਾ ਹੈ ਜਿਸ ਨਾਲ ਹੜ੍ਹ ਆਉਂਦੇ ਹਨ ਅਤੇ ਜਾਨੀ-ਮਾਲੀ ਨੁਕਸਾਨ ਵੀ ਹੁੰਦਾ ਹੈ। ਦਰਿਆ ਦਾ ਪਾਟ ਲਗਭਗ 1.5 ਕਿਲੋਮੀਟਰ ਚੌੜਾ ਹੈ। ਉੱਤਰੀ ਭਾਗ ਵਿੱਚ ਸੋਹਨ ਨਦੀ, ਕਮਾਹੀ ਦੇਵੀ ਦੇ ਖੱਡ, ਹਾਜੀਪੁਰ ਚੋਅ ਅਤੇ ਕਈ ਹੋਰ ਛੋਟੇ ਚੋਅ ਅਤੇ ਖੱਡਾਂ ਤੇ ਦੱਖਣ ਵਿੱਚ ਕਾਲੀ ਬੇਈਂ ਦੀ ਇੱਕ ਸ਼ਾਖਾ ਦਰਿਆ ਬਿਆਸ ਵਿੱਚ ਖੱਬੇ ਕੰਢੇ ਵੱਲੋਂ ਆ ਮਿਲਦੇ ਹਨ। ਸੱਜੇ ਪਾਸੇ ਤੋਂ ਚੱਕੀ ਖੱਡ ਦਰਿਆ ਦੀ ਮੁੱਖ ਸਹਾਇਕ ਨਦੀ ਹੈ।

ਬੇਈਆਂ (Beins) : ਬਿਸਤ ਦੋਆਬ ਵਿੱਚ ਦੋ ਅਰਧ-ਸਥਾਈ (semi-perennial) ਜਾਂ ਮੌਸਮੀ (seasonal) ਨਦੀਆਂ ਚਿੱਟੀ ਬੇਈਂ ਅਤੇ ਕਾਲੀ ਬੇਈਂ ਹਨ। ਇਹ ਦੋਨੋਂ ਬੇਈਆਂ ਇਸ ਪ੍ਰਦੇਸ਼ ਵਿੱਚੋਂ ਦੀ ਦੱਖਣ-ਪੱਛਣ ਵੱਲ ਵਗਦੀਆਂ ਹੋਈਆਂ ਦਰਿਆ ਸਤਲੁਜ ਅਤੇ ਦਰਿਆ ਬਿਆਸ ਦੇ ਦੋਮੇਲ (confluence) ਨੇੜੇ ਸਤਲੁਜ ਦਰਆ ਵਿੱਚ ਮਿਲ ਜਾਂਦੀਆਂ ਹਨ।

ਚਿੱਟੀ ਬੇਈਂ (White Bein) : ਇਹ ਬੇਈਂ ਬਿਸਤ ਦੋਆਬ ਦੇ ਜ਼ਿਆਦਾ ਖੇਤਰ (ਦੱਖਣੀ ਅਤੇ ਮੱਧਵਰਤੀ) ਵਿੱਚੋਂ ਦੀ ਪ੍ਰਵਾਹ ਕਰਦੀ ਹੈ। ਸ਼ੁਰੂ ਵਿੱਚ ਇਹ ਬੇਈਂ ਇਸ ਦੀਆਂ ਦੋ ਪੂਰਬੀ ਸ਼ਾਖਾਵਾਂ ਜਾਡਲਾ ਬੇਈਂ ਅਤੇ ਗੜ੍ਹਸ਼ੰਕਰ ਬੇਈਂ ਦੇ ਮਿਲ ਜਾਣ ਤੋਂ ਬਣਦੀ ਹੈ। ਬਲਾਚੌਰ ਤਹਿਸੀਲ ਦੇ ਸ਼ਿਵਾਲਕ ਦੇ ਚਣਕੋਆ ਪਿੰਡ ਤੋਂ ਉੱਤਰ ਵੱਲ ਦੇ ਸਭ ਚੋਅ ਅਤੇ ਖੱਡਾਂ ਮਿਲ ਕੇ **ਜਾਡਲਾ ਬੇਈਂ** ਬਣਦੇ ਹਨ। ਇਨ੍ਹਾਂ ਵਿੱਚ ਸ਼ਾਮਲ ਚੰਦਿਆਣੀ-ਸਾਹਦੜਾ-ਗੁੱਲਪੁਰ-ਮਜਾਰੀ ਚੋਅ ਅਤੇ ਮਾਲੇਵਾਲ-ਧਮਾਈ ਚੋਅ ਪਿੰਡ ਕੁਲਾਮ ਨੇੜੇ (ਐਸ.ਬੀ.ਐਸ. ਨਗਰ ਜ਼ਿਲ੍ਹਾ) ਮਿਲ ਕੇ ਜਾਡਲਾ ਬੇਈਂ ਜਾਂ ਸ਼ਾਖਾ ਬਣਦੇ ਹਨ। ਬੀਤ ਮਾਨਸਵਾਲ ਉੱਚ ਭੂਮੀ ਦੇ ਦੱਖਣ ਵੱਲ ਵਹਿਣ ਵਾਲੇ ਸਭ ਚੋਅ ਅਤੇ ਖੱਡਾਂ ਬਾਸੂ ਖੱਡ ਨਾਲ ਮਿਲ ਕੇ **ਗੜ੍ਹਸ਼ੰਕਰ ਚੋਅ** ਜਾਂ ਬੇਈਂ ਬਣਦੇ ਹਨ।

ਇਹ ਦੋਨੋਂ ਸ਼ਾਖਾਵਾਂ ਪਿੰਡ ਭੌਰਾ (ਨਵਾਂਸ਼ਹਿਰ ਤਹਿਸੀਲ) ਨੇੜੇ ਮਿਲ ਕੇ **ਚਿੱਟੀ ਜਾਂ ਪੂਰਬੀ ਬੇਈਂ** ਬਣਦੇ ਹਨ। ਇੱਥੋਂ ਤੱਕ ਸਾਖਾਵਾਂ ਵਿੱਚ ਕੇਵਲ ਬਰਸਾਤ ਰੁੱਤ ਨੂੰ ਪਾਣੀ ਹੁੰਦਾ ਹੈ। ਪਰੰਤੂ ਭੌਰਾ ਪਿੰਡ ਤੋਂ ਅੱਗੇ ਬੇਈਂ ਵਿੱਚ ਆਮ ਕਰਕੇ ਸਾਰਾ ਸਾਲ ਪਾਣੀ ਰਹਿੰਦਾ ਹੈ। ਨਵਾਂਸ਼ਹਿਰ ਤੋਂ ਅੱਗੇ **ਉੱਚਾ ਪਿੰਡ** ਤਕ ਬੇਈਂ ਉੱਤਰ-ਪੱਛਮੀ ਦਿਸ਼ਾ ਵਿੱਚ ਚਲਦੀ ਹੈ। ਇਸ ਦਾ ਵਹਿਣ ਡੂੰਘਾ ਅਤੇ ਤੰਗ (ਲਗਭਗ 10 ਮੀਟਰ ਚੌੜਾ) ਹੈ ਅਤੇ ਇਸ ਦੇ ਦੋਨੋਂ ਪਾਸੀਂ ਕਰੜੀ ਚੀਕਣੀ ਮਿੱਟੀ ਵਾਲੀ ਅਤੇ ਦਲਦਲੀ ਭੂਮੀ ਪਾਈ ਜਾਂਦੀ ਹੈ। ਉੱਚੇ ਪਿੰਡ ਤੱਕ ਇਸਦੇ ਮਾਰਗ ਵਿੱਚ ਫੁਟਲਾਵਾ ਚੋਅ, ਨਰਿਆਲਾ ਚੋਅ, ਟੂਟੋ ਮਜਾਰਾ ਚੋਅ, ਬਾਹੋਵਾਲ ਅਤੇ ਰਾਜਣੀ ਚੋਅ, ਚੱਬੇਵਾਲ ਅਤੇ ਚੱਗਰਾਂ ਚੋਅ ਇਸ ਵਿੱਚ ਆ ਮਿਲਦੇ ਹਨ। ਉੱਚਾ ਪਿੰਡ ਨੇੜੇ ਉੱਤਰ-ਪੂਰਬ ਵੱਲੋਂ ਰਾਉ ਨਾਲਾ, ਨੰਗਲ ਸ਼ਹੀਦਾਂ ਚੋਅ ਅਤੇ ਧੋਬੀ ਚੋਅ **ਦਰੂਲੀ ਚੋਅ** ਦੇ ਰੂਪ ਵਿੱਚ ਬੇਈਂ ਵਿੱਚ ਮਿਲ ਜਾਂਦੇ ਹਨ।

ਹੁਸ਼ਿਆਰਪੁਰ ਦੇ ਸ਼ਹਿਰ ਤੋਂ ਉੱਤਰ ਵੱਲ ਬਾਗਪੁਰ ਸਤੌਰ ਤੱਕ ਦੇ ਸਭ ਚੋਅ ਮਿਲ ਕੇ **ਨਸਰਾਲਾ** ਚੋਅ ਬਣ ਜਾਂਦੇ ਹਨ ਜਿਸ ਨੂੰ ਅੱਗੇ **ਆਦਮਪੁਰ ਚੋਅ** ਵੀ ਕਹਿੰਦੇ ਹਨ। ਇਹ ਚੋਅ ਕਪੂਰ ਪਿੰਡ ਕੋਲ ਦੱਖਣ ਵੱਲ ਮੁੜ ਕੇ ਬੇਈਂ ਵਿੱਚ ਮਿਲ ਜਾਂਦਾ ਹੈ। ਉੱਚਾ ਪਿੰਡ ਨੇੜੇ ਬੇਈਂ ਦੱਖਣ-ਪੱਛਮ ਵੱਲ ਚਹੇੜੂ ਪਿੰਡ (ਰਾਸ਼ਟਰੀ ਮਾਰਗ-I ਨੇੜੇ) ਤੱਕ ਜਾਂਦੀ ਹੈ। ਇੱਥੇ ਵੀ ਇਸ ਦਾ ਵਹਿਣ ਤੰਗ ਅਤੇ ਡੂੰਘਾ ਹੈ। ਬੇਈਂ ਦੀ ਚੌੜਾਈ 15 ਤੋਂ 20 ਮੀਟਰ ਹੈ। ਚਹੇੜੂ ਪਿੰਡ ਤੋਂ ਅੱਗੇ ਬੇਈਂ ਦੇ ਵਹਿਣ ਦੀ ਚੌੜਾਈ ਵੱਧ ਜਾਂਦੀ ਹੈ ਪਰੰਤੂ ਇਹ ਛਿਛਲੀ (ਘੱਟ ਡੂੰਘੀ) ਅਤੇ ਰੇਤੀਲੇ ਵਹਿਣ ਵਾਲੀ ਬਣ ਜਾਂਦੀ ਹੈ। ਹੁਣ ਇਸ ਦਾ ਵਹਿਣ ਵਲ-ਵਲੇਵਿਆਂ ਵਾਲਾ (Meandering) ਬਣ ਜਾਂਦਾ ਹੈ ਅਤੇ ਇਹ ਨਕੋਦਰ ਤਹਿਸੀਲ ਦੇ ਉੱਤਰੀ ਭਾਗਾਂ ਵਿੱਚ ਦੱਖਣ-ਪੱਛਮ ਵੱਲ ਵਹਿੰਦੀ ਹੈ। ਚਹੇੜੂ ਤੋਂ ਪਹਿਲਾਂ ਮਾਧੋਪੁਰ ਪਿੰਡ ਨੇੜੇ ਨਵਾਂਸ਼ਹਿਰ ਅਤੇ ਫਗਵਾੜਾ ਇਲਾਕਿਆਂ ਦਾ ਸਤਹੀ ਪਾਣੀ **ਕੇਲ ਨਦੀ** ਦੇ ਰੂਪ ਵਿੱਚ ਦੱਖਣ ਵੱਲੋਂ ਬੇਈਂ ਵਿੱਚ ਆ ਮਿਲਦਾ ਹੈ।

ਬੇਈਂ ਮਲਸੀਹਾਂ ਪਿੰਡ ਤੋਂ ਕੁੱਝ ਕਿਲੋਮੀਟਰ ਦੱਖਣ-ਪੱਛਮ ਵੱਲ **ਸ਼ਾਹਕੋਟ ਬੇਟ** ਖੇਤਰ ਵਿੱਚ ਦਾਖਲ ਹੋ ਜਾਂਦੀ ਹੈ ਅਤੇ ਇੱਥੇ ਬੇਟ ਵਿੱਚ ਇਸ ਦੀ ਚੌੜਾਈ 60 ਤੋਂ 70 ਮੀਟਰ ਹੋ ਜਾਂਦੀ ਹੈ। ਬੇਈਂ ਦਾ ਆਖਰੀ 8 ਕਿਲੋਮੀਟਰ ਰਸਤਾ ਦਰਿਆ ਸਤਲੁਜ ਦੇ ਇੱਕ ਪੁਰਾਣੇ ਵਹਿਣ ਵਿੱਚ ਲੰਘਦਾ ਹੈ ਅਤੇ ਅੰਤ ਵਿੱਚ ਚਿੱਟੀ ਬੇਈਂ ਪਿੰਡ **ਮੰਡੀ ਕਾਲੂ** (ਗਿੱਦੜ ਪਿੰਡੀ ਨੇੜੇ) ਕੋਲ ਦਰਿਆ ਸਤਲੁਜ ਵਿੱਚ ਮਿਲ ਜਾਂਦੀ ਹੈ। ਇਸ ਤੋਂ ਪਹਿਲਾਂ ਦਰਿਆ ਸਤਲੁਜ ਦੇ ਦੋ ਨਾਲੇ ਵਹਿਣ ਵੀ ਬੇਈਂ ਵਿੱਚ ਮਿਲ ਜਾਂਦੇ ਹਨ।

ਪੱਛਮੀ ਭਾਗ ਵਿੱਚ ਬੇਈਂ ਦਾ ਵਹਿਣ ਪੁਰਾਣੇ ਸਮੇਂ ਵਿੱਚ ਆਪਣਾ ਮਾਰਗ ਬਦਲਦਾ ਰਿਹਾ ਹੈ। ਬੇਈਂ ਦੇ ਫਰਸ਼ (bed) ਤੇ ਮਿਲਦੀ **ਰੇਤ ਦੇ ਲਗਭਗ ਚਿੱਟੇ** ਰੰਗ ਦੇ ਹੋਣ ਕਾਰਨ ਇਸ ਨੂੰ ਚਿੱਟੀ ਬੇਈਂ ਕਿਹਾ ਜਾਂਦਾ ਹੈ ਪਰੰਤੂ ਅੱਜਕੱਲ ਬੇਈਂ ਦੇ ਆਲੇ-ਦੁਆਲੇ ਸਥਿਤ ਪਿੰਡਾਂ ਅਤੇ ਕਸਬਿਆਂ ਦੀਆਂ ਨਾਲੀਆਂ, ਗਲੀਆਂ ਅਤੇ ਸੀਵਰੇਜ ਦਾ ਗੰਦਾ ਪਾਣੀ ਅਤੇ ਕਾਰਖਾਨਿਆਂ ਦਾ ਗੰਦਾ ਪਾਣੀ ਬੇਈਂ ਵਿੱਚ ਪਾ ਦਿੱਤਾ ਜਾਂਦਾ ਹੈ। ਇਸ ਕਾਰਨ ਬੇਈਂ ਬੁਰੀ ਤਰ੍ਹਾਂ ਨਾਲ ਪ੍ਰਦੂਸ਼ਤ ਹੈ। ਪਲਾਸਟਿਕ ਦੇ ਲਿਫਾਫੇ ਅਤੇ ਗੰਦੇ ਪਾਣੀ ਨਾਲ ਬੇਈਂ ਭਰੀ ਪਈ ਹੈ। ਇਹ ਹੁਣ ਗੂੜ੍ਹੇ ਸਲੇਟੀ ਰੰਗ ਦੀ ਬਣ ਗਈ ਹੈ। ਹੁਣ ਇਸ ਨੂੰ ਚਿੱਟੀ ਬੇਈਂ ਕਹਿਣਾ ਗਲਤ ਲਗਦਾ ਹੈ।

ਕਾਲੀ ਬੇਈਂ (Black Bein) : ਬਿਸਤ ਦੋਆਬ ਦੀ ਇਹ ਪੱਛਮੀ ਬੇਈਂ ਹੈ। ਇਸ ਦੇ ਫਰਸ਼ ਉੱਤੇ **ਕਾਲੇ ਰੰਗ ਦਾ ਰੇਤਾ** ਪਾਇਆ ਜਾਂਦਾ ਹੈ ਜਿਸ ਕਾਰਨ ਇਸ ਦਾ ਨਾਂ ਕਾਲੀ ਬੇਈਂ ਪੈ ਗਿਆ। ਕਾਲੀ ਬੇਈਂ ਸਿੱਖ ਧਰਮ ਦੇ ਲੋਕਾਂ ਲਈ ਪਵਿੱਤਰ ਮੰਨੀ ਜਾਂਦੀ ਹੈ ਕਿਉਂਕਿ ਇਸ ਦਾ ਸਬੰਧ ਸਿੱਖਾਂ ਦੇ ਪਹਿਲੇ ਗੁਰੂ ਸ੍ਰੀ ਗੁਰ ਨਾਨਕ ਦੇਵ ਜੀ ਨਾਲ ਹੈ। ਗੁਰੂ ਜੀ ਨੇ ਕਾਲੀ ਬੇਈਂ ਦੇ ਕੰਢੇ ਸਥਿਤ ਸੁਲਤਾਨਪੁਰ ਲੋਧੀ ਵਿਖੇ ਆਪਣਾ ਕੁਝ ਸਮਾਂ ਬਿਤਾਇਆ ਸੀ।

ਕਾਲੀ ਬੇਈਂ ਦਾ ਆਰੰਭ ਦਸੂਹਾ ਕਸਬੇ ਤੋਂ ਉੱਤਰ-ਪੱਛਮ ਵੱਲ ਅਤੇ ਦਰਿਆ ਬਿਆਸ ਨੇੜੇ ਸਥਿਤ **ਟੇਰਕਿਆਣਾ ਛੰਭ** ਤੋਂ ਹੁੰਦਾ ਹੈ। ਛੰਭ ਦੇ ਦੱਖਣੀ ਸਿਰੇ ਕੋਲ ਬੇਈਂ ਵਿੱਚ ਉੱਚੀ ਬਸੀ ਅਤੇ ਦਸੂਹਾ ਚੋਅ ਅਤੇ ਇਨ੍ਹਾਂ ਦੇ ਸਹਾਇਕ ਚੋਆਂ ਦਾ ਪਾਣੀ ਮਿਲ ਜਾਂਦਾ ਹੈ। ਬੇਈਂ ਬਿਆਸ ਦਰਿਆ ਦੇ ਪੂਰਬੀ ਕੰਢੇ ਨਾਲ ਦੱਖਣ ਵਲ ਵਗਦੀ ਹੈ। ਰਸਤੇ ਵਿੱਚ ਚਨਾਲਤਾ ਛੰਭ ਅਤੇ ਹੋਰ ਪੂਰਬੀ ਚੋਅ ਜਿਵੇਂ ਕਿ ਪੰਨਵਾਂ, ਭਾਨਾ-ਨੁਸਾ, ਮਸਤੀਵਾਲ, ਅਰਗੋਵਾਲ ਅਤੇ ਰਾਮ ਟਟਵਾਲੀ ਚੋਆਂ ਦਾ ਪਾਣੀ ਛੰਭ ਰਾਹੀਂ ਬੇਈਂ ਵਿੱਚ ਮਿਲ ਜਾਂਦਾ ਹੈ। ਹੋਰ ਅੱਗੇ ਇਸ ਵਿੱਚ ਦੂਜੇ ਚੋਅ ਜਿਵੇਂ ਕਿ ਢੋਲਵਾਹਾ-ਜਨੌੜੀ ਚੋਅ ਸਮੂਹ ਅਤੇ ਜਹੂਰਾ ਝੀਲ ਅਤੇ ਛੰਭ ਦਾ ਪਾਣੀ ਮਿਲ ਜਾਂਦੇ ਹਨ। ਬੇਈਂ ਦਾ ਇਹ ਮਾਰਗ (ਟੇਰਕਿਆਣਾ ਤੋਂ ਜਹੂਰਾ ਛੰਭ ਤੱਕ) ਦਰਿਆ ਬਿਆਸ ਦੇ ਪੁਰਾਣੇ ਛੱਡੇ ਹੋਏ ਵਹਿਣ ਵਿੱਚੋਂ ਦੀ ਲੰਘਦਾ ਮੰਨਿਆ ਜਾਂਦਾ ਹੈ।

ਟਾਂਡਾ ਬਲਾਕ ਦੇ **ਜਹੂਰਾ ਛੰਭ** ਅਤੇ ਪਿੰਡ ਡਾਡੀਆਂ ਤੋਂ ਅੱਗੇ ਕਾਲੀ ਬੇਈਂ ਬੇਗੋਵਾਲ ਪਿੰਡ ਨੇੜੇ ਕਪੂਰਥਲਾ ਜ਼ਿਲ੍ਹੇ ਵਿੱਚ ਦਾਖਲ ਹੋ ਜਾਂਦੀ ਹੈ। ਬੇਗੋਵਾਲ ਤੋਂ ਭੁਲੱਥ ਕਸਬੇ ਤੱਕ ਕਾਲੀ ਬੇਈਂ ਵਿੱਚ ਪੂਰਬ ਵੱਲੋਂ ਪਟਿਆੜੀ, ਬੁੱਲੋਵਾਲ ਚੋਅ ਅਤੇ ਮੈਂਹਗਰੋਵਾਲ ਚੋਅ ਸਮੂਹ ਕਰਤਾਰਪੁਰ ਇਲਾਕੇ ਦੇ **ਕਿੰਗਰਾ ਨਦੀ** ਦੇ ਰੂਪ ਵਿੱਚ ਮਿਲ ਜਾਂਦੇ ਹਨ। ਇਸ ਤੋਂ ਅੱਗੇ ਬੇਈਂ ਕਪੂਰਥਲਾ ਜ਼ਿਲ੍ਹੇ ਦੇ ਮੱਧ ਵਿੱਚੋਂ ਭੁਲੱਥ, ਰਾਮੀਦੀ, ਕਾਂਜਲੀ, ਕਪੂਰਥਲਾ ਸ਼ਹਿਰ, ਭੁਲਾਣਾ ਛੰਭ, ਡੁਡਵੰਡੀ ਅਤੇ ਸੁਲਤਾਨਪੁਰ ਲੋਧੀ ਕਸਬੇ ਕੋਲੋਂ ਦੀ ਅੱਗੇ ਵਗਦੀ ਹੈ। ਇਸ ਤੋਂ ਅੱਗੇ ਬੇਈਂ ਬੇਟ ਖੇਤਰ ਵਿੱਚੋਂ ਵਲ ਵਲੇਵੇਂ ਪਾ ਕੇ ਚਲਦੀ ਹੈ ਅਤੇ ਅੰਤ ਵਿੱਚ ਹਰੀਕੇ ਦਲਦਲੀ ਪ੍ਰਦੇਸ਼ (harike wet land) ਵਿੱਚ ਪਹੁੰਚ ਜਾਂਦੀ ਹੈ। ਇੱਥੇ ਬੇਈਂ ਦੀ ਇਕ ਸ਼ਾਖਾ ਪਿੰਡ ਜਾਮੀ ਵਾਲਾ ਨੇੜੇ ਦਰਿਆ ਬਿਆਸ ਵਿੱਚ ਮਿਲ ਜਾਂਦੀ ਹੈ ਅਤੇ ਦੂਜੀ ਵੱਡੀ ਸ਼ਾਖਾ ਦਲਦਲੀ ਪ੍ਰਦੇਸ਼ ਵਿੱਚ ਹੀ ਸਤਲੁਜ ਦਰਿਆ ਵਿੱਚ ਮਿਲ ਜਾਂਦੀ ਹੈ।

ਕਪੂਰਥਲਾ ਜ਼ਿਲ੍ਹੇ ਵਿੱਚ **ਕਾਂਜਲੀ ਦਲਦਲੀ** ਪ੍ਰਦੇਸ਼ ਨੇੜੇ ਦੋ ਛੋਟੀਆਂ ਨਦੀਆਂ ਉੱਤਰ-ਪੱਛਮ ਵੱਲੋਂ ਬੇਈਆਂ ਵਿੱਚ ਆ ਮਿਲਦੀਆਂ ਹਨ। ਇੱਕ ਹੋਰ ਨਦੀ, ਕੈਨਾ ਨਦੀ ਸੁਲਤਾਨਪੁਰ ਲੋਧੀ ਕਸਬੇ ਨੇੜੇ ਉੱਤਰ-ਪੱਛਮ ਵੱਲੋਂ ਬੇਈਂ ਵਿੱਚ ਆ ਮਿਲਦੀ ਹੈ। ਆਪਣੇ ਸਮੁੱਚੇ ਮਾਰਗ ਦੌਰਾਨ ਕਾਲੀ ਬੇਈਂ ਘੱਟ ਚੌੜੀ (ਕੁੱਝ ਮੀਟਰ ਹੀ ਚੌੜੀ) ਪਰੰਤੂ ਡੂੰਘੀ ਹੈ। ਬੇਈਂ ਆਪਣੇ ਦੱਖਣੀ ਭਾਗ (ਮਾਰਗ) ਵਿੱਚ ਛਿਛਲੀ ਹੈ। ਬੇਈਂ ਦਾ ਪਾਣੀ ਕਾਫੀ ਪ੍ਰਦੂਸ਼ਤ ਹੋ ਗਿਆ ਹੈ। ਪਰੰਤੂ **ਬਾਬਾ ਸੀਚੇਵਾਲ** ਅਤੇ ਉਨ੍ਹਾਂ ਦੇ ਪੈਰੋਕਾਰਾਂ ਦੀਆਂ ਕੋਸ਼ਿਸ਼ਾਂ ਸਦਕਾ ਬੇਈਂ ਆਪਣੇ ਕਾਫੀ ਵੱਡੇ ਮਾਰਗ ਵਿੱਚ ਸਾਫ ਕਰ ਦਿੱਤੀ ਗਈ ਹੈ ਅਤੇ ਇਸ ਨੂੰ ਸਾਫ ਰੱਖਿਆ ਜਾ ਰਿਹਾ ਹੈ।

ਚੋਅ ਅਤੇ ਖੱਡਾਂ (Choes and Khads) : ਬਿਸਤ ਦੋਆਬ ਦਾ ਪੂਰਬੀ ਭਾਗ ਚੋਆਂ ਦਾ ਪ੍ਰਦੇਸ਼ ਕਿਹਾ ਜਾ ਸਕਦਾ ਹੈ। ਦੱਖਣ ਤੋਂ ਉੱਤਰ ਵੱਲ ਔਸਤਨ ਇਕ ਕਿਲੋਮੀਟਰ ਪਿੱਛੇ ਇੱਕ ਚੋਅ ਆ ਜਾਂਦੀ ਹੈ। ਚੋਅ ਅਤੇ ਖੱਡਾਂ ਮੌਸਮੀ ਅਤੇ ਅਲਪਕਾਲਿਕ ਨਦੀਆਂ (ephemeral streams) ਹਨ ਜੋ ਜਲ ਨਿਖੇੜ (water shed) ਤੋਂ ਹੇਠ ਸ਼ਿਵਾਲਕ ਪਹਾੜੀਆਂ ਵਿੱਚ ਪੈਦਾ ਹੋ ਕੇ ਹੇਠ ਤਲਹਟੀ ਦੇ ਮੈਦਾਨ ਵਿੱਚ ਇੱਕ ਜਾਲ ਦੀ ਤਰ੍ਹਾਂ ਫੈਲ ਜਾਂਦੀਆਂ ਹਨ। ਇਹ ਇਸ ਪ੍ਰਦੇਸ਼ ਦਾ ਮਹੱਤਵਪੂਰਣ (ਮੁੱਖ) ਭੌਤਿਕ ਲੱਛਣ ਹਨ। ਇਨ੍ਹਾਂ ਚੋਆਂ ਦਾ ਵਹਿਣ ਜੀਵਨ (flow life) ਬਹੁਤ ਛੋਟਾ (ਜਦੋਂ ਤੱਕ ਪਾਣੀ ਆਮਦ ਦੇ ਪ੍ਰਦੇਸ਼ ਵਿੱਚ ਭਾਰੀ ਵਰਖਾ ਹੁੰਦੀ ਰਹਿੰਦੀ ਹੈ) ਹੈ। ਜਦੋਂ ਵਰਖਾ ਨਹੀਂ ਪੈਂਦੀ ਤਾਂ ਇਹ ਖੁਸ਼ਕ ਰੇਤ ਦੇ ਵਹਿਣ ਹੁੰਦੇ ਹਨ। ਪਰੰਤੂ ਭਾਰੀ ਵਰਖਾ ਸਮੇਂ ਇਹ ਰੇਤੇ ਅਤੇ ਗੀਟਿਆਂ (ਬਹੁਤ ਛੋਟੇ ਗੋਲਾਕਾਰ ਪੱਥਰ) ਨਾਲ ਲੱਦੇ ਅਥਾਹ ਪਾਣੀ ਦੇ ਵਹਿਣ ਹੁੰਦੇ ਹਨ। ਉਪਰਲੇ ਭਾਗਾਂ ਵਿੱਚ ਇਨ੍ਹਾਂ ਦੇ ਵਹਿਣਾਂ ਵਿੱਚ ਵੱਖ-ਵੱਖ ਆਕਾਰ ਦੇ ਪੱਥਰ, ਗੀਟੇ ਅਤੇ ਰੇਤਾ ਹੁੰਦੇ ਹਨ। ਪਰੰਤੂ ਅੱਜਕੱਲ ਵਰਖਾ ਦੀ ਘਾਟ ਅਤੇ ਪਾਣੀ ਤਲ ਦੇ ਕਾਫੀ ਹੇਠ ਜਾਣ ਕਾਰਨ ਜ਼ਿਆਦਾਤਰ ਚੋਆਂ ਵਿੱਚ ਵਹਿੰਦਾ ਪਾਣੀ ਨਹੀਂ ਹੈ। ਕੇਵਲ ਹੁਸ਼ਿਆਰਪੁਰ ਅਤੇ ਦਸੂਹਾ ਤਹਿਸੀਲਾਂ ਵਿੱਚ ਚੋਆਂ ਦੇ ਉਪਰਲੇ ਮਾਰਗਾਂ ਵਿੱਚ ਕੁੱਝ ਵਹਿੰਦਾ ਹੋਇਆ ਪਾਣੀ ਹੁੰਦਾ ਹੈ।

ਪੰਜਾਬ ਦੇ ਮੈਦਾਨੀ ਭਾਗ ਵਿੱਚ ਇਹ ਕੰਢੀ ਪ੍ਰਦੇਸ਼ ਰਾਹੀਂ ਦਾਖਲ ਹੁੰਦੇ ਹਨ। ਮੈਦਾਨ ਵਿੱਚ ਪਹਿਲੇ ਭਾਗ ਵਿੱਚ ਇਨ੍ਹਾਂ ਦੇ ਮਾਰਗ ਸਪੱਸ਼ਟ ਹੁੰਦੇ ਹਨ ਪਰੰਤੂ ਅੱਗੇ ਜਾ ਕੇ ਇਹ ਸਤਹ ਉੱਤੇ ਫੈਲ ਜਾਂਦੇ ਹਨ। ਛੋਟੇ ਚੋਅ ਕੰਢੀ ਤੋਂ ਬਾਅਦ ਖਤਮ ਹੋ ਜਾਂਦੇ ਹਨ। ਇਹ ਚੋਅ ਅਤੇ ਖੱਡਾਂ ਅਪਰਦਨ ਦੇ ਵੱਡੇ ਕਾਰਕ ਹਨ। ਭਾਰੀ ਵਰਖਾ ਸਮੇਂ ਹੜ੍ਹਾਂ ਕਾਰਨ ਇਨ੍ਹਾਂ ਨਾਲ ਉਪਜਾਊ ਜ਼ਮੀਨ ਅਤੇ ਹੋਰ ਭਾਰੀ ਮਾਲੀ ਨੁਕਸਾਨ ਹੁੰਦਾ ਹੈ। ਇਸ ਕਾਰਨ ਕਈ ਚੋਅ/ਖੱਡਾਂ ਨੂੰ ਇਕੱਠਾ ਕਰਕੇ, ਬੰਨ੍ਹ ਬਣਾ ਕੇ, ਵੱਟ ਬੰਦੀ ਕਰਕੇ, ਤਟਬੰਨ੍ਹ (embankments) ਬਣਾ ਕੇ ਆਦਿ ਰਾਹੀਂ ਇਨ੍ਹਾਂ ਨੂੰ ਸਥਿਰ (stablize) ਅਤੇ ਬੇਅਸਰਦਾਰ ਕੀਤਾ ਗਿਆ ਹੈ। ਬੰਨ੍ਹ ਬਣਾ ਕੇ ਸਥਾਨਕ ਤੌਰ 'ਤੇ ਸਿੰਜਾਈ ਵੀ ਪ੍ਰਾਪਤ ਕੀਤੀ ਜਾ ਰਹੀ ਹੈ ਜਿਵੇਂ ਕਿ ਢੋਲਬਾਹਾ, ਜਨੌੜੀ, ਸਲੇਰਨ, ਮੈਲੀ ਆਦਿ ਚੋਆਂ ਤੋਂ ਕੀਤਾ ਗਿਆ ਹੈ।

ਦੋਆਬੇ ਦੇ ਮੁੱਖ ਚੋਅ/ਖੱਡਾਂ ਨਕਸ਼ਾ ਨੰ. 67 ਵਿੱਚ ਦਿਖਾਏ ਗਏ ਹਨ। ਦੱਖਣ ਤੋਂ ਉੱਤਰ ਵੱਲ ਇਹ ਹਨ : ਆਸਰੋਂ ਚੋਅ, ਬਣਾ ਚੋਅ, ਕਾਠਗੜ੍ਹ ਚੋਅ, ਭੱਲਾ ਚੋਅ, ਬਲਾਚੌਰ ਚੋਅ, ਗੜ੍ਹੀ ਚੋਅ, ਮਾਲੇਵਾਲ-ਧਮਾਈ ਚੋਅ, ਗੜ੍ਹਸ਼ੰਕਰ ਚੋਅ, ਸੈਲਾ ਚੋਅ, ਟੂਟੋ ਮਜਾਰਾ ਚੋਅ, ਬਾਹੋਵਾਲ ਚੋਅ, ਰਾਜਣੀ ਚੋਅ, ਚੱਬੇਵਾਲ ਚੋਅ, ਚੱਗਰਾਂ ਚੋਅ, ਨੰਗਲ ਸ਼ਹੀਦਾਂ ਚੋਅ, ਭੰਗੀ ਚੋਅ, ਧੋਬੀ ਚੋਅ, ਮੈਂਹਗਰੋਵਾਲ ਚੋਅ ਸਮੂਹ, ਢੋਲਬਾਹਾ-ਜਨੌੜੀ ਚੋਅ ਸਮੂਹ, ਮਾਛੀਆਂ ਚੋਅ, ਅਰਗੋਵਾਲ-ਮਸਤੀਵਾਲ ਚੋਅ, ਪੰਨਵਾਂ ਚੋਅ, ਦਸੂਹਾ ਚੋਅ, ਉੱਚੀ ਬਸੀ ਚੋਅ ਆਦਿ। ਗੜ੍ਹਸ਼ੰਕਰ ਅਤੇ ਬਲਾਚੌਰ ਦੀਆਂ ਘੱਟ ਵਰਖਾ ਵਾਲੀਆਂ ਤਹਿਸੀਲਾਂ ਵਿੱਚ ਚੋਅ ਲੰਬਾਈ ਵਿੱਚ ਛੋਟੇ ਅਤੇ ਖੁਸ਼ਕ ਹਨ। ਪਰੰਤੂ ਜ਼ਿਆਦਾ ਵਰਖਾ ਵਾਲੀਆਂ ਹੁਸ਼ਿਆਰਪੁਰ, ਦਸੂਹਾ ਅਤੇ ਮੁਕੇਰੀਆਂ ਤਹਿਸੀਲਾਂ ਦੇ ਚੋਅ ਲੰਬੇ ਹਨ ਅਤੇ ਇਨ੍ਹਾਂ ਦੇ ਉੱਪਰਲੇ ਮਾਰਗਾਂ ਵਿੱਚ ਕੁੱਝ ਵਗਦਾ ਪਾਣੀ ਵੀ ਹੁੰਦਾ ਹੈ।

ਸੋਹਨ ਨਦੀ ਤਲਵਾੜਾ ਬਲਾਕ ਵਿੱਚ ਦਰਿਆ ਬਿਆਸ ਦੀ ਇੱਕ ਵੱਡੀ ਸਹਾਇਕ ਨਦੀ ਹੈ। ਇਹ ਹਿਮਾਚਲ-ਪੰਜਾਬ ਸਰਹੱਦ ਨਾਲ ਉੱਤਰ ਵੱਲ ਵਗਦੀ ਹੋਈ ਦਰਿਆ ਬਿਆਸ ਵਿੱਚ ਮਿਲ ਜਾਂਦੀ ਹੈ। ਇਸ ਨਦੀ ਵਿੱਚ ਦੋਨੋਂ ਢਲਾਨਾਂ ਤੋਂ ਬਹੁਤ ਸਾਰੇ ਛੋਟੇ ਚੋਅ ਅਤੇ ਖੱਡਾਂ ਮਿਲਦੇ ਹਨ। ਤਲਵਾੜਾ ਸ਼ਿਵਾਲਕ ਤੋਂ ਨਿਕਲ ਕੇ ਉੱਤਰ ਵਲ ਵੱਗਦੇ ਹੋਏ ਕਮਾਹੀ ਦੇਵੀ ਦੀ ਖੱਡ ਅਤੇ ਹਾਜੀਪੁਰ ਚੋਅ ਦਰਿਆ ਬਿਆਸ ਵਿੱਚ ਮਿਲ ਜਾਂਦੇ ਹਨ।

ਜਲਵਾਯੂ (CLIMATE)

ਦੋਆਬੇ ਦਾ ਜਲਵਾਯੂ ਵੀ ਮਹਾਂਦੀਪੀ ਮਾਨਸੂਨ (continental monsoon) ਕਿਸਮ ਦਾ ਹੈ। ਗਰਮੀਆਂ ਗਰਮ ਅਤੇ ਸਰਦੀਆਂ ਠੰਡੀਆਂ ਹਨ। ਗਰਮੀਆਂ ਦਾ ਸਾਧਾਰਨ ਔਸਤ ਤਾਪਮਾਨ 30° ਤੋਂ 32°C ਵਿਚਕਾਰ ਰਹਿੰਦਾ ਹੈ। ਹੁਸ਼ਿਆਰਪੁਰ ਦਾ ਜੂਨ ਮਹੀਨੇ ਦਾ ਸਾਧਾਰਨ ਔਸਤ ਤਾਪਮਾਨ 33.3°C ਅਤੇ ਜਲੰਧਰ ਦਾ 33.1°C ਹੈ। ਮਈ ਅਤੇ ਜੂਨ ਦੇ ਮਹੀਨਿਆਂ ਵਿੱਚ ਦੁਪਹਿਰ ਤੋਂ ਸ਼ਾਮ ਤੱਕ ਬਹੁਤ ਗਰਮ ਹਵਾ ਚਲਦੀ ਹੈ ਜਿਸ ਨੂੰ 'ਲੂ' (Loo) ਕਹਿੰਦੇ ਹਨ। ਵੱਧ ਤੋਂ ਵੱਧ ਤਾਪਮਾਨ 45°C ਤੱਕ ਪਹੁੰਚ ਜਾਂਦਾ ਹੈ। ਸਰਦੀਆਂ ਸਾਧਾਰਨ ਠੰਡੀਆਂ ਹੁੰਦੀਆਂ ਹਨ। ਆਮ ਤਾਪਮਾਨ 10° ਤੋਂ 15° ਵਿਚਕਾਰ ਰਹਿੰਦੇ ਹਨ। ਜਨਵਰੀ ਮਹੀਨੇ ਬਹੁਤ ਠੰਡ ਪੈਂਦੀ ਹੈ। ਸਤਹ ਦਾ ਤਾਪਮਾਨ ਸਿਫਰ ਦਰਜਾ ਤੋਂ ਵੀ ਹੇਠ ਚਲਾ ਜਾਂਦਾ ਹੈ। ਆਦਮਪੁਰ ਵਿਖੇ ਘੱਟ ਤੋਂ ਘੱਟ ਤਾਪਮਾਨ ਕਈ ਵਾਰ —2° ਸੈਂਟੀਗਰੇਡ ਤੱਕ ਵੀ ਪਹੁੰਚ ਜਾਂਦਾ ਹੈ। ਦਸੰਬਰ, ਜਨਵਰੀ ਅਤੇ ਫਰਵਰੀ ਦੇ ਮਹੀਨਿਆਂ ਵਿੱਚ 'ਕੋਰਾ' (frost) ਪੈਂਦਾ ਹੈ। ਅੱਜਕੱਲ ਜਨਵਰੀ ਅਤੇ ਫਰਵਰੀ ਦੇ ਮਹੀਨਿਆਂ ਵਿੱਚ ਧੁੰਦ ਆਮ ਪੈਂਦੀ ਹੈ। ਭਾਰੀ ਸਿੰਜਾਈ (ਸਹੂਲਤਾਂ), ਪ੍ਰਦੂਸ਼ਣ ਅਤੇ ਚੋਆਂ ਉੱਤੇ ਬਣੇ ਬੰਨ੍ਹਾਂ ਦੇ ਪਿੱਛੇ ਬਣੇ ਪਾਣੀ ਭੰਡਾਰ ਧੁੰਦ ਲਈ ਵਾਸ਼ਪ ਪ੍ਰਦਾਨ ਕਰਦੇ ਹਨ। ਨਾਲ ਲੱਗਦੇ ਠੰਡੇ ਪਹਾੜਾਂ ਤੋਂ ਵੀ ਧੁੰਦ ਦੁਆਬੇ ਦੇ ਮੈਦਾਨ ਵਿੱਚ ਖਿਸਕ ਕੇ ਆ ਜਾਂਦੀ ਹੈ।

ਜ਼ਿਆਦਾਤਰ (ਤਿੰਨ-ਚੌਥਾਈ) ਵਰਖਾ ਜੁਲਾਈ, ਅਗਸਤ ਅਤੇ ਸਤੰਬਰ ਦੇ ਤਿੰਨ ਮਹੀਨਿਆਂ ਵਿੱਚ ਮਾਨਸੂਨ ਪੌਣਾਂ ਰਾਹੀਂ ਹੁੰਦੀ ਹੈ। ਕੁੱਝ ਵਰਖਾ ਸਰਦੀਆਂ ਨੂੰ ਪੱਛਮੀ ਚੱਕਰਵਾਤਾਂ ਰਾਹੀਂ ਵੀ ਹੁੰਦੀ ਹੈ ਜੋ ਕਣਕ ਅਤੇ ਦੂਜੀਆਂ ਹਾੜ੍ਹੀ ਦੀਆਂ ਫਸਲਾਂ ਲਈ ਬਹੁਤ ਲਾਭਦਾਇਕ ਹੁੰਦੀ ਹੈ। ਸਾਲਾਨਾ ਔਸਤ ਵਰਖਾ ਪੂਰਬ ਵੱਲ ਵੱਧਦੀ ਹੈ। ਬਿਸਤ ਦੋਆਬ ਵਿੱਚ ਹਰੀਕੇ ਪੱਤਣ ਨੇੜੇ ਸਾਲਾਨਾ ਔਸਤ ਵਰਖਾ 50 ਸੈਂਟੀਮੀਟਰ ਤੋਂ ਪੂਰਬ ਵਿੱਚ ਸ਼ਿਵਾਲਕ ਪਹਾੜੀਆਂ ਨੇੜੇ 90 ਸੈਂ.ਮੀ. ਤੱਕ ਵੱਧਦੀ ਹੈ। ਮਾਨਸੂਨ ਵਰਖਾ ਸਿਲ੍ਹੇ ਅਤੇ ਖੁਸ਼ਕ ਦੌਰਾਂ (Wet and dry spells) ਦੇ ਰੂਪ ਵਿੱਚ ਪੈਂਦੀ ਹੈ। 2021 ਅਨੁਸਾਰ ਕਪੂਰਥਲਾ ਜ਼ਿਲ੍ਹੇ ਦੀ ਸਾਲਾਨਾ ਔਸਤ

ਵਰਖਾ 110.8 ਸੈਂਟੀਮੀਟਰ ਸੀ। ਜਲੰਧਰ ਜ਼ਿਲ੍ਹੇ ਲਈ ਇਹ 82.8 ਸੈਂ.ਮੀ., ਹੁਸ਼ਿਆਰਪੁਰ ਲਈ 67.0 ਸੈਂ.ਮੀ. ਅਤੇ ਐਸ.ਬੀ.ਐਸ. ਨਗਰ ਲਈ 76.9 ਸੈਂ.ਮੀ. ਸੀ। 2011 ਦੇ ਅੰਕੜਿਆਂ ਅਨੁਸਾਰ ਕਪੂਰਥਲਾ ਜ਼ਿਲ੍ਹੇ ਦੀ ਸਾਲਾਨਾ ਔਸਤ ਵਰਖਾ 7.0 ਮਿ.ਮੀ. ਸੀ। ਜਲੰਧਰ ਜ਼ਿਲ੍ਹੇ ਲਈ ਇਹ 799.8 ਮਿ.ਮੀ, ਐਸ.ਬੀ.ਐਸ. ਨਗਰ ਲਈ 562.1 ਮਿ.ਮੀ. ਅਤੇ ਹੁਸ਼ਿਆਰਪੁਰ ਜ਼ਿਲ੍ਹੇ ਲਈ 673.8 ਮਿਲੀਮੀਟਰ ਸੀ। ਪਰੰਤੂ 2013 ਦੇ ਉਪਲਬੱਧ ਅੰਕੜਿਆਂ ਅਨੁਸਾਰ ਵਰਖਾ ਦੀ ਮਿਕਦਾਰ ਕਪੂਰਥਲਾ ਜ਼ਿਲ੍ਹੇ ਲਈ 696.7 ਮਿ.ਮੀ., ਜਲੰਧਰ ਲਈ 593.9 ਮਿ.ਮੀ., ਐਸ.ਬੀ.ਐਸ. ਨਗਰ ਜ਼ਿਲ੍ਹੇ ਲਈ 835.7 ਮਿਲੀਮੀਟਰ ਅਤੇ ਹੁਸ਼ਿਆਰਪੁਰ ਜ਼ਿਲ੍ਹੇ ਲਈ 586.0 ਮਿਲਮੀਟਰ ਹੈ।

ਗਲੋਬਲ ਵਾਰਮਿੰਗ (Global Warming) ਦੇ ਪ੍ਰਭਾਵ ਕਾਰਨ ਵਰਖਾ ਦਾ ਸਮਾਂ ਅਤੇ ਮਾਤਰਾ ਅਤੇ ਤਾਪਮਾਨ ਦੀ ਵੰਡ ਦੇ ਪੈਟਰਨ ਵਿੱਚ ਤਬਦੀਲੀ ਆ ਗਈ ਹੈ। 2023 ਵਿੱਚ ਜੂਨ ਮਹੀਨੇ ਵਿੱਚ ਭਾਰੀ ਵਰਖਾ ਪਈ। ਮਈ ਵਿੱਚ ਵੀ ਵਰਖਾ ਹੁੰਦੀ ਰਹੀ। ਜੁਲਾਈ ਮਹੀਨੇ ਵਿੱਚ ਵੀ ਭਾਰੀ ਵਰਖਾ ਹੋਈ ਅਤੇ ਹੜ੍ਹ ਆਏ। ਸਰਦੀਆਂ ਨੂੰ ਚੱਕਰਵਾਤੀ ਵਰਖਾ ਦਸੰਬਰ-ਜਨਵਰੀ ਦੀ ਥਾਂ ਫਰਵਰੀ, ਮਾਰਚ ਅਤੇ ਅਪ੍ਰੈਲ ਤੱਕ ਹੋਣ ਲੱਗ ਪਈ ਹੈ।

ਬਨਸਪਤੀ (VEGETATION)

ਸ਼ਿਵਾਲਕ ਪਹਾੜੀਆਂ ਵਿੱਚ ਝਾੜੀਦਾਰ ਪਹਾੜੀ ਜੰਗਲ (scrub hill forests) ਪਾਏ ਜਾਂਦੇ ਹਨ। ਇਹ ਉਪ-ਊਸ਼ਣ (sub-tropical) ਕਿਸਮ ਦੇ ਹਨ। ਦਰਖਤਾਂ ਦੀਆਂ ਮੁੱਖ ਵੰਨਗੀਆਂ ਵਿੱਚ ਖੈਰ, ਛੌਲ, ਸਿਸੂ, ਸ਼ਹਿਤੂਤ, ਨਿੰਮ, ਸ਼ੀਸ਼ਮ, ਢੱਕ, ਤੁਣ, ਕਿੱਕਰ ਆਦਿ ਖਿਲਰਵੇਂ (scattered) ਤੋਂ ਕਾਫੀ ਸੰਘਣੇ (fairly dense) ਰੂਪ ਵਿੱਚ ਪਾਏ ਜਾਂਦੇ ਹਨ। ਝਾੜੀਆਂ ਅਤੇ ਭੱਬਰ ਘਾਹ (ਬਗੜ) ਵੀ ਆਮ ਪਾਏ ਜਾਂਦੇ ਹਨ। ਕੰਢੀ ਪ੍ਰਦੇਸ਼ ਵਿੱਚ ਸੰਘਣੇ ਦਰਖਤਾਂ ਦੀਆਂ ਝਿੜੀਆਂ ਵੀ ਮਿਲਦੀਆਂ ਹਨ। ਇਨ੍ਹਾਂ ਦੀ ਗਿਣਤੀ ਅਤੇ ਆਕਾਰ ਘੱਟ ਰਹੇ ਹਨ। ਇਨ੍ਹਾਂ ਵਿੱਚ ਟਾਹਲੀ, ਅੰਬ, ਨਿੰਮ, ਢੱਕ ਅਤੇ ਕਿੱਕਰ ਮਹੱਤਵਪੂਰਣ ਹਨ। ਚੋਆਂ ਨਾਲ ਟਾਹਲੀ ਅਤੇ ਸਰਕੜਾ ਉੱਚਾ ਘਾਹ ਪਾਇਆ ਜਾਂਦਾ ਹੈ। ਮੈਦਾਨੀ ਭਾਗ ਵਿੱਚ ਬਨਸਪਤੀ ਘੱਟ ਹੈ। ਉਪ-ਊਸ਼ਣ ਪੱਤਝੜੀ ਦਰਖਤ ਮਿਲਦੇ ਹਨ। ਕਿੱਕਰ, ਨਿੰਮ, ਟਾਹਲੀ, ਡੇਕ, ਪਿੱਪਲ ਦੇ ਦਰਖਤ ਮਹੱਤਵਪੂਰਣ ਹਨ। ਟਿਊਬਵੈਲਾਂ ਉੱਤੇ, ਖੇਤਾਂ ਦੇ ਬੰਨਿਆਂ ਉੱਤੇ, ਡਰੇਨਾਂ, ਬੇਈਆਂ ਅਤੇ ਰੇਲ ਲਾਈਨਾਂ ਅਤੇ ਸੜਕਾਂ ਨਾਲ ਸਫੈਦਾ (Eucalyptus) ਆਮ ਪਾਇਆ ਜਾਂਦਾ ਹੈ। ਦੋਆਬੇ ਵਿੱਚ ਜ਼ਿਆਦਾਤਰ ਜੰਗਲ ਅਤੇ ਬਨਸਪਤੀ ਐਸ.ਬੀ.ਐਸ. ਨਗਰ ਅਤੇ ਹੁਸ਼ਿਆਰਪੁਰ ਜ਼ਿਲ੍ਹਿਆਂ ਵਿੱਚ ਪਾਏ ਜਾਂਦੇ ਹਨ। ਇਨ੍ਹਾਂ ਜ਼ਿਲ੍ਹਿਆਂ ਵਿੱਚ ਬੀਜੇ ਹੋਏ ਸੰਘਣੇ ਦਰਖਤਾਂ ਦੇ ਟੱਕ (patches or blocks) ਵੀ ਮਿਲਦੇ ਹਨ।

ਸਭ ਤੋਂ ਵੱਧ ਜੰਗਲ ਰਕਬਾ ਹੁਸ਼ਿਆਰਪੁਰ ਜ਼ਿਲ੍ਹੇ ਵਿੱਚ ਪਾਇਆ ਜਾਂਦਾ ਹੈ ਜੋ 2021-22 ਅਨੁਸਾਰ 805 ਵਰਗ ਕਿਲੋਮੀਟਰ (ਪੰਜਾਬ ਦਾ 32.96% ਸੀ) ਦੂਜੇ ਨੰਬਰ ਤੇ ਐਸ.ਬੀ.ਐਸ. ਨਗਰ ਜ਼ਿਲ੍ਹਾ ਹੈ (133 ਵਰਗ ਕਿਲੋਮੀਟਰ) ਜਲੰਧਰ ਜ਼ਿਲ੍ਹੇ ਵਿੱਚ 56 ਵ.ਕਿ.ਮੀ. ਅਤੇ ਕਪੂਰਥਲਾ ਜਿਲ੍ਹੇ ਵਿੱਚ 27 ਵਰਗ ਕਿਲੋਮੀਟਰ ਰਕਬੇ ਵਿੱਚ ਜੰਗਲ ਹਨ। ਹੁਸ਼ਿਆਰਪੁਰ ਅਤੇ ਨਵਾਂਸ਼ਹਿਰ ਜ਼ਿਲ੍ਹਿਆਂ ਦੇ ਪੂਰਬੀ ਭਾਗ ਸ਼ਿਵਾਲਕ ਪਹਾੜੀਆਂ ਹੇਠ ਅਤੇ ਵੱਧ ਵਰਖਾ ਵਾਲੇ ਖੇਤਰ ਹਨ (ਇਸ ਕਾਰਨ ਜ਼ਿਆਦਾ ਬਨਸਪਤੀ), ਪਰੰਤੂ ਜਲੰਧਰ ਅਤੇ ਕਪੂਰਥਲਾ ਜ਼ਿਲ੍ਹੇ ਮੈਦਾਨੀ ਹਨ ਅਤੇ ਸਭ ਭਾਗਾਂ ਵਿੱਚ ਖੇਤੀਬਾੜੀ ਕੀਤੀ ਜਾਂਦੀ ਹੈ। ਵਰਖਾ ਵੀ ਕੁੱਝ ਘੱਟ ਹੈ। ਇਸ ਕਾਰਨ ਬਨਸਪਤੀ ਕੱਜਣ ਘੱਟ ਹੈ।

ਜੰਗਲ ਘਣਤਾ ਅਨੁਸਾਰ ਪੂਰਬੀ ਤਹਿਸੀਲਾਂ (ਜ਼ਿਆਦਾ ਜੰਗਲ ਖੇਤਰ, ਜ਼ਿਆਦਾ ਵਰਖਾ, ਪਹਾੜੀ ਧਰਾਤਲ, ਘੱਟ ਪਹੁੰਚ ਕਾਰਨ) ਵਿੱਚ ਜੰਗਲ ਘਣਤਾ ਉੱਚੀ (30% ਤੋਂ ਵੱਧ) ਪਾਈ ਜਾਂਦੀ ਹੈ। ਇਹ ਹੁਸ਼ਿਆਰਪੁਰ ਤਹਿਸੀਲ ਲਈ 39.5%, ਮੁਕੇਰੀਆਂ ਤਹਿਸੀਲ ਲਈ 40.8%, ਬਲਾਚੌਰ ਤਹਿਸੀਲ ਲਈ 32.3% ਅਤੇ ਗੜ੍ਹਸ਼ੰਕਰ ਤਹਿਸੀਲ ਲਈ 31.23% (2015-16 ਅਨੁਸਾਰ) ਹੈ। ਦਸੂਹਾ ਤਹਿਸੀਲ ਵਿੱਚ ਸਾਧਾਰਨ ਉੱਚੀ ਜੰਗਲ ਘਣਤਾ (11.5%) ਪਾਈ ਜਾਂਦੀ ਹੈ। ਇਹ ਸਭ ਅਰਧ-ਪਹਾੜੀ ਤਹਿਸੀਲਾਂ ਹਨ। ਨਵਾਂਸ਼ਹਿਰ ਤਹਿਸੀਲ ਅਤੇ ਕਪੂਰਥਲਾ ਅਤੇ ਜਲੰਧਰ ਜ਼ਿਲ੍ਹਿਆਂ ਵਿੱਚ ਘਣੀ ਵਪਾਰਕ ਖੇਤੀ ਕੀਤੀ ਜਾਂਦੀ ਹੈ। ਸਭ ਭੂਮੀ ਸਿੰਜਾਈ ਅਤੇ ਕਾਸ਼ਤ ਅਧੀਨ ਹੈ, ਇਸ ਕਾਰਨ ਜੰਗਲ ਰਕਬਾ ਬਹੁਤ ਘੱਟ ਹੈ (ਕੇਵਲ ਟਿਊਬਵੈਲਾਂ ਉੱਤੇ, ਖੇਤਾਂ ਦੇ ਬੰਨਿਆਂ,

ਨਹਿਰਾਂ, ਸੜਕਾਂ ਅਤੇ ਰੇਲ ਪਟੜੀਆਂ ਨਾਲ-ਨਾਲ ਦਰਖਤਾਂ ਦੀਆਂ ਕਤਾਰਾਂ ਮਿਲਦੀਆਂ ਹਨ)। ਜੰਗਲ ਰਕਬਾ ਘਣਤਾ ਇੱਥੇ 5% ਤੋਂ ਘੱਟ ਹੈ ਜੋ ਬਹੁਤ ਸਾਰੀਆਂ ਤਹਿਸੀਲਾਂ ਵਿੱਚ 1.0% ਤੋਂ ਵੀ ਘੱਟ ਹੈ। 2015-16 ਅਨੁਸਾਰ ਇਹ ਜਲੰਧਰ-I ਤਹਿਸੀਲ ਲਈ 4.4%, ਫਿਲੌਰ ਤਹਿਸੀਲ ਵਿੱਚ 2.3%, ਭੁਲੱਥ ਤਹਿਸੀਲ ਵਿੱਚ 1.1% ਅਤੇ ਫਗਵਾੜਾ ਤਹਿਸੀਲ ਲਈ 1.44% ਸੀ। ਸਭ ਤੋਂ ਘੱਟ ਜੰਗਲ ਰਕਬਾ ਘਣਤਾ ਸਪਾਟ ਤੇ ਉਪਜਾਊ ਬੰਗਾ ਤਹਿਸੀਲ ਵਿੱਚ 0.17% ਹੈ। ਜਲੰਧਰ-II ਤਹਿਸੀਲ ਲਈ ਜੰਗਲ ਘਣਤਾ 1.89% ਸੀ। ਨਵਾਂਸ਼ਹਿਰ ਤਹਿਸੀਲ ਲਈ ਜੰਗਲ ਘਣਤਾ 0.56% ਸੀ। ਜ਼ਿਲ੍ਹਿਆਂ ਅਨੁਸਾਰ ਹੁਸ਼ਿਆਰਪੁਰ ਜ਼ਿਲ੍ਹੇ ਦੀ ਜੰਗਲ ਘਣਤਾ 31.10%, ਸ.ਭ.ਸ. ਨਗਰ ਲਈ 12.96%, ਜਲੰਧਰ ਲਈ 2.11% ਅਤੇ ਕਪੂਰਥਲਾ ਜ਼ਿਲ੍ਹੇ ਦੀ 0.88% 2015-16 ਅਨੁਸਾਰ ਹੈ।

ਮਿੱਟੀਆਂ (SOILS)

ਜ਼ਿਆਦਾਤਰ ਦੋਆਬਾ ਵਿੱਚ ਚੀਕਣੀ ਦੋਮਟ ਮਿੱਟੀ (clay loams) ਪਾਈ ਜਾਂਦੀ ਹੈ। ਪੂਰਬ ਵੱਲ ਮਿੱਟੀ ਵਿੱਚ ਰੇਤੇ ਦੀ ਮਾਤਰਾ ਵੱਧਦੀ ਜਾਂਦੀ ਹੈ। ਕੰਢੀ ਖੇਤਰ ਦੀ ਮਿੱਟੀ ਮੁੱਖ ਤੌਰ 'ਤੇ ਰੇਤਲੀ ਦੋਮਟ (sandy loam) ਹੈ ਜਿਸ ਵਿੱਚ ਕਿਤੇ-ਕਿਤੇ ਚੀਕਣੀ ਦੋਮਟ ਦੇ ਟੱਕ (patches) ਵੀ ਮਿਲਦੇ ਹਨ। ਸ਼ਿਵਾਲਕ ਪਹਾੜੀਆਂ ਨੇੜੇ ਰੇਤਲੀ ਮਿੱਟੀ ਵਿੱਚ ਕੰਕਰ ਅਤੇ ਗੀਟੇ (pebbles) ਵੀ ਪਾਏ ਜਾਂਦੇ ਹਨ। ਬੇਟ ਖੇਤਰਾਂ ਵਿੱਚ ਸਿਲ੍ਹੀ ਗਾਰ ਵਾਲੀ ਦੋਮਟ ਮਿੱਟੀ ਪਾਈ ਜਾਂਦੀ ਹੈ। ਕਪੂਰਥਲਾ ਅਤੇ ਜਲੰਧਰ ਜ਼ਿਲ੍ਹਿਆਂ ਦੇ ਕੁਝ ਭਾਗਾਂ ਵਿੱਚ ਹਵਾ ਰਾਹੀਂ ਲਿਆਂਦੇ ਰੇਤੇ ਦੇ ਨਿਖੇਪ ਵੀ ਸਤ੍ਹਾ ਉੱਤੇ ਪਾਏ ਜਾਂਦੇ ਹਨ।

ਇਸ ਪ੍ਰਦੇਸ਼ ਦੀਆਂ ਮਿੱਟੀਆਂ ਭਾਵੇਂ ਮੁੱਖ ਤੌਰ ਤੇ ਜਲੌੜੀ (allvium based) ਹਨ ਪਰੰਤੂ ਸਥਿਤੀ ਵਿਭਿੰਨ ਜਲ ਵਹਿਣਾਂ (ਦਰਿਆ, ਬੇਈਆਂ, ਚੋਅ, ਖੱਡਾਂ ਆਦਿ) ਦੇ ਵਗਣ (ਵਹਾ), ਜਮ੍ਹਾਂ ਕਰਨ ਅਤੇ ਅਪਰਦਨ ਕਾਰਨ ਅਤੇ ਪੌਣਾਂ ਦੀ ਕਿਰਿਆ ਕਾਰਨ ਕਈ ਵਖਰੇਵੇਂ ਪੈਦਾ ਹੋ ਗਏ ਹਨ। ਇਹ ਮਿੱਟੀਆਂ ਬਲਾਚੌਰ, ਗੜ੍ਹਸ਼ੰਕਰ, ਹੁਸ਼ਿਆਰਪੁਰ ਤਹਿਸੀਲਾਂ ਅਤੇ ਦਸੂਹਾ ਤਹਿਸੀਲ ਦੇ ਪੂਰਬੀ ਭਾਗਾਂ ਵਿੱਚ **ਰੇਤਲੀਆਂ ਦੋਮਟ ਮਿੱਟੀਆਂ** (sandy loams) ਹਨ ਅਤੇ ਨਵਾਂਸ਼ਹਿਰ, ਟਾਂਡਾ, ਆਦਮਪੁਰ, ਫਗਵਾੜਾ ਅਤੇ ਜਲੰਧਰ ਬਲਾਕਾਂ ਵਿੱਚ ਇਹ **ਸਖ਼ਤ ਚੀਕਣੀ** ਮਿੱਟੀ ਵਾਲੀਆਂ **ਦੋਮਟ ਮਿੱਟੀਆਂ** (stiff clay loams) ਹਨ। ਫਿਲੌਰ ਤਹਿਸੀਲ ਦੀਆਂ ਮਿੱਟੀਆਂ ਵੀ **ਸਖਤ ਦੋਮਟ ਮਿੱਟੀਆਂ** ਹਨ। ਨਵਾਂਸ਼ਹਿਰ ਤਹਿਸੀਲ ਦੇ ਪੱਛਮੀ ਭਾਗਾਂ ਅਤੇ ਫਿਲੌਰ ਤਹਿਸੀਲ ਦੇ ਉੱਤਰ-ਪੂਰਬੀ ਅਤੇ ਦੱਖਣ-ਪੱਛਮੀ ਭਾਗਾਂ ਵਿੱਚ ਵੀ ਦੋਮਟ ਮਿੱਟੀਆਂ ਪਾਈਆਂ ਜਾਂਦੀਆਂ ਹਨ। ਨਕੋਦਰ ਤਹਿਸੀਲ ਵਿੱਚ ਚਿੱਟੀ ਬੇਈਂ ਤੋਂ ਦੱਖਣ ਵੱਲ ਲਾਲ ਦੋਮਟ ਮਿੱਟੀਆਂ ਮਿਲਦੀਆਂ ਹਨ। ਪਰੰਤੂ ਇਸ ਦੇ ਪੱਛਮੀ ਭਾਗਾਂ ਅਤੇ ਸ਼ਾਹਕੋਟ ਤਹਿਸੀਲ ਵਿੱਚ ਰੇਤਾ ਜ਼ਿਆਦਾ ਹੋ ਜਾਂਦਾ ਹੈ ਅਤੇ ਨੀਵੇਂ ਰੇਤ ਟਿੱਬੇ ਵੀ ਮਿਲਦੇ ਹਨ। ਕਪੂਰਥਲਾ ਜ਼ਿਲ੍ਹੇ ਵਿੱਚ ਕਾਲੀ ਬੇਈਂ ਅਤੇ ਦਰਿਆ ਬਿਆਸ ਵਿਚਕਾਰ ਦੇ ਖੇਤਰ ਵਿੱਚ ਅਤੇ ਸੁਲਤਾਨਪੁਰ ਲੋਧੀ ਤਹਿਸੀਲ ਦੇ ਜ਼ਿਆਦਾਤਰ ਭਾਗਾਂ ਵਿੱਚ ਬੇਟ ਮਿੱਟੀਆਂ (bet soils) ਪਾਈਆਂ ਜਾਂਦੀਆਂ ਹਨ।

ਪਰੰਤੂ ਉਤਪਾਦਕਤਾ ਅਤੇ ਗੁਣਵਤਾ (productivity and quality) ਦੇ ਆਧਾਰ ਤੇ ਦੋਆਬੇ ਦੀਆਂ ਮਿੱਟੀਆਂ ਦੀਆਂ ਆਮ ਲੋਕਾਂ ਨੇ 7 ਵਰਗ ਜਾਂ ਕਿਸਮਾਂ ਬਣਾਈਆਂ ਹਨ। ਇਹ ਕਿਸਮਾਂ ਦੋਆਬੇ ਦੇ ਮਾਲਗੁਜਾਰੀ ਦੇ ਕਰ ਨਿਰਧਾਰਨ ਪ੍ਰਦੇਸ਼ ਜਾਂ ਖੇਤਰ (Revenue Assessment Sub-Division) ਵੀ ਹਨ। ਇਹ ਖੇਤਰ ਜਾਂ ਕਿਸਮਾਂ ਹਨ—**ਪਹਾੜ** (ਜ਼ਿਆਦਾਤਰ ਪਥਰੀਲਾ), **ਕੰਢੀ** (ਜ਼ਿਆਦਾਤਰ ਰੇਤੀਲੀ ਜਿਸ ਵਿੱਚ ਗੀਟੇ ਅਤੇ ਕੁੱਝ ਚੀਕਣੀ ਮਿੱਟੀ ਵੀ ਹੈ), **ਢੱਕ** (ਰੇਤਲੀ ਦੋਮਟ), **ਮੰਜਕੀ** (ਚੀਕਣੀ ਦੋਮਟ), **ਸੀਰੋਂਵਾਲ** (ਸਿਲੀ ਚੀਕਣੀ ਦੋਮਟ), **ਦੋਨਾ** (ਰੇਤ ਅਤੇ ਚੀਕਣੀ ਮਿੱਟੀ = ਦੋਮਟ = ਮੈਰਾ) ਅਤੇ ਬੇਟ ਮਿੱਟੀਆਂ।

ਖਣਿਜ ਪਦਾਰਥ ਅਤੇ ਸ਼ਕਤੀ ਸਾਧਨ (MINERALS AND POWER RESOURCES)

ਦੋਆਬਾ ਪ੍ਰਦੇਸ਼ ਵਿੱਚ ਕੋਈ ਵੀ ਖਣਿਜ ਪਦਾਰਥ ਨਹੀਂ ਪਾਇਆ ਜਾਂਦਾ ਹੈ। ਸ਼ਿਵਾਲਕ ਪਹਾੜੀਆਂ ਨੇੜੇ ਕੰਢੀ ਖੇਤਰ ਦੇ ਚੋਆਂ ਵਿੱਚ ਪੱਥਰ ਮਿਲਦਾ ਹੈ ਜਿਸਦੀ ਸੜਕ ਉਸਾਰੀ ਲਈ ਵਰਤੋਂ ਕੀਤੀ ਜਾਂਦੀ ਹੈ। ਦੋਆਬਾ ਪ੍ਰਦੇਸ਼ ਵਿੱਚ ਕੋਲਾ ਜਾਂ ਪੈਟਰੋਲੀਅਮ ਵੀ

ਨਹੀਂ ਮਿਲਦੇ ਹਨ। ਇਸ ਖੇਤਰ ਵਿੱਚ ਪਣ-ਬਿਜਲੀ ਦਾ ਵਿਕਾਸ ਹੋਇਆ ਹੈ। ਬਿਆਸ ਦਰਿਆ ਉੱਤੇ ਬਣਾਏ ਗਏ ਪੌਂਗ ਡੈਮ (Pong Dam) ਤੇ ਬਣੇ ਬਿਜਲੀ ਘਰਾਂ ਵਿੱਚ ਬਿਜਲੀ ਬਣਾਈ ਜਾਂਦੀ ਹੈ। ਤਲਵਾੜਾ ਨੇੜੇ ਦਰਿਆ ਬਿਆਸ ਤੋਂ ਕੱਢੀ ਗਈ ਮੁਕੇਰੀਆਂ ਹਾਈਡਲ ਨਹਿਰ ਉੱਤੇ ਚਾਰ ਬਿਜਲੀ ਘਰ ਉਸਾਰੇ ਗਏ ਹਨ ਜਿਨ੍ਹਾਂ ਤੋਂ ਪਣ ਬਿਜਲੀ ਪੈਦਾ ਕੀਤੀ ਜਾ ਰਹੀ ਹੈ। ਇੱਥੋਂ ਰਾਜ ਲਈ ਲਗਭਗ 4% ਬਿਜਲੀ ਉਪਲਬੱਧ ਹੁੰਦੀ ਹੈ।

ਜਨਸੰਖਿਆ (POPULATION)

ਬਿਸਤ ਦੋਆਬ, ਵੱਡੀ ਜਨਸੰਖਿਆ, ਪੇਂਡੂ ਵਸੋਂ ਦੀ ਪ੍ਰਧਾਨਤਾ, ਹਿੰਦੂ ਵਸੋਂ ਦੀ ਬਹੁਲਤਾ (majority), ਉੱਚੀ ਸਾਖਰਤਾ (high literacy), ਸਾਧਾਰਣ ਵਸੋਂ ਵਾਧਾ (moderate growth of population), ਦਰਮਿਆਨਾ ਸ਼ਹਿਰੀਕਰਣ (moderate urbanization) ਅਤੇ ਮੁਕਾਬਲਤਨ ਉੱਚਾ ਲਿੰਗ ਅਨੁਪਾਤ (Comparatively high sex ratio) ਵਾਲਾ ਸੰਘਣਾ ਵਸਿਆ ਜਾਗਰੂਕ ਪ੍ਰਦੇਸ਼ ਹੈ।

ਗਿਣਤੀ ਅਤੇ ਵੰਡ (Number and Distribution) : ਬਿਸਤ ਦੋਆਬ ਵਿੱਚ ਇੱਕ ਵੱਡੀ ਜਨਸੰਖਿਆ (large population) ਰਹਿੰਦੀ ਹੈ। ਜੋ 2001 ਦੀ ਜਨਗਣਨਾ ਅਨੁਸਾਰ 47.85 ਲੱਖ (ਪੰਜਾਬ ਦੀ 19.65%) ਸੀ। ਜਨਗਣਨਾ 2011 ਦੇ ਅੰਤਮ ਅੰਕੜਿਆਂ ਅਨੁਸਾਰ ਦੋਆਬੇ ਦੀ ਕੁੱਲ ਜਨਸੰਖਿਆ 52 ਲੱਖ 07 ਹਜ਼ਾਰ ਛੇ ਸੌ ਤਰਾਨਵੇ ਹੈ (ਪੰਜਾਬ ਦੀ 18.77%)।

ਬਿਸਤ ਦੋਆਬ ਹੇਠ ਪੰਜਾਬ ਦਾ 17.67% ਰਕਬਾ ਹੈ। ਜਲੰਧਰ ਜ਼ਿਲ੍ਹੇ ਵਿੱਚ ਪ੍ਰਦੇਸ਼ ਦੀ ਸਭ ਤੋਂ ਵੱਧ ਜਨਸੰਖਿਆ 21.936 ਲੱਖ = ਪੰਜਾਬ ਦੀ 7.91% ਅਤੇ ਪ੍ਰਦੇਸ਼ ਦੀ 42.12% ਰਹਿੰਦੀ ਹੈ। ਦੂਜੇ ਨੰਬਰ 'ਤੇ ਹੁਸ਼ਿਆਰਪੁਰ ਦਾ ਜ਼ਿਲ੍ਹਾ ਆਉਂਦਾ ਹੈ (15.87 ਲੱਖ) ਜਿੱਥੇ ਰਾਜ ਦੀ 5.72% (ਪ੍ਰਦੇਸ਼ ਦੀ 30.47%) ਜਨਸੰਖਿਆ ਰਹਿੰਦੀ ਹੈ। ਕਪੂਰਥਲਾ (8.15 ਲੱਖ) ਅਤੇ ਨਵਾਂਸ਼ਹਿਰ (ਸ਼ਹੀਦ ਭਗਤ ਸਿੰਘ ਨਗਰ) (6.12 ਲੱਖ) ਜ਼ਿਲ੍ਹਿਆਂ ਵਿੱਚ ਘੱਟ ਜਨਸੰਖਿਆ ਰਹਿੰਦੀ ਹੈ। ਇਹ ਛੋਟੇ ਜ਼ਿਲ੍ਹੇ ਹਨ (ਸਾਰਣੀ ਨੰ. 65 ਅਤੇ ਸਾਰਣੀ ਨੰ. 13)।

ਤਹਿਸੀਲ ਅਨੁਸਾਰ ਸਭ ਤੋਂ ਵੱਧ ਜਨਸੰਖਿਆ ਜਲੰਧਰ-9 ਤਹਿਸੀਲ (11.46 ਲੱਖ) ਵਿੱਚ ਰਹਿੰਦੀ ਹੈ। ਇੱਥੇ ਰਾਜ ਦਾ ਤੀਜਾ ਸਭ ਤੋਂ ਵੱਡਾ ਸ਼ਹਿਰ (8.69 ਲੱਖ) ਜਲੰਧਰ ਸਥਿਤ ਹੈ। ਇਸ ਤੋਂ ਬਾਅਦ ਹੁਸ਼ਿਆਰਪੁਰ (5.60 ਲੱਖ), ਨਵਾਂਸ਼ਹਿਰ (4.24 ਲੱਖ), ਫਿਲੌਰ (3.82 ਲੱਖ), ਦਸੂਹਾ, ਗੜ੍ਹਸ਼ੰਕਰ ਅਤੇ ਕਪੂਰਥਲਾ ਤਹਿਸੀਲਾਂ ਆਉਂਦੀਆਂ ਹਨ। ਇਨ੍ਹਾਂ ਤਹਿਸੀਲਾਂ ਵਿੱਚ ਇਨ੍ਹਾਂ ਦੇ ਨਾਂ ਦੇ ਹੀ ਸ਼ਹਿਰ ਜਾਂ ਕਸਬੇ (ਵੱਡੀ ਜਨਸੰਖਿਆ) ਪਾਏ ਜਾਂਦੇ ਹਨ। ਇਹ ਸਭ ਅੰਕੜੇ 2011 ਦੀ ਜਨਗਣਨਾ ਅਨੁਸਾਰ ਹਨ। ਕਪੂਰਥਲਾ ਜ਼ਿਲ੍ਹੇ ਦੀ ਭੁਲੱਥ ਤਹਿਸੀਲ ਵਿੱਚ ਪ੍ਰਦੇਸ਼ ਦੀ ਸਭ ਤੋਂ ਘੱਟ ਜਨਸੰਖਿਆ (1.04 ਲੱਖ) (2011 ਅਨੁਸਾਰ) ਪਾਈ ਜਾਂਦੀ ਹੈ।

ਪ੍ਰਦੇਸ਼ ਦੇ **ਜ਼ਿਆਦਾਤਰ ਭਾਗਾਂ** ਵਿੱਚ ਪੇਂਡੂ ਜਨਸੰਖਿਆ ਦਰਮਿਆਨੇ ਆਕਾਰ ਦੇ ਗੁੱਥਾ (compact and nucleated villages) **ਪਿੰਡਾਂ ਵਿੱਚ** ਰਹਿੰਦੀ ਹੈ ਜੋ ਪ੍ਰਦੇਸ਼ ਵਿੱਚ **ਬਰਾਬਰ ਵੰਡੇ** ਹੋਏ (evenly distributed)। ਬਿਸਤ ਦੋਆਬ ਵਿੱਚ ਜਨਸੰਖਿਆ ਇਸ ਦੇ ਮੱਧਵਰਤੀ ਭਾਗਾਂ ਵਿੱਚ ਕੇਂਦਰਿਤ (concentrated) ਹੈ ਅਤੇ ਇਸ ਕੇਂਦਰਿਤ ਜਾਂ ਸੰਘਣੀ ਵਸੋਂ ਦੇ ਖੇਤਰ ਤੋਂ ਜਨਸੰਖਿਆ ਪੂਰਬ, ਪੱਛਮ ਅਤੇ ਦੱਖਣ-ਪੱਛਮ ਵਲ **ਖਿਲਰਦੀ (ਵਿਰਲੀ)** (thinsout) ਜਾਂਦੀ ਹੈ। ਬਿਲਕੁਲ ਪੂਰਬ ਵਿੱਚ ਸ਼ਿਵਾਲਕ ਪਹਾੜੀਆਂ ਵਿੱਚ **ਕੋਈ ਪਿੰਡ ਨਹੀਂ** ਹੈ ਅਤੇ ਕੇਵਲ ਬੀਤ **ਮਾਨਸਵਾਲ** ਖੇਤਰ ਵਿੱਚ ਪਿੰਡ ਹਨ। ਇਸ ਪੂਰਬੀ ਉਪ-ਪ੍ਰਦੇਸ਼ ਵਿੱਚ ਪਹਾੜੀ ਅਤੇ ਕਟੀ-ਫਟੀ ਧਰਾਤਲ ਹੈ, ਮਿੱਟੀਆਂ ਘਟੀਆ, ਅਣ-ਉਪਜਾਊ, ਪਤਲੀਆਂ (thin) ਅਤੇ ਰੇਤਲੀਆਂ ਅਤੇ ਗੀਟਿਆਂ ਜਾਂ ਕੰਕਰਾਂ ਵਾਲੀਆਂ ਹਨ, ਪਾਣੀ ਦੀ ਘਾਟ ਹੈ, ਜ਼ਮੀਨ ਖੁਸ਼ਕ ਹੈ ਅਤੇ ਵੱਡੇ ਭਾਗ ਵਿੱਚ ਚੋਅ, ਖੱਡਾਂ, ਨਾਲੇ ਆਦਿ ਹਨ ਅਤੇ ਝਾੜੀਨੁਮਾ ਬਨਸਪਤੀ ਪਾਈ ਜਾਂਦੀ ਹੈ। ਪੱਛਮ ਵੱਲ ਬਿਆਸ ਦੇ ਬੇਟ ਪ੍ਰਦੇਸ਼ ਵਿੱਚ ਦਰਮਿਆਨੀ ਤੋਂ ਵਿਰਲੀ ਜਨਸੰਖਿਆ ਵੰਡ ਪਾਈ ਜਾਂਦੀ ਹੈ। ਇੱਥੇ ਹਰ ਸਾਲ ਬਿਆਸ ਦਰਿਆ ਦੇ ਹੜ੍ਹਾਂ ਦਾ ਡਰ ਬਣਿਆ ਰਹਿੰਦਾ ਹੈ, ਬਿਆਸ ਕਾਰਨ ਜ਼ਮੀਨ ਦੇ ਕਈ

ਭਾਗ ਰੁੜ੍ਹ ਜਾਂਦੇ ਹਨ ਅਤੇ ਇੱਥੇ ਕਈ ਦਲਦਲਾਂ (ਛੰਭ) ਅਤੇ ਝੀਲਾਂ ਪਾਈਆਂ ਜਾਂਦੀਆਂ ਹਨ। ਸੜਕਾਂ ਰਾਹੀਂ ਆਵਾਜਾਈ ਘੱਟ ਵਿਕਸਤ ਹੈ।

ਸੁਲਤਾਨਪੁਰ ਲੋਧੀ ਅਤੇ ਕਪੂਰਥਲਾ ਤਹਿਸੀਲਾਂ ਦੇ ਪੂਰਬੀ ਭਾਗਾਂ, ਨਕੋਦਰ ਤਹਿਸੀਲ ਦੇ ਉੱਤਰ-ਪੱਛਮੀ ਭਾਗਾਂ ਅਤੇ ਜਲੰਧਰ-I ਤੇ ਸ਼ਾਹਕੋਟ ਤਹਿਸੀਲਾਂ ਦੇ ਨਾਲ ਲਗਦੇ ਇਲਾਕਿਆਂ ਵਿੱਚ ਜਨਸੰਖਿਆ ਦੀ ਵੰਡ ਸਾਧਾਰਣ (moderate) ਹੈ।

ਇਨ੍ਹਾਂ ਇਲਾਕਿਆਂ ਵਿੱਚ ਨੀਵੇਂ ਰੇਤ ਦੇ ਟਿੱਬੇ ਅਤੇ ਰੇਤ ਕੱਜਣ ਪਾਏ ਜਾਂਦੇ ਹਨ। ਖੇਤੀਬਾੜੀ ਘਣੀ ਨਹੀਂ ਹੈ। ਇਸ ਕਾਰਨ ਇੱਥੇ ਪਿੰਡ ਘੱਟ ਜਾਂ ਛੋਟੇ ਹਨ।

ਜਲੰਧਰ-I ਅਤੇ II, ਫਗਵਾੜਾ ਅਤੇ ਨਵਾਂਸ਼ਹਿਰ ਤਹਿਸੀਲਾਂ ਅਤੇ ਗੜ੍ਹਸ਼ੰਕਰ, ਹੁਸ਼ਿਆਰਪੁਰ, ਦਸੂਹਾ ਅਤੇ ਮੁਕੇਰੀਆਂ ਤਹਿਸੀਲਾਂ ਦੇ ਪੱਛਮੀ ਭਾਗਾਂ ਵਿੱਚ ਅਤੇ ਵਿਸ਼ੇਸ਼ ਕਰਕੇ **ਰਾਸ਼ਟਰੀ ਮਾਰਗ ਨੰ. I ਅਤੇ I-A** (ਜਲੰਧਰ-ਮੁਕੇਰੀਆਂ) ਅਤੇ ਜਲੰਧਰ-ਹੁਸ਼ਿਆਰਪੁਰ, ਫਗਵਾੜਾ-ਨਵਾਂਸ਼ਹਿਰ-ਬਲਾਚੌਰ ਅਤੇ ਬਲਾਚੌਰ-ਦਸੂਹਾ ਰਾਜ ਮਾਰਗਾਂ ਦੇ ਆਲੇ-ਦੁਆਲੇ ਜਨਸੰਖਿਆ ਗੁੱਥਾ ਅਤੇ ਕੇਂਦਰਿਤ ਦਰਮਿਆਨੇ ਆਕਾਰ ਦੇ ਪਿੰਡਾਂ (compact and nucleated medium sized villages), ਸ਼ਹਿਰਾਂ ਅਤੇ ਕਸਬਿਆਂ ਦੇ ਰੂਪ ਵਿੱਚ ਕੇਂਦਰਿਤ ਜਾਂ ਘਣੀ (concentrated) ਪਾਈ ਜਾਂਦੀ ਹੈ। ਇਨ੍ਹਾਂ ਤਹਿਸੀਲਾਂ ਵਿੱਚ ਅੱਛੀ ਪਹੁੰਚ (good accessibility), ਪੱਧਰੀ ਜ਼ਮੀਨ, ਉਪਜਾਊ ਚੀਕਣੀ ਦੋਮਟ ਜਾਂ ਦੋਮਟ ਮਿੱਟੀਆਂ, ਸਿੰਚਾਈ ਦੀਆਂ ਭਰਪੂਰ ਸਹੂਲਤਾਂ (ਮੁੱਖ ਤੌਰ ਤੇ ਟਿਊਬਵੈਲਾਂ ਰਾਹੀਂ), ਕਣਕ, ਚਾਵਲ ਅਤੇ ਗੰਨੇ ਦੀ ਘਣੀ ਖੇਤੀ (intensive farming), ਬਹੁਤ ਸਾਰੇ ਉਦਯੋਗਾਂ, ਵਿਸ਼ੇਸ਼ ਕਰਕੇ ਰਾਸ਼ਟਰੀ ਮਾਰਗਾਂ ਅਤੇ ਰਾਜ ਮਾਰਗਾਂ ਨਾਲ-ਨਾਲ ਦਾ ਮਿਲਣਾ ਅਤੇ ਭਾਰੀ ਵਣਜ-ਵਪਾਰ ਕਾਰਨ ਇਸ ਭਾਗ ਵਿੱਚ ਬਰਾਬਰ ਵੰਡੇ ਵੱਡੇ ਤੋਂ ਦਰਮਿਆਨੀ ਅਕਾਰ ਦੇ ਪਿੰਡ, ਕਸਬੇ ਅਤੇ ਸ਼ਹਿਰ ਵਿਕਸਤ ਅਤੇ ਪ੍ਰਫੁੱਲਤ ਹੋ ਗਏ ਹਨ।

ਜਨਸੰਖਿਆ ਘਣਤਾ (Density of Population) : ਬਿਸਤ ਦੋਆਬ ਇੱਕ ਸੰਘਣਾ ਵਸਿਆ ਪ੍ਰਦੇਸ਼ ਹੈ। 2011 ਦੀ ਜਨ ਗਣਨਾ ਅਨੁਸਾਰ ਪ੍ਰਦੇਸ਼ ਦੀ ਔਸਤ ਵਸੋਂ ਘਣਤਾ 584 ਵਿਅਕਤੀ ਪ੍ਰਤੀ ਵਰਗ ਕਿਲੋਮੀਟਰ ਹੈ। ਇਹ ਮਾਝਾ ਪ੍ਰਦੇਸ਼ (683 ਵਿਅਕਤੀ) ਤੋਂ ਕੁੱਝ ਘੱਟ ਅਤੇ ਮਾਲਵਾ ਪ੍ਰਦੇਸ਼ (507 ਵਿਅਕਤੀ) ਤੋਂ ਵੱਧ ਹੈ। ਪੰਜਾਬ ਰਾਜ ਦੀ ਔਸਤ ਵਸੋਂ ਘਣਤਾ 551 ਵਿਅਕਤੀ ਪ੍ਰਤੀ ਵਰਗ ਕਿਲੋਮੀਟਰ ਹੈ। ਜਲੰਧਰ ਜ਼ਿਲ੍ਹੇ ਦੀ ਵਸੋਂ ਘਣਤਾ (836 ਵਿਅਕਤੀ), ਅੰਮ੍ਰਿਤਸਰ (928 ਵਿਅਕਤੀ), ਐਸ.ਏ.ਐਸ. ਨਗਰ (909 ਵਿਅਕਤੀ) ਅਤੇ ਲੁਧਿਆਣਾ (978 ਵਿਅਕਤੀ) ਜ਼ਿਲ੍ਹਿਆਂ ਤੋਂ ਬਾਅਦ ਰਾਜ ਵਿੱਚ ਚੌਥੇ ਨੰਬਰ ਤੇ ਹੈ। ਪ੍ਰਦੇਸ਼ ਦੇ ਬਾਕੀ ਦੇ ਤਿੰਨ ਜ਼ਿਲ੍ਹਿਆਂ ਐਸ.ਬੀ.ਐਸ. ਨਗਰ (478 ਵਿਅਕਤੀ), ਕਪੂਰਥਲਾ (499 ਵਿਅਕਤੀ) ਅਤੇ ਹੁਸ਼ਿਆਰਪੁਰ (469 ਵਿਅਕਤੀ) ਦੀ ਵਸੋਂ ਘਣਤਾ ਦਰਮਿਆਨੀ ਉੱਚੀ ਹੈ।

ਜਲੰਧਰ ਦੇ ਜ਼ਿਲ੍ਹੇ ਵਿੱਚ ਬਹੁਤ ਉਦਯੋਗ ਹਨ। ਪੰਜਾਬ ਦੇ 11.17% ਲਘੂ ਉਦਯੋਗ (Small Scale Units), 3.69% ਦਰਮਿਆਨੇ ਅਤੇ ਵੱਡੇ ਉਦਯੋਗ ਅਤੇ 11.0% ਰਜਿਸਟਰਡ ਉਦਯੋਗਿਕ ਇਕਾਈਆਂ ਜਲੰਧਰ ਜ਼ਿਲ੍ਹੇ ਵਿੱਚ ਕੰਮ ਕਰਦੀਆਂ ਹਨ। ਜਲੰਧਰ ਜ਼ਿਲ੍ਹਾ ਸਪਾਟ ਅਤੇ ਉਪਜਾਊ ਮੈਦਾਨ, ਸੀਰੋਂਵਾਲ, ਦੋਨਾਂ ਅਤੇ ਮੰਜਕੀ ਮਿੱਟੀਆਂ, ਟਿਊਬਵੈਲਾਂ ਅਤੇ ਕੁੱਝ ਨਹਿਰਾਂ ਤੋਂ ਵੀ ਭਰਪੂਰ ਸਿੰਜਾਈ ਸਹੂਲਤਾਂ, ਕਣਕ, ਚਾਵਲ ਅਤੇ ਗੰਨੇ ਦੀ ਘਣੀ ਖੇਤੀ, ਸੜਕਾਂ ਅਤੇ ਰੇਲ ਮਾਰਗਾਂ ਦਾ ਸੰਘਣਾ ਜਾਲ, ਬਹੁਤ ਚੰਗੀ ਤਰ੍ਹਾਂ ਵਿਕਸਤ ਵਣਜ ਅਤੇ ਵਪਾਰ (ਜਲੰਧਰ ਦੋਆਬੇ ਦਾ ਹਰ ਪੱਖ (ਵਿੱਦਿਆ, ਵਪਾਰ, ਉਦਯੋਗ ਆਦਿ ਤੋਂ ਕੇਂਦਰ ਹੈ) ਇੱਥੇ ਮਿਲਦੇ ਹਨ। ਇਸ ਜ਼ਿਲ੍ਹੇ ਵਿੱਚ ਜਲੰਧਰ ਸ਼ਹਿਰ ਕਲਾਸ ਵੰਨ (ਰਾਜ ਦਾ ਤੀਜਾ ਸਭ ਤੋਂ ਵੱਡਾ) ਸ਼ਹਿਰ, 5 ਦਰਜਾ ਤਿੰਨ ਦੇ ਸ਼ਹਿਰ (ਜਲੰਧਰ ਕੈਂਟ, ਕਰਤਾਰਪੁਰ, ਨਕੋਦਰ, ਆਦਮਪੁਰ ਅਤੇ ਫਿਲੌਰ) ਅਤੇ ਜ਼ਿਲ੍ਹੇ ਦੇ ਲਗਭਗ 70% ਪਿੰਡ ਦਰਮਿਆਨੇ ਆਕਾਰ (500 ਤੋਂ 4999 ਵਿਅਕਤੀ) ਦੇ ਹਨ।

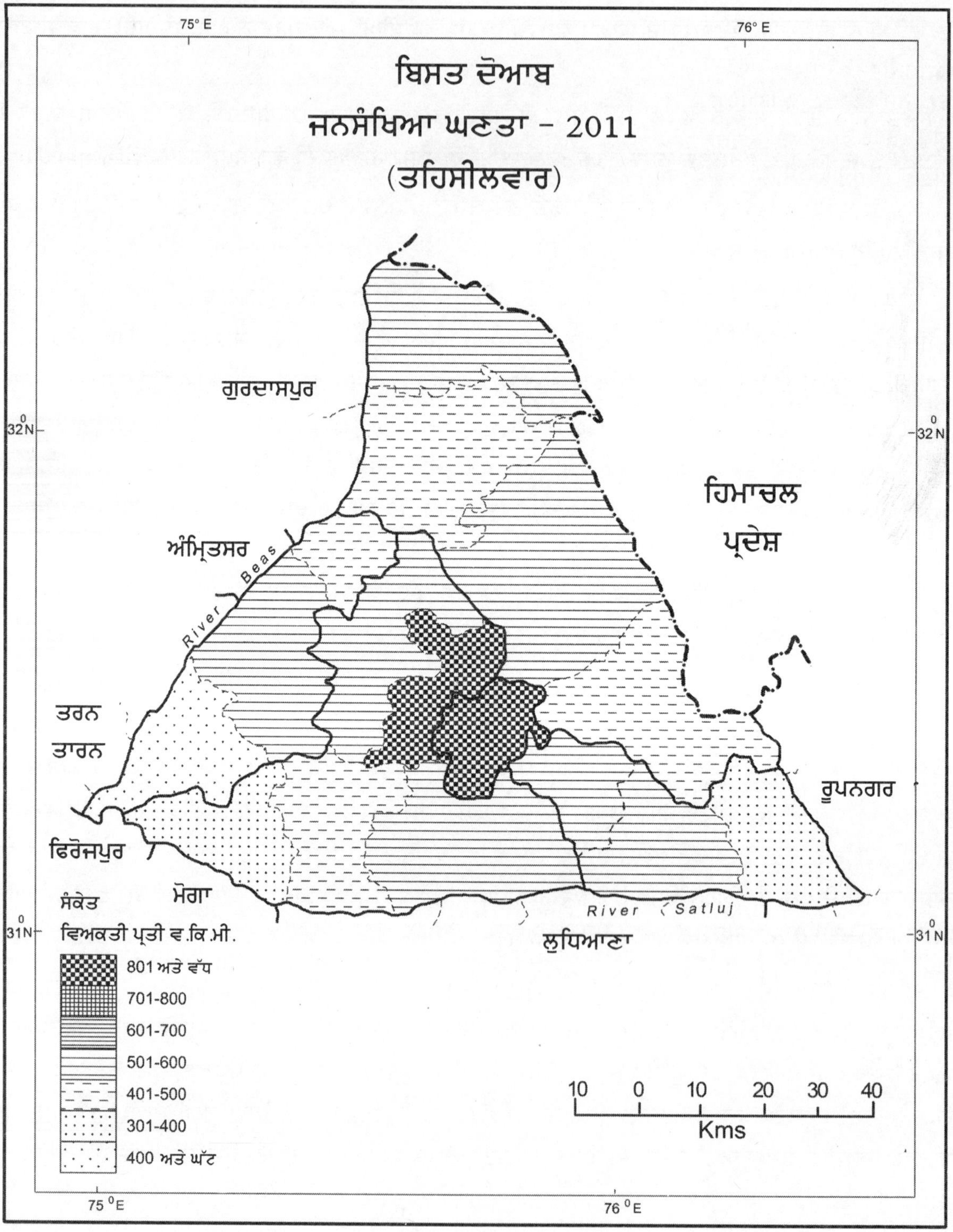
75° E
76° E
ਬਿਸਤ ਦੋਆਬ
ਜਨਸੰਖਿਆ ਘਣਤਾ - 2011
(ਤਹਿਸੀਲਵਾਰ)
ਗੁਰਦਾਸਪੁਰ
32°N
ਹਿਮਾਚਲ
ਪ੍ਰਦੇਸ਼
ਅੰਮ੍ਰਿਤਸਰ
River Beas
ਤਰਨ
ਤਾਰਨ
ਰੂਪਨਗਰ
ਫਿਰੋਜ਼ਪੁਰ
ਮੋਗਾ
River Satluj
ਸੰਕੇਤ
ਵਿਅਕਤੀ ਪ੍ਰਤੀ ਵ.ਕਿ.ਮੀ.
31°N
ਲੁਧਿਆਣਾ
801 ਅਤੇ ਵੱਧ
701-800
601-700
501-600
401-500
301-400
400 ਅਤੇ ਘੱਟ
10 0 10 20 30 40
Kms
75°E
76°E

Map 67

ਤਹਿਸੀਲ ਵਾਰ (ਨਕਸ਼ਾ ਨੰ. 68) ਸਭ ਤੋਂ ਉੱਚੀ ਘਣਤਾ ਜਲੰਧਰ-I ਤਹਿਸੀਲ (ਇਸ ਵਿੱਚ ਜਲੰਧਰ ਸ਼ਹਿਰ ਸਥਿਤ ਹੈ) ਵਿੱਚ 2448 ਵਿਅਕਤੀ ਪ੍ਰਤੀ ਵਰਗ ਕਿਲੋਮੀਟਰ (2011 ਦੀ ਜਨਗਣਨਾ ਅਨੁਸਾਰ) ਰਿਕਾਰਡ ਕੀਤੀ ਗਈ ਹੈ। ਦੂਜੇ ਨੰਬਰ ਤੇ ਫਗਵਾੜਾ ਤਹਿਸੀਲ (834 ਵਿਅਕਤੀ) ਆਉਂਦੀ ਹੈ। ਜਲੰਧਰ ਅਤੇ ਫਗਵਾੜਾ ਵਾਂਗ ਨਵਾਂਸ਼ਹਿਰ ਤਹਿਸੀਲ (ਸਪਾਟ ਉਪਜਾਊ ਮੈਦਾਨ ਬਹੁਤ ਪੇਂਡੂ ਲਿੰਕ ਸੜਕਾਂ ਅਤੇ ਘਣੀ ਕਣਕ, ਚਾਵਲ ਅਤੇ ਗੰਨੇ ਦੀ ਖੇਤੀ) ਵਿੱਚ ਵੀ ਉੱਚੀ ਵਸੋਂ ਘਣਤਾ (527 ਵਿਅਕਤੀ) ਪਾਈ ਜਾਂਦੀ ਹੈ। ਸਭ ਤੋਂ ਘੱਟ ਵਸੋਂ ਘਣਤਾ ਸੁਲਤਾਨਪੁਰ ਲੋਧੀ ਤਹਿਸੀਲ ਵਿੱਚ (274 ਵਿਅਕਤੀ) ਰਿਕਾਰਡ ਕੀਤੀ ਗਈ ਹੈ। ਇਸ ਤਹਿਸੀਲ ਦੇ ਕਾਫੀ ਭਾਗ ਬੇਟ ਖੇਤਰ ਹਨ ਜਿੱਥੇ ਦਲਦਲਾਂ (ਛੰਭ), ਹਰੀਕੇ ਸਿਲ੍ਹਾ ਖੇਤਰ (Wet land), ਦਰਿਆ ਸਤਲੁਜ ਅਤੇ ਬਿਆਸ ਦੇ ਕਈ ਵਹਿਣ ਅਤੇ ਨਾਲੇ ਅਤੇ ਦੋਨੋਂ ਬੇਈਆਂ ਪਾਏ ਜਾਂਦੇ ਹਨ। ਇੱਥੋਂ ਦੀ ਮਿੱਟੀ ਸਿਲ੍ਹੀ ਅਤੇ ਕੁੱਝ ਘੱਟ ਉਪਜਾਊ ਹੈ।

ਜ਼ਿਆਦਾਤਰ ਤਹਿਸੀਲਾਂ ਵਿੱਚ ਦਰਮਿਆਨੀ ਉੱਚੀ ਵਸੋਂ ਘਣਤਾ (401 ਤੋਂ 510 ਵਿਅਕਤੀ) ਪਾਈ ਜਾਂਦੀ ਹੈ। (ਨਕਸ਼ਾ ਨੰ. 67)। ਇਸ ਵਰਗ ਵਿੱਚ ਫਿਲੌਰ (513 ਵਿਅਕਤੀ), ਨਕੋਦਰ (467 ਵਿਅਕਤੀ), ਭੁਲੱਥ, ਹੁਸ਼ਿਆਰਪੁਰ (501) ਅਤੇ ਦਸੂਹਾ (428 ਵਿਅਕਤੀ) ਤਹਿਸੀਲਾਂ ਸ਼ਾਮਲ ਹਨ। ਇਹ ਸਮੁੱਚਾ ਉਪਜਾਊ ਖੇਤਰ ਹੈ ਅਤੇ ਕੁੱਝ ਉਦਯੋਗਾਂ ਤੋਂ ਬਿਨਾਂ ਘਣੀ ਖੇਤੀ ਕੀਤੀ ਜਾਂਦੀ ਹੈ। ਜਲੰਧਰ II (545), ਕਪੂਰਥਲਾ (520) ਅਤੇ ਮੁਕੇਰੀਆਂ (533 ਵਿਅਕਤੀ) ਵਿੱਚ ਕੁੱਝ ਹੋਰ ਉੱਚੀ ਵਸੋਂ ਘਣਤਾ ਪਾਈ ਜਾਂਦੀ ਹੈ। ਇਹ ਅੰਕੜੇ PCA 2011 (ਪਾਪੂਲੇਸ਼ਨ ਸੈਨਸਸ ਆਬਸਟਰੈਕਟ 2011) ਅਨੁਸਾਰ ਹਨ।

ਗੜ੍ਹਸ਼ੰਕਰ ਅਤੇ ਬਲਾਚੌਰ ਤਹਿਸੀਲਾਂ ਵਿੱਚ ਦਰਮਿਆਨੀ ਵਸੋਂ ਘਣਤਾ (301 ਤੋਂ 400 ਵਿਅਕਤੀ) ਪਾਈ ਜਾਂਦੀ ਹੈ। ਇਥੇ ਸ਼ਿਵਾਲਕ ਖੁਸ਼ਕ ਪਹਾੜੀਆਂ, ਰੇਤਲੀ ਮਿੱਟੀ, ਅਨੇਕਾਂ ਚੋਅ ਤੇ ਖੱਡਾਂ, ਘੱਟ ਸਿੰਚਾਈ ਸਹੂਲਤਾਂ, ਡੂੰਘਾ ਭੌਂ ਹੇਠਲਾ ਪਾਣੀ, ਬਹੁਤ ਘੱਟ ਉਦਯੋਗ, ਕੋਈ ਵੱਡਾ ਸ਼ਹਿਰ ਨਾ ਹੋਣਾ ਅਤੇ ਸਮੁੱਚਾ ਘੱਟ ਵਿਕਾਸ ਦਰਮਿਆਨੀ ਵਸੋਂ ਘਣਤਾ ਦੇ ਮੁੱਖ ਕਾਰਨ ਹਨ। ਬੇਟ ਖੇਤਰ ਦੀ ਸ਼ਾਹਕੋਟ ਤਹਿਸੀਲ ਵਿੱਚ ਵੀ ਦਰਮਿਆਨੀ ਵਸੋਂ ਘਣਤਾ (387 ਵਿਅਕਤੀ) ਪਾਈ ਜਾਂਦੀ ਹੈ।

ਸਾਰਣੀ ਨੰ. 67 ਬਿਸਤ ਦੋਆਬ ਦੀ ਜਨਸੰਖਿਆ ਦੇ ਜ਼ਿਲ੍ਹੇਵਾਰ ਅੰਕੜੇ-2011

ਜ਼ਿਲ੍ਹਾ	ਕੁੱਲ ਰਕਬਾ (ਵ.ਕਿ.ਮੀ.)	ਕੁੱਲ ਵਸੋਂ (ਹਜ਼ਾਰ)	ਵਸੋਂ ਘਣਤਾ ਵਿ ਪ੍ਰਤੀ ਵ. ਕਿ. ਮੀ.	ਵਸੋਂ ਵਾਧਾ ਦਰ Δ (%)	ਸ਼ਹਿਰੀ ਆਬਾਦੀ (%)	ਹਿੰਦੂ ਵਸੋਂ (%)	ਸਿੱਖ ਵਸੋਂ (%)	ਸਾਖਰਤਾ (%)	ਲਿੰਗ ਅਨੁਪਾਤ	ਕੁਲ ਪਿੰਡ	ਕੁੱਲ ਕਸਬੇ
1. ਕਪੂਰਥਲਾ	1632	815.2	499	8.04	34.65	37.96	59.46	79.07	912	688	9
2. ਜਲੰਧਰ	2632	2193.6	836	11.76	52.93	59.04	37.75	82.48	915	941	21
3. ਨਵਾਂ ਸ਼ਹਿਰ (ਸ.ਭ.ਸ. ਨਗਰ)	1267	612.3	478	4.23	20.48	60.72	37.42	79.78	954	468	8
4. ਹੁਸ਼ਿਆਰਪੁਰ	3365	1586.6	469	7.11	21.11	58.89	38.82	84.59	961	1416	13
5. ਬਿਸਤ ਦੋਆਬ	8896	5,207.7	585	8.82	36.56	54.90	41.46	82.27	906	3513	51
6. ਪੰਜਾਬ	5062	27,743.3	551	13.89	37.48	36.94	59.91	75.84	895	12581	217

ਸੋਮਾ : 1. ਪੰਜਾਬ ਦਾ ਅੰਕੜਾ ਸਾਰ-2022, 2. ਪੀਸੀਏ-2011, ਪੰਜਾਬ, ਭਾਰਤ ਜਨਗਣਨਾ 2011, ਪੰਜਾਬ, ਅੰਤਮ ਕੁੱਲ ਅੰਕੜੇ

Δਵਸੋਂ ਵਾਧਾ ਦਰ 2001-2011 ਦਹਾਕੇ ਲਈ

* ਲਿੰਗ ਅਨੁਪਾਤ - ਇਸਤਰੀਆਂ ਪ੍ਰਤੀ 1000 ਮਰਦਾਂ ਮਗਰ

ਨਕਸ਼ਾ ਨੰ. 68 ਨੂੰ ਦੇਖਣ ਤੋਂ ਪਤਾ ਲਗਦਾ ਹੈ ਕਿ ਬਿਸਤ ਦੋਆਬ ਦੇ ਮੱਧ ਵਿੱਚ ਜਲੰਧਰ-I ਤਹਿਸੀਲ ਅਤੇ ਫਗਵਾੜਾ ਅਤੇ ਨਵਾਂਸ਼ਹਿਰ ਤਹਿਸੀਲਾਂ ਵਿੱਚ ਬਹੁਤ ਉੱਚੀ ਵਸੋਂ ਘਮਤਾ ਪਾਈ ਜਾਂਦੀ ਹੈ। ਉੱਚੀ ਘਣਤਾ ਦੇ ਇਸ ਖੇਤਰ ਤੋਂ ਦੱਖਣ-ਪੱਛਣ ਵੱਲ (ਸ਼ਾਹਕੋਟ ਅਤੇ ਸੁਲਤਾਨਪੁਰ ਲੋਧੀ ਤਹਿਸੀਲਾਂ) ਅਤੇ ਦੱਖਣ-ਪੂਰਬ ਵੱਲ (ਸ਼ਿਵਾਲਕ ਅਰਧ-ਪਹਾੜੀ ਖੁਸ਼ਕ ਪ੍ਰਦੇਸ਼) ਵਸੋਂ ਘਣਤਾ ਤੇਜ਼ੀ ਨਾਲ ਘਟਦੀ ਹੈ ਪਰੰਤੂ ਦੱਖਣ ਅਤੇ ਪੱਛਣ ਵੱਲ ਤਬਦੀਲੀ ਧੀਮੀ ਹੈ।

ਸ਼ਹਿਰੀਕਰਣ (Urbanisation) : ਬਾਕੀ ਪੰਜਾਬ ਦੀ ਤਰ੍ਹਾਂ ਬਿਸਤ ਦੋਆਬ ਪ੍ਰਦੇਸ਼ ਵਿੱਚ ਵੀ ਪੇਂਡੂ ਆਬਾਦੀ ਦੀ ਬਹੁਲਤਾ (63.40%) ਹੈ। ਐਸ.ਬੀ.ਐਸ. ਨਗਰ ਜ਼ਿਲ੍ਹੇ ਵਿੱਚ ਸਭ ਤੋਂ ਘੱਟ ਸ਼ਹਿਰੀ ਆਬਾਦੀ (20.48%) ਹੈ। ਹੁਸ਼ਿਆਰਪੁਰ ਜ਼ਿਲ੍ਹੇ ਵਿੱਚ ਵੀ ਪੰਜਾਬ ਦੇ 37.48% ਸ਼ਹਿਰੀ ਆਬਾਦੀ ਦੇ ਮੁਕਾਬਲੇ ਕੇਵਲ 21.11% ਲੋਕ ਕਸਬਿਆਂ ਵਿੱਚ ਰਹਿੰਦੇ ਹਨ। ਇਹ ਅੰਕੜੇ 2011 ਦੀ ਜਨਗਣਨਾ ਅਨੁਸਾਰ ਹਨ। ਬਾਕੀ ਦੋ ਜ਼ਿਲ੍ਹਿਆਂ ਕਪੂਰਥਲਾ (34.65%) ਅਤੇ ਜਲੰਧਰ (52.93%) ਵਿੱਚ ਉੱਚੀ ਸ਼ਹਿਰੀ ਆਬਾਦੀ ਪਾਈ ਜਾਂਦੀ ਹੈ (ਸਾਰਣੀ ਨੰ. 65)। ਇਨ੍ਹਾਂ ਦੋਨਾਂ ਜ਼ਿਲ੍ਹਿਆਂ ਵਿੱਚ ਸਾਧਾਰਣ ਤੋਂ ਉੱਚੇ ਸ਼ਹਿਰੀਕਰਣ ਦੇ ਕਾਰਨ ਜਲੰਧਰ ਸ਼ਹਿਰ (8.69 ਲੱਖ), ਜਲੰਧਰ ਕੈਂਟ, ਨਕੋਦਰ, ਕਰਤਾਰਪੁਰ, ਫਿਲੌਰ ਆਦਿ ਜਲੰਧਰ ਜ਼ਿਲ੍ਹੇ ਵਿੱਚ ਅਤੇ ਫਗਵਾੜਾ (0.98 ਲੱਖ) ਅਤੇ ਕਪੂਰਥਲਾ (0.99 ਲੱਖ) ਸ਼ਹਿਰਾਂ/ਕਸਬਿਆਂ ਦਾ ਹੋਣਾ ਹੈ।

ਤਹਿਸੀਲਵਾਰ ਸਭ ਤੋਂ ਵੱਧ ਸ਼ਹਿਰੀ ਆਬਾਦੀ 2011 ਜਨਗਣਨਾ ਅਨੁਸਾਰ ਜਲੰਧਰ-I ਤਹਿਸੀਲ ਵਿੱਚ 85.01% ਹੈ। ਇਸ ਤੋਂ ਬਾਅਦ ਫਗਵਾੜਾ (49.43%), ਕਪੂਰਥਲਾ (35.90%) ਅਤੇ ਹੁਸ਼ਿਆਰਪੁਰ (33.78%) ਤਹਿਸੀਲਾਂ ਆਉਂਦੀਆਂ ਹਨ। ਸਭ ਤੋਂ ਘੱਟ ਸ਼ਹਿਰੀ ਆਬਾਦੀ ਗੜ੍ਹਸ਼ੰਕਰ ਤਹਿਸੀਲ (8.56%) ਅਤੇ ਬਲਾਚੌਰ ਤਹਿਸੀਲ (15.48%) ਵਿੱਚ ਪਾਈ ਜਾਂਦੀ ਹੈ। ਬਾਕੀ ਦੀਆਂ ਤਹਿਸੀਲਾਂ ਵਿੱਚ ਵੀ ਨੀਵੀਂ ਸ਼ਹਿਰੀ ਆਬਾਦੀ (13 ਤੋਂ 20%) ਪਾਈ ਜਾਂਦੀ ਹੈ।

ਬਿਸਤ ਦੋਆਬ ਵਿੱਚ ਕੁੱਲ 51 ਕਸਬੇ (ਛੋਟੇ-ਵੱਡੇ) ਪਾਏ ਜਾਂਦੇ ਹਨ। ਜਲੰਧਰ ਜ਼ਿਲ੍ਹੇ ਵਿੱਚ ਸਭ ਤੋਂ ਵੱਧ ਕਸਬੇ (21) ਪਾਏ ਜਾਂਦੇ ਹਨ। ਦੂਜੇ ਨੰਬਰ ਤੇ ਹੁਸ਼ਿਆਰਪੁਰ ਜ਼ਿਲ੍ਹੇ ਵਿੱਚ 13 ਕਸਬੇ ਹਨ। ਸਭ ਤੋਂ ਘੱਟ ਕੇਵਲ 8 ਕਸਬੇ ਐਸ.ਬੀ.ਐਸ. ਨਗਰ ਜ਼ਿਲ੍ਹੇ ਵਿੱਚ ਹਨ। ਜਲੰਧਰ ਸ਼ਹਿਰ (8.69 ਲੱਖ), ਹੁਸ਼ਿਆਰਪੁਰ (1.69 ਲੱਖ) ਅਤੇ ਫਗਵਾੜਾ (0.98 ਲੱਖ) **ਪਹਿਲੇ ਦਰਜੇ** ਦੇ ਸ਼ਹਿਰ ਹਨ। ਬਿਸਤ ਦੋਆਬ ਵਿੱਚ ਕੇਵਲ ਕਪੂਰਥਲਾ (98,8166) **ਦੂਜੇ ਦਰਜੇ** ਦਾ ਸ਼ਹਿਰ ਹੈ। ਇੱਥੇ 12 **ਦਰਜਾ ਤਿੰਨ ਸ਼ਹਿਰ** — ਜਲੰਧਰ ਕੈਂਟ, ਨਵਾਂਸ਼ਹਿਰ (45024), ਕਰਤਾਰਪੁਰ, ਨਕੋਦਰ, ਬਲਾਚੌਰ, ਬੰਗਾ, ਆਦਮਪੁਰ (20922), ਫਗਵਾੜਾ ਸ਼ਰਕੀ (20,102), ਫਿਲੌਰ, ਟਾਂਡਾ ਉੜਮੁੜ, ਮੁਕੇਰੀਆਂ ਅਤੇ ਦਸੂਹਾ (25,192) ਹਨ। ਇੱਥੇ 13 ਦਰਜਾ ਚਾਰ, 15 ਦਰਜਾ ਪੰਜ ਅਤੇ 7 ਦਰਜਾ ਛੇ (ਸ਼ਾਮ ਚੌਰਾਸੀ, ਸਲੋਹ, ਚਾਚੋਕੀ, ਚੋਮੋਂ, ਰਾਇਪੁਰ ਰਸੂਲਪੁਰ, ਔੜ ਅਤੇ ਸੰਸਾਰਪੁਰ) ਦੇ ਕਸਬੇ ਹਨ।

ਬਿਸਤ ਦੋਆਬ ਵਿੱਚ 3513 ਵਸਦੇ ਪਿੰਡ (inhabited villages) ਹਨ ਜਿਨ੍ਹਾਂ ਵਿੱਚੋਂ ਸਭ ਤੋਂ ਵੱਧ ਪਿੰਡ ਹੁਸ਼ਿਆਰਪੁਰ ਜ਼ਿਲ੍ਹੇ (1416) ਵਿੱਚ ਹਨ (ਸਾਰਣੀ ਨੰ. 67)।

ਧਾਰਮਿਕ ਰਚਨਾ (RELIGIOUS COMPOSITION)

ਦੋਆਬੇ ਵਿੱਚ ਸਿੱਖਾਂ ਦੀ ਬਹੁਲਤਾ ਨਹੀਂ ਹੈ। ਇੱਥੋਂ ਦੀ ਕੁੱਲ ਜਨਸੰਖਿਆ ਵਿੱਚ ਸਿੱਖ 41.46% ਹਨ। ਦੋਆਬੇ ਵਿੱਚ ਕੁੱਲ ਜਨਸੰਖਿਆ ਦਾ 55.9% ਹਿੰਦੂ ਹਨ। ਦੋਆਬੇ ਵਿੱਚ ਸਿੱਖਾਂ ਦੀ ਬਹੁਲਤਾ ਕੇਵਲ ਕਪੂਰਥਲਾ ਜ਼ਿਲ੍ਹੇ (59.46%) ਵਿੱਚ ਹੈ। ਸਿੱਖਾਂ ਦੀ ਪ੍ਰਤੀਸ਼ਤਤਾ ਹੁਸ਼ਿਆਰਪੁਰ ਜ਼ਿਲ੍ਹੇ ਵਿੱਚ 38.8%, ਜਲੰਧਰ ਜ਼ਿਲ੍ਹੇ ਵਿੱਚ 37.8 ਅਤੇ ਐਸ.ਬੀ.ਐਸ. ਨਗਰ ਜ਼ਿਲ੍ਹੇ ਵਿੱਚ 37.4 ਹੈ। ਹਿੰਦੂ ਵਸੋਂ ਐਸ.ਬੀ.ਐਸ. ਨਗਰ ਜ਼ਿਲ੍ਹੇ ਵਿੱਚ 60.72%, ਜਲੰਧਰ ਜ਼ਿਲ੍ਹੇ ਵਿੱਚ 59.04% ਅਤੇ ਹੁਸ਼ਿਆਰਪੁਰ ਜ਼ਿਲ੍ਹੇ ਵਿੱਚ 58.89% ਹੈ। ਜਲੰਧਰ ਜ਼ਿਲ੍ਹੇ ਵਿੱਚ ਕੁੱਝ ਇਸਾਈ ਲੋਕ (22106 = 1.13% ਕੁੱਲ ਵਸੋਂ ਦਾ) ਵੀ ਰਹਿੰਦੇ ਹਨ। ਹੁਸ਼ਿਆਰਪੁਰ (12726) ਅਤੇ ਕਪੂਰਥਲਾ (4353) ਜ਼ਿਲ੍ਹਿਆਂ ਵਿੱਚ ਵੀ ਇਸਾਈ ਵਸੋਂ ਹੈ। ਹੁਸ਼ਿਆਰਪੁਰ ਜ਼ਿਲ੍ਹੇ ਵਿੱਚ (15400 = 1.04%) ਅਤੇ ਜਲੰਧਰ ਜ਼ਿਲ੍ਹੇ ਵਿੱਚ (17,308 = 0.88%) ਮੁਸਲਮਾਨ ਜਨਸੰਖਿਆ ਵੀ ਹੈ।

ਵਸੋਂ ਵਾਧਾ (GROWTH OF POPULATION)

ਸਾਰਣੀ ਨੰ. 66 ਨੂੰ ਦੇਖਣ ਤੋਂ ਪਤਾ ਲਗਦਾ ਹੈ ਕਿ ਸਮੁੱਚੇ ਪੰਜਾਬ ਦੇ 13.89% ਮੁਕਾਬਲੇ ਬਿਸਤ ਦੋਆਬ ਵਿੱਚ ਕਾਫੀ ਘੱਟ

ਵਸੋਂ ਵਾਧਾ ਦਰ (8.82%) ਰਿਕਾਰਡ ਕੀਤੀ ਗਈ ਹੈ। 2001-11 ਦੇ ਦਹਾਕੇ ਦੌਰਾਨ ਸਭ ਤੋਂ ਵੱਧ ਵਸੋਂ ਵਾਧਾ ਦਰ, ਉੱਚ ਸ਼ਹਿਰੀਕਰਣ ਅਤੇ ਉਦਯੋਗੀਕਰਣ ਵਾਲੇ ਜ਼ਿਲ੍ਹੇ ਜਲੰਧਰ ਵਿੱਚ 11.76% ਰਿਕਾਰਡ ਕੀਤੀ ਗਈ ਹੈ। ਐਸ.ਬੀ.ਐਸ. ਨਗਰ ਜ਼ਿਲ੍ਹੇ ਲਈ ਇਹ ਸਭ ਤੋਂ ਘੱਟ ਕੇਵਲ (4.23%) ਹੈ। ਹੁਸ਼ਿਆਰਪੁਰ ਜ਼ਿਲ੍ਹੇ ਲਈ (7.11%) ਅਤੇ ਕਪੂਰਥਲਾ ਲਈ 8.04% ਹੈ।

ਬਿਸਤ ਦੋਆਬ ਵਿੱਚ ਵਸੋਂ ਵਾਧਾ ਦਰ 1991-2001 ਦੇ ਦਹਾਕੇ ਤੋਂ 2001-2011 ਦੇ ਦਹਾਕੇ ਵਿੱਚ ਦੋਆਬੇ ਦੇ ਸਭ ਜ਼ਿਲ੍ਹਿਆਂ ਵਿੱਚ ਕਾਫੀ ਘਟੀ ਹੈ (ਸਾਰਣੀ ਨੰ. 17)। ਇਹ ਲਗਭਗ ਅੱਧੀ ਹੋ ਗਈ ਹੈ (16.0% ਤੋਂ ਘੱਟ ਕੇ 8.82%)। ਇਸ ਖੇਤਰ ਵਿੱਚ ਸਾਖਰਤਾ ਦਰ ਕਾਫੀ ਉੱਚੀ ਹੈ (ਲਗਭਗ 80% ਜਾਂ ਵੱਧ) ਲਿੰਗ ਅਨੁਪਾਤ ਵੀ ਬਾਕੀ ਜ਼ਿਲ੍ਹਿਆਂ ਦੇ ਮੁਕਾਬਲੇ ਉੱਚਾ ਹੈ (912 ਤੋਂ 961 ਤੱਕ) ਅਤੇ ਆਮ ਲੋਕ ਕਾਫੀ ਅਗਾਂਹ ਵਧੂ ਅਤੇ ਜਾਗਰਤ ਹਨ। ਆਰਥਿਕ ਹਾਲਤ ਵਿੱਚ ਸੁਧਾਰ ਹੋਣਾ ਵੀ ਇੱਕ ਕਾਰਨ ਹੋ ਸਕਦਾ ਹੈ। ਦੋਆਬੇ ਦੇ ਲੋਕਾਂ ਦੀ ਇੱਕ ਹੋਰ ਵਿਸ਼ੇਸ਼ਤਾ ਉਨ੍ਹਾਂ ਦੀ ਪਰਵਾਸ (migration) ਦੀ ਪਰਵਿਰਤੀ ਹੈ। ਇੱਥੋਂ ਭਾਰੀ ਗਿਣਤੀ ਵਿੱਚ ਲੋਕ ਬਾਹਰਲੇ ਦੇਸ਼ਾਂ (ਯੂ.ਐਸ.ਏ, ਕਨੇਡਾ, ਆਸਟਰੇਲੀਆ, ਦੂਜੇ ਯੂਰਪੀਨ ਦੇਸ਼ਾਂ ਅਤੇ ਮੱਧ ਪੂਰਬ ਦੇ ਦੇਸ਼ਾਂ) ਵਿੱਚ ਗਏ ਹੋਏ ਹਨ ਅਤੇ ਹੁਣ ਵੀ ਜਾ ਰਹੇ ਹਨ। ਇਹ ਲਗਦਾ ਹੈ ਜਿਵੇਂ ਦੋਆਬੇ ਦੀ ਜਨਸੰਖਿਆ ਲਗਭਗ ਸਥਿਰਤਾ ਜਾਂ ਸੰਤਰਿਪਤਾ ਵੱਲ ਜਾ ਰਹੀ ਹੈ। ਅਗਰ ਦੋਆਬੇ ਦੀ ਜਨਸੰਖਿਆ ਵਿੱਚੋਂ ਪ੍ਰਵਾਸੀਆਂ ਦੀ ਜਨਸੰਖਿਆ ਘਟਾ ਦਿੱਤੀ ਜਾਵੇ ਤਾਂ ਵਾਧਾ ਦਰ ਹੋਰ ਵੀ ਘੱਟ 5 ਜਾਂ 6% ਰਹਿ ਜਾਵੇਗਾ।

ਉੱਚੀ ਸਾਖਰਤਾ (HIGH LITERACY)

2011 ਦੀ ਜਨਗਣਨਾ ਅਨੁਸਾਰ ਰਾਜ ਵਿੱਚ ਸਭ ਤੋਂ ਵੱਧ ਸਾਖਰਤਾ (82.3%) ਬਿਸਤ ਦੋਆਬ ਪ੍ਰਦੇਸ਼ ਵਿੱਚ ਪਾਈ ਜਾਂਦੀ ਹੈ। ਪੰਜਾਬ ਦੀ ਔਸਤ (75.8%) ਸਾਖਰਤਾ ਦੇ ਮੁਕਾਬਲੇ ਹੁਸ਼ਿਆਰਪੁਰ ਜ਼ਿਲ੍ਹੇ ਵਿੱਚ 84.6% (ਰਾਜ ਵਿੱਚ ਸਭ ਤੋਂ ਉੱਚੀ), ਜਲੰਧਰ ਵਿੱਚ 82.5%, ਕਪੂਰਥਲਾ ਵਿੱਚ 79.1% ਅਤੇ ਐਸ.ਬੀ.ਐਸ. ਨਗਰ ਜ਼ਿਲ੍ਹੇ ਵਿੱਚ 79.8% ਹੈ। ਬਿਸਤ ਦੋਆਬ ਵਿੱਚ ਔਰਤਾਂ ਦੀ ਸਾਖਰਤਾ ਵੀ ਰਾਜ ਵਿੱਚੋਂ ਸਭ ਤੋਂ ਵੱਧ ਹੈ (ਸਾਰਣੀ ਨੰ. 17)। ਇਸ ਦਾ ਇੱਕ ਕਾਰਨ ਪ੍ਰਦੇਸ਼ ਦੇ ਲੋਕਾਂ ਦਾ ਉਦਾਰਵਾਦੀ ਹੋਣਾ ਅਤੇ ਪੁਰਾਣੇ ਸਮਿਆਂ ਤੋਂ ਵਿਦੇਸ਼ਾਂ ਵਿੱਚ ਜਾਣਾ ਮੰਨਿਆ ਜਾ ਸਕਦਾ ਹੈ। ਦੂਜਾ ਵੱਡਾ ਕਾਰਨ ਦੋਆਬੇ ਵਿੱਚ ਵਿੱਦਿਆ ਸਹੂਲਤਾਂ ਦਾ ਜ਼ਿਆਦਾ ਉਪਲਬੱਧ ਹੋਣਾ ਹੈ। ਉਦਾਹਰਣ ਲਈ 2006 ਅਨੁਸਾਰ ਪੰਜਾਬ ਦੇ 23.69% ਐਲੀਮੈਂਟਰੀ ਸਕੂਲ, 23.29% ਹਾਈ ਸਕੂਲ, 22.62% ਸੀਨੀਅਰ ਸੈਕੰਡਰੀ ਸਕੂਲ, 23.5% ਈ.ਟੀ.ਟੀ. (ਜੇ.ਬੀ.ਟੀ.) ਸਕੂਲ ਅਤੇ 36.17% ਬੀ.ਐਡ ਕਾਲਜ ਬਿਸਤ ਦੋਆਬ ਪ੍ਰਦੇਸ਼ ਵਿੱਚ ਸਥਿਤ ਹਨ। ਬਿਸਤ ਦੋਆਬ ਵਿੱਚ ਪੰਜਾਬ ਦੀ 18.77% ਜਨਸੰਖਿਆ ਰਾਜ ਦੇ 17.67% ਰਕਬੇ ਵਿੱਚ ਰਹਿੰਦੀ ਹੈ। 2022 ਅਨੁਸਾਰ ਬਿਸਤ ਦੋਆਬ ਵਿੱਚ ਪੰਜਾਬ ਦੇ 19.28% ਸੀਨੀਅਰ ਸੈਕੰਡਰੀ ਸਕੂਲ, 21.60% ਹਾਈ ਸਕੂਲ, 24.09% ਪ੍ਰਾਇਮਰੀ ਅਤੇ ਜੂਨੀਅਰ ਬੇਸਿਕ ਸਕੂਲ ਅਤੇ 14.65% ਬੀ.ਐਡ. ਕਾਲਜ ਹਨ। ਇੱਕੀਵੀਂ ਸਦੀ ਵਿੱਚ ਬਾਕੀ ਦੇ ਪੰਜਾਬ ਵਿੱਚ ਵਿੱਦਿਆ ਦੇ ਫੈਲਾਅ ਵਿੱਚ ਜ਼ਿਆਦਾ ਸੁਧਾਰ ਹੋਇਆ ਹੈ।

ਮੁਕਾਬਲਤਨ ਉੱਚੀ ਲਿੰਗ ਅਨੁਪਾਤ (High Sex Ratio) : ਬਿਸਤ ਦੋਆਬ ਦੀ ਔਸਤ ਲਿੰਗ ਅਨੁਪਾਤ 933 ਇਸਤਰੀਆਂ ਪ੍ਰਤੀ ਹਜ਼ਾਰ ਮਰਦ ਹਨ। (ਪੰਜਾਬ ਲਈ 895) ਹੈ। ਇਹ ਮੁਕਾਬਲਤਨ ਉੱਚੀ ਲਿੰਗ ਅਨੁਪਾਤ ਹੈ। ਪੂਰਬੀ ਜ਼ਿਲ੍ਹਿਆਂ ਵਿੱਚ ਹੁਸ਼ਿਆਰਪੁਰ ਲਈ ਲਿੰਗ ਅਨੁਪਾਤ (2011 ਦੀ ਜਨਗਣਨਾ ਅਨਸਾਰ) ਰਾਜ ਵਿੱਚ ਸਭ ਤੋਂ ਉੱਚੀ ਹੈ ਜੋ 961 ਹੈ ਅਤੇ ਐਸ.ਬੀ.ਐਸ. ਨਗਰ ਲਈ ਇਹ ਅਨੁਪਾਤ 954 ਇਸਤਰੀਆਂ ਪ੍ਰਤੀ 1000 ਮਰਦ ਹੈ। ਕਪੂਰਥਲਾ ਅਤੇ ਜਲੰਧਰ ਜ਼ਿਲ੍ਹਿਆਂ ਲਈ ਇਹ ਅਨੁਪਾਤ ਕੁੱਝ ਘੱਟ ਹੈ ਜੋ ਕਿ ਕ੍ਰਮਵਾਰ 912 ਅਤੇ 915 ਹੈ। ਇਨ੍ਹਾਂ ਸਭ ਜ਼ਿਲ੍ਹਿਆਂ ਵਿੱਚ ਸਾਖਰਤਾ ਉੱਚੀ ਹੈ, ਆਮ ਜੀਵਨ ਸਤਰ ਉੱਚਾ ਹੈ, ਪੜ੍ਹੇ-ਲਿਖੇ ਲੋਕ ਜ਼ਿਆਦਾ ਹਨ ਅਤੇ ਬਾਹਰਲੇ ਦੇਸ਼ਾਂ ਵਿੱਚ ਬਹੁਤ ਸਾਰੇ ਲੋਕਾਂ ਦੇ ਰਹਿਣ ਕਾਰਨ ਲੋਕ ਇਸਤਰੀ ਦਾ ਦਰਜਾ ਅਤੇ ਪਰਿਵਾਰ ਬਾਰੇ ਜ਼ਿਆਦਾ ਜਾਗਰੂਕ ਹਨ।

ਖੇਤੀਬਾੜੀ (AGRICULTURE)

ਦੋਆਬਾ ਖੇਤੀਬਾੜੀ ਵਿੱਚ ਵਿਕਸਤ ਪ੍ਰਦੇਸ਼ ਹੈ। ਇੱਥੋਂ ਦੀ ਖੇਤੀ ਘਣੀ ਵਪਾਰਕ ਖੇਤੀ ਹੈ। ਜੋਤਾਂ ਦਾ ਆਕਾਰ ਛੋਟਾ ਹੈ। ਸਮੁੱਚੇ ਤੌਰ 'ਤੇ 2021-22 ਅਨੁਸਾਰ ਦੋਆਬਾ ਦਾ 74.75% ਖੇਤਰਫਲ ਨਿਰੋਲ ਬੀਜਿਆ ਰਕਬਾ ਸੀ। ਮੱਧਵਰਤੀ ਮੈਦਾਨੀ ਜ਼ਿਲ੍ਹੇ ਜਲੰਧਰ ਲਈ ਇਹ ਪ੍ਰਤੀਸ਼ਤਤਾ 91.0% ਅਤੇ ਕਪੂਰਥਲੇ ਲਈ 79.0% ਸੀ। ਪਰੰਤੂ ਅਰਧ-ਪਹਾੜੀ ਹੁਸ਼ਿਆਰਪੁਰ ਜ਼ਿਲ੍ਹੇ ਵਿੱਚ 60%

ਖੇਤਰਫਲ ਵਿੱਚ ਖੇਤੀ ਕੀਤੀ ਜਾਂਦੀ ਹੈ। ਨਾਲ ਲਗਦੇ ਅਰਧ-ਪਹਾੜੀ ਜ਼ਿਲ੍ਹੇ ਐਸ.ਬੀ.ਐਸ. ਨਗਰ ਲਈ ਇਹ ਪ੍ਰਤੀਸ਼ਤਤਾ 73.0% ਸੀ। ਦੋਆਬੇ ਵਿੱਚ ਟਿਊਬਵੈਲਾਂ ਰਾਹੀਂ ਭਰਪੂਰ ਸਿੰਜਾਈ ਉਪਲਬੱਧ ਹੈ। ਦੋਆਬੇ ਵਿੱਚ ਕਈ ਪ੍ਰਕਾਰ ਦੀਆਂ ਫਸਲਾਂ ਪੈਦਾ ਕੀਤੀਆਂ ਜਾਂਦੀਆਂ ਹਨ। ਕਣਕ, ਚਾਵਲ, ਮੱਕੀ, ਆਲੂ, ਗੰਨਾ, ਸੂਰਜਮੁਖੀ ਦੋਆਬੇ ਦੀਆਂ ਮੁੱਖ ਫਸਲਾਂ ਹਨ।

ਕਣਕ (WHEAT)

ਇਹ ਦੋਆਬੇ ਦੀ ਮੁੱਖ ਫਸਲ ਹੈ। ਸਭ ਤਹਿਸੀਲਾਂ ਵਿੱਚ ਇਹ ਪਹਿਲੇ ਦਰਜੇ (first ranking) ਦੀ ਫਸਲ ਹੈ। ਇਹ ਇੱਕ ਹਾੜੀ ਦੀ ਫਸਲ ਹੈ ਜੋ ਸਰਦੀਆਂ ਵਿੱਚ ਵੱਧਦੀ-ਫੁੱਲਦੀ ਹੈ। ਦੋਆਬੇ ਦੀ ਉਪਜਾਊ ਜਲੋੜੀ ਮਿੱਟੀ (ਦੋਮਟ), ਸਰਦੀਆਂ ਦੀ ਵਰਖਾ, ਪੱਧਰੀ ਧਰਾਤਲ, ਟਿਊਬਵੈਲਾਂ ਤੋਂ ਲੋੜੀਂਦੀ ਸਿੰਜਾਈ ਉਪਲਬੱਧ ਪਰੰਪਰਾ ਅਤੇ ਦੋਆਬੇ ਦੇ ਮਿਹਨਤੀ ਕਿਸਾਨਾਂ ਨੇ ਕਣਕ ਨੂੰ ਦੋਆਬਾ ਦੀ ਮੁੱਖ ਖੁਰਾਕ ਫਸਲ ਬਣਾ ਦਿੱਤਾ ਹੈ।

2021-22 ਅਨੁਸਾਰ ਦੋਆਬੇ ਨੇ ਪੰਜਾਬ ਦੀ 13.36% ਕਣਕ ਪੈਦਾ ਕੀਤੀ ਸੀ ਅਤੇ ਕਣਕ ਦਾ ਕੁੱਲ ਉਤਪਾਦਨ 19.85 ਲੱਖ ਮੀ. ਟਨ ਸੀ। ਇਸ ਸਾਲ ਦੋਆਬੇ ਵਿੱਚ 5.03 ਲੱਖ ਹੈਕਟੇਅਰ ਭੂਮੀ ਵਿੱਚ ਕਣਕ ਬੀਜੀ ਗਈ ਸੀ ਅਤੇ ਔਸਤ ਝਾੜ (yield) 39.47% ਕਿਉਂਟਲ ਪ੍ਰਤੀ ਹੈਕਟੇਅਰ ਸੀ। **ਜਲੰਧਰ** ਦਾ ਜ਼ਿਲ੍ਹਾ ਦੋਆਬੇ ਦਾ **ਕਣਕ ਦਾ ਸਭ ਤੋਂ ਵੱਡਾ** 36.88% ਉਤਪਾਦਕ (7.322 ਲੱਖ ਮੀ. ਟਨ) ਹੈ। ਇੱਥੇ ਔਸਤ ਝਾੜ 42.87 ਕਿਉਂਟਲ ਪ੍ਰਤੀ ਹੈਕਟੇਅਰ ਦੇ ਲਗਭਗ ਸੀ। ਦੋਆਬਾ ਦੀ 25.96% ਕਣਕ ਹੁਸ਼ਿਆਰਪੁਰ ਦਾ ਜ਼ਿਲ੍ਹਾ ਪੈਦਾ ਕਰਦਾ ਹੈ। 22.13% ਉਤਪਾਦਨ ਕਪੂਰਥਲਾ ਜ਼ਿਲ੍ਹੇ ਤੋਂ ਅਤੇ 15.05% ਉਤਪਾਦਨ ਐਸ.ਬੀ.ਐਸ. ਨਗਰ ਜ਼ਿਲ੍ਹੇ ਤੋਂ ਮਿਲਦਾ ਹੈ। ਇਹ ਅੰਕੜੇ 2021-22 ਅਨੁਸਾਰ ਹਨ (ਸਾਰਣੀ ਨੰ. 31)।

ਤਹਿਸੀਲਵਾਰ 2015-16 ਅਨੁਸਾਰ ਬਿਸਤ ਦੋਆਬ ਵਿੱਚ ਕਣਕ ਹੇਠ ਸਭ ਤੋਂ ਵੱਧ ਰਕਬਾ (56,680 ਹੈਕਟੇਅਰ) ਫਿਲੌਰ ਦੀ ਤਹਿਸੀਲ ਵਿੱਚ ਰਿਕਾਰਡ ਕੀਤਾ ਗਿਆ। ਇਸ ਤੋਂ ਬਾਅਦ ਹੁਸ਼ਿਆਰਪੁਰ ਦੀ ਤਹਿਸੀਲ ਦਾ ਨੰਬਰ (42,420 ਹੈਕਟੇਅਰ) ਆਉਂਦਾ ਹੈ। ਇਨ੍ਹਾਂ ਤੋਂ ਬਾਅਦ ਕਪੂਰਥਲਾ, ਦਸੂਹਾ, ਨਵਾਂਸ਼ਹਿਰ, ਗੁਰਦਾਸਪੁਰ, ਜਲੰਧਰ-II, ਸੁਲਤਾਨਪੁਰ ਲੋਧੀ, ਮੁਕੇਰੀਆਂ (ਹਰੇਕ 30,000 ਹੈਕਟੇਅਰ ਤੋਂ ਵੱਧ) ਤਹਿਸੀਲਾਂ ਆਉਂਦੀਆਂ ਹਨ। ਕਣਕ ਹੇਠ ਸਭ ਤੋਂ ਘੱਟ ਰਕਬਾ ਭੁਲੱਥ (18950 ਹੈਕਟੇਅਰ) ਅਤੇ ਫਗਵਾੜਾ ਤਹਿਸੀਲਾਂ ਵਿੱਚ ਹੈ (ਸਾਰਣੀ ਨੰ. 66)। ਜ਼ਿਲ੍ਹੇਵਾਰ ਕਣਕ ਹੇਠ ਰਕਬਾ 2021-22 ਵਿੱਚ ਜਲੰਧਰ ਜ਼ਿਲ੍ਹੇ ਵਿੱਚ 1.73 ਲੱਖ ਹੈਕਟੇਅਰ,ਕਪੂਰਥਲਾ ਜ਼ਿਲ੍ਹਾ 1.10 ਲੱਖ ਹੈਕਟੇਅਰ, ਹੁਸ਼ਿਆਰਪੁਰ ਜ਼ਿਲ੍ਹਾ 1.42 ਲੱਖ ਹੈਕਟੇਅਰ ਅਤੇ ਐਸ.ਬੀ.ਐਸ. ਨਗਰ 0.77 ਲੱਖ ਹੈਕਟੇਅਰ ਹੈ।

ਕਣਕ ਤੀਬਰਤਾ (WHEAT INTENSITY)

2015-16 ਅਨੁਸਾਰ ਕੁੱਲ ਫਸਲੀ ਰਕਬੇ ਵਿੱਚ ਕਣਕ ਹੇਠ ਰਕਬੇ ਦੀ ਪ੍ਰਤੀਸ਼ਤਤਾ ਅਨੁਸਾਰ ਭੁਲੱਥ ਤਹਿਸੀਲ ਨੰਬਰ ਇੱਕ 'ਤੇ ਹੈ। ਇੱਥੇ ਕੁੱਲ ਫਸਲੀ ਰਕਬੇ ਦਾ 47.16% ਰਕਬਾ ਕਣਕ ਦੀ ਕਾਸ਼ਤ ਹੇਠ ਹੈ। ਇਸ ਤੋਂ ਬਾਅਦ ਬੰਗਾ (46.28%) ਦੀ ਤਹਿਸੀਲ ਆਉਂਦੀ ਹੈ। ਹੁਸ਼ਿਆਰਪੁਰ (44.75%), ਮੁਕੇਰੀਆਂ (43.30%), ਫਗਵਾੜਾ (43.88%), ਫਿਲੌਰ (43.80%), ਸ਼ਾਹਕੋਟ (42.11%), ਨਕੋਦਰ (40.28%), ਨਵਾਂਸ਼ਹਿਰ (41.90%), ਗੜ੍ਹਸ਼ੰਕਰ (40.09%) ਸੁਲਤਾਨਪੁਰ ਲੋਧੀ ਅਤੇ ਦਸੂਹਾ ਦੀਆਂ ਤਹਿਸੀਲਾਂ ਵਿੱਚ ਉੱਚੀ ਕਣਕ ਤੀਬਰਤਾ (40.0% ਤੋਂ ਵੱਧ ਤੀਬਰਤਾ) ਵਾਲੀਆਂ ਤਹਿਸੀਲਾਂ ਹਨ (ਨਕਸ਼ਾ ਨੰ. 69 ੳ)। ਇਹ ਅੰਕੜੇ 2015-16 ਅਨੁਸਾਰ ਹਨ। ਇਨ੍ਹਾਂ ਸਭ ਤਹਿਸੀਲਾਂ ਵਿੱਚ ਜ਼ਮੀਨ ਪੱਧਰੀ ਤੇ ਉਪਜਾਊ (ਮੈਰਾ = ਦੋਮਟ ਮਿੱਟੀ) ਹੈ, ਜਿੱਥੇ ਟਿਊਬਵੈਲਾਂ ਤੋਂ ਲੋੜੀਂਦੀ ਸਿੰਜਾਈ ਉਪਲਬੱਧ ਹੈ। ਜਲੰਧਰ-I (37.21%), ਜਲੰਧਰ- II (38.25%), ਕਪੂਰਥਲਾ (37.38%), ਬਲਾਚੌਰ (36.91%) ਤਹਿਸੀਲਾਂ ਵਿੱਚ ਸਾਧਾਰਣ ਉੱਚੀ (ਤੀਬਰਤਾ 35.0% ਤੋਂ 40.0%) ਕਣਕ ਤੀਬਰਤਾ ਪਾਈ ਜਾਂਦੀ ਹੈ।

ਜ਼ਿਲ੍ਹੇਵਾਰ 2021-22 ਵਿੱਚ ਸਭ ਤੋਂ ਉੱਚੀ ਕਣਕ ਤੀਬਰਤਾ ਐਸ.ਬੀ.ਐਸ. ਨਗਰ ਜ਼ਿਲ੍ਹੇ ਵਿੱਚ 42.94%, ਜਲੰਧਰ ਜ਼ਿਲ੍ਹੇ ਵਿੱਚ 41.88%, ਕਪੂਰਥਲਾ ਜ਼ਿਲ੍ਹੇ ਵਿੱਚ 41.51% ਅਤੇ ਹੁਸ਼ਿਆਰਪੁਰ ਜ਼ਿਲ੍ਹੇ ਲਈ 42.10% ਹੈ। ਪੰਜਾਬ ਦੀ ਔਸਤ ਕਣਕ ਤੀਬਰਤਾ 2021-22 ਵਿੱਚ 45.05% ਹੈ।

ਜ਼ਿਲ੍ਹੇਵਾਰ ਜਲੰਧਰ ਵਿੱਚ 40.82%, ਹੁਸ਼ਿਆਰਪੁਰ 42.52%, ਸ.ਭ.ਸ. ਨਗਰ 41.50% ਅਤੇ ਕਪੂਰਥਲਾ 41.15%, 2015-16 ਦੇ ਅੰਕੜਿਆਂ ਅਨੁਸਾਰ ਕਣਕ ਤੀਬਰਤਾ ਸੀ।

ਚਾਵਲ (Rice)

ਚਾਵਲ ਬਿਸਤ ਦੋਆਬ ਦੀ ਇੱਕ ਮਹੱਤਵਪੂਰਣ ਸੌਣੀ ਦੀ ਫਸਲ (Kharif = Summer Crop) ਹੈ। ਸਿੰਜਾਈ ਸਹੂਲਤਾਂ ਦੇ ਵਧਣ ਨਾਲ ਚਾਵਲਾਂ ਦੀ ਮਹੱਤਤਾ ਬਹੁਤ ਵੱਧ ਗਈ ਹੈ ਅਤੇ ਕਈ ਇਲਾਕਿਆਂ ਵਿੱਚ ਚਾਵਲਾਂ ਨੇ ਮੱਕੀ ਦੀ ਥਾਂ ਲੈ ਲਈ ਹੈ। ਦਲਦਲੀ ਅਤੇ ਛੰਭ ਪ੍ਰਦੇਸ਼ਾਂ ਦੇ ਸੁਧਾਰੇ ਜਾਣ ਨਾਲ ਬੇਟ (ਦਰਿਆਈ) ਖੇਤਰ ਵਿੱਚ ਚਾਵਲਾਂ ਹੇਠ ਰਕਬਾ ਵੱਧ ਗਿਆ ਹੈ। ਦੋਆਬਾ ਪੰਜਾਬ ਦਾ ਲਗਭਗ 13.4% ਚਾਵਲ ਪੈਦਾ ਕਰਦਾ ਹੈ। ਇਹ ਚਾਵਲ 4.32 ਲੱਖ ਹੈਕਟੇਅਰ ਭੂਮੀ ਵਿੱਚੋਂ ਪੈਦਾ ਕੀਤਾ ਜਾਂਦਾ ਹੈ। 2021–22 ਵਿੱਚ ਦੋਆਬੇ ਨੇ 18.16 ਲੱਖ ਮੀ. ਟਨ ਚਾਵਲ ਪੈਦਾ ਕੀਤਾ ਸੀ।

ਜਲੰਧਰ ਦਾ ਜ਼ਿਲ੍ਹਾ ਦੋਆਬੇ ਦਾ **ਸਭ ਤੋਂ ਵੱਡਾ ਚਾਵਲਾਂ ਦਾ ਉਤਪਾਦਕ** (ਲਗਭਗ 41.13%) ਹੈ। 2013–14 ਵਿੱਚ ਇੱਥੇ 7.47 ਲੱਖ ਮੀ. ਟਨ ਚਾਵਲ 1.75 ਲੱਖ ਹੈਕਟੇਅਰ ਭੂਮੀ ਵਿੱਚ ਪੈਦਾ ਕੀਤੇ ਗਏ ਸਨ। ਔਸਤ ਝਾੜ 42.77 ਕਿਉਂਟਲ ਪ੍ਰਤੀ ਹੈਕਟੇਅਰ ਸੀ। ਕਪੂਰਥਲਾ ਦਾ ਜ਼ਿਲ੍ਹਾ ਦੋਆਬੇ ਦਾ ਚਾਵਲਾਂ ਦਾ ਦੂਜਾ ਵੱਡਾ ਉਤਪਾਦਕ (27.70%) ਹੈ। ਸਭ ਤੋਂ ਘੱਟ ਚਾਵਲ ਐਸ.ਬੀ.ਐਸ. ਜ਼ਿਲ੍ਹੇ ਵਿੱਚ ਪੈਦਾ ਕੀਤਾ ਜਾਂਦਾ ਹੈ (2.75 ਲੱਖ ਮੀ. ਟਨ = ਪ੍ਰਦੇਸ਼ ਦਾ ਲਗਭਗ 15.14%)। ਐਸ.ਬੀ.ਐਸ. ਨਗਰ ਜ਼ਿਲ੍ਹੇ ਵਿੱਚ ਚਾਵਲ ਦਾ ਉੱਚਾ ਝਾੜ (45.13 ਕਿਉਂਟਲ ਪ੍ਰਤੀ ਹੈਕਟੇਅਰ) ਪ੍ਰਾਪਤ ਹੁੰਦਾ ਹੈ। ਹੁਸ਼ਿਆਰਪੁਰ ਦੇ ਜ਼ਿਲ੍ਹੇ ਵਿੱਚ 2021–22 ਨੂੰ 2.91 ਲੱਖ ਮੀ. ਟਨ ਚਾਵਲ (ਦੋਆਬੇ ਦ 16.02%) 76,700 ਹੈਕਟੇਅਰ ਜ਼ਮੀਨ ਵਿੱਚ ਕਾਸ਼ਤ ਕੀਤਾ ਗਿਆ ਸੀ। ਝਾੜ 37.97 ਕਿਉਂਟਲ ਪ੍ਰਤੀ ਹੈਕਟੇਅਰ ਹੈ।

ਸਾਰਣੀ ਨੰ. 68 ਬਿਸਤ ਦੋਆਬ ਵਿੱਚ ਤਹਿਸੀਲਵਾਰ ਵਿਭਿੰਨ ਫਸਲਾਂ ਹੇਠ ਰਕਬਾ 2015-16 (ਅ)

ਕ੍ਰ.ਨੰ.	ਤਹਿਸੀਲ	ਨਿਰੋਲ ਬੀਜਿਆ ਰਕਬਾ	ਕੁੱਲ ਫਸਲੀ ਰਕਬਾ	ਕਣਕ	ਚਾਵਲ	ਮੱਕੀ	ਗੰਨਾ	ਮੂੰਗ	ਅਰਹਰ	ਸਰਸੋਂ ਤਾਰਾ-ਮੀਰਾ	ਸੂਰਜ ਮੁਖੀ	ਆਲੂ	ਛੋਲੇ
1.	ਕਪੂਰਥਲਾ	53.27	107.53	40.19	46.46	0.88	2.20	–	0.01	0.15	0.05	7.69	–
2.	ਫਗਵਾੜਾ	22.98	44.78	19.65	17.75	0.98	2.08	–	–	0.27	0.01	0.30	–
3.	ਸੁਲਤਾਨਪੁਰ ਲੋਧੀ	36.55	73.92	30.83	34.89	0.06	0.03	0.02	–	0.19	0.16	3.00	–
4.	ਭੁਲੱਥ	21.13	40.18	18.95	18.25	0.12	0.61	–	–	0.05	–	–	–
5.	ਜਲੰਧਰ-I	40.07	62.91	23.47	20.23	3.01	2.41	–	–	0.12	0.46	5.90	–
6.	ਜਲੰਧਰ-II	51.09	82.53	31.57	30.70	1.29	4.27	–	–	0.12	0.54	5.83	–
7.	ਨਕੋਦਰ	43.52	73.19	29.48	31.01	1.30	0.97	0.04	0.14	0.17	0.23	3.66	–
8.	ਸ਼ਾਹਕੋਟ	42.85	70.30	29.60	32.10	0.51	0.34	–	0.05	0.14	0.13	3.33	–
9.	ਫਿਲੌਰ	73.03	129.27	56.62	52.96	1.27	2.85	0.01	0.23	0.29	–	5.52	–
10.	ਨਵਾਂਸ਼ਹਿਰ	40.31	78.90	33.06	229.39	5.10	3.33	–	0.01	0.67	0.47	0.52	–
11.	ਬੰਗਾ	24.53	49.44	22.88	19.90	1.01	1.94	–	–	0.25	0.26	0.31	–
12.	ਬਲਾਚੌਰ	29.82	58.60	21.63	9.28	4.14	0.70	–	–	1.36	0.20	0.19	–
13.	ਹੁਸ਼ਿਆਰਪੁਰ	60.97	94.80	42.42	7.14	27.11	4.23	0.01	–	0.50	–	0.93	0.01
14.	ਦਸੂਹਾ	55.57	94.67	39.59	26.09	7.44	11.17	0.01	–	0.86	–	0.21	–
15.	ਮੁਕੇਰੀਆਂ	36.89	69.68	30.17	22.69	6.30	5.52	–	–	0.73	–	–	–
16.	ਗੜ੍ਹਸ਼ੰਕਰ	50.32	81.27	32.58	13.06	20.52	1.24	–	–	0.86	1.14	1.13	0.01
17.	ਬਿਸਤ ਦੋਆਬ	682.90	1211.96	502.68	411.90	81.01	43.89	0.09	0.4	6.0	3.6	38.5	0.02
18.	ਪੰਜਾਬ	4137.28	7871.57	3506.00	2970.00	127.09	92.00	10.5	2.8	31.6	5.5	91.6	1.9

ਸੋਮਾ : 1. ਡਾਇਰੈਕਟਰ, ਲੈਂਡ ਰਿਕਾਰਡਜ਼, ਪੰਜਾਬ

2. ਪੰਜਾਬ ਦਾ ਅੰਕੜਾ ਸਾਰ–2016

ਨੋਟ : ਰਕਬਾ ਹਜ਼ਾਰ ਹੈਕਟੇਅਰਾਂ ਵਿੱਚ ਹੈ। ਪੰਜਾਬ ਦੇ ਰਕਬੇ ਦੇ ਅੰਕੜੇ ਅੰਕੜਾ ਸਾਰ ਅਨੁਸਾਰ ਹਨ।

ਕਪੂਰਥਲਾ, ਸੁਲਤਾਨਪੁਰ ਲੋਧੀ, ਨਕੋਦਰ ਅਤੇ ਸ਼ਾਹਕੋਟ ਤਹਿਸੀਲਾਂ ਵਿੱਚ ਚਾਵਲ **ਪਹਿਲੇ ਦਰਜੇ** B ਫਗਵਾੜਾ, ਭੁਲੱਥ, ਜਲੰਧਰ-I, ਫਿਲੌਰ, ਬਲਾਚੌਰ, ਬੰਗਾ, ਨਵਾਂਸ਼ਹਿਰ, ਦਸੂਹਾ ਅਤੇ ਮੁਕੇਰੀਆਂ ਤਹਿਸੀਲਾਂ ਵਿੱਚ ਇਹ ਕਣਕ ਤੋਂ ਬਾਅਦ **ਦੂਜੇ ਦਰਜੇ** ਦੀ ਫਸਲ ਹੈ ਪਰੰਤੂ ਹੁਸ਼ਿਆਰਪੁਰ ਅਤੇ ਗੜ੍ਹਸ਼ੰਕਰ ਤਹਿਸੀਲਾਂ ਵਿੱਚ ਕਣਕ ਅਤੇ ਮੱਕੀ ਤੋਂ ਬਾਅਦ ਇਹ **ਤੀਜੇ ਦਰਜੇ** (third ranking) ਦੀ ਫਸਲ ਹੈ। ਚਾਵਲ ਦੀ ਕਾਸ਼ਤ ਹੇਠ **ਸਭ ਤੋਂ ਵੱਡਾ ਰਕਬਾ ਫਿਲੌਰ** ਦੀ ਤਹਿਸੀਲ ਵਿੱਚ ਰਿਕਾਰਡ ਕੀਤਾ ਗਿਆ ਹੈ। 2015-16 ਅਨੁਸਾਰ ਇਹ 52.96 ਹਜ਼ਾਰ ਹੈਕਟੇਅਰ ਦੇ ਲਗਭਗ ਸੀ। ਦੂਜੇ ਨੰਬਰ 'ਤੇ ਵੱਧ ਰਕਬਾ **ਕਪੂਰਥਲਾ ਦੀ ਤਹਿਸੀਲ** ਵਿੱਚ ਲਗਭਗ 46.7 ਹਜ਼ਾਰ ਹੈਕਟੇਅਰ ਸੀ। ਤੀਜੇ ਨੰਬਰ ਤੇ ਸੁਲਤਾਨਪੁਰਲੋਧੀ ਦੀ ਤਹਿਸੀਲ ਆਉਂਦੀ ਹੈ (34.9 ਹੈਕਟੇਅਰ)। ਜਲੰਧਰ-II, ਨਕੋਦਰ ਅਤੇ ਸ਼ਾਹਕੋਟ ਦੀਆਂ ਤਹਿਸੀਲਾਂ ਵਿੱਚ ਵੀ ਉੱਚਾ ਰਕਬਾ (ਹਰੇਕ 30.0 ਹਜ਼ਾਰ ਹੈਕਟੇਅਰ ਦੇ ਲਗਭਗ) ਚਾਵਲ ਦੀ ਕਾਸ਼ਤ ਹੇਠ ਹੈ। ਦਸੂਹਾ, ਮੁਕੇਰੀਆਂ, ਨਕੋਦਰ ਅਤੇ ਨਵਾਂਸ਼ਹਿਰ ਤਹਿਸੀਲਾਂ ਵਿੱਚ ਵੀ ਕਾਫੀ ਰਕਬਾ (20 ਹਜ਼ਾਰ ਹੈਕਟੇਅਰ ਤੋਂ ਵੱਧ ਹਰੇਕ ਵਿਚ) ਚਾਵਲ ਦੀ ਕਾਸ਼ਤ ਹੇਠ ਹੈ। ਇਨ੍ਹਾਂ ਸਭ ਤਹਿਸੀਲਾਂ ਵਿੱਚ ਵੀ ਕਾਫੀ ਵੱਡਾ ਖੇਤਰ ਦਰਿਆ ਸਤਲੁਜ ਅਤੇ ਬਿਆਸ ਅਤੇ ਚਿੱਟੀ ਅਤੇ ਕਾਲੀ ਬੇਈਂ ਦੇ ਬੇਟ ਪ੍ਰਦੇਸ਼ ਜਾਂ ਆਲੇ ਸਥਿਤ ਹੈ। ਇੱਥੇ ਸਿਲ੍ਹੀ ਉਪਜਾਊ ਚੀਕਣੀ ਮਿੱਟੀ ਵਾਲੀ ਜ਼ਮੀਨ ਉਪਲਬੱਧ ਹੈ। ਇੱਥੇ ਕਈ ਦਲਦਲਾਂ ਅਤੇ ਛੰਭ ਵੀ ਮੌਜੂਦ ਹਨ। ਢਾਹੇ ਤੋਂ ਉੱਪਰ ਉਪਜਾਊ ਚੀਕਣੀ ਮਿੱਟੀ ਵਾਲੀ ਦੋਮਟ ਮਿੱਟੀ ਦੇ ਖੇਤਰ ਵਿੱਚ ਟਿਊਬਵੈਲਾਂ ਤੋਂ ਭਰਪੂਰ ਸਿੰਜਾਈ ਉਪਲਬੱਧ ਹੈ। ਜਲੰਧਰ-II ਤਹਿਸੀਲ ਦਾ ਪੂਰਬੀ ਭਾਗ ਸਿਲ੍ਹਾ ਸੀਰੋਂਵਾਲ ਪ੍ਰਦੇਸ਼ ਹੈ।

ਭੁਲੱਥ, ਕਪੂਰਥਲਾ, ਨਕੋਦਰ, ਸ਼ਾਹਕੋਟ ਅਤੇ ਸੁਲਤਾਨਪੁਰ ਲੋਧੀ ਤਹਿਸੀਲਾਂ ਵਿੱਚ **ਬਹੁਤ ਉੱਚੀ** (42.0% ਤੋਂ ਵੱਧ) **ਚਾਵਲ ਤੀਬਰਤਾ** ਪਾਈ ਜਾਂਦੀ ਹੈ। ਫਿਲੌਰ ਤਹਿਸੀਲ ਵਿੱਚ ਵੀ ਉੱਚੀ ਤੀਬਰਤਾ (40.97%) ਪਾਈ ਜਾਂਦੀ ਹੈ। ਇਹ ਬੇਟ ਖੇਤਰ ਦੀਆਂ ਤਹਿਸੀਲਾਂ ਹਨ। ਫਗਵਾੜਾ, ਨਵਾਂਸ਼ਹਿਰ, ਬੰਗਾ, ਜਲੰਧਰ-I ਅਤੇ II ਮੁਕੇਰੀਆਂ (32.6%), ਤਹਿਸੀਲਾਂ ਵਿੱਚ ਵੀ ਸਾਧਾਰਣ ਉੱਚੀ (30% ਤੋਂ ਵੱਧ) ਤੀਬਰਤਾ ਪਾਈ ਜਾਂਦੀ ਹੈ। (ਨਕਸ਼ਾ ਨੰ. 69ਅ)। ਦਸੂਹਾ ਤਹਿਸੀਲ ਵਿੱਚ ਦਰਮਿਆਨੀ (20 ਤੋਂ 30%) ਚਾਵਲ ਤੀਬਰਤਾ ਪਾਈ ਜਾਂਦੀ ਹੈ।

ਪੂਰਬੀ ਅਰਧ-ਪਹਾੜੀ ਅਤੇ ਰੇਤਲੀ ਦੋਮਟ ਜਾਂ ਦੋਮਟ ਮਿੱਟੀ ਵਾਲੀਆਂ ਬਲਾਚੌਰ 15.84%, ਗੜ੍ਹਸ਼ੰਕਰ 16.07% ਅਤੇ ਹੁਸ਼ਿਆਰਪੁਰ (7.5% = ਪ੍ਰਦੇਸ਼ ਵਿੱਚ ਸਭ ਤੋਂ ਘੱਟ) ਤਹਿਸੀਲਾਂ ਵਿੱਚ ਨੀਵੀਂ ਚਾਵਲ ਤੀਬਰਤਾ ਪਾਈ ਜਾਂਦੀ ਹੈ। ਇਨ੍ਹਾਂ ਤਹਿਸੀਲਾਂ ਵਿੱਚ ਚਾਵਲ ਦੀ ਥਾਂ ਮੱਕੀ ਦੂਜੇ ਦਰਜੇ ਦੀ ਫਸਲ ਹੈ। ਜ਼ਿਲ੍ਹੇਵਾਰ ਜਲੰਧਰ ਵਿੱਚ 39.98%, ਕਪੂਰਥਲਾ 44.05%, ਹੁਸ਼ਿਆਰਪੁਰ 20.26% ਅਤੇ ਸ.ਭ.ਸ. ਨਗਰ ਵਿੱਚ 31.33% ਚਾਵਲ ਤੀਬਰਤਾ 2015-16 ਵਿੱਚ ਸੀ।

2021-22 ਵਿੱਚ ਜ਼ਿਲ੍ਹੇਵਾਰ ਚਾਵਲ ਤੀਬਰਤਾ ਕਪੂਰਥਲਾ ਜ਼ਿਲ੍ਹੇ ਵਿੱਚ 44.98%, ਜਲੰਧਰ 42.20% (ਦੋਨਾਂ ਜ਼ਿਲ੍ਹਿਆਂ ਵਿੱਚ ਉੱਚੀ ਤੀਬਰਤਾ), ਐਸ.ਬੀ.ਐਸ. ਨਗਰ 33.83% (ਦਰਮਿਆਨੀਤੀਬਰਤਾ) ਅਤੇ ਹੋਸ਼ਿਆਰਪੁਰ ਜ਼ਿਲ੍ਹੇ ਵਿੱਚ 22.68% (ਰਾਜ ਵਿੱਚ ਸਭ ਤੋਂ ਘੱਟ ਚਾਵਲ ਤੀਬਰਤਾ) ਚਾਵਲ ਤੀਬਰਤਾ ਪਾਈ ਜਾਂਦੀ ਹੈ।

ਮੱਕੀ (MAIZE)

ਮੱਕੀ ਬਿਸਤ ਦੋਆਬ ਦੀ ਚਾਵਲ ਤੋਂ ਬਾਅਦ ਦੂਜੀ ਮਹੱਤਵਪੂਰਣ ਸ਼੍ਰੇਣੀ (Kharif) ਦੀ ਫਸਲ ਹੈ। ਵੀਹਵੀਂ ਸਦੀ ਦੇ ਛੇਵੇਂ ਦਹਾਕੇ ਤੱਕ ਮੱਕੀ ਦੋਆਬੇ ਦੀ ਗਰਮੀਆਂ (ਸੌਣੀ) ਦੀ ਮੁੱਖ ਫਸਲ ਸੀ। ਚਾਵਲ ਦੇ ਬਾਕੀ ਅਨਾਜਾਂ ਦੇ ਮੁਕਾਬਲੇ ਕਾਫੀ ਵੱਧ ਝਾੜ ਅਤੇ ਫਲਸਰੂਪ ਕਿਰਸਾਨ ਲਈ ਜ਼ਿਆਦਾ ਆਮਦਨ ਹੋਣ ਅਤੇ ਸਿੰਜਾਈ ਸਹੂਲਤਾਂ ਦੇ ਬਹੁਤ ਵੱਧ ਜਾਣ ਕਾਰਨ ਸੱਤਵੇਂ ਦਹਾਕੇ ਤੋਂ ਚਾਵਲ ਮੱਕੀ ਦੀ ਥਾਂ ਲੈਣ ਲੱਗ ਪਿਆ। ਇਸ ਦੇ ਫਲਸਰੂਪ ਮੱਕੀ ਦੀ ਕਾਸ਼ਤ ਹੇਠ ਰਕਬਾ ਅਤੇ ਕੁੱਲ ਉਤਪਾਦਨ ਘਟਣ ਲੱਗ ਪਿਆ (ਸਾਰਣੀ ਨੰ. 25)। 2015-16 ਵਿੱਚ ਬਿਸਤ ਦੋਆਬ ਨੇ ਪੰਜਾਬ 62.82% ਮੱਕੀ ਪੈਦਾ ਕੀਤੀ ਸੀ। ਦੋਆਬੇ ਵਿੱਚ ਪੰਜਾਬ ਦਾ 62.99% ਮੱਕੀ ਰਕਬਾ ਪਾਇਆ ਜਾਂਦਾ ਹੈ। ਦੋਆਬੇ ਵਿੱਚ ਹੁਸ਼ਿਆਰਪੁਰ ਦਾ ਅਰਧ-ਪਹਾੜੀ ਜ਼ਿਲ੍ਹਾ ਦੋਆਬੇ ਦੀ ਲਗਭਗ ਤਿੰਨ ਚੌਥਾਈ (76.5%) ਤੋਂ ਵੱਧ ਅਤੇ ਪੰਜਾਬ ਦੀ ਅੱਧੀ ਤੋਂ ਕੁੱਝ ਘੱਟ (48.1%) ਮੱਕੀ ਪੈਦਾ ਕਰਦਾ ਹੈ। ਦੂਜੇ ਨੰਬਰ ਤੇ

ਐਸ.ਬੀ.ਐਸ. ਨਗਰ ਦਾ ਜ਼ਿਲ੍ਹਾ ਆਉਂਦਾ ਹੈ ਜੋ ਦੋਆਬੇ ਦੀ 12.00% ਮੱਕੀ ਪੈਦਾ ਕਰਦਾ ਹੈ। ਤੀਜੇ ਨੰਬਰ ਤੇ ਜਲੰਧਰ ਦਾ ਜ਼ਿਲ੍ਹਾ (9.9%) ਹੈ। ਅੰਕੜੇ 2015-16 ਅਨੁਸਾਰ ਹਨ।

2021-22 ਵਿੱਚ ਦੋਆਬੇ ਨੇ ਪੰਜਾਬ ਦੀ 66.62 = 275.4 ਹਜ਼ਾਰ ਮੀ. ਟਨ ਮੱਕੀ ਪੈਦਾ ਕੀਤੀ ਸੀ। 2021-22 ਵਿੱਚ ਹੁਸ਼ਿਆਰਪੁਰ ਦਾ ਜ਼ਿਲ੍ਹਾ ਰਾਜ ਅਤੇ ਦੋਆਬੇ ਵਿੱਚ ਮੱਕੀ ਦਾ ਸਭ ਤੋਂ ਵੱਡਾ ਉਤਪਾਦਕ ਸੀ (2.148 ਲੱਖ ਮੀ. ਟਨ = ਦੋਆਬੇ ਦੀ 78.0% ਅਤੇ ਪੰਜਾਬ ਦੀ 51.96%)। ਦੂਜੇ ਨੰਬਰ ਤੇ ਐਸ.ਬੀ.ਐਸ. ਨਗਰ ਦਾ ਜ਼ਿਲ੍ਹਾ 40.6 ਹਜ਼ਾਰ ਮੀ. ਟਨ = ਦੋਆਬੇ ਦੀ 14.74%) ਮੱਕੀ ਦਾ ਵੱਡਾ ਉਤਪਾਦਕ ਹੈ। ਤੀਜੇ ਨੰਬਰ ਤੇ ਜਲੰਧਰ ਦਾ ਜ਼ਿਲ੍ਹਾ (16 ਹਜ਼ਾਰ ਮੀ. ਟਨ) ਅਤੇ ਫਿਰ ਕਪੂਰਥਲਾ ਦਾ ਜਿਲ੍ਹਾ ਆਉਂਦਾ ਹੈ (4,000 ਮੀ. ਟਨ)।

ਹੁਸ਼ਿਆਰਪੁਰ ਦਾ ਜ਼ਿਲ੍ਹਾ ਮੱਕੀ ਦਾ ਦੋਆਬੇ ਅਤੇ ਪੰਜਾਬ ਵਿੱਚ ਸਭ ਤੋਂ ਵੱਧ (ਦੋਆਬੇ ਦੀ 78.4%) ਅਤੇ ਪੰਜਾਬ ਦੀ 53.0% ਮੱਕੀ ਪੈਦਾ ਕਰਦਾ ਹੈ। 2021-22 ਵਿੱਚ ਜ਼ਿਲ੍ਹਾ ਹੁਸ਼ਿਆਰਪੁਰ ਨੇ 2.15 ਲੱਖ ਮੀ. ਟਨ ਮੱਕੀ 53 ਹਜ਼ਾਰ ਹੈਕਟੇਅਰ ਭੂਮੀ ਵਿੱਚ ਪੈਦਾ ਕੀਤੀ ਸੀ। ਐਸ.ਬੀ.ਐਸ. ਨਗਰ ਜ਼ਿਲ੍ਹੇ ਦਾ ਮੱਕੀ ਦਾ ਉਤਪਾਦਨ 40.6 ਹਜ਼ਾਰ ਮੀ. ਟਨ ਸੀ। ਜਲੰਧਰ ਜ਼ਿਲ੍ਹੇ ਵਿੱਚ 16,000 ਮੀ. ਟਨ ਅਤੇ ਕਪੂਰਥਲਾ ਜ਼ਿਲ੍ਹੇ ਵਿੱਚ 4,000 ਮੀ. ਟਨ ਮੱਕੀ ਦਾ ਉਤਪਾਦਨ ਸੀ।

ਮੱਕੀ ਦੀ ਕਾਸ਼ਤ ਹੁਸ਼ਿਆਰਪੁਰ (27,105 ਹੈਕਟੇਅਰ), ਗੜ੍ਹਸ਼ੰਕਰ (20,867 ਹੈਕਟੇਅਰ), ਦਸੂਹਾ (7,437 ਹੈਕਟੇਅਰ) ਅਤੇ ਮੁਕੇਰੀਆਂ (6,298 ਹੈਕਟੇਅਰ) ਤਹਿਸੀਲਾਂ ਹੁਸ਼ਿਆਰਪੁਰ ਜ਼ਿਲ੍ਹੇ ਵਿੱਚ ਨਵਾਂਸ਼ਹਿਰ 5099 ਹੈਕਟੇਅਰ ਅਤੇ ਬਲਾਚੌਰ (4135 ਹੈਕਟੇਅਰ) ਤਹਿਸੀਲਾਂ ਅਤੇ ਜਲੰਧਰ ਜ਼ਿਲ੍ਹੇ ਦੀਆਂ ਜਲੰਧਰ-II (1291 ਹੈਕਟੇਅਰ), ਫਿਲੌਰ (1269 ਹੈਕਟੇਅਰ) ਅਤੇ ਜਲੰਧਰ- I (3008 ਹੈਕਟੇਅਰ) ਤਹਿਸੀਲਾਂ ਵਿੱਚ ਜ਼ਿਆਦਾ ਮਹੱਤਵਪੂਰਣ ਹੈ (ਸਾਰਣੀ ਨੰ. 66)। **ਹੁਸ਼ਿਆਰਪੁਰ ਅਤੇ ਗੜ੍ਹਸ਼ੰਕਰ ਤਹਿਸੀਲਾਂ** ਵਿੱਚ ਤਾਂ ਮੱਕੀ ਕਣਕ ਤੋਂ ਬਾਅਦ ਦੂਜੀ ਮਹੱਤਵਪੂਰਣ ਫਸਲ ਹੈ। ਇੱਥੇ ਇਹ **ਸੌਣੀ ਦੀ ਮੁੱਖ** ਫਸਲ ਹੈ। ਕੁੱਝ ਢਲਾਣਦਾਰ ਧਰਾਤਲ, ਚੰਗੇ ਜਲ ਨਿਕਾਸ ਵਾਲੀ ਰੇਤਲੀ ਦੋਮਟ ਮਿੱਟੀ (ਮੱਕੀ ਲਈ ਖੇਤ ਵਿੱਚ ਖੜ੍ਹਾ ਪਾਣੀ ਹਾਨੀਕਾਰਕ ਹੈ), ਗਰਮੀਆਂ ਦੀ ਕਾਫੀ ਮੌਨਸੂਨ ਵਰਖਾ, ਗਰਮੀਆਂ ਦੇ ਉੱਚੇ ਤਾਪਮਾਨ ਅਤੇ ਉੱਚੀ ਸਾਪੇਖ ਸਿੱਲ (relative humidity) ਅਤੇ ਮੱਕੀ ਬੀਜਣ ਅਤੇ ਖਾਣ (ਸਰਦੀਆਂ ਨੂੰ ਮੱਕੀ ਦੀ ਰੋਟੀ ਅਤੇ ਸਾਗ ਰੋਜ਼ਾਨਾ ਦੀ ਖੁਰਾਕ ਹੈ) ਦੀ ਪਰੰਪਰਾ ਆਦਿ ਸਭ ਮੱਕੀ ਦੀ ਕਾਸ਼ਤ ਲਈ ਇਸ ਅਰਧ-ਪਹਾੜੀ ਖੇਤਰ (ਤਲਹੱਟੀ ਦਾ ਮੈਦਾਨ-ਕੰਢੀ ਪ੍ਰਦੇਸ਼) ਵਿੱਚ ਬਹੁਤ ਅਨੁਕੂਲ ਹਨ। ਅਜਿਹੀਆਂ ਹੀ ਅਨੁਕੂਲ ਹਾਲਤਾਂ ਦਸੂਹਾ ਅਤੇ ਮੁਕੇਰੀਆਂ ਤਹਿਸੀਲਾਂ ਦੇ ਪੂਰਬੀ ਭਾਗਾਂ ਵਿੱਚ (ਕੰਢੀ ਪ੍ਰਦੇਸ਼) ਅਤੇ ਨਵਾਂਸ਼ਹਿਰ ਅਤੇ ਫਿਲੌਰ ਤਹਿਸੀਲਾਂ ਵਿੱਚ ਮਿਲਦੀਆਂ ਹਨ। ਜਲੰਧਰ-II ਤਹਿਸੀਲ ਵੀ ਮੱਕੀ ਦੀ ਕਾਸ਼ਤ ਲਈ ਭਰਪੂਰ ਸਿੰਜਾਈ ਕਾਰਨ ਅਨੁਕੂਲ ਹੈ।

ਬਾਕੀ ਦੀਆਂ ਤਹਿਸੀਲਾਂ ਵਿੱਚ ਪੱਧਰੀ ਧਰਾਤਲ ਅਤੇ ਚੀਕਣੀ ਮਿੱਟੀ ਵਾਲੀ ਦੋਮਟ ਮਿੱਟੀ ਕਾਰਨ ਮੱਕੀ ਦੀ ਥਾਂ ਚਾਵਲ ਜ਼ਿਆਦਾ ਮਹੱਤਵਪੂਰਣ ਹਨ।

ਹੁਸ਼ਿਆਰਪੁਰ ਅਤੇ ਗੜ੍ਹਸ਼ੰਕਰ ਤਹਿਸੀਲਾਂ ਵਿੱਚ **ਉੱਚੀ ਮੱਕੀ ਕਾਸ਼ਤ ਤੀਬਰਤਾ** (ਹੁਸ਼ਿਆਰਪੁਰ 28.60% ਅਤੇ ਗੜ੍ਹਸ਼ੰਕਰ 25.25%) ਪਾਈ ਜਾਂਦੀ ਹੈ। ਬਲਾਚੌਰ (7.06%), ਦਸੂਹਾ ਅਤੇ ਮੁਕੇਰੀਆਂ (ਹਰੇਕ ਲਗਭਗ 8.0%) ਤਹਿਸੀਲਾਂ ਵਿੱਚ ਸਾਧਾਰਣ ਉੱਚੀ ਮੱਕੀ ਕਾਸ਼ਤ ਤੀਬਰਤਾ ਪਾਈ ਜਾਂਦੀ ਹੈ। ਨਵਾਂਸ਼ਹਿਰ (6.46%), ਜਲੰਧਰ-I (4.78%) ਅਤੇ ਜਲੰਧਰ-II (1.56%) ਤਹਿਸੀਲਾਂ ਵਿੱਚ ਸਾਧਾਰਣ ਮੱਕੀ ਕਾਸ਼ਤ ਤੀਬਰਤਾ ਪਾਈ ਜਾਂਦੀ ਹੈ। ਫਗਵਾੜਾ (2.19%), ਨਕੋਦਰ ਅਤੇ ਬੰਗਾ ਤਹਿਸੀਲਾਂ ਵਿੱਚ ਨੀਵੀਂ ਮੱਕੀ ਕਾਸ਼ਤ ਤੀਬਰਤਾ (1.5% ਤੋਂ 2.0%) ਤੱਕ ਪਾਈ ਜਾਂਦੀ ਹੈ। (ਨਕਸ਼ਾ ਨੰ. 69ੲ)। ਫਿਲੌਰ (0.98%) ਅਤੇ ਸ਼ਾਹਕੋਟ (0.73%) ਤਹਿਸੀਲਾਂ ਵਿੱਚ ਵੀ ਕੁੱਝ ਮੱਕੀ ਪੈਦਾ ਕੀਤੀ ਜਾਂਦੀ ਹੈ। ਇਹ ਸਭ ਅੰਕੜੇ 2015-16 ਅਨੁਸਾਰ ਹਨ। 2015-16 ਵਿੱਚ ਜ਼ਿਲ੍ਹੇਵਾਰ ਮੱਕੀ ਤੀਬਰਤਾ ਹੁਸ਼ਿਆਰਪੁਰ 18.02%, ਸ.ਭ.ਸ. ਨਗਰ 54.8%, ਜਲੰਧਰ 1.76% ਅਤੇ ਕਪੂਰਥਲਾ ਵਿੱਚ 0.77% ਸੀ।

2021-22 ਅਨੁਸਾਰ ਜ਼ਿਲ੍ਹੇਵਾਰ ਮੱਕੀ ਤੀਬਰਤਾ ਹੁਸ਼ਿਆਰਪੁਰ ਜ਼ਿਲ੍ਹੇ ਵਿੱਚ 15.59% (ਸਭ ਤੋਂ ਉੱਚੀ) ਐਸ.ਬੀ.ਐਸ. ਨਗਰ (4.22%), ਜਲੰਧਰ ਜ਼ਿਲ੍ਹਾ (1.06%) ਅਤੇ ਕਪੂਰਥਲਾ ਜ਼ਿਲ੍ਹੇ ਵਿੱਚ 0.30% ਸੀ।

ਬਿਸਤ ਦੋਆਬ
ਵਿਭਿੰਨ ਫਸਲਾਂ ਹੇਠ ਰਕਬਾ 2022
(ਤਹਿਸੀਲਵਾਰ)

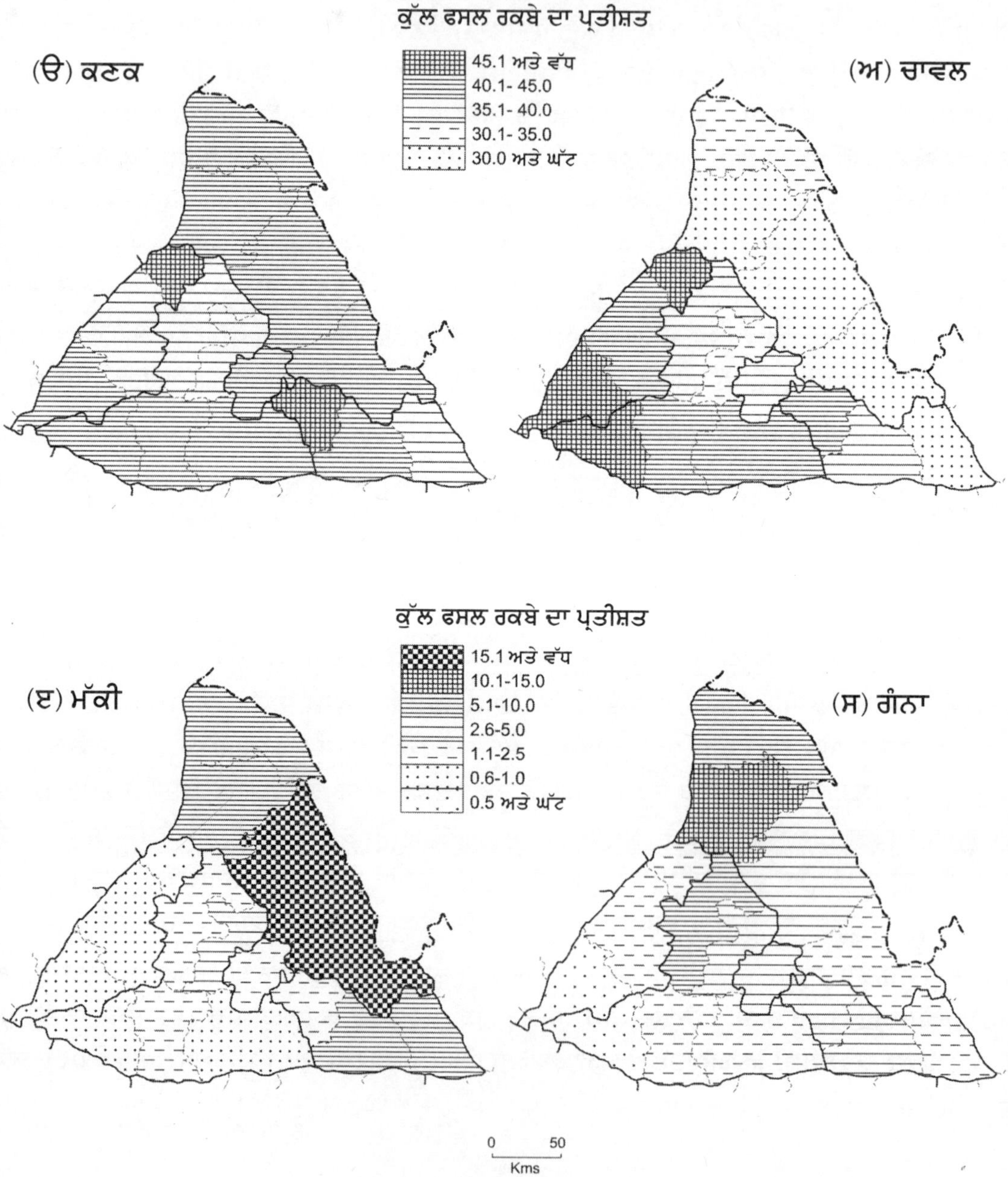

Map 69

ਗੰਨਾ (SUGARCANE)

ਗੰਨਾ ਬਿਸਤ ਦੋਆਬ ਦੀ ਮਹੱਤਵਪੂਰਣ ਨਕਦੀ ਫਸਲ (Cash Crop) ਹੈ। ਦੋਆਬਾ ਵਿੱਚ ਭਰਪੂਰ ਸਿੰਜਾਈ ਸਹੂਲਤਾਂ, ਉਪਜਾਊ ਅਤੇ ਪੱਧਰੀ ਭੂਮੀ, ਗਰਮੀਆਂ ਗਰਮ ਅਤੇ ਵਰਖਾ ਵਾਲੀਆਂ, ਸੰਘਣੀ ਜਨਸੰਖਿਆ ਅਤੇ 6 ਖੰਡ ਮਿੱਲਾਂ ਦਾ ਹੋਣਾ ਗੰਨੇ ਦੀ ਘਣੀ ਅਤੇ ਵਪਾਰਕ ਖੇਤੀ ਲਈ ਮਹੱਤਵਪੂਰਣ ਹਨ। 2021-22 ਵਿੱਚ ਬਿਸਤ ਦੋਆਬ ਨੇ ਪੰਜਾਬ ਦਾ (49.74%) ਗੰਨਾ ਪੈਦਾ ਕੀਤਾ ਸੀ। **ਹੁਸ਼ਿਆਰਪੁਰ ਦਾ ਜ਼ਿਲ੍ਹਾ ਦੋਆਬੇ ਦਾ ਸਭ ਤੋਂ ਵੱਡਾ** (53.26%) ਅਤੇ ਪੰਜਾਬ ਦਾ ਗੁਰਦਾਸਪੁਰ ਤੋਂ ਬਾਅਦ ਦੂਜਾ ਵੱਡਾ ਉਤਪਾਦਕ (26.40%) ਹੈ। ਜਲੰਧਰ ਦਾ ਜ਼ਿਲ੍ਹਾ ਦੂਜਾ ਵੱਡਾ ਉਤਪਾਦਕ (ਦੋਆਬੇ ਦਾ 27.35%) ਅਤੇ ਪੰਜਾਬ ਦਾ 13.60% ਹੈ। ਐਸ.ਬੀ.ਐਸ. ਨਗਰ ਦਾ ਜ਼ਿਲ੍ਹਾ ਦੋਆਬੇ ਦਾ 16.92% ਗੰਨਾ ਪੈਦਾ ਕਰਦਾ ਹੈ। ਬਾਕੀ ਦਾ 9.98% ਗੰਨਾ ਕਪੂਰਥਲਾ ਜ਼ਿਲ੍ਹਾ ਅਤੇ ਮੁੱਖ ਤੌਰ ਤੇ ਫਗਵਾੜਾ ਤਹਿਸੀਲ ਵਿੱਚ ਪੈਦਾ ਕੀਤਾ ਜਾਂਦਾ ਹੈ।

ਹੁਸ਼ਿਆਰਪੁਰ ਦੇ ਜ਼ਿਲ੍ਹੇ ਨੇ 2015-16 ਅਨੁਸਾਰ 1.25 ਲੱਖ ਮੀ. ਟਨ ਗੰਨਾ 23,000 ਹੈਕਟੇਅਰ ਭੂਮੀ ਵਿੱਚ ਪੈਦਾ ਕੀਤਾ ਸੀ। ਇਸ ਜ਼ਿਲ੍ਹੇ ਵਿੱਚ **ਦਸੂਹਾ ਦੀ ਤਹਿਸੀਲ** (11,172 ਹੈਕਟੇਅਰ = ਜ਼ਿਲ੍ਹੇ ਦਾ ਲਗਭਗ ਅੱਧਾ (50% ਗੰਨਾ ਰਕਬਾ) ਗੰਨੇ ਦੀ ਕਾਸ਼ਤ ਲਈ ਸਭ ਤੋਂ ਵੱਧ ਮਹੱਤਵਪੂਰਣ ਹੈ। ਦਸੂਹਾ ਵਿੱਚ ਇੱਕ ਖੰਡ ਮਿਲ੍ਹ ਵੀ ਹੈ। ਨਾਲ ਲੱਗਦੀ ਮੁਕੇਰੀਆਂ ਤਹਿਸੀਲ (5521 ਹੈਕਟੇਅਰ) ਵੀ ਗੰਨੇ ਦੀ ਕਾਸ਼ਤ ਲਈ ਮਹੱਤਵਪੂਰਣ ਹੈ। ਇੱਥੇ ਵੀ ਇੱਕ ਖੰਡ ਮਿਲ੍ਹ ਹੈ। ਹੁਸ਼ਿਆਰਪੁਰ (42.33 ਹੈਕਟੇਅਰ) ਅਤੇ ਗੜ੍ਹਸ਼ੰਕਰ (1237 ਹੈਕਟੇਅਰ) ਤਹਿਸੀਲਾਂ ਵਿੱਚ ਵੀ ਕਾਫੀ ਗੰਨਾ ਪੈਦਾ ਕੀਤਾ ਜਾਂਦਾ ਹੈ। ਹੁਸ਼ਿਆਰਪੁਰ ਖੇਤਰ ਤੋਂ ਗੰਨਾ ਫਗਵਾੜਾ ਅਤੇ ਭੋਗਪੁਰ ਦੀਆਂ ਖੰਡ ਮਿਲ੍ਹਾਂ ਨੂੰ ਅਤੇ ਗੜ੍ਹਸ਼ੰਕਰ ਤਹਿਸੀਲ ਤੋਂ ਨਵਾਂਸ਼ਹਿਰ ਦੀ ਖੰਡ ਮਿਲ੍ਹ ਨੂੰ ਗੰਨਾ ਜਾਂਦਾ ਹੈ।

ਨਵਾਂਸ਼ਹਿਰ ਤਹਿਸੀਲ ਵਿੱਚ ਵੀ ਇੱਕ ਵੱਡੇ ਖੇਤਰ (3377 ਹੈਕਟੇਅਰ) ਵਿੱਚ ਗੰਨਾ ਕਾਸ਼ਤ ਕੀਤਾ ਜਾਂਦਾ ਹੈ। ਨਾਲ ਲੱਗਦੀ ਬੰਗਾ ਤਹਿਸੀਲ ਵਿੱਚ 1934 ਹੈਕਟੇਅਰ ਭੂਮੀ ਵਿੱਚ ਗੰਨਾ ਕਾਸ਼ਤ ਕੀਤਾ ਜਾਂਦਾ ਹੈ। ਬਲਾਚੌਰ ਤਹਿਸੀਲ ਵਿੱਚ 697 ਹੈਕਟੇਅਰ ਭੂਮੀ ਵਿੱਚ ਗੰਨਾ ਕਾਸ਼ਤ ਕੀਤਾ ਜਾਂਦਾ ਹੈ। ਇਹ ਤਿੰਨੇ ਤਹਿਸੀਲਾਂ ਨਵਾਂਸ਼ਹਿਰ ਦੀ ਖੰਡ ਮਿਲ੍ਹ ਨੂੰ ਗੰਨਾ ਭੇਜਦੀਆਂ ਹਨ। ਫਗਵਾੜਾ ਦੀ ਤਹਿਸੀਲ ਵੀ ਗੰਨੇ ਦੀ ਕਾਸ਼ਤ (2084 ਹੈਕਟੇਅਰ) ਲਈ ਮਹੱਤਵਪੂਰਣ ਹੈ।

ਉੱਪਰ ਲਿਖੀਆਂ ਤਹਿਸੀਲਾਂ ਵਿੱਚ ਗੰਨਾ ਪਾਣੀ ਨੂੰ ਸੰਭਾਲਣ ਵਾਲੀ ਚੀਕਣੀ ਦੋਮਟ ਮਿੱਟੀ ਜਾਂ ਦੋਮਟ ਮਿੱਟੀ ਦੇ ਖੇਤਰ **ਚੋਅ ਹੜ੍ਹ ਕੱਜਣ** ਮੈਦਾਨ ਵਿੱਚ ਪੈਦਾ ਕੀਤਾ ਜਾਂਦਾ ਹੈ। ਇਹ ਉਪਜਾਊ ਸੀਰੋਵਾਲ (Sirowal) ਖੇਤਰ ਹੈ ਜੋ ਲਗਭਗ ਮੈਦਾਨ ਹੈ (ਮਾਮੂਲੀ ਉੱਚਾ ਨੀਵਾਂ) ਜਿੱਥੇ ਟਿਊਬਵੈਲਾਂ ਤੋਂ ਭਰਪੂਰ ਸਿੰਜਾਈ ਸਹੂਲਤਾਂ ਉਪਲਬੱਧ ਹਨ। ਇੱਥੇ ਮਿੱਟੀ ਵਿੱਚ ਸਤਹ ਤੋਂ ਕੁੱਝ ਡੂੰਘਾਈ ਤੇ ਚੂਨੇ ਦੇ ਕੰਕਰ (lime nodules) ਪਾਏ ਜਾਂਦੇ ਹਨ ਜੋ ਗੰਨੇ ਦੀ ਖੇਤੀ ਲਈ ਲਾਭਦਾਇਕ ਹਨ। ਇੱਥੇ ਬਹੁਤ ਪੁਰਾਣੇ ਸਮੇਂ ਤੋਂ ਗੰਨੇ ਤੋਂ ਘਰ ਦੀ ਵਰਤੋਂ ਲਈ ਗੁੜ, ਸ਼ੱਕਰ ਅਤੇ ਰਸ (cane juice) ਬਣਾਏ ਜਾਂਦੇ ਹਨ। ਇਨ੍ਹਾਂ ਪਦਾਰਥਾਂ ਦੀ ਸਰਦੀਆਂ ਦੀ ਰੁੱਤ ਵਿੱਚ ਆਮ ਘਰਾਂ ਵਿੱਚ ਬਹੁਤ ਵਰਤੋਂ ਹੁੰਦੀ ਸੀ। ਪਰੰਤੂ ਅੱਜਕੱਲ ਜ਼ਿਆਦਾਤਰ ਗੰਨਾ ਖੰਡ ਮਿਲ੍ਹਾਂ ਨੂੰ ਜਾਂਦਾ ਹੈ। ਗੁੜ, ਸ਼ੱਕਰ ਅਤੇ ਰਸ ਦੀ ਪੇਂਡੂ ਘਰਾਂ ਵਿੱਚ ਵਰਤੋਂ ਬਹੁਤ ਘੱਟ ਗਈ ਹੈ।

ਜਲੰਧਰ ਜ਼ਿਲ੍ਹੇ ਦੀ ਫਿਲੌਰ ਤਹਿਸੀਲ ਵਿੱਚ ਜ਼ਿਲ੍ਹੇ ਵਿੱਚ ਦੂਜੇ ਨੰਬਰ ਤੇ ਸਭ ਤੋਂ ਵੱਧ ਰਕਬੇ (2850 ਹੈਕਟੇਅਰ) ਵਿੱਚ ਗੰਨਾ ਕਾਸ਼ਤ ਕੀਤਾ ਜਾਂਦਾ ਹੈ। ਇੱਥੋਂ ਦੀ ਸਪਾਟ ਧਰਾਤਲ ਅਤੇ ਦੋਮਟ ਉਪਜਾਊ ਮਿੱਟੀ ਅਤੇ ਸਿੰਜਾਈ ਸਹੂਲਤਾਂ ਗੰਨੇ ਦੀ ਕਾਸ਼ਤ ਲਈ ਉੱਤਮ ਹਨ। ਇੱਥੋਂ ਗੰਨਾ ਫਗਵਾੜਾ ਅਤੇ ਨਕੋਦਰ ਦੀਆਂ ਖੰਡ ਮਿਲ੍ਹਾਂ ਨੂੰ ਜਾਂਦਾ ਹੈ। ਜਲੰਧਰ-II (4272 ਹੈਕਟੇਅਰ) ਦੀ ਗੰਨਾ ਪੈਦਾ ਕਰਨ ਵਾਲੀ (2015-16 ਵਿੱਚ ਸਭ) ਤੋਂ ਵੱਧ ਗੰਨਾ ਕਾਸ਼ਤ ਖੇਤਰ) ਤਹਿਸੀਲ ਫਗਵਾੜਾ ਦੀ ਖੰਡ ਮਿਲ੍ਹ ਨੇੜੇ ਹੈ ਅਤੇ ਜਲੰਧਰ-I (2416 ਹੈਕਟੇਅਰ) ਤਹਿਸੀਲ ਜਿਸ ਵਿੱਚ ਭੋਗਪੁਰ ਬਲਾਕ ਸ਼ਾਮਲ ਹੈ, ਦਾ ਗੰਨਾ ਭੋਗਪੁਰ ਦੀ ਖੰਡ ਮਿਲ੍ਹ ਨੂੰ ਜਾਂਦਾ ਹੈ।

ਨਕੋਦਰ (966 ਹੈਕਟੇਅਰ) ਤੇ ਕਪੂਰਥਲਾ (2197 ਹੈਕਟੇਅਰ) ਤਹਿਸੀਲਾਂ ਵਿੱਚ ਵੀ ਕਾਫੀ ਗੰਨਾ ਕਾਸ਼ਤ ਕੀਤਾ ਜਾਂਦਾ ਹੈ। ਨਕੋਦਰ ਵਿੱਚ ਇੱਕ ਖੰਡ ਮਿਲ੍ਹ ਹੈ।

2021-22 ਵਿੱਚ ਗੰਨੇ ਦੀ ਕਾਸ਼ਤ ਹੇਠ ਜ਼ਿਆਦਾ ਰਕਬਾ ਹੁਸ਼ਿਆਰਪੁਰ ਜ਼ਿਲ੍ਹੇ ਵਿੱਚ 23,500 ਹੈਕਟੇਅਰ, ਜਲੰਧਰ ਜ਼ਿਲ੍ਹੇ ਵਿੱਚ 9700 ਹੈਕਟੇਅਰ, ਐਸ.ਬੀ.ਐਸ. ਨਗਰ ਜ਼ਿਲ੍ਹੇ ਵਿੱਚ 6000 ਹੈਕਟੇਅਰ ਅਤੇ ਕਪੂਰਥਲਾ ਜ਼ਿਲ੍ਹੇ ਵਿੱਚ 3,400 ਹੈਕਟੇਅਰ ਸੀ। ਸਮੁੱਚੇ ਬਿਸਤ ਦੋਆਬ ਵਿੱਚ ਗੰਨੇ ਦੀ ਕਾਸ਼ਤ ਹੇਠ 2021-22 ਨੂੰ 42,600 ਹੈਕਟੇਅਰ ਭੂਮੀ (ਪੰਜਾਬ ਦੀ 49.1%) ਸੀ। 2021-22 ਨੂੰ ਹੀ ਪੰਜਾਬ ਵਿੱਚ ਗੰਨਾ 86,800 ਹੈਕਟੇਅਰ ਭੂਮੀ ਵਿੱਚ ਕਾਸ਼ਤ ਕੀਤਾ ਗਿਆ।

ਗੰਨਾ ਕਾਸ਼ਤ ਤੀਬਰਤਾ (Sugarcane Intensity) ਰਾਜ ਵਿੱਚ ਅਤੇ ਦੋਆਬੇ ਵਿੱਚ **ਸਭ ਤੋਂ ਵੱਧ ਦਸੂਹਾ ਤਹਿਸੀਲ** ਵਿੱਚ 11.80% ਰਿਕਾਰਡ ਕੀਤੀ ਗਈ ਹੈ। ਨਾਲ ਲੱਗਦੀ **ਮੁਕੇਰੀਆਂ** ਤਹਿਸੀਲ ਵਿੱਚ ਵੀ ਗੰਨਾ ਕਾਸ਼ਤ ਤੀਬਰਤਾ ਕਾਫੀ ਉੱਚੀ (7.92%) ਹੈ। **ਨਵਾਂਸ਼ਹਿਰ** (4.22%) ਅਤੇ **ਫਗਵਾੜਾ** (4.64%) ਤਹਿਸੀਲਾਂ ਵਿੱਚ ਸਾਧਾਰਣ ਉੱਚੀ ਗੰਨਾ ਕਾਸ਼ਤ ਤੀਬਰਤਾ ਪਾਈ ਜਾਂਦੀ ਹੈ। ਜਲੰਧਰ-II (5.2%), ਫਿਲੌਰ, ਹੁਸ਼ਿਆਰਪੁਰ (4.46%), ਫਿਲੌਰ, ਬੰਗਾ (3.92%), ਜਲੰਧਰ-I ਤਹਿਸੀਲਾਂ ਵਿੱਚ ਸਾਧਾਰਣ ਗੰਨਾ ਤੀਬਰਤਾ (2.0 ਤੋਂ 5.2% ਤੱਕ) ਪਾਈ ਜਾਂਦੀ ਹੈ। (ਨਕਸ਼ਾ ਨੰ. 69ਸ)। ਕਪੂਰਥਲਾ, ਨਕੋਦਰ (1.33%) ਅਤੇ ਬਲਾਚੌਰ ਤਹਿਸੀਲਾਂ ਵਿੱਚ **ਨੀਵੀਂ ਗੰਨਾ ਤੀਬਰਤਾ** ਪਾਈ ਜਾਂਦੀ ਹੈ। ਬਾਕੀ ਭੁਲੱਥ, ਗੜ੍ਹਸ਼ੰਕਰ (1.53%) ਦੀਆਂ ਤਹਿਸੀਲਾਂ ਵਿੱਚ ਗੰਨਾ ਕਾਸ਼ਤ ਤੀਬਰਤਾ ਬਹੁਤ ਨੀਵੀਂ (1.0% ਤੋਂ 2.25%) ਹੈ। ਸੁਲਤਾਨਪੁਰ ਲੋਧੀ ਤਹਿਸੀਲ ਵਿੱਚ ਬਹੁਤ ਘੱਟ ਗੰਨਾ (ਕੇਵਲ 338 ਹੈਕਟੇਅਰ) ਕਾਸ਼ਤ ਕੀਤਾ ਜਾਂਦਾ ਹੈ। ਇਹ ਸਭ ਅੰਕੜੇ 2015-16 ਅਨੁਸਾਰ ਹਨ। 2015-16 ਵਿੱਚ ਗੰਨੇ ਦੀ ਜ਼ਿਲ੍ਹਾਵਾਰ ਤੀਬਰਤਾ ਹੁਸ਼ਿਆਰਪੁਰ ਲਈ 6.51%, ਜਲੰਧਰ ਲਈ 2.59%, ਸ.ਭ.ਸ. ਨਗਰ ਲਈ 3.19% ਅਤੇ ਕਪੂਰਥਲਾ ਲਈ 1.85% ਸੀ।

2021-22 ਸਾਲ ਦੌਰਾਨ ਗੰਨੇ ਦੀ ਸਭ ਤੋਂ ਉੱਚੀ ਤੀਬਰਤਾ ਬਿਸਤ ਦੋਆਬ ਵਿੱਚ ਹੁਸ਼ਿਆਰਪੁਰ ਜ਼ਿਲ੍ਹੇ ਵਿੱਚ 6.95% ਹੈ। ਇਸ ਤੋਂ ਬਾਅਦ ਐਸ.ਬੀ.ਐਸ. ਨਗਰ 3.33%, ਜਲੰਧਰ 2.34% ਅਤੇ ਕਪੂਰਥਲਾ ਜ਼ਿਲ੍ਹੇ ਦੀ ਗੰਨਾ ਤੀਬਰਤਾ 1.28% ਸੀ।

ਸੂਰਜਮੁਖੀ (SUNFLOWER)

ਸੂਰੰਜਮੁਖੀ ਦੋਆਬਾ ਦੀ ਇੱਕ ਮਹੱਤਵਪੂਰਣ ਨਕਦੀ ਫਸਲ ਬਣ ਗਈ ਹੈ। ਇਹ ਬਸੰਤ ਰੁੱਤ ਦੀ ਫਸਲ ਹੈ। ਦੋਆਬਾ ਪੰਜਾਬ ਦਾ ਅੱਧੇ ਦੇ ਲਗਭਗ (2015-16 ਅਨੁਸਾਰ 52.89%), ਸੂਰਜਮੁਖੀ ਪੈਦਾ ਕਰਦਾ ਹੈ। ਇੱਥੇ ਪੰਜਾਬ ਦਾ ਅੱਧੇ ਤੋਂ ਵੱਧ ਸੂਰਜਮੁਖੀ ਰਕਬਾ ਪਾਇਆ ਜਾਂਦਾ ਹੈ। ਬਿਸਤ ਦੋਆਬ ਦੇ ਸਭ ਜ਼ਿਲ੍ਹਿਆਂ ਵਿੱਚ ਸੂਰਜਮੁਖੀ ਪੈਦਾ ਕੀਤਾ ਜਾਂਦਾ ਹੈ। ਪਰੰਤੂ ਜਲੰਧਰ (ਦੋਆਬੇ ਦਾ 36.1% ਅਤੇ ਪੰਜਾਬ ਦਾ 22.68%) ਅਤੇ ਹੁਸ਼ਿਆਰਪੁਰ (ਦੋਆਬੇ ਦਾ ਇੱਕ 39.34% ਅਤੇ ਪੰਜਾਬ ਦਾ 24.74% ਸੂਰਜਮੁਖੀ ਦੇ ਜ਼ਿਲ੍ਹੇ (ਦੋਨੋਂ ਰਲ ਕੇ 75.5%) ਸੂਰਜਮੁਖੀ ਦੇ ਮੁੱਖ ਉਤਪਾਦਕ ਹਨ। 2015-16 ਵਿੱਚ ਜਲੰਧਰ ਜ਼ਿਲ੍ਹੇ ਵਿੱਚ 2200 ਮੀ. ਟਨ ਅਤੇ ਹੁਸ਼ਿਆਰਪੁਰ ਜ਼ਿਲ੍ਹੇ ਵਿੱਚ 2400 ਮੀ. ਟਨ ਸੂਰਜਮੁਖੀ ਪੈਦਾ ਹੋਇਆ ਸੀ। ਕਪੂਰਥਲਾ ਜ਼ਿਲ੍ਹੇ ਦਾ ਉਤਪਾਦਨ 400 ਮੀ. ਟਨ ਅਤੇ ਐਸ.ਬੀ.ਐਸ. ਨਗਰ ਜ਼ਿਲ੍ਹੇ ਦਾ 700 ਮੀ. ਟਨ ਸੀ।

ਹੁਸ਼ਿਆਰਪੁਰ ਜ਼ਿਲ੍ਹੇ ਵਿੱਚ 1,200 ਹੈਕਟੇਅਰ ਸੂਰਜਮੁਖੀ ਕਾਸ਼ਤ ਹੇਠ ਰਕਬੇ ਵਿੱਚੋਂ 90% ਰਕਬਾ **ਗੜ੍ਹਸ਼ੰਕਰ ਤਹਿਸੀਲ** ਵਿੱਚ ਅਤੇ ਇੱਕ ਚੌਥਾਈ ਦੇ ਲਗਭਗ **ਹੁਸ਼ਿਆਰਪੁਰ ਤਹਿਸੀਲ** ਵਿੱਚ ਮਿਲਦਾ ਹੈ। ਕੁੱਝ ਸੂਰਜਮੁਖੀ ਦਸੂਹਾ ਅਤੇ ਮੁਕੇਰੀਆਂ ਤਹਿਸੀਲਾਂ ਵਿੱਚ ਵੀ ਪੈਦਾ ਹੁੰਦਾ ਹੈ। 2015-16 ਅਨੁਸਾਰ ਜ਼ਿਲ੍ਹੇ ਦਾ ਜ਼ਿਆਦਾਤਰ ਸੂਰਜਮੁਖੀ ਗੜ੍ਹਸ਼ੰਕਰ ਤਹਿਸੀਲ ਵਿੱਚ ਕਾਸ਼ਤ ਕੀਤਾ ਗਿਆ ਹੈ।

ਜਲੰਧਰ ਜ਼ਿਲ੍ਹੇ ਵਿੱਚ 2015-16 ਅਨੁਸਾਰ 1400 ਹੈਕਟੇਅਰ ਜ਼ਮੀਨ ਵਿੱਚ ਸੂਰਜਮੁਖੀ ਕਾਸ਼ਤ ਕੀਤਾ ਗਿਆ ਸੀ। ਇਸ ਵਿੱਚੋਂ ਅੱਧੇ ਦੇ ਲਗਭਗ ਸੂਰਜਮੁਖੀ ਨਕੋਦਰ ਅਤੇ ਸ਼ਾਹਕੋਟ ਦੇ ਤਹਿਸੀਲਾਂ ਵਿੱਚ ਅਤੇ ਬਾਕੀ ਦਾ ਅੱਧਾ ਫਿਲੌਰ, ਜਲੰਧਰ-II ਅਤੇ I ਤਹਿਸੀਲਾਂ ਵਿੱਚ ਪੈਦਾ ਕੀਤਾ ਗਿਆ ਸੀ।

ਕਪੂਰਥਲਾ ਜ਼ਿਲ੍ਹੇ ਵਿੱਚ ਜ਼ਿਆਦਾਤਰ ਸੂਰਜਮੁਖੀ, ਸੁਲਤਾਨਪੁਰ ਲੋਧੀ ਅਤੇ ਕਪੂਰਥਲਾ ਤਹਿਸੀਲਾਂ ਵਿੱਚ ਪੈਦਾ ਕੀਤਾ ਜਾਂਦਾ ਹੈ।

ਐਸ.ਬੀ.ਐਸ. ਨਗਰ ਜ਼ਿਲ੍ਹੇ ਵਿੱਚ ਸੂਰਜਮੁਖੀ ਮੁੱਖ ਤੌਰ ਤੇ ਐਸ.ਬੀ.ਐਸ. ਨਗਰ ਤਹਿਸੀਲਾਂ (51%) ਵਿੱਚ ਕਾਸ਼ਤ ਕੀਤਾ ਜਾਂਦਾ ਹੈ। ਬਲਾਚੌਰ ਤਹਿਸੀਲ ਵਿੱਚ ਵੀ (44.4%) ਸੂਰਜਮੁਖੀ ਪੈਦਾ ਹੁੰਦਾ ਹੈ।

2021-22 ਦੇ ਫਸਲਾਂ ਸਬੰਧੀ ਅੰਕੜਿਆਂ ਵਿੱਚ ਸਾਲ 2021-22 ਲਈ ਸੂਰਜਮੁਖੀ ਦੀ ਕਾਸ਼ਤ ਦੇ ਅੰਕੜੇ ਬਿਸਤ ਦੋਆਬ ਲਈ ਉਪਲਬੱਧ ਨਹੀਂ ਹਨ।

ਦਾਲਾਂ (PULSES)

ਸਭ ਮਹੱਤਵਪੂਰਣ ਦਾਲ ਫਸਲਾਂ ਜਿਵੇਂ ਕਿ ਅਰਹਰ, ਮਸਰ, ਮੂੰਗ, ਮਾਂਹ ਅਤੇ ਛੋਲੇ ਬਿਸਤ ਦੋਆਬ ਵਿੱਚ ਪੈਦਾ ਕੀਤੇ ਜਾਂਦੇ ਹਨ ਪਰੰਤੂ ਇਨ੍ਹਾਂ ਸਭ ਵਿੱਚੋਂ ਅਰਹਰ ਦੀ ਦਾਲ ਸਭ ਤੋਂ ਵੱਧ ਕਾਸ਼ਤ ਕੀਤੀ ਜਾਂਦੀ ਹੈ। ਬਿਸਤ ਦੋਆਬ ਵਿੱਚ 2021-22 ਅਨੁਸਾਰ 200 ਹੈਕਟੇਅਰ ਰਕਬੇ ਵਿੱਚੋਂ 200 ਮੀ. ਟਨ ਤੋਂ ਵੱਧ ਅਰਹਰ ਦੀ ਦਾਲ ਪੈਦਾ ਕੀਤੀ ਗਈ ਸੀ। ਇਸੇ ਸਾਲ ਲਗਭਗ 100 ਮੀ. ਟਨ ਤੋਂ ਘੱਟ ਮੂੰਗ, 100 ਮੀ. ਟਨ ਤੋਂ ਘੱਟ ਮਾਂਹ ਅਤੇ 100 ਮੀ. ਟਨ ਮਸਰ ਪੈਦਾ ਕੀਤੇ ਗਏ ਸਨ। 2021-22 ਵਿੱਚ 100 ਮੀ. ਟਨ ਛੋਲੇ ਬਿਸਤ ਦੋਆਬ ਵਿੱਚ ਪੈਦਾ ਕੀਤੇ ਗਏ ਸਨ। 2011-12 ਵਿੱਚ ਬਿਸਤ ਦੋਆਬ ਪ੍ਰਦੇਸ਼ ਨੇ 200 ਮੀ. ਟਨ ਛੋਲੇ ਪੈਦਾ ਕੀਤੇ ਸਨ। ਬਿਸਤ ਦੋਆਬ ਦਾ ਦਾਲਾਂ ਦਾ ਉਤਪਾਦਨ ਅਤੇ ਪੰਜਾਬ ਵਿੱਚ ਹਿਸਾ ਘੱਟ ਹੈ। ਇਹ ਹਿੱਸਾ ਅਰਹਰ ਦੀ ਦਾਲ ਲਈ 25.00% (2004-05 ਵਿੱਚ 22.08%), ਮਾਂਹ ਲਈ 10.66% (15% 2004-05 ਵਿੱਚ), ਮੂੰਗ ਲਈ 1.3% (2004-05 ਵਿੱਚ 2.0%), ਮਸਰ ਲਈ 20.00% (2004-05 ਵਿੱਚ 25.0%) ਅਤੇ ਛੋਲਿਆਂ ਲਈ 5.71% (2004-05 ਵਿੱਚ 9.3%) 2007-08 ਅਨੁਸਾਰ ਸੀ। ਅਸਲ ਵਿੱਚ ਸਮੁੱਚੇ ਪੰਜਾਬ ਵਿੱਚ ਦਾਲਾਂ ਹੇਠ ਰਕਬਾ ਅਤੇ ਉਤਪਾਦਨ ਪਿਛਲੇ ਲਗਭਗ 40 ਸਾਲਾਂ ਤੋਂ ਹੌਲੀ-ਹੌਲੀ ਘੱਟ ਰਹੇ ਹਨ (ਸਾਰਣੀ 25)। ਪੰਜਾਬ ਵਿੱਚ 1970-71 ਵਿੱਚ ਦਾਲਾਂ ਦਾ ਖੇਤਰ 4.14 ਲੱਖ ਹੈਕਟੇਅਰ ਅਤੇ ਉਤਪਾਦਨ 3.08 ਲੱਖ ਮੀ. ਟਨ ਸੀ। 2000-01 ਵਿੱਚ ਇਹ 54,000 ਹੈਕਟੇਅਰ ਅਤੇ 39 ਹਜ਼ਾਰ ਮੀ. ਟਨ, 2004-05 ਵਿੱਚ 36 ਹਜ਼ਾਰ ਹੈਕਟੇਅਰ ਅਤੇ 27 ਹਜ਼ਾਰ ਮੀ. ਟਨ ਅਤੇ 2008-09 ਵਿੱਚ ਰਕਬਾ ਘੱਟ ਕੇ 21.9 ਹਜ਼ਾਰ ਹੈਕਟੇਅਰ ਅਤੇ ਉਤਪਾਦਨ ਘੱਟ ਕੇ 19.6 ਹਜ਼ਾਰ ਮੀ. ਟਨ ਰਹਿ ਗਿਆ।

2015-16 ਵਿੱਚ ਪੰਜਾਬ ਵਿੱਚ ਦਾਲਾਂ ਹੇਠ 18,100 ਹੈਕਟੇਅਰ ਰਕਬਾ ਅਤੇ 11,000 ਮੀ. ਟਨ ਦਾਲਾਂ ਦਾ ਉਤਪਾਦਨ ਹੋਇਆ ਸੀ। 2021-22 ਵਿੱਚ ਰਕਬਾ ਘੱਟ ਕੇ 7400 ਹੈਕਟੇਅਰ ਅਤੇ ਉਤਪਾਦਨ 6740 ਮੀ. ਟਨ ਹੋ ਗਿਆ।

2015-16 ਵਿੱਚ ਬਿਸਤ ਦੋਆਬ ਵਿੱਚ ਦਾਲਾਂ ਦੀ ਕਾਸ਼ਤ ਹੇਠ ਰਕਬਾ 9.0 ਹਜ਼ਾਰ ਹੈਕਟੇਅਰ ਅਤੇ ਕੁੱਲ ਉਤਪਾਦਨ 1.13 ਹਜ਼ਾਰ ਮੀ. ਟਨ ਸੀ। 2021-22 ਵਿੱਚ ਕੇਵਲ ਲਗਭਗ 600 ਹੈਕਟੇਅਰ ਭੂਮੀ ਵਿੱਚੋਂ ਲਗਭਗ 400 ਮੀ. ਟਨ ਦਾਲਾਂ ਪੈਦਾ ਕੀਤੀਆਂ ਗਈਆਂ ਸਨ।

ਛੋਲਿਆਂ (Grams) ਲਈ **ਹੁਸ਼ਿਆਰਪੁਰ** ਦਾ ਜ਼ਿਲ੍ਹਾ ਹੀ ਵੱਡਾ ਉਤਪਾਦਕ (ਬਿਸਤ ਦੋਆਬ ਦਾ 100.00%) ਹੈ। 2008-09 ਹੁਸ਼ਿਆਰਪੁਰ ਦੇ ਜ਼ਿਲ੍ਹੇ ਵਿੱਚ 200 ਮੀ. ਟਨ ਛੋਲੇ ਪੈਦਾ ਕੀਤੇ ਗਏ ਸਨ। ਇੱਥੇ ਵੀ ਗੜ੍ਹਸ਼ੰਕਰ ਦੀ ਤਹਿਸੀਲ ਜ਼ਿਲ੍ਹੇ ਦੇ ਅੱਧੇ ਤੋਂ ਵੱਧ ਛੋਲੇ ਪੈਦਾ ਕਰਦੀ ਹੈ। ਹੁਸ਼ਿਆਰਪੁਰ ਤੇ ਦਸੂਹਾ ਦੀਆਂ ਤਹਿਸੀਲਾਂ ਵਿੱਚ ਵੀ ਛੋਲੇ ਪੈਦਾ ਹੁੰਦੇ ਹਨ (ਸਾਰਣੀ ਨੰ. 66।) 2021-22 ਵਿੱਚ ਛੋਲਿਆਂ ਦਾ ਕੁੱਲ ਉਤਪਾਦਨ 100 ਮੀ. ਟਨ ਸੀ।

ਮਾਂਹ (Mash) ਭਾਵੇਂ ਥੋੜ੍ਹੇ ਬਹੁਤ ਹਰ ਜ਼ਿਲ੍ਹੇ ਵਿੱਚ ਪੈਦਾ ਕੀਤੇ ਜਾਂਦੇ ਹਨ ਪਰੰਤੂ ਇਨ੍ਹਾਂ ਲਈ ਹੁਸ਼ਿਆਰਪੁਰ ਦਾ ਜ਼ਿਲ੍ਹਾ ਸਭ ਤੋਂ ਅੱਗੇ ਹੈ। 2012-13 ਵਿੱਚ ਹੁਸ਼ਿਆਰਪੁਰ ਵਿੱਚ ਜ਼ਿਲ੍ਹੇ ਵਿੱਚ 100 ਟਨ ਮਾਂਹ 250 ਹੈਕਟੇਅਰ ਭੂਮੀ ਵਿੱਚੋਂ ਪੈਦਾ ਕੀਤੇ ਗਏ ਸਨ। 2021-22 ਵਿੱਚ 100 ਹੈਕਟੇਅਰ ਭੂਮੀ ਵਿੱਚ 100 ਟਨ ਤੋਂ ਘੱਟ ਮਾਂਹ ਹੁਸ਼ਿਆਰਪੁਰ ਜ਼ਿਲ੍ਹੇ ਵਿੱਚ ਪੈਦਾ ਕੀਤੇ ਗਏ। ਇੱਥੇ ਦਸੂਹਾ ਦੀ ਤਹਿਸੀਲ ਮੁੱਖ ਉਤਪਾਦਕ ਹੈ। ਮੁਕੇਰੀਆਂ ਅਤੇ ਗੜ੍ਹਸ਼ੰਕਰ ਦੀਆਂ ਤਹਿਸੀਲਾਂ ਵਿੱਚ ਵੀ ਮਾਂਹ ਪੈਦਾ ਹੁੰਦੇ ਹਨ।

ਜਲੰਧਰ ਜ਼ਿਲ੍ਹੇ ਦੀਆਂ ਜਲੰਧਰ-II, ਫਿਲੌਰ ਅਤੇ ਨਕੋਦਰ ਤਹਿਸੀਲਾਂ ਅਤੇ ਨਵਾਂਸ਼ਹਿਰ ਤਹਿਸੀਲ (ਸ.ਭ.ਸ. ਨਗਰ ਜ਼ਿਲ੍ਹਾ) ਵਿੱਚ ਵੀ ਮਾਂਹ ਪੈਦਾ ਕੀਤੇ ਜਾਂਦੇ ਹਨ।

ਅਰਹਰ—ਬਿਸਤ ਦੋਆਬ ਪੰਜਾਬ ਦੀ ਲਗਭਗ 15.0% **ਅਰਹਰ** ਦੀ ਦਾਲ ਪੈਦਾ ਕਰਦਾ ਹੈ। **ਜਲੰਧਰ** ਜ਼ਿਲ੍ਹਾ ਬਿਸਤ ਦੋਆਬ ਦੀ ਲਗਭਗ 86% ਅਰਹਰ ਪੈਦਾ ਕਰਦਾ ਹੈ। 2012-13 ਵਿੱਚ ਉਤਪਾਦਨ 600 ਮੀਟਰਕ ਟਨ ਸੀ। 2015-16 ਵਿੱਚ ਉਤਪਾਦਨ ਘੱਟ ਕੇ 400 ਮੀ. ਟਨ ਰਹਿ ਗਿਆ। 2021-22 ਵਿੱਚ ਅਰਹਰ ਦਾ ਉਤਪਾਦਨ ਕੇਵਲ 200 ਮੀ. ਟਨ ਰਹਿ ਗਿਆ। ਜਲੰਧਰ ਜ਼ਿਲ੍ਹੇ ਦਾ 56.5% (ਲਗਭਗ ਅੱਧਾ) ਅਰਹਰ ਰਕਬਾ ਫਿਲੌਰ ਤਹਿਸੀਲ ਵਿੱਚ ਪਾਇਆ ਜਾਂਦਾ ਹੈ। 42.0% ਅਰਬਰ ਰਕਬਾ ਨਕੋਦਰ ਤਹਿਸੀਲ ਵਿੱਚ ਹੈ। ਸ਼ਾਹਕੋਟ ਤਹਿਸੀਲ ਵਿੱਚ ਵੀ 51 ਹੈਕਟੇਅਰ ਭੂਮੀ (ਕੁੱਲ 612 ਹੈਕਟੇਅਰ) ਵਿੱਚ ਅਰਹਰ ਦੀ ਕਾਸ਼ਤ ਕੀਤੀ ਜਾਂਦੀ ਹੈ।

ਐਸ.ਬੀ.ਐਸ. ਨਗਰ ਅਤੇ ਗੜ੍ਹਸ਼ੰਕਰ ਤਹਿਸੀਲਾਂ ਵਿੱਚ ਵੀ ਕੁੱਝ ਅਰਹਰ ਪੈਦਾ ਕੀਤੀ ਜਾਂਦੀ ਹੈ। ਕਪੂਰਥਲਾ ਜ਼ਿਲ੍ਹੇ ਵਿੱਚ ਬਹੁਤ ਘੱਟ ਅਰਹਰ ਪੈਦਾ ਕੀਤੇ ਜਾਂਦੇ ਹਨ।

ਮੂੰਗ ਦੀ ਦਾਲ ਲਈ ਵੀ ਬਿਸਤ ਦੋਆਬ ਮਹੱਤਵਪੂਰਣ ਨਹੀਂ ਹੈ (ਪੰਜਾਬ ਦਾ 1.3% ਉਤਪਾਦਨ)। ਇੱਥੇ ਕੇਵਲ **ਜਲੰਧਰ** ਜ਼ਿਲ੍ਹੇ ਵਿੱਚ 100 ਟਨ ਮੂੰਗ 100 ਹੈਕਟੇਅਰ ਭੂਮੀ ਵਿੱਚ ਪੈਦਾ ਕੀਤੇ ਸਨ। ਇਸ ਲਈ ਮੁੱਖ ਉਤਪਾਦਨ ਨਕੋਦਰ ਦੀ ਤਹਿਸੀਲ ਹੈ। (ਜਿਲ੍ਹੇ ਦੇ ਕੁੱਲ 54 ਹੈਕਟੇਅਰ ਵਿੱਚੋਂ 38 ਹੈਕਟੇਅਰ)। ਇੱਥੇ ਜ਼ਿਲ੍ਹੇ ਦਾ ਅੱਧਾ ਮੂੰਗ ਕਾਸ਼ਤ ਰਕਬਾ ਹੈ। ਸ਼ਾਹਕੋਟ ਤੇ ਫਿਲੌਰ ਤਹਿਸੀਲਾਂ ਵਿੱਚ ਵੀ ਮੂੰਗ ਦੀ ਕਾਸ਼ਤ ਹੁੰਦੀ ਹੈ (ਸਾਰਣੀ ਨੰ. 66)।

ਕਪੂਰਥਲਾ ਅਤੇ ਗੜ੍ਹਸ਼ੰਕਰ ਤਹਿਸੀਲਾਂ ਵਿੱਚ ਵੀ ਕੁਝ ਮੂੰਗ ਕਾਸ਼ਤ ਕੀਤੇ ਜਾਂਦੇ ਹਨ।

ਮਸਰ—ਮਸਰ ਵੀ ਦੋਆਬੇ ਵਿੱਚ ਬਹੁਤ ਘੱਟ ਪੈਦਾ ਕੀਤੇ ਜਾਂਦੇ ਹਨ। **ਹੁਸ਼ਿਆਰਪੁਰ** ਦਾ ਜ਼ਿਲ੍ਹਾ ਮੁੱਖ ਉਤਪਾਦਕ ਹੈ (100 ਟਨ)। ਇੱਥੇ 2011-12 ਅਨੁਸਾਰ 900 ਹੈਕਟੇਅਰ ਭੂਮੀ ਵਿੱਚ ਮਸਰ ਦੀ ਕਾਸ਼ਤ ਕੀਤੀ ਗਈ ਸੀ। ਇੱਥੇ ਗੜ੍ਹਸ਼ੰਕਰ ਦੀ ਤਹਿਸੀਲ ਮੁੱਖ ਉਤਪਾਦਕ (ਅੱਧੇ ਦੇ ਲਗਭਗ) ਹੈ। ਦਸੂਹਾ ਅਤੇ ਹੁਸ਼ਿਆਰਪੁਰ ਦੀਆਂ ਤਹਿਸੀਲਾਂ ਵਿੱਚ ਵੀ ਕੁੱਝ ਮਸਰ ਕਾਸ਼ਤ ਕੀਤੇ ਜਾਂਦੇ ਹਨ। 2015-16 ਵਿੱਚ ਹੁਸ਼ਿਆਰਪੁਰ ਜ਼ਿਲ੍ਹੇ ਵਿੱਚ 200 ਹੈਕਟੇਅਰ ਭੂਮੀ ਵਿੱਚੋਂ 500 ਟਨ ਮਸਰ ਪੈਦਾ ਕੀਤੇ ਗਏ ਸਨ। 2021-22 ਵਿੱਚ ਰਕਬਾ ਘੱਟ ਕੇ 200 ਹੈਕਟੇਅਰਰ ਹੋ ਗਿਆ ਅਤੇ ਉਤਪਾਦਨ ਵੀ ਘੱਟ ਕੇ 100 ਟਨ ਰਹਿ ਗਿਆ।

ਐਸ.ਬੀ.ਐਸ. ਨਗਰ ਜ਼ਿਲ੍ਹੇ ਦੀ **ਬਲਾਚੌਰ ਤਹਿਸੀਲ** ਵਿੱਚ ਵੀ ਲਗਭਗ 90 ਹੈਕਟੇਅਰ ਭੂਮੀ ਵਿੱਚ ਮਸਰ ਕੀਤੇ ਜਾਂਦੇ ਹਨ।

ਉੱਪਰ ਲਿਖੇ ਵਰਣਨ ਤੋਂ ਪਤਾ ਲੱਗਦਾ ਹੈ ਕਿ ਦਾਲਾਂ ਦੀ ਕਾਸ਼ਤ ਲਈ ਰੇਤਲੀ ਦੋਮਟ ਮਿੱਟੀ ਵਾਲੀਆਂ ਗੜ੍ਹਸ਼ੰਕਰ ਅਤੇ ਬਲਾਚੌਰ ਤਹਿਸੀਲਾਂ (ਢੱਕ ਪ੍ਰਦੇਸ਼) ਜ਼ਿਆਦਾ ਮਹੱਤਵਪੂਰਣ ਹਨ। ਜਲੰਧਰ ਜ਼ਿਲ੍ਹੇ ਦੀਆਂ ਦੱਖਣੀ ਤਹਿਸੀਲਾਂ ਫਿਲੌਰ ਅਤੇ ਨਕੋਦਰ (ਦੋਮਟ ਮਿੱਟੀ) ਵੀ ਦਾਲਾਂ ਦੀ ਕਾਸ਼ਤ ਲਈ ਅਨੁਕੂਲ ਹਨ। ਦਸੂਹਾ ਤਹਿਸੀਲ ਦਾ ਪੂਰਬੀ ਭਾਗ (ਕੰਢੀ) ਪ੍ਰਦੇਸ਼ ਵੀ ਦਾਲਾਂ ਲਈ ਮਹੱਤਵਪੂਰਣ ਹੈ। ਇਹ ਸਮੂਚਾ ਇਲਾਕਾ ਦਾਲਾਂ ਦੀ ਕਾਸ਼ਤ ਦੇ ਯੋਗ ਹੈ ਪਰੰਤੂ ਦਾਲਾਂ ਹੇਠ ਰਕਬਾ ਘੱਟ ਰਿਹਾ ਹੈ। ਦਾਲਾਂ ਪ੍ਰੋਟੀਨ ਦਾ ਮੁੱਖ ਸਾਧਨ ਹਨ। ਇਸ ਲਈ ਇਸ ਖੇਤਰ ਵਿੱਚ ਦਾਲਾਂ ਦੀ ਕਾਸ਼ਤ ਨੂੰ ਉਤਸ਼ਾਹਤ ਕਰਨ ਦੀ ਲੋੜ ਹੈ।

ਤੇਲ ਦੇ ਬੀਜ (OIL Seeds)

ਦਾਲ ਫਸਲਾਂ ਦੀ ਤਰ੍ਹਾਂ 1970-71 ਤੋਂ ਹੁਣ ਤੱਕ ਵਿਭਿੰਨ ਤੇਲ ਬੀਜ ਫਸਲਾਂ ਦਾ ਉਤਪਾਦਨ ਵੀ ਘੱਟਦਾ ਆ ਰਿਹਾ ਹੈ (ਸਾਰਣੀ ਨੰ. 26)। ਇਸ ਦਾ ਮੁੱਖ ਕਾਰਨ ਹਨ ਕਣਕ-ਚਾਵਲ ਚੱਕਰ ਦੀ ਵਧੀ ਹੋਈ ਮਹੱਤਤਾ ਹੈ ਜਿਸ ਕਾਰਨ ਕਿਰਸਾਣਾਂ ਨੂੰ ਜ਼ਿਆਦਾ ਮਾਇਕ ਲਾਭ ਹੋਇਆ ਹੈ। ਸਭ ਮਹੱਤਵਪੂਰਣ ਤੇਲ ਬੀਜ ਫਸਲਾਂ ਜਿਵੇਂ ਕਿ ਮੂੰਗਫਲੀ, ਸਰ੍ਹੋਂ, ਰਾਇਆ, ਤਾਰਾਮੀਰਾ,

ਤਿਲ, ਸੂਰਜਮੁਖੀ, ਅਲਸੀ ਆਦਿ ਬਿਸਤ ਦੋਆਬ ਵਿੱਚ ਕਾਸ਼ਤ ਕੀਤੇ ਜਾਂਦੇ ਹਨ। ਬਿਸਤ ਦੋਆਬ ਪੰਜਾਬ ਵਿੱਚ ਮੂੰਗਫਲੀ (ਪੰਜਾਬ ਦੀ 96.6%) ਅਤੇ ਸੂਰਜਮੁਖੀ (59.52%) ਦਾ ਮਹੱਤਵਪੂਰਣ ਅਤੇ ਅਲਸੀ ਦਾ ਮਾਮੂਲੀ ਉਤਪਾਦਕ ਹੈ। ਇਹ ਅੰਕੜੇ 2012-13 ਅਨੁਸਾਰ ਹਨ। ਇੱਥੇ ਸਰਸੋਂ ਤੋਰੀਆਂ, ਰਾਇਆ, ਤਾਰਾਮੀਰਾ ਆਦਿ ਵੀ ਕਾਫੀ (ਪੰਜਾਬ ਦਾ ਲਗਭਗ 24.39%) ਪੈਦਾ ਕੀਤੇ ਜਾਂਦੇ ਹਨ। 2015-16 ਵਿੱਚ ਦੋਆਬੇ ਨੇ ਪੰਜਾਬ ਦੀ 100% ਮੂੰਗਫਲੀ, 13.1% ਤਾਰਾਮੀਰਾ-ਸਰ੍ਹੋਂ ਆਦਿ, 62.9% ਸੂਰਜਮੁਖੀ ਅਤੇ 12.5% ਤਿਲ ਪੈਦਾ ਕੀਤੇ ਸਨ। 2021-22 ਵਿਚ ਬਿਸਤ ਦੋਆਬ ਵਿੱਚ ਪੰਜਾਬ ਦੀ 100.0% ਮੂੰਗਫਲੀ, 13.3% ਸਰ੍ਹੋਂ-ਰਾਇਆ-ਤਾਰਾਮੀਰਾ ਆਦਿ ਅਤੇ 20.0% ਤਿਲ ਪੈਦਾ ਕੀਤਏ ਸਨ।

ਮੂੰਗਫਲੀ (Groundnut) : ਬਿਸਤ ਦੋਆਬ ਪੰਜਾਬ ਵਿੱਚ ਮੂੰਗਫਲੀ ਦਾ ਵੱਡਾ ਉਤਪਾਦਕ (96.7% = 2900 ਮੀ. ਟਨ 2012-13 ਵਿੱਚ) ਖੇਤਰ ਹੈ। ਇੱਥੇ **ਹੁਸ਼ਿਆਰਪੁਰ** ਦਾ ਜ਼ਿਲ੍ਹਾ ਮੂੰਗਫਲੀ ਦਾ ਵੱਡਾ ਉਤਪਾਦਕ ਹੈ। 2013-14 ਅਨੁਸਾਰ ਹੁਸ਼ਿਆਰਪੁਰ ਜ਼ਿਲ੍ਹੇ ਵਿੱਚ 2400 ਮੀ. ਟਨ (100% ਬਿਸਤ ਦੋਆਬ ਦੀ) ਮੂੰਗਫਲੀ (1300 ਹੈਕਟੇਅਰ ਭੂਮੀ ਵਿੱਚੋਂ ਪੈਦਾ ਕੀਤੀ ਗਈ ਸੀ। 2021-22 ਅਨੁਸਾਰ ਹੁਸ਼ਿਆਰਪੁਰ ਜ਼ਿਲ੍ਹੇ ਵਿੱਚ 1400 ਹੈਕਟੇਅਰ ਜ਼ਮੀਨ ਵਿੱਚੋਂ 2800 ਮੀ. ਟਨ ਮੂੰਗਫਲੀ ਪੈਦਾ ਕੀਤੀ ਗਈ। ਇੱਥੇ ਮੂੰਗਫਲੀ ਮੁੱਖ ਤੌਰ ਤੇ ਰੇਤਲੀ ਮਿੱਟੀ ਵਾਲੇ ਕੰਢੀ ਪ੍ਰਦੇਸ਼ ਵਿੱਚ ਕਾਸ਼ਤ ਕੀਤੀ ਜਾਂਦੀ ਹੈ। ਮੂੰਗਫਲੀ ਦੀ ਕਾਸ਼ਤ ਲਈ **ਪੂਰਬੀ ਦਸੂਹਾ** (496 ਹੈਕਟੇਅਰ 2012-13 ਵਿੱਚ), ਗੜ੍ਹਸ਼ੰਕਰ (732 ਹੈਕਟੇਅਰ) ਅਤੇ ਹੁਸ਼ਿਆਰਪੁਰ (387 ਹੈਕਟੇਅਰ) ਤਹਿਸੀਲਾਂ ਮਹੱਤਵਪੂਰਣ ਹਨ।

ਐਸ.ਬੀ.ਐਸ. ਨਗਰ ਜ਼ਿਲ੍ਹੇ ਦੀ ਪੂਰਬੀ ਤਹਿਸੀਲ ਬਲਾਚੌਰ ਅਤੇ ਜਲੰਧਰ ਜ਼ਿਲ੍ਹੇ ਦੀਆਂ ਜਲੰਧਰ-II ਐਤ ਸ਼ਾਹਕੋਟ ਤਹਿਸੀਲਾਂ ਤੇ ਕਪੂਰਥਲਾ ਤਹਿਸੀਲ ਵਿੱਚ ਵੀ ਮੂੰਗਫਲੀ ਕਾਸ਼ਤ ਕੀਤੀ ਜਾਂਦੀ ਹੈ। ਮੂੰਗਫਲੀ ਗਰਮੀਆਂ ਅਤੇ ਰੇਤਲੀ ਭੂਮੀ ਦੀ ਫਸਲ ਹੈ। ਕਪੂਰਥਲਾ ਜ਼ਿਲ੍ਹੇ ਨੇ 2008-09 ਵਿੱਚ 300 ਮੀ. ਟਨ ਮੂੰਗਫਲੀੀ 300 ਹੈਕ. ਭੂਮੀ ਵਿੱਚੋਂ ਪੈਦਾ ਕੀਤੀ ਸੀ।

ਸਰਸੋਂ, ਤੋਰੀਆ, ਰਾਇਆ ਅਤੇ ਤਾਰਾਮੀਰਾ (Repeseed and Mustard) : ਤੇਲ ਬੀਜ ਦੀਆਂ ਇਹ ਫਸਲਾਂ ਹਾੜ੍ਹੀ ਦੀਆਂ ਫਸਲਾਂ ਹਨ ਜੋ ਕਣਕ ਅਤੇ ਦਾਲ ਫਸਲਾਂ ਦੇ ਖੇਤਾਂ ਅਤੇ ਅਲੱਗ ਤੌਰ ਤੇ ਵੀ ਕਾਸ਼ਤ ਕੀਤੀਆਂ ਜਾਂਦੀਆਂ ਹਨ। ਬਿਸਤ ਦੋਆਬ ਪੰਜਾਬ ਵਿੱਚ ਸਰਸੋਂ, ਤਾਰਾਮੀਰਾ ਆਦਿ ਦਾ ਵੱਡਾ ਉਤਪਾਦਕ ਨਹੀਂ ਹੈ। 2015-16 ਵਿੱਚ ਬਿਸਤ ਦੋਆਬ ਪ੍ਰਦੇਸ਼ ਨੇ 4,800 ਮੀ. ਟਨ (ਪੰਜਾਬ ਦੀ 13.1%) ਸਰਸੋਂ ਤਾਰਾਮੀਰਾ ਆਦਿ 6000 ਹੈਕਟੇਅਰ ਭੂਮੀ ਵਿੱਚੋਂ ਪੈਦਾ ਕੀਤੇ ਸਨ। ਇਹ ਫਸਲਾਂ ਦੋਆਬੇ ਦੇ ਸਭ ਜ਼ਿਲ੍ਹਿਆਂ ਵਿੱਚ ਪੈਦਾ ਕੀਤੀਆਂ ਜਾਂਦੀਆਂ ਹਨ। 2021-22 ਵਿੱਚ ਬਿਸਤ ਦੋਆਬ ਨੰ 9200 ਮੀ. ਟਨ ਸਰ੍ਹੋਂ-ਤਾਰਾਮੀਰਾ 6900 ਹੈਕਟੇਅਰ ਜ਼ਮੀਨ ਵਿੱਚ ਪੈਦਾ ਕੀਤੇ ਸਨ। ਪਰੰਤੂ ਹੁਸ਼ਿਆਰਪੁਰ ਦਾ ਜ਼ਿਲ੍ਹਾ ਦੋਆਬੇ ਦਾ ਸਰਸੋਂ ਅਤੇ ਤਾਰਾਮੀਰਾ ਦਾ ਸਭ ਤੋਂ ਵੱਡਾ ਉਤਪਾਦਕ (5000 ਟਨ = 54.35% ਬਿਸਤ ਦੋਆਬ ਦਾ) ਹੈ। ਦੂਜੇ ਨੰਬਰ ਤੇ ਨਵਾਂਸ਼ਹਿਰ (ਸ.ਭ. ਸਿੰਘ ਨਗਰ) ਦਾ ਜ਼ਿਲ੍ਹਾ 22.83% ਆਉਂਦਾ ਹੈ। ਜਲੰਧਰ ਅਤੇ ਕਪੂਰਥਲਾ ਦੇ ਜ਼ਿਲ੍ਹੇ ਹਰੇਕ 1100 ਟਨ ਸਰਸੋਂ ਅਤੇ ਤਾਰਾਮੀਰਾ ਪੈਦਾ ਕਰਦੇ ਹਨ।

ਹੁਸ਼ਿਆਰਪੁਰ ਜ਼ਿਲ੍ਹੇ ਦੀਆਂ ਸਭ ਤਹਿਸੀਲਾਂ ਵਿੱਚ ਸਰਸੋਂ-ਤਾਰਾਮੀਰਾ ਪੈਦਾ ਕੀਤੇ ਜਾਂਦੇ ਹਨ ਪਰੰਤੂ **ਮੁਕੇਰੀਆਂ** ਅਤੇ **ਗੜ੍ਹਸ਼ੰਕਰ** ਦੀਆਂ ਤਹਿਸੀਲਾਂ ਜ਼ਿਲ੍ਹੇ ਦਾ ਅੱਧੇ ਤੋਂ ਜ਼ਿਆਦਾ ਸਰਸੋਂ ਤਾਰਾਮੀਰਾ ਪੈਦਾ ਕਰਦੇ ਹਨ। ਦਸੂਹਾ ਹੈਕਟੇਅਰ ਗੜ੍ਹਸ਼ੰਕਰ 874 ਹੈਕਟੇਅਰ, ਮੁਕੇਰੀਆਂ 434 ਹੈਕਟੇਅਰ, ਦਸੂਹਾ ਅਤੇ 550 ਹੈਕਟੇਅਰ ਹੁਸ਼ਿਆਰਪੁਰ ਤਹਿਸੀਲਾਂ ਵਿੱਚ ਸੀ।

ਐਸ.ਬੀ.ਐਸ. ਨਗਰ ਜ਼ਿਲ੍ਹੇ (ਉਤਪਾਦਨ 2100 ਮੀ. ਟਨ ਅਤੇ ਰਕਬਾ 1500 ਹੈਕਟੇਅਰ) ਵਿੱਚ ਤਿੰਨੇ ਤਹਿਸੀਲਾਂ, ਨਵਾਂਸ਼ਹਿਰ (668 ਹੈਕਟੇਅਰ) ਬੰਗਾ (6253 ਹੈਕਟੇਅਰ) ਅਤੇ ਬਲਾਚੌਰ (1350 ਹੈਕਟੇਅਰ) ਵਿੱਚ ਸਰਸੋਂ ਅਤੇ ਤਾਰਾਮੀਰਾ ਕਾਸ਼ਤ ਕੀਤੇ ਜਾਂਦੇ ਹਨ। **ਜਲੰਧਰ** ਜ਼ਿਲ੍ਹੇ ਦੀਆਂ ਫਿਲੌਰ, ਜਲੰਧਰ-II ਤੇ ਸ਼ਾਹਕੋਟ ਦੀਆਂ ਤਹਿਸੀਲਾਂ ਸਰਸੋਂ ਅਤੇ ਤਾਰਾਮੀਰਾ ਦੀ ਕਾਸ਼ਤ ਲਈ ਮਹੱਤਵਪੂਰਣ ਹਨ (ਸਾਰਣੀ ਨੰ. 66)। ਜਲੰਧਰ-I ਵਿੱਚ ਵੀ ਇਹ ਫਸਲਾਂ ਕਾਸ਼ਤ ਕੀਤੀਆਂ ਜਾਂਦੀਆਂ ਹਨ! ਕਪੂਰਥਲਾ

ਜ਼ਿਲ੍ਹੇ ਵਿੱਚ ਸੁਲਤਾਨਪੁਰ ਲੋਧੀ ਤਹਿਸੀਲ ਇਨ੍ਹਾਂ ਫਸਲਾਂ ਦੀ ਵੱਡੀ ਉਤਪਾਦਕ (35% ਜ਼ਿਲ੍ਹੇ ਦੀ) ਹੈ। ਕਪੂਰਥਲਾ ਅਤੇ ਫਗਵਾੜਾ ਤਹਿਸੀਲਾਂ ਵੀ ਸਰਸੋਂ-ਤਾਰਾਮੀਰਾ ਪੈਦਾ ਕਰਦੇ ਹਨ।

ਸੂਰਜਮੁਖੀ ਫਸਲ ਦਾ ਪਹਿਲਾਂ ਵਰਣਨ ਕੀਤਾ ਜਾ ਚੁੱਕਾ ਹੈ।

ਤਿਲ (Seasamem) : ਬਿਸਤ ਦੋਆਬ ਪੰਜਾਬ ਦੇ 21.43% ਤਿਲ (300 ਮੀ. ਟਨ ਤੋਂ ਕੁੱਝ ਵੱਧ) ਪੈਦਾ ਕਰਦਾ ਹੈ। ਇੱਥੇ ਪੰਜਾਬ ਦਾ 22.0% = 900 ਹੈਕਟੇਅਰ ਤੋਂ ਵੱਧ) ਤਿਲ ਰਕਬਾ ਪਾਇਆ ਜਾਂਦਾ ਹੈ। ਇਹ ਇੱਕ ਗਰਮੀਆਂ ਦੀ ਫਸਲ ਹੈ ਜੋ ਦੋਮਟ ਅਤੇ ਰੇਤਲੀ ਦੋਮਟ ਮਿੱਟੀ ਵਿੱਚ ਪੈਦਾ ਹੁੰਦੀ ਹੈ। **ਜਲੰਧਰ ਅਤੇ ਹੁਸ਼ਿਆਰਪੁਰ** ਦੇ ਜ਼ਿਲ੍ਹੇ ਮੁੱਖ ਉਤਪਾਦਕ (ਪ੍ਰਦੇਸ਼ ਦੇ ਲਗਭਗ 90% ਤਿਲ) ਹਨ। ਕੁੱਝ ਤਿਲ ਕਪੂਰਥਲਾ ਜ਼ਿਲ੍ਹੇ ਵਿੱਚ (100 ਮੀ. ਟਨ ਤੋਂ ਘੱਟ) ਵੀ ਕਾਸ਼ਤ ਕੀਤੇ ਜਾਂਦੇ ਹਨ। 2015-16 ਵਿੱਚ ਬਿਸਤ ਦੋਆਬ ਵਿੱਚ 200 ਟਨ ਤਿਲ ਪੈਦਾ ਕੀਤੇ ਸਨ। 2021-22 ਵਿੱਚ ਤਿਲ ਦਾ ਬਿਸਤ ਦੋਆਬ ਵਿੱਚ ਉਤਪਾਦਨ 200 ਮੀ. ਟਨ ਹੈ।

ਜਲੰਧਰ ਦਾ ਜ਼ਿਲ੍ਹਾ 2013-14 ਅਨੁਸਾਰ ਤਿਲ ਦਾ ਦੂਜਾ ਵੱਡਾ ਉਤਪਾਦਕ ਸੀ (ਪ੍ਰਦੇਸ਼ ਦੇ 33%)। 2021-22 ਵਿੱਚ ਜਲੰਧਰ ਜ਼ਿਲ੍ਹੇ ਨੇ 100 ਮੀ. ਟਨ ਤਿਲ 100 ਹੈਕਟੇਅਰ ਭੂਮੀ ਵਿੱਚੋਂ ਪੈਦਾ ਕੀਤੇ ਹਨ। ਜਲੰਧਰ ਜ਼ਿਲ੍ਹੇ ਵਿੱਚ ਤਿਲ ਮੁੱਖ ਤੌਰ ਤੇ **ਨਕੋਦਰ ਅਤੇ ਸ਼ਾਹਕੋਟ** ਤਹਿਸੀਲਾਂ ਵਿੱਚ ਪੈਦਾ ਕੀਤੇ ਜਾਂਦੇ ਹਨ। ਫਿਲੌਰ ਤਹਿਸੀਲ ਵਿੱਚ ਵੀ ਤਿਲ ਕਾਸ਼ਤ ਕੀਤੇ ਜਾਂਦੇ ਹਨ।

ਹੁਸ਼ਿਆਰਪੁਰ ਦਾ ਜ਼ਿਲ੍ਹਾ ਸਭ ਤੋਂ ਵੱਡਾ ਉਤਪਾਦਕ (100 ਮੀ. ਟਨ) ਹੈ। ਇੱਥੇ ਇਹ ਮੁੱਖ ਤੌਰ ਤੇ ਮੁਕੇਰੀਆਂ, ਦਸੂਹਾ ਅਤੇ ਗੜ੍ਹਸ਼ੰਕਰ ਤਹਿਸੀਲਾਂ ਵਿੱਚ ਕਾਸ਼ਤ ਕੀਤੇ ਜਾਂਦੇ ਹਨ। ਕਪੂਰਥਲਾ ਜ਼ਿਲ੍ਹੇ ਦੀਆਂ ਕਪੂਰਥਲਾ, ਭੁਲੱਥ ਅਤੇ ਸੁਲਤਾਨਪੁਰ ਲੋਧੀ ਤਹਿਸੀਲਾਂ (ਕੇਵਲ 8 ਹੈਕਟੇਅਰ) ਵਿੱਚ ਵੀ ਤਿਲ ਕਾਸ਼ਤ ਕੀਤੇ ਜਾਂਦੇ ਹਨ।

ਅਲਸੀ (Linseed) : ਅਲਸੀ ਵੀ ਹਾੜ੍ਹੀ ਦੀ ਫਸਲ ਹੈ। ਇਹ ਫਸਲ ਕਣਕ ਦੀ ਫਸਲ ਦੇ ਨਾਲ ਅਤੇ ਅਲੱਗ ਤੌਰ ਤੇ ਵੀ ਕਾਸ਼ਤ ਕੀਤੀ ਜਾਂਦੀ ਹੈ। ਬਿਸਤ ਦੋਆਬ ਪੰਜਾਬ ਦੀ ਬਹੁਤ ਘੱਟ ਅਲਸੀ ਪੈਦਾ ਕਰਦਾ ਹੈ। **ਜਲੰਧਰ ਦਾ ਜ਼ਿਲ੍ਹਾ** ਇਸ ਦਾ ਮੁੱਖ ਉਤਪਾਦਕ ਹੈ। ਜਲੰਧਰ ਜ਼ਿਲ੍ਹੇ ਨੇ 2008-09 ਵਿੱਚ 50 ਤੋਂ ਘੱਟ ਟਨ ਅਲਸੀ ਪੈਦਾ ਕੀਤੀ ਸੀ। **ਐਸ.ਬੀ.ਐਸ. ਨਗਰ** ਜ਼ਿਲ੍ਹੇ ਵਿੱਚ ਵੀ ਕੁਲ ਅਲਸੀ (5 ਮੀ. ਟਨ ਤੋਂ ਘੱਟ ਤੇ 100 ਹੈਕਟੇਅਰ ਰਕਬਾ) ਪੈਦਾ ਕੀਤੀ ਜਾਂਦੀ ਹੈ। ਅਲਸੀ ਦੀ ਕਾਸ਼ਤ ਲਈ ਜ਼ਿਆਦਾ ਪਾਣੀ ਅਤੇ ਉਪਜਾਊ ਭੂਮੀ ਚਾਹੀਦੇ ਹਨ।

ਆਲੂ (POTATOES)

ਇਹ ਬਿਸਤ ਦੋਆਬ ਦੀ ਇੱਕ ਮਹੱਤਵਪੂਰਣ ਨਕਦੀ ਫਸਲ (Cash Crop) ਹੈ। 2006-07 ਵਿੱਚ ਬਿਸਤ ਦੋਆਬ ਨੇ 6.74 ਲੱਖ ਮੀ. ਟਨ (ਪੰਜਾਬ ਦਾ ਲਗਭਗ ਅੱਧਾ = 49.57%) ਆਲੂ ਪੈਦਾ ਕੀਤਾ ਸੀ। 2008-09 ਵਿੱਚ ਉਤਪਾਦਨ ਵਧ ਕੇ 10.80 ਲੱਖ ਮੀ. ਟਨ (ਪੰਜਾਬ ਦਾ 53.6%) ਹੋ ਗਿਆ। 2015-16 ਵਿੱਚ ਆਲੂਆਂ ਦਾ ਦੋਆਬੇ ਵਿੱਚ ਉਤਪਾਦਨ 10.07 ਲੱਖ ਮੀ.ਟਨ (ਪੰਜਾਬ ਦਾ 42.6%) ਸੀ। 2021-22 ਵਿੱਚ ਬਿਸਤ ਦੋਆਬ ਨੇ ਪੰਜਾਬ ਦੇ 47.71% ਆਲੂ = 14.55 ਲੱਖ ਮੀ. ਟਨ ਪੈਦਾ ਕੀਤੇ ਹਨ।

ਆਲੂਆਂ ਦੀਆਂ ਸਾਲ ਵਿੱਚ ਦੋ ਤੋਂ ਤਿੰਨ ਫਸਲਾਂ ਲਈਆਂ ਜਾਂਦੀਆਂ ਹਨ। ਆਲੂਆਂ ਲਈ ਦੋਮਟ ਤੋਂ ਰੇਤਲੀ ਦੋਮਟ ਮਿੱਟੀ ਭਰਪੂਰ ਸਿੰਜਾਈ ਅਤੇ ਖਾਦਾਂ ਦੀ ਕਾਫੀ ਵਰਤੋਂ ਕਰਨੀ ਪੈਂਦੀ ਹੈ। ਇਹ ਘਣੀ ਵਪਾਰਕ ਖੇਤੀ ਹੈ। ਮੰਡੀ ਵਿੱਚ ਆਲੂ ਦੇ ਭਾਅ ਅਨੁਸਾਰ ਆਲੂ ਦੀ ਕਾਸ਼ਤ ਹੇਠ ਰਕਬਾ ਘਟਦਾ-ਵੱਧਦਾ ਰਹਿੰਦਾ ਹੈ। ਇਸ ਕਾਰਨ ਆਲੂ ਦਾ ਉਤਪਾਦਨ ਵੀ ਸਮੇਂ ਅਨੁਸਾਰ ਘੱਟਦਾ ਵੱਧਦਾ ਰਹਿੰਦਾ ਹੈ। ਆਲੂ ਬਿਸਤ ਦੋਆਬ ਦੇ ਸਭ ਜ਼ਿਲ੍ਹਿਆਂ ਵਿੱਚ ਕਾਸ਼ਤ ਕੀਤੇ ਜਾਂਦੇ ਹਨ। **ਜਲੰਧਰ, ਕਪੂਰਥਲਾ** ਅਤੇ

ਹੁਸ਼ਿਆਰਪੁਰ ਦੇ ਜ਼ਿਲ੍ਹੇ ਆਲੂ ਦੇ ਵੱਡੇ ਉਤਪਾਦਕ (ਬਿਸਤ ਦੋਆਬ ਦਾ 94.83% ਅਤੇ ਪੰਜਾਬ ਦਾ 45.25% ਆਲੂ) ਹਨ। ਬਿਸਤ ਦੋਆਬ ਵਿੱਚ ਪੰਜਾਬ ਦਾ ਅੱਧੇ ਤੋਂ ਘੱਟ (47.31% 2021-22 ਵਿੱਚ) ਆਲੂ ਰਕਬਾ (52.1 ਹਜ਼ਾਰ ਹੈਕਟੇਅਰ) ਮਿਲਦਾ ਹੈ। ਆਲੂਆਂ ਦੀ ਵਪਾਰਕ ਖੇਤੀ ਵਿੱਚ ਸਿੰਜਾਈ ਦੀ ਅਹਿਮ ਭੂਮਿਕਾ ਹੈ।

ਜਲੰਧਰ ਜ਼ਿਲ੍ਹਾ ਆਮ ਕਰਕੇ ਆਲੂਆਂ ਦਾ ਸਭ ਤੋਂ ਵੱਡਾ ਉਤਪਾਦਕ ਹੈ। 2013-14 ਅਨੁਸਾਰ ਜਲੰਧਰ ਜ਼ਿਲ੍ਹੇ ਵਿੱਚ 5.23 ਲੱਖ ਮੀਟਰਕ ਟਨ (ਬਿਸਤ ਦੋਆਬ ਦੇ 47.01% ਅਤੇ ਪੰਜਾਬ ਦੇ 23.89% ਆਲੂ) 20,000 ਹੈਕਟੇਅਰ ਭੂਮੀ (ਰਾਜ ਵਿੱਚ ਸਭ ਤੋਂ ਵੱਧ = ਰਾਜ ਦੀ 22.94% ਭੂਮੀ) ਵਿੱਚ ਪੈਦਾ ਕੀਤੇ ਗਏ ਸਨ। 2006-07 ਦੌਰਾਨ ਜਲੰਧਰ ਦਾ ਜ਼ਿਲ੍ਹਾ ਰਾਜ ਵਿੱਚ ਕਪੂਰਥਲਾ ਜ਼ਿਲ੍ਹੇ ਤੋਂ ਬਾਅਦ ਦੂਜਾ ਵੱਡਾ (2004-05 ਵਿੱਚ ਪਹਿਲੇ ਨੰਬਰ ਤੇ ਸੀ) ਆਲੂ ਉਤਪਾਦਕ ਸੀ। 2021-22 ਵਿੱਚ ਜਲੰਧਰ ਜ਼ਿਲ੍ਹੇ ਨੇ 6.63 ਲੱਖ ਮੀ. ਟਨ ਆਲੂ (ਪੰਜਾਬ ਦੇ 21.74% ਆਲੂ) 23,600 ਹੈਕਟੇਅਰ ਜ਼ਮੀਨ ਵਿੱਚ ਪੈਦਾ ਕੀਤੇ ਸਨ। ਜਲੰਧਰ ਜ਼ਿਲ੍ਹੇ ਵਿੱਚ ਦੋਮਟ ਮਿੱਟੀ ਅਤੇ ਸਿੰਜਾਈ ਦੀਆਂ ਵਿਸ਼ਾਲ (ਟਿਊਬਵੈਲਾਂ ਅਤੇ ਕੁੱਝ ਨਹਿਰਾਂ ਰਾਹੀਂ ਵੀ) ਸਹੂਲਤਾਂ ਆਲੂ ਦੀ ਖੇਤੀ ਲਈ ਬਹੁਤ ਅਨੁਕੂਲ ਹਨ। ਜਲੰਧਰ-II (5252 ਹੈਕਟੇਅਰ), ਨਕੋਦਰ (5100 ਹੈਕਟੇਅਰ), ਜਲੰਧਰ-I (4405 ਹੈਕਟੇਅਰ) 2012-13 ਅਨੁਸਾਰ) ਅਤੇ ਸ਼ਾਹਕੋਟ (4266 ਹੈਕਟੇਅਰ) ਤਹਿਸੀਲਾਂ ਆਲੂ ਦੀ ਕਾਸ਼ਤ ਲਈ ਮਹੱਤਵਪੂਰਣ ਹਨ। ਜਲੰਧਰ ਸ਼ਹਿਰ ਅਤੇ ਛੌਣੀ ਦੀ ਵੱਡੀ ਸ਼ਹਿਰੀ ਆਬਾਦੀ ਅਤੇ ਜ਼ਿਲ੍ਹੇ ਦੀ ਸਮੁੱਚੀ ਉੱਚੀ ਘਣਤਾ (836 ਵਿਅਕਤੀ ਪ੍ਰਤੀ ਵਰਗ ਕਿਲੋਮੀਟਰ) ਵੀ ਖਪਤ ਦੀ ਵੱਡੀ ਮੰਡੀ ਪ੍ਰਦਾਨ ਕਰਦੇ ਹਨ। ਫਿਲੌਰ ਤਹਿਸੀਲ ਵਿੱਚ ਘੱਟ ਆਲੂ ਕਾਸ਼ਤ (1748 ਹੈਕਟੇਅਰ) ਕੀਤੇ ਜਾਂਦੇ ਹਨ।

ਕਪੂਰਥਲਾ—2006-07 ਅਨੁਸਾਰ ਕਪੂਰਥਲਾ ਦਾ ਜ਼ਿਲ੍ਹਾ ਪੰਜਾਬ ਵਿੱਚ ਆਲੂਆਂ ਦਾ **ਸਭ ਤੋਂ ਵੱਡਾ** (22.8% = 3.08 ਲੱਖ ਮੀ. ਟਨ) ਉਤਪਾਦਕ ਸੀ। 2004-05 ਵਿੱਚ ਅਤੇ ਆਮ ਕਰਕੇ ਇਹ ਜ਼ਿਲ੍ਹਾ ਰਾਜ ਵਿੱਚ ਆਲੂਆਂ ਦਾ ਤੀਜਾ ਵੱਡਾ ਉਤਪਾਦਕ ਹੁੰਦਾ ਹੈ। 2015-16 ਵਿੱਚ ਕਪੂਰਥਲਾ ਨੇ ਬਿਸਤ ਦੋਆਬ ਦੇ 12.08% ਆਲੂ 11000 ਹੈਕਟੇਅਰ ਭੂਮੀ ਵਿੱਚੋਂ ਪੈਦਾ ਕੀਤੇ ਸਨ। 2021-22 ਵਿੱਚ ਉਤਪਾਦਨ 2.86 ਲੱਖ ਮੀ. ਟਨ ਦਾ ਸੀ। ਵੱਧ ਉਤਪਾਦਨ ਹੋਣ ਦਾ ਵੱਡਾ ਕਾਰਨ ਇੱਥੇ ਕਈ ਜ਼ਿਲ੍ਹਿਆਂ ਨਾਲੋਂ ਵੱਧ ਪ੍ਰਤੀ ਹੈਕਟੇਅਰ ਝਾੜ (259.59 ਕਿਉਂਟਲ ਪ੍ਰਤੀ ਹੈਕਟੇਅਰ) ਪ੍ਰਾਪਤ ਹੋਣਾ ਹੈ।

ਕਪੂਰਥਲਾ ਜ਼ਿਲ੍ਹੇ ਵਿੱਚ ਆਲੂਆਂ ਦੀ ਸਭ ਤੋਂ ਵੱਧ ਕਾਸ਼ਤ **ਕਪੂਰਥਲਾ** ਤਹਿਸੀਲ ਵਿੱਚ ਹੁੰਦੀ ਹੈ। 2015-16 ਅਨੁਸਾਰ ਇੱਥੇ 7690 ਹੈਕਟੇਅਰ ਭੂਮੀ (ਜ਼ਿਲ੍ਹੇ ਦਾ 69.85% ਖੇਤਰ) ਵਿੱਚ ਆਲੂ ਕਾਸ਼ਤ ਕੀਤੇ ਗਏ ਸਨ। ਫਗਵਾੜਾ (303 ਹੈਕਟੇਅਰ) ਅਤੇ ਸੁਲਤਾਨਪੁਰ ਲੋਧੀ (3804 ਹੈਕਟੇਅਰ) ਤਹਿਸੀਲਾਂ ਵਿੱਚ ਵੀ ਕਾਫੀ ਵੱਡੇ ਖੇਤਰ ਵਿੱਚ ਆਲੂ ਕਾਸ਼ਤ ਕੀਤੇ ਜਾਂਦੇ ਹਨ।

ਹੁਸ਼ਿਆਰਪੁਰ ਦਾ ਜ਼ਿਲ੍ਹਾ—ਹੁਸ਼ਿਆਰਪੁਰ ਦਾ ਜ਼ਿਲ੍ਹਾ ਬਿਸਤ ਦੋਆਬ ਵਿੱਚ ਆਲੂ ਦਾ ਦੂਜਾ ਵੱਡਾ (ਦੋਆਬੇ ਦਾ 31.40% ਆਲੂ) ਉਤਪਾਦਕ ਹੈ। 2015-16 ਵਿੱਚ ਇਸ ਜ਼ਿਲ੍ਹੇ ਵਿੱਚ 0.57 ਲੱਖ ਮੀ. ਟਨ (ਪੰਜਾਬ ਦੇ 2.41%) ਆਲੂ ਪੈਦਾ ਕੀਤੇ ਸਨ। ਜ਼ਿਲ੍ਹੇ ਵਿੱਚ ਆਲੂ ਦੀ ਫਸਲ ਹੇਠ 2015-16 ਨੂੰ 2300 ਹੈਕਟੇਅਰ ਰਕਬਾ ਸੀ।

ਹੁਸ਼ਿਆਰਪੁਰ ਤਹਿਸੀਲ ਜ਼ਿਲ੍ਹੇ ਵਿੱਚ ਆਲੂ ਦੀ ਵੱਡੀ ਉਤਪਾਦਕ ਹੈ। 2015-16 ਅਨੁਸਾਰ ਇੱਥੇ 926 ਹੈਕਟੇਅਰ ਭੂਮੀ (41.0% ਜ਼ਿਲ੍ਹੇ ਦਾ) ਵਿੱਚ ਆਲੂ ਪੈਦਾ ਕੀਤੇ ਗਏ ਸਨ। ਅਨੁਕੂਲ ਦੋਮਟ ਜਾਂ ਰੇਤਲੀ ਦੋਮਟ ਮਿੱਟੀ ਅਤੇ ਲੋੜੀਂਦੀਆਂ ਸਿੰਜਾਈ ਸਹੂਲਤਾਂ ਤੋਂ ਬਿਨਾਂ ਹੁਸ਼ਿਆਰਪੁਰ ਸ਼ਹਿਰ ਅਤੇ ਤਹਿਸੀਲ ਦੀ ਚੰਡੀਗੜ੍ਹ ਅਤੇ ਦਿੱਲੀ ਦੀਆਂ ਆਲੂ ਮੰਡੀਆਂ ਵਿੱਚ ਪਹੁੰਚਣ ਲਈ ਪਠਾਨਕੋਟ-ਹੁਸ਼ਿਆਰਪੁਰ-ਚੰਡੀਗੜ੍ਹ-ਦਿੱਲੀ ਵੱਡੇ ਅਤੇ ਸਿੱਧੇ (ਲੰਬਾਈ ਅਨੁਸਾਰ) ਮਾਰਗ ਉੱਤੇ ਸਥਿਤੀ ਦਾ ਹੋਣਾ ਵੀ ਮਹੱਤਵਪੂਰਣ ਹੈ। ਆਲੂ ਇਨ੍ਹਾਂ ਮੰਡੀਆਂ ਵਿੱਚ ਟਰੱਕ ਆਵਾਜਾਈ ਰਾਹੀਂ ਵੇਚਣ ਲਈ ਭੇਜੇ ਜਾਂਦੇ ਹਨ।

ਗੜ੍ਹਸ਼ੰਕਰ ਦੀ ਤਹਿਸੀਲ (1128 ਹੈਕਟੇਅਰ) ਅਤੇ ਦਸੂਹਾ (206 ਹੈਕਟੇਅਰ) ਤਹਿਸੀਲਾਂ ਵਿੱਚ ਵੀ ਆਲੂ ਕਾਸ਼ਤ ਕੀਤੇ ਜਾਂਦੇ ਹਨ।

ਐਸ.ਬੀ.ਐਸ. ਨਗਰ ਜ਼ਿਲ੍ਹਾ—ਇਹ ਜ਼ਿਲ੍ਹਾ ਆਲੂਆਂ ਦਾ ਛੋਟਾ ਉਤਪਾਦਕ (2015-16 ਅਨੁਸਾਰ 25,900 ਮੀ. ਟਨ, ਪ੍ਰਦੇਸ਼ ਦੇ 2.57% ਆਲੂ) ਹੈ। ਇੱਥੇ ਆਲੂ ਦੀ ਫਸਲ ਹੇਠ 1000 ਹੈਕਟੇਅਰ ਭੂਮੀ ਹੈ। ਆਲੂ ਮੁੱਖ ਤੌਰ ਤੇ ਉਪਜਾਊ ਦੋਮਟ ਅਤੇ ਜ਼ਿਆਦਾ ਸਿੰਜਾਈ ਸਹੂਲਤਾਂ ਵਾਲੀ ਨਵਾਂਸ਼ਹਿਰ ਤਹਿਸੀਲ (2015-16 ਅਨੁਸਾਰ 518 ਹੈਕਟੇਅਰ) ਵਿੱਚ ਕਾਸ਼ਤ ਕੀਤੇ ਜਾਂਦੇ ਹਨ। ਬਲਾਚੌਰ ਤਹਿਸੀਲ ਬਹੁਤ ਘੱਟ (190 ਹੈਕਟੇਅਰ ਭੂਮੀ) ਖੇਤਰ ਵਿੱਚ ਆਲੂ ਕਾਸ਼ਤ ਕੀਤੇ ਜਾਂਦੇ ਹਨ। ਬੰਗਾ ਤਹਿਸੀਲ ਵਿੱਚ ਆਲੂ ਦੀ ਕਾਸ਼ਤ ਹੇਠ 310 ਹੈਕਟੇਅਰ ਰਕਬਾ ਹੈ।

ਫਲਾਂ ਦੀ ਕਾਸ਼ਤ (FRUITS CULTIVATION)

ਦੋਆਬੇ ਦੇ ਅਰਧ-ਪਹਾੜੀ ਜ਼ਿਲ੍ਹੇ ਹੁਸ਼ਿਆਰਪੁਰ ਅਤੇ ਐਸ.ਬੀ.ਐਸ. ਨਗਰ ਫਲਾਂ ਦੀ ਖੇਤੀ (horticulture) ਲਈ ਬਹੁਤ ਅਨੁਕੂਲ ਹਨ। ਅੱਛੀ ਕਿਸਮ ਦੇ ਅੰਗੂਰਾਂ ਅਤੇ ਆਲੂ ਬੁਖਾਰਾ (pulms) ਨੂੰ ਛੱਡ ਕੇ ਮੈਦਾਨੀ ਅਤੇ ਅਰਧ-ਪਹਾੜੀ ਖੇਤਰ ਦੇ ਸਭ ਫਲ ਬਿਸਤ ਦੋਆਬ ਵਿੱਚ ਕਾਸ਼ਤ ਕੀਤੇ ਜਾਂਦੇ ਹਨ। 2008-09 ਅਨੁਸਾਰ ਬਿਸਤ ਦੋਆਬ ਵਿੱਚ ਪੰਜਾਬ ਦਾ 17.50% ਫਲ ਰਕਬਾ ਅਤੇ 16.9% ਕੁੱਲ ਫਲ ਉਤਪਾਦਨ ਹੋਇਆ ਸੀ। 2015-16 ਅਨੁਸਾਰ ਦੋਆਬੇ ਵਿੱਚ ਪੰਜਾਬ ਦਾ 15.50% ਫਲ ਰਕਬਾ ਅਤੇ 15.54% ਫਲ ਉਤਪਾਦਨ ਸੀ। 2021-22 ਵਿੱਚ ਬਿਸਤ ਦੋਆਬ ਨੇ ਪੰਜਾਬ ਦੇ 10.40% ਫਲ ਰਕਬੇ ਵਿੱਚੋਂ ਪੰਜਾਬ ਦੇ 9.28% ਫਲ (1,98,746 ਮੀ. ਟਨ) ਪੈਦਾ ਕੀਤੇ ਸਨ।

ਕਿੰਨੂ, ਅੰਬ, ਅਮਰੂਦ, ਆੜੂ, ਨਾਸ਼ਪਤੀ, ਬੇਰ, ਲੀਚੀ ਆਦਿ ਬਿਸਤ ਦੋਆਬ ਦੇ ਮੁੱਖ ਫਲ ਹਨ। ਫਲਾਂ ਲਈ ਮੁੱਖ ਤੌਰ ਤੇ **ਹੁਸ਼ਿਆਰਪੁਰ ਦਾ ਜ਼ਿਲ੍ਹਾ** (57.16% ਕੁੱਲ ਫਲ, ਉਤਪਾਦਨ ਅਤੇ 54.63% ਕੁੱਲ ਫਲ ਰਕਬਾ ਬਿਸਤ ਦੋਆਬ ਦਾ) ਫਲਾਂ ਦੀ ਕਾਸ਼ਤ ਲਈ ਮਹੱਤਵਪੂਰਣ ਹੈ। **ਜਲੰਧਰ** ਦਾ ਜ਼ਿਲ੍ਹਾ ਦੂਜੇ ਨੰਬਰ ਤੇ ਹੈ। ਐਸ.ਬੀ.ਐਸ. ਨਗਰ ਅਤੇ ਕਪੂਰਥਲਾ ਦੇ ਜ਼ਿਲ੍ਹੇ ਛੋਟੇ ਫਲ ਉਤਪਾਦਕ ਹਨ।

ਹੁਸ਼ਿਆਰਪੁਰ ਜ਼ਿਲ੍ਹਾ—ਇਹ ਜ਼ਿਲ੍ਹਾ ਬਿਸਤ ਦੋਆਬ ਦਾ **ਮੁੱਖ ਫਲ ਉਤਪਾਦਕ** (ਲਗਭਗ 57.16%) ਅਤੇ ਪੰਜਾਬ ਦਾ ਫਿਰੋਜ਼ਪੁਰ ਤੋਂ ਬਾਅਦ ਦੂਜਾ ਵੱਡਾ ਫਲ ਉਤਪਾਦਕ ਹੈ। 2015-16 ਅਨੁਸਾਰ ਹੁਸ਼ਿਆਰਪੁਰ ਜ਼ਿਲ੍ਹੇ ਵਿੱਚ ਬਿਸਤ ਦੋਆਬ ਦਾ 71.11% ਫਲ ਰਕਬਾ (ਪੰਜਾਬ ਦਾ 1.02%) ਅਤੇ 73.12% ਫਲ ਉਤਪਾਦਨ (ਪੰਜਾਬ ਦਾ 11.36%) ਪ੍ਰਾਪਤ ਹੋਇਆ ਸੀ। 2021-22 ਅਨੁਸਾਰ ਹੁਸ਼ਿਆਰਪੁਰ ਜ਼ਿਲ੍ਹਾ ਪੰਜਾਬ ਵਿੱਚ ਕਿੰਨੂ, ਅੰਬ ਅਤੇ ਲੀਚੀ ਦਾ ਤੀਜਾ ਸਭ ਤੋਂ ਵੱਡਾ ਉਤਪਾਦਕ ਸੀ। ਇਸ ਸਾਲ ਇਸ ਜ਼ਿਲ੍ਹੇ ਵਿੱਚ 1,38,054 ਮੀ. ਟਨ ਕਿੰਨੂ ਤੇ 23,688 ਮੀ. ਟਨ ਅੰਬ ਪੈਦਾ ਕੀਤੇ ਗਏ ਸਨ। 2021-22 ਵਿੱਚ ਹੁਸ਼ਿਆਰਪੁਰ ਜ਼ਿਲ੍ਹੇ ਨੇ 2681 ਮੀ. ਟਨ ਆੜੂ ਪੈਦਾ ਕੀਤੇ ਸਨ। ਇੱਥੇ 4683 ਮੀ. ਟਨ ਅਮਰੂਦ, 9657 ਮੀ. ਟਨ ਲੀਚੀ, 4104 ਮੀ. ਟਨ ਨਾਸ਼ਪਤੀ ਅਤੇ 492 ਮੀ. ਟਨ ਬੇਰ ਪੈਦਾ ਕੀਤੇ ਸਨ। ਇਹ ਸਭ ਫਲ ਜ਼ਿਆਦਾਤਰ ਕੰਢੀ ਪ੍ਰਦੇਸ਼ ਵਿੱਚ ਪੈਦਾ ਕੀਤੇ ਜਾਂਦੇ ਹਨ। 2021-22 ਵਿੱਚ ਇਥੇ 54,809 ਟਨ ਕਿੰਨੂ ਪੈਦਾ ਕੀਤਾ ਗਿਆ ਸੀ।

ਜਲੰਧਰ—ਜ਼ਿਲ੍ਹਾ ਫਲਾਂ ਦੀ ਕਾਸ਼ਤ ਲਈ ਦੂਜੇ ਨੰਬਰ ਤੇ ਆਉਂਦਾ ਹੈ। 2021-22 ਵਿੱਚ ਇੱਥੇ 40,586 ਮੀ. ਟਨ ਕੁੱਲ ਫਲ (ਦੋਆਬੇ ਦੇ 20.42%), 2057 ਹੈਕਟੇਅਰ ਭੂਮੀ ਵਿੱਚੋਂ ਪੈਦਾ ਕੀਤੇ ਗਏ ਸਨ। ਜਲੰਧਰ ਦਾ ਜ਼ਿਲ੍ਹਾ ਅਮਰੂਦ (13,560 ਮੀ. ਟਨ), ਨਾਸ਼ਪਤੀ (6558 ਮੀ. ਟਨ), ਆੜੂ (2935 ਟਨ), ਬੇਰ (816 ਮੀ. ਟਨ), ਕਿੰਨੂ (7081 ਮੀ. ਟਨ) ਅਤੇ ਅੰਬ (2685 ਮੀ. ਟਨ) ਦੀ ਕਾਸ਼ਤ ਲਈ ਮਹੱਤਵਪੂਰਣ ਹੈ। ਇੱਥੇ ਨਿੰਬੂ ਅਤੇ ਸੰਗਤਰੇ ਵੀ ਕਾਸ਼ਤ ਕੀਤੇ ਜਾਂਦੇ ਹਨ।

ਐਸ.ਬੀ.ਐਸ. ਨਗਰ ਜ਼ਿਲ੍ਹਾ ਬਿਸਤ ਦੋਆਬ ਵਿੱਚ ਫਲਾਂ ਦਾ ਤੀਜਾ ਵੱਡਾ ਉਤਪਾਦਕ (ਬਿਸਤ ਦੋਆਬ ਦੇ 15.87%) ਹੈ। ਇੱਥੇ ਕਿੰਨੂ (4942 ਮੀ. ਟਨ), ਅੰਬ (2916 ਮੀ. ਟਨ), ਲੀਚੀ (422 ਮੀ. ਟਨ), ਨਾਸ਼ਪਤੀ, ਆੜੂ (10,123 ਮੀ. ਟਨ = ਪੰਜਾਬ ਵਿੱਚ ਸਭ ਤੋਂ ਵੱਧ) ਅਤੇ ਬੇਰ ਪੈਦਾ ਕੀਤੇ ਜਾਂਦੇ ਹਨ। **ਕਪੂਰਥਲਾ** ਜ਼ਿਲ੍ਹਾ ਫਲਾਂ ਦਾ ਛੋਟਾ ਉਤਪਾਦਕ ਹੈ (ਦੋਆਬੇ ਦਾ 6.55%)। ਇੱਥੇ ਭਾਵੇਂ ਸਾਰੇ ਫਲ ਕਾਸ਼ਤ ਕੀਤੇ ਜਾਂਦੇ ਹਨ ਪਰੰਤੂ ਕਿੰਨੂ (1808 ਮੀ. ਟਨ), ਅੰਬ (1485 ਮੀ. ਟਨ), ਅਮਰੂਦ (3949 ਮੀ. ਟਨ), ਨਾਸ਼ਪਤੀ ਅਤੇ ਬੇਰ ਦੀ ਕਾਸ਼ਤ ਜ਼ਿਆਦਾ ਮਹੱਤਵਪੂਰਣ ਹੈ। ਇਹ ਅੰਕੜੇ 2021-22 ਅਨੁਸਾਰ ਹਨ।

ਸਿੰਜਾਈ (IRRIGATION)

ਦੋਆਬੇ ਦੇ ਬਿਲਕੁਲ ਪੂਰਬੀ ਭਾਗ ਵਿੱਚ ਪਹਾੜੀਆਂ ਹਨ ਪਰੰਤੂ ਜ਼ਿਆਦਾਤਰ ਦੋਆਬਾ ਪੱਧਰਾ ਮੈਦਾਨ ਹੈ। ਸ਼ਿਵਾਲਕ ਦੇ ਪੈਰਾਂ ਵਿੱਚ ਸਥਿਤ ਹੋਣ ਕਾਰਨ ਭੂਮੀਗਤ ਜਲ ਭੰਡਾਰ ਕਾਫੀ ਹਨ। ਪੂਰਬੀ ਭਾਗਾਂ ਵਿੱਚ ਚੋਆਂ ਦੀ ਭਰਮਾਰ ਕਾਰਨ ਜ਼ਮੀਨ ਮਾਮੂਲੀ ਉੱਚੀ-ਨੀਵੀਂ ਹੈ। ਸਮੁੱਚੇ ਤੌਰ ਤੇ ਦੋਆਬੇ ਦੇ ਵੱਡੇ ਖੇਤਰ (6.73 ਲੱਖ ਹੈਕਟੇਅਰ) ਵਿੱਚ ਸਿੰਜਾਈ ਸਹੂਲਤਾਂ ਉਪਲਬੱਧ ਹਨ। ਸੁਤੰਤਰਤਾ ਤੱਕ ਖੂਹ ਸਿੰਜਾਈ ਦੇ ਮੁੱਖ ਸਾਧਨ ਹਨ। ਹੁਣ ਟਿਊਬਵੈਲ ਹਰ ਥਾਂ ਮਿਲਦੇ ਹਨ। ਦੋ ਨਹਿਰਾਂ ਵੀ ਮਾਮੂਲੀ ਜਿਹੀ ਸਿੰਜਾਈ ਪ੍ਰਦਾਨ ਕਰਦੀਆਂ ਹਨ।

ਬਿਸਤ ਦੋਆਬ ਵਿੱਚ ਵੱਡਾ ਖੇਤਰ ਸਿੰਜਾਈ ਸਹੂਲਤਾਂ ਹੇਠ ਹੈ। 2015-16 ਅਨੁਸਾਰ ਦੋਆਬੇ ਵਿੱਚ ਨਿਰੋਲ ਬੀਜਾ ਰਕਬਾ (Net Area Sown) ਦੇ 100.0% ਵਿੱਚ ਸਿੰਜਾਈ ਉਪਲਬੱਧ ਸੀ। ਇਹ ਪ੍ਰਤੀਸ਼ਤਤਾ ਪੰਜਾਬ ਲਈ ਔਸਤ ਪ੍ਰਤੀਸ਼ਤਤਾ 99.0 ਤੋਂ ਜ਼ਿਆਦਾ ਹੈ। ਕਪੂਰਥਲਾ ਜ਼ਿਲ੍ਹੇ ਵਿੱਚ 100%, ਐਸ.ਬੀ.ਐਸ. ਨਗਰ ਵਿੱਚ 100% ਅਤੇ ਜਲੰਧਰ ਜ਼ਿਲ੍ਹੇ ਵਿੱਚ 100% ਨਿਰੋਲ ਬੀਜੇ ਰਕਬੇ ਵਿੱਚ ਸਿੰਜਾਈ ਉਪਲਬੱਧ ਹੈ (2015-16)। ਪਰੰਤੂ ਪੂਰਬੀ ਅਰਧ ਪਹਾੜੀ ਜਿਲ੍ਹਿਆਂ ਹੁਸ਼ਿਆਰਪੁਰ ਵਿੱਚ ਜਿੱਥੇ ਸ਼ਿਵਾਲਕ ਪਹਾੜੀਆਂ ਅਤੇ ਕੰਢੀ ਪ੍ਰਦੇਸ਼ ਹੈ, ਅਜਿਹੀ ਪ੍ਰਤੀਸ਼ਤਤਾ ਵੀ 100 ਸੀ। ਪ੍ਰੰਤੂ 2021-22 ਅਨੁਸਾਰ ਵੀ ਚਾਰੇ ਜ਼ਿਲਿਆਂ ਵਿੱਚ 100% ਨਿਰੋਲ ਬੀਜਿਆ ਰਕਬਾ ਸਿੰਜਾਈ ਹੇਠ ਸੀ।

ਕੁੱਲ ਸਿੰਜਿਆ ਰਕਬਾ ਬਿਲਕੁਲ ਪੱਧਰੇ ਜ਼ਿਲ੍ਹੇ ਜਲੰਧਰ ਵਿੱਚ 2021-22 ਅਨੁਸਾਰ 2.42 ਲੱਖ ਹੈਕਟੇਅਰ ਅਤੇ ਨਾਲ ਲੱਗਦੇ ਵੱਡੇ ਹੁਸ਼ਿਆਰਪੁਰ ਜ਼ਿਲ੍ਹੇ ਵਿੱਚ 2.05 ਲੱਖ ਹੈਕਟੇਅਰ ਹੈ। ਪਰੰਤੂ ਛੋਟੇ ਜ਼ਿਲ੍ਹਿਆਂ ਕਪੂਰਥਲਾ ਵਿੱਚ 1.32 ਲੱਖ ਹੈਕਟੇਅਰ ਅਤੇ ਐਸ.ਬੀ.ਐਸ. ਨਗਰ ਵਿੱਚ 99 ਹਜ਼ਾਰ ਹੈਕਟੇਅਰ ਹੈ।

ਦੋਆਬੇ ਵਿੱਚ ਸਿੰਜਾਈ ਦਾ ਮੁੱਖ ਸਾਧਨ **ਟਿਊਬਵੈਲ** ਹਨ। 2015-16 ਵਿੱਚ ਦੋਆਬੇ ਦੇ ਕੁੱਲ ਸਿੰਜੇ ਰਕਬੇ ਦੇ 98.5% ਵਿੱਚ ਟਿਊਬਵੈਲਾਂ ਰਾਹੀਂ ਸਿੰਜਾਈ ਹੋਈ ਸੀ। ਸਭ ਤੋਂ ਵੱਧ ਟਿਊਬਵੈਲ ਜਲੰਧਰ ਜ਼ਿਲ੍ਹੇ (86,629) ਵਿੱਚ ਹਨ। ਕਪੂਰਥਲਾ ਜ਼ਿਲ੍ਹੇ ਵਿੱਚ 2021-22 ਅਨੁਸਾਰ 54,785 ਬਿਜਲੀ ਨਾਲ ਚੱਲਣ ਵਾਲੇ ਟਿਊਬਵੈਲ ਸਨ। ਇਸ ਹੀ ਸਾਲ ਹੁਸ਼ਿਆਰਪੁਰ ਜ਼ਿਲ੍ਹੇ ਵਿੱਚ ਇਨ੍ਹਾਂ ਦੀ ਗਿਣਤੀ 55,225 ਤੇ ਸਭ ਤੋਂ ਘੱਟ 29,233 ਟਿਊਬਵੈਲ ਐਸ.ਬੀ.ਐਸ. ਨਗਰ ਜ਼ਿਲ੍ਹੇ ਵਿੱਚ (ਨਕਸ਼ਾ ਨੰ. 70) ਸਨ।

2021-22 ਅਨੁਸਾਰ ਦੋਆਬੇ ਦੇ 6.73 ਲੱਖ ਹੈਕਟੇਅਰ ਰਕਬੇ ਵਿਚੋਂ 6.70 ਲੱਖ ਹੇਕਟ: ਰਕਬੇ ਵਿੱਚ (99.55%) ਟਿਊਬਵੈਲਾਂ ਰਾਹੀਂ ਸਿਜਾਈ ਹੋਈ ਸੀ। ਕਪੂਰਥਲਾ ਅਤੇ ਜਲੰਧਰ ਜ਼ਿਲਿਆਂ ਵਿੱਚ 100.0% ਸਿੰਜੇ ਰਕਬੇ ਵਿੱਚ, ਹੁਸ਼ਿਆਰਪੁਰ ਜ਼ਿਲ੍ਹੇ ਵਿੱਚ 99.02% ਰਕਬੇ ਵਿੱਚ ਅਤੇ ਐਸ.ਬੀ.ਐਸ. ਨਗਰ ਜ਼ਿਲ੍ਹੇ ਦੇ 98.94% ਰਕਬੇ ਵਿੱਚ ਟਿਊਬਵੈਲਾਂ ਰਾਹੀਂ ਸਿੰਜਾਈ ਹੁੰਦੀ ਹੈ। ਇਸ ਦਾ ਮਤਲਬ ਇਹ ਹੈ ਕਿ ਦੋਆਬੇ ਵਿੱਚ ਟਿਊਬਵੈਲ ਸਿੰਜਾਈ ਦਾ ਮੁੱਖ ਸਾਧਨ ਹਨ ਅਤੇ ਨਹਿਰੀ ਸਿੰਜਾਈ ਦੀ ਕੋਈ ਖਾਸ ਮਹੱਤਤਾ ਨਹੀਂ ਹੈ।

ਦੋਆਬੇ ਵਿੱਚ ਪਹਿਲਾਂ ਇੱਕ ਹੀ ਨਹਿਰ—**ਬਿਸਤ ਦੋਆਬ ਨਹਿਰ** ਸੀ। ਇਹ ਦਰਿਆ ਸਤਲੁਜ ਦੇ ਸੱਜੇ ਕੰਢੇ ਤੋਂ ਰੂਪਨਗਰ ਦੇ ਸਥਾਨ ਤੋਂ ਕੱਢੀ ਗਈ ਹੈ। ਇਸ ਦੀਆਂ ਦੋ ਮੁੱਖ ਬਰਾਂਚਾਂ-ਨਵਾਂਸ਼ਹਿਰ ਬਰਾਂਚ ਅਤੇ ਜਲੰਧਰ ਬਰਾਂਚ, ਮੁੱਖ ਤੌਰ ਤੇ ਜਲੰਧਰ ਅਤੇ ਐਸ.ਬੀ.ਐਸ. ਨਗਰ ਜ਼ਿਲ੍ਹਿਆਂ ਵਿੱਚ ਸਿੰਜਾਈ ਪ੍ਰਦਾਨ ਕਰਦੀਆਂ ਹਨ। ਦੋਆਬੇ ਦੀ ਦੂਜੀ ਸਿੰਜਾਈ ਨਹਿਰ **ਕੰਢੀ ਨਹਿਰ** ਹੈ ਜੋ ਤਲਵਾੜਾ ਦੇ ਸਥਾਨ ਤੋਂ ਦਰਿਆ ਬਿਆਸ ਤੋਂ ਕੱਢੀ ਗਈ ਹੈ। ਇਹ ਨਹਿਰ ਹੁਸ਼ਿਆਰਪੁਰ ਜ਼ਿਲ੍ਹੇ ਦੇ ਕੰਢੀ ਖੇਤਰ ਵਿੱਚ ਸਿੰਜਾਈ ਕਰਦੀ ਹੈ। ਇਸ ਸਮੇਂ ਇਹ ਕਾਫੀ ਲੰਬਾਈ ਤੱਕ ਮੁਕੰਮਲ ਹੋ ਚੁੱਕੀ ਹੈ। ਇਸ ਤੋਂ ਅੱਗੇ ਇਹ ਬਲਾਚੌਰ ਤੱਕ ਜਾਵੇਗੀ। ਇਹ ਦਸੂਹਾ ਤੇ ਹੁਸ਼ਿਆਰਪੁਰ ਤਹਿਸੀਲਾਂ ਵਿੱਚ ਸਿੰਜਾਈ ਪ੍ਰਦਾਨ ਕਰਦੀ ਹੈ। ਇਨ੍ਹਾਂ ਤੋਂ ਬਿਨਾਂ ਛੋਟੇ ਚੈਕ ਡੈਮਾਂ ਤੋਂ ਵੀ ਸਥਾਨਕ ਸਿੰਜਾਈ ਲਈ ਕੁੱਝ **ਛੋਟੀਆਂ ਨਹਿਰਾਂ** ਹੁਸ਼ਿਆਰਪੁਰ ਜ਼ਿਲ੍ਹੇ ਦੇ ਕੰਢੀ ਪ੍ਰਦੇਸ਼ ਵਿੱਚ ਬਣਾਈਆਂ ਗਈਆਂ ਹਨ। ਦਰਿਆ ਬਿਆਸ ਵਿੱਚੋਂ ਹੀ ਕੱਢੀ ਗਈ **ਸ਼ਾਹ ਨਹਿਰ** ਤੋਂ ਵੀ ਮੁਕੇਰੀਆਂ ਤਹਿਸੀਲ ਅਤੇ ਦਸੂਹਾ ਖੇਤਰ ਵਿੱਚ ਕੁੱਝ ਸਿੰਜਾਈ ਹੁੰਦੀ ਹੈ।

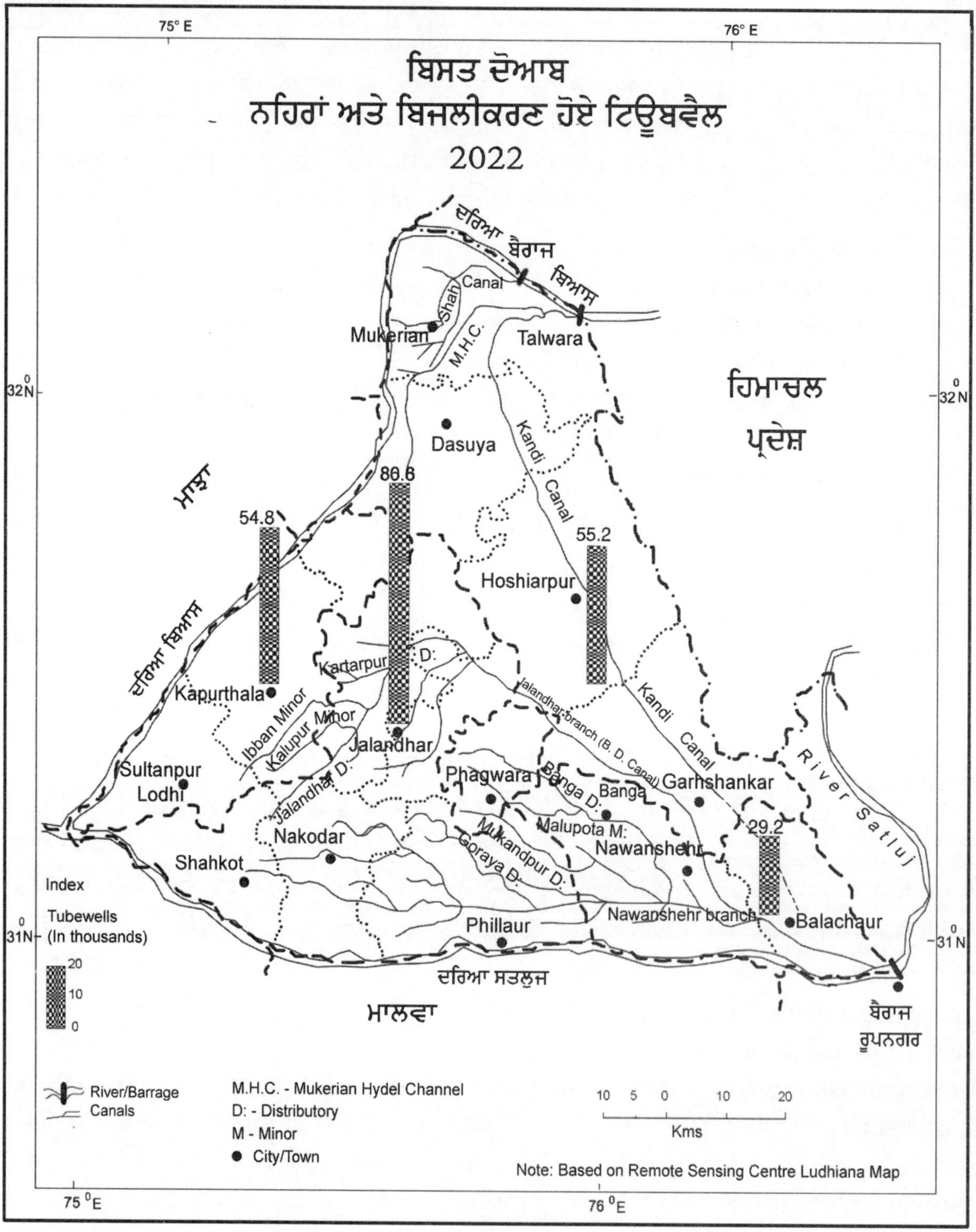
ਬਿਸਤ ਦੋਆਬ
ਨਹਿਰਾਂ ਅਤੇ ਬਿਜਲੀਕਰਣ ਹੋਏ ਟਿਊਬਵੈਲ
2022
75° E
76° E
32°N
31°N
ਦਰਿਆ ਬਿਆਸ
ਬੈਰਾਜ
Shah Canal
M.H.C.
Mukerian
Talwara
ਹਿਮਾਚਲ ਪ੍ਰਦੇਸ਼
Dasuya
Kandi Canal
ਮਾਝਾ
80.6
54.8
55.2
Hoshiarpur
Kartarpur
D:
Kapurthala
Ibban Minor
Kalupur Minor
Jalandhar
Jalandhar branch (B. D. Canal)
Garhshankar
River Satluj
Sultanpur Lodhi
Jalandhar D.
Phagwara
Banga D.
Banga
Malupota M:
Nawanshehr
29.2
Nakodar
Mukandpur D.
Goraya D.
Shahkot
Nawanshehr branch
Balachaur
Phillaur
ਦਰਿਆ ਸਤਲੁਜ
ਮਾਲਵਾ
ਬੈਰਾਜ ਰੂਪਨਗਰ
Index
Tubewells (In thousands)
20
10
0
River/Barrage
Canals
M.H.C. - Mukerian Hydel Channel
D: - Distributory
M - Minor
City/Town
10 5 0 10 20
Kms
Note: Based on Remote Sensing Centre Ludhiana Map

Map 70

ਨਹਿਰੀ ਸਿੰਜਾਈ—ਬਿਸਤ ਦੋਆਬ ਵਿੱਚ ਨਿਰੋਲ ਬੀਜੇ ਰਕਬੇ ਦੇ ਕੇਵਲ 0.45% ਵਿੱਚ **ਨਹਿਰਾਂ** ਰਾਹੀਂ ਸਿੰਜਾਈ ਹੁੰਦੀ ਹੈ। ਇਹ ਪ੍ਰਤੀਸ਼ਤਤਾ ਹੁਸ਼ਿਆਰਪੁਰ ਜ਼ਿਲ੍ਹੇ ਲਈ 0.98% ਅਤੇ ਜਲੰਧਰ ਜ਼ਿਲ੍ਹੇ ਲਈ 0.09% ਸਾਲ 2021-22 ਅਤੇ ਐਸ.ਬੀ.ਐਸ. ਨਗਰ ਜ਼ਿਲ੍ਹੇ ਵਿੱਚ ਕੇਵਲ ਲਗਭਗ 1.1% ਨਿਰੋਲ ਬੀਜੇ ਰਕਬੇ ਵਿੱਚ ਨਹਿਰਾਂ ਨਾਲ ਸਿੰਜਾਈ ਹੁੰਦੀ ਹੈ। ਕਪੂਰਥਲਾ ਜ਼ਿਲ੍ਹੇ ਲਈ ਇਹ ਪ੍ਰਤੀਸ਼ਤਤਾ ਬਹੁਤ ਘੱਟ ਹੈ। **ਹੁਸ਼ਿਆਰਪੁਰ** ਜ਼ਿਲ੍ਹੇ ਵਿੱਚ ਨਹਿਰੀ ਸਿੰਜਾਈ ਮੁੱਖ ਤੌਰ ਤੇ **ਸ਼ਾਹ ਨਹਿਰ** ਦੀਆਂ ਸ਼ਾਖਾਵਾਂ ਰਾਹੀਂ ਮੁਕੇਰੀਆਂ ਅਤੇ ਦਸੂਹਾ ਤਹਿਸੀਲਾਂ ਵਿੱਚ ਹੁੰਦੀ ਹੈ। **ਕੰਢੀ ਨਹਿਰ** ਰਾਹੀਂ ਵੀ ਇਨ੍ਹਾਂ ਤਹਿਸੀਲਾਂ ਅਤੇ ਹੁਸ਼ਿਆਰਪੁਰ ਤਹਿਸੀਲ ਵਿੱਚ ਸਿੰਜਾਈ ਪ੍ਰਾਪਤ ਹੁੰਦੀ ਹੈ। **ਢੋਲਬਾਹਾ ਸੂਆ** (Dholbaha Canal) ਨਾਲ ਵੀ ਅਤੇ ਦੂਜੀਆਂ **ਛੋਟੀਆਂ ਨਹਿਰਾਂ ਨਾਲ** ਸਥਾਨਕ ਤੌਰ ਤੇ ਹੁਸ਼ਿਆਰਪੁਰ ਤਹਿਸੀਲ ਵਿੱਚ ਕੁੱਝ ਨਹਿਰੀ ਸਿੰਜਾਈ ਪ੍ਰਾਪਤ ਹੁੰਦੀ ਹੈ। ਬਿਸਤ ਦੋਆਬ ਨਹਿਰ (Bist Doab Canal) ਦੀ **ਜਲੰਧਰ ਬਰਾਂਚ** ਰਾਹੀਂ ਮੁੱਖ ਤੌਰ ਤੇ **ਜਲੰਧਰ ਜ਼ਿਲ੍ਹੇ** ਵਿੱਚ (ਜਲੰਧਰ-I ਅਤੇ II ਤਹਿਸੀਲਾਂ) ਅਤੇ ਕੁੱਝ ਗੜ੍ਹਸ਼ੰਕਰ ਤੋਂ ਐਸ.ਬੀ.ਐਸ. ਨਗਰ ਤਹਿਸੀਲ ਅਤੇ ਜਲੰਧਰ ਜ਼ਿਲ੍ਹੇ ਦੀਆਂ ਫਿਲੌਰ ਅਤੇ ਨਕੋਦਰ ਤਹਿਸੀਲਾਂ ਵਿੱਚ ਸਿੰਜਾਈ ਪ੍ਰਾਪਤ ਹੁੰਦੀ ਹੈ। ਕਪੂਰਥਲਾ ਤਹਿਸੀਲ ਵਿੱਚ ਜਲੰਧਰ ਬਰਾਂਚ ਤੋਂ ਤਹਿਸੀਲ ਦੇ ਪੂਰਬੀ ਭਾਗਾਂ ਵਿੱਚ ਕੁੱਝ ਨਹਿਰੀ ਸਿੰਜਾਈ ਪ੍ਰਾਪਤ ਹੁੰਦੀ (ਨਕਸ਼ਾ ਨੰਬ. 70) ਹੈ। 2021-22 ਅਨੁਸਾਰ ਹੁਸ਼ਿਆਰਪੁਰ ਜ਼ਿਲ੍ਹੇ ਦੇ 2000 ਹੈਕਟੇਅਰ ਵਿੱਚ ਐਸ.ਬੀ.ਐਸ. ਨਗਰ ਜ਼ਿਲ੍ਹੇ ਦੇ 1000 ਹੈਕਟੇਅਰ ਵਿੱਚ ਨਹਿਰੀ ਸਿੰਜਾਈ ਉਪਲਬੱਧ ਹੈ।

ਪਸ਼ੂ ਧਨ (LIVE STOCK)

ਦੋਆਬੇ ਵਿੱਚ ਰਾਜ ਦੇ 15% (1997 ਵਿੱਚ 18%) ਦੇ ਲਗਭਗ ਪਸ਼ੂ ਪਾਏ ਜਾਂਦੇ ਹਨ। 2012 ਦੀ ਪਸ਼ੂ ਗਣਨਾ ਅਨੁਸਾਰ ਦੋਆਬੇ ਵਿੱਚ ਕੁੱਲ 12 ਲੱਖ 18 ਹਜਾਰ 510 ਪਸ਼ੂ ਹਨ (2007 ਅਨੁਸਾਰ ਇਹ ਗਿਣਤੀ ਪੰਜਾਬ ਦੇ ਕੁੱਲ ਪਸ਼ੂ ਧਨ ਦਾ 15.01% ਬਣਦੀ ਹੈ। 2019 ਦੀ ਪਸ਼ੂ ਗਣਨਾ ਦੇ ਅੰਕੜਿਆਂ ਅਨੁਸਾਰ ਬਿਸਤ ਦੋਆਬ ਵਿੱਚ 2019 ਨੂੰ ਕੁੱਲ 10,30,630 ਪਸ਼ੂ ਸਨ। ਇਹ ਪੰਜਾਬ ਦੇ ਕੁੱਲ ਪਸ਼ੂ ਧਨ (70,53,150) ਦਾ 14.61% ਸੀ। ਦੋਆਬੇ ਦੇ ਕੁੱਲ ਪਸ਼ੂ ਧਨ ਵਿੱਚੋਂ 34.33% ਦੇ ਲਗਭਗ ਪਸ਼ੂ ਕੇਵਲ ਜਲੰਧਰ ਜ਼ਿਲ੍ਹੇ ਵਿੱਚ ਪਾਏ ਜਾਂਦੇ ਹਨ। 32.84% ਪਸ਼ੂ ਹੁਸ਼ਿਆਰਪੁਰ ਜ਼ਿਲ੍ਹੇ ਵਿੱਚ ਮਿਲਦੇ ਹਨ। ਇਹ ਅੰਕੜੇ 2019 ਦੀ ਪਸ਼ੂ ਗਣਨਾ ਅਨੁਸਾਰ ਹਨ। ਦੋਆਬੇ ਵਿੱਚ ਜ਼ਿਆਦਾਤਰ ਮੱਝਾਂ ਅਤੇ ਗਊਆਂ ਪਾਲੀਆਂ ਜਾਂਦੀਆਂ ਹਨ। 2019 ਅਨੁਸਾਰ ਦੋਆਬੇ ਦੇ ਕੁੱਲ ਪਸ਼ੂਆਂ ਦਾ 53.15% ਮੱਝਾਂ ਅਤੇ 42.50% ਗੋਕਾ ਸੀ। ਇਹ ਪਸ਼ੂ ਸਭ ਜ਼ਿਲ੍ਹਿਆਂ ਵਿੱਚ ਪਾਲੇ ਜਾਂਦੇ ਹਨ। ਅਰਧ ਪਹਾੜੀ ਧਰਾਤਲ ਅਤੇ ਝਾੜੀਦਾਰ ਬਨਸਪਤੀ ਕਾਰਨ ਐਸ.ਬੀ.ਐਸ. ਨਗਰ ਅਤੇ ਹੁਸ਼ਿਆਰਪੁਰ ਜ਼ਿਲ੍ਹਿਆਂ ਵਿੱਚ ਕਾਫੀ ਗਿਣਤੀ ਵਿੱਚ ਬਕਰੀਆਂ ਪਾਲੀਆਂ ਜਾਂਦੀਆਂ ਹਨ। ਪੰਜਾਬ ਦੀਆਂ 10.18% ਬੱਕਰੀਆਂ ਦੋਆਬੇ ਵਿੱਚ ਪਾਲੀਆਂ ਜਾਂਦੀਆਂ ਹਨ। ਦੋਆਬਾ ਵਿੱਚ 2012 ਦੇ ਮੁਕਾਬਲੇ 2019 ਵਿੱਚ ਗੋਕੇ ਦੀ ਪ੍ਰਤੀਸ਼ਤਤਾ 29.85% 2012 ਤੋਂ 2019 ਵਿੱਚ 42.50% ਹੋ ਗਈ ਹੈ। ਇਸ ਤੋਂ ਦੋਆਬੇ ਵਿੱਚ ਦੋਗਲੀਆਂ ਗਊਆਂ ਦੇ ਅਧਾਰਤ ਡੇਰੀ ਫਾਰਮਿੰਗ ਦੇ ਤੇਜ਼ ਵਿਕਾਸ ਦਾ ਪਤਾ ਲੱਗਦਾ ਹੈ। ਗਊਆਂ ਦੀ ਜ਼ਿਆਦਾ ਗਿਣਤੀ ਹੁਸ਼ਿਆਰਪੁਰ ਜ਼ਿਲ੍ਹੇ ਵਿੱਚ ਅਤੇ ਮੱਝਾਂ ਦੀ ਜਲੰਧਰ ਜ਼ਿਲ੍ਹੇ ਵਿੱਚ ਪਾਈ ਜਾਂਦੀ ਹੈ। 2019 ਅਨੁਸਾਰ ਹੁਸ਼ਿਆਰਪੁਰ ਜ਼ਿਲ੍ਹੇ ਵਿੱਚ 1.52 ਲੱਖ ਗਊਆਂ ਅਤੇ 1.69 ਲੱਖ ਮੱਝਾਂ ਸਨ। ਜਲੰਧਰ ਜ਼ਿਲ੍ਹੇ ਵਿੱਚ ਇਸ ਹੀ ਸਾਲ 1.51 ਲੱਖ ਗਊਆਂ ਅਤੇ 1.88 ਲੱਖ ਮੱਝਾਂ ਸਨ। ਸਭ ਤੋਂ ਘੱਟ ਮੱਝਾਂ ਐਸ.ਬੀ.ਐਸ. ਨਗਰ ਜ਼ਿਲ੍ਹੇ ਵਿੱਚ 0.88 ਲੱਖ ਅਤੇ ਗਊਆਂ 0.63 ਲੱਖ ਸਨ। ਦੋਆਬਾ ਵਿੱਚ ਬਾਕੀ ਪ੍ਰਦੇਸ਼ਾਂ ਦੀ ਤਰ੍ਹਾਂ 1997, 2003, 2007, 2012 ਅਤੇ 2012 ਦੇ ਪਸ਼ੂ ਗਣਨਾ ਵਿੱਚ ਹਰ ਅਗਲੀ ਗਣਨਾ ਵਿੱਚ ਪਸ਼ੂਆਂਦੀ ਗਿਣਤੀ ਘੱਟਦੀ ਗਈ ਹੈ।

ਉਦਯੋਗ (INDUSTRIES)

ਇਤਿਹਾਸ (History) : ਬਿਸਤ ਦੋਆਬ ਪ੍ਰਦੇਸ਼ ਵਿੱਚ **ਪਿੰਡਾਂ ਅਤੇ ਕਸਬਿਆਂ ਦੀ ਸ਼ਿਲਪਕਾਰੀ** (Craft), ਕਲਾ (Arts) ਅਤੇ ਕੁੱਝ ਨਿਰਮਾਣਕਾਰੀ (Manufacturing) ਦੇ ਰੂਪ ਵਿੱਚ ਪੁਰਾਣੇ ਸਮੇਂ ਤੋਂ ਨਿਰਮਾਣ ਦੀ **ਪਰੰਪਰਾ** (Tradition) ਚਲੀ ਆ ਰਹੀ

ਹੈ। ਪਿੰਡਾਂ ਅਤੇ ਕਸਬਿਆਂ ਦੇ ਕਾਰੀਗਰ ਜਾਂ ਮਿਸਤਰੀ (Artisans), ਸ਼ਿਲਪਕਾਰ ਅਤੇ ਦੂਜੇ ਲੋਕ ਭਾਈਚਾਰੇ (Community) ਦੀ ਵਰਤੋਂ ਲਈ, ਵੇਚਣ ਜਾਂ ਬਾਹਰ ਭੇਜਣ ਲਈ ਕਈ ਕਿਸਮਾਂ ਦੀਆਂ ਵਸਤਾਂ ਬਣਾਉਂਦੇ ਸਨ। ਵੀਹਵੀਂ ਸਦੀ ਦੇ ਚੌਥੇ ਦਹਾਕੇ ਤੱਕ ਬਿਸਤ ਦੋਆਬ ਵਿੱਚ ਪਿੰਡਾਂ ਅਤੇ ਕਸਬਿਆਂ ਦੀਆਂ ਮਹੱਤਵਪੂਰਨ ਪ੍ਰਚਲਤ ਸ਼ਿਲਪਕਲਾਵਾਂ, ਕਲਾ ਅਤੇ ਦੇਸੀ (Crude) ਨਿਰਮਾਣ ਬਾਰੇ ਸੰਖੇਪ ਜਿਹਾ ਵਰਨਣ ਹੇਠ ਦਿੱਤਾ ਗਿਆ ਹੈ।

ਸੂਤੀ ਕੱਪੜਾ ਬਣਾਉਣਾ (Cotton Taxtile) : ਮੋਟਾ ਅਤੇ ਖੁਰਦਰਾ ਸੂਤੀ ਕੱਪੜਾ (ਖੱਦਰ, ਚੌਂਸੀਆਂ, ਚਾਦਰਾਂ, ਖੇਸ ਆਦਿ) ਪਿੰਡਾਂ ਅਤੇ ਕਸਬਿਆਂ ਦੇ **ਜੁਲਾਹੇ** (Weavers) ਸਥਾਨਕ ਅਤੇ ਆਂਢ-ਗੁਆਂਢ ਦੀਆਂ ਕੱਪੜੇ ਦੀ ਲੋੜਾਂ ਪੂਰੀਆਂ ਕਰਨ ਲਈ ਬਣਾਉਂਦੇ ਸਨ। ਪਰੰਤੂ ਵਧੀਆ ਅਤੇ ਵੱਡੇ ਪੈਮਾਨੇ ਤੇ (ਵੇਚਣ ਲਈ) ਸੂਤੀ ਕੱਪੜਾ ਜਿਵੇਂ ਕਿ ਮਲਮਲ, ਸੂਫ, ਲੂੰਗੀਆਂ, ਗਬਰੂਨ, ਛੀਂਟ ਆਦਿ ਵਧੀਆ ਕੱਪੜੇ ਬਣਾਉਣ ਦਾ ਕੰਮ ਹੁਸ਼ਿਆਰਪੁਰ ਜ਼ਿਲ੍ਹੇ ਵਿੱਚ ਹਰਦੋਖਾਨਪੁਰ (ਹੁਸ਼ਿਆਰਪੁਰ ਸ਼ਹਿਰ ਕੋਲ ਅੱਜਕੱਲ ਦਾ ਪਿੰਡ), ਜੈਜੋਂ ਅਤੇ ਟਾਂਡਾ (ਉਸ ਸਮੇਂ ਕਸਬੇ) ਕਸਬਿਆਂ ਵਿੱਚ ਬਣਾਇਆ ਜਾਂਦਾ ਸੀ। ਰਾਹੋਂ ਅਤੇ ਨੂਰਮਹਿਲ (ਪੁਰਾਣੇ ਜਲੰਧਰ ਜ਼ਿਲ੍ਹੇ ਵਿੱਚ) ਵੀ ਵਧੀਆ ਕੱਪੜੇ ਬਣਾਉਣ ਲਈ ਜਾਣੇ ਜਾਂਦੇ ਸੀ। ਊਨੀ ਕੱਪੜਾ (Wool industry) ਬਣਾਉਣ ਦਾ ਕੰਮ ਵੀ ਹੁਸ਼ਿਆਰਪੁਰ ਜ਼ਿਲ੍ਹੇ ਵਿੱਚ ਮਹੱਤਵਪੂਰਨ ਸੀ। ਆਮ ਲੋਈਆਂ, ਗਲੀਚੇ, ਉੱਨ ਮਿਲਿਆ ਖੱਦਰ ਅਤੇ ਮੋਟੇ ਜਾਂ ਖੁਰਦਰੇ ਕੰਬਲ ਹੁਸ਼ਿਆਰਪੁਰ ਕਸਬੇ ਅਤੇ ਹਰਿਆਣਾ ਕਸਬੇ ਦੇ ਆਲੇ-ਦੁਆਲੇ ਦੇ ਪਿੰਡਾਂ ਵਿੱਚ ਬਣਾਏ ਜਾਂਦੇ ਸਨ। ਸਥਾਨਕ ਤੌਰ ਤੇ ਭੇਡਾਂ ਅਤੇ ਬਕਰੀਆਂ ਤੋਂ ਪ੍ਰਾਪਤ ਉੱਨ ਦੀ ਵਰਤੋਂ ਕੀਤੀ ਜਾਂਦੀ ਸੀ। ਜਲੰਧਰ ਜ਼ਿਲ੍ਹੇ ਵਿੱਚ ਬਿਲਗਾ ਦਾ ਕਸਬਾ ਕੰਬਲ ਅਤੇ ਗਲੀਚੇ ਬਣਾਉਣ ਲਈ ਮਸ਼ਹੂਰ ਸੀ।

ਰੇਸ਼ਮੀ ਕੱਪੜਾ ਅਤੇ ਕਸ਼ੀਦਾਕਾਰੀ (Silk Fabric and Embroidery Work) ਦਾ ਕੰਮ ਕੰਢੀ ਖੇਤਰ ਤੇ ਜਲੰਧਰ ਜ਼ਿਲ੍ਹੇ ਵਿੱਚ ਮਹੱਤਵਪੂਰਨ ਸੀ। ਬੇਰੀਆਂ ਦੇ ਦਰਖਤਾਂ ਉੱਪਰ ਪਲੇ ਜੰਗਲੀ ਰੇਸ਼ਮੀ ਕੀੜਿਆਂ ਤੋਂ ਪ੍ਰਾਪਤ ਰੇਸ਼ਮ, ਜਿਸ ਨੂੰ ਟਸਰ ਕਿਹਾ ਜਾਂਦਾ ਹੈ, ਦੀ ਰੇਸ਼ਮੀ ਕੱਪੜਾ ਬਣਾਉਣ ਲਈ ਵਰਤੋਂ ਕੀਤੀ ਜਾਂਦੀ ਸੀ। ਕਸ਼ੀਦਾਕਾਰੀ (ਕਢਾਈ) ਅਤੇ ਫੁਲਕਾਰੀ ਬਣਾਉਣ ਦਾ ਕੰਮ ਹਰ ਪਿੰਡ ਵਿੱਚ ਕੀਤਾ ਜਾਂਦਾ ਸੀ।

ਚਮੜੇ ਦਾ ਉਦਯੋਗ (Leather Industry) ਸਥਾਨਕ ਤੌਰ ਤੇ ਉਪਲੱਬਧ ਕਰੋਮ, ਖੱਲਾਂ ਅਤੇ ਚਮੜੇ ਉੱਪਰ ਨਿਰਭਰ ਸੀ। ਪਿੰਡਾਂ ਅਤੇ ਕਸਬਿਆਂ ਦੇ ਮੋਚੀ, ਸਿਰਾਜ ਅਤੇ ਖਟਿਕ ਸਥਾਨਕ ਚਮੜੇ ਤੋਂ ਜੁੱਤੀਆਂ, ਬੈਗ, ਕੁੱਪੀਆਂ, ਘੋੜਿਆਂ ਦਾ ਸਾਜ਼, ਕਾਠੀਆਂ ਆਦਿ ਬਣਾਉਂਦੇ ਸਨ। ਵੱਡੇ ਪੈਮਾਨੇ ਤੇ (ਨਿਰਯਾਤ ਲਈ ਵੀ) ਹੁਸ਼ਿਆਰਪੁਰ ਜ਼ਿਲ੍ਹੇ ਵਿੱਚ ਹੁਸ਼ਿਆਰਪੁਰ, ਟਾਂਡਾ, ਆਨੰਦਪੁਰ ਸਾਹਿਬ ਕਸਬੇ ਅਤੇ ਲਲਵਾਨ ਅਤੇ ਪੋਸੀ ਪਿੰਡ, ਜਲੰਧਰ ਜ਼ਿਲ੍ਹੇ ਵਿੱਚ ਜਲੰਧਰ ਦਾ ਸ਼ਹਿਰ ਅਤੇ ਆਲੇ-ਦੁਆਲੇ ਦੇ ਪਿੰਡ ਤੇ ਕਪੂਰਥਲਾ ਦਾ ਕਸਬਾ ਚਮੜਾ ਉਦਯੋਗ ਲਈ ਮਹੱਤਵਪੂਰਨ ਸਨ।

ਧਾਤ ਉਦਯੋਗ (Metal Work) ਲੋਹੇ ਦਾ ਸਾਮਾਨ, ਭਾਂਡੇ ਅਤੇ ਔਜ਼ਾਰ ਆਦਿ ਲੋਹਾਰ (Blacksmith) ਪਿੰਡਾਂ ਤੇ ਕਸਬਿਆਂ ਵਿੱਚ ਬਣਾਉਂਦੇ ਸਨ। ਹੁਸ਼ਿਆਰਪੁਰ ਸ਼ਹਿਰ ਦੇ ਨਾਲ ਲੱਗਦੇ ਇੱਕ ਪਿੰਡ **ਬਹਾਦਰਪੁਰ** ਵਿਖੇ **ਠਠਿਆਰ** ਅਤੇ **ਲੋਹਾਰ** ਪਿੱਤਲ, ਤਾਂਬਾ, ਕਾਂਸਾ, ਲੋਹਾ ਆਦਿ ਦੇ ਬਰਤਨ (ਗਾਗਰਾਂ ਵੀ) ਬਣਾਉਂਦੇ ਸਨ ਅਤੇ ਹੁਣ ਵੀ ਬਣਾਉਂਦੇ ਹਨ। ਜਲੰਧਰ ਜ਼ਿਲ੍ਹੇ ਵਿੱਚ ਡੁੱਗਰੀਆਂ, ਦਰੂਲੀ, ਮਾਹਲ ਅਤੇ ਬੜਿਕ ਪਿੰਡ ਇਸ ਉਦਯੋਗ ਲਈ ਮਸ਼ਹੂਰ ਸਨ। ਬਰਤਨ ਨਿਰਯਾਤ ਵੀ ਕੀਤੇ ਜਾਂਦੇ ਸਨ। **ਸੋਨੇ ਅਤੇ ਚਾਂਦੀ** ਦਾ ਕੰਮ (ਗਹਿਣੇ ਬਣਾਉਣਾ ਆਦਿ) ਸਾਰੇ ਵੱਡੇ ਪਿੰਡਾਂ, ਕਸਬਿਆਂ ਅਤੇ ਸ਼ਹਿਰਾਂ ਵਿੱਚ ਕੀਤਾ ਜਾਂਦਾ ਸੀ।

ਲਕੜੀ ਦਾ ਕੰਮ (Wood Work) : ਸਮੁੱਚੇ ਖੇਤਰ ਵਿੱਚ ਲੱਕੜ ਦੀਆਂ ਵੱਖ-ਵੱਖ ਵਸਤਾਂ ਬਣਾਉਣ ਲਈ ਕਾਫੀ ਇਮਾਰਤੀ ਲੱਕੜ (Timber), ਵਿਸ਼ੇਸ਼ ਕਰਕੇ ਟਾਹਲੀ (Shisham) ਉਪਲੱਬਧ ਸੀ। ਇਸ ਲੱਕੜੀ ਤੋਂ ਦਰਵਾਜਿਆਂ, ਖਿੜਕੀਆਂ ਆਦਿ ਦੀਆਂ ਚੁਗਾਠਾਂ, ਪੱਲੇ, ਘਰਾਂ ਵਿੱਚ ਵਰਤਣ ਵਾਲੀਆਂ ਵਸਤਾਂ, ਖੇਤੀਬਾੜੀ ਸੰਦ, ਫਰਨੀਚਰ ਆਦਿ ਆਮ ਪਿੰਡਾਂ ਵਿੱਚ ਤਰਖਾਣ ਮਿਸਤਰੀ ਬਣਾਉਂਦੇ ਸਨ। ਵੱਡੇ ਪੈਮਾਨੇ ਤੇ ਅਤੇ ਵਧੀਆ ਲੱਕੜ ਦੇ ਕੰਮ ਲਈ **ਕਰਤਾਰਪੁਰ** (ਫਰਨੀਚਰ ਲਈ), ਜਲੰਧਰ (ਸਜਾਵਟ ਵਾਲੀਆਂ ਵਸਤਾਂ ਆਦਿ) ਅਤੇ ਹੁਸ਼ਿਆਰਪੁਰ ਦੇ ਕਸਬੇ ਮਹੱਤਵਪੂਰਨ ਸਨ। ਹੁਸ਼ਿਆਰਪੁਰ ਦਾ ਸ਼ਹਿਰ ਅਤੇ ਆਲੇ-ਦੁਆਲੇ ਦੇ ਕੁੱਝ

ਪਿੰਡ ਲੱਕੜ ਖੁਣਨ ਕੇ ਤਰਾਸ਼ੀਆਂ ਸਜਾਵਟੀ ਵਸਤਾਂ (Wood Carving), ਲੱਕੜੀ ਵਿੱਚ ਹਾਥੀ ਦੰਦ ਤੇ ਪਿੱਤਲ ਜੜਾਈ (inlay) ਦੀਆਂ ਸਜਾਵਟੀ ਵਸਤਾਂ, ਹਾਥੀ ਦੰਦ ਦਾ ਕੰਮ (Invory Work) ਅਤੇ ਲੱਕੜ ਨੂੰ ਰੋਗਨ ਕਰਕੇ ਬਣਾਈਆਂ ਵਸਤਾਂ (lacqured wood work), ਹਾਥੀ ਦੰਦ ਤੋਂ ਚੂੜੇ ਅਤੇ ਵੰਗਾਂ ਬਣਾਉਣ ਅਤੇ ਸਜਾਵਟੀ ਫਰਨੀਚਰ ਬਣਾਉਣ ਲਈ ਪ੍ਰਸਿੱਧ ਸਨ ਤੇ ਹੁਣ ਵੀ ਹਨ (ਹਾਥੀ ਦੰਦ ਦੀ ਥਾਂ ਹੁਣ ਪਲਾਸਟਿਕ ਦੀ ਵਰਤੋਂ ਕੀਤੀ ਜਾਂਦੀ ਹੈ)।

ਮਿੱਟੀ ਦੇ ਬਰਤਨ ਆਦਿ ਬਣਾਉਣ (Pottery Making) ਦਾ ਕੰਮ ਪਿੰਡਾਂ ਵਿੱਚ ਘੁਮਾਰ (Potter) ਕਰਦਾ ਸੀ। ਉਹ ਮਿੱਟੀ ਦੀਆਂ ਆਮ ਵਰਤੋਂ ਦੀਆਂ ਵਸਤਾਂ, ਭਾਂਡੇ, ਗਮਲੇ, ਦੀਵੇ, ਝਾਂਵੇਂ, ਖਿਡੌਣੇ, ਸੁਰਾਹੀਆਂ ਆਦਿ ਬਣਾਉਂਦਾ ਸੀ। ਹਰ ਪਿੰਡ ਵਿੱਚ ਘੁਮਾਰ ਨਹੀਂ ਰਹਿੰਦੇ ਸਨ। ਪਰੰਤੂ ਰੰਗਦਾਰ ਅਤੇ ਲਿਸ਼ਕਦੇ (Coloured and Glazed) ਭਾਂਡੇ (Vessels), ਟਾਈਲਾਂ, ਖਿਡੌਣੇ ਅਤੇ ਹੋਰ ਵਸਤਾਂ, ਕਾਗਜ਼ ਅਧਾਰਤ ਮਿੱਟੀ ਦੀਆਂ ਵਸਤਾਂ ਵਪਾਰ ਅਤੇ ਨਿਰਯਾਤ ਲਈ ਬਣਾਉਣ ਵਾਸਤੇ ਜਲੰਧਰ ਸ਼ਹਿਰ, ਬਸਤੀ ਸ਼ੇਖ, ਸੂਫੀ ਪਿੰਡ ਆਦਿ ਅਤੇ ਹੁਸ਼ਿਆਰਪੁਰ ਜ਼ਿਲ੍ਹੇ ਵਿੱਚ ਹੁਸ਼ਿਆਰਪੁਰ, ਟਾਂਡਾ ਅਤੇ ਦਸੂਹਾ ਦੇ ਕਸਬੇ ਪ੍ਰਸਿੱਧ ਸਨ।

ਕੱਚ ਜਾਂ ਦੇਸੀ ਕੱਚ (Glass) ਦੀਆਂ ਵੰਗਾਂ, ਕੱਪ, ਸ਼ੀਸ਼ੇ, ਬੋਤਲਾਂ ਆਦਿ ਦਸੂਹਾ, ਹੁਸ਼ਿਆਰਪੁਰ ਅਤੇ ਜਲੰਧਰ ਆਦਿ ਵਿੱਚ ਬਣਾਏ ਜਾਂਦੇ ਸਨ।

ਰੇਸ਼ੇ ਦੀ ਵਸਤਾਂ (Fibrous Manufactures) ਜਿਵੇਂ ਕਿ ਟਾਟ, ਦਰੀਆਂ, ਬੋਰੀਆਂ, ਹੱਥ ਪੱਖੇ (Hand Fans), ਚਟਾਈਆਂ, ਸਫਾਂ, ਰੱਸੇ ਅਤੇ ਰੱਸੀਆਂ, ਸਿਰਕੀਆਂ ਆਦਿ ਸਥਾਨਕ ਤੌਰ ਤੇ ਉਪਲੱਬਧ **ਮੁੰਜ**, **ਸਣ**, **ਬਗੜ**, **ਖਜੂਰ ਦੇ ਪੱਤੇ**, **ਦਿੱਭ**, **ਅਲਸੀ** ਆਦਿ ਤੋਂ **ਮੁਸਲਮਾਨ ਸਨਸਾਸ** (sansass, a sect = ਫਿਰਕਾ) ਅਤੇ ਦੂਜੇ ਦਲਿਤ ਵਰਗ ਦੇ ਲੋਕ ਬਣਾਉਂਦੇ ਸਨ। ਇਨ੍ਹਾਂ ਨੂੰ ਬਣਾਉਣ ਲਈ ਹੁਸ਼ਿਆਰਪੁਰ, ਨਾਲ ਲਗਦਾ ਪਿੰਡ ਪ੍ਰੇਮਗੜ੍ਹ ਅਤੇ ਹੋਰ ਪਿੰਡ ਮਸ਼ਹੂਰ ਸਨ।

ਬਾਂਸ ਦੀਆਂ ਵਸਤਾਂ ਜਿਵੇਂ ਕਿ ਟੋਕਰੀਆਂ, ਚਿਕਾਂ (Chicks) ਅਤੇ ਫਰਨੀਚਰ ਆਦਿ ਬਣਜਾਰੇ, ਗੁੱਜਰ ਅਤੇ ਡੂੰਮਣ (Dumans) ਲੋਕ ਹੁਸ਼ਿਆਰਪੁਰ, ਜੇਜੋਂ, ਆਨੰਦਪੁਰ, ਨੂਰਪੁਰ, ਦਤਾਰਪੁਰ ਅਤੇ ਕੰਢੀ ਅਤੇ ਬੇਟ ਦੇ ਬਹੁਤ ਸਾਰੇ ਪਿੰਡਾਂ ਵਿੱਚ ਬਣਾਉਂਦੇ ਸਨ।

ਪਿੰਡਾਂ ਵਿੱਚ ਸਰਸੋਂ ਆਦਿ ਤੇਲ ਬੀਜਾਂ ਦਾ **ਤੇਲ ਕੱਢਣ ਦਾ ਕੰਮ** ਪਿੰਡ ਦਾ ਤੇਲੀ ਆਮ ਕੋਹਲੂ ਰਾਹੀਂ ਕਰਦਾ ਸੀ।

ਦੇਸੀ ਖੰਡ ਆਮ ਪਿੰਡਾਂ ਅਤੇ ਕਸਬਿਆਂ ਵਿੱਚ ਗੰਨੇ ਰਸ ਤੋਂ ਬਣੀ ਰਾਬ ਤੋਂ ਬਣਾਈ ਜਾਂਦੀ ਸੀ। ਖੰਡ ਬਣਾਉਣ ਦੇ ਕਾਰਖਾਨੇ ਨਹੀਂ ਸਨ।

ਕਪੂਰਥਲਾ ਜ਼ਿਲ੍ਹੇ ਵਿੱਚ ਪਰੰਪਰਾਗਤ ਸ਼ਿਲਪ ਕਲਾ ਜਿਵੇਂ ਹੱਥ ਖੱਡੀ (hand loom) ਰਾਹੀਂ ਕੱਪੜਾ ਬਣਾਉਣ, ਚਮੜਾ ਰੰਗਣ, ਕੈਲੀਕੋ ਰੰਗ ਦੀ ਛਪਾਈ, ਤੇਲ ਕੱਢਣ (ਕੋਹਲੂ ਰਾਹੀਂ), ਫੁਲਕਾਰੀਆਂ ਬਣਾਉਣ, ਦੇਸੀ ਜੁੱਤੀਆਂ, ਬਾਣ ਆਦਿ ਬਣਾਉਣ, ਖੇਤੀਬਾੜੀ ਸੰਦ ਅਤੇ ਪਿੱਤਲ ਦੇ ਭਾਂਡੇ ਆਦਿ ਬਣਾਉਣ ਦਾ ਕੰਮ ਪਿੰਡਾਂ ਅਤੇ ਕਸਬਿਆਂ ਵਿੱਚ ਕੀਤਾ ਜਾਂਦਾ ਸੀ। ਵੱਡੇ ਪੈਮਾਨੇ ਤੇ ਨਿਰਮਾਣ ਲਈ ਫਗਵਾੜਾ, ਕਪੂਰਥਲਾ ਅਤੇ ਸੁਲਤਾਨਪੁਰ ਲੋਧੀ ਮਸ਼ਹੂਰ ਸਨ।

ਪੇਂਡੂ, ਘਰੇਲੂ ਤੇ ਛੋਟੇ ਉਦਯੋਗਾਂ ਦੀ ਗਿਰਾਵਟ

ਦੂਜੇ ਮਹਾਂ ਯੁੱਧ ਦੌਰਾਨ ਅਤੇ ਬਾਅਦ ਵਿੱਚ ਯੂਰਪ ਤੋਂ ਵਧੀਆ ਬਣੀਆਂ ਵਸਤਾਂ ਦੇ ਆ ਜਾਣ ਨਾਲ ਇਨ੍ਹਾਂ ਪੇਂਡੂ ਅਤੇ ਨਗਰ ਦੀਆਂ ਸ਼ਿਲਪ ਕਲਾਵਾਂ, ਘਰੇਲੂ ਉਧਯੋਗਾਂ ਆਦਿ ਦੀ ਗਿਰਾਵਟ (downfall) ਸ਼ੁਰੂ ਹੋ ਗਈ। ਇਨ੍ਹਾਂ ਹੱਥ ਸ਼ਿਲਪ ਕਲਾਵਾਂ ਅਤੇ ਘਰੇਲੂ ਉਦਯੋਗਾਂ ਦੀ ਰਹਿੰਦੀ ਸਾਖ ਅਗਸਤ 1947 ਵਿੱਚ ਆਜ਼ਾਦੀ ਕਾਰਨ **ਬਟਵਾਰੇ** ਫਲਸਰੂਪ ਖਤਮ ਹੋ ਗਈ। ਬਟਵਾਰੇ ਤੋਂ ਬਾਅਦ ਸ਼ਿਲਪਕਾਰਾਂ ਅਤੇ ਕਾਰੀਗਰਾਂ (ਮੁਸਲਮਾਨ) ਦਾ ਪਾਕਿਸਤਾਨ ਨੂੰ ਵੱਡਾ ਪਰਵਾਸ ਹੋਇਆ। ਇਸ ਕਾਰਨ ਨਿਪੁੰਣ ਕਾਰੀਗਰਾਂ ਦੀ ਘਾਟ ਹੋ ਗਈ। ਵਧੀਆ ਬਣੀਆਂ ਅਤੇ ਕੁੱਝ ਸਸਤੀਆਂ ਵੀ ਵਿਦੇਸ਼ੀ ਅਤੇ ਪੰਜਾਬ ਅਤੇ ਭਾਰਤ ਸਥਿਤ ਵੱਡੇ ਕਾਰਖਾਨਿਆਂ ਵਿੱਚ ਬਣੀਆਂ ਵਸਤਾਂ ਦੇ ਸਖਤ ਮੁਕਾਬਲੇ ਨੂੰ ਘਰੇਲੂ ਉਧਯੋਗ ਸਹਾਰ ਨਾ ਸਕੇ। ਪਿੰਡਾਂ ਅਤੇ ਕਸਬਿਆਂ ਵਿੱਚ ਘਰੇਲੂ ਉਦਯੋਗਾਂ

ਵਿੱਚ ਕੰਮ ਕਰਨ ਵਾਲੇ ਕਾਰੀਗਰਾਂ ਨੂੰ ਵੱਡੇ ਸ਼ਹਿਰਾਂ ਦੇ ਕਾਰਖਾਨਿਆਂ ਵਿੱਚ ਜ਼ਿਆਦਾ ਪੈਸੇ ਵਾਲੇ ਕੰਮ ਮਿਲ ਗਏ। ਆਵਾਜਾਈ ਸਾਧਨਾਂ ਵਿੱਚ ਤੇਜੀ ਅਤੇ ਪਰਸਾਰ, ਲੋਕਾਂ ਦੀ ਪਸੰਦ ਵਿੱਚ ਤਬਦੀਲੀ, ਆਮ ਜਾਗਰੂਕਤਾ, ਫੈਸ਼ਨ ਅਤੇ ਲੋਕਾਂ ਦੀ ਖਰੀਦਣ ਸ਼ਕਤੀ ਦੇ ਵੱਧ ਜਾਣ ਆਦਿ ਕਾਰਨ ਪੇਂਡੂ ਅਤੇ ਘਰੇਲੂ ਛੋਟੇ ਉਦਯੋਗ ਬਹੁਤ ਪਿੱਛੇ ਰਹਿ ਗਏ ਅਤੇ ਮੁਕਾਬਲਾ ਨਾ ਕਰ ਸਕੇ। ਫਲਸਰੂਪ ਉਹ ਹੌਲੀ-ਹੌਲੀ ਸਭ ਬੰਦ ਹੋ ਗਏ।

ਆਧੁਨਿਕ ਉਦਯੋਗ

2013 ਅਨੁਸਾਰ ਦੋਆਬੇ ਵਿੱਚ ਰਾਜ ਦੀਆਂ 17.86% ਚਲ ਰਹੀਆਂ ਰਜਿਸਟਰ ਸ਼ੁਦਾ ਫੈਕਟਰੀਆਂ ਅਤੇ 18.13% ਦੇ ਲਗਭਗ ਉਦਯੋਗਿਕ ਕਾਮੇ ਮਿਲਦੇ ਹਨ। 2012 ਦੇ ਅੰਕੜਿਆਂ ਅਨੁਸਾਰ ਦੋਆਬੇ ਵਿੱਚ ਕੁੱਲ 3183 ਰਜਿਸਟਰਸ਼ੁਦਾ ਫੈਕਟਰੀਆਂ ਅਤੇ 1,17,098 ਉਨ੍ਹਾਂ ਵਿੱਚ ਕੰਮ ਕਰਦੇ ਕਾਮੇ ਸਨ। 2015 ਦੇ ਅੰਕੜਿਆਂ ਅਨੁਸਾਰ ਦੋਆਬਾ ਵਿੱਚ 3298 ਰਜਿਸਟਰਸ਼ੁਦਾ ਇਕਾਈਆਂ ਅਤੇ 1,21,577 ਕਾਮੇ ਭਾਵ ਪੰਜਾਬ ਦੀਆਂ 17.77% ਇਕਾਈਆਂ ਅਤੇ 17.87% ਕਾਮੇ 2015 ਵਿੱਚ ਉਦਯੋਗਾਂ ਵਿੱਚ ਲੱਗੇ ਹੋਏ ਸਨ। 2021 ਦੇ ਸਾਲ ਦੌਰਾਨ ਬਿਸਤ ਦੋਆਬ ਵਿੱਚ ਪੰਜਾਬ ਦੀਆਂ 17.65% ਇਕਾਈਆਂ (3579 ਫੈਕਟਰੀਆਂ) ਅਤੇ ਉਨ੍ਹਾਂ ਵਿੱਚ 1,37,481 ਕੰਮ ਕਰਦੇ ਵਰਕਰਜ਼ (ਪੰਜਾਬ ਦੀ 17.58%) ਸਨ। 2021 ਦੌਰਾਨ ਹੀ ਬਿਸਤ ਦੋਆਬ ਦੀਆਂ 61.86% ਰਜਿਸਟਰਸ਼ੁਦਾ ਫੈਕਟਰੀਆਂ ਅਤੇ 71,265 ਵਰਕਰਜ਼ ਜਲੰਧਰ ਜ਼ਿਲ੍ਹੇ (ਪੰਜਾਬ ਦਾ ਦੂਜਾ ਵੱਡਾ ਉਦਯੋਗਿਕ ਕੇਂਦਰ) ਵਿੱਚ ਕੰਮ ਕਰਦੀਆਂ ਸਨ। ਦੂਜੇ ਨੰਬਰ ਤੇ 705 ਫੈਕਟਰੀਆਂ ਅਤੇ 25,772 ਕਾਮੇ ਹੁਸ਼ਿਆਰਪੁਰ ਜ਼ਿਲ੍ਹੇ ਵਿੱਚ ਅਤੇ 537 ਫੈਕਟਰੀਆਂ ਕਪੂਰਥਲਾ ਜ਼ਿਲ੍ਹੇ ਵਿੱਚ ਸਨ। ਐਸ.ਬੀ.ਐਸ. ਨਗਰ ਜ਼ਿਲ੍ਹੇ ਵਿੱਚ ਕੇਵਲ 123 ਰਜਿਸਟਰਸ਼ੁਦਾ ਫੈਕਟਰੀਆਂ ਕੰਮ ਕਰਦੀਆਂ ਸਨ। ਪ੍ਰਦੇਸ਼ ਦੀਆਂ ਦੋ ਤਿਹਾਈ (2020 ਵਿੱਚ 61.19%) ਦੇ ਲਗਭਗ ਫੈਕਟਰੀਆਂ ਕੇਵਲ ਜਲੰਧਰ ਜ਼ਿਲ੍ਹੇ ਵਿੱਚ ਸਥਿਤ ਹਨ। ਇਹ ਬਿਸਤ ਦੋਆਬ ਦਾ ਮੁੱਖ ਉਦਯੋਗਿਕ ਜ਼ਿਲ੍ਹਾ ਹੈ। ਹੁਸ਼ਿਆਰਪੁਰ ਜ਼ਿਲ੍ਹਾ ਉਦਯੋਗਿਕ ਤੌਰ ਤੇ ਪੱਛੜਿਆ ਐਲਾਨਿਆ ਗਿਆ ਹੈ। ਇਹ ਕਾਰਨ ਉਦਯੋਗ ਲਾਉਣ ਲਈ ਇੱਥੇ ਅਨੇਕਾਂ ਸਹੂਲਤਾਂ ਦਿੱਤੀਆਂ ਗਈਆਂ ਹਨ। ਇਸ ਕਾਰਨ ਇਸ ਜ਼ਿਲ੍ਹੇ ਵਿੱਚ ਬਹੁਤ ਸਾਰੇ ਉਦਯੋਗ ਲੱਗ ਰਹੇ ਹਨ। ਹੁਸ਼ਿਆਰਪੁਰ ਜ਼ਿਲ੍ਹੇ ਵਿੱਚ ਕਈ ਉਦਯੋਗਿਕ ਇਕੱਠ (Clusters) ਜਲੰਧਰ, ਫਗਵਾੜਾ ਅਤੇ ਭਰਵਾਈਂ (ਧਰਮਸ਼ਾਲਾ) ਸੜਕਾਂ ਉੱਪਰ ਲੱਗ ਗਏ ਹਨ। ਐਸ.ਬੀ.ਐਸ. ਨਗਰ ਜ਼ਿਲ੍ਹੇ ਦੇ ਦੱਖਣ-ਪੂਰਬੀ ਕੋਨੇ ਵਿੱਚ ਬਿਸਤ ਦੋਆਬ ਨਹਿਰ ਨਾਲ-ਨਾਲ ਇੱਕ ਉਦਯੋਗਿਕ ਝੁਰਮਟ ਵਿਕਸਤ ਹੋ ਗਿਆ ਹੈ। ਫਗਵਾੜਾ ਵੀ ਵੱਡਾ ਉਦਯੋਗਿਕ ਕੇਂਦਰ ਬਣ ਗਿਆ ਹੈ। ਮਾਰਚ 2015 ਨੂੰ ਜਲੰਧਰ ਜ਼ਿਲ੍ਹੇ ਵਿੱਚ 2010, ਹੁਸ਼ਿਆਰਪੁਰ ਵਿੱਚ 683, ਕਪੂਰਥਲਾ 495 ਅਤੇ ਐਸ.ਬੀ.ਐਸ. ਨਗਰ ਜ਼ਿਲ੍ਹੇ ਵਿੱਚ 105 ਰਜਿਸਟਰਸ਼ੁਦਾ ਚਲ ਰਹੀਆਂ ਫੈਕਟਰੀਆਂ ਸਨ। ਦੋਆਬੇ ਵਿੱਚ ਕਈ ਕਿਸਮ ਦੇ ਉਦਯੋਗ ਲੱਗੇ ਹੋਏ ਹਨ (ਸਾਰਣੀ ਨੰ. 68 ਅਤੇ ਨਕਸ਼ਾ ਨੰ. 71)।

ਕਪੜੇ ਦਾ ਉਦਯੋਗ—ਦੋਆਬੇ ਦਾ ਇਹ ਇੱਕ ਮਹੱਤਵਪੂਰਣ ਉਦਯੋਗ ਹੈ। 2021 ਅਨੁਸਾਰ ਦੋਆਬੇ ਵਿੱਚ 29+18=47ਰਜਿਸਟਰਸ਼ੁਦਾ ਅਤੇ 8 ਦਰਮਿਆਨੇ/ਵੱਡੇ ਸੂਤੀ ਕੱਪੜੇ ਦੇ ਕਾਰਖਾਨੇ ਸਨ। ਫਗਵਾੜਾ ਦਾ ਜੇ.ਸੀ.ਟੀ. ਕੱਪੜੇ ਦਾ ਕਾਰਖਾਨਾ, ਹੁਸ਼ਿਆਰਪੁਰ ਦਾ ਮਹਾਵੀਰ ਸੂਤੀ ਧਾਗੇ ਦਾ ਕਾਰਖਾਨਾ, ਜੇਸੀਟੀ ਫਿਲਾਮੈਂਟ ਧਾਗੇ ਦੇ ਕਾਰਖਾਨੇ ਅਤੇ ਆਸਰੋਂ ਕੰਪਲੈਕਸ (ਰੂਪਨਗਰ ਨੇੜੇ) ਦਾ ਪੰਜਾਬ ਫੈਬਰਿਕਸ ਕਾਰਖਾਨਾ ਇਸ ਉਦਯੋਗ ਦੇ ਮਹੱਤਵਪੂਰਣ ਕੇਂਦਰ ਹਨ। ਦੋਆਬੇ ਵਿੱਚ ਇਸ ਉਦਯੋਗ ਦੀਆਂ ਕੁੱਲ 47 ਇਕਾਈਆਂ ਹਨ। 31-3-2021 ਨੂੰ ਇਸ ਉਦਯੋਗ ਦੀਆਂ 14 ਇਕਾਈਆਂ ਹੁਸ਼ਿਆਰਪੁਰ ਜ਼ਿਲ੍ਹੇ ਵਿੱਚ, 25 ਜਲੰਧਰ ਜ਼ਿਲ੍ਹੇ ਵਿੱਚ, 5 ਐਸ.ਬੀ.ਐਸ. ਨਗਰ ਅਤੇ 3 ਕਪੂਰਥਲਾ ਜ਼ਿਲ੍ਹਿਆਂ ਵਿੱਚ ਸਨ। ਇੱਥੇ ਕੱਪੜਾ, ਧਾਗਾ ਤੇ ਪਹਿਨਣਯੋਗ ਕੱਪੜੇ ਬਣਾਏ ਜਾਂਦੇ ਹਨ। ਇਹ ਸੂਤੀ ਅਤੇ ਬਣਾਵਟੀ ਧਾਗੇ ਆਦਿ ਤੋਂ ਬਣਾਏ ਕੱਪੜੇ ਹਨ। ਇੱਥੇ ਕਈ ਲਘੂ ਇਕਾਈਆਂ ਵੀ ਕੰਮ ਕਰਦੀਆਂ ਹਨ। ਬਿਸਤ ਦੋਆਬ ਵਿੱਚ 29 ਫੈਕਟਰੀਆਂ ਵਿੱਚ ਕੱਪੜਾ ਬਣਾਇਆ ਜਾਂਦਾ ਹੈ ਅਤੇ 18 ਫੈਕਟਰੀਆਂ (13 ਜਲੰਧਰ ਜ਼ਿਲ੍ਹੇ ਵਿੱਚ) ਵਿੱਚ ਪਹਿਨਣ ਵਾਲੇ ਕੱਪੜੇ ਬਣਾਏ ਜਾਂਦੇ ਹਨ। ਇਹ ਅੰਕੜੇ ਸਾਲ 2021 ਦੇ ਹਨ।

ਸਾਰਣੀ ਨੰ. 69 ਬਿਸਤ ਦੋਆਬ ਵਿੱਚ ਜ਼ਿਲ੍ਹੇਵਾਰ ਉਦਯੋਗਾਂ ਦੇ ਅੰਕੜੇ-2021 (ਰਜਿਸਟਰਸ਼ੁਦਾ ਇਕਾਈਆਂ)

ਕ੍ਰ. ਨੰ.	ਜ਼ਿਲ੍ਹਾ	ਰਜਿਸਟਰਡ ਚਲ ਰਹੀਆਂ ਫੈਕਟਰੀਆਂ	ਕੁੱਲ ਕਾਮੇ	ਖਾਧ ਅਤੇ ਪੀਣ ਪਦਾਰਥ	ਮਿਲਕ ਪਲਾਂਟ	ਖੰਡ ਬਣਾਉਣ ਦੇ ਕਾਰਖਾਨੇ	ਸੂਤੀ ਕੱਪੜਾ ਅਤੇ ਵਸਤਰ	ਕਾਗਜ਼ ਅਤੇ ਬੋਰਡ ਆਦਿ	ਚਮੜਾ ਅਤੇ ਫਰ ਆਦਿ	ਮੂਲ ਧਾਤ	ਧਾਤ ਪਦਾਰਥ ਦਾ ਨਿਰਮਾਣ ਫੈਬਰੀਕੇਸ਼ਨ	ਮਸ਼ੀਨਰੀ ਅਤੇ ਸਾਮਾਨ	ਬਿਜਲੀ ਮਸ਼ੀਨਰੀ ਅਤੇ ਯੰਤਰ	ਆਵਾਜਾਈ ਅਤੇ ਸਾਮਾਨ	ਮੋਟਰ ਵਾਹਨ ਅਤੇ ਟਰੇਲਰ	ਮੋਟਰ ਵਾਹਨਾਂ ਦੀ ਮੁਰੰਮਤ ਆਦਿ	ਫਰਨੀਚਰ ਅਤੇ ਲੱਕੜ ਦਾ ਕੰਮ	ਰਸਾਇਣ ਅਤੇ ਰਸਾਇਣਕ ਪਦਾਰਥ	ਰਬੜ ਅਤੇ ਪਲਾਸਟਿਕ ਪਦਾਰਥ
1.	ਕਪੂਰਥਲਾ	537	33,392	131	1	1	3	4	3	14	52	101	–	42	33	7	57	6	1
2.	ਜਲੰਧਰ	2214	71,265	122	3	2	25	33	206	108	542	251	77	85	108	2	205	28	93
3.	ਐਸ.ਬੀ.ਐਸ. ਨਗਰ	123	7,052	21	1	1	5	5	–	1	2	3	–	6	–	7	40	3	1
4.	ਹੁਸ਼ਿਆਰਪੁਰ	705	25,772	111	1	2	14	27	2	11	19	27	5	45	16	1	212	28	10
5.	ਬਿਸਤ ਦੋਆਬ	3,579	1,37,481	385	5	6	47	69	211	134	615	382	82	178	157	17	514	65	105
6.	ਪੰਜਾਬ	20,273	7,82171	4,085	91	16	2,800	255	322	1,339	1,561	1,500	196	587	532	193	2,194	331	344

ਸ੍ਰੋਤ : ਪੰਜਾਬ ਦਾ ਅੰਕੜਾ ਸਾਰ–2022

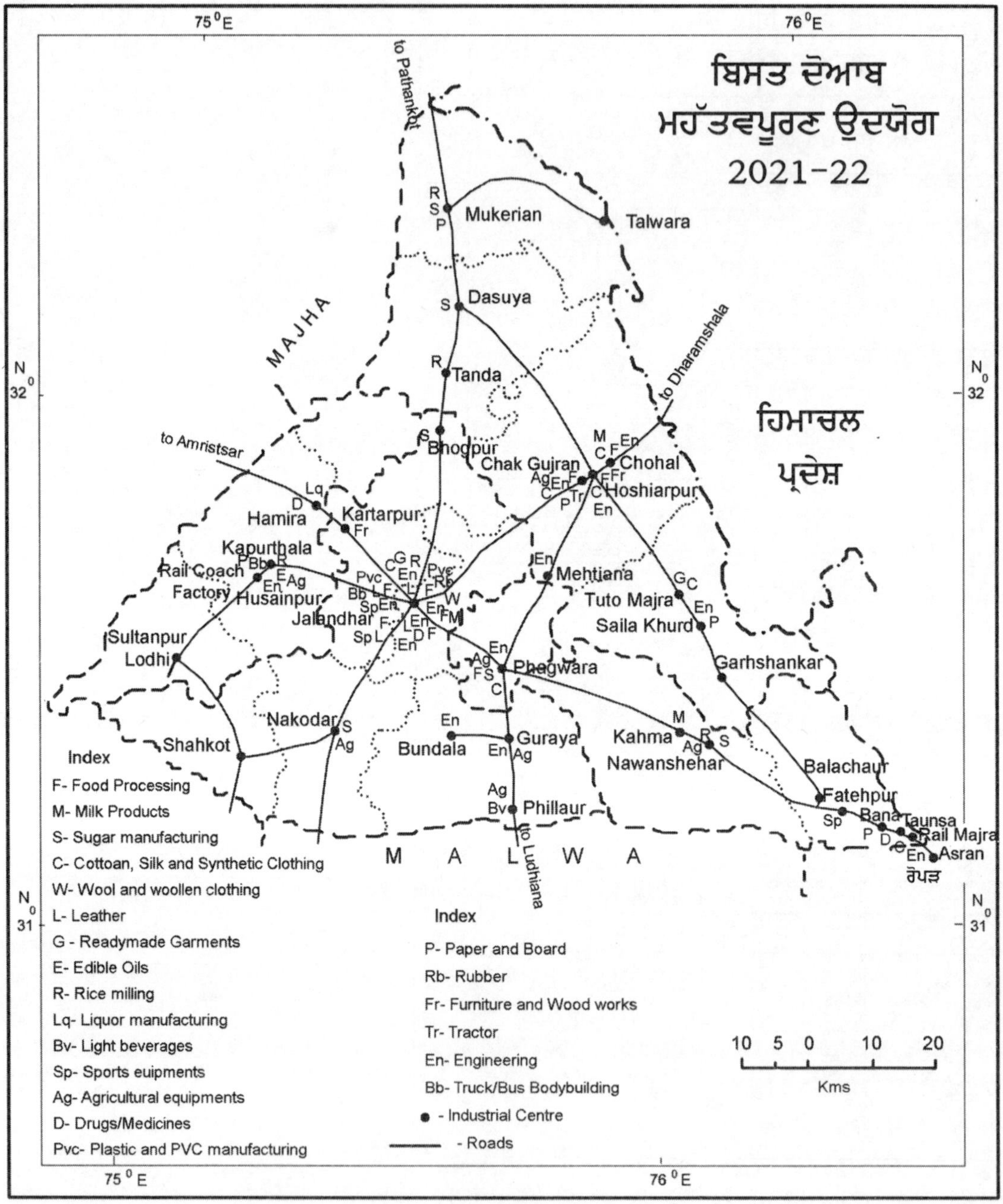

Map 71

ਖੰਡ ਦਾ ਉਦਯੋਗ ਵੀ ਦੋਆਬਾ ਵਿੱਚ ਮਹੱਤਵਪੂਰਣ ਹੈ। ਇੱਥੇ ਕਾਫੀ ਗੰਨਾ ਪੈਦਾ ਹੁੰਦਾ ਹੈ ਅਤੇ ਪ੍ਰਦੇਸ਼ ਵਿੱਚ ਖੰਡ ਬਣਾਉਣ ਦੇ ਛੇ ਕਾਰਖਾਨੇ ਹਨ ਜੋ ਨਵਾਂਸ਼ਹਿਰ (ਐਸ.ਬੀ.ਐਸ. ਨਗਰ), ਭੋਗਪੁਰ, ਨਕੋਦਰ, ਫਗਵਾੜਾ, ਮੁਕੇਰੀਆਂ ਅਤੇ ਦਸੂਹਾ ਨੇੜੇ ਰੰਧਾਵਾ ਪਿੰਡ ਵਿੱਚ ਲੱਗੇ ਹੋਏ ਹਨ। ਰਾਜ ਦੀਆਂ ਇੱਕ ਤਿਹਾਈ ਦੇ ਲਗਭਗ ਖੰਡ ਮਿਲਾਂ ਦੋਆਬੇ ਵਿੱਚ ਹਨ। ਦੋਆਬਾ ਰਾਜ ਦਾ 49.6% ਦੇ ਲਗਭਗ ਗੰਨਾ ਪੈਦਾ ਕਰਦਾ ਹੈ। ਪੇਂਡੂ ਲਿੰਕ ਸੜਕਾਂ ਦਾ ਦੋਆਬੇ ਵਿੱਚ ਜਾਲ ਵਿਛਿਆ ਹੋਇਆ ਹੈ।

ਚਮੜੇ ਦਾ ਉਦਯੋਗ ਲਈ ਬਿਸਤ ਦੋਆਬ ਬਹੁਤ ਪ੍ਰਸਿੱਧ ਹੈ। ਇੱਥੇ ਪਸ਼ੂਆਂ ਦੀ ਗਿਣਤੀ ਬਹੁਤ ਹੈ। ਜਿਨ੍ਹਾਂ ਤੋਂ ਕਾਫੀ ਚਮੜਾ

ਮਿਲ ਜਾਂਦਾ ਹੈ। ਪੰਜਾਬ ਵਿੱਚ ਇਸ ਉਦਯੋਗ ਦੀਆਂ 322 ਇਕਾਈਆਂ ਹਨ। ਇਨ੍ਹਾਂ ਵਿੱਚੋਂ 206 ਜਲੰਧਰ ਜ਼ਿਲ੍ਹੇ ਵਿੱਚ, 3 ਕਪੂਰਥਲਾ ਅਤੇ 2 ਹੁਸ਼ਿਆਰਪੁਰ ਜ਼ਿਲ੍ਹਿਆਂ ਵਿੱਚ ਸਥਾਪਤ ਹਨ। ਜਲੰਧਰ ਸ਼ਹਿਰ ਕੰਪਲੈਕਸ ਵਿੱਚ ਨਕੋਦਰ ਰੋਡ ਤੇ ਸਥਿਤ ਰਾਮਦਾਸਪੁਰਾ ਪਿੰਡ ਵਿੱਚ ਇਹ ਉਦਯੋਗ ਮੁੱਖ ਤੌਰ ਤੇ ਕੇਂਦਰਤ ਹੈ। ਇੱਥੇ ਚਮੜੇ ਦੀਆਂ ਅਨੇਕਾਂ ਵਸਤਾਂ ਜਿਵੇਂ ਕਿ ਜੁੱਤੀਆਂ, ਚਮੜੇ ਦੇ ਕੱਪੜੇ, ਔਜ਼ਾਰ ਪਾਉਣ ਦੇ ਥੈਲੇ ਅਤੇ ਬੈਗ ਆਦਿ ਬਣਾਏ ਜਾਂਦੇ ਹਨ। ਇਹ ਸਾਮਾਨ ਇੱਥੋਂ ਨਿਰਯਾਤ ਵੀ ਕੀਤਾ ਜਾਂਦਾ ਹੈ। 2 ਫੈਕਟਰੀਆਂ ਕਪੂਰਥਲਾ ਵਿੱਚ ਵੀ ਹਨ।

ਰਬੜ ਅਤੇ ਪਲਾਸਟਿਕ ਦੇ ਜੁੱਤੇ ਅਤੇ ਚੱਪਲਾਂ ਵੀ ਜਲੰਧਰ ਵਿੱਚ ਬਣਾਏ ਜਾਂਦੇ ਹਨ। ਪੰਜਾਬ ਵਿੱਚ ਇਸ ਉਦਯੋਗ ਦੀਆਂ 344 ਇਕਾਈਆਂ (ਮਾਰਚ 2021) ਵਿੱਚੋਂ 105 ਬਿਸਤ ਦੋਆਬ ਵਿੱਚ ਸਥਿਤ ਹਨ। ਇਨ੍ਹਾਂ ਵਿੱਚੋਂ 93 ਜਲੰਧਰ ਜ਼ਿਲ੍ਹੇ ਵਿੱਚ, 10 ਹੁਸ਼ਿਆਰਪੁਰ, 1 ਐਸ.ਬੀ.ਐਸ. ਨਗਰ ਅਤੇ 1 ਕਪੂਰਥਲਾ ਜ਼ਿਲ੍ਹਿਆਂ ਵਿੱਚ ਹਨ।

ਕਾਗਜ਼ ਦੇ ਉਦਯੋਗ ਲਈ ਵੀ ਦੋਆਬਾ ਪ੍ਰਸਿੱਧ ਹੈ। ਇੱਥੇ ਸ਼ਿਵਾਲਕ ਪਹਾੜੀਆਂ ਖੇਤਰ ਅਤੇ ਕੰਢੀ ਪ੍ਰਦੇਸ਼ ਤੋਂ ਕਾਫੀ ਮਾਤਰਾ ਵਿੱਚ ਬਗੜ ਅਤੇ ਸਰਕੜਾ ਘਾਹ ਮਿਲ ਜਾਂਦੇ ਹਨ। ਇਸ ਕਾਰਨ ਕਾਗਜ਼ ਉਦਯੋਗ ਦੀਆਂ ਜ਼ਿਆਦਾਤਰ ਇਕਾਈਆਂ ਦੋਆਬੇ ਦੇ ਪੂਰਬੀ ਭਾਗ ਵਿੱਚ ਸਥਿਤ ਹਨ। ਵੱਡੇ ਕਾਰਖਾਨੇ ਹੁਸ਼ਿਆਰਪੁਰ ਜ਼ਿਲ੍ਹੇ ਦੇ ਮੁਕੇਰੀਆਂ ਅਤੇ ਸੈਲਾ ਖੁਰਦ ਤੇ ਐਸ.ਬੀ.ਐਸ. ਨਗਰ ਜ਼ਿਲ੍ਹੇ ਦੇ ਬਨਾਂ ਅਤੇ ਆਸਰੋਂ ਸਥਾਨਾਂ ਤੇ ਲੱਗੇ ਹੋਏ ਹਨ। ਇਨ੍ਹਾਂ ਤੋਂ ਬਿਨਾਂ ਗੱਤਾ ਅਤੇ ਬੋਰਡ ਬਣਾਉਣ ਦੀਆਂ ਕਈ ਛੋਟੀਆਂ ਫੈਕਟਰੀਆਂ ਹੁਸ਼ਿਆਰਪੁਰ ਨੇੜੇ ਨਸਰਾਲਾ ਪਿੰਡ ਵਿਖੇ, ਜਲੰਧਰ ਅਤੇ ਕਪੂਰਥਲਾ ਵਿੱਚ ਵੀ ਹਨ। ਦੋਆਬੇ ਵਿੱਚ ਕਾਗਜ਼ ਬਣਾਉਣ ਦੀਆਂ 69 ਇਕਾਈਆਂ (2021 ਅਨੁਸਾਰ) ਕੰਮ ਕਰ ਰਹੀਆਂ ਹਨ। ਇਨ੍ਹਾਂ ਵਿੱਚੋਂ 33 ਜਲੰਧਰ ਜ਼ਿਲ੍ਹੇ ਅਤੇ 27 ਹੁਸ਼ਿਆਰਪੁਰ ਜ਼ਿਲ੍ਹੇ ਵਿੱਚ ਸਥਿਤ ਹਨ। ਦੋਆਬੇ ਵਿੱਚ 3 ਵੱਡੀਆਂ/ਦਰਮਿਆਨੀਆਂ ਕਾਗਜ ਬਣਾਉਣ ਦੀਆਂ ਇਕਾਈਆਂ (ਮਾਰਚ 2015) ਹਨ। ਇਨ੍ਹਾਂ ਵਿੱਚੋਂ 1 ਹੁਸ਼ਿਆਰਪੁਰ ਜ਼ਿਲ੍ਹੇ ਅਤੇ 1 ਐਸ.ਬੀ.ਐਸ. ਨਗਰ ਜ਼ਿਲ੍ਹੇ ਵਿੱਚ ਸਥਿਤ ਹਨ। ਲਘੂ ਇਕਾਈਆਂ ਵੀ ਕਾਗਜ਼ ਅਤੇ ਗੱਤਾ ਬਣਾਉਂਦੀਆਂ ਹਨ।

ਇੰਜਨੀਅਰੀ ਉਦਯੋਗ ਵਿੱਚ ਨਟ-ਬੋਲਟ, ਹੈਂਡ ਟੂਲਜ਼, ਇੰਜਣ, ਖੇਤੀਬਾੜੀ ਮਸ਼ੀਨਾਂ ਅਤੇ ਔਜ਼ਾਰ, ਬਿਜਲੀ ਦਾ ਸਾਮਾਨ, ਪੱਖੇ ਆਦਿ ਬਣਾਉਣ ਦੇ ਉਦਯੋਗ ਮਹੱਤਵਪੂਰਨ ਹਨ। ਗੋਰਾਇਆ, ਫਗਵਾੜਾ, ਜਲੰਧਰ ਅਤੇ ਫਿਲੌਰ ਇੰਜਣ, ਖੇਤੀਬਾੜੀ ਮਸ਼ੀਨਾਂ ਅਤੇ ਔਜ਼ਾਰ, ਹੈਂਡ ਟੂਲਜ਼ ਅਤੇ ਨਟ-ਬੋਲਟ ਬਣਾਉਣ ਲਈ ਪ੍ਰਸਿੱਧ ਹਨ। ਜਲੰਧਰ, ਫਗਵਾੜਾ ਅਤੇ ਕਪੂਰਥਲਾ ਬਿਜਲੀ ਦਾ ਸਮਾਨ ਅਤੇ ਪੱਖੇ ਬਣਾਉਣ ਲਈ ਮਸ਼ਹੂਰ ਹਨ। ਇੱਥੇ ਸਿਲਾਈ ਮਸ਼ੀਨਾਂ ਦੇ ਪੁਰਜ਼ੇ ਵੀ ਬਣਾਏ ਜਾਂਦੇ ਹਨ। ਗੋਰਾਇਆ ਵਿਖੇ ਚਾਰਾ ਕੱਟਣ ਦੀਆਂ ਮਸ਼ੀਨਾਂ ਬਣਾਉਣ ਅਤੇ ਫਾਊਂਡਰੀ ਉਦਯੋਗ ਮਹੱਤਵਪੂਰਨ ਹਨ। ਹੁਸ਼ਿਆਰਪੁਰ ਵਿਖੇ ਥਰੈਸ਼ਰ ਅਤੇ ਟਰੈਕਟਰ (ਸੋਨਾਲੀਕਾ ਇੰਟਰਨੈਸ਼ਨਲ) ਬਣਾਉਣ ਦੇ ਕਾਰਖਾਨੇ ਹਨ। ਇੱਥੇ ਹਾਕਿੰਜ਼ ਪ੍ਰੈਸ਼ਰ ਕੁੱਕਰ ਬਣਾਉਣ ਦਾ ਕਾਰਖਾਨਾ ਵੀ ਹੈ। ਇਨ੍ਹਾਂ ਤੋਂ ਬਿਨਾਂ ਇੱਥੇ ਸਟੀਲ ਦੀ ਤਾਰਾਂ, ਹੈਂਡਟੂਲਜ਼, ਪਾਈਪ, ਰੈਂਚ ਅਤੇ ਫੋਰਜਿੰਗ ਦੇ ਯੂਨਿਟਸ ਵੀ ਹਨ। ਟੂਟੋ ਮਜਾਰਾ ਵਿਖੇ ਪਿੱਤਲ ਦੀਆਂ ਜ਼ਿਪਾਂ ਬਣਾਈਆਂ ਜਾਂਦੀਆਂ ਹਨ।

ਹੁਸ਼ਿਆਰਪੁਰ, ਜਲੰਧਰ ਅਤੇ ਕਪੂਰਥਲਾ ਵਿਖੇ ਬੱਸਾਂ, ਟਰੱਕਾਂ ਆਦਿ ਦੀਆਂ ਬਾਡੀਆਂ ਬਣਾਈਆਂ ਜਾਂਦੀਆਂ ਹਨ। ਕਪੂਰਥਲਾ ਦੀ ਰੇਲ ਕੋਚ ਫੈਕਟਰੀ ਪ੍ਰਸਿੱਧ ਹੈ। ਜਲੰਧਰ ਵਿਖੇ ਪਾਣੀ ਦੀਆਂ ਪਾਈਆਂ ਅਤੇ ਦੂਜਾ ਸਾਮਾਨ ਬਣਾਇਆ ਜਾਂਦਾ ਹੈ। ਐਸ.ਬੀ.ਐਸ. ਨਗਰ ਜ਼ਿਲ੍ਹੇ ਦੇ ਪਿੰਡ ਆਸਰੋਂ ਵਿਖੇ ਸਵਰਾਜ ਮਾਜਦਾ ਵਾਹਨ ਬਣਾਏ ਜਾਂਦੇ ਹਨ। ਇੱਥੇ ਟਾਟਾ ਇੰਜਨੀਅਰਿੰਗ ਉਦਯੋਗ ਵਿੱਚ ਕਈ ਕਲ-ਪੁਰਜੇ ਬਣਾਏ ਜਾਂਦੇ ਹਨ। ਜਲੰਧਰ ਅਤੇ ਹੁਸ਼ਿਆਰਪੁਰ ਵਿਖੇ ਆਟੋ ਪਾਰਟਸ, ਵਾਲਵਜ਼, ਕੌਕਸ, ਡਰੱਮ ਅਤੇ ਹੋਰ ਧਾਤ ਪਦਾਰਥ ਬਣਾਏ ਜਾਂਦੇ ਹਨ। ਪੰਜਾਬ ਦੀਆਂ 6060 ਇੰਜਨੀਅਰੀ ਵਸਤਾਂ ਬਣਾਉਣ ਵਾਲੀਆਂ ਇਕਾਈਆਂ (ਮਾਰਚ 2021-22 ਵਿੱਚੋਂ 1393 (23%) ਦੋਆਬੇ ਵਿੱਚ ਹਨ। 1393 ਵਿਚੋਂ 1081 ਜਲੰਧਰ ਜ਼ਿਲ੍ਹੇ, 187 ਕਪੂਰਥਲਾ 110, ਹੁਸ਼ਿਆਰਪੁਰ ਅਤੇ 15 ਐਸ.ਬੀ.ਐਸ. ਨਗਰ ਜ਼ਿਲ੍ਹਿਆਂ ਵਿੱਚ ਸਥਿਤ ਹਨ।

ਖੇਡਾਂ ਦਾ ਸਾਮਾਨ ਬਣਾਉਣ ਲਈ ਜਲੰਧਰ ਸਾਰੇ ਦੇਸ਼ ਵਿੱਚ ਪ੍ਰਸਿੱਧ ਹੈ। ਇੱਥੋਂ ਖੇਡਾਂ ਦਾ ਸਮਾਨ ਨਿਰਯਾਤ ਵੀ ਹੁੰਦਾ ਹੈ। ਇੱਥੇ ਚਮੜੇ ਦੇ ਉਦਯੋਗ ਦਾ ਸਥਿਤ ਹੋਣਾ, ਵੰਡ ਤੋਂ ਬਾਅਦ ਹਿੰਦੂ ਕਾਰੀਗਰਾਂ ਦਾ ਸਿਆਲਕੋਟ (ਪਾਕਿਸਤਾਨ) ਤੋਂ ਆ ਕੇ ਇੱਥੇ ਵਸ ਜਾਣਾ ਅਤੇ ਦੋਆਬੇ ਵਿੱਚ ਹਾਕੀ ਦੀ ਖੇਡ ਦਾ ਹਰਮਨ ਪਿਆਰਾ ਹੋਣਾ, ਖੇਡ ਉਦਯੋਗ ਦੇ ਜਲੰਧਰ ਵਿੱਚ ਕੇਂਦਰਤ ਹੋਣ ਦੇ ਮੁੱਖ ਕਾਰਣ ਹਨ। ਬਸਤੀ ਨੌਅ, ਬਸਤੀ ਸ਼ੇਖ, ਬਸਤੀ ਦਾਨਿਸ਼ਮੰਦਾਂ ਅਤੇ ਭਾਰਗੋ ਕੈਂਪ ਇਸ ਉਦਯੋਗ ਦੇ ਜਲੰਧਰ ਵਿੱਚ ਕੇਂਦਰ ਹਨ।

ਜਲੰਧਰ ਖੇਡਾਂ ਦਾ ਸਾਮਾਨ ਬਣਾਉਣ ਦਾ ਮੁੱਖ ਕੇਂਦਰ ਹੈ। ਇੱਥੇ ਖੇਡਾਂ ਦਾ ਸਾਮਾਨ ਬਣਾਉਣ ਦੀਆਂ ਲਗਭਗ 1200 ਇਕਾਈਆਂ ਹਨ ਜਿਨ੍ਹਾਂ ਵਿੱਚੋਂ 772 ਰਜਿਸਟਰਸ਼ੁਦਾ ਹਨ। ਇੱਥੇ ਵਿਭਿੰਨ ਪ੍ਰਕਾਰ ਦੀਆਂ ਖੇਡ ਵਸਤਾਂ ਜਿਵੇਂ ਕਿ ਖੇਡਣ ਵਾਲੇ ਜੁੱਤੇ, ਕ੍ਰਿਕਟ ਬੈਟ ਅਤੇ ਗੇਂਦਾਂ, ਹਾਕੀਆਂ, ਹਾਕੀ ਗੇਂਦਾਂ, ਫੈਲਾਏ ਜਾ ਸਕਣ ਵਾਲੇ ਸਭ ਪ੍ਰਕਾਰ ਦੇ ਬਾਲ (ਫੁਟਬਾਲ, ਵਾਲੀਬਾਲ ਆਦਿ), ਕੈਰਮ ਅਤੇ ਚੈਸ ਬੋਰਡ, ਰੈਕੱਟਸ, ਸ਼ਟਲਕਾਕ (ਚਿੜੀਆਂ) ਆਦਿ ਬਣਾਏ ਜਾਂਦੇ ਹਨ। ਇਸ ਉਦਯੋਗ ਵਿੱਚ ਵਰਤ ਹੋਣ ਵਾਲੀ ਵਿਲੋ ਲੱਕੜ ਦੀ ਉਪਲਬੱਧਤਾ (ਜੰਮੂ ਅਤੇ ਕਸ਼ਮੀਰ ਤੋਂ) ਦੇ ਘੱਟ ਅਤੇ ਕਈ ਵਾਰ ਬੰਦ ਹੋ ਜਾਣ, ਬਿਜਲੀ ਕਟ ਅਤੇ ਕਈ ਟੈਕਸਾਂ ਕਾਰਨ ਇਸ ਉਦਯੋਗ ਨੂੰ ਕਈ ਸਮੱਸਿਆਵਾਂ ਦਾ ਸਾਹਮਣਾ ਕਰਨਾ ਪੈ ਰਿਹਾ ਹੈ। ਇਸ ਉਦਯੋਗ ਨੂੰ ਜੰਮੂ ਅਤੇ ਕਸ਼ਮੀਰ ਅਤੇ ਉੱਤਰ ਪ੍ਰਦੇਸ਼ ਵਿੱਚ ਮੇਰਠ ਦੇ ਮੁਕਾਬਲਤਨ ਸਸਤੇ (ਘੱਟ ਟੈਕਸਾਂ ਕਾਰਨ) ਖੇਡ ਉਦਯੋਗ ਤੋਂ ਸਖਤ ਮੁਕਾਬਲਾ ਹੈ।

2013-14 ਵਿੱਚ 1843.20 ਕਰੋੜ ਰੁਪਏ ਦੇ ਮੁੱਲ ਦਾ ਖੇਡਾਂ ਦਾ ਸਾਮਾਨ ਨਿਰਯਾਤ ਕੀਤਾ ਗਿਆ ਸੀ।

2018-19 ਵਿਚ ਖੇਡਾਂ ਦੇ ਸਾਮਾਨ ਦਾ ਨਿਰਯਾਤ ਘੱਟ ਗਿਆ ਅਤੇ ਇਸ ਸਾਲ ਖੇਡਾਂ ਦੇ ਸਾਮਾਨ ਦੇ ਨਿਰਯਾਤ ਦਾ ਮੁੱਲ ਘੱਟ ਕੇ 460.22 ਕਰੋੜ ਰੁਪਏ ਰਹਿ ਗਿਆ।

ਲੋਹਾ ਅਤੇ ਇਸਪਾਤ—ਬਿਸਤ ਦੋਆਬ ਵਿੱਚ ਮੂਲਧਾਤ (Basic Metals) ਦੇ 114 ਯੂਨਿਟਸ ਹਨ ਜਿਨ੍ਹਾਂ ਵਿੱਚ ਪਿੱਗ ਆਇਰਨ, ਸਟੀਲ ਅਤੇ ਸਟੀਲ ਅਲੋਏ ਇਨਗੋਟਸ (Steel Alloy Ingots), ਸਟੀਲ ਕਾਸਟਿੰਗਜ (Steel Castings) ਅਤੇ ਅਲੋਏ ਸਟੀਲ ਕਾਸਟਿੰਗਜ਼ ਬਣਾਏ ਜਾਂਦੇ ਹਨ। ਇਹ ਮੁੱਖ ਤੌਰ ਤੇ ਜਲੰਧਰ (93 ਇਕਾਈਆਂ) ਵਿੱਚ ਨਿਰਮਾਣ ਕੀਤੇ ਜਾਂਦੇ ਹਨ। ਧਾਤ ਪਦਾਰਥ (Metal Product and Fabrication) ਅਤੇ ਸਟੀਲ ਰੀਰੋਲਿੰਗ ਪਦਾਰਥ ਆਦਿ ਜਲੰਧਰ ਅਤੇ ਹੁਸ਼ਿਆਰਪੁਰ ਵਿਖੇ ਬਣਾਏ ਜਾਂਦੇ ਹਨ (ਸਾਰਣੀ ਨੰ. 67)।

ਹੋਰ ਉਦਯੋਗ—ਬਿਸਤ ਦੋਆਬ ਵਿੱਚ ਹੋਰ ਵੀ ਬਹੁਤ ਸਾਰੇ ਛੋਟੇ ਅਤੇ ਦਰਮਿਆਨੇ ਪੈਮਾਨੇ ਦੇ ਉਦਯੋਗ ਹਨ। ਜਲੰਧਰ ਅਤੇ ਹੁਸ਼ਿਆਰਪੁਰ ਵਿਖੇ **ਰਸਾਇਣ ਉਦਯੋਗ** ਦੇ ਕ੍ਰਮਵਾਰ 17 ਅਤੇ 28 ਯੂਨਿਟਸ ਹਨ। ਕਰਤਾਰਪੁਰ **ਫਰਨੀਚਰ ਉਦਯੋਗ** ਦਾ ਮੁੱਖ ਕੇਂਦਰ ਹੈ। **ਹੁਸ਼ਿਆਰਪੁਰ** ਵਿਖੇ ਵੀ ਫਰਨੀਚਰ ਆਦਿ ਬਣਾਉਣ ਦੀਆਂ 207 ਇਕਾਈਆਂ ਕੰਮ ਕਰਦੀਆਂ ਹਨ। **ਹੁਸ਼ਿਆਰਪੁਰ** ਅਤੇ ਨਾਲ ਲੱਗਦੇ ਕੁੱਝ ਪਿੰਡਾਂ ਵਿੱਚ ਖਿਡੌਣੇ (Toys) ਅਤੇ ਸਜਾਵਟੀ ਵਸਤਾਂ (Decorated Articles) ਜਿਨ੍ਹਾਂ ਉੱਤੇ ਖੁਦਾਈ, ਪਲਾਸਟਿਕ ਭਰਨ ਦਾ, ਪਿੱਤਲ ਜੜਾਈ ਦਾ, ਰੰਗ ਭਰਨ ਦਾ ਅਤੇ ਪਾਲਿਸ਼ ਦਾ ਕੰਮ ਕੀਤਾ ਹੁੰਦਾ ਹੈ, ਬਣਾਏ ਜਾਂਦੇ ਹਨ। ਇਹ ਬਾਹਰ ਵੀ ਭੇਜੇ ਜਾਂਦੇ ਹਨ।

ਸਾਰੇ ਦੋਆਬੇ ਵਿੱਚ ਬਹੁਤ ਸਾਰੇ ਚਾਵਲ ਛੜਣ (Rice Sheller) ਅਤੇ ਆਟਾ ਪੀਹਣ (Flour Milling) ਦੇ ਕਾਰਖਾਨੇ ਹਨ। ਕਪੂਰਥਲਾ ਜ਼ਿਲ੍ਹੇ ਵਿੱਚ ਹਮੀਰਾ ਵਿਖੇ ਸ਼ਰਾਬ ਬਣਾਉਣ ਦਾ ਕਾਰਖਾਨਾ ਹੈ।

ਆਵਾਜਾਈ ਸਾਧਨ (MEANS OF TRANSPORTATION)

ਸਾਰੇ ਦੋਆਬੇ ਵਿੱਚ ਆਵਾਜਾਈ ਸਾਧਨਾਂ ਦਾ ਜਾਲ ਵਿਛਿਆ ਹੋਇਆ ਹੈ। ਰਾਜ ਦੀ ਮੁੱਖ **ਜੀ.ਟੀ. ਰੋਡ** ਅਤੇ ਮੁੱਖ ਰੇਲਵੇ ਲਾਈਨ ਫਿਲੌਰ, ਫਗਵਾੜਾ, ਜਲੰਧਰ, ਕਰਤਾਰਪੁਰ ਰਸਤੇ ਲੁਧਿਆਣਾ ਤੋਂ ਅੰਮ੍ਰਿਤਸਰ ਜਾਂਦੀ ਹੈ। ਜਲੰਧਰ ਆਵਾਜਾਈ ਸਾਧਨਾਂ ਦਾ ਮੁੱਖ ਕੇਂਦਰ ਹੈ (ਨਕਸ਼ਾ ਨੰ. 71)। ਇੱਥੋਂ ਹੁਸ਼ਿਆਰਪੁਰ, ਨਵਾਂਸ਼ਹਿਰ, ਚੰਡੀਗੜ੍ਹ, ਲੁਧਿਆਣਾ, ਅੰਮ੍ਰਿਤਸਰ, ਟਾਂਡਾ-ਦਸੂਹਾ ਰਸਤੇ ਪਠਾਨਕੋਟ, ਨਕੋਦਰ, ਕਪੂਰਥਲਾ, ਫਿਰੋਜ਼ਪੁਰ ਆਦਿ ਨੂੰ ਸੜਕਾਂ ਅਤੇ ਰੇਲਾਂ ਜਾਂਦੀਆਂ ਹਨ। ਚੰਡੀਗੜ੍ਹ-ਰੂਪਨਗਰ-ਹੁਸ਼ਿਆਰਪੁਰ-ਦਸੂਹਾ-ਪਟਾਨਕੋਟ ਇੱਕ ਹੋਰ ਮਹੱਤਵਪੂਰਨ ਸੜਕ ਮਾਰਗ ਹੈ। ਰਾਸ਼ਟਰੀ ਮਾਰਗ-1A ਵੀ ਜਲੰਧਰ ਨੂੰ ਟਾਂਡਾ, ਦਸੂਹਾ ਅਤੇ ਮੁਕੇਰੀਆਂ ਰਸਤੇ ਪਠਾਨਕੋਟ ਨਾਲ ਜੋੜਦਾ ਹੈ। ਜਲੰਧਰ-ਫਗਵਾੜਾ-ਨਵਾਂਸ਼ਹਿਰ-ਬਲਾਚੌਰ-ਰੂਪਨਗਰ-ਚੰਡੀਗੜ੍ਹ ਇੱਕ ਹੋਰ ਮਹੱਤਵਪੂਰਨ ਰਾਜ ਮਾਰਗ ਹੈ। ਜਲੰਧਰ-ਹੁਸ਼ਿਆਰਪੁਰ-ਨੰਗਲ ਵੀ ਮਹੱਤਵਪੂਰਨ ਸੜਕ ਹੈ। ਦੋਆਬੇ ਵਿੱਚ ਕੁੱਲ ਸੜਕਾਂ ਦੀ

ਲੰਬਾਈ 2013-14 ਅਨੁਸਾਰ 16,590 ਕਿ.ਮੀ. ਸੀ (ਸਾਰਣੀ ਨੰ. 62)। 2021-22 ਅਨੁਸਾਰ ਪੰਜਾਬ ਵਿੱਚ ਸਭ ਕਿਸਮ ਦੀਆਂ ਸੜਕਾਂ ਦੀ ਕੁੱਲ ਲੰਬਾਈ 1,21,648 ਕਿਲੋਮੀਟਰ ਹੈ। ਇਸ ਲੰਬਾਈ ਵਿੱਚੋਂ 19% ਦੇ ਲਗਭਗ ਸੜਕਾਂ 2021-22 ਵਿੱਚ (22,625 ਕਿ.ਮੀ.) ਬਿਸਤ ਦੋਆਬ ਵਿੱਚ ਹਨ।

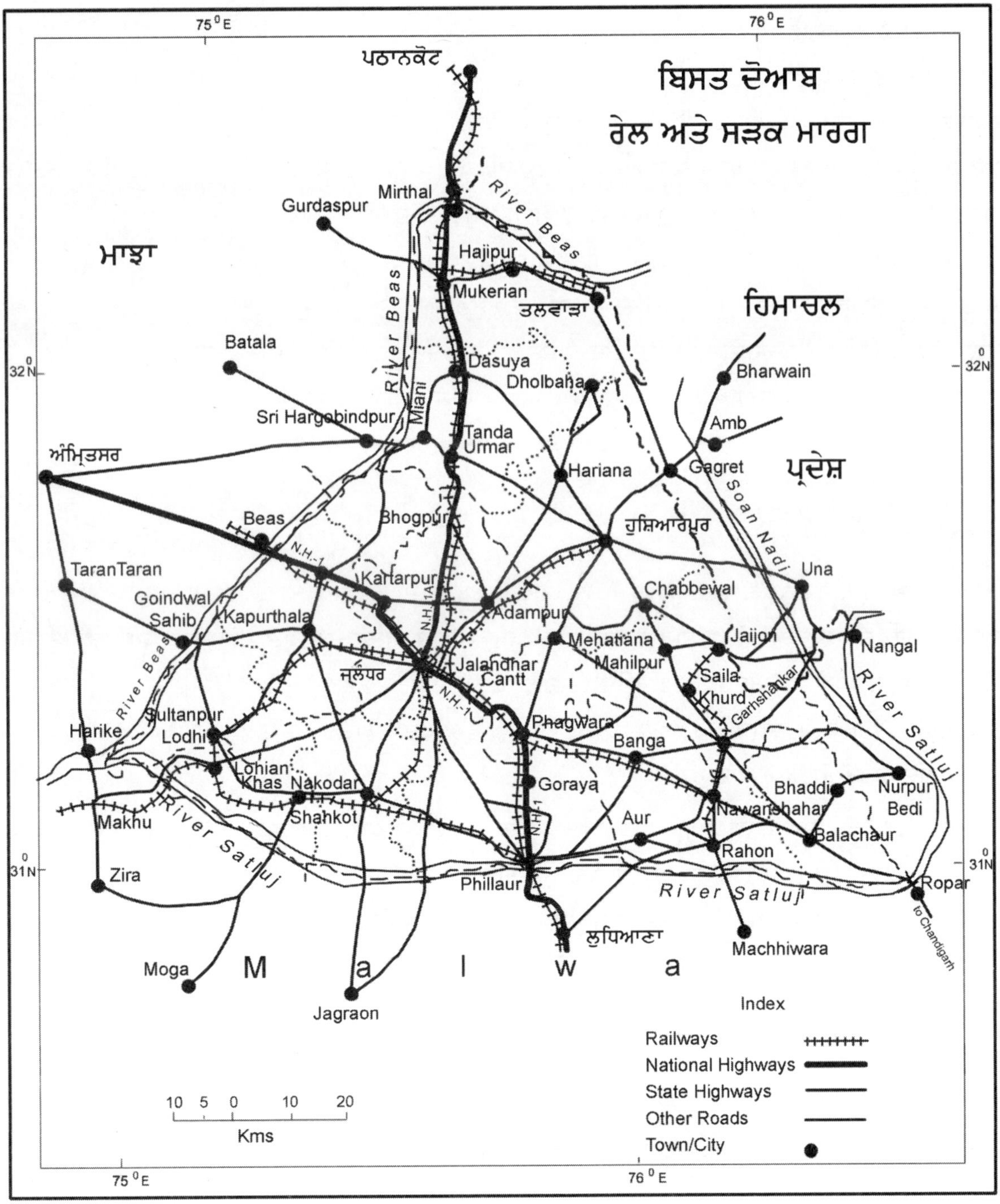

Map 72

ਦੋਆਬੇ ਵਿੱਚ ਸੜਕ ਘਣਤਾ ਉੱਚੀ ਹੈ। 2021-22 ਦੇ ਅੰਕੜਿਆਂ ਅਨੁਸਾਰ ਰਾਜ ਵਿੱਚ ਪੰਜਵੇਂ ਨੰਬਰ ਤੇ ਸਭ ਤੋਂ ਉੱਚੀ ਸੜਕ ਘਣਤਾ ਜਲੰਧਰ ਜ਼ਿਲ੍ਹੇ ਵਿੱਚ 271 ਕਿਲੋਮੀਟਰ ਪ੍ਰਤੀ 100 ਵਰਗ ਕਿਲੋਮੀਟਰ ਹੈ। ਰਾਜ ਵਿੱਚ ਛੇਵੇਂ ਨੰਬਰ 'ਤੇ ਹੁਸ਼ਿਆਰਪੁਰ. ਨਗਰ ਜ਼ਿਲ੍ਹੇ ਵਿੱਚ 266 ਕਿ.ਮੀ. ਪ੍ਰਤੀ 100 ਵ. ਕਿਲੋਮੀਟਰ ਦੀ ਉੱਚੀ ਘਣਤਾ ਪਾਈ ਜਾਂਦੀ ਹੈ। ਕਪੂਰਥਲਾ ਦੀ ਸੜਕ ਘਣਤਾ 248 ਕਿ.ਮੀ. ਪ੍ਰਤੀ 100 ਵਰਗ. ਕਿਲੋਮੀਟਰ ਅਤੇ ਐਸ.ਬੀ.ਐਸ. ਨਗਰ ਜ਼ਿਲ੍ਹੇ ਦੀ 197 ਕਿ.ਮੀ. ਪ੍ਰਤੀ 100 ਵਰਗ ਕਿਲੋਮੀਟਰ ਹੈ। ਪੰਜਾਬ ਦੀ ਔਸਤ ਸੜਕ ਘਣਤਾ 242 ਕਿ.ਮੀ. ਹੈ। ਦੋਆਬੇ ਦੇ ਜ਼ਿਲ੍ਹਿਆਂ ਦੀ ਜ਼ਿਆਦਾ ਆਬਾਦੀ ਅਤੇ ਮੁਕਾਬਲਤਨ ਘੱਟ ਖੇਤਰਫਲ ਕਾਰਨ ਪ੍ਰਤੀ ਲੱਖ ਵਿਅਕਤੀਆਂ ਪਿੱਛੇ ਸੜਕ ਤੀਬਰਤਾ ਦਰਮਿਆਨੀ ਹੈ। ਜਲੰਧਰ ਜ਼ਿਲ੍ਹੇ ਦੀ ਸੜਕ ਤੀਬਰਤਾ 221 ਕਿਲੋਮੀਟਰ ਹੈ। ਪਰੰਤੂ ਹੁਸ਼ਿਆਰਪੁਰ ਜ਼ਿਲ੍ਹੇ ਦੀ 352 ਕਿ.ਮੀ. ਅਤੇ ਐਸ.ਬੀ.ਐਸ. ਨਗਰ ਜ਼ਿਲ੍ਹੇ ਲਈ ਸੜਕ ਤੀਬਰਤਾ 393 ਕਿ.ਮੀ. ਹੈ ਜੋ ਰਾਜ ਵਿੱਚ ਮੁਕਤਸਰ ਤੋਂ ਬਾਅਦ ਸਭ ਤੋਂ ਉੱਚੀ ਹੈ। ਕਪੂਰਥਲਾ ਜ਼ਿਲ੍ਹੇ ਲਈ ਇਹ ਅੰਕੜਾ 319 ਕਿ.ਮੀ. ਦਾ ਹੈ। ਐਸ.ਬੀ.ਐਸ. ਨਗਰ, ਜਲੰਧਰ, ਹੁਸ਼ਿਆਰਪੁਰ ਅਤੇ ਕਪੂਰਥਲਾ ਦੇ 100% ਪਿੰਡ ਸੜਕਾਂ ਨਾਲ ਜੁੜੇ ਹੋਏ ਹਨ। ਇਸ ਤਰ੍ਹਾਂ ਦੋਆਬੇ ਵਿੱਚ ਸੜਕ ਪਹੁੰਚ ਉੱਚੀ ਹੈ। ਦੋਆਬੇ ਦੇ ਬਹੁਤ ਸਾਰੇ ਲੋਕ ਵਿਦੇਸ਼ਾਂ ਵਿੱਚ ਰਹਿੰਦੇ ਹਨ ਅਤੇ ਉਹ ਅਕਸਰ ਪੰਜਾਬ ਵਿੱਚ ਆਉਂਦੇ ਜਾਂਦੇ ਰਹਿੰਦੇ ਹਨ। ਇਸ ਕਾਰਨ ਜਲੰਧਰ ਵਿਖੇ ਇੱਕ ਹਵਾਈ ਅੱਡਾ ਬਣਾਉਣ ਦੀ ਸਖ਼ਤ ਲੋੜ ਹੈ। ਇਸ ਉਦੇਸ਼ ਲਈ ਜਲੰਧਰ ਵਿਖੇ ਹਵਾਈ ਅੱਡੇ ਬਣਾਉਣ ਦੀ ਯੋਜਨਾ ਅਧੀਨ ਜ਼ਮੀਨ ਖ਼ਰੀਦ ਲਈ ਗਈ ਹੈ। ਆਦਮਪੁਰ ਦੇ ਫੌਜੀ ਅੱਡੇ ਨੂੰ ਸਿਵਲ ਵਰਤੋਂ ਲਈ ਖੋਲ੍ਹ ਕੇ ਇਹ ਬਿਸਤ ਦੋਆਬ ਦਾ ਮੁੱਖ ਹਵਾਈ ਅੱਡਾ ਬਣਾਇਆ ਜਾ ਰਿਹਾ ਹੈ।

ਵਪਾਰ (TRADE)

ਦੋਆਬੇ ਤੋਂ ਵਾਧੂ ਕਣਕ, ਚਾਵਲ, ਆਲੂ, ਕਿੰਨੂ, ਸੰਗਤਰੇ, ਖੇਡਾਂ ਦਾ ਸਾਮਾਨ, ਚਮੜੇ ਦਾ ਸਾਮਾਨ, ਧਾਗਾ, ਪਲਾਸਟਿਕ ਦੀਆਂ ਜੁੱਤੀਆਂ, ਚੱਪਲਾਂ, ਬਿਜਲੀ ਦਾ ਸਮਾਨ, ਬਿਜਲੀ ਦੇ ਪੱਖੇ, ਕਾਗਜ਼, ਹਾਥੀ ਦੰਦ ਅਤੇ ਪਲਾਸਟਿਕ ਦਾ ਖ਼ੂਬਸੂਰਤ ਸਾਮਾਨ, ਇੰਜਣ, ਟੂਲਜ਼, ਖੇਤੀ ਔਜ਼ਾਰ ਆਦਿ ਬਾਹਰ ਭੇਜੇ ਜਾਂਦੇ ਹਨ। ਕੋਲਾ, ਮਿੱਟੀ ਦਾ ਤੇਲ, ਪੈਟਰੋਲ, ਡੀਜ਼ਲ, ਕੱਪੜਾ, ਊਨੀ ਵਸਤਾਂ, ਖਾਦਾਂ, ਸੀਮੇਂਟ, ਇਮਾਰਤੀ ਲਕੜੀ, ਬੋਰੀਆਂ, ਰਬੜ ਵਸਤਾਂ, ਵਨਸਪਤੀ ਘਿਉ, ਰਸਾਇਣ, ਧਾਤਾਂ, ਦਵਾਈਆਂ, ਭਾਰੀਆਂ ਮਸ਼ੀਨਾਂ ਆਦਿ ਬਾਹਰੋਂ ਮੰਗਵਾਏ ਜਾਂਦੇ ਹਨ।

2013-14 ਵਿੱਚ ਦੋਆਬੇ ਤੋਂ 2903.0 ਕਰੋੜ ਰੁਪਏ ਦੇ ਮੁੱਲ ਦਾ ਉਦਯੋਗਿਕ ਵਸਤਾਂ ਦਾ ਨਿਰਯਾਤ ਕੀਤਾ ਗਿਆ ਸੀ (ਰਾਜ ਦਾ 12.24%)। 2018-19 ਸਾਲ ਦੌਰਾਨ ਇਹ ਉਦਯੋਗਿਕ ਵਸਤਾਂ ਦਾ ਨਿਰਯਾਤ ਵੱਧ ਕੇ 10,237.15 ਕਰੋੜ ਰੁਪਏ ਦਾ ਹੋ ਗਿਆ ਸੀ (ਪੰਜਾਬ ਦਾ 10.1%)। ਇਸ ਵਿੱਚ ਮੁੱਖ ਹਿੱਸਾ ਜਲੰਧਰ ਜ਼ਿਲ੍ਹੇ ਦਾ 7886.63 ਕਰੋੜ ਰੁਪਏ (ਰਾਜ ਦਾ 7.75%) ਸੀ। ਦੂਜੇ ਨੰਬਰ ਤੇ ਕਪੂਰਥਲਾ ਜ਼ਿਲ੍ਹਾ (1499.17 ਕਰੋੜ ਰੁਪਏ—ਰਾਜ ਦਾ 1.47%) ਸੀ। ਹੁਸ਼ਿਆਰਪੁਰ ਅਤੇ ਸ.ਭ.ਸ. ਨਗਰ ਜ਼ਿਲ੍ਹਿਆਂ ਤੋਂ 2018-19 ਵਿੱਚ ਉਦਯੋਗਿਕ ਵਸਤਾਂ ਦਾ ਘੱਟ ਨਿਰਯਾਤ ਹੋਇਆ ਸੀ। ਪਰੰਤੂ 2018-19 ਵਿੱਚ ਹੁਸ਼ਿਆਰਪੁਰ ਜ਼ਿਲ੍ਹੇ ਤੋਂ 58.87 ਕਰੋੜ ਰੁਪਏ = ਰਾਜ ਦਾ 0.06% ਦਾ ਉਦਯੋਗਿਕ ਵਸਤਾਂ ਦਾ ਨਿਰਯਾਤ ਹੋਇਆ ਸੀ। ਇਸੇ ਸਾਲ ਐਸ.ਬੀ.ਐਸ. ਨਗਰ ਜ਼ਿਲ੍ਹੇ ਦਾ ਹਿੱਸਾ 792.48 ਕਰੋੜ ਰੁਪਏ = ਰਾਜ ਦਾ 0.78% ਸੀ। ਬਿਸਤ ਦੋਆਬ ਦੇ ਸਭ ਜ਼ਿਲ੍ਹਿਆਂ ਤੋਂ ਉਦਯੋਗਿਕ ਨਿਰਯਾਤ ਹੁੰਦਾ ਹੈ। ਬਿਸਤ ਦੋਆਬ ਉਦਯੋਗਿਕ ਨਿਰਯਾਤ ਵਿੱਚ ਮਾਲਵਾ ਤੋਂ ਬਾਅਦ ਜ਼ਿਆਦਾ ਮਹੱਤਵਪੂਰਣ ਹੈ (ਦੂਸਰੇ ਸਥਾਨ ਤੇ)।

ਮਾਲਵਾ ਪ੍ਰਦੇਸ਼ (MALWA REGION)

ਮਾਲਵਾ ਪੰਜਾਬ ਦਾ ਇੱਕ ਬਹੁਤ ਵੱਡਾ ਅਤੇ ਮਹੱਤਵਪੂਰਣ ਕੁਦਰਤੀ ਅਤੇ ਲੋਕ ਪ੍ਰਦੇਸ਼ ਹੈ ਜਿਸ ਦਾ ਭਵਿੱਖ ਬਹੁਤ ਉੱਜਵਲ ਹੈ। ਇਹ ਜੱਟ ਵੱਡੇ ਜ਼ਮੀਂਦਾਰਾਂ ਦਾ ਪ੍ਰਦੇਸ਼ ਹੈ ਜੋ ਪੰਜਾਬ ਦੀ ਰਾਜਨੀਤੀ ਉੱਤੇ ਛਾਇਆ ਹੋਇਆ ਹੈ। ਕੁੱਝ ਉੱਚੀ-ਨੀਵੀਂ ਧਰਾਤਲ, ਉਪਜਾਊ ਮਿੱਟੀ ਤੇ ਕਪਾਹ ਦੀ ਖੇਤੀ ਕੁੱਝ ਅਜਿਹੀਆਂ ਮਹੱਤਵਪੂਰਣ ਸਮਾਨਤਾਵਾਂ ਹਨ ਜਿਨ੍ਹਾਂ ਨੇ ਪੰਜਾਬ ਦੇ ਮਾਲਵਾ ਪ੍ਰਦੇਸ਼ ਨੂੰ ਮੱਧ ਪ੍ਰਦੇਸ਼ ਦੇ ਮਾਲਵਾ ਪ੍ਰਦੇਸ਼ ਵਰਗਾ ਬਣਾ ਦਿੱਤਾ ਹੈ।

ਨਾਮ **ਮਾਲਵਾ** ਬਹੁਤ ਪੁਰਾਣਾ ਨਹੀਂ ਹੈ। ਇਹ ਬਹਾਦਰ ਸਿੱਖ (ਬੰਦਾ ਬੈਰਾਗੀ) ਨੇ ਇਸ ਪ੍ਰਦੇਸ਼ ਨੂੰ ਸਿੱਖਾਂ ਨੂੰ ਉਨ੍ਹਾਂ ਦੀ ਵੀਰਤਾ ਕਾਰਨ ਮਾਲਵਾ ਸਿੰਘ (Malva Singh) ਦਾ ਨਾਂ ਦਿੱਤਾ ਸੀ। ਉਸਨੇ ਇਹ ਵੀ ਕਿਹਾ ਸੀ ਕਿ ਇਹ ਪ੍ਰਦੇਸ਼ ਮੱਧ ਭਾਰਤ ਦੇ ਮਾਲਵਾ ਵਾਂਗ ਉਪਜਾਊ ਬਣ ਜਾਵੇਗਾ।

ਸਥਿਤੀ (LOCATION AND SITUATION)

ਮਾਲਵਾ ਉੱਤਰ ਵਿਖੇ ਦਰਿਆ ਸਤਲੁਜ, ਦੱਖਣ ਵਿੱਚ ਦਰਿਆ ਘੱਗਰ, ਪੂਰਬ ਵਿੱਚ ਸ਼ਿਵਾਲਕ ਪਹਾੜੀਆਂ ਅਤੇ ਪੱਛਮ ਵਿੱਚ ਦਰਿਆ ਸਤਲੁਜ ਅਤੇ ਪਾਕਿਸਤਾਨ ਵਿਚਕਾਰ ਸਥਿਤ ਹੈ। ਮਾਲਵਾ ਦੇ ਉੱਤਰ ਵਿੱਚ ਬਿਸਤ ਦੋਆਬ ਅਤੇ ਮਾਝਾ ਪ੍ਰਦੇਸ਼ ਹਨ। ਇਸ ਦੇ ਪੂਰਬ ਵਿੱਚ ਹਿਮਾਚਲ ਪ੍ਰਦੇਸ਼ ਅਤੇ ਹਰਿਆਣਾ ਰਾਜ ਹਨ। ਮਾਲਵਾ ਦੇ ਦੱਖਣ ਵਿੱਚ ਹਰਿਆਣਾ ਅਤੇ ਦੱਖਣ-ਪੱਛਮ ਵਿੱਚ ਰਾਜਸਥਾਨ ਦੇ ਰਾਜ ਹਨ (ਨਕਸ਼ਾ ਨੰ. 58)। ਮਲਾਵਾ ਪ੍ਰਦੇਸ਼ ਦਾ ਵਿਸਥਾਰ 29°30′ ਤੋਂ 31°9′ ਉੱਤਰੀ ਅਕਸ਼ਾਂਸ਼ ਤਕ ਤੇ 73°55′ ਤੋਂ 76°55′ ਪੂਰਬੀ ਰੇਖਾਂਸ਼ ਤੱਕ ਹੈ। ਮਾਲਵਾ ਪ੍ਰਦੇਸ਼ ਵਿੱਚ ਪੰਜਾਬ ਦੇ 23 ਜ਼ਿਲ੍ਹਿਆਂ ਵਿੱਚੋਂ 15 ਜ਼ਿਲ੍ਹੇ: ਰੂਪਨਗਰ, ਐਸ.ਏ.ਐਸ. ਨਗਰ (ਮੋਹਾਲੀ), ਪਟਿਆਲਾ, ਫਤਹਿਗੜ੍ਹ ਸਾਹਿਬ, ਲੁਧਿਆਣਾ, ਸੰਗਰੂਰ, ਬਰਨਾਲਾ, ਮਲੇਰਕੋਟਲਾ, ਬਠਿੰਡਾ, ਮਾਨਸਾ, ਮੁਕਤਸਰ, ਮੋਗਾ, ਫਰੀਦਕੋਟ, ਫਾਜ਼ਿਲਕਾ ਅਤੇ ਫਿਰੋਜ਼ਪੁਰ ਸ਼ਾਮਲ ਹਨ (ਨਕਸ਼ਾ ਨੰ. 73)। ਇਸ ਪ੍ਰਦੇਸ਼ ਵਿੱਚ ਪੰਜਾਬ ਦੀਆਂ 97 ਵਿੱਚੋਂ 61 ਤਹਿਸੀਲਾਂ ਅਤੇ 87 ਬਲਾਕ (ਪੰਜਾਬ-153 ਵਿਕਾਸ ਖੰਡ) ਸ਼ਾਮਲ ਹਨ। ਵੱਡੇ ਜ਼ਿਲ੍ਹਿਆਂ ਫਿਰੋਜ਼ਪੁਰ (3), ਲੁਧਿਆਣਾ (7 ਤਹਿਸੀਲਾਂ), ਸੰਗਰੂਰ (7) ਅਤੇ ਪਟਿਆਲਾ (6) ਵਿੱਚ ਜ਼ਿਆਦਾ ਤਹਿਸੀਲਾਂ ਅਤੇ ਬਲਾਕ ਹਨ (ਸਾਰਣੀ ਨੰ. 1) ਪਰੰਤੂ ਛੋਟੇ ਜ਼ਿਲ੍ਹਿਆਂ ਫਰੀਦਕੋਟ (3), ਮੁਕਤਸਰ (3), ਐਸ.ਏ.ਐਸ. ਨਗਰ (3), ਮੋਗਾ (4), ਬਰਨਾਲਾ (3), ਮਾਨਸਾ (3), ਫਾਜ਼ਿਲਕਾ (3) ਅਤੇ ਬਠਿੰਡਾ ਵਿੱਚ (4) ਘੱਟ ਤਹਿਸੀਲਾਂ ਹਨ। 2021-22 ਦੇ ਅੰਕੜਾ ਸਾਰ, ਪੰਜਾਬ ਅਨੁਸਾਰ ਪੰਜਾਬ ਵਿੱਚ 23 ਜ਼ਿਲ੍ਹੇ ਅਤੇ 97 ਤਹਿਸੀਲਾਂ ਹਨ (ਜਾਰੀ ਨੋਟੀਫਿਕੇਸ਼ਨਜ਼ ਅਨੁਸਾਰ)। ਕੁੱਲ 97 ਤਹਿਸੀਲਾਂ ਵਿੱਚੋਂ 18 ਮਾਝਾ ਪ੍ਰਦੇਸ਼ ਵਿੱਚ, 18 ਬਿਸਤ ਦੋਆਬ ਵਿੱਚ ਅਤੇ 61 ਮਾਲਵਾ ਪ੍ਰਦੇਸ਼ ਵਿੱਚ ਹਨ। ਇਨ੍ਹਾਂ ਨੋਟੀਫਿਕੇਸ਼ਨਜ਼ ਅਨੁਸਾਰ ਹੀ ਪੰਜਾਬ ਦੇ 153 ਬਲਾਕਾਂ (ਵਿਕਾਸ ਖੰਡਾਂ) ਵਿੱਚੋਂ 34 ਵਿਕਾਸ ਖੰਡ ਮਾਝਾ ਪ੍ਰਦੇਸ਼ ਵਿੱਚ, 31 ਵਿਕਾਸ ਖੰਡ ਬਿਸਤ ਦੋਆਬ ਪ੍ਰਦੇਸ਼ ਵਿੱਚ ਅਤੇ 87 ਵਿਕਾਸ ਖੰਡ ਮਾਲਵਾ ਪ੍ਰਦੇਸ਼ ਵਿੱਚ ਹਨ। PCA ਪੰਜਾਬ ਜਨਸੰਖਿਆ ਅਬਸਟਰੈਕਟ-2011 ਅਨੁਸਾਰ ਪੰਜਾਬ ਵਿੱਚ 20 ਜ਼ਿਲ੍ਹੇ ਅਤੇ 77 ਤਹਿਸੀਲਾਂ ਸਨ। ਬਾਅਦ ਵਿੱਚ ਨਵੇਂ ਜ਼ਿਲ੍ਹੇ, ਨਵੀਆਂ ਤਹਿਸੀਲਾਂ ਅਤੇ ਵਿਕਾਸ ਖੰਡ ਬਣਦੇ ਗਏ। ਫਲਸਰੂਪ, 31 ਮਾਰਚ 2022 ਨੂੰ ਪੰਜਾਬ ਵਿੱਚ 23 ਜ਼ਿਲ੍ਹੇ, 97 ਤਹਿਸੀਲਾਂ ਅਤੇ 157 ਵਿਕਾਸ ਖੰਡ ਸਨ।

ਸ਼ਕਲ ਅਤੇ ਆਕਾਰ (SHAPE AND SIZE)

ਮਾਲਵਾ ਪ੍ਰਦੇਸ਼ ਦੀ ਸ਼ਕਲ ਪੂਰਬ-ਪੱਛਮ ਦਿਸ਼ਾ ਵਿੱਚ ਫੈਲੀ ਇੱਕ ਆਇਤ ਵਰਗੀ ਹੈ। ਮਾਲਵਾ ਪ੍ਰਦੇਸ਼ ਇੱਕ ਵਿਸ਼ਾਲ ਖੇਤਰ ਹੈ ਜਿਸ ਦਾ ਕੁੱਲ ਰਕਬਾ ਪੰਜਾਬ ਦੇ ਕੁੱਲ ਖੇਤਰਫਲ ਦਾ ਦੋ-ਤਿਹਾਈ (65.14%) ਦੇ ਲਗਭਗ ਹੈ। ਮਾਲਵਾ ਦਾ ਕੁੱਲ ਖੇਤਰਫਲ 32806 ਵਰਗ ਕਿਲੋਮੀਟਰ ਹੈ ਜੋ ਮਾਝੇ ਤੋਂ 3.8 ਗੁਣਾ ਅਤੇ ਦੋਆਬੇ ਤੋਂ ਲਗਭਗ 3.7 ਗੁਣਾ ਵੱਡਾ ਹੈ।

ਧਰਾਤਲ (RELIEF)

ਸਮੂਚੇ ਤੌਰ ਤੇ ਮਾਲਵਾ ਪ੍ਰਦੇਸ਼ ਇੱਕ ਵਿਸ਼ਾਲ ਮੈਦਾਨ ਹੈ। ਮਾਲਵੇ ਦੇ ਪੂਰਬੀ ਜ਼ਿਲ੍ਹੇ ਐਸ.ਏ.ਐਸ. ਨਗਰ ਅਤੇ ਰੂਪਨਗਰ ਦਾ

ਬਿਲਕੁਲ ਪੂਰਬੀ ਭਾਗ ਪਹਾੜੀ ਹੈ। ਜ਼ਿਆਦਾਤਰ ਮੱਧਵਰਤੀ ਭਾਗ ਵਿਸ਼ਾਲ ਮੈਦਾਨ ਹੈ ਅਤੇ ਦੱਖਣ-ਪੱਛਮੀ ਭਾਗ ਰੇਤ ਟਿੱਬਿਆਂ ਨਾਲ ਭਰਿਆ ਪਿਆ ਹੈ। ਧਰਾਤਲ ਦੇ ਆਧਾਰ ਤੇ ਮਾਲਵਾ ਪ੍ਰਦੇਸ਼ ਦੇ ਚਾਰ ਧਰਾਤਲੀ ਖੰਡ ਬਣਾਏ ਜਾ ਸਕਦੇ ਹਨ (ਨਕਸ਼ਾ ਨੰ. 74)।

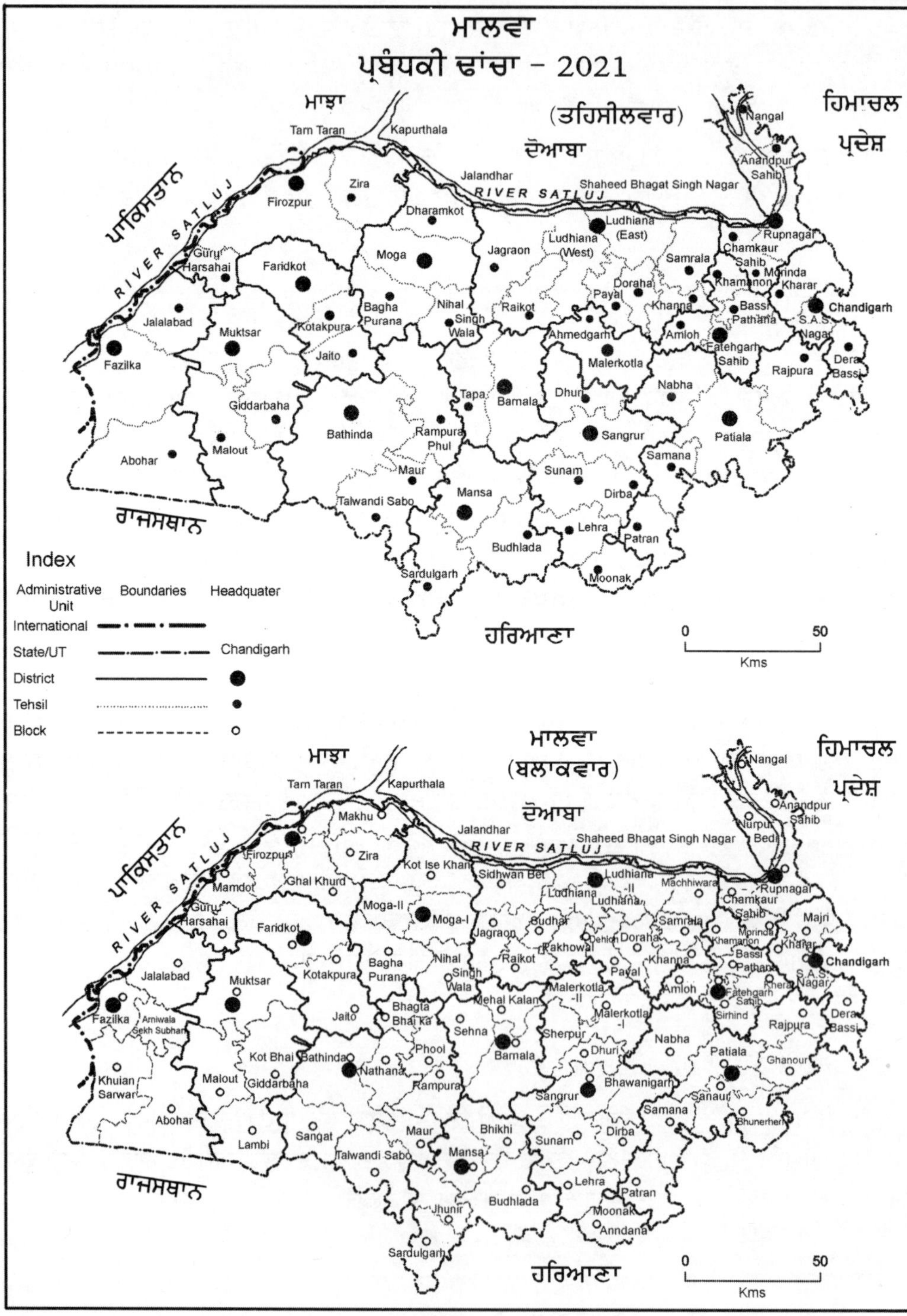

Map 73

(ੳ) **ਸ਼ਿਵਾਲਿਕ ਪਹਾੜੀਆਂ**—ਬਿਲਕੁਲ ਪੂਰਬ ਵਿੱਚ **ਸ਼ਿਵਾਲਕ ਪਹਾੜੀਆਂ** ਹਨ ਜੋ ਰੂਪਨਗਰ ਅਤੇ ਐਸ.ਏ.ਐਸ. ਨਗਰ ਜ਼ਿਲ੍ਹਿਆਂ ਵਿੱਚ ਉੱਤਰ-ਪੱਛਮ ਤੋਂ ਦੱਖਣ-ਪੂਰਬ ਦਿਸ਼ਾ ਵਿੱਚ ਚਲਦੀਆਂ ਹਨ। ਇਹ ਪਹਾੜੀ ਤੰਤਰ ਨੰਗਲ ਅਤੇ ਆਨੰਦਪੁਰ ਸਾਹਿਬ ਤਹਿਸੀਲਾਂ ਦੇ ਪੂਰਬੀ ਭਾਗਾਂ ਵਿੱਚ ਨੰਗਲ ਤੋਂ ਨੰਗਲ ਸਿਰਸਾ ਪਿੰਡ ਤੱਕ ਇੱਕ ਲਗਾਤਾਰ ਲੜੀ ਦੇ ਰੂਪ ਵਿੱਚ ਚੱਲਦਾ ਹੈ ਅਤੇ ਇਸ ਦਾ ਜ਼ਿਆਦਾਤਰ ਭਾਗ ਹਿਮਾਚਲ ਪ੍ਰਦੇਸ਼ ਵਿੱਚ ਹੈ। ਇੱਥੇ ਪਹਾੜੀਆਂ ਦੀ ਉਚਾਈ 500 ਮੀਟਰ ਤੱਕ ਹੈ। ਕੁੱਝ ਪਹਾੜੀ ਸਿਖਰਾਂ ਦੀ ਉਚਾਈ 500 ਮੀਟਰ ਤੋਂ ਵੱਧ ਹੈ। ਸਿਰਸਾ ਨੰਗਲ ਪਿੰਡ ਕੋਲ ਸਿਰਸਾ ਨਦੀ ਸ਼ਿਵਾਲਕ ਪਹਾੜੀਆਂ ਦੀ ਲਗਾਤਾਰਤਾ ਨੂੰ ਤੋੜ ਦਿੰਦੀ ਹੈ। ਇਸ ਨਦੀ ਤੋਂ ਦੱਖਣ ਵੱਲ ਸ਼ਿਵਾਲਕ ਪਹਾੜੀਆਂ ਰੋਪੜ ਤਹਿਸੀਲ, ਖਰੜ ਤਹਿਸੀਲ ਦੇ ਪੂਰਬੀ ਭਾਗਾਂ ਅਤੇ ਡੇਰਾ ਬੱਸੀ ਤਹਿਸੀਲ ਦੇ ਪੂਰਬੀ ਭਾਗਾਂ ਵਿੱਚ ਹਿਮਾਚਲ ਪ੍ਰਦੇਸ਼-ਹਰਿਆਣਾ ਸਰਹੱਦ ਨਾਲ-ਨਾਲ ਦੱਖਣ ਵਿੱਚ ਚੰਡੀਗੜ੍ਹ ਅਤੇ ਅੱਗੇ ਤੱਕ ਚਲਦੀਆਂ ਹਨ। ਆਨੰਦਪੁਰ ਸਾਹਿਬ ਚੰਗਰ ਦੇ ਪੂਰਬ ਵੱਲ ਅਤੇ ਚਰਨ ਗੰਗਾ ਅਤੇ ਲੁਹੰਡ ਖੱਡ ਨਦੀਆਂ ਵਿਚਕਾਰ ਇਹ ਸ਼ਿਵਾਲਕ ਸ਼੍ਰੇਣੀ ਲਗਾਤਾਰ ਅਤੇ ਉੱਚੀ ਹੋ ਜਾਂਦੀ ਹੈ। ਇੱਥੇ ਇਸ ਸ਼੍ਰੇਣੀ ਦੇ ਪਿੱਛੇ **ਨੈਣਾ ਦੇਵੀ ਧਾਰ ਸ਼੍ਰੇਣੀ** ਹੈ। ਇਸ ਖੇਤਰ ਵਿੱਚ ਹਰੀਪੁਰ, ਲਖੇੜ, ਸਮਲਾਹ, ਪਹਾੜਪੁਰ ਅਤੇ ਸਮਲਾਹ ਪਿੰਡਾਂ ਦੇ ਪੂਰਬ ਵਿੱਚ ਇਹ ਸ਼੍ਰੇਣੀ 400 ਮੀਟਰ ਦੀ ਉਚਾਈ ਤੋਂ ਇਕਦਮ ਉੱਚੀ ਉਠ ਕੇ 900 ਮੀ. ਤੋਂ ਵੀ ਵੱਧ ਉਚਾਈ ਤੱਕ ਪਹੁੰਚ ਜਾਂਦੀ ਹੈ। ਕੁੱਝ ਸਿਖਰ 960 ਮੀਟਰ ਤੋਂ ਵੀ ਵੱਧ ਉੱਚੇ ਹਨ। ਆਨੰਦਪੁਰ ਸਾਹਿਬ ਖੇਤਰ ਵਿੱਚ ਸ਼ਿਵਾਲਕ ਪਹਾੜੀਆਂ ਦਾ ਇਹ ਸਭ ਤੋਂ ਉੱਚਾ ਭਾਗ ਹੈ (ਚਿੱਤਰ ਨੰ. 3)। ਹਰੀਪੁਰ ਪਿੰਡ ਤੋਂ ਅੱਗੇ ਪਹਾੜੀਆਂ ਪੂਰਬ ਵੱਲ ਹਿਮਾਚਲ ਪ੍ਰਦੇਸ਼ ਵਿੱਚ ਚਲੀਆਂ ਜਾਂਦੀਆਂ ਹਨ ਅਤੇ ਸਿਰਸਾ ਨਦੀ ਤੱਕ ਪਹਾੜੀਆਂ ਛੋਟੀਆਂ ਹਨ ਅਤੇ **ਉੱਤਖਾਤ (ਉੱਬੜ-ਖਾਬੜ) ਭੂਮੀ** (bandland) ਦੇ ਰੂਪ ਵਿੱਚ ਹਨ ਅਤੇ ਕੁੱਝ ਸਿਖਰ ਹੀ 350 ਮੀਟਰ ਤੋਂ ਉੱਚੇ ਹਨ (ਨਕਸਾ ਨੰ. 75 ੳ) ਇਹ ਪਹਾੜੀ ਖੇਤਰ ਬੁਰੀ ਤਰ੍ਹਾਂ ਨਾਲ ਕਟਿਆ-ਫਟਿਆ ਹੈ ਅਤੇ ਅਨੇਕਾਂ ਚੋਅ ਅਤੇ ਖੱਡਾਂ ਨੈਣਾ ਦੇਵੀ ਧਾਰ ਤੋਂ ਨਿਕਲ ਕੇ ਇਸ ਖੇਤਰ ਵਿੱਚੋਂ ਦੀ ਲੰਘ ਕੇ ਦਰਿਆ ਸਤਲੁਜ ਵਿੱਚ ਮਿਲਦੇ ਹਨ। ਵੱਡੇ ਚੋਆਂ/ਖੱਡਾਂ ਨੇ ਆਪਣੀਆਂ ਪੱਧਰੀਆਂ ਘਾਟੀਆਂ ਬਣਾ ਲਈਆਂ ਹਨ ਅਤੇ ਇਨ੍ਹਾਂ ਦੇ ਆਲੇ-ਦੁਆਲੇ ਦੇ ਭਾਗ ਵੱਡੇ ਗੋਲਾਕਾਰ ਉੱਚ ਭੂਮੀ (broad rounded upland) ਸਿਖਰ ਬਣ ਗਏ ਹਨ।

ਨੂਰਪੁਰ ਬੇਦੀ ਵਿਕਾਸ ਖੰਡ (ਦਰਿਆ ਸਤਲੁਜ ਤੋਂ ਪੱਛਮ ਵੱਲ) ਵਿੱਚ ਸ਼ਿਵਾਲਕ ਪਹਾੜੀਆਂ ਦਾ ਕਤਰ ਧਾਰ ਦੇ ਪੂਰਬੀ ਭਾਗ (ਪਾਸਾ = flank) ਦੇ ਰੂਪ ਵਿੱਚ ਉੱਤਰ (ਕਾਹਨਪੁਰ ਖੂਹੀ ਪਿੰਡ) ਤੋਂ ਦੱਖਣ ਵੱਲ, ਰੋਪੜ ਕੋਲ ਦਰਿਆ ਸਤਲੁਜ ਤੱਕ ਵਿਸਤਾਰ ਹੈ। ਇਹ ਵੀ ਇੱਕ ਉੱਬਰ-ਖਾਬੜ ਪ੍ਰਦੇਸ਼ ਹੈ ਜਿਸ ਦੀ ਢਲਾਨ ਪੱਛਮ ਤੋਂ ਪੂਰਬ ਵੱਲ ਹੈ। ਇਸ ਦੇ ਪੱਛਮ ਵੱਲ ਦੇ ਉੱਚੇ ਸਿਖਰਾਂ ਦੀ ਆਮ ਉਚਾਈ 450 ਮੀਟਰ ਤੋਂ ਵੱਧ ਹੈ। ਕੁੱਝ ਸਿਖਰ 500 ਮੀਟਰ ਤੋਂ ਵੀ ਉੱਚੇ ਹਨ। ਕਤਰ ਧਾਰ ਤੋਂ ਪੂਰਬ ਵੱਲ ਵਹਿਣ ਵਾਲੇ ਅਨੇਕਾਂ ਚੋਆਂ ਅਤੇ ਖੱਡਾਂ (ਨਕਸਾ ਨੰ. 75 ੳ) ਨੇ ਇਸ ਪ੍ਰਦੇਸ਼ ਨੂੰ ਉਬੜ-ਖਾਬੜ ਬਣਾ ਦਿੱਤਾ ਹੈ। ਇਹ ਪਹਾੜੀਆਂ ਰੋਪੜ ਕੋਲ ਦਰਿਆ ਸਤਲੁਜ ਦੇ ਸੱਜੇ ਕੰਢੇ ਨਾਲ ਇਕਦਮ ਖਤਮ ਹੋ ਜਾਂਦੀਆਂ ਹਨ।

ਸਿਰਸਾ ਨਦੀ ਤੋਂ ਦੱਖਣ ਵੱਲ ਸ਼ਿਵਾਲਕ ਸ਼੍ਰੇਣੀ ਰੂਪਨਗਰ ਤੇ ਖਰੜ (ਐਸ.ਏ.ਐਸ. ਨਗਰ ਜ਼ਿਲ੍ਹਾ) ਤਹਿਸੀਲਾਂ ਵਿੱਚ ਦਾਖਲ ਹੋ ਜਾਂਦੀ ਹੈ। ਇਹ ਸ਼੍ਰੇਣੀ ਦੱਖਣ ਵੱਲ ਲਗਭਗ 50 ਕਿਲੋਮੀਟਰ ਦੀ ਲੰਬਾਈ ਵਿੱਚ ਚੰਡੀਗੜ੍ਹ ਅਤੇ ਘੱਗਰ ਨਦੀ ਤੱਕ ਫੈਲੀ ਹੋਈ ਹੈ (ਨਕਸ਼ਾ ਨੰ. 75 ਅ)। ਇਹ ਸ਼੍ਰੇਣੀ ਨਾਹਨ ਅਤੇ ਗੰਗਾ-ਯਮੁਨਾ ਦੋਆਬ ਦੀ ਸ਼ਿਵਾਲਕ ਸ਼੍ਰੇਣੀ ਦੀ ਉੱਤਰ-ਪੱਛਮ ਵੱਲ ਲਗਾਤਾਰਤਾ ਦੇ ਰੂਪ ਵਿੱਚ ਹੀ ਹੈ। ਉੱਤਰੀ ਭਾਗ ਵਿੱਚ ਸ਼੍ਰੇਣੀ ਦੀਆਂ ਪਹਾੜੀਆਂ ਘੱਟ ਉਚਾਈ ਅਤੇ ਚੌੜਾਈ ਵਿੱਚ ਵੀ ਘੱਟ (ਤੰਗ) ਹਨ ਪਰੰਤੂ ਦੱਖਣ ਵੱਲ ਇਹ ਉੱਚੀਆਂ ਅਤੇ ਚੌੜੀਆਂ ਹੋ ਜਾਂਦੀਆਂ ਹਨ। ਉੱਤਰ ਵਿੱਚ ਔਸਤ ਉਚਾਈ 400 ਮੀਟਰ, ਮੱਧ ਵਿੱਚ ਲਗਭਗ 600 ਮੀਟਰ (ਛੋਟੀ ਨੰਗਲ ਪਿੰਡ ਤੋਂ ਪੂਰਬ ਵੱਲ) ਅਤੇ ਦੱਖਣ ਵਿੱਚ ਲਗਭਗ 560 ਮੀਟਰ (ਸਮੁੰਦਰ ਤਲ ਤੋਂ) ਹੈ।

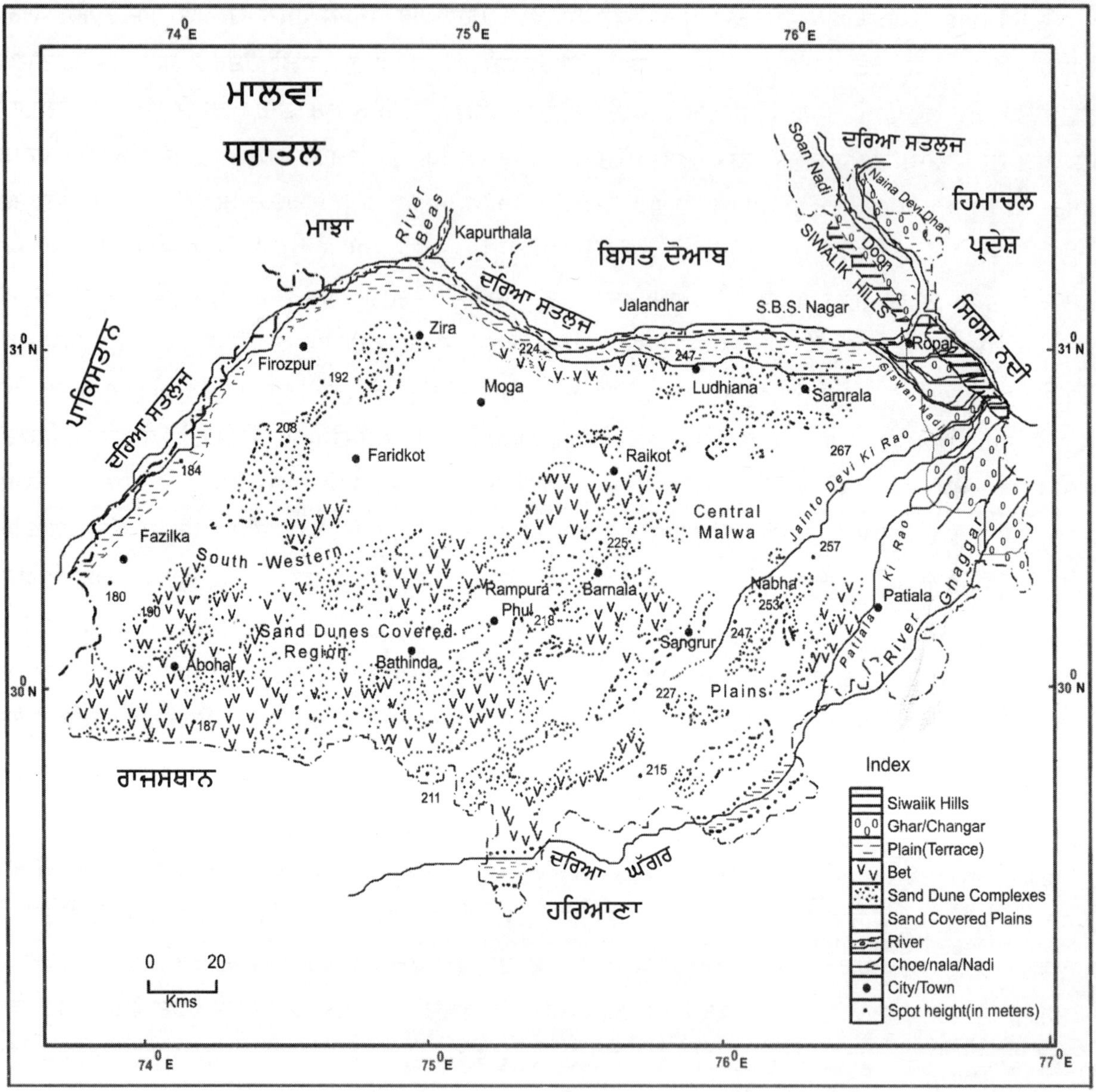

Map 74

ਇਨ੍ਹਾਂ ਪਹਾੜੀਆਂ ਦਾ ਪੂਰਬੀ ਪਾਸਾ (flank) ਹਿਮਾਚਲ ਪ੍ਰਦੇਸ਼ ਅਤੇ ਹਰਿਆਣਾ ਪ੍ਰਾਂਤਾਂ ਦੇ ਖੇਤਰ ਵਿੱਚ ਆਉਂਦਾ ਹੈ। ਪੂਰਬੀ ਢਲਾਨਾਂ ਤੇਜ਼ ਅਤੇ ਕਗਾਰ ਵਾਂਗ ਖੜ੍ਹੀਆਂ (cliff-like) ਹਨ। ਇਹ ਇਕ ਕਗਾਰ ਹੈ ਜਿਸ ਦੇ ਪੈਰਾਂ ਵਿੱਚ **ਸਿਰਸਾ ਨਦੀ** ਉੱਤਰ ਵੱਲ ਵਗਦੀ ਹੈ ਅਤੇ ਦਰਿਆ ਸਤਲੁਜ ਵਿੱਚ ਮਿਲ ਜਾਂਦੀ ਹੈ ਅਤੇ **ਝੱਜਰਾ ਨਦੀ** ਦੱਖਣ ਵੱਲ ਵਗ ਕੇ ਦਰਿਆ ਘੱਗਰ ਵਿੱਚ ਮਿਲ ਜਾਂਦੀ ਹੈ। ਪਰੰਤੂ ਪੱਛਮੀ ਪਾਸਾ (western flank) ਵਿਭਿੰਨ ਚੋਆਂ ਕਾਰਨ ਬੁਰੀ ਤਰ੍ਹਾਂ ਨਾਲ ਕਟਿਆ-ਫਟਿਆ (dissected) ਹੈ। ਢਲਾਨ ਸਾਧਾਰਨ ਪਰੰਤੂ ਕਟੀ-ਫਟੀ ਹੈ। ਚੋਅ ਘਾਟੀਆਂ (**ਖੋਲ**) (raised choe valleys) ਦੇ ਵਿਚਕਾਰ ਕਟਕਾਂ (spurs) ਮੱਧਵਰਤੀ ਉੱਚੀ ਸ਼੍ਰੇਣੀ (Central high ridge) ਤੋਂ ਦੱਖਣ-ਪੱਛਮ ਦਿਸ਼ਾ ਵੱਲ ਵੱਧਦੀਆਂ ਹਨ। ਕਈ ਚੋਅ ਨਦੀਆਂ ਨੇ ਆਪਣੇ ਵਹਿਣ ਤੋਂ ਇੱਕ ਤੋਂ ਛੇ ਮੀਟਰ ਤੱਕ ਉੱਚੀਆਂ ਪੱਧਰੀਆਂ ਘਾਟੀਆਂ (ਖੋਲਾਂ = khols) ਬਣਾਈਆਂ ਹੋਈਆਂ ਹਨ। **ਕਾਂਸਲ ਦੀ ਖੋਲ,**

ਆਨੰਦਪੁਰ ਸਾਹਿਬ ਸ਼ਿਵਾਲਕ

(Anandpur Sahib Siwaliks)

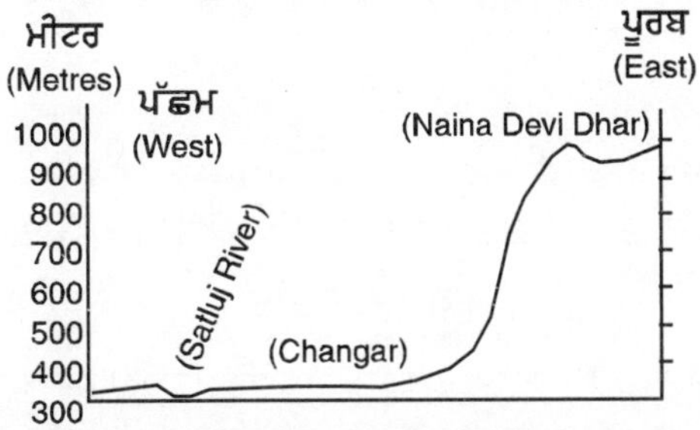

ਆਨੰਦਪੁਰ ਸਾਹਿਬ- ਰੋਪੜ-ਚੰਡੀਗੜ੍ਹ ਸ਼ਿਵਾਲਕ (ਦੂਜੀ ਸ਼੍ਰੇਣੀ) ਦਾ ਆਰਪਾਰ ਸਾਧਾਰਨ ਕਾਟ ਚਿੱਤਰ

[A General Section Across Ropar - Chandigarh Siwaliks (second range)]

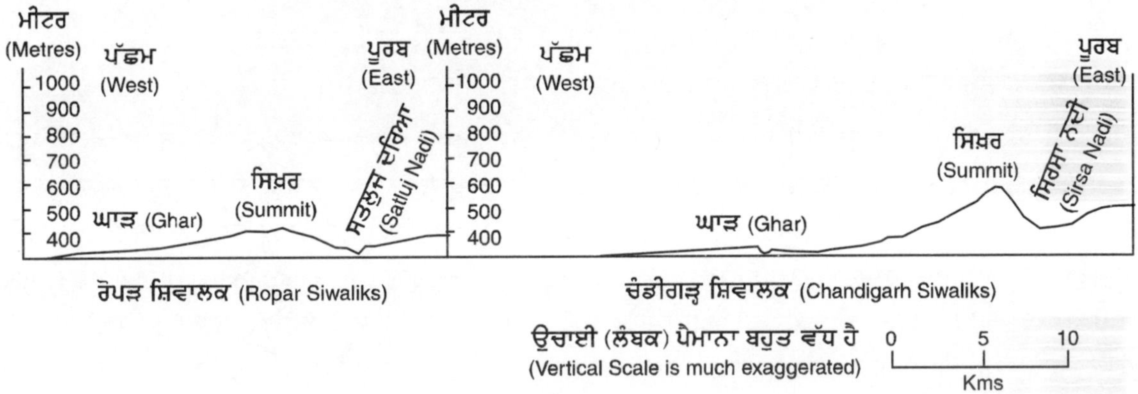

ਚਿੱਤਰ ਨੰ. 3

ਕਰੋਰਾਂ ਖੋਲ, ਟਾਂਡਾ ਖੋਲ ਆਦਿ ਖੋਲਾਂ ਦੀਆਂ ਉਦਾਹਰਣਾਂ ਹਨ (ਨਕਸ਼ਾ ਨੰ. 75 ਅ)। ਇਨ੍ਹਾਂ ਖੋਲ ਘਾਟੀਆਂ ਦੀ ਮਿੱਟੀ ਉਪਜਾਊ ਦੋਮਟ ਜਾਂ ਚੀਕਣੀ ਮਿੱਟੀ ਹੈ ਅਤੇ ਇੱਥੋਂ ਛੋਟੇ-ਛੋਟੇ ਖੇਤਾਂ ਵਿੱਚ ਬਰਾਨੀ ਖੇਤੀ ਕੀਤੀ ਜਾਂਦੀ ਹੈ। ਹਰ ਇੱਕ ਛੋਟੇ ਵੱਡੇ ਪਿੰਡ ਜਿਵੇਂ ਕਿ ਉਪਰਲਾ ਕਰੋਰ, ਟਾਂਡੀ, ਬਾੜ੍ਹਾ, ਟਾਡਾ, ਪ੍ਰੇਮਪੁਰਾ ਅਤੇ ਮਸੋਲ ਪਿੰਡ **ਕਰੋਰਾਂ ਕੀ ਖੋਲ** ਵਿੱਚ ਪਾਏ ਜਾਂਦੇ ਹਨ। ਇਹ ਖੋਲ ਘਾਟੀਆਂ ਮੱਧਵਰਤੀ ਉੱਚੇ ਸਿਖਰ ਵੱਲ ਤੰਗ ਅਤੇ ਉੱਚੀਆਂ ਹੁੰਦੀਆਂ ਹਨ (ਚਿੱਤਰ ਨੰ. 4)।

ਚੰਡੀਗੜ੍ਹ ਸ਼ਿਵਾਲਕ ਵਿੱਚ ਇਕ ਖੋਲ ਦਾ ਆਮ ਕਾਟ ਚਿੱਤਰ

(A General Section Across Chandigarh Siwaliks)

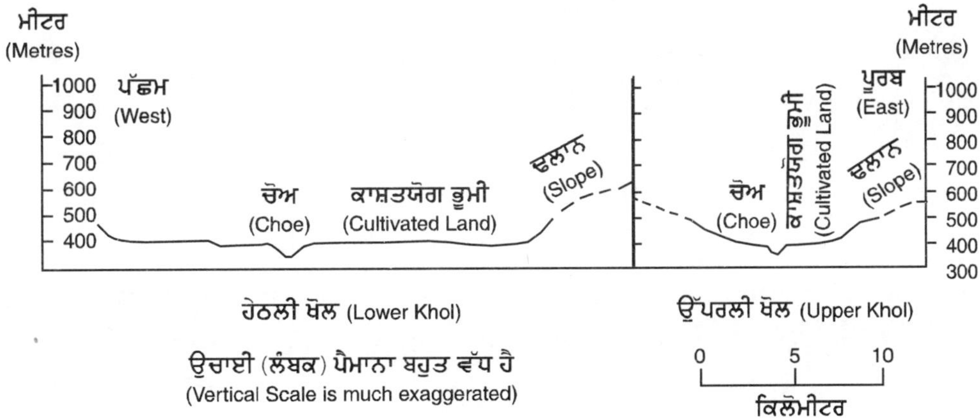

ਚਿੱਤਰ ਨੰ. 4

ਇਹ ਪਹਾੜੀਆਂ ਅਸੰਗਠਿਤ ਕੰਕਰ, ਗੀਟੇ, ਰੇਤ ਪੱਥਰ ਅਤੇ ਰੇਤੇ ਤੋਂ ਬਣੀਆਂ ਹੋਈਆਂ ਹਨ। ਢਲਾਨਾਂ ਅਸਥਿਰ (unstable) ਹਨ। ਇਨ੍ਹਾਂ ਢਲਾਨਾਂ ਅਤੇ ਪਹਾੜੀਆਂ ਵਿੱਚੋਂ ਅਨੇਕ ਚੋਅ ਜਾਂ ਰਾਓ/ਨਦੀਆਂ ਪੱਛਮ ਵੱਲ ਵੱਗਦੀਆਂ ਹਨ (ਨਕਸ਼ਾ ਨੰ. 75 ਅ)।

(ਅ) ਚੰਗਰ ਅਤੇ ਘਾੜ (Changar and Ghar) : ਇਹ ਸ਼ਿਵਾਲਕ ਪਹਾੜੀਆਂ 400 ਮੀ. ਸਮਉੱਚ ਰੇਖਾ ਤੋਂ ਬਾਹਰ ਵੱਲ 300 ਮੀਟਰ ਦੀ ਸਮ ਉੱਚ ਰੇਖਾ ਤੱਕ ਦਾ ਲੰਬੂਤਰਾ ਉੱਚਾ-ਨੀਵਾਂ, ਕਟਿਆ-ਫਟਿਆ ਜਾਂ ਲਹਿਰਦਾਰ ਖੇਤਰ ਹੈ ਅਤੇ ਇਸ ਨੂੰ **ਸਿਰਸਾ ਨਦੀ ਤੋਂ ਉੱਤਰ ਵੱਲ ਚੰਗਰ** ਅਤੇ ਦੱਖਣ ਵੱਲ **ਘਾੜ** ਕਿਹਾ ਜਾਂਦਾ ਹੈ। ਇਹ ਪ੍ਰਦੇਸ਼ ਕੰਢੀ ਪ੍ਰਦੇਸ਼ ਦਾ ਸਮਰੂਪ ਹੈ।

ਚੰਗਰ ਪ੍ਰਦੇਸ਼ ਆਨੰਦਪੁਰ ਸਾਹਿਬ ਬਲਾਕ (ਵਿਕਾਸ ਖੰਡ) ਵਿੱਚ ਦਰਿਆ ਸਤਲੁਜ ਦੀ ਘਾਟੀ ਤੋਂ ਇੱਕਦਮ ਉੱਚਾ ਉੱਠ ਜਾਂਦਾ ਹੈ (ਨਕਸ਼ਾ ਨੰ. 75 ੳ)। ਉੱਤਰ ਵੱਲ ਇਹ ਤੰਗ ਹੈ ਪਰੰਤੂ ਦੱਖਣ ਵਿੱਚ ਇਹ 10 ਕਿਲੋਮੀਟਰ ਤੱਕ ਚੌੜਾ ਹੋ ਜਾਂਦਾ ਹੈ। **ਨੈਣਾ ਦੇਵੀ ਧਾਰ** ਤੋਂ ਆਉਣ ਵਾਲੀਆਂ ਅਨੇਕ ਚੋਆਂ ਅਤੇ ਖੱਡਾਂ ਨੇ ਇਸ ਪ੍ਰਦੇਸ਼ ਨੂੰ ਬੁਰੀ ਤਰ੍ਹਾਂ ਨਾਲ ਕੱਟਿਆ-ਵੱਡਿਆ (dissected) ਹੈ। ਇਨ੍ਹਾਂ ਚੋਆਂ ਦੀਆਂ ਚੌੜੀਆਂ ਪੱਧਰੀਆਂ ਘਾਟੀਆਂ ਬਣੀਆਂ ਹੋਈਆਂ ਹਨ ਅਤੇ ਇਨ੍ਹਾਂ ਵਿਚਕਾਰ ਦੇ ਉੱਚ-ਪ੍ਰਦੇਸ਼ (interfluves) **ਗੋਲਾਕਾਰ** ਉੱਚ ਪ੍ਰਦੇਸ਼ ਬਣ ਗਏ ਹਨ। ਇਨ੍ਹਾਂ ਘਾਟੀਆਂ ਵਿੱਚ ਕਈ ਪਿੰਡ ਵਸੇ ਹੋਏ ਹਨ।

ਘਾੜ ਪ੍ਰਦੇਸ਼ (Ghar) : ਨੂਰਪੁਰ ਬੇਦੀ ਬਲਾਕ (ਨਕਸ਼ਾ ਨੰ. 75ੳ), ਰੂਪਨਗਰ, ਮਾਜਰੀ ਅਤੇ ਡੇਰਾ ਬਸੀ ਵਿਕਾਸ ਖੰਡਾਂ ਦੇ ਘਾੜ ਪ੍ਰਦੇਸ਼ ਵਿਸ਼ਾਲ ਹਨ ਅਤੇ ਲਹਿਰਦਾਰ ਤੋਂ ਉੱਚੇ-ਨੀਵੇਂ ਹਨ। ਇਨ੍ਹਾਂ ਪ੍ਰਦੇਸ਼ਾਂ ਨੂੰ ਵੀ ਨੂਰਪੁਰਬੇਦੀ ਬਲਾਕ ਵਿੱਚ ਪੂਰਬ ਵੱਲ ਵਹਿਣ ਵਾਲੇ ਚੋਆਂ/ਖੱਡਾਂ ਜਿਵੇਂ ਕਿ ਗੋਚਰ ਖੱਡ, ਰਾਮਪੁਰ ਕਲਾਂ ਖੱਡ, ਘਨੂਰਾ ਖੱਡ, ਸਬੌਰ ਖੱਡ, ਕਰਤਾਰਪੁਰ ਖੱਡ, ਮਣਕੋਲੀ-ਜਟੋਲੀ ਖੱਡ, ਬਸਾਲੀ-ਚੰਦਪੁਰ ਸੈਰੀ ਖੱਡ, ਬਾਲੇਵਾਲ ਖੱਡ, ਟਿੱਬਾ ਨੰਗਲ ਖੱਡ, ਝੰਡਾ ਜੀ ਕੀ ਖੱਡ ਆਦਿ ਅਤੇ ਬਾਕੀ ਦੇ ਬਲਾਕਾਂ ਵਿੱਚ ਪੱਛਮ ਵੱਲ ਵਹਿਣ ਵਾਲੇ ਚੋਅ ਅਤੇ ਨਦੀਆਂ ਜਿਵੇਂ ਕਿ ਸੁੱਘ ਰਾਓ, ਬੁੱਦਕੀ ਨਦੀ, ਹਰੀ ਪੁਰ ਨਾਲਾ, ਸਿਸਵਾਂ ਨਦੀ, ਜੈਤਾ ਦੇਵੀ ਕੀ ਰਾਓ, ਪਟਿਆਲਾ ਕੀ ਰਾਓ, ਅਟਾਵਾ ਚੋਆਂ, ਨਾਲਾ, ਸੁਖਨਾ ਨਦੀ, ਜਰਮਲ ਨਦੀ, ਚੋਆਂ ਨਦੀ ਆਦਿ ਨੇ ਬਹੁਤ ਅਪਰਦਿਤ (denude) ਕਰ ਦਿੱਤਾ ਹੈ।

(ੲ) ਮੱਧਵਰਤੀ ਵਿਸ਼ਾਲ ਮੈਦਾਨ (The Central Plains) : ਘਾੜ ਪ੍ਰਦੇਸ਼ ਤੋਂ ਪੱਛਮ ਵੱਲ ਰੂਪਨਗਰ, ਐਸ.ਏ.ਐਸ. ਨਗਰ, ਲੁਧਿਆਣਾ, ਪਟਿਆਲਾ, ਫਤਹਿਗੜ੍ਹ ਸਾਹਿਬ, ਸੰਗਰੂਰ, ਬਰਨਾਲਾ ਅਤੇ ਮੋਗਾ ਜ਼ਿਲ੍ਹਿਆਂ ਵਿੱਚ ਫੈਲਿਆ ਮਾਲਵੇ ਦਾ ਵਿਸ਼ਾਲ ਮੱਧਵਰਤੀ ਮੈਦਾਨ ਹੈ। ਇਹ ਇੱਕ ਲਗਭਗ ਪੱਧਰਾ ਮੈਦਾਨ ਹੈ ਜਿਸ ਦੀ ਢਲਾਨ ਦੱਖਣ-ਪੱਛਮ ਵੱਲ ਹੈ। ਸਮੁੰਦਰ ਤੱਲ ਤੋਂ ਉਚਾਈ ਪੂਰਬ ਵਿੱਚ 300 ਮੀਟਰ ਤੋਂ ਲੈ ਕੇ ਪੱਛਮ ਵਿੱਚ 220 ਮੀਟਰ ਦੀ ਉਚਾਈ ਤੱਕ ਹੈ। ਇਸ ਦੇ ਪੂਰਬੀ ਭਾਗ ਵਿੱਚ ਮੁੱਖ ਤੌਰ ਤੇ ਜੈਂਤਾ ਦੇਵੀ ਕੀ ਰਾਓ, ਸਰਹਿੰਦ ਚੋਆ, ਪਟਿਆਲਾ ਕੀ ਰਾਓ, ਝੰਬੋਵਾਲੀ ਚੋਈ, ਚੋਆ ਨਦੀ ਅਤੇ ਬੁੱਢਾ ਨਾਲਾ ਦੱਖਣ-ਪੱਛਮ ਵੱਲ ਵਗਦੇ ਹਨ (ਨਕਸਾ ਨੰ. 76)।

ਇਸ ਦਿਸਦੇ ਪੱਧਰੇ ਮੈਦਾਨ ਵਿੱਚ ਦਰਿਆ ਸਤਲੁਜ ਅਤੇ ਦਰਿਆ ਘੱਗਰ ਅਤੇ ਵਿਭਿੰਨ ਨਦੀਆਂ (ਜੈਂਤਾ ਦੇਵੀ ਕੀ ਰਾਓ, ਪਟਿਆਲਾ ਕੀ ਰਾਓ, ਚੋਆ ਨਦੀ, ਸਰਹਿੰਦ ਚੋਅ ਆਦਿ) ਦੇ ਮਾਰਗਾਂ (ਵਹਿਣਾਂ) ਦੇ ਪ੍ਰਾਚੀਨ ਕਾਲ ਵਿੱਚ ਇਸ ਵਿਸ਼ਾਲ ਮੈਦਾਨ ਵਿੱਚ ਅੱਗੇ-ਪਿੱਛੇ ਖਿਸਕਦੇ ਰਹਿਣ (shifting courses of rivers and streams) ਤੇ ਪ੍ਰਚਲਤ ਪੌਣਾਂ ਦੇ ਪ੍ਰਭਾਵ ਕਾਰਨ ਕਈ ਉੱਘੜਵੇਂ ਭੌਤਿਕ ਲੱਛਣ ਜਾਂ ਸਥਲਾਕ੍ਰਿਤਕ ਸਰੂਪ (geomorphological variations) ਹੋਂਦ ਵਿੱਚ ਆ ਗਏ ਹਨ। ਇਹ ਹੇਠ ਲਿਖੇ ਹਨ—

1. **ਨਦੀ ਹੜ੍ਹ ਕੱਜਣ ਦਾ ਮੈਦਾਨ (Stream Cover Flood Plain) :** ਘਾੜ ਦੇ ਉੱਚੇ ਨੀਵੇਂ ਮੈਦਾਨ ਤੋਂ ਬਾਹਰ ਵੱਲ ਚਮਕੌਰ ਸਾਹਿਬ, ਖਰੜ, ਮੋਹਾਲੀ, ਡੇਰਾ ਬੱਸੀ ਅਤੇ ਪੂਰਬੀ ਰਾਜਪੁਰਾ ਤਹਿਸੀਲਾਂ ਵਿੱਚ ਸਾਧਾਰਣ ਢਲਾਨ ਵਾਲਾ ਉੱਚਾ-ਨੀਵਾਂ ਜਾਂ ਲਹਿਰਦਾਰ ਅਤੇ ਕੁੱਝ ਸਿਲ੍ਹਾ (humid) ਮੈਦਾਨ ਪਾਇਆ ਜਾਂਦਾ ਹੈ। ਇਸ ਵਿੱਚੋਂ ਕਈ ਚੋਅ ਅਤੇ ਨਦੀਆਂ ਦੱਖਣ-ਪੱਛਮ ਵੱਲ ਵੱਗਦੇ ਹਨ। ਇਨ੍ਹਾਂ ਨਦੀਆਂ ਨੇ ਇਸ ਖੇਤਰ ਵਿੱਚ ਕੁੱਝ ਅਪਰਦਨ ਪਰੰਤੂ ਜ਼ਿਆਦਾਤਰ

ਨਿਖੇਪ ਦਾ ਕੰਮ ਕੀਤਾ ਹੈ। ਇਨ੍ਹਾਂ ਨੇ ਇਸ ਖੇਤਰ ਵਿੱਚ ਆਪਣੇ ਨਾਲ ਲਿਆਂਦੇ ਗਾਰ, ਚੀਕਣੀ ਮਿੱਟੀ ਅਤੇ ਰੇਤਾ ਜਮ੍ਹਾਂ ਕਰ ਦਿੱਤੇ ਹਨ। ਇਸ ਕਾਰਨ ਇਹ ਪ੍ਰਦੇਸ਼ ਚੋਆਂ ਜਾਂ ਨਦੀਆਂ ਦਾ ਹੜ੍ਹ ਕੱਜਣ ਦਾ ਮੈਦਾਨ ਬਣ ਗਿਆ ਹੈ। ਛੋਟੇ ਚੋਅ ਇਸ ਪ੍ਰਦੇਸ਼ ਵਿੱਚ ਹੀ ਖਤਮ ਹੋ ਜਾਂਦੇ ਹਨ। ਵੱਡੇ ਚੋਆਂ/ਨਦੀਆਂ ਇਸ ਖੇਤਰ ਵਿੱਚੋਂ ਆਪਣਾ ਵਹਿਨ ਕਾਇਮ

ਰੂਪਨਗਰ-ਚੰਡੀਗੜ੍ਹ ਸ਼ਿਵਾਲਕ ਅਤੇ ਜਲ ਪ੍ਰਵਾਹ

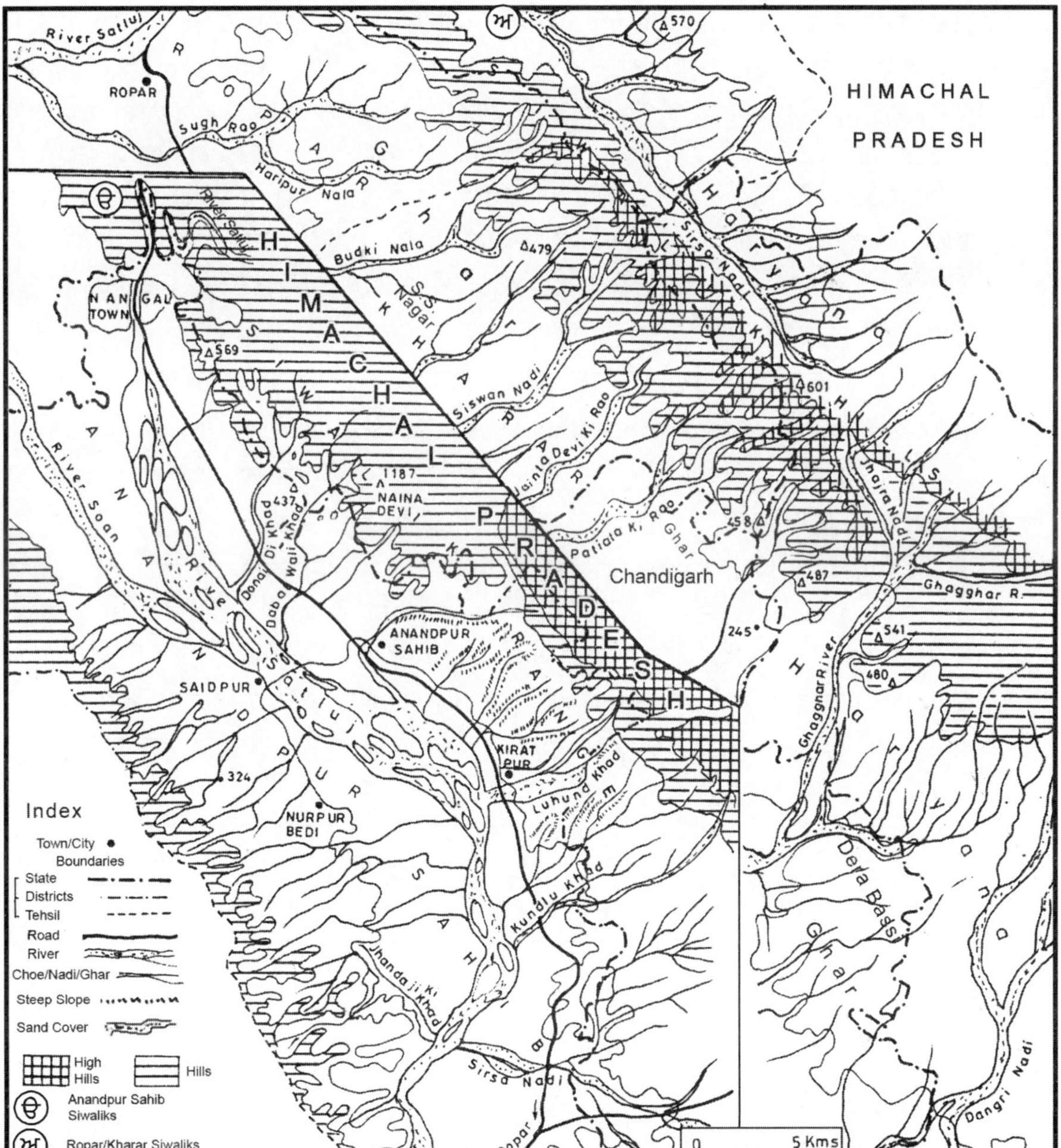

Map 75

ਰੱਖਦੇ ਹੋਏ ਅੱਗੇ ਪਟਿਆਲੇ ਵਾਲੀ ਨਦੀ, ਚੋਆ ਨਦੀ, ਸਰਹਿੰਦ ਚੋਆ, ਝੰਬੋਵਾਲੀ ਚੋਈ, ਲਿਸਾੜਾ ਨਾਲਾ ਆਦਿ ਦੇ ਨਾਵਾਂ ਹੇਠ ਅੱਗੇ ਵੱਧਕੇ ਘੱਗਰ ਦਰਿਆ ਵਿੱਚ ਮਿਲ ਜਾਂਦੇ ਹਨ। ਮਿੱਟੀਆਂ ਸਾਧਾਰਣ ਉਪਜਾਊਪਨ (moderate fertility) ਵਾਲੀਆਂ ਹਨ। ਕਈ ਥਾਈਂ ਕਾਫੀ ਉਪਜਾਊ ਵੀ ਹਨ। ਨਦੀਆਂ ਦੇ ਵਹਿਣ ਰੇਤੇ ਵਾਲੇ ਹਨ ਪਰੰਤੂ ਪੂਰਬੀ ਭਾਗਾਂ ਵਿੱਚ ਨਦੀਆਂ ਦੇ ਵਹਿਣਾਂ ਵਿੱਚ ਗੀਟੇ ਵੀ ਹਨ। ਆਮ ਉਚਾਈ ਪੂਰਬ ਵਿੱਚ 300 ਮੀਟਰ ਤੋਂ ਲੈ ਕੇ ਪੱਛਮ ਵਿੱਚ ਲਗਭਗ 260 ਮੀਟਰ ਤੱਕ ਹੈ। ਇਹ ਸਮੁੱਚਾ ਪ੍ਰਦੇਸ਼ ਆਮ ਕਰਕੇ ਨੈਸ਼ਨਲ ਹਾਈਵੇ-I ਤੋਂ ਪੂਰਬ ਵੱਲ ਸਥਿਤ ਹੈ।

2. **ਉੱਚ ਪੱਧਰਾ ਮੈਦਾਨ (Up land flat plain) :** ਮੱਧਵਰਤੀ ਵਿਸ਼ਾਲ ਮੈਦਾਨ ਦਾ ਵੱਡਾ ਭਾਗ ਉੱਚਾ ਪੱਧਰਾ ਮੈਦਾਨ ਹੈ ਜਿਸ ਦੀ ਦੱਖਣ-ਪੱਛਮ ਵੱਲ ਮਾਮੂਲੀ ਢਲਾਨ (gentle slope) ਹੈ। ਆਮ ਉਚਾਈ ਪੂਰਬ ਵਿੱਚ 260 ਮੀਟਰ ਤੋਂ ਪੱਛਮ ਵੱਲ ਲਗਭਗ 220 ਮੀਟਰ ਤੱਕ ਹੈ। ਮੈਦਾਨ ਪਟਿਆਲਾ, ਫ.ਗ. ਸਾਹਿਬ, ਲੁਧਿਆਣਾ, ਮੋਗਾ, ਸੰਗਰੂਰ ਤੇ ਬਰਨਾਲਾ ਜ਼ਿਲ੍ਹਿਆ ਵਿੱਚ ਫੈਲਿਆ ਹੋਇਆ ਹੈ। ਇੱਥੇ ਸਮਰਾਲਾ ਕੋਲ ਉਚਾਈ 265 ਮੀਟਰ, ਲੁਧਿਆਣਾ 247 ਮੀ. ਜਗਰਾਉਂ 233 ਮੀ., ਮੋਗਾ 219 ਮੀ., ਜ਼ੀਰਾ 212 ਮੀ. (ਉੱਤਰੀ ਭਾਗ ਵਿੱਚ), ਰਾਜਪੁਰਾ 285 ਮੀ., ਪਟਿਆਲਾ 253 ਮੀ, ਨਾਭਾ 253 ਮੀ., ਸਮਾਣਾ 241 ਮੀ., ਭਵਾਨੀਗੜ੍ਹ 240 ਮੀ., ਬਰਨਾਲਾ 225 ਮੀ. ਅਤੇ ਸੁਨਾਮ 227 ਮੀ. (ਦੱਖਣੀ ਭਾਗ ਵਿੱਚ)। ਇੱਥੇ ਮਿੱਟੀਆਂ ਕੁੱਝ ਹਲਕੀਆਂ, ਰੇਤੀਲੀਆਂ (ਸੀਰੋਜ਼ਮ) ਦਰਮਿਆਨੇ ਤੋਂ ਚੰਗੇ ਉਪਜਾਊਪਨ ਵਾਲੀਆਂ ਅਤੇ ਕੁੱਝ ਖਾਰ ਵਾਲੀਆਂ ਹਨ।

ਇਸ ਪੱਧਰੇ ਮੈਦਾਨ ਵਿੱਚ ਹੇਠ ਲਿਖੀਆਂ ਮਹੱਤਵਪੂਰਣ ਸਥਲਾਕ੍ਰਿਤਕ ਵਿਖਮਤਾਵਾਂ ਹੋਂਦ ਵਿੱਚ ਆ ਗਈਆਂ ਹਨ—

(i) **ਢਾਹਾ (Dhaiya) :** ਰੂਪਨਗਰ ਅਤੇ ਲੁਧਿਆਣਾ ਜ਼ਿਲ੍ਹਿਆਂ ਵਿੱਚ ਦਰਿਆ ਸਤਲੁਜ ਦਾ ਖੱਬਾ ਕੰਢਾ (**ਢਾਹਾ**) ਚੰਗੀ ਤਰ੍ਹਾਂ ਸਪੱਸ਼ਟ ਹੈ। ਇਹ 1.5 ਮੀਟਰ ਤੋਂ 6 ਮੀਟਰ ਤੱਕ ਉੱਚਾ ਹੈ ਅਤੇ **ਬੁੱਢਾ** ਨਾਲਾ ਦੇ ਦੱਖਣੀ ਕੰਢੇ ਨਾਲ-ਨਾਲ ਪੂਰਬ ਤੋਂ ਪੱਛਮ ਵੱਲ ਸਥਿਤ ਹੈ।

ਫਿਰੋਜਪੁਰ ਜ਼ਿਲ੍ਹੇ ਵਿੱਚ ਦਰਿਆ ਸਤਲੁਜ ਦਾ ਵਹਿਣ ਪ੍ਰਾਚੀਨ ਸਮਿਆਂ ਵਿੱਚ ਖਿਸਕਦਾ ਰਿਹਾ ਹੈ ਅਤੇ ਦਰਿਆ ਨੇ ਇੱਥੇ ਦੋ ਢਾਹੇ ਬਣਾਏ ਹਨ ਜੋ ਅੱਜ ਦੇ ਦਰਿਆ ਦੇ ਵਹਿਣ ਦੇ ਸਮਾਨ ਅੰਤਰ ਸਥਿਤ ਹਨ। ਇਨ੍ਹਾਂ ਉੱਚੇ ਢਾਹਿਆਂ ਨੂੰ **ਡੰਡਾ** (Danda) ਵੀ ਕਿਹਾ ਜਾਂਦਾ ਹੈ। ਪਹਿਲੇ ਢਾਹੇ ਨੂੰ **ਉੱਪਰਲਾ ਜਾਂ ਵੱਡਾ ਢਾਹਾ** (Greater Bank) ਕਿਹਾ ਜਾਂਦਾ ਹੈ। ਇਹ ਮੁੱਦਕੀ ਮੈਦਾਨ ਤੋਂ 5 ਤੋਂ 6 ਮੀਟਰ ਉੱਚਾ ਹੈ। ਲਗਭਗ 450 ਤੋਂ 500 ਸਾਲ ਪਹਿਲਾਂ ਸਤਲੁਜ ਦਰਿਆ ਇਸ ਢਾਹੇ ਦੇ ਨਾਲ ਵਹਿੰਦਾ ਸੀ। ਦੂਜੇ ਢਾਹੇ ਨੂੰ **ਹੇਠਲਾ ਜਾਂ ਛੋਟਾ (ਨੀਵਾਂ) ਢਾਹਾ** (Lesser Bank) ਕਿਹਾ ਜਾਂਦਾ ਹੈ। ਨਾਲ ਲੱਗਦੇ ਬੇਟ ਤੋਂ ਇਸ ਦੀ ਉਚਾਈ ਕੇਵਲ 1 ਤੋਂ 2 ਮੀਟਰ ਹੈ। ਲਗਭਗ 250 ਸਾਲ ਪਹਿਲਾਂ ਦਰਿਆ ਸਤਲੁਜ ਇਸ ਛੋਟੇ ਢਾਹੇ ਨਾਲ ਵਹਿੰਦਾ ਸੀ।[1]

ਦਰਿਆ ਘੱਗਰ ਦੇ ਵੀ ਪਟਿਆਲਾ, ਸੰਗਰੂਰ ਅਤੇ ਮਾਨਸਾ ਵਿੱਚ **ਨੀਵੇਂ ਢਾਹੇ** ਪਾਏ ਜਾਂਦੇ ਹਨ।

(ii) **ਉੱਚੇ ਪੱਧਰੇ ਮੈਦਾਨ ਦੀ ਦੋਹਰੀ ਵੰਡ (Two fold Division of Upland) :** ਮਾਲਵਾ ਦੇ ਮੱਧਵਰਤੀ ਮੈਦਾਨ ਨੂੰ ਮਿੱਟੀਆਂ ਦੀ ਕਿਸਮ ਅਤੇ ਉਤਪਾਦਕਤਾ (Nature and Productivity of Soils), ਭੋਂ ਹੇਠਲੇ ਪਾਣੀ (ਜਲ ਸਤਰ) ਦੀ ਡੂੰਘਾਈ ਅਤੇ ਧਰਾਤਲ ਦੀ ਕਿਸਮ ਅਤੇ ਜਲ ਪ੍ਰਵਾਹ ਦੇ ਸਰੂਪ ਦੇ ਆਧਾਰ ਤੇ ਦੋ **ਕੁਦਰਤੀ ਖੇਤਰਾਂ** (Natural Tracts) ਵਿੱਚ ਵੰਡਿਆ ਗਿਆ ਹੈ। **ਪਹਿਲੇ ਕੁਦਰਤੀ ਖੇਤਰ ਨੂੰ ਪਵਾਧ** (Powadh) ਕਿਹਾ ਜਾਂਦਾ ਹੈ।[2] ਪਵਾਧ ਇੱਕ ਉਪਜਾਊ ਮਿੱਟੀ ਵਾਲਾ ਮੈਦਾਨ ਹੈ ਜਿੱਥੇ **ਭੋਂ ਹੇਠਲਾ ਜਲ ਸਤਰ ਸਤਹ** ਦੇ ਨੇੜੇ ਹੈ ਅਤੇ ਟਿਊਬਵੈਲਾਂ ਅਤੇ ਖੂਹਾਂ ਤੋਂ ਕਾਫੀ ਸਿੰਚਾਈ ਉਪਲਬੱਧ ਹੈ। ਇਹ ਉੱਪਰਲਾ ਮੈਦਾਨ ਪੂਰਬੀ

1,2 = Districts and States Gazetteers of Undivided Punjab, Vol. III, Part II.

ਲੁਧਿਆਣਾ, ਪੱਛਮੀ ਰੂਪਨਗਰ ਅਤੇ ਐਸ.ਏ.ਐਸ. ਨਗਰ, ਫਤਹਿਗੜ੍ਹ ਸਾਹਿਬ ਅਤੇ ਪੂਰਬੀ ਪਟਿਆਲਾ ਜ਼ਿਲ੍ਹਿਆਂ ਵਿੱਚ ਫੈਲਿਆ ਹੋਇਆ ਹੈ।

ਦੂਜੇ **ਕੁਦਰਤੀ ਖੇਤਰ ਦੇ ਦੋ** ਨਾਂ ਹਨ। ਸੰਗਰੂਰ ਅਤੇ ਪਟਿਆਲਾ ਜ਼ਿਲ੍ਹਿਆਂ ਦੇ ਕੁੱਝ ਭਾਗਾਂ ਵਿੱਚ ਇਸ ਖੇਤਰ ਨੂੰ **ਜੰਗਲ** (Jangal) ਕਹਿੰਦੇ ਹਨ।[1] ਪਰੰਤੂ ਫਤਿਹਗੜ੍ਹ ਸਾਹਿਬ ਜ਼ਿਲ੍ਹੇ ਅਤੇ ਪਟਿਆਲਾ ਜ਼ਿਲ੍ਹੇ ਦੇ ਕਾਫੀ ਭਾਗਾਂ ਵਿੱਚ ਇਸ ਨੂੰ **ਨੈਲੀ** (Naili) ਕਹਿੰਦੇ ਹਨ। ਇਹ ਦੂਜਾ ਕੁਦਰਤੀ ਖੇਤਰ ਖੁਸ਼ਕ ਖੇਤਰ ਹੈ ਜਿਸ ਦੀ ਮਿੱਟੀ ਸਖਤ ਹੈ ਅਤੇ ਜਿਸ ਨੂੰ ਖੁਸ਼ਕ ਰੂਪ ਵਿਚ ਆਸਾਨੀ ਨਾਲ ਵਾਹਿਆ ਨਹੀਂ ਜਾ ਸਕਦਾ। ਭੌਂ ਹੇਠਲਾ ਪਾਣੀ ਕਾਫੀ ਨੀਵਾਂ ਹੈ ਪਰੰਤੂ ਬਹੁਤ ਸਾਰੀਆਂ ਨਹਿਰਾਂ ਦੀ ਮੌਜੂਦਗੀ ਕਾਰਨ ਜਲ ਸਤਰ ਉੱਚਾ ਉੱਠ ਗਿਆ ਹੈ। ਪੁਰਾਣੇ ਸਮਿਆਂ ਵਿੱਚ **ਜੰਗਲ ਜਾਂ ਨੈਲੀ ਦੇ** ਕਾਫੀ ਵੱਡੇ ਇਲਾਕੇ ਗੈਰ-ਕਾਸ਼ਤ (uncultivated) ਸਨ ਅਤੇ ਇੱਥੇ ਜੰਗਲੀ ਘਾਹ ਦਾ ਸੰਘਣਾ ਉਗਾ ਸੀ। ਇੱਥੇ ਕਾਫੀ ਜੰਗਲੀ ਜਾਨਵਰ ਰਹਿੰਦੇ ਸਨ। ਇਨ੍ਹਾਂ ਦਾ ਸ਼ਿਕਾਰ ਕੀਤਾ ਜਾਂਦਾ ਸੀ। ਇਹ ਹੇਠਲਾ ਮੈਦਾਨ (Lower Terrace) ਹੈ।

(iii) **ਖੇਤ ਕੱਜਣ ਅਤੇ ਰੇਤ ਟਿੱਬੇ**—ਹਵਾ ਅਤੇ ਨਦੀਆਂ ਦੇ ਖਿਸਕਦੇ ਵਹਿਣਾਂ ਕਾਰਨ ਮੱਧਵਰਤੀ ਮੈਦਾਨ ਦੇ ਕਈ ਭਾਗਾਂ, ਜਿਵੇਂ ਕਿ ਸਮਰਾਲਾ ਤਹਿਸੀਲ ਦੇ ਕਾਫੀ ਵੱਡੇ ਭਾਗਾਂ, ਜਗਰਾਉਂ, ਸਮਾਣਾ, ਪਾਤੜਾਂ, ਮੋਗਾ, ਜ਼ੀਰਾ ਆਦਿ ਤਹਿਸੀਲਾਂ ਦੇ ਕੁੱਝ ਭਾਗਾਂ ਵਿੱਚ ਨੀਵੇਂ (0.5 ਤੋਂ 1.5 ਮੀਟਰ ਉਚਾਈ) ਰੇਤ ਟਿੱਬੇ ਜਾਂ ਰੇਤ ਕੱਜਣ ਪਾਏ ਜਾਂਦੇ ਹਨ। ਸੰਗਰੂਰ ਜ਼ਿਲ੍ਹੇ ਦੇ ਬਹੁਤ ਸਾਰੇ ਭਾਗਾਂ ਵਿੱਚ ਵੀ ਰੇਤ ਟਿੱਬੇ ਅਤੇ ਰੇਤ ਕੱਜਣ ਪਾਏ ਜਾਂਦੇ ਹਨ।

(iv) **ਟੋਏ ਅਤੇ ਦਲਦਲਾਂ (Depressions and Marshes) :** ਇਸ ਖੇਤਰ ਦੀ ਮਹੱਤਵਪੂਰਣ ਦਲਦਲ ਰੂਪਨਗਰ ਜ਼ਿਲ੍ਹੇ ਦੀ ਚਮਕੌਰ ਸਾਹਿਬ ਅਤੇ ਨਾਲ ਲੱਗਦੀ ਸਮਰਾਲਾ ਤਹਿਸੀਲ ਵਿੱਚ ਦਰਿਆ ਸਤਲੁਜ ਤੇ ਸਰਹਿੰਦ ਨਹਿਰ ਵਿਚਕਾਰ ਪਾਈ ਜਾਂਦੀ ਹੈ।

(ਸ) **ਰੇਤ ਕੱਜਣ ਅਤੇ ਰੇਤ ਟਿੱਬਿਆਂ ਵਾਲਾ ਦੱਖਣ-ਪੱਛਮੀ ਮੈਦਾਨ (The South Western Sand Cover and Sand Dunes Studded Plains) :** ਦੱਖਣ ਪੱਛਮੀ, ਮਾਲਵਾ ਦਾ ਮੈਦਾਨ ਰੇਤ ਕੱਜਣ ਅਤੇ ਰੇਤ ਟਿੱਬਿਆਂ ਨਾਲ ਭਰਿਆ ਪਿਆ ਹੈ। ਇਹ ਇਸ ਮੈਦਾਨ ਦੀ ਅਲੱਗ ਵਿਸ਼ੇਸ਼ਤਾ ਹੈ। ਇਹ ਰੇਤ ਟਿੱਬਿਆਂ ਵਾਲਾ ਮੈਦਾਨ ਬਠਿੰਡਾ, ਮਾਨਸਾ, ਫਰੀਦਕੋਟ, ਮੁਕਤਸਰ, ਦੱਖਣੀ ਫਿਰੋਜ਼ਪੁਰ ਜ਼ਿਲ੍ਹਾ (ਗੁਰੂ ਹਰ ਸਹਾਏ ਤਹਿਸੀਲ) ਅਤੇ ਫਾਜ਼ਿਲਕਾ ਜ਼ਿਲ੍ਹਿਆਂ ਵਿੱਚ ਫੈਲਿਆ ਹੋਇਆ ਹੈ। ਇਸ ਦੀ ਆਮ ਉਚਾਈ ਪੂਰਬ ਵਿੱਚ ਲਗਭਗ 220 ਮੀਟਰ ਤੋਂ ਪੱਛਮ ਵਿੱਚ ਸਤਲੁਜ ਦੇ ਬੇਟ ਵਿੱਚ ਲਗਭਗ 180 ਮੀਟਰ (ਸਮੁੰਦਰ ਤਲ ਤੋਂ) ਤੱਕ ਹੈ। ਇਹ ਇੱਕ ਸਾਧਾਰਣ ਉੱਚਾ-ਨੀਵਾਂ ਮੈਦਾਨ ਹੈ। ਧਰਾਤਲ ਵਿੱਚ ਉਚਾਣ ਨਿਵਾਣ ਕੁੱਝ ਮੀਟਰਾਂ ਦੀ ਹੈ, ਜੋ ਇਸ ਖੇਤਰ ਵਿੱਚ ਪਾਏ ਜਾਣ ਵਾਲੇ ਅਨੇਕਾਂ ਰੇਤ ਟਿੱਬਿਆਂ ਕਾਰਨ ਹੈ ਜੋ ਪੌਣਾਂ ਦੀ ਕਿਰਿਆ ਕਾਰਨ ਅਤੇ ਮੁੱਖ ਤੌਰ ਤੇ ਦਰਿਆ ਸਤਲੁਜ ਅਤੇ ਘੱਗਰ ਦੇ ਵਹਿਣਾਂ ਦੇ ਇਸ ਖੇਤਰ ਦੇ ਆਰ-ਪਾਰ ਖਿਸਕਦੇ ਰਹਿਣ ਕਾਰਨ ਹੋਇਆ ਹੈ।

ਇਸ ਖੇਤਰ ਦੀ ਵੀ ਸਮੁੱਚੀ ਢਲਾਨ ਦੱਖਣ-ਪੱਛਮ ਵੱਲ ਹੈ। ਟਿੱਬੇ ਬਹੁਤ ਉੱਚੇ ਨਹੀਂ ਹਨ। ਆਮ ਉਚਾਈ 10 ਤੋਂ 15 ਮੀਟਰ ਵਿਚਕਾਰ ਹੈ। ਟਿੱਬਿਆਂ ਵਿਚਕਾਰ ਕਈ ਨੀਵੇਂ ਮੈਦਾਨੀ ਭਾਗ ਵੀ (inter-dunal lowlands) ਹਨ।

1. **ਤਿੰਨ ਪੱਧਰੀ ਵੰਡ (Three Level Division of S.W. Malwa) :** ਦਰਿਆ ਸਤਲੁਜ ਦੇ ਵਹਿਣ ਦੇ ਪੁਰਾਣੇ ਸਮਿਆਂ ਵਿੱਚ ਖਿਸਕਦੇ (Shifting Course) ਰਹਿਣ ਕਾਰਨ ਦੱਖਣ-ਪੱਛਮੀ ਮਾਲਵਾ ਦੇ ਉੱਚੇ ਨੀਵੇਂ ਮੈਦਾਨ ਵਿੱਚ ਤਿੰਨ ਪੱਧਰਾਂ ਦੇ ਮੈਦਾਨ (Formation of three terraces) ਬਣ ਗਏ ਹਨ। ਇਹ ਤਿੰਨ ਪੱਧਰ ਹਨ—ਉੱਪਰਲਾ ਚਬੂਤਰਾ ਜਾਂ ਉੱਪਰਲੀ ਪੱਧਰੀ ਭੂਮੀ (upper terrace), ਹੇਠਲੀ ਪੱਧਰੀ ਭੂਮੀ (Lower Terrace) ਅਤੇ ਬੇਟ (Bet)। ਇਹ ਪੱਧਰਾਂ ਇੱਕ ਦੂਜੇ ਤੋਂ ਕੁੱਝ ਉੱਚੀਆਂ ਨੀਵੀਆਂ ਹਨ। ਇਨ੍ਹਾਂ ਦੇ ਕਿਨਾਰੇ ਜਾਂ **ਢਾਹੇ ਵੱਡਾ ਢਾਹਾ** ਅਤੇ **ਛੋਟਾ ਢਾਹਾ** ਹਨ। ਇਹ ਢਾਹੇ ਭਾਵੇਂ ਕਾਫੀ ਲਗਾਤਾਰ ਹਨ ਪਰੰਤੂ ਇਹ ਕਟੇ-ਫਟੇ ਅਤੇ ਹੌਲੀ-ਹੌਲੀ ਢਲਦੇ (Shelving) ਹਨ ਅਤੇ ਦਰਿਆ ਸਤਲੁਜ ਦੇ ਮੌਜੂਦਾ ਵਹਿਣ ਦੇ ਸਮਾਨ ਅੰਤਰ ਸਥਿਤ ਹਨ।

---

1. Districts and States Gazetteers of Undivided Punjab, Vol. III, Part II.

(i) **ਕੋਟਕਪੂਰਾ ਚਬੂਤਰਾ ਜਾਂ ਉੱਪਰਲਾ ਪੱਧਰ (Kotkapura Platteau or Upper Terrace) :** ਇਹ ਪੱਧਰ ਵੱਡੇ ਢਾਹੇ ਦੇ ਉੱਪਰ ਸਥਿਤ ਹੈ ਅਤੇ ਇਸ ਪ੍ਰਦੇਸ਼ ਦਾ ਸਭ ਤੋਂ ਉੱਚਾ ਭਾਗ ਹੈ। ਫਰੀਦਕੋਟ ਜ਼ਿਲ੍ਹੇ ਵਿੱਚ ਇਸ ਨੂੰ ਕੋਟਕਪੂਰਾ ਪੱਧਰ ਜਾਂ ਪਠਾਰ ਕਿਹਾ ਜਾਂਦਾ ਹੈ। ਇਹ ਉੱਪਰੋਂ ਪੱਧਰਾ ਹੈ ਅਤੇ ਇੱਥੇ ਹਲਕੇ ਲਾਲ ਰੰਗ ਦੀ ਰੇਤਲੀ ਦੋਮਟ ਮਿੱਟੀ ਪਾਈ ਜਾਂਦੀ ਹੈ। ਇਹ ਪੱਧਰ ਮੋਗਾ, ਫਰੀਦਕੋਟ, ਮੁਕਤਤਸਰ ਜ਼ਿਲ੍ਹਿਆਂ ਅਤੇ ਫਾਜ਼ਿਲਕਾ ਜ਼ਿਲ੍ਹੇ ਦੀਆਂ ਅਬੋਹਰ, ਫਾਜ਼ਿਲਕਾ ਅਤੇ ਜਲਾਲਾਬਾਦ ਤਹਿਸੀਲ ਵਿੱਚ ਫੈਲਿਆ ਹੋਇਆ ਹੈ। ਦੱਖਣ-ਪੱਛਮ ਵੱਲ ਰੇਤ ਦੇ ਟਿੱਬੇ ਆਮ ਦੇਖਣ ਨੂੰ ਮਿਲਦੇ ਹਨ। ਮੋਗਾ ਅਤੇ ਮੁਕਤਸਰ ਜ਼ਿਲ੍ਹਿਆਂ ਵਿੱਚ ਉੱਪਰਲੇ ਪੱਧਰ ਨੂੰ ਰੋਹੀ (ਪੱਕੀ ਭੂਮੀ) ਕਿਹਾ ਜਾਂਦਾ ਹੈ। ਫਰੀਦਕੋਟ ਜ਼ਿਲ੍ਹੇ ਵਿੱਚ ਇਸ ਨੂੰ ਉਤਾਰ (Utar) ਵੀ ਕਿਹਾ ਜਾਂਦਾ ਹੈ।

(ii) **ਦੂਜਾ ਪੱਧਰ ਜਾਂ ਰੇਤਲਾ ਮੈਦਾਨ (Second Terrace or Sandy Plain) :** ਇਹ ਪੱਧਰ ਵੱਡੇ ਢਾਹੇ ਦੇ ਹੇਠ ਅਤੇ ਛੋਟੇ ਢਾਹੇ (ਦੂਜਾ ਢਾਹਾ) ਦੇ ਉੱਪਰ ਸਥਿਤ ਹੈ। ਇਹ ਦੂਜਾ ਪੱਧਰ ਹੈ। ਉੱਪਰਲੇ ਪੱਧਰ ਤੋਂ ਇਹ 5 ਤੋਂ 6 ਮੀਟਰ ਨੀਵਾਂ ਸਥਿਤ ਹੈ। ਇਹ ਇੱਕ ਰੇਤੀਲਾ ਮੈਦਾਨ ਹੈ ਜਿਸ ਵਿੱਚ ਰੇਤ ਟਿੱਬੇ ਅਤੇ ਰੇਤ ਕਟਕਾਂ (sandridges) ਆਮ ਮਿਲਦੇ ਹਨ। ਇਹ ਪੱਧਰ ਫਾਜ਼ਿਲਕਾ ਅਤੇ ਜਲਾਲਾਬਾਦ ਤਹਿਸੀਲਾਂ ਅਤੇ ਦੱਖਣੀ ਜ਼ੀਰਾ, ਪੂਰਬੀ ਫਿਰੋਜ਼ਪੁਰ, ਦੱਖਣ-ਪੱਛਮੀ ਮੁਕਤਸਰ ਅਤੇ ਪੱਛਮੀ ਫਰੀਦਕੋਟ ਤਹਿਸੀਲਾਂ ਉੱਪਰ ਫੈਲਿਆ ਹੋਇਆ ਹੈ। ਇਸ ਪੱਧਰ ਨੂੰ **ਮੁੱਦਕੀ ਮੈਦਾਨ** (Mudki Plain) ਵੀ ਕਿਹਾ ਜਾਂਦਾ ਹੈ। ਵੱਖ-ਵੱਖ ਇਲਾਕਿਆਂ ਵਿੱਚ ਇਸ ਪੱਧਰ ਨੂੰ ਵਿਭਿੰਨ ਨਾਵਾਂ ਨਾਲ ਪੁਕਾਰਿਆ ਜਾਂਦਾ ਹੈ, ਜਿਵੇਂ ਕਿ ਮੋਗਾ ਵਿੱਚ **ਰੋਹੀ**, ਮੁਕਤਸਰ ਵਿੱਚ **ਹਿਥਾਰ** (Hithar) ਅਤੇ ਫਰੀਦਕੋਟ ਜ਼ਿਲ੍ਹੇ ਵਿੱਚ ਅਥਾਰ (Athar) ਕਿਹਾ ਜਾਂਦਾ ਹੈ। ਫਾਜ਼ਿਲਕਾ ਜ਼ਿਲ੍ਹੇ ਵਿੱਚ ਦੂਜਾ ਪੱਧਰ ਹੜ੍ਹ ਦੇ ਮੈਦਾਨ (ਹਿਥਾਰ) ਤੋਂ ਉੱਪਰ ਸਥਿਤ ਹੈ, ਇਸ ਕਾਰਨ ਇਸ ਨੂੰ **ਉਤਾਰ** (Utar) ਕਿਹਾ ਜਾਂਦਾ ਹੈ।

(iii) **ਤੀਜਾ ਪੱਧਰ ਜਾਂ ਬੇਟ (Third Terrace or Bet) :** ਤੀਜਾ ਪੱਧਰ ਦਰਿਆ ਸਤਲੁਜ ਅਤੇ ਛੋਟੇ ਢਾਹੇ ਵਿਚਕਾਰ ਸਥਿਤ ਹੈ। ਇੱਥੇ ਦਰਿਆ ਦੇ ਹੜ੍ਹ ਅਕਸਰ (ਬਰਸਾਤ ਰੁੱਤ ਨੂੰ) ਆਉਂਦੇ ਹਨ। ਇਸ ਲਈ ਇਹ ਬੇਟ ਪ੍ਰਦੇਸ਼ ਹੈ। **ਕਿਰਿਆਸ਼ੀਲ ਬੇਟ** ਨੂੰ **ਬੇਲਾ** ਜਾਂ **ਮੰਡ** ਕਿਹਾ ਜਾਂਦਾ ਹੈ। ਇੱਥੇ ਵਰਖਾ (ਭਾਰੀ) ਸਮੇਂ ਅਕਸਰ ਹੜ੍ਹ ਆਉਂਦੇ ਹਨ। ਬਹੁਤ ਘੱਟ ਹੜ੍ਹਾਂ ਵਾਲੇ ਬੇਟ ਨੂੰ **ਉਦਾਸੀਨ ਬੇਟ** (passive bet) ਕਿਹਾ ਜਾਂਦਾ ਹੈ।

2. **ਰੇਤ ਕੱਜਣ ਅਤੇ ਰੇਤ ਟਿੱਬੇ**—ਫਰੀਦਕੋਟ ਜ਼ਿਲ੍ਹੇ ਦੇ ਪੱਛਮੀ ਭਾਗਾਂ ਅਤੇ ਮੁਕਤਸਰ, ਬਠਿੰਡਾ ਅਤੇ ਮਾਨਸਾ ਜ਼ਿਲ੍ਹਿਆਂ ਦੇ ਵੱਡੇ ਭਾਗਾਂ ਵਿੱਚ ਇਸ ਉੱਚੇ-ਨੀਵੇਂ ਮੈਦਾਨ ਉੱਪਰ ਲਗਾਤਾਰ ਅਤੇ ਉੱਚੇ (2 ਤੋਂ 10 ਮੀਟਰ) ਰੇਤ ਟਿੱਬਿਆਂ ਦੇ ਸਮੂਹ ਅਤੇ ਲੰਬੀਆਂ ਰੇਤ ਕਟਕਾਂ (long sand Ridges) ਪਾਈਆਂ ਜਾਂਦੀਆਂ ਹਨ। ਮਾਨਸਾ ਅਤੇ ਬਠਿੰਡਾ ਜ਼ਿਲ੍ਹਿਆਂ ਅਤੇ ਅਬੋਹਰ ਤਹਿਸੀਲ ਵਿੱਚ ਰੇਤ ਕੱਟਕਾਂ ਆਮ ਪਾਈਆਂ ਜਾਂਦੀਆਂ ਹਨ ਅਤੇ ਕਈ ਇਲਾਕਿਆਂ ਵਿੱਚ ਉੱਚੀਆਂ ਰੇਤ ਕੱਟਕਾਂ (10 ਤੋਂ 15 ਮੀਟਰ ਉੱਚੀਆਂ) ਭੂ-ਦ੍ਰਿਸ਼ ਦਾ ਮਹੱਤਵਪੂਰਣ ਲੱਛਣ ਹਨ। ਇਹ ਰੇਤ ਟਿੱਬੇ ਅਤੇ ਰੇਤ ਕਟਕਾਂ ਖਿਸਕਦੀਆਂ ਰਹਿੰਦੀਆਂ ਹਨ (ਲਗਾਤਾਰ ਦੱਖਣ ਪੱਛਮੀ ਤੇਜ਼ ਹਵਾਵਾਂ ਕਾਰਨ) ਸਨ।

   ਪਰੰਤੂ ਪਿਛਲੇ ਕੁੱਝ ਸਮੇਂ ਤੋਂ ਕਾਫੀ ਰੇਤ ਟਿੱਬਿਆਂ ਅਤੇ ਕਟਕਾਂ ਨੂੰ ਸਥਿਰ (stablise) ਕਰ ਲਿਆ ਗਿਆ ਹੈ ਜਾਂ ਪੱਧਰਾ ਕਰ ਲਿਆ ਗਿਆ ਹੈ। ਹੁਣ ਇੱਥੇ ਖੇਤੀਬਾੜੀ ਕੀਤੀ ਜਾਂਦੀ ਹੈ। ਰੇਤ ਟਿੱਬਿਆਂ ਅਤੇ ਰੇਤ ਕਟਕਾਂ ਦੇ ਵਿੱਚ ਅਤੇ ਆਲੇ-ਦੁਆਲੇ ਢਲਾਨਾਂ ਕਾਫੀ ਤੋਂ ਸਾਧਾਰਨ (moderate) ਹਨ ਪਰੰਤੂ ਟਿੱਬਿਆਂ ਦੇ ਮੱਧ ਵਿੱਚ ਸਥਿਤ ਖੇਤਰ (inter-dunal areas) ਮਾਮੂਲੀ ਢਲਾਨ ਵਾਲੇ ਜਾਂ ਪੱਧਰੇ ਹਨ। ਜ਼ਿਆਦਾਤਰ ਪਿੰਡ ਇਨ੍ਹਾਂ ਅੰਤਰ-ਰੇਤ ਟਿੱਬਾ ਖੇਤਰਾਂ ਵਿੱਚ ਸਥਿਤ ਹਨ।

   ਰੇਤ ਟਿੱਬਿਆਂ ਅਤੇ ਕਟਕਾਂ ਦੀ ਉੱਚਾਈ ਕੁੱਝ ਮੀਟਰਾਂ ਤੋਂ 20 ਮੀਟਰ ਤੱਕ ਅਤੇ ਲੰਬਾਈ 20 ਤੋਂ 100 ਮੀਟਰ ਤੱਕ ਹੋ ਸਕਦੀ ਹੈ। ਕਾਫੀ ਵੱਡੇ ਪੱਧਰੇ ਅਤੇ ਉਪਜਾਊ ਖੇਤਰ ਵੀ ਹਨ ਜੋ ਕਿ ਕੀਮਤੀ ਉਪਜਾਊ ਖੇਤੀ ਯੋਗ ਜ਼ਮੀਨ ਹੈ।

3. **ਟੋਏ ਅਤੇ ਦਲਦਲਾਂ ਜਾਂ ਝੀਲਾਂ (Depressions or Marshes)** : ਇਸ ਖੇਤਰ ਅਤੇ ਸਮੁੱਚੇ ਮਾਲਵੇ ਵਿੱਚ ਟੋਏ ਅਤੇ ਦਲਦਲਾਂ ਆਦਿ ਬਾਕੀ ਪ੍ਰਦੇਸ਼ਾਂ ਦੇ ਮੁਕਾਬਲੇ ਬਹੁਤ ਘੱਟ ਹਨ। ਫਿਰੋਜ਼ਪੁਰ ਜ਼ਿਲ੍ਹੇ ਦੇ **ਬੇਟ** ਖੇਤਰ ਵਿੱਚ ਕਈ **ਆਕਸਬੋ ਝੀਲਾਂ** (Oxbow Lakes) ਅਤੇ ਦਲਦਲਾਂ ਹਨ। ਦਰਿਆ ਸਤਲੁਜ ਦੇ ਵਹਿਣ ਦੇ ਦੱਖਣ-ਪੱਛਮੀ ਮਾਲਵਾ ਪ੍ਰਦੇਸ਼ ਵਿੱਚ ਖਿਸਕਦੇ (ਪੁਰਾਣੇ ਸਮਿਆਂ ਵਿੱਚ) ਰਹਿਣ ਕਾਰਨ ਕਈ ਟੋਏ, ਝੀਲਾਂ ਜਾਂ ਪੁਰਾਣੇ ਛੱਡੇ ਹੋਏ ਵਹਿਣ (Palaeo Channels) ਹੋਂਦ ਵਿੱਚ ਆ ਗਏ ਹਨ। ਇਨ੍ਹਾਂ ਵਿੱਚੋਂ ਮੁਕਤਸਰ ਖੇਤਰ ਦਾ **ਸੋਤਰ ਟੋਆ** (Sotar Depression) ਮਹੱਤਵਪੂਰਣ ਹੈ। ਇਸ ਰਾਹੀਂ ਵਰਖਾ ਦਾ ਪਾਣੀ ਫਾਜ਼ਿਲਕਾ ਵਿੱਚ ਸਥਿਤ **ਬੱਧਾ ਝੀਲ** (Badha Jheel) ਨੂੰ ਜਾਂਦਾ ਹੈ। ਮੁਕਤਸਰ ਦੇ ਹੇਠਲੇ ਪੱਧਰ (ਰੋਹੀ) ਵਿੱਚ ਦਰਿਆ ਦਾ ਇਕ ਛੱਡਿਆ ਹੋਇਆ ਵਹਿਣ ਪਾਇਆ ਜਾਂਦਾ ਹੈ। ਇਹ ਵਹਿਣ (Channel) ਪਿੰਡ ਬਬਾਣੀ ਵਿੱਚ ਸਪੱਸ਼ਟ ਦਿਸਦਾ ਹੈ ਅਤੇ ਅਬੋਹਰ ਤੋਂ ਪੱਛਮ ਵਿੱਚ ਇਹ ਫਿਰ ਦ੍ਰਿਸ਼ਟੀਗੋਚਰ ਹੋ ਜਾਂਦਾ ਹੈ।[1]

ਜਲ ਪ੍ਰਵਾਹ (DRAINAGE)

ਮਾਲਵਾ ਵਿੱਚ ਸਿਰਫ ਇੱਕ ਸਦਾ ਵਹਿਣ ਵਾਲਾ **ਦਰਿਆ ਸਤਲੁਜ**; ਦੋ **ਮੌਸਮੀ ਨਦੀਆਂ** (Seasonal Streams) ਘੱਗਰ ਦਰਿਆ ਅਤੇ ਸੁਆਂ ਨਦੀ; ਇਸਦੇ ਪੂਰਬੀ ਅਰਧ-ਪਹਾੜੀ ਅਤੇ ਜ਼ਿਆਦਾ ਵਰਖਾ ਵਾਲੇ ਭਾਗ ਵਿੱਚ ਕਈ ਅਲਪਕਾਲਿਕ ਨਦੀਆਂ (ephemeral streams) ਅਤੇ ਕਈ ਆਦਮੀ ਰਾਹੀਂ ਬਣਾਏ ਨਾਲੇ ਅਤੇ ਡਰੇਨਾਂ ਹਨ (ਨਕਸ਼ਾ ਨੰ. 75)। ਮਾਲਵਾ ਦੇ ਆਰਪਾਰ ਕਿਸੇ ਵੀ ਦਿਸ਼ਾ ਵਿੱਚੋਂ ਲੰਘਣ ਵਾਲਾ ਕੋਈ ਵੀ ਦਰਿਆ ਜਾਂ ਨਦੀ ਨਹੀਂ ਹੈ। ਕੇਵਲ ਪੂਰਬੀ ਮਾਲਵਾ ਵਿੱਚ ਕਈ ਨਦੀਆਂ ਇਸਦੇ ਵੱਡੇ ਭਾਗ ਵਿੱਚੋਂ ਵੱਗਦੀਆਂ ਹਨ। ਰੇਤ ਕੱਜਣ ਅਤੇ ਰੇਤ ਟਿੱਬਿਆਂ ਨਾਲ ਭਰੇ ਦੱਖਣ-ਪੱਛਮੀ ਖੁਸ਼ਕ, ਗਰਮ ਅਤੇ ਰੇਤੀਲੇ ਭਾਗ ਵਿੱਚ ਵਰਖਾ ਰੁੱਤ ਸਮੇਂ ਕਈ ਅੰਤਰ ਵਰਤੀ ਜਲਪ੍ਰਵਾਹ ਖੇਤਰ (Inland Drainage and Basin) ਬਣ ਜਾਂਦੇ ਹਨ।

ਦਰਿਆ ਸਤਲੁਜ (River Satluj) : ਇਹ ਦਰਿਆ ਪੰਜਾਬ ਦੀ ਮੁੱਖ ਨਦੀ ਹੈ ਅਤੇ ਦਰਿਆ ਨੰਗਲ ਤਹਿਸੀਲ ਵਿੱਚ ਉੱਤਰ-ਪੂਰਬ ਵੱਲੋਂ ਨੰਗਲ ਕਸਬੇ ਕੋਲ ਪੰਜਾਬ ਵਿੱਚ ਦਾਖਲ ਹੁੰਦਾ ਹੈ। ਦਰਿਆ ਨੰਗਲ ਅਤੇ ਆਨੰਦਪੁਰ ਸਾਹਿਬ ਤਹਿਸੀਲਾਂ ਦੇ ਪੂਰਬੀ ਭਾਗ ਵਿੱਚ ਉੱਤਰ ਤੋਂ ਦੱਖਣ ਵੱਲ ਵਗਦਾ ਹੈ। ਇੱਥੇ ਇਸ ਦੀ ਇੱਕ ਚੌੜੀ ਘਾਟੀ ਹੈ ਅਤੇ ਦਰਿਆ ਵੱਲ ਵਲੇਵੇਂ ਪਾ ਕੇ ਅਤੇ ਕਈ ਵਹਿਣਾਂ ਵਿੱਚ ਵੰਡ ਹੋ ਕੇ (braided) ਅਤੇ ਕਈ ਦਰਿਆ ਟਾਪੂ ਬਣਾ ਕੇ ਚਲਦਾ ਹੈ। ਨੰਗਲ ਦੇ ਸਥਾਨ ਉੱਤੇ ਇਸ ਉੱਤੇ ਬੰਨ੍ਹ ਲਗਾ ਕੇ ਦੋ ਨਹਿਰਾਂ—ਨੰਗਲ ਹਾਈਡਲ ਚੈਨਲ ਅਤੇ ਐਸ.ਵਾਈ.ਐਲ. (S.Y.L.) ਕੱਢੀਆਂ ਗਈਆਂ ਹਨ। ਨੰਗਲ, ਕੀਰਤਪੁਰ ਸਾਹਿਬ ਤੇ ਰੋਪੜ ਦੇ ਕਸਬੇ ਦਰਿਆ ਦੇ ਕੰਢੇ ਉੱਤੇ ਸਥਿਤ ਹਨ। ਭਲਾਣ ਪਿੰਡ ਦੇ ਨੇੜੇ ਇੱਕ ਪਹਾੜੀ ਤੇਜ਼ ਅਤੇ ਵੱਡੀ ਨਦੀ **ਸੁਆਂ ਨਦੀ** ਦਰਿਆ ਵਿੱਚ ਆ ਮਿਲਦੀ ਹੈ। ਰੋਪੜ ਦੇ ਸਥਾਨ ਤੇ ਦਰਿਆ ਕਤਰ ਧਾਰ ਦੇ ਦੱਖਣੀ ਸਿਰੇ ਨਾਲ ਖਹਿਕੇ ਕੂਹਣੀ ਮੋੜ ਰਾਹੀਂ ਪੱਛਮ ਦਿਸ਼ਾ ਵੱਲ ਮੁੜ ਜਾਂਦਾ ਹੈ। ਹੁਣ ਪੱਛਮ ਵੱਲ ਇੱਕ ਰੇਤਲੇ ਵਹਿਣ ਵਿੱਚ ਵਹਿੰਦਾ ਦਰਿਆ ਮਾਲਵਾ ਪ੍ਰਦੇਸ਼ ਦੀ ਉੱਤਰੀ ਸੀਮਾ (ਬਿਸਤ ਦੋਆਬ ਅਤੇ ਮਾਝੇ ਨਾਲ) ਬਣਾਉਂਦਾ ਹੈ। ਇੱਥੇ ਇਸ ਦਾ ਵਹਿਣ ਵੱਲ ਵਲੇਵਿਆਂ ਵਾਲਾ ਹੈ। ਪੁਰਾਣੇ ਸਮਿਆਂ ਵਿੱਚ ਦਰਿਆ ਮਾਲਵੇ ਦੇ ਆਰਪਾਰ ਆਪਣਾ ਵਹਿਣ ਦੱਖਣ ਤੋਂ ਉੱਤਰ ਵੱਲ ਖਿਸਕਾਉਂਦਾ ਰਿਹਾ ਹੈ। ਹਰੀਕੇ ਸਥਾਨ ਤੇ ਦਰਿਆ ਬਿਆਸ ਉੱਤਰ-ਪੂਰਬ ਵੱਲੋਂ ਇਸ ਵਿੱਚ ਆ ਮਿਲਦਾ ਹੈ। ਇੱਥੇ ਹੀ ਹਰੀਕੇ ਸਿਲ੍ਹੇ ਖੇਤਰ (Harike Wetland) ਵਿੱਚ **ਚਿੱਟੀ ਬੇਈਂ** ਅਤੇ **ਕਾਲੀ ਬੇਈਂ** ਉੱਤਰ ਵੱਲੋਂ ਦਰਿਆ ਸਤਲੁਜ ਵਿੱਚ ਆ ਮਿਲਦੇ ਹਨ। ਜਗਰਾਉਂ ਤਹਿਸੀਲ ਵਿੱਚ ਲੁਧਿਆਣਾ-ਮੋਗਾ ਸੀਮਾ ਤੋਂ ਕੁੱਝ ਫਾਸਲਾ ਪਹਿਲਾਂ ਬੁੱਢਾ ਨਾਲਾ ਨਦੀ ਦਰਿਆ ਵਿੱਚ ਦੱਖਣ-ਪੂਰਬ ਵੱਲੋਂ ਆ ਮਿਲਦੀ ਹੈ।

ਹਰੀਕੇ ਦੇ ਸਥਾਨ ਤੇ ਇੱਕ ਬੈਰਾਜ ਬਣਾ ਕੇ **ਸਰਹਿੰਦ ਫੀਡਰ** ਅਤੇ **ਰਾਜਸਥਾਨ ਨਹਿਰਾਂ** ਦਰਿਆ ਵਿੱਚੋਂ ਕੱਢੀਆਂ ਗਈਆਂ ਹਨ। ਫਿਰੋਜ਼ਪੁਰ ਨੇੜੇ ਹੁਸੈਨੀਵਾਲਾ ਦੇ ਸਥਾਨ ਤੇ ਬੈਰਾਜ ਬਣਾ ਕੇ **ਬੀਕਾਨੇਰ ਨਹਿਰ** ਤੰਤਰ ਦਾ ਆਰੰਭ ਹੁੰਦਾ ਹੈ। ਇਸ ਤੋਂ ਅੱਗੇ ਵੱਲ

---

1. District and States Gazetters of Undivided Punjab, Vol. III, Part II.

ਵਲੇਵੇਂ ਪਾਉਂਦਾ ਅਤੇ ਪਾਕਿਸਤਾਨ ਅਤੇ ਭਾਰਤ (ਮਾਲਵਾ) ਵਿਚਕਾਰ ਸਰਹੱਦ ਬਣਾਉਂਦਾ ਦਰਿਆ ਦੱਖਣ-ਪੱਛਮ ਵੱਲ ਵੱਗਦਾ ਹੈ।

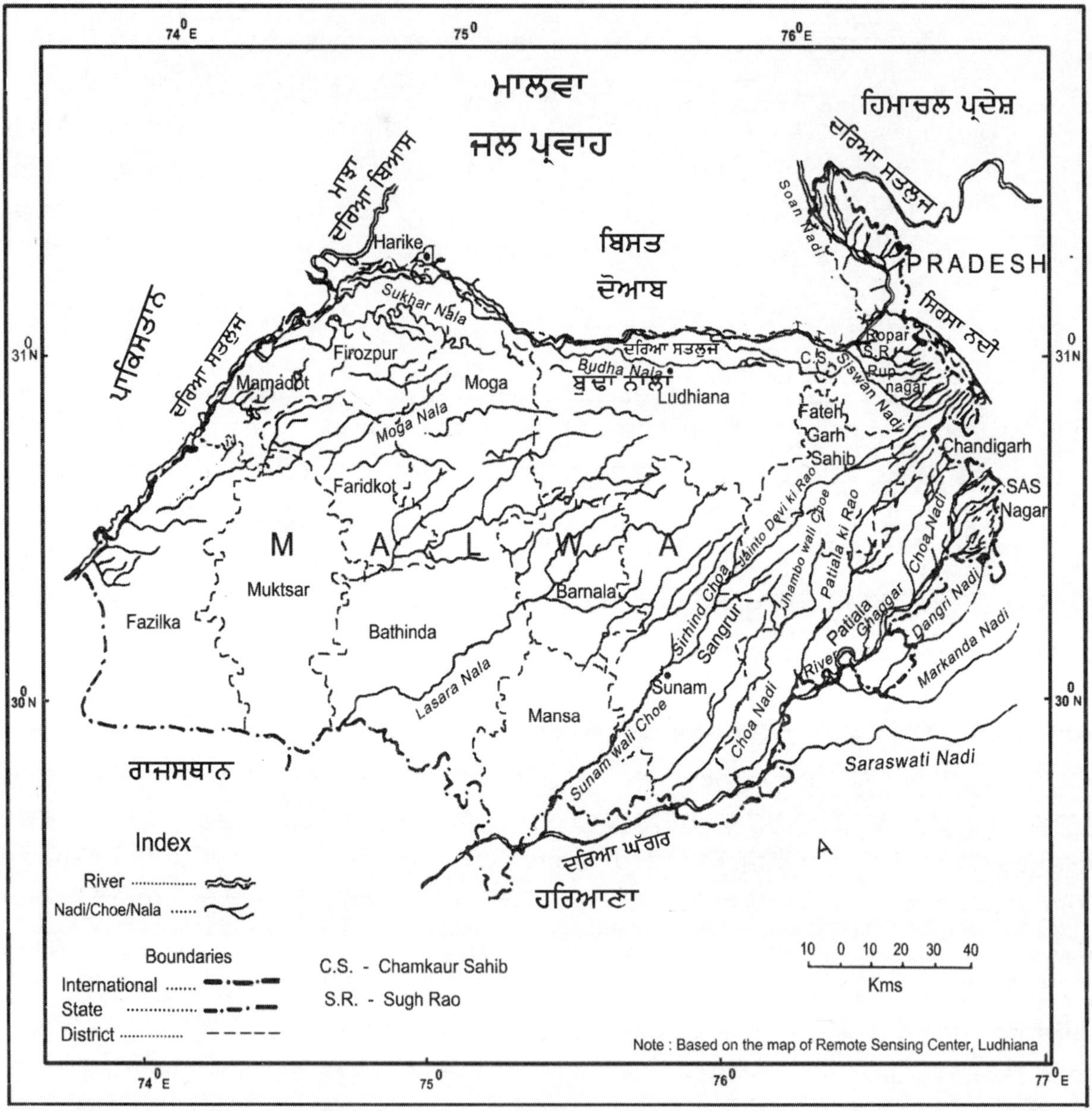

Map 76

ਦਰਿਆ ਘੱਗਰ (River Ghagghar) : ਇਹ ਮਾਲਵਾ ਦੀ ਦੱਖਣੀ ਸੀਮਾਂਤੀ ਨਦੀ ਹੈ। ਇਹ ਨਦੀ ਨਾਹਨ ਅਤੇ ਸਿਰਮੌਰ (ਹਿਮਾਚਲ ਪ੍ਰਦੇਸ਼) ਖੇਤਰ ਵਿੱਚ ਸ਼ੁਰੂ ਹੁੰਦੀ ਹੈ। ਪਿੰਜੌਰ ਕਸਬੇ ਤੋਂ ਦੱਖਣ ਵੱਲ ਇੱਕ ਪਹਾੜੀ ਨਦੀ **ਝੱਜਰਾ ਨਦੀ** ਇਸ ਵਿੱਚ ਆ ਮਿਲਦੀ ਹੈ। ਇਸ ਵਿੱਚ ਸੁੱਖਣਾ, ਸਿਰੋਆਲਾ (Siroala), ਗੰਭਰ ਅਤੇ ਸਿਰਸਾ ਪਹਾੜੀ ਨਦੀਆਂ ਦਾ ਪਾਣੀ ਵੀ ਮਿਲਦਾ ਹੈ। ਇਹ ਨਦੀ ਚੰਡੀਗੜ੍ਹ ਘਾਟੀ ਜਾਂ ਗੈਪ ਰਾਹੀਂ ਦੱਖਣ ਵੱਲ ਵਗਦੀ ਹੈ ਅਤੇ ਮੁਬਾਰਕਪੁਰ ਦੇ ਕਸਬੇ ਕੋਲ ਇਹ ਪੱਛਮ ਵੱਲ ਮੁੜ ਜਾਂਦੀ ਹੈ

ਅਤੇ ਖਿਜਰਪੁਰ ਦੇ ਪਿੰਡ ਤੋਂ ਇਹ ਫਿਰ ਡੇਰਾ ਬਸੀ ਤਹਿਸੀਲ ਵਿੱਚੋਂ ਦੀ ਦੱਖਣ ਵੱਲ ਵਗਦੀ ਹੈ। ਜੀ.ਟੀ. ਰੋਡ (ਰਾਸ਼ਟਰੀ ਸੜਕ ਮਾਰਗ ਨੰ. 1) ਨੂੰ ਪਿੰਡ ਬਪਰਾਵਰ ਕੋਲ ਪਾਰ ਕਰਕੇ ਦਰਿਆ ਘੱਗਰ ਪਟਿਆਲਾ, ਸੰਗਰੂਰ ਅਤੇ ਮਾਨਸਾ ਜ਼ਿਲ੍ਹਿਆਂ ਦੇ ਸਰਹੱਦੀ ਇਲਾਕਿਆਂ ਵਿੱਚੋਂ ਦੀ ਦੱਖਣ-ਪੱਛਮ ਵੱਲ ਵਗਦਾ ਹੈ। ਰਸਤੇ ਵਿੱਚ ਕਾਂਸਲ ਨਾਲਾ, ਸੁਖਨਾ ਚੋਅ, ਚੋਈ ਨਦੀ, ਪਗਨਾ ਨਦੀ, ਮੀਰਾਂਪੁਰ ਚੋਈ, ਪਟਿਆਲੇ ਵਾਲੀ ਨਦੀ, ਝੰਬੋਵਾਲੀ ਚੋਈ, ਚੋਆ ਨਦੀ, ਸਰਹਿੰਦ ਚੋਆ, ਸੁਨਾਮ ਚੋਆ, ਲਸਾੜਾ ਨਾਲਾ ਤੇ ਕਈ ਡਰੇਨਜ਼ (drains) ਸੱਜੇ ਕੰਡੇ ਵੱਲੋਂ ਅਤੇ ਹਰਿਆਣਾ ਪ੍ਰਾਂਤ ਦੀਆਂ ਕਈ ਪਹਾੜੀ ਨਦੀਆਂ ਤੋਂ ਇਲਾਵਾ ਡਾਂਗਰੀ ਨਦੀ, ਗਦਰੀ ਨਦੀ, ਮਾਰਕੰਡਾ ਨਦੀ ਅਤੇ ਸਰਸਵਤੀ ਨਦੀ ਖੱਬੇ ਕੰਢੇ ਵੱਲੋਂ ਘੱਗਰ ਦਰਿਆ ਵਿੱਚ ਆ ਮਿਲਦੇ ਹਨ। ਇਹ ਇਕ ਮੌਸਮੀ ਨਦੀ (ਗੈਰ ਬਾਰਾਮਾਸੀ) ਹੈ (ਨਕਸ਼ਾ ਨੰ. 75)।

ਦਰਿਆ ਘੱਗਰ ਦਾ ਵਹਿਣ ਰੇਤੀਲਾ ਅਤੇ ਮਾਰਗ ਵਲ ਵਲੇਵਿਆਂ ਵਾਲਾ ਹੈ। ਪੰਜਾਬ ਅਤੇ ਹਰਿਆਣਾ ਪ੍ਰਾਂਤਾਂ ਦੇ ਸੀਮਾਂਤੀ ਇਲਾਕੇ ਵਿੱਚੋਂ ਦੀ ਦੱਖਣ-ਪੱਛਮ ਵੱਲ ਵਹਿੰਦਾ ਹੋਇਆ ਦਰਿਆ ਘੱਗਰ ਰਾਜਸਥਾਨ ਦੇ ਹਨੂਮਾਨਗੜ੍ਹ ਖੇਤਰ ਦੇ ਰੇਤ ਖੇਤਰ ਵਿੱਚ ਅਲੋਪ ਹੋ ਜਾਂਦਾ ਹੈ। ਦਰਿਆ ਵਿੱਚ ਕਾਫੀ ਵਗਦਾ ਪਾਣੀ ਕੇਵਲ ਬਰਸਾਤ ਰੁੱਤ ਨੂੰ ਹੁੰਦਾ ਹੈ। ਪਰੰਤੂ ਕੇਵਲ ਚੰਡੀਗੜ੍ਹ ਤੱਕ ਹੀ ਇਸ ਦਾ ਵਗਦੇ ਪਾਣੀ ਦਾ ਵਹਿਣ ਹੁੰਦਾ ਹੈ।

ਪੁਰਾਣੇ ਸਮਿਆਂ ਵਿੱਚ ਦਰਿਆ ਘੱਗਰ ਦਾ ਵਹਿਣ ਵੀ ਖਿਸਕਦਾ ਰਿਹਾ ਹੈ। ਪ੍ਰਾਚੀਨ ਸਮਿਆਂ ਵਿੱਚ ਦਰਿਆ ਸਤਲੁਜ ਅਤੇ ਯਮੁਨਾ ਵਿਸ਼ਾਲ ਘੱਗਰ ਦਰਿਆ ਦੀਆਂ ਸਹਾਇਕ ਨਦੀਆਂ (Tributaries) ਹੁੰਦੀਆਂ ਸਨ।

ਸੁਆਂ ਨਦੀ (Soan Nadi) : ਰੋਪੜ ਜ਼ਿਲ੍ਹੇ ਦੀ ਇਹ ਇੱਕ ਮਹੱਤਵਪੂਰਣ ਮੌਸਮੀ ਨਦੀ ਹੈ। ਇਹ ਦਰਿਆ ਸਤਲੁਜ ਦੀ ਆਨੰਦਪੁਰ ਸਾਹਿਬ ਤਹਿਸੀਲ ਵਿੱਚ ਇੱਕ ਸਹਾਇਕ ਨਦੀ ਹੈ। ਸੁਆਂ ਨਦੀ **ਸੋਲਾ ਸਿੰਘੀ** ਅਤੇ **ਚਿੰਤਪੁਰਨੀ** ਸ਼੍ਰੇਣੀਆਂ ਵਿੱਚ ਜਨਮ ਲੈਂਦੀ ਹੈ ਅਤੇ **ਊਨਾ ਦੂਣ** ਵਿੱਚੋਂ ਦੀ ਇਹ ਦੱਖਣ ਵੱਲ ਵਹਿੰਦੀ ਹੋਈ ਭਲਾਣ ਪਿੰਡ ਨੇੜੇ ਦਰਿਆ ਸਤਲੁਜ ਵਿੱਚ ਸੱਜੇ ਕੰਢੇ ਵੱਲੋਂ ਮਿਲ ਜਾਂਦੀ ਹੈ। ਬਰਸਾਤ ਰੁੱਤ ਵਿੱਚ ਸੁਆਂ ਨਦੀ ਇੱਕ ਵਿਸ਼ਾਲ ਨਦੀ (ਦਰਿਆ) ਬਣ ਜਾਂਦੀ ਹੈ। ਇਸ ਦਾ ਵਹਿਣ ਬਹੁਤ ਚੌੜਾ ਅਤੇ ਰੇਤੀਲਾ ਹੈ। ਇਸ ਵਿੱਚ ਦੋਨੋਂ ਪਾਸਿਆਂ ਤੋਂ ਕਈ ਚੋਅ ਜਾਂ ਖੱਡਾਂ ਆ ਮਿਲਦੇ ਹਨ। ਇਹ ਨਦੀ ਆਪਣੇ ਅਚਾਨਕ ਹੜ੍ਹਾਂ (flash floods) ਲਈ ਜਾਣੀ ਜਾਂਦੀ ਹੈ।

ਬੁੱਢਾ ਨਾਲਾ (Budha Nala) : ਇਹ ਇੱਕ ਲਗਭਗ ਸਦਾ ਵਗਣ ਵਾਲੀ ਨਦੀ ਹੈ ਜੋ ਦਰਿਆ ਸਤਲੁਜ ਦੇ ਪੁਰਾਣੇ ਛੱਡੇ ਹੋਏ ਵਹਿਣ ਵਿੱਚ ਦੀ ਪੱਛਮ ਵੱਲ ਵਗਦੀ ਹੈ। ਬੁੱਢਾ ਨਾਲਾ ਦਰਿਆ ਸਤਲੁਜ ਦੇ ਦੱਖਣੀ ਉੱਚੇ ਕੰਢੇ (ਢਾਹਾ) ਦੇ ਨਾਲ-ਨਾਲ ਲੁਧਿਆਣਾ ਸ਼ਹਿਰ ਕੋਲੋਂ ਲੰਘਦਾ ਹੈ। ਬੁੱਢਾ ਨਾਲਾ ਚਮਕੌਰ ਸਾਹਿਬ ਦੇ ਦਲਦਲੀ ਇਲਾਕੇ (ਰੂਪਨਗਰ ਜ਼ਿਲ੍ਹਾ) ਵਿੱਚ ਅਰੰਭ ਹੁੰਦਾ ਹੈ। ਇਹ ਨਾਲਾ ਦਰਿਆ ਸਤਲੁਜ ਦੇ ਸਮਾਨ ਅੰਤਰ ਦੱਖਣ ਵਿੱਚ ਵਲ ਵਲੇਵਿਆਂ ਵਾਲੇ ਮਾਰਗ ਰਾਹੀਂ ਵਗਦਾ ਹੈ। ਇਸ ਦੀ ਚੌੜਾਈ ਘੱਟਦੀ-ਵੱਧਦੀ ਰਹਿੰਦੀ ਹੈ। ਬੁੱਢਾ ਨਾਲਾ ਜਗਰਾਉਂ ਤਹਿਸੀਲ ਵਿੱਚ ਪਿੰਡ ਗੋਰਸੀਆਂ ਕਾਦਰ ਬਖਸ਼ ਕੋਲ ਦਰਿਆ ਸਤਲੁਜ ਵਿੱਚ ਮਿਲ ਜਾਂਦਾ ਹੈ।

ਬਰਸਾਤ ਰੁੱਤ ਵਿੱਚ ਇਸ ਵਿੱਚ ਕਾਫੀ ਵਗਦਾ ਪਾਣੀ ਹੁੰਦਾ ਹੈ। ਪਹਿਲੇ ਸਮਿਆਂ ਵਿੱਚ ਇਸ ਵਿੱਚ ਸਾਫ ਪਾਣੀ ਵੱਗਦਾ ਹੁੰਦਾ ਸੀ। ਪਰੰਤੂ ਸ਼ਹਿਰੀ ਵਿਕਾਸ (ਲੁਧਿਆਣਾ) ਅਨੇਕਾਂ ਉਦਯੋਗਾਂ ਆਦਿ ਕਾਰਨ ਹੁਣ ਬੁੱਢਾ ਨਾਲਾ ਗੰਦਾ ਨਾਲਾ ਬਣ ਗਿਆ ਹੈ। ਇਸ ਵਿੱਚ ਮਾਛੀਵਾੜਾ, ਲੁਧਿਆਨਾ ਅਤੇ ਹੋਰ ਬਹੁਤ ਸਾਰੇ ਪਿੰਡਾਂ ਦੇ ਨਾਲੀਆਂ ਦਾ ਪਾਣੀ, ਸੀਵਰੇਜ ਅਤੇ ਕਾਰਖਾਨਿਆਂ ਦਾ ਰੰਗ-ਬਰੰਗਾ, ਜ਼ਹਿਰ ਤੇ ਗੰਦ ਭਰਪੂਰ ਪਾਣੀ ਮਿਲਾ ਦਿੱਤਾ ਜਾਂਦਾ ਹੈ। ਹੁਣ ਇਹ ਨਾਲਾ ਗੰਦੇ ਪਾਣੀ, ਪਲਾਸਟਿਕ ਦੇ ਲਿਫਾਫੇ ਅਤੇ ਹੋਰ ਬਹੁਤ ਸਾਰੇ ਗੰਦ-ਮੰਦ ਨਾਲ ਭਰਿਆ ਪਿਆ ਵਗਦਾ ਹੈ। ਇਹ ਹੁਣ ਮੌਤ ਤੇ ਬੀਮਾਰੀਆਂ ਦਾ ਵਾਹਕ ਬਣ ਗਿਆ ਹੈ। ਇਸ ਨੇ ਉੱਤਰੀ ਲੁਧਿਆਣਾ ਜ਼ਿਲ੍ਹੇ ਵਿੱਚ ਜ਼ਮੀਨੀ (soil) ਅਤੇ ਪਾਣੀ ਪ੍ਰਦੂਸ਼ਨ ਨੂੰ ਫੈਲਾ ਦਿੱਤਾ ਹੈ। ਇਹ ਹੁਣ ਇੱਕ ਸਿਹਤ ਸਮੱਸਿਆ ਬਣ ਗਿਆ ਹੈ। ਪੱਛਮੀ ਭਾਗ ਵਿੱਚ ਇਸ ਦੇ ਕੰਢੇ ਉੱਚੇ ਹਨ।

ਅਲਪਕਾਲਿਕ ਨਦੀਆਂ (Ephermeral Streams) : ਨਕਸ਼ਾ ਨੰ. 75 ਨੂੰ ਦੇਖਣ ਤੋਂ ਪਤਾ ਲੱਗਦਾ ਹੈ ਕਿ ਮਾਲਵਾ ਦੇ ਪੂਰਬੀ ਪਹਾੜੀ ਅਤੇ ਅਰਧ-ਪਹਾੜੀ ਖੇਤਰ ਵਿੱਚ ਕਈ ਪਹਾੜੀ ਅਤੇ ਤੇਜ਼ ਵਗਣ ਵਾਲੀਆਂ ਅਲਪਕਾਲਿਕ ਨਦੀਆਂ ਹਨ ਜੋ

ਸ਼ਿਵਾਲਕ ਪਹਾੜੀਆਂ ਵਿੱਚ ਪੈਦਾ ਹੋ ਕੇ ਚੰਗਰ ਜਾਂ ਘਾੜ ਪ੍ਰਦੇਸ਼ ਵਿੱਚੋਂ ਦੀ ਵਗਦੀਆਂ ਹਨ। ਉੱਤਰ ਵਿੱਚ ਇਨ੍ਹਾਂ ਨੂੰ ਚੋਅ ਜਾਂ ਖੱਡਾਂ ਕਹਿੰਦੇ ਹਨ। ਇਹ ਦਰਿਆ ਸਤਲੁਜ ਵਿੱਚ ਨੰਗਲ ਅਤੇ ਆਨੰਦਪੁਰ ਸਾਹਿਬ ਤਹਿਸੀਲਾਂ ਵਿੱਚ ਪੂਰਬ ਵੱਲੋਂ ਅਤੇ ਸੁਆਂ ਨਦੀ ਅਤੇ ਦਰਿਆ ਸਤਲੁਜ ਵਿੱਚ ਪੱਛਮ ਵੱਲੋਂ (ਨੂਰਪੁਰ ਬੇਦੀ ਬਲਾਕ) ਮਿਲਦੀਆਂ ਹਨ। ਚਰਨ ਗੰਗਾ, ਲੁਹੰਡ ਖੱਡ, ਕੁੰਡਲੂ ਖੱਡ, ਦਾਬਤਵਾਲੀ ਖੱਡ, ਦੋਨਾਈ ਦੀ ਖੱਡ ਪੂਰਬ ਵਿੱਚ ਅਤੇ ਹੁੰਮ ਖੱਡ, ਕਾਹਨਪੁਰ ਖੂਹੀ ਖੱਡ, ਕੱਲਵਾਂ ਖੱਡ, ਝੰਡਾ ਜੀ ਕੀ ਖੱਡ ਆਦਿ ਪੱਛਮ ਵੱਲੋਂ (ਨਕਸ਼ਾ ਨੰ. 75ੳ) ਦਰਿਆ ਵਿੱਚ ਮਿਲ ਜਾਂਦੇ ਹਨ।

ਰੋਪੜ-ਚੰਡੀਗੜ੍ਹ ਸ਼ਿਵਾਲਕ ਪਹਾੜੀਆਂ ਵਿੱਚ ਕਈ ਪਹਾੜੀ ਨਦੀਆਂ ਜਨਮ ਲੈਂਦੀਆਂ ਹਨ। ਸਥਾਨਕ ਤੌਰ ਤੇ ਇਨ੍ਹਾਂ ਨੂੰ **ਨਦੀ, ਨਾਲਾ ਜਾਂ ਰਾਉ** ਕਿਹਾ ਜਾਂਦਾ ਹੈ। ਰੋਪੜ ਸ਼ਿਵਾਲਕ ਵਿੱਚ ਜੋ ਨਦੀਆਂ ਪੈਦਾ ਹੁੰਦੀਆਂ ਹਨ ਉਹ ਉੱਤਰ-ਪੱਛਮ ਦਿਸ਼ਾ ਵਿੱਚ ਵਗਦੀਆਂ ਹੋਈਆਂ ਰੋਪੜ ਦੇ ਸ਼ਹਿਰ ਤੋਂ ਪੱਛਮ ਵੱਲ ਦਰਿਆ ਸਤਲੁਜ ਵਿੱਚ ਮਿਲ ਜਾਂਦੀਆਂ ਹਨ। ਆਰੰਭ ਦੇ ਕਈ ਚੋਅ ਮਿਲਕੇ ਨਦੀ ਬਣਦੇ ਹਨ। ਇਨ੍ਹਾਂ ਨਦੀਆਂ ਵਿੱਚ ਉੱਤਰ ਤੋਂ ਦੱਖਣ ਵੱਲ ਸ਼ਾਮਲ ਹਨ **ਸੁਘਰਾਉ**, **ਹਰੀਪੁਰ ਨਾਲਾ**, **ਬੁੱਦਕੀ** ਨਦੀ ਅਤੇ **ਸਿਸਵਾਂ ਨਦੀ**। ਸਿਸਵਾਂ ਨਦੀ ਤੋਂ ਦੱਖਣ ਵੱਲ ਦੇ ਚੋਅ ਦੱਖਣ-ਪੱਛਮ ਦਿਸ਼ਾ ਵਿੱਚ ਖਰੜ, ਮੋਹਾਲੀ ਅਤੇ ਡੇਰਾ ਬਸੀ ਤਹਿਸੀਲਾਂ ਵਿੱਚ ਵੀ ਵਗਦੇ ਹਨ। ਅੰਤ ਵਿੱਚ ਇਹ ਨਦੀਆਂ ਪਟਿਆਲਾ, ਫਤਹਿਗੜ੍ਹ ਸਾਹਿਬ ਅਤੇ ਸੰਗਰੂਰ ਜ਼ਿਲ੍ਹਿਆਂ ਵਿੱਚੋਂ ਦੀ ਦੱਖਣ-ਪੱਛਮ ਵੱਲ ਵਗਦੀਆਂ ਹੋਈਆਂ ਦਰਿਆ ਘੱਗਰ ਵਿੱਚ ਮਿਲ ਜਾਂਦੀਆਂ ਹਨ। ਇਨ੍ਹਾਂ ਚੋਅ ਜਾਂ ਨਦੀਆਂ ਵਿੱਚ ਉੱਤਰ ਤੋਂ ਦੱਖਣ ਵੱਲ ਸ਼ਾਮਲ ਹਨ—ਜੈਂਤਾ ਦੇਵੀ ਕੀ ਰਾਉ, ਪਟਿਆਲਾ ਕੀ ਰਾਉ, **ਕਾਂਸਲ ਨਾਲਾ** ਅਤੇ ਸੁਖਨਾ ਨਾਲਾ। **ਸੁੱਖਨਾ ਨਾਲਾ** ਮੁਬਾਰਕਪੁਰ ਕੋਲ ਘੱਗਰ ਵਿੱਚ ਮਿਲ ਜਾਂਦਾ ਹੈ। ਕਾਂਸਲ ਨਾਲਾ ਅਤੇ ਹੋਰ ਕਈ ਛੋਟੇ ਚੋਅ ਮਿਲ ਕੇ **ਚੋਆ ਨਾਲਾ** ਬਣਦੇ ਹਨ ਜੋ ਰਾਜਪੁਰਾ ਸ਼ਹਿਰ ਕੋਲੋਂ ਦੀ ਵਗਦਾ ਹੋਇਆ ਘਨੌਰ ਕਸਬੇ ਕੋਲ ਦਰਿਆ ਘੱਗਰ ਵਿੱਚ ਮਿਲ ਜਾਂਦਾ ਹੈ! ਚੋਆ ਨਾਲੇ ਨੂੰ ਟੰਗੋਰੀ ਨਦੀ ਵੀ ਕਿਹਾ ਜਾਂਦਾ ਹੈ।

ਪਟਿਆਲਾ ਕੀ ਰਾਉ ਇੱਕ ਲੰਬੀ ਨਦੀ ਹੈ ਜੋ ਮੋਹਾਲੀ ਸ਼ਹਿਰ, ਲਾਂਡਰਾਂ ਕਸਬਾ ਅਤੇ ਪਟਿਆਲਾ ਸ਼ਹਿਰ ਕੋਲੋਂ ਲੰਘਦੀ ਹੈ ਅਤੇ ਅੰਤ ਵਿੱਚ ਸਮਾਣਾ ਤਹਿਸੀਲ ਵਿੱਚ ਘਨੌਰਾ ਪਿੰਡ ਨੇੜੇ ਦਰਿਆ ਘੱਗਰ ਵਿੱਚ ਮਿਲ ਜਾਂਦੀ ਹੈ। **ਜੈਂਤਾ ਦੇਵੀ ਕੀ ਰਾਉ** ਖਰੜ ਕਸਬੇ ਕੋਲੋਂ ਲੰਘਦੀ ਹੋਈ ਸਰਹਿੰਦ ਸ਼ਹਿਰ ਨੇੜੇ ਪਹੁੰਚ ਜਾਂਦੀ ਹੈ। ਇੱਥੋਂ ਇਸ ਦਾ ਨਾਂ **ਸਰਹਿੰਦ ਚੋਆ** ਬਣ ਜਾਂਦਾ ਹੈ। ਫਿਰ ਇਹ ਨਾਭਾ ਤਹਿਸੀਲ ਅਤੇ ਸੰਗਰੂਰ ਜ਼ਿਲ੍ਹੇ ਵਿੱਚੋਂ ਹੁੰਦਾ ਹੋਇਆ ਹਰਿਆਣਾ ਪ੍ਰਾਂਤ ਵਿੱਚ ਦਰਿਆ ਘੱਗਰ ਵਿੱਚ ਮਿਲ ਜਾਂਦਾ ਹੈ। ਸਰਹਿੰਦ ਚੋਅ ਤੋਂ ਦੱਖਣ ਵਿੱਚ **ਝੰਬੋਵਾਲੀ ਚੋਈ** ਹੈ ਜੋ ਚਰਨਾਥਲ ਕਲਾਂ ਪਿੰਡ ਕੋਲ ਪੈਦਾ ਹੁੰਦੀ ਹੈ ਅਤੇ ਦੱਖਣ-ਪੱਛਮ ਵੱਲ ਵਗਦੀ ਹੋਈ ਸੰਗਰੂਰ ਜ਼ਿਲ੍ਹੇ ਵਿੱਚ ਮੂਨਕ ਕਸਬੇ ਕੋਲ ਦਰਿਆ ਘੱਗਰ ਵਿੱਚ ਮਿਲ ਜਾਂਦੀ ਹੈ। ਮਾਨਸਾ ਜ਼ਿਲ੍ਹੇ ਵਿੱਚ ਸਰਹਿੰਦ ਚੋਅ ਨੂੰ **ਸੁਨਾਮ ਵਾਲਾ ਚੋਅ** ਕਹਿੰਦੇ ਹਨ (ਨਕਸ਼ਾ ਨੰ. 76)।

ਪੱਛਮੀ ਮਾਲਵਾ ਪ੍ਰਦੇਸ਼ ਵਿੱਚ ਕੁਦਰਤੀ ਅਤੇ ਮਨੁੱਖ ਰਾਹੀਂ ਬਣਾਏ ਕਈ ਜਲਪ੍ਰਵਾਹ ਵਹਿਣ ਹਨ ਜਿਨ੍ਹਾਂ ਨੂੰ ਨਾਲਾ ਜਾਂ ਡਰੇਨਜ਼ ਕਹਿੰਦੇ ਹਨ। ਕੁਦਰਤੀ ਵਹਿਣਾਂ ਵਿੱਚੋਂ **ਸੁੱਖਰ ਨਾਲਾ** ਮਹੱਤਵਪੂਰਣ ਹੈ (ਨਕਸ਼ਾ ਨੰ. 76)। ਦਰਿਆ ਸਤਲੁਜ ਦੇ ਖਿਸਕਦੇ ਵਹਿਣ ਕਾਰਨ ਸੁੱਖਰ ਨਾਲਾ ਹੋਂਦ ਵਿੱਚ ਆਇਆ ਹੈ। ਸਤਲੁਜ ਦਰਿਆ ਦੇ ਪਿੱਛੇ ਹਟਣ ਨਾਲ ਉੱਤਰ-ਪੱਛਮੀ ਮਾਲਵਾ ਵਿੱਚ ਦਰਿਆ ਦੇ ਦੋ ਤੋਂ ਤਿੰਨ ਵਹਿਣ ਬਣ ਗਏ। ਇਨ੍ਹਾਂ ਵਿੱਚੋਂ ਇੱਕ ਨੂੰ ਸੁੱਖਰ ਨਾਲਾ (ਸੁੱਕਾ ਨਾਲਾ) ਕਿਹਾ ਜਾਂਦਾ ਹੈ। ਇਹ ਦਰਿਆ ਦੇ ਅਜੋਕੇ ਅਤੇ ਪੁਰਾਣੇ ਵਹਿਣ ਵਿਚਕਾਰ ਵਗਦਾ ਹੈ। ਸੁੱਖਰ ਨਾਲੇ ਦਾ ਆਰੰਭ ਲੁਧਿਆਣਾ ਜ਼ਿਲ੍ਹੇ ਵਿੱਚ ਤਿਹਾੜਾ ਸਥਾਨ ਕੋਲ ਹੁੰਦਾ ਹੈ। ਇੱਥੋਂ ਇਹ ਪੱਛਮ ਦਿਸ਼ਾ ਵਿੱਚ ਇੱਕ ਵਲ ਵਲੇਵਿਆਂ ਵਾਲੇ ਮਾਰਗ ਰਾਹੀਂ ਵਗਦਾ ਹੈ। ਅੰਤ ਵਿੱਚ ਇਹ ਮਮਦੋਟ ਕਸਬੇ ਕੋਲ ਦਰਿਆ ਸਤਲੁਜ ਵਿੱਚ ਮਿਲ ਜਾਂਦਾ ਹੈ। ਨਾਲੇ ਦੇ ਕੰਢੇ ਉੱਚੇ ਹਨ। ਇੱਕ ਸਮੇਂ ਇਸ ਨੂੰ ਬਰਸਾਤੂ ਨਹਿਰ (ਹੜ੍ਹ ਦੇ ਪਾਣੀ ਨੂੰ ਲਿਜਾਉਣ ਵਾਲੀ) ਵਿੱਚ ਵੀ ਬਦਲ ਦਿੱਤਾ ਗਿਆ ਸੀ। ਇਸ ਦੀ ਚੌੜਾਈ 30 ਮੀਟਰ ਅਤੇ ਡੂੰਘਾਈ 3 ਮੀਟਰ ਦੇ ਲਗਭਗ ਹੈ। ਹੁਣ ਸੁੱਖਰ ਨਾਲੇ ਵਿੱਚ ਪਾਣੀ ਕੇਵਲ ਬਰਸਾਤ ਰੁੱਤ ਸਮੇਂ ਵੱਗਦਾ ਹੈ।

ਡੰਡਾ ਨਾਲਾ ਵੀ ਇੱਕ ਕੁਦਰਤੀ ਵਹਿਣ ਹੈ ਜੋ ਦਰਿਆ ਸਤਲੁਜ ਦੇ ਵੱਡੇ ਢਾਹੇ ਦੇ ਪੈਰਾਂ ਵਿੱਚ ਮੋਗਾ ਜ਼ਿਲ੍ਹੇ ਅਤੇ ਜ਼ੀਰਾ ਤਹਿਸੀਲ ਵਿੱਚ ਵਗਦਾ ਹੈ।

ਮੋਗਾ ਨਾਲਾ ਮੋਗਾ ਜ਼ਿਲ੍ਹੇ ਵਿੱਚ ਅਜੀਤਵਾਲ ਪਿੰਡ ਨੇੜੇ ਲੁਧਿਆਣਾ ਜ਼ਿਲ੍ਹੇ ਵੱਲੋਂ ਆਉਂਦਾ ਹੈ। ਇਹ ਮੋਗਾ ਸ਼ਹਿਰ ਵਿੱਚੋਂ ਦੀ ਪੱਛਮ ਵੱਲ ਵਗਦਾ ਹੋਇਆ ਫਰੀਦਕੋਟ ਜ਼ਿਲ੍ਹੇ ਵਿੱਚ ਚਲਾ ਜਾਂਦਾ ਹੈ। ਇਹ ਵੀ ਇੱਕ ਕੁਦਰਤੀ ਵਹਿਣ ਹੈ।

ਬਠਿੰਡਾ, ਮਾਨਸਾ ਅਤੇ ਸੰਗਰੂਰ ਜ਼ਿਲ੍ਹਿਆਂ ਵਿੱਚ ਅਨੇਕਾਂ ਜਲ ਨਿਕਾਸ ਦੇ ਵਹਿਣਾਂ (drains) ਤੋਂ ਇਲਾਵਾ **ਲਸਾੜਾ ਨਾਲਾ** ਮਹੱਤਵਪੂਰਣ ਹੈ। ਇਹ ਨਾਲਾ ਮੱਧਵਰਤੀ ਮਾਲਵਾ ਪ੍ਰਦੇਸ਼ ਦੇ ਸਤਹੀ ਪਾਣੀ ਨੂੰ ਉੱਤਰ-ਪੂਰਬ ਤੋਂ ਦੱਖਣ-ਪੱਛਮ ਦਿਸ਼ਾ ਵਿੱਚ ਨਿਕਾਸ ਕਰਦਾ ਹੈ। ਅੰਤ ਵਿੱਚ ਇਹ ਦਰਿਆ ਘੱਗਰ ਵਿੱਚ ਮਿਲ ਜਾਂਦਾ ਹੈ (ਨਕਸ਼ਾ ਨੰ. 76)।

ਰੋਪੜ ਤਹਿਸੀਲ ਵਿੱਚ **ਸਿਰਸਾ ਨਦੀ** ਇੱਕ ਮਹੱਤਵਪੂਰਣ ਮੌਸਮੀ ਨਦੀ ਹੈ ਜੋ ਹਰਿਆਣਾ ਦੇ ਕਾਲਕਾ ਜ਼ਿਲ੍ਹੇ ਵਿੱਚ ਪੈਦਾ ਹੁੰਦੀ ਹੈ ਅਤੇ ਰੋਪੜ ਸ਼ਿਵਾਲਕ ਦੀ ਪੂਰਬੀ ਤੇਜ਼ ਢਲਾਨ ਨਾਲ ਨਾਲਾਗੜ੍ਹ ਘਾਟੀ ਵਿੱਚ ਉੱਤਰ-ਪੱਛਮ-ਉੱਤਰ ਵੱਲ ਵਗਦੀ ਹੈ। ਇਹ ਪਿੰਡ ਦਾਸੋਮਾਜਰਾ ਦੇ ਨੇੜੇ ਪੱਛਮ ਵੱਲ ਮੁੜਕੇ ਪਿੰਡ ਅਰਨਕੋਟ ਨੇੜੇ ਦਰਿਆ ਸਤਲੁਜ ਵਿੱਚ ਮਿਲ ਜਾਂਦੀ ਹੈ। ਇਸ ਨਦੀ ਵਿੱਚ ਆਮ ਕਰਕੇ ਥੋੜ੍ਹਾ ਬਹੁਤ ਪਾਣੀ ਜ਼ਰੂਰ ਰਹਿੰਦਾ ਹੈ। ਬਰਸਾਤ ਰੁੱਤ ਨੂੰ ਬਹੁਤ ਪਾਣੀ ਆ ਜਾਂਦਾ ਹੈ।

ਜਲਵਾਯੂ (CLIMATE)

ਮਾਲਵਾ ਪ੍ਰਦੇਸ਼ ਦਾ ਜਲਵਾਯੂ ਭਾਵੇਂ ਮਹਾਂਦੀਪੀ ਮਾਨਸੂਨ ਹੈ ਪਰੰਤੂ ਇਹ ਮਾਝਾ ਅਤੇ ਦੋਆਬਾ ਦੇ ਜਲਵਾਯੂ ਨਾਲੋਂ ਕੁੱਝ ਜ਼ਿਆਦਾ ਗਰਮ ਅਤੇ ਜ਼ਿਆਦਾ ਖੁਸ਼ਕ ਹੈ। ਇਹ ਇਸ ਦੀ ਦੱਖਣ-ਪੱਛਮੀ ਸਥਿਤੀ ਕਾਰਨ ਹੈ। ਸਮੁੱਚੇ ਤੌਰ ਤੇ ਜਲਵਾਯੂ ਗਰਮ ਅਤੇ ਅਰਧ-ਖੁਸ਼ਕ (hot and semi-arid) ਹੈ। ਦੱਖਣ-ਪੱਛਮ ਵੱਲ ਖੁਸ਼ਕਤਾ ਵੱਧਦੀ ਜਾਂਦੀ ਹੈ। ਗਰਮੀਆਂ ਕਾਫੀ ਗਰਮ ਹੁੰਦੀਆਂ ਹਨ। ਲੁਧਿਆਣਾ ਦਾ ਗਰਮੀਆਂ ਦਾ ਔਸਤ ਤਾਪਮਾਨ 32.5° ਸੈਂਟੀਗ੍ਰੇਡ ਅਤੇ ਜੂਨ ਦਾ ਔਸਤ ਤਾਪਮਾਨ 33.6° ਸੈਂਟੀਗ੍ਰੇਡ ਹੁੰਦਾ ਹੈ। ਅਬੋਹਰ ਜੋ ਬਿਲਕੁਲ ਦੱਖਣ-ਪੱਛਮ ਵਿੱਚ ਸਥਿਤ ਹੈ, ਦਾ ਗਰਮੀਆਂ ਦਾ ਔਸਤ ਤਾਪਮਾਨ 33.5° ਸੈਂਟੀਗ੍ਰੇਡ ਅਤੇ ਜੂਨ ਦਾ ਔਸਤ ਤਾਪਮਾਨ 34.9° ਸੈਂਟੀਗ੍ਰੇਡ ਹੁੰਦਾ ਹੈ। ਸਰਦੀਆਂ ਮਾਮੂਲੀ ਠੰਡੀਆਂ ਹੁੰਦੀਆਂ ਹਨ। ਲੁਧਿਆਣਾ ਦਾ ਸਰਦੀਆਂ ਦਾ ਔਸਤ ਤਾਪਮਾਨ 14.1° ਸੈਂਟੀਗ੍ਰੇਡ ਅਤੇ ਜਨਵਰੀ ਦਾ ਔਸਤ ਤਾਪਮਾਨ 12.9° ਸੈਂਟੀਗ੍ਰੇਡ ਹੁੰਦਾ ਹੈ। ਅਬੋਹਰ ਦਾ ਸਰਦੀਆਂ ਦਾ ਔਸਤ.ਤਾਪਮਾਨ 16.1° ਸੈਂਟੀਗ੍ਰੇਡ ਅਤੇ ਜਨਵਰੀ ਦਾ ਔਸਤ ਤਾਪਮਾਨ 14.6° ਸੈਂਟੀਗਰੇਡ ਹੁੰਦਾ ਹੈ। ਪਟਿਆਲਾ ਲਈ ਅੰਕੜੇ ਕ੍ਰਮਵਾਰ 15.2° ਸੈਂਟੀਗ੍ਰੇਡ ਅਤੇ 13.6° ਸੈਂਟੀਗ੍ਰੇਡ ਹੈ।

ਬਾਕੀ ਪੰਜਾਬ ਦੀ ਤਰ੍ਹਾਂ ਜੂਨ ਤੱਕ ਗਰਮੀਆਂ ਬਹੁਤ ਖੁਸ਼ਕ ਹੁੰਦੀਆਂ ਹਨ। ਵੱਧ ਤੋਂ ਵੱਧ ਤਾਪਮਾਨ 47° ਸੈਂਟੀਗ੍ਰੇਡ ਤੱਕ ਵੀ ਪਹੁੰਚ ਜਾਂਦੇ ਹਨ। ਜੁਲਾਈ ਦੇ ਪਹਿਲੇ ਹਫਤੇ ਮਾਨਸੂਨ ਆ ਜਾਂਦੀਆਂ ਹਨ ਜਿਨ੍ਹਾਂ ਤੋਂ ਦਰਮਿਆਨੀ ਤੋਂ ਸਾਧਾਰਣ ਵਰਖਾ ਹੁੰਦੀ ਹੈ। ਵਰਖਾ ਪੱਛਮ ਅਤੇ ਦੱਖਣ-ਪੱਛਮ ਵੱਲ ਘੱਟਦੀ ਜਾਂਦੀ ਹੈ। ਲੁਧਿਆਣਾ ਦੀ ਵਾਰਸ਼ਿਕ ਔਸਤ ਵਰਖਾ 68 ਸੈਂਟੀਮੀਟਰ ਹੈ। ਪਟਿਆਲਾ ਦੀ ਵਾਰਸ਼ਿਕ ਔਸਤ ਵਰਖਾ 67.4 ਸੈਂ.ਮੀ. ਅਤੇ ਅਬੋਹਰ ਦੀ ਸਾਲਾਨਾ ਔਸਤ ਵਰਖਾ ਕੇਵਲ 26.9 ਸੈਂਟੀਮੀਟਰ ਹੁੰਦੀ ਹੈ। ਲੁਧਿਆਣਾ ਵਿਖੇ 6 ਖੁਸ਼ਕ ਮਹੀਨੇ ਹੁੰਦੇ ਹਨ ਪਰੰਤੂ ਅਬੋਹਰ ਵਿੱਚ 9 ਖੁਸ਼ਕ ਮਹੀਨੇ ਹੁੰਦੇ ਹਨ। ਸਰਦੀਆਂ ਨੂੰ ਵੀ ਚੱਕਰਵਾਤਾਂ ਤੋਂ ਕੁੱਝ ਵਰਖਾ ਹੋ ਜਾਂਦੀ ਹੈ। ਇਸ ਦੀ ਮਾਤਰਾ ਵੀ ਦੱਖਣ-ਪੱਛਮ ਵੱਲ ਘਟਦੀ ਜਾਂਦੀ ਹੈ। ਲੁਧਿਆਣਾ ਵਿਖੇ ਦਸੰਬਰ, ਜਨਵਰੀ ਅਤੇ ਫਰਵਰੀ ਤਿੰਨਾਂ ਮਹੀਨਿਆਂ ਦੀ ਵਰਖਾ 8.7 ਸੈਂ.ਮੀ. ਹੈ। ਪਰੰਤੂ ਅਬੋਹਰ ਦੀ ਸਰਦੀਆਂ ਦੇ ਇਨ੍ਹਾਂ ਤਿੰਨਾਂ ਮਹੀਨਿਆਂ ਦੀ ਵਰਖਾ 2.9 ਸੈਂ.ਮੀ. ਹੈ। 2021 ਦੇ ਅੰਕੜਿਆਂ ਅਨੁਸਾਰ ਮਾਲਵੇ ਵਿੱਚ 2021 ਦੇ ਸਾਲ ਦੌਰਾਨ ਸਾਲਾਨਾ ਔਸਤ ਵਰਖਾ ਰੂਪਨਗਰ ਜ਼ਿਲ੍ਹੇ ਵਿੱਚ 75.83 ਸੈਂ.ਮੀ. (2017 ਤੋਂ 2021 ਦੀ ਔਸਤ 104.89 ਸੈਂ.ਮੀ.) ਤੋਂ ਲੈ ਕੇ ਮੋਗਾ ਜ਼ਿਲ੍ਹੇ ਵਿੱਚ 39.0 ਸੈਂ.ਮੀ. (2017 ਤੋਂ 2021 ਦੀ ਔਸਤ 40.77 ਸੈਂ.ਮੀ.) ਤੱਕ ਘਟੀ ਵਧੀ ਹੈ। 2021 ਦੇ ਸਾਲ ਦੌਰਾਨ ਸਾਲਾਨਾ ਔਸਤ ਵਰਖਾ ਰੂਪਨਗਰ ਜ਼ਿਲ੍ਹੇ ਲਈ 75.83 ਸ.ਮ., ਫ.ਸ. ਸਾਹਿਬ ਜ਼ਿਲ੍ਹੇ ਵਿੱਚ 53.03 ਸ.ਮ. ਅਤੇ ਫਰੀਦਕੋਟ ਜ਼ਿਲ੍ਹੇ ਵਿੱਚ 51.06 ਸ.ਮ. ਤੋਂ ਲੈ ਕੇ ਲੁਧਿਆਣਾ ਜ਼ਿਲ੍ਹਾ 72.55 ਸ.ਮ., ਫਿਰੋਜ਼ਪੁਰ 43.79 ਸ.ਮ., ਸੰਗਰੂਰ 33.73 ਸ.ਮ., ਬਰਨਾਲਾ 31.52 ਸ.ਮ. ਅਤੇ ਮਾਨਸਾ ਜ਼ਿਲ੍ਹੇ ਵਿੱਚ 21.18 (ਸਭ ਤੋਂ ਘੱਟ) ਸ.ਮ. ਤੱਕ ਘਟੀ ਵਧੀ ਹੈ (ਸਾਰਣੀ ਨੰ. 6)।

ਬਨਸਪਤੀ (VEGETATION)

ਮਾਲਵਾ ਪ੍ਰਦੇਸ਼ ਵਿੱਚ ਆਮ ਕਰਕੇ ਬਨਸਪਤੀ ਦੀ ਘਾਟ ਹੈ। ਬਨਸਪਤੀ ਪੂਰਬ ਤੋਂ ਪੱਛਮ ਵੱਲ ਵਿਰਲੀ ਅਤੇ ਛੋਟੀ ਹੁੰਦੀ ਜਾਂਦੀ ਹੈ। ਸ਼ਿਵਾਲਕ ਪਹਾੜੀ ਖੇਤਰ ਵਿੱਚ ਝਾੜੀਦਾਰ ਜੰਗਲ ਕੁਦਰਤੀ ਬਨਸਪਤੀ ਹਨ। 'ਘਾੜ' ਪ੍ਰਦੇਸ਼ ਵਿੱਚ ਕਿੱਕਰ, ਛੱਲ,

ਟਾਹਲੀ, ਸ਼ਹਿਤੂਤ ਆਦਿ ਦੇ ਖਿਲਰਵੇਂ ਦਰਖਤ ਅਤੇ ਸਫੈਦਾ (ਪਲਾਂਟੇਸ਼ਨ ਰੂਪ ਵਿੱਚ) ਪਾਏ ਜਾਂਦੇ ਹਨ। ਨਦੀ ਵਹਿਣਾਂ ਵਿੱਚ ਸਰਕੜਾ ਘਾਹ ਪਾਇਆ ਜਾਂਦਾ ਹੈ। ਮੱਧਵਰਤੀ ਮੈਦਾਨ ਵਿੱਚ ਊਸ਼ਣ ਖੁਸ਼ਕ ਪੱਤਝੜੀ ਬਨਸਪਤੀ ਪਾਈ ਜਾਂਦੀ ਹੈ। ਖੇਤੀਬਾੜੀ ਦੇ ਪਸਾਰ ਕਾਰਨ ਬਹੁਤ ਸਾਰੀ ਕੁਦਰਤੀ ਬਨਸਪਤੀ ਖਤਮ ਹੋ ਚੁੱਕੀ ਹੈ। ਵਿਭਿੰਨ ਰੂਪਾਂ ਵਿੱਚ ਸਫੈਦੇ ਅਤੇ ਪਾਪੂਲਰ ਦੀਆਂ ਪਲਾਂਟੇਸ਼ਨਜ਼ ਹੋਂਦ ਵਿੱਚ ਆ ਗਈਆਂ ਹਨ। ਕੁੱਝ ਵਿਸ਼ੇਸ਼ ਭਾਗਾਂ ਵਿੱਚ ਸੁਰੱਖਿਅਤ ਝਿੜੀਆਂ ਜਾਂ ਬੀੜਾਂ ਮਿਲਦੀਆਂ ਹਨ। ਛੱਤ ਬੀੜ, ਭਾਦਸੋਂ ਬੀੜ, ਮੋਤੀ ਬਾਗ ਬੀੜ ਆਦਿ ਅਜਿਹੀਆਂ ਬੀੜਾਂ ਦੀਆਂ ਉਦਾਹਰਣਾਂ ਹਨ। ਦੱਖਣ-ਪੱਛਮ ਦੇ ਗਰਮ-ਖੁਸ਼ਕ (ਬਠਿੰਡਾ, ਮਾਨਸਾ, ਮੁਕਤਸਰ, ਫਰੀਦਕੋਟ, ਅਬੋਹਰ, ਫਾਜ਼ਿਲਕਾ ਆਦਿ ਖੇਤਰਾਂ) ਵਿੱਚ ਕੰਡੇਦਾਰ ਝਾੜੀਆਂ ਅਤੇ ਦਰਖਤ ਬਨਸਪਤੀ ਹਨ। ਬਾਬੂਲ, ਜੰਡ, ਕਿੱਕਰ, ਥੋਹਰ (Cactus) ਆਦਿ ਦਰਖਤਾਂ ਦੀਆਂ ਮਹੱਤਵਪੂਰਣ ਵੰਨਗੀਆਂ ਹਨ। ਬਹੁਤ ਸਾਰੇ ਭਾਗਾਂ ਵਿੱਚ ਕੋਈ ਵੀ ਬਨਸਪਤੀ ਨਹੀਂ ਹੈ। ਹਾਂ, ਸੜਕਾਂ, ਨਹਿਰਾਂ, ਰੇਲਵੇ ਲਾਈਨਾਂ ਨਾਲ-ਨਾਲ ਕਿੱਕਰ, ਟਾਹਲੀ ਅਤੇ ਸਫੈਦਾ ਦੀਆਂ ਪੱਟੀ (strip) ਪਲਾਂਟੇਸ਼ਨਜ਼ ਹਨ।

ਸਭ ਤੋਂ ਵੱਧ ਜੰਗਲ ਹੇਠ ਰਕਬਾ **ਰੂਪਨਗਰ** ਜ਼ਿਲ੍ਹੇ ਵਿੱਚ 2021-22 ਅਨੁਸਾਰ 319 ਵਰਗ ਕਿਲੋਮੀਟਰ ਸੀ ਜੋ ਰਾਜ ਦੇ ਕੁੱਲ ਜੰਗਲ ਰਕਬੇ ਦਾ 13.06% ਸੀ। ਦੂਜੇ ਨੰਬਰ ਤੇ ਵੱਧ ਜੰਗਲ ਰਕਬਾ ਐਸ.ਏ.ਐਸ. ਨਗਰ ਜ਼ਿਲ੍ਹੇ ਵਿੱਚ 121 ਵਰਗ ਕਿ.ਮੀ. ਸੀ (ਪੰਜਾਬ ਦਾ 4.95%)। ਤੀਜੇ ਨੰਬਰ ਤੇ ਵੱਧ ਜੰਗਲ ਰਕਬਾ **ਪਟਿਆਲਾ** ਜ਼ਿਲ੍ਹੇ ਵਿੱਚ 114 ਵਰਗ ਕਿਲੋਮੀਟਰ 2021-22 ਅਨੁਸਾਰ ਸੀ। ਇਹ ਪੰਜਾਬ ਦੇ ਕੁੱਲ ਜੰਗਲ ਰਕਬੇ ਦਾ 4.67% ਸੀ। ਜੰਗਲ ਰਕਬੇ ਅਨੁਸਾਰ ਫਿਰੋਜ਼ਪੁਰ ਜ਼ਿਲ੍ਹਾ ਪੰਜਵੇਂ ਨੰਬਰ ਤੇ (94 ਵ. ਕਿ.ਮੀ. = 3.85%) ਅਤੇ ਲੁਧਿਆਣਾ ਦਾ ਜ਼ਿਲ੍ਹਾ ਚੌਥੇ ਨੰਬਰ ਤੇ (101 ਵ.ਕਿ.ਮੀ. = 4.14%) ਹੈ। ਇਹ ਅੰਕੜੇ 2021-22 ਅਨੁਸਾਰ ਹਨ।

ਮੋਗਾ (40 ਵ.ਕਿ.ਮੀ.), ਫਰੀਦਕੋਟ (20 ਵ.ਕਿ.ਮੀ.), ਬਰਨਾਲਾ (18.00 ਵ.ਕਿ.ਮੀ.), ਫਤਹਿਗੜ੍ਹ ਸਾਹਿਬ (11 ਵ.ਕਿ.ਮੀ.), ਮਾਨਸਾ (27 ਵ.ਕਿ.ਮੀ.), ਫਾਜ਼ਿਲਕਾ (22 ਵ.ਕਿ.ਮੀ.), ਬਠਿੰਡਾ (66 ਵ.ਕਿ.ਮੀ.) ਅਤੇ ਸੰਗਰੂਰ (52 ਵ.ਕਿ.ਮੀ.) ਜ਼ਿਲ੍ਹਿਆਂ ਵਿੱਚ ਵੀ ਬਹੁਤ ਘੱਟ ਖੇਤਰ ਜੰਗਲਾਂ ਹੇਠ ਹੈ (ਸਾਰਣੀ ਨੰ. 8)।

ਪੂਰਬੀ ਕੁੱਝ ਸਿੱਲੇ ਅਤੇ ਅਰਧ ਪਹਾੜੀ ਜ਼ਿਲ੍ਹਿਆਂ ਰੂਪਨਗਰ ਅਤੇ ਐਸ.ਏ.ਐਸ. ਨਗਰ ਵਿੱਚ ਕਾਫੀ ਸੰਘਣੇ ਤੋਂ ਖਿਲਰਵੇਂ ਝਾੜੀਦਾਰ ਜੰਗਲ ਅਤੇ ਪਟਿਆਲਾ ਜ਼ਿਲ੍ਹੇ ਵਿੱਚ ਕਾਫੀ ਸੰਘਣੇ ਉੱਗਾ ਦੀਆਂ ਬੀੜਾਂ ਜਿਵੇਂ ਛੱਤਬੀੜ, ਬੀੜ ਭਾਦਸੋਂ, ਬੀੜ ਭੋਰਾ, ਬੀੜਾ ਮੋਤੀ ਬਾਗ, ਬੀੜ ਭੁੱਨਰਹੇੜੀ, ਬੀੜ ਗੁਰਦਿਆਲਪੁਰਾ ਅਤੇ ਬੀੜ ਦੋਸਾਨਾ ਆਦਿ ਪਾਈਆਂ ਜਾਂਦੀਆਂ ਹਨ। ਇਹ ਸਭ ਬੀੜਾਂ ਸੁਰੱਖਿਅਤ ਜੰਗਲ ਹਨ।

ਕੁੱਲ ਰਕਬੇ ਵਿੱਚੋਂ ਜੰਗਲ ਰਕਬੇ ਦੀ ਪ੍ਰਤੀਸ਼ਤਤਾ ਨੂੰ ਅਸੀਂ ਜੰਗਲ ਰਕਬਾ ਘਣਤਾ ਕਹਿ ਸਕਦੇ ਹਾਂ। ਜੰਗਲ ਘਣਤਾ ਰੂਪਨਗਰ ਜ਼ਿਲ੍ਹੇ ਲਈ ਸਭ ਤੋਂ ਉੱਚੀ (25.53%) ਅਤੇ ਫਾਜ਼ਿਲਕਾ ਜ਼ਿਲ੍ਹੇ ਲਈ (0.76%) ਸਭ ਤੋਂ ਨੀਵੀਂ ਸੀ (2020-21 ਅਨੁਸਾਰ)। ਅਸਲ ਵਿੱਚ ਅੱਠ ਜ਼ਿਲ੍ਹਿਆਂ ਫਰੀਦਕੋਟ, ਮੁਕਤਸਰ, ਮਾਨਸਾ, ਸੰਗਰੂਰ, ਫਤਹਿਗੜ੍ਹ ਸਾਹਿਬ, ਫਾਜ਼ਿਲਕਾ ਅਤੇ ਬਰਨਾਲਾ ਲਈ ਜੰਗਲ ਘਣਤਾ ਬਹੁਤ ਘੱਟ (1.5% ਤੋਂ ਘੱਟ) ਹੈ। ਰੂਪਨਗਰ, ਐਸ.ਏ.ਐਸ. ਨਗਰ, ਪਟਿਆਲਾ, ਫਿਰੋਜ਼ਪੁਰ ਅਤੇ ਲੁਧਿਆਣਾ ਨੂੰ ਛੱਡ ਕੇ ਬਾਕੀ ਦੇ ਜ਼ਿਲ੍ਹਿਆਂ ਬਠਿੰਡਾ (1.96%) ਵਿੱਚ ਇਹ ਸਾਧਾਰਣ ਤੋਂ ਘੱਟ (2.50% ਤੋਂ 1.5% ਤੱਕ) ਹੈ।

ਤਹਿਸੀਲ ਅਨੁਸਾਰ ਸਭ ਤੋਂ ਵੱਧ **ਜੰਗਲ ਘਣਤਾ** ਰੂਪਨਗਰ ਤਹਿਸੀਲ ਲਈ 31.65% ਅਤੇ ਆਨੰਦਪੁਰ ਸਾਹਿਬ ਲਈ 31.79% 2015-16 ਅਨੁਸਾਰ ਸੀ। ਖਰੜ ਤਹਿਸੀਲ ਲਈ ਵੀ ਇਹ **ਉੱਚੀ** (23.07%) ਹੈ। ਚਮਕੌਰ ਸਾਹਿਬ ਤਹਿਸੀਲ ਦੀ ਜੰਗਲ ਘਣਤਾ **ਸਾਧਾਰਣ ਉੱਚੀ** ਹੈ (12.23%)। ਇਹ ਸਭ ਸ਼ਿਵਾਲਕ ਪਹਾੜੀਆਂ ਅਤੇ ਘਾੜ ਪ੍ਰਦੇਸ਼ ਦੀਆਂ ਤਹਿਸੀਲਾਂ ਹਨ। ਚਮਕੌਰ ਸਾਹਿਬ ਬੇਟ ਪ੍ਰਦੇਸ਼ ਦੀ ਤਹਿਸੀਲ ਹੈ। ਅਰਧ-ਪਹਾੜੀ ਡੇਰਾ ਬਸੀ (5.97%) ਅਤੇ ਐਸ.ਏ.ਐਸ. ਨਗਰ (4.28%) ਤਹਿਸੀਲਾਂ ਅਤੇ **ਬੀੜਾਂ** ਵਾਲੀਆਂ ਨਾਭਾ (7.16%) ਅਤੇ ਪਟਿਆਲਾ (4.18%) ਤਹਿਸੀਲਾਂ ਅਤੇ ਘੱਗਰ ਦਰਿਆ ਦੇ ਬੇਟ ਦੀ ਸਮਾਣਾ ਤਹਿਸੀਲ (3.73) ਵਿੱਚ **ਜੰਗਲ ਘਣਤਾ ਸਾਧਾਰਣ** (moderate) ਹੈ। ਲੁਧਿਆਣਾ ਦੀਆਂ ਲੁਧਿਆਣਾ ਪੂਰਬ (3.71%) ਤੇ ਪੱਛਮ, ਖੰਨਾ, ਪਾਇਲ, ਜਗਰਾਉਂ ਅਤੇ ਸਮਰਾਲਾ (2.54%), ਫਿਰੋਜ਼ਪੁਰ ਜ਼ਿਲ੍ਹੇ ਦੀ ਜ਼ੀਰਾ (2.96%), ਫਿਰੋਜਪੁਰ ਅਤੇ ਗੁਰੂ ਹਰ ਸਹਾਏ (9.50%), ਬਠਿੰਡਾ ਦੀ ਤਲਵੰਡੀ ਸਾਬੋ, ਪਟਿਆਲਾ ਦੀ ਸਮਾਨਾ (3.73%) ਅਤੇ ਰਾਜਪੁਰਾ ਤਹਿਸੀਲਾਂ ਵਿੱਚ ਜੰਗਲ

ਘਣਤਾ ਸਾਧਾਰਣ ਨੀਵੀਂ (moderately low) ਹੈ। 2015-16 ਅਨੁਸਾਰ ਇਹ 2.0% ਤੋਂ 4.9% ਵਿਚਕਾਰ ਸੀ। ਇਨ੍ਹਾਂ ਵਿੱਚੋਂ ਜ਼ਿਆਦਾਤਰ ਤਹਿਸੀਲਾਂ ਦਰਿਆ ਸਤਲੁਜ ਦੇ ਤੇ ਘੱਗਰ ਦਰਿਆ ਦੇ ਬੇਟ ਖੇਤਰ ਵਿੱਚ ਹਨ। ਦੱਖਣ-ਪੱਛਮੀ ਗਰਮ-ਖੁਸ਼ਕ ਤੇ ਰੇਤ ਟਿੱਬਿਆਂ ਵਾਲੀਆਂ ਮਾਨਸਾ (1.21%), ਬੁੱਢਲਾਡਾ, ਸਰਦੂਲਗੜ੍ਹ (0.80%), ਬਠਿੰਡਾ (1.69%), ਤਪਾ (0.35%), ਬਰਨਾਲਾ (1.22%), ਪਾਤੜਾਂ (0.87%), ਮੁਕਤਸਰ (0.16%), ਗਿੱਦੜਬਾਹਾ (0.06%), ਜੈਤੋਂ (0.47%) ਅਤੇ ਅਬੋਹਰ (1.10%) ਤਹਿਸੀਲਾਂ ਅਤੇ ਘਣੀ ਖੇਤੀ ਵਾਲੀਆਂ ਸੰਗਰੂਰ (0.32%), ਮਾਲੇਰਕੋਟਲਾ (0.25%), ਸੁਨਾਮ, ਧੂਰੀ (0.12%), ਫਤਹਿਗੜ੍ਹ ਸਾਹਿਬ (0.96%), ਅਮਲੋਹ, ਖਮਾਣੋ (1.09%), ਬਸੀ ਪਠਾਣਾਂ, ਫਰੀਦਕੋਟ (2.67%), ਮੋਗਾ (1.38%), ਬਾਘਾ ਪੁਰਾਣਾ (0.81%) ਆਦਿ ਵਿੱਚ ਵੀ **ਨੀਵੀਂ ਜੰਗਲ ਘਣਤਾ** ਹੈ। ਬਾਕੀ ਦੀਆਂ ਤਹਿਸੀਲਾਂ ਵਿੱਚ ਵੀ ਸਾਧਾਰਣ ਨੀਵੀਂ ਜੰਗਲ ਘਣਤਾ ਪਾਈ ਜਾਂਦੀ ਹੈ (ਨਕਸ਼ਾ ਨੰ. 25)। ਸਭ ਤੋਂ ਘੱਟ ਜੰਗਲ ਘਣਤਾ ਮਾਨਸਾ ਜ਼ਿਲ੍ਹੇ ਦੀ ਬੁਢਲਾਡਾ ਤਹਿਸੀਲ ਵਿੱਚ 0.10% ਰਿਕਾਰਡ ਕੀਤੀ ਗਈ ਸੀ।

ਮਿੱਟੀਆਂ (SOILS)

ਮਾਲਵੇ ਦੀ ਵਿਸ਼ਾਲਤਾ ਕਾਰਨ ਇਸ ਦੇ ਵਿਭਿੰਨ ਭਾਗਾਂ, ਵਿਸ਼ੇਸ਼ ਕਰਕੇ ਪੂਰਬ ਤੋਂ ਪੱਛਮ ਦਿਸ਼ਾ ਵਿੱਚ, ਵਰਖਾ, ਤਾਪਮਾਨ ਅਤੇ ਬਨਸਪਤੀ ਦੇ ਸਰੂਪ ਵਿੱਚ ਭਿੰਨਤਾ ਪਾਈ ਜਾਂਦੀ ਹੈ। ਇਨ੍ਹਾਂ ਦੇ ਫਲਸਰੂਪ ਮਾਲਵੇ ਦੀਆਂ ਮਿੱਟੀਆਂ ਵਿੱਚ ਵੀ ਵਖਰੇਵਾਂ ਪਾਇਆ ਜਾਂਦਾ ਹੈ। ਘਾੜ ਪ੍ਰਦੇਸ਼ ਵਿੱਚ ਰੇਤਲੀ ਦੋਮਟ ਮਿੱਟੀ ਮਿਲਦੀ ਹੈ। ਮਾਲਵਾ ਦੇ ਪੂਰਬੀ ਅਤੇ ਮੱਧਵਰਤੀ ਮੈਦਾਨਾਂ ਵਿੱਚ ਸਲੇਟੀ ਅਤੇ ਭੂਰੇ ਰੰਗ ਦੀਆਂ ਸੀਰੋਜ਼ਮ (Sierozems) ਅਰਧ-ਖੁਸ਼ਕ ਮਿੱਟੀਆਂ ਪਾਈਆਂ ਜਾਂਦੀਆਂ ਹਨ। ਇਹ ਉਪਜਾਊ ਮਿੱਟੀਆਂ ਹਨ ਪਰੰਤੂ ਇਨ੍ਹਾਂ ਵਿੱਚ ਨਾਈਟਰੋਜਨ ਅਤੇ ਪੋਟਾਸ਼ ਦੀ ਘਾਟ ਹੁੰਦੀ ਹੈ। ਦੱਖਣ-ਪੱਛਮੀ ਜ਼ਿਲ੍ਹਿਆਂ ਵਿੱਚ ਰੇਤਲੀਆਂ ਮਿੱਟੀਆਂ ਦੀ ਬਹੁਲਤਾ ਹੈ। ਇਹ ਖੁਸ਼ਕ ਮਿੱਟੀਆਂ ਹਨ। ਮਿੱਟੀ ਦਾ ਰੰਗ ਮਟਿਆਲਾ ਹੁੰਦਾ ਹੈ। ਇਹ ਵੀ ਦੋਮਟ ਮਿੱਟੀਆਂ ਹਨ। ਇਨ੍ਹਾਂ ਵਿੱਚ ਚੂਨਾ ਵੀ ਹੁੰਦਾ ਹੈ। ਉਪਜਾਊਪਨ ਸਾਧਾਰਣ ਹੈ। ਸਿੰਜਾਈ ਨਾਲ ਇਹ ਉਪਜਾਊ ਬਣ ਜਾਂਦੀਆਂ ਹਨ। ਖੁਸ਼ਕ ਦੱਖਣ-ਪੱਛਮੀ ਮਾਲਵਾ ਦੀਆਂ ਜ਼ਿਆਦਾਤਰ ਮਿੱਟੀਆਂ ਚੂਨੇ ਵਾਲੀਆਂ (calcareous), ਮੁਸਾਮਦਾਰ (porous) ਅਤੇ ਰੇਤਲੀਆਂ ਹਨ। ਇਹ ਮੁੱਖ ਤੌਰ ਤੇ ਰੇਤਲੀਆਂ ਦੋਮਟ ਮਿੱਟੀਆਂ ਹਨ ਜੋ ਚੰਗੇ ਜਲ-ਨਿਕਾਸ ਵਾਲੀਆਂ ਹਨ। ਕਈ ਜ਼ਿਲ੍ਹਿਆਂ ਵਿੱਚ ਖਾਰੀਆਂ ਅਤੇ ਸੋਡਿਕ (sodic) ਮਿੱਟੀਆਂ ਦੇ ਵੱਡੇ ਖੇਤਰ ਮਿਲਦੇ ਹਨ।

ਖਣਿਜ ਪਦਾਰਥ ਅਤੇ ਸ਼ਕਤੀ ਸਾਧਨ (MINDERALS AND POWER RESOURCES)

ਮਾਲਵੇ ਵਿੱਚ ਵੀ ਕੋਈ ਖਣਿਜ ਪਦਾਰਥ ਨਹੀਂ ਪਾਇਆ ਜਾਂਦਾ ਹੈ। ਕੇਵਲ ਘਾੜ ਪ੍ਰਦੇਸ਼ ਵਿੱਚ ਪੱਥਰ ਅਤੇ ਗੀਟੇ ਮਿਲਦੇ ਹਨ। ਮਾਲਵਾ ਖੇਤਰ ਦਾ ਸ਼ਕਤੀ ਦਾ ਮੁੱਖ ਸਾਧਨ ਤਾਪ ਬਿਜਲੀ (Thermal Power) ਹੈ ਜੋ ਕੋਲੇ ਉੱਤੇ ਆਧਾਰਤ ਬਠਿੰਡਾ, ਲਹਿਰਾ ਮੋਹਬੱਤ, ਰਾਜਪੁਰਾ, ਤਲਵੰਡੀ ਸਾਬੋ ਅਤੇ ਰੋਪੜ ਤਾਪ ਬਿਜਲੀ ਘਰਾਂ ਤੋਂ ਪ੍ਰਾਪਤ ਹੁੰਦੀ ਹੈ। ਰਾਜ ਦੀ ਕੁੱਲ ਉਪਲੱਬਧ ਬਿਜਲੀ ਦਾ ਬਹੁਤ ਸਾਰਾ ਭਾਗ ਇਨ੍ਹਾਂ ਤਾਪ ਬਿਜਲੀ ਘਰਾਂ ਤੋਂ ਪ੍ਰਾਪਤ ਹੁੰਦਾ ਹੈ। ਸਮੇਂ ਸਿਰ ਲੋੜੀਂਦੀ ਮਾਤਰਾ ਵਿੱਚ ਕੋਲਾ ਨਾ ਮਿਲਣਾ ਮੁੱਖ ਸਮੱਸਿਆ ਹੈ।

ਇਨ੍ਹਾਂ ਤੋਂ ਬਿਨਾਂ ਵਿਭਿੰਨ ਸਿੰਜਾਈ ਨਹਿਰਾਂ ਉੱਤੇ ਬਣਦੀਆਂ ਝਲਾਰਾਂ (rapids) ਉੱਤੇ ਛੋਟੀਆਂ ਪਣ-ਬਿਜਲੀ ਯੋਜਨਾਵਾਂ (Micro-Hydel Power Projects) ਦੇ ਪ੍ਰੋਗਰਾਮ ਅਧੀਨ 16 ਸਥਾਨਾਂ ਤੇ ਪਣ-ਬਿਜਲੀ ਪੈਦਾ ਕਰਨ ਦਾ ਪ੍ਰੋਗਰਾਮ ਹੈ। ਇਨ੍ਹਾਂ ਵਿੱਚੋਂ ਚਾਰ ਨਿਦਾਮਪੁਰ, ਦੌਧਰ, ਰੋਹਟੀ ਅਤੇ ਬੂਹੀ ਮਿਨੀ ਹਾਈਡਲ ਪਲਾਂਟਸ ਤਿਆਰ ਹਨ। ਅਬੋਹਰ ਨਹਿਰ ਉੱਤੇ ਚਾਰ ਟਿਕਾਣਿਆਂ ਚੁਪਕੀ, ਨਾਰੰਗਵਾਲ, ਤੁੱਗਲ ਅਤੇ ਡੱਲਾ ਉੱਤੇ ਮਿਨੀ ਹਾਈਡਲ ਪਲਾਂਟਸ ਦੀ ਉਸਾਰੀ ਦਾ ਕੰਮ ਚੱਲ ਰਿਹਾ ਹੈ। ਬਠਿੰਡਾ ਬਰਾਂਚ ਨਹਿਰ ਉੱਤੇ ਵੀ ਚਾਰ ਟਿਕਾਣਿਆਂ ਵਿੱਚੋਂ ਦੋ ਕੰਗਣਵਾਲ ਅਤੇ ਖੱਟੜਾ ਵਿਖੇ ਪਲਾਂਟ ਉਸਾਰੀ ਦਾ ਕੰਮ ਚੱਲ ਰਿਹਾ ਹੈ। ਜ਼ਿਲ੍ਹਾ ਲੁਧਿਆਣਾ ਵਿੱਚ ਬੋਵਾਨੀ ਦਾ 1MW ਸਮਰੱਥਾ ਵਾਲਾ ਹਾਈਡਲ ਪ੍ਰੋਜੈਕਟ PEDA ਰਾਹੀਂ ਸਥਾਪਤ ਕੀਤਾ ਗਿਆ ਹੈ।

ਰੂਪਨਗਰ ਜ਼ਿਲ੍ਹੇ ਵਿੱਚ ਨੰਗਲ ਹਾਈਡਲ ਚੈਨਲ ਉੱਤੇ ਕੋਟਲਾ ਅਤੇ ਗੰਗੂਵਾਲ ਪਣ-ਬਿਜਲੀ ਘਰਾਂ ਅਤੇ ਐਸ.ਵਾਈ.ਐਲ.

ਨਹਿਰ ਉੱਤੇ ਆਨੰਦਪੁਰ ਸਾਹਿਬ (ਨੱਕੀਆਂ ਵਿਖੇ) ਪਣ ਬਿਜਲੀ ਘਰ ਵਿੱਚ ਬਿਜਲੀ ਤਿਆਰ ਹੋ ਰਹੀ ਹੈ। ਰੋਪੜ ਵਿਖੇ ਵੀ ਇੱਕ ਛੋਟਾ ਪਣ-ਬਿਜਲੀ ਘਰ ਉਸਾਰਨ ਦੀ ਯੋਜਨਾ ਹੈ।

ਮੁੜ ਵਰਤੋਂ ਕਰਨ ਯੋਗ (Renewable Energy Sources) ਸਾਧਨਾਂ ਅਧੀਨ ਪੇਡਾ (PEDA) ਰਾਹੀਂ ਲੁਧਿਆਣਾ ਜ਼ਿਲ੍ਹੇ ਦੇ ਪਿੰਡ ਕਨੇਚ ਵਿਖੇ ਕੰਗਾਰੂ ਉਦਯੋਗਿਕ ਕੇਂਦਰ ਵਿੱਚ 1 ਲੱਖ ਐਲ.ਪੀ.ਡੀ. (LPD) ਸਮਰੱਥਾ ਦਾ ਸੋਲਰ ਹੀਟਿੰਗ ਸਿਸਟਮ (Solar Heating System) ਲਗਾਇਆ ਗਿਆ ਹੈ। ਇਸ ਜ਼ਿਲ੍ਹੇ ਵਿੱਚ ਵੀ ਹੈਬੋਵਾਲ ਵਿਖੇ 1 ਮੈਗਾਵਾਟ ਦਾ ਹਾਈ ਰੇਟ ਬਾਇਉ ਮੇਥਾਨੇਸ਼ਨ ਪਾਵਰ ਪ੍ਰੋਜੈਕਟ (High Rate Biomethanation Power Project) ਕੰਮ ਕਰ ਰਿਹਾ ਹੈ। ਬਠਿੰਡਾ ਜ਼ਿਲ੍ਹੇ ਵਿੱਚ ਪਿੰਡ ਢੁਲੋਖਾਰੀ ਵਿਖੇ 1 MW ਸਮਰੱਥਾ ਵਾਲਾ ਸੋਲਰ ਪਾਵਰ ਪ੍ਰੋਜੈਕਟ ਲਗਾਇਆ ਗਿਆ ਹੈ। 15 ਅਕਤੂਬਰ 2014 ਨੂੰ ਮਾਨਸਾ ਜ਼ਿਲ੍ਹੇ ਵਿੱਚ ਪਿੰਡ ਬੋਹਾ ਵਿਖੇ, 34 ਸੋਲਰ ਪਾਵਰ ਪਲਾਂਟਸ ਦੀ ਲੜੀ ਵਿੱਚੋਂ, ਪਹਿਲੇ ਸੋਲਰ ਪਾਵਰ ਪਲਾਂਟ ਦਾ ਉਦਘਾਟਨ ਕੀਤਾ ਗਿਆ ਹੈ। ਇਸ ਦੀ ਸਮਰੱਥਾ 4 ਮੈਗਾਵਾਟ ਹੈ। ਅਜਿਹੇ ਕੁੱਲ 34 ਸੋਲਰ ਪਾਵਰ ਪਲਾਂਟਾਂ ਦੀ ਕੁੱਲ ਸਮਰੱਥਾ 250 ਮੈਗਾਵਾਟ ਹੋਵੇਗੀ।

ਜਨਸੰਖਿਆ (POPULATION)

ਮਾਝੇ ਅਤੇ ਦੁਆਬੇ ਦੇ ਮੁਕਾਬਲੇ ਮਾਲਵਾ ਦਰਮਿਆਨਾ ਤੋਂ ਵਿਰਲਾ ਵਸਿਆ ਹੋਇਆ ਹੈ। ਇੱਥੇ ਜੱਟਾਂ, ਸਿੱਖਾਂ ਅਤੇ ਪੇਂਡੂ ਜਨਸੰਖਿਆ ਦੀ ਬਹੁਤਾਤ ਹੈ। ਇੱਥੇ ਵੱਡੇ ਆਕਾਰ ਦੇ ਪਿੰਡ, ਦਰਮਿਆਨਾ ਵਸੋਂ ਵਾਧਾ, ਸਾਧਾਰਣ (moderate) ਸਾਖਰਤਾ, ਨੀਵਾਂ ਲਿੰਗ ਅਨੁਪਾਤ (sex ratio) ਅਤੇ ਤੇਜ਼ ਵਿਕਾਸ ਵੇਖਣ ਨੂੰ ਮਿਲਦੇ ਹਨ। ਆਪਣੇ 65.14% ਖੇਤਰਫਲ ਦੇ ਮੁਕਾਬਲੇ ਮਾਲਵਾ ਵਿੱਚ ਪੰਜਾਬ ਦੀ 59.93% ਜਨਸੰਖਿਆ ਰਹਿੰਦੀ ਹੈ।

ਗਿਣਤੀ ਅਤੇ ਵੰਡ

2001 ਦੀ ਜਨਗਣਨਾ ਅਨੁਸਾਰ ਮਾਲਵਾ ਦੀ ਕੁੱਲ ਵਸੋਂ 1,43,74,486 ਸੀ। 2011 ਦੀ ਜਨਗਣਨਾ ਦੇ ਅੰਤਮ ਕੁੱਲ ਅੰਕੜਿਆਂ ਅਨੁਸਾਰ ਮਾਲਵਾ ਪ੍ਰਦੇਸ਼ ਦੀ ਕੁੱਲ ਜਨਸੰਖਿਆ 1,66,27,039 ਹੈ। ਇਹ ਰਾਜ ਦੀ ਕੁੱਲ ਵਸੋਂ ਦਾ 59.93% ਹੈ। ਮਾਲਵਾ ਪ੍ਰਦੇਸ਼ ਵਿੱਚ **ਸਭ ਤੋਂ ਜ਼ਿਆਦਾ ਜਨਸੰਖਿਆ ਲੁਧਿਆਣਾ** ਜ਼ਿਲ੍ਹੇ ਵਿੱਚ (34.99 ਲੱਖ) ਹੈ ਜੋ ਰਾਜ ਦੀ ਕੁੱਲ ਜਨਸੰਖਿਆ ਦਾ 12.61% ਹੈ। ਪਟਿਆਲਾ ਅਤੇ ਸੰਗਰੂਰ ਜ਼ਿਲ੍ਹਿਆਂ ਵਿੱਚ ਵੀ ਹਰੇਕ ਦੀ ਜਨਸੰਖਿਆ ਰਾਜ ਦੀ ਕੁੱਲ ਜਨਸੰਖਿਆ ਦਾ 6 ਤੋਂ 7% ਜਾਂ ਇਸ ਤੋਂ ਕੁੱਝ ਵੱਧ ਹੈ। 2011 ਅਨੁਸਾਰ ਦੂਜੇ ਨੰਬਰ ਤੇ ਵੱਧ ਵਸੋਂ ਵਾਲੇ ਪਟਿਆਲਾ ਜ਼ਿਲ੍ਹੇ ਦੀ ਕੁੱਲ ਜਨਸੰਖਿਆ 18.96 ਲੱਖ (ਪੰਜਾਬ ਦੀ 6.83%) ਅਤੇ ਮਾਲਵਾ ਦੀ (11.40%), ਤੀਜੇ ਨੰਬਰ ਤੇ ਸੰਗਰੂਰ ਜ਼ਿਲ੍ਹੇ ਦੀ 16.55 ਲੱਖ (ਪੰਜਾਬ ਦੀ 6.00%) ਅਤੇ ਮਾਲਵਾ ਦੀ (9.95%) ਅਤੇ ਚੌਥੇ ਨੰਬਰ ਤੇ ਬਠਿੰਡਾ ਜ਼ਿਲ੍ਹੇ ਦੀ ਵਸੋਂ 13.89 ਲੱਖ ਹੈ। ਇਨ੍ਹਾਂ ਚਾਰ ਜ਼ਿਲ੍ਹਿਆਂ ਵਿੱਚ ਮਾਲਵੇ ਦੀ ਲਗਭਗ 51% ਜਨਸੰਖਿਆ ਰਹਿੰਦੀ ਹੈ। ਫਰੀਦਕੋਟ, ਬਰਨਾਲਾ, ਰੂਪਨਗਰ, ਮਾਨਸਾ ਅਤੇ ਫਤਹਿਗੜ੍ਹ ਸਾਹਿਬ ਦੇ ਛੋਟੇ ਜ਼ਿਲ੍ਹਿਆਂ ਦੀ ਜਨਸੰਖਿਆ ਘੱਟ ਹੈ ਜੋ ਹਰੇਕ ਪੰਜਾਬ ਦੀ ਕੁੱਲ ਜਨਸੰਖਿਆ ਦਾ 3% ਤੋਂ ਵੀ ਘੱਟ ਹੈ। ਮੁਕਤਸਰ, ਐਸ.ਏ.ਐਸ. ਨਗਰ, ਫਿਰੋਜ਼ਪੁਰ, ਫਾਜ਼ਿਲਕਾ ਅਤੇ ਮੋਗਾ ਦੇ ਦਰਮਿਆਨੇ ਜ਼ਿਲ੍ਹਿਆਂ ਦੀ ਜਨਸੰਖਿਆ ਵੀ ਘੱਟ ਹੀ ਹੈ। ਇਹ ਪੰਜਾਬ ਦੀ 3% ਤੋਂ 4% ਵਿਚਕਾਰ ਹੈ। ਲੁਧਿਆਣਾ ਸ਼ਹਿਰ ਵਾਲੀ ਲੁਧਿਆਣਾ ਪੂਰਬ ਤਹਿਸੀਲ ਵਿੱਚ ਸਭ ਤੋਂ ਵੱਧ ਜਨਸੰਖਿਆ 19 ਲੱਖ ਤੋਂ ਵੱਧ ਹੈ।

ਜਿਨ੍ਹਾਂ ਤਹਿਸੀਲਾਂ ਵਿੱਚ ਜ਼ਿਲ੍ਹੇ ਦਾ ਮੁੱਖ ਦਫਤਰ ਸਥਿਤ ਹੈ ਉਹ ਜ਼ਿਆਦਾ ਵਸੋਂ ਵਾਲੀਆਂ ਤਹਿਸੀਲਾਂ ਹਨ। ਪਟਿਆਲਾ (8.60 ਲੱਖ), ਫਿਰੋਜ਼ਪੁਰ (4.97 ਲੱਖ), ਫਰੀਦਕੋਟ (4.6 ਲੱਖ), ਬਠਿੰਡਾ (7.58 ਲੱਖ) ਅਤੇ ਮੋਗਾ (6.0 ਲੱਖ) ਅਜਿਹੀਆਂ ਉਦਾਹਰਣਾਂ ਹਨ। ਬਸੀ ਪਠਾਣਾ (46,163) ਅਤੇ ਖਮਾਣੋਂ (91,038) ਸਭ ਤੋਂ ਘੱਟ ਜਨਸੰਖਿਆ ਵਾਲੀਆਂ ਤਹਿਸੀਲਾਂ ਹਨ (ਸਾਰਣੀ ਨੰ. 68)।

ਸਾਰਣੀ ਨੰ. 70 ਮਾਲਵਾ ਦੀ ਜਨਸੰਖਿਆ ਦੇ ਜ਼ਿਲ੍ਹੇਵਾਰ ਅੰਕੜੇ—2011

ਕ੍ਰ. ਨੰ.	ਜ਼ਿਲ੍ਹਾ	ਕੁੱਲ ਰਕਬਾ (ਵ. ਕਿ. ਮੀ.)	ਕੁੱਲ ਵਸੋਂ (ਲੱਖ)	ਵਸੋਂ ਘਣਤਾ (ਵਿ./ਵ. ਕਿ.ਮੀ.)	ਵਸੋਂ ਵਾਧਾ ਦਰ (%)		ਸ਼ਹਿਰੀ ਵਸੋਂ (%)	ਸਿੱਖ ਵਸੋਂ (%)	ਹਿੰਦੂ ਵਸੋਂ (%)	ਸਾਖਰਤਾ (%)	ਲਿੰਗ ਅਨੁਪਾਤ*	ਕੁੱਲ ਪਿੰਡ	ਕੁੱਲ ਕਸਬੇ
					1991-2001	2001-2011							
1.	ਰੂਪਨਗਰ	1356	6.85	505	21.95	8.87	25.97	58.75	38.86	82.19	915	611	8
2.	ਐਸ.ਏ.ਐਸ. ਨਗਰ	1094	9.95	909	21.95	33.15	54.76	54.95	42.70	83.80	879	419	15
3.	ਲੁਧਿਆਣਾ	3578	34.99	978	24.89	15.36	59.2	57.52	39.74	82.20	873	907	20
4.	ਫਿਰੋਜ਼ਪੁਰ	2387	9.63	404	20.31	16.20	29.57	51.35	49.95	68.98	893	653	9
5.	ਫਾਜ਼ਿਲਕਾ	2870	10.64	371	-	-	25.10	-	-	68.87	894	337	4
6.	ਫਰੀਦਕੋਟ	1458	6.18	424	21.07	12.09	35.15	77.53	21.73	69.55	890	171	3
7.	ਸ਼੍ਰੀ ਮੁਕਤਸਰ ਸਾਹਿਬ	2593	9.02	348	18.80	16.00	27.96	74.11	25.21	65.81	896	234	4
8.	ਮੋਗਾ	2242	9.96	444	15.03	11.28	22.82	85.80	13.16	70.68	893	325	5
9.	ਬਠਿੰਡਾ	3353	13.89	414	20.09	17.34	35.95	74.07	24.76	68.28	868	281	12
10.	ਮਾਨਸਾ	2198	7.70	350	19.85	11.76	21.25	78.33	20.21	61.83	883	240	5
11.	ਸੰਗਰੂਰ	3625	16.55	457	18.67	12.35	31.17	70.19	21.59	67.99	885	571	13
12.	ਬਰਨਾਲਾ	1482	5.96	402	18.87	13.02	32.02	69.47	22.16	67.82	876	128	5
13.	ਪਟਿਆਲਾ	3225	18.96	570	21.95	19.62	40.26	55.52	42.12	75.28	891	912	12
14.	ਫਤਹਿਗੜ੍ਹ ਸਾਹਿਬ	1180	6.00	509	18.27	11.46	30.91	74.56	22.80	79.35	871	446	5
15.	ਮਾਲਵਾ	32789	1,66.27	507	20.86	15.68	38.25	64.60	32.56	73.71	884	6245	120
16.	ਪੰਜਾਬ	50362	277.43	551	20.10	13.89	37.48	59.91	36.94	75.84	895	12581	217

ਸੋਮਾ : 1. ਪੰਜਾਬ ਦਾ ਅੰਕੜਾ ਸਾਰ 2014, 2. ਪੀ.ਸੀ.ਏ 2011, ਪੰਜਾਬ, ਭਾਰਤ ਦੀ ਗਣਨਾ 2011, ਪੰਜਾਬ, ਅੰਤਮ ਜਨਸੰਖਿਆ ਕੁੱਲ ਅੰਕੜੇ, ਜਿਲ੍ਹਿਆਂ ਦਾ ਰਕਬਾ ਪੀ.ਸੀ.ਏ. 2011, ਪੰਜਾਬ, ਭਾਰਤ ਦੀ ਜਣਗਣਨਾ 2011 ਅਨੁਸਾਰ ਹੈ।

* ਲਿੰਗ ਅਨੁਪਾਤ = ਇੱਕ ਹਜ਼ਾਰ ਮਰਦਾਂ ਪਿੱਛੇ ਔਰਤਾਂ ਦੀ ਗਿਣਤੀ * ਰਕਬਾ ਗਰਾਮ ਦਸਤਾਵੇਜਾਂ ਅਨੁਸਾਰ।

ਵੰਡ—ਮਾਲਵਾ ਵਿੱਚ ਜਨਸੰਖਿਆ ਦੀ ਵੰਡ ਜ਼ਿਆਦਾਤਰ ਪੇਂਡੂ ਜਨਸੰਖਿਆ ਦੇ ਰੂਪ ਵਿੱਚ ਹੈ। ਮਲਾਵਾ ਦੀ 62% ਦੇ ਲਗਭਗ ਆਬਾਦੀ ਇਸ ਦੇ 6,245 **ਕੇਂਦਰਿਤ ਅਤੇ ਗੁੱਥਾ ਪਿੰਡਾਂ** (nucleated and agglomerte villages) ਵਿੱਚ ਰਹਿੰਦੀ ਹੈ। ਇਹ ਪਿੰਡ ਪੂਰਬੀ ਮਾਲਵਾ ਵਿੱਚ ਨੇੜੇ ਨੇੜੇ ਅਤੇ **ਇਕਸਾਰ ਵੰਡੇ ਹੋਏ ਹਨ** (closely and evenly spaced) ਪਰੰਤੂ ਦੱਖਣ ਪੱਛਮੀ ਰੇਤ ਕੱਜਣ ਤੇ ਰੇਤ ਟਿੱਬਿਆਂ ਵਾਲੇ ਮਾਲਵਾ ਵਿੱਚ ਉਨ੍ਹਾਂ ਦੀ ਵੰਡ ਇਕਸਾਰ ਨਹੀਂ ਹੈ। ਇੱਥੇ ਪਿੰਡਾਂ ਵਿਚਕਾਰ ਆਪਸੀ ਫਾਸਲਾ ਜ਼ਿਆਦਾ ਹੈ। ਇੱਥੇ ਜ਼ਿਆਦਾਤਰ ਪਿੰਡ ਟਿੱਬਿਆਂ ਵਿਚਕਾਰ ਪੱਧਰੇ ਖੇਤਰਾਂ (interdunal areas) ਵਿੱਚ ਸਥਿਤ ਹਨ ਜਿੱਥੇ ਪੱਧਰੀ ਖੇਤੀ ਯੋਗ ਜ਼ਮੀਨ ਵੀ ਕਾਫੀ ਹੈ। ਮਾਲਵਾ ਵਿੱਚ ਪੰਜਾਬ ਦੇ ਕੁੱਲ ਪਿੰਡਾਂ ਵਿੱਚੋਂ 39.1% **ਛੋਟੇ ਪਿੰਡ** (500 ਵਿਅਕਤੀ ਤੋਂ ਘੱਟ), 52.6 ਦਰਮਿਆਨੇ ਆਕਾਰ ਦੇ (500 ਤੋਂ 4999 ਵਿਅਕਤੀਆਂ ਤੱਕ) ਪਿੰਡ ਅਤੇ 74.66% **ਵੱਡੇ** ਆਕਾਰ ਦੀ ਪਿੰਡ (5000 ਵਿਅਕਤੀਆਂ ਤੋਂ ਵੱਧ) ਹਨ। ਮਾਲਵਾ ਦੀ ਕੇਵਲ 2.49% ਜਨਸੰਖਿਆ ਇਸਦੇ 1119 ਛੋਟੇ ਆਕਾਰ ਦੇ ਪਿੰਡਾਂ (ਮਾਲਵਾ

ਦੇ ਕੁੱਲ ਪਿੰਡਾਂ ਦਾ 18.36%) ਵਿੱਚ ਰਹਿੰਦੀ ਹੈ। ਪਰੰਤੂ ਮਾਲਵਾ ਦੀ 52.55% ਜਨਸੰਖਿਆ ਇਸਦੇ 4,696 ਦਰਮਿਆਨੇ ਆਕਾਰ ਦੇ ਪਿੰਡਾਂ (ਮਾਲਵੇ ਦੇ 77.1% ਪਿੰਡ) ਵਿੱਚ ਰਹਿੰਦੀ ਹੈ। ਮਾਲਵਾ ਦੀ 84.66% ਵਸੋਂ ਇਸ ਦੇ ਕੇਵਲ 277 ਵੱਡੇ ਆਕਾਰ ਦੇ ਪਿੰਡਾਂ (ਮਾਲਵੇ ਦੇ 4.54%) ਪਿੰਡ ਵਿੱਚ ਰਹਿੰਦੀ ਹੈ।

ਮਾਲਵੇ ਦੇ ਜ਼ਿਆਦਾਤਰ ਵੱਡੇ ਆਕਾਰ ਦੇ ਪਿੰਡ ਮੋਗਾ, ਸੰਗਰੂਰ, ਬਠਿੰਡਾ, ਫਿਰੋਜ਼ਪੁਰ, ਫਾਜ਼ਿਲਕਾ ਅਤੇ ਲੁਧਿਆਣਾ ਜ਼ਿਲ੍ਹਿਆਂ ਵਿੱਚ ਪਾਏ ਜਾਂਦੇ ਹਨ। ਇਸ ਦਾ ਭਾਵ ਇਹ ਹੋਇਆ ਕਿ ਇਨ੍ਹਾਂ ਜ਼ਿਲ੍ਹਿਆਂ ਵਿੱਚ ਜਨਸੰਖਿਆ ਦਾ ਕੇਂਦਰੀਕਰਣ (concentration) ਪੇਂਡੂ ਖੇਤਰ ਵਿੱਚ ਵੱਡੇ ਗੁੱਥਾਦਾਰ ਪਿੰਡਾਂ ਦੇ ਰੂਪ ਵਿੱਚ ਹੈ (large agglomerations)। ਛੋਟੇ ਗੁੱਥੇ ਪੂਰਬੀ ਮਾਲਵਾ ਦੇ ਰੂਪਨਗਰ, ਐਸ.ਏ.ਐਸ. ਨਗਰ, ਪਟਿਆਲਾ, ਫਤਹਿਗੜ੍ਹ ਸਾਹਿਬ ਅਤੇ ਲੁਧਿਆਣਾ ਜ਼ਿਲ੍ਹਿਆਂ ਵਿੱਚ ਪਾਏ ਜਾਂਦੇ ਹਨ। ਫਿਰੋਜ਼ਪੁਰ ਜ਼ਿਲ੍ਹੇ ਵਿੱਚ ਵੀ ਜਨਸੰਖਿਆ ਦੇ (ਪੇਂਡੂ ਖੇਤਰ ਵਿੱਚ) ਵੱਡੇ ਗੁੱਥੇ ਹਨ।

ਸਮੁੱਚੇ ਤੌਰ ਤੇ ਦੱਖਣ-ਪੱਛਮੀ ਮਾਲਵਾ ਵਿੱਚ ਰੇਤ ਟਿੱਬਿਆਂ ਵਾਲੀ ਧਰਾਤਲ ਰੇਤਲੀ ਮਿੱਟੀ, ਗਰਮ ਅਤੇ ਖੁਸ਼ਕ ਜਲਵਾਯੂ ਅਤੇ ਵੱਡੀਆਂ ਜੋਤਾਂ ਕਾਰਨ ਪੇਂਡੂ ਵਸੋਂ ਦੀ ਵੰਡ ਅਸਮਾਨ ਹੈ। **ਮੱਧਵਰਤੀ ਮਾਲਵਾ** ਵਿੱਚ ਪੱਧਰੀ ਧਰਾਤਲ, ਉਪਜਾਊ ਜ਼ਮੀਨ ਅਤੇ ਸਿੰਜਾਈ ਦੀਆਂ ਭਰਪੂਰ ਸਹੂਲਤਾਂ ਕਾਰਨ ਪੇਂਡੂ ਵਸੋਂ ਦੀ ਵੰਡ ਸਮਾਨ (ਇਕਸਾਰ = even) ਹੈ। ਪੂਰਬੀ ਮਾਲਵਾ ਵਿੱਚ ਵੀ ਪੇਂਡੂ ਵਸੋਂ ਵੰਡ ਇਕਸਾਰ ਹੈ। ਬਿਲਕੁਲ ਪੂਰਬ ਵਿੱਚ ਸ਼ਿਵਾਲਕ ਪਹਾੜੀਆਂ ਵਿੱਚ ਕੋਈ ਪਿੰਡ ਨਹੀਂ ਹਨ ਪਰੰਤੂ ਇੱਥੇ ਨਦੀਆਂ (ਚੋਆਂ) ਦੀਆਂ ਖੋਲਾਂ ਵਿੱਚ ਜਿੱਥੇ ਕੁੱਝ ਉੱਚੀਆਂ ਅਤੇ ਪੱਧਰੀਆਂ ਚੋਅ ਘਾਟੀਆਂ (raised choe terraces) ਹਨ, ਪਿੰਡ ਚੋਅ ਦੇ ਨਾਲ-ਨਾਲ **ਲਕੀਰੀ ਸਰੂਪ** (linear pattern) ਵਿੱਚ ਪਾਏ ਜਾਂਦੇ ਹਨ। ਪਿੰਡਾਂ ਦਾ ਆਕਾਰ ਚੋਅ ਘਾਟੀ ਵਿੱਚ ਉੱਪਰ ਵੱਲ ਛੋਟਾ ਹੁੰਦਾ ਜਾਂਦਾ ਹੈ। ਇੱਕ ਖੋਲ ਵਿੱਚ ਦੋ ਤੋਂ ਸੱਤ ਤੱਕ ਪਿੰਡ ਹੋ ਸਕਦੇ ਹਨ। ਆਨੰਦਪੁਰ ਸਾਹਿਬ ਤਹਿਸੀਲ ਦੇ **ਚੰਗਰ ਖੇਤਰ** ਵਿੱਚ ਵਸੋਂ ਵੰਡ ਖਿਲਰਵੀਂ (scattered) ਅਤੇ ਛੋਟੇ ਪਿੰਡਾਂ (hamlets) ਦੇ ਰੂਪ ਵਿੱਚ ਹੈ।

ਜਨਸੰਖਿਆ ਘਣਤਾ (DENSITY OF POPULATION)

ਮਾਲਵਾ ਦੀ ਔਸਤ ਵਸੋਂ ਘਣਤਾ ਸਾਧਾਰਣ (moderate) ਹੈ। 2011 ਜਨਗਣਨਾ ਅਨੁਸਾਰ ਇਹ 507 ਵਿਅਕਤੀ ਪ੍ਰਤੀ ਵਰਗ ਕਿਲੋਮੀਟਰ ਸੀ (ਦੋਆਬਾ 585 ਵਿਅਕਤੀ ਅਤੇ ਮਾਝਾ 682 ਵਿਅਕਤੀ)। ਪੂਰਬ ਦੇ ਐਸ.ਏ.ਐਸ. ਨਗਰ (909 ਵਿ.) ਅਤੇ ਉਪਜਾਊ, ਪੱਧਰੇ, ਕਾਫੀ ਸਿੰਜਾਈ ਸਹੂਲਤਾਂ, ਜ਼ਿਆਦਾ ਸ਼ਹਿਰੀਕਰਨ ਅਤੇ ਉਦਯੋਗੀਕਰਨ ਵਾਲੇ ਪਟਿਆਲਾ (570), ਲੁਧਿਆਣਾ (979 ਵਿਅਕਤੀ) ਅਤੇ ਰੂਪਨਗਰ (505 ਵਿਅਕਤੀ) ਅਤੇ ਫਤਹਿਗੜ੍ਹ ਸਾਹਿਬ (509 ਵਿਅਕਤੀ) ਜ਼ਿਲ੍ਹਿਆਂ ਵਿੱਚ ਜਨਸੰਖਿਆ **ਕਾਫੀ ਘਣੀ** ਹੈ। ਇਹ ਮਾਲਵਾ ਦੀ ਔਸਤ ਘਣਤਾ (507 ਵਿਅਕਤੀ) ਤੋਂ ਵੱਧ ਅਤੇ ਪੰਜਾਬ ਦੀ ਔਸਤ ਘਣਤਾ (551 ਵਿਅਕਤੀ) ਦੇ ਨੇੜੇ ਤੇੜੇ ਜਾਂ ਵੱਧ ਹੈ (ਸਾਰਣੀ ਨੰ. 68) ਵਸੋਂ ਘਣਤਾ ਪੱਛਮ ਅਤੇ ਦੱਖਣ ਪੱਛਮ ਵੱਲ ਘੱਟਦੀ ਜਾਂਦੀ ਹੈ (ਨਕਸ਼ਾ ਨੰ. 77)। **ਮੱਧ ਵਰਤੀ** ਜ਼ਿਲ੍ਹੇ ਸੰਗਰੂਰ (457 ਵਿਅਕਤੀ), ਮੋਗਾ (444 ਵਿਅਕਤੀ), ਬਰਨਾਲਾ (402 ਵਿਅਕਤੀ) ਵਿੱਚ **ਦਰਮਿਆਨੀ, ਉੱਚੀ ਘਣਤਾ, ਪੱਛਮੀ ਜ਼ਿਲ੍ਹੇ** ਫਿਰੋਜ਼ਪੁਰ (404 ਵਿਅਕਤੀ) ਅਤੇ ਫਰੀਦਕੋਟ (424 ਵਿਅਕਤੀ) ਵਿੱਚ **ਦਰਮਿਆਨੀ** ਘਣਤਾ ਦੱਖਣੀ ਪੱਛਮੀ ਜ਼ਿਲ੍ਹਿਆਂ ਬਠਿੰਡਾ (414 ਵਿਅਕਤੀ), ਮਾਨਸਾ (350 ਵਿਅਕਤੀ), ਫਾਜ਼ਿਲਕਾ (371 ਵਿਅਕਤੀ) ਅਤੇ ਮੁਕਤਸਰ (348 ਵਿਅਕਤੀ ਪ੍ਰਤੀ ਵਰਗ ਕਿਲੋਮੀਟਰ) ਵਿੱਚ **ਦਰਮਿਆਨੀ ਨੀਵੀਂ ਤੋਂ ਨੀਵੀਂ ਵਸੋਂ ਘਣਤਾ** ਪਾਈ ਜਾਂਦੀ ਹੈ। ਪੱਛਮ ਅਤੇ ਦੱਖਣ ਪੱਛਮ ਵੱਲ ਘਣਤਾ ਘਟਣ ਦੀ ਤਬਦੀਲੀ ਖੁਸ਼ਕਤਾ (aridity) ਅਤੇ ਤਾਪਮਾਨ ਦੇ ਵਧਣ, ਰੇਤ ਕੱਜਣ ਅਤੇ ਰੇਤ ਟਿੱਬਿਆਂ ਅਤੇ ਰੇਤ ਕਟਕਾਂ ਅਤੇ ਉੱਚੀ-ਨੀਵੀਂ ਧਰਾਤਲ ਦੀ ਮੌਜੂਦਗੀ, ਵਰਖਾ, ਜ਼ਮੀਨ ਦਾ ਉਪਜਾਊਪਨ ਅਤੇ ਭਰੋਸੇਯੋਗ ਟਿਊਬਵੈਲ ਸਿੰਜਾਈ ਦੇ ਦੱਖਣ-ਪੱਛਮ ਵੱਲ ਘਟਣ ਕਾਰਨ ਹੁੰਦੀ ਹੈ। ਇਸ ਪਾਸੇ ਸਮੁੱਚੇ ਵਿਕਾਸ ਅਤੇ ਉਦਯੋਗੀਕਰਨ ਦੀ ਵੀ ਘਾਟ ਹੈ। ਸਭ ਤੋਂ ਵੱਧ ਵਸੋਂ ਘਣਤਾ (978 ਵਿਅਕਤੀ ਪ੍ਰਤੀ ਵਰਗ ਕਿਲੋਮੀਟਰ) ਉੱਚੇ ਉਦਯੋਗੀਕਰਣ, ਸ਼ਹਿਰੀਕਰਣ ਅਤੇ ਵਪਾਰੀਕਰਨ ਵਾਲੇ ਅਤੇ ਉਪਜਾਊ ਜ਼ਿਲ੍ਹੇ ਲੁਧਿਆਣਾ ਵਿੱਚ ਰਿਕਾਰਡ ਕੀਤੀ ਗਈ ਹੈ। ਇੱਥੇ ਰਾਜ ਦਾ ਸਭ ਤੋਂ ਵੱਡਾ ਸ਼ਹਿਰ ਲੁਧਿਆਣਾ (ਵਸੋਂ 2011 ਅਨੁਸਾਰ 16.19 ਲੱਖ) ਵੀ ਸਥਿਤ ਹੈ।

ਤਹਿਸੀਲ ਅਨੁਸਾਰ ਬਹੁਤ ਉੱਚੀ ਵਸੋਂ ਘਣਤਾ (600 ਵਿਅਕਤੀ ਪ੍ਰਤੀ ਵ.ਕਿ.ਮੀ. ਤੋਂ ਵੱਧ) **ਚਾਰ ਤਹਿਸੀਲਾਂ** ਲੁਧਿਆਣਾ ਪੂਰਬ (3,051 ਵਿਅਕਤੀ = ਰਾਜ ਵਿੱਚ ਸਭ ਤੋਂ ਵੱਧ), ਮੋਹਾਲੀ (1,731 ਵਿਅਕਤੀ), ਖੰਨਾ (1,047 ਵਿਅਕਤੀ) ਅਤੇ ਅਮਲੋਹ (806 ਵਿਅਕਤੀ) ਵਿੱਚ ਪਾਈ ਜਾਂਦੀ ਹੈ। ਇਹ ਤਹਿਸੀਲਾਂ ਪੱਧਰੀ ਧਰਾਤਲ ਉਪਜਾਊ ਭੂਮੀ ਅਤੇ ਤੇਜ਼ ਉੱਚੇ ਉਦਯੋਗੀਕਰਣ ਵਾਲੀਆਂ ਹੀ ਨਹੀਂ ਹਨ ਸਗੋਂ ਇੱਥੇ ਹਰ ਇੱਕ ਵਿੱਚ ਇੱਕ ਵੱਡਾ ਸ਼ਹਿਰ (ਲੁਧਿਆਣਾ, ਮੋਹਾਲੀ, ਖੰਨਾ ਅਤੇ **ਗੋਬਿੰਦਗੜ੍ਹ**) ਸਥਿਤ ਹੈ। ਪਟਿਆਲਾ (749 ਵਿਅਕਤੀ), ਮਾਲੇਰਕੋਟਲਾ (629 ਵਿਅਕਤੀ), ਰਾਜਪੁਰਾ (541 ਵਿਅਕਤੀ), ਡੇਰਾ ਬਸੀ (876 ਵਿਅਕਤੀ) ਅਤੇ ਖਰੜ (637 ਵਿਅਕਤੀ) ਤਹਿਸੀਲਾਂ ਵਿੱਚ **ਉੱਚੀ ਵਸੋਂ ਘਣਤਾ** (501 ਵਿਅਕਤੀ ਪ੍ਰਤੀ ਵ.ਕਿ.ਮੀ. ਤੋਂ 600 ਵਿਅਕਤੀ ਤੱਕ) ਪਾਈ ਜਾਂਦੀ ਹੈ।

ਇਨ੍ਹਾਂ ਸਭ ਤਹਸੀਲਾਂ ਵਿੱਚ ਅਨੇਕਾਂ ਕਾਰਖਾਨੇ ਹਨ ਅਤੇ ਇਹ ਪੱਧਰੀਆਂ ਅਤੇ ਉਪਜਾਊ ਤਹਿਸੀਲਾਂ ਹਨ। ਇਹ ਮਹੱਤਵਪੂਰਣ ਰੇਲ ਅਤੇ ਸੜਕ ਮਾਰਗਾਂ ਆਲੇ ਦੁਆਲੇ ਸਥਿਤ ਹਨ (ਨਕਸ਼ਾ ਨੰ.77, 81 ਅਤੇ 82)। ਇੱਥੇ ਪਟਿਆਲਾ (4.46 ਲੱਖ), ਮਲੇਰਕੋਟਲਾ (1.35 ਲੱਖ) ਅਤੇ ਰਾਜਪੁਰਾ (0.92 ਲੱਖ) ਅਤੇ ਹੋਰ ਕਈ ਛੋਟੇ ਕਸਬੇ (ਅਹਿਮਦਗੜ੍ਹ, ਡੇਰਾ ਬਸੀ, ਬਨੂੜ, ਰੂਪਨਗਰ (0.56 ਲੱਖ) ਆਦਿ ਵੀ ਹਨ।

ਕਈ ਪੂਰਬੀ ਅਤੇ ਮੱਧ ਪੂਰਬੀ ਤਹਿਸੀਲਾਂ ਜਿਵੇਂ ਕਿ ਲੁਧਿਆਣਾ ਪੱਛਮ (668 ਵਿਅਕਤੀ), ਰਾਏਕੋਟ, ਜਗਰਾਉਂ, ਸਮਰਾਲਾ, ਪਾਇਲ (498 ਵਿਅਕਤੀ), ਚਮਕੌਰ ਸਾਹਿਬ (485 ਵਿਅਕਤੀ), ਆਨੰਦਪੁਰ ਸਾਹਿਬ ਅਤੇ ਨੰਗਲ, ਫਤਹਿਗੜ੍ਹ ਸਾਹਿਬ (418 ਵਿਅਕਤੀ), ਖਮਾਣੋ ਅਤੇ ਬਸੀ ਪਠਾਣਾ (427 ਵਿਅਕਤੀ), ਨਾਭਾ (441 ਵਿਅਕਤੀ), ਸਮਾਣਾ (414 ਵਿਅਕਤੀ), ਪਾਤੜਾਂ (478 ਵਿਅਕਤੀ), ਧੂਰੀ, ਬਰਨਾਲਾ (433 ਵਿਅਕਤੀ) ਅਤੇ ਸੰਗਰੂਰ (463 ਵਿਅਕਤੀ) ਵਿੱਚ **ਸਾਧਾਰਣ ਉੱਚੀ** (moderately high density) ਵਸੋਂ ਘਣਤਾ ਪਾਈ ਜਾਂਦੀ ਹੈ (401 ਤੋਂ 500 ਵਿਅਕਤੀ)। ਮੱਧ ਪੱਛਮ ਵਿੱਚ ਸਥਿਤ ਘਣੀ ਖੇਤੀ, ਵੱਡੇ ਸ਼ਹਿਰ ਅਤੇ ਕਾਫੀ ਉਦਯੋਗਾਂ ਵਾਲੀਆਂ ਤਹਿਸੀਲਾਂ ਬਠਿੰਡਾ (500 ਵਿਅਕਤੀ) ਅਤੇ ਮੋਗਾ (577 ਵਿਅਕਤੀ) ਵਿੱਚ ਵੀ **ਸਾਧਾਰਣ ਉੱਚੀ ਵਸੋਂ ਘਣਤਾ** ਪਾਈ ਜਾਂਦੀ ਹੈ।

ਪੰਜ ਦੱਖਣ-ਪੱਛਮੀ ਖੁਸ਼ਕ, ਗਰਮ, ਰੇਤਲੀਆਂ, ਕਾਫੀ ਘੱਟ ਉਦਯੋਗੀਕਰਣ ਤੇ ਸ਼ਹਿਰੀਕਰਣ ਵਾਲੀਆਂ ਤਹਿਸੀਲਾਂ ਫਾਜ਼ਿਲਕਾ (350 ਵਿ.), ਮੁਕਤਸਰ (374 ਵਿ.), ਮਲੋਟ (330 ਵਿ.), ਸਰਦੂਲਗੜ੍ਹ (295 ਵਿ.) ਅਤੇ ਤਲਵੰਡੀ ਸਾਬੋ (329 ਵਿ.) ਵਿੱਚ **ਨੀਵੀਂ ਵਸੋਂ ਘਣਤਾ** (400 ਵਿਅਕਤੀ ਜਾਂ ਘੱਟ) ਪਾਈ ਜਾਂਦੀ ਹੈ। ਬਾਕੀ ਦੀਆਂ ਦੱਖਣੀ, ਉੱਤਰ-ਪੱਛਮੀ ਤੇ ਅਬੋਹਰ ਤੇ ਫਤਹਿਗੜ੍ਹ ਸਾਹਿਬ ਤਹਿਸੀਲਾਂ (ਨਕਸ਼ਾ ਨੰ. 77) ਵਿੱਚ **ਦਰਮਿਆਨੀ ਨੀਵੀਂ ਵਸੋਂ ਘਣਤਾ** ਪਾਈ ਜਾਂਦੀ ਹੈ। ਇਨ੍ਹਾਂ ਤਹਿਸੀਲਾਂ ਵਿੱਚ ਕੁੱਝ ਉਪਜਾਊ ਭੂਮੀ, ਅੱਛੀ ਖੇਤੀ, ਸਿੰਜਾਈ ਸਹੂਲਤਾਂ ਅਤੇ ਵਪਾਰ ਦੀਆਂ ਮੰਡੀਆਂ ਅਤੇ ਉਦਯੋਗਾਂ (ਅਬੋਹਰ = 367 ਵਿਅਕਤੀ) ਕਾਰਨ ਨੀਵੀਂ ਤੋਂ ਕੁੱਝ ਵੱਧ ਵਸੋਂ ਘਣਤਾ ਪਾਈ ਜਾਂਦੀ ਹੈ।

ਵਸੋਂ ਵਾਧਾ

ਸਮੁੱਚੇ ਪੰਜਾਬ ਦੀ ਤਰ੍ਹਾਂ ਮਾਲਵਾ ਪ੍ਰਦੇਸ਼ ਵਿੱਚ ਵੀ ਐਸ.ਏ.ਐਸ. ਨਗਰ ਜ਼ਿਲ੍ਹੇ ਨੂੰ ਛੱਡ ਕੇ ਬਾਕੀ ਸਭ ਜ਼ਿਲ੍ਹਿਆਂ ਵਿੱਚ 1991-2001 ਦੇ ਦਹਾਕੇ ਦੇ ਮੁਕਾਬਲੇ 2002-2011 ਦਹਾਕੇ ਦੌਰਾਨ ਵਸੋਂ ਵਾਧਾ ਦਰ ਕਾਫੀ ਘਟੀ ਹੈ। ਰੂਪਨਗਰ ਲਈ ਇਹ 21.95% ਤੋਂ ਘੱਟ ਕੇ 2011 ਵਿੱਚ 8.87% ਰਹਿ ਗਈ। ਲੁਧਿਆਣਾ ਜ਼ਿਲ੍ਹੇ ਲਈ ਵੀ ਇਹ 24.89% ਤੋਂ ਘੱਟ ਕੇ 2011 ਵਿੱਚ 15.36% ਹੋ ਗਈ (ਸਾਰਣੀ ਨੰ. 68)।

ਮਾਲਵਾ ਪ੍ਰਦੇਸ਼ ਵਿੱਚ ਰੂਪਨਗਰ, ਫਤਹਿਗੜ੍ਹ ਸਾਹਿਬ, ਬਰਨਾਲਾ, ਸੰਗਰੂਰ, ਫਰੀਦਕੋਟ, ਮਾਨਸਾ ਅਤੇ ਮੋਗਾ ਜ਼ਿਲ੍ਹਿਆਂ ਤੋਂ ਬਿਨਾਂ ਬਾਕੀ ਜ਼ਿਲ੍ਹਿਆਂ ਵਿੱਚ ਵਸੋਂ ਵਾਧਾ ਦਰ ਪੰਜਾਬ ਦੀ ਔਸਤ ਦਰ 13.89% ਦੇ ਲਗਭਗ ਬਰਾਬਰ ਜਾਂ ਇਸ ਤੋਂ ਵੱਧ ਹੈ। ਉਦਯੋਗਿਕ ਜ਼ਿਲ੍ਹੇ ਐਸ.ਏ.ਐਸ. ਨਗਰ ਦੀ ਵਸੋਂ ਵਾਧਾ ਦਰ (2001 ਤੋਂ 2011 ਦੇ ਸਮੇਂ ਦੌਰਾਨ) ਰਾਜ ਵਿੱਚ ਸਭ ਤੋਂ ਵੱਧ

(33.15%) ਰਿਕਾਰਡ ਕੀਤੀ ਗਈ ਹੈ। ਰੂਪਨਗਰ ਜ਼ਿਲ੍ਹੇ ਵਿੱਚ ਰਾਜ ਵਿੱਚ ਸਭ ਤੋਂ ਘੱਟ ਵਸੋਂ ਵਾਧਾ ਦਰ 8.87% ਹੈ। ਮਾਲਵਾ ਪ੍ਰਦੇਸ਼ ਦੀ 1991-2001 ਦੌਰਾਨ ਔਸਤ ਵਸੋਂ ਵਾਧਾ ਦਰ 20.86% ਸੀ ਜੋ 2001-2011 ਦੌਰਾਨ ਘੱਟ ਕੇ 15.68% ਹੋ ਗਈ। ਪੂਰਬੀ ਜ਼ਿਲ੍ਹਿਆਂ ਐਸ.ਏ.ਐਸ. ਨਗਰ ਤੇ ਪਟਿਆਲਾ ਵਿੱਚ ਉੱਚੀ ਵਾਧਾ ਦਰ (33.15% ਅਤੇ 19.62%) ਰਿਕਾਰਡ ਕੀਤੀ ਗਈ ਹੈ। ਫਿਰੋਜ਼ਪੁਰ, ਮੁਕਤਸਰ ਅਤੇ ਬਠਿੰਡਾ ਜ਼ਿਲ੍ਹਿਆਂ ਦੀ ਵਸੋਂ ਵਾਧਾ ਦਰ ਦਰਮਿਆਨੀ ਉੱਚੀ (17.34%), ਬਠਿੰਡਾ ਅਤੇ 16.0% ਮੁਕਤਸਰ ਹੈ।

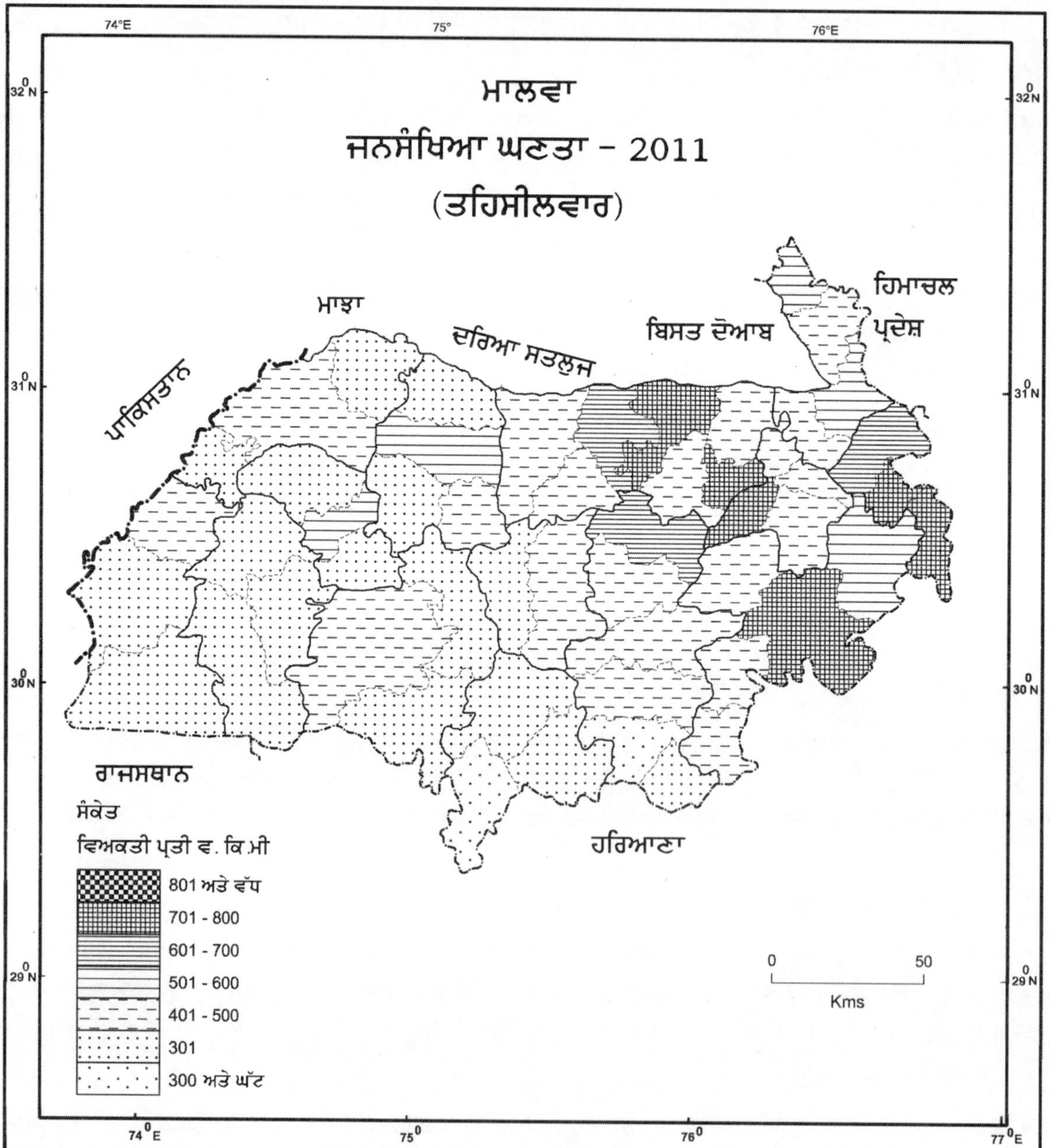

Map 77

ਸ਼ਹਿਰੀਕਰਣ

ਲੁਧਿਆਣਾ ਅਤੇ ਐਸ.ਏ.ਐਸ. ਨਗਰ ਜ਼ਿਲ੍ਹਿਆਂ ਤੋਂ ਬਿਨਾਂ ਮਾਲਵੇ ਦੇ ਬਾਕੀ ਸਭ ਜ਼ਿਲ੍ਹਿਆਂ ਵਿੱਚ ਪੇਂਡੂ ਜਨਸੰਖਿਆ ਦੀ ਬਹੁਲਤਾ ਹੈ। ਸਭ ਤੋਂ ਵੱਧ ਸ਼ਹਿਰੀ ਆਬਾਦੀ ਦੀ ਪ੍ਰਤੀਸ਼ਤਤਾ ਲੁਧਿਆਣਾ ਜ਼ਿਲ੍ਹੇ ਵਿੱਚ 59.16% ਹੈ ਅਤੇ ਸਭ ਤੋਂ ਘੱਟ ਸ਼ਹਿਰੀ ਆਬਾਦੀ ਮੋਗਾ (22.82%) ਅਤੇ ਮਾਨਸਾ (21.25%) ਜ਼ਿਲ੍ਹਿਆਂ ਵਿੱਚ ਹੈ। ਲੁਧਿਆਣਾ, ਐਸ.ਏ.ਐਸ. ਨਗਰ (ਮੋਹਾਲੀ) ਅਤੇ ਪਟਿਆਲਾ ਜ਼ਿਲ੍ਹਿਆਂ ਵਿੱਚ ਸ਼ਹਿਰੀ ਆਬਾਦੀ ਦੀ ਪ੍ਰਤੀਸ਼ਤਤਾ ਰਾਜ ਦੀ ਔਸਤ ਪ੍ਰਤੀਸ਼ਤਤਾ (37.48%) ਤੋਂ ਵੱਧ ਹੈ। ਪਰੰਤੂ ਬਾਕੀ ਦੇ ਜ਼ਿਲ੍ਹਿਆਂ ਵਿੱਚ ਇਹ ਘੱਟ ਹੈ। ਪਟਿਆਲਾ ਦੀ 40.26% ਸ਼ਹਿਰੀ ਆਬਾਦੀ ਦਾ ਕਾਰਨ ਪਟਿਆਲਾ (4.46 ਲੱਖ ਜਨਸੰਖਿਆ ਵਾਲਾ ਰਾਜ ਦਾ ਚੌਥਾ ਵੱਡਾ ਸ਼ਹਿਰ), ਰਾਜਪੁਰਾ ਅਤੇ ਨਾਭਾ ਦੇ ਨਗਰਾਂ ਦਾ ਮੌਜੂਦ ਹੋਣਾ ਹੈ।

ਫਰੀਦਕੋਟ ਜ਼ਿਲ੍ਹੇ ਵਿੱਚ ਵੀ ਫਰੀਦਕੋਟ (87,695 ਵਿਅਕਤੀ 2011 ਜਨਗਣਨਾ) ਅਤੇ ਕੋਟਕਪੂਰਾ (91,979 ਵਿਅਕਤੀ) ਦੇ ਵੱਡੇ ਸ਼ਹਿਰਾਂ (ਦਰਜਾ ਦੋ) ਤੇ ਕੁੱਝ ਉਦਯੋਗਾਂ ਦੇ ਸਥਿਤ ਹੋਣ ਕਾਰਨ ਸ਼ਹਿਰੀਕਰਨ ਜ਼ਿਆਦਾ ਹੈ। ਨਵੇਂ ਬਣੇ ਜ਼ਿਲ੍ਹੇ ਮੋਹਾਲੀ ਵਿੱਚ ਤੇਜ਼ੀ ਨਾਲ ਉਦਯੋਗੀਕਰਣ ਹੋਇਆ ਹੈ। ਇਸ ਕਾਰਣ ਇੱਥੋਂ ਦੇ ਮੁੱਖ ਸ਼ਹਿਰ **ਮੋਹਾਲੀ** (ਐਸ.ਏ.ਐਸ. ਨਗਰ) ਦੀ ਆਬਾਦੀ 1991 ਵਿੱਚ 78,457 ਤੋਂ ਤੇਜ਼ੀ ਨਾਲ ਵੱਧ ਕੇ 2001 ਵਿੱਚ 1 ਲੱਖ, 23 ਹਜ਼ਾਰ 484 ਅਤੇ 2011 ਵਿੱਚ 1,66,874 ਹੋ ਗਈ। ਕੁਰਾਲੀ, ਖਰੜ, ਡੇਰਾ ਬਸੀ, ਲਾਲੜੂ, ਮੁਬਾਰਕਪੁਰ, ਜ਼ੀਰਕਪੁਰ, ਭਬਾਤ ਆਦਿ ਉਦਯੋਗਿਕ ਕਸਬੇ ਬਣ ਗਏ। ਲੁਧਿਆਣਾ ਰਾਜ ਦਾ ਸਭ ਤੋਂ ਵੱਡਾ ਅਤੇ ਉਦਯੋਗਿਕ ਸ਼ਹਿਰ (ਲਗਭਗ 16.2 ਲੱਖ) ਹੈ। ਇੱਥੇ ਖੰਨਾ, ਦੋਰਾਹਾ, ਸਾਹਨੇਵਾਲ ਆਦਿ ਹੋਰ ਉਦਯੋਗਿਕ ਸ਼ਹਿਰ ਜਾਂ ਕਸਬੇ ਹਨ।

ਤਹਿਸੀਲਵਾਰ ਪੂਰਬੀ ਲੁਧਿਆਣਾ (85.54%) ਤਹਿਸੀਲ ਵਿੱਚ ਸਭ ਤੋਂ ਵੱਧ (ਰਾਜ ਵਿੱਚ) ਸ਼ਹਿਰੀਕਰਣ ਹੈ। ਇਸ ਤਹਿਸੀਲ ਵਿੱਚ ਰਾਜ ਦਾ ਸਭ ਤੋਂ ਵੱਡਾ ਸ਼ਹਿਰ ਲੁਧਿਆਣਾ (16.2 ਲੱਖ 2011) ਸਥਿਤ ਹੈ। ਮੋਹਾਲੀ (65.03%), ਖੰਨਾ (57.64%), ਡੇਰਾ ਬੱਸੀ (50.26%) ਅਤੇ ਪਟਿਆਲਾ (55.59%) ਤਹਿਸੀਲਾਂ ਵਿੱਚ ਵੀ ਕਾਫੀ ਉੱਚਾ (50% ਤੋਂ ਵੱਧ) ਸ਼ਹਿਰੀਕਰਣ ਹੈ। ਇਨ੍ਹਾਂ ਤਹਿਸੀਲਾਂ ਵਿੱਚ ਮੋਹਾਲੀ, ਪਟਿਆਲਾ ਅਤੇ ਖੰਨਾ ਦੇ ਦਰਜਾ ਇੱਕ ਦੇ ਵੱਡੇ ਸ਼ਹਿਰ ਸਥਿਤ ਹਨ। ਬਠਿੰਡਾ (47.46%) ਅਤੇ ਅਮਲੋਹ (46%) ਤਹਿਸੀਲਾਂ ਵਿੱਚ ਵੀ **ਸਾਧਾਰਣ ਉੱਚਾ** (moderately high) **ਸ਼ਹਿਰੀਕਰਣ** ਪਾਇਆ ਜਾਂਦਾ ਹੈ। ਬਠਿੰਡਾ ਤਹਿਸੀਲ ਵਿੱਚ ਬਠਿੰਡਾ ਦਾ ਦਰਜਾ ਇੱਕ ਦਾ ਸ਼ਹਿਰ (2,85,788 ਵਿਅਕਤੀ) ਅਤੇ ਅਮਲੋਹ ਤਹਿਸੀਲ ਵਿੱਚ ਪੰਜਾਬ ਦਾ ਇਸਪਾਤ ਸ਼ਹਿਰ ਗੋਬਿੰਦਗੜ੍ਹ (82,266 ਵਿਅਕਤੀ) ਸਥਿਤ ਹਨ। ਖਰੜ (49.29%), ਰੂਪਨਗਰ, ਫਿਰੋਜ਼ਪੁਰ (35.25%), ਅਬੋਹਰ (32.78%), ਫਰੀਦਕੋਟ (39.35%), ਮੁਕਤਸਰ (37.91%), ਸੰਗਰੂਰ (35.99%), ਮੋਗਾ (32.57%), ਸਮਾਣਾ (31.84%), ਨੰਗਲ (36.30%), ਮਾਲੇਰਕੋਟਲਾ (40.50%) ਅਤੇ ਬਰਨਾਲਾ (38.30%), ਤਹਿਸੀਲਾਂ ਵਿੱਚ **ਸਾਧਾਰਣ (moderate) ਸ਼ਹਿਰੀਕਰਣ** (30 ਤੋਂ 40%) ਪਾਇਆ ਜਾਂਦਾ ਹੈ। ਇਨ੍ਹਾਂ ਤਹਿਸੀਲਾਂ ਵਿੱਚੋਂ ਹਰ ਇੱਕ ਵਿੱਚ ਬਹੁਤ ਵੱਡੇ (ਅਬੋਹਰ 1.4 ਲੱਖ, ਮਾਲੇਰਕੋਟਲਾ 1.35 ਲੱਖ) ਤੋਂ ਵੱਡਾ (ਫਿਰੋਜ਼ਪੁਰ 1,10,313 ਵਿਅਕਤੀ), ਬਰਨਾਲਾ (1,16,499 ਵਿਅਕਤੀ), ਮੁਕਤਸਰ (1,16,499 ਵਿਅਕਤੀ), ਸੰਗਰੂਰ (88,043 ਵਿਅਕਤੀ), ਫਰੀਦਕੋਟ (83,695 ਵਿਅਕਤੀ), ਰੂਪਨਗਰ (56,038 ਵਿਅਕਤੀ), ਮੋਗਾ (1,63,397 ਵਿਅਕਤੀ), ਸਮਾਣਾ (54,072 ਵਿਅਕਤੀ), ਖਰੜ (74,460 ਵਿਅਕਤੀ) ਸ਼ਹਿਰ ਅਤੇ ਕਈ ਛੋਟੇ ਕਸਬੇ ਸਥਿਤ ਹਨ।

ਜੈਤੋਂ (23.23%), ਮਲੋਟ (23.38%), ਰਾਮਪੁਰਾ ਫੂਲ (20.68%), ਤਲਵੰਡੀ ਸਾਬੋ (23.74%), ਮਾਨਸਾ (29.57%), ਸੁਨਾਮ (29.18%), ਮੂਨਕ (24.01%), ਧੂਰੀ (21.14%), ਰਾਜਪੁਰਾ (27.54%), ਨਾਭਾ (30.82%), ਫਤਿਹਗੜ੍ਹ ਸਾਹਿਬ (28.71%), ਲੁਧਿਆਣਾ (ਪੱਛਮ (24.85%), ਰਾਏਕੋਟ (22.92%), ਗਿੱਦੜਬਾਹਾ (20.35%), ਚਮਕੌਰ ਸਾਹਿਬ (21.64%), ਤਪਾ (20.23%), ਜ਼ੀਰਾ (26.44%) ਅਤੇ ਬੱਸੀ ਪਠਾਣਾ (21.10%), ਤਹਿਸੀਲਾਂ ਵਿੱਚ **ਸਾਧਾਰਣ ਨੀਵਾਂ** (20 ਤੋਂ 30%) ਸ਼ਹਿਰੀਕਰਣ ਹੈ।

ਨਿਹਾਲ ਸਿੰਘ ਵਾਲਾ (3.98%), ਰਾਜ ਵਿੱਚ ਸਭ ਤੋਂ ਘੱਟ ਸ਼ਹਿਰੀਕਰਣ ਅਤੇ ਆਨੰਦਪੁਰ ਸਾਹਿਬ (8.37%) ਤਹਿਸੀਲਾਂ

ਵਿੱਚ ਰਾਜ ਵਿੱਚ **ਸਭ ਤੋਂ ਘੱਟ ਸ਼ਹਿਰੀਕਰਣ** ਪਾਇਆ ਜਾਂਦਾ ਹੈ। ਇਹ ਮੁੱਖ ਤੌਰ ਤੇ ਪੇਂਡੂ ਅਤੇ ਪਛੜੇ ਇਲਾਕੇ ਹਨ। ਬਾਕੀ ਦੀਆਂ ਤਹਿਸੀਲਾਂ ਜਿਵੇਂ ਕਿ ਲਹਿਰਾ (17.86%), ਪਾਤੜਾਂ (19.68%), ਸਮਰਾਲਾ, ਜਗਰਾਉਂ (19.12%), ਪਾਇਲ (19.16%), ਜਲਾਲਾਬਾਦ (15.93%), ਬਾਘਾ ਪੁਰਾਣਾ (11.2%), ਬੁਢਲਾਡਾ, ਸਰਦੂਲਗੜ੍ਹ (11.03%), ਖਮਾਣੋ (11.13%) ਵਿੱਚ ਨੀਵਾਂ ਸ਼ਹਿਰੀਕਰਣ (10 ਤੋਂ 20%) ਪਾਇਆ ਜਾਂਦਾ ਹੈ। ਖਡੂਰ ਸਾਹਿਬ ਤਹਿਸੀਲ ਵਿੱਚ ਕੋਈ ਵੀ ਸ਼ਹਿਰ ਜਾਂ ਕਸਬਾ ਨਹੀਂ ਹੈ।

ਮਾਲਵਾ ਵਿੱਚ ਪੰਜਾਬ ਦੇ ਕੁੱਲ 217 ਸ਼ਹਿਰ/ਕਸਬਿਆਂ ਵਿੱਚੋਂ 120 ਸ਼ਹਿਰ/ਕਸਬੇ ਪਾਏ ਜਾਂਦੇ ਹਨ। ਇਨ੍ਹਾਂ ਵਿੱਚੋਂ 11 **ਦਰਜਾ ਇੱਕ ਦੇ ਸ਼ਹਿਰ** ਲੁਧਿਆਣਾ (16.2 ਲੱਖ), ਪਟਿਆਲਾ (4.96 ਲੱਖ), ਬਠਿੰਡਾ (2.86 ਲੱਖ), ਅਬੋਹਰ (1.45 ਲੱਖ), ਮੋਹਾਲੀ (1.67 ਲੱਖ), ਮਾਲੇਰਕੋਟਲਾ (1.35 ਲੱਖ), ਮੋਗਾ (1.63 ਲੱਖ), ਮੁਕਤਸਰ ਸਾਹਿਬ (1.17 ਲੱਖ), ਬਰਨਾਲਾ (1.16 ਲੱਖ), ਫਿਰੋਜਪੁਰ (1.10 ਲੱਖ) ਤੇ ਖੰਨਾ (1.23 ਲੱਖ) ਹਨ। ਹਰੇਕ ਦੀ ਕੁੱਲ ਜਨਸੰਖਿਆ ਇਕ ਲੱਖ ਤੋਂ ਵੱਧ ਹੈ। ਮਾਲਵੇ ਵਿੱਚ ਪੰਜਾਬ ਦੇ **18 ਦਰਜਾ ਦੋ ਸ਼ਹਿਰਾਂ** (ਹਰੇਕ ਕੁੱਲ ਵਸੋਂ 50,000 ਤੋਂ 99,999) ਵਿੱਚੋਂ 15 ਸ਼ਹਿਰ ਜੀਰਕਪੁਰ (95,553), ਸਰਹਿੰਦ, ਧੂਰੀ, ਰੂਪਨਗਰ, ਸਮਾਣਾ, ਖਰੜ (74,460), ਰਾਜਪੁਰਾ (92,301), ਕੋਟਕਪੂਰਾ (91,979), ਸੰਗਰੂਰ (88,043), ਫਰੀਦਕੋਟ (87,695), ਮਾਨਸਾ (82,956), ਮਲੋਟ (81.406), ਫਾਜਿਲਕਾ (76,492), ਨਾਭਾ (67,972), ਗੋਬਿੰਦਗੜ੍ਹ (82,266), ਜਗਰਾਉਂ (65,240), ਫਿਰੋਜ਼ਪੁਰ ਕੈਂਟ (53,192) ਅਤੇ ਸੁਨਾਮ 69,069 (ਵਿਅਕਤੀ 2001 ਜਨਗਣਨਾ ਅਨੁਸਾਰ) ਸਥਿਤ ਹਨ। ਮਾਲਵੇ **ਵਿੱਚ 22 ਦਰਜਾ ਤਿੰਨ**, **30 ਦਰਜਾ ਚਾਰ**, **16 ਦਰਜਾ** ਪੰਜ ਅਤੇ 2 ਦਰਜਾ ਛੇ ਦੇ ਕਸਬੇ, ਭਿਸ਼ਆਨਾ 4,775 ਵਿਅਕਤੀ (ਬਠਿੰਡਾ ਜ਼ਿਲ੍ਹਾ) ਅਤੇ ਪਟਿਆਲਾ ਜ਼ਿਲ੍ਹੇ ਵਿੱਚ ਸ਼ੇਖਪੁਰਾ (1,931 ਵਿਅਕਤੀ) ਸਥਿਤ ਹਨ।

ਮਾਲਵਾ ਵਿਸ਼ੇਸ਼ ਕਰਕੇ ਮੱਧਵਰਤੀ ਅਤੇ ਦੱਖਣ-ਪੱਛਮੀ ਭਾਗਾਂ ਦੇ ਕਸਬੇ ਜਾਂ ਸ਼ਹਿਰ **ਮੰਡੀਆਂ** (Market Towns) ਹਨ। ਇਹ ਖੇਤੀਬਾੜੀ ਪਦਾਰਥਾਂ ਅਤੇ ਉਦਯੋਗਿਕ ਵਸਤਾਂ ਨੂੰ ਇਕੱਠਾ ਕਰਨ (collection) ਅਤੇ ਵੰਡਣ (distribution) ਦੇ ਕੇਂਦਰ ਹਨ। ਤਪਾ ਮੰਡੀ, ਭੁੱਚੋ ਮੰਡੀ, ਰਾਮਾ ਮੰਡੀ, ਮੰਡੀ ਗੋਬਿੰਦਗੜ੍ਹ ਆਦਿ ਉਦਾਹਰਣਾਂ ਹਨ। ਇਨ੍ਹਾਂ ਵਿੱਚੋਂ ਬਹੁਤ ਸਾਰੇ ਵਪਾਰਕ ਸ਼ਹਿਰ ਜਾਂ ਕਸਬੇ ਹਨ ਜਿੱਥੇ ਵੱਡੀਆਂ ਵੱਡ ਕੰਪਨੀਆਂ ਦੇ ਮੁੱਖ ਦਫਤਰ ਸਥਿਤ ਹਨ। ਪਿਛਲੇ ਦੋ ਦਹਾਕਿਆਂ ਤੋਂ ਵਿਭਿੰਨ ਮੰਡੀ ਕਸਬਿਆਂ ਵਿੱਚ ਉਦਯੋਗਿਕ ਇਕਾਈਆਂ ਵੀ ਲੱਗ ਗਈਆਂ ਹਨ। ਲੁਧਿਆਣਾ ਤਾਂ ਪੰਜਾਬ ਦਾ ਸਭ ਤੋਂ ਵੱਡਾ ਉਦਯੋਗਿਕ ਸ਼ਹਿਰ ਹੈ।

ਲਿੰਗ ਅਨੁਪਾਤ (SEX RATIO)

ਜੱਟਾਂ ਅਤੇ ਹੋਰ ਖੇਤੀਬਾੜੀ ਨਾਲ ਸੰਬੰਧਤ ਫਿਰਕਿਆਂ (ਜਾਤ-ਬਰਾਦਰੀਆਂ) ਦੀ ਮਲਾਵੇ ਵਿੱਚ ਪ੍ਰਧਾਨਤਾ ਕਾਰਨ ਪੰਜਾਬ ਦੇ ਔਸਤ ਲਿੰਗ ਅਨੁਪਾਤ (895 ਔਰਤਾਂ) ਮੁਕਾਬਲੇ ਮਾਲਵੇ ਵਿੱਚ ਨੀਵਾਂ ਲਿੰਗ ਅਨੁਪਾਤ (**ਪ੍ਰਤੀ 1,000 ਮਰਦਾਂ ਪਿੱਛੇ 884 ਔਰਤਾਂ**) ਪਾਈਆਂ ਜਾਂਦੀਆਂ ਹਨ। ਫਤਹਿਗੜ੍ਹ ਸਾਹਿਬ ਜ਼ਿਲ੍ਹੇ ਵਿੱਚ ਲਿੰਗ ਅਨੁਪਾਤ ਸਭ ਤੋਂ ਘੱਟ (871 ਔਰਤਾਂ) ਰਿਕਾਰਡ ਕੀਤਾ ਗਿਆ ਹੈ। **ਐਸ.ਏ.ਐਸ .ਨਗਰ** (879 ਔਰਤਾਂ) ਅਤੇ ਲੁਧਿਆਣਾ (873 ਔਰਤਾਂ) ਜ਼ਿਲ੍ਹਿਆਂ ਵਿੱਚ ਵੀ ਲਿੰਗ ਅਨੁਪਾਤ ਨੀਵਾਂ ਹੈ। ਇਹ ਤਿੰਨ ਜ਼ਿਲ੍ਹੇ **ਉਦਯੋਗਿਕ** ਹਨ। ਇੱਥੋਂ ਦੇ ਉਦਯੋਗਿਕ ਸ਼ਹਿਰਾਂ ਅਤੇ ਕਸਬਿਆਂ ਜਿਵੇਂ ਕਿ ਲੁਧਿਆਣਾ, ਸਾਹਨੇਵਾਲ, ਦੋਰਾਹਾ, ਖੰਨਾ, ਗੋਬਿੰਦਗੜ੍ਹ, ਸਰਹਿੰਦ, ਮੋਹਾਲੀ, ਡੇਰਾ ਬਸੀ, ਲਾਲੜੂ, ਖਰੜ ਆਦਿ ਵਿੱਚ ਹਜ਼ਾਰਾਂ ਤੋਂ ਲੱਖਾਂ **ਪ੍ਰਵਾਸੀ ਮਜ਼ਦੂਰ (Migrant Labourers) ਕੰਮ ਕਰਦੇ ਹਨ। ਜ਼ਿਆਦਾਤਰ ਪ੍ਰਵਾਸੀ ਮਜ਼ਦੂਰ ਆਦਮੀ** ਹਨ ਅਤੇ ਉਹ ਆਪਣੇ ਪਰਿਵਾਰ (ਔਰਤਾਂ, ਕੁੜੀਆਂ, ਮੁੰਡੇ ਆਦਿ) ਪਿੱਛੇ ਛੱਡ ਕੇ ਆਏ ਹੋਏ ਹਨ। ਇਸ ਨਾਲ ਪ੍ਰਵਾਸੀਆਂ ਰਾਹੀਂ ਵੱਡੀ ਗਿਣਤੀ ਵਿੱਚ ਕੰਮ ਕਰਨ ਵਾਲੇ ਜ਼ਿਲ੍ਹਿਆਂ ਜਾਂ ਕੇਂਦਰਾਂ ਵਿੱਚ ਆਦਮੀਆਂ ਦੀ ਗਿਣਤੀ ਕਾਫੀ ਵੱਧ ਗਈ ਹੈ। ਇਸ ਤੋਂ ਇਲਾਵਾ ਬਾਕੀ ਜ਼ਿਲ੍ਹਿਆਂ ਦੀ ਤਰ੍ਹਾਂ ਇਨ੍ਹਾਂ ਜ਼ਿਲ੍ਹਿਆਂ ਵਿੱਚ ਵੀ **ਲੜਕਿਆਂ ਪ੍ਰਤੀ ਤਰਜੀਹ** (male child preference) ਕਾਇਮ ਹੈ।

ਖੇਤੀਬਾੜੀ ਨਾਲ ਸਬੰਧਤ ਫਿਰਕਿਆਂ ਨੂੰ ਖੇਤਾਂ ਵਿੱਚ ਕੰਮ ਕਰਨ ਲਈ ਜ਼ਿਆਦਾ ਮਰਦ ਚਾਹੀਦੇ ਹਨ ਕਿਉਂਕਿ ਮਰਦ ਔਰਤਾਂ ਦੇ ਮੁਕਾਬਲੇ (ਪਾਲਣ ਪੋਸ਼ਣ ਕਾਰਨ ਵੀ) ਜ਼ਿਆਦਾ ਤਕੜੇ ਅਤੇ ਹਿੰਮਤ ਵਾਲੇ ਹੁੰਦੇ ਹਨ। ਉਹ ਸਖਤ ਹਾਲਤਾਂ (ਗਰਮੀ, ਸਰਦੀ, ਵਰਖਾ) ਵਿੱਚ ਕੰਮ ਕਰ ਸਕਦੇ ਹਨ। ਇਸ ਕਾਰਨ ਖੇਤੀਬਾੜੀ ਬਰਾਦਰੀਆਂ ਮੁੱਖ ਤੌਰ ਤੇ ਲੜਕਾ ਬੱਚੇ ਨੂੰ ਤਰਜੀਹ ਦਿੰਦੀਆਂ ਹਨ। ਪੰਜਾਬ ਇੱਕ ਖੇਤੀਬਾੜੀ ਪ੍ਰਧਾਨ ਅਤੇ ਬਹਾਦਰ ਲੋਕਾਂ ਦਾ ਰਾਜ ਹੈ। ਇਸ ਨਾਲ ਇੱਕ ਬਹੁਤ ਗਲਤ ਅਤੇ ਪਿਛਾਂਹ ਖਿਚੂ

(retrograding) ਧਾਰਨਾ ਹੋਂਦ ਵਿੱਚ ਆ ਗਈ ਜਿਸ ਅਧੀਨ ਔਰਤਾਂ ਅਤੇ ਲੜਕੀਆਂ ਪ੍ਰਤੀ ਉਦਾਸੀਨਤਾ ਅਤੇ ਘੱਟ ਅਤੇ ਘਟੀਆ ਪਾਲਣ-ਪੋਸ਼ਣ ਅਤੇ ਜਨਮ ਤੋਂ ਪਹਿਲਾਂ ਹੀ ਉਨ੍ਹਾਂ ਨੂੰ ਮਾਰ ਦੇਣਾ (Female Foeticide) ਜਾਂ ਬੀਮਾਰੀ ਦੀ ਹਾਲਤ ਵਿੱਚ ਮਰ ਜਾਣ ਦੇਣਾ ਸ਼ਾਮਲ ਹਨ। ਇਸ ਨਾਲ ਮਰਦਾਂ ਅਤੇ ਔਰਤਾਂ ਵਿਚਕਾਰ ਇੱਕ ਸੁਖਾਵਾਂ ਅਤੇ ਲੋੜੀਂਦਾ ਅਨੁਪਾਤ ਵਿਗੜ ਗਿਆ। ਇਹ ਸਭ ਬਹੁਤ ਜਾਗਰੂਕ ਉਦਾਰੂ, ਪੜ੍ਹੇ-ਲਿਖੇ, ਮਿਹਨਤੀ ਅਤੇ ਸੂਝਵਾਨ ਪੰਜਾਬੀ ਲਈ ਬਹੁਤ ਮਾੜੀ ਗੱਲ ਹੈ। ਇਸ ਧਾਰਨਾ ਅਤੇ ਤਰਜੀਹ ਨੂੰ **ਪੂਰੀ ਤਰ੍ਹਾਂ ਰੋਕਣਾ ਬਹੁਤ ਜ਼ਰੂਰੀ ਹੈ।**

ਬਠਿੰਡਾ (868 ਔਰਤਾਂ), ਸੰਗਰੂਰ (885 ਔਰਤਾਂ), ਪਟਿਆਲਾ (891 ਔਰਤਾਂ) ਤੇ ਮਾਨਸਾ (883 ਔਰਤਾਂ) ਜ਼ਿਲ੍ਹਿਆਂ ਵਿੱਚ ਵੀ ਲਿੰਗ ਅਨੁਪਾਤ ਨੀਵੀਂ ਹੈ। ਨਵੇਂ ਬਣੇ ਬਰਨਾਲਾ ਜ਼ਿਲ੍ਹੇ ਵਿੱਚ ਲਿੰਗ ਅਨੁਪਾਤ (1,000 ਮਰਦਾਂ ਮਗਰ 876 ਔਰਤਾਂ) ਵੀ ਨੀਵਾਂ ਹੈ। ਇਹ ਲਗਭਗ ਉੱਚੀ ਹੈ। ਬਾਕੀਆਂ ਜ਼ਿਲ੍ਹਿਆਂ ਵਿੱਚ ਲਿੰਗ ਅਨੁਪਾਤ ਸਾਧਾਰਣ (moderate) ਹੈ (880 ਤੋਂ 900 ਔਰਤਾਂ)।

ਮਾਲਵੇ ਵਿੱਚ ਨੀਵੇਂ ਲਿੰਗ ਅਨੁਪਾਤ ਲਈ ਪਛੜਾਪਨ, ਔਰਤਾਂ ਦਾ ਚੰਗਾ ਦਰਜਾ ਨਾ ਹੋਣਾ ਅਤੇ ਪੁਰਾਣੇ ਧਾਰਮਿਕ ਵਿਚਾਰ ਵੀ ਜਿੰਮੇਵਾਰ ਹਨ।

ਸਾਖਰਤਾ (LITERACY)

ਸਮੁੱਚੇ ਤੌਰ ਤੇ ਮਾਲਵਾ ਵਿੱਚ ਸਾਖਰਤਾ ਉੱਚੀ ਨਹੀਂ ਹੈ (73.71%)। ਪੂਰਬੀ ਮਾਲਵਾ ਦੇ ਜ਼ਿਲ੍ਹਿਆਂ ਐਸ.ਏ.ਐਸ. ਨਗਰ (83.8%), ਲੁਧਿਆਣਾ (82.2%), ਰੂਪਨਗਰ (82.2%) ਅਤੇ ਫਤਹਿਗੜ੍ਹ ਸਾਹਿਬ (79.4%) ਵਿੱਚ ਇਹ ਮੁਕਾਬਲਤਨ ਉੱਚੀ (ਤਿੰਨ-ਚੌਥਾਈ ਦੇ ਲਗਭਗ) ਹੈ। ਮਾਨਸਾ ਜ਼ਿਲ੍ਹੇ ਵਿੱਚ ਸਾਖਰਤਾ ਸਭ ਤੋਂ ਨੀਵੀਂ (61.8%) ਹੈ। ਮੁਕਤਸਰ (65.8%), ਬਰਨਾਲਾ (67.8%) ਅਤੇ ਸੰਗਰੂਰ (68.0%) ਜ਼ਿਲ੍ਹਿਆਂ ਵਿੱਚ ਵੀ ਇਹ ਨੀਵੀਂ ਹੈ (70% ਤੋਂ ਘੱਟ)। ਇਹ ਵੱਡੇ ਅਤੇ ਪਛੜੇ ਜ਼ਿਲ੍ਹੇ ਹਨ। ਇੱਥੇ ਗਰੀਬੀ ਵੀ ਹੈ। ਵੱਡੇ ਸ਼ਹਿਰਾਂ (ਵਿੱਦਿਅਕ ਅਦਾਰੇ) ਤੋਂ ਦੂਰ ਹਨ। ਬਾਕੀ ਦੇ ਜ਼ਿਲ੍ਹਿਆਂ ਵਿੱਚ ਸਾਖਰਤਾ ਸਾਧਾਰਣ (moderate) ਹੈ। ਇਹ 70% ਤੋਂ 80% ਵਿਚਕਾਰ ਹੈ। ਇਹ ਪੁਰਾਣਾ ਅਤੇ ਆਮ ਵਿਚਾਰ ਹੈ ਕਿ ਖੇਤੀਬਾੜੀ ਵਿੱਚ ਪੜ੍ਹਾਈ ਦੀ ਕੋਈ ਲੋੜ ਨਹੀਂ ਹੈ। ਲਗਦਾ ਹੈ ਮਾਲਵੇ ਦੇ ਜੱਟ ਆਦਿ ਲੋਕ ਇਸ ਪੁਰਾਣੇ ਅਤੇ ਪਿਛਾਂਹ ਖਿਚੂ ਵਿਚਾਰ ਉੱਤੇ ਅਮਲ ਕਰ ਰਹੇ ਹਨ।

ਧਾਰਮਿਕ ਰਚਨਾ (RELIGIOUS STRUCTURE)

ਮਾਲਵੇ ਵਿੱਚ ਸਿੱਖ **ਆਬਾਦੀ ਦੀ ਪ੍ਰਧਾਨਤਾ ਹੈ** (2001 ਦੀ ਜਨਗਣਨਾ ਅਨੁਸਾਰ ਕੁੱਲ ਵਸੋਂ ਦਾ 64.60%)। ਸਿੱਖਾਂ ਦੀ ਕੁੱਲ ਵਸੋਂ ਵਿੱਚ ਉੱਚੀ ਪ੍ਰਤੀਸ਼ਤਤਾ (70% ਤੋਂ ਵੱਧ) ਮੋਗਾ (85.80% ਮਾਲਵੇ ਵਿੱਚ ਸਭ ਤੋਂ ਵੱਧ), ਮਾਨਸਾ (78.33%), ਫਰੀਦਕੋਟ (77.53%) ਅਤੇ ਫਤਹਿਗੜ੍ਹ ਸਾਹਿਬ (74.56%), ਮੁਕਤਸਰ (74.11%) ਅਤੇ ਬਠਿੰਡਾ (74.07%) ਜ਼ਿਲ੍ਹਿਆਂ ਵਿੱਚ ਪਾਈ ਜਾਂਦੀ ਹੈ। ਸਿੱਖਾਂ ਦਾ ਸਭ ਤੋਂ ਘੱਟ ਹਿੱਸਾ ਫਿਰੋਜ਼ਪੁਰ ਜ਼ਿਲ੍ਹੇ ਵਿੱਚ 51.35% ਹੈ। ਪਟਿਆਲਾ, ਐਸ.ਏ.ਐਸ. ਨਗਰ (54.95%), ਰੂਪਨਗਰ ਤੇ ਲੁਧਿਆਣਾ (57.52%) ਜ਼ਿਲ੍ਹਿਆਂ ਵਿੱਚ ਵੀ ਸਿੱਖਾਂ ਦੀ ਗਿਣਤੀ ਅਤੇ ਪ੍ਰਤੀਸ਼ਤਤਾ ਘੱਟ ਹੈ (60% ਤੋਂ ਘੱਟ)–। ਬਾਕੀ ਦੇ ਜ਼ਿਲ੍ਹਿਆਂ ਵਿੱਚ ਇਹ 60 ਤੋਂ 70% ਵਿਚਕਾਰ ਹੈ (ਸਾਰਣੀ ਨੰ. 69)।

ਹਿੰਦੂ ਵਸੋਂ ਦੀ ਕਾਫੀ ਪ੍ਰਤੀਸ਼ਤਤਾ (40% ਤੋਂ ਵੱਧ) ਫਿਰੋਜ਼ਪੁਰ (49.95%), ਐਸ.ਏ.ਐਸ. ਨਗਰ (42.7%) ਅਤੇ ਪਟਿਆਲਾ (42.12) ਜ਼ਿਲ੍ਹਿਆਂ ਵਿੱਚ ਪਾਈ ਜਾਂਦੀ ਹੈ। ਲੁਧਿਆਣਾ (39.74%) ਅਤੇ ਰੂਪਨਗਰ (38.86%) ਜ਼ਿਲ੍ਹਿਆਂ ਵਿੱਚ ਹਿੰਦੂ ਕੁੱਲ ਵਸੋਂ ਦਾ ਇੱਕ ਤਿਹਾਈ ਤੋਂ ਵੱਧ ਹਨ। ਮੋਗਾ ਜ਼ਿਲ੍ਹੇ ਵਿੱਚ ਹਿੰਦੂਆਂ ਦੀ ਪ੍ਰਤੀਸ਼ਤਤਾ ਸਭ ਤੋਂ ਘੱਟ (13.16%) ਹੈ। ਬਾਕੀ ਦੇ ਜ਼ਿਲ੍ਹਿਆਂ ਵਿੱਚ ਇਹ 20.0% ਤੋਂ 25.21% ਵਿਚਕਾਰ ਹੈ।

ਸੰਗਰੂਰ ਜ਼ਿਲ੍ਹੇ (**ਮਲੇਰਕੋਟਲਾ ਤਹਿਸੀਲ**) ਵਿੱਚ ਸਭ ਤੋਂ ਵੱਧ **ਮੁਸਲਮਾਨ** ਰਹਿੰਦੇ ਹਨ (ਕੁੱਲ ਵਸੋਂ ਦਾ 7.85%)। ਨਵੇਂ ਬਣੇ **ਬਰਨਾਲਾ** ਜ਼ਿਲ੍ਹੇ ਵਿੱਚ ਵੀ ਕੁੱਲ ਵਸੋਂ ਦਾ 8.0% ਮੁਸਲਮਾਨ ਹਨ। ਜੇ ਅਸੀਂ ਪੰਜਾਬ ਦੇ ਵਿਭਿੰਨ ਜ਼ਿਲ੍ਹਿਆਂ ਵਿੱਚ 2001 ਦੀ ਜਨਗਣਨਾ ਅਨੁਸਾਰ ਮੁਸਲਮਾਨਾਂ ਦੀ ਵਸੋਂ ਦੀ ਕੁੱਲ ਵਸੋਂ ਨਾਲ ਪ੍ਰਤੀਸ਼ਤਤਾ ਦਾ 1991 ਦੀ ਜਨਗਣਨਾ ਦੇ ਅੰਕੜਿਆਂ ਨਾਲ

ਮੁਕਾਬਲਾ ਕਰੀਏ (ਸਾਰਣੀ ਨੰ. 18) ਤਾਂ ਪਤਾ ਲੱਗਦਾ ਹੈ ਕਿ 1991 ਦੇ ਮੁਕਾਬਲੇ 2001 ਵਿੱਚ ਮੁਸਲਮਾਨਾਂ ਦੀ ਜਨਸੰਖਿਆ ਵਿੱਚ ਬਹੁਤ ਵਾਧਾ ਹੋਇਆ ਹੈ। ਮੁਸਲਮਾਨਾਂ ਦੇ **ਕੁਦਰਤੀ ਉੱਚੇ ਵਾਧੇ** ਤੋਂ ਇਲਾਵਾ ਇੱਕ ਮੁੱਖ ਕਾਰਨ ਕਾਫੀ ਗਿਣਤੀ ਵਿੱਚ ਪ੍ਰਵਾਸੀ ਮੁਸਲਮਾਨ ਮਜ਼ਦੂਰਾਂ ਦਾ ਪੰਜਾਬ ਦੇ ਵਿਭਿੰਨ ਜ਼ਿਲ੍ਹਿਆਂ ਵਿੱਚ ਆਉਣਾ ਹੈ।

ਖੇਤੀਬਾੜੀ (AGRICULTURE)

ਮਾਲਵਾ ਪ੍ਰਦੇਸ਼ ਵਿੱਚ ਖੇਤੀਬਾੜੀ ਜਿਵਆਦਾ ਮਹੱਤਵਪੂਰਣ ਹੈ। ਮਾਲਵਾ ਦੇ ਪੂਰਬੀ ਜ਼ਿਲ੍ਹਿਆਂ, ਜਿੱਥੇ ਮਿੱਟੀ ਜ਼ਿਆਦਾ ਉਪਜਾਊ ਹੈ, ਟਿਊਬਵੈਲਾਂ ਅਤੇ ਨਹਿਰਾਂ ਤੋਂ ਭਰਪੂਰ ਸਿੰਜਾਈ ਪ੍ਰਾਪਤ ਹੈ ਅਤੇ ਜੋਤਾਂ ਦਾ ਆਕਾਰ (size of holdings) ਛੋਟਾ ਹੈ, ਵਿੱਚ ਘਣੀ ਖੇਤੀ (Intensive Farming) ਕੀਤੀ ਜਾਂਦੀ ਹੈ। ਅਰਧ-ਖੁਸ਼ਕ ਦੱਖਣ-ਪੱਛਮੀ ਮਲਾਵਾ ਵਿੱਚ ਰੇਤ ਦੇ ਟਿੱਬਿਆਂ ਦੀ ਭਰਮਾਰ, ਅਰਧ-ਖੁਸ਼ਕ ਜਲਵਾਯੂ, ਕੁੱਝ ਉੱਚੀ ਨੀਵੀਂ ਧਰਾਤਲ, ਕੇਵਲ ਨਹਿਰਾਂ ਰਾਹੀਂ ਸਿੰਜਾਈ ਅਤੇ ਕੁੱਝ ਰੇਤਲੀ ਦੋਮਟ ਮਿੱਟੀ ਅਤੇ ਵੱਡੀਆਂ ਜੋਤਾਂ (Large to Moderate Land Holdings) ਕਾਰਨ ਵਿਸਤਰਿਤ (extensive) ਤੋਂ ਦਰਮਿਆਨੀ ਘਣੀ ਖੇਤੀਬਾੜੀ (moderately intensive farming) ਕੀਤੀ ਜਾਂਦੀ ਹੈ। ਕਣਕ, ਚਾਵਲ, ਕਪਾਹ, ਗੰਨਾ, ਦਾਲਾਂ, ਤੇਲ ਦੇ ਬੀਜ਼, ਬਾਜਰਾ ਆਦਿ ਮਾਲਵੇ ਦੀਆਂ ਮਹੱਤਵਪੂਰਣ ਫਸਲਾਂ ਹਨ।

ਕਣਕ (WHEAT)

ਕਣਕ ਮਾਲਵਾ ਦੀ ਮੁੱਖ ਅਨਾਜ ਫਸਲ ਹੈ। ਮਾਲਵਾ ਨੇ 2000-01 ਵਿੱਚ ਪੰਜਾਬ ਦੀ 69.9% ਕਣਕ ਪੈਦਾ ਕੀਤੀ ਸੀ। 2008-09 ਵਿੱਚ ਮਾਲਵਾ ਨੇ ਪੰਜਾਬ ਦੀ 71.00% ਕਣਕ ਪੈਦਾ ਕੀਤੀ ਸੀ। 2015-16 ਵਿੱਚ ਇਹ ਹਿੱਸਾ 69.53% ਸੀ। 2021-22 ਵਿੱਚ ਮਾਲਵਾ ਨੇ ਪੰਜਾਬ ਦੀ 69.43% ਕਣਕ (103.22 ਲੱਖ ਮੀ. ਟਨ) ਪੈਦਾ ਕੀਤੀ ਸੀ.। 2000-01 ਵਿੱਚ ਮਾਲਵੇ ਦਾ ਕਣਕ ਉਤਪਾਦਨ 108.69 ਲੱਖ ਮੀ. ਟਨ ਸੀ ਜੋ 2008-09 ਵਿੱਚ ਵੱਧ ਕੇ 111.71 ਲੱਖ ਮੀ. ਟਨ ਹੋ ਗਿਆ ਸੀ। 2021-22 ਵਿੱਚ ਕਣਕ ਦਾ ਉਤਪਾਦਨ ਘੱਟ ਗਿਆ। 2015-16 ਵਿੱਚ ਇਹ ਵੱਧ ਕੇ 160.68 ਲੱਖ ਮੀ. ਟਨ ਹੋ ਗਿਆ ਸੀ। ਇਸੇ ਸਾਲ ਮਾਲਵਾ ਨੇ 24.25 ਲੱਖ ਹੈਕਟੇਅਰ ਭੂਮੀ ਵਿੱਚ ਕਣਕ ਬੀਜੀ ਸੀ। ਮਾਲਵਾ ਵਿੱਚ ਉੱਚੇ ਉਤਪਾਦਨ ਲਈ ਇੱਥੋਂ ਦੀ ਉਪਜਾਊ ਸੀਰੋਜ਼ਮ ਅਤੇ ਦੂਜੀਆਂ ਦੋਮਟ ਮਿੱਟੀਆਂ, ਅਰਧ-ਖੁਸ਼ਕ ਜਲਵਾਯੂ ਅਤੇ ਨਹਿਰਾਂ ਅਤੇ ਟਿਊਬਵੈਲਾਂ ਤੋਂ ਭਰਪੂਰ ਸਿੰਜਾਈ ਸਹੂਲਤਾਂ ਜਿੰਮੇਵਾਰ ਹਨ। ਪਰੰਤੂ ਪੰਜਾਬ ਦੇ ਬਾਕੀ ਜ਼ਿਲ੍ਹਿਆਂ ਤੇ ਪ੍ਰਦੇਸ਼ਾਂ ਦੀ ਤਰ੍ਹਾਂ ਮਾਲਵਾ ਵਿੱਚ ਵੀ 1999-2000 ਤੋਂ ਬਾਅਦ ਕਣਕ ਦਾ ਉਤਪਾਦਨ ਪ੍ਰਤੀ ਹੈਕਟੇਅਰ ਝਾੜ ਦੇ ਘਟਣ ਕਾਰਨ ਅਤੇ ਕਣਕ ਹੇਠ ਰਕਬੇ ਦੇ ਵੀ ਘਟਣ ਕਾਰਨ ਘੱਟ ਰਿਹਾ ਹੈ।

ਇਸ ਸਮੇਂ **ਸੰਗਰੂਰ ਦਾ ਜ਼ਿਲ੍ਹਾ** ਕਣਕ ਦਾ **ਸਭ ਤੋਂ ਵੱਡਾ ਉਤਪਾਦਕ** ਹੈ। 2015-16 ਵਿੱਚ ਸੰਗਰੂਰ ਨੇ ਮਾਲਵੇ ਦੀ 12.29% ਅਤੇ ਪੰਜਾਬ ਦੀ 8.54% ਕਣਕ ਪੈਦਾ ਕੀਤੀ ਸੀ। 2021-22 ਵਿੱਚ ਸੰਗਰੂਰ ਨੇ 12.154 ਲੱਖ ਮੀ. ਟਨ ਕਣਕ 2.61 ਲੱਖ ਹੈਕਟੇਅਰ ਵਿੱਚ ਪੈਦਾ ਕੀਤੀ ਸੀ। ਲੁਧਿਆਣਾ ਦਾ ਜ਼ਿਲ੍ਹਾ ਮਾਲਵੇ ਵਿੱਚ ਕਣਕ ਦਾ **ਤੀਜਾ ਵੱਡਾ** ਉਤਪਾਦਕ ਹੈ (ਮਾਲਵਾ ਦੀ 10.11% ਅਤੇ ਪੰਜਾਬ ਦੀ 7.02% ਕਣਕ ਹੈ)। 2021-22 ਵਿੱਚ ਲੁਧਿਆਣਾ ਨੇ 10.44 ਲੱਖ ਮੀ. ਟਨ ਕਣਕ 2.44 ਲੱਖ ਹੈਕਟੇਅਰ ਭੂਮੀ ਵਿੱਚੋਂ ਪੈਦਾ ਕੀਤੀ ਸੀ। **ਬਠਿੰਡਾ** ਦਾ ਜ਼ਿਲ੍ਹਾ ਮਾਲਵੇ ਵਿੱਚ ਕਣਕ ਦਾ ਦੂਜਾ ਵੱਡਾ ਉਤਪਾਦਕ (ਮਾਲਵਾ ਦੀ 11.13% ਅਤੇ ਪੰਜਾਬ ਦੀ 7.73% ਕਣਕ) ਹੈ। 2021-22 ਵਿੱਚ ਕਣਕ ਦਾ ਉਤਪਾਦਨ 11.49 ਲੱਖ ਮੀ. ਟਨ ਸੀ। **ਪਟਿਆਲਾ ਦਾ ਜ਼ਿਲ੍ਹਾ ਕਣਕ ਦਾ ਪੰਜਵਾਂ ਵੱਡਾ ਉਤਪਾਦਕ** (ਮਾਲਵਾ ਦੀ 8.8% ਅਤੇ ਪੰਜਾਬ ਦੀ 6.01% ਕਣਕ) ਹੈ। 2021-22 ਵਿੱਚ ਉਤਪਾਦਨ 9.07 ਲੱਖ ਮੀ. ਟਨ ਸੀ। ਸ੍ਰੀ ਮੁਕਤਸਰ ਸਾਹਿਬ ਦਾ ਜ਼ਿਲ੍ਹਾ ਚੌਥਾ ਵੱਡਾ ਉਤਪਾਦਕ ਹੈ (ਮਾਲਵਾ ਦੀ 9.62% ਅਤੇ ਪੰਜਾਬ ਦੀ (6.68% ਕਣਕ) ਮੁਕਤਸਰ ਨੇ 2021-22 ਵਿੱਚ 9.93 ਲੱਖ ਮੀ. ਟਨ ਕਣਕ ਪੈਦਾ ਕੀਤੀ ਸੀ। ਫਾਜ਼ਿਲਕਾ (8.73 ਲੱਖ ਮੀ. ਟਨ = ਮਾਲਵੇ ਦੀ 8.46%) ਅਤੇ ਫਿਰੋਜਪੁਰ (8.21 ਲੱਖ ਮੀ. ਟਨ = ਮਾਲਵੇ ਦੀ 7.96%) ਮਾਲਵੇ ਵਿੱਚ ਕਣਕ ਦੇ ਕ੍ਰਮਵਾਰ ਛੇਵਾਂ ਅਤੇ ਸੱਤਵਾਂ ਵੱਡਾ ਉਤਪਾਦਕ ਹੈ। ਇਹ ਸਭ ਵੱਡੇ ਉਤਪਾਦਕ ਰਲ ਕੇ ਮਾਲਵੇ ਦੀ ਲਗਭਗ 67.84% ਅਤੇ ਪੰਜਾਬ ਦੀ 47% ਕਣਕ ਪੈਦਾ ਕਰਦੇ ਹਨ।

ਸਾਰਣੀ ਨੰ. 71 ਮਾਲਵੇ ਦੇ ਜ਼ਿਲ੍ਹੇਵਾਰ ਖੇਤੀਬਾੜੀ ਫਸਲਾਂ ਨਾਲ ਸਬੰਧਤ ਅੰਕੜੇ 2021-22

ਕ੍ਰ. ਨ	ਜ਼ਿਲ੍ਹਾ	ਨਿਰੋਲ ਬੀਜਿਆ ਰਕਬਾ	ਕੁੱਲ ਫਸਲੀ ਰਕਬਾ	ਕਣਕ		ਚਾਵਲ		ਮੱਕੀ		ਗੰਨਾ		ਕਪਾਹ		ਜੌਂ	ਛੋਲੇ	ਮੂੰਗ	ਅਰਹਰ	ਸਰ੍ਹੋਂ ਤਾਰਾਮੀਰਾ	ਸੂਰਜ ਮੁਖੀ	ਤਿਲ	ਆਲੂ	ਕਿੰਨੂ	ਸੰਗਤਰਾ ਮਾਲਟਾ	ਅਮਰੂਦ	ਅੰਗੂਰ	ਬਿਜਲੀ ਨਾਲ ਚੱਲਣ ਵਾਲੇ ਟਿਊਬਵੈਲ
		ਰ	ਰ	ਰ	ਉ	ਰ	ਉ	ਰ	ਉ	ਰ	ਉ	ਰ	ਉ	ਉ	ਉ	ਉ	ਉ	ਉ	ਉ	ਉ	ਉ	ਉ	ਉ	ਉ	ਉ	(ਹਜ਼ਾਰ)
1.	ਰੂਪਨਗਰ	84	138	67.5	243.7	41.0	173	21.3	67.3	2	149	–	–	0.3	0.1	–	–	5.4	–	0.1	14.2	8.71	0.54	10.87	0.07	22.60
2.	ਐਸ.ਏ.ਐਸ. ਨਗਰ	86	116	50.1	185.5	32.2	113	6.0	24.2	1.8	142	–	–	0.3	–	–	0.1	0.9	0.9	–	40.4	6.17	0.14	19.78	0.0	16.25
3.	ਲੁਧਿਆਣਾ	299	566	244.2	1044.0	258.7	1246	1.2	3.4	2.7	215	–	–	2.9	–	0.1	0.4	3.1	–	–	486.9	13.96	0.88	47.21	1.19	114.66
4.	ਫਿਰੋਜ਼ਪੁਰ	218	401	187.8	821.2	187.8	828	0.2	0.8	0.1	6.0	–	–	–	–	0.1	–	0.9	–	0.1	33.0	0.70	0.05	2.82	0.04	82.75
5.	ਫਾਜ਼ਿਲਕਾ	257	496	204.1	872.9	113.1	355	0.6	1.6	0.7	56.0	83.8	59.72	2.5	1.4	0.6	–	13.8	–	–	2.6	1000.21	25.15	19.37	1.45	34.61
6.	ਫਰੀਦਕੋਟ	128	251	115.6	529.6	115.7	503	–	–	–	–	2.1	1.36	0.3	0.1	–	–	1.3	–	–	10.0	5.71	0.07	5.67	0.08	57.63
7.	ਸ਼੍ਰੀ ਮੁਕਤਸਰ ਸਾਹਿਬ	230	459	219.3	992.7	183.4	766	–	–	0.1	8.0	32.2	21.16	0.6	–	–	–	3.4	–	–	8.5	74.03	1.53	21.58	0.19	71.26
8.	ਮੋਗਾ	194	390	177.9	778.3	181.7	861	0.4	2.0	–	–	0.1	0.08	0.5	0.1	0.1	0.3	1.1	–	–	209.8	4.44	0.01	6.70	0.04	72.86
9.	ਬਠਿੰਡਾ	283	560	260.7	1148.6	180.4	829	0.1	0.4	0.1	8.0	78.2	15.25	2.0	0.2	0.3	–	4.0	–	–	166.6	36.63	0.50	10.42	2.74	78.35
10.	ਮਾਨਸਾ	184	369	172.5	768.1	122.7	561	0.1	0.4	–	–	51.7	11.1	1.1	0.1	–	–	3.2	–	–	5.7	10.25	0.0	5.24	0.03	42.88
11.	ਸੰਗਰੂਰ	314	626	291.2	1215.4	291.8	1474	0.2	0.8	1.9	184	1.8	0.4	3.0	–	0.1	0.1	3.5	–	–	26.4	2.74	0.19	17.92	0.06	118.24
12.	ਬਰਨਾਲਾ	125	249	114.8	524.9	116.1	551	0.1	0.4	0.2	16	1.4	0.6	0.9	0.1	0.1	0.1	1.3	–	–	41.1	0.63	0.02	2.83	0.0	46.82
13.	ਪਟਿਆਲਾ	258	507	233.5	906.7	283.7	1008	0.8	2.4	1.5	126	–	–	1.0	–	–	–	1.6	0.6	–	124.3	2.16	0.26	38.40	0.15	92.98
14.	ਫਤਹਿਗੜ੍ਹ ਸਾਹਿਬ	102	190	85.3	290.0	87.3	412	0.2	0.8	2.4	180.0	–	–	0.6	–	–	–	1.3	0.8	–	117.1	0.65	0.0	2.47	0.0	33.98
15.	ਕੁੱਲ (ਮਾਲਵਾ)	2762	5318	2424.5	10321.7	2145.6	9680	3.2	104.5	13.5	1090.0	251.3	109.7	16.0	2.1	1.4	1.0	44.8	2.3	0.2	1287.7	1166.99	29.34	211.30	6.03	885.88
16.	ਪੰਜਾਬ	4124	7826	3525.8	14865.4	3144.6	13648	105.2	413.4	86.8	7131.0	251.3	109.7	15.9	2.2	2.0	1.4	69.3	2.2	1.0	3050.0	1254.60	33.28	226.69	6.92	1388.84

ਸੋਮਾ : ਪੰਜਾਬ ਦਾ ਅੰਕੜਾ ਸਾਰ 2022

ਰ. : ਰਕਬਾ ਹਜ਼ਾਰ ਹੈਕਟੇਅਰ, ਉ : ਉਤਪਾਦਨ ਹਜ਼ਾਰ ਮੀ. ਟਨ

ਪੂਰਬੀ ਛੋਟੇ ਜ਼ਿਲ੍ਹਿਆਂ ਰੂਪ ਨਗਰ ਤੇ ਐਸ.ਏ.ਐਸ ਨਗਰ ਵਿੱਚ ਕਣਕ ਦਾ ਉਤਪਾਦਨ ਨੀਵਾਂ ਹੈ (ਹਰੇਕ ਲਗਭਗ 2 ਲੱਖ ਮੀ. ਟਨ)। ਛੋਟੇ ਜ਼ਿਲ੍ਹਿਆਂ ਫਤਹਿਗੜ੍ਹ ਸਾਹਿਬ (2.90 ਲੱਖ ਮੀ. ਟਨ), ਫਰੀਦਕੋਟ (5.30 ਲੱਖ ਮੀ. ਟਨ) ਅਤੇ ਬਰਨਾਲਾ (5.25 ਲੱਖ ਮੀ. ਟਨ) ਵਿੱਚ ਵੀ ਕਣਕ ਦਾ ਉਤਪਾਦਨ ਨੀਵਾਂ ਹੈ। ਬਾਕੀ ਦੇ ਜ਼ਿਲ੍ਹਿਆਂ ਵਿੱਚ ਕਣਕ ਦਾ ਉਤਪਾਦਨ 7 ਤੋਂ 10 ਲੱਖ ਮੀ. ਟਨ ਵਿਚਕਾਰ ਹੈ (ਸਾਰਣੀ ਨੰ. 69)।

ਰਕਬਾ—ਮਾਲਵੇ ਵਿੱਚ ਕਣਕ ਦੀ ਕਾਸ਼ਤ ਹੇਠ ਸਭ ਤੋਂ ਵੱਧ ਰਕਬਾ ਸੰਗਰੂਰ ਜ਼ਿਲ੍ਹੇ ਵਿੱਚ 2.912 ਲੱਖ ਹੈਕਟੇਅਰ (ਮਾਲਵੇ ਦਾ 12.01%, ਬਠਿੰਡਾ 2.61 ਲੱਖ ਹੈਕਟੇਅਰ), ਲੁਧਿਆਣਾ 2.442 ਲੱਖ ਹੈਕਟੇਅਰ, ਪਟਿਆਲਾ 2.34 ਲੱਖ ਹੈਕਟੇਅਰ, ਮੁਕਤਸਰ ਸਾਹਿਬ 2.193 ਲੱਖ ਹੈਕਟੇਅਰ ਅਤੇ ਫਾਜ਼ਿਲਕਾ ਜ਼ਿਲ੍ਹੇ ਵਿੱਚ 2.041 ਲੱਖ ਹੈਕਟੇਅਰ 2021-22 ਵਿੱਚ ਸੀ। ਕਣਕ ਦੀ ਕਾਸ਼ਤ ਹੇਠ ਘੱਟ ਰਕਬਾ ਐਸ.ਏ.ਐਸ. ਨਗਰ 0.5 ਲੱਖ ਹੈਕਟੇਅਰ, ਰੂਪਨਗਰ 0.68 ਲੱਖ ਹੈਕਟੇਅਰ ਅਤੇ ਫਤਹਿਗੜ੍ਹ ਸਾਹਿਬ ਜ਼ਿਲ੍ਹੇ ਵਿੱਚ 0.853 ਲੱਖ ਹੈਕਟੇਅਰ 2021-22 ਨੂੰ ਰਿਕਾਰਡ ਕੀਤਾ ਗਿਆ।

ਝਾੜ (Yield)—ਮਾਲਵੇ ਵਿੱਚ ਕਣਕ ਦਾ ਔਸਤ ਝਾੜ 2021-22 ਨੂੰ 42.57 ਕਿਉਂਟਲ ਪ੍ਰਤੀ ਹੈਕਟੇਅਰ ਸੀ। ਜ਼ਿਲ੍ਹਿਆਂ ਅਨੁਸਾਰ ਉੱਚਾ ਝਾੜ 4582 ਕਿ.ਗ੍ਰਾ. ਪ੍ਰਤੀ ਹੈਕਟੇਅਰ ਫਰੀਦਕੋਟ ਜ਼ਿਲ੍ਹੇ ਵਿੱਚ, 4572 ਕਿਲੋ/ਹੈਕਟੇਅਰ ਬਰਨਾਲਾ ਜ਼ਿਲ੍ਹੇ ਵਿੱਚ, 4527 ਕਿਲੋ/ਹੈਕਟੇਅਰ ਮੁਕਤਸਰ ਸਾਹਿਬ ਜ਼ਿਲ੍ਹੇ ਵਿੱਚ, 4453 ਕਿਲੋ/ਹੈਕਟੇਅਰ ਬਠਿੰਡਾ ਜ਼ਿਲ੍ਹੇ ਵਿੱਚ ਅਤੇ ਨੀਵਾਂ ਝਾੜ ਫਤਹਿਗੜ੍ਹ ਸਾਹਿਬ 3400 ਕਿਲੋ/ਹੈਕਟੇਅਰ, 3610 ਕਿਲੋ/ਹੈਕਟੇਅਰ ਰੂਪਨਗਰ ਅਤੇ 3704 ਕਿਲੋ ਹੈਕਟੇਅਰ ਐਸ.ਏ.ਐਸ. ਨਗਰ ਜ਼ਿਲ੍ਹੇ ਵਿੱਚ ਰਿਕਾਰਡ ਕੀਤਾ ਗਿਆ।

ਕਣਕ ਤੀਬਰਤਾ — ਕੁੱਲ ਫਸਲੀ ਰਕਬੇ ਵਿੱਚੋਂ ਕਣਕ ਹੇਠ ਰਕਬੇ ਦੀ ਪ੍ਰਤੀਸ਼ਤਤਾ ਨੂੰ ਕਣਕ ਤੀਬਰਤਾ ਕਿਹਾ ਜਾਂਦਾ ਹੈ। 2015-16 ਅਨੁਸਾਰ (ਡਾਇਰੈਕਟਰ, ਪੰਜਾਬ ਲੈਂਡ ਰੀਕਾਰਡਜ਼ ਦੇ ਅੰਕੜੇ) ਮਾਲਵੇ ਵਿੱਚ ਸਭ ਤੋਂ ਉੱਚੀ ਕਣਕ ਤੀਬਰਤਾ ਖਰੜ ਤਹਿਸੀਲ ਵਿੱਚ 54.53% ਸੀ। ਫਾਜ਼ਿਲਕਾ (53.76%), ਐਸ.ਏ.ਐਸ. ਨਗਰ (52.97%), ਗੁਰੂ ਹਰਸਹਾਏ (48.80), ਆਨੰਦਪੁਰ ਸਾਹਿਬ (48.64%), ਨੰਗਲ (48.71%) ਅਤੇ ਪਾਤੜਾਂ (48.48%) ਤਹਿਸੀਲਾਂ ਵਿੱਚ ਵੀ ਬਹੁਤ ਉੱਚੀ ਸੀ (ਨਕਸ਼ਾ ਨੰ. 78 ੳ)। ਰੂਪਨਗਰ (47.53), ਜਲਾਲਾਬਾਦ (47.84%), ਜੈਤੋ (47.06%), ਗਿੱਦੜਬਾਹਾ (47.50), ਮੂਣਕ (47.06%), ਮੌੜ (47.0%), ਫਰੀਦਕੋਟ (46.83%), ਕੋਟਕਪੂਰਾ (46.82%), ਬੁਢਲਾਡਾ (46.93%), ਪਟਿਆਲਾ, ਸੁਨਾਮ, (46.61%), ਰਾਮਪੁਰਾ ਫੂਲ (46.13%), ਮਾਨਸਾ (46.54%), ਲਹਿਰਾ (46.60%), ਫਤਹਿਗੜ੍ਹ ਸਾਹਿਬ (46.83%), ਤਹਿਸੀਲਾਂ ਵਿੱਚ ਕਾਫੀ ਉੱਚੀ ਕਣਕ ਤੀਬਰਤਾ (46.0%) ਤੋਂ ਵੱਧ ਪਾਈ ਜਾਂਦੀ ਹੈ।

ਬਾਘਾ ਪੁਰਾਣਾ, ਨਿਹਾਲ ਸਿੰਘ ਵਾਲਾ ਅਤੇ ਮੁਕਤਸਰ (ਹਰੇਕ 46% ਤੋਂ ਵੱਧ), ਮਲੋਟ (46.11%) ਅਤੇ ਚਮਕੌਰ ਸਾਹਿਬ ਤਹਿਸੀਲਾਂ, ਮਲੇਰਕੋਟਲਾ, ਬਸੀ ਪਠਾਣਾਂ, ਪਾਇਲ, ਤਲਵੰਡੀ ਸਾਬੋ (46.13%), ਜੈਤੋਂ, ਮਾਨਸਾ (46.29%), ਸਰਦੂਲਗੜ੍ਹ, ਸੰਗਰੂਰ, ਤਪਾ, ਪਟਿਆਲਾ, ਸਮਾਣਾ (45.04%), ਰਾਜਪੁਰਾ (45.78%) ਤਹਿਸੀਲਾਂ ਵਿੱਚ ਉੱਚੀ ਕਣਕ ਤੀਬਰਤਾ ਪਾਈ ਜਾਂਦੀ ਹੈ (ਨਕਸ਼ਾ ਨੰ. 78 ੳ)। ਖੰਨਾ (39.10%), ਸਮਰਾਲਾ (38.44%) ਅਮਲੋਹ (38.10%) ਤਹਿਸੀਲਾਂ ਵਿੱਚ **ਨੀਵੀਂ** ਕਣਕ ਤੀਬਰਤਾ (40% ਤੋਂ ਘੱਟ) ਪਾਈ ਜਾਂਦੀ ਹੈ। ਬਾਕੀ ਦੀਆਂ ਤਹਿਸੀਲਾਂ ਵਿੱਚ ਦਰਮਿਆਨੀ ਉੱਚੀ (40% ਤੋਂ 45.0% ਤੱਕ) ਕਣਕ ਤੀਬਰਤਾ ਪਾਈ ਜਾਂਦੀ ਹੈ। ਸਭ ਤੋਂ ਘੱਟ ਕਣਕ ਤੀਬਰਤਾ ਫਾਜ਼ਿਲਕਾ ਜ਼ਿਲ੍ਹੇ ਦੇ ਗਰਮ ਖੁਸ਼ਕ ਤਹਿਸੀਲ ਅਬੋਹਰ ਵਿੱਚ 33.29% ਪਾਈ ਗਈ ਸੀ।

2021-22 ਵਿੱਚ ਜ਼ਿਲ੍ਹੇਵਾਰ ਕਣਕ ਤੀਬਰਤਾ ਮੁਕਤਸਰ ਸਾਹਿਬ ਵਿੱਚ 47.78%, ਰੂਪਨਗਰ 48.91% (ਸਭ ਤੋਂ ਵੱਧ), ਫਿਰੋਜ਼ਪਰ (46.83%), ਸੰਗਰੂਰ (46.52%), ਬਠਿੰਡਾ (46.55%), ਲੁਧਿਆਣਾ (43.14%), ਫਾਜ਼ਿਲਕਾ 41.15% (ਸਭ ਤੋਂ ਘੱਟ), ਪਟਿਆਲਾ (46.06%) ਪਾਈ ਗਈ।

ਚਾਵਲ (RICE)

ਚਾਵਲ ਮਾਲਵੇ ਦੀ ਦੂਜੀ ਮਹੱਤਵਪੂਰਣ ਅਨਾਜ ਫਸਲ ਹੈ। ਮਾਲਵੇ ਵਿੱਚ ਚਾਵਲ ਦੀ ਖੇਤੀ ਦਾ ਵਿਸਥਾਰ ਸਿੰਜਾਈ ਸਹੂਲਤਾਂ, ਵਿਸ਼ੇਸ਼ ਕਰਕੇ ਟਿਊਬਵੈਲਾਂ ਤੋਂ, ਕਾਰਨ ਸੰਭਵ ਹੋ ਸਕਿਆ ਹੈ। 1999-2000 ਵਿੱਚ ਮਾਲਵੇ ਨੇ 60.16 ਲੱਖ ਮੀ. ਟਨ ਚਾਵਲ ਪੈਦਾ ਕੀਤਾ ਸੀ। ਇਹ ਉਤਪਾਦਨ 2006-07 ਵਿੱਚ ਵੱਧ ਕੇ 71.56 ਲੱਖ ਮੀ. ਟਨ ਅਤੇ 2008-09 ਵਿੱਚ 78.42 ਲੱਖ ਮੀ. ਟਨ ਹੋ ਗਿਆ। 2015-16 ਵਿੱਚ ਮਾਲਵਾ ਪ੍ਰਦੇਸ਼ ਵਿੱਚ 85.82 ਲੱਖ ਮੀ. ਟਨ ਚਾਵਲ ਪੈਦਾ ਹੋਇਆ ਸੀ। 2021-22 ਵਿੱਚ ਮਾਲਵੇ ਨੇ 96.80 ਲੱਖ ਮੀ. ਟਨ (ਪੰਜਾਬ ਦਾ 70.93%) ਚਾਵਲ ਪੈਦਾ ਕੀਤਾ ਸੀ। ਹੁਣ ਖੁਸ਼ਕ ਜ਼ਿਲ੍ਹੇ ਮੁਕਤਸਰ ਵਿੱਚ ਵੀ ਚਾਵਲ ਪੈਦਾ ਕੀਤਾ ਜਾਂਦਾ ਹੈ। ਹੁਣ ਮਾਲਵੇ ਦੇ ਹਰ ਜ਼ਿਲ੍ਹੇ ਵਿੱਚ ਚਾਵਲ ਪੈਦਾ ਕੀਤਾ ਜਾਂਦਾ ਹੈ। 2021-22 ਵਿੱਚ ਮਾਲਵਾ ਨੇ ਪੰਜਾਬ ਦਾ 78.93% ਚਾਵਲ (ਖੇਤਰਫਲ 68.23%) ਪੈਦਾ ਕੀਤਾ ਸੀ (ਸਾਰਣੀ ਨੰ. 71)।

ਮਾਲਵੇ ਦਾ ਮੱਧਵਰਤੀ ਜ਼ਿਲ੍ਹਾ **ਸੰਗਰੂਰ ਪੰਜਾਬ ਦਾ ਸਭ ਤੋਂ ਵੱਧ ਚਾਵਲ** ਪੈਦਾ ਕਰਦਾ ਹੈ (10.80%)। 2021-22 ਵਿੱਚ ਸੰਗਰੂਰ ਨੇ 14.74 ਲੱਖ ਮੀ. ਟਨ ਚਾਵਲ (ਮਾਲਵੇ ਦਾ 15.23%) 2.92 ਲੱਖ ਹੈਕਟੇਅਰ ਭੂਮੀ ਵਿੱਚੋਂ ਪੈਦਾ ਕੀਤਾ ਸੀ। **ਲੁਧਿਆਣਾ** ਦਾ ਜ਼ਿਲ੍ਹਾ **ਦੂਜਾ ਵੱਡਾ ਉਤਪਾਦਕ** (ਪੰਜਾਬ ਦਾ 9.13% ਅਤੇ ਮਾਲਵੇ ਦਾ 12.87%) ਹੈ। 2021-22 ਵਿੱਚ ਲੁਧਿਆਣਾ ਜ਼ਿਲ੍ਹੇ ਨੇ 12.42 ਲੱਖ ਮੀ. ਟਨ ਚਾਵਲ 2.59 ਲੱਖ ਹੈਕਟੇਅਰ ਭੂਮੀ ਵਿੱਚ ਪੈਦਾ (ਉੱਚਾ ਝਾੜ = 48.18 ਕਿਉਂਟਲ ਪ੍ਰਤੀ ਹੈਕਟੇਅਰ) ਕੀਤਾ ਸੀ। **ਪਟਿਆਲਾ** ਦਾ ਜ਼ਿਲ੍ਹਾ ਮਾਲਵਾ ਦਾ ਚਾਵਲ ਦਾ ਤੀਜਾ ਵੱਡਾ ਉਤਪਾਦਕ ਹੈ। 2021-22 ਵਿੱਚ ਮਾਲਵੇ ਦਾ 10.41% ਅਤੇ ਪੰਜਾਬ ਦਾ 7.39% ਚਾਵਲ ਪੈਦਾ ਕੀਤਾ ਸੀ। ਇਸੇ ਸਾਲ ਇੱਥੇ ਚਾਵਲ ਦਾ ਉਤਪਾਦਨ 10.08 ਲੱਖ ਮੀ. ਟਨ (2.84 ਲੱਖ ਹੈਕਟੇਅਰ ਭੂਮੀ) ਸੀ। ਮਾਲਵੇ ਵਿੱਚ ਚਾਵਲ ਦਾ ਚੌਥਾ ਵੱਡਾ ਉਤਪਾਦਕ ਮੋਗੇ ਦਾ ਜ਼ਿਲ੍ਹਾ ਹੈ ਜਿਸ ਨੇ 2021-22 ਵਿੱਚ 8.61 ਲੱਖ ਮੀ. ਟਨ ਚਾਵਲ (ਮਾਲਵੇ ਦਾ 8.89% ਅਤੇ ਪੰਜਾਬ ਦਾ 6.31% ਚਾਵਲ ਪੈਦਾ ਕੀਤਾ ਸੀ। ਚਾਵਲ ਦੇ ਇਹ ਚਾਰ ਉਤਪਾਦਕ ਮਿਲ ਕੇ ਮਾਲਵਾ ਦਾ ਅੱਧੇ ਤੋਂ ਘੱਟ (33.62% 2021-22 ਵਿੱਚ) ਪੈਦਾ ਕਰਦੇ ਹਨ। ਫਿਰੋਜ਼ਪੁਰ (8.28 ਲੱਖ ਮੀ. ਟਨ = ਮਾਲਵੇ ਦਾ 8.55%) ਚਾਵਲ ਦਾ ਇੱਕ ਹੋਰ ਮਹੱਤਵਪੂਰਣ ਉਤਪਾਦਕ ਹੈ। ਸਭ ਤੋਂ ਘੱਟ ਚਾਵਲ ਐਸ.ਏ.ਐਸ. ਨਗਰ (1.13% ਲੱਖ ਮੀ. ਟਨ) ਅਤੇ ਰੂਪਨਗਰ (1.73 ਲੱਖ ਮੀ. ਟਨ) ਜ਼ਿਲ੍ਹਿਆਂ ਵਿੱਚ ਪੈਦਾ ਕੀਤਾ ਜਾਂਦਾ ਹੈ। ਬਾਕੀ ਦੇ ਜ਼ਿਲ੍ਹਿਆਂ ਵਿੱਚ ਚਾਵਲ ਦਾ ਉਤਪਾਦਨ ਲਗਭਗ ਦਰਮਿਆਨਾ (ਲਗਭਗ 3.0 ਲੱਖ ਮੀ. ਟਨ ਤੋਂ4.90 ਲੱਖ ਮੀ. ਟਨ ਵਿਚਕਾਰ) ਹੈ (ਸਾਰਣੀ ਨੰ. 69)।

ਆਮ ਕਰਕੇ **ਦੱਖਣ-ਪੱਛਮੀ ਗਰਮ ਤੇ ਖੁਸ਼ਕ ਤੋਂ ਅਰਧ-ਖੁਸ਼ਕ** ਜ਼ਿਲ੍ਹਿਆਂ ਮੁਕਤਸਰ, ਬਠਿੰਡਾ, ਫਰੀਦਕੋਟ, ਮਾਨਸਾ, ਬਰਨਾਲਾ ਅਤੇ ਫਾਜ਼ਿਲਕਾ ਵਿੱਚ ਘੱਟ ਚਾਵਲ (3 ਤੋਂ 9 ਲੱਖ ਮੀ. ਟਨ) ਪੈਦਾ ਕੀਤਾ ਜਾਂਦਾ ਹੈ। ਪੂਰਬੀ ਅਰਧ-ਪਹਾੜੀ ਜਿਲ੍ਹਿਆਂ ਰੂਪਨਗਰ ਅਤੇ ਐਸ.ਏ.ਐਸ. ਨਗਰ ਅਤੇ ਫਤਹਿਗੜ੍ਹ ਸਾਹਿਬ ਵਿੱਚ ਵੀ ਘੱਟ ਚਾਵਲ ਪੈਦਾ ਕੀਤਾ ਜਾਂਦਾ ਹੈ।

2021-22 ਨੂੰ ਮਾਲਵੇ ਵਿੱਚ ਚਾਵਲ ਦੀ ਕਾਸ਼ਤ ਹੇਠ 21.456 ਲੱਖ ਹੈਕਟੇਅਰ ਭੂਮੀ ਸੀ। 2015-16 ਨੂੰ ਮਾਲਵੇ ਵਿੱਚ ਚਾਵਲ 19.96 ਲੱਖ ਹੈਕਟੇਅਰ ਭੂਮੀ ਵਿੱਚ ਕਾਸ਼ਤ ਕੀਤਾ ਗਿਆ ਸੀ। ਸਾਲ 2021-22 ਦੌਰਾਨ ਮਾਲਵੇ ਵਿੱਚ ਚਾਵਲ ਦੀ ਖੇਤੀ ਅਧੀਨ ਸਭ ਤੋਂ ਵੱਧ ਰਕਬਾ ਸੰਗਰੂਰ ਜ਼ਿਲ੍ਹੇ ਵਿੱਚ 2.92 ਲੱਖ ਹੈਕਟੇਅਰ ਸੀ। ਇਸ ਤੋਂ ਬਾਅਦ ਪਟਿਆਲਾ ਜ਼ਿਲ੍ਹਾ (2.84 ਲੱਖ ਹੈਕਟੇਅਰ), ਲੁਧਿਆਣਾ (2.59 ਲੱਖ ਹੈਕਟੇਅਰ), ਫਿਰੋਜ਼ਪੁਰ ਜ਼ਿਲ੍ਹਾ (1.88 ਲੱਖ ਹੈਕਟੇਅਰ) ਅਤੇ ਮੁਕਤਸਰ ਸਾਹਿਬ ਦਾ ਜ਼ਿਲ੍ਹਾ (1.834 ਹੈਕਟੇਅਰ) ਆਉਂਦੇ ਹਨ। ਚਾਵਲ ਦੀ ਕਾਸ਼ਤ ਹੇਠ 2021-22 ਨੂੰ ਘੱਟ ਰਕਬਾ ਐਸ.ਏ.ਐਸ. ਨਗਰ (0.322 ਲੱਖ ਹੈਕਟੇਅਰ), ਰੂਪਨਗਰ (0.41 ਲੱਖ ਹੈਕਟੇਅਰ) ਅਤੇ ਫਤਹਿਗੜ੍ਹ ਸਾਹਿਬ (0.873 ਲੱਖ ਹੈਕਟੇਅਰ) ਦੇ ਜ਼ਿਲ੍ਹਿਆਂ ਵਿੱਚ ਪਾਇਆ ਜਾਂਦਾ ਹੈ। ਬਾਕੀ ਦੇ ਜ਼ਿਲ੍ਹਿਆਂ ਵਿੱਚ ਹਰੇਕ ਵਿੱਚ ਚਾਵਲ ਦੀ ਕਾਸ਼ਤ ਹੇਠ ਰਕਬਾ 1.13 ਲੱਖ ਹੈਕਟੇਅਰ ਤੋਂ 1.82 ਲੱਖ ਹੈਕਟੇਅਰ ਵਿਚਕਾਰ ਪਾਇਆ ਜਾਂਦਾ ਹੈ (ਸਾਰਣੀ 69)।

ਤਹਿਸੀਲਾਰ ਚਾਵਲ ਤੀਬਰਤਾ—ਚਾਵਲ ਹੇਠ ਰਕਬੇ ਦੀ ਕੁੱਲ ਫਸਲੀ ਰਕਬੇ ਨਾਲ **ਪ੍ਰਤੀਸ਼ਤਤਾ ਸਭ ਤੋਂ ਵੱਧ ਉੱਚੀ** ਜ਼ੀਰਾ ਤਹਿਸੀਲ ਵਿੱਚ 48.24% 2015-16 ਦੇ ਅੰਕੜਿਆਂ ਅਨੁਸਾਰ ਸੀ। ਅਜਿਹੀ **ਉੱਚੀ ਤੀਬਰਤਾ** ਸਮਾਣਾ (45.16%), ਨਾਭਾ, ਮਲੇਰਕੋਟਲਾ, ਧੂਰੀ (45.69%), ਸੰਗਰੂਰ, ਫਿਰੋਜ਼ਪੁਰ, ਜਲਾਲਾਬਾਦ (46.44%), ਮੋਗਾ (47.53%), ਨਿਹਾਲ ਸਿੰਘ ਵਾਲਾ, ਬਾਘਾ ਪੁਰਾਣਾ (46.68%), ਧਰਮਕੋਟ (47.12%), ਫਤਹਿਗੜ੍ਹ ਸਾਹਿਬ (46.24%), ਪਟਿਆਲਾ (46.44%) ਅਤੇ ਅਮਲੋਹ (45.14%) ਤਹਿਸੀਲਾਂ ਵਿੱਚ ਰਿਕਾਰਡ ਕੀਤੀ ਗਈ ਹੈ। ਇਨ੍ਹਾਂ ਤਹਿਸੀਲਾਂ ਵਿੱਚ ਚਾਵਲ ਪੈਦਾ ਕਰਨ ਦੀ ਪਰੰਪਰਾ ਹੈ, ਇੱਥੇ ਚੀਕਣੀ ਦੋਮਟ ਮਿੱਟੀ ਅਤੇ ਭਰਪੂਰ ਸਿੰਜਾਈ ਸਹੂਲਤਾਂ ਉਪਲਬੱਧ ਹਨ।

ਸਭ ਤੋਂ ਘੱਟ ਚਾਵਲ ਤੀਬਰਤਾ ਅਬੋਹਰ (ਰੇਤਲੀ ਅਤੇ ਗਰਮ ਅਤੇ ਖੁਸ਼ਕ) ਤਹਿਸੀਲ ਲਈ ਕੇਵਲ 5.54% 2015-16 ਅਨੁਸਾਰ ਸੀ। ਸਰਦੂਲਗੜ੍ਹ (14.50%), ਤਲਵੰਡੀ ਸਾਬੋ (9.82%) ਅਤੇ ਨੰਗਲ (8.55%) ਤਹਿਸੀਲਾਂ ਵਿੱਚ ਵੀ **ਬਹੁਤ ਨੀਵੀਂ ਚਾਵਲ ਤੀਬਰਤਾ** ਪਾਈ ਜਾਂਦੀ ਹੈ। ਇਹ ਵੀ ਗਰਮ, ਖੁਸ਼ਕ ਅਤੇ ਰੇਤਲੀਆਂ ਤਹਿਸੀਲਾਂ ਹਨ ਅਤੇ ਇੱਥੇ **ਕਪਾਹ ਦੀ ਖੇਤੀ** ਜ਼ਿਆਦਾ ਮਹੱਤਵਪੂਰਣ ਹੈ। ਆਨੰਦਪੁਰ ਸਾਹਿਬ (14.79%), ਖਰੜ (25.60%), ਐਸ.ਏ.ਐਸ. ਨਗਰ (30.36%), ਮਲੋਟ (29.40%), ਫਾਜ਼ਿਲਕਾ (29.72%), ਮੁਕਤਸਰ (39.36%), ਬਠਿੰਡਾ (22.37%), ਬੁਢਲਾਡਾ (27.56%), ਮਾਨਸਾ (30.64%) ਤਹਿਸੀਲਾਂ ਵਿਚ ਵੀ ਚਾਵਲ ਤੀਬਰਤਾ ਨੀਵੀਂ ਹੈ। ਇੱਥੇ ਪੂਰਬੀ ਤਹਿਸੀਲਾਂ ਵਿਸ਼ੇਸ਼ ਕਰਕੇ ਆਨੰਦਪੁਰ ਸਾਹਿਬ ਅਤੇ ਨੰਗਲ ਤਹਿਸੀਲਾਂ ਵਿੱਚ ਮੱਕੀ ਗਰਮੀਆਂ ਦੀ ਮਹੱਤਵਪੂਰਣ ਫਸਲ ਹੈ। ਬਾਕੀ ਦੀਆਂ ਤਹਿਸੀਲਾਂ ਵਿੱਚ ਰੇਤਲੀ ਮਿੱਟੀ, ਗਰਮ ਖੁਸ਼ਕ ਜਲਵਾਯੂ ਅਤੇ ਕਪਾਹ ਅਤੇ ਤੇਲ ਬੀਜ਼ ਫਸਲਾਂ ਦੇ ਸਖਤ ਮੁਕਾਬਲੇ ਕਾਰਣ ਚਾਵਲ ਕਾਸ਼ਤ ਹੇਠ ਰਕਬਾ ਘੱਟ ਗਿਆ ਹੈ।

ਉੱਪਰ ਲਿਖੀਆਂ ਤਹਿਸੀਲਾਂ ਵਿੱਚ ਚਾਵਲ ਕਾਸ਼ਤ ਤੀਬਰਤਾ 20.1% ਤੋਂ 30.01% ਵਿਚਕਾਰ ਹੈ।

ਲਹਿਰਾ (39.61%), ਮੌੜ (25.96), ਗਿੱਦੜਬਾਹਾ (38.34%), ਮੁਕਤਸਰ (39.36%) ਅਤੇ ਡੇਰਾ ਬੱਸੀ (39.06%) ਤਹਿਸੀਲਾਂ ਵਿੱਚ ਚਾਵਲ ਤੀਬਰਤਾ **ਸਾਧਾਰਣ** (30.1 ਤੋਂ 40.0%) ਰਿਕਾਰਡ ਕੀਤੀ ਗਈ ਹੈ। ਬਾਕੀ ਦੀਆਂ ਤਹਿਸੀਲਾਂ ਵਿੱਚ ਇਹ ਸਾਧਾਰਣ ਤੌਰ ਤੇ ਉੱਚੀ ਤੋਂ ਉੱਚੀ (40.1 ਤੋਂ 45.0%) ਪਾਈ ਜਾਂਦੀ ਹੈ (ਨਕਸ਼ਾ ਨੰ. 78 ਅ)।

ਜ਼ਿਲ੍ਹੇ ਵਾਰ **ਉੱਚੀ ਚਾਵਲ ਤੀਬਰਤਾ** (2021-22 ਦਾ ਸਾਲ) ਮੋਗਾ 46.59%, ਪਟਿਆਲਾ 55.96% ਅਤੇ ਫਤਹਿਗੜ੍ਹ ਸਾਹਿਬ 45.95%, ਫਿਰੋਜ਼ਪੁਰ 46.83%, ਬਰਨਾਲਾ 46.63%, ਸੰਗਰੂਰ 46.61%, ਫਰੀਦਕੋਟ 46.10% ਅਤੇ ਲੁਧਿਆਣਾ 45.71%, ਜ਼ਿਲ੍ਹਿਆਂ ਵਿੱਚ ਪਾਈ ਜਾਂਦੀ ਹੈ। **ਨੀਵੀਂ ਚਾਵਲ ਤੀਬਰਤਾ** ਬਠਿੰਡਾ (32.21%), ਮਾਨਸਾ (33.3%), ਮੁਕਤਸਰ ਸਾਹਿਬ (39.96%) ਜ਼ਿਲ੍ਹਿਆਂ ਵਿੱਚ ਪਾਈ ਜਾਂਦੀ ਹੈ। ਰੂਪਨਗਰ (29.71%), ਐਸ.ਏ.ਐਸ. ਨਗਰ (27.76%) ਅਤੇ ਫਾਜ਼ਿਲਕਾ (22.80%) **ਸਭ ਤੋਂ ਘੱਟ**) ਜ਼ਿਲ੍ਹਿਆਂ ਵਿੱਚ ਜ਼ਿਆਦਾ ਨੀਵੀਂ ਚਾਵਲ ਤੀਬਰਤਾ ਪਾਈ ਜਾਂਦੀ ਹੈ। ਇਹ ਤੀਬਰਤਾ 2021-22 ਦੇ ਅੰਕੜਿਆਂ ਅਨੁਸਾਰ ਹੈ।

ਕਪਾਹ (COTTON)

ਕਪਾਹ ਮਾਲਵਾ ਦੀ ਮੁੱਖ ਨਕਦੀ ਫਸਲ (Cash Crop) ਹੈ। ਮਾਲਵਾ ਪੰਜਾਬ ਦੀ ਲਗਭਗ ਸਾਰੀ (99.5%) ਕਪਾਹ ਪੈਦਾ ਕਰਦਾ ਹੈ। ਰੇਤਲੀ ਦੋਮਟ ਮਿੱਟੀ (ਸੀਰੋਜ਼ਮ), ਗਰਮ ਅਤੇ ਅਰਧ ਖੁਸ਼ਕ ਤੋਂ ਖੁਸ਼ਕ ਜਲਵਾਯੂ, ਭਰਪੂਰ ਸਿੰਜਾਈ ਸਹੂਲਤਾਂ ਅਤੇ ਪਰੰਪਰਾ ਮਾਲਵੇ ਵਿੱਚ ਕਪਾਹ ਦੀ ਖੇਤੀ ਦੇ ਮਹੱਤਵਪੂਰਣ ਹੋਣ ਲਈ ਜਿੰਮੇਵਾਰ ਹਨ। ਕਪਾਹ ਮਾਲਵੇ ਦੇ **ਦੱਖਣ-ਪੱਛਮੀ ਗਰਮ ਅਤੇ ਅਰਧ-ਖੁਸ਼ਕ ਜ਼ਿਲ੍ਹਿਆਂ** ਵਿੱਚ ਮੁੱਖ ਤੌਰ ਤੇ ਪੈਦਾ ਕੀਤੀ ਜਾਂਦੀ ਹੈ। **ਮੱਧਵਰਤੀ ਜ਼ਿਲ੍ਹਿਆਂ** ਸੰਗਰੂਰ ਅਤੇ ਬਰਨਾਲਾ ਵਿੱਚ ਵੀ ਕਪਾਹ ਕਾਸ਼ਤ ਕੀਤੀ ਜਾਂਦੀ ਹੈ। ਲੁਧਿਆਣਾ, ਪਟਿਆਲਾ ਅਤੇ ਮੋਗਾ ਜ਼ਿਲ੍ਹਿਆਂ ਵਿੱਚ ਵੀ ਥੋੜ੍ਹੀ ਜਿਹੀ ਕਪਾਹ ਪੈਦਾ ਕੀਤੀ ਜਾਂਦੀ ਹੈ। ਤਿੰਨ **ਪੂਰਬੀ ਜ਼ਿਲ੍ਹਿਆਂ** ਰੂਪਨਗਰ, ਐਸ.ਏ.ਐਸ. ਨਗਰ ਅਤੇ ਫਤਹਿਗੜ੍ਹ ਸਾਹਿਬ ਵਿੱਚ ਨਾਂਹ ਦੇ ਬਰਾਬਰ ਕਪਾਹ ਦੀ ਕਾਸ਼ਤ ਕੀਤੀ

ਜਾਂਦੀ ਹੈ (ਨਕਸ਼ਾ ਨੰ. 70 ਅ)। 2006-07 ਵਿੱਚ ਮਾਲਵਾ ਨੇ 4.54 ਲੱਖ ਮੀ. ਟਨ ਕਪਾਹ ਪੈਦਾ ਕੀਤੀ ਸੀ। 2008-09 ਵਿੱਚ ਉਤਪਾਦਨ ਘੱਟ ਕੇ 387.51 ਹਜ਼ਾਰ ਮੀ. ਟਨ ਹੋ ਗਿਆ ਸੀ। 2015-16 ਵਿੱਚ ਕਪਾਹ ਦਾ ਉਤਪਾਦਨ 65.46 ਹਜ਼ਾਰ ਮੀ. ਟਨ ਸੀ। 2021-22 ਵਿੱਚ ਮਾਲਵਾ ਪ੍ਰਦੇਸ਼ ਨੇ 109.7 ਹਜ਼ਾਰ ਮੀਟਰਿਕ ਟਨ ਕਪਾਹ ਪੈਦਾ ਕੀਤੀ ਸੀ। ਇਸ ਉਤਪਾਦਨ ਦਾ ਲਗਭਗ 90 ਪ੍ਰਤੀਸ਼ਤ ਚਾਰ ਜ਼ਿਲ੍ਹਿਆਂ **ਬਠਿੰਡਾ, ਫਾਜ਼ਿਲਕਾ, ਮੁਕਤਸਰ ਅਤੇ ਮਾਨਸਾ** ਤੋਂ ਪ੍ਰਾਪਤ ਹੁੰਦਾ ਹੈ।

ਬਠਿੰਡਾ ਦਾ ਜ਼ਿਲ੍ਹਾ ਪੰਜਾਬ ਵਿੱਚ ਕਪਾਹ ਦਾ **ਤੀਜਾ ਵੱਡਾ ਉਤਪਾਦਕ** ਹੈ। 2021-22 ਵਿੱਚ ਬਠਿੰਡਾ ਨੇ 15.25 ਹਜ਼ਾਰ ਮੀ. ਟਨ ਕਪਾਹ 0.782 ਲੱਖ ਹੈਕਟੇਅਰ ਭੂਮੀ ਵਿੱਚੋਂ ਪੈਦਾ ਕੀਤੀ ਸੀ। 2015-16 ਵਿੱਚ ਬਠਿੰਡਾ ਜ਼ਿਲ੍ਹੇ ਨੇ 20.18 ਹਜ਼ਾਰ ਮੀ. ਟਨ ਕਪਾਹ ਪੈਦਾ ਕੀਤੀ ਸੀ। ਇਹ ਉਤਪਾਦਨ ਮਾਲਵੇ ਦੇ ਕਪਾਹ ਦੇ ਉਤਪਾਦਨ ਦਾ 13.90% ਅਤੇ ਪੰਜਾਬ ਦਾ 13.90% ਸੀ। ਬਠਿੰਡਾ ਦੀਆਂ ਸਭ ਤਹਿਸੀਲਾਂ ਵਿੱਚ ਵੱਡੇ ਪੈਮਾਨੇ ਤੇ ਕਪਾਹ ਪੈਦਾ ਕੀਤੀ ਜਾਂਦੀ ਹੈ। ਜ਼ਿਲ੍ਹੇ ਦੇ ਕੁੱਲ ਕਪਾਹ ਖੇਤਰ ਦਾ ਲਗਭਗ 44% ਬਠਿੰਡਾ ਤਹਿਸੀਲ ਵਿੱਚ 12.43% ਰਾਮਪੁਰਾ ਤਹਿਸੀਲ ਵਿੱਚ ਅਤੇ 43.49% ਤਲਵੰਡੀ ਸਾਬੋ ਤਹਿਸੀਲ ਵਿੱਚ ਹੈ।

ਫਾਜ਼ਿਲਕਾ ਦਾ ਜ਼ਿਲ੍ਹਾ ਕਪਾਹ ਦਾ **ਸਭ ਤੋਂ ਵੱਡਾ ਉਤਪਾਦਕ** ਹੈ। (ਮਾਲਵੇ ਦੀ 54.44% ਅਤੇ ਪੰਜਾਬ ਦੀ ਵੀ 54.544% ਕਪਾਹ)। 2021-22 ਵਿੱਚ ਫਾਜ਼ਿਲਕਾ ਨੇ 0.60 ਲੱਖ ਮੀ. ਟਨ ਕਪਾਹ 0.84 ਲੱਖ ਹੈਕਟੇਅਰ ਭੂਮੀ ਵਿੱਚੋਂ ਪ੍ਰਾਪਤ ਕੀਤੀ ਸੀ। ਕਪਾਹ ਫਾਜ਼ਿਲਕਾ ਦੇ ਸਭ ਇਲਾਕਿਆਂ ਵਿੱਚ ਪੈਦਾ ਕੀਤੀ ਜਾਂਦੀ ਹੈ ਪਰੰਤੂ ਜ਼ਿਲ੍ਹੇ ਦਾ ਵੱਡਾ ਕਪਾਹ ਖੇਤਰ ਅਬੋਹਰ (60.0%) ਅਤੇ ਫਾਜ਼ਿਲਕਾ (38.70%) ਤਹਿਸੀਲਾਂ ਵਿੱਚ ਪਾਇਆ ਜਾਂਦਾ ਹੈ। ਇਸ ਤਰ੍ਹਾਂ ਜ਼ਿਲ੍ਹੇ ਦੀ ਲਗਭਗ 98% ਕਪਾਹ ਅਬੋਹਰ ਅਤੇ ਫਾਜ਼ਿਲਕਾ ਤਹਿਸੀਲਾਂ ਵਿੱਚ ਕਾਸ਼ਤ ਕੀਤੀ ਜਾਂਦੀ ਹੈ। ਨਹਿਰਾਂ ਰਾਹੀਂ ਲੋੜੀਂਦੀ ਸਿੰਜਾਈ ਵਾਲੀਆਂ ਇਹ ਅਰਧ-ਖੁਸ਼ਕ ਤਹਿਸੀਲਾਂ ਹਨ ਜਿੱਥੇ ਰੇਤਲੀ ਦੋਮਟ ਮਿੱਟੀ ਅਤੇ ਪਰੰਪਰਾ ਕਪਾਹ ਕਾਸ਼ਤ ਦੇ ਮੁੱਖ ਆਧਾਰ ਹਨ। ਜ਼ਿਲ੍ਹੇ ਦਾ 1.3% ਕਪਾਹ ਖੇਤਰ ਜਲਾਲਾਬਾਦ ਤਹਿਸੀਲ ਵਿੱਚ ਹੈ। ਹੁਣ ਦੇ ਫਿਰੋਜ਼ਪੁਰ ਜ਼ਿਲ੍ਹੇ ਵਿੱਚ ਗੁਰੂ ਹਰ ਸਹਾਏ, ਫਿਰੋਜ਼ਪੁਰ ਅਤੇ ਜ਼ੀਰਾ ਤਹਿਸੀਲਾਂ ਵਿੱਚ ਵੀ ਕਪਾਹ ਦੀ ਖੇਤੀ ਕੀਤੀ ਜਾਂਦੀ ਹੈ।

ਮੁਕਤਸਰ ਦਾ ਜ਼ਿਲ੍ਹਾ ਕਪਾਹ ਦਾ **ਚੌਥਾ ਵੱਡਾ** ਉਤਪਾਦਕ ਹੈ (ਮਾਲਵਾ ਦੀ 10.12%) 2021-22 ਵਿੱਚ ਮੁਕਤਸਰ ਨੇ 0.11 ਲੱਖ ਮੀ. ਟਨ ਕਪਾਹ 0.84 ਲੱਖ ਹੈਕਟੇਅਰ ਭੂਮੀ ਵਿੱਚੋਂ ਪੈਦਾ ਕੀਤੀ ਸੀ। ਜ਼ਿਲ੍ਹੇ ਦੀਆਂ ਤਿੰਨੋਂ ਹੀ ਤਹਿਸੀਲਾਂ ਵਿੱਚ ਕਪਾਹ ਪੈਦਾ ਕੀਤੀ ਜਾਂਦੀ ਹੈ। ਜ਼ਿਲ੍ਹੇ ਦਾ 56% ਕਪਾਹ ਖੇਤਰ ਮਲੋਟ ਤਹਿਸੀਲ ਵਿੱਚ, 26% ਮੁਕਤਸਰ ਤਹਿਸੀਲ ਵਿੱਚ ਅਤੇ 18% ਖੇਤਰ ਗਿੱਦੜਬਾਹਾ ਤਹਿਸੀਲ ਵਿੱਚ ਹੈ।

ਮਾਨਸਾ ਜ਼ਿਲ੍ਹਾ ਮਾਲਵੇ ਵਿੱਚ ਕਪਾਹ ਦਾ **ਤੀਜਾ ਵੱਡਾ ਉਤਪਾਦਕ** ਹੈ। 2015-16 ਵਿੱਚ ਉਤਪਾਦਨ 0.024 ਲੱਖ ਮੀ. ਟਨ ਸੀ ਅਤੇ ਕਪਾਹ ਖੇਤਰ 0.72 ਲੱਖ ਹੈਕਟੇਅਰ ਸੀ। 2021-22 ਵਿੱਚ ਮਾਨਸਾ ਦੇ ਜ਼ਿਲ੍ਹੇ ਵਿੱਚ 0.212 ਲੱਖ ਮੀ. ਟਨ ਕਪਾਹ ਪੈਦਾ ਕੀਤੀ ਗਈ ਸੀ। ਮਾਨਸਾ ਦਾ ਜ਼ਿਲ੍ਹਾ ਮਾਲਵੇ ਦੀ 18.43% ਕਪਾਹ ਪੈਦਾ ਕਰਦਾ ਹੈ। 33.8% ਕਪਾਹ ਖੇਤਰ ਮਾਨਸਾ ਤਹਿਸੀਲ ਵਿੱਚ 39.70% ਸਰਦੂਲਗੜ੍ਹ ਤਹਿਸੀਲ ਵਿੱਚ ਅਤੇ 26.0% ਕਪਾਹ ਖੇਤਰ ਬੁਢਲਾਡਾ ਤਹਿਸੀਲ ਵਿੱਚ ਹੈ (2012-13 ਅਨੁਸਾਰ)।

ਫਰੀਦਕੋਟ ਦਾ ਜ਼ਿਲ੍ਹਾ ਵੀ ਕਪਾਹ ਦਾ ਮਹੱਤਵਪੂਰਣ ਉਤਪਾਦਕ ਹੈ। 2021-22 ਵਿੱਚ 1,360 ਮੀ. ਟਨ (ਮਾਲਵੇ ਦੀ 2.48% ਕਪਾਹ ਪੈਦਾ ਕੀਤੀ ਸੀ। ਕਪਾਹ ਖੇਤਰ ਦਾ 40.0% ਫਰੀਦਕੋਟ ਤਹਿਸੀਲ ਵਿੱਚ ਪਾਇਆ ਜਾਂਦਾ ਹੈ।

ਸੰਗਰੂਰ (400 ਮੀ. ਟਨ) ਅਤੇ ਬਰਨਾਲਾ (600 ਮੀ. ਟਨ) ਦੇ ਜ਼ਿਲ੍ਹੇ ਕਪਾਹ ਦੇ ਦੂਜੇ ਉਤਪਾਦਕ ਜ਼ਿਲ੍ਹੇ ਹਨ। ਸੰਗਰੂਰ ਜ਼ਿਲ੍ਹੇ ਵਿੱਚ ਲਹਿਰਾ, ਸੰਗਰੂਰ, ਮੂਨਕ ਅਤੇ ਸੁਨਾਮ ਦੀਆਂ ਤਹਿਸੀਲਾਂ ਅਤੇ ਬਰਨਾਲਾ ਦੇ ਜ਼ਿਲ੍ਹੇ ਵਿੱਚ ਤਪਾ ਦੀ ਤਹਿਸੀਲ ਕਪਾਹ ਦੇ ਮੁੱਖ ਉਤਪਾਦਕ ਖੇਤਰ ਹਨ।

ਲੁਧਿਆਣਾ, ਪਟਿਆਲਾ ਅਤੇ ਮੋਗਾ (80 ਮੀ. ਟਨ) ਦੇ ਜ਼ਿਲ੍ਹੇ ਵੀ ਕਪਾਹ ਪੈਦਾ ਕਰਦੇ ਹਨ (ਸਾਰਣੀ ਨੰ. 71)

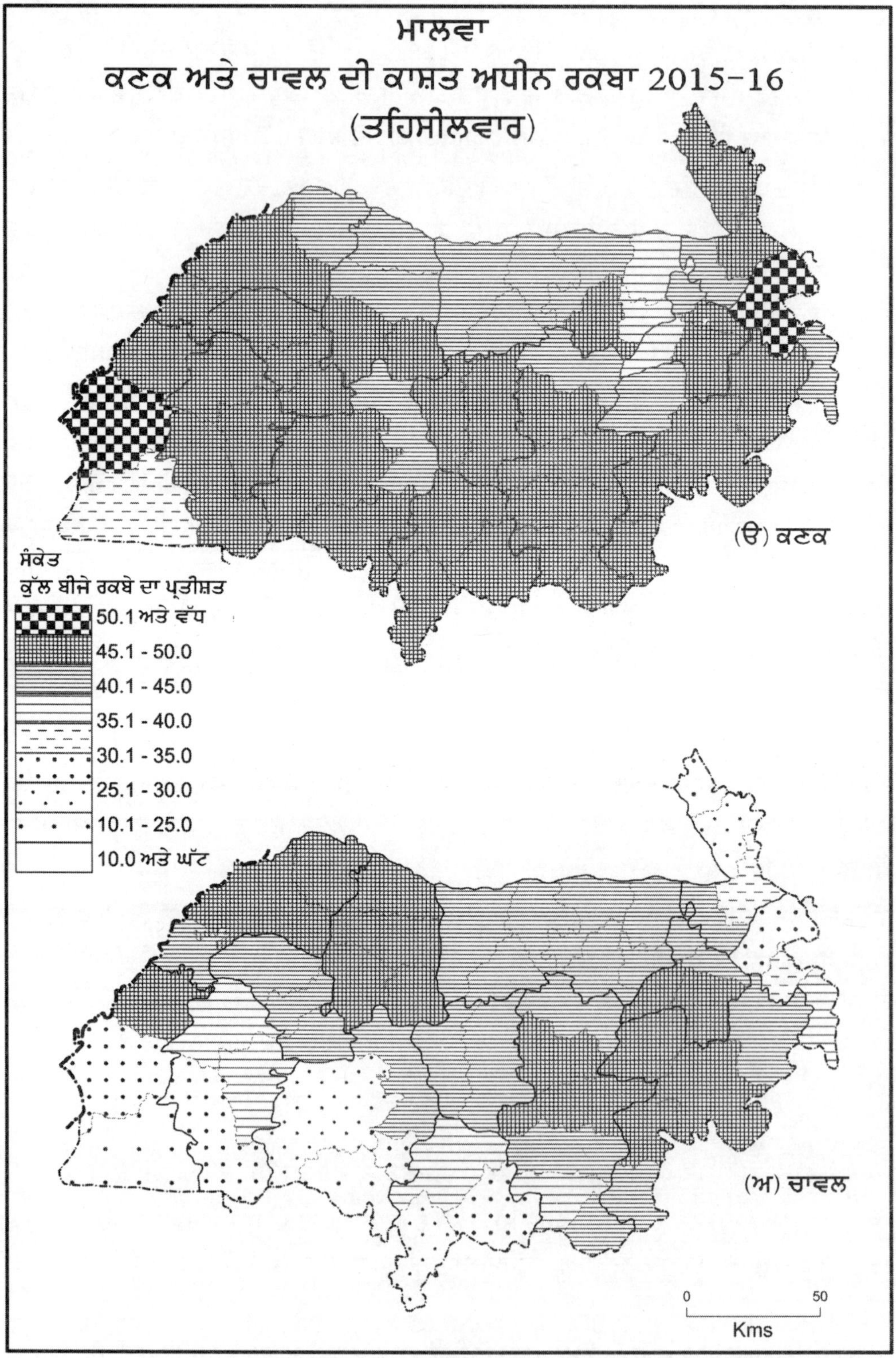
ਮਾਲਵਾ
ਕਣਕ ਅਤੇ ਚਾਵਲ ਦੀ ਕਾਸ਼ਤ ਅਧੀਨ ਰਕਬਾ 2015-16
(ਤਹਿਸੀਲਵਾਰ)
(ੳ) ਕਣਕ
ਸੰਕੇਤ
ਕੁੱਲ ਬੀਜੇ ਰਕਬੇ ਦਾ ਪ੍ਰਤੀਸ਼ਤ
50.1 ਅਤੇ ਵੱਧ
45.1 - 50.0
40.1 - 45.0
35.1 - 40.0
30.1 - 35.0
25.1 - 30.0
10.1 - 25.0
10.0 ਅਤੇ ਘੱਟ
(ਅ) ਚਾਵਲ
0
50
Kms

Map 78

ਕਪਾਹ ਹੇਠ ਰਕਬਾ —ਜ਼ਿਲ੍ਹੇ ਅਨੁਸਾਰ 2021-22 ਵਿੱਚ ਮਾਲਵੇ ਵਿੱਚ ਕਪਾਹ ਹੇਠ ਸਭ ਤੋਂ ਵੱਧ ਰਕਬਾ ਫਾਜ਼ਿਲਕਾ ਜ਼ਿਲ੍ਹੇ ਅਤੇ ਉਸ ਦੀਆਂ ਤਹਿਸੀਲਾਂ ਵਿੱਚ 83,800 ਹੈਕਟੇਅਰ ਸੀ। ਦੂਜੇ ਨੰਬਰ ਤੇ ਬਠਿੰਡਾ ਦੇ ਜ਼ਿਲ੍ਹੇ ਵਿੱਚ ਰਕਬਾ 78,200 ਹੈਕਟੇਅਰ ਸੀ। ਤੀਜੇ ਨੰਬਰ ਤੇ ਮਾਨਸਾ ਦਾ ਜ਼ਿਲ੍ਹਾ ਹੈ (51,700 ਹੈਕਟੇਅਰ)। ਇਸ ਤੋਂ ਬਾਅਦ ਮੁਕਤਸਰ ਸਾਹਿਬ ਜ਼ਿਲ੍ਹਾ (32,200 ਹੈਕਟੇਅਰ), ਫਰੀਦਕੋਟ (21,000 ਹੈਕਟੇਅਰ), ਸੰਗਰੂਰ (1,800 ਹੈਕਟੇਅਰ), ਬਰਨਾਲਾ (1400 ਹੈਕਟੇਅਰ) ਅਤੇ ਮੋਗਾ ਦਾ ਜ਼ਿਲ੍ਹਾ (100 ਹੈਕਟੇਅਰ) ਆਉਂਦਾ ਹੈ। ਲੁਧਿਆਣਾ, ਫਿਰੋਜ਼ਪੁਰ ਆਦਿ ਜ਼ਿਲ੍ਹਿਆਂ ਵਿੱਚ ਬਹੁਤ ਘੱਟ ਰਕਬਾ ਕਪਾਹ ਦੀ ਕਾਸ਼ਤ (50 ਹੈਕਟੇਅਰ ਤੋਂ ਵੀ ਘੱਟ) ਹੈ।

ਕਪਾਹ ਤੀਬਰਤਾ (COTTON INTENSITY)

ਜ਼ਿਲ੍ਹੇਵਾਰ ਕਪਾਹ ਤੀਬਰਤਾ — 2021-22 ਅਨੁਸਾਰ ਸਭ ਤੋਂ ਵੱਧ ਕਪਾਹ ਤੀਬਰਤਾ ਫਾਜ਼ਿਲਕਾ ਜ਼ਿਲ੍ਹੇ ਵਿੱਚ 16.90% ਸੀ। ਮਾਨਸਾ ਜਿਲ੍ਹੇ ਵਿੱਚ 14.01%, ਬਠਿੰਡਾ ਜ਼ਿਲ੍ਹੇ ਵਿੱਚ 13.96%, ਮੁਕਤਸਰ ਸਾਹਿਬ ਜ਼ਿਲ੍ਹੇ ਵਿੱਚ ਦਰਮਿਆਨੀ ਕਪਾਹ ਤੀਬਰਤਾ 7.02% ਸੀ। ਬਾਕੀ ਜ਼ਿਲ੍ਹਿਆਂ ਫਰੀਦਕੋਟ (0.84%), ਬਰਨਾਲਾ (0.56%) ਅਤੇ ਸੰਗਰੂਰ (0.29%), ਜ਼ਿਲ੍ਹਿਆਂ ਵਿੱਚ ਨੀਵੀਂ ਕਪਾਹ ਤੀਬਰਤਾ ਪਾਈ ਜਾਂਦੀ ਹੈ। ਸਭ ਤੋਂ ਨੀਵੀਂ ਕਪਾਹ ਤੀਬਰਤਾ 0.02% ਮੋਗਾ ਜ਼ਿਲ੍ਹੇ ਵਿੱਚ ਪਾਈ ਜਾਂਦੀ ਸੀ।

ਤਹਿਸੀਲਵਾਰ ਕਪਾਹ ਤੀਬਰਤਾ—ਮਾਲਵਾ ਪ੍ਰਦੇਸ਼ ਵਿੱਚ ਬਹੁਤ ਉੱਚੀਆਂ (30.1% ਜਾਂ ਵੱਧ) ਕਪਾਹ ਤੀਬਰਤਾ ਕੇਵਲ ਤਿੰਨ ਤਹਿਸੀਲਾਂ ਅਬੋਹਰ (33.27%), ਤਲਵੰਡੀ ਸਾਬੋ (32.47%) ਅਤੇ ਮਾਨਸਾ ਜ਼ਿਲ੍ਹੇ ਦੀ ਸਰਦੂਲਗੜ੍ਹ ਤਹਿਸੀਲ (30.35%) ਵਿੱਚ ਪਾਈ ਜਾਂਦੀ ਸੀ। ਇਹ ਅੰਕੜੇ 2015-16 ਅਨੁਸਾਰ ਹਨ। ਉੱਚੀ ਕਪਾਹ ਤੀਬਰਤਾ (20.1% ਤੋਂ 30.0%), ਬਠਿੰਡਾ (21.77%) ਅਤੇ ਮੌੜ (20.18%) ਤਹਿਸੀਲਾਂ ਵਿੱਚ ਪਾਈਜਾਂਦੀ ਸੀ। **ਸਧਾਰਣ ਉੱਚੀ** (Moderate High) ਕਪਾਹ ਤੀਬਰਤਾ (10.1% ਤੋਂ 20.0%), ਮਲੋਟ (15.62%), ਬੁਢਲਾਡਾ (16.92%) ਅਤੇ ਮਾਨਸਾ (14.27%) ਤਹਿਸੀਲਾਂ ਵਿੱਚ ਪਾਈ ਜਾਂਦੀ ਸੀ। **ਦਰਮਿਆਨੀ ਨੀਵੀਂ** (moderate low) ਕਪਾਹ ਤੀਬਰਤਾ (5.1% ਤੋਂ 10.0%) ਗਿੱਦੜਬਾਹਾ (7.71%), ਮੁਕਤਸਰ (5.40%) ਤਹਿਸੀਲਾਂ ਵਿੱਚ ਪਾਈ ਜਾਂਦੀ ਸੀ। ਜਲਾਲਾਬਾਦ (1.17%), ਫਰੀਦਕੋਟ (1,23%), ਕੋਟਕਪੂਰਾ (2.42%), ਜੈਤੋਂ (4.20%), ਰਾਮਪੁਰਾ ਫੂਲ (2.37%), ਸੁਨਾਮ (1.45%), ਮੂਣਕ (2.21%), ਬਰਨਲਾ (1.86%), ਤਪਾ (2.85%) ਤਹਿਸੀਲਾਂ ਵਿੱਚ **ਨੀਵੀਂ ਕਪਾਹ ਤੀਬਰਤਾ** (low) (1.1 ਤੋਂ 5.0%) ਪਾਈ ਜਾਂਦੀ ਸੀ। ਰੂਪਨਗਰ, ਐਸ.ਏ.ਐਸ. ਨਗਰ ਅਤੇ ਫਤਹਿਗੜ੍ਹ ਸਾਹਿਬ ਪੂਰਬੀ ਜ਼ਿਲ੍ਹਿਆਂ ਦੀਆਂ ਤਹਿਸੀਲਾਂ ਨੂੰ ਛੱਡ ਕੇ ਬਾਕੀ ਦੀਆਂ ਤਹਿਸੀਲਾਂ ਵਿੱਚ **ਬਹੁਤ ਨੀਵੀਂ ਕਪਾਹ ਤੀਬਰਤਾ** (1.0% ਤੋਂ ਘੱਟ) ਪਾਈ ਜਾਂਦੀ ਸੀ। ਬਹੁਤ ਸਾਰੀਆਂ ਤਹਿਸੀਲਾਂ ਵਿੱਚ ਕਪਾਹ ਤੀਬਰਤਾ 0.5% ਤੋਂ ਵੀ ਘੱਟ ਸੀ, ਜਿਵੇਂ ਕਿ ਲੁਧਿਆਣਾ ਪੂਰਬ, ਪੱਛਮ, ਪਾਇਲ, ਜ਼ੀਰਾ, ਪਟਿਆਲਾ, ਲਹਿਰਾ (0.06%) , ਨਾਭਾ, ਰਾਜਪੁਰਾ ਆਦਿ ਤਹਿਸੀਲਾਂ ਵਿੱਚ ਕਪਾਹ ਤੀਬਰਤਾ 0.1% ਤੋਂ ਵੀ ਘੱਟ ਸੀ।

ਇਨ੍ਹਾਂ ਸਭ ਜ਼ਿਲ੍ਹਿਆਂ ਵਿੱਚ ਜਲਵਾਯੂ ਧੁੱਪ ਵਾਲਾ, ਗਰਮ ਤੇ ਖੁਸ਼ਕ, ਮਿੱਟੀਆਂ ਰੇਤਲੀਆਂ ਦੋਮਟ ਅਤੇ ਭਰਪੂਰ ਸਿੰਜਾਈ ਸਹੂਲਤਾਂ ਵਾਲੀਆਂ ਹਨ। ਇੱਥੇ ਕਪਾਹ ਪੈਦਾ ਕਰਨ ਦੀ ਪਰੰਪਰਾ ਵੀ ਹੈ। ਅਬੋਹਰ (35.26%), ਫਾਜ਼ਿਲਕਾ, ਮੁਕਤਸਰ, ਮਲੋਟ, ਗਿੱਦੜਬਾਹਾ, ਬਠਿੰਡਾ, ਰਾਮਪੁਰਾ ਫੂਲ, ਮਾਨਸਾ, ਸਰਦੂਲਗੜ੍ਹ ਤਹਿਸੀਲਾਂ ਵਿੱਚ ਕਪਾਹ ਕਣਕ ਤੋਂ ਬਾਅਦ ਦੂਜੀ ਮਹੱਤਵਪੂਰਣ (ਰਕਬੇ ਅਨੁਸਾਰ) ਫਸਲ (Second Ranking Crop) ਹੈ। ਬਾਕੀ ਦੀਆਂ ਤਹਿਸੀਲਾਂ ਵਿੱਚ ਇਹ ਤੀਜੇ ਸਥਾਨ ਤੇ ਹੈ।

ਜ਼ਿਲ੍ਹੇਵਾਰ ਕਪਾਹ ਦੀ **ਉੱਚੀ ਤੀਬਰਤਾ** ਬਠਿੰਡਾ (20.07%), ਫਾਜ਼ਿਲਕਾ (16.45%) ਅਤੇ ਮਾਨਸਾ (19.57%) ਜ਼ਿਲ੍ਹਿਆਂ ਵਿੱਚ ਪਾਈ ਜਾਂਦੀ ਹੈ। **ਦਰਮਿਆਨੀ** ਕਪਾਹ ਤੀਬਰਤਾ ਸ੍ਰੀ ਮੁਕਤਸਰ ਸਾਹਿਬ (10.20%) ਜ਼ਿਲ੍ਹੇ ਵਿੱਚ ਪਾਈ ਜਾਂਦੀ ਹੈ। ਨੀਵੀਂ (1.1% ਤੋਂ 2.50% ਤੱਕ) ਕਪਾਹ ਤੀਬਰਤਾ ਫਰੀਦਕੋਟ (2.38%), ਬਰਨਾਲਾ (2.26%) ਅਤੇ ਸੰਗਰੂਰ (1.54%) ਜ਼ਿਲ੍ਹਿਆਂ ਵਿੱਚ ਪਾਈ ਜਾਂਦੀ ਹੈ।

ਨੀਵੀਂ ਤੋਂ ਬਹੁਤ ਨੀਵੀਂ ਕਪਾਹ ਤੀਬਰਤਾ ਪਟਿਆਲਾ (0.12%), ਮੋਗਾ (0.21%) ਅਤੇ ਫਿਰੋਜ਼ਪੁਰ (0.20%) ਅਤੇ ਲੁਧਿਆਣਾ (0.06%) ਜ਼ਿਲ੍ਹਿਆਂ ਵਿੱਚ ਪਾਈ ਜਾਂਦੀ ਹੈ। ਇਹ ਅੰਕੜੇ 2015-16 ਅਨੁਸਾਰ ਹਨ।

ਰੂਪਨਗਰ, ਐਸ.ਏ.ਐਸ. ਨਗਰ, ਫਤਹਿਗੜ੍ਹ ਸਾਹਿਬ ਜ਼ਿਲ੍ਹਿਆਂ ਦੀਆਂ ਸਭ ਤਹਿਸੀਲਾਂ, ਲੁਧਿਆਣਾ ਜ਼ਿਲ੍ਹੇ ਦੀਆਂ

ਲੁਧਿਆਣਾ ਪੱਛਮੀ ਅਤੇ ਪੂਰਬੀ, ਖੰਨਾ, ਪਾਇਲ ਅਤੇ ਸਮਰਾਲਾ ਤਹਿਸੀਲਾਂ ਅਤੇ ਪਟਿਆਲਾ ਅਤੇ ਰਾਜਪੁਰਾ ਤਹਿਸੀਲਾਂ ਵਿੱਚ ਨਾਂਹ ਦੇ ਬਰਾਬਰ ਜਾਂ ਬਿਲਕੁਲ ਨਹੀਂ ਕਪਾਹ ਕਾਸ਼ਤ ਕੀਤੀ ਜਾਂਦੀ ਹੈ।

ਮਾਲਵੇ ਵਿੱਚ ਸੰਗਰੂਰ ਨੂੰ ਛੱਡ ਕੇ ਬਾਕੀ ਦੇ ਜ਼ਿਲ੍ਹਿਆਂ ਵਿੱਚ ਮੁੱਖ ਤੌਰ ਤੇ (ਲਗਭਗ 98%) **ਵਧੀਆ ਕਪਾਹ ਨਰਮਾ** (Upland American Cotton) ਪੈਦਾ ਕੀਤੀ ਜਾਂਦੀ ਹੈ। ਸੰਗਰੂਰ ਜ਼ਿਲ੍ਹੇ ਵਿੱਚ ਦੇਸੀ ਕਪਾਹ ਦਾ ਹਿਸਾ 15% ਤੱਕ ਹੋ ਜਾਂਦਾ ਹੈ। ਮਾਲਵੇ ਤੋਂ ਕਪਾਹ ਦੇਸ਼ ਅਤੇ ਵਿਦੇਸ਼ ਵਿੱਚ ਬਾਹਰ ਭੇਜੀ ਜਾਂਦੀ ਹੈ।

ਮੱਕੀ (MAIZE)

ਮੱਕੀ **ਪੂਰਬੀ ਮਾਲਵਾ** ਦੇ ਜ਼ਿਲ੍ਹਿਆਂ ਦੀ ਮਹੱਤਵਪੂਰਣ ਅਨਾਜ ਫਸਲ ਹੈ। ਮੱਧਵਰਤੀ ਮਾਲਵਾ ਦੀਆਂ ਕਈ ਤਹਿਸੀਲਾਂ ਵਿੱਚ ਵੀ ਮੱਕੀ ਇੱਕ ਮਹੱਤਵਪੂਰਣ ਫਸਲ ਹੈ। ਇਹ ਇੱਕ ਗਰਮੀਆਂ ਦੀ ਫਸਲ ਹੈ। ਪੂਰਬੀ ਅਤੇ ਮੱਧਵਰਤੀ ਮਾਲਵਾ ਦੀ ਵਧੀਆ ਉਪਜਾਊ ਮਿੱਟੀ, ਗਰਮੀਆਂ ਦੀ ਅੱਛੀ ਮੌਨਸੂਨ ਵਰਖਾ ਅਤੇ ਗਰਮ ਅਤੇ ਸਿੱਲ੍ਹਾ (ਗਰਮੀਆਂ ਦਾ) ਜਲਵਾਯੂ ਅਤੇ ਮਾਮੂਲੀ ਤੋਂ ਸਾਧਾਰਣ ਢਲਾਨ ਵਾਲੀ ਅਤੇ ਚੰਗੇ ਜਲ ਨਿਕਾਸ ਵਾਲੀ ਭੂਮੀ ਵਿਸ਼ੇਸ਼ ਕਰਕੇ ਰੂਪਨਗਰ, ਐਸ.ਏ.ਐਸ. ਨਗਰ, ਫਤਹਿਗੜ੍ਹ ਸਾਹਿਬ ਅਤੇ ਪੂਰਬੀ ਪਟਿਆਲਾ ਅਤੇ ਲੁਧਿਆਣਾ ਜ਼ਿਲ੍ਹੇ ਵਿੱਚ, ਮੱਕੀ ਦੀ ਕਾਸ਼ਤ ਦੇ ਅਨੁਕੂਲ ਹਨ।

ਉਤਪਾਦਨ—2006-07 ਅਨੁਸਾਰ ਮਾਲਵਾ ਪ੍ਰਦੇਸ਼ ਨੇ 99,000 ਮੀ. ਟਨ ਮੱਕੀ 37,000 ਹੈਕਟੇਅਰ ਭੂਮੀ ਵਿੱਚ ਪੈਦਾ ਕੀਤੀ ਸੀ। ਮਾਲਵਾ ਪੰਜਾਬ ਦੀ 20.58% ਮੱਕੀ ਪੈਦਾ ਕਰਦਾ ਹੈ। 2008-09 ਅਨੁਸਾਰ ਮੱਕੀ ਦਾ ਉਤਪਾਦਨ 1.16 ਲੱਖ ਮੀ.ਟਨ ਅਤੇ ਮੱਕੀ ਖੇਤਰ 34,000 ਹੈਕਟੇਅਰ ਸੀ। ਇਹ ਉਤਪਾਦਨ ਪੰਜਾਬ ਦੇ ਕੁੱਲ ਮੱਕੀ ਉਤਪਾਦਨ ਦਾ 22.57% ਹੈ। 2015-16 ਵਿੱਚ ਮਾਲਵਾ ਪ੍ਰਦੇਸ਼ ਨੇ 1.51 ਲੱਖ ਟਨ ਮੱਕੀ (ਪੰਜਾਬ ਦੀ 32.27% ਮੱਕੀ) 59,000 ਹੈਕਟੇਅਰ ਭੂਮੀ ਵਿੱਚ ਪੈਦਾ ਕੀਤੀ ਸੀ। 2021-22 ਵਿੱਚ ਮਾਲਵਾ ਪ੍ਰਦੇਸ਼ ਨੇ 1.05 ਲੱਖ ਮੀ. ਟਨ ਮੱਕੀ (ਪੰਜਾਬ ਦੀ 25.28%, ਲਗਭਗ) 31,200 ਹੈਕਟੇਅਰ ਭੂਮੀ ਵਿੱਚੋਂ) ਪੈਦਾ ਕੀਤੀ ਸੀ।

ਮਾਲਵੇ ਵਿੱਚ ਇਸ ਦੀ 87.56% ਮੱਕੀ ਕੇਵਲ ਦੋ ਜ਼ਿਲ੍ਹੇ ਰੂਪਨਗਰ ਅਤੇ ਐਸ.ਏ.ਐਸ. ਨਗਰ ਪੈਦਾ ਕਰਦੇ ਹਨ। ਮਾਲਵੇ ਦੀ ਲਗਭਗ 1.82% ਮੱਕੀ ਲੁਧਿਆਣਾ ਦਾ ਜ਼ਿਲ੍ਹਾ ਪੈਦਾ ਕਰਦਾ ਹੈ। **ਪਟਿਆਲਾ** (0.58%), ਮੋਗਾ (0.48%) ਅਤੇ ਫਤਹਿਗੜ੍ਹ ਸਾਹਿਬ (0.19%) ਦੇ ਜ਼ਿਲ੍ਹੇ 2021-22 ਅਨੁਸਾਰ ਮੱਕੀ ਦੇ ਮਾਲਵੇ ਵਿੱਚ ਦੂਜੇ ਉਤਪਾਦਕ ਹਨ (ਸਾਰਣੀ ਨੰ. 71)।

ਰੂਪਨਗਰ ਦਾ ਜ਼ਿਲ੍ਹਾ ਮਾਲਵੇ ਵਿੱਚ ਮੱਕੀ ਦਾ **ਸਭ ਤੋਂ ਵੱਡਾ ਉਤਪਾਦਕ** ਹੈ। 2021-22 ਵਿੱਚ ਰੂਪਨਗਰ ਜ਼ਿਲ੍ਹੇ ਨੇ ਪੰਜਾਬ ਦੀ 16.28% ਅਤੇ ਮਾਲਵੇ ਦੀ 64.40% ਮੱਕੀ ਪੈਦਾ ਕੀਤੀ ਸੀ ਅਤੇ ਉਤਪਾਦਨ 67,300 ਮੀ. ਟਨ ਸੀ। 2015-16 ਵਿੱਚ ਰੂਪਨਗਰ ਜ਼ਿਲ੍ਹੇ ਵਿੱਚ 74,000 ਮੀ. ਟਨ ਮੱਕੀ ਪੈਦਾ ਹੋਈ ਸੀ। ਮੱਕੀ ਭਾਵੇਂ ਰੂਪਨਗਰ ਜ਼ਿਲ੍ਹੇ ਦੇ ਸਭ ਭਾਗਾਂ ਵਿੱਚ ਪੈਦਾ ਕੀਤੀ ਜਾਂਦੀ ਹੈ ਪਰੰਤੂ ਆਨੰਦਪੁਰ ਸਾਹਿਬ ਅਤੇ ਨੰਗਲ ਦੀਆਂ ਤਹਿਸੀਲਾਂ ਮੱਕੀ ਦੀ ਕਾਸ਼ਤ ਲਈ ਸਭ ਤੋਂ ਵੱਧ ਮਹੱਤਵਪੂਰਣ ਹਨ। ਇੱਥੇ ਮੱਕੀ ਗਰਮੀਆਂ ਦੀ ਮੁੱਖ ਫਸਲ ਹੈ। 2015-16 ਅਨੁਸਾਰ ਮੱਕੀ ਇੱਥੇ **ਪਹਿਲੇ ਦਰਜੇ** (First Rating) ਦੀ ਫਸਲ ਸੀ ਅਤੇ ਇਸ ਸਾਲ ਇੱਥੇ ਮੱਕੀ ਹੇਠ (ਕ੍ਰਮਵਾਰ 1370 ਹੈਕਟੇਅਰ ਅਤੇ 6680 ਹੈਕਟੇਅਰ ਰਕਬਾ (ਜ਼ਿਲ੍ਹੇ ਦਾ 50.4% ਅਤੇ 34.00%) ਸੀ (ਨਕਸ਼ਾ ਨੰ. 79 ੳ)। ਰੂਪਨਗਰ ਤਹਿਸੀਲ ਵਿੱਚ ਮੱਕੀ ਹੇਠ 2015-16 ਅਨੁਸਾਰ 2080 ਹੈਕਟੇਅਰ ਭੂਮੀ ਸੀ। ਆਨੰਦਪੁਰ ਸਾਹਿਬ ਤਹਿਸੀਲ ਵਿੱਚ **ਮੱਕੀ ਰਕਬਾ ਤੀਬਰਤਾ** (24.484%) ਅਤੇ ਨੰਗਲ ਤਹਿਸੀਲ ਵਿੱਚ 39.93% (ਪੰਜਾਬ ਵਿੱਚ ਸਭ ਤੋਂ ਵੱਧ) ਹੈ। ਗਰਮੀਆਂ ਦੀ ਭਾਰੀ ਮੌਨਸੂਨ ਵਰਖਾ, ਸੁਆਂ, ਦੂਨ ਅਤੇ ਸਤਲੁਜ ਘਾਟੀ ਦੀ ਉਪਜਾਊ ਦੋਮਟ ਮਿੱਟੀ ਮੱਕੀ ਦੇ ਅਨੁਕੂਲ ਹਨ। ਇੱਥੇ ਮੱਕੀ ਸਰਦੀਆਂ ਦੀ ਮੁੱਖ ਖੁਰਾਕ ਹੈ।

ਐਸ.ਏ.ਐਸ. ਨਗਰ ਦਾ ਜ਼ਿਲ੍ਹਾ ਮਾਲਵੇ ਵਿੱਚ ਮੱਕੀ ਦਾ **ਦੂਜਾ ਵੱਡਾ ਉਤਪਾਦਕ** ਹੈ। 2021-22 ਵਿੱਚ ਐਸ.ਏ.ਐਸ. ਨਗਰ ਜ਼ਿਲ੍ਹੇ ਵਿੱਚ 24,200 ਮੀ. ਟਨ ਮੱਕੀ 6000 ਹੈਕਟੇਅਰ ਭੂਮੀ ਵਿੱਚ ਪੈਦਾ ਕੀਤੀ ਗਈ ਸੀ। ਇਹ ਜ਼ਿਲ੍ਹਾ ਮਾਲਵੇ ਦੀ 23.16% ਮੱਕੀ (2021-22) ਪੈਦਾ ਕਰਦਾ ਹੈ। ਕੁੱਲ ਮੱਕੀ ਖੇਤਰ ਦਾ 61% (3470 ਹੈਕਟੇਅਰ) **ਖਰੜ ਤਹਿਸੀਲ** ਵਿੱਚ ਪਾਇਆ ਜਾਂਦਾ ਹੈ।

ਨੰਬਰ ਦੋ ਤੇ ਡੇਰਾ ਬਸੀ ਤਹਿਸੀਲ ਆਉਂਦੀ ਹੈ ਜਿੱਥੇ 2015-16 ਅਨੁਸਾਰ 1320 ਹੈਕਟੇਅਰ ਭੂਮੀ ਵਿੱਚ ਮੱਕੀ ਪੈਦਾ ਕੀਤੀ ਗਈ ਸੀ। ਕੁੱਝ ਮੱਕੀ ਐਸ.ਏ.ਐਸ. ਨਗਰ ਤਹਿਸੀਲ ਵਿੱਚ ਵੀ ਪੈਦਾ ਕੀਤੀ ਜਾਂਦੀ ਹੈ। ਇੱਥੇ ਵੀ ਭੂਗੋਲਿਕ ਹਾਲਤਾਂ ਰੂਪਨਗਰ ਜ਼ਿਲ੍ਹੇ ਵਰਗੀਆਂ ਹਨ।

ਲੁਧਿਆਣਾ ਦਾ ਜ਼ਿਲ੍ਹਾ ਮਾਲਵੇ ਵਿੱਚ ਮੱਕੀ ਦਾ **ਤੀਜਾ ਵੱਡਾ ਉਤਪਾਦਕ** ਹੈ। 2021-22 ਵਿੱਚ ਲੁਧਿਆਣਾ ਜ਼ਿਲ੍ਹੇ ਵਿੱਚ 3400 ਮੀ. ਟਨ ਮੱਕੀ 1200 ਹੈਕਟੇਅਰ ਭੂਮੀ ਵਿੱਚ ਪੈਦਾ ਕੀਤੀ ਗਈ ਸੀ। ਲੁਧਿਆਣਾ ਜ਼ਿਲ੍ਹੇ ਦੇ ਪੂਰਬੀ ਭਾਗਾਂ ਵਿੱਚ ਜਿੱਥੇ ਵਰਖਾ ਕੁੱਝ ਵੱਧ ਹੁੰਦੀ ਹੈ, ਮੱਕੀ ਮੁੱਖ ਤੌਰ ਤੇ ਸਮਰਾਲਾ (1800 ਹੈਕਟੇਅਰ), ਖੰਨਾ (530 ਹੈਕਟੇਅਰ) ਅਤੇ ਲੁਧਿਆਣਾ ਪੂਰਬੀ (600 ਹੈਕਟੇਅਰ) ਤਹਿਸੀਲਾਂ ਵਿੱਚ ਕਾਸ਼ਤ ਕੀਤੀ ਜਾਂਦੀ ਹੈ। ਪੱਛਮ ਵੱਲ ਜਗਰਾਉਂ ਤਹਿਸੀਲ (2060 ਹੈਕਟੇਅਰ) ਅਤੇ ਲੁਧਿਆਣਾ ਪੱਛਮੀ ਤਹਿਸੀਲ ਵਿੱਚ ਵੀ ਲਗਭਗ (650 ਹੈਕਟੇਅਰ) ਮੱਕੀ ਕਾਸ਼ਤ ਕੀਤੀ ਜਾਂਦੀ ਹੈ।

ਪਟਿਆਲਾ ਦਾ ਜ਼ਿਲ੍ਹਾ ਮੱਕੀ ਦਾ ਮਾਲਵਾ ਵਿੱਚ **ਚੌਥਾ ਵੱਡਾ ਉਤਪਾਦਕ** ਹੈ (2021-22 ਅਨੁਸਾਰ 2400 ਮੀ. ਟਨ)। ਇਹ ਉਤਪਾਦਨ ਮਾਲਵੇ ਦਾ 2.30% ਸੀ। ਪਟਿਆਲਾ ਜ਼ਿਲ੍ਹੇ ਵਿੱਚ ਮੱਕੀ ਮੁੱਖ ਤੌਰ ਤੇ ਇਸ ਦੀ ਪੂਰਬੀ ਤਹਿਸੀਲ **ਰਾਜਪੁਰਾ** ਵਿੱਚ ਕਾਸ਼ਤ ਕੀਤੀ ਜਾਂਦੀ ਹੈ। ਇੱਥੋਂ ਦੀ ਮਾਮੂਲੀ ਉੱਚੀ ਨੀਵੀਂ ਅਤੇ ਚੰਗੇ ਜਲ ਨਿਕਾਸ ਵਾਲੀ ਉਪਜਾਊ ਦੋਮਟ ਮਿੱਟੀ, 70 ਤੋਂ 80 ਸ.ਮ. ਸਾਲਾਨਾ ਵਰਖਾ 4ਤੇ ਸਿੰਚਾਈ ਸਹੂਲਤਾਂ ਮੱਕੀ ਕਾਸ਼ਤ ਤੇ ਅਨੁਕੂਲ ਹਨ। 2015-16 ਅਨੁਸਾਰ ਰਾਜਪੁਰਾ ਤਹਿਸੀਲ ਵਿੱਚ ਪਟਿਆਲਾ ਜ਼ਿਲ੍ਹੇ ਦਾ 42.40% ਮੱਕੀ ਰਕਬਾ (530 ਹੈਕਟੇਅਰ) ਪਾਇਆ ਗਿਆ ਸੀ। ਫਤਹਿਗੜ੍ਹ ਸਾਹਿਬ ਜ਼ਿਲ੍ਹਾ ਵੀ ਮੱਕੀ ਪੈਦਾ ਕਰਦਾ ਹੈ। 2021-22 ਅਨੁਸਾਰ ਉਤਪਾਦਨ 800 ਮੀ. ਟਨ ਸੀ। ਇੱਥੇ ਮੱਕੀ ਮੁੱਖ ਤੌਰ ਤੇ ਫਤਹਿਗੜ੍ਹ ਸਾਹਿਬ ਤਹਿਸੀਲ ਵਿੱਚ ਪੈਦਾ ਕੀਤੀ ਜਾਂਦੀ ਹੈ। **ਸੰਗਰੂਰ** ਦੇ ਜ਼ਿਲ੍ਹੇ ਵਿੱਚ 800 ਮੀ. ਟਨ ਮੱਕੀ 2021-22 ਅਨੁਸਾਰ ਪੈਦਾ ਕੀਤੀ ਗਈ ਸੀ। ਇਹ ਮੁੱਖ ਤੌਰ ਤੇ **ਮਾਲੇਰਕੋਟਲਾ** ਤਹਿਸੀਲ ਵਿੱਚ ਕਾਸ਼ਤ ਕੀਤੀ ਜਾਂਦੀ ਹੈ। ਬਾਕੀ ਜ਼ਿਲ੍ਹਿਆਂ ਵਿੱਚ ਬਹੁਤ ਘੱਟ (ਨਾਂਹ ਦੇ ਬਰਾਬਰ) ਮੱਕੀ ਪੈਦਾ ਕੀਤੀ ਜਾਂਦੀ ਹੈ।

ਦੂਜੇ ਅਨਾਜ—ਮਾਲਵੇ ਵਿੱਚ ਦੂਜੇ ਅਨਾਜ ਜਿਵੇਂ ਕਿ ਜੌਂ, ਬਾਜਰਾ ਅਤੇ ਛੋਲੇ ਵੀ ਕਾਸ਼ਤ ਕੀਤੇ ਜਾਂਦੇ ਹਨ। ਮਾਲਵਾ ਪੰਜਾਬ ਦੇ 100% ਜੌਂ, ਲਗਭਗ 40.0% ਬਾਜਰਾ ਅਤੇ 95.5% ਛੋਲੇ ਪੈਦਾ ਕਰਦਾ ਹੈ।

ਜੌਂ (BARLEY)

ਜੌਂ ਹਾੜ੍ਹੀ ਦੀ ਫਸਲ ਹੈ। ਇਸ ਲਈ ਕਣਕ ਦੀ ਫਸਲ ਲਈ ਅਨੁਕੂਲ ਹਾਲਤਾਂ ਤੋਂ ਘਟੀਆ ਹਾਲਤਾਂ ਅਨੁਕੂਲ ਹਨ। ਜੌਂ ਜ਼ਿਆਦਾ ਠੰਡ ਅਤੇ ਗਰਮੀ ਸਹਾਰ ਸਕਦੇ ਹਨ। ਵਰਖਾ ਵੀ ਇਸ ਲਈ ਘੱਟ ਚਾਹੀਦੀ ਹੈ। ਰੇਤਲੀ ਮਿੱਟੀ ਵੀ ਠੀਕ ਹੁੰਦੀ ਹੈ। ਇਹ ਸਭ ਹਾਲਤਾਂ ਮਾਲਵਾ ਵਿੱਚ ਮਿਲਦੀਆਂ ਹਨ। ਮਾਲਵਾ ਪੰਜਾਬ ਦੇ 100% ਜੌਂ ਪੈਦਾ ਕਰਦਾ ਹੈ। 2008-09 ਅਨੁਸਾਰ ਮਾਲਵਾ ਨੇ 55,000 ਮੀ. ਟਨ ਜੌਂ ਪੈਦਾ ਕੀਤੇ ਸਨ। ਇਨ੍ਹਾਂ ਹੇਠਾਂ 16,000 ਹੈਕਟੇਅਰ ਭੂਮੀ ਸੀ। 2015-16 ਵਿੱਚ ਮਾਲਵੇ ਵਿੱਚ 33,300 ਮੀ. ਟਨ ਜੌਂ 9000 ਹੈਕਟੇਅਰ ਭੂਮੀ ਵਿੱਚੋਂ ਪੈਦਾ ਕੀਤੇ ਸਨ। 2021-22 ਵਿੱਚ ਮਾਲਵੇ ਵਿੱਚ 16,000 ਮੀ. ਟਨ ਜੌਂ 5,000 ਹੈਕਟੇਅਰ ਭੂਮੀ ਵਿੱਚ ਪੈਦਾ ਕੀਤੇ ਸਨ।

ਮਾਲਵਾ ਵਿੱਚ ਜੌਂ ਮੁੱਖ ਤੌਰ ਤੇ ਫਾਜ਼ਿਲਕਾ, ਸੰਗਰੂਰ, ਲੁਧਿਆਣਾ ਅਤੇ ਬਠਿੰਡਾ ਜ਼ਿਲ੍ਹਿਆਂ ਵਿੱਚ ਪੈਦਾ ਕੀਤੇ ਜਾਂਦੇ ਹਨ। ਇਹ ਚਾਰ ਜ਼ਿਲ੍ਹੇ ਮਿਲ ਕੇ ਮਾਲਵਾ ਦੇ 65.00% ਜੌਂ ਪੈਦਾ ਕਰਦੇ ਹਨ। 2021-22 ਵਿੱਚ ਫਾਜ਼ਿਲਕਾ ਜ਼ਿਲ੍ਹੇ ਨੇ 2500 ਮੀ. ਟਨ (ਮਾਲਵਾ ਦੇ 15.63% ਜੌਂ) ਪੈਦਾ ਕੀਤੇ ਸਨ। ਇੱਥੇ ਜੌਂ ਮੁੱਖ ਤੌਰ ਤੇ **ਅਬੋਹਰ** ਤਹਿਸੀਲ ਵਿੱਚ (ਜ਼ਿਲ੍ਹੇ ਦੇ ਲਗਭਗ 91.0%) ਪੈਦਾ ਕੀਤੇ ਜਾਂਦੇ ਹਨ। ਫਾਜ਼ਿਲਕਾ ਤਹਿਸੀਲ ਵਿੱਚ ਵੀ ਜੌਂ ਪੈਦਾ ਕੀਤੇ ਜਾਂਦੇ ਹਨ।

ਸੰਗਰੂਰ ਜ਼ਿਲ੍ਹਾ ਜੌਂ ਦਾ ਸਭ ਤੋਂ ਵੱਡਾ ਉਤਪਾਦਕ (3,000 ਮੀ. ਟਨ = ਮਾਲਵੇ ਦੇ 17.4%) ਹੈ। ਇੱਥੇ ਜੌਂ ਮੁੱਖ ਤੌਰ ਤੇ ਮਾਲੇਰਕੋਟਲਾ (ਜ਼ਿਲ੍ਹੇ ਦੇ 31.5%) ਅਤੇ ਧੂਰੀ (ਜ਼ਿਲ੍ਹੇ ਦੇ 18.75%) ਤਹਿਸੀਲਾਂ ਵਿੱਚ ਕਾਸ਼ਤ ਕੀਤੇ ਜਾਂਦੇ ਹਨ। **ਬਠਿੰਡਾ** ਜ਼ਿਲ੍ਹੇ ਨੇ 2021-22 ਵਿੱਚ 2,000 ਮੀ. ਟਨ ਜੌਂ ਪੈਦਾ ਕੀਤੇ ਸਨ (ਮਾਲਵੇ ਦੇ 12.5%) ਜੋ ਮੁੱਖ ਤੌਰ ਤੇ ਬਠਿੰਡਾ ਅਤੇ ਰਾਮਪੁਰਾ ਤਹਿਸੀਲਾਂ

ਵਿੱਚ ਪੈਦਾ ਕੀਤੇ ਜਾਂਦੇ ਹਨ। ਮੁਕਤਸਰ, ਮਾਨਸਾ, (ਸਰਦੂਲਗੜ੍ਹ ਤਹਿਸੀਲ) ਅਤੇ ਲੁਧਿਆਣਾ ਦੇ ਜ਼ਿਲ੍ਹੇ (2,900 ਮੀ. ਟਨ) ਵੀ ਜੌਂ ਦੇ ਮਹੱਤਵਪੂਰਣ ਉਤਪਾਦਕ ਹਨ (ਸਾਰਣੀ ਨੰ. 69)। ਪਟਿਆਲਾ, ਬਰਨਾਲਾ, ਸ੍ਰੀ ਮੁਕਤਸਰ ਸਾਹਿਬ (ਹਰੇਕ 600 ਤੋਂ 1000 ਮੀ. ਟਨ) ਅਤੇ ਮਾਨਸਾ (1100 ਮੀ. ਟਨ) ਜ਼ਿਲ੍ਹਿਆਂ ਵਿੱਚ ਵੀ ਜੌਂ ਪੈਦਾ ਕੀਤੇ ਜਾਂਦੇ ਹਨ।

ਛੋਲੇ (GRAMS)

ਛੋਲੇ ਵੀ ਇੱਕ ਹਾੜ੍ਹੀ ਦੀ ਫਸਲ ਹੈ। ਇਹ ਇੱਕ ਅਨਾਜ ਅਤੇ ਦਾਲ ਫਸਲ ਹੈ। ਇਸ ਲਈ ਵੀ ਕਣਕ ਤੋਂ ਘਟੀਆ ਹਾਲਤਾਂ ਦੀ ਲੋੜ ਹੈ। ਛੋਲਿਆਂ ਦਾ ਰਕਬਾ ਅਤੇ ਉਤਪਾਦਨ ਵੀਹਵੀਂ ਸਦੀ ਦੇ ਸੱਤਵੇਂ ਦਹਾਕੇ ਤੋਂ ਲਗਾਤਾਰ ਘੱਟਦੇ ਆ ਰਹੇ ਹਨ। ਇਨ੍ਹਾਂ ਲਈ ਰੇਤਲੀ ਦੋਮਟ ਮਿੱਟੀ ਅਤੇ ਘੱਟ ਵਰਖਾ ਚਾਹੀਦੇ ਹਨ। ਮਾਲਵਾ ਪੰਜਾਬ ਦੇ ਲਗਭਗ 95.5% ਛੋਲੇ ਪੈਦਾ ਕਰਦਾ ਹੈ। 2015-16 ਵਿੱਚ ਉਤਪਾਦਨ 2070 ਮੀ. ਟਨ ਸੀ। 2021-22 ਵਿੱਚ ਮਾਲਵਾ ਨੇ 2,100 ਮੀ. ਟਨ ਛੋਲੇ ਪੈਦਾ ਕੀਤੇ ਸਨ। **ਫਾਜ਼ਿਲਕਾ** (ਮਾਲਵਾ ਦੇ 66.7% ਛੋਲੇ), ਰੂਪਨਗਰ, ਫਰੀਦਕੋਟ (14.70%) ਅਤੇ ਬਠਿੰਡਾ (ਮਾਲਵੇ ਦੇ 9.5% ਛੋਲੇ) ਦੇ ਜ਼ਿਲ੍ਹੇ ਛੋਲਿਆਂ ਦੇ ਮੁੱਖ ਉਤਪਾਦਕ ਹਨ (ਮਿਲ ਕੇ ਮਾਲਵੇ ਦੇ 96.30% ਛੋਲੇ)। ਮੋਗਾ, ਬਰਨਾਲਾ, ਮਾਨਸਾ, ਫਰੀਦਕੋਟ ਅਤੇ ਰੂਪਨਗਰ ਜ਼ਿਲ੍ਹੇ ਵੀ ਛੋਲੇ ਪੈਦਾ ਕਰਦੇ ਹਨ (ਸਾਰਣੀ ਨੰ. 69)। **ਅਬੋਹਰ, ਸੰਗਰੂਰ, ਸਰਦੂਲਗੜ੍ਹ, ਬਠਿੰਡਾ ਅਤੇ ਫਾਜ਼ਿਲਕਾ** ਤਹਿਸੀਲਾਂ ਛੋਲਿਆਂ ਦੇ ਮੁੱਖ ਉਤਪਾਦਕ ਖੇਤਰ ਹਨ।

ਬਾਜਰਾ (BAJRA)

ਇਹ ਇੱਕ ਸੌਣੀ (ਗਰਮੀਆਂ) ਦੀ ਮੋਟਾ ਅਨਾਜ ਫਸਲ ਹੈ। ਇਸ ਲਈ ਵੀ ਰੇਤਲੀ ਭੂਮੀ ਅਤੇ ਘੱਟ ਵਰਖਾ ਚਾਹੀਦੇ ਹਨ। ਦੱਖਣ-ਪੱਛਮੀ ਮਾਲਵਾ ਦੀਆਂ ਦੱਖਣੀ ਤਹਿਸੀਲਾਂ ਵਿੱਚ ਸਰਦੀਆਂ ਨੂੰ ਬਾਜਰੇ ਦੀ ਰੋਟੀ ਆਮ ਖਾਧੀ ਜਾਂਦੀ ਹੈ। ਇਸ ਦੀ ਹਰੇ ਦੇ ਰੂਪ ਵਿੱਚ ਪਸ਼ੂਆਂ ਲਈ ਚਾਰਾ ਦੇ ਤੌਰ ਤੇ ਵਰਤੋਂ ਕੀਤੀ ਜਾਂਦੀ ਹੈ। ਇਸ ਦੇ ਸੁੱਕੇ ਟਾਂਡੇ ਵੀ ਚਾਰਾ ਦੇ ਰੂਪ ਵਿੱਚ ਵਰਤੇ ਜਾਂਦੇ ਹਨ। ਪੰਜਾਬ ਦਾ 37.5% ਬਾਜਰਾ ਮਾਲਵਾ ਪ੍ਰਦੇਸ਼ ਵਿੱਚ ਪੈਦਾ ਕੀਤਾ ਜਾਂਦਾ ਹੈ। 2021-22 ਅਨੁਸਾਰ ਮਾਲਵਾ ਨੇ 300 ਮੀ. ਟਨ ਬਾਜਰਾ ਪੈਦਾ ਕੀਤਾ ਸੀ ਜੋ ਮੁੱਖ ਤੌਰ ਤੇ ਮਾਨਸਾ ਅਤੇ ਬਠਿੰਡਾ ਜ਼ਿਲ੍ਹਿਆਂ ਵਿੱਚ ਪੈਦਾ ਕੀਤਾ ਜਾਂਦਾ ਹੈ। ਸਰਦੂਲਗੜ੍ਹ, ਮਾਨਸਾ, ਬੁਢਲਾਡਾ ਅਤੇ ਤਲਵੰਡੀ ਸਾਬੋ ਤਹਿਸੀਲਾਂ ਵਿੱਚ ਬਾਜਰਾ ਮੁੱਖ ਤੌਰ ਤੇ ਪੈਦਾ ਕੀਤਾ ਜਾਂਦਾ ਹੈ। ਉਤਪਾਦਕ ਹਰੇਕ ਜ਼ਿਲ੍ਹੇ ਦਾ ਬਾਜਰੇ ਦਾ ਉਤਪਾਦਨ 2021-22 ਅਨੁਸਾਰ ਬਠਿੰਡਾ 100 ਮੀ. ਟਨ ਅਤੇ ਮਾਨਸਾ ਜ਼ਿਲ੍ਹੇ ਵਿੱਚ 200 ਮੀਟਰਿਕ ਟਨ ਬਾਜਰਾ ਪੈਦਾ ਹੋਇਆ ਸੀ।

ਗੰਨਾ (SUGARCANE)

ਪੂਰਬੀ ਮਾਲਵਾ ਨੂੰ ਛੱਡ ਕੇ ਬਾਕੀ ਦਾ ਅਰਧ-ਖੁਸ਼ਕ ਮਾਲਵਾ ਗੰਨੇ ਦੀ ਖੇਤੀ ਦੇ ਬਹੁਤ ਯੋਗ ਨਹੀਂ ਹੈ। 1999-2000 ਵਿੱਚ ਮਾਲਵਾ ਪ੍ਰਦੇਸ਼ ਨੇ ਪੰਜਾਬ ਦਾ 36.8% ਗੰਨਾ ਪੈਦਾ ਕੀਤਾ ਸੀ ਪਰੰਤੂ 2007-08 ਵਿੱਚ ਇਹ ਹਿਸਾ 22.12% ਰਹਿ ਗਿਆ। 2015-16 ਵਿੱਚ ਹਿਸਾ 22.10% ਹੋ ਗਿਆ। ਗੰਨੇ ਲਈ ਦਰਮਿਆਨੀ ਤੋਂ ਉੱਚੀ ਵਰਖਾ, ਦਰਮਿਆਨੀ ਉੱਚੇ ਤਾਪਮਾਨ, ਉਪਜਾਊ ਦੋਮਟ ਜਾਂ ਚੀਕਣੀ ਦੋਮਟ ਮਿੱਟੀ ਜਿਸ ਵਿੱਚ ਚੂਨਾ ਵੀ ਹੋਵੇ, ਅਨੁਕੂਲ ਹੁੰਦੇ ਹਨ। ਪਿੜਾਈ ਦਾ ਸਮਾਂ ਲੰਬਾ, ਧੁੱਪ ਵਾਲਾ ਅਤੇ ਮਾਮੂਲੀ ਠੰਡੇ ਤੋਂ ਮਾਮੂਲੀ ਗਰਮ ਹੋਣਾ ਚਾਹੀਦਾ ਹੈ। ਗੰਨਾ ਭਾਰੀ ਅਤੇ ਫੁੱਲਵਾਂ ਪਦਾਰਥ ਹੈ ਇਸ ਲਈ ਸਸਤੇ ਮਜ਼ਦੂਰ (ਕਟਾਈ ਲਈ) ਅਤੇ ਨੇੜੇ ਹੀ ਖੰਡ ਮਿੱਲਾਂ ਦਾ ਹੋਣਾ ਅਤੇ ਖੰਡ ਮਿੱਲਾਂ ਤੱਕ ਵਧੀਆ ਸੜਕਾਂ ਦਾ ਹੋਣਾ ਜ਼ਰੂਰੀ ਹੈ। ਜ਼ਿਆਦਾਤਰ ਮਾਲਵਾ ਗਰਮ ਤੋਂ ਬਹੁਤ ਗਰਮ ਅਤੇ ਅਰਧ-ਖੁਸ਼ਕ ਹੈ। ਮਿੱਟੀ ਰੇਤਲੀ ਦੋਮਟ ਹੈ ਜੋ ਬਹੁਤ ਉਪਜਾਊ ਨਹੀਂ ਹੈ। ਵਸੋਂ ਵੀ ਸੰਘਣੀ (ਘੱਟ ਮਜ਼ਦੂਰਾਂ ਦੀ ਉਪਲਬੱਧੀ) ਨਹੀਂ ਹੈ। ਖੰਡ ਮਿੱਲਾਂ ਦੂਰ ਹਨ। ਇਸ ਲਈ ਸਮੁੱਚੇ ਤੌਰ ਤੇ ਭੂਗੋਲਿਕ ਅਵਸਥਾਵਾਂ ਗੰਨੇ ਦੀ ਕਾਸ਼ਤ ਦੇ ਬਹੁਤ ਅਨੁਕੂਲ ਨਹੀਂ ਹਨ। ਇਸ ਤੋਂ ਬਿਨਾਂ ਗੰਨੇ ਨੂੰ ਜ਼ਿਆਦਾ ਪੈਸੇ ਦੇਣ ਵਾਲੇ ਚਾਵਲ, ਕਪਾਹ ਅਤੇ ਤੇਲ ਬੀਜਾਂ ਤੋਂ ਸਖ਼ਤ

ਮੁਕਾਬਲਾ ਹੈ। 2008-09 ਵਿੱਚ ਮਾਲਵਾ ਨੇ 0.84 ਲੱਖ ਮੀ. ਟਨ ਗੰਨਾ 14,000 ਹੈਕਟੇਅਰ ਭੂਮੀ ਪੈਦਾ ਕੀਤਾ ਸੀ। 2015-16 ਵਿੱਚ ਮਾਲਵੇ ਨੇ 1.41 ਲੱਖ ਗੰਨਾ 18 ਹਜ਼ਾਰ ਹੈਕਟੇਅਰ ਭੂਮੀ ਵਿੱਚੋਂ ਪੈਦਾ ਕੀਤਾ ਸੀ। 2021-22 ਵਿੱਚ ਮਾਲਵੇ ਨੇ 10.90 ਲੱਖ ਮੀ. ਟਨ ਗੰਨਾ 13,500 ਹੈਕਟੇਅਰ ਜ਼ਮੀਨ ਵਿੱਚ ਪੈਦਾ ਕੀਤਾ ਸੀ। ਮਾਲਵੇ ਦਾ ਲਗਭਗ 63.03% ਗੰਨਾ ਇਸ ਦੇ ਪੂਰਬੀ ਜ਼ਿਲ੍ਹਿਆਂ ਰੂਪਨਗਰ, ਐਸ.ਏ.ਐਸ. ਨਗਰ, ਫਤਹਿਗੜ੍ਹ ਸਾਹਿਬ, ਪਟਿਆਲਾ ਅਤੇ ਪੂਰਬੀ ਲੁਧਿਆਣਾ ਵਿੱਚ ਪੈਦਾ ਕੀਤਾ ਜਾਂਦਾ ਹੈ। ਪ੍ਰਦੇਸ਼ ਦਾ ਲਗਭਗ ਇੱਕ ਚੌਥਾਈ (18.4%) ਗੰਨਾ ਇਸ ਦੇ ਮੱਧਵਰਤੀ ਭਾਗਾਂ (ਸੰਗਰੂਰ, ਬਰਨਾਲਾ ਅਤੇ ਪੱਛਮੀ ਲੁਧਿਆਣਾ ਜ਼ਿਲ੍ਹੇ) ਵਿੱਚ ਪੈਦਾ ਹੁੰਦਾ ਹੈ। ਬਾਕੀ ਦੇ ਪੱਛਮੀ ਅਤੇ ਦੱਖਣ-ਪੱਛਮੀ ਭਾਗਾਂ ਵਿੱਚ ਮਾਲਵੇ ਦਾ ਕੇਵਲ 10 ਤੋਂ 15% ਗੰਨਾ ਪੈਦਾ ਕੀਤਾ ਜਾਂਦਾ ਹੈ। ਇਸ ਖੇਤਰ ਦੀਆਂ ਖੰਡ ਮਿਲਾਂ, ਗੰਨੇ ਦੀ ਘਾਟ ਕਾਰਨ ਘੱਟ ਉਤਪਾਦਨ ਕਰ ਰਹੀਆਂ ਹਨ, ਲਾਭਹੀਨ ਹੋ ਰਹੀਆਂ ਹਨ ਅਤੇ ਬੰਦ ਕਰਨ ਦੀ ਨੌਬਤ ਆ ਗਈ ਹੈ (ਬੁਢਲਾਡਾ, ਮਲੋਟ, ਫਰੀਦਕੋਟ, ਜਗਰਾਉਂ, ਜ਼ੀਰਾ ਆਦਿ) ਮੋਗਾ, ਬਠਿੰਡਾ, ਮਾਨਸਾ ਅਤੇ ਮੁਕਤਸਰ ਜ਼ਿਲ੍ਹਿਆਂ ਵਿੱਚ ਗੰਨਾ ਬਹੁਤ ਘੱਟ ਪੈਦਾ ਕੀਤਾ ਜਾਂਦਾ ਹੈ (ਸਾਰਣੀ ਨੰ. 71)।

ਪੂਰਬੀ ਮਾਲਵਾ ਪ੍ਰਦੇਸ਼ (ਰੂਪਨਗਰ, ਐਸ.ਏ.ਐਸ. ਨਗਰ, ਫਤਹਿਗੜ੍ਹ ਸਾਹਿਬ ਅਤੇ ਪੂਰਬੀ ਲੁਧਿਆਣਾ ਅਤੇ ਪਟਿਆਲਾ ਜ਼ਿਲ੍ਹੇ) ਗੰਨੇ ਦੀ ਕਾਸ਼ਤ ਦੇ ਜ਼ਿਆਦਾ ਅਨੁਕੂਲ ਹਨ। ਇੱਥੇ ਜ਼ਿਆਦਾ ਵਰਖਾ (70 ਸ.ਮ. ਤੋਂ ਵੱਧ), ਉਪਜਾਊ ਦੋਮਟ ਮਿੱਟੀ ਅਤੇ ਪਰੰਪਰਾ ਅਨੁਕੂਲ ਹਨ। ਇੱਥੇ ਰੂਪਨਗਰ ਦਾ ਜ਼ਿਲ੍ਹਾ ਗੰਨੇ ਦਾ ਇੱਕ ਵੱਡਾ ਉਤਪਾਦਕ ਹੈ। 2021-22 ਵਿੱਚ ਰੂਪਨਗਰ ਨੇ 1.49 ਲੱਖ ਮੀ. ਟਨ ਗੰਨਾ 2,000 ਹੈਕਟੇਅਰ ਭੂਮੀ ਵਿੱਚੋਂ ਪੈਦਾ ਕੀਤਾ ਸੀ (ਮਾਲਵੇ ਦਾ 13.67%)। ਇੱਥੇ ਜ਼ਿਆਦਾਤਰ ਗੰਨਾ ਰੂਪਨਗਰ ਅਤੇ ਚਮਕੌਰ ਸਾਹਿਬ ਤਹਿਸੀਲਾਂ (ਹਰੇਕ 50%) ਵਿੱਚ ਪੈਦਾ ਕੀਤਾ ਜਾਂਦਾ ਹੈ। ਅੱਛੀ ਵਰਖਾ (80 ਸ.ਮ. ਸਾਲਾਨਾ ਦੇ ਲਗਭਗ), ਉਪਜਾਊ ਦੋਮਟ ਅਤੇ ਚੀਕਣੀ ਦੋਮਟ ਮਿੱਟੀ, ਤਲਹਟੀ ਪ੍ਰਦੇਸ਼ ਦੀ ਮਾਮੂਲੀ ਉੱਚੀ ਨੀਵੀਂ ਧਰਾਤਲ, ਟਿਊਬਵੈਲਾਂ ਤੋਂ ਭਰਪੂਰ ਸਿੰਜਾਈ ਅਤੇ ਮੋਰਿੰਡਾ ਖੰਡ ਮਿੱਲ ਦਾ ਹੋਣਾ ਗੰਨੇ ਦੀ ਘਣੀ ਕਾਸ਼ਤ ਲਈ ਬਹੁਤ ਅਨੁਕੂਲ ਹਨ। ਨਾਲ ਲੱਗਦੇ **ਐਸ.ਏ.ਐਸ. ਨਗਰ** ਜ਼ਿਲ੍ਹੇ ਦੀਆਂ ਖਰੜ ਤੇ ਡੇਰਾ ਬਸੀ ਤਹਿਸੀਲਾਂ ਵਿੱਚ ਵੀ ਗੰਨਾ ਕਾਸ਼ਤ ਕੀਤਾ ਜਾਂਦਾ ਹੈ। ਖਰੜ ਤਹਿਸੀਲ ਰੂਪਨਗਰ ਤਹਿਸੀਲ ਦੇ ਨਾਲ ਹੈ ਅਤੇ ਇੱਥੇ ਭੂਗੋਲਿਕ ਹਾਲਤਾਂ ਅਨੁਕੂਲ ਹਨ। ਐਸ.ਏ.ਐਸ. ਨਗਰ ਜ਼ਿਲ੍ਹੇ ਨੇ 2021-22 ਵਿੱਚ 74,200 ਮੀ. ਟਨ ਗੰਨਾ ਪੈਦਾ ਕੀਤਾ ਸੀ। ਖਰੜ ਤਹਿਸੀਲ ਤੋਂ ਗੰਨਾ ਮੋਰਿੰਡਾ ਖੰਡ ਮਿੱਲ ਨੂੰ ਜਾਂਦਾ ਹੈ।

ਰੂਪਨਗਰ ਤੇ ਐਸ.ਏ.ਐਸ. ਨਗਰ ਜ਼ਿਲ੍ਹਿਆਂ ਦੇ ਪੱਛਮ ਵੱਲ ਨਾਲ ਲੱਗਦੇ **ਫਤਹਿਗੜ੍ਹ ਸਾਹਿਬ ਅਤੇ ਪਟਿਆਲਾ** ਜ਼ਿਲ੍ਹਿਆਂ ਵਿੱਚ ਵੀ ਗੰਨੇ ਦੀ ਕਾਸ਼ਤ ਕਾਫੀ ਮਹੱਤਵਪੂਰਨ ਹੈ। 2021-22 ਵਿੱਚ ਪਟਿਆਲਾ ਜ਼ਿਲ੍ਹੇ ਵਿੱਚ 1.26 ਲੱਖ ਮੀ. ਟਨ ਗੰਨਾ 1.50 ਹੈਕਟੇਅਰ ਭੂਮੀ ਵਿੱਚੋਂ ਪੈਦਾ ਕੀਤਾ ਸੀ। ਇਹ ਉਤਪਾਦਨ ਮਾਲਵਾ ਦਾ 13.02% ਸੀ। 2021-22 ਵਿੱਚ ਪਟਿਆਲਾ ਦਾ ਜ਼ਿਲ੍ਹਾ ਮਾਲਵੇ ਵਿੱਚ ਗੰਨੇ ਦਾ ਚੌਥਾ ਵੱਡਾ ਉਤਪਾਦਕ ਸੀ। 2021-22 ਵਿੱਚ ਪਟਿਆਲਾ ਜ਼ਿਲ੍ਹੇ ਵਿੱਚ 1.26 ਲੱਖ ਮੀ. ਟਨ ਗੰਨਾ ਪੈਦਾ ਹੋਇਆ ਸੀ। ਪਟਿਆਲਾ ਜ਼ਿਲ੍ਹੇ ਵਿੱਚ ਗੰਨੇ ਦੀ ਕਾਸ਼ਤ ਹੇਠ ਜ਼ਿਆਦਾਤਰ ਰਕਬਾ (ਜ਼ਿਲ੍ਹੇ ਦਾ 50%) **ਨਾਭਾ ਤਹਿਸੀਲ** ਵਿੱਚ ਮਿਲਦਾ ਹੈ। ਇਸ ਦੇ ਨੇੜੇ ਹੀ ਰੱਖੜਾ ਦੀ ਖੰਡ ਮਿਲ ਹੈ। ਇਸ ਪੱਧਰੇ ਉਪਜਾਊ ਖੇਤਰ ਵਿੱਚ ਟਿਊਬਵੈਲਾਂ ਅਤੇ ਨਹਿਰਾਂ ਤੋਂ ਸਿੰਜਾਈ ਉਪਲਬੱਧ ਹੈ। ਇਸ ਜ਼ਿਲ੍ਹੇ ਵਿੱਚ ਵੀ **ਪਾਤੜਾਂ** ਦੀ ਤਹਿਸੀਲ ਵਿੱਚ ਵੀ ਗੰਨਾ ਕਾਸ਼ਤ ਕੀਤਾ ਜਾਂਦਾ ਹੈ ਅਤੇ ਇੱਥੇ ਇੱਕ ਖੰਡ ਦਾ ਕਾਰਖਾਨਾ ਵੀ ਹੈ। **ਫਤਹਿਗੜ੍ਹ ਸਾਹਿਬ** ਜ਼ਿਲ੍ਹੇ ਵਿੱਚ ਗੰਨਾ ਚਾਰੇ ਤਹਿਸੀਲਾਂ ਵਿੱਚ ਪੈਦਾ ਕੀਤਾ ਜਾਂਦਾ ਹੈ। **ਖਮਾਣੋ ਅਤੇ ਅਮਲੋਹ** ਅਤੇ ਬਸੀ ਪਠਾਣਾਂ ਤਹਿਸੀਲਾਂ ਜ਼ਿਆਦਾ ਮਹੱਤਵਪੂਰਣ ਹਨ। ਬਸੀ ਪਠਾਣਾਂ ਅਤੇ ਖਮਾਣੋ ਤਹਿਸੀਲਾਂ ਮੋਰਿੰਡਾ ਖੰਡ ਮਿਲ ਦੇ ਨੇੜੇ ਹਨ। ਅਮਲੋਹ ਤਹਿਸੀਲ ਵਿੱਚ **ਜਿਊਣ ਸਿੰਘ ਵਾਲਾ** ਨਾਂ ਦਾ ਖੰਡ ਦਾ ਕਾਰਖਾਨਾ ਹੈ। ਫਤਹਿਗੜ੍ਹ ਸਾਹਿਬ ਜ਼ਿਲ੍ਹੇ ਨੇ 2021-22 ਵਿੱਚ 1.80 ਲੱਖ ਮੀ. ਟਨ ਗੰਨਾ, 2400 ਹੈਕਟੇਅਰ ਭੂਮੀ ਵਿੱਚੋਂ ਪੈਦਾ ਕੀਤਾ ਸੀ (ਮਾਲਵੇ ਦਾ 16.51%)। ਇਹ ਜ਼ਿਲ੍ਹਾ 2021-22 ਅਨੁਸਾਰ ਮਾਲਵਾ ਵਿੱਚ ਗੰਨੇ ਦਾ ਤੀਜਾ ਵੱਡਾ ਉਤਪਾਦਕ ਸੀ।

ਮੱਧਵਰਤੀ ਜ਼ਿਲ੍ਹਿਆਂ ਲੁਧਿਆਣਾ (2.15 ਲੱਖ ਮੀ. ਟਨ), ਬਰਨਾਲਾ (16,000 ਮੀ. ਟਨ) ਅਤੇ ਸੰਗਰੂਰ (1.84 ਲੱਖ ਮੀ. ਟਨ) ਵਿੱਚ ਵੀ ਗੰਨੇ ਦੀ ਕਾਸ਼ਤ ਮਹੱਤਵਪੂਰਣ ਹੈ। ਇੱਥੇ ਵੀ ਟਿਊਬਵੈਲਾਂ ਅਤੇ ਨਹਿਰਾਂ ਰਾਹੀਂ ਸਿੰਜਾਈ ਉਪਲਬੱਧ ਹੈ। ਸੰਗਰੂਰ

ਵਿੱਚ ਧੂਰੀ ਅਤੇ ਲੁਧਿਆਣਾ ਵਿੱਚ ਬੁੱਢੇਵਾਲ ਅਤੇ ਜਗਰਾਉਂ ਦਆਂ ਖੰਡ ਮਿੱਲਾਂ ਹਨ। ਸੰਗਰੂਰ ਜ਼ਿਲ੍ਹੇ ਦਾ ਜ਼ਿਆਦਾਤਰ ਗੰਨਾ (27.7%), ਧੂਰੀ (ਜ਼ਿਲ੍ਹੇ ਦਾ 48%), ਮਲੇਰਕੋਟਲਾ (27.7%) ਅਤੇ ਸੰਗਰੂਰ (ਜ਼ਿਲ੍ਹੇ ਦਾ 20%) ਤਹਿਸੀਲਾਂ ਤੋਂ ਆਉਂਦਾ ਹੈ। ਲੁਧਿਆਣਾ ਜ਼ਿਲ੍ਹੇ ਵਿੱਚ ਗੰਨੇ ਦੀ ਕਾਸ਼ਤ ਮੁੱਖ ਤੌਰ ਤੇ ਸਮਰਾਲਾ ਅਤੇ ਲੁਧਿਆਣਾ ਪੂਰਬ ਤਹਿਸੀਲਾਂ (ਬੁੱਢੇਵਾਲ ਖੰਡ ਮਿਲ ਲਈ) ਅਤੇ ਪਾਇਲ ਤਹਿਸੀਲ ਵਿੱਚ ਕੀਤੀ ਜਾਂਦੀ ਹੈ। 2021-22 ਅਨੁਸਾਰ ਸੰਗਰੂਰ ਦਾ ਜ਼ਿਲ੍ਹਾ ਮਾਲਵੇ ਵਿੱਚ ਗੰਨੇ ਦਾ ਦੂਜਾ ਵੱਡਾ ਉਤਪਾਦਕ ਸੀ। ਪੱਛਮੀ ਅਤੇ ਦੱਖਣ ਪੱਛਮੀ ਮਾਲਵਾ ਵਿੱਚ ਗਰਮ ਅਤੇ ਖੁਸ਼ਕ ਜਲਵਾਯੂ, ਰੇਤਲੀ ਦੋਮਟ ਮਿੱਟੀ ਅਤੇ ਪੀੜਨ ਸਮੇਂ ਦੀ ਘੱਟ ਲੰਬਾਈ ਕਾਰਨ ਗੰਨੇ ਦੀ ਕਾਸ਼ਤ ਬਹੁਤ ਮਹੱਤਵਪੂਰਣ ਨਹੀਂ ਹੈ। ਇਸ ਖੇਤਰ ਦੀਆਂ ਕਈ ਖੰਡ ਮਿੱਲਾਂ ਬੰਦ ਹੋਣ ਦੀ ਕਗਾਰ ਤੇ ਹਨ ਜਿਵੇਂ ਕਿ ਮਲੋਟ (ਮੁਕਤਸਰ), ਬੁਢਲਾਡਾ (ਮਾਨਸਾ), ਜੀਰਾ (ਫਿਰੋਜ਼ਪੁਰ), ਫਰੀਦਕੋਟ ਅਤੇ ਜਗਰਾਉਂ (ਲੁਧਿਆਣਾ) ਦੀਆਂ ਖੰਡ ਮਿਲਾਂ। ਇਸ ਖੇਤਰ ਵਿੱਚ ਜਗਰਾਉਂ, ਜ਼ੀਰਾ, ਫਿਰੋਜ਼ਪੁਰ, ਫਾਜ਼ਿਲਕਾ (ਫਿਰੋਜ਼ਪੁਰ ਜ਼ਿਲ੍ਹੇ ਦਾ 55% ਗੰਨਾ ਤੇ ਫਾਜ਼ਿਲਕਾ ਖੰਡ ਮਿਲ), ਮਲੋਟ (ਮੁਕਤਸਰ), ਫਰੀਦਕੋਟ ਤਹਿਸੀਲਾਂ ਵਿੱਚ ਗੰਨੇ ਦੀ ਕਾਸ਼ਤ ਮਹੱਤਵਪੂਰਣ ਹੈ। ਇੱਥੇ ਸਥਿਤ ਖੰਡ ਮਿੱਲਾਂ ਨੇ ਗੰਨੇ ਦੀ ਕਾਸ਼ਤ ਨੂੰ ਉਤਸ਼ਾਹਤ ਕੀਤਾ ਸੀ। ਇਸ ਖੇਤਰ ਵਿੱਚ ਫਾਜ਼ਿਲਕਾ ਦਾ ਜ਼ਿਲ੍ਹਾ ਗੰਨੇ ਦਾ ਮੁੱਖ ਉਤਪਾਦਕ ਹੈ (ਲਗਭਗ 56 ਹਜ਼ਾਰ ਮੀ. ਟਨ ਗੰਨਾ 2021-22 ਵਿੱਚ)। ਇੱਥੇ ਫਾਜ਼ਿਲਕਾ ਦੀ ਤਹਿਸੀਲ ਜ਼ਿਲ੍ਹੇ ਵਿੱਚ ਗੰਨੇ ਦੀ ਕਾਸ਼ਤ ਲਈ ਸਭ ਤੋਂ ਵੱਧ ਮਹੱਤਵਪੂਰਣ ਹੈ (85.6%)। ਫਿਰੋਜ਼ਪੁਰ ਜ਼ਿਲ੍ਹੇ ਵਿੱਚ ਲਗਭਗ 6000 ਮੀ. ਟਨ ਗੰਨਾ ਪੈਦਾ ਕੀਤਾ ਜਾਂਦਾ ਹੈ।

ਗੰਨਾ ਤੀਬਰਤਾ (SUGARCANE INTENSITY)

ਪੰਜਾਬ ਦੀ ਔਸਤ ਗੰਨਾ ਤੀਬਰਤਾ 2021-22 ਅਨੁਸਾਰ 1.11% ਸੀ। ਮਾਲਵੇ ਵਿੱਚ **ਸਭ ਤੋਂ ਵੱਧ ਗੰਨਾ ਤੀਬਰਤਾ** ਚਮਕੌਰ ਸਾਹਿਬ ਤਹਿਸੀਲ ਵਿੱਚ 3.89% 2015-16 ਵਿੱਚ ਰਿਕਾਰਡ ਕੀਤੀ ਗਈ ਸੀ। ਦੂਜੇ ਨੰਬਰ ਤੇ ਉੱਚੀ ਗੰਨਾ ਤੀਬਰਤਾ ਨਾਲ ਲੱਗਦੀ ਤਹਿਸੀਲ ਖਮਾਣੋ (3.11%) ਵਿੱਚ ਰਿਕਾਰਡ ਹੋਈ ਸੀ। ਖਰੜ (1.79%), ਅਮਲੋਹ, ਬੱਸੀ ਪਠਾਣਾ (1.85%), ਨਾਭਾ (1.35%), ਸਮਰਾਲਾ (0.88%), ਅਤੇ ਧੂਰੀ (1.38%) ਤਹਿਸੀਲ ਵਿੱਚ ਸਾਧਾਰਣ ਉੱਚੀ (moderately high) ਗੰਨਾ ਤੀਬਰਤਾ (1.1% ਤੋਂ 2.50% ਤੱਕ) ਪਾਈ ਜਾਂਦੀ ਹੈ। ਫਤਹਿਗੜ੍ਹ ਸਾਹਿਬ (0.77%), ਡੇਰਾ ਬੱਸੀ, ਪਾਇਲ (0.94%), ਮਲੇਰਕੋਟਲਾ (0.68%), ਫਾਜ਼ਿਲਕਾ (0.86%), ਖੰਨਾ (6.08%) ਤਹਿਸੀਲਾਂ ਵਿੱਚ ਸਾਧਾਰਣ ਨੀਵੀਂ (moderate) ਗੰਨਾ ਤੀਬਰਤਾ ਰਿਕਾਰਡ ਕੀਤੀ ਗਈ ਹੈ। ਬਾਕੀ ਦੀਆਂ ਗੰਨਾ ਕਾਸ਼ਤ ਕਰਨ ਵਾਲੀਆਂ ਤਹਿਸੀਲਾਂ ਵਿੱਚ **ਨੀਵੀਂ ਤੋਂ ਬਹੁਤ ਨੀਵੀਂ** ਗੰਨਾ ਤੀਬਰਤਾ (0.5% ਤੋਂ ਘੱਟ) ਰਿਕਾਰਡ ਕੀਤੀ ਗਈ ਹੈ। ਪੱਛਮੀ, ਮੱਧਵਰਤੀ ਅਤੇ ਦੱਖਣ ਪੱਛਮੀ ਮਾਲਵਾ ਦੀਆਂ ਬਹੁਤ ਸਾਰੀਆਂ ਤਹਿਸੀਲਾਂ ਵਿੱਚ ਗੰਨਾ ਬਹੁਤ ਘੱਟ ਜਾਂ ਕਾਸ਼ਤ ਹੀ ਨਹੀਂ ਕੀਤਾ ਜਾਂਦਾ ਹੈ (ਨਕਸ਼ਾ ਨੰ. 79 ਅ)।

ਜ਼ਿਲ੍ਹੇ ਵਾਰ ਉੱਚੀ ਗੰਨਾ ਤੀਬਰਤਾ ਫਤਹਿਗੜ੍ਹ ਸਾਹਿਬ (1.47%) ਅਤੇ ਰੂਪਨਗਰ (2.10%) ਜ਼ਿਲ੍ਹਿਆਂ ਵਿੱਚ ਪਾਈ ਜਾਂਦੀ ਹੈ। ਸਾਧਾਰਣ ਨੀਵੀਂ ਗੰਨਾ ਤੀਬਰਤਾ ਐਸ.ਏ.ਐਸ. ਨਗਰ (1.11%) ਅਤੇ ਪਟਿਆਲਾ (0.37%) ਜ਼ਿਲ੍ਹਿਆਂ ਵਿੱਚ ਪਾਈ ਜਾਂਦੀ ਹੈ। ਬਾਕੀ ਦੇ ਜ਼ਿਲ੍ਹਿਆਂ ਵਿੱਚ ਨੀਵੀਂ (0.50% ਅਤੇ ਘੱਟ) ਗੰਨਾ ਤੀਬਰਤਾ ਪਾਈ ਜਾਂਦੀ ਹੈ। ਇਹ ਅੰਕੜੇ 2015-16 ਅਨੁਸਾਰ ਹਨ। 2021-22 ਦੇ ਅੰਕੜਿਆਂ ਅਨੁਸਾਰ ਜ਼ਿਲ੍ਹੇਵਾਰ ਮਾਲਵਾ ਵਿੱਚ ਉੱਚੀ ਗੰਨਾ ਤੀਬਰਤਾ ਐਸ.ਏ.ਐਸ. ਨਗਰ (1.55%), ਰੂਪਨਗਰ (1.45%) ਅਤੇ ਨੀਵੀਂ ਗੰਨਾ ਤੀਬਰਤਾ (0.50% ਤੋਂ ਘੱਟ) ਲੁਧਿਆਣਾ (0.45%), ਪਟਿਆਲਾ ਅਤੇ ਸੰਗਰੂਰ (ਹਰੇਕ 0.30%), ਫਿਰੋਜ਼ਪੁਰ, ਫਾਜ਼ਿਲਕਾ (0.14%) ਅਤੇ ਬਠਿੰਡਾ ਅਤੇ ਮੁਕਤਸਰ ਸਾਹਿਬ (0.2% ਹਰੇਕ) ਜ਼ਿਲ੍ਹਿਆਂ ਵਿੱਚ ਪਾਈ ਜਾਂਦੀ ਹੈ।

ਤੇਲ ਬੀਜ ਫਸਲਾਂ (OIL SEED CROPS)

ਮਾਲਵਾ ਵਿੱਚ ਕਈ ਹਾੜ੍ਹੀ ਅਤੇ ਸੌਣੀ (ਗਰਮ ਰੁੱਤ) ਦੀਆਂ ਤੇਲ ਬੀਜ ਫਸਲਾਂ ਕਾਸ਼ਤ ਕੀਤੀਆਂ ਜਾਂਦੀਆਂ ਹਨ। ਮਾਲਵੇ ਦੀ ਰੇਤਲੀ ਦੋਮਟ ਮਿੱਟੀ, ਅਰਧ-ਖੁਸ਼ਕ ਜਲਵਾਯੂ ਅਤੇ ਸਿੰਜਾਈ ਸਹੂਲਤਾਂ ਤੇਲ ਬੀਜ ਫਸਲਾਂ ਲਈ ਅਨੁਕੂਲ ਹਨ। ਮਾਲਵਾ ਪੰਜਾਬ

ਦਾ ਲਗਭਗ **ਦੋ-ਤਿਹਾਈ ਸਰ੍ਹੋਂ** ਤੇ ਤਾਰਾਮੀਰਾ ਆਦਿ 20 ਤੋਂ 30% ਦੇ ਲਗਭਗ ਤਿਲ ਅਤੇ 20% ਦੇ ਲਗਭਗ ਮੂੰਗਫਲੀ ਅਤੇ ਲਗਭਗ 100% ਸੂਰਜਮੁਖੀ ਪੈਦਾ ਕਰਦਾ ਹੈ। 2008-09 ਵਿੱਚ ਮਾਲਵਾ ਨੇ 500 ਮੀ. ਟਨ ਮੂੰਗਫਲੀ, 24,000 ਟਨ ਸਰ੍ਹੋਂ-ਤਾਰਾਮੀਰਾ-ਰਾਇਆ ਆਦਿ 6,600 ਮੀ.ਟਨ ਸੂਰਜਮੁਖੀ ਅਤੇ 800 ਮੀ. ਟਨ ਤਿਲ ਪੈਦਾ ਕੀਤੇ ਸਨ। 2015-16 ਅਨੁਸਾਰ ਮਾਲਵੇ ਵਿੱਚ 50 ਟਨ ਤੋਂ ਘੱਟ ਮੂੰਗਫਲੀ, 25.1 ਹਜ਼ਾਰ ਟਨ ਸਰ੍ਹੋਂ-ਤਾਰਾਮੀਰਾ ਆਦਿ, 3900 ਮੀ. ਟਨ ਸੂਰਜਮੁਖੀ ਅਤੇ 350 ਟਨ ਲਗਭਗ ਤਿਲ ਪੈਦਾ ਹੋਏ ਸਨ। (ਸਾਰਣੀ ਨੰ. 69)। ਫਿਰੋਜ਼ਪੁਰ, ਬਠਿੰਡਾ, ਲੁਧਿਆਣਾ, ਮਾਨਸਾ, ਸੰਗਰੂਰ, ਪਟਿਆਲਾ ਅਤੇ ਫਤਹਿਗੜ੍ਹ ਸਾਹਿਬ ਜ਼ਿਲ੍ਹੇ ਤੇਲ ਬੀਜ ਫਸਲਾਂ ਦੇ ਮੁੱਖ ਉਤਪਾਦਕ ਹਨ (ਸਾਰਣੀ ਨੰ. 71)। 2021-22 ਵਿੱਚ ਮਾਲਵਾ ਪ੍ਰਦੇਸ਼ ਵਿੱਚ ਮੂੰਗਫਲੀ ਦੀ ਕਾਸ਼ਤ ਦਾ ਕੋਈ ਅੰਕੜਾ ਉਪਲਬੱਧ ਨਹੀਂ। ਇਸ ਸਾਲ ਮਾਲਵਾ ਵਿੱਚ 44,800 ਮੀ. ਟਨ ਸਰ੍ਹੋਂ ਤਾਰਾਮੀਰਾ ਆਦਿ, 2300 ਮੀ. ਟਨ (100%) ਸੂਰਜਮੁਖੀ, 200 ਮੀ. ਟਨ ਤਿਲ ਪੈਦਾ ਕੀਤੇ ਗਏ ਸਨ। ਅਲਸੀ ਦੇ ਉਤਪਾਦਨ ਦਾ ਵੀ ਕੋਈ ਅੰਕੜਾ ਪ੍ਰਾਪਤ ਨਹੀਂ ਹੈ।

ਸਰਸੋਂ-ਤਾਰਾਮੀਰਾ-ਰਾਇਆ ਆਦਿ (RAPEASED AND MUSTARD)

ਇਹ ਹਾੜੀ ਦੀਆਂ ਫਸਲਾਂ (winter rabi crops) ਹਨ ਜੋ ਕਣਕ ਦੇ ਨਾਲ ਜਾਂ ਵੱਖਰੇ ਤੌਰ ਤੇ ਬੀਜੀਆਂ ਜਾਂਦੀਆਂ ਹਨ। ਮਾਲਵਾ ਦੀ ਮਿੱਟੀ, ਸਿੰਜਾਈ ਅਤੇ ਜਲਵਾਯੂ ਹਾਲਤਾਂ ਇਨ੍ਹਾਂ ਫਸਲਾਂ ਦੀ ਕਾਸ਼ਤ ਲਈ ਅਨੁਕੂਲ ਹਨ। 2015-16 ਵਿੱਚ ਮਾਲਵਾ ਨੇ ਸਰਸੋਂ, ਰਾਇਆ ਅਤੇ ਤਾਰਾਮੀਰਾ ਆਦਿ 20,200 ਹੈਕਟੇਅਰ ਭੂਮੀ (ਪੰਜਾਬ ਦਾ 64.0%) ਵਿੱਚ ਕਾਸ਼ਤ ਕੀਤੇ ਸਨ ਅਤੇ ਕੁੱਲ ਉਤਪਾਦਨ, 25,200 ਮੀ. ਟਨ (ਪੰਜਾਬ ਦਾ 68.66%) ਸੀ। ਫਾਜ਼ਿਲਕਾ, ਬਠਿੰਡਾ, ਮਾਨਸਾ, ਸੰਗਰੂਰ, ਪਟਿਆਲਾ, ਫਤਹਿਗੜ੍ਹ ਸਾਹਿਬ, ਬਰਨਾਲਾ ਅਤੇ ਰੂਪਨਗਰ ਜ਼ਿਲ੍ਹੇ ਮੁੱਖ ਉਤਪਾਦਕ ਹਨ (ਮਾਲਵੇ ਦਾ 85.31%)।

ਫਾਜ਼ਿਲਕਾ ਦਾ ਜ਼ਿਲ੍ਹਾ ਇਨ੍ਹਾਂ ਫਸਲਾਂ ਦਾ ਪੰਜਾਬ ਵਿੱਚ ਮੁੱਖ ਉਤਪਾਦਕ ਹੈ। 2015-16 ਵਿੱਚ ਫਾਜ਼ਿਲਕਾ ਜ਼ਿਲ੍ਹੇ ਵਿੱਚ 7,800 ਮੀ. ਟਨ (ਮਾਲਵੇ ਦਾ 31.00%) ਸਰਸੋਂ-ਤਾਰਾਮੀਰਾ ਆਦਿ 5300 ਹੈਕਟੇਅਰ ਭੂਮੀ (ਮਾਲਵੇ ਦਾ 26.24%) ਵਿੱਚ ਪੈਦਾ ਕੀਤੇ ਸਨ। 2021-22 ਵਿੱਚ ਫਾਜ਼ਿਲਕਾ ਜ਼ਿਲ੍ਹੇ ਵਿੱਚ 13,800 ਮੀ. ਟਨ ਸਰਸੋਂ-ਤਾਰਾਮੀਰਾ ਆਦਿ 7,300 ਹੈਕਟੇਅਰ ਭੂਮੀ ਵਿੱਚੋਂ ਪੈਦਾ ਕੀਤੇ ਸਨ। ਬਠਿੰਡਾ ਦਾ ਜ਼ਿਲ੍ਹਾ ਦੂਜਾ ਵੱਡਾ ਉਤਪਾਦਕ ਹੈ। 2021-22 ਵਿੱਚ ਬਠਿੰਡਾ ਜ਼ਿਲ੍ਹੇ ਨੇ ਪੰਜਾਬ ਦਾ 5.77% ਅਤੇ ਮਾਲਵਾ ਦਾ 8.9% ਸਰਸੋਂ-ਤਾਰਾਮੀਰਾ ਆਦਿ ਪੈਦਾ ਕੀਤੇ ਸਨ। ਉਤਪਾਦਨ 4,000 ਮੀ. ਟਨ ਸੀ। ਮਾਨਸਾ, ਰੂਪਨਗਰ (5,400 ਮੀ. ਟਨ), ਪਟਿਆਲਾ, ਫਤਹਿਗੜ੍ਹ ਸਾਹਿਬ, ਸ੍ਰੀ ਮੁਕਤਸਰ ਸਾਹਿਬ ਜ਼ਿਲ੍ਹੇ ਵੀ ਵੱਡੇ ਉਤਪਾਦਕ ਸਨ। 2021-22 ਵਿੱਚ ਮਾਨਸਾ ਨੇ 3200 ਮੀ. ਟਨ (ਮਾਲਵੇ ਦਾ 7.14%) ਸਰਸੋਂ-ਤਾਰਾਮੀਰਾ ਪੈਦਾ ਕੀਤੇ ਸਨ। 2021-22 ਅਨੁਸਾਰ ਸੰਗਰੂਰ ਮਾਲਵੇ ਵਿੱਚ ਸਰ੍ਹੋਂ-ਤਾਰਾਮੀਰਾ ਆਦਿ ਦਾ ਚੌਥਾ ਵੱਡਾ ਉਤਪਾਦਕ (3500 ਮੀ. ਟਨ) ਸੀ। ਸੰਗਰੂਰ ਨੇ ਪੰਜਾਬ ਦੇ 5.05% ਅਤੇ ਮਾਲਵੇ ਦੇ 7.8% ਸਰ੍ਹੋਂ-ਤਾਰਾਮੀਰਾ ਪੈਦਾ ਕੀਤੇ ਸਨ।

ਲੁਧਿਆਣਾ (3,100 ਮੀ. ਟਨ), ਫਿਰੋਜ਼ਪੁਰ, ਮੋਗਾ, ਬਰਨਾਲਾ, ਮੁਕਤਸਰ (3,400 ਮੀ. ਟਨ), ਐਸ.ਏ.ਐਸ. ਨਗਰ ਦੇ ਜ਼ਿਲ੍ਹੇ ਵੀ (ਹਰੇਕ ਲਗਭਗ 1,000 ਮੀ. ਟਨ) ਸਰਸੋਂ ਅਤੇ ਤਾਰਾਮੀਰਾ ਆਦਿ ਪੈਦਾ ਕਰਦੇ ਹਨ।

ਬਠਿੰਡਾ ਜ਼ਿਲ੍ਹੇ ਵਿੱਚ ਤਲਵੰਡੀ ਸਾਬੋ (1046 ਹੈਕਟੇਅਰ) ਅਤੇ ਬਠਿੰਡਾ (896 ਹੈਕਟੇਅਰ) ਤਹਿਸੀਲਾਂ, ਫਾਜ਼ਿਲਕਾ ਜ਼ਿਲ੍ਹੇ ਵਿੱਚ ਅਬੋਹਰ (5034 ਹੈਕਟੇਅਰ) ਅਤੇ ਫਾਜ਼ਿਲਕਾ (1150 ਹੈਕਟੇਅਰ) ਤਹਿਸੀਲਾਂ, ਮਾਨਸਾ ਜ਼ਿਲ੍ਹੇ ਵਿੱਚ ਸਰਦੂਲਗੜ੍ਹ (731 ਹੈਕਟੇਅਰ) ਅਤੇ ਮਾਨਸਾ (523 ਹੈਕਟੇਅਰ) ਤਹਿਸੀਲਾਂ, ਸੰਗਰੂਰ ਜ਼ਿਲ੍ਹੇ ਵਿੱਚ ਧੂਰੀ (420 ਹੈਕਟੇਅਰ), ਸੰਗਰੂਰ (332 ਹੈਕਟੇਅਰ) ਅਤੇ ਮਾਲੇਰਕੋਟਲਾ (338 ਹੈਕਟੇਅਰ) ਤਹਿਸੀਲਾਂ ਸਰਸੋਂ ਆਦਿ ਦੀ ਕਾਸ਼ਤ ਦੇ ਮੁੱਖ ਖੇਤਰ ਹਨ। ਇਨ੍ਹਾਂ ਤੋਂ ਬਿਨਾਂ ਮੁਕਤਸਰ ਜ਼ਿਲ੍ਹੇ ਦੀ ਮਲੋਟ (996 ਹੈਕਟੇਅਰ) ਤਹਿਸੀਲ, ਲੁਧਿਆਣਾ ਜ਼ਿਲ੍ਹੇ ਦੀ ਜਗਰਾਉਂ (271 ਹੈਕਟੇਅਰ) ਤਹਿਸੀਲ ਅਤੇ ਪਟਿਆਲਾ ਜ਼ਿਲ੍ਹੇ ਦੀਆਂ ਨਾਭਾ ਅਤੇ ਰਾਜਪੁਰਾ ਤਹਿਸੀਲਾਂ ਸਰਸੋਂ-ਤਾਰਾਮੀਰਾ ਦੀ ਕਾਸ਼ਤ ਲਈ ਮਹੱਤਵਪੂਰਣ ਹਨ।

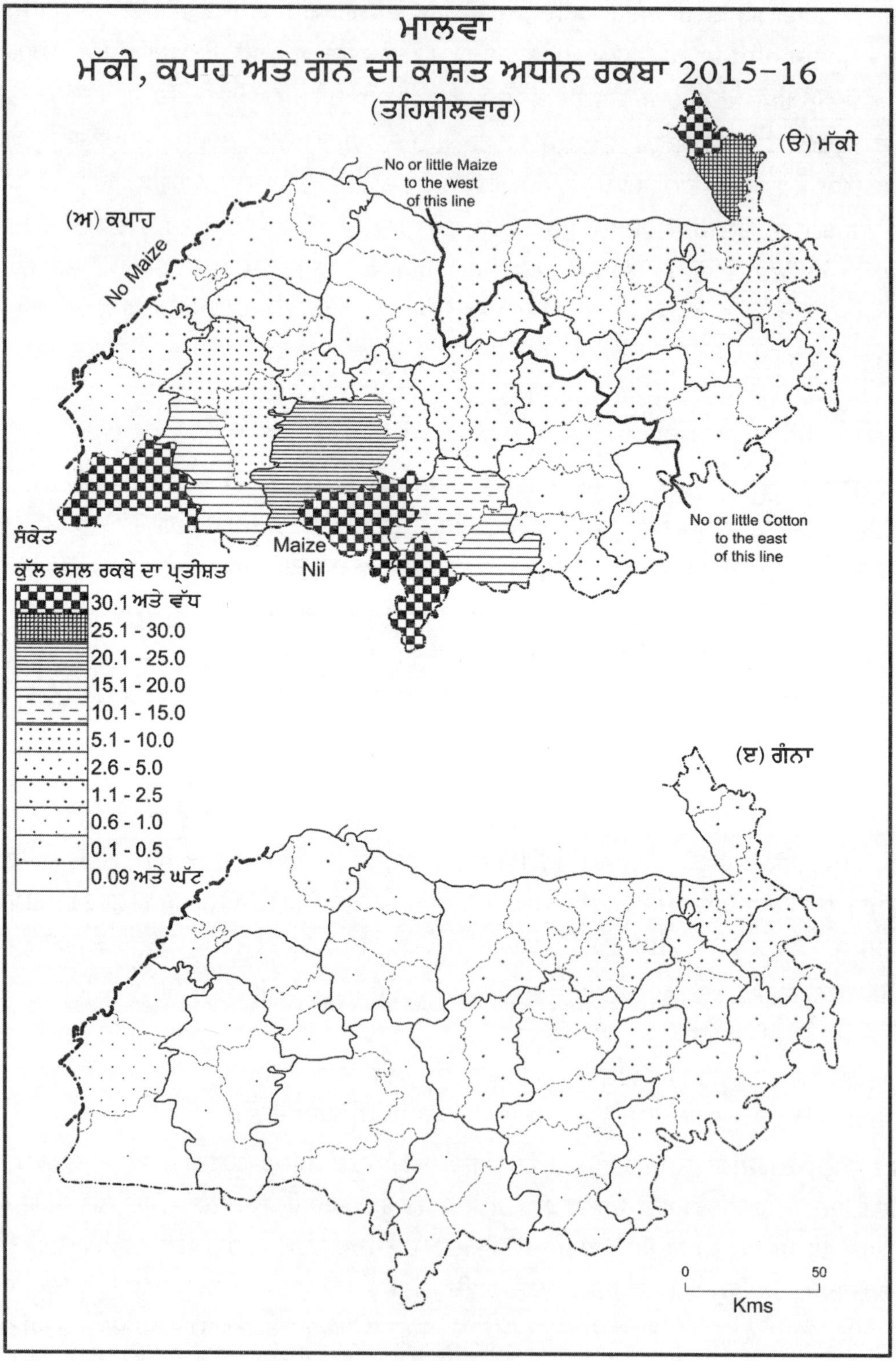
ਮਾਲਵਾ
ਮੱਕੀ, ਕਪਾਹ ਅਤੇ ਗੰਨੇ ਦੀ ਕਾਸ਼ਤ ਅਧੀਨ ਰਕਬਾ 2015-16
(ਤਹਿਸੀਲਵਾਰ)
(ੳ) ਮੱਕੀ
No or little Maize to the west of this line
(ਅ) ਕਪਾਹ
No Maize
Maize Nil
No or little Cotton to the east of this line
ਸੰਕੇਤ
ਕੁੱਲ ਫਸਲ ਰਕਬੇ ਦਾ ਪ੍ਰਤੀਸ਼ਤ
30.1 ਅਤੇ ਵੱਧ
25.1 - 30.0
20.1 - 25.0
15.1 - 20.0
10.1 - 15.0
5.1 - 10.0
2.6 - 5.0
1.1 - 2.5
0.6 - 1.0
0.1 - 0.5
0.09 ਅਤੇ ਘੱਟ
(ੲ) ਗੰਨਾ
0
50
Kms

Map 79

ਤਿਲ (SESAMUM)

ਇਹ ਇੱਕ ਸੌਣੀ (Kharif) ਦੀ ਫਸਲ ਹੈ। ਇਸ ਲਈ ਦੋਮਟ ਮਿੱਟੀ ਅਤੇ ਦਰਮਿਆਨੀ ਵਰਖਾ ਚਾਹੀਦੀ ਹੈ। 2012-13 ਵਿੱਚ ਮਾਲਵਾ ਪ੍ਰਦੇਸ਼ ਨੇ 600 ਮੀ. ਟਨ (ਪੰਜਾਬ ਦੇ 30.00% ਤਿਲ) ਤਿਲ ਪੈਦਾ ਕੀਤੇ ਸਨ। 2015-16 ਵਿੱਚ ਉਤਪਾਦਨ 350 ਮੀ. ਟਨ ਰਹਿ ਗਿਆ। 2021-22 ਵਿੱਚ ਤਿਲ ਦਾ ਮਾਲਵਾ ਵਿੱਚ ਉਤਪਾਦਨ 200 ਮੀ. ਟਨ ਸੀ। ਇਸ ਕੁੱਲ ਉਤਪਾਦਨ ਦਾ ਇਕ-ਤਿਹਾਈ ਫਿਰੋਜ਼ਪੁਰ ਜ਼ਿਲ੍ਹੇ ਵਿੱਚੋਂ ਪ੍ਰਾਪਤ ਹੋਇਆ ਸੀ। 2021-22 ਵਿੱਚ ਫਿਰੋਜ਼ਪੁਰ ਜ਼ਿਲ੍ਹੇ ਨੇ 100 ਮੀ. ਟਨ ਤਿਲ ਪੈਦਾ ਕੀਤੇ ਸਨ। ਇਸ ਜ਼ਿਲ੍ਹੇ ਦੇ ਸਭ ਭਾਗਾਂ ਵਿੱਚ ਤਿਲ ਪੈਦਾ ਕੀਤੇ ਜਾਂਦੇ ਹਨ। ਪਰੰਤੂ ਫਿਰੋਜ਼ਪੁਰ ਦੀ ਤਹਿਸੀਲ ਵਿੱਚ ਜ਼ਿਲ੍ਹੇ ਦਾ ਅੱਧੇ ਤੋਂ ਜ਼ਿਆਦਾ ਤਿਲ ਰਕਬਾ ਪਾਇਆ ਜਾਂਦਾ ਹੈ। ਰੂਪਨਗਰ ਦਾ ਜ਼ਿਲ੍ਹਾ ਮਾਲਵੇ ਵਿੱਚ ਤਿਲ ਦਾ ਵੱਡਾ ਉਤਪਾਦਕ ਸੀ (500 ਮੀ. ਟਨ ਤੋਂ ਘੱਟ)। ਇੱਥੇ ਆਨੰਦਪੁਰ ਸਾਹਿਬ ਅਤੇ ਰੂਪਨਗਰ ਤਹਿਸੀਲਾਂ ਤਿਲ ਦੀ ਕਾਸ਼ਤ ਲਈ ਮਹੱਤਵਪੂਰਣ ਹਨ। ਮੁਕਤਸਰ ((100 ਮੀ. ਟਨ) ਅਤੇ ਮਾਨਸਾ ਜ਼ਿਲ੍ਹਿਆਂ ਵਿੱਚ ਵੀ ਕੁੱਝ ਤਿਲ ਪੈਦਾ ਕੀਤੇ ਜਾਂਦੇ ਹਨ। ਬਾਕੀ ਜਿਲ੍ਹਿਆਂ ਵਿੱਚ ਉਤਪਾਦਨ ਬਹੁਤ ਘੱਟ ਹੈ (ਸਾਰਣੀ ਨੰ. 69)।

ਸੂਰਜਮੁਖੀ (SUNFLOWER)

ਮਾਲਵਾ ਪ੍ਰਦੇਸ਼ ਪੰਜਾਬ ਦਾ 84.60% ਸੂਰਜਮੁਖੀ ਪੈਦਾ ਕਰਦਾ ਹੈ। 2012-13 ਵਿੱਚ ਉਤਪਾਦਨ 10,700 ਮੀ. ਟਨ ਸੀ ਜੋ 2015-16 ਵਿੱਚ ਘੱਟ ਕੇ 3900 ਮੀ. ਅਤੇ 2021-22 ਵਿੱਚ 2200 ਮੀ. ਟਨ ਰਹਿ ਗਿਆ। **ਲੁਧਿਆਣਾ** ਦਾ ਜ਼ਿਲ੍ਹਾ ਮਾਲਵੇ ਵਿੱਚ ਸੂਰਜਮੁਖੀ ਦਾ ਵੱਡਾ ਉਤਪਾਦਕ ਹੈ। 2015-16 ਵਿੱਚ ਉਤਪਾਦਨ 2900 ਮੀ. ਟਨ (ਮਾਲਵੇ ਦਾ 22.11%) ਸੀ ਅਤੇ 2021-22 ਵਿੱਚ ਕੋਈ ਵੀ ਉਤਪਾਦਨ ਨਹੀਂ ਸੀ। ਪਟਿਆਲਾ ਜ਼ਿਲ੍ਹੇ ਵਿੱਚ ਰਾਜਪੁਰਾ (490 ਹੈਕਟੇਅਰ) ਅਤੇ ਨਾਭਾ (360 ਹੈਕਟੇਅਰ) ਤਹਿਸੀਲਾਂ ਵਿੱਚ ਜ਼ਿਆਦਾਤਰ ਸੂਰਜਮੁਖੀ ਕਾਸ਼ਤ ਕੀਤਾ ਜਾਂਦਾ ਹੈ। **ਪਟਿਆਲਾ** ਜ਼ਿਲ੍ਹੇ ਨੇ 2015-16 ਵਿੱਚ 1000 ਮੀ. ਟਨ ਅਤੇ 2021-22 ਵਿੱਚ 600 ਮੀ. ਟਨ ਸੂਰਜਮੁਖੀ ਪੈਦਾ ਕੀਤਾ ਸੀ। **ਫਤਹਿਗੜ੍ਹ ਸਾਹਿਬ** (ਅਮਲੋਹ ਤਹਿਸੀਲ) ਜ਼ਿਲ੍ਹੇ ਨੇ 2021-22 ਵਿੱਚ 800 ਮੀ. ਟਨ ਸੂਰਜਮੁਖੀ ਪੈਦਾ ਕੀਤੀ ਸੀ। ਐਸ.ਏ.ਐਸ.ਨਗਰ ਦਾ ਜ਼ਿਲ੍ਹਾ 2021-22 ਵਿੱਚ ਸੂਰਜਮੁਖੀ ਦਾ ਦੂਜਾ ਸਭ ਤੋਂ ਵੱਡਾ (ਮਾਲਵੇ ਵਿੱਚ) ਉਤਪਾਦਕ ਸੀ। ਇਸ ਸਾਲ ਜ਼ਿਲ੍ਹੇ ਵਿੱਚ 900 ਮੀ. ਟਨ ਸੂਰਜਮੁਖੀ ਪੈਦਾ ਹੋਇਆ ਸੀ। ਐਸ.ਏ.ਐਸ. ਨਗਰ ਦਾ ਜ਼ਿਲ੍ਹਾ ਸੂਰਜਮੁਖੀ ਦਾ ਸਭ) ਤੋਂ ਵੱਡਾ ਉਤਪਾਦਕ ਹੈ।

ਮੂੰਗਫਲੀ (GROUNDNUT)

ਇਹ ਵੀ ਇੱਕ ਗਰਮੀਆਂ (Kharif) ਦੀ ਫਸਲ ਹੈ। ਇਸ ਲਈ ਘੱਟ ਵਰਖਾ ਅਤੇ ਰੇਤਲੀ ਮਿੱਟੀ ਚਾਹੀਦੇ ਹਨ। ਮਾਲਵਾ ਪੰਜਾਬ ਦੀ ਆਮਤੌਰ ਤੇ 15% ਮੂੰਗਫਲੀ ਪੈਦਾ ਕਰਦਾ ਹੈ। ਇਹ ਮੁੱਖ ਤੌਰ ਤੇ ਲੁਧਿਆਣਾ ਜ਼ਿਲ੍ਹੇ ਵਿੱਚ ਸਮਰਾਲਾ ਅਤੇ ਲੁਧਿਆਣਾ ਪੂਰਬੀ ਤਹਿਸੀਲਾਂ (ਰੇਤਲੀ ਦੋਮਟ ਮਿੱਟੀ) ਵਿੱਚ, ਬਠਿੰਡਾ ਜ਼ਿਲ੍ਹੇ ਦੀਆਂ ਸਾਰੀਆਂ ਤਹਿਸੀਲਾਂ ਵਿੱਚ ਅਤੇ ਸੰਗਰੂਰ ਜ਼ਿਲ੍ਹੇ ਦੀਆਂ ਸੰਗਰੂਰ ਅਤੇ ਸੁਨਾਮ ਤਹਿਸੀਲਾਂ ਵਿੱਚ ਕਾਸ਼ਤ ਕੀਤੀ ਜਾਂਦੀ ਹੈ। ਮਾਨਸਾ (ਮਾਨਸਾ ਤਹਿਸੀਲ) ਅਤੇ ਫਰੀਦਕੋਟ (ਫਰੀਦਕੋਟ ਤਹਿਸੀਲ) ਜ਼ਿਲ੍ਹਿਆਂ ਵਿੱਚ ਵੀ ਮੂੰਗਫਲੀ ਪੈਦਾ ਕੀਤੀ ਜਾਂਦੀ ਹੈ (ਸਾਰਣੀ ਨੰ. 69)। 2008-09 ਅਨੁਸਾਰ ਬਠਿੰਡਾ ਦਾ ਜ਼ਿਲ੍ਹਾ ਮੁੱਖ ਉਤਪਾਦਕ (300 ਮੀ. ਟਨ = 60%) ਸੀ। ਮਾਨਸਾ ਅਤੇ ਸੰਗਰੂਰ ਦੇ ਜ਼ਿਲ੍ਹਿਆਂ ਵੱਚ 100 ਮੀ. ਟਨ ਮੂੰਗਫਲੀ ਹਰੇਕ ਵਿੱਚ ਪੈਦਾ ਕੀਤੀ ਗਈ ਸੀ। 2012-13 ਵਿੱਚ ਮਾਲਵੇ ਵਿੱਚ ਕੇਵਲ ਫਰੀਦਕੋਟ ਜ਼ਿਲ੍ਹੇ ਵਿੱਚ 100 ਮੀ. ਟਨ ਮੂੰਗਫਲੀ ਪੈਦਾ ਹੋਣ ਦਾ ਰਿਕਾਰਡ ਹੈ। ਪਰੰਤੂ 2015-16 ਅਤੇ 2021-22 ਵਿੱਚ ਮਾਲਵੇ ਵਿੱਚ ਨਾਂਹ ਦੇ ਬਰਾਬਰ ਮੂੰਗਫਲੀ ਪੈਦਾ ਕੀਤੀ ਗਈ ਸੀ। ਰਾਜ ਦਾ ਸਭ ਉਤਪਾਦਨ (100% ਹੁਸ਼ਿਆਰਪੁਰ ਦੇ ਜ਼ਿਲ੍ਹੇ ਤੋਂ ਪਰਾਪਤ ਹੋਇਆ ਸੀ।

ਦਾਲ ਫਸਲਾਂ (PULSES)

ਦਾਲਾਂ ਪ੍ਰੋਟੀਨ ਦਾ ਮਹੱਤਵਪੂਰਣ ਸੋਮਾ ਹਨ। ਤੇਲ ਬੀਜ ਫਸਲਾਂ ਦੀ ਤਰ੍ਹਾਂ ਦਾਲਾਂ ਹੇਠ ਰਕਬਾ ਅਤੇ ਉਤਪਾਦਨ ਸਮੁੱਚੇ ਪੰਜਾਬ ਵਿੱਚ ਵੀਹਵੀਂ ਸਦੀ ਦੇ ਛੇਵੇਂ ਦਹਾਕੇ ਤੋਂ ਘੱਟ ਰਿਹਾ ਹੈ। ਚਾਵਲ-ਕਣਕ ਫਸਲਾਂ ਦੇ ਜ਼ਿਅਦਾ ਲਾਭ ਨੇ ਦਾਲ ਫਸਲਾਂ ਦੇ ਖੇਤਰ ਨੂੰ ਬਹੁਤ ਘਟਾ ਦਿੱਤਾ ਹੈ। ਦਾਲ ਫਸਲਾਂ ਨੂੰ ਜ਼ਿਆਦਾ ਪਾਣੀ ਅਤੇ ਜ਼ਿਆਦਾ ਉਪਜਾਊ ਭੂਮੀ ਨਹੀਂ ਚਾਹੀਦੇ ਹਨ। ਇਨ੍ਹਾਂ ਹੇਠ ਰਕਬਾ ਅਤੇ ਉਤਪਾਦਨ ਵਧਾਉਣ ਦੀ ਬਹੁਤ ਲੋੜ ਹੈ। 2015-16 ਵਿੱਚ ਮਾਲਵਾ ਪ੍ਰਦੇਸ਼ ਨੇ ਪੰਜਾਬ ਦੀਆਂ 67.56% (10.0 ਹਜ਼ਾਰ ਮੀ. ਟਨ) ਦਾਲਾਂ 73.45% (13.0 ਹਜ਼ਾਰ ਹੈਕਟੇਅਰ) ਦਾਲ ਭੂਮੀ ਤੋਂ ਪੈਦਾ ਕੀਤੀਆਂ ਸਨ। 2021-22 ਵਿੱਚ ਮਾਲਵਾ ਪ੍ਰਦੇਸ਼ ਵਿੱਚ ਪੰਜਾਬ ਦੀਆਂ 70.0% ਦਾਲਾਂ (4,700 ਮੀ. ਟਨ) 59.5% (4400 ਹੈਕਟੇਅਰ) ਭੂਮੀ ਵਿੱਚ ਪੈਦਾ ਕੀਤੀਆਂ ਸਨ।

ਮਾਲਵਾ ਪ੍ਰਦੇਸ਼ ਵਿੱਚ ਛੋਲੇ (ਪੰਜਾਬ ਦੇ 85.0%), ਅਰਹਰ (ਪੰਜਾਬ ਦੇ 71.43%), ਮੂੰਗ (ਪੰਜਾਬ ਦੇ 70%), ਮਸਰ (ਪੰਜਾਬ ਦੇ 33.3%) ਅਤੇ ਮਾਂਹ (ਪੰਜਾਬ ਦੇ 14.1%) ਕਾਸ਼ਤ ਕੀਤੇ ਜਾਂਦੇ ਹਨ। ਮਾਂਹ ਨੂੰ ਛੱਡ ਕੇ ਬਾਕੀ ਸਭ ਦਾਲ ਫਸਲਾਂ ਦਾ ਮੁੱਖ ਉਤਪਾਦਕ ਮਾਲਵਾ ਪ੍ਰਦੇਸ਼ ਹੈ। ਛੋਲਿਆਂ ਬਾਰੇ ਅਨਾਜ ਫਸਲਾਂ ਵਿੱਚ ਜਾਣਕਾਰੀ ਦਿੱਤੀ ਜਾ ਚੁੱਕੀ ਹੈ।

ਅਰਹਰ (Arhar) : ਇਹ ਮਾਲਵੇ ਦੀ ਮਹੱਤਵਪੂਰਣ ਸੌਣੀ ਦੀ ਦਾਲ ਫਸਲ ਹੈ। ਮਾਲਵਾ ਪੰਜਾਬ ਦੇ-ਦੋ ਤਿਹਾਈ ਦੇ ਲਗਭਗ (1,700 ਮੀ. ਟਨ) 2021-22 ਵਿੱਚ ਮਾਲਵੇ ਵਿੱਚ ਪੰਜਾਬ ਦੇ 71.43% ਅਰਹਰ (1000 ਮੀ. ਟਨ) ਪੈਦਾ ਕੀਤੇ ਗਏ। ਅਰਹਰ ਪੈਦਾ ਕਰਦਾ ਹੈ। ਇਹ ਦਾਲ ਫਸਲ ਮਾਲਵੇ ਦੇ ਲਗਭਗ ਸਭ ਜ਼ਿਲ੍ਹਿਆਂ ਵਿੱਚ ਕਾਸ਼ਤ ਕੀਤੀ ਜਾਂਦੀ ਹੈ (ਸਾਰਣੀ ਨੰ. 69)। ਪਰੰਤੂ ਲੁਧਿਆਣਾ, ਐਸ.ਏ.ਐਸ. ਨਗਰ, ਸੰਗਰੂਰ ਅਤੇ ਮੋਗਾ ਦੇ ਜ਼ਿਲ੍ਹੇ ਮੁੱਖ ਉਤਪਾਦਕ ਹਨ (ਮਾਲਵੇ ਦੀ 94.12% ਅਰਹਰ)। ਇਨ੍ਹਾਂ ਤੋਂ ਬਿਨਾਂ ਬਰਨਾਲਾ, ਫਿਰੋਜ਼ਪੁਰ, ਫਤਹਿਗੜ੍ਹ ਸਾਹਿਬ, ਪਟਿਆਲਾ ਅਤੇ ਰੂਪਨਗਰ ਜ਼ਿਲ੍ਹੇ ਵੀ ਅਰਹਰ ਦੀ ਕਾਸ਼ਤ ਲਈ ਮਹੱਤਵਪੂਰਣ ਹਨ।

ਜ਼ਿਲ੍ਹਾ ਲੁਧਿਆਣਾ ਪੰਜਾਬ ਵਿੱਚ ਅਰਹਰ ਦਾ ਮੁੱਖ ਉਤਪਾਦਕ ਹੈ। 2015-16 ਵਿੱਚ ਲੁਧਿਆਣਾ ਜ਼ਿਲ੍ਹੇ ਨੇ 800 ਮੀ. ਟਨ ਅਰਹਰ (ਮਾਲਵਾ ਦੀ 50%) ਪੈਦਾ ਕੀਤੀ ਸੀ। 2021-22 ਵਿੱਚ ਅਰਹਰ ਦਾਲ ਦਾ ਉਤਪਾਦਨ 400 ਮੀ. ਟਨ ਸੀ। ਅਰਹਰ ਲੁਧਿਆਣਾ ਜ਼ਿਲ੍ਹੇ ਦੇ ਸਭ ਭਾਗਾਂ ਵਿੱਚ ਕਾਸ਼ਤ ਕੀਤੀ ਜਾਂਦੀ ਹੈ ਪਰੰਤੂ ਜਗਰਾਊਂ (ਜ਼ਿਲ੍ਹੇ ਦਾ 28.45%, ਅਰਹਰ ਰਕਬਾ), ਰਾਏਕੋਟ (23.13%) ਲੁਧਿਆਣਾ ਪੱਛਮ (16.5%), ਲੁਧਿਆਣਾ ਪੂਰਬ (13.60% ਰਕਬਾ) ਅਤੇ ਪਾਇਲ (12.54%) ਤਹਿਸੀਲਾਂ ਅਰਹਰ ਦੀ ਕਾਸ਼ਤ ਲਈ ਜ਼ਿਆਦਾ ਮਹੱਤਵਪੂਰਣ ਹਨ।

ਜ਼ਿਲ੍ਹਾ ਸੰਗਰੂਰ ਮਾਲਵਾ ਵਿੱਚ ਅਰਹਰ ਦਾ ਇੱਕ ਵੱਡਾ ਉਤਪਾਦਕ ਹੈ। 2021-22 ਵਿੱਚ ਸੰਗਰੂਰ ਜ਼ਿਲ੍ਹੇ ਵਿੱਚ 100 ਮੀ. ਟਨ ਅਰਹਰ 100 ਹੈਕਟੇਅਰ ਭੂਮੀ ਵਿੱਚੋਂ ਪੈਦਾ ਕੀਤੀ ਗਈ ਸੀ।

ਸੰਗਰੂਰ ਦਾ ਜ਼ਿਲ੍ਹਾ ਮਾਲਵੇ ਦੀ 7.1% ਅਰਹਰ ਪੈਦਾ ਕਰਦਾ ਹੈ। ਸਭ ਤਹਿਸੀਲਾਂ ਵਿੱਚ ਅਰਹਰ ਪੈਦਾ ਕੀਤੀ ਜਾਂਦੀ ਹੈ ਪਰੰਤੂ ਮਲੇਰਕੋਟਲਾ (ਜ਼ਿਲ੍ਹੇ ਦਾ 45.23% ਅਰਹਰ ਰਕਬਾ), ਧੂਰੀ (26.13%), ਸੰਗਰੂਰ (22.36% ਰਕਬਾ) ਅਤੇ ਸੁਨਾਮ (5.5% ਰਕਬਾ) ਤਹਿਸੀਲਾਂ ਜ਼ਿਆਦਾ ਮਹੱਤਵਪੂਰਣ ਹਨ।

ਜ਼ਿਲ੍ਹਾ ਮੋਗਾ ਅਰਹਰ ਦਾਲ ਦਾ ਦੂਜਾ ਵੱਡਾ ਉਤਪਾਦਕ (ਮਾਲਵੇ ਦਾ) ਹੈ। 2021-22 ਵਿੱਚ ਉਤਪਾਦਨ 300 ਮੀ. ਟਨ (ਮਾਲਵੇ ਦਾ 21.42%) ਸੀ। ਅਰਹਰ ਦੀ ਕਾਸ਼ਤ ਲਈ ਧਰਮਕੋਟ (29.7% ਰਕਬਾ ਅਰਹਰ), ਮੋਗਾ (42.40% ਅਰਹਰ ਰਕਬਾ) ਅਤੇ ਨਿਹਾਲ ਸਿੰਘਵਾਲਾ (12.72% ਰਕਬਾ) ਤਹਿਸੀਲਾਂ ਮਹੱਤਵਪੂਰਣ ਹਨ। 2013-14 ਸਾਲ ਵਿੱਚ ਐਸ.ਏ.ਐਸ. ਨਗਰ ਦਾ ਜ਼ਿਲ੍ਹਾ ਅਰਹਰ ਦਾ ਤੀਜਾ ਵੱਡਾ ਉਤਪਾਦਕ (100 ਮੀ. ਟਨ) ਸੀ।

ਇਨ੍ਹਾਂ ਤੋਂ ਬਿਨਾਂ ਬਰਨਾਲਾ (52 ਹੈਕਟੇਅਰ), ਜ਼ੀਰਾ ਅਤੇ ਫਿਰੋਜ਼ਪੁਰ, ਖਰੜ (151% ਹੈਕਟੇਅਰ) ਤਹਸੀਲਾਂ ਵੀ ਅਰਹਰ ਦੀ ਕਾਸ਼ਤ ਲਈ ਮਹੱਤਵਪੂਰਨ ਹਨ।

ਮੂੰਗ (Moong) : ਮੂੰਗ ਮਾਲਵੇ ਦੀ ਸਭ ਤੋਂ ਵੱਧ ਮਹੱਤਵਪੂਰਣ ਦਾਲ ਫਸਲ ਹੈ। (ਰਕਬਾ ਅਤੇ ਉਤਪਾਦਨ ਅਨੁਸਾਰ) 2015-16 ਵਿੱਚ ਮਾਲਵੇ ਨੇ 5300 ਮੀ. ਟਨ (ਪੰਜਾਬ ਦੇ 88.33%) ਮੂੰਗ 9000 ਹਜ਼ਾਰ ਹੈਕਟੇਅਰ ਭੂਮੀ ਵਿੱਚੋਂ ਪੈਦਾ ਕੀਤੇ ਸਨ। ਇਹ ਇੱਕ ਖਰੀਫ਼ (ਗਰਮੀਆਂ) ਦਾਲ ਫਸਲ ਹੈ। ਪੂਰਬੀ ਜ਼ਿਲ੍ਹਿਆਂ (ਜ਼ਿਆਦਾ ਵਰਖਾ) ਰੂਪਨਗਰ, ਐਸ.ਏ.ਐਸ. ਨਗਰ ਤੇ ਫਤਹਿਗੜ੍ਹ ਸਾਹਿਬ ਵਿੱਚ ਬਹੁਤ ਘੱਟ (ਹਰੇਕ 50 ਹੈਕਟੇਅਰ ਤੋਂ ਘੱਟ) ਮੂੰਗ ਪੈਦਾ ਕੀਤੇ ਜਾਂਦੇ ਹਨ (ਸਾਰਣੀ ਨੰ. 69)। ਲੁਧਿਆਣਾ, ਫਾਜ਼ਿਲਕਾ, ਫਿਰੋਜ਼ਪੁਰ, ਬਠਿੰਡਾ, ਸ੍ਰੀ ਮੁਕਤਸਰ ਸਾਹਿਬ, ਮੋਗਾ, ਬਰਨਾਲਾ ਅਤੇ ਸੰਗਰੂਰ ਦੇ ਛੇ ਜ਼ਿਲ੍ਹੇ ਮੂੰਗ ਦੇ ਵੱਡੇ ਉਤਪਾਦਕ (ਹਲਕੇ 100% ਮਾਲਵਾ ਦੇ) ਹਨ। ਇਨ੍ਹਾਂ ਤੋਂ ਬਿਨਾਂ ਫਰੀਦਕੋਟ (ਹਰੇਕ 300 ਤੋਂ 200 ਮੀ. ਟਨ) ਮਾਨਸਾ ਅਤੇ ਪਟਿਆਲਾ ਵੀ ਮੂੰਗ ਪੈਦਾ ਕਰਦੇ ਹਨ।

ਲੁਧਿਆਣਾ ਜ਼ਿਲ੍ਹਾ ਪੰਜਾਬ ਵਿੱਚ ਮੂੰਗ ਦਾ ਇੱਕ ਵੱਡਾ (ਪੰਜਾਬ ਦਾ 5.09%) ਉਤਪਾਦਕ ਹੈ। 2015-16 ਵਿੱਚ ਲੁਧਿਆਣਾ ਜ਼ਿਲ੍ਹੇ ਵਿੱਚ 1900 ਮੀ. ਟਨ (ਮਾਲਵੇ ਦੇ 36.00%) ਮੂੰਗ ਪੈਦਾ ਕੀਤੇ ਗਏ ਸਨ। ਲੁਧਿਆਣਾ ਜ਼ਿਲ੍ਹੇ ਦੇ ਪੱਛਮੀ ਭਾਗਾਂ ਵਿੱਚ ਜਗਰਾਉਂ (ਜ਼ਿਲ੍ਹੇ ਦਾ 21.52% ਮੂੰਗ ਰਕਬਾ), ਲੁਧਿਆਣਾ ਪੱਛਮ (23.6% ਰਕਬਾ), ਰਾਏਕੋਟ (13.92% ਰਕਬਾ), ਪਾਇਲ (24.6%) ਅਤੇ ਸਮਰਾਲਾ (6.0%) ਤਹਿਸੀਲਾਂ ਵਿੱਚ ਮੂੰਗ ਮੁੱਖ ਤੌਰ ਤੇ ਕਾਸ਼ਤ ਕੀਤੇ ਜਾਂਦੇ ਹਨ। 2021-22 ਵਿੱਚ ਲੁਧਿਆਣਾ ਜ਼ਿਲ੍ਹੇ ਵਿੱਚ ਕੇਵਲ 100 ਮੀ. ਟਨ ਮੂੰਗ ਪੈਦਾ ਕੀਤੇ ਗਏ ਸਨ।

ਫਾਜ਼ਿਲਕਾ ਜ਼ਿਲ੍ਹਾ ਮੂੰਗ ਦਾ ਵੱਡਾ ਉਤਪਾਦਕ (ਪੰਜਾਬ ਦੇ 30.0% ਅਤੇ ਮਾਲਵਾ ਦੇ 42.86% ਮੂੰਗ) ਹੈ। 2015-16 ਵਿੱਚ ਫਾਜ਼ਿਲਕਾ ਜ਼ਿਲ੍ਹੇ ਵਿੱਚ 1400 ਮੀ. ਟਨ ਮੂੰਗ 1700 ਹੈਕਟੇਅਰ ਭੂਮੀ ਵਿੱਚੋਂ ਪੈਦਾ ਕੀਤੇ ਸਨ। ਇੱਥੇ ਜ਼ਲਾਲਾਬਾਦ, ਅਬੋਹਰ ਅਤੇ ਫਾਜ਼ਿਲਕਾ ਤਹਿਸੀਲਾਂ ਮੂੰਗ ਦੀ ਕਾਸ਼ਤ ਲਈ ਮਹੱਤਵਪੂਰਣ ਹਨ। 2021-22 ਅਨੁਸਾਰ ਫਾਜ਼ਿਲਕਾ ਜ਼ਿਲ੍ਹੇ ਵਿੱਚ 600 ਮੀ. ਟਨ ਮੂੰਗ 700 ਹੈਕਟੇਅਰ ਭੂਮੀ ਵਿੱਚ ਕਾਸ਼ਤ ਕੀਤੇ ਗਏ ਸਨ।

ਸੰਗਰੂਰ ਦਾ ਜ਼ਿਲ੍ਹਾ ਮੂੰਗ ਦਾ ਇੱਕ ਵੱਡਾ ਉਤਪਾਦਕ ਹੈ। 2021-22 ਵਿੱਚ ਉਤਪਾਦਨ 100 ਮੀ. ਟਨ (ਮਾਲਵੇ ਦੇ 7.1%) ਸੀ। ਰਕਬਾ 100 ਹੈਕਟੇਅਰ ਸੀ। ਸੰਗਰੂਰ ਵਿੱਚ ਮੂੰਗ ਮੁੱਖ ਤੌਰ ਤੇ ਧੂਰੀ (ਜ਼ਿਲ੍ਹੇ ਦਾ 3.94% ਮੂੰਗ ਰਕਬਾ), ਸੰਗਰੂਰ (24.12% ਰਕਬਾ), ਮਲੇਰਕੋਟਲਾ (13.92% ਰਕਬਾ), ਲਹਿਰਾ (17.07% ਰਕਬਾ) ਅਤੇ ਸੁਨਾਮ (29.85% ਰਕਬਾ) ਤਹਿਸੀਲਾਂ ਵਿੱਚ ਕਾਸ਼ਤ ਕੀਤੇ ਜਾਂਦੇ ਹਨ। **ਫਰੀਦਕੋਟ** ਦਾ ਜ਼ਿਲ੍ਹਾ ਮੂੰਗ ਦਾ ਵੱਡਾ ਉਤਪਾਦਕ ਹੈ। 2013-14 ਵਿੱਚ ਉਤਪਾਦਨ 200 ਮੀ. ਟਨ ਸੀ। (ਮਾਲਵੇ ਦਾ 7.41%)। ਇਸ ਦੀਆਂ ਤਿੰਨੇ ਤਹਿਸੀਲਾਂ ਵਿੱਚ ਮੂੰਗ ਕਾਸ਼ਤ ਕੀਤੇ ਗਏ ਹਨ।

ਮੋਗਾ ਜ਼ਿਲ੍ਹਾ ਵੀ ਮੂੰਗ ਦਾ ਇਕ ਮਹੱਤਵਪੂਰਣ ਉਤਪਾਦਕ ਹੈ। 2013-14 ਵਿੱਚ ਉਤਪਾਦਨ 100 ਮੀ. ਟਨ ਅਤੇ ਰਕਬਾ 200 ਹੈਕਟੇਅਰ ਸੀ। ਮੋਗਾ ਜ਼ਿਲ੍ਹਾ ਮਾਲਵੇ ਦੇ 7.41% ਮੂੰਗ ਪੈਦਾ ਕਰਦਾ ਹੈ (ਮੋਗਾ ਅਤੇ ਧਰਮਕੋਟ ਤਹਿਸੀਲਾਂ ਮੂੰਗ ਕਾਸ਼ਤ ਦੇ ਮੁੱਖ ਖੇਤਰ (ਜ਼ਿਲ੍ਹੇ ਦਾ 24.73% ਅਤੇ 46% ਮੂੰਗ ਰਕਬਾ) ਹਨ।

ਸ੍ਰੀ ਮੁਕਤਸਰ ਸਾਹਿਬ ਜ਼ਿਲ੍ਹੇ ਵਿੱਚ (300 ਮੀ. ਟਨ) ਮੂੰਗ, ਮੁਕਤਸਰ ਅਤੇ ਮਲੋਟ ਤਹਿਸੀਲਾਂ ਵਿੱਚ ਮੁੱਖ ਤੌਰ ਤੇ ਕਾਸ਼ਤ ਕੀਤੇ ਜਾਂਦੇ ਹਨ। 2013-14 ਵਿੱਚ ਮੁਕਤਸਰ ਸਾਹਿਬ ਜ਼ਿਲ੍ਹਾ ਮਾਲਵੇ ਵਿੱਚ ਮੂੰਗ ਦਾ ਦੂਜਾ ਵੱਡਾ ਉਤਪਾਦਕ ਸੀ।

ਬਠਿੰਡਾ ਜ਼ਿਲ੍ਹੇ ਵਿੱਚ ਬਠਿੰਡਾ ਮੁੱਖ ਤੌਰ ਤੇ ਅਤੇ ਰਾਮਪੁਰਾ ਫੂਲ ਅਤੇ ਤਲਵੰਡੀ ਸਾਬੋ ਤਹਿਸੀਲਾਂ ਵੀ ਬਰਨਾਲਾ ਜ਼ਿਲ੍ਹੇ ਦੀ ਬਰਨਾਲਾ ਤਹਿਸੀਲ ਅਤੇ ਮਾਨਸਾ ਜ਼ਿਲ੍ਹੇ ਦੀ ਤਿੰਨ ਹੀ ਤਹਿਸੀਲਾਂ ਮੂੰਗ ਦੀ ਕਾਸ਼ਤ ਲਈ ਮਹੱਤਵਪੂਰਣ ਹਨ। 2021-22 ਅਨੁਸਾਰ ਬਠਿੰਡਾ ਦਾ ਜ਼ਿਲ੍ਹਾ ਮਾਲਵੇ ਵਿੱਚ ਮੂੰਗ ਦਾ ਦੂਜਾ ਵੱਡਾ ਉਥਪਾਦਕ ਸੀ। ਇੱਥੇ ਮੂੰਗ ਦਾ ਉਤਪਾਦਨ 300 ਮੀ. ਟਨ (ਮਾਲਵੇ ਦਾ 21.4%) ਅਤੇ ਰਕਬਾ ਵੀ 300 ਹੈਕਟੇਅਰ ਸੀ।

ਮਸਰ (Masar) : ਮਸਰ ਇੱਕ ਹਾੜੀ (ਰਬੀ) ਦੀ ਫਸਲ ਹੈ ਜਿਸ ਲਈ ਅੱਛੀ ਭੂਮੀ ਅਤੇ ਪਾਣੀ ਦੀ ਲੋੜ ਹੈ। ਮਾਲਵਾ ਪੰਜਾਬ ਦੇ 50% (2013-14 ਅਨੁਸਾਰ) ਮਸਰ ਪੈਦਾ ਕਰਦਾ ਹੈ ਪਰੰਤੂ 2013-14 ਵਿੱਚ ਕੁੱਲ ਉਤਪਾਦਨ ਕੇਵਲ 500 ਮੀ. ਟਨ ਅਤੇ ਰਕਬਾ 800 ਹੈਕਟੇਅਰ ਸੀ। ਮਸਰ ਮਾਲਵਾ ਦੇ ਪੂਰਬੀ ਜ਼ਿਲ੍ਹਿਆਂ ਐਸ.ਏ.ਐਸ. ਨਗਰ, ਰੂਪਨਗਰ ਅਤੇ ਪਟਿਆਲਾ ਵਿੱਚ ਕਾਸ਼ਤ ਕੀਤੇ ਜਾਂਦੇ ਹਨ। ਇਨ੍ਹਾਂ ਜ਼ਿਲ੍ਹਿਆਂ ਦੀ ਅੱਛੀ ਦੋਮਟ ਮਿੱਟੀ ਅਤੇ ਕਾਫੀ ਵਰਖਾ ਮਸਰ ਦੀ ਕਾਸ਼ਤ ਦੇ ਅਨੁਕੂਲ ਹਨ। 2021-22 ਅਨੁਸਾਰ ਮਾਲਵੇ ਵਿੱਚ ਮਸਰ ਕੇਵਲ ਐਸ.ਏ.ਐਸ. ਨਗਰ ਜ਼ਿਲ੍ਹੇ ਵਿੱਚ ਪੈਦਾ ਕੀਤੇ ਗਏ ਸਨ। ਉਤਪਾਦਨ 100 ਮੀ. ਟਨ ਅਤੇ ਰਕਬਾ 200 ਹੈਕਟੇਅਰ ਸੀ। 2015-16 ਵਿੱਚ ਐਸ.ਏ.ਐਸ. ਨਗਰ ਜ਼ਿਲ੍ਹੇ ਵਿੱਚ 600 ਮੀ. ਟਨ ਮਸਰ 300 ਹੈਕਟੇਅਰ ਜ਼ਮੀਨ ਵਿੱਚੋਂ ਪੈਦਾ ਕੀਤੇ ਗਏ ਸਨ।

ਐਸ.ਏ.ਐਸ. ਨਗਰ ਜ਼ਿਲ੍ਹਾ ਮਸਰਾਂ ਦਾ ਪੰਜਾਬ ਵਿੱਚ ਇੱਕ ਵੱਡਾ (ਪੰਜਾਬ ਦਾ 33.3%) ਉਤਪਾਦਕ ਹੈ। ਇੱਥੇ 2013-14 ਵਿੱਚ 200 ਮੀ. ਟਨ ਮਸਰ 300 ਹੈਕਟੇਅਰ ਭੂਮੀ ਵਿੱਚੋਂ ਪੈਦਾ ਕੀਤੇ ਗਏ ਸਨ। ਪਟਿਆਲਾ (100 ਮੀ. ਟਨ), ਰੂਪਨਗਰ ਅਤੇ ਫਰੀਦਕੋਟ ਜ਼ਿਲ੍ਹਿਆਂ ਵਿੱਚ ਵੀ ਮਸਰ ਕਾਸ਼ਤ ਕੀਤੇ ਜਾਂਦੇ ਹਨ।

ਮਾਂਹ (Mash) : ਮਾਲਵਾ ਵਿੱਚ ਘੱਟ ਮਾਂਹ (ਪੰਜਾਬ ਦੇ 10.0% ਦੇ ਲਗਭਗ) ਕਾਸ਼ਤ ਕੀਤੇ ਜਾਂਦੇ ਹਨ। 2021-22 ਵਿੱਚ ਮਾਲਵਾ ਵਿੱਚ ਮਾਂਹ ਦਾ ਕੁੱਲ ਉਤਪਾਦਨ 100 ਮੀ. ਟਨ (ਰਕਬਾ 100 ਹੈਕਟੇਅਰ) ਸੀ। ਇਹ ਵੀ ਜ਼ਿਆਦਾ ਵਰਖਾ ਵਾਲੇ ਤਿੰਨ ਪੂਰਬੀ ਜ਼ਿਲ੍ਹਿਆਂ ਰੂਪਨਗਰ (30 ਮੀ. ਟਨ), ਐਸ.ਏ.ਐਸ. ਨਗਰ (100 ਮੀ. ਟਨ) ਅਤੇ ਪਟਿਆਲਾ 20 ਮੀ. ਟਨ (2021-22 ਅਨੁਸਾਰ) ਵਿੱਚ ਕਾਸ਼ਤ ਕੀਤੇ ਜਾਂਦੇ ਹਨ। 2015-16 ਵਿੱਚ ਵੀ ਮਾਲਵੇ ਵਿੱਚ ਮਾਂਹ ਕੇਵਲ ਐਸ.ਏ.ਐਸ. ਨਗਰ ਜ਼ਿਲ੍ਹੇ ਵਿੱਚ 200 ਹੈਕਟੇਅਰ ਜ਼ਮੀਨ ਵਿੱਚੋਂ 100 ਮੀ. ਟਨ ਪੈਦਾ ਕੀਤੇ ਗਏ ਸਨ।

ਸਿੰਜਾਈ (IRRIGATION)

ਮਾਲਵਾ ਪ੍ਰਦੇਸ਼ ਵਿੱਚ ਸਿੰਜਾਈ ਸਹੂਲਤਾਂ ਬਹੁਤ ਹਨ ਅਤੇ ਉਨ੍ਹਾਂ ਦੀ ਬਹੁਤ ਮਹੱਤਤਾ ਹੈ। ਮਾਲਵੇ ਵਿੱਚ ਖੇਤੀਬਾੜੀ ਦੇ ਖੇਤਰ ਵਿੱਚ ਹੋਈ ਬਹੁਤ ਤਰੱਕੀ, ਸਿੰਜਾਈ ਸਹੂਲਤਾਂ ਦੇ ਵਿਸਥਾਰ ਕਾਰਨ ਹੀ ਸੰਭਵ ਹੋ ਸਕੀ ਹੈ। ਪੰਜਾਬ ਦਾ 68% ਕੁੱਲ ਸਿੰਜਿਆ ਰਕਬਾ 2021-22 ਅਨੁਸਾਰ ਮਾਲਵੇ ਵਿੱਚ ਪਾਇਆ ਜਾਂਦਾ ਹੈ। ਜ਼ਿਆਦਾਤਰ ਮਾਲਵਾ ਪ੍ਰਦੇਸ਼ ਦਾ ਜਲਵਾਯੂ ਗਰਮ ਅਤੇ ਅਰਧ-ਖੁਸ਼ਕ ਹੈ, ਮਿੱਟੀਆਂ ਰੇਤਲੀਆਂ (sandy soils) ਅਤੇ ਸਾਰਾ ਸਾਲ ਦਾ ਉੱਗਣ ਸਮਾਂ (year the round growing period) ਹੈ। ਇਸ ਲਈ ਆਧੁਨਿਕ ਖੇਤੀ ਦੇ ਵਿਕਾਸ ਅਤੇ ਵੱਧ ਉਤਪਾਦਨ ਲੈਣ ਲਈ ਸਿੰਜਾਈ ਜ਼ਰੂਰੀ ਹੈ। ਇਸ ਹੀ ਕਾਰਨ ਮਾਲਵਾ ਵਿੱਚ ਪੰਜਾਬ ਦਾ ਮੁੱਖ ਨਹਿਰ ਤੰਤਰ ਹੈ ਪਰੰਤੂ ਸਿੰਜਾਈ ਦਾ ਮੁੱਖ ਸਾਧਨ ਟਿਊਬਵੈੱਲ ਹਨ।

ਵਿਭਿੰਨ ਸਾਧਨਾਂ ਰਾਹੀਂ ਸਿੰਜਿਆ ਨਿਰੋਲ ਕੁੱਲ ਰਕਬਾ ਸਭ ਤੋਂ ਵੱਧ ਸੰਗਰੂਰ ਜ਼ਿਲ੍ਹੇ ਵਿੱਚ ਹੈ ਜੋ 2021-22 ਅਨੁਸਾਰ 3.10 ਲੱਖ ਹੈਕਟੇਅਰ ਸੀ। ਇਸ ਤੋਂ ਬਾਅਦ ਬਠਿੰਡਾ (2.83 ਲੱਖ ਹੈਕਟੇਅਰ) ਅਤੇ ਲੁਧਿਆਣਾ (2.84 ਲੱਖ ਹੈਕਟੇਅਰ) ਜ਼ਿਲ੍ਹੇ ਆਉਂਦੇ ਹਨ। ਫਾਜ਼ਿਲਕਾ (2.57 ਲੱਖ ਹੈਕਟੇਅਰ) ਅਤੇ ਪਟਿਆਲਾ (2.57 ਲੱਖ ਹੈਕਟੇਅਰ) ਜ਼ਿਲ੍ਹਿਆਂ ਵਿੱਚ ਵੀ ਉੱਚਾ ਰਕਬਾ ਸਿੰਜਾਈ ਹੇਠ ਹੈ। ਸਭ ਤੋਂ ਘੱਟ ਨਿਰੋਲ, ਸਿੰਜਿਆ ਰਕਬਾ ਪੂਰਬੀ ਅਰਧ ਪਹਾੜੀ ਜ਼ਿਲ੍ਹਿਆਂ ਰੂਪਨਗਰ (75,000 ਹੈਕਟੇਅਰ) ਅਤੇ ਐਸ.ਏ.ਐਸ. ਨਗਰ (86,000 ਹੈਕਟੇਅਰ) ਵਿੱਚ ਪਾਇਆ ਜਾਂਦਾ ਹੈ (ਸਾਰਣੀ ਨੰ. 29) ਮਾਲਵਾ ਪ੍ਰਦੇਸ਼ ਵਿੱਚ 2021-22 ਅਨੁਸਾਰ ਲੁਧਿਆਣਾ ਰੂਪਨਗਰ ਜ਼ਿਲ੍ਹਿਆਂ ਨੂੰ ਛੱਡ ਕੇ ਬਾਕੀ ਜ਼ਿਲ੍ਹਿਆਂ ਵਿੱਚ ਲਗਭਗ 100% ਨਿਰੋਲ ਬੀਜਿਆ ਰਕਬਾ ਸਿੰਜਾਈ ਅਧੀਨ ਹੈ। ਰੂਪਨਗਰ ਜ਼ਿਲ੍ਹੇ ਲਈ ਇਹ ਪ੍ਰਤੀਸ਼ਤਤਾ 2021-22 ਅਨੁਸਾਰ 90.0%, ਲੁਧਿਆਣਾ ਜ਼ਿਲ੍ਹੇ ਵਿੱਚ 95.3% ਨਿਰੋਲ ਸਿੰਜਿਆ ਰਕਬਾ ਸੀ।

ਮਾਲਵੇਦੀ ਖੇਤੀਬਾੜੀ ਦਾ ਵਿਕਾਸ ਇੱਥੇ ਨਹਿਰਾਂ ਦੇ ਜਾਣ ਨਾਲ ਹੋਇਆ। ਨਹਿਰਾਂ ਹੀ ਸਿੰਜਾਈ ਦਾ ਮੁੱਖ ਸਾਧਨ ਸਨ। ਪਰੰਤੂ ਹੌਲੀ-ਹੌਲੀ ਟਿਊਬਵੈਲਾਂ ਦੀ ਮਹੱਤਤਾ ਵਧਣ ਲੱਗ ਪਈ। ਨਤੀਜੇ ਦੇ ਤੌਰ ਤੇ ਇੱਕੀਵੀਂ ਸਦੀ ਵਿੱਚ ਅਤੇ ਇਸ ਤੋਂ ਪਹਿਲਾਂ ਵੀ

ਮਾਲਵੇ ਵਿੱਚ ਪੰਜਾਬ ਦੇ ਸਭ ਤੋਂ ਵੱਡੇ ਨਹਿਰ ਤੰਤਰ ਦੀ ਮੌਜੂਦਗੀ ਦੇ ਬਾਵਜੂਦ ਮਾਲਵੇ ਵਿੱਚ ਸਿੰਜਾਈ ਦਾ ਮੁੱਖ ਸਾਧਨ ਟਿਊਬਵੈਲ ਹਨ (ਲਗਭਗ 60%)।

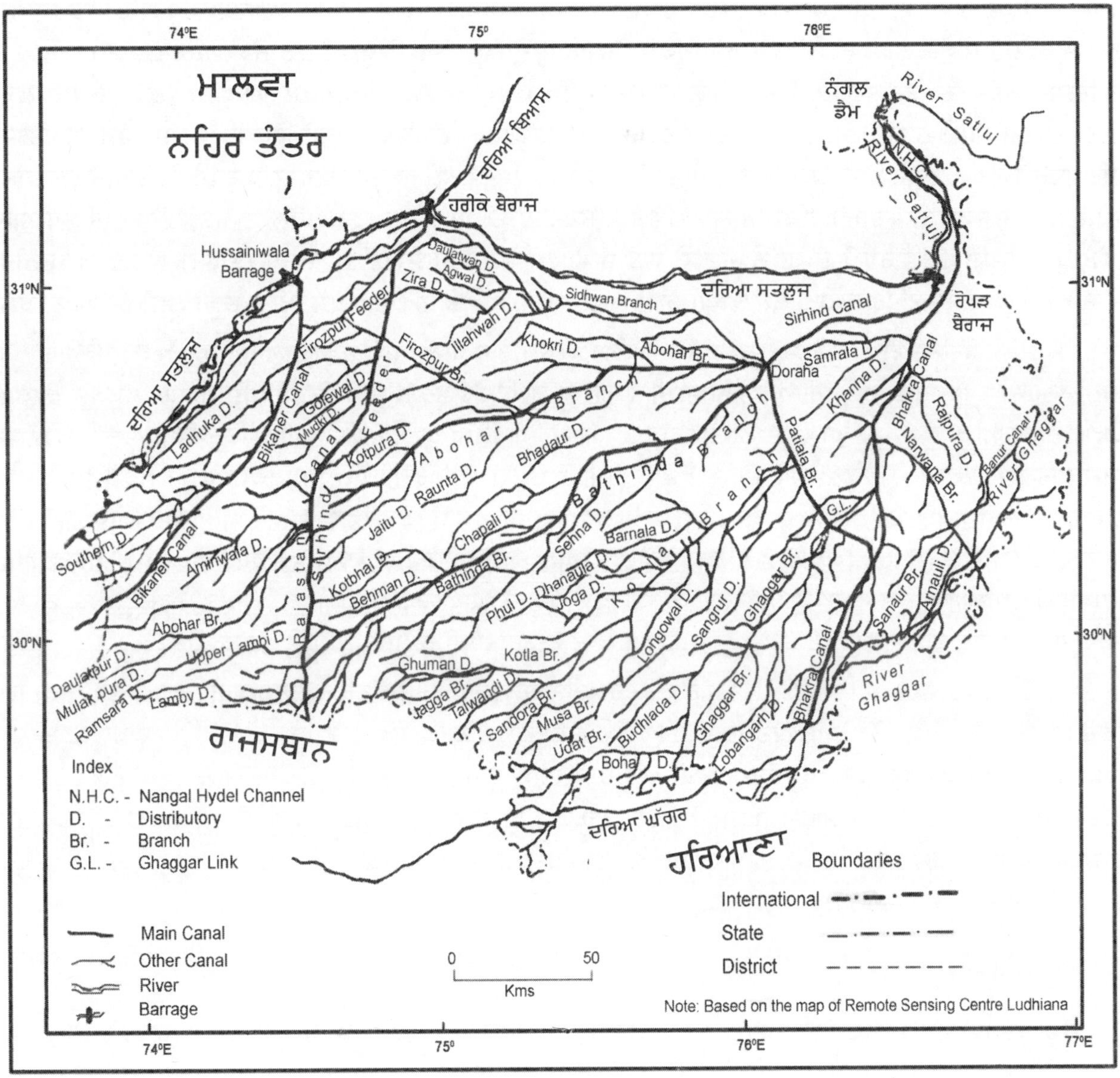

Map 80

ਟਿਊਬਵੈਲਜ਼—ਮਾਲਵੇ ਵਿੱਚ ਸਿੰਜਾਈ ਦਾ ਮੁੱਖ ਸੋਮਾ ਟਿਊਬਵੈਲ ਹਨ। 2012-13 ਅਨੁਸਾਰ ਨਿਰੋਲ ਕੁੱਲ ਸਿੰਜੇ ਰਕਬੇ ਦਾ 64.97% ਟਿਊਬਵੈਲਾਂ ਰਾਹੀਂ ਸਿੰਜਿਆ ਗਿਆ ਸੀ। 2015-16 ਵਿੱਚ ਇਹ ਹਿੱਸਾ 58.93% ਤੇ 2021-22 ਵਿੱਚ ਕੁੱਝ ਵੱਧ ਕੇ 59.95% ਹੋ ਗਿਆ। ਫਰੀਦਕੋਟ, ਮੁਕਤਸਰ, ਬਠਿੰਡਾ, ਮਾਨਸਾ ਅਤੇ ਫਾਜ਼ਿਲਕਾ (ਦੱਖਣ-ਪੱਛਮੀ ਅਰਧ ਖੁਸ਼ਕ ਜ਼ਿਲ੍ਹੇ) ਜ਼ਿਲ੍ਹਿਆਂ ਤੋਂ ਇਲਾਵਾ ਮਾਲਵੇ ਦੇ ਬਾਕੀ ਦੇ ਜ਼ਿਲ੍ਹਿਆਂ ਵਿੱਚ ਅੱਧੇ ਤੋਂ ਵੱਧ ਕੁੱਲ ਨਿਰੋਲ ਸਿੰਜਿਆ ਰਕਬਾ ਟਿਊਬਵੈਲਾਂ ਰਾਹੀਂ ਸਿੰਜਿਆ ਜਾਂਦਾ ਹੈ। ਐਸ.ਏ.ਐਸ. ਨਗਰ ਜ਼ਿਲ੍ਹਾ ਵਿੱਚ 100%, ਰੂਪਨਗਰ ਵਿੱਚ 93.33%, ਲੁਧਿਆਣਾ 96.7%. ਮੋਗਾ 100.0%, ਫ.ਗ. ਸਾਹਿਬ 100.0%, ਪਟਿਆਲਾ 100.0%, ਜ਼ਿਲ੍ਹਿਆਂ ਵਿੱਚ 93 ਤੋਂ 100%, ਸੰਗਰੂਰ ਜ਼ਿਲ੍ਹੇ ਵਿੱਚ 75.81%, ਫਿਰੋਜ਼ਪੁਰ

71.10%, ਫਰੀਦਕੋਟ 55.47%, ਬਰਨਾਲਾ 52.8%, ਮਾਨਸਾ 25.54, ਫਤਹਗਿੜ੍ਹ ਸਾਹਿਬ 100.0% ਅਤੇ ਬਠਿੰਡਾ ਜ਼ਿਲ੍ਹੇ ਵਿੱਚ 20.14% ਕੁੱਲ ਸਿੰਜਿਆ ਰਕਬਾ 2021-22 ਅਨੁਸਾਰ ਟਿਊਬਵੈਲਾਂ ਰਾਹੀਂ ਸਿੰਜਿਆ ਜਾਂਦਾ ਸੀ। ਇਨ੍ਹਾਂ ਪੂਰਬੀ ਅਤੇ ਮੱਧਵਰਤੀ ਜ਼ਿਲ੍ਹਿਆਂ ਵਿੱਚ ਭੋਂ ਹੇਠਲੇ ਮਿੱਠੇ ਪਾਣੀ ਦੇ ਵੱਡੇ ਭੰਡਾਰ ਹਨ ਅਤੇ ਜ਼ਮੀਨ ਉਪਜਾਊ ਅਤੇ ਲਗਭਗ ਪੱਧਰੀ ਹੈ। ਟਿਊਬਵੈਲ ਲਗਾਉਣ ਲਈ ਜ਼ਮੀਨ ਨਰਮ ਵੀ ਹੈ। ਇਸ ਖੇਤਰ ਵਿੱਚ ਸੰਗਰੂਰ ਜ਼ਿਲ੍ਹੇ ਵਿੱਚ ਸਭ ਤੋਂ ਵੱਧ 1.18 ਲੱਖ ਟਿਊਬਵੈਲ ਮਾਰਚ 2022 ਨੂੰ ਬਿਜਲੀ ਨਾਲ ਚੱਲ ਰਹੇ ਸਨ। ਨਵੇਂ ਬਣੇ ਜ਼ਿਲ੍ਹੇ ਫਾਜ਼ਿਲਕਾ ਵਿੱਚ ਵੱਧ 34,610 ਟਿਊਬਵੈਲ ਸਨ। ਲੁਧਿਆਣਾ ਜ਼ਿਲ੍ਹਾ ਵਿੱਚ 1,14,656 ਬਿਜਲੀ ਨਾਲ ਚੱਲਣ ਵਾਲੇ ਟਿਊਬਵੈਲ ਸਨ। ਅਜਿਹੇ ਟਿਊਬਵੈਲਾਂ ਦੀ ਗਿਣਤੀ ਫਿਰੋਜ਼ਪੁਰ ਜ਼ਿਲ੍ਹੇ ਵਿੱਚ 82,754, ਪਟਿਆਲਾ ਵਿੱਚ 92,980, ਬਠਿੰਡਾ 78.345 ਅਤੇ ਮੋਗਾ ਵਿੱਚ 72,855 ਸੀ। ਐਸ.ਏ.ਐਸ. ਨਗਰ 16,252 ਅਤੇ ਰੂਪਨਗਰ 22,603 ਟਿਊਬਵੈਲ ਦੇ ਅਰਧ-ਪਹਾੜੀ ਜ਼ਿਲ੍ਹਿਆਂ ਵਿੱਚ ਟਿਊਬਵੈਲਾਂ ਦੀ ਗਿਣਤੀ ਘੱਟ ਹੈ। ਮਾਨਸਾ (42,881) ਅਤੇ ਮੁਕਤਸਰ (71,263) ਜ਼ਿਲ੍ਹਿਆਂ ਵਿੱਚ ਵੀ ਭੋਂ ਹੇਠਲੇ ਜਲ ਦੇ ਖਾਰੇ (saline) ਹੋਣ ਕਾਰਨ ਟਿਊਬਵੈਲਾਂ ਦੀ ਗਿਣਤੀ ਘੱਟ ਹੈ। ਫਰੀਦਕੋਟ ਵਿੱਚ ਵੀ ਟਿਊਬਵੈਲਾਂ ਦੀ ਗਿਣਤੀ 57,623 ਘੱਟ ਹੈ।

ਨਹਿਰਾਂ ਰਾਹੀਂ ਸਿੰਜਾਈ—ਮਾਲਵੇ ਦੇ ਕੁੱਲ ਸਿੰਜੇ ਰਕਬੇ ਕੇਵਲ 40.06% (2021-22 ਅਨੁਸਾਰ) ਵਿੱਚ ਨਹਿਰਾਂ ਰਾਹੀਂ ਸਿੰਜਾਈ ਹੁੰਦੀ ਹੈ। ਮਾਲਵੇ ਦੇ ਪੂਰਬੀ ਅਤੇ ਮੱਧਵਰਤੀ ਭਾਗਾਂ ਵਿੱਚ ਟਿਊਬਵੈਲ ਸਿੰਜਾਈ ਦਾ ਮੁੱਖ ਸਾਧਨ ਹਨ। ਪਰੰਤੂ ਦੱਖਣ-ਪੱਛਮ ਦੇ ਗਰਮ ਅਤੇ ਅਰਧ-ਖੁਸ਼ਕ ਜ਼ਿਲ੍ਹਿਆਂ ਵਿੱਚ ਭੋਂ ਹੇਠਲਾ ਪਾਣੀ ਖਾਰਾ ਹੈ, ਇਸ ਕਾਰਨ ਟਿਊਬਵੈਲਾਂ ਰਾਹੀਂ ਸਿੰਜਾਈ ਹਾਨੀਕਾਰਕ ਹੋ ਸਕਦੀ ਹੈ। ਇਸ ਲਈ ਦੱਖਣ-ਪੱਛਮੀ ਜ਼ਿਲ੍ਹਿਆਂ ਵਿੱਚ ਨਹਿਰਾਂ ਰਾਹੀਂ ਸਿੰਜਾਈ ਜ਼ਿਆਦਾ ਮਹੱਤਵਪੂਰਣ ਹੈ। ਉਦਾਹਰਣ ਲਈ ਮੁਕਤਸਰ ਜ਼ਿਲ੍ਹੇ ਵਿੱਚ 99.13%, ਫਾਜ਼ਿਲਕਾ 95.72, ਫਰੀਦਕੋਟ ਵਿੱਚ 44.53%, ਮਾਨਸਾ ਵਿੱਚ 74.46% ਅਤੇ ਬਠਿੰਡਾ ਵਿੱਚ 79.86% ਕੁੱਲ ਸਿੰਜੇ ਰਕਬੇ ਵਿੱਚ ਨਹਿਰਾਂ ਰਾਹੀਂ ਸਿੰਜਾਈ ਹੁੰਦੀ ਹੈ (ਸਾਰਣੀ ਨੰ. 29)। ਪੂਰਬੀ ਅਤੇ ਮੱਧਵਰਤੀ ਜ਼ਿਲ੍ਹਿਆਂ ਵਿੱਚ ਇਹ ਪ੍ਰਤੀਸ਼ਤਤਾ 10 ਤੋਂ ਵੀ ਘੱਟ ਹੈ। ਰੂਪਨਗਰ ਲਈ 6.67% ਅਤੇ ਐਸ.ਏ.ਐਸ. ਨਗਰ, ਲੁਧਿਆਣਾ, ਮੋਗਾ, ਪਟਿਆਲਾ ਅਤੇ ਬਰਨਾਲਾ ਜ਼ਿਲ੍ਹਿਆਂ ਵਿੱਚ ਨਹਿਰਾਂ ਰਾਹੀਂ ਸਿੰਜਾਈ ਨਾਂਹ ਦੇ ਬਰਾਬਰ ਹੈ।

ਮਾਲਵੇ ਵਿੱਚ ਪੰਜਾਬ ਦਾ ਸਭ ਤੋਂ ਵੱਡਾ ਨਹਿਰ ਤੰਤਰ ਪਾਇਆ ਜਾਂਦਾ ਹੈ। ਮੁੱਖ ਨਹਿਰ ਤੰਤਰ ਸਰਹਿੰਦ ਨਹਿਰਾਂ ਹਨ ਜਿਨ੍ਹਾਂ ਵਿੱਚ ਸ਼ਾਮਲ ਹਨ ਸਿੱਧਵਾਂ ਬ੍ਰੇਟ ਸ਼ਾਖਾ ਅਤੇ ਇਸ ਦੀਆਂ ਉਪ-ਸ਼ਾਖਾਵਾਂ, **ਅਬੋਹਰ ਸ਼ਾਖਾ** ਅਤੇ ਇਸ ਦੀਆਂ ਉਪ-ਸ਼ਾਖਾਵਾਂ, **ਬਠਿੰਡਾ ਸ਼ਾਖਾ** ਅਤੇ ਇਸ ਦੀਆਂ ਉਪ ਸਾਖਾਵਾਂ **ਕੋਟਲਾ ਸਾਖਾ** ਅਤੇ ਇਸ ਦੀਆਂ ਉਪ ਸ਼ਾਖਾਵਾਂ (distributraries and minors) ਅਤੇ **ਪਟਿਆਲਾ ਫੀਡਰ ਅਤੇ ਘੱਗਰ ਸ਼ਾਖਾ**। ਇਨ੍ਹਾਂ ਤੋਂ ਬਿਨਾਂ **ਭਾਖੜਾ ਮੁੱਖ ਨਹਿਰ** ਤੋਂ ਕੱਢੀਆਂ ਨਹਿਰਾਂ ਅਤੇ ਸ਼ਾਖਾਵਾਂ ਜਿਵੇਂ ਕਿ ਰਾਜਪੁਰਾ ਡਿਸਟਰੀਬਿਊਟਰੀ, ਖੰਨਾ ਅਤੇ ਸਮਰਾਲਾ ਡਿਸਟਰੀਬਿਊਟਰੀ ਆਦਿ (ਨਕਸ਼ਾ ਨੰ. 80) ਵੀ ਪੂਰਬੀ ਮਾਲਵਾ ਵਿੱਚ ਸਿੰਜਾਈ ਪ੍ਰਦਾਨ ਕਰਦੀਆਂ ਹਨ।

ਪਸ਼ੂ ਧਨ (LIVESTOCK)

ਵੱਡੇ ਖੇਤਰ ਕਾਰਨ ਮਾਲਵੇ ਵਿੱਚ ਪਸ਼ੂਆ ਦੀ ਗਿਣਤੀ ਵੀ ਜ਼ਿਆਦਾ ਹੈ। 2003 ਦੀ ਪਸ਼ੂ ਗਣਨਾ ਅਨੁਸਾਰ ਮਾਲਵੇ ਵਿੱਚ ਪਸ਼ੂਆਂ ਦੀ ਕੁੱਲ ਗਿਣਤੀ 55.91 ਲੱਖ ਸੀ। ਇਹ ਗਿਣਤੀ ਪੰਜਾਬ ਦੇ ਕੁੱਲ ਪਸ਼ੂ ਧਨ ਦਾ 64.95% ਸੀ। 2007 ਦੀ ਪਸ਼ੂ ਗਣਨਾ ਅਨੁਸਾਰ ਮਾਲਵੇ ਵਿੱਚ ਕੁੱਲ 49 ਲੱਖ 26 ਹਜ਼ਾਰ ਪਸ਼ੂ ਸਨ (67.13%)। ਮਾਲਵੇ ਵਿੱਚ 2007 ਅਤੇ 2003 ਦੇ ਮੁਕਾਬਲੇ 1997 ਦੀ ਪਸ਼ੂ ਗਣਨਾ ਅਨੁਸਾਰ ਜ਼ਿਆਦਾ ਪਸ਼ੂ ਸਨ। 2012 ਦੀ ਪਸ਼ੂ ਗਣਨਾ ਅਨੁਸਾਰ ਮਾਲਵੇ ਵਿੱਚ ਕੁੱਲ 52 ਲੱਖ 83 ਹਜ਼ਾਰ 360 ਪਸ਼ੂ ਸਨ (ਰਾਜ ਦੇ 64.07%)। ਇਹ ਗਿਣਤੀ 2019 ਦੀ ਪਸ਼ੂ ਗਣਨਾ ਵਿੱਚ ਹੋਰ ਘੱਟ ਕੇ 46 ਲੱਖ 65 ਹਜ਼ਾਰ 260 ਹੋ ਗਈ (ਪੰਜਾਬ ਦੇ 66.14%) ਪਸ਼ੂਆਂ ਦੀ ਗਿਣਤੀ ਦੇ ਘਟਣ ਦਾ ਮਹੱਤਵਪੂਰਣ ਕਾਰਨ ਖੇਤੀਬਾੜੀ ਅਤੇ ਆਵਾਜਾਈ ਸਾਧਨਾਂ ਦਾ ਮਸ਼ੀਨੀਕਰਣ (Mechanisation) ਹੋਣਾ ਹੈ। ਹੁਣ ਖੇਤੀਬਾੜੀ ਦੇ ਜ਼ਿਆਦਾਤਰ ਕੰਮ (ਵਹਾਈ, ਬਿਜਾਈ, ਗਹਾਈ ਅਤੇ ਢੋ-ਢੁਆਈ) ਪਸ਼ੂਆਂ ਦੀ ਥਾਂ ਮਸ਼ੀਨਾਂ-ਟਰੈਕਟਰਾਂ, ਹਾਰਵੈਸਟਰਜ਼, ਕੰਬਾਈਨਜ਼ ਆਦਿ ਰਾਹੀਂ ਹੋਣ ਲੱਗ ਪਏ ਹਨ। ਇਸ ਕਾਰਨ ਪਿੰਡਾਂ ਵਿੱਚ ਬਲਦਾਂ ਅਤੇ ਝੋਟਿਆਂ ਆਦਿ ਦੀ ਗਿਣਤੀ ਬਹੁਤ ਘੱਟ ਘਈ ਹੈ। ਆਵਾਜਾਈ ਸਾਧਨਾਂ ਵਿੱਚ ਪਸ਼ੂਆਂ ਰਾਹੀਂ ਟਾਂਗੇ, ਗੱਡੀਆਂ,

ਰੇੜ੍ਹੇ ਆਦਿ ਖਿੱਚਣ ਦਾ ਕੰਮ ਲਗਭਗ ਖਤਮ ਹੋ ਗਿਆ ਹੈ। ਹੁਣ ਤਿੰਨ ਪਹੀਆ (three wheelers) ਜਾਂ ਚਾਰ ਪਹੀਆਂ (four wheelers) ਗੱਡੀਆਂ ਰਾਹੀਂ ਮੁਸਾਫਰਾਂ ਅਤੇ ਮਾਲ ਦੀ ਢੋ-ਢੋਆਈ ਹੁੰਦੀ ਹੈ। ਇਨ੍ਹਾਂ ਸਭ ਕਾਰਨ ਖੇਤੀਬਾੜੀ ਅਤੇ ਢੋ-ਢੋਆਈ ਵਿੱਚ ਪਸੂਆਂ ਦੀ ਲੋੜ ਬਹੁਤ ਘੱਟ ਗਈ ਹੈ।

ਮੱਝਾਂ (Buffaloes) : ਮਾਲਵੇ ਵਿੱਚ ਵੀ ਸਭ ਪਸੂਆਂ ਦੀ ਗਿਣਤੀ ਦੇ ਮੁਕਾਬਲੇ ਮੱਝਾਂ ਦੀ ਗਿਣਤੀ ਜ਼ਿਆਦਾ ਹੈ। ਮਾਲਵੇ ਦੇ ਕੁੱਲ ਪਸ਼ੂਆਂ ਵਿੱਚੋਂ 58.40% 2019 ਅਨੁਸਾਰ ਮੱਝਾਂ ਹਨ। ਮਾਲਵੇ ਵਿੱਚ ਪੰਜਾਬ ਦੀਆਂ ਲਗਭਗ 67.85% ਮੱਝਾਂ ਪਾਲੀਆਂ ਜਾਂਦੀਆਂ ਹਨ। 2019 ਦੀ ਪਸ਼ੂ ਗਣਨਾ ਅਨੁਸਾਰ ਮਾਝੇ ਵਿੱਚ ਮੱਝਾਂ ਦੀ ਕੁੱਲ ਗਿਣਤੀ 27.25 ਲੱਖ ਹੈ। ਮੱਝਾਂ ਸਭ ਜ਼ਿਲ੍ਹਿਆਂ ਵਿੱਚ ਵੱਡੀ ਗਿਣਤੀ ਵਿੱਚ ਪਾਲੀਆਂ ਜਾਂਦੀਆਂ ਹਨ। ਮੱਝਾਂ ਦੀ ਸਭ ਤੋਂ ਵੱਧ ਗਿਣਤੀ ਸੰਗਰੂਰ ਜ਼ਿਲ੍ਹੇ ਵਿੱਚ 4.02 ਲੱਖ, 2019 ਅਨੁਸਾਰ ਸੀ। ਦੂਜੇ ਨੰਬਰ ਤੇ ਲੁਧਿਆਣਾ ਦਾ ਜ਼ਿਲ੍ਹਾ (3.72 ਲੱਖ) ਆਉਂਦਾ ਹੈ। ਇਸ ਤੋਂ ਬਾਅਦ ਪਟਿਆਲਾ (2.76 ਲੱਖ), ਬਠਿੰਡਾ (2.35 ਲੱਖ) ਅਤੇ ਮਾਨਸਾ (2.23 ਲੱਖ) ਦੇ ਜ਼ਿਲ੍ਹੇ ਆਉਂਦੇ ਹਨ। ਸਭ ਤੋਂ ਘੱਟ ਮੱਝਾਂ, ਫਰੀਦਕੋਟ ਜ਼ਿਲ੍ਹੇ ਵਿੱਚ 0.70 ਲੱਖ, ਰੂਪਨਗਰ ਜ਼ਿਲ੍ਹੇ ਵਿੱਚ 0.73 ਲੱਖ ਅਤੇ ਐਸ.ਏ.ਐਸ. ਨਗਰ ਜ਼ਿਲ੍ਹੇ ਵਿੱਚ 0.42 ਲੱਖ ਹਨ।

ਗਊਆਂ (Cattle) : ਮਾਲਵੇ ਵਿੱਚ ਪੰਜਾਬ ਦੀਆਂ 60.73% ਗਊਆਂ (ਖੇਤਰਫਲ ਮੁਕਾਬਲੇ ਘੱਟ) ਪਾਲੀਆਂ ਜਾਂਦੀਆਂ ਹਨ। ਮਾਲਵੇ ਦੀ ਕੁੱਲ ਪਸ਼ੂਆਂ ਦੀ ਗਿਣਤੀ ਵਿੱਚ ਕੇਵਲ 32.95% 2019 ਅਨੁਸਾਰ ਗਊਆਂ ਹਨ। ਮੱਝਾਂ ਦੀ ਤਰ੍ਹਾਂ ਗਊਆਂ ਵੀ ਸਭ ਜ਼ਿਲ੍ਹਿਆਂ ਵਿੱਚ ਪਾਈਆਂ ਜਾਂਦੀਆਂ ਹਨ। ਇਨ੍ਹਾਂ ਦੀ ਲੁਧਿਆਣਾ (2.27 ਲੱਖ), ਸੰਗਰੂਰ (1.61 ਲੱਖ), ਪਟਿਆਲਾ (1.24 ਲੱਖ), ਫਾਜ਼ਿਲਕਾ (1.55 ਲੱਖ), ਬਠਿੰਡਾ (1.55 ਲੱਖ), ਮੁਕਤਸਰ (1.09 ਲੱਖ ਅਤੇ ਮੁਕਤਸਰ (1.13 ਲੱਖ) ਜ਼ਿਲ੍ਹਿਆਂ ਵਿੱਚ ਵੱਧ ਗਿਣਤੀ ਹੈ ਪਰੰਤੂ ਐਸ.ਏ.ਐਸ. ਨਗਰ (41.70 ਹਜ਼ਾਰ), ਰੂਪਨਗਰ (0.73 ਲੱਖ), ਬਰਨਾਲਾ (64.60 ਹਜ਼ਾਰ), ਫਤਹਿਗੜ੍ਹ ਸਾਹਿਬ (68.66 ਹਜ਼ਾਰ) ਅਤੇ ਫਰੀਦਕੋਟ (70.47 ਹਜ਼ਾਰ) ਵਰਗੇ ਛੋਟੇ ਜਿਲ੍ਹਿਆਂ ਵਿੱਚ ਗਿਣਤੀ ਘੱਟ ਹੈ।

ਭੇਡਾਂ, ਬੱਕਰੀਆਂ ਅਤੇ ਊਠ ਮਾਲਵੇ ਦੇ ਦੂਜੇ ਮਹੱਤਵਪੂਰਨ ਪਸ਼ੂ ਹਨ। ਜ਼ਿਆਦਾਤਰ ਮਾਲਵਾ (ਪੱਛਮੀ ਅਤੇ ਦੱਖਣ ਪੱਛਮੀ) ਵਿੱਚ ਅਰਧ-ਖੁਸ਼ਕ ਅਤੇ ਗਰਮ ਜਲਵਾਯੂ, ਰੇਤਲੀ ਮਿੱਟੀ, ਰੇਤ ਟੱਬੇ ਅਤੇ ਘਾਹ ਅਤੇ ਕੰਡੇਦਾਰ ਝਾੜੀਆਂ ਜਾਂ ਝਾੜੀਨੁਮਾ ਦਰਖਤਾਂ ਦੀ ਬਨਸਪਤੀ ਕਾਰਨ, ਇਨ੍ਹਾਂ ਪਸ਼ੂਆਂ ਦੇ ਪਾਲਣ ਲਈ ਵਾਤਾਵਰਣ ਅਨੁਕੂਲ ਹੈ।

ਭੇਡਾਂ (Sheep) : ਅਰਧ-ਖੁਸ਼ਕ ਅਤੇ ਗਰਮ ਮਾਲਵੇ ਵਿੱਚ ਭੇਡਾਂ ਦੀ ਗਿਣਤੀ ਜ਼ਿਆਦਾ ਹੈ। 2019 ਅਨੁਸਾਰ ਮਾਲਵੇ ਵਿੱਚ ਭੇਡਾਂ ਦੀ ਕੁੱਲ ਗਿਣਤੀ 74.43 ਹਜਾਰ (ਪੰਜਾਬ ਦੀਆਂ 86.99%) ਸੀ। ਭੇਡਾਂ ਦੀ ਜ਼ਿਆਦਾ ਗਿਣਤੀ ਦੱਖਣ-ਪੱਛਮੀ ਗਰਮ-ਖੁਸ਼ਕ ਜ਼ਿਲ੍ਹਿਆਂ **ਫਾਜ਼ਿਲਕਾ** (22.99 ਹਜ਼ਾਰ), ਸ੍ਰੀ ਮੁਕਤਸਰ ਸਾਹਿਬ (7.53 ਹਜ਼ਾਰ), ਬਠਿੰਡਾ (6.02 ਹਜ਼ਾਰ), ਪਟਿਆਲਾ (8.46 ਹਜ਼ਾਰ) ਅਤੇ ਮਾਨਸਾ (6.30 ਹਜ਼ਾਰ) ਜ਼ਿਲ੍ਹਿਆਂ ਵਿੱਚ ਹੈ। (ਮਾਲਵੇ ਦੀਆਂ 49.5% ਭੇਡਾਂ)। ਇਨ੍ਹਾਂ ਤੋਂ ਬਿਨਾਂ ਨਾਲ ਲੱਗਦੇ ਮੋਗਾ (2.13 ਹਜ਼ਾਰ), ਸੰਗਰੂਰ (4.18 ਹਜ਼ਾਰ), ਬਰਨਾਲਾ (1.11 ਹਜ਼ਾਰ) ਅਤੇ ਫਰੀਦਕੋਟ (2.18 ਹਜ਼ਾਰ) ਜ਼ਿਲ੍ਹਿਆਂ ਵਿੱਚ ਵੀ ਕਾਫੀ ਭੇਡਾਂ (ਉੱਨ ਤੇ ਮਾਸ ਲਈ) ਪਾਲੀਆਂ ਜਾਂਦੀਆਂ ਹਨ।

ਬੱਕਰੀਆਂ ਦੀ ਗਿਣਤੀ ਵੀ ਮਾਲਵੇ ਵਿੱਚ ਉੱਚੀ ਹੈ। 2019 ਅਨੁਸਾਰ ਗਿਣਤੀ 2.75 ਲੱਖ (ਪੰਜਾਬ ਦੀਆਂ 78.99% ਬੱਕਰੀਆਂ) ਸੀ। ਬੱਕਰੀਆਂ ਮੁੱਖ ਤੌਰ ਤੇ **ਬਠਿੰਡਾ** (48.11 ਹਜ਼ਾਰ), **ਮੁਕਤਸਰ** (31.64) ਅਤੇ ਫਾਜ਼ਿਲਕਾ (32.4 ਹਜ਼ਾਰ) ਜ਼ਿਲ੍ਹਿਆਂ ਵਿੱਚ ਪਾਲੀਆਂ ਜਾਂਦੀਆਂ ਹਨ। ਮਾਨਸਾ (20.67 ਹਜ਼ਾਰ), ਸੰਗਰੂਰ (30,580), ਲੁਧਿਆਣਾ (29.10 ਹਜ਼ਾਰ), ਮੋਗਾ (16,250), ਪਟਿਆਲਾ (10.36 ਹਜ਼ਾਰ) ਅਤੇ ਫਰੀਦਕੋਟ (15.33 ਹਜ਼ਾਰ) ਜ਼ਿਲ੍ਹਿਆਂ ਵਿੱਚ ਵੀ ਕਾਫੀ ਬੱਕਰੀਆਂ ਮਿਲਦੀਆਂ ਹਨ। ਸਭ ਤੋਂ ਘੱਟ ਬੱਕਰੀਆਂ ਛੋਟੇ ਜ਼ਿਲ੍ਹਿਆਂ ਫਤਹਿਗੜ੍ਹ ਸਾਹਿਬ (6,460), ਰੂਪਨਗਰ (6,220) ਅਤੇ ਐਸ.ਏ.ਐਸ. ਨਗਰ (7,300) ਵਿੱਚ ਮਿਲਦੀਆਂ ਹਨ।

ਊਠ (Camels) : 2019 ਅਨੁਸਾਰ ਪੰਜਾਬ ਵਿੱਚ ਕੁੱਲ 120 ਊਠ ਸਨ (2012 ਵਿੱਚ 690 ਅਤੇ 2007 ਵਿੱਚ 2100 ਊਠ ਸਨ)। ਮਾਲਵੇ ਵਿੱਚ ਪੰਜਾਬ ਦੇ 100.0% ਊਠ ਪਾਲੇ ਜਾਂਦੇ ਹਨ। ਪੰਜਾਬ ਦੇ 33.33% ਊਠ (40) ਮਾਲਵੇ ਦੇ ਰੇਤੀਲੇ ਖੇਤਰਾਂ ਫਾਜ਼ਿਲਕਾ (ਅਬਹੋਰ-ਫਾਜ਼ਿਲਕਾ ਤਹਿਸੀਲਾਂ)-30, ਬਠਿੰਡਾ, 10 ਮਾਨਸਾ, 10 ਸੰਗਰੂਰ 10, ਮੁਕਤਸਰ 10, ਫਰੀਦਕੋਟ ਅਤੇ

ਐਸ.ਏ.ਐਸ. ਨਗਰ 10 ਹਰੇਕ ਵਿੱਚ ਪਾਲੇ ਜਾਂਦੇ ਹਨ। ਮਾਲਵੇ ਵਿੱਚ 2007 ਦੀ ਪਸ਼ੂ ਗਣਨਾ ਅਨੁਸਾਰ 2,100 ਊਠ ਸਨ। ਇਹ ਗਿਣਤੀ 2012 ਅਨੁਸਾਰ ਘੱਟ ਕੇ 690 ਰਹਿ ਗਈ। ਇਨ੍ਹਾਂ ਤੋਂ ਬਿਨਾਂ ਮਾਲਵੇ ਵਿੱਚ ਥੋੜ੍ਹੀ ਗਿਣਤੀ ਵਿੱਚ ਘੋੜੇ ਤੇ ਟੱਟੂ, ਖੋਤੇ, ਖੱਚਰਾਂ ਅਤੇ ਸੂਰ ਵੀ ਪਾਲੇ ਜਾਂਦੇ ਹਨ। ਹਰ ਇੱਕ ਜ਼ਿਲ੍ਹੇ ਵਿੱਚ ਕਾਫੀ ਗਿਣਤੀ (2019 ਅਨੁਸਾਰ ਮਾਲਵੇ ਵਿੱਚ ਪੰਜਾਬ ਦੀਆਂ 77.20% (134.54 ਲੱਖ) ਵਿੱਚ ਮੁਰਗੀਆਂ (Poultry) ਪਾਲੀਆਂ ਜਾਂਦੀਆਂ ਹਨ। ਲੁਧਿਆਣਾ (25.95 ਲੱਖ), ਸੰਗਰੂਰ (25.90 ਲੱਖ), ਬਰਨਾਲਾ (23.67 ਲੱਖ) ਅਤੇ ਐਸ.ਏ.ਐਸ. ਨਗਰ (18.34 ਲੱਖ) ਜ਼ਿਲ੍ਹਿਆਂ ਵਿੱਚ ਮੁਰਗੀਆਂ ਪਾਲੀਆਂ ਜਾਂਦੀਆਂ ਹਨ। ਰੂਪਨਗਰ (1.86 ਲੱਖ), ਫਰੀਦਕੋਟ (56,000) ਅਤੇ ਫਾਜ਼ਿਲਕਾ (62,820) ਜ਼ਿਲ੍ਹਿਆਂ ਵਿੱਚ ਮੁਰਗੀਆਂ ਦੀ ਗਿਣਤੀ ਘੱਟ ਹੈ।

ਸਮੁੱਚੇ ਤੌਰ ਤੇ ਮਾਲਵੇ ਵਿੱਚ ਸਭ ਤੋਂ ਵੱਧ ਕੁੱਲ ਪਸ਼ੂ ਲੁਧਿਆਣਾ ਜ਼ਿਲ੍ਹੇ ਵਿੱਚ 2019 ਅਨੁਸਾਰ 6.394 ਲੱਖ ਸਨ। ਦੂਜੇ ਨੰਬਰ ਤੇ ਸੰਗਰੂਰ ਦਾ ਜ਼ਿਲ੍ਹਾ ਹੈ ਇੱਥੇ 2019 ਅਨੁਸਾਰ 6.04 ਲੱਖ ਕੁੱਲ ਪਸ਼ੂ ਸਨ। ਤੀਜੇ ਨੰਬਰ ਤੇ ਪਟਿਆਲਾ ਦਾ ਜ਼ਿਲ੍ਹਾ ਆਉਂਦਾ ਹੈ (4.24 ਲੱਖ), ਫਾਜ਼ਿਲਕਾ (3.75 ਲੱਖ) ਅਤੇ ਬਠਿੰਡਾ (4.48 ਲੱਖ) ਜ਼ਿਲ੍ਹਿਆਂ ਵਿੱਚ ਵੀ ਜ਼ਿਆਦਾ ਪਸ਼ੂ ਹਨ। ਸਭ ਤੋਂ ਘੱਟ ਪਸ਼ੂ ਰੂਪਨਗਰ (2.15 ਲੱਖ) ਤੇ ਐਸ.ਏ.ਐਸ. ਨਗਰ (1.81 ਲੱਖ) ਜ਼ਿਲ੍ਹਿਆਂ ਵਿੱਚ ਹਨ।

ਉਦਯੋਗ (INDUSTRIES)

ਸਮੁੱਚੇ ਤੌਰ ਤੇ ਮਾਲਵਾ ਪ੍ਰਦੇਸ਼ ਉਦਯੋਗਿਕ ਖੇਤਰ ਵਿੱਚ ਬਹੁਤਾ ਵਿਕਸਤ ਖੇਤਰ ਨਹੀਂ ਹੈ। ਪਰੰਤੂ ਇਸ ਦੇ ਕੁੱਝ ਭਾਗ ਜਿਵੇਂ ਕਿ ਲੁਧਿਆਣਾ, ਪਟਿਆਲਾ ਅਤੇ ਐਸ.ਏ.ਐਸ. ਨਗਰ ਜ਼ਿਲ੍ਹੇ ਅਤੇ ਰੂਪਨਗਰ ਅਤੇ ਸੰਗਰੂਰ ਜ਼ਿਲ੍ਹਿਆਂ ਦੇ ਕੁੱਝ ਭਾਗ ਉਦਯੋਗਿਕ ਤੌਰ ਤੇ ਕਾਫੀ ਵਿਕਸਤ ਹਨ। ਰਕਬੇ ਅਨੁਸਾਰ ਮਾਲਵੇ ਵਿੱਚ ਬਹੁਤ ਉਦਯੋਗ ਨਹੀਂ ਹਨ। ਪੰਜਾਬ ਦੀਆਂ ਕੁੱਲ ਰਜਿਸਟਰ ਸ਼ੁਦਾ ਕੰਮ ਕਰ ਰਹੀਆਂ ਫੈਕਟਰੀਆਂ ਦਾ 2021 ਅਨੁਸਾਰ 69.00% ਮਾਲਵਾ ਪ੍ਰਦੇਸ਼ ਵਿੱਚ ਸੀ। ਇਨ੍ਹਾਂ ਫੈਕਟਰੀਆਂ ਵਿੱਚ ਰਾਜ ਦੇ ਲਗਭਗ 74.19% ਉਦਯੋਗਿਕ ਕਾਮੇ ਕੰਮ ਕਰਦੇ ਸਨ। ਮਲਾਵਾ ਦਾ ਰਕਬਾ ਪੰਜਾਬ ਦੇ ਕੁੱਲ ਖੇਤਰਫਲ ਦਾ 65.13% ਹੈ। ਮਾਲਵਾ ਦੇ ਅੱਧੇ ਦੇ ਲਗਭਗ 6085 ਕਾਰਖਾਨੇ ਲੁਧਿਆਣਾ ਜ਼ਿਲ੍ਹੇ ਵਿੱਚ ਸਥਾਪਤ ਹਨ। ਸੰਗਰੂਰ, ਪਟਿਆਲਾ, ਬਠਿੰਡਾ, ਫਿਰੋਜ਼ਪੁਰ ਅਤੇ ਫਤਹਿਗੜ੍ਹ ਸਾਹਿਬ ਜ਼ਿਲ੍ਹਿਆਂ ਵਿੱਚ ਵੀ ਬਹੁਤ ਸਾਰੇ ਉਦਯੋਗ ਲੱਗੇ ਹੋਏ ਹਨ। ਮਾਰਚ 2021 ਨੂੰ ਪੰਜਾਬ ਵਿੱਚ 2,37,594 ਰਜਿਸਟਰ ਸ਼ੁਦਾ ਛੋਟੀਆਂ ਉਦਯੋਗਿਕ ਇਕਾਈਆਂ ਕੰਮ ਕਰਦੀਆਂ ਸਨ। ਇਨ੍ਹਾਂ ਵਿੱਚੋਂ 2,23,426 ਇਕਾਈਆਂ (66.11%) ਮਾਲਵਾ ਪ੍ਰਦੇਸ਼ ਵਿੱਚ ਸਥਾਪਤ ਸਨ। ਇਨ੍ਹਾਂ ਵਿੱਚੋਂ 1,19,754 ਇਕਾਈਆਂ (53.60%) ਕੇਵਲ ਲੁਧਿਆਣਾ ਜ਼ਿਲ੍ਹੇ ਵਿੱਚ ਕੰਮ ਕਰ ਰਹੀਆਂ ਸਨ।

2020-21 ਦੇ ਅੰਕੜਿਆਂ ਅਨੁਸਾਰ ਪੰਜਾਬ ਵਿੱਚ ਕੁੱਲ 4,37,594 ਚੱਲ ਰਹੀਆਂ ਲਘੂ (ਛੋਟੀਆਂ) ਇਕਾਈਆਂ ਅਤੇ 20,273 ਰਜਿਸਟਰਸ਼ੁਦਾ ਫੈਕਟਰੀਆਂ ਕੰਮ ਕਰ ਰਹੀਆਂ ਸਨ। ਇਨ੍ਹਾਂ ਵਿੱਚੋਂ 66.11% (2,23,426) ਲਘੂ ਇਕਾਈਆਂ ਅਤੇ 13,736 (68.71%) ਰਜਿਸਟਰਸ਼ੁਦਾ ਫੈਕਟਰੀਆਂ ਮਾਲਵੇ ਵਿੱਚ ਸਥਾਪਤ ਸਨ। **ਇਕੱਲੇ ਲੁਧਿਆਣਾ ਜ਼ਿਲ੍ਹੇ** ਵਿੱਚ 1,19,754 (ਮਾਲਵੇ ਦੀਆਂ 53.60%) ਲਘੂ (ਛੋਟੀਆਂ) ਇਕਾਈਆਂ ਅਤੇ 6085 (ਮਾਲਵੇ ਦੀਆਂ 53.60%) ਰਜਿਸਟਰਸ਼ੁਦਾ ਇਕਾਈਆਂ ਕੰਮ ਕਰ ਰਹੀਆਂ ਸਨ।

ਮਾਰਚ 2005 ਅਨੁਸਾਰ ਪੰਜਾਬ ਵਿੱਚ 525 ਦਰਮਿਆਨੇ ਤੇ ਵੱਡੇ ਉਦਯੋਗ (ਇਕਾਈਆਂ) ਕੰਮ ਕਰ ਰਹੇ ਸਨ। ਇਨ੍ਹਾਂ ਵਿੱਚੋਂ 386 ਇਕਾਈਆਂ ਮਾਲਵਾ ਪ੍ਰਦੇਸ਼ ਵਿੱਚ ਸਥਾਪਤ ਸਨ। 386 ਇਕਾਈਆਂ ਵਿੱਚੋਂ 146 ਇਕਾਈਆਂ (37.82%) ਇਕੱਲੇ ਲੁਧਿਆਣਾ ਜ਼ਿਲ੍ਹੇ ਵਿੱਚ, 89 ਪਹਿਲਾਂ ਦੇ ਪਟਿਆਲਾ ਜ਼ਿਲ੍ਹੇ (ਡੇਰਾ ਬਸੀ ਤਹਿਸੀਲ ਸਮੇਤ), 45 ਪਹਿਲਾਂ ਦੇ ਸੰਗਰੂਰ ਜ਼ਿਲ੍ਹੇ ਅਤੇ 38 ਪਹਿਲਾਂ ਦੇ ਰੂਪਨਗਰ ਜ਼ਿਲ੍ਹੇ ਵਿੱਚ ਸਥਿਤ ਸਨ। ਮਾਨਸਾ ਜ਼ਿਲ੍ਹੇ ਵਿੱਚ ਦਰਮਿਆਨੇ ਅਤੇ ਵੱਡੇ ਉਦਯੋਗ ਦੀ ਕੋਈ ਵੀ ਇਕਾਈ ਸਥਾਪਤ ਨਹੀਂ ਹੈ। ਫਰੀਦਕੋਟ ਜ਼ਿਲ੍ਹੇ ਵਿੱਚ ਕੇਵਲ ਦੋ ਅਜਿਹੀਆਂ ਇਕਾਈਆਂ ਕੰਮ ਕਰਦੀਆਂ ਸਨ। 2020-21 ਦੇ ਅੰਕੜਿਆਂ ਅਨੁਸਾਰ ਪੰਜਾਬ ਵਿੱਚ 1057 ਦਰਮਿਆਨੇ ਅਤੇ ਵੱਡੇ ਉਦਯੋਗ ਕੰਮ ਕਰ ਰਹੇ ਸਨ। ਇਨ੍ਹਾਂ ਵਿੱਚੋਂ 903 ਉਦਯੋਗ ਮਾਲਵਾ ਪ੍ਰਦੇਸ਼ ਵਿੱਚ ਕੰਮ ਕਰ ਰਹੇ ਸਨ। ਇਨ੍ਹਾਂ ਇਕਾਈਆਂ ਵਿੱਚੋਂ 446 (ਮਾਲਵੇ ਦੇ 49.39%) ਇਕਾਈਆਂ ਕੇਵਲ ਲੁਧਿਆਣਾ ਜ਼ਿਲ੍ਹੇ ਵਿੱਚ

ਸਥਾਪਤ ਸਨ। 89 ਇਕਾਈਆਂ ਐਸ.ਏ.ਐਸ. ਨਗਰ ਜ਼ਿਲ੍ਹੇ, 72 ਪਟਿਆਲਾ ਜ਼ਿਲ੍ਹਾ, 45 ਸੰਗਰੂਰ ਜ਼ਿਲ੍ਹਾ, 51 ਬਠਿੰਡਾ ਅਤੇ 108 ਇਕਾਈਆਂ ਫਤਹਿਗੜ੍ਹ ਸਾਹਿਬ ਜ਼ਿਲ੍ਹੇ ਵਿੱਚ ਸਨ।

ਮਾਲਵੇ ਵਿੱਚ ਦੋਆਬੇ ਅਤੇ ਮਾਝੇ ਦੇ ਮੁਕਾਬਲੇ ਰਕਬੇ ਅਨੁਸਾਰ ਜ਼ਿਆਦਾ ਦਰਮਿਆਨੇ ਅਤੇ ਵੱਡੇ ਉਦਯੋਗ ਕੰਮ ਕਰਦੇ ਹਨ। ਪਰੰਤੂ ਰਜਿਸਟਰ ਸ਼ੁਦਾ ਛੋਟੀਆਂ ਇਕਾਈਆਂ ਦੀ ਗਿਣਤੀ ਮਾਲਵੇ ਵਿੱਚ ਘੱਟ ਹੈ (66.11%, ਖੇਤਰਫਰ 65.13%) ਮਾਲਵਾ ਆਪਣੀ ਦੱਖਣੀ ਸਥਿਤੀ ਕਾਰਨ ਦੋਆਬਾ ਅਤੇ ਮਾਝਾ ਦੇ ਮੁਕਾਬਲੇ ਉਦਯੋਗਾਂ ਲਈ ਬਾਕੀ ਭਾਰਤ ਦੇ ਨੇੜੇ ਅਤੇ ਵਧੀਆ ਪਹੁੰਚ (accessibility) ਵਾਲਾ ਪ੍ਰਦੇਸ਼ ਹੈ। ਇਸ ਤੋਂ ਬਿਨਾਂ ਮਾਲਵਾ ਵਿੱਚ ਮੁਕਾਬਲਤਨ ਘੱਟ ਵਿਕਾਸ ਕਾਰਨ ਉਦਯੋਗਾਂ ਦੇ ਲਗਾਉਣ ਲਈ ਜ਼ਮੀਨ ਸਸਤੀ (Cheaper) ਹੈ ਅਤੇ ਇਸ ਕਾਰਨ ਉਦਯੋਗਾਂ ਦਾ ਆਸਾਨੀ ਨਾਲ ਵਿਸਥਾਰ ਕੀਤਾ ਜਾ ਸਕਦਾ ਹੈ। ਮਾਲਵਾ ਇਸ ਸਮੇਂ 2022 ਦੇ ਅਤੇ ਪਹਿਲੇ ਕਈ ਮੁੱਖ ਮੰਤਰੀਆਂ ਦਾ ਘਰ ਰਿਹਾ ਹੈ। ਇਸ ਕਾਰਨ ਮਾਲਵਾ ਪ੍ਰਦੇਸ਼ ਦਾ ਰਾਜਨੀਤਕ ਪ੍ਰਭਾਵ ਜ਼ਿਆਦਾ ਰਿਹਾ ਹੈ।

ਇਤਿਹਾਸ (History) : ਮਾਲਵਾ ਮੁੱਖ ਤੌਰ ਤੇ ਖੇਤੀ ਪ੍ਰਧਾਨ ਪ੍ਰਦੇਸ਼ ਹੈ। ਇੱਥੇ ਕਣਕ, ਚਾਵਲ, ਕਪਾਹ, ਗੰਨਾ, ਤੇਲ ਬੀਜ ਅਤੇ ਦਾਲ ਫਸਲਾਂ ਦਾ ਉੱਚਾ ਉਤਪਾਦਨ ਹੈ। ਦੂਜੇ ਸ਼ਬਦਾਂ ਵਿੱਚ ਮਾਲਵਾ ਵਿੱਚ ਖੇਤੀਬਾੜੀ ਸਾਧਨਾਂ ਦਾ ਮਜ਼ਬੂਤ ਆਧਾਰ ਮੌਜੂਦ ਹੈ। ਮਾਲਵਾ ਵਿੱਚ ਪਸ਼ੂਆਂ ਦੀ ਗਿਣਤੀ ਵੀ ਜ਼ਿਆਦਾ ਹੈ ਜਿਨ੍ਹਾਂ ਤੋਂ ਭਾਰੀ ਮਾਤਰਾ ਵਿੱਚ ਖੱਲਾਂ, ਚਮੜਾ ਅਤੇ ਉੱਨ ਪ੍ਰਾਪਤ ਹੁੰਦੇ ਹਨ। ਇਸ ਕਾਰਨ ਮਾਲਵਾ ਵਿੱਚ ਇਨ੍ਹਾਂ ਖੇਤੀਬਾੜੀ ਅਤੇ ਪਸ਼ੂ ਧਨ ਸਾਧਨਾਂ ਉੱਤੇ ਆਧਾਰਤ ਉਦਯੋਗ ਪ੍ਰਫੁੱਲਤ ਹੋ ਸਕਦੇ ਹਨ।

ਉਨੀਵੀਂ ਸਦੀ ਵਿੱਚ ਜਦੋਂ ਉੱਤਰੀ ਭਾਰਤ ਵਿੱਚ ਤਕਨਾਲੋਜੀ ਦਾ ਵਿਕਾਸ ਨਹੀਂ ਹੋਇਆ ਸੀ ਅਤੇ ਲੋਕਾਂ ਦੀਆਂ ਸਾਧਾਰਣ ਵਸਤਾਂ ਲਈ ਸਾਦੀਆਂ ਲੋੜਾਂ ਸਨ ਤਾਂ ਉਸ ਸਮੇਂ ਪਿੰਡਾਂ ਦੇ ਕਾਰੀਗਰ ਜਿਵੇਂ ਕਿ ਤਰਖਾਣ, ਲੋਹਾਰ, ਠਠਿਆਰ, ਛੀਂਬਾ, ਸਰਾਫ, ਘੁਮਾਰ, ਜੁਲਾਹਾ, ਤੇਲੀ, ਮੋਚੀ ਆਦਿ ਪਿੰਡਾਂ ਦੇ ਅਤੇ ਘਰੇਲੂ ਉਦਯੋਗਾਂ (village crafts and cottage industries) ਵਿੱਚ ਲੋੜੀਂਦੀਆਂ ਸਾਦੀਆਂ ਵਸਤਾਂ ਬਣਾਉਂਦੇ ਹੁੰਦੇ ਸਨ। ਉਸ ਸਮੇਂ ਲਕੜੀ ਦੀਆਂ ਵਸਤਾਂ, ਲੋਹੇ ਦੀਆਂ ਵਸਤਾਂ ਆਦਿ ਬਣਾਉਣਾ, ਸੂਤੀ ਅਤੇ ਊਨੀ ਧਾਗਾ ਬਣਾਉਣਾ, ਕੱਪੜਾ ਬਮਾਉਣਾ, ਕੱਪੜੇ ਨੂੰ ਰੰਗਣਾ ਅਤੇ ਛਾਪਾ ਲਾਉਣਾ (printing), ਚਾਦਰਾਂ, ਪੱਗਾਂ, ਖੇਸੀਆਂ, ਖੇਸ, ਚੌਂਸੀਆਂ, ਲੂਗੀਆਂ, ਸੂਸ, ਛੀਂਟ, ਗਬਰੂਨ, ਖੱਦਰ ਆਦਿ ਦੇ ਕੱਪੜੇ ਬਣਾਉਣਾ, ਸ਼ਾਲ ਅਤੇ ਕੰਬਲ ਆਦਿ ਬਣਾਉਣਾ, ਪਿੱਤਲ, ਕਾਂਸਾ, ਤਾਂਬਾ ਅਤੇ ਲੋਹੇ ਦੇ ਬਰਤਨ ਅਤੇ ਹੋਰ ਵਸਤਾਂ ਬਣਾਉਣਾ, ਕੱਪੜੇ ਸੀਊਣਾ, ਕਢਾਈ ਕਰਨੀ, ਗਹਿਣੇ ਬਣਾਉਣਾ, ਮਿੱਟੀ ਦੇ ਬਰਤਨ ਆਦਿ ਬਣਾਉਣੇ, ਕੋਹਲੂ ਰਾਹੀਂ ਤੇਲ ਕੱਢਣਾ (ਘਾਣੀ), ਚਮੜਾ ਰੰਗਣਾ ਅਤੇ ਤਿਆਰ ਕਰਨਾ, ਦੇਸੀ ਜੁੱਤੀਆਂ ਅਤੇ ਵਧੀਆ ਕਿਸਮ ਦੀਆਂ ਜੁੱਤੀਆਂ ਬਣਾਉਣੀਆਂ, ਰੱਸੇ, ਰੱਸੀਆਂ, ਚਟਾਈਆਂ, ਸਫਾਂ, ਬਾਣ ਆਦਿ ਬਣਾਉਣਾ ਮੁੱਖ ਉਦਯੋਗਿਕ ਧੰਦੇ ਸਨ। ਇਹ ਸਭ ਪਿੰਡਾਂ ਵਿੱਚ **ਭਾਈਚਾਰਾ** (Village Community Interdependence) ਪ੍ਰਣਾਲੀ ਅਧੀਨ ਇੱਕ ਦੂਜੇ ਦੀਆਂ ਲੋੜਾਂ ਪੂਰੀਆਂ ਕਰਨ ਲਈ ਤੇ ਕਸਬਿਆਂ/ਸ਼ਹਿਰਾਂ ਵਿੱਚ ਬਾਜ਼ਾਰ ਵਿੱਚ ਬੇਚਣ ਲਈ ਕੁੱਝ ਵੱਡੇ ਪੈਮਾਨੇ ਤੇ ਬਣਾਏ ਜਾਂਦੇ ਸਨ। ਬਣੀਆਂ ਵਸਤਾਂ ਦੀ ਗੁਣਵੱਤਾ (Quality) ਆਮ ਕਰਕੇ ਮਿਆਰੀ (Standardised) ਨਹੀਂ ਹੁੰਦੀ ਸੀ ਅਤੇ ਬਣੀਆਂ ਵਸਤਾਂ ਦੀ ਮਾਤਰਾ ਵੀ ਜ਼ਿਆਦਾ ਨਹੀਂ ਹੁੰਦੀ ਸੀ।

ਕਿਸੇ ਪ੍ਰਦੇਸ਼ ਵਿੱਚ ਹਰ ਇੱਕ ਇਲਾਕਾ ਆਪਣੀਆਂ **ਖਾਸ ਗੁਣਵੱਤਾ** ਅਤੇ ਕਿਸਮ ਦੀਆਂ ਬਣੀਆਂ ਵਸਤਾਂ ਲਈ ਜਾਣਿਆ ਜਾਂਦਾ ਸੀ। **ਮਾਨਸਾ** ਦੇਸੀ ਜੁੱਤੀਆਂ, ਰੰਗ-ਬਰੰਗੀਆਂ ਫੁੱਲਦਾਰ ਦਰੀਆਂ, ਮਿੱਟੀਆਂ ਦੇ ਬਰਤਨ ਅਤੇ ਖੇਤੀਬਾੜੀ ਸੰਦਾਂ ਦੇ ਬਣਾਉਣ (ਛੋਟੇ ਪੈਮਾਨੇ ਤੇ) ਲਈ ਪ੍ਰਸਿੱਧ ਸੀ। **ਪਟਿਆਲਾ** ਆਪਣੀਆਂ ਖਾਸ ਤਿੱਲੇ ਵਾਲੀਆਂ ਜੁੱਤੀਆਂ, ਰੰਗ-ਬਰੰਗੇ ਅਤੇ ਸਜਾਵਟ ਵਾਲੇ **ਪਰਾਂਦੇ, ਨਾਲੇ ਅਤੇ ਦਸਤਾਰਬੰਦਾਂ** ਲਈ ਪ੍ਰਸਿੱਧ ਸੀ। ਅੱਜ ਦੇ ਬਰਨਾਲਾ ਜ਼ਿਲ੍ਹੇ ਵਿੱਚ ਸਥਿਤ **ਭਦੌੜ** ਪਿੱਤਲ ਦੇ ਭਾਂਡਿਆਂ ਅਤੇ ਬੈੱਲ ਧਾਤ ਦੇ ਕੱਪਾਂ (Bell Metal Cups) ਲਈ ਜਾਣਿਆ ਜਾਂਦਾ ਸੀ। **ਸੁਨਾਮ** ਦਾ ਕਸਬਾ ਪੱਗਾਂ, ਖੇਸ ਅਤੇ ਚਟਾਈਆਂ ਆਦਿ ਲਈ ਅਤੇ ਸੰਗਰੂਰ ਫੁੱਲਕਾਰੀਆਂ, ਕਢਾਈ ਵਾਲੀਆਂ ਦੇਸੀ ਜੁੱਤੀਆਂ ਅਤੇ ਸੋਨੇ ਅਤੇ ਚਾਂਦੀ ਦੇ ਗਹਿਣੇ ਬਣਾਉਣ ਲਈ ਪ੍ਰਸਿੱਧ ਸਨ। **ਮਲੇਰਕੋਟਲਾ** ਤਿੱਲਾ ਅਤੇ ਜ਼ਰੀ ਦਾ ਕੰਮ, ਕਢਾਈ ਦਾ ਕੰਮ, ਪਿੱਤਲ ਅਤੇ ਤਾਂਬੇ ਦੇ ਬਰਤਨ, ਖੇਸ, ਦਰੀਆਂ, ਕਢਾਈ ਵਾਲੀਆਂ ਦੇਸੀ ਜੁੱਤੀਆਂ ਅਤੇ ਛੋਟੇ ਖੇਤੀਬਾੜੀ ਸੰਦਾਂ ਲਈ ਪ੍ਰਸਿੱਧ ਸੀ। **ਫਿਰੋਜ਼ਪੁਰ** ਖੁਰਦਰੇ ਕੱਪੜੇ, ਖੱਦਰ, ਖੇਸ ਅਤੇ ਕੰਬਲਾਂ ਲਈ ਜਾਣਿਆ

ਜਾਂਦਾ ਸੀ। ਨਾਭਾ ਅਤੇ ਅਮਲੋਹ ਵਿੱਚ ਗਬਰੂਨ ਤੇ ਸੂਸ ਕੱਪੜਾ ਅਤੇ ਦਰੀਆਂ ਬਣਾਏ ਜਾਂਦੇ ਸਨ। ਨਾਭਾ ਵਿੱਚ ਕਪਾਹ ਬੇਲਣ ਦਾ ਕੰਮ ਕੀਤਾ ਜਾਂਦਾ ਸੀ। **ਜਗਰਾਉਂ** ਤਾਂਬੇ ਅਤੇ ਪਿੱਤਲ ਦੇ ਬਰਤਨਾਂ, ਲੋਹੇ ਦੀਆਂ ਵਸਤਾਂ, ਹਾਥੀ ਦੰਦ ਅਤੇ ਹੱਡੀਆਂ ਤੋਂ ਬਣੇ ਚੂੜਾ ਅਤੇ ਵੰਗਾਂ ਅਤੇ ਗਹਿਣੇ ਬਣਾਉਣ ਲਈ ਪ੍ਰਸਿੱਧ ਸੀ।

ਲੁਧਿਆਣਾ ਖੰਡ ਬਣਾਉਣ, ਚਮੜਾ ਰੰਗਣ, ਜੁੱਤੀਆਂ ਬਣਾਉਣ, ਪਸ਼ਮੀਨਾ ਸ਼ਾਲ, ਚਾਦਰਾਂ, ਸੂਤੀ ਪੱਗਾਂ, ਲੂੰਗੀਆਂ, ਗਬਰੂਨ, ਖੱਦਰ, ਖੇਸ, ਦਰੀਆਂ, ਦਸੂਤੀ ਕੱਪੜਾ ਆਦਿ ਬਣਾਉਣ ਲਈ, ਕਢਾਈ ਦਾ ਕੰਮ (embroidery), ਹਾਥੀ ਦੰਦ ਦਾ ਕੰਮ (ivory work), ਮਿੱਟੀ ਦੇ ਬਰਤਨ, ਖਿਡੌਣੇ ਆਦਿ (pottery), ਰੇਸ਼ਮੀ ਕੱਪੜਾ (silk cloth), ਤੇਲ ਕੱਢਣ, ਤਾਂਬੇ ਅਤੇ ਪਿੱਤਲ ਦੇ ਬਰਤਨ ਬਣਾਉਣ, ਲੋਹੇ ਦੀਆਂ ਵਸਤਾਂ ਬਣਾਉਣ, ਤਰਖਾਣਾ ਕੰਮ (carpentry), ਆਟਾ ਪੀਹਣ ਆਦਿ ਲਈ ਪ੍ਰਸਿੱਧ ਸੀ। ਇਨ੍ਹਾਂ ਸਭ ਕਸਬਿਆਂ ਵਿੱਚ ਲੱਕੜ ਦੇ ਗੱਡੇ, ਗੱਡੀਆਂ, ਰੇਹੜੀਆਂ, ਠੇਹਲੇ ਮੰਜੇ (cots), ਪੀਹੜੀਆਂ ਆਦਿ ਵੀ ਬਣਾਏ ਜਾਂਦੇ ਸਨ। ਇਹ ਸਭ ਦਸਤਰੀਆਂ ਸਥਾਨਕ ਜਾਂ ਕੁੱਝ ਪ੍ਰਾਦੇਸ਼ਿਕ ਲੋੜਾਂ ਪੂਰੀਆਂ ਕਰਨ ਲਈ ਚਲਾਈਆਂ ਜਾਂਦੀਆਂ ਸਨ।

ਵੀਹਵੀਂ ਸਦੀ ਦੇ ਸ਼ੁਰੂ ਹੋਣ ਦੇ ਲਗਭਗ ਕਈ ਕਸਬਿਆਂ ਵਿੱਚ ਭਾਫ ਇੰਜਣ (steam engine) ਜਾਂ ਡੀਜ਼ਲ ਇੰਜਣ ਨਾਲ ਚੱਲਣ ਵਾਲੇ ਕਈ ਛੋਟੇ ਕਾਰਖਾਨੇ ਲਗਾਏ ਗਏ. ਇਸ ਸਾਲ ਉਦਯੋਗੀਕਰਣ ਦਾ ਕੁੱਝ ਤੇਜ਼ ਵਿਕਾਸ, **ਪੇਂਡੂ ਸ਼ਿਲਪਕਾਰੀ ਅਤੇ ਘਰੇਲੂ ਉਦਯੋਗਾਂ ਦੀ ਅਵਸਥਾ ਤੋਂ ਛੋਟੇ ਅਤੇ ਦਰਮਿਆਨੇ ਪੈਮਾਨੇ ਦੇ** ਉਦਯੋਗਾਂ ਦੀ ਅਵਸਥਾ ਵੱਲ ਸ਼ੁਰੂ ਹੋ ਗਿਆ। ਨੌਕਰੀਆਂ (ਰੁਜ਼ਗਾਰ) ਅਤੇ ਉਤਪਾਦਨ ਵਿੱਚ ਵਾਧਾ ਹੋਇਆ। ਕਪਾਹ ਪਿੰਜਣ ਅਤੇ ਗੱਠਾਂ ਬੰਨਣ, ਬਰਫ ਬਣਾਉਣ, ਸ਼ਕਤੀ ਨਾਲ ਚੱਲਣ ਵਾਲੀਆਂ ਖੱਡੀਆਂ (power looms), ਖੰਡ ਬਣਾਉਣ, ਇੰਜਣ ਨਾਲ ਚੱਲਣ ਵਾਲੇ ਕੋਹਲੂ, ਢਲਾਈ ਦੇ ਛੋਟੇ ਕਾਰਖਾਨੇ (foundary), ਮਸ਼ੀਨਾਂ ਅਤੇ ਔਜ਼ਾਰ (ਸੰਦ) ਆਦਿ ਬਣਾਉਣ ਦੇ ਕਾਰਖਾਨੇ, ਸ਼ਕਤੀ ਨਾਲ ਚੱਲਣ ਵਾਲੇ ਕਾਰਖਾਨਿਆਂ ਦੀ ਸੂਚੀ ਵਿੱਚ ਸ਼ਾਮਲ ਸਨ।

ਪਹਿਲੇ ਅਤੇ ਦੂਜੇ ਮਹਾਂ ਯੁੱਧਾਂ ਦੌਰਾਨ ਯੂਰਪੀਨ ਅਤੇ ਦੂਜੇ ਦੇਸ਼ਾਂ ਤੋਂ ਨਿਰਮਤ ਵਸਤਾਂ ਦੀ ਭਾਰਤ ਨੂੰ ਆਮਦ ਦੇ ਘੱਟ ਜਾਣ ਜਾਂ ਬੰਦ ਹੋ ਜਾਣ ਕਾਰਨ ਉਦਯੋਗਿਕ ਵਿਕਾਸ ਵਿੱਚ ਹੋਰ ਵਾਧਾ ਹੋ ਗਿਆ। ਲੁਧਿਆਣਾ, ਰਾਜਪੁਰਾ, ਮਾਲੇਰਕੋਟਲਾ, ਪਟਿਆਲਾ ਆਦਿ ਦੇ ਉਦਯੋਗਾਂ ਵਿਸ਼ੇਸ਼ ਕਰਕੇ ਪਬਲਿਕ ਸੈਕਟਰਾਂ (ਸਰਕਾਰੀ) ਦੇ ਉਦਯੋਗਾਂ ਨੂੰ ਇੱਕ ਨਵਾਂ ਉਤਸ਼ਾਹ (thrust) ਮਿਲਿਆ। ਭਾਖੜਾ ਡੈਮ ਦੇ ਬਣਨ ਨਾਲ ਉਦਯੋਗਾਂ ਨੂੰ ਕਾਫੀ ਬਿਜਲੀ (power) ਉਪਲਬੱਧ ਹੋਣ ਲੱਗ ਪਈ। ਭਾਰਤੀ ਉਦਯੋਗਾਂ ਨੂੰ ਆਯਾਤ ਵਸਤਾਂ ਦੇ ਮੁਕਾਬਲੇ ਸੁਰੱਖਿਆ ਅਤੇ ਤਰਜੀਹ ਦਿੱਤੀ ਗਈ।

ਮਾਲਵਾ ਵਿੱਚ ਬਹੁਤ ਸਾਰੀਆਂ ਨਵੀਆਂ ਉਦਯੋਗਿਕ ਇਕਾਈਆਂ ਸਥਾਪਤ ਕੀਤੀਆਂ ਗਈਆਂ। ਕਤਾਈ, ਬੁਣਾਈ, ਰੰਗਾਈ, ਅੰਤਮ ਰੂਪ ਦੇਣ (finishing), ਹੌਜ਼ਰੀ, ਸਾਈਕਲ ਅਤੇ ਸਾਈਕਲ ਕਲ-ਪੁਰਜ਼ੇ, ਸਿਲਾਈ ਮਸ਼ੀਨਾਂ, ਨਟ-ਬੋਲਟ, ਹੱਥ ਅਤੇ ਮਸ਼ੀਨੀ ਔਜ਼ਾਰ (tools), ਆਟੋ ਪਾਰਟਸ, ਤੇਲ ਨਾਲ ਚੱਲਣ ਵਾਲੇ ਇੰਜਣ, ਖੇਤੀਬਾੜੀ ਔਜ਼ਾਰ (ਸੰਦ), ਪੱਠੇ ਕੁਤਰਨ ਅਤੇ ਗਹਾਈ ਮਸ਼ੀਨਾਂ (chaf cutting and threshing machines) ਬਣਾਉਣ, ਸਟੀਲ ਰੀ-ਰੋਲਿੰਗ ਅਤੇ ਬਹੁਤ ਸਾਰੇ ਹਲਕੇ ਇੰਜਨੀਅਰੀ ਉਦਯੋਗ ਲੁਧਿਆਣਾ, ਖੰਨਾ, ਗੋਬਿੰਦਗੜ੍ਹ, ਰਾਜਪੁਰਾ, ਪਟਿਅਲਾ, ਬਠਿੰਡਾ, ਫਰੀਦਕੋਟ, ਮੋਗਾ, ਮਾਲੇਰਕੋਟਲਾ, ਫਿਰੋਜ਼ਪੁਰ, ਜਗਰਾਉਂ, ਬਰਨਾਲਾ ਆਦਿ ਕਸਬਿਆਂ/ਸ਼ਹਿਰਾਂ ਵਿੱਚ ਸਥਾਪਤ ਕੀਤੇ ਗਏ।

ਵੀਹਵੀਂ ਸਦੀ ਦੇ ਸੱਤਵੇਂ, ਅੱਠਵੇਂ ਅਤੇ ਨੌਵੇਂ ਦਹਾਕਿਆਂ ਦੌਰਾਨ ਉੱਪਰ ਲਿਖੇ ਸ਼ਹਿਰਾਂ ਅਤੇ ਕਸਬਿਆਂ ਵਿੱਚ ਛੋਟੇ ਦਰਮਿਆਨੇ ਅਤੇ ਵੱਡੇ ਉਦਯੋਗਾਂ (small, medium and large scale industries) ਦੀਆਂ ਬਹੁਤ ਸਾਰੀਆਂ ਇਕਾਈਆਂ (units) ਸਥਾਪਤ ਕੀਤੀਆਂ ਗਈਆਂ। ਇਨ੍ਹਾਂ ਤੋਂ ਬਿਨਾਂ ਰਾਸ਼ਟਰੀ ਮਾਰਗ ਨੰ. I, XXI, XXII ਅਤੇ XV ਅਤੇ ਰਾਜ ਮਾਰਗਾਂ (State Highways) ਉੱਤੇ ਅਤੇ ਨੇੜੇ ਸਥਿਤ ਪਿੰਡਾਂ, ਕਸਬਿਆਂ ਅਤੇ ਸ਼ਹਿਰਾਂ ਵਿੱਚ ਉਦਯੋਗਿਕ ਖੇਤਰ (Industrial Areas) ਸਥਾਪਤ ਕੀਤੇ ਗਏ। ਮਾਲਵਾ ਵਿੱਚ ਉਦਯੋਗਾਂ ਦੇ ਵਿਕੇਂਦਰੀਕਰਣ (Decentralization) ਅਤੇ ਤੇਜ਼ ਉਦਯੋਗਿਕ ਵਿਕਾਸ ਲਈ 30-4-2007 ਤੱਕ 119 ਫੋਕਲ ਪੁਆਇੰਟ (Focal Points) ਸਥਾਪਤ ਕੀਤੇ ਗਏ ਸਨ।

ਕਈ ਨਵੇਂ ਉਦਯੋਗ ਜਿਵੇਂ ਕਿ ਇੰਜਨੀਅਰੀ, ਇਲੈਕਟਰਾਨਿਕਸ, ਬਿਜਲੀ, ਰਸਾਇਣ, ਦਵਾਈਆਂ ਅਤੇ ਫਾਰਮੇਸਿਉਟੀਕਲਜ਼ (drugs and pharmaceuticals), ਖਾਦਾਂ, ਕੰਪਿਊਟਰ, ਟੈਲੀਵਿਜ਼ਨ, ਕਾਗਜ਼ ਅਤੇ ਰਬੜ ਅਤੇ ਪਲਾਸਟਿਕਸ, ਦੁੱਧ ਪਦਾਰਥ, ਖਾਧ ਪਦਾਰਥ, ਕਤਾਈ ਅਤੇ ਬੁਣਾਈ, ਆਵਾਜਾਈ ਵਾਹਨ ਅਤੇ ਹਿੱਸੇ-ਪੁਰਜ਼ੇ, ਖੰਡ ਆਦਿ ਬਣਾਉਣ ਦੇ ਕਾਰਖਾਨੇ ਮਾਲਵਾ ਪ੍ਰਦੇਸ਼ ਵਿੱਚ ਲਗਾਏ ਗਏ। ਇਨ੍ਹਾਂ ਵਿਚੋਂ ਕੁਝ ਪੇਂਡੂ ਇਲਾਕੇ ਵਿੱਚ ਵੀ ਲਗਾਏ ਗਏ ਹਨ।

ਮਾਲਵਾ ਪ੍ਰਦੇਸ਼ ਵਿੱਚ ਸਭ ਪ੍ਰਕਾਰ ਦੇ ਉਦਯੋਗ ਲੱਗੇ ਹੋਏ ਹਨ (ਨਕਸ਼ਾ ਨੰ. 81) ਪ੍ਰੰਤੂ ਖੇਤੀਬਾੜੀ ਤੇ ਆਧਾਰਤ ਉਦਯੋਗ ਜਿਵੇਂ ਕਿ ਸੂਤ ਕੱਤਣਾ, ਕੱਪੜਾ ਬੁਣਨ, ਊਨੀ ਅਤੇ ਹੌਜ਼ਰੀ, ਖੰਡ, ਖਾਣ ਵਾਲੇ ਤੇਲ ਅਤੇ ਬਨਸਪਤੀ ਘਿਉ ਬਣਾਉਣ ਅਤੇ ਦੁੱਧ ਅਤੇ ਖਾਧ ਪਦਾਰਥ ਬਣਾਉਣ ਦੇ ਉਦਯੋਗ ਜ਼ਿਆਦਾ ਮਹੱਤਵਪੂਰਣ ਹਨ। ਇਨ੍ਹਾਂ ਤੋਂ ਬਿਨਾਂ ਹੋਰ ਵੀ ਬਹੁਤ ਸਾਰੇ ਉਦਯੋਗ ਮਾਲਵਾ ਪ੍ਰਦੇਸ਼ ਵਿੱਚ ਲੱਗੇ ਹੋਏ ਹਨ (ਸਾਰਣੀ ਨੰ. 71)।

ਮੁੱਖ ਉਦਯੋਗ

ਸਾਰਣੀ ਨੰ. 70 ਵਿੱਚ ਮਾਲਵਾ ਦੇ ਮੁੱਖ ਉਦਯੋਗ ਵਰਗਾਂ ਦੀ ਜ਼ਿਲ੍ਹੇਵਾਰ ਵੰਡ (ਮਾਰਚ 2021 ਅਨੁਸਾਰ) ਦਿਖਾਈ ਗਈ ਹੈ। ਅਗਲੇ ਪੰਨਿਆਂ ਵਿੱਚ ਮਾਲਵੇ ਦੇ ਮੁੱਖ ਉਦਯੋਗਾਂ ਦਾ ਸੰਖੇਪ ਵਰਨਣ ਦਿੱਤਾ ਗਿਆ ਹੈ। ਨਕਸ਼ਾ ਨੰ. 80 ਮਾਲਵੇ ਦੇ ਦਰਮਿਆਨੇ/ਵੱਡੇ ਅਤੇ ਦੂਜੇ ਮਹੱਤਵਪੂਰਣ ਉਦਯੋਗਾਂ ਦੀ ਵੰਡ ਨੂੰ ਦਿਖਾਉਂਦਾ ਹੈ।

ਖਾਧ ਪਦਾਰਥ ਬਣਾਉਣ ਦਾ ਉਦਯੋਗ (Food Products Manufacturing) : ਇਹ ਉਦਯੋਗ ਵਰਗ ਖੇਤੀ ਆਧਾਰਤ ਹੈ ਅਤੇ ਮਾਲਵੇ ਦਾ ਸਭ ਤੋਂ ਵੱਡਾ ਉਦਯੋਗ ਵਰਗ ਹੈ। ਖੇਤੀਬਾੜੀ, ਬਾਗਬਾਨੀ (horticulture) ਅਤੇ ਪਸ਼ੂ ਧਨ ਤੋਂ ਪ੍ਰਾਪਤ ਵਿਭਿੰਨ ਪਦਾਰਥਾਂ ਨੂੰ ਸੰਭਾਲ ਕੇ, ਡੱਬਿਆਂ ਵਿੱਚ ਬੰਦ ਕਰਕੇ, ਛੋਟਾ ਕਰਕੇ (milling ਪੀਹ ਕੇ), ਭੁੰਨ ਕੇ, ਰੂਪ ਬਦਲ ਕੇ ਆਦਿ ਰਾਹੀਂ ਖਾਣ ਵਾਲੇ ਪਦਾਰਥਾਂ ਜਿਵੇਂ ਕਿ ਦੁੱਧ ਅਤੇ ਦੁੱਧ ਪਦਾਰਥ, ਅਣ-ਸੋਧੇ (unrefined) ਅਤੇ ਸੋਧੇ ਤੇਲ, ਪਸ਼ੂਆਂ ਦੀ ਖੁਰਾਕ, ਸਟਾਰਚ, ਗੁਲੂਕੋਜ਼, ਡੱਬਾ ਬੰਦ ਭੋਜਨ ਪਦਾਰਥ, ਆਟਾ, ਚਾਵਲ, ਬਿਸਕੁਟ, ਡਬਲਰੋਟੀ ਆਦਿ, ਖੰਡ, ਬਨਸਪਤੀ ਘਿਉ ਆਦਿ, ਫਲ ਅਤੇ ਸਬਜੀਆਂ ਦੇ ਜੈਮ, ਸਕੁਐਸ਼ਜ਼, ਗਾੜ੍ਹੇ ਪਦਾਰਥ, ਬਰਾਇਲਰਜ਼, ਹੱਡੀ ਰਹਿਤ ਮੀਟ ਆਦਿ ਪਦਾਰਥ ਬਣਾਏ ਜਾਂਦੇ ਹਨ। ਮਾਲਵਾ ਵਿੱਚ ਖੇਤੀਬਾੜੀ ਅਤੇ ਪਸ਼ੂ ਧਨ ਦਾ ਇਕ ਅਮੀਰ ਆਧਾਰ ਹੈ। (ਕਣਕ, ਚਾਵਲ, ਮੱਕੀ, ਜੌਂ, ਕਪਾਹ, ਗੰਨਾ, ਸਰਸੋਂ-ਤਾਰਾਮੀਰਾ, ਤੇਲ ਬੀਜ, ਦਾਲਾਂ, ਖੱਟੇ ਫਲ (ਮਾਲਟਾ, ਕਿੰਨੂ, ਅੰਗੂਰ ਆਦਿ), ਪਸ਼ੂ (ਗੋਕ, ਮੱਝਾਂ, ਭੇਡਾਂ, ਬੱਕਰੀਆਂ, ਮੁਰਗੀਆਂ ਆਦਿ)। ਇਸ ਕਾਰਨ ਖੇਤੀਬਾੜੀ ਉੱਤੇ ਆਧਾਰਤ ਉਦਯੋਗ ਮਾਲਵਾ ਵਿੱਚ ਪ੍ਰਫੁੱਲਤ ਹੋ ਸਕਦੇ ਹਨ। ਇਸ ਨਾਲ ਕਿਰਸਾਣਾਂ ਅਤੇ ਨਿਰਮਾਣ ਕਰਨ ਵਾਲੇ ਦੋਨਾਂ ਧਿਰਾਂ ਨੂੰ ਲਾਭ ਹੋਵੇਗਾ। ਮਾਰਚ 2021 ਨੂੰ ਮਾਲਵੇ ਵਿੱਚ 3,264 ਇਕਾਈਆਂ (ਪੰਜਾਬ ਦੀਆਂ ਲਗਭਗ 79.9%) ਖਾਧ ਪਦਾਰਥ ਬਣਾਉਣ ਵਿੱਚ ਲਗੀਆਂ ਹੋਈਆਂ ਸਨ। ਇਨ੍ਹਾਂ ਤੋਂ ਇਲਾਵਾ ਮਾਲਵੇ ਵਿੱਚ 64 ਦਰਮਿਆਨੇ ਜਾਂ ਵੱਡੇ ਦਰਜੇ ਦੇ ਕਾਰਖਾਨੇ ਵੀ (ਮਾਰਚ 2016 ਅਨੁਸਾਰ) ਖਾਧ ਪਦਾਰਥ ਬਣਾਉਣ ਵਿੱਚ ਲੱਗੇ ਹੋਏ ਸਨ (ਰਾਜ ਦੇ 60.38%)।

ਇਨ੍ਹਾਂ ਉਦਯੋਗਾਂ ਵਿੱਚ ਸ਼ਾਮਲ ਹਨ, ਦੁੱਧ ਅਤੇ ਦੁੱਧ ਦੇ ਪਦਾਰਥ ਬਣਾਉਣਾ, ਚਾਵਲ ਕੱਢਣੇ, ਆਟਾ ਪੀਹਣਾ, ਬਨਸਪਤੀ ਘਿਉ ਅਤੇ ਖਾਣ ਵਾਲੇ ਤੇਲ (ਸੋਧੇ ਅਤੇ ਅਣਸੋਧੇ) ਬਣਾਉਣਾ, ਖੰਡ ਬਣਾਉਣਾ ਆਦਿ।

ਦੁੱਧ ਅਤੇ ਦੁੱਧ ਦੇ ਪਦਾਰਥ ਬਣਾਉਣਾ (Milk and Milk Products Manufacturing) : ਮਾਲਵਾ ਵਿੱਚ ਪੰਜਾਬ ਦੀਆਂ 60.72% ਗਊਆਂ ਅਤੇ 67.85% ਮੱਝਾਂ ਪਾਲੀਆਂ ਜਾਂਦੀਆਂ ਹਨ। ਇਸ ਕਾਰਨ ਮਾਲਵਾ ਵਿੱਚ ਦੁੱਧ ਦੀ ਉਪਲਬੱਧਤਾ ਕਾਫੀ ਹੈ। ਲੋਕਾਂ ਦੀ ਖਰੀਦਣ ਸ਼ਕਤੀ ਵੀ ਉੱਚੀ ਹੈ (ਮਾਲਵੇ ਵਿੱਚ ਵੱਡੇ ਜ਼ਿਮੀਂਦਾਰ ਹਨ ਜੋ ਅਮੀਰ ਹਨ)। ਇਸ ਲਈ ਇਸ ਉਦਯੋਗ ਦਾ ਮਾਲਵੇ ਪ੍ਰਦੇਸ਼ ਵਿੱਚ ਭਵਿੱਖ ਉੱਜਵਲ ਹੈ। (2013-14 ਅਨੁਸਾਰ ਪੰਜਾਬ ਦੇ 79 ਮਿਲਕ ਪਲਾਂਟਾਂ ਵਿੱਚੋਂ 60 ਮਾਲਵੇ ਵਿੱਚ ਸਥਿਤ ਸਨ। ਉਸ ਸਾਲ 60 ਮਿਲਕ ਪਲਾਟਾਂ ਵਿਚੋਂ ਸਭ ਤੋਂ ਵੱਧ 13 ਲੁਧਿਆਣਾ ਜ਼ਿਲ੍ਹੇ ਵਿੱਚ (ਜੁਗਿਆਣਾ, ਕੰਗਣਵਾਲ, ਛੋਟੀ ਹੈਬੋਵਾਲ, ਪਿੰਡ ਉਟਾਲਾਂ ਜੰਡਿਆਲੀ, ਅਗਵਾ ਖੁਆਜਾ ਬੱਗੂ (ਜਗਰਾਉਂ), ਫੋਕਲ ਪੁਆਇੰਟ, ਆਲਮਗੀਰ, ਖੰਨਾ ਅਤੇ ਮਿਲਕਫੈਡ ਦਾ ਮਿਲਕ ਪਲਾਂਟ) ਸਥਿਤ ਹਨ। ਦੂਜੇ ਨੰਬਰ ਤੇ 9 ਮਿਲਕ ਪਲਾਂਟ ਐਸ. ਏ. ਐਸ. ਨਗਰ ਜ਼ਿਲ੍ਹੇ ਵਿੱਚ

(ਮੋਹਾਲੀ-ਫੇਜ਼ 9, 8 ਅਤੇ ਮਿਲਕ ਫੈੱਡ ਪਿੰਡ ਸਰਸਿਨੀ, ਡੇਰਾ ਬਸੀ, ਘੋਲੂ ਮਾਜਰਾ ਅਤੇ ਚਨਾਲੋਂ-2) ਹਨ। 3 ਦੁੱਧ ਅਤੇ ਦੁੱਧ ਪਦਾਰਥ ਬਣਾਉਣ ਵਾਲੇ ਮਿਲਕ ਪਲਾਂਟ ਪਟਿਆਲਾ ਜ਼ਿਲ੍ਹੇ ਵਿੱਚ (ਪਟਿਆਲਾ ਮਿਲਕਫੈਡ, ਰੇਤਗੜ੍ਹ (ਸਮਾਣਾ), ਆਲੂਣਾ, ਨਾਭਾ, ਅਤੇ ਬਹਾਦਰਗੜ੍ਹ) ਅਤੇ 9 ਸੰਗਰੂਰ ਜ਼ਿਲ੍ਹੇ ਵਿੱਚ (ਪਿੰਡ ਭਿੰਡਰਾਂ, ਮਲੇਰਕੋਟਲਾ (3) ਅਤੇ ਸੰਗਰੂਰ) ਲਗੇ ਹੋਏ ਹਨ। ਤਿੰਨ-ਤਿੰਨ ਮਿਲਕ ਪਲਾਂਟ ਬਠਿੰਡਾ, ਫਤਹਿਗੜ੍ਹ ਸਾਹਿਬ, ਅਤੇ ਬਰਨਾਲਾ ਜ਼ਿਲ੍ਹਿਆਂ ਵਿੱਚ ਹਨ। ਮਾਨਸਾ ਅਤੇ ਮੁਕਤਸਰ ਜ਼ਿਲ੍ਹਿਆਂ ਵਿੱਚ ਕੋਈ ਵੀ ਮਿਲਕ ਪਲਾਂਟ ਨਹੀਂ ਹੈ। ਦੋ ਮਿਲਕ ਪਲਾਂਟ ਫਾਜ਼ਿਲਕਾ ਜ਼ਿਲ੍ਹੇ ਵਿੱਚ, 6 ਮੋਗਾ ਅਤੇ 1 ਰੂਪਨਗਰ ਜ਼ਿਲ੍ਹੇ ਵਿੱਚ ਅਤੇ ਚਾਰ-ਚਾਰ ਮਿਲਕ ਪਲਾਂਟ ਫਰੀਦਕੋਟ ਅਤੇ ਫਿਰੋਜ਼ਪੁਰ ਜ਼ਿਲ੍ਹਿਆਂ ਵਿੱਚ ਲਗੇ ਹੋਏ ਹਨ।

2021-22 ਦੇ ਅੰਕੜਿਆਂ ਅਨਸੁਾਰ ਪੰਜਾਬ ਦੇ 91 ਮਿਲਕ ਪਲਾਂਟਸ ਵਿੱਚ 62 ਮਾਲਵਾ ਵਿੱਚ ਹਨ। ਇਨ੍ਹਾਂ ਵਿੱਚ 13 ਲੁਧਿਆਣਾ, 8 ਹਰੇਕ ਫਿਰੋਜ਼ਪੁਰ ਅਤੇ ਬਰਨਾਲਾ, 7 ਬਠਿੰਡਾ, 5 ਫਰੀਦਕੋਟ, 4 ਮੁਕਤਸਰ ਸਾਹਿਬ, 3 ਹਰੇਕ ਮਾਨਸਾ, ਪਟਿਆਲਾ ਅਤੇ ਫਤਹਿਗੜ੍ਹ ਸਾਹਿਬ ਜ਼ਿਲ੍ਹਿਆਂ ਵਿੱਚ, 2 ਐਸ.ਏ.ਐਸ. ਨਗਰ ਅਤੇ ਸੰਗਰੂਰ ਜ਼ਿਲ੍ਹਿਆਂ ਵਿੱਚ ਅਤੇ 1 ਰੂਪਨਗਰ ਜ਼ਿਲ੍ਹੇ ਵਿੱਚ ਲੱਗੇ ਹੋਏ ਸਨ।

ਚਾਵਲ ਕੱਢਣ (Rice milling) : ਮਾਲਵਾ ਪੰਜਾਬ ਦਾ 78.5% ਦੇ ਲਗਭਗ ਝੋਨਾ (paddy) ਪੈਦਾ ਕਰਦਾ ਹੈ। ਵਰਤਣ ਤੋਂ ਪਹਿਲਾਂ ਝੋਨੇ ਦਾ ਛਿਲਕਾ (hust) ਉਤਾਰਨਾ ਪੈਂਦਾ ਹੈ ਅਤੇ ਇਸ ਨੂੰ ਸਾਫ਼ ਕੀਤਾ ਜਾਂਦਾ ਹੈ। ਛਿਲਕਾ ਉਤਾਰਨ ਦਾ ਕੰਮ **ਚਾਵਲ ਸ਼ੈਲਰਾਂ** (Rice Shellers) ਵਿੱਚ ਕੀਤਾ ਜਾਂਦਾ ਹੈ। ਇਥੇ ਰਾਈਸ ਬਰਾਨ ਤੇਲ ਵੀ ਕੱਢਿਆ ਜਾਂਦਾ ਹੈ। ਬਹੁਤ ਸਾਰੇ ਚਾਵਲ ਸ਼ੈਲਰਜ਼ ਲਘੂ ਖੇਤਰ (small sale sector) ਵਿੱਚ ਵੀ ਹਨ। ਮਾਲਵੇ ਵਿੱਚ ਦਰਮਿਆਨੇ ਜਾਂ ਵੱਡੇ ਦਰਜੇ ਦੇ ਰਾਈਸ ਸ਼ੈਲਰਜ਼ ਵੀ ਕੰਮ ਕਰਦੇ ਹਨ (3 ਲੁਧਿਆਣਾ ਜ਼ਿਲ੍ਹਾ ਅਤੇ 2 ਫਿਰੋਜ਼ਪੁਰ ਜ਼ਿਲ੍ਹੇ ਵਿੱਚ)। ਇਕ ਹਰੇਕ ਮੋਗਾ, ਪਟਿਆਲਾ ਅਤੇ ਫਤਹਿਗੜ੍ਹ ਜ਼ਿਲ੍ਹਿਆਂ ਵਿੱਚ ਹਨ। 2012 ਵਿੱਚ ਅਜਿਹੀਆਂ 4 ਇਕਾਈਆਂ ਮੋਗਾ, ਫਿਰੋਜ਼ਪੁਰ ਅਤੇ ਸੰਗਰੂਰ ਵਿੱਚ ਸਨ।

ਆਟਾ ਪੀਹਣ (Flowr Milling) : ਸਾਰੇ ਮਾਲਵਾ ਵਿੱਚ ਹਰ ਵੱਡੇ ਪਿੰਡ, ਕਸਬੇ ਅਤੇ ਸ਼ਹਿਰ ਵਿੱਚ ਆਟਾ ਪੀਸਣ ਦੀਆਂ ਚੱਕੀਆਂ ਜਾਂ ਛੋਟੇ ਕਾਰਖਾਨੇ ਕੰਮ ਕਰਦੇ ਹਨ। ਮਾਲਵਾ ਵਿੱਚ 4 ਦਰਮਿਆਨੇ ਅਤੇ ਵੱਡੇ ਦਰਜੇ ਦੇ ਕਾਰਖਾਨਿਆਂ (ਖੰਨਾ, ਜਗਰਾਉਂ, ਸਮਾਣਾ ਅਤੇ ਸੁਨਾਮ) ਵਿੱਚ ਆਟਾ ਪੀਹਣ, ਸੂਜੀ ਬਣਾਉਣ ਆਦਿ ਦਾ ਕੰਮ ਕੀਤਾ ਜਾਂਦਾ ਹੈ।

ਪ੍ਰਦੇਸ਼ ਦੇ ਬਹੁਤ ਸਾਰੇ ਛੋਟੇ-ਵੱਡੇ ਸ਼ਹਿਰਾਂ ਵਿੱਚ ਬਹੁਤ ਛੋਟੇ ਪੈਮਾਨੇ ਦੇ **ਬਿਸਕੁਟ**, **ਡਬਲ ਰੋਟੀ** ਆਦਿ ਬਣਾਉਣ ਦੇ ਕਾਰਖਾਨੇ ਹਨ। ਲੁਧਿਆਣਾ ਵਿਖੇ ਮੈਸ. ਬੌਨ ਫੂਡਸ ਪ੍ਰਾਈਵੇਟ ਲਿਮ. ਦਾ ਬੇਕਰੀ ਪਦਾਰਥ ਬਣਾਉਣ ਦਾ ਵੱਡਾ ਕਾਰਖਾਨਾ ਹੈ।

ਬਨਸਪਤੀ ਘਿਉ ਅਤੇ ਖਾਣ ਵਾਲੇ ਤੇਲ ਬਣਾਉਣ (Vanaspati Ghee and Edible Oils) : ਮਾਲਵੇ ਵਿੱਚ ਪੰਜਾਬ ਦੇ ਦੋ ਤਿਹਾਈ ਸਰ੍ਹੋਂ ਅਤੇ ਤਾਰਾਮੀਰਾ ਅਤੇ 20% ਦੇ ਲਗਭਗ ਮੂੰਗਫਲੀ ਅਤੇ ਸੂਰਜਮੁਖੀ ਪੈਦਾ ਕੀਤੇ ਜਾਂਦੇ ਹਨ। ਇਹ ਤੇਲ ਬੀਜ ਬਨਸਪਤੀ ਘਿਉ ਅਤੇ ਖਾਣ ਵਾਲੇ ਤੇਲ ਬਣਾਉਣ ਵਾਲੇ ਉਦਯੋਗਾਂ ਦੇ ਆਧਾਰ ਹਨ। ਫਿਰੋਜ਼ਪੁਰ, ਬਠਿੰਡਾ, ਲੁਧਿਆਣਾ, ਮਾਨਸਾ ਅਤੇ ਸੰਗਰੂਰ, ਇਨ੍ਹਾਂ ਤੇਲ ਬੀਜਾਂ ਦੇ ਮੁੱਖ ਉਤਪਾਦਕ ਹਨ। ਇਸ ਕਾਰਨ ਬਨਸਪਤੀ ਘਿਉ ਤੇ ਖਾਣ ਵਾਲੇ ਤੇਲ (ਸੋਧੇ ਹੋਏ ਅਤੇ ਅਣ-ਸੋਧੇ) ਬਣਾਉਣ ਲਈ **ਫਾਜ਼ਿਲਕਾ**, ਸੰਗਰੂਰ, ਲੁਧਿਆਣਾ, ਬਠਿੰਡਾ ਅਤੇ ਮੁਕਤਸਰ ਦੇ ਜ਼ਿਲ੍ਹੇ ਮਹੱਤਵਪੂਰਣ ਹਨ। ਮਾਲਵੇ ਵਿੱਚ ਇਹ ਉਦਯੋਗ ਲਘੂ ਇਕਾਈਆਂ ਤੋਂ ਬਿਨਾਂ ਰਜਿਸ਼ਟਰਸ਼ੁਦਾ ਇਕਾਈਆਂ ਅਤੇ ਦਰਮਿਆਨੇ/ਵੱਡੇ ਪੈਮਾਨੇ ਦੇ ਉਦਯੋਗਾਂ ਦੇ ਰੂਪ ਵਿੱਚ ਕੰਮ ਕਰ ਰਿਹਾ ਹੈ (ਨਕਸ਼ਾ ਨੰ. 80)। ਮਾਲਵੇ ਵਿੱਚ ਪੰਜਾਬ ਦੇ 10 ਵਿਚੋਂ 9 ਬਨਸਪਤੀ ਘਿਉ ਬਣਾਉਣ ਵਾਲੇ, 9 ਵਿਚੋਂ 6 ਖਾਣ ਵਾਲੇ ਤੇਲ ਬਣਾਉਣ ਵਾਲੇ ਅਤੇ 20 ਵਿਚੋਂ 18 ਸੌਲਵੈਂਟ ਆਇਲ (ਰਾਈਸ ਬਰਾਨ ਤੇਲ) ਬਣਾਉਣ ਵਾਲੇ ਦਰਮਿਆਨੇ ਜਾਂ ਵੱਡੇ ਦਰਜੇ ਦੇ ਕਾਰਖਾਨੇ ਹਨ।

ਫਾਜਿਲਕਾ ਦਾ ਜ਼ਿਲ੍ਹਾ ਇਨ੍ਹਾਂ ਉਦਯੋਗਾਂ ਵਿੱਚ ਸਭ ਤੋਂ ਅੱਗੇ (12 ਕਾਰਖਾਨੇ) ਹੈ। ਜਿਥੇ 5 ਬਨਸਪਤੀ ਘਿਉ ਬਣਾਉਣ ਵਾਲੇ (ਮਾਲਵੇ ਵਿੱਚ 11), 1 ਖਾਣ ਵਾਲੇ ਤੇਲ ਬਣਾਉਣ (ਮਾਲਵੇ ਵਿੱਚ 6) ਸੌਲਵੈਂਟ ਆਇਲ (ਮਾਲਵੇ ਵਿੱਚ 18) ਬਣਾਉਣ ਦੇ ਦਰਮਿਆਨੇ ਜਾਂ ਵੱਡੇ ਕਾਰਖਾਨੇ ਹਨ। ਇਹ ਕਾਰਖਾਨੇ ਪਿੰਡ ਗੋਬਿੰਦਗੜ੍ਹ (ਅਬੋਹਰ ਨੇੜੇ) ਖਿਪਾਂਵਾਲੀ, ਰਾਜਪੁਰਾ (ਅਬੋਹਰ), ਪੀਰ ਬਖਸ਼ (ਜਲਾਲਾਬਾਦ) ਅਤੇ ਫਿਰੋਜ਼ਪੁਰ ਸ਼ਹਿਰ ਵਿੱਚ ਸਥਿਤ ਹਨ। ਸੌਲਵੈਂਟ ਤੇਲ (Solvent oils) ਬਣਾਉਣ ਦੇ ਕਾਰਖਾਨੇ ਮਖੂ, ਗੁਰੂ ਹਰ ਸਹਾਏ, ਜਲਾਲਾਬਾਦ ਅਤੇ ਪੀਰ ਬਖਸ਼ ਪਿੰਡ ਵਿੱਚ ਸਥਿਤ ਹਨ।

ਸਾਰਣੀ ਨੰ. 72 ਮਾਲਵੇ ਦੇ ਜ਼ਿਲ੍ਹੇਵਾਰ ਉਦਯੋਗ ਵਰਗਾਂ ਦੇ ਆਂਕੜੇ 2021 (ਰਜਿਸਟਰ ਸ਼ੁਦਾ ਇਕਾਈਆਂ)

(ਗਿਣਤੀ)

ਕ੍ਰਮ ਨੰ.	ਜ਼ਿਲ੍ਹਾ	ਰਜਿਸਟਰਡ ਚਲ ਰਹੀਆਂ ਫੈਕਟਰੀਆਂ	ਕੰਮ ਕਰਦੇ ਕੁੱਲ ਕਾਮੇਂ	ਖਾਧ ਅਤੇ ਪੀਣ ਪਦਾਰਥ	ਮਿਲਕ ਪਲਾਂਟ	ਖੰਡ ਬਣਾਊਣ ਦੇ ਕਾਰਖਾਨੇ	ਸੂਤੀ ਕੱਪੜਾ ਅਤੇ ਵਸਤਰ	ਚਮੜਾ ਅਤੇ ਚਮੜੇ ਦਾ ਸਾਮਾਨ	ਕਾਗਜ਼ ਅਤੇ ਕਾਗਜ਼ ਵਸਤਾਂ	ਰਸਾਇਣ ਅਤੇ ਰਸਾਇਣ ਪਦਾਰਥ	ਰਬੜ ਅਤੇ ਪਲਾਸਟਿਕ ਵਸਤਾਂ	ਮੂਲ ਧਾਤ	ਧਾਤ ਦੇ ਪਦਾਰਥ ਅਤੇ ਹਿਸੇ ਪੁਰਜੇ	ਮਸ਼ੀਨਰੀ ਅਤੇ ਪੁਰਜੇ, ਸਾਮਾਨ ਆਦਿ	ਬਿਜਲੀ ਮਸ਼ੀਨਰੀ ਯੰਤਰ ਅਤੇ ਹਿੱਸੇ ਪੁਰਜੇ	ਰੇਡੀਓ, ਟੀ.ਵੀ. ਸੰਚਾਰ ਕੰਪਿਊਟਰ ਸਾਜੋ-ਸਾਮਾਨ	ਟਰਾਂਸਪੋਰਟ ਅਤੇ ਸਹਾਇਕ ਸਾਮਾਨ	ਮੋਟਰ ਵਾਹਨ ਅਤੇ ਟਰੇਲਰ ਆਦਿ	ਮੋਟਰ ਵਾਹਨਾਂ ਦੀ ਵਿੱਕਰੀ ਅਤੇ ਮੁਰਮਤ ਆਦਿ	ਫਰਨੀਚਰ ਅਤੇ ਲੱਕੜ ਜੜਤਾ	ਛਪਾਈ ਅਤੇ ਪ੍ਰਕਾਸ਼ਨ	ਦਵਾਸਾਜ਼ੀ	ਦਰਮਿਆਨੇ ਜਾਂ ਵੱਡੇ ਉਦਯੋਗ (2020-21)
1.	ਰੂਪਨਗਰ	262	15,212	21	–	1	4	–	4	11	10	8	15	17	1	–	5	16	5	22	2	2	10
2.	ਐਸ.ਏ. ਐਸ. ਨਗਰ	828	46,022	85	2	–	37	13	29	23	21	37	51	98	53	47	11	15	23	96	9	18	89
3.	ਲੁਧਿਆਣਾ	6085	2,81386	475	13	1	1910	13	103	60	116	484	574	485	–	27	232	282	68	331	40	14	446
4.	ਫਿਰੋਜ਼ਪੁਰ*	608	18,150	269	8	–	1	–	11	3	1	–	–	–	–	–	1	–	1	102	3	–	11
5.	ਫ਼ਜ਼ਿਲਕਾ	258	8562	90	3	1	5	–	–	–	4	–	–	–	–	–	–	1	–	55	6	–	5
6.	ਫਰੀਦਕੋਟ	373	9,859	122	5	–	–	–	7	9	10	9	14	15	3	1	11	–	1	70	2	2	13
7.	ਸ਼੍ਰੀ ਮੁਕਤਸਰ ਸਾਹਿਬ	292	9,711	100	4	–	6	–	2	4	–	1	2	5	–	–	1	7	1	72	4	3	23
8.	ਮੋਗਾ	517	14,012	237	1	–	6	1	2	5	4	4	10	18	1	2	17	6	4	71	–	–	13
9.	ਬਠਿੰਡਾ	973	31,236	399	7	–	34	4	7	17	5	14	9	31	20	3	23	–	20	141	4	7	51
10.	ਮਾਨਸਾ	393	10,857	111	3	–	6	–	2	–	3	1	6	4	–	–	–	13	3	119	–	1	9
11.	ਸੰਗਰੂਰ	1400	48,706	799	2	1	23	3	20	24	10	39	45	45	1	–	31	–	9	69	2	1	45
12	ਬਰਨਾਲਾ	198	12,027	108	8	–	7	1	2	10	–	–	1	4	3	–	1	20	–	31	1	1	8
13.	ਪਟਿਆਲਾ	1010	48,662	396	3	–	16	–	29	54	26	20	44	43	–	5	22	3	19	56	8	10	72
14.	ਫਤਹਿਗੜ੍ਹ ਸਾਹਿਬ	792	33,436	52	3	1	4	–	2	2	1	446	52	23	–	–	20	3	3	21	1	–	108
15.	ਮਾਲਵਾ	13,989	5,87,838	3264	62	5	2059	35	220	222	211	1113	823	788	82	85	375	53	157	1256	82	59	903
16.	ਪੰਜਾਬ	20,273	7,82,171	4085	91	16	2800	255	322	331	344	1289	1561	1500	196	116	587		193	2194	167	99	1057

ਸੋਮਾ : ਪੰਜਾਬ ਦਾ ਆਂਕੜਾ ਸਾਰ -2022

ਜ਼ਿਲ੍ਹਾ ਸੰਗਰੂਰ ਵਿੱਚ ਇਸ ਵਰਗ ਦੇ 10 ਦਰਮਿਆਨੇ/ਵੱਡੇ ਉਦਯੋਗ ਕੰਮ ਕਰਦੇ ਹਨ (2 ਬਨਸਪਤੀ ਘਿਉ ਬਣਾਉਣ ਵਾਲੇ 1 ਖਾਣ ਵਾਲੇ ਤੇਲ ਅਤੇ 7 ਸੌਲਵੈਂਟ ਤੇਲ ਬਣਾਉਣ ਵਾਲੇ)। ਬਨਸਪਤੀ ਘਿਉ ਬਣਾਉਣ ਦੇ ਕਾਰਖਾਨੇ ਮੰਡੀ ਅਹਿਮਦਗੜ੍ਹ ਅਤੇ ਸੰਗਰੂਰ (ਫੋਕਲ ਪੁਆਇੰਟ) ਵਿਖੇ ਹਨ। ਖਾਣ ਵਾਲੇ ਤੇਲ ਬਣਾਉਣ ਦਾ ਕਾਰਖਾਨਾ ਸੁਨਾਮ ਕਸਬੇ ਵਿੱਚ ਹੈ। ਸੰਗਰੂਰ ਜ਼ਿਲ੍ਹੇ ਵਿੱਚ ਸੱਤ ਸੌਲਵੈਂਟ ਤੇਲ (ਰਾਈਸ ਬਰਾਨ ਤੇਲ) ਬਣਾਉਣ ਦੇ ਕਾਰਖਾਨੇ ਹਨ ਜੋ ਸੁਨਾਮ ਸੰਗਰੂਰ, ਅਕਬਰਪੁਰਾ ਪਿੰਡ (ਅਹਿਮਦਗੜ੍ਹ), ਪਿੰਡ ਮਾਨਾਵਾਲਾ (ਧੂਰੀ) ਅਤੇ (ਧੂਰੀ) ਸਥਾਨਾਂ ਤੇ ਸਥਿਤ ਹਨ।

ਬਠਿੰਡਾ ਅਤੇ ਮੁਕਤਸਰ ਜ਼ਿਲ੍ਹਿਆਂ ਹਰੇਕ ਵਿਚ ਇਸ ਵਰਗ ਦੇ ਤਿੰਨ ਕਾਰਖਾਨੇ ਹਨ। ਬਠਿੰਡਾ ਜ਼ਿਲ੍ਹੇ ਵਿੱਚ **ਰਾਮਪੁਰਾ ਫੂਲ** ਦੇ ਸਥਾਨ ਤੇ ਖਾਣ ਵਾਲੇ ਤੇਲ ਬਣਾਉਣ ਦਾ ਕਾਰਖਾਨਾ ਹੈ ਅਤੇ ਰਾਮਪੁਰਾਫੂਲ ਅਤੇ ਬਠਿੰਡਾ ਵਿਖੇ ਰਾਈਸ ਬਰਾਨ ਆਦਿ ਦੇ ਤੇਲ ਬਣਾਏ ਜਾਂਦੇ ਹਨ। ਮੁਕਤਸਰ ਜ਼ਿਲ੍ਹੇ ਵਿੱਚ ਗਿੱਦੜਬਾਹਾ ਅਤੇ ਮੁਕਤਸਰ ਦੇ ਸਥਾਨਾਂ ਤੇ ਖਾਣ ਵਾਲੇ ਤੇਲ ਬਣਾਉਣ ਦਾ ਕਾਰਖਾਨਾ ਅਤੇ ਮੁਕਤਸਰ ਵਿਖੇ ਹੀ ਰਾਈਸ ਆਦਿ ਦੇ ਤੇਲ ਬਣਾਏ ਜਾਂਦੇ ਹਨ।

ਲੁਧਿਆਣਾ ਜ਼ਿਲ੍ਹੇ ਵਿੱਚ ਖੰਨਾ ਵਿਖੇ ਬਨਸਪਤੀ ਘਿਉ ਅਤੇ ਰਾਈਸ ਬਰਾਨ ਤੇਲ ਬਣਾਏ ਜਾਂਦੇ ਹਨ। ਮੋਗਾ (ਪਿੰਡ ਚੰਦਪੁਰ) ਵਿਚ ਖਾਣ ਵਾਲੇ ਤੇਲ ਅਤੇ ਪਟਿਆਲਾ (ਪਿੰਡ ਬਿਉਪੁਰ) ਵਿੱਚ ਉਦੋਯੋਗਿਕ ਭਾਰੀ ਤੇਲ ਬਣਾਇਆ ਜਾਂਦਾ ਹੈ।

ਖੰਡ ਉਦਯੋਗ (Sugar Industry) : ਖੰਡ ਬਣਾਉਣ ਦਾ ਉਦਯੋਗ ਜ਼ਿਆਦਾ ਪੱਧਰੇ, ਉਪਜਾਉ ਅਤੇ ਸਿਲ੍ਹੇ ਮੱਧ ਪੂਰਬੀ ਮਾਲਵਾ ਵਿਚ ਜ਼ਿਆਦਾ ਮਹੱਤਵਪੂਰਣ (ਮਾਲਵਾ ਦੇ 5 ਵਿਚੋਂ 4 ਕਾਰਖਾਨੇ) ਹੈ। ਇਥੇ ਰੂਪਨਗਰ (ਮੋਰਿੰਡਾ), ਫਤਹਿਗੜ੍ਹ ਸਾਹਿਬ (ਜਿਊਣ ਸਿੰਘ ਵਾਲਾ), ਲੁਧਿਆਣਾ (ਬੁੱਢੇਵਾਲ ਅਤੇ ਸੰਗਰੂਰ ਜ਼ਿਲ੍ਹੇ (ਧੂਰੀ) ਖੰਡੇ ਦੇ ਉਦਯੋਗ ਲਈ ਜ਼ਿਆਦਾ ਮਹੱਤਵਪੂਰਣ ਹਨ। ਇਨ੍ਹਾਂ ਪੂਰਬੀ ਜ਼ਿਲ੍ਹਿਆਂ ਵਿੱਚ ਕਾਫੀ ਗੰਨਾ ਪੈਦਾ ਕੀਤਾ ਜਾਂਦਾ ਹੈ। ਇਨ੍ਹਾਂ ਤੋਂ ਬਿਨਾਂ ਇਕ ਖੰਡ ਮਿੱਲ੍ਹ (ਫਾਜ਼ਿਲਕਾ ਜ਼ਿਲ੍ਹੇ ਵਿੱਚ ਲਗੀ ਹੋਈ ਹੈ। ਜ਼ਿਆਦਾਤਰ ਮਿੱਲ੍ਹਾਂ ਪੇਂਡੂ ਇਲਾਕੇ ਵਿੱਚ ਅਤੇ ਸਹਿਕਾਰੀ ਖੇਤਰ ਵਿੱਚ ਹਨ। ਇਨ੍ਹਾਂ ਵਿਚੋਂ ਕਈ ਸਹਿਕਾਰੀ ਖੇਤਰ ਦੀਆਂ ਖੰਡ ਮਿਲਾਂ ਕਈ ਸਮੱਸਿਆਵਾਂ ਜਿਵੇਂ ਕਿ ਬਕਾਇਆ ਪੈਸੇ ਦਾ ਨਾ ਭੁਗਤਾਨ, ਕਿਰਸਾਨਾਂ ਦਾ ਸਾਰਾ ਗੰਨਾ ਨਾ ਖਰੀਦਣਾ, ਸਮੇਂ ਸਿਰ ਅਤੇ ਪੂਰਾ ਸਮਾਂ ਖੰਡ ਮਿੱਲ੍ਹਾਂ ਦਾ ਨਾ ਚਲਣਾ ਅਤੇ ਹੜਤਾਲਾਂ ਆਦਿ ਦਾ ਸਾਹਮਣਾ ਕਰਨਾ ਪੈ ਰਿਹਾ ਹੈ। ਇਸ ਕਾਰਨ ਕਈ ਮਿਲਾਂ ਬੰਦ ਹੋਣ ਦੀ ਕਗਾਰ ਪਰ ਹਨ ਜਾਂ ਉਨ੍ਹਾਂ ਨੂੰ ਪ੍ਰਾਈਵੇਟ ਖੇਤਰ ਨੂੰ ਵੇਚਿਆ ਜਾ ਰਿਹਾ ਹੈ।

ਕਾਗਜ਼ ਉਦਯੋਗ (Paper Industry) : ਮਾਲਵਾ ਪ੍ਰਦੇਸ਼ ਵਿੱਚ ਪੰਜਾਬ ਦੀਆਂ ਕਾਗਜ਼ ਬਣਾਉਣ ਵਾਲੀਆਂ 322 ਰਜਿਸਟਰ ਸ਼ੁਦਾ ਚਲ ਰਹੀਆਂ ਇਕਾਈਆਂ ਵਿਚੋਂ (ਮਾਰਚ 2021 ਅਨੁਸਾਰ) 220 ਇਕਾਈਆਂ ਕੰਮ ਕਰ ਰਹੀਆਂ ਹਨ (68.32%)। ਇਨ੍ਹਾਂ ਵਿਚੋਂ ਜ਼ਿਆਦਾਤਰ ਕਾਰਖਾਨੇ ਛੋਟੇ ਹਨ। ਕੱਚਾ ਮਾਲ ਘੱਟ ਮਿਲਦਾ ਹੈ। ਲੋੜੀਂਦੀ ਨਰਮ ਲੱਕੜ ਨਹੀਂ ਮਿਲਦੀ ਹੈ। ਇਹ ਬਾਹਰੋਂ ਮੰਗਵਾਈ ਜਾਂਦੀ ਹੈ। ਸਥਾਨਕ ਤੌਰ ਤੇ **ਖੇਤੀਬਾੜੀ ਕੂੜਾ** ਜਿਵੇਂ ਕਿ ਪਰਾਲੀ, ਖੋਰੀ, ਗੁੱਲੇ ਆਦਿ ਇਸ ਉਦਯੋਗ ਲਈ ਕੱਚਾ ਮਾਲ ਬਣਦੇ ਹਨ। ਪੂਰਬੀ ਭਾਗਾਂ ਵਿੱਚ ਖੜਕਾਨਾ, ਬਗੜ ਆਦਿ ਘਾਹ ਵੀ ਉਪਲਬੱਧ ਹਨ। ਰੱਦੀ ਕਾਗਜ਼ ਵੀ ਕੱਚੇ ਮਾਲ ਦੇ ਤੌਰ ਤੇ ਵਰਤਿਆ ਜਾਂਦਾ ਹੈ।

ਕੁੱਲ ਰਜਿਸਟਰਸ਼ੁਦਾ ਇਕਾਈਆਂ 220 ਵਿਚੋਂ 103 ਕੇਵਲ ਲੁਧਿਆਣਾ ਜ਼ਿਲ੍ਹੇ ਵਿੱਚ ਕੰਮ ਕਰ ਰਹੀਆਂ ਹਨ। ਦੂਜੇ ਨੰਬਰ ਤੇ 29 ਇਕਾਈਆਂ ਪਟਿਆਲਾ ਅਤੇ 20 ਸੰਗਰੂਰ ਜ਼ਿਲ੍ਹੇ ਵਿੱਚ ਹਨ। ਪਟਿਆਲਾ ਜ਼ਿਲ੍ਹੇ ਵਿੱਚ 29, ਐਸ.ਏ.ਐਸ. ਨਗਰ ਜ਼ਿਲ੍ਹੇ ਵਿੱਚ 29 ਅਤੇ ਫਿਰੋਜ਼ਪੁਰ ਜ਼ਿਲ੍ਹੇ ਵਿੱਚ 11 ਇਕਾਈਆਂ ਕੰਮ ਕਰਦੀਆਂ ਹਨ। ਫਰੀਦਕੋਟ, ਬਠਿੰਡਾ, ਰੂਪਨਗਰ ਜ਼ਿਲ੍ਹਿਆਂ ਵਿੱਚ ਵੀ 7 ਤੋਂ 4 ਕਾਰਖਾਨੇ ਹਨ (ਸਾਰਣੀ ਨੰ. 72)।

ਮਾਰਚ 2016 ਅਨੁਸਾਰ ਮਾਲਵੇ ਵਿੱਚ 11 ਪੰਜਾਬ ਵਿੱਚ 14) **ਦਰਮਿਆਨੇ ਅਤੇ ਵੱਡੇ ਆਕਾਰ ਦੇ** ਕਾਗਜ਼ ਅਤੇ ਕਾਰਡ ਬੋਰਡ ਆਦਿ ਬਣਾਉਣ ਦੇ ਕਾਰਖਾਨੇ ਸਨ। ਇਨ੍ਹਾਂ ਵਿਚੋਂ 9 ਲਿਖਣ ਵਾਲਾ ਕਾਗਜ਼ ਬਣਾਉਣ, 5 ਕਾਰਡ ਬੋਰਡ ਅਤੇ ਪੇਪਰ ਬੋਰਡ

ਬਣਾਉਣ, 3 ਕਰਾਫਟ ਪੇਪਰ ਬਣਾਉਣ ਅਤੇ 1 ਅੰਡਿਆਂ ਦੀਆਂ ਟਰੇਆਂ ਬਣਾਉਣ ਵਾਲੇ ਹਨ। ਸਭ ਤੋਂ ਵੱਧ 6 ਅਜਿਹੇ ਕਾਰਖਾਨੇ **ਐਸ.ਏ.ਐਸ. ਨਗਰ** ਜ਼ਿਲ੍ਹੇ ਵਿੱਚ ਸਥਿਤ ਹਨ। ਇਹ ਪੂਰਬੀ, ਚੋਆਂ ਵਾਲਾ ਅਰਥ-ਪਹਾੜੀ ਅਤੇ ਤਲਹਟੀ ਮੈਦਾਨ (ਘਾੜ) ਵਾਲਾ ਜ਼ਿਲ੍ਹਾ ਹੈ। ਇਥੇ ਖੜਕਾਨਾ ਅਤੇ ਘਾਹ ਆਦਿ ਕਾਫੀ ਮਿਲ ਜਾਂਦਾ ਹੈ ਅਤੇ ਇਹ ਨਾਲ ਲਗਦੇ ਹਿਮਾਚਲ ਪ੍ਰਦੇਸ਼ ਤੋਂ ਵੀ ਅਸਾਨੀ ਨਾਲ ਮਿਲ ਜਾਂਦਾ ਹੈ। ਇਥੇ 3 ਲਿਖਣ ਵਾਲਾ ਕਾਗਜ਼ ਬਣਾਉਣ, 2 ਕਾਰਡ ਬੋਰਡ ਆਦਿ ਬਣਾਉਣ, 1 ਕਾਰਫਟ ਪੇਪਰ ਬਣਾਉਣ ਅਤੇ 1 ਅੰਡਿਆਂ ਦੀਆਂ ਟਰੇਆਂ (ਮੁਬਾਰਕਪੁਰ, ਤਹਿਸੀਲ ਡੇਰਾ ਬਸੀ) ਬਣਾਉਣ ਵਾਲੇ ਕਾਰਖਾਨੇ ਹਨ। ਇਹ ਕਾਰਖਾਨੇ ਮੁੱਖ ਤੌਰ ਤੇ **ਡੇਰਾ ਬਸੀ ਤਹਿਸੀਲ** (5) (ਭਗਵਾਨਪੁਰਾ, ਮੁਬਾਰਕਪੁਰ ਅਤੇ ਡੇਰਾ ਬਸੀ ਸਥਾਨਾਂ) ਵਿੱਚ ਲੱਗੇ ਹੋਏ ਹਨ। **ਖਰੜ ਤਹਿਸੀਲ** ਵਿੱਚ ਕਾਗਜ਼ ਦੇ ਦੋ ਕਾਰਖਾਨੇ ਫਤਹਿਪੁਰ (ਮਾਜਰੀ ਬਲਾਕ) ਅਤੇ ਬੱਡਮਾਜਰਾ ਪਿੰਡਾਂ ਵਿੱਚ ਲੱਗੇ ਹੋਏ ਹਨ।

ਦੂਜੇ ਨੰਬਰ ਤੇ 2 ਕਾਗਜ਼ ਬਣਾਉਣ ਦੇ ਵੱਡੇ ਕਾਰਖਾਨੇ **ਲੁਧਿਆਣਾ ਜ਼ਿਲ੍ਹੇ** ਵਿੱਚ ਹਨ। ਇਨ੍ਹਾਂ ਵਿਚੋਂ 2 ਵਿੱਚ ਪੇਪਰ ਬੋਰਡ ਬਣਦਾ ਹੈ ਅਤੇ ਇਹ ਪਿੰਡ ਗੌਸਪੁਰ ਵਿੱਚ ਸਥਿਤ ਹਨ। ਲਾਢੋਵਾਲ ਨੇੜੇ ਸਥਿਤ ਪਿੰਡ ਮਾਨਾਵਾਲ ਵਿੱਚ ਕਰਾਫਟ ਪੇਪਰ ਬਣਾਉਣ ਦਾ ਕਾਰਖਾਨਾ ਹੈ। ਲੁਧਿਆਣਾ ਜ਼ਿਲ੍ਹੇ ਵਿੱਚ 103 ਰਜਿਸ਼ਟਰਡ ਇਕਾਈਆਂ ਵਿੱਚ ਕਾਗਜ਼ ਬੋਰਡ ਆਦਿ ਬਣਾਇਆ ਜਾਂਦਾ ਹੈ। ਕਾਗਜ਼ ਆਦਿ ਬਣਾਉਣ ਦੇ 1-1 ਕਾਰਖਾਨੇ (ਦਰਮਿਆਨੇ ਤੋਂ ਵੱਡੇ) ਸੰਗਰੂਰ ਜ਼ਿਲ੍ਹਾ (ਪਿੰਡ ਨੌਧਰਨੀ-ਮਲੇਰਕੋਟਲਾ ਤਹਿਸੀਲ) ਅਤੇ ਮੰਡੀ ਅਹਿਮਦਗੜ੍ਹ (ਲਿਖਣ ਵਾਲਾ ਕਾਗਜ਼) ਵਿਖੇ, 1 ਬਰਨਾਲਾ ਜ਼ਿਲ੍ਹੇ, (ਧੌਲਾ-ਲਿਖਣ ਵਾਲਾ ਕਾਗਜ਼) ਅਤੇ ਤਿੰਨ **ਪਟਿਆਲਾ ਜ਼ਿਲ੍ਹੇ** — ਪਿੰਡ ਖੁਸਰੋਪੁਰ (ਲਿਖਣ ਵਾਲਾ ਕਾਗਜ਼) ਅਤੇ ਪਿੰਡ ਹੰਡੇਸਰਾ (ਨਿਊਜ਼ ਪਰਿੰਟ ਪੇਪਰ) ਵਿੱਚ ਸਥਿਤ ਹਨ। ਕਾਗਜ਼ ਆਦਿ ਬਣਾਉਣ ਦਾ ਇਕ ਵੱਡਾ ਕਾਰਖਾਨਾ **ਬਠਿੰਡਾ** ਜ਼ਿਲ੍ਹੇ ਵਿੱਚ (ਬਠਿੰਡਾ ਸ਼ਹਿਰ ਪੇਪਰ ਆਦਿ) ਅਤੇ ਇਕ ਮੁਕਤਸਰ ਜ਼ਿਲ੍ਹੇ ਵਿੱਚ (ਪਿੰਡ ਰੁਪਾਣਾ ਮਲੋਟ ਤਹਿਸੀਲ, ਲਿਖਣ ਵਾਲਾ ਕਾਗਜ਼) ਸਥਿਤ ਹੈ। ਕਾਗਜ਼ ਅਤੇ ਬੋਰਡ ਆਦਿ ਬਣਾਉਣ ਦੀਆਂ 11 ਰਜਿਸਟਰਡ ਇਕਾਈਆਂ ਫਿਰੋਜ਼ਪੁਰ-ਫਾਜ਼ਿਲਕਾ ਜ਼ਿਲ੍ਹਿਆਂ ਵਿੱਚ, 7 ਫਰੀਦਕੋਟ ਜ਼ਿਲ੍ਹੇ ਵਿੱਚ, 2 ਮੁਕਤਸਰ ਸਾਹਿਬ ਜ਼ਿਲ੍ਹੇ ਵਿੱਚ, 4 ਬਠਿੰਡਾ ਜ਼ਿਲ੍ਹੇ ਵਿੱਚ, 2 ਮਾਨਸਾ ਅਤੇ 2 ਬਰਨਾਲਾ ਜ਼ਿਲ੍ਹੇ ਵਿੱਚ, 4 ਰੂਪਨਗਰ ਜ਼ਿਲ੍ਹੇ ਅਤੇ 2 ਫਤਹਿਗੜ੍ਹ ਸਾਹਿਬ ਜ਼ਿਲ੍ਹੇ ਵਿੱਚ ਸਥਿਤ ਹੈ।

ਸੂਤੀ ਧਾਗਾ ਅਤੇ ਕੱਪੜ ਆਦਿ ਦਾ ਉਦਯੋਗ (COTTON TEXTILE INDUSTRY)

ਮਾਲਵਾ ਦਾ ਇਹ ਇਕ ਮਹੱਤਵਪੂਰਨ ਉਦਯੋਗ ਹੈ। ਮਾਲਵਾ ਪ੍ਰਦੇਸ਼ ਪੰਜਾਬ ਦੀ ਲਗਭਗ 99% ਕੱਚੀ ਕਪਾਹ ਪੈਦਾ ਕਰਦਾ ਹੈ। ਕਪਾਹ ਨੂੰ ਪਿੰਜਣ, ਬੇਲਣ ਅਤੇ ਗੱਠਾਂ (Ginning and baling) ਬਣਾਉਣ ਵਾਲੇ ਦੋਨੋਂ ਵੱਡੇ ਪੈਮਾਨੇ ਦੇ ਕਾਰਖਾਨੇ ਫਿਰੋਜ਼ਪੁਰ ਜ਼ਿਲ੍ਹੇ ਵਿੱਚ ਅਬੋਹਰ ਵਿੱਚ ਲੱਗੇ ਹੋਏ ਹਨ। ਸਥਾਨਕ ਤੌਰ ਤੇ ਮਜ਼ਦੂਰ ਵੀ ਉਪਲਬੱਧ ਹਨ। ਖਪਤ ਦੀ ਮੰਡੀ ਵੀ ਹੈ। (ਦਰਮਿਆਨੀ ਤੋਂ ਸੰਘਣੀ ਵਸੋਂ)। ਵਿਭਿੰਨ ਨਹਿਰਾਂ ਲੋੜੀਂਦਾ ਸਾਫ਼ ਪਾਣੀ ਸਪਲਾਈ ਕਰਦੀਆਂ ਹਨ। ਬਠਿੰਡਾ, ਲਹਿਰਾ ਮੋਹਬੱਤ ਅਤੇ ਰੋਪੜ ਦੇ ਤਾਪਬਿਜਲੀ ਘਰਾਂ ਤੋਂ ਕਾਫੀ ਬਿਜ਼ਲੀ ਮਿਲ ਜਾਂਦੀ ਹੈ। ਮੁੱਖ ਸੱਮਸਿਆ ਖੁਸ਼ਕ ਜਲਵਾਯੂ ਹੈ ਜਿਸਨੂੰ ਬਣਾਵਟੀ ਹਿਮੂਡੀਫਾਇਰਜ਼ (Artificial Humidifiers) ਨੇ ਹੱਲ ਕਰ ਦਿੱਤਾ ਹੈ। ਮਾਲਵੇ ਅਤੇ ਪੰਜਾਬ ਵਿੱਚ ਸੂਤੀ ਧਾਗਾ ਕੱਤਣ ਅਤੇ ਕੱਪੜਾ ਬਣਾਉਣ ਦੀ ਪਰੰਪਰਾ ਵੀ ਹੈ। ਲੋੜੀਂਦਾ ਪੈਸਾ ਸਥਾਨਕ ਵਿਉਪਾਰੀਆਂ ਅਤੇ ਬਾਹਰਲੀਆਂ ਕੰਪਨੀਆਂ ਤੋਂ ਪ੍ਰਾਪਤ ਹੋ ਜਾਂਦਾ ਹੈ। ਇਸ ਤਰ੍ਹਾਂ ਸੂਤੀ ਕੱਪੜੇ ਦੇ ਉਦਯੋਗ ਦੇ ਸਥਾਨੀਕਰਣ ਲਈ ਹਾਲਤਾਂ ਕਾਫ਼ੀ ਅਨੁਕੂਲ ਹਨ। ਇਹ ਮਾਲਵੇ ਦਾ ਇਕ ਪੁਰਾਣਾ ਉਦਯੋਗ ਹੈ। ਕੰਮ ਕਰ ਰਹੀਆਂ ਇਕਾਈਆਂ ਅਤੇ ਕੰਮ ਕਰਦੇ ਕਾਮਿਆਂ ਦੀ ਗਿਣਤੀ ਅਨੁਸਾਰ ਇਹ ਉਦਯੋਗ ਮਾਲਵੇ ਦਾ ਦੂਜਾ ਸਭ ਤੋਂ ਵੱਧ ਮਹੱਤਵਪੂਰਣ ਉਦਯੋਗ ਹੈ। (ਸਾਰਣੀ ਨੰ. 70)। ਮਾਰਚ 2021 ਅਨੁਸਾਰ ਇਸ ਉਦਯੋਗ ਵਿੱਚ 2059 ਰਜਿਸ਼ਟਰਸ਼ੁਦਾ ਕੰਮ ਕਰਦੀਆਂ ਫੈਕਟਰੀਆਂ ਸਨ ਜਿਨ੍ਹਾਂ ਵਿੱਚ 88,709 ਕਾਮੇ ਕੰਮ ਕਰਦੇ ਸਨ। ਇਨ੍ਹਾਂ ਤੋਂ ਇਲਾਵਾ 2012 ਅਨੁਸਾਰ 98 ਦਰਮਿਆਨੇ ਤੋਂ ਵੱਡੇ ਕਾਰਖਾਨੇ ਇਸ ਉਦਯੋਗ ਵਿੱਚ ਲੱਗੇ ਹੋਏ ਸਨ।

ਵੰਡ (Distribution) : ਮਾਰਚ 2021 ਅਨੁਸਾਰ ਸਮੁਚੇ ਪੰਜਾਬ ਵਿੱਚ 2,800 ਰਜਿਸ਼ਟਰਸ਼ੁਦਾ ਇਕਾਈਆਂ ਕੱਪੜਾ ਉਦਯੋਗ ਵਿਚ ਕੰਮ ਕਰ ਰਹੀਆਂ ਸਨ। ਇਨ੍ਹਾਂ ਵਿਚੋਂ 2059 (ਪੰਜਾਬ ਦੀਆਂ 73.54%) ਇਕਾਈਆਂ ਮਾਲਵਾ ਪ੍ਰਦੇਸ਼ ਵਿੱਚ ਕੰਮ ਕਰ ਰਹੀਆਂ ਸਨ। ਮਾਰਚ 2016 ਅਨੁਸਾਰ ਪੰਜਾਬ ਵਿੱਚ 48 ਸੂਤੀ ਧਾਗਾ ਅਤੇ ਕੱਪੜਾ ਬਣਾਉਣ ਅਤੇ 42 ਬਣਾਵਟੀ ਧਾਗਾ ਅਤੇ ਕੱਪੜਾ ਬਣਾਉਣ ਦੇ ਦਰਮਿਆਨੇ ਜਾਂ ਵੱਡੇ ਕਾਰਖਾਨੇ ਸਨ। ਇਨ੍ਹਾਂ ਵਿੱਚੋਂ 59 ਸੂਤੀ ਧਾਗਾ ਅਤੇ ਕੱਪੜਾ (ਪੰਜਾਬ ਦੇ 89.58%) ਬਣਾਉਣ ਦੇ ਅਤੇ 37 ਬਣਾਵਟੀ ਧਾਗਾ ਅਤੇ ਕੱਪੜਾ ਬਣਾਉਣ ਦੇ (88.10%) ਵੱਡੇ/ਦਰਮਿਆਨੇ ਕਾਰਖਾਨੇ ਮਾਲਵਾ ਵਿੱਚ ਸਥਿਤ ਸਨ। ਰਜਿਸ਼ਟਰਸ਼ੁਦਾ ਇਕਾਈਆਂ ਮੁੱਖ ਤੌਰ ਤੇ ਲੁਧਿਆਣਾ ਜ਼ਿਲ੍ਹੇ ਵਿੱਚ ਕੇਂਦਰਿਤ ਸਨ (22.76%) ਅਤੇ ਦਰਮਿਆਨੇ ਜਾਂ ਵੱਡੇ ਕਾਰਖਾਨੇ ਲੁਧਿਆਣਾ, ਐਸ. ਏ. ਐਸ. ਨਗਰ ਅਤੇ ਪਟਿਆਲਾ ਜ਼ਿਲ੍ਹਿਆਂ ਵਿਚ ਕੇਂਦਰਿਤ ਸਨ। ਸਮੁੱਚੇ ਤੌਰ ਤੇ ਇਹ ਉਦਯੋਗ ਲੁਧਿਆਣਾ, ਐਸ.ਏ.ਐਸ. ਨਗਰ, ਪਟਿਆਲਾ, ਬਰਨਾਲਾ, ਸੰਗਰੂਰ ਅਤੇ ਬਠਿੰਡਾ ਜ਼ਿਲ੍ਹਿਆਂ ਵਿੱਚ ਮਹੱਤਵਪੂਰਣ ਹੈ।

ਲੁਧਿਆਣਾ ਜ਼ਿਲ੍ਹਾ— ਸੂਤੀ ਕੱਪੜੇ ਅਤੇ ਬਣਾਵਟੀ ਕੱਪੜੇ ਦੇ ਉਦਯੋਗ ਦਾ ਮੁੱਖ ਖੇਤਰ ਲੁਧਿਆਣਾ ਜ਼ਿਲ੍ਹਾ ਹੈ। ਮਾਰਚ 2021 ਅਨੁਸਾਰ ਇਥੇ 1910 ਰਜਿਸ਼ਟਰਸ਼ੁਦਾ ਕਾਰਖਾਨੇ (ਮਾਲਵਾ ਦੇ 92.76% ਅਤੇ ਪੰਜਾਬ ਦੇ 68.21%) ਅਤੇ 71,609 (ਪੰਜਾਬ ਦੇ 69.90% ਕਾਮੇ) ਕਾਮੇ ਕੰਮ ਕਰਦੇ ਸਨ। ਮਾਰਚ 2016 ਵਿੱਚ ਪੰਜਾਬ ਦੇ 90 ਦਰਮਿਆਨੇ ਜਾਂ ਵੱਡੇ ਸੂਤੀ ਕੱਪੜੇ ਦੇ ਕਾਰਖਾਨਿਆਂ ਵਿੱਚੋਂ 30 (ਲਗਭਗ 33.33%) ਕਾਰਖਾਨੇ ਲੁਧਿਆਣਾ ਵਿੱਚ ਕੰਮ ਕਰਦੇ ਸਨ। ਰਾਜ ਦੇ ਅੱਧੇ (42 ਵਿਚੋਂ 37) ਬਣਾਵਟੀ ਧਾਗਾ ਅਤੇ ਕੱਪੜਾ ਬਣਾਉਣ ਦੇ ਵੱਡੇ/ਦਰਮਿਆਨੇ ਕਾਰਖਾਨੇ ਵੀ ਲੁਧਿਆਣਾ ਜ਼ਿਲ੍ਹੇ ਵਿੱਚ ਸਥਿਤ ਹਨ।

ਰਜਿਸਟਰਸ਼ੁਦਾ ਕਾਰਖਾਨੇ ਆਮ ਕਰਕੇ ਛੋਟੇ ਹਨ ਜਿਥੇ ਮੁੱਖ ਤੌਰ ਤੇ ਕੱਪੜਾ ਬਣਦਾ ਹੈ। ਵੱਡੇ ਜਾਂ ਦਰਮਿਆਨੇ ਕਾਰਖਾਨਿਆਂ ਵਿੱਚ ਮੁੱਖ ਤੌਰ ਤੇ ਧਾਗਾ ਬਣਾਇਆ ਜਾਂਦਾ ਹੈ। ਇਹ ਸਭ ਕਾਰਖਾਨੇ ਮੁੱਖ ਤੌਰ ਤੇ ਲੁਧਿਆਣਾ ਸ਼ਹਿਰ ਕੰਪਲੈਕਸ ਦੇ ਵਿਭਿੰਨ ਖੇਤਰਾਂ ਵਿੱਚ ਲੱਗੇ ਹੋਏ ਹਨ। ਇਨ੍ਹਾਂ ਵਿੱਚ ਸ਼ਾਮਲ ਹਨ ਫੋਕਲ ਪੁਆਇੰਟਸ, ਇੰਡਸਟਰੀਅਲ ਏਰੀਆਜ਼ (Focal points, Industrial Areas) ਅਤੇ ਜੀ. ਟੀ. ਰੋਡ (ਰਾਸ਼ਟਰੀ ਮਾਰਗ-I) ਅਤੇ ਚੰਡੀਗੜ੍ਹ ਰੋਡ ਦੇ ਆਲੇ ਦੁਆਲੇ ਦੇ ਖੇਤਰਾਂ ਵਿੱਚ ਲੱਗੇ ਹੋਏ ਕਾਰਖਾਨੇ। ਇਨ੍ਹਾਂ ਤੋਂ ਬਿਨਾਂ ਦੋਰਾਹਾ ਕਸਬਾ ਅਤੇ ਕਈ ਪਿੰਡਾਂ—ਜੋਧਾਂ, ਮੇਹਰਬਾਨ, ਖਵਾਜਕੇ, ਉੱਚੀ ਮੰਗਲੀ, ਕੱਤਨੀ ਕਲਾਂ ਅਤੇ ਬੁੱਢੇਵਾਲ ਵਿੱਚ ਵੀ ਕਈ ਕਾਰਖਾਨੇ ਲਗੇ ਹੋਏ ਹਨ। (ਨਕਸ਼ਾ ਨੰ. 81)।

ਐਸ. ਏ. ਐਸ. ਨਗਰ ਜ਼ਿਲ੍ਹਾ—ਇਹ ਜ਼ਿਲ੍ਹਾ ਸੂਤੀ ਕੱਪੜੇ ਦੇ ਉਦਯੋਗ ਵਿੱਚ ਦੂਜੇ ਨੰਬਰ ਤੇ ਮਹੱਤਵਪੂਰਣ ਹੈ। ਇਥੇ ਮਾਰਚ 2021 ਅਨੁਸਾਰ ਸੂਤੀ ਕੱਪੜਾ ਬਣਾਉਣ ਦੀਆਂ 37 ਇਕਾਈਆਂ (156 ਕਾਮੇ) ਕੰਮ ਕਰਦੀਆਂ ਸਨ। ਮਾਰਚ 2016 ਵਿੱਚ 11 ਦਰਮਿਆਨੇ ਜਾਂ ਵੱਡੇ ਕਾਰਖਾਨੇ ਇਸ ਉਦਯੋਗ ਵਿੱਚ ਲੱਗੇ ਹੋਏ ਸਨ (ਮਾਲਵੇ ਦੇ 12.2%)। ਇਹ ਉਦਯੋਗ ਮੁੱਖ ਤੌਰ ਤੇ ਜ਼ਿਲ੍ਹੇ ਦੇ ਦੱਖਣੀ ਭਾਗ (**ਡੇਰਾ ਬਸੀ ਤਹਿਸੀਲ**) ਵਿੱਚ ਕੇਂਦਰਿਤ ਹੈ। ਡੇਰਾ ਬਸੀ ਬਲਾਕ ਨੂੰ ਪਛੜੇ ਬਲਾਕ ਦਾ ਦਰਜਾ ਦਿੱਤਾ ਗਿਆ ਸੀ ਜਿਸ ਕਾਰਨ ਇਥੇ ਉਦਯੋਗਾਂ ਦੇ ਲਗਾਉਣ ਲਈ ਕਈ ਸਹੂਲਤਾਂ ਅਤੇ ਰਿਆਇਤਾਂ ਦਿੱਤੀਆਂ ਗਈਆਂ ਸਨ। ਫਲਸਰੂਪ ਅੰਬਾਲਾ-ਡੇਰਾ ਬਸੀ ਸੜਕ ਅਤੇ ਰੇਲਵੇ ਲਾਈਨ ਦੇ ਨਾਲ-ਨਾਲ ਬਹੁਤ ਸਾਰੇ ਉਦਯੋਗ ਲਗ ਗਏ ਅਤੇ **ਡੇਰਾ ਬਸੀ-ਲਾਲੜੂ ਇਕ** ਉਦਯੋਗਿਕ ਝੁਰਮਟ (Cluster) ਬਣ ਗਿਆ। ਜ਼ਿਲ੍ਹੇ ਦੇ 11 ਵਿਚੋਂ 11 ਸੂਤੀ ਕੱਪੜੇ (ਬਣਾਵਟੀ ਕੱਪੜਾ ਵੀ) ਦੇ ਕਾਰਖਾਨੇ ਡੇਰਾਬਸੀ-ਲਾਲੜੂ ਝੁਰਮਟ ਵਿੱਚ ਲਗ ਗਏ। ਇਥੇ 11 ਕਾਰਖਾਨਿਆਂ ਵਿੱਚ ਸੂਤੀ ਧਾਗਾ (cotton yarn), 4 ਵਿੱਚ ਬਣਾਵਟੀ ਧਾਗਾ (Polyster or Acrylic Yarn), 1 ਵਿੱਚ ਟੈਰੀਟਾਵਲਜ਼ ਅਤੇ 1 ਵਿੱਚ ਸੂਤੀ ਖਾਕੀ ਕੱਪੜਾ (Cotton gray Fabrics) ਬਣਾਇਆ ਜਾਂਦਾ ਹੈ। ਮੁੱਖ ਕਾਰਖਾਨੇ ਕੁਰਾਂਵਾਲਾ, ਜਲਾਲਪੁਰ, ਹਿਮਾਯੂਪੁਰ, ਭਗਵਾਨਪੁਰਾ, ਲਾਲੜੂ, ਆਲਮਗੀਰ, ਸਰਸਿਨੀ, ਕੌਲੀਮਾਜਰਾ ਪਿੰਡਾਂ ਵਿੱਚ ਲੱਗੇ ਹੋਏ ਹਨ (ਨਕਸ਼ਾ ਨੰ. 81)।

ਇਕ ਕਾਰਖਾਨਾ **ਖਰੜ** ਕਸਬੇ ਵਿੱਚ ਲਗਾ ਹੋਇਆ ਹੈ। ਇਹ ਭਾਰਤ ਸਰਕਾਰ ਦੀ ਨੈਸ਼ਨਲ ਟੈਕਸਟਾਈਲ ਕਾਰਪੋਰੇਸ਼ਨ ਦੀ ਇਕ ਇਕਾਈ ਹੈ। ਇਥੇ ਸੂਤੀ ਅਤੇ ਅਕਰੈਲਿਕ ਧਾਗਾ ਬਣਾਇਆ ਜਾਂਦਾ ਹੈ।

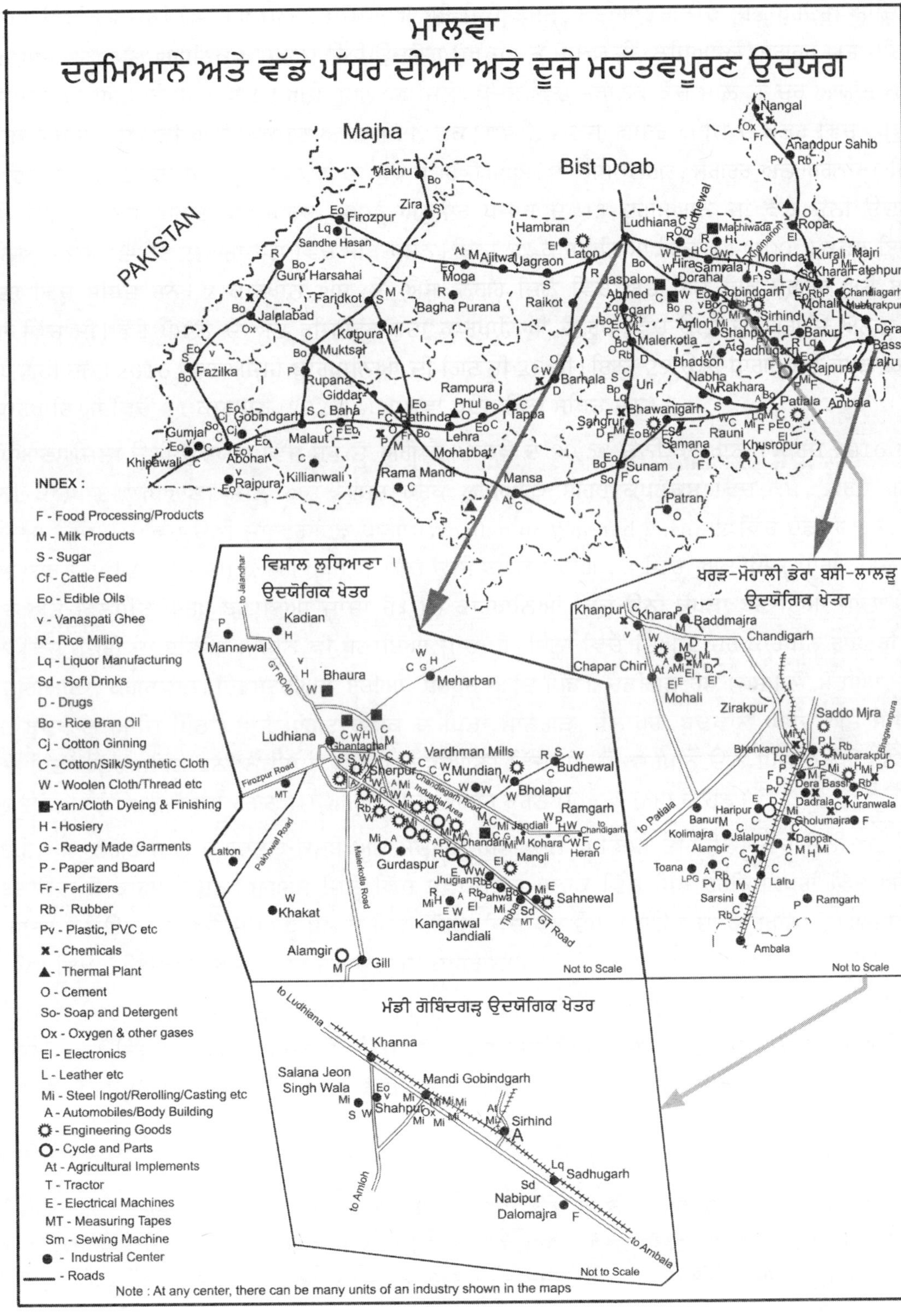
ਮਾਲਵਾ
ਦਰਮਿਆਨੇ ਅਤੇ ਵੱਡੇ ਪੱਧਰ ਦੀਆਂ ਅਤੇ ਦੂਜੇ ਮਹੱਤਵਪੂਰਣ ਉਦਯੋਗ
Majha
Bist Doab
PAKISTAN
Nangal
Anandpur Sahib
Ropar
Ludhiana
Budhewal
Machiwada
Makhu
Zira
Firozpur
Sandhe Hasan
Hambran
Laton
Ajitwal
Jagraon
Moga
Guru Harsahai
Faridkot
Bagha Purana
Raikot
Jaspalon
Ahmed
Hira
Samrala
Doraha
Gobindgarh
Sirhind
Morinda
Kurali
Majri
Kharar
Fatehpur
Mohali
Chandiagarh
Mubarakpur
Jalalabad
Kotpura
Amloh
Shahpur
Banur
Dera
Bassi
Lalru
Malerkotla
Sadhugarh
Rajpura
Fazilka
Muktsar
Rupana
Giddar
Rampura
Phul
Barnala
Bhadson
Nabha
Rakhara
Uri
Patiala
Ambala
Gobindgarh
Baha
Bathinda
Lehra
Tappa
Bhawanigarh
Sangrur
Rauni
Samana
Khusropur
Gumjal
Malaut
Mohabbat
Khipawali
Abohar
Killianwali
Rama Mandi
Sunam
Rajpura
Mansa
Patran
INDEX :
F - Food Processing/Products
M - Milk Products
S - Sugar
Cf - Cattle Feed
Eo - Edible Oils
v - Vanaspati Ghee
R - Rice Milling
Lq - Liquor Manufacturing
Sd - Soft Drinks
D - Drugs
Bo - Rice Bran Oil
Cj - Cotton Ginning
C - Cotton/Silk/Synthetic Cloth
W - Woolen Cloth/Thread etc
Yarn/Cloth Dyeing & Finishing
H - Hosiery
G - Ready Made Garments
P - Paper and Board
Fr - Fertilizers
Rb - Rubber
Pv - Plastic, PVC etc
Chemicals
Thermal Plant
O - Cement
So- Soap and Detergent
Ox - Oxygen & other gases
El - Electronics
L - Leather etc
Mi - Steel Ingot/Rerolling/Casting etc
A - Automobiles/Body Building
Engineering Goods
Cycle and Parts
At - Agricultural Implements
T - Tractor
E - Electrical Machines
MT - Measuring Tapes
Sm - Sewing Machine
Industrial Center
Roads
ਵਿਸ਼ਾਲ ਲੁਧਿਆਣਾ ਉਦਯੋਗਿਕ ਖੇਤਰ
to Jalandhar
Kadian
Mannewal
GT ROAD
Bhaura
Meharban
Ludhiana
Ghantaghar
Firozpur Road
Sherpur
Vardhman Mills
Mundian
Budhewal
Bholapur
Ramgarh
Chandigarh Road
Industrial Area
Jandiali
Kohara
Heran
to Chandigarh
Dhandari
Mangli
Lalton
Pakhowal Road
Malerkotla Road
Gurdaspur
Jhugian
Pahwa
Sahnewal
Tibba
GT Road
Khakat
Kanganwal
Jandiali
Alamgir
Gill
Not to Scale
ਖਰੜ-ਮੋਹਾਲੀ ਡੇਰਾ ਬਸੀ-ਲਾਲੜੂ ਉਦਯੋਗਿਕ ਖੇਤਰ
Khanpur
Kharar
Baddmajra
Chandigarh
Chapar Chiri
Mohali
Zirakpur
Saddo Mjra
Bhagwanpura
Bhankarpur
Mubarakpur
Dera Bassi
Dadrala
Kuranwala
Haripur
Gholumajra
to Patiala
Banur
Kolimajra
Jalalpur
Dappar
Alamgir
Toana
LPG
Lalru
Sarsini
Ramgarh
Ambala
Not to Scale
ਮੰਡੀ ਗੋਬਿੰਦਗੜ੍ਹ ਉਦਯੋਗਿਕ ਖੇਤਰ
to Ludhiana
Khanna
Salana Jeon Singh Wala
Mandi Gobindgarh
Shahpur
Sirhind
to Amloh
Sadhugarh
Nabipur
Dalomajra
to Ambala
Not to Scale
Note : At any center, there can be many units of an industry shown in the maps

Map 81

ਪਟਿਆਲਾ ਜ਼ਿਲ੍ਹਾ—ਸੂਤੀ ਕੱਪੜੇ ਦੇ ਉਦਯੋਗ ਦਾ ਤੀਜਾ ਵੱਡਾ ਉਤਪਾਦਕ ਹੈ। ਮਾਰਚ 2016 ਅਨੁਸਾਰ ਇਸ ਜ਼ਿਲ੍ਹੇ ਵਿੱਚ ਪੰਜਾਬ ਦੀਆਂ 90 ਸੂਤੀ ਮਿਲਾਂ ਵਿਚੋਂ 12 ਮਿਲਾਂ ਅਤੇ ਮਾਰਜ 2021 ਅਨੁਸਾਰ 16 ਸੂਤੀ ਰਜਿਸਟਰਸ਼ੁਦਾ ਇਕਾਈਆਂ ਕੰਮ ਕਰਦੀਆਂ ਸਨ। 8 ਦਰਮਿਆਨੇ/ਵੱਡੇ ਸੂਤੀ ਕਾਰਖਾਨਿਆਂ ਵਿਚੋਂ 5 ਸਮਾਣਾ ਤਹਿਸੀਲ ਵਿੱਚ (ਸਮਾਣਾ ਕਸਬਾ 4 ਤੇ ਫਤਹਿਪੁਰ ਪਿੰਡ-1) ਵਿੱਚ, ਇੱਕ ਰਾਜਪੁਰਾ ਤਹਿਸੀਲ ਦੇ ਪਿੰਡ ਬਪਰੋਰ ਵਿੱਚ ਅਤੇ ਇਕ ਪਟਿਆਲਾ ਸ਼ਹਿਰ ਦੇ ਫੋਕਲ ਪੁਆਇੰਟ ਵਿੱਚ ਲਗੇ ਹੋਏ ਹਨ। ਇਨ੍ਹਾਂ ਕਾਰਖਾਨਿਆਂ ਵਿੱਚ ਮੁੱਖ ਤੌਰ ਤੇ ਸੂਤੀ ਧਾਗਾ ਬਣਦਾ ਹੈ।

ਬਰਨਾਲਾ ਜ਼ਿਲ੍ਹੇ ਵਿੱਚ ਵੀ ਸੂਤੀ ਕੱਪੜੇ ਦਾ ਉਦਯੋਗ ਮਹੱਤਵਰੂਪਨ ਹੈ। ਇਸ ਜ਼ਿਲ੍ਹੇ ਵਿੱਚ ਕਪਾਹ ਵੀ ਪੈਦਾ ਹੁੰਦੀ ਹੈ। ਮਾਰਚ 2021 ਅਨੁਸਾਰ ਬਰਨਾਲਾ ਜ਼ਿਲ੍ਹੇ ਵਿੱਚ 7 ਰਜਿਸਟਰਸ਼ੁਦਾ ਸੂਤੀ ਉਦਯੋਗ ਦੀਆ ਇਕਾਈਆਂ ਕੰਮ ਕਰਦੀਆਂ ਸਨ ਅਤੇ ਇਨ੍ਹਾਂ ਵਿੱਚ 6603 ਕਾਮੇਂ ਕੰਮ ਕਰਦੇ ਸਨ। ਮਾਰਚ 2012 ਅਨੁਸਾਰ ਬਰਨਾਲਾ ਜ਼ਿਲ੍ਹੇ ਵਿੱਚ 3 ਦਰਮਿਆਨੇ ਤੋਂ ਵੱਡੇ ਸੂਤੀ ਕਾਰਖਾਨੇ ਕੰਮ ਕਰਦੇ ਸਨ। ਇਹ ਸਭ ਕਾਰਖਾਨੇ ਰਾਏਕੋਟ ਸੜਕ ਦੇ ਨਾਲ ਲਗਦੇ ਪਿੰਡਾਂ ਅਤੇ ਬਰਨਾਲਾ ਕਸਬੇ ਵਿੱਚ ਲਗੇ ਹੋਏ ਹਨ। ਇਨ੍ਹਾਂ ਵਿੱਚ ਸੂਤੀ ਧਾਗਾ ਮੁੱਖ ਤੌਰ ਤੇ ਅਤੇ ਅਕਰੈਲਿਕ ਧਾਗਾ ਵੀ ਬਣਾਇਆ ਜਾਂਦਾ ਹੈ। ਰਜਿਸ਼ਟਰਸ਼ੁਦਾ ਇਕਾਈਆਂ ਵਿੱਚ ਮੁੱਖ ਤੌਰ ਤੇ ਕੱਪੜਾ ਬਣਾਇਆ ਜਾਂਦਾ ਹੈ।

ਸੰਗਰੂਰ ਜ਼ਿਲ੍ਹੇ ਵਿੱਚ 5 ਦਰਮਿਆਨੇ ਤੋਂ ਵੱਡੇ ਸੂਤੀ ਕੱਪੜੇ (ਧਾਗੇ) ਦੇ ਕਾਰਖਾਨੇ ਅਤੇ 23 ਰਜਿਸ਼ਟਰਸ਼ੁਦਾ ਇਕਾਈਆਂ ਕੰਮ ਕਰਦੀਆਂ ਹਨ (ਸਾਰਣੀ ਨੰ. 72)। 8 ਦਰਮਿਆਨੇ/ਵੱਡੇ ਕਾਰਖਾਨਿਆਂ ਵਿਚੋਂ 2 ਮਲੇਰਕੋਟਲਾ ਸ਼ਹਿਰ ਦੇ ਇੰਡਸਟਰੀਅਲ ਏਰੀਆਂ ਵਿੱਚ, ਦੋ ਪਿੰਡ ਜੀਤਵਾਲ ਕਲਾਂ ਵਿੱਚ ਅਤੇ ਇੱਕ ਅਹਿਮਦਗੜ੍ਹ ਬਲਾਕ ਦੇ ਪਿੰਡ ਪੋਹੀਰ ਵਿੱਚ ਲਗੇ ਹੋਏ ਹਨ। ਇਥੇ ਸੂਤੀ ਧਾਗਾ ਅਤੇ ਸਿੰਥੈਟਿਕ (ਬਣਾਵਟੀ) ਧਾਗੇ ਬਣਾਏ ਜਾਂਦੇ ਹਨ।

ਜ਼ਿਲ੍ਹਾ ਬਠਿੰਡਾ ਵਿੱਚ 9 ਦਰਮਿਆਨੇ ਅਤੇ ਵੱਡੇ ਸੂਤੀ ਧਾਗਾ ਬਣਾਉਣ ਦੇ ਕਾਰਖਾਨੇ (ਬਠਿੰਡਾ ਸ਼ਹਿਰ-2 ਅਤੇ ਰਾਮਪੁਰ ਫੂਲ-1) ਅਤੇ 34 ਰਜ਼ਿਸਟਰਸ਼ੁਦਾ ਇਕਾਈਆਂ ਕੰਮ ਕਰਦੀਆਂ ਹਨ। ਬਠਿੰਡਾ ਵਿੱਚ ਵਧੀਆ ਕਪਾਹ ਕਾਫੀ ਮਾਤਰਾ ਵਿੱਚ ਪੈਦਾ ਹੁੰਦੀ ਹੈ। ਪਰੰਤੂ ਇਸ ਦੇ ਮੁਕਾਬਲੇ ਸੂਤੀ ਧਾਗੇ ਅਤੇ ਕੱਪੜੇ ਦੇ ਕਾਰਖਾਨੇ ਘੱਟ ਹਨ।

ਮੁਕਤਸਰ ਜ਼ਿਲ੍ਹੇ ਵਿੱਚ 3 ਦਰਮਿਆਨੇ ਤੋਂ ਵੱਡੇ ਸੂਤੀ ਧਾਗਾ ਬਣਾਉਣ ਦੇ ਕਾਰਖਾਨੇ ਹਨ। ਮੁਕਤਸਰ ਜ਼ਿਲ੍ਹਾ ਵੀ ਵਧੀਆ ਕਪਾਹ ਦਾ ਵੱਡਾ ਉਤਪਾਦਕ ਹੈ। ਇਸ ਦੇ ਤਿੰਨ ਵੱਡੇ ਕਾਰਖਾਨੇ ਮਲੋਟ ਕਸਬਾ, ਪਿੰਡ ਕਿੱਲਿਆਂ ਵਾਲੀ (ਲੰਬੀ ਬਲਾਕ) ਅਤੇ ਪਿੰਡ ਲੁਬਨੀਆਂਵਾਲੀ (ਮੁਕਤਸਰ ਬਲਾਕ) ਵਿੱਚ ਲਗੇ ਹੋਏ ਹਨ। ਇਥੇ ਸੂਤੀ ਧਾਗਾ ਬਣਦਾ ਹੈ। ਮੁਕਤਸਰ ਜ਼ਿਲ੍ਹੇ ਵਿੱਚ 6 ਰਜ਼ਿਸਟਰਸ਼ੁਦਾ ਇਕਾਈਆਂ ਵੀ ਸੂਤੀ ਕੱਪੜਾ ਅਤੇ ਧਾਗਾ ਬਣਾਉਂਦੀਆਂ ਹਨ।

ਫਾਜ਼ਿਲਕਾ ਜ਼ਿਲ੍ਹੇ ਵਿਚ 2 ਦਰਮਿਆਨੇ ਤੋਂ ਵੱਡੇ ਕਾਰਖਾਨੇ ਸੂਤੀ ਧਾਗਾ ਬਣਾਉਂਦੇ ਹਨ। ਇਹ ਕਾਰਖਾਨੇ ਫਾਜ਼ਿਲਕਾ ਜ਼ਿਲ੍ਹੇ ਦੇ ਅਬੋਹਰ ਸ਼ਹਿਰ ਅਤੇ ਬਲਾਕ ਖੂਹੀਆਂ ਸਰਵਾਰ ਦੇ ਪਿੰਡ ਗੁਮਜਲ ਵਿਚ ਲਗੇ ਹਏ ਹਨ। ਫਿਰੋਜ਼ਪੁਰ ਜ਼ਿਲ੍ਹੇ ਵਿੱਚ 5 ਰਜ਼ਿਸ਼ਟਰਸ਼ੁਦਾ ਇਕਾਈਆਂ ਵੀ ਸੂਤੀ ਕੱਪੜਾ ਅਤੇ ਧਾਗਾ ਬਣਾਉਂਦੀਆਂ ਹਨ।

ਮੋਗਾ ਜ਼ਿਲ੍ਹੇ ਵਿੱਚ 6 ਅਤੇ ਫਤਹਿਗੜ੍ਹ ਸਾਹਿਬ ਜ਼ਿਲ੍ਹੇ ਵਿੱਚ 4 ਰਜਿਸਟਕਸ਼ੁਦਾ ਸੂਤੀ ਇਕਾਈਆਂ ਕੰਮ ਕਰਦੀਆਂ ਹਨ (ਮਾਰਚ 2021 ਅਨੁਸਾਰ)।

ਊਨੀ ਉਦਯੋਗ (WOOLLEN TEXTILE INDUSTRY)

ਉੱਨ ਦੇ ਮੁੱਖ ਸੋਮੇਂ-ਭੇਡਾਂ, ਬੱਕਰੀਆਂ ਅਤੇ ਊਠ ਮੁੱਖ ਤੋਰ ਤੇ ਮਾਲਵਾ ਪ੍ਰਦੇਸ਼ ਵਿੱਚ ਪਾਲੇ ਜਾਂਦੇ ਹਨ। ਇਨ੍ਹਾਂ ਤੋਂ ਪ੍ਰਾਪਤ ਉੱਨ ਵਧੀਆ ਨਹੀਂ ਹੁੰਦੀ ਹੈ। ਉਹ ਖੁਰਦਰੀ ਅਤੇ ਘਟੀਆ ਕਾਰਪਟ ਵੂਲ (Carpet wool) ਹੁੰਦੀ ਹੈ। ਨਾਲ ਲਗਦੇ ਹਰਿਆਣਾ ਅਤੇ ਰਾਜਸਥਾਨ ਦੇ ਇਲਾਕਿਆਂ ਤੋਂ ਵੀ ਅਜਿਹੀ ਉੱਨ ਪ੍ਰਾਪਤ ਹੋ ਜਾਂਦੀ ਹੈ। ਇਸ ਤਰ੍ਹਾਂ ਦੱਖਣੀ-ਪੱਛਮੀ ਗਰਮ ਅਤੇ ਅਰਧ-ਖੁਸ਼ਕ ਮਾਲਵਾ ਪ੍ਰਦੇਸ਼ ਵਿੱਚ ਸਥਾਨਕ ਉੱਨ ਕਾਫੀ ਮਾਤਰਾ ਵਿੱਚ ਉਪਲੱਬਧ ਹੈ। ਇਸ ਉੱਨ ਤੇ ਆਧਾਰਤ ਮਾਲਵਾ ਵਿੱਚ ਘਰੇਲੂ ਅਤੇ

ਸ਼ਿਲਪਕਾਰੀ ਰੂਪ ਵਿੱਚ ਊਨੀ ਉਦਯੋਗ ਵਿਕਸਤ ਹੋ ਗਿਆ ਸੀ ਜਿਥੇ ਕੰਬਲ, ਲੋਈਆਂ, ਗਲੀਚੇ (ਸਭ ਖੁਰਦਰੇ) ਆਦਿ ਬਣਾਏ ਜਾਂਦੇ ਸਨ ਅਤੇ ਹਨ। ਪ੍ਰੰਤੂ **ਆਧੁਨਿਕ ਕਾਰਖਾਨਾ ਊਨੀ ਉਦਯੋਗ** ਮੁੱਖ ਤੌਰ ਤੇ ਮੱਧਵਰਤੀ (ਲੁਧਿਆਣਾ, ਸੰਗਰੂਰ ਅਤੇ ਪਟਿਆਲਾ) ਤੇ ਪੂਰਵੀ ਮਾਲਵਾ (ਐਸ. ਏ. ਐਸ. ਨਗਰ ਅਤੇ ਰੂਪਨਗਰ ਜ਼ਿਲ੍ਹੇ) ਪ੍ਰਦੇਸ਼ ਵਿੱਚ ਸਥਾਨਕ ਕੱਚੇ ਮਾਲ ਤੋਂ ਦੂਰ **ਆਯਾਤ ਕੱਚੇ ਮਾਲ ਉੱਤੇ ਨਿਰਭਰ** ਖਪਤ ਦੀ ਮੰਡੀ ਅਤੇ ਵਿਕਸਤ ਆਵਾਜਾਈ, ਤਕਨਾਲੋਜੀ, ਵਣਜ-ਵਪਾਰ ਆਦਿ ਦੇ ਖੇਤਰ ਵਿੱਚ ਪ੍ਰਫੁਲੱਤ ਹੋ ਗਿਆ। ਇਥੇ ਲੁਧਿਆਣਾ ਦਾ ਜ਼ਿਲ੍ਹਾ ਉਤਪਾਦਨ ਦਾ ਮੁੱਖ ਖੇਤਰ ਹੈ। ਐਸ. ਏ. ਐਸ. ਨਗਰ, ਸੰਗਰੂਰ ਅਤੇ ਬਰਨਾਲਾ ਜ਼ਿਲ੍ਹਿਆ ਵਿੱਚ ਵੀ ਇਹ ਉਦਯੋਗ ਚਲਦਾ ਹੈ। ਮਾਰਚ 2005 ਅਨੁਸਾਰ ਪੰਜਾਬ ਦੇ 43 ਦਰਮਿਆਨੇ ਜਾਂ ਵੱਡੇ ਊਨੀ ਉਦਯੋਗ ਦੇ ਕਾਰਖਾਨਿਆਂ ਵਿੱਚੋਂ 25 (58.2%) ਮਾਲਵਾ ਵਿੱਚ ਸਥਿਤ ਸਨ। ਇਨ੍ਹਾਂ 22 ਕਾਰਖਾਨਿਆਂ ਵਿਚੋਂ 14 (100%) ਕੇਵਲ ਇਕ ਜ਼ਿਲ੍ਹੇ **ਲੁਧਿਆਣਾ** ਵਿੱਚ ਸਥਿਤ ਹਨ। 2 ਕਾਰਖਾਨੇ ਐਸ. ਏ. ਐਸ. ਨਗਰ ਜ਼ਿਲ੍ਹੇ ਵਿਚ ਅਤੇ ਇਕ-ਇਕ ਸੰਗਰੂਰ ਅਤੇ ਬਰਨਾਲਾ ਜ਼ਿਲ੍ਹਿਆਂ ਵਿੱਚ ਸੀ। ਛੋਟੇ ਪੈਮਾਨੇ ਦੇ ਅਤੇ ਰਜਿਸਟਰ ਸ਼ੁਦਾ ਕਾਰਖਾਨਿਆਂ ਦੇ ਰੂਪ ਵਿੱਚ ਊਨੀ ਉਦਯੋਗ ਦੇ ਅੱਲਗ ਆਂਕੜੇ ਉਪਲਬਧ ਨਹੀਂ ਹਨ। 2016 ਵਿੱਚ ਅਜਿਹੇ ਕਾਰਖਾਨਿਆਂ ਦੀ ਗਿਣਤੀ 29 ਸੀ। ਇਨ੍ਹਾਂ 29 ਊਨੀ ਧਾਗਾ ਅਤੇ ਕੱਪੜਾ ਬਣਾਉਣ ਵਾਲੇ ਕਾਰਖਾਣਿਆਂ ਵਿਚੋਂ 21 ਕਾਰਖਾਨੇ (722.4%) ਮਾਲਵਾ ਪ੍ਰਦੇਸ਼ ਵਿੱਚ ਸਥਿਤ ਸਨ।

ਲੁਧਿਆਣਾ ਜ਼ਿਲ੍ਹਾ ਊਨੀ ਉਦਯੋਗ ਵਿੱਚ ਸਭ ਤੋਂ ਅੱਗੇ ਹੈ (ਮਾਲਵੇ ਦੇ 90.5% ਊਨੀ ਕਾਰਖਾਨੇ)। ਮਾਰਚ 2016 ਅਨੁਸਾਰ 19 ਊਨੀ ਕਾਰਖਾਨੇ ਲੁਧਿਆਣਾ ਜ਼ਿਲ੍ਹੇ ਅਤੇ ਵਿਸ਼ੇਸ਼ ਕਰਕੇ **ਲੁਧਿਆਣਾ ਸ਼ਹਿਰ ਕੰਪਲੈਕਸ** ਵਿੱਚ ਕੰਮ ਕਰਦੇ ਹਨ। 21 ਕਾਰਖਾਨਿਆਂ ਵਿੱਚੋਂ 19 ਵਿਚ ਊਨੀ ਜਾਂ ਵਰਸਟਡ ਧਾਗਾ (Woollen or Worsted yarn), 2 ਵਿੱਚ ਸ਼ੌਡੀ ਯਾਰਨ, 2 ਵਿੱਚ ਲੈਂਬ ਵੂਲ ਯਾਰਨ, 2 ਵਿਚ ਵੂਲ ਟੌਪ (wool top), 1 ਵਿੱਚ ਊਨੀ ਬਲੈਂਡੱਡ ਧਾਗਾ, 3 ਵਿੱਚ ਅਕਰੈਲਿਕ ਧਾਗਾ, ਅਤੇ 2 ਵਿੱਚ ਪੌਲਿਸ਼ਟਰ ਅਤੇ ਫਿਲਾਮੈਂਟ ਧਾਗਾ ਬਣਾਇਆ ਜਾਂਦਾ ਹੈ। 10 ਕਾਰਖਾਨਿਆਂ ਵਿੱਚ **ਊਨੀ ਕੱਪੜਾ** ਬਣਾਇਆ ਜਾਂਦਾ ਹੈ। ਇਕ ਕਾਰਖਾਨੇ ਵਿੱਚ ਹੌਜ਼ਰੀ ਦਾ ਬੁਣਿਆ ਸਾਮਾਨ ਵੀ ਬਣਾਇਆ ਜਾਂਦਾ ਹੈ। ਇਨ੍ਹਾਂ ਵਿਚੋਂ ਜ਼ਿਆਦਾਤਰ ਕਾਰਖਾਨੇ **ਰਾਸ਼ਟਰੀ ਮਾਰਗ ਨੰ. 1** (**ਜੁਗਿਆਣਾ, ਕੰਗਣਵਾਲ, ਇੰਡਸਟਰੀਅਲ ਏਰੀਆ, ਸ਼ੇਰਪੁਰ ਆਦਿ ਪਿੰਡ**), **ਚੰਡੀਗੜ੍ਹ ਰੋਡ** (ਜਸਪਾਲੋਂ ਮੁੰਡੀਆਂ, ਹੇਰੀਆਂ, ਭੋਲਾਪੁਰ, ਬੁਢੇਵਾਲ ਆਦਿ ਪਿੰਡਾਂ) ਅਤੇ **ਮਾਂਗਟ ਬਲਾਕ** ਦੇ ਪਿੰਡਾਂ ਮਾਨਗੜ੍ਹ, ਭੋਲਾਪੁਰ, ਬੁਢੇਵਾਲ ਆਦਿ ਅਤੇ ਮਾਛੀਵਾੜਾ ਬਲਾਕ ਦੇ ਪਿੰਡਾਂ ਵਿੱਚ ਸਥਿਤ ਹਨ (ਨਕਸ਼ਾ ਨੰ. 81)। ਲੁਧਿਆਣਾ ਵਿੱਚ ਹੀ ਦੋ ਕਾਰਖਾਨੇ ਉੱਨ ਪਿੰਜਣ ਲਈ ਹਨ ਅਤੇ 6 ਕਾਰਖਾਨੇ ਊਨੀ ਧਾਗਾ ਅਤੇ ਕੱਪੜਾ ਰੰਗਣ (Dyeing) ਅਤੇ ਤਿਆਰ ਕਰਨ (Finishing) ਦੇ ਹਨ।

ਐਸ.ਏ.ਐਸ. ਨਗਰ ਜ਼ਿਲ੍ਹੇ ਦੇ ਲਾਲੜੂ ਕਸਬੇ ਅਤੇ ਸੈਦਪੁਰਾ ਪਿੰਡ (ਦੋਨੋਂ ਡੇਰਾਬਸੀ ਤਹਿਸੀਲ) ਵਿੱਚ ਊਨੀ ਅਤੇ ਬਲੈਂਡੱਡ ਧਾਗਾ ਬਣਾਉਣ ਦੇ ਕਾਰਖਾਨੇ ਹਨ। **ਸੰਗਰੂਰ** ਜ਼ਿਲ੍ਹੇ ਵਿੱਚ ਭਵਾਨੀਗੜ੍ਹ ਬਲਾਕ ਵਿੱਚ ਪਿੰਡ ਹਰਕਿਸ਼ਨਪੁਰਾ ਵਿੱਚ ਅਕਰੈਲਿਕ ਸਟੇਪਲ ਧਾਗਾ ਬਣਾਉਣ ਅਤੇ ਅਹਿਮਦਗੜ੍ਹ ਬਲਾਕ ਪਿੰਡ **ਰੋਹਿੜਾ** ਵਿਚ ਵੂਲ ਟੌਪ ਬਣਾਉਣ ਦਾ ਕਾਰਖਾਨਾ ਹੈ। **ਬਰਨਾਲਾ** ਜ਼ਿਲ੍ਹੇ ਦੇ ਪਿੰਡ **ਧੌਲਾ** ਵਿਖੇ ਟੈਰੀਟਾਵਲਜ਼ ਅਤੇ ਧਾਗਾ ਬਣਾਉਣ ਦਾ ਕਾਰਖਾਨਾ ਹੈ।

ਲੁਧਿਆਣਾ ਵਿਚ ਹੀ **ਬਣਾਵਟੀ ਰੇਸ਼ੇ** (Synthetic fibre) ਤੋਂ ਧਾਗਾ ਅਤੇ ਕੱਪੜਾ ਬਣਾਉਣ ਦੇ 3 ਕਾਰਖਾਨੇ (ਜੁਗਿਆਣਾ, ਢੰਢਾਰੀ ਕਲਾਂ ਅਤੇ ਇੰਡਸਟਰੀਅਲ ਏਰੀਆ-ਏ) ਵਿੱਚ ਹਨ। ਇਹ ਅਕਰੈਲਿਕ ਧਾਗਾ ਅਤੇ ਹੌਜ਼ਰੀ ਵਸਤਾਂ ਬਣਾਉਂਦੇ ਹਨ। **ਮਲੇਰਕੋਟਲਾ** ਵਿਖੇ ਟਾਇਰਾਂ ਵਿੱਚ ਵਰਤ ਹੋਣ ਵਾਲੀ ਡੋਰੀ (Tyre-cord Industrial yarn) ਬਣਾਈ ਜਾਂਦੀ ਹੈ।

ਹੌਜ਼ਰੀ ਉਦਯੋਗ (HOSIERY INDUSTRY)

ਲੁਧਿਆਣਾ ਜ਼ਿਲ੍ਹਾਂ ਅਤੇ ਵਿਸ਼ੇਸ਼ ਕਰਕੇ ਲੁਧਿਆਣਾ ਸ਼ਹਿਰ ਪੰਜਾਬ ਵਿੱਚ ਹੀ ਨਹੀਂ ਸਗੋਂ ਸਮੁਚੇ ਦੇਸ਼ ਵਿੱਚ ਹੌਜ਼ਰੀ ਉਦਯੋਗ ਦਾ ਗੜ੍ਹ ਹੈ। ਲੁਧਿਆਣਾ ਸ਼ਹਿਰ ਅਤੇ ਆਲੇ ਦੁਆਲੇ ਦੇ ਪਿੰਡਾਂ ਜਾਂ ਕਸਬਿਆਂ ਵਿਚ ਹੀ ਹੌਜ਼ਰੀ ਉਦਯੋਗ ਦਾ ਮੁੱਖ ਕੱਚਾ ਮਾਲ (Chief raw material) ਊਨੀ ਧਾਗਾ, ਸ਼ੌਡੀ ਧਾਗਾ, ਅਕਰੈਲਿਕ ਜਾਂ ਸਿੰਥੈਟਿਕ ਧਾਗਾ ਆਦਿ ਬਣਾਇਆ ਜਾਂਦਾ ਹੈ। ਇਥੇ ਹੀ ਧਾਗਾ ਕੱਤਣ ਅਤੇ ਕੱਪੜਾ ਬਣਾਉਣ ਵਾਲੀਆਂ ਮਸ਼ੀਨਾਂ (Textile machinery and parts) ਬਣਾਈਆਂ ਜਾਂਦੀਆਂ ਹਨ।

ਲੁਧਿਆਣਾ ਦੇ ਹੌਜ਼ਰੀ ਉਦਯੋਗ ਦਾ ਆਰੰਭ ਮਹਾਰਾਜਾ ਰਣਜੀਤ ਸਿੰਘ ਦੇ ਸਮੇਂ ਹੋਇਆ ਜਦੋਂ ਮਹਾਰਾਜਾ ਨੇ ਕਸ਼ਮੀਰ ਵਿੱਚ ਕਾਲ ਕਾਰਨ ਬੇਰੁਜ਼ਗਾਰ ਕਸ਼ਮੀਰੀ ਸ਼ਿਲਪਕਾਰਾਂ (Creaftsmen) ਨੂੰ ਕੰਮ ਦੇਣ ਲਈ ਲੁਧਿਆਣਾ ਵਿੱਚ ਭੇਜਿਆ ਸੀ। ਲੁਧਿਆਣਾ ਵਿੱਚ ਰਹਿਣ ਵਾਲੇ ਕਸ਼ਮੀਰੀ ਕਾਰੀਗਰਾਂ ਨੇ ਹੌਜ਼ਰੀ ਉਦਯੋਗ ਦਾ ਆਰੰਭ ਕੀਤਾ। ਇਥੇ ਕਸ਼ਮੀਰੀ ਔਰਤਾਂ ਨੇ ਸਟੀਲ ਅਤੇ ਲਕੜੀ ਦੇ ਅੱਡਿਆਂ ਉੱਤੇ ਜੁਰਾਬਾਂ ਬੁਣਨੀਆਂ ਸ਼ੁਰੂ ਕੀਤੀਆਂ। ਇਸ ਤੋਂ ਬਾਅਦ 1894 ਈ. ਵਿੱਚ ਲੁਧਿਆਣਾ ਵਿੱਚ ਪਹਿਲੀ ਹੌਜ਼ਰੀ ਦੀ ਮਸ਼ੀਨ ਲਗਾਈ ਗਈ। ਪਹਿਲੇ ਅਤੇ ਦੂਜੇ ਮਹਾਯੁੱਧਾਂ ਦੌਰਾਨ ਫੌਜੀਆਂ ਲਈ ਊਨੀ (ਗਰਮ) ਹੌਜ਼ਰੀ ਦੀ ਮੰਗ ਦੇ ਬਹੁਤ ਵਧ ਜਾਣ ਨਾਲ ਹੌਜ਼ਰੀ ਉਦਯੋਗ ਦਾ ਤੇਜ਼ੀ ਨਾਲ ਵਿਕਾਸ ਹੋਇਆ। 1966-67 ਦੌਰਾਨ ਲੁਧਿਆਣਾ ਵਿੱਚ ਲਗਭਗ 1000 ਕੰਮ ਕਰਦੀਆਂ ਹੌਜ਼ਰੀ ਇਕਾਈਆਂ ਸਨ ਜਿਨ੍ਹਾਂ ਵਿਚ ਹੌਜ਼ਰੀ ਵਸਤਾਂ ਬਣਾਈਆਂ ਜਾਂਦੀਆਂ ਸਨ। ਅਸਲ ਵਿੱਚ ਲੁਧਿਆਣਾ ਦੇ ਵਿਭਿੰਨ ਮੁਹੱਲਿਆਂ ਦੀਆਂ ਗਲੀਆਂ ਵਿਚ ਅਨੇਕ ਘਰਾਂ ਵਿਚ ਹੌਜ਼ਰੀ ਦੀਆਂ ਬਹੁਤ ਛੋਟੀਆਂ ਤੋਂ ਛੋਟੀਆਂ ਇਕਾਈਆਂ ਵਿੱਚ ਹੌਜ਼ਰੀ ਵਸਤਾਂ ਬਣਾਈਆਂ ਜਾਂਦੀਆਂ ਸਨ। 2002 ਵਿਚ ਲੁਧਿਆਣਾ ਸ਼ਹਿਰ ਵਿੱਚ ਹੌਜ਼ਰੀ ਵਸਤਾਂ ਬਣਾਉਣ ਦੇ 22 ਦਰਮਿਆਨੇ ਤੋਂ ਵੱਡੇ ਕਾਰਖਾਨੇ ਸਨ। ਮਾਰਚ 2015-16 ਅਨੁਸਾਰ ਅਜਿਹੇ ਕਾਰਖਾਨਿਆਂ ਦੀ ਗਿਣਤੀ 10 ਸੀ।

ਇਹ ਯੂਨਿਟਸ ਜੀ.ਟੀ. ਰੋਡ, ਚੰਡੀਗੜ੍ਹ ਰੋਡ, ਫੋਕਲ ਪੁਆਇੰਟਸ ਅਤੇ ਇੰਡਸਟਰੀਅਲ ਏਰੀਆਜ਼ ਵਿਚ ਲਗੇ ਹੋਏ ਹਨ। ਇਨ੍ਹਾਂ ਵਿਚੋਂ ਓਸਵਾਲ ਗਰੁੱਪ, ਗ੍ਰੇਟਵੇ, ਯੌਰਕ ਐਕਸਪੋਰਟਸ, ਨਾਹਰ ਐਕਸਪੋਰਟਸ, ਆਦਿ ਹੌਜ਼ਰੀ ਵਸਤਾਂ ਬਣਾਉਣ ਦੀਆਂ ਮਹੱਤਵਪੂਰਣ ਕੰਪਨੀਆਂ ਹਨ। ਹੌਜ਼ਰੀ ਕਾਰਖਾਨਿਆਂ ਵਿੱਚ ਸਵੈਟਰ, ਜਰਸੀਆਂ, ਮਫਲਰ, ਦਸਤਾਨੇ, ਹੇਠਲੇ ਕੱਪੜੇ (Under Wears), ਜੁਰਾਬਾਂ, ਲੰਬੀਆਂ ਜੁਰਾਬਾਂ, ਪਹਿਨਣ ਵਾਲੇ ਵਸਤਰ (Garments), ਬੁਣੇ ਹੋਏ ਕੱਪੜੇ ਆਦਿ ਬਣਾਏ ਜਾਂਦੇ ਹਨ।

ਲੁਧਿਆਣਾ ਦੀਆਂ ਹੌਜ਼ਰੀ ਵਸਤਾਂ ਪੰਜਾਬੀ ਅਤੇ ਦੇਸ਼ ਦੇ ਵਿਭਿੰਨ ਭਾਗਾਂ ਅਤੇ ਵਿਦੇਸ਼ਾਂ ਵਿੱਚ ਭੇਜੀਆਂ ਜਾਂਦੀਆਂ ਹਨ।

ਐਸ. ਏ. ਐਸ. ਨਗਰ ਜ਼ਿਲ੍ਹੇ ਦੀ ਡੇਰਾ ਬਸੀ ਤਹਿਸੀਲ ਦੇ ਪਿੰਡ ਭਗਵਾਨ ਪੁਰ ਵਿੱਚ ਸੂਤੀ ਜੁਰਾਬਾਂ ਬਣਾਉਣ ਦਾ ਇਕ ਕਾਰਖਾਨਾ ਹੈ।

ਬਣੇ-ਬਣਾਏ ਪਹਿਨਣ ਵਾਲੇ ਵਸਤਰਾਂ ਦਾ ਉਪਯੋਗ (READYMADE GARMENTS INDUSTRY)

ਅੱਜ ਦੇ ਸਮੇਂ ਵਿੱਚ ਬਣੇ ਬਣਾਏ ਕੱਪੜੇ ਪਹਿਨਣ ਦਾ ਰਿਵਾਜ਼, ਸ਼ੌਕ ਅਤੇ ਲੋੜ ਬਣ ਗਏ ਹਨ (ਜ਼ਿਆਦਾ ਪੈਸਾ, ਫੈਸ਼ਨ ਅਤੇ ਸਮੇਂ ਦੀ ਘਾਟ ਕਾਰਨ)। ਇਸ ਉਦਯੋਗ ਦੇ ਕਾਫੀ ਤਰੱਕੀ ਕਰਨ ਦੀ ਬਹੁਤ ਸੰਭਾਵਨਾ ਹੈ। ਇਸ ਸਮੇਂ ਪੰਜਾਬ ਵਿੱਚ ਇਸ ਉਦਯੋਗ ਦੇ 7 ਦਰਮਿਆਨੇ ਤੋਂ ਵੱਡੇ ਕਾਰਖਾਨੇ ਹਨ ਜਿਨ੍ਹਾਂ ਵਿੱਚੋਂ 6 ਲੁਧਿਆਣਾ ਜ਼ਿਲ੍ਹੇ ਵਿੱਚ ਸਥਿਤ ਹਨ। ਇਨ੍ਹਾਂ ਕਾਰਖਾਨਿਆਂ ਵਿੱਚ ਹੌਜ਼ਰੀ ਦੇ ਬਣੇ ਵਸਤਰ, ਹੌਜ਼ਰੀ ਵਸਤਾਂ, ਬਣੇ ਬਣਾਏ ਵਸਤਰ ਅਤੇ ਡੈਨਿਮ ਦੇ ਕੱਪੜੇ ਬਣਾਏ ਜਾਂਦੇ ਹਨ। ਲੁਧਿਆਣਾ ਜ਼ਿਲ੍ਹੇ ਦੇ 6 ਕਾਰਖਾਨਿਆਂ ਵਿੱਚੋਂ 4 ਲੁਧਿਆਣਾ ਸ਼ਹਿਰ ਵਿੱਚ (ਸੁੰਦਰ ਨਗਰ, ਪੁਰਾਣਾ ਬਾਜ਼ਾਰ, ਢੰਡਾਰੀ ਕਲਾਂ ਅਤੇ ਇੰਡਸਟਰੀਅਲ ਏਰੀਆ ਏ) ਸਥਿਤ ਹਨ। ਦੂਜੇ ਦੋ ਕਾਰਖਾਨੇ ਰਾਹੋਂ ਰੋਡ ਤੇ ਸਥਿਤ ਪਿੰਡ ਮੇਹਰਬਾਨ ਅਤੇ ਮਾਛੀਵਾੜਾ ਖੇਤਰ ਵਿੱਚ ਸਥਿਤ ਪਿੰਡ ਇਰਾਕ (ਹੇਰੀਆਂ) ਵਿੱਚ ਲੱਗੇ ਹੋਏ ਹਨ। ਇਰਾਕ ਪਿੰਡ ਦੇ ਕਾਰਖਾਨੇ ਵਿੱਚ ਡੈਨਿਮ ਵਸਤਰ ਬਣਾਏ ਜਾਂਦੇ ਹਨ।

ਇਨ੍ਹਾਂ ਤੋਂ ਬਿਨਾਂ ਲੁਧਿਆਣਾ ਵਿੱਚ ਹੀ ਬੁਣੇ ਹੋਏ ਲੇਬਲ (Woven Labels) ਬਣਾਉਣ ਦੇ ਦੋ ਕਾਰਖਾਨੇ ਹਨ। ਮਾਰਚ 2021 ਅਨੁਸਾਰ ਮਾਲਵਾ ਵਿੱਚ 181 (ਪੰਜਾਬ ਦੀਆਂ 90.05%) ਬਣੇ ਬਣਾਏ ਕੱਪੜੇ ਬਣਾਉਣ ਦੇ ਕਾਰਖਾਨੇ (ਰਜਿਸਟਰਸ਼ੁਦਾ) ਸਨ। ਇਨ੍ਹਾਂ ਵਿੱਚ 170 ਕੇਵਲ ਲੁਧਿਆਣਾ ਜ਼ਿਲ੍ਹੇ ਵਿੱਚ ਹਨ। 3 ਐਸ.ਏ.ਐਸ. ਨਗਰ ਅਤੇ 3 ਸੰਗਰੂਰ ਜ਼ਿਲ੍ਹੇ ਵਿੱਚ ਹਨ।

ਰਬੜ ਅਤੇ ਪਲਾਸਟਿਕ ਉਦਯੋਗ (RUBBER AND PLASTICS INDUSTRY)

ਇਹ ਵੀ ਇੱਕ ਮਹੱਤਵਪੂਰਣ ਉਦਯੋਗ ਹੈ ਜਿਸ ਵਿੱਚ ਵਾਹਨਾਂ ਦੇ ਟਾਇਰ ਅਤੇ ਟਿਊਬਾਂ, ਪੌਲੀਥੀਨ ਦੇ ਬੈਗ, ਲਿਫਾਫੇ ਅਤੇ ਬਰੀਕ ਤਹਿਆਂ ਜਾਂ ਸ਼ੀਟਾਂ ਅਤੇ ਪੀ.ਵੀ.ਸੀ. ਪਾਈਪਾਂ ਆਦਿ ਬਣਾਏ ਜਾਂਦੇ ਹਨ। ਮਾਰਚ 2021 ਅਨੁਸਾਰ ਪੰਜਾਬ ਵਿੱਚ 344

ਰਜਿਸਟਰਸ਼ੁਦਾ ਰਬੜ ਅਤੇ ਪਲਾਸਟਿਕ ਦੀਆਂ ਵਸਤਾਂ ਬਣਾਉਣ ਦੀਆਂ ਰਜਿਸਟਰਡ ਇਕਾਈਆਂ ਸਨ। ਇਨ੍ਹਾਂ ਵਿੱਚੋਂ 61.33% (211 ਇਕਾਈਆਂ) ਇਕਾਈਆਂ ਮਾਲਵਾ ਪ੍ਰਦੇਸ਼ ਵਿੱਚ ਕੰਮ ਕਰਦੀਆਂ ਹਨ। ਇਨ੍ਹਾਂ ਤੋਂ ਬਿਨਾਂ ਮਾਲਵਾ ਵਿੱਚ ਮਾਰਚ 2005 ਅਨੁਸਾਰ ਛੇ ਟਾਇਰ ਅਤੇ ਟਿਊਬਾਂ ਬਣਾਉਣ ਦੇ, 1 ਪੌਲੀਥੀਨ ਬੈਗ ਅਤੇ ਫਿਲਮਾਂ (ਤਹਿਆਂ-ਕਾਗਜ਼) ਬਣਾਉਣ ਏ 3 ਪੀ.ਵੀ.ਸੀ. ਪਾਈਪਾਂ ਅਤੇ 5 ਰਬੜ ਤੇ ਪਲਾਸਟਿਕ ਦੀਆਂ ਹੋਰ ਵਸਤਾਂ ਆਦਿ ਬਣਾਉਣ ਦੇ ਦਰਮਿਆਨੇ ਤੋਂ ਵੱਡੇ ਕਾਰਖਾਨੇ ਸਨ। ਮਾਲਵਾ ਵਿੱਚ ਰਬੜ ਅਤੇ ਪਲਾਸਟਿਕਸ ਦਾ ਉਦਯੋਗ ਮੁੱਖ ਤੌਰ ਤੇ ਉਦਯੋਗਿਕ ਸ਼ਹਿਰਾਂ ਅਤੇ ਜ਼ਿਲ੍ਹਿਆਂ ਵਿੱਚ ਕੇਂਦਰਿਤ ਹੈ। 2015-16 ਵਿੱਚ ਰਬੜ ਅਤੇ ਪਲਾਸਟਿਕ ਉਦਯੋਗ ਵਿੱਚ 12 ਵੱਡੇ/ਦਰਮਿਆਨੇ ਕਾਰਖਾਨੇ ਸਨ। ਇਨ੍ਹਾਂ ਵਿੱਚੋਂ 10 ਕਾਰਖਾਨੇ ਮਾਲਵਾ ਪ੍ਰਦੇਸ਼ ਵਿੱਚ ਸਥਿਤ ਸਨ।

ਲੁਧਿਆਣਾ ਦਾ ਜ਼ਿਲ੍ਹਾ ਰਬੜ ਅਤੇ ਪਲਾਸਟਿਕ ਦੇ ਉਦਯੋਗ ਵਿੱਚ ਰਾਜ ਵਿੱਚ ਸਭ ਤੋਂ ਅੱਗੇ ਹੈ। ਇੱਥੇ ਇਸ ਉਦਯੋਗ ਦੀਆਂ 105 (12,1287 ਕਾਮੇ) ਰਜਿਸਟਰਸ਼ੁਦਾ ਇਕਾਈਆਂ ਅਤੇ 7 ਦਰਮਿਆਨੇ ਜਾਂ ਵੱਡੇ ਕਾਰਖਾਨੇ ਰਬੜ ਅਤੇ ਪਲਾਸਟਿਕ ਦੀਆਂ ਵਿਭਿੰਨ ਵਸਤਾਂ ਬਣਾਉਂਦੇ ਹਨ। ਛੋਟੀਆਂ ਇਕਾਈਆਂ ਲੁਧਿਆਣਾ ਸ਼ਹਿਰ ਤੋਂ ਇਲਾਵਾ ਦੋਰਾਹਾ, ਖੰਨਾ, ਜਗਰਾਉਂ ਆਦਿ ਕਸਬਿਆਂ ਵਿੱਚ ਵੀ ਕੰਮ ਕਰ ਰਹੀਆਂ ਹਨ। ਪਰੰਤੂ ਦਰਮਿਆਨੇ ਤੋਂ ਵੱਡੇ ਕਾਰਖਾਨੇ ਲੁਧਿਆਣਾ ਸ਼ਹਿਰ ਵਿੱਚ ਹੀ ਸਥਿਤ ਹਨ। ਇਹ ਸਭ ਜੀ.ਟੀ. ਰੋਡ (ਰਾਸ਼ਟਰੀ ਸੜਕ ਮਾਰਗ ਨੰ. I) ਦੇ ਆਲੇ-ਦੁਆਲੇ ਜਿਵੇਂ ਕਿ ਢੰਡਾਰੀ ਕਲਾਂ, ਜੁਗਿਆਣਾ, ਗਾਲਸਨ ਨਗਰ ਆਦਿ ਇਲਾਕਿਆਂ ਵਿੱਚ ਲੱਗੇ ਹੋਏ ਹਨ। ਇਨ੍ਹਾਂ ਵਿੱਚ ਸਾਈਕਲਾਂ ਦੇ ਟਾਇਰ ਅਤੇ ਟਿਊਬਾਂ (4 ਵਿੱਚ) ਅਤੇ ਆਟੋ ਵਾਹਨਾਂ ਦੇ ਟਾਇਰ ਅਤੇ ਟਿਊਬਾਂ (4 ਯੂਨਿਟਾਂ ਵਿੱਚ) ਬਣਾਏ ਜਾਂਦੇ ਹਨ (ਕੁੱਲ 6 ਯੂਨਿਟ)। ਜੀ.ਟੀ. ਰੋਡ ਉੱਤੇ ਸਥਿਤ ਮੈਸ ਸੁਪਰ ਪੌਲੀ ਫੈਬਰਿਕਸ ਲਿਮ. ਵਿੱਚ ਬਣਾਵਟੀ ਰੇਸ਼ੇ ਤੋਂ ਬਣੀਆਂ ਜ਼ੁਰਾਬਾਂ ਅਤੇ ਟਾਇਰਾਂ ਦੀਆਂ ਡੋਰੀਆਂ (Tyre Cords) ਬਣਾਈਆਂ ਜਾਂਦੀਆਂ ਹਨ।

ਐਸ.ਏ.ਐਸ. ਨਗਰ ਦਾ ਜ਼ਿਲ੍ਹਾ ਇਸ ਉਦਯੋਗ ਲਈ ਦੂਜੇ ਨੰਬਰ ਤੇ ਮਹੱਤਵਪੂਰਣ ਹੈ। 2015-16 ਅਨੁਸਾਰ ਇਸ ਜ਼ਿਲ੍ਹੇ ਵਿੱਚ 21 ਰਜਿਸਟਰਸ਼ੁਦਾ ਇਕਾਈਆਂ ਅਤੇ 3 ਦਰਮਿਆਨੇ ਤੋਂ ਵੱਡੇ ਪੈਮਾਨੇ ਦੇ ਕਾਰਖਾਨੇ ਕੰਮ ਕਰਦੇ ਸਨ। 3 ਵੱਡੇ ਕਾਰਖਾਨਿਆਂ (ਲਾਲੜੂ ਨੇੜੇ ਪਿੰਡ ਸਰੀਸਨੀ ਅਤੇ ਮੋਹਾਲੀ ਸ਼ਹਿਰ ਦੇ ਫੇਜ 2 ਅਤੇ 6 ਵਿੱਚ) ਵਿਚ ਪੀ.ਵੀ.ਸੀ. ਕਰੇਟਸ, ਪਲਾਸਟਿਕ ਫਰਨੀਚਰ, ਪੀ.ਵੀ.ਸੀ. ਪਾਈਪਾਂ ਅਤੇ ਟੈਂਕੀਆਂ ਬਣਾਏ ਜਾਂਦੇ ਹਨ। ਚਾਰ ਦਰਮਿਆਨੇ ਤੋਂ ਵੱਡੇ ਕਾਰਖਾਨਿਆਂ (3 ਡੇਰਾਬਸੀ ਤਹਿਸੀਲ ਦੇ ਸੈਦਪੁਰਾ, ਆਲਮਗੀਰ ਅਤੇ ਸਰਸਿਨੀ ਪਿੰਡਾਂ ਵਿੱਚ ਅਤੇ ਇੱਕ ਕੁਰਾਲੀ ਨੇੜੇ ਚਨਾਲੋਂ ਪਿੰਡ ਵਿੱਚ) ਵਿੱਚ ਦੂਜੀਆਂ ਰਬੜ ਅਤੇ ਪਲਾਸਟਿਕ ਵਸਤਾਂ ਜਿਵੇਂ ਕਿ ਪੀ.ਪੀ. ਜਾਂ. ਐਚ.ਡੀ. ਪੀ.ਡੀ.ਈ. ਦੇ ਬੁਣੇ ਕੱਪੜੇ ਅਤੇ ਬੋਰੀਆਂ ਆਦਿ, ਰਬੜ ਦੀਆਂ ਦਰਵਾਜਿਆਂ ਦੀਆਂ ਸੀਲਾਂ (Rubber Door Seals), ਵੱਖ-ਵੱਖ ਤਰ੍ਹਾਂ ਦੇ ਹਾਈਡਰੌਲਿਕ ਹੌਸਜ਼ (Hydraulic Hoses) ਅਤੇ ਪੈਟ (pet) ਦੀਆਂ ਬੋਤਲਾਂ ਅਤੇ ਕੰਟੇਨਰਜ਼ ਆਦਿ ਬਣਾਏ ਜਾਂਦੇ ਹਨ।

ਦੂਜੇ ਜ਼ਿਲ੍ਹੇ—ਇਨ੍ਹਾਂ ਤੋਂ ਇਲਾਵਾ ਪਟਿਆਲਾ (26 ਇਕਾਈਆਂ), ਰੂਪਨਗਰ (10 ਇਕਾਈਆਂ), ਸੰਗਰੂਰ (10 ਇਕਾਈਆਂ) ਅਤੇ ਬਠਿੰਡਾ (5 ਇਕਾਈਆਂ) ਜ਼ਿਲ੍ਹਿਆਂ ਵਿੱਚ ਵੀ ਛੋਟੇ ਪੈਮਾਨੇ ਤੇ ਰਜਿਸਟਰਸ਼ੁਦਾ ਇਕਾਈਆਂ ਵਿੱਚ ਰਬੜ ਅਤੇ ਪਲਾਸਟਿਕਸ ਦੇ ਵਿਭਿੰਨ ਪਦਾਰਥ ਬਣਾਏ ਜਾਂਦੇ ਹਨ (ਸਾਰਣੀ ਨੰ. 72)।

ਰਸਾਇਣ ਅਤੇ ਰਸਾਇਣ ਪਦਾਰਥ ਬਣਾਉਣ ਦਾ ਉਦਯੋਗ (CHEMICALS AND CHEMICAL PRODUCTS INDUSTRIES)

ਰਸਾਇਣ ਪਦਾਰਥਾਂ ਦਾ ਆਧੁਨਿਕ ਯੁੱਗ ਦੇ ਵਿਭਿੰਨ ਖੇਤਰਾਂ ਵਿੱਚ ਬਹੁਤ ਯੋਗਦਾਨ ਹੈ। ਖੇਤੀਬਾੜੀ ਲਈ ਰਸਾਇਣਕ ਖਾਦਾਂ (Fertilizers), ਕੀੜੇ ਮਾਰ ਅਤੇ ਕੀਟਨਾਸ਼ਕ ਦਵਾਈਆਂ, ਪਸ਼ੂਆਂ ਅਤੇ ਮਾਨਵਾਂ ਲਈ ਵਿਭਿੰਨ ਤਰ੍ਹਾਂ ਦੀਆਂ ਦਵਾਈਆਂ ਅਤੇ ਵਿਭਿੰਨ ਉਦਯੋਗਾਂ ਲਈ ਵਿਭਿੰਨ ਗੈਸਾਂ, ਤਿਜਾਬ, ਕਾਸਟਿਕ ਸੋਢਾ ਅਤੇ ਹੋਰ ਅਨੇਕ ਰਸਾਇਣਕ ਪਦਾਰਥ ਇਸ ਉਦਯੋਗ ਤੋਂ ਪ੍ਰਾਪਤ ਹੁੰਦੇ ਹਨ। ਮਾਰਚ 2021 ਅਨੁਸਾਰ ਪੰਜਾਬ ਵਿੱਚ ਕੁੱਲ 331 ਰਜਿਸਟਰਸ਼ੁਦਾ ਇਕਾਈਆਂ ਇਸ ਉਦਯੋਗ ਲਈ ਕੰਮ

ਕਰਦੀਆਂ ਸਨ। ਇਨ੍ਹਾਂ ਵਿੱਚੋਂ 222 ਇਕਾਈਆਂ (67.07%) ਮਾਲਵਾ ਖੇਤਰ ਵਿੱਚ ਲੱਗੀਆਂ ਹੋਈਆਂ ਸਨ। ਇਸੇ ਤਰ੍ਹਾਂ ਮਾਰਚ 2015-16 ਵਿੱਚ ਕੁੱਲ 25 ਵਿਭਿੰਨ ਰਸਾਇਣ ਅਤੇ ਰਸਾਇਣਕ ਪਦਾਰਥ ਬਣਾਉਣ ਦੇ ਦਰਮਿਆਨੇ ਜਾਂ ਵੱਡੇ ਕਾਰਖਾਨੇ ਪੰਜਾਬ ਵਿੱਚ ਸਨ। ਇਨ੍ਹਾਂ ਵਿੱਚੋਂ 20 (80.00%) ਮਾਲਵਾ ਖੇਤਰ ਵਿੱਚ ਸਥਿਤ ਸਨ। ਮਾਲਵੇ ਵਿੱਚ ਇਹ ਉਦਯੋਗ ਭਾਵੇਂ ਲਗਭਗ ਹਰ ਜ਼ਿਲ੍ਹੇ ਵਿੱਚ ਕਿਸੇ ਨਾ ਕਿਸੇ ਰੂਪ ਵਿੱਚ ਮੌਜੂਦ ਹੈ ਪਰੰਤੂ ਐਸ.ਏ.ਐਸ. ਨਗਰ ਜ਼ਿਲ੍ਹਾ ਇਸ ਉਦਯੋਗ ਲਈ ਸਭ ਤੋਂ ਵੱਧ ਮਹੱਤਵਪੂਰਣ ਹੈ। ਬਰਨਾਲਾ, ਪਟਿਆਲਾ, ਸੰਗਰੂਰ ਅਤੇ ਰੂਪਨਗਰ ਜ਼ਿਲ੍ਹਿਆਂ ਵਿੱਚ ਵੀ ਹਰੇਕ ਵਿੱਚ ਦੋ ਤੋਂ ਤਿੰਨ ਅਜਿਹੇ ਕਾਰਖਾਨੇ ਹਨ।

ਐਸ.ਏ.ਐਸ. ਨਗਰ ਜ਼ਿਲ੍ਹਾ ਰਸਾਇਣ ਉਦਯੋਗ ਲਈ ਸਭ ਤੋਂ ਵੱਧ ਮਹੱਤਵਪੂਰਣ ਹੈ। ਇੱਥੇ ਪੰਜਾਬ ਦੇ 32.0% (25 ਵਿੱਚੋਂ 8) ਅਤੇ ਮਾਲਵੇ ਦੇ 40.0% (20 ਵਿਚੋਂ 8 ਦਰਮਿਆਨੇ ਜਾਂ ਵੱਡੇ ਉਦਯੋਗ) ਰਸਾਇਣ ਉਦਯੋਗ ਲੱਗੇ ਹੋਏ ਹਨ। ਇੱਥੇ 7 ਗੈਸਾਂ ਅਤੇ ਬਹੁਤ ਸ਼ੁੱਧ ਕੈਮੀਕਲਜ਼ ਬਣਾਉਣ ਦੇ, 2 ਪੇਂਟਸ ਅਤੇ ਵਾਰਨਿਸ਼ ਬਣਾਉਣ ਦੇ, 6 ਦਵਾਈਆਂ ਆਦਿ ਬਣਾਉਣ ਦੇ ਅਤੇ 2 ਕੀੜੇਮਾਰ ਅਤੇ ਨਦੀਨ ਨਾਸ਼ਕ ਦਵਾਈਆਂ ਬਣਾਉਣ ਦੇ ਕਾਰਖਾਨੇ ਲੱਗੇ ਹੋਏ ਹਨ। ਇੱਥੇ ਵੀ ਜ਼ਿਲ੍ਹੇ ਦੇ 17 ਵਿੱਚੋਂ 12 ਰਸਾਇਣ ਕਾਰਖਾਨੇ ਡੇਰਾ ਬਸੀ ਤਹਿਸੀਲ ਵਿੱਚ (ਭੰਕਰਪੁਰ, ਘੋਲੂਮਾਜਰਾ, ਭਗਵਾਨਪੁਰਾ, ਕੂਰਾਂਵਾਲਾ, ਹੰਡੇਰੀ, ਬੀਰ ਡਡਰਾਲਾ, ਜਲਾਲਪੁਰ, ਕੌਲੀ ਮਾਜਰਾ, ਡੇਰਾ ਬਸੀ, ਸੈਦਰਪੁਰਾ ਪਿੰਡਾਂ ਵਿੱਚ) ਡੇਰਾ ਬਸੀ-ਲਾਲੜੂ-ਅੰਬਾਲਾ ਵੱਡੀ ਸੜਕ (ਰਾਸ਼ਟਰੀ ਸੜਕ ਮਾਰਗ ਨੰ. 22) ਦੇ ਨਾਲ-ਨਾਲ ਸਥਿਤ ਹਨ। ਐਸ.ਏ.ਐਸ. ਨਗਰ ਵਿੱਚ 23 ਰਜਿਸਟਰਸ਼ੁਦਾ ਇਕਾਈਆਂ (ਮਾਲਵੇ ਦੀਆਂ 10.36%) ਰਸਾਇਣ ਉਦਯੋਗ ਵਿੱਚ ਲੱਗੀਆਂ ਹੋਈਆਂ ਸਨ।

(ੳ) ਖਾਦਾਂ ਬਣਾਉਣ (Fertilizers) ਦੇ ਪੰਜਾਬ ਅਤੇ ਮਾਲਵੇ ਵਿੱਚ ਦੋ ਵੱਡੇ ਕਾਰਖਾਨੇ ਹਨ। ਇਨ੍ਹਾਂ ਵਿੱਚੋਂ ਇੱਕ ਨਵਾਂ ਨੰਗਲ (ਰੂਪਨਗਰ ਜ਼ਿਲ੍ਹਾ) ਦਾ ਹੈ ਜਿੱਥੇ NFL (ਨੈਸ਼ਨਲ ਫਰਟੀਲਾਈਜ਼ਰ ਲਿਮ.) ਦੇ ਕਾਰਖਾਨੇ ਵਿੱਚ ਕਿਸਾਨ ਖਾਦ, ਯੂਰੀਆ ਆਦਿ ਬਣਾਏ ਜਾਂਦੇ ਹਨ।

ਦੂਜਾ ਕਾਰਖਾਨਾ ਵੀ NFL ਦਾ ਹੈ ਜੋ ਬਠਿੰਡਾ ਵਿਖੇ ਹੈ। ਇੱਥੇ ਵੀ ਯੂਰੀਆ, ਅਮੋਨੀਆ ਅਤੇ ਸਲਫਰ ਬਾਈ ਪ੍ਰੋਡਕਟਸ ਬਣਾਏ ਜਾਂਦੇ ਹਨ।

(ਅ) ਦਵਾਈਆਂ ਆਦਿ ਬਣਾਉਣ (Medicines and Drugs) : ਪੰਜਾਬ ਵਿੱਚ ਦਵਾਈਆਂ ਆਦਿ ਬਣਾਉਣ ਦੇ 11 ਦਰਮਿਆਨੇ ਤੋਂ ਵੱਡੇ ਕਾਰਖਾਨੇ ਹਨ। ਇਨ੍ਹਾਂ ਵਿੱਚੋਂ 8 ਮਾਲਵਾ ਪ੍ਰਦੇਸ਼ ਵਿੱਚ ਹਨ। **ਐਸ.ਏ.ਐਸ. ਨਗਰ** ਜ਼ਿਲ੍ਹੇ ਵਿੱਚ ਦਵਾਈਆਂ ਆਦਿ ਬਣਾਉਣ ਦੇ ਅਜਿਹੇ 6 ਕਾਰਖਾਨੇ ਹਨ। ਇਨ੍ਹਾਂ ਵਿੱਚੋਂ ਐਂਟੀਬਾਇਉਟਿਕ ਬਲਕ ਡਰੱਗਜ਼ (antibiotech bulk drugs) ਅਤੇ ਦੂਜੀ ਦਵਾਈਆਂ (medicines) ਆਦਿ ਬਣਾਏ ਜਾਂਦੇ ਹਨ। ਦੋ ਕਾਰਖਾਨੇ ਮੋਹਾਲੀ ਸ਼ਹਿਰ ਵਿੱਚ (ਰਨਬੈਕਸੀ ਕੰਪਨੀ ਦੇ) ਫੇਜ਼ 3 ਵਿੱਚ ਹਨ ਅਤੇ 4 ਕਾਰਖਾਨੇ ਡੇਰਾ ਬਸੀ ਤਹਿਸੀਲ ਦੇ **ਡੇਰਾ ਬਸੀ ਬਲਾਕ** ਵਿੱਚ ਲਾਲੜੂ ਅਤੇ ਨਾਲ ਲੱਗਦੇ ਪਿੰਡਾਂ ਵਿੱਚ ਲੱਗੇ ਹੋਏ ਹਨ। ਇੱਕ ਕਾਰਖਾਨਾ **ਬਰਨਾਲਾ ਜ਼ਿਲ੍ਹੇ** ਵਿੱਚ ਫਤਿਹਪੁਰ ਚਨੋ ਪਿੰਡ ਵਿੱਚ ਲੱਗਾ ਹੋਇਆ ਹੈ। 2013 ਦੇ ਅੰਕੜਿਆਂ ਅਨੁਸਾਰ ਪੰਜਾਬ ਵਿੱਚ ਦਵਾਸਾਜ਼ੀ (Pharmaceuticals) ਦੀਆਂ 99 ਰਜਿਸਟਰਡ ਇਕਾਈਆਂ ਕੰਮ ਕਰਦੀਆਂ ਸਨ। ਇਨ੍ਹਾਂ ਵਿੱਚ 59 ਇਕਾਈਆਂ ਮਾਲਵਾ ਪ੍ਰਦੇਸ਼ ਵਿੱਚ ਸਥਿਤ ਹਨ। ਦਵਾਸਾਜ਼ੀ ਦਾ ਉੱਦਯੋਗ ਮੁੱਖ ਤੌਰ ਤੇ ਲੁਧਿਆਣਾ (14 ਇਕਾਈਆਂ), ਐਸ.ਏ.ਐਸ. ਨਗਰ (18 ਇਕਾਈਆਂ), ਪਟਿਆਲਾ (10 ਇਕਾਈਆਂ) ਅਤੇ ਬਠਿੰਡਾ (7 ਇਕਾਈਆਂ) ਜ਼ਿਲ੍ਹਿਆਂ ਵਿੱਚ ਮਹੱਤਵਪੂਰਣ ਹੈ।

(ੲ) ਗੈਸਾਂ ਅਤੇ ਬਹੁਤ ਸ਼ੁੱਧ ਰਸਾਇਣਕ ਪਦਾਰਥ ਬਣਾਉਣ (Gases and Fine Chemicals) : ਇਸ ਬਰਾਂਚ ਦੇ ਪੰਜਾਬ ਵਿੱਚ 17 ਕਾਰਖਨੇ ਹਨ ਜਿਨ੍ਹਾਂ ਵਿੱਚੋਂ ਸਾਰੇ ਦੇ ਸਾਰੇ ਮਾਲਵਾ ਵਿੱਚ ਲੱਗੇ ਹੇ ਹਨ। ਇਨ੍ਹਾਂ ਕਾਰਖਾਨਿਆਂ ਵਿੱਚ ਆਕਸੀਜਨ, ਨਾਈਟਰੋਜਨ, ਹਾਈਡਰੋਜਨ, ਅਨੈਸਥੈਟਿਕ ਗੈਸਾਂ, ਗੰਧਕ ਦਾ ਤਿਜ਼ਾਬ, ਐਸਟਿਕ ਤਿਜ਼ਾਬ, ਸਟੈਰਿਕ ਐਸਿਡ, ਸੁਪਰਫਾਸਫੇਟ,

ਕਾਸਟਿਕ ਸੋਢਾ, ਥਿਉਪਾਈਲੀਨ, ਗਲੂਟੀਨ, ਨਾਈਟਰਸ ਆਕਸਾਈਡ ਗੈਸਾਂ, ਸੋਡੀਅਮ ਨਾਈਟਰੇਟ, ਔਗਜ਼ੈਲਿਕ ਐਸਿਡ ਆਦਿ ਬਣਾਏ ਜਾਂਦੇ ਹਨ।

ਇਨ੍ਹਾਂ ਦੇ ਕਾਰਖਾਨੇ ਐਸ.ਏ.ਐਸ. ਨਗਰ (7 ਡੇਰਾ ਬਸੀ ਤਹਿਸੀਲ ਅਤੇ ਮੋਹਾਲੀ ਸ਼ਹਿਰ), ਬਰਨਾਲਾ (3 ਰਾਏਕੋਟ ਰੋਡ ਬਰਨਾਲਾ ਅਤੇ ਪਿੰਡ ਧੌਲਾ), ਪਟਿਆਲਾ (2 ਸਰਦਾਰਗੜ੍ਹ (ਰਾਜਪੁਰਾ ਤਹਿਸੀਲ) ਅਤੇ ਫੋਕਲ ਪੁਆਇੰਟ ਪਟਿਆਲਾ), ਫਤਹਿਗੜ੍ਹ ਸਾਹਿਬ (2 ਮੰਡੀ ਗੋਬਿੰਦਗੜ੍ਹ), ਫਿਰੋਜ਼ਪੁਰ (ਜਲਾਲਾਬਾਦ), ਰੂਪਨਗਰ (1 ਆਨੰਦਪੁਰ ਸਾਹਿਬ) ਅਤੇ ਸੰਗਰੂਰ (ਮਾਨਵਾਲਾ ਪਿੰਡ) ਜ਼ਿਲ੍ਹਿਆਂ ਵਿੱਚ ਲੱਗੇ ਹੋਏ ਹਨ।

(ਸ) ਕੀੜੇਮਾਰ ਅਤੇ ਨਦੀਨ ਨਾਸ਼ਕ ਦਵਾਈਆਂ ਬਣਾਉਣ (Pesticides and Weedicides) : ਇਸ ਸ਼ਾਖਾ ਦੇ ਤਿੰਨ ਕਾਰਖਾਨੇ ਬਠਿੰਡਾ, ਡੇਰਾ ਬਸੀ (ਐਸ.ਏ.ਐਸ. ਨਗਰ ਜ਼ਿਲ੍ਹਾ) ਅਤੇ ਖਰੜ ਨੇੜੇ ਖਾਨਪੁਰ ਪਿੰਡ ਵਿੱਚ ਲੱਗੇ ਹੋਏ ਹਨ। ਐਸ.ਏ.ਐਸ. ਨਗਰ ਜ਼ਿਲ੍ਹੇ ਵਿੱਚ ਡੇਰਾ ਬਸੀ ਨੇੜੇ ਪਿੰਡ ਜਲਾਲਪੁਰ ਵਿੱਚ ਅਤੇ ਮੋਹਾਲੀ ਦੀ ਫੇਜ਼ 8 ਵਿੱਚ **ਪੇਂਟ ਅਤੇ ਵਾਰਨਿਸ਼** ਬਣਾਉਣ ਦੇ ਦੋ ਦਰਮਿਆਨੇ ਤੋਂ ਵੱਡੇ ਕਾਰਖਾਨੇ ਹਨ। **ਡਾਈ ਸਟੱਫਸ** (Dye Stuffs) ਬਣਾਉਣ ਦਾ ਇੱਕ ਵੱਡਾ ਕਾਰਖਾਨਾ ਸੰਗਰੂਰ ਜ਼ਿਲ੍ਹੇ ਦੇ ਭਵਾਨੀਗੜ੍ਹ ਕਸਬੇ ਵਿੱਚ ਕੰਮ ਕਰਦਾ ਹੈ। **ਕਾਰਬਨ ਬਲੈਕ** (Carbon Black) ਬਣਾਉਂਦੇ ਦੋ ਕਾਰਖਾਨੇ ਮਾਲਵੇ ਵਿੱਚ ਪਿੰਡ ਜੰਗਪੁਰ (ਰਾਜਪੁਰਾ) ਅਤੇ ਪਿੰਡ **ਜੀਤਵਾਲ ਕਲਾਂ** (ਅਹਿਮਦਗੜ੍ਹ ਬਲਾਕ ਜ਼ਿਲ੍ਹਾ ਸੰਗਰੂਰ) ਵਿੱਚ ਲੱਗੇ ਹੋਏ ਹਨ।

(ਹ) ਡੇਟਰਜੈਂਟਸ ਆਦਿ ਬਣਾਉਣ (Detergents) : ਸਾਬਣ ਅਤੇ ਧੋਣ, ਸਾਫ ਕਰਨ ਆਦਿ ਦੇ ਪਦਾਰਥ (detergents) ਬਣਾਉਣ ਦੇ ਤਿੰਨ ਕਾਰਖਾਨੇ ਪੰਜਾਬ ਵਿੱਚ ਹਨ। ਇਹ ਤਿੰਨ ਕਾਰਖਾਨੇ ਮਾਲਵਾ ਪ੍ਰਦੇਸ਼ ਵਿੱਚ ਨਵਾਂ ਨੰਗਲ (ਰੂਪਨਗਰ ਜ਼ਿਲ੍ਹਾ), ਪਿੰਡ ਜਲਾਲਦੀਵਾਲ ਜ਼ਿਲ੍ਹਾ ਲੁਧਿਆਣਾ ਅਤੇ ਫੋਕਲ ਪੁਆਇੰਟ ਰਾਜਪੁਰਾ (ਜ਼ਿਲ੍ਹਾ ਪਟਿਆਲਾ) ਵਿਖੇ ਲੱਗੇ ਹੋਏ ਹਨ। ਇੱਥੇ ਨਹਾਉਣ ਵਾਲੇ ਸਾਬਣ, ਕਾਸਟਿਕ ਸੋਢਾ, ਡੈਰਟਜੈਂਟਸ, ਗਲੈਸਰੀਨ, ਫੈਟੀ ਐਸਿਡ, ਲੂਣ ਦਾ ਤਿਜ਼ਾਬ ਆਦਿ ਬਣਾਏ ਜਾਂਦੇ ਹਨ।

ਉੱਪਰ ਲਿਖੇ ਦਰਮਿਆਨੇ ਤੋਂ ਵੱਡੇ ਰਸਾਇਣ ਪਦਾਰਥ ਬਣਾਉਣ ਵਾਲੇ ਕਾਰਖਾਨਿਆਂ ਤੋਂ ਇਲਾਵਾ **ਰਜਿਸਟਰ ਸ਼ੁਦਾ** 212 ਇਕਾਈਆਂ ਛੋਟੇ ਪੈਮਾਨੇ ਤੇ ਵਿਭਿੰਨ ਰਸਾਇਣ ਅਤੇ ਰਸਾਇਣਕ ਪਦਾਰਥ ਬਣਾਉਣ ਲਈ ਮਾਲਵਾ ਪ੍ਰਦੇਸ਼ ਵਿੱਚ ਕੰਮ ਕਰ ਰਹੀਆਂ ਹਨ। ਇਨ੍ਹਾਂ ਵਿੱਚੋਂ ਸਭ ਤੋਂ ਵੱਧ 62 ਇਕਾਈਆਂ ਲੁਧਿਆਣਾ ਜ਼ਿਲ੍ਹੇ ਵਿੱਚ 48 ਯੂਨਿਟਸ ਪਟਿਆਲਾ ਜ਼ਿਲ੍ਹੇ ਵਿੱਚ, 22 ਇਕਈਆਂ ਸੰਗਰੂਰ ਜ਼ਿਲ੍ਹੇ ਵਿੱਚ, 20 ਇਕਾਈਆਂ ਬਠਿੰਡਾ ਜ਼ਿਲ੍ਹੇ ਵਿੱਚ, 21 ਇਕਾਈਆਂ ਐਸ.ਏ.ਐਸ. ਨਗਰ ਅਤੇ 10 ਰੂਪਨਗਰ ਜ਼ਿਲ੍ਹੇ ਵਿੱਚ ਕੰਮ ਕਰ ਰਹੀਆਂ ਹਨ (ਸਾਰਣੀ ਨੰ. 67)।

ਇੰਜਨੀਅਰੀ ਉਦਯੋਗ (ENGINEERING INDUSTRIES)

ਇਸ ਉਦਯੋਗ ਵਰਗ ਵਿੱਚ ਬਹੁਤ ਸਾਰੇ ਉਦਯੋਗ ਆਉਂਦੇ ਹਨ (ਸਾਰਣੀ ਨੰ. 70)। ਇਨ੍ਹਾਂ ਉਦਯੋਗਾਂ ਵਿੱਚ ਵਿਭਿੰਨ ਧਾਤਾਂ (metals) ਦੀ ਵਰਤੋਂ ਕਰਕੇ ਵੱਖ-ਵੱਖ ਧਾਤ ਪਦਾਰਥ ਮਸ਼ੀਨਾਂ, ਪੁਰਜੇ, ਇੰਜਣ ਵਾਹਨ (ਦੋ ਤੋਂ ਚਾਰ ਪਹੀਆ), ਕਲ-ਪੁਰਜ਼ੇ, ਹਿੱਸੇ ਆਟੋ-ਪਾਰਟਸ, ਬਿਜਲੀ ਦੀਆਂ ਮਸ਼ੀਨਾਂ, ਹਿੱਸੇ-ਪੁਰਜੇ ਆਦਿ ਬਣਾਏ ਜਾਂਦੇ ਹਨ। ਇਹ ਉਦਯੋਗ ਹਲਕੇ ਇੰਜਨੀਅਰੀ ਜਾਂ ਭਾਰੇ ਇੰਜਨੀਅਰੀ ਉਦਯੋਗ ਆਦਿ ਹੋ ਸਕਦੇ ਹਨ। ਇਸ ਵਿੱਚ ਬਹੁਤ ਛੋਟੇ (ਘਰਾਂ ਵਿੱਚ ਲੱਗੇ ਹੋਏ) ਨਟ-ਬੋਲਟ ਆਦਿ ਤੋਂ ਲੈ ਕੇ ਵੱਡੀਆਂ ਭਾਰੀ ਮਸ਼ੀਨਾਂ ਇੰਜਣ ਆਦਿ ਬਣਾਉਣ (ਬਿਜਲੀ ਜਨਰੇਟਰ, ਰੇਲਵੇ ਕੋਚ ਆਦਿ ਬਣਾਉਣ ਦੇ) ਦੇ ਕਾਰਖਾਨੇ ਸ਼ਾਮਲ ਹਨ। ਇਹ ਵਸਤਾਂ ਅਣ-ਰਜਿਸਟਰ ਸ਼ੁਦਾ ਅਤੇ ਰਜਿਸਟਰ ਸ਼ੁਦਾ ਬਹੁਤ ਛੋਟੀਆਂ (tiny) ਤੋਂ ਛੋਟੀਆਂ ਇਕਾਈਆਂ ਅਤੇ ਦਰਮਿਆਨੇ ਤੋਂ ਵੱਡੇ ਕਾਰਖਾਨਿਆਂ ਵਿੱਚ ਬਣਾਈਆਂ ਜਾਂਦੀਆਂ ਹਨ। ਇਸ ਕੰਮ ਵਿੱਚ 3786 (ਪੰਜਾਬ ਦੀਆਂ 62.33% ਇਕਾਈਆਂ) ਰਜਿਸਟਰਸ਼ੁਦਾ ਇਕਾਈਆਂ ਅਤੇ 119 (ਪੰਜਾਬ ਲਈ ਕੁੱਲ 144) ਦਰਮਿਆਨੇ ਤੋਂ ਵੱਡੇ ਕਾਰਖਾਨੇ ਲੱਗੇ ਹੋਏ ਹਨ। (ਸਾਰਣੀ ਨੰ. 72 ਅਤੇ 53)। ਮਾਲਵੇ ਵਿੱਚ ਇਸ ਉਦਯੋਗ ਬਾਰੇ ਹੇਠ ਲਿਖੀ ਸੰਖੇਪ ਜਾਣਕਾਰੀ ਦਿੱਤੀ ਜਾਂਦੀ ਹੈ।

(ੳ) ਮੂਲ ਧਾਤ ਉਦਯੋਗ (Basic Metal Industries) : ਇਸ ਵਰਗ ਵਿੱਚ ਕਾਸਟਿੰਗ ਅਤੇ ਫੋਰਜਿੰਗ (Casting and Forging), ਰੀ-ਰੋਲ ਕਰਕੇ ਬਣਾਏ ਪਦਾਰਥ (Re-Rolled Products), ਅਲੌਏਜ (Alloys) ਅਤੇ ਹੋਰ ਧਾਤ ਪਦਾਰਥ ਬਣਾਉਣ ਦੇ ਉਦਯੋਗ ਸ਼ਾਮਲ ਹਨ। ਇਨ੍ਹਾਂ ਉਦਯੋਗਾਂ ਵਿੱਚ ਸਟੀਲ ਇਨਗੋਟਸ (Steel Ingots), ਸੀ.ਆਈ. ਕਾਸਟਿੰਗਜ਼, ਪਿੱਗ ਆਇਰਨ, ਐਮ.ਐਸ. ਰਾਊਂਡਜ (MS Rounds), ਪਲੇਟਾਂ, ਐਮ.ਐਸ. ਪਾਈਪਾਂ, ਹਥੌੜੇ (hammers), ਤਾਰਾਂ, ਸਪਰਿੰਗ ਸਟੀਲ, ਲੋਹੇ ਦੀਆਂ ਛੜਾਂ (steel bars), ਬਲਾਕ, ਪੱਤੀਆਂ, ਚਾਦਰਾਂ, ਚੈਨਲ, ਐਂਗਲ, ਸਟੀਲ ਟਿਊਬਾਂ, ਪਾਈਪਾਂ, ਜੀ.ਆਈ. ਪਾਈਪਾਂ, ਸਟੀਲ ਅਲੌਏ ਇਨਗੋਟਸ, ਲੋਹੇ ਦੀਆਂ ਤਾਰਾਂ ਦੇ ਰੱਸੇ (ropes), ਜਾਲੀਆਂ ਆਦਿ ਬਣਾਏ ਜਾਂਦੇ ਹਨ। ਇਹ ਸਭ ਵਸਤਾਂ ਮਸ਼ੀਨ ਟੂਲਜ ਅਤੇ ਆਟੋਮੋਬਾਈਲ ਉਦਯੋਗ ਲਈ ਆਧਾਰ ਪਦਾਰਥ (basic raw materials) ਪ੍ਰਦਾਨ ਕਰਦੀਆਂ ਹਨ। ਮਾਰਚ 2021 ਅਨੁਸਾਰ ਮਾਲਵੇ ਵਿੱਚ 113 (ਪੰਜਾਬ ਦੀਆਂ 80.13%) ਰਜਿਸਟਰਸ਼ੁਦਾ ਅਤੇ 49 (ਪੰਜਾਬ ਦੇ 92.5%) ਦਰਮਿਆਨੇ ਤੋਂ ਵੱਡੇ ਕਾਰਖਾਨੇ ਮੂਲ ਧਾਤ ਉਦਯੋਗ ਵਿੱਚ ਲੱਗੇ ਹੋਏ ਸਨ।

ਉੱਪਰ ਦਿੱਤੇ ਅੰਕੜਿਆਂ ਤੋਂ ਪਤਾ ਲੱਗਦਾ ਹੈ ਕਿ ਮੂਲ ਧਾਤ ਉਦਯੋਗ ਮੁੱਖ ਤੌਰ ਤੇ ਮਾਲਵਾ ਪ੍ਰਦੇਸ਼ ਵਿੱਚ ਲੁਧਿਆਣਾ, ਫਤਹਿਗੜ੍ਹ ਸਾਹਿਬ, ਐਸ.ਏ.ਐਸ. ਨਗਰ, ਸੰਗਰੂਰ ਤੇ ਪਟਿਆਲਾ ਜ਼ਿਲ੍ਹਿਆਂ ਵਿੱਚ ਲੱਗਿਆ ਹੋਇਆ ਹੈ (ਸਾਰਣੀ ਨੰ. 53 ਅਤੇ 70)। ਇਹ ਪੂਰਬੀ ਅਤੇ ਮੱਧ-ਪੂਰਬੀ ਜ਼ਿਲ੍ਹੇ ਹਨ। ਦੇਸ਼ ਦਾ ਰਾਸ਼ਟਰੀ ਸੜਕ ਮਾਰਗ ਨੰ. I ਅਤੇ XXII ਅਤੇ ਮੁੱਖ ਰੇਲਵੇ ਲਾਈਨ (ਦਿੱਲੀ-ਅੰਬਾਲਾ-ਲੁਧਿਆਣਾ-ਅੰਮ੍ਰਿਤਸਰ) ਇਨ੍ਹਾਂ ਜ਼ਿਲ੍ਹਿਆਂ ਵਿੱਚੋਂ ਦੀ ਲੰਘਦੇ ਹਨ। ਇਨ੍ਹਾਂ ਜ਼ਿਲ੍ਹਿਆਂ ਵਿੱਚ ਵਸੋਂ ਘਣੀ ਹੈ ਅਤੇ ਸ਼ਹਿਰੀ ਆਬਾਦੀ ਦੀ ਪ੍ਰਤੀਸ਼ਤਤਾ ਵੀ ਉੱਚੀ ਹੈ। ਇਸ ਖੇਤਰ ਵਿੱਚ ਪੁਰਾਣੇ ਅਤੇ ਨਵੇਂ ਮਹੱਤਵਪੂਰਣ ਇੰਜਨੀਅਰਿੰਗ ਕਾਲਜ ਜਿਵੇਂ ਕਿ ਪਟਿਆਲੇ ਦਾ ਥਾਪਰ ਇੰਸਟੀਚਿਊਟ ਅਤੇ ਲੁਧਿਆਣੇ ਦਾ ਗੁਰੂ ਨਾਨਕ ਇੰਜਨੀਅਰਿੰਗ ਕਾਲਜ ਆਦਿ ਅਤੇ ਬਹੁਤ ਸਾਰੇ ਬਹੁਤਕਨੀਕੀ ਕਾਲਜ (Polytechnics) ਅਤੇ ਆਈ.ਟੀ.ਆਈ. ਸਥਿਤ ਹਨ।

ਲੁਧਿਆਣਾ ਦਾ ਜ਼ਿਲ੍ਹਾ ਮੂਲਧਾਤ ਉਦਯੋਗ ਵਿੱਚ ਸਭ ਤੋਂ ਅੱਗੇ ਹੈ। 2021 ਅਨੁਸਾਰ ਇੱਥੇ 484 ਰਜਿਸਟਰਸ਼ੁਦਾ ਇਕਾਈਆਂ (ਪੰਜਾਬ ਦੀਆਂ 37.55%) ਅਤੇ 26 ਦਰਮਿਆਨੇ ਤੋਂ ਵੱਡੇ ਕਾਰਖਾਨੇ (ਮਾਲਵੇ ਦੇ ਲਗਭਗ 57%) ਇਸ ਉਦਯੋਗ ਲਈ ਕੰਮ ਕਰਦੇ ਹਨ। ਮਾਰਚ 2012 ਅਨੁਸਾਰ ਲੁਧਿਆਣਾ ਜ਼ਿਲ੍ਹੇ ਵਿੱਚ 1 ਕਾਸਟਿੰਗ ਅਤੇ ਫੋਰਜਿੰਗ ਤੇ 9 ਰੀ-ਰੋਲਡ ਵਸਤਾਂ ਬਣਾਉਣ ਦੇ ਦਰਮਿਆਨੇ ਤੋਂ ਵੱਡੇ ਕਾਰਖਾਨੇ ਸਨ। 3 ਅਲੌਏ ਪਦਾਰਥ ਬਣਾਉਣ ਦੇ ਕਾਰਖਾਨੇ ਸਨ। ਇਸ ਉਦਯੋਗ ਦੇ ਜ਼ਿਆਦਾਤਰ ਕਾਰਖਾਨੇ ਲੁਧਿਆਣਾ ਸ਼ਹਿਰ ਕੰਪਲੈਕਸ ਵਿੱਚ ਜੀ.ਟੀ. ਰੋਡ ਅਤੇ ਚੰਡੀਗੜ੍ਹ ਰੋਡ ਉੱਤੇ ਜਾਂ ਆਲੇ-ਦੁਆਲੇ ਦੇ ਖੇਤਰ ਵਿੱਚ ਕਸਬਿਆਂ ਜਾਂ ਪਿੰਡਾਂ ਵਿੱਚ ਲੱਗੇ ਹੋਏ ਹਨ। ਫੋਕਲ ਪੁਆਇੰਟਸ, ਇੰਡਸਟਰੀਅਲ ਏਰੀਆਜ਼, ਢੰਡਾਰੀ ਕਲਾਂ, ਸ਼ੇਰਪੁਰ ਆਦਿ ਇਲਾਕੇ ਇਸ ਉਦਯੋਗ ਲਈ ਮਹੱਤਵਪੂਰਣ ਹਨ (ਨਕਸ਼ਾ ਨੰ. 80)। ਕੰਗਣਵਾਲ, ਪਾਵਾ, ਜੁਗਿਆਣਾ, ਜੰਡਿਆਲੀ, ਮਾਨਗੜ੍ਹ, ਮੁੰਡੀਆਂ, ਮੇਹਰਬਾਨ ਆਦਿ ਪਿੰਡਾਂ ਵਿੱਚ ਵੀ ਕਾਰਖਾਨੇ ਹਨ।

ਫਤਹਿਗੜ੍ਹ ਸਾਹਿਬ ਜ਼ਿਲ੍ਹਾ ਇਸ ਉਦਯੋਗ ਲਈ ਦੂਜੇ ਨੰਬਰ ਤੇ ਹੈ। ਇਸ ਜ਼ਿਲ੍ਹੇ ਵਿੱਚ 446 (ਪੰਜਾਬ ਦੇ 34.6%) ਰਜਿਸਟਰਸ਼ੁਦਾ ਅਤੇ 15 ਦਰਮਿਆਨੇ ਤੋਂ ਵੱਡੇ ਕਾਰਖਾਨੇ (ਮਾਲਵਾ ਦੇ 30.6%) ਸਥਿਤ ਹਨ। ਇਨ੍ਹਾਂ ਵਿੱਚੋਂ ਜ਼ਿਆਦਾਤਰ ਕਾਰਖਾਨੇ **ਮੰਡੀ ਗੋਬਿੰਦਗੜ੍ਹ** ਸ਼ਹਿਰ ਵਿੱਚ ਜੀ.ਟੀ. ਰੋਡ ਦੇ ਨਾਲ-ਨਾਲ ਸਥਿਤ ਹਨ। ਮੰਡੀ ਗੋਬਿੰਦਗੜ੍ਹ ਪੰਜਾਬ ਦਾ **ਇਸਪਾਤ ਸ਼ਹਿਰ** ਹੈ।

ਐਸ.ਏ.ਐਸ. ਨਗਰ ਦਾ ਜ਼ਿਲ੍ਹਾ ਤੀਜੇ ਨੰਬਰ ਤੇ ਹੈ। ਇੱਥੇ 5 ਦਰਮਿਆਨੇ ਤੋਂ ਵੱਡੇ ਕਾਰਖਾਨੇ ਅਤੇ 37 ਰਜਿਸਟਰਸ਼ੁਦਾ ਇਕਾਈਆਂ ਕੰਮ ਕਰਦੀਆਂ ਹਨ (2021 ਅਨੁਸਾਰ)। ਇਨ੍ਹਾਂ ਵਿੱਚੋਂ ਜ਼ਿਆਦਾਤਰ ਇਕਾਈਆਂ ਅਤੇ ਕਾਰਖਾਨੇ **ਡੇਰਾ ਬਸੀ ਬਲਾਕ** ਵਿੱਚ ਡੇਰਾ ਬਸੀ-ਲਾਲੜੂ-ਅੰਬਾਲਾ ਸੜਕ ਉੱਤੇ ਸਥਿਤ ਹਨ। ਮੋਹਾਲੀ ਅਤੇ ਮਾਜਰੀ ਬਲਾਕ ਵਿੱਚ ਵੀ ਕੁੱਝ ਇਕਾਈਆਂ ਕੰਮ ਕਰਦੀਆਂ ਹਨ।

ਸੰਗਰੂਰ ਜ਼ਿਲ੍ਹੇ ਵਿੱਚ 39 ਇਕਾਈਆਂ ਅਤੇ 1 ਵੱਡਾ ਕਾਰਖਾਨਾ ਮੂਲ ਧਾਤ ਵਸਤਾਂ ਬਣਾਉਂਦੇ ਹਨ। ਇੱਕ ਵੱਡਾ ਕਾਰਖਾਨਾ ਅਮਰਗੜ੍ਹ ਪਿੰਡ (ਬਲਾਕ ਅਹਿਮਦਗੜ੍ਹ) ਵਿੱਚ ਸਥਿਤ ਹੈ।

ਪਟਿਆਲਾ ਜ਼ਿਲ੍ਹੇ ਵਿੱਚ 3 ਵੱਡੇ ਕਾਰਖਾਨੇ (ਰਾਜਪੁਰਾ ਕਸਬਾ ਅਤੇ ਤਹਿਸੀਲ, ਪਟਿਆਲਾ ਸ਼ਹਿਰ ਆਦਿ) ਅਤੇ 20 ਰਜਿਸਟਰਸ਼ੁਦਾ ਇਕਾਈਆਂ ਕੰਮ ਕਰਦੀਆਂ ਹਨ।

(ਅ) ਧਾਤ ਪਦਾਰਥ ਅਤੇ ਮਸ਼ੀਨਰੀ ਆਦਿ ਬਣਾਉਣ (Metal products and Machinery and Parts Manufacturing) : ਇਸ ਉਦਯੋਗ ਵਰਗ ਵਿੱਚ ਲੋਹੇ ਅਤੇ ਇਸਪਾਤ ਦੇ ਕੰਟੇਨਰਜ਼, ਐਲ.ਪੀ.ਜੀ. ਸਿਲੰਡਰ, ਵਾਲਵਜ਼, ਰੈਗੂਲੇਟਰ, ਹੈਂਡ ਟੂਲਜ਼, ਮਸ਼ੀਨ ਟੂਲਜ਼ ਆਦਿ ਅਤੇ ਮਸ਼ੀਨਰੀ ਵਰਗ ਵਿੱਚ ਅਨੇਕਾਂ ਪ੍ਰਕਾਰ ਦੀਆਂ ਮਸ਼ੀਨਾਂ ਅਤੇ ਹਿੱਸੇ-ਪੁਰਜੇ, ਵਿਸ਼ੇਸ਼ ਕਰਕੇ ਖੇਤੀਬਾੜੀ ਮਸ਼ੀਨਰੀ ਜਿਵੇਂ ਕਿ ਟਰੈਕਟਰ, ਕੰਬਾਈਨਾਂ, ਥਰੈਸ਼ਰਜ਼, ਡਿਸਕਾਂ, ਹੈਰੋਜ਼ ਆਦਿ ਬਣਾਏ ਜਾਂਦੇ ਹਨ।

ਧਾਤ ਪਦਾਰਥ ਬਣਾਉਣ ਦੀਆਂ 823 ਇਕਾਈਆਂ (ਪੰਜਾਬ ਦੀਆਂ 52.7%) ਅਤੇ 12 ਦਰਮਿਆਨੇ ਤੋਂ ਵੱਡੇ ਕਾਰਖਾਨੇ ਮਾਲਵਾ ਪ੍ਰਦੇਸ਼ ਵਿੱਚ ਕੰਮ ਕਰਦੇ ਹਨ। **ਮਸ਼ੀਨਰੀ ਅਤੇ ਸਬੰਧਤ ਸਾਮਾਨ** ਬਣਾਉਣ ਦੀਆਂ 788 ਇਕਾਈਆਂ (ਪੰਜਾਬ ਦੀਆਂ 52.5%) ਮਾਲਵਾ ਪ੍ਰਦੇਸ਼ ਵਿੱਚ ਕੰਮ ਕਰਦੀਆਂ ਹਨ। ਇਸ ਉਦਯੋਗ ਵਰਗ ਦੀਆਂ ਇਕਾਈਆਂ ਮੁੱਖ ਤੌਰ ਤੇ ਜ਼ਿਲ੍ਹਾ ਲੁਧਿਆਣਾ 574 (ਪੰਜਾਬ ਦੀਆਂ 36.8%) ਧਾਤ ਪਦਾਰਥ ਅਤੇ 485 (ਪੰਜਾਬ ਦੀਆਂ 32.3%) ਮਸ਼ੀਨਰੀ ਅਤੇ ਹੋਰ ਸਾਮਾਨ, ਸੰਗਰੂਰ (ਧਾਤ ਪਦਾਰਥ 39 ਅਤੇ ਮਸ਼ੀਨਰੀ 45), ਪਟਿਆਲਾ (ਧਾਤ ਪਦਾਰਥ 44) ਅਤੇ ਮਸ਼ੀਨਰੀ 43 ਐਸ.ਏ.ਐਸ. ਨਗਰ (ਧਾਤ ਪਦਾਰਥ 51 ਅਤੇ ਮਸ਼ੀਨਰੀ 98) ਅਤੇ ਫਤਹਿਗੜ੍ਹ ਸਾਹਿਬ (ਧਾਤ ਪਦਾਰਥ 52 ਅਤੇ ਮਸ਼ੀਨਰੀ 23) ਵਿੱਚ ਕੇਂਦਰਿਤ ਹਨ। ਜ਼ਿਲ੍ਹਾ ਬਠਿੰਡਾ, ਫਰੀਦਕੋਟ, ਰੂਪਨਗਰ ਅਤੇ ਫਿਰੋਜ਼ਪੁਰ ਵਿੱਚ ਵੀ ਇਹ ਇਕਾਈਆਂ ਕੰਮ ਕਰਦੀਆਂ ਹਨ (ਸਾਰਣੀ ਨੰ. 72)।

ਦਰਮਿਆਨੇ ਤੋਂ ਵੱਡੇ ਪੈਮਾਨੇ ਦੇ ਕਾਰਖਾਨੇ ਐਸ.ਏ.ਐਸ. ਨਗਰ ਅਤੇ ਲੁਧਿਆਣਾ ਜ਼ਿਲ੍ਹਿਆਂ ਵਿੱਚ ਸਥਿਤ ਹਨ। **ਕੰਟੇਨਰਜ** ਬਣਾਉਣ ਦੇ 4 ਕਾਰਖਾਨੇ ਮਾਲਵਾ ਪ੍ਰਦੇਸ਼ ਵਿੱਚ ਹਨ। ਇਨ੍ਹਾਂ ਵਿੱਚੋਂ ਤਿੰਨ ਕਾਰਖਾਨੇ ਡੇਰਾ ਬਸੀ ਨੇੜੇ ਗੁਲਾਬਗੜ੍ਹ ਅਤੇ ਪਿੰਡ ਹਰੀਪੁਰ ਹਿੰਦੂਆਂ ਵਿੱਚ ਸਥਿਤ ਹਨ।

ਹੈਂਡਟੂਲਜ਼ ਬਣਾਉਣ ਦਾ ਇੱਕ ਕਾਰਖਾਨਾ ਲੁਧਿਆਣਾ ਨੇੜੇ **ਪਾਵਾ** ਪਿੰਡ ਵਿੱਚ ਲੱਗਾ ਹੋਇਆ ਹੈ। **ਐਲ.ਪੀ.ਜੀ. ਵਾਲਵਜ਼ ਅਤੇ ਰੈਗੂਲੇਟਰਜ਼** ਬਣਾਉਣ ਦਾ ਕਾਰਖਾਨਾ **ਮੋਹਾਲੀ ਦੇ** ਇੰਡਸਟਰੀਅਲ ਫੋਕਲ ਪੁਆਇੰਟ ਵਿੱਚ ਕੰਮ ਕਰਦਾ ਹੈ।

ਮਸ਼ੀਨਰੀ ਅਤੇ ਹਿੱਸੇ-ਪੁਰਜੇ ਬਣਾਉਣ ਦੇ ਪੰਜਾਬ ਵਿੱਚ 14 ਦਰਮਿਆਨੇ ਤੋਂ ਵੱਡੇ ਕਾਰਖਾਨੇ ਹਨ। ਇਨ੍ਹਾਂ ਵਿੱਚੋਂ 11 ਕਾਰਖਾਨੇ ਮਾਲਵੇ ਵਿੱਚ ਹਨ। **ਟਰੈਕਟਰ** ਬਣਾਉਣ ਦੇ ਦੋ ਕਾਰਖਾਨੇ ਐਸ.ਏ.ਐਸ. ਨਗਰ (ਮੋਹਾਲੀ) ਸ਼ਹਿਰ ਵਿੱਚ (ਮੈਸਰਜ਼ ਪੰਜਾਬ ਟਰੈਕਟਰਜ਼ ਅਤੇ ਮੈਸ. ਐਚ.ਐਮ.ਟੀ. ਲਿਮ.) ਲੱਗੇ ਹੋਏ ਹਨ। ਤਹਿਸੀਲ ਖਰੜ ਵਿੱਚ ਪਿੰਡ **ਚਪਰਚਿੜੀ** ਵਿੱਚ **ਹਾਰਵੈਸਟਰ ਕੰਬਾਈਨਜ਼** ਅਤੇ ਫੋਰਕ ਲਿਫਟਾਂ ਬਣਾਈਆਂ ਜਾਂਦੀਆਂ ਹਨ। ਮੋਹਾਲੀ ਵਿੱਚ ਹੀ ਤੰਬਾਕੂ ਉਦਯੋਗ ਲਈ ਮਸ਼ੀਨਰੀ ਅਤੇ ਹਿੱਸੇ-ਪੁਰਜ਼ੇ ਵੀ ਬਣਾਏ ਜਾਂਦੇ ਹਨ। ਫਰਿਜ (Refrigerators) ਬਣਾਉਣ ਦਾ ਇੱਕ ਕਾਰਖਾਨਾ ਮੋਹਾਲੀ ਸ਼ਹਿਰ ਵਿੱਚ ਕੰਮ ਕਰਦਾ ਹੈ। **ਭਾਦਸੋਂ** (ਨਾਭਾ ਤਹਿਸੀਲ ਵਿੱਚ) ਕਸਬੇ ਵਿੱਚ ਹਾਰਵੈਸਟਰਜ਼ ਅਤੇ ਥਰੈਸ਼ਰਜ਼ ਬਣਾਏ ਜਾਂਦੇ ਹਨ। ਲਗਭਗ ਹਰ ਕਸਬੇ ਵਿੱਚ ਛੋਟੀਆਂ ਖੇਤੀਬਾੜੀ ਮਸ਼ੀਨਾਂ (ਹਲ, ਸੁਹਾਗੇ, ਥਰੈਸ਼ਰਜ਼ ਆਦਿ) ਬਣਾਈਆਂ ਜਾਂਦੀਆਂ ਹਨ। ਮੋਗਾ, ਮਾਲੇਰਕੋਟਲਾ, ਬਠਿੰਡਾ, ਮਾਨਸਾ, ਬਰਨਾਲਾ, ਨਾਭਾ, ਰਾਜਪੁਰਾ, ਸੁਨਾਮ ਆਦਿ ਕਸਬੇ ਇਨ੍ਹਾਂ ਲਈ ਮਹੱਤਵਪੂਰਣ ਹਨ।

ਲੁਧਿਆਣਾ ਵਿੱਚ ਮੈਸ. ਆਰ.ਕੇ. ਮਸ਼ੀਨ ਟੂਲਜ਼ ਵਿੱਚ ਸੀ.ਆਈ. ਕਾਸਟਿੰਗਜ਼, ਫੌਜੀ ਸਾਮਾਨ, ਮਸ਼ੀਨਾਂ ਅਤੇ ਹਿੱਸੇ-ਪੁਰਜੇ ਬਣਾਏ ਜਾਂਦੇ ਹਨ। ਡੇਰਾ ਬਸੀ ਦੇ ਫੋਕਲ ਪੁਆਇੰਟ ਵਿੱਚ ਹਾਈਡਰੌਲਿਕ ਮਸ਼ੀਨਰੀ ਅਤੇ ਸੀ.ਐਨ.ਸੀ. ਮਸ਼ੀਨਰੀ ਬਣਾਈ ਜਾਂਦੀ ਹੈ।

(ੲ) ਡੀਜ਼ਲ ਇੰਜਣ ਬਣਾਉਣ (Diesel Engine Manufacturing) : ਇਹ ਇੱਕ ਛੋਟੇ ਪੈਮਾਨੇ ਦਾ ਉਦਯੋਗ ਹੈ। ਡੀਜ਼ਲ ਇੰਜਣ ਇੱਕ ਬਹੁ-ਉਦੇਸ਼ ਮਸ਼ੀਨ (Multi-Purpose Machine) ਹੈ ਜਿਸ ਦੀ ਖੇਤੀਬਾੜੀ ਦੇ ਵਿਭਿੰਨ ਕੰਮਾਂ (ਟਿਊਬਵੈਲ, ਥਰੈਸ਼ਰ, ਗੰਨਾ ਪੀੜਨ ਦਾ ਬੇਲਣਾ, ਪੱਠੇ-ਕੁਤਰਨ ਦੀ ਮਸ਼ੀਨ ਆਦਿ ਚਲਾਉਣ ਲਈ) ਅਤੇ ਹੋਰ ਕਈ ਉਦੇਸ਼ਾਂ ਲਈ

ਵਰਤੋਂ ਕੀਤੀ ਜਾਂਦੀ ਹੈ। ਉੱਪਰ ਦੱਸੇ ਬਹੁਤ ਸਾਰੇ ਕੰਮਾਂ ਵਿੱਚ ਬਿਜਲੀ ਦੀ ਵਰਤੋਂ ਹੋਣ ਨਾਲ ਡੀਜ਼ਲ ਇੰਜਣ ਦੀ ਵਰਤੋਂ ਦੀ ਮਹੱਤਤਾ ਘੱਟ ਗਈ ਹੈ। ਡੀਜ਼ਲ ਇੰਜਣ ਲੁਧਿਆਣਾ, ਰਾਜਪੁਰਾ, ਮੋਗਾ ਆਦਿ ਸ਼ਹਿਰਾਂ ਵਿੱਚ ਬਣਾਏ ਜਾਂਦੇ ਹਨ। ਪਟਿਆਲਾ ਵਿਖੇ ਰੇਲਵੇ ਡੀਜ਼ਲ ਇੰਜਣ ਕੰਪੋਨੈਂਟ ਵਰਕਸ ਰੇਲਵੇ ਦੇ ਡੀਜ਼ਲ ਇੰਜਣਾ ਦੀ ਰੀਪੇਅਰ ਆਦਿ ਦਾ ਕੰਮ ਕਰਦਾ ਹੈ।

(ਸ) ਸਾਈਕਲ ਅਤੇ ਹਿੱਸੇ ਪੁਰਜ਼ੇ ਬਣਾਉਣ (Bicycles and Parts Manufacturing) : ਇਹ ਪੰਜਾਬ ਅਤੇ ਵਿਸੇਸ਼ ਕਰਕੇ **ਲੁਧਿਆਣਾ** ਸ਼ਹਿਰ ਦਾ ਮਹੱਤਵਪੂਰਣ ਉਦਯੋਗ ਹੈ। ਇਹ ਛੋਟੇ ਪੈਮਾਨੇ ਦੇ ਸੈਕਟਰ ਦਾ ਉਦਯੋਗ ਹੈ। ਇਸ ਦਾ ਆਰੰਭ ਲੁਧਿਆਣਾ (ਪੁਰਾਣਾ ਸ਼ਹਿਰ) ਸ਼ਹਿਰ ਦੇ ਵਿਭਿੰਨ ਮੁਹੱਲਿਆਂ ਦੇ ਘਰਾਂ ਤੋਂ ਸ਼ੁਰੂ ਹੋਇਆ। ਇਸ ਸਮੇਂ ਹਜ਼ਾਰਾਂ ਹੀ ਬੁਹਤ ਛੋਟੇ (tiny) ਅਤੇ ਛੋਟੀਆਂ ਇਕਾਈਆਂ ਤੋਂ ਬਿਨਾਂ ਲੁਧਿਆਣਾ ਸ਼ਹਿਰ ਵਿੱਚ ਸਾਈਕਲ ਅਤੇ ਹਿੱਸੇ-ਪੁਰਜੇ ਬਣਾਉਣ ਦੇ ਛੇ ਦਰਮਿਆਨੇ ਤੋਂ ਵੱਡੇ ਕਾਰਖਾਨੇ (ਏਵਨ ਸਾਈਕਲਜ਼, ਰੌਕਮੈਨ ਸਾਈਕਲ ਇੰਡਸਟਰੀ ਅਤੇ ਹੀਰੋ ਸਾਈਕਲਜ਼ ਲਿਮ. ਮਹੱਤਵਪੂਰਣ ਹਨ) ਕੰਮ ਕਰਦੇ ਹਨ। ਇਨ੍ਹਾਂ ਵਿੱਚ ਮੁਕੰਮਲ ਸਾਈਕਲਾਂ ਬਣਦੇ ਹਨ। ਇਨ੍ਹਾਂ ਅਤੇ ਦੂਜਿਆਂ ਵਿੱਚ ਫਰੀ ਵੀਲ੍ਹਜ਼ , ਰਿਮ, ਚੈਨਾਂ, ਹੱਥਾਂ, ਤਾਰਾਂ, ਹੈਂਡਲ ਆਦਿ ਅਤੇ ਹੋਰ ਪੁਰਜ਼ੇ ਬਣਾਏ ਜਾਂਦੇ ਹਨ। ਰਾਜਪੁਰਾ ਸ਼ਹਿਰ ਵਿੱਚ **ਆਰ.ਐਮ.ਆਈ. ਸਾਈਕਲਜ਼** ਦੇ ਕਾਰਖਾਨੇ ਵਿੱਚ ਮੁਕੰਮਲ ਸਾਈਕਲ ਅਤੇ ਹਿੱਸੇ-ਪੁਰਜੇ ਬਣਾਏ ਜਾਂਦੇ ਹਨ। ਪੰਜਾਬ ਤੋਂ ਸਾਈਕਲ ਨਿਰਯਾਤ ਕੀਤੇ ਜਾਂਦੇ ਹਨ।

(ਹ) ਸਿਲਾਈ ਮਸ਼ੀਨਾਂ ਅਤੇ ਹਿੱਸੇ-ਪੁਰਜੇ ਬਣਾਉਣ (Sewing Machines and Parts Manufacture) : ਇਹ ਵੀ ਪੰਜਾਬ ਦਾ ਲਘੂ ਖੇਤਰ ਦਾ ਇੱਕ ਮਹੱਤਵਪੂਰਣ ਉਦਯੋਗ ਹੈ। **ਲੁਧਿਆਣਾ** ਇਸ ਉਦਯੋਗ ਦਾ **ਮੁੱਖ ਕੇਂਦਰ** ਹੈ। ਪੁਰਾਣੇ ਲੁਧਿਆਣਾ ਸ਼ਹਿਰ ਦੇ ਵਿਭਿੰਨ ਭਾਗਾਂ ਵਿੱਚ ਹਜ਼ਾਰਾਂ ਹੀ ਬਹੁਤ ਛੋਟੀਆਂ (tiny) ਅਤੇ ਛੋਟੀਆਂ ਇਕਾਈਆਂ ਇਸ ਉਦਯੋਗ ਲਈ ਕੰਮ ਕਰਦੀਆਂ ਹਨ। ਇੱਥੇ ਸਿਲਾਈ ਮਸ਼ੀਨਾਂ ਦੇ ਹਿੱਸੇ-ਪੁਰਜੇ ਬਣਾਏ ਜਾਂਦੇ ਹਨ। ਕਈ ਇਕਾਈਆਂ ਵਿੱਚ ਕਲ੍ਹ-ਪੁਰਜ਼ੇ ਅਤੇ ਹਿੱਸੇ ਇਕੱਠੇ ਕਰਕੇ ਮੁਕੰਮਲ ਸਿਲਾਈ ਮਸ਼ੀਨਾਂ ਬਣਾਈਆਂ ਜਾਂਦੀਆਂ ਹਨ। ਕਈ ਦੂਜੇ ਸ਼ਹਿਰਾਂ/ਕਸਬਿਆਂ ਵਿੱਚ ਲੁਧਿਆਣਾ ਤੋਂ ਹਿੱਸੇ-ਪੁਰਜੇ ਲਿਆ ਕੇ ਮੁਕੰਮਲ ਮਸ਼ੀਨਾਂ ਬਣਾ ਕੇ ਵੇਚੀਆਂ ਜਾਂਦੀਆਂ ਹਨ। ਲੁਧਿਆਣਾ ਤੋਂ ਸਿਲਾਈ ਮਸ਼ੀਨਾਂ ਅਤੇ ਹਿੱਸੇ-ਪੁਰਜੇ ਨਿਰਯਾਤ ਕੀਤੇ ਜਾਂਦੇ ਹਨ।

(ਕ) ਬਿਜਲੀ ਮਸ਼ੀਨਾਂ, ਹਿੱਸੇ-ਪੁਰਜੇ ਅਤੇ ਸਬੰਧਤ ਸਾਮਾਨ ਬਣਾਉਣ (Electrical Machinery, Parts and Related Products Manufacture) : ਵਿਕਸਤ ਹੋ ਰਹੇ ਪ੍ਰਦੇਸ਼ਾਂ ਦਾ ਇਹ ਮਹੱਤਵਪੂਰਣ ਉਦਯੋਗ ਵਰਗ ਹੈ। ਮਾਲਵਾ ਪ੍ਰਦੇਸ਼ ਵਿੱਚ ਇਸ ਵਰਗ ਦੀਆਂ ਕੇਵਲ 82 ਇਕਾਈਆਂ (ਪੰਜਾਬ 196 ਇਕਾਈਆਂ) ਮਾਰਚ 2021 ਅਨੁਸਾਰ ਕੰਮ ਕਰਦੀਆਂ ਸਨ। ਪੰਜਾਬ ਵਿੱਚ ਇਸ ਉਦਯੋਗ ਦਾ ਮੁੱਖ ਕੇਂਦਰ ਜਲੰਧਰ ਹੈ। ਪਰੰਤੂ ਮਾਲਵਾ ਪ੍ਰਦੇਸ਼ ਵਿੱਚ **ਐਸ.ਏ.ਐਸ. ਨਗਰ ਅਤੇ ਬਠਿੰਡਾ** ਜ਼ਿਲ੍ਹੇ ਇਸ ਉਦਯੋਗ ਲਈ ਮਹੱਤਵਪੂਰਣ ਹਨ। ਫਰੀਦਕੋਟ, ਬਰਨਾਲਾ ਅਤੇ ਸੰਗਰੂਰ ਜ਼ਿਲ੍ਹਿਆਂ ਵਿੱਚ ਵੀ ਇਹ ਉਦਯੋਗ ਮਹੱਤਵਪੂਰਣ ਹੈ (ਸਾਰਣੀ ਨੰ. 72)। ਦਰਮਿਆਨੇ ਤੋਂ ਵੱਡੇ ਕਾਰਖਾਨਿਆਂ ਦੇ ਰੂਪ ਵਿੱਚ ਇਸ ਉਦਯੋਗ ਦੇ 3 ਯੂਨਿਟਸ ਹਨ। ਇਸ ਉਦਯੋਗ ਵਰਗ ਵਿੱਚ ਬਿਜਲੀ ਦੇ ਬਲਬ, ਟਿਊਬਾਂ ਅਤੇ ਸਵਿੱਚ ਆਦਿ ਤੋਂ ਬਿਨਾਂ ਬਿਜਲੀ ਦੀਆਂ ਤਾਰਾਂ ਬਣਾਈਆਂ ਜਾਂਦੀਆਂ ਹਨ। ਇਨ੍ਹਾਂ ਤੋਂ ਇਲਾਵਾ ਪਣ ਬਿਜਲੀ (hydro power plants) ਅਤੇ ਤਾਪ ਬਿਜਲੀ (thermal plants) ਬਣਾਉਣ ਦੇ 8 ਕਾਰਖਾਨੇ ਇਸ ਖੇਤਰ ਵਿੱਚ ਸ਼ਾਮਲ ਹਨ।

ਪਣ ਬਿਜਲੀ (Hydro Power) ਦੇ ਚਾਰ ਮਾਈਕਰੋ ਪਲਾਂਟ ਸੰਗਰੂਰ ਜ਼ਿਲ੍ਹੇ ਦੇ ਚਾਰ ਪਿੰਡਾਂ ਭਾਨੂਭੂਰਾ, ਸਲਾਰ, ਦੋਲੋਵਾਲ ਅਤੇ ਬਾਬਨਪੁਰ ਵਿੱਚ ਕੰਮ ਕਰਦੇ ਹਨ। **ਤਾਪ ਬਿਜਲੀ** (Thermal Power) ਦੇ ਤਿੰਨ ਪਲਾਂਟ ਰੂਪਨਗਰ, ਬਠਿੰਡਾ ਅਤੇ ਲਹਿਰਾਂ ਮੁਹੱਬਤ (ਬਠਿੰਡਾ ਨੇੜੇ ਪਿੰਡ) ਸ਼ਹਿਰਾਂ ਵਿੱਚ ਲੱਗੇ ਹੋਏ ਹਨ।

ਸਵਿੱਚ ਅਤੇ ਬਿਜਲੀ ਦੇ ਬਲੱਬ ਅਤੇ ਟਿਊਬਾਂ ਬਣਾਉਣ (Switches and Elect. Bulbs and Tubes) : ਇਸ ਉਦਯੋਗ ਦੇ ਮਾਲਵਾ ਵਿੱਚ 3 ਦਰਮਿਆਨੇ ਤੋਂ ਵੱਡੇ ਕਾਰਖਾਨੇ ਕੰਮ ਕਰਦੇ ਹਨ। ਇਨ੍ਹਾਂ ਵਿੱਚੋਂ ਦੋ ਮੋਹਾਲੀ ਸ਼ਹਿਰ ਵਿੱਚ ਅਤੇ ਇੱਕ ਡੇਰਾ ਬਸੀ ਬਲਾਕ ਦੇ ਪਿੰਡ ਹਰੀਪੁਰਕੂਰਾ ਵਿੱਚ ਲੱਗਾ ਹੋਇਆ ਹੈ।

ਸੰਗਰੂਰ ਜ਼ਿਲ੍ਹੇ ਦੇ ਭਵਾਨੀਗੜ੍ਹ ਬਲਾਕ ਦੇ ਪਿੰਡ **ਚੰਨੋ** ਵਿੱਚ **ਕਰੰਪਟਨ ਗਰੀਵਜ਼** ਕੰਪਨੀ ਦਾ ਹਾਈਡਰੋ ਟਰਬਾਈਨਜ਼ ਤੇ ਜਨਰੇਟਰ ਬਣਾਉਣ ਦਾ ਸਾਂਝੇ ਖੇਤਰ ਵਿੱਚ ਇੱਕ ਕਾਰਖਾਨਾ ਹੈ।

ਬਿਜਲੀ ਦੀਆਂ **ਤਾਰਾਂ ਅਤੇ ਕੇਬਲਜ਼** (Wires and Cables) ਬਣਾਉਣ ਦੇ ਮਾਲਵਾ ਵਿਚ 2 ਕਾਰਖਾਨੇ (ਪੰਜਾਬ ਵਿੱਚ ਤਿੰਨ) ਹਨ ਜੋ **ਪਟਿਆਲਾ ਜ਼ਿਲ੍ਹੇ** ਦੇ ਪਟਿਆਲਾ ਸ਼ਹਿਰ (ਫੈਕਟਰੀ ਏਰੀਆ) ਅਤੇ ਰਾਜਪੁਰਾ ਕਸਬੇ ਦੇ ਇੰਸਟਰੀਅਲ ਏਰੀਆ ਵਿੱਚ ਸਥਿਤ ਹਨ। ਇੱਥੇ ਤਾਂਬੇ ਦੀ ਤਾਰਾਂ, ਪੀ.ਵੀ.ਸੀ. ਕੇਬਲਜ਼ ਅਤੇ ਜੀ.ਸੀ.ਸੀ. ਤਾਰਾਂ ਆਦਿ ਬਣਾਏ ਜਾਂਦੇ ਹਨ।

ਇਨ੍ਹਾਂ ਤੋਂ ਬਿਨਾਂ ਡਾਕਟਰੀ ਸਾਜ਼ੋ-ਸਾਮਾਨ ਅਤੇ ਘੜੀਆਂ ਬਣਾਉਣ ਦੀਆਂ 14 ਇਕਾਈਆਂ (6 ਮੋਹਾਲੀ, 4 ਲੁਧਿਆਣਾ, 1 ਫਰੀਦਕੋਟ ਅਤੇ 3 ਪਟਿਆਲਾ ਸ਼ਹਿਰਾਂ ਵਿੱਚ) ਮਾਲਵਾ ਵਿੱਚ ਕੰਮ ਕਰਦੀਆਂ ਹਨ।

(ਖ) ਇਲੈਕਟਰਾਨਿਕਸ ਉਦਯੋਗ (Electronics Industry) : ਇਹ ਇੱਕ ਆਧੁਨਿਕ ਅਤੇ ਤੇਜ਼ੀ ਨਾਲ ਪ੍ਰਫੁੱਲਤ ਹੋਣ ਵਾਲਾ ਉਧਯੋਗ ਹੈ ਜਿਸ ਵਿੱਚ ਬਣੀਆਂ ਵਸਤਾਂ ਜਲਦੀ-ਜਲਦੀ ਪੁਰਾਣੀਆਂ (Obsoleting) ਹੁੰਦੀਆਂ ਜਾਂਦੀਆਂ ਹਨ। ਇਸ ਉਦਯੋਗ ਵਿੱਚ ਮੁੱਖ ਤੌਰ ਤੇ ਕੰਪਿਊਟਰਜ਼ ਅਤੇ ਹਿੱਸੇ-ਪੁਰਜੇ, ਟੈਲੀਵਿਜਨਜ਼ ਅਤੇ ਹਿੱਸੇ-ਪੁਰਜੇ, ਰੇਡੀਉ ਅਤੇ ਸੰਚਾਰ ਯੰਤਰ ਆਦਿ ਬਣਾਏ ਜਾਂਦੇ ਹਨ। **ਇਨਫਰਮੇਸ਼ਨ ਟੈਕਨਾਲੋਜੀ** ਵੀ ਇਸ ਉਦਯੋਗ ਵਿੱਚ ਸ਼ਾਮਲ ਹੈ। ਇਸ ਉਦਯੋਗ ਵਿੱਚ ਮਾਰਚ 2021 ਅਨੁਸਾਰ ਕੁੱਲ 116 ਰਜਿਸਟਰਸ਼ੁਦਾ ਇਕਾਈਆਂ ਪੰਜਾਬ ਵਿੱਚ ਸਨ। ਇਨ੍ਹਾਂ ਵਿੱਚੋਂ 85 ਇਕਾਈਆਂ ਮਾਲਵਾ ਪ੍ਰਦੇਸ਼ ਵਿੱਚ (47 ਐਸ.ਏ.ਐਸ. ਨਗਰ ਜ਼ਿਲ੍ਹਾ, 27 ਲੁਧਿਆਣਾ ਜ਼ਿਲ੍ਹਾ, 1 ਫਰੀਦਕੋਟ ਜ਼ਿਲ੍ਹੇ, 5 ਪਟਿਆਲਾ ਅਤੇ 3 ਬਠਿੰਡਾ ਜ਼ਿਲ੍ਹੇ) ਵਿੱਚ ਲੱਗੀਆਂ ਹੋਈਆਂ ਹਨ। 3 ਦਰਮਿਆਨੇ ਤੋਂ ਵੱਡੇ ਕਾਰਖਾਨੇ ਵਿਭਿੰਨ ਇਲੈਕਟਰਾਨਿਕ ਉਪਕਰਣ ਜਿਵੇਂ ਕਿ ਕਾਲਾ ਅਤੇ ਰੰਗਦਾਰ ਟੈਲੀਵਿਜਨ, ਪਿਕਚਰ ਟਿਊਬਾਂ, ਟੈਲੀਫੋਨ ਯੰਤਰ, ਕੰਪਿਊਟਰ ਅਤੇ ਹਿੱਸੇ-ਪੁਰਜ਼ੇ ਅਤੇ ਹੋਰ ਅਨੇਕਾਂ ਸਬੰਧਤ ਸਾਮਾਨ ਅਤੇ ਕਲ-ਪੁਰਜੇ ਬਣਾਉਂਦੇ ਹਨ। ਇਨ੍ਹਾਂ 3 ਕਾਰਖਾਨਿਆਂ ਵਿੱਚੋਂ 2 ਕਾਰਖਾਨੇ **ਮੋਹਾਲੀ** (ਐਸ.ਏ.ਐਸ. ਨਗਰ) ਸ਼ਹਿਰ ਵਿੱਚ, 1 ਲੁਧਿਆਣਾ ਨੇੜੇ **ਕੰਗਣਵਾਲ** ਪਿੰਡ ਵਿੱਚ, 1 ਪਿੰਡ ਹੰਬੜਾ (ਜਗਰਾਉਂ ਤਹਿਸੀਲ) ਵਿੱਚ ਸਥਿਤ ਹਨ (ਨਕਸ਼ਾ ਨੰ. 81)।

ਰੰਗਦਾਰ ਅਤੇ ਕਾਲਾ-ਚਿੱਟਾ ਟੈਲੀਵਿਜਨ ਸੈਟ ਅਤੇ ਪਿਕਚਰ ਟਿਊਬਜ਼ ਬਣਾਉਣ (Colour and B/W TV Sets and Picture Tubes Manufacturing) : ਰੰਗਦਾਰ ਅਤੇ ਕਾਲਾ-ਚਿੱਟਾ ਟੀ.ਵੀ. ਸੈਟ ਅਤੇ ਪਿਕਚਰ ਟਿਊਬਾਂ ਬਣਾਉਣ ਦੇ ਪੰਜਾਬ ਵਿੱਚ 5 ਕਾਰਖਾਨੇ ਹਨ ਜੋ ਸਭ ਮੋਹਾਲੀ ਸ਼ਹਿਰ (ਐਸ.ਏ.ਐਸ. ਨਗਰ ਜ਼ਿਲ੍ਹਾ) ਵਿੱਚ ਸਥਿਤ ਹਨ। ਮੈਸ. ਜੇ.ਸੀ.ਟੀ. ਇਲੈਕਟਰਾਨਿਕਸ, ਕੈਲਕਾਮ ਵੀਯਨ ਲਿਮਿਟਡ, ਡਿਕਸਨ ਯੂਟਿਲਿਟੀਜ਼ ਐਂਡ ਐਕਸਪੋਰਟ ਲਿਮਿਟਡ ਕੰਪਨੀਆਂ ਟੀ.ਵੀ. ਸੈਟ ਅਤੇ ਪਿਕਚਰ ਟਿਊਬਾਂ (ਮੈਸ. ਜੇ.ਪੀ.ਟੀ. ਕੰਪਨੀ) ਬਣਾਉਂਦੇ ਹਨ। ਮੈਸ. ਫੁਜ਼ਿਟਸੂ ਟੈਲੀਕਾਮ ਲਿਮ. ਡਿਜੀਟਲ ਸਵਿੱਚਿੰਗ ਸਿਸਟਮ ਬਣਾਉਂਦੇ ਹਨ। ਇਹ ਕਾਰਖਾਨੇ ਫੇਜ਼ 6 ਅਤੇ 8 ਵਿੱਚ ਲੱਗੇ ਹੋਏ ਹਨ।

ਟੈਲੀਵਿਜਨ ਅਤੇ ਪਾਰਟਸ ਬਣਾਉਣ (Manufacture of T.V. and Parts) : ਇਸ ਸ਼ਾਖਾ ਦੇ 5 ਦਰਮਿਆਨੇ ਤੋਂ ਵੱਡੇ ਕਾਰਖਾਨੇ ਹਨ। ਇਨ੍ਹਾਂ ਵਿੱਚੋਂ 3 **ਮੋਹਾਲੀ** ਵਿਖੇ ਸਥਿਤ ਹਨ ਜਿੱਥੇ ਇਲੈਕਟਰੀਕਲ ਡਿਵਾਈਸਿਜ (electrical devices), ਇੰਟੇਗਰੇਟਡ ਸਰਕਟਸ (integrated circuits) ਅਤੇ ਹੋਰ ਬਹੁਤ ਸਾਰੀਆਂ ਡਿਵਾਈਸਿਜ਼ ਬਣਾਈਆਂ ਜਾਂਦੀਆਂ ਹਨ। **ਦੋ ਕਾਰਖਾਨੇ ਲੁਧਿਆਣਾ** ਜ਼ਿਲ੍ਹੇ ਦੇ ਪਿੰਡ **ਕੰਗਣਵਾਲ** (ਜੁਗਿਆਣਾ ਨੇੜੇ) ਵਿਖੇ ਹਨ। ਇਹ ਟੈਕਸਲਾ ਟੀ.ਵੀ. ਕੰਪਨੀ ਦੇ ਹਨ ਜਿੱਥੇ ਕੈਸਟਾਂ (Recorded and Unrecorded Cassets) ਅਤੇ ਪਲਾਸਟਿਕ ਟੀ.ਵੀ. ਅਤੇ ਇਲੈਕਟਰਾਨਿਕ ਕੰਪੋਨੈਂਟਸ (electronic components) ਬਣਾਏ ਜਾਂਦੇ ਹਨ।

ਲੁਧਿਆਣਾ ਜ਼ਿਲ੍ਹੇ ਦੀ ਜਗਰਾਉ ਤਹਿਸੀਲ ਵਿੱਚ ਪਿੰਡ **ਹੰਬੜਾ** ਵਿਖੇ ਮੈਸ. ਭਾਰਤੀ ਸਿਸਟੈਲ ਲਿਮ. ਦਾ ਕਾਰਖਾਨਾ ਹੈ ਜਿੱਥੇ **ਟੈਲੀਫੋਨ ਯੰਤਰ** ਅਤੇ ਇਲੈਕਟਰਾਨਿਕ ਪੁਸ਼ ਬਟਨ ਸੈਟ (Electronic Push Button Sets) ਬਣਾਏ ਜਾਂਦੇ ਹਨ।

ਮੋਹਾਲੀ ਵਿਖੇ ਹੀ ਮੈਸ. ਇਲੇਕਟਰੌਨਿਕ ਸਿਸਟਮਜ਼ ਪੰਜਾਬ ਲਿਮ. ਦਾ ਕੰਪਿਊਟਰ ਬਣਾਉਣ ਦਾ ਕਾਰਖਾਨਾ ਹੈ ਜਿੱਥੇ ਮਾਈਕਰੋ ਕੰਪਿਊਟਰਜ਼ ਅਤੇ ਡਾਟਾ ਐਕੁਈਜੀਸ਼ਨ ਸਿਸਟਮਜ਼ (Micro Computers and Data Acquisition System) ਬਣਾਏ ਜਾਂਦੇ ਹਨ।

ਲੁਧਿਆਣਾ ਜ਼ਿਲ੍ਹੇ ਵਿੱਚ ਕੰਗਣਵਾਲ ਪਿੰਡ ਵਿਖੇ ਟੈਕਸਲਾ ਕੰਪਨੀ ਦਾ ਕਾਰਖਾਨਾ **ਰੋਡ ਸੇਫਟੀ ਇਕੁਇਪਮੈਂਟ** (Road Safety Equipment) ਬਣਾਉਂਦਾ ਹੈ। ਮੋਹਾਲੀ ਵਿਕੇ ਸਿੰਮ ਮੌਡਿਊਲਜ਼ (SIMM Modules) ਬਣਾਏ ਜਾਂਦੇ ਹਨ।

ਪੰਜਾਬ ਸਰਕਾਰ ਨੇ **ਇਨਫਰਮੇਸ਼ਨ ਟੈਕਨਾਲੋਜੀ** ਦੇ ਵਿਕਾਸ ਲਈ ਮੋਹਾਲੀ ਵਿਖੇ **ਕੁਆਰਕ ਮੀਡੀਆ ਹਾਊਸ ਇੰਡੀਆ ਪ੍ਰਾਈਵੇਟ ਲਿਮ.** (Quark Media House Inddia Pvt. Ltd.) ਦਾ ਅਤੇ **ਮੈਸ. ਆਈ.ਐਸ.ਡੀ. ਇਨਫੋਟੈਕ ਲਿਮ.** (M/s ISD Infotech Ltd.) ਦਾ **ਆਈ.ਟੀ. ਪਾਰਕ** (I.T.Industrial Park) ਬਣਾਇਆ ਹੈ। ਇਸ ਨਾਲ ਰੁਜ਼ਗਾਰ ਦੇ ਬਹੁਤ ਮੌਕੇ ਪੈਦਾ ਹੋਣਗੇ। ਮੋਹਾਲੀ ਅਤੇ ਲੁਧਿਆਣਾ ਤੋਂ ਬਿਨਾਂ ਪਟਿਆਲਾ ਵਿਖੇ ਵੀ ਆਈ.ਟੀ. ਅਤੇ ਇਲੈਕਟ੍ਰਾਨਿਕਸ ਦੇ ਵਿਕਾਸ ਲਈ ਪਾਰਕ ਅਤੇ ਸੈਂਟਰ ਖੋਲ੍ਹਣ ਲ ਉਪਰਾਲੇ ਕੀਤੇ ਜਾ ਰਹੇ ਹਨ।

ਆਵਾਜਾਈ ਵਾਹਨ, ਸਾਜ਼ੋ ਸਾਮਾਨ ਤੇ ਆਟੋ ਪਾਰਟਸ ਉਦਯੋਗ (MANUFACTURE OF TRANSPORT VEHICLES, EQUIPMENTS AND AUTO PARTS)

ਇਹ ਵੀ ਇੱਕ ਵੱਡਾ ਉਦਯੋਗ ਵਰਗ ਹੈ। ਮਾਰਚ 2021 ਅਨੁਸਾਰ ਪੰਜਾਬ ਵਿੱਚ ਆਵਾਜਾਈ ਵਾਹਨਾਂ ਨਾਲ ਸਬੰਧਤ ਕੁੱਲ 1312 ਇਕਾਈਆਂ (ਰਜਿਸਟਰਸ਼ੁਦਾ ਅਤੇ ਛੋਟੀਆਂ) ਅਤੇ 51 (2015-16) ਦਰਮਿਆਨੇ ਤੋਂ ਵੱਡੇ ਕਾਰਖਾਨੇ ਸਨ। ਇਨ੍ਹਾਂ ਵਿੱਚੋਂ 895 ਰਜਿਸਟਰਸ਼ੁਦਾ ਇਕਾਈਆਂ (ਪੰਜਾਬ ਦੀਆਂ 68.22%) ਅਤੇ 41 ਵੱਡੇ ਕਾਰਖਾਨੇ (ਪੰਜਾਬ ਦੇ 80.39%) ਮਾਲਵਾ ਵਿੱਚ ਸਥਿਤ ਸਨ। ਇਸ ਵੱਡੇ ਉਦਯੋਗ ਵਰਗ ਵਿੱਚ ਆਵਾਜਾਈ ਅਤੇ ਆਵਾਜਾਈ ਦਾ ਸਾਮਾਨ ਬਣਾਉਣ, ਮੋਟਰ ਵਾਹਨ ਅਤੇ ਟਰੇਲਰ ਬਣਾਉਣ, ਮੋਟਰ ਵਾਹਨਾਂ ਦੀ ਵਿਕਰੀ ਅਤੇ ਮੁਰੰਮਤ ਕਰਨ ਅਤੇ ਆਵਾਜਾਈ ਕਿਰਿਆਵਾਂ ਲਈ ਸਹਾਇਕ ਕੰਮ ਸ਼ਾਮਲ ਹਨ।

ਆਵਾਜਾਈ ਅਤੇ ਆਵਾਜਾਈ ਸਾਮਾਨ ਬਣਾਉਣ (Manufacture of Auto Parts and Transport Equipments) : ਮਾਲਵੇ ਵਿੱਚ ਆਟੋ ਪਾਰਟਸ ਅਤੇ ਆਵਾਜਾਈ ਸਾਮਾਨ ਬਣਾਉਣ ਵਿੱਚ 375 ਰਜਿਸਟਰਸ਼ੁਦਾ ਇਕਾਈਆਂ (ਪੰਜਾਬ ਦੀਆਂ 63.88%) ਅਤੇ 3 ਦਰਮਿਆਨੇ ਤੋਂ ਵੱਡੇ ਕਾਰਖਾਨੇ (ਪੰਜਾਬ ਦੇ 60%) ਲੱਗੇ ਹੋਏ ਹਨ। ਰਜਿਸਟਰਸ਼ੁਦਾ ਇਕਾਈਆਂ ਮੁੱਖ ਤੌਰ ਤੇ ਲੁਧਿਆਣਾ ਜ਼ਿਲ੍ਹਾ ਅਤੇ ਸ਼ਹਿਰ ਵਿੱਚ ਕੇਂਦਰਿਤ ਹਨ (232 ਇਕਾਈਆਂ = 39.52%) ਪੰਜਾਬ ਅਤੇ 61.87% ਮਾਲਵਾ)। ਦਰਮਿਆਨੇ ਤੋਂ ਵੱਡੇ ਕਾਰਖਾਨੇ ਲੁਧਿਆਣਾ (3), ਐਸ.ਏ.ਐਸ. ਨਗਰ (8) ਅਤੇ ਪਟਿਆਲਾ (1) ਜ਼ਿਲ੍ਹਿਆਂ ਵਿੱਚ ਕੇਂਦਰਿਤ ਹਨ। ਇਨ੍ਹਾਂ ਕਾਰਖਾਨਿਆਂ ਵਿੱਚ ਆਟੋ ਪਾਰਟਸ ਜਿਵੇਂ ਕਿ ਐਕਸਲ, ਪਿਸਟਨ, ਕਰੈਂਕ, ਸ਼ੈਫਟ, ਰਿੰਗ, ਫਰੀਵੀਲ੍ਹ, ਰੇਡੀਏਟਰਜ਼, ਆਟੋ ਇੰਜਣ ਆਦਿ ਬਣਾਏ ਜਾਂਦੇ ਹਨ।

ਲੁਧਿਆਣਾ ਪੰਜਾਬ ਦਾ ਮੁੱਖ ਉਦਯੋਗਿਕ ਸ਼ਹਿਰ ਸਭ ਤੋਂ ਵੱਡਾ ਸ਼ਹਿਰ, ਸਭ ਤੋਂ ਵੱਧ ਰਜਿਸਟਰਸ਼ੁਦਾ ਮੋਟਰ ਗੱਡੀਆਂ ਵਾਲਾ ਸ਼ਹਿਰ ਹੈ। ਇਹ ਇੱਕ ਬਹੁਤ ਵੱਡ ਵਪਾਰਕ ਕੇਂਦਰ ਵੀ ਹੈ। ਕੱਚੇ ਮਾਲ ਅਤੇ ਨਿਰਮਤ ਵਸਤਾਂ ਦੀ ਢੋ-ਢੁਆਈ ਲਈ ਇੱਥੇ ਬਹੁਤ ਵੱਡੀ ਗਿਣਤੀ ਵਿੱਚ ਟਰੱਕ ਤੇ ਭਾਰ ਢੋਣ ਵਾਲੀਆਂ ਹੋਰ ਗੱਡੀਆਂ ਚੱਲਦੀਆਂ ਹਨ। ਬੱਸਾਂ, ਜੀਪਾਂ, ਕਾਰਾਂ ਅਤੇ ਦੋ ਅਤੇ ਤਿੰਨ ਪਹੀਆ ਵਾਹਨਾਂ ਦੀ ਵੀ ਭਾਰੀ ਗਿਣਤੀ ਹੈ। ਇਸ ਲਈ **ਲੁਧਿਆਣਾ ਸ਼ਹਿਰ** ਵਿੱਚ ਆਟੋ ਪਾਰਟਸ ਅਤੇ ਹੋਰ ਆਵਾਜਾਈ ਸਾਮਾਨ ਬਣਾਉਣ ਦੇ ਕਾਰਖਾਨਿਆਂ ਦਾ ਕੇਂਦਰਿਤ ਹੋਣਾ ਕੁਦਰਤੀ ਹੈ। ਆਟੋ ਪਾਰਟਸ ਬਣਾਉਣ ਦੇ ਜ਼ਿਆਦਾਤਰ ਕਾਰਖਾਨੇ ਜੀ.ਟੀ. ਰੋਡ ਦੇ ਨਾਲ-ਨਾਲ ਢੰਡਾਰੀ ਕਲਾਂ, ਫੋਕਲ ਪੁਆਇੰਟ ਆਦਿ ਖੇਤਰਾਂ ਵਿੱਚ ਲੱਗੇ ਹੋਏ ਹਨ। ਇੱਥੇ ਵਿਭਿੰਨ ਆਟੋ ਪਾਰਟਸ ਬਣਾਏ ਜਾਂਦੇ ਹਨ।

ਦੂਜੇ ਨੰਬਰ ਤੇ ਐਸ.ਏ.ਐਸ. ਨਗਰ ਦਾ ਜ਼ਿਲ੍ਹਾ ਹੈ। ਇੱਥੇ 11 ਰਜਿਸਟਰਸ਼ੁਦਾ ਇਕਾਈਆਂ ਅਤੇ ਦਰਮਿਆਨੇ ਤੋਂ ਵੱਡੇ ਕਾਰਖਾਨੇ ਆਟੋ ਪਾਰਟਸ ਬਣਾਉਂਦੇ ਹਨ। ਇਨ੍ਹਾਂ 8 ਵਿੱਚੋਂ 4 ਕਾਰਖਾਨੇ **ਮੋਹਾਲੀ** ਸ਼ਹਿਰ ਵਿੱਚ, 3 ਕਾਰਖਾਨੇ ਡੇਰਾ ਬਸੀ-ਲਾਲੜੂ ਖੇਤਰ ਵਿੱਚ ਅਤੇ ਇੱਕ ਕੁਰਾਲੀ ਨੇੜੇ ਚੁਨਾਲੋਂ ਪਿੰਡ ਵਿੱਚ ਸਥਿਤ ਹਨ। ਮੋਹਾਲੀ ਅਤੇ ਡੇਰਾ ਬਸੀ-ਲਾਲੜੂ ਖੇਤਰ ਰਾਸ਼ਟਰੀ ਸੜਕ ਮਾਰਗ-22 ਉੱਤੇ ਮਹੱਤਵਪੂਰਨ ਉਦਯੋਗਿਕ ਝੁਰਮਟ ਬਣ ਗਏ ਹਨ। ਇੱਥੋਂ ਹਿਮਾਚਲ ਪ੍ਰਦੇਸ਼ ਲਈ ਸੜਕ ਮਾਰਗ ਚੱਲਦੇ ਹਨ। ਇਸ ਖੇਤਰ ਵਿੱਚ ਵੀਲ੍ਹ ਰਿੰਗਜ਼, ਆਟੋ ਵਾਹਨਾਂ ਦੀਆਂ ਬਾਡੀਆਂ ਬਣਾਉਣ, ਆਟੋ ਸਪਰਿੰਗ, ਇੰਜਣ, ਆਇਲ, ਸੀਲਾਂ ਅਤੇ ਹੋਰ ਆਟੋ ਪਾਰਟਸ ਬਣਾਏ ਜਾਂਦੇ ਹਨ।

ਤੀਜਾ ਖੇਤਰ ਪਟਿਆਲਾ ਦਾ ਜ਼ਿਲ੍ਹਾ ਹੈ ਜਿੱਥੇ 22 ਰਜਿਸਟਰਸੁਦਾ ਇਕਾਈਆਂ ਅਤੇ ਦਰਮਿਆਨੇ ਤੋ ਵੱਡੇ ਕਾਰਖਾਨੇ ਆਟੋ ਪਾਰਟਸ ਅਤੇ ਦੂਜਾ ਸਬੰਧਤ ਸਾਮਾਨ ਬਣਾਉਂਦੇ ਹਨ। ਪਟਿਆਲਾ ਨੇੜੇ ਬਹਾਦਰਗੜ੍ਹ (ਪਿਸਟਨ ਰਿੰਗਜ਼, ਜੀ. ਪਿੰਨਜ਼ ਅਤੇ ਪਿਸਟਨ) ਅਤੇ ਨਾਭਾ (ਕਾਰਾਂ ਦੀਆਂ ਸੀਟਾਂ) ਵਿੱਚ ਇਹ ਕਾਰਖਾਨੇ ਸਥਿਤ ਹਨ।

ਸੰਗਰੂਰ (31 ਇਕਾਈਆਂ), ਰੂਪਨਗਰ (5 ਇਕਾਈਆਂ) ਅਤੇ ਫਤਹਿਗੜ੍ਹ ਸਾਹਿਬ ਜ਼ਿਲ੍ਹਿਆਂ ਵਿੱਚ (20) ਵੀ ਕੁੱਝ ਇਕਾਈਆਂ ਆਟੋ ਪਾਰਟਸ ਆਦਿ ਬਣਾਉਂਦੀਆਂ ਹਨ।

ਮੋਟਰ ਵਾਹਨ ਅਤੇ ਟਰੇਲਰ ਬਣਾਉਣ (Manuf. of Motor Vehicles, Bodies and Trailors) : ਇਸ ਉਦਯੋਗ ਦੀਆਂ ਮਾਲਵੇ ਵਿੱਚ 363 ਇਕਾਈਆਂ (ਪੰਜਾਬ 532 ਇਕਾਈਆਂ) ਅਤੇ 44 ਦਰਮਿਆਨੇ ਤੋਂ ਵੱਡਾ ਕਾਰਖਾਨੇ ਕੰਮ ਕਰਦੇ ਹਨ। ਲੁਧਿਆਣਾ ਵਿੱਚ ਮੈਸ. ਮਜੈਸਟਿਕ ਆਟੋ ਲਿਮ. ਦਾ ਹੀਰੋ ਮੋਪਡ ਬਣਾਉਣ ਦਾ ਵੱਡਾ ਕਾਰਖਾਨਾ ਹੈ। ਇੱਥੇ ਮੁਕੰਮਲ ਮੋਪਡ ਅਤੇ ਇਸ ਦੇ ਹਿੱਸੇ-ਪੁਰਜ਼ੇ ਬਣਦੇ ਹਨ।

ਜ਼ਿਅਦਾਤਰ ਰਜਿਸਟਰਸ਼ੁਦਾ (ਛੋਟੀਆਂ) ਇਕਾਈਆਂ ਟਰੈਕਟਰਾਂ ਲਈ ਟਰਾਲੀਆਂ ਅਤੇ ਬੱਸਾਂ, ਟਰੱਕਾਂ ਆਦਿ ਦੀਆਂ ਬਾਡੀਆਂ ਬਣਾਉਂਦੀਆਂ ਹਨ। ਸਭ ਵੱਡੇ ਕਸਬਿਆਂ ਅਤੇ ਸ਼ਹਿਰਾਂ ਵਿੱਚ ਅਜਿਹੀਆਂ ਇਕਾਈਆਂ ਕੰਮ ਕਰਦੀਆਂ ਹਨ। ਲੁਧਿਆਣਾ, ਸੰਗਰੂਰ, ਪਟਿਆਲਾ ਅਤੇ ਰੂਪਨਗਰ ਦੇ ਜ਼ਿਲ੍ਹੇ ਇਸ ਕੰਮ ਲਈ ਮਹੱਤਵਪੂਰਣ ਹਨ। ਲੁਧਿਆਣਾ, ਸਰਹਿੰਦ, ਪਟਿਆਲਾ, ਸੰਗਰੂਰ, ਮਲੇਰਕੋਟਲਾ, ਸੁਨਾਮ, ਰਾਜਪੁਰਾ, ਰੋਪੜ ਆਦਿ ਸ਼ਹਿਰ ਇਸ ਕੰਮ ਲਈ ਮਹੱਤਵਪੂਰਣ ਹਨ।

ਮੋਟਰ ਵਾਹਨਾਂ ਦੀ ਵਿਕਰੀ ਅਤੇ ਮੁਰੰਮਤ ਵੀ ਆਵਾਜਾਈ ਸਾਧਨਾਂ ਨਾਲ ਸਬੰਧਤ ਮਹੱਤਵਪੂਰਣ ਕੰਮ ਹੈ। ਇਸ ਵਿੱਚ ਟਰੈਕਟਰਾਂ ਦੀ ਮੁਰੰਮਤ ਅਤੇ ਵਿਕਰੀ ਦੋਪਹੀਆ ਗੱਡੀਆਂ ਦੀ ਵਿਕਰੀ ਅਤੇ ਰੀਪੇਅਰ ਵੀ ਸ਼ਾਮਲ ਹੈ। ਲੁਧਿਆਣਾ (68 ਇਕਾਈਆਂ), ਫਿਰੋਜ਼ਪੁਰ (1 ਇਕਾਈ), ਫਰੀਦਕੋਟ (1 ਇਕਾਈ), ਬਠਿੰਡਾ (20 ਇਕਾਈਆਂ) ਅਤੇ ਪਟਿਆਲਾ (19 ਇਕਾਈਆਂ) ਜ਼ਿਲ੍ਹੇ ਇਸ ਕੰਮ ਲਈ ਮਹੱਤਵਪੂਰਣ ਹਨ (ਸਾਰਨੀ ਨੰ. 72)।

ਆਵਾਜਾਈ ਦੇ ਸਾਧਨ (MEANS OF TRANSPORTATION)

ਮਾਲਵਾ ਵਿੱਚ ਆਵਾਜਾਈ ਸਾਧਨਾਂ ਦਾ ਕਾਫੀ ਵਿਕਾਸ ਹੋਇਆ ਹੈ। ਪ੍ਰਦੇਸ਼ ਵਿੱਚ ਚਾਰ ਰਾਸ਼ਟਰੀ ਸੜਕ ਮਾਰਗ ਅਤੇ ਕਈ ਰਾਜ ਸੜਕ ਮਾਰਗ ਹਨ (ਨਕਸ਼ਾ ਨੰ. 82)। ਮਾਲਵੇ ਵਿੱਚ ਪੰਜਾਬ ਦੀਆਂ ਲਗਭਗ 63% ਪੱਕੀਆਂ ਸੜਕਾਂ (76,589 ਕਿਲੋਮੀਟਰ) ਪਾਈਆਂ ਜਾਂਦੀਆਂ ਹਨ। ਰਾਜਪੁਰਾ ਤੋਂ ਫਿਲੌਰ ਤੱਕ ਦੇਸ਼ ਦਾ ਮੁੱਖ ਸੜਕ ਮਾਰਗ ਨੰ. 1 ਚਲਦਾ ਹੈ। ਰਾਸ਼ਟਰੀ ਸੜਕ ਮਾਰਗ ਨੰ. 10-ਮਲੋਟ-ਅਬੋਹਰ-ਫਾਜ਼ਿਲਕਾ ਦੂਜਾ ਵੱਡਾ ਮਾਰਗ ਹੈ। ਅੰਮ੍ਰਿਤਸਰ ਰਾਹੀਂ ਆਉਂਦਾ ਹੋਇਆ ਦੇਸ਼ ਦਾ ਮੁੱਖ ਸੜਕ ਮਾਰਗ ਨੰ. 15 ਮਖੂ-ਫਰੀਦਕੋਟ-ਬਠਿੰਡਾ, ਮਲੋਟ ਅਤੇ ਅਬੋਹਰ ਰਾਹੀਂ ਕਾਂਡਲਾ ਦੀ ਬੰਦਰਗਾਹ ਤੱਕ ਜਾਂਦਾ ਹੈ।

ਰਾਸ਼ਟਰੀ ਮਾਰਗ ਨੰ. 21 ਅੰਬਾਲਾ-ਚੰਡੀਗੜ੍ਹ-ਰੋਪੜ ਤੇ ਕੀਰਤਪੁਰ ਰਾਹੀਂ ਕੁੱਲੂ ਮਨਾਲੀ ਤੱਕ ਜਾਂਦਾ ਹੈ। ਰਾਸ਼ਟਰੀ ਮਾਰਗ ਨੰ. 22 ਦਿੱਲੀ ਨੂੰ ਅੰਬਾਲਾ-ਡੇਰਾ ਬਸੀ-ਚੰਡੀਗੜ੍ਹ-ਕਾਲਕਾ ਰਾਹੀਂ ਸ਼ਿਮਲਾ ਨਾਲ ਜੋੜਦਾ ਹੈ। ਲੁਧਿਆਣਾ ਤੋਂ ਫਿਰੋਜ਼ਪੁਰ ਤੱਕ ਇੱਕ ਹੋਰ ਮਹੱਤਵਪੂਰਣ ਸੜਕ ਜਾਂਦੀ ਹੈ। ਰਾਜਪੁਰਾ-ਪਟਿਆਲਾ-ਮਾਨਸਾ-ਬਠਿੰਡਾ-ਮੁਕਤਸਰ ਸੜਕ ਵੀ ਮਹੱਤਵਪੂਰਣ ਮਾਰਗ ਹੈ। ਚੰਡੀਗੜ੍ਹ-ਲੁਧਿਆਣਾ, ਚੰਡੀਗੜ੍ਹ-ਰੋਪੜ-ਨੰਗਲ, ਚੰਡੀਗੜ੍ਹ-ਪਟਿਆਲਾ, ਲੁਧਿਆਣਾ-ਰਾਇਕੋਟ-ਬਰਨਾਲਾ-ਬਠਿੰਡਾ, ਲੁਧਿਆਣਾ-ਮੋਗਾ-ਫਿਰੋਜ਼ਪੁਰ, ਰਾਜਪੁਰਾ-ਪਟਿਆਲਾ-ਮਾਨਸਾ-ਬਠਿੰਡਾ-ਮੁਕਤਸਰ ਦੂਜੀਆਂ ਮਹੱਤਵਪੂਰਣ ਸੜਕਾਂ ਹਨ।

ਲੁਧਿਆਣਾ ਰੇਲਾਂ ਅਤੇ ਸੜਕਾਂ ਦਾ ਮੁੱਖ ਕੇਂਦਰ ਹੈ। ਇੱਥੋਂ ਧੂਰੀ, ਫਿਰੋਜ਼ਪੁਰ, ਰਾਜਪੁਰਾ, ਅੰਬਾਲਾ ਅਤੇ ਜਲੰਧਰ ਨੂੰ ਮੁੱਖ ਰੇਲ ਮਾਰਗ ਜਾਂਦੇ ਹਨ। ਦਿੱਲੀ-ਬਠਿੰਡਾ-ਫਿਰੋਜ਼ਪੁਰ ਇੱਕ ਹੋਰ ਮਹੱਤਵਪੂਰਣ ਰੇਲ ਮਾਰਗ ਹੈ। ਬਠਿੰਡਾ ਇੱਕ ਬਹੁਤ ਵੱਡਾ ਰੇਲ ਜੰਕਸ਼ਨ ਹੈ। ਇੱਥੋਂ ਫਿਰੋਜ਼ਪੁਰ, ਦਿੱਲੀ, ਲੁਧਿਆਣਾ, ਪਟਿਆਲਾ, ਅਬੋਹਰ, ਸਿਰਸਾ-ਹਿਸਾਰ ਅਤੇ ਹਨੂਮਾਨਗੜ੍ਹ-ਗੰਗਾਨਗਰ ਨੂੰ ਰੇਲ ਮਾਰਗ ਜਾਂਦੇ ਹਨ।

ਐਸ.ਏ.ਐਸ. ਨਗਰ, ਰੂਪਨਗਰ, ਲੁਧਿਆਣਾ ਅਤੇ ਫਤਹਿਗੜ੍ਹ ਸਾਹਿਬ ਨੂੰ ਛੱਡ ਕੇ ਮਾਲਵਾ ਦੇ ਬਾਕੀ ਦੇ ਜ਼ਿਲ੍ਹਿਆਂ ਵਿੱਚ

ਸੜਕ ਘਣਤਾ ਪੰਜਾਬ ਦੀ ਔਸਤ ਸੜਕ ਘਣਤਾ (242 ਕਿਲੋਮੀਟਰ ਪ੍ਰਤੀ 100 ਵਰਗ ਕਿ.ਮੀ.) ਤੋਂ ਘੱਟ ਹੈ। ਬਠਿੰਡਾ (207 ਕਿ.ਮੀ.), ਫਾਜ਼ਿਲਕਾ (115 ਕਿ.ਮੀ.) ਅਤੇ ਮਾਨਸਾ (142 ਕਿ.ਮੀ.) ਜ਼ਿਲ੍ਹਿਆਂ ਵਿੱਚ ਸੜਕ ਘਣਤਾ ਬਹੁਤ ਘੱਟ (150 ਕਿ.ਮੀ. ਪ੍ਰਤੀ 100 ਵ. ਕਿ.ਮੀ. ਤੋਂ ਘੱਟ) ਹੈ ਪਰੰਤੂ ਮਾਲਵੇ ਦੇ ਬਹੁਤ ਸਾਰੇ ਜ਼ਿਲ੍ਹਿਆਂ ਵਿੱਚ ਉਨ੍ਹਾਂ ਦੇ ਖੇਤਰਫਲ ਦੇ ਮੁਕਾਬਲੇ ਘੱਟ ਜਨਸੰਖਿਆ ਕਾਰਨ ਪ੍ਰਤੀ ਲੱਖ ਵਿਅਕਤੀਆਂ ਪਿੱਛੇ ਸੜਕ ਤੀਬਰਤਾ ਰਾਜ ਦੀ ਔਸਤ ਤੋਂ ਵੱਧ ਹੈ। ਇਸ ਵਿੱਚ ਲੁਧਿਆਣਾ, ਪਟਿਆਲਾ, ਐਸ.ਏ.ਐਸ. ਨਗਰ ਦੇ ਜ਼ਿਲ੍ਹੇ ਸ਼ਾਮਲ ਨਹੀਂ ਹਨ। ਮਾਲਵੇ ਦੇ ਸਭ ਜ਼ਿਲ੍ਹਿਆਂ ਦੇ 100% ਪਿੰਡ ਸੜਕਾਂ ਨਾਲ ਜੁੜੇ ਹੋਏ ਹਨ। ਲੁਧਿਆਣਾ ਵਿਖੇ ਹਵਾਈ ਅੱਡਾ ਹੈ। ਇੱਥੋਂ ਦਿੱਲੀ ਲਈ ਹਵਾਈ ਸੇਵਾ ਉਪਲਬੱਧ ਹੈ। ਪਟਿਆਲਾ ਅਤੇ ਬਠਿੰਡਾ ਵਿਖੇ ਵੀ ਹਵਾਈ ਅੱਡੇ ਹਨ ਪਰੰਤੂ ਉਥੋਂ ਹਵਾਈ ਸੇਵਾ ਚਾਲੂ ਨਹੀਂ ਹੈ।

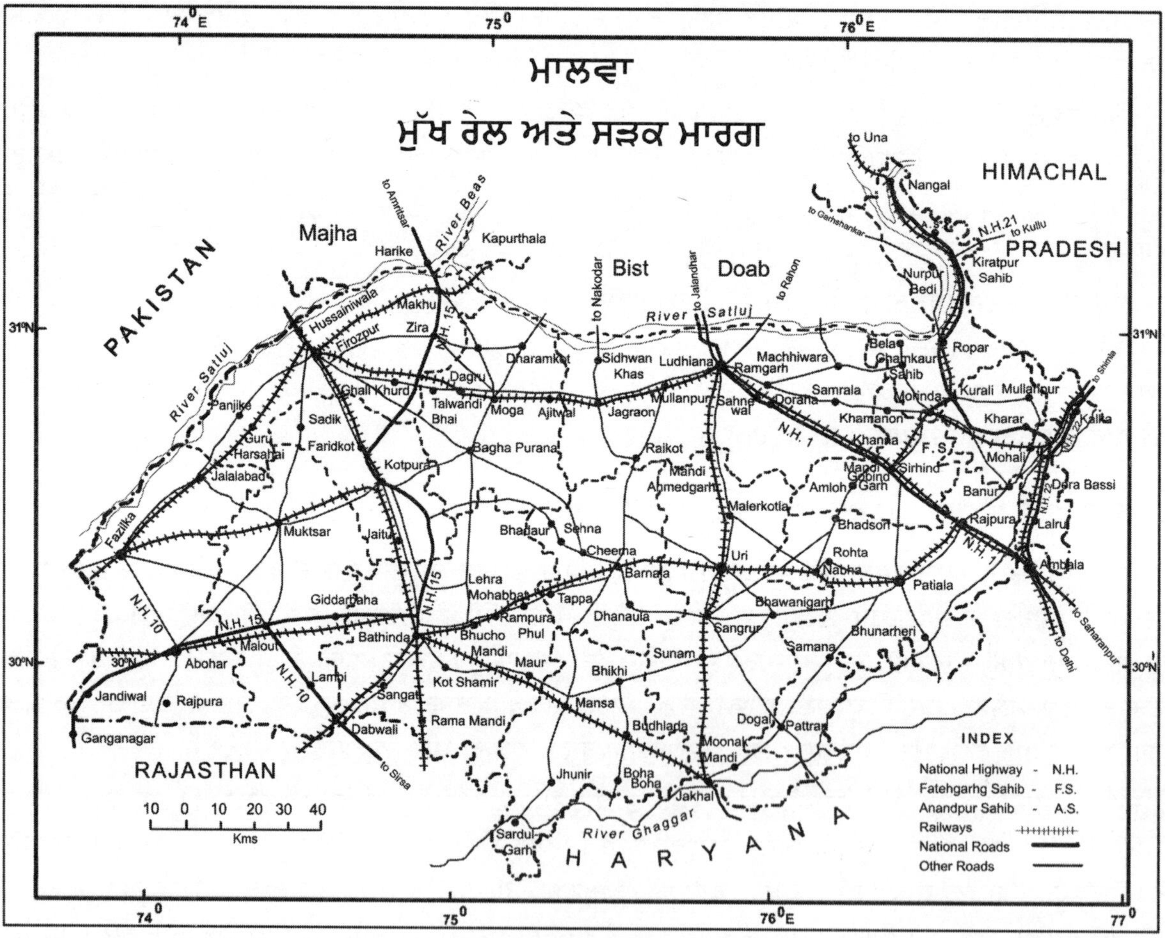

Map 82

ਵਪਾਰ (TRADE)

ਮਾਲਵਾ ਤੋਂ ਮੁਖ ਤੌਰ ਤੇ ਕਪਾਹ, ਵੜੇਵੇਂ, ਕਣਕ, ਚਾਵਲ, ਦਾਲਾਂ, ਬਾਜਰਾ, ਜੌਂ, ਭੇਡਾਂ ਦੀ ਉੱਨ, ਤੇਲ ਦੇ ਬੀਜ, ਸਾਈਕਲ, ਸਿਲਾਈ ਮਸ਼ੀਨਾਂ, ਪੁਰਜ਼ੇ, ਮੌਪਡ, ਟੂਲਜ਼, ਹੌਜ਼ਰੀ ਦਾ ਸਮਾਨ, ਬਿਕੁਟ ਆਦਿ ਬਾਹਰ ਭੇਜੇ ਜਾਂਦੇ ਹਨ। ਬਾਹਰੋਂ ਕੋਲਾ, ਤੇਲ ਪੈਟਰੋਲੀਅਮ ਅਤੇ ਪਦਾਰਥ, ਸੀਮੇਂਟ, ਇਮਾਰਤੀ ਲਕੜੀ, ਲੋਹਾ ਅਤੇ ਫੌਲਾਦ, ਦਵਾਈਆਂ, ਬੋਰੀਆਂ ਆਦਿ ਮੰਗਵਾਏ ਜਾਂਦੇ ਹਨ। ਮਾਲਵੇ ਤੋਂ ਉਦਯੋਗਿਕ ਵਸਤਾਂ ਦੇ ਨਿਰਯਾਤ ਦਾ ਮੁੱਲ ਬਹੁਤ ਵੱਧ ਹੈ ਕਿਉਂਕਿ ਉਦਯੋਗਿਕ ਜ਼ਿਲ੍ਹੇ ਲੁਧਿਆਣਾ ਦਾ ਉਦਯੋਗਿਕ

ਵਸਤਾਂ ਦੇ ਕੁੱਲ ਨਿਰਯਾਤ ਮੁੱਲ ਵਿੱਚ ਹਿੱਸਾ ਬਹੁਤ ਉੱਚਾ ਹੈ। 2013-14 ਅਨੁਸਾਰ ਇਹ 13,91,755 ਲੱਖ ਰੁਪਏ (ਪੰਜਾਬ ਦਾ 58.67%) ਸੀ। ਇਸ ਤੋਂ ਬਾਅਦ ਪਟਿਆਲਾ (1.37%), ਬਠਿੰਡਾ (0.23%), ਫਿਰੋਜ਼ਪੁਰ (0.94%) ਅਤੇ ਫਤਹਿਗੜ੍ਹ ਸਾਹਿਬ ਦੇ ਜ਼ਿਲ੍ਹੇ ਆਉਂਦੇ ਹਨ। ਮੁਕਤਸਰ, ਮੋਗਾ, ਸੰਗਰੂਰ, ਰੂਪਨਗਰ, ਐਸ.ਏ.ਐਸ. ਨਗਰ ਅਤੇ ਬਰਨਾਲਾ ਜ਼ਿਲ੍ਹਿਆਂ ਤੋਂ ਉਦਯੋਗਿਕ ਨਿਰਯਾਤ ਦਾ ਮੁੱਲ ਲਗਭਗ ਨਾਂਹ ਦੇ ਬਰਾਬਰ ਹੈ। 2013-14 ਵਿੱਚ ਮਾਲਵੇ ਤੋਂ ਪੰਜਾਬ ਦਾ 62.26% (14,77,055 ਲੱਖ ਰੁਪਏ) ਉਦਯੋਗਿਕ ਨਿਰਯਾਤ ਹੋਇਆ ਸੀ। 2018-19 ਵਿੱਚ ਮਾਲਵੇ ਤੋਂ 86,10,940 ਲੱਖ ਰੁਪਏ ਦੇ ਮੁੱਲ (ਪੰਜਾਬ ਦਾ 84.62%) ਦਾ ਉਦਯੋਗਿਕ ਨਿਰਯਾਤ ਹੋਇਆ ਸੀ। 2018-19 ਵਿੱਚ ਲੁਧਿਆਣੇ ਜ਼ਿਲ੍ਹੇ ਤੋਂ ਉਦਯੋਗਿਕ ਵਸਤਾਂ ਦਾ ਕੁੱਲ ਨਿਰਯਾਤ 85,74,580 ਲੱਖ ਰੁਪਏ ਦਾ ਹੋਇਆ ਸੀ (ਪੰਜਾਬ ਦਾ 84.26%)। ਇਸ ਤੋਂ ਬਾਅਦ ਪਟਿਆਲਾ ਜ਼ਿਲ੍ਹਾ (20,651 ਲੱਖ ਰੁਪਏ = ਪੰਜਾਬ ਦਾ 0.20%), ਐਸ.ਏ.ਐਸ. ਨਗਰ (9,636 ਲੱਖ ਰੁਪਏ = 0.09%), ਬਠਿੰਡਾ ਜ਼ਿਲ੍ਹਾ (5,701 ਲੱਖ ਰੁਪਏ = 0.05%), ਫਾਜ਼ਿਲਕਾ ਦਾ ਜ਼ਿਲ੍ਹਾ (280 ਲੱਖ ਰੁਪਏ) ਅਤੇ ਫਤਹਿਗੜ੍ਹ ਸਾਹਿਬ ਜ਼ਿਲ੍ਹਾ (ਕੇਵਲ 91 ਲੱਖ ਰੁਪਏ) ਆਉਂਦੇ ਹਨ। ਇਹ ਅੰਕੜੇ 2018-19 ਅਨੁਸਾਰ ਹਨ।

ਅਭਿਆਸ (EXERCISE)

1. ਹੇਠ ਲਿਖਿਆਂ ਦੇ ਸੰਖੇਪ ਵਿੱਚ ਉੱਤਰ ਦਿਉ—
   - (i) ਭੂਗੋਲ ਦੇ ਵਿਸ਼ੇ ਵਿੱਚ ਅਧਿਐਨ ਦੀਆਂ ਕਿਹੜੀਆਂ ਮੁੱਖ ਵਿਧੀਆਂ ਹਨ ?
   - (ii) ਪ੍ਰਾਦੇਸ਼ਿਕ ਅਧਿਐਨ ਦੀ ਕੀ ਮਹੱਤਤਾ ਹੈ ?
   - (iii) ਪੰਜਾਬ ਦੇ ਮੁੱਖ ਪ੍ਰਦੇਸ਼ਾਂ ਦੀਆਂ ਹੱਦਾਂ ਮੁੱਖ ਤੌਰ ਤੇ ਕਿਹੜਾ ਕਾਰਕ ਨਿਰਧਾਰਤ ਕਰਦਾ ਹੈ ?
   - (iv) ਪੰਜਾਬ ਦੇ ਮੁੱਖ ਲੋਕ ਪ੍ਰਦੇਸ਼ਾਂ ਦੇ ਨਾਂ ਲਿਖੋ।
   - (v) ਤੁਹਾਡਾ ਪਿੰਡ ਜਾਂ ਨਗਰ ਕਿਸ ਪ੍ਰਦੇਸ਼ ਵਿੱਚ ਸਥਿਤ ਹੈ ?
   - (vi) ਰਾਜ ਦਾ ਸਭ ਤੋਂ ਵੱਡਾ ਅਤੇ ਸਭ ਤੋਂ ਛੋਟਾ ਪ੍ਰਦੇਸ਼ ਕਿਹੜਾ ਹੈ ?
   - (vii) ਰਾਜ ਦੇ ਕਿਸ ਪ੍ਰਦੇਸ਼ ਵਿੱਚ ਸਭ ਤੋਂ ਵੱਧ ਆਬਾਦੀ ਰਹਿੰਦੀ ਹੈ ?
   - (viii) ਬਿਸਤ ਦੋਆਬ ਦੇ ਨਾਂ ਦਾ ਪਿਛੋਕੜ ਕੀ ਹੈ ?
   - (ix) ਮਾਲਵੇ ਵਿੱਚ ਪਿੰਡ ਕਿਹੋ-ਜਿਹੇ ਹਨ ?
   - (x) ਮਾਲਵੇ ਦਾ ਜਲਵਾਯੂ ਦੋਆਬੇ ਤੋਂ ਕਿਵੇਂ ਭਿੰਨ ਹੈ ?
   - (xi) ਦੋਆਬੇ ਦੇ ਮੁੱਖ ਉਦਯੋਗਿਕ ਕੇਂਦਰਾਂ ਦੇ ਨਾਂ ਲਿਖੋ।
   - (xii) ਮਾਝੇ ਵਿੱਚ ਕਿਹੜੇ ਉਦਯੋਗ ਜ਼ਿਆਦਾ ਮਹੱਤਵਪੂਰਣ ਹਨ ?
   - (xiii) ਮਾਲਵੇ ਵਿੱਚ ਸ਼ਾਮਲ ਜ਼ਿਲ੍ਹਿਆਂ ਦੇ ਨਾਂ ਲਿਖੋ।
   - (xiv) ਦੋਆਬੇ ਦੀਆਂ ਸੀਮਾਵਾਂ ਬਾਰੇ ਦੱਸੋ।
2. ਮਾਝਾ ਪ੍ਰਦੇਸ਼ ਦੀਆਂ ਮੁੱਖ ਭੂਗੋਲਿਕ ਵਿਸ਼ੇਸ਼ਤਾਈਆਂ ਦਾ ਵਰਣਨ ਕਰੋ।
3. ਦੋਆਬਾ ਖੇਤਰ ਉੱਤੇ ਭੂਗੋਲਿਕ ਨੋਟ ਲਿਖੋ।
4. ਸਥਿਤੀ, ਭੌਤਿਕ ਵਾਤਾਵਰਣ ਅਤੇ ਜਨਸੰਖਿਆ ਦੇ ਸਿਰਲੇਖਾਂ ਹੇਠ ਮਾਲਵਾ ਪ੍ਰਦੇਸ਼ ਦਾ ਬਿਰਤਾਂਤ ਲਿਖੋ।
5. ਮਾਲਵਾ ਪ੍ਰਦੇਸ਼ ਦੀ ਅਰਥ-ਵਿਵਸਥਾ ਦਾ ਦੋਆਬਾ ਪ੍ਰਦੇਸ਼ ਦੀ ਅਰਥ-ਵਿਵਸਥਾ ਨਾਲ ਮੁਕਾਬਲਾ ਕਰੋ।

○○○

REFERENCES & BIBLIOGRAPHY

1. Agarwal, A. N. (1980). 'Indian Agriculutre', Sahibabad : Vikas Publishing House Pvt. Ltd.
2. Arora Avinash Chander (1978). 'Punjab da Itihas', Part I, Jalandhar : S. Parmod & Co.
3. Arora Surinder Pal (1995). 'Agricultural Statistical Abstract, District Jalandhar'. Jalandhar : Department of Agriculture, Punjab.
4. Bhargava Manohar Lal (1964). 'The Geography of Rigvedic India', Lucknow : The Upper India Publishing House Ltd.
5. Census of India 1991, Series 20, Punjab and 2001 and 2011, Punjab, Final Population Totals, Series 4.
6. Chhabra, G.S. (1962). 'Social and Economic History of the Punjab (1849-1901)', Jalandhar City : S. Nagin & Co.
7. Cohen, P.L. (1959). 'The Economics of Agriculture, 'Cambridge : The University Press.
8. Cunningham Alexander, "Ancient Geography of India".
9. Darling Malcolm L. (1947). "The Punjab Peasant in Prosperity and Debt,' Bombay : Oxford University Press.
10. Department of Industries, Punjab (1996). 'Punjab : The industrious state 1996.'
11. Dhillon, G.S. (1992). 'Canal systems of Punjab Region'. Ludhiana : Punjab Agricultural University
12. Directorate of Industries Punjab (2003, 2005, 2011-12 and 2015-16). "Directory : Punjab Large and Medium Industries."
13. Directorate of Industries, Punjab (1996). 'Power-Guidelines for Obtaining Electric Connection for Industries in the State of Punjab'.
14. Dubey, R. N. (1980). 'Economic and Commercial Geography,' Allahabad: Kitab Mahal.
15. Duggal, S. L. (1966). 'Agricultural Atlas of Punjab.' Ludhiana : Agricultural University.
16. Economic Adviser to Government Punjab. 'Statistical Abstract of Punjab', 1982, 1993, 1994, 1995 and 1996, 2000, 2005, 2016 and 2021, Chandigarh.
17. Economic Adviser to Government Punjab (2017-18 and 2021-22). 'Economic Survey of Punjab' Chandigarh.

18. Ganda Singh (Ed.) (1967). 'Punjab Past and Present, 'Vol. I, Part II, Patiala : Punjabi University.

19. Jagjit Singh, Sehgal R.N., Jagdeep Singh, "Status of Social Forestry in Punjab'. Solan : Regional Centre of National Wastelands Development Board, Y.S. Parmar University of Horticulture and Forestry.

20. Joshi, L.M. and Fauja Singh (Ed.) (1977). 'History of Punjab, 'Vol. I & II. Patiala : Punjabi University.

21. Latif, S. M. (1964). 'History of the Punjab,' 'New Delhi : Eurasian Publishing House Pvt. Ltd.

22. Mamoria, C.B. (1973). 'Agricultural Problems of India,' Allahabad : Kitab Mahal.

23. Manku, Darshan Singh (1986). 'The Gujar Settlements : A Study in Ethnic Geography,' New Delhi : Inter-India Publications.

24. Mavi, H.S. and Tiwana, D.S. (1993). 'Geography of Punjab,' New Delhi: National Book Trust.

25. Mukerji A.B. (1974). 'Morphogenetic Analysis of Rural Settlements of the Chandigarh Siwalik Hills,' Chandigarh : Punjab University Research Bulletin (Arts) Vol. V. No. 2.

26. Mukerji A.B. (1976). 'The Chandigarh Siwallik Hills ; Some Aspects of Rural Geography,' Sagar : Sagar University.

27. Narang, K.S. (1973). 'History of Punjab', New Delhi : U.C. Kapoor & Sons.

28. 'National Informatics Centre' District Profile, Hoshiarpur.

29. Nijjar, Bakhshish Singh (1968). 'Punjab under the Sultans', New Delhi: Sterling Publications Pvt. Ltd.

30. Punjab Government (1900-1914). 'District and States Gazetteers of Undivided Punjab', Vol. I-IV.

31. Punjab Government (1908). 'Imperial Gazetteer of India, Provincial Series, Punjab', Vol. I.

32. Punjab Government, 'Shajra Nasabs of Various Villages of District Hoshiarpur and Roop Nagar.

33. Randhawa, M.S. and Others (1974). 'Green Revolution', Delhi : Vikas Publishing House, Pvt. Ltd.

34. Randhawa's M.S. 'Agriculture and Animal Husbandry in India's.

35. Ross David, 'The Land of Five Rivers'.

36. Sehgal J.L.(1974). Classification & Distribution of Soils of Punjab', Proceedings National Service Academy, 40B.

37. Sehgal J.L., Bajwa, M.S., Sharma P.K. (1992). 'Soils of Punjab', Research Bulletin, Nagpur : NBSS Publi : 31.

38. Sharma, P.K. (Ed.) (1992). Research High lights 1987-92.' Ludhiana : Punjab Remote Sensing Centre.

39. Singh, R.L. (Ed.) (1990). "India : A Regional Geography", Varanasi : National Geographical Society of India.

40. Spate, O.H.K. and Lear month (1976). "India and Pakistan : A General and Regional Geography", London : Methuen Co. Ltd.

41. Thompson Louis M and Frederick R. Troeh (1979). 'Soils and Soil Fertility', New Delhi : Tata McGraw Hill Publishing Co. Ltd.

42. Wadia D.N. (1975). 'Geology of India, 'New Delhi : Tata McGraw Hill Publishing Co.

❍❍❍